Paramahansa Yogananda

ਪਰਮਹੰਸ ਯੋਗਾਨੰਦ

(ਜਨਵਰੀ 5, 1893—ਮਾਰਚ 7,1952)

ਪ੍ਰੇਮ ਅਵਤਾਰ, "ਪ੍ਰੇਮ ਦਾ ਅਵਤਾਰ" (ਦੇਖੋ ਪੰਨਾ 431)

ਇੱਕ ਯੋਗੀ ਦੀ ਆਤਮਕਥਾ

(*Autobiography of a Yogi*)

ਸ਼੍ਰੀ ਸ਼੍ਰੀ ਪਰਮਹੰਸ ਯੋਗਾਨੰਦ

ਪ੍ਰਸਤਾਵਨਾ

ਡਬਲਯੂ. ਵਾਈ. ਈਵਾਨਸ-ਵੈਂਟਜ਼

ਐਮ.ਏ., ਡੀ.ਲਿਟ., ਡੀ.ਐਸਸੀ.

"ਯੋਗੀ ਸਰੀਰਕ ਤਪ ਕਰਨ ਵਾਲੇ ਤਪੱਸਵੀਆਂ ਤੋਂ ਸ੍ਰੇਸ਼ਟ ਹੈ, ਗਿਆਨ ਯੋਗੀਆਂ ਤੋਂ ਵੀ ਸ੍ਰੇਸ਼ਟ ਹੈ ਅਤੇ ਕਰਮ ਯੋਗੀਆਂ ਤੋਂ ਵੀ ਸ੍ਰੇਸ਼ਟ ਹੈ, ਇਸ ਵਾਸਤੇ, ਹੇ ਮੇਰੇ ਸ਼ਿਸ਼-ਅਰਜੁਨ, ਤੂੰ ਯੋਗੀ ਬਣ!"

—ਸ਼੍ਰੀ ਮਦ ਭਗਵਤ ਗੀਤਾ VI:46

ਇੱਕ ਯੋਗੀ ਦੀ ਆਤਮਕਥਾ

ਸੰਪੂਰਨ ਅਤੇ ਅਸੰਖਿਪਤ

First Punjabi Edition, 2015

Third Impression, 2024

ਯੋਗਦਾ ਸਤਸੰਗ ਸੁਸਾਇਟੀ ਆਫ ਇੰਡੀਆ / ਸੈਲਫ-ਰੀਆਲਾਈਜੇਸ਼ਨ ਫੈਲੋਸ਼ਿਪ ਦਾ ਅਧਿਕਾਰਿਤ ਪ੍ਰਕਾਸ਼ਨ

ਯੋਗਦਾ ਸਤਸੰਗ ਸੁਸਾਇਟੀ ਆਫ ਇੰਡੀਆ ਦਾ ਨਾਂ ਅਤੇ ਪ੍ਰਤੀਕ ਚਿੰਨ੍ਹ ਜਿਹੜਾ ਕਿ ਉੱਪਰ ਦਿੱਤਾ ਗਿਆ ਹੈ, ਯੋਗਦਾ ਸਤਸੰਗ ਸੁਸਾਇਟੀ ਦੀਆਂ ਪੁਸਤਕਾਂ, ਰਿਕਾਰਡਿੰਗ ਅਤੇ ਹੋਰ ਪ੍ਰਕਾਸ਼ਨਾਵਾਂ ਉੱਪਰ, ਪਾਠਕ ਨੂੰ ਇਹ ਵਿਸਵਾਸ਼ ਦੁਆਉਣ ਖਾਤਰ ਛੱਪਿਆ ਹੁੰਦਾ ਹੈ ਕਿ ਉੱਕਤ ਰਚਨਾ ਸ਼੍ਰੀ ਸ਼੍ਰੀ ਪਰਮਹੰਸ ਯੋਗਾਨੰਦ ਜੀ ਦੁਆਰਾ ਸਥਾਪਤ ਸੁਸਾਇਟੀ ਦੀਆਂ ਸਿੱਖਿਆਵਾਂ ਦੀ ਤਨਦੇਹੀ ਨਾਲ ਤਰਜ਼ਵਾਨੀ ਕਰਦੀਂ ਹੈ।

Autobiography of a Yogi has been published in English, Hindi, Assamese, Bengali, Gujarati, Kannada, Malayalam, Marathi, Nepali, Odia, Punjabi, Sanskrit, Sinhala, Tamil, Telugu, Urdu, Albanian, Arabic, Armenian, Bulgarian, Chinese, Croatian, Danish, Dutch, Estonian, Farsi, Filipino, Finnish, French, German, Greek, Hebrew, Hungarian, Icelandic, Indonesian, Italian, Japanese, Kazakh, Korean, Latvian, Lithuanian, Norwegian, Polish, Portuguese, Romanian, Russian, Serbian, Spanish, Swedish, Thai, Turkish, Ukrainian, and Vietnamese.

YOGODA SATSANGA SOCIETY OF INDIA
Yogoda Satsanga Math, 21 U. N. Mukherjee Road
Dakshineswar, Kolkata 700076

ਦੁਆਰਾ ਭਾਰਤ ਵਿਚ ਪ੍ਰਕਾਸ਼ਿਤ

Kailash Paper Conversion Pvt. Ltd.
Ranchi 834001

ਦੁਆਰਾ ਭਾਰਤ ਵਿਚ ਛਾਪੀ ਗਈ

ISBN 978-93-83203-39-0

ਵਿਤਰਕ

ਮੰਜੂਲ ਪਬਲਿਸ਼ਿੰਗ ਹਾਊਸ

ਯੋਗਦਾ ਸਤਸੰਗ ਸੁਸਾਇਟੀ ਆਫ ਇੰਡੀਆ, ਪਰਮਹੰਸ ਯੋਗਾਨੰਦ ਪਥ, ਰਾਂਚੀ 834001 ਝਾਰਖੰਡ ਅਤੇ ਭਾਰਤ ਵਿਚ ਸਥਿਤ ਸਾਰੇ ਯੋਗਦਾ ਸਤਸੰਗ ਆਸ਼ਰਮਾਂ ਅਤੇ ਧਿਆਨ ਕੇਂਦਰਾਂ ਵਿਚ ਸੁਲੱਭ।

ਸ਼੍ਰੀ ਸ਼੍ਰੀ ਪਰਮਹੰਸ ਯੋਗਾਨੰਦ ਜੀ ਦੀ ਅਧਿਆਤਮਿਕ ਵਿਰਾਸਤ

ਪਰਮਹੰਸ ਯੋਗਾਨੰਦ ਜੀ ਦੀਆਂ ਸਾਰੀਆਂ ਰਚਨਾਵਾਂ,
ਪ੍ਰਵਚਨ ਅਤੇ ਗੈਰ ਰਸਮੀ ਮੁਲਾਕਾਤਾਂ

ਪਰਮਹੰਸ ਯੋਗਾਨੰਦ ਜੀ ਨੇ ਆਉਣ ਵਾਲੀਆਂ ਪੀੜ੍ਹੀਆਂ ਵਾਸਤੇ, ਆਪਣੀਆਂ ਸਿੱਖਿਆਵਾਂ ਦੇ ਪ੍ਰਚਾਰ ਅਤੇ ਪਰਸਾਰ ਕਰਨ ਅਤੇ ਸ਼ੁੱਧਤਾ ਬਰਕਰਾਰ ਰੱਖਣ ਵਾਸਤੇ, 1917 ਵਿਚ ਯੋਗਦਾ ਸਤਸੰਗ ਸੁਸਾਇਟੀ ਆਫ ਇੰਡੀਆ ਅਤੇ 1920 ਵਿਚ ਸੈਲਫ ਰੀਆਲਾਈਜੇਸ਼ਨ ਫੈਲੋਸ਼ਿਪ ਦੀ ਸਥਾਪਨਾ ਕੀਤੀ। ਉਸ ਮਹਾਨ ਲੇਖਕ ਅਤੇ ਵਕਤਾ ਨੇ ਆਪਣੀ ਅਮਰੀਕਾ ਰਿਹਾਇਸ਼ ਦੇ ਸ਼ੁਰੂਆਤੀ ਵਰ੍ਹਿਆਂ ਵਿਚ ਧਿਆਨ ਯੋਗ ਵਿਗਿਆਨ, ਸੰਤੁਲਿਤ ਜੀਵਨ ਜਿਉਣ ਦੀ ਕਲਾ ਅਤੇ ਸਾਰੇ ਧਰਮਾਂ ਦੀ ਅੰਤਰੀਵੀ ਸਾਂਝ ਉੱਪਰ ਪ੍ਰਸਿੱਧ ਗ੍ਰੰਥਾਂ ਦੀ ਰਚਨਾ ਕੀਤੀ। ਅੱਜ ਉਹ ਦੁਰਲੱਭ ਅਤੇ ਦੂਰ-ਰਸ ਅਧਿਆਤਮਿਕ ਵਿਰਾਸਤ ਸੰਸਾਰ ਭਰ ਦੇ ਸੱਚਾਈ ਦੇ ਲੱਖਾਂ ਜਿਗਿਆਸੂਆਂ ਲਈ ਚਾਨਣ-ਮੁਨਾਰਾ ਹੈ।

ਉਸ ਮਹਾਨ ਗੁਰੂ ਦੁਆਰਾ ਪ੍ਰਗਟਾਈਆਂ ਗਈਆਂ ਇੱਛਾਵਾਂ ਦੇ ਮੁਤਾਬਿਕ, ਯੋਗਦਾ ਸਤਸੰਗ ਸੁਸਾਇਟੀ ਆਫ ਇੰਡੀਆ / ਸੈਲਫ ਰੀਆਲਾਈਜੇਸ਼ਨ ਫੈਲੋਸ਼ਿਪ ਨੇ ਪਰਮਹੰਸ ਯੋਗਾਨੰਦ ਜੀ ਦੀਆਂ *ਸਾਰੀਆਂ ਰਚਨਾਵਾਂ ਦੀ ਪ੍ਰਕਾਸ਼ਨਾਂ ਦਾ ਕੰਮ ਨਿਰੰਤਰ ਜਾਰੀ ਰੱਖਿਆ ਹੋਇਆ ਹੈ।* ਇਹ ਸਾਰੀਆਂ ਰਚਨਾਵਾਂ ਉਹ ਹੀ ਨਹੀਂ ਹਨ, ਜਿਨ੍ਹਾਂ ਦੇ ਆਖਰੀ ਸੰਸਕਰਨ, ਉਨ੍ਹਾਂ ਦੇ ਜਿਉਂਦੇ ਜੀ ਛਪ ਗਏ ਸਨ, ਬਲਕਿ ਕਈ ਨਵੀਆਂ ਰਚਨਾਵਾਂ ਵੀ ਹਨ, ਜਿਹੜੀਆਂ 1952 ਵਿਚ ਉਨ੍ਹਾਂ ਦੇ ਸਵਰਗਵਾਸ ਹੋਣ ਵੇਲੇ ਤਕ ਅਣਛਪੀਆਂ ਰਹਿ ਗਈਆਂ ਸਨ ਜਾਂ ਜਿਹੜੀਆਂ ਯੋਗਦਾ ਸਤਸੰਗ ਸੁਸਾਇਟੀ ਆਫ ਇੰਡੀਆ / ਸੈਲਫ ਰੀਆਲਾਈਜੇਸ਼ਨ ਫੈਲੋਸ਼ਿਪ ਦੇ ਰਿਸਾਲਿਆਂ ਵਿਚ ਵਰ੍ਹਿਆਂ ਬੱਧੀ ਲੜੀਵਾਰ ਛਪਦੀਆਂ ਆ ਰਹੀਆਂ ਸਨ ਅਤੇ ਇਸ ਤੋਂ ਇਲਾਵਾ, ਉਨ੍ਹਾਂ ਦੇ ਸੈਂਕੜੇ ਅਤਿਅੰਤ ਪ੍ਰੇਰਨਾਦਾਇਕ ਪ੍ਰਵਚਨ ਅਤੇ ਗੈਰ ਰਸਮੀ ਮੁਲਕਾਤਾਂ ਜਿਹੜੀਆਂ ਕਿ ਪਹਿਲਾਂ ਲਿਪੀਬੱਧ ਕੀਤੀਆਂ ਹੋਈਆਂ ਸਨ।

ਪਰਮਹੰਸ ਯੋਗਾਨੰਦ ਜੀ ਨੇ ਖੁਦ ਆਪ ਆਪਣੇ ਨਜਦੀਕੀ ਸ਼ਗਿਰਦਾਂ ਨੂੰ ਚੁਣ ਕੇ, ਯੋਗਦਾ ਸਿੱਖਿਆਵਾਂ ਦੀ ਤਿਆਰੀ ਅਤੇ ਪ੍ਰਕਾਸ਼ਨਾਂ ਦੇ ਸਬੰਧ ਵਿਚ ਵਿਸ਼ੇਸ ਹਿਦਾਇਤਾਂ ਦਿੰਦਿਆਂ ਸਿੱਖਿਅਤ ਕੀਤਾ ਅਤੇ ਜਿਹੜੇ ਹੁਣ ਯੋਗਦਾ ਸਤਸੰਗ ਸੁਸਾਇਟੀ ਆਫ ਇੰਡੀਆ / ਸੈਲਫ ਰੀਆਲਾਈਜੇਸ਼ਨ ਫੈਲੋਸ਼ਿਪ ਦੇ ਪ੍ਰਕਾਸ਼ਨ-ਮੰਡਲ ਵਿਚ ਸ਼ਾਮਲ ਹਨ। ਯੋਗਦਾ ਸਤਸੰਗ ਸੁਸਾਇਟੀ ਆਫ ਇੰਡੀਆ / ਸੈਲਫ ਰੀਆਲਾਈਜੇਸ਼ਨ ਫੈਲੋਸ਼ਿਪ ਦੇ ਮੈਂਬਰ, (ਸੰਨਿਆਸੀ ਅਤੇ ਸੰਨਿਆਸਣਾਂ ਜਿਨ੍ਹਾਂ ਨੇ ਆਪਣੀ ਸਾਰੀ ਜਿੰਦਗੀ ਨਿਰਸਵਾਰਥ ਸੇਵਾ ਲਈ ਅਰਪਣ ਕਰਨ ਦੀ ਪ੍ਰਤਿੱਗਿਆ ਕੀਤੀ ਹੁੰਦੀ ਹੈ) ਇਨ੍ਹਾਂ ਹਿਦਾਇਤਾਂ ਦੀ ਇੱਕ ਪਵਿੱਤਰ ਧਰੋਹਰ ਦੇ ਰੂਪ ਵਿਚ ਸਨਮਾਨ ਕਰਦੇ ਹਨ, ਤਾਂ ਕਿ ਉਸ ਪਰਮ ਪੂਜਨੀਕ ਜਗਤ-ਗੁਰੂ ਦਾ ਵਿਸ਼ਵਵਿਆਪੀ ਸੰਦੇਸ਼ ਆਪਣੀ ਮੂਲ ਭਾਵਨਾ ਅਤੇ ਪ੍ਰਮਾਣਿਕਤਾ ਨਾਲ ਅਮਰ ਰਹੇ।

ਯੋਗਦਾ ਸਤਸੰਗ ਸੁਸਾਇਟੀ ਆਫ ਇੰਡੀਆ / ਸੈਲਫ ਰੀਆਲਾਈਜੇਸ਼ਨ ਫੈਲੋਸ਼ਿਪ ਦਾ ਚਿੰਨ੍ਹ ਜਿਹੜਾ ਕਿ ਪਿਛਲੇ ਪੰਨੇ ਤੇ ਦਿੱਤਾ ਗਿਆ ਹੈ, ਪਰਮਹੰਸ ਯੋਗਾਨੰਦ ਜੀ ਨੇ ਆਪਣੀ ਅਲਾਭਦਾਇਕ ਸੰਸਥਾ ਦੇ ਅਧਿਕਾਰਿਤ ਸਰੋਤ ਦੀ ਪਹਿਚਾਣ ਦੇਣ ਦੇ ਉਦੇਸ਼ ਹਿਤ ਬਣਾਇਆ ਸੀ ਅਤੇ ਇਹ ਚਿੰਨ੍ਹ ਯੋਗਦਾ ਸਤਸੰਗ ਸੁਸਾਇਟੀ ਆਫ ਇੰਡੀਆ / ਸੈਲਫ ਰੀਆਲਾਈਜੇਸ਼ਨ ਫੈਲੋਸ਼ਿਪ ਦੀਆਂ ਸਾਰੀਆਂ ਪ੍ਰਕਾਸ਼ਨਾਂ ਅਤੇ ਵੀਡੀਓ ਰਿਕਾਰਡਾਂ ਉੱਪਰ ਪਾਠਕ ਨੂੰ ਇਹ ਯਕੀਨ ਦੁਆਉਣ ਖਾਤਰ ਛਪਿਆ ਹੁੰਦਾ ਹੈ ਕਿ ਇਨ੍ਹਾਂ ਦੀ ਰਚਨਾਂ ਅਤੇ ਨਿਰਮਾਣ ਸ਼੍ਰੀ ਪਰਮਹੰਸ ਯੋਗਾਨੰਦ ਜੀ ਦੁਆਰਾ ਸਥਾਪਿਤ ਸੰਸਥਾ ਦੁਆਰਾ, ਉਸੇ ਤਰ੍ਹਾਂ ਕੀਤਾ ਗਿਆ ਹੈ, ਜਿਸ ਤਰ੍ਹਾਂ ਉਹ ਚਾਹੁੰਦੇ ਸਨ।

—ਯੋਗਦਾ ਸਤਸੰਗ ਸੁਸਾਇਟੀ ਆਫ ਇੰਡੀਆ /
ਸੈਲਫ ਰੀਆਲਾਈਜੇਸ਼ਨ ਫੈਲੋਸ਼ਿਪ

ਮੇਰੇ ਪਰਮ ਪੂਜਨੀਕ, ਪੁਨੀਤ ਅਤੇ ਸਤਿਕਾਰਯੋਗ
ਗੁਰੂਦੇਵ ਸ਼੍ਰੀ ਸ਼੍ਰੀ ਸਵਾਮੀ ਸ਼੍ਰੀ ਯੁਕਤੇਸ਼ਵਰ ਜੀ ਗਿਰੀ
ਦੇ ਦੈਵੀ ਕਰ-ਕਮਲਾਂ ਵਿਚ ਸਮਰਪਿਤ

ਲੇਖਕ ਵਲੋਂ ਸ਼ੁਕਰਾਨਾ

ਇਸ ਪੁਸਤਕ ਦੇ ਖਰੜੇ ਉੱਪਰ ਲੰਬੀ ਸੰਪਾਦਕੀ ਮਿਹਨਤ ਕਰਨ ਦੇ ਵਾਸਤੇ, ਮੈਂ ਮਿਸ ਐਲ ਵੀ ਪਰੇਟ [ਤਾਰਾ ਮਾਤਾ] ਦਾ ਦਿਲੋਂ ਅਹਿਸਾਨਮੰਦ ਹਾਂ। ਸ਼੍ਰੀ ਸੀ. ਰਿਚਰਡ ਰਾਈਟ ਨੂੰ ਵੀ ਧੰਨਵਾਦ ਦਿੰਦਾ ਹਾਂ, ਜਿਨ੍ਹਾਂ ਨੇ ਮੈਨੂੰ ਆਪਣੀ ਭਾਰਤ ਯਾਤਰਾ ਦੀ ਡਾਇਰੀ ਵਿਚੋਂ ਕੁਝ ਹਿੱਸਿਆਂ ਨੂੰ ਵਰਤਣ ਦੀ ਪ੍ਰਵਾਨਗੀ ਦਿੱਤੀ। ਡਾ. ਡਬਲਯੂ. ਵਾਈ. ਈਵਾਨਸ-ਵੈਂਟਜ ਦਾ ਸਿਰਫ ਉਨ੍ਹਾਂ ਦਾ ਪ੍ਰਸਤਾਵਨਾ ਵਾਸਤੇ ਹੀ ਨਹੀਂ, ਬਲਕਿ ਉਨ੍ਹਾਂ ਦੇ ਦਿੱਤੇ ਮਸ਼ਵਰਿਆਂ ਅਤੇ ਉਤਸ਼ਾਹ ਵਾਸਤੇ ਵੀ ਧੰਨਵਾਦੀ ਹਾਂ।

ਪਰਮਹੰਸ ਯੋਗਾਨੰਦ

ਅਕਤੂਰ 28, 1945

ਵਿਸ਼ਾ ਸੂਚੀ

ਚਿੱਤਰ ਸੂਚੀ

ਸਾਹਮਣੇ ਦਾ ਪੰਨਾਂ

ਫੋਟੋ ਭਾਗ II .... ਛਪੀ ਕਿਤਾਬ ਦੇ ਪੰਨਾਂ 392 ਤੋਂ ਬਾਅਦ

ਫੋਟੋ ਭਾਗ III .... ਛਪੀ ਕਿਤਾਬ ਦੇ ਪੰਨਾ 520 ਤੋਂ ਬਾਅਦ

ਪ੍ਰਸਤਾਵਨਾ

ਡਬਲਯੂ. ਵਾਈ.ਈਵਾਨਸ-ਵੈਂਟਜ਼, ਐਮ.ਏ., ਡੀ.ਲਿਟ., ਡੀ.ਐਸ ਸੀ.
ਜੀਸਸ ਕਾਲਜ, ਆਕਸਫੋਰਡ

ਪੂਰਬ ਦੀਆਂ ਰਵਾਇਤੀ ਯੋਗ ਅਤੇ ਗਿਆਨ ਪਰੰਪਰਾਵਾਂ ਦੀਆਂ ਕਈ ਰਚਨਾਵਾਂ ਦੇ ਲੇਖਕ ਅਤੇ ਅਨੁਵਾਦਕ, *ਜਿਨ੍ਹਾਂ ਵਿਚ ਤਿੱਬਤੀਅਨ ਯੋਗ, ਸੀਕਰੇਟ ਡਾਕਟਰਾਈਨ, ਤਿੱਬਤ ਦੇ ਮਹਾਨ ਯੋਗੀ ਮਿਲਾਰੇਪਾ ਅਤੇ ਤਿੱਬਤੀਅਨ ਬੁੱਕ ਆਫ ਡੈਡ ਸ਼ਾਮਲ ਹਨ*

ਯੋਗਾਨੰਦ ਜੀ ਦੀ *ਆਤਮਕਥਾ* ਦਾ ਮਹੱਤਵ ਇਸ ਤੱਥ ਦੀ ਰੌਸ਼ਨੀ ਵਿਚ ਹੋਰ ਵੀ ਵੱਧ ਜਾਂਦਾ ਹੈ, ਕਿ ਭਾਰਤ ਦੇ ਸਿੱਧ ਪੁਰਸ਼ਾਂ ਦੇ ਸਬੰਧ ਵਿਚ ਅੰਗਰੇਜ਼ੀ ਵਿਚ ਲਿਖੀਆਂ ਗਈਆਂ ਗਿਣੀਆਂ ਚੁਣੀਆਂ ਪੁਸਤਕਾਂ ਵਿਚੋਂ ਇਹ ਇੱਕ ਹੈ, ਅਤੇ ਉਹ ਵੀ, ਕਿ ਲੇਖਕ ਨਾ ਤਾਂ ਪੱਤਰਕਾਰ ਅਤੇ ਨਾ ਹੀ ਕੋਈ ਵਿਦੇਸ਼ੀ, ਬਲਕਿ ਉਹ ਖੁਦ ਆਪ ਉਸੇ ਤਰ੍ਹਾਂ ਦੇ ਸਿੱਧ ਪੁਰਸ਼ਾਂ ਵਿਚੋਂ ਇੱਕ ਹੈ। ਭਾਵ-ਅਰਥ ਇਹ ਹੈ ਕਿ ਯੋਗੀਆਂ ਦੇ ਸਬੰਧ *ਵਿਚ,* ਖੁਦ ਇੱਕ ਯੋਗੀ *ਦੁਆਰਾ* ਲਿਖੀ ਗਈ ਪੁਸਤਕ। ਇੱਕ ਚਸ਼ਮਦੀਦ ਗਵਾਹ ਦੀ ਹੈਸੀਅਤ ਵਿਚ ਆਧੁਨਿਕ ਸੰਤਾਂ ਦੀਆਂ ਅਸਧਾਰਨ ਜੀਵਨ ਦੀਆਂ ਕਹਾਣੀਆਂ ਅਤੇ ਅਲੌਕਿਕ ਸ਼ਕਤੀਆਂ ਦੇ ਵਰਣਨ ਨਾਲ ਭਰਪੂਰ, ਇਸ ਪੁਸਤਕ ਦਾ ਸਮੇਂ ਦੇ ਮੁਤਾਬਿਕ ਅਤੇ ਸਦੀਵੀ ਮਹੱਤਵ ਹੈ। ਇਸ ਪੁਸਤਕ ਦੇ ਮਹਾਨ ਲੇਖਕ, ਜਿਨ੍ਹਾਂ ਨੂੰ ਜਾਨਣ ਦਾ ਸੁਭਾਗ ਮੈਨੂੰ ਅਮਰੀਕਾ ਅਤੇ ਭਾਰਤ ਦੋਵੇਂ ਦੇਸ਼ਾਂ ਵਿਚ ਪ੍ਰਾਪਤ ਹੋਇਆ, ਦੇ ਪ੍ਰਤੀ ਹਰ ਇੱਕ ਪਾਠਕ ਸ਼ਰਧਾਵਾਨ ਅਤੇ ਧੰਨਵਾਦੀ ਰਹੇਗਾ। ਬਿਨਾ-ਸ਼ੱਕ, ਹਾਲੇ-ਤਕ ਪੱਛਮ ਵਿਚ ਛਪੀਆਂ ਹੋਈਆਂ ਪੁਸਤਕਾਂ ਵਿਚੋਂ, ਉਨ੍ਹਾਂ ਦੀ ਇਹ ਅਸਧਾਰਨ ਆਤਮਕਥਾ ਹਿੰਦੂ ਮਨ ਅਤੇ ਦਿਲ ਦੀਆਂ ਡੂੰਘਾਈਆਂ, ਅਤੇ ਭਾਰਤ ਦੀ ਅਧਿਆਤਮਿਕ ਦੌਲਤ ਉੱਪਰ ਸਭ ਤੋਂ ਜ਼ਿਆਦਾ ਰੌਸ਼ਨੀ ਪਾਉਂਦੀ ਹੈ।

ਮੈਨੂੰ ਇੱਕ ਇਹੋ ਜਿਹੇ ਸਿੱਧ ਪੁਰਸ਼, ਸ਼੍ਰੀ ਯੁਕਤੇਸ਼ਵਰ ਗਿਰੀ ਜੀ ਦੇ ਦਰਸ਼ਨ ਕਰਨ ਦਾ ਸੁਭਾਗ ਪ੍ਰਾਪਤ ਹੋਇਆ, ਜਿਨ੍ਹਾਂ ਦੇ ਜੀਵਨ ਦਾ ਬਿਰਤਾਂਤ ਇਸ ਪੁਸਤਕ ਵਿਚ ਵਰਣਿਤ ਹੈ। ਇਸ ਪੂਜਨੀਕ ਸੰਤ ਦਾ ਚਿੱਤਰ ਮੇਰੀ ਪੁਸਤਕ *ਤਿੱਬਤੀਅਨ ਯੋਗ ਅਤੇ ਸੀਕਰੇਟ ਡਾਕਟਰਾਈਨ** ਦੇ ਮੁੱਖ ਪੰਨੇ ਦਾ ਸ਼ਿੰਗਾਰ ਬਣਿਆ। ਬੰਗਾਲ ਦੀ ਖਾੜੀ ਦੇ ਕੰਢੇ ਉੱਪਰ ਉੜੀਸਾ ਸੂਬੇ ਦੇ ਸ਼ਹਿਰ ਪੁਰੀ ਵਿਚ ਮੇਰੀ ਸ਼੍ਰੀ ਯੁਕਤੇਸ਼ਵਰ ਜੀ ਨਾਲ ਮੁਲਾਕਾਤ ਹੋਈ ਸੀ। ਉਸ ਵਕਤ ਉਹ ਸਮੁੰਦਰ ਕਿਨਾਰੇ ਮੌਜੂਦ ਇੱਕ ਸ਼ਾਂਤ ਆਸ਼ਰਮ ਦੇ ਮੁੱਖੀ ਸਨ ਅਤੇ ਮੁੱਖ ਤੌਰ ਤੇ ਨੌਜਵਾਨ ਸ਼ਾਗਿਰਦਾਂ ਦੀ ਇੱਕ ਟੋਲੀ ਨੂੰ ਅਧਿਆਤਮਿਕ ਸਿੱਖਿਆ ਦੇ ਰਹੇ ਸਨ। ਉਨ੍ਹਾਂ ਨੇ ਸੰਯੁਕਤ ਰਾਸ਼ਟਰ ਅਮਰੀਕਾ, ਸਾਰੇ ਅਮਰੀਕੀ ਮਹਾਦੀਪ

* ਆਕਸਫੋਰਡ ਯੁਨੀਵਰਸਿਟੀ ਪ੍ਰੈਸ, 1958.

ਬਾਰੇ ਅਤੇ ਇੰਗਲੈਂਡ ਦੇ ਸਬੰਧ ਵਿਚ ਡੂੰਘੀ ਦਿਲਚਸਪੀ ਦਿਖਾਈ। ਦੂਰ ਦੁਰੇਡੇ ਦੀਆਂ ਗਤੀ ਵਿਧੀਆਂ, ਖਾਸ ਕਰਕੇ ਕੈਲੀਫੋਰਨੀਆ ਵਿਚ ਆਪਣੇ ਮੁੱਖ ਸ਼ਿਸ਼ ਯੋਗਾਨੰਦ ਜੀ ਬਾਰੇ, ਜਿਨ੍ਹਾਂ ਨੂੰ ਉਨ੍ਹਾਂ ਨੇ ਆਪਣੇ ਦੂਤ ਦੇ ਰੂਪ ਵਿਚ 1920 ਵਿਚ ਪੱਛਮ ਭੇਜਿਆ ਸੀ, ਦੁਆਰਾ ਕੀਤੇ ਗਏ ਕੰਮਾਂ ਦੇ ਸਬੰਧ ਵਿਚ ਮੈਥੋਂ ਡੂੰਘੀ ਜਾਣਕਾਰੀ ਲਈ।

ਸ੍ਰੀ ਯੁਕਤੇਸ਼ਵਰ ਜੀ ਦਾ ਸੁਭਾਅ ਕੋਮਲ ਅਤੇ ਬੋਲ ਬਾਣੀ ਮਿੱਠੀ ਸੀ। ਉਨ੍ਹਾਂ ਦੀ ਮੌਜੂਦਗੀ ਸੁਖਦਾਇਕ ਸੀ, ਜਿਸ ਕਾਰਨ ਉਨ੍ਹਾਂ ਨੂੰ ਆਪਣੇ ਸ਼ਗਿਰਦਾਂ ਤੋਂ ਸਹਿਜ-ਸੁਭਾਅ ਹੀ ਸਨਮਾਨ ਪ੍ਰਾਪਤ ਕਰਨ ਦਾ ਸੁਭਾਗ ਪ੍ਰਾਪਤ ਸੀ। ਜਿਹੜਾ ਵੀ ਉਨ੍ਹਾਂ ਨੂੰ ਜਾਣਦਾ ਸੀ, ਭਾਵੇਂ ਉਹ ਕਿਸੇ ਵੀ ਸਭਾ ਸਮਾਜ ਦਾ ਕਿਉਂ ਨਾ ਹੋਵੇ। ਉਹ ਉਨ੍ਹਾਂ ਨੂੰ ਹਮੇਸ਼ਾਂ ਹੀ ਆਦਰ ਦੀ ਦ੍ਰਿਸ਼ਟੀ ਨਾਲ ਦੇਖਦਾ ਸੀ। ਮੈਨੂੰ ਪੂਰੀ ਤਰ੍ਹਾਂ ਯਾਦ ਹੈ, ਉਹ ਲੰਬੇ, ਸਿਧੇ ਅਤੇ ਸੰਨਿਆਸੀ ਪਰੰਪਰਾ ਅਨੁਸਾਰ ਗੇਰੂਆ ਬਾਣਾ, ਜਿਹੜਾ ਕਿ ਸੰਸਾਰਕ ਅਭਿਲਾਸ਼ਾਵਾਂ ਦੇ ਤਿਆਗ ਕਰਨ ਵਾਲੇ ਯੋਗੀ ਦਾ ਪ੍ਰਤੀਕ ਹੈ- ਪਹਿਨੀ, ਆਸ਼ਰਮ ਦੇ ਮੁੱਖ ਦੁਆਰ ਉੱਪਰ ਮੇਰੇ ਸਵਾਗਤਅਰਥ ਖੜ੍ਹੇ ਸਨ। ਉਨ੍ਹਾਂ ਦਾ ਮੁਖ ਮੰਡਲ ਦਾੜ੍ਹੀ, ਮੁੱਛ ਅਤੇ ਲੰਬੇ ਕੇਸ, ਜਿਹੜੇ ਥੋੜ੍ਹੇ ਜਿਹੇ ਘੁੰਗਰਾਲੇ ਸਨ, ਨਾਲ ਸੁਭਾਇਮਾਨ ਸੀ।

ਉਨ੍ਹਾਂ ਦਾ ਸਰੀਰ ਰਿਸ਼ਟ- ਪੁਸ਼ਟ, ਇਕਹਿਰਾ, ਸੁਗਠਿਤ ਅਤੇ ਕਦਮਾਂ ਵਿਚ ਫੁਰਤੀ ਸੀ। ਉਨ੍ਹਾਂ ਨੇ ਆਪਣੀ ਦੁਨਿਆਵੀ ਰਿਹਾਇਸ਼ ਦੇ ਵਾਸਤੇ, ਪਵਿੱਤਰ ਨਗਰੀ ਪੁਰੀ ਨੂੰ ਚੁਣਿਆ ਸੀ, ਜਿੱਥੇ ਭਗਵਾਨ ਜਗਨ ਨਾਥ "ਵਿਸ਼ਵ ਦੇ ਭਗਵਾਨ" ਦੇ ਪਵਿੱਤਰ ਮੰਦਰ ਦੇ ਦਰਸ਼ਨ ਕਰਨ ਖਾਤਰ ਹਰ ਸੂਬੇ ਤੋਂ ਭਾਰੀ ਸੰਖਿਆ ਵਿਚ ਹਿੰਦੂ ਸ਼ਰਧਾਲੂ ਪਹੁੰਚਦੇ ਹਨ। ਪੁਰੀ ਵਿਚ ਹੀ 1936 ਵਿਚ ਸ੍ਰੀ ਯੁਕਤੇਸ਼ਵਰ ਜੀ ਨੇ ਇਹ ਜਾਣਦਿਆਂ ਕਿ ਉਨ੍ਹਾਂ ਦੇ ਅਵਤਾਰ ਲੈਣ ਦਾ ਮਨੋਰਥ ਪੂਰਾ ਹੋ ਚੁੱਕਿਆ ਹੈ, ਉਨ੍ਹਾਂ ਨੇ ਇਸ ਫਾਨੀ ਸੰਸਾਰ ਦੇ ਦ੍ਰਿਸ਼ਾਂ ਤੋਂ ਆਪਣੀਆਂ ਨਾਸ਼ਵਾਨ ਅੱਖਾਂ ਮੀਟ ਲਈਆਂ।

ਮੈਨੂੰ ਖੁਸ਼ੀ ਹੈ, ਕਿ ਸ੍ਰੀ ਯੁਕਤੇਸਵਰ ਜੀ ਦੇ ਪਵਿੱਤਰ ਜੀਵਨ ਅਤੇ ਉੱਚੇ ਸੁੱਚੇ ਆਚਰਨ ਵਾਰੇ ਸਤਰਾਂ ਲਿਖਣ ਦਾ ਸੁਭਾਗ ਪ੍ਰਾਪਤ ਹੋ ਰਿਹਾ ਹੈ।ਭੀੜ ਭੜੱਕੇ ਤੋਂ ਦੂਰ ਰਹਿੰਦਿਆਂ, ਉਨ੍ਹਾਂ ਨੇ ਆਪਣਾ ਜੀਵਨ ਹਰ ਤਰ੍ਹਾਂ ਨਾਲ ਸ਼ਾਂਤੀ ਪੂਰਵਕ, ਉਸੇ ਆਦਰਸ਼ ਜੀਵਨ ਨੂੰ ਸਮਰਪਿਤ ਕਰ ਦਿੱਤਾ ਸੀ, ਜਿਸ ਦਾ ਉਨ੍ਹਾਂ ਦੇ ਸ਼ਿਸ਼ ਯੋਗਾਨੰਦ ਨੇ ਭਾਵੀ ਪੀੜ੍ਹੀਆਂ ਦੇ ਵਾਸਤੇ ਇਸ ਪੁਸਤਕ ਵਿਚ ਵਰਣਨ ਕੀਤਾ ਹੈ।

ਇੱਕ ਯੋਗੀ ਦੀ ਆਤਮਕਥਾ ਦੀ ਵਿਸ਼ਵ-ਭਰ ਵਿਚ ਪ੍ਰਸ਼ੰਸਾ

"ਹਜ਼ਾਰਾਂ ਪੁਸਤਕਾਂ ਜੋ ਹਰ ਸਾਲ ਛਪਦੀਆਂ ਹਨ, ਉਨ੍ਹਾਂ ਵਿਚੋਂ ਕੁਝ ਮਨੋਰੰਜਨ ਵਾਸਤੇ, ਕੁਝ ਸਿੱਖਿਆਦਾਇਕ ਅਤੇ ਕੁਝ ਗਿਆਨ ਵਧਾਊ ਹੁੰਦੀਆਂ ਹਨ। ਇੱਕ ਪਾਠਕ ਆਪਣੇ ਆਪ ਨੂੰ ਖੁਸ਼ਕਿਸਮਤ ਸਮਝ ਸਕਦਾ ਹੈ, ਜੇ ਉਸ ਨੂੰ ਕੋਈ ਇਹੋ ਜਿਹੀ ਪੁਸਤਕ ਮਿਲ ਜਾਵੇ,ਜਿਹੜੀ ਇਨ੍ਹਾਂ ਤਿੰਨਾਂ ਦਾ ਹੀ ਕੰਮ ਸਾਰ ਦੇਵੇ। ਇੱਕ ਯੋਗੀ ਦੀ ਆਤਮਕਥਾ, ਇਨ੍ਹਾਂ ਸਾਰਿਆਂ ਵਿਚੋਂ ਅਲੌਕਿਕ ਹੈ- ਇਹ ਇੱਕ ਇਹੋ ਜਿਹੀ ਪੁਸਤਕ ਹੈ, ਕਿ ਜਿਹੜੀ ਮਨ ਅਤੇ ਆਤਮਾ ਦੇ ਦੁਆਰ ਖੋਲ੍ਹ ਦਿੰਦੀ ਹੈ।" —***ਇੰਡੀਆ ਜਰਨਲ***

"ਇੱਕ ਅਨੂਠਾ ਬਿਰਤਾਂਤ।" —***ਨਿਊਯਾਰਕ ਟਾਈਮਜ਼***

"ਇਸ ਪੁਸਤਕ ਦੇ ਪੰਨੇ ਇੱਕ ਇਹੋ ਜਿਹੀ ਹਸਤੀ ਦੀ ਮਨਮੋਹਕ ਜ਼ਿੰਦਗੀ ਨੂੰ ਇੱਕ ਅਲੌਕਿਕ ਸ਼ਕਤੀ ਅਤੇ ਸਪਸ਼ਟਤਾ ਨਾਲ ਬਿਆਨ ਕਰਦੇ ਹਨ, ਜਿਨ੍ਹਾਂ ਦੀ ਮਹਾਨਤਾ ਦਾ ਕੋਈ ਸਾਨੀ ਨਹੀਂ ਅਤੇ ਪਾਠਕ ਸ਼ੁਰੂ ਤੋਂ ਲੈ ਕੇ ਆਖਰ ਤਕ ਮੰਤਰ-ਮੁਗਧ ਹੋਇਆ ਰਹਿੰਦਾ ਹੈ। ਇਨ੍ਹਾਂ ਸਫ਼ਿਆਂ ਵਿਚ ਨਾ ਝੁਠਲਾਏ ਜਾ ਸਕਣ ਵਾਲੇ ਸਬੂਤ ਹਨ, ਕਿ ਮਨੁੱਖ ਦੀਆਂ ਸਿਰਫ ਮਾਨਸਿਕ ਅਤੇ ਅਧਿਆਤਮਿਕ ਪ੍ਰਾਪਤੀਆਂ ਦਾ ਹੀ ਸਦੀਵੀ ਮਹੱਤਵ ਹੈ ਅਤੇ ਉਹ ਆਂਤਰਿਕ ਸ਼ਕਤੀ ਨਾਲ ਸਾਰੀਆਂ ਭੌਤਿਕ ਮੁਸ਼ਕਿਲਾਂ ਉੱਪਰ ਜਿੱਤ ਪ੍ਰਾਪਤ ਕਰ ਸਕਦਾ ਹੈ। ਇਸ ਮਹੱਤਵ-ਪੂਰਨ ਆਤਮਕਥਾ ਨੂੰ ਸਾਨੂੰ ਇੱਕ ਅਧਿਆਤਮਿਕ ਇਨਕਲਾਬ ਲਿਆਉਣ ਵਾਲੀ ਸ਼ਕਤੀ ਦਾ ਨਾਮ ਦੇਣਾ ਚਾਹੀਦਾ ਹੈ।"

—***ਸ਼ਲੇਸਵਿਗ-ਹੋਸਟੀਨੀਸ਼ੇ ਟਾਜੇਸਪੋਸਟ,*** *ਜਰਮਨੀ*

"ਇਹ ਇੱਕ ਯਾਦਗਾਰੀ ਰਚਨਾ ਹੈ।" —***ਸ਼ੇਫੀਲਡਟੈਲੀਗਰਾਫ,*** *ਇੰਗਲੈਂਡ*

"ਸ਼ੁੱਧ ਦੈਵੀ ਗਿਆਨ-ਡੂੰਘਾ ਮਨੁੱਖੀ ਬਿਰਤਾਂਤ- ਮਨੁੱਖ ਜਾਤੀ ਨੂੰ ਆਪਣੇ ਆਪ ਨੂੰ ਹੋਰ ਜ਼ਿਆਦਾ ਚੰਗੀ ਤਰ੍ਹਾਂ ਸਮਝਣ ਵਿਚ ਸਹਾਇਤਾ ਕਰੇਗਾ। ਆਪਣੇ ਸਰਵ-ਸ੍ਰੇਸ਼ਟ ਰੂਪ ਵਿਚ ਇਹ ਆਤਮਕਥਾ ਅਤਿਅੰਤ ਪ੍ਰਭਾਵਸ਼ਾਲੀ ਹੈ। ਇਹ ਪੁਸਤਕ ਸਹੀ ਸਮੇਂ ਤੇ ਛਪੀ ਹੈ। ਇੱਕ ਆਨੰਦ-ਦਾਇਕ, ਹਾਜ਼ਰ-ਜਵਾਬ ਅਤੇ ਪ੍ਰੇਰਣਾਦਾਇਕ ਯਥਾਰਥਿਕਤਾ ਦਾ ਵਰਣਨ ਕਰਦੀ ਹੈ। ਕਿਸੇ ਨਾਵਲ ਦੀ ਤਰ੍ਹਾਂ ਰੌਚਿਕ ਹੈ।"

—***ਨਿਊਜ਼ ਸੈਂਟੀਨਲ,*** *ਇੰਡੀਆਨਾ.ਯੂ.ਐਸ.ਏ*

"ਇਸ ਪੁਸਤਕ ਦਾ ਵਿਸ਼ਾ ਵਸਤੂ ਅਨੂਠਾ ਹੈ। ਇਸ ਦੇ ਅਤਿਅੰਤ ਦਾਰਸ਼ਨਿਕ ਵਿਚਾਰ ਯੋਗਾ ਨੰਦ ਜੀ ਦੇ ਧਾਰਮਿਕ ਵਖਰੇਵਿਆਂ ਤੋਂ ਉੱਪਰ ਉੱਠ ਕੇ ਅਧਿਆਤਮਿਕ ਪੱਧਰ ਤੇ ਵਿਚਰ ਰਹੇ ਹਨ।" —***ਚਾਈਨਾ ਵੀਕਲੀ ਰਿਵਿਊ***, *ਸ਼ੰਘਾਈ*

"ਇਸ ਦੀ ਸ਼ੈਲੀ ਅਤਿਅੰਤ ਰੌਚਿਕ ਹੈ। ਯੋਗਾ ਨੰਦ ਯੋਗ ਦੇ ਪੱਖੋਂ ਇੱਕ ਬਹੁਤ ਨਿੱਗਰ ਵਿਸ਼ਾ ਵਸਤੂ ਪੇਸ਼ ਕਰਦੇ ਹਨ ਅਤੇ ਜੋ ਮਖੌਲ ਉਡਾਉਣ ਦੀ ਮਨਸ਼ਾ ਨਾਲ ਆਉਂਦੇ ਹਨ, ਉਹ ਬੇਨਤੀ ਕਰਨ ਵਾਸਤੇ ਰੁਕ ਸਕਦੇ ਹਨ।"

—***ਸੈਨ ਫਰਾਂਸਿਸਕੋ ਕਰਾਨੀਕਲ***

"ਇੱਕ ਦਿਲਚਸਪ ਅਤੇ ਸਪਸ਼ਟ ਵਿਆਖਿਆਪੂਰਨ ਅਧਿਐਨ।"

—***ਨਿਊਜ਼ਵੀਕ***

"ਇਸ ਸ਼ਤਾਬਦੀ ਦੇ ਸਭ ਤੋਂ ਗੰਭੀਰ ਅਤੇ ਮਹੱਤਵਪੂਰਨ ਸੰਦੇਸ਼ਾਂ ਵਿਚੋਂ ਇੱਕ।" —***ਨੇਵੇ ਟੇਲਟਾ ਜੇਈਟੁਨਾ***, *ਆਸਟਰੀਆ*

"ਬਹੁਤ ਜ਼ਿਆਦਾ ਦਿਲ ਖਿੱਚਵੇਂ ਅੰਦਾਜ਼ ਵਿਚ ਸਧਾਰਨ ਅਤੇ ਆਪਾ ਪ੍ਰਗਟਾਉ ਕਹਾਣੀਆਂ, ਸੱਚ ਮੁੱਚ ਵਿਚ ਇੱਕ ਸਿੱਖਿਆਦਾਇਕ ਗਿਆਨ ਦਾ ਖਜ਼ਾਨਾ, ਜਿਨ੍ਹਾਂ ਮਹਾਨ ਸਿੱਧ- ਪੁਰਸ਼ਾਂ ਨਾਲ ਇਸ ਦੇ ਪੰਨਿਆਂ ਵਿਚ ਮੁਲਾਕਾਤ ਹੁੰਦੀ ਹੈ, ਉਹ ਯਾਦਾਂ ਵਿਚ ਮਿੱਤਰਾਂ ਵਾਂਗ ਆਉਂਦੇ ਹਨ। ਡੂੰਘੇ ਅਧਿਆਤਮਿਕ ਗਿਆਨ ਨਾਲ ਭਰਪੂਰ ਅਤੇ ਈਸ਼ਵਰੀ ਖੁਮਾਰੀ ਨਾਲ ਝੂਮਦੀਆਂ ਮਹਾਨ ਹਸਤੀਆਂ ਵਿਚ ਖੁਦ ਆਪ ਲੇਖਕ, ਵਿਲੱਖਣ ਅਤੇ ਅਨੂਠੇ, ਇੱਕ ਮਹਾਨ ਆਤਮਾ ਦੀ ਸੁੰਦਰ ਝਲਕ।"

—***ਡਾ. ਐਨਾ ਵਾਨ ਹੈਲਮਹੋਲਟਜ਼-ਫੇਲਨ***, *ਮਿਨੇਸੋਟਾ ਯੂਨੀਵਰਸਿਟੀ*

"ਯੋਗਾਨੰਦ ਜੀ ਭਾਵੇਂ ਅਮਰ ਸੰਤਾਂ ਦੀ ਗੱਲ ਕਰ ਰਹੇ ਹੋਣ ਜਾਂ ਚਮਤਕਾਰੀ ਰੋਗ ਨਿਵਾਰਕ ਸੰਤਾਂ ਦੀ ਜਾਂ ਫਿਰ ਭਾਰਤੀ ਗਿਆਨ ਅਤੇ ਯੋਗ ਵਿਗਿਆਨ ਬਾਰੇ, ਪਾਠਕ ਹਮੇਸ਼ਾਂ ਮੰਤਰ-ਮੁਗਧ ਹੀ ਰਹਿੰਦਾ ਹੈ।"

—***ਡੀ. ਵੈਲਟਵੋਸੋ, ਜ਼ਿਊਰਿਖ***, *ਸਵਿਟਜ਼ਰਲੈਂਡ*

"ਇਹ ਉਹ ਪੁਸਤਕ ਹੈ, ਜਿਸ ਦੁਆਰਾ ਪਾਠਕ ਇਹ ਅਨੁਭਵ ਕਰੇਗਾ ਕਿ ਉਸ ਦੇ ਵਿਚਾਰਾਂ ਦਾ ਦੁਮੇਲ ਅਨੰਤ ਤਕ ਫੈਲ ਗਿਆ ਹੈ। ਉਸ ਦਾ ਮਨ ਸਾਰੀ ਇਨਸਾਨੀਅਤ ਵਾਸਤੇ ਧੜਕਣ ਵਾਸਤੇ ਸਮਰੱਥ ਹੈ, ਭਾਵੇਂ ਉਹ ਕਿਸੇ ਵੀ ਜਾਤ ਵਰਣ ਦਾ ਕਿਉਂ ਨਾ ਹੋਵੇ। ਇਹ ਉਹ ਪੁਸਤਕ ਹੈ, ਜਿਸ ਨੂੰ ਰੂਹਾਨੀ ਉਤਸ਼ਾਹ ਪੈਦਾ ਕਰਨ ਵਾਲੀ ਪੁਸਤਕ ਕਿਹਾ ਜਾ ਸਕਦਾ ਹੈ।" —***ਅਲੈਫਥੀਰਿਆ***, *ਗਰੀਸ*

"ਯੋਗਾਨੰਦ ਜੀ ਆਪਣੀ ਇਸ ਪ੍ਰਸਿੱਧ ਪੁਸਤਕ 'ਇੱਕ ਯੋਗੀ ਦੀ ਆਤਮਕਥਾ ਵਿਚ 'ਵਿਸ਼ਵ ਚੈਤਨਯ' ਜੋ ਕਿ ਯੋਗ ਅਭਿਆਸ ਦੀਆਂ ਉੱਚ ਅਵਸਥਾਵਾਂ ਵਿਚ ਪ੍ਰਾਪਤ ਹੁੰਦਾ ਹੈ ਅਤੇ ਯੌਗਿਕ ਅਤੇ ਵੇਦਾਂਤਿਕ ਦ੍ਰਿਸ਼ਟੀ ਤੋਂ ਅਣਗਿਣਤ ਮਾਨਵੀ ਪਹਿਲੂਆਂ ਦਾ ਅਸਚਰਜਜਨਕ ਬਿਰਤਾਂਤ ਕਰਦੇ ਹਨ।"

—***ਰਾਬਰ ਐਸ ਏਲਵੁਡ,*** *ਪੀ ਐਚ.ਡੀ., ਸਕੂਲ ਆਫ ਰੀਲਿਜ਼ਨ,*
ਯੂਨੀਵਰਸਿਟੀ ਆਫ ਸਦਰਨ ਕੈਲੀਫੋਰਨੀਆ

"ਯੌਗਿਕ ਖੇਤਰ ਵਿਚ ਇੱਕ ਨਵਾਂ ਸੰਪਰਕ, ਭੌਤਿਕ ਤੱਤਾਂ ਉੱਪਰ ਮਾਨਸਿਕ ਸ਼ਕਤੀ ਦੀ ਸ੍ਰੇਸ਼ਟਤਾ ਅਤੇ ਅਧਿਆਤਮਿਕ ਅਨੁਸ਼ਾਸਨ, ਮੇਰੇ ਵਾਸਤੇ ਬਹੁਤ ਸਿੱਖਿਆਦਾਇਕ ਸੀ ਅਤੇ ਇਸ ਮਨਮੋਹਕ ਸੰਸਾਰ ਦੀ ਕੁਝ ਅੰਤਰ ਝਾਤ ਬਖਸ਼ਣ ਵਾਸਤੇ, ਮੈਂ ਆਪ ਜੀ ਦਾ ਧੰਨਵਾਦੀ ਹਾਂ।" —***ਥਾਮਸ ਮੈਨ,*** *ਨੋਬਲ ਪੁਰਸਕਾਰ ਵਿਜੇਤਾ*

"ਪਰਮਹੰਸ ਯੋਗਾਨੰਦ ਜੀ ਇੱਕ ਅਜਿਹੇ ਵਿਅਕਤੀ ਹਨ, ਜਿਨ੍ਹਾਂ ਤੋਂ ਸੰਸਾਰ ਦੇ ਹਰ ਕੋਨੇ ਵਿਚ ਸ਼ਰਧਾ ਪੂਰਨ ਪ੍ਰੇਰਨਾ ਪ੍ਰਾਪਤ ਕੀਤੀ ਗਈ ਹੈ।"

—***ਰਾਈਡਰਸ ਰਿਵਿਊ,*** *ਲੰਦਨ*

"ਇਸ ਸੰਸਾਰ ਵਿਚ ਯੋਗਾਨੰਦ ਜੀ ਦੀ ਮੌਜੂਦਗੀ ਅੰਧਕਾਰ ਵਿਚ ਚਮਕਣ ਵਾਲੇ ਪ੍ਰਕਾਸ਼ ਪੁੰਜ ਦੀ ਤਰ੍ਹਾਂ ਸੀ। ਇਹੋ ਜਿਹੀ ਮਹਾਨ ਆਤਮਾ ਦਾ ਆਗਮਨ ਇਸ ਧਰਤੀ ਉੱਪਰ ਕਦੇ ਕਦਾਈਂ ਹੀ ਹੁੰਦਾ ਹੈ, ਜਦੋਂ ਮਨੁੱਖੀ ਸਮਾਜ ਨੂੰ ਉਸ ਦੀ ਅਸਲੋਂ ਹੀ ਜਰੂਰਤ ਹੁੰਦੀ ਹੈ।"

—***ਮਹਾਮਹਿਮ ਸ਼੍ਰੀ ਚੰਦਰਸ਼ੇਖਰ ਸਰਸਵਤੀ,***
ਸ਼ੰਕਰਾਚਾਰੀਆ ਕਾਂਚੀਪੁਰਮ (1894–1994)

"ਅਦੁੱਤੀ ਕੀਮਤ ਦੇ ਇੱਕ ਦੁਰਲੱਭ ਰਤਨ, ਜਿਨ੍ਹਾਂ ਵਰਗਾ ਸੰਸਾਰ ਨੇ ਹਾਲੇ ਤਕ ਹੋਰ ਕੋਈ ਨਹੀਂ ਦੇਖਿਆ, ਸ਼੍ਰੀ ਪਰਮਹੰਸ ਯੋਗਾਨੰਦ ਜੀ ਭਾਰਤ ਦੇ ਉਨ੍ਹਾਂ ਪ੍ਰਾਚੀਨ ਰਿਸ਼ੀਆਂ ਅਤੇ ਸੰਤਾਂ ਦੇ ਆਦਰਸ਼ ਰਹੇ ਹਨ ਜਿਹੜੇ ਭਾਰਤ ਦਾ ਗੌਰਵ ਹਨ।"

—***ਮਹਾਮਹਿਮ ਸਵਾਮੀ ਸ਼ਿਵਾਨੰਦ,***
ਸੰਸਥਾਪਕ ਡਿਵਾਈਨ ਲਾਈਫ਼ ਸੁਸਾਇਟੀ, ਰਿਸ਼ੀਕੇਸ਼

ਭੂਮਿਕਾ

"ਪਰਮਹੰਸ ਯੋਗਾਨੰਦ ਜੀ ਨੂੰ ਮਿਲਣ ਦਾ ਤਜਰਬਾ ਮੇਰੀ ਜ਼ਿੰਦਗੀ ਦੀਆਂ ਘਟਨਾਵਾਂ ਵਿਚ ਇੱਕ ਨਾ-ਭੁੱਲਣਯੋਗ ਯਾਦ ਵਾਂਗ ਉੱਕਰਿਆ ਗਿਆ ਹੈ-ਜਿਉਂ ਹੀ ਮੈਂ ਉਨ੍ਹਾਂ ਦੇ ਚਿਹਰੇ ਵੱਲ ਦੇਖਿਆ, ਤਾਂ ਅਧਿਆਤਮਿਕਤਾ ਦੀ ਰੌਸ਼ਨੀ – ਜਿਹੜੀ ਉਨ੍ਹਾਂ ਵਿਚ ਝਲਕ ਰਹੀ ਸੀ, ਉਸ ਨਾਲ ਮੇਰੀਆਂ ਅੱਖਾਂ ਲਗ ਭਗ ਚੁੰਧਿਆ ਹੀ ਗਈਆਂ। ਉਨ੍ਹਾਂ ਦੀ ਅਨੰਤ ਕੁਲੀਨਤਾ ਅਤੇ ਖੁਸ਼ਗਵਾਰ ਦਿਆਲਤਾ ਦੀ ਗਰਮਾਹਟ ਨੇ, ਸੂਰਜ ਦੀ ਰੌਸ਼ਨੀ ਵਾਂਗ ਮੈਨੂੰ ਆਪਣੇ ਪਿਆਰ ਦੇ ਨਿੱਘ ਵਿਚ ਲਪੇਟ ਲਿਆ – ਮੈਂ ਦੇਖ ਰਿਹਾ ਸੀ, ਭਾਵੇਂ ਉਹ ਅਧਿਆਤਮਿਕ ਆਦਮੀ ਸਨ, ਪਰ ਉਨ੍ਹਾਂ ਦੀ ਸੂਝ ਅਤੇ ਅੰਤਰ ਦ੍ਰਿਸ਼ਟੀ ਜਿਆਦਾ ਸੰਸਾਰਕ ਸਮੱਸਿਆਵਾਂ ਤਕ ਪਹੁੰਚ ਚੁੱਕੀ ਸੀ। ਮੈਂ ਉਨ੍ਹਾਂ ਦੇ ਅੰਦਰ ਭਾਰਤ ਦਾ ਅਸਲੀ ਰਾਜਦੂਤ ਦੇਖਿਆ, ਜਿਹੜਾ ਭਾਰਤ ਦੇ ਪ੍ਰਾਚੀਨ ਗਿਆਨ ਅੰਮਰਿਤ ਦਾ ਸੰਸਾਰ ਭਰ ਵਿਚ ਸੰਚਾਰ ਕਰ ਰਿਹਾ ਸੀ।"

—ਡਾ. ਬਿਨੈ ਰੰਜਨ ਸੈਨ, ਯੂਐਸਏ ਵਿਚ ਭਾਰਤ ਦੇ ਸਾਬਕਾ ਰਾਜਦੂਤ

ਉਹ ਲੋਕ ਜਿਹੜੇ ਪਰਮਹੰਸ ਯੋਗਾਨੰਦ ਜੀ ਨੂੰ ਨਿੱਜੀ ਤੌਰ ਤੇ ਜਾਣਦੇ ਸਨ, ਉਨ੍ਹਾਂ ਦੇ ਵਾਸਤੇ, ਉਨ੍ਹਾਂ ਦਾ ਜੀਵਨ ਅਤੇ ਸ਼ਖਸੀਅਤ, ਉਸੇ ਪ੍ਰਾਚੀਨ ਗਿਆਨ ਦਾ, ਜਿਹੜਾ ਉਨ੍ਹਾਂ ਨੇ ਵਿਸ਼ਵ ਨੂੰ ਪ੍ਰਸਤੁਤ ਕੀਤਾ, ਦੀ ਸ਼ਕਤੀ ਅਤੇ ਪ੍ਰਮਾਣਿਕਤਾ ਦਾ ਪੱਕਾ ਸਬੂਤ ਸੀ। ਉਨ੍ਹਾਂ ਦੀ ਆਤਮਕਥਾ ਦੇ ਅਣਗਿਣਤ ਪਾਠਕਾਂ ਨੇ, ਇਸ ਪੁਸਤਕ ਦੇ ਸਫਿਆਂ ਵਿਚ ਉਨ੍ਹਾਂ ਦੀ ਉਸੇ ਅਧਿਆਤਮਿਕ ਸ਼ਕਤੀ ਦੀ ਰੌਸ਼ਨੀ ਦੀ ਉਪਸਥਿਤੀ ਨੂੰ ਮਹਿਸੂਸ ਕੀਤਾ, ਜਿਹੜੀ ਉਨ੍ਹਾਂ ਦੀ ਸ਼ਖਸੀਅਤ ਵਿਚੋਂ ਉਸ ਵਕਤ ਚਮਕਦੀ ਸੀ। ਜਦੋਂ ਇਹ ਪੁਸਤਕ, ਅੱਜ ਤੋਂ ਪਜੰਤਰ ਸਾਲ ਪਹਿਲਾਂ ਛਪੀ ਸੀ, ਉਸ ਵਕਤ ਤੋਂ ਹੀ ਇਸ ਨੂੰ ਸ਼ਾਹਕਾਰ ਰਚਨਾ ਦਾ ਦਰਜਾ ਮਿਲਿਆ ਹੋਇਆ ਹੈ। ਇਹ ਪੁਸਤਕ ਸਿਰਫ ਇੱਕ ਜ਼ਿੰਦਗੀ ਦੀ ਨਾ-ਭੁੱਲਣਯੋਗ ਮਹਾਨਤਾ ਨੂੰ ਹੀ ਬਿਆਨ ਨਹੀਂ ਕਰਦੀ,ਬਲਕਿ ਪੂਰਬ ਦੀ ਇੱਕ ਅਧਿਆਤਮਿਕ ਪ੍ਰਣਾਲੀ ਦੀ ਮਨਮੋਹਕ ਜਾਣਕਾਰੀ ਵੀ ਦਿੰਦੀ ਹੈ, ਖਾਸ ਕਰਕੇ ਪ੍ਰਮਾਤਮਾ ਨਾਲ ਸਿੱਧੇ ਸੰਪਰਕ ਕਰਨ ਦੇ ਅਨੋਖੇ ਵਿਗਿਆਨ ਦੀ, ਉਹ ਵਿਗਿਆਨ ਸਾਮਰਾਜ, ਜਿਹੜਾ ਅੱਜ ਤਕ ਬਹੁਤ ਘੱਟ ਲੋਕਾਂ ਦੀ ਪਹੁੰਚ ਵਿਚ ਸੀ ਉਸ ਦੇ ਦਰਵਾਜੇ ਪੱਛਮੀ ਦੁਨੀਆਂ ਵਾਸਤੇ ਖੋਲ੍ਹਦੀ ਹੈ।

ਅੱਜ *ਇੱਕ ਯੋਗੀ ਦੀ ਆਤਮਕਥਾ* ਨੂੰ ਅਧਿਆਤਮਿਕ ਸਾਹਿਤ ਦੀ ਸਰਬ ਸ੍ਰੇਸ਼ਟ ਪੁਸਤਕ ਹੋਣ ਦਾ ਮਾਣ ਪ੍ਰਾਪਤ ਹੈ। ਇਸ ਭੂਮਿਕਾ ਰਾਹੀਂ ਅਸੀਂ ਇਸ ਪੁਸਤਕ ਦੀ ਰਚਨਾ ਦਾ ਅਸਧਾਰਨ ਇਤਿਹਾਸ ਸਾਂਝਾ ਕਰਨਾ ਚਾਹਾਂਗੇ।

ਇਸ ਪੁਸਤਕ ਦੀ ਲਿਖਾਈ ਅਤੇ ਛਪਾਈ ਦਾ ਇਤਿਹਾਸ ਵੀ ਅਦੁੱਤੀ ਹੈ। ਇਸ ਪੁਸਤਕ ਦੀ ਰਚਨਾ ਦੀ ਪੇਸ਼ੀਨਗੋਈ ਬਹੁਤ ਸਮਾਂ ਪਹਿਲਾਂ ਹੀ ਕਰ ਦਿੱਤੀ ਗਈ ਸੀ। ਆਧੁਨਿਕ ਯੁਗ ਵਿਚ, ਯੋਗ ਦੀ ਪੁਨਰ ਜਾਗਰਿਤੀ ਕਰਨ ਵਾਲੀਆਂ ਹਸਤੀਆਂ ਵਿਚੋਂ ਇੱਕ ਹਸਤੀ, 19 ਵੀਂ ਸਦੀ ਦੇ ਸਨਮਾਨਤ ਯੋਗੀ ਲਾਹਿੜੀ ਮਹਾਸ਼ਯ ਨੇ ਭਵਿਖਬਾਣੀ ਕੀਤੀ ਸੀ, "ਪੱਛਮੀ ਦੁਨੀਆਂ ਵਿਚ ਯੋਗ ਦੇ ਬਾਰੇ ਡੂੰਘੀ ਦਿਲਚਸਪੀ ਪੈਦਾ ਹੋ ਜਾਣ ਦੇ ਕਾਰਨ, ਮੇਰੇ ਸਰੀਰ ਤਿਆਗਣ ਤੋਂ ਪੰਜਾਹ ਸਾਲ ਬਾਅਦ, ਮੇਰਾ ਜੀਵਨ ਚਰਿਤਰ ਲਿਖਿਆ ਜਾਵੇਗਾ। ਯੋਗ ਦਾ ਸੰਦੇਸ਼ ਸਾਰੇ ਵਿਸ਼ਵ ਨੂੰ ਆਪਣੇ ਕਲਾਵੇ ਵਿਚ ਲੈ ਲਵੇਗਾ, ਜਿਸਦੇ ਨਾਲ ਪਰਮਪਿਤਾ ਪ੍ਰਮਾਤਮਾ ਦੀ ਪ੍ਰਤੱਖ ਅਨੁਭੂਤੀ ਉੱਪਰ ਏਕਤਾ ਦੇ ਕਾਰਨ ਮਾਨਵ ਮਾਤਰ ਵਿਚ ਭਾਈਚਾਰਾ ਸਥਾਪਤ ਹੋਣ ਵਿਚ ਸਹਾਇਤਾ ਮਿਲੇਗੀ।"

ਬਹੁਤ ਵਰ੍ਹਿਆਂ ਬਾਅਦ ਲਾਹਿੜੀ ਮਹਾਸ਼ਯ ਦੇ ਇੱਕ ਉੱਨਤ ਸ਼ਗਿਰਦ, ਸਵਾਮੀ ਸ਼੍ਰੀ ਯੁਕਤੇਸ਼ਵਰ ਜੀ ਨੇ ਇਹ ਭਵਿਖਬਾਣੀ ਸ਼੍ਰੀ ਯੋਗਾਨੰਦ ਨੂੰ ਦੱਸਦਿਆਂ ਕਿਹਾ, "ਉਸ ਸੰਦੇਸ਼ ਨੂੰ ਫੈਲਾਉਣ ਖਾਤਰ ਤੈਨੂੰ ਲਾਹਿੜੀ ਮਹਾਸ਼ਯ ਦਾ ਜੀਵਨ ਚਰਿਤਰ ਲਿਖ ਕੇ ਆਪਣਾ ਯੋਗਦਾਨ ਪਾਉਣਾ ਹੋਵੇਗਾ।"

ਪਰਮਹੰਸ ਯੋਗਾਨੰਦ ਜੀ ਨੇ ਇੱਕ *ਯੋਗੀ ਦੀ ਆਤਮਕਥਾ* ਦੀ ਰਚਨਾ ਦਾ ਕੰਮ 1945 ਵਿਚ ਪੂਰਾ ਕੀਤਾ, ਲਾਹਿੜੀ ਮਹਾਸ਼ਯ ਦੇ ਸਵਰਗਵਾਸ ਹੋਣ ਦੇ ਪੂਰੇ ਪੰਜਾਹ ਸਾਲ ਬਾਅਦ, ਜਿਸ ਨਾਲ ਉਨ੍ਹਾਂ ਦੇ ਗੁਰੂ ਦੀਆਂ ਦੋਨੋਂ ਆਗਿਆਵਾਂ ਦੀ ਵਿਸਤ੍ਰਿਤ ਰੂਪ ਵਿਚ ਪਾਲਣਾ ਹੋਈ:- ਅੰਗਰੇਜ਼ੀ ਵਿਚ ਲਾਹਿੜੀ ਮਹਾਸ਼ਯ ਦਾ ਜੀਵਨ ਚਰਿਤਰ ਦਾ ਲਿਖਿਆ ਜਾਣਾ ਅਤੇ ਵਿਸ਼ਵ ਮਾਨਵ ਨੂੰ ਭਾਰਤ ਦੇ ਸਦੀਆਂ ਪੁਰਾਣੇ ਆਤਮਾ ਦੇ ਵਿਗਿਆਨ ਦੀ ਜਾਣਕਾਰੀ ਦੇਣੀ।

ਇੱਕ ਯੋਗੀ ਦੀ ਆਤਮਕਥਾ ਦੀ ਰਚਨਾ ਦਾ ਕੰਮ ਇੱਕ ਪਰੋਜੈਕਟ ਦੀ ਤਰ੍ਹਾਂ ਸੀ, ਜਿਸ ਉੱਪਰ ਪਰਮਹੰਸ ਯੋਗਾਨੰਦ ਜੀ ਨੇ ਬਹੁਤ ਵਰ੍ਹਿਆਂ ਤਕ ਜੀਅ ਜਾਨ ਨਾਲ ਮਿਹਨਤ ਕੀਤੀ। ਸ਼੍ਰੀ ਦਯਾ ਮਾਤਾ, ਜਿਹੜੇ ਉਨ੍ਹਾਂ ਦੇ ਨਜਦੀਕੀ ਅਤੇ ਮੁਢਲੇ ਸ਼ਗਿਰਦਾਂ* ਵਿਚੋਂ ਇੱਕ ਸਨ, ਯਾਦ ਕਰਦਿਆਂ ਦੱਸਦੇ ਹਨ :

* ਸ਼੍ਰੀ ਦਯਾ ਮਾਤਾ ਨੇ ਪਰਮਹੰਸ ਯੋਗਾ ਨੰਦ ਜੀ ਦੁਆਰਾ ਮਾਊਂਟ ਵਾਸ਼ਿੰਗਟਨ ਦੀ ਟੀਸੀ ਉੱਪਰ, ਜਿਥੋਂ ਲਾਸ ਐਂਜਲਿਸ ਸਾਫ ਦਿਖਾਈ ਦਿੰਦਾ ਹੈ,ਸਥਾਪਤ ਆਸ਼ਰਮ ਵਿਚ 1931 ਵਿਚ ਸੰਨਿਆਸ ਸੰਪਰਦਾਇ ਵਿਚ ਪ੍ਰਵੇਸ਼ ਕੀਤਾ। ਉਹ ਯੋਗਦਾ ਸਤਸੰਗ ਸੁਸਾਇਟੀ / ਸੈਲਫ ਰੀਆਲਾਈਜੇਸ਼ਨ ਫੈਲੋਸ਼ਿਪ ਦੇ 1955 ਤੋਂ ਲੈ ਕੇ 2010 ਆਪਣੇ ਸਵਰਗਵਾਸ ਹੋਣ ਤਕ ਪ੍ਰਧਾਨ ਦੇ ਅਹੁੱਦੇ ਤੇ ਸ਼ੁਸ਼ੋਭਿਤ ਰਹੇ।

"ਜਦੋਂ ਮੈਂ 1931 ਵਿਚ ਮਾਊਂਟ ਵਾਸ਼ਿੰਗਟਨ ਵਿਖੇ ਸੰਨਿਆਸ ਆਸ਼ਰਮ ਵਿਚ ਪ੍ਰਵੇਸ਼ ਕੀਤਾ ਸੀ, ਤਾਂ ਪਰਮਹੰਸ ਜੀ ਆਤਮਕਥਾ ਦੀ ਰਚਨਾ ਦਾ ਕੰਮ ਸ਼ੁਰੂ ਕਰ ਚੁੱਕੇ ਸਨ। ਇੱਕ ਵਾਰ ਜਦੋਂ ਮੈਂ ਉਨ੍ਹਾਂ ਦੇ ਪੜ੍ਹਾਈ ਲਿਖਾਈ ਵਾਲੇ ਕਮਰੇ ਵਿਚ ਕਿਸੇ ਦਫਤਰੀ ਕੰਮ ਵਿਚ ਰੁੱਝੀ ਹੋਈ ਸੀ ਤਾਂ ਉਨ੍ਹਾਂ ਦੇ ਲਿਖੇ ਪਹਿਲੇ ਚੈਪਟਰਾਂ ਵਿਚੋਂ, ਇੱਕ ਚੈਪਟਰ ਦੇਖਣ ਦਾ ਮੈਨੂੰ ਸੁਭਾਗ ਪ੍ਰਾਪਤ ਹੋਇਆ – ਇਹ ਬਾਘ ਸਵਾਮੀ ਵਾਲਾ ਚੈਪਟਰ ਸੀ। ਉਨ੍ਹਾਂ ਨੇ ਮੈਨੂੰ ਇਸ ਨੂੰ ਸੰਭਾਲ ਕੇ ਰੱਖਣ ਨੂੰ ਕਿਹਾ ਅਤੇ ਦੱਸਿਆ,"ਇਹ ਚੈਪਟਰ ਉਸ ਪੁਸਤਕ ਦਾ ਹਿੱਸਾ ਬਣੇਗਾ, ਜਿਸ ਦੀ ਉਹ ਰਚਨਾ ਕਰ ਰਹੇ ਹਨ। ਪੁਸਤਕ ਦੇ ਜਿਆਦਾ ਹਿੱਸੇ ਦੀ ਰਚਨਾ ਬਾਅਦ ਵਿਚ 1937 ਅਤੇ 1945 ਦੇ ਦਰਮਿਆਨ ਹੋਈ।

ਜੂਨ 1935 ਤੋਂ ਲੈ ਕੇ ਅਕਤੂਬਰ 1936 ਤਕ ਸ਼੍ਰੀ ਯੋਗਾਨੰਦ ਜੀ ਨੇ, ਆਪਣੇ ਗੁਰੂ ਸ਼੍ਰੀ ਯੁਕਤੇਸ਼ਵਰ ਜੀ ਦੇ ਆਖਰੀ ਵਾਰ ਦਰਸ਼ਨ ਕਰਨ ਖਾਤਰ ਭਾਰਤ ਦੀ (ਬਰਾਸਤਾ ਯੂਰਪ ਅਤੇ ਫਿਲਿਸਤੀਨ) ਵਾਪਸੀ ਯਾਤਰਾ ਕੀਤੀ। ਭਾਰਤ ਵਿਚ ਵਿਚਰਦਿਆਂ ਹੋਇਆਂ, ਉਨ੍ਹਾਂ ਨੇ ਆਤਮਕਥਾ ਦੀ ਰਚਨਾਹਿਤ ਬਹੁਤ ਸਾਰੇ ਵਾਸਤਵਿਕ ਅੰਕੜੇ ਅਤੇ ਤੱਥ ਸੰਕਲਿਤ ਕਰਨ ਦੇ ਨਾਲ ਨਾਲ, ਉਨ੍ਹਾਂ ਨਾਮਵਰ ਸੰਤਾਂ ਮਹਾਤਮਾਵਾਂ, ਜਿਨ੍ਹਾਂ ਨੂੰ ਉਹ ਜਾਣਦੇ ਸਨ ਅਤੇ ਜਿਨ੍ਹਾਂ ਦੇ ਪੁਨੀਤ ਜੀਵਨ, ਉਨ੍ਹਾਂ ਦੀ ਉਸ ਪੁਸਤਕ ਦਾ ਹਿੱਸਾ ਬਣ ਕੇ ਸੋਭਾ ਵਧਾਉਣ ਵਾਲੇ ਸਨ, ਯਾਦ ਕਰ ਕੇ, ਉਨ੍ਹਾਂ ਬਾਰੇ ਜਾਣਕਾਰੀ ਇਕੱਠੀ ਕਰ ਰਹੇ ਸਨ।

ਸ਼੍ਰੀ ਯੋਗਾਨੰਦ ਜੀ ਨੇ ਬਾਅਦ ਵਿਚ ਲਿਖਿਆ, "ਸ਼੍ਰੀ ਯੁਕਤੇਸ਼ਵਰ ਜੀ ਦੁਆਰਾ ਦਿੱਤੀ ਗਈ ਆਗਿਆ, ਮੇਰੇ ਦਿਮਾਗ ਵਿਚੋਂ ਕਦੇ ਵੀ ਨਹੀਂ ਸੀ ਨਿਕਲ ਰਹੀ, ਕਿ ਮੈਨੂੰ ਲਾਹਿੜੀ ਮਹਾਸ਼ਯ ਦਾ ਜੀਵਨ ਚਰਿਤਰ ਲਿਖਣਾ ਚਾਹੀਦਾ ਹੈ। ਭਾਰਤ ਵਿਚ ਆਪਣੀ ਠਹਿਰ ਦੇ ਦੌਰਾਨ, ਮੈਂ ਯੋਗ ਅਵਤਾਰ ਲਾਹਿੜੀ ਮਹਾਸ਼ਯ ਦੇ ਸਕੇ ਸਬੰਧੀਆਂ ਅਤੇ ਨਜਦੀਕੀ ਸ਼ਗਿਰਦਾਂ ਨਾਲ ਮੇਲ ਮਿਲਾਪ ਦੇ ਹਰ ਮੌਕੇ ਦੀ ਵਰਤੋਂ ਕਰ ਰਿਹਾ ਸੀ। ਉਨ੍ਹਾਂ ਦੇ ਨਾਲ ਹੋਈ ਵਾਰਤਾਲਾਪ ਨੂੰ ਵਿਸਥਾਰ ਨਾਲ ਲਿਖ ਰਿਹਾ ਸੀ। ਘਟਨਾਵਾਂ ਅਤੇ ਤਰੀਕਾਂ ਨੂੰ ਠੀਕ ਠੀਕ ਮਿਲਾ ਰਿਹਾ ਸੀ। ਪੁਰਾਣੀਆਂ ਫੋਟੋਆਂ, ਪੁਰਾਣੀਆਂ ਚਿੱਠੀਆਂ ਅਤੇ ਕਾਗਜ਼ਾਂ ਨੂੰ ਇਕੱਤਰਿਤ ਕਰ ਰਿਹਾ ਸੀ।"

1936 ਦੇ ਆਖਰ ਵਿਚ ਅਮਰੀਕਾ ਵਾਪਸ ਪਰਤਣ ਉੱਪਰ, ਉਹ ਆਪਣਾ ਸਮਾਂ ਐਨਸੀਨੀਟਸ ਆਸ਼ਰਮ, ਜਿਹੜਾ ਉਨ੍ਹਾਂ ਦੀ ਗੈਰ ਹਾਜ਼ਰੀ ਵਿਚ, ਉਨ੍ਹਾਂ ਦੇ ਵਾਸਤੇ ਹੀ ਦੱਖਣੀ ਕੈਲੀਫੋਰਨੀਆ ਦੇ ਸਮੁੰਦਰੀ ਕੰਢੇ ਬਣਾਇਆ ਗਿਆ ਸੀ, ਵਿਚ ਗੁਜਾਰਨ ਲੱਗੇ। ਇਹ ਥਾਂ ਉਸ ਪੁਸਤਕ ਦੀ ਰਚਨਾ ਵਾਸਤੇ, ਜਿਸ ਦੀ ਰਚਨਾ ਦਾ ਕੰਮ, ਉਨ੍ਹਾਂ ਨੇ ਵਰ੍ਹਿਆਂ ਪਹਿਲਾਂ ਸ਼ੁਰੂ ਕੀਤਾ ਸੀ, ਦੇ ਉੱਪਰ ਧਿਆਨ ਇਕਾਗਰ ਕਰਨ ਖਾਤਰ ਆਦਰਸ਼ ਸਥਾਨ ਸਾਬਤ ਹੋਈ।

ਸ੍ਰੀ ਦਯਾ ਮਾਤਾ ਯਾਦ ਕਰਦਿਆਂ ਲਿਖਦੇ ਹਨ, "ਉਸ ਸ਼ਾਂਤਮਈ ਸਮੁੰਦਰੀ ਕੰਢੇ ਆਸ਼ਰਮ ਵਿਚ ਬਤੀਤ ਕੀਤੇ ਗਏ ਦਿਨ ਮੇਰੀ ਯਾਦ ਵਿਚ ਹਾਲੇ ਵੀ ਸਜੀਵ ਹਨ। ਹੋਰ ਬਹੁਤ ਸਾਰੀਆਂ ਜ਼ੁੰਮੇਵਾਰੀਆਂ ਅਤੇ ਵਚਨ ਬੱਧਤਾਵਾਂ ਦੇ ਚਲਦਿਆਂ ਆਤਮਕਥਾ ਦੀ ਰਚਨਾ ਖਾਤਰ ਹਰ ਰੋਜ਼ ਸਮਾਂ ਕੱਢਣਾ ਉਨ੍ਹਾਂ ਦੇ ਵਾਸਤੇ ਔਖਾ ਸੀ। ਪਰ ਆਮ ਤੌਰ ਤੇ ਸ਼ਾਮ ਦਾ ਸਮਾਂ ਅਤੇ ਹੋਰ ਸਮਾਂ ਜਿਹੜਾ ਉਨ੍ਹਾਂ ਕੋਲ ਫਾਲਤੂ ਹੁੰਦਾ, ਇਸ ਦੀ ਰਚਨਾ ਨਮਿਤ ਲਾਉਂਦੇ। 1939 ਜਾਂ 1940 ਦੀ ਸ਼ੁਰੂਆਤ ਦੇ ਨੇੜੇ ਤੇੜੇ ਉਹ ਇਸ ਪੁਸਤਕ ਦੀ ਰਚਨਾ ਉੱਪਰ ਪੂਰਾ ਧਿਆਨ ਇਕਾਗਰ ਕਰਨ ਦੇ ਯੋਗ ਹੋ ਗਏ, ਅਤੇ ਇਹ ਹੁੰਦਾ ਸੀ ਸੁਵਖਤੇ ਸਵੇਰੇ ਤੋਂ ਅਗਲੇ ਸੁਵਖਤੇ ਸਵੇਰੇ ਤਕ। ਸਾਡੀ ਸ਼ਗਿਰਦਾਂ ਦੀ ਇੱਕ ਨਿੱਕੀ ਜਿਹੀ ਟੋਲੀ – ਤਾਰਾ ਮਾਤਾ, ਮੇਰੀ ਭੈਣ ਆਨੰਦ ਮਾਤਾ. ਸਰਧਾ ਮਾਤਾ ਅਤੇ ਮੈਂ ਉਨ੍ਹਾਂ ਦੀ ਸਹਾਇਤਾ ਵਾਸਤੇ ਹਰ ਸਮੇਂ ਤਤਪਰ ਰਹਿੰਦੇ। ਜਦੋਂ ਇੱਕ ਚੈਪਟਰ ਪੂਰਾ ਹੋ ਕੇ ਟਾਈਪ ਹੋ ਜਾਂਦਾ, ਤਾਂ ਉਹ ਉਸ ਨੂੰ ਤਾਰਾ ਮਾਤਾ ਨੂੰ ਦਿੰਦੇ, ਜਿਹੜੇ ਉਨ੍ਹਾਂ ਵਾਸਤੇ ਸੰਪਾਦਕ ਦੀ ਭੂਮਿਕਾ ਨਿਭਾ ਰਹੇ ਸਨ।

"ਯਾਦਾਂ ਦੇ ਅਣਮੋਲ ਖਜਾਨੇ, ਜਿਸ ਵਕਤ ਉਹ ਲਿਖ ਰਹੇ ਹੁੰਦੇ ਸਨ ਉਹ ਆਤਮਿਕ ਤੌਰ ਤੇ ਉਨ੍ਹਾਂ ਪਵਿੱਤਰ ਅਨੁਭਵਾਂ ਵਿਚੋਂ ਦੀ ਵਿਚਰ ਰਹੇ ਮਹਿਸੂਸ ਕਰ ਰਹੇ ਹੁੰਦੇ। ਉਨ੍ਹਾਂ ਦੀ ਰੂਹਾਨੀ ਚਾਹਤ ਤਾਂ ਆਪਣੇ ਨਿੱਜੀ ਅਨੁਭਵ, ਆਨੰਦ ਅਤੇ ਅਗੰਮੀ ਗਿਆਨ, ਜਿਹੜਾ ਉਨ੍ਹਾਂ ਨੇ ਸੰਤਾਂ ਮਹਾਤਮਾਵਾਂ ਦੀ ਸੰਗਤ ਵਿਚ ਰਹਿ ਕੇ ਪ੍ਰਾਪਤ ਕੀਤਾ ਸੀ, ਨੂੰ ਸਾਰਿਆਂ ਵਿਚ ਵੰਡਣਾ ਸੀ। ਅਕਸਰ ਉਹ ਲਿਖਦੇ ਲਿਖਦੇ ਕੁਝ ਸਮੇਂ ਵਾਸਤੇ ਰੁਕ ਜਾਂਦੇ, ਉਨ੍ਹਾਂ ਦੀ ਦ੍ਰਿਸ਼ਟੀ ਉੱਪਰ ਨੂੰ ਉੱਠ ਜਾਂਦੀ ਅਤੇ ਸਰੀਰ ਸਥਿਰ ਹੋ ਜਾਂਦਾ ਅਤੇ ਉਹ ਪ੍ਰਮਾਤਮਾ ਦੇ ਮਿਲਾਪ ਦੀ ਡੂੰਘੀ ਸਮਾਧੀ ਵਿਚ ਲੀਨ ਹੋ ਜਾਂਦੇ। ਸਾਰਾ ਕਮਰਾ ਦੈਵੀ ਪਿਆਰ ਦੇ ਸ਼ਕਤੀਸਾਲੀ ਸਪੰਦਨਾਂ ਨਾਲ ਭਰ ਜਾਂਦਾ। ਅਸੀਂ ਸ਼ਗਿਰਦ ਇਹੋ ਜਿਹੇ ਮੌਕਿਆਂ ਉਪਰ ਸਿਰਫ ਉਸ ਕਮਰੇ ਵਿਚ ਹਾਜ਼ਰ ਹੋਣ ਦੇ ਸੁਭਾਗ ਕਾਰਨ, ਚੇਤਨਤਾ ਦੀ ਉੱਚ ਅਵਸਥਾ ਵਿਚ ਪਹੁੰਚ ਜਾਂਦੇ।

"ਆਖਰ, 1945 ਵਿਚ ਪੁਸਤਕ ਪੂਰੀ ਹੋਣ ਦਾ ਖੁਸ਼ੀਆਂ ਭਰਿਆ ਦਿਨ ਆਇਆ, ਜਦੋਂ ਪਰਮਹੰਸ ਯੋਗਾਨੰਦ ਨੇ, ਇਹ ਆਖਰੀ ਫਿਕਰਾ ਲਿਖਿਆ, 'ਪ੍ਰਮਾਤਮਾ, ਆਪ ਨੇ ਇਸ ਸੰਨਿਆਸੀ ਨੂੰ ਇੱਕ ਵਿਸ਼ਾਲ ਪਰਿਵਾਰ ਦਿੱਤਾ ਹੈ,' ਫਿਰ ਪੈਨ ਰੱਖ ਦਿੱਤਾ ਅਤੇ ਖੁਸ਼ੀ ਨਾਲ ਬੋਲ ਉੱਠੇ:"

"'ਪੁਸਤਕ ਲਿਖਣ ਦਾ ਯੱਗ ਸੰਪੂਰਨ ਹੋਇਆ। ਇਹ ਪੁਸਤਕ ਲੱਖਾਂ ਆਦਮੀਆਂ ਦੀ ਜਿੰਦਗੀ ਸੰਵਾਰੇਗੀ। ਮੇਰੇ ਤੋਂ ਬਾਅਦ, ਇਹ ਮੇਰਾ ਸੰਦੇਸ਼ਵਾਹਕ ਹੋਵੇਗੀ।'"

ਫਿਰ ਇਹ ਤਾਰਾ ਮਾਤਾ ਦੀ ਜ਼ੁੰਮੇਵਾਰੀ ਸੀ ਕਿ ਉਹ ਇਸ ਵਾਸਤੇ ਪ੍ਰਕਾਸ਼ਕ ਲੱਭੇ। ਪਰਮਹੰਸ ਯੋਗਾਨੰਦ 1924 ਵਿਚ ਸਾਨ ਫਰਾਂਸਿਸਕੋ ਵਿਚ, ਆਪਣੀਆਂ ਕਲਾਸਾਂ

ਅਤੇ ਭਾਸ਼ਣਾਂ ਦੀ ਲੜੀ ਦੇ ਸੰਚਾਲਨ ਦੇ ਦੌਰਾਨ ਤਾਰਾ ਮਾਤਾ ਨੂੰ ਮਿਲੇ ਸਨ। ਅਦੁੱਤੀ ਅਧਿਆਤਮਿਕ ਸੂਝ ਦੀ ਮਾਲਕ ਹੁੰਦਿਆਂ, ਉਹ ਬਹੁਤ ਛੇਤੀ ਉਨ੍ਹਾਂ ਦੇ ਉਨਤ ਸ਼ਗਿਰਦਾਂ ਦੀ ਇੱਕ ਨਿੱਕੀ ਜਿਹੀ ਟੋਲੀ ਵਿਚੋਂ, ਇੱਕ ਉੱਨਤ ਸ਼ਗਿਰਦ ਬਣ ਗਈ। ਪਰਮਹੰਸ ਜੀ ਉਨ੍ਹਾਂ ਦੀਆਂ ਸੰਪਾਦਕੀ ਯੋਗਤਾਵਾਂ ਦੀ ਕਦਰ ਕਰਦੇ ਸਨ ਅਤੇ ਕਿਹਾ ਕਰਦੇ ਸਨ,'ਅੱਜ ਤਕ ਮੈਂ ਜਿੰਨੇ ਵੀ ਆਦਮੀਆਂ ਨੂੰ ਮਿਲਿਆਂ ਹਾਂ, ਇਹ ਉਨ੍ਹਾਂ ਸਾਰਿਆਂ ਵਿਚੋਂ ਇੱਕ ਰੌਸ਼ਨ ਦਿਮਾਗ ਦੀ ਮਾਲਕ ਹੈ। ਉਹ ਉਨ੍ਹਾਂ ਦੀ ਭਾਰਤੀ ਧਰਮ ਗ੍ਰੰਥਾਂ ਦੀ ਡੂੰਘੀ ਜਾਣਕਾਰੀ ਅਤੇ ਸੂਝ ਦੀ ਤਰੀਫ ਕਰਦੇ ਸਨ। ਇੱਕ ਵਕਤ ਉਨ੍ਹਾਂ ਨੇ ਕਿਹਾ ਸੀ, 'ਆਪਣੇ ਮਹਾਨ ਗੁਰੂ ਸ਼੍ਰੀ ਯੁਕਤੇਸ਼ਵਰ ਜੀ ਦੇ ਸਿਵਾਇ ਹੋਰ ਮੈਨੂੰ ਕੋਈ ਆਦਮੀ ਨਹੀਂ ਮਿਲਿਆ, ਜਿਸ ਨਾਲ ਮੈਂ ਭਾਰਤ ਦੀ ਫਿਲਾਸਫੀ ਤੇ ਵਿਚਾਰ ਚਰਚਾ ਕਰਦਿਆਂ ਆਨੰਦ ਪ੍ਰਾਪਤ ਕੀਤਾ ਹੋਵੇ।

ਤਾਰਾ ਮਾਤਾ ਪੁਸਤਕ ਦਾ ਖਰੜਾ ਲੈ ਕੇ ਨਿਊਯਾਰਕ ਸ਼ਹਿਰ ਲਈ ਰਵਾਨਾ ਹੋ ਗਏ। ਪਰ ਪ੍ਰਕਾਸ਼ਕ ਲੱਭਣਾ ਕੋਈ ਸੌਖਾ ਕੰਮ ਨਹੀਂ ਸੀ। ਜਿਸ ਤਰ੍ਹਾਂ ਕਿ ਅਕਸਰ ਦੇਖਿਆ ਜਾਂਦਾ ਹੈ ਕਿ ਕਿਸੇ ਮਹਾਨ ਰਚਨਾ ਦੇ ਕੱਦ ਕਾਠ ਦੀ ਕਦਰ ਰੂੜ੍ਹੀਵਾਦੀ ਮਾਨਸਿਕ ਬਣਤਰ ਵਾਲੇ ਦਿਮਾਗਾਂ ਦੇ ਮਾਲਕ ਪਹਿਲਾਂ ਪਹਿਲ ਨਹੀਂ ਪਾਉਂਦੇ। ਨਵ-ਉਤਪਤ ਪ੍ਰਮਾਣੂ ਯੁਗ ਕਰ ਕੇ ਪਦਾਰਥ,ਊਰਜਾ ਅਤੇ ਵਿਚਾਰ ਦੀ ਸੂਖਮ ਏਕਤਾ ਬਾਰੇ ਮਾਨਵ ਮਾਤਰ ਦੀ ਸਮੂਹਿਕ ਚੇਤਨਤਾ ਵਿਚ ਵਾਧਾ ਹੋਣ ਦੇ ਬਾਵਜੂਦ, ਉਸ ਸਮੇਂ ਦੇ ਪ੍ਰਕਾਸ਼ਕ 'ਹਿਮਾਲਿਆ ਵਿਚ ਰਾਜ ਮਹੱਲ ਦੀ ਸਿਰਜਣਾ' ਅਤੇ 'ਦੋ ਸਰੀਰ ਧਾਰਨ ਕਰ ਲੈਣ ਵਾਲੇ ਸਵਾਮੀ' ਵਰਗੇ ਚੈਪਟਰਾਂ ਵਾਲੀ ਪੁਸਤਕ ਨੂੰ ਛਾਪਣ ਨੂੰ ਤਿਆਰ ਨਹੀਂ ਸਨ।

ਪ੍ਰਕਾਸ਼ਨ ਘਰਾਂ ਦੇ ਅਕਾਅ ਦੇਣ ਵਾਲੇ ਚੱਕਰ ਕੱਟਦਿਆਂ ਤਾਰਾ ਮਾਤਾ ਇੱਕ ਸਾਲ ਉਸ ਫਲੈਟ ਵਿਚ ਰਹੀ, ਜਿਸ ਵਿਚ ਪਾਣੀ ਠੰਡਾ ਹੁੰਦਾ ਸੀ ਅਤੇ ਜਰੂਰੀ ਸਹੂਲਤਾਂ ਦੀ ਵੀ ਘਾਟ ਸੀ।ਆਖਰ ਇੱਕ ਸਾਲ ਬਾਅਦ, ਉਹ ਆਪਣੀ ਸਫਲਤਾ ਦੀ ਤਾਰ ਭੇਜਣ ਵਿਚ ਸਫਲ ਹੋ ਗਈ। ਨਿਊਯਾਰਕ ਦੇ ਇੱਕ ਮਾਣਯੋਗ ਪ੍ਰਕਾਸ਼ਕ, 'ਦੀ ਫਿਲਾਸਫੀਕਲ ਲਾਇਬਰੇਰੀ' ਨੇ ਇਸ ਪੁਸਤਕ ਨੂੰ ਛਾਪਣਾ ਮੰਨ ਲਿਆ ਸੀ। ਸ਼੍ਰੀ ਯੋਗਾਨੰਦ ਜੀ ਨੇ ਕਿਹਾ,'ਇਸ ਪੁਸਤਕ ਦੀ ਛਪਾਈ ਦਾ ਪ੍ਰਬੰਧ ਕਰ ਕੇ ਜੋ ਮਹਾਨ ਕੰਮ ਤਾਰਾ ਮਾਤਾ ਨੇ ਕੀਤਾ ਹੈ, ਮੈਂ ਸਬਦਾਂ ਵਿਚ ਬਿਆਨ ਨਹੀਂ ਕਰ ਸਕਦਾ। ਜੇ ਉਹ ਇਹ ਉੱਦਮ ਨਾ ਕਰਦੀ, ਤਾਂ ਇਹ ਰਚਨਾ ਪੁਸਤਕ ਦਾ ਰੂਪ ਨਾ ਲੈ ਸਕਦੀ।'

1946 ਦੀ ਕਰਿਸਮਿਸ ਤੋਂ ਥੋੜੀ ਦੇਰ ਪਹਿਲਾਂ ਲੰਮੀ ਇੰਤਜ਼ਾਰ ਤੋਂ ਬਾਅਦ ਪੁਸਤਕਾਂ ਮਾਊਂਟ ਵਾਸ਼ਿੰਗਟਨ ਪਹੁੰਚ ਗਈਆਂ।

ਪਾਠਕਾਂ ਅਤੇ ਵਿਸ਼ਵ ਪਰੈਸ ਨੇ ਸਲਾਘਾਯੋਗ ਉਦਗਾਰਾਂ ਨਾਲ ਤਰੀਫ ਕਰਦਿਆਂ ਪੁਸਤਕ ਦਾ ਸੁਆਗਤ ਕੀਤਾ। ਕੋਲੰਬੀਆ ਯੂਨੀਵਰਸਿਟੀ ਪਰੈਸ ਨੇ ਆਪਣੇ ਰਿਵਿਊ

ਆਫ ਰਿਲੀਜਨ ਵਿਚ ਲਿਖਿਆ, "ਜਿਸ ਤਰੀਕੇ ਨਾਲ ਯੋਗ, ਇਸ ਪੁਸਤਕ ਵਿਚ ਪ੍ਰਸਤੁਤ ਕੀਤਾ ਗਿਆ ਹੈ, ਉਸ ਤਰੀਕੇ ਨਾਲ ਅੱਜ ਤਕ ਨਾ ਅੰਗਰੇਜ਼ੀ ਵਿਚ ਅਤੇ ਨਾ ਹੀ ਕਿਸੇ ਹੋਰ ਭਾਸ਼ਾ ਵਿਚ ਪ੍ਰਸਤੁਤ ਕੀਤਾ ਗਿਆ ਹੈ।" ਦੀ ਨਿਊਯਾਰਕ ਟਾਈਮਜ਼ ਨੇ ਇਸ ਪੁਸਤਕ ਨੂੰ 'ਇੱਕ ਅਨੂਠਾ ਬਿਰਤਾਂਤ ਘੋਸ਼ਤ ਕੀਤਾ।' ਨਿਊਜ਼ਵੀਕ ਨੇ ਲਿਖਿਆ, "ਯੋਗਾਨੰਦ ਦੀ ਇਹ ਪੁਸਤਕ ਸਰੀਰ ਦੀ ਨਹੀਂ ਬਲਕਿ ਆਤਮਾ ਦੀ ਆਤਮਕਥਾ ਹੈ – ਜਿਹੜੀ ਪੂਰਬ ਦੇ ਸਰਸਬਜ਼ ਜੀਵਨ ਦੀ ਧਾਰਮਿਕ ਪ੍ਰਣਾਲੀ ਨੂੰ ਬੜੇ ਮਨਮੋਹਕ, ਸਪਸ਼ਟ ਅਤੇ ਨਿਸ਼ਕਪਟ ਤਰੀਕੇ ਨਾਲ ਬਿਆਨ ਕਰਦੀ ਹੈ।"

ਪੁਸਤਕ ਦਾ ਅਨੁਵਾਦ ਹੋਰ ਭਾਸ਼ਾਵਾਂ ਵਿਚ ਛਪਣ ਦੇ ਨਾਲ, ਵਿਸ਼ਵ ਦੇ ਹੋਰ ਅਖਬਾਰਾਂ ਅਤੇ ਰਸਾਲਿਆਂ ਵਿਚ ਸਮੀਖਿਆਵਾਂ ਛਪਣ ਲੱਗੀਆਂ।

ਬੜੀ ਛੇਤੀ ਦੂਜਾ ਸੰਸਕਰਨ ਅਤੇ 1951 ਵਿਚ ਤੀਜਾ ਸੰਸਕਰਨ ਛਾਪਿਆ ਗਿਆ। ਮੂਲ ਸਮੱਗਰੀ ਦੇ ਸੰਸ਼ੋਧਨ ਅਤੇ ਅਪਡੇਟਿੰਗ ਦੇ ਨਾਲ ਸੰਸਥਾ ਦੀਆਂ ਸਰਗਰਮੀਆਂ ਅਤੇ ਯੋਜਨਾਵਾਂ ਨੂੰ ਦਰਸਾਉਂਦੇ ਅੰਸ਼ ਜਿਹੜੇ ਬਦਲਦੇ ਹਾਲਾਤ ਅਨੁਸਾਰ ਬੇਕਾਰ ਹੋ ਗਏ ਸਨ, ਕੱਟ ਦਿੱਤੇ ਗਏ। ਪਰਮਹੰਸ ਯੋਗਾਨੰਦ ਜੀ ਨੇ 1940–1951 ਤਕ ਦੀਆਂ ਸਰਗਰਮੀਆਂ ਨੂੰ ਦਰਸਾਉਂਦਾ, ਚੈਪਟਰਾਂ ਵਿਚੋਂ ਇੱਕ ਲੰਮਾ ਚੈਪਟਰ 49 – ਪੁਸਤਕ ਦੇ ਆਖਰ ਵਿਚ ਹੋਰ ਜੋੜਿਆ। ਇਸ ਨਵੇਂ ਚੈਪਟਰ ਦੇ ਫੁੱਟ-ਨੋਟ ਵਿਚ ਉਨ੍ਹਾਂ ਨੇ ਲਿਖਿਆ, "ਇਸ ਪੁਸਤਕ ਦੇ ਤੀਜੇ (1951) ਸੰਸਕਰਨ ਵਿਚ ਇੱਕ ਚੈਪਟਰ 49 ਹੋਰ ਸ਼ਾਮਲ ਕਰ ਕੇ, ਬਹੁਤ ਜਿਆਦਾ ਨਵੀਂ ਸਮੱਗਰੀ ਜੋੜੀ ਗਈ ਹੈ। ਪਹਿਲੇ ਦੋ ਸੰਸਕਰਨਾਂ ਦੇ ਬਹੁਤ ਸਾਰੇ ਪਾਠਕਾਂ ਦੀਆਂ ਬੇਨਤੀਆਂ ਅਤੇ ਉਨ੍ਹਾਂ ਦੇ ਭਾਰਤ, ਯੋਗ ਅਤੇ ਵੈਦਿਕ* ਫਿਲਾਸਫੀ

* ਪਰਮਹੰਸ ਯੋਗਾਨੰਦ ਜੀ ਦੁਆਰਾ ਕੀਤੇ ਗਏ ਵਾਧੂ ਸੰਸ਼ੋਧਨ, ਜਿਵੇਂ ਕਿ ਸਤਵੇਂ ਸੰਸਕਰਨ ਦੀ ਪ੍ਰਕਾਸ਼ਕ ਦੀ ਟਿੱਪਣੀ ਵਿਚ ਦੱਸਿਆ ਗਿਆ ਹੈ ਕਿ ਸੱਤਵੇਂ ਸੰਸਕਰਨ (1956) ਵਿਚ ਹੀ ਸ਼ਾਮਲ ਕੀਤੇ ਜਾ ਸਕੇ:-

"1956 ਦੇ ਇਸ ਅਮਰੀਕਾ ਸੰਸਕਰਨ ਵਿਚ ਪਰਮਹੰਸ ਯੋਗਾਨੰਦ ਜੀ ਦੁਆਰਾ ਲੰਡਨ ਅਤੇ ਇੰਗਲੈਂਡ ਦੇ 1949 ਦੇ ਸੰਸ਼ੋਧਨ ਅਤੇ ਲੇਖਕ ਦੁਆਰਾ ਕੀਤੇ ਗਏ 1951 ਦੇ ਵਾਧੂ ਸੰਸ਼ੋਧਨ ਸ਼ਾਮਲ ਹਨ। ਲੰਡਨ ਸੰਸਕਰਨ ਦੀ ਟਿੱਪਣੀ ਮਿਤੀ ਅਕਤੂਬਰ 25, 1949 ਵਿਚ ਪਰਮਹੰਸ ਯੋਗਾਨੰਦ ਜੀ ਨੇ ਲਿਖਿਆ,' ਇਸ ਪੁਸਤਕ ਦੇ ਲੰਡਨ ਸੰਸਕਰਨ ਦੇ ਇੰਤਜ਼ਾਮ ਨੇ ਮੈਨੂੰ ਇਹ ਸੰਸ਼ੋਧਨ ਕਰਨ ਅਤੇ ਮੂਲ ਸਮੱਗਰੀ ਨੂੰ ਥੋੜੀ ਜਿਹੀ ਵਧਾਉਣ ਦਾ ਮੌਕਾ ਦਿੱਤਾ ਹੈ। ਆਖਰੀ ਚੈਪਟਰ ਵਿਚ ਨਵੀਂ ਸਮੱਗਰੀ ਸ਼ਾਮਲ ਕਰਨ ਤੋਂ ਇਲਾਵਾ, ਮੈਂ ਕੁਝ ਫੁੱਟ-ਨੋਟ ਹੋਰ ਜੋੜੇ ਹਨ, ਜਿਨ੍ਹਾਂ ਵਿਚ ਮੈਂ ਆਪਣੇ ਅਮਰੀਕਾ ਸੰਸਕਰਨ ਦੇ ਪਾਠਕਾਂ ਦੁਆਰਾ ਭੇਜੇ ਗਏ ਸਵਾਲਾਂ ਦੇ ਜਵਾਬ ਦਿੱਤੇ ਹਨ।'

"ਲੇਖਕ ਦੁਆਰਾ ਕੀਤੇ ਗਏ ਸੰਸ਼ੋਧਨ 1951 ਤੋਂ ਬਾਅਦ ਦੇ ਅਮਰੀਕਾ ਦੇ ਚੌਥੇ (1952) ਸੰਸਕਰਨ ਵਿਚ ਸ਼ਾਮਲ ਹੋ ਜਾਣੇ ਚਾਹੀਦੇ ਸਨ। ਪ੍ਰੰਤੂ ਉਸ ਵਕਤ *ਇੱਕ ਯੋਗੀ ਦੀ ਆਤਮਕਥਾ* ਦੇ ਪ੍ਰਕਾਸ਼ਨ ਦੇ ਸਰਬ ਅਧਿਕਾਰ ਨਿਊਯਾਰਕ ਪਬਲਿਸ਼ਿੰਗ ਹਾਊਸ ਕੋਲ ਸਨ, ਜਿਸ ਨੇ 1946 ਵਿਚ ਪੁਸਤਕ ਦੇ ਹਰ ਸਫੇ ਦੀ ਧਾਤ ਦੀ ਬਿਜਲਈ ਪਲੇਟ ਬਣਾ ਲਈ ਸੀ। ਜਿਸ ਦੇ ਫਲਸਰੂਪ, ਉਸ ਵਿਚ ਇੱਕ ਕਾਮੇ ਦੀ ਸੋਧ ਕਰਨ ਵਾਸਤੇ ਵੀ, ਉਸ ਸਾਰੇ ਸਫੇ ਦੀ ਬਿਜਲਈ ਪਲੇਟ ਨੂੰ ਕੱਟ ਕੇ, ਵੱਖਰੀ ਕਰ ਕੇ ਅਤੇ ਲੋੜੀਂਦੀ ਸੋਧ ਕਰ ਕੇ, ਉਸ ਨੂੰ ਮੁੜ ਟਾਂਕੇ ਲਾ ਕੇ ਪੱਕਾ ਕਰਨ ਦੀ ਜਰੂਰਤ ਪੈਂਦੀ ਸੀ। ਕਿਉਂਕਿ ਬਹੁਤ ਸਾਰੀਆਂ ਬਿਜਲਈ ਪਲੇਟਾਂ ਨੂੰ ਕੱਟ ਕੇ ਅਤੇ ਫਿਰ ਤੋਂ ਟਾਂਕੇ

ਬਾਰੇ ਸਵਾਲਾਂ ਦੇ ਜਵਾਬ ਇਸ ਨਵੇਂ ਚੈਪਟਰ ਵਿਚ ਦਿੱਤੇ ਗਏ ਹਨ।

ਸ਼੍ਰੀ ਯੋਗਾਨੰਦ ਜੀ 1951 ਦੇ ਸੰਸਕਰਨ ਵਿਚ ਲੇਖਕ ਵਜੋਂ ਟਿੱਪਣੀ ਵਿਚ ਲਿਖਦੇ ਹਨ, "ਹਜ਼ਾਰਾਂ ਪਾਠਕਾਂ ਦੀਆਂ ਚਿੱਠੀਆਂ ਪ੍ਰਾਪਤ ਕਰ ਕੇ, ਮੈਂ ਬਹੁਤ ਡੂੰਘੀ ਤਰ੍ਹਾਂ ਪ੍ਰਭਾਵਤ ਹੋਇਆ ਹਾਂ। ਉਨ੍ਹਾਂ ਦੇ ਵਿਚਾਰਾਂ ਅਤੇ ਇਸ ਤੱਥ ਦੀ ਰੌਸ਼ਨੀ ਵਿਚ, ਕਿ ਪੁਸਤਕ ਕਈ ਭਾਸ਼ਾਵਾਂ ਵਿਚ ਅਨੁਵਾਦਿਤ ਹੋ ਚੁੱਕੀ ਹੈ, ਮੇਰੇ ਇਸ ਵਿਚਾਰ ਨੂੰ ਯਕੀਨ ਦਿਵਾਉਣ ਵਿਚ ਹੌਸਲਾ ਦੇ ਰਹੇ ਹਨ, ਕਿ ਪੱਛਮੀ ਦੁਨੀਆਂ ਨੂੰ ਇਸ ਦੇ ਸਫਿਆਂ ਵਿਚੋਂ ਇਸ ਸਵਾਲ ਦਾ ਹਾਂ ਵਾਚਕ ਜਵਾਬ ਮਿਲ ਗਿਆ ਹੈ, "ਕੀ ਆਧੁਨਿਕ ਆਦਮੀ ਦੀ ਜਿੰਦਗੀ ਵਿਚ ਪ੍ਰਾਚੀਨ ਯੋਗ ਦੇ ਵਿਗਿਆਨ ਦੀ ਕੋਈ ਉਚਿਤ ਥਾਂ ਹੈ?"

ਵਰ੍ਹਿਆਂ ਦੇ ਬੀਤਣ ਦੇ ਨਾਲ ਪਾਠਕ ਹਜ਼ਾਰਾਂ ਤੋਂ ਲੱਖਾਂ ਹੋ ਗਏ ਅਤੇ *ਇੱਕ ਯੋਗੀ ਦੀ ਆਤਮਕਥਾ* ਦਾ ਚਿਰ ਸਥਾਈ ਅਤੇ ਸਰਬ-ਵਿਆਪਕ ਆਕਰਸ਼ਣ ਪ੍ਰਤੱਖ ਤੌਰ ਤੇ ਵਧਦਾ ਰਿਹਾ। ਪਜੰਤਰ ਸਾਲ ਪਹਿਲਾਂ, ਪਹਿਲੀ ਬਾਰ ਛਪਣ ਦੇ ਬਾਵਜੂਦ ਇਹ ਪੁਸਤਕ ਹੁਣ ਤਕ ਵੀ ਅਧਿਆਤਮਿਕ ਅਤੇ ਉਤਸ਼ਾਹ ਵਰਧਕ ਪੁਸਤਕਾਂ ਦੀ ਹਰਮਨ ਪਿਆਰੀ ਪੁਸਤਕਾਂ ਦੀ ਸੂਚੀ ਵਿਚ ਸ਼ਾਮਲ ਹੈ। ਇੱਕ ਅਨੋਖਾ ਚਮਤਕਾਰ! ਕਈ ਭਾਸ਼ਵਾਂ ਦੇ ਅਨੁਵਾਦ ਦੇ ਨਾਲ ਨਾਲ–ਸਰ ਬਿਨ ਕਿੰਗਜਲੇ ਦੀ ਆਵਾਜ਼ ਵਿਚ ਆਡਿਓ ਬੁਕ ਅਤੇ ਈਬੁਕ ਵੀ ਸੁਲੱਭ ਹੈ। ਇਹ ਪੁਸਤਕ ਹੁਣ ਵਿਸ਼ਵ ਭਰ ਵਿਚ ਕਈ ਯੂਨੀਵਰਸਿਟੀਆਂ ਅਤੇ ਕਾਲਜਾਂ ਦੇ ਪੂਰਬੀ ਦਰਸ਼ਨ, ਅੰਗਰੇਜ਼ੀ ਸਾਹਿਤ, ਮਨੋਵਿਗਿਆਨ, ਸਮਾਜ ਵਿਗਿਆਨ, ਮਾਨਵ

ਲਾ ਕੇ ਪੱਕਾ ਕਰਨ ਵਿਚ ਬਹੁਤ ਸਾਰਾ ਖਰਚਾ ਕਰਨਾ ਪੈਂਦਾ ਸੀ,ਜਿਸ ਕਰ ਕੇ ਪ੍ਰਕਾਸ਼ਕ ਨੇ ਲੇਖਕ ਦੁਆਰਾ ਕੀਤੇ ਗਏ 1951 ਦੇ ਸੰਸ਼ੋਧਨਾਂ ਨੂੰ, ਚੌਥੇ ਸੰਸਕਰਨ ਵਿਚ ਸ਼ਾਮਲ ਨਹੀਂ ਕੀਤਾ।

1953 ਦੇ ਆਖਰ ਵਿਚ ਸੈਲਫ ਰੀਆਲਾਈਜੇਸ਼ਨ ਫੈਲੋਸ਼ਿਪ ਨੇ *ਇੱਕ ਯੋਗੀ ਦੀ ਆਤਮਕਥਾ* ਦੇ ਸਰਬ ਅਧਿਕਾਰ ਨਿਊਯਾਰਕ ਦੇ ਪ੍ਰਕਾਸ਼ਕ ਕੋਲੋਂ ਵਾਪਸ ਖਰੀਦ ਲਏ। ਸੈਲਫ ਰੀਆਲਾਈਜੇਸ਼ਨ ਫੈਲੋਸ਼ਿਪ ਨੇ ਇਸ ਪੁਸਤਕ ਦਾ ਮੁੜ ਪੰਜਵਾਂ (1954) ਅਤੇ ਛੇਵਾਂ (1955) ਸੰਸਕਰਨ ਆਪ ਛਾਪਿਆ, ਪਰ ਸੈਲਫ ਰੀਆਲਾਈਜੇਸ਼ਨ ਫੈਲੋਸ਼ਿਪ ਦਾ ਸੰਪਾਦਕੀ ਵਿਭਾਗ, ਹੋਰ ਜਰੂਰੀ ਰੁਝੇਵਿਆਂ ਵਿਚ ਰੁਝੇ ਹੋਣ ਕਾਰਨ, ਲੇਖਕ ਦੁਆਰਾ ਕੀਤੇ ਗਏ ਸੰਸ਼ੋਧਨ ਵਰਗੇ ਮਹਾਨ ਕੰਮ ਨੂੰ ਕਰਨ ਲਈ ਧਾਤ ਦੀਆਂ ਬਿਜਲਈ ਪਲੇਟਾਂ ਉਪਰ ਜਰੂਰੀ ਕਾਰਵਾਈ ਨਾ ਕਰ ਸਕਿਆ। ਫਿਰ ਆਖਰ ਨੂੰ ਇਹ ਕੰਮ ਸੱਤਵੇਂ ਸੰਸਕਰਨ ਵੇਲੇ ਨੇਪਰੇ ਚੜ੍ਹਿਆ।"

1956 ਤੋਂ ਬਾਅਦ, ਤਾਰਾ ਮਾਤਾ ਦੀਆਂ ਹਿਦਾਇਤਾਂ ਉਪਰ ਜਿਹੜੀਆਂ ਪਰਮਹੰਸ ਯੋਗਾਨੰਦ ਜੀ ਆਪਣੇ ਸਵਰਗਵਾਸ ਹੋਣ ਤੋਂ ਪਹਿਲਾਂ, ਉਨ੍ਹਾਂ ਨੂੰ ਦੇ ਗਏ ਸਨ, ਕੁਝ ਹੋਰ ਸੰਸ਼ੋਧਨ ਕੀਤੇ ਗਏ।

ਇੱਕ ਯੋਗੀ ਦੀ ਆਤਮਕਥਾ ਦੇ ਪਹਿਲੇ ਸੰਸਕਰਨਾਂ ਵਿਚ, ਬੰਗਲਾ ਭਾਸ਼ਾ ਦੀ ਰਵਾਇਤ ਅਨੁਸਾਰ 'ਆ' ਦੀ ਮਾਤਰਾ ਨੂੰ ਸਾਈਲੈਂਟ ਜਾਂ ਲਗ ਭਗ ਸਾਈਲੈਂਟ ਮੰਨਦਿਆਂ 'ਆ' ਨੂੰ ਨਜਰ ਅੰਦਾਜ ਕਰ ਕੇ, ਲੇਖਕ ਦਾ ਨਾਂ ਪਰਮਹੰਸ ਦਿੱਤਾ ਗਿਆ ਸੀ। ਬਾਅਦ ਦੇ ਸੰਸਕਰਨਾਂ ਵਿਚ, ਵੇਦਾਂਤ ਅਧਾਰਿਤ ਸਿਰਲੇਖ ਦੀ ਪਵਿੱਤਰਤਾ ਦੀ ਮਹੱਤਤਾ ਨੂੰ ਸਮਝਦਿਆਂ ਸੰਸਕਰਿਤ ਰਵਾਇਤ ਅਪਣਾਉਂਦਿਆਂ, ਲੇਖਕ ਦਾ ਨਾਂ ਪਰਮਾ ਹੰਸਾ ਕਰ ਦਿੱਤਾ ਗਿਆ – ਪਰਮਾ ਦਾ ਮਤਲਬ-ਸਰਬ-ਉਚ ਜਾਂ ਪਰਮਉਚ ਅਤੇ ਹੰਸਾ – ਮਤਲਬ-ਉਹ ਆਦਮੀ ਜਿਸ ਨੇ ਆਤਮ ਅਨੁਭਵ ਦੀ ਉਚਤਮ ਅਵਸਥਾ ਪ੍ਰਾਪਤ ਕਰ ਲਈ ਹੋਵੇ ਅਤੇ ਉਸ ਦੀ ਆਤਮ ਨੇ ਪ੍ਰਮਾਤਮਾ ਨਾਲ ਇੱਕਮਿੱਕਤਾ ਪ੍ਰਾਪਤ ਕਰ ਲਈ ਹੋਵੇ।

ਵਿਗਿਆਨ, ਇਤਿਹਾਸ ਅਤੇ ਵਣਜ ਪ੍ਰਬੰਧਨ ਦੇ ਕੋਰਸਾਂ ਵਿਚ ਵਿਆਪਿਕ ਰੂਪ ਵਿਚ ਪੜ੍ਹਾਈ ਜਾਂਦੀ ਹੈ। 2014 ਵਿਚ ਆਤਮਕਥਾ ਦੀਆਂ ਬਹੁਤ ਸਾਰੀਆਂ ਕਹਾਣੀਆਂ ਤੇ ਆਧਾਰਿਤ ਪੁਰਸਕਾਰ-ਜੇਤੂ ਦਸਤਾਵੇਜ਼ੀ ਫਿਲਮ—*ਅਵੇਕ: ਯੋਗਾਨੰਦ ਜੀ ਦੀ ਜੀਵਨ ਗਾਥਾ*—ਵਿਸ਼ਵ ਭਰ ਦੇ ਸਿਨੇ-ਦਰਸ਼ਕਾਂ ਲਈ ਰਿਲੀਜ਼ ਕੀਤੀ ਗਈ। ਜਿਸ ਤਰ੍ਹਾਂ ਇੱਕ ਸਦੀ ਪਹਿਲਾਂ ਲਾਹਿੜੀ ਮਹਾਸ਼ਯ ਨੇ ਭਵਿਖਬਾਣੀ ਕੀਤੀ ਸੀ, ਠੀਕ ਉਸੇ ਤਰ੍ਹਾਂ ਯੋਗ ਦੇ ਸੰਦੇਸ਼ ਅਤੇ ਧਿਆਨ ਦੀ ਪ੍ਰਾਚੀਨ ਤਕਨੀਕ ਨੇ ਸਾਰੇ ਵਿਸ਼ਵ ਨੂੰ ਆਪਣੇ ਕਲਾਵੇ ਵਿਚ ਲੈ ਲਿਆ ਹੈ।

ਨਿਊ ਫਰੰਟਈਅਰ ਅਧਿਆਤਮਿਕ ਰਸਾਲਾ (ਅਕਤੂਬਰ 1986), ਦੇ ਅੰਕ ਵਿਚ ਲਿਖਦਾ ਹੈ, "ਸ਼ਾਇਦ *ਇੱਕ ਯੋਗੀ ਦੀ ਆਤਮਕਥਾ*, ਜਿਸ ਨੇ ਵਿਸ਼ਵ ਭਰ ਦੇ ਲੱਖਾਂ ਲੋਕਾਂ ਨੂੰ ਉਤਸ਼ਾਹਿਤ ਕੀਤਾ ਹੈ, ਦੇ ਕਾਰਨ ਪ੍ਰਸਿੱਧ ਹੋਏ, ਪਰਮਹੰਸ ਯੋਗਾਨੰਦ ਨੇ, ਗਾਂਧੀ ਜੀ ਵਾਂਗ ਹੀ ਅਧਿਆਤਮਿਕਤਾ ਨੂੰ ਸਮਾਜ ਦੀ ਮੁੱਖ ਧਾਰਾ ਵਿਚ ਲੈ ਕੇ ਆਂਦਾ। ਇਹ ਕਹਿਣਾ ਵਾਜਬ ਹੋਵੇਗਾ, ਕਿ ਯੋਗਾਨੰਦ ਨੇ ਸਾਡੇ ਸ਼ਬਦ ਭੰਡਾਰ ਵਿਚ ਯੋਗ ਸ਼ਬਦ ਜੋੜਨ ਵਾਸਤੇ ਕਿਸੇ ਵੀ ਹੋਰ ਆਦਮੀ ਨਾਲੋਂ ਜਿਆਦਾ ਕੰਮ ਕੀਤਾ ਹੈ।"

ਹਾਰਵਰਡ ਯੂਨੀਵਰਸਿਟੀ ਦੀ ਧਰਮ ਦੀ ਨਾਮਵਰ ਵਿਦਵਾਨ ਡਿਆਨਾ ਐਲ ਇੱਕ ਨੇ, ਆਪਣੀ ਪੁਸਤਕ "ਇੱਕ ਨਵਾਂ ਧਾਰਮਿਕ ਅਮਰੀਕਾ", ਜਿਹੜੀ 2001 ਵਿਚ ਛਪੀ ਸੀ, ਇਸ ਤੱਥ ਨੂੰ ਗੁੰਜਾਇਮਾਨ ਕੀਤਾ, "ਯੋਗਾਨੰਦ ਦੀ ਵਿਸ਼ਾ-ਧੁਨ ਇੱਕ ਇਹੋ ਜਿਹੀ ਧੁਨ ਸੀ, ਜਿਸ ਨੇ ਅਮਰੀਕਾ ਵਿਚ ਲੋਕ ਪਿਆਰੀ ਤੰਦ: ਧਰਮ ਅਤੇ ਵਿਗਿਆਨ ਦੀ ਏਕਤਾ ਨੂੰ ਛੁਹਿਆ.....ਯੋਗਾਨੰਦ ਨੇ ਯੋਗ ਨੂੰ ਅਮਰੀਕਾ ਦੇ ਨਕਸ਼ੇ ਉੱਪਰ ਸਥਾਪਿਤ ਕਰ ਦਿੱਤਾ"। ਪਬਲਿਸ਼ਰਜ਼ ਵੀਕਲੀ ਦੇ ਸਾਬਕਾ ਧਾਰਮਿਕ ਸੰਪਾਦਕ ਅਤੇ 2015 ਵਿਚ ਆਪਣੇ ਸਵਰਗਵਾਸ ਹੋਣ ਤਕ, ਧਾਰਮਿਕਤਾ ਦੇ ਮੰਨੇ ਪ੍ਰਮੰਨੇ ਵਿਦਵਾਨ, ਫਿਲਸ ਟਿੱਕਲ, ਨੇ ਆਪਣੀ ਪੁਸਤਕ "ਪ੍ਰਮਾਤਮਾ ਦੀ ਅਮਰੀਕਾ ਵਿਚ ਗੱਲ-ਬਾਤ" (ਅਪਰੈਲ 1997) ਵਿਚ ਲਿਖਿਆ, "ਬਹੁਤ ਥੋੜੀਆਂ ਕਿਤਾਬਾਂ ਹਨ ਜਿਨ੍ਹਾਂ ਨੇ ਪਰਮਹੰਸ ਯੋਗਾਨੰਦ ਦੀ ਇੱਕ ਯੋਗੀ ਦੀ ਆਤਮਕਥਾ ਤੋਂ ਜਿਆਦਾ ਪ੍ਰਭਾਵ ਪਾਇਆ ਹੈ।

ਮਾਣਯੋਗ ਵਿਦਵਾਨ ਡਾ. ਡੇਵਿਡ ਫਰਾਲੇ, ਨਿਦੇਸ਼ਕ, ਅਮਰੀਕਨ ਇੰਸਟੀਚਿਊਟ ਆਫ ਵੈਦਿਕ ਸਟਡੀਜ਼, ਯੋਗਾ ਇੰਟਰਨੈਸ਼ਨਲ ਦੋਮਾਸਿਕ (ਅਕਤੂਬਰ / ਨਵੰਬਰ 1996) ਰਸਾਲੇ ਵਿਚ ਲਿਖਦੇ ਹਨ, "ਯੋਗਾਨੰਦ ਨੂੰ ਪੱਛਮ ਵਿਚ ਯੋਗ ਦੇ ਪਿਤਾ ਕਿਹਾ ਜਾ ਸਕਦਾ ਹੈ – ਸਿਰਫ ਸਰੀਰਕ ਯੋਗ ਨਹੀਂ, ਜਿਹੜਾ ਅੱਜ ਕੱਲ੍ਹ ਜਿਆਦਾ ਹਰਮਨ ਪਿਆਰਾ ਹੋ ਰਿਹਾ ਹੈ, ਬਲਕਿ ਅਧਿਆਤਮਿਕ ਯੋਗ, ਆਤਮ ਅਨੁਭਵ ਦਾ ਵਿਗਿਆਨ-ਜਿਹੜਾ ਕਿ ਯੋਗ ਦਾ ਸਹੀ ਅਰਥ ਹੈ।"

ਕੋਲਕਾਤਾ ਯੂਨੀਵਰਸਿਟੀ ਦੇ ਪ੍ਰੋਫੈਸਰ ਆਸ਼ੂਤੋਸ਼ ਦਾਸ ਪੀਐਚ.ਡੀ.,ਡੀ.ਲਿਟ., ਘੋਸ਼ਣਾ ਕਰਦੇ ਹਨ, "*ਇੱਕ ਯੋਗੀ ਦੀ ਆਤਮਕਥਾ* ਨੂੰ, ਆਧੁਨਿਕ ਯੁਗ ਦਾ ਉਪਨਿਸ਼ਦ ਮੰਨਿਆ ਜਾਂਦਾ ਹੈ। ਇਸ ਨੇ ਵਿਸ਼ਵ ਭਰ ਦੇ ਸਚਾਈ ਦੇ ਖੋਜੀਆਂ ਦੀ ਅਧਿਆਤਮਿਕ ਪਿਆਸ ਬੁਝਾਈ ਹੈ। ਭਾਰਤ ਵਿਚ ਅਸੀਂ, ਭਾਰਤ ਦੇ ਸੰਤਾਂ ਅਤੇ ਭਾਰਤ ਦੀ ਫਿਲਾਸਫੀ ਨੂੰ ਬਿਆਨ ਕਰਦੀ, ਇਸ ਪੁਸਤਕ ਦੀ ਵਧ ਰਹੀ ਹਰਮਨ ਪਿਆਰਤਾ ਨੂੰ ਹੈਰਾਨੀ ਅਤੇ ਮੰਤਰ ਮੁੱਗਧਤਾ ਨਾਲ ਦੇਖਿਆ ਹੈ। ਅਸੀਂ ਸੰਤੋਸ਼ ਦੇ ਨਾਲ ਗੌਰਵ ਮਹਿਸੂਸ ਕੀਤਾ ਹੈ ਕਿ ਭਾਰਤ ਦੇ ਸਨਾਤਨ ਧਰਮ ਦੀ ਸਦੀਵਤਾ ਦੇ ਅੰਮਰਿਤ ਦੀਆਂ ਅਜ਼ਲੀ ਸਚਾਈਆਂ ਦੇ ਨਿਯਮ *ਇੱਕ ਯੋਗੀ ਦੀ ਆਤਮਕਥਾ* ਰੂਪੀ ਸੁਨਹਿਰੀ ਪਿਆਲੇ ਵਿਚ ਭਰ ਰੱਖੇ ਹਨ।"

ਇੱਥੋਂ ਤਕ ਕਿ ਸਾਬਕਾ ਸੋਵੀਅਤ ਯੂਨੀਅਨ ਦੇ ਉਸ ਕਮਿਊਨਿਸਟ ਸ਼ਾਸਨ ਕਾਲ ਵਿਚ, ਜਿਨ੍ਹਾਂ ਲੋਕਾਂ ਕੋਲ ਇਹ ਪੁਸਤਕ ਪਹੁੰਚ ਗਈ ਸੀ, ਇਸ ਨੇ ਉਨ੍ਹਾਂ ਉੱਪਰ ਡੂੰਘਾ ਪ੍ਰਭਾਵ ਪਾਇਆ ਹੈ। ਭਾਰਤ ਦੀ ਸੁਪਰੀਮ ਕੋਰਟ ਦੇ ਸਾਬਕਾ ਜੱਜ, ਜਸਟਿਸ ਵੀ.ਆਰ. ਕਰਿਸ਼ਨਾਅਈਅਰ, ਪੀਟਰਸ ਬਰਗ (ਉਸ ਵਕਤ ਲੈਨਿਨਗਰਾਡ) ਦੇ ਨੇੜੇ ਦੇ ਕਸਬੇ ਦੀ ਇੱਕ ਯਾਤਰਾ ਦੀ ਗੱਲ ਦੱਸਦੇ ਹਨ ਕਿ ਉਹ ਉੱਥੇ ਇੱਕ ਪ੍ਰੋਫੈਸਰਾਂ ਦੀ ਟੋਲੀ ਨੂੰ ਪੁੱਛਦੇ ਹਨ, "ਕੀ ਉਨ੍ਹਾਂ ਨੇ ਕਦੇ ਇਸ ਬਾਰੇ ਸੋਚਿਆ ਹੈ, ਕਿ ਜਦੋਂ ਆਦਮੀ ਮਰ ਜਾਂਦਾ ਹੈ, ਤਾਂ ਕੀ ਹੁੰਦਾ ਹੈ – ਉਨ੍ਹਾਂ ਵਿਚੋਂ ਇੱਕ ਪ੍ਰੋਫੈਸਰ ਉੱਠ ਕੇ ਚੁੱਪ ਚਾਪ ਅੰਦਰ ਕਮਰੇ ਵਿਚ ਗਿਆ ਅਤੇ ਇੱਕ ਪੁਸਤਕ ਲੈ ਕੇ ਬਾਹਰ ਆ ਗਿਆ – ਇਹ ਪੁਸਤਕ ਸੀ, *ਇੱਕ ਯੋਗੀ ਦੀ ਆਤਮਕਥਾ*। ਮੈਂ ਦੇਖ ਕੇ ਹੈਰਾਨ ਰਹਿ ਗਿਆ ਕਿ ਮਾਰਕਸ ਅਤੇ ਲੈਨਿਨ ਦੇ ਭੌਤਿਕਵਾਦੀ ਸਿਧਾਂਤਾਂ ਅਨੁਸਾਰ ਸ਼ਾਸਨ ਕਰਨ ਵਾਲੇ ਦੇਸ ਦੀ ਇੱਕ ਸਰਕਾਰੀ ਸੰਸਥਾ ਦੇ ਕਰਮਚਾਰੀ ਮੈਨੂੰ ਪਰਮਹੰਸ ਯੋਗਾਨੰਦ ਜੀ ਦੀ ਪੁਸਤਕ ਦਿਖਾ ਰਹੇ ਹਨ," ਉਸ ਨੇ ਕਿਹਾ, "ਕ੍ਰਿਪਾ ਕਰ ਕੇ ਸਮਝਣ ਦੀ ਕੋਸ਼ਿਸ ਕਰੋ ਕਿ ਭਾਰਤ ਦੀ ਆਤਮਾ ਸਾਡੇ ਵਾਸਤੇ ਓਪਰੀ ਨਹੀਂ ਹੈ। ਅਸੀਂ ਇਸ ਪੁਸਤਕ ਵਿਚ ਵਰਣਿਤ ਹਰ ਇੱਕ ਸਚਾਈ ਦੀ ਪ੍ਰਮਾਣਿਕਤਾ ਨੂੰ ਸਵੀਕਾਰ ਕਰਦੇ ਹਾਂ।"

ਇੰਡੀਆ ਜਰਨਲ (ਅਪਰੈਲ 21, 1995) ਨੇ ਆਪਣਾ ਇੱਕ ਲੇਖ ਇਨ੍ਹਾਂ ਸ਼ਬਦਾਂ ਨਾਲ ਸਮਾਪਤ ਕੀਤਾ, "ਹਜ਼ਾਰਾਂ ਪੁਸਤਕਾਂ ਜੋ ਹਰ ਸਾਲ ਛਪਦੀਆਂ ਹਨ, ਉਨ੍ਹਾਂ ਵਿਚੋਂ ਕੁਝ ਪੁਸਤਕਾਂ ਮਨੋਰੰਜਨ ਵਾਸਤੇ, ਕੁਝ ਸਿੱਖਿਆਦਾਇਕ ਅਤੇ ਕੁਝ ਗਿਆਨ ਵਧਾਊ ਹੁੰਦੀਆਂ ਹਨ। ਇੱਕ ਪਾਠਕ ਆਪਣੇ ਆਪ ਨੂੰ ਖੁਸ਼ਕਿਸਮਤ ਸਮਝ ਸਕਦਾ ਹੈ, ਜੇ ਉਸ ਨੂੰ ਕੋਈ ਇਹੋ ਜਿਹੀ ਪੁਸਤਕ ਮਿਲ ਜਾਵੇ, ਜਿਹੜੀ ਇਨ੍ਹਾਂ ਤਿੰਨਾਂ ਦਾ ਹੀ ਕੰਮ ਸਾਰ ਦੇਵੇ। *ਇੱਕ ਯੋਗੀ ਦੀ ਆਤਮਕਥਾ*, ਇਨ੍ਹਾਂ ਸਾਰਿਆਂ ਵਿਚੋਂ ਅਲੌਕਿਕ ਹੈ – ਇਹ ਇੱਕ ਇਹੋ ਜਿਹੀ ਪੁਸਤਕ ਹੈ ਜਿਹੜੀ ਮਨ ਅਤੇ ਆਤਮਾ ਦੇ ਦੁਆਰ ਖੋਲ੍ਹ ਦਿੰਦੀ ਹੈ।"

ਹਾਲ ਹੀ ਦੇ ਵਰ੍ਹਿਆਂ ਵਿਚ ਇਸ ਪੁਸਤਕ ਦਾ, ਪੁਸਤਕ ਵਿਕਰੇਤਾਵਾਂ, ਸਮਾਲੋਚਕਾਂ ਅਤੇ ਪਾਠਕਾਂ ਨੇ ਆਧੁਨਿਕ ਸਮੇਂ ਦੀ ਬਹੁਤ ਹੀ ਪ੍ਰਭਾਵਸ਼ਾਲੀ ਪੁਸਤਕ ਵਜੋਂ ਸੁਆਗਤ ਕੀਤਾ ਹੈ। 1999 ਵਿਚ ਹਾਰਪਰ ਕਾਲਨਿਜ ਦੇ ਲੇਖਕਾਂ ਅਤੇ ਸਮਾਲੋਚਕਾਂ ਦੇ ਇੱਕ ਸਮੂਹ ਨੇ *ਇੱਕ ਯੋਗੀ ਦੀ ਆਤਮਕਥਾ* ਨੂੰ ਸਦੀ ਦੀਆਂ ਪਹਿਲੀਆਂ ਸੌ ਹਰਮਨ ਪਿਆਰੀਆਂ ਅਧਿਆਤਮਿਕ ਪੁਸਤਕਾਂ ਅਤੇ 2005 ਵਿਚ ਛਪੀਆਂ ਪਹਿਲੀਆਂ 50 ਬਿਹਤਰੀਨ ਅਧਿਆਤਮਿਕ ਪੁਸਤਕਾਂ ਵਿਚ ਸ਼ਾਮਲ ਕਰ ਕੇ, ਇਸ ਪੁਸਤਕ ਦਾ ਮਾਣ ਵਧਾਇਆ। ਟਾਮ ਬਟਲਰ ਬੋਡਨ ਲਿਖਦੇ ਹਨ ਕਿ, "ਅੱਜ ਤਕ ਲਿਖੀਆਂ ਗਈਆਂ ਮਨੋਰੰਜਕ ਅਤੇ ਗਿਆਨ ਵਧਾਊ ਪੁਸਤਕਾਂ ਵਿਚੋਂ ਇਹ ਉਚਿਤ ਰੂਪ ਵਿਚ ਹਰਮਨ ਪਿਆਰੀ ਪੁਸਤਕ ਹੈ।"

ਪੁਸਤਕ ਦੇ ਆਖਰੀ ਚੈਪਟਰ ਵਿਚ ਪਰਮਹੰਸ ਯੋਗਾਨੰਦ, ਉਸ ਡੂੰਘੇ ਵਿਸ਼ਵਾਸ ਬਾਰੇ ਲਿਖਦੇ ਹਨ, ਜਿਹੜਾ ਵਿਸ਼ਵ ਦੇ ਸਾਰੇ ਧਰਮਾਂ ਦੇ ਸੰਤ ਮਹਾਤਮਾ ਸਦੀਆਂ ਤੋਂ ਦਿੰਦੇ ਆ ਰਹੇ ਹਨ :

> *"ਪ੍ਰਮਾਤਮਾ ਪਿਆਰ ਹੈ, ਇਸ ਵਾਸਤੇ ਸੰਸਾਰ ਬਾਰੇ ਉਸ ਦੀ ਯੋਜਨਾ ਸਿਰਫ ਪਿਆਰ ਉੱਪਰ ਹੀ ਅਧਾਰਿਤ ਹੋ ਸਕਦੀ ਹੈ। ਵਿਦਵਤਾ ਪੂਰਨ ਤਰਕ-ਵਿਤਰਕ ਦੀ ਬਜਾਏ, ਇਹ ਸਿੱਧਾ ਸਾਦਾ ਵਿਚਾਰ ਮਨੁੱਖੀ ਮਨ ਨੂੰ ਧਰਵਾਸ ਕਿਉਂ ਨਹੀਂ ਦਿੰਦਾ? ਸਚਾਈ ਨੂੰ ਆਤਮਸਾਤ ਕਰਨ ਵਾਲੇ ਹਰ ਇੱਕ ਸੰਤ ਨੇ ਇਹ ਪ੍ਰਮਾਣਿਤ ਕੀਤਾ ਹੈ ਕਿ ਦੈਵੀ ਵਿਸ਼ਵ ਯੋਜਨਾ ਮੌਜੂਦ ਹੈ ਅਤੇ ਇਹ ਸੁੰਦਰ ਅਤੇ ਆਨੰਦ ਨਾਲ ਭਰਪੂਰ ਹੈ।"*

ਇੱਕ ਯੋਗੀ ਦੀ ਆਤਮਕਥਾ ਦੀ ਪ੍ਰਕਾਸ਼ਨਾ, ਸਦੀ ਦੇ ਦੂਜੇ ਅੱਧ ਵਿਚ ਦਾਖਲ ਹੋ ਚੁੱਕੀ ਹੈ। ਅਸੀਂ ਇਹ ਉਮੀਦ ਕਰਦੇ ਹਾਂ ਕਿ ਇਸ ਉਤਸ਼ਾਹ ਵਰਧਕ ਪੁਸਤਕ ਦੇ ਸਾਰੇ ਪਾਠਕ–ਜਿਹੜੇ ਇਸ ਨੂੰ ਪਹਿਲੀ ਬਾਰ ਪੜ੍ਹ ਰਹੇ ਹਨ ਅਤੇ ਉਹ ਵੀ ਜਿਨ੍ਹਾਂ ਨੂੰ ਜ਼ਿੰਦਗੀ ਦੇ ਲੰਮੇ ਸਫਰ ਵਿਚ ਦਿਲ ਦੇ ਮਹਿਰਮ ਵਾਂਗ ਢਾਸਣਾ ਦਿੰਦੀ ਆ ਰਹੀ ਹੈ – ਉਹ ਅਜ਼ਲੀ ਸਚਾਈਆਂ, ਜਿਹੜੀਆਂ ਜ਼ਿੰਦਗੀ ਦੇ ਗੂੜ੍ਹੇ ਭੇਦਾਂ ਦੇ ਸੀਨੇ ਵਿਚ ਮੌਜੂਦ ਹਨ, ਵਿਚ ਆਪਣੀ ਆਤਮਾ ਦੇ ਦੁਆਰ ਖੁੱਲ੍ਹਦੇ ਦੇਖਣਗੇ।

ਯੋਗਦਾ ਸਤਸੰਗ ਸੁਸਾਇਟੀ ਆਫ ਇੰਡੀਆ /
ਸੈਲਫ-ਰੀਆਲਾਈਜੇਸ਼ਨ ਫੈਲੋਸ਼ਿਪ

ਲਾਸ ਐਂਜਲਸ, ਕੈਲੀਫੋਰਨੀਆ
ਸਿਤੰਬਰ 2021

ਧਰਮਪਰਾਇਣਤਾ ਦੇ ਸਦੀਵੀ ਨਿਯਮ

ਹੁਣੇ ਹੁਣੇ ਆਜ਼ਾਦ ਹੋਏ ਭਾਰਤ (1947) ਦੇ ਝੰਡੇ ਵਿਚ ਗੂੜ੍ਹੇ ਕੇਸਰੀ,ਚਿੱਟੇ ਅਤੇ ਗੂੜ੍ਹੇ ਹਰੇ ਰੰਗ ਦੀਆਂ ਪੱਟੀਆਂ ਹਨ। ਨੇਵੀ ਬਲਿਊ ਧਰਮ ਚੱਕਰ (ਨਿਯਮ ਚੱਕਰ) ਸਮਰਾਟ ਅਸ਼ੋਕ ਦੁਆਰਾ ਈਸਾ ਪੂਰਵ ਤੀਜੀ ਸਦੀ ਵਿਚ ਉਸਾਰੇ ਗਏ ਸਾਰਨਾਥ ਸ਼ਿਲਾ ਸਤੰਬ ਦੇ ਨਮੂਨੇ ਦਾ ਪੁਨਰ-ਪ੍ਰਸਤੁਤੀਕਰਨ ਹੈ।

ਚੱਕਰ, ਧਰਮਪਰਾਇਣਤਾ ਦੇ ਸਦੀਵੀ ਨਿਯਮਾਂ ਦੇ ਪ੍ਰਤੀਕ ਵਜੋਂ ਚੁਣਿਆ ਗਿਆ ਸੀ ਅਤੇ ਸਬੱਬੀਂ ਵਿਸ਼ਵ ਦੇ ਉਸ ਮਹਾਨ ਕੀਰਤੀਵਾਨ ਸਮਰਾਟ ਦੀ ਯਾਦ ਨੂੰ ਸਮਰਪਿਤ ਹੈ। ਅੰਗਰੇਜ਼ ਇਤਿਹਾਸਕਾਰ ਐਚ. ਜੀ. ਰਾਵਲਿਨਸਨ ਲਿਖਦਾ ਹੈ, "ਉਸ ਦੇ 40 ਸਾਲਾਂ ਦੇ ਸ਼ਾਸਨ ਕਾਲ ਦਾ ਕੋਈ ਮੁਕਾਬਲਾ ਨਹੀਂ। ਬਹੁਤ ਵਾਰ ਉਸ ਦੀ ਤੁਲਨਾ ਈਸਾ ਤੋਂ 250 ਸਾਲ ਪਹਿਲਾਂ ਹੋਏ ਮਾਰਕੁਸ ਆਰੀਲਿਅਸ, *ਸੇਂਟ ਪਾਲ* ਅਤੇ ਕਾਨਸਟੈਨਟਾਈਨ ਨਾਲ ਕੀਤੀ ਜਾਂਦੀ ਹੈ। ਇਹ ਅਸ਼ੋਕ ਦਾ ਹੀ ਜਿਗਰਾ ਸੀ, ਜਿਸ ਨੇ ਯੁੱਧ ਜਿੱਤਣ ਤੋਂ ਬਾਅਦ, ਯੁੱਧ ਦੇ ਨਤੀਜਿਆਂ ਉੱਪਰ ਘਿਰਨਾ ਅਤੇ ਪਛਚਾਤਾਪ ਦੀ ਅਭੀਵਿਅਕਤੀ ਕੀਤੀ ਅਤੇ ਸੋਚ ਵਿਚਾਰ ਕੇ, ਇਸ ਨੂੰ ਘਟੀਆ ਨੀਤੀ ਮੰਨਦਿਆਂ ਯੁੱਧ ਕਰਨ ਦੀ ਇੱਛਾ ਨੂੰ ਤਿਆਗ ਦਿੱਤਾ।

ਅਸ਼ੋਕ ਨੂੰ ਵਿਰਾਸਤ ਵਿਚ ਮਿਲੇ ਰਾਜ-ਭਾਗ ਵਿਚ ਨੇਪਾਲ, ਅਫਗਾਨਿਸਤਾਨ ਅਤੇ ਬਲੋਚਿਸਤਾਨ ਸ਼ਾਮਲ ਸਨ। ਪਹਿਲੇ ਅੰਤਰਰਾਸ਼ਟਰਵਾਦੀ ਦੇ ਤੌਰ ਤੇ ਉਸ ਨੇ ਬਰਮਾ, ਸ਼੍ਰੀ ਲੰਕਾ, ਸੀਰੀਆ ਅਤੇ ਮਕਦੂਨੀਆ ਵਿਚ ਬਹੁਤ ਸਾਰੀਆਂ ਸ਼ੁਭ ਕਾਮਨਾਵਾਂ ਅਤੇ ਤੋਹਫਿਆਂ ਸਮੇਤ ਆਪਣੇ ਧਾਰਮਿਕ ਅਤੇ ਸਭਿਆਚਾਰਕ ਪ੍ਰਚਾਰਕ ਭੇਜੇ।

ਵਿਦਵਾਨ ਪੀ. ਮਾਸਨ-ਆਰਸੀਲ ਦੇ ਮਤ ਅਨੁਸਾਰ, "ਅਸ਼ੋਕ ਮੌਰੀਆ ਵੰਸ਼ ਦਾ ਤੀਸਰਾ ਰਾਜਾ ਸੀ, ਰਾਜਿਆਂ ਦੇ ਇਤਿਹਾਸ ਵਿਚ ਇੱਕ ਮਹਾਨ ਦ੍ਰਾਸ਼ਨਿਕ-ਸਮਰਾਟ। ਸ਼ਕਤੀ ਅਤੇ ਉਦਾਰਤਾ, ਇਨਸਾਫ ਅਤੇ ਦਾਨ ਦਾ ਸੁਮੇਲ, ਜਿਸ ਤਰ੍ਹਾਂ ਉਸ ਨੇ ਕੀਤਾ, ਉਸ ਤਰ੍ਹਾਂ ਦਾ ਸੁਮੇਲ ਹੋਰ ਕੋਈ ਨਹੀਂ ਕਰ ਸਕਿਆ। ਉਹ ਆਪਣੇ ਸਮੇਂ ਦੀ ਨੇਕ ਨਾਮੀ ਦੀ ਉਦਾਹਰਣ ਖੁਦ ਆਪ ਸੀ ਅਤੇ ਪੂਰੀ ਤਰ੍ਹਾਂ ਆਧੁਨਿਕ ਮਸੀਹੇ ਦੇ ਰੂਪ ਵਿਚ

ਸਾਡੇ ਸਾਹਮਣੇ ਆਉਂਦਾ ਹੈ। ਆਪਣੇ ਲੰਬੇ ਸ਼ਾਸਨ ਕਾਲ ਵਿਚ ਜੋ ਪ੍ਰਾਪਤੀਆਂ ਉਸ ਨੇ ਕੀਤੀਆਂ, ਸਾਨੂੰ ਸਿਰਫ ਖਿਆਲ ਉਡਾਰੀਆਂ ਹੀ ਲਗਦੀਆਂ ਹਨ : ਅਪਾਰ ਸੰਸਾਰਕ ਸ਼ਕਤੀ ਦੇ ਮਾਲਕ ਹੁੰਦਿਆਂ ਵੀ, ਉਸ ਨੇ ਸ਼ਾਂਤੀ ਦੀ ਸਥਾਪਨਾ ਕੀਤੀ। ਆਪਣੇ ਲੰਬੇ ਚੌੜੇ ਰਾਜ ਭਾਗ ਤੋਂ ਅਗਾਂਹ ਜਾ ਕੇ , ਉਸ ਨੇ ਦੂਜੇ ਧਰਮਾਂ ਦੇ ਮੂਲ ਉਦੇਸ਼ਾਂ ਨੂੰ ਆਤਮਸਾਤ ਕੀਤਾ-ਵਿਸ਼ਵਵਿਆਪੀ ਨਿਯਮ-ਸਮੁੱਚੀ ਮਨੁੱਖਤਾ ਨੂੰ ਗਲੇ ਲਗਾਉਣਾ।''

''ਧਰਮ (ਵਿਧਾਤਾ ਦਾ ਨਿਯਮ) ਦਾ ਉਦੇਸ਼ ਹੈ, ਸਾਰਿਆਂ ਦੀ ਖੁਸ਼ਹਾਲੀ।'' ਆਪਣੇ ਸ਼ਿਲਾ-ਲੇਖਾਂ ਅਤੇ ਸ਼ਿਲਾ-ਸਤੰਬਾਂ ਰਾਹੀਂ, ਜਿਹੜੇ ਅੱਜ ਤਕ ਮੌਜੂਦ ਹਨ, ਅਸ਼ੋਕ ਦੂਰ ਦੂਰ ਤਕ ਵਸ ਰਹੀ ਆਪਣੀ ਰੱਈਅਤ ਨੂੰ ਇਹ ਹੀ ਨਸੀਹਤ ਦਿੰਦਾ ਹੈ ਕਿ ਖੁਸ਼ੀ ਦੀ ਬੁਨਿਆਦ ਇਖਲਾਕ ਅਤੇ ਧਰਮਪਰਾਇਣਤਾ ਵਿਚ ਹੈ।

ਆਧੁਨਿਕ ਭਾਰਤ, ਉਸ ਖੁਸ਼ਹਾਲੀ ਅਤੇ ਬੁਲੰਦੀ ਨੂੰ ਪੁਨਰਜੀਵਤ ਕਰਨ ਦਾ ਅਭਿਲਾਸ਼ੀ ਹੈ, ਜਿਹੜੀ ਹਜ਼ਾਰਾਂ ਵਰ੍ਹਿਆਂ ਤਕ ਇੱਥੇ ਛਾਈ ਰਹੀ, ਇਸ ਨਵੇਂ ਝੰਡੇ ਰਾਹੀਂ ਸਮਰਾਟ ਅਸ਼ੋਕ ''ਦੇਵਤਿਆਂ ਨੂੰ ਪਿਆਰੇ'' ਨੂੰ ਸ਼ਰਧਾ ਦੇ ਫੁੱਲ ਅਰਪਣ ਕਰਦਾ ਹੈ।

(1947 ਤੋ ਪਹਿਲਾਂ ਦੇ ਉੱਤਰਪੱਛਮ ਦੇ ਇਲਾਕੇ ਹੁਣ ਪਾਕਿਸਤਾਨ ਦਾ ਅਤੇ ਉੱਤਰਪੂਰਬ ਦੇ ਇਲਾਕੇ ਬੰਗਲਾ ਦੇਸ ਦਾ ਹਿੱਸਾ ਬਣ ਗਏ ਹਨ।)

ਇੱਕ ਯੋਗੀ ਦੀ ਆਤਮਕਥਾ

ਚੈਪਟਰ 1

ਮੇਰੇ ਮਾਤਾ ਪਿਤਾ ਅਤੇ ਮੇਰਾ ਬਚਪਨ

ਪਰਮ ਸੱਚ ਦੀ ਖੋਜ ਅਤੇ ਉਸ ਦੇ ਨਾਲ ਨਾਲ ਸ਼ਿਸ਼ ਅਤੇ ਗੁਰੂ* ਦਾ ਸਬੰਧ ਵੀ ਲੰਬੇ ਸਮੇਂ ਤੋਂ ਭਾਰਤੀ ਸਭਿਅਤਾ ਦੀ ਵਿਸ਼ੇਸ਼ਤਾ ਰਹੀ ਹੈ।

ਇਸ ਖੋਜ ਵਿਚ ਮੇਰੀ ਆਪਣੀ ਜੀਵਨ ਯਾਤਰਾ ਨੇ ਮੈਨੂੰ ਇੱਕ ਭਗਵਤ ਸਰੂਪ ਸਿੱਧ ਮਹਾਂ ਪੁਰਸ਼ ਦੇ ਕੋਲ ਪਹੁੰਚਾ ਦਿੱਤਾ, ਜਿਨ੍ਹਾਂ ਦਾ ਆਪਣਾ ਸੁੱਘੜ ਜੀਵਨ ਯੁਗਾਂ ਯੁਗਾਂਤਰਾਂ ਦਾ ਆਦਰਸ਼ ਬਣਨ ਲਈ ਤਰਾਸ਼ਿਆ ਗਿਆ ਸੀ। ਉਹ, ਉਨ੍ਹਾਂ ਮਹਾਨ ਵਿਭੂਤੀਆਂ ਵਿਚੋਂ ਇੱਕ ਸਨ, ਜੋ ਭਾਰਤ ਦਾ ਸੱਚਾ ਗੌਰਵ ਰਹੇ ਹਨ। ਇਹੋ ਜਿਹੇ ਸਿੱਧ ਪੁਰਸ਼ਾਂ ਨੇ ਹੀ ਸਮੇਂ ਸਮੇਂ ਤੇ ਅਵਤਾਰ ਲੈ ਕੇ ਆਪਣੇ ਦੇਸ਼ ਨੂੰ ਪ੍ਰਾਚੀਨ ਮਿਸਰ ਅਤੇ ਬੇਬੀਲੋਨ ਵਾਂਗ ਨਸ਼ਟ ਹੋਣ ਤੋਂ ਬਚਾਇਆ।

ਮੇਰੀ ਬਾਲ ਅਵਸਥਾ ਵਿਚ ਪਿਛਲੇ ਜਨਮ ਦੀਆਂ ਘਟਨਾਵਾਂ ਦੀਆਂ ਯਾਦਾਂ, ਮੇਰੇ ਸਿਮਰਤੀ ਪਟਲ ਉੱਪਰ ਉੱਕਰ ਰਹੀਆਂ ਸਨ, ਭਾਵੇਂ ਉਹ ਘਟਨਾਵਾਂ ਦੇ ਘਟਣ ਦੀ ਤਰਤੀਬ ਅਨੁਸਾਰ ਨਹੀਂ ਸਨ, ਪਰ ਕਿਸੇ ਪਿਛਲੇ ਜਨਮ ਦੀ ਯਾਦ ਬੜੀ ਸਪਸ਼ਟ ਸੀ, ਜਦੋਂ ਮੈਂ ਹਿਮਾਲਿਆ ਦੀਆਂ ਬਰਫਾਂ ਵਿਚ ਰਹਿਣ ਵਾਲਾ ਇੱਕ ਯੋਗੀ† ਹੁੰਦਾ ਸੀ। ਅਤੀਤ ਦੀਆਂ ਇਨ੍ਹਾਂ ਝਾਕੀਆਂ ਨੇ ਕਿਸੇ ਅਗਿਆਤ ਕੜੀ ਨਾਲ ਜੁੜ ਕੇ ਮੈਨੂੰ ਆਪਣੇ ਭਵਿਖ ਦੇ ਜੀਵਨ ਦੀ ਵੀ ਝਲਕ ਦਿਖਾ ਦਿੱਤੀ ਸੀ।

ਮੈਨੂੰ ਆਪਣੇ ਬਚਪਨ ਦੀ ਅਪਮਾਨਜਨਕ ਅਸਮਰਥਤਾ ਅਜੇ ਤਕ ਯਾਦ ਹੈ। ਮੈਂ ਆਪਣੇ ਆਪ ਨੂੰ ਅਜ਼ਾਦ ਤੌਰ ਤੇ ਵਿਅਕਤ ਕਰਨ ਅਤੇ ਚੱਲਣ ਫਿਰਨ ਦੀ ਅਸਮਰਥਤਾ ਕਾਰਨ ਰੋਸ਼ ਪੂਰਨ ਲਹਿਜੇ ਵਿਚ ਚੇਤੰਨ ਸੀ। ਇਹ ਸਰੀਰਕ ਅਸਮਰਥਤਾ ਮਹਿਸੂਸ ਕਰਕੇ ਮੇਰੇ ਅੰਦਰ ਪ੍ਰਾਰਥਨਾ ਦੀਆਂ ਲਹਿਰਾਂ ਉੱਠਦੀਆਂ ਰਹਿੰਦੀਆਂ ਸਨ। ਮੇਰੇ ਵਿਆਕੁਲ ਭਾਵ ਅਨੇਕ ਭਾਸ਼ਾਵਾਂ ਦੇ ਸ਼ਬਦਾਂ ਰਾਹੀਂ ਮੇਰੇ ਮਨ ਵਿਚ ਵਿਅਕਤ ਹੁੰਦੇ ਸਨ। ਕਈ ਭਾਸ਼ਾਵਾਂ ਦੀ ਮਾਨਸਿਕ ਉਲਝਣ ਵਿਚ, ਹੌਲੀ ਹੌਲੀ ਮੈਂ ਆਪਣੇ ਲੋਕਾਂ ਦੇ ਬੰਗਾਲੀ ਭਾਸ਼ਾ ਦੇ ਸ਼ਬਦ ਸੁਣਨ ਦਾ ਆਦੀ ਹੋ ਗਿਆ। ਇਹ ਸੀ ਸ਼ਿਸ਼ੂ ਮਨ ਦੀ ਦਿਲ ਪਰਚਾਉਣ ਵਾਲੀ ਸੀਮਾ, ਜਿਸ ਨੂੰ ਵੱਡੇ ਵੱਡੇ ਆਦਮੀ ਖਿਲੌਣਿਆਂ ਅਤੇ ਅੰਗੂਠਾ ਚੁੰਘਣ ਤਕ ਹੀ ਸੀਮਤ ਰਖਦੇ ਹਨ।

* ਅਧਿਆਤਮਿਕ ਗੁਰੂ। *ਗੁਰੂ ਗੀਤਾ* (ਸ਼ਲੋਕ 17) ਵਿਚ ਗੁਰੂ ਸ਼ਬਦ ਦੀ ਬੜੇ ਸੁਚੱਜੇ ਢੰਗ ਨਾਲ "ਅੰਧਕਾਰ ਮਿਟਾਉਣ ਵਾਲਾ" ਦਸ ਕੇ ਵਿਆਖਿਆ ਕਰਦੀ ਹੈ। (*ਗੁ* ਮਤਲਬ "ਅੰਧਕਾਰ," *ਰੂ* "ਮਤਲਬ ਮਿਟਾਉਣ ਵਾਲਾ")

† ਯੋਗ ਅਭਿਆਸੀ, "ਯੋਗ" ਪ੍ਰਮਾਤਮਾ ਉੱਪਰ ਧਿਆਨ ਕਰਨ ਦਾ ਪ੍ਰਾਚੀਨ ਵਿਗਿਆਨ। (ਦੇਖੋ ਚੈਪਟਰ 26: "*ਕਿਰਿਆ ਯੋਗ* ਵਿਗਿਆਨ।")

ਸਰੀਰ ਦੁਆਰਾ ਢੁਕਵਾਂ ਉੱਤਰ ਦੇਣ ਦੇ ਯੋਗ ਨਾ ਹੋਣ ਕਰ ਕੇ, ਮਾਨਸਿਕ ਬੇਚੈਨੀ ਮਹਿਸੂਸ ਕਰਦਿਆਂ, ਮੈਂ ਕਈ ਵਾਰ ਜ਼ਿਦ ਕਰਕੇ ਰੋਣ ਲੱਗ ਜਾਂਦਾ ਸੀ। ਮੈਨੂੰ ਯਾਦ ਹੈ ਕਿ ਮੇਰਾ ਪਰਿਵਾਰ ਮੇਰੀ ਇਸ ਵਿਆਕੁਲਤਾ ਦੇ ਕਾਰਨ ਘਬਰਾ ਜਾਂਦਾ ਸੀ। ਮੇਰੀ ਮਾਤਾ ਜੀ ਦਾ ਲਾਡ ਦੁਲਾਰ, ਤੁਤਲਾ ਕੇ ਬੋਲਣ ਅਤੇ ਲੜਖੜਾਕੇ ਚਲਣ ਦੀ ਕੋਸ਼ਿਸ਼ ਵਰਗੀਆਂ ਖੁਸ਼ੀਆਂ ਦੀਆਂ ਯਾਦਾਂ ਵੀ ਬਹੁਤ ਹਨ। ਬਚਪਨ ਦੀਆਂ ਇਨ੍ਹਾਂ ਸਫਲਤਾਵਾਂ ਨੂੰ ਛੇਤੀ ਹੀ ਭੁਲਾ ਦਿੱਤਾ ਜਾਂਦਾ ਹੈ। ਪ੍ਰੰਤੂ ਫਿਰ ਵੀ ਇਹ ਸਫਲਤਾਵਾਂ ਆਤਮ ਵਿਸ਼ਵਾਸ਼ ਦੀਆਂ ਕੁਦਰਤੀ ਨੀਹਾਂ ਹੁੰਦੀਆਂ ਹਨ।

ਮੇਰੀਆਂ ਦੂਰ-ਰਸ ਯਾਦਾਂ ਕੋਈ ਵਿਲੱਖਣ ਨਹੀਂ ਹਨ। ਅਨੇਕ ਯੋਗੀਆਂ ਦੇ ਸਬੰਧ ਵਿਚ ਮਸ਼ਹੂਰ ਹੈ, ਕਿ ਉਨ੍ਹਾਂ ਨੇ "ਜ਼ਿੰਦਗੀ" ਅਤੇ "ਮੌਤ" ਦੇ ਨਾਟਕੀ ਪ੍ਰੀਵਰਤਨ ਦੇ ਵਕਤ ਵੀ ਆਪਣੀ ਆਤਮ ਚੇਤਨਤਾ ਬਣਾਈ ਰੱਖੀ। ਜੇ ਮਨੁੱਖ ਕੇਵਲ ਸਰੀਰ ਹੁੰਦਾ, ਤਾਂ ਨਿਰਸੰਦੇਹ ਉਸ ਦੀ ਮੌਤ ਦੇ ਨਾਲ ਹੀ ਉਸ ਦੇ ਵਜੂਦ ਦੀ ਹੋਂਦ ਖਤਮ ਹੋ ਜਾਂਦੀ। ਪ੍ਰੰਤੂ ਯੁਗਾਂ ਯੁਗਾਂਤਰਾਂ ਤੋਂ ਪੈਗੰਬਰਾਂ ਅਤੇ ਮਹਾਂ ਪੁਰਸ਼ਾਂ ਨੇ ਇਹ ਸੱਚ ਉਚਾਰਿਆ ਹੈ ਕਿ ਮਨੁੱਖ ਮੂਲ ਰੂਪ ਵਿਚ ਇੱਕ ਨਿਰਸਰੀਰੀ ਅਤੇ ਸਰਬਵਿਆਪਕ ਆਤਮਾ ਹੈ।

ਬਚਪਨ ਦੀਆਂ ਸਪਸ਼ਟ ਯਾਦਾਂ ਦਾ ਹੋਣਾ ਵਿਲੱਖਣ ਤਾਂ ਹੈ, ਪ੍ਰੰਤੂ ਇਹੋ ਜਿਹੀਆਂ ਘਟਨਾਵਾਂ ਦਾ ਹੋਣਾ ਦੁਰਲਭ ਵੀ ਨਹੀਂ। ਅਨੇਕ ਦੇਸ਼ਾਂ ਦੀਆਂ ਯਾਤਰਾਵਾਂ ਕਰਦਿਆਂ, ਕਈ ਸੱਚੇ ਇਸਤਰੀਆਂ ਅਤੇ ਪੁਰਸ਼ਾਂ ਦੇ ਮੂਹੋਂ, ਉਨ੍ਹਾਂ ਦੇ ਬਚਪਨ ਦੀਆਂ ਸੱਚੀਆਂ ਕਹਾਣੀਆਂ ਸੁਣੀਆਂ ਹਨ।

ਮੇਰਾ ਜਨਮ ਪੂਰਬ ਉੱਤਰ ਭਾਰਤ ਦੇ ਹਿਮਾਲਿਆ ਪਹਾੜਾਂ ਵਿਚ ਵਸੇ ਗੋਰਖਪੁਰ ਵਿਚ, 5 ਜਨਵਰੀ 1893 ਵਿਚ ਹੋਇਆ। ਉੱਥੇ ਹੀ ਮੇਰੀ ਜ਼ਿੰਦਗੀ ਦੇ ਪਹਿਲੇ ਅੱਠ ਸਾਲ ਬੀਤੇ। ਅਸੀਂ ਅੱਠ ਭੈਣ ਭਰਾ ਸੀ। ਚਾਰ ਭਰਾ ਅਤੇ ਚਾਰ ਭੈਣਾਂ। ਮੈਂ ਮੁਕੰਦ ਲਾਲ ਘੋਸ਼* ਭਰਾਵਾਂ ਵਿਚੋਂ ਦੂਸਰਾ ਅਤੇ ਉਂਜ ਆਪਣੇ ਮਾਤਾ ਪਿਤਾ ਦੀ ਚੌਥੀ ਸੰਤਾਨ ਸੀ।

ਮੇਰੇ ਮਾਤਾ ਪਿਤਾ ਬੰਗਾਲੀ *ਖਤਰੀ* ਸਨ। ਦੋਵੇਂ ਹੀ ਸੰਤ ਸੁਭਾਅ ਦੇ ਮਾਲਕ ਸਨ। ਉਨ੍ਹਾਂ ਦਰਮਿਆਨ ਆਪਸੀ ਪ੍ਰੇਮ, ਸ਼ਾਂਤੀ ਅਤੇ ਇੱਕ ਦੂਜੇ ਦੇ ਪ੍ਰਤੀ ਸਨਮਾਨਿਤ ਵਿਵਹਾਰ ਹੋਣ ਕਰਕੇ ਕਦੇ ਵੀ ਮਨ ਮੁਟਾਵ ਨਹੀਂ ਸੀ ਦੇਖਿਆ ਗਿਆ। ਮੇਰੇ ਮਾਤਾ ਪਿਤਾ ਦਾ ਇਹ ਆਪਸੀ ਮੇਲ ਮਿਲਾਪ ਸਾਡੇ ਨੰਨ੍ਹੇ-ਮੁੰਨ੍ਹੇ ਅੱਠ ਬੱਚਿਆਂ ਦੇ ਸ਼ੋਰ ਸ਼ਰਾਬੇ ਭਰੇ ਜੀਵਨ ਦਾ ਸ਼ਾਂਤ ਕੇਂਦਰ ਸੀ।

* 1915 ਵਿਚ ਜਦੋਂ ਮੈਂ ਸੰਨਿਆਸ ਦੀ ਪ੍ਰਾਚੀਨ ਪਰੰਪਰਾ ਵਿਚ ਸ਼ਾਮਲ ਹੋਇਆ, ਤਾਂ ਮੇਰਾ ਨਾਂ ਬਦਲ ਕੇ ਯੋਗਾਨੰਦ ਹੋ ਗਿਆ। 1935 ਵਿਚ ਮੇਰੇ ਗੁਰੂ ਨੇ, ਮੈਨੂੰ ਸੰਨਿਆਸ ਪਰੰਪਰਾ ਦੀ ਸਭ ਤੋਂ ਉੱਚੀ ਪਦਵੀ ਪਰਮਹੰਸ ਪ੍ਰਦਾਨ ਕੀਤੀ। (ਦੇਖੋ ਪੰਨਾਂ 295, 508)

ਮੇਰੇ ਪਿਤਾ ਸ਼੍ਰੀ ਭਗਵਤੀ ਚਰਨ ਘੋਸ਼ ਦਿਆਲੂ ਅਤੇ ਗੰਭੀਰ ਸੁਭਾਅ ਦੇ ਮਾਲਕ ਸਨ। ਪਰ ਕਦੇ ਕਦੇ ਸਖਤ ਹੋ ਜਾਂਦੇ ਸਨ। ਅਸੀਂ ਸਾਰੇ ਬੱਚੇ ਉਨ੍ਹਾਂ ਨੂੰ ਅਤਿਅੰਤ ਪਿਆਰ ਕਰਦੇ ਹੋਏ ਵੀ, ਉਨ੍ਹਾਂ ਤੋਂ ਸ਼ਰਧਾਪੂਰਨ ਦੂਰੀ ਬਣਾਈ ਰਖਦੇ ਸੀ। ਉਹ ਇੱਕ ਅਸਧਾਰਨ ਗਣਿਤ ਸ਼ਾਸਤਰੀ, ਤਰਕ ਸ਼ਾਸਤਰੀ ਅਤੇ ਮੁਖ ਤੌਰ ਤੇ ਆਪਣੀ ਅਕਲ ਤੋਂ ਕੰਮ ਲੈਣ ਵਾਲੇ ਆਦਮੀ ਸਨ, ਪਰ ਮਾਤਾ ਤਾਂ ਪਿਆਰ ਦੀ ਦੇਵੀ ਹੀ ਸੀ, ਜੋ ਸਾਨੂੰ ਸਿਰਫ ਪਿਆਰ ਨਾਲ ਹੀ ਸਿਖਾਉਂਦੀ ਸੀ। ਮੇਰੀ ਮਾਤਾ ਜੀ ਦੀ ਮੌਤ ਤੋਂ ਬਾਅਦ, ਮੇਰੇ ਪਿਤਾ ਜੀ ਦੀ ਅੰਦਰੂਨੀ ਕੋਮਲਤਾ ਜਿਆਦਾ ਉਜਾਗਰ ਹੋਈ ਤਾਂ ਮੈਂ ਦੇਖਿਆ, ਕਿ ਉਨ੍ਹਾਂ ਦੀਆਂ ਅੱਖਾਂ ਵਿਚ ਮੇਰੀ ਮਾਤਾ ਦੀਆਂ ਅੱਖਾਂ ਦੀ ਝਲਕ ਦਿਖਾਈ ਦਿੰਦੀ ਸੀ।

ਮਾਤਾ ਜੀ ਦੇ ਜਿਉਂਦੇ ਜੀਅ, ਸਾਨੂੰ ਬੱਚਿਆਂ ਨੂੰ, ਬਚਪਨ ਵਿਚ ਹੀ ਧਰਮ ਗਰੰਥਾਂ ਦੀ ਖੱਟੀ-ਮਿੱਠੀ ਜਾਣਕਾਰੀ ਹੋ ਗਈ ਸੀ। ਅਨੁਸ਼ਾਸਨ ਸਿਖਾਉਣ ਲਈ ਮਾਤਾ ਜੀ ਰਾਮਾਇਣ ਅਤੇ ਮਹਾਭਾਰਤ ਵਿਚੋਂ ਅਨੁਕੂਲ ਕਹਾਣੀਆਂ ਸੁਣਾਉਂਦੇ ਸਨ। ਇਹੋ ਜਿਹੇ ਸਮਿਆਂ ਤੇ ਸਿੱਖਿਆ ਅਤੇ ਝਾੜ-ਝੰਬ ਨਾਲ ਨਾਲ ਹੀ ਚਲਦੀ ਸੀ।

ਮੇਰੇ ਮਾਤਾ ਜੀ, ਪਿਤਾ ਜੀ ਦੇ ਸ਼ਾਮ ਨੂੰ ਘਰ ਪਹੁੰਚਣ ਤੋਂ ਪਹਿਲਾਂ ਪਹਿਲਾਂ ਹੀ, ਉਨ੍ਹਾਂ ਦੇ ਸਨਮਾਨਗਤ-ਸੁਆਗਤ ਵਜੋਂ, ਸਾਨੂੰ ਬੱਚਿਆਂ ਨੂੰ ਕਪੜੇ ਆਦਿ ਪਹਿਨਾ ਕੇ ਤਿਆਰ ਕਰਕੇ ਰਖਦੀ। ਪਿਤਾ ਜੀ ਭਾਰਤ ਦੀਆਂ ਉਸ ਵੇਲੇ ਦੀਆਂ ਵੱਡੀਆਂ ਕੰਪਨੀਆਂ ਵਿਚੋਂ ਇੱਕ ਬੰਗਾਲ ਨਾਗਪੁਰ ਰੇਲਵੇ ਕੰਪਨੀ ਵਿਚ ਉਪ-ਪ੍ਰਧਾਨ ਦੇ ਬਰਾਬਰ ਦੇ ਅਹੁਦੇ ਤੇ ਤੈਨਾਤ ਸਨ। ਯਾਤਰਾ ਉਨ੍ਹਾਂ ਦੀ ਨੌਕਰੀ ਦਾ ਇੱਕ ਹਿੱਸਾ ਸੀ। ਇਸ ਕਰਕੇ ਸਾਡਾ ਪਰਿਵਾਰ ਮੇਰੇ ਬਚਪਨ ਵਿਚ ਕਈ ਸ਼ਹਿਰਾਂ ਵਿਚ ਰਿਹਾ।

ਮੇਰੇ ਮਾਤਾ ਜੀ ਦੀਨ-ਦੁਖੀਆਂ ਨੂੰ ਦਾਨ ਦੇਣ ਲਈ ਬੜੇ ਫਰਾਖ ਦਿਲ ਸਨ। ਪਿਤਾ ਜੀ ਦਾ ਝੁਕਾਅ ਵੀ ਗਰੀਬਾਂ ਪ੍ਰਤੀ ਦਯਾਲਤਾ ਭਰਿਆ ਸੀ, ਪ੍ਰੰਤੂ ਉਹ ਆਪਣੀ ਆਮਦਨੀ ਦੀ ਹੱਦ ਅੰਦਰ ਹੀ ਦਾਨ ਪੁੰਨ ਤੇ ਖਰਚ ਕਰਨ ਦੇ ਹੱਕ ਵਿਚ ਸਨ। ਇੱਕ ਵਾਰ ਪੰਦਰਵਾੜੇ ਵਿਚ ਹੀ ਮਾਤਾ ਜੀ ਨੇ ਪਿਤਾ ਜੀ ਦੀ ਮਾਸਿਕ ਆਮਦਨ ਤੋਂ ਜਿਆਦਾ ਖਰਚਾ ਗਰੀਬਾਂ ਨੂੰ ਖੁਆਉਣ ਤੇ ਕਰ ਦਿੱਤਾ।

“ਮੈਂ ਤੈਨੂੰ ਸਿਰਫ ਐਨਾ ਹੀ ਕਹਿੰਦਾ ਹਾਂ,” ਪਿਤਾ ਜੀ ਨੇ ਮਾਤਾ ਜੀ ਨੂੰ ਕਿਹਾ, “ਕਿ ਕ੍ਰਿਪਾ ਕਰਕੇ ਆਪਣਾ ਦਾਨ-ਪੁੰਨ ਇੱਕ ਮੁਨਾਸਿਬ ਹੱਦ ਤਕ ਸੀਮਿਤ ਰੱਖੋ,” ਮਾਤਾ ਜੀ ਨੂੰ ਆਪਣੇ ਪਤੀ ਦੀ ਇਤਨੀ ਕੁ ਪਿਆਰ ਭਰੀ ਘੁਰਕੀ ਵੀ ਦੁਖਦਾਈ ਲੱਗੀ। ਬੱਚਿਆਂ ਨੂੰ ਕਿਸੇ ਪ੍ਰਕਾਰ ਦੇ ਮੱਤਭੇਦ ਦੀ ਖਬਰ ਦਿੱਤੇ ਬਗੈਰ ਮਾਤਾ ਜੀ ਨੇ ਇਕ ਟਾਂਗਾ ਮੰਗਵਾ ਲਿਆ।

"ਨਮਸਕਾਰ, ਮੈਂ ਆਪਣੇ ਪੇਕੇ ਘਰ ਜਾ ਰਹੀ ਹਾਂ," ਉਹੀ ਪ੍ਰਾਚੀਨ ਧਮਕੀ!

ਅਸੀਂ ਹੈਰਾਨ ਪ੍ਰੇਸ਼ਾਨ ਹੋ ਕੇ ਵਿਰਲਾਪ ਕਰਨ ਲੱਗ ਪਏ। ਸੰਜੋਗਵਸ, ਉਸੇ ਵਕਤ ਸਾਡੇ ਮਾਮਾ ਜੀ ਆ ਗਏ। ਉਨ੍ਹਾਂ ਨੇ ਪਿਤਾ ਜੀ ਦੇ ਕੰਨ ਵਿਚ ਘੁਸਰ- ਮੁਸਰ ਕਰਦਿਆਂ, ਨਿਰਸੰਦੇਹ ਸਦੀਆਂ ਤੋਂ ਮਾਨਤਾ ਪ੍ਰਾਪਤ ਕੋਈ ਸਮਝੌਤਾਵਾਦੀ ਸਲਾਹ ਦਿੱਤੀ। ਪਿਤਾ ਜੀ ਦੇ ਸੰਧੀ-ਸੂਚਕ ਸਪਸ਼ਟੀਕਰਨ ਦੇਣ ਤੋਂ ਬਾਅਦ ਮਾਤਾ ਜੀ ਨੇ ਖੁਸ਼ੀ ਖੁਸ਼ੀ ਟਾਂਗਾ ਵਾਪਸ ਭੇਜ ਦਿੱਤਾ। ਮੇਰੇ ਮਾਤਾ ਪਿਤਾ ਦੇ ਦਰਮਿਆਨ ਮੇਰੇ ਦੁਆਰਾ ਦੇਖੇ ਗਏ, ਇੱਕੋ ਇੱਕ ਝਗੜੇ ਦਾ ਅੰਤ, ਇਸ ਪ੍ਰਕਾਰ ਹੋਇਆ। ਪ੍ਰੰਤੂ ਮੈਨੂੰ ਇੱਕ ਖਾਸ ਚੁੰਝ ਚਰਚਾ ਯਾਦ ਆਉਂਦੀ ਹੈ।

"ਕ੍ਰਿਪਾ ਕਰਕੇ ਹੁਣੇ ਹੁਣੇ ਆਈ ਇੱਕ ਬੇ-ਸਹਾਰਾ ਔਰਤ ਨੂੰ ਦੇਣ ਵਾਸਤੇ ਦਸ ਰੁਪਈਏ ਦਿਉ," ਮਾਤਾ ਜੀ ਦੀ ਮੁਸਕਰਾਹਟ ਵਿਚ ਇਕ ਅਲੱਗ ਤਰ੍ਹਾਂ ਦੀ ਪ੍ਰੇਰਣਾ ਸੀ।

"ਦਸ ਰੁਪਈਏ ਕਿਉਂ? ਇੱਕ ਹੀ ਬਹੁਤ ਹੈ," ਪਿਤਾ ਜੀ ਨੇ ਉਚਿਤ ਠਹਿਰਾਉਂਦਿਆਂ, ਇੱਕ ਉਦਾਹਰਣ ਨਾਲ ਹੋਰ ਜੋੜ ਦਿੱਤਾ। "ਜਦੋਂ ਮੇਰੇ ਪਿਤਾ ਜੀ ਅਤੇ ਦਾਦਾ ਜੀ ਦੀ ਅਚਾਨਕ ਮੌਤ ਹੋ ਗਈ, ਤਾਂ ਮੈਨੂੰ ਪਹਿਲੀ ਵਾਰ ਗਰੀਬੀ ਦਾ ਸਾਹਮਣਾ ਕਰਨਾ ਪਿਆ। ਕਈ ਮੀਲ ਚੱਲ ਕੇ ਸਕੂਲ ਜਾਣ ਤੋਂ ਪਹਿਲਾਂ, ਮੇਰਾ ਨਾਸ਼ਤਾ ਹੁੰਦਾ ਸੀ, ਸਿਰਫ ਇੱਕ ਛੋਟਾ ਕੇਲਾ। ਇਸ ਤੋਂ ਬਾਅਦ ਯੂਨੀਵਰਸਿਟੀ ਪਹੁੰਚਣ ਤੱਕ ਮੇਰੀ ਦਸ਼ਾ ਹੋਰ ਵੀ ਭੈੜੀ ਹੋ ਗਈ। ਮੈਂ ਇੱਕ ਅਮੀਰ ਜੱਜ ਨੂੰ ਇੱਕ ਰੁਪਈਆ ਮਹੀਨੇ ਦੀ ਸਹਾਇਤਾ ਦੇਣ ਵਾਸਤੇ ਬੇਨਤੀ ਕੀਤੀ। ਉਸ ਨੇ ਇਹ ਕਹਿੰਦਿਆਂ ਇਨਕਾਰ ਕਰ ਦਿੱਤਾ, ਇੱਕ ਰੁਪਈਆ ਵੀ ਕੋਈ ਐਵੇਂ ਨਹੀਂ ਆਉਂਦਾ।" "ਉਸ ਇੱਕ ਰੁਪਈਏ ਦੇ ਕੌੜੇ ਇਨਕਾਰ ਦੀ ਤੁਹਾਨੂੰ ਹਾਲੇ ਤੱਕ ਕਿੰਨੀ ਯਾਦ ਹੈ।"

ਮਾਤਾ ਜੀ ਦੇ ਮਨ ਵਿਚ ਉਸੇ ਵਕਤ ਇਹ ਦਲੀਲ ਉੱਭਰ ਆਈ, "ਕੀ ਤੁਸੀਂ ਚਾਹੁੰਦੇ ਹੋ, ਕਿ ਇਹ ਔਰਤ ਵੀ ਇਸ ਦਸ ਰੁਪਈਏ ਦੇ ਇਨਕਾਰ ਦੀ ਉੱਤਨੀ ਹੀ ਦੁਖਦਾਈ ਯਾਦ ਲੈ ਕੇ ਜਾਵੇ, ਜਿਨ੍ਹਾਂ ਦੀ ਉਸ ਨੂੰ ਬੜੀ ਸਖਤ ਜ਼ਰੂਰਤ ਹੈ।"

"ਤੂੰ ਜਿੱਤ ਗਈ," ਪਤੀ ਦੇ ਨਾ-ਭੁੱਲਣ-ਯੋਗ ਜੇਤੂ ਅੰਦਾਜ਼ ਵਿਚ ਉਨ੍ਹਾਂ ਆਪਣਾ ਬਟੂਆ ਖੋਲ੍ਹਿਆ ਅਤੇ ਕਿਹਾ, "ਇਹ ਲਉ ਦਸ ਰੁਪਈਏ ਅਤੇ ਉਸ ਨੂੰ ਮੇਰੀਆਂ ਸ਼ੁਭ-ਇਛਾਵਾਂ ਨਾਲ ਦੇ ਦਿਉ।"

ਪਿਤਾ ਜੀ ਕਿਸੇ ਨਵੇਂ ਪ੍ਰਸਤਾਵ ਨੂੰ ਪਹਿਲੀ ਸੱਟੇ ਨਾਂਹ ਕਹਿਣ ਦੇ ਆਦੀ ਸਨ। ਕੋਈ ਅਜਨਬੀ ਔਰਤ, ਜਿਸ ਨੇ ਬੜੀ ਆਸਾਨੀ ਨਾਲ ਮਾਤਾ ਜੀ ਦਾ ਦਿਲ ਜਿੱਤ ਲਿਆ ਸੀ, ਦੇ ਪ੍ਰਤੀ ਇਹ ਰਵੱਈਆ ਉਸੇ ਸੁਭਾਵਿਕ ਸਾਵਧਾਨੀ ਦੀ ਇੱਕ ਉਦਾਹਰਣ ਸੀ। ਝਟ-ਪਟ ਕਿਸੇ ਪ੍ਰਸਤਾਵ ਨੂੰ ਸਵੀਕਾਰ ਕਰ ਲੈਣ ਦੀ ਅਨ-ਇੱਛਾ ਅਸਲ ਵਿਚ ਸੋਚ-ਵਿਚਾਰ ਤੋਂ ਬਾਅਦ ਫੈਸਲਾ ਲੈਣ ਦੇ ਸਿਧਾਂਤ ਨੂੰ ਮਾਨਤਾ ਦੇਣ ਵਾਲੀ ਧਾਰਨਾ ਹੈ। ਮੈਂ ਹਮੇਸ਼ਾਂ ਹੀ ਦੇਖਿਆ, ਕਿ ਪਿਤਾ ਜੀ ਸੂਝਵਾਨ ਅਤੇ ਸੰਤੁਲਿਤ ਫੈਸਲਾ ਲੈਂਦੇ ਸਨ। ਜੇ

ਮੈਂ ਆਪਣੀਆਂ ਅਨੇਕਾਂ ਫਰਮਾਇਸ਼ਾਂ ਦੇ ਹੱਕ ਵਿਚ ਇੱਕ ਜਾਂ ਦੋ ਚੰਗੀਆਂ ਦਲੀਲਾਂ ਦੇ ਦਿੰਦਾ, ਤਾਂ ਉਹ ਸਦਾ ਹੀ ਮੇਰੀ ਮਨ-ਵਾਂਛਿਤ ਇੱਛਾ ਪੂਰੀ ਕਰ ਦਿੰਦੇ, ਭਾਵੇਂ ਉਹ ਛੁੱਟੀਆਂ ਵਿਚ ਘੁੰਮਣ ਫਿਰਨ ਦੀ ਹੋਵੇ, ਭਾਵੇਂ ਨਵੀਂ ਮੋਟਰ-ਸਾਇਕਲ ਲੈਣ ਦੀ।

ਬਚਪਨ ਵਿਚ ਸਾਡੇ ਬੱਚਿਆਂ ਪ੍ਰਤੀ, ਪਿਤਾ ਜੀ ਦਾ ਰਵੱਈਆ ਸਖਤ ਪ੍ਰਸ਼ਾਸਕ ਵਾਲਾ ਸੀ, ਪ੍ਰੰਤੂ ਆਪਣੇ ਪ੍ਰਤੀ ਉਨ੍ਹਾਂ ਦਾ ਰਵੱਈਆ ਫੱਕਰਾਂ ਵਾਲਾ ਸੀ। ਉਦਾਹਰਣ ਦੇ ਤੌਰ ਤੇ, ਉਹ ਕਦੇ ਵੀ ਸਿਨੇਮਾ ਨਹੀਂ ਦੇਖਣ ਗਏ, ਬਲਕਿ ਅਧਿਆਤਮਕ ਕਿਰਿਆਵਾਂ ਕਰਕੇ ਅਤੇ ਸ਼੍ਰੀ-ਮਦ ਭਗਵਤ ਗੀਤਾ ਪੜ੍ਹ ਕੇ ਹੀ ਆਨੰਦ ਲੈਂਦੇ ਰਹੇ। ਸਾਰੀਆਂ ਸੁਖ ਸੁਵਿਧਾਵਾਂ ਤਿਆਗ ਦਿੱਤੀਆਂ। ਇੱਥੋਂ ਤਕ ਕਿ ਜੁੱਤੀਆਂ ਦਾ ਜੋੜਾ ਵੀ ਉਦੋਂ ਤੱਕ ਪਹਿਨਦੇ ਰਹਿੰਦੇ, ਜਦੋਂ ਤਕ ਉਹ ਬਿਲਕੁਲ ਨਾ ਟੁੱਟ ਜਾਂਦਾ। ਮੋਟਰ ਕਾਰਾਂ ਦਾ ਚਲਣ ਆਮ ਹੋ ਜਾਣ ਤੇ ਉਨ੍ਹਾਂ ਦੇ ਪੁੱਤਰਾਂ ਨੇ ਤਾਂ ਮੋਟਰ ਕਾਰਾਂ ਖਰੀਦ ਲਈਆਂ, ਪ੍ਰੰਤੂ ਉਹ ਹਰ ਰੋਜ਼ ਆਪਣੇ ਦਫਤਰ ਜਾਣ ਵਾਸਤੇ ਟਰਾਮ ਗੱਡੀ ਦੀ ਸਵਾਰੀ ਕਰਕੇ ਹੀ ਖੁਸ਼ ਰਹੇ।

ਤਾਕਤ ਪ੍ਰਾਪਤੀ ਦੀ ਮਨਸ਼ਾ ਨਾਲ ਪੈਸਾ ਇਕੱਠਾ ਕਰਨ ਵਿਚ ਪਿਤਾ ਜੀ ਦੀ ਕੋਈ ਦਿਲਚਸਪੀ ਨਹੀਂ ਸੀ। ਇੱਕ ਵਾਰ ਉਨ੍ਹਾਂ ਕੋਲਕਾਤਾ ਅਰਬਨ ਬੈਂਕ ਦਾ ਗਠਨ ਤਾਂ ਕੀਤਾ, ਪ੍ਰੰਤੂ ਨਿੱਜੀ ਲਾਭ ਵਾਸਤੇ ਆਪਣੇ ਕੋਲ ਇੱਕ ਵੀ ਹਿੱਸਾ ਰਖਣ ਤੋਂ ਇਨਕਾਰ ਕਰ ਦਿੱਤਾ। ਉਨ੍ਹਾਂ ਦੀ ਇੱਛਾ ਤਾਂ ਆਪਣੇ ਫਾਲਤੂ ਵਕਤ ਵਿਚ ਇੱਕ ਨਾਗਰਿਕ ਦੇ ਤੌਰ ਤੇ ਫਰਜ਼ ਨਿਭਾਉਣ ਦੀ ਸੀ।

ਪਿਤਾ ਜੀ ਦੇ ਪੈਨਸ਼ਨ ਲੈ ਕੇ ਰੀਟਾਇਰ ਹੋਣ ਤੋਂ ਕਈ ਸਾਲ ਬਾਅਦ, ਬੰਗਾਲ ਨਾਗਪੁਰ ਰੇਲਵੇ ਦੀਆਂ ਬਹੀਆਂ ਖਾਤਿਆਂ ਦੀ ਪੜਤਾਲ ਕਰਨ ਖਾਤਰ ਇੰਗਲੈਂਡ ਤੋਂ ਇੱਕ ਮੁਨੀਮ ਆਇਆ। ਹੈਰਾਨਕੁਨ ਮੁਨੀਮ ਨੇ ਦੇਖਿਆ, ਕਿ ਪਿਤਾ ਜੀ ਨੇ ਸਮੇਂ ਸਮੇਂ ਸਿਰ ਅਦਾ ਹੋਣ ਵਾਲੇ ਬੋਨਸ ਵਾਸਤੇ ਕਦੇ ਦਰਖਾਸਤ ਨਹੀਂ ਸੀ ਦਿੱਤੀ।

ਮੁਨੀਮ ਨੇ ਕੰਪਨੀ ਨੂੰ ਦੱਸਿਆ, "ਭਗਵਤੀ ਚਰਨ ਘੋਸ਼ ਨੇ ਇਕੱਲਿਆਂ ਹੀ ਤਿੰਨ ਮੁਲਾਜ਼ਮਾਂ ਦੇ ਬਰਾਬਰ ਕੰਮ ਕੀਤਾ ਹੈ" ਅਤੇ ਕੰਪਨੀ ਨੂੰ ਉਨ੍ਹਾਂ ਨੂੰ ਪਿਛਲੇ ਬਕਾਏ ਦੇ ਰੂਪ ਵਿਚ ਇੱਕ ਲੱਖ ਪੱਚੀ ਹਜ਼ਾਰ ਰੁਪਿਆ ਦੇਣਾ ਬਣਦਾ ਹੈ। ਕੰਪਨੀ ਦੇ ਖਜ਼ਾਨਚੀ ਨੇ, ਉਨ੍ਹਾਂ ਨੂੰ ਉੱਤਨੀ ਰਕਮ ਦਾ ਚੈਕ ਭੇਜ ਦਿੱਤਾ। ਪਰ ਪਿਤਾ ਜੀ ਨੇ ਇਸ ਘਟਨਾ ਨੂੰ ਇੰਨੀ ਨਿਗੂਣੀ ਸਮਝਿਆ, ਕਿ ਉਹ ਘਰ ਵਿਚ ਇਸ ਦਾ ਜ਼ਿਕਰ ਕਰਨਾ ਹੀ ਭੁੱਲ ਗਏ। ਬਹੁਤ ਦੇਰ ਬਾਅਦ, ਜਦੋਂ ਮੇਰੇ ਸਭ ਤੋਂ ਛੋਟੇ ਭਰਾ ਬਿਸ਼ਨੂੰ ਨੇ ਬੈਂਕ ਦੁਆਰਾ ਦਿੱਤੀ ਗਈ ਸਟੇਟਮੈਂਟ ਵਿਚ ਰਕਮ ਦੇਖ ਕੇ ਪਿਤਾ ਜੀ ਨੂੰ ਪੁੱਛਿਆ, ਤਾਂ ਪਿਤਾ ਜੀ ਨੇ ਕਿਹਾ।

"ਭੌਤਿਕ ਲਾਭ ਤੋਂ ਇਤਨੇ ਪਰਸੰਨ ਕਿਉਂ? ਜਿਸ ਆਦਮੀ ਨੇ ਸ਼ਾਂਤ ਸੁਭਾਅ ਨੂੰ ਹੀ ਆਪਣੀ ਜ਼ਿਦਗੀ ਦਾ ਮਨੋਰਥ ਬਣਾ ਲਿਆ ਹੋਵੇ, ਉਹ ਨਾ ਤਾਂ ਕਿਸੇ ਭੌਤਿਕ ਲਾਭ

ਤੋਂ ਜਿਆਦਾ ਖੁਸ਼ ਹੁੰਦਾ ਹੈ ਅਤੇ ਨਾ ਹੀ ਨੁਕਸਾਨ ਤੋਂ ਜਿਆਦਾ ਉਦਾਸ। ਉਹ ਜਾਣਦਾ ਹੈ ਕਿ ਇਨਸਾਨ ਇਸ ਸੰਸਾਰ ਵਿਚ ਖਾਲੀ ਹੱਥ ਆਉਂਦਾ ਹੈ ਅਤੇ ਖਾਲੀ ਹੱਥ ਹੀ ਚਲੇ ਜਾਂਦਾ ਹੈ।"

ਵਿਵਾਹਿਤ ਜ਼ਿੰਦਗੀ ਦੇ ਮੁਢਲੇ ਸਾਲਾਂ ਵਿਚ ਹੀ, ਮੇਰੇ ਮਾਤਾ ਪਿਤਾ ਵਾਰਾਣਸੀ ਦੇ ਇੱਕ ਮਹਾਨ ਗੁਰੂ ਲਾਹਿੜੀ ਮਹਾਸ਼ਯ ਦੇ ਸ਼ਾਗਿਰਦ ਬਣ ਗਏ ਸਨ। ਇਸ ਸੰਪਰਕ ਨਾਲ ਪਿਤਾ ਜੀ ਦਾ ਪਹਿਲਾਂ ਤੋਂ ਹੀ ਤਪੱਸਵੀ ਸੁਭਾਅ ਹੋਰ ਪੱਕਾ ਹੋ ਗਿਆ। ਮੇਰੀ ਮਾਤਾ ਜੀ ਨੇ ਇੱਕ ਵਾਰ ਮੇਰੀ ਵੱਡੀ ਭੈਣ ਰਮਾ ਕੋਲ ਇਕ ਵਿਲੱਖਣ ਗੱਲ ਦੱਸੀ ਸੀ ਕਿ, "ਮੈਂ ਅਤੇ ਤੇਰੇ ਪਿਤਾ ਜੀ ਸੰਤਾਨ ਪ੍ਰਾਪਤੀ ਦੀ ਇੱਛਾ ਨਾਲ, ਸਾਲ ਵਿਚ ਇੱਕ ਵਾਰ ਹੀ ਪਤੀ ਪਤਨੀ ਦੇ ਰੂਪ ਵਿਚ ਇਕੱਠੇ ਸੌਂਦੇ ਹਾਂ।"

ਪਿਤਾ ਜੀ, ਲਾਹਿੜੀ ਮਹਾਸ਼ਯ ਨੂੰ, ਅਬਿਨਾਸ਼ ਬਾਬੂ ਰਾਹੀਂ ਮਿਲੇ ਸਨ, ਜਿਹੜਾ ਕਿ ਬੰਗਾਲ ਨਾਗਪੁਰ ਰੇਲਵੇ ਕੰਪਨੀ ਵਿਚ ਮੁਲਾਜ਼ਮ ਸੀ। ਬਚਪਨ ਵਿਚ ਗੋਰਖਪੁਰ ਰਹਿੰਦਿਆਂ ਅਬਿਨਾਸ਼ ਬਾਬੂ ਅਕਸਰ ਭਾਰਤੀ ਸੰਤਾਂ ਮਹਾਤਮਾਵਾਂ ਦੀਆਂ ਮੰਤਰ ਮੁਗਧ ਕਰਨ ਵਾਲੀਆਂ ਕਹਾਣੀਆਂ ਸੁਣਾਇਆ ਕਰਦਾ ਸੀ। ਉਹ ਹਮੇਸ਼ਾਂ ਆਪਣੇ ਗੁਰੂ ਲਾਹਿੜੀ ਮਹਾਸ਼ਯ ਦੀ ਸ੍ਰੇਸ਼ਟਤਾ ਦੇ ਸਬੰਧ ਵਿਚ ਕੁਝ ਨਾ ਕੁਝ ਸ਼ਰਧਾ ਪੂਰਵਕ ਕਹਿ ਕੇ ਕਹਾਣੀ ਖਤਮ ਕਰਿਆ ਕਰਦਾ ਸੀ।

"ਕੀ ਤੂੰ ਕਦੇ ਸੁਣਿਆ ਏ, ਕਿਹੜੇ ਅਸਧਾਰਨ ਹਾਲਤਾਂ ਵਿਚ ਤੇਰੇ ਪਿਤਾ ਜੀ ਲਾਹਿੜੀ ਮਹਾਸ਼ਯ ਦੇ ਸ਼ਾਗਿਰਦ ਬਣੇ ਸਨ?" ਗਰਮੀਆਂ ਦੀ ਇਕ ਅਲਸਾਈ ਸ਼ਾਮ ਨੂੰ, ਜਦੋਂ ਮੈਂ ਅਤੇ ਅਬਿਨਾਸ਼ ਮੇਰੇ ਘਰ ਦੇ ਵਿਹੜੇ ਵਿਚ ਬੈਠੇ ਸੀ, ਤਾਂ ਉਸ ਨੇ ਮੇਰੀ ਉਤਸੁਕਤਾ ਜਗਾਉਣ ਵਾਲਾ ਇਹ ਸਵਾਲ ਕੀਤਾ। ਮੈਂ ਉਮੀਦ ਭਰੀ ਮੁਸਕਰਾਹਟ ਨਾਲ ਨਾਂਹ ਵਿਚ ਸਿਰ ਹਿਲਾਇਆ।

"ਤੇਰੇ ਜਨਮ ਤੋਂ ਕਈ ਸਾਲ ਪਹਿਲਾਂ, ਮੈਂ ਆਪਣੇ ਉਚ ਅਫਸਰ ਤੋਂ, ਮਤਲਬ ਤੇਰੇ ਪਿਤਾ ਜੀ ਤੋਂ, ਆਪਣੇ ਗੁਰੂ ਦੇ ਦਰਸ਼ਨ ਕਰਨ ਜਾਣ ਲਈ ਇੱਕ ਹਫਤੇ ਦੀ ਛੁੱਟੀ ਵਾਸਤੇ ਬੇਨਤੀ ਕੀਤੀ। ਪ੍ਰੰਤੂ ਤੇਰੇ ਪਿਤਾ ਜੀ ਨੇ ਮੇਰੀ ਇੱਛਾ ਦਾ ਮਖੌਲ ਉਡਾਉਂਦਿਆਂ ਕਿਹਾ।

"ਕੀ ਤੂੰ ਧਾਰਮਿਕ ਕੱਟੜਵਾਦੀ ਬਣ ਰਿਹਾ ਹੈਂ?' ਜੇ ਤੂੰ ਆਪਣੀ ਜ਼ਿੰਦਗੀ ਵਿਚ ਤਰੱਕੀ ਕਰਨੀ ਚਾਹੁੰਦਾ ਹੈਂ, ਤਾਂ ਆਪਣੇ ਦਫਤਰ ਦੇ ਕੰਮ ਵੱਲ ਧਿਆਨ ਦੇ।'

"ਝਾੜੀਆਂ ਵਿਚੋਂ ਦੀ ਗੁਜ਼ਰਦੀ ਇਕ ਪਗਡੰਡੀ ਰਾਹੀਂ, ਮੈਂ ਉਦਾਸ ਮਨ ਨਾਲ ਘਰ ਜਾ ਰਿਹਾ ਸੀ। ਪਾਲਕੀ ਵਿਚ ਸਵਾਰ ਹੋ ਕੇ ਜਾ ਰਹੇ, ਤੇਰੇ ਪਿਤਾ ਜੀ ਨਾਲ ਮੁਲਾਕਾਤ ਹੋ ਗਈ। ਉਨ੍ਹਾਂ ਨੇ ਪਾਲਕੀ ਅਤੇ ਨੌਕਰਾਂ ਨੂੰ ਵਾਪਸ ਭੇਜ ਦਿੱਤਾ ਅਤੇ ਮੇਰੇ ਨਾਲ ਨਾਲ ਪੈਦਲ ਚੱਲਣ ਲੱਗੇ। ਮੈਨੂੰ ਦਿਲਾਸਾ ਦਿੰਦਿਆਂ, ਉਹ ਸੰਸਾਰਕ ਸਫਲਤਾ ਵਾਸਤੇ ਮਿਹਨਤ ਕਰਨ ਦੇ ਲਾਭ ਦੱਸਣ ਲੱਗੇ। ਪ੍ਰੰਤੂ ਮੈਂ ਬੇ-ਧਿਆਨਾ ਉਨ੍ਹਾਂ ਦੀਆਂ ਗੱਲਾਂ ਸੁਣ ਰਿਹਾ ਸੀ

ਅਤੇ ਮੇਰਾ ਮਨ ਵਾਰ ਵਾਰ ਕਹਿ ਰਿਹਾ ਸੀ, "ਲਾਹਿੜੀ ਮਹਾਸ਼ਯ, ਮੈਂ ਆਪਦੇ ਦਰਸ਼ਨਾਂ ਬਗੈਰ ਨਹੀਂ ਰਹਿ ਸਕਦਾ।

"ਤੁਰਦੇ ਤੁਰਦੇ ਅਸੀਂ ਇੱਕ ਸੁੰਨਸਾਨ ਮੈਦਾਨ ਦੇ ਕਿਨਾਰੇ ਪਹੁੰਚ ਗਏ, ਜਿੱਥੇ ਸੂਰਜ ਦੀਆਂ ਸ਼ਾਮ ਵੇਲੇ ਦੀਆਂ ਕਿਰਨਾਂ ਲਹਿ ਲਹਾਉਂਦੇ ਜੰਗਲੀ ਘਾਹ ਉੱਪਰ ਪੈ ਰਹੀਆਂ ਸਨ। ਅਸੀਂ ਉਸ ਮਨੋਹਰ ਦ੍ਰਿਸ਼ ਨੂੰ ਦੇਖਣ ਵਾਸਤੇ ਰੁਕ ਗਏ। ਉੱਥੇ ਉਸ ਮੈਦਾਨ ਵਿਚ ਸਾਥੋਂ ਕੁਝ ਹੀ ਗਜ਼ਾਂ ਦੀ ਦੂਰੀ ਤੇ, ਮੇਰੇ ਮਹਾਨ ਗੁਰੂ ਅਚਾਨਕ ਪ੍ਰਗਟ ਹੋ ਗਏ।"*

"'ਭਗਵਤੀ, ਤੂੰ ਆਪਣੇ ਕਰਮਚਾਰੀ ਦੇ ਪ੍ਰਤੀ ਅਤਿਅੰਤ ਕਠੋਰ ਹੈਂ!' ਉਨ੍ਹਾਂ ਦੀ ਹੈਰਾਨ ਕਰਨ ਵਾਲੀ ਅਵਾਜ਼ ਵਾਤਾਵਰਣ ਵਿਚ ਗੂੰਜੀ ਅਤੇ ਫਿਰ ਜਿਸ ਰਹੱਸਮਈ ਢੰਗ ਨਾਲ ਉਹ ਪ੍ਰਗਟ ਹੋਏ ਸਨ, ਉਸੇ ਰਹੱਸਮਈ ਢੰਗ ਨਾਲ ਉਹ ਅੰਤਰਧਿਆਨ ਹੋ ਗਏ। ਮੈਂ ਗੋਡਿਆਂ ਪਰਨੇ ਬੈਠ ਕੇ ਲਾਹਿੜੀ ਮਹਾਸ਼ਯ ! ਲਾਹਿੜੀ ਮਹਾਸ਼ਯ! ਚੀਕ ਰਿਹਾ ਸੀ। ਕੁਝ ਪਲਾਂ ਵਾਸਤੇ ਤੇਰੇ ਪਿਤਾ ਜੀ, ਬੇ-ਸੁਰਤੀ ਜਿਹੀ ਦੀ ਹਾਲਤ ਵਿਚ ਬੇ-ਹਰਕਤ ਹੋ ਗਏ।"

"ਅਬਿਨਾਸ਼, ਮੈਂ ਸਿਰਫ ਤੈਨੂੰ ਹੀ ਛੁੱਟੀ ਨਹੀਂ ਦੇ ਰਿਹਾ, ਬਲਕਿ ਕੱਲ੍ਹ ਵਾਰਾਣਸੀ ਜਾਣ ਵਾਸਤੇ, ਖੁਦ ਆਪ ਵੀ ਛੁੱਟੀ ਲੈ ਰਿਹਾ ਹਾਂ। ਮੈਨੂੰ ਇਸ ਮਹਾਨ ਗੁਰੂ ਲਾਹਿੜੀ ਮਹਾਸ਼ਯ ਨੂੰ ਜ਼ਰੂਰ ਮਿਲਣਾ ਚਾਹੀਦਾ ਹੈ, ਜੋ ਤੇਰੀ ਮਦਦ ਕਰਨ ਵਾਸਤੇ, ਆਪਣੀ ਇੱਛਾ ਅਨੁਸਾਰ ਪ੍ਰਗਟ ਹੋਣ ਦੀ ਸਮਰੱਥਾ ਰੱਖਦੇ ਹਨ। ਮੈਂ ਆਪਣੀ ਧਰਮ ਪਤਨੀ ਨੂੰ ਵੀ ਨਾਲ ਲੈ ਕੇ ਜਾਵਾਂਗਾ ਅਤੇ ਇਸ ਮਹਾਨ ਗੁਰੂ ਨੂੰ ਬੇਨਤੀ ਕਰਾਂਗਾ, ਕਿ ਸਾਨੂੰ ਆਪਣੇ ਅਧਿਆਤਮਿਕ ਮਾਰਗ ਉੱਪਰ ਦੀਖਿਅਤ ਕਰਨ। ਕੀ ਤੂੰ ਸਾਨੂੰ ਉਨ੍ਹਾਂ ਕੋਲ ਲੈ ਚਲੇਂਗਾ?'

"ਜ਼ਰੂਰ! ਆਪਣੀ ਪ੍ਰਾਰਥਨਾ ਦਾ ਚਮਤਕਾਰ ਪੂਰਨ ਉੱਤਰ ਪਾ ਕੇ ਘਟਨਾਵਾਂ ਦਾ ਇਤਨੀ ਛੇਤੀ ਮੇਰੇ ਹੱਕ ਵਿਚ ਮੋੜਾ ਲੈਣ ਉੱਪਰ, ਮੇਰਾ ਆਪਣਾ ਦਿਲ ਖੁਸ਼ੀ ਨਾਲ ਬਾਗੋ ਬਾਗ ਹੋ ਰਿਹਾ ਸੀ।

"ਅਗਲੇ ਦਿਨ ਸ਼ਾਮ ਨੂੰ ਤੇਰੇ ਮਾਤਾ ਪਿਤਾ ਅਤੇ ਮੈਂ ਰੇਲ ਗੱਡੀ ਰਾਹੀਂ ਵਾਰਾਣਸੀ ਲਈ ਚਲ ਪਏ ਅਤੇ ਉਸ ਤੋਂ ਅਗਲੇ ਦਿਨ ਅਸੀਂ ਵਾਰਾਣਸੀ ਪਹੁੰਚ ਕੇ, ਸਟੇਸ਼ਨ ਤੋਂ ਥੋੜੀ ਦੂਰ ਤਕ ਟਾਂਗੇ ਤੇ ਗਏ ਅਤੇ ਉਸ ਤੋਂ ਬਾਅਦ ਤੰਗ ਗਲੀਆਂ ਵਿਚੋਂ ਦੀ ਲੰਘਦੇ ਹੋਏ, ਮੇਰੇ ਗੁਰੂ ਦੇ ਏਕਾਂਤ ਘਰ ਵਿਚ ਪਹੁੰਚੇ।

"ਉਨ੍ਹਾਂ ਦੇ ਛੋਟੇ ਜਿਹੇ ਕਮਰੇ ਵਿਚ ਪਹੁੰਚ ਕੇ, ਅਸੀਂ ਉਨ੍ਹਾਂ ਨੂੰ ਹਮੇਸ਼ਾਂ ਦੀ ਤਰ੍ਹਾਂ ਪਦਮ ਆਸਣ ਵਿਚ ਬੈਠੇ ਦੇਖਿਆ ਅਤੇ ਸ਼ਰਧਾਪੂਵਕ ਨਮਸਕਾਰ ਕੀਤੀ। ਉਨ੍ਹਾਂ ਆਪਣੀਆਂ ਦਿਲ

* ਸਿੱਧ ਮਹਾਤਮਾਵਾਂ ਦੀਆਂ ਚਮਤਕਾਰੀ ਸ਼ਕਤੀਆਂ ਦਾ ਜਿਆਦਾ ਸਪਸ਼ਟੀਕਰਨ ਅਤੇ ਵਿਸਥਾਰ 30 ਵੇਂ ਚੈਪਟਰ (ਚਮਤਕਾਰਾਂ ਦੇ ਨਿਯਮ) ਵਿਚ ਦਿੱਤਾ ਗਿਆ ਹੈ।

ਵਿਨ੍ਹਵੀਆਂ ਅੱਖਾਂ ਝਪਕਾ ਕੇ ਤੇਰੇ ਪਿਤਾ ਜੀ ਉੱਪਰ ਟਿਕਾ ਦਿੱਤੀਆਂ, 'ਭਗਵਤੀ, ਤੂੰ ਆਪਣੇ ਕਰਮਚਾਰੀ ਦੇ ਪ੍ਰਤੀ ਅਤਿਅੰਤ ਕਠੋਰ ਹੈਂ'! ਦੋ ਦਿਨ ਪਹਿਲਾਂ ਜੰਗਲੀ ਘਾਹ ਦੇ ਮੈਦਾਨ ਦੇ ਕਿਨਾਰੇ ਕਹੇ ਲਫਜ਼, ਉਨ੍ਹਾਂ ਫਿਰ ਦੁਹਰਾਏ। ਉਨ੍ਹਾਂ ਅਗੇ ਕਿਹਾ 'ਮੈਂ ਖੁਸ਼ ਹਾਂ ਕਿ ਤੂੰ ਅਬਿਨਾਸ਼ ਨੂੰ ਆਉਣ ਵਾਸਤੇ ਛੁੱਟੀ ਦੇ ਦਿੱਤੀ ਅਤੇ ਤੂੰ ਵੀ ਆਪਣੀ ਪਤਨੀ ਸਮੇਤ ਆ ਗਿਆ ਹੈਂ।' ਤੇਰੇ ਮਾਤਾ ਪਿਤਾ ਜੀ ਨੂੰ ਬੜੀ ਖੁਸ਼ੀ ਹੋਈ ਕਿ ਮਹਾਨ ਗੁਰੂ ਨੇ ਉਨ੍ਹਾਂ ਨੂੰ *ਕਿਰਿਆਯੋਗ** ਦੀ ਦੀਖਿਆ ਦੇ ਦਿੱਤੀ। ਉਸ ਯਾਦਗਾਰੀ ਦਿਨ ਤੋਂ ਬਾਅਦ, ਤੇਰੇ ਪਿਤਾ ਜੀ ਅਤੇ ਮੈਂ ਗੁਰੂ ਭਾਈ ਹੋਣ ਦੇ ਨਾਤੇ ਗੂੜ੍ਹੇ ਮਿੱਤਰ ਹਾਂ। ਲਾਹਿੜੀ ਮਹਾਸ਼ਯ ਨੇ ਤੇਰੇ ਜਨਮ ਵਿਚ ਡੂੰਘੀ ਦਿਲਚਸਪੀ ਦਿਖਾਈ ਸੀ। ਤੇਰੀ ਜ਼ਿਦਗੀ ਵੀ ਨਿਸ਼ਚਿਤ ਤੌਰ ਤੇ, ਉਨ੍ਹਾਂ ਦੇ ਜੀਵਨ ਨਾਲ ਜੁੜੀ ਰਹੇਗੀ, ਕਿਉਂਕਿ ਮਹਾਨ ਗੁਰੂਆਂ ਦੇ ਵਚਨ ਕਦੇ ਵਿਅਰਥ ਨਹੀਂ ਜਾਂਦੇ।"

ਮੇਰੇ ਜਨਮ ਤੋਂ ਥੋੜੇ ਸਮੇਂ ਬਾਅਦ ਹੀ ਲਾਹਿੜੀ ਮਹਾਸ਼ਯ ਇਸ ਸੰਸਾਰ ਤੋਂ ਕੂਚ ਕਰ ਗਏ। ਪਰ ਜਿੱਥੇ ਕਿਤੇ ਵੀ ਪਿਤਾ ਜੀ ਦੀ ਬਦਲੀ ਹੁੰਦੀ, ਉੱਥੇ ਉੱਥੇ ਉਨ੍ਹਾਂ ਦੀ ਫਰੇਮ ਵਿਚ ਜੜੀ ਸੁੰਦਰ ਫੋਟੋ, ਸਾਡੇ ਪੂਜਾ ਘਰ ਵਿਚ ਦੇਵਤਿਆਂ ਦੀਆਂ ਫੋਟੋਆਂ ਅਤੇ ਚਿੱਤਰਾਂ ਦੇ ਨਾਲ ਸਸ਼ੋਭਿਤ ਰਹਿੰਦੀ। ਲਗ ਭਗ ਹਰ ਰੋਜ਼ ਸ਼ਾਮ ਸਵੇਰੇ, ਮੈਂ ਅਤੇ ਮੇਰੀ ਮਾਤਾ ਜੀ, ਉਸ ਪੂਜਾ ਬੇਦੀ ਸਾਹਮਣੇ ਧਿਆਨ ਲਗਾ ਕੇ ਬੈਠਦੇ ਅਤੇ ਚੰਦਨ-ਯੁਕਤ ਫੁੱਲ ਚੜ੍ਹਾ ਕੇ ਸੁਗੰਧਿਤ ਧੂਪ ਅਤੇ ਗੁੱਗਲ ਦੇ ਨਾਲ ਆਪਣੀ ਸੰਯੁਕਤ ਭਗਤੀ ਦੁਆਰਾ, ਅਸੀਂ ਉਸ ਈਸ਼ਵਰ ਦੀ ਪੂਜਾ ਕਰਦੇ, ਜੋ ਲਾਹਿੜੀ ਮਹਾਸ਼ਯ ਵਿਚ ਪੂਰੀ ਤਰ੍ਹਾਂ ਅਭੀਵਿਅਕਤ ਸੀ।

ਉਨ੍ਹਾਂ ਦੀ, ਉਸ ਫੋਟੋ ਦਾ ਮੇਰੀ ਜ਼ਿੰਦਗੀ ਵਿਚ ਇੱਕ ਖਾਸ ਪ੍ਰਭਾਵ ਸੀ। ਜਿਉਂ ਜਿਉਂ ਮੈਂ ਵੱਡਾ ਹੁੰਦਾ ਗਿਆ, ਤਿਉਂ ਤਿਉਂ ਮੇਰੇ ਵਿਚ ਉਸ ਮਹਾਨ ਗੁਰੂ ਦੇ ਪ੍ਰਤੀ ਸ਼ਰਧਾ ਭਾਵ ਹੋਰ ਡੂੰਘੇ ਹੁੰਦੇ ਗਏ। ਧਿਆਨ ਕਰਦਿਆਂ, ਮੈਂ ਅਕਸਰ ਦੇਖਦਾ ਕਿ ਉਨ੍ਹਾਂ ਦੀ ਮੂਰਤ ਉਸ ਫੋਟੋ ਫਰੇਮ ਵਿਚੋਂ ਬਾਹਰ ਨਿਕਲ ਕੇ ਜੀਵੰਤ ਰੂਪ ਧਾਰ, ਮੇਰੇ ਸਾਹਮਣੇ ਬੈਠ ਜਾਂਦੀ, ਪਰ ਜਦੋਂ ਮੈਂ ਉਨ੍ਹਾਂ ਦੇ ਪ੍ਰਕਾਸ਼ਮਾਨ ਪੈਰਾਂ ਨੂੰ ਛੂਹਣ ਦਾ ਯਤਨ ਕਰਦਾ, ਤਾਂ ਉਹ ਬਦਲ ਕੇ ਮੁੜ ਫੋਟੋ ਰੂਪ ਹੋ ਜਾਂਦੀ। ਬਚਪਨ ਤੋਂ ਜਵਾਨੀ ਵਿਚ ਪੈਰ ਧਰਨ ਤਕ ਫਰੇਮ ਵਿਚ ਜੜੀ ਲਾਹਿੜੀ ਮਹਾਸ਼ਯ ਦੀ ਇਹ ਛੋਟੀ ਜਿਹੀ ਫੋਟੋ, ਮੇਰੇ ਮਨ ਵਿਚ ਜੀਵੰਤ ਪ੍ਰਕਾਸ਼ਮਾਨ ਸ਼ਖਸੀਅਤ ਬਣ ਕੇ ਬਿਰਾਜ਼ਮਾਨ ਹੋ ਚੁੱਕੀ ਸੀ। ਕਿਸੇ ਮੁਸੀਬਤ ਜਾਂ ਉਲਝਣ ਦੇ ਵਕਤ, ਮੈਂ ਅਕਸਰ ਹੀ ਉਨ੍ਹਾਂ ਦੀ ਫੋਟੋ ਅੱਗੇ ਪ੍ਰਾਰਥਨਾ ਕਰਕੇ ਆਪਣੇ ਅੰਦਰ ਉਨ੍ਹਾਂ ਦੀ ਤਸੱਲੀਦਾਇਕ ਹਿਦਾਇਤ ਪਾ ਲੈਂਦਾ।

* ਲਾਹਿੜੀ ਮਹਾਸ਼ਯ ਦੁਆਰਾ ਸਿਖਾਈ ਜਾਂਦੀ ਇੱਕ ਯੌਗਿਕ ਤਕਨੀਕ, ਜਿਸ ਨਾਲ ਇੰਦਰੀਆਂ ਦੀ ਚੰਚਲਤਾ ਸ਼ਾਂਤ ਹੋ ਜਾਂਦੀ ਹੈ ਅਤੇ ਇਸ ਨਾਲ ਮਨੁੱਖ ਦਾ ਬ੍ਰਹਮ ਚੈਤਨਯ ਦੇ ਨਾਲ ਜਿਆਦਾ ਤੋਂ ਜਿਆਦਾ ਇੱਕਸੁਰ ਹੋਣ ਦਾ ਰਸਤਾ ਸੌਖਾ ਹੋ ਜਾਂਦਾ ਹੈ। (ਵਿਸਥਾਰ ਲਈ ਦੇਖੋ ਚੈਪਟਰ 26)

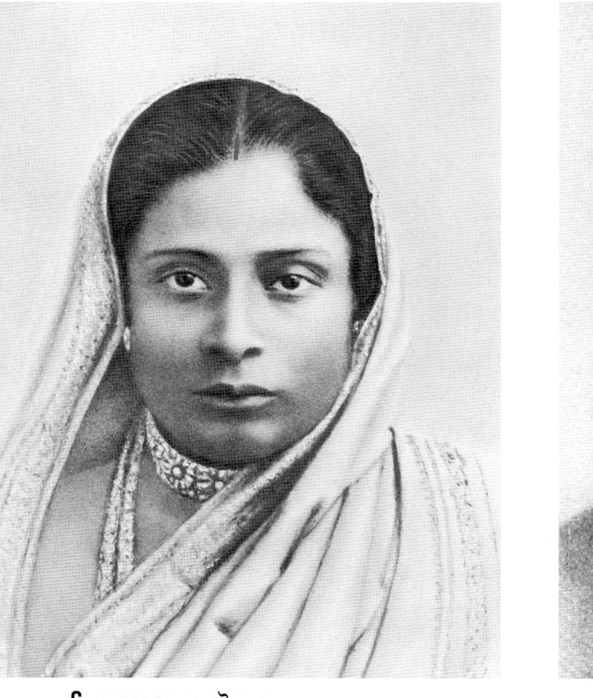

ਗਿਆਨ ਪ੍ਰਭਾ ਘੋਸ਼ (1868–1904)
ਸ਼੍ਰੀ ਸ਼੍ਰੀ ਪਰਮਹੰਸ ਯੋਗਾਨੰਦ ਜੀ ਦੇ ਮਾਤਾ ਜੀ
ਅਤੇ ਸ਼੍ਰੀ ਸ਼੍ਰੀ ਲਾਹਿੜੀ ਮਹਾਸ਼ਯ ਦੀ ਸ਼ਗਿਰਦ

ਸ਼੍ਰੀ ਭਗਵਤੀ ਚਰਣ ਘੋਸ਼ (1853–1942)
ਸ਼੍ਰੀ ਸ਼੍ਰੀ ਪਰਮਹੰਸ ਯੋਗਾਨੰਦ ਜੀ ਦੇ ਪਿਤਾ ਜੀ
ਅਤੇ ਲਾਹਿੜੀ ਮਹਾਸ਼ਯ ਦੇ ਸ਼ਗਿਰਦ

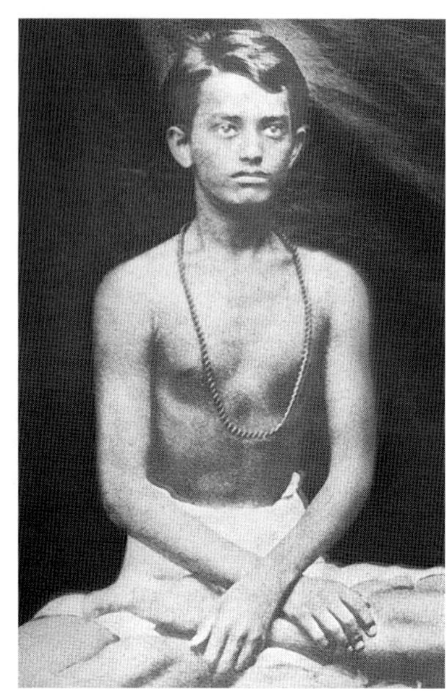

(ਖੱਬੇ) ਸ਼੍ਰੀ ਯੋਗਾਨੰਦ ਜੀ ਛੇ ਸਾਲ ਦੀ ਉਮਰ ਵਿਚ। (*ਸੱਜੇ*) ਜਿਤੇਂਦਰ ਮਜੂਮਦਾਰ, ਸ਼੍ਰੀ ਯੋਗਾਨੰਦ ਜੀ ਦਾ ਵਰਿੰਦਾਵਨ ਦਾ ਸਾਥੀ। (ਚੈਪਟਰ 11)

(ਖੱਬੇ) ਸ਼੍ਰੀ ਯੋਗਾਨੰਦ ਜੀ ਦੀ ਵੱਡੀ ਭੈਣ ਉਮਾ, ਆਪਣੇ ਬਚਪਨ ਵਿਚ, ਗੋਰਖਪੁਰ (*ਸੱਜੇ*) ਸਭ ਤੋਂ ਵੱਡੀ ਭੈਣ ਰਮਾ (ਖੱਬੇ) ਅਤੇ ਸਭ ਤੋਂ ਛੋਟੀ ਭੈਣ ਨਲਿਨੀ ਦੇ ਨਾਲ ਸ਼੍ਰੀ ਸ਼੍ਰੀ ਪਰਮਹੰਸ ਯੋਗਾਨੰਦ ਜੀ, ਕੋਲਕਾਤਾ 1935।

ਪਹਿਲਾਂ ਪਹਿਲ ਤਾਂ ਮੈਨੂੰ ਇਸ ਗੱਲ ਦਾ ਦੁਖ ਹੁੰਦਾ, ਕਿ ਉਹ ਇਸ ਵਕਤ ਸਰੀਰਕ ਰੂਪ ਵਿਚ ਮੌਜੂਦ ਕਿਉਂ ਨਹੀਂ। ਪ੍ਰੰਤੂ ਜਿਉਂ ਜਿਉਂ ਮੈਨੂੰ, ਉਨ੍ਹਾਂ ਦੀ ਗੁਪਤ ਸਰਬਵਿਆਪਕਤਾ ਦਾ ਪਤਾ ਲੱਗਦਾ ਗਿਆ, ਤਾਂ ਮੇਰਾ ਦੁਖ ਘੱਟ ਹੁੰਦਾ ਗਿਆ। ਉਹ ਆਪਣੇ ਉਨ੍ਹਾਂ ਸ਼ਿਸ਼ਾਂ ਨੂੰ, ਜੋ ਉਨ੍ਹਾਂ ਦੇ ਦਰਸ਼ਨ ਕਰਨ ਵਾਸਤੇ ਲਲਾਇਤ ਰਹਿੰਦੇ ਸਨ, ਅਕਸਰ ਕਿਹਾ ਕਰਦੇ ਸਨ, “ਜਦੋਂ ਮੈਂ ਤੁਹਾਡੀ ਅੰਤਰ ਦ੍ਰਿਸ਼ਟੀ ਵਿਚ ਹਮੇਸ਼ਾਂ ਮੌਜੂਦ ਹਾਂ, ਤਾਂ ਮੇਰੇ ਹੱਡ ਮਾਸ ਦੇ ਸਰੀਰ ਨੂੰ ਦੇਖਣ ਵਾਸਤੇ ਕਿਉਂ ਦੌੜੇ ਆਉਂਦੇ ਹੋ।”

ਲਗ ਭਗ ਅੱਠ ਸਾਲ ਦੀ ਉਮਰ ਵਿਚ, ਮੈਨੂੰ ਲਾਹਿੜੀ ਮਹਾਸ਼ਯ ਦੀ ਉਸ ਫੋਟੋ ਨਾਲ ਬਿਮਾਰੀ ਤੋਂ ਚਮਤਕਾਰੀ ਢੰਗ ਨਾਲ ਆਰਾਮ ਹੋਇਆ ਸੀ। ਇਸ ਘਟਨਾ ਦੇ ਨਾਲ ਉਨ੍ਹਾਂ ਪ੍ਰਤੀ ਮੇਰੀ ਸ਼ਰਧਾ ਹੋਰ ਵੀ ਡੂੰਘੀ ਹੋ ਗਈ। ਜਦੋਂ ਅਸੀਂ ਬੰਗਾਲ ਵਿਚ ਆਪਣੇ ਖਾਨਦਾਨੀ ਘਰ ਇੱਛਾਪੁਰ ਵਿਚ ਰਹਿ ਰਹੇ ਸੀ, ਤਾਂ ਮੈਨੂੰ ਏਸ਼ੀਆਟਿਕ ਹੈਜ਼ਾ ਹੋ ਗਿਆ ਸੀ ਅਤੇ ਮੇਰੇ ਬਚਣ ਦੀ ਕੋਈ ਉਮੀਦ ਨਹੀਂ ਸੀ ਰਹੀ। ਡਾਕਟਰਾਂ ਨੇ ਆਪਣੇ ਵੱਲੋਂ ਮੈਨੂੰ ਠੀਕ ਕਰਨ ਦੀ ਪੂਰੀ ਕੋਸ਼ਿਸ਼ ਕਰਨ ਤੋਂ ਬਾਅਦ ਜਵਾਬ ਦੇ ਦਿੱਤਾ ਸੀ। ਮੇਰੇ ਬਿਸਤਰੇ ਤੇ ਬੈਠੀ, ਮੇਰੀ ਮਾਤਾ ਜੀ ਨੇ ਬੜੇ ਵਿਆਕੁਲ ਭਾਵ ਵਿਚ, ਮੈਨੂੰ ਮੇਰੇ ਸਿਰ ਉੱਪਰ ਟੰਗੀ ਲਾਹਿੜੀ ਮਹਾਸ਼ਯ ਦੀ ਫੋਟੋ ਵੱਲ ਦੇਖਣ ਦਾ ਇਸ਼ਾਰਾ ਕਰਦਿਆਂ ਕਿਹਾ।

“ਉਨ੍ਹਾਂ ਨੂੰ ਮਨ ਹੀ ਮਨ ਪ੍ਰਣਾਮ ਕਰੋ,” ਉਹ ਜਾਣਦੀ ਸੀ ਕਿ ਪ੍ਰਣਾਮ ਕਰਨ ਵਾਸਤੇ ਹੱਥ ਉੱਪਰ ਚੁੱਕਣ ਦੀ ਤਾਕਤ ਮੇਰੇ ਵਿਚ ਨਹੀਂ ਸੀ। “ਜੇ ਤੂੰ ਸੱਚੇ ਮਨ ਅਤੇ ਸ਼ਰਧਾ ਭਗਤੀ ਨਾਲ ਆਂਤਰਿਕ ਤੌਰ ਤੇ, ਉਨ੍ਹਾਂ ਨੂੰ ਪ੍ਰਣਾਮ ਕਰੇਂਗਾ ਤਾਂ ਤੇਰੀ ਜ਼ਿੰਦਗੀ ਬਚ ਜਾਵੇਗੀ।”

ਮੈਂ ਉਨ੍ਹਾਂ ਦੀ ਫੋਟੋ ਵੱਲ ਦੇਖਿਆ, ਤਾਂ ਮੈਨੂੰ ਉੱਥੇ ਅੱਖਾਂ ਚੁੰਧਿਆਉਣ ਵਾਲੀ ਤੇਜ ਰੌਸ਼ਨੀ ਦਿਖਾਈ ਦਿੱਤੀ, ਜਿਸ ਨੇ ਮੇਰੇ ਸਰੀਰ ਅਤੇ ਪੂਰੇ ਕਮਰੇ ਨੂੰ ਆਪਣੀ ਲਪੇਟ ਵਿਚ ਲੈ ਲਿਆ। ਮੇਰਾ ਜੀਅ ਕੱਚਾ ਹੋਣਾ ਬੰਦ ਹੋ ਗਿਆ ਅਤੇ ਹੈਜ਼ੇ ਦੀ ਨਾ-ਮੁਰਾਦ ਬਿਮਾਰੀ ਦੇ ਸਾਰੇ ਲੱਛਣ ਖਤਮ ਹੋ ਗਏ ਅਤੇ ਮੈਂ ਭਲਾ ਚੰਗਾ ਹੋ ਗਿਆ। ਉਸੇ ਵਕਤ ਮੇਰੇ ਵਿਚ ਇੰਨੀ ਤਾਕਤ ਆ ਗਈ, ਕਿ ਮੈਂ ਆਪਣੇ ਗੁਰੂ ਵਿਚ ਇੰਨੀ ਸ਼ਰਧਾ ਰੱਖਣ ਵਾਲੀ ਆਪਣੀ ਮਾਤਾ ਦੇ ਝੁਕ ਕੇ ਪੈਰਾਂ ਨੂੰ ਹੱਥ ਲਾਇਆ। ਮਾਤਾ ਜੀ ਉਸ ਛੋਟੀ ਜਿਹੀ ਫੋਟੋ ਦੇ ਉੱਪਰ ਵਾਰ ਵਾਰ ਆਪਣਾ ਮੱਥਾ ਟੇਕ ਰਹੇ ਸਨ।

“ਹੇ- ਸਰਬਵਿਆਪੀ ਗੁਰੂ, ਮੈਂ ਆਪ ਜੀ ਦੀ ਧੰਨਵਾਦੀ ਹਾਂ। ਆਪ ਜੀ ਦੀ ਰੌਸ਼ਨੀ ਨੇ ਮੇਰੇ ਪੁੱਤਰ ਨੂੰ ਨਿਰੋਗ ਕਰ ਦਿੱਤਾ।”

ਮੈਂ ਇਹ ਸਮਝ ਗਿਆ ਸੀ, ਕਿ ਉਸ ਅੱਖਾਂ ਚੁੰਧਿਆਉਣ ਵਾਲੀ ਰੌਸ਼ਨੀ ਦੇ ਦਰਸ਼ਨ ਮੇਰੀ ਮਾਤਾ ਜੀ ਨੇ ਵੀ ਕੀਤੇ ਸਨ, ਜਿਸਦੀ ਕ੍ਰਿਪਾ ਨਾਲ ਮੈਂ ਉਸ ਪ੍ਰਾਣਘਾਤਕ ਬਿਮਾਰੀ ਤੋਂ ਯਕਲਖਤ ਨਿਰੋਗ ਹੋ ਗਿਆ ਸੀ।

ਮੇਰੇ ਕੋਲ ਜੋ ਜੋ ਕੀਮਤੀ ਚੀਜ਼ਾਂ ਹਨ, ਉਨ੍ਹਾਂ ਵਿਚ ਇੱਕ ਉਹ ਫੋਟੋ ਵੀ ਹੈ, ਜਿਹੜੀ ਲਾਹਿੜੀ ਮਹਾਸ਼ਯ ਨੇ ਖੁਦ ਆਪਣੇ ਹੱਥਾਂ ਨਾਲ ਪਿਤਾ ਜੀ ਨੂੰ ਦਿੱਤੀ ਸੀ, ਜੋ ਕਿ ਬਹੁਤ ਹੀ ਪਵਿੱਤਰ ਤਰੰਗਾਂ ਨਾਲ ਭਰਪੂਰ ਹੈ। ਇਸ ਫੋਟੋ ਦੀ ਉਤਪਤੀ ਦੇ ਪਿੱਛੇ ਵੀ ਇੱਕ ਚਮਤਕਾਰੀ ਕਹਾਣੀ ਹੈ, ਜਿਹੜੀ ਕਿ ਮੈਂ ਪਿਤਾ ਜੀ ਦੇ ਗੁਰੂ ਭਾਈ, ਕਾਲੀ ਕੁਮਾਰ ਰਾਏ ਤੋਂ ਸੁਣੀ ਸੀ।

ਇਸ ਤਰ੍ਹਾਂ ਪ੍ਰਤੀਤ ਹੁੰਦਾ ਹੈ ਕਿ ਲਾਹਿੜੀ ਮਹਾਸ਼ਯ ਆਪਣੀ ਫੋਟੋ ਖਿਚਵਾਉਣਾ ਪਸੰਦ ਨਹੀਂ ਸਨ ਕਰਦੇ। ਇੱਕ ਵਾਰ ਉਨ੍ਹਾਂ ਦੇ ਵਿਰੋਧ ਦੇ ਬਾਵਜੂਦ, ਉਨ੍ਹਾਂ ਦੀ ਅਤੇ ਉਨ੍ਹਾਂ ਦੇ ਕਈ ਸ਼ਗਿਰਦਾਂ ਦੀ, ਜਿਸ ਵਿਚ ਕਾਲੀ ਕੁਮਾਰ ਰਾਏ ਵੀ ਸਨ, ਇੱਕ ਗਰੁਪ ਫੋਟੋ ਖਿੱਚੀ ਗਈ। ਫੋਟੋਗਰਾਫਰ ਦੀ ਉਸ ਸਮੇਂ ਹੈਰਾਨੀ ਦੀ ਹੱਦ ਨਾ ਰਹੀ, ਜਦੋਂ ਉਸ ਨੇ ਦੇਖਿਆ, ਉਸ ਫੋਟੋ ਵਿਚ ਸਾਰੇ ਸ਼ਗਿਰਦਾਂ ਦੀਆਂ ਫੋਟੋਆਂ ਤਾਂ ਸਪਸ਼ਟ ਦਿਖਾਈ ਦੇ ਰਹੀਆਂ ਸਨ, ਪ੍ਰੰਤੂ ਜਿਥੇ ਲਾਹਿੜੀ ਮਹਾਸ਼ਯ ਦੀ ਫੋਟੋ ਹੋਣੀ ਚਾਹੀਦੀ ਸੀ, ਉਥੇ ਕੋਈ ਫੋਟੋ ਨਹੀਂ ਸੀ। ਉਹ ਥਾਂ ਬਿਲਕੁਲ ਖਾਲੀ ਸੀ। ਇਸ ਹੈਰਾਨੀਜਨਕ ਘਟਨਾ ਦੀ ਖੂਬ ਚਰਚਾ ਹੋਈ।

ਇੱਕ ਸ਼ਾਗਿਰਦ ਗੰਗਾ ਧਰ ਬਾਬੂ, ਜੋ ਮਾਹਿਰ ਫੋਟੋਗਰਾਫਰ ਵੀ ਸੀ, ਨੇ ਸ਼ੇਖੀ ਮਾਰੀ, ਕਿ ਲਾਹਿੜੀ ਮਹਾਸ਼ਯ ਜੋ ਮਰਜ਼ੀ ਕਹਿਣ, ਉਹ ਉਨ੍ਹਾਂ ਦੀ ਫੋਟੋ ਖਿੱਚ ਕੇ ਹੀ ਦਮ ਲਵੇਗਾ।

ਅਗਲੇ ਦਿਨ ਸਵੇਰੇ ਸਵੇਰੇ, ਜਦੋਂ ਲਾਹਿੜੀ ਮਹਾਸ਼ਯ ਜੀ ਲੱਕੜੀ ਦੀ ਚੌਂਕੀ ਉੱਪਰ ਪਦਮ ਆਸਣ ਵਿਚ ਬੈਠੇ ਸਨ ਅਤੇ ਉਨ੍ਹਾਂ ਦੇ ਪਿੱਛੇ ਕਾਲਾ ਪਰਦਾ ਲਟਕ ਰਿਹਾ ਸੀ ਤਾਂ ਗੰਗਾ ਧਰ ਬਾਬੂ ਆਪਣੇ ਸਾਜੋ ਸਾਮਾਨ ਨਾਲ ਲੈਸ ਹੋ ਕੇ ਪਹੁੰਚ ਗਏ। ਉਨ੍ਹਾਂ ਨੇ ਸਾਵਧਾਨੀ ਵਰਤਦਿਆਂ ਹੋਇਆਂ, ਲਾਲਚ ਵਿਚ ਪੂਰੀਆਂ ਬਾਰਾਂ ਫੋਟੋਆਂ ਖਿੱਚੀਆਂ। ਪ੍ਰੰਤੂ ਉਸ ਨੇ ਦੇਖਿਆ ਕਿ ਹਰ ਪਲੇਟ ਉੱਪਰ ਲੱਕੜੀ ਦੀ ਚੌਂਕੀ ਅਤੇ ਪਰਦੇ ਦੀ ਫੋਟੋ ਤਾਂ ਸੀ ਪਰ ਲਾਹਿੜੀ ਮਹਾਸ਼ਯ ਦੀ ਫੋਟੋ ਫਿਰ ਵੀ ਨਹੀਂ ਸੀ।

ਗੰਗਾ ਧਰ ਬਾਬੂ ਦਾ ਅਭਿਮਾਨ ਚੂਰ ਚੂਰ ਹੋ ਗਿਆ ਅਤੇ ਉਹ ਹੰਝੂ ਵਹਾਉਂਦਾ ਲਾਹਿੜੀ ਮਹਾਸ਼ਯ ਕੋਲ ਪਹੁੰਚਿਆ। ਕਈ ਘੰਟਿਆਂ ਦੀ ਚੁੱਪ ਤੋਂ ਬਾਅਦ, ਲਾਹਿੜੀ ਮਹਾਸ਼ਯ ਨੇ ਇਨ੍ਹਾਂ ਭਾਵ-ਪੂਰਨ ਸ਼ਬਦਾਂ ਨਾਲ ਮੌਨ ਤੋੜਿਆ।

"ਮੈਂ ਆਤਮਾ ਹਾਂ। ਕੀ ਤੇਰਾ ਕੈਮਰਾ ਸਰਬਵਿਆਪਕ ਅਗੋਚਰ ਦੀ ਫੋਟੋ ਖਿੱਚ ਸਕਦਾ ਹੈ?"

ਗੰਗਾ ਧਰ ਬਾਬੂ ਨੇ ਕਿਹਾ, "ਮੈਂ ਦੇਖ ਲਿਆ ਹੈ, ਕਿ ਮੇਰਾ ਕੈਮਰਾ ਆਪ ਵਿਚ ਮੌਜੂਦ ਸਰਬਵਿਆਪਕ ਅਗੋਚਰ ਦੀ ਫੋਟੋ ਨਹੀਂ ਖਿੱਚ ਸਕਦਾ। ਪ੍ਰੰਤੂ ਗੁਰੂਦੇਵ, ਆਪਦੇ ਸਨੇਹਮਈ ਸਰੀਰ ਮੰਦਰ ਦੀ ਇੱਕ ਫੋਟੋ ਪ੍ਰਾਪਤ ਕਰਨ ਦੀ ਮੇਰੀ ਬਹੁਤ ਇੱਛਾ ਹੈ। ਮੇਰੀ

ਸੋਚ ਸੰਕੀਰਣ ਰਹੀ ਹੈ। ਮੈਂ ਅਜੇ ਤਕ ਇਹ ਨਹੀਂ ਸੀ ਸਮਝ ਸਕਿਆ, ਕਿ ਬ੍ਰਹਮ ਪੂਰਨ ਰੂਪ ਵਿਚ ਆਪ ਵਿਚ ਬਿਰਾਜਮਾਨ ਹੈ।"

"ਫਿਰ ਕੱਲ੍ਹ ਸਵੇਰੇ ਆਉ। ਮੈਂ ਤੇਰੇ ਕੈਮਰੇ ਸਾਹਮਣੇ ਬੈਠ ਕੇ ਫੋਟੋ ਖਿੱਚਵਾ ਲਵਾਂਗਾ।"

ਫੋਟੋਗਰਾਫਰ ਨੇ ਫਿਰ ਆਪਣਾ ਕੈਮਰਾ ਫੋਕਸ ਕੀਤਾ। ਇਸ ਵਾਰ ਰਹੱਸਮਈ ਅਗੋਚਰਤਾ ਤੋਂ ਰਹਿਤ, ਉਸ ਪਵਿੱਤਰ ਆਤਮਾ ਦੇ ਸਰੀਰ ਦੀ ਫੋਟੋ, ਉਸ ਦੇ ਕੈਮਰੇ ਦੀ ਪਲੇਟ ਉੱਪਰ ਸਪਸ਼ਟ ਰੂਪ ਵਿਚ ਉੱਕਰ ਆਈ ਸੀ। ਲਾਹਿੜੀ ਮਹਾਸ਼ਯ ਨੇ ਇਸ ਤੋਂ ਬਾਅਦ ਕਦੇ ਕੋਈ ਆਪਣੀ ਫੋਟੋ ਨਹੀਂ ਖਿੱਚਵਾਈ। ਘੱਟੋ ਘੱਟ ਮੈਂ ਕਦੇ ਕੋਈ ਹੋਰ ਫੋਟੋ ਨਹੀਂ ਦੇਖੀ।

ਓਹੀ ਫੋਟੋ ਇਸ ਪੁਸਤਕ ਵਿਚ ਛਪੀ ਹੈ।* ਸਾਂਚੇ ਵਿਚ ਢਲੇ ਲਾਹਿੜੀ ਮਹਾਸ਼ਯ ਦੇ ਚਿਹਰੇ ਤੋਂ ਕੁਝ ਪਤਾ ਨਹੀਂ ਲੱਗਦਾ, ਕਿ ਉਹ ਕਿਸ ਕੁਲ ਖਾਨਦਾਨ ਵਿਚੋਂ ਸਨ। ਉਨ੍ਹਾਂ ਦੀ ਰਹੱਸਮਈ ਮੁਸਕਰਾਹਟ ਵਿਚ ਪ੍ਰਮਾਤਮਾ ਦੇ ਮਿਲਣ ਦੇ ਆਨੰਦ ਦੀ ਕੁਝ ਕੁਝ ਝਲਕ ਦਿਖਾਈ ਦਿੰਦੀ ਹੈ। ਉਨ੍ਹਾਂ ਦੀਆਂ ਅੱਧ ਖੁੱਲ੍ਹੀਆਂ ਅੱਖਾਂ ਬਾਹਰੀ ਸੰਸਾਰ ਦੇ ਪ੍ਰਤੀ ਨਾਂ-ਮਾਤਰ ਰੁਚੀ ਦਾ ਸੰਕੇਤ ਕਰਦੀਆਂ ਹਨ। ਅੱਧੀਆਂ ਬੰਦ ਅੱਖਾਂ ਇਹ ਸੰਕੇਤ ਵੀ ਕਰਦੀਆਂ ਹਨ, ਕਿ ਉਹ ਅੰਦਰੂਨੀ ਤੌਰ ਤੇ ਆਤਮਿਕ ਆਨੰਦ ਵਿਚ ਗੜੂੰਦ ਹਨ। ਇਸ ਭੌਤਿਕ ਸੰਸਾਰ ਦੇ ਨਿਮਾਣੇ ਪਰਲੋਭਨਾਂ ਤੋਂ ਨਿਰਲੇਪ, ਉਹ ਆਪਣੇ ਕੋਲ ਆਉਣ ਵਾਲੇ ਸ਼ਰਧਾਲੂਆਂ ਦ ੀਆਂ ਅਧਿਆਤਮਿਕ ਸਮੱਸਿਆਵਾਂ ਪ੍ਰਤੀ ਹਮੇਸ਼ਾਂ ਉਦਾਰ ਰਵੱਈਆ ਅਪਣਾਉਂਦੇ ਸਨ।

ਲਾਹਿੜੀ ਮਹਾਸ਼ਯ ਦੀ ਫੋਟੋ ਦੀ ਮਹਿਮਾ ਨਾਲ, ਮੇਰੇ ਨਿਰੋਗ ਹੋ ਜਾਣ ਤੋਂ ਕੁਝ ਦਿਨ ਬਾਅਦ ਹੀ, ਮੈਨੂੰ ਇਕ ਡੂੰਘਾ ਅਧਿਆਤਮਿਕ ਅਨੁਭਵ ਹੋਇਆ। ਇੱਕ ਦਿਨ ਸਵੇਰੇ ਸਵੇਰੇ, ਮੈਂ ਆਪਣੇ ਬਿਸਤਰੇ ਤੇ ਬੈਠਾ ਬੈਠਾ ਇੱਕ ਖਿਆਲ ਉਡਾਰੀ ਵਿਚ ਮਗਨ ਹੋ ਗਿਆ।

"ਬੰਦ ਅੱਖਾਂ ਦੇ ਹਨੇਰੇ ਪਿੱਛੇ ਕੀ ਹੈ?" ਇਹ ਖੋਜ ਭਰਪੂਰ ਵਿਚਾਰ ਬੜੀ ਤੇਜੀ ਨਾਲ ਮੇਰੇ ਮਨ ਵਿਚ ਆਇਆ। ਉਸੇ ਵਕਤ ਮੇਰੀ ਅੰਤਰ ਦ੍ਰਿਸ਼ਟੀ ਵਿਚ ਇੱਕ ਅਸੀਮ ਰੌਸ਼ਨੀ ਦਾ ਲਿਸ਼ਕਾਰਾ ਪ੍ਰਗਟ ਹੋਇਆ। ਮੇਰੇ ਮਸਤਕ ਦੇ ਪਰਦੇ ਉੱਪਰ ਪਹਾੜਾਂ ਦੀਆਂ

* ਫੋਟੋ ਵਿਭਾਗ I ਵਿਚ ਪੰਨਾ 9 ਦੇਖੋ। ਫੋਟੋ ਵਿਭਾਗ ਵਿਚ ਹੀ ਸ਼੍ਰੀ ਸ਼੍ਰੀ ਲਾਹਿੜੀ ਮਹਾਸ਼ਯ ਦਾ ਹੱਥ ਨਾਲ ਬਣਾਇਆ ਗਿਆ ਚਿੱਤਰ ਪੰਨਾ, 10 ਤੇ ਦੇਖੋ। 1935–36 ਵਿਚ ਜਦੋਂ ਯੋਗਾਨੰਦ ਜੀ ਭਾਰਤ ਆਏ ਸਨ ਤਾਂ ਉਨ੍ਹਾਂ ਨੇ ਇੱਕ ਬੰਗਾਲੀ ਚਿੱਤਰਕਾਰ ਤੋਂ ਆਪਣੇ ਦਿਸ਼ਾ ਨਿਰਦੇਸ਼ਾਂ ਅਨੁਸਾਰ, ਇਹ ਚਿੱਤਰ ਮੂਲ ਫੋਟੋ ਦੇ ਅਨੁਸਾਰ ਬਣਵਾਇਆ ਸੀ ਅਤੇ ਬਾਅਦ ਵਿਚ ਇਸ ਨੂੰ ਯੋਗਦਾ ਸਤਸੰਗ ਸੁਸਾਇਟੀ / ਸੈਲਫ ਰੀਆਲਾਈਜੇਸ਼ਨ ਫੈਲੋਸ਼ਿਪ ਦੇ ਪ੍ਰਕਾਸ਼ਨਾਂ ਵਿਚ ਉਪਯੋਗ ਕਰਨ ਵਾਸਤੇ ਨਿਰਧਾਰਿਤ ਕਰ ਦਿੱਤਾ। ਮਾਊਂਟਵਾਸ਼ਿੰਗਟਨ ਵਿਚ ਇਹ ਚਿੱਤਰ ਪਰਮਹੰਸ ਯੋਗਾ ਨੰਦ ਜੀ ਦੇ ਕਮਰੇ ਵਿਚ ਦੀਵਾਰ ਉੱਪਰ ਟੰਗਿਆ ਹੋਇਆ ਹੈ। *(ਪ੍ਰਕਾਸ਼ਕ ਦੀ ਟਿਪਣੀ)*

ਗੁਫਾਵਾਂ ਵਿਚ ਸਮਾਧੀ ਲਾਈ ਬੈਠੇ ਸੰਤ ਮਹਾਤਮਾਵਾਂ ਦੀਆ ਸ਼ਕਲਾਂ, ਸਿਨਮੇ ਦੇ ਛੋਟੇ ਛੋਟੇ ਚਿੱਤਰਾਂ ਦੀ ਤਰ੍ਹਾਂ ਦਿੱਸਣ ਲੱਗੀਆਂ।

"ਆਪ ਲੋਕ ਕੌਣ ਹੋ?" ਮੈਂ ਉੱਚੀ ਅਵਾਜ਼ ਵਿਚ ਬੋਲਿਆ।

"ਅਸੀਂ ਹਿਮਾਲਿਆ ਪਹਾੜਾਂ ਦੇ ਯੋਗੀ ਹਾਂ।" ਉਸ ਦੈਵੀ ਉੱਤਰ ਦੇ ਆਨੰਦ ਦਾ ਵਰਣਨ ਕਰਨਾ ਬੜਾ ਔਖਾ ਹੈ। ਮੇਰਾ ਮਨ ਰੁਮਾਂਚ ਨਾਲ ਭਰ ਗਿਆ।

"ਆਹ, ਮੈਂ ਵੀ ਹਿਮਾਲਿਆ ਪਹਾੜਾਂ ਵਿਚ ਆ ਕੇ ਆਪ ਵਾਂਗ ਯੋਗੀ ਬਣਨਾ ਚਾਹੁੰਦਾ ਹਾਂ," ਦ੍ਰਿਸ਼ ਅਲੋਪ ਹੋ ਗਿਆ। ਪ੍ਰੰਤੂ ਚਾਂਦੀ ਰੰਗੀਆਂ ਜਗਮਗਾਉਂਦੀਆਂ ਕਿਰਨਾਂ ਦੇ ਚੱਕਰ ਨਾ ਖਤਮ ਹੋਣ ਵਾਲੀ ਅਨੰਤਤਾ ਵਿਚ ਫੈਲਦੇ ਗਏ।

"ਇਹ ਅਦਭੁਤ ਤੇਜ ਕੀ ਹੈ?"

"ਮੈਂ ਈਸ਼ਵਰ ਹਾਂ।* ਮੈਂ ਪ੍ਰਕਾਸ਼ ਹਾਂ।" ਇਹ ਅਵਾਜ਼ ਬੱਦਲਾਂ ਦੀ ਮਿੰਨੀ ਮਿੰਨੀ ਗੜਗੜਾਹਟ ਵਰਗੀ ਸੀ।

"ਮੈਂ ਆਪ ਨਾਲ ਏਕਾਕਾਰ ਹੋਣਾ ਚਾਹੁੰਦਾ ਹਾਂ!"

ਭਾਵੇਂ ਇਸ ਅਧਿਆਤਮਿਕ ਆਨੰਦ ਦੀ ਖੁਮਾਰੀ ਹੌਲੀ ਹੌਲੀ ਘਟਦੀ ਗਈ, ਪ੍ਰੰਤੂ ਇਸ ਨਾਲ ਮੈਂ ਪ੍ਰਮਾਤਮਾ ਨੂੰ ਪ੍ਰਾਪਤ ਕਰਨ ਵਾਸਤੇ ਪ੍ਰੇਰਣਾ ਦੀ ਸੁਰੱਖਿਅਤ ਦੌਲਤ ਪਾ ਲਈ। "ਉਹ ਸਦੀਵੀ ਹੈ, ਉਹ ਨਿਤ ਨਵਾਂ ਆਨੰਦ ਹੈ।" ਇਸ ਆਨੰਦਦਾਇਕ ਘਟਨਾ ਦੀ ਯਾਦ ਮੇਰੇ ਮਨ ਵਿਚ ਬੜੀ ਦੇਰ ਤਕ ਤਾਜ਼ਾ ਰਹੀ।

ਬਚਪਨ ਦੀ ਇੱਕ ਹੋਰ ਘਟਨਾ ਬੜੀ ਅਸਾਧਾਰਨ ਵੀ ਹੈ ਅਤੇ ਵਰਣਨਯੋਗ ਵੀ, ਕਿਉਂਕਿ ਉਸਦਾ ਨਿਸ਼ਾਨ ਅੱਜ ਤਕ ਵੀ ਮੇਰੀ ਬਾਂਹ ਉੱਪਰ ਮੌਜੂਦ ਹੈ। ਇੱਕ ਦਿਨ ਸਵੇਰੇ ਸਵੇਰੇ, ਮੈਂ ਅਤੇ ਮੇਰੀ ਵੱਡੀ ਭੈਣ ਉਮਾ ਆਪਣੇ ਗੋਰਖਪੁਰ ਵਾਲੇ ਘਰ ਦੇ ਵਿਹੜੇ ਵਿਚ ਨਿੰਮ ਦੇ ਦਰਖਤ ਦੇ ਥੱਲੇ ਬੈਠੇ ਸੀ। ਨੇੜੇ ਹੀ ਦਰਖਤ ਤੇ ਬੈਠੇ ਨਿੰਮ ਦੀਆਂ ਪੱਕੀਆਂ ਨਮੋਲੀਆਂ ਖਾ ਰਹੇ ਤੋਤਿਆਂ ਵੱਲੋਂ ਨਜ਼ਰ ਹਟਾ ਕੇ, ਜਦੋਂ ਵੀ ਵਕਤ ਮਿਲਦਾ, ਉਮਾ ਭੈਣ ਮੈਨੂੰ ਬੰਗਾਲੀ ਭਾਸ਼ਾ ਦੀ ਪਹਿਲੀ ਜਮਾਤ ਦੀ ਪੁਸਤਕ ਪੜ੍ਹਾਉਣ ਵਿਚ ਮੇਰੀ ਮਦਦ ਕਰ ਰਹੀ ਸੀ।

ਉਮਾ ਭੈਣ ਨੇ ਲੱਤ ਤੇ ਫੋੜਾ ਹੋਣ ਦੀ ਗੱਲ ਕੀਤੀ ਅਤੇ ਉਸ ਫੋੜੇ ਉੱਪਰ ਲਾਉਣ ਵਾਸਤੇ ਮੱਲ੍ਹਮ ਦੀ ਡੱਬੀ ਲੈ ਕੇ ਆਈ। ਮੈਂ ਵੀ ਉਸ ਡੱਬੀ ਵਿਚੋਂ ਥੋੜੀ ਜਿਹੀ ਮੱਲ੍ਹਮ ਲੈ ਕੇ ਆਪਣੀ ਬਾਂਹ ਉੱਪਰ ਲਗਾ ਲਈ।

"ਤੂੰ ਆਪਣੀ ਚੰਗੀ ਭਲੀ ਤੰਦਰੁਸਤ ਬਾਂਹ ਉੱਪਰ ਮੱਲ੍ਹਮ ਕਿਉਂ ਲਗਾ ਰਿਹਾ ਹੈਂ?"

* ਬ੍ਰਹਿਮੰਡੀ ਸ਼ਾਸਕ ਦੇ ਰੂਪ ਵਿਚ ਪ੍ਰਮਾਤਮਾ ਵਾਸਤੇ ਸੰਸਕਰਿਤ ਵਿਚ ਵਰਤਿਆ ਜਾਣ ਵਾਲਾ ਨਾਂ, ਜਿਹੜਾ ਕਿ ਸ਼ਾਸਨ ਧਾਤੂ ਤੋਂ ਬਣਿਆ *ਹੈ, ਸ਼ਾਸਨ ਕਰਨਾ।* ਹਿੰਦੂ ਸ਼ਾਸਤਰਾਂ ਵਿਚ ਪ੍ਰਮਾਤਮਾ ਦੇ ਹਜ਼ਾਰਾਂ ਨਾਂ ਵਰਣਿਤ ਹਨ, ਹਰ ਇੱਕ ਵੱਖਰੀ ਦਾਰਸ਼ਨਿਕ ਆਭਾ ਪ੍ਰਗਟ ਕਰਦਾ ਹੈ। ਪ੍ਰਮਾਤਮਾ ਦੇ ਰੂਪ ਵਿਚ ਈਸ਼ਵਰ ਹੀ ਆਪਣੀ ਇੱਛਾ ਅਨੁਸਾਰ ਇੱਕ ਨਿਯਮਬੱਧ ਤਰੀਕੇ ਨਾਲ ਇਸ ਸ੍ਰਿਸ਼ਟੀ ਦੀ ਸਿਰਜਣਾ ਅਤੇ ਵਿਨਾਸ਼ ਕਰਦਾ ਹੈ।

"ਭੈਣ ਜੀ, ਗੱਲ ਅਸਲ ਵਿਚ ਇਹ ਹੈ ਕਿ ਮੈਨੂੰ ਲੱਗ ਰਿਹਾ ਹੈ ਕਿ ਕੱਲ੍ਹ ਨੂੰ ਮੇਰੀ ਬਾਂਹ ਤੇ ਇੱਥੇ ਹੀ ਫੋੜਾ ਹੋਣ ਵਾਲਾ ਹੈ। ਮੈਂ ਉਸੇ ਥਾਂ ਤੇ ਮੱਲ੍ਹਮ ਲਗਾ ਕੇ ਚੈਕ ਕਰ ਰਿਹਾ ਹਾਂ।"

"ਚੱਲ ਝੂਠਾ ਕਿਸੇ ਥਾਂ ਦਾ!"

"ਭੈਣ ਜੀ, ਜਦੋਂ ਤਕ ਤੁਸੀਂ ਦੇਖ ਨਹੀਂ ਲੈਂਦੇ, ਕਿ ਕੱਲ੍ਹ ਨੂੰ ਕੀ ਹੁੰਦਾ ਹੈ, ਉਦੋਂ ਤੱਕ ਤੁਸੀਂ ਮੈਨੂੰ ਝੂਠਾ ਨਹੀਂ ਕਹਿ ਸਕਦੇ," ਮੈਨੂੰ ਗੁੱਸਾ ਆ ਗਿਆ।

ਉਮਾ ਤੇ ਇਸ ਦਾ ਕੋਈ ਅਸਰ ਨਹੀਂ ਹੋਇਆ ਅਤੇ ਉਸ ਨੇ ਇਸ ਮਿਹਣੇ ਨੂੰ ਤਿੰਨ ਵਾਰ ਦੁਹਰਾਇਆ। ਇੱਕ ਦ੍ਰਿੜ ਪ੍ਰਤਿਗਿਆ ਭਰੀ ਅਵਾਜ਼ ਵਿਚ ਮੇਰੇ ਮੂਹੋਂ ਨਿਕਲਿਆ :

"ਮੇਰੇ ਅੰਦਰ ਜੋ ਇੱਛਾ ਸ਼ਕਤੀ ਹੈ, ਉਸ ਦੇ ਸਹਾਰੇ ਤੇ ਕਹਿੰਦਾ ਹਾਂ, ਕਿ ਕੱਲ੍ਹ ਤਕ ਮੇਰੀ ਬਾਂਹ ਉੱਪਰ ਠੀਕ ਇਸੇ ਥਾਂ ਉੱਪਰ ਇੱਕ ਵੱਡਾ ਫੋੜਾ ਨਿਕਲ ਆਵੇਗਾ ਅਤੇ ਤੇਰਾ ਫੋੜਾ ਇਸ ਤੋਂ ਦੁਗਣਾ ਹੋ ਜਾਵੇਗਾ।"

ਦੂਜੇ ਦਿਨ ਸਵੇਰੇ ਮੇਰੀ ਬਾਂਹ ਉੱਪਰ ਠੀਕ ਉਸੇ ਥਾਂ ਉੱਪਰ ਇੱਕ ਵੱਡਾ ਫੋੜਾ ਨਿਕਲ ਆਇਆ ਅਤੇ ਉਮਾ ਦੇ ਫੋੜੇ ਦਾ ਆਕਾਰ ਪਹਿਲਾਂ ਨਾਲੋਂ ਦੁਗਣਾ ਹੋ ਗਿਆ। ਉਹ ਚੀਕਦੀ ਚਿਲਾਂਦੀ ਮਾਤਾ ਜੀ ਕੋਲ ਦੌੜੀ ਗਈ, "ਮਾਤਾ ਜੀ, ਮੁਕੰਦ ਜਾਦੂ ਟੂਣਾ ਕਰਨਾ ਸਿਖ ਗਿਆ ਹੈ!" ਮਾਤਾ ਜੀ ਨੇ ਬੜੀ ਗੰਭੀਰਤਾ ਨਾਲ ਕਿਹਾ, "ਕਿਸੇ ਦਾ ਨੁਕਸਾਨ ਕਰਨ ਵਾਸਤੇ ਕਦੇ ਵੀ ਸ਼ਬਦ ਸ਼ਕਤੀ ਦਾ ਪ੍ਰਯੋਗ ਨਾ ਕਰਾਂ।" ਮੈਂ ਉਨ੍ਹਾਂ ਦੀ ਨਸੀਹਤ ਜ਼ਿੰਦਗੀ ਭਰ ਯਾਦ ਰੱਖੀ ਅਤੇ ਅਮਲ ਵੀ ਕੀਤਾ।

ਮੇਰੇ ਫੋੜੇ ਦਾ ਇਲਾਜ ਚੀਰੇ ਨਾਲ ਹੋਇਆ। ਡਾਕਟਰ ਦੇ ਦਿੱਤੇ ਚੀਰੇ ਦਾ ਨਿਸ਼ਾਨ, ਮਨੁੱਖ ਦੀ ਸ਼ਬਦ ਸ਼ਕਤੀ ਦੀ ਲਗਾਤਾਰ ਯਾਦ ਦਿਲਾਉਂਦਾ ਹੋਇਆ ਯਾਦਗਾਰੀ ਰੂਪ ਵਿਚ ਮੇਰੀ ਬਾਂਹ ਉੱਪਰ ਵਿਚ ਮੌਜੂਦ ਹੈ।

ਡੂੰਘੀ ਇਕਾਗਰਤਾ ਨਾਲ ਉਮਾ ਨੂੰ ਕਹੇ, ਉਹ ਸਧਾਰਨ ਅਤੇ ਪ੍ਰਤੱਖ ਰੂਪ ਵਿਚ ਹਾਨੀਕਾਰਕ ਪ੍ਰਤੀਤ ਹੋਣ ਵਾਲੇ ਸ਼ਬਦ, ਬੰਬ ਦੇ ਧਮਾਕੇ ਵਾਂਗ ਨਿਸ਼ਚਿਤ ਨਤੀਜਾ ਦੇਣ ਦੀ ਪੂਰੀ ਸ਼ਕਤੀ ਨਾਲ ਲੈਸ ਸਨ। ਬਾਅਦ ਵਿਚ ਮੈਨੂੰ ਸਮਝ ਆ ਗਈ, ਕਿ ਕਿਸੇ ਦੇ ਜੀਵਨ ਨੂੰ ਮੁਸੀਬਤ ਤੋਂ ਬਚਾਉਣ ਖਾਤਰ ਸ਼ਬਦ ਸ਼ਕਤੀ ਦੇ ਧਮਾਕੇਦਾਰ ਸਪੰਦਨਾਂ ਦਾ ਸਦਉਪਯੋਗ ਕਰਕੇ, ਬਗੈਰ ਕਿਸੇ ਨਿਸ਼ਾਨ ਦੇ ਤਕਲੀਫ ਰਹਿਤ ਉਪਰੇਸ਼ਨ ਕੀਤਾ ਜਾ ਸਕਦਾ ਹੈ।*

* ਧੁਨੀ ਦੀਆਂ ਅਨੰਤ ਸਿਰਜਣਾਤਮਕ ਸ਼ਕਤੀਆਂ, ਸ਼ਬਦ ਜਾਂ ਓਮ ਤੋਂ ਉਤਪੰਨ ਹੁੰਦੀਆਂ ਹਨ। ਸਪਸ਼ਟ ਅਨੁਭੂਤੀ ਅਤੇ ਡੂੰਘੀ ਇਕਾਗਰਤਾ ਦੇ ਨਾਲ ਉਚਰਿਤ ਕਿਸੇ ਸ਼ਬਦ ਵਿਚ ਮੂਰਤੀਮਾਨ ਹੋਣ ਦੀ ਸ਼ਕਤੀ ਹੈ। ਪ੍ਰੇਰਨਾ ਪੂਰਨ ਸ਼ਬਦਾਂ ਦਾ ਵਾਰ ਵਾਰ ਉੱਚੀ ਅਵਾਜ਼ ਵਿਚ ਜਾਂ ਮੌਨ ਰੂਪ ਵਿਚ ਉਚਾਰਨ ਮਨੋਚਿਕਤਸਾ ਦੀਆਂ ਵੱਖੋ ਵਖਰੀਆਂ ਪ੍ਰਣਾਲੀਆਂ

ਸਾਡਾ ਪਰਿਵਾਰ ਪੰਜਾਬ ਵਿਚ ਲਾਹੌਰ ਚਲਾ ਗਿਆ। ਉੱਥੇ ਮੈਂ ਕਾਲੀ ਦੇਵੀ ਦੇ ਰੂਪ ਵਿਚ ਜਗਨ ਮਾਤਾ* ਦੀ ਫੋਟੋ ਪ੍ਰਾਪਤ ਕੀਤੀ, ਜਿਸ ਨੇ ਸਾਡੇ ਘਰ ਦੇ ਵਰਾਂਡੇ ਵਿਚ ਬਣੇ ਸਧਾਰਨ ਮੰਦਰ ਨੂੰ ਪਵਿੱਤਰ ਕੀਤਾ। ਮੇਰੇ ਮਨ ਵਿਚ ਇਹ ਅਚਾਨਕ ਵਿਸ਼ਵਾਸ਼ ਪੱਕਾ ਹੋ ਗਿਆ, ਕਿ ਉਸ ਪਵਿੱਤਰ ਸਥਾਨ ਤੇ ਕੀਤੀ ਗਈ ਕਿਸੇ ਵੀ ਪ੍ਰਾਰਥਨਾ ਨੂੰ ਦੇਵੀ ਮਾਤਾ ਪੂਰਨਤਾ ਦਾ ਤਾਜ ਪਹਿਨਾ ਦੇਵੇਗੀ। ਇੱਕ ਦਿਨ ਮੈਂ ਅਤੇ ਉਮਾ ਉੱਥੇ ਖੜ੍ਹੇ ਦੋ ਲੜਕਿਆਂ ਨੂੰ ਆਪੋ ਆਪਣੇ ਘਰਾਂ ਦੀਆਂ ਛੱਤਾਂ ਉੱਪਰ ਪਤੰਗ ਉਡਾਉਂਦੇ ਦੇਖ ਰਹੇ ਸੀ। ਇਨ੍ਹਾਂ ਦੋਵੇਂ ਘਰਾਂ ਅਤੇ ਸਾਡੇ ਘਰ ਦੇ ਵਿਚਕਾਰ ਇਕ ਬਹੁਤ ਤੰਗ ਗਲੀ ਸੀ।

"ਤੂੰ ਐਨਾ ਚੁੱਪ ਚੁੱਪ ਕਿਉਂ ਹੈਂ?" ਉਮਾ ਨੇ ਖੇਡ ਖੇਡ ਵਿਚ ਮੈਨੂੰ ਧੱਕਾ ਦਿੰਦਿਆਂ ਕਿਹਾ। "ਮੈਂ ਇਹ ਸੋਚ ਰਿਹਾ ਹਾਂ ਕਿ ਇਹ ਕਿੰਨਾ ਅਦਭੁਤ ਹੈ ਕਿ ਦੇਵੀ ਮਾਤਾ ਕੋਲੋਂ ਜੋ ਵੀ ਮੈਂ ਮੰਗਦਾ ਹਾਂ, ਉਹ ਹੀ ਮਿਲ ਜਾਂਦਾ ਹੈ।"

"ਮੈਂ ਇਹ ਸਮਝਦੀ ਹਾਂ ਕਿ ਦੇਵੀ ਮਾਤਾ ਤੈਨੂੰ ਇਹ ਦੋਵੇਂ ਪਤੰਗ ਦੇ ਦੇਵੇਗੀ।" ਮੇਰੀ ਭੈਣ ਨੇ ਮਖੌਲ ਕਰਦਿਆਂ ਹੱਸਦਿਆਂ ਕਿਹਾ।

"ਕਿਉਂ ਨਹੀਂ," ਮੈਂ ਉਨ੍ਹਾਂ ਪਤੰਗਾਂ ਨੂੰ ਪ੍ਰਾਪਤ ਕਰਨ ਵਾਸਤੇ ਮੌਨ ਪ੍ਰਾਰਥਨਾ ਸ਼ੁਰੂ ਕਰ ਦਿੱਤੀ।

ਭਾਰਤ ਵਿਚ ਡੋਰ ਉੱਪਰ ਗੂੰਦ ਅਤੇ ਸ਼ੀਸ਼ੇ ਦਾ ਲੇਪ ਲਾ ਕੇ ਪਤੰਗਾਂ ਦਾ ਖੇਡ ਖੇਡਿਆ ਜਾਂਦਾ ਹੈ। ਕੱਟੀ ਹੋਈ ਪਤੰਗ ਦੀ ਡੋਰ ਘਰਾਂ ਦੀਆਂ ਛੱਤਾਂ ਦੇ ਉੱਪਰ ਦੀ ਰੀਂਗਦੀ ਹੋਈ ਜਾਂਦੀ ਹੈ, ਤਾਂ ਉਸ ਨੂੰ ਪਕੜਨ ਵਿਚ ਬੜਾ ਸੁਆਦ ਆਉਂਦਾ ਹੈ। ਮੈਂ ਅਤੇ ਉਮਾ ਇੱਕ ਇਹੋ ਜਿਹੇ ਵਰਾਂਡੇ ਵਿਚ ਖੜ੍ਹੇ ਸੀ, ਜਿਸ ਦੇ ਉੱਪਰ ਛੱਤ ਸੀ ਅਤੇ ਦੋਵੇਂ ਪਾਸੇ ਕੰਧਾਂ ਸਨ। ਇਸ ਕਰਕੇ ਕੱਟੀ ਹੋਈ ਪਤੰਗ ਦਾ ਸਾਡੇ ਕੋਲ ਆਉਣਾ ਅਸੰਭਵ ਲੱਗਦਾ ਸੀ, ਕਿਉਂਕਿ ਕੱਟੀ ਹੋਈ ਪਤੰਗ ਦੀ ਡੋਰ, ਵਰਾਂਡੇ ਦੀ ਛੱਤ ਉੱਪਰ ਰੀਂਗਦੀ ਅੱਗੇ ਚਲੀ ਜਾਂਦੀ ਸੀ।

ਗਲੀ ਦੇ ਦੂਜੇ ਪਾਸੇ ਪਤੰਗ ਉਡਾਉਣ ਦਾ ਖੇਡ ਸ਼ੁਰੂ ਹੋਇਆ ਅਤੇ ਇੱਕ ਪਤੰਗ ਦੀ ਡੋਰ ਕੱਟੀ ਗਈ। ਝਟਪਟ ਪਤੰਗ ਮੇਰੇ ਵੱਲ ਆਉਣਾ ਸ਼ੁਰੂ ਹੋ ਗਿਆ। ਅਚਾਨਕ ਹਵਾ ਬੰਦ ਹੋ ਜਾਣ ਕਰਕੇ ਪਤੰਗ ਅਸਮਾਨ ਵਿਚ ਇੱਕ ਮਿੰਟ ਵਾਸਤੇ ਸਥਿਰ ਹੋ ਗਿਆ।

ਵਿਚ ਪ੍ਰਭਾਵਕਾਰੀ ਮੰਨਿਆ ਗਿਆ ਹੈ। ਇਸ ਦੀ ਤਾਕਤ ਮਨ ਦੀ ਸਪੰਦਨ ਗਤੀ ਵਧਾਉਣ ਵਿਚ ਮੌਜੂਦ ਹੈ।

* ਕਾਲੀ ਸ਼ਾਸਵਤ ਪ੍ਰਕਿਰਤੀ ਮਾਂ ਦੇ ਰੂਪ ਵਿਚ ਈਸ਼ਵਰ ਦਾ ਪ੍ਰਤੀਕ ਹੈ।

ਇਤਨੇ ਸਮੇਂ ਵਿਚ ਉਸ ਦੀ ਡੋਰ ਸਾਹਮਣੇ ਵਾਲੇ ਘਰ ਦੇ ਉੱਪਰ ਉੱਗੇ ਥੋਹਰ ਦੇ ਬੂਟੇ ਵਿਚ ਉਲਝ ਗਈ ਅਤੇ ਮੇਰੇ ਫੜਨ ਵਾਸਤੇ ਫੰਦਾ ਤਿਆਰ ਹੋ ਗਿਆ। ਮੈਂ ਇਹ ਤੋਹਫਾ ਉਮਾ ਨੂੰ ਭੇਟ ਕਰ ਦਿੱਤਾ।

"ਇਹ ਤਾਂ ਕੇਵਲ ਅਸਧਾਰਨ ਸੰਯੋਗ ਸੀ, ਨਾ ਕਿ ਤੇਰੀ ਪ੍ਰਾਰਥਨਾ ਦੇ ਉੱਤਰ ਸ੍ਵਰੂਪ। ਜੇ ਦੂਜਾ ਪਤੰਗ ਵੀ ਤੇਰੇ ਕੋਲ ਆ ਜਾਵੇ, ਤਾਂ ਮੈਂ ਮੰਨ ਜਾਵਾਂਗੀ। ਮੇਰੀ ਭੈਣ ਦੀਆਂ ਕਾਲੀਆਂ ਅੱਖਾਂ ਉਸਦੇ ਸ਼ਬਦਾਂ ਨਾਲੋਂ ਜਿਆਦਾ ਹੈਰਾਨੀ ਪ੍ਰਗਟ ਕਰ ਰਹੀਆਂ ਸਨ। ਮੈਂ ਪੂਰੀ ਤਨ ਦੇਹੀ ਨਾਲ ਦੇਵੀ ਮਾਤਾ ਨੂੰ ਪ੍ਰਾਰਥਨਾ ਕਰਨੀ ਚਾਲੂ ਰੱਖੀ। ਦੂਜੇ ਪਤੰਗ ਉਡਾਉਣ ਵਾਲੇ ਦੇ ਇੱਕ ਜ਼ੋਰ ਦਾ ਝਟਕਾ ਮਾਰਨ ਕਰਕੇ, ਉਸਦੀ ਡੋਰ ਵੀ ਕੱਟੀ ਗਈ। ਹਵਾ ਵਿਚ ਨੱਚਦੀ ਪਤੰਗ ਮੇਰੇ ਵੱਲ ਆਉਣ ਲੱਗੀ। ਮੇਰੇ ਮਦਦਗਾਰ ਥੋਹਰ ਦੇ ਬੂਟੇ ਨੇ ਡੋਰ ਨੂੰ ਉਲਝਾ ਕੇ, ਫਿਰ ਉਸੇ ਤਰ੍ਹਾਂ ਫੰਦਾ ਬਣਾ ਦਿੱਤਾ ਤਾਂ ਕਿ ਮੈਂ ਉਸ ਨੂੰ ਆਸਾਨੀ ਨਾਲ ਫੜ ਲਵਾਂ। ਮੈਂ ਆਪਣਾ ਦੂਜਾ ਤੋਹਫਾ ਵੀ ਉਮਾ ਨੂੰ ਭੇਟ ਕਰ ਦਿੱਤਾ।

"ਸੱਚ-ਮੁੱਚ, ਦੇਵੀ-ਮਾਤਾ ਤੇਰੀ ਪ੍ਰਾਰਥਨਾ ਸੁਣਦੀ ਹੈ। ਇਹ ਸਭ ਕੁਝ ਮੇਰੇ ਲਈ ਰਹੱਸਮਈ ਹੈ।" ਹਿਰਨ ਦੇ ਬੱਚੇ ਵਾਂਗ ਭੈਅ-ਭੀਤ ਭੈਣ ਤੇਜੀ ਨਾਲ ਦੌੜ ਗਈ।

ਚੈਪਟਰ 2

ਮੇਰੇ ਮਾਤਾ ਜੀ ਦੀ ਮੌਤ ਅਤੇ ਰਹੱਸਮਈ ਤਵੀਤ

ਮੇਰੀ ਮਾਤਾ ਜੀ ਦੀ ਸਭ ਤੋਂ ਵੱਡੀ ਰੀਝ, ਮੇਰੇ ਵੱਡੇ ਭਰਾ ਅਨੰਤਦਾ ਦੇ ਵਿਆਹ ਕਰਨ ਦੀ ਸੀ। "ਆਹਾ, ਜਦੋਂ ਮੈਂ ਅਨੰਤ ਦੀ ਬਹੂ ਦਾ ਮੂੰਹ ਦੇਖਾਂਗੀ, ਤਾਂ ਮੈਨੂੰ ਇਸ ਧਰਤੀ ਉੱਪਰ ਹੀ ਸਵਰਗ ਮਿਲ ਜਾਵੇਗਾ।" ਮਾਤਾ ਜੀ ਦੇ ਪਰਿਵਾਰ ਦੀ ਵੇਲ ਨੂੰ ਅੱਗੇ ਵਧਾਉਣ ਵਾਲੇ ਦ੍ਰਿੜ ਭਾਰਤੀ ਮਨੋਭਾਵਾਂ ਨੂੰ ਪ੍ਰਗਟਾਉਂਦੇ, ਇਨ੍ਹਾਂ ਸ਼ਬਦਾਂ ਨੂੰ ਮੈਂ ਅਕਸਰ ਹੀ ਸੁਣਦਾ ਰਹਿੰਦਾ ਸੀ।

ਅਨੰਤਦਾ ਦੇ ਮੰਗਣੇ ਵੇਲੇ, ਮੇਰੀ ਉਮਰ ਲਗਭਗ ਗਿਆਰਾਂ ਸਾਲ ਦੀ ਸੀ। ਮਾਤਾ ਜੀ ਕੋਲਕਾਤਾ ਵਿਚ ਖੁਸ਼ੀ ਖੁਸ਼ੀ ਵਿਆਹ ਦੀਆਂ ਤਿਆਰੀਆਂ ਦੀ ਦੇਖ ਰੇਖ ਕਰ ਰਹੇ ਸਨ। ਸਿਰਫ ਮੈਂ ਅਤੇ ਪਿਤਾ ਜੀ ਹੀ ਉੱਤਰ ਭਾਰਤ ਵਿਚ ਬਰੇਲੀ ਸਥਿਤ ਆਪਣੇ ਘਰ, ਜਿੱਥੇ ਦੋ ਸਾਲ ਲਾਹੌਰ ਵਿਚ ਰਹਿਣ ਤੋਂ ਬਾਅਦ ਪਿਤਾ ਜੀ ਦੀ ਬਦਲੀ ਹੋਈ ਸੀ, ਰਹਿ ਰਹੇ ਸੀ।

ਇਸ ਤੋਂ ਪਹਿਲਾਂ, ਮੈਂ ਆਪਣੀਆਂ ਦੋ ਭੈਣਾਂ ਰਮਾ ਅਤੇ ਉਮਾ ਦੇ ਵਿਆਹਾਂ ਦੀ ਠਾਠ ਬਾਠ ਦੇਖ ਚੁੱਕਿਆ ਸੀ। ਪ੍ਰੰਤੂ ਘਰ ਵਿਚ ਵੱਡਾ ਪੁੱਤਰ ਹੋਣ ਦੇ ਨਾਤੇ, ਅਨੰਤਦਾ ਦੇ ਵਿਆਹ ਦੀਆਂ ਤਿਆਰੀਆਂ ਤਾਂ ਹੋਰ ਵੀ ਜ਼ੋਰਾਂ ਸ਼ੋਰਾਂ ਨਾਲ ਹੋ ਰਹੀਆਂ ਸਨ। ਮਾਤਾ ਜੀ ਹਰ ਰੋਜ਼ ਦੂਰ ਦੁਰੇਡੇ ਤੋਂ ਕੋਲਕਾਤਾ ਪਹੁੰਚਣ ਵਾਲੇ ਸਕੇ ਸਬੰਧੀਆਂ ਦੀ ਆਓ-ਭਗਤ ਵਿਚ ਰੁੱਝੇ ਹੋਏ ਸਨ। ਉਹ ਉਨ੍ਹਾਂ ਨੂੰ 50 ਐਮਹਰਸਟ ਸਟਰੀਟ ਵਿਚ ਲਏ ਗਏ ਨਵੇਂ ਆਲੀਸ਼ਾਨ ਘਰ ਵਿਚ ਅਰਾਮਪੂਰਵਕ ਠਹਿਰਾਉਣ ਦਾ ਪ੍ਰਬੰਧ ਕਰ ਰਹੇ ਸਨ। ਪ੍ਰੀਤੀ ਭੋਜਨ ਲਈ ਤਰ੍ਹਾਂ ਤਰ੍ਹਾਂ ਦੇ ਸਵਾਦੀ ਪਕਵਾਨ, ਦੁਲਹਨ ਦੇ ਘਰ ਤਕ ਦੂਲ੍ਹੇ ਨੂੰ ਲੈ ਕੇ ਜਾਣ ਵਾਸਤੇ ਰਥ, ਰੰਗ ਬਰੰਗੀ ਰੌਸ਼ਨੀ ਦੀਆਂ ਲੜੀਆਂ, ਗੱਤੇ ਦੇ ਬਣੇ ਹੋਏ ਵੱਡੇ ਵੱਡੇ ਹਾਥੀ ਅਤੇ ਊਠ, ਅੰਗਰੇਜ਼ੀ, ਸਕਾਟਿਸ਼ ਅਤੇ ਭਾਰਤੀ ਬੈਂਡ ਵਾਜੇ, ਪੇਸ਼ੇਵਰ ਗਾਇਕ, ਨਚਾਰ ਵਿਆਹ ਦੀਆਂ ਰਸਮਾਂ ਕਰਵਾਉਣ ਵਾਲੇ ਪੰਡਤ ਪਾਧੇ, ਆਦਿ ਦੀਆਂ ਸਾਰੀਆਂ ਤਿਆਰੀਆਂ ਪੂਰੀਆਂ ਹੋ ਚੁੱਕੀਆਂ ਸਨ।

ਮੈਂ ਅਤੇ ਪਿਤਾ ਜੀ ਵਿਆਹ ਵਿਚ ਸ਼ਾਮਲ ਹੋਣ ਵਾਸਤੇ ਖੁਸ਼ੀਆਂ ਭਰੀ ਯੋਜਨਾ ਬਣਾ ਰਹੇ ਸੀ। ਪ੍ਰੰਤੂ ਉਸ ਸ਼ੁਭ ਦਿਨ ਤੋਂ ਪਹਿਲਾਂ, ਮੈਂ ਧਿਆਨ ਵਿਚ ਇੱਕ ਭੈੜਾ ਦ੍ਰਿਸ਼ ਦੇਖਿਆ।

ਇਹ ਬਰੇਲੀ ਵਿਚ ਅੱਧੀ ਰਾਤ ਦਾ ਵਕਤ ਸੀ। ਮੈਂ ਪਿਤਾ ਜੀ ਦੇ ਨਾਲ ਆਪਣੇ ਬੰਗਲੇ ਦੇ ਵਰਾਂਡੇ ਵਿਚ ਸੁੱਤਾ ਪਿਆ ਸੀ। ਮੈਨੂੰ ਮੰਜੇ ਉੱਪਰ ਲੱਗੀ ਹੋਈ ਮੱਛਰਦਾਨੀ ਦੀ ਅਜਬ ਜਿਹੀ ਫੜਫੜਾਹਟ ਨੇ ਜਗਾ ਦਿੱਤਾ। ਮੱਛਰਦਾਨੀ ਦੇ ਪਤਲੇ ਪਰਦੇ ਹਟ ਗਏ ਅਤੇ ਮੈਨੂੰ ਆਪਣੀ ਪਿਆਰੀ ਮਾਤਾ ਜੀ ਦੀ ਸ਼ਕਲ ਦਿਖਾਈ ਦਿੱਤੀ।

"ਆਪਣੇ ਪਿਤਾ ਜੀ ਨੂੰ ਜਗਾ," ਉਨ੍ਹਾਂ ਦੀ ਅਵਾਜ਼ ਸਿਰਫ ਫੁਸਫੁਸਾਹਟ ਵਰਗੀ ਸੀ। "ਜੇ ਤੁਸੀਂ ਮੈਨੂੰ ਜ਼ਿੰਦਾ ਦੇਖਣਾ ਚਾਹੁੰਦੇ ਹੋ, ਤਾਂ ਅੱਜ ਹੀ ਸਵੇਰੇ, ਜੋ ਵੀ ਪਹਿਲੀ ਰੇਲ ਗੱਡੀ ਚਾਰ ਵਜੇ ਮਿਲਦੀ ਹੈ, ਲੈ ਕੇ ਤੁਰਤ ਕੋਲਕਾਤਾ ਪਹੁੰਚੋ।" ਇਸ ਤੋਂ ਬਾਅਦ ਉਹ ਛਾਇਆ ਮੂਰਤੀ ਅਲੋਪ ਹੋ ਗਈ।

"ਪਿਤਾ ਜੀ, ਪਿਤਾ ਜੀ, ਮਾਤਾ ਜੀ ਮਰ ਰਹੀ ਹੈ," ਮੇਰੀ ਵਿਆਕੁਲ ਅਵਾਜ਼ ਨੇ ਪਿਤਾ ਜੀ ਨੂੰ ਝਟਪਟ ਜਗਾ ਦਿੱਤਾ। ਸਿਸਕੀਆਂ ਭਰਦਿਆਂ ਮੈਂ ਸਾਰੀ ਦਿਲ ਦਹਿਲਾਊ ਖਬਰ ਸੁਣਾ ਦਿੱਤੀ।

"ਘਬਰਾਉਣ ਦੀ ਕੋਈ ਗੱਲ ਨਹੀਂ, ਇਹ ਤੇਰੇ ਮਨ ਦਾ ਵਹਿਮ ਹੈ।" ਪਿਤਾ ਜੀ ਨੇ ਆਪਣੇ ਸੁਭਾਅ ਅਨੁਸਾਰ, ਇਸ ਨਵੀਂ ਸਥਿਤੀ ਨੂੰ ਨਕਾਰਦਿਆਂ ਕਿਹਾ। "ਤੇਰੀ ਮਾਤਾ ਜੀ ਦੀ ਸਿਹਤ ਬਿਲਕੁਲ ਠੀਕ ਹੈ, ਜੇ ਇਸ ਤਰ੍ਹਾਂ ਦੀ ਕੋਈ ਬੁਰੀ ਖਬਰ ਮਿਲਦੀ ਵੀ ਹੈ, ਤਾਂ ਅਸੀਂ ਕੱਲ੍ਹ ਨੂੰ ਚਲੇ ਚਲਾਂਗੇ।"

"ਜੇ ਆਪ ਹੁਣੇ ਹੀ ਨਹੀਂ ਚੱਲ ਪੈਂਦੇ, ਤਾਂ ਆਪ ਆਪਣੇ ਆਪ ਨੂੰ ਕਦੇ ਮਾਫ਼ ਨਹੀਂ ਕਰ ਸਕੋਗੇ।" ਮਾਨਸਿਕ ਦੁਖ ਦੇ ਕਾਰਨ, ਮੇਰੇ ਮੂਹੋਂ ਇਹ ਸ਼ਬਦ ਵੀ ਨਿਕਲ ਗਏ, "ਨਾ ਹੀ ਮੈਂ ਕਦੇ ਆਪ ਨੂੰ ਮਾਫ਼ ਕਰ ਸਕਾਂਗਾ।"

ਉਦਾਸੀ ਭਰੀ ਸਵੇਰ ਇੱਕ ਸਪਸ਼ਟ ਸੁਨੇਹਾ ਲੈ ਕੇ ਪਹੁੰਚੀ, "ਮਾਤਾ ਗੰਭੀਰ ਰੂਪ ਵਿਚ ਬਿਮਾਰ, ਵਿਆਹ ਮੁਲਤਵੀ, ਤੁਰਤ ਪਹੁੰਚੋ।"

ਪਰੇਸ਼ਾਨੀ ਦੀ ਹਾਲਤ ਵਿਚ ਮੈਂ ਅਤੇ ਪਿਤਾ ਜੀ ਚੱਲ ਪਏ। ਰਸਤੇ ਵਿਚ ਗੱਡੀ ਬਦਲਦਿਆਂ ਸਮੇਂ, ਮੇਰੇ ਚਾਚਾ ਜੀ ਮਿਲ ਗਏ। ਇੱਕ ਡਰਾਉਣੀ ਰੇਲ ਗੱਡੀ ਬੜੀ ਤੇਜੀ ਨਾਲ ਵੱਡੀ ਹੁੰਦੀ, ਦਹਾੜਦੀ ਹੋਈ ਸਾਡੇ ਵੱਲ ਆ ਰਹੀ ਸੀ। ਮੇਰੇ ਅੰਦਰ ਮਾਨਸਿਕ ਅਸ਼ਾਂਤੀ ਕਾਰਨ ਆਪਣੇ ਆਪ ਨੂੰ ਰੇਲਵੇ ਪਟੜੀ ਉੱਪਰ ਸੁੱਟਣ ਦਾ ਪੱਕਾ ਇਰਾਦਾ ਬਣਿਆ। ਮੈਨੂੰ ਲੱਗਿਆ ਕਿ ਅਚਾਨਕ ਉਜੜ ਗਏ ਇਸ ਸੰਸਾਰ ਵਿਚ ਮਾਤਾ ਜੀ ਦੀ ਛਤਰ ਛਾਇਆ ਤੋਂ ਬਗੈਰ ਜਿਉਂਦੇ ਰਹਿਣ ਦੀ ਹਿੰਮਤ ਹੁਣ ਮੇਰੇ ਵਿਚ ਨਹੀਂ ਹੈ। ਸੰਸਾਰ ਵਿਚ, ਮੈਂ ਮਾਤਾ ਜੀ ਨੂੰ ਪਰਮ ਮਿੱਤਰ ਵਾਂਗ ਪਿਆਰ ਕਰਦਾ ਸੀ। ਉਨ੍ਹਾਂ ਦੀਆਂ ਦਿਲਾਸਾ ਦਿੰਦੀਆਂ ਕਾਲੀਆਂ ਅੱਖਾਂ ਹੀ ਮੇਰੇ ਬਚਪਨ ਦੀਆਂ ਛੋਟੀਆਂ ਛੋਟੀਆਂ ਦੁਖਦਾਈ ਘਟਨਾਵਾਂ ਸਮੇਂ ਮੇਰਾ ਆਸਰਾ ਰਹੀਆਂ ਸਨ।

"ਕੀ ਮਾਤਾ ਜੀ ਹਾਲੇ ਜਿਉਂਦੀ ਹੈ?" ਮੈਂ ਆਪਣੇ ਚਾਚਾ ਜੀ ਕੋਲ ਇੱਕ ਆਖਰੀ ਸਵਾਲ ਕਰਨ ਵਾਸਤੇ ਰੁਕਿਆ। ਚਾਚਾ ਜੀ ਨੂੰ ਮੇਰੇ ਚਿਹਰੇ ਦੀ ਉਦਾਸੀ ਪਹਿਚਾਨਣ ਵਿਚ ਦੇਰ ਨਾ ਲੱਗੀ।

"ਬਿਨਾ ਸ਼ੱਕ ਉਹ ਹਾਲੇ ਜਿਉਂਦੀ ਹੈ," ਪ੍ਰੰਤੂ ਮੈਨੂੰ ਉਨ੍ਹਾਂ ਦੇ ਜਵਾਬ ਤੇ ਭੋਰਾ ਭਰ ਵੀ ਯਕੀਨ ਨਹੀਂ ਹੋਇਆ।

ਜਦੋਂ ਅਸੀਂ ਕੋਲਕਾਤਾ ਘਰ ਪਹੁੰਚੇ, ਤਾਂ ਸਾਨੂੰ ਮੌਤ ਦੇ ਹੈਰਾਨਕੁਨ ਰਹੱਸ ਦਾ ਸਾਹਮਣਾ ਕਰਨਾ ਪਿਆ। ਮੈਂ ਮੁਰਦਿਆਂ ਵਾਂਗ ਡਿਗ ਪਿਆ। ਆਪਣੇ ਮਨ ਨੂੰ ਸਥਿਤੀ ਦੇ ਅਨੁਕੂਲ ਬਣਾਉਣ ਵਾਸਤੇ, ਮੈਨੂੰ ਕਈ ਸਾਲ ਲੱਗ ਗਏ। ਮੇਰੀਆਂ ਕੁਰਲਾਹਟ ਭਰੀਆਂ ਫਰਿਆਦਾਂ ਨੇ ਸਵਰਗ ਦੇ ਦਰਵਾਜ਼ਿਆਂ ਨੂੰ ਹਿਲਾ ਕੇ ਰੱਖ ਦਿੱਤਾ। ਆਖਰ ਦੇਵੀ ਮਾਤਾ ਨੂੰ ਆਉਣਾ ਹੀ ਪਿਆ। ਉਸ ਦੇ ਸਨੇਹ ਭਰੇ ਸ਼ਬਦਾਂ ਨੇ ਮੇਰੇ ਰਿਸਦੇ ਜ਼ਖਮ ਭਰ ਦਿੱਤੇ। "ਉਹ ਮੈਂ ਹੀ ਸੀ, ਜਿਸ ਨੇ ਇੱਕ ਤੋਂ ਬਾਅਦ ਦੂਸਰੇ ਜੀਵਨ ਵਿਚ ਮਾਤਾਵਾਂ ਦੇ ਰੂਪ ਵਿਚ ਤੇਰੀ ਪਿਆਰ ਭਰੀ ਦੇਖ ਰੇਖ ਕੀਤੀ। ਗੁਆਚੀਆਂ ਹੋਈਆਂ ਜਿਹੜੀਆਂ ਦੋ ਸੁੰਦਰ ਅੱਖਾਂ ਨੂੰ ਤਲਾਸ਼ ਰਿਹਾ ਹੈਂ, ਉਨ੍ਹਾਂ ਨੂੰ ਮੇਰੀਆਂ ਅੱਖਾਂ ਵਿਚ ਦੇਖ।"

ਪਿਆਰੀ ਮਾਤਾ ਦੇ ਕਿਰਿਆ ਕਰਮ ਤੋਂ ਬਾਅਦ, ਮੈਂ ਅਤੇ ਪਿਤਾ ਜੀ ਛੇਤੀ ਹੀ ਬਰੇਲੀ ਵਾਪਸ ਆ ਗਏ। ਉੱਥੇ ਮੈਂ ਹਰ ਰੋਜ਼ ਸਵੇਰੇ ਸਵੇਰੇ ਅਤੀਤ ਨੂੰ ਯਾਦ ਕਰਦਿਆਂ ਆਪਣੇ ਬੰਗਲੇ ਦੇ ਸਾਹਮਣੇ ਕੋਮਲ ਅਤੇ ਸੋਨੇ ਦੀ ਭਾਅ ਮਾਰਦੇ ਹਰੇ ਪੱਤਿਆਂ ਵਾਲੇ 'ਸਿਉਲੀ' ਦੇ ਦਰਖਤ ਦੀ ਦਰਦ ਭਰੀ ਤੀਰਥ ਯਾਤਰਾ ਕਰਦਾ। ਕਦੇ ਕਦੇ ਮੈਂ ਸ਼ਾਇਰਾਨਾ ਪਲਾਂ ਵਿਚ ਸੋਚਦਾ ਸੀ, ਕਿ 'ਸਿਉਲੀ' ਦਰਖਤ ਹਰੇ ਘਾਹ ਨਾਲ ਭਰੀ ਹੋਈ ਪੂਜਾ ਬੇਦੀ ਉੱਪਰ ਇੱਛਿਤ ਭਗਤੀ ਨਾਲ ਆਪਣੇ ਸਫੇਦ ਫੁੱਲ ਬਖੇਰ ਰਿਹਾ ਹੈ। ਤ੍ਰੇਲ-ਤੁਬਕਿਆਂ ਵਿਚ ਆਪਣੇ ਹੰਝੂਆਂ ਨੂੰ ਭਿਉਂ ਕੇ ਮੈਂ ਅਕਸਰ ਹੀ ਊਸ਼ਾ ਦੀ ਸਵੇਰ ਵਿਚੋਂ ਕਿਸੇ ਦੂਸਰੇ ਸੰਸਾਰ ਦੀ ਅਲੌਕਿਕ ਰੌਸ਼ਨੀ ਨਿਕਲਦੀ ਦੇਖਦਾ। ਪ੍ਰਮਾਤਮਾ ਨੂੰ ਪ੍ਰਾਪਤ ਕਰਨ ਦੀ ਪ੍ਰਚੰਡ ਪੀੜਾ ਨਾਲ ਮੈਂ ਤੜਫ ਉਠਦਾ। ਮੈਨੂੰ ਹਿਮਾਲਿਆ ਪਹਾੜ ਉੱਪਰ ਜਾਣ ਦੀ ਜ਼ੋਰਦਾਰ ਖਿੱਚ ਮਹਿਸੂਸ ਹੁੰਦੀ।

ਮੇਰੇ ਇੱਕ ਚਾਚਾ ਜੀ ਦਾ ਲੜਕਾ, ਹਿਮਾਲਿਆ ਦੀ ਯਾਤਰਾ ਕਰਕੇ ਸਾਡੇ ਘਰ ਬਰੇਲੀ ਆਇਆ। ਉੱਚੇ ਪਹਾੜਾਂ ਵਿਚ ਨਿਵਾਸ ਕਰਦੇ ਯੋਗੀਆਂ ਅਤੇ ਸਵਾਮੀਆਂ* ਦੀਆਂ ਕਹਾਣੀਆਂ, ਉਸ ਦੇ ਮੂਹੋਂ ਮੈਂ ਬੜੀ ਉਤਸੁਕਤਾ ਨਾਲ ਸੁਣੀਆਂ।

* *ਸਵਾਮੀ* ਸ਼ਬਦ ਦੇ ਸੰਸਕਰਿਤ ਮੂਲ ਦਾ ਅਰਥ ਹੈ, "ਉਹ ਇਨਸਾਨ ਜਿਹੜਾ ਆਪਣੇ ਆਪ ਨਾਲ ਜਾਂ ਆਪਣੀ ਆਤਮਾ ਨਾਲ ਇੱਕ-ਮਿੱਕ ਹੋ ਗਿਆ ਹੋਵੇ *(ਸਵਾ)*।" (ਵਿਸਥਾਰਿਤ ਵਿਆਖਿਆ ਲਈ ਚੈਪਟਰ 24 ਦੇਖੋ)

"ਚਲੋ, ਅਸੀਂ ਹਿਮਾਲਿਆ ਪਹਾੜ ਉੱਪਰ ਭੱਜ ਚਲੀਏ," ਇਹ ਸਲਾਹ ਇੱਕ ਦਿਨ ਮੈਂ ਆਪਣੇ ਮਕਾਨ ਮਾਲਕ ਦੇ ਪੁੱਤਰ ਦਵਾਰਕਾ ਪ੍ਰਸ਼ਾਦ ਨੂੰ ਦਿੱਤੀ। ਪ੍ਰੰਤੂ ਉਸ ਦੀ ਇਸ ਵਿਚ ਕੋਈ ਰੁਚੀ ਨਹੀਂ ਸੀ। ਉਸ ਨੇ ਮੇਰੀ ਇਹ ਯੋਜਨਾ, ਮੇਰੇ ਵੱਡੇ ਭਰਾ ਅਨੰਤਦਾ ਨੂੰ ਦੱਸ ਦਿੱਤੀ, ਜਿਹੜਾ ਹੁਣੇ ਹੁਣੇ ਪਿਤਾ ਜੀ ਨੂੰ ਮਿਲਣ ਵਾਸਤੇ ਆਇਆ ਹੋਇਆ ਸੀ। ਇੱਕ ਛੋਟੇ ਬੱਚੇ ਦੀ ਇਸ ਔਖੀ ਅਤੇ ਦੁਰਗਮ ਯੋਜਨਾ ਨੂੰ ਹੱਸ ਕੇ ਟਾਲ ਦੇਣ ਦੇ ਬਜਾਏ, ਅਨੰਤਦਾ ਨੇ ਮੇਰਾ ਮਖੌਲ ਉਡਾਉਣਾ ਸ਼ੁਰੂ ਕਰ ਦਿੱਤਾ।

"ਤੇਰਾ ਗੇਰੂਆ ਬਾਣਾ ਕਿੱਥੇ ਹੈ? ਉਸ ਤੋਂ ਬਗੈਰ ਤਾਂ ਤੂੰ ਸਵਾਮੀ ਬਣ ਹੀ ਨਹੀਂ ਸਕਦਾ।" ਪ੍ਰੰਤੂ ਉਸ ਦੇ ਇਨ੍ਹਾਂ ਸ਼ਬਦਾਂ ਨਾਲ ਮੈਂ ਐਨਾ ਰੁਮਾਂਚਿਤ ਹੋ ਗਿਆ, ਕਿ ਜਿਸ ਦੀ ਵਿਆਖਿਆ ਨਹੀਂ ਕੀਤੀ ਜਾ ਸਕਦੀ। ਉਸ ਦੇ ਕਹੇ ਹੋਏ, ਇਨ੍ਹਾਂ ਸ਼ਬਦਾਂ ਦੇ ਨਾਲ ਇੱਕ ਸਪਸ਼ਟ ਚਿੱਤਰ, ਮੇਰੀਆਂ ਨਜ਼ਰਾਂ ਵਿਚ ਦੀ ਘੁੰਮ ਗਿਆ, ਕਿ ਮੈਂ ਸੱਚੀ- ਮੁੱਚੀ ਸੰਨਿਆਸੀ ਬਣ ਕੇ ਭਾਰਤ ਵਿਚ ਘੁੰਮ ਰਿਹਾ ਹਾਂ। ਸ਼ਾਇਦ ਉਸ ਦੇ ਸ਼ਬਦਾਂ ਨੇ ਮੇਰੇ ਕਿਸੇ ਪੂਰਬਲੇ ਜਨਮ ਦੀਆਂ ਯਾਦਾਂ ਜਗਾ ਦਿੱਤੀਆਂ ਸਨ। ਗੱਲ ਭਾਵੇਂ ਕੋਈ ਵੀ ਹੋਵੇ, ਪ੍ਰੰਤੂ ਮੈਨੂੰ ਇਹ ਪਤਾ ਲੱਗ ਗਿਆ ਸੀ, ਕਿ ਮੈਂ ਪ੍ਰਾਚੀਨ ਸੰਨਿਆਸ ਪਰੰਪਰਾ ਦਾ ਪਹਿਰਾਵਾ ਬੜੀ ਅਸਾਨੀ ਨਾਲ ਪਹਿਨ ਲਵਾਂਗਾ।

ਇੱਕ ਦਿਨ ਸਵੇਰੇ ਸਵੇਰੇ ਦਵਾਰਕਾ ਪ੍ਰਸ਼ਾਦ ਨਾਲ ਗੱਲਾਂ ਕਰਦਿਆਂ ਕਰਦਿਆਂ, ਮੈਂ ਇਹ ਮਹਿਸੂਸ ਕੀਤਾ, ਕਿ ਮੇਰੇ ਉੱਪਰ ਪ੍ਰਮਾਤਮਾ ਦੇ ਪਿਆਰ ਦਾ ਹੜ੍ਹ, ਪਹਾੜਾਂ ਦੀਆਂ ਢਲਾਨਾਂ ਤੋਂ ਖਿਸਕਦੇ ਬਰਫ ਦੇ ਤੋਦਿਆਂ ਵਾਂਗ ਪ੍ਰਚੰਡ ਰੂਪ ਵਿਚ ਉੱਤਰ ਰਿਹਾ ਸੀ। ਪ੍ਰੰਤੂ ਮੇਰਾ ਸਾਥੀ ਉਸ ਧਾਰਾ ਪਰਵਾਹ ਤੋਂ ਲਗ ਭਗ ਅਣਭਿੱਜ ਸੀ, ਜਦੋਂ ਕਿ ਮੈਂ ਸਾਰੇ ਦਾ ਸਾਰਾ ਉਸ ਹੜ੍ਹ ਦੇ ਵੇਗ ਵਿਚ ਵਹਿ ਰਿਹਾ ਸੀ।

ਮੈਂ ਉਸੇ ਸ਼ਾਮ ਨੂੰ ਹਿਮਾਲਿਆ ਦੀਆਂ ਪਹਾੜੀਆਂ ਵਿਚ ਵਸੇ ਨੈਨੀਤਾਲ ਵੱਲ ਦੌੜ ਗਿਆ। ਅਨੰਤਦਾ ਨੇ ਵੀ ਦ੍ਰਿੜਤਾ ਨਾਲ ਮੇਰਾ ਪਿੱਛਾ ਕੀਤਾ ਅਤੇ ਮੈਨੂੰ ਮਜਬੂਰ ਹੋ ਕੇ ਦੁਖੀ ਮਨ ਨਾਲ ਬਰੇਲੀ ਵਾਪਸ ਆਉਣਾ ਪਿਆ। ਮੈਨੂੰ ਕੇਵਲ ਇੱਕ ਹੀ ਤੀਰਥ ਯਾਤਰਾ ਕਰਨ ਦੀ ਆਗਿਆ ਸੀ ਅਤੇ ਉਹ ਸੀ ਹਰ ਰੋਜ਼ ਸਵੇਰੇ 'ਸਿਉਲੀ' ਦਰਖਤ ਦੀ। ਮੇਰਾ ਮਨ ਆਪਣੀਆਂ ਗੁਆਚੀਆਂ ਹੋਈਆਂ ਦੋਨਾਂ ਮਾਵਾਂ ਨੂੰ ਯਾਦ ਕਰਕੇ ਵਿਰਲਾਪ ਕਰਦਾ ਰਹਿੰਦਾ ਸੀ। ਇੱਕ ਮੇਰੀ ਮਾਨਵੀ ਮਾਤਾ ਅਤੇ ਦੂਜੀ ਸੀ ਮੇਰੀ ਦੇਵੀ ਮਾਤਾ।

ਮਾਤਾ ਜੀ ਦੀ ਮੌਤ ਤੋਂ ਬਾਅਦ ਪਰਿਵਾਰ ਵਿਚ ਪੈਦਾ ਹੋਏ ਖਾਲੀਪਨ ਨੂੰ ਕਿਸੇ ਵੀ ਤਰੀਕੇ ਨਾਲ ਨਹੀਂ ਸੀ ਪੂਰਾ ਕੀਤਾ ਜਾ ਸਕਦਾ। ਆਪਣੀ ਉਮਰ ਦੇ ਬਕਾਇਆ ਬਚੇ ਚਾਲੀ ਸਾਲਾਂ ਵਿਚ ਪਿਤਾ ਜੀ ਨੇ ਦੂਜਾ ਵਿਆਹ ਨਹੀਂ ਸੀ ਕੀਤਾ, ਸਗੋਂ ਆਪਣੇ ਛੋਟੇ ਛੋਟੇ ਬੱਚਿਆਂ ਪ੍ਰਤੀ ਮਾਤਾ ਅਤੇ ਪਿਤਾ ਦੀਆਂ ਦੋਨੋਂ ਮੁਸ਼ਕਿਲ ਜ਼ਿੰਮੇਵਾਰੀਆਂ ਖੁਦ ਆਪਣੇ ਆਪ ਹੀ ਸਵੀਕਾਰ ਕਰ ਲਈਆਂ ਅਤੇ ਪਹਿਲਾਂ ਨਾਲੋਂ ਜਿਆਦਾ ਸੰਵੇਦਨਸ਼ੀਲ ਅਤੇ ਪਹਿਲਾਂ

ਨਾਲੋਂ ਜਿਆਦਾ ਮਿਲਣਸਾਰ ਹੋ ਗਏ। ਸ਼ਾਂਤੀ ਅਤੇ ਅੰਤਰਦ੍ਰਿਸ਼ਟੀ ਨਾਲ ਉਨ੍ਹਾਂ ਨੇ ਪਰਿਵਾਰ ਦੀਆਂ ਕਈ ਸਮੱਸਿਆਵਾਂ ਸੁਲਝਾਈਆਂ। ਦਫਤਰ ਤੋਂ ਆਉਣ ਤੋਂ ਬਾਅਦ, ਉਹ ਕਿਸੇ ਸੰਨਿਆਸੀ ਦੀ ਤਰ੍ਹਾਂ ਆਪਣੇ ਕਮਰੇ ਵਿਚ ਚਲੇ ਜਾਂਦੇ ਅਤੇ ਸ਼ਾਂਤੀ ਦੇ ਨਿੱਘ ਵਿਚ *ਕਿਰਿਆ ਯੋਗ* ਦਾ ਅਭਿਆਸ ਕਰਦੇ। ਮਾਤਾ ਜੀ ਦੀ ਮੌਤ ਤੋਂ ਕਾਫੀ ਦੇਰ ਬਾਅਦ, ਮੈਂ ਪਿਤਾ ਜੀ ਦੀ ਸੇਵਾ ਵਾਸਤੇ ਇੱਕ ਅੰਗਰੇਜ਼ ਨਰਸ ਰੱਖਣ ਦੀ ਕੋਸ਼ਿਸ਼ ਕੀਤੀ, ਤਾਂ ਕਿ ਪਿਤਾ ਜੀ ਨੂੰ ਥੋੜੀ ਜਿਹੀ ਸਹੂਲਤ ਹੋ ਜਾਵੇ, ਪ੍ਰੰਤੂ ਪਿਤਾ ਜੀ ਨੇ ਸਿਰ ਹਿਲਾਂਦਿਆਂ ਇਹ ਕਹਿਕੇ ਨਾਂਹ ਕਰ ਦਿੱਤੀ, “ਤੇਰੀ ਮਾਤਾ ਜੀ ਦੇ ਅੰਤ ਦੇ ਨਾਲ ਹੀ ਮੇਰੀ ਸੇਵਾ ਦਾ ਵੀ ਅੰਤ ਹੋ ਗਿਆ।” ਜ਼ਿੰਦਗੀ ਭਰ ਲਈ ਮਾਤਾ ਜੀ ਦੇ ਪ੍ਰਤੀ ਸ਼ਰਧਾ ਭਾਵ ਵਿਚ ਉਨ੍ਹਾਂ ਦੀਆਂ ਅੱਖਾਂ ਗੁੰਮ ਗਈਆਂ। “ਮੈਂ ਕਿਸੇ ਹੋਰ ਇਸਤਰੀ ਤੋਂ ਸੇਵਾ ਸਵੀਕਾਰ ਨਹੀਂ ਕਰਾਂਗਾ।”

ਮਾਤਾ ਜੀ ਦੀ ਮੌਤ ਤੋਂ ਚੌਦਾਂ ਮਹੀਨੇ ਬਾਅਦ ਮੈਨੂੰ ਇਹ ਪਤਾ ਲੱਗਿਆ, ਕਿ ਮਾਤਾ ਜੀ ਮੇਰੇ ਵਾਸਤੇ ਇੱਕ ਮਹੱਤਵ ਪੂਰਨ ਸੁਨੇਹਾ ਛੱਡ ਗਏ ਸਨ। ਮਾਤਾ ਜੀ ਦੇ ਅੰਤ ਸਮੇਂ ਅਨੰਤਦਾ ਉਨ੍ਹਾਂ ਦੇ ਕੋਲ ਸੀ ਅਤੇ ਉਸ ਨੇ ਹੀ ਮਾਤਾ ਜੀ ਦਾ ਉਹ ਮਹੱਤਵ ਪੂਰਨ ਸੁਨੇਹਾ ਲਿਖਿਆ ਸੀ। ਭਾਵੇਂ ਉਹ ਆਖ ਗਈ ਸੀ, ਕਿ ਮੈਨੂੰ ਉਹ ਸੁਨੇਹਾ ਇੱਕ ਸਾਲ ਦੇ ਅੰਦਰ ਅੰਦਰ ਮਿਲ ਜਾਣਾ ਚਾਹੀਦਾ ਹੈ, ਪ੍ਰੰਤੂ ਮੇਰੇ ਭਰਾ ਨੇ ਇਸ ਵਿਚ ਦੇਰ ਕਰ ਦਿੱਤੀ ਸੀ। ਉਸ ਨੇ ਛੇਤੀ ਹੀ ਮਾਤਾ ਜੀ ਦੀ ਪਸੰਦ ਕੀਤੀ ਹੋਈ ਲੜਕੀ ਨਾਲ ਵਿਆਹ ਕਰਵਾਉਣ ਵਾਸਤੇ ਬਰੇਲੀ ਤੋਂ ਕੋਲਕਾਤਾ ਜਾਣਾ ਸੀ, ਤਾਂ ਉਸ ਨੇ ਇੱਕ ਦਿਨ ਸ਼ਾਮ ਨੂੰ ਮੈਨੂੰ ਆਪਣੇ ਕੋਲ ਬੁਲਾਇਆ।

“ਮੁਕੰਦ, ਮੈਂ ਤੈਨੂੰ ਇੱਕ ਅਦਭੁੱਤ ਸਮਾਚਾਰ ਦੇਣ ਵਾਸਤੇ ਹਿਚਕਚਾਹਟ ਵਿਚ ਸੀ।” ਉਸ ਦੀ ਅਵਾਜ਼ ਵਿਚ ਮਜਬੂਰੀ ਭਰਿਆ ਸਮਰਪਣ ਸੀ। “ਮੈਨੂੰ ਡਰ ਸੀ ਕਿ ਇਸ ਨਾਲ ਤੇਰੀ ਘਰ ਤਿਆਗਣ ਦੀ ਇੱਛਾ ਹੋਰ ਭੜਕ ਜਾਵੇਗੀ। ਪ੍ਰੰਤੂ ਤੂੰ ਹੁਣ ਵੀ ਪ੍ਰਮਾਤਮਾ ਦੇ ਪਿਆਰ ਨਾਲ ਓਤ ਪੋਤ ਹੈਂ। ਜਦੋਂ ਮੈਂ ਤੈਨੂੰ ਹਿਮਾਲਿਆ ਵੱਲ ਜਾਂਦੇ ਨੂੰ ਪਕੜ ਕੇ ਲੈ ਕੇ ਆਇਆ ਸੀ, ਤਾਂ ਮੈਂ ਪੱਕਾ ਮਨ ਬਣਾ ਲਿਆ ਸੀ, ਕਿ ਮੈਂ ਹੁਣ ਆਪਣੇ ਇਸ ਪਵਿੱਤਰ ਇਕਰਾਰ ਨੂੰ ਪੂਰਾ ਕਰਨ ਵਿਚ ਹੋਰ ਜਿਆਦਾ ਦੇਰ ਨਹੀਂ ਕਰਾਂਗਾ।” ਮੇਰੇ ਭਰਾ ਨੇ ਮੈਨੂੰ ਇੱਕ ਛੋਟਾ ਜਿਹਾ ਡੱਬਾ ਦਿੱਤਾ ਅਤੇ ਮਾਤਾ ਜੀ ਦਾ ਸੁਨੇਹਾ ਪੜ੍ਹ ਕੇ ਸੁਣਾਇਆ।

ਮਾਤਾ ਜੀ ਨੇ ਕਿਹਾ ਸੀ, “ਮੇਰੇ ਪਿਆਰੇ ਪੁੱਤਰ ਮੁਕੰਦ, ਮੇਰੇ ਇਹ ਸ਼ਬਦ ਤੇਰੇ ਵਾਸਤੇ ਮੇਰਾ ਆਖਰੀ ਅਸ਼ੀਰਵਾਦ ਹਨ। ਹੁਣ ਵਕਤ ਆ ਗਿਆ ਹੈ, ਕਿ ਜਦੋਂ ਮੈਨੂੰ ਤੇਰੇ ਜਨਮ ਤੋਂ ਬਾਅਦ ਵਾਪਰਨ ਵਾਲੀਆਂ ਅਲੌਕਿਕ ਘਟਨਾਵਾਂ ਦੀ ਜਾਣਕਾਰੀ ਤੈਨੂੰ ਦੇ ਦੇਣੀ ਚਾਹੀਦੀ ਹੈ। ਜਦੋਂ ਤੂੰ ਮੇਰੀ ਗੋਦੀ ਵਿਚ ਇੱਕ ਛੋਟੇ ਜਿਹੇ ਬੱਚੇ ਦੇ ਰੂਪ ਵਿਚ ਸੀ, ਉਸੇ ਵਕਤ ਮੈਨੂੰ ਤੇਰੇ ਨਿਰਧਾਰਿਤ ਮਾਰਗ ਦਾ ਪਤਾ ਲੱਗ ਗਿਆ ਸੀ। ਜਦੋਂ ਮੈਂ ਤੈਨੂੰ ਆਪਣੇ ਗੁਰੂ

ਦੇ ਘਰ ਵਾਰਾਣਸੀ ਲੈ ਕੇ ਗਈ ਸੀ, ਤਾਂ ਉੱਥੇ ਸ਼ਿਸ਼ ਮੰਡਲੀ ਦੇ ਪਿੱਛੇ ਲਗ ਭਗ ਛਿਪੀ ਹੋਈ ਧਿਆਨ ਮਗਨ ਲਾਹਿੜੀ ਮਹਾਸ਼ਯ ਨੂੰ ਮੁਸ਼ਕਿਲ ਨਾਲ ਦੇਖ ਰਹੀ ਸੀ।

"ਤੈਨੂੰ ਥਪਕੀਆਂ ਦੇਣ ਦੇ ਨਾਲ ਨਾਲ, ਮੈਂ ਮਨ ਹੀ ਮਨ ਪ੍ਰਾਰਥਨਾ ਕਰ ਰਹੀ ਸੀ ਕਿ ਲਾਹਿੜੀ ਮਹਾਸ਼ਯ ਨੂੰ ਸਾਡੇ ਆਉਣ ਦਾ ਪਤਾ ਲੱਗ ਜਾਵੇ ਅਤੇ ਸਾਨੂੰ ਅਸ਼ੀਰਵਾਦ ਵੀ ਦੇਣ। ਜਿਉਂ ਜਿਉਂ ਮੇਰੀ ਪ੍ਰਾਰਥਨਾ ਤੇਜ ਹੁੰਦੀ ਗਈ, ਤਾਂ ਉਨ੍ਹਾਂ ਨੇ ਅੱਖਾਂ ਖੋਲ੍ਹੀਆਂ ਅਤੇ ਮੈਨੂੰ ਆਪਣੇ ਕੋਲ ਆਉਣ ਦਾ ਇਸ਼ਾਰਾ ਕੀਤਾ। ਸਾਰੇ ਭਗਤਾਂ ਨੇ ਮੈਨੂੰ ਉਨ੍ਹਾਂ ਕੋਲ ਪਹੁੰਚਣ ਵਾਸਤੇ ਰਸਤਾ ਦਿੱਤਾ। ਮੈਂ ਜਾ ਕੇ ਉਨ੍ਹਾਂ ਦੇ ਪਵਿੱਤਰ ਚਰਨ ਕਮਲਾਂ ਵਿਚ ਆਪਣਾ ਸਿਰ ਰੱਖ ਦਿੱਤਾ। ਲਾਹਿੜੀ ਮਹਾਸ਼ਯ ਨੇ ਤੈਨੂੰ ਆਪਣੀ ਗੋਦੀ ਵਿਚ ਲੈ ਲਿਆ ਅਤੇ ਤੈਨੂੰ ਅਧਿਆਤਮਿਕ ਦੀਖਿਆ ਦੇ ਰੂਪ ਵਿਚ ਤੇਰੇ ਮੱਥੇ ਉੱਪਰ ਆਪਣਾ ਹੱਥ ਰੱਖਿਆ।

'ਛੋਟੀ ਮਾਤਾ ਤੇਰਾ ਬੇਟਾ ਇੱਕ ਯੋਗੀ ਬਣੇਗਾ, ਜੋ ਅਧਿਆਤਮਿਕ ਇੰਜਨ ਦੀ ਤਰ੍ਹਾਂ ਅਨੇਕ ਆਤਮਾਵਾਂ ਨੂੰ ਪ੍ਰਮਾਤਮਾ ਦੇ ਸਾਮਰਾਜ ਵਿਚ ਲੈ ਜਾਵੇਗਾ।' ਸਰਬਵਿਆਪਕ ਗੁਰੂਦੇਵ ਨੇ ਮੇਰੀ ਪ੍ਰਾਰਥਨਾ ਸਵੀਕਾਰ ਕਰ ਲਈ ਸੀ, ਇਹ ਦੇਖ ਕੇ ਮੇਰਾ ਮਨ ਖੁਸ਼ੀ ਵਿਚ ਝੂਮ ਉਠਿਆ। ਤੇਰੇ ਜਨਮ ਤੋਂ ਕੁਝ ਦੇਰ ਪਹਿਲਾ ਵੀ ਉਨ੍ਹਾਂ ਨੇ ਮੈਨੂੰ ਦੱਸਿਆ ਸੀ ਕਿ ਤੂੰ ਵੀ ਉਨ੍ਹਾਂ ਦੇ ਮਾਰਗ ਉੱਪਰ ਚਲੇਂਗਾ।

"ਮੇਰੇ ਬੇਟੇ, ਉਸ ਤੋਂ ਬਾਅਦ, ਜਦੋਂ ਤੈਨੂੰ ਅਦਭੁਤ ਪ੍ਰਕਾਸ਼ ਦੇ ਦਰਸ਼ਨ ਹੋਏ ਸਨ, ਤਾਂ ਮੈਨੂੰ ਅਤੇ ਤੇਰੀ ਵੱਡੀ ਭੈਣ ਰਮਾ ਨੂੰ ਪਤਾ ਲੱਗ ਗਿਆ ਸੀ, ਕਿਉਂਕਿ ਅਸੀਂ ਬਰਾਬਰ ਵਾਲੇ ਕਮਰੇ ਵਿਚੋਂ ਤੈਨੂੰ ਆਪਣੇ ਬਿਸਤਰੇ ਉੱਪਰ ਨਿਸ਼ਚਲ ਬੈਠਿਆਂ ਦੇਖ ਰਹੀਆਂ ਸੀ। ਤੇਰੇ ਛੋਟੇ ਜਿਹੇ ਚਿਹਰੇ ਉੱਪਰ ਤੇਜ ਪ੍ਰਗਟ ਹੋ ਗਿਆ ਸੀ। ਜਦੋਂ ਤੂੰ ਪ੍ਰਮਾਤਮਾ ਦੀ ਖੋਜ ਕਰਨ ਵਾਸਤੇ ਹਿਮਾਲਿਆ ਪਹਾੜ ਉੱਪਰ ਜਾਣ ਦੀ ਗੱਲ ਕਰ ਰਿਹਾ ਸੀ, ਤਾਂ ਤੇਰੀ ਅਵਾਜ਼ ਵਿਚ ਦ੍ਰਿੜ ਇੱਛਾ ਸ਼ਕਤੀ ਦੀ ਝਲਕ ਦਿਖਾਈ ਦੇ ਰਹੀ ਸੀ।

"ਇਨ੍ਹਾਂ ਸਾਰੇ ਕਾਰਨਾਂ ਕਰਕੇ, ਮੇਰੇ ਪਿਆਰੇ ਬੇਟੇ, ਮੈਂ ਸਮਝ ਗਈ ਸੀ ਕਿ ਤੇਰਾ ਰਸਤਾ ਸੰਸਾਰਕ ਅਭਿਲਾਸ਼ਾਵਾਂ ਤੋਂ ਉੱਪਰ ਹੈ। ਮੇਰੇ ਜੀਵਨ ਦੀ ਇੱਕ ਹੋਰ ਘਟਨਾ ਨੇ ਤਾਂ ਇਸ ਉੱਪਰ ਪੱਕੀ ਮੋਹਰ ਹੀ ਲਗਾ ਦਿੱਤੀ।

"ਉਹੀ ਘਟਨਾ, ਅੱਜ ਮੈਨੂੰ, ਮੇਰੇ ਜੀਵਨ ਦੀਆਂ ਆਖਰੀ ਘੜੀਆਂ ਸਮੇਂ, ਤੈਨੂੰ ਇਹ ਸੁਨੇਹਾ ਦੇਣ ਵਾਸਤੇ ਮਜਬੂਰ ਕਰ ਰਹੀ ਹੈ।

"ਇਹ ਘਟਨਾ ਪੰਜਾਬ ਵਿਚ ਇੱਕ ਸਾਧੂ ਮਹਾਤਮਾ ਦੇ ਦਰਸ਼ਨਾਂ ਦੀ ਹੈ, ਜਦੋਂ ਸਾਡਾ ਪਰਿਵਾਰ ਲਾਹੌਰ ਵਿਚ ਰਹਿੰਦਾ ਸੀ, ਤਾਂ ਇੱਕ ਦਿਨ ਸਵੇਰੇ ਸਵੇਰੇ ਨੌਕਰ ਮੇਰੇ ਕਮਰੇ ਵਿਚ ਆਇਆ। 'ਮਾਲਕਣ ਇੱਕ ਅਜੀਬ ਸਾਧੂ ਆਇਆ ਹੈ, ਜੋ ਕਹਿ ਰਿਹਾ ਹੈ ਕਿ ਮੈਂ ਮੁਕੰਦ ਦੀ ਮਾਤਾ ਜੀ ਨੂੰ ਮਿਲਣਾ ਚਾਹੁੰਦਾ ਹਾਂ।'

"ਇਨ੍ਹਾਂ ਸਧਾਰਨ ਸ਼ਬਦਾਂ ਨੇ ਮੇਰੇ ਅੰਦਰ ਝਰਨਾਹਟ ਜਿਹੀ ਛੇੜ ਦਿੱਤੀ। ਮੈਂ ਉਸੇ ਵਕਤ ਸਾਧੂ* ਨੂੰ ਮਿਲਣ ਖਾਤਰ ਬਾਹਰ ਗਈ। ਮੈਂ ਉਨ੍ਹਾਂ ਨੂੰ ਪ੍ਰਣਾਮ ਕਰਦਿਆਂ ਹੀ ਸਮਝ ਗਈ ਸੀ, ਕਿ ਮੇਰੇ ਸਾਹਮਣੇ ਇੱਕ ਸੱਚੇ ਸਿੱਧ ਪੁਰਸ਼ ਖੜ੍ਹੇ ਹਨ।

"ਉਨ੍ਹਾਂ ਨੇ ਕਿਹਾ, 'ਮਾਤਾ ਮਹਾਨ ਗੁਰੂਆਂ ਦੀ ਇੱਛਾ ਹੈ, ਕਿ ਆਪ ਨੂੰ ਦੱਸ ਦਿੱਤਾ ਜਾਵੇ ਕਿ ਇਸ ਸੰਸਾਰ ਉੱਪਰ ਆਪ ਦਾ ਜੀਵਨ ਜਿਆਦਾ ਦਿਨ ਤਕ ਨਹੀਂ ਰਹੇਗਾ। ਆਪ ਦੀ ਅਗਲੀ ਬਿਮਾਰੀ† ਆਪ ਵਾਸਤੇ ਅੰਤਮ ਸਿੱਧ ਹੋਵੇਗੀ।' ਇਸ ਤੋਂ ਬਾਅਦ ਉਹ ਥੋੜ੍ਹੀ ਦੇਰ ਚੁੱਪ ਰਹੇ। ਇਸ ਦੌਰਾਨ ਮੈਨੂੰ ਕੋਈ ਡਰ ਨਹੀਂ ਲੱਗਿਆ, ਬਲਕਿ ਸ਼ਾਂਤੀ ਅਤੇ ਆਨੰਦ ਦੀਆਂ ਲਹਿਰਾਂ ਮਹਿਸੂਸ ਹੋਈਆਂ।

'ਆਪ ਨੂੰ ਇੱਕ ਚਾਂਦੀ ਦੇ ਤਵੀਤ ਦੀ ਰੱਖਵਾਲੀ ਕਰਨੀ ਹੋਵੇਗੀ, ਪ੍ਰੰਤੂ ਮੈਂ ਉਹ ਤੈਨੂੰ ਅੱਜ ਨਹੀਂ ਦੇਵਾਂਗਾ। ਵਚਨਾਂ ਦੀ ਸਚਾਈ ਪ੍ਰਮਾਣਿਤ ਕਰਨ ਲਈ, ਜਦੋਂ ਤੂੰ ਕੱਲ੍ਹ ਨੂੰ ਧਿਆਨ ਕਰ ਰਹੀ ਹੋਵੇਂਗੀ, ਤਾਂ ਉਹ ਤਵੀਤ ਤੇਰੇ ਹੱਥਾਂ ਵਿਚ ਪ੍ਰਗਟ ਹੋ ਜਾਵੇਗਾ। ਜੀਵਨ ਦੇ ਅੰਤ ਸਮੇਂ ਤੂੰ ਆਪਣੇ ਵੱਡੇ ਪੁੱਤਰ ਅਨੰਤ ਨੂੰ ਹਿਦਾਇਤ ਕਰੇਂਗੀ, ਕਿ ਉਹ ਇੱਕ ਸਾਲ ਇਸ ਨੂੰ ਆਪਣੇ ਕੋਲ ਰਖੇਗਾ ਤੇ ਫਿਰ ਉਹ ਤੇਰੇ ਦੂਜੇ ਪੁੱਤਰ ਮੁਕੰਦ ਨੂੰ ਦੇਵੇਗਾ। ਮਹਾਨ ਗੁਰੂਆਂ ਤੋਂ ਪ੍ਰਾਪਤ ਇਸ ਤਵੀਤ ਦਾ ਭੇਤ ਮੁਕੰਦ ਸਮਝ ਜਾਵੇਗਾ। ਉਸ ਨੂੰ ਇਹ ਤਵੀਤ ਉਸ ਸਮੇਂ ਮਿਲਣਾ ਚਾਹੀਦਾ ਹੈ, ਜਦੋਂ ਉਹ ਦੁਨੀਆਦਾਰੀ ਦੀਆਂ ਸਾਰੀਆਂ ਆਸ਼ਾਵਾਂ ਨੂੰ ਤਿਆਗ ਕੇ ਪ੍ਰਮਾਤਮਾ ਦੀ ਖੋਜ ਵਾਸਤੇ ਤਿਆਰ ਹੋ ਰਿਹਾ ਹੋਵੇ। ਉਹ ਇਸ ਨੂੰ ਆਪਣੇ ਕੋਲ ਕੁਝ ਸਾਲ ਰਖੇਗਾ ਅਤੇ ਜਦੋਂ ਇਸ ਦਾ ਮਨੋਰਥ ਪੂਰਾ ਹੋ ਜਾਵੇਗਾ ਤਾਂ ਇਹ ਆਪਣੇ ਆਪ ਅਲੋਪ ਹੋ ਜਾਵੇਗਾ। ਇਸ ਨੂੰ ਜਿਸ ਤਰ੍ਹਾਂ ਮਰਜੀ ਛੁਪਾ ਕੇ ਰੱਖਿਆ ਹੋਵੇ, ਇਹ ਜਿੱਥੋਂ ਆਇਆ ਹੈ ਉੱਥੇ ਵਾਪਸ ਚਲੇ ਜਾਵੇਗਾ।'

"ਮੈਂ ਉਸ ਸੰਨਿਆਸੀ ਨੂੰ ਭਿੱਖਿਆ‡ ਦਿੱਤੀ ਅਤੇ ਪੂਰੀ ਸ਼ਰਧਾ ਭਗਤੀ ਨਾਲ ਪ੍ਰਣਾਮ ਕੀਤਾ, ਪਰ ਉਨ੍ਹਾਂ ਨੇ ਭਿੱਖਿਆ ਨਾ ਲਈ ਅਤੇ ਅਸ਼ੀਰਵਾਦ ਦੇ ਕੇ ਚਲੇ ਗਏ। ਅਗਲੇ ਦਿਨ ਸ਼ਾਮ ਨੂੰ ਜਦੋਂ ਮੈਂ ਹੱਥ ਜੋੜ ਕੇ ਧਿਆਨ ਕਰਨ ਲੱਗੀ, ਤਾਂ ਜਿਸ ਤਰ੍ਹਾਂ ਮਹਾਤਮਾ ਨੇ ਕਿਹਾ ਸੀ, ਚਾਂਦੀ ਦਾ ਤਵੀਤ ਮੇਰੀਆਂ ਹਥੇਲੀਆਂ ਵਿਚ ਪ੍ਰਗਟ ਹੋ ਗਿਆ। ਉਸ ਦੀ ਨਰਮ ਨਰਮ ਅਤੇ ਠੰਡੀ ਛੋਹ ਨੇ ਮੈਨੂੰ ਉਸ ਦੀ ਹੋਂਦ ਦਾ ਅਹਿਸਾਸ ਕਰਵਾ ਦਿੱਤਾ। ਦੋ

* ਇੱਕ ਸੰਨਿਆਸੀ, ਜੋ *ਸਾਧਨਾ* ਜਾਂ ਅਧਿਆਤਮਿਕ ਆਚਰਨ ਦਾ ਮਾਰਗ ਅਪਣਾਉਂਦਾ ਹੈ।

† ਜਦੋਂ ਇਸ ਸੰਦੇਸ਼ ਰਾਹੀਂ, ਮੈਨੂੰ ਇਹ ਪਤਾ ਲੱਗਿਆ ਕਿ ਮੇਰੀ ਮਾਤਾ ਜੀ ਆਪਣੀ ਉਮਰ ਘੱਟ ਹੋਣ ਦੀ ਗੱਲ ਜਾਣਦੀ ਸੀ, ਤਾਂ ਮੈਨੂੰ ਪਹਿਲੀ ਵਾਰ ਇਹ ਸਮਝ ਵਿਚ ਆਇਆ, ਕਿ ਉਹ ਅਨੰਤਦਾ ਦਾ ਵਿਆਹ ਛੇਤੀ ਤੋਂ ਛੇਤੀ ਕਿਉਂ ਕਰਨਾ ਚਾਹੁੰਦੀ ਸੀ। ਹਾਲਾਂ ਕਿ ਅਨੰਤਦਾ ਦੇ ਵਿਆਹ ਤੋਂ ਪਹਿਲਾਂ ਹੀ ਉਸ ਦੀ ਮੌਤ ਹੋ ਗਈ, ਪਰ ਵਿਆਹ ਉਤਸਵ ਦੇਖਣ ਦੀ, ਉਸ ਦੇ ਮਨ ਵਿਚ ਇੱਕ ਮਾਂ ਵਾਲੀ ਕੁਦਰਤੀ ਰੀਝ ਤਾਂ ਹੈ ਹੀ ਸੀ।

‡ ਸਾਧੂ ਮਹਾਤਮਾ ਦੇ ਪ੍ਰਤੀ ਆਦਰਭਾਵ ਦੀ ਰਵਾਇਤ ਦਾ ਸੂਚਕ।

ਸਾਲਾਂ ਤੋਂ ਜਿਆਦਾ ਸਮੇਂ ਤਕ ਇਸ ਦੀ ਬੜੀ ਸਾਵਧਾਨੀ ਨਾਲ ਰੱਖਵਾਲੀ ਕੀਤੀ ਅਤੇ ਮੈਂ ਹੁਣ ਇਸ ਨੂੰ ਅਨੰਤ ਦੇ ਕੋਲ ਰੱਖ ਕੇ ਜਾ ਰਹੀ ਹਾਂ। ਮੇਰੇ ਵਿਛੋੜੇ ਦਾ ਦੁਖ ਮਹਿਸੂਸ ਨਾ ਕਰਨਾ, ਕਿਉਂਕਿ ਮੈਨੂੰ ਮੇਰੇ ਮਹਾਨ ਗੁਰੂ ਪ੍ਰਮਾਤਮਾ ਦੇ ਕੋਲ ਪਹੁੰਚਾ ਦੇਣਗੇ। ਮੇਰੇ ਬੱਚੇ, ਦੇਵੀ ਮਾਤਾ ਤੇਰੀ ਰੱਖਿਆ ਕਰੇਗੀ।''

ਤਵੀਤ ਮੇਰੇ ਹੱਥ ਵਿਚ ਆਉਂਦਿਆਂ ਹੀ ਮੇਰੇ ਉੱਪਰ ਗਿਆਨ ਦਾ ਪ੍ਰਕਾਸ਼ ਛਾ ਗਿਆ। ਅਨੇਕਾਂ ਭੁੱਲੀਆਂ ਵਿਸਰੀਆਂ ਯਾਦਾਂ ਮੁੜ ਜਾਗ੍ਰਿਤ ਹੋ ਗਈਆਂ। ਤਵੀਤ ਗੋਲ, ਦਿਖਾਈ ਦੇਣ ਵਿਚ ਵਿਲੱਖਣ ਅਤੇ ਪੁਰਾਣੇ ਸਮਿਆਂ ਦਾ ਲੱਗਦਾ ਸੀ। ਉਸ ਉੱਪਰ ਸੰਸਕਰਿਤ ਦੇ ਅੱਖਰ ਉੱਕਰੇ ਹੋਏ ਸਨ। ਮੈਂ ਇਹ ਸਮਝ ਗਿਆ, ਕਿ ਮੇਰੇ ਪਿਛਲੇ ਜਨਮ ਦੇ ਗੁਰੂਆਂ ਵਲੋਂ ਭੇਜਿਆ ਗਿਆ ਸੀ, ਜੋ ਇਸ ਜਨਮ ਵਿਚ ਵੀ ਅਦ੍ਰਿਸ਼ਟ ਰੂਪ ਵਿਚ ਮੇਰੀ ਰਹਿਨੁਮਾਈ ਕਰ ਰਹੇ ਸਨ। ਇਸ ਤੋਂ ਜਿਆਦਾ ਵੀ ਇਸ ਦੀ ਅਹਿਮੀਅਤ ਸੀ ਤਾਂ ਜ਼ਰੂਰ, ਪ੍ਰੰਤੂ ਤਵੀਤ ਦੇ ਗੁਝੇ ਭੇਦਾਂ ਨੂੰ ਉਜਾਗਰ ਕਰਨਾ ਠੀਕ ਨਹੀਂ।*

* ਤਵੀਤ ਅਲੌਕਿਕ ਕਰਮ ਨਾਲ ਉਤਪੰਨ ਇੱਕ ਚੀਜ਼ ਸੀ। ਜਿਸ ਦੀ ਰਚਨਾ ਇਸ ਪ੍ਰਕਾਰ ਦੇ ਅਦ੍ਰਿਸ਼ ਤੱਤਾਂ ਤੋਂ ਹੋਈ ਸੀ, ਜਿਨ੍ਹਾਂ ਦਾ ਇਸ ਸੰਸਾਰ ਤੋਂ ਕਦੇ-ਨ-ਕਦੇ ਅਦ੍ਰਿਸ਼ ਹੋ ਜਾਣਾ ਜ਼ਰੂਰੀ ਹੁੰਦਾ ਹੈ। (ਦੇਖੋ ਚੈਪਟਰ 43)

ਤਵੀਤ ਉੱਪਰ ਇੱਕ *ਮੰਤਰ,* ਮਤਲਬ ਕਈ ਪਵਿੱਤਰ ਸ਼ਬਦ ਉੱਕਰੇ ਹੋਏ ਸਨ। ਧੁਨੀ ਅਤੇ ਵਚਨ, ਮਤਲਬ ਮਨੁੱਖ ਦੀ ਬਾਣੀ ਵਿਚ ਲੁਕੀਆਂ ਸ਼ਕਤੀਆਂ ਦੀ ਜਿੰਨੀ ਡੂੰਘਾਈ ਨਾਲ ਭਾਰਤ ਵਿਚ ਖੋਜ ਕੀਤੀ ਗਈ ਹੈ, ਓਨੀ ਕਿਸੇ ਹੋਰ ਦੇਸ਼ ਵਿਚ ਨਹੀਂ ਕੀਤੀ ਗਈ। ਸਾਰੇ ਬ੍ਰਹਿਮੰਡ ਵਿਚ ਸਪੰਦਤ ਓਮ ਸਪੰਦਨ (ਬਾਈਬਲ ਦਾ ਸ਼ਬਦ ਜਾਂ ਅਨੇਕ ਸਮੁੰਦਰਾਂ ਦੀ ਗਰਜਣਾ) ਵਿਚ ਤਿੰਨ ਗੁਣ ਹਨਃ- *ਸ੍ਰਿਸ਼ਟੀ, ਸਥਿਤੀ ਅਤੇ ਲੈਅ (ਰਚਨਾ, ਪਾਲਣਾ ਅਤੇ ਵਿਨਾਸ਼) (ਤੈਤਰੀਜ ਉਪਨਿਸ਼ਦ)*। ਜਦੋਂ ਵੀ ਕੋਈ ਆਦਮੀ ਕਿਸੇ ਵੀ ਸ਼ਬਦ ਦਾ ਉਚਾਰਨ ਕਰਦਾ ਹੈ, ਤਾਂ ਉਹ *ਓਮ* ਦੇ ਇਨ੍ਹਾਂ ਤਿੰਨਾਂ ਗੁਣਾ ਵਿਚੋਂ ਕਿਸੇ ਇੱਕ ਗੁਣ ਨੂੰ ਹਰਕਤ ਵਿਚ ਲੈ ਆਉਂਦਾ ਹੈ। ਸਾਰੇ ਧਰਮ ਸ਼ਾਸਤਰਾਂ ਦੇ ਆਦੇਸ਼ ਦੇ ਪਿੱਛੇ ਕਿ ਮਨੁੱਖ ਨੂੰ ਸੱਚ ਬੋਲਣਾ ਚਾਹੀਦਾ ਹੈ, ਇਹੀ ਇੱਕ ਤਰਕ ਸੰਗਤ ਕਾਰਨ ਹੈ।

ਤਵੀਤ ਉੱਪਰ ਉੱਕਰੇ *ਮੰਤਰ* ਦਾ, ਜੇ ਸ਼ੁੱਧ ਤਰੀਕੇ ਨਾਲ ਉਚਾਰਨ ਕੀਤਾ ਜਾਵੇ, ਤਾਂ ਉਸ ਵਿਚ ਅਧਿਆਤਮਿਕ ਦ੍ਰਿਸ਼ਟੀ ਤੋਂ ਲਾਭਦਾਇਕ ਸਪੰਦਨ ਸ਼ਕਤੀ ਉਤਪੰਨ ਹੁੰਦੀ ਹੈ। ਆਦਰਸ਼ ਰੂਪ ਵਿਚ ਬਣਾਈ ਸੰਸਕਰਿਤ ਵਰਣਮਾਲਾ ਦੇ ਪੰਜਾਹ ਵਰਣ ਹਨ। ਹਰ ਇੱਕ ਵਰਣ ਦਾ ਇੱਕ ਨਿਸ਼ਚਿਤ ਅਤੇ ਨਾ ਬਦਲਣ ਵਾਲਾ ਪੱਕਾ ਉਚਾਰਨ ਹੈ। ਸਭ ਧੁਨੀਆਂ ਦਾ ਬੋਝ ਉਠਾਣ ਦੀ ਅਸਫਲ ਕੋਸ਼ਿਸ਼ ਕਰਦੀ ਛੱਬੀ ਅੱਖਰਾਂ ਵਾਲੀ ਲੇਟਿਨ ਮੂਲ ਤੋਂ ਬਣੀ ਅੰਗਰੇਜ਼ੀ ਵਰਣਮਾਲਾ ਦੀ ਧੁਨੀ ਦੀ ਅਪੂਰਨਤਾ ਦੇ ਵਿਸ਼ੇ ਸਬੰਧੀ ਜਾਰਜ ਬਰਨਾਰਡ ਸ਼ਾਅ ਨੇ, ਇੱਕ ਬੜਾ ਸੂਝ ਭਰਿਆ ਅਤੇ ਹਾਸ-ਵਿਅੰਗ ਨਾਲ ਭਰਪੂਰ ਲੇਖ ਲਿਖਿਆ ਸੀ। ਆਪਣੀ ਰਵਾਇਤੀ ਨਿਰਮੋਹਤਾ ਦੇ ਨਾਲ ਕਿਹਾ, "ਜੇ ਅੰਗਰੇਜ਼ੀ ਭਾਸ਼ਾ ਵਾਸਤੇ ਇੱਕ ਅੰਗਰੇਜ਼ੀ ਵਰਣਮਾਲਾ ਬਣਾਉਣ ਵਾਸਤੇ ਇੱਕ ਗ੍ਰੈਹ ਯੁੱਧ ਵੀ ਛਿੜ ਜਾਵੇ, ਤਾਂ ਵੀ ਮੈਨੂੰ ਕੋਈ ਦੁਖ ਨਹੀਂ ਹੋਵੇਗਾ।'' ਬਰਨਾਰਡ ਸ਼ਾਅ ਬਿਆਲੀ ਅੱਖਰਾਂ ਵਾਲੀ ਵਰਣਮਮਾਲਾ ਅਪਣਾਉਣ ਵਾਸਤੇ ਬੇਨਤੀ ਕਰਦੇ ਸਨ। ਨਿਊਯਾਰਕ ਦੀ ਫਿਲਾਸਫੀਕਲ ਲਾਇਬਰੇਰੀ ਦੇ ਦੁਆਰਾ ਛਾਪੀ ਗਈ ਵਿਲਸਨ ਦੀ ਪੁਸਤਕ *'ਭਾਸ਼ਾ ਦਾ ਚਮਤਕਾਰੀ ਜਨਮ'* ਕੁਝ ਇਸ ਤਰ੍ਹਾਂ ਕਹਿੰਦੀ ਹੈ, "ਇਸ ਪ੍ਰਕਾਰ ਦੀ ਵਰਣਮਾਲਾ ਨਾਲ ਅੰਗਰੇਜ਼ੀ ਵਰਣਮਾਲਾ ਸੰਪੂਰਨ ਸੰਸਕਰਿਤ ਵਰਣਮਾਲਾ ਦੇ ਨਜ਼ਦੀਕ ਪਹੁੰਚ ਜਾਵੇਗੀ, ਜਿਸ ਦੇ ਪੰਜਾਹ ਵਰਣਾਂ ਕਰਕੇ ਗਲਤ ਉਚਾਰਨ ਦੀ ਕੋਈ ਸੰਭਾਵਨਾ ਨਹੀਂ ਹੈ।''

ਸਿੰਧੂ- ਘਾਟੀ ਵਿਚੋਂ ਪ੍ਰਾਪਤ ਮੋਹਰਾਂ ਨੇ ਅਨੇਕ ਵਿਦਵਾਨਾਂ ਨੂੰ ਵਰਤਮਾਨ ਵਿਚ ਪ੍ਰਚਲਿਤ ਇਸ ਧਾਰਨਾ ਦਾ ਤਿਆਗ ਕਰਨ ਵਾਸਤੇ ਮਜਬੂਰ ਕਰ ਦਿੱਤਾ ਹੈ, ਕਿ ਭਾਰਤ ਨੇ ਆਪਣੀ ਸੰਸਕਰਿਤ ਵਰਣਮਾਲਾ ਸੇਮੇਟਿਕ ਸਰੋਤਾਂ (ਦੱਖਣ ਪੱਛਮ ਏਸ਼ੀਆ ਦੀ ਪ੍ਰਚੀਨ ਸੰਸਕਰਿਤੀਆਂ) ਦੇ ਆਧਾਰ ਉੱਪਰ ਬਣਾਈ ਹੈ। ਹਾਲ ਹੀ ਵਿਚ "ਮੋਹਨਜੋਦੜੋ"

ਮੇਰੇ ਜੀਵਨ ਦੇ ਦੁਖਦਾਈ ਸਮਿਆਂ ਵਿਚ ਇਹ ਤਵੀਤ ਕਿਸ ਤਰ੍ਹਾਂ ਅਲੋਪ ਹੋ ਗਿਆ ਅਤੇ ਇਸ ਦਾ ਅਲੋਪ ਹੋਣਾ ਕਿਸ ਤਰ੍ਹਾਂ ਮੇਰੇ ਗੁਰੂ ਦੇ ਮਿਲਣ ਦਾ ਸ਼ੁਭ ਸੰਦੇਸ਼ ਲੈ ਕੇ ਆਇਆ, ਇਸ ਦਾ ਵਰਣਨ ਇਸ ਚੈਪਟਰ ਵਿਚ ਕਰਨ ਦੀ ਜ਼ਰੂਰਤ ਨਹੀਂ। ਪ੍ਰੰਤੂ ਹਿਮਾਲਿਆ ਪਹਾੜ ਤੇ ਜਾਣ ਦੀਆਂ ਆਪਣੀਆਂ ਕੋਸ਼ਿਸ਼ਾਂ ਵਿਚ ਵਾਰ ਵਾਰ ਅਸਫਲ ਕੀਤਾ ਗਿਆ, ਇਹ ਛੋਟਾ ਬੱਚਾ ਇਸ ਤਵੀਤ ਦੇ ਖੰਭਾਂ ਤੇ ਸਵਾਰ ਹੋ ਕੇ ਹਰ ਰੋਜ਼ ਦੂਰ ਦੂਰ ਦੀ ਯਾਤਰਾ ਕਰ ਲੈਂਦਾ ਸੀ।

ਅਤੇ "ਹੜੱਪਾ" ਦੇ ਕੁਝ ਮਹਾਨ ਹਿੰਦੂ ਸ਼ਹਿਰਾਂ ਦੀ ਕੀਤੀ ਗਈ ਖੁਦਾਈ, ਉਸ ਵਕਤ ਦੀ ਉੱਚ ਕੋਟੀ ਦੀ ਸਭਿਅਤਾ ਦੇ ਪ੍ਰਮਾਣ ਪੇਸ਼ ਕਰਨ ਦੇ ਸਮਰੱਥ ਹੈ। "ਜ਼ਰੂਰ ਹੀ ਭਾਰਤ ਭੂਮੀ ਉੱਪਰ ਐਨਾ ਪ੍ਰਾਚੀਨ ਇਤਿਹਾਸ ਰਿਹਾ ਹੋਵੇਗਾ, ਕਿ ਸਾਨੂੰ ਇਸ ਤਰ੍ਹਾਂ ਦੇ ਯੁਗ ਵਿਚ ਲਿਜਾ ਸਕੇ, ਜਿਸ ਦੀ ਸਿਰਫ ਧੁੰਦਲੀ ਜਿਹੀ ਕਲਪਨਾ ਹੀ ਕੀਤੀ ਜਾ ਸਕਦੀ ਹੈ।" (ਸਰ ਜਾਨ ਮਾਰਸ਼ਲ- *ਮੋਹਨਜੋਦੜੋ ਅਤੇ ਇੰਡਸ ਸਿਵਲਾਈਜੇਸ਼ਨ* 1931)

ਇਸ ਪ੍ਰਿਥਵੀ ਉੱਪਰ ਸਭਿਅਕ ਮਾਨਵ ਦੇ ਪੁਰਾਤਨ ਅਸਤਿਤਵ (ਹੋਂਦ) ਦਾ ਸਿਧਾਂਤ ਜੇ ਸੱਚਾ ਹੈ ਤਾਂ ਸੰਸਾਰ ਦੀ ਸਭ ਤੋਂ ਪ੍ਰਾਚੀਨ ਭਾਸ਼ਾ ਸੰਸਕਰਿਤ ਸਭ ਤੋਂ ਜਿਆਦਾ ਪੂਰਨ ਭਾਸ਼ਾ ਕਿਉਂ ਹੈ, ਇਹ ਸਪਸ਼ਟ ਕਰਨਾ ਸੌਖਾ ਹੋ ਜਾਂਦਾ ਹੈ। *(ਦੇਖੋ ਪੰਨਾ 111)* ਏਸ਼ੀਆਟਿਕ ਸੁਸਾਇਟੀ ਦੇ ਸੰਸਥਾਪਕ ਸਰ ਵਿਲੀਅਮ ਜੋਨਜ ਕਹਿੰਦੇ ਹਨ, "ਸੰਸਕਰਿਤ ਭਾਸ਼ਾ ਭਾਵੇਂ ਜਿਤਨੀ ਪ੍ਰਾਚੀਨ ਹੋਵੇ, ਪਰ ਉਸ ਦਾ ਗਠਨ ਅਤਿਅੰਤ ਅਦਭੁਤ ਹੈ। ਇਹ ਯੂਨਾਨੀ ਭਾਸ਼ਾ ਦੇ ਮੁਕਾਬਲੇ ਜਿਆਦਾ ਸੰਪੂਰਨ, ਲੇਟਿਨ ਭਾਸ਼ਾ ਦੇ ਮੁਕਾਬਲੇ ਜਿਆਦਾ ਸ਼ਬਦਾਂ ਵਾਲੀ ਅਤੇ ਦੋਨਾਂ ਭਾਸ਼ਾਵਾਂ ਦੇ ਮੁਕਾਬਲੇ ਜਿਆਦਾ ਸੰਪੂਰਨ ਅਤੇ ਕੋਮਲ ਭਾਵੀ ਹੈ।"

ਅਮੇਰੀਕਨ ਇਨਸਾਈਕਲੋਪੀਡੀਆ ਵਿਚ ਲਿਖਿਆ ਗਿਆ ਹੈ, "ਜਦੋਂ ਤੋਂ ਪ੍ਰਾਚੀਨ ਗਿਆਨ ਸੰਪਦਾ ਦੇ ਪੁਨਰ ਉਦਾਰ ਦਾ ਕੰਮ ਸ਼ੁਰੂ ਹੋਇਆ ਹੈ, ਉਦੋਂ ਤੋਂ ਲੈ ਕੇ ਅੱਜ ਤਕ ਸੰਸਕਰਿਤ ਦੇ ਇਤਿਹਾਸ ਵਿਚ 18 ਵੀਂ ਸ਼ਤਾਬਦੀ ਦੇ ਉੱਤਰਾਅਰਧ ਵਿਚ ਕੀਤੀ ਗਈ, ਸੰਸਕਰਿਤ ਭਾਸ਼ਾ ਦੀ (ਪੱਛਮੀ ਵਿਦਵਾਨਾਂ ਦੁਆਰਾ) ਖੋਜ ਜਿਤਨੀ ਮਹੱਤਵ ਪੂਰਨ ਹੈ, ਉਤਨੀ ਕੋਈ ਹੋਰ ਘਟਨਾ ਨਹੀਂ। ਭਾਸ਼ਾ ਵਿਗਿਆਨ, ਤੁਲਨਾਤਮਿਕ ਵਿਆਕਰਨ, ਤੁਲਨਾਤਮਿਕ ਪੁਰਾਣ, ਸਾਹਿਤ, ਧਰਮ ਵਿਗਿਆਨ ... ਜਾਂ ਤਾਂ ਸੰਸਕਰਿਤ ਦੀ ਖੋਜ ਦੇ ਕਾਰਨ ਹੀ ਹੋਂਦ ਵਿਚ ਆਇਆ ਹੈ ਜਾਂ ਉਸ ਦੇ ਅਧਿਐਨ ਤੋਂ ਬਹੁਤ ਜਿਆਦਾ ਪ੍ਰਭਾਵਿਤ ਹੈ।

ਚੈਪਟਰ 3

ਦੋ ਸਰੀਰ ਧਾਰਨ ਕਰ ਲੈਣ ਵਾਲਾ ਸਵਾਮੀ

"ਪਿਤਾ ਜੀ, ਜੇ ਮੈਂ ਬਗੈਰ ਕੋਈ ਹੀਲ ਹੁੱਜਤ ਕੀਤੇ, ਘਰ ਵਾਪਸ ਮੁੜ ਆਉਣ ਦਾ ਵਾਅਦਾ ਕਰਾਂ, ਤਾਂ ਕੀ ਮੈਂ ਵਾਰਾਣਸੀ ਘੁੰਮਣ ਫਿਰਨ ਜਾ ਸਕਦਾ ਹਾਂ?"

ਮੇਰੇ ਘੁੰਮਣ ਫਿਰਨ ਦੇ ਸ਼ੌਂਕ ਵਿਚ ਪਿਤਾ ਜੀ ਘਟ ਵੱਧ ਹੀ ਅੜਚਣ ਪਾਇਆ ਕਰਦੇ ਸਨ। ਮੇਰੇ ਬਚਪਨ ਵਿਚ ਵੀ, ਉਹ ਮੈਨੂੰ ਅਨੇਕ ਸ਼ਹਿਰਾਂ ਅਤੇ ਤੀਰਥ ਸਥਾਨਾਂ ਦੀ ਯਾਤਰਾ ਕਰਨ ਦੀ ਆਗਿਆ ਦੇ ਦਿਆ ਕਰਦੇ ਸਨ। ਆਮ ਤੌਰ ਤੇ ਇੱਕ ਜਾਂ ਇੱਕ ਤੋਂ ਜਿਆਦਾ ਦੋਸਤ ਮਿੱਤਰ ਵੀ ਮੇਰੇ ਨਾਲ ਹੋਇਆ ਕਰਦੇ ਸਨ। ਪਿਤਾ ਜੀ ਦੁਆਰਾ ਦਿੱਤੇ ਗਏ ਪਹਿਲੀ ਸ਼੍ਰੇਣੀ ਦੇ ਪਾਸਾਂ ਉੱਪਰ ਅਸੀਂ ਅਰਾਮ ਪੂਰਵਕ ਯਾਤਰਾ ਕਰਿਆ ਕਰਦੇ ਸੀ। ਸਾਡੇ ਪਰਿਵਾਰ ਦੇ ਖਾਨਾ-ਬਦੋਸ਼ਾਂ ਲਈ, ਪਿਤਾ ਜੀ ਦਾ ਰੇਲਵੇ ਅਫਸਰ ਦਾ ਅਹੁਦਾ ਪੂਰਨ ਆਨੰਦਦਾਇਕ ਸੀ।

ਪਿਤਾ ਜੀ ਨੇ ਮੇਰੀ ਬੇਨਤੀ ਉੱਪਰ ਹਮਦਰਦੀ ਪੂਰਵਕ ਵਿਚਾਰ ਕਰਨ ਦਾ ਵਾਅਦਾ ਕੀਤਾ। ਅਗਲੇ ਦਿਨ, ਉਨ੍ਹਾਂ ਨੇ ਮੈਨੂੰ ਆਪਣੇ ਕੋਲ ਬੁਲਾਇਆ ਅਤੇ ਬਰੇਲੀ ਤੋਂ ਵਾਰਾਣਸੀ ਦੇ ਆਉਣ ਜਾਣ ਦਾ ਪਾਸ ਅਤੇ ਇੱਕ ਇੱਕ ਰੁਪਈਏ ਦੇ ਕੁਝ ਨੋਟ ਅਤੇ ਦੋ ਚਿੱਠੀਆਂ ਦਿੰਦਿਆਂ ਕਿਹਾ।

"ਮੈਂ ਵਾਰਾਣਸੀ ਵਿਚ ਆਪਣੇ ਇੱਕ ਦੋਸਤ ਕੇਦਾਰ ਨਾਥ ਬਾਬੂ ਨੂੰ ਦਫਤਰ ਦੇ ਸਬੰਧ ਵਿਚ ਇੱਕ ਪ੍ਰਸਤਾਵ ਭੇਜਣਾ ਹੈ, ਪਰ ਬਦਕਿਸਮਤੀ ਨਾਲ, ਮੈਂ ਉਸ ਦਾ ਸਰਨਾਵਾਂ ਗੁਆ ਬੈਠਾ ਹਾਂ, ਪ੍ਰੰਤੂ ਮੈਨੂੰ ਪੂਰਾ ਯਕੀਨ ਹੈ, ਕਿ ਸਾਡੇ ਇੱਕ ਸਾਂਝੇ ਦੋਸਤ ਸਵਾਮੀ ਪ੍ਰਣਵਾਨੰਦ ਰਾਹੀਂ, ਤੂੰ ਇਹ ਚਿੱਠੀ ਉਸ ਤਕ ਪਹੁੰਚਦੀ ਕਰ ਦੇਵੇਂਗਾ। ਸਵਾਮੀ ਜੀ ਮੇਰੇ ਗੁਰੂ ਭਾਈ ਹਨ, ਜਿਨ੍ਹਾਂ ਨੇ ਬੜੀ ਉੱਚੀ ਅਧਿਆਤਮਿਕ ਅਵਸਥਾ ਪ੍ਰਾਪਤ ਕਰ ਲਈ ਹੈ। ਉਨ੍ਹਾਂ ਨੂੰ ਮਿਲਣ ਨਾਲ ਤੈਨੂੰ ਫਾਇਦਾ ਹੀ ਹੋਵੇਗਾ। ਦੂਸਰੀ ਚਿੱਠੀ ਤੇਰੀ ਸਵਾਮੀ ਜੀ ਨਾਲ ਜਾਣ ਪਹਿਚਾਣ ਕਰਾਉਣ ਵਾਸਤੇ ਹੈ।"

ਪਿਤਾ ਜੀ ਦੇ ਇਹ ਕਹਿੰਦਿਆਂ, ਉਨ੍ਹਾਂ ਦੀਆਂ ਅੱਖਾਂ ਚਮਕ ਉੱਠੀਆਂ, "ਦੇਖ, ਹੁਣ ਘਰ ਤੋਂ ਦੌੜਨਾ ਨਹੀਂ।"

ਮੈਂ ਆਪਣੀ ਬਾਰਾਂ ਸਾਲਾਂ ਦੀ ਉਮਰ ਵਿਚ ਪੂਰੇ ਉਤਸ਼ਾਹ ਨਾਲ ਵਾਰਾਣਸੀ ਜਾਣ ਲਈ ਚੱਲ ਪਿਆ। (ਭਾਵੇਂ ਸਮੇਂ ਨੇ, ਨਵੇਂ ਮਨੋਹਰ ਦ੍ਰਿਸ਼ਾਂ ਅਤੇ ਅਣਜਾਣ ਚਿਹਰਿਆਂ ਨੂੰ

ਮਿਲਣ ਵਾਲੇ ਆਨੰਦ ਵਿਚ ਹਾਲੇ ਵੀ ਕੋਈ ਘਾਟ ਨਹੀਂ ਆਉਣ ਦਿੱਤੀ)। ਵਾਰਾਣਸੀ ਪਹੁੰਚ ਕੇ ਮੈਂ ਸਿੱਧਾ ਸਵਾਮੀ ਜੀ ਦੀ ਰਿਹਾਇਸ਼ ਵੱਲ ਚੱਲ ਪਿਆ। ਸਾਹਮਣੇ ਦਾ ਦਰਵਾਜ਼ਾ ਖੁੱਲ੍ਹਾ ਸੀ। ਮੈਂ ਦੂਸਰੀ ਮੰਜ਼ਲ ਤੇ ਬਣੇ ਹਾਲ ਕਮਰੇ ਵਿਚ ਪਹੁੰਚ ਗਿਆ। ਫਰਸ਼ ਤੋਂ ਕੁਝ ਉੱਚੀ ਚੌਂਕੀ ਉੱਪਰ ਇੱਕ ਰਿਸ਼ਟ ਪੁਸ਼ਟ ਸੰਨਿਆਸੀ, ਸਿਰਫ ਲੱਕ ਤੋਂ ਹੇਠਾਂ ਧੋਤੀ ਪਹਿਨੀ ਪਦਮ ਆਸਣ ਵਿਚ ਬੈਠੇ ਸਨ। ਉਨ੍ਹਾਂ ਦੇ ਹੋਠਾਂ ਤੇ ਸ਼ਾਂਤ ਅਤੇ ਸੁੰਦਰ ਮੁਸਕਾਨ ਖੇਡ ਰਹੀ ਸੀ। ਮੇਰੀ ਅਣਚਾਹੀ ਘੁਸਪੈਠ ਦੇ ਵਿਚਾਰ ਨੂੰ ਦੂਰ ਕਰਨ ਵਾਸਤੇ, ਉਨ੍ਹਾਂ ਨੇ ਕਿਸੇ ਪੁਰਾਣੇ ਦੋਸਤ ਵਾਂਗ ਮੇਰਾ ਸੁਆਗਤ ਕੀਤਾ।

"ਬਾਬਾ ਆਨੰਦ।" (ਮੇਰੇ ਪਿਆਰੇ ਜੀਵ, ਪੂਰਨ ਆਨੰਦ) ਉਨ੍ਹਾਂ ਬੱਚਿਆਂ ਵਰਗੀ ਨਿਰਛਲ ਮਧੁੱਰ ਅਵਾਜ਼ ਵਿਚ ਮੇਰਾ ਦਿਲੋਂ ਸੁਆਗਤ ਕੀਤਾ। ਮੈਂ ਝੁਕ ਕੇ ਉਨ੍ਹਾਂ ਦੇ ਪੈਰਾਂ ਨੂੰ ਹੱਥ ਲਾਏ।

"ਕੀ ਆਪ ਸਵਾਮੀ ਪ੍ਰਣਵਾ ਨੰਦ ਹੋ?"

ਉਨ੍ਹਾਂ ਨੇ ਹਾਂ ਵਿਚ ਸਿਰ ਹਿਲਾਇਆ। "ਤੂੰ ਭਗਵਤੀ ਦਾ ਬੇਟਾ ਹੈਂ।" ਇਸ ਤੋਂ ਪਹਿਲਾਂ, ਕਿ ਮੈਨੂੰ ਆਪਣੀ ਜ਼ੇਬ ਵਿਚੋਂ ਆਪਣੀ ਜਾਣ ਪਛਾਣ ਕਰਾਉਣ ਵਾਲੀ ਚਿੱਠੀ ਕੱਢਣ ਦਾ ਮੌਕਾ ਮਿਲਦਾ, ਉਨ੍ਹਾਂ ਪਹਿਲਾਂ ਹੀ ਕਹਿ ਦਿੱਤਾ। ਹੈਰਾਨੀਜਨਕ ਅੰਦਾਜ਼ ਵਿਚ ਮੈਂ ਆਪਣੀ ਜਾਣ ਪਛਾਣ ਕਰਵਾਉਣ ਵਾਲੀ ਚਿੱਠੀ ਉਨ੍ਹਾਂ ਨੂੰ ਦਿੱਤੀ, ਹਾਲਾਂ ਕਿ ਇਹ ਹੁਣ ਫਜ਼ੂਲ ਲੱਗਦੀ ਸੀ।

"ਮੈਂ ਤੇਰੇ ਵਾਸਤੇ ਕੇਦਾਰ ਨਾਥ ਬਾਬੂ ਨੂੰ ਲੱਭ ਲਿਆਵਾਂਗਾ," ਇਹ ਕਹਿੰਦਿਆਂ ਸਵਾਮੀ ਜੀ ਨੇ ਆਪਣੀ ਸੂਖਮ ਦ੍ਰਿਸ਼ਟੀ ਨਾਲ, ਮੈਨੂੰ ਦੂਜੀ ਵਾਰ ਫਿਰ ਹੈਰਾਨ ਕਰ ਦਿੱਤਾ। ਉਨ੍ਹਾਂ ਨੇ ਚਿੱਠੀ ਉੱਪਰ ਸਰਸਰੀ ਜਿਹੀ ਨਜ਼ਰ ਮਾਰੀ ਅਤੇ ਪਿਤਾ ਜੀ ਬਾਰੇ ਕੁਝ ਪਿਆਰ ਭਰੀ ਚਰਚਾ ਕੀਤੀ।

"ਕੀ ਤੂੰ ਜਾਣਦਾ ਹੈਂ ਕਿ ਮੈਂ ਦੋ ਪੈਨਸ਼ਨਾਂ ਲੈ ਰਿਹਾ ਹਾਂ? ਇੱਕ ਤੇਰੇ ਪਿਤਾ ਜੀ ਦੀ ਸਿਫਾਰਸ਼ ਨਾਲ ਜਿਨ੍ਹਾਂ ਦੇ ਮਤਹਿਤ, ਮੈਂ ਕਦੇ ਕਿਸੇ ਸਮੇਂ ਰੇਲਵੇ ਦਫਤਰ ਵਿਚ ਕੰਮ ਕਰਦਾ ਸੀ ਅਤੇ ਦੂਜੀ ਆਪਣੇ ਪਰਮ ਪਿਤਾ ਦੀ ਸਿਫਾਰਸ਼ ਨਾਲ, ਜਿਸ ਵਾਸਤੇ ਮੈਂ ਜ਼ਿੰਦਗੀ ਦੇ ਸੰਸਾਰਕ ਫਰਜ਼ਾਂ ਨੂੰ ਈਮਾਨਦਾਰੀ ਨਾਲ ਪੂਰਾ ਕਰ ਲਿਆ ਹੈ।"

ਉਨ੍ਹਾਂ ਦਾ ਇਹ ਕਹਿਣਾ ਮੈਨੂੰ ਬੜਾ ਭੁਲੇਖਾ ਪਾਊ ਲੱਗਿਆ ਅਤੇ ਮੈਂ ਪੁੱਛਿਆ, "ਸਵਾਮੀ ਜੀ, ਪਰਮ ਪਿਤਾ ਤੋਂ ਆਪ ਨੂੰ ਪੈਨਸ਼ਨ ਕਿਸ ਤਰੀਕੇ ਨਾਲ ਮਿਲਦੀ ਹੈ। ਕੀ ਉਹ ਪੈਸੇ ਤੁਹਾਡੀ ਝੋਲੀ ਵਿਚ ਸੁੱਟ ਦਿੰਦੇ ਹਨ?"

ਸਵਾਮੀ ਜੀ ਹੱਸ ਪਏ, "ਮੇਰਾ ਮਤਲਬ ਹੈ, ਅਥਾਹ ਸ਼ਾਂਤੀ ਦੀ ਪੈਨਸ਼ਨ। ਅਨੇਕ ਸਾਲਾਂ ਦੇ ਡੂੰਘੇ ਧਿਆਨ ਦਾ ਇਨਾਮ। ਮੈਨੂੰ ਹੁਣ ਧਨ ਦੌਲਤ ਦੀ ਕਦੇ ਇੱਛਾ ਨਹੀਂ ਹੁੰਦੀ।

ਮੇਰੀਆਂ ਭੌਤਿਕ ਜ਼ਰੂਰਤਾਂ ਬਹੁਤ ਥੋੜੀਆਂ ਹਨ,ਉਹ ਪੂਰੀਆਂ ਹੋ ਜਾਂਦੀਆਂ ਹਨ। ਦੂਸਰੀ ਪੈਨਸ਼ਨ ਦਾ ਮਹੱਤਵ ਤੂੰ ਬਾਅਦ ਵਿੱਚ ਸਮਝ ਜਾਵੇਂਗਾ।''

ਅਚਾਨਕ ਵਾਰਤਾਲਾਪ ਬੰਦ ਕਰਕੇ ਸਵਾਮੀ ਜੀ ਸਥਿਰ ਅਤੇ ਗੰਭੀਰ ਹੋ ਗਏ ਅਤੇ ਕਿਸੇ ਰਹੱਸਮਈ ਭਾਵ ਵਿੱਚ ਗੜੂੰਦ ਹੋ ਗਏ। ਪਹਿਲਾਂ ਉਨ੍ਹਾਂ ਦੀਆਂ ਅੱਖਾਂ ਚਮਕ ਉਠੀਆਂ, ਜਿਵੇਂ ਉਨ੍ਹਾਂ ਕੋਈ ਦਿਲਚਸਪ ਚੀਜ਼ ਲੱਭ ਲਈ ਹੋਵੇ ਅਤੇ ਬਾਅਦ ਵਿਚ ਤੇਜ ਹੀਣ ਹੋ ਗਈਆਂ। ਮੈਂ ਉਨ੍ਹਾਂ ਦੇ ਇਸ ਅਚਾਨਕ ਮੌਨ ਕਰਕੇ ਉਲਝਣ ਵਿਚ ਪੈ ਗਿਆ। ਹਾਲੇ ਤਕ ਸਵਾਮੀ ਜੀ ਨੇ ਮੈਨੂੰ ਇਹ ਨਹੀਂ ਸੀ ਦੱਸਿਆ, ਕਿ ਮੈਂ ਆਪਣੇ ਪਿਤਾ ਜੀ ਦੇ ਦੋਸਤ ਕੇਦਾਰ ਨਾਥ ਬਾਬੂ ਨੂੰ ਕਿਸ ਤਰ੍ਹਾਂ ਮਿਲਾਂਗਾ। ਥੋੜੀ ਜਿਹੀ ਬੇਚੈਨੀ ਵਿਚ ਮੈਂ ਖਾਲੀ ਕਮਰੇ ਵਿਚ ਇੱਧਰ ਉਧਰ ਦੇਖਿਆ, ਜਿੱਥੇ ਸਾਡੇ ਦੋਨਾਂ ਤੋਂ ਇਲਾਵਾ ਹੋਰ ਕੋਈ ਨਹੀਂ ਸੀ। ਮੇਰੀ ਅਲਸਾਈ ਨਜ਼ਰ ਜਿਸ ਚੌਂਕੀ ਉੱਪਰ ਉਹ ਬੈਠੇ ਸਨ, ਉਸ ਦੇ ਥੱਲੇ ਪਈਆਂ ਖੜਾਵਾਂ ਤੇ ਪਈ।

''ਛੋਟੇ ਮਹਾਸ਼ਯ,* ਚਿੰਤਾ ਦੀ ਕੋਈ ਗੱਲ ਨਹੀਂ, ਜਿਸ ਆਦਮੀ ਨੂੰ ਤੂੰ ਮਿਲਣਾ ਚਾਹੁੰਦਾ ਹੈਂ, ਉਹ ਅੱਧੇ ਘੰਟੇ ਤਕ ਇੱਥੇ ਪਹੁੰਚ ਜਾਵੇਗਾ।'' ਯੋਗੀ ਮਹਾਰਾਜ ਮੇਰੇ ਮਨ ਨੂੰ ਪੜ੍ਹ ਰਹੇ ਸਨ। ਜਿਹੜਾ ਕਿ ਉਨ੍ਹਾਂ ਵਾਸਤੇ ਉਸ ਵਕਤ ਕੋਈ ਮੁਸ਼ਕਿਲ ਗੱਲ ਨਹੀਂ ਸੀ।

ਉਨ੍ਹਾਂ ਨੇ ਫਿਰ ਰਹੱਸਮਈ ਮੌਨ ਧਾਰ ਲਿਆ। ਜਦੋਂ ਮੇਰੀ ਘੜੀ ਮੁਤਾਬਿਕ ਠੀਕ ਤੀਹ ਮਿੰਟ ਹੋ ਗਏ, ਤਾਂ ਸਵਾਮੀ ਜੀ ਨੇ ਆਪਣੇ ਆਪ ਆਪਣਾ ਮੌਨ ਤੋੜਦਿਆਂ ਕਿਹਾ, ''ਮੇਰਾ ਖਿਆਲ ਹੈ ਕਿ ਕੇਦਾਰ ਬਾਬੂ ਦਰਵਾਜੇ ਦੇ ਨੇੜੇ ਪਹੁੰਚ ਗਏ ਹਨ।''

ਮੈਂ ਪੌੜੀਆਂ ਰਾਹੀਂ ਕਿਸੇ ਦੇ ਉੱਪਰ ਆਉਣ ਦੀ ਆਹਟ ਸੁਣੀ। ਮੈਂ ਨਾ ਸਮਝਣਯੋਗ ਹੈਰਾਨੀ ਵਿਚ ਪੈ ਗਿਆ। ਮੇਰੇ ਵਿਚਾਰ ਉਲਝਣ ਵਿਚ ਪੈ ਗਏ। ਬਗੈਰ ਕਿਸੇ ਸੰਦੇਸ਼ਵਾਹਕ ਦੇ ਪਿਤਾ ਜੀ ਦੇ ਦੋਸਤ ਨੂੰ ਇੱਥੇ ਬੁਲਾਉਣਾ ਕਿਸ ਤਰ੍ਹਾਂ ਸੰਭਵ ਹੋ ਸਕਦਾ ਸੀ। ਜਦੋਂ ਕਿ ਮੇਰੇ ਆਉਣ ਤੋਂ ਬਾਅਦ ਤਾਂ, ਸਵਾਮੀ ਜੀ ਨੇ ਮੈਥੋਂ ਬਗੈਰ ਕਿਸੇ ਹੋਰ ਨਾਲ ਗੱਲ ਬਾਤ ਵੀ ਨਹੀਂ ਸੀ ਕੀਤੀ।

ਸਿਸ਼ਟਤਾ ਰਹਿਤ ਤਰੀਕੇ ਨਾਲ ਮੈਂ ਕਮਰੇ ਵਿਚੋਂ ਬਾਹਰ ਆ ਗਿਆ ਅਤੇ ਪੌੜੀਆਂ ਉਤਰਨ ਲੱਗਿਆ। ਪੌੜੀਆਂ ਉਤਰਦਿਆਂ ਅੱਧ ਵਿਚਕਾਰ ਹੀ ਮੇਰੀ ਇੱਕ ਪਤਲੇ, ਕਣਕ ਵੰਨੇ ਰੰਗ ਦੇ ਬੰਦੇ ਦੇ ਨਾਲ ਮੁਲਾਕਾਤ ਹੋਈ, ਜੋ ਛੇਤੀ ਵਿਚ ਦਿਖਾਈ ਦੇ ਰਿਹਾ ਸੀ।

''ਕੀ ਤੁਸੀਂ ਕੇਦਾਰ ਨਾਥ ਬਾਬੂ ਹੋ?'' ਮੈਂ ਉਤੇਜਿਤ ਅਵਾਜ਼ ਵਿਚ ਪੁੱਛਿਆ।

''ਹਾਂ, ਕੀ ਤੂੰ ਭਗਵਤੀ ਦਾ ਬੇਟਾ ਹੈਂ? ਜੋ ਮੈਨੂੰ ਮਿਲਣ ਖਾਤਰ ਇੱਥੇ ਮੇਰੀ ਉਡੀਕ ਕਰ ਰਿਹਾ ਹੈਂ।'' ਉਹ ਮਿੱਤਰਤਾ ਪੂਰਵਕ ਢੰਗ ਨਾਲ ਮੁਸਕਰਾਏ।

* *ਛੋਟੇ ਮਹਾਸ਼ਯ* ਸ਼ਬਦ ਦੇ ਨਾਂ ਨਾਲ ਮੈਨੂੰ ਕਈਂ ਭਾਰਤੀ ਸੰਤਾਂ ਨੇ ਸੰਬੋਧਿਤ ਕੀਤਾ। ਜਿਸ ਦਾ ਮਤਲਬ ਹੈ ''ਛੋਟੇ ਸ਼੍ਰੀਮਾਨ''।

"ਸ੍ਰੀਮਾਨ ਜੀ, ਪ੍ਰੰਤੂ ਆਪ ਇੱਥੇ ਆਏ ਕਿਸ ਤਰ੍ਹਾਂ?" ਮੈਂ ਉਸ ਦੀ ਨਾ-ਸਮਝਣਯੋਗ ਮੌਜੂਦਗੀ ਕਰਕੇ ਰੋਸ਼ ਪੂਰਨ ਉਲਝਣ ਵਿਚ ਸੀ।

"ਅੱਜ ਹਰ ਇੱਕ ਗੱਲ ਰਹੱਸਮਈ ਲੱਗ ਰਹੀ ਹੈ। ਇਕ ਘੰਟੇ ਤੋਂ ਵੀ ਘੱਟ ਥੋੜੀ ਦੇਰ ਪਹਿਲਾਂ, ਮੈਂ ਗੰਗਾ ਇਸ਼ਨਾਨ ਤੋਂ ਵਿਹਲਾ ਹੀ ਹੋਇਆ ਸੀ, ਕਿ ਸਵਾਮੀ ਪ੍ਰਣਵਾ ਨੰਦ ਜੀ ਮੇਰੇ ਕੋਲ ਪਹੁੰਚ ਗਏ। ਇਹ ਹੁਣ ਮੈਨੂੰ ਪਤਾ ਨਹੀਂ, ਕਿ ਇਨ੍ਹਾਂ ਨੂੰ ਇਹ ਕਿਵੇਂ ਪਤਾ ਲੱਗਿਆ ਕਿ ਮੈਂ ਉਸ ਵਕਤ ਗੰਗਾ ਘਾਟ ਤੇ ਮੌਜੂਦ ਹਾਂ। ਭਗਵਤੀ ਦਾ ਬੇਟਾ ਮੇਰੇ ਘਰ ਤੇਰੀ ਉਡੀਕ ਕਰ ਰਿਹਾ ਹੈ," ਸਵਾਮੀ ਜੀ ਨੇ ਮੈਨੂੰ ਕਿਹਾ।

"ਕੀ ਤੁਸੀਂ ਮੇਰੇ ਨਾਲ ਮੇਰੇ ਘਰ ਚਲੋਗੇ? ਮੈਂ ਖੁਸ਼ੀ ਖੁਸ਼ੀ ਹਾਂ ਕਰ ਦਿੱਤੀ। ਜਿਉਂ ਹੀ ਅਸੀਂ ਹੱਥ ਵਿਚ ਹੱਥ ਪਾ ਕੇ ਚੱਲਣ ਲੱਗੇ ਤਾਂ ਸਵਾਮੀ ਜੀ ਲੱਕੜੀ ਦੀਆਂ ਖੜ੍ਹਾਵਾਂ ਪਹਿਨਣ ਦੇ ਬਾਵਜੂਦ, ਮੈਥੋਂ ਅਸਚਰਜਮਈ ਢੰਗ ਨਾਲ ਤੇਜ ਚੱਲ ਰਹੇ ਸਨ। ਫਿਰ ਇਨ੍ਹਾਂ ਅਚਾਨਕ ਰੁਕ ਕੇ ਮੈਨੂੰ ਪੁੱਛਿਆ, ਕਿ ਮੇਰੇ ਘਰ ਪਹੁੰਚਣ ਵਿਚ ਤੈਨੂੰ ਕਿਤਨਾ ਸਮਾਂ ਲੱਗੇਗਾ?"

"ਮੈਂ ਕਿਹਾ, ਲਗ ਭਗ ਅੱਧਾ ਘੰਟਾ।"

"ਮੈਨੂੰ ਹਾਲ ਦੀ ਘੜੀ ਕੋਈ ਹੋਰ ਕੰਮ ਹੈ।" ਇਨ੍ਹਾਂ ਨੇ ਰਹੱਸਮਈ ਤਰੀਕੇ ਨਾਲ ਮੇਰੇ ਵੱਲ ਦੇਖਦਿਆਂ ਕਿਹਾ। "ਮੈਨੂੰ ਹੁਣ ਤੈਨੂੰ ਪਿੱਛੇ ਛੱਡ ਕੇ ਜਾਣਾ ਪਵੇਗਾ। ਆਪ ਸਿੱਧੇ ਮੇਰੇ ਘਰ ਪਹੁੰਚ ਜਾਵੋ, ਜਿਥੇ ਮੈਂ ਅਤੇ ਭਗਵਤੀ ਦਾ ਬੇਟਾ ਆਪ ਦੀ ਉਡੀਕ ਕਰ ਰਹੇ ਹੋਵਾਂਗੇ। ਇਸ ਤੋਂ ਪਹਿਲਾਂ ਕਿ ਮੈਂ ਕੁਝ ਹੋਰ ਕਹਿ ਸਕਦਾ, ਇਹ ਤੇਜੀ ਨਾਲ ਮੇਰੇ ਕੋਲੋਂ ਦੀ ਅੱਗੇ ਨਿਕਲ ਕੇ ਭੀੜ ਵਿਚ ਗੁੰਮ ਹੋ ਗਏ। ਮੈਂ ਜਿੰਨੀ ਤੇਜ ਚੱਲ ਸਕਦਾ ਸੀ, ਓਨਾ ਤੇਜ ਚੱਲ ਕੇ ਇੱਥੇ ਪਹੁੰਚਿਆ ਹਾਂ।"

ਇਸ ਸਪਸ਼ਟੀਕਰਨ ਨੇ ਮੇਰੀ ਉਲਝਣ ਹੋਰ ਵਧਾ ਦਿੱਤੀ। ਮੈਂ ਉਨ੍ਹਾਂ ਤੋਂ ਪੁੱਛਿਆ, "ਕਿ ਉਹ ਸਵਾਮੀ ਜੀ ਨੂੰ ਕਦੋਂ ਤੋਂ ਜਾਣਦੇ ਹਨ।"

"ਪਿਛਲੇ ਸਾਲ ਤਾਂ ਕਈ ਵਾਰ ਮਿਲੇ ਸੀ, ਪ੍ਰੰਤੂ ਅੱਜ ਕੱਲ੍ਹ ਵਿਚ ਕਦੇ ਮੁਲਾਕਾਤ ਨਹੀਂ ਸੀ ਹੋਈ। ਅੱਜ ਇਨ੍ਹਾਂ ਨੂੰ ਫਿਰ ਇਸ਼ਨਾਨ ਘਾਟ ਤੇ ਦੇਖ ਕੇ ਮੈਂ ਬੜਾ ਖੁਸ਼ ਹੋਇਆ।"

"ਮੈਨੂੰ ਆਪਣੇ ਕੰਨਾਂ ਤੇ ਯਕੀਨ ਨਹੀਂ ਹੋ ਰਿਹਾ, ਕੀ ਮੈਂ ਪਾਗਲ ਹੋ ਗਿਆ ਹਾਂ? ਕੀ ਇਹ ਤੁਹਾਨੂੰ ਸੱਚੀ-ਮੁੱਚੀ ਮਿਲੇ ਸੀ? ਕੀ ਤੁਸੀਂ ਇਨ੍ਹਾਂ ਦੇ ਹੱਥਾਂ ਨਾਲ ਸਪਰਸ਼ ਕੀਤਾ ਸੀ? ਕੀ ਇਨ੍ਹਾਂ ਦੇ ਪੈਰਾਂ ਦੀ ਅਵਾਜ਼ ਸੁਣੀ ਸੀ? ਜਾਂ ਆਪ ਨੂੰ ਇਨ੍ਹਾਂ ਦਾ ਝਉਲਾ ਹੀ ਪਿਆ ਸੀ।"

"ਮੈਂ ਨਹੀਂ ਸਮਝ ਰਿਹਾ, ਕਿ ਆਪ ਕਹਿਣਾ ਕੀ ਚਾਹੁੰਦੇ ਹੋ?" ਉਹ ਉਤੇਜਿਤ ਰੌ ਵਿਚ ਬੋਲੇ, "ਮੈਂ ਕੋਈ ਝੂਠ ਨਹੀਂ ਬੋਲ ਰਿਹਾ, ਕੀ ਤੂੰ ਇਹ ਨਹੀਂ ਸਮਝ ਸਕਦਾ, ਕਿ ਮੈਨੂੰ ਸਿਰਫ ਸਵਾਮੀ ਜੀ ਤੋਂ ਹੀ ਪਤਾ ਲੱਗ ਸਕਦਾ ਸੀ, ਕਿ ਤੂੰ ਇੱਥੇ ਮੇਰੀ ਉਡੀਕ ਕਰ ਰਿਹਾ ਹੈਂ?"

"ਦੇਖੋ, ਮੈਂ ਇੱਥੇ ਇੱਕ ਘੰਟਾ ਪਹਿਲਾਂ ਆਇਆ ਸੀ। ਉਦੋਂ ਤੋਂ ਲੈ ਕੇ ਹੁਣ ਤਕ ਸਵਾਮੀ ਜੀ ਮੇਰੀਆਂ ਅੱਖਾਂ ਤੋਂ ਇੱਕ ਮਿੰਟ ਵੀ ਓਝਲ ਨਹੀਂ ਹੋਏ। ਮੈਂ ਸਾਰੀ ਕਹਾਣੀ ਸੁਣਾ ਦਿੱਤੀ। ਮੇਰੇ ਅਤੇ ਸਵਾਮੀ ਜੀ ਦੇ ਵਿਚਕਾਰ ਜੋ ਗੱਲ ਬਾਤ ਹੋਈ ਸੀ, ਉਹ ਵੀ ਸੁਣਾ ਦਿੱਤੀ।"

ਉਸ ਦੀਆਂ ਅੱਖਾਂ ਟੱਡੀਆਂ ਰਹਿ ਗਈਆਂ। "ਕੀ ਅਸੀਂ ਭੌਤਿਕ ਯੁਗ ਵਿਚ ਰਹਿ ਰਹੇ ਹਾਂ ਜਾਂ ਕੋਈ ਸੁਪਨਾ ਦੇਖ ਰਹੇ ਹਾਂ? ਮੈਂ ਆਪਣੀ ਜ਼ਿੰਦਗੀ ਵਿਚ ਕਦੇ ਇਹ ਆਸ ਨਹੀਂ ਸੀ ਰੱਖੀ, ਕਿ ਮੈਂ ਇਸ ਤਰ੍ਹਾਂ ਦਾ ਕੋਈ ਚਮਤਕਾਰ ਦੇਖਾਂਗਾ। ਮੈਂ ਤਾਂ ਸਵਾਮੀ ਜੀ ਨੂੰ ਇੱਕ ਆਮ ਸਧਾਰਨ ਇਨਸਾਨ ਦੀ ਤਰ੍ਹਾਂ ਹੀ ਸਮਝਦਾ ਸੀ। ਹੁਣ ਮੈਨੂੰ ਪਤਾ ਲੱਗਿਆ ਹੈ, ਕਿ ਉਹ ਇੱਕ ਹੋਰ ਸਰੀਰ ਵੀ ਧਾਰ ਸਕਦੇ ਹਨ ਅਤੇ ਉਸ ਦੇ ਦੁਆਰਾ ਕੰਮ ਵੀ ਕਰ ਸਕਦੇ ਹਨ।" ਅਸੀਂ ਇੱਕਠਿਆਂ ਹੀ ਸਵਾਮੀ ਜੀ ਦੇ ਕਮਰੇ ਵਿਚ ਪ੍ਰਵੇਸ਼ ਕੀਤਾ।

"ਦੇਖੋ, ਇਹ ਉਹੀ ਖੜਾਵਾਂ ਹਨ, ਜਿਹੜੀਆਂ ਇਨ੍ਹਾਂ ਨੇ ਇਸ਼ਨਾਨ ਘਾਟ ਤੇ ਪਾਈਆਂ ਹੋਈਆਂ ਸਨ।" ਉਨ੍ਹਾਂ ਨੇ ਬੜੀ ਹੌਲੀ ਜਿਹੀ ਅਵਾਜ਼ ਵਿਚ ਕਿਹਾ, "ਇਨ੍ਹਾਂ ਨੇ ਉਸ ਵਕਤ ਇਹੋ ਹੀ ਧੋਤੀ ਪਹਿਨ ਰੱਖੀ ਸੀ, ਜਿਹੜੀ ਹੁਣ ਪਹਿਨ ਰੱਖੀ ਹੈ।"

ਜਿਉਂ ਹੀ ਕੇਦਾਰ ਨਾਥ ਬਾਬੂ ਨੇ ਸਵਾਮੀ ਪ੍ਰਣਵਾ ਨੰਦ ਜੀ ਨੂੰ ਝੁਕ ਕੇ ਪ੍ਰਣਾਮ ਕੀਤਾ, ਤਾਂ ਸਵਾਮੀ ਜੀ ਨੇ ਮੇਰੇ ਵੱਲ ਦੇਖਦਿਆਂ ਵਿਅੰਗਮਈ ਢੰਗ ਨਾਲ ਮੁਸਕਰਾਉਂਦਿਆਂ ਕਿਹਾ, "ਆਪ ਇਸ ਤੋਂ ਇਤਨੇ ਚਕਿਤ ਕਿਉਂ ਹੋ? ਦ੍ਰਿਸ਼ਮਾਨ ਸੰਸਾਰ ਦੀ ਸੂਖਮ-ਏਕਤਾ ਸੱਚੇ ਯੋਗੀਆਂ ਕੋਲੋਂ ਛੁਪੀ ਨਹੀਂ ਹੁੰਦੀ। ਮੈਂ ਦੂਰ ਕੋਲਕਾਤਾ ਵਿਚ ਰਹਿੰਦੇ ਆਪਣੇ ਸ਼ਗਿਰਦਾਂ ਦੇ ਸਾਹਮਣੇ ਇਸੇ ਤਰ੍ਹਾਂ ਫੌਰਨ ਪ੍ਰਗਟ ਹੋ ਸਕਦਾ ਹਾਂ, ਉਨ੍ਹਾਂ ਨਾਲ ਗੱਲ ਬਾਤ ਵੀ ਕਰ ਸਕਦਾ ਹਾਂ, ਉਸੇ ਤਰੀਕੇ ਨਾਲ ਉਹ ਵੀ ਭੌਤਿਕ ਦੁਨੀਆਂ ਦੀ ਹਰ ਰੁਕਾਵਟ ਆਪਣੀ ਇੱਛਾ ਅਨੁਸਾਰ ਪਾਰ ਕਰ ਸਕਦੇ ਹਨ।"

ਸ਼ਾਇਦ ਮੇਰੇ ਬਾਲ ਮਨ ਵਿਚ ਅਧਿਆਤਮਿਕ ਉਤਸ਼ਾਹ ਜਗਾਉਣ ਖਾਤਰ, ਸਵਾਮੀ ਜੀ ਦੂਰ ਤੋਂ ਸੁਣਨ ਅਤੇ ਦੂਰ ਤੋਂ ਦੇਖਣ* ਦੀ ਯੋਗ ਸ਼ਕਤੀ ਬਾਰੇ ਦੱਸਣ ਦੀ

* ਯੋਗੀਆਂ ਨੇ ਅਧਿਆਤਮ ਵਿਗਿਆਨ ਦੁਆਰਾ, ਜਿਨ੍ਹਾਂ ਨਿਯਮਾਂ ਦੀ ਖੋਜ ਕੀਤੀ ਹੈ, ਉਨ੍ਹਾਂ ਹੀ ਨਿਯਮਾਂ ਦੀ ਪੁਸ਼ਟੀ ਅੱਜ ਭੌਤਿਕ ਵਿਗਿਆਨੀ ਆਪਣੇ ਢੰਗ ਨਾਲ ਕਰ ਰਹੇ ਹਨ। ਉਦਾਹਰਣ ਦੇ ਤੌਰ ਤੇ 26 ਨਵੰਬਰ 1934 ਨੂੰ ਰਾਇਲ ਯੂਨੀਵਰਸਿਟੀ ਆਫ ਰੋਮ ਵਿਚ ਮਨੁੱਖ ਦੀ ਦੂਰ-ਦਰਸ਼ਨ ਸ਼ਕਤੀ ਦਾ ਪ੍ਰਦਰਸ਼ਨ ਕੀਤਾ ਗਿਆ ਸੀ। ਨਾੜੀ ਮਨੋਵਿਗਿਆਨ ਦੇ ਪ੍ਰੋਫੈਸਰ ਡਾ, ਜਿਊਸੇਪ ਕੈਲੀਗੈਰਸ ਨੇ, ਇੱਕ ਆਦਮੀ ਦੇ ਸਰੀਰ ਦੇ

ਕ੍ਰਿਪਾਲਤਾ ਕਰ ਰਹੇ ਸਨ। ਪ੍ਰੰਤੂ ਉਤਸ਼ਾਹ ਦੀ ਬਜਾਏ, ਮੈਂ ਭੈਅ-ਭੀਤ ਹੋ ਗਿਆ, ਕਿਉਂਕਿ ਮੇਰੀ ਅਧਿਆਤਮਿਕ ਖੋਜ ਇੱਕ ਵਿਸ਼ੇਸ਼ ਗੁਰੂ ਸ਼੍ਰੀ ਯੁਕਤੇਸ਼ਵਰ ਜੀ ਦੀ ਰਹਿਨੁਮਾਈ ਵਿਚ ਹੋਣੀ ਨਿਸ਼ਚਿਤ ਸੀ, ਜਿਨ੍ਹਾਂ ਨੂੰ ਮੈਂ ਹਾਲੇ ਤਕ ਮਿਲਿਆ ਨਹੀਂ ਸੀ। ਇਸ ਕਰਕੇ ਮੇਰੇ ਅੰਦਰ ਸਵਾਮੀ ਪ੍ਰਣਵਾ ਨੰਦ ਜੀ ਨੂੰ ਆਪਣਾ ਗੁਰੂ ਧਾਰਨ ਕਰਨ ਦੀ ਕੋਈ ਇੱਛਾ ਨਹੀਂ ਜਾਗੀ। ਮੈਂ ਉਨ੍ਹਾਂ ਨੂੰ ਹੈਰਾਨੀਜਨਕ ਸ਼ੰਕਾ ਨਾਲ ਦੇਖਿਆ ਅਤੇ ਸੋਚਿਆ, ਕਿ ਉਹ ਆਪ ਬੈਠੇ ਹਨ ਜਾਂ ਉਨ੍ਹਾਂ ਦਾ ਪ੍ਰਤੀਰੂਪ।

ਸਵਾਮੀ ਜੀ ਨੇ ਮੇਰੇ ਵੱਲ ਆਤਮ ਗਿਆਨ ਪ੍ਰਦਾਨ ਕਰਨ ਵਾਲੀ ਨਜ਼ਰ ਨਾਲ ਦੇਖਦਿਆਂ, ਆਪਣੇ ਗੁਰੂ ਬਾਰੇ ਕੁਝ ਪ੍ਰਸ਼ੰਸਾ ਯੋਗ ਸ਼ਬਦਾਂ ਨਾਲ ਮੇਰੀ ਬੇਚੈਨੀ ਦੂਰ ਕਰਨ ਦੀ ਕੋਸ਼ਿਸ਼ ਕੀਤੀ।

"ਜਿੰਨੇ ਵੀ ਯੋਗੀਆਂ ਨੂੰ ਮੈਂ ਜਾਣਦਾ ਹਾਂ, ਉਨ੍ਹਾਂ ਵਿਚੋਂ ਲਾਹਿੜੀ ਮਹਾਸ਼ਯ ਸਭ ਤੋਂ ਮਹਾਨ ਯੋਗੀ ਸਨ।"

ਮੈਂ ਮਨ ਹੀ ਮਨ ਸੋਚਿਆ ਕਿ ਜੇ ਸ਼ਿਸ਼ ਆਪਣੀ ਇੱਛਾ ਅਨੁਸਾਰ ਇੱਕ ਹੋਰ ਹੱਡ ਮਾਸ ਦਾ ਸਰੀਰ ਧਾਰ ਸਕਦਾ ਹੈ, ਤਾਂ ਗੁਰੂ ਵਾਸਤੇ ਕਿਹੜਾ ਚਮਤਕਾਰ ਅਸੰਭਵ ਹੋ ਸਕਦਾ ਹੈ।

"ਮੈਂ ਤੈਨੂੰ ਦੱਸਦਾ ਹਾਂ ਕਿ ਗੁਰੂ ਦੀ ਕ੍ਰਿਪਾ ਕਿੰਨੀ ਅਨਮੋਲ ਹੁੰਦੀ ਹੈ। ਮੈਂ ਇੱਕ ਹੋਰ ਸ਼ਿਸ਼ ਦੇ ਨਾਲ, ਹਰ ਰੋਜ਼ ਰਾਤ ਨੂੰ ਅੱਠ ਘੰਟੇ ਧਿਆਨ ਕਰਿਆ ਕਰਦਾ ਸੀ। ਦਿਨ ਦੇ ਸਮੇਂ ਅਸੀਂ ਰੇਲਵੇ ਦਫਤਰ ਵਿਚ ਨੌਕਰੀ ਕਰਿਆ ਕਰਦੇ ਸੀ। ਮੈਂ ਆਪਣੇ ਕਲਰਕ ਦੇ ਕੰਮ ਦੇ ਫਰਜ਼ ਨਿਭਾਉਣ ਵਿਚ ਮੁਸ਼ਕਿਲ ਮਹਿਸੂਸ ਕਰਦਿਆਂ ਸਾਰਾ ਵਕਤ ਭਗਵਤ ਚਿੰਤਨ ਵਿਚ ਲਗਾਉਣਾ ਚਾਹੁੰਦਾ ਸੀ। ਅੱਠ ਸਾਲ ਤਕ ਮੈਂ ਅੱਧੀ ਰਾਤ ਤਕ ਧਿਆਨ ਕਰਦਾ ਰਿਹਾ ਅਤੇ ਮੈਨੂੰ ਇਸ ਦੇ ਅਦਭੁਤ ਨਤੀਜੇ ਵੀ ਮਿਲੇ, ਜਿਵੇਂ ਕਿ ਡੂੰਘੇ ਅਧਿਆਤਮਿਕ ਗਿਆਨ ਨਾਲ ਮੇਰਾ ਮਨ ਹਮੇਸ਼ਾਂ ਪ੍ਰਕਾਸ਼ਮਾਨ ਰਹਿੰਦਾ ਸੀ। ਪ੍ਰੰਤੂ ਉਸ ਸਰਬਸ਼ਕਤੀਮਾਨ ਅਤੇ ਮੇਰੇ ਵਿਚਕਾਰ ਇੱਕ ਹਲਕਾ ਪਰਦਾ ਹਮੇਸ਼ਾਂ ਤਣਿਆ ਰਹਿੰਦਾ ਸੀ। ਪੂਰੀ ਸ਼ਰਧਾ ਅਤੇ ਗੰਭੀਰਤਾ ਨਾਲ ਕੋਸ਼ਿਸ਼ ਕਰਦਿਆਂ ਵੀ ਮੈਂ ਦੇਖਿਆ, ਕਿ ਮੈਂ ਅਖੰਡ ਆਨੰਦ ਤੋਂ ਮਹਿਰੂਮ

ਖਾਸ ਅੰਗਾਂ ਨੂੰ ਦਬਾਇਆ ਅਤੇ ਉਸ ਵਿਅਕਤੀ ਨੇ ਕੰਧ ਦੇ ਦੂਜੇ ਪਾਸੇ ਮੌਜੂਦ ਆਦਮੀਆਂ ਅਤੇ ਵਸਤੂਆਂ ਦਾ ਬਰੀਕ ਤੋਂ ਬਰੀਕ ਸਾਰਾ ਵਿਵਰਣ ਦੇ ਦਿੱਤਾ। ਡਾ. ਕੈਲੀਗੈਰਸ ਨੇ ਹਾਜ਼ਰ ਪ੍ਰੋਫੈਸਰਾਂ ਨੂੰ ਦੱਸਿਆ, ਕਿ ਜੇ ਕਰ ਚਮੜੀ ਦੇ ਖਾਸ ਹਿੱਸੇ ਨੂੰ ਉਤੇਜਿਤ ਕੀਤਾ ਜਾਵੇ, ਤਾਂ ਉਸ ਆਦਮੀ ਨੂੰ ਇੰਦਰੀਆਂ ਅਤੀਤ (ਇੰਦਰੀਆਂ ਤੋਂ ਪਰੇ) ਅਨੁਭੂਤੀ ਹੁੰਦੀ ਹੈ। ਜਿਸ ਨਾਲ ਉਹ ਉਨ੍ਹਾਂ ਸਾਰੀਆਂ ਚੀਜ਼ਾਂ ਨੂੰ ਦੇਖ ਸਕਦਾ ਹੈ, ਜਿਨ੍ਹਾਂ ਨੂੰ ਉਹ ਸਧਾਰਨ ਹਾਲਤਾਂ ਵਿਚ ਨਹੀਂ ਦੇਖ ਸਕਦਾ। ਕੰਧ ਤੋਂ ਪਰਲੇ ਪਾਸੇ ਪਈਆਂ ਚੀਜ਼ਾਂ ਦੇਖਣ ਵਾਸਤੇ ਸਮਰੱਥ ਬਣਾਉਣ ਲਈ ਡਾ. ਕੈਲੀਗੈਰਸ ਨੇ ਨਿਰਧਾਰਿਤ ਆਦਮੀ ਦੀ ਵੱਖੀ ਦੇ ਸੱਜੇ ਪਾਸੇ ਇੱਕ ਖਾਸ ਥਾਂ ਨੂੰ ਪੰਦਰਾਂ ਮਿੰਟਾਂ ਤਕ ਦਬਾਇਆ। ਡਾ. ਕੈਲੀਗੈਰਸ ਨੇ ਦੱਸਿਆ ਕਿ ਜਦੋਂ ਸਰੀਰ ਦੇ ਕੁਝ ਹਿੱਸੇ ਨੂੰ ਦਬਾਇਆ ਜਾਂਦਾ ਹੈ, ਤਾਂ ਸਬੰਧਿਤ ਆਦਮੀ ਕੋਈ ਵੀ ਚੀਜ਼ ਜਿੰਨੀ ਮਰਜੀ ਦੂਰ ਹੋਵੇ, ਉਸ ਨੂੰ ਦੇਖ ਸਕਦਾ ਹੈ, ਭਾਵੇਂ ਉਸ ਨੇ ਉਸ ਚੀਜ਼ ਨੂੰ ਪਹਿਲਾਂ ਦੇਖਿਆ ਹੋਵੇ ਭਾਵੇ ਨਾ।

ਹਾਂ। ਇੱਕ ਦਿਨ ਸ਼ਾਮ ਨੂੰ ਮੈਂ ਲਾਹਿੜੀ ਮਹਾਸ਼ਯ ਦੀ ਸੇਵਾ ਵਿਚ ਹਾਜ਼ਰ ਹੋਇਆ ਅਤੇ ਉਨ੍ਹਾਂ ਨੂੰ ਇਸ ਵਾਸਤੇ ਅਧਿਆਤਮਿਕ ਵਿਚੋਲਗਿਰੀ ਕਰਨ ਵਾਸਤੇ ਬੇਨਤੀ ਕੀਤੀ। ਮੈਂ ਸਾਰੀ ਰਾਤ ਹਠਪੂਰਵਕ ਉਨ੍ਹਾਂ ਨੂੰ ਬੇਨਤੀਆਂ ਕਰਦਾ ਰਿਹਾ।"

"ਮੇਰੇ ਦੇਵਤਾ ਸ੍ਵਰੂਪ ਗੁਰੂ, ਮੇਰੀ ਆਤਮਾ ਇਤਨੀ ਤੜਪ ਰਹੀ ਹੈ ਕਿ ਮੈਂ ਉਸ ਪਰਮ ਪਿਆਰੇ ਸਰਬਸ਼ਕਤੀਮਾਨ ਦੇ ਪ੍ਰਤੱਖ ਦਰਸ਼ਨਾਂ ਤੋਂ ਬਗੈਰ ਨਹੀਂ ਰਹਿ ਸਕਦਾ।"

"ਮੈਂ ਕੀ ਕਰ ਸਕਦਾ ਹਾਂ? ਤੂੰ ਹੋਰ ਜਿਆਦਾ ਗਹਿਰਾਈ ਨਾਲ ਧਿਆਨ ਕਰਿਆ ਕਰ।"

"ਮੈਂ ਆਪ ਨੂੰ ਪ੍ਰਾਰਥਨਾ ਕਰਦਾ ਹਾਂ, ਹੇ ਮੇਰੇ ਗੁਰੂਦੇਵ, ਹੇ ਮੇਰੇ ਪ੍ਰਮਾਤਮਾ। ਮੈਂ ਆਪ ਨੂੰ ਆਪਣੇ ਸਾਹਮਣੇ ਇਸ ਭੌਤਿਕ ਸਰੀਰ ਵਿਚ ਪ੍ਰਗਟ ਦੇਖ ਰਿਹਾ ਹਾਂ। ਮੈਨੂੰ ਅਸ਼ੀਰਵਾਦ ਦਿਉ, ਕਿ ਮੈਂ ਆਪ ਦੇ ਅਨੰਤ ਸ੍ਵਰੂਪ ਦੇ ਦਰਸ਼ਨ ਕਰ ਸਕਾਂ।"

"ਲਾਹਿੜੀ ਮਹਾਸ਼ਯ ਨੇ ਅਸ਼ੀਰਵਾਦ ਮੁੱਦਰਾ ਵਿਚ ਹੱਥ ਉਠਾਉਂਦਿਆਂ ਕਿਹਾ, 'ਹੁਣ ਤੂੰ ਜਾ ਕੇ ਧਿਆਨ ਕਰ, ਮੈਂ ਤੇਰੇ ਵਾਸਤੇ ਬ੍ਰਹਮ* ਨੂੰ ਪ੍ਰਾਰਥਨਾ ਕਰ ਦਿੱਤੀ ਹੈ।'

"ਅੰਤਾਂ ਦੀ ਖੁਸ਼ੀ ਨਾਲ ਲਬਰੇਜ਼ ਹੋਇਆ, ਮੈਂ ਘਰ ਪਹੁੰਚਿਆ। ਉਸੇ ਰਾਤ ਧਿਆਨ ਕਰਦਿਆਂ, ਮੈਨੂੰ ਜ਼ਿੰਦਗੀ ਦੀ ਆਖਰੀ ਮੰਜ਼ਲ ਪ੍ਰਾਪਤ ਹੋ ਗਈ। ਹੁਣ ਮੈਨੂੰ ਉਹੀ ਅਧਿਆਤਮਿਕ ਪੈਨਸ਼ਨ ਮਿਲਦੀ ਹੈ। ਉਸ ਦਿਨ ਤੋਂ ਬਾਅਦ, ਉਸ ਪੂਰਨ ਆਨੰਦ ਦਾ ਸਿਰਜਣਹਾਰ ਮਾਇਆ ਦੇ ਪਰਦੇ ਪਿੱਛੇ ਛੁਪ ਕੇ ਮੇਰੀਆਂ ਅੱਖਾਂ ਤੋਂ ਓਹਲੇ ਨਹੀਂ ਹੋਇਆ।"

ਪ੍ਰਣਵਾ ਨੰਦ ਜੀ ਦਾ ਮੁਖੜਾ ਰੂਹਾਨੀ ਰੌਸ਼ਨੀ ਨਾਲ ਚਮਕ ਉਠਿਆ। ਇੱਕ ਦੂਸਰੇ ਸੰਸਾਰ ਦੀ ਅਲੌਕਿਕ ਸ਼ਾਂਤੀ ਮੇਰੇ ਮਨ ਵਿਚ ਸਮਾ ਗਈ ਅਤੇ ਮੈਂ ਨਿਰਭੈ ਹੋ ਗਿਆ। ਸਵਾਮੀ ਜੀ ਨੇ ਇੱਕ ਹੋਰ ਭੇਦ ਭਰੀ ਗੱਲ ਦੱਸੀ।

"ਕੁਝ ਮਹੀਨਿਆਂ ਬਾਅਦ, ਮੈਂ ਫਿਰ ਲਾਹਿੜੀ ਮਹਾਸ਼ਯ ਦੇ ਚਰਨਾਂ ਵਿਚ ਹਾਜ਼ਰ ਹੋਇਆ ਅਤੇ ਉਨ੍ਹਾਂ ਦੇ ਅਦੁੱਤੀ ਵਰਦਾਨ ਲਈ ਧੰਨਵਾਦ ਕਰਨ ਦੀ ਕੋਸ਼ਿਸ਼ ਕੀਤੀ ਅਤੇ ਨਾਲ ਹੀ ਇੱਕ ਗੱਲ ਹੋਰ ਵੀ ਛੇੜ ਦਿੱਤੀ, "ਪੂਜਨੀਕ ਗੁਰੂਦੇਵ, ਮੈਂ ਹੁਣ ਜਿਆਦਾ ਦੇਰ ਦਫਤਰ ਵਿਚ ਨੌਕਰੀ ਨਹੀਂ ਕਰ ਸਕਦਾ। ਕ੍ਰਿਪਾ ਕਰਕੇ ਮੇਰਾ ਦਫਤਰ ਦੇ ਕੰਮ ਤੋਂ ਛੁਟਕਾਰਾ ਕਰਾਉ। ਮੈਨੂੰ ਹਰ ਵਕਤ ਬ੍ਰਹਮ ਦੀ ਖੁਮਾਰੀ ਚੜ੍ਹੀ ਰਹਿੰਦੀ ਹੈ।"

"ਕੰਪਨੀ ਨੂੰ ਪੈਨਸ਼ਨ ਵਾਸਤੇ ਬੇਨਤੀ ਕਰੋ।"

"ਇੰਨੀ ਥੋੜੀ ਨੌਕਰੀ ਤੋਂ ਬਾਅਦ ਪੈਨਸ਼ਨ ਲੈਣ ਵਾਸਤੇ ਕੀ ਕਾਰਨ ਦੱਸਾਂਗਾ?"

* ਬ੍ਰਹਮ ਹੀ ਪ੍ਰਮਾਤਮਾ ਦੇ ਰੂਪ ਵਿਚ ਸਿਰਜਣਹਾਰ ਹੈ, ਜੋ ਸੰਸਕਰਿਤ ਧਾਤੂ ਬਰਿਹ ਤੋਂ ਬਣਿਆ ਹੈ, ਜਿਸ ਦਾ ਅਰਥ ਹੈ-ਵਿਸਥਾਰ ਹੋਣਾ।

"ਜੋ ਮਨ ਵਿਚ ਆਵੇ, ਉਹ ਦੱਸ ਦੇਣਾ।"

"ਅਗਲੇ ਦਿਨ ਮੈਂ ਪੈਨਸ਼ਨ ਲੈਣ ਵਾਸਤੇ ਅਰਜ਼ੀ ਦੇ ਦਿੱਤੀ। ਡਾਕਟਰ ਨੇ ਸਮੇਂ ਤੋਂ ਪਹਿਲਾਂ ਪੈਨਸ਼ਨ ਲੈਣ ਦਾ ਕਾਰਨ ਪੁੱਛਿਆ।"

"ਕੰਮ ਕਰਦੇ ਵਕਤ, ਮੇਰੀ ਰੀੜ੍ਹ ਦੀ ਹੱਡੀ ਵਿਚ ਬੜੀ ਜ਼ੋਰਦਾਰ ਅਤੇ ਨਾਕਾਬਲੇ ਬਰਦਾਸ਼ਤ, ਇੱਕ ਅਨੁਭੂਤੀ ਉੱਠਦੀ ਹੈ ਅਤੇ ਉਹ ਪੂਰੇ ਸਰੀਰ ਵਿਚ ਫੈਲ ਜਾਂਦੀ ਹੈ, ਜਿਸ ਦੇ ਫਲ ਸ੍ਵਰੂਪ, ਮੈਂ ਕੰਮ ਕਰਨ ਤੋਂ ਅਸਮਰਥ ਹੋ ਜਾਂਦਾ ਹਾਂ।"*

"ਹੋਰ ਕੋਈ ਸਵਾਲ ਕੀਤੇ ਬਗੈਰ ਹੀ ਡਾਕਟਰ ਨੇ ਮੇਰੀ ਪੈਨਸ਼ਨ ਵਾਸਤੇ ਬੜੀ ਚੰਗੀ ਸਿਫਾਰਸ਼ ਕਰ ਦਿੱਤੀ ਅਤੇ ਪੈਨਸ਼ਨ ਵੀ ਬਹੁਤ ਛੇਤੀ ਹੀ ਮਿਲ ਗਈ। ਮੈਂ ਜਾਣਦਾ ਹਾਂ, ਕਿ ਡਾਕਟਰ ਅਤੇ ਤੇਰੇ ਪਿਤਾ ਜੀ ਸਮੇਤ, ਸਾਰੇ ਸਬੰਧਿਤ ਅਧਿਕਾਰੀਆਂ ਦੇ ਰਾਹੀਂ ਲਾਹਿੜੀ ਮਹਾਸ਼ਯ ਦੀ ਦੈਵੀ ਇੱਛਾ ਹੀ ਕੰਮ ਕਰ ਰਹੀ ਸੀ, ਜਿਨ੍ਹਾਂ ਨੇ ਲਾਹਿੜੀ ਮਹਾਸ਼ਯ ਦੀ ਅਧਿਆਤਮਿਕ ਆਗਿਆ ਦਾ ਆਪਣੇ ਆਪ ਪਾਲਣ ਕੀਤਾ ਅਤੇ ਮੈਨੂੰ ਪ੍ਰਮਾਤਮਾ ਦੇ ਅਖੰਡ ਆਨੰਦ ਵਾਸਤੇ ਮੁਕਤ ਕਰ ਦਿੱਤਾ।"

ਇਸ ਅਸਧਾਰਨ ਰਹੱਸ-ਉਦਘਾਟਨ ਕਰਨ ਤੋਂ ਬਾਅਦ ਸਵਾਮੀ ਪ੍ਰਣਵਾ ਨੰਦ ਜੀ ਨੇ ਲੰਬੇ ਸਮੇਂ ਤਕ ਮੌਨ ਧਾਰ ਲਿਆ। ਜਦੋਂ ਮੈਂ ਆਦਰ ਭਾਵ ਨਾਲ ਉਨ੍ਹਾਂ ਦੇ ਪੈਰ ਛੂਹ ਕੇ ਜਾਣ ਦੀ ਆਗਿਆ ਮੰਗ ਰਿਹਾ ਸੀ, ਤਾਂ ਉਨ੍ਹਾਂ ਨੇ ਮੈਨੂੰ ਆਪਣਾ ਅਸ਼ੀਰਵਾਦ ਦਿੱਤਾ।

"ਤੇਰੀ ਜ਼ਿੰਦਗੀ ਵੀ ਸੰਨਿਆਸ ਅਤੇ ਯੋਗ ਮਾਰਗ ਨੂੰ ਸਮਰਪਿਤ ਹੈ। ਤੇਰੇ ਅਤੇ ਤੇਰੇ ਪਿਤਾ ਜੀ ਨਾਲ ਇੱਕ ਵਾਰ ਫਿਰ ਮੁਲਾਕਾਤ ਹੋਵੇਗੀ।" ਅਨੇਕ ਵਰ੍ਹਿਆਂ ਬਾਅਦ ਉਨ੍ਹਾਂ ਦੀਆਂ ਇਹ ਦੋਨੋਂ ਭਵਿਖਬਾਣੀਆਂ† ਸੱਚੀਆਂ ਸਾਬਤ ਹੋਈਆਂ।

* ਡੂੰਘੇ ਧਿਆਨ ਵਿਚ ਈਸ਼ਵਰ ਦੀ ਪਹਿਲੀ ਅਨੁਭੂਤੀ ਆਦਮੀ ਦੇ ਮੇਰੂ ਦੰਡ ਵਿਚ ਹੁੰਦੀ ਹੈ। ਉਸ ਤੋਂ ਬਾਅਦ ਦਿਮਾਗ ਵਿਚ ਪ੍ਰਚੰਡ ਧਾਰਾ ਵਾਂਗ ਚੇਤਨਾ ਵਿਚ ਉੱਤਰਦਾ ਪਰਮ ਆਨੰਦ ਸਾਧਕ ਨੂੰ ਪੂਰੀ ਤਰ੍ਹਾਂ ਆਤਮ-ਵਿਭੋਰ ਕਰ ਦਿੰਦਾ, ਪ੍ਰੰਤੂ ਬਾਹਰੀ ਪੱਧਰ ਤੇ ਉਸ ਦੇ ਪ੍ਰਗਟਾ ਨੂੰ ਕਾਬੂ ਕਰਨਾ ਯੋਗੀ ਸਿਖ ਲੈਂਦਾ ਹੈ। ਸਾਡੀ ਉਸ ਮਿਲਣੀ ਦੇ ਵਕਤ ਪ੍ਰਣਵਾ ਨੰਦ ਜੀ ਪੂਰਨ ਸਿੱਧ ਮਹਾਤਮਾ ਸਨ। ਪ੍ਰੰਤੂ ਉਨ੍ਹਾਂ ਦੀ ਨੌਕਰੀ ਦੇ ਦੌਰਾਨ ਇਸ ਤਰ੍ਹਾਂ ਵਾਪਰਨ ਵਾਲੀ ਅਨੁਭੂਤੀ ਦੀ ਗੱਲ ਕਈ ਸਾਲ ਪਹਿਲਾਂ ਦੀ ਗੱਲ ਹੈ। ਨੌਕਰੀ ਕਰਦਿਆਂ ਸਮੇਂ ਉਹ ਨਿਰਵਿਕਲਪ ਸਮਾਧੀ ਵਿਚ ਅਟੱਲਤਾ ਨਾਲ ਨਿਪੁੰਨ ਨਹੀਂ ਸਨ ਹੋਏ। (ਦੇਖੋ ਪੰਨਾ 315) ਚੇਤਨਾ ਦੀ ਉਸ ਸੰਪੂਰਨ ਅਤੇ ਸਥਿਰ ਅਵਸਥਾ ਵਿਚ ਯੋਗੀ ਨੂੰ ਇਸ ਸੰਸਾਰ ਦੇ ਕਾਰ ਵਿਹਾਰ ਕਰਦਿਆਂ ਕੋਈ ਮੁਸ਼ਕਿਲ ਨਹੀਂ ਆਉਂਦੀ। ਸੇਵਾ ਮੁਕਤ ਹੋਣ ਤੋਂ ਬਾਅਦ ਸਵਾਮੀ ਪ੍ਰਣਵਾ ਨੰਦ ਜੀ ਨੇ 'ਪ੍ਰਣਵ ਗੀਤਾ' ਨਾਂ ਨਾਲ ਸ਼੍ਰੀ ਮਦ ਭਗਵਤ ਗੀਤਾ ਉੱਪਰ ਇੱਕ ਅਤਿਅੰਤ ਗੂੜ੍ਹ ਗਿਆਨ-ਯੁਕਤ ਟੀਕਾ ਲਿਖੀ, ਜੋ ਬੰਗਾਲੀ ਅਤੇ ਹਿੰਦੀ ਵਿਚ ਸੁਲੱਭ ਹੈ। ਇੱਕ ਤੋਂ ਜਿਆਦਾ ਸਰੀਰਾਂ ਵਿਚ ਪ੍ਰਗਟ ਹੋਣ ਦੀ ਸ਼ਕਤੀ, ਇੱਕ ਸਿੱਧੀ ਹੈ, ਜਿਸ ਦਾ ਜ਼ਿਕਰ ਪਤੰਜਲੀ ਦੇ ਯੋਗ ਸੂਤਰਾਂ ਵਿਚ ਕੀਤਾ ਗਿਆ ਹੈ। (ਦੇਖੋ ਪੰਨਾ 315) ਇੱਕੋ ਵੇਲੇ ਵੱਖੋ ਵੱਖਰੇ ਸਥਾਨਾਂ ਉੱਪਰ ਪ੍ਰਗਟ ਹੋਣ ਦੀਆਂ ਘਟਨਾਵਾਂ ਆਦਿ ਕਾਲ ਤੋਂ ਅਨੇਕ ਸੰਤਾਂ ਮਹਾਤਮਾਵਾਂ ਦੁਆਰਾ ਪ੍ਰਦਰਸ਼ਿਤ ਕੀਤੀਆਂ ਜਾਂਦੀਆਂ ਰਹੀਆਂ ਹਨ।

† ਦੇਖੋ ਚੈਪਟਰ 27

ਸੰਘਣੇ ਹੋ ਰਹੇ ਅਨ੍ਹੇਰੇ ਵਿਚ ਕੇਦਾਰ ਨਾਥ ਬਾਬੂ ਮੇਰੇ ਨਾਲ ਚੱਲ ਰਹੇ ਸਨ। ਮੈਂ ਉਨ੍ਹਾਂ ਨੂੰ ਪਿਤਾ ਜੀ ਦੀ ਦਿੱਤੀ ਹੋਈ ਚਿੱਠੀ ਫੜਾਈ, ਜੋ ਉਨ੍ਹਾਂ ਨੇ ਸੜਕ ਤੇ ਲੱਗੀ ਹੋਈ ਰੌਸ਼ਨੀ ਦੇ ਚਾਨਣੇ ਵਿਚ ਪੜ੍ਹੀ।

‘‘ਤੇਰੇ ਪਿਤਾ ਜੀ ਨੇ ਇਸ ਚਿੱਠੀ ਵਿਚ ਆਪਣੀ ਰੇਲਵੇ ਕੰਪਨੀ ਦੇ ਕੋਲਕਾਤਾ ਦਫਤਰ ਵਿਚ ਮੈਨੂੰ ਇੱਕ ਨੌਕਰੀ ਦੇਣ ਦਾ ਪ੍ਰਸਤਾਵ ਭੇਜਿਆ ਹੈ। ਸਵਾਮੀ ਪ੍ਰਣਵਾ ਨੰਦ ਨੂੰ ਮਿਲਣ ਵਾਲੀਆਂ ਦੋ ਪੈਨਸ਼ਨਾਂ ਵਿਚੋਂ ਘੱਟੋ ਘੱਟ ਇੱਕ ਪੈਨਸ਼ਨ ਲੈਣ ਦਾ ਅਧਿਕਾਰੀ ਹੋਣਾ ਕਿਤਨਾ ਆਨੰਦਦਾਇਕ ਹੁੰਦਾ। ਪ੍ਰੰਤੂ ਇਹ ਸੰਭਵ ਨਹੀਂ, ਮੈਂ ਵਾਰਾਣਸੀ ਛੱਡ ਕੇ ਜਾ ਨਹੀਂ ਸਕਦਾ। ਅਫਸੋਸ ਹੈ, ਕਿ ਇੱਕੋ ਵਕਤ ਦੋ ਸਰੀਰ ਧਾਰਨ ਕਰ ਲੈਣ ਦਾ ਮੇਰਾ ਸਮਾਂ ਨਹੀਂ ਆਇਆ ਹੈ।’’

ਚੈਪਟਰ 4

ਮੇਰੀ ਹਿਮਾਲਿਆ ਪਹਾੜ ਵੱਲ ਭੱਜਣ ਵਿਚ ਅਸਫਲਤਾ

"ਕੋਈ ਵੀ ਛੋਟਾ ਮੋਟਾ ਬਹਾਨਾ ਬਣਾ ਕੇ, ਆਪਣੀ ਜਮਾਤ ਵਿਚੋਂ ਬਾਹਰ ਨਿਕਲ ਆਉਣਾ ਅਤੇ ਫਿਰ ਇੱਕ ਟਾਂਗਾ ਕਿਰਾਏ ਤੇ ਲੈ ਕੇ ਸਾਡੀ ਗਲੀ ਵਿਚ, ਕਿਸੇ ਇਹੋ ਜਿਹੀ ਥਾਂ ਤੇ ਆ ਕੇ ਰੁਕਣਾ, ਜਿਥੋਂ ਤੈਨੂੰ ਕੋਈ ਮੇਰੇ ਘਰ ਦਾ ਮੈਂਬਰ ਦੇਖ ਨਾ ਸਕੇ।"

ਹਿਮਾਲਿਆ ਪਹਾੜ ਤੇ ਨਾਲ ਭੱਜਣ ਦੀ ਯੋਜਨਾ ਬਣਾਉਣ ਵਾਲੇ, ਹਾਈ ਸਕੂਲ ਦੇ ਆਪਣੇ ਜਮਾਤੀ ਮਿੱਤਰ ਅਮਰ ਨੂੰ ਮੇਰਾ ਇਹ ਅੰਤਮ ਆਦੇਸ਼ ਸੀ। ਆਪਣੇ ਭੱਜਣ ਵਾਸਤੇ ਅਸੀਂ ਅਗਲਾ ਦਿਨ ਨਿਸ਼ਚਿਤ ਕੀਤਾ ਸੀ। ਅਨੰਤਦਾ ਮੇਰੇ ਉੱਪਰ ਕਰੜੀ ਨਿਗਰਾਨੀ ਰਖਦੇ ਸਨ। ਇਸ ਵਾਸਤੇ ਸਾਵਧਾਨੀ ਵਰਤਣੀ ਜਰੂਰੀ ਸੀ। ਉਨ੍ਹਾਂ ਨੂੰ ਪੂਰਾ ਸ਼ੱਕ ਸੀ ਕਿ ਮੇਰੇ ਮਨ ਵਿਚ ਭੱਜ ਜਾਣ ਦੀ ਬੜੀ ਜਬਰਦਸਤ ਇੱਛਾ ਸੀ ਅਤੇ ਉਹ ਮੇਰੀ ਯੋਜਨਾ ਨੂੰ ਫੇਲ੍ਹ ਕਰਨ ਵਾਸਤੇ ਪੂਰੇ ਦ੍ਰਿੜ ਸਨ। ਤਵੀਤ ਚੁੱਪ ਚਾਪ ਆਪਣਾ ਕੰਮ ਕਰਦਿਆਂ, ਮੇਰੇ ਅੰਦਰ ਅਧਿਆਤਮਿਕ ਉਛਾਲ ਲਿਆ ਰਿਹਾ ਸੀ। ਮੈਨੂੰ ਪੂਰੀ ਉਮੀਦ ਸੀ ਕਿ ਮੈਂ ਬਰਫੀਲੇ ਹਿਮਾਲਿਆ ਪਹਾੜਾਂ ਵਿਚ ਆਪਣੇ ਗੁਰੂ ਨੂੰ ਲੱਭ ਲਵਾਂਗਾ, ਜਿਨ੍ਹਾਂ ਦਾ ਚਿਹਰਾ ਮੈਨੂੰ ਅਕਸਰ ਆਪਣੇ ਦਿਵੱਯ ਦਰਸ਼ਨਾਂ ਵਿਚ ਦਿਖਾਈ ਦਿੰਦਾ ਰਹਿੰਦਾ ਸੀ।

ਪਿਤਾ ਜੀ ਦੀ ਪੱਕੇ ਤੌਰ ਤੇ ਕੋਲਕਾਤਾ ਵਿਚ ਬਦਲੀ ਹੋ ਜਾਣ ਕਰਕੇ, ਸਾਡਾ ਪਰਿਵਾਰ ਹੁਣ ਉੱਥੇ ਹੀ ਰਹਿੰਦਾ ਸੀ। ਪਿਤਾ ਪ੍ਰਧਾਨ ਭਾਰਤੀ ਪਰੰਪਰਾ ਅਨੁਸਾਰ ਅਨੰਤਦਾ ਵੀ ਆਪਣੀ ਨਵੀਂ ਵਹੁੱਟੀ ਨੂੰ ਲੈ ਕੇ, ਉਸੇ ਘਰ ਵਿਚ ਰਹਿਣ ਵਾਸਤੇ ਆ ਗਿਆ ਸੀ। ਉੱਥੇ ਮੈਂ ਇੱਕ ਛੋਟੇ ਜਿਹੇ ਚੁਬਾਰੇ ਵਿਚ ਹਰ ਰੋਜ਼ ਧਿਆਨ ਕਰਕੇ ਆਪਣੇ ਮਨ ਨੂੰ ਰੂਹਾਨੀ ਖੋਜ ਵਾਸਤੇ ਤਿਆਰ ਕਰ ਰਿਹਾ ਸੀ।

ਉਸ ਯਾਦਗਾਰੀ ਸਵੇਰ ਦਾ ਆਗਾਜ਼ ਮਨਹੂਸ ਬਾਰਸ਼ ਨਾਲ ਹੋਇਆ। ਸੜਕ ਤੇ ਅਮਰ ਦੇ ਟਾਂਗੇ ਦੀ ਅਵਾਜ਼ ਸੁਣਦਿਆਂ ਹੀ, ਮੈਂ ਛੇਤੀ ਛੇਤੀ ਇੱਕ ਕੰਬਲ, ਇੱਕ ਜੋੜਾ ਖੜਾਵਾਂ, ਦੋ ਧੋਤੀਆਂ, ਇੱਕ ਜੱਪ ਮਾਲਾ, ਇੱਕ ਲਾਹਿੜੀ ਮਹਾਸ਼ਯ ਦੀ ਫੋਟੋ, ਇੱਕ ਸ੍ਰੀ ਮਦ ਭਗਵਤ ਗੀਤਾ ਦੀ ਪੋਥੀ ਇੱਕ ਪੋਟਲੀ ਵਿਚ ਬੰਨ੍ਹੀਆਂ ਅਤੇ ਇਹ ਪੋਟਲੀ ਆਪਣੇ ਚੁਬਾਰੇ ਦੀ ਤੀਜੀ ਮੰਜ਼ਲ ਦੀ ਖਿੜਕੀ ਰਾਹੀਂ ਹੇਠਾਂ ਸੁੱਟ ਦਿੱਤੀ। ਮੈਂ ਭੱਜਦਾ ਹੋਇਆ ਪੌੜੀਆਂ ਤੋਂ ਥੱਲੇ ਉੱਤਰਿਆ ਅਤੇ ਦਰਵਾਜ਼ੇ ਵਿਚ ਮੱਛੀ ਖਰੀਦ ਰਹੇ ਆਪਣੇ ਚਾਚਾ ਜੀ ਕੋਲ ਦੀ ਅੱਗੇ ਲੰਘ ਗਿਆ।

"ਕਾਹਲੀ ਕਾਹਦੀ ਆ," ਉਨ੍ਹਾਂ ਸ਼ੰਕਾ ਭਰੀ ਨਜ਼ਰ ਨਾਲ ਮੈਨੂੰ ਉੱਪਰ ਤੋਂ ਥੱਲੇ ਤਕ ਦੇਖਿਆ।

ਮੈਂ ਬਗੈਰ ਕੋਈ ਉੱਤਰ ਦਿੱਤੇ, ਉਨ੍ਹਾਂ ਨੂੰ ਇੱਕ ਉਦਾਸ ਨਜ਼ਰ ਨਾਲ ਦੇਖਿਆ ਅਤੇ ਗਲੀ ਵੱਲ ਮੁੜ ਕੇ ਚੱਲਦਾ ਬਣਿਆ। ਮੈਂ ਆਪਣੀ ਪੋਟਲੀ ਉਠਾਈ ਅਤੇ ਇੱਕ ਸਾਜ਼ਸ਼ਕਾਰੀ ਸਾਵਧਾਨੀ ਨਾਲ ਅਮਰ ਨਾਲ ਜਾ ਮਿਲਿਆ। ਉੱਥੋਂ ਅਸੀਂ ਸ਼ਹਿਰ ਦੇ ਮੁੱਖ ਬਜ਼ਾਰ ਚਾਂਦਨੀ ਚੌਂਕ ਗਏ। ਯੂਰੋਪੀਅਨ ਪੁਸ਼ਾਕ ਖਰੀਦਣ ਵਾਸਤੇ ਅਸੀਂ ਆਪਣੇ ਜ਼ੇਬ ਖਰਚੇ ਵਾਸਤੇ ਮਿਲਣ ਵਾਲੇ ਪੈਸਿਆਂ ਵਿਚੋਂ ਕਈ ਮਹੀਨਿਆਂ ਤੋਂ ਬਚਤ ਕਰਦੇ ਆ ਰਹੇ ਸੀ। ਅਸੀਂ ਜਾਣਦੇ ਸੀ, ਕਿ ਮੇਰਾ ਚਲਾਕ ਭਰਾ ਇੱਕ ਜਸੂਸ ਦੀ ਭੂਮਿਕਾ ਨਿਭਾ ਸਕਦਾ ਹੈ, ਇਸ ਵਾਸਤੇ ਅਸੀਂ ਯੂਰੋਪੀਅਨ ਪੁਸ਼ਾਕ ਪਹਿਨ ਕੇ ਉਸ ਨੂੰ ਧੋਖਾ ਦੇਣਾ ਚਾਹੁੰਦੇ ਸੀ।

ਰੇਲਵੇ ਸਟੇਸ਼ਨ ਤੇ ਜਾਂਦਿਆਂ, ਅਸੀਂ ਮੇਰੇ ਚਚੇਰੇ ਭਰਾ ਜਤਿਨਦਾ ਨੂੰ ਲੈਣ ਵਾਸਤੇ ਰੁਕੇ, ਜੋ ਹਿਮਾਲਿਆ ਵਿਚ ਕਿਸੇ ਗੁਰੂ ਦੀ ਸ਼ਰਨ ਪ੍ਰਾਪਤ ਕਰਨ ਦਾ ਇਛੁੱਕ ਹੋਣ ਕਰਕੇ ਨਵਾਂ ਨਵਾਂ ਹੀ ਸਾਡੀ ਧਰਮ ਮੰਡਲੀ ਵਿਚ ਸ਼ਾਮਲ ਹੋਇਆ ਸੀ। ਸਾਡੇ ਕੋਲ ਪਹਿਲਾਂ ਤੋਂ ਤਿਆਰ ਨਵਾਂ ਸੂਟ ਉਸ ਨੇ ਪਹਿਨ ਲਿਆ। ਹੁਣ ਸਾਨੂੰ ਕੋਈ ਪਹਿਚਾਣ ਨਹੀਂ ਸੀ ਸਕਦਾ। ਇਹ ਸੋਚਦਿਆਂ ਸਾਡੇ ਮਨ ਡੂੰਘੇ ਆਨੰਦ ਨਾਲ ਭਰ ਗਏ।

"ਬੱਸ, ਹੁਣ ਸਾਨੂੰ ਸਿਰਫ ਕੈਨਵਸ ਦੇ ਬੂਟਾਂ ਦੀ ਜ਼ਰੂਰਤ ਹੈ।" ਮੈਂ ਉਨ੍ਹਾਂ ਦੋਨਾਂ ਨੂੰ ਇੱਕ ਦੁਕਾਨ ਤੇ ਲੈ ਗਿਆ, ਜਿੱਥੇ ਰਬੜ ਦੀਆਂ ਜੁੱਤੀਆਂ ਨੂੰ ਸਜਾ ਕੇ ਰੱਖਿਆ ਗਿਆ ਸੀ। "ਇਸ ਤਰ੍ਹਾਂ ਦੀ ਪਵਿੱਤਰ ਯਾਤਰਾ ਵਿਚ ਜੀਵ ਹੱਤਿਆ ਕਰਕੇ ਪ੍ਰਾਪਤ ਕੀਤੀਆਂ ਚਮੜੇ ਦੀਆਂ ਚੀਜ਼ਾਂ ਨਹੀਂ ਲੈ ਕੇ ਜਾਣੀਆਂ ਚਾਹੀਦੀਆਂ।" ਮੈਂ ਆਪਣੀ ਸ਼੍ਰੀ ਮਦ ਭਗਵਤ ਗੀਤਾ ਦੀ ਚਮੜੇ ਦੀ ਜਿਲਦ ਅਤੇ ਵਿਲਾਇਤੀ ਹੈਟ ਉੱਪਰ ਲੱਗੇ ਚਮੜੇ ਦੇ ਫੀਤੇ ਕੱਢ ਕੇ ਬਾਹਰ ਗਲੀ ਵਿਚ ਸੁੱਟਣ ਵਾਸਤੇ ਰੁਕਿਆ।

ਰੇਲਵੇ ਸਟੇਸ਼ਨ ਤੇ ਜਾ ਕੇ ਅਸੀਂ ਸਾਰਿਆਂ ਨੇ ਬਰਦਵਾਨ ਤਕ ਦੇ ਟਿਕਟ ਖਰੀਦੇ, ਜਿੱਥੋਂ ਸਾਡੀ ਹਿਮਾਲਿਆ ਦੇ ਚਰਨਾਂ ਵਿਚ ਸਥਿਤ ਹਰਦਵਾਰ ਜਾਣ ਵਾਲੀ ਗੱਡੀ ਬਦਲਣ ਦੀ ਯੋਜਨਾ ਸੀ। ਜਦੋਂ ਗੱਡੀ ਵੀ ਸਾਡੀਆਂ ਸੋਚਾਂ ਵਾਂਗ ਤੇਜ ਦੌੜਨ ਲੱਗੀ, ਤਾਂ ਮੈਂ ਆਪਣੇ ਮਨੋਹਰ ਪੂਰਬ ਅਰਮਾਨਾਂ ਨੂੰ ਸ਼ਾਬਦਿਕ ਰੂਪ ਦਿੱਤਾ।

"ਜਰਾ ਕਲਪਨਾ ਕਰੋ," ਮੈਂ ਉਤਸਾਹ ਪੂਰਵਕ ਬੋਲਿਆ। "ਅਸੀਂ ਮਹਾਨ ਗੁਰੂਆਂ ਦੁਆਰਾ ਦੀਖਿਅਤ ਹੋ ਕੇ ਅਨੰਤ ਚੇਤਨਤਾ ਵਿਚ ਪਰਮ ਆਨੰਦ ਉਠਾਵਾਂਗੇ। ਸਾਡੇ ਸਰੀਰਾਂ ਵਿਚ ਇੰਨੀ ਚੁੰਬਕੀ ਸ਼ਕਤੀ ਪੈਦਾ ਹੋ ਜਾਵੇਗੀ ਕਿ ਹਿਮਾਲਿਆ ਦੇ ਜੰਗਲੀ ਜਾਨਵਰ ਵੀ ਪਾਲਤੂ ਜਾਨਵਰਾਂ ਵਾਂਗ ਸਾਡੇ ਕੋਲ ਆਉਣਗੇ। ਬਘਿਆੜ ਸਾਡਾ ਲਾਡ ਦੁਲਾਰ ਪਾਉਣ ਵਾਸਤੇ ਉਡੀਕ ਵਿਚ ਬੈਠੀਆਂ ਰਹਿਣ ਵਾਲੀਆਂ ਬਿੱਲੀਆਂ ਤੋਂ ਜਿਆਦਾ ਕੁਝ ਨਹੀਂ ਹੋਣਗੇ।"

ਭਵਿੱਖ ਦਾ ਮਨਮੋਹਕ ਚਿੱਤਰ ਪੇਸ਼ ਕਰਨ ਵਾਲਾ ਇਹ ਵਰਣਨ, ਜਿਸ ਨੂੰ ਮੈਂ ਅਲੰਕਾਰਕ ਅਤੇ ਅਸਲੀਅਤ ਦੋਨਾਂ ਹੀ ਤਰੀਕਿਆਂ ਨਾਲ, ਮਨ ਨੂੰ ਮੋਹਿਤ ਕਰਨ ਵਾਲਾ ਮੰਨ ਰਿਹਾ ਸੀ, ਅਮਰ ਦੇ ਬੁੱਲ੍ਹਾਂ ਤੇ ਉਤਸ਼ਾਹਪੂਰਨ ਮੁਸਕਾਨ ਲੈ ਆਇਆ, ਪ੍ਰੰਤੂ ਜਤਿਨਦਾ ਨੇ ਆਪਣੀ ਨਜ਼ਰ ਦੂਸਰੀ ਤਰਫ ਘੁੰਮਾ ਲਈ ਅਤੇ ਖਿੜਕੀ ਵਿਚੋਂ ਦੀ ਬਾਹਰ ਦੌੜ ਰਹੇ ਕੁਦਰਤੀ ਨਜ਼ਾਰਿਆਂ ਨੂੰ ਦੇਖਣ ਲੱਗੇ।

"ਪੈਸਿਆਂ ਨੂੰ ਅਸੀਂ ਤਿੰਨ ਹਿੱਸਿਆਂ ਵਿਚ ਵੰਡ ਲੈਂਦੇ ਹਾਂ।" ਜਤਿਨਦਾ ਨੇ ਆਪਣਾ ਲੰਬਾ ਮੌਨ ਇਸ ਪ੍ਰਸਤਾਵ ਨਾਲ ਤੋੜਿਆ। "ਬਰਦਵਾਨ ਵਿਚ ਸਾਨੂੰ ਟਿਕਟ ਵੱਖੋ ਵੱਖਰੇ ਲੈਣੇ ਚਾਹੀਦੇ ਹਨ, ਇਸ ਤਰ੍ਹਾਂ ਕਿਸੇ ਨੂੰ ਸ਼ੱਕ ਨਹੀਂ ਹੋਵੇਗਾ ਕਿ ਅਸੀਂ ਘਰੋਂ ਭੱਜੇ ਹੋਏ ਹਾਂ।"

ਮੈਂ ਬਗੈਰ ਕਿਸੇ ਸ਼ੰਕਾ ਦੇ ਸਹਿਮਤ ਹੋ ਗਿਆ। ਸ਼ਾਮ ਨੂੰ ਸਾਡੀ ਗੱਡੀ ਬਰਦਵਾਨ ਸਟੇਸ਼ਨ ਤੇ ਰੁਕੀ। ਜਤਿਨਦਾ ਟਿਕਟ ਘਰ ਦੇ ਅੰਦਰ ਘੁਸ ਗਏ। ਮੈਂ ਅਤੇ ਅਮਰ ਨੇ ਪਲੇਟਫਾਰਮ ਤੇ ਬੈਠਿਆਂ ਬੈਠਿਆਂ, ਉਨ੍ਹਾਂ ਦੀ ਪੰਦਰਾਂ ਮਿੰਟ ਉਡੀਕ ਕੀਤੀ। ਫਿਰ ਅਸੀਂ ਉਨ੍ਹਾਂ ਬਾਰੇ ਵਿਅਰਥ ਪੁੱਛ ਗਿੱਛ ਵੀ ਕੀਤੀ। ਚਾਰੋਂ ਤਰਫ ਲੱਭਣ ਤੋਂ ਬਾਅਦ ਅਸੀਂ ਜਤਿਨਦਾ ਨੂੰ ਭੈਅ ਭੀਤ ਹੋ ਕੇ ਉੱਚੀ ਉੱਚੀ ਅਵਾਜ਼ਾਂ ਮਾਰੀਆਂ। ਪ੍ਰੰਤੂ ਉਹ ਤਾਂ ਪਤਾ ਨਹੀਂ, ਉਸ ਛੋਟੇ ਜਿਹੇ ਸਟੇਸ਼ਨ ਤੇ ਫੈਲੇ ਚਾਰੋਂ ਤਰਫ ਅਨ੍ਹੇਰੇ ਵਿਚ ਕਿੱਥੇ ਰੂਪੋਸ਼ ਹੋ ਗਏ।

ਮੇਰਾ ਹੌਸਲਾ ਪੂਰੀ ਤਰ੍ਹਾਂ ਟੁੱਟ ਗਿਆ ਅਤੇ ਇਸ ਮਾਨਸਿਕ ਝਟਕੇ ਨਾਲ ਮੈਨੂੰ ਅਜੀਬ ਚੇਤਨਹੀਨਤਾ ਹੋ ਗਈ। ਪ੍ਰਮਾਤਮਾ ਨੂੰ ਵੀ ਇਹ ਦੁਖਦਾਈ ਘਟਨਾ ਮਨਜ਼ੂਰ ਸੀ। ਪ੍ਰਮਾਤਮਾ ਵਾਸਤੇ ਮੇਰੇ ਪਹਿਲੇ ਰੋਮਾਂਚ ਭਰਪੂਰ ਅਤੇ ਹੁਸ਼ਿਆਰੀ ਨਾਲ ਯੋਜਨਾਬੱਧ ਤਰੀਕੇ ਨਾਲ ਭੱਜਣ ਦਾ ਬੜਾ ਦਰਦਨਾਕ ਅੰਤ ਹੋ ਗਿਆ ਸੀ।

"ਅਮਰ ਸਾਨੂੰ ਘਰ ਵਾਪਸ ਚਲੇ ਜਾਣਾ ਚਾਹੀਦਾ ਹੈ," ਮੈਂ ਬੱਚਿਆਂ ਵਾਂਗ ਰੋ ਰਿਹਾ ਸੀ। "ਜਤਿਨਦਾ ਦੀ ਇਸ ਤਰ੍ਹਾਂ ਦੀ ਨਿਰਦਈ ਵਾਪਸੀ ਇੱਕ ਬਦਸ਼ਗਨੀ ਹੈ। ਅਸਫਲ ਹੋਣਾ ਹੀ ਇਸ ਯਾਤਰਾ ਦੀ ਤਕਦੀਰ ਹੈ।"

"ਕੀ ਇਹੀ ਹੈ ਤੇਰਾ ਪ੍ਰਮਾਤਮਾ ਲਈ ਪ੍ਰੇਮ? ਕੀ ਤੂੰ ਇੱਕ ਵਿਸ਼ਵਾਸਘਾਤੀ ਸਾਥੀ ਦੇ ਰੂਪ ਵਿਚ ਲਈ ਗਈ ਛੋਟੀ ਜਿਹੀ ਪ੍ਰੀਖਿਆ ਵੀ ਬਰਦਾਸ਼ਤ ਨਹੀਂ ਕਰ ਸਕਦਾ?"

ਅਮਰ ਦੁਆਰਾ ਇਸ ਘਟਨਾ ਨੂੰ ਪ੍ਰਮਾਤਮਾ ਦੁਆਰਾ ਲਈ ਗਈ ਪਰੀਖਿਆ ਦੱਸਣ ਨਾਲ ਮੇਰਾ ਮਨ ਕੁਝ ਸ਼ਾਂਤ ਹੋ ਗਿਆ। ਅਸੀਂ ਬਰਦਵਾਨ ਦੇ ਮਸ਼ਹੂਰ ਸੀਤਾ ਭੋਗ ਅਤੇ ਮੋਤੀ ਚੂਰ ਦਾ ਨਾਸ਼ਤਾ ਕੀਤਾ। ਕੁਝ ਹੀ ਘੰਟਿਆਂ ਵਿਚ ਅਸੀਂ ਬਰੇਲੀ ਹੋ ਕੇ ਹਰਦਵਾਰ ਜਾਣ ਵਾਲੀ ਗੱਡੀ ਵਿਚ ਚੜ੍ਹ ਗਏ। ਅਗਲੇ ਦਿਨ ਮੁਗਲਸਰਾਏ ਵਿਚ ਜਦੋਂ ਅਸੀਂ ਗੱਡੀ ਬਦਲਣ ਲਈ ਪਲੇਟਫਾਰਮ ਉੱਪਰ ਉਡੀਕ ਕਰ ਰਹੇ ਸੀ, ਤਾਂ ਅਸੀਂ ਇੱਕ ਮਹੱਤਵਪੂਰਨ ਵਿਸ਼ੇ ਉੱਪਰ ਵਿਚਾਰ ਕੀਤਾ।

"ਅਮਰ ਸੰਭਵ ਹੈ ਕਿ ਸਾਨੂੰ ਛੇਤੀ ਹੀ ਰੇਲਵੇ ਅਫਸਰਾਂ ਦੀ ਡੂੰਘੀ ਪੁੱਛ ਪੜਤਾਲ ਦਾ ਸਾਹਮਣਾ ਕਰਨਾ ਪਵੇ। ਮੈਂ ਆਪਣੇ ਭਰਾ ਅਨੰਤਦਾ ਦੀ ਚਤੁਰਾਈ ਨੂੰ ਘੱਟ ਮਹੱਤਵ ਨਹੀਂ ਦਿੰਦਾ। ਨਤੀਜਾ ਭਾਵੇਂ ਕੁਝ ਵੀ ਹੋਵੇ ਪਰ ਮੈਂ ਝੂਠ ਨਹੀਂ ਬੋਲਾਂਗਾ।"

"ਮੁਕੰਦ, ਮੈਂ ਤੈਨੂੰ ਸਿਰਫ ਐਨਾ ਕਹਿੰਦਾ ਹਾਂ, ਕਿ ਤੂੰ ਚੁੱਪ ਰਹਿਣਾ। ਜਦੋਂ ਮੈਂ ਗੱਲਬਾਤ ਕਰ ਰਿਹਾ ਹੋਵਾਂ, ਤਾਂ ਤੂੰ ਹੱਸਣਾ ਜਾਂ ਮੁਸਕਰਾਉਣਾ ਨਹੀਂ।"

ਉਸੇ ਵਕਤ ਇੱਕ ਅੰਗਰੇਜ਼ ਰੇਲਵੇ ਅਫਸਰ ਮੇਰੇ ਕੋਲ ਆਇਆ। ਉਸ ਨੇ ਤਾਰ ਚਿੱਠੀ ਹਿਲਾ ਕੇ ਮੈਨੂੰ ਦਿਖਾਈ। ਉਸ ਦਾ ਮਨੋਰਥ ਮੈਂ ਤੁਰੰਤ ਸਮਝ ਗਿਆ।

"ਕੀ ਤੁਸੀਂ ਗੁੱਸੇ ਵਿਚ ਘਰੋਂ ਭੱਜ ਕੇ ਆਏ ਹੋ?"

"ਜੀ ਨਹੀਂ," ਮੈਂ ਖੁਸ਼ ਸੀ ਕਿ ਉਸ ਦੇ ਚੁਣੇ ਹੋਏ ਸ਼ਬਦਾਂ ਨੇ ਮੈਨੂੰ ਸਪਸ਼ਟ ਉੱਤਰ ਦੇਣ ਦੀ ਇਜਾਜ਼ਤ ਦੇ ਦਿੱਤੀ ਸੀ, ਗੁੱਸੇ ਵਿਚ ਨਹੀਂ ਬਲਕਿ ਅਧਿਆਤਮਿਕ ਵੈਰਾਗ ਸਾਡੇ ਇਸ ਅਸੁਭਾਵਿਕ ਵਿਵਹਾਰ ਦਾ ਕਾਰਨ ਸੀ।

ਫਿਰ ਉਹ ਅਫਸਰ, ਅਮਰ ਵੱਲ ਮੁੜਿਆ। ਉਨ੍ਹਾਂ ਦੋਨਾਂ ਵਿਚ ਜੋ ਬੁੱਧੀ ਕੌਸ਼ਲਤਾ ਦਾ ਯੁੱਧ ਹੋਇਆ, ਉਸ ਨੂੰ ਸੁਣਦਿਆਂ ਮੈਨੂੰ ਗੰਭੀਰ ਰਹਿਣ ਦੀ ਦਿੱਤੀ ਸਲਾਹ ਦਾ ਪਾਲਣ ਕਰਨਾ ਮੁਸ਼ਕਿਲ ਤੋਂ ਮੁਸ਼ਕਿਲ ਹੁੰਦਾ ਗਿਆ।

ਉਸ ਆਦਮੀ ਨੇ ਪੂਰੀ ਅਫਸਰਾਂ ਵਾਲੀ ਰੋਹਬਦਾਰ ਅਵਾਜ਼ ਵਿਚ ਕਿਹਾ, "ਚਲੋ, ਸੱਚੋ ਸੱਚ ਦੱਸੋ ਕਿ ਤੀਸਰਾ ਲੜਕਾ ਕਿੱਥੇ ਹੈ?"

"ਸ੍ਰੀਮਾਨ ਜੀ, ਮੈਂ ਦੇਖ ਰਿਹਾ ਹਾਂ ਕਿ ਆਪ ਨੇ ਚਸ਼ਮਾ ਵੀ ਲਗਾ ਰੱਖਿਆ ਹੈ, ਫਿਰ ਵੀ ਆਪ ਦੇਖ ਨਹੀਂ ਸਕਦੇ ਕਿ ਅਸੀਂ ਦੋ ਜਣੇ ਹਾਂ।" ਅਮਰ ਬੜੀ ਬੇਸ਼ਰਮੀ ਨਾਲ ਹੱਸਿਆ। "ਮੈਂ ਕੋਈ ਜਾਦੂਗਰ ਨਹੀਂ ਹਾਂ, ਜੋ ਤੀਜਾ ਲੜਕਾ ਪ੍ਰਗਟ ਕਰ ਦੇਵਾਂ।" ਉਸ ਅਫਸਰ ਨੇ ਅਮਰ ਦੀ ਬੇਹੂਦਗੀ ਤੋਂ ਸਪਸ਼ਟ ਰੂਪ ਵਿਚ ਪ੍ਰੇਸ਼ਾਨ ਹੋ ਕੇ ਹਮਲਾ ਕਰਨ ਦਾ ਆਪਣਾ ਪੈਂਤਰਾ ਬਦਲਿਆ।

"ਤੇਰਾ ਨਾਂ ਕੀ ਹੈ?"

"ਮੈਨੂੰ ਟਾਮਸ ਕਹਿੰਦੇ ਹਨ। ਮੈਂ ਅੰਗਰੇਜ਼ ਮਾਂ ਅਤੇ ਭਾਰਤੀ ਧਰਮ ਪਰਿਵਰਤਿਤ ਈਸਾਈ ਪਿਤਾ ਦੀ ਸੰਤਾਨ ਹਾਂ।"

"ਤੇਰੇ ਮਿੱਤਰ ਦਾ ਕੀ ਨਾਂ ਹੈ?"

"ਮੈਂ ਉਸ ਨੂੰ ਟਾਮਸਨ ਕਹਿੰਦਾ ਹਾਂ।"

ਹੁਣ ਤਾਂ ਮੇਰੇ ਹਾਸੇ ਦੀ ਹੱਦ ਅੰਦਰੋ ਅੰਦਰੀ ਸਿਖਰ ਤੇ ਪਹੁੰਚ ਗਈ ਸੀ। ਮੈਂ ਰੁੱਖੇਪਣ ਨਾਲ ਗੱਡੀ ਵੱਲ ਨੂੰ ਚੱਲ ਪਿਆ, ਜਿਹੜੀ ਕਿ ਪ੍ਰਮਾਤਮਾ ਦੀ ਕ੍ਰਿਪਾ ਨਾਲ

ਚੱਲਣ ਵਾਸਤੇ ਸੀਟੀ ਮਾਰ ਰਹੀ ਸੀ। ਅਮਰ ਵੀ ਉਸ ਅਫਸਰ ਦੇ ਨਾਲ ਨਾਲ ਮੇਰੇ ਪਿੱਛੇ ਪਿੱਛੇ ਚਲਿਆ ਆਇਆ, ਜਿਸ ਨੇ ਉਸ ਦੀਆਂ ਗੱਲਾਂ ਉੱਪਰ ਇੰਨਾ ਭਰੋਸਾ ਕਰ ਲਿਆ ਸੀ, ਕਿ ਉਸ ਨੇ ਮਿਹਰਬਾਨ ਹੋ ਕੇ ਸਾਨੂੰ ਅੰਗਰੇਜ਼ਾਂ ਵਾਸਤੇ ਰਾਖਵੇਂ ਡੱਬੇ ਵਿਚ ਬਿਠਾ ਦਿੱਤਾ। ਸਪਸ਼ਟ ਸੀ ਕਿ ਦੋ ਅੱਧੇ ਅੰਗਰੇਜ਼ ਲੜਕਿਆਂ ਨੂੰ ਆਮ ਹਿੰਦੋਸਤਾਨੀਆਂ ਦੇ ਡੱਬੇ ਵਿਚ ਸਫਰ ਕਰਦਿਆਂ ਦੇਖਣਾ ਉਸ ਨੂੰ ਦੁਖਦਾਇਕ ਲੱਗਿਆ। ਉਸ ਦੇ ਡੱਬੇ ਵਿਚੋਂ ਨਿਮਰਤਾ ਸਹਿਤ ਬਾਹਰ ਜਾਣ ਤੋਂ ਬਾਅਦ, ਮੈਂ ਸੀਟ ਉੱਪਰ ਲੇਟ ਗਿਆ ਅਤੇ ਉੱਚੀ ਉੱਚੀ ਹੱਸਿਆ। ਇੱਕ ਹੰਢੇ ਵਰਤੇ ਅੰਗਰੇਜ਼ ਅਫਸਰ ਨੂੰ ਆਪਣੀ ਚਲਾਕੀ ਨਾਲ ਹਰਾ ਦੇਣ ਦੀ ਤਸੱਲੀਦਾਇਕ ਖੁਸ਼ੀ ਅਮਰ ਦੇ ਚਿਹਰੇ ਉੱਪਰ ਛਾਈ ਹੋਈ ਸੀ।

ਪਲੇਟਫਾਰਮ ਉੱਪਰ ਤਾਰ ਮੈਂ ਚੋਰ ਅੱਖ ਨਾਲ ਪੜ੍ਹਨ, ਵਿਚ ਕਾਮਯਾਬ ਹੋ ਗਿਆ ਸੀ। ਤਾਰ ਮੇਰੇ ਵੱਡੇ ਭਰਾ ਵੱਲੋਂ ਸੀ, ਜਿਸ ਵਿਚ ਲਿਖਿਆ ਸੀ "ਅੰਗਰੇਜ਼ੀ ਪੁਸ਼ਾਕ ਪਹਿਨੀ ਤਿੰਨ ਬੰਗਾਲੀ ਲੜਕੇ ਘਰੋਂ ਭੱਜ ਕੇ ਮੁਗਲ ਸਰਾਏ ਦੇ ਰਸਤੇ ਹੋ ਕੇ ਹਰਦਵਾਰ ਵੱਲ ਜਾ ਰਹੇ ਹਨ। ਮੇਰੇ ਪਹੁੰਚਣ ਤਕ ਕ੍ਰਿਪਾ ਕਰਕੇ, ਉਨ੍ਹਾਂ ਨੂੰ ਰੋਕ ਕੇ ਰੱਖਣਾ। ਆਪਦੀਆਂ ਸੇਵਾਵਾਂ ਲਈ ਉਚਿਤ ਇਨਾਮ ਦਿੱਤਾ ਜਾਵੇਗਾ।"

"ਅਮਰ ਮੈਂ ਤੈਨੂੰ ਕਿਹਾ ਸੀ, ਕਿ ਨਿਸ਼ਾਨ ਲੱਗਿਆ ਰੇਲਵੇ ਟਾਈਮਟੇਬਲ ਘਰ ਵਿਚ ਨਹੀਂ ਛੱਡਣਾ।" ਮੇਰੀਆਂ ਅੱਖਾਂ ਵਿਚ ਨਰਾਜ਼ਗੀ ਸੀ। "ਮੇਰੇ ਭਰਾ ਨੂੰ ਜਰੂਰ ਹੀ ਉਥੇ ਕੋਈ ਨਿਸ਼ਾਨ ਲੱਗਿਆ ਟਾਈਮਟੇਬਲ ਮਿਲ ਗਿਆ ਹੋਵੇਗਾ।"

ਮੇਰੇ ਦੋਸਤ ਨੇ ਝੇਪਦਿਆਂ ਡਾਂਟ ਸਵੀਕਾਰ ਕਰ ਲਈ। ਅਸੀਂ ਥੋੜੀ ਦੇਰ ਵਾਸਤੇ ਬਰੇਲੀ ਵਿਚ ਰੁਕੇ, ਜਿੱਥੇ ਦਵਾਰਕਾ ਪ੍ਰਸਾਦ* ਅਨੰਤਦਾ ਦੁਆਰਾ ਭੇਜੀ ਤਾਰ ਫੜੀ ਸਾਡੀ ਉਡੀਕ ਕਰ ਰਿਹਾ ਸੀ। ਦਵਾਰਕਾ ਪ੍ਰਸਾਦ ਨੇ ਸਾਨੂੰ ਰੋਕਣ ਦੀ ਪੂਰੀ ਕੋਸ਼ਿਸ਼ ਕੀਤੀ। ਪ੍ਰੰਤੂ ਮੈਂ ਉਸ ਨੂੰ ਬੜੇ ਚੰਗੇ ਤਰੀਕੇ ਨਾਲ ਯਕੀਨ ਕਰਵਾ ਦਿੱਤਾ, ਕਿ ਅਸੀਂ ਮਖੌਲ ਮਖੌਲ ਵਿਚ ਹੀ ਭੱਜ ਕੇ ਨਹੀਂ ਜਾ ਰਹੇ। ਪਹਿਲਾਂ ਵਾਂਗ ਹੀ ਇਸ ਵਾਰ ਵੀ ਦਵਾਰਕਾ ਪ੍ਰਸਾਦ ਨੇ ਸਾਡੇ ਨਾਲ ਭੱਜ ਚੱਲਣ ਦੀ ਪੇਸ਼ਕਸ ਮਨਜ਼ੂਰ ਨਹੀਂ ਕੀਤੀ।

ਉਸੇ ਰਾਤ ਜਦੋਂ ਸਾਡੀ ਗੱਡੀ ਇੱਕ ਸਟੇਸ਼ਨ ਤੇ ਖੜ੍ਹੀ ਸੀ ਅਤੇ ਮੈਂ ਅੱਧ-ਸੁੱਤੀ ਹਾਲਤ ਵਿਚ ਲੇਟਿਆ ਹੋਇਆ ਸੀ, ਤਾਂ ਪੁੱਛ-ਪੜਤਾਲ ਕਰਦੇ ਕਰਦੇ ਇੱਕ ਹੋਰ ਰੇਲਵੇ ਅਫਸਰ ਨੇ ਅਮਰ ਨੂੰ ਜਗਾ ਦਿੱਤਾ। ਉਹ ਵੀ ਟਾਮਸ ਅਤੇ ਟਾਮਸਨ ਨਾਂਵਾਂ ਦੇ ਇੰਦਰਜ਼ਾਲ ਵਿਚ ਫਸ ਗਿਆ। ਸਵੇਰਾ ਹੁੰਦੇ ਹੁੰਦੇ ਸਾਡੀ ਗੱਡੀ ਨੇ ਸਾਨੂੰ ਸਫਲਤਾਪੂਰਵਕ ਹਰਦਵਾਰ ਪਹੁੰਚਾ ਦਿੱਤਾ। ਕੁਝ ਹੀ ਦੂਰੀ ਤੇ ਆਪਣੀ ਤਰਫ ਬੁਲਾਉਂਦੇ ਗੌਰਵਸ਼ਾਲੀ ਪਹਾੜ ਅਸਪਸ਼ਟ ਰੂਪ ਵਿਚ ਦਿਖਾਈ ਦੇ ਰਹੇ ਸਨ। ਅਸੀਂ ਤੇਜੀ ਨਾਲ ਭੱਜਦੇ ਹੋਏ

* ਚੈਪਟਰ 2 ਦਾ ਪੰਨਾਂ 23 ਦੇਖੋ

ਰੇਲਵੇ ਸਟੇਸ਼ਨ ਤੋਂ ਬਾਹਰ ਨਿਕਲੇ ਅਤੇ ਸ਼ਹਿਰ ਦੀ ਅਜ਼ਾਦ ਭੀੜ ਵਿਚ ਦਾਖਲ ਹੋ ਗਏ। ਸਾਡਾ ਪਹਿਲਾ ਕੰਮ ਆਪਣੀ ਦੇਸੀ ਪੁਸ਼ਾਕ ਪਹਿਨਣਾ ਸੀ, ਕਿਉਂਕਿ ਅਨੰਤਦਾ ਨੂੰ ਕਿਸੇ ਤਰੀਕੇ ਨਾਲ ਸਾਡੀ ਯੂਰੋਪੀਅਨ ਪੁਸ਼ਾਕ ਦਾ ਪਤਾ ਲੱਗ ਗਿਆ ਸੀ। ਫਿਰ ਮੁੜ ਪਕੜੇ ਜਾਣ ਦਾ ਡਰ ਮੇਰੇ ਮਨ ਉੱਪਰ ਮੰਡਰਾ ਰਿਹਾ ਸੀ।

ਹਰਦਵਾਰ ਨੂੰ ਫੌਰਨ ਛੱਡ ਦੇਣਾ ਹੀ ਮੁਨਾਸਿਬ ਸਮਝਦਿਆਂ, ਅਸੀਂ ਸਦੀਆਂ ਤੋਂ, ਅਨੇਕ ਸੰਤਾਂ ਦੀ ਚਰਨ ਧੂੜ ਨਾਲ ਪਵਿੱਤਰ ਹੋਏ, ਉੱਤਰ ਵੱਲ ਸਥਿਤ ਰਿਸ਼ੀਕੇਸ਼ ਜਾਣ ਵਾਸਤੇ ਟਿਕਟਾਂ ਖਰੀਦ ਲਈਆਂ। ਮੈਂ ਪਹਿਲਾਂ ਹੀ ਗੱਡੀ ਵਿਚ ਬੈਠ ਚੁੱਕਿਆ ਸੀ, ਜਦੋਂ ਕਿ ਅਮਰ ਹਾਲੇ ਪਿੱਛੇ ਪਲੇਟਫਾਰਮ ਉੱਪਰ ਹੀ ਸੀ। ਇੱਕ ਪੁਲੀਸ ਵਾਲੇ ਦੀ ਅਵਾਜ਼ ਨੇ, ਉਸ ਨੂੰ ਅਚਾਨਕ ਰੋਕ ਲਿਆ। ਉਹ ਅਣਚਾਹਿਆ ਸਰਪਰਸਤ ਸਾਨੂੰ ਪੁਲੀਸ ਸਟੇਸ਼ਨ ਦੇ ਬੰਗਲੇ ਵਿਚ ਲੈ ਗਿਆ ਅਤੇ ਉੱਥੇ ਉਸ ਨੇ ਸਾਥੋਂ ਸਾਰੇ ਪੈਸੇ ਲੈ ਲਏ। ਉਸ ਨੇ ਬੜੀ ਸੁਸ਼ੀਲ ਭਾਸ਼ਾ ਵਿਚ ਇਹ ਸਪਸ਼ਟ ਕੀਤਾ, ਕਿ ਮੇਰੇ ਵੱਡੇ ਭਰਾ ਦੇ ਆਉਣ ਤਕ ਸਾਨੂੰ ਰੋਕ ਕੇ ਰੱਖਣਾ ਉਸ ਦਾ ਫਰਜ਼ ਸੀ।

ਇਹ ਜਾਣਦਿਆਂ ਕਿ ਇਨ੍ਹਾਂ ਭਗੌੜਿਆਂ ਦੀ ਮੰਜ਼ਲ ਹਿਮਾਲਿਆ ਪਹਾੜ ਸੀ, ਉਸ ਅਫਸਰ ਨੇ ਸਾਨੂੰ ਇੱਕ ਅਦਭੁਤ ਕਹਾਣੀ ਸੁਣਾਈ।

"ਮੈਂ ਦੇਖ ਰਿਹਾ ਹਾਂ, ਕਿ ਤੁਸੀਂ ਸੰਤਾਂ ਮਹਾਤਮਾਵਾਂ ਦੇ ਬਾਰੇ ਦੀਵਾਨੇ ਹੋ। ਪਰ ਜਿਸ ਸੰਤ ਨਾਲ ਮੇਰੀ ਕੱਲ੍ਹ ਹੀ ਮੁਲਾਕਾਤ ਹੋਈ ਸੀ, ਉਸ ਤੋਂ ਵੱਡੇ ਮਹਾਂ ਪੁਰਸ਼ ਨੂੰ ਤੁਸੀਂ ਕਦੇ ਨਹੀਂ ਮਿਲ ਸਕੋਗੇ। ਮੇਰਾ ਅਤੇ ਮੇਰੇ ਸਹਿਕਰਮੀ ਅਫਸਰ ਦਾ ਪੰਜ ਦਿਨ ਪਹਿਲਾਂ ਉਸ ਨਾਲ ਟਕਰਾ ਹੋਇਆ ਸੀ। ਅਸੀਂ ਕਿਸੇ ਖਾਸ ਹਤਿਆਰੇ ਦੀ ਤਲਾਸ਼ ਵਿਚ ਚੌਕਸੀ ਨਾਲ ਗੰਗਾ ਕਿਨਾਰੇ ਗਸ਼ਤ ਲਗਾ ਰਹੇ ਸੀ। ਉਸ ਨੂੰ ਜ਼ਿੰਦਾ ਜਾਂ ਮੁਰਦਾ ਫੜਨ ਦਾ ਸਾਨੂੰ ਹੁਕਮ ਸੀ। ਉਸ ਬਾਰੇ ਸਿਰਫ ਐਨਾ ਹੀ ਪਤਾ ਸੀ, ਕਿ ਤੀਰਥ ਯਾਤਰੀਆਂ ਨੂੰ ਲੁੱਟਣ ਵਾਸਤੇ, ਉਸ ਨੇ ਸਾਧੂ ਦਾ ਪਾਖੰਡੀ ਭੇਸ ਬਣਾਇਆ ਹੋਇਆ ਸੀ। ਆਪਣੇ ਤੋਂ ਥੋੜੀ ਦੂਰ ਅੱਗੇ ਸਾਨੂੰ ਉਸ ਦਾ ਝਉਲਾ ਜਿਹਾ ਪਿਆ, ਜੋ ਅਪਰਾਧੀ ਨਾਲ ਮਿਲਦਾ ਜੁਲਦਾ ਸੀ। ਜਦੋਂ ਉਹ ਸਾਡੇ ਕਹਿਣ ਤੇ ਨਾ ਰੁਕਿਆ, ਤਾਂ ਅਸੀਂ ਉਸ ਨੂੰ ਫੜਨ ਖਾਤਰ ਦੌੜੇ ਅਤੇ ਪਿੱਛੋਂ ਦੀ ਜਾ ਕੇ ਮੈਂ ਪੂਰੀ ਤਾਕਤ ਨਾਲ ਉਸ ਉੱਪਰ ਕੁਹਾੜੀ ਨਾਲ ਵਾਰ ਕਰ ਦਿੱਤਾ। ਉਸ ਦੀ ਸੱਜੀ ਬਾਂਹ ਕੱਟ ਕੇ ਉਸ ਦੇ ਸਰੀਰ ਨਾਲੋਂ ਲਗ ਭਗ ਪੂਰੀ ਤਰ੍ਹਾਂ ਵੱਖਰੀ ਹੋ ਗਈ।"

"ਬਗੈਰ ਕਿਸੇ ਚੀਕ-ਚਿਹਾੜੇ ਦੇ ਅਤੇ ਉਸ ਖੌਫਨਾਕ ਜ਼ਖਮ ਨੂੰ ਨਜ਼ਰ ਮਾਰੇ, ਉਹ ਅਜਨਬੀ ਹੈਰਾਨੀਜਨਕ ਤਰੀਕੇ ਨਾਲ ਤੇਜ ਤੇਜ ਤੁਰਦਾ ਰਿਹਾ। ਜਦੋਂ ਅਸੀਂ ਛਾਲ ਮਾਰ ਕੇ ਉਸ ਦੇ ਅੱਗੇ ਖੜੇ ਹੋ ਗਏ, ਤਾਂ ਉਸ ਨੇ ਬੜੀ ਹਲੀਮੀ ਨਾਲ ਕਿਹਾ, "ਜਿਸ ਹਤਿਆਰੇ ਦੀ ਤੁਹਾਨੂੰ ਤਲਾਸ਼ ਹੈ, ਉਹ ਮੈਂ ਨਹੀਂ ਹਾਂ।"

"ਮੈਨੂੰ ਇਹ ਦੇਖ ਕੇ ਗਹਿਰੀ ਠੇਸ ਲੱਗੀ, ਕਿ ਮੈਂ ਇੱਕ ਦੇਵਤਾ ਸ੍ਵਰੂਪ ਦਿਖਣ ਵਾਲੇ ਸੰਤ ਦੇ ਸਰੀਰ ਨੂੰ ਜ਼ਖਮੀ ਕਰ ਦਿੱਤਾ ਹੈ। ਮੈਂ ਉਸ ਦੇ ਪੈਰਾਂ ਵਿਚ ਲੇਟ ਗਿਆ ਅਤੇ ਤਰਲਿਆਂ ਭਰੀ ਅਵਾਜ਼ ਵਿਚ ਮੁਆਫੀ ਮੰਗਣ ਲੱਗਿਆ ਅਤੇ ਨਾਲ ਹੀ ਤੇਜੀ ਨਾਲ ਨਿਕਲ ਰਹੀ ਖੂਨ ਦੀ ਧਾਰ ਨੂੰ ਰੋਕਣ ਵਾਸਤੇ, ਮੈਂ ਆਪਣੀ ਪਗੜੀ ਦਾ ਲੜ ਪਾੜ ਕੇ ਉਸ ਨੂੰ ਬੰਨ੍ਹਣ ਵਾਸਤੇ ਦਿੱਤਾ।"

'ਬੇਟਾ, ਤੇਰੀ ਇਹ ਸੁਭਾਵਿਕ ਭੁੱਲ ਸੀ।' ਉਸ ਮਹਾਤਮਾ ਨੇ ਮੇਰੇ ਵੱਲ ਕ੍ਰਿਪਾ ਦ੍ਰਿਸ਼ਟੀ ਨਾਲ ਦੇਖਦਿਆਂ ਕਿਹਾ। 'ਜਾਉ ਅਤੇ ਆਪਣੇ ਆਪ ਨੂੰ ਗੁਨਾਹਗਾਰ ਨਾ ਸਮਝੋ। ਪਰਮ ਪਿਆਰੀ ਦੇਵੀ ਮਾਤਾ ਮੇਰੀ ਦੇਖ ਭਾਲ ਕਰ ਰਹੀ ਹੈ।' ਉਸ ਨੇ ਲਟਕਦੀ ਹੋਈ ਬਾਂਹ ਨੂੰ ਫੜ ਕੇ ਜਿਸ ਥਾਂ ਤੋਂ ਬਾਂਹ ਵੱਢੀ ਗਈ ਸੀ, ਉਸੇ ਥਾਂ ਉੱਪਰ ਲਗਾਇਆ ਅਤੇ ਚਮਤਕਾਰ, ਉਹ ਮੁੜ ਜੁੜ ਗਈ ਅਤੇ ਉਸੇ ਵਕਤ ਖੂਨ ਵਗਣਾ ਵੀ ਬੰਦ ਹੋ ਗਿਆ।

'ਆਪ ਮੈਨੂੰ ਉਸ ਦਰਖਤ ਦੇ ਥੱਲੇ ਤਿੰਨ ਦਿਨ ਬਾਅਦ ਆ ਕੇ ਮਿਲੋ। ਤੁਸੀਂ ਮੈਨੂੰ ਪੂਰੀ ਤਰ੍ਹਾਂ ਤੰਦਰੁਸਤ ਦੇਖੋਗੇ, ਤਾਂ ਤੁਹਾਨੂੰ ਕੋਈ ਪਛਤਾਵਾ ਨਹੀਂ ਰਹੇਗਾ।'

"ਕੱਲ੍ਹ ਹੀ ਮੈਂ ਅਤੇ ਮੇਰਾ ਸਹਿਯੋਗੀ ਕਰਮੀ, ਉਸੇ ਥਾਂ ਉੱਪਰ ਬੜੀ ਉਤਸੁਕਤਾ ਨਾਲ ਗਏ। ਉਹ ਸੰਤ ਮਹਾਤਮਾ ਉੱਥੇ ਹੀ ਸਨ ਅਤੇ ਉਨ੍ਹਾਂ ਨੇ ਸਾਨੂੰ ਆਪਣੀ ਬਾਂਹ ਦਾ ਮੁਆਇਨਾ ਕਰਨ ਵਾਸਤੇ ਕਿਹਾ। ਜਿੱਥੇ ਨਾ ਤਾਂ ਕਿਸੇ ਜ਼ਖਮ ਦਾ ਨਿਸ਼ਾਨ ਸੀ ਅਤੇ ਨਾ ਹੀ ਕਿਸੇ ਚੋਟ ਦਾ।

'ਮੈਂ ਰਿਸ਼ੀਕੇਸ਼ ਤੋਂ ਹੁੰਦਾ ਹੋਇਆ, ਹਿਮਾਲਿਆ ਦੀਆਂ ਨਿਰਜਨ ਗੁਫਾਵਾਂ ਵੱਲ ਜਾ ਰਿਹਾ ਹਾਂ।' ਮਹਾਤਮਾ ਜੀ ਅਸ਼ੀਰਵਾਦ ਦੇ ਕੇ ਉੱਥੋਂ ਝਟਪਟ ਚਲੇ ਗਏ। ਮੈਂ ਮਹਿਸੂਸ ਕਰਦਾ ਹਾਂ, ਕਿ ਉਨ੍ਹਾਂ ਦੀ ਪਵਿੱਤਰਤਾ ਨਾਲ ਮੇਰੀ ਜ਼ਿੰਦਗੀ ਵੀ ਪਵਿੱਤਰ ਹੋ ਗਈ ਹੈ।"

ਉਸ ਅਫਸਰ ਨੇ ਇਸ ਪਵਿੱਤਰ ਮਨੋਭਾਵ ਨਾਲ ਆਪਣਾ ਕਥਨ ਸਮਾਪਤ ਕੀਤਾ। ਉਸ ਦੇ ਇਸ ਅਨੁਭਵ ਨੇ ਪ੍ਰਤੱਖ ਤੌਰ ਤੇ ਉਸ ਦੀਆਂ ਅੰਦਰਲੀਆਂ ਗਹਿਰਾਈਆਂ ਨੂੰ ਛੂਹ ਲਿਆ ਸੀ। ਇੱਕ ਪ੍ਰਭਾਵਸ਼ਾਲੀ ਸੰਕੇਤ ਨਾਲ ਉਸ ਨੇ ਉਸ ਚਮਤਕਾਰ ਸਬੰਧੀ ਛਪੀ ਹੋਈ ਅਖਬਾਰ ਦੀ ਖਬਰ ਦੀ ਕਤਰਨ ਮੈਨੂੰ ਦਿੱਤੀ। ਇੱਕ ਅਖਬਾਰ ਨੇ ਇਸ ਨੂੰ ਸਨਸਨੀਖੇਜ਼ ਖਬਰ ਬਣਾ ਕੇ, ਜਿਵੇਂ ਕਿ ਆਮ ਤੌਰ ਤੇ ਤੋੜ-ਮਰੋੜ ਕੇ ਖਬਰਾਂ ਛਾਪੀਆਂ ਜਾਂਦੀਆਂ ਹਨ, (ਅਫਸੋਸ ਹੈ ਕਿ ਭਾਰਤ ਵਿਚ ਵੀ ਇਸ ਦੀ ਘਾਟ ਨਹੀਂ) ਉਸ ਅਖਬਾਰ ਨੇ ਵੀ ਆਪਣੀ ਇਸ ਵਿਸਥਾਰਿਤ ਖਬਰ ਨੂੰ ਕੁਝ ਵਧਾ ਚੜ੍ਹਾ ਕੇ ਛਾਪ ਦਿੱਤਾ ਸੀ ਅਤੇ ਉਸ ਵਿਚ ਲਿਖ ਦਿੱਤਾ ਸੀ, ਕਿ ਸਾਧੂ ਦਾ ਸਿਰ ਹੀ ਧੜ ਨਾਲੋਂ ਅਲੱਗ ਹੋ ਗਿਆ ਸੀ।

ਮੈਨੂੰ ਅਤੇ ਅਮਰ ਨੂੰ ਇਸ ਗੱਲ ਦਾ ਬੜਾ ਅਫਸੋਸ ਹੋਇਆ, ਕਿ ਅਸੀਂ ਇਸ ਮਹਾਨ ਯੋਗੀ ਦੇ ਦਰਸ਼ਨਾਂ ਤੋਂ ਵਾਂਝੇ ਰਹਿ ਗਏ, ਜਿਸ ਨੇ ਆਪਣੇ ਉੱਪਰ ਅਤਿਆਚਾਰ ਕਰਨ ਵਾਲੇ ਨੂੰ ਵੀ ਈਸਾ ਦੀ ਤਰ੍ਹਾਂ ਮੁਆਫ ਕਰ ਦਿੱਤਾ ਸੀ। ਭਾਰਤ ਦੇਸ ਪਿਛਲੀਆਂ

ਦੋ ਸਦੀਆਂ ਤੋਂ ਭਲਾ ਹੀ ਆਰਥਿਕ ਨਜ਼ਰੀਏ ਤੋਂ ਗਰੀਬ ਹੋ ਗਿਆ ਹੋਵੇ, ਫਿਰ ਵੀ ਉਸ ਦੇ ਕੋਲ ਰੂਹਾਨੀ ਦੌਲਤ ਦੇ ਬੇ-ਅੰਤ ਭੰਡਾਰ ਹਨ। ਇਸ ਪੁਲੀਸ ਅਫਸਰ ਵਰਗੇ ਸੰਸਾਰਕ ਆਦਮੀ ਵੀ ਅਧਿਆਤਮਿਕ ਦੁਨੀਆਂ ਦੇ ਉੱਚ ਕੋਟੀ ਦੇ ਮਹਾ ਪੁਰਸ਼ਾਂ ਦੇ ਅਕਸਰ ਦਰਸ਼ਨ ਪਾ ਲੈਂਦੇ ਹਨ।

ਅਸੀਂ ਉਸ ਅਫਸਰ ਦਾ ਇੱਕ ਅਦਭੁਤ ਕਹਾਣੀ ਸੁਣਾ ਕੇ ਸਾਡੀ ਉਕਤਾਹਟ ਦੂਰ ਕਰਨ ਲਈ ਧੰਨਵਾਦ ਕੀਤਾ। ਸ਼ਾਇਦ ਸਾਨੂੰ ਉਹ ਇਹ ਦੱਸਣਾ ਚਾਹੁੰਦਾ ਸੀ, ਕਿ ਉਹ ਸਾਡੇ ਨਾਲੋਂ ਜਿਆਦਾ ਖੁਸ਼ਕਿਸਮਤ ਸੀ, ਜਿਸ ਨੂੰ ਬਗੈਰ ਕਿਸੇ ਤਰੱਦਦ ਦੇ ਇੱਕ ਸਿੱਧ ਪੁਰਸ਼ ਦੇ ਦਰਸ਼ਨ ਹੋ ਗਏ ਸਨ, ਜਦੋਂ ਕਿ ਸਾਡੀ ਗੰਭੀਰਤਾ ਪੂਰਵਕ ਖੋਜ ਸਿੱਧ ਪੁਰਸ਼ ਦੇ ਚਰਨਾਂ ਵਿਚ ਨਹੀਂ, ਬਲਕਿ ਇੱਕ ਘਟੀਆ ਪੁਲੀਸ ਸਟੇਸ਼ਨ ਵਿਚ ਪਹੁੰਚ ਕੇ ਖਤਮ ਹੋਈ ਸੀ।

ਹਿਮਾਲਿਆ ਦੇ ਕਿੰਨੇ ਨਜ਼ਦੀਕ? ਪਰ ਫਿਰ ਵੀ ਬੰਧਨ ਵਿਚ ਹੋਣ ਕਰਕੇ ਕਿੰਨੇ ਦੂਰ? ਮੈਂ ਅਮਰ ਨੂੰ ਕਿਹਾ "ਇਸ ਬੰਧਨ ਤੋਂ ਛੁੱਟਕਾਰਾ ਪਾਉਣ ਲਈ ਮੇਰਾ ਮਨ ਦੁੱਗਣੇ ਉਤਸ਼ਾਹ ਨਾਲ ਜ਼ੋਰ ਮਾਰ ਰਿਹਾ ਹੈ। ਮੌਕਾ ਮਿਲਦੇ ਹੀ, ਅਸੀਂ ਭੱਜ ਚਲੀਏ। ਪੁੰਨ ਤੀਰਥ ਰਿਸ਼ੀਕੇਸ ਤਕ ਤਾਂ ਅਸੀਂ ਪੈਦਲ ਹੀ ਜਾ ਸਕਦੇ ਹਾਂ।" ਮੈਂ ਅਮਰ ਨੂੰ ਹੌਸਲਾ ਦਿੰਦਿਆਂ ਮੁਸਕਰਾਇਆ।

ਪ੍ਰੰਤੂ ਮੇਰਾ ਦੋਸਤ ਉਸੇ ਵਕਤ ਢੇਰੀ ਢਾਹ ਬੈਠਾ ਜਦੋਂ ਸਾਥੋਂ ਪੈਸਿਆਂ ਦਾ ਮਜ਼ਬੂਤ ਸਹਾਰਾ ਖੋਹ ਲਿਆ ਗਿਆ।

"ਜੇ ਅਸੀਂ ਇਹੋ ਜਿਹੇ ਖਤਰਨਾਕ ਜੰਗਲਾਂ ਵਿਚ ਦੀ ਪੈਦਲ ਜਾਂਦੇ ਹਾਂ, ਤਾਂ ਅਸੀਂ ਸਾਧੂ ਮਹਾਤਮਾਵਾਂ ਦੇ ਸ਼ਹਿਰ ਪਹੁੰਚਣ ਦੀ ਬਜਾਏ, ਬਘਿਆੜਾਂ ਦੇ ਢਿੱਡ ਵਿਚ ਪਹੁੰਚ ਜਾਵਾਂਗੇ।"

ਅਨੰਤਦਾ ਅਤੇ ਅਮਰ ਦਾ ਭਰਾ ਤਿੰਨ ਦਿਨ ਬਾਅਦ ਪਹੁੰਚੇ। ਅਮਰ ਨੇ ਛੁਟਕਾਰੇ ਦੇ ਆਨੰਦ ਨਾਲ ਆਪਣੇ ਭਰਾ ਦਾ ਸਵਾਗਤ ਕੀਤਾ। ਪ੍ਰੰਤੂ ਮੈਨੂੰ ਇਸ ਪੁਨਰ-ਮਿਲਣ ਵਿਚ ਕੋਈ ਖੁਸ਼ੀ ਮਹਿਸੂਸ ਨਹੀਂ ਸੀ ਹੋ ਰਹੀ। ਅਨੰਤਦਾ ਨੂੰ ਮੈਥੋਂ ਸਖਤ ਉਲਾਂਭੇ ਦੇ ਸੁਣਨ ਤੋਂ ਇਲਾਵਾ ਹੋਰ ਕੁਝ ਨਹੀਂ ਮਿਲਿਆ।

"ਮੈਂ ਤੇਰੇ ਮਨ ਦੀ ਭਾਵਨਾ ਸਮਝਦਾ ਹਾਂ," ਅਨੰਤਦਾ ਨੇ ਦਿਲਾਸੇ ਭਰੇ ਸ਼ਬਦਾਂ ਵਿਚ ਕਿਹਾ। "ਮੈਂ ਤੈਥੋਂ ਸਿਰਫ ਇੰਨਾ ਹੀ ਚਾਹੁੰਦਾ ਹਾਂ ਕਿ ਤੂੰ ਇੱਕ ਵਾਰ ਮੇਰੇ ਨਾਲ ਵਾਰਾਣਸੀ ਚਲਿਆ ਚੱਲ। ਉਥੇ ਮੇਰੇ ਨਾਲ ਇੱਕ ਪੰਡਤ ਨੂੰ ਮਿਲ ਲੈ ਅਤੇ ਫਿਰ ਕੁਝ ਦਿਨਾਂ ਵਾਸਤੇ ਦੁਖੀ ਪਿਤਾ ਜੀ ਨੂੰ ਮਿਲਣ ਕੋਲਕਾਤਾ ਚਲੇ ਜਾਣਾ। ਉਸ ਤੋਂ ਬਾਅਦ, ਤੂੰ ਮੁੜ ਫਿਰ ਤੋਂ ਆਪਣੇ ਗੁਰੂ ਦੀ ਖੋਜ ਸ਼ੁਰੂ ਕਰ ਸਕਦਾ ਹੈਂ। ਅਮਰ ਇਸੇ ਵਕਤ ਸਾਡੀ ਗੱਲ ਬਾਤ ਵਿਚ ਟਪਕ ਪਿਆ। ਉਸ ਨੇ ਕਿਹਾ, ਉਸ ਦਾ ਮੇਰੇ ਨਾਲ ਮੁੜ ਹਰਦਵਾਰ

ਆਉਣ ਦਾ ਕੋਈ ਇਰਾਦਾ ਨਹੀਂ। ਉਹ ਪਰਿਵਾਰਕ ਪਿਆਰ ਦੇ ਆਨੰਦ ਦਾ ਨਿੱਘ ਮਾਣ ਰਿਹਾ ਸੀ। ਪ੍ਰੰਤੂ ਮੈਨੂੰ ਪੂਰਾ ਯਕੀਨ ਸੀ, ਕਿ ਮੈਂ ਕਦੇ ਵੀ ਆਪਣੇ ਗੁਰੂ ਦੀ ਖੋਜ ਕਰਨ ਦੇ ਇਰਾਦੇ ਦਾ ਤਿਆਗ ਨਹੀਂ ਕਰਾਂਗਾ।

ਸਾਡੀ ਟੋਲੀ ਵਾਰਾਣਸੀ ਜਾਣ ਵਾਲੀ ਰੇਲ ਗੱਡੀ ਵਿਚ ਸਵਾਰ ਹੋ ਗਈ। ਉੱਥੇ ਮੈਨੂੰ ਆਪਣੀ ਪ੍ਰਾਰਥਨਾ ਦਾ ਇੱਕ ਅਦਭੁਤ ਉੱਤਰ ਪ੍ਰਾਪਤ ਹੋਇਆ।

ਅਨੰਤਦਾ ਨੇ ਪਹਿਲਾਂ ਤੋਂ ਹੀ ਇੱਕ ਚਤੁਰ ਯੋਜਨਾ ਬਣਾ ਰੱਖੀ ਸੀ। ਮੈਨੂੰ ਹਰਦਵਾਰ ਮਿਲਣ ਆਉਣ ਤੋਂ ਪਹਿਲਾਂ, ਉਹ ਵਾਰਾਣਸੀ ਵਿਚ ਉੱਤਰ ਗਿਆ ਸੀ ਅਤੇ ਉੱਥੇ ਉਸ ਨੇ ਇੱਕ ਪੰਡਤ ਨੂੰ ਮਿਲ ਕੇ, ਮੈਨੂੰ ਉਪਦੇਸ਼ ਦਿਵਾਉਣ ਵਾਸਤੇ ਪ੍ਰਬੰਧ ਕਰ ਰੱਖਿਆ ਸੀ। ਪੰਡਤ ਅਤੇ ਉਸ ਦੇ ਪੁੱਤਰ ਨੇ ਵੀ ਮੈਨੂੰ ਸੰਨਿਆਸ* ਮਾਰਗ ਤੋਂ ਭਟਕਾਉਣ ਦੀ ਕੋਸ਼ਿਸ਼ ਕਰਨ ਦਾ ਵਾਅਦਾ ਕਰ ਰੱਖਿਆ ਸੀ।

ਅਨੰਤਦਾ ਮੈਨੂੰ ਉਨ੍ਹਾਂ ਦੇ ਘਰ ਲੈ ਗਏ। ਪੰਡਤ ਜੀ ਦੇ ਬਹੁਤ ਹੀ ਜੋਸ਼ੀਲੇ ਸੁਭਾਅ ਵਾਲੇ ਨੌਜਵਾਨ ਪੁੱਤਰ ਨੇ ਅਗੇ ਵੱਧ ਕੇ ਵਿਹੜੇ ਵਿਚ ਹੀ ਮੇਰਾ ਸਵਾਗਤ ਕੀਤਾ। ਉਸ ਨੇ ਮੈਨੂੰ ਲੰਬੇ ਚੌੜੇ ਦ੍ਰਾਸ਼ਨਿਕ ਤਰਕ-ਵਿਤਰਕ ਵਿਚ ਉਲਝਾ ਲਿਆ। ਆਪਣੀ ਦੈਵੀ-ਦ੍ਰਿਸ਼ਟੀ ਨਾਲ ਮੇਰੇ ਭਵਿਖ ਨੂੰ ਦੇਖ ਲੈਣ ਦਾ ਦਾਅਵਾ ਕਰਦੇ ਹੋਏ, ਮੇਰੇ ਸੰਨਿਆਸੀ ਬਣਨ ਦੇ ਵਿਚਾਰ ਉੱਪਰ ਉਸ ਨੇ ਅਸਹਿਮਤੀ ਪ੍ਰਗਟਾਈ।

"ਜੇ ਤੁਸੀਂ ਆਪਣੀਆਂ ਸੰਸਾਰਕ ਜੁੰਮੇਵਾਰੀਆਂ ਤਿਆਗਣ ਦੀ ਜ਼ਿਦ ਕੀਤੀ, ਤਾਂ ਤੁਹਾਨੂੰ ਲਗਾਤਾਰ ਮੁਸ਼ਕਿਲਾਂ ਦਾ ਸਾਹਮਣਾ ਕਰਨਾ ਪਵੇਗਾ ਅਤੇ ਪ੍ਰਮਾਤਮਾ ਨੂੰ ਪ੍ਰਾਪਤ ਕਰਨ ਵਿਚ ਅਸਫਲ ਰਹੋਗੇ। ਆਪ ਸੰਸਾਰਕ ਅਨੁਭਵ ਤੋਂ ਬਗੈਰ ਆਪਣੇ ਪੂਰਬਲੇ ਕਰਮਾਂ† ਨੂੰ ਖਤਮ ਨਹੀਂ ਕਰ ਸਕਦੇ।"

ਉਸ ਦੇ ਜਵਾਬ ਵਿਚ ਸ਼੍ਰੀ ਮਦ ਭਗਵਤ ਗੀਤਾ ਦੇ ਅਮਰ ਸ਼ਬਦ, ਮੇਰੇ ਹੋਠਾਂ ਤੋਂ ਉੱਚਰੇ, "ਅਗਰ ਕੋਈ ਭੈੜੇ ਤੋਂ ਭੈੜੇ ਕਰਮ ਕਰਨ ਵਾਲਾ ਵੀ ਲਗਾਤਾਰ ਮੇਰਾ ਭਜਨ ਕਰਦਾ ਹੈ, ਤਾਂ ਉਹ ਸਾਧੂ ਹੀ ਮੰਨਣਯੋਗ ਹੈ, ਉਸ ਦੇ ਪਿਛਲੇ ਬੁਰੇ ਕਰਮਾਂ ਦਾ ਪ੍ਰਭਾਵ ਛੇਤੀ ਹੀ ਨਸ਼ਟ ਹੋ ਜਾਂਦਾ ਹੈ ਅਤੇ ਉਹ ਮਹਾਤਮਾ ਬਣ ਕੇ ਉਹ ਛੇਤੀ ਹੀ ਸਦੀਵੀ ਸ਼ਾਂਤੀ ਪ੍ਰਾਪਤ ਕਰ ਲੈਂਦਾ ਹੈ। ਹੇ ਕੁੰਤੀ ਪੁੱਤਰ, ਇਸ ਨੂੰ ਪੱਕਾ ਜਾਣ ਜੋ ਭਗਤ ਮੇਰੇ ਉੱਪਰ ਵਿਸ਼ਵਾਸ ਕਰਦਾ ਹੈ, ਉਸ ਦਾ ਕਦੇ ਨਾਸ਼ ਨਹੀਂ ਹੁੰਦਾ।‡

* ਸ਼ਾਬਦਿਕ ਅਰਥ "ਤਿਆਗੀ।" ਇਹ ਸ਼ਬਦ ਸੰਸਕਰਿਤ ਦੇ ਧਾਤੂ ਤਿਆਗ ਦੇਣ ਤੋਂ ਬਣਿਆ ਹੈ

† ਪੂਰਬਲੇ ਕਰਮਾਂ ਦੇ ਪ੍ਰਭਾਵ, ਇਸ ਜੀਵਨ ਜਾਂ ਪੂਰਬਲੇ ਜੀਵਨ ਵਿਚ; ਸੰਸਕਰਿਤ ਦੇ ਸ਼ਬਦ *ਕ੍ਰੀ* ਤੋਂ ਬਣਿਆ।

‡ ਸ਼੍ਰੀ ਮਦ ਭਗਵਤ ਗੀਤਾ IX:30–31.

ਪ੍ਰੰਤੂ ਉਸ ਨੌਜਵਾਨ ਪੰਡਤ ਦੁਆਰਾ ਕੀਤੀ ਗਈ ਦ੍ਰਿੜ ਭਵਿਖਬਾਣੀ ਨੇ ਮੇਰੇ ਵਿਸ਼ਵਾਸ ਨੂੰ ਹਿਲਾ ਕੇ ਰੱਖ ਦਿੱਤਾ ਸੀ। ਮੈਂ ਆਪਣੇ ਮਨ ਦੇ ਪੂਰੇ ਉਤਸ਼ਾਹ ਨਾਲ ਅੰਦਰੋ ਅੰਦਰੀ ਪ੍ਰਮਾਤਮਾ ਅੱਗੇ ਪ੍ਰਾਰਥਨਾ ਕੀਤੀ। "ਹੇ ਮੇਰੇ ਪ੍ਰਮਾਤਮਾ, ਇੱਥੇ ਹੀ, ਇਸੇ ਵਕਤ ਮੇਰੀ ਇਸ ਉਲਝਣ ਨੂੰ ਸੁਲਝਾਉਂਦਿਆਂ ਜਵਾਬ ਦਿਉ, ਕਿ ਆਪ ਕੀ ਚਾਹੁੰਦੇ ਹੋ? ਕੀ ਮੈਂ ਸੰਨਿਆਸੀ ਦਾ ਜੀਵਨ ਬਤੀਤ ਕਰਾਂਗਾ ਜਾਂ ਇੱਕ ਗਰਿਸਤੀ ਆਦਮੀ ਦਾ?"

ਪੰਡਤ ਜੀ ਦੀ ਘਰ ਦੀ ਚਾਰ ਦੀਵਾਰੀ ਦੇ ਨੇੜੇ ਹੀ ਬਾਹਰ, ਮੈਂ ਇੱਕ ਉਦਾਰ ਚਿਹਰੇ ਵਾਲੇ ਸਾਧੂ ਮਹਾਤਮਾ ਖੜ੍ਹੇ ਦੇਖੇ। ਸਪਸ਼ਟ ਤੌਰ ਤੇ ਉਨ੍ਹਾਂ ਨੇ ਮੇਰੀ ਅਤੇ ਉਸ ਅਖੌਤੀ ਦਿਵਯ-ਦ੍ਰਿਸ਼ਟਾ ਪੰਡਤ ਦੇ ਵਿਚਕਾਰ ਹੋਈ ਵਾਰਤਾਲਾਪ ਸੁਣ ਲਈ ਸੀ, ਕਿਉਂਕਿ ਅਜਨਬੀ ਹੁੰਦਿਆਂ ਹੋਇਆਂ ਵੀ, ਉਨ੍ਹਾਂ ਨੇ ਮੈਨੂੰ ਆਪਣੇ ਕੋਲ ਬੁਲਾਇਆ ਅਤੇ ਕਿਹਾ, (ਉਨ੍ਹਾਂ ਦੀਆਂ ਸ਼ਾਂਤ ਅੱਖਾਂ ਵਿਚੋਂ ਪ੍ਰਚੰਡ ਤੇਜ ਨਿਕਲ ਰਿਹਾ ਮਹਿਸੂਸ ਹੋ ਰਿਹਾ ਸੀ।) "ਬੇਟਾ, ਉਸ ਅਗਿਆਨੀ ਆਦਮੀ ਦੀਆਂ ਗੱਲਾਂ ਨਾ ਸੁਣੋ। ਤੇਰੀ ਪ੍ਰਾਰਥਨਾ ਦੇ ਉੱਤਰ ਵਿਚ ਪ੍ਰਮਾਤਮਾ ਮੈਨੂੰ ਤੈਨੂੰ ਇਹ ਯਕੀਨ ਦਿਵਾਉਣ ਦਾ ਆਦੇਸ਼ ਦੇ ਰਹੇ ਹਨ, ਕਿ ਇਸ ਜੀਵਨ ਵਿਚ ਸੰਨਿਆਸ ਹੀ ਤੇਰੇ ਵਾਸਤੇ ਇੱਕੋ ਇੱਕ ਰਸਤਾ ਹੈ।"

ਹੈਰਾਨੀ ਅਤੇ ਸ਼ੁਕਰਗੁਜ਼ਾਰੀ ਨਾਲ, ਮੈਂ ਇਸ ਫੈਸਲਾਕੁਨ ਸੰਦੇਸ਼ ਉੱਪਰ ਖੁਸ਼ੀ ਨਾਲ ਮੁਸਕਰਾਇਆ।

"ਉਸ ਆਦਮੀ ਕੋਲੋਂ ਆਪ ਮੇਰੇ ਕੋਲ ਇੱਧਰ ਆਉ," ਵਿਹੜੇ ਵਿਚੋਂ ਹੀ ਉਸ ਪੰਡਤ ਦਾ 'ਅਗਿਆਨੀ' ਲੜਕਾ ਮੈਨੂੰ ਬੁਲਾ ਰਿਹਾ ਸੀ। ਮੇਰੇ ਫਰਿਸ਼ਤਿਆਂ ਵਰਗੇ ਮਾਰਗ ਦਰਸ਼ਕ ਮਹਾਤਮਾ ਅਸ਼ੀਰਵਾਦ ਮੁੱਦਰਾ ਵਿਚ ਹੱਥ ਉਠਾਉਂਦਿਆਂ ਉੱਥੋਂ ਹੌਲੀ ਹੌਲੀ ਚਲੇ ਗਏ।

"ਉਹ ਸਾਧੂ ਵੀ ਤੇਰੇ ਵਾਂਗ ਪਾਗਲ ਹੈ।" ਇਹ ਮਨੋਹਰ ਟਿਪਣੀ, ਉਸ ਦੇ ਚਿੱਟੇ ਵਾਲਾਂ ਵਾਲੇ ਬਜ਼ੁਰਗ ਪੰਡਤ ਨੇ ਕੀਤੀ। ਉਹ ਅਤੇ ਉਸ ਦਾ ਲੜਕਾ, ਮੇਰੇ ਵੱਲ ਬੜੀਆਂ ਉਦਾਸੀਨ ਨਜ਼ਰਾਂ ਨਾਲ ਦੇਖ ਰਹੇ ਸਨ। "ਮੈਂ ਸੁਣਿਆ ਹੈ, ਕਿ ਉਸ ਨੇ ਵੀ ਪ੍ਰਮਾਤਮਾ ਦੀ ਅਨਿਸ਼ਚਿਤ ਖੋਜ ਵਿਚ ਆਪਣਾ ਘਰ-ਬਾਰ ਛੱਡ ਰੱਖਿਆ ਹੈ।"

ਮੈਂ ਮੂੰਹ ਫੇਰ ਲਿਆ ਅਤੇ ਅਨੰਤਦਾ ਵੱਲ ਦੇਖਦਿਆਂ ਕਿਹਾ, "ਮੈਂ ਇਨ੍ਹਾਂ ਮਹਿਮਾਨ ਨਿਵਾਜ਼ਾਂ ਨਾਲ ਹੋਰ ਜਿਆਦਾ ਬਹਿਸ ਵਿਚ ਨਹੀਂ ਉਲਝਣਾ ਚਾਹੁੰਦਾ।"

ਮੇਰਾ ਨਿਰਾਸ਼ਾਜਨਕ ਮਨੋਦਸ਼ਾ ਵਾਲਾ ਭਰਾ ਉਸੇ ਵਕਤ ਰਵਾਨਗੀ ਵਾਸਤੇ ਸਹਿਮਤ ਹੋ ਗਿਆ ਅਤੇ ਅਸੀਂ ਛੇਤੀ ਹੀ ਕੋਲਕਾਤਾ ਜਾਣ ਵਾਲੀ ਰੇਲ ਗੱਡੀ ਵਿਚ ਸਵਾਰ ਹੋ ਗਏ।

"ਮਿਸਟਰ ਜਾਸੂਸ, ਤੁਹਾਨੂੰ ਇਹ ਕਿਵੇਂ ਪਤਾ ਲੱਗਿਆ, ਕਿ ਮੈਂ ਦੋ ਸਾਥੀਆਂ ਨਾਲ ਦੌੜਿਆ ਹਾਂ?" ਮੈਂ ਆਪਣੀ ਉੱਬਲ ਰਹੀ ਜਿਗਿਆਸਾ ਨੂੰ ਠੰਡੀ ਕਰਨ ਵਾਸਤੇ, ਘਰ ਜਾਂਦਿਆਂ ਹੋਇਆਂ ਰਸਤੇ ਵਿਚ ਅਨੰਤਦਾ ਤੋਂ ਪੁੱਛਿਆ। ਉਹ ਸ਼ਰਾਰਤੀ ਢੰਗ ਨਾਲ ਮੁਸਕਰਾਏ।

"ਤੇਰੇ ਸਕੂਲ ਤੋਂ ਮੈਨੂੰ ਪਤਾ ਲੱਗਿਆ, ਕਿ ਅਮਰ ਆਪਣੀ ਜਮਾਤ ਵਿਚੋਂ ਬਾਹਰ ਗਿਆ, ਫਿਰ ਵਾਪਸ ਜਮਾਤ ਵਿਚ ਨਹੀਂ ਗਿਆ। ਦੂਜੇ ਦਿਨ ਸਵੇਰੇ ਸਵੇਰੇ, ਮੈਂ ਉਸ ਦੇ ਘਰ ਗਿਆ ਅਤੇ ਨਿਸ਼ਾਨੀ ਲੱਗਿਆ ਟਾਈਮਟੇਬਲ ਲੱਭ ਲਿਆ। ਅਮਰ ਦੇ ਪਿਤਾ ਜੀ ਉਸ ਸਮੇਂ ਟਾਂਗੇ ਤੇ ਬਾਹਰ ਜਾ ਰਹੇ ਸਨ ਅਤੇ ਕੋਚਵਾਨ ਨਾਲ ਗੱਲਾਂ ਕਰ ਰਹੇ ਸਨ।"

"ਮੇਰਾ ਲੜਕਾ, ਅੱਜ ਮੇਰੇ ਨਾਲ ਨਹੀਂ ਜਾਵੇਗਾ। ਉਹ ਕੱਲ੍ਹ ਸਕੂਲ ਤੋਂ ਕਿਤੇ ਭੱਜ ਗਿਆ ਹੈ।" ਉਸ ਦੇ ਪਿਤਾ ਜੀ ਨੇ ਬੜੇ ਦੁਖੀ ਮਨ ਨਾਲ ਕਿਹਾ।

"ਮੈਨੂੰ ਇੱਕ ਸਾਥੀ ਕੋਚਵਾਨ ਦੱਸ ਰਿਹਾ ਸੀ, ਕਿ ਆਪ ਦਾ ਲੜਕਾ ਅਤੇ ਦੋ ਹੋਰ ਲੜਕੇ ਯੂਰੋਪੀਅਨ ਸੂਟ ਪਹਿਨੀ ਹਾਵੜਾ ਰੇਲਵੇ ਸਟੇਸ਼ਨ ਤੋਂ ਗੱਡੀ ਰਾਹੀਂ ਕਿਤੇ ਚਲੇ ਗਏ ਹਨ।" ਕੋਚਵਾਨ ਨੇ ਕਿਹਾ, "ਉਨ੍ਹਾਂ ਨੇ ਆਪਣੇ ਚਮੜੇ ਦੇ ਬੂਟ ਉਸ ਕੋਚਵਾਨ ਨੂੰ ਦੇ ਦਿੱਤੇ।"

"ਇਸ ਤਰ੍ਹਾਂ ਮੈਨੂੰ ਤਿੰਨ ਸੰਕੇਤ ਮਿਲ ਗਏ, ਟਾਈਮਟੇਬਲ, ਤਿੰਨ ਲੜਕੇ ਅਤੇ ਯੂਰੋਪੀਅਨ ਪੁਸ਼ਾਕ।"

ਮੈਂ ਅਨੰਤਦਾ ਦੀ ਭੇਦ ਖੋਲ੍ਹਣ ਦੀ ਕਹਾਣੀ ਨੂੰ ਖੁਸ਼ੀ ਅਤੇ ਖਿੱਝ ਦੇ ਮਿਲੇ-ਜੁਲੇ ਭਾਵਾਂ ਨਾਲ ਸੁਣ ਰਿਹਾ ਸੀ। ਕੋਚਵਾਨ ਦੇ ਪ੍ਰਤੀ ਸਾਡੀ ਦਿਆਲਤਾ ਗਲਤ ਹੱਥਾਂ ਵਿਚ ਦਿੱਤਾ ਗਿਆ ਦਾਨ ਸਾਬਤ ਹੋਈ।

"ਇਹ ਤਾਂ ਸੁਭਾਵਿਕ ਹੀ ਸੀ ਕਿ ਮੈਂ ਅਮਰ ਦੁਆਰਾ ਟਾਈਮਟੇਬਲ ਤੇ ਲਗਾਏ ਨਿਸ਼ਾਨ ਵਾਲੇ ਸ਼ਹਿਰਾਂ ਦੇ ਰੇਲਵੇ ਅਧਿਕਾਰੀਆਂ ਨੂੰ ਤੁਰੰਤ ਤਾਰ ਦਿੱਤੇ। ਉਸ ਨੇ ਬਰੇਲੀ ਉੱਪਰ ਵੀ ਨਿਸ਼ਾਨ ਲਗਾਇਆ ਸੀ, ਇਸ ਵਾਸਤੇ ਮੈਂ ਤੇਰੇ ਦੋਸਤ ਦਵਾਰਕਾ ਨੂੰ ਵੀ ਤਾਰ ਭੇਜ ਦਿੱਤਾ। ਕੋਲਕਾਤਾ ਵਿਚ ਆਪਣੇ ਗੁਆਂਢ ਵਿਚ ਪੁੱਛ-ਗਿੱਛ ਕਰਨ ਤੇ ਪਤਾ ਲੱਗਿਆ ਕਿ ਸਾਡਾ ਚਚੇਰਾ ਭਰਾ ਜਤਿਨਦਾ ਇੱਕ ਰਾਤ ਗਾਇਬ ਰਹਿਣ ਤੋਂ ਬਾਅਦ ਦੂਜੇ ਦਿਨ ਸਵੇਰੇ ਸਵੇਰੇ ਯੂਰੋਪੀਅਨ ਪੁਸ਼ਾਕ ਪਹਿਨੀ ਘਰ ਵਾਪਸ ਆ ਗਿਆ। ਮੈਂ ਉਸ ਨੂੰ ਲੱਭ ਕੇ ਆਪਣੇ ਘਰ ਖਾਣੇ ਦਾ ਸੱਦਾ ਦਿੱਤਾ, ਜੋ ਉਸ ਨੇ ਮੇਰਾ ਮਿੱਤਰਤਾ ਪੂਰਵਕ ਵਿਵਹਾਰ ਦੇਖਦਿਆਂ ਨਿਰਸੰਕੋਚ ਸਵੀਕਾਰ ਕਰ ਲਿਆ। ਰਸਤੇ ਵਿਚ ਮੈਂ ਉਸ ਨੂੰ ਸ਼ੰਕਾ ਰਹਿਤ ਤਰੀਕੇ ਨਾਲ ਪੁਲੀਸ ਸਟੇਸ਼ਨ ਲੈ ਗਿਆ। ਉੱਥੇ ਉਸ ਨੂੰ ਅਨੇਕ ਅਫਸਰਾਂ ਨੇ ਘੇਰ ਲਿਆ, ਜਿਨ੍ਹਾਂ ਨੂੰ ਮੈਂ ਉਨ੍ਹਾਂ ਦੀਆਂ ਡਰਾਉਣੀਆ ਸ਼ਕਲਾਂ ਕਰਕੇ ਪਹਿਲਾਂ ਹੀ ਚੁਣ ਰੱਖਿਆ ਸੀ। ਉਨ੍ਹਾਂ ਦੀਆਂ ਖੌਫਨਾਕ ਨਜ਼ਰਾਂ ਅੱਗੇ ਜਤਿਨਦਾ ਆਪਣੇ ਰਹੱਸਮਈ ਵਿਵਹਾਰ ਦਾ ਖੁਲਾਸਾ ਕਰਨ ਵਾਸਤੇ ਤਿਆਰ ਹੋ ਗਏ।

"ਅਧਿਆਤਮਿਕਤਾ ਦੇ ਅਤੁੱਟ ਉਤਸ਼ਾਹ ਵਿਚ, ਮੈਂ ਹਿਮਾਲਿਆ ਦੀ ਤਰਫ ਚੱਲ ਪਿਆ," ਉਸ ਨੇ ਦੱਸਿਆ। "ਸਿੱਧ ਮਹਾਤਮਾਵਾਂ ਦੇ ਦਰਸ਼ਨ ਕਰਨ ਦੇ ਵਿਚਾਰ ਨੇ ਮੇਰੇ ਮਨ ਨੂੰ ਪ੍ਰੇਰਣਾ ਨਾਲ ਭਰ ਦਿੱਤਾ ਸੀ। ਪ੍ਰੰਤੂ ਜਦੋਂ ਮੁਕੰਦ ਨੇ ਕਿਹਾ, ਹਿਮਾਲਿਆ ਦੀਆਂ ਗੁਫਾਵਾਂ ਵਿਚ ਜਦੋਂ ਅਸੀਂ ਸਮਾਧੀ ਵਿਚ ਬੈਠਿਆ ਕਰਾਂਗੇ, ਤਾਂ ਬਘਿਆੜ ਵੀ ਮੰਤਰ-ਮੁਗਧ ਹੋ ਕੇ ਸਾਡੇ ਕੋਲ ਪਾਲਤੂ ਬਿੱਲੀਆਂ ਵਾਂਗ ਬੈਠ ਜਾਇਆ ਕਰਨਗੇ। ਤਾਂ ਮੇਰਾ ਜੋਸ਼ ਠੰਡਾ ਪੈ ਗਿਆ ਤੇ ਮੇਰੇ ਮੱਥੇ ਤੇ ਤਰੇਲੀਆਂ ਆਉਣ ਲੱਗ ਪਈਆਂ। ਤਾਂ ਕੀ ਹੋਊਗਾ? ਮੈਂ ਸੋਚਿਆ ਜੇ ਸਾਡੇ ਅਧਿਆਤਮਿਕ ਤੇਜ ਨਾਲ ਦੁਸ਼ਟ ਬਘਿਆੜਾਂ ਦਾ ਸੁਭਾਅ ਨਾ ਬਦਲਿਆ, ਤਾਂ ਕੀ ਉਹ ਸਾਡੇ ਨਾਲ ਘਰੇਲੂ ਬਿੱਲੀਆਂ ਵਰਗਾ ਵਿਵਹਾਰ ਕਰਨਗੇ? ਮੈਂ ਆਪਣੇ ਆਪ ਨੂੰ ਪਹਿਲਾਂ ਹੀ ਆਪਣੇ ਮਨੋ ਮਨੀ ਕਿਸੇ ਬਘਿਆੜ ਦੇ ਪੇਟ ਦੇ ਨਿਵਾਸੀ ਦੇ ਰੂਪ ਵਿਚ ਦੇਖ ਰਿਹਾ ਸੀ, ਪੂਰੇ ਸਰੀਰ ਸਮੇਤ ਨਹੀਂ ਬਲਕਿ ਸਰੀਰ ਦੇ ਟੁਕੜਿਆਂ ਦੇ ਰੂਪ ਵਿਚ।"

ਜਤਿਨਦਾ ਦੇ ਗਾਇਬ ਹੋ ਜਾਣ ਦਾ ਮੇਰਾ ਗੁੱਸਾ ਹਾਸੇ ਵਿਚ ਬਦਲ ਗਿਆ। ਉਸ ਨੇ ਗਾਇਬ ਹੋ ਕੇ ਜੋ ਮੈਨੂੰ ਮਾਨਸਿਕ ਸੰਤਾਪ ਦਿੱਤਾ ਸੀ, ਉਸ ਦਾ ਸਾਰਾ ਮੁੱਲ ਰੇਲ ਗੱਡੀ ਵਿਚ ਜਤਿਨਦਾ ਦੇ ਦਿੱਤੇ ਗਏ ਸਪਸ਼ਟੀਕਰਨ ਨਾਲ ਹੱਸ ਹੱਸ ਕੇ ਲੋਟ ਪੋਟ ਹੋਣ ਨਾਲ ਪੂਰਾ ਹੋ ਗਿਆ। ਮੈਨੂੰ ਮੰਨਣਾ ਪਵੇਗਾ, ਕਿ ਮੈਨੂੰ ਇਸ ਗੱਲ ਨਾਲ ਕੁਝ ਸੰਤੋਸ਼ ਜਰੂਰ ਹੋਇਆ, ਕਿ ਜਤਿਨਦਾ ਵੀ ਪੁਲੀਸ ਦੀ ਖਾਤਰਦਾਰੀ ਤੋਂ ਨਹੀਂ ਸੀ ਬਚ ਸਕੇ।

"ਅਨੰਤਦਾ*, ਆਪ ਜਨਮ-ਜਾਤ ਜਾਸੂਸ ਹੋ," ਮੇਰੀ ਮਨੋਰੰਜਕ ਨਜ਼ਰ ਪੂਰੀ ਤਰ੍ਹਾਂ ਕੁੜਤਣ ਰਹਿਤ ਨਹੀਂ ਸੀ। ਮੈਂ ਜਤਿਨਦਾ ਨੂੰ ਕਹਾਂਗਾ, ਕਿ ਮੈਨੂੰ ਖੁਸ਼ੀ ਹੈ ਕਿ ਉਹ ਸਾਡੇ ਨਾਲ ਵਿਸ਼ਵਾਸਘਾਤ ਦੇ ਮਕਸਦ ਨਾਲ ਨਹੀਂ, ਜਿਸ ਤਰ੍ਹਾਂ ਕਿ ਪ੍ਰਤੀਤ ਹੁੰਦਾ ਹੈ, ਬਲਕਿ ਚੌਕਸ ਆਤਮ ਰੱਖਿਆ ਦੀ ਸਹਿਜ ਪ੍ਰਵਿਰਤੀ ਤੋਂ ਪ੍ਰੇਰਿਤ ਹੋ ਕੇ ਵਾਪਸ ਆਏ ਸਨ। ਕੋਲਕਾਤਾ ਘਰ ਪਹੁੰਚਣ ਉੱਪਰ ਪਿਤਾ ਜੀ ਨੇ ਅਤਿਅੰਤ ਦਿਲ-ਟੁੰਬਵੇਂ ਅੰਦਾਜ਼ ਵਿਚ ਇਹ ਮੰਗ ਕੀਤੀ, ਕਿ ਘੱਟੋ ਘੱਟ ਹਾਈ ਸਕੂਲ ਦੀ ਪੜ੍ਹਾਈ ਪੂਰੀ ਕਰ ਲੈਣ ਤਕ, ਮੈਂ ਆਪਣੇ ਘੁਮੱਕੜ ਪੈਰਾਂ ਨੂੰ ਕਾਬੂ ਵਿਚ ਰੱਖਾਂ। ਮੇਰੀ ਗੈਰ ਹਾਜ਼ਰੀ ਵਿਚ ਉਨ੍ਹਾਂ ਨੇ ਇੱਕ ਸੰਤ-ਸੁਭਾਅ ਪੰਡਤ ਸਵਾਮੀ ਕੇਵਲਾ ਨੰਦ ਜੀ ਨੂੰ ਨਿਯਮਤ ਰੂਪ ਵਿਚ ਰੋਜ਼ਾਨਾ ਸਾਡੇ ਘਰ ਆਉਣ ਦਾ ਪ੍ਰਬੰਧ ਕਰਕੇ ਪਿਆਰ ਭਰੀ ਸਾਜ਼ਸ਼ ਰਚ ਰੱਖੀ ਸੀ।

"ਇਹ ਰਿਸ਼ੀ ਮਹਾਤਮਾ ਤੇਰੇ ਸੰਸਕਰਿਤ ਦੇ ਅਧਿਆਪਕ ਹੋਣਗੇ," ਪਿਤਾ ਜੀ ਨੇ ਪੂਰੇ ਵਿਸ਼ਵਾਸ ਨਾਲ ਘੋਸ਼ਣਾ ਕੀਤੀ।

* ਮੈਂ ਉਨ੍ਹਾਂ ਨੂੰ ਹਮੇਸ਼ਾਂ ਅਨੰਤਦਾ ਕਹਿ ਕੇ ਸੰਬੋਧਨ ਕਰਦਾ ਸੀ। "ਦਾ" ਬੰਗਲਾ ਭਾਸ਼ਾ ਵਿਚ ਸਭ ਤੋਂ ਵੱਡੇ ਭਰਾ ਵਾਸਤੇ ਵਰਤਿਆ ਜਾਣ ਵਾਲਾ 'ਸਨਮਾਨ ਸੂਚਕ' ਸ਼ਬਦ ਹੈ।

ਪਿਤਾ ਜੀ ਨੂੰ ਇਹ ਉਮੀਦ ਸੀ, ਕਿ ਉਹ ਮੇਰੀ ਅਧਿਆਤਮਿਕ ਲਾਲਸਾ ਇੱਕ ਵਿਦਵਾਨ ਅਤੇ ਫਿਲਾਸਫਰ ਤੋਂ ਸਿੱਖਿਆ ਦਵਾ ਕੇ ਪੂਰੀ ਕਰ ਦੇਣਗੇ, ਪ੍ਰੰਤੂ ਨਤੀਜਾ ਰਹੱਸਪੂਰਨ ਢੰਗ ਨਾਲ ਬਿਲਕੁਲ ਇਸ ਦੇ ਉਲਟ ਹੋਇਆ। ਮੇਰੇ ਨਵੇਂ ਨਿਯੁਕਤ ਹੋਏ ਅਧਿਆਪਕ ਮੈਨੂੰ ਖੁਸ਼ਕ ਬੌਧਿਕ ਗਿਆਨ ਦੇਣ ਦੀ ਬਜਾਏ, ਮੇਰੀ ਪ੍ਰਮਾਤਮਾ ਨੂੰ ਮਿਲਣ ਦੀ ਅਭਿਲਾਸ਼ਾ ਦੀ ਚੰਗਿਆੜੀ ਨੂੰ ਹੋਰ ਹਵਾ ਦੇ ਕੇ ਮਘਾਉਣ ਲੱਗੇ। ਪਿਤਾ ਜੀ ਨੂੰ ਨਹੀਂ ਸੀ ਪਤਾ, ਕਿ ਸਵਾਮੀ ਕੇਵਲਾ ਨੰਦ ਜੀ ਲਾਹਿੜੀ ਮਹਾਸ਼ਯ ਦੇ ਇੱਕ ਉੱਚ ਕੋਟੀ ਦੇ ਸ਼ਗਿਰਦ ਸਨ। ਉਸ ਅਦੁਤੀ ਗੁਰੂ ਦੇ ਹਜ਼ਾਰਾਂ ਸ਼ਗਿਰਦ ਸਨ, ਜੋ ਉਨ੍ਹਾਂ ਦੀ ਅਧਿਆਤਮਿਕ ਚੁੰਬਕੀ ਸ਼ਕਤੀ ਦੇ ਪ੍ਰਭਾਵ ਕਰਕੇ ਚੁੱਪ ਚਾਪ ਖਿੱਚੇ ਚਲੇ ਆ ਰਹੇ ਸਨ। ਮੈਨੂੰ ਬਾਅਦ ਵਿਚ ਪਤਾ ਲੱਗਿਆ ਕਿ ਲਾਹਿੜੀ ਮਹਾਸ਼ਯ, ਕੇਵਲਾ ਨੰਦ ਜੀ ਨੂੰ ਅਕਸਰ ਰਿਸ਼ੀ ਜਾਂ ਬ੍ਰਹਮ ਗਿਆਨੀ ਕਹਿ ਕੇ ਸੰਬੋਧਨ ਕਰਿਆ ਕਰਦੇ ਸਨ।*

ਲੰਬੇ ਘੁੰਗਰਾਲੇ ਵਾਲ, ਮੇਰੇ ਅਧਿਆਪਕ ਦੇ ਸੋਹਣੇ- ਸੁਨੱਖੇ ਚਿਹਰੇ ਦੀ ਸੋਭਾ ਵਧਾਉਂਦੇ ਸਨ। ਉਨ੍ਹਾਂ ਦੀਆਂ ਅੱਖਾਂ ਕਾਲੀਆਂ, ਬੱਚਿਆਂ ਦੀ ਤਰ੍ਹਾਂ ਭੋਲੀਆਂ ਅਤੇ ਨਿਰਛਲ ਸਨ। ਉਨ੍ਹਾਂ ਦੇ ਇਕਹਿਰੇ ਸਰੀਰ ਦੀਆਂ ਸਾਰੀਆਂ ਹਰਕਤਾਂ ਵਿਚੋਂ ਸ਼ਾਂਤੀ ਅਤੇ ਇਤਮੀਨਾਨਤਾ ਝਲਕਦੀ ਸੀ। ਸਦਾ ਹੀ ਕੋਮਲ ਅਤੇ ਸਨੇਹ ਪੂਰਨ ਕੇਵਲਾ ਨੰਦ ਜੀ ਅਨੰਤ ਦੀ ਚੇਤਨਤਾ ਵਿਚ ਮਗਨ ਰਹਿੰਦੇ ਸਨ। ਸਾਡੇ ਦੋਨਾਂ ਦੀ ਸੰਗਤ ਦਾ ਆਨੰਦਮਈ ਸਮਾਂ *ਕਿਰਿਆ ਯੋਗ* ਦੇ ਡੂੰਘੇ ਧਿਆਨ ਵਿਚ ਲੰਘਦਾ ਸੀ।

ਕੇਵਲਾ ਨੰਦ ਜੀ ਪ੍ਰਾਚੀਨ ਸ਼ਾਸਤਰਾਂ ਅਤੇ ਧਾਰਮਿਕ ਗ੍ਰੰਥਾਂ ਦੇ ਉੱਘੇ ਵਿਦਵਾਨ ਸਨ। ਇਸ ਵਿਦਵਤਾ ਕਾਰਨ ਹੀ, ਉਨ੍ਹਾਂ ਨੂੰ ਸ਼ਾਸਤਰੀ ਮਹਾਸ਼ਯ ਦਾ ਖਿਤਾਬ ਮਿਲਿਆ ਹੋਇਆ ਸੀ। ਜਿਸ ਨਾਂ ਨਾਲ, ਉਨ੍ਹਾਂ ਨੂੰ ਅਕਸਰ ਹੀ ਸੰਬੋਧਿਤ ਕੀਤਾ ਜਾਂਦਾ ਸੀ। ਪ੍ਰੰਤੂ ਸੰਸਕਰਿਤ ਦੀ ਵਿਦਵਤਾ ਵਿਚ ਮੇਰਾ ਵਿਕਾਸ ਨਾ-ਮਾਤਰ ਹੀ ਹੋਇਆ। ਮੈਂ ਸਦਾ ਹੀ ਇਹੋ ਜਿਹੇ ਮੌਕੇ ਦੀ ਤਲਾਸ਼ ਵਿਚ ਰਹਿੰਦਾ ਸੀ ਕਿ ਕਿਸ ਤਰ੍ਹਾਂ ਨੀਰਸ ਵਿਆਕਰਨ ਤੋਂ ਛੁਟਕਾਰਾ ਮਿਲੇ ਅਤੇ ਲਾਹਿੜੀ ਮਹਾਸ਼ਯ ਅਤੇ ਯੋਗ ਬਾਰੇ ਚਰਚਾ ਸ਼ੁਰੂ ਹੋਵੇ। ਮੇਰੇ ਅਧਿਆਪਕ ਨੇ ਇੱਕ ਦਿਨ ਲਾਹਿੜੀ ਮਹਾਸ਼ਯ ਦੀ ਸੰਗਤ ਵਿਚ ਗੁਜ਼ਾਰੇ ਆਪਣੇ ਜੀਵਨ ਦੇ ਬਾਰੇ ਦੱਸਣ ਦੀ ਕ੍ਰਿਪਾਲਤਾ ਕੀਤੀ।

* ਜਦੋਂ ਕੇਵਲਾ ਨੰਦ ਜੀ ਨਾਲ ਮੇਰਾ ਮਿਲਣਾ ਹੋਇਆ ਸੀ, ਉਸ ਵਕਤ ਉਨ੍ਹਾਂ ਨੇ ਸੰਨਿਆਸ ਨਹੀਂ ਸੀ ਲਿਆ। ਆਮ ਤੌਰ ਤੇ ਸਾਰੇ ਉਨ੍ਹਾਂ ਨੂੰ 'ਸ਼ਾਸਤਰੀ ਮਹਾਸ਼ਯ' ਦੇ ਨਾਂ ਨਾਲ ਸੰਬੋਧਿਤ ਕਰਦੇ ਸਨ। 'ਲਾਹਿੜੀ ਮਹਾਸ਼ਯ' ਅਤੇ 'ਮਾਸਟਰ ਮਹਾਸ਼ਯ' ਦੇ ਨਾਵਾਂ ਨਾਲ ਸਮਾਨਤਾ ਹੋਣ ਕਾਰਨ ਕੋਈ ਭੁਲੇਖਾ ਨਾ ਪੈ ਜਾਵੇ, ਇਸ ਵਾਸਤੇ ਮੈਂ ਆਪਣੇ ਇਸ ਸੰਸਕਰਿਤ ਅਧਿਆਪਕ ਦਾ ਸੰਨਿਆਸ ਲੈਣ ਤੋਂ ਬਾਅਦ ਵਾਲਾ ਨਾਂ 'ਸਵਾਮੀ ਕੇਵਲਾ ਨੰਦ ਜੀ' ਦੇ ਨਾਲ ਹੀ ਜ਼ਿਕਰ ਕਰ ਰਿਹਾ ਹਾਂ। ਉਨ੍ਹਾਂ ਦੀ ਜੀਵਨੀ ਅਜੇ ਪਿੱਛੇ ਜਿਹੇ ਬੰਗਲਾ ਭਾਸ਼ਾ ਵਿਚ ਛਪੀ ਹੈ। ਬੰਗਾਲ ਦੇ ਖੁਲਨਾ ਜਿਲੇ ਵਿਚ 1863 ਵਿਚ ਜਨਮੇ ਕੇਵਲਾ ਨੰਦ ਜੀ ਨੇ 68 ਸਾਲ ਦੀ ਉਮਰ ਵਿਚ ਵਾਰਾਣਸੀ ਵਿਚ ਸਰੀਰ ਤਿਆਗਿਆ। ਉਨ੍ਹਾਂ ਦਾ ਘਰੇਲੂ ਨਾਂ ਆਸ਼ੂਤੋਸ਼ ਚੈਟਰਜੀ ਸੀ।

"ਮੈਂ ਉਨ੍ਹਾਂ ਵਿਰਲਿਆਂ ਖੁਸ਼ਕਿਸਮਤਾਂ ਵਿਚੋਂ ਇੱਕ ਹਾਂ, ਜਿਨ੍ਹਾਂ ਨੂੰ ਲਾਹਿੜੀ ਮਹਾਸ਼ਯ ਦੀ ਸੰਗਤ ਵਿਚ ਦਸ ਸਾਲ ਰਹਿਣ ਦਾ ਸੁਭਾਗ ਪ੍ਰਾਪਤ ਹੋਇਆ। ਵਾਰਾਣਸੀ ਵਿਚ ਉਨ੍ਹਾਂ ਦਾ ਘਰ ਮੇਰੇ ਵਾਸਤੇ ਰਾਤ ਵੇਲੇ ਦਾ ਤੀਰਥ ਸਥਾਨ ਸੀ। ਉਹ ਪਹਿਲੀ ਮੰਜ਼ਲ ਵਾਲੀ ਬੈਠਕ ਵਿਚ ਸਦਾ ਹੀ ਮੌਜੂਦ ਰਹਿੰਦੇ ਸਨ। ਬਿਨਾ ਢੋਹ ਵਾਲੀ ਲਕੜੀ ਦੀ ਚੌਂਕੀ ਉੱਪਰ ਪਦਮ ਆਸਣ ਵਿਚ ਇੱਕ ਜਪਮਾਲਾ ਵਾਂਗ ਅਰਧ ਗੋਲ ਦਾਇਰੇ ਵਿਚ ਆਪਣੇ ਸ਼ਗਿਰਦਾਂ ਵਿਚ ਘਿਰੇ ਬੈਠੇ ਰਹਿੰਦੇ। ਉਨ੍ਹਾਂ ਦੀਆਂ ਅੱਖਾਂ ਚਮਕਦੀਆਂ ਅਤੇ ਅਧਿਆਤਮਿਕ ਆਨੰਦ ਨਾਲ ਨੱਚਦੀਆਂ ਰਹਿੰਦੀਆਂ। ਉਨ੍ਹਾਂ ਦੀਆਂ ਸਦਾ ਅੱਧੀਆਂ ਬੰਦ ਰਹਿਣ ਵਾਲੀਆਂ ਅੱਖਾਂ, ਦੂਰ ਦਰਸ਼ੀ ਭੂ-ਮੰਡਲ ਵਿਚ ਸਦੈਵ ਰਹਿਣ ਵਾਲੇ ਪੂਰਨ ਆਨੰਦ ਦੇ ਲੋਕ ਵਿਚ ਝਾਕਦੀਆਂ ਰਹਿੰਦੀਆਂ। ਉਹ ਕਦੇ ਕਦਾਈਂ ਹੀ ਜਿਆਦਾ ਸਮਾਂ ਬੋਲਦੇ ਸਨ। ਕਦੇ ਕਦਾਈਂ ਉਨ੍ਹਾਂ ਦੀ ਨਜ਼ਰ ਕਿਸੇ ਇਹੋ ਜਿਹੇ ਜ਼ਰੂਰਤਮੰਦ ਸ਼ਗਿਰਦ ਉੱਪਰ ਟਿਕ ਜਾਂਦੀ ਸੀ, ਜਿਸ ਨੂੰ ਸਹਾਇਤਾ ਦੀ ਜ਼ਰੂਰਤ ਹੁੰਦੀ ਸੀ, ਤਾਂ ਉਸ ਵਕਤ ਪ੍ਰਕਾਸ਼ਵਾਨ ਰੋਗ ਨਿਵਾਰਕ ਸ਼ਬਦਾਂ ਦਾ ਪ੍ਰਵਾਹ ਆਪ-ਮੁਹਾਰੇ ਵਹਿ ਤੁਰਦਾ, ਜਿਸ ਤਰ੍ਹਾਂ ਉੱਚੇ ਪਹਾੜਾਂ ਤੋਂ ਬਰਫ ਦੇ ਤੋਦੇ ਬੜੀ ਤੇਜੀ ਨਾਲ ਹੇਠਾਂ ਨੂੰ ਰਿੜ੍ਹਦੇ ਹਨ।

"ਗੁਰੂਦੇਵ ਦੀ ਕ੍ਰਿਪਾ ਦ੍ਰਿਸ਼ਟੀ ਨਾਲ ਮੇਰੀ ਸ਼ਾਂਤੀ ਦੀ ਕਲੀ ਖਿੜ ਉੱਠਦੀ। ਮੈਂ ਉਸ ਦੀ ਸੁਗੰਧ ਨਾਲ ਭਰ ਜਾਂਦਾ, ਜਿਵੇਂ ਉਹ ਅਨੰਤ ਦੇ ਕਿਸੇ ਪਦਮ ਦੀ ਸੁਗੰਧ ਹੋਣ। ਉਨ੍ਹਾਂ ਦੇ ਨਾਲ ਕਈ ਕਈ ਦਿਨਾਂ ਤਕ, ਇੱਕ ਸ਼ਬਦ ਵੀ ਬੋਲੇ ਬਗੈਰ ਰਹਿਣਾ, ਇੱਕ ਇਹੋ ਜਿਹਾ ਅਨੁਭਵ ਸੀ, ਜਿਹੜਾ ਮੇਰੇ ਸੰਪੂਰਨ ਵਜੂਦ ਨੂੰ ਬਦਲ ਦਿੰਦਾ ਸੀ। ਮੇਰੀ ਇਕਾਗਰਤਾ ਵਿਚ ਜੇ ਕੋਈ ਅਦਿੱਖ ਅੜਚਨ ਆ ਖੜ੍ਹੀ ਹੁੰਦੀ, ਤਾਂ ਮੈਂ ਗੁਰੂ ਜੀ ਦੇ ਚਰਨਾਂ ਵਿਚ ਧਿਆਨ ਕਰਨ ਬੈਠ ਜਾਂਦਾ। ਉੱਥੇ ਸੂਖਮ ਅਵਸਥਾਵਾਂ ਦਾ ਵੀ ਮੈਨੂੰ ਸਹਿਜੇ ਗਿਆਨ ਹੋ ਜਾਂਦਾ। ਇਹੋ ਜਿਹੀਆਂ ਅਨੁਭੂਤੀਆ, ਮੈਨੂੰ ਨਿਮਨ ਸਤਰ ਦੇ ਸੰਤਾਂ ਦੀ ਸੰਗਤ ਵਿਚ ਨਹੀਂ ਸਨ ਹੁੰਦੀਆਂ। ਗੁਰੂ ਜੀ, ਪ੍ਰਮਾਤਮਾ ਦੇ ਸਜੀਵ ਮੰਦਰ ਸਨ, ਜਿਸ ਦੇ ਗੁਪਤ ਦਰਵਾਜ਼ੇ ਸ਼ਰਧਾ ਭਗਤੀ ਰਾਹੀਂ ਸਾਰੇ ਸ਼ਗਿਰਦਾਂ ਵਾਸਤੇ ਖੁੱਲ੍ਹੇ ਰਹਿੰਦੇ ਸਨ।

"ਲਾਹਿੜੀ ਮਹਾਸ਼ਯ ਸ਼ਾਸਤਰਾਂ ਦੇ ਕਿਤਾਬੀ ਵਿਆਖਿਆਕਾਰ ਨਹੀਂ ਸਨ। ਉਹ ਸਹਿਜੇ ਹੀ ਰੂਹਾਨੀ ਲਾਇਬਰੇਰੀ ਵਿਚ ਗੋਤਾ ਲਗਾ ਲੈਂਦੇ ਸਨ। ਸ਼ਬਦਾਂ ਦੀ ਝੱਗ ਅਤੇ ਵਿਚਾਰਾਂ ਦੀ ਫੁਆਰ ਉਨ੍ਹਾਂ ਦੀ ਅਨੰਤਤਾ ਵਿਚੋਂ ਫੁੱਟ ਫੁੱਟ ਪੈਂਦੀ। ਵੇਦਾਂ* ਵਿਚੋਂ ਯੁਗਾਂ

* ਪ੍ਰਾਚੀਨ ਚਾਰ ਵੇਦਾਂ ਉੱਪਰ, ਅੱਜ ਇੱਕ ਸੌ ਤੋਂ ਵੀ ਵੱਧ ਗ੍ਰੰਥ ਮੌਜੂਦ ਹਨ। ਐਮਰਸਨ ਨੇ ਆਪਣੇ ਜਰਨਲ ਵਿਚ ਇਨ੍ਹਾਂ ਸ਼ਬਦਾਂ ਨਾਲ ਵੈਦਿਕ ਵਿਚਾਰ ਧਾਰਾ ਦੇ ਪ੍ਰਤੀ ਆਪਣੇ ਸ਼ਰਧਾ ਦੇ ਫੁੱਲ ਅਰਪਣ ਕੀਤੇ ਹਨ। ਇਹ ਵੇਦ ਪਵਿੱਤਰ ਅਗਨੀ, ਸ਼ਾਂਤ ਰਾਤ ਅਤੇ ਲਹਿਰਾਂ ਰਹਿਤ ਸਮੁੰਦਰ ਵਾਂਗ ਮਹਾਨ ਹਨ। ਇਨ੍ਹਾਂ ਵਿਚ ਹਰ ਇੱਕ ਧਾਰਮਿਕ ਭਾਵਨਾ, ਜਿਹੜੀ ਹਰ ਇੱਕ ਮਹਾਨ ਕਵੀ ਦੇ ਮਨ ਵਿਚ ਕਦੇ ਨਾ ਕਦੇ ਉੱਠਦੀ ਹੈ ਅਤੇ ਨੈਤਿਕ ਸ਼ਾਸਤਰ ਦੇ ਅਨੇਕ ਪਹਿਲੂ ਸ਼ਾਮਲ ਹਨ। ਇਨ੍ਹਾਂ ਗ੍ਰੰਥਾਂ ਨੂੰ ਬੰਨ੍ਹ ਕੇ ਅਲੱਗ ਰੱਖ ਦੇਣ ਦਾ ਕੋਈ ਸਵਾਲ ਹੀ ਪੈਦਾ ਨਹੀਂ ਹੁੰਦਾ। ਜੇ ਮੈਂ ਸੰਘਣੇ ਜੰਗਲਾਂ ਵਿਚ ਜਾਂ ਪਾਣੀ ਵਿਚ ਕਿਸ਼ਤੀ ਦੇ ਉੱਪਰ ਵੀ ਆਪਣੇ ਆਤਮ ਭਾਵ ਵਿਚ ਸਥਿਰ ਰਹਿ ਸਕਾਂ,

ਪਹਿਲਾਂ ਲੋਪ ਹੋ ਗਏ ਡੂੰਘੇ ਦਾਰਸ਼ਨਿਕ ਵਿਗਿਆਨ ਦੇ ਭੇਦ ਖੋਲ੍ਹਣ ਦੀ ਅਦਭੁਤ ਸ਼ਕਤੀ ਉਨ੍ਹਾਂ ਦੇ ਕੋਲ ਸੀ। ਪ੍ਰਾਚੀਨ ਸ਼ਾਸਤਰਾਂ ਵਿਚ ਦੱਸੀਆਂ ਗਈਆਂ ਚੇਤਨਤਾ ਦੀਆਂ ਵੱਖ ਵੱਖ ਅਵਸਥਾਵਾਂ ਦੀ ਵਿਆਖਿਆ ਕਰਨ ਲਈ ਕੀਤੀ ਗਈ ਗੁਜ਼ਾਰਿਸ਼ ਨੂੰ ਉਹ ਮੁਸਕਰਾ ਕੇ ਸਵੀਕਾਰ ਕਰ ਲੈਂਦੇ ਸਨ।

"ਮੈਂ ਤੁਹਾਨੂੰ ਹੁਣੇ ਉਨ੍ਹਾਂ ਅਵਸਥਾਵਾਂ ਵਿਚ ਪ੍ਰਵੇਸ਼ ਕਰਕੇ, ਆਪਣੀਆਂ ਅਨੁਭੂਤੀਆਂ ਦੇ ਅਨੁਭਵ ਦੱਸਦਾ ਹਾਂ। ਇਸ ਤਰ੍ਹਾਂ ਉਹ ਉਨ੍ਹਾਂ ਗੁਰੂਆਂ ਦੇ ਬਿਲਕੁਲ ਉਲਟ ਸਨ, ਜੋ ਸ਼ਾਸਤਰਾਂ ਨੂੰ ਮੂੰਹ ਜ਼ਬਾਨੀ ਘੋਟਾ ਲਾ ਕੇ ਬਗੈਰ ਕਿਸੇ ਵਾਸਤਵਿਕ ਅਨੁਭਵ ਦੇ ਆਪਣੀ ਕਲਪਨਾ ਨਾਲ ਉਨ੍ਹਾਂ ਦੇ ਅਰਥ ਦੱਸਦੇ ਹਨ।

"ਸ਼ਲੋਕਾਂ ਦੇ ਅਰਥਾਂ ਦੀ ਜਿਸ ਤਰ੍ਹਾਂ ਤੁਹਾਨੂੰ ਸਮਝ ਆਉਂਦੀ ਹੈ, ਉਸੇ ਤਰ੍ਹਾਂ ਕਰੋ," ਘਟ ਬੋਲਣ ਵਾਲੇ ਗੁਰੂ ਅਕਸਰ ਆਪਣੇ ਕੋਲ ਬੈਠੇ ਕਿਸੇ ਸ਼ਗਿਰਦ ਨੂੰ ਆਦੇਸ਼ ਦਿੰਦੇ, "ਮੈਂ ਤੁਹਾਡੇ ਵਿਚਾਰਾਂ ਦਾ ਇਸ ਤਰ੍ਹਾਂ ਮਾਰਗ ਦਰਸ਼ਨ ਕਰਾਂਗਾ, ਜਿਸ ਨਾਲ ਉਸ ਦੇ ਸਹੀ ਸਹੀ ਅਰਥ ਤੁਹਾਡੇ ਮੂਹੋਂ ਉੱਚਰਨਗੇ।" ਕਈ ਪ੍ਰਤੱਖ ਗਿਆਨ ਦੇ ਅਨੁਭਵਾਂ ਨੂੰ ਉਨ੍ਹਾਂ ਦੇ ਬਹੁਤ ਸਾਰੇ ਸ਼ਗਿਰਦਾਂ ਨੇ ਵਿਆਖਿਆਵਾਂ ਵਿਚ ਕਲਮਬੰਦ ਕਰ ਲਿਆ।

"ਕਿਸੇ ਗੱਲ ਉੱਪਰ ਅੱਖਾਂ ਮੀਚ ਕੇ ਵਿਸ਼ਵਾਸ ਕਰਨ ਦੀ ਸਲਾਹ ਗੁਰੂਦੇਵ ਕਦੇ ਨਹੀਂ ਸਨ ਦਿੰਦੇ। ਸ਼ਬਦ ਸਿਰਫ ਖੋਲ ਹਨ ਉਹ ਕਹਿੰਦੇ ਸਨ, 'ਪ੍ਰਮਾਤਮਾ ਦੀ ਮੌਜੂਦਗੀ ਦੇ ਦ੍ਰਿੜ ਵਿਸ਼ਵਾਸ ਨੂੰ ਧਿਆਨ ਵਿਚ ਆਪਣੇ ਆਨੰਦਮਈ ਸੰਪਰਕ ਨਾਲ ਪ੍ਰਾਪਤ ਕਰੋ।'

"ਸ਼ਗਿਰਦ ਦੀ ਕਿਸੇ ਤਰ੍ਹਾਂ ਦੀ ਸਮੱਸਿਆ ਹੋਵੇ, ਗੁਰੂਦੇਵ ਉਸ ਨੂੰ ਸੁਲਝਾਉਣ ਵਾਸਤੇ *ਕਿਰਿਆ ਯੋਗ* ਦੀ ਹੀ ਸਲਾਹ ਦਿੰਦੇ ਸਨ।"

"ਜਦੋਂ ਮੈਂ ਇਸ ਸਰੀਰ ਵਿਚ ਨਹੀਂ ਰਹਾਂਗਾ, ਤਾਂ ਵੀ ਤੁਹਾਡਾ ਮਾਰਗ ਦਰਸ਼ਨ ਕਰਨ ਵਾਸਤੇ ਇਸ ਯੌਗਿਕ ਕੁੰਜੀ ਦੀ ਨਿਪੁੰਨਤਾ ਘੱਟ ਨਹੀਂ ਹੋਵੇਗੀ। ਇਹ ਤਕਨੀਕ ਸਿਧਾਂਤਕ ਪ੍ਰੇਰਣਾਵਾਂ ਦੀ ਤਰ੍ਹਾਂ ਜਿਲਦ ਵਿਚ ਬੰਨ੍ਹ ਕੇ ਰੱਖ ਕੇ ਭੁੱਲ ਜਾਣ ਵਾਲੀ ਚੀਜ਼ ਨਹੀਂ ਹੈ। *ਕਿਰਿਆ ਯੋਗ* ਦੇ ਰਾਹੀਂ ਨਿਰੰਤਰ ਆਪਣੀ ਮੁਕਤੀ ਦੇ ਰਸਤੇ ਉੱਪਰ ਚਲਦੇ ਜਾਉ। ਇਸ ਦੀ ਸ਼ਕਤੀ, ਇਸ ਦੇ ਅਭਿਆਸ ਵਿਚ ਮੌਜੂਦ ਹੈ।

"ਮੈਂ ਖੁਦ *ਕਿਰਿਆ ਯੋਗ* ਨੂੰ ਇਨਸਾਨ ਦੇ ਹੁਣ ਤਕ ਦੇ ਸਵੈ-ਯਤਨਾਂ ਦੁਆਰਾ ਅਨੰਤ ਈਸ਼ਵਰ ਦੀ ਖੋਜ ਵਾਸਤੇ, ਲੱਭੇ ਗਏ ਸਾਧਨਾਂ ਵਿਚੋਂ ਸਭ ਤੋਂ ਜਿਆਦਾ ਪ੍ਰਭਾਵਸ਼ਾਲੀ

ਤਾਂ ਪ੍ਰਕਿਰਤੀ ਮੈਨੂੰ ਛੇਤੀ ਹੀ ਬ੍ਰਾਹਮਣ ਬਣਾ ਦੇਵੇਗੀ। ਸਦੀਵੀ ਜ਼ਰੂਰਤ, ਸਦੀਵੀ ਪੂਰਤੀ, ਅਗਾਧ ਸ਼ਕਤੀ ਅਤੇ ਨਿਰਵਿਘਨ ਸ਼ਾਂਤੀ – ਇਹੀ ਹੈ ਇਸ ਦਾ ਸਿਧਾਂਤ। ਉਹ ਮੈਨੂੰ ਕਹਿੰਦੀ ਹੈ ਕਿ "ਸ਼ਾਂਤੀ, ਪਵਿੱਤਰਤਾ ਅਤੇ ਸੰਪੂਰਨ ਤਿਆਗ ਹੀ ਹੈ, ਹਰ ਇੱਕ ਨਾ-ਮੁਰਾਦ ਬੀਮਾਰੀ ਦਾ ਇਲਾਜ ਹੈ। ਜੋ ਸਾਰੇ ਪਾਪਾਂ ਦਾ ਨਾਸ਼ ਕਰਕੇ ਤੁਹਾਨੂੰ ਅਸ਼ਟ ਦੇਵਤਿਆਂ ਦਾ ਦਰਜਾ ਪ੍ਰਦਾਨ ਕਰਦਾ ਹੈ।"

ਮੰਨਦਾ ਹਾਂ।'' ਕੇਵਲਾ ਨੰਦ ਜੀ ਨੇ ਇਸ ਉਤਸ਼ਾਹਪੂਰਨ ਪ੍ਰਮਾਣ ਨਾਲ ਆਪਣਾ ਕਥਨ ਸਮਾਪਤ ਕੀਤਾ। ''ਇਸ ਦੇ ਅਭਿਆਸ ਨਾਲ ਇਨਸਾਨ ਵਿਚ ਮੌਜੂਦ ਸਰਬਵਿਆਪੀ ਪ੍ਰਮਾਤਮਾ ਲਾਹਿੜੀ ਮਹਾਸ਼ਯ ਅਤੇ ਉਨ੍ਹਾਂ ਦੇ ਅਨੇਕ ਸ਼ਗਿਰਦਾਂ ਦੇ ਸਰੀਰਾਂ ਵਿਚ ਪ੍ਰਤੱਖ ਰੂਪ ਵਿਚ ਪ੍ਰਗਟ ਹੋਏ।''

ਈਸਾ ਮਸੀਹ ਦੀ ਤਰ੍ਹਾਂ ਲਾਹਿੜੀ ਮਹਾਸ਼ਯ ਦੁਆਰਾ ਕੀਤਾ ਗਿਆ, ਇੱਕ ਚਮਤਕਾਰ ਕੇਵਲਾ ਨੰਦ ਜੀ ਦੀ ਮੌਜੂਦਗੀ ਵਿਚ ਵਾਪਰਿਆ। ਮੇਰੇ ਸੰਤ ਸੁਭਾਅ ਅਧਿਆਪਕ ਨੇ ਇੱਕ ਦਿਨ ਮੈਨੂੰ ਇਹ ਕਹਾਣੀ ਸੁਣਾਈ। ਸਾਹਮਣੇ ਮੇਜ਼ ਤੇ ਪਈ ਸੰਸਕਰਿਤ ਦੀ ਪੁਸਤਕ ਤੋਂ ਹਟ ਕੇ, ਉਨ੍ਹਾਂ ਦੀ ਨਜ਼ਰ ਦੂਰ ਕਿਤੇ ਹੋਰ ਟਿਕ ਗਈ।

''ਇੱਕ ਅੰਨ੍ਹੇ ਸ਼ਗਿਰਦ ਰਾਮੂ ਦੇ ਵਾਸਤੇ, ਮੇਰੇ ਅੰਦਰ ਅਤਿਅੰਤ ਦਇਆ ਦੀ ਭਾਵਨਾ ਉਤਪੰਨ ਹੋ ਗਈ। ਕੀ ਉਸ ਦੀਆਂ ਅੱਖਾਂ ਵਿਚ ਰੌਸ਼ਨੀ ਕਦੇ ਵਾਪਸ ਨਹੀਂ ਆ ਸਕਦੀ? ਜਦੋਂ ਕਿ ਉਹ ਇੰਨੀ ਸ਼ਰਧਾ ਅਤੇ ਵਿਸ਼ਵਾਸ ਨਾਲ ਗੁਰੂ ਜੀ ਦੀ ਸੇਵਾ ਕਰ ਰਿਹਾ ਸੀ, ਜਿਨ੍ਹਾਂ ਵਿਚ ਸਾਕਸ਼ਾਤ ਈਸ਼ਵਰ ਦਾ ਪੂਰਨ ਤੇਜ ਪ੍ਰਕਾਸ਼ਵਾਨ ਸੀ। ਇੱਕ ਦਿਨ ਸਵੇਰੇ ਸਵੇਰੇ, ਮੈਂ ਰਾਮੂ ਨਾਲ ਇਸ ਬਾਰੇ ਗੱਲ ਕਰਨੀ ਚਾਹੁੰਦਾ ਸੀ, ਪਰ ਉਹ ਘੰਟਿਆਂ ਬੱਧੀ ਸ਼ਾਂਤੀ ਪੂਰਵਕ ਗੁਰੂ ਜੀ ਨੂੰ ਹੱਥ ਦਾ ਬਣਿਆ ਪੱਖਾ ਝਲਦਾ ਰਿਹਾ। ਆਖਰ ਜਦੋਂ ਉਹ ਕਮਰੇ ਵਿਚੋਂ ਬਾਹਰ ਆਇਆ ਤਾਂ ਮੈਂ ਉਸ ਦੇ ਪਿੱਛੇ ਪਿੱਛੇ ਹੋ ਗਿਆ।

''ਰਾਮੂ, ਆਪ ਕਦੋਂ ਤੋਂ ਅੰਨ੍ਹੇ ਹੋ?''

''ਸ੍ਰੀ ਮਾਨ ਜੀ, ਜਨਮ ਤੋਂ ਹੀ। ਮੇਰੀਆਂ ਅੱਖਾਂ ਨੂੰ ਕਦੇ ਸੂਰਜ ਦੀ ਰੌਸ਼ਨੀ ਦਾ ਸੁਭਾਗ ਪ੍ਰਾਪਤ ਨਹੀਂ ਹੋਇਆ।''

''ਆਪਣੇ ਸਰਬਸ਼ਕਤੀਮਾਨ ਗੁਰੂਦੇਵ, ਆਪ ਦੀ ਸਹਾਇਤਾ ਕਰ ਸਕਦੇ ਹਨ। ਇੱਕ ਵਾਰ ਉਨ੍ਹਾਂ ਨੂੰ ਬੇਨਤੀ ਕਰ ਕੇ ਦੇਖੋ।''

ਅਗਲੇ ਦਿਨ ਰਾਮੂ ਕੁਝ ਸੰਕੋਚ ਪੂਰਵਕ ਲਾਹਿੜੀ ਮਹਾਸ਼ਯ ਦੀ ਸੇਵਾ ਵਿਚ ਹਾਜ਼ਰ ਹੋਇਆ। ਪ੍ਰੰਤੂ ਅਧਿਆਤਮਿਕ ਦੌਲਤ ਦੇ ਮੁਕਾਬਲੇ ਸਰੀਰਕ ਦੌਲਤ ਵਾਸਤੇ ਬੇਨਤੀ ਕਰਨੀ ਉਸ ਨੂੰ ਸ਼ਰਮਨਾਕ ਲੱਗ ਰਹੀ ਸੀ।

''ਗੁਰੂਦੇਵ, ਬ੍ਰਹਿਮੰਡ ਨੂੰ ਪ੍ਰਕਾਸ਼ਵਾਨ ਕਰਨ ਵਾਲਾ ਈਸ਼ਵਰ ਆਪ ਵਿਚ ਹਾਜ਼ਰ ਹੈ। ਮੈਂ ਆਪ ਨੂੰ ਬੇਨਤੀ ਕਰਦਾ ਹਾਂ, ਕਿ ਉਸ ਦੀ ਜਯੋਤੀ, ਮੇਰੀਆਂ ਅੱਖਾਂ ਨੂੰ ਵੀ ਪ੍ਰਦਾਨ ਕਰੋ, ਤਾਂ ਕਿ ਮੈਂ ਸੂਰਜ ਦੀ ਹਲਕੀ ਰੌਸ਼ਨੀ ਦੇਖ ਸਕਾਂ।''

''ਰਾਮੂ, ਕਿਸੇ ਨੇ ਮੈਨੂੰ ਮੁਸ਼ਕਿਲ ਵਿਚ ਪਾਉਣ ਵਾਸਤੇ ਇਹ ਸਾਜ਼ਸ਼ ਘੜੀ ਹੈ। ਅਸਲ ਵਿਚ ਮੇਰੇ ਕੋਲ ਕਿਸੇ ਨੂੰ ਤੰਦਰੁਸਤ ਕਰਨ ਦੀ ਸ਼ਕਤੀ ਨਹੀਂ ਹੈ।''

"ਗੁਰੂਦੇਵ, ਆਪ ਵਿਚ ਮੌਜੂਦ ਅਨੰਤ ਈਸ਼ਵਰ ਯਕੀਨਨ ਹੀ ਮੈਨੂੰ ਤੰਦਰੁਸਤ ਕਰ ਸਕਦਾ ਹੈ।"

"ਇਹ ਤਾਂ ਸੱਚ ਮੁੱਚ ਹੀ ਵੱਖਰੀ ਗੱਲ ਹੈ। ਰਾਮੂ ਈਸ਼ਵਰ ਦੀ ਸ਼ਕਤੀ ਦੀ ਕੋਈ ਸੀਮਾ ਨਹੀਂ ਹੈ। ਉਹ ਜੋ ਤਾਰਿਆਂ ਨੂੰ ਚਮਕ ਦਿੰਦਾ ਹੈ ਅਤੇ ਸਰੀਰ ਕੋਸ਼ਕਾਵਾਂ ਵਿਚ ਰਹੱਸਮਈ ਪ੍ਰਾਣ ਸ਼ਕਤੀ ਸੰਚਾਰਤ ਕਰਦਾ ਹੈ, ਯਕੀਨਨ ਹੀ, ਉਹ ਤੇਰੀਆਂ ਅੱਖਾਂ ਨੂੰ ਰੌਸ਼ਨੀ ਵੀ ਪ੍ਰਦਾਨ ਕਰ ਸਕਦਾ ਹੈ।" ਉਸ ਤੋਂ ਬਾਅਦ ਗੁਰੂਦੇਵ ਨੇ ਰਾਮੂ ਦੇ ਮੱਥੇ ਉੱਪਰ ਦੋਹਾਂ ਭਰਵਟਿਆਂ ਦੇ ਵਿਚਕਾਰ ਸਪਰਸ਼ ਕੀਤਾ।*

"ਆਪ ਆਪਣਾ ਮਨ ਇਸ ਥਾਂ ਉੱਪਰ ਕੇਂਦ੍ਰਿਤ ਰੱਖੋ ਅਤੇ ਸੱਤ ਦਿਨਾਂ ਤਕ ਲਗਾਤਾਰ ਭਗਵਾਨ ਰਾਮ ਦਾ ਨਾਮ ਜਪਦੇ ਰਹੋ। ਸੂਰਜ ਦਾ ਤੇਜ ਤੇਰੇ ਵਾਸਤੇ ਵਿਸ਼ੇਸ਼ ਸਵੇਰ ਦਾ ਨਜ਼ਾਰਾ ਪ੍ਰਸਤੁਤ ਕਰੇਗਾ।"

"ਇੱਕ ਹਫਤੇ ਬਾਅਦ ਠੀਕ ਉਸੇ ਤਰ੍ਹਾਂ ਹੋਇਆ। ਰਾਮੂ ਨੇ ਕੁਦਰਤ ਦੇ ਸੁੰਦਰ ਰੂਪ ਨੂੰ ਪਹਿਲੀ ਵਾਰ ਆਪਣੀਆਂ ਅੱਖਾਂ ਨਾਲ ਦੇਖਿਆ। ਗੁਰੂ ਜੀ ਨੇ ਆਪਣੇ ਸ਼ਗਿਰਦ ਨੂੰ ਰਾਮ-ਨਾਮ ਜਪਣ ਦਾ ਆਦੇਸ਼ ਠੀਕ ਦਿੱਤਾ ਸੀ, ਕਿਉਂਕਿ ਰਾਮ ਹੀ ਉਨ੍ਹਾਂ ਦੇ ਇਸ਼ਟ ਸਨ। ਰਾਮੂ ਦੇ ਵਿਸ਼ਵਾਸ ਨੇ ਵਾਹੀ ਹੋਈ ਜ਼ਮੀਨ ਦਾ ਕੰਮ ਕੀਤਾ, ਜਿਸ ਵਿਚ ਗੁਰੂਦੇਵ ਦਾ ਪੱਕੇ ਰੂਪ ਵਿਚ ਤੰਦਰੁਸਤ ਕਰ ਦੇਣ ਦਾ ਸ਼ਕਤੀਸ਼ਾਲੀ ਬੀਜ ਪੁੰਗਰ ਉੱਠਿਆ।"

ਕੇਵਲਾ ਨੰਦ ਜੀ ਨੇ ਥੋੜੀ ਦੇਰ ਚੁੱਪ ਰਹਿਣ ਤੋਂ ਬਾਅਦ, ਫਿਰ ਆਪਣੇ ਗੁਰੂ ਦੇ ਚਰਨਾਂ ਵਿਚ ਇਨ੍ਹਾਂ ਸ਼ਬਦਾਂ ਨਾਲ ਸ਼ਰਧਾ ਦੇ ਫੁੱਲ ਅਰਪਣ ਕੀਤੇ।

"ਲਾਹਿੜੀ ਮਹਾਸ਼ਯ ਨੇ ਜਿੰਨੇ ਵੀ ਚਮਤਕਾਰ ਕੀਤੇ, ਉਨ੍ਹਾਂ ਸਾਰਿਆਂ ਵਿਚ ਇੱਕ ਗੱਲ ਦਾ ਸਪਸ਼ਟ ਰੂਪ ਵਿਚ ਪਤਾ ਲੱਗਦਾ ਹੈ, ਕਿ ਉਨ੍ਹਾਂ ਹੰਕਾਰ ਦੇ ਸਿਧਾਂਤ† ਤਿਆਗਦਿਆਂ,

* 'ਤੀਜੇ ਨੇਤਰ ਦਾ ਸਥਾਨ ਜਾਂ ਅਧਿਆਤਮਿਕ ਨੇਤਰ' ਮੌਤ ਦੇ ਸਮੇਂ ਮਨੁੱਖ ਦੀ ਚੇਤਨਾ ਆਮ ਤੌਰ ਤੇ ਇਸੇ ਪਵਿੱਤਰ ਸਥਾਨ ਵੱਲ ਖਿੱਚੀ ਜਾਂਦੀ ਹੈ। ਮ੍ਰਿਤਕਾਂ ਦੀਆਂ ਅੱਖਾਂ ਉੱਪਰ ਦੀ ਤਰਫ ਉੱਠੀਆਂ ਹੋਣ ਦਾ ਵੀ ਇਹੀ ਕਾਰਨ ਹੈ।

† ਹੰਕਾਰ ਦਾ ਸਿਧਾਂਤ (ਸ਼ਾਬਦਿਕ ਅਰਥ-ਮੈਂ ਕਰਤਾ ਹਾਂ) ਹੀ ਮਨੁੱਖ ਅਤੇ ਸਿਰਜਣਹਾਰ ਦੇ ਵਿਚਕਾਰ ਪ੍ਰਤੀਤ ਹੋਣ ਵਾਲੇ ਵਿਛੋੜੇ ਦਾ ਜਾਂ ਦਵੈਤਵਾਦ ਦਾ ਮੁੱਖ ਕਾਰਨ ਹੈ। ਹੰਕਾਰ ਮਨੁੱਖ ਨੂੰ ਮਾਇਆ ਦੇ ਅਧੀਨ ਕਰ ਦਿੰਦਾ ਹੈ। ਜਿਸ ਕਾਰਨ, ਕਰਮ ਕਰਨ ਵਾਲੇ ਨੂੰ ਆਪਣੇ ਕਰਤਾ ਹੋਣ ਦਾ ਆਭਾਸ ਹੋ ਜਾਂਦਾ ਹੈ ਅਤੇ ਸੰਸਾਰੀ ਪ੍ਰਾਣੀ ਆਪਣੇ ਆਪ ਨੂੰ ਸਿਰਜਕ ਦੇ ਰੂਪ ਵਿਚ ਹੋਣ ਦੀ ਕਲਪਨਾ ਕਰਦਾ ਹੈ।" ਦੇਖੋ ਪੰਨਾਂ 55, 330 ਅਤੇ 122.

नैव किञ्चित्करोमीति युक्तो मन्येत तत्त्ववित्।
पश्यञ्शृण्वन्स्पृशञ्जिघ्रन्नश्नन्गच्छन्स्वपञ्श्वसन्।।8।।
प्रलपन्विसृजन्गृह्णन्नुन्मिषन्निमिषन्नपि।
इन्द्रियाणीन्द्रियार्थेषु वर्तन्त इति धारयन्।।9।।
— श्रीमद्भगवद्गीता, अध्याय V

ਕਦੇ ਵੀ ਆਪਣੇ ਆਪ ਨੂੰ ਕਾਰਨ ਜਾਂ ਕਰਤਾ ਨਹੀਂ ਸੀ ਬਣਨ ਦਿੱਤਾ। ਸਰਬ-ਉੱਚ ਰੋਗ ਨਿਵਾਰਕ ਸ਼ਕਤੀ ਦੇ ਪ੍ਰਤੀ ਪੂਰਨ ਆਤਮ-ਸਮਰਪਨ ਦੇ ਕਾਰਨ, ਗੁਰੂਦੇਵ ਉਸ ਸ਼ਕਤੀ ਦਾ ਆਪਣੇ ਵਿਚੋਂ ਮੁਕਤ ਰੂਪ ਵਿਚ ਪ੍ਰਵਾਹਿਤ ਹੋਣਾ ਸੁਲੱਭ ਬਣਾ ਦਿੰਦੇ ਸਨ।

ਲਾਹਿੜੀ ਮਹਾਸ਼ਯ ਨੇ, ਜਿਨ੍ਹਾਂ ਅਨੇਕ ਸਰੀਰਾਂ ਨੂੰ ਚਮਤਕਾਰੀ ਢੰਗ ਨਾਲ ਠੀਕ ਕੀਤਾ, ਭਾਵੇਂ ਉਨ੍ਹਾਂ ਨੂੰ ਆਖਰ ਨੂੰ ਚਿਤਾ ਦੀ ਅਗਨੀ ਦਾ ਭਖਸ਼ਣ ਬਣਨਾ ਹੀ ਪਿਆ, ਪਰ ਉਨ੍ਹਾਂ ਨੇ ਲੋਕਾਂ ਦੇ ਅੰਦਰ ਜੋ ਅਧਿਆਤਮਿਕ ਜਾਗ੍ਰਿਤੀ ਪੈਦਾ ਕੀਤੀ ਅਤੇ ਜੋ ਈਸਾ ਵਰਗੇ ਸ਼ਗਿਰਦ ਤਿਆਰ ਕੀਤੇ, ਉਹ ਹੀ ਉਨ੍ਹਾਂ ਦੇ ਅਜ਼ਰ ਅਮਰ ਚਮਤਕਾਰ ਹਨ।

ਮੈਂ ਸੰਸਕਰਿਤ ਦਾ ਵਿਦਵਾਨ ਕਦੇ ਨਾ ਬਣ ਸਕਿਆ। ਕੇਵਲਾ ਨੰਦ ਜੀ ਨੇ ਮੈਨੂੰ ਉਸ ਤੋਂ ਵੀ ਜਿਆਦਾ ਦਿਵੱਯ ਭਾਸ਼ਾ ਪੜ੍ਹਾ ਦਿੱਤੀ।

ਤੱਤਵ ਨੂੰ ਜਾਨਣ ਵਾਲਾ, ਈਸ਼ਵਰ ਦੇ ਨਾਲ ਇੱਕ ਹੋ ਜਾਣ ਦੇ ਕਾਰਨ ਇਹ ਅਨੁਭਵ ਕਰਦਾ ਹੈ, ਕਿ "ਮੈਂ ਆਪਣੇ ਆਪ ਕੁਝ ਵੀ ਨਹੀਂ ਕਰਦਾ ਜਦੋਂ ਕਿ ਉਹ ਦੇਖਦਾ ਹੈ, ਸੁਣਦਾ ਹੈ, ਚੱਲਦਾ ਹੈ, ਸੌਂਦਾ ਹੈ, ਸਾਹ ਲੈਂਦਾ ਹੈ, ਬੋਲਦਾ ਹੈ, ਅਸਵੀਕਾਰ ਕਰਦਾ ਹੈ, ਰੱਖਦਾ ਹੈ, ਅੱਖਾਂ ਖੋਲਦਾ ਹੈ ਅਤੇ ਬੰਦ ਕਰਦਾ ਹੈ, ਕਿਉਂਕਿ ਉਹ ਸਮਝ ਜਾਂਦਾ ਹੈ ਕਿ ਇਹ ਤਾਂ ਕੇਵਲ ਇੰਦਰੀਆਂ ਹੀ ਇੰਦਰੀਆਂ ਦੇ ਅਰਥਾਂ ਵਿਚ ਵਰਤ ਰਹੀਆਂ ਹਨ।" (ਸ਼੍ਰੀ ਮਦ ਭਗਵਤ ਗੀਤਾ V:8-9)

प्रकृत्यैव च कर्माणि क्रियमाणानि सर्वशः।
यः पश्यति तथात्मानमकर्तारं स पश्यति।।29।।

— श्रीमद्भगवद्गीता, अध्याय XIII

"ਜੋ ਮਨੁੱਖ ਸੰਪੂਰਨ ਕਰਮਾਂ ਨੂੰ ਸਭ ਪ੍ਰਕਾਰ ਨਾਲ ਕੁਦਰਤ ਦੇ ਦੁਆਰਾ ਕੀਤੇ ਜਾਂਦੇ ਦੇਖਦਾ ਹੈ ਅਤੇ ਆਤਮਾ ਨੂੰ ਅਕਰਤਾ ਦੇਖਦਾ ਹੈ, ਉਹ ਹੀ ਯਥਾਰਥ ਦੇਖਦਾ ਹੈ।" (ਸ਼੍ਰੀ ਮਦ ਭਗਵਤ ਗੀਤਾ XIII:29)

अजोऽपि सन्नव्ययात्मा भूतानमीश्वरोऽपि सन्।
प्रकृतिं स्वामधिष्ठाय सम्भवाम्यात्ममामया।।6।।

— श्रीमद्भगवद्गीता, अध्याय IV

"ਮੈਂ ਅਜਨਮਾ ਅਵਿਨਾਸ਼ੀ ਸ੍ਵਰੂਪ ਹੁੰਦਿਆਂ ਹੋਇਆਂ ਵੀ, ਸਾਰੇ ਪ੍ਰਾਣੀਆਂ ਦਾ ਈਸ਼ਵਰ ਹੁੰਦਿਆਂ ਹੋਇਆਂ ਵੀ, ਆਪਣੀ ਕੁਦਰਤ ਨੂੰ ਅਧੀਨ ਕਰਕੇ, ਆਪਣੀ ਯੋਗ ਮਾਇਆ ਨਾਲ ਪ੍ਰਗਟ ਹੁੰਦਾ ਹਾਂ।" (ਸ਼੍ਰੀ ਮਦ ਭਗਵਤ ਗੀਤਾ IV:6)

दैवी ह्योषा गुणमयी मम माया दुरत्यया।
मामेव ये प्रपद्यन्ते मायामेतां तरन्ति तो।।14।।

— श्रीमद्भगवद्गीता, अध्याय VII

"ਇਹ ਅਲੌਕਿਕ, ਮਤਲਬ ਬਹੁਤ ਜਿਆਦਾ ਅਦਭੁਤ ਤਿਰਗੁਣਮਈ ਮੇਰੀ ਮਾਇਆ ਬੜੀ ਦੁਸਤਰ (ਦੁਰਲੰਘ) ਹੈ, ਪ੍ਰੰਤੂ ਜੋ ਲੋਕ ਕੇਵਲ ਮੈਨੂੰ ਹੀ ਨਿਰੰਤਰ ਭਜਦੇ ਹਨ, ਉਹ ਇਸ ਮਾਇਆ ਨੂੰ ਲੰਘ ਜਾਂਦੇ ਹਨ, ਮਤਲਬ ਸੰਸਾਰ ਸਮੁੰਦਰ ਤੋਂ ਤੈਰ ਕੇ ਪਾਰ ਹੋ ਜਾਂਦੇ ਹਨ।" (ਸ਼੍ਰੀ ਮਦ ਭਗਵਤ ਗੀਤਾ VII:14)

—ਸ਼੍ਰੀ ਮਦ ਭਗਵਤ ਗੀਤਾ (ਅਰਨੌਲਡ ਦਾ ਅਨੁਵਾਦ)

ਚੈਪਟਰ 5

ਗੰਧ ਬਾਬਾ ਦੇ ਚਮਤਕਾਰੀ ਪਰਦਰਸ਼ਨ

"ਇਸ ਸੰਸਾਰ ਵਿਚ ਹਰ ਇਕ ਚੀਜ਼ ਦਾ ਇੱਕ ਵਿਸ਼ੇਸ਼ ਮੌਸਮ ਹੈ ਅਤੇ ਹਰ ਇੱਕ ਕੰਮ ਦਾ ਇੱਕ ਵਿਸ਼ੇਸ਼ ਸਮਾਂ ਹੁੰਦਾ ਹੈ।"*

ਆਪਣੇ ਦਿਲ ਨੂੰ ਧਰਵਾਸ ਦੇਣ ਵਾਸਤੇ 'ਸੋਲੋਮਨ' ਦੇ† ਇਸ ਵਿਦਵਤਾ ਭਰੇ ਮਸ਼ਵਰੇ ਦੀ, ਮੈਨੂੰ ਉਸ ਵਕਤ ਜਾਣਕਾਰੀ ਨਹੀਂ ਸੀ। ਘਰ ਤੋਂ ਬਾਹਰ ਜਿੱਥੇ ਕਿਤੇ ਵੀ ਮੈਂ ਘੁੰਮਣ ਜਾਂਦਾ, ਮੇਰੀਆਂ ਅੱਖਾਂ ਆਪਣੇ ਇਰਦ ਗਿਰਦ ਭੀੜ ਵਿਚੋਂ ਆਪਣੇ ਲਈ ਨਿਰਧਾਰਿਤ ਗੁਰੂ ਨੂੰ ਢੂੰਡਦੀਆਂ ਰਹਿੰਦੀਆਂ। ਪ੍ਰੰਤੂ ਮੇਰੀ ਹਾਈ ਸਕੂਲ ਦੀ ਪੜ੍ਹਾਈ ਖਤਮ ਹੋਣ ਤਕ, ਮੇਰੀ ਉਨ੍ਹਾਂ ਨਾਲ ਮੁਲਾਕਾਤ ਨਾ ਹੋ ਸਕੀ।

ਅਮਰ ਦੇ ਨਾਲ ਹਿਮਾਲਿਆ ਵੱਲ ਭੱਜਣ ਵਿਚ ਅਸਫਲ ਰਹਿਣ ਵਾਲੀ ਘਟਨਾ ਅਤੇ ਸ੍ਰੀ ਯੁਕਤੇਸ਼ਵਰ ਜੀ ਦੇ ਮੇਰੇ ਜੀਵਨ ਵਿਚ ਪ੍ਰਵੇਸ਼ ਕਰਨ ਦੇ ਮਹਾਨ ਦਿਨ ਦੇ ਦੌਰਾਨ ਦੋ ਸਾਲ ਲੰਘ ਗਏ। ਇਸ ਦੌਰਾਨ ਮੈਂ ਕਈ ਸੰਤਾਂ ਮਹਾਤਮਾਵਾਂ ਨੂੰ ਮਿਲਿਆ, ਜਿਵੇਂ ਕਿ ਗੰਧ ਬਾਬਾ, ਬਾਘ ਸਵਾਮੀ, ਨਗੇਂਦਰ ਨਾਥ ਭਾਦੁੜੀ, ਮਾਸਟਰ ਮਹਾਸ਼ਯ ਅਤੇ ਪ੍ਰਸਿੱਧ ਬੰਗਾਲੀ ਵਿਗਿਆਨਿਕ ਸਰ ਜਗਦੀਸ ਚੰਦਰ ਬੋਸ।

ਗੰਧ ਬਾਬਾ ਨਾਲ ਮੇਰੇ ਮਿਲਣ ਦੀਆਂ ਦੋ ਭੂਮਿਕਾਵਾਂ ਸਨ। ਇੱਕ ਸੁਖਾਵੀਂ ਅਤੇ ਦੂਜੀ ਮਜ਼ਾਕੀਆ।

"ਪ੍ਰਮਾਤਮਾ ਸਰਲ ਹੈ ਬਾਕੀ ਸਾਰੀਆਂ ਚੀਜ਼ਾਂ ਗੁੰਝਲਦਾਰ। ਕੁਦਰਤ ਦੇ ਸਾਪੇਖ ਸੰਸਾਰ ਵਿਚ ਸੰਪੂਰਨਤਾ ਪ੍ਰਾਪਤ ਕਰਨ ਦੀ ਉਮੀਦ ਨਾ ਰੱਖੋ।"

ਇਹ ਦਾਰਸ਼ਨਿਕ ਤੱਤ ਕੋਮਲਤਾ ਨਾਲ ਉਸ ਵਕਤ ਮੇਰੇ ਕੰਨੀ ਪਿਆ, ਜਦੋਂ ਮੈਂ ਮੰਦਰ ਵਿਚ ਕਾਲੀ ਮਾਤਾ‡ ਦੀ ਮੂਰਤੀ ਸਾਹਮਣੇ ਖੜ੍ਹਾ ਸੀ। ਮੈਂ ਪਲਟ ਕੇ ਦੇਖਿਆ ਤਾਂ ਮੇਰੇ

* *ਸਭਾ ਉਪਦੇਸ਼ਕ* 3:1 (ਬਾਈਬਲ)

† ਈਸਾ ਪੂਰਵ ਦਸਵੀਂ ਸਦੀ ਦਾ ਇਜ਼ਰਾਈਲ ਦਾ ਇੱਕ ਬਹੁਤ ਵੱਡਾ ਪ੍ਰਤਾਪੀ ਰਾਜਾ, ਜਿਸ ਨੇ ਬੁੱਧੀ, ਵਿਵੇਕ ਅਤੇ ਨਿਆਂ ਪੂਰਨ ਅਸੂਲਾਂ ਨਾਲ ਇਸ ਤਰ੍ਹਾਂ ਰਾਜ ਕੀਤਾ, ਕਿ ਉਸ ਦਾ ਨਾਂ ਬੁੱਧੀਮਾਨੀ ਦਾ ਸਮਾਨਅਰਥੀ ਸ਼ਬਦ ਬਣ ਗਿਆ।

‡ "ਕਾਲੀ ਮਾਤਾ ਕੁਦਰਤ ਦੇ ਸਨਾਤਨ ਸਿਧਾਂਤ ਦੀ ਨੁਮਾਇੰਦਗੀ ਕਰਦੀ ਹੈ। ਪਰੰਪਰਾਗਤ ਰੂਪ ਵਿਚ ਉਸ ਨੂੰ ਅਨੰਤ ਸ਼ਕਤੀ ਅਰਥਾਤ ਭਗਵਾਨ ਸ਼ਿਵ ਦੇ ਲੇਟੇ ਹੋਏ ਸਰੀਰ ਉੱਪਰ ਖੜ੍ਹੀ, ਚਤੁਰਭੁਜੀ ਇਸਤਰੀ ਦੇ ਰੂਪ ਵਿਚ ਚਿਤਰਿਤ ਕੀਤਾ ਜਾਂਦਾ ਹੈ। ਕਿਉਂਕਿ ਕੁਦਰਤ ਜਾਂ ਇਸ ਦ੍ਰਿਸ਼ਮਾਨ ਸੰਸਾਰ ਦੀਆਂ ਸਾਰੀਆਂ ਕ੍ਰਿਆਵਾਂ ਨਿਰਗੁਣ

ਸਾਹਮਣੇ ਇੱਕ ਲੰਬੇ ਕੱਦ ਦਾ ਆਦਮੀ ਖੜ੍ਹਾ ਸੀ। ਜਿਸ ਦੇ ਪਹਿਰਾਵੇ ਤੋਂ ਅਤੇ ਪਹਿਰਾਵੇ ਦੀ ਅਣਹੋਂਦ ਤੋਂ, ਇਸ ਤਰ੍ਹਾਂ ਪ੍ਰਤੀਤ ਹੁੰਦਾ ਸੀ, ਕਿ ਉਹ ਕੋਈ ਰਮਤਾ ਸਾਧੂ ਸੀ।

"ਆਪ ਨੇ ਸੱਚ ਮੁੱਚ ਹੀ ਮੇਰੇ ਵਿਚਾਰਾਂ ਨੂੰ ਜਾਣ ਲਿਆ ਹੈ।" ਮੈਂ ਅਹਿਸਾਨਮੰਦ ਹੁੰਦਿਆਂ ਮੁਸਕਰਾਇਆ। "ਕੁਦਰਤ ਦੀ ਕਲਿਆਣਕਾਰੀ ਅਤੇ ਵਿਨਾਸ਼ਕਾਰੀ ਰੂਪਾਂ ਦੀ ਇਸ ਉਲਝਣ ਨੇ, ਜਿਸ ਦੀ ਪ੍ਰਤੀਕ ਮਾਂ ਕਾਲੀ ਹੈ, ਮੈਥੋਂ ਜਿਆਦਾ ਬੁੱਧੀਮਾਨ ਲੋਕਾਂ ਨੂੰ ਵੀ ਉਲਝਣ ਵਿਚ ਪਾ ਦਿੱਤਾ ਹੈ।"

"ਬਹੁਤ ਹੀ ਘੱਟ ਲੋਕ ਹਨ ਜੋ ਪ੍ਰਮਾਤਮਾ ਦੇ ਇਸ ਭੇਦ ਨੂੰ ਸੁਲਝਾ ਸਕਦੇ ਹਨ ਅਤੇ ਚੰਗਿਆਈ ਅਤੇ ਬੁਰਾਈ ਤਾਂ ਹਰ ਇੱਕ ਮਨੁੱਖ ਦੀ ਬੁੱਧੀ ਨੂੰ ਚੁਣੌਤੀ ਦੇਣ ਵਾਲੀ ਉਹ ਬੁਝਾਰਤ ਹੈ, ਜਿਸ ਨੂੰ ਜ਼ਿੰਦਗੀ ਨੇ ਉਸ ਦੇ ਸਾਹਮਣੇ ਇੱਕ ਸਫਿੰਕਸ* ਵਾਂਗ ਖੜ੍ਹਾ ਕਰ ਦਿੱਤਾ ਹੈ। ਇਸ ਬੁਝਾਰਤ ਨੂੰ ਸੁਲਝਾਉਣ ਦੀ ਕੋਸ਼ਿਸ਼ ਨਾ ਕਰਦਿਆਂ, ਬਹੁਤ ਸਾਰੇ ਲੋਕ ਇਸ ਦਾ ਖਮਿਆਜ਼ਾ ਆਪਣੀ ਜਾਨ ਦੇ ਕੇ ਹੀ ਭਰਦੇ ਹਨ। ਇਹ ਖਮਿਆਜ਼ਾ ਭਰਨਾ ਅੱਜ ਵੀ ਓਨਾ ਹੀ ਲਾਗੂ ਹੁੰਦਾ ਹੈ, ਜਿੰਨਾ 'ਥੇਬਸ' ਦੇ ਦਿਨਾਂ ਵਿਚ ਲਾਗੂ ਹੁੰਦਾ ਸੀ। ਕਦੇ ਕਦਾਈਂ ਹੀ, ਕੋਈ ਇੱਕ ਅੱਧ ਅਤਿਅੰਤ ਉੱਚ ਕੋਟੀ ਦਾ ਇਨਸਾਨ ਹਾਰ ਨਹੀਂ ਮੰਨਦਾ ਅਤੇ ਉਹ ਦਵੈਤ ਦੀ ਮਾਇਆ† ਤੋਂ ਅਦਵੈਤ ਦੇ ਅਖੰਡ ਸੱਚ ਦੇ ਫੁੱਲ ਨੂੰ ਤੋੜ ਲੈਂਦਾ ਹੈ।"

"ਸ੍ਰੀਮਾਨ ਜੀ, ਆਪ ਜੀ ਦੇ ਸ਼ਬਦਾਂ ਵਿਚ ਬੜਾ ਦ੍ਰਿੜ ਵਿਸ਼ਵਾਸ ਦਿਖਾਈ ਦਿੰਦਾ ਹੈ।"

"ਗਿਆਨ ਦੀ ਪ੍ਰਾਪਤੀ ਵਾਸਤੇ, ਮੈਂ ਬੜੇ ਸਬਰ ਨਾਲ, ਦੁਖਦਾਈ ਰਸਤੇ ਉੱਪਰ ਚਲਦਿਆਂ, ਈਮਾਨਦਾਰੀ ਨਾਲ ਆਤਮ-ਵਿਸ਼ਲੇਸ਼ਨ ਦਾ ਲੰਬੇ ਸਮੇਂ ਤਕ ਅਭਿਆਸ ਕੀਤਾ

ਬ੍ਰਹਮਾ ਤੋਂ ਉਤਪੰਨ ਹੁੰਦੀਆਂ ਹਨ। ਚਾਰ ਬਾਹਾਂ, ਸੰਸਾਰ ਵਿਚ ਵਿਆਪਤ ਦਵੈਤ ਦੇ ਮੂਲ ਅਧਾਰ ਭੂਤ ਗੁਣਾਂ ਦੀਆਂ ਪ੍ਰਤੀਕ ਹਨ। ਦੋ ਕਲਿਆਣਕਾਰੀ ਅਤੇ ਦੋ ਵਿਨਾਸ਼ਕਾਰੀ।"

* ਯੂਨਾਨ ਦੀਆਂ ਪੌਰਾਣਿਕ ਕਥਾਵਾਂ ਵਿਚ ਵਰਣਿਤ, ਇੱਕ ਬਹੁਤ ਵੱਡੇ ਸਰੀਰ ਵਾਲੇ ਰਾਕਸ਼ ਸਫਿੰਕਸ ਨੂੰ, ਸ਼ੇਰ ਜਾਂ ਕੁੱਤੇ ਦੇ ਸਰੀਰ ਉੱਪਰ, ਇਸਤਰੀ ਦੇ ਮੁਖੜੇ ਅਤੇ ਸਿਰ ਉੱਪਰ ਖੰਭਾਂ ਨਾਲ ਦਿਖਾਇਆ ਜਾਂਦਾ ਹੈ। ਯੂਨਾਨ ਦੇ ਪ੍ਰਾਚੀਨ ਸ਼ਹਿਰ ਥੇਬਸ ਦੇ ਨੇੜੇ ਆਉਣ ਵਾਲੇ ਹਰ ਮਨੁੱਖ ਨੂੰ, ਇਹ ਰਾਕਸ਼ ਇੱਕ ਬੁਝਾਰਤ ਪਾਉਂਦਾ ਸੀ ਅਤੇ ਜੋ ਉਸ ਦੀ ਬੁਝਾਰਤ ਨਾ ਬੁਝ ਸਕਦਾ, ਤਾਂ ਉਸ ਨੂੰ ਖਾ ਜਾਂਦਾ ਸੀ।

† ਬ੍ਰਹਿਮੰਡੀ ਭਰਮ:- ਸ਼ਾਬਦਿਕ ਅਰਥ, 'ਮਾਪ ਲੈਣ ਵਾਲਾ', ਮਾਇਆ ਇੱਕ ਜਾਦੂਈ ਸ਼ਕਤੀ ਹੈ, ਜਿਸ ਕਾਰਨ ਇਸ ਅਮਿਣਵੇਂ ਅਤੇ ਅਨਿਖੜਵੇਂ ਸੰਸਾਰ ਵਿਚ ਮਿਣਤੀਆਂ ਅਤੇ ਨਿਖੇੜਿਆਂ ਦਾ ਆਭਾਸ ਹੁੰਦਾ ਹੈ।
ਐਮਰਸਨ ਨੇ *ਮਾਯਾ* ਉੱਪਰ ਇੱਕ ਕਵਿਤਾ ਲਿਖੀ ਹੈ। (ਜਿਸਨੂੰ ਉਸ ਨੇ *ਮਾਇਆ* ਲਿਖਿਆ ਹੈ):

> ਮਾਇਆ ਦੇ ਕੀਤੇ ਕੰਮ ਅਛੇਦ ਹਨ,
> ਉਹ ਜਾਲ ਉੱਪਰ ਜਾਲ ਬੁਣਦੀ ਜਾਂਦੀ ਹੈ,
> ਉਸ ਦੇ ਮਨਮੋਹਕ ਚਿੱਤਰਾਂ ਦਾ ਕੋਈ ਅੰਤ ਨਹੀਂ,
> ਇਹ ਇੱਕ ਦੇ ਉੱਪਰ ਇੱਕ ਪਰਦਿਆਂ ਦੇ ਸਮੂਹ ਬੁਣਦੀ ਜਾਂਦੀ ਹੈ,
> ਇਹ ਇੱਕ ਐਸੀ ਜਾਦੂਗਰਨੀ ਹੈ ਕਿ ਧੋਖਾ ਖਾਣ ਲਈ ਤਰਸਣ ਵਾਲਾ ਆਦਮੀ,
> ਇਸ ਉੱਪਰ ਵਿਸ਼ਵਾਸ ਕਰ ਹੀ ਲੈਂਦਾ ਹੈ।

ਹੈ। ਆਤਮ-ਵਿਸ਼ਲੇਸ਼ਣ ਜਾਂ ਆਪਣੇ ਵਿਚਾਰਾਂ ਉੱਪਰ ਲਗਾਤਾਰ ਕਠੋਰ ਨਜ਼ਰ ਰੱਖਣਾ, ਇੱਕ ਸਖਤ ਅਤੇ ਚਕਨਾਚੂਰ ਕਰ ਦੇਣ ਵਾਲਾ ਤਜਰਬਾ ਹੈ। ਇਹ ਸ਼ਕਤੀਸ਼ਾਲੀ ਤੋਂ ਸ਼ਕਤੀਸ਼ਾਲੀ ਹੰਕਾਰ ਨੂੰ ਚੂਰ ਚੂਰ ਕਰ ਦਿੰਦਾ ਹੈ। ਪ੍ਰੰਤੂ ਸੱਚਾ ਆਤਮ-ਵਿਸ਼ਲੇਸ਼ਣ ਹਿਸਾਬ ਦੇ ਫਾਰਮੂਲਿਆਂ ਵਾਂਗ ਸੱਚੇ ਸਿੱਧ ਪੁਰਸ਼ ਪੈਦਾ ਕਰਨ ਦਾ ਕੰਮ ਕਰਦਾ ਹੈ। ਆਦਮੀ ਦਾ ਆਪਣੇ ਹੀ ਵਿਚਾਰਾਂ ਦੇ ਪ੍ਰਤੀ ਬਹੁਤ ਜਿਆਦਾ ਪ੍ਰੇਮ ਅਤੇ ਆਤਮ ਪ੍ਰਸ਼ੰਸਾ ਦਾ ਪੱਕਾ ਰਵੱਈਆ ਹੰਕਾਰ ਪੈਦਾ ਕਰਦਾ ਹੈ, ਜੋ ਪ੍ਰਮਾਤਮਾ ਅਤੇ ਸੰਸਾਰ ਦੀ ਆਪਣੇ ਹੀ ਢੰਗ ਨਾਲ ਵਿਆਖਿਆ ਕਰਨੀ ਆਪਣਾ ਅਧਿਕਾਰ ਸਮਝਦਾ ਹੈ।''

''ਇਹੋ ਜਿਹੀ ਹੈਂਕੜਬਾਜ਼ ਝੂਠੀ ਮੌਲਿਕਤਾ ਦੇ ਸਾਹਮਣੇ ਸਚਾਈ ਨਿਮਰਤਾ ਨਾਲ ਪਿੱਛੇ ਹਟ ਜਾਂਦੀ ਹੈ।'' ਮੈਂ ਇਸ ਵਾਰਤਾਲਾਪ ਦਾ ਆਨੰਦ ਲੈ ਰਿਹਾ ਸੀ।

''ਆਦਮੀ ਓਨੀ ਦੇਰ ਤਕ ਕੋਈ ਅਜ਼ਲੀ ਸਚਾਈ ਨਹੀਂ ਸਮਝ ਸਕਦਾ, ਜਿੰਨੀ ਦੇਰ ਤਕ ਉਹ ਸ਼ੇਖੀ ਖੋਰੀ ਜਿਹੀਆਂ ਭੈੜੀਆਂ ਅਲਾਮਤਾਂ ਤੋਂ ਛੁਟਕਾਰਾ ਨਹੀਂ ਪਾ ਲੈਂਦਾ। ਸਦੀਆਂ ਤੋਂ ਇਕੱਠੇ ਹੋ ਰਹੇ ਮੋਹ ਰੂਪੀ ਚਿੱਕੜ ਵਿਚ ਲਿਬੜਿਆ ਮਨੁੱਖੀ ਮਨ ਅਣਗਿਣਤ ਸੰਸਾਰਕ ਭਰਮ-ਭੁਲੇਖਿਆਂ ਦੇ ਉਲਝੇਵਿਆਂ ਨਾਲ ਭਰਪੂਰ ਹੈ। ਯੁੱਧ ਦੇ ਮੈਦਾਨ ਦੀਆਂ ਲੜਾਈਆਂ, ਫਿੱਕੀਆਂ ਹੋ ਕੇ ਮਹੱਤਵਹੀਨ ਹੋ ਜਾਂਦੀਆਂ ਹਨ, ਜਦੋਂ ਮਨੁੱਖ ਨੂੰ ਪਹਿਲੀ ਵਾਰ ਆਪਣੇ ਅੰਦਰਲੇ ਦੁਸ਼ਮਣਾਂ ਦਾ ਸਾਹਮਣਾ ਕਰਨਾ ਪੈਂਦਾ ਹੈ। ਇਹ ਕੋਈ ਮਰਨਸ਼ੀਲ ਸਰੀਰਧਾਰੀ ਦੁਸ਼ਮਣ ਨਹੀਂ, ਜਿਨ੍ਹਾਂ ਨੂੰ ਫੌਜ ਦੀ ਮਜ਼ਬੂਤ ਹਥਿਆਰਬੰਦੀ ਨਾਲ ਕਾਬੂ ਕੀਤਾ ਜਾ ਸਕਦਾ ਹੋਵੇ। ਸਰਬਵਿਆਪਕ, ਅਣਥੱਕ, ਨੀਂਦ ਵਿਚ ਵੀ ਪਿੱਛਾ ਨਾ ਛੱਡਣ ਵਾਲੇ, ਅਗਿਆਨੀ ਇੱਛਾਵਾਂ ਦੇ ਜ਼ਹਿਰੀਲੇ ਮਾਰੂ ਹਥਿਆਰਾਂ ਨਾਲ ਲੈਸ, ਇਹ ਫੌਜ ਸਾਨੂੰ ਸਾਰਿਆਂ ਨੂੰ ਨਸ਼ਟ ਕਰਨ ਦੇ ਮੌਕੇ ਲੱਭਦੀ ਰਹਿੰਦੀ ਹੈ। ਵਿਚਾਰਹੀਨ ਹੈ ਉਹ ਆਦਮੀ, ਜਿਹੜਾ ਸਰਬਸਾਂਝੇ ਮੁਕੱਦਰ ਅੱਗੇ ਹਥਿਆਰ ਸੁੱਟ ਕੇ ਆਪਣੇ ਆਦਰਸ਼ਾਂ ਦਾ ਗਲਾ ਘੁੱਟ ਦਿੰਦਾ ਹੈ, ਕੀ ਉਹ ਇੱਕ ਨਿਪੁੰਸਕ, ਪ੍ਰਾਣਹੀਨ ਅਤੇ ਕਲੰਕਤ ਤੋਂ ਇਲਾਵਾ ਹੋਰ ਕੁਝ ਵੀ ਹੋ ਸਕਦਾ ਹੈ?''

''ਸਤਕਾਰਯੋਗ ਸ੍ਰੀਮਾਨ ਜੀ, ਕੀ ਭੁੱਲਿਆਂ ਭਟਕਿਆਂ ਵਾਸਤੇ ਤੁਹਾਡੇ ਦਿਲ ਵਿਚ ਕੋਈ ਹਮਦਰਦੀ ਨਹੀਂ ਹੈ?''

ਸੰਤ ਮਹਾਰਾਜ, ਕੁਝ ਦੇਰ ਚੁੱਪ ਰਹੇ ਅਤੇ ਫਿਰ ਸਿੱਧਾ ਜਵਾਬ ਦੇਣ ਤੋਂ ਟਾਲਮਟੋਲ ਕਰਦਿਆਂ, ਗੋਲ ਮੋਲ ਜਿਹਾ ਜਵਾਬ ਦਿੱਤਾ।

''ਅਦ੍ਰਿਸ਼ ਪ੍ਰਮਾਤਮਾ, ਜੋ ਸਾਰੇ ਉੱਤਮ ਗੁਣਾਂ ਦਾ ਭੰਡਾਰ ਹੈ ਅਤੇ ਦ੍ਰਿਸ਼ਟੀ ਗੋਚਰ ਮਨੁੱਖ, ਜਿਸ ਵਿਚ ਪ੍ਰਤੱਖ ਤੌਰ ਤੇ ਇੱਕ ਵੀ ਉੱਤਮ ਗੁਣ ਦਿਖਾਈ ਨਹੀਂ ਦਿੰਦਾ, ਦੋਨਾਂ ਨੂੰ ਇਕੋ ਵੇਲੇ ਪਿਆਰ ਕਰਨਾ, ਆਦਮੀ ਨੂੰ ਉਲਝਣ ਵਿਚ ਪਾ ਦਿੰਦਾ ਹੈ। ਪ੍ਰੰਤੂ ਸੁਲਝਾਉਣ ਦੀ ਨਿਪੁੰਨਤਾ ਵੀ ਭੁੱਲ ਭੁਲਈਆਂ ਤੋਂ ਘੱਟ ਨਹੀਂ। ਡੂੰਘੀ ਖੋਜ ਛੇਤੀ ਹੀ ਸਾਰੇ ਮਨੁੱਖੀ

ਦਿਮਾਗਾਂ ਦੀ ਏਕਤਾ ਨੂੰ ਦਰਸਾਉਂਦੀ ਹੈ। ਜਿਨ੍ਹਾਂ ਵਿਚ ਸੁਆਰਥੀ ਉਦੇਸ਼ਾਂ ਦਾ ਸਭ ਤੋਂ ਪੱਕਾ ਰਿਸ਼ਤਾ, ਘੱਟੋ ਘੱਟ ਇਸ ਇੱਕ ਅਰਥ ਵਿਚ ਮਨੁੱਖੀ ਭਾਈਚਾਰੇ ਦੇ ਪ੍ਰਗਟਾਵੇ ਦੇ ਰੂਪ ਵਿਚ ਮਿਲਦਾ ਹੈ। ਇਹ ਸਮਾਨਤਾ ਦੀ ਖੋਜ ਆਦਮੀ ਦੇ ਦਿਲ ਅੰਦਰ ਭੈਅ ਪੂਰਨ ਨਿਮਰਤਾ ਪੈਦਾ ਕਰਦੀ ਹੈ। ਇਹ ਨਿਮਰਤਾ ਵਿਕਾਸ ਕਰਦੀ ਹੋਈ ਆਤਮਾ ਦੀਆਂ ਰੋਗ ਨਿਵਾਰਕ ਸ਼ਕਤੀਆਂ ਦੀ ਤਾਕਤ ਦੀ ਖੋਜ ਕਰਨ ਵੱਲ ਕੋਈ ਧਿਆਨ ਨਾ ਦਿੰਦਿਆਂ ਆਪਣੇ ਭਾਈਚਾਰੇ ਵੱਲ ਹਮਦਰਦੀ ਵਿਚ ਬਦਲ ਜਾਂਦੀ ਹੈ।

"ਸ੍ਰੀਮਾਨ ਜੀ, ਹਰ ਇੱਕ ਯੁਗ ਵਿਚ ਹੀ ਸੰਤਾਂ ਮਹਾਤਮਾਵਾਂ ਨੇ ਆਪ ਵਾਂਗ ਸੰਸਾਰਕ ਦੁਖਾਂ ਨੂੰ ਮਹਿਸੂਸ ਕੀਤਾ ਹੈ।"

"ਸਿਰਫ ਮੂਰਖ ਆਦਮੀ ਹੀ ਦੂਸਰੇ ਦੀ ਜ਼ਿੰਦਗੀ ਦੇ ਦੁੱਖਾਂ ਦੇ ਪ੍ਰਤੀ ਸੰਵੇਦਨਸ਼ੀਲਤਾ ਗੁਆ ਬੈਠਦਾ ਹੈ, ਕਿਉਂਕਿ ਉਹ ਆਪਣੇ ਹੀ ਸੰਕੀਰਨ ਦੁੱਖਾਂ ਵਿਚ ਉਲਝਿਆ ਰਹਿੰਦਾ ਹੈ।" ਸਾਧੂ ਮਹਾਰਾਜ ਦਾ ਸਖਤ ਚਿਹਰਾ ਕੁਝ ਨਰਮ ਪੈ ਗਿਆ ਸੀ। "ਜਿਹੜਾ ਆਦਮੀ ਕਿਸੇ ਡਾਕਟਰ ਵਾਂਗ ਕੀਤੀ ਜਾਣ ਵਾਲੀ ਚੀਰ ਫਾੜ ਕਰਕੇ, ਆਪਣੇ ਮਨ ਦਾ ਡੂੰਘਾ ਵਿਸ਼ਲੇਸ਼ਨ ਕਰੇਗਾ, ਉਹ ਆਪਣੇ ਅੰਦਰ ਹੀ ਸਰਬਲੌਕਿਕ ਦਇਆ ਵਿਕਸਿਤ ਹੁੰਦੀ ਦੇਖੇਗਾ, ਤਾਂ ਉਸ ਨੂੰ ਹੰਕਾਰ ਦੀਆਂ ਕੋਲਾਹਲ ਭਰੀਆਂ ਮੰਗਾਂ ਤੋਂ ਛੁਟਕਾਰਾ ਮਿਲ ਜਾਵੇਗਾ। ਇਹੋ ਜਿਹੀ ਮਨੋ-ਭੂਮੀ ਉੱਪਰ ਹੀ ਪ੍ਰਮਾਤਮਾ ਦੇ ਪਿਆਰ ਦਾ ਫੁੱਲ ਖਿੜਦਾ ਹੈ। ਆਖਰ ਨੂੰ ਜੀਵ ਆਪਣੇ ਸਿਰਜਣਹਾਰ ਵੱਲ ਮੁੜਦਾ ਹੈ, ਭਾਵੇਂ ਕਿਸੇ ਹੋਰ ਕਾਰਨ ਕਰਕੇ ਨਹੀਂ, ਸਿਰਫ ਆਪਣੀ ਮਾਨਸਿਕ ਪੀੜ ਕਾਰਨ, ਇਹ ਪੁੱਛਣ ਵਾਸਤੇ, ਕਿਉਂ? ਪ੍ਰਮਾਤਮਾ ਇਹ ਕਿਉਂ? ਹੰਕਾਰ ਨੂੰ ਚੂਰ ਚੂਰ ਕਰ ਦੇਣ ਵਾਲੇ ਦੁੱਖਾਂ ਦੇ ਥਪੇੜੇ ਖਾ ਕੇ ਆਦਮੀ, ਆਖਰਕਾਰ, ਉਸ ਸਰਬਵਿਆਪਕ ਦੇ ਸਾਹਮਣੇ ਪਹੁੰਚ ਜਾਂਦਾ ਹੈ, ਜਿਸ ਦੀ ਸੁੰਦਰਤਾ ਦੀ ਸਿਰਫ ਇੱਕ ਝਲਕ ਹੀ ਉਸ ਨੂੰ ਮੋਹਿਤ ਕਰਨ ਵਾਸਤੇ ਕਾਫੀ ਹੈ।"

ਮੈਂ ਅਤੇ ਉਹ ਸਾਧੂ ਮਹਾਤਮਾ ਕੋਲਕਾਤਾ ਦੇ ਕਾਲੀਘਾਟ ਮੰਦਰ ਵਿਚ ਖੜ੍ਹੇ ਵਾਰਤਾਲਾਪ ਕਰ ਰਹੇ ਸੀ, ਜਿਸ ਦੀ ਮਹਿਮਾਮਈ ਸੁੰਦਰਤਾ ਅਤੇ ਸੱਜ ਧੱਜ ਦੇ, ਮੈਂ ਦਰਸ਼ਨ ਕਰਨ ਗਿਆ ਸੀ। ਮੰਦਰ ਦੀ ਅਲੰਕਾਰਕ ਸੋਭਾ ਵੱਲ ਹੱਥ ਦਾ ਇਸ਼ਾਰਾ ਕਰਦਿ ਆਂ, ਉਨ੍ਹਾਂ ਨੇ ਸਾਰੇ ਅਲੰਕਾਰਕ ਗੌਰਵ ਨੂੰ ਬੇ-ਮਕਸਦ ਕਹਿ ਕੇ ਨਕਾਰ ਦਿੱਤਾ।

"ਇੱਟਾਂ ਅਤੇ ਗਾਰਾ ਸਾਨੂੰ ਕੋਈ ਸੁਣਨਯੋਗ ਸੰਗੀਤ ਨਹੀਂ ਸੁਣਾ ਸਕਦੇ। ਸਿਰਫ ਅੰਤਰ-ਮਨ ਵਿਚੋਂ ਉੱਠਣ ਵਾਲੀ ਦਿਲ ਦੀ ਅਵਾਜ਼ ਹੀ, ਰੂਹ ਦੇ ਕਿਵਾੜ ਖੋਲ੍ਹ ਸਕਦੀ ਹੈ।"

ਮਨ ਨੂੰ ਲੁਭਾਉਣ ਵਾਲੀ ਧੁੱਪ ਦਾ ਨਿੱਘ ਮਾਨਣ ਵਾਸਤੇ, ਅਸੀਂ ਪਰਵੇਸ਼ ਦਰਵਾਜ਼ੇ ਵੱਲ ਗਏ, ਜਿੱਥੇ ਭਗਤਾਂ ਦੇ ਝੁੰਡਾਂ ਦਾ ਆਉਣਾ ਜਾਣਾ ਸ਼ੁਰੂ ਸੀ।

"ਤੂੰ ਅਜੇ ਜਵਾਨ ਹੈਂ।" ਸਾਧੂ ਮਹਾਰਾਜ ਮੈਨੂੰ ਕੁਝ ਵਿਚਾਰ ਪੂਰਵਕ ਦ੍ਰਿਸ਼ਟੀ ਨਾਲ ਨਿਹਾਰ ਰਹੇ ਸਨ। "ਭਾਰਤ ਵਰਸ਼ ਵੀ ਅਜੇ ਜਵਾਨ ਹੈ। ਪ੍ਰਾਚੀਨ ਰਿਸ਼ੀਆਂ* ਨੇ ਜੋ ਅਧਿਆਤਮਿਕ ਜੀਵਨ ਸ਼ੈਲੀ ਦੇ ਲਾਸਾਨੀ ਆਦਰਸ਼ ਸਥਾਪਿਤ ਕੀਤੇ ਸਨ, ਉਨ੍ਹਾਂ ਦੇ ਪ੍ਰਾਚੀਨ ਆਦੇਸ਼ ਅੱਜ ਵੀ, ਇਸ ਭਾਰਤ ਦੇਸ ਦੇ ਵਾਸਤੇ ਓਨੇ ਹੀ ਸਾਰਥਕ ਹਨ। ਉਨ੍ਹਾਂ ਦੇ ਅਨੁਸ਼ਾਸਨ ਦੇ ਨਿਯਮ, ਨਾ ਤਾਂ ਇਤਨੇ ਪੁਰਾਣੇ ਹਨ, ਕਿ ਅੱਜ ਦੇ ਸਭਿਆਚਾਰ ਵਿਚ ਲਾਗੂ ਨਾ ਕੀਤੇ ਜਾ ਸਕਣ ਅਤੇ ਨਾ ਹੀ ਇਤਨੇ ਰੂੜ੍ਹੀਵਾਦੀ ਹਨ, ਕਿ ਉਹ ਮਨੁੱਖਤਾ ਨੂੰ ਅੱਜ ਦੇ ਭੌਤਿਕਵਾਦੀ ਛਲਾਵਿਆਂ ਤੋਂ ਸੁੱਰਖਿਅਤ ਨਾ ਰੱਖ ਸਕਣ। ਇਸ ਵਾਸਤੇ ਅੱਜ ਵੀ ਭਾਰਤ ਉੱਪਰ ਉਨ੍ਹਾਂ ਦੀ ਪਕੜ ਮਜ਼ਬੂਤ ਹੈ। ਸ਼ਰਮਸਾਰ ਪੰਡਤ ਜਿੰਨੇ ਸਮਿਆਂ ਦਾ ਹਿਸਾਬ ਲਗਾ ਸਕਦੇ ਹਨ, ਉਸ ਤੋਂ ਵੀ ਕਿਤੇ ਜਿਆਦਾ ਸਮਿਆਂ ਤੋਂ- ਹਜ਼ਾਰਾਂ ਸਾਲਾਂ ਤੋਂ- ਸੰਦੇਹਸ਼ੀਲ ਸਮਿਆਂ ਨੇ ਵੇਦਾਂ ਦੀ ਉਪਯੋਗਤਾ ਨੂੰ ਪ੍ਰਮਾਣਿਤ ਕੀਤਾ ਹੈ ਕਿ ਇਸ ਨੂੰ ਆਪਣੀ ਵਿਰਾਸਤ ਦੇ ਰੂਪ ਵਿਚ ਗਰਿਹਣ ਕਰੋ।"

ਜਦੋਂ ਮੈਂ ਉਸ ਤੇਜ ਤਰਾਰ ਸਾਧੂ ਤੋਂ ਨਿਮਰਤਾ ਪੂਰਵਕ ਵਿਦਾਈ ਲੈ ਰਿਹਾ ਸੀ ਤਾਂ ਉਸ ਨੇ ਆਪਣੀ ਸੂਖਮ ਦਰਸ਼ੀ ਸੂਝ ਪ੍ਰਗਟਾਈ, "ਇੱਥੋਂ ਜਾਣ ਤੋਂ ਬਾਅਦ, ਤੈਨੂੰ ਇੱਕ ਅਸਧਾਰਨ ਅਨੁਭਵ ਹੋਵੇਗਾ।"

ਮੰਦਰ ਦੇ ਅਹਾਤੇ ਵਿਚੋਂ ਬਾਹਰ ਨਿਕਲ ਕੇ, ਮੈਂ ਬੇਮਤਲਬ ਇੱਧਰ ਉੱਧਰ ਘੁੰਮਣ ਲੱਗਿਆ। ਇੱਕ ਮੋੜ ਮੁੜਦਿਆਂ ਹੀ ਮੇਰਾ ਇੱਕ ਪੁਰਾਣੇ ਵਾਕਫ ਨਾਲ ਟਕਰਾ ਹੋ ਗਿਆ, ਜਿਹੜਾ ਉਨ੍ਹਾਂ ਮਹਾਨ ਗੱਪੀਆਂ ਵਿਚੋਂ ਇੱਕ ਸੀ, ਜਿਨ੍ਹਾਂ ਦੀ ਵਾਰਤਾਲਾਪੀ ਆਦਤ, ਸਮੇਂ ਵੱਲ ਕੋਈ ਧਿਆਨ ਨਾ ਦਿੰਦਿਆਂ ਅਨੰਤਕਾਲ ਦਾ ਅਲਿੰਗਨ ਕਰਦੀ ਹੈ।

"ਮੈਂ ਤੈਨੂੰ ਬੜੀ ਛੇਤੀ ਵਿਹਲਾ ਕਰ ਦਿਆਂਗਾ," ਉਸ ਨੇ ਵਾਅਦਾ ਕੀਤਾ। "ਜੇ ਤੂੰ ਮੈਨੂੰ ਆਪਣੇ ਵਿਛੜਨ ਤੋਂ ਬਾਅਦ ਵਾਲੇ ਸਾਲਾਂ ਵਿਚ ਵਾਪਰਨ ਵਾਲੀਆਂ ਘਟਨਾਵਾਂ ਛੇਤੀ ਛੇਤੀ ਦੱਸ ਦੇਵੇਂ।"

"ਇਹ ਕੀ ਵਿਰੋਧਾਭਾਸ ਹੈ? ਮੈਨੂੰ ਤਾਂ ਹੁਣੇ ਜਾਣਾ ਪਵੇਗਾ।"

ਪ੍ਰੰਤੂ ਉਸ ਨੇ ਮੇਰਾ ਹੱਥ ਫੜ ਲਿਆ ਅਤੇ ਇੱਕੀਆਂ ਦੁੱਕੀਆਂ ਚਟਪਟੀਆਂ ਖਬਰਾਂ ਮੈਥੋਂ ਉਗਲਵਾਉਣ ਲੱਗਿਆ। ਉਸ ਦਾ ਰੱਵਈਆ ਭੁੱਖੇ ਬਘਿਆੜ ਵਰਗਾ ਸੀ, ਜਿਸ ਕਰ ਕੇ ਮੈਂ ਅੰਦਰੋ ਅੰਦਰੀ ਉਸ ਤੇ ਹੱਸਿਆ। ਜਿਤਨਾ ਮੈਂ ਜਿਆਦਾ ਬੋਲਦਾ, ਉਸ ਦੀ ਹੋਰ ਖਬਰਾਂ ਉਗਲਵਾਉਣ ਦੀ ਭੁੱਖ ਵਧਦੀ ਜਾ ਰਹੀ ਸੀ। ਮੈਂ ਉਸ ਤੋਂ ਛੁਟਕਾਰੇ ਲਈ ਮਨ ਹੀ ਮਨ, ਮਾਂ ਕਾਲੀ ਕੋਲ ਪ੍ਰਾਰਥਨਾ ਕਰਨ ਲੱਗਿਆ।

ਮੇਰਾ ਉਹ ਵਾਕਫ ਅਚਾਨਕ ਹੀ ਚਲਾ ਗਿਆ ਅਤੇ ਮੈਂ ਸੁਖ ਦਾ ਸਾਹ ਲਿਆ। ਉਸ ਦੀਆਂ ਬੇ-ਹੂਦਾ ਗੱਲਾਂ ਦੇ ਬੁਖਾਰ ਮੁੜ ਚੜ ਜਾਣ ਦੇ ਡਰੋਂ, ਮੈਂ ਆਪਣੀ ਚਾਲ ਦੁੱਗਣੀ ਕਰ ਦਿੱਤੀ। ਮੈਂ ਆਪਣੇ ਪਿੱਛੇ ਪੈੜ ਚਾਲ ਸੁਣਦਿਆਂ, ਆਪਣੀ ਚਾਲ ਹੋਰ ਤੇਜ ਕਰ ਦਿੱਤੀ।

* ਰਿਸ਼ੀ ਦਾ ਸ਼ਾਬਦਿਕ ਅਰਥ ਹੈ "ਸਿੱਧ ਪੁਰਸ਼", ਜਿਹੜੇ ਕਿ ਰਚਣ ਦਾ ਸਮਾਂ ਨਿਰਧਾਰਿਤ ਨਾ ਹੋ ਸਕਣ ਵਾਲੇ ਪ੍ਰਾਚੀਨ ਕਾਲ ਦੇ ਵੇਦਾਂ ਦੇ ਰਚਣਹਾਰ ਸਨ।

ਮੈਂ ਆਪਣੇ ਪਿੱਛੇ ਮੁੜ ਕੇ ਦੇਖਣ ਦਾ ਹੌਂਸਲਾ ਨਹੀਂ ਸੀ ਕਰ ਰਿਹਾ। ਪ੍ਰੰਤੂ ਉਹ ਇੱਕ ਛਲਾਂਗ ਲਗਾ ਕੇ ਮੇਰੇ ਨਾਲ ਆ ਰਲਿਆ ਅਤੇ ਉਸ ਨੇ ਖੁਸ਼ੀ ਨਾਲ ਮੇਰਾ ਮੋਢਾ ਫੜ ਲਿਆ।

"ਮੈਂ ਤੈਨੂੰ ਗੰਧ ਬਾਬਾ ਦੇ ਬਾਰੇ ਦੱਸਣਾ ਤਾਂ ਭੁੱਲ ਹੀ ਗਿਆ, ਜਿਹੜੇ ਕਿ ਉਸ ਘਰ ਦੀ ਸੋਭਾ ਵਧਾ ਰਹੇ ਹਨ।" ਉਸ ਨੇ ਕੁਝ ਗਜਾਂ ਦੀ ਦੂਰੀ ਤੇ ਇੱਕ ਘਰ ਵੱਲ ਇਸ਼ਾਰਾ ਕਰਦਿਆਂ ਕਿਹਾ। "ਉਨ੍ਹਾਂ ਨੂੰ ਮਿਲ ਲੈ, ਉਹ ਇੱਕ ਦਿਲਚਸਪ ਇਨਸਾਨ ਹਨ। ਆਪ ਨੂੰ ਇੱਕ ਅਸਧਾਰਨ ਅਨੁਭਵ ਹੋ ਸਕਦਾ ਹੈ, ਨਮਸਕਾਰ," ਤੇ ਉਹ ਸੱਚੀ ਮੁੱਚੀ ਚਲਿਆ ਗਿਆ।

ਲਗ ਭਗ, ਉਨ੍ਹਾਂ ਹੀ ਸ਼ਬਦਾਂ ਵਿਚ ਕਾਲੀਘਾਟ ਮੰਦਰ ਵਾਲੇ ਸਾਧੂ ਮਹਾਤਮਾ ਦੀ ਭਵਿਖਬਾਣੀ ਮੇਰੇ ਮਨ ਵਿਚ ਘੁੰਮੀ। ਉਤਸੁਕਤਾਵਸ, ਮੈਂ ਉਸ ਘਰ ਦੇ ਅੰਦਰ ਚਲਿਆ ਗਿਆ। ਮੈਨੂੰ ਇੱਕ ਖੁੱਲ੍ਹੇ ਡੁਲ੍ਹੇ ਬੈਠਕਖਾਨੇ ਵਿਚ ਬੈਠਾਇਆ ਗਿਆ, ਜਿੱਥੇ ਇੱਕ ਮੋਟੇ ਸੰਤਰੀ ਰੰਗੇ ਗਲੀਚੇ ਉੱਪਰ ਬਹੁਤ ਸਾਰੇ ਲੋਕ ਅੱਗੜ-ਦੁੱਗੜ ਬੈਠੇ ਸਨ, ਜਿਸ ਤਰ੍ਹਾਂ ਕਿ ਆਮ ਤੌਰ ਤੇ ਹੀ ਭਾਰਤ ਵਿਚ ਲੋਕ ਬੈਠਦੇ ਹਨ। ਇੱਕ ਭੈਅ-ਮਿਸ਼ਰਤ ਆਦਰ-ਯੁਕਤ ਫੁਸਫੁਸਾਹਟ ਮੇਰੇ ਕੰਨੀ ਪਈ।

"ਚੀਤੇ ਦੀ ਖੱਲ ਉੱਪਰ ਬੈਠੇ ਗੰਧ ਬਾਬਾ ਨੂੰ ਦੇਖੋ। ਉਹ ਕਿਸੇ ਵੀ ਗੰਧਹੀਨ ਫੁੱਲ ਨੂੰ ਕਿਸੇ ਫੁੱਲ ਦੀ ਕੁਦਰਤੀ ਸੁਗੰਧ ਦੇ ਸਕਦੇ ਹਨ ਜਾਂ ਮੁਰਝਾਏ ਫੁੱਲ ਨੂੰ ਦੂਜੀ ਵਾਰ ਹਰਾ ਭਰਾ ਕਰ ਸਕਦੇ ਹਨ ਜਾਂ ਕਿਸੇ ਵੀ ਆਦਮੀ ਦੀ ਚਮੜੀ ਵਿਚੋਂ ਸੁਖਾਵੀਂ ਸੁਗੰਧ ਪੈਦਾ ਕਰ ਸਕਦੇ ਹਨ।"

ਮੈਂ ਸਿੱਧਾ ਸੰਤ ਵੱਲ ਦੇਖਿਆ। ਉਸ ਦੀ ਨਜ਼ਰ ਵੀ, ਮੇਰੀ ਨਜ਼ਰ ਨਾਲ ਟਕਰਾ ਗਈ। ਉਹ ਗੋਲਮਟੋਲ, ਪੱਕੇ ਰੰਗ ਦੇ, ਵੱਡੀਆਂ ਵੱਡੀਆਂ ਤੇਜਮਈ ਅੱਖਾਂ ਵਾਲੇ ਸਨ ਅਤੇ ਉਨ੍ਹਾਂ ਨੇ ਦਾੜ੍ਹੀ ਵੀ ਰੱਖੀ ਹੋਈ ਸੀ।

"ਪੁੱਤਰ, ਤੈਨੂੰ ਦੇਖ ਕੇ ਮੈਨੂੰ ਪ੍ਰਸੰਨਤਾ ਹੋਈ ਹੈ, ਦੱਸ ਤੈਨੂੰ ਕੀ ਚਾਹੀਦਾ ਹੈ? ਕੀ ਤੂੰ ਕੋਈ ਸੁਗੰਧ ਲੈਣੀ ਪਸੰਦ ਕਰੇਂਗਾ?"

"ਕਿਸ ਵਾਸਤੇ?" ਮੈਨੂੰ ਉਸ ਦੀਆਂ ਗੱਲਾਂ ਬਚਗਾਨੀਆਂ ਲੱਗੀਆਂ।

"ਚਮਤਕਾਰਪੂਰਨ ਢੰਗ ਨਾਲ ਸੁਗੰਧ ਦਾ ਆਨੰਦ ਲੈਣ ਵਾਸਤੇ।"

"ਸੁਗੰਧ ਲੈਣ ਵਾਸਤੇ ਪ੍ਰਮਾਤਮਾ ਦਾ ਉਪਯੋਗ?"

"ਤਾਂ ਫਿਰ ਕੀ ਹੈ? ਪ੍ਰਮਾਤਮਾ ਵੈਸੇ ਵੀ ਤਾਂ ਸੁਗੰਧ ਬਣਾਉਂਦਾ ਹੈ।"

"ਜੀ ਹਾਂ, ਪ੍ਰੰਤੂ ਉਹ ਹਰ ਵਾਰ ਤਾਜਾ ਸੁਗੰਧ ਲੈਣ ਵਾਸਤੇ ਅਤੇ ਸੁਗੰਧ ਲੈਣ ਤੋਂ ਬਾਅਦ ਸੁੱਟਣ ਵਾਸਤੇ, ਫੁੱਲਾਂ ਦੀਆਂ ਪੱਤੀਆਂ ਰੂਪੀ ਸ਼ੀਸ਼ੀਆਂ ਦਾ ਨਿਰਮਾਣ ਕਰਦੇ ਹਨ। ਕੀ ਤੁਸੀਂ ਫੁੱਲ ਪ੍ਰਗਟ ਕਰ ਸਕਦੇ ਹੋ?"

"ਹਾਂ, ਪ੍ਰੰਤੂ ਮੇਰੇ ਨੰਨ੍ਹੇ ਦੋਸਤ, ਮੈਂ ਆਮ ਤੌਰ ਤੇ ਸੁਗੰਧ ਹੀ ਪੈਦਾ ਕਰਦਾ ਹਾਂ।"

"ਫਿਰ ਤਾਂ ਸੁਗੰਧ ਬਣਾਉਣ ਵਾਲੇ ਕਾਰਖਾਨੇ ਬੰਦ ਹੋ ਜਾਣਗੇ।"

"ਮੇਰੇ ਵੱਲੋਂ, ਉਨ੍ਹਾਂ ਨੂੰ ਆਪਣੇ ਕਾਰੋਬਾਰ ਚਾਲੂ ਰੱਖਣ ਦੀ ਇਜਾਜ਼ਤ ਹੈ। ਮੇਰਾ ਆਪਣਾ ਮਕਸਦ ਤਾਂ, ਪ੍ਰਮਾਤਮਾ ਦੀ ਸ਼ਕਤੀ ਨੂੰ ਪ੍ਰਦਰਸ਼ਤ ਕਰਨਾ ਹੈ।"

"ਸ੍ਰੀਮਾਨ ਜੀ, ਕੀ ਪ੍ਰਮਾਤਮਾ ਦੀ ਸ਼ਕਤੀ ਨੂੰ ਪ੍ਰਦਰਸ਼ਤ ਕਰਨਾ ਜਰੂਰੀ ਹੈ? ਕੀ ਉਹ ਹਰ ਵਕਤ ਹਰ ਥਾਂ ਉੱਪਰ ਚਮਤਕਾਰ ਨਹੀਂ ਕਰ ਰਿਹਾ?"

"ਹਾਂ, ਕਰ ਰਿਹਾ ਹੈ। ਪ੍ਰੰਤੂ ਉਸ ਦੀ ਅਨੰਤ ਸਿਰਜਣਾਤਮਿਕ ਸ਼ਕਤੀਆਂ ਵਿਚੋਂ ਕੁਝ ਕੁ ਦੀ ਸਿਰਜਣਾਤਮਿਕਤਾ ਸਾਨੂੰ ਵੀ ਪ੍ਰਦਰਸ਼ਤ ਕਰਨੀ ਚਾਹੀਦੀ ਹੈ।"

"ਤੁਹਾਨੂੰ ਇਹ ਕਲਾ ਸਿੱਖਣ ਵਾਸਤੇ ਕਿੰਨਾ ਸਮਾਂ ਲੱਗਿਆ?"

"ਬਾਰਾਂ ਸਾਲ।"

"ਦੈਵੀ ਸ਼ਕਤੀ ਨਾਲ ਸੁਗੰਧ ਬਣਾਉਣਾ ਸਿੱਖਣ ਵਾਸਤੇ, ਮੇਰੇ ਸਤਕਾਰਯੋਗ ਮਹਾਤਮਾ ਜੀ ਆਪ ਨੇ ਆਪਣੇ ਜੀਵਨ ਦੇ ਦਰਜਨਾਂ ਸਾਲ ਵਿਅਰਥ ਗੁਆ ਦਿੱਤੇ, ਜਿਹੜੀ ਸੁਗੰਧ ਫੁੱਲਾਂ ਵਾਲੇ ਅੱਤਾਰ ਦੀ ਦੁਕਾਨ ਤੋਂ ਕੁਝ ਕੁ ਰੁਪਈਆਂ ਦੀ ਮੁੱਲ ਮਿਲ ਸਕਦੀ ਹੈ।"

"ਸੁਗੰਧ ਫੁੱਲਾਂ ਦੇ ਨਾਲ ਹੀ ਖਤਮ ਹੋ ਜਾਂਦੀ ਹੈ।"

"ਸੁਗੰਧ ਮੌਤ ਦੇ ਨਾਲ ਹੀ ਖਤਮ ਹੋ ਜਾਂਦੀ ਹੈ। ਮੈਂ ਉਸ ਚੀਜ਼ ਦੀ ਇੱਛਾ ਕਿਉਂ ਕਰਾਂ, ਜਿਹੜੀ ਸਿਰਫ ਸਰੀਰ ਨੂੰ ਹੀ ਆਨੰਦ ਦਿੰਦੀ ਹੈ।"

"ਸ੍ਰੀਮਾਨ ਦ੍ਰਾਸ਼ਨਿਕ, ਆਪ ਨੇ ਮੈਨੂੰ ਖੁਸ਼ ਕਰ ਦਿੱਤਾ ਹੈ। ਹੁਣ ਆਪ ਆਪਣਾ ਸੱਜਾ ਹੱਥ ਅੱਗੇ ਵਧਾਉ।" ਉਸ ਨੇ ਅਸ਼ੀਰਵਾਦ ਦੀ ਮੁੱਦਰਾ ਵਿਚ ਇਸ਼ਾਰਾ ਕਰਦਿਆਂ ਕਿਹਾ।

ਮੈਂ ਗੰਧ ਬਾਬਾ ਤੋਂ ਕਈ ਗਜ ਦੂਰ ਬੈਠਾ ਸੀ। ਕੋਈ ਹੋਰ ਆਦਮੀ ਵੀ, ਮੇਰੇ ਐਨੇ ਨੇੜੇ ਨਹੀਂ ਸੀ, ਜਿਹੜਾ ਮੇਰੇ ਸਰੀਰ ਨੂੰ ਛੂਹ ਸਕੇ। ਮੈਂ ਆਪਣਾ ਹੱਥ ਅੱਗੇ ਵਧਾਇਆ ਜਿਹੜਾ ਕਿ ਯੋਗੀ ਰਾਜ ਨੇ ਛੂਹਿਆ ਤਕ ਨਹੀਂ।

"ਆਪ ਨੂੰ ਕਿਹੜੀ ਸੁਗੰਧ ਚਾਹੀਦੀ ਹੈ?"

"ਗੁਲਾਬ।"

"ਐਸਾ ਹੀ ਹੋ ਜਾਵੇ।"

ਮੈਨੂੰ ਡਾਢਾ ਅਚੰਭਿਤ ਕਰਦਿਆਂ, ਗੁਲਾਬ ਦੀ ਸੁਗੰਧ ਦਾ ਇੱਕ ਮਨਮੋਹਕ ਝੌਂਕਾ ਮੇਰੀ ਹਥੇਲੀ ਦੇ ਵਿਚਾਲਿਉਂ ਤੇਜੀ ਨਾਲ ਫੈਲ ਗਿਆ। ਮੈਂ ਮੁਸਕਰਾਉਂਦਿਆਂ ਨੇੜੇ ਪਏ ਗੁਲਦਾਨ ਵਿਚੋਂ ਇੱਕ ਵੱਡਾ ਚਿੱਟਾ ਗੰਧਹੀਨ ਫੁੱਲ ਕੱਢਦਿਆਂ ਕਿਹਾ।

"ਕੀ ਇਸ ਗੰਧਹੀਨ ਫੁੱਲ ਵਿਚ ਚੰਬੇਲੀ ਦੀ ਸੁਗੰਧ ਭਰੀ ਜਾ ਸਕਦੀ ਹੈ?"

"ਐਸਾ ਹੀ ਹੋ ਜਾਵੇ।"

ਉਸੇ ਵਕਤ ਉਸ ਦੇ ਪੱਤਿਆਂ ਵਿਚੋਂ ਚੰਬੇਲੀ ਦੀ ਸੁਗੰਧ ਨਿਕਲਣ ਲੱਗੀ। ਮੈਂ ਉਸ ਚਮਤਕਾਰ ਕਰਤਾ ਦਾ ਧੰਨਵਾਦ ਕੀਤਾ ਅਤੇ ਉਸ ਦੇ ਇੱਕ ਸ਼ਗਿਰਦ ਕੋਲ ਬੈਠ ਗਿਆ। ਉਸ ਸ਼ਗਿਰਦ ਨੇ ਦੱਸਿਆ, ਕਿ ਗੰਧ ਬਾਬਾ, ਜਿਨ੍ਹਾਂ ਦਾ ਅਸਲੀ ਨਾਂ ਸਵਾਮੀ ਵਿਸ਼ੁਧਾ ਨੰਦ ਸੀ, ਨੇ ਆਪਣੇ ਇੱਕ ਤਿੱਬਤੀ ਗੁਰੂ ਤੋਂ ਸਾਰੇ ਅਸਚਰਜਜਨਕ ਯੌਗਿਕ ਚਮਤਕਾਰ ਸਿੱਖੇ ਸਨ। ਉਸ ਨੇ ਮੈਨੂੰ ਇਹ ਵੀ ਯਕੀਨ ਦੁਆਇਆ, ਕਿ ਉਸ ਤਿੱਬਤੀ ਗੁਰੂ ਦੀ ਉਮਰ ਹਜ਼ਾਰ ਸਾਲ ਤੋਂ ਉੱਪਰ ਹੋਵੇਗੀ।

"ਉਸ ਤਿੱਬਤੀ ਗੁਰੂ ਦੇ ਸ਼ਗਿਰਦ ਗੰਧ ਬਾਬਾ ਹਮੇਸ਼ਾਂ, ਇਸ ਸਧਾਰਨ ਤਰੀਕੇ ਨਾਲ ਸੁਗੰਧ ਕੱਢਣ ਵਾਲੇ ਚਮਤਕਾਰ ਨਹੀਂ ਕਰਦੇ, ਜਿਸ ਤਰ੍ਹਾਂ ਕਿ ਤੂੰ ਹੁਣੇ ਦੇਖਿਆ ਹੈ।" ਉਹ ਸ਼ਗਿਰਦ ਆਪਣੇ ਗੁਰੂ ਦੇ ਪ੍ਰਤੀ ਗੌਰਵ ਮਹਿਸੂਸ ਕਰ ਰਿਹਾ ਸੀ। "ਉਨ੍ਹਾਂ ਦੇ ਪਰਦਰਸ਼ਨ ਕਰਨ ਦਾ ਤਰੀਕਾ ਆਦਮੀ ਦੇ ਸੁਭਾਅ ਦੇ ਮੁਤਾਬਿਕ ਵਿਆਪਕ ਰੂਪ ਵਿਚ ਵੱਖਰਾ ਵੱਖਰਾ ਹੁੰਦਾ ਹੈ। ਬਾਬਾ ਜੀ ਅਦਭੁਤ ਚਮਤਕਾਰੀ ਹਨ, ਕੋਲਕਾਤਾ ਦੇ ਬਹੁਤ ਸਾਰੇ ਬੁੱਧੀਜੀਵੀ ਉਨ੍ਹਾਂ ਦੇ ਸ਼ਗਿਰਦ ਹਨ।"

ਮੈਂ ਅੰਦਰੋ ਅੰਦਰੀ ਇਹ ਨਿਸ਼ਚਾ ਕੀਤਾ ਕਿ ਉਨ੍ਹਾਂ ਦੇ ਸ਼ਗਿਰਦਾਂ ਦੀ ਗਿਣਤੀ ਵਿਚ ਵਾਧਾ ਕਰਨ ਵਾਲਿਆਂ ਵਿਚ, ਮੈਂ ਸ਼ਾਮਲ ਨਹੀਂ ਹੋਵਾਂਗਾ। ਕਹਿਣ ਦਾ ਮਤਲਬ ਇਹ ਕਿ ਅਤਿਅੰਤ ਚਮਤਕਾਰੀ ਗੁਰੂ ਮੇਰੀ ਪਸੰਦ ਨਹੀਂ ਸੀ। ਮੈਂ ਗੰਧ ਬਾਬਾ ਦਾ ਨਿਮਰਤਾ ਸਹਿਤ ਧੰਨਵਾਦ ਕਰਦਿਆਂ, ਉੱਥੋਂ ਵਿਦਾ ਹੋਇਆ। ਘੁੰਮਦੇ ਘੁਮਾਂਦੇ ਘਰ ਜਾਂਦਿਆਂ ਹੋਇਆਂ, ਮੈਂ ਉਸ ਦਿਨ ਦੀਆਂ ਤਿੰਨ ਵੱਖੋ ਵੱਖਰੀਆ ਘਟਨਾਵਾਂ ਬਾਰੇ ਸੋਚ ਰਿਹਾ ਸੀ।

ਜਿਉਂ ਹੀ ਮੈਂ ਆਪਣੇ ਘਰ ਦਰਵਾਜ਼ੇ ਵਿਚ ਪ੍ਰਵੇਸ਼ ਕੀਤਾ, ਤਾਂ ਮੇਰੀ ਭੈਣ ਉਮਾ ਮੈਨੂੰ ਮਿਲੀ।

"ਕੀ ਗੱਲ ਆ? ਅੱਜ ਕੱਲ੍ਹ ਇਤਰ ਫੁਲੇਲ ਦਾ ਬੜਾ ਸ਼ੌਕੀਨ ਬਣਦਾ ਜਾ ਰਿਹਾ ਹੈਂ।"

ਬਗੈਰ ਕਿਸੇ ਜਵਾਬ ਦਿੱਤੇ, ਮੈਂ ਆਪਣਾ ਹੱਥ ਸੁੰਘਣ ਵਾਸਤੇ ਉਸ ਦੇ ਅੱਗੇ ਕਰ ਦਿੱਤਾ।

"ਕਿੰਨੀ ਮਨਮੋਹਕ ਗੁਲਾਬ ਦੀ ਸੁਗੰਧ, ਇਹ ਅਸਧਾਰਨ ਰੂਪ ਵਿਚ ਤੇਜ ਵੀ ਹੈ।"

ਇਹ ਸੋਚਦਿਆਂ ਕਿ ਇਹ ਅਸਧਾਰਨ ਰੂਪ ਵਿਚ ਤੇਜ ਹੈ, ਮੈਂ ਚੁੱਪ ਚਾਪ ਉਸ ਚਮਤਕਾਰੀ ਸ਼ਕਤੀ ਨਾਲ ਸੁਗੰਧਿਤ ਫੁੱਲ ਉਸ ਦੇ ਨੱਕ ਦੇ ਅੱਗੇ ਕਰ ਦਿੱਤਾ।

"ਓਹ! ਚੰਬੇਲੀ ਮੈਨੂੰ ਬਹੁਤ ਪਸੰਦ ਹੈ।" ਉਸ ਨੇ, ਉਹ ਫੁੱਲ ਮੈਥੋਂ ਖੋਹ ਲਿਆ। ਉਸ ਨੂੰ ਚੰਗਾ ਭਲਾ ਪਤਾ ਸੀ, ਕਿ ਇਹ ਫੁੱਲ ਸੁਗੰਧਹੀਣ ਹੁੰਦਾ ਹੈ। ਉਸੇ ਫੁੱਲ ਵਿਚੋਂ ਚੰਬੇਲੀ ਦੀ ਸੁਗੰਧ ਆਉਂਦੀ ਦੇਖ, ਉਹ ਜਿਉਂ ਜਿਉਂ ਉਸ ਨੂੰ ਸੁੰਘਦੀ ਜਾਂਦੀ, ਤਿਉਂ ਤਿਉਂ ਉਸ ਦੇ ਖਿੜੇ ਹੋਏ ਚਿਹਰੇ ਉੱਪਰ ਹੈਰਾਨੀ ਅਤੇ ਪ੍ਰੇਸ਼ਾਨੀ ਦੇ ਭਾਵ ਦਸਤਕ ਦੇਣ ਲੱਗੇ। ਉਸ ਦੀ ਇਸ ਪ੍ਰਤੀਕਿਰਿਆ ਨੇ ਮੇਰੇ ਮਨ ਤੋਂ ਇਹ ਸ਼ੰਕਾ ਵੀ ਮਿਟਾ ਦਿੱਤੀ, ਕਿ ਹੋ ਸਕਦਾ ਹੈ, ਕਿ ਗੰਧ ਬਾਬਾ ਨੇ ਮੇਰੇ ਉੱਪਰ ਆਤਮ ਸੰਮੋਹਨ ਦਾ ਪ੍ਰਯੋਗ ਕੀਤਾ ਹੋਵੇ, ਜਿਸ ਨਾਲ ਸਿਰਫ ਮੈਂ ਹੀ ਸੁਗੰਧ ਦਾ ਅਨੁਭਵ ਕਰ ਸਕਦਾ ਹੋਵਾਂ।

ਬਾਅਦ ਵਿਚ ਮੈਨੂੰ ਆਪਣੇ ਮਿੱਤਰ ਅਲਕਾ ਨੰਦ ਤੋਂ ਪਤਾ ਲੱਗਿਆ ਕਿ ਗੰਧ ਬਾਬਾ ਕੋਲ ਇੱਕ ਐਸੀ ਸ਼ਕਤੀ ਸੀ, ਜੋ ਮੈਂ ਚਾਹੁੰਦਾ ਹਾਂ, ਕਿ ਕਰੋੜਾਂ ਭੁੱਖ ਪੀੜਤਾਂ ਕੋਲ ਹੁੰਦੀ, ਤਾਂ ਉਨ੍ਹਾਂ ਦੀ ਸਮੱਸਿਆ ਹੱਲ ਹੋ ਜਾਂਦੀ।

"ਬਰਦਵਾਨ ਵਿਚ ਗੰਧ ਬਾਬਾ ਜੀ ਦੇ ਘਰ ਵਿਚ, ਮੈਂ ਉਸ ਵਕਤ ਸੈਂਕੜੇ ਲੋਕਾਂ ਨਾਲ ਮੌਜੂਦ ਸੀ", ਅਲਕਾ ਨੰਦ ਨੇ ਦੱਸਿਆ। "ਇਹ ਇੱਕ ਉਤਸਵ ਦਾ ਮੌਕਾ ਸੀ। ਕਿਉਂਕਿ ਯੋਗੀਰਾਜ ਹਵਾ ਵਿਚੋਂ ਕੋਈ ਵਸਤੂ ਪ੍ਰਾਪਤ ਕਰ ਲੈਣ ਦੀ ਪ੍ਰਸਿੱਧੀ ਨਾਲ ਮਸ਼ਹੂਰ ਸਨ। ਮੈਂ ਹੱਸਦਿਆਂ ਹੱਸਦਿਆਂ ਬੇ-ਮੌਸਮੇ ਸੰਤਰੇ ਪੈਦਾ ਕਰਨ ਦੀ ਗੁਜ਼ਾਰਿਸ਼ ਕੀਤੀ। ਉਸੇ ਵਕਤ ਕੇਲੇ ਦੇ ਪੱਤਿਆਂ ਉੱਪਰ ਜੋ ਪੂਰੀਆਂ ਪਰੋਸੀਆਂ ਪਈਆਂ ਸਨ। ਉਹ ਸਾਰੀਆਂ ਫੁੱਲ ਉੱਠੀਆਂ। ਹਰ ਪੂਰੀ ਦੀ ਪਪੜੀ ਦੇ ਅੰਦਰ ਇੱਕ ਇੱਕ ਛਿੱਲਿਆ ਹੋਇਆ ਸੰਤਰਾ ਆ ਗਿਆ। ਮੈਂ ਕੁਝ ਸਹਿਮੇ ਸਹਿਮੇ ਆਪਣਾ ਸੰਤਰਾ ਖਾਣਾ ਸ਼ੁਰੂ ਕੀਤਾ, ਪਰ ਉਹ ਬਹੁਤ ਸਵਾਦ ਸੀ।"

ਬਹੁਤ ਸਾਲਾਂ ਬਾਅਦ, ਆਤਮ ਸਾਕਸ਼ਾਤਕਾਰ ਨਾਲ, ਮੈਂ ਗੰਧ ਬਾਬਾ ਦੇ ਚਮਤਕਾਰੀ ਤਰੀਕੇ ਨਾਲ ਪੈਦਾ ਕੀਤੀਆਂ ਜਾਣ ਵਾਲੀਆਂ ਚੀਜ਼ਾਂ ਦੀ ਅਸਲੀਅਤ ਸਮਝ ਸਕਿਆ। ਅਫਸੋਸ ਹੈ, ਕਿ ਉਹ ਤਰੀਕਾ ਭੁੱਖ ਮਰੇ ਮਾਨਵੀ ਝੁੰਡਾਂ ਦੀ ਪਹੁੰਚ ਤੋਂ ਬਾਹਰ ਹੈ।

ਆਦਮੀ ਇੰਦਰੀਆਂ ਦੇ ਸਪਰਸ਼, ਦੇਖਣ, ਚੱਖਣ, ਸੁਣਨ ਅਤੇ ਸੁੰਘਣ ਦੇ ਉਤੇਜਿਕਾਂ ਦੇ ਫਲ ਸੂਰੂਪ, ਜੋ ਪ੍ਰਤੀਕਿਰਿਆ ਕਰਦਾ ਹੈ, ਉਹ ਇਲੈਕਟਰੋਨ ਅਤੇ ਪਰੋਟੋਨ ਦੇ ਸਪੰਦਨਾਤਮਕ ਵਖਰੇਵਿਆਂ ਕਾਰਨ ਹੁੰਦੀ ਹੈ, ਜਿਨ੍ਹਾਂ ਦੀ ਸਪੰਦਨਸ਼ੀਲਤਾ ਨੂੰ ਪੰਜ ਪ੍ਰਾਣ ਕੰਟਰੋਲ ਕਰਦੇ ਹਨ। ਇਹ 'ਪ੍ਰਾਣ' ਅਣੂ ਸ਼ਕਤੀ ਤੋਂ ਵੀ ਸੂਖਮ ਜਾਂ ਪ੍ਰਮਾਣੂ ਸ਼ਕਤੀ ਤੋਂ ਵੀ ਸੂਖਮ ਪੰਜ ਇੰਦਰੀਆਂ ਦੇ ਵਿਸ਼ੇਸ਼ ਵਿਚਾਰ ਤੱਤਾਂ ਦੀ ਚੇਤਨਤਾ ਨਾਲ ਲੈਸ ਹੁੰਦੇ ਹਨ। ਗੰਧ ਬਾਬਾ ਕੁਝ ਯੌਗਿਕ ਕਿਰਿਆਵਾਂ ਦੀ ਸ਼ਕਤੀ ਨਾਲ, ਇਨ੍ਹਾਂ ਪ੍ਰਾਣ ਕਣਾਂ ਦੇ ਨਾਲ ਇੱਕਮਿੱਕ ਹੋ ਕੇ ਪ੍ਰਾਣ ਪ੍ਰਮਾਣੂਆਂ ਦੀ ਸਪੰਦਨਸ਼ੀਲਤਾ ਵਿਚ ਤਬਦੀਲੀ ਲਿਆਉਣ ਅਤੇ ਇਸ ਦੇ ਇੱਛਿਤ ਨਤੀਜੇ ਪ੍ਰਾਪਤ ਕਰਨ ਵਿਚ ਸਮਰੱਥ ਸਨ। ਉਨ੍ਹਾਂ ਦੁਆਰਾ ਪੈਦਾ ਕੀਤੀ ਗਈ ਗੰਧ, ਫਲ ਅਤੇ ਹੋਰ ਚਮਤਕਾਰ ਕੇਵਲ ਸੰਮੋਹਨ ਦੁਆਰਾ ਪੈਦਾ ਅੰਦਰੂਨੀ

ਸੰਵੇਦਨਾਵਾਂ ਨਹੀਂ ਸਨ ਹੁੰਦੀਆਂ, ਬਲਕਿ ਸੰਸਾਰਕ ਸਪੰਦਨਾਂ ਦੇ ਅਸਲੀ ਰੂਪ ਵਿਚ ਪ੍ਰਗਟ ਹੁੰਦੇ ਸਨ।

ਸੰਮੋਹਨ ਵਿਦਿਆ ਨੂੰ ਡਾਕਟਰਾਂ ਦੁਆਰਾ ਛੋਟੀ ਮੋਟੀ ਚੀਰ ਫਾੜ ਵਿਚ ਉਨ੍ਹਾਂ ਲੋਕਾਂ ਉੱਪਰ ਵਰਤਿਆ ਜਾਂਦਾ ਹੈ, ਜਿਨ੍ਹਾਂ ਵਾਸਤੇ ਬੇ-ਹੋਸ਼ੀ ਦੀਆਂ ਦਵਾਈਆਂ ਖਤਰਨਾਕ ਹੁੰਦੀਆਂ ਹਨ। ਪ੍ਰੰਤੂ ਜਿਨ੍ਹਾਂ ਲੋਕਾਂ ਉੱਪਰ ਸੰਮੋਹਨ ਕਿਰਿਆ ਦਾ ਵਾਰ ਵਾਰ ਪ੍ਰਯੋਗ ਕੀਤਾ ਜਾਂਦਾ ਹੈ, ਉਨ੍ਹਾਂ ਵਾਸਤੇ ਇਹ ਹਾਨੀਕਾਰਕ ਹੁੰਦਾ ਹੈ। ਇਸ ਦਾ ਹਾਨੀਕਾਰਕ ਮਨੋਵਿਗਿਆਨਿਕ ਨਤੀਜਾ ਸਮਾਂ ਪਾ ਕੇ ਦਿਮਾਗ ਦੀਆਂ ਕੋਸ਼ਕਾਵਾਂ ਦੀ ਰਚਨਾ ਵਿਚ ਗੜਬੜ ਪੈਦਾ ਕਰਨਾ ਹੈ। ਸੰਮੋਹਨ ਦੂਸਰੇ ਆਦਮੀ ਦੀ ਚੇਤਨਾ* ਦੇ ਖੇਤਰ ਵਿਚ ਜਬਰਦਸਤੀ ਦਖਲ ਅੰਦਾਜ਼ੀ ਹੈ। ਇਸ ਦੇ ਆਰਜ਼ੀ ਪ੍ਰਗਟਾਵੇ ਵਿਚ ਅਤੇ ਦੈਵੀ ਅਨੁਭੂਤੀ ਪ੍ਰਾਪਤ ਸੰਤਾਂ ਦੁਆਰਾ ਕੀਤੇ ਗਏ ਚਮਤਕਾਰਾਂ ਵਿਚ ਕੋਈ ਬਰਾਬਰੀ ਨਹੀਂ ਹੈ। ਪ੍ਰਮਾਤਮਾ ਵਿਚ ਜਾਗ੍ਰਿਤ ਹੋਏ ਸੰਤ, ਉਸ ਨਿੱਤ ਸਿਰਜਣਹਾਰ ਸੁਪਨ ਦ੍ਰਿਸ਼ਟਾ ਨਾਲ ਆਪਣੀ ਇੱਛਾ ਨੂੰ ਮਿਲਾ ਕੇ, ਇਸ ਮਾਇਆ ਜਗਤ ਵਿਚ ਹੀ ਤਬਦੀਲੀ ਲਿਆਉਂਦੇ ਹਨ।†

ਗੰਧ ਬਾਬਾ ਜਿਸ ਤਰ੍ਹਾਂ ਚਮਤਕਾਰਾਂ ਦਾ ਪਰਦਰਸ਼ਨ ਕਰਦੇ ਸਨ, ਉਸ ਤਰ੍ਹਾਂ ਚਮਤਕਾਰ ਦਿਖਾਉਣ ਨਾਲ ਲੋਕ ਤਾਂ ਖਿੱਚੇ ਆਉਂਦੇ ਹਨ, ਪ੍ਰੰਤੂ ਉਨ੍ਹਾਂ ਨੂੰ ਅਧਿਆਤਮਕ ਨਜ਼ਰੀਏ ਤੋਂ ਕੋਈ ਲਾਭ ਨਹੀਂ ਹੁੰਦਾ। ਮਨੋਰੰਜਨ ਤੋਂ ਇਲਾਵਾ ਉਨ੍ਹਾਂ ਦਾ ਹੋਰ ਕੋਈ ਮਕਸਦ ਨਹੀਂ ਹੁੰਦਾ, ਬਲਕਿ ਉਹ ਪ੍ਰਮਾਤਮਾ ਦੀ ਸੱਚੀ ਖੋਜ ਤੋਂ ਭਟਕਾ ਦਿੰਦੇ ਹਨ।

ਅਸਧਾਰਨ ਸ਼ਕਤੀਆਂ ਨੂੰ ਆਡੰਬਰਪੂਰਨ ਪਰਦਰਸ਼ਤ ਕਰਨ ਦੀ ਸਿੱਧ ਪੁਰਸ਼ਾਂ ਨੇ ਨਿੰਦਿਆ ਕੀਤੀ ਹੈ। ਫਾਰਸ ਦੇ ਸੰਤ ਅਬੂ ਸਯਦ ਨੇ ਜਲ, ਹਵਾ ਅਤੇ ਅਕਾਸ਼ ਵਿਚ ਆਪਣੀਆਂ ਚਮਤਕਾਰੀ ਸ਼ਕਤੀਆਂ ਦਾ ਅਭਿਮਾਨ ਕਰਨ ਵਾਲੇ ਫਕੀਰਾਂ ਦਾ ਮਖੌਲ ਉਡਾਇਆ ਹੈ।

* ਪੱਛਮੀ ਦੁਨੀਆ ਵਿਚ ਮਨੋਵਿਗਿਆਨਿਕਾਂ ਦੁਆਰਾ ਕੀਤੀ ਗਈ, ਚੇਤਨਾ ਦੀ ਖੋਜ ਜਿਆਦਾ ਕਰਕੇ ਅਵਚੇਤਨ ਮਨ ਅਤੇ ਉਸ ਦੇ ਮਾਨਸਿਕ ਰੋਗਾਂ ਤਕ ਹੀ ਸੀਮਿਤ ਹੈ। ਜਿਸ ਦਾ ਇਲਾਜ ਮਨੋ-ਚਿਕਿਤਸਾ ਅਤੇ ਮਨੋ-ਵਿਸ਼ਲੇਸ਼ਨ ਦੁਆਰਾ ਕੀਤਾ ਜਾਂਦਾ ਹੈ। ਸਧਾਰਨ ਮਾਨਸਿਕ ਅਵਸਥਾਵਾਂ ਦੀ ਉਤਪਤੀ ਅਤੇ ਉਨ੍ਹਾਂ ਦੀ ਮੂਲ ਭੂਤ ਬਣਤਰ ਵਿਚ, ਉਸ ਦੀਆਂ ਭਾਵਾਤਮਕ ਅਤੇ ਸੰਕਲਪ ਸ਼ਕਤੀ ਦੇ ਵਿਸ਼ਿਆਂ ਉੱਪਰ ਕੀਤੀ ਗਈ ਖੋਜ ਨਾਂਹ ਦੇ ਬਰਾਬਰ ਹੈ, ਜਿਹੜਾ ਕਿ ਅਸਲੀ ਵਿਸ਼ਾ ਹੈ। ਪ੍ਰੰਤੂ ਭਾਰਤੀ ਦਰਸ਼ਨ ਦੁਆਰਾ, ਇਸ ਸਬੰਧ ਵਿਚ ਕੋਈ ਅਣਗਹਿਲੀ ਨਹੀਂ ਕੀਤੀ ਗਈ।ਸਾਂਖਯ ਦਰਸ਼ਨ ਅਤੇ ਯੋਗ ਦਰਸ਼ਨ ਵਿਚ ਸਧਾਰਨ ਮਾਨਸਿਕ ਪਰੀਵਰਤਨਾਂ ਦੇ ਅਲੱਗ ਅਲੱਗ ਸਬੰਧਾਂ ਅਤੇ ਬੁੱਧੀ, ਹੰਕਾਰ ਅਤੇ ਮਨ ਦੇ ਵਿਸ਼ੇਸ਼ ਲਛਣਾਂ ਦਾ ਸੁਨਿਸ਼ਚਿਤ ਵਰਗੀਕਰਨ ਕੀਤਾ ਗਿਆ ਹੈ।

† ਵਿਸ਼ਵ ਕਣ ਕਣ ਵਿਚ ਮੌਜੂਦ ਹੈ। ਹਰ ਇੱਕ ਚੀਜ਼ ਕਿਸੇ ਗੁੱਝੇ ਪਦਾਰਥ ਨਾਲ ਬਣੀ ਹੋਈ ਹੈ। ਇੱਕ ਤ੍ਰੇਲ ਦੀ ਬੂੰਦ ਵਿਚ ਵੀ ਭੂ-ਮੰਡਲ ਮੌਜੂਦ ਹੈ।ਸਰਬਵਿਆਪਕਤਾ ਦਾ ਸੱਚਾ ਪੱਕਾ ਸਿਧਾਂਤ ਹੈ, ਕਿ ਪ੍ਰਮਾਤਮਾ ਘਾਹ ਦੇ ਤਿਣਕੇ ਤੋਂ ਲੈ ਕੇ ਮੱਕੜੀ ਦੇ ਜਾਲੇ ਤਕ, ਆਪਣੀਆਂ ਸਾਰੀਆਂ ਵਿਸ਼ੇਸ਼ਤਾਵਾਂ ਨਾਲ ਮੌਜੂਦ ਹੈ। ਐਮਰਸਨ (ਕੰਪਨਸ਼ੇਸਨ)

"ਡੱਡੂ ਵੀ ਪਾਣੀ ਵਿਚ ਅਰਾਮ ਨਾਲ ਰਹਿੰਦਾ ਹੈ," ਅਬੂ ਸਯਦ ਨੇ ਸਭਿਆਪੂਰਵਕ ਮਖੌਲ ਉਡਾਉਂਦਿਆਂ ਕਿਹਾ, "ਕਾਂ ਅਤੇ ਗਿੱਧ ਅਸਾਨੀ ਨਾਲ ਹਵਾ ਵਿਚ ਉੱਡ ਸਕਦੇ ਹਨ। ਸ਼ੈਤਾਨ ਪੂਰਬ ਅਤੇ ਪੱਛਮ ਵਿਚ ਇੱਕੋ ਸਮੇਂ ਮੌਜੂਦ ਰਹਿੰਦਾ ਹੈ। ਇੱਕ ਸੱਚਾ ਇਨਸਾਨ ਉਹ ਹੈ, ਜਿਹੜਾ ਸਦਾਚਾਰ ਪੂਰਵਕ ਸਮਾਜ ਵਿਚ ਰਹਿੰਦਾ ਹੈ, ਅਤੇ ਖਰੀਦੋ ਫਰੋਖਤ*

* "ਖਰੀਦੋ ਫਰੋਖਤ ਕਰਦਿਆਂ ਇੱਕ ਪਲ ਵਾਸਤੇ ਵੀ ਪ੍ਰਮਾਤਮਾ ਨੂੰ ਨਾ ਭੁਲਾਉਣਾ", ਇਸ ਆਦਰਸ਼ ਦੇ ਪਿੱਛੇ ਭਾਵ-ਅਰਥ ਇਹ ਹੈ, ਕਿ ਆਦਮੀ ਕੰਮ ਵਿਚ ਐਨਾ ਖੁੱਭ ਜਾਵੇ, ਕਿ ਉਸ ਵਿਚੋਂ ਆਨੰਦ ਆਉਣਾ ਸ਼ੁਰੂ ਹੋ ਜਾਵੇ। ਕੁਝ ਪੱਛਮੀ ਲੇਖਕਾਂ ਦਾ ਕਹਿਣਾ ਹੈ, ਕਿ ਹਿੰਦੂ ਜੀਵਨ ਦਰਸ਼ਨ ਸਾਹਸਹੀਣ, ਪਲਾਇਣਵਾਦੀ, ਨਿਸ਼ਕਿਰਿਅਤਾ ਵਾਲਾ ਅਤੇ ਸਮਾਜ ਵਿਰੋਧੀ ਮਾਰਗ ਵਾਲਾ ਹੈ। ਅਸਲ ਵਿਚ ਮਨੁੱਖੀ ਜੀਵਨ ਯਾਤਰਾ ਵਾਸਤੇ ਵੇਦਾਂ ਵਿਚ ਵਰਣਿਤ ਚਾਰ ਪੜਾਵਾਂ ਵਿਚ ਵੰਡੀ ਮਨੁੱਖੀ ਜੀਵਨ ਯਾਤਰਾ ਦੀ ਯੋਜਨਾ ਸਮਾਜ ਵਾਸਤੇ ਬਿਲਕੁਲ ਸੰਤੁਲਿਤ ਹੈ, ਜਿਸ ਵਿਚ ਮਨੁੱਖ ਨੂੰ ਅੱਧਾ ਜੀਵਨ ਪੜ੍ਹਾਈ ਅਤੇ ਗਰਿਸਤ ਧਰਮ ਪਾਲਣ ਕਰਨ ਵਾਸਤੇ ਅਤੇ ਬਾਕੀ ਅੱਧਾ ਜੀਵਨ, ਚਿੰਤਨ ਅਤੇ ਧਿਆਨ ਸਮਾਧੀ ਵਾਸਤੇ ਸੁਨਿਸ਼ਚਿਤ ਕੀਤਾ ਗਿਆ ਹੈ।

ਆਤਮ-ਸਾਕਸ਼ਾਤਕਾਰ ਮਤਲਬ, ਪ੍ਰਮਾਤਮਾ ਨੂੰ ਮਿਲਣ ਵਾਸਤੇ ਇਕਾਂਤਵਾਸ ਜਰੂਰੀ ਹੈ। ਪ੍ਰੰਤੂ ਜਿਨ੍ਹਾਂ ਸੰਤ ਮਹਾਤਮਾਵਾਂ ਨੇ ਇਹ ਸਥਿਰਤਾ ਪ੍ਰਾਪਤ ਕਰ ਲਈ ਹੁੰਦੀ ਹੈ, ਉਹ ਉਸ ਤੋਂ ਬਾਅਦ ਦੁਨੀਆਂ ਦੀ ਸੇਵਾ ਕਰਨ ਵਾਸਤੇ ਸੰਸਾਰਕ ਜੀਵਨ ਵਿਚ ਵੀ ਵਾਪਸ ਆ ਜਾਂਦੇ ਹਨ। ਉਹ ਸੰਤ ਮਹਾਤਮਾ, ਜੋ ਪ੍ਰਤੱਖ ਤੌਰ ਤੇ ਕੋਈ ਸੰਸਾਰਕ ਕਾਰੋਬਾਰ ਨਹੀਂ ਵੀ ਕਰਦੇ, ਫਿਰ ਵੀ, ਉਹ ਆਪਣੇ ਵਿਚਾਰਾਂ ਅਤੇ ਪਵਿੱਤਰ ਸਪੰਦਨਾਂ ਰਾਹੀਂ ਅਸ਼ੀਰਵਾਦ ਦਿੰਦੇ ਰਹਿੰਦੇ ਹਨ। ਜਿਹੜੀਆਂ ਕਿ ਸੰਸਾਰੀ ਮਨੁੱਖਾਂ ਵਾਸਤੇ, ਉਨ੍ਹਾਂ ਉਤਸ਼ਾਹੀ ਵਿਵੇਕਹੀਣ ਮਨੁੱਖਾਂ ਦੁਆਰਾ ਮਨੁੱਖੀ ਭਲਾਈ ਲਈ ਕੀਤੀਆਂ ਜਾ ਰਹੀਆਂ, ਅਖੌਤੀ ਸਰਗਰਮੀਆਂ ਦੇ ਮੁਕਾਬਲੇ ਜਿਆਦਾ ਬਹੁਮੁੱਲੀਆਂ ਹੁੰਦੀਆਂ ਹਨ। ਮਹਾਨ ਗੁਰੂ ਆਪਣੇ ਤਰੀਕੇ ਨਾਲ, ਅਕਸਰ ਹੀ ਸਖਤ ਵਿਰੋਧ ਦੇ ਬਾਵਜੂਦ ਨਿਰਸੁਆਰਥ ਹੋ ਕੇ ਸਖਤ ਮਿਹਨਤ ਕਰਦਿਆਂ, ਆਪਣੇ ਸਾਥੀਆਂ ਨੂੰ ਅਧਿਆਤਮਿਕ ਉੱਨਤੀ ਵਾਸਤੇ ਉਤਸ਼ਾਹਿਤ ਕਰਦੇ ਰਹਿੰਦੇ ਹਨ। ਹਿੰਦੂ ਧਰਮ ਜਾਂ ਸਮਾਜ ਦਾ ਕੋਈ ਵੀ ਆਦਰਸ਼ ਨਕਾਰਾਤਮਕ ਨਹੀਂ ਹੈ। ਇੱਥੋਂ ਤਕ ਕਿ ਅਹਿੰਸਾ ਵੀ, ਜਿਸ ਨੂੰ ਮਹਾ ਭਾਰਤ ਵਿਚ 'ਸ਼ਕਲ ਧਰਮ' ਕਿਹਾ ਗਿਆ ਹੈ, ਨਕਾਰਾਤਮਕ ਆਦੇਸ਼ ਨਹੀਂ, ਬਲਕਿ ਇਸ ਧਾਰਨਾ ਦੇ ਪ੍ਰਤੀਕ ਦਾ ਕਾਰਨ ਹੈ, ਕਿ ਜਿਹੜਾ ਮਨੁੱਖ ਦੂਸਰਿਆਂ ਦੀ ਮਦਦ ਨਹੀਂ ਕਰ ਰਿਹਾ, ਉਹ ਉਨ੍ਹਾਂ ਨੂੰ ਜ਼ਖਮੀ ਕਰ ਰਿਹਾ ਹੈ, ਇੱਕ ਸਕਾਰਾਤਮਕ ਆਦੇਸ਼ ਹੈ।

ਸ਼੍ਰੀ ਮਦ ਭਗਵਤ ਗੀਤਾ III:4-8 ਇਹ ਸਪਸ਼ਟ ਕਰਦੀ ਹੈ ਕਿ ਕਰਮ ਕਰਨਾ ਮਨੁੱਖ ਦੀ ਪਰਕਿਰਤੀ ਦਾ ਇੱਕ ਅਨਿਖੜਵਾਂ ਅੰਗ ਹੈ। ਆਲਸੀਪੁਣਾ ਵੀ ਕੁਝ ਹੋਰ ਨਾ ਹੋ ਕੇ ਕੇਵਲ ਇੱਕ ਬੁਰਾ ਕਰਮ ਹੈ।

न कर्मणामनारम्भान्नैष्कर्म्यं पुरुषोऽश्नुते।
न च सन्नयसनादेव सिद्धं समधिगच्छति।।4।।

ਮਨੁੱਖ ਨਾ ਤਾਂ ਕਰਮਾਂ ਦਾ ਆਰੰਭ ਕੀਤੇ ਬਗੈਰ ਨਿਸ਼ਕਰਮਤਾ ਨੂੰ ਪ੍ਰਾਪਤ ਹੁੰਦਾ ਹੈ ਅਤੇ ਨਾ ਹੀ ਕਰਮਾਂ ਨੂੰ ਕੇਵਲ ਤਿਆਗਣ ਨਾਲ ਸਿੱਧੀ ਨੂੰ ਪ੍ਰਾਪਤ ਹੁੰਦਾ ਹੈ।

न हि कश्चित्क्षणमपि जातु निष्ठत्यकर्मकृत्।
कार्यते ह्यवशः कर्म सर्वः प्रकृतिजैर्गुणैः।।5।।

ਨਿਰਸੰਦੇਹ ਕੋਈ ਵੀ ਮਨੁੱਖ, ਕਿਸੇ ਵੀ ਸਮੇਂ, ਪਲ ਭਰ ਵੀ ਬਗੈਰ ਕਿਸੇ ਕੰਮ ਕੀਤੇ ਨਹੀਂ ਰਹਿੰਦਾ, ਕਿਉਂਕਿ ਸਾਰਾ ਮਨੁੱਖੀ ਸਮਾਜ ਪਰਕਿਰਤੀ ਜਨਿਤ ਗੁਣਾਂ ਦੇ ਅਧੀਨ ਹੋਇਆ ਕਰਮ ਕਰਨ ਵਾਸਤੇ ਮਜਬੂਰ ਕੀਤਾ ਜਾਂਦਾ ਹੈ।

कर्मेन्द्रियाणि संयम्य य आस्ते मनसा स्मरन्।
इन्द्रियार्थन्विमूढात्मा मिथ्याचारः स उच्यते।।6।।

ਜੋ ਮੂਰਖ ਬੁੱਧੀ ਮਨੁੱਖ ਸਾਰੀਆਂ ਇੰਦਰੀਆਂ ਨੂੰ ਹੱਠ ਪੂਰਵਕ ਰੋਕ ਕੇ, ਮਨ ਦੇ ਨਾਲ ਵਿਸ਼ਿਆਂ ਦਾ ਚਿੰਤਨ ਕਰਦਾ ਹੈ, ਉਸ ਨੂੰ ਮਿਥਿਆਚਾਰੀ ਮਤਲਬ ਪਾਖੰਡੀ ਕਿਹਾ ਜਾਂਦਾ ਹੈ।

ਕਰਦਿਆਂ ਇੱਕ ਪਲ ਵਾਸਤੇ ਵੀ ਪ੍ਰਮਾਤਮਾ ਨੂੰ ਨਹੀਂ ਭੁਲਾਉਂਦਾ।" ਇੱਕ ਹੋਰ ਮੌਕੇ ਤੇ ਉਸ ਮਹਾਨ ਫਾਰਸੀ ਸੰਤ ਨੇ ਧਾਰਮਿਕ ਜੀਵਨ ਦੇ ਬਾਰੇ ਆਪਣੇ ਵਿਚਾਰ ਇਸ ਤਰ੍ਹਾਂ ਪ੍ਰਗਟ ਕੀਤੇ, "ਆਪਣੇ ਦਿਮਾਗ ਵਿਚ, ਜੋ ਕੁਝ ਵੀ ਹੈ, ਉਸ ਨੂੰ ਬਾਹਰ ਕੱਢ ਦੇਣਾ, (ਸਵਾਰਥੀ ਇੱਛਾਵਾਂ ਅਤੇ ਉਦੇਸ਼) ਜੋ ਕੁਝ ਤਹਾਡੇ ਕੋਲ ਹੈ, ਉਸਨੂੰ ਮੁਕਤ ਭਾਵ ਨਾਲ ਦਾਨ ਕਰ ਦੇਣਾ, ਮੁਸੀਬਤਾਂ ਦੇ ਥਪੇੜਿਆਂ ਤੋਂ ਕਦੇ ਵੀ ਨਾ ਘਬਰਾਉਣਾ।"

ਨਾ ਤਾਂ ਕਾਲੀ ਘਾਟ ਮੰਦਰ ਵਾਲਾ ਨਿਰਛਲ ਸਾਧੂ, ਅਤੇ ਨਾ ਹੀ ਤਿੱਬਤੀ ਗੁਰੂ ਤੋਂ ਸਿੱਖਿਅਤ ਯੋਗੀ ਹੀ, ਮੇਰੀ ਗੁਰੂ ਦੀ ਪ੍ਰਾਪਤੀ ਦੀ ਤਮੰਨਾ ਨੂੰ ਸੰਤੁਸ਼ਟ ਕਰ ਸਕਿਆ। ਕਿਸੇ ਦਾ ਅਧਿਆਤਮਿਕ ਪੱਧਰ ਪਹਿਚਾਨਣ ਲਈ ਮੇਰੇ ਦਿਲ ਨੂੰ ਸਿੱਖਿਆ ਦੀ ਜ਼ਰੂਰਤ ਨਹੀਂ ਸੀ। ਜਦੋਂ ਵੀ ਕਦੇ ਕਿਸੇ ਉਚੇ-ਸੁੱਚੇ ਸੰਤ ਦਾ ਸਾਹਮਣਾ ਹੁੰਦਾ, ਤਾਂ ਮੇਰਾ ਦਿਲ ਧੰਨ ਧੰਨ ਕਰ ਉੱਠਦਾ। ਇਹ ਧੰਨ ਧੰਨ ਹੋਰ ਵੀ ਲੁਭਾਇਮਾਨ ਹੁੰਦੀ, ਕਿਉਂਕਿ ਇਹ ਕਦੇ ਕਦੇ ਹੀ ਉੱਠਦੀ ਸੀ ਅਤੇ ਉਹ ਵੀ ਦਿਲ ਦੀਆਂ ਗਹਿਰਾਈਆਂ ਵਿਚੋਂ। ਆਖਰ ਨੂੰ ਜਦੋਂ ਮੇਰਾ ਆਪਣੇ ਗੁਰੂ ਨਾਲ ਮਿਲਾਪ ਹੋਇਆ, ਤਾਂ ਉਨ੍ਹਾਂ ਨੇ ਕੇਵਲ ਉਦਾਹਰਣ ਦੁਆਰਾ ਹੀ ਮੈਨੂੰ ਸੱਚੇ ਸਿੱਧ ਪੁਰਸ਼ ਦਾ ਪ੍ਰਮਾਣ ਸਿਖਾਇਆ।

यस्त्विन्द्रियाणि मनसा नियम्यारभतेऽर्जुन।
कर्मेन्द्रियैः कर्मयोगमसक्तः स विशिष्यते।।7।।

ਪ੍ਰੰਤੂ, ਹੇ ਅਰਜੁਨ, ਜੋ ਮਨੁੱਖ ਮਨ ਨਾਲ ਇੰਦਰੀਆਂ ਨੂੰ ਵਸ ਵਿਚ ਕਰ ਕੇ ਨਿਰਲੇਪ ਹੋਇਆ, ਸਾਰੀਆਂ ਇੰਦਰੀਆਂ ਦੁਆਰਾ ਕਰਨ ਯੋਗ ਕਰਮ ਕਰਦਾ ਹੈ, ਉਹ ਸਰੇਸ਼ਟ ਹੈ।

नियतं कुरु कर्म त्वं कर्म ज्यायो ह्यकर्मणः।
शरीरयात्रापि च ते न प्रसिद्ध्येदकर्मणः।।8।।

ਤੂੰ ਸ਼ਾਸਤਰ ਦੁਆਰਾ ਨਿਰਧਾਰਿਤ ਕਰਮ ਕਰ, ਕਿਉਂਕਿ ਕਰਮ ਨਾ ਕਰਨ ਦੀ ਬਜਾਏ ਕਰਮ ਕਰਨਾ ਉੱਤਮ ਹੈ ਅਤੇ ਕਰਮ ਨਾ ਕਰਨ ਨਾਲ ਤੇਰਾ ਸਰੀਰ ਨਿਰਬਾਹ ਵੀ ਸਿੱਧ ਨਹੀਂ ਹੋਵੇਗਾ।

ਚੈਪਟਰ 6

ਬਾਘ ਸਵਾਮੀ

"ਮੈਂ ਬਾਘ ਸਵਾਮੀ ਦੇ ਘਰ ਦਾ ਪਤਾ ਕਰ ਲਿਆ ਹੈ, ਚਲੋ ਕੱਲ੍ਹ ਉਨ੍ਹਾਂ ਦੇ ਦਰਸ਼ਨ ਕਰਨ ਚਲੀਏ," ਇਹ ਸੁਆਗਤ-ਯੋਗ ਮਸ਼ਵਰਾ, ਮੇਰੇ ਇੱਕ ਹਾਈ ਸਕੂਲ ਦੇ ਦੋਸਤ ਚੰਡੀ ਤੋਂ ਮਿਲਿਆ। ਆਪਣੀ ਸੰਨਿਆਸ ਦੀ ਜ਼ਿੰਦਗੀ ਤੋਂ ਪਹਿਲਾਂ ਸਿਰਫ ਖਾਲੀ ਹੱਥਾਂ ਨਾਲ ਬਾਘਾਂ ਨਾਲ ਲੜਨ ਅਤੇ ਪਕੜ ਕੇ ਕੌਤਕ ਦਿਖਾਉਣ ਵਾਲੇ, ਇਸ ਸਵਾਮੀ ਜੀ ਦੇ ਦਰਸ਼ਨ ਕਰਨ ਵਾਸਤੇ, ਮੈਂ ਵੀ ਇੱਛੁਕ ਸੀ। ਇਹੋ ਜਿਹੇ ਅਸਧਾਰਨ ਅਤੇ ਸਾਹਸਿਕ ਕਾਰਨਾਮਿਆਂ ਬਾਰੇ, ਮੈਂ ਬੱਚਿਆਂ ਵਾਲੇ ਜੋਸ਼ ਨਾਲ ਭਰਪੂਰ ਰਹਿੰਦਾ ਸੀ।

ਅਗਲੇ ਦਿਨ ਸਵੇਰੇ ਸਵੇਰੇ ਠੰਡ ਤਾਂ ਬਹੁਤ ਪੈ ਰਹੀ ਸੀ, ਫਿਰ ਵੀ ਮੈਂ ਅਤੇ ਚੰਡੀ ਬਹੁਤ ਹੀ ਉਤਸ਼ਾਹ ਅਤੇ ਫੁਰਤੀ ਨਾਲ ਚੱਲ ਪਏ। ਕੋਲਕਾਤਾ ਤੋਂ ਬਾਹਰਵਾਰ ਭਵਾਨੀਪੁਰ ਵਿਚ ਬਹੁਤ ਦੇਰ ਤਕ ਵਿਅਰਥ ਖੋਜ ਕਰਨ ਤੋਂ ਬਾਅਦ, ਅਸੀਂ ਸਵਾਮੀ ਜੀ ਦੇ ਘਰ ਦੇ ਸਾਹਮਣੇ ਪਹੁੰਚ ਗਏ। ਦਰਵਾਜ਼ੇ ਦੇ ਉਪਰ ਲੋਹੇ ਦੀਆਂ ਦੋ ਗੋਲ ਗੋਲ ਅਕਾਰ ਵਾਲੀਆਂ ਸੰਗਲੀਆਂ ਲੱਗੀਆਂ ਹੋਈਆਂ ਸਨ, ਜਿਹੜੀਆਂ ਮੈਂ ਜ਼ੋਰ ਜ਼ੋਰ ਦੀ ਖੜਕਾਈਆਂ। ਉਨ੍ਹਾਂ ਦੇ ਜ਼ੋਰਦਾਰ ਖੜਕੇ ਦੇ ਬਾਵਜੂਦ, ਇੱਕ ਨੌਕਰ ਬੜੀ ਹੀ ਢਿਲੜ ਜਿਹੀ ਤੋਰ ਤੁਰਦਾ ਆਇਆ। ਉਸ ਦੀ ਵਿਅੰਗਮਈ ਮੁਸਕਾਨ ਇਸ ਗੱਲ ਦਾ ਇਸ਼ਾਰਾ ਕਰਦੀ ਸੀ, ਕਿ ਸ਼ੋਰ ਮਚਾਉਣ ਵਾਲੇ ਮੁਲਾਕਾਤੀ, ਸਵਾਮੀ ਜੀ ਦੇ ਇਸ ਘਰ ਵਿਚ ਖਲਲ ਪਾਉਣ ਤੋਂ ਅਸਮਰਥ ਸਨ।

ਉਸ ਦੇ ਇਸ ਵਿਵਹਾਰ ਨੂੰ ਅਸੀਂ ਇੱਕ ਮੌਨ ਝਿੜਕ ਦੇ ਰੂਪ ਵਿਚ ਮਹਿਸੂਸ ਕੀਤਾ। ਪ੍ਰੰਤੂ ਸਾਨੂੰ ਬੈਠਕਖਾਨੇ ਵਿਚ ਆਉਣ ਵਾਸਤੇ ਨਿਮੰਤਰਿਤ ਕੀਤੇ ਜਾਣ ਉਪਰ, ਮੈਂ ਅਤੇ ਚੰਡੀ ਉਸ ਦੇ ਧੰਨਵਾਦੀ ਸੀ। ਲੰਬੀ ਉਡੀਕ ਸਾਨੂੰ ਸੰਦੇਹ ਦੇ ਘੇਰਿਆਂ ਵਿਚ ਉਲਝਾ ਰਹੀ ਸੀ। ਸੱਚ ਦੀ ਖੋਜ ਕਰਨ ਵਾਲਿਆਂ ਵਾਸਤੇ ਭਾਰਤ ਵਿਚ ਇਹ ਇੱਕ ਅਲਿਖਤ ਨਿਯਮ ਹੈ, ਧੀਰਜ। ਸੰਤ ਮਹਾਤਮਾ, ਕਦੇ ਕਦੇ ਜਾਣ ਬੁਝ ਕੇ ਦਰਸ਼ਨ ਕਰਨ ਵਾਲਿਆਂ ਦੀ ਉਤਸੁਕਤਾ ਦਾ ਇਮਤਿਹਾਨ ਲੈ ਸਕਦੇ ਹਨ। ਪੱਛਮ ਵਿਚ ਡਾਕਟਰ ਅਤੇ ਦੰਦਾਂ ਦੇ ਮਾਹਿਰ ਇਸ ਮਨੋਵਿਗਿਆਨਕ ਤਰਕੀਬ ਦਾ ਆਮ ਹੀ ਪ੍ਰਯੋਗ ਕਰਦੇ ਹਨ।

ਆਖਰ ਨੂੰ ਨੌਕਰ ਦੁਆਰਾ ਅੰਦਰ ਬੁਲਾਏ ਜਾਣ ਉੱਤੇ, ਮੈਂ ਅਤੇ ਚੰਡੀ ਇੱਕ ਸੌਣ ਵਾਲੇ ਕਮਰੇ ਵਿਚ ਪਹੁੰਚੇ, ਜਿੱਥੇ ਪ੍ਰਸਿੱਧ ਸੋਹਮ ਸਵਾਮੀ* ਆਪਣੇ ਪਲੰਗ ਉਪਰ ਬੈਠੇ

* ਉਨ੍ਹਾਂ ਦਾ ਸੰਨਿਆਸ ਦਾ ਨਾਂ ਸੀ ਸੋਹਮ ਸਵਾਮੀ। ਆਮ ਤੌਰ ਤੇ ਉਨ੍ਹਾਂ ਨੂੰ ਬਾਘ ਸਵਾਮੀ ਕਰ ਕੇ ਹੀ ਜਾਣਿਆਂ ਜਾਂਦਾ ਸੀ।

ਹੋਏ ਸਨ। ਉਨ੍ਹਾਂ ਦੇ ਬਹੁਤ ਵੱਡੇ ਸਰੀਰ ਨੂੰ ਦੇਖ ਕੇ ਸਾਡੇ ਮਨ ਬੜੇ ਅਦਭੁਤ ਤਰੀਕੇ ਨਾਲ ਪ੍ਰਭਾਵਿਤ ਹੋਏ। ਸਾਡੀਆਂ ਅੱਖਾਂ ਟੱਡੀਆਂ ਰਹਿ ਗਈਆਂ ਅਤੇ ਅਸੀਂ ਇੱਕ ਤਰ੍ਹਾਂ ਨਾਲ ਬੌਂਦਲੇ ਜਿਹੇ ਗੂੰਗਿਆਂ ਵਾਂਗ ਖੜ੍ਹੇ ਰਹੇ। ਉਨ੍ਹਾਂ ਵਰਗੀ ਵੱਡੀ ਚੌੜੀ ਛਾਤੀ ਅਤੇ ਫੁਟਬਾਲ ਦੀ ਤਰ੍ਹਾਂ ਫੁੱਲੇ ਹੋਏ ਡੌਲਿਆਂ ਵਾਲੀਆਂ ਬਾਹਾਂ, ਅਸੀਂ ਪਹਿਲਾਂ ਕਦੇ ਨਹੀਂ ਸਨ ਦੇਖੀਆਂ। ਸਵਾਮੀ ਜੀ ਦੀ ਅਤਿਅੰਤ ਮਜ਼ਬੂਤ ਗਰਦਣ ਉੱਪਰ ਟਿਕਿਆ ਭਿਆਨਕ, ਪ੍ਰੰਤੂ ਸ਼ਾਂਤ ਦਿਖਣ ਵਾਲਾ ਚਿਹਰਾ, ਮੁੱਛਾਂ, ਦਾੜ੍ਹੀ ਅਤੇ ਲਹਿਲਹਾਉਂਦੇ ਕੇਸਾਂ ਨਾਲ ਸਜਿਆ ਹੋਇਆ ਸੀ। ਉਨ੍ਹਾਂ ਦੀਆਂ ਕਾਲੀਆਂ ਅੱਖਾਂ ਘੁੱਗੀ ਅਤੇ ਬਾਘ ਦੇ ਗੁਣਾਂ ਦਾ ਰਲਿਆ ਮਿਲਿਆ ਸੰਕੇਤ ਦਿੰਦੀਆਂ ਸਨ। ਸ਼ਕਤੀਸ਼ਾਲੀ ਲੱਕ ਦੇ ਦੁਆਲੇ ਲਪੇਟੀ ਬਾਘ ਦੀ ਖੱਲ ਤੋਂ ਇਲਾਵਾ, ਉਨ੍ਹਾਂ ਨੇ ਸਰੀਰ ਉੱਪਰ ਕੁਝ ਨਹੀਂ ਸੀ ਪਹਿਨਿਆ ਹੋਇਆ।

ਜਦੋਂ ਮੇਰੀ ਅਤੇ ਮੇਰੇ ਮਿੱਤਰ ਦੀ ਬੋਲਣ ਦੀ ਸ਼ਕਤੀ ਵਾਪਸ ਆਈ, ਤਾਂ ਅਸੀਂ ਸਵਾਮੀ ਜੀ ਨੂੰ ਨਮਸਕਾਰ ਕਰਦਿਆਂ, ਉਨ੍ਹਾਂ ਦੇ ਬਾਘਾਂ ਨਾਲ ਖਾਲੀ ਹੱਥਾਂ ਨਾਲ ਲੜਨ ਬਾਰੇ ਪ੍ਰਸ਼ੰਸਾ ਭਰੇ ਸ਼ਬਦਾਂ ਵਿਚ ਸ਼ਲਾਘਾ ਕੀਤੀ।

"ਕੀ ਆਪ ਕ੍ਰਿਪਾ ਕਰਕੇ, ਸਾਨੂੰ ਇਹ ਦਸੋਗੇ, ਕਿ ਜੰਗਲੀ ਜਾਨਵਰਾਂ ਵਿਚ ਸਭ ਤੋਂ ਵੱਧ ਖਤਰਨਾਕ ਰਾਇਲ ਬੰਗਾਲ ਟਾਇਗਰ ਨੂੰ ਖਾਲੀ ਹੱਥਾਂ ਨਾਲ ਹਰਾਉਣਾ ਕਿਸ ਤਰ੍ਹਾਂ ਸੰਭਵ ਹੈ?"

"ਮੇਰੇ ਪੁੱਤਰੋ, ਬਾਘਾਂ ਨਾਲ ਲੜਨਾ ਮੇਰੇ ਵਾਸਤੇ ਕੁਝ ਵੀ ਨਹੀਂ। ਜੇ ਲੋੜ ਪਵੇ, ਤਾਂ ਮੈਂ ਅੱਜ ਵੀ ਬਾਘਾਂ ਨਾਲ ਲੜ ਸਕਦਾ ਹਾਂ।" ਉਹ ਬੱਚਿਆਂ ਵਾਂਗ ਖਿੜ ਖਿੜਾ ਕੇ ਹੱਸੇ। "ਤੁਸੀਂ ਬਾਘਾਂ ਨੂੰ ਬਾਘ ਸਮਝਦੇ ਹੋ, ਮੈਂ ਉਨ੍ਹਾਂ ਨੂੰ ਘਰੇਲੂ ਬਿੱਲੀਆਂ ਵਾਂਗ ਮੰਨਦਾ ਹਾਂ।"

ਸਵਾਮੀ ਜੀ ਮੈਂ ਆਪਣੇ ਮਨ ਨੂੰ ਤਾਂ ਇਹ ਵਿਸ਼ਵਾਸ ਦਿਲਾ ਸਕਦਾ ਹਾਂ, ਕਿ ਬਾਘ ਬਿੱਲੀਆਂ ਵਾਂਗ ਹਨ ਪ੍ਰੰਤੂ ਕੀ ਮੈਂ ਬਾਘਾਂ ਨੂੰ ਵੀ ਉਸੇ ਤਰ੍ਹਾਂ ਵਿਸ਼ਵਾਸ ਦਿਲਾ ਸਕਾਂਗਾ।

"ਹਾਂ, ਮੈਂ ਮੰਨਦਾ ਹਾਂ ਕਿ ਤਾਕਤ ਵੀ ਜਰੂਰੀ ਹੈ। ਜੇ ਕੋਈ ਬੱਚਾ ਬਾਘ ਨੂੰ ਘਰੇਲੂ ਬਿੱਲੀ ਮੰਨ ਲਵੇ, ਤਾਂ ਉਸ ਵਾਸਤੇ ਜਿੱਤ ਪ੍ਰਾਪਤ ਕਰਨ ਦੀ ਉਮੀਦ ਰੱਖਣੀ ਵਿਅਰਥ ਹੈ। ਮੇਰੇ ਸ਼ਕਤੀਸ਼ਾਲੀ ਹੱਥ ਹੀ ਮੇਰੇ ਹਥਿਆਰ ਦੇ ਰੂਪ ਵਿਚ ਕਾਫੀ ਹਨ।"

ਉਨ੍ਹਾਂ ਨੇ ਸਾਨੂੰ ਆਪਣੇ ਨਾਲ ਵਿਹੜੇ ਵਿਚ ਆਉਣ ਵਾਸਤੇ ਕਿਹਾ, ਜਿੱਥੇ ਉਨ੍ਹਾਂ ਨੇ ਕੰਧ ਦੇ ਕਿਨਾਰੇ ਉੱਪਰ ਇੱਕ ਘਸੁੰਨ ਮਾਰਿਆ ਅਤੇ ਉੱਥੋਂ ਕੰਧ ਵਿਚੋਂ ਇੱਕ ਇੱਟ ਨਿਕਲ ਕੇ ਜ਼ਮੀਨ ਤੇ ਡਿੱਗ ਪਈ। ਟੁੱਟੇ ਹੋਏ ਦੰਦ ਵਾਂਗ, ਕੰਧ ਵਿਚ ਬਣੀ ਖਾਲੀ ਥਾਂ ਵਿਚੋਂ ਅਕਾਸ਼ ਬੇਸ਼ਰਮੀ ਨਾਲ ਝਾਕਣ ਲੱਗਿਆ। ਮੈਂ ਹੈਰਾਨੀ ਨਾਲ ਹੱਕਾ ਬੱਕਾ ਰਹਿ ਗਿਆ ਅਤੇ ਇਹ ਸੋਚਣ ਲੱਗਿਆ, ਜਿਹੜਾ ਆਦਮੀ ਇੱਕ ਘਸੁੰਨ ਨਾਲ ਕੰਧ ਵਿਚੋਂ ਸੀਮਿੰਟ ਨਾਲ ਚਿਣੀ ਹੋਈ ਇੱਟ ਕੱਢ ਸਕਦਾ ਹੈ, ਉਹ ਜਰੂਰ ਹੀ ਬਾਘਾਂ ਦੇ ਦੰਦ ਵੀ ਤੋੜ ਸਕਦਾ ਹੈ।

"ਬਹੁਤ ਸਾਰੇ ਲੋਕਾਂ ਵਿਚ ਮੇਰੇ ਵਾਂਗ ਸਰੀਰਕ ਸ਼ਕਤੀ ਹੁੰਦੀ ਹੈ, ਪ੍ਰੰਤੂ ਉਨ੍ਹਾਂ ਵਿਚ ਦ੍ਰਿੜ ਵਿਸ਼ਵਾਸ ਦੀ ਘਾਟ ਹੁੰਦੀ ਹੈ। ਉਹ ਲੋਕ, ਜਿਨ੍ਹਾਂ ਵਿਚ ਸਰੀਰਕ ਸ਼ਕਤੀ ਤਾਂ ਹੈ, ਪ੍ਰੰਤੂ ਮਾਨਸਿਕ ਸ਼ਕਤੀ ਨਹੀਂ, ਉਹ ਜੰਗਲ ਵਿਚ ਘੁੰਮ ਰਹੇ ਜੰਗਲੀ ਜਾਨਵਰ ਨੂੰ ਦੇਖ ਕੇ ਹੀ ਬੇਹੋਸ਼ ਹੋ ਜਾਂਦੇ ਹਨ। ਕੁਦਰਤੀ ਚੁਗਿਰਦੇ ਵਿਚ ਰਹਿਣ ਕਰਕੇ ਹਿੰਸਕ ਸੁਭਾਅ ਵਾਲੇ ਬਾਘ ਸਰਕਸ ਦੇ ਅਫੀਮਚੀ ਬਾਘਾਂ ਨਾਲੋਂ ਬਿਲਕੁਲ ਵੱਖਰੇ ਹੁੰਦੇ ਹਨ।

"ਕਈ ਲੋਕ ਯੂਨਾਨੀ ਸੂਰਮੇ ਹਰਕੁਲੀਅਨ ਵਾਂਗ ਅਤਿਅੰਤ ਸ਼ਕਤੀਸ਼ਾਲੀ ਹੁੰਦਿਆਂ ਹੋਇਆਂ ਵੀ ਰਾਇਲ ਬੰਗਾਲ ਟਾਇਗਰ ਦੇ ਪ੍ਰਚੰਡ ਹਮਲੇ ਦੇ ਸਾਹਮਣੇ ਅਤਿਅੰਤ ਲਚਾਰ ਹੋ ਕੇ ਰੱਖਿਆਤਮਕ ਸਥਿਤੀ ਲੈ ਲੈਂਦੇ ਹਨ। ਇਸ ਕਰ ਕੇ ਬਾਘ ਉਨ੍ਹਾਂ ਦੇ ਮਨ ਦੀ ਕਲਪਨਾ ਵਿਚ ਹੀ ਆਦਮੀ ਨੂੰ ਇੱਕ ਘਰੇਲੂ ਬਿੱਲੀ ਦੀ ਭੈਅ ਭੀਤ ਅਵਸਥਾ ਵਿਚ ਪਾ ਦਿੰਦਾ ਹੈ। ਪ੍ਰੰਤੂ ਜਿਹੜਾ ਆਦਮੀ ਮਜ਼ਬੂਤ ਸਰੀਰ ਦੇ ਨਾਲ ਨਾਲ ਦ੍ਰਿੜ ਇੱਛਾ ਸ਼ਕਤੀ ਵਾਲਾ ਵੀ ਹੋਵੇ, ਉਸ ਹਾਲਤ ਵਿਚ ਉਹ ਹਮਲਾਵਰ ਰੁੱਖ ਅਪਣਾ ਕੇ ਬਾਘ ਨੂੰ ਇਹ ਮੰਨਣ ਵਾਸਤੇ ਮਜਬੂਰ ਕਰ ਸਕਦਾ ਹੈ ਕਿ ਉਹ ਘਰੇਲੂ ਬਿੱਲੀ ਦੀ ਤਰ੍ਹਾਂ ਆਤਮ ਰੱਖਿਆ ਤੋਂ ਅਸਮਰਥ ਹੈ। ਮੈਂ ਅਕਸਰ ਇਸੇ ਤਰ੍ਹਾਂ ਹੀ ਕੀਤਾ ਹੈ।"

ਮੈਂ ਆਪਣੇ ਸਾਹਮਣੇ ਬੈਠੇ ਅਤਿਅੰਤ ਸ਼ਕਤੀਸ਼ਾਲੀ ਸਰੀਰ ਨੂੰ ਦੇਖਦਿਆਂ, ਇਹ ਮੰਨਣ ਵਾਸਤੇ ਪੂਰੀ ਤਰ੍ਹਾਂ ਤਿਆਰ ਸੀ, ਕਿ ਉਹ ਆਦਮੀ ਬਾਘ ਨੂੰ ਬਿੱਲੀ ਵਿਚ ਬਦਲਣ ਦੇ ਸਮਰੱਥ ਸੀ। ਉਹ ਕੁਝ ਉਪਦੇਸ਼ਾਤਮਿਕ ਰੌ ਵਿਚ ਦਿਖਾਈ ਦਿੱਤੇ, ਮੈਂ ਅਤੇ ਚੰਡੀ ਸਤਕਾਰ ਸਹਿਤ, ਉਨ੍ਹਾਂ ਦੀਆਂ ਨਸੀਹਤਾਂ ਸੁਣਨ ਲੱਗੇ।

"ਮਨ ਹੀ ਮਾਸ ਪੇਸ਼ੀਆਂ ਨੂੰ ਕੰਟਰੋਲ ਕਰਦਾ ਹੈ, ਜਿਸ ਤਰ੍ਹਾਂ ਹਥੌੜੇ ਦੀ ਸੱਟ ਦੀ ਸ਼ਕਤੀ, ਉਸ ਉੱਪਰ ਲਗਾਈ ਗਈ ਤਾਕਤ ਤੇ ਨਿਰਭਰ ਕਰਦੀ ਹੈ, ਉਸੇ ਤਰ੍ਹਾਂ ਹੀ ਮਨੁੱਖ ਦੀ ਸਰੀਰਕ ਸ਼ਕਤੀ ਦੀ ਅਭੀਵਿਅਕਤੀ ਵੀ, ਉਸ ਦੇ ਹਮਲਾਵਰ ਰੁੱਖ ਅਤੇ ਹੌਸਲੇ ਉੱਪਰ ਨਿਰਭਰ ਕਰਦੀ ਹੈ। ਸ਼ਾਬਦਿਕ ਤੌਰ ਤੇ ਮਨ ਹੀ ਸਰੀਰ ਨੂੰ ਬਣਾਉਂਦਾ ਅਤੇ ਸੰਭਾਲਦਾ ਹੈ। ਪਿਛਲੇ ਜਨਮਾਂ ਦੇ ਸੰਸਕਾਰਾਂ ਦੇ ਪ੍ਰਭਾਵ, ਤਾਕਤ ਜਾਂ ਕਮਜ਼ੋਰੀ ਦੇ ਗੁਣ ਹੌਲੀ ਹੌਲੀ ਆਦਮੀ ਦੀ ਚੇਤਨਾ ਵਿਚ ਪੈਦਾ ਹੋ ਜਾਂਦੇ ਹਨ, ਜਿਹੜੇ ਕਿ ਉਸ ਆਦਮੀ ਦੀਆਂ ਆਦਤਾਂ ਬਣ ਜਾਂਦੇ ਹਨ। ਉਹ ਆਦਤਾਂ ਇੱਛਿਤ ਅਤੇ ਅਣਇੱਛਿਤ ਸਰੀਰ ਵਿਚ ਬਦਲ ਜਾਂਦੀਆਂ ਹਨ। ਬਾਹਰੀ ਕਮਜ਼ੋਰੀ ਦੀ ਜੜ੍ਹ ਮਨ ਹੈ ਅਤੇ ਆਦਤਾਂ ਤੋਂ ਲਚਾਰ ਸਰੀਰ ਮਨ ਦੀ ਅਵੱਗਿਆ ਕਰਦਾ ਹੈ। ਇਸ ਤਰ੍ਹਾਂ ਇਹ ਕੁਚੱਕਰ ਚੱਲਦਾ ਰਹਿੰਦਾ ਹੈ। ਜੇ ਮਾਲਕ, ਨੌਕਰ ਦੇ ਹੁਕਮ ਦੀ ਪਾਲਣਾ ਕਰਨ ਲੱਗ ਜਾਵੇ, ਤਾਂ ਨੌਕਰ ਆਪ ਹੁਦਰਾ ਸ਼ਾਸਕ ਬਣ ਜਾਂਦਾ ਹੈ। ਇਸ ਤਰੀਕੇ ਨਾਲ ਮਨ ਵੀ ਸਰੀਰ ਦੇ ਹੁਕਮਾਂ ਦੀ ਪਾਲਣਾ ਕਰ ਕਰ ਕੇ, ਸਰੀਰ ਦਾ ਗੁਲਾਮ ਬਣ ਜਾਂਦਾ ਹੈ।"

ਸਾਡੀ ਬੇਨਤੀ ਉੱਪਰ ਤੇਜਸਵੀ ਸਵਾਮੀ ਜੀ ਆਪਣੀ ਜਿੰਦਗੀ ਉੱਪਰ ਝਾਤ ਪੁਆਉਣ ਵਾਸਤੇ ਸਹਿਮਤ ਹੋ ਗਏ।

"ਬਚਪਨ ਤੋਂ ਹੀ ਮੇਰੀ ਬਾਘਾਂ ਨਾਲ ਲੜਨ ਦੀ ਬੜੀ ਇੱਛਾ ਸੀ। ਮੇਰੀ ਇੱਛਾ ਸ਼ਕਤੀ ਤਾਂ ਮਜ਼ਬੂਤ ਸੀ, ਪਰ ਮੇਰਾ ਸਰੀਰ ਬੜਾ ਕਮਜ਼ੋਰ ਸੀ।"

ਮੈਂ ਅਸਚਰਜਮਈ ਜੋਸ਼ ਵਿਚ ਬੋਲ ਉਠਿਆ ਕਿ, "ਯਕੀਨ ਨਹੀਂ ਆਉਂਦਾ ਕਿ ਧਰਤੀ ਦਾ ਭਾਰ ਉਠਾਉਣ ਦੇ ਯੋਗ ਮੋਢਿਆਂ ਵਾਲੇ ਮਨੁੱਖ ਦਾ ਕਦੇ ਕਮਜ਼ੋਰੀ ਨਾਲ ਦੂਰ ਦਾ ਵੀ ਰਿਸ਼ਤਾ ਰਿਹਾ ਹੋਵੇਗਾ।"

"ਸਿਹਤ ਅਤੇ ਤਾਕਤ ਦੇ ਹੱਠ ਪੂਰਵਕ ਵਿਚਾਰਾਂ ਦੀ ਦ੍ਰਿੜਤਾ ਦੀ ਤਾਕਤ ਦੇ ਨਾਲ ਹੀ, ਮੈਂ ਇਸ ਕਮਜ਼ੋਰੀ ਨੂੰ ਦੂਰ ਕਰਨ ਵਿਚ ਸਫਲਤਾ ਪ੍ਰਾਪਤ ਕੀਤੀ। ਇਸ ਅਦਭੁਤ ਮਾਨਸਿਕ ਸ਼ਕਤੀ ਦੀ ਪ੍ਰਸ਼ੰਸਾ ਕਰਨ ਦਾ ਕਾਰਨ ਹੋਰ ਵੀ ਵਧ ਜਾਂਦਾ ਹੈ, ਕਿਉਂਕਿ ਮੈਂ ਦੇਖਿਆ ਹੈ ਕਿ ਰਾਇਲ ਬੰਗਾਲ ਟਾਇਗਰ ਉੱਪਰ ਜਿੱਤ ਪ੍ਰਾਪਤ ਕਰਨ ਦਾ ਅਸਲੀ ਕਾਰਨ ਇਹੋ ਮਾਨਸਿਕ ਸ਼ਕਤੀ ਸੀ।"

"ਸਤਕਾਰਯੋਗ ਸਵਾਮੀ ਜੀ, ਤੁਹਾਡੇ ਵਿਚਾਰ ਮੁਤਾਬਿਕ ਮੈਂ ਵੀ ਕਦੇ ਬਾਘ ਨਾਲ ਲੜਾਈ ਕਰ ਸਕਾਂਗਾ।" ਇਹ ਅਜੀਬੋ ਗਰੀਬ ਲਾਲਸਾ, ਪਹਿਲੀ ਅਤੇ ਆਖਰੀ ਵਾਰ ਮੇਰੇ ਦਿਲ ਵਿਚ ਪੈਦਾ ਹੋਈ।

"ਹਾਂ," ਉਹ ਮੁਸਕਰਾ ਰਹੇ ਸਨ। "ਪਰ ਬਾਘ ਕਈ ਕਿਸਮ ਦੇ ਹੁੰਦੇ ਹਨ, ਕੁਝ ਮਨੁੱਖੀ ਇੱਛਾਵਾਂ, ਵਾਸ਼ਨਾਵਾਂ ਦੇ ਜੰਗਲਾਂ ਵਿਚ ਘੁੰਮਦੇ ਰਹਿੰਦੇ ਹਨ। ਜੰਗਲੀ ਜਾਨਵਰਾਂ ਨੂੰ ਆਪਣੀ ਤਾਕਤ ਨਾਲ ਬੇਹੋਸ਼ ਕਰ ਦੇਣ ਨਾਲ ਕੋਈ ਅਧਿਆਤਮਿਕ ਲਾਭ ਨਹੀਂ ਹੁੰਦਾ, ਬਲਕਿ ਮਨ ਦੇ ਜੰਗਲ ਵਿਚ ਵਿਚਰ ਰਹੇ, ਇੱਛਾਵਾਂ ਅਤੇ ਵਾਸ਼ਨਾਵਾਂ ਦੇ ਵਹਿਸ਼ੀ ਬਾਘ, ਜੋ ਤੁਹਾਨੂੰ ਨਸ਼ਟ ਕਰਨ ਵਾਸਤੇ ਘਾਤ ਲਗਾਈ ਬੈਠੇ ਹਨ, ਉਨ੍ਹਾਂ ਉੱਪਰ ਜਿੱਤ ਪ੍ਰਾਪਤ ਕਰੋ।"

"ਸਵਾਮੀ ਜੀ, ਕੀ ਆਪ ਸਾਨੂੰ ਇਹ ਦੱਸ ਸਕਦੇ ਹੋ, ਕਿ ਆਪ ਜੰਗਲੀ ਜਾਨਵਰਾਂ ਨੂੰ ਵੱਸ ਵਿਚ ਕਰਦੇ ਕਰਦੇ, ਪ੍ਰਚੰਡ ਵਾਸ਼ਨਾਵਾਂ ਦੇ ਬਾਘਾਂ ਨੂੰ ਕਿਸ ਤਰ੍ਹਾਂ ਕਾਬੂ ਕਰਨ ਲੱਗ ਪਏ?"

ਬਾਘ ਸਵਾਮੀ ਮੌਨ ਹੋ ਗਏ। ਬੀਤੇ ਵਰ੍ਹਿਆਂ ਦੀਆਂ ਯਾਦਾਂ ਵਿਚ ਗੁਆਚ ਗਏ। ਉਨ੍ਹਾਂ ਦੀ ਨਜ਼ਰ ਕਿਤੇ ਦੂਰ ਟਿਕ ਗਈ। ਮੇਰੀ ਬੇਨਤੀ ਨੂੰ ਸਵੀਕਾਰ ਕਰਨ ਜਾਂ ਨਾ ਕਰਨ ਦੀ, ਉਨ੍ਹਾਂ ਦੀ ਮਾਨਸਿਕ ਕਸ਼ਮਕਸ਼ ਨੂੰ ਮੈਂ ਭਾਂਪ ਲਿਆ। ਆਖਰ ਉਹ ਰਜ਼ਾਮੰਦ ਹੁੰਦਿਆਂ ਮੁਸਕਰਾਏ।

"ਜਦੋਂ ਮੇਰੀ ਪ੍ਰਸਿੱਧੀ ਅਕਾਸ਼ੀਂ ਜਾ ਪਹੁੰਚੀ, ਤਾਂ ਮੈਨੂੰ ਹੰਕਾਰ ਦਾ ਨਸ਼ਾ ਚੜ੍ਹ ਗਿਆ। ਮੈਂ ਫੈਸਲਾ ਕਰ ਲਿਆ ਕਿ ਬਾਘਾਂ ਨਾਲ ਨਾ ਸਿਰਫ ਲੜਿਆ ਹੀ ਜਾਵੇ, ਸਗੋਂ ਉਨ੍ਹਾਂ ਤੋਂ

ਕਰਤਬ ਕਰਵਾ ਕੇ ਦਿਖਾਏ ਜਾਣ। ਮੇਰਾ ਉਦੇਸ਼ ਇਹ ਸੀ ਕਿ ਜੰਗਲੀ ਜਾਨਵਰਾਂ ਨੂੰ ਪਾਲਤੂ ਪਸ਼ੂਆਂ ਵਾਂਗ ਵਿਵਹਾਰ ਕਰਨ ਵਾਸਤੇ ਮਜਬੂਰ ਕਰ ਦਿਆਂ। ਸਰਬਜਨਿਕ ਰੂਪ ਵਿਚ ਕਰਤਬ ਦਿਖਾਉਣ ਵਿਚ ਸਫਲਤਾ ਮਿਲਣ ਕਰਕੇ ਮੈਨੂੰ ਬੜੀ ਖੁਸ਼ੀ ਹੋਣ ਲੱਗੀ।"

"ਇੱਕ ਦਿਨ ਸ਼ਾਮ ਨੂੰ ਅਤਿਅੰਤ ਚਿੰਤਾ ਗ੍ਰਸਤ ਹਾਲਤ ਵਿਚ ਮੇਰੇ ਪਿਤਾ ਜੀ, ਮੇਰੇ ਕਮਰੇ ਵਿਚ ਦਾਖਲ ਹੋਏ। 'ਪੁੱਤਰ, ਮੈਂ ਤੈਨੂੰ ਚਿਤਾਵਨੀ ਦੇਣ ਲਈ ਆਇਆ ਹਾਂ। ਕਾਰਨ ਅਤੇ ਉਸ ਦੇ ਪ੍ਰਭਾਵ ਦੇ ਚੱਲਦੇ ਚੱਕਰ ਤੋਂ ਪੈਦਾ ਹੋ ਕੇ ਆਉਣ ਵਾਲੀਆਂ ਮੁਸੀਬਤਾਂ ਤੋਂ, ਮੈਂ ਤੈਨੂੰ ਸੁਚੇਤ ਕਰਨਾ ਚਾਹੁੰਦਾ ਹਾਂ।'

"ਪਿਤਾ ਜੀ, ਕੀ ਆਪ ਕਿਸਮਤਵਾਦੀ ਹੋ? ਕੀ ਅੰਧ ਵਿਸ਼ਵਾਸ ਕਰਕੇ ਮੈਨੂੰ ਆਪਣੀਆਂ ਸਰਗਰਮੀਆਂ ਦੇ ਸ਼ਕਤੀਸ਼ਾਲੀ ਪ੍ਰਵਾਹ ਨੂੰ ਬੰਦ ਕਰ ਦੇਣਾ ਚਾਹੀਦਾ ਹੈ?"

'ਪੁੱਤਰ, ਮੈਂ ਕਿਸਮਤਵਾਦੀ ਨਹੀਂ ਹਾਂ। ਪ੍ਰੰਤੂ ਮੈਂ ਪਵਿੱਤਰ ਸ਼ਾਸਤਰਾਂ ਦੇ ਪ੍ਰਤਿਫਲ ਦੇ ਨਿਆਂ ਪੂਰਨ ਨਿਯਮ ਵਿਚ ਵਿਸ਼ਵਾਸ ਰੱਖਦਾ ਹਾਂ। ਜੰਗਲੀ ਪਰਿਵਾਰ ਵਿਚ ਤੇਰੇ ਵਿਰੁੱਧ ਰੋਸ਼-ਭਰੀ ਨਰਾਜ਼ਗੀ ਹੈ, ਜਿਹੜੀ ਕਿ ਕਿਸੇ ਸਮੇਂ ਤੇਰੀ ਜ਼ਿੰਦਗੀ ਵਾਸਤੇ ਖਤਰਾ ਬਣ ਕੇ ਸਾਹਮਣੇ ਆ ਸਕਦੀ ਹੈ।'

"ਪਿਤਾ ਜੀ, ਆਪ ਮੈਨੂੰ ਪ੍ਰੇਸ਼ਾਨ ਕਰ ਰਹੇ ਹੋ, ਬਾਘ ਕੀ ਹੁੰਦੇ ਹਨ, ਆਪ ਚੰਗੀ ਤਰ੍ਹਾਂ ਜਾਣਦੇ ਹੋ। ਸੁੰਦਰ ਪਰ ਨਿਰਦਈ। ਕੌਣ ਜਾਣਦਾ ਹੈ? ਕਿ ਮੇਰੇ ਘਸੁੰਨ ਉਨ੍ਹਾਂ ਦੀ ਦੁਸ਼ਟ ਬੁੱਧੀ ਵਿਚ ਕਦੇ ਕੋਈ ਥੋੜੀ ਬਹੁਤੀ ਅਕਲ ਭਰ ਦੇਣ। ਜੰਗਲੀ ਵਿਵਹਾਰ ਖਤਮ ਕਰਵਾ ਕੇ, ਸਨਮਾਨਤ ਵਿਵਹਾਰ ਸਿਖਾਉਣ ਵਾਲੇ ਸਕੂਲ ਦਾ ਮੈਂ ਮੁੱਖ ਅਧਿਆਪਕ ਬਣਿਆ ਹਾਂ।

"ਪਿਤਾ ਜੀ, ਕ੍ਰਿਪਾ ਕਰਕੇ ਮੈਨੂੰ ਬਾਘਾਂ ਨੂੰ ਠੀਕ ਵਿਵਹਾਰ ਸਿਖਾਉਣ ਵਾਲਾ ਸਮਝੋ, ਬਾਘਾਂ ਦਾ ਹਤਿਆਰਾ ਨਹੀਂ। ਮੇਰੇ ਚੰਗੇ ਕੰਮ, ਮੇਰੇ ਨੁਕਸਾਨ ਦਾ ਕਾਰਨ ਕਿਸ ਤਰ੍ਹਾਂ ਬਣ ਸਕਦੇ ਹਨ। ਮੈਂ ਆਪ ਨੂੰ ਬੇਨਤੀ ਕਰਦਾ ਹਾਂ, ਕਿ ਆਪ ਮੈਨੂੰ ਆਪਣੀ ਜੀਵਨ ਸ਼ੈਲੀ ਬਦਲਣ ਵਾਸਤੇ ਕੋਈ ਹੁਕਮ ਨਾ ਦਿਉ।"

ਮੈਂ ਅਤੇ ਚੰਡੀ ਭੂਤਕਾਲ ਦੀ ਇਸ ਦੁਬਿਧਾ ਮਈ ਸਥਿਤੀ ਨੂੰ ਧਿਆਨ ਪੂਰਵਕ ਸਮਝ ਰਹੇ ਸੀ। ਭਾਰਤ ਵਿਚ ਕੋਈ ਸੰਤਾਨ ਆਪਣੇ ਮਾਤਾ ਪਿਤਾ ਦੀਆਂ ਇੱਛਾਵਾਂ ਦਾ ਛੇਤੀ ਕੀਤੇ ਨਿਰਾਦਰ ਨਹੀਂ ਕਰਦੀ। ਬਾਘ ਸਵਾਮੀ ਕਹਿੰਦੇ ਗਏ।

"ਮੌਨ ਉਦਾਸੀਨਤਾ ਵਿਚ ਪਿਤਾ ਜੀ ਨੇ ਮੇਰਾ ਸਪਸ਼ਟੀਕਰਨ ਸੁਣਿਆ। ਉਸ ਤੋਂ ਬਾਅਦ ਉਨ੍ਹਾਂ ਗੰਭੀਰਤਾਪੂਰਵਕ ਇਸ ਰਹੱਸ ਦਾ ਭੇਦ ਖੋਲ੍ਹਿਆ।"

'ਪੁੱਤਰ, ਤੂੰ ਮੈਨੂੰ ਇੱਕ ਮਹਾਤਮਾ ਦੁਆਰਾ ਕੀਤੀ ਗਈ ਇੱਕ ਨਹਿਸ਼ ਭਵਿਖਬਾਣੀ ਦੱਸਣ ਵਾਸਤੇ ਮਜਬੂਰ ਕਰ ਰਿਹਾ ਹੈਂ। ਜਦੋਂ ਮੈਂ ਕੱਲ੍ਹ ਹਰ ਰੋਜ਼ ਦੀ ਤਰ੍ਹਾਂ ਵਰਾਂਡੇ ਵਿਚ ਆਪਣਾ ਧਿਆਨ ਕਰ ਰਿਹਾ ਸੀ ਤਾਂ ਉਹ ਮੇਰੇ ਕੋਲ ਆਏ।

'ਪਿਆਰੇ ਮਿੱਤਰ, ਮੈਂ ਆਪ ਦੇ ਲੜਾਕੂ ਪੁੱਤਰ ਵਾਸਤੇ ਇੱਕ ਸੰਦੇਸ਼ ਲੈ ਕੇ ਆਇਆ ਹਾਂ। ਉਸ ਨੂੰ ਕਹੋ ਕਿ ਉਹ ਆਪਣੀਆਂ ਜਾਲਮਾਨਾ ਸਰਗਰਮੀਆਂ ਬੰਦ ਕਰ ਦੇਵੇ, ਨਹੀਂ ਤਾਂ ਬਾਘ ਨਾਲ ਉਸ ਦੀ ਅਗਲੀ ਲੜਾਈ ਵਿਚ, ਉਸ ਨੂੰ ਬਹੁਤ ਕਸ਼ਟਦਾਇਕ ਜ਼ਖਮ ਹੋਣਗੇ, ਜਿਸ ਨਾਲ ਉਹ ਛੇ ਮਹੀਨੇ ਤਕ ਬਿਸਤਰੇ ਉੱਪਰ ਪਿਆ ਜ਼ਿੰਦਗੀ ਅਤੇ ਮੌਤ ਦੀ ਲੜਾਈ ਲੜਦਾ ਰਹੇਗਾ। ਉਸ ਤੋਂ ਬਾਅਦ ਫਿਰ ਉਹ ਆਪਣਾ ਪੁਰਾਣਾ ਰਸਤਾ ਛੱਡ ਕੇ ਸੰਨਿਆਸੀ ਬਣ ਜਾਵੇਗਾ।'

"ਮੈਂ ਇਸ ਕਹਾਣੀ ਤੋਂ ਜਿਆਦਾ ਪ੍ਰਭਾਵਿਤ ਨਾ ਹੋਇਆ ਅਤੇ ਸੋਚਿਆ ਕਿ ਪਿਤਾ ਜੀ ਕਿਸੇ ਕਟੜਪੰਥੀ ਅੰਧ ਵਿਸ਼ਵਾਸੀ ਦੀ ਧੋਖੇਬਾਜ਼ੀ ਦਾ ਸ਼ਿਕਾਰ ਹੋ ਗਏ ਹਨ।"

ਇਹ ਸਵੀਕਾਰ ਕਰਦਿਆਂ ਬਾਘ ਸਵਾਮੀ ਦੇ ਹਾਵ ਭਾਵਾਂ ਵਿਚ ਇਤਨੀ ਵਿਆਕੁਲਤਾ ਆ ਗਈ, ਜਿਵੇਂ ਉਨ੍ਹਾਂ ਨੂੰ ਉਸ ਵਕਤ ਕੀਤੀ ਗਈ, ਆਪਣੀ ਇਸ ਮੂਰਖਤਾ ਉੱਪਰ ਗੁੱਸੇ ਭਰਿਆ ਪਛਤਾਵਾ ਹੋ ਰਿਹਾ ਹੋਵੇ। ਬਹੁਤ ਲੰਬੇ ਸਮੇਂ ਤਕ ਉਹ ਮੌਨ ਬੈਠੇ ਰਹੇ, ਜਿਸ ਤਰ੍ਹਾਂ ਉਨ੍ਹਾਂ ਨੂੰ ਉੱਥੇ ਸਾਡੀ ਮੌਜੂਦਗੀ ਦਾ ਵੀ ਅਹਿਸਾਸ ਨਾ ਰਿਹਾ ਹੋਵੇ। ਫਿਰ ਉਨ੍ਹਾਂ ਅਚਾਨਕ ਹੀ ਆਪਣੀ ਕਹਾਣੀ ਦੀ ਲੜੀ ਫੜ ਕੇ ਬੜੀ ਮਰੀ ਜਿਹੀ ਅਵਾਜ਼ ਵਿਚ ਕਹਾਣੀ ਅੱਗੇ ਦੱਸਣੀ ਸ਼ੁਰੂ ਕੀਤੀ।

"ਪਿਤਾ ਜੀ ਦੀ ਇਸ ਚਿਤਾਵਨੀ ਤੋਂ ਥੋੜੀ ਦੇਰ ਬਾਅਦ, ਮੈਂ ਕੂਚ ਬਿਹਾਰ ਦੀ ਰਾਜਧਾਨੀ ਗਿਆ। ਰਿਆਸਤ ਦਾ ਮਨੋਹਰ ਵਾਤਾਵਰਣ ਮੇਰੇ ਵਾਸਤੇ ਨਵਾਂ ਸੀ ਅਤੇ ਮੈਂ ਸੁਖਦਾਇਕ ਪਰੀਵਰਤਨ ਦੀ ਉਮੀਦ ਰੱਖ ਰਿਹਾ ਸੀ। ਜਿਸ ਤਰ੍ਹਾਂ ਕਿ ਅਮੂਮਨ ਹਰ ਨਵੀਂ ਥਾਂ ਉੱਪਰ ਹੁੰਦਾ ਹੈ, ਉੱਥੇ ਵੀ ਗਲੀਆਂ ਵਿਚ ਉਤਸੁਕ ਭੀੜ ਮੇਰਾ ਪਿੱਛਾ ਕਰ ਰਹੀ ਸੀ। ਉਨ੍ਹਾਂ ਦੀ ਫੁਸਫੁਸਾਹਟ ਦੇ ਸ਼ਬਦ ਕਦੇ ਕਦੇ ਮੈਨੂੰ ਵੀ ਸੁਣਾਈ ਦੇ ਰਹੇ ਸਨ।"

"ਇਹ ਉਹੀ ਆਦਮੀ ਹੈ ਜੋ ਜੰਗਲੀ ਬਾਘਾਂ ਨਾਲ ਲੜਦਾ ਹੈ।"

"ਉਸ ਦੀਆਂ ਲੱਤਾਂ ਹਨ ਜਾਂ ਦਰਖਤ ਦੇ ਤਣੇ।"

"ਉਸ ਦਾ ਚਿਹਰਾ ਤਾਂ ਦੇਖੋ, ਉਹ ਖੁੱਦ ਬਾਘਾਂ ਦੇ ਰਾਜੇ ਦਾ ਅਵਤਾਰ ਲੱਗਦਾ ਹੈ।"

"ਤੁਸੀਂ ਤਾਂ ਜਾਣਦੇ ਹੀ ਹੋ, ਕਿ ਕਿਸ ਤਰ੍ਹਾਂ ਪਿੰਡਾਂ ਦੇ ਸ਼ਰਾਰਤੀ ਬੱਚੇ ਅਖਬਾਰਾਂ ਦੇ ਤਾਜ਼ੇ ਸੰਸਕਰਨ ਦਾ ਕੰਮ ਕਰਦੇ ਹਨ ਅਤੇ ਕਿਸ ਤੇਜ ਚਾਲ ਨਾਲ ਔਰਤਾਂ ਦੀ ਜਬਾਨੀ ਜਨ ਸੂਚਨਾ ਪ੍ਰਣਾਲੀ, ਘਰੋ ਘਰੀ ਖਬਰਾਂ ਪਹੁੰਚਾ ਦਿੰਦੀ ਹੈ। ਕੁਝ ਹੀ ਘੰਟਿਆਂ ਵਿਚ ਮੇਰੀ ਉੱਥੇ ਮੌਜੂਦਗੀ ਦੀ ਖਬਰ ਨੇ ਸਾਰੇ ਸ਼ਹਿਰ ਵਿਚ ਖਲਬਲੀ ਮਚਾ ਦਿੱਤੀ।"

"ਸ਼ਾਮ ਦੇ ਵਕਤ ਮੈਂ ਚੁੱਪ ਚਾਪ ਆਪਣੇ ਕਮਰੇ ਵਿਚ ਅਰਾਮ ਕਰ ਰਿਹਾ ਸੀ ਕਿ ਘੋੜਿਆਂ ਦੀਆਂ ਟਾਪਾਂ ਦੀ ਅਵਾਜ਼ ਸੁਣਾਈ ਦਿੱਤੀ। ਉਹ ਘੋੜਿਆਂ ਦੀਆਂ ਟਾਪਾਂ ਦੀ ਅਵਾਜ਼, ਜਿਸ ਘਰ ਵਿਚ ਮੈਂ ਠਹਿਰਿਆ ਹੋਇਆ ਸੀ, ਉਸ ਦੇ ਸਾਹਮਣੇ ਆ ਕੇ

ਬੰਦ ਹੋ ਗਈ। ਲੰਬੇ ਕੱਦ ਦੇ ਪਗੜੀਧਾਰੀ ਪੁਲੀਸ ਦੇ ਸਿਪਾਹੀਆਂ ਦੀ ਇੱਕ ਟੋਲੀ ਉਸ ਘਰ ਦੇ ਅੰਦਰ ਆ ਗਈ।

"ਮੈਂ ਹੈਰਾਨ ਪ੍ਰੇਸ਼ਾਨ ਹੋ ਗਿਆ, ਕਿ ਇਨ੍ਹਾਂ ਸਮਾਜਕ ਨਿਯਮਾਂ ਦੇ ਰੱਖਵਾਲੇ ਪੁਲੀਸ ਵਾਲਿਆਂ ਤੋਂ ਕੁਝ ਵੀ ਸੰਭਵ ਹੈ। ਮੈਂ ਸੋਚ ਰਿਹਾ ਸੀ, ਜਿਸ ਗੱਲ ਦਾ ਮੈਨੂੰ ਚਿੱਤ ਚੇਤਾ ਵੀ ਨਹੀਂ ਹੋਵੇਗਾ, ਉਸ ਬਾਰੇ ਮੇਰੀ ਜਵਾਬ ਤਲਬੀ ਕਰਨਗੇ। ਪ੍ਰੰਤੂ ਉਨ੍ਹਾਂ ਆਪਣੇ ਕੁਦਰਤੀ ਵਿਵਹਾਰ ਦੇ ਉਲਟ, ਬਹੁਤ ਹੀ ਨਿਮਰਤਾ ਨਾਲ ਮੈਨੂੰ ਨਮਸਕਾਰ ਕੀਤੀ।"

"ਸਨਮਾਨਯੋਗ ਸ੍ਰੀਮਾਨ ਜੀ, ਕੂਚ ਬਿਹਾਰ ਦੇ ਸ਼ਹਿਜ਼ਾਦੇ ਵਲੋਂ ਅਸੀਂ ਆਪ ਜੀ ਨੂੰ ਇਸ ਸ਼ਹਿਰ ਵਿਚ ਪਧਾਰਨ ਉੱਤੇ ਜੀ ਆਇਆਂ ਕਹਿਣ ਆਏ ਹਾਂ। ਉਨ੍ਹਾਂ ਨੇ ਕੱਲ੍ਹ ਸਵੇਰੇ ਆਪ ਜੀ ਨੂੰ ਆਪਣੇ ਰਾਜ ਮਹੱਲ ਵਿਚ ਪਧਾਰਨ ਦਾ ਨਿਮੰਤਰਨ ਦਿੱਤਾ ਹੈ।"

"ਮੈਂ ਥੋੜੀ ਦੇਰ ਵਾਸਤੇ, ਇਸ ਨਵੇਂ ਘਟਨਾਕਰਮ ਬਾਰੇ ਅਨੁਮਾਨ ਲਾਉਂਦਾ ਰਿਹਾ। ਕਿਸੇ ਅਣਦੱਸੇ ਕਾਰਨ ਕਰਕੇ, ਮੈਂ ਇਸ ਸ਼ਾਂਤਮਈ ਯਾਤਰਾ ਵਿਚ ਖਲਲ ਪੈਣ ਲਈ ਡੂੰਘਾ ਅਫਸੋਸ ਮਹਿਸੂਸ ਕਰ ਰਿਹਾ ਸੀ। ਪ੍ਰੰਤੂ ਉਨ੍ਹਾਂ ਪੁਲੀਸ ਵਾਲਿਆਂ ਦੇ ਨਿਮਰ ਵਿਵਹਾਰ ਨੂੰ ਦੇਖਦਿਆਂ, ਮੈਂ ਜਾਣ ਵਾਸਤੇ ਸਹਿਮਤ ਹੋ ਗਿਆ।

"ਅਗਲੇ ਦਿਨ ਜਿਸ ਆਗਿਆਕਾਰੀ ਨਿਮਰਤਾ ਅਤੇ ਚਾਪਲੂਸੀ ਨਾਲ ਮੈਨੂੰ ਆਪਣੇ ਦਰਵਾਜ਼ੇ ਤੋਂ ਚਾਰ ਘੋੜਿਆਂ ਵਾਲੀ ਬੱਘੀ ਵਿਚ ਲਿਜਾਇਆ ਗਿਆ, ਉਸ ਨੂੰ ਦੇਖ ਕੇ ਮੈਂ ਉਲਝਣ ਵਿਚ ਪੈ ਗਿਆ। ਇੱਕ ਨੌਕਰ ਨੇ ਮੈਨੂੰ ਤੇਜ ਧੁੱਪ ਤੋਂ ਬਚਾਉਣ ਖਾਤਰ ਮੇਰੇ ਉੱਪਰ ਸਜਾਵਟੀ ਛਤਰੀ ਤਾਣ ਰੱਖੀ ਸੀ। ਸ਼ਹਿਰ ਅਤੇ ਉਸ ਦੇ ਬਾਹਰੀ ਜੰਗਲੀ ਇਲਾਕੇ ਵਿਚੋਂ ਦੀ ਸੁਖਦਾਇਕ ਬੱਘੀ ਦੀ ਸਵਾਰੀ ਕਰਦਿਆਂ, ਮੈਨੂੰ ਬੜਾ ਆਨੰਦ ਆ ਰਿਹਾ ਸੀ। ਸ਼ਹਿਜ਼ਾਦਾ ਖੁਦ ਆਪ ਮੇਰਾ ਸੁਆਗਤ ਕਰਨ ਵਾਸਤੇ ਰਾਜ ਮਹੱਲ ਦੇ ਮੁੱਖ ਦਰਵਾਜ਼ੇ ਉੱਪਰ ਮੌਜੂਦ ਸੀ। ਮੈਨੂੰ ਆਪਣੇ ਸੁਨਹਿਰੀ ਜ਼ਰੀਜੜਤ ਆਸਣ ਉੱਪਰ ਬਿਠਾ ਕੇ, ਆਪ ਮੁਸਕਰਾਉਂਦਿਆਂ ਇੱਕ ਸਧਾਰਨ ਜਿਹੀ ਕੁਰਸੀ ਉੱਪਰ ਬੈਠ ਗਿਆ।

"ਮੈਂ ਮਨ ਹੀ ਮਨ ਆਪਣੇ ਅੰਦਰ ਵੱਧ ਰਹੀ ਅਸਚਰਜਤਾ ਨਾਲ ਸੋਚ ਰਿਹਾ ਸੀ, ਕਿ ਇਸ ਸਾਰੀ ਨਿਮਰਤਾ ਦੀ ਨਿਸ਼ਚਿਤ ਤੌਰ ਤੇ ਮੈਨੂੰ ਕੋਈ ਵੱਡੀ ਕੀਮਤ ਚੁਕਾਉਣੀ ਪਵੇਗੀ। ਥੋੜੀ ਜਿਹੀ ਸਰਸਰੀ ਗੱਲ ਬਾਤ ਤੋਂ ਬਾਅਦ ਸ਼ਹਿਜ਼ਾਦੇ ਦਾ ਉਦੇਸ਼ ਸਪਸ਼ਟ ਹੋ ਗਿਆ।"

"ਮੇਰੇ ਸ਼ਹਿਰ ਵਿਚ ਬੜੀ ਅਫਵਾਹ ਫੈਲੀ ਹੋਈ ਹੈ ਕਿ ਆਪ ਸਿਰਫ ਆਪਣੇ ਸੱਖਣੇ ਹੱਥਾਂ ਨਾਲ ਹੀ ਜੰਗਲੀ ਬਾਘਾਂ ਨਾਲ ਲੜ ਸਕਦੇ ਹੋ। ਕੀ ਇਹ ਸੱਚ ਹੈ?"

"ਹਾਂ, ਇਹ ਬਿਲਕੁਲ ਸੱਚ ਹੈ।"

"ਮੈਨੂੰ ਤਾਂ ਇਸ ਉੱਪਰ ਯਕੀਨ ਨਹੀਂ ਆਉਂਦਾ। ਆਪ ਚਿੱਟੇ ਚਾਵਲਾਂ ਉੱਪਰ ਪਲੇ ਕੋਲਕਾਤਾ ਦੇ ਬੰਗਾਲੀ ਸ਼ਹਿਰੀ ਬਾਬੂ ਹੋ। ਕ੍ਰਿਪਾ ਕਰਕੇ ਦੱਸੋ ਕਿ ਆਪ ਕਿਤੇ ਡਰਪੋਕ ਅਤੇ

ਸਰਕਸ ਦੇ ਅਫੀਮਚੀ ਬਾਘਾਂ ਨਾਲ ਤਾਂ ਨਹੀਂ ਲੜਦੇ ਰਹੇ।" ਉਸ ਦੀ ਅਵਾਜ਼ ਉੱਚੀ ਅਤੇ ਵਿਅੰਗਮਈ ਹੋ ਗਈ ਸੀ। ਉਸ ਦੇ ਸ਼ਬਦ ਹਾਕਮਾਨਾ ਲਹਿਜੇ ਵਿਚ ਰੰਗੇ ਗਏ ਸਨ।

"ਮੈਂ ਉਸ ਦੇ ਇਸ ਅਪਮਾਨਜਨਕ ਸਵਾਲ ਦਾ ਕੋਈ ਉੱਤਰ ਦੇਣਾ ਠੀਕ ਨਾ ਸਮਝਿਆ।"

"ਮੈਂ ਆਪ ਨੂੰ ਹਾਲ ਹੀ ਵਿਚ ਪਕੜੇ ਗਏ ਆਪਣੇ ਬਾਘ ਰਾਜਾ ਬੇਗਮ* ਨਾਲ ਲੜਨ ਦੀ ਚੁਣੌਤੀ ਦਿੰਦਾ ਹਾਂ। ਜੇ ਆਪ ਉਸ ਦਾ ਸਫਲਤਾ ਪੂਰਵਕ ਮੁਕਾਬਲਾ ਕਰ ਸਕੇ ਅਤੇ ਉਸ ਨੂੰ ਸੰਗਲੀ ਨਾਲ ਬੰਨ ਕੇ ਚੇਤਨ ਅਵਸਥਾ ਵਿਚ ਬਾਹਰ ਆ ਗਏ, ਤਾਂ ਉਹ ਰਾਇਲ ਬੰਗਾਲ ਟਾਇਗਰ ਆਪ ਦਾ ਹੋ ਜਾਵੇਗਾ। ਇਸ ਤੋਂ ਇਲਾਵਾ ਕਈ ਹਜ਼ਾਰਾਂ ਰੁਪਏ ਅਤੇ ਤੋਹਫੇ ਵੀ ਆਪ ਨੂੰ ਮਿਲਣਗੇ। ਜੇ ਆਪ ਨੇ ਉਸ ਨਾਲ ਲੜਨ ਤੋਂ ਇਨਕਾਰ ਕਰ ਦਿੱਤਾ, ਤਾਂ ਮੈਂ ਆਪਣੀ ਰਿਆਸਤ ਵਿਚ ਡੌਂਡੀ ਪਿਟਵਾ ਦਿਆਂਗਾ ਕਿ ਆਪ ਪਖੰਡੀ ਹੋ।"

"ਉਸ ਦੇ ਇਹ ਗੁਸਤਾਖ ਸ਼ਬਦ ਮੈਨੂੰ ਬੰਦੂਕ ਦੀ ਗੋਲੀ ਵਾਂਗ ਲੱਗੇ। ਮੈਂ ਵੀ ਗੁੱਸੇ ਦੇ ਰੌ ਵਿਚ ਹਾਂ ਕਰ ਦਿੱਤੀ। ਸ਼ਹਿਜ਼ਾਦਾ ਉਤੇਜਿਤ ਹੁੰਦਿਆਂ ਕੁਰਸੀ ਤੋਂ ਉਛਲਿਆ ਅਤੇ ਦੁਖ ਭਰੀ ਮੁਸਕਾਨ ਨਾਲ ਧੜੰਮ ਕਰਕੇ, ਫਿਰ ਕੁਰਸੀ ਤੇ ਬੈਠ ਗਿਆ। ਉਸ ਦੀ ਮੁਸਕਰਾਹਟ ਮੈਨੂੰ ਰੋਮ ਦੇ ਸਮਰਾਟਾਂ ਦੀ ਯਾਦ ਦਿਵਾ ਰਹੀ ਸੀ, ਜੋ ਈਸਾਈਆਂ ਨੂੰ ਹਿੰਸਕ ਜਾਨਵਰਾਂ ਨਾਲ ਲੜਾ ਕੇ ਆਨੰਦ ਲੈਂਦੇ ਸਨ।

"ਸ਼ਹਿਜ਼ਾਦੇ ਨੇ ਅੱਗੇ ਕਿਹਾ, 'ਬਾਘ ਦੇ ਨਾਲ ਆਪ ਦੀ ਲੜਾਈ ਇੱਕ ਹਫਤੇ ਬਾਅਦ ਹੋਵੇਗੀ। ਮੈਨੂੰ ਅਫਸੋਸ ਹੈ ਕਿ ਮੈਂ ਆਪ ਨੂੰ ਪਹਿਲਾਂ ਬਾਘ ਦੇਖਣ ਦੀ ਇਜਾਜ਼ਤ ਨਹੀਂ ਦੇ ਸਕਦਾ।'

"ਇਸ ਦਾ ਮੈਨੂੰ ਪਤਾ ਨਹੀਂ ਕਿ ਸ਼ਹਿਜ਼ਾਦੇ ਨੂੰ ਸ਼ਾਇਦ ਇਹ ਡਰ ਸੀ, ਕਿ ਮੈਂ ਬਾਘ ਨੂੰ ਅਫੀਮ ਨਾ ਖਿਲਾ ਦਿਆਂ ਜਾਂ ਉਸ ਨੂੰ ਸੰਮੋਹਨ ਨਾਲ ਆਪਣੇ ਵੱਸ ਵਿਚ ਨਾ ਕਰ ਲਵਾਂ।"

"ਮੈਂ ਰਾਜ ਮਹੱਲ ਤੋਂ ਘਰ ਵਾਪਸ ਆਉਣ ਵਾਸਤੇ ਬਾਹਰ ਨਿਕਲਿਆ। ਇਹ ਹੁਣ ਹਾਸੇ ਵਾਲੀ ਗੱਲ ਸੀ, ਕਿ ਸ਼ਾਨਦਾਰ ਬੱਘੀ ਅਤੇ ਸਜਾਵਟੀ ਛਤਰੀ ਵਾਲਾ ਸਾਰਾ ਅਡੰਬਰ ਗਾਇਬ ਸੀ।

"ਅਗਲਾ ਸਾਰਾ ਹਫਤਾ, ਮੈਂ ਅਗਾਮੀ ਅਗਨੀ ਪ੍ਰੀਖਿਆ ਵਾਸਤੇ ਆਪਣੇ ਮਨ ਅਤੇ ਸਰੀਰ ਨੂੰ ਵਿਧੀ ਅਨੁਸਾਰ ਤਿਆਰ ਕਰਦਾ ਰਿਹਾ। ਆਪਣੇ ਨੌਕਰ ਦੁਆਰਾ ਮੈਨੂੰ ਵਿਲੱਖਣ ਕਹਾਣੀਆਂ ਸੁਣਨ ਨੂੰ ਮਿਲ ਰਹੀਆਂ ਸਨ। ਪਿਤਾ ਜੀ ਕੋਲ ਉਸ ਮਹਾਤਮਾ ਨੇ

* ਰਾਜਾ ਬੇਗਮ:- ਉਸ ਵਿਚ ਬਾਘ ਅਤੇ ਬਾਘਣ ਦੋਨਾਂ ਦੀ ਹੀ ਹਿੰਸਾ ਮੌਜੂਦ ਹੋਣ ਕਰ ਕੇ, ਉਸ ਨੂੰ ਰਾਜਾ ਬੇਗਮ ਦਾ ਨਾਂ ਦਿੱਤਾ ਗਿਆ ਸੀ।

ਜੋ ਭਵਿਖਬਾਣੀ ਕੀਤੀ ਸੀ, ਉਹ ਵੀ ਲੋਕਾਂ ਵਿਚ ਫੈਲ ਗਈ ਸੀ ਅਤੇ ਫੈਲਦੇ ਫੈਲਦੇ ਵਧ ਰਹੀ ਸੀ। ਅਨੇਕ ਸਿੱਧੇ ਸਾਦੇ ਪੇਂਡੂਆਂ ਦਾ ਇਹ ਵਿਸ਼ਵਾਸ ਸੀ, ਕਿ ਕਿਸੇ ਦੁਸ਼ਟ ਆਤਮਾ ਨੇ ਦੇਵਤਿਆਂ ਦੇ ਸਰਾਪ ਕਾਰਨ ਬਾਘ ਦਾ ਜਨਮ ਲਿਆ ਹੈ, ਜੋ ਰਾਤ ਨੂੰ ਕਈ ਤਰ੍ਹਾਂ ਦੇ ਰੂਪ ਧਾਰ ਲੈਂਦੀ ਹੈ, ਪਰ ਦਿਨ ਵਿਚ ਫਿਰ ਬਾਘ ਬਣੀ ਰਹਿੰਦੀ ਹੈ। ਲੋਕਾਂ ਦਾ ਅਨੁਮਾਨ ਸੀ, ਇਹ ਰਾਕਸ਼ੀ ਬਾਘ ਹੈ ਜਿਸ ਨੂੰ ਮੇਰਾ ਹੰਕਾਰ ਚੂਰ ਕਰਨ ਖਾਤਰ ਭੇਜਿਆ ਗਿਆ ਹੈ।

"ਇੱਕ ਹੋਰ ਕਲਪਨਾ ਇਹ ਵੀ ਕੀਤੀ ਜਾ ਰਹੀ ਸੀ, ਕਿ ਬਾਘਾਂ ਦੀ ਆਪਣੇ ਇਸ਼ਟ ਨੂੰ ਕੀਤੀ ਗਈ ਫਰਿਆਦ ਦੇ ਉੱਤਰ ਦੇ ਰੂਪ ਵਿਚ ਰਾਜਾ ਬੇਗਮ ਆ ਗਿਆ ਹੈ। ਸਾਰੀ ਬਾਘ ਜਾਤੀ ਵਾਸਤੇ ਇੰਨੇ ਖਤਰਨਾਕ ਸਮਝੇ ਜਾਂਦੇ, ਮੂਰਖਤਾ ਦੀ ਹੱਦ ਤਕ ਬਹਾਦਰ, ਦੋ ਪੈਰਾਂ ਵਾਲੇ ਜੀਵ ਨੂੰ-ਮੈਨੂੰ-ਸਜ਼ਾ ਦੇਣ ਖਾਤਰ, ਰਾਜਾ ਬੇਗਮ ਨੇ ਇੱਕ ਸਾਧਨ ਬਣਨਾ ਸੀ। ਬਗੈਰ ਜੱਤ ਦੇ ਅਤੇ ਬਗੈਰ ਵਿਸ਼ੈਲੇ ਦੰਦਾਂ ਦੇ ਇੱਕ ਨਿਤਾਣਾ ਆਦਮੀ, ਤਿੱਖੇ ਨਹੁੰਆਂ ਅਤੇ ਮਜ਼ਬੂਤ ਅੰਗਾਂ ਵਾਲੇ ਬਾਘ ਨੂੰ ਲਲਕਾਰਨ ਦਾ ਹੌਂਸਲਾ ਕਿਵੇਂ ਕਰ ਰਿਹਾ ਸੀ। ਲੋਕ ਇਹ ਵੀ ਕਹਿੰਦੇ ਸਨ ਕਿ ਸਾਰੇ ਬਾਘਾਂ ਦੀ ਅਪਮਾਨਤਾ ਦੀ ਜ਼ਹਿਰ ਦੀ ਤਾਕਤ ਨੇ ਇਕਾਗਰ ਹੋ ਕੇ ਇੰਨਾ ਜ਼ੋਰ ਫੜ ਲਿਆ ਕਿ ਬਾਘ ਦਾ ਇੰਨਾ ਅਪਮਾਨ ਕਰਨ ਵਾਲੇ ਮਨੁੱਖ ਦੇ ਹੰਕਾਰ ਨੂੰ ਚੂਰ ਕਰਨ ਵਾਸਤੇ, ਉਸ ਇਕਾਗਰਤਾ ਨੇ ਹੁਣ ਸੂਖਮ ਨਿਯਮਾਂ ਨੂੰ ਹਰਕਤ ਵਿਚ ਲੈ ਆਂਦਾ ਹੈ।

"ਮੇਰੇ ਨੌਕਰ ਨੇ ਮੈਨੂੰ ਇਹ ਵੀ ਦੱਸਿਆ ਕਿ ਸ਼ਹਿਜ਼ਾਦਾ ਖੁਦ ਆਪ, ਮਨੁੱਖ ਅਤੇ ਜੰਗਲੀ ਜਾਨਵਰ ਦੇ ਵਿਚਕਾਰ ਹੋਣ ਵਾਲੇ, ਇਸ ਮੁਕਾਬਲੇ ਵਾਸਤੇ ਇੱਕ ਪ੍ਰਬੰਧਕ ਦੀ ਭੂਮਿਕਾ ਨਿਭਾ ਰਿਹਾ ਸੀ। ਉਸ ਨੇ ਆਪਣੀ ਦੇਖ ਰੇਖ ਵਿਚ ਹਜ਼ਾਰਾਂ ਆਦਮੀਆਂ ਦੇ ਬੈਠਣ ਵਾਸਤੇ, ਇੱਕ ਇਹੋ ਜਿਹੇ ਪੰਡਾਲ ਦਾ ਨਿਰਮਾਣ ਕਰਵਾਇਆ ਹੈ, ਜੋ ਝੱਖੜ ਅਤੇ ਤੂਫਾਨ ਵਿਚ ਵੀ ਸੁੱਰਖਿਅਤ ਰਹਿ ਸਕੇ। ਉਸ ਪੰਡਾਲ ਦੇ ਵਿਚਕਾਰ ਲੋਹੇ ਦੇ ਇੱਕ ਵਿਸ਼ਾਲ ਪਿੰਜਰੇ ਵਿਚ ਰਾਜਾ ਬੇਗਮ ਨੂੰ ਰੱਖਿਆ ਗਿਆ ਹੈ। ਉਸ ਦੇ ਬਾਹਰ ਇੱਕ ਹੋਰ ਸੁੱਰਖਿਆ ਘੇਰਾ ਹੈ। ਰਾਜਾ ਬੇਗਮ ਲਗਾਤਾਰ ਖੂਨ ਜਮਾ ਦੇਣ ਵਾਲੀਆਂ ਭਿਅੰਕਰ ਦਹਾੜਾਂ ਮਾਰਦਾ ਰਹਿੰਦਾ ਸੀ। ਉਸ ਦੀ ਗੁੱਸੇ ਭਰੀ ਭੁੱਖ ਚਮਕਾਉਣ ਵਾਸਤੇ, ਉਸ ਨੂੰ ਖਾਣ ਵਾਸਤੇ ਬਹੁਤ ਥੋੜ੍ਹਾ ਖਾਣਾ ਦਿੱਤਾ ਜਾ ਰਿਹਾ ਸੀ। ਸ਼ਾਇਦ ਸ਼ਹਿਜ਼ਾਦੇ ਨੂੰ ਇਹ ਉਮੀਦ ਸੀ ਕਿ ਇਨਾਮ ਦੇ ਰੂਪ ਵਿਚ ਮੈਂ ਹੀ ਉਸ ਦਾ ਭੋਜਨ ਬਣਾਂਗਾ।

"ਢੋਲ ਵਜਾ ਵਜਾ ਕੇ, ਸ਼ਹਿਰਾਂ ਵਿਚ ਅਤੇ ਕਸਬਿਆਂ ਵਿਚ ਮੁਨਾਦੀ ਕਰਵਾਈ ਜਾ ਰਹੀ ਸੀ, ਜਿਸ ਨੂੰ ਸੁਣ ਕੇ ਬਹੁਤ ਸਾਰੇ ਲੋਕਾਂ ਨੇ ਇਸ ਅਨੋਖੇ ਮੁਕਾਬਲੇ ਨੂੰ ਦੇਖਣ ਵਾਸਤੇ ਉਤਸੁਕਤਾ ਨਾਲ ਟਿਕਟਾਂ ਖਰੀਦ ਲਈਆਂ ਸਨ। ਮੁਕਾਬਲੇ ਵਾਲੇ ਦਿਨ ਸੀਟਾਂ ਨਾ ਮਿਲਣ ਕਰਕੇ ਸੈਂਕੜੇ ਲੋਕਾਂ ਨੂੰ ਨਿਰਾਸ਼ ਹੋ ਕੇ ਵਾਪਸ ਮੁੜਨਾ ਪਿਆ। ਬਹੁਤ ਸਾਰੇ ਲੋਕਾਂ ਨੇ ਪੰਡਾਲ ਦੀਆਂ ਕਨਾਤਾਂ ਤੋੜ ਦਿੱਤੀਆਂ ਅਤੇ ਜਿੱਥੇ ਕਿਤੇ ਵੀ ਗੈਲਰੀ ਥੱਲੇ ਥਾਂ ਮਿਲੀ ਖੜ੍ਹੇ ਹੋ ਗਏ।"

ਜਿਉਂ ਜਿਉਂ ਬਾਘ ਸਵਾਮੀ ਦੀ ਕਹਾਣੀ ਸਿਖਰ ਵੱਲ ਵਧ ਰਹੀ ਸੀ, ਤਿਉਂ ਤਿਉਂ ਮੇਰੀ ਉਤਕੰਠਾ ਵੀ ਵਧਦੀ ਜਾ ਰਹੀ ਸੀ। ਚੰਡੀ ਵੀ ਮੰਤਰ ਮੁਗਧ ਹੋ ਕੇ ਚੁੱਪ ਚਾਪ ਬੈਠਾ ਸੀ।

"ਰਾਜਾ ਬੇਗਮ ਦੀਆਂ ਕੰਨ ਪਾੜਵੀਆਂ ਦਹਾੜਾਂ ਅਤੇ ਭੈਅ-ਭੀਤ ਦਰਸ਼ਕਾਂ ਦੇ ਸ਼ੋਰ ਸ਼ਰਾਬੇ ਵਿਚ, ਮੈਂ ਸ਼ਾਂਤ ਮਨ ਦੇ ਨਾਲ ਪੰਡਾਲ ਵਿਚ ਦਾਖਲ ਹੋਇਆ। ਲੰਗੋਟ ਤੋਂ ਇਲਾਵਾ, ਮੈਂ ਸਰੀਰ ਉੱਪਰ ਹੋਰ ਕੋਈ ਕਪੜਾ ਨਹੀਂ ਸੀ ਪਹਿਨਿਆ ਹੋਇਆ। ਮੈਂ ਸੁੱਰਖਿਆ ਘੇਰੇ ਦੀ ਕੁੰਡੀ ਖੋਲ੍ਹੀ ਅਤੇ ਅੰਦਰ ਜਾ ਕੇ ਸ਼ਾਂਤ ਮਨ ਨਾਲ ਬੰਦ ਕਰ ਦਿੱਤੀ। ਬਾਘ ਨੂੰ ਆਦਮੀ ਦੇ ਖੂਨ ਦੀ ਗੰਧ ਆ ਗਈ। ਉਸ ਨੇ ਉੱਛਲ ਕੇ ਲੋਹੇ ਦੇ ਜੰਗਲੇ ਨਾਲ ਟਕਰਾਉਣ ਦੀ ਧੜੰਮ ਦੀ ਅਵਾਜ਼ ਦੇ ਵਹਿਸ਼ੀਆਨਾ ਢੰਗ ਨਾਲ ਮੇਰਾ ਸੁਆਗਤ ਕੀਤਾ। ਕਰੁਣਾਮਈ ਡਰ ਦੇ ਨਾਲ ਦਰਸ਼ਕਾਂ ਵਿਚ ਸੰਨਾਟਾ ਛਾ ਗਿਆ। ਉਸ ਪ੍ਰਚੰਡ ਬਾਘ ਦੇ ਸਾਹਮਣੇ ਮੈਂ ਇੱਕ ਨਿਤਾਣਾ ਮੇਮਣਾ ਲੱਗਦਾ ਸੀ।

"ਪਲਕ ਝਪਕਦੇ ਹੀ, ਮੈਂ ਉਸ ਦੇ ਪਿੰਜਰੇ ਦੇ ਅੰਦਰ ਚਲਿਆ ਗਿਆ। ਪ੍ਰੰਤੂ ਜਿਉਂ ਹੀ ਮੈਂ ਦਰਵਾਜ਼ਾ ਬੰਦ ਕੀਤਾ ਰਾਜਾ ਬੇਗਮ ਉੱਛਲ ਕੇ ਸਿੱਧਾ ਮੇਰੇ ਉੱਪਰ ਆ ਲਪਕਿਆ ਅਤੇ ਮੇਰਾ ਸੱਜਾ ਹੱਥ ਬੁਰੀ ਤਰ੍ਹਾਂ ਜ਼ਖਮੀ ਕਰ ਦਿੱਤਾ। ਬਾਘ ਵਾਸਤੇ ਬੇਹੱਦ ਸਵਾਦਲੀਆਂ ਮਨੁੱਖੀ ਖੂਨ ਦੀਆਂ ਧਾਰਾਂ ਵਹਿ ਤੁਰੀਆਂ। ਮਹਾਤਮਾ ਦੀ ਭਵਿਖਬਾਣੀ ਸੱਚੀ ਹੋਣ ਦੇ ਅਸਾਰ ਨਜ਼ਰ ਆਉਣ ਲੱਗੇ।

"ਇਸ ਤਰ੍ਹਾਂ ਦੀ ਗੰਭੀਰ ਚੋਟ, ਮੈਨੂੰ ਜ਼ਿੰਦਗੀ ਵਿਚ ਪਹਿਲੀ ਵਾਰੀ ਲੱਗੀ ਸੀ। ਪ੍ਰੰਤੂ ਮੈਂ ਛੇਤੀ ਹੀ ਉਸ ਚੋਟ ਤੋਂ ਸੰਭਲ ਗਿਆ ਅਤੇ ਲਹੂ ਲੁਹਾਨ ਹੋਈਆਂ ਉਂਗਲੀਆਂ ਨੂੰ ਆਪਣੇ ਲੰਗੋਟ ਵਿਚ ਛੁਪਾ ਲਿਆ। ਖੱਬੇ ਹੱਥ ਨਾਲ ਬਾਘ ਦੇ ਉਸ ਦੀਆਂ ਹੱਡੀਆਂ ਤੋੜਨ ਵਾਲਾ ਮੁੱਕਾ ਮਾਰਿਆ। ਬਾਘ ਚੱਕਰ ਖਾ ਕੇ ਪਿੱਛੇ ਹਟ ਗਿਆ ਅਤੇ ਪਿੰਜਰੇ ਦੇ ਪਿੱਛਵਾੜੇ ਤਕ ਚਲਿਆ ਗਿਆ। ਫਿਰ ਪਲਟ ਕੇ ਉਹ ਅਤਿਅੰਤ ਗੁੱਸੇ ਵਿਚ ਮੇਰੇ ਉੱਪਰ ਝਪਟਿਆ। ਮੇਰੀ ਪਰਚੰਡ ਘਸੁੰਨ ਵਰਖਾ ਉਸ ਦੇ ਸਿਰ ਤੇ ਹੋਣ ਲੱਗੀ।

"ਪ੍ਰੰਤੂ ਰਾਜਾ ਬੇਗਮ ਨੂੰ, ਜਿਹੜਾ ਮਨੁੱਖੀ ਖੂਨ ਦਾ ਸਵਾਦ ਲੱਗ ਗਿਆ ਸੀ, ਉਹ ਇਸ ਤਰ੍ਹਾਂ ਸੀ, ਜਿਵੇਂ ਲੰਬੇ ਸਮੇਂ ਤੋਂ ਬਾਅਦ ਕਿਸੇ ਸਰਾਬੀ ਨੂੰ ਮਿਲੀ ਸਰਾਬ ਦੀ ਪਹਿਲੀ ਘੁੱਟ ਹੀ ਜੋਸ਼ ਵਿਚ ਭਰ ਦਿੰਦੀ ਹੈ, ਰਾਜਾ ਬੇਗਮ ਉਸੇ ਤਰ੍ਹਾਂ ਜੋਸ਼ ਵਿਚ ਭਰ ਗਿਆ ਸੀ। ਥੋੜੀ ਥੋੜੀ ਦੇਰ ਬਾਅਦ ਕੰਨ ਪਾੜਵੀਆਂ ਦਹਾੜਾਂ ਮਾਰਦੇ, ਉਸ ਦੇ ਹਮਲਿਆਂ ਦੀ ਪ੍ਰਚੰਡਤਾ ਵਧਦੀ ਹੀ ਜਾ ਰਹੀ ਸੀ। ਉਸ ਦੇ ਦੰਦਾਂ ਅਤੇ ਨਹੁੰਆਂ ਦੇ ਮੁਕਾਬਲੇ, ਮੇਰਾ ਸਿਰਫ ਇੱਕੋ ਹੱਥ ਨਾਲ ਆਤਮ ਰੱਖਿਆ ਕਰਨਾ ਮੁਸ਼ਕਿਲਾਂ ਭਰਿਆ ਸੀ। ਪ੍ਰੰਤੂ ਮੈਂ ਫਿਰ ਵੀ ਉਸ ਉੱਪਰ ਚਕਰਾ ਦੇਣ ਵਾਲਾ ਹਮਲਾਵਰ ਰੁਖ ਅਪਣਾਉਂਦਾ ਗਿਆ। ਅਸੀਂ ਦੋਨੋਂ ਹੀ ਖੂਨ ਨਾਲ ਲੱਥ ਪੱਥ ਹੋਏ, ਜ਼ਿੰਦਗੀ ਅਤੇ ਮੌਤ ਦਾ ਯੁੱਧ ਲੜ ਰਹੇ ਸੀ। ਸ਼ੋਰ ਸ਼ਰਾਬੇ ਦਾ ਕੇਂਦਰ ਬਿੰਦੂ ਬਣੇ ਪਿੰਜਰੇ ਵਿਚ ਚਾਰੇ ਪਾਸੇ ਖੂਨ ਦੇ ਛਿੱਟੇ ਪੈ ਰਹੇ ਸਨ। ਦਰਦ ਅਤੇ ਖੂਨ ਦੀ ਪਿਆਸ ਕਾਰਨ ਉਸ ਦੇ ਗਲੇ ਤੋਂ ਸ਼ੋਰ ਉੱਠ ਰਿਹਾ ਸੀ।

"ਗੋਲੀ ਚਲਾਉ, ਗੋਲੀ ਚਲਾਉ, ਬਾਘ ਨੂੰ ਮਾਰੋ, ਦਰਸ਼ਕ ਚੀਕ ਪੁਕਾਰ ਕਰ ਰਹੇ ਸਨ। ਮਨੁੱਖ ਅਤੇ ਬਾਘ ਦਾ ਯੁੱਧ ਇੰਨੀ ਤੇਜੀ ਨਾਲ ਚੱਲ ਰਿਹਾ ਸੀ ਕਿ ਸਿਪਾਹੀ ਦੀ ਗੋਲੀ ਦਾ ਨਿਸ਼ਾਨਾ ਵੀ ਖੁੰਝ ਗਿਆ। ਮੈਂ ਆਪਣੀ ਸਾਰੀ ਇੱਛਾ ਸ਼ਕਤੀ ਇਕੱਠੀ ਕੀਤੀ ਅਤੇ ਇੱਕ ਭਿਅੰਕਰ ਗਰਜਣ ਨਾਲ ਆਖਰੀ ਸ਼ਕਤੀਸ਼ਾਲੀ ਘਸੁੰਨ ਉਸ ਦੇ ਸਿਰ ਉੱਪਰ ਮਾਰਿਆ ਅਤੇ ਬਾਘ ਧੜੰਮ ਕਰ ਕੇ ਥੱਲੇ ਡਿਗ ਪਿਆ ਅਤੇ ਅਰਾਮ ਨਾਲ ਲੇਟ ਗਿਆ।"

"ਪਾਲਤੂ ਬਿੱਲੀ ਦੀ ਤਰ੍ਹਾਂ।" ਮੈਂ ਵਿਚੋਂ ਹੀ ਬੋਲ ਉੱਠਿਆ। ਸਵਾਮੀ ਜੀ ਖਿੜ ਖਿੜਾ ਕੇ ਹੱਸੇ ਅਤੇ ਫਿਰ ਰੌਚਿਕਤਾਪੂਰਨ ਕਹਾਣੀ ਸੁਣਾਉਣੀ ਸ਼ੁਰੂ ਰੱਖੀ।

"ਆਖਰ ਰਾਜਾ ਬੇਗਮ ਹਾਰ ਗਿਆ। ਉਸ ਦਾ ਰਾਜਸੀ ਹੰਕਾਰ ਵੀ ਚੂਰ ਚੂਰ ਹੋ ਗਿਆ। ਆਪਣੇ ਫੱਟੜ ਹੋਏ ਹੱਥਾਂ ਨਾਲ, ਮੈਂ ਉਸ ਦਾ ਜਬਾੜਾ ਖੋਲ੍ਹਿਆ ਅਤੇ ਨਾਟਕੀ ਢੰਗ ਨਾਲ, ਆਪਣਾ ਸਿਰ ਉਸ ਮੌਤ ਦੇ ਸ਼ਿਕੰਜੇ ਦੇ ਵਿਚ ਰੱਖ ਦਿੱਤਾ।

"ਫਿਰ ਮੈਂ ਸੰਗਲੀ ਵਾਸਤੇ ਇੱਧਰ ਉੱਧਰ ਦੇਖਿਆ। ਫਰਸ਼ ਉੱਪਰ ਪਈ ਢੇਰੀ ਵਿਚੋਂ ਇੱਕ ਸੰਗਲੀ ਚੁੱਕ ਕੇ ਬਾਘ ਦੀ ਗਰਦਣ ਦੇ ਦੁਆਲੇ ਪਾ ਕੇ ਉਸ ਨੂੰ ਪਿੰਜਰੇ ਦੇ ਸਰੀਏ ਨਾਲ ਬੰਨ੍ਹ ਦਿੱਤਾ। ਜਿੱਤ ਦੀ ਖੁਸ਼ੀ ਵਿਚ, ਮੈਂ ਦਰਵਾਜ਼ੇ ਵੱਲ ਚੱਲਣ ਲੱਗਿਆ।

"ਪ੍ਰੰਤੂ ਦੁਸ਼ਟਤਾ ਦੇ ਅਵਤਾਰ ਰਾਜਾ ਬੇਗਮ ਵਿਚ ਰਾਕਸ਼ੀ ਉਤਪਤੀ ਦੀ ਕਲਪਨਾ ਦੇ ਅਨੁਰੂਪ ਹੀ ਸਰੀਰਕ ਸ਼ਕਤੀ ਸੀ। ਉਸ ਨੇ ਕਲਪਨਾ ਤੋਂ ਪਰੇ ਇੱਕ ਜ਼ੋਰ ਦੇ ਝਟਕੇ ਨਾਲ ਸੰਗਲੀ ਤੋੜ ਦਿੱਤੀ ਅਤੇ ਉਹ ਮੇਰੀ ਪਿੱਠ ਉੱਪਰ ਆ ਝਪਟਿਆ। ਮੇਰਾ ਮੋਢਾ ਉਸ ਦੇ ਜਬਾੜੇ ਵਿਚ ਸੀ ਅਤੇ ਮੈਂ ਧੜੰਮ ਕਰਕੇ ਥੱਲੇ ਡਿਗ ਪਿਆ। ਪ੍ਰੰਤੂ ਝਟਪਟ ਹੀ ਮੈਂ ਉਸ ਨੂੰ ਆਪਣੇ ਥੱਲੇ ਦਬੋਚ ਲਿਆ। ਮੇਰੇ ਬੇ-ਕਿਰਕ ਘਸੁੰਨਾਂ ਦੀ ਮਾਰ ਨਾਲ ਧੋਖੇਬਾਜ਼ ਬਾਘ ਅਰਧਚੇਤਨ ਅਵਸਥਾ ਵਿਚ ਚਲਾ ਗਿਆ। ਇਸ ਵਾਰ ਸਾਵਧਾਨੀ ਵਰਤਦਿਆਂ ਮੈਂ ਉਸ ਨੂੰ ਜਿਆਦਾ ਸੁੱਰਖਿਅਤ ਤਰੀਕੇ ਨਾਲ ਬੰਨ੍ਹਿਆ ਅਤੇ ਹੌਲੀ ਹੌਲੀ ਪਿੰਜਰੇ ਤੋਂ ਬਾਹਰ ਆ ਗਿਆ।

"ਫਿਰ ਚਾਰੇ ਪਾਸਿਉਂ ਚੀਕ ਪੁਕਾਰ ਦੀ ਅਵਾਜ਼ ਸੁਣਾਈ ਦਿੱਤੀ। ਇਸ ਵਾਰ ਇਹ ਖੁਸ਼ੀ ਦੀ ਅਵਾਜ਼ ਸੀ। ਭੀੜ੍ਹ ਵਿਚੋਂ ਆ ਰਹੀ ਚੀਕ ਪੁਕਾਰ ਦੀ ਅਵਾਜ਼ ਇਸ ਤਰ੍ਹਾਂ ਲੱਗ ਰਹੀ ਸੀ, ਜਿਵੇਂ ਇੱਕੋ ਹੀ ਅਵਾਜ਼ ਬਹੁਤ ਸਾਰੇ ਵੱਡੇ ਗਲੇ ਵਿਚੋਂ ਨਿਕਲ ਰਹੀ ਹੋਵੇ। ਮੈਂ ਬਹੁਤ ਬੁਰੀ ਤਰ੍ਹਾਂ ਜ਼ਖਮੀ ਤਾਂ ਹੋ ਗਿਆ ਸੀ, ਫਿਰ ਵੀ ਮੈਂ ਮੁਕਾਬਲੇ ਦੀਆਂ ਤਿੰਨੇ ਸ਼ਰਤਾਂ ਪੂਰੀਆਂ ਕਰ ਦਿੱਤੀਆਂ ਸਨ। ਬਾਘ ਨੂੰ ਮੂਰਛਿਤ ਕਰਨਾ, ਸੰਗਲੀ ਨਾਲ ਬੰਨ੍ਹਣਾ ਅਤੇ ਬਗੈਰ ਕਿਸੇ ਸਹਾਇਤਾ ਤੋਂ ਆਪਣੇ ਆਪ ਪਿੰਜਰੇ ਤੋਂ ਬਾਹਰ ਆਉਣਾ। ਇਸ ਤੋਂ ਇਲਾਵਾ, ਮੈਂ ਉਸ ਹਮਲਾਵਰ ਜੰਗਲੀ ਜਾਨਵਰ ਨੂੰ ਇੰਨੀ ਬੁਰੀ ਤਰ੍ਹਾਂ ਜ਼ਖਮੀ ਕਰ ਦਿੱਤਾ ਸੀ, ਕਿ ਮੇਰੇ ਸਿਰ ਦਾ ਅਣਮੋਲ ਪੁਰਸਕਾਰ, ਉਸ ਦੇ ਜਬਾੜੇ ਵਿਚ ਰੱਖਣ ਦੇ ਬਾਵਜੂਦ ਵੀ, ਉਸ ਨੇ ਉਸ ਵੱਲ ਕੋਈ ਧਿਆਨ ਨਹੀਂ ਸੀ ਦਿੱਤਾ।

"ਮੇਰੇ ਜ਼ਖਮਾਂ ਦੀ ਮੱਲ੍ਹਮ ਪੱਟੀ ਕਰਨ ਤੋਂ ਬਾਅਦ, ਮੇਰਾ ਸਨਮਾਨ ਕੀਤਾ ਗਿਆ ਅਤੇ ਫੁੱਲਾਂ ਦੇ ਹਾਰ ਪਹਿਨਾਏ ਗਏ। ਮੇਰੇ ਪੈਰਾਂ ਵਿਚ ਸੋਨੇ ਦੀਆ ਮੋਹਰਾਂ ਦੀ ਵਰਖਾ ਕੀਤੀ ਗਈ। ਸਾਰੇ ਸ਼ਹਿਰ ਨੇ ਹੀ ਇਸ ਜਿੱਤ ਨੂੰ ਇੱਕ ਉਤਸਵ ਵਾਂਗ ਮਨਾਇਆ। ਅਸਧਾਰਨ ਰੂਪ ਵਿਚ ਵੱਡੇ ਅਤੇ ਰਾਕਸ਼ੀ ਬਾਘ ਉੱਪਰ ਮੇਰੀ ਜਿੱਤ ਦੀਆਂ ਅੰਤਹੀਣ ਕਹਾਣੀਆਂ ਚਾਰੇ ਪਾਸੇ ਸੁਣਾਈ ਦੇ ਰਹੀਆਂ ਸਨ। ਵਾਅਦੇ ਦੇ ਮੁਤਾਬਿਕ ਮੈਨੂੰ ਰਾਜਾ ਬੇਗਮ ਦੇ ਦਿੱਤਾ ਗਿਆ। ਪ੍ਰੰਤੂ ਮੈਨੂੰ ਕੋਈ ਪ੍ਰਸੰਨਤਾ ਨਾ ਹੋਈ। ਮੇਰੇ ਮਨ ਵਿਚ ਅਧਿਆਤਮਿਕ ਪਰੀਵਰਤਨ ਆ ਗਿਆ ਸੀ। ਇਸ ਤਰ੍ਹਾਂ ਮਹਿਸੂਸ ਹੋ ਰਿਹਾ ਸੀ ਕਿ ਬਾਘ ਦਾ ਪਿੰਜਰਾ ਛੱਡਣ ਦੇ ਨਾਲ ਹੀ, ਮੈਂ ਦੁਨਿਆਵੀ ਅਭਿਲਾਸ਼ਾਵਾਂ ਦੇ ਦਰਵਾਜ਼ੇ ਵੀ ਬੰਦ ਕਰ ਦਿੱਤੇ ਸਨ। ਉਸ ਤੋਂ ਬਾਅਦ ਬੜਾ ਦੁਖਦਾਈ ਵਕਤ ਆਇਆ।

"ਮੈਂ ਛੇ ਮਹੀਨੇ ਵਾਸਤੇ ਖੂਨੀ ਜ਼ਹਿਰਵਾ ਕਰ ਕੇ, ਬਿਸਤਰੇ ਤੇ ਪਿਆ ਮੌਤ ਨਾਲ ਸੰਘਰਸ਼ ਕਰਦਾ ਰਿਹਾ। ਜਿਉਂ ਹੀ ਤੰਦਰੁਸਤ ਹੋ ਕੇ ਕੂਚ ਬਿਹਾਰ ਛੱਡਣ ਦੇ ਕਾਬਲ ਹੋਇਆ, ਤਾਂ ਮੈਂ ਆਪਣੇ ਜੱਦੀ ਕਸਬੇ ਵਿਚ ਆ ਗਿਆ, ਹੁਣ ਮੈਂ ਜਾਣ ਗਿਆ, ਕਿ ਜਿਸ ਮਹਾਤਮਾ ਨੇ ਸਿਆਣਪ ਭਰੀ ਸਾਵਧਾਨੀ ਦਾ ਸੰਕੇਤ ਦਿੱਤਾ ਸੀ, ਉਹ ਹੀ ਮੇਰੇ ਗੁਰੂ ਹਨ। ਇੱਕ ਦਿਨ ਮੈਂ ਨਿਮਰਤਾ ਪੂਰਵਕ ਪਿਤਾ ਜੀ ਕੋਲ ਇਹ ਸਵੀਕਾਰ ਕਰ ਲਿਆ। ਕਾਸ਼! ਮੈਂ ਕਦੇ ਉਨ੍ਹਾਂ ਨੂੰ ਮਿਲ ਸਕਦਾ। ਮੇਰੀ ਲੱਲਕ ਸੱਚੀ ਸੀ, ਕਿਉਂਕਿ ਇੱਕ ਦਿਨ ਉਹ ਮਹਾਤਮਾ ਬਗੈਰ ਕਿਸੇ ਸੁਖ ਸੁਨੇਹੇ ਤੋਂ ਸਾਡੇ ਘਰ ਪਹੁੰਚ ਗਏ।

"ਬਾਘਾਂ ਨੂੰ ਕਾਬੂ ਕਰਨ ਦੇ ਕੌਤਕ ਬਹੁਤ ਹੋ ਚੁੱਕੇ। ਉਨ੍ਹਾਂ ਦੇ ਵਚਨਾਂ ਵਿਚ ਸ਼ਾਂਤੀ ਅਤੇ ਆਤਮ-ਵਿਸ਼ਵਾਸ ਸੀ। ਮੇਰੇ ਨਾਲ ਚੱਲ, ਮੈਂ ਤੈਨੂੰ ਇਨਸਾਨੀ ਮਨ ਦੇ ਜੰਗਲ ਵਿਚ ਵਿਚਰਦੇ ਅਗਿਆਨਤਾ ਦੇ ਜਾਨਵਰਾਂ ਨੂੰ ਕਾਬੂ ਕਰਨਾ ਸਿਖਾ ਦਿਆਂਗਾ। ਤੂੰ ਲੋਕਾਂ ਦੇ ਸਾਹਮਣੇ ਆਪਣੇ ਕੌਤਕ ਦਿਖਾਉਣ ਦਾ ਆਦੀ ਹੋ ਗਿਆ ਹੈਂ। ਹੁਣ ਤੇਰੀ ਯੋਗ ਅਭਿਆਸ ਵਿਚ ਰੋਮਾਂਚਕ ਨਿਪੁੰਨਤਾ ਦੇ ਨਾਲ ਦੇਵਤਾ ਸਮੂਹ ਦਾ ਸਾਮਰਾਜ ਝੂਮ ਉਠੇਗਾ।

"ਮੇਰੇ ਧਰਮਾਤਮਾ ਗੁਰੂ ਨੇ ਮੈਨੂੰ ਆਪਣੇ ਅਧਿਆਤਮਿਕ ਮਾਰਗ ਉੱਪਰ ਦੀਖਿਅਤ ਕੀਤਾ। ਉਨ੍ਹਾਂ ਨੇ ਮੇਰੀ ਰੂਹ ਦੇ ਜੰਗਾਲੇ ਹੋਏ ਬੰਦ ਹੋਏ ਪਏ ਬੋਦੇ ਕਿਵਾੜ ਖੋਲ੍ਹ ਦਿੱਤੇ। ਛੇਤੀ ਹੀ ਅਸੀਂ ਹੱਥ ਵਿਚ ਹੱਥ ਪਾ ਕੇ, ਮੇਰੀ ਸਾਧਨਾ ਵਾਸਤੇ ਹਿਮਾਲਿਆ ਵੱਲ ਚੱਲ ਪਏ।"

ਆਪਣੀ ਤੂਫਾਨਾਂ ਭਰੀ ਜ਼ਿੰਦਗੀ ਦੀ ਇੱਕ ਝਲਕ ਦਿਖਾਉਣ ਖਾਤਰ, ਮੈਂ ਅਤੇ ਚੰਡੀ ਨੇ ਸਵਾਮੀ ਜੀ ਨੂੰ ਧੰਨਵਾਦੀ ਹੁੰਦਿਆਂ ਨਮਸਕਾਰ ਕੀਤੀ। ਮੈਂ ਅਤੇ ਮੇਰੇ ਮਿੱਤਰ ਨੇ ਇਹ ਮਹਿਸੂਸ ਕੀਤਾ ਕਿ ਬੈਠਕਖਾਨੇ ਵਿਚ ਮਿਲਣ ਤੋਂ ਪਹਿਲਾਂ ਕਰਵਾਈ ਗਈ ਲੰਬੀ ਇੰਤਜ਼ਾਰ ਦੀ ਚੰਗੀ ਕੀਮਤ ਮਿਲ ਗਈ ਸੀ।"

ਚੈਪਟਰ 7

ਹਵਾ ਵਿਚ ਉੱਡਣ ਵਾਲਾ ਸੰਤ

"ਕੱਲ੍ਹ ਰਾਤ ਇੱਕ ਸਭਾ ਵਿਚ, ਮੈਂ ਇੱਕ ਯੋਗੀ ਨੂੰ ਜ਼ਮੀਨ ਤੋਂ ਕਈ ਫੁੱਟ ਉੱਪਰ ਹਵਾ ਵਿਚ ਉੱਡਦੇ ਦੇਖਿਆ," ਮੇਰਾ ਇੱਕ ਮਿੱਤਰ ਉਪੇਂਦਰ ਮੋਹਣ ਨਚੌਧਰੀ ਬਹੁਤ ਪ੍ਰਭਾਵਸ਼ਾਲੀ ਢੰਗ ਨਾਲ ਦੱਸ ਰਿਹਾ ਸੀ।

ਮੈਂ ਉਸ ਨੂੰ ਇੱਕ ਉਤਸ਼ਾਹਭਰੀ ਮੁਸਕਰਾਹਟ ਨਾਲ ਦੇਖਦਿਆਂ ਕਿਹਾ, "ਸ਼ਾਇਦ ਮੈਂ ਉਨ੍ਹਾਂ ਦਾ ਨਾਂ ਦੱਸ ਸਕਦਾ ਹਾਂ। ਕੀ ਉਹ ਅਪਰ ਸਰਕੁਲਰ ਰੋਡ ਵਾਲੇ ਭਾਦੁੜੀ ਮਹਾਸ਼ਯ ਤਾਂ ਨਹੀਂ ਸਨ।"

ਉਪੇਂਦਰ ਨੇ ਸਹਿਮਤੀ ਵਿਚ ਸਿਰ ਹਿਲਾਇਆ। ਇਹ ਜਾਣ ਕੇ, ਕਿ ਮੈਨੂੰ ਇਸ ਦਾ ਪਹਿਲਾਂ ਹੀ ਪਤਾ ਸੀ, ਉਸ ਦਾ ਚਿਹਰਾ ਮੁਰਝਾ ਗਿਆ।ਸੰਤਾਂ ਦੇ ਬਾਰੇ ਮੇਰੀ ਉਤਸੁਕਤਾ ਦੇ ਬਾਰੇ, ਮੇਰੇ ਸਾਰੇ ਮਿੱਤਰ ਭਲੀ ਭਾਂਤ ਜਾਣਦੇ ਸਨ ਅਤੇ ਕੋਈ ਨਵੀਂ ਜਾਣਕਾਰੀ ਮਿਲਦਿਆਂ ਹੀ, ਮੈਨੂੰ ਉਸ ਦੇ ਪਿੱਛੇ ਲਗਾ ਦੇਣ ਨਾਲ ਉਨ੍ਹਾਂ ਨੂੰ ਬੜਾ ਆਨੰਦ ਆਉਂਦਾ ਸੀ।

ਇਹ ਯੋਗੀ ਮਹਾਰਾਜ ਮੇਰੇ ਘਰ ਦੇ ਇੰਨੇ ਨੇੜੇ ਰਹਿੰਦੇ ਹਨ, ਕਿ ਮੈਂ ਅਕਸਰ ਹੀ ਉਨ੍ਹਾਂ ਨੂੰ ਮਿਲਣ ਜਾਂਦਾ ਰਹਿੰਦਾ ਹਾਂ। ਮੇਰੇ ਇਨ੍ਹਾਂ ਸ਼ਬਦਾਂ ਨਾਲ ਉਪੇਂਦਰ ਦੇ ਚਿਹਰੇ ਉੱਪਰ ਉਤਸੁਕਤਾ ਦੇ ਭਾਵ ਪ੍ਰਗਟ ਹੋਣ ਕਰ ਕੇ, ਮੈਂ ਉਸ ਨੂੰ ਹੋਰ ਗੱਲਾਂ ਦੱਸਣੀਆਂ ਸ਼ੁਰੂ ਕਰ ਦਿੱਤੀਆਂ।

ਮੈਂ ਉਨ੍ਹਾਂ ਦੇ ਕਈ ਵਿਲੱਖਣ ਕਰਤਬ ਦੇਖੇ ਹਨ। ਪਤੰਜਲੀ* ਦੁਆਰਾ ਵਰਣਿਤ ਪ੍ਰਾਚੀਨ ਅਸ਼ਟਾਂਗ ਯੋਗ ਦੀਆਂ ਅਨੇਕ ਪ੍ਰਾਣਾਯਾਮ† ਦੀਆਂ ਤਕਨੀਕਾਂ ਵਿਚ, ਉਹ ਨਿਪੁੰਨ ਹਨ। ਇੱਕ ਵਾਰ ਭਾਦੁੜੀ ਮਹਾਸ਼ਯ ਨੇ ਮੇਰੇ ਸਾਹਮਣੇ ਭਸਤਰਿਕਾ ਪ੍ਰਾਣਾਯਾਮ ਇੰਨੇ ਜ਼ੋਰ ਨਾਲ ਕੀਤਾ, ਕਿ ਲਗਦਾ ਸੀ ਜਿਵੇਂ ਉਸ ਕਮਰੇ ਵਿਚ ਸੱਚੀ ਮੁੱਚੀ ਦਾ ਤੂਫਾਨ ਆ ਗਿਆ ਹੋਵੇ। ਫਿਰ ਉਨ੍ਹਾਂ ਨੇ ਗਰਜਣ ਕਰਦੇ ਹੋਏ ਸੁਆਸ ਪਰਸੁਆਸ ਨੂੰ ਬੰਦ ਕਰ ਲਿਆ ਅਤੇ ਸਮਾਧੀ‡ ਦੀ ਇੱਕ ਉੱਚ ਅਵਸਥਾ ਵਿਚ ਨਿਸ਼ਚਲ ਬੈਠ ਗਏ। ਤੂਫਾਨ

* ਯੋਗ ਸ਼ਾਸਤਰ ਦੇ ਪਹਿਲੇ ਵਿਆਖਿਆਕਾਰ।

† ਸੁਆਸ ਪਰਸੁਆਸ ਨੂੰ ਨਿਯਮਿਤ ਕਰ ਕੇ ਪ੍ਰਾਣ ਸ਼ਕਤੀ ਨੂੰ ਕਾਬੂ ਕਰਨ ਦੀਆਂ ਤਕਨੀਕਾਂ। ਭਸਤਰਿਕਾ (ਧੌਂਕਣੀ) ਪ੍ਰਾਣਾਯਾਮ ਮਨ ਨੂੰ ਸਥਿਰ ਕਰਦਾ ਹੈ।

‡ ਫਰਾਂਸ ਦੀ ਸੋਰਬੋਨ ਯੂਨੀਵਰਸਿਟੀ ਦੇ ਪਰੋਫੈਸਰ ਜਿਊਲ ਬੁਆ ਨੇ 1928 ਵਿਚ ਲਿਖਿਆ ਸੀ, "ਕਿ ਫਰਾਂਸੀਸੀ

ਤੋਂ ਬਾਅਦ ਸ਼ਾਂਤੀ ਦਾ ਵਾਤਾਵਰਨ ਇੰਨਾ ਪ੍ਰਭਾਵਸ਼ਾਲੀ ਸੀ, ਕਿ ਉਸ ਨੂੰ ਛੇਤੀ ਕੀਤੇ ਭੁਲਾਇਆ ਨਹੀਂ ਜਾ ਸਕਦਾ।

"ਮੈਂ ਸੁਣਿਆ ਹੈ ਕਿ ਉਹ ਕਦੇ ਘਰ ਤੋਂ ਬਾਹਰ ਨਹੀਂ ਨਿਕਲਦੇ," ਉਪੇਂਦਹ ਦੀ ਅਵਾਜ਼ ਥੋੜੀ ਜਿਹੀ ਸ਼ੰਕਾ-ਯੁਕਤ ਸੀ।

"ਯਕੀਨਨ ਇਹ ਸੱਚ ਹੈ। ਪਿੱਛਲੇ ਵੀਹ ਸਾਲਾਂ ਤੋਂ ਉਹ ਆਪਣੇ ਘਰ ਦੇ ਅੰਦਰ ਹੀ ਰਹਿੰਦੇ ਹਨ। ਸਿਰਫ ਸਾਡੇ ਤਿਉਹਾਰਾਂ ਦੇ ਪਵਿੱਤਰ ਮੌਕਿਆਂ ਉੱਪਰ, ਉਹ ਆਪਣੇ ਉੱਪਰ ਆਪ ਹੀ ਲਗਾਈ ਗਈ ਪਾਬੰਦੀ ਦੇ ਇਸ ਨਿਯਮ ਨੂੰ ਢਿੱਲਾ ਕਰਦੇ ਹਨ ਅਤੇ ਉਹ ਆਪਣੇ ਅਹਾਤੇ ਵਿਚ ਸਥਿਤ ਸਾਹਮਣੇ ਵਾਲੀ ਪਗਡੰਡੀ ਤਕ ਜਾਂਦੇ ਹਨ, ਜਿੱਥੇ ਭਿਖਾਰੀ ਇਕੱਠੇ ਹੋ ਜਾਂਦੇ ਹਨ, ਕਿਉਂਕਿ ਯੋਗੀ ਮਹਾਰਾਜ ਆਪਣੇ ਦਿਆਲੂ ਸੁਭਾਅ ਕਰ ਕੇ ਮਸ਼ਹੂਰ ਹਨ।"

"ਗੁਰੂਤਾ ਆਕਰਸ਼ਣ ਦੇ ਨਿਯਮਾਂ ਦੇ ਉਲਟ, ਉਹ ਹਵਾ ਵਿਚ ਕਿਸ ਤਰ੍ਹਾਂ ਉੱਡ ਸਕਦੇ ਹਨ।" "ਕੁਝ ਖਾਸ ਤਰ੍ਹਾਂ ਦੇ ਪ੍ਰਾਣਾਯਾਮ ਦੇ ਅਭਿਆਸ ਨਾਲ ਯੋਗੀ ਦੇ ਸਰੀਰ ਦੀ ਸਥੂਲਤਾ ਖਤਮ ਹੋ ਜਾਂਦੀ ਹੈ। ਫਿਰ ਉਸ ਦਾ ਸਰੀਰ ਹਵਾ ਵਿਚ ਉੱਡ ਸਕਣ ਦੇ ਯੋਗ ਹੋ ਜਾਂਦਾ ਹੈ ਜਾਂ ਫਿਰ ਉਹ ਡੱਡੂ ਵਾਂਗ ਟਪੂਸੀਆਂ ਮਾਰਨ ਲੱਗ ਪੈਂਦਾ ਹੈ। ਜੋ ਯੋਗੀ ਨਿਯਮਤ ਰੂਪ ਵਿਚ ਯੋਗ ਅਭਿਆਸ ਨਹੀਂ ਵੀ ਕਰਦੇ, ਉਹ ਵੀ ਪ੍ਰਮਾਤਮਾ ਦੇ ਪ੍ਰਤੀ ਸ਼ਰਧਾ ਭਗਤੀ ਦੀ ਅਵਸਥਾ ਵਿਚ ਹਵਾ ਵਿਚ ਉੱਡਦੇ ਦੇਖੇ ਗਏ ਹਨ।"

"ਇਸ ਯੋਗੀ ਦੇ ਬਾਰੇ ਮੈਂ ਹੋਰ ਜਿਆਦਾ ਜਾਨਣਾ ਚਾਹੁੰਦਾ ਹਾਂ। ਕੀ ਤੂੰ ਉਨ੍ਹਾਂ ਦੀਆਂ ਸ਼ਾਮ ਦੀਆਂ ਸਤਸੰਗ ਸਭਾਵਾਂ ਵਿਚ ਜਾਂਦਾ ਹੈਂ।" ਉਪੇਂਦਰ ਦੀਆਂ ਅੱਖਾਂ ਵਿਚ ਉਤਸੁਕਤਾ ਝਲਕ ਰਹੀ ਸੀ।

ਮਨੋਵਿਗਿਆਨਿਕਾਂ ਨੇ ਪਰਾਚੇਤਨ ਅਵਸਥਾ (ਸਮਾਧੀ) ਦੀ ਖੋਜ ਕਰ ਕੇ ਉਸ ਨੂੰ ਮਾਨਤਾ ਦੇ ਦਿੱਤੀ ਹੈ, ਜਿਹੜੀ ਮਹਾਨਤਾ ਵਿਚ ਫਰਾਇਡ ਦੀ ਅਵਚੇਤਨ ਮਨ ਦੀ ਧਾਰਨਾ ਦੇ ਬਿਲਕੁਲ ਉਲਟ ਹੈ। ਉਸ ਵਿਚ ਇੰਨੀਆਂ ਸ਼ਕਤੀਆਂ ਹਨ, ਕਿ ਜੋ ਮਨੁੱਖ ਨੂੰ ਸੱਚ ਮੁੱਚ ਹੀ ਮਨੁੱਖ ਬਣਾਉਂਦੀਆਂ ਹਨ, ਨਾ ਕਿ ਸਿਰਫ ਉੱਤਮ ਪਸ਼ੂ।" ਇਸ ਫਰਾਂਸੀਸੀ ਵਿਦਵਾਨ ਨੇ ਇਹ ਵੀ ਸਪਸ਼ਟ ਕੀਤਾ ਕਿ ਪਰਾਚੇਤਨਾ ਦੀ ਜਾਗ੍ਰਿਤ ਅਵਸਥਾ ਕੁਇਜ਼ਮ ਜਾਂ ਸੰਮੋਹਨ ਵਿਦਿਆ ਦੀ ਕੋਈ ਵੰਨਗੀ ਨਹੀਂ। ਦਾਰਸ਼ਨਿਕ ਨਜ਼ਰੀਏ ਤੋਂ ਸਮਾਧੀ ਦੀ ਹੋਂਦ ਨੂੰ ਪ੍ਰਾਚੀਨ ਕਾਲ ਤੋਂ ਹੀ ਮਾਨਤਾ ਪ੍ਰਾਪਤ ਹੈ। ਅਸਲ ਵਿਚ ਇਸੇ ਨੂੰ ਹੀ ਐਮਰਸਨ ਨੇ ਪ੍ਰਮਾਤਮਾ ਕਿਹਾ ਹੈ। ਪ੍ਰੰਤੂ ਵਿਗਿਆਨਿਕ ਖੇਤਰ ਵਿਚ ਇਸ ਨੂੰ ਹੁਣੇ ਹੁਣੇ ਹੀ ਮਾਨਤਾ ਮਿਲੀ ਹੈ। ਦੇਖੋ ਪੰਨਾਂ 165n.

ਦੀ ਓਵਰ ਸੋਲ ਵਿਚ ਐਮਰਸਨ ਲਿਖਦਾ ਹੈ, "ਮਨੁੱਖ ਉਸ ਮੰਦਰ ਦਾ ਬਾਹਰੀ ਦਰਵਾਜ਼ਾ ਹੈ, ਜਿਸ ਵਿਚ ਸਾਰੀ ਸਿਆਣਪ ਅਤੇ ਸਾਰੀਆਂ ਚੰਗਿਆਈਆਂ ਰਹਿੰਦੀਆਂ ਹਨ। ਅਸੀਂ ਸਧਾਰਨ ਸ਼ਬਦਾਂ ਵਿਚ, ਜਿਸ ਨੂੰ ਮਨੁੱਖ ਕਹਿੰਦੇ ਹਾਂ, ਜੋ ਖਾਂਦਾ ਹੈ, ਪੀਂਦਾ ਹੈ, ਪੌਦੇ ਲਗਾਉਂਦਾ ਹੈ, ਅਤੇ ਗਿਣਤੀ ਕਰਦਾ ਹੈ, ਮਨੁੱਖ ਹੈ, ਮਤਲਬ ਜਿਸ ਰੂਪ ਵਿਚ ਅਸੀਂ ਉਸ ਮਨੁੱਖ ਨੂੰ ਜਾਣਦੇ ਹਾਂ। ਉਸ ਵਿਚ ਉਹ ਮਨੁੱਖ ਦੇ ਸੂਰੂਪ ਦਾ ਪ੍ਰਤੀਨਿਧਤੱਵ ਨਹੀਂ ਕਰਦਾ, ਬਲਕਿ ਮਿਥਿਆ ਸੂਰੂਪ ਦਾ ਪ੍ਰਤੀਨਿਧਤੱਵ ਕਰਦਾ ਹੈ। ਅਸੀਂ ਉਸ ਦਾ ਆਦਰ ਨਹੀਂ ਕਰਦੇ, ਆਤਮਾ, ਜਿਸ ਦਾ ਉਹ ਅੰਗ ਹੈ, ਜੇ ਉਸ ਨੂੰ ਉਹ ਆਪਣੇ ਵਿਵਹਾਰ ਵਿਚ ਪ੍ਰਗਟ ਹੋਣ ਦੇਵੇ ਤਾਂ ਅਸੀਂ ਆਪਣੇ ਆਪ ਹੀ ਉਸ ਦੇ ਅੱਗੇ ਨਤਮਸਤਕ ਹੋ ਜਾਵਾਂਗੇ। ਸਾਡਾ ਇੱਕ ਪਹਿਲੂ ਹਮੇਸ਼ਾਂ ਅਧਿਆਤਮਿਕ ਸੂਰੂਪ ਵਾਸਤੇ ਪਰਮਾਤਮਾ ਦੇ ਸਾਰੇ ਗੁਣਾਂ ਦੇ ਵਾਸਤੇ ਖੁੱਲ੍ਹਾ ਰਹਿੰਦਾ ਹੈ।"

"ਹਾਂ, ਮੈਂ ਅਕਸਰ ਹੀ ਜਾਂਦਾ ਹਾਂ। ਉਹ ਮੇਰਾ ਹਾਸਰਸ ਨਾਲ ਭਰਪੂਰ ਵਿਅੰਗ ਮਈ ਟੋਟਕਿਆਂ ਨਾਲ ਮਨੋਰੰਜਨ ਕਰਦੇ ਹਨ। ਕਦੇ ਕਦੇ ਮੇਰੇ ਉੱਚੇ ਠਹਾਕਿਆਂ ਕਾਰਨ, ਉਨ੍ਹਾਂ ਦੇ ਸਤਸੰਗ ਦੀ ਸ਼ਾਂਤੀ ਭੰਗ ਹੋ ਜਾਂਦੀ ਹੈ। ਯੋਗੀ ਮਹਾਰਾਜ ਤਾਂ ਗੁੱਸਾ ਨਹੀਂ ਕਰਦੇ, ਪ੍ਰੰਤੂ ਉਨ੍ਹਾਂ ਦੇ ਸ਼ਗਿਰਦਾਂ ਦੀਆਂ ਭੌਆਂ ਤਣ ਜਾਂਦੀਆਂ ਹਨ।"

ਮੈਂ ਇੱਕ ਦਿਨ ਦੁਪਹਿਰ ਨੂੰ ਸਕੂਲ ਤੋਂ ਵਾਪਸ ਆਉਂਦਿਆਂ ਭਾਦੁੜੀ ਮਹਾਸ਼ਯ ਦੇ ਘਰ ਦੇ ਕੋਲੋਂ ਦੀ ਲੰਘ ਰਿਹਾ ਸੀ। ਮੈਂ ਉਨ੍ਹਾਂ ਦੇ ਦਰਸ਼ਨ ਕਰਨ ਦਾ ਫੈਸਲਾ ਕੀਤਾ। ਯੋਗੀ ਮਹਾਰਾਜ ਆਮ ਲੋਕਾਂ ਦੀ ਪਹੁੰਚ ਤੋਂ ਦੂਰ ਰਹਿੰਦੇ ਸਨ। ਉਨ੍ਹਾਂ ਦੀ ਸ਼ਾਂਤੀ ਅਤੇ ਇਕਾਂਤਵਾਸ ਭੰਗ ਨਾ ਹੋਵੇ, ਹੇਠਲੀ ਮੰਜ਼ਲ ਤੇ ਰਹਿਣ ਵਾਲਾ ਇੱਕ ਸ਼ਗਿਰਦ ਸਦਾ ਹੀ ਇਹ ਖਿਆਲ ਰੱਖਦਾ ਸੀ। ਸ਼ਗਿਰਦ ਕੁਝ ਜਿਆਦਾ ਹੀ ਅਨੁਸ਼ਾਸਨ ਲਾਗੂ ਕਰਨ ਵਾਲਾ ਆਦਮੀ ਸੀ। ਉਸ ਨੇ ਪੁੱਛਿਆ, "ਕੀ ਮੈਂ ਮਿਲਣ ਵਾਸਤੇ ਪਹਿਲਾਂ ਸਮਾਂ ਨਿਸ਼ਚਿਤ ਕਰ ਰੱਖਿਆ ਹੈ।" ਇਸ ਤੋਂ ਪਹਿਲਾਂ, ਕਿ ਮੈਂ ਕੋਈ ਜਵਾਬ ਦਿੰਦਾ, ਉਸ ਦੇ ਗੁਰੂ ਹੀ ਉੱਥੇ ਆ ਗਏ ਅਤੇ ਉਨ੍ਹਾਂ ਨੇ ਮੈਨੂੰ ਫੌਰੀ ਤੌਰ ਤੇ ਉੱਥੋਂ ਬਾਹਰ ਕੱਢੇ ਜਾਣ ਤੋਂ ਬਚਾ ਲਿਆ।

"ਮੁਕੰਦ ਜਦੋਂ ਆਉਣਾ ਚਾਹੇ, ਉਸ ਨੂੰ ਆਉਣ ਦਿਆ ਕਰ।" ਸੰਤ ਮਹਾਰਾਜ ਦੀਆਂ ਅੱਖਾਂ ਚਮਕ ਉੱਠੀਆਂ। ਇਕਾਂਤਵਾਸ ਦਾ ਨਿਯਮ ਮੇਰੀ ਆਪਣੀ ਸਹੂਲਤ ਖਾਤਰ ਨਹੀਂ, ਬਲਕਿ ਲੋਕਾਂ ਦੀ ਸਹੂਲਤ ਵਾਸਤੇ ਹੈ। ਮੋਹ ਮਾਇਆ ਦੇ ਭਰਮ ਜਾਲ ਵਿਚੋਂ ਬਾਹਰ ਕਢਣ ਵਾਲੀ ਮੇਰੀ ਸਪਸ਼ਟਵਾਦਿਤਾ, ਭੌਤਿਕਵਾਦੀ ਲੋਕਾਂ ਨੂੰ ਚੰਗੀ ਨਹੀਂ ਲੱਗਦੀ। ਸੰਤ ਕੇਵਲ ਦੁਰਲਭ ਹੀ ਨਹੀਂ ਹਨ, ਬਲਕਿ ਉਹ ਲੋਕਾਂ ਨੂੰ ਪ੍ਰੇਸ਼ਾਨ ਕਰਨ ਵਾਲੇ ਵੀ ਹੁੰਦੇ ਹਨ। ਸ਼ਾਸਤਰਾਂ ਅਤੇ ਪੁਰਾਣਾਂ ਦੀਆਂ ਕਥਾਵਾਂ ਦੇ ਮੁਤਾਬਿਕ ਉਹ ਅਕਸਰ ਹੀ ਲੋਕਾਂ ਨੂੰ ਵਿਆਕੁਲ ਕਰਦੇ ਦਿਖਾਈ ਦਿੰਦੇ ਹਨ।

ਮੈਂ ਭਾਦੁੜੀ ਮਹਾਸ਼ਯ ਦੇ ਪਿੱਛੇ ਪਿੱਛੇ ਸਭ ਤੋਂ ਉੱਪਰਲੀ ਮੰਜ਼ਲ ਤੇ ਸਥਿਤ ਉਨ੍ਹਾਂ ਦੇ ਅਤਿਅੰਤ ਸਾਦੇ ਕਮਰੇ ਵਿਚ ਪਹੁੰਚਿਆ। ਜਿਸ ਵਿਚੋਂ ਸ਼ਾਇਦ ਕਦੇ ਕਦਾਈਂ ਹੀ ਉਹ ਬਾਹਰ ਨਿਕਲਦੇ ਸਨ। ਗੁਰੂਵਰ ਸੰਸਾਰਕ ਝਮੇਲਿਆਂ ਦੇ ਨਾਲ ਤੇਜੀ ਨਾਲ ਹਰ ਰੋਜ਼ ਬਦਲਦੇ ਚਿੱਤਰਾਂ ਉੱਪਰ ਕੋਈ ਧਿਆਨ ਨਹੀਂ ਦਿੰਦੇ। ਉਨ੍ਹਾਂ ਦਾ ਧਿਆਨ ਤਾਂ ਯੁਗ ਯੁਗਾਂਤਰਾਂ ਦੀ ਸਚਾਈ ਉੱਪਰ ਟਿਕਿਆ ਰਹਿੰਦਾ ਹੈ। ਸੰਤਾਂ ਦੇ ਸਮਕਾਲੀ ਲੋਕ ਕੇਵਲ ਸੰਕੁਚਿਤ ਵਰਤਮਾਨ ਦੇ ਲੋਕ ਹੀ ਨਹੀਂ ਹੁੰਦੇ।

"ਮਹਾਰਿਸ਼ੀ ਜੀ, ਜਿੰਨੇ ਵੀ ਯੋਗੀਆਂ ਨੂੰ ਮੈਂ ਜਾਣਦਾ ਹਾਂ ਉਨ੍ਹਾਂ ਵਿਚੋਂ ਆਪ ਪਹਿਲੇ ਯੋਗੀ ਹੋ, ਜੋ ਹਮੇਸ਼ਾਂ ਘਰ ਦੇ ਅੰਦਰ ਹੀ ਰਹਿੰਦੇ ਹੋ।"

"ਪ੍ਰਮਾਤਮਾ ਕਦੇ ਕਦੇ ਆਪਣੇ ਸੰਤਾਂ ਨੂੰ ਅਣਕਿਆਸੇ ਹਾਲਾਤਾਂ ਦੇ ਸਨਮੁੱਖ ਕਰ ਦਿੰਦੇ ਹਨ, ਕਦੇ ਸੰਤ ਇਹ ਨਾ ਸੋਚਣ ਲੱਗ ਜਾਣ, ਕਿ ਉਹ ਪ੍ਰਮਾਤਮਾ ਨੂੰ ਵੀ ਨਿਯਮਾਂ ਦੇ ਅਧੀਨ ਕਰ ਸਕਦੇ ਹਨ।"

ਉਨ੍ਹਾਂ ਨੇ ਆਪਣੇ ਮਜ਼ਬੂਤ ਅਤੇ ਨਿਰੋਗ ਸਰੀਰ ਨੂੰ ਪਦਮ ਆਸਣ ਵਿਚ ਸਥਿਰ ਕਰ ਲਿਆ। ਉਨ੍ਹਾਂ ਦੀ ਉਮਰ ਸੱਤਰ ਸਾਲਾਂ ਤੋਂ ਉੱਪਰ ਸੀ, ਪਰ ਵਡੇਰੀ ਉਮਰ ਜਾਂ ਆਲਸਪੁਣੇ ਦਾ ਕੋਈ ਅਰੋਚਕ ਲੱਛਣ ਉਨ੍ਹਾਂ ਦੇ ਸਰੀਰ ਤੇ ਪ੍ਰਗਟ ਨਹੀਂ ਸੀ ਹੁੰਦਾ। ਉਨ੍ਹਾਂ ਦਾ ਰਿਸ਼ਟ ਪੁਸ਼ਟ ਅਤੇ ਸਿੱਧਾ ਸਰੀਰ ਹਰ ਲਿਹਾਜ਼ ਨਾਲ ਆਦਰਸ਼ ਰੂਪ ਵਿਚ ਸੀ। ਉਨ੍ਹਾਂ ਦਾ ਮੁਖ ਮੰਡਲ ਚੌੜਾ ਮੱਥਾ, ਸੰਘਣੀ ਦਾੜ੍ਹੀ ਅਤੇ ਹਮੇਸ਼ਾਂ ਪ੍ਰਮਾਤਮਾ ਦੀ ਸਰਬਵਿਆਪਕਤਾ ਵਿਚ ਮਗਨ ਰਹਿਣ ਵਾਲੀਆਂ ਸ਼ਾਂਤ ਅੱਖਾਂ, ਸ਼ਾਸਤਰ ਪੁਰਾਣਾਂ ਵਿਚ ਵਰਣਿਤ ਰਿਸ਼ੀਆਂ ਵਾਲੇ ਵਿਅਕਤਿਤਵ ਵਰਗਾ ਸੀ।ਉਹ ਹਮੇਸ਼ਾਂ ਸਿੱਧੇ ਸਥਿਰ ਅਤੇ ਤਣ ਕੇ ਬੈਠਦੇ ਸਨ।

ਅਸੀਂ ਦੋਨੋਂ ਧਿਆਨ ਕਰਨ ਲੱਗ ਗਏ। ਇੱਕ ਘੰਟੇ ਬਾਅਦ ਉਨ੍ਹਾਂ ਦੀ ਮਧੁਰ ਅਵਾਜ਼ ਨੇ ਮੇਰਾ ਧਿਆਨ ਖਿੱਚਿਆ।

"ਤੂੰ ਅਕਸਰ ਹੀ ਧਿਆਨ ਕਰਦਾ ਹੈਂ, ਪ੍ਰੰਤੂ ਤੈਨੂੰ ਕਦੇ ਈਸ਼ਵਰ ਦੀ ਅਨੁਭੂਤੀ* ਹੋਈ ਹੈ?" ਉਹ ਮੈਨੂੰ ਧਿਆਨ ਕਰਨ ਨਾਲੋਂ ਪ੍ਰਮਾਤਮਾ ਨੂੰ ਜਿਆਦਾ ਪ੍ਰੇਮ ਕਰਨ ਦੀ ਯਾਦ ਦਿਵਾ ਰਹੇ ਸਨ। ਤਕਨੀਕ ਨੂੰ ਹੀ ਮੰਜ਼ਲ ਸਮਝ ਲੈਣ ਦੀ ਭੁੱਲ ਕਦੇ ਨਾ ਕਰਨਾ।

ਉਨ੍ਹਾਂ ਨੇ ਮੈਨੂੰ ਕੁਝ ਅੰਬ ਦਿੱਤੇ। ਆਪਣੇ ਗੰਭੀਰ ਸੁਭਾਅ ਦੇ ਹੁੰਦਿਆਂ ਵੀ, ਉਨ੍ਹਾਂ ਨੇ ਹਾਸ ਰਸ ਨਾਲ ਭਰਪੂਰ ਵਿਅੰਗਾਂ ਨਾਲ ਮੇਰਾ ਮਨੋਰੰਜਨ ਕਰਦਿਆਂ ਕਿਹਾ, "ਆਮ ਲੋਕਾਂ ਨੂੰ ਧਿਆਨ ਯੋਗ (ਪ੍ਰਮਾਤਮਾ ਨਾਲ ਇੱਕਮਿਕਤਾ ਦਾ ਆਨੰਦ) ਨਾਲੋਂ ਜਲਪਾਨ-ਯੋਗ (ਖਾਣ ਪੀਣ ਦਾ ਆਨੰਦ) ਜਿਆਦਾ ਚੰਗਾ ਲੱਗਦਾ ਹੈ।"

ਯੋਗ ਦੇ ਸਬੰਧ ਵਿਚ ਮੈਂ ਉਨ੍ਹਾਂ ਦੀ ਬਹੁਅਰਥੀ ਵਿਆਖਿਆ ਸੁਣ ਕੇ ਠਹਾਕਾ ਮਾਰ ਕੇ ਹੱਸਿਆ। "ਕਿੰਨਾ ਸੋਹਣਾ ਹੱਸਦਾ ਹੈਂ।" ਮਮਤਾਮਈ ਚਮਕ ਉਨ੍ਹਾਂ ਦੀਆਂ ਨਜ਼ਰਾਂ ਵਿਚੋਂ ਪ੍ਰਗਟ ਹੋਈ। ਉਨ੍ਹਾਂ ਦਾ ਚਿਹਰਾ ਆਮ ਤੌਰ ਤੇ ਗੰਭੀਰ ਰਹਿੰਦਾ ਸੀ। ਪਰ ਫਿਰ ਵੀ ਉਸ ਵਿਚ ਪਰਮਾਨੰਦ ਭਰੀ ਮੁਸਕਰਾਹਟ ਦੀ ਝਲਕ ਹੁੰਦੀ ਸੀ। ਉਨ੍ਹਾਂ ਦੇ ਵਿਸ਼ਾਲ ਕਮਲ ਨੇਤਰਾਂ ਵਿਚ, ਇੱਕ ਦੈਵੀ ਹਾਸਾ ਛੁਪਿਆ ਰਹਿੰਦਾ ਸੀ।

"ਇਹ ਚਿੱਠੀਆਂ ਦੂਰ ਦੁਰੇਡੇ ਅਮਰੀਕਾ ਤੋਂ ਆਈਆਂ ਹਨ," ਉਨ੍ਹਾਂ ਨੇ ਮੇਜ਼ ਤੇ ਪਏ ਕਈ ਮੋਟੇ ਮੋਟੇ ਲਿਫਾਫਿਆਂ ਵੱਲ ਇਸ਼ਾਰਾ ਕਰਦਿਆਂ ਕਿਹਾ। "ਉੱਥੇ ਦੀਆਂ ਕੁਝ ਸੁਸਾਇਟੀਆਂ, ਜਿਨ੍ਹਾਂ ਦੇ ਕੁਝ ਮੈਂਬਰ ਯੋਗ ਸ਼ਾਸਤਰਾਂ ਵਿਚ ਦਿਲਚਸਪੀ ਰੱਖਦੇ ਹਨ, ਦੇ ਨਾਲ ਮੈਂ ਖਤੋ ਖਿਤਾਬਤ ਕਰਦਾ ਰਹਿੰਦਾ ਹਾਂ। ਉਹ ਕੋਲੰਬਸ ਤੋਂ ਜਿਆਦਾ ਚੰਗੇ ਦਿਸ਼ਾ ਗਿਆਨ ਨਾਲ ਭਾਰਤ ਦੀ ਨਵੇਂ ਸਿਰੇ ਤੋਂ ਖੋਜ ਕਰ ਰਹੇ ਹਨ। ਉਨ੍ਹਾਂ ਦੀ ਸਹਾਇਤਾ ਕਰਨ ਵਿਚ ਮੈਨੂੰ ਖੁਸ਼ੀ ਹੁੰਦੀ ਹੈ। ਦਿਨ ਦੀ ਰੌਸ਼ਨੀ ਵਾਂਗ ਯੋਗ ਸ਼ਾਸਤਰ ਦਾ ਗਿਆਨ ਵੀ ਉਨ੍ਹਾਂ ਸਾਰਿਆਂ ਵਾਸਤੇ ਸੁਲੱਭ ਹੈ, ਜੋ ਇਸ ਨੂੰ ਪ੍ਰਾਪਤ ਕਰਨ ਦੇ ਇੱਛੁਕ ਹਨ।

* ਪ੍ਰਮਾਤਮਾ ਦੇ ਪ੍ਰਤੱਖ ਦਰਸ਼ਨ।

"ਜਿਸ ਨੂੰ ਮਨੁੱਖ ਦੀ ਮੁਕਤੀ ਵਾਸਤੇ ਰਿਸ਼ੀਆਂ ਨੇ ਲਾਜ਼ਮੀ ਕਰਾਰ ਦਿੱਤਾ ਹੈ, ਉਸ ਨੂੰ ਪੱਛਮੀ ਲੋਕਾਂ ਵਾਸਤੇ ਹੌਲਾ ਕਰਨ ਦੀ ਜ਼ਰੂਰਤ ਨਹੀ। ਬਾਹਰੀ ਅਨੁਭਵ ਅਲੱਗ ਅਲੱਗ ਹੁੰਦਿਆਂ ਹੋਇਆਂ ਵੀ, ਆਤਮਾ ਸਾਰਿਆਂ ਵਿਚ ਇੱਕੋ ਜਿਹੀ ਹੈ। ਜਦੋਂ ਤਕ ਕਿਸੇ ਨਾ ਕਿਸੇ ਰੂਪ ਵਿਚ, ਯੋਗ ਦੇ ਅਨੁਸ਼ਾਸਨ ਦਾ ਅਭਿਆਸ ਨਹੀਂ ਕੀਤਾ ਜਾਂਦਾ, ਉਦੋਂ ਤਕ ਨਾ ਪੱਛਮ ਦੇ ਅਤੇ ਨਾ ਹੀ ਪੂਰਬ ਦੇ ਲੋਕ ਤਰੱਕੀ ਕਰ ਸਕਦੇ ਹਨ।"

ਉਨ੍ਹਾਂ ਆਪਣੀ ਸ਼ਾਂਤ ਨਜ਼ਰ ਮੇਰੇ ਉੱਪਰ ਟਿਕਾ ਦਿੱਤੀ। ਮੈਂ ਉਸ ਵਕਤ ਨਹੀਂ ਸੀ ਸਮਝ ਸਕਿਆ, ਕਿ ਉਨ੍ਹਾਂ ਦੇ ਇਨ੍ਹਾਂ ਸ਼ਬਦਾਂ ਦੇ ਪਰਦੇ ਵਿਚ, ਮੇਰੇ ਭਵਿਖ ਦਾ ਮਾਰਗ ਦਰਸ਼ਨ ਛੁਪਿਆ ਹੋਇਆ ਸੀ। ਹੁਣ ਜਦੋਂ ਮੈਂ ਇਹ ਲਫਜ਼ ਲਿਖ ਰਿਹਾ ਹਾਂ, ਤਾਂ ਉਨ੍ਹਾਂ ਦੁਆਰਾ ਦਿੱਤੇ ਗਏ, ਸਹਜ ਸੁਭਾਅ ਸੰਕੇਤਾਂ ਦੇ ਪੂਰੇ ਅਰਥ ਮੇਰੀ ਸਮਝ ਵਿਚ ਆ ਰਹੇ ਹਨ, ਕਿ ਮੈਂ ਕਿਸੇ ਦਿਨ ਭਾਰਤ ਦੀਆਂ ਸਿੱਖਿਆਵਾਂ ਨੂੰ ਅਮਰੀਕਾ ਲੈ ਕੇ ਜਾਵਾਂਗਾ। ਮਹਾਰਿਸ਼ੀ, ਮੇਰੀ ਇੱਛਾ ਹੈ, ਕਿ ਆਪ ਦੁਨੀਆਂ ਦੇ ਭਲੇ ਵਾਸਤੇ ਯੋਗ ਸ਼ਾਸਤਰ ਉੱਪਰ ਇੱਕ ਪੁਸਤਕ ਲਿਖੋ।

"ਮੈਂ ਸ਼ਗਿਰਦਾਂ ਨੂੰ ਤਿਆਰ ਕਰ ਰਿਹਾ ਹਾਂ। ਉਹ ਆਪ ਅਤੇ ਉਨ੍ਹਾਂ ਦੇ ਸ਼ਗਿਰਦਾਂ ਦੀ ਪਰੰਪਰਾ ਜੀਵੰਤ ਪੁਸਤਕਾਂ ਦਾ ਕੰਮ ਕਰਨਗੇ, ਜੋ ਸਮੇਂ ਦੇ ਸੁਭਾਵਿਕ ਵਿਘਟਨ ਅਤੇ ਅਲੋਚਕਾਂ ਦੀਆਂ ਅਸੁਭਾਵਿਕ ਟਿੱਪਣੀਆਂ ਤੋਂ ਅਛੂਤੇ ਰਹਿਣਗੇ।"

ਮੈਂ ਸ਼ਾਮ ਤਕ ਉਨ੍ਹਾਂ ਦੇ ਸ਼ਗਿਰਦਾਂ ਦੇ ਆਉਣ ਤਕ ਇਕੱਲਾ ਹੀ ਉਨ੍ਹਾਂ ਕੋਲ ਬੈਠਾ ਰਿਹਾ। ਸ਼ਗਿਰਦਾਂ ਦੇ ਆਉਣ ਤੇ ਭਾਦੁੜੀ ਮਹਾਸ਼ਯ ਨੇ ਆਪਣਾ ਇੱਕ ਅਦੁੱਤੀ ਪ੍ਰਵਚਨ ਸ਼ੁਰੂ ਕੀਤਾ। ਉਹ ਸ਼ਾਂਤੀ ਦੇ ਹੜ੍ਹ ਨਾਲ ਸੁਣਨ ਵਾਲਿਆਂ ਦੇ ਮਨ ਦੀ ਕੂੜੇ ਕਰਕਟ ਰੂਪੀ ਅਗਿਆਨਤਾ ਨੂੰ ਵਹਾ ਕੇ ਲਿਜਾ ਰਹੇ ਸਨ। ਉਨ੍ਹਾਂ ਦੇ ਮਨ ਪ੍ਰਮਾਤਮਾ ਦੇ ਵੱਲ ਵਹਿ ਤੁਰੇ ਸਨ। ਉਹ ਸ਼ੁੱਧ ਬੰਗਲਾ ਭਾਸ਼ਾ ਵਿਚ ਦਿਲ ਨੂੰ ਛੂਹ ਲੈਣ ਵਾਲੇ ਦ੍ਰਿਸ਼ਟਾਂਤ ਵੀ ਦੇ ਰਹੇ ਸਨ।

ਉਸ ਦਿਨ ਭਾਦੁੜੀ ਮਹਾਸ਼ਯ ਮੱਧ ਯੁਗ ਦੀ ਰਾਜਪੂਤਾਨੀ ਸ਼ਹਿਜ਼ਾਦੀ ਮੀਰਾਂ ਬਾਈ, ਜਿਸ ਨੇ ਸੰਤਾਂ ਦੀ ਸੰਗਤ ਪਾਉਣ ਵਾਸਤੇ, ਰਾਜਸੀ ਠਾਠ ਬਾਠ ਨੂੰ ਤਿਲਾਂਜਲੀ ਦੇ ਦਿੱਤੀ ਸੀ, ਦੇ ਬਾਰੇ ਕੁਝ ਦਾਰਸ਼ਨਿਕ ਤੱਤਾਂ ਨੂੰ ਸਮਝਾ ਰਹੇ ਸਨ। ਇਕ ਵਾਰ ਬਹੁਤ ਵੱਡੇ ਸੰਨਿਆਸੀ ਸਨਾਤਨ ਗੋਸਵਾਮੀ ਨੇ ਮੀਰਾਂ ਬਾਈ ਨੂੰ, ਇੱਕ ਔਰਤ ਹੋਣ ਦੇ ਨਾਤੇ ਮਿਲਣ ਤੋਂ ਨਾਂਹ ਕਰ ਦਿੱਤੀ ਸੀ। ਉੱਤਰ ਵਿਚ ਮੀਰਾਂ ਬਾਈ ਨੇ ਜੋ ਕਿਹਾ, ਉਸ ਨੂੰ ਸੁਣ ਕੇ ਸਨਾਤਨ ਗੋਸਵਾਮੀ ਨਿਮਰਤਾ ਨਾਲ, ਉਸ ਦੇ ਚਰਨਾਂ ਉੱਪਰ ਡਿਗ ਪਏ।

ਮਹਾਰਾਜ ਜੀ ਨੂੰ ਕਹੋ, ਮੈਂ ਨਹੀਂ ਸੀ ਜਾਣਦੀ, ਕਿ ਸ੍ਰਿਸ਼ਟੀ ਵਿਚ ਈਸ਼ਵਰ ਤੋਂ ਇਲਾਵਾ ਹੋਰ ਵੀ ਕੋਈ ਪੁਰਸ਼ ਹੈ। ਕੀ ਅਸੀਂ ਸਾਰੇ ਉਸ ਦੇ ਸਾਹਮਣੇ ਇਸਤਰੀਆਂ ਨਹੀਂ

ਹਾਂ। ਸ਼ਾਸਤਰਾਂ ਦਾ ਇੱਕ ਸਿਧਾਂਤ ਹੈ, ਕਿ ਕੇਵਲ ਈਸ਼ਵਰ ਹੀ ਇੱਕੋ ਇੱਕ ਸਿਰਜਣਹਾਰ ਪੁਰਸ਼ ਤੱਤ ਹੈ। ਉਸ ਦੀ ਸ੍ਰਿਸ਼ਟੀ ਤਾਂ ਕੇਵਲ ਹਰਕਤਹੀਣ ਮਾਇਆ ਹੈ।

ਮੀਰਾਂ ਬਾਈ ਨੇ ਭਗਤੀ ਭਾਵ ਭਰਪੂਰ ਅਨੇਕ ਭਜਨਾਂ ਦੀ ਰਚਨਾ ਕੀਤੀ ਹੈ, ਜੋ ਅੱਜ ਵੀ ਭਾਰਤ ਵਰਸ਼ ਵਿਚ ਪ੍ਰੇਮ ਅਤੇ ਸ਼ਰਧਾ ਨਾਲ ਗਾਏ ਜਾਂਦੇ ਹਨ। ਉਨ੍ਹਾਂ ਵਿਚੋਂ ਇੱਕ ਹੈ

ਸਾਧਨ ਕਰਨਾ ਚਾਹੇ ਰੇ ਮਨਵਾ, ਸਾਧਨ ਕਰਨਾ ਚਾਹੇ
ਪ੍ਰੇਮ ਲਗਾਨਾ ਚਾਹੇ ਰੇ ਮਨਵਾ, ਪ੍ਰੀਤ ਲਗਾਨਾ ਚਾਹੇ
ਨੀਰ ਨਹਾਉਣ ਤੇ ਹਰੀ ਮਿਲੇ, ਤਾਂ ਜਲ ਜੰਤੂ ਹੋਊਂ,
ਫਲ ਫੂਲ ਖਾ ਕੇ ਹਰੀ ਮਿਲੇ, ਤਾਂ ਬੰਦਰ ਬੰਦਰਾਈ,
ਪੱਥਰ ਪੂਜਣ ਤੇ ਹਰੀ ਮਿਲੇ, ਤਾਂ ਮੈਂ ਪੁਜੂੰ ਪਹਾੜ,
ਤ੍ਰਿਣ ਮੂਲ ਖਾ ਕੇ ਹਰੀ ਮਿਲੇ, ਤਾਂ ਬਹੁਤ ਮਿਰਗੀ ਅਜਾ (ਬਕਰੀ)
ਇਸਤਰੀ ਛੋਡਣ ਤੇ ਹਰੀ ਮਿਲੇ, ਤਾਂ ਬਹੁਤ ਮਿਲੇਂਗਾ ਖੋਜਾ,
ਦੁੱਧ ਪੀਣ ਤੇ ਹਰੀ ਮਿਲੇ, ਤਾਂ ਬਹੁਤ ਬੱਚੇ ਬਾਲਾ,
ਮੀਰਾਂ ਕਹੇ ਬਿਨ ਪ੍ਰੇਮ ਦੇ, ਮਿਲੇ ਨਾ ਨੰਦ ਲਾਲਾ।

ਭਾਦੁੜੀ ਮਹਾਸ਼ਯ ਜਿੱਥੇ ਯੋਗ ਸਾਧਨਾ ਵਾਸਤੇ ਬੈਠਦੇ ਸਨ, ਉੱਥੇ ਉਨ੍ਹਾਂ ਦੇ ਸ਼ਰਧਾਲੂ, ਉਨ੍ਹਾਂ ਕੋਲ ਪਈਆਂ ਖੜ੍ਹਾਵਾਂ ਉੱਪਰ ਪੈਸੇ ਅਰਪਣ ਕਰ ਦਿੰਦੇ ਸਨ। ਭਾਰਤ ਵਿਚ ਪ੍ਰਚਲਿਤ ਇਸ ਸ਼ਰਧਾਪੂਰਨ ਅਰਪਣਤਾ ਦਾ ਮਤਲਬ ਹੈ, ਕਿ ਸ਼ਗਿਰਦ ਆਪਣੀ ਭੌਤਿਕ ਸੰਪਤੀ ਗੁਰੂ ਜੀ ਦੇ ਚਰਨਾਂ ਵਿਚ ਅਰਪਿਤ ਕਰਦਾ ਹੈ। ਕ੍ਰਿਤੱਗ ਮਿੱਤਰਾਂ ਦੇ ਰੂਪ ਵਿਚ ਪ੍ਰਮਾਤਮਾ ਹੀ ਆਪਣੇ ਭਗਤਾਂ ਦੀ ਦੇਖ ਭਾਲ ਕਰਦਾ ਹੈ।

ਗੁਰੂਦੇਵ ਆਪ ਮਹਾਨ ਹੋ, ਪਿਤਾ ਸਮਾਨ ਰਿਸ਼ੀ ਤੋਂ ਮਮਤਾਮਈ ਵਿਦਾਈ ਲੈਂਦਿਆਂ, ਉਨ੍ਹਾਂ ਵੱਲ ਭਗਤੀ ਭਾਵ ਨਾਲ ਦੇਖਦਿਆਂ, ਇੱਕ ਸ਼ਾਗਿਰਦ ਨੇ ਕਿਹਾ, ਆਪ ਨੇ ਪ੍ਰਮਾਤਮਾ ਨੂੰ ਪਾਉਣ ਵਾਸਤੇ ਅਤੇ ਸਾਨੂੰ ਉਹ ਅਮਰ ਗਿਆਨ ਦੇਣ ਵਾਸਤੇ ਆਪਣੇ ਸੁਖ ਅਰਾਮ ਅਤੇ ਸੰਸਾਰਕ ਸੰਪਤੀ ਸਭ ਕੁਝ ਤਿਆਗ ਦਿੱਤਾ। ਇਹ ਸਾਰਿਆਂ ਨੂੰ ਪਤਾ ਸੀ, ਭਾਦੁੜੀ ਮਹਾਸ਼ਯ ਨੇ ਆਪਣੇ ਬਚਪਨ ਵਿਚ ਹੀ ਆਪਣੀ ਵਿਸ਼ਾਲ ਪਿਤਾ ਪੁਰਖੀ ਸੰਪਤੀ ਤਿਆਗ ਦਿੱਤੀ ਸੀ, ਜਦੋਂ ਉਨ੍ਹਾਂ ਨੇ ਇੱਕ ਮਨ ਹੋ ਕੇ ਯੋਗ ਮਾਰਗ ਅਪਣਾਉਣ ਦਾ ਰਸਤਾ ਚੁਣਿਆ ਸੀ।

ਤੂੰ ਬਿਲਕੁਲ ਉਲਟੀ ਗੱਲ ਕਹਿ ਰਿਹਾ ਹੈਂ। ਭਾਦੁੜੀ ਮਹਾਸ਼ਯ ਦੇ ਮੁਖਾਰ ਬਿੰਦ ਤੋਂ ਹਲਕੀ ਡਾਂਟ ਦੇ ਮਿੱਠੇ ਭਾਵ ਪ੍ਰਗਟ ਹੋਏ। ਮੈਂ ਤਾਂ ਅੰਤਹੀਣ ਆਨੰਦ ਦਾ ਵਿਸ਼ਾਲ ਸਾਮਰਾਜ ਪ੍ਰਾਪਤ ਕਰਨ ਵਾਸਤੇ ਕੁਝ ਥੋੜ੍ਹੇ ਜਿਹੇ ਰੁਪਏ ਪੈਸਿਆਂ ਅਤੇ ਤੁੱਛ ਸੁੱਖਾਂ ਦਾ ਹੀ ਤਿਆਗ ਕੀਤਾ ਹੈ। ਅਸਲ ਵਿਚ ਮੈਂ ਤਿਆਗ ਕੀਤਾ ਹੀ ਕਿੱਥੇ ਹੈ? ਉਸ ਦੌਲਤ ਨੂੰ

ਵੰਡਣ ਦਾ ਜੋ ਆਨੰਦ ਮਿਲ ਸਕਦਾ ਹੈ, ਉਸ ਦਾ ਮੈਨੂੰ ਗਿਆਨ ਹੈ। ਅਸਲੀ ਤਿਆਗੀ ਤਾਂ ਉਹ ਹੋਛੀ ਬੁੱਧੀ ਵਾਲੇ ਲੋਕ ਹਨ, ਜੋ ਅਪਰੰਪਾਰ ਦੈਵੀ ਦੌਲਤ ਨੂੰ ਮੁੱਠੀ ਭਰ ਸੰਸਾਰਕ ਖਿਡੌਣਿਆਂ ਲਈ ਤਿਆਗ ਦਿੰਦੇ ਹਨ।

ਤਿਆਗ ਦੀ ਇਸ ਲੋਕ ਧਾਰਨਾ ਵਿਰੋਧੀ ਵਿਆਖਿਆ ਸੁਣ ਕੇ ਮੈਂ ਜ਼ੋਰ ਦੀ ਹੱਸਿਆ। ਜਿਸ ਵਿਚ ਕਿਸੇ ਭਿਖਾਰੀ ਸੰਤ ਨੂੰ ਸ਼ਹਿਨਸ਼ਾਹ ਦਾ ਮੁਕਟ ਪਹਿਨਾ ਦਿੱਤਾ ਅਤੇ ਹੰਕਾਰੀ ਕਰੋੜਪਤੀਆਂ ਨੂੰ ਬੇਧਿਆਨੇ ਵਿਚ ਹੀ ਮਾਇਆ ਨਾਗਣ ਦੇ ਡੱਸੇ ਦੇ ਸ਼ਹੀਦ ਗਰਦਾਨ ਦਿੱਤਾ।

ਵਿਧਾਤਾ ਦੇ ਨਿਯਮ ਸਾਡੇ ਭਵਿਖ ਦੀ ਯੋਜਨਾ ਸਬੰਧੀ ਕਿਸੇ ਵੀ ਬੀਮਾ ਕੰਪਨੀ ਤੋਂ ਕਿਤੇ ਜਿਆਦਾ ਚੰਗੀ ਤਰ੍ਹਾਂ ਬਣੇ ਹੋਏ ਹੁੰਦੇ ਹਨ। ਉਨ੍ਹਾਂ ਦੇ ਇਹ ਫੈਸਲਾਕੁਨ ਸ਼ਬਦ, ਉਨ੍ਹਾਂ ਦੇ ਵਿਸ਼ਵਾਸ ਦਾ ਅਨੁਭਵ ਸਿੱਧ ਹਿੱਸਾ ਸਨ। ਅੱਜ ਸੰਸਾਰ ਬਾਹਰੀ ਸੁੱਰਖਿਆ ਵਿਚ ਹੀ ਵਿਸ਼ਵਾਸ ਕਰਨ ਵਾਲੇ ਬੇਚੈਨ ਲੋਕਾਂ ਨਾਲ ਭਰਿਆ ਪਿਆ ਹੈ। ਉਨ੍ਹਾਂ ਦੇ ਇਹ ਘਟੀਆ ਵਿਚਾਰ, ਉਨ੍ਹਾਂ ਦੇ ਮੱਥੇ ਉੱਪਰ ਜ਼ਖਮ ਹਨ। ਜਿਸ ਪ੍ਰਮਾਤਮਾ ਨੇ ਸਾਡੇ ਪਹਿਲੇ ਸੁਆਸ ਦੇ ਨਾਲ ਹੀ ਦੁੱਧ ਅਤੇ ਹਵਾ ਦਾ ਪ੍ਰਬੰਧ ਕਰ ਦਿੱਤਾ ਹੁੰਦਾ ਹੈ, ਉਹ ਆਪਣੇ ਭਗਤਾਂ ਦੀ ਹਰ ਰੋਜ਼ ਦੀਆਂ ਜ਼ਰੂਰਤਾਂ ਦਾ ਪ੍ਰਬੰਧ ਕਰਨਾ ਜਾਣਦਾ ਹੈ।

ਸਕੂਲ ਤੋਂ ਛੁੱਟੀ ਹੋਣ ਤੋਂ ਬਾਅਦ, ਯੋਗੀ ਮਹਾਰਾਜ ਦੇ ਘਰ ਦੀ ਯਾਤਰਾ ਦਾ ਮੇਰਾ ਦੌਰ ਚਲਦਾ ਰਿਹਾ। ਆਂਤਰਿਕ ਉਤਸ਼ਾਹ ਦੇ ਨਾਲ, ਉਹ ਮੇਰੇ ਅਨੁਭਵ ਲਾਭ ਵਿਚ ਮੇਰੀ ਸਹਾਇਤਾ ਕਰਦੇ ਰਹੇ। ਇੱਕ ਦਿਨ ਉਹ ਮੇਰੇ ਘਰ ਤੋਂ ਦੂਰ ਰਾਮ ਮੋਹਨ ਰਾਏ ਰੋਡ ਉੱਪਰ ਰਹਿਣ ਵਾਸਤੇ ਚਲੇ ਗਏ ਜਿੱਥੇ ਉਨ੍ਹਾਂ ਦੇ ਸ਼ਰਧਾਲੂਆਂ ਨੇ, ਉਨ੍ਹਾਂ ਦੇ ਵਾਸਤੇ ਉੱਥੇ ਨਗੇਂਦਰ ਮੱਠ* ਨਾਂ ਦੇ ਨਾਲ ਇੱਕ ਆਸ਼ਰਮ ਬਣਾ ਦਿੱਤਾ ਸੀ।

* ਉਨ੍ਹਾਂ ਦਾ ਪੂਰਾ ਨਾਂ ਨਗੇਂਦਰ ਨਾਥ ਭਾਦੁੜੀ ਸੀ।

ਈਸਾਈ ਜਗਤ ਵਿਚ ਹਵਾ ਵਿਚ ਉੱਡਣ ਵਾਲੇ ਸੰਤਾਂ ਵਿਚੋਂ ਇੱਕ ਸਨ, ਸਤਾਰਵੀਂ ਸਦੀ ਦੇ ਕੁਪਰਟੀਨੋ ਦੇ ਸੰਤ ਜੋਸੇਫ। ਅਨੇਕ ਪ੍ਰਤੱਖ ਦਰਸ਼ੀ, ਉਨ੍ਹਾਂ ਦੇ ਚਮਤਕਾਰਾਂ ਦੇ ਗਵਾਹ ਹਨ। ਸੰਤ ਜੋਸੇਫ, ਇਸ ਭੌਤਿਕ ਜਗਤ ਤੋਂ ਮਾਨਸਿਕ ਤੌਰ ਤੇ ਗੈਰ ਹਾਜ਼ਰ ਰਹਿਣ ਦੇ ਕਾਰਨ ਪ੍ਰਮਾਤਮਾ ਨਾਲ ਜੁੜੇ ਰਹਿੰਦੇ ਸਨ। ਜਿਸ ਮੱਠ ਵਿਚ ਉਹ ਰਹਿੰਦੇ ਸਨ, ਉੱਥੇ ਦੇ ਹੋਰ ਸੰਨਿਆਸੀ, ਉਨ੍ਹਾਂ ਨੂੰ ਖਾਣਾ ਵਰਤਾਉਣ ਦਾ ਕੰਮ ਕਦੇ ਨਹੀਂ ਸਨ ਕਰਨ ਦਿੰਦੇ, ਕਿਤੇ ਇਹ ਨਾ ਹੋਵੇ ਕਿ ਖਾਣੇ ਦੇ ਬਰਤਨਾਂ ਸਮੇਤ ਹੀ ਮਕਾਨ ਦੀ ਛੱਤ ਤਕ ਉੱਪਰ ਉਡ ਜਾਣ। ਕਿਸੇ ਵੀ ਲੰਬੇ ਸਮੇਂ ਤਕ ਉਹ ਜਮੀਨ ਉੱਪਰ ਰਹਿਣ ਦੇ ਅਯੋਗ ਹੋਣ ਦੇ ਕਾਰਨ, ਉਹ ਸੰਤ ਇਸ ਸੰਸਾਰ ਦੇ ਕਿਸੇ ਵੀ ਕੰਮ ਨੂੰ ਪੂਰਾ ਕਰਨ ਵਾਸਤੇ ਸੱਚਮੁੱਚ ਹੀ ਅਯੋਗ ਸਨ।

ਕਿਸੇ ਪਵਿੱਤਰ ਮੂਰਤੀ ਦਾ ਦਰਸ਼ਨ ਮਾਤਰ ਵੀ, ਸੰਤ ਜੋਸੇਫ ਨੂੰ ਆਪਣੇ ਵੱਲ ਸਿੱਧੀ ਉਡਾਣ ਭਰਨ ਦੀ ਅਵਸਥਾ ਵਿਚ ਲੈ ਕੇ ਜਾਣ ਵਾਸਤੇ ਕਾਫੀ ਹੁੰਦਾ ਸੀ। ਇੱਕ ਪੱਥਰ ਦੇ ਅਤੇ ਦੂਸਰੇ ਹੱਡ ਮਾਸ ਦੇ, ਇਸ ਤਰ੍ਹਾਂ ਦੇ ਦੋ ਸੰਤਾਂ ਨੂੰ, ਉੱਪਰ ਹਵਾ ਵਿਚ ਨਾਲ ਨਾਲ ਘੁੰਮਦੇ ਦੇਖਿਆ ਜਾ ਸਕਦਾ ਸੀ।

ਆਵਿਲਾ ਦੀ ਸੰਤ ਟੈਰੇਸਾ, ਜਿਨ੍ਹਾਂ ਦੀ ਆਤਮਾ ਅਤਿਅੰਤ ਉੱਨਤ ਸੀ, ਨੂੰ ਆਪਣੇ ਸਰੀਰ ਨੂੰ ਉੱਪਰ ਉੱਠਾਉਣਾ ਔਖਾ ਲੱਗਦਾ ਸੀ।ਸੰਸਥਾ ਦੀਆਂ ਭਾਰੀਆਂ ਜੁੰਮੇਵਾਰੀਆਂ ਦੇ ਕਾਰਨ, ਉਨ੍ਹਾਂ ਦੇ ਸਰੀਰ ਉੱਪਰ ਉੱਠਾਉਣ

ਇੱਥੇ ਆ ਕੇ, ਮੇਰੀ ਕਹਾਣੀ ਅਚਾਨਕ ਕਈ ਸਾਲ ਅੱਗੇ ਚਲੀ ਜਾਂਦੀ ਹੈ। ਫਿਰ ਵੀ, ਭਾਦੁੜੀ ਮਹਾਸ਼ਯ ਦੇ ਕਹੇ ਹੋਏ, ਇਨ੍ਹਾਂ ਸ਼ਬਦਾਂ ਦਾ ਜ਼ਿਕਰ, ਮੈਂ ਇੱਥੇ ਕਰਨਾ ਚਾਹੁੰਦਾ ਹਾਂ। ਪੱਛਮ ਆਉਣ ਲਈ ਰਵਾਨਾ ਹੋਣ ਤੋਂ ਪਹਿਲਾਂ, ਮੈਂ ਉਨ੍ਹਾਂ ਦੇ ਦਰਸ਼ਨ ਕਰਨ ਗਿਆ ਅਤੇ ਅਸ਼ੀਰਵਾਦ ਪਾਉਣ ਵਾਸਤੇ, ਮੈਂ ਉਨ੍ਹਾਂ ਦੇ ਚਰਨਾਂ ਵਿਚ ਸਿਰ ਰੱਖਿਆ।

ਬੇਟਾ, ਅਮਰੀਕਾ ਜਾਉ। ਯੁਗ ਯੁਗਾਂਤਰਾਂ ਦੀ ਭਾਰਤ ਦੀ ਮਹਿਮਾ ਨੂੰ ਆਪਣੀ ਢਾਲ ਦੇ ਰੂਪ ਵਿਚ ਲੈ ਕੇ ਜਾਉ। ਜਿੱਤ ਤੇਰੇ ਮਸਤਕ ਉੱਪਰ ਲਿਖੀ ਹੈ। ਉਸ ਦੇਸ ਦੇ ਭਲੇ ਲੋਕ ਤੇਰਾ ਦਿਲੋਂ ਸੁਆਗਤ ਕਰਨਗੇ।

ਦੇ ਤਜਰਬੇ ਨੂੰ ਰੋਕਣ ਦੀ ਕੋਸ਼ਿਸ਼ ਵੀ ਵਿਅਰਥ ਸੀ। "ਜਦੋਂ ਪ੍ਰਮਾਤਮਾ ਕੁਝ ਹੋਰ ਹੀ ਚਾਹੁੰਦਾ ਹੋਵੇ ਤਾਂ ਇਹ ਸਾਰੀਆਂ ਸਾਵਧਾਨੀਆਂ ਵਿਅਰਥ ਹੋ ਜਾਂਦੀਆਂ ਹਨ," ਉਨ੍ਹਾਂ ਨੇ ਲਿਖਿਆ।

ਸਪੇਨ ਦੇ ਅਲਬਾ ਨਾਂ ਦੇ ਥਾਂ ਉੱਪਰ ਗਿਰਜਾ ਘਰ ਵਿਚ ਰੱਖੇ ਹੋਏ, ਸੰਤ ਟੈਰੇਸਾ ਦੇ ਪਾਰਥਿਵ ਸਰੀਰ ਵਿਚ ਚਾਰ ਸਦੀਆਂ ਬੀਤ ਜਾਣ ਤੋਂ ਬਾਅਦ ਵੀ ਹਾਲੇ ਤਕ ਕੋਈ ਦੂਸ਼ਿਤ ਪ੍ਰਕਿਰਿਆ ਦਿਖਾਈ ਨਹੀਂ ਦਿੱਤੀ। ਉਨ੍ਹਾਂ ਦੇ ਸਰੀਰ ਵਿਚੋਂ ਫੁੱਲਾਂ ਦੀ ਖੁਸ਼ਬੋ ਆਉਂਦੀ ਹੈ। ਇਹ ਥਾਂ ਅਣਗਿਣਤ ਚਮਤਕਾਰਾਂ ਦਾ ਗਵਾਹ ਹੈ।

ਚੈਪਟਰ 8

ਭਾਰਤ ਦੇ ਮਹਾਨ ਵਿਗਿਆਨਿਕ ਸਰ ਜਗਦੀਸ ਚੰਦਰ ਬੋਸ

"ਜਗਦੀਸ ਚੰਦਰ ਬੋਸ ਨੇ ਵਾਇਰਲੈਸ ਦੀ ਖੋਜ ਮਾਰਕੋਨੀ ਤੋਂ ਪਹਿਲਾਂ ਕਰ ਲਈ ਸੀ।" ਇਹ ਉਤੇਜਕ ਟਿੱਪਣੀ ਸੁਣਦਿਆਂ ਹੀ, ਮੈਂ ਰਸਤੇ ਦੇ ਨੁੱਕਰ ਤੇ ਖੜ੍ਹੇ ਹੋ ਕੇ ਵਿਗਿਆਨ ਦੇ ਵਿਸ਼ੇ ਤੇ ਚਰਚਾ ਕਰ ਰਹੇ ਪ੍ਰੋਫੈਸਰਾਂ ਦੀ ਇੱਕ ਟੋਲੀ ਦੇ ਕੋਲ ਜਾ ਕੇ ਖੜ੍ਹਾ ਹੋ ਗਿਆ। ਜੇ ਕਰ, ਉਸ ਵਿਚ ਸ਼ਾਮਲ ਹੋਣ ਪਿੱਛੇ ਮੇਰੀ ਮਨਸ਼ਾ ਜਾਤੀ ਅਭਿਮਾਨ ਸੀ, ਤਾਂ ਮੈਨੂੰ ਇਸ ਦਾ ਅਫਸੋਸ ਹੈ। ਭਾਰਤ ਨਾ ਕੇਵਲ ਅਧਿਆਤਮਵਾਦ ਵਿਚ, ਬਲਕਿ ਭੌਤਿਕ ਵਿਗਿਆਨ ਵਿਚ ਵੀ ਮੁੱਖ ਭੂਮਿਕਾ ਨਿਭਾ ਸਕਦਾ ਹੈ। ਇਸ ਕਥਨ ਦੀ ਪ੍ਰਮਾਣਿਕਤਾ ਵਿਚ ਮੈਂ ਆਪਣੀ ਡੂੰਘੀ ਦਿਲਚਸਪੀ ਤੋਂ ਇਨਕਾਰ ਨਹੀਂ ਕਰ ਸਕਦਾ।

"ਸ੍ਰੀਮਾਨ ਜੀ, ਆਪ ਕਹਿਣਾ ਕੀ ਚਾਹੁੰਦੇ ਹੋ?"

ਪ੍ਰੋਫੈਸਰ ਨੇ ਪ੍ਰੇਮ ਪੂਰਵਕ ਵਿਆਖਿਆ ਕੀਤੀ, "ਬੇ-ਤਾਰ ਅਨੂ-ਕੂਲਕ ਯੰਤਰ ਅਤੇ ਬਿਜਲਈ ਤਰੰਗਾਂ ਦੇ ਅਮੋੜ ਪੁਣੇ ਨੂੰ ਦਰਸਾਉਣ ਵਾਲੇ ਇੱਕ ਔਜ਼ਾਰ ਦੀ ਖੋਜ ਸਭ ਤੋਂ ਪਹਿਲਾਂ ਬੋਸ ਨੇ ਕੀਤੀ। ਪ੍ਰੰਤੂ ਇਸ ਭਾਰਤੀ ਵਿਗਿਆਨਿਕ ਨੇ ਆਪਣੀ ਇਸ ਖੋਜ ਨੂੰ ਆਪਣੇ ਨਿੱਜੀ ਲਾਭ ਵਾਸਤੇ ਵਰਤਣ ਲਈ ਵਪਾਰਕ ਨਜ਼ਰੀਆ ਨਹੀਂ ਅਪਣਾਇਆ, ਸਗੋਂ ਉਨ੍ਹਾਂ ਛੇਤੀ ਹੀ ਆਪਣਾ ਧਿਆਨ ਨਿਰਜੀਵ ਜਗਤ ਤੋਂ ਜੀਵ ਜਗਤ ਵੱਲ ਮੋੜ ਲਿਆ। ਬਨਸਪਤੀ ਵਿਗਿਆਨੀ ਦੇ ਰੂਪ ਵਿਚ ਉਨ੍ਹਾਂ ਦੁਆਰਾ ਕੀਤੀਆਂ ਗਈਆਂ ਕ੍ਰਾਂਤੀਕਾਰੀ ਖੋਜਾਂ, ਉਨ੍ਹਾਂ ਦੇ ਭੌਤਿਕ ਵਿਗਿਆਨੀ ਦੇ ਰੂਪ ਵਿਚ ਕੀਤੀਆਂ ਗਈਆਂ ਖੋਜਾਂ ਤੋਂ ਬਹੁਤ ਅੱਗੇ ਨਿਕਲ ਗਈਆਂ।"

ਮੈਂ ਨਿਮਰਤਾ ਪੂਰਵਕ ਆਪਣੇ ਇਸ ਤਜਰਬੇਕਾਰ ਅਤੇ ਭਰੋਸੇਯੋਗ ਸਲਾਹਕਾਰ ਦਾ ਧੰਨਵਾਦ ਕੀਤਾ। ਉਸ ਨੇ ਮੈਨੂੰ ਇਹ ਵੀ ਦੱਸਿਆ ਕਿ ਉਹ ਮਹਾਨ ਵਿਗਿਆਨਿਕ ਪਰੈਜ਼ੀਡੈਂਸੀ ਕਾਲਜ ਵਿਚ ਮੇਰੇ ਸਾਥੀ ਪ੍ਰੋਫੈਸਰ ਹਨ।

ਅਗਲੇ ਦਿਨ, ਮੈਂ ਉਸ ਰਿਸ਼ੀਆਂ ਵਰਗੇ ਮਹਾਨ ਵਿਗਿਆਨਿਕ ਦੇ ਘਰ ਪਹੁੰਚ ਗਿਆ, ਜੋ ਕਿ ਮੇਰੇ ਘਰ ਦੇ ਬਿਲਕੁਲ ਨੇੜੇ ਹੀ ਸੀ। ਮੈਂ ਬੜੀ ਦੇਰ ਤੋਂ ਉਨ੍ਹਾਂ ਦਾ ਇੱਕ ਆਦਰ-ਯੁਕਤ ਦੂਰੀ ਤੋਂ ਹੀ ਪ੍ਰਸ਼ੰਸਕ ਸੀ। ਉਸ ਗੰਭੀਰ ਅਤੇ ਸ਼ਰਮਾਕਲ ਬਨਸਪਤੀ ਵਿਗਿਆਨੀ ਨੇ ਸ਼ਿਸ਼ਟਤਾ ਪੂਰਵਕ ਮੇਰਾ ਸੁਆਗਤ ਕੀਤਾ। ਉਹ ਸੋਹਣੇ ਸੁਨੱਖੇ, ਰਿਸ਼ਟ

ਪੁਸ਼ਟ, ਸੰਘਣੇ ਕੇਸਾਂ ਵਾਲੇ ਪੰਜਾਹ ਵਰ੍ਹਿਆਂ ਨੂੰ ਪਾਰ ਸੁਪਨਦਰਸ਼ੀ ਅੱਖਾਂ ਵਾਲੇ ਭੱਦਰ ਪੁਰਸ਼ ਸਨ। ਉਨ੍ਹਾਂ ਦੀ ਬੋਲ ਬਾਣੀ ਵਿਚ ਸ਼ੁਨਿਸ਼ਚਿਤਤਾ ਦਾ ਲਹਿਜਾ ਸੀ, ਜੋ ਉਨ੍ਹਾਂ ਦੇ ਜ਼ਿੰਦਗੀ ਭਰ ਦੇ ਵਿਗਿਆਨਿਕ ਸੁਭਾਅ ਨੂੰ ਦਰਸਾਉਂਦਾ ਸੀ।

"ਪੱਛਮ ਦੀਆਂ ਵਿਗਿਆਨਿਕ ਸੁਸਾਇਟੀਆਂ ਵਿਚ ਸ਼ਾਮਲ ਹੋ ਕੇ, ਮੈਂ ਹੁਣੇ ਭਾਰਤ ਵਾਪਸ ਆਇਆ ਹਾਂ। ਮੇਰੇ ਦੁਆਰਾ ਖੋਜੇ ਗਏ, ਜੀਵਨ ਦੀ ਅਖੰਡਤਾ ਨੂੰ ਦਰਸਾਉਣ ਵਾਲੇ ਨਾਜ਼ੁਕ ਔਜ਼ਾਰਾਂ ਵਿਚ, ਉਨ੍ਹਾਂ ਦੇ ਮੈਂਬਰਾਂ ਨੇ ਡੂੰਘੀ ਦਿਲਚਸਪੀ ਦਿਖਾਈ ਹੈ।* ਬੋਸ ਕਰੈਸਕੋਗਰਾਫ ਵਿਚ ਵਸਤੂ ਨੂੰ ਵੱਡਾ ਕਰ ਕੇ ਦਿਖਾਉਣ ਦੀ ਸ਼ਕਤੀ ਇੱਕ ਕਰੋੜ ਗੁਣਾ ਹੈ। ਖੁਰਦਬੀਨ ਤਾਂ ਕੇਵਲ ਕਈ ਹਜ਼ਾਰ ਗੁਣਾ ਹੀ ਵੱਡਾ ਕਰ ਕੇ ਦਿਖਾ ਸਕਦੀ ਹੈ। ਉਸ ਨੇ ਜੀਵ ਵਿਗਿਆਨ ਨੂੰ ਪ੍ਰਚੰਡ ਗਤੀ ਪਰਦਾਨ ਕਰਕੇ ਜੀਵ ਵਿਗਿਆਨ ਵਿਚ ਰੂਹ ਪਾ ਦਿੱਤੀ ਹੈ। ਕਰੈਸਕੋਗਰਾਫ ਇਸ ਖੇਤਰ ਵਿਚ ਬੇਸ਼ੁਮਾਰ ਸੰਭਾਵਨਾਵਾਂ ਦੇ ਰਾਹ ਖੋਲ੍ਹਦਾ ਹੈ।"

"ਸ੍ਰੀਮਾਨ ਜੀ, ਆਪ ਨੇ ਵਿਗਿਆਨ ਦੀਆਂ ਗੈਰ ਵਿਅਕਤੀਗਤ ਬਾਹਾਂ ਨਾਲ ਪੂਰਬ ਅਤੇ ਪੱਛਮ ਵਿਚ ਮਿਲਾਪ ਕਰਵਾਉਣ ਦੀ ਪ੍ਰਕਿਰਿਆ ਨੂੰ ਤੇਜ ਕਰਨ ਵਾਸਤੇ ਬਹੁਤ ਕੁਝ ਕੀਤਾ ਹੈ।"

"ਮੇਰੀ ਪੜ੍ਹਾਈ ਲਿਖਾਈ ਕੈਂਬਰਿਜ ਵਿਚ ਹੋਈ। ਪ੍ਰਯੋਗ ਦੇ ਅਧਾਰ ਤੇ ਕਿਸੇ ਵੀ ਸਿਧਾਂਤ ਦੀ ਬਰੀਕ ਤੋਂ ਬਰੀਕ ਜਾਂਚ ਕਰਨ ਦਾ ਪੱਛਮ ਦਾ ਨਿਯਮ ਸਲਾਹੁਣਯੋਗ ਹੈ। ਇਹ ਪ੍ਰਯੋਗ ਸਿੱਧ ਕੰਮ ਕਰਨ ਦੀ ਤਕਨੀਕ, ਮੈਨੂੰ ਆਪਣੇ ਪੂਰਬ ਦੀ ਵਿਰਾਸਤ ਵਿਚੋਂ ਮਿਲੀ, ਆਤਮ ਵਿਸ਼ਲੇਸਨ ਦੀ ਤਾਕਤ ਦੇ ਨਾਲ ਜੁੜ ਕੇ ਹੋਰ ਜਿਆਦਾ ਪ੍ਰਭਾਵਸ਼ਾਲੀ ਹੋ ਗਈ। ਇਨ੍ਹਾਂ ਦੋਨਾਂ ਤਕਨੀਕਾਂ ਦੇ ਜੋੜ ਨੇ, ਮੈਨੂੰ ਲੰਬੇ ਸਮੇਂ ਤੋਂ ਖਮੋਸ਼ ਰਹੀ ਪ੍ਰਕਿਰਤੀ ਦੀ ਚੁੱਪ ਤੋੜਨ ਦੇ ਸਮਰੱਥ ਬਣਾਇਆ। ਸਾਰੇ ਭੇਦ ਖੋਲ੍ਹ ਦੇਣ ਵਾਲੇ ਮੇਰੇ ਕਰੈਸਕੋਗਰਾਫ† ਦੇ ਰੇਖਾ ਚਿੱਤਰ, ਉਨ੍ਹਾਂ ਆਦਮੀਆਂ ਵਾਸਤੇ, ਜਿਹੜੇ ਸੱਚੀਆਂ ਗੱਲਾਂ ਉੱਪਰ ਵੀ ਸ਼ੰਕਾ ਕਰਦੇ ਹਨ, ਪੱਕੇ ਸਬੂਤ ਹਨ, ਕਿ ਰੁੱਖਾਂ ਅਤੇ ਪੌਦਿਆਂ ਵਿਚ ਵੀ ਸੰਵੇਦਨਸ਼ੀਲ ਨਾੜੀ ਤੰਤਰ ਅਤੇ ਉਨ੍ਹਾਂ ਦਾ ਜੀਵਨ ਵੀ ਪ੍ਰੀਵਰਤਨਸ਼ੀਲ ਭਾਵਨਾਵਾਂ ਨਾਲ ਭਰਪੂਰ ਹੈ। ਪਿਆਰ, ਨਫਰਤ, ਖੁਸ਼ੀ, ਡਰ, ਸੁਖ, ਦੁਖ, ਜੋਸ਼, ਮੂਰਛਾ ਅਤੇ ਹੋਰ ਅਨੇਕ ਉਤੇਜਨਾਵਾਂ ਦੇ ਪ੍ਰਤੀ

* ਸਮੁੱਚਾ ਵਿਗਿਆਨ ਮਨੁੱਖੀ ਸਮਝ ਤੋਂ ਪਰੇ ਹੈ ਜਾਂ ਜੋ ਫਿਰ ਸਮਝ ਆਉਂਦਾ ਹੈ, ਉਹ ਨਸ਼ਟ ਹੋ ਜਾਂਦਾ ਹੈ। ਬਨਸਪਤੀ ਵਿਗਿਆਨੀ ਹੁਣ ਸੱਚੇ ਸਿਧਾਂਤਾਂ ਨੂੰ ਸਮਝਣ ਲੱਗ ਗਏ ਹਨ। ਬ੍ਰਹਮ ਦੇ ਅਵਤਾਰਾਂ ਦਾ ਵਰਣਨ ਕੁਦਰਤ ਦੇ ਇਤਿਹਾਸ ਦੀਆਂ ਪੁਸਤਕਾਂ ਦਾ ਕੰਮ ਕਰੇਗਾ। (ਐਮਰਸਨ)

† ਕਰੈਸਕੋਗਰਾਫ ਸ਼ਬਦ ਦੀ ਉਤਪਤੀ ਲੇਟਿਨ ਮੂਲ ਦੇ ਸ਼ਬਦ ਕਰੈਸਕੇਰੇ ਤੋਂ ਹੋਈ ਹੈ, ਜਿਸ ਦਾ ਅਰਥ ਹੈ, ਵਧਾਉਣਾ। ਕਰੈਸਕੋਗਰਾਫ ਅਤੇ ਹੋਰ ਖੋਜਾਂ ਦੇ ਵਾਸਤੇ ਸ਼੍ਰੀ ਜਗਦੀਸ਼ ਚੰਦਰ ਬੋਸ ਨੂੰ 1917 ਵਿਚ ਸਰ ਦੇ ਖਿਤਾਬ ਨਾਲ ਸਨਮਾਨਿਤ ਕੀਤਾ ਗਿਆ।

ਅਣਗਿਣਤ ਪ੍ਰਤੀਕ੍ਰਿਆਵਾਂ ਦੀ ਭਾਵ ਅਨੁਭੂਤੀ, ਜਿਸ ਤਰ੍ਹਾਂ ਸਾਰੇ ਪ੍ਰਾਣੀਆਂ ਵਿਚ ਹੁੰਦੀ ਹੈ, ਉਸੇ ਤਰੀਕੇ ਨਾਲ ਰੁੱਖਾਂ ਅਤੇ ਪੌਦਿਆਂ ਵਿਚ ਵੀ ਹੁੰਦੀ ਹੈ।"

"ਸ੍ਰੀਮਾਨ ਜੀ, ਆਪ ਜੀ ਦੀ ਇਸ ਖੇਤਰ ਵਿਚ ਆਮਦ ਤੋਂ ਪਹਿਲਾਂ ਸਾਰੀ ਸ੍ਰਿਸ਼ਟੀ ਵਿਚ ਵਿਆਪਤ ਜੀਵਨ ਦੀ ਅਟੁੱਟੀ ਧੜਕਣ, ਇੱਕ ਕਵੀ ਦੀ ਕਾਵਿ ਉਡਾਰੀ ਹੀ ਲੱਗਦੀ ਹੋਵੇਗੀ। ਮੈਂ ਇੱਕ ਰਿਸ਼ੀਆਂ ਵਰਗੇ ਪ੍ਰੋਫੈਸਰ ਨੂੰ ਜਾਣਦਾ ਹਾਂ, ਜੋ ਕਦੇ ਫੁੱਲ ਨਹੀਂ ਸਨ ਤੋੜਦੇ। ਉਹ ਕਹਿੰਦੇ ਸਨ, ਕਿ ਮੈਂ ਕਿਸ ਤਰ੍ਹਾਂ ਗੁਲਾਬ ਤੋਂ ਉਸਦੀ ਸੁੰਦਰਤਾ ਦਾ ਅਭਿਮਾਨ ਖੋਹ ਲਵਾਂ। ਡਾਲੀ ਨਾਲੋਂ ਆਪਣੇ ਉਜੱਡਪੁਣੇ ਨਾਲ ਤੋੜ ਕੇ, ਉਸ ਦੇ ਆਤਮ ਸਨਮਾਨ ਨੂੰ ਠੇਸ ਕਿਉਂ ਪਹੁੰਚਾਵਾਂ। ਆਪ ਦੀਆਂ ਖੋਜਾਂ ਨੇ, ਉਨ੍ਹਾਂ ਦੇ ਇਨ੍ਹਾਂ ਸਹਾਨਭੂਤੀ ਪੂਰਨ ਸ਼ਬਦਾਂ ਨੂੰ ਅੱਖਰ-ਬ-ਅੱਖਰ ਸੱਚਾ ਸਿੱਧ ਕਰ ਦਿੱਤਾ ਹੈ।"

"ਕਵੀ ਸੱਚ ਨਾਲ ਇੱਕਮਿੱਕ ਹੁੰਦਾ ਹੈ, ਜਦੋਂ ਕਿ ਵਿਗਿਆਨੀ ਅਜੀਬੋਗਰੀਬ ਤਰੀਕੇ ਨਾਲ ਉਸ ਤਕ ਪਹੁੰਚਣ ਦਾ ਯਤਨ ਕਰਦਾ ਹੈ। ਤੂੰ ਕਿਸੇ ਦਿਨ ਮੇਰੀ ਪ੍ਰਯੋਗਸ਼ਾਲਾ ਵਿਚ ਆ ਕੇ ਕਰੈਸਕੋਗਰਾਫ ਦੇ ਸ਼ੰਕਾ ਰਹਿਤ ਪ੍ਰਮਾਣ ਦੇਖ।"

ਧੰਨਵਾਦ ਸਹਿਤ ਮੈਂ ਉਨ੍ਹਾਂ ਦਾ ਸੱਦਾ ਸਵੀਕਾਰ ਕਰਦਿਆਂ, ਉਨ੍ਹਾਂ ਤੋਂ ਵਿਦਾਈ ਲਈ। ਬਾਅਦ ਵਿਚ ਮੈਂ ਸੁਣਿਆ ਕਿ ਬਨਸਪਤੀ ਵਿਗਿਆਨੀ ਨੇ ਪਰੈਜ਼ੀਡੈਂਸੀ ਕਾਲਜ ਛੱਡ ਦਿੱਤਾ ਹੈ ਅਤੇ ਕੋਲਕਾਤਾ ਵਿਚ ਇੱਕ ਖੋਜ ਕੇਂਦਰ ਸਥਾਪਤ ਕਰਨ ਦੀ ਯੋਜਨਾ ਬਣਾ ਰਹੇ ਹਨ।

ਜਦੋਂ ਬੋਸ ਇੰਸਟੀਚਿਊਟ ਦਾ ਉਦਘਾਟਨ ਹੋਇਆ, ਤਾਂ ਮੈਂ ਉਸ ਉਦਘਾਟਨ ਸਮਾਰੋਹ ਵਿਚ ਹਾਜ਼ਰ ਸੀ। ਸੈਂਕੜੇ ਉਤਸ਼ਾਹੀ ਲੋਕ ਸੰਸਥਾ ਦੇ ਅਹਾਤੇ ਵਿਚ ਇੱਧਰ ਉੱਧਰ ਘੁੰਮ ਰਹੇ ਸਨ। ਵਿਗਿਆਨ ਦੇ ਇਸ ਨਵੇਂ ਘਰ ਦੀ ਕਲਾ ਕੌਸ਼ਲਤਾ ਅਤੇ ਅਧਿਆਤਮਿਕ ਪ੍ਰਤੀਕਤਾ ਦੇ ਸਮੂਹ ਨੂੰ ਦੇਖ ਕੇ, ਮੈਂ ਬਹੁਤ ਪ੍ਰਸੰਨ ਹੋਇਆ। ਉਸ ਦਾ ਮੁੱਖ ਦਰਵਾਜ਼ਾ ਦੂਰੋਂ ਕਿਸੇ ਪ੍ਰਾਚੀਨ ਮੱਠ ਦੀ ਯਾਦ ਦਿਵਾਉਂਦਾ ਹੈ। ਕਮਲਾਂ ਦੇ ਸਰੋਵਰ ਪਿੱਛੇ ਮਿਸ਼ਾਲ ਪਕੜੀ ਖੜ੍ਹੀ ਇੱਕ ਔਰਤ ਦੀ ਮੂਰਤੀ, ਸਾਰੀ ਨਾਰੀ ਜਾਤੀ ਵਾਸਤੇ ਅਮਰ ਪ੍ਰਕਾਸ਼ ਗਿਆਨ ਦਾਤੀ ਦੇ ਰੂਪ ਵਿਚ ਭਾਰਤ ਦੇ ਸਨਮਾਨ ਦਾ ਸੂਚਕ ਹੈ।* ਬਗੀਚੇ ਵਿਚ ਅਗੋਚਰ ਬ੍ਰਹਮ ਨੂੰ ਸਮਰਪਿਤ ਇੱਕ ਮੰਦਰ ਹੈ। ਮੰਦਰ ਵਿਚ ਮੂਰਤੀ ਵਾਲੀ ਥਾਂ ਖਾਲੀ ਛੱਡ ਰੱਖੀ ਹੈ।

ਇਸ ਮੌਕੇ ਸਰ ਜਗਦੀਸ ਚੰਦਰ ਬੋਸ ਦਾ ਭਾਸ਼ਣ ਇਸ ਤਰ੍ਹਾਂ ਲੱਗ ਰਿਹਾ ਸੀ ਕਿ ਜਿਵੇਂ ਕਿਸੇ ਪ੍ਰਾਚੀਨ ਉਤਸ਼ਾਹਿਤ ਰਿਸ਼ੀ ਦੇ ਮੁਖਾਰਬਿੰਦ ਤੋਂ ਉੱਚਰਿਤ ਅਧਿਆਤਮਿਕ ਪ੍ਰਵਚਨ ਹੋਣ।

* ਕਮਲ ਦਾ ਫੁੱਲ, ਭਾਰਤ ਵਿਚ ਅਧਿਆਤਮਿਕਤਾ ਦੀ ਨਿਸ਼ਾਨੀ ਹੈ। ਉਸ ਦੀਆਂ ਖਿੜ ਰਹੀਆਂ ਪੱਤੀਆਂ, ਆਤਮਾ ਦੇ ਵਿਸਤਾਰ ਦਾ ਸੰਕੇਤ ਦਿੰਦੀਆਂ ਹਨ। ਚਿੱਕੜ ਵਿਚ ਪੈਦਾ ਹੋਣ ਦੇ ਬਾਵਜੂਦ ਵੀ ਕਮਲ ਸੱਚੀ ਸੁੰਦਰਤਾ ਦੇ ਵਿਕਾਸ ਅਤੇ ਦਯਾਲਤਾ ਭਰੀ ਅਧਿਆਤਮਿਕਤਾ ਦਾ ਵਿਸ਼ਵਾਸ ਦਿਵਾਉਂਦਾ ਹੈ।

"ਅੱਜ ਮੈਂ ਇਸ ਸੰਸਥਾ ਨੂੰ ਕੇਵਲ ਇੱਕ ਪ੍ਰਯੋਗਸ਼ਾਲਾ ਦੇ ਰੂਪ ਵਿਚ ਨਹੀਂ, ਬਲਕਿ ਇੱਕ ਮੰਦਰ ਦੇ ਰੂਪ ਵਿਚ ਸਮਰਪਿਤ ਕਰ ਰਿਹਾ ਹਾਂ।" ਉਨ੍ਹਾਂ ਦੀ ਆਦਰਯੋਗ ਮਹਾਨਤਾ ਖਚਾ ਖੱਚ ਭਰੇ ਸਭਾ ਭਵਨ ਵਿਚ ਇੱਕ ਅਦ੍ਰਿਸ਼ ਚਾਦਰ ਵਾਂਗ ਫੈਲ ਗਈ। ਮੈਂ ਆਪਣੀ ਖੋਜ ਦਾ ਪਿੱਛਾ ਕਰਦਿਆਂ ਕਰਦਿਆਂ, ਕਦੋਂ ਬੇਧਿਆਨੇ ਭੌਤਿਕ ਵਿਗਿਆਨ ਤੋਂ ਸਰੀਰਕ ਵਿਗਿਆਨ ਦੇ ਅਧਿਕਾਰ ਖੇਤਰ ਵਿਚ ਪਹੁੰਚ ਗਿਆ, ਪਤਾ ਹੀ ਨਹੀਂ ਲੱਗਿਆ। ਮੇਰਾ ਅਚੰਭਾ ਵਧਦਾ ਹੀ ਗਿਆ, ਜਦੋਂ ਮੈਂ ਦੇਖਿਆ ਕਿ ਜੀਵ ਜਗਤ ਅਤੇ ਨਿਰਜੀਵ ਜਗਤ ਦੇ ਵਿਚਕਾਰ ਦੀਆਂ ਹੱਦਾਂ ਦੀਆਂ ਰੇਖਾਵਾਂ ਮਿਟਦੀਆਂ ਜਾ ਰਹੀਆਂ ਸਨ ਅਤੇ ਮਿਲਣ ਦੇ ਨੁਕਤੇ ਵਧਦੇ ਜਾ ਰਹੇ ਸਨ। ਮੈਂ ਦੇਖਿਆ ਨਿਰਜੀਵ ਜਗਤ ਹਰਕਤਹੀਣ ਨਹੀਂ ਸੀ। ਉਹ ਤਾਂ ਅਣਗਿਣਤ ਸ਼ਕਤੀਆਂ ਦੇ ਪ੍ਰਭਾਵ ਨਾਲ ਥਰਥਰਾ ਰਿਹਾ ਸੀ।

"ਧਾਤੂਆਂ, ਪੌਦਿਆਂ ਅਤੇ ਪ੍ਰਾਣੀਆਂ ਸਾਰਿਆਂ ਵਿਚ ਇੱਕੋ ਜਿਹੀ ਪ੍ਰਤੀਕਿਰਿਆ, ਸਾਰਿਆਂ ਨੂੰ ਇੱਕ ਸਾਂਝੇ ਨਿਯਮ ਵਿਚ ਬੰਨ੍ਹਦੀ ਮਹਿਸੂਸ ਹੋਈ। ਇਹ ਸਾਰੇ ਹੀ ਥਕਾਵਟ ਅਤੇ ਉਦਾਸੀ ਦੇ ਅਧਾਰ ਭੂਤ ਲੱਛਣ ਲਾਜ਼ਮੀ ਤੌਰ ਤੇ ਪ੍ਰਦਰਸ਼ਿਤ ਕਰਦੇ ਸਨ। ਜਿਨ੍ਹਾਂ ਵਿਚ ਪੁਨਰ ਸੁਰਜੀਤੀ ਪ੍ਰਾਪਤ ਕਰ ਕੇ ਮੁੜ ਬੁਲੰਦੀ ਤੇ ਪਹੁੰਚਣ ਦੀਆਂ ਸੰਭਾਵਨਾਵਾਂ ਬਣੀਆਂ ਰਹਿੰਦੀਆਂ ਸਨ। ਮੌਤ ਨਾਲ ਜੁੜੀ ਪੱਕੀ ਕਿਰਿਆਵਿਹੀਨਤਾ ਵੀ ਸਾਰੇ ਇੱਕੋ ਜਿਹੇ ਰੂਪ ਵਿਚ ਹੀ ਪ੍ਰਦਰਸ਼ਿਤ ਕਰਦੇ ਸਨ। ਇਸ ਵਿਸ਼ਾਲ ਸਧਾਰਨੀਕਰਨ ਤੋਂ ਅਚੰਭਿਤ ਹੋ ਕੇ, ਮੈਂ ਬਹੁਤ ਵੱਡੀ ਉਮੀਦ ਦੇ ਨਾਲ, ਆਪਣੇ ਪ੍ਰਯੋਗਾਂ ਦੇ ਨਤੀਜਿਆਂ ਦੀ ਰਾਇਲ ਸੁਸਾਇਟੀ ਦੇ ਸਾਹਮਣੇ ਘੋਸ਼ਣਾ ਕੀਤੀ। ਪ੍ਰੰਤੂ ਉੱਥੇ ਹਾਜ਼ਰ ਵਿਗਿਆਨੀਆਂ ਨੇ, ਮੈਨੂੰ ਮਸ਼ਵਰਾ ਦਿੱਤਾ ਕਿ ਮੈਂ ਉਨ੍ਹਾਂ ਦੇ ਅਧਿਕਾਰ ਖੇਤਰ ਵਿਚ ਦਖਲ ਦੇਣ ਦੀ ਬਜਾਏ, ਆਪਣੀ ਖੋਜ ਭੌਤਿਕ ਵਿਗਿਆਨ ਤਕ ਹੀ ਸੀਮਿਤ ਰੱਖਾਂ, ਜਿਸ ਖੇਤਰ ਵਿਚ ਮੇਰੀ ਸਫਲਤਾ ਯਕੀਨੀ ਬਣ ਚੁੱਕੀ ਹੈ। ਮੈਂ ਅਣਜਾਣਪੁਣੇ ਵਿਚ ਹੀ ਇੱਕ ਨਵਾਕਫ ਜਾਤੀ ਵਿਵਸਥਾ ਦੇ ਖੇਤਰ ਵਿਚ ਘੁਸਪੈਠ ਕਰਕੇ, ਉਸ ਦੇ ਸ਼ਿਸ਼ਟਾਚਾਰ ਦਾ ਉਲੰਘਣ ਕਰ ਦਿੱਤਾ ਸੀ।

"ਉੱਥੇ ਅਣਜਾਣਪੁਣੇ ਵਿਚ ਹੀ ਧਾਰਮਿਕ ਪੱਖਪਾਤ ਵੀ ਕੰਮ ਕਰ ਰਿਹਾ ਸੀ, ਜੋ ਅਗਿਆਨਤਾ ਨੂੰ ਧਾਰਮਿਕ ਵਿਸ਼ਵਾਸ ਨਾਲ ਉਲਝਾ ਰਿਹਾ ਸੀ। ਇਹ ਅਕਸਰ ਹੀ ਭੁਲਾ ਦਿੱਤਾ ਜਾਂਦਾ ਹੈ, ਜਿਸ ਪ੍ਰਮਾਤਮਾ ਨੇ ਸਾਨੂੰ ਸਾਰਿਆਂ ਪਾਸਿਆਂ ਤੋਂ ਸ੍ਰਿਸ਼ਟੀ ਦੇ ਨਿਤ ਵਿਕਸਤ ਹੁੰਦੇ ਚੁਗਿਰਦੇ ਵਿਚ ਘੇਰ ਰੱਖਿਆ ਹੈ, ਉਸ ਨੇ ਸਾਨੂੰ ਸਵਾਲ ਕਰਨ ਅਤੇ ਸਮਝਣ ਦੀ ਇੱਛਾ ਵੀ ਦੇ ਰੱਖੀ ਹੈ। ਵਰ੍ਹਿਆਂ ਬੱਧੀ ਲੋਕਾਂ ਦੀਆਂ ਗਲਤ ਫਹਿਮੀਆਂ ਦਾ ਸ਼ਿਕਾਰ ਹੋਣ ਤੋਂ ਬਾਅਦ, ਇੱਕ ਗੱਲ ਪੂਰੀ ਤਰ੍ਹਾਂ ਮੇਰੀ ਸਮਝ ਵਿਚ ਆ ਗਈ, ਕਿ ਵਿਗਿਆਨ ਦੇ ਉਪਾਸ਼ਕ ਦੀ ਜ਼ਿੰਦਗੀ ਨਾ ਖਤਮ ਹੋਣ ਵਾਲੀ ਜਦੋਜਹਿਦ ਨਾਲ ਲਾਜ਼ਮੀ ਤੌਰ ਤੇ ਭਰੀ ਹੋਈ ਹੁੰਦੀ ਹੈ। ਉਸ ਨੂੰ ਲਾਭ, ਹਾਨੀ, ਸਫਲਤਾ ਅਤੇ ਅਸਫਲਤਾ ਨੂੰ ਇੱਕੋ ਜਿਹੀ ਸਮਝ ਕੇ ਆਪਣਾ ਜੀਵਨ, ਪ੍ਰੇਮਮਈ ਸ਼ਰਧਾ ਨਾਲ ਅਹੂਤੀ ਵਾਂਗ ਅਰਪਣ ਕਰਨਾ ਪੈਂਦਾ ਹੈ।"

"ਸਮਾਂ ਪਾ ਕੇ ਦੁਨੀਆਂ ਦੀਆਂ ਮੁੱਖ ਵਿਗਿਆਨਿਕ ਸੁਸਾਇਟੀਆਂ ਨੇ ਮੇਰੇ ਸਿਧਾਂਤਾਂ ਅਤੇ ਖੋਜਾਂ ਦੇ ਨਤੀਜਿਆਂ ਨੂੰ ਸਵੀਕਾਰ ਕਰ ਲਿਆ ਅਤੇ ਵਿਗਿਆਨ ਦੇ ਖੇਤਰ ਵਿਚ ਭਾਰਤੀ ਯੋਗਦਾਨ ਦੀ ਮਹੱਤਤਾ ਨੂੰ ਮਾਨਤਾ ਦੇ ਦਿੱਤੀ। ਜੋ ਕੁਝ ਵੀ ਛੋਟਾ ਜਾਂ ਸੀਮਿਤ ਹੈ, ਕੀ ਉਹ ਭਾਰਤੀ ਮਨ ਨੂੰ ਕਦੇ ਤ੍ਰਿਪਤ ਕਰ ਸਕਦਾ ਹੈ? ਇੱਕ ਅਖੰਡ ਜੀਵੰਤ ਪਰੰਪਰਾ ਅਤੇ ਕਾਇਆ ਕਲਪ ਕਰਨ ਵਾਲੀ, ਇੱਕ ਜੀਵਨ ਦਾਤੀ ਸ਼ਕਤੀ ਦੁਆਰਾ, ਇਸ ਧਰਤੀ ਨੇ ਅਣਗਿਣਤ ਪ੍ਰੀਵਰਤਨਾਂ ਵਿਚੋਂ ਦੀ ਗੁਜ਼ਰਦਿਆਂ ਆਪਣੇ ਆਪ ਨੂੰ ਪੁਨਰ ਸਥਾਪਿਤ ਕੀਤਾ ਹੈ। ਭਾਰਤ ਵਿਚ ਹਮੇਸ਼ਾਂ ਹੀ ਅਜਿਹੇ ਲੋਕ ਪੈਦਾ ਹੁੰਦੇ ਰਹੇ ਹਨ, ਜਿਨ੍ਹਾਂ ਨੇ ਸਮੇਂ ਦੇ ਫੌਰੀ ਲਾਭ ਨੂੰ ਠੁਕਰਾ ਕੇ ਜੀਵਨ ਦੇ ਸਰਵਉੱਚ ਆਦਰਸ਼ਾਂ ਨੂੰ ਪ੍ਰਾਪਤ ਕਰਨ ਦਾ ਯਤਨ ਕੀਤਾ ਹੈ। ਉਹ ਵੀ ਕਾਰਜਹੀਣ ਸੰਨਿਆਸੀ ਦੀ ਤਰ੍ਹਾਂ ਨਹੀਂ, ਬਲਕਿ ਸਰਗਰਮ ਜਦੋਜਹਿਦ ਨਾਲ। ਕਮਜ਼ੋਰ ਆਦਮੀ ਜਿਸ ਨੇ ਸੰਘਰਸ਼ ਤਿਆਗਣ ਕਰ ਕੇ ਜ਼ਿੰਦਗੀ ਵਿਚ ਪ੍ਰਾਪਤ ਹੀ ਕੁਝ ਨਹੀਂ ਕੀਤਾ ਹੁੰਦਾ, ਉਸ ਕੋਲ ਤਿਆਗਣ ਲਈ ਵੀ ਕੁਝ ਨਹੀਂ ਹੁੰਦਾ। ਉਹ ਆਦਮੀ, ਜਿਸ ਨੇ ਸੰਘਰਸ਼ ਕਰ ਕੇ ਜਿੱਤ ਪ੍ਰਾਪਤ ਕੀਤੀ ਹੋਵੇ, ਕੇਵਲ ਓਹੀ ਆਦਮੀ ਸੰਸਾਰ ਨੂੰ ਆਪਣੀ ਜਿੱਤ ਦੇ ਤਜਰਬਿਆਂ ਦੇ ਫਲ ਅਰਪਣ ਕਰ ਕੇ ਅਮੀਰ ਬਣਾ ਸਕਦਾ ਹੈ।"

"ਇਸ ਪ੍ਰਯੋਗਸ਼ਾਲਾ ਵਿਚ ਸਥੂਲ ਪਦਾਰਥਾਂ ਦੀ ਪ੍ਰਤੀਕਿਰਿਆ ਉੱਪਰ, ਹੁਣ ਤਕ ਦੇ ਕੀਤੇ ਗਏ ਤਜਰਬਿਆਂ ਅਤੇ ਪੌਦਿਆਂ ਦੇ ਜੀਵਨ ਬਾਰੇ ਅਣਕਿਆਸੇ ਨਤੀਜੇ ਸਾਹਮਣੇ ਆਉਣ ਕਰ ਕੇ ਭੌਤਿਕ ਵਿਗਿਆਨ, ਸਰੀਰ ਵਿਗਿਆਨ, ਚਿਕਿਤਸਾ, ਖੇਤੀ ਬਾੜੀ ਅਤੇ ਮਨੋਵਿਗਿਆਨ ਦੇ ਖੇਤਰ ਵਿਚ ਖੋਜ ਕਰਨ ਦੇ ਅਤਿਅੰਤ ਵਿਸ਼ਾਲ ਰਾਹ ਖੁੱਲ੍ਹ ਗਏ ਹਨ। ਜਿਨ੍ਹਾਂ ਸਮੱਸਿਆਵਾਂ ਦੇ ਬਾਰੇ ਹਾਲੇ ਤਕ ਇਹ ਮੰਨਿਆ ਜਾਂਦਾ ਸੀ ਕਿ ਉਨ੍ਹਾਂ ਨੂੰ ਸੁਲਝਾਇਆ ਨਹੀਂ ਜਾ ਸਕਦਾ, ਉਹ ਖੋਜ ਤਜਰਬਿਆਂ ਦੇ ਅਧਿਕਾਰ ਖੇਤਰ ਵਿਚ ਆ ਗਈਆਂ ਹਨ।"

"ਪ੍ਰੰਤੂ ਪੂਰੀ ਦਰੁੱਸਤੀ ਤੋਂ ਬਗੈਰ ਉੱਚ ਪਾਏ ਦੀ ਸਫਲਤਾ ਨਹੀਂ ਪ੍ਰਾਪਤ ਕੀਤੀ ਜਾ ਸਕਦੀ। ਇਸ ਵਾਸਤੇ ਪਰਵੇਸ਼ ਦਰਵਾਜ਼ੇ ਦੇ ਹਾਲ ਕਮਰੇ ਵਿਚ ਆਪਣੇ ਆਪਣੇ ਕੇਸ ਵਿਚ ਰੱਖੇ ਗਏ, ਮੇਰੇ ਦੁਆਰਾ ਖੋਜੇ ਗਏ ਬਹੁਤ ਹੀ ਸੰਵੇਦਨਸ਼ੀਲ ਔਜ਼ਾਰ ਅਤੇ ਵਿਗਿਆਨਿਕ ਯੰਤਰਾਂ ਦੀਆਂ ਲੰਬੀਆਂ ਲੰਬੀਆਂ ਕਤਾਰਾਂ ਲੱਗੀਆਂ ਹੋਈਆਂ ਹਨ, ਜੋ ਮਨੁੱਖੀ ਸੀਮਾਵਾਂ ਨੂੰ ਉਲੰਘਣ ਵਾਸਤੇ ਕੀਤੀ ਗਈ ਅਣਥੱਕ ਮਿਹਨਤ, ਲਗਨ ਅਤੇ ਚਤੁਰਤਾ ਦੀ ਕਹਾਣੀ ਸੁਣਾਉਂਦੇ ਹਨ। ਉਸ ਭਰਮ ਪੂਰਨ ਦਿਖਾਈ ਦੇ ਰਹੇ ਆਭਾਸ ਦੇ ਪਿੱਛੇ ਛੁਪੇ ਹੋਏ ਸੱਚ ਨੂੰ ਖੋਜਣ ਵਾਸਤੇ ਲੰਬੇ ਸਮੇਂ ਤਕ ਲਗਾਤਾਰ ਯਤਨ ਕਰਨ ਦੀ ਜ਼ਰੂਰਤ ਹੈ। ਸਾਰੇ ਖੋਜ ਵਿਗਿਆਨੀ ਜਾਣਦੇ ਹਨ ਕਿ ਅਸਲੀ ਪ੍ਰਯੋਗਸ਼ਾਲਾ ਤਾਂ ਸਾਡਾ ਮਨ ਹੈ, ਜਿੱਥੇ ਉਹ ਮਾਇਆ ਦੇ ਪਰਦੇ ਦੇ ਪਿੱਛੇ ਛੁਪੇ ਹੋਏ ਸੱਚ ਦੇ ਨਿਯਮਾਂ ਨੂੰ ਖੋਜ ਲੈਂਦਾ ਹੈ।"

"ਇੱਥੇ ਜਿਹੜੇ ਭਾਸ਼ਣ ਹੋਣਗੇ, ਉਹ ਦੂਸਰੇ ਆਦਮੀਆਂ ਦੁਆਰਾ ਪ੍ਰਾਪਤ ਕੀਤੇ ਗਏ ਗਿਆਨ ਦਾ ਦੁਹਰਾ ਨਹੀਂ ਹੋਵੇਗਾ। ਉਨ੍ਹਾਂ ਵਿਚ, ਇਸ ਹਾਲ ਵਿਚ ਪਹਿਲੀ ਵਾਰ ਪ੍ਰਮਾਣਿਤ ਕੀਤੀਆਂ ਗਈਆਂ ਖੋਜਾਂ ਦੀ ਘੋਸ਼ਣਾ ਕੀਤੀ ਜਾਵੇਗੀ। ਇਸ ਸੰਸਥਾ ਦੁਆਰਾ ਕੀਤੀਆਂ ਗਈਆਂ ਖੋਜਾਂ ਦਾ ਯੋਗਦਾਨ ਨਿਯਮਿਤ ਪ੍ਰਕਾਸ਼ਨਾਵਾਂ ਦੁਆਰਾ ਪੂਰੇ ਸੰਸਾਰ ਵਿਚ ਪਹੁੰਚ ਜਾਵੇਗਾ। ਉਹ ਆਮ ਲੋਕਾਂ ਦੀ ਮਲਕੀਅਤ ਬਣ ਜਾਵੇਗਾ। ਕਦੇ ਵੀ ਕਿਸੇ ਚੀਜ਼ ਦਾ ਪੇਟੇਂਟ ਨਹੀਂ ਲਿਆ ਜਾਵੇਗਾ। ਸਾਡੀ ਕੌਮੀ ਸਭਿਅਤਾ ਇਹ ਮੰਗ ਕਰਦੀ ਹੈ ਕਿ ਅਸੀਂ ਗਿਆਨ ਨੂੰ ਆਪਣੇ ਲਾਭ ਵਾਸਤੇ ਵਰਤ ਕੇ ਸਭਿਅਤਾ ਦਾ ਅਪਮਾਨ ਕਰਨ ਤੋਂ ਹਮੇਸ਼ਾਂ ਦੂਰ ਰਹੀਏ।"

"ਮੇਰੀ ਇਹ ਵੀ ਇੱਛਾ ਹੈ ਕਿ ਜਿਥੋਂ ਤਕ ਸੰਭਵ ਹੋ ਸਕੇ, ਇਸ ਸੰਸਥਾ ਦੀਆਂ ਸਹੂਲਤਾਂ ਦੇ ਦਰਵਾਜ਼ੇ, ਸਾਰੇ ਸੰਸਾਰ ਦੇ ਖੋਜ ਵਿਦਿਆਰਥੀਆਂ ਵਾਸਤੇ ਖੁੱਲ੍ਹੇ ਰਹਿਣ। ਇਸ ਤਰ੍ਹਾਂ ਦਾ ਉਪਰਾਲਾ ਕਰ ਕੇ, ਮੈਂ ਆਪਣੇ ਦੇਸ ਦੀਆਂ ਪਰੰਪਰਾਵਾਂ ਨੂੰ ਹੀ ਅੱਗੇ ਵਧਾਉਣ ਦੀ ਕੋਸ਼ਿਸ਼ ਕਰ ਰਿਹਾ ਹਾਂ ਜਿਵੇਂ ਕਿ ਪੱਚੀ ਸ਼ਤਾਬਦੀਆਂ ਪਹਿਲਾਂ ਵੀ ਭਾਰਤ ਦੀਆਂ ਨਾਲੰਦਾ ਅਤੇ ਤਕਸ਼ਿਲਾ ਯੂਨੀਵਰਸਿਟੀਆਂ ਵਿਚ ਸੰਸਾਰ ਭਰ ਤੋਂ ਆਏ ਵਿਦਿਆਰਥੀਆਂ ਵਾਸਤੇ ਗਿਆਨ ਪ੍ਰਾਪਤੀ ਦੀਆਂ ਸਹੂਲਤਾਂ ਸੁਲੱਭ ਸਨ।"

"ਭਾਵੇਂ ਵਿਗਿਆਨ ਨਾ ਤਾਂ ਪੂਰਬ ਦਾ ਹੈ, ਨਾ ਪੱਛਮ ਦਾ, ਬਲਕਿ ਵਿਸ਼ਵਵਿਆਪਕਤਾ ਕਰ ਕੇ ਸਾਰੇ ਦੇਸ਼ਾਂ ਦਾ ਹੈ, ਪ੍ਰੰਤੂ ਫਿਰ ਵੀ ਭਾਰਤ ਵਰਸ਼ ਇਸ ਵਿਚ ਵਿਸ਼ੇਸ਼ ਯੋਗਦਾਨ* ਪਾਉਣ ਦੇ ਸਮਰੱਥ ਹੈ। ਭਾਰਤੀਆਂ ਦੀ ਕਲਪਨਾ ਸ਼ਕਤੀ ਤਾਂ ਉਪਰੋਂ ਉਪਰੋਂ

* ਪ੍ਰਾਚੀਨ ਹਿੰਦੂ ਵਿਦਵਾਨਾਂ ਨੂੰ ਪਦਾਰਥ ਜਗਤ ਦੀ ਪ੍ਰਮਾਣੂ ਰਚਨਾ ਦੇ ਬਾਰੇ ਪੂਰਾ ਪੂਰਾ ਗਿਆਨ ਸੀ। ਭਾਰਤੀ ਦਰਸ਼ਨ ਸ਼ਾਸਤਰ ਦੇ ਛੇ ਸਿਧਾਂਤਾਂ ਵਿਚੋਂ, ਇੱਕ ਹੈ, ਵੈਸ਼ੇਸਕ। ਵੈਸ਼ੇਸਕ ਸ਼ਬਦ ਸੰਸਕਰਿਤ ਮੂਲ ਦੇ ਸ਼ਬਦ, ਵਿਸ਼ੇਸ਼ਸ ਤੋਂ ਬਣਿਆ ਹੈ, ਜਿਸ ਦਾ ਅਰਥ ਹੈ, ਪ੍ਰਮਾਣੂ ਵਿਅਕਤਿਕਤਾ। ਵੈਸ਼ੇਸਕ ਦਰਸ਼ਨ ਦੇ ਪਹਿਲੇ ਵਿਆਖਿਆਕਾਰਾਂ ਵਿਚੋਂ ਇੱਕ ਸਨ, "ਔਲੁਕ।" ਜਿਨ੍ਹਾਂ ਨੂੰ "ਕਣਆਦ' ਜਾਂ "ਕਣਭਕਸ਼ਕ' ਵੀ ਕਿਹਾ ਜਾਂਦਾ ਸੀ। ਉਹ ਲਗ ਭਗ 2800 ਸਾਲ ਪਹਿਲਾਂ ਹੋਏ ਸਨ।

ਈਸਟ ਵੈਸਟ ਰਸਾਲੇ ਦੇ ਅਪਰੈਲ 1934 ਦੇ ਅੰਕ ਵਿਚ ਵੈਸ਼ੇਸਕ ਦਰਸ਼ਨ ਦਾ ਸਾਰਾਂਸ਼ ਤਾਰਾ ਮਾਤਾ ਦੇ ਇੱਕ ਲੇਖ ਵਿਚ ਇਸ ਤਰ੍ਹਾਂ ਦਿੱਤਾ ਗਿਆ ਸੀ। ਭਾਵੇਂ ਆਧੁਨਿਕ ਪ੍ਰਮਾਣੂ ਸਿਧਾਂਤ ਨੂੰ ਆਮ ਤੌਰ ਤੇ ਵਿਗਿਆਨ ਦੀ ਨਵੀਂ ਖੋਜ ਮੰਨਿਆ ਜਾਂਦਾ ਹੈ, ਪ੍ਰੰਤੂ ਅਨੇਕ ਸ਼ਤਾਬਦੀਆਂ ਪਹਿਲਾਂ 'ਕਣਆਦ' ਰਿਸ਼ੀ ਨੇ ਇਸ ਦੀ ਅਤਿਅੰਤ ਸੁੰਦਰਤਾ ਨਾਲ ਵਿਆਖਿਆ ਕੀਤੀ ਸੀ। ਸੰਸਕਰਿਤ ਦੇ ਸ਼ਬਦ ਅਣੂ ਦਾ ਗਰੀਸ ਦੇ ਐਟਮ ਸ਼ਬਦ ਦਾ ਯਥਾਰਥ ਰੂਪ ਵਿਚ ਅਨੁਵਾਦ ਕੀਤਾ ਜਾ ਸਕਦਾ ਹੈ। ਕਿਉਂਕਿ ਐਟਮ ਦਾ ਗਰੀਸ ਭਾਸ਼ਾ ਵਿਚ ਸ਼ਾਬਦਿਕ ਅਰਥ ਹੁੰਦਾ ਹੈ, 'ਅਖੰਡ' ਜਾਂ 'ਅਵੰਡ।' ਈਸਾ ਪੂਰਵ ਕਾਲ ਦੇ ਵੈਸ਼ੇਸਕ ਦੀਆਂ ਹੋਰ ਖੋਜਾਂ ਵਿਚ ਸ਼ਾਮਿਲ ਹਨ। (1) ਸੂਈਆਂ ਦਾ ਚੁੰਬਕ ਵੱਲ ਸਰਕਣਾ। (2) ਦਰਖਤਾਂ ਅਤੇ ਪੌਦਿਆਂ ਵਿਚ ਪਾਣੀ ਦਾ ਸੰਚਾਰ ਹੋਣਾ। (3) ਅਕਾਸ਼ ਤੱਤ ਕਾਰਜਵਿਹੀਨ ਅਤੇ ਅਣਗਠਿਤ ਹੋਣ ਕਰ ਕੇ ਸੂਖਮ ਸ਼ਕਤੀਆਂ ਦਾ ਸੰਚਾਰ ਦਾ ਅਧਾਰ ਹੋਣਾ। (4) ਸੂਰਜੀ ਅਗਨੀ ਹੀ ਸਭ ਪ੍ਰਕਾਰ ਦੀਆਂ ਤਪਸ਼ਾਂ ਦਾ ਮੂਲ ਕਾਰਨ ਹੋਣਾ। (5) ਤਪਸ਼ ਹੀ ਆਣਵਿਕ ਪ੍ਰੀਵਰਤਨ ਦਾ ਕਾਰਨ ਹੋਣਾ। (6) ਪ੍ਰਿਥਵੀ ਦੇ ਅਣੂਆਂ ਅੰਦਰ ਉਹ ਗੁਣ ਮੌਜੂਦ ਹਨ, ਜੋ ਉਨ੍ਹਾਂ ਨੂੰ ਆਕਰਸ਼ਣ ਸ਼ਕਤੀ ਜਾਂ ਅੰਦਰ ਵੱਲ ਖਿਚਾਵ ਪੈਦਾ ਕਰਦੇ ਹਨ। ਇਸੇ ਗੁਣ ਦੇ ਕਾਰਨ ਗੁਰੂਤਾਆਕਰਸ਼ਣ ਨਿਯਮ ਸਿੱਧ ਹੁੰਦਾ ਹੈ। (7) ਸਭ ਪ੍ਰਕਾਰ ਦੀ ਸ਼ਕਤੀ ਗਤੀ ਮੂਲਕ

ਪ੍ਰਸਪਰ ਵਿਰੋਧੀ ਲੱਗਣ ਵਾਲੇ ਤੱਥਾਂ ਦੀ ਗੁੱਥੀ ਵਿਚੋਂ ਵੀ ਨਵੇਂ ਨਿਯਮ ਕੱਢ ਸਕਦੀ ਹੈ। ਪ੍ਰੰਤੂ ਇਕਾਗਰਤਾ ਦੀ ਆਦਤ ਨੇ ਹੀ ਇਸ ਨੂੰ ਰੋਕ ਰੱਖਿਆ ਹੈ। ਇਹੀ ਸੰਯਮ ਮਨ ਨੂੰ ਅਨੰਤ ਧੀਰਜ ਦੇ ਨਾਲ ਨਾਲ ਸੱਚ ਦੀ ਖੋਜ ਵਿਚ ਮਸ਼ਰੂਫ ਕਰ ਕੇ ਰੱਖਣ ਦੀ ਸ਼ਕਤੀ ਬਖਸ਼ਦਾ ਹੈ।"

ਉਸ ਮਹਾਨ ਵਿਗਿਆਨਿਕ ਦੇ ਇਨ੍ਹਾਂ ਆਖਰੀ ਸ਼ਬਦਾਂ ਨੂੰ ਸੁਣ ਕੇ, ਮੇਰੀਆਂ ਅੱਖਾਂ ਵਿਚ ਅੱਥਰੂ ਛਲਕ ਆਏ। ਧੀਰਜ! ਕੀ ਇਹ ਸ਼ਬਦ ਭਾਰਤ ਦੇ ਆਚਰਨ ਦਾ ਸਮਾਨਅਰਥੀ ਸ਼ਬਦ ਨਹੀਂ ਬਣ ਗਿਆ? ਜਿਸ ਨੇ ਸਮੇਂ ਅਤੇ ਇਤਿਹਾਸਕਾਰਾਂ ਦੋਨਾਂ ਨੂੰ ਹੀ ਅਚੰਭਿਤ ਕਰ ਰੱਖਿਆ ਹੈ।

ਉਦਘਾਟਨ ਦਿਵਸ ਤੋਂ ਕੁਝ ਦਿਨ ਬਾਅਦ, ਮੈਂ ਫਿਰ ਉਨ੍ਹਾਂ ਦੇ ਖੋਜ ਕੇਂਦਰ ਵਿਚ ਗਿਆ। ਉਸ ਮਹਾਨ ਵਿਗਿਆਨਿਕ ਨੂੰ ਆਪਣਾ ਵਾਅਦਾ ਚੇਤੇ ਸੀ। ਉਹ ਮੈਨੂੰ ਆਪਣੀ ਸ਼ਾਂਤੀਦਾਇਕ ਪ੍ਰਯੋਗਸ਼ਾਲਾ ਵਿਚ ਲੈ ਗਏ।

"ਹੁਣ ਮੈਂ ਤੈਨੂੰ, ਇਸ ਫਰਨ ਦੇ (ਸੁੰਦਰ ਬਰੀਕ ਪੱਤਿਆਂ ਵਾਲਾ ਪੌਦਾ) ਪੌਦੇ ਨੂੰ ਕਰੈਸਕੋਗਰਾਫ ਲਗਾ ਕੇ ਦਿਖਾਉਂਦਾ ਹਾਂ। ਇਸ ਦੀਆਂ ਹਰਕਤਾਂ ਵਿਚ ਅਨੇਕ ਗੁਣਾਂ ਵਾਧਾ ਚਿਤਰਿਤ ਹੋਵੇਗਾ। ਇਸੇ ਤਰੀਕੇ ਨਾਲ ਜੇ ਰੀਂਗਣ ਵਾਲੇ ਘੋਗੇ ਦੀ ਕਿਰਿਆ ਨੂੰ ਵਧਾਇਆ ਜਾਵੇ, ਤਾਂ ਉਹ ਘੋਗਾ ਐਕਸਪਰੈਸ ਗੱਡੀ ਦੀ ਰਫਤਾਰ ਨਾਲ ਚਲਦਾ ਦਿਖਾਈ ਦੇਵੇਗਾ।"

ਮੇਰੀ ਨਜ਼ਰ ਉਤਸੁਕਤਾ ਨਾਲ ਪਰਦੇ ਉੱਪਰ ਜੰਮੀ ਹੋਈ ਸੀ, ਜਿੱਥੇ ਫਰਨ ਦੀ ਵਧਾਈ ਹੋਈ ਛਾਇਆ ਦਿਖਾਈ ਦੇ ਰਹੀ ਸੀ। ਸੂਖਮ ਤੋਂ ਸੂਖਮ ਜੀਵਨ ਕਿਰਿਆਵਾਂ ਹੁਣ ਸਪਸ਼ਟ ਦਿਖਾਈ ਦੇ ਰਹੀਆਂ ਸਨ। ਮੇਰੀਆਂ ਮਨਮੋਹਕ ਨਜ਼ਰਾਂ ਦੇ ਸਾਹਮਣੇ, ਉਹ ਫਰਨ ਦਾ ਪੌਦਾ ਬਹੁਤ ਹੌਲੀ ਹੌਲੀ ਵਧ ਰਿਹਾ ਸੀ। ਵਿਗਿਆਨਿਕ ਮਹਾਸ਼ਯ ਨੇ ਫਰਨ ਦੇ ਪੌਦੇ ਨੂੰ ਧਾਤੂ ਦੀ ਇੱਕ ਛੋਟੀ ਜਿਹੀ ਸੋਟੀ ਨਾਲ ਛੂਹਿਆ, ਪਰਦੇ ਉੱਪਰ ਚਲ ਰਿਹਾ

ਹੈ ਅਤੇ ਇਸ ਦਾ ਕਾਰਨ ਸ਼ਕਤੀ ਦੇ ਖਰਚ ਵਿਚ ਗਤੀ ਦੀ ਪੁਨਰਵੰਡ ਵਿਚ ਮੌਜੂਦ ਹੈ। (8) ਅਣੂ ਦੀ ਵੰਡ ਨਾਲ ਵਿਸ਼ਵ ਦਾ ਵਿਨਾਸ਼। (9) ਬਹੁਤ ਹੀ ਸੂਖਮ ਕਣਾਂ ਦੇ ਸਭ ਦਿਸ਼ਾਵਾਂ ਵਿਚ ਕਲਪਨਾ ਤੋਂ ਪਰੇ ਗਤੀ ਨਾਲ ਫੁੱਟਣ ਨਾਲ ਚਾਨਣ ਅਤੇ ਤਪਸ਼ ਦੀਆਂ ਕਿਰਨਾਂ ਬਣਦੀਆਂ ਹਨ ਅਤੇ ਪ੍ਰਸਾਰਿਤ ਹੁੰਦੀਆਂ ਹਨ। (ਆਧੁਨਿਕ ਕਾਸਮਿਕ ਕਿਰਨਾਂ ਦਾ ਸਿਧਾਂਤ) (10) ਸਮੇਂ ਅਤੇ ਅਕਾਸ਼ ਦੀ ਸਾਪੇਖਤਾ।

ਵੈਸ਼ੇਸਕ ਦਰਸ਼ਨ ਦੇ ਅਨੁਸਾਰ ਵਿਸ਼ਵ ਦੀ ਪੈਦਾਇਸ਼ ਅਣੂਆਂ ਤੋਂ ਹੋਈ ਹੈ। ਇਸ ਦੀਆਂ ਮੌਲਿਕ ਵਿਸ਼ੇਸ਼ਤਾਵਾਂ ਵਿਚ ਜਾਂ ਕੁਦਰਤ ਵਿਚ ਅਣੂ ਹਮੇਸ਼ਾਂ ਤੋਂ ਹਨ। ਇਨ੍ਹਾਂ ਅਣੂਆਂ ਨੂੰ ਲਗਾਤਾਰ ਸਪੰਦਨ ਗਤੀ ਵਿਚ ਮੰਨਿਆ ਜਾਂਦਾ ਸੀ। ਆਧੁਨਿਕ ਖੋਜਕਾਰਾਂ ਦਾ ਕਹਿਣਾ ਹੈ, ਕਿ ਹਰ ਇੱਕ ਅਣੂ ਇੱਕ ਛੋਟਾ ਸ਼ੌਰ ਮੰਡਲ ਹੈ। ਪ੍ਰੰਤੂ ਪ੍ਰਾਚੀਨ ਵੈਸ਼ੇਸਕ ਦਾਰਸ਼ਨਿਕਾਂ ਲਈ ਇਹ ਕੋਈ ਨਵੀਂ ਗੱਲ ਨਹੀਂ ਹੈ। ਉਨ੍ਹਾਂ ਨੇ ਤਾਂ ਸਮੇਂ ਨੂੰ ਵੀ ਹਿਸਾਬ ਦੀ ਅੰਤਮ ਸੰਕਲਪ ਦੀ ਇਕਾਈ ਤਕ ਤਕਸੀਮ ਕਰ ਦਿੱਤਾ। ਜਿਸ ਵਿਚ ਸਮੇਂ ਦੀ ਸਭ ਤੋਂ ਛੋਟੀ ਇਕਾਈ (ਕਾਲ), ਉਹ ਸਮਾਂ ਹੈ, ਜੋ ਇੱਕ ਅਣੂ ਨੂੰ ਆਪਣੇ ਅਵਕਾਸ਼ ਦੁਆਲੇ ਘੁੰਮਣ ਵਿਚ ਲੱਗਦਾ ਹੈ।

ਮੂਕ ਨਾਟਕ ਇੱਕ ਦਮ ਰੁਕ ਗਿਆ। ਜਿਉਂ ਹੀ ਉਹ ਸੋਟੀ ਉਸ ਪੌਦੇ ਨਾਲੋਂ ਹਟਾ ਲਈ ਗਈ ਤਾਂ ਪੌਦੇ ਦਾ ਧਾਰਾ ਪ੍ਰਵਾਹ ਵਾਧਾ ਫਿਰ ਸ਼ੁਰੂ ਹੋ ਗਿਆ।

"ਤੂੰ ਦੇਖਿਆ ਹੈ ਕਿ ਕਿਸ ਤਰ੍ਹਾਂ ਥੋੜ੍ਹਾ ਜਿਹਾ ਬਾਹਰੀ ਵਿਘਨ ਸੰਵਦੇਨਸ਼ੀਲ ਕੋਸ਼ਕਾਵਾਂ ਦੇ ਵਾਸਤੇ ਹਾਨੀਕਾਰਕ ਹੁੰਦਾ ਹੈ। ਬੋਸ ਮਹਾਸ਼ਯ ਨੇ ਕਿਹਾ ਦੇਖ ਹੁਣ ਮੈਂ ਇਸ ਪੌਦੇ ਨੂੰ ਕਲੋਰੋਫਾਰਮ ਦਿਆਂਗਾ ਅਤੇ ਫਿਰ ਉਸ ਦਾ ਅਸਰ ਖਤਮ ਕਰਨ ਵਾਸਤੇ ਦਵਾਈ ਦਿਆਂਗਾ।"

ਕਲੋਰੋਫਾਰਮ ਦੇ ਅਸਰ ਨੇ ਸਾਰੇ ਵਿਕਾਸ ਨੂੰ ਰੋਕ ਦਿੱਤਾ ਅਤੇ ਉਸ ਦੇ ਅਸਰ ਨੂੰ ਖਤਮ ਕਰਨ ਲਈ ਦਵਾਈ ਦੇਣ ਤੋਂ ਬਾਅਦ, ਉਸ ਨੇ ਫਿਰ ਵਿਕਾਸ ਕਰਨਾ ਸ਼ੁਰੂ ਕਰ ਦਿੱਤਾ। ਪਰਦੇ ਉੱਪਰ ਦਿਖਾਈ ਦੇਣ ਵਾਲੇ ਵਿਕਾਸ ਦੇ ਸੰਕੇਤਾਂ ਨੇ, ਮੈਨੂੰ ਕਿਸੇ ਫਿਲਮੀ ਕਹਾਣੀ ਵਾਂਗ ਮਗਨ ਕਰ ਰੱਖਿਆ ਸੀ। ਬੋਸ ਮਹਾਸ਼ਯ ਨੇ (ਖਲਨਾਇਕ ਦੀ ਭੂਮਿਕਾ ਵਿਚ) ਉਸ ਫਰਨ ਦੇ ਪੌਦੇ ਦੇ ਇੱਕ ਹਿੱਸੇ ਵਿਚ ਤਿੱਖਾ ਔਜ਼ਾਰ ਖੋਭ ਦਿੱਤਾ। ਪੌਦੇ ਨੇ ਅਚਾਨਕ ਦਰਦ ਮਹਿਸੂਸ ਕਰਦਿਆਂ, ਰੁਕ ਰੁਕ ਕੇ ਵਿਆਕੁਲ ਹੋਣਾ ਸੂਚਿਤ ਕੀਤਾ। ਜਦੋਂ ਉਨ੍ਹਾਂ ਨੇ ਪੌਦੇ ਦੇ ਤਣੇ ਦਾ ਹਿੱਸਾ ਇੱਕ ਬਲੇਡ ਨਾਲ ਕਟ ਦਿੱਤਾ, ਤਾਂ ਛਾਇਆ ਵਿਚ ਬੜੀ ਤੇਜ ਛਟਪਟਾਹਟ ਦਿਖਾਈ ਦਿੱਤੀ ਅਤੇ ਫਿਰ ਮੌਤ ਦੇ ਅੰਤਮ ਵਿਰਾਮ ਨਾਲ ਸ਼ਾਂਤ ਹੋ ਗਈ।

"ਇੱਕ ਵਿਸ਼ਾਲ ਦਰਖਤ ਨੂੰ ਪਹਿਲਾਂ ਮੈਂ ਕਲੋਰੋਫਾਰਮ ਦਿੱਤਾ ਅਤੇ ਫਿਰ ਉਸ ਨੂੰ ਇੱਕ ਥਾਂ ਤੋਂ ਦੂਜੇ ਥਾਂ ਉੱਪਰ ਲਗਾਉਣ ਵਿਚ ਸਫਲਤਾ ਪ੍ਰਾਪਤ ਕਰ ਲਈ। ਆਮ ਤੌਰ ਤੇ ਜੰਗਲ ਦੇ ਬਾਦਸ਼ਾਹ, ਇੱਕ ਥਾਂ ਤੋਂ ਪੁਟ ਕੇ ਦੂਜੀ ਥਾਂ ਲਾਉਣ ਤੋਂ ਬਾਅਦ ਬੜੀ ਛੇਤੀ ਮਰ ਜਾਂਦੇ ਹਨ। ਉਸ ਜੀਵਨ ਰਕਸ਼ਕ ਕਲਾ ਕੌਸ਼ਲ ਦਾ ਵਰਣਨ ਕਰਦਿਆਂ ਹੋਏ ਬੋਸ ਮਹਾਸ਼ਯ ਬਹੁਤ ਹੀ ਪ੍ਰਸੰਨਤਾ ਨਾਲ ਮੁਸਕਰਾਏ। ਮੇਰੇ ਨਾਜ਼ੁਕ ਔਜ਼ਾਰਾਂ ਦੇ ਰੇਖਾ ਚਿੱਤਰਾਂ ਨੇ ਇਹ ਸਿੱਧ ਕਰ ਦਿੱਤਾ ਹੈ, ਕਿ ਰੁੱਖਾਂ (ਪੌਦਿਆਂ) ਵਿਚ ਵੀ ਰਸ ਸੰਚਾਰ ਹੁੰਦਾ ਹੈ। ਰੁੱਖਾਂ ਅਤੇ ਪੌਦਿਆਂ ਵਿਚ ਇਸ ਰਸ ਦੇ ਆਰੋਹਣ (ਚੜ੍ਹਨਾ) ਨੂੰ ਕੇਵਲ ਕੋਸ਼ਕਾ ਆਕਰਸ਼ਣ ਵਰਗੀ ਕਿਸੇ ਯਾਂਤਰਿਕ ਕਿਰਿਆ ਨਾਲ ਸਪਸ਼ਟ ਨਹੀਂ ਕੀਤਾ ਜਾ ਸਕਦਾ, ਜਿਸ ਤਰ੍ਹਾਂ ਕਿ ਆਮ ਤੌਰ ਤੇ ਯਤਨ ਕੀਤਾ ਜਾਂਦਾ ਹੈ। ਕਰੈਸਕੋਗਰਾਫ ਨੇ ਇਸ ਨੂੰ ਸਜੀਵ ਕੋਸ਼ਕਾਵਾਂ ਦੀ ਕਿਰਿਆ ਦੇ ਰੂਪ ਵਿਚ ਦਰਸਾਇਆ ਹੈ। ਰੁੱਖਾਂ ਅੰਦਰ ਲੰਬੀ ਅਤੇ ਗੋਲ ਵੇਲਣੇ ਵਰਗੀ ਨਾਲੀ ਚਲਦੀ ਹੈ, ਜਿਸ ਵਿਚ ਲੜੀਵਾਰ ਵ੍ਰਿਤਾਂ ਵਿਚ ਸੁੰਗੜਨ ਵਾਲੀਆਂ ਲਹਿਰਾਂ ਉੱਠਦੀਆਂ ਰਹਿੰਦੀਆਂ ਹਨ, ਜੋ ਅਸਲ ਵਿਚ ਦਿਲ ਦਾ ਕੰਮ ਕਰਦੀਆਂ ਹਨ। ਜਿੰਨੀ ਗਹਿਰਾਈ ਨਾਲ ਅਸੀਂ ਦੇਖਾਂਗੇ, ਓਨਾ ਹੀ ਜਿਆਦਾ ਸਪਸ਼ਟਤਾ ਦੇ ਨਾਲ ਇਸ ਸੱਚ ਦਾ ਪ੍ਰਮਾਣ ਮਿਲਦਾ ਜਾਂਦਾ ਹੈ ਕਿ ਬਹੁ ਭਾਂਤੀ ਕੁਦਰਤ ਨੇ ਹਰ ਇੱਕ ਰੂਪ ਨੂੰ ਇੱਕ ਹੀ ਸੂਤਰ ਵਿਚ ਪਰੋਇਆ ਹੋਇਆ ਹੈ।"

ਬੋਸ ਮਹਾਸ਼ਯ ਨੇ ਇੱਕ ਹੋਰ ਯੰਤਰ ਵੱਲ ਇਸ਼ਾਰਾ ਕਰਦਿਆਂ ਕਿਹਾ, ਮੈਂ ਤੈਨੂੰ ਇੱਕ ਲੋਹੇ ਦੀ ਚਾਦਰ ਉੱਪਰ ਕੁਝ ਤਜਰਬੇ ਕਰ ਕੇ ਦਿਖਾਉਂਦਾ ਹਾਂ। ਧਾਤੂਆਂ ਵਿਚ ਪ੍ਰਾਣ ਸ਼ਕਤੀ ਉਤੇਜਨਾ ਨੂੰ ਅਨੁਕੂਲਤਾ ਜਾਂ ਪ੍ਰਤੀਕੂਲਤਾ ਦੇ ਰੂਪ ਵਿਚ ਦਿਖਾਉਂਦੀ ਹੈ। ਸਿਆਹੀ ਦੇ ਨਿਸ਼ਾਨ ਵੱਖੋ ਵੱਖਰੀਆਂ ਪ੍ਰਤੀਕਿਰਿਆਵਾਂ ਦੇ ਰੂਪ ਵਿਚ ਅੰਕਤ ਹੋਣਗੇ।

ਮੈਂ ਬਹੁਤ ਗੰਭੀਰਤਾ ਨਾਲ ਪ੍ਰਮਾਣੂ ਰਚਨਾ ਦੀਆਂ ਲਹਿਰਾਂ ਦੇ ਲੱਛਣ ਅੰਕਤ ਕਰਨ ਵਾਲੇ ਰੇਖਾ ਚਿੱਤਰ ਨੂੰ ਦੇਖਣ ਲੱਗਿਆ। ਜਦੋਂ ਵਿਗਿਆਨਿਕ ਮਹਾਸ਼ਯ ਨੇ ਲੋਹੇ ਦੀ ਚਾਦਰ ਉੱਪਰ ਕਲੋਰੋਫਾਰਮ ਲਾਇਆ, ਤਾਂ ਉਸ ਵਕਤ ਸਪੰਦਨ ਲੇਖਨ ਬੰਦ ਹੋ ਗਿਆ। ਜਦੋਂ ਹੌਲੀ ਹੌਲੀ ਲੋਹੇ ਦੀ ਚਾਦਰ ਆਪਣੀ ਅਸਲੀ ਹਾਲਤ ਵਿਚ ਆ ਗਈ, ਤਾਂ ਉਹ ਸਪੰਦਨ ਲੇਖਨ ਫਿਰ ਸ਼ੁਰੂ ਹੋ ਗਿਆ। ਹੁਣ ਬੋਸ ਮਹਾਸ਼ਯ ਨੇ ਉਸ ਉੱਪਰ ਇੱਕ ਜ਼ਹਿਰੀਲਾ ਰਸਾਇਣ ਲਗਾਇਆ, ਤਾਂ ਸੂਈ ਨੇ ਲੋਹੇ ਦੀ ਚਾਦਰ ਉੱਪਰ ਛਟਪਟਾਉਂਦੇ ਸ਼ੋਰ ਦੇ ਨਾਲ ਅਦਭੁਤ ਰੇਖਾ ਚਿੱਤਰ ਉੱਕਰ ਕੇ ਮੌਤ ਦੀ ਸੂਚਨਾ ਅੰਕਤ ਕਰ ਦਿੱਤੀ।

ਵਿਗਿਆਨਿਕ ਮਹਾਸ਼ਯ ਨੇ ਕਿਹਾ, "ਬੋਸ ਯੰਤਰਾਂ ਨੇ ਇਹ ਪ੍ਰਦਰਸ਼ਤ ਕਰ ਦਿੱਤਾ ਹੈ, ਕਿ ਧਾਤੂ ਵੀ, ਜਿਵੇਂ ਕਿ ਕੈਂਚੀ ਅਤੇ ਮਸ਼ੀਨਰੀ ਵਿਚ ਵਰਤਿਆ ਗਿਆ ਫੌਲਾਦ ਥਕਾਵਟ ਮਹਿਸੂਸ ਕਰਦੇ ਹਨ ਅਤੇ ਵਿਚ ਵਿਚ ਅਰਾਮ ਮਿਲਣ ਦੇ ਨਾਲ ਫਿਰ ਕੰਮ ਕਰਨ ਲੱਗ ਜਾਂਦੇ ਹਨ। ਬਿਜਲੀ ਦੇ ਪ੍ਰਵਾਹ ਜਾਂ ਬਹੁਤ ਭਾਰੀ ਦਬਾਅ ਨਾਲ ਧਾਤੂਆਂ ਵਿਚ ਜੀਵਨ ਧੜਕਣ ਨੂੰ ਗੰਭੀਰ ਨੁਕਸਾਨ ਪਹੁੰਚਦਾ ਹੈ ਜਾਂ ਧੜਕਣ ਸਦਾ ਵਾਸਤੇ ਬੰਦ ਵੀ ਹੋ ਸਕਦੀ ਹੈ।"

ਉਸ ਕਮਰੇ ਵਿਚ, ਮੈਂ ਚਾਰੇ ਪਾਸੇ ਨਜ਼ਰ ਦੁੜਾ ਕੇ ਦੇਖਿਆ, ਕਿ ਉੱਥੇ ਰੱਖੇ ਹੋਏ ਨਵੀਆਂ ਖੋਜਾਂ ਦੇ ਅਨੇਕ ਯੰਤਰ, ਉਨ੍ਹਾਂ ਦੀ ਅਣਥੱਕ ਮਿਹਨਤ ਦੀ ਖੁਸ਼ਗਵਾਰ ਗਵਾਹੀ ਭਰ ਰਹੇ ਸਨ।

ਸ੍ਰੀਮਾਨ ਜੀ, ਇਹ ਬੜੇ ਦੁਖ ਦੀ ਗੱਲ ਹੈ, ਆਪ ਜੀ ਦੁਆਰਾ ਖੋਜ ਕੀਤੇ ਗਏ ਯੰਤਰਾਂ ਨੂੰ ਵਰਤ ਕੇ ਪੂਰਾ ਪੂਰਾ ਲਾਭ ਉਠਾਉਂਦਿਆਂ ਖੇਤੀ ਬਾੜੀ ਦੀ ਤਰੱਕੀ ਨਹੀਂ ਕੀਤੀ ਜਾ ਰਹੀ। ਕੀ ਇਹ ਅਸਾਨੀ ਨਾਲ ਸੰਭਵ ਨਹੀਂ? ਕਿ ਇਨ੍ਹਾਂ ਵਿਚੋਂ ਕੁਝ ਕੁ ਯੰਤਰਾਂ ਨਾਲ ਪ੍ਰਯੋਗਸ਼ਾਲਾ ਵਿਚ ਤਜਰਬੇ ਕਰ ਕੇ ਪਤਾ ਲਗਾਇਆ ਜਾ ਸਕੇ ਕਿ ਵੱਖ ਵੱਖ ਤਰ੍ਹਾਂ ਦੀਆਂ ਖਾਦਾਂ ਦਾ ਪੌਦਿਆਂ ਦੇ ਵਾਧੇ ਉੱਪਰ ਕੀ ਅਸਰ ਪੈਂਦਾ ਹੈ?

"ਤੂੰ ਠੀਕ ਕਹਿ ਰਿਹਾ ਹੈਂ। ਆਉਣ ਵਾਲੀਆਂ ਪੀੜ੍ਹੀਆਂ ਬੋਸ ਯੰਤਰਾਂ ਨੂੰ ਅਣਗਿਣਤ ਤਰੀਕਿਆਂ ਨਾਲ ਵਰਤੋਂ ਵਿਚ ਲਿਆਉਣਗੀਆਂ। ਵਿਗਿਆਨਿਕ ਨੂੰ ਉਸ ਦੀ ਮਿਹਨਤ ਦਾ ਉਸੇ ਵਕਤ ਇਨਾਮ ਨਹੀਂ ਮਿਲਦਾ। ਸਿਰਜਣਾਤਮਿਕ ਸੇਵਾ ਦਾ ਆਨੰਦ ਹੀ ਉਸ ਵਾਸਤੇ ਬਹੁਤ ਹੁੰਦਾ ਹੈ।"

ਉਸ ਉਤਸ਼ਾਹੀ ਰਿਸ਼ੀ ਦੇ ਪ੍ਰਤੀ ਆਪਣਾ ਹਾਰਦਿਕ ਧੰਨਵਾਦ ਪ੍ਰਗਟ ਕਰਦਿਆਂ, ਮੈਂ ਉਨ੍ਹਾਂ ਤੋਂ ਵਿਦਾਈ ਲਈ। ਮੈਂ ਸੋਚਿਆ ਕਿ ਉਨ੍ਹਾਂ ਦੀ ਪ੍ਰਤਿਭਾ ਦੀ ਹੈਰਾਨ ਕਰਨ ਵਾਲੀ ਸਿਰਜਣਾਤਮਿਕਤਾ ਵੀ ਕਦੇ ਖਤਮ ਹੋ ਸਕਦੀ ਹੈ।

ਵਧਦੇ ਸਾਲਾਂ ਦੇ ਨਾਲ ਨਾਲ, ਉਨ੍ਹਾਂ ਦੀ ਪ੍ਰਤਿਭਾ ਵਿਚ ਕੋਈ ਘਾਟ ਨਹੀਂ ਆਈ। ਰੇਜੋਨੇਂਟ ਕਾਰਡਿਉਗਰਾਫ ਨਾਮਕ ਇੱਕ ਬਹੁਤ ਗੁੰਝਲਦਾਰ ਯੰਤਰ ਦੀ ਖੋਜ ਕਰਨ ਤੋਂ ਬਾਅਦ, ਬੋਸ ਮਹਾਸ਼ਯ ਅਨੇਕ ਭਾਰਤੀ ਪੌਦਿਆਂ ਅਤੇ ਰੁੱਖਾਂ ਉੱਪਰ ਡੂੰਘੀ ਖੋਜ ਦਾ ਕੰਮ ਕਰਨ ਲੱਗ ਗਏ। ਇਕ ਵਿਸ਼ਾਲ ਸ਼ੰਕਾ ਰਹਿਤ ਲਾਭਕਾਰੀ ਦਵਾਈਆਂ ਦਾ ਔਸ਼ਧੀ ਕੋਸ਼ ਤਿਆਰ ਹੋ ਗਿਆ। ਕਾਰਡਿਉਗਰਾਫ ਇੱਕ ਇਹੋ ਜਿਹੀ ਪੱਕੀ ਸ਼ੁੱਧਤਾ ਨਾਲ ਤਿਆਰ ਹੋਇਆ, ਕਿ ਜਿਸ ਨਾਲ ਇਕ ਸਕਿੰਟ ਦਾ ਸੌਵਾਂ ਹਿੱਸਾ ਵੀ ਚਿੱਤਰ ਵਿਚ ਅੰਕਤ ਹੋ ਜਾਂਦਾ ਹੈ। ਰੁੱਖ, ਪੌਦੇ, ਪ੍ਰਾਣੀ ਅਤੇ ਮਾਨਵ ਸਰੀਰ ਦੀ ਰਚਨਾ ਦੀ ਬਰੀਕ ਤੋਂ ਬਰੀਕ ਹਰਕਤ ਨੂੰ ਵੀ ਇਹ ਕਾਰਡਿਉਗਰਾਫ ਅੰਕਤ ਕਰ ਲੈਂਦਾ ਹੈ। ਉਸ ਮਹਾਨ ਬਨਸਪਤੀ ਵਿਗਿਆਨੀ ਨੇ, ਇਹ ਭਵਿਖ ਬਾਣੀ ਕੀਤੀ ਸੀ, ਕਿ ਉਸ ਦੇ ਕਾਰਡਿਉਗਰਾਫ ਦੀ ਵਰਤੋਂ ਕਰ ਕੇ ਚਿਕਿਤਸਾ ਖੋਜ ਵਾਸਤੇ ਪ੍ਰਾਣੀਆਂ ਦੇ ਅੰਗਾਂ ਦੀ ਚੀਰ ਫਾੜ ਕਰਨ ਦੀ ਬਜਾਏ ਰੁੱਖਾਂ ਅਤੇ ਪੌਦਿਆਂ ਦੇ ਅੰਗਾਂ ਦੀ ਚੀਰ ਫਾੜ ਨਾਲ ਹੀ ਕੰਮ ਚਲ ਜਾਵੇਗਾ।

ਕਿਸੇ ਪੌਦੇ ਅਤੇ ਪ੍ਰਾਣੀ ਉੱਪਰ ਕੀਤੇ ਗਏ, ਇੱਕੋ ਸਮੇਂ ਦਵਾਈ ਦੇ ਪ੍ਰਯੋਗ ਦੇ ਨਤੀਜੇ ਅੰਕਤ ਕਰਨ ਤੋਂ ਸਾਫ ਪਤਾ ਲਗਦਾ ਹੈ, ਕਿ ਦੋਵਾਂ ਉੱਪਰ ਪ੍ਰਭਾਵ ਵਿਚ ਹੈਰਾਨੀਜਨਕ ਸਮਾਨਤਾ ਹੈ। ਉਨ੍ਹਾਂ ਨੇ ਸਪਸ਼ਟ ਕੀਤਾ ਕਿ ਮਨੁੱਖ ਵਿਚ ਜੋ ਕੁਝ ਮੌਜੂਦ ਹੈ ਉਸ ਸਾਰੇ ਕੁਝ ਦਾ ਪੂਰਵ ਅਭਾਸ ਰੁੱਖਾਂ ਅਤੇ ਪੌਦਿਆਂ ਵਿਚ ਵੀ ਮੌਜੂਦ ਹੈ। ਬਨਸਪਤੀ ਉੱਪਰ ਕੀਤੇ ਤਜਰਬੇ ਪ੍ਰਾਣੀਆਂ ਅਤੇ ਮਨੁੱਖਾਂ ਦੀਆਂ ਦੁਖ ਤਕਲੀਫਾਂ ਨੂੰ ਘੱਟ ਕਰਨ ਵਾਸਤੇ ਸਹਾਈ ਹੋਣਗੇ।

ਕਈ ਵਰ੍ਹਿਆਂ ਬਾਅਦ, ਬੋਸ ਮਹਾਸ਼ਯ ਦੀਆਂ ਬਨਸਪਤੀ ਉੱਪਰ ਰਾਹ ਦਸੇਰੀਆਂ ਖੋਜਾਂ ਦੀ ਹੋਰ ਵਿਗਿਆਨਿਕਾਂ ਦੁਆਰਾ ਪੁਸ਼ਟੀ ਕੀਤੀ ਗਈ।ਕੋਲੰਬੀਆ ਯੂਨੀਵਰਸਿਟੀ ਵਿਚ 1938 ਵਿਚ ਕੀਤੇ ਗਏ ਸ਼ੋਧ ਕਾਰਜਾਂ ਦੀ ਟਿਪਣੀ, "ਦੀ ਨਿਊਯਾਰਕ ਟਾਈਮਜ਼ ਵਿਚ" ਨਿਮਲਿਖਤ ਰੂਪ ਵਿਚ ਪ੍ਰਕਾਸ਼ਤ ਹੋਈ ਸੀ,

"ਪਿਛਲੇ ਕਈ ਸਾਲਾਂ ਵਿਚ ਇਹ ਨਿਰਧਾਰਿਤ ਹੋ ਚੁੱਕਿਆ ਹੈ, ਕਿ ਜਦੋਂ ਦਿਮਾਗ ਅਤੇ ਸਰੀਰ ਦੇ ਹੋਰ ਹਿੱਸਿਆਂ ਵਿਚ ਗਿਆਨ ਤੰਤੂ ਸੰਦੇਸ਼ ਦਿੰਦੇ ਹਨ, ਤਾਂ ਛੋਟੀਆਂ ਛੋਟੀਆਂ ਬਿਜਲਈ ਤਰੰਗਾਂ ਪੈਦਾ ਹੁੰਦੀਆਂ ਹਨ। ਇਨ੍ਹਾਂ ਬਿਜਲਈ ਤਰੰਗਾਂ ਨੂੰ ਬਿਜਲੀ ਦੀਆਂ ਤਰੰਗਾਂ ਨਾਪਣ ਵਾਲੇ ਯੰਤਰ ਗਾਲਵਾਨ ਮੀਟਰ ਨਾਲ ਨਾਪਿਆ ਗਿਆ ਅਤੇ ਆਧੁਨਿਕ ਵਿਸਤਾਰ ਕਰਨ ਵਾਲੇ ਯੰਤਰਾਂ ਦੁਆਰਾ ਇਨ੍ਹਾਂ ਦਾ ਲੱਖ ਲੱਖ ਗੁਣਾ ਵਿਸਤਾਰ ਕੀਤਾ ਗਿਆ। ਮਨੁੱਖ ਜਾਂ ਜੀਵਤ ਪ੍ਰਾਣੀਆਂ ਦੇ ਤੰਤਰਿਕ ਤੰਤੂਆਂ ਵਿਚ ਪ੍ਰਵਾਹਿਤ ਹੋਣ ਵਾਲੀਆਂ ਇਨ੍ਹਾਂ ਤਰੰਗਾਂ ਦਾ ਅਧਿਐਨ ਕਰਨ ਦਾ ਕੋਈ ਸੰਤੋਸ਼ਜਨਕ ਤਰੀਕਾ, ਇਨ੍ਹਾਂ ਦੀ ਅਤਿਅੰਤ ਤੇਜ ਚਾਲ ਹੋਣ ਕਰ ਕੇ ਹੁਣ ਤਕ ਲੱਭਿਆ ਨਹੀਂ ਜਾ ਸਕਿਆ।

ਡਾ. ਕੇ.ਐਸ. ਕੋਲ ਅਤੇ ਐਚ ਜੇ. ਕੁਰਟਿਸ ਨੇ ਜਾਣਕਾਰੀ ਦਿੱਤੀ ਕਿ ਉਨ੍ਹਾਂ ਨੇ ਇਸ ਤੱਥ ਨੂੰ ਖੋਜਿਆ ਹੈ ਕਿ ਆਮ ਤੌਰ ਤੇ ਘਰਾਂ ਵਿਚ ਮੱਛੀ ਵਾਲੇ ਭਾਂਡੇ ਵਿਚ ਪਾਇਆ ਜਾਣ ਵਾਲਾ, ਮਿੱਠੇ ਪਾਣੀ ਵਿਚ ਜਿਉਣ ਵਾਲਾ ਪੌਦਾ, ਜਿਸ ਨੂੰ ਨਿਟੇਲਾ ਕਹਿੰਦੇ ਹਨ ਅਤੇ ਜਿਸ ਦੀ ਇੱਕ ਲੰਬੀ ਕੋਸ਼ਕਾ ਹੁੰਦੀ ਹੈ। ਉਸ ਦੀ ਕੋਸ਼ਕਾ ਅਤੇ ਤੰਤਰੀ ਤੰਤੂਆਂ ਦੀਆਂ ਕੋਸ਼ਕਾਵਾਂ ਬਿਲਕੁਲ ਇੱਕੋ ਜਿਹੀਆਂ ਹੁੰਦੀਆਂ ਹਨ। ਇਸ ਤੋਂ ਇਲਾਵਾ, ਉਨ੍ਹਾਂ ਨੇ ਇਹ ਵੀ ਕਿਹਾ, ਕਿ ਨਿਟੇਲਾ ਪੌਦੇ ਦੇ ਤੰਤੂਆਂ ਨੂੰ ਉਤੇਜਿਤ ਕੀਤੇ ਜਾਣ ਉੱਪਰ, ਉਹ ਬਿਜਲੀ ਦੀਆਂ ਤਰੰਗਾਂ ਪੈਦਾ ਕਰਦਾ ਹੈ, ਜੋ ਸਿਰਫ ਤੇਜ ਚਾਲ ਨੂੰ ਛੱਡ ਕੇ ਬਾਕੀ ਸਾਰੇ ਪਹਿਲੂਆਂ ਤੋਂ ਪ੍ਰਾਣੀ ਅਤੇ ਮਨੁੱਖ ਦੀਆਂ ਤੰਤਰੀ ਤੰਤੂਆਂ ਦੀ ਬਿਜਲਈ ਤਰੰਗਾਂ ਵਰਗੀਆਂ ਹੀ ਹੁੰਦੀਆਂ ਹਨ। ਇਸ ਪੌਦੇ ਦੇ ਤੰਤੂਆਂ ਦੀਆਂ ਬਿਜਲਈ ਤਰੰਗਾਂ ਪ੍ਰਾਣੀਆਂ ਦੇ ਤੰਤੂਆਂ ਦੀਆਂ ਬਿਜਲਈ ਤਰੰਗਾਂ ਤੋਂ ਬਹੁਤ ਘੱਟ ਚਾਲ ਨਾਲ ਚਲਦੀਆਂ ਦੇਖੀਆਂ ਗਈਆਂ ਹਨ। ਇਸ ਵਾਸਤੇ ਤੰਤਰਕਾਵਾਂ ਵਿਚ ਪ੍ਰਵਾਹਤ ਹੋਣ ਵਾਲੀਆਂ ਬਿਜਲਈ ਤਰੰਗਾਂ ਦੇ ਪ੍ਰਵਾਹ ਦੀ ਹੌਲੀ ਚਾਲ ਦਾ ਰੇਖਾ ਚਿੱਤਰ ਲੈਣ ਵਾਸਤੇ ਕੋਲੰਬੀਆ ਯੂਨੀਵਰਸਿਟੀ ਦੇ ਖੋਜੀਆਂ ਨੇ ਇਸ ਖੋਜ ਨੂੰ ਤੁਰੰਤ ਪ੍ਰਯੋਗ ਵਿਚ ਲੈ ਕੇ ਆਂਦਾ, ਇਸ ਤਰ੍ਹਾਂ ਨਿਟੇਲਾ ਪੌਦਾ ਮਨ ਅਤੇ ਸਥੂਲ ਜਗਤ ਦੀ ਸੀਮਾ ਖੇਤਰ ਦੇ ਗੁੱਝੇ ਭੇਤਾਂ ਦੀ ਗੂੜ੍ਹੀ ਲਿਪੀ ਦੇ ਅਰਥਾਂ ਨੂੰ ਜਾਨਣ ਵਾਸਤੇ ਇੱਕ ਪ੍ਰਕਾਰ ਨਾਲ ਰੋਸੇਟਾ ਪੱਥਰ ਦੀ ਭੂਮਿਕਾ ਨਿਭਾ ਸਕਦਾ ਹੈ।"

ਮਹਾਨ ਕਵੀ ਰਬਿੰਦਰ ਨਾਥ ਟੈਗੋਰ, ਭਾਰਤ ਦੇ ਇਸ ਆਦਰਸ਼ਵਾਦੀ ਵਿਗਿਆਨਿਕ ਦੇ ਗੂੜ੍ਹੇ ਮਿੱਤਰ ਸਨ। ਉਨ੍ਹਾਂ ਨੂੰ ਸੰਬੋਧਿਤ ਕਰ ਕੇ ਕਵੀ ਨੇ ਨਿਮਨਲਿਖਤ ਸਤਰਾਂ ਲਿਖੀਆਂ।

ਓ, ਤੱਪਸਵੀ, ਪ੍ਰਾਚੀਨ ਪ੍ਰਮਾਣਿਕ ਸ਼ਾਮ ਵੇਦ ਮੰਤਰਾਂ ਦੀ।
ਗੰਭੀਰ ਗਰਜਣ ਨਾਲ ਛੇਤੀ ਪੁਕਾਰੋ।
ਉਠੋ, ਜਾਗੋ, ਆਪਣੀ ਵਿਦਵਤਾ ਦੇ ਸ਼ੇਖੀ ਖੋਰੇ ਅਭਿਮਾਨੀਓ,
ਛੱਡੋ ਇਹ ਵਿਅਰਥ ਪੰਡਤਾਊਪੁਣੇ ਦੀਆਂ ਹੰਕਾਰੀ, ਬੇਕਾਰ ਦਲੀਲਾਂ ਨੂੰ,
ਉਨ੍ਹਾਂ ਮੂਰਖ ਪਖੰਡੀਆਂ ਨੂੰ ਇਸ ਸੁਵਿਸਤਰਿਤ ਕੁਦਰਤ ਦੀ ਗੋਦ ਵਿਚ
ਆਉਣ ਦੀ ਪ੍ਰੇਰਨਾ ਦਿਉ।
ਬੁਲਾਉ ਆਪਣੇ ਸਿਦਕਵਾਨ ਸ਼ਗਿਰਦਾਂ ਦੀ ਮੰਡਲੀ,
ਜੋ ਫਰਜ਼ ਰੂਪੀ ਯੱਗ ਵੇਦੀ ਦੇ ਦੁਆਲੇ ਹੋਣ ਇਕੱਠੇ,
ਜਿਸ ਨਾਲ ਸਾਡਾ ਭਾਰਤ ਵਰਸ਼, ਸਾਡਾ ਪ੍ਰਾਚੀਨ ਭਾਰਤ ਵਰਸ਼,
ਫਿਰ ਇੱਕ ਵਾਰ ਕਰੇ ਪ੍ਰਾਪਤ, ਆਪਣੇ ਸੱਚੇ ਸ਼ੁੱਧ ਸਵਰੂਪ ਨੂੰ
ਅਤੇ ਫਰਜ਼ਾਂ ਦੀ ਪਾਲਣਾ ਕਰਦਿਆਂ, ਸ਼ਰਧਾ ਅਤੇ ਧਿਆਨ ਵਿਚ

ਦ੍ਰਿੜਤਾ ਨਾਲ ਸਥਿਰ ਹੋ ਕੇ, ਲੋਭ ਰਹਿਤ, ਦੁਬਿਧਾ ਰਹਿਤ,
ਸ਼ੁੱਧ ਅਤੇ ਸ਼ਾਂਤ ਹੋ ਕੇ, ਫਿਰ ਬਿਰਾਜਮਾਨ ਹੋਵੇ
ਵਿਸ਼ਵਗੁਰੂ ਦੇ ਆਸਣ ਉਤੇ।*

* ਟੈਗੋਰ ਦੀ ਇਸ ਕਵਿਤਾ ਵਿਚ ਵਰਣਿਤ ਸ਼ਾਮ ਵੇਦ ਚਾਰ ਵੇਦਾਂ ਵਿਚੋਂ ਇੱਕ ਵੇਦ ਹੈ। ਬਾਕੀ ਤਿੰਨ ਵੇਦ ਹਨ, ਰਿਗ ਵੇਦ, ਜਜੁੱਰ ਵੇਦ, ਅਤੇ ਅਥਰਵ ਵੇਦ। ਇਹ ਪਵਿੱਤਰ ਵੇਦ ਬ੍ਰਹਮਾ ਜਾਂ ਸਿਰਜਣਹਾਰ ਦੇ ਸਰੂਪ ਦਾ ਵਰਣਨ ਕਰਦੇ ਹਨ, ਜਿਹੜਾ ਕਿ ਮਨੁੱਖ ਵਿਚ ਆਤਮਾ ਦੇ ਰੂਪ ਵਿਚ ਮੌਜੂਦ ਹੈ। ਬ੍ਰਹਮ ਸ਼ਬਦ 'ਬਰਿਹ' ਧਾਤੂ ਤੋਂ ਬਣਿਆ ਹੈ, ਜਿਸ ਦਾ ਅਰਥ ਹੈ 'ਵਿਸਤਾਰਿਤ ਹੋਣਾ।' ਇਸ ਵਿਚ ਆਪਣਾ, ਆਪਾ, ਹੀ ਪ੍ਰਮਾਤਮਾ ਦੀ ਸ਼ਕਤੀ ਦੀ ਵੈਦਿਕ ਕਲਪਨਾ ਹੁੰਦੀ ਹੈ। ਬ੍ਰਹਿਮੰਡ ਦਾ ਵਿਸਤਾਰ ਮੱਕੜੀ ਦੇ ਜਾਲੇ ਦੀ ਤਰ੍ਹਾਂ ਬ੍ਰਹਮਾ ਤੋਂ ਹੁੰਦਾ ਹੈ। ਆਤਮਾ ਦੀ ਬ੍ਰਹਮ ਦੇ ਨਾਲ ਇੱਕਰੂਪਤਾ ਨੂੰ ਹੀ ਵੇਦਾਂ ਦਾ ਸਾਰ ਕਿਹਾ ਜਾ ਸਕਦਾ ਹੈ।

ਵੇਦਾਂ ਦੇ ਸਾਰ, ਵੇਦਾਂਤ ਨੇ ਕਈ ਮਹਾਨ ਪੱਛਮੀ ਦਾਰਸ਼ਨਿਕਾਂ ਨੂੰ ਪ੍ਰੇਰਨਾ ਦਿੱਤੀ ਹੈ। ਫਰਾਂਸ ਦੇ ਇਤਿਹਾਸਕਾਰ ਵਿਕਤੋਰ ਕੁਜੈ ਨੇ ਕਿਹਾ ਸੀ, "ਜਦੋਂ ਅਸੀਂ ਪੂਰਬ ਦੇ, ਉਨ੍ਹਾਂ ਵਿਚੋਂ ਵੀ ਭਾਰਤ ਵਰਸ਼ ਦੇ ਦਾਰਸ਼ਨਿਕ ਸਮਾਰਕਾਂ ਦਾ ਡੂੰਘਾ ਅਧਿਐਨ ਕਰਦੇ ਹਾਂ, ਤਾਂ ਸਾਨੂੰ ਉਨ੍ਹਾਂ ਵਿਚ ਇਹੋ ਜਿਹੀਆਂ ਡੂੰਘੀਆਂ ਸਚਾਈਆਂ ਦੇ ਦਰਸ਼ਨ ਹੁੰਦੇ ਹਨ ਕਿ ਅਸੀਂ ਪੂਰਬ ਦੇ ਦਰਸ਼ਨ ਅੱਗੇ ਆਪਣੇ ਆਪ ਨਤਮਸਤਕ ਹੋ ਜਾਂਦੇ ਹਾਂ ਅਤੇ ਸਾਨੂੰ ਇਹ ਮੰਨਣਾ ਹੀ ਪੈਂਦਾ ਹੈ, ਕਿ ਮਾਨਵ ਜਾਤੀ ਦੀ ਇਹ ਪਹਿਲੀ ਲੀਲਾ ਭੂਮੀ ਹੀ ਸਰਵ ਉਚ ਦਰਸ਼ਨ ਦੀ ਜਨਮ ਭੂਮੀ ਹੈ।" ਸਲੇਗਲ ਨੇ ਕਿਹਾ ਹੈ, "ਯੂਰੋਪੀਅਨਾਂ ਦਾ ਉੱਤਮ ਦਰਸ਼ਨ ਜੋ ਯੂਨਾਨੀ ਦਾਰਸ਼ਨਿਕਾਂ ਦੁਆਰਾ ਪ੍ਰਸਤੁੱਤ ਕੀਤਾ ਗਿਆ ਹੈ, ਉਹ ਵਿਸ਼ਲੇਸ਼ਨਾਤਮਕ ਆਦਰਸ਼ਵਾਦ ਹੈ। ਉਹ ਵੀ ਪੂਰਬ ਦੇ ਆਦਰਸ਼ਵਾਦ ਦੀ ਭਰਪੂਰਤਾ ਅਤੇ ਸਜੀਵਤਾ ਦੇ ਮੁਕਾਬਲੇ ਇਸ ਤਰ੍ਹਾਂ ਮਹਿਸੂਸ ਹੁੰਦਾ ਹੈ, "ਜਿਵੇਂ ਚਾਨਣ ਦੇ ਹੜ੍ਹ ਦੇ ਸਾਹਮਣੇ ਇੱਕ ਨਿੱਕਾ ਜਿਹਾ ਚੰਗਿਆੜਾ ਹੋਵੇ।" "ਪਰੋਮਿਥੀਅਸ ਇੱਕ ਯੂਨਾਨੀ ਦੇਵਤਾ ਹੈ, ਜੋ ਮਾਨਵਤਾ ਦੀ ਭਲਾਈ ਵਾਸਤੇ ਸੂਰਜ ਦੀ ਅੱਗ ਚੋਰੀ ਕਰ ਕੇ ਲੈ ਆਇਆ ਸੀ।"

ਭਾਰਤ ਦੇ ਅਤਿ ਉੱਤਮ ਅਪਾਰ ਸਾਹਿਤ ਭੰਡਾਰ ਵਿਚ ਵੇਦ 'ਵਿਦ' ਧਾਤੂ ਤੋਂ ਬਣਿਆ ਹੈ, ਜਿਸਦਾ ਮਤਲਬ ਹੈ ਜਾਨਣਾ। ਵੇਦ ਇਸ ਤਰ੍ਹਾਂ ਦੇ ਗ੍ਰੰਥ ਹਨ, ਜਿਨ੍ਹਾਂ ਦੇ ਰਚਣਹਾਰਾਂ ਦਾ ਕਿਤੇ ਕੋਈ ਜਿਕਰ ਨਹੀਂ। ਰਿਗ ਵੇਦ ਵਿਚ, ਉਨ੍ਹਾਂ ਮੰਤਰਾਂ ਦੀ ਉਤਪਤੀ ਦੈਵੀ ਦੱਸੀ ਗਈ ਹੈ। ਰਿਗ ਵੇਦ ਵਿਚ ਕਿਹਾ ਗਿਆ ਹੈ ਕਿ ਉਹ ਬਹੁਤ ਹੀ ਪ੍ਰਾਚੀਨ ਕਾਲ ਤੋਂ ਪ੍ਰਚਲਤ ਚਲੇ ਆ ਰਹੇ ਹਨ ਅਤੇ ਨਵੀਂ ਭਾਸ਼ਾ ਵਿਚ ਪੁਨਰਗਠਿਤ ਕੀਤੇ ਗਏ ਹਨ। ਯੁਗ ਯੁਗਾਂਤਰਾਂ ਵਿਚ ਰਿਸ਼ੀਆਂ ਨੂੰ ਸਿੱਧੇ ਪ੍ਰਮਾਤਮਾ ਤੋਂ ਪ੍ਰਾਪਤ ਹੋਏ, ਵੇਦ ਮੰਤਰਾਂ ਨੂੰ ਸਦਾ ਰਹਿਣ ਵਾਲੀਆਂ ਸਚਾਈਆਂ "ਨਿਤਯਤਵ ਯੁਕਤ" ਕਿਹਾ ਜਾ ਸਕਦਾ ਹੈ।

ਵੇਦ ਮੰਤਰ, ਨਾਦ ਧੁਨ ਰਾਹੀਂ ਰਿਸ਼ੀਆਂ ਨੂੰ ਪ੍ਰਾਪਤ ਹੋਏ, ਜੋ ਉਨ੍ਹਾਂ ਨੇ ਇਨ੍ਹਾਂ ਮੰਤਰਾਂ ਨੂੰ ਪ੍ਰਤੱਖ ਰੂਪ ਵਿਚ ਪ੍ਰਮਾਤਮਾ ਤੋਂ ਸੁਣਿਆ। ਇਸੇ ਕਰ ਕੇ ਇਨ੍ਹਾਂ ਨੂੰ ਸ਼ਰੂਤੀ ਵੀ ਕਿਹਾ ਜਾਂਦਾ ਹੈ। ਅਸਲ ਵਿਚ ਵੇਦ ਮੰਤਰ, ਗਾਉਣ ਵਾਲੇ ਗੀਤਾਂ ਦਾ ਸਾਹਿਤ ਹੈ। ਇਸੇ ਵਾਸਤੇ, ਇਨ੍ਹਾਂ ਵੇਦਾਂ ਦੇ ਇੱਕ ਲੱਖ ਦੋਹਿਆਂ ਨੂੰ ਹਜ਼ਾਰਾਂ ਸਾਲਾਂ ਤਕ ਲਿਖਿਆ ਹੀ ਨਹੀਂ ਗਿਆ, ਬਲਕਿ ਬ੍ਰਾਹਮਣਾਂ ਅਤੇ ਪੁਜਾਰੀਆਂ ਦੁਆਰਾ ਮੂੰਹ ਜੁਬਾਨੀ ਪੀੜ੍ਹੀ ਦਰ ਪੀੜ੍ਹੀ, ਇੱਕ ਦੂਜੇ ਨੂੰ ਦਿੱਤੇ ਜਾਂਦੇ ਰਹੇ। ਪੱਥਰ ਅਤੇ ਕਾਗਜ਼, ਦੋਵੇਂ ਹੀ ਸਮਾਂ ਪਾ ਕੇ ਕਾਲ ਦੁਆਰਾ ਖਤਮ ਕੀਤੇ ਜਾ ਸਕਦੇ ਹਨ। ਵੇਦ ਜੋ ਯੁਗ ਯੁਗਾਂਤਰਾਂ ਤੋਂ ਅਲੋਪ ਨਾ ਹੋ ਕੇ ਮੂਲ ਰੂਪ ਵਿਚ ਚਲੇ ਆ ਰਹੇ ਹਨ, ਉਸ ਦਾ ਕਾਰਨ ਇਹੀ ਹੈ, ਕਿ ਰਿਸ਼ੀ-ਵਰ ਇਹ ਜਾਣਦੇ ਸਨ, ਕਿ ਵੇਦ ਗਿਆਨ ਵਾਸਤੇ ਜੜ੍ਹ ਪਦਾਰਥਾਂ ਦੇ ਬਜਾਏ, ਮਨ ਹੀ ਇੱਕ ਸਰੇਸ਼ਟ ਸਾਧਨ ਹੈ। ਅਮੁਲ ਵਸਤੂ ਨੂੰ ਸੰਭਾਲਣ ਵਾਸਤੇ ਦਿਲ ਦੀ ਤਖਤੀ ਤੋਂ ਜਿਆਦਾ ਸਰੇਸ਼ਠ ਹੋਰ ਹੋ ਹੀ ਕੀ ਸਕਦਾ ਹੈ। ਜਿਸ ਤਰਤੀਬ ਵਿਚ ਵੈਦਿਕ ਸ਼ਬਦ ਆਉਂਦੇ ਹਨ (ਅਨੁਪੂਰਵ), ਉਸੇ ਤਰਤੀਬ ਵਿਚ ਉਨ੍ਹਾਂ ਨੂੰ ਬਣਾ ਕੇ ਰੱਖਣ ਦਾ ਰਿਵਾਜ, ਸ਼ਬਦ-ਜੋੜ ਦੇ ਨਿਯਮਾਂ ਦੀ ਪਾਲਣਾ ਕਰ ਕੇ ਅਤੇ ਯਾਦ ਕੀਤੇ ਹੋਏ ਵੇਦ ਮੰਤਰਾਂ ਦੀ ਸ਼ੁੱਧਤਾ ਨੂੰ ਇੱਕ ਖਾਸ ਗਣਿਤਕ ਤਰੀਕੇ ਨਾਲ ਪ੍ਰਮਾਣਿਤ ਕਰ ਕੇ, ਬ੍ਰਾਹਮਣ ਅਨੋਖੇ ਢੰਗ ਨਾਲ ਵੇਦਾਂ ਦੇ ਮੂਲ ਰੂਪ ਦੀ ਰੱਖਿਆ ਕਰਦੇ ਆਏ ਹਨ। ਵੇਦ ਸ਼ਬਦ ਦੇ ਹਰ ਇੱਕ ਅੱਖਰ ਦੀ ਖਾਸ ਮਹੱਤਤਾ ਅਤੇ ਖਾਸ ਕਾਰਾਗਰੀ ਹੈ।

ਚੈਪਟਰ 9

ਪਰਮਾਨੰਦ ਮਗਨ ਭਗਤ ਅਤੇ ਉਸ ਦੀ ਈਸ਼ਵਰ ਨਾਲ ਪ੍ਰੇਮ ਲੀਲਾ

"ਛੋਟੇ ਮਹਾਸ਼ਯ, ਬੈਠੋ, ਮੈਂ ਆਪਣੀ ਦੇਵੀ ਮਾਤਾ ਨਾਲ ਗੱਲ ਬਾਤ ਕਰ ਰਿਹਾ ਹਾਂ।"

ਮੈਂ ਬਹੁਤ ਹੀ ਡਰਦਿਆਂ ਡਰਦਿਆਂ, ਪਰ ਆਦਰ ਪੂਰਵਕ, ਉਨ੍ਹਾਂ ਦੇ ਕਮਰੇ ਵਿਚ ਦਾਖਲ ਹੋਇਆ। ਮਾਸਟਰ ਮਹਾਸ਼ਯ ਦੀ ਦੇਵਤਿਆਂ ਵਰਗੀ ਸ਼ਕਲ ਸੂਰਤ ਨੇ ਮੈਨੂੰ ਚਕਾਚੌਂਧ ਕਰ ਦਿੱਤਾ ਸੀ। ਚਿੱਟੀ ਰੇਸ਼ਮ ਵਰਗੀ ਦਾੜ੍ਹੀ ਅਤੇ ਵਿਸ਼ਾਲ ਚਮਕੀਲੀਆਂ ਅੱਖਾਂ ਦੇ ਮਾਲਕ, ਉਹ ਪਵਿੱਤਰਤਾ ਦੇ ਸਾਖਸ਼ਾਤ ਫਰਿਸ਼ਤੇ ਲਗਦੇ ਸਨ। ਉਨ੍ਹਾਂ ਦੀ ਉੱਪਰ ਨੂੰ ਉੱਠੀ ਹੋਈ ਠੋਡੀ ਅਤੇ ਜੁੜੇ ਹੋਏ ਹੱਥ ਦੇਖਦਿਆਂ ਮੈਨੂੰ ਸਮਝਣ ਵਿਚ ਦੇਰ ਨਾ ਲੱਗੀ, ਕਿ ਉਨ੍ਹਾਂ ਕੋਲ ਮੇਰੀ ਪਹਿਲੀ ਫੇਰੀ ਨੇ, ਉਨ੍ਹਾਂ ਦੇ ਪਾਠ ਪੂਜਾ ਵਿਚ ਵਿਘਨ ਪਾ ਦਿੱਤਾ ਹੈ।

ਅੱਜ ਤਕ ਮੈਨੂੰ ਜਿੰਨੇ ਵੀ ਧੱਕੇ ਲੱਗੇ ਸਨ, ਉਨ੍ਹਾਂ ਸਾਰਿਆਂ ਵਿਚੋਂ, ਸਭ ਤੋਂ ਤੇਜ ਧੱਕਾ, ਮੈਨੂੰ ਉਨ੍ਹਾਂ ਦੇ, ਇਨ੍ਹਾਂ ਸੁਆਗਤ ਪੂਰਨ ਲਫਜ਼ਾਂ ਨਾਲ ਲੱਗਿਆ। ਮੇਰੀ ਮਾਤਾ ਜੀ ਦੀ ਮੌਤ ਦੇ ਕਾਰਨ ਹੋਏ ਵਿਛੋੜੇ ਦੇ ਦੁਖ ਨੂੰ ਹੀ ਮੈਂ ਦੁਖਾਂ ਦਾ ਪਹਾੜ ਮੰਨਦਾ ਆ ਰਿਹਾ ਸੀ। ਹੁਣ ਆਪਣੀ ਦੇਵੀ ਮਾਤਾ ਨਾਲੋਂ ਵਿਛੋੜੇ ਦਾ ਅਹਿਸਾਸ, ਮੈਨੂੰ ਬਿਆਨ ਕਰਨ ਤੋਂ ਬਾਹਰਾ ਦੁੱਖ ਦੇਣ ਲੱਗਿਆ। ਸਿਸਕੀਆਂ ਭਰਦਿਆਂ ਮੈਂ ਫਰਸ਼ ਉੱਪਰ ਡਿੱਗ ਪਿਆ।

"ਛੋਟੇ ਮਹਾਸ਼ਯ, ਸ਼ਾਂਤ ਹੋਵੋ," ਸੰਤ ਮਹਾਰਾਜ ਨੂੰ ਹਮਦਰਦੀ ਪੂਰਨ ਦੁਖ ਹੋ ਰਿਹਾ ਸੀ।

ਜਿਸ ਤਰ੍ਹਾਂ ਕਿਸੇ ਡੂੰਘੇ ਸਮੁੰਦਰ ਵਿਚ ਡੁਬ ਰਹੇ ਕਿਸੇ ਮਨੁੱਖ ਨੂੰ ਆਪਣੇ ਬਚਾਅ ਲਈ, ਮਿਲੇ ਇੱਕੋ ਇੱਕ ਸਹਾਰੇ ਸਮਝਣ ਵਾਂਗ, ਮੈਂ ਉਨ੍ਹਾਂ ਦੇ ਪੈਰਾਂ ਨੂੰ ਘੁੱਟ ਕੇ ਫੜ ਲਿਆ।

"ਮਹਾਰਾਜ, ਆਪ ਮੈਨੂੰ ਦੇਵੀ ਮਾਤਾ ਦੇ ਦਰਸ਼ਨ ਕਰਵਾਉਣ ਲਈ ਵਿਚੋਲਗਿਰੀ ਕਰੋ, ਦੇਵੀ ਮਾਤਾ ਨੂੰ ਪੁੱਛੋ, ਕਿ ਕੀ ਉਹ ਮੇਰੇ ਉੱਪਰ ਵੀ ਮਿਹਰ ਭਰੀ ਨਜ਼ਰ ਕਰੇਗੀ?" ਇਸ ਤਰ੍ਹਾਂ ਦਰਸ਼ਨ ਕਰਵਾਉਣ ਦਾ ਵਚਨ ਛੇਤੀ ਕੀਤੇ ਦਿੱਤਾ ਨਹੀਂ ਜਾ ਸਕਦਾ। ਇਸ ਲਈ ਸੰਤ ਮਹਾਰਾਜ ਚੁੱਪ ਰਹਿਣ ਵਾਸਤੇ ਮਜਬੂਰ ਸਨ।

ਮੈਨੂੰ ਇਸ ਵਿਚ ਭੋਰਾ ਭਰ ਵੀ ਸ਼ੰਕਾ ਨਹੀਂ ਸੀ, ਕਿ ਮਾਸਟਰ ਮਹਾਸ਼ਯ, ਉਸ ਵਕਤ ਵੀ ਦੇਵੀ ਮਾਤਾ ਨਾਲ ਡੂੰਘੀ ਗੱਲ ਬਾਤ ਕਰ ਰਹੇ ਸਨ। ਜਿਸ ਕਰ ਕੇ ਮੈਂ ਅਤਿਅੰਤ ਆਤਮਹੀਨਤਾ ਮਹਿਸੂਸ ਕਰ ਰਿਹਾ ਸੀ, ਕਿ ਮੇਰੀਆਂ ਅੱਖਾਂ ਉਸ ਵਕਤ ਉਸ ਦੇਵੀ ਮਾਤਾ ਨੂੰ ਕਿਉਂ ਨਹੀਂ ਸਨ ਦੇਖ ਸਕਦੀਆਂ, ਜਦੋਂ ਕਿ ਮਹਾਤਮਾ ਦੀ ਨਿਰਮਲ ਨਜ਼ਰ ਉਸ ਦੇਵੀ ਮਾਤਾ ਨੂੰ ਦੇਖ ਰਹੀ ਸੀ। ਮੈਂ ਬੇਸ਼ਰਮੀ ਨਾਲ ਉਨ੍ਹਾਂ ਦੇ ਪੈਰ ਫੜੇ ਹੋਏ ਸਨ ਅਤੇ ਉਨ੍ਹਾਂ ਦੀਆਂ ਮਿੱਠੀਆਂ ਝਿੜਕੀਆਂ ਦੀ ਪ੍ਰਵਾਹ ਨਾ ਕਰਦਿਆਂ, ਮੈਂ ਵਾਰ ਵਾਰ ਉਨ੍ਹਾਂ ਨੂੰ ਦੇਵੀ ਮਾਤਾ ਨਾਲ ਮਿਲਾਪ ਕਰਵਾਉਣ ਲਈ ਲੇਹਲੜੀਆਂ ਕਢ ਰਿਹਾ ਸੀ।

"ਦੇਵੀ ਮਾਤਾ ਤਕ ਮੈਂ ਤੇਰੀ ਪ੍ਰਾਰਥਨਾ ਪਹੁੰਚਾ ਦੇਵਾਂਗਾ।" ਆਖਰਕਾਰ, ਹਾਰ ਮੰਨ ਕੇ ਮਾਸਟਰ ਮਹਾਸ਼ਯ ਨੇ ਹਮਦਰਦੀ ਪੂਰਵਕ ਹੌਲੀ ਜਿਹੀ ਮੁਸਕਰਾਉਂਦਿਆਂ ਕਿਹਾ।

ਉਨ੍ਹਾਂ ਦੇ ਇਨ੍ਹਾਂ ਸ਼ਬਦਾਂ ਵਿਚ ਪਤਾ ਨਹੀਂ ਕਿੰਨੀ ਕੁ ਸ਼ਕਤੀ ਸੀ, ਕਿ ਮੇਰਾ ਮਨ ਇੱਕ ਦਮ ਵਿਆਕੁਲਤਾ ਦੇ ਤੂਫਾਨੀ ਝੱਖੜ ਵਿਚੋਂ ਨਿਕਲ ਕੇ, ਸ਼ਾਂਤ ਆਨੰਦਮਈ ਅਵਸਥਾ ਵਿਚ ਪਹੁੰਚ ਗਿਆ।

"ਮਹਾਸ਼ਯ ਆਪਣਾ ਵਾਅਦਾ ਚੇਤੇ ਰੱਖਣਾ। ਦੇਵੀ ਮਾਤਾ ਦਾ ਸੁਨੇਹਾ ਲੈਣ ਵਾਸਤੇ, ਮੈਂ ਫਿਰ ਛੇਤੀ ਹੀ ਆਪ ਦੇ ਚਰਨਾਂ ਵਿਚ ਹਾਜ਼ਰ ਹੋਵਾਂਗਾ।" ਇਕ ਮਿੰਟ ਪਹਿਲਾਂ ਜਿਹੜੇ ਦੁਖ ਅਤੇ ਸਿਸਕੀਆਂ ਨਾਲ ਮੇਰਾ ਗਲਾ ਬੰਦ ਹੁੰਦਾ ਜਾ ਰਿਹਾ ਸੀ, ਹੁਣ ਆਸ਼ਾ ਦੀ ਆਨੰਦਮਈ ਕਿਰਨ ਨਾਲ ਖਿੜ ਰਿਹਾ ਸੀ।

ਉਨ੍ਹਾਂ ਦੇ ਘਰ ਦੀਆਂ ਲੰਬੀਆਂ ਪੌੜੀਆਂ ਤੋਂ ਹੇਠਾਂ ਉੱਤਰਦਿਆਂ ਉੱਤਰਦਿਆਂ ਅਤੀਤ ਦੀਆਂ ਯਾਦਾਂ ਨਾਲ ਮੇਰਾ ਮਨ ਭਰ ਆਇਆ। 50 ਐਮਹਰਸਟ ਸਟਰੀਟ ਦੇ ਇਸੇ ਘਰ ਵਿਚ, ਜੋ ਹੁਣ ਮਾਸਟਰ ਮਹਾਸ਼ਯ ਦਾ ਨਿਵਾਸ ਸਥਾਨ ਸੀ, ਕਿਸੇ ਵਕਤ ਸਾਡਾ ਪਰਿਵਾਰ ਰਿਹਾ ਕਰਦਾ ਸੀ। ਇਸੇ ਘਰ ਵਿਚ ਮੇਰੀ ਮਾਤਾ ਜੀ ਦੀ ਮੌਤ ਹੋਈ ਸੀ। ਸਵਰਗਵਾਸੀ ਮਾਤਾ ਜੀ ਵਾਸਤੇ, ਇੱਥੇ ਹੀ ਮੇਰਾ ਮਾਨਵੀ ਮਨ ਅਤਿਅੰਤ ਵਿਆਕੁਲ ਹੋਇਆ ਸੀ। ਇਥੇ ਹੀ ਅੱਜ ਦੇਵੀ ਮਾਤਾ ਦੇ ਵਿਛੋੜੇ ਵਿਚ ਮੇਰੀ ਆਤਮਾ ਵਿਆਕੁਲ ਹੋ ਉੱਠੀ ਸੀ। ਮੇਰੇ ਸ਼ੋਕ ਪੀੜਤ ਮਨ ਦੀਆਂ ਫਰਿਆਦਾਂ ਸੁਣ ਕੇ, ਆਖਰ ਨੂੰ ਇਸ ਦੀਆਂ ਪਵਿੱਤਰ ਕੰਧਾਂ ਹੀ ਮੇਰੇ ਮਨ ਦੀ ਪੀੜਾ ਹਰਨ ਦੀਆਂ ਗਵਾਹ ਬਣੀਆਂ।

ਘਰ ਵਾਪਸ ਜਾਣ ਦੇ ਵਾਸਤੇ, ਮੇਰੇ ਕਦਮ ਛੇਤੀ ਛੇਤੀ ਉੱਠ ਰਹੇ ਸਨ। ਆਪਣੇ ਛੋਟੇ ਜਿਹੇ ਚੁਬਾਰੇ ਵਿਚ, ਮੈਂ ਰਾਤ ਨੂੰ ਦਸ ਵਜੇ ਤਕ ਇਕਾਂਤ ਵਿਚ ਧਿਆਨ ਕਰਦਾ ਰਿਹਾ। ਨਿੱਘੀ ਰਾਤ ਦਾ ਅਨ੍ਹੇਰਾ ਅਚਾਨਕ ਇੱਕ ਅਦਭੁਤ ਨਜ਼ਾਰੇ ਨਾਲ ਪ੍ਰਕਾਸ਼ਮਾਨ ਹੋ ਉੱਠਿਆ।

ਅਨੋਖੀ ਆਭਾਯੁਕਤ ਦੇਵੀ ਮਾਤਾ ਮੇਰੇ ਸਾਹਮਣੇ ਖੜ੍ਹੀ ਸੀ। ਮਧੁੱਰ ਮੁਸਕਾਨ ਬਖੇਰਦਾ, ਉਸਦਾ ਮੁਖ ਮੰਡਲ ਪਰਮ ਸੁੰਦਰਤਾ ਦੀ ਮੂਰਤ ਲੱਗ ਰਿਹਾ ਸੀ।

"ਮੈਂ ਤਾਂ ਤੈਨੂੰ ਹਮੇਸ਼ਾਂ ਹੀ ਪਿਆਰ ਕੀਤਾ ਹੈ ਅਤੇ ਮੈਂ ਤੈਨੂੰ ਹਮੇਸ਼ਾਂ ਹੀ ਪਿਆਰ ਕਰਦੀ ਰਹਾਂਗੀ।"

ਦੇਵੀ ਮਾਤਾ ਦੀ ਅਲੌਕਿਕ ਅਵਾਜ਼ ਹਾਲੇ ਵਾਤਾਵਰਨ ਵਿਚ ਗੂੰਜ ਹੀ ਰਹੀ ਸੀ ਕਿ ਉਹ ਅੰਤਰ ਧਿਆਨ ਹੋ ਗਈ।

ਦੂਸਰੇ ਦਿਨ ਸਵੇਰੇ ਸਵੇਰੇ, ਸੂਰਜ ਨੇ ਹਾਲੇ ਪੂਰਬ ਤੋਂ ਝਾਕਣਾ ਸ਼ੁਰੂ ਹੀ ਕੀਤਾ ਸੀ, ਕਿ ਮੈਂ ਮਾਸਟਰ ਮਹਾਸ਼ਯ ਦੇ ਘਰ ਦੂਜੀ ਵਾਰ ਫਿਰ ਪਹੁੰਚ ਗਿਆ। ਦੁਖਦਾਈ ਯਾਦਾਂ ਨਾਲ ਜੁੜੇ, ਉਸ ਘਰ ਦੀਆਂ ਪੌੜੀਆਂ ਚੜ੍ਹ ਕੇ, ਮੈਂ ਚੌਥੀ ਮੰਜ਼ਲ ਉੱਪਰ ਉਨ੍ਹਾਂ ਦੇ ਕਮਰੇ ਦੇ ਸਾਹਮਣੇ ਪਹੁੰਚ ਗਿਆ। ਬੰਦ ਦਰਵਾਜ਼ੇ ਦੀ ਹੱਥੀ ਉੱਪਰ ਲਪੇਟਿਆ ਕਪੜਾ, ਇਸ ਗੱਲ ਦਾ ਇਸ਼ਾਰਾ ਕਰ ਰਿਹਾ ਸੀ, ਕਿ ਮਾਸਟਰ ਮਹਾਸ਼ਯ ਏਕਾਂਤ ਚਾਹੁੰਦੇ ਸਨ। ਮੈਂ ਹਾਲੇ ਦ ਰਵਾਜ਼ੇ ਦੇ ਸਾਹਮਣੇ ਦੁਬਿਧਾ ਵਿਚ ਹੀ ਖੜ੍ਹਾ ਸੀ, ਕਿ ਮਾਸਟਰ ਮਹਾਸ਼ਯ ਨੇ ਆਪਣੇ ਆਪ ਹੀ ਦਰਵਾਜ਼ਾ ਖੋਲ੍ਹ ਦਿੱਤਾ। ਮੈਂ ਉਨ੍ਹਾਂ ਦੇ ਪਵਿੱਤਰ ਚਰਨਾਂ ਵਿਚ ਝੁਕ ਕੇ ਪ੍ਰਣਾਮ ਕੀਤਾ।

ਦੇਵੀ ਮਾਤਾ ਦੇ ਦਰਸ਼ਨਾਂ ਦੀ ਪ੍ਰਸੰਨਤਾ ਨੂੰ ਛੁਪਾਉਂਦਿਆਂ, ਮੈਂ ਆਪਣਾ ਚਿਹਰਾ ਗੰਭੀਰ ਬਣਾ ਲਿਆ।

"ਸ੍ਰੀਮਾਨ ਜੀ, ਮੈਂ ਮੰਨਦਾ ਹਾਂ, ਕਿ ਆਪ ਜੀ ਤੋਂ ਸੁਨੇਹੇ ਦਾ ਪਤਾ ਲੈਣ ਵਾਸਤੇ ਮੈਂ ਬਹੁਤ ਸਾਝਰੇ ਹੀ ਆ ਗਿਆ ਹਾਂ। ਕੀ ਦੇਵੀ ਮਾਤਾ ਨੇ ਮੇਰੇ ਵਾਸਤੇ ਕੋਈ ਸੁਖ ਸੁਨੇਹਾ ਦਿੱਤਾ ਹੈ?"

"ਨਟਖਟ, ਛੋਟੇ ਮਹਾਸ਼ਯ।"

ਉਨ੍ਹਾਂ ਨੇ ਇਸ ਤੋਂ ਜਿਆਦਾ ਹੋਰ ਕੁਝ ਨਹੀਂ ਕਿਹਾ। ਪ੍ਰਤੱਖ ਤੌਰ ਤੇ ਮੇਰੇ ਵਲੋਂ ਧਾਰੀ ਗਈ ਨਕਲੀ ਗੰਭੀਰਤਾ ਪ੍ਰਭਾਵਹੀਨ ਰਹੀ।

ਇੰਨੇ ਜਿਆਦਾ ਰਹੱਸਮਈ ਕਿਉਂ, ਇੰਨੀ ਜਿਆਦਾ ਟਾਲਮਟੋਲ ਕਿਉਂ? ਕੀ ਸੰਤ ਕਦੇ ਸਿੱਧੀ ਗੱਲ ਨਹੀਂ ਕਰਦੇ? ਸ਼ਾਇਦ, ਮੈਂ ਥੋੜਾ ਜਿਹਾ ਚਿੜ੍ਹ ਗਿਆ ਸੀ।

"ਕੀ ਮੇਰਾ ਇਮਤਿਹਾਨ ਲੈਣਾ ਜਰੂਰੀ ਹੈ?" ਉਨ੍ਹਾਂ ਦੀਆਂ ਸ਼ਾਂਤ ਅੱਖਾਂ ਸਮਝਦਾਰੀ ਅਤੇ ਠਰ੍ਹਮੇ ਨਾਲ ਭਰਪੂਰ ਸਨ। "ਕਲ੍ਹ ਰਾਤ ਨੂੰ ਦਸ ਵਜੇ, ਜੋ ਦੇਵੀ ਮਾਤਾ ਨੇ ਤੈਨੂੰ ਖੁਦ ਆਪਣੇ ਆਪ ਵਿਸ਼ਵਾਸ ਦਿਵਾਇਆ ਹੈ, ਉਸ ਤੋਂ ਬਾਅਦ ਵੀ ਕੀ ਮੇਰੇ ਵਾਸਤੇ ਕੁਝ ਕਹਿਣ ਲਈ ਰਹਿ ਗਿਆ ਹੈ?"

ਮੇਰੀ ਆਤਮਾ ਦੀਆਂ ਖਿੜਕੀਆਂ ਨੂੰ ਖੋਲ੍ਹਣ ਦੀ ਕੁੰਜੀ ਮਾਸਟਰ ਮਹਾਸ਼ਯ ਦੇ ਕੋਲ ਸੀ। ਮੈਂ ਫਿਰ ਉਨ੍ਹਾਂ ਦੇ ਚਰਨਾਂ ਵਿਚ ਲੇਟ ਗਿਆ। ਪ੍ਰੰਤੂ ਇਸ ਵਾਰ ਮੇਰੀਆਂ ਅੱਖਾਂ ਵਿਚ ਜੋ ਹੰਝੂ ਵਹਿ ਰਹੇ ਸਨ, ਉਹ ਬੇਸ਼ੁਮਾਰ ਖੁਸ਼ੀ ਦੇ ਸਨ ਨਾ ਕਿ ਦੁਖ ਦੇ।

"ਤੂੰ ਕੀ ਸੋਚਦਾ ਹੈਂ? ਕਿ ਤੇਰੀ ਸ਼ਰਧਾ ਭਗਤੀ ਨੇ ਦੇਵੀ ਮਾਤਾ ਦੇ ਅਨੰਤ ਦਯਾ ਭੰਡਾਰ ਨੂੰ ਨਹੀਂ ਛੂਹਿਆ? ਈਸ਼ਵਰ ਦਾ ਮਾਤਰੀ ਭਾਵ, ਜਿਸ ਨੂੰ ਤੂੰ ਮਾਨਵੀ ਅਤੇ ਦੈਵੀ ਰੂਪਾਂ ਵਿਚ ਪੂਜਿਆ ਹੈ, ਤੇਰੀ ਆਤਰ ਪੁਕਾਰ ਦਾ ਉੱਤਰ ਦਿੱਤੇ ਬਗੈਰ ਨਹੀਂ ਰਹਿ ਸਕਦਾ।"

ਇਹ ਸਿੱਧਾ ਸਾਦਾ ਸੰਤ ਕੌਣ ਸੀ? ਜਿਸ ਦੀ ਦੇਵੀ ਮਾਤਾ ਨੂੰ ਕੀਤੀ ਗਈ ਸਧਾਰਨ ਜਿਹੀ ਪ੍ਰਾਰਥਨਾ ਨੂੰ ਵੀ ਮੌਨ ਸਹਿਮਤੀ ਮਿਲ ਜਾਂਦੀ ਸੀ। ਸੰਸਾਰ ਵਿਚ ਉਨ੍ਹਾਂ ਦੀ ਭੂਮਿਕਾ ਬੜੀ ਨਿਮਰ ਸੀ। ਮੇਰੀ ਨਜ਼ਰ ਵਿਚ ਨਿਮਰਤਾ ਦੇ ਮਾਮਲੇ ਵਿਚ ਉਹ ਸਰਵਸਰੇਸ਼ਟਤਾ ਲਈ ਢੁਕਵੇਂ ਇਨਸਾਨ ਸਨ। ਇਸ ਐਮਹਰਸਟ ਸਟਰੀਟ ਵਾਲੇ ਘਰ ਵਿਚ, ਮਾਸਟਰ ਮਹਾਸ਼ਯ* ਲੜਕਿਆਂ ਲਈ ਇੱਕ ਛੋਟਾ ਜਿਹਾ ਹਾਈ ਸਕੂਲ ਚਲਾਉਂਦੇ ਸਨ। ਉਨ੍ਹਾਂ ਦੇ ਮੂਹੋਂ ਕਦੇ ਡਾਂਟ ਫਟਕਾਰ ਦਾ ਕੋਈ ਸ਼ਬਦ ਨਹੀਂ ਸੀ ਨਿਕਲਦਾ। ਉਨ੍ਹਾਂ ਦਾ ਅਨੁਸ਼ਾਸਨ ਕਿਸੇ ਨਿਯਮ ਜਾਂ ਡੰਡੇ ਦੇ ਕਾਰਨ ਨਹੀਂ ਸੀ। ਉਨ੍ਹਾਂ ਦੀਆਂ ਸਾਦਗੀ ਯੁਕਤ ਜਮਾਤਾਂ ਵਿਚ ਸੱਚੇ ਅਤੇ ਸੁੱਚੇ ਦਰਜੇ ਦਾ ਗਣਿਤ ਸਿਖਾਇਆ ਜਾਂਦਾ ਸੀ ਅਤੇ ਨਾਲ ਉਸ ਦੇ ਸਿਖਾਇਆ ਜਾਂਦਾ ਸੀ, ਪ੍ਰੇਮ ਦਾ ਰਸਾਇਣ ਸ਼ਾਸਤਰ, ਜਿਸ ਦਾ ਪਾਠ ਪੁਸਤਕਾਂ ਵਿਚ ਕਦੇ ਕੋਈ ਜ਼ਿਕਰ ਵੀ ਨਹੀਂ ਮਿਲ ਸਕਦਾ।

ਸਮਝ ਤੋਂ ਪਰੇ ਦਿਖਾਈ ਦੇਣ ਵਾਲੇ ਨੀਰਸ ਉਪਦੇਸ਼ਾਂ ਦੀ ਬਜਾਏ, ਆਪਣੀਆਂ ਅਧਿਆਤਮਿਕ ਭਾਵਨਾਵਾਂ ਦੇ ਪਸਾਰ ਨਾਲ ਹੀ, ਉਹ ਆਪਣੇ ਗਿਆਨ ਦਾ ਪਰਚਾਰ ਕਰਦੇ ਸਨ। ਦੇਵੀ ਮਾਤਾ ਦੇ ਸੱਚੇ ਅਤੇ ਸ਼ੁੱਧ ਪ੍ਰੇਮ ਵਿਚ ਇੰਨੇ ਮਸਤ ਰਹਿੰਦੇ ਸਨ, ਕਿ ਮਾਨ ਅਪਮਾਨ ਦੀਆਂ ਬਾਹਰੀ ਮਰਿਯਾਦਾਵਾਂ ਨਾਲ, ਉਨ੍ਹਾਂ ਨੂੰ ਬੱਚਿਆਂ ਵਾਂਗ ਕੋਈ ਸਰੋਕਾਰ ਨਹੀਂ ਸੀ।

"ਮੈਂ ਤੇਰਾ ਗੁਰੂ ਨਹੀਂ ਹਾਂ, ਤੇਰੇ ਗੁਰੂ ਤੈਨੂੰ ਥੋੜੀ ਦੇਰ ਬਾਅਦ ਮਿਲਣਗੇ," ਉਨ੍ਹਾਂ ਨੇ ਮੈਨੂੰ ਕਿਹਾ। "ਈਸ਼ਵਰ ਵਲੋਂ ਮਿਲੀਆਂ ਤੈਨੂੰ ਸ਼ਰਧਾ ਅਤੇ ਭਗਤੀ ਰੂਪੀ ਅਨੁਭੂਤੀਆਂ ਉਨ੍ਹਾਂ ਦੀ ਰਹਿਨੁਮਾਈ ਵਿਚ, ਉਨ੍ਹਾਂ ਦੇ ਅਥਾਹ ਗਿਆਨ ਦੀਆਂ ਅਨੁਭੂਤੀਆਂ ਵਿਚ ਬਦਲ ਜਾਣਗੀਆਂ।"

ਮੈਂ ਦੁਪਹਿਰ ਢਲੇ, ਹਰ ਰੋਜ਼, ਐਮਹਰਸਟ ਸਟਰੀਟ, ਉਨ੍ਹਾਂ ਦੇ ਘਰ ਪਹੁੰਚ ਜਾਂਦਾ। ਮੈਨੂੰ ਮਾਸਟਰ ਮਹਾਸ਼ਯ ਦੇ ਉਸ ਪ੍ਰੇਮ ਪਿਆਲੇ ਦੀ ਹਰ ਰੋਜ਼ ਹੀ ਇੱਛਾ ਰਹਿੰਦੀ ਸੀ, ਜੋ ਉੱਪਰ ਤਕ ਇੰਨਾ ਭਰਿਆ ਹੋਇਆ ਸੀ, ਕਿ ਉਸ ਦੀਆਂ ਛੱਲਾਂ ਹਰ ਰੋਜ਼ ਮੇਰੇ ਉੱਪਰ ਛਲਕਦੀਆਂ ਰਹਿੰਦੀਆਂ ਸਨ। ਇੰਨੇ ਭਗਤੀ-ਭਾਵ ਨਾਲ, ਪਹਿਲਾਂ ਮੈਂ ਕਦੇ ਕਿਸੇ ਅੱਗੇ

* ਉਨ੍ਹਾਂ ਨੂੰ ਆਮ ਤੌਰ ਤੇ ਇਸੇ ਸਨਮਾਨਪੂਰਨ ਨਾਂ ਨਾਲ ਸੰਬੋਧਿਤ ਕੀਤਾ ਜਾਂਦਾ ਸੀ। ਉਨ੍ਹਾਂ ਦਾ ਅਸਲੀ ਨਾਂ ਮਹਿੰਦਰ ਨਾਥ ਗੁਪਤ ਸੀ। ਉਹ ਆਪਣੀਆਂ ਸਾਹਿਤਕ ਰਚਨਾਵਾਂ ਉੱਪਰ ਕੇਵਲ "ਮ" ਦੇ ਸੰਖੇਪ ਰੂਪ ਵਿਚ ਹੀ ਆਪਣਾ ਨਾਂ ਲਿਖਦੇ ਸਨ।

ਨਤਮਸਤਕ ਨਹੀਂ ਸੀ ਹੋਇਆ। ਹੁਣ ਤਾਂ ਮਾਸਟਰ ਮਹਾਸ਼ਯ ਦੇ ਚਰਨ ਸਪਰਸ਼ ਕਰਨ ਨਾਲ ਪਵਿੱਤਰ ਹੋਈ ਧਰਤੀ ਉੱਪਰ ਕੇਵਲ ਤੁਰਨ ਫਿਰਨ ਦਾ ਮੌਕਾ ਮਿਲਣ ਉੱਪਰ ਵੀ, ਮੈਂ ਆਪਣਾ ਸੁਭਾਗ ਮੰਨਣ ਲੱਗ ਪਿਆ ਸੀ।

"ਸ੍ਰੀਮਾਨ ਜੀ, ਕਿਰਪਾ ਕਰ ਕੇ, ਇਹ ਚੰਪਕ ਮਾਲਾ ਪਹਿਨੋ। ਮੈਂ ਖਾਸ ਤੌਰ ਤੇ ਆਪ ਵਾਸਤੇ ਹੀ ਬਣਾਈ ਹੈ।" ਇੱਕ ਦਿਨ ਸ਼ਾਮ ਨੂੰ ਫੁੱਲਾਂ ਦੀ ਮਾਲਾ ਆਪਣੇ ਹੱਥ ਵਿਚ ਫੜੀ ਮੈਂ ਉਨ੍ਹਾਂ ਦੇ ਘਰ ਪਹੁੰਚਿਆ। ਪ੍ਰੰਤੂ, ਵਾਰ ਵਾਰ ਇਸ ਸਨਮਾਨ ਤੋਂ ਅਸਹਿਮਤ ਹੁੰਦਿਆਂ, ਉਹ ਸ਼ਰਮਾਉਂਦਿਆਂ ਪਿੱਛੇ ਹਟ ਜਾਂਦੇ। ਮੇਰੇ ਮਨ ਨੂੰ ਦੁਖੀ ਦੇਖਦਿਆਂ, ਆਖਰਕਾਰ ਉਹ ਸਹਿਮਤੀ ਵਿਚ ਮੁਸਕਰਾਏ।

"ਕਿਉਂਕਿ ਅਸੀਂ ਦੋਨੋਂ ਹੀ, ਉਸ ਇੱਕੋ ਦੇਵੀ ਮਾਤਾ ਦੇ ਉਪਾਸ਼ਕ ਹਾਂ, ਇਸ ਵਾਸਤੇ ਇਸ ਸਰੀਰ ਮੰਦਰ ਵਿਚ ਰਹਿਣ ਵਾਲੀ ਦੇਵੀ ਮਾਤਾ ਦੇ ਪ੍ਰਤੀ ਸ਼ਰਧਾ ਦੇ ਰੂਪ ਵਿਚ ਤੂੰ ਇਹ ਚੰਪਕ ਮਾਲਾ ਇਸ ਸਰੀਰ ਨੂੰ ਪਹਿਨਾ ਸਕਦਾ ਹੈਂ।" ਉਨ੍ਹਾਂ ਦੇ ਵਿਸ਼ਾਲ ਸੁਭਾਅ ਵਿਚ ਕਿਤੇ ਵੀ ਭੋਰਾ ਭਰ ਥਾਂ ਨਹੀਂ ਸੀ, ਜਿੱਥੇ ਹੰਕਾਰ ਆਪਣੇ ਪੈਰ ਟਿਕਾ ਸਕਦਾ।

"ਚਲੋ ਕੱਲ੍ਹ ਨੂੰ, ਅਸੀਂ ਮੇਰੇ ਗੁਰੂ ਦੁਆਰਾ ਸਦਾ ਵਾਸਤੇ ਪਵਿੱਤਰ ਕੀਤੇ ਗਏ ਦਕਸ਼ਿਣੇਸ਼ਵਰ ਦੇ ਕਾਲੀ ਮੰਦਰ ਚਲੀਏ।" ਮਾਸਟਰ ਮਹਾਸ਼ਯ ਈਸਾ ਮਸੀਹ ਵਰਗੇ ਮਹਾਨ ਗੁਰੂ ਸ਼੍ਰੀ ਰਾਮ ਕ੍ਰਿਸ਼ਨ ਪਰਮਹੰਸ ਦੇ ਸ਼ਗਿਰਦ ਸਨ।

ਅਗਲੇ ਦਿਨ ਸਵੇਰੇ ਸਵੇਰੇ, ਦਕਸ਼ਿਣੇਸ਼ਵਰ ਤਕ ਦਾ ਚਾਰ ਮੀਲ ਦਾ ਸਫਰ, ਅਸੀਂ ਗੰਗਾ ਨਦੀ ਵਿਚ ਚਲਦੀ ਕਿਸ਼ਤੀ ਰਾਹੀਂ ਤੈਅ ਕਰਕੇ, ਕਾਲੀ ਦੇ ਨੌਂ ਗੁੰਬਦਾਂ ਵਾਲੇ ਮੰਦਰ ਵਿਚ ਪਰਵੇਸ਼ ਕੀਤਾ, ਜਿੱਥੇ ਮਾਂ ਕਾਲੀ ਅਤੇ ਸ਼ਿਵ ਜੀ ਦੀ ਕਲਾ ਕੌਸ਼ਲ ਨਾਲ ਬਣਾਈ ਗਈ ਮੂਰਤੀ, ਚਾਂਦੀ ਦੇ ਚਮਕਦਾਰ ਸਹਸਤਰਦਲ ਕਮਲ ਉੱਪਰ ਬਿਰਾਜਮਾਨ ਹੈ। ਮਾਸਟਰ ਮਹਾਸ਼ਯ ਆਨੰਦ ਨਾਲ ਪਰਫੁਲਤ ਹੋ ਉੱਠੇ। ਉਹ ਆਪਣੀ ਪਿਆਰੀ ਮਾਂ ਨਾਲ ਅਣਥੱਕ ਪ੍ਰੇਮ ਲੀਲਾ ਵਿਚ ਮਗਨ ਸਨ। ਜਿਉਂ ਜਿਉਂ ਉਹ ਮਾਂ ਦਾ ਨਾਂ ਜਪਦੇ ਜਾ ਰਹੇ ਸਨ, ਮੇਰਾ ਆਨੰਦਿਤ ਮਨ ਸਹਸਤਰਦਲ ਕਮਲ ਦੀ ਤਰ੍ਹਾਂ ਸਹਸਤਰਧਾਰਾਵਾਂ ਵਿਚ ਖਿੜ ਰਿਹਾ ਸੀ।

ਕੁਝ ਦੇਰ ਬਾਅਦ ਅਸੀਂ ਦੋਨੋਂ, ਉਸ ਪਵਿੱਤਰ ਮੰਦਰ ਦੇ ਵਿਹੜੇ ਵਿਚ ਟਹਿਲਦੇ ਟਹਿਲਦੇ ਝਾਊ (ਬਾਂਸ ਝਾੜੂ) ਦੇ ਦਰਖਤਾਂ ਦੇ ਝੁੰਡ ਦੇ ਥੱਲੇ ਆ ਕੇ ਰੁਕ ਗਏ। ਇਸ ਦਰਖਤ ਵਿਚੋਂ ਇੱਕ ਖਾਸ ਅੰਦਾਜ਼ ਵਿਚ ਚੋ ਰਿਹਾ ਮਧੁੱਰ ਰਸ, ਮਾਸਟਰ ਮਹਾਸ਼ਯ ਦੁਆਰਾ ਅੰਮ੍ਰਿਤ ਰਸ ਦੀ ਨਿਰਸੁਆਰਥ ਅੰਮ੍ਰਿਤ ਵਰਖਾ ਦਾ ਪਰਤੀਕ ਸੀ। ਉਨ੍ਹਾਂ ਦੁਆਰਾ ਨਿਰੰਤਰ ਨਾਮ ਜਪ ਚਲ ਰਿਹਾ ਸੀ। ਝਾਊ ਦਰਖਤ ਦੀਆਂ ਗੁਲਾਬੀ ਪੰਖੜੀਆਂ ਵਾਲੇ ਫੁੱਲਾਂ ਦੇ ਵਿਚ, ਮੈਂ ਘਾਹ ਉੱਪਰ ਦ੍ਰਿੜਤਾ ਨਾਲ ਸਥਿਰ ਹੋ ਕੇ ਬੈਠ ਗਿਆ ਅਤੇ ਓਨਾ ਸਮਾਂ ਮੈਂ ਆਪਣੇ ਸਰੀਰ ਨੂੰ ਭੁੱਲ ਕੇ ਦੈਵੀ ਲੋਕਾਂ ਦੀ ਯਾਤਰਾ ਕਰਦਾ ਰਿਹਾ।

ਇਸ ਸੰਤ ਦੀ ਸੰਗਤ ਵਿਚ ਹੋਈਆਂ ਦਕਸ਼ਿਣੇਸ਼ਵਰ ਦੀਆਂ ਅਨੇਕ ਤੀਰਥ ਯਾਤਰਾਵਾਂ ਵਿਚੋਂ ਇਹ ਪਹਿਲੀ ਤੀਰਥ ਯਾਤਰਾ ਸੀ। ਮਾਸਟਰ ਮਹਾਸ਼ਯ ਤੋਂ ਹੀ ਮੈਂ ਈਸ਼ਵਰ ਦੇ ਮਾਤਾ ਦੇ ਰੂਪ ਵਿਚ ਜਾਂ ਦੈਵੀ ਕਰੁਣਾ ਦੇ ਆਨੰਦ ਨੂੰ ਜਾਣਿਆ। ਉਸ ਬੱਚਿਆਂ ਵਰਗੇ ਸਰਲ ਸੁਭਾ ਸੰਤ ਨੂੰ ਈਸ਼ਵਰ ਦੇ ਪਿਤਰਤਵ ਰੂਪ ਵਿਚ ਜਾਂ ਈਸ਼ਵਰੀ ਨਿਆਂ ਵਿਚ ਕੋਈ ਰੁਚੀ ਨਹੀਂ ਸੀ। ਸਖਤ, ਪੱਕੇ ਅਤੇ ਹਿਸਾਬੀ ਫੈਸਲੇ ਦੀ ਕਲਪਨਾ ਹੀ ਉਨ੍ਹਾਂ ਦੇ ਕੋਮਲ ਸੁਭਾਅ ਦੇ ਵਿਰੁੱਧ ਸੀ।

ਇਹ ਤਾਂ ਧਰਤੀ ਉੱਪਰ, ਸਾਖਸ਼ਾਤ ਫਰਿਸ਼ਤਿਆਂ ਦੀ ਮੂਰਤ ਹਨ। ਇੱਕ ਦਿਨ ਉਨ੍ਹਾਂ ਨੂੰ ਪ੍ਰਾਰਥਨਾ ਕਰਦਿਆਂ ਦੇਖ ਕੇ ਮੇਰੇ ਮਨ ਵਿਚ, ਉਨ੍ਹਾਂ ਦੇ ਪ੍ਰਤੀ ਇਹ ਪ੍ਰੇਮਮਈ ਵਿਚਾਰ ਉਮੜ ਆਏ। ਕਿਸੇ ਪ੍ਰਕਾਰ ਦੀ ਨਿੰਦਿਆ ਜਾਂ ਦੋਸ਼ ਦੇ ਵਿਚਾਰਾਂ ਤੋਂ ਨਿਰਲੇਪ, ਉਹ ਸੰਸਾਰ ਨੂੰ ਪ੍ਰਾਚੀਨ ਪਵਿੱਤਰਤਾ ਦੀ ਨਜ਼ਰ ਨਾਲ ਦੇਖਦੇ ਸਨ। ਉਨ੍ਹਾਂ ਦਾ ਸਰੀਰ, ਬਾਣੀ, ਮਨ ਅਤੇ ਕਿਰਿਆਵਾਂ, ਸਭ ਕੁਝ ਉਨ੍ਹਾਂ ਦੀ ਆਤਮਾ ਦੀ ਸਰਲਤਾ ਨਾਲ ਮੇਲ ਖਾਂਦੇ ਸਨ।

"ਮੇਰੇ ਗੁਰੂਦੇਵ ਇਹੀ ਕਿਹਾ ਕਰਦੇ ਸਨ," ਉਹ ਆਪਣੀ ਹਰ ਨਸੀਹਤ ਨੂੰ ਕਿਸੇ ਵੀ ਤਰੀਕੇ ਨਾਲ ਆਪਣਾ ਨਿਜੀ ਵਿਚਾਰ ਬਣਾਉਣ ਤੋਂ ਝਿਜਕਦਿਆਂ, ਇਸ ਸ਼ਰਧਾ ਮਈ ਫਿਕਰੇ ਨਾਲ ਗੱਲ ਖਤਮ ਕਰਿਆ ਕਰਦੇ ਸਨ। ਪਰਮਹੰਸ ਸ੍ਰੀ ਰਾਮ ਕ੍ਰਿਸ਼ਨ ਦੇ ਨਾਲ, ਉਨ੍ਹਾਂ ਦੀ ਇੰਨੀ ਡੂੰਘੀ ਪਹਿਚਾਣ ਹੋ ਗਈ ਸੀ ਕਿ ਉਹ ਹੁਣ ਆਪਣੇ ਕਿਸੇ ਵੀ ਵਿਚਾਰ ਨੂੰ ਆਪਣਾ ਵਿਚਾਰ ਨਹੀਂ ਸਨ ਮੰਨਦੇ।

ਮੈਂ ਅਤੇ ਮਾਸਟਰ ਮਹਾਸ਼ਯ, ਇੱਕ ਦਿਨ ਸ਼ਾਮ ਨੂੰ ਹੱਥ ਵਿਚ ਹੱਥ ਪਾਈ, ਉਨ੍ਹਾਂ ਦੇ ਸਕੂਲ ਦੀ ਬਿਲਡਿੰਗ ਵਿਚ ਘੁੰਮ ਰਹੇ ਸੀ। ਮੇਰਾ ਉਤਸ਼ਾਹ ਠੰਡਾ ਪੈ ਗਿਆ, ਜਦੋਂ ਇੱਕ ਹੰਕਾਰੀ ਵਾਕਫਕਾਰ ਆਦਮੀ ਉੱਥੇ ਆ ਟਪਕਿਆ। ਉਸ ਨੇ ਆਪਣੇ ਲੰਬੇ ਭਾਸ਼ਣ ਨਾਲ ਸਾਨੂੰ ਤੰਗ ਕਰ ਦਿੱਤਾ ਸੀ।

"ਮੈਂ ਦੇਖ ਰਿਹਾ ਹਾਂ, ਕਿ ਤੂੰ ਇਸ ਆਦਮੀ ਤੋਂ ਖੁਸ਼ ਨਹੀਂ ਹੈਂ," ਮਾਸਟਰ ਮਹਾਸ਼ਯ ਦੀ ਇਹ ਫੁਸਫੁਸਾਹਟ, ਉਸ ਹੰਕਾਰੀ ਆਦਮੀ ਨੂੰ, ਜੋ ਆਪਣੀਆਂ ਹੀ ਗੱਲਾਂ ਵਿਚ ਮਗਨ ਸੀ, ਨਹੀਂ ਸੁਣਾਈ ਦਿੱਤੀ। "ਮੈਂ ਇਸ ਬਾਰੇ ਦੇਵੀ ਮਾਤਾ ਨੂੰ ਦੱਸ ਦਿੱਤਾ ਹੈ। ਉਸ ਨੂੰ ਸਾਡੀ ਇਸ ਦੁਖਦਾਇਕ ਸਥਿਤੀ ਦਾ ਗਿਆਨ ਹੈ। ਉਸ ਨੇ ਵਚਨ ਦਿੱਤਾ ਹੈ ਕਿ ਜਿਉਂ ਹੀ ਅਸੀਂ ਉਸ ਸਾਹਮਣੇ ਵਾਲੇ ਲਾਲ ਮਕਾਨ ਕੋਲ ਪਹੁੰਚਾਂਗੇ, ਉਹ ਉਸ ਨੂੰ ਕੋਈ ਜਰੂਰੀ ਕੰਮ ਯਾਦ ਕਰਵਾ ਦੇਵੇਗੀ।"

ਮੇਰੀਆਂ ਨਜ਼ਰਾਂ ਉਸ ਮੁਕਤੀ ਸਥਾਨ ਉੱਪਰ ਜੰਮ ਗਈਆਂ। ਜਿਉਂ ਹੀ ਅਸੀਂ ਉਸ ਲਾਲ ਦਰਵਾਜ਼ੇ ਕੋਲ ਪਹੁੰਚੇ, ਉਹ ਆਦਮੀ ਆਪਣੀ ਗੱਲ ਪੂਰੀ ਕੀਤੇ ਬਗੈਰ ਅਤੇ ਬਗੈਰ ਅਲਵਿਦਾ ਕਹੇ, ਅਚਾਨਕ ਵਾਪਸ ਮੁੜ ਗਿਆ। ਪ੍ਰੇਸ਼ਾਨੀ ਵਾਲੇ ਵਾਤਾਵਰਨ ਤੋਂ ਬਾਅਦ ਇੱਕ ਦਮ ਸ਼ਾਂਤੀ ਪਸਰ ਗਈ।

ਇੱਕ ਹੋਰ ਦਿਨ, ਮੈਂ ਹਾਵੜਾ ਰੇਲਵੇ ਸਟੇਸ਼ਨ ਦੇ ਕੋਲ ਇਕੱਲਾ ਘੁੰਮ ਰਿਹਾ ਸੀ। ਇੱਕ ਪਲ ਦੇ ਵਾਸਤੇ ਮੈਂ ਇੱਕ ਛੋਟੇ ਜਿਹੇ ਮੰਦਰ ਦੇ ਕੋਲ ਖੜ੍ਹਾ ਹੋ ਗਿਆ, ਜਿੱਥੇ ਢੋਲ ਅਤੇ ਖੜਤਾਲਾਂ ਦੇ ਸ਼ੋਰ ਸ਼ਰਾਬੇ ਵਿਚ ਜ਼ੋਰ ਜ਼ੋਰ ਦੀ ਕੀਰਤਨ ਕਰ ਰਹੇ ਲੋਕਾਂ ਨੂੰ ਦੇਖ ਕੇ ਮਨ ਹੀ ਮਨ, ਉਨ੍ਹਾਂ ਦੀ ਅਲੋਚਨਾ ਕਰਨ ਲੱਗਿਆ।

"ਕੇਵਲ ਮੂੰਹ ਨਾਲ ਤੋਤੇ ਦੀ ਤਰ੍ਹਾਂ ਭਗਵਾਨ ਦਾ ਪਵਿੱਤਰ ਨਾਂ ਲੈਂਦੇ ਰਹਿਣ ਵਾਲੇ, ਇਨ੍ਹਾਂ ਲੋਕਾਂ ਦੇ ਕੀਰਤਨ ਵਿਚ ਸ਼ਰਧਾ ਦੀ ਕਿੰਨੀ ਅਣਹੋਂਦ ਹੈ।" ਮੈਂ ਮਨ ਹੀ ਮਨ ਸੋਚ ਰਿਹਾ ਸੀ। ਅਚਾਨਕ ਮਾਸਟਰ ਮਹਾਸ਼ਯ ਨੂੰ ਤੇਜ ਤੇਜ ਕਦਮਾਂ ਨਾਲ ਆਪਣੇ ਵੱਲ ਆਉਂਦਾ ਦੇਖ ਕੇ ਹੈਰਾਨ ਹੋ ਗਿਆ।

"ਸ੍ਰੀਮਾਨ ਜੀ, ਆਪ ਇੱਥੇ ਕਿਸ ਤਰ੍ਹਾਂ?"

ਸੰਤ ਮਹਾਰਾਜ ਨੇ ਮੇਰੇ ਸਵਾਲ ਵੱਲ ਕੋਈ ਧਿਆਨ ਨਾ ਦੇ ਕੇ, ਸਿੱਧਾ ਮੇਰੇ ਮਨ ਦੇ ਵਿਚਾਰਾਂ ਨੂੰ ਪੜ੍ਹ ਕੇ ਉੱਤਰ ਦਿੱਤਾ। "ਛੋਟੇ ਮਹਾਸ਼ਯ, ਕੀ ਇਹ ਸੱਚ ਨਹੀਂ ਕਿ ਭਗਵਾਨ ਦਾ ਨਾਂ, ਗਿਆਨੀ ਜਾਂ ਅਗਿਆਨੀ ਕਿਸੇ ਦੇ ਵੀ ਮੂੰਹ ਤੋ ਕਿਉਂ ਨਾ ਨਿਕਲੇ, ਮਿੱਠਾ ਲੱਗਦਾ ਹੈ?" ਉਨ੍ਹਾਂ ਨੇ ਪਿਆਰ ਨਾਲ ਆਪਣੀ ਬਾਂਹ ਮੇਰੇ ਲੱਕ ਦੁਆਲੇ ਲਪੇਟ ਕੇ, ਮੈਨੂੰ ਜੱਫੀ ਵਿਚ ਲੈ ਲਿਆ। ਉਨ੍ਹਾਂ ਦੇ ਜਾਦੂ ਮਈ ਗਲੀਚੇ ਉੱਪਰ ਸਵਾਰ ਹੋ ਕੇ, ਮੈਂ ਤੁਰੰਤ ਦੇਵੀ ਮਾਤਾ ਦੀ ਦਯਾਮਈ ਸੰਗਤ ਵਿਚ ਪਹੁੰਚ ਗਿਆ।

"ਕੀ ਤੂੰ ਬਾਇਉਸਕੋਪ ਦੇਖਣਾ ਪਸੰਦ ਕਰੇਂਗਾ?" ਇੱਕ ਦਿਨ ਸ਼ਾਮ ਨੂੰ ਏਕਾਂਤ ਪ੍ਰੇਮੀ ਮਾਸਟਰ ਮਹਾਸ਼ਯ ਤੋਂ ਇਹ ਸਵਾਲ ਸੁਣ ਕੇ ਮੈਨੂੰ ਬੜੀ ਹੈਰਾਨੀ ਹੋਈ। ਉਨ੍ਹਾਂ ਸਮਿਆਂ ਵਿਚ ਭਾਰਤ ਵਿਚ ਸਿਨਮੇ ਨੂੰ ਹੀ ਬਾਇਉਸਕੋਪ ਕਹਿੰਦੇ ਸਨ। ਮੈਂ ਸਹਿਮਤ ਹੋ ਗਿਆ, ਕਿਸੇ ਬਹਾਨੇ ਕਿਉਂ ਨਾ ਹੋਵੇ, ਉਨ੍ਹਾਂ ਦਾ ਸਾਥ ਮਾਨਣ ਦਾ ਆਨੰਦ ਹੀ ਮੇਰੇ ਵਾਸਤੇ ਬਹੁਤ ਸੀ। ਬੜੀ ਤੇਜੀ ਨਾਲ ਚਲਦੇ ਚਲਦੇ, ਥੋੜੀ ਦੇਰ ਵਿਚ ਅਸੀਂ ਕੋਲਕਾਤਾ ਯੂਨੀਵਰਸਿਟੀ ਦੇ ਸਾਹਮਣੇ ਵਾਲੇ ਬਾਗ ਵਿਚ ਪਹੁੰਚ ਗਏ। ਮਾਸਟਰ ਮਹਾਸ਼ਯ ਨੇ ਤਲਾਬ ਦੇ ਕੋਲ ਸਥਿਤ ਇੱਕ ਬੈਂਚ ਵੱਲ ਇਸ਼ਾਰਾ ਕੀਤਾ।

"ਇੱਥੇ ਕੁਝ ਦੇਰ ਬੈਠਦੇ ਹਾਂ, ਮੇਰੇ ਗੁਰੂਦੇਵ ਇਹ ਹੀ ਕਿਹਾ ਕਰਦੇ ਸਨ, ਕਿ ਜਿੱਥੇ ਵੀ ਕਿਤੇ ਕੋਈ ਪਾਣੀ ਦਾ ਤਲਾਬ ਦਿਖਾਈ ਦੇਵੇ, ਤਾਂ ਉੱਥੇ ਬੈਠ ਕੇ ਧਿਆਨ ਕਰਨਾ ਚਾਹੀਦਾ ਹੈ। ਇੱਥੇ ਸ਼ਾਂਤ ਜਲ ਪ੍ਰਮਾਤਮਾ ਦੀ ਅਥਾਹ ਸ਼ਾਂਤੀ ਦੀ ਯਾਦ ਦਿਵਾ ਰਿਹਾ ਹੈ। ਜਿਸ ਤਰ੍ਹਾਂ ਜਲ ਵਿਚ ਸਾਰੀਆਂ ਵਸਤੂਆਂ ਦਾ ਪਰਛਾਵਾਂ ਪੈਂਦਾ ਹੈ, ਉਸੇ ਤਰੀਕੇ ਨਾਲ ਸਾਰਾ ਸੰਸਾਰ ਵਿਸ਼ਵਚੈਤਨਯ ਦਾ ਪਰਛਾਵਾਂ ਹੈ, ਮੇਰੇ ਗੁਰੂਦੇਵ* ਅਕਸਰ ਕਿਹਾ ਕਰਦੇ ਸਨ।"

ਥੋੜੀ ਦੇਰ ਬਾਅਦ, ਅਸੀਂ ਯੂਨੀਵਰਸਿਟੀ ਦੇ ਇੱਕ ਹਾਲ ਕਮਰੇ ਵਿਚ ਦਾਖਲ ਹੋਏ। ਉੱਥੇ ਕੋਈ ਭਾਸ਼ਣ ਚਲ ਰਿਹਾ ਸੀ। ਭਾਵੇਂ ਵਿਚ ਵਿਚ ਸਲਾਈਡ ਨਾਲ ਚਿੱਤਰ

* "ਅਧਿਆਤਮਿਕ ਗੁਰੂ" ਸੰਸਕਰਿਤ ਵਿਚ ਰੂਹਾਨੀ ਗੁਰੂ ਵਾਸਤੇ ਪ੍ਰਚਲਿਤ ਸ਼ਬਦਾ। ਦੇਵ ("ਪ੍ਰਮਾਤਮਾ") ਗੁਰੂ ("ਪ੍ਰਕਾਸ਼ਮਾਨ ਗੁਰੂ") ਨਾਲ ਜੋੜ ਕੇ ਲਿਖਣ ਨਾਲ ਭਾਵ ਬਹੁਤ ਜਿਆਦਾ ਸ਼ਰਧਾ ਅਤੇ ਸਤਕਾਰ ਦਾ ਸੰਕੇਤਿਕ ਹੈ। ਮੈਂ ਅੰਗਰੇਜੀ ਵਿਚ ਸਧਾਰਨ ਭਾਵ ਵਿਚ "ਮਾਸਟਰ" ਹੀ ਲਿਖਿਆ ਹੈ।

ਦਿਖਾਏ ਜਾ ਰਹੇ ਸਨ। ਪ੍ਰੰਤੂ ਉਹ ਭਾਸ਼ਣ ਅਤੇ ਚਿੱਤਰ ਦੋਨੋਂ ਹੀ ਅਤਿਅੰਤ ਉਕਤਾ ਦੇਣ ਵਾਲੇ ਸਨ।

"ਤਾਂ ਇਹ ਹੈ ਬਾਇਉਸਕੋਪ, ਜੋ ਮਾਸਟਰ ਮਹਾਸ਼ਯ ਮੈਨੂੰ ਦਿਖਾਉਣਾ ਚਾਹੁੰਦੇ ਸਨ।" ਮੈਂ ਬੇਚੈਨੀ ਮਹਿਸੂਸ ਕਰਨ ਲੱਗਿਆ। ਪ੍ਰੰਤੂ ਚਿਹਰੇ ਉੱਪਰ ਬੇਚੈਨੀ ਦੇ ਭਾਵ ਲਿਆ ਕੇ, ਮੈਂ ਮਾਸਟਰ ਮਹਾਸ਼ਯ ਨੂੰ ਦੁਖੀ ਨਹੀਂ ਸੀ ਕਰਨਾ ਚਾਹੁੰਦਾ। ਇੰਨੇ ਵਿਚ ਉਹ ਗੁਪਤ ਰੂਪ ਵਿਚ ਮੇਰੇ ਵੱਲ ਝੁਕੇ।

"ਛੋਟੇ ਮਹਾਸ਼ਯ, ਮੈਂ ਦੇਖ ਰਿਹਾ ਹਾਂ, ਕਿ ਤੈਨੂੰ ਇਹ ਬਾਇਉਸਕੋਪ ਪਸੰਦ ਨਹੀਂ ਆ ਰਿਹਾ। ਇਹ ਗੱਲ ਮੈਂ ਦੇਵੀ ਮਾਤਾ ਨੂੰ ਦੱਸ ਦਿੱਤੀ ਹੈ ਅਤੇ ਉਸ ਨੂੰ ਵੀ ਸਾਡੇ ਨਾਲ ਪੂਰੀ ਹਮਦਰਦੀ ਹੈ। ਉਸ ਨੇ ਮੈਨੂੰ ਦੱਸਿਆ ਹੈ, ਕਿ ਹੁਣੇ ਬਿਜਲੀ ਦੀ ਰੌਸ਼ਨੀ ਬੰਦ ਹੋ ਜਾਵੇਗੀ ਅਤੇ ਉਦੋਂ ਤਕ ਦੁਬਾਰਾ ਰੌਸ਼ਨੀ ਨਹੀਂ ਆਵੇਗੀ, ਜਦੋਂ ਤਕ ਅਸੀਂ ਦੋਵੇਂ ਇੱਥੋਂ ਬਾਹਰ ਨਹੀਂ ਨਿਕਲ ਜਾਂਦੇ।"

ਜਿਉਂ ਹੀ ਉਨ੍ਹਾਂ ਦੀ ਫੁਸਫਸਾਹਟ ਖਤਮ ਹੋਈ ਤਾਂ ਹਾਲ ਕਮਰੇ ਵਿਚ ਅਨ੍ਹੇਰਾ ਛਾ ਗਿਆ। ਰੁੱਖੀ ਅਤੇ ਉੱਚੀ ਅਵਾਜ਼ ਵਿਚ ਭਾਸ਼ਣ ਦੇ ਰਹੇ ਪ੍ਰੋਫੈਸਰ ਦੀ ਅਵਾਜ਼ ਰਹੱਸਮਈ ਤਰੀਕੇ ਨਾਲ ਇਕ ਦਮ ਬੰਦ ਹੋ ਗਈ ਅਤੇ ਫਿਰ ਉਸ ਨੇ ਕਿਹਾ, "ਕਿ ਹਾਲ ਕਮਰੇ ਦੀ ਬਿਜਲੀ ਪ੍ਰਣਾਲੀ ਵਿਚ ਕੁਝ ਗੜ ਬੜ ਮਾਲੂਮ ਹੁੰਦੀ ਹੈ।" ਇੰਨੇ ਸਮੇਂ ਵਿਚ ਮੈਂ ਅਤੇ ਮਾਸਟਰ ਮਹਾਸ਼ਯ ਉਸ ਕਮਰੇ ਦੇ ਦਰਵਾਜ਼ੇ ਤੋਂ ਬਾਹਰ ਨਿਕਲ ਚੁਕੇ ਸੀ। ਵਰਾਂਡੇ ਵਿਚੋਂ ਦੀ ਜਾਂਦਿਆਂ ਹੋਇਆਂ ਮੈਂ ਦੇਖਿਆ, ਤਾਂ ਹਾਲ ਕਮਰੇ ਵਿਚ ਫਿਰ ਤੋਂ ਰੌਸ਼ਨੀ ਹੋ ਗਈ ਸੀ।

"ਛੋਟੇ ਮਹਾਸ਼ਯ, ਉਸ ਬਾਇਉਸਕੋਪ ਤੋਂ ਤੂੰ ਨਿਰਾਸ਼ ਹੋ ਗਿਆ ਸੀ, ਪ੍ਰੰਤੂ ਮੈਂ ਸਮਝਦਾ ਹਾਂ ਕਿ ਇੱਕ ਦੂਸਰਾ ਬਾਇਉਸਕੋਪ ਤੂੰ ਜਰੂਰ ਪਸੰਦ ਕਰੇਂਗਾ।" ਮਾਸਟਰ ਮਹਾਸ਼ਯ ਅਤੇ ਮੈਂ ਯੂਨੀਵਰਸਿਟੀ ਭਵਨ ਦੇ ਸਾਹਮਣੇ ਇੱਕ ਸੜਕ ਦੀ ਪਟੜੀ ਉੱਪਰ ਖੜ੍ਹੇ ਸੀ। ਉਨ੍ਹਾਂ ਨੇ ਦਿਲ ਵਾਲੀ ਥਾਂ ਉੱਪਰ, ਮੇਰੀ ਛਾਤੀ ਦੇ ਉੱਪਰ ਹੌਲੀ ਹੌਲੀ ਥਪਕੀ ਜਿਹੀ ਦਿੱਤੀ।

ਉਸ ਦੇ ਨਾਲ ਮੇਰੇ ਉੱਪਰ ਇੱਕ ਅਦਭੁਤ ਸੰਨਾਟਾ ਛਾ ਗਿਆ, ਜਿਸ ਤਰ੍ਹਾਂ ਆਧੁਨਿਕ ਯੁਗ ਵਿਚ ਚਲ ਰਹੇ ਸਿਨਮੇ ਦਾ ਬੋਲਣ ਵਾਲਾ ਯੰਤਰ ਬੰਦ ਹੋ ਜਾਵੇ, ਤਾਂ ਪਰਦੇ ਉੱਪਰ ਚਲ ਰਹੇ ਚਿੱਤਰ ਮੂਕ ਚਲ ਚਿੱਤਰ ਬਣ ਜਾਂਦੇ ਹਨ। ਉਸੇ ਤਰੀਕੇ ਨਾਲ ਵਿਧਾਤਾ ਦੇ ਹੱਥਾਂ ਨੇ, ਕਿਸੇ ਅਗੰਮੀ ਚਮਤਕਾਰ ਦੇ ਨਾਲ ਸੰਸਾਰ ਭਰ ਦੇ ਸਾਰੇ ਕੋਲਾਹਲ ਭਰੇ ਸ਼ੋਰ ਸ਼ਰਾਬੇ ਨੂੰ, ਉਸ ਦੀ ਸੰਘੀ ਘੁੱਟ ਕੇ ਬੰਦ ਕਰ ਦਿੱਤਾ ਸੀ। ਪੈਦਲ ਯਾਤਰੀ, ਟਰਾਮ, ਗੱਡੀਆਂ, ਮੋਟਰ ਕਾਰਾਂ, ਬੈਲ ਗੱਡੀਆਂ। ਲੋਹੇ ਦੇ ਚੱਕਿਆਂ ਵਾਲੇ ਟਾਂਗੇ ਆਦਿ ਸਾਰੇ ਬਗੈਰ ਕਿਸੇ ਅਵਾਜ਼ ਦੇ ਇੱਧਰ ਉੱਧਰ ਜਾ ਰਹੇ ਸਨ। ਮੈਂ ਆਪਣੇ ਪਿੱਛੇ, ਸੱਜੇ ਅਤੇ ਖੱਬੇ ਦੇ ਸਾਰੇ ਨਜ਼ਾਰੇ ਉਸੇ ਤਰ੍ਹਾਂ ਦੇਖ ਰਿਹਾ ਸੀ, ਜਿਸ ਤਰ੍ਹਾਂ ਆਪਣੇ ਸਾਹਮਣੇ ਦੇ ਨਜ਼ਾਰੇ ਦੇਖ ਰਿਹਾ ਸੀ। ਇਹ ਮੰਨ ਲਵੋ ਕਿ ਮੇਰੀ ਨਜ਼ਰ ਸਰਬਵਿਆਪਕ ਹੋ ਗਈ ਸੀ।

ਕੋਲਕਾਤਾ ਦੇ ਉਸ ਛੋਟੇ ਜਿਹੇ ਹਿੱਸੇ ਦੀਆਂ ਸਾਰੀਆਂ ਸਰਗਰਮੀਆਂ ਦਾ ਨਜ਼ਾਰਾ ਮੇਰੇ ਸਾਹਮਣੇ ਬਗੈਰ ਕੋਈ ਅਵਾਜ਼ ਕੀਤਿਆਂ ਚਲ ਰਿਹਾ ਸੀ। ਸੁਆਹ ਦੀ ਪਤਲੀ ਤਹਿ ਦੇ ਥੱਲੇ ਨਜ਼ਰ ਆਉਣ ਵਾਲੇ ਚੰਗਿਆੜੇ ਦੀ ਰੌਸ਼ਨੀ ਦੀ ਚਮਕ ਵਾਂਗ ਹਲਕਾ ਜਿਹਾ ਚਾਨਣ ਸਾਰੇ ਪਾਸੇ ਪਸਰਿਆ ਹੋਇਆ ਸੀ।

ਮੇਰਾ ਆਪਣਾ ਸਰੀਰ, ਉਸ ਵਿਚ ਬਹੁਤ ਸਾਰੇ ਪਰਛਾਵਿਆਂ ਵਿਚੋਂ ਇੱਕ ਪਰਛਾਵੇਂ ਤੋਂ ਜਿਆਦਾ ਕੁਝ ਨਹੀਂ ਸੀ ਲਗਦਾ। ਫਰਕ ਸਿਰਫ ਇੰਨਾ ਹੀ ਸੀ, ਕਿ ਮੇਰੇ ਸਰੀਰ ਦੀ ਪਰਛਾਈ ਸਥਿਰ ਸੀ, ਜਦੋਂ ਕਿ ਬਾਕੀ ਪਰਛਾਈਆਂ ਬਗੈਰ ਕਿਸੇ ਅਵਾਜ਼ ਦੇ ਇੱਧਰ ਉੱਧਰ ਚਲ ਫਿਰ ਰਹੀਆਂ ਸਨ। ਕਈ ਲੜਕੇ ਜੋ ਮੇਰੇ ਦੋਸਤ ਹੀ ਸਨ, ਮੇਰੇ ਕੋਲ ਆਏ ਅਤੇ ਚਲੇ ਗਏ। ਭਾਵੇਂ ਉਨ੍ਹਾਂ ਨੇ ਮੇਰੇ ਵੱਲ ਸਿੱਧੇ ਦੇਖਿਆ, ਪਰ ਉਸ ਵਿਚ ਪਹਿਚਾਣ ਦਾ ਕੋਈ ਇਸ਼ਾਰਾ ਨਹੀਂ ਸੀ।

ਇਸ ਅਦੁੱਤੀ ਮੂਕ ਨਾਟਕ ਨੇ ਮੈਨੂੰ ਇੱਕ ਨਾ ਬਿਆਨ ਕੀਤੇ ਜਾ ਸਕਣ ਵਾਲੇ ਆਨੰਦ ਨਾਲ ਭਰ ਦਿੱਤਾ। ਮੈਂ ਕਿਸੇ ਅੰਮਰਿਤ ਦੇ ਸਰੋਵਰ ਵਿਚੋਂ ਜੀ ਭਰ ਕੇ ਅੰਮਰਿਤ ਪੀ ਰਿਹਾ ਸੀ। ਅਚਾਨਕ ਮੇਰੀ ਛਾਤੀ ਉੱਪਰ ਮਾਸਟਰ ਮਹਾਸ਼ਯ ਦੀ ਫਿਰ ਕੋਮਲ ਦਸਤਕ ਹੋਈ। ਸੰਸਾਰ ਦਾ ਉਪਦਰਵੀ ਕੋਲਾਹਲ ਭਰਿਆ ਸ਼ੋਰ ਸ਼ਰਾਬਾ ਮੇਰੇ ਅਣਇੱਛੁਕ ਕੰਨਾਂ ਉੱਪਰ ਟੁੱਟ ਕੇ ਪੈ ਗਿਆ। ਮੇਰਾ ਸਿਰ ਚਕਰਾਉਣ ਲੱਗਿਆ, ਜਿਸ ਤਰ੍ਹਾਂ ਕਿਸੇ ਨੇ ਮੈਨੂੰ ਅਤਿਅੰਤ ਆਨੰਦਮਈ ਸੁਪਨੇ ਵਿਚੋਂ ਰੁਖੇਪਣ ਨਾਲ ਝੰਜੋੜ ਕੇ ਜਗਾ ਦਿੱਤਾ ਹੋਵੇ ਅਤੇ ਉਹ ਆਨੰਦਮਈ ਅੰਮਰਿਤ ਦਾ ਪਿਆਲਾ ਮੇਰੀ ਪਹੁੰਚ ਤੋਂ ਬਾਹਰ ਹੋ ਗਿਆ।

"ਛੋਟੇ ਮਹਾਸ਼ਯ, ਮੈਂ ਦੇਖ ਰਿਹਾ ਹਾਂ, ਕਿ ਇਹ ਦੂਸਰਾ ਬਾਇਉਸਕੋਪ* ਤੈਨੂੰ ਬਹੁਤ ਜਿਆਦਾ ਪਸੰਦ ਆਇਆ ਹੈ।" ਉਹ ਮੁਸਕਰਾ ਰਹੇ ਸਨ। ਮੈਂ ਧੰਨਵਾਦੀ ਹੁੰਦਿਆਂ, ਉਨ੍ਹਾਂ ਦੇ ਸਾਹਮਣੇ ਧਰਤੀ ਉੱਪਰ ਮੱਥਾ ਟੇਕਣ ਵਾਸਤੇ ਝੁਕਿਆ। "ਹੁਣ ਤੂੰ ਮੇਰੇ ਨਾਲ ਇਸ ਤਰ੍ਹਾਂ ਨਹੀਂ ਕਰ ਸਕਦਾ," ਉਨ੍ਹਾਂ ਨੇ ਕਿਹਾ, "ਕਿਉਂਕਿ ਹੁਣ ਤੂੰ ਜਾਣ ਗਿਆ ਹੈਂ ਕਿ ਪ੍ਰਮਾਤਮਾ ਤੇਰੇ ਸਰੀਰ ਮੰਦਰ ਵਿਚ ਵੀ ਬਿਰਾਜਮਾਨ ਹੈ, ਮੈਂ ਤੇਰੇ ਸਰੀਰ ਵਿਚ ਬਿਰਾਜਮਾਨ ਦੇਵੀ ਮਾਤਾ ਨੂੰ, ਤੇਰੇ ਹੱਥਾਂ ਨਾਲ ਆਪਣੇ ਪੈਰਾਂ ਨੂੰ ਨਹੀਂ ਛੂਹਣ ਦੇਵਾਂਗਾ।"

ਜੇ ਕਿਸੇ ਨੇ ਸਿੱਧੇ ਸਾਦੇ ਨਿਮਰ ਮਾਸਟਰ ਮਹਾਸ਼ਯ ਨੂੰ ਅਤੇ ਮੈਨੂੰ ਉਸ ਵਕਤ ਉਸ ਭੀੜ ਭਰੀ ਸੜਕ ਦੀ ਪਟੜੀ ਉੱਪਰ ਦੂਰੋਂ ਚਲਦਿਆਂ ਦੇਖਿਆ ਹੋਵੇਗਾ, ਤਾਂ ਉਸ ਨੂੰ ਜਰੂਰ ਸ਼ੱਕ ਪੈ ਗਿਆ ਹੋਵੇਗਾ, ਕਿ ਅਸੀਂ ਦੋਨੋਂ ਹੀ ਨਸ਼ੇ ਵਿਚ ਚੂਰ ਸੀ। ਮੈਨੂੰ ਲੱਗ

* ਵੈਬਸਟਰ ਦੀ ਨਿਊ ਇੰਟਰਨੈਸ਼ਨਲ ਡਿਕਸ਼ਨਰੀ (1934) ਵਿਚ ਕਿਹਾ ਗਿਆ ਹੈ, ਕਿ ਕਦੇ ਕਦੇ ਬਾਇਉਸਕੋਪ ਦੀ ਵਿਆਖਿਆ ਇਸ ਤਰ੍ਹਾਂ ਵੀ ਕੀਤੀ ਜਾ ਸਕਦੀ ਹੈ:- "ਜੀਵਨ ਦੀ ਝਾਕੀ, ਉਹ ਜੋ ਇਸ ਤਰ੍ਹਾਂ ਝਾਕੀ ਪੇਸ਼ ਕਰਦਾ ਹੈ।" ਇਸ ਵਾਸਤੇ ਮਾਸਟਰ ਮਹਾਸ਼ਯ ਨੇ ਜੋ ਸ਼ਬਦ ਉਸ ਵਕਤ ਪ੍ਰਯੋਗ ਵਿਚ ਲਿਆਂਦਾ ਸੀ, ਉਹ ਵਿਲੱਖਣ ਰੂਪ ਵਿਚ ਯਥਾਰਥਕ ਸੀ।

ਰਿਹਾ ਸੀ, ਸ਼ਾਮ ਦੇ ਚਾਨਣ ਵਿਚ ਰੰਗ ਬਦਲਦੇ ਪਰਛਾਵੇਂ ਵੀ ਸਾਡੀ ਹੀ ਤਰ੍ਹਾਂ ਪ੍ਰਮਾਤਮਾ ਦੇ ਨਸ਼ੇ ਵਿਚ ਡੁਬਦੇ ਜਾ ਰਹੇ ਸਨ।

ਨਿਮਾਣੇ ਸ਼ਬਦਾਂ ਨਾਲ, ਉਨ੍ਹਾਂ ਦੀ ਦਯਾਲਤਾ ਦਾ ਵਰਣਨ ਕਰਨ ਦੀ ਕੋਸ਼ਿਸ਼ ਕਰਦਿਆਂ, ਇਹ ਵਿਚਾਰ ਮੇਰੇ ਮਨ ਵਿਚ ਆਏ ਬਗੈਰ ਨਹੀਂ ਰਹਿ ਸਕਦਾ, ਕੀ ਮਾਸਟਰ ਮਹਾਸ਼ਯ ਅਤੇ ਹੋਰ ਸੰਤ ਮਹਾਤਮਾ, ਜਿਨ੍ਹਾਂ ਨੂੰ ਮੈਂ ਮਿਲਿਆ ਸੀ, ਕੀ ਉਹ ਉਸ ਵਕਤ ਜਾਣਦੇ ਸਨ, ਕਿ ਅਨੇਕ ਵਰ੍ਹਿਆਂ ਬਾਅਦ, ਮੈਂ ਪੱਛਮੀ ਦੇਸ਼ ਵਿਚ ਬੈਠ ਕੇ, ਭਗਤੀ ਰਸ ਨਾਲ ਗੜੂੰਦ, ਉਨ੍ਹਾਂ ਦੀਆਂ ਜੀਵਨ ਕਹਾਣੀਆਂ ਲਿਖੂੰਗਾ? ਜੇ ਉਨ੍ਹਾਂ ਨੂੰ ਇਸ ਦਾ ਪਹਿਲਾਂ ਹੀ ਗਿਆਨ ਹੋਵੇ, ਤਾਂ ਮੈਨੂੰ ਹੈਰਾਨੀ ਨਹੀਂ ਹੋਵੇਗੀ ਅਤੇ ਨਾ ਹੀ ਮੇਰੀ ਪੁਸਤਕ ਦੇ ਪਾਠਕਾਂ ਨੂੰ, ਜੋ ਇੱਥੋਂ ਤਕ ਮੇਰੇ ਨਾਲ ਰਹੇ ਹਨ।

ਸਾਰੇ ਧਰਮਾਂ ਦੇ ਸੰਤ ਮਹਾਤਮਾਵਾਂ ਨੇ ਈਸ਼ਵਰ ਦੇ ਆਤਮਿਕ ਪ੍ਰੇਮੀ ਦੀ ਸਧਾਰਨ ਧਾਰਨਾ ਨਾਲ ਹੀ ਦਰਸ਼ਨ ਕੀਤੇ ਹਨ ਕਿਉਂਕਿ ਪਰਮ ਸ਼ਕਤੀ ਨਿਰਗੁਣ (ਗੁਣ ਰਹਿਤ) ਅਤੇ ਅਚਿੰਤਨੀਯ (ਕਲਪਨਾ ਤੋਂ ਪਰੇ) ਹੈ। ਇਸ ਵਾਸਤੇ ਮਾਨਵੀ ਵਿਚਾਰ ਅਤੇ ਇੱਛਾ ਨੇ ਸਦਾ ਹੀ, ਉਸ ਨੂੰ ਦੇਵੀ ਮਾਤਾ ਦਾ ਰੂਪ ਦਿੱਤਾ ਹੈ। ਸਕਾਰ (ਸਗੁਣ ਪ੍ਰਮਾਤਮਾ) ਅਤੇ ਨਿਰਾਕਾਰ (ਨਿਰਗੁਮ ਬ੍ਰਹਮਾ) ਦੇ ਸਿਧਾਂਤਾਂ ਦਾ ਮੇਲ ਹਿੰਦੂ ਵਿਚਾਰਧਾਰਾ ਦੀ ਪ੍ਰਾਚੀਨ ਪ੍ਰਾਪਤੀ ਹੈ, ਜਿਸ ਦੀ ਵਿਆਖਿਆ ਵੇਦਾਂ ਅਤੇ ਸ਼੍ਰੀਮਦ ਭਗਵਤ ਗੀਤਾ ਵਿਚ ਕੀਤੀ ਗਈ ਹੈ। ਪਰਸਪਰ ਵਿਰੋਧੀ ਵਿਚਾਰਾਂ ਦਾ ਇਹ ਸਮਝੌਤਾ ਦਿਲ ਅਤੇ ਦਿਮਾਗ ਦੋਨਾਂ ਨੂੰ ਹੀ ਸੰਤੁਸ਼ਟ ਕਰਦਾ ਹੈ। ਭਗਤੀ ਅਤੇ ਗਿਆਨ ਮੂਲ ਤੌਰ ਤੇ ਇੱਕੋ ਹਨ। ਈਸ਼ਵਰ ਵਿਚ ਆਸਰਾ ਲੈਣਾ ਅਤੇ ਈਸ਼ਵਰ ਦੀ ਦਯਾ ਦ੍ਰਿਸ਼ਟੀ ਪ੍ਰਤੀ ਸੰਪੂਰਨ ਸਮਰਪਣ, ਮੂਲਤੌਰ ਤੇ ਸਰਬ ਉਚ ਗਿਆਨ ਦੇ ਮਾਰਗ ਹਨ।

ਮਾਸਟਰ ਮਹਾਸ਼ਯ ਅਤੇ ਬਾਕੀ ਸਾਰੇ ਸੰਤਾਂ ਦੀ ਨਿਮਰਤਾ ਇਸ ਮਾਨਤਾ ਤੋਂ ਉਪਜਦੀ ਹੈ ਕਿ ਉਹ ਪ੍ਰਮਾਤਮਾ ਦੇ ਉੱਪਰ ਪੂਰੀ ਤਰ੍ਹਾਂ ਨਿਰਭਰ ਸਨ, ਜੋ ਜੀਵਨ ਦਾ ਇੱਕੋ ਇੱਕ ਅਧਾਰ ਅਤੇ ਇਨਸਾਫ ਕਰਨ ਵਾਲਾ ਹੈ। ਪ੍ਰਮਾਤਮਾ ਦਾ ਅਸਲੀ ਸਰੂਪ ਆਨੰਦ ਹੈ, ਇਸ ਕਰ ਕੇ ਈਸ਼ਵਰ ਦੇ ਨਾਲ ਇੱਕ ਸੁਰ ਹੋਣਾ ਜਾਂ ਉਸ ਵਿਚ ਮਗਨ ਰਹਿਣ ਵਾਲਾ ਮਨੁੱਖ ਸਹਿਜੇ ਹੀ ਅਸੀਮ ਆਨੰਦ ਮਹਿਸੂਸ ਕਰਦਾ ਹੈ। "ਆਨੰਦ ਉਨ੍ਹਾਂ ਸਾਰੀਆਂ ਚੀਜ਼ਾਂ ਵਿਚੋਂ ਸਭ ਤੋਂ ਪਹਿਲਾਂ ਅਤੇ ਸਾਰਿਆਂ ਤੋਂ ਉੱਪਰ ਹੈ ਜਿਨ੍ਹਾਂ ਦੇ ਵਾਸਤੇ ਆਤਮਾ ਅਤੇ ਇੱਛਾ ਸ਼ਕਤੀ ਤੜਫਦੀ ਰਹਿੰਦੀ ਹੈ।"*

* ਸੇਂਟ ਜਾਨ ਆਫ ਦੀ ਕਰਾਸ, ਇਸ ਪਿਆਰੇ ਈਸਾਈ ਸੰਤ ਦੀ ਮੌਤ 1591 ਈ : ਵਿਚ ਹੋਈ ਸੀ। 1859 ਈ : ਵਿਚ, ਜਦੋਂ ਉਨ੍ਹਾਂ ਦੇ ਪਾਰਥਿਵ ਸਰੀਰ ਨੂੰ ਕਬਰ ਵਿਚੋਂ ਬਾਹਰ ਕਢਿਆ ਗਿਆ ਤਾਂ ਉਸ ਵਿਚ ਕਿਸੇ ਪ੍ਰਕਾਰ ਦੀ ਦੂਸ਼ਣਤਾ ਨਹੀਂ ਸੀ ਆਈ ਹੋਈ।

ਸਰ ਫਰਾਂਸਿਸ ਯੰਗਹਸਬੈਂਡ (ਅਟਲਾਂਟਿਕ ਮਾਸਿਕ, ਦਿਸੰਬਰ 1936) ਨੇ ਪਰਮ ਆਨੰਦ ਦੀ ਆਪਣੀ

ਹਰ ਇੱਕ ਯੁਗ ਵਿਚ ਸੰਤਾਂ ਨੇ ਸ਼ਿਸ਼ੂ ਸੁਲੱਭ ਭਾਵ ਨਾਲ ਦੇਵੀ ਮਾਤਾ ਨੂੰ ਪ੍ਰਾਪਤ ਕੀਤਾ ਹੈ ਅਤੇ ਉਨ੍ਹਾਂ ਸਾਰਿਆਂ ਨੇ ਕਿਹਾ, ਉਨ੍ਹਾਂ ਨੇ ਸਦਾ ਹੀ ਦੇਵੀ ਮਾਤਾ ਨੂੰ ਉਨ੍ਹਾਂ ਦੇ ਨਾਲ ਖੇਡਦਿਆਂ ਮਹਿਸੂਸ ਕੀਤਾ ਹੈ। ਮਾਸਟਰ ਮਹਾਸ਼ਯ ਦੇ ਜੀਵਨ ਵਿਚ ਮਹੱਤਵਹੀਨ ਅਤੇ ਮਹੱਤਵਪੂਰਨ ਮੌਕਿਆਂ ਉੱਪਰ ਵੀ, ਇਸ ਦੈਵੀ ਖੇਡ ਦੀਆਂ ਅਭੀਵਿਅਕਤੀਆਂ ਪ੍ਰਦਰਸ਼ਤ ਹੋਈਆਂ। ਈਸ਼ਵਰ ਦੀ ਨਜ਼ਰ ਵਿਚ ਕੁਝ ਵੀ ਛੋਟਾ ਜਾਂ ਵੱਡਾ ਨਹੀਂ ਹੁੰਦਾ। ਜੇ ਛੋਟੇ ਜਿਹੇ ਪ੍ਰਮਾਣੂ ਨੂੰ ਬਣਾਉਣ ਵਿਚ ਈਸ਼ਵਰ ਨੇ ਆਪਣੀ ਮਹਾਨ ਸੂਖਮ ਗਿਆਨ ਦੀ ਨਿਪੁੰਨਤਾ ਨੂੰ ਨਾ ਲਗਾਇਆ ਹੁੰਦਾ ਤਾਂ ਕੀ ਅਕਾਸ਼, ਅਭਿਜਿਤ ਅਤੇ ਸਵਾਤੀ (ਨਛੱਤਰ ਮੰਡਲ ਵਿਚ ਸਭ ਤੋਂ ਵਧ ਚਮਰਦਾਰ ਤਾਰਾ- ਸਵਾਤੀ) ਨਛੱਤਰਾਂ ਵਰਗੀਆਂ ਗੌਰਵਸ਼ਾਲੀ ਰਚਨਾਵਾਂ ਨੂੰ ਧਾਰਨ ਕਰਨ ਦੇ ਸਮਰੱਥ ਹੁੰਦਾ? 'ਮਹੱਤਵਹੀਨ' ਅਤੇ 'ਮਹੱਤਵਪੂਰਨ' ਦਾ ਭੇਦ ਈਸ਼ਵਰ ਵਾਸਤੇ ਨਿਸ਼ਚਿਤ ਤੌਰ ਤੇ ਬੇਮਤਲਬ ਹੈ, ਉਹ ਜਾਣਦਾ ਹੈ, ਕਿ ਕਿਤੇ ਇੱਕ ਸੂਈ ਦੇ ਵਿਗੋਚੇ ਪਿੱਛੇ ਪੂਰਾ ਬ੍ਰਹਿਮੰਡ ਹੀ ਨਾ ਢਹਿ ਢੇਰੀ ਹੋ ਜਾਵੇ।

ਵਿਅਕਤੀਗਤ ਅਨੁਭੂਤੀ ਦੇ ਬਾਰੇ ਕਿਹਾ ਹੈ। ਉਲਾਸ ਜਾਂ ਪ੍ਰਸੰਨਤਾ ਤੋਂ ਵੀ ਕਿਤੇ ਜਿਆਦਾ ਤੇਜ ਭਾਵਨਾ ਮੇਰੇ ਮਨ ਵਿਚ ਉੱਠੀ। ਮੈਂ ਪੂਰੇ ਆਨੰਦ ਨਾਲ ਪੂਰੀ ਤਰ੍ਹਾਂ ਆਤਮ ਵਿਭੋਰ ਹੋ ਗਿਆ ਅਤੇ ਇਸ ਅਵਰਣਨੀਯ ਅਤੇ ਅਕਥਨੀਯ (ਸ਼ਬਦਾਂ ਵਿਚ ਨਾ ਬਿਆਨ ਕੀਤੇ ਜਾ ਸਕਣ ਵਾਲੇ) ਆਨੰਦ ਨਾਲ ਹੀ ਸੰਸਾਰ ਦੀ ਵਾਸਤਵਿਕ ਚੰਗਿਆਈ ਦਾ ਗਿਆਨ, ਮੇਰੇ ਅੰਤਹਕਰਣ ਵਿਚ ਵਿਆਪਤ ਹੋ ਗਿਆ। ਮੈਨੂੰ ਬਗੈਰ ਕਿਸੇ ਸ਼ੱਕ ਦੇ ਇਹ ਵਿਸ਼ਵਾਸ ਹੋ ਗਿਆ ਕਿ ਲੋਕ ਦਿਲੋਂ ਚੰਗੇ ਹੁੰਦੇ ਹਨ, ਉਨ੍ਹਾਂ ਦੀਆਂ ਬੁਰਾਈਆਂ ਕੇਵਲ ਬਾਹਰੀ ਅਤੇ ਵਕਤੀ ਹੁੰਦੀਆਂ ਹਨ।

ਚੈਪਟਰ 10

ਆਪਣੇ ਗੁਰੂ ਸ਼੍ਰੀ ਯੁਕਤੇਸ਼ਵਰ ਜੀ ਨਾਲ ਮੁਲਾਕਾਤ

"ਪ੍ਰਮਾਤਮਾ ਉੱਪਰ ਵਿਸ਼ਵਾਸ ਕਰਨ ਨਾਲ ਕੋਈ ਵੀ ਚਮਤਕਾਰ ਹੋ ਸਕਦਾ ਹੈ ਸਿਵਾਇ ਇੱਕ ਦੇ, ਪੜ੍ਹਾਈ ਕੀਤੇ ਬਗੈਰ ਇਮਤਿਹਾਨ ਵਿਚ ਪਾਸ ਹੋਣਾ।" ਆਪਣਾ ਵਿਹਲਾ ਸਮਾਂ ਬਿਤਾਉਣ ਵਾਸਤੇ ਪੜ੍ਹਨ ਲਈ ਚੁੱਕੀ ਹੋਈ, ਉਹ ਪ੍ਰੇਰਨਾਦਾਇਕ ਕਿਤਾਬ, ਮੈਂ ਝੁੰਜਲਾ ਕੇ ਬੰਦ ਕਰ ਕੇ ਰੱਖ ਦਿੱਤੀ।

"ਲੇਖਕ ਦੀ ਅਸਹਿਮਤੀ, ਉਸ ਦੇ ਪ੍ਰਮਾਤਮਾ ਵਿਚ ਵਿਸ਼ਵਾਸ ਦੀ ਪੂਰੀ ਤਰ੍ਹਾਂ ਘਾਟ ਨੂੰ ਦਰਸਾਉਂਦੀ ਹੈ।" ਮੈਂ ਸੋਚਿਆ, "ਵਿਚਾਰਾ ਰਾਤ ਰਾਤ ਭਰ ਜਾਗ ਕੇ ਪੜ੍ਹਾਈ ਕਰਨ ਵਿਚ ਜਿਆਦਾ ਵਿਸ਼ਵਾਸ ਰੱਖਦਾ ਹੈ।"

ਮੈਂ ਪਿਤਾ ਜੀ ਨਾਲ ਇਹ ਵਾਅਦਾ ਕਰ ਰੱਖਿਆ ਸੀ ਕਿ ਮੈਂ ਆਪਣੀ ਹਾਈ ਸਕੂਲ ਦੀ ਪੜ੍ਹਾਈ ਜਰੂਰ ਪੂਰੀ ਕਰਾਂਗਾ। ਮੈਂ ਮਿਹਨਤੀ ਵਿਦਿਆਰਥੀ ਹੋਣ ਦਾ ਦਾਅਵਾ ਤਾਂ ਨਹੀਂ ਸੀ ਕਰ ਸਕਦਾ, ਕਿਉਂਕਿ ਮਹੀਨਿਆਂ ਤੇ ਮਹੀਨੇ ਲੰਘ ਗਏ ਸਨ, ਪਰ ਮੈਂ ਆਪਣੀ ਜਮਾਤ ਦੇ ਕਮਰੇ ਵਿਚ ਘੱਟ ਅਤੇ ਕੋਲਕਾਤਾ ਦੇ ਨਿਰਜਨ ਇਸ਼ਨਾਨ ਘਾਟਾਂ ਦੇ ਆਸ ਪਾਸ ਸੁੰਨ-ਮ-ਸਾਨ ਥਾਵਾਂ ਉੱਪਰ ਜਿਆਦਾ ਦਿਖਾਈ ਦਿੰਦਾ ਸੀ। ਉਨ੍ਹਾਂ ਘਾਟਾਂ ਦੇ ਨੇੜੇ ਸ਼ਮਸ਼ਾਨ ਘਾਟ, ਜੋ ਰਾਤ ਨੂੰ ਹੋਰ ਵੀ ਡਰਾਵਣੇ ਬਣ ਜਾਂਦੇ ਹਨ, ਯੋਗੀਆਂ ਨੂੰ ਬਹੁਤ ਜਿਆਦਾ ਖਿੱਚ ਪਾਉਂਦੇ ਹਨ। ਜਿਸ ਇਨਸਾਨ ਨੇ ਪਰਮ ਤੱਤ ਦੀ ਖੋਜ ਕਰਨੀ ਹੈ, ਉਹ ਸ਼ਮਸ਼ਾਨ ਘਾਟ ਵਿਚ ਰੁਲ ਰਹੀਆਂ ਸ਼ਿੰਗਾਰਵਿਹੀਨ ਨਰ ਖੋਪੜੀਆਂ ਨੂੰ ਦੇਖ ਕੇ ਭੈਅਭੀਤ ਨਹੀਂ ਹੁੰਦਾ। ਅਨੇਕ ਕਿਸਮ ਦੀਆਂ ਹੱਡੀਆਂ ਦੇ ਵਿਸ਼ਾਦਮਈ ਨਿਵਾਸ ਸਥਾਨ ਉੱਪਰ ਮਾਨਵੀ ਇਨਸਾਨ ਦੀ ਅਪੂਰਨਤਾ ਸਪਸ਼ਟ ਹੋ ਜਾਂਦੀ ਹੈ। ਇਸ ਤਰ੍ਹਾਂ ਮੇਰਾ ਰਾਤਾਂ ਦਾ ਜਗਰਾਤਾ ਵਿਦਿਆਰਥੀਆਂ ਦੇ ਜਗਰਾਤੇ ਤੋਂ ਕੁਝ ਵੱਖਰੀ ਤਰ੍ਹਾਂ ਦਾ ਹੁੰਦਾ ਸੀ।

ਹਿੰਦੂ ਹਾਈ ਸਕੂਲ ਦੇ ਸਲਾਨਾ ਇਮਤਿਹਾਨ ਦਾ ਹਫਤਾ ਬੜੀ ਤੇਜੀ ਨਾਲ ਨਜ਼ਦੀਕ ਆ ਰਿਹਾ ਸੀ। ਸ਼ਮਸ਼ਾਨਾਂ ਵਿਚ ਭੂਤਾਂ ਪ੍ਰੇਤਾਂ ਦੀ ਦਹਿਸ਼ਤ ਦੀ ਤਰ੍ਹਾਂ, ਇਹ ਇਮਤਿਹਾਨ ਦਾ ਸਮਾਂ ਵੀ ਇੱਕ ਮਾਨਸਿਕ ਦਹਿਸ਼ਤ ਪੈਦਾ ਕਰਦਾ ਹੈ, ਪਰ ਮੇਰਾ ਮਨ ਫਿਰ ਵੀ ਸ਼ਾਂਤ ਸੀ। ਭੂਤਾਂ ਪ੍ਰੇਤਾਂ ਦੀ ਖੌਫਜ਼ਦਾ ਦੁਨੀਆਂ ਵਿਚਦੀ ਵਿਚਰਦਿਆਂ, ਮੈਂ ਇਸ ਤਰ੍ਹਾਂ ਦੇ ਗਿਆਨ ਦੀ ਖੋਜ ਕਰ ਰਿਹਾ ਸੀ, ਜਿਹੜਾ ਸਕੂਲ ਦੀਆਂ ਜਮਾਤਾਂ ਵਿਚ ਨਹੀਂ ਸੀ ਮਿਲ

ਸਕਦਾ। ਪ੍ਰੰਤੂ ਮੇਰੇ ਕੋਲ ਸਵਾਮੀ ਪ੍ਰਣਵਾ ਨੰਦ ਜੀ ਵਾਲੀ ਕਲਾ ਕੁਸ਼ਲਤਾ ਨਹੀਂ ਸੀ, ਜੋ ਮੈਂ ਇੱਕੋ ਸਮੇਂ ਦੋ ਥਾਵਾਂ ਉੱਪਰ ਆਸਾਨੀ ਨਾਲ ਹਾਜ਼ਰ ਹੋ ਸਕਦਾ। ਮੇਰੀ ਦਲੀਲ ਇਹ ਸੀ, (ਅਫਸੋਸ ਹੈ ਬਹੁਤੇ ਲੋਕਾਂ ਨੂੰ ਇਹ ਦਲੀਲ ਹੀ ਨਹੀਂ ਲੱਗਦੀ) ਪ੍ਰਮਾਤਮਾ ਮੇਰੀ ਦੁਬਿਧਾ ਸਮਝਦੇ ਹਨ ਅਤੇ ਉਹ ਮੈਨੂੰ ਇਸ ਮੁਸੀਬਤ ਵਿਚੋਂ ਸਫਲਤਾ ਪੂਰਵਕ ਪਾਰ ਲੰਘਾ ਦੇਣਗੇ। ਇੱਕ ਸ਼ਰਧਾਲੂ ਦੀ ਤਰਕਵਿਹੀਨਤਾ ਪ੍ਰਮਾਤਮਾ ਦੁਆਰਾ ਹਜ਼ਾਰਾਂ ਵਾਰ ਦੁੱਖਾਂ ਅਤੇ ਮੁਸੀਬਤਾਂ ਦੇ ਮੌਕੇ ਹਾਜ਼ਰ ਹੋ ਕੇ ਛੁਟਕਾਰਾ ਦਵਾਉਣ ਵਾਲੇ ਵਿਆਖਿਆਹੀਨ ਕਾਰਨਾਮਿਆਂ ਦੇ ਪਰਦਰਸ਼ਨ ਤੋਂ ਪੈਦਾ ਹੋਈ ਹੁੰਦੀ ਹੈ।

"ਯਾਰ ਮੁਕੰਦ, ਅੱਜ ਕੱਲ੍ਹ ਤੇਰੇ ਦਰਸ਼ਨ ਹੀ ਨਹੀਂ ਹੁੰਦੇ," ਇੱਕ ਦਿਨ ਸ਼ਾਮ ਨੂੰ ਗੜ੍ਹਪਾਰ ਰੋਡ ਉੱਪਰ, ਅਚਾਨਕ ਹੀ ਮੇਰੀ ਮੁਲਾਕਾਤ, ਆਪਣੇ ਇੱਕ ਜਮਾਤੀ ਨਾਲ ਹੋ ਗਈ ਤਾਂ ਉਸ ਨੇ ਕਿਹਾ।

"ਯਾਰ ਨੰਤੂ, ਲੱਗਦਾ ਹੈ, ਸਕੂਲ ਵਿਚ ਮੇਰੀ ਗੈਰ ਹਾਜ਼ਰੀ ਨੇ ਨਿਸ਼ਚਿਤ ਤੌਰ ਤੇ ਮੈਨੂੰ ਮੁਸ਼ਕਿਲ ਸਥਿਤੀ ਵਿਚ ਪਾ ਦਿੱਤਾ ਹੈ।" ਉਸ ਦੀ ਪਿਆਰ ਭਰੀ ਨਜ਼ਰ ਦੇ ਅੱਗੇ ਮੈਂ ਆਪਣੇ ਦਿਲ ਦਾ ਭਾਰ ਹੌਲਾ ਕਰਨੋਂ ਨਾ ਰਹਿ ਸਕਿਆ।

ਨੰਤੂ ਜੋ ਇੱਕ ਤੇਜ ਦਿਮਾਗ ਅਤੇ ਹੁਸ਼ਿਆਰ ਵਿਦਿਆਰਥੀ ਸੀ, ਦਿਲ ਖੋਲ੍ਹ ਕੇ ਹੱਸਿਆ। ਆਖਰਕਾਰ, ਮੇਰੀ ਉਲਝਣ ਸੀ ਹੀ ਹਾਸੋਹੀਣੀ।

"ਸਲਾਨਾ ਇਮਤਿਹਾਨ ਵਾਸਤੇ ਤਾਂ ਤੂੰ ਬਿਲਕੁਲ ਹੀ ਤਿਆਰ ਨਹੀਂ ਲੱਗ ਰਿਹਾ," ਉਸ ਨੇ ਕਿਹਾ। "ਲੱਗਦਾ ਹੈ, ਹੁਣ ਮੈਨੂੰ ਹੀ ਤੇਰੀ ਮਦਦ ਕਰਨੀ ਪਵੇਗੀ।"

ਨੰਤੂ ਦੇ ਕਹੇ, ਇਹ ਸਹਿਜ ਸੁਭਾਵਿਕ ਸ਼ਬਦ ਮੇਰੇ ਵਾਸਤੇ, ਰੱਬੀ ਵਰਦਾਨ ਬਣ ਕੇ ਮੇਰੇ ਕੰਨਾਂ ਵਿਚ ਉੱਤਰੇ। ਉੱਦਮ ਅਤੇ ਉਤਸ਼ਾਹ ਦੇ ਨਾਲ, ਮੈਂ ਆਪਣੇ ਦੋਸਤ ਦੇ ਘਰ ਪਹੁੰਚ ਗਿਆ, ਉਸ ਨੇ ਬਹੁਤ ਸਾਰੇ ਸਵਾਲਾਂ ਦੇ ਜਵਾਬ, ਜਿਨ੍ਹਾਂ ਨੂੰ ਉਹ ਸਮਝਦਾ ਸੀ ਕਿ ਉਹ ਸਵਾਲ ਇਮਤਿਹਾਨ ਵਿਚ ਆ ਸਕਦੇ ਹਨ, ਮੈਨੂੰ ਸਮਝਾ ਦਿੱਤੇ।

"ਇਹ ਸਵਾਲ ਚੋਗੇ ਦੇ ਉਹ ਦਾਣੇ ਹਨ, ਜੋ ਅਨੇਕ ਭੋਲੇ ਭਾਲੇ ਵਿਦਿਆਰਥੀਆਂ ਨੂੰ ਇਮਤਿਹਾਨਾਂ ਵਿਚ ਉਲਝਾ ਲੈਣਗੇ। ਜੇ ਤੂੰ ਮੇਰੇ ਸਮਝਾਏ ਹੋਏ ਜਵਾਬਾਂ ਨੂੰ ਠੀਕ ਠੀਕ ਯਾਦ ਰੱਖ ਸਕਿਆ, ਤਾਂ ਇਮਤਿਹਾਨ ਵਿਚ ਤੇਰਾ ਸਫਲ ਹੋਣਾ ਯਕੀਨੀ ਹੈ।

ਜਦੋਂ ਮੈਂ ਉਸ ਦੇ ਘਰ ਤੋਂ ਵਾਪਸ ਆਉਣ ਵਾਸਤੇ ਬਾਹਰ ਨਿਕਲਿਆ, ਤਾਂ ਰਾਤ ਬਹੁਤ ਬੀਤ ਚੁੱਕੀ ਸੀ। ਉੱਧਾਰ ਦੀ ਮੰਗੀ ਵਿਦਵਤਾ ਨਾਲ ਫੁੱਲਿਆ ਹੋਇਆ, ਮੈਂ ਪੂਰੇ ਭਗਤੀ ਭਾਵ ਨਾਲ ਪ੍ਰਾਰਥਨਾ ਕਰ ਰਿਹਾ ਸੀ, ਕਿ ਅਗਲੇ ਕੁਝ ਦਿਨਾਂ ਵਾਸਤੇ ਇਹ ਸਾਰਾ ਕੁਝ ਮੈਨੂੰ ਯਾਦ ਰਹਿ ਜਾਵੇ। ਨੰਤੂ ਨੇ ਮੈਨੂੰ ਬਹੁਤ ਸਾਰੇ ਮਜ਼ਬੂਨਾਂ ਦੀ, ਇਮਤਿਹਾਨਾਂ ਵਾਸਤੇ

ਪੂਰੀ ਤਿਆਰੀ ਕਰਵਾ ਦਿੱਤੀ ਸੀ। ਪ੍ਰੰਤੂ ਸਮੇਂ ਦੀ ਘਾਟ ਕਾਰਨ, ਉਹ ਮੈਨੂੰ ਸੰਸਕਰਿਤ ਦੇ ਮਜ਼ਬੂਨ ਦੀ ਤਿਆਰੀ ਕਰਵਾਉਣੀ ਭੁੱਲ ਗਿਆ। ਮੈਂ ਉਤਸੁਕਤਾ ਨਾਲ ਪ੍ਰਮਾਤਮਾ ਨੂੰ ਇਸ ਗਲਤੀ ਦੀ ਯਾਦ ਦਵਾਉਂਦਿਆਂ ਪ੍ਰਾਰਥਨਾ ਕਰਨ ਲੱਗਿਆ।

ਅਗਲੇ ਦਿਨ ਸਵੇਰੇ ਸਵੇਰੇ ਝੂਮਦੇ ਕਦਮਾਂ ਨਾਲ ਤਾਲ ਮਿਲਾ ਕੇ ਸੈਰ ਕਰਦਿਆਂ ਕਰਦਿਆਂ, ਮੈਂ ਆਪਣੇ ਨਵੇਂ ਪ੍ਰਾਪਤ ਹੋਏ ਗਿਆਨ ਨੂੰ ਹਜ਼ਮ ਕਰਨ ਦੀ ਕੋਸ਼ਿਸ਼ ਕਰਦਾ ਜਾ ਰਿਹਾ ਸੀ, ਤਾਂ ਜਿਉਂ ਹੀ ਮੈਂ ਇੱਕ ਸਿੱਧਾ ਰਸਤਾ ਅਪਣਾਉਂਦਿਆਂ, ਕੋਨੇ ਤੇ ਪਏ ਘਾਹ ਦੇ ਪੱਤਿਆਂ ਉੱਪਰ ਦੀ ਚਲਣ ਲੱਗਿਆ, ਤਾਂ ਅਚਾਨਕ ਹੀ ਮੇਰੀ ਨਜ਼ਰ ਕੁਝ ਛਪੇ ਹੋਏ ਖਿਲਰੇ ਪਏ ਕਾਗਜ਼ਾਂ ਤੇ ਪਈ, ਜੋ ਮੈਂ ਜੇਤੂ ਛਲਾਂਗ ਲਾਉਂਦਿਆਂ ਝਪਟ ਲਏ। ਮੇਰਾ ਉਹ ਝਪਟਣਾ ਫਾਇਦੇਮੰਦ ਵੀ ਰਿਹਾ। ਮੇਰੇ ਹੱਥਾਂ ਵਿਚ ਸੰਸਕਰਿਤ ਦੇ ਸ਼ਲੋਕ ਸਨ। ਉਨ੍ਹਾਂ ਦੇ ਅਰਥਾਂ ਨੂੰ ਸਮਝਣ ਖਾਤਰ, ਮੈਂ ਇੱਕ ਵਿਦਵਾਨ ਪੰਡਤ ਨੂੰ ਫੜਿਆ। ਉਸ ਦੀ ਅਥਾਹ ਵਿਦਵਤਾ ਨੇ ਉਸ ਪ੍ਰਾਚੀਨ ਭਾਸ਼ਾ* ਦੀ ਗੂੜ੍ਹ ਗਹਿਰਾਈਆਂ ਨੂੰ ਸਮਝਾਉਂਦਿਆਂ, ਸਾਰਾ ਵਾਤਾਵਰਣ ਹੀ ਗੂੰਜਣ ਲਾ ਦਿੱਤਾ।

"ਇਨ੍ਹਾਂ ਅਸਧਾਰਨ ਸ਼ਲੋਕਾਂ ਦੇ ਅਰਥ, ਸੰਭਵ ਹੈ ਕਿ ਤੈਨੂੰ ਤੇਰੇ ਸੰਸਕਰਿਤ ਦੇ ਇਮਤਿਹਾਨ ਵਿਚ ਕੋਈ ਮਦਦ ਨਾ ਕਰ ਸਕਣ," ਉਸ ਵਿਦਵਾਨ ਪੰਡਤ ਨੇ ਉਨ੍ਹਾਂ ਸ਼ਲੋਕਾਂ ਉੱਪਰ ਨਿਸ਼ਚਿਤ ਤੌਰ ਤੇ ਸ਼ੰਕਾ ਪ੍ਰਗਟ ਕਰਦਿਆਂ ਕਿਹਾ।

ਪ੍ਰੰਤੂ ਉਸ ਖਾਸ ਕਵਿਤਾ ਦੇ ਸ਼ਲੋਕਾਂ ਦੀ ਵਿਆਖਿਆ ਦੀ ਜਾਣਕਾਰੀ ਨਾਲ, ਮੈਂ ਅਗਲੇ ਦਿਨ ਵਾਲੇ ਸੰਸਕਰਿਤ ਦੇ ਪੇਪਰ ਵਿਚੋਂ ਪਾਸ ਹੋਣ ਵਿਚ ਕਾਮਯਾਬ ਹੋ ਗਿਆ। ਨੰਤੂ ਨੇ ਵੀ ਆਪਣੀ ਸੂਝ ਬੂਝ ਨਾਲ ਜੋ ਮੈਨੂੰ ਤਿਆਰੀ ਕਰਵਾਈ ਸੀ, ਉਸ ਦੇ ਕਾਰਨ, ਬਾਕੀ ਮਜ਼ਬੂਨਾਂ ਵਿਚੋਂ ਵੀ ਪਾਸ ਹੋਣ ਯੋਗੇ ਨੰਬਰ ਮਿਲ ਗਏ।

ਪਿਤਾ ਜੀ ਇਸ ਗੱਲ ਤੋਂ ਖੁਸ਼ ਸਨ, ਕਿ ਮੈਂ ਹਾਈ ਸਕੂਲ ਤਕ ਦੀ ਪੜ੍ਹਾਈ ਪੂਰੀ ਕਰਨ ਦਾ ਆਪਣਾ ਵਾਅਦਾ ਨਿਭਾ ਦਿੱਤਾ ਸੀ। ਮੇਰਾ ਧੰਨਵਾਦ ਅਦ੍ਰਿਸ਼ ਪ੍ਰਮਾਤਮਾ ਦੇ ਪ੍ਰਤੀ ਸੀ, ਕਿਉਂਕਿ ਮੈਂ ਜਾਣਦਾ ਸੀ, ਇਹ ਕਿ ਸਿਰਫ ਪ੍ਰਮਾਤਮਾ ਦੀ ਪ੍ਰੇਰਨਾ ਦੇ ਕਾਰਨ ਹੀ ਮੈਂ ਨੰਤੂ ਦੇ ਘਰ ਪਹੁੰਚਿਆ ਸੀ ਅਤੇ ਸੁੰਨ-ਮ-ਸਾਨ ਰਸਤੇ ਚੋਂ ਕੂੜੇ ਦੇ ਢੇਰ ਵਿਚੋਂ ਪ੍ਰਮਾਤਮਾ ਦੇ ਪ੍ਰੇਰਨਾ ਨਾਲ ਉਹ ਸੰਸਕਰਿਤ ਦੇ ਸ਼ਲੋਕ ਲੱਭੇ ਸਨ। ਇਸ ਤਰ੍ਹਾਂ ਮੈਨੂੰ

* *ਸੰਸਕਰਿਤ:-* "ਸੰਵਾਰੀ ਹੋਈ, ਸੰਪੂਰਨ।" ਸੰਸਕਰਿਤ ਸਾਰੀਆਂ ਇੰਡੋ-ਯੂਰੋਪੀਅਨ ਭਾਸ਼ਾਵਾਂ ਦੀ ਵੱਡੀ ਭੈਣ ਹੈ। ਉਸ ਦੀ ਲਿੱਪੀ ਨੂੰ *ਦੇਵ-ਨਾਗਰੀ;* ਕਿਹਾ ਜਾਂਦਾ ਹੈ ਜਿਸ ਦਾ ਸ਼ਾਬਦਿਕ ਅਰਥ ਹੈ "ਦੇਵਤਿਆਂ ਦੇ ਨਗਰ ਦੀ। ਪ੍ਰਾਚੀਨ ਭਾਰਤ ਦੇ ਮਹਾਨ ਵਿਆਕਰਨ-ਕਰਤਾ, ਮਹਾਰਿਸ਼ੀ ਪਾਨਿਨੀ ਨੇ *ਸੰਸਕਰਿਤ* ਦੀ ਗਣਿਤ ਸ਼ਾਸਤਰੀਯ ਅਤੇ ਮਾਨਸ ਸ਼ਾਸਤਰੀਯ ਨਜ਼ਰ ਤੋਂ ਪੂਰਨਤਾ ਦਾ ਮਾਣ ਕਰਦਿਆਂ ਕਿਹਾ ਸੀ, "ਜੋ ਮੇਰੀ ਵਿਆਕਰਣ ਨੂੰ ਸਮਝ ਲਵੇਗਾ, ਉਹ ਪ੍ਰਮਾਤਮਾ ਨੂੰ ਸਮਝ ਲਵੇਗਾ। ਜੋ ਭਾਸ਼ਾ ਦੇ ਮੂਲ ਤਕ ਪਹੁੰਚ ਜਾਵੇਗਾ, ਉਹ ਸੱਚ ਮੁੱਚ ਹੀ ਸਰਬਗਿਆਤਾ ਬਣ ਜਾਵੇਗਾ।"

ਉਸ ਹਾਲਤ ਚੋਂ ਉਬਾਰਨ ਵਾਸਤੇ ਪ੍ਰਮਾਤਮਾ ਨੇ ਆਪਣੀ ਲੀਲਾ ਕਰਦਿਆਂ ਠੀਕ ਸਮੇਂ ਉੱਪਰ ਆਪਣੀ ਯੋਜਨਾ ਦਾ ਦੂਹਰਾ ਪ੍ਰਦਰਸ਼ਨ ਕੀਤਾ ਸੀ।

ਨਿਰਰਥਕ ਸਮਝ ਕੇ ਰੱਖ ਦਿੱਤੀ ਗਈ, ਉਸ ਪੁਸਤਕ ਉੱਪਰ ਮੈਂ ਇੱਕ ਵਾਰ ਫਿਰ ਨਜ਼ਰ ਮਾਰੀ, ਜਿਸ ਦੇ ਲੇਖਕ ਨੇ ਇਮਤਿਹਾਨ ਹਾਲ ਵਿਚ ਈਸ਼ਵਰ ਦੀ ਮਹੱਤਤਾ ਨੂੰ ਨਕਾਰ ਦਿੱਤਾ ਸੀ। ਮੇਰੇ ਮਨ ਵਿਚ ਉੱਠੇ ਇਸ ਵਿਚਾਰ ਉੱਪਰ, ਮੈਂ ਆਪਣਾ ਹਾਸਾ ਨਾ ਰੋਕ ਸਕਿਆ।

"ਜੇ ਮੈਂ ਇਸ ਪੁਸਤਕ ਦੇ ਲੇਖਕ ਨੂੰ ਦੱਸ ਦੇਵਾਂ, ਕਿ ਸ਼ਮਸ਼ਾਨ ਭੂਮੀ ਵਿਚ ਮਿਰਤਕ ਸਰੀਰਾਂ ਦੀ ਰਾਖ ਵਿਚ ਬੈਠ ਕੇ ਈਸ਼ਵਰ ਦਾ ਧਿਆਨ ਕਰਨਾ ਹਾਈ ਸਕੂਲ ਦੇ ਇਮਤਿਹਾਨ ਪਾਸ ਕਰਨ ਦਾ ਸਭ ਤੋਂ ਸੌਖਾ ਤਰੀਕਾ ਹੈ, ਤਾਂ ਉਸ ਵਿਚਾਰੇ ਦੀਆਂ ਉਲਝਣਾਂ ਹੋਰ ਵਧ ਜਾਣਗੀਆਂ।

ਮੈਂ ਆਪਣੇ ਇਸ ਨਵੇਂ ਗੌਰਵ ਦੇ ਨਾਲ, ਹੁਣ ਖੁੱਲ੍ਹੇ ਰੂਪ ਵਿਚ ਘਰ ਛੱਡਣ ਦੀ ਤਿਆਰੀ ਕਰ ਰਿਹਾ ਸੀ। ਮੈਂ ਅਤੇ ਜਿਤੇਂਦਰ ਮਜ਼ੂਮਦਾਰ*, ਜੋ ਕਿ ਮੇਰੀ ਹੀ ਉਮਰ ਦਾ ਮਿੱਤਰ ਸੀ, ਨੇ ਮਿਲ ਕੇ ਵਾਰਾਣਸੀ ਦੇ ਇੱਕ ਆਸ਼ਰਮ, ਸ਼੍ਰੀ ਭਾਰਤ ਧਰਮ ਮਹਾ-ਮੰਡਲ ਵਿਚ ਜਾ ਕੇ ਉੱਥੇ ਰਹਿਣ ਅਤੇ ਅਧਿਆਤਮਿਕ ਸਿੱਖਿਆ ਲੈਣ ਦਾ ਫੈਸਲਾ ਕੀਤਾ ਸੀ।

ਆਪਣੇ ਘਰ ਦੇ ਪਰਿਵਾਰਕ ਮੈਂਬਰਾਂ ਤੋਂ ਵਿਛੜਨ ਦੇ ਸੰਭਾਵਿਤ ਵਿਚਾਰ ਕਰ ਕੇ ਮੈਨੂੰ ਘੋਰ ਉਦਾਸੀ ਨੇ ਘੇਰ ਲਿਆ। ਮਾਂ ਦੀ ਮੌਤ ਤੋਂ ਬਾਅਦ ਮੇਰਾ ਦੋ ਛੋਟੇ ਭਰਾਵਾਂ ਸਾਨੰਦ ਅਤੇ ਬਿਸ਼ਨੂੰ ਅਤੇ ਸਭ ਤੋਂ ਛੋਟੀ ਭੈਣ ਥਾਮੂ ਨਾਲ ਗੂੜ੍ਹਾ ਪਿਆਰ ਪਣਪ ਗਿਆ ਸੀ। ਮੈਂ ਛੇਤੀ ਛੇਤੀ ਆਪਣੇ ਏਕਾਂਤ ਚੁਬਾਰੇ ਵਿਚ ਪਹੁੰਚ ਗਿਆ, ਜੋ ਮੇਰੀ ਵਿਆਕੁਲਤਾ ਦੇ ਸਮਿਆਂ ਵਿਚ *ਸਾਧਨਾ*† ਦਾ ਅਨੇਕ ਵਾਰ ਮੇਰਾ ਗਵਾਹ ਰਿਹਾ ਸੀ। ਲਗਾਤਾਰ ਦੋ ਘੰਟਿਆਂ ਤਕ ਅੱਥਰੂ ਵਹਾਉਣ ਤੋਂ ਬਾਅਦ, ਮੈਂ ਆਪਣੇ ਆਪ ਨੂੰ ਬਿਲਕੁਲ ਹੀ ਨਵੇਂ ਨਰੋਏ ਰੂਪ ਵਿਚ ਇਸ ਤਰ੍ਹਾਂ ਬਦਲਿਆ ਹੋਇਆ ਮਹਿਸੂਸ ਕੀਤਾ, ਜਿਵੇਂ ਕਿਸੇ ਚਮਤਕਾਰਕ ਪ੍ਰਕਿਰਿਆ ਨਾਲ ਮੇਰਾ ਸ਼ੁੱਧੀਕਰਨ ਹੋ ਗਿਆ ਹੋਵੇ। ਸਾਰੀ ਮੋਹ ਮਮਤਾ ਖੰਭ ਲਾ ਕੇ ਉੱਡ ਗਈ। ਮਿੱਤਰਾਂ ਦੇ ਮਿੱਤਰ ਈਸ਼ਵਰ ਨੂੰ ਢੂੰਡਣ ਦਾ ਮੇਰਾ ਨਿਸ਼ਚਾ ਹੋਰ ਪੱਕਾ ਹੋ ਗਿਆ।‡

* ਇਹ ਜਿਤੇਂਦਰ, ਉਹ ਜਤਿਨਦਾ ਨਹੀਂ ਸੀ (ਜਤਿਨ ਘੋਸ਼), ਜੋ ਹਿਮਾਲਿਆ ਪਹਾੜ ਤੇ ਭੱਜਣ ਦੇ ਵਕਤ ਵਰਦਮਾਨ ਸਟੇਸ਼ਨ ਤੋਂ ਬਾਘਾਂ ਤੋਂ ਡਰਦਾ ਮਾਰਿਆ ਨੱਠ ਆਇਆ ਸੀ।

† ਪ੍ਰਮਾਤਮਾ ਪ੍ਰਾਪਤੀ ਦਾ ਰਸਤਾ ਜਾਂ ਮਾਰਗ।

‡ ਹਿੰਦੂ ਸ਼ਾਸਤਰਾਂ ਵਿਚ ਕਿਹਾ ਗਿਆ ਹੈ, ਕਿ ਜੇ ਕਰ ਪਰਿਵਾਰਕ ਪਿਆਰ, ਸਾਰੇ ਵਰਦਾਨਾਂ ਦੇ ਦੇਣ ਵਾਲੇ ਪ੍ਰਮਾਤਮਾ-ਜਿਨ੍ਹਾਂ ਵਰਦਾਨਾਂ ਵਿਚ ਸਕੇ ਸਬੰਧੀਆਂ ਦਾ ਪਿਆਰ ਵੀ ਸ਼ਾਮਲ ਹੈ, ਆਪਣੀ ਖੁਦ ਦੀ ਜ਼ਿੰਦਗੀ ਬਾਰੇ ਤਾਂ ਕਹਿਣਾ ਹੀ ਕੀ ਹੈ, ਨੂੰ ਪ੍ਰਾਪਤ ਕਰਨ ਵਾਸਤੇ ਰੁਕਾਵਟ ਬਣਦਾ ਹੈ, ਤਾਂ ਇਹ ਪਿਆਰ ਮਾਇਆ ਹੈ। ਈਸਾ ਮਸੀਹ ਨੇ ਵੀ ਇਸੇ ਤਰ੍ਹਾਂ ਕਿਹਾ ਸੀ, "ਜੋ ਮੇਰੇ ਨਾਲੋਂ ਜਿਆਦਾ ਆਪਣੇ ਮਾਤਾ ਜਾਂ ਪਿਤਾ ਨਾਲ ਪਿਆਰ ਕਰਦਾ

"ਮੈਂ ਤੈਨੂੰ ਆਖਰੀ ਵਾਰ ਕਹਿੰਦਾ ਹਾਂ," ਪਿਤਾ ਜੀ ਨੇ ਬਹੁਤ ਦੁਖੀ ਦਿਲ ਨਾਲ ਕਿਹਾ। ਜਦੋਂ ਮੈਂ ਉਨ੍ਹਾਂ ਕੋਲ ਵਾਰਾਣਸੀ ਜਾਣ ਵਾਸਤੇ ਅਸ਼ੀਰਵਾਦ ਲੈਣ ਵਾਸਤੇ ਖੜ੍ਹਾ ਸੀ। "ਤੂੰ ਮੇਰਾ ਅਤੇ ਆਪਣੇ ਦੁਖੀ ਛੋਟੇ ਭੈਣ ਭਰਾਵਾਂ ਦਾ ਤਿਆਗ ਨਾ ਕਰ।"

"ਪਿਆਰੇ ਪਿਤਾ ਜੀ, ਮੈਂ ਕਿਹੜੇ ਸ਼ਬਦਾਂ ਨਾਲ, ਆਪ ਦੇ ਪ੍ਰਤੀ ਆਪਣਾ ਪਿਆਰ ਪ੍ਰਦਰਸ਼ਤ ਕਰਾਂ? ਪ੍ਰੰਤੂ ਪਰਮਪਿਤਾ ਪ੍ਰਮਾਤਮਾ ਵਾਸਤੇ ਮੇਰਾ ਪਿਆਰ, ਉਸ ਤੋਂ ਵੀ ਕਿਤੇ ਡੂੰਘਾ ਹੈ, ਜਿਸ ਨੇ ਮੈਨੂੰ ਆਪ ਵਰਗੇ ਮਹਾਨ ਸੰਸਾਰਕ ਪਿਤਾ ਦੀ ਸੌਗਾਤ ਦਿੱਤੀ ਹੈ। ਮੈਨੂੰ ਜਾਣ ਦਿਉ, ਤਾਂ ਕਿ ਮੈਂ ਇੱਕ ਦਿਨ ਆਤਮ ਗਿਆਨ ਪ੍ਰਾਪਤ ਕਰ ਕੇ ਫਿਰ ਆਪ ਦੇ ਕੋਲ ਵਾਪਸ ਪਰਤ ਸਕਾਂ।"

ਪਿਤਾ ਜੀ ਦੀ ਅਣਇਛੁੱਕ ਰਜ਼ਾਮੰਦੀ ਨਾਲ, ਮੈਂ ਵਾਰਾਣਸੀ ਆਸ਼ਰਮ ਵਿਚ ਪਹਿਲਾਂ ਤੋਂ ਮੌਜੂਦ ਜਿਤੇਂਦਰ ਨਾਲ ਸ਼ਾਮਲ ਹੋਣ ਵਾਸਤੇ ਚੱਲ ਪਿਆ। ਮੇਰੇ ਪਹੁੰਚਣ ਤੇ, ਆਸ਼ਰਮ ਦੇ ਕਰਤਾ ਧਰਤਾ ਨੌਜਵਾਨ ਸੰਨਿਆਸੀ ਦਯਾ ਨੰਦ ਜੀ ਨੇ, ਮੇਰਾ ਤਹਿ ਦਿਲੋਂ ਸੁਆਗਤ ਕੀਤਾ। ਵਿਚਾਰਵਾਨ ਸੁਭਾਅ, ਲੰਬੇ ਅਤੇ ਪਤਲੇ ਸੰਨਿਆਸੀ ਤੋਂ ਮੈਂ ਬਹੁਤ ਜਿਆਦਾ ਪ੍ਰਭਾਵਿਤ ਹੋਇਆ। ਉਨ੍ਹਾਂ ਦੇ ਗੋਰੇ ਚਿੱਟੇ ਚਿਹਰੇ ਉੱਪਰ ਮਹਾਤਮਾ ਬੁੱਧ ਵਰਗੀ ਸ਼ਾਂਤੀ ਅਤੇ ਠਰ੍ਹਮਾ ਸੀ।

ਮੈਂ ਖੁਸ਼ ਸੀ ਕਿ ਇੱਥੇ ਨਵੇਂ ਘਰ ਵਿਚ ਵੀ ਮੈਨੂੰ ਇੱਕ ਵੱਖਰਾ ਕਮਰਾ ਮਿਲਿਆ ਹੋਇਆ ਸੀ। ਜਿੱਥੇ ਮੈਂ ਸਵੇਰੇ ਸ਼ਾਮ ਧਿਆਨ ਕਰ ਸਕਦਾ ਸੀ। ਆਸ਼ਰਮਵਾਸੀਆਂ ਨੂੰ ਧਿਆਨ ਅਭਿਆਸ ਦਾ ਕੋਈ ਖਾਸ ਗਿਆਨ ਨਹੀਂ ਸੀ। ਉਨ੍ਹਾਂ ਦੇ ਵਿਚਾਰ ਮੁਤਾਬਿਕ ਮੈਨੂੰ ਸਾਰਾ ਵਕਤ ਆਸ਼ਰਮ ਦੇ ਸੰਗਠਨਾਤਮਕ ਕੰਮਾਂ ਵਿਚ ਲਗਾਉਣਾ ਚਾਹੀਦਾ ਸੀ। ਸ਼ਾਮ ਨੂੰ ਮੈਂ ਆਸ਼ਰਮ ਦੇ ਦਫਤਰ ਵਿਚ ਕੰਮ ਕਰਦਾ ਸੀ, ਜਿਸ ਕਰਕੇ ਮੇਰੇ ਦੁਆਰਾ ਕੀਤੇ ਗਏ ਕੰਮਾਂ ਦੀ ਉਹ ਤਾਰੀਫ ਕਰਦੇ ਸਨ।

"ਪ੍ਰਮਾਤਮਾ ਨੂੰ ਇੰਨੀ ਛੇਤੀ ਪਕੜਨ ਦੀ ਕੋਸ਼ਿਸ਼ ਨਾ ਕਰ।" ਇੱਕ ਦਿਨ ਸਵੇਰੇ ਸਵੇਰੇ, ਜਦੋਂ ਮੈਂ ਆਪਣੇ ਕਮਰੇ ਵਿਚ ਧਿਆਨ ਕਰਨ ਜਾ ਰਿਹਾ ਸੀ ਤਾਂ ਇੱਕ ਆਸ਼ਰਮਵਾਸੀ ਨੇ ਮੇਰਾ ਮਖੌਲ ਉਡਾਉਂਦਿਆਂ ਕਿਹਾ। ਮੈਂ ਦਯਾ ਨੰਦ ਜੀ ਕੋਲ ਗਿਆ ਜਿਹੜੇ ਉਸ ਵਕਤ ਗੰਗਾ ਦੇ ਕਿਨਾਰੇ ਦਾ ਨਜ਼ਾਰਾ ਪੇਸ਼ ਕਰਦੇ, ਆਪਣੇ ਛੋਟੇ ਜਿਹੇ ਕਮਰੇ ਵਿਚ ਰੁਝੇ ਹੋਏ ਸਨ।

"ਸਵਾਮੀ ਜੀ, ਮੈਨੂੰ ਸਮਝ ਨਹੀਂ ਆਉਂਦੀ, ਕਿ ਇੱਥੇ ਆਸ਼ਰਮ ਵਿਚ ਮੈਥੋਂ ਕਿਹੜਾ ਕੰਮ ਕਰਨ ਦੀ ਆਸ ਕੀਤੀ ਜਾਂਦੀ ਹੈ। ਮੈਨੂੰ ਪ੍ਰਮਾਤਮਾ ਦੇ ਪ੍ਰਤੱਖ ਦਰਸ਼ਨ ਕਰਨ ਦੀ ਇੱਛਾ ਹੈ। ਉਸ ਤੋਂ ਇਲਾਵਾ, ਮੈਂ ਕਿਸੇ ਹੋਰ ਚੀਜ਼ ਨਾਲ ਸਤੁੰਸ਼ਟ ਨਹੀਂ ਹੋ ਸਕਦਾ। ਨਾ ਚੰਗੇ ਕੰਮਾਂ ਨਾਲ, ਨਾ ਹੀ ਉਨ੍ਹਾਂ ਦੇ ਕਰਨ ਨਾਲ ਅਤੇ ਨਾ ਹੀ ਉਨ੍ਹਾਂ ਦੇ ਸਿਧਾਂਤਾਂ ਨਾਲ।"

ਹੈ, ਉਹ ਮੇਰੇ ਯੋਗ ਨਹੀਂ ਹੈ।" *ਮੈਥਯੂ* 10:37 (ਬਾਈਬਲ)

ਭਗਵਾ ਬਾਣਾ ਧਾਰੀ ਸਵਾਮੀ ਜੀ ਨੇ ਪਿਆਰ ਨਾਲ ਮੇਰਾ ਮੋਢਾ ਥਪਥਪਾਇਆ ਅਤੇ ਨੇੜੇ ਹੀ ਖੜ੍ਹੇ ਆਪਣੇ ਸ਼ਗਿਰਦਾਂ ਨੂੰ ਡਾਂਟ ਫਟਕਾਰ ਦਾ ਢੌਂਗ ਕਰਦਿਆਂ, ਉਨ੍ਹਾਂ ਨੂੰ ਡਾਂਟਿਆ, "ਮੁਕੰਦ ਨੂੰ ਪ੍ਰੇਸ਼ਾਨ ਨਾ ਕਰੋ, ਸਾਡੇ ਤੌਰ ਤਰੀਕੇ ਉਹ ਹੌਲੀ ਹੌਲੀ ਸਿਖ ਜਾਵੇਗਾ।"

ਮੈਂ ਆਪਣੀ ਸ਼ੰਕਾ, ਸੱਭਿਆਪੂਰਵਕ ਆਪਣੇ ਅੰਦਰ ਹੀ ਛੁਪਾ ਲਈ। ਸਿਖਿਆਰਥੀ ਵੀ ਕਮਰੇ ਵਿਚੋਂ ਬਾਹਰ ਚਲੇ ਗਏ। ਡਾਂਟ ਫਟਕਾਰ ਦਾ ਉਨ੍ਹਾਂ ਤੇ ਕੋਈ ਅਸਰ ਮੈਨੂੰ ਪ੍ਰਤੀਤ ਨਾ ਹੋਇਆ।

ਹੁਣ ਦਯਾ ਨੰਦ ਜੀ ਮੈਨੂੰ ਕਹਿਣ ਲੱਗੇ, "ਮੁਕੰਦ ਮੈਂ ਦੇਖ ਰਿਹਾਂ ਹਾਂ, ਕਿ ਤੇਰੇ ਪਿਤਾ ਜੀ ਤੈਨੂੰ ਨਿਯਮਿਤ ਤੌਰ ਤੇ ਪੈਸੇ ਭੇਜਦੇ ਰਹਿੰਦੇ ਹਨ। ਉਹ ਪੈਸੇ, ਉਨ੍ਹਾਂ ਨੂੰ ਵਾਪਸ ਕਰ ਦੇ। ਇੱਥੇ ਤੈਨੂੰ ਕਿਸੇ ਪੈਸੇ ਧੇਲੇ ਦੀ ਜ਼ਰੂਰਤ ਨਹੀਂ ਹੈ। ਤੇਰੇ ਵਾਸਤੇ ਦੂਸਰਾ ਨਿਯਮ ਖਾਣੇ ਸਬੰਧੀ ਪਾਲਣ ਕਰਨ ਵਾਸਤੇ ਹੈ। ਭਾਵੇਂ ਤੈਨੂੰ ਕਿੰਨੀ ਵੀ ਭੁੱਖ ਕਿਉਂ ਨਾ ਲੱਗੀ ਹੋਵੇ, ਉਸ ਦੇ ਸਬੰਧ ਵਿਚ ਤੂੰ ਕਿਸੇ ਕੋਲ ਵੀ ਜ਼ਿਕਰ ਨਹੀਂ ਕਰਨਾ।"

ਇਹ ਹੁਣ ਮੈਨੂੰ ਪਤਾ ਨਹੀਂ, ਕਿ ਉਸ ਵਕਤ ਮੇਰੀਆਂ ਅੱਖਾਂ ਵਿਚ ਭੁੱਖ ਚਮਕ ਰਹੀ ਸੀ ਜਾਂ ਨਹੀਂ, ਪਰ ਇੰਨਾ ਮੈਨੂੰ ਜਰੂਰ ਪਤਾ ਸੀ, ਕਿ ਉਸ ਵਕਤ ਮੈਨੂੰ ਭੁੱਖ ਲੱਗੀ ਹੋਈ ਸੀ। ਆਸ਼ਰਮ ਵਿਚ ਦਿਨ ਦੇ ਪਹਿਲੇ ਖਾਣੇ ਦਾ ਸਮਾਂ ਬਾਰਾਂ ਵਜੇ ਦੁਪਹਿਰ ਦਾ ਸੀ।

ਤਿੰਨ ਘੰਟਿਆਂ ਦਾ ਫਰਕ ਦਿਨੋ ਦਿਨ ਮੈਨੂੰ ਹੋਰ ਵੀ ਔਕੜਾਂ ਭਰਿਆ ਲੱਗਣ ਲੱਗ ਪਿਆ ਸੀ। ਕੋਲਕਾਤਾ ਦੇ ਉਹ ਦਿਨ ਚਲੇ ਗਏ ਸਨ, ਜਦੋਂ ਦਸ ਮਿੰਟ ਦੀ ਦੇਰੀ ਪਿੱਛੇ, ਮੈਂ ਰਸੋਈਏ ਦੀ ਝਾੜ ਝੰਬ ਕਰ ਦਿਆ ਕਰਦਾ ਸੀ। ਹੁਣ ਮੈਂ ਆਪਣੀ ਭੁੱਖ ਨੂੰ ਕਾਬੂ ਕਰਨ ਦੇ ਯਤਨ ਕਰਨੇ ਸ਼ੁਰੂ ਕਰ ਦਿੱਤੇ ਸਨ। ਮੈਂ ਚੌਵੀ ਘੰਟਿਆਂ ਦਾ ਵਰਤ ਰੱਖਿਆ ਅਤੇ ਦੁਗਣੇ ਉਤਸ਼ਾਹ ਨਾਲ ਦੂਜੇ ਦਿਨ ਦੁਪਹਿਰ ਦੇ ਭੋਜਨ ਦੀ ਇੰਤਜ਼ਾਰ ਕਰਨ ਲੱਗਿਆ।

"ਦਯਾ ਨੰਦ ਜੀ ਦੀ ਗੱਡੀ ਲੇਟ ਹੈ ਅਤੇ ਜਦੋਂ ਤਕ ਦਯਾ ਨੰਦ ਜੀ ਆ ਨਹੀਂ ਜਾਂਦੇ, ਉਦੋਂ ਤਕ ਅਸੀਂ ਭੋਜਨ ਨਹੀਂ ਕਰ ਸਕਦੇ," ਜਿਤੇਂਦਰ ਮੇਰੇ ਵਾਸਤੇ ਇਹ ਬੁਰੀ ਖਬਰ ਲੈ ਕੇ ਆਇਆ। ਲਗਾਤਾਰ ਦੋ ਹਫਤਿਆਂ ਤੋਂ ਬਾਹਰ ਰਹਿਣ ਤੋਂ ਬਾਅਦ ਸਵਾਮੀ ਜੀ ਦੀ ਵਾਪਸੀ ਦੇ ਸੁਆਗਤਅਰਥ ਕਈ ਤਰ੍ਹਾਂ ਦੇ ਪਕਵਾਨ ਬਣਾਏ ਜਾ ਰਹੇ ਸਨ, ਜਿਸ ਨਾਲ ਸਾਰੇ ਵਾਤਾਵਰਣ ਵਿਚ ਭੁੱਖ ਚਮਕਾਉਣ ਵਾਲੀ ਸੁਗੰਧ ਫੈਲ ਰਹੀ ਸੀ। ਨਿਗਲਣ ਲਈ ਹੋਰ ਕੁਝ ਵੀ ਨਾ ਮਿਲਣ ਕਾਰਨ, ਹੁਣ ਮੇਰੇ ਕੋਲ ਕੱਲ੍ਹ ਦੇ ਵਰਤ ਦੇ ਫੋਕੇ ਅਭਿਮਾਨ ਤੋਂ ਇਲਾਵਾ ਰਹਿ ਹੀ ਕੀ ਗਿਆ ਸੀ?

"ਓ ਰੱਬਾ, ਗੱਡੀ ਛੇਤੀ ਆ ਜਾਵੇ।" ਮੈਂ ਸੋਚਿਆ ਕਿ ਆਪਣੀ ਭੁੱਖ ਦੇ ਬਾਰੇ ਕਿਸੇ ਕੋਲ ਜ਼ਿਕਰ ਨਾ ਕਰਨ ਦੇ ਮਨਾਹੀ ਦੇ ਹੁਕਮਾਂ ਵਿਚ, ਪ੍ਰਮਾਤਮਾ ਨੂੰ ਤਾਂ ਨਿਸ਼ਚਿਤ ਤੌਰ

ਤੇ ਸ਼ਾਮਲ ਨਹੀਂ ਕੀਤਾ ਗਿਆ ਹੋਵੇਗਾ। ਪਰ ਲੱਗ ਰਿਹਾ ਸੀ ਕਿ ਪ੍ਰਮਾਤਮਾ ਦਾ ਧਿਆਨ ਵੀ ਉਸ ਵਕਤ ਕਿਸੇ ਹੋਰ ਪਾਸੇ ਸੀ। ਘੜੀ ਆਪਣੇ ਚਾਲੇ ਚਲਦਿਆਂ, ਘੰਟਿਆਂ ਤੇ ਘੰਟੇ ਵਜਾ ਰਹੀ ਸੀ। ਜਦੋਂ ਸਾਡੇ ਆਸ਼ਰਮ ਦੇ ਮੁੱਖੀ ਨੇ, ਮੁੱਖ ਦਰਵਾਜ਼ੇ ਵਿਚ ਪਰਵੇਸ਼ ਕੀਤਾ, ਤਾਂ ਰਾਤ ਦਾ ਅਨ੍ਹੇਰਾ ਉੱਤਰ ਰਿਹਾ ਸੀ। ਮੈਂ ਖੁਸ਼ੀਆਂ ਭਰੀ ਗਰਮ ਜੋਸ਼ੀ ਨਾਲ ਸਵਾਮੀ ਜੀ ਦਾ ਸੁਆਗਤ ਕੀਤਾ।

"ਦਯਾ ਨੰਦ ਜੀ ਪਹਿਲਾਂ ਇਸ਼ਨਾਨ ਕਰਨਗੇ, ਫਿਰ ਧਿਆਨ ਕਰਨਗੇ, ਤਾਂ ਕਿਤੇ ਜਾ ਕੇ ਖਾਣਾ ਪਰੋਸਿਆ ਜਾਵੇਗਾ।" ਜਿਤੇਂਦਰ ਫਿਰ ਇੱਕ ਬਦਸ਼ਗਨੇ ਪੰਛੀ ਦੀ ਤਰ੍ਹਾਂ ਇਹ ਖਬਰ ਲਿਆਇਆ।

ਮੈਂ ਲਗ ਭਗ ਜਮੀਨ ਤੇ ਧੜੰਮ ਕਰ ਕੇ ਡਿਗਣ ਵਾਂਗ ਹੋ ਗਿਆ। ਵਰਤ ਰੱਖਣ ਦਾ ਤਜਰਬਾ, ਮੇਰੇ ਨੌਜਵਾਨ ਪੇਟ ਵਾਸਤੇ ਨਵਾਂ ਨਵਾਂ ਸੀ। ਢਿੱਡ ਵਿਚ ਨੱਚਣ ਵਾਲੇ ਭੁੱਖ ਦੇ ਚੂਹੇ, ਉਸ ਨੂੰ ਕੁਤਰਨ ਲੱਗ ਪਏ ਸਨ ਅਤੇ ਢਿੱਡ ਪੂਰੀ ਤਰ੍ਹਾਂ ਨਾਲ ਬਗਾਵਤ ਉੱਤੇ ਉਤਾਰੂ ਸੀ। ਭੁੱਖ ਨਾਲ ਮਰਦਿਆਂ ਦੀਆਂ ਤਸਵੀਰਾਂ, ਜੋ ਮੈਂ ਦੇਖੀਆਂ ਸਨ, ਉਹ ਪ੍ਰੇਤ ਆਤਮਾਵਾਂ ਦੀ ਤਰ੍ਹਾਂ ਮੇਰੀਆਂ ਅੱਖਾਂ ਦੇ ਸਾਹਮਣੇ ਦੀ ਗੁਜ਼ਰਨ ਲੱਗੀਆਂ।

ਭੁੱਖਮਰੀ ਨਾਲ ਅਗਲੀ ਮੌਤ ਵਾਰਾਣਸੀ ਦੇ ਇਸ ਆਸ਼ਰਮ ਵਿਚ ਕਿਸੇ ਵੀ ਵਕਤ ਸੰਭਵ ਸੀ, ਮੈਂ ਇਹ ਹੀ ਸੋਚੀ ਜਾ ਰਿਹਾ ਸੀ, ਪਰ ਉਹ ਸੰਭਾਵਿਤ ਮੌਤ ਨੌਂ ਵਜੇ ਟਲ ਗਈ। ਉਸ ਰਾਤ ਦੇ ਖਾਣੇ ਦਾ ਅੰਮਰਿਤਮਈ ਸੱਦਾ, ਜ਼ਿੰਦਗੀ ਦੇ ਸਭ ਤੋਂ ਸਰਵੋਤਮ ਮੌਕਿਆਂ ਵਿਚੋਂ ਇੱਕ ਯਾਦਗਾਰ ਬਣ ਕੇ ਸਪਸ਼ਟ ਤੌਰ ਤੇ ਮੇਰੀ ਯਾਦ ਸ਼ਕਤੀ ਵਿਚ ਅੰਕਿਤ ਹੋ ਗਿਆ।

ਡੂੰਘੇ ਆਨੰਦ ਨਾਲ ਖਾਣਾ ਖਾਂਦਿਆਂ ਹੋਇਆਂ ਵੀ, ਮੈਂ ਸਵਾਮੀ ਜੀ ਨੂੰ ਬੜੀ ਬੇਦਿਲੀ ਨਾਲ ਖਾਣਾ ਖਾਂਦਿਆਂ ਦੇਖਣੋ ਨਾ ਰਹਿ ਸਕਿਆ। ਸਪਸ਼ਟ ਤੌਰ ਤੇ ਉਹ ਮੇਰੇ ਵਰਗੀ ਭੌਤਿਕ ਖੁਸ਼ੀ ਤੋਂ ਨਿਰਲੇਪ ਹੋ ਕੇ ਖਾਣਾ ਖਾ ਰਹੇ ਸਨ।

"ਸਵਾਮੀ ਜੀ, ਕੀ ਆਪ ਨੂੰ ਭੁੱਖ ਨਹੀਂ ਸੀ ਲੱਗੀ ਹੋਈ?" ਆਪਣਾ ਢਿੱਡ ਪੂਰੀ ਤਰ੍ਹਾਂ ਭਰਨ ਤੋਂ ਬਾਅਦ, ਮੈਂ ਉਨ੍ਹਾਂ ਦੇ ਕਮਰੇ ਵਿਚ, ਉਨ੍ਹਾਂ ਦੇ ਕੋਲ ਇਕੱਲਾ ਬੈਠਾ ਸੀ।

"ਹਾਂ, ਭੁੱਖ ਤਾਂ ਲੱਗੀ ਹੋਈ ਸੀ," ਉਨ੍ਹਾਂ ਨੇ ਕਿਹਾ। "ਮੈਂ ਪਿਛਲੇ ਚਾਰ ਦਿਨਾਂ ਤੋਂ ਕੁਝ ਨਹੀਂ ਸੀ ਖਾਧਾ ਪੀਤਾ। ਮੈਂ ਗੱਡੀ ਵਿਚ ਕਦੇ ਕੁਝ ਖਾਂਦਾ ਪੀਂਦਾ ਨਹੀਂ, ਕਿਉਂਕਿ ਉੱਥੇ ਦਾ ਵਾਤਾਵਰਣ ਸੰਸਾਰਕ ਲੋਕਾਂ ਦੇ ਵੱਖ ਵੱਖ ਤਰ੍ਹਾਂ ਦੇ ਸਪੰਦਨਾਂ ਨਾਲ ਭਰਿਆ ਹੋਇਆ ਹੁੰਦਾ ਹੈ। ਮੇਰੇ ਸੰਪਰਦਾਇ ਦੇ ਸੰਨਿਆਸੀਆਂ ਦੇ ਲਈ ਨਿਰਧਾਰਤ ਸਾਰੇ ਸ਼ਾਸਤਰੀ ਨਿਯਮਾਂ ਦਾ ਮੈਂ ਸਖਤਾਈ* ਨਾਲ ਪਾਲਣ ਕਰਦਾ ਹਾਂ।

* ਸ਼ਾਸਤਰ ਦਾ ਸ਼ਾਬਦਿਕ ਅਰਥ ਹੈ- ਧਾਰਮਿਕ ਗ੍ਰੰਥ। ਜੋ ਚਾਰ ਪ੍ਰਕਾਰ ਦੇ ਹਨ, (1) ਸ਼ਰੂਤੀ, (2) ਸਿਮ੍ਰਤੀ,

"ਸੰਸਥਾ ਦੀਆਂ ਕੁਝ ਸਮੱਸਿਆਵਾਂ ਨੇ ਮੇਰੇ ਮਨ ਨੂੰ ਘੇਰ ਰੱਖਿਆ ਸੀ, ਇਸ ਵਾਸਤੇ, ਅੱਜ ਰਾਤ ਮੈਂ ਖਾਣੇ ਦਾ ਪੂਰਾ ਆਨੰਦ ਨਹੀਂ ਮਾਣ ਸਕਿਆ। ਛੇਤੀ ਵੀ ਕਾਹਦੀ ਆ, ਕੱਲ੍ਹ ਰਾਤ ਨੂੰ ਠੀਕ ਤਰੀਕੇ ਨਾਲ ਭੋਜਨ ਕਰਨ ਦਾ ਧਿਆਨ ਰਖੂੰਗਾ," ਉਹ ਖੁੱਲ੍ਹ ਕੇ ਹੱਸੇ।

ਸ਼ਰਮ ਦੇ ਮਾਰੇ, ਮੇਰਾ ਸਾਹ ਘੁਟਣ ਲੱਗ ਪਿਆ, ਪਰ ਮੈਂ ਜੋ ਕੱਲ੍ਹ ਭੁੱਖੇ ਰਹਿਣ ਕਾਰਨ ਕਸ਼ਟ ਬਰਦਾਸ਼ਤ ਕੀਤਾ ਸੀ, ਉਸ ਨੂੰ ਅਸਾਨੀ ਨਾਲ ਭੁਲਾਇਆ ਵੀ ਤਾਂ ਨਹੀਂ ਸੀ ਜਾ ਸਕਦਾ। ਇਸੇ ਦੌਰਾਨ ਮੈਂ ਇੱਕ ਗੱਲ ਹੋਰ ਕਹਿਣ ਦਾ ਹੌਸਲਾ ਕਰ ਲਿਆ।

"ਸਵਾਮੀ ਜੀ, ਮੈਂ ਆਪ ਜੀ ਦੇ ਹੁਕਮ ਦੀ ਪਾਲਣਾ ਕਰਦਿਆਂ, ਇੱਕ ਹੋਰ ਉਲਝਣ ਵਿਚ ਪੈ ਗਿਆ ਹਾਂ। ਮੰਨ ਲੈਂਦੇ ਹਾਂ, ਕਿ ਮੈਂ ਕਦੇ ਕਿਸੇ ਤੋਂ ਖਾਣਾ ਮੰਗਦਾ ਨਹੀਂ ਅਤੇ ਮੈਨੂੰ ਕੋਈ ਖਾਣਾ ਦਿੰਦਾ ਵੀ ਨਹੀਂ, ਇਸ ਦਾ ਮਤਲਬ ਤਾਂ ਮੈਂ ਭੁੱਖ ਨਾਲ ਮਰ ਹੀ ਜਾਊਂਗਾ।"

"ਤਾਂ ਮਰੋ," ਇਸ ਭਿਆਨਕ ਉਪਦੇਸ਼ ਦੇ ਆਦੇਸ ਨੇ, ਜਿਸ ਤਰ੍ਹਾਂ ਸਾਰੇ ਵਾਤਾਵਰਣ ਵਿਚ ਵਿਸਫੋਟ ਕਰ ਦਿੱਤਾ ਹੋਵੇ।"ਜੇ ਕਰ ਮਰਨਾ ਹੀ ਪਵੇ ਤਾਂ ਮਰ ਜਾਉ। ਮੁਕੰਦ ਕਦੇ ਵੀ ਇਹ ਵਿਸ਼ਵਾਸ ਨਾ ਕਰੀਂ, ਕਿ ਤੂੰ ਪ੍ਰਮਾਤਮਾ ਦੀ ਤਾਕਤ ਦੀ ਬਜਾਏ ਭੋਜਨ ਦੀ ਤਾਕਤ ਦੇ ਸਹਾਰੇ ਜ਼ਿੰਦਾ ਹੈਂ। ਉਹ ਸਰਬਸ਼ਕਤੀਮਾਨ, ਜਿਸ ਨੇ ਸਭ ਪ੍ਰਕਾਰ ਦੇ ਭੋਜਨ ਪਦਾਰਥਾਂ ਦਾ ਸਿਰਜਣ ਕੀਤਾ ਹੈ, ਜਿਸ ਨੇ ਭੁੱਖ ਦਿੱਤੀ ਹੈ, ਉਹ ਆਪਣੇ ਭਗਤਾਂ ਦਾ ਪਾਲਣ-ਪੋਸ਼ਣ ਵੀ ਕਰੇਗਾ। ਮੁਕੰਦ ਕਦੇ ਵੀ ਇਹ ਖਿਆਲ ਨਾ ਕਰੀਂ ਕਿ ਚੌਲ ਭਾਤ ਹੀ ਤੈਨੂੰ ਜ਼ਿੰਦਾ ਰੱਖ ਰਹੇ ਹਨ। ਨਾ ਪੈਸਾ ਰੁਪਈਆ ਅਤੇ ਨਾ ਹੀ ਕੋਈ ਵਿਅਕਤੀ, ਤੇਰਾ ਪਾਲਣ-ਪੋਸ਼ਣ ਕਰਦਾ ਹੈ। ਕੀ ਇਹ ਸਾਰੇ ਤੇਰੀ ਕੋਈ ਮਦਦ ਕਰ ਸਕਦੇ ਹਨ ਜੇ ਪ੍ਰਮਾਤਮਾ ਤੇਰੀ ਪ੍ਰਾਣ ਸ਼ਕਤੀ ਹੀ ਵਾਪਸ ਖਿੱਚ ਲਵੇ? ਉਹ ਸਿਰਫ ਸਾਧਨ ਮਾਤਰ ਹਨ। ਜਿਹੜਾ ਭੋਜਨ ਤੂੰ ਖਾਂਦਾ ਹੈਂ, ਢਿੱਡ ਵਿਚ ਉਸ ਨੂੰ ਹਜ਼ਮ ਕਰਨ ਖਾਤਰ ਤੇਰਾ ਕੀ ਯੋਗਦਾਨ ਹੈ। ਵਿਵੇਕ ਦੀ ਤਲਵਾਰ ਦਾ ਆਸਰਾ ਲੈ, ਮੁਕੰਦ ਇਨ੍ਹਾਂ ਸਾਧਨਾਂ ਦੀਆਂ ਜ਼ੰਜੀਰਾਂ ਨੂੰ ਕੱਟ ਦੇ ਅਤੇ ਉਸ ਦੇ ਪਿੱਛੇ ਛੁਪੀ ਹੋਈ ਪਰਮ ਸ਼ਕਤੀ ਨੂੰ ਪਹਿਚਾਣ।"

---

(3) ਪੁਰਾਣ ਅਤੇ (4) ਤੰਤਰ। ਇਨ੍ਹਾਂ ਵਿਸਤਰਿਤ ਗ੍ਰੰਥਾਂ ਵਿਚ ਧਾਰਮਿਕ ਅਤੇ ਸਮਾਜਕ ਸਰੋਕਾਰਾਂ ਨਾਲ ਸਬੰਧਿਤ, ਹਰ ਇਕ ਪਹਿਲੂ ਦਾ, ਜਿਵੇਂ ਕਾਨੂੰਨ, ਚਿਕਿਤਸਾ, ਭਵਨ-ਨਿਰਮਾਣ ਵਿਦਿਆ ਅਤੇ ਕਲਾ ਵਿਗਿਆਨ ਆਦਿ ਦੇ ਅਧਾਰ ਭੂਤ ਸਿਧਾਂਤ ਹਨ। (1) ਸ਼ਰੂਤੀਆਂ ਉਹ ਹਨ, ਜੋ ਸਿੱਧੀਆਂ ਹੀ ਪ੍ਰਮਾਤਮਾ ਤੋਂ ਸੁਣੀਆਂ ਗਈਆਂ- ਜਿਵੇਂ ਕਿ ਵੇਦ, (2) ਸਿਮ੍ਰਤੀਆਂ ਉਹ ਹਨ, ਜੋ ਜਨ ਸ਼ਰੂਤੀਆਂ ਦੇ ਰੂਪ ਵਿਚ ਚਲੀਆਂ ਆ ਰਹੀਆਂ ਕਹਾਣੀਆਂ ਦਾ ਸੰਗ੍ਰਿਹ ਹੈ, ਜੋ ਪ੍ਰਚੀਨ ਕਾਲ ਵਿਚ ਕਦੇ ਕਿਸੇ ਵਕਤ ਲਿਖ ਲਈਆ ਗਈਆਂ ਸਨ। ਇਨ੍ਹਾਂ ਵਿਚ ਸੰਸਾਰ ਦੇ ਸਭ ਤੋਂ ਲੰਬੇ ਮਹਾਂ-ਕਾਵਿ ਰਾਮਾਇਣ ਅਤੇ ਮਹਾਂ-ਭਾਰਤ ਹਨ, (3) ਪੁਰਾਣ ਦਾ ਸ਼ਾਬਦਿਕ ਅਰਥ ਹੈ ਪ੍ਰਾਚੀਨ ਰੂਪਕ। ਇਹ ਅਠਾਰਾਂ ਹਨ (4) ਤੰਤਰ ਦਾ ਸ਼ਾਬਦਿਕ ਅਰਥ ਹੈ ਧਰਮ-ਕਰਮ ਜਾਂ ਅਨੁਸ਼ਠਾਨ ਦਾ ਸਿਧਾਂਤ, ਕਰਮ-ਕਾਡ, ਇਨ੍ਹਾਂ ਗ੍ਰੰਥਾਂ ਵਿਚ ਵਿਸਥਾਰਤ ਡੂੰਘੀਆਂ ਸਚਾਈਆਂ ਨੂੰ ਸੰਕੇਤਾਂ ਦੇ ਪਰਦੇ ਵਿਚ ਢੱਕ ਕੇ ਪੇਸ਼ ਕੀਤਾ ਗਿਆ ਹੈ।

ਮੈਂ ਉਨ੍ਹਾਂ ਦੇ ਦਿਲ ਚੀਰਵੇਂ ਸ਼ਬਦਾਂ ਨੂੰ ਆਪਣੀ ਗਹਿਰੀ ਚੇਤਨਾ ਵਿਚ ਧਸਦਿਆਂ ਮਹਿਸੂਸ ਕੀਤਾ। ਆਦਿ ਜੁਗਾਦਿ ਤੋਂ ਚਲਿਆ ਆ ਰਿਹਾ, ਮਾਇਆ ਦਾ ਭਰਮ ਜਾਲ, ਜਿਸ ਕਾਰਨ ਸਰੀਰ ਦੇ ਹੁਕਮ ਆਤਮਾ ਉੱਪਰ ਹਾਵੀ ਹੋ ਜਾਂਦੇ ਹਨ, ਦਾ ਬਵੰਡਰ ਤਹਿਸ ਨਹਿਸ ਹੋ ਗਿਆ। ਉੱਥੇ, ਉਸੇ ਹੀ ਵਕਤ, ਮੈਂ ਆਤਮਾ ਦੀ ਪਰਮ ਸੱਤਾ ਨਾਲ ਆਨੰਦ ਵਿਭੋਰ ਹੋ ਗਿਆ। ਮੇਰੇ ਪ੍ਰਵਰਤੀ ਜੀਵਨ ਦੀਆਂ ਅਣਜਾਣੇ ਸ਼ਹਿਰਾਂ ਵਿਚ ਹੋਈਆਂ, ਅੰਤਹੀਣ ਯਾਤਰਾਵਾਂ ਦੇ ਦੌਰਾਨ, ਵਾਰਾਣਸੀ ਦੇ ਇਸ ਪਾਠ ਦੀ ਉਪਯੋਗਤਾ ਨੂੰ ਸਿੱਧ ਕਰਨ ਦੇ ਅਨੇਕਾਂ ਮੌਕੇ ਆਏ।

ਇੱਕੋ ਇੱਕ ਖਜ਼ਾਨਾ, ਜੋ ਮੈਂ ਕੋਲਕਾਤਾ ਤੋਂ ਲੈ ਕੇ ਆਇਆ ਸੀ, ਉਹ ਸੀ ਮੇਰੀ ਮਾਤਾ ਜੀ ਨੂੰ ਸਾਧੂ ਮਹਾਤਮਾ ਦੁਆਰਾ ਦਿੱਤਾ ਗਿਆ ਤਵੀਤ, ਜਿਹੜਾ ਮੈਨੂੰ ਮਾਤਾ ਜੀ ਵਲੋਂ ਵਸੀਅਤ ਵਿਚ ਮਿਲਿਆ ਸੀ। ਵਰ੍ਹਿਆਂ ਬੱਧੀ ਇਸ ਦੀ ਰਾਖੀ ਕਰਦਿਆਂ, ਇਸ ਨੂੰ ਹੁਣ ਮੈਂ ਆਸ਼ਰਮ ਦੇ ਆਪਣੇ ਕਮਰੇ ਵਿਚ ਚੰਗੀ ਤਰ੍ਹਾਂ ਛੁਪਾ ਕੇ ਰੱਖਿਆ ਹੋਇਆ ਸੀ। ਤਵੀਤ ਦੀ ਮੌਜੂਦਗੀ ਨੂੰ ਦੇਖ ਕੇ ਹੋਣ ਵਾਲੀ ਖੁਸ਼ੀ ਨੂੰ ਤਰੋ ਤਾਜ਼ਾ ਕਰਨ ਵਾਸਤੇ, ਮੈਂ ਇੱਕ ਦਿਨ ਸਵੇਰੇ ਸਵੇਰੇ, ਉਸ ਬੰਦ ਬਕਸੇ ਦਾ ਜੰਦਰਾ ਖੋਲ੍ਹਿਆ। ਸੀਲ ਬੰਦ ਲਿਫਾਫਾ ਜਿਉਂ ਦਾ ਤਿਉਂ ਸੀ, ਪਰ ਹੈਰਾਨੀ ਦੀ ਗੱਲ ਇਹ ਸੀ, ਕਿ ਲਿਫਾਫੇ ਵਿਚੋਂ ਤਵੀਤ ਗਾਇਬ ਸੀ। ਵਿਆਕੁਲਤਾ ਨਾਲ ਮੈਂ ਸ਼ੰਕਾ ਨੂੰ ਦੂਰ ਕਰਨ ਵਾਸਤੇ ਲਿਫਾਫਾ ਪਾੜ ਕੇ ਦੇਖਿਆ, ਤਵੀਤ ਤਾਂ ਸੱਚੀ ਮੁੱਚੀ ਗਾਇਬ ਹੋ ਚੁੱਕਿਆ ਸੀ।ਸਾਧੂ ਮਹਾਰਾਜ ਦੀ ਭਵਿਖਬਾਣੀ ਮੁਤਾਬਿਕ, ਤਵੀਤ ਜਿਸ ਸੂਖਮ ਜਗਤ ਵਿਚੋਂ ਆਇਆ ਸੀ, ਉਸੇ ਸੂਖਮ ਜਗਤ ਵਿਚ ਵਾਪਸ ਚਲਿਆ ਗਿਆ ਸੀ।

ਦਯਾ ਨੰਦ ਜੀ ਦੇ ਸ਼ਗਿਰਦਾਂ ਨਾਲ, ਮੇਰੇ ਸਬੰਧ ਹੌਲੀ ਹੌਲੀ ਵਿਗੜਦੇ ਗਏ। ਮੇਰੀ ਦ੍ਰਿੜ ਉਦਾਸੀਨਤਾ ਤੋਂ ਦੁਖੀ ਹੋ ਕੇ, ਆਸ਼ਰਮਵਾਸੀ ਮੇਰੇ ਵਾਸਤੇ ਬੇਗਾਨੇ ਹੁੰਦੇ ਗਏ। ਜਿਸ ਮਨੋਰਥ ਨੂੰ ਲੈ ਕੇ ਮੈਂ ਆਪਣਾ ਘਰ ਅਤੇ ਸੰਸਾਰਕ ਅਭਿਲਾਸ਼ਾਵਾਂ ਨੂੰ ਛੱਡ ਕੇ ਉੱਥੇ ਆਇਆ ਸੀ। ਉਸ ਉਦੇਸ਼ ਲਈ ਧਿਆਨ ਕਰਨ ਦੀ ਮੇਰੀ ਦ੍ਰਿੜਤਾ ਅਤੇ ਨਿਯਮ ਨਿਸ਼ਠਾ ਉੱਪਰ ਚਾਰੇ ਪਾਸਿਉਂ ਘਟੀਆ ਅਲੋਚਨਾ ਹੋਣ ਲੱਗ ਪਈ।

ਅਤਿਅੰਤ ਅਧਿਆਤਮਿਕ ਮਾਨਸਿਕ ਪੀੜ ਨਾਲ ਦੁਖੀ ਹੋ ਕੇ, ਇੱਕ ਦਿਨ ਸਵੇਰੇ ਸਵੇਰੇ, ਮੈਂ ਆਪਣੇ ਕਮਰੇ ਵਿਚ ਇਹ ਨਿਸ਼ਚਾ ਕਰ ਕੇ ਧਿਆਨ ਕਰਨ ਲੱਗ ਪਿਆ, ਜਦੋਂ ਤਕ ਸਰਬਸ਼ਕਤੀਮਾਨ ਵਲੋਂ ਮੈਨੂੰ ਕੋਈ ਉੱਤਰ ਪ੍ਰਾਪਤ ਨਹੀਂ ਹੁੰਦਾ, ਉਦੋਂ ਤਕ ਮੈਂ ਪ੍ਰਾਰਥਨਾ ਕਰਦਾ ਰਹਾਂਗਾ।

"ਹੇ ਦਯਾਮਈ ਜਗਨਮਾਤਾ ਜਾਂ ਤਾਂ ਤੂੰ ਆਪ ਪ੍ਰਗਟ ਹੋ ਕੇ ਮੈਨੂੰ ਅਗਲਾ ਰਸਤਾ ਦਿਖਾ ਜਾਂ ਆਪਣੇ ਦੁਆਰਾ ਭੇਜੇ ਗਏ ਗੁਰੂ ਦੁਆਰਾ।"

ਸਿਸਕੀਆਂ ਭਰੀਆਂ ਅਰਜ਼ੋਈਆਂ ਕਰਦਿਆਂ, ਘੰਟਿਆਂ ਤੇ ਘੰਟੇ ਬੀਤਣ ਤੋਂ ਬਾਅਦ ਵੀ ਕੋਈ ਉੱਤਰ ਪ੍ਰਾਪਤ ਨਹੀਂ ਸੀ ਹੋ ਰਿਹਾ। ਫਿਰ ਅਚਾਨਕ ਹੀ ਮੈਂ ਆਪਣੇ ਆਪ ਨੂੰ ਸਰੀਰ ਸਮੇਤ ਉੱਪਰ ਨੂੰ ਚੁੱਕ ਲਿਆ ਗਿਆ ਮਹਿਸੂਸ ਕੀਤਾ।

"ਤੇਰੇ ਗੁਰੂ ਅੱਜ ਆ ਰਹੇ ਹਨ," ਅਕਾਸ਼ ਵਿਚੋਂ, ਸਾਰਿਆਂ ਪਾਸਿਆਂ ਤੋਂ, ਪਰ ਇਹ ਪਤਾ ਨਾ ਲੱਗੇ, ਕਿ ਕਿਸ ਪਾਸੇ ਤੋਂ ਇੱਕ ਅਲੌਕਿਕ ਨਾਰੀ ਦੀ ਅਵਾਜ਼ ਗੂੰਜਦੀ ਸੁਣਾਈ ਦੇ ਰਹੀ ਸੀ।

ਇਸ ਪਰਲੌਕਿਕ ਜਗਤ ਦੇ ਨਜ਼ਾਰੇ ਨੂੰ ਇੱਕ ਨਿਸ਼ਚਿਤ ਸਥਾਨ ਤੋਂ ਆਈ ਅਵਾਜ਼ ਨੇ ਚੂਰ ਚੂਰ ਕਰ ਦਿੱਤਾ। ਥੱਲੇ ਰਸੋਈ ਘਰ ਵਿਚ ਇੱਕ ਹਾਬੂ ਨਾਮਕ ਨੌਜਵਾਨ ਸੰਨਿਆਸੀ ਮੈਨੂੰ ਬੁਲਾ ਰਿਹਾ ਸੀ।

"ਮੁਕੰਦ, ਬਹੁਤ ਹੋ ਗਿਆ ਧਿਆਨ, ਤੂੰ ਥੱਲੇ ਆ, ਤੈਨੂੰ ਮੇਰੇ ਨਾਲ ਬਜ਼ਾਰ ਜਾਣਾ ਪੈਣਾ ਹੈ।"

ਕੋਈ ਹੋਰ ਦਿਨ ਹੁੰਦਾ, ਤਾਂ ਮੈਂ ਉਸ ਨੂੰ ਉਲਟਾ ਕੇ ਕੋਈ ਮੂੰਹ ਤੋੜ ਜਵਾਬ ਦੇ ਦਿੱਤਾ ਹੁੰਦਾ। ਪ੍ਰੰਤੂ ਹੁਣ ਮੈਂ ਆਪਣਾ ਹੰਝੂਆਂ ਨਾਲ ਸੁਜਿਆ ਹੋਇਆ ਚਿਹਰਾ ਪੂੰਝਿਆ ਅਤੇ ਚੁੱਪ ਚਾਪ, ਉਸਦੇ ਹੁਕਮ ਦੀ ਤਾਮੀਲ ਕਰਦਿਆਂ, ਉਸ ਦੇ ਨਾਲ ਤੁਰ ਪਿਆ। ਮੈਂ ਅਤੇ ਹਾਬੂ, ਅਸੀਂ ਦੋਵੇਂ ਜਣੇ ਸਾਡੇ ਆਸ਼ਰਮ ਤੋਂ ਦੂਰ ਬੰਗਾਲੀ ਮੁਹੱਲੇ ਦੇ ਬਜ਼ਾਰ ਨੂੰ ਜਾਣ ਵਾਸਤੇ ਚੱਲ ਪਏ। ਜਦੋਂ ਅਸੀਂ ਬਜ਼ਾਰ ਵਿਚੋਂ ਆਪਣਾ ਸਮਾਨ ਖਰੀਦ ਰਹੇ ਸੀ, ਉਸ ਵੇਲੇ ਤਕ ਭਾਰਤੀ ਸੂਰਜ ਨੇ ਅਸਮਾਨ ਵਿਚ ਤਪਣਾ ਤਾਂ ਸ਼ੁਰੂ ਕਰ ਦਿੱਤਾ ਸੀ, ਪਰ ਹਾਲੇ ਸਿਖਰ ਦੁਪਹਿਰ ਨਹੀਂ ਸੀ ਹੋਈ। ਅਸੀਂ ਦੋਵੇਂ ਜਣੇ ਘਰੇਲੂ ਔਰਤਾਂ, ਉਪਦੇਸ਼ਕਾਂ, ਪੰਡੇ-ਪੁਰੋਹਿਤਾਂ, ਸਾਦੇ ਲਿਬਾਸ ਵਾਲੀਆਂ ਵਿਧਵਾਵਾਂ, ਸਨਮਾਨਤ ਬ੍ਰਾਹਮਣਾਂ ਅਤੇ ਵਾਰਾਣਸੀ ਵਿਚ ਸਰਬਵਿਆਪਕ ਬਲਦਾਂ ਦੀ ਰਲੀ ਮਿਲੀ ਭੀੜ ਵਿਚੋਂ ਦੀ ਰਸਤਾ ਬਣਾਉਂਦੇ ਨਿਕਲਦੇ ਜਾ ਰਹੇ ਸੀ। ਅਸੀਂ ਚਲਦੇ ਚਲਦੇ ਅੱਗੇ ਵਧਦੇ ਜਾ ਰਹੇ ਸੀ। ਮੈਂ ਆਪਣੀ ਗਰਦਣ ਘੁਮਾ ਕੇ ਇੱਕ ਅਸਾਨੀ ਨਾਲ ਵੀ ਧਿਆਨ ਵਿਚ ਨਾ ਆਉਣ ਵਾਲੀ ਭੀੜੀ ਜਿਹੀ ਗਲੀ ਵਿਚ ਦੇਖਿਆ।

ਗਲੀ ਦੇ ਅਖੀਰ ਵਿਚ ਸੰਨਿਆਸੀਆਂ ਵਾਲਾ ਗੇਰੂਆ ਬਾਣਾ ਪਹਿਨੀ, ਈਸਾ ਮਸੀਹ ਵਰਗੇ ਇੱਕ ਮਹਾ ਪੁਰਸ਼ ਨਿਸ਼ਚਲ ਭਾਵ ਵਿਚ ਖੜ੍ਹੇ ਸਨ। ਉਨ੍ਹਾਂ ਉੱਪਰ ਨਜ਼ਰ ਪੈਂਦਿਆਂ ਹੀ ਮੈਨੂੰ ਮਹਿਸੂਸ ਹੋਇਆ, ਕਿ ਮੈਂ ਉਨ੍ਹਾਂ ਨੂੰ ਯੁਗਾਂ ਯੁਗਾਂ ਤੋਂ ਜਾਣਦਾ ਹਾਂ। ਤੁਰੰਤ (ਇੱਕ ਮਿੰਟ ਵਾਸਤੇ), ਮੇਰੀਆਂ ਪਿਆਸੀਆਂ ਨਜ਼ਰਾਂ ਉਨ੍ਹਾਂ ਦੇ ਦਰਸ਼ਨ ਕਰ ਕੇ ਤ੍ਰਿਪਤ ਹੋ ਗਈਆਂ। ਪ੍ਰੰਤੂ ਅਗਲੇ ਹੀ ਪਲ, ਮੇਰੇ ਮਨ ਨੂੰ ਸੰਦੇਹ ਦੇ ਅਨ੍ਹੇਰੇ ਨੇ ਘੇਰ ਲਿਆ।

ਮੇਰਾ ਮਨ ਕਹਿਣ ਲੱਗਿਆ, "ਇਸ ਸਾਧੂ ਮਹਾਰਾਜ ਦਾ ਮੁਹਾਂਦਰਾ ਸ਼ਾਇਦ ਕਿਸੇ ਵਾਕਫਕਾਰ ਰਮਤੇ ਸਾਧੂ ਨਾਲ ਮਿਲਦਾ ਜੁਲਦਾ ਹੈ। ਸੁਪਨ ਦਰਸ਼ੀ ਤੂੰ ਤੁਰਿਆ ਚੱਲ।"

ਦਸ ਮਿੰਟ ਬਾਅਦ ਮੇਰੇ ਪੈਰ ਸੁੰਨ ਹੋ ਗਏ। ਇੰਨੇ ਭਾਰੇ ਹੋ ਗਏ, ਜਿਵੇਂ ਦੋਵੇਂ ਪੈਰਾਂ ਨਾਲ ਕੋਈ ਭਾਰੇ ਭਾਰੇ ਪੱਥਰ ਬੰਨ੍ਹ ਦਿੱਤੇ ਹੋਣ ਅਤੇ ਪੈਰ ਮੈਨੂੰ ਅੱਗੇ ਲੈ ਕੇ ਜਾਣ ਤੋਂ ਇਨਕਾਰੀ ਹੋ ਗਏ। ਜਦੋਂ ਮੈਂ ਬੜੀ ਹਿੰਮਤ ਨਾਲ ਪਿੱਛੇ ਨੂੰ ਮੁੜਿਆ ਤਾਂ ਮੇਰੇ ਪੈਰ ਬਿਲਕੁਲ ਤੰਦਰੁਸਤ ਹੋ ਗਏ। ਫਿਰ ਮੈਂ ਪਿੱਛੇ ਨੂੰ ਮੁੜ ਕੇ ਅੱਗੇ ਨੂੰ ਜਾਣ ਦੀ ਕੋਸ਼ਿਸ਼ ਕੀਤੀ, ਤਾਂ ਪੈਰਾਂ ਵਿਚ ਮੁੜ ਭਾਰੀਪਣ ਆ ਗਿਆ।

ਉਹ ਸਾਧੂ ਮਹਾਰਾਜ, ਮੈਨੂੰ ਚੁੰਬਕੀ ਸ਼ਕਤੀ ਨਾਲ ਆਪਣੇ ਵੱਲ ਖਿੱਚ ਰਹੇ ਸਨ। ਮੈਂ ਇਹ ਸੋਚ ਕੇ ਆਪਣੇ ਥੈਲੇ ਹਾਬੂ ਦੀਆਂ ਬਾਹਾਂ ਵਿਚ ਲਟਕਾ ਦਿੱਤੇ। ਉਹ ਹੈਰਾਨੀ ਨਾਲ ਮੇਰੀਆਂ ਬੇਢੰਗੀਆਂ ਹਰਕਤਾਂ ਦੇਖ ਰਿਹਾ ਸੀ। ਹੁਣ ਉਹ ਖਿੜ ਖਿੜਾ ਕੇ ਹੱਸਿਆ।

"ਤੈਨੂੰ ਕੀ ਤਕਲੀਫ ਹੋ ਰਹੀ ਹੈ? ਕੀ ਤੂੰ ਪਾਗਲ ਹੋ ਗਿਆ ਹੈਂ?"

ਮੇਰੇ ਮਨ ਵਿਚ ਉੱਠ ਰਹੀਆਂ ਤੂਫਾਨੀ ਲਹਿਰਾਂ ਨੇ, ਮੈਨੂੰ ਉਸ ਨੂੰ ਮੂੰਹ ਤੋੜ ਜਵਾਬ ਦੇਣ ਤੋਂ ਰੋਕ ਦਿੱਤਾ। ਮੈਂ ਚੁੱਪ ਚਾਪ ਪਿੱਛੇ ਨੂੰ ਦੌੜ ਗਿਆ।

ਮੈਂ ਇਸ ਤਰ੍ਹਾਂ ਵਾਪਸ ਮੁੜਿਆ, ਜਿਵੇਂ ਮੈਨੂੰ ਕਿਸੇ ਨੇ ਖੰਭ ਲਾ ਦਿੱਤੇ ਹੋਣ ਅਤੇ ਛੇਤੀ ਹੀ ਉਸ ਭੀੜੀ ਜਿਹੀ ਗਲੀ ਵਿਚ ਪਹੁੰਚ ਕੇ ਦੇਖਿਆ, ਕਿ ਉਹ ਸ਼ਾਂਤਮਈ ਮੂਰਤ ਨਿਸ਼ਚਲ ਭਾਵ ਨਾਲ ਮੇਰੇ ਵੱਲ ਹੀ ਦੇਖ ਰਹੀ ਸੀ। ਕੁਝ ਉਤਸੁਕਤਾ ਪੂਰਨ ਕਦਮ ਪੁਟਦਿਆਂ, ਮੈਂ ਸਿੱਧਾ ਉਨ੍ਹਾਂ ਦੇ ਚਰਨਾਂ ਵਿਚ ਡਿਗ ਪਿਆ।

"ਗੁਰੂਦੇਵ," ਉਹ ਰੂਹਾਨੀ ਚਿਹਰਾ, ਜਿਹੜਾ ਕਿ ਮੈਂ ਹਜ਼ਾਰਾਂ ਵਾਰ ਆਤਮ ਕਲਪਨਾ ਵਿਚ ਦੇਖਿਆ ਸੀ। ਨੁਕੀਲੀ ਦਾੜ੍ਹੀ, ਲਹਿਰਾਉਂਦੇ ਕੇਸਾਂ ਨਾਲ ਸੁਸ਼ੋਭਿਤ ਸ਼ੇਰਾਂ ਵਰਗੇ ਚੌੜੇ ਮੱਥੇ ਵਿਚ ਸਥਿਤ ਸ਼ਾਂਤ ਅਤੇ ਤੇਜਸਵੀ ਅੱਖਾਂ, ਮੈਂ ਅਕਸਰ ਹੀ ਉਦਾਸੀਨਤਾ ਦੇ ਆਲਮ ਵਿਚ ਰਾਤਾਂ ਨੂੰ ਧਿਆਨ ਦੇ ਧੁੰਦਲਕੇ ਦੇ ਵਿਚਕਾਰ ਝਾਕਦੇ ਦੇਖਿਆ ਸੀ। ਜਿਸ ਤਰ੍ਹਾਂ ਉਨ੍ਹਾਂ ਵਿਚੋਂ ਕੋਈ ਇਕਰਾਰ ਝਲਕ ਰਿਹਾ ਹੋਵੇ, ਪਰ ਮੈਂ ਪੂਰੀ ਤਰ੍ਹਾਂ ਸਮਝ ਨਾ ਰਿਹਾ ਹੋਵਾਂ।

"ਉਹ ਮੇਰੇ ਪਿਆਰੇ, ਤੂੰ ਮੇਰੇ ਕੋਲ ਆ ਗਿਆ ਹੈਂ।" ਮੇਰੇ ਗੁਰੂ ਸ਼ੁੱਧ ਬੰਗਾਲੀ ਭਾਸ਼ਾ ਵਿਚ ਖੁਸ਼ੀ ਨਾਲ ਥਰਥਰਾਉਂਦੀ ਅਵਾਜ਼ ਵਿਚ ਵਾਰ ਵਾਰ ਇਹ ਲਫਜ਼ ਕਹਿ ਰਹੇ ਸਨ। "ਮੈਂ ਕਿੰਨੇ ਸਾਲਾਂ ਤੋਂ ਤੇਰਾ ਇੰਤਜ਼ਾਰ ਕਰ ਰਿਹਾ ਸੀ।"

ਅਸੀਂ ਦੋਵੇਂ ਮੌਨ ਦੀ ਗੋਦੀ ਵਿਚ ਇੱਕ ਰੂਪ ਹੋ ਗਏ, ਸ਼ਬਦਾਂ ਦਾ ਬੋਝ ਬੇਲੋੜਾ ਹੋ ਗਿਆ। ਗੁਰੂ ਅਤੇ ਸ਼ਿਸ਼ ਦੇ ਦਿਲ ਦੀਆਂ ਤਾਰਾਂ ਜੁੜੀਆਂ ਅਤੇ ਨਿਰਸ਼ਬਦ ਸੰਗੀਤ ਦਾ ਧਾਰਾ ਪ੍ਰਵਾਹ ਵਗਣਾ ਸ਼ੁਰੂ ਹੋ ਗਿਆ।

ਇਸ ਦਾ ਮੈਨੂੰ ਨਿਰਵਿਵਾਦ ਰੂਪ ਵਿਚ ਅਭਾਸ ਹੋ ਗਿਆ, ਕਿ ਮੇਰੇ ਗੁਰੂ ਪ੍ਰਮਾਤਮਾ ਨੂੰ ਪ੍ਰਾਪਤ ਕਰ ਚੁੱਕੇ ਹਨ ਅਤੇ ਮੈਨੂੰ ਵੀ ਉਸ ਸਰਬਵਿਆਪਕ ਦੀ ਦਹਿਲੀਜ਼ ਤਕ

ਪਹੁੰਚਾ ਸਕਦੇ ਹਨ। ਇਸ ਜੀਵਨ ਦਾ ਅਨ੍ਹੇਰਾ, ਪਿਛਲੇ ਜਨਮਾਂ ਦੀਆਂ ਮਿੱਠੀਆਂ ਯਾਦਾਂ ਦੀ ਸਵੇਰ ਵਿਚ ਬਦਲ ਗਿਆ। ਵਕਤ ਦੇ ਨਾਟਕ ਦਾ ਦ੍ਰਿਸ਼, ਭੂਤ, ਵਰਤਮਾਨ ਅਤੇ ਭਵਿਖ ਦੇ ਕਾਲ ਚੱਕਰ ਦੇ ਪਹੀਆਂ ਨਾਲ ਘੁੰਮਦੇ ਨਜ਼ਾਰੇ। ਸੂਰਜ ਮੈਨੂੰ ਇਨ੍ਹਾਂ ਪਵਿੱਤਰ ਚਰਨਾਂ ਵਿਚ ਕੋਈ ਪਹਿਲੀ ਵਾਰ ਨਹੀਂ ਸੀ ਦੇਖ ਰਿਹਾ।

ਮੇਰਾ ਹੱਥ ਪਕੜ ਕੇ, ਮੇਰੇ ਗੁਰੂ ਮੈਨੂੰ ਸ਼ਹਿਰ ਦੇ ਰਾਣਾ ਮਹੱਲ ਮੁਹੱਲੇ ਵਿਚ, ਜਿੱਥੇ ਉਹ ਉਸ ਵਕਤ ਰੁਕੇ ਹੋਏ ਸਨ, ਆਪਣੇ ਨਾਲ ਲੈ ਗਏ। ਉਨ੍ਹਾਂ ਦਾ ਮਜ਼ਬੂਤ ਗਠੀਲਾ ਸਰੀਰ ਦ੍ਰਿੜਤਾ ਨਾਲ ਅੱਗੇ ਵਧਦਾ ਜਾ ਰਿਹਾ ਸੀ। ਉਸ ਵਕਤ, ਉਨ੍ਹਾਂ ਦੀ ਉਮਰ ਕੋਈ ਪਚਵੰਜਾ ਸਾਲ ਸੀ ਪ੍ਰੰਤੂ ਉਨ੍ਹਾਂ ਦੇ ਲੰਬੇ ਅਤੇ ਤਣੇ ਹੋਏ ਸਰੀਰ ਵਿਚ ਨੌਜਵਾਨਾਂ ਵਾਲਾ ਫੁਰਤੀਲਾਪਣ ਅਤੇ ਤਾਕਤ ਸੀ। ਉਨ੍ਹਾਂ ਦੀਆਂ ਕਾਲੀਆਂ ਵਿਸ਼ਾਲ ਅਤੇ ਸੁੰਦਰ ਅੱਖਾਂ ਵਿਚ ਅਥਾਹ ਗਿਆਨ ਦੀ ਚਮਕ ਸੀ। ਹਲਕੇ ਘੁੰਘਰਾਲੇ ਕੇਸ ਉਨ੍ਹਾਂ ਦੇ ਰੋਹਬਦਾਰ ਮੁਖੜੇ ਨੂੰ ਕੋਮਲਤਾ ਪ੍ਰਦਾਨ ਕਰਦੇ ਸਨ। ਉਨ੍ਹਾਂ ਵਿਚ ਤਾਕਤ ਅਤੇ ਕੋਮਲਤਾ ਦਾ ਇੱਕ ਅਨੂਠਾ ਸੰਗਮ ਸੀ।

ਜਿਉਂ ਹੀ ਅਸੀਂ ਗੰਗਾ ਕਿਨਾਰੇ ਸਥਿਤ ਇੱਕ ਮਕਾਨ ਵਿਚ ਪੱਥਰ ਦੇ ਬਣੇ ਵਰਾਂਡੇ ਵਿਚੋਂ ਦੀ, ਜਿੱਥੋਂ ਗੰਗਾ ਮਈਆ ਸਾਫ ਦਿਖਾਈ ਦੇ ਰਹੀ ਸੀ, ਜਾ ਰਹੇ ਸੀ ਤਾਂ ਉਨ੍ਹਾਂ ਨੇ ਮੈਨੂੰ ਬੜੇ ਪਿਆਰ ਨਾਲ ਕਿਹਾ, "ਮੈਂ ਆਪਣੇ ਆਸ਼ਰਮ ਅਤੇ ਹੋਰ ਸਾਰਾ ਕੁਝ, ਜੋ ਮੇਰਾ ਹੈ, ਉਹ ਸਾਰਾ ਕੁਝ ਤੈਨੂੰ ਦੇ ਦੇਵਾਂਗਾ।"

"ਗੁਰੂਦੇਵ, ਮੈਂ ਆਪ ਦੇ ਕੋਲ ਗਿਆਨ ਅਤੇ ਪ੍ਰਮਾਤਮਾ ਦੀ ਪ੍ਰਾਪਤੀ ਵਾਸਤੇ ਆਇਆ ਹਾਂ, ਮੈਨੂੰ ਸਿਰਫ ਆਪਦਾ ਉਹੀ ਕੀਮਤੀ ਖਜ਼ਾਨਾ ਚਾਹੀਦਾ ਹੈ।"

ਮੇਰੇ ਗੁਰੂ ਨੇ ਜਦੋਂ ਦੂਜੀ ਵਾਰ ਕੁਝ ਬੋਲਣ ਵਾਸਤੇ ਮੂੰਹ ਖੋਲ੍ਹਿਆ, ਤਾਂ ਸ਼ਾਮ ਦਾ ਅੱਧ ਪਚੱਧ ਅਨ੍ਹੇਰਾ ਉੱਤਰ ਚੁੱਕਿਆ ਸੀ। ਉਨ੍ਹਾਂ ਦੀਆਂ ਅੱਖਾਂ ਵਿਚ ਅਥਾਹ ਪਿਆਰ ਝਲਕ ਰਿਹਾ ਸੀ।

"ਮੈਂ ਤੈਨੂੰ ਬਗੈਰ ਕਿਸੇ ਸ਼ਰਤ ਤੋਂ ਆਪਣਾ ਪਿਆਰ ਪ੍ਰਦਾਨ ਕਰਦਾ ਹਾਂ।"

ਬਹੁ-ਮੁੱਲੇ ਸ਼ਬਦ, ਇਨ੍ਹਾਂ ਸ਼ਬਦਾਂ ਦੇ ਰਸ ਦਾ ਦੂਜੀ ਵਾਰ ਅੰਮਰਿਤ ਚੱਖਣ ਵਾਸਤੇ, ਮੇਰੇ ਕੰਨਾਂ ਨੂੰ ਇੱਕ ਚੌਥਾਈ ਸਤਾਬਦੀ ਤਕ ਉਡੀਕਣਾ ਪਿਆ। ਉਨ੍ਹਾਂ ਦੇ ਹੋਂਠ, ਭਾਵਨਾਵਾਂ ਦਾ ਵਿਖਾਵਾ ਕਰਨ ਤੋਂ ਅਣਜਾਣ ਸਨ। ਉਨ੍ਹਾਂ ਦੇ ਸਮੁੰਦਰ ਜਿਡੇ ਵਿਸ਼ਾਲ ਦਿਲ ਨੂੰ ਮੌਨ ਹੀ ਜਿਆਦਾ ਪਿਆਰਾ ਸੀ।

"ਕੀ ਤੂੰ ਵੀ ਮੈਨੂੰ ਬਗੈਰ ਕਿਸੇ ਸ਼ਰਤ ਤੋਂ ਪਿਆਰ ਕਰੇਂਗਾ?" ਉਨ੍ਹਾਂ ਬੱਚਿਆਂ ਵਾਲੇ ਭੋਲੇਪਣ ਨਾਲ ਬੜੀ ਡੂੰਘੀ ਉਮੀਦ ਨਾਲ ਮੇਰੇ ਵੱਲ ਦੇਖਦਿਆਂ ਕਿਹਾ।

"ਗੁਰੂਦੇਵ, ਮੈਂ ਆਪ ਜੀ ਨੂੰ ਅਨੰਤ ਕਾਲ ਤਕ ਪਿਆਰ ਕਰਾਂਗਾ।"

"ਸਧਾਰਨ ਪਿਆਰ ਸੁਆਰਥੀ ਹੁੰਦਾ ਹੈ, ਉਸ ਦੀਆਂ ਜੜ੍ਹਾਂ ਇੱਛਾਵਾਂ, ਕਾਮਨਾਵਾਂ ਅਤੇ ਪੂਰਤੀਆਂ ਦੀ ਦਲਦਲ ਵਿਚ ਫਸੀਆਂ ਹੋਈਆਂ ਹੁੰਦੀਆਂ ਹਨ। ਸੱਚੇ ਪਿਆਰ ਵਿਚ ਕੋਈ ਸ਼ਰਤ ਨਹੀਂ ਹੁੰਦੀ, ਕੋਈ ਹੱਦ ਬੰਦੀ ਨਹੀਂ ਹੁੰਦੀ ਅਤੇ ਉਹ ਪ੍ਰੀਵਰਤਨਹੀਨ ਹੁੰਦਾ ਹੈ। ਸੱਚੇ ਪਿਆਰ ਦੀ ਇੱਕ ਛੋਹ ਨਾਲ ਮਨੁੱਖੀ ਮਨ ਦੇ ਹਰ ਰੋਜ਼ ਹੋਣ ਵਾਲੇ ਪ੍ਰੀਵਰਤਨ ਸਦਾ ਵਾਸਤੇ ਬੰਦ ਹੋ ਜਾਂਦੇ ਹਨ।" ਫਿਰ ਉਨ੍ਹਾਂ ਨੇ ਬੜੇ ਹੀ ਨਿਮਰ ਭਾਵ ਨਾਲ, ਮੇਰੇ ਵੱਲ ਦੇਖਦਿਆਂ ਕਿਹਾ, "ਜੇ ਤੂੰ ਮੈਨੂੰ ਕਦੇ ਈਸ਼ਵਰ ਦੀ ਪ੍ਰਾਪਤੀ ਦੀ ਮੰਜ਼ਲ ਤੋਂ ਡਗਮਗਾਉਂਦਾ ਦੇਖੇਂ, ਤਾਂ ਮੇਰੇ ਨਾਲ ਵਾਅਦਾ ਕਰ, ਕਿ ਤੂੰ ਮੇਰਾ ਸਿਰ ਆਪਣੀ ਗੋਦੀ ਵਿਚ ਰੱਖ ਕੇ, ਮੈਨੂੰ ਉਸ ਪਿਆਰੇ ਪ੍ਰੀਤਮ ਦੇ ਕੋਲ ਵਾਪਸ ਲਿਆਉਣ ਵਾਸਤੇ ਮੇਰੀ ਮਦਦ ਕਰੇਂਗਾ, ਜਿਸ ਦੀ ਅਸੀਂ ਦੋਨੋਂ ਹੀ ਪੂਜਾ ਕਰਦੇ ਹਾਂ।"

ਸੰਘਣੇ ਹੋ ਰਹੇ ਅਨ੍ਹੇਰੇ ਵਿਚ ਉਹ ਉੱਠ ਕੇ ਖੜ੍ਹੇ ਹੋ ਗਏ ਅਤੇ ਮੈਨੂੰ ਅੰਦਰ ਕਮਰੇ ਵਿਚ ਲੈ ਗਏ, ਜਿੱਥੇ ਅਸੀਂ ਅੰਬਾਂ ਅਤੇ ਬਦਾਮਾਂ ਤੋਂ ਬਣੀਆਂ ਮਿਠਿਆਈਆਂ ਖਾਧੀਆਂ। ਖਾਂਦੇ ਖਾਂਦੇ ਗੱਲਾਂ ਬਾਤਾਂ ਵੀ ਕਰਦੇ ਰਹੇ। ਉਨ੍ਹਾਂ ਨੇ ਗੱਲਾਂ ਗੱਲਾਂ ਵਿਚ ਹੀ ਬਗੈਰ ਕਿਸੇ ਨੁਕਤਾਚੀਨੀ ਦੇ ਮੇਰੇ ਸਹਿਜ ਸੁਭਾਅ ਅਤੇ ਬੌਧਿਕ ਪੱਧਰ ਦੀ ਡੂੰਘੀ ਜਾਣਕਾਰੀ ਪ੍ਰਾਪਤ ਪ੍ਰਗਟ ਕਰ ਦਿੱਤੀ । ਉਨ੍ਹਾਂ ਦੀ ਜਨਮਜਾਤ ਨਿਮਰਤਾ ਅਤੇ ਅਗਾਧ ਗਿਆਨ ਦੀ ਮਹਾਨਤਾ ਨੂੰ ਦੇਖ ਕੇ ਮੈਂ ਹੈਰਾਨ ਹੋ ਗਿਆ।

"ਆਪਣੇ ਤਵੀਤ ਦੇ ਗੁੰਮ ਹੋ ਜਾਣ ਦੀ ਚਿੰਤਾ ਨਾ ਕਰੀਂ, ਉਸ ਦਾ ਮਨੋਰਥ ਪੂਰਾ ਹੋ ਚੁੱਕਿਆ ਹੈ।" ਕਿਸੇ ਦੈਵੀ ਦਰਪਣ ਵਾਂਗ ਉਨ੍ਹਾਂ ਨੇ ਸਪਸ਼ਟ ਤੌਰ ਤੇ ਮੇਰੀ ਪੂਰੀ ਜ਼ਿੰਦਗੀ ਦੇ ਪ੍ਰਤੀਬਿੰਬ ਨੂੰ ਦੇਖ ਲਿਆ ਸੀ।

"ਗੁਰੂਦੇਵ, ਆਪ ਜੀ ਦੀ ਮੌਜੂਦਗੀ ਦੀ ਜੀਵੰਤ ਸਚਾਈ ਦਾ ਆਨੰਦ ਕਿਸੇ ਵੀ ਨਿਸ਼ਾਨੀ ਤੋਂ ਜਿਆਦਾ ਕੀਮਤੀ ਹੈ।"

"ਜਿੱਥੋਂ ਤਕ ਤੇਰੀ ਆਸ਼ਰਮ ਦੀ ਦੁਖ ਭਰੀ ਹਾਲਤ ਦਾ ਸਬੰਧ ਹੈ, ਉਸ ਵਿਚ ਪ੍ਰੀਵਰਤਨ ਦਾ ਵਕਤ ਆ ਗਿਆ ਹੈ।"

ਮੈਂ ਆਪਣੀ ਜ਼ਿੰਦਗੀ ਦੇ ਬਾਰੇ ਹਾਲੇ ਕੁਝ ਵੀ ਜ਼ਿਕਰ ਨਹੀਂ ਸੀ ਕੀਤਾ। ਉਸ ਦਾ ਜ਼ਿਕਰ ਕਰਨਾ ਹੁਣ ਬੇਲੋੜਾ ਪ੍ਰਤੀਤ ਹੋ ਰਿਹਾ ਸੀ। ਉਨ੍ਹਾਂ ਦੇ ਸਹਿਜ ਸਧਾਰਨ ਢੰਗ ਨੂੰ ਦੇਖਦਿਆਂ ਇਹ ਗੱਲ ਮੇਰੀ ਸਮਝ ਵਿਚ ਆ ਗਈ ਸੀ, ਕਿ ਉਨ੍ਹਾਂ ਦੀ ਸੂਖਮ ਦ੍ਰਿਸ਼ਟੀ ਉੱਪਰ ਕਿਸੇ ਕਿਸਮ ਦੀ ਹੈਰਾਨੀ ਪ੍ਰਗਟ ਕਰਨੀ ਫਜ਼ੂਲ ਹੋਵੇਗੀ।

"ਤੈਨੂੰ ਕੋਲਕਾਤਾ ਵਾਪਸ ਚਲੇ ਜਾਣਾ ਚਾਹੀਦਾ ਹੈ। ਆਪਣੇ ਰਿਸ਼ਤੇਦਾਰਾਂ ਨੂੰ ਇਨਸਾਨੀ ਪ੍ਰੇਮ ਤੋਂ ਕਿਉਂ ਵਾਂਝੇ ਰੱਖ ਰਿਹਾ ਹੈਂ?"

ਉਨ੍ਹਾਂ ਦੇ ਇਸ ਸੁਝਾਅ ਤੋਂ ਮੈਂ ਨਿਰਾਸ਼ ਹੋ ਗਿਆ। ਮੇਰੇ ਪਰਿਵਾਰ ਵੱਲੋਂ ਘਰ ਵਾਪਸ ਬੁਲਾਉਣ ਦੀਆਂ ਵਾਰ ਵਾਰ ਕੀਤੀਆਂ ਗਈਆਂ ਬੇਨਤੀਆਂ ਵਾਲੀਆਂ ਸਾਰੀਆਂ ਚਿੱਠੀਆਂ ਦੀ ਮੈਂ ਕੋਈ ਪ੍ਰਵਾਹ ਨਹੀਂ ਸੀ ਕਰ ਰਿਹਾ। ਫਿਰ ਵੀ ਮੇਰੇ ਪਰਿਵਾਰ ਦੇ ਲੋਕ ਮੇਰੇ ਵਾਪਸ ਆਉਣ ਦੀ ਉਮੀਦ ਨਹੀਂ ਸੀ ਛੱਡ ਰਹੇ। "ਇਸ ਨੌਜਵਾਨ ਪੰਛੀ ਨੂੰ ਅਧਿਆਤਮਿਕ ਅਕਾਸ਼ ਵਿਚ ਉਡਾਰੀਆਂ ਮਾਰਨ ਦਿਉ," ਅਨੰਤਦਾ ਨੇ ਕਿਹਾ ਸੀ। "ਸੰਸਾਰਕ ਥਪੇੜਿਆਂ ਨਾਲ ਭਰੇ ਵਾਤਾਵਰਨ ਵਿਚ ਜਦੋਂ ਇਸ ਦੇ ਖੰਭ ਥੱਕ ਜਾਣਗੇ, ਤਾਂ ਅਸੀਂ ਇਸ ਨੂੰ ਯਕਲਖਤ, ਘਰ ਵੱਲ ਉਡਾਣ ਭਰਦੇ ਅਤੇ ਆਪਣੇ ਹੰਭੇ ਖੰਭਾਂ ਨੂੰ ਸਮੇਟ ਕੇ, ਚੁੱਪ ਚਾਪ ਪਰਿਵਾਰਕ ਆਲ੍ਹਣੇ ਵਿਚ ਅਰਾਮ ਕਰਦਾ ਦੇਖਾਂਗੇ।" ਮੈਂ ਕੋਲਕਾਤਾ ਵੱਲ ਕੋਈ ਉਡਾਣ ਨਾ ਭਰਨ ਦੇ ਸੰਕਲਪ ਉੱਪਰ ਦ੍ਰਿੜ ਸੀ।

"ਗੁਰੂਦੇਵ, ਮੈਂ ਘਰ ਵਾਪਸ ਨਹੀਂ ਜਾਵਾਂਗਾ, ਬਲਕਿ ਮੈਂ ਆਪ ਜੀ ਦੇ ਨਾਲ ਜਿੱਥੇ ਵੀ ਕਹੋਗੇ, ਉੱਥੇ ਜਾਣ ਲਈ ਤਿਆਰ ਹਾਂ। ਕ੍ਰਿਪਾ ਕਰ ਕੇ ਮੈਨੂੰ ਆਪਣਾ ਨਾਂ ਪਤਾ ਦੱਸ ਦਿਉ।"

"ਸਵਾਮੀ ਸ਼੍ਰੀ ਯੁਕਤੇਸ਼ਵਰ ਗਿਰੀ। ਮੇਰਾ ਮੁੱਖ ਆਸ਼ਰਮ ਸ਼੍ਰੀਰਾਮਪੁਰ ਵਿਚ ਰਾਏ ਘਾਟ ਲੇਨ ਵਿਚ ਹੈ। ਇੱਥੇ ਮੈਂ ਕੇਵਲ ਕੁਝ ਦਿਨਾਂ ਲਈ ਆਪਣੀ ਮਾਤਾ ਜੀ ਨੂੰ ਮਿਲਣ ਖਾਤਰ ਆਇਆ ਹਾਂ।"

ਪ੍ਰਮਾਤਮਾ ਦੀ ਆਪਣੇ ਭਗਤਾਂ ਨਾਲ ਅਦਭੁਤ ਲੀਲਾ ਦੇਖ ਕੇ ਮੈਂ ਹੈਰਾਨ ਰਹਿ ਗਿਆ। ਸ਼੍ਰੀਰਾਮਪੁਰ ਕੋਲਕਾਤਾ ਤੋਂ ਸਿਰਫ ਬਾਰਾਂ ਮੀਲ ਦੂਰ ਹੈ, ਫਿਰ ਵੀ ਮੈਨੂੰ ਉਸ ਇਲਾਕੇ ਵਿਚ ਕਦੇ ਆਪਣੇ ਗੁਰੂ ਦੀ ਝਲਕ ਨਹੀਂ ਸੀ ਦਿਖਾਈ ਦਿੱਤੀ। ਇੱਕ ਦੂਸਰੇ ਨੂੰ ਮਿਲਣ ਖਾਤਰ ਸਾਨੂੰ ਯਾਤਰਾ ਕਰ ਕੇ ਲਾਹਿੜੀ ਮਹਾਸ਼ਯ ਦੀਆਂ ਯਾਦਾਂ ਨਾਲ ਲਬਰੇਜ਼ ਪ੍ਰਾਚੀਨ ਅਤੇ ਪਵਿੱਤਰ ਸ਼ਹਿਰ ਵਾਰਾਣਸੀ ਆਉਣਾ ਪਿਆ। ਇਸ ਸ਼ਹਿਰ ਦੀ ਧਰਤੀ ਨੂੰ ਮਹਾਤਮਾ ਬੁੱਧ, ਸ਼ੰਕਰਾਚਾਰੀਆ* ਅਤੇ ਹੋਰ ਅਨੇਕ ਯੋਗੀਆਂ ਨੇ ਪਵਿੱਤਰ ਕਰ ਰੱਖਿਆ ਹੈ।

* ਸ਼ੰਕਰਾਚਾਰੀਆ (ਸ਼ੰਕਰਾ) ਭਾਰਤ ਦੇ ਮਹਾਨਤਮ ਦ੍ਰਾਸ਼ਨਿਕ ਸਨ ਅਤੇ ਉਹ ਗੋਵਿੰਦ ਜਤੀ ਦੇ ਸ਼ਗਿਰਦ ਸਨ, ਜਿਹੜੇ ਆਪ ਗੌੜਪਾਦ ਦੇ ਸ਼ਗਿਰਦ ਸਨ। ਸ਼ੰਕਰਾਚਾਰੀਆ ਨੇ 'ਗੌੜਪਾਦ' ਰਚਿਤ ਪ੍ਰਸਿੱਧ 'ਮਾਡੂਕਯ ਕਾਰਿਕਾ' ਦੀ ਬੜੀ ਭਾਵ ਪੂਰਨ ਵਿਆਖਿਆ ਕੀਤੀ।

ਲਾਜਵਾਬ ਅਤੇ ਮਨਮੋਹਕ ਸ਼ੈਲੀ ਵਿਚ ਸ਼ੰਕਰਾਚਾਰੀਆ ਨੇ ਵੇਦਾਂਤ ਦਰਸ਼ਨ ਦੀ ਅਦਵੈਤਵਾਦੀ ਭਾਵ ਵਿਚ ਵਿਆਖਿਆ ਕੀਤੀ। ਸ਼ਰਧਾ ਭਗਤੀ ਨਾਲ ਭਿੱਜੇ ਪ੍ਰੇਮ ਮਈ ਭਜਨ ਲਿਖੇ। ਉਸਦੀ ਜਗਨ ਮਾਤਾ ਨੂੰ ਆਪਣੇ ਗੁਨਾਹ ਮੁਆਫ ਕਰਵਾਉਣ ਵਾਸਤੇ ਕੀਤੀ ਗਈ ਪ੍ਰਾਰਥਨਾ ਦੇ ਇੱਕ ਅੰਤਰੇ ਵਿਚ ਆਉਂਦਾ ਹੈ, ਪੁੱਤਰ ਕਪੁੱਤਰ ਹੋ ਸਕਦੇ ਹਨ, ਪ੍ਰੰਤੂ ਮਾਤਾ ਕੁਮਾਤਾ ਕਦੇ ਨਹੀਂ ਹੋ ਸਕਦੀ।

ਸ਼ੰਕਰਾਚਾਰੀਆ ਦੇ ਇੱਕ ਸ਼ਿਸ਼ ਸਾਨੰਦਨ ਨੇ ਬ੍ਰਹਮ ਸੂਤਰ (ਵੇਦਾਂਤ ਦਰਸ਼ਨ) ਉੱਪਰ ਸਮਾਲੋਚਨਾ ਲਿਖੀ। ਇਸ ਸਮਾਲੋਚਨਾ ਦਾ ਖਰੜਾ ਅੱਗ ਵਿਚ ਨਸ਼ਟ ਹੋ ਗਿਆ। ਪ੍ਰੰਤੂ ਸ਼ੰਕਰਾਚਾਰੀਆ ਨੇ ਉਸ ਉੱਪਰ ਇੱਕ ਵਾਰ ਆਪਣੀ ਨਜ਼ਰ ਘੁਮਾ ਰੱਖੀ ਸੀ। ਸ਼ੰਕਰਾਚਾਰੀਆ ਨੇ ਆਪਣੇ ਸ਼ਿਸ਼ ਨੂੰ ਉਸ ਦਾ ਇੱਕ ਇੱਕ ਅੱਖਰ ਲਿਖਵਾ ਦਿੱਤਾ। ਪੰਚ ਪਾਦਿਕਾ ਨਾਮਕ ਉਕਤ ਸਮਾਲੋਚਨਾ ਦਾ ਅੱਜ ਵੀ ਵਿਦਵਾਨ ਲੋਕ ਅਧਿਐਨ ਕਰਦੇ ਹਨ।

"ਤੂੰ ਚਾਰ ਹਫਤਿਆਂ ਬਾਅਦ ਮੇਰੇ ਕੋਲ ਵਾਪਸ ਆ ਜਾਵੇਂਗਾ।" ਪਹਿਲੀ ਵਾਰ ਸ਼੍ਰੀਯੁਕਤੇਸ਼ਵਰ ਜੀ ਦੀ ਅਵਾਜ਼ ਵਿਚ ਕਠੋਰਤਾ ਸੀ। "ਹੁਣ ਜਦੋਂ ਮੈਂ ਤੈਨੂੰ, ਤੇਰੇ ਨਾਲ ਆਪਣੇ ਆਤਮਿਕ ਪਿਆਰ ਬਾਰੇ ਦੱਸ ਦਿੱਤਾ ਹੈ ਅਤੇ ਤੈਨੂੰ ਮਿਲਣ ਉੱਪਰ ਇੰਨੀ ਖੁਸ਼ੀ ਵੀ ਜ਼ਾਹਰ ਕਰ ਦਿਤੀ ਹੈ, ਪਰ ਤੂੰ ਫਿਰ ਵੀ ਆਪਣੀ ਜ਼ਿਦ ਪੁਗਾਉਂਦਿਆਂ ਆਪਣੇ ਘਰ

ਇੱਕ ਅਲੌਕਿਕ ਘਟਨਾ ਤੋਂ ਬਾਅਦ ਇਸ 'ਸ਼ਿਸ਼ ਸਨੰਦਨ' ਨੂੰ ਨਵਾਂ ਨਾਂ ਮਿਲ ਗਿਆ। ਸਨੰਦਨ ਇੱਕ ਦਿਨ ਨਦੀ ਦੇ ਕਿਨਾਰੇ ਬੈਠੇ ਹੋਏ ਸਨ। ਉਸ ਵਕਤ ਨਦੀ ਦੇ ਦੂਸਰੇ ਕਿਨਾਰੇ ਤੋਂ ਸ਼ੰਕਰਾਚਰੀਆ ਦੁਆਰਾ ਬੁਲਾਉਣ ਦੀ ਅਵਾਜ਼ ਸੁਣਾਈ ਦਿੱਤੀ। ਸਨੰਦਨ ਨੇ ਤੁਰੰਤ ਨਦੀ ਵਿਚ ਪ੍ਰਵੇਸ਼ ਕੀਤਾ। ਉਸ ਦੀ ਸ਼ਰਧਾ ਅਤੇ ਉਸਦੇ ਪੈਰ ਦੋਨਾਂ ਨੂੰ ਹੀ ਉਸ ਵਕਤ ਇੱਕ ਮਜ਼ਬੂਤ ਅਧਾਰ ਮਿਲ ਗਿਆ, ਜਦੋਂ ਸ਼ੰਕਰਾਚਾਰੀਆ ਨੇ ਪ੍ਰਚੰਡ ਚਾਲ ਵਿਚ ਵਗ ਰਹੀ ਨਦੀ ਦੇ ਪਾਣੀ ਵਿਚ, ਸਨੰਦਨ ਦੇ ਹਰ ਇੱਕ ਕਦਮ ਦੇ ਥੱਲੇ ਇੱਕ ਕਮਲ ਪੈਦਾ ਕਰ ਦਿੱਤਾ। ਹੁਣ ਸ਼ਿਸ਼ ਸਨੰਦਨ ਨੂੰ ਪਦਮਪਾਦ ਕਿਹਾ ਜਾਣ ਲੱਗ ਪਿਆ। ਭਾਵ ਅਰਥ ਕਮਲ ਚਰਨ। ਪੰਚ ਪਾਦਕਾ ਵਿਚ ਪਦਮ ਪਾਦ ਨੇ ਆਪਣੇ ਗੁਰੂ ਨੂੰ ਵੱਖੋ ਵੱਖਰੇ ਢੰਗਾਂ ਨਾਲ ਅਨੰਤ ਪਿਆਰ ਅਰਪਣ ਕੀਤਾ ਹੈ।

ਖੁਦ ਸ਼ੰਕਰਚਾਰੀਆ ਨੇ ਵੀ, ਇਨ੍ਹਾਂ ਸ਼ਬਦਾਂ ਦੇ ਨਾਲ ਗੁਰੂ ਦੀ ਸਰੇਸ਼ਟਤਾ ਨੂੰ ਮਾਨਤਾ ਦਿੱਤੀ ਹੈ। ਉਹ ਕਹਿੰਦੇ ਹਨ :

दृष्टान्तो नैव दृष्टस्त्रिभुवनजठरे सद्गुरोर्ज्ञानदातुः
सपर्शश्चेत्तत्र कल्प्यः स नयति यदहो स्वर्णतामश्मसारम्।
न स्पर्शत्वं तथाऽपि श्रितचरणयुगे सद्गुरुः स्वीयशिष्ये
स्वीयं साम्यं विधत्ते भवति निरूपमस्तेन वाऽलौकिकोऽपि।।

(शत श्लोकी-श्लोक 2)

ਸੱਚੇ ਗੁਰੂ ਦੀ ਬਰਾਬਰੀ ਕੋਈ ਨਹੀਂ ਕਰ ਸਕਦਾ। ਜੇ ਅਸੀਂ ਪਾਰਸ ਨੂੰ ਸਰੇਸ਼ਟ ਮੰਨ ਲੈਂਦੇ ਹਾਂ, ਤਾਂ ਉਹ ਵੀ ਸਿਰਫ ਲੋਹੇ ਨੂੰ ਸੋਨਾ ਬਣਾ ਸਕਦਾ ਹੈ, ਦੂਸਰਾ ਪਾਰਸ ਨਹੀਂ। ਪ੍ਰੰਤੂ ਸੱਚੇ ਗੁਰੂ ਦੇ ਚਰਨਾਂ ਵਿਚ ਜੋ ਸ਼ਿਸ਼ ਆਸਰਾ ਲੈਂਦੇ ਹਨ, ਸਦਗੁਰੂ ਉਨ੍ਹਾਂ ਨੂੰ ਆਪਣੇ ਵਾਂਗ ਹੀ ਪਰਮ ਪਵਿੱਤਰ ਬਣਾ ਲੈਂਦਾ ਹੈ। ਇਸ ਵਾਸਤੇ ਗੁਰੂ ਅਦੁੱਤੀ ਹੈ ਬਲਕਿ ਅਲੌਕਿਕ ਹੈ।

ਭਗਵਾਨ ਸ਼ੰਕਰਾਚਾਰੀਆ ਵਿਚ ਸੰਤਪੁਣਾ, ਵਿਦਵਾਨਪੁਣਾ ਅਤੇ ਕਰਮਠਤਾ ਦਾ ਅਦੁੱਤੀ ਮਿਲਾਪ ਸੀ। ਭਾਵੇਂ 32 ਸਾਲਾਂ ਦੀ ਛੋਟੀ ਜਿਹੀ ਉਮਰ ਭੋਗ ਕੇ ਹੀ, ਉਹ ਇਸ ਫਾਨੀ ਦੁਨੀਆਂ ਤੋਂ ਵਿਦਾ ਹੋ ਗਏ। ਉਨ੍ਹਾਂ ਵਿਚੋਂ ਵੀ ਬਹੁਤੇ ਸਾਲ ਆਪਣੇ ਅਦਵੈਤ ਮੱਤ ਦਾ ਭਾਰਤ ਦੇ ਕੋਨੇ ਕੋਨੇ ਵਿਚ ਪ੍ਰਚਾਰ ਕਰਦਿਆਂ ਪੂਰੇ ਦੇਸ਼ ਦੀਆਂ ਔਕੜਾਂ ਭਰੀਆਂ ਯਾਤਰਾਵਾਂ ਕਰਨ ਵਿਚ ਬਤੀਤ ਕਰ ਦਿੱਤੇ। ਉਹ ਜਿੱਥੇ ਵੀ ਜਾਂਦੇ, ਉਨ੍ਹਾਂ ਦੇ ਮੁਖਾਰ ਬਿੰਦ ਦੇ ਅੰਮਰਿਤ ਵਚਨਾਂ ਦਾ ਮਧੁਰ ਪਾਨ ਕਰਨ ਵਾਸਤੇ ਲੱਖਾਂ ਵਿਚ ਜਨਸਮੂਹ ਉਮੜ ਪੈਂਦਾ।

ਸ਼ੰਕਰਾਚਾਰੀਆ ਨੇ ਦੇਸ਼ ਦੀ ਉਨਤੀ ਲਈ ਅਨੇਕ ਸੁਧਾਰ ਕੀਤੇ, ਜਿਨ੍ਹਾਂ ਵਿਚ ਇੱਕ ਸਵਾਮੀ ਸੰਪਰਦਾਇ (ਦੇਖੋ ਪੰਨਾਂ 295) ਦਾ ਪੁਨਰਗਠਨ ਵੀ ਸ਼ਾਮਲ ਹੈ। ਉਨ੍ਹਾਂ ਨੇ ਦੇਸ਼ ਦੇ ਚਾਰੇ ਕੋਨਿਆਂ ਤੇ ਚਾਰ ਮੱਠਾਂ (ਅਦਵੈਤਵਾਦ ਦੇ ਸਿੱਖਿਆ ਕੇਂਦਰ) ਦੀ ਸਥਾਪਨਾ ਕੀਤੀ। ਦੱਖਣ ਵਿਚ ਸ਼੍ਰੰਗੇਰੀ, ਪੂਰਬ ਵਿਚ ਜਗਨਨਾਥ ਪੁਰੀ, ਪੱਛਮ ਵਿਚ ਦ ਵਾਰਕਾ ਅਤੇ ਉੱਤਰ ਵਿਚ ਬਦਰੀਨਾਥ ਵਿਚ।

ਰਾਜੇ ਮਹਾਰਾਜਿਆਂ ਅਤੇ ਜਨਮਾਨਸ ਦੇ ਭਰਪੂਰ ਮਾਇਕ ਸਹਿਯੋਗ ਨਾਲ ਇਹ ਚਾਰੇ ਮੱਠ ਸੰਸਕਰਿਤ, ਵਿਆਕਰਨ, ਤਰਕ, ਸ਼ਾਸਤਰ ਅਤੇ ਵੇਦਾਂਤ ਦਰਸ਼ਨ ਵਿਚ ਵਿਦਿਆਰਥੀਆਂ ਨੂੰ ਮੁਫਤ ਸਿੱਖਿਆ ਦਿੰਦੇ ਹਨ। ਭਾਰਤ ਦੇ ਚਾਰ ਕੋਨਿਆਂ ਵਿਚ ਮੱਠ ਬਣਾਉਣ ਦੇ ਪਿੱਛੇ, ਉਨ੍ਹਾਂ ਦਾ ਉਦੇਸ਼ ਇਹ ਸੀ, ਭਾਰਤ ਵਰਗੇ ਮਹਾਨ ਦੇਸ਼ ਵਿਚ ਧਾਰਮਿਕ ਅਤੇ ਕੌਮੀ ਏਕਤਾ ਮਜ਼ਬੂਤ ਹੋਵੇ। ਅੱਜ ਤਕ ਭਾਰਤ ਵਿਚ ਤੀਰਥ ਯਾਤਰੀਆਂ ਨੂੰ ਵੱਖ ਵੱਖ ਧਰਮ ਸੰਸਥਾਵਾਂ ਜਾਂ ਧਾਰਮਿਕ ਪ੍ਰਵਿਰਤੀ ਵਾਲੇ ਲੋਕਾਂ ਦੁਆਰਾ ਸੰਚਾਲਿਤ ਧਰਮਸ਼ਾਲਾਵਾਂ ਵਿਚ ਮੁਫਤ ਰਿਹਾਇਸ਼ ਦਾ ਪ੍ਰਬੰਧ ਹੈ।

ਵਾਪਸ ਜਾਣ ਦੀ ਮੇਰੀ ਬੇਨਤੀ ਨੂੰ ਠੁਕਰਾਉਣ ਤੇ ਤੁਲਿਆ ਹੋਇਆ ਹੈਂ, ਇਸ ਵਾਸਤੇ ਜਦੋਂ ਅਸੀਂ ਅਗਲੀ ਵਾਰ ਮਿਲਾਂਗੇ, ਤਾਂ ਤੈਨੂੰ ਫਿਰ ਤੋਂ ਆਪਣੇ ਬਾਰੇ ਮੇਰੇ ਪਿਆਰ ਅਤੇ ਦਿਲਚਸਪੀ ਨੂੰ ਜਗਾਉਣਾ ਪਵੇਗਾ। ਮੈਂ ਅਸਾਨੀ ਨਾਲ ਤੈਨੂੰ ਆਪਣਾ ਸ਼ਿਸ਼ ਸਵੀਕਾਰ ਨਹੀਂ ਕਰਾਂਗਾ। ਮੇਰੇ ਕਰੜੇ ਸਿੱਖਿਆ ਦੇ ਹੁਕਮਾਂ ਦੀ ਪਾਲਣਾ ਕਰਦਿਆਂ, ਤੈਨੂੰ ਪੂਰੀ ਤਰ੍ਹਾਂ ਸਮਰਪਣ ਕਰਨਾ ਹੋਵੇਗਾ।''

ਮੈਂ ਹੱਠ ਪੂਰਵਕ ਚੁੱਪ ਰਿਹਾ, ਪਰ ਮੇਰੇ ਗੁਰੂ ਨੇ ਛੇਤੀ ਹੀ ਮੇਰੀ ਸਮੱਸਿਆ ਸਮਝ ਲਈ।

''ਤੂੰ ਸੋਚਦਾ ਹੈਂ ਕਿ ਤੇਰੇ ਘਰ ਵਾਲੇ ਤੇਰਾ ਮਖੌਲ ਉਡਾਉਣਗੇ।''

''ਮੈਂ ਘਰ ਵਾਪਸ ਨਹੀਂ ਜਾਵਾਂਗਾ।''

''ਤੂੰ ਤੀਹ ਦਿਨਾਂ ਵਿਚ ਘਰ ਵਾਪਸ ਚਲਾ ਜਾਵੇਂਗਾ।''

''ਕਦੇ ਵੀ ਨਹੀਂ।''

ਇਸ ਵਾਦ ਵਿਵਾਦ ਤੋਂ ਉਤਪੰਨ ਮਾਨਸਿਕ ਤਣਾਅ ਵਿਚ ਕੋਈ ਘਾਟ ਨਹੀਂ ਆਈ। ਮੈਂ ਉਨ੍ਹਾਂ ਦੇ ਚਰਨਾਂ ਉੱਪਰ ਆਦਰ ਪੂਰਵਕ ਪ੍ਰਣਾਮ ਕਰ ਕੇ ਉੱਥੋਂ ਚਲਿਆ ਆਇਆ। ਅੱਧੀ ਰਾਤ ਦੇ ਅਨ੍ਹੇਰੇ ਵਿਚ ਆਸ਼ਰਮ ਵੱਲ ਨੂੰ ਵਾਪਸ ਆਉਂਦਿਆਂ ਮੈਂ ਸੋਚ ਰਿਹਾ ਸੀ, ਕਿ ਸਾਡੀ ਇਸ ਪਹਿਲੀ ਅਦਭੁਤ ਮਿਲਣੀ ਦਾ ਅੰਤ ਇੰਨਾ ਬੇ-ਸੁਆਦਾ ਕਿਉਂ ਹੋਇਆ। ਮਾਇਆ ਦੀ ਤੱਕੜੀ ਦੇ ਪਲੜੇ, ਹਰ ਇੱਕ ਖੁਸ਼ੀ ਦੇ ਬਰਾਬਰ ਦੁਖ ਵੀ ਤੋਲਦੇ ਹਨ। ਮਾਇਆ ਦਾ ਭਰਮਾਇਆ ਮੇਰਾ ਅੜੀਅਲ ਮਨ, ਉਨ੍ਹਾਂ ਦੀਆਂ ਉਂਗਲਾਂ ਦੇ ਪੋਟਿਆਂ ਦੀ ਛੋਹ ਨਾਲ ਨਰਮ ਹੋ ਕੇ, ਉਨ੍ਹਾਂ ਦੀ ਅਗਾਧ ਗਿਆਨ ਦੀ ਕੁਠਾਲੀ ਵਿਚ ਹਾਲੇ ਢਲਣਯੋਗ ਨਹੀਂ ਸੀ ਹੋਇਆ।

ਅਗਲੀ ਸਵੇਰ, ਮੈਂ ਦੇਖਿਆ ਕਿ ਆਸ਼ਰਮ ਵਾਸੀਆਂ ਦਾ ਵੈਰ ਭਾਵ ਵਾਲਾ ਰਵੱਈਆ ਮੇਰੇ ਪ੍ਰਤੀ ਹੋਰ ਵੀ ਸਖਤ ਹੋ ਗਿਆ ਸੀ। ਉਹ ਹਰ ਰੋਜ਼ ਹੀ, ਤਰ੍ਹਾਂ ਤਰ੍ਹਾਂ ਦੀਆਂ ਬੇ–ਹੂਦਗੀਆਂ ਨਾਲ ਮੈਨੂੰ ਤੰਗ ਕਰਨ ਲੱਗੇ। ਤਿੰਨ ਹਫਤੇ ਇਸੇ ਤਰ੍ਹਾਂ ਨਿਕਲ ਗਏ। ਫਿਰ ਦਯਾ ਨੰਦ ਜੀ ਮੁੰਬਈ ਕਿਸੇ ਸੰਮੇਲਨ ਵਿਚ ਭਾਗ ਲੈਣ ਚਲੇ ਗਏ। ਮੇਰੇ ਅਭਾਗੇ ਦੇ ਸਿਰ ਤੇ ਜਿਸ ਤਰ੍ਹਾਂ ਦੁਖਾਂ ਦਾ ਪਹਾੜ ਟੁੱਟ ਪਿਆ ਹੋਵੇ।

ਮੁਕੰਦ ਮੁਫਤਖੋਰਾ ਹੈ। ਆਸ਼ਰਮ ਦੀਆਂ ਸਹੂਲਤਾਂ ਦਾ ਤਾਂ ਪੂਰਾ ਪੂਰਾ ਲਾਭ ਉਠਾ ਰਿਹਾ ਹੈ, ਪਰ ਬਦਲੇ ਵਿਚ ਆਸ਼ਰਮ ਦਾ ਕੋਈ ਕੰਮ ਨਹੀਂ ਕਰਦਾ। ਇੱਕ ਦਿਨ ਮੇਰੇ ਉੱਪਰ ਚੱਲ ਰਹੀ, ਇਹ ਕਾਨਾ ਫੂਸੀ ਮੇਰੇ ਕੰਨੀ ਪਈ, ਤਾਂ ਮੈਨੂੰ ਪਹਿਲੀ ਵਾਰ ਇਹ ਅਫਸੋਸ ਹੋਇਆ, ਕਿ ਮੈਂ ਪਿਤਾ ਜੀ ਨੂੰ ਸਾਰੇ ਦੇ ਸਾਰੇ ਪੈਸੇ ਵਾਪਸ ਭੇਜਣ ਦਾ ਹੁਕਮ ਕਿਉਂ ਮੰਨ

ਲਿਆ। ਭਰੇ ਦਿਲ ਨਾਲ ਮੈਂ ਆਪਣੇ ਇੱਕੋ ਇੱਕ ਮਿੱਤਰ ਜਿਤੇਂਦਰ ਕੋਲ ਪਹੁੰਚਿਆ।

"ਮੈਂ ਆਸ਼ਰਮ ਛੱਡ ਕੇ ਜਾ ਰਿਹਾ ਹਾਂ। ਸਵਾਮੀ ਦਯਾਨੰਦ ਜੀ ਜਦੋਂ ਵਾਪਸ ਆਉਣ ਤਾਂ ਉਨ੍ਹਾਂ ਦੇ ਚਰਨਾਂ ਵਿਚ ਪਣਾਮ ਕਰ ਕੇ ਮੇਰੇ ਵੱਲੋਂ ਮੁਆਫ਼ੀ ਮੰਗ ਲੈਣਾ।"

"ਮੈਂ ਵੀ ਆਸ਼ਰਮ ਛੱਡ ਕੇ ਜਾ ਰਿਹਾ ਹਾਂ। ਇੱਥੇ ਮੇਰੇ ਧਿਆਨ ਕਰਨ ਦੇ ਯਤਨਾਂ ਉੱਪਰ ਆਸ਼ਰਮ ਵਾਸੀਆਂ ਦੀ ਪ੍ਰਤੀਕਿਰਿਆ ਤੇਰੇ ਵਰਗੀ ਹੀ ਹੈ।" ਜਿਤੇਂਦਰ ਦ੍ਰਿੜਤਾ ਨਾਲ ਬੋਲ ਰਿਹਾ ਸੀ।

"ਮੈਂ ਇੱਕ ਈਸ਼ਵਰ ਪ੍ਰਾਪਤ ਸੰਤ ਨੂੰ ਮਿਲ ਚੁੱਕਿਆ ਹਾਂ। ਚਲੋ ਅਸੀਂ ਉਨ੍ਹਾਂ ਦੇ ਕੋਲ ਸ਼੍ਰੀਰਾਮਪੁਰ ਚਲਦੇ ਹਾਂ'।

ਇਸ ਤਰ੍ਹਾਂ ਪੰਛੀ ਕੋਲਕਾਤਾ ਦੇ ਨਜ਼ਦੀਕ ਖਤਰਿਆਂ ਭਰੀ ਉਡਾਰੀ ਮਾਰਨ ਦੀ ਤਿਆਰੀ ਕਰ ਰਿਹਾ ਸੀ।

ਚੈਪਟਰ 11

ਵਰਿੰਦਾਵਨ ਵਿਚ ਬਗੈਰ ਕਿਸੇ ਪੈਸੇ ਧੇਲੇ ਤੋਂ ਦੋ ਬੱਚੇ

"ਮੁਕੰਦ, ਇਹ ਹੀ ਚੰਗਾ ਰਹੂਗਾ, ਜੇ ਪਿਤਾ ਜੀ ਤੈਨੂੰ ਆਪਣੀ ਜਾਇਦਾਦ ਵਿਚੋਂ ਬੇ-ਦਖਲ ਕਰ ਦਿੰਦੇ ਹਨ। ਤੂੰ ਕਿੰਨੀ ਮੂਰਖਤਾ ਨਾਲ ਆਪਣੀ ਜ਼ਿੰਦਗੀ ਖੁਦ ਹੀ ਬਰਬਾਦ ਕਰ ਰਿਹਾ ਹੈਂ।" ਮੇਰੇ ਵੱਡੇ ਭਰਾ ਅਨੰਤਦਾ ਦਾ, ਇਹ ਉਪਦੇਸ਼ਾਤਮਿਕ ਹਮਲਾ ਮੇਰੇ ਕੰਨੀ ਪਿਆ।

ਜਿਤੇਂਦਰ ਤੇ ਮੈਂ ਰੇਲ ਗੱਡੀ ਤੋਂ ਉੱਤਰ ਕੇ ਤਾਜ਼ੇ ਤਾਜ਼ੇ (ਇਹ ਕੇਵਲ ਵਾਕ ਅਲੰਕਾਰ ਹੈ, ਅਸਲੀਅਤ ਵਿਚ ਅਸੀਂ ਧੂੜ ਮਿੱਟੀ ਫੱਕਦੇ ਹੋਏ ਪਹੁੰਚੇ ਸੀ) ਮੇਰੇ ਵੱਡੇ ਭਰਾ ਅਨੰਤਦਾ ਦੇ ਘਰ ਪਹੁੰਚੇ ਸੀ, ਜਿਨ੍ਹਾਂ ਦੀ ਹਾਲੇ ਪਿਛਲੇ ਦਿਨੀਂ ਕੋਲਕਾਤਾ ਤੋਂ, ਇਸ ਪ੍ਰਾਚੀਨ ਸ਼ਹਿਰ ਆਗਰੇ ਵਿਚ ਬਦਲੀ ਹੋਈ ਸੀ। ਮੇਰਾ ਭਰਾ ਭਾਰਤ ਸਰਕਾਰ ਦੇ ਲੋਕ ਨਿਰਮਾਣ ਮਹਿਕਮੇ ਵਿਚ ਸੁਪਰਵਾਈਜ਼ਿੰਗ ਲੇਖਾਕਾਰ ਦੇ ਅਹੁਦੇ ਤੇ ਤੈਨਾਤ ਸੀ। "ਅਨੰਤਦਾ, ਆਪ ਚੰਗੀ ਤਰ੍ਹਾਂ ਜਾਣਦੇ ਹੋ, ਕਿ ਮੈਂ ਸਿਰਫ ਆਪਣੇ ਪਰਮ ਪਿਤਾ ਦੀ ਹੀ ਜਾਇਦਾਦ ਵਿਚੋਂ ਆਪਣਾ ਹਿੱਸਾ ਪ੍ਰਾਪਤ ਕਰਨਾ ਚਾਹੁੰਦਾ ਹਾਂ।"

"ਪੈਸਾ ਪਹਿਲਾਂ, ਪ੍ਰਮਾਤਮਾ ਬਾਅਦ ਵਿਚ, ਕੌਣ ਜਾਣਦਾ ਹੈ ਕਿ ਜ਼ਿੰਦਗੀ ਕਿੰਨੀ ਲੰਬੀ ਹੋ ਸਕਦੀ ਹੈ।"

"ਪ੍ਰਮਾਤਮਾ ਪਹਿਲਾਂ, ਲੱਛਮੀ ਤਾਂ ਉਸ ਦੀ ਨੌਕਰਾਣੀ ਹੈ, ਕੌਣ ਜਾਣਦਾ ਹੈ ਕਿ ਜ਼ਿੰਦਗੀ ਅਤਿਅੰਤ ਛੋਟੀ ਵੀ ਹੋ ਸਕਦੀ ਹੈ।"

ਮੇਰਾ ਉਲਟਵਾਂ ਜਵਾਬ ਚਲ ਰਹੀ ਗੱਲ ਬਾਤ ਦੇ ਸੰਦਰਭ ਵਿਚ, ਵਕਤ ਦੀ ਜ਼ਰੂਰਤ ਅਨੁਸਾਰ ਸੀ। ਇਸ ਵਿਚ ਮੈਨੂੰ ਪਹਿਲਾਂ ਕੋਈ ਅਭਾਸ ਨਹੀਂ ਸੀ। (ਅਫਸੋਸ ਅਨੰਤਦਾ ਦੀ ਜ਼ਿੰਦਗੀ ਸੱਚ ਮੁੱਚ ਹੀ ਛੋਟੀ ਸਾਬਤ ਹੋਈ)।*

"ਲਗਦਾ ਹੈ, ਆਸ਼ਰਮ ਵਿਚੋਂ ਤੂੰ ਬੜਾ ਗੂੜ੍ਹ ਗਿਆਨ ਪ੍ਰਾਪਤ ਕਰ ਲਿਆ ਹੈ। ਪਰ ਵਾਰਾਣਸੀ ਤਾਂ ਤੂੰ ਛੱਡ ਦਿੱਤੀ ਹੈ।" ਇਸ ਸੰਤੁਸ਼ਟੀ ਤੋਂ ਅਨੰਤਦਾ ਦੀਆਂ ਅੱਖਾਂ ਵਿਚ ਚਮਕ ਆ ਗਈ ਸੀ। ਉਸ ਨੂੰ ਹਾਲੇ ਵੀ ਇਹ ਉਮੀਦ ਸੀ ਕਿ ਮੈਂ ਮੁੜ ਆਪਣੇ ਥੱਕੇ ਹੋਏ ਖੰਭ ਲੈ ਕੇ ਪਰਿਵਾਰਕ ਆਲ੍ਹਣੇ ਵਿਚ ਆਸਰਾ ਲੈ ਲਵਾਂਗਾ।

* ਦੇਖੋ ਚੈਪਟਰ 25

"ਵਾਰਾਣਸੀ ਵਿਚ ਮੇਰਾ ਠਹਿਰਨਾ ਵਿਅਰਥ ਨਹੀਂ ਗਿਆ। ਜਿਸ ਮਕਸਦ, ਮਤਲਬ ਆਪਣੇ ਗੁਰੂ ਲਈ ਮੇਰਾ ਮਨ ਅਜ਼ਲਾਂ ਤੋਂ ਤੜਫ ਰਿਹਾ ਸੀ, ਉਸ ਨੂੰ ਮੈਂ ਉੱਥੇ ਪ੍ਰਾਪਤ ਕਰ ਲਿਆ ਹੈ। ਇਹ ਯਕੀਨ ਰੱਖੋ, ਕਿ ਉਹ ਤੁਹਾਡੇ ਵਾਲੇ ਪੰਡਤ ਨਹੀਂ ਅਤੇ ਨਾ ਹੀ ਉਨ੍ਹਾਂ ਦਾ ਉਹ ਪੁੱਤਰ।"

ਪਿਛਲੀਆਂ ਗੱਲਾਂ ਯਾਦ ਕਰਦਿਆਂ, ਅਨੰਤਦਾ ਵੀ ਮੇਰੇ ਨਾਲ ਹੀ ਹਾਸੇ ਵਿਚ ਸ਼ਾਮਲ ਹੋ ਗਏ। ਅਨੰਤਦਾ ਨੂੰ ਇਹ ਮੰਨਣਾ ਪਿਆ, ਕਿ ਵਾਰਾਣਸੀ ਵਿਚ ਮੈਨੂੰ ਉਪਦੇਸ਼ ਦਵਾਉਣ ਲਈ ਚੁਣਿਆ ਗਿਆ, ਦਿੱਵਯ ਦਰਸ਼ੀ ਪੰਡਤ ਅਲਪ ਦਰਸ਼ੀ ਸਿੱਧ ਹੋਇਆ।

"ਮੇਰੇ ਘੁਮੱਕੜ ਭਰਾ, ਆਖਰ ਤੇਰਾ ਹੁਣ ਅੱਗੇ ਦਾ ਕੀ ਪ੍ਰੋਗਰਾਮ ਹੈ?"

"ਜਿਤੇਂਦਰ ਮੈਨੂੰ ਪਰੇਰ ਕੇ ਆਗਰੇ ਲੈ ਆਇਆ ਹੈ। ਇੱਥੇ ਅਸੀਂ ਤਾਜ ਮਹੱਲ ਦੀ ਸੁੰਦਰਤਾ ਦਾ ਆਨੰਦ ਮਾਣਾਂਗੇ," ਮੈਂ ਉਸ ਨੂੰ ਕਿਹਾ, "ਉਸ ਤੋਂ ਬਾਅਦ ਅਸੀਂ ਆਪਣੇ ਨਵੇਂ ਲੱਭੇ ਗੁਰੂ ਕੋਲ ਜਾਵਾਂਗੇ, ਜਿਨ੍ਹਾ ਦਾ ਆਸ਼ਰਮ ਸ਼੍ਰੀਰਾਮਪੁਰ ਵਿਚ ਹੈ।"

ਅਨੰਤਦਾ ਨੇ ਸਾਡੀ ਮਹਿਮਾਨ ਨਿਵਾਜ਼ੀ ਵਿਚ ਕੋਈ ਕਸਰ ਨਾ ਛੱਡੀ। ਉਸ ਦਿਨ ਸ਼ਾਮ ਨੂੰ, ਅਨੰਤਦਾ ਨੂੰ, ਮੈਂ ਕਈ ਵਾਰ ਆਪਣੇ ਵੱਲ ਚਿੰਤਤ ਨਜ਼ਰਾਂ ਨਾਲ ਤੱਕਦਿਆਂ ਦੇਖਿਆ।

ਮੈਂ ਉਨ੍ਹਾਂ ਦੀਆਂ ਨਜ਼ਰਾਂ ਦਾ ਭਾਵ ਅਰਥ ਸਮਝਦਿਆਂ ਸੋਚ ਰਿਹਾ ਸੀ ਕਿ ਕੋਈ ਸਾਜ਼ਸ਼ ਘੜੀ ਜਾ ਰਹੀ ਹੈ।

ਅਗਲੀ ਸਵੇਰ ਨਾਸ਼ਤਾ ਕਰਦਿਆਂ, ਉਸ ਸਾਜ਼ਸ਼ ਦਾ ਪਰਦਾਫਾਸ਼ ਹੋ ਗਿਆ।

"ਤਾਂ ਮੈਂ ਇਸ ਦਾ ਮਤਲਬ ਇਹ ਸਮਝਾਂ, ਕਿ ਤੂੰ ਪਿਤਾ ਜੀ ਦੀ ਜਾਇਦਾਦ ਵਿਚੋਂ ਆਪਣੇ ਆਪ ਨੂੰ ਬਿਲਕੁਲ ਮੁਕਤ ਕਰ ਲਿਆ ਹੈ।" ਕੱਲ੍ਹ ਦੀ ਛੱਡੀ ਹੋਈ ਗੱਲ ਦਾ ਸਿਰਾ ਫੜਦਿਆਂ,ਅਨੰਤਦਾ ਨੇ ਬੜੀ ਸਹਿਜ ਸੁਭਾਅ ਗੱਲ ਤੋਰਦਿਆਂ ਕਿਹਾ।

"ਮੈਂ ਪ੍ਰਮਾਤਮਾ ਉੱਪਰ ਨਿਰਭਰਤਾ ਦੇ ਪ੍ਰਤੀ ਪੂਰੀ ਤਰ੍ਹਾ ਅਡੋਲ ਹਾਂ।"

"ਗੱਲਾਂ ਕਰਨੀਆਂ ਬਹੁਤ ਸੁਖਾਲੀਆਂ ਨੇ, ਹਾਲੇ ਤਕ ਤੇਰੀ ਜ਼ਿੰਦਗੀ ਬੜੀ ਸੌਖੀ ਲੰਘ ਗਈ ਹੈ। ਤੇਰੀ ਕੀ ਹਾਲਤ ਹੁੰਦੀ ਜੇ ਤੈਨੂੰ ਭੋਜਨ ਅਤੇ ਰਹਿਣ ਲਈ ਪ੍ਰਮਾਤਮਾ ਦੇ ਅਦ੍ਰਿਸ਼ ਹੱਥਾਂ ਉੱਪਰ ਨਿਰਭਰ ਰਹਿਣਾ ਪੈਂਦਾ। ਬਹੁਤ ਛੇਤੀ ਤੈਨੂੰ ਗਲੀਆਂ ਵਿਚ ਭੀਖ ਮੰਗਣ ਦੀ ਨੌਬਤ ਆ ਜਾਂਦੀ।"

"ਕਦੇ ਵੀ ਨਹੀਂ, ਮੈਂ ਪ੍ਰਮਾਤਮਾ ਤੋਂ ਇਲਾਵਾ ਕਿਸੇ ਰਾਹਗੀਰ ਤੋਂ ਕੋਈ ਉਮੀਦ ਨਹੀਂ ਕਰਦਾ। ਪ੍ਰਮਾਤਮਾ ਆਪਣੇ ਭਗਤਾਂ ਲਈ ਹੱਥਾਂ ਵਿਚ ਠੂਠੇ ਫੜਾਉਣ ਦੀ ਬਜਾਏ ਹੋਰ ਹਜ਼ਾਰਾਂ ਤਰੀਕੇ ਕੱਢ ਦਿੰਦੇ ਹਨ।"

"ਹੋਰ ਜਿਆਦਾ ਅਲੰਕਰਿਤ ਭਾਸ਼ਣਬਾਜ਼ੀ, ਜੇ ਮੈਂ ਕਹਾਂ, ਕਿ ਜਿਸ ਕਾਲਪਨਿਕ ਫਲਸਫੇ ਦੀ ਤੂੰ ਸ਼ੇਖੀ ਮਾਰ ਰਿਹਾ ਹੈਂ, ਉਸ ਦੀ ਇਸ ਭੌਤਿਕ ਯੁਗ ਵਿਚ ਪਰੀਖਿਆ ਹੋਣੀ ਚਾਹੀਦੀ ਹੈ?"

"ਤਾਂ ਮੈਂ ਉਸ ਪਰੀਖਿਆ ਨੂੰ ਤੁਰੰਤ ਸਵੀਕਾਰ ਕਰ ਲਵਾਂਗਾ। ਕੀ ਆਪ ਪ੍ਰਮਾਤਮਾ ਨੂੰ ਇੱਕ ਕਾਲਪਨਿਕ ਦੁਨੀਆਂ ਤਕ ਹੀ ਸੀਮਤ ਰੱਖਦੇ ਹੋ?"

"ਚਲੋ ਅੱਜ ਦੇਖ ਲੈਂਦੇ ਹਾਂ। ਅੱਜ ਤੈਨੂੰ ਮੌਕਾ ਮਿਲੇਗਾ ਕਿ ਤੂੰ ਮੇਰੇ ਦ੍ਰਿਸ਼ਟੀਕੋਣ ਨੂੰ ਪ੍ਰਮਾਣਿਤ ਕਰੇਂਗਾ ਜਾਂ ਫਿਰ ਘੱਟੋ ਘੱਟ ਉਸ ਦਾ ਸਮਰਥਨ ਤਾਂ ਤੈਨੂੰ ਕਰਨਾ ਹੀ ਪਵੇਗਾ।" ਅਨੰਤਦਾ ਵਾਤਾਵਰਣ ਵਿਚ ਗੰਭੀਰਤਾ ਲਿਆਉਣ ਵਾਸਤੇ ਨਾਟਕੀ ਢੰਗ ਨਾਲ ਥੋੜੀ ਦੇਰ ਵਾਸਤੇ ਚੁੱਪ ਹੋ ਗਏ ਅਤੇ ਫਿਰ ਗੰਭੀਰਤਾ ਨਾਲ ਬੋਲਣਾ ਸ਼ੁਰੂ ਕੀਤਾ।

"ਮੇਰਾ ਇਹ ਪ੍ਰਸਤਾਵ ਹੈ ਕਿ ਮੈਂ ਤੈਨੂੰ ਅਤੇ ਤੇਰੇ ਗੁਰੂ ਭਾਈ ਜਿਤੇਂਦਰ ਨੂੰ ਹੁਣੇ ਹੀ ਨੇੜੇ ਦੇ ਸਹਿਰ ਵਰਿੰਦਾਵਨ ਭੇਜਦਾ ਹਾਂ। ਤੁਹਾਡੇ ਕੋਲ ਕੋਈ ਪੈਸਾ ਧੇਲਾ ਨਹੀਂ ਹੋਵੇਗਾ, ਤੁਸੀਂ ਭੀਖ ਨਹੀਂ ਮੰਗੋਗੇ, ਨਾ ਹੀ ਭੋਜਨ ਦੀ ਅਤੇ ਨਾ ਹੀ ਪੈਸਿਆਂ ਦੀ, ਤੁਸੀਂ ਕਿਸੇ ਅੱਗੇ ਆਪਣੀ ਮੁਸੀਬਤ ਦਾ ਰੋਣਾ ਨਹੀਂ ਰੋਵੋਗੇ। ਤੁਸੀਂ ਖਾਣੇ ਤੋਂ ਭੁੱਖੇ ਨਹੀਂ ਰਹੋਗੇ ਅਤੇ ਵਰਿੰਦਾਵਨ ਵਿਚ ਫਸੇ ਨਹੀਂ ਰਹੋਗੇ। ਇਨ੍ਹਾਂ ਸ਼ਰਤਾਂ ਵਿਚੋਂ ਕੋਈ ਵੀ ਸ਼ਰਤ ਤੋੜੇ ਬਗੈਰ ਜੇ ਤੁਸੀਂ ਦੋਵੇਂ ਮੇਰੇ ਬੰਗਲੇ ਉੱਪਰ ਅੱਜ ਰਾਤ ਬਾਰਾਂ ਵਜੇ ਤਕ ਵਾਪਸ ਆ ਜਾਵੋ ਤਾਂ ਮੈਂ ਆਗਰੇ ਵਿਚ ਸਭ ਤੋਂ ਜਿਆਦਾ ਅਚੰਭਿਤ ਆਦਮੀ ਹੋਵਾਂਗਾ।"

"ਮੈਨੂੰ ਇਹ ਚੁਣੌਤੀ ਮਨਜ਼ੂਰ ਹੈ।" ਮੇਰੇ ਸਬਦਾਂ ਅਤੇ ਦਿਲ ਵਿਚ ਭੋਰਾ ਭਰ ਹਿਚਕਚਾਹਟ ਨਹੀਂ ਸੀ। ਪ੍ਰਮਾਤਮਾ ਦੇ ਉਪਕਾਰ ਦੀਆਂ ਅਨੇਕ ਯਾਦਾਂ, ਤੁਰੰਤ ਮੇਰੇ ਮਨ ਵਿਚ ਘੁੰਮ ਗਈਆਂ। ਲਾਹਿੜੀ ਮਹਾਸ਼ਯ ਦੀ ਫੋਟੋ ਦੇ ਸਾਹਮਣੇ ਪ੍ਰਾਰਥਨਾ ਕਰਨ ਨਾਲ ਹੈਜ਼ੇ ਵਰਗੀ ਜਾਨ ਲੇਵਾ ਬਿਮਾਰੀ ਤੋਂ ਛੁਟਕਾਰਾ ਪਾਉਣਾ, ਲਾਹੌਰ ਵਿਚ ਮਕਾਨ ਦੀ ਛੱਤ ਉੱਪਰ ਮੈਨੂੰ ਜਗਨ ਮਾਤਾ ਦੁਆਰਾ ਦੋਵੇਂ ਪਤੰਗਾਂ ਦੇ ਅਜੀਬੋ ਗਰੀਬ ਢੰਗ ਨਾਲ ਤੋਹਫੇ ਦੇਣਾ, ਬਰੇਲੀ ਵਿਚ ਘੋਰ ਨਿਰਾਸ਼ਾ ਦੇ ਆਲਮ ਵਿਚ ਠੀਕ ਮੌਕੇ ਉੱਪਰ ਤਵੀਤ ਦਾ ਪ੍ਰਾਪਤ ਹੋਣਾ, ਵਾਰਾਣਸੀ ਵਿਚ ਪੰਡਤ ਜੀ ਦੇ ਵਿਹੜੇ ਦੇ ਬਾਹਰ ਸਾਧੂ ਮਹਾਰਾਜ਼ ਦੁਆਰਾ ਫੈਸਲਾਕੁਨ ਸੁਨੇਹੇ ਦਾ ਦਿੱਤਾ ਜਾਣਾ, ਜਗਨਮਾਤਾ ਦਾ ਰਾਤ ਦੇ ਵਕਤ ਦਰਸ਼ਨ ਅਤੇ ਦਿੱਵਯ ਪ੍ਰੇਮਮਈ ਸ਼ਬਦਾਂ ਦੁਆਰਾ ਪ੍ਰੇਮ ਦਾ ਵਿਸ਼ਵਾਸ ਦਵਾਉਣਾ, ਜਗਨਮਾਤਾ ਦੁਆਰਾ ਮੇਰੀਆਂ ਛੋਟੀਆਂ ਛੋਟੀਆਂ ਪ੍ਰੇਸ਼ਾਨੀਆਂ ਨੂੰ ਵੀ ਮਾਸਟਰ ਮਹਾਸ਼ਯ ਦੇ ਰਾਹੀਂ ਦੂਰ ਕਰਨਾ, ਹਾਈ ਸਕੂਲ ਦੇ ਸਲਾਨਾ ਇਮਤਿਹਾਨ ਵਿਚ ਅੰਤਮ ਵਕਤ ਕੀਤਾ ਗਿਆ ਮੇਰਾ ਮਾਰਗ ਦਰਸ਼ਨ ਅਤੇ ਸਭ ਤੋਂ ਸਰਬਉੱਚ ਵਰਦਾਨ, ਮੇਰੀ ਜ਼ਿੰਦਗੀ ਦੇ ਸੁਪਨਿਆਂ ਦੀ ਧੁੰਦ ਵਿਚੋਂ ਪ੍ਰਗਟ ਹੋਏ, ਮੇਰੇ ਜਿਉਂਦੇ ਜਾਗਦੇ ਗੁਰੂਦੇਵ। ਮੈਂ ਕਦੇ ਵੀ ਇਹ ਮੰਨਣ ਲਈ ਤਿਆਰ ਨਹੀਂ ਸੀ, ਕਿ ਮੇਰਾ ਤੱਤਵ ਗਿਆਨ ਸੰਸਾਰ ਦੀ ਕਿਸੇ ਕਸੌਟੀ ਉੱਪਰ, ਭਾਵੇਂ ਉਹ ਕਿੰਨੀ ਵੀ ਕਰੜੀ ਕਿਉਂ ਨਾ ਹੋਵੇ, ਖਰਾ ਨਹੀਂ ਉਤਰੇਗਾ।

"ਤੇਰੀ ਰਜ਼ਾਮੰਦੀ ਸਲਾਹੁਣਯੋਗ ਹੈ। ਮੈਂ ਤੁਹਾਨੂੰ ਦੋਨਾਂ ਨੂੰ ਤੁਰੰਤ ਰੇਲ ਗੱਡੀ ਵਿਚ ਬਿਠਾ ਦਿੰਦਾ ਹਾਂ," ਅਨੰਤਦਾ ਨੇ ਕਿਹਾ।

ਫਿਰ ਉਹ ਹੈਰਾਨ ਹੋ ਕੇ ਜਿਤੇਂਦਰ ਵੱਲ ਨੂੰ ਮੁੜਦਿਆਂ ਬੋਲਿਆ, "ਤੈਨੂੰ ਵੀ ਇਸ ਦੇ ਨਾਲ ਹੀ ਜਾਣਾ ਪਵੇਗਾ, ਇੱਕ ਗਵਾਹ ਦੇ ਰੂਪ ਵਿਚ ਨਹੀਂ ਬਲਕਿ ਇਸ ਉੱਪਰ ਆਉਣ ਵਾਲੀਆਂ ਮੁਸੀਬਤਾਂ ਇਸ ਦੇ ਨਾਲ ਹੀ ਬਰਦਾਸ਼ਤ ਕਰਨ ਵਾਸਤੇ।"

ਅੱਧੇ ਘੰਟੇ ਬਾਅਦ ਜਿਤੇਂਦਰ ਅਤੇ ਮੇਰੇ ਹੱਥਾਂ ਵਿਚ ਆਗਰਾ ਤੋਂ ਵਰਿੰਦਾਵਨ ਦੀਆਂ ਟਿਕਟਾਂ ਸਨ। ਸਟੇਸ਼ਨ ਤੇ ਇੱਕ ਪਾਸੇ ਉਜਾੜ ਜਿਹੀ ਥਾਂ ਉੱਪਰ ਲਿਜਾ ਕੇ ਅਨੰਤਦਾ ਨੇ ਸਾਡੀ ਤਲਾਸ਼ੀ ਵੀ ਲਈ। ਅਨੰਤਦਾ ਛੇਤੀ ਹੀ ਸੰਤੁਸ਼ਟ ਹੋ ਗਏ, ਕਿ ਅਸੀਂ ਕੋਈ ਖਜ਼ਾਨਾ ਛੁਪਾ ਕੇ ਨਹੀਂ ਸੀ ਲਿਜਾ ਰਹੇ। ਜੋ ਛੁਪਾਉਣਾ ਜਰੂਰੀ ਸੀ, ਉਸ ਤੋਂ ਜਿਆਦਾ ਸਾਡੀਆਂ ਸਾਦਾ ਧੋਤੀਆਂ ਵਿਚ ਕੁਝ ਨਹੀਂ ਸੀ ਛੁਪਿਆ ਹੋਇਆ।

ਜਿਉਂ ਹੀ ਵਿਸ਼ਵਾਸ ਨੇ ਪੈਸਿਆਂ ਦੀ ਅਹਿਮੀਅਤ ਦੇ ਮਹੱਤਵ ਪੂਰਨ ਖੇਤਰ ਉੱਪਰ ਹਮਲਾ ਬੋਲਿਆ, ਤਾਂ ਮੇਰਾ ਮਿੱਤਰ ਜਿਤੇਂਦਰ ਘਬਰਾਹਟ ਦੇ ਭਾਵ ਵਿਚ ਬੋਲਿਆ, "ਅਨੰਤਦਾ ਆਪ ਮੈਨੂੰ ਸੁਰੱਖਿਆ ਦੀ ਦ੍ਰਿਸ਼ਟੀ ਤੋਂ ਇੱਕ ਦੋ ਰੁਪਈਏ ਦੇ ਦਿਉ, ਤਾਂ ਕਿ ਮੈਂ ਕਿਸੇ ਮੁਸੀਬਤ ਦੇ ਵਕਤ ਆਪ ਨੂੰ ਤਾਰ ਦੇ ਸਕਾਂ।"

"ਜਿਤੇਂਦਰ," ਮੈਂ ਭੜਕ ਕੇ ਉਸ ਨੂੰ ਡਾਂਟਦਾ ਹੋਇਆ ਬੋਲਿਆ, "ਮੈਂ ਪਰੀਖਿਆ ਵਿਚ ਸ਼ਾਮਲ ਨਹੀਂ ਹੋਵਾਂਗਾ ਜੇ ਤੂੰ ਅੰਤਮ ਸੁਰੱਖਿਆ ਵਾਸਤੇ ਵੀ ਕੋਈ ਪੈਸਾ ਧੇਲਾ ਨਾਲ ਲਿਆ।"

"ਸਿੱਕਿਆਂ ਦੀ ਛਣਕਾਹਟ ਵਿਚ ਹੌਸਲਾ ਦੇਣ ਦੀ ਬੜੀ ਸ਼ਕਤੀ ਹੁੰਦੀ ਹੈ।" ਮੇਰੇ ਸਖਤ ਰੌ ਨੂੰ ਦੇਖਦਿਆਂ ਹੋਇਆਂ ਜਿਤੇਂਦਰ ਇਸ ਤੋਂ ਅੱਗੇ ਕੁਝ ਨਾ ਕਹਿ ਸਕਿਆ।

"ਮੁਕੰਦ, ਮੈਂ ਨਿਰਦਈ ਨਹੀਂ ਹਾਂ," ਅਨੰਤ ਦੀ ਅਵਾਜ਼ ਵਿਚ ਕੁਝ ਕੋਮਲਤਾ ਆ ਗਈ ਸੀ। ਸੰਭਵ ਹੈ ਕਿ ਉਸ ਦੀ ਆਪਣੀ ਆਤਮਾ ਹੀ ਉਸ ਨੂੰ ਲਾਹਨਤ ਪਾ ਰਹੀ ਹੋਵੇ ਕਿ ਦੋ ਬੱਚਿਆਂ ਨੂੰ ਇੱਕ ਅਣਜਾਣੇ ਸ਼ਹਿਰ ਵਿਚ ਬਗੈਰ ਕਿਸੇ ਪੈਸੇ ਧੇਲੇ ਦੇ ਕਿਉਂ ਭੇਜ ਰਿਹਾ ਸੀ ਜਾਂ ਫਿਰ ਪ੍ਰਮਾਤਮਾ ਵਿਚ ਉਸ ਦੇ ਅਵਿਸ਼ਵਾਸ ਬਾਰੇ।

"ਜੇ ਤੂੰ ਸੰਜੋਗਵਸ ਜਾਂ ਪ੍ਰਮਾਤਮਾ ਦੀ ਕ੍ਰਿਪਾ ਨਾਲ, ਇਸ ਵਰਿੰਦਾਵਨ ਵਾਲੀ ਪ੍ਰੀਖਿਆ ਵਿਚ ਪਾਸ ਹੋ ਗਿਆ, ਤਾਂ ਮੈਂ ਤੈਨੂੰ ਬੇਨਤੀ ਕਰਾਂਗਾ ਕਿ ਤੂੰ ਮੈਨੂੰ ਆਪਣਾ ਸ਼ਿਸ਼ ਬਣਾ ਲੈ।"

ਉਸ ਦੁਆਰਾ ਕੀਤੀ ਗਈ ਇਸ ਅਸਧਾਰਨ ਮੌਕੇ ਇਹ ਪ੍ਰਤਿੱਗਿਆ ਵਿਚ ਇੱਕ ਬੇਕਾਇਦਗੀ ਸੀ। ਭਾਰਤੀ ਪਰਿਵਾਰ ਵਿਚ ਵੱਡਾ ਭਰਾ ਆਪਣੇ ਛੋਟੇ ਭਰਾਵਾਂ ਦੇ ਅੱਗੇ ਸਿਰ ਨਹੀਂ ਝੁਕਾਉਂਦਾ, ਬਲਕਿ ਪਿਤਾ ਤੋਂ ਬਾਅਦ ਉਸ ਨੂੰ ਪਰਿਵਾਰ ਵਿਚ ਪਿਤਾ ਦੇ

ਬਰਾਬਰ ਸਨਮਾਨ ਮਿਲਦਾ ਹੈ। ਛੋਟੇ ਭਰਾ, ਉਸ ਦੇ ਹੁਕਮਾਂ ਦੀ ਪਾਲਣਾ ਕਰਦੇ ਹਨ। ਪ੍ਰੰਤੂ ਇਸ ਵਿਸ਼ੇ ਉੱਪਰ ਮੇਰੇ ਕੁਝ ਬੋਲਣ ਦਾ ਵਕਤ ਹੀ ਨਹੀਂ ਸੀ ਰਹਿ ਗਿਆ, ਕਿਉਂਕਿ ਸਾਡੀ ਗੱਡੀ ਰਵਾਨਗੀ ਲਈ ਤਿਆਰ ਸੀ।

ਗੱਡੀ ਦੌੜਦੀ ਜਾ ਰਹੀ ਸੀ। ਜਿਤੇਂਦਰ ਸ਼ੋਕ ਪੂਰਵਕ ਚੁੱਪ ਧਾਰੀ ਬੈਠਾ ਸੀ। ਆਖਰਕਾਰ ਹਰਕਤ ਵਿਚ ਆਉਂਦਿਆਂ, ਉਹ ਮੇਰੇ ਵੱਲ ਝੁਕਿਆ ਅਤੇ ਮੇਰੇ ਨਾਜ਼ੁਕ ਥਾਂ ਨੂੰ ਚੁਣ ਕੇ ਪੀੜਾਦਾਇਕ ਚੂੰਢੀ ਵੱਢਦਿਆਂ ਬੋਲਿਆ, "ਮੈਨੂੰ ਤਾਂ ਕੋਈ ਲੱਛਣ ਦਿਖਾਈ ਨਹੀਂ ਦਿੰਦਾ ਕਿ ਪ੍ਰਮਾਤਮਾ ਸਾਡੇ ਅਗਲੇ ਭੋਜਨ ਦਾ ਪ੍ਰਬੰਧ ਕਰ ਰਿਹਾ ਹੈ।"

"ਸ਼ਾਂਤ ਰਹੋ – ਸ਼ੰਕਾਲੂ ਆਤਮਾ। ਪ੍ਰਮਾਤਮਾ ਸਾਡੇ ਨਾਲ ਹੀ ਹੈ ਅਤੇ ਸਾਰੇ ਪ੍ਰਬੰਧ ਕਰ ਰਿਹਾ ਹੈ।"

"ਕੀ ਤੂੰ ਉਸ ਨੂੰ ਕਹਿ ਸਕਦਾ ਹੈਂ ਥੋੜੀ ਜਿਹੀ ਛੇਤੀ ਕਰ ਦੇਵੇ? ਅੱਗੇ ਦੇ ਹਾਲਤ ਦਾ ਅਨੁਮਾਨ ਕਰ ਕੇ ਮੈਂ ਤਾਂ ਪਹਿਲਾਂ ਹੀ ਭੁੱਖ ਨਾਲ ਮਰਿਆ ਜਾ ਰਿਹਾ ਹਾਂ। ਮੈਂ ਵਾਰਾਣਸੀ ਤੋਂ ਤੇਰੇ ਨਾਲ ਤਾਜ ਮਹੱਲ ਦਾ ਮਕਬਰਾ ਦੇਖਣ ਆਇਆ ਸੀ, ਆਪਣੀ ਕਬਰ ਵਿਚ ਦਾਖਲ ਹੋਣ ਲਈ ਨਹੀਂ।"

"ਜਿਤੇਂਦਰ ਤੈਨੂੰ ਖੁਸ਼ ਹੋਣਾ ਚਾਹੀਦਾ ਹੈ, ਕੀ ਅੱਜ ਅਸੀਂ ਵਰਿੰਦਾਵਨ ਦੀਆਂ ਪਵਿੱਤਰ ਚਮਤਕਾਰਕ ਥਾਵਾਂ ਦੇ ਪਹਿਲੀ ਵਾਰ ਦਰਸ਼ਨ ਕਰਨ ਲਈ ਨਹੀਂ ਜਾ ਰਹੇ? ਮੈਨੂੰ ਤਾਂ ਇਸ ਖਿਆਲ ਨਾਲ ਹੀ ਪੂਰਨ ਆਨੰਦ ਆ ਰਿਹਾ ਹੈ ਕਿ ਅੱਜ ਅਸੀਂ ਉਸ ਪਵਿੱਤਰ ਧਰਤੀ ਉੱਪਰ ਤੁਰਾਂਗੇ, ਜਿਸ ਨੂੰ ਭਗਵਾਨ ਸ਼੍ਰੀ ਕ੍ਰਿਸ਼ਨ ਨੇ ਆਪਣੀ ਚਰਨ ਛੋਹ ਨਾਲ ਪਵਿੱਤਰ ਕਰ ਰੱਖਿਆ ਹੈ।"

ਸਾਡੇ ਡੱਬੇ ਦਾ ਦਰਵਾਜ਼ਾ ਖੁੱਲ੍ਹਿਆ ਅਤੇ ਦੋ ਅਜਨਬੀ ਸੱਜਣ ਅੰਦਰ ਆ ਕੇ ਬੈਠ ਗਏ। ਅਗਲੇ ਸਟੇਸ਼ਨ ਉੱਪਰ ਅਸੀਂ ਉਤਰਨਾ ਸੀ।

"ਬੱਚਿਓ, ਵਰਿੰਦਾਵਨ ਵਿਚ ਤੁਹਾਡੀ ਕੋਈ ਜਾਣ ਪਹਿਚਾਨ ਦਾ ਹੈ?" ਮੇਰੇ ਸਾਹਮਣੇ ਬੈਠਾ ਆਦਮੀ ਸਾਡੇ ਵਿਚ ਡੂੰਘੀ ਦਿਲਚਸਪੀ ਲੈ ਰਿਹਾ ਸੀ।

"ਇਸ ਨਾਲ ਆਪ ਨੂੰ ਕੀ ਮਤਲਬ?" ਮੈਂ ਬੜੀ ਬੇ-ਰੁਖੀ ਨਾਲ ਆਪਣੀ ਨਜ਼ਰ ਦੂਜੇ ਪਾਸੇ ਘੁਮਾ ਲਈ।

"ਲਗਦਾ ਹੈ, ਕਿ ਤੁਸੀਂ ਵੀ ਚਿੱਤ ਚੋਰ* ਦੇ ਪਿਆਰ ਵਿਚ ਮੋਹਿਤ ਹੋ ਕੇ ਘਰਾਂ ਤੋਂ ਭੱਜ ਕੇ ਆਏ ਹੋ। ਮੈਂ ਖੁਦ ਭਗਤੀ ਭਾਵ ਵਾਲਾ ਆਦਮੀ ਹਾਂ। ਇਸ ਵਾਸਤੇ ਇਸ ਕਹਿਰ ਦੀ ਗਰਮੀ ਵਿਚ ਤੁਹਾਡੇ ਰਹਿਣ ਅਤੇ ਖਾਣ ਪੀਣ ਦਾ ਪ੍ਰਬੰਧ ਕਰਨਾ, ਮੈਂ ਆਪਣਾ ਧਰਮ ਸਮਝਦਾ ਹਾਂ।"

* ਚਿੱਤਚੋਰ ਹਰੀ; ਤਗਵਾਨ ਕਰਿਸ਼ਨ ਦੇ ਸ਼ਰਧਾਲੂਆਂ ਵਿਚ ਜਾਣਿਆ ਜਾਣ ਵਾਲਾ ਹਰਮਨ ਪਿਆਰਾ ਨਾਂ।

"ਨਹੀਂ ਸ੍ਰੀਮਾਨ ਜੀ, ਸਾਨੂੰ ਸਾਡੇ ਹਾਲ ਤੇ ਰਹਿਣ ਦਿਉ। ਠੀਕ ਹੈ ਕਿ ਤੁਸੀਂ ਦਿਆਲੂ ਹੋ ਪਰ ਸਾਨੂੰ ਘਰੋਂ ਭੱਜੇ ਸਮਝ ਕੇ ਆਪ ਗਲਤੀ ਕਰ ਰਹੇ ਹੋ।"

ਇਸ ਤੋਂ ਅੱਗੇ ਕੋਈ ਗੱਲ ਨਹੀਂ ਹੋਈ ਅਤੇ ਇੰਨੇ ਨੂੰ ਗੱਡੀ ਸਟੇਸ਼ਨ ਤੇ ਪਹੁੰਚ ਕੇ ਰੁਕ ਗਈ। ਜਿਉਂ ਹੀ ਮੈਂ ਅਤੇ ਜਿਤੇਂਦਰ ਪਲੇਟਫਾਰਮ ਉੱਪਰ ਉੱਤਰੇ, ਸੰਜੋਗਵਸ ਸਾਥੀ ਬਣੇ ਯਾਤਰੀਆਂ ਨੇ ਸਾਡੇ ਹੱਥ ਫੜ ਲਏ ਅਤੇ ਇੱਕ ਟਾਂਗਾ ਮੰਗਵਾਇਆ।

ਅਸੀਂ ਇੱਕ ਆਲੀਸ਼ਾਨ ਆਸ਼ਰਮ ਦੇ ਸਾਹਮਣੇ ਉੱਤਰੇ, ਜਿਸ ਦੇ ਚਾਰੇ ਪਾਸੇ ਸੁੰਦਰ ਬਾਗ ਬਗੀਚੇ ਅਤੇ ਸਦਾ ਬਹਾਰ ਦਰਖਤ ਖੜ੍ਹੇ ਸਨ। ਸਾਨੂੰ ਲੈ ਕੇ ਜਾਣ ਵਾਲੇ ਭੱਦਰ ਪੁਰਸ਼ ਸਪਸ਼ਟ ਤੌਰ ਤੇ ਉੱਥੋਂ ਦੇ ਭਲੀ ਪ੍ਰਕਾਰ ਜਾਣਕਾਰ ਸਨ। ਕੁਝ ਵੀ ਕਹੇ ਬਗੈਰ ਇੱਕ ਮੁਸਕਰਾਉਂਦਾ ਹੋਇਆ ਲੜਕਾ ਸਾਨੂੰ ਮਹਿਮਾਨ-ਖਾਨੇ ਵਿਚ ਲੈ ਗਿਆ। ਛੇਤੀ ਹੀ ਉੱਥੇ ਇੱਕ ਗੌਰਵਮਈ ਚਾਲ ਢਾਲ ਵਾਲੀ ਬਜ਼ੁਰਗ ਔਰਤ ਆ ਪਹੁੰਚੀ।

"ਗੌਰੀ ਮਾਤਾ, ਰਾਜ ਕੁਮਾਰ ਤਾਂ ਨਹੀਂ ਆ ਸਕੇ," ਦੋਵੇਂ ਸੱਜਣਾਂ ਵਿਚੋਂ ਇੱਕ ਸੱਜਣ ਨੇ ਉਸ ਆਸ਼ਰਮਵਾਸੀ ਔਰਤ ਨੂੰ ਕਿਹਾ। "ਐਨ ਆਖਰੀ ਵਕਤ ਉਨ੍ਹਾਂ ਨੂੰ ਆਪਣਾ ਪ੍ਰੋਗਰਾਮ ਬਦਲਣਾ ਪੈ ਗਿਆ। ਇਸ ਵਾਸਤੇ ਉਨ੍ਹਾਂ ਨੇ ਆਪਣਾ ਅਫਸੋਸ ਪ੍ਰਗਟ ਕੀਤਾ ਹੈ, ਪ੍ਰੰਤੂ ਅਸੀਂ ਦੋ ਹੋਰ ਮਹਿਮਾਨਾਂ ਨੂੰ ਲੈ ਆਏ ਹਾਂ। ਗੱਡੀ ਵਿਚ ਜਿਉਂ ਹੀ ਇਨ੍ਹਾਂ ਦੇ ਨਾਲ ਸਾਡੀ ਮੁਲਾਕਾਤ ਹੋਈ ਤਾਂ ਮੈਂ ਇਨ੍ਹਾਂ ਵੱਲ ਖਿੱਚਿਆ ਗਿਆ। ਮੈਨੂੰ ਇਹ ਕ੍ਰਿਸ਼ਨ ਭਗਤ ਪ੍ਰਤੀਤ ਹੋਏ।"

"ਚੰਗਾ, ਬੱਚਿਉ ਅਸੀਂ ਚੱਲਦੇ ਹਾਂ। ਪ੍ਰਮਾਤਮਾ ਨੇ ਚਾਹਿਆ ਤਾਂ ਫਿਰ ਕਦੇ ਮੁਲਾਕਾਤ ਹੋਵੇਗੀ," ਉਨ੍ਹਾਂ ਸੱਜਣ ਪੁਰਸ਼ਾਂ ਨੇ ਦਰਵਾਜ਼ੇ ਵੱਲ ਜਾਂਦਿਆਂ ਕਿਹਾ।

"ਇੱਥੇ ਤੁਹਾਡਾ ਦੋਨਾਂ ਦਾ ਸੁਆਗਤ ਹੈ," ਗੌਰੀ ਮਾਤਾ ਨੇ ਬੜੇ ਮੋਹ ਭਿੱਜੇ ਸ਼ਬਦਾਂ ਨਾਲ ਮੁਸਕਰਾਉਂਦਿਆਂ ਕਿਹਾ। "ਤੁਹਾਡੇ ਆਉਣ ਲਈ ਅੱਜ ਤੋਂ ਜਿਆਦਾ ਚੰਗਾ ਦੂਸਰਾ ਕੋਈ ਹੋਰ ਦਿਨ ਨਹੀਂ ਸੀ ਹੋ ਸਕਦਾ। ਅੱਜ ਇਸ ਆਸ਼ਰਮ ਦੇ ਸਰਪ੍ਰਸਤ ਦੋ ਰਾਜ ਕੁਮਾਰਾਂ ਨੇ ਆਉਣਾ ਸੀ, ਕਿੰਨੇ ਦੁਖ ਦੀ ਗੱਲ ਹੁੰਦੀ, ਜੇ ਮੇਰੇ ਬਣਾਏ ਪਕਵਾਨਾਂ ਨੂੰ ਸਲਾਹੁਣ ਵਾਲਾ ਕੋਈ ਨਾ ਹੁੰਦਾ।"

ਇਨ੍ਹਾਂ ਮਧੁਰ ਸ਼ਬਦਾਂ ਦਾ ਜਿਤੇਂਦਰ ਉੱਪਰ ਬੜਾ ਅਸਚਰਜਜਨਕ ਪ੍ਰਭਾਵ ਪਿਆ। ਉਸ ਦੀਆਂ ਅੱਖਾਂ ਵਿਚੋਂ ਅੱਥਰੂ ਵਹਿ ਤੁਰੇ। ਵਰਿੰਦਾਵਨ ਵਿਚ ਅੱਗੇ ਦੀ ਹਾਲਤ ਦਾ ਜੋ ਉਸ ਨੂੰ ਡਰ ਸੀ, ਉਹ ਸ਼ਾਹਾਨਾ ਮਹਿਮਾਨ ਨਿਵਾਜ਼ੀ ਵਿਚ ਬਦਲ ਰਹੀ ਪ੍ਰਤੀਤ ਹੋ ਰਹੀ ਸੀ। ਅਚਾਨਕ ਬਦਲ ਰਹੇ ਹਾਲਤਾਂ ਨਾਲ ਜਿਤੇਂਦਰ ਨੂੰ ਆਪਣਾ ਮਾਨਸਿਕ ਤਾਲ ਮੇਲ ਬਿਠਾਉਣਾ ਔਖਾ ਲੱਗ ਰਿਹਾ ਸੀ। ਗੌਰੀ ਮਾਤਾ ਉਸ ਦੇ ਇਸ ਰੂਪ ਨੂੰ ਬੜੀ ਉਤਸੁਕਤਾ ਨਾਲ ਦੇਖ ਰਹੀ ਸੀ। ਉਹ ਕਿਸ਼ੋਰ ਅਵਸਥਾ ਦੀਆਂ ਚੰਚਲ ਪ੍ਰਵਿਰਤੀਆਂ ਤੋਂ ਭਲੀ ਭਾਂਤ ਜਾਣੂ ਸੀ, ਪਰ ਉਹ ਬੋਲੀ ਨਹੀਂ।

ਖਾਣੇ ਦਾ ਸੱਦਾ ਆ ਗਿਆ। ਗੌਰੀ ਮਾਤਾ ਸਾਨੂੰ ਇੱਕ ਵਰਾਂਡੇ ਵਿਚ ਲੈ ਗਈ, ਜਿੱਥੇ ਆਮ ਤੌਰ ਤੇ ਭੋਜਨ ਕੀਤਾ ਜਾਂਦਾ ਸੀ। ਉਹ ਵਰਾਂਡਾ ਅਨੇਕ ਪ੍ਰਕਾਰ ਦੇ ਪਕਵਾਨਾਂ ਦੀ ਸੁਗੰਧ ਨਾਲ ਮਹਿਕ ਰਿਹਾ ਸੀ। ਫਿਰ ਉਹ ਨਾਲ ਲੱਗਦੇ ਰਸੋਈ ਘਰ ਦੇ ਅੰਦਰ ਚਲੀ ਗਈ।

ਮੈਂ ਇਸੇ ਮੌਕੇ ਦੀ ਤਲਾਸ਼ ਵਿਚ ਸੀ। ਮੈਂ ਜਿਤੇਂਦਰ ਦੇ ਸਰੀਰ ਤੇ ਠੀਕ ਉਸੇ ਥਾਂ ਨੂੰ ਚੁਣ ਕੇ, ਓਨੀ ਹੀ ਜ਼ੋਰ ਦੀ ਕਸ਼ਟਦਾਇਕ ਚੂੰਢੀ ਵੱਢੀ, ਜਿੰਨੀ ਉਸ ਨੇ ਮੈਨੂੰ ਰੇਲ ਗੱਡੀ ਵਿਚ ਵੱਢੀ ਸੀ।

"ਸ਼ੰਕਾਲੂ ਆਤਮਾ, ਪ੍ਰਮਾਤਮਾ ਪ੍ਰਬੰਧ ਕਰਦੇ ਹਨ – ਅਤੇ ਛੇਤੀ ਵੀ।"

ਗੌਰੀ ਮਾਤਾ ਇੱਕ ਪੱਖਾ ਲੈ ਕੇ ਵਾਪਸ ਆ ਗਈ। ਅਸੀਂ ਸਜਾਵਟੀ ਉੱਨ ਦੇ ਕੰਬਲਾਂ ਦੇ ਆਸਣਾਂ ਉੱਪਰ ਬੈਠ ਗਏ ਅਤੇ ਉਹ ਸਾਨੂੰ ਭਾਰਤੀ ਪਰੰਪਰਾ ਅਨੁਸਾਰ ਪੱਖਾ ਝਲਦੀ ਰਹੀ। ਆਸ਼ਰਮਵਾਸੀ ਸ਼ਿਸ਼, ਕੁਲ ਤੀਹ ਪਕਵਾਨਾਂ ਨੂੰ ਪਰੋਸਦੇ ਜਾ ਰਹੇ ਸਨ। ਉਸ ਨੂੰ ਖਾਣਾ ਕਹਿਣ ਦੀ ਬਜਾਇ 'ਸ਼ਾਹਾਨਾ ਖਾਣਾ' ਕਹਿਣਾ ਜਿਆਦਾ ਠੀਕ ਰਹੇਗਾ। ਇਸ ਧਰਤੀ ਉੱਪਰ ਜਨਮ ਲੈਣ ਤੋਂ ਬਾਅਦ ਅੱਜ ਤਕ ਨਾ ਜਿਤੇਂਦਰ ਨੇ ਅਤੇ ਨਾ ਹੀ ਮੈਂ ਕਦੇ ਇਸ ਤਰ੍ਹਾਂ ਦੇ ਲਜ਼ੀਜ ਪਕਵਾਨ ਖਾਧੇ ਸਨ।

"ਇਹ ਪਕਵਾਨ ਤਾਂ ਸੱਚ ਮੁੱਚ ਹੀ ਰਾਜ ਕੁਮਾਰਾਂ ਦੇ ਯੋਗ ਹਨ। ਪੂਜਨੀਕ ਮਾਤਾ ਜੀ, ਆਪ ਦੇ ਰਾਜਸੀ ਸਰਪ੍ਰਸਤਾਂ ਨੂੰ ਇੰਨੇ ਸਵਾਦਿਸ਼ਟ ਖਾਣੇ ਤੋਂ ਜਿਆਦਾ ਕੀ ਮਹੱਤਵ ਪੂਰਨ ਲੱਗਿਆ? ਮੈਂ ਇਹ ਕਲਪਨਾ ਵੀ ਨਹੀਂ ਕਰ ਸਕਦਾ। ਇਸ ਲਜ਼ੀਜ ਖਾਣੇ ਨੇ ਸਾਡੇ ਦਿਲਾਂ ਉੱਪਰ ਜ਼ਿੰਦਗੀ ਭਰ ਵਾਸਤੇ ਇੱਕ ਯਾਦ ਅੰਕਿਤ ਕਰ ਦਿੱਤੀ ਹੈ।"

ਅਨੰਤਦਾ ਦੀ ਸ਼ਰਤ ਨਾਲ ਸਾਡੇ ਮੂੰਹ ਬੰਦ ਕੀਤੇ ਹੋਣ ਕਾਰਨ, ਅਸੀਂ ਉਸ ਦਿਆਲੂ ਔਰਤ ਨੂੰ ਇਹ ਨਹੀਂ ਸੀ ਦੱਸ ਸਕਦੇ ਕਿ ਸਾਡੇ ਧੰਨਵਾਦ ਦੇ ਦੂਹਰੇ ਅਰਥ ਹਨ। ਘਟੋ ਘੱਟ ਸਾਡੇ ਦਿਲਾਂ ਦੀ ਸਚਾਈ, ਸਾਡੀਆਂ ਭਾਵਨਾਵਾਂ ਤੋਂ ਸਪਸ਼ਟ ਸੀ। ਅਸੀਂ ਉਸ ਦੇ ਅਸ਼ੀਰਵਾਦ ਅਤੇ ਆਸ਼ਰਮ ਵਿਚ ਫਿਰ ਆਉਣ ਦੇ ਨਿਮੰਤਰਨ ਨਾਲ ਉੱਥੋਂ ਵਿਦਾਈ ਲਈ।

ਬਾਹਰ ਬੜੀ ਕਹਿਰ ਦੀ ਧੁੱਪ ਚਮਕ ਰਹੀ ਸੀ। ਜਿਤੇਂਦਰ ਅਤੇ ਮੈਂ ਆਸ਼ਰਮ ਦੇ ਦਰਵਾਜ਼ੇ ਦੇ ਕੋਲ ਇੱਕ ਗੌਰਵਮਈ ਕਦੰਬ ਦੇ ਦਰਖਤ ਦੀ ਛਾਂ ਦੇ ਥੱਲੇ ਜਾ ਕੇ ਖੜ੍ਹੇ ਹੋ ਗਏ। ਉੱਥੇ ਪਹੁੰਚਦਿਆਂ ਹੀ ਜਿਤੇਂਦਰ ਦੇ ਮੂਹੋਂ ਤਿੱਖੇ ਸ਼ਬਦ-ਤੀਰਾਂ ਦੀ ਵਰਖਾ ਸ਼ੁਰੂ ਹੋ ਗਈ। ਇੱਕ ਵਾਰ ਫਿਰ ਉਸ ਉੱਪਰ ਸੰਦੇਹ ਦੀ ਫੌਜ ਨੇ ਹਮਲਾ ਕਰ ਦਿੱਤਾ ਸੀ।

"ਤੂੰ ਮੈਨੂੰ ਅੱਜ ਚੰਗੀ ਮੁਸੀਬਤ ਵਿਚ ਪਾ ਰੱਖਿਆ ਹੈ। ਸਾਡਾ ਦੁਪਹਿਰ ਦਾ ਇਹ ਖਾਣਾ ਤਾਂ ਮਹਿਜ਼ ਇੱਕ ਇਤਫਾਕ ਸੀ, ਜੋ ਸਾਡੀ ਚੰਗੀ ਕਿਸਮਤ ਨੂੰ ਮਿਲ ਗਿਆ।

ਸਾਡੇ ਦੋਵਾਂ ਕੋਲ ਇੱਕ ਵੀ ਪੈਸਾ ਨਹੀਂ। ਅਸੀਂ ਸ਼ਹਿਰ ਦੇ ਦੇਖਣਯੋਗ ਮੰਦਰਾਂ ਦੇ ਦਰਸ਼ਨ ਕਿਸ ਤਰ੍ਹਾਂ ਕਰਾਂਗੇ? ਸਭ ਤੋਂ ਵੱਡੀ ਗੱਲ ਤਾਂ ਇਹ ਹੈ ਕਿ ਬਗੈਰ ਪੈਸਿਆਂ ਤੋਂ ਤੂੰ ਮੈਨੂੰ ਅਨੰਤ ਕੋਲ ਵਾਪਸ ਕਿਸ ਤਰ੍ਹਾਂ ਲੈ ਕੇ ਜਾਵੇਂਗਾ?"

"ਤੇਰਾ ਢਿੱਡ ਭਰ ਗਿਆ ਹੈ ਅਤੇ ਤੂੰ ਪ੍ਰਮਾਤਮਾ ਨੂੰ ਇੰਨੀ ਛੇਤੀ ਭੁੱਲ ਗਿਆ ਹੈਂ।" ਮੇਰੇ ਬੋਲਾਂ ਵਿਚ ਕੌੜਾਪਣ ਤਾਂ ਨਹੀਂ ਸੀ, ਪਰ ਇੱਕ ਉਲਾਂਭਾ ਜਰੂਰ ਸੀ। ਪ੍ਰਮਾਤਮਾ ਦੀ ਕ੍ਰਿਪਾ ਦੀ ਯਾਦ ਕਿੰਨਾ ਘੱਟ ਸਮਾਂ ਰਹਿੰਦੀ ਹੈ। ਸੰਸਾਰ ਵਿਚ ਕੋਈ ਵੀ ਇਨਸਾਨ ਇਹੋ ਜਿਹਾ ਨਹੀਂ ਹੋਵੇਗਾ, ਜਿਸ ਦੀ ਕੋਈ ਨਾ ਕੋਈ, ਕਦੇ ਨਾ ਕਦੇ ਕੋਈ ਇੱਛਾ ਪੂਰੀ ਨਾ ਹੋਈ ਹੋਵੇ।

"ਤੇਰੇ ਵਰਗੇ ਸਿਰਫਿਰੇ ਆਦਮੀ ਦੇ ਪਿੱਛੇ ਲੱਗ ਕੇ ਜੋ ਮੈਂ ਅੱਜ ਖਤਰਾ ਮੁੱਲ ਲੈ ਲਿਆ ਹੈ, ਇਸ ਨੂੰ ਸਾਰੀ ਉਮਰ ਨਹੀਂ ਭੁੱਲ ਸਕੂੰਗਾ।"

"ਜਿਤੇਂਦਰ ਸ਼ਾਂਤ ਹੋ, ਜਿਸ ਪ੍ਰਮਾਤਮਾ ਨੇ ਸਾਨੂੰ ਭੋਜਨ ਕਰਵਾਇਆ, ਉਹ ਹੀ ਸਾਨੂੰ ਵਰਿੰਦਾਵਨ ਵੀ ਘੁਮਾਵੇਗਾ ਅਤੇ ਵਾਪਸ ਆਗਰਾ ਵੀ ਲੈ ਜਾਵੇਗਾ।"

ਇੰਨੇ ਵਿਚ ਇੱਕ ਪਤਲਾ, ਲੰਬਾ, ਹਸਮੁੱਖ ਚਿਹਰੇ ਵਾਲਾ ਨੌਜਵਾਨ ਬੜੀ ਤੇਜੀ ਨਾਲ ਸਾਡੇ ਵੱਲ ਆਉਂਦਾ ਦਿਸਿਆ। ਉਸੇ ਕਦੰਬ ਦੇ ਥੱਲੇ ਆ ਕੇ, ਉਸ ਨੇ ਮੇਰੇ ਸਾਹਮਣੇ ਸਿਰ ਝੁਕਾਇਆ।

"ਪਿਆਰੇ ਦੋਸਤ, ਆਪ ਅਤੇ ਆਪ ਦਾ ਦੋਸਤ ਨਿਸ਼ਚਿਤ ਤੌਰ ਤੇ ਇਸ ਸ਼ਹਿਰ ਵਿਚ ਨਵੇਂ ਆਏ ਲਗਦੇ ਹੋ। ਮੈਨੂੰ ਆਪਣੀ ਮਹਿਮਾਨ ਨਿਵਾਜ਼ੀ ਅਤੇ ਦ੍ਰਿਸ਼ ਦਰਸ਼ਨ ਕਰਵਾਉਣ ਵਾਸਤੇ ਮਾਰਗ ਦਰਸ਼ਨ ਕਰਨ ਦੀ ਸੇਵਾ ਦਾ ਮੌਕਾ ਦਿਉ।"

ਕਿਸੇ ਭਾਰਤੀ ਦਾ ਚਿਹਰਾ ਪੀਲਾ ਪੈ ਜਾਣਾ ਛੇਤੀ ਕੀਤੇ ਸੰਭਵ ਨਹੀਂ ਹੁੰਦਾ, ਪਰ ਜਿਤੇਂਦਰ ਦੇ ਚਿਹਰੇ ਦਾ ਰੰਗ ਫੱਕ ਹੋ ਗਿਆ। ਮੈਂ ਉਸ ਨੌਜਵਾਨ ਦੇ ਪ੍ਰਸਤਾਵ ਨੂੰ ਨਿਮਰਤਾ ਨਾਲ ਨਾ ਮਨਜ਼ੂਰ ਕਰ ਦਿੱਤਾ। "ਨਿਸ਼ਚਿਤ ਤੌਰ ਤੇ ਆਪ ਮੈਨੂੰ ਦਿਲੋਂ ਨਹੀਂ ਠੁਕਰਾ ਰਹੇ," ਉਸ ਅਜਨਬੀ ਚਿਹਰੇ ਉੱਪਰ ਉੱਭਰੇ ਵਿਆਕੁਲਤਾ ਦੇ ਭਾਵ ਜੇ ਕਿਸੇ ਹੋਰ ਹਾਲਤਾਂ ਵਿਚ ਹੁੰਦੇ ਤਾਂ ਹਾਸਾ ਆ ਜਾਂਦਾ।

"ਕਿਉਂ ਨਹੀਂ?"

"ਆਪ ਮੇਰੇ ਗੁਰੂ ਹੋ," ਉਸ ਨੇ ਵਿਸ਼ਵਾਸ ਨਾਲ ਮੇਰੀਆਂ ਅੱਖਾਂ ਵਿਚ ਦੇਖਦਿਆਂ ਬੜੀ ਉਤਸੁਕਤਾ ਨਾਲ ਕਿਹਾ। "ਦੁਪਹਿਰ ਵੇਲੇ ਧਿਆਨ ਕਰਦੇ ਵਕਤ ਪਰਮ ਕ੍ਰਿਪਾਲੂ ਭਗਵਾਨ ਸ਼੍ਰੀ ਕ੍ਰਿਸ਼ਨ ਮੇਰੀ ਅੰਤਰ ਦ੍ਰਿਸ਼ਟੀ ਵਿਚ ਪ੍ਰਗਟ ਹੋਏ। ਉਨ੍ਹਾਂ ਨੇ ਮੈਨੂੰ ਇਸ ਦਰਖਤ ਦੇ ਥੱਲੇ ਦੋ ਬੇਸਹਾਰਾ ਸ਼ਕਲਾਂ ਦਿਖਾਈਆਂ, ਉਨ੍ਹਾਂ ਵਿਚੋਂ ਇੱਕ ਸ਼ਕਲ ਆਪ ਜੀ

ਦੀ ਸੀ। ਮੇਰੇ ਗੁਰੁਦੇਵ, ਮੈਂ ਇਹ ਚਿਹਰਾ ਅਕਸਰ ਧਿਆਨ ਕਰਦਿਆਂ ਦੇਖਿਆ ਕਰਦਾ ਹਾਂ। ਆਪ ਜੇ ਮੇਰੀ ਸੇਵਾ ਮਨਜ਼ੂਰ ਕਰ ਲਵੋ ਤਾਂ ਮੈਨੂੰ ਖੁਸ਼ੀ ਹੋਵੇਗੀ।"

"ਮੈਂ ਵੀ ਖੁਸ਼ ਹਾਂ ਕਿ ਤੂੰ ਮੈਨੂੰ ਲੱਭ ਲਿਆ ਹੈ। ਨਾ ਪ੍ਰਮਾਤਮਾ ਨੇ ਅਤੇ ਨਾ ਹੀ ਇਨਸਾਨ ਨੇ ਸਾਨੂੰ ਠੁਕਰਾਇਆ ਹੈ।" ਮੈਂ ਆਪਣੇ ਸਾਹਮਣੇ ਖੜ੍ਹੇ ਉਤਸੁਕ ਚਿਹਰੇ ਵੱਲ ਦੇਖ ਕੇ ਨਿਸ਼ਚਲ ਭਾਵ ਵਿਚ ਮੁਸਕਰਾ ਰਿਹਾ ਸੀ। ਫਿਰ ਵੀ ਅੰਦਰੋ ਅੰਦਰੀ ਉਸ ਸਰਬਸ਼ਕਤੀਮਾਨ ਦੇ ਚਰਨਾਂ ਵਿਚ ਉਸ ਦੀ ਕ੍ਰਿਪਾ ਲਈ ਪ੍ਰਣਾਮ ਕਰ ਰਿਹਾ ਸੀ।

"ਪਿਆਰੇ ਦੋਸਤੋ, ਕੀ ਆਪ ਮੇਰੇ ਘਰ ਪਧਾਰ ਕੇ ਉਸ ਨੂੰ ਪਵਿੱਤਰ ਕਰਨ ਦੀ ਕ੍ਰਿਪਾਲਤਾ ਨਹੀਂ ਕਰੋਗੇ?"

"ਆਪ ਬੜੇ ਦਿਆਲੂ ਹੋ। ਪ੍ਰੰਤੂ ਸਾਡੇ ਵਾਸਤੇ ਇਹ ਸੰਭਵ ਨਹੀਂ ਹੋਵੇਗਾ, ਕਿਉਂਕਿ ਅਸੀਂ ਪਹਿਲਾਂ ਹੀ ਆਗਰਾ ਵਿਖੇ ਆਪਣੇ ਭਰਾ ਦੇ ਮਹਿਮਾਨ ਹਾਂ।"

"ਘੱਟੋ ਘੱਟ ਮੈਨੂੰ ਆਪਣੇ ਨਾਲ ਵਰਿੰਦਾਵਨ ਘੁੰਮਣ ਦੀਆਂ ਯਾਦਾਂ ਦੀ ਹੀ ਬਖਸ਼ਸ਼ ਕਰੋ।"

ਮੈਂ ਖੁਸ਼ੀ ਖੁਸ਼ੀ ਤਿਆਰ ਹੋ ਗਿਆ। ਉਸ ਨੌਜਵਾਨ ਨੇ, ਜਿਸ ਨੇ ਆਪਣਾ ਨਾਂ ਪਰਤਾਪ ਚੈਟਰਜੀ ਦੱਸਿਆ ਸੀ, ਇੱਕ ਟਾਂਗਾ ਰੁਕਵਾਇਆ। ਅਸੀਂ ਸਾਰਿਆਂ ਨੇ ਮਦਨ ਮੋਹਨ ਮੰਦਰ ਅਤੇ ਕੁਝ ਹੋਰ ਕ੍ਰਿਸ਼ਨ ਮੰਦਰਾਂ ਦੇ ਦਰਸ਼ਨ ਕੀਤੇ। ਸਾਡੇ ਮੰਦਰ ਦਰਸ਼ਨ ਕਰਦਿਆਂ ਕਰਦਿਆਂ ਸੰਘਣਾ ਅਨ੍ਹੇਰਾ ਉੱਤਰ ਆਇਆ ਸੀ।

"ਮੁਆਫ ਕਰਨਾ, ਮੈਂ ਥੋੜਾ ਸੰਦੇਸ਼ ਲੈ ਕੇ ਆਇਆ।" ਪਰਤਾਪ ਰੇਲਵੇ ਸਟੇਸ਼ਨ ਦੇ ਨੇੜੇ ਇੱਕ ਦੁਕਾਨ ਵਿਚ ਚਲਿਆ ਗਿਆ। ਜਿਤੇਂਦਰ ਅਤੇ ਮੈਂ ਉਸ ਚੌੜੀ ਸੜਕ ਉਪਰ ਜੋ ਸ਼ਾਮ ਦੀ ਠੰਡਕ ਕਾਰਨ ਭੀੜ ਨਾਲ ਭਰ ਗਈ ਸੀ, ਘੁੰਮਣ ਲੱਗੇ। ਸਾਡੇ ਮਿੱਤਰ ਨੇ ਕੁਝ ਵਕਤ ਤਾਂ ਲਾਇਆ, ਪਰ ਜਦੋਂ ਉਹ ਵਾਪਸ ਆਇਆ ਤਾਂ ਉਹ ਅਨੇਕ ਮਿਠਿਆਈ ਦੇ ਡੱਬੇ ਲਈ ਆ ਰਿਹਾ ਸੀ।

"ਕ੍ਰਿਪਾ ਕਰਕੇ, ਇੰਨਾ ਕੁ ਪੁੰਨ ਤਾਂ ਮੈਨੂੰ ਖੱਟਣ ਦਿਉ।" ਪਰਤਾਪ ਨੇ ਬੇਨਤੀ ਪੂਰਨ ਢੰਗ ਨਾਲ ਦਲੀਲ ਦਿੰਦਿਆਂ ਅਤੇ ਮੁਸਕਰਾਉਂਦਿਆਂ ਹੋਇਆਂ, ਇੱਕ ਇੱਕ ਰੁਪਏ ਦੇ ਨੋਟਾਂ ਦੀ ਇੱਕ ਗੁੱਥੀ ਅਤੇ ਆਗਰਾ ਜਾਣ ਦੇ ਦੋ ਟਿਕਟ, ਜਿਹੜੇ ਉਸ ਨੇ ਹੁਣੇ ਹੁਣੇ ਖਰੀਦੇ ਸਨ ਮੈਨੂੰ ਭੇਟ ਕੀਤੇ। ਉਸ ਦੇ ਤੋਹਫੇ ਕਬੂਲ ਕਰਨ ਵਿਚ, ਮੇਰੀ ਸ਼ਰਧਾ ਪ੍ਰਮਾਤਮਾ ਦੇ ਅਦ੍ਰਿਸ਼ ਹੱਥਾਂ ਵਾਸਤੇ ਸੀ, ਜਿਨ੍ਹਾਂ ਦਾ ਅਨੰਤਦਾ ਨੇ ਇੰਨਾ ਮਖੌਲ ਉਡਾਇਆ ਸੀ। ਪਰ ਫਿਰ ਵੀ, ਕੀ ਪ੍ਰਮਾਤਮਾ ਨੇ ਸਾਨੂੰ ਸਾਡੀ ਜ਼ਰੂਰਤ ਤੋਂ ਕੁਝ ਜਿਆਦਾ ਨਹੀਂ ਸੀ ਦੇ ਦਿੱਤਾ?

ਅਸੀਂ ਸਟੇਸ਼ਨ ਉੱਪਰ ਇਕ ਨਿਰਜਨ ਥਾਂ ਲੱਭ ਲਿਆ। "ਪਰਤਾਪ, ਹੁਣ ਮੈਂ ਤੈਨੂੰ ਆਧੁਨਿਕ-ਯੁਗ ਦੇ ਮਹਾਨਤਮ ਯੋਗੀ ਲਾਹਿੜੀ ਮਹਾਸ਼ਯ ਦੇ ਕਿਰਿਆਯੋਗ ਵਿਚ ਦੀਖਿਅਤ ਕਰਾਂਗਾ। ਉਨ੍ਹਾਂ ਦੀ ਤਕਨੀਕ ਹੀ ਹੁਣ ਤੇਰੀ ਗੁਰੂ ਹੋਵੇਗੀ।"

ਅੱਧੇ ਘੰਟੇ ਵਿਚ ਦੀਖਿਆ ਦੇਣ ਦਾ ਸਿਲਸਿਲਾ ਸਮਾਪਤ ਹੋਇਆ। ਕਿਰਿਆ ਹੀ ਤੇਰੇ ਵਾਸਤੇ ਚਿੰਤਾਮਣੀ* ਹੈ। ਮੈਂ ਆਪਣੇ ਨਵੇਂ ਬਣੇ ਸ਼ਿਸ਼ ਨੂੰ ਕਿਹਾ ਕਿ ਜਿਸ ਤਰ੍ਹਾਂ ਤੂੰ ਹੁਣ ਦੇਖਿਆ ਹੈ, ਕਿ ਇਹ ਤਕਨੀਕ ਬਹੁਤ ਸਰਲ ਹੈ ਅਤੇ ਇਸ ਵਿਚ ਮਨੁੱਖ ਦੇ ਅਧਿਆਤਮਿਕ ਵਿਕਾਸ ਦੀ ਚਾਲ ਵਧਾਉਣ ਦੀ ਪ੍ਰਕਿਰਿਆ ਮੌਜੂਦ ਹੈ। ਹਿੰਦੂ ਸ਼ਾਸਤਰ ਦੱਸਦੇ ਹਨ, ਕਿ ਆਤਮਾ ਨੂੰ ਮੋਹ ਮਾਇਆ ਤੋਂ ਮੁਕਤ ਹੋ ਕੇ ਪ੍ਰਮਾਤਮਾ ਨਾਲ ਇੱਕਮਿੱਕ ਹੋਣ ਲਈ ਦਸ ਲੱਖ ਸਾਲ ਲੱਗ ਜਾਂਦੇ ਹਨ। ਕਿਰਿਆਯੋਗ ਦੇ ਅਭਿਆਸ ਨਾਲ ਇਹ ਕੁਦਰਤੀ ਸਮਾਂ ਬਹੁਤ ਘਟ ਜਾਂਦਾ ਹੈ। ਜਿਸ ਤਰ੍ਹਾਂ ਜਗਦੀਸ ਚੰਦਰ ਬੋਸ ਨੇ ਇਹ ਸਾਬਤ ਕਰ ਦਿਤਾ ਹੈ, ਕਿ ਪੌਦਿਆਂ ਦੇ ਵਿਕਾਸ ਦੀ ਗਤੀ ਨੂੰ, ਉਨ੍ਹਾਂ ਦੀ ਕੁਦਰਤੀ ਵਿਕਾਸ ਦੀ ਗਤੀ ਨਾਲੋਂ ਤੇਜ ਕੀਤਾ ਜਾ ਸਕਦਾ ਹੈ। ਉਸੇ ਤਰ੍ਹਾਂ ਮਨੁੱਖ ਦੀ ਮਨੋਵਿਗਿਆਨਿਕ ਵਿਕਾਸ ਦੀ ਗਤੀ ਨੂੰ ਵਿਗਿਆਨਿਕ ਤਰੀਕੇ ਨਾਲ ਵਧਾਇਆ ਜਾ ਸਕਦਾ ਹੈ। ਦ੍ਰਿੜ ਨਿਸ਼ਚੇ ਦੇ ਨਾਲ ਇਸ ਦਾ ਅਭਿਆਸ ਕਰੋ, ਆਪ ਗੁਰੂਆਂ ਦੇ ਗੁਰੂ ਕੋਲ ਪਹੁੰਚ ਜਾਵੋਗੇ।

"ਬੜੀ ਦੇਰ ਤੋਂ ਢੂੰਡ ਰਹੇ, ਇਸ ਯੌਗਿਕ ਕੁੰਜੀ ਨੂੰ ਪ੍ਰਾਪਤ ਕਰ ਕੇ, ਮੈਂ ਕਿਸੇ ਨਵੇਂ ਸੰਸਾਰ ਵਿਚ ਪਹੁੰਚ ਗਿਆ ਮਹਿਸੂਸ ਕਰਦਾ ਹਾਂ।" ਪਰਤਾਪ ਬੜੀ ਗੰਭੀਰਤਾ ਨਾਲ ਬੋਲਿਆ, "ਇੰਦਰੀਆਂ ਦੇ ਚੁੰਗਲ ਤੋਂ ਮੁਕਤ ਕਰਾ ਦੇਣ ਵਾਲਾ ਇਸ ਦਾ ਪ੍ਰਭਾਵ ਮੈਨੂੰ ਸੂਖਮ ਜਗਤ ਦੇ ਰਾਜ ਮਹੱਲਾਂ ਦੇ ਪ੍ਰਵੇਸ਼ ਦਵਾਰ ਤਕ ਲੈ ਜਾਵੇਗਾ। ਅੱਜ ਦੁਪਹਿਰ ਵੇਲੇ ਦੇ ਧਿਆਨ ਵਿਚ ਭਗਵਾਨ ਸ੍ਰੀ ਕ੍ਰਿਸ਼ਨ ਦਾ ਦਰਸ਼ਨ ਦੇਣਾ ਮੇਰੇ ਵਾਸਤੇ ਪਰਮ ਮੰਗਲ ਦਾ ਆਗਾਜ਼ ਹੈ।"

ਅਸੀਂ ਕੁਝ ਦੇਰ ਚੁੱਪ ਚਾਪ ਬੈਠੇ ਰਹੇ। ਫਿਰ ਟਹਿਲ ਕਦਮੀਂ ਕਰਦਿਆਂ ਸਟੇਸ਼ਨ ਵੱਲ ਜਾਣਾ ਸ਼ੁਰੂ ਕੀਤਾ। ਜਦੋਂ ਮੈਂ ਰੇਲ ਗੱਡੀ ਵਿਚ ਸਵਾਰ ਹੋ ਰਿਹਾ ਸੀ, ਤਾਂ ਮੈਂ ਆਨੰਦ ਵਿਭੋਰ ਹੋ ਰਿਹਾ ਸੀ। ਪਰ ਜਿਤੇਂਦਰ ਵਾਸਤੇ ਤਾਂ ਅੱਜ ਦਾ ਦਿਨ ਸਿਰਫ ਅੱਥਰੂ ਬਹਾਉਣ ਦਾ ਹੀ ਦਿਨ ਸੀ। ਜਦੋਂ ਮੈਂ ਪਰਤਾਪ ਤੋਂ ਵਿਦਾ ਲੈ ਰਿਹਾ ਸੀ, ਤਾਂ ਮੈਂ ਦੇਖਿਆ ਕਿ ਮੇਰੇ ਦੋਨਾਂ ਹੀ ਦੋਸਤਾਂ, ਪਰਤਾਪ ਅਤੇ ਜਿਤੇਂਦਰ ਦੇ ਗਲੇ ਸਿਸਕੀਆਂ ਨਾਲ ਬੰਦ ਹੋ ਰਹੇ ਸਨ। ਇਹ ਯਾਤਰਾ ਜਿਤੇਂਦਰ ਵਾਸਤੇ ਇੱਕ ਵਾਰ ਫਿਰ ਗਹਿਰੇ ਦੁਖ ਦਾ ਕਾਰਨ ਬਣੀ। 'ਇਸ ਵਾਰ ਆਪਣੇ ਖਾਤਰ ਨਹੀਂ, ਬਲਕਿ ਆਪਣੇ ਵਿਰੁੱਧ'। "ਪ੍ਰਮਾਤਮਾ ਵਿਚ ਮੇਰਾ ਵਿਸ਼ਵਾਸ ਕਿੰਨਾ ਘਟੀਆ ਦਰਜੇ ਦਾ ਹੈ। ਮੇਰਾ ਦਿਲ ਪੱਥਰ ਬਣਿਆ ਹੋਇਆ ਸੀ। ਭਵਿਖ ਵਿਚ ਹੁਣ ਮੈਂ ਕਦੇ ਵੀ ਪ੍ਰਮਾਤਮਾ ਦੀ ਸੁਰੱਖਿਆ ਉੱਪਰ ਸ਼ੰਕਾ ਨਹੀ ਕਰਾਂਗਾ।"

* ਸਾਰੀਆਂ ਚਿੰਤਾਵਾਂ ਨੂੰ ਦੂਰ ਕਰਨ ਵਾਲੀ ਇੱਕ ਮਣੀ। ਇਹ ਪ੍ਰਮਾਤਮਾ ਦਾ ਨਾਂ ਵੀ ਹੈ।

ਰਾਤ ਅੱਧੀ ਹੋਣ ਵਾਲੀ ਸੀ। ਬੇਸਹਾਰਾ ਹਾਲਤ ਵਿਚ ਭੇਜੇ ਗਏ, ਉਨ੍ਹਾਂ ਦੋ ਬੱਚਿਆਂ ਨੇ ਅਨੰਤ ਦੇ ਘਰ ਵਿਚ ਪ੍ਰਵੇਸ਼ ਕੀਤਾ। ਜਿਸ ਤਰ੍ਹਾਂ ਕਿ ਉਨ੍ਹਾਂ ਬੜੇ ਸਹਿਜ ਸੁਭਾਅ ਹੀ ਕਹਿ ਦਿੱਤਾ ਸੀ, ਹੁਣ ਉਨ੍ਹਾਂ ਦੇ ਚਿਹਰੇ ਦੀ ਅਸਚਰਜਤਾ ਦੇਖਣ ਵਾਲੀ ਸੀ। ਮੈਂ ਚੁੱਪ ਚਾਪ ਉਨ੍ਹਾਂ ਦੇ ਮੇਜ਼ ਉੱਪਰ ਇੱਕ ਇੱਕ ਰੁਪਏ ਦੇ ਨੋਟਾਂ ਦੀ ਵਰਖਾ ਕਰ ਦਿੱਤੀ।

"ਜਿਤੇਂਦਰ ਸੱਚੋ ਸੱਚ ਦੱਸੀਂ?" ਅਨੰਤ ਦੇ ਕਹਿਣ ਦਾ ਅੰਦਾਜ਼ ਬੜਾ ਮਖੌਲੀਆ ਸੀ, "ਇਸ ਲੜਕੇ ਨੇ ਕਿਧਰੇ ਕੋਈ ਡਾਕਾ ਡੂਕਾ ਤਾਂ ਨਹੀਂ ਮਾਰਿਆ।" ਪ੍ਰੰਤੂ ਜਿਉਂ ਜਿਉਂ ਕਹਾਣੀ ਖੁਲਦੀ ਗਈ, ਤਾਂ ਮੇਰਾ ਭਰਾ ਸ਼ਾਂਤ ਹੋ ਕੇ ਗੰਭੀਰ ਹੋ ਗਿਆ।

"ਮੰਗ ਅਤੇ ਪੂਰਤੀ ਦਾ ਨਿਯਮ, ਜਿਸ ਤਰ੍ਹਾਂ ਮੈਂ ਸੋਚਿਆ ਸੀ, ਉਸ ਤੋਂ ਕਿਤੇ ਜਿਆਦਾ ਤਾਕਤ ਨਾਲ ਸੂਖਮ ਜਗਤ ਵਿਚ ਕੰਮ ਕਰਦਾ ਹੈ।" ਅਨੰਤਦਾ ਇੱਕ ਇਹੋ ਜਿਹੇ ਅਧਿਆਤਮਿਕ ਉਤਸ਼ਾਹ ਨਾਲ ਬੋਲ ਰਿਹਾ ਸੀ, ਜੋ ਉਸ ਵਿਚ ਪਹਿਲਾਂ ਕਦੇ ਨਹੀਂ ਸੀ ਦਿਖਾਈ ਦਿੱਤਾ।

"ਇਸ ਸੰਸਾਰ ਦੇ ਖਜ਼ਾਨੇ ਅਤੇ ਲੌਕਿਕ ਸੰਪਤੀ ਇਕੱਠੀ ਕਰਨ ਦੇ ਪ੍ਰਤੀ ਤੇਰੀ ਉਦਾਸੀਨਤਾ, ਮੈਨੂੰ ਹੁਣ ਪਹਿਲੀ ਵਾਰੀ ਸਮਝ ਆਈ ਹੈ।"

ਰਾਤ ਬਹੁਤ ਬੀਤ ਗਈ ਸੀ। ਫਿਰ ਵੀ ਅਨੰਤਦਾ ਜ਼ੋਰ ਪਾ ਰਿਹਾ ਸੀ, ਕਿ ਉਸ ਨੂੰ ਉਸੇ ਵਕਤ *ਕਿਰਿਆ ਯੋਗ** ਦੀ ਦੀਖਿਆ ਦਿੱਤੀ ਜਾਵੇ। 'ਗੁਰੂ' ਮੁਕੰਦ ਨੂੰ ਇੱਕ ਹੀ ਰਾਤ ਵਿਚ ਦੋ ਦੋ ਅਣਚਾਹੇ ਸ਼ਗਿਰਦਾਂ ਨੂੰ ਦੀਖਿਆ ਦੇਣ ਦੀ ਜੁੰਮੇਵਾਰੀ ਨਿਭਾਉਣੀ ਪਈ। ਦੂਸਰੇ ਦਿਨ ਸਵੇਰ ਦਾ ਨਾਸ਼ਤਾ ਇੱਕ ਇਹੋ ਜਿਹੇ ਮਧੁੱਰ ਅਤੇ ਮਿਲਣਸਾਰ ਮਾਹੌਲ ਵਿਚ ਹੋਇਆ, ਜਿਸ ਦਾ ਪਹਿਲੇ ਦਿਨ ਬਿਲਕੁਲ ਅਭਾਵ ਸੀ।

ਮੈਂ ਜਿਤੇਂਦਰ ਵੱਲ ਦੇਖ ਕੇ ਮੁਸਕਰਾਇਆ। ਤੂੰ ਤਾਜ ਮਹੱਲ ਦੇਖਣ ਤੋਂ ਵਾਂਝਾ ਨਹੀਂ ਰਹੇਂਗਾ। ਸ਼੍ਰੀਰਾਮਪੁਰ ਜਾਣ ਤੋਂ ਪਹਿਲਾਂ ਅਸੀਂ ਤਾਜ ਮਹੱਲ ਦੇਖਣ ਚਲਦੇ ਹਾਂ।

ਅਨੰਤਦਾ ਤੋਂ ਵਿਦਾ ਲੈ ਕੇ, ਮੈਂ ਅਤੇ ਮੇਰਾ ਮਿੱਤਰ ਜਿਤੇਂਦਰ ਬਹੁਤ ਛੇਤੀ ਆਗਰੇ ਦੇ ਗੌਰਵਸ਼ਾਲੀ ਤਾਜ ਮਹੱਲ ਦੇ ਸਾਹਮਣੇ ਖੜ੍ਹੇ ਸੀ। ਸੂਰਜ ਦੀਆਂ ਕਿਰਨਾਂ ਵਿਚ ਚਮਕਦੇ ਚਿੱਟੇ ਸੰਗਮਰਮਰ ਦੇ ਨਾਲ ਬਣਿਆ ਹੋਇਆ ਤਾਜ ਮਹੱਲ, ਸ਼ੁੱਧ ਅਨੁਪਾਤਕਤਾ ਦਾ ਮੂਰਤੀਮਾਨ ਰੂਪ ਹੈ। ਕਾਲੇ ਸੰਘਣੇ ਸਰੂ ਦੇ ਦਰਖਤ, ਲਿਸ਼ਕਦਾਰ ਹਰਿਆਲੀ ਅਤੇ ਸ਼ਾਂਤਮਈ ਮੂੰਗਿਆਂ ਵਾਲੀ ਝੀਲ ਦਾ ਨਜ਼ਾਰਾ, ਉਸਦੇ ਸ਼ਿੰਗਾਰ ਨੂੰ ਚਾਰ ਚੰਨ ਲਗਾਉਂਦੇ ਹਨ। ਅਤਿਅੰਤ ਬਰੀਕ ਨਕਾਸ਼ੀ ਦੀ ਰਤਨ ਜੜਿਤ ਜਾਲ਼ੀਆਂ ਨਾਲ ਬਣਿਆ ਅੰਦਰਲਾ ਹਿੱਸਾ ਬਹੁਤ ਹੀ ਸੁੰਦਰ ਹੈ। ਭੂਰੇ ਅਤੇ ਜ਼ਾਮਨੀ ਰੰਗ ਦੇ ਸੰਗਮਰਮਰ ਤੋਂ ਬਣੀਆਂ ਅਤਿਅੰਤ

* ਅਧਿਆਤਮਿਕ ਵਰਤ ਗਰਿਹਣ ਕਰਨਾ।

ਵੇਲ ਬੂਟੀਆਂ ਬਹੁਤ ਹੀ ਸੁੰਦਰ ਹਨ। ਗੁੰਬਦ ਦੀ ਰੌਸ਼ਨੀ ਸ਼ਹਿਨਸ਼ਾਹ ਸ਼ਾਹ ਜਹਾਨ ਅਤੇ ਸਲਤਨਤ ਅਤੇ ਉਸ ਦੇ ਦਿਲ ਦੀ ਮਲਕਾ ਮੁਮਤਾਜ਼ ਮਹੱਲ ਉੱਪਰ ਪੈਂਦੀ ਹੈ।

ਦ੍ਰਿਸ਼ ਦਰਸ਼ਨ ਬਹੁਤ ਹੋ ਗਿਆ। ਮੈਂ ਗੁਰੂ ਦੇ ਦਰਸ਼ਨ ਕਰਨ ਵਾਸਤੇ ਆਤਰ ਸੀ। ਛੇਤੀ ਹੀ, ਮੈਂ ਅਤੇ ਜਿਤੇਂਦਰ ਦੱਖਣ ਦਿਸ਼ਾ ਵੱਲ ਜਾਣ ਵਾਲੀ ਰੇਲ ਗੱਡੀ ਵਿਚ ਸਵਾਰ ਹੋ ਗਏ।

"ਮੁਕੰਦ, ਮੈਂ ਕਈ ਮਹੀਨਿਆਂ ਤੋਂ ਆਪਣੇ ਪਰਿਵਾਰ ਦੇ ਲੋਕਾਂ ਨੂੰ ਨਹੀਂ ਮਿਲਿਆ। ਮੈਂ ਆਪਣਾ ਇਰਾਦਾ ਬਦਲ ਲਿਆ ਹੈ। ਸ਼ਾਇਦ ਫਿਰ ਕਦੇ ਮੈਂ ਤੇਰੇ ਨਾਲ, ਤੇਰੇ ਗੁਰੂ ਦੇ ਦਰਸ਼ਨ ਕਰਨ ਵਾਸਤੇ ਸ਼੍ਰੀਰਾਮਪੁਰ ਆਊਂਗਾ।"

ਮੇਰਾ ਮਿੱਤਰ, ਜਿਸ ਨੂੰ ਸਭਿਆ ਭਾਸ਼ਾ ਵਿਚ ਅਸਥਿਰ ਚਿੱਤ ਕਿਹਾ ਜਾਂਦਾ ਹੈ, ਅਸਥਿਰ ਚਿੱਤ ਸੀ। ਕੋਲਕਾਤਾ ਆ ਕੇ ਉਸ ਨੇ ਮੇਰਾ ਸਾਥ ਛੱਡ ਦਿੱਤਾ। ਮੈਂ ਇੱਕ ਲੋਕਲ ਰੇਲ ਗੱਡੀ ਲੈ ਕੇ ਛੇਤੀ ਹੀ ਕੋਲਕਾਤਾ ਦੇ ਉੱਤਰ ਵਿਚ ਬਾਰਾਂ ਮੀਲ ਦੀ ਦੂਰੀ ਤੇ ਸਥਿਤ ਸ਼੍ਰੀਰਾਮਪੁਰ ਪਹੁੰਚ ਗਿਆ।

ਜਿਉਂ ਹੀ ਮੈਨੂੰ ਇਹ ਅਹਿਸਾਸ ਹੋਇਆ, ਕਿ ਵਾਰਾਣਸੀ ਵਿਚ ਗੁਰੂਦੇਵ ਨੂੰ ਮਿਲਿਆਂ ਠੀਕ ਅਠਾਈ ਦਿਨ ਲੰਘ ਗਏ ਸਨ। ਮੇਰਾ ਦਿਲ ਹੈਰਾਨੀ ਨਾਲ ਧੜਕਣ ਲੱਗਿਆ। ਤੂੰ ਚਾਰ ਹਫਤਿਆਂ ਵਿਚ ਮੇਰੇ ਕੋਲ ਵਾਪਸ ਆ ਜਾਵੇਂਗਾ। ਮੈਂ ਅੱਜ ਧੜਕਦੇ ਦਿਲ ਨਾਲ ਰਾਏ ਘਾਟ ਲੇਨ ਵਿਚ ਉਨ੍ਹਾਂ ਦੇ ਵਿਹੜੇ ਵਿਚ ਖੜ੍ਹਾ ਸੀ। ਅੱਜ ਪਹਿਲੀ ਵਾਰ, ਮੈਂ ਉਸ ਆਸ਼ਰਮ ਵਿਚ ਦਾਖਲ ਹੋਇਆ ਸੀ, ਜਿੱਥੇ ਮੈਂ ਆਪਣੇ ਜ਼ਿੰਦਗੀ ਦੇ ਸਰੇਸ਼ਟ ਹਿੱਸੇ ਦੇ ਅਗਲੇ ਦਸ ਸਾਲ, ਭਾਰਤ ਦੇ ਗਿਆਨ ਅਵਤਾਰ ਦੀ ਸੰਗਤ ਵਿਚ ਬਿਤਾਉਣ ਵਾਲਾ ਸੀ।

ਚੈਪਟਰ 12

ਆਪਣੇ ਗੁਰੂ ਦੇ ਆਸ਼ਰਮ ਵਿਚ ਰਹਿਣ ਦਾ ਸਮਾਂ

"ਤੂੰ ਆ ਗਿਆ ਹੈਂ।" ਸ਼੍ਰੀ ਯੁਕਤੇਸ਼ਵਰ ਜੀ ਨੇ ਵਰਾਂਡੇ ਦੇ ਪਿੱਛੇ ਬੈਠਕ ਵਿਚ ਵਿਛੇ ਹੋਏ ਬਾਘ ਦੀ ਖੱਲ ਉੱਪਰ ਬੈਠਿਆਂ ਬੈਠਿਆਂ ਹੀ ਕਿਹਾ। ਉਨ੍ਹਾਂ ਦੀ ਅਵਾਜ਼ ਦਾ ਲਹਿਜਾ ਠੰਡਾ ਅਤੇ ਭਾਵ ਰਹਿਤ ਸੀ।

"ਜੀ ਹਾਂ ਗੁਰੂਦੇਵ, ਮੈਂ ਆਪ ਜੀ ਦੀਆਂ ਆਗਿਆਵਾਂ ਦੀ ਪਾਲਣਾ ਕਰਨ ਵਾਸਤੇ ਆਇਆ ਹਾਂ।" ਮੈਂ ਝੁਕ ਕੇ ਉਨ੍ਹਾਂ ਦੇ ਚਰਨ ਸਪਰਸ਼ ਕੀਤੇ।

"ਪ੍ਰੰਤੂ ਇਹ ਕਿਸ ਤਰ੍ਹਾਂ ਹੋ ਸਕਦਾ ਹੈ? ਤੂੰ ਤਾਂ ਮੇਰੀਆਂ ਇੱਛਾਵਾਂ ਦੀ ਉਲੰਘਣਾ ਕਰਦਾ ਹੈਂ।"

"ਗੁਰੂਦੇਵ, ਹੁਣ ਇਸ ਵਕਤ ਤੋਂ ਇਸ ਤਰ੍ਹਾਂ ਨਹੀਂ ਹੋਵੇਗਾ, ਆਪ ਜੀ ਦੀ ਇੱਛਾ ਹੀ ਮੇਰਾ ਧਰਮ ਹੋਵੇਗਾ।"

"ਫਿਰ ਤਾਂ ਬਹੁਤ ਚੰਗੀ ਗੱਲ ਹੈ। ਹੁਣ ਮੈਂ ਤੇਰੀ ਜ਼ਿੰਦਗੀ ਦੀ ਜ਼ੁੰਮੇਵਾਰੀ ਲੈ ਸਕਦਾ ਹਾਂ।"

"ਗੁਰੂਦੇਵ, ਮੈਂ ਆਪਣੀ ਇੱਛਾ ਨਾਲ ਆਪਣੀ ਜ਼ਿੰਦਗੀ ਦਾ ਸਾਰਾ ਭਾਰ ਆਪ ਜੀ ਦੇ ਮੋਢਿਆਂ ਤੇ ਸੌਂਪਦਾ ਹਾਂ।"

"ਤਾਂ ਮੇਰੀ ਸਭ ਤੋਂ ਪਹਿਲੀ ਇੱਛਾ ਇਹ ਹੈ, ਕਿ ਤੂੰ ਆਪਣੇ ਪਰਿਵਾਰ ਵਿਚ ਵਾਪਸ ਚਲਿਆ ਜਾ। ਮੈਂ ਚਾਹੁੰਦਾ ਹਾਂ ਕਿ ਤੂੰ ਕੋਲਕਾਤਾ ਵਾਪਸ ਜਾ ਕੇ ਕਾਲਜ ਵਿਚ ਦਾਖਲਾ ਲੈ ਲਵੇਂ। ਤੇਰੀ ਅਗਲੇਰੀ ਪੜ੍ਹਾਈ ਚਲਦੀ ਰਹਿਣੀ ਚਾਹੀਦੀ ਹੈ।"

"ਬਹੁਤ ਚੰਗਾ, ਗੁਰੂਦੇਵ," ਮੈਂ ਆਪਣੀ ਵਿਆਕੁਲਤਾ ਨੂੰ ਛੁਪਾ ਲਿਆ। ਕੀ ਇਹ ਅੜੀਅਲ ਕਿਤਾਬਾਂ ਵਰ੍ਹਿਆਂ ਤਕ ਮੇਰਾ ਪਿੱਛਾ ਨਹੀਂ ਛੱਡਣਗੀਆਂ? ਪਹਿਲਾਂ ਪਿਤਾ ਜੀ ਅਤੇ ਹੁਣ ਸ਼੍ਰੀ ਯੁਕਤੇਸ਼ਵਰ ਜੀ।

"ਕਿਸੇ ਦਿਨ ਤੈਨੂੰ ਪੱਛਮੀ ਦੇਸ਼ਾਂ ਵਿਚ ਜਾਣਾ ਪੈਣਾ ਹੈ। ਉੱਥੋਂ ਦੇ ਲੋਕ ਭਾਰਤ ਦੇ ਪ੍ਰਾਚੀਨ ਗਿਆਨ ਦੇ ਬਾਰੇ ਜਿਆਦਾ ਗ੍ਰੈਹਣਸ਼ੀਲ ਹੋਣਗੇ, ਜੇ ਅਜਨਬੀ ਹਿੰਦੂ ਗੁਰੂ ਕੋਲ ਕਿਸੇ ਯੂਨੀਵਰਸਿਟੀ ਦੀ ਡਿਗਰੀ ਹੋਵੇਗੀ।"

"ਗੁਰੂਦੇਵ, ਆਪ ਬੇਹਤਰ ਜਾਣਦੇ ਹੋ।" ਮੇਰੀ ਉਦਾਸੀ ਹਵਾ ਹੋ ਗਈ। ਪੱਛਮੀ ਦੁਨੀਆਂ ਦਾ ਜ਼ਿਕਰ ਮੇਰੇ ਵਾਸਤੇ ਉਲਝਣਕਾਰੀ ਅਤੇ ਨਿਵੇਕਲਾ ਜਿਹਾ ਸੀ। ਪਰ ਇਸ ਸਮੇਂ ਤਾਂ ਸਵਾਲ ਗੁਰੂਦੇਵ ਨੂੰ ਹਾਂ ਕਹਿ ਕੇ ਅਤੇ ਹੁਕਮ ਮੰਨ ਕੇ ਫੌਰੀ ਤੌਰ ਤੇ ਖੁਸ਼ ਕਰਨ ਦਾ ਸੀ।

"ਤੂੰ ਕੋਲਕਾਤਾ ਵਿਚ ਹੀ ਹੋਵੇਂਗਾ, ਜਦੋਂ ਵੀ ਤੈਨੂੰ ਮੌਕਾ ਮਿਲੇ ਤਾਂ ਤੂੰ ਇੱਥੇ ਆ ਸਕਦਾ ਹੈਂ।"

"ਗੁਰੂਦੇਵ ਸੰਭਵ ਹੋਇਆ ਤਾਂ ਹਰ ਰੋਜ਼ ਹੀ ਆਇਆ ਕਰੂੰਗਾ। ਮੈਂ ਆਪਣੀ ਜ਼ਿੰਦਗੀ ਦੇ ਹਰ ਇੱਕ ਪਹਿਲੂ ਉੱਪਰ ਆਪ ਜੀ ਦਾ ਅਧਿਕਾਰ ਧੰਨਵਾਦ ਸਹਿਤ ਕਬੂਲ ਕਰਦਾ ਹਾਂ- ਸਿਰਫ ਇੱਕ ਸ਼ਰਤ ਉੱਪਰ।"

"ਦੱਸ, ਕਿਹੜੀ ਸ਼ਰਤ।"

"ਆਪ ਮੈਨੂੰ ਪ੍ਰਮਾਤਮਾ ਦੇ ਦਰਸ਼ਨ ਕਰਵਾਉਣ ਦਾ ਵਚਨ ਦਿਉ।"

ਇਸ ਗੱਲ ਉੱਪਰ ਇੱਕ ਘੰਟੇ ਤਕ ਤਰਕ-ਵਿਤਰਕ ਚਲਦਾ ਰਿਹਾ। ਗੁਰੂ ਦਾ ਵਚਨ ਝੂਠਾ ਨਹੀਂ ਹੋ ਸਕਦਾ, ਪਰ ਸਹਿਜੇ ਦਿੱਤਾ ਵੀ ਨਹੀਂ ਜਾ ਸਕਦਾ। ਇਹ ਵਚਨ ਦੇਣ ਵਿਚ ਅਤਿਅੰਤ ਸੰਭਾਵਨਾਵਾਂ ਮੌਜੂਦ ਹਨ। ਇਸ ਤੋਂ ਪਹਿਲਾਂ ਕਿ ਗੁਰੂ ਪ੍ਰਮਾਤਮਾ ਨੂੰ ਕਿਸੇ ਹੋਰ ਦੇ ਸਾਹਮਣੇ ਪ੍ਰਗਟ ਕਰਨ ਦੇ ਸਮਰੱਥ ਹੋਵੇ, ਪਹਿਲਾਂ ਉਸ ਨੂੰ ਆਪ ਖੁਦ ਸਿਰਜਣਹਾਰ ਨਾਲ ਇੱਕਮਿੱਕ ਹੋਇਆ ਹੋਣਾ ਚਾਹੀਦਾ ਹੈ। ਸ਼੍ਰੀ ਯੁਕਤੇਸ਼ਵਰ ਜੀ ਦੀ ਪ੍ਰਮਾਤਮਾ ਨਾਲ ਇਕਰੂਪਤਾ ਦੇ ਬਾਰੇ, ਮੈਂ ਭਲੀ ਭਾਂਤ ਜਾਣਦਾ ਸੀ। ਇਸ ਕਰਕੇ ਉਨ੍ਹਾਂ ਦਾ ਸ਼ਿਸ਼ ਹੋਣ ਦੇ ਨਾਤੇ, ਮੈਂ ਉਨ੍ਹਾਂ ਤੋਂ ਇਹ ਵਚਨ ਲੈਣ ਲਈ ਜ਼ਿਦ ਕਰ ਰਿਹਾ ਸੀ।

"ਤੂੰ ਬੜਾ ਜ਼ਿੱਦੀ ਹੈਂ।" ਇਸ ਤੋਂ ਬਾਅਦ ਆਖਰਕਾਰ ਸ਼੍ਰੀ ਯੁਕਤੇਸ਼ਵਰ ਜੀ ਦੀ ਦਯਾਮਈ ਸਹਿਮਤੀ ਗੂੰਜ ਉੱਠੀ।

"ਤੇਰੀ ਇੱਛਾ ਹੀ ਮੇਰੀ ਇੱਛਾ ਹੋਵੇ।"

ਮੇਰੇ ਦਿਲ ਤੋਂ ਜ਼ਿੰਦਗੀ ਭਰ ਦਾ ਬੋਝ ਉੱਤਰ ਗਿਆ। ਇੱਧਰ ਉੱਧਰ ਦੀ ਭਟਕਣ ਭਰੀ ਖੋਜ ਮੁੱਕ ਗਈ ਸੀ। ਮੈਨੂੰ ਸੱਚੇ ਗੁਰੂ ਦੇ ਚਰਨਾਂ ਵਿਚ ਆਂਤਰਿਕ ਸ਼ਰਨ ਮਿਲ ਗਈ ਸੀ।

"ਮੇਰੇ ਨਾਲ ਆ, ਮੈਂ ਤੈਨੂੰ ਆਸ਼ਰਮ ਦਿਖਾਉਂਦਾ ਹਾਂ।" ਗੁਰੂਦੇਵ ਨੇ ਆਪਣੇ ਬਾਘ ਦੀ ਖੱਲ ਦੇ ਆਸਣ ਤੋਂ ਉਠਦਿਆਂ ਕਿਹਾ। ਇੱਧਰ ਉੱਧਰ ਨਜ਼ਰ ਦੁੜਾਉਂਦਿਆਂ, ਮੈਂ ਕੰਧ ਉੱਪਰ ਟੰਗੀ ਹੋਈ ਲਾਹਿੜੀ ਮਹਾਸ਼ਯ ਦੀ ਤਸਵੀਰ ਦੇਖੀ, ਜਿਸ ਨੂੰ ਚੰਬੇਲੀ ਦਾ ਹਾਰ ਪਹਿਨਾਇਆ ਹੋਇਆ ਸੀ।

"ਲਾਹਿੜੀ ਮਹਾਸ਼ਯ।" ਮੈਂ ਹੈਰਾਨੀਜਨਕ ਲਹਿਜੇ ਵਿਚ ਕਿਹਾ।

"ਹਾਂ, ਮੇਰੇ ਪ੍ਰਮਾਤਮਾ ਸ੍ਵਰੂਪ ਗੁਰੂ ।" ਸ੍ਰੀ ਯੁਕਤੇਸ਼ਵਰ ਜੀ ਨੇ ਆਦਰਯੁਕਤ ਲਹਿਜੇ ਵਿਚ ਥਰਥਰਾਉਂਦੀ ਅਵਾਜ਼ ਵਿਚ ਕਿਹਾ। ਉਨ੍ਹਾਂ ਸਾਰਿਆਂ ਗੁਰੂਆਂ ਵਿਚੋਂ ਇੱਕ ਮਨੁੱਖ ਅਤੇ ਇੱਕ ਯੋਗੀ ਦੇ ਰੂਪ ਵਿਚ ਮਹਾਨ ਗੁਰੂ, ਜਿੰਨੇ ਵੀ ਮਹਾਂ ਪੁਰਸ਼ਾਂ ਨੂੰ ਮੈਂ ਆਪਣੀ ਜ਼ਿੰਦਗੀ ਵਿਚ ਮਿਲਿਆ ਹਾਂ।"

ਉਸ ਜਾਣੀ ਪਹਿਚਾਣੀ ਤਸਵੀਰ ਅੱਗੇ, ਮੈਂ ਮਨੋ ਮਨੀ ਪ੍ਰਣਾਮ ਕੀਤਾ। ਉਸ ਅਦੁੱਤੀ ਗੁਰੂ ਵਾਸਤੇ ਮੇਰਾ ਮਨ ਆਤਮਿਕ ਸ਼ਰਧਾ ਨਾਲ ਆਤਮ ਵਿਭੋਰ ਹੋ ਗਿਆ, ਜਿਨ੍ਹਾਂ ਦੇ ਅਸ਼ੀਰਵਾਦ ਨੇ ਬਚਪਨ ਤੋਂ ਲੈ ਕੇ ਅੱਜ ਤਕ ਮੇਰਾ ਮਾਰਗ ਦਰਸ਼ਨ ਕੀਤਾ ਸੀ।

ਗੁਰੂਦੇਵ ਦੇ ਪਿੱਛੇ ਪਿੱਛੇ, ਮੈਂ ਉਸ ਘਰ ਅਤੇ ਉਸ ਦੇ ਵਿਹੜੇ ਵਿਚ ਘੁੰਮਿਆ। ਭਾਰੀ ਭਰਕਮ ਮਜ਼ਬੂਤ ਥਮਲਿਆਂ ਉੱਪਰ ਬਣੇ, ਬਹੁਤ ਵੱਡੇ ਪ੍ਰਾਚੀਨ ਆਸ਼ਰਮ ਦੇ ਵਿਚਕਾਰ ਇੱਕ ਵਿਹੜਾ ਸੀ। ਬਾਹਰ ਦੀਆਂ ਕੰਧਾਂ ਉੱਪਰ ਕਾਈ ਜੰਮੀ ਹੋਈ ਸੀ। ਆਸ਼ਰਮ ਦੇ ਹਾਤੇ ਵਿਚ ਬੜੀ ਬੇਰੁਖੀ ਨਾਲ ਕਬਜ਼ਾ ਕਰ ਕੇ ਕਬੂਤਰ ਅਸਮਾਨੀ ਰੰਗੀ ਛੱਤ ਉੱਪਰ ਫੜਫੜਾਉਂਦੇ ਖੰਭਾ ਨਾਲ ਇੱਧਰ ਉੱਧਰ ਘੁੰਮ ਰਹੇ ਸਨ। ਆਸ਼ਰਮ ਦੇ ਪਿਛਵਾੜੇ ਇੱਕ ਬਗੀਚਾ ਸੀ, ਜਿਸ ਨੂੰ ਕਟਹਲ, ਅੰਬ ਅਤੇ ਕੇਲੇ ਦੇ ਦਰਖਤਾਂ ਨੇ ਸੁਹਾਵਣਾ ਬਣਾ ਰੱਖਿਆ ਸੀ। ਇਸ ਦੁਮੰਜ਼ਲੇ ਆਸ਼ਰਮ ਦੀ ਉੱਪਰਲੀ ਮੰਜ਼ਲ ਤੇ ਵਰਾਂਡਾ ਸੀ, ਜਿਸ ਵਰਾਂਡੇ ਦੇ ਦਰਵਾਜ਼ੇ ਤਿੰਨ ਪਾਸੇ ਵਿਹੜੇ ਵਿਚ ਖੁੱਲ੍ਹਦੇ ਸਨ ਅਤੇ ਛੱਤ ਕਾਫੀ ਉੱਚੀ ਸੀ, ਜਿਹੜੀ ਕਿ ਥਮਲਿਆਂ ਦੀ ਕਤਾਰ ਉੱਪਰ ਟਿਕੀ ਹੋਈ ਸੀ। ਗੁਰੂਦੇਵ ਨੇ ਦੱਸਿਆ, ਇਸ ਕਮਰੇ ਦੀ ਵਰਤੋਂ ਖਾਸ ਤੌਰ ਤੇ ਦੁਰਗਾ ਪੂਜਾ ਦੇ ਸਲਾਨਾ ਸਮਾਰੋਹ ਵੇਲੇ ਕੀਤੀ ਜਾਂਦੀ ਸੀ। ਸ੍ਰੀ ਯੁਕਤੇਸ਼ਵਰ ਜੀ ਦੇ ਬੈਠਕਖਾਨੇ ਵਿਚ ਜਾਣ ਵਾਸਤੇ ਇੱਕ ਭੀੜੀ ਜਿਹੀ ਪੌੜੀ ਸੀ। ਇਸ ਕਮਰੇ ਦੀ ਛੋਟੀ ਜਿਹੀ ਬਾਲਕੋਨੀ ਤੋਂ ਸੜਕ ਸਾਫ ਦਿਖਾਈ ਦਿੰਦੀ ਸੀ। ਆਸ਼ਰਮ ਦਾ ਸਾਜੋ ਸਮਾਨ ਸਾਦਗੀ ਭਰਪੂਰ ਸੀ। ਹਰ ਇੱਕ ਚੀਜ਼ ਅਤਿਅੰਤ ਸਾਦੀ, ਸਾਫ ਅਤੇ ਉਪਯੋਗੀ ਸੀ। ਕੁਝ ਕੁ ਪੱਛਮੀ ਫੈਸ਼ਨ ਦੀਆਂ ਕੁਰਸੀਆਂ, ਬੈਂਚ ਅਤੇ ਮੇਜ਼ਾਂ ਵੀ ਦਿਖਾਈ ਦੇ ਰਹੀਆਂ ਸਨ।

ਗੁਰੂਦੇਵ ਨੇ ਰਾਤ ਨੂੰ ਮੈਨੂੰ ਆਸ਼ਰਮ ਵਿਚ ਰਹਿਣ ਦਾ ਸੱਦਾ ਦਿੱਤਾ। ਆਸ਼ਰਮ ਵਿਚ ਵਿਦਿਆ ਪ੍ਰਾਪਤ ਕਰ ਰਹੇ ਦੋ ਜੁਆਨ ਲੜਕਿਆਂ ਨੇ ਰਾਤ ਦੇ ਖਾਣੇ ਵਾਸਤੇ ਤਰੀ ਵਾਲੀ ਸਬਜ਼ੀ ਬਣਾਈ।

"ਗੁਰੂਦੇਵ, ਕ੍ਰਿਪਾ ਕਰ ਕੇ, ਆਪਣੀ ਜ਼ਿੰਦਗੀ ਦੇ ਬਾਰੇ ਕੁਝ ਚਾਨਣਾ ਪਾਉ।" ਬਾਘ ਦੀ ਖੱਲ ਦੇ ਆਸਣ ਉੱਪਰ, ਜਿਸ ਉੱਪਰ ਉਹ ਬੈਠੇ ਹੋਏ ਸਨ, ਉਨ੍ਹਾਂ ਦੇ ਕੋਲ ਮੈਂ ਇੱਕ ਚਟਾਈ ਤੇ ਬੈਠਾ ਸੀ। ਵਰਾਂਡੇ ਤੋਂ ਬਾਹਰ ਦਿਖਾਈ ਦਿੰਦੇ ਮਿੱਤਰ ਤਾਰੇ ਬਹੁਤ ਨਜ਼ਦੀਕ ਦਿਖਾਈ ਦੇ ਰਹੇ ਸਨ।

"ਮੇਰਾ ਪਰਿਵਾਰਕ ਨਾਂ ਪ੍ਰਿਯ ਨਾਥ ਕਰਾੜ ਸੀ। ਮੇਰਾ ਜਨਮ* ਇੱਥੇ ਸ਼੍ਰੀਰਾਮਪੁਰ ਵਿਚ ਹੀ ਹੋਇਆ। ਇੱਥੇ ਮੇਰੇ ਪਿਤਾ ਜੀ ਇੱਕ ਧਨਾਢ ਵਪਾਰੀ ਸਨ। ਉਹ ਹੀ ਇਹ ਜੱਦੀ ਮਕਾਨ ਛੱਡ ਗਏ ਹਨ, ਜਿਹੜਾ ਅੱਜ ਕੱਲ੍ਹ ਮੇਰਾ ਆਸ਼ਰਮ ਹੈ। ਮੇਰੀ ਸਕੂਲੀ ਪੜ੍ਹਾਈ ਬਹੁਤ ਘੱਟ ਹੋਈ, ਕਿਉਂਕਿ ਮੈਨੂੰ ਇਹ ਬੜੀ ਢਿਲੜ ਅਤੇ ਖੋਖਲੀ ਲੱਗੀ। ਬਾਲਗ ਹੁੰਦਿਆਂ ਹੀ ਮੈਂ ਗਰਿਸਤ ਧਰਮ ਦੀ ਜੁੰਮੇਵਾਰੀ ਸੰਭਾਲ ਲਈ। ਮੇਰੀ ਇੱਕ ਲੜਕੀ ਹੈ ਜਿਸ ਦਾ ਵਿਆਹ ਹੋ ਚੁੱਕਿਆ ਹੈ। ਅੱਧਖੜ ਉਮਰ ਵਿਚ ਮੈਨੂੰ ਲਾਹਿੜੀ ਮਹਾਸ਼ਯ ਦੇ ਮਾਰਗ ਦਰਸ਼ਨ ਦਾ ਅਸ਼ੀਰਵਾਦ ਪ੍ਰਾਪਤ ਹੋਇਆ। ਆਪਣੀ ਪਤਨੀ ਦੀ ਮੌਤ ਤੋਂ ਬਾਅਦ ਮੈਂ ਸਵਾਮੀ ਸੰਪਰਦਾਇ ਵਿਚ ਸੰਨਿਆਸ ਗ੍ਰੈਹਣ ਕਰ ਲਿਆ ਅਤੇ ਉਸ ਤੋਂ ਬਾਅਦ ਮੈਨੂੰ ਨਵਾਂ ਨਾਂ ਸ਼੍ਰੀ ਯੁਕਤੇਸ਼ਵਰ† ਗਿਰੀ ਮਿਲਿਆ। ਇਹੀ ਮੇਰੀ ਜ਼ਿੰਦਗੀ ਦਾ ਸੰਖੇਪ ਬਿਰਤਾਂਤ ਹੈ।"

ਮੇਰੇ ਉਤਸੁਕ ਚਿਹਰੇ ਨੂੰ ਦੇਖ ਕੇ ਸ਼੍ਰੀ ਯੁਕਤੇਸ਼ਵਰ ਜੀ ਮੁਸਕਰਾਏ। ਉਨ੍ਹਾਂ ਦੇ ਸ਼ਬਦਾਂ ਨੇ ਹੋਰ ਜੀਵਨ ਕਥਾਵਾਂ ਵਾਂਗ ਅੰਦਰਲੇ ਪੁਰਸ਼ ਤੇ ਝਾਤ ਮਰਵਾਉਣ ਦੀ ਬਜਾਏ, ਸਿਰਫ ਬਾਹਰੀ ਜ਼ਿੰਦਗੀ ਦੀ ਹੀ ਜਾਣ ਪਛਾਣ ਕਰਵਾਈ।

"ਗੁਰੂਦੇਵ, ਮੈਨੂੰ ਆਪ ਜੀ ਦੇ ਬਚਪਨ ਦੀਆਂ ਕੁਝ ਕਹਾਣੀਆਂ ਸੁਣਨ ਦੀ ਇੱਛਾ ਹੈ।"

"ਮੈਂ ਤੈਨੂੰ ਕੁਝ ਕਹਾਣੀਆਂ ਸੁਣਾਉਂਦਾ ਹਾਂ ਅਤੇ ਹਰ ਇੱਕ ਕਹਾਣੀ ਦੀ ਨੈਤਿਕ ਸਿੱਖਿਆ ਵੀ ਦੱਸਦਾ ਹਾਂ।" ਇਸ ਚੇਤਾਵਨੀ ਦੇ ਨਾਲ ਉਨ੍ਹਾਂ ਦੀਆਂ ਅੱਖਾਂ ਵੀ ਚਮਕ ਉਠੀਆਂ।

"ਇੱਕ ਵਾਰ ਮੇਰੀ ਮਾਤਾ ਜੀ ਨੇ, ਇੱਕ ਅਨ੍ਹੇਰੇ ਕਮਰੇ ਵਿਚ ਭੂਤ ਹੋਣ ਦੀ ਡਰਾਉਣੀ ਕਹਾਣੀ ਸੁਣਾ ਕੇ ਮੈਨੂੰ ਭੈਅ ਭੀਤ ਕਰਨ ਦੀ ਕੋਸ਼ਿਸ਼ ਕੀਤੀ। ਮੈਂ ਝਟਪਟ ਉਸ ਕਮਰੇ ਵਿਚ ਗਿਆ ਅਤੇ ਉੱਥੇ ਭੂਤ ਨਾ ਮਿਲਣ ਉੱਪਰ ਨਿਰਾਸ਼ਾ ਪ੍ਰਗਟ ਕੀਤੀ। ਉਸ ਤੋਂ ਬਾਅਦ ਮਾਤਾ ਜੀ ਨੇ ਕਦੇ ਵੀ ਕੋਈ ਡਰਾਉਣੀ ਕਹਾਣੀ ਨਹੀਂ ਸੁਣਾਈ। ਨੈਤਿਕ ਸਿੱਖਿਆ:- ਡਰ ਦਾ ਸਾਹਮਣਾ ਕਰੋ- ਉਹ ਤੁਹਾਨੂੰ ਡਰਾਉਣਾ ਛੱਡ ਦੇਵੇਗਾ।

"ਬਚਪਨ ਦੀ ਇੱਕ ਹੋਰ ਯਾਦ ਹੈ। ਇੱਕ ਗੁਆਂਢੀਆਂ ਦੇ ਭੱਦੇ ਜਿਹੇ ਕੁੱਤੇ ਦੀ ਮੈਨੂੰ ਬੜੀ ਇੱਛਾ ਹੋ ਗਈ। ਮੈਂ ਉਸ ਕੁੱਤੇ ਨੂੰ ਪ੍ਰਾਪਤ ਕਰਨ ਵਾਸਤੇ ਕਈ ਹਫਤੇ ਘਰ ਵਾਲਿਆਂ ਨੂੰ ਭਾਜੜ ਪਾਈ ਰੱਖੀ। ਉਸ ਤੋਂ ਜਿਆਦਾ ਸੁੰਦਰ ਕੁੱਤਿਆਂ ਦੇ ਸਾਰੇ ਪ੍ਰਸਤਾਵ ਮੇਰੇ ਕੰਨਾਂ ਤਕ ਨਹੀਂ ਸਨ ਪਹੁੰਚਦੇ। ਨੈਤਿਕ ਸਿੱਖਿਆ : ਮੋਹ ਅੰਨ੍ਹਾ ਬਣਾ ਦਿੰਦਾ ਹੈ। ਉਹ ਉਸ ਇੱਛਿਤ ਚੀਜ਼ ਦੇ ਦੁਆਲੇ ਖਿੱਚ ਦਾ ਇੱਕ ਕਾਲਪਨਿਕ ਮਾਇਆ ਜਾਲ ਰਚ ਦਿੰਦਾ ਹੈ।"

* ਸ਼੍ਰੀ ਯੁਕਤੇਸ਼ਵਰ ਜੀ ਦਾ ਜਨਮ 10 ਮਈ 1855 ਨੂੰ ਹੋਇਆ ਸੀ।

† ਯੁਕਤੇਸ਼ਵਰ ਦਾ ਅਰਥ ਹੈ- ਈਸ਼ਵਰ ਨਾਲ ਏਕਾਕਾਰ ਜਾਂ ਯੁਕਤ। ਗਿਰੀ ਪ੍ਰਾਚੀਨ ਦਸ਼ਨਾਮੀ ਸਵਾਮੀ ਪਰੰਪਰਾ ਵਿਚੋਂ ਇੱਕ ਨਾਂ ਜਾਂ ਪਦਵੀ ਹੈ।

"ਤੀਜੀ ਕਹਾਣੀ ਯੁਵਾ ਮਨ ਦੀ ਢਲਣਯੋਗਤਾ ਨਾਲ ਸਬੰਧਿਤ ਹੈ। ਮੈਂ ਆਪਣੀ ਮਾਤਾ ਜੀ ਨੂੰ ਕਦੇ ਕਦੇ ਇਹ ਕਹਿੰਦਿਆਂ ਸੁਣਦਾ ਸੀ, ਕਿ ਜਿਹੜਾ ਮਨੁੱਖ ਕਿਸੇ ਹੋਰ ਦੇ ਅਧੀਨ ਨੌਕਰੀ ਸਵੀਕਾਰ ਕਰ ਲੈਂਦਾ ਹੈ, ਗੁਲਾਮ ਬਣ ਜਾਂਦਾ ਹੈ। ਇਹ ਧਾਰਨਾ ਮੇਰੇ ਮਨ ਵਿਚ ਇੰਨੀ ਪੱਕੀ ਬੈਠ ਗਈ, ਕਿ ਮੈਂ ਵਿਆਹ ਤੋਂ ਬਾਅਦ ਵੀ ਨੌਕਰੀ ਦੇ ਸਾਰੇ ਪ੍ਰਸਤਾਵ ਠੁਕਰਾ ਦਿੱਤੇ। ਮੈਂ ਜੱਦੀ ਸੰਪਤੀ ਨੂੰ ਜ਼ਮੀਨ ਦੇ ਕਾਰੋਬਾਰ ਵਿਚ ਲਾ ਕੇ ਆਪਣੇ ਘਰ ਦਾ ਖਰਚਾ ਚਲਾਇਆ। ਨੈਤਿਕ ਸਿੱਖਿਆ:- ਸਿਰਫ ਚੰਗੀਆਂ ਅਤੇ ਸਕਾਰਾਤਮਕ ਸਿਖਿਆਵਾਂ ਹੀ ਬੱਚਿਆਂ ਦੇ ਮਨਾਂ ਵਿਚ ਪਾਉਣੀਆਂ ਚਾਹੀਦੀਆਂ ਹਨ। ਬਚਪਨ ਦੇ ਵਿਚਾਰਾਂ ਦੀਆਂ ਧਾਰਨਾਵਾਂ ਬੜੀਆਂ ਡੂੰਘੀਆਂ ਉੱਕਰੀਆਂ ਜਾਂਦੀਆਂ ਹਨ।"

ਗੁਰੂਦੇਵ ਗਹਿਰੇ ਮੌਨ ਵਿਚ ਲੀਨ ਹੋ ਗਏ। ਅੱਧੀ ਰਾਤ ਦੇ ਕਰੀਬ ਉਨ੍ਹਾਂ ਨੇ ਮੈਨੂੰ ਇੱਕ ਛੋਟਾ ਜਿਹਾ ਮੰਜਾ ਸੌਣ ਵਾਸਤੇ ਦਿੱਤਾ। ਆਪਣੇ ਗੁਰੂ ਦੇ ਆਸ਼ਰਮ ਦੀ ਛੱਤ ਥੱਲੇ, ਉਸ ਪਹਿਲੀ ਰਾਤ ਮੈਨੂੰ ਬਹੁਤ ਗੂੜ੍ਹੀ ਅਤੇ ਮਿੱਠੀ ਨੀਂਦ ਆਈ।

ਅਗਲੇ ਦਿਨ ਸਵੇਰੇ ਸਵੇਰੇ ਹੀ ਸ਼੍ਰੀ ਯੁਕਤੇਸ਼ਵਰ ਜੀ ਨੇ ਮੈਨੂੰ *ਕਿਰਿਆ ਯੋਗ* ਦੀ ਦੀਖਿਆ ਦੇਣ ਦਾ ਫੈਸਲਾ ਕੀਤਾ। ਇਸ ਤਕਨੀਕ ਦੀ ਦੀਖਿਆ ਮੈਨੂੰ ਪਹਿਲਾਂ ਹੀ ਲਾਹਿੜੀ ਮਹਾਸ਼ਯ ਦੇ ਦੋ ਸਗਿਰਦਾਂ ਤੋਂ ਮਿਲ ਚੁੱਕੀ ਸੀ। ਪਿਤਾ ਜੀ ਤੋਂ ਅਤੇ ਮੇਰੇ ਸੰਸਕਰਿਤ ਅਧਿਆਪਕ ਸਵਾਮੀ ਕੇਵਲਾ ਨੰਦ ਜੀ ਤੋਂ, ਪ੍ਰੰਤੂ ਗੁਰੂਦੇਵ ਕੋਲ ਰੂਪਾਂਤਰੀਕਰਨ ਦੀ ਸ਼ਕਤੀ ਜਿਆਦਾ ਸੀ। ਉਨ੍ਹਾਂ ਦੇ ਸਪਰਸ਼ ਕਰਨ ਨਾਲ ਹੀ, ਇੱਕ ਪ੍ਰਚੰਡ ਪ੍ਰਕਾਸ਼ ਮੇਰੇ ਸੰਪੂਰਨ ਵਜੂਦ ਵਿਚ ਛਾ ਗਿਆ। ਇਹ ਮੰਨ ਲਵੋ ਕਿ, ਜਿਸ ਤਰ੍ਹਾਂ ਅਣਗਿਣਤ ਸੂਰਜ ਇਕ ਵਾਰ ਅਸਮਾਨ ਵਿਚ ਚੜ੍ਹ ਗਏ ਹੋਣ। ਬਿਆਨ ਕਰਨ ਤੋਂ ਬਾਹਰੇ ਆਨੰਦ ਦੇ ਹੜ੍ਹ ਨੇ ਮੇਰੇ ਮਨ ਦੇ ਅੰਤਹਕਰਣ ਨੂੰ ਰੁਮਾਂਚਿਤ ਕਰ ਦਿੱਤਾ।

ਉਸ ਦੇ ਦੂਸਰੇ ਦਿਨ ਲਗ ਭਗ ਸ਼ਾਮ ਹੋ ਚਲੀ ਸੀ ਜਦੋਂ ਮੈਂ ਆਸ਼ਰਮ ਤੋਂ ਜਾਣ ਦੀ ਤਿਆਰੀ ਕਰ ਰਿਹਾ ਸੀ।

"ਤੂੰ ਤੀਹ ਦਿਨ ਵਿਚ ਘਰ ਵਾਪਸ ਚਲਿਆ ਜਾਵੇਂਗਾ।" ਜਦੋਂ ਮੈਂ ਕੋਲਕਾਤਾ ਦੇ ਘਰ ਦੇ ਦਰਵਾਜ਼ੇ ਦੇ ਅੰਦਰ ਗਿਆ, ਤਾਂ ਗੁਰੂਦੇਵ ਦੀ ਭਵਿਖਬਾਣੀ ਮੇਰੇ ਨਾਲ ਸੀ। ਉਡਦੇ ਪੰਛੀ ਦੇ ਫਿਰ ਵਾਪਸ ਆਲ੍ਹਣੇ ਵਿਚ ਆਸਰਾ ਲੈਣ ਵਾਲੇ ਤਾਹਨੇ ਮਿਹਣਿਆਂ ਦੇ ਤੀਰ, ਜਿਨ੍ਹਾਂ ਦਾ ਮੈਨੂੰ ਡਰ ਸੀ ਕਿਸੇ ਸਬੰਧੀ ਨੇ ਨਹੀਂ ਚਲਾਏ।

ਮੈਂ ਆਪਣੇ ਛੋਟੇ ਜਿਹੇ ਚੁਬਾਰੇ ਵਿਚ ਚਲਿਆ ਗਿਆ ਅਤੇ ਉਸ ਉੱਪਰ ਪਿਆਰ ਭਰੀ ਨਜ਼ਰ ਦੌੜਾਈ। ਚੁਬਾਰੇ ਨੂੰ ਇੱਕ ਵਾਰ ਫਿਰ ਤੋਂ ਜੀਵੰਤ ਹੋ ਉੱਠਿਆ ਹੋਇਆ ਮਹਿਸੂਸ ਕੀਤਾ। "ਤੂੰ ਮੇਰੇ ਧਿਆਨ ਦਾ ਗਵਾਹ ਹੈਂ ਅਤੇ ਮੇਰੀ ਸਾਧਨਾ ਦੇ ਅੱਥਰੂਆਂ ਅਤੇ ਤੂਫਾਨਾਂ ਦਾ ਵੀ। ਹੁਣ ਮੈਂ ਆਪਣੇ ਦਿੱਵਯ ਗੁਰੂ ਦੇ ਚਰਨਾਂ ਵਿਚ ਪਹੁੰਚ ਗਿਆ ਹਾਂ।"

"ਬੇਟਾ, ਅੱਜ ਮੈਂ ਆਪਣੇ ਦੋਨਾਂ ਵਾਸਤੇ ਖੁਸ਼ ਹਾਂ।" ਪਿਤਾ ਜੀ ਅਤੇ ਮੈਂ ਇੱਕ ਸ਼ਾਂਤਮਈ ਸ਼ਾਮ ਨੂੰ ਇਕੱਠੇ ਬੈਠੇ ਸੀ। "ਜਿਸ ਚਮਤਕਾਰੀ ਢੰਗ ਨਾਲ ਮੈਨੂੰ ਮੇਰੇ ਗੁਰੂ ਮਿਲੇ ਸਨ, ਉਸੇ ਚਮਤਕਾਰੀ ਢੰਗ ਨਾਲ ਤੈਨੂੰ ਤੇਰੇ ਗੁਰੂ ਤੈਨੂੰ ਮਿਲ ਗਏ। ਲਾਹਿੜੀ ਮਹਾਸ਼ਯ ਦੇ ਪਾਵਨ ਹੱਥ ਸਾਡੀ ਰੱਖਿਆ ਕਰਦੇ ਆ ਰਹੇ ਹਨ। ਤੇਰੇ ਗੁਰੂ ਕੋਈ ਦੂਰ ਹਿਮਾਲਿਆ ਪਹਾੜ ਦੇ ਸੰਨਿਆਸੀ ਨਹੀਂ, ਬਲਕਿ ਬਹੁਤ ਨੇੜਿਉਂ ਹੀ ਮਿਲ ਗਏ। ਮੇਰੀਆਂ ਪ੍ਰਾਰਥਾਨਾਵਾਂ ਕਬੂਲ ਹੋਈਆਂ। ਤੇਰੀ ਪ੍ਰਮਾਤਮਾ ਦੀ ਖੋਜ ਨੇ ਹੁਣ ਤੈਨੂੰ ਹਮੇਸ਼ਾਂ ਲਈ ਮੇਰੀਆਂ ਅੱਖਾਂ ਤੋਂ ਦੂਰ ਨਹੀਂ ਕਰ ਦਿੱਤਾ।"

ਪਿਤਾ ਜੀ ਨੂੰ ਇਸ ਗੱਲ ਦੀ ਵੀ ਖੁਸ਼ੀ ਸੀ, ਕਿ ਮੇਰੀ ਉਪਚਾਰਕ ਪੜ੍ਹਾਈ ਫਿਰ ਤੋਂ ਸ਼ੁਰੂ ਹੋ ਜਾਵੇਗੀ, ਜਿਸ ਵਾਸਤੇ ਉਨ੍ਹਾਂ ਨੇ ਸਾਰੇ ਉਚਿਤ ਪ੍ਰਬੰਧ ਕਰ ਦਿੱਤੇ। ਮੈਂ ਅਗਲੇ ਦਿਨ ਹੀ ਸਕਾਟਿਸ਼ ਚਰਚ ਕਾਲਜ ਵਿਚ ਦਾਖਲਾ ਲੈ ਲਿਆ।

ਖੁਸ਼ੀਆਂ ਭਰੇ ਮਹੀਨਿਆਂ ਤੇ ਮਹੀਨੇ ਲੰਘਦੇ ਗਏ। ਮੇਰੇ ਪਾਠਕਾਂ ਨੇ, ਇਹ ਤਾਂ ਪੱਕਾ ਅੰਦਾਜ਼ਾ ਲਾ ਹੀ ਲਿਆ ਹੋਵੇਗਾ, ਕਿ ਮੈਂ ਕਾਲਜ ਦੀਆਂ ਜਮਾਤਾਂ ਵਿਚ ਘੱਟ ਹੀ ਦਿਖਾਈ ਦਿੰਦਾ ਸੀ। ਸ਼੍ਰੀਰਾਮਪੁਰ ਦੀ ਲੁਭਾਉਣੀ ਖਿੱਚ ਕੋਈ ਰੁਕਾਵਟ ਨਹੀਂ ਸੀ ਬਰਦਾਸ਼ਤ ਕਰਦੀ। ਗੁਰੂਦੇਵ ਨੇ ਵੀ ਮੇਰੀ ਉੱਥੇ ਲਗਾਤਾਰ ਹਾਜ਼ਰੀ ਉੱਪਰ ਕਦੇ ਕੋਈ ਇਤਰਾਜ਼ ਨਹੀਂ ਸੀ ਪ੍ਰਗਟ ਕੀਤਾ। ਮੈਂ ਇਸ ਗੱਲ ਉੱਪਰ ਵੀ ਖੁਸ਼ ਸੀ, ਕਿ ਗੁਰੂ ਜੀ ਕਦੇ ਵੀ ਮੇਰੀ ਕਾਲਜ ਦੀ ਪੜ੍ਹਾਈ ਬਾਰੇ ਕੋਈ ਟੀਕਾ ਟਿੱਪਣੀ ਨਹੀਂ ਸਨ ਕਰਦੇ। ਭਾਵੇਂ ਸਾਰਿਆਂ ਨੂੰ ਪਤਾ ਸੀ ਮੈਂ ਕੋਈ ਵਿਦਵਾਨ ਨਹੀਂ ਸੀ ਬਣਨ ਵਾਲਾ, ਪਰ ਮੈਂ ਸਮੇਂ ਸਮੇਂ ਤੇ ਪਾਸ ਹੋਣ ਵਾਸਤੇ ਲੋੜੀਂਦੇ ਨੰਬਰ ਪ੍ਰਾਪਤ ਕਰਦਾ ਰਿਹਾ।

ਆਸ਼ਰਮ ਦਾ ਰੋਜ਼ਾਨਾ ਜੀਵਨ ਸ਼ਾਂਤ ਅਤੇ ਸਰਲ ਰੂਪ ਵਿਚ ਚੱਲ ਰਿਹਾ ਸੀ। ਉਸ ਦੇ ਵਿਚ ਸ਼ਾਇਦ ਹੀ ਕਦੇ ਕੋਈ ਅਦਲਾ ਬਦਲੀ ਹੋਈ ਹੋਵੇ। ਮੇਰੇ ਗੁਰੂਦੇਵ ਮੂੰਹ ਅਨ੍ਹੇਰੇ ਹੀ ਉੱਠ ਜਾਂਦੇ ਸਨ। ਲੇਟੇ ਲੇਟੇ ਜਾਂ ਕਈ ਵਾਰ ਬਿਸਤਰੇ ਦੇ ਉੱਪਰ ਹੀ ਬੈਠੇ ਬੈਠੇ ਉਹ ਸਮਾਧੀ* ਦੀ ਅਵਸਥਾ ਵਿਚ ਪ੍ਰਵੇਸ਼ ਕਰ ਜਾਂਦੇ ਸਨ। ਗੁਰੂਦੇਵ ਕਿਸ ਵਕਤ ਨੀਂਦ ਤੋਂ ਜਾਗੇ ਇਹ ਅੰਦਾਜ਼ਾ ਲਾਉਣਾ ਅਤਿਅੰਤ ਸਰਲ ਸੀ। ਜ਼ਬਰਦਸਤ ਗਰਜਣਾ ਕਰਦੇ ਘੁਰਾੜਿਆਂ† ਦਾ ਅਚਾਨਕ ਬੰਦ ਹੋ ਜਾਣਾ। ਇੱਕ ਦੋ ਲੰਬੇ ਲੰਬੇ ਸੁਆਸ – ਕਦੇ ਕਦੇ ਕੋਈ ਸਰੀਰਕ ਹਿਲਜੁਲ – ਫਿਰ ਅਵਾਜ਼ ਰਹਿਤ ਸੁਆਸਹੀਨਤਾ ਅਤੇ ਫਿਰ ਉਹ ਡੂੰਘੀ ਸਮਾਧੀ ਦੀ ਅਵਸਥਾ ਵਿਚ ਚਲੇ ਜਾਂਦੇ ਸਨ।

* ਸ਼ਾਬਦਿਕ ਅਰਥ ਹਨ 'ਨਾਲ ਨਾਲ ਲਕਸ਼ਿਤ ਕਰਨਾ' ਸਮਾਧੀ ਇੱਕ ਪਰਮ ਆਨੰਦਮਈ ਪਰਾਚੇਤਨ ਅਵਸਥਾ ਹੈ ਜਿਸ ਵਿਚ ਯੋਗੀ ਨੂੰ ਆਪਣੀ ਆਤਮਾ ਦਾ ਪ੍ਰਮਾਤਮਾ ਦੇ ਨਾਲ ਇੱਕਮਿੱਕ ਹੋਈ ਹੋਣ ਦਾ ਗਿਆਨ ਹੁੰਦਾ ਹੈ।

† ਸਰੀਰ ਵਿਗਿਆਨੀਆਂ ਦੇ ਮੁਤਾਬਿਕ ਘੁਰਾੜੇ ਮਾਰਨਾ ਸੰਪੂਰਨ ਅਰਾਮ ਦਾ ਲੱਛਣ ਹੈ।

ਇਸ ਤੋਂ ਬਾਅਦ ਨਾਸ਼ਤਾ ਨਹੀਂ ਸੀ ਹੁੰਦਾ। ਪਹਿਲਾਂ ਗੰਗਾ ਕਿਨਾਰੇ ਲੰਬੀ ਸੈਰ ਹੁੰਦੀ ਸੀ। ਮੇਰੀਆਂ ਗੁਰੂਦੇਵ ਨਾਲ ਕੀਤੀਆਂ ਉਹ ਲੰਬੀਆਂ ਲੰਬੀਆਂ ਸਵੇਰ ਦੀਆਂ ਸੈਰਾਂ ਹਾਲੇ ਵੀ ਮੇਰੀਆਂ ਯਾਦਾਂ ਦੇ ਸਿਮਰਤੀ ਪਟਲ ਉਪਰ ਉੱਕਰੀਆਂ ਹੋਈਆਂ ਹਨ। ਯਾਦਾਂ ਦੇ ਪੁਨਰ ਉੱਥਾਨ ਵਿਚ, ਮੈਂ ਅਕਸਰ ਹੀ ਆਪਣੇ ਆਪ ਨੂੰ ਉਨ੍ਹਾਂ ਦੀ ਸੰਗਤ ਵਿਚ ਮਹਿਸੂਸ ਕਰਦਾ ਹਾਂ। ਸਵੇਰ ਦਾ ਸੂਰਜ ਗੰਗਾ ਨਦੀ ਦੇ ਜਲ ਨੂੰ ਗਰਮ ਕਰ ਰਿਹਾ ਹੈ ਅਤੇ ਗਿਆਨ ਦੇ ਅਧਿਕਾਰ ਨਾਲ ਉਨ੍ਹਾਂ ਦੀ ਅਵਾਜ਼ ਹਵਾ ਵਿਚ ਗੂੰਜ ਰਹੀ ਹੈ।

ਫਿਰ ਇਸ਼ਨਾਨ ਹੁੰਦਾ ਸੀ ਅਤੇ ਫਿਰ ਇਸ ਤੋਂ ਬਾਅਦ ਦੁਪਹਿਰ ਦਾ ਭੋਜਨ। ਗੁਰੂਦੇਵ ਦੀਆਂ ਰੋਜ਼ਾਨਾ ਹਿਦਾਇਤਾਂ ਦੇ ਮੁਤਾਬਿਕ ਭੋਜਨ ਤਿਆਰ ਕਰਨ ਦੀ ਜ਼ੁੰਮੇਵਾਰੀ ਨੌਜਵਾਨ ਸ਼ਗਿਰਦਾਂ ਦੀ ਸੀ। ਮੇਰੇ ਗੁਰੂ ਸ਼ਾਕਾਹਾਰੀ ਸਨ। ਸੰਨਿਆਸ ਲੈਣ ਤੋਂ ਪਹਿਲਾਂ ਉਹ ਅੰਡੇ ਅਤੇ ਮੱਛੀ ਖਾ ਲਿਆ ਕਰਦੇ ਸਨ। ਸ਼ਗਿਰਦਾਂ ਵਾਸਤੇ ਉਨ੍ਹਾਂ ਦਾ ਆਦੇਸ਼ ਇਹ ਹੀ ਹੁੰਦਾ ਸੀ, ਕਿ ਆਪਣੇ ਸਰੀਰ ਦੀ ਲੋੜ ਅਨੁਸਾਰ ਕੋਈ ਵੀ ਸਾਦਾ ਭੋਜਨ ਲੈ ਲਵੋ।

ਗੁਰੂਦੇਵ ਬਹੁਤ ਥੋੜਾ ਖਾਂਦੇ ਸਨ। ਉਹ ਅਕਸਰ ਹਲਦੀ ਜਾਂ ਚਕੰਦਰ ਜਾਂ ਪਾਲਕ ਦੀ ਤਰੀ ਵਿਚ ਬਣੇ ਚਾਵਲ ਅਤੇ ਉਸ ਉਪਰ ਥੋੜਾ ਜਿਹਾ ਮੱਝ ਦਾ ਘਿਉ ਜਾਂ ਪਿਘਲਿਆ ਹੋਇਆ ਮੱਖਣ ਲਿਆ ਕਰਦੇ ਸਨ। ਕਿਸੇ ਦਿਨ ਕੇਵਲ ਮਸਰਾਂ ਦੀ ਦਾਲ ਜਾਂ ਪਨੀਰ ਦੀ ਰਸਦਾਰ ਤਰੀ ਵਾਲੀ ਸਬਜ਼ੀ ਅਤੇ ਉਸ ਦੇ ਨਾਲ ਕੋਈ ਹੋਰ ਤਰਕਾਰੀ। ਭੋਜਨ ਦੇ ਆਖਰ ਵਿਚ ਚੌਲਾਂ ਦੀ ਖੀਰ ਦੇ ਨਾਲ ਅੰਬ, ਸੰਤਰਾ ਜਾਂ ਫਿਰ ਕਟਹੱਲ ਦਾ ਰਸ ਲੈਂਦੇ ਸਨ।

ਦਰਸ਼ਨ ਅਭਿਲਾਸ਼ੀ ਸ਼ਾਮ ਨੂੰ ਆਉਂਦੇ ਸਨ। ਬਾਹਰੀ ਸੰਸਾਰ ਤੋਂ ਸ਼ਾਂਤ, ਆਸ਼ਰਮ ਵਿਚ ਆਉਣ ਵਾਲਿਆਂ ਦਾ ਆਵਾਗਮਨ ਧਾਰਾ ਪ੍ਰਵਾਹ ਚਲਦਾ ਰਹਿੰਦਾ ਸੀ। ਗੁਰੂਦੇਵ ਸਾਰੇ ਆਉਣ ਵਾਲੇ ਮਹਿਮਾਨਾਂ ਨਾਲ ਪਿਆਰ ਪੂਰਵਕ ਅਤੇ ਦਿਆਲਤਾ ਨਾਲ ਪੇਸ਼ ਆਉਂਦੇ ਸਨ। ਇੱਕ ਸਿੱਧ ਪੁਰਸ਼, ਜਿਸ ਨੇ ਆਪਣੇ ਆਪ ਨੂੰ ਸਰੀਰ ਜਾਂ ਅਹਮ ਨਹੀਂ, ਬਲਕਿ ਸਰਬਵਿਆਪੀ ਆਤਮਾ ਦੇ ਰੂਪ ਵਿਚ ਪਹਿਚਾਣ ਲਿਆ ਹੋਵੇ, ਸਾਰੇ ਇਨਸਾਨਾਂ ਵਿਚ ਇਕ ਅਦਭੁਤ ਇੱਕਰੂਪਤਾ ਦੇਖਦੇ ਹਨ।

ਸੰਤਾਂ ਦੀ ਸਮਦਰਸ਼ਤਾ ਗਿਆਨ ਵਿਚ ਸਥਾਪਿਤ ਹੁੰਦੀ ਹੈ। ਉਨ੍ਹਾਂ ਉਪਰ ਮਾਇਆ ਦੇ ਬਦਲਦੇ ਚਿਹਰਿਆਂ ਦਾ ਕੋਈ ਪ੍ਰਭਾਵ ਨਹੀਂ ਪੈਂਦਾ। ਅਗਿਆਨੀ ਲੋਕਾਂ ਦੀ ਸਮਝ ਨੂੰ ਭੁੱਲ ਭੁਲਈਆਂ ਵਿਚ ਪਾਉਣ ਵਾਲੇ ਰਾਗ ਅਤੇ ਦਵੇਸ਼, ਉਨ੍ਹਾਂ ਨੂੰ ਛੋਹ ਵੀ ਨਹੀਂ ਸਕਦੇ। ਸ਼੍ਰੀ ਯੁਕਤੇਸ਼ਵਰ ਜੀ ਨਾ ਤਾਂ ਕਿਸੇ ਸ਼ਕਤੀਸ਼ਾਲੀ, ਅਮੀਰ ਜਾਂ ਨਿਪੁੰਨ ਆਦਮੀ ਨੂੰ ਜਿਆਦਾ ਮਹੱਤਵ ਦਿੰਦੇ ਸਨ ਅਤੇ ਨਾ ਹੀ ਉਹ ਕਿਸੇ ਗਰੀਬ ਜਾਂ ਅਨਪੜ੍ਹ ਆਦਮੀ ਦਾ ਨਿਰਾਦਰ ਕਰਦੇ ਸਨ। ਕਿਸੇ ਬੱਚੇ ਦੇ ਮੂੰਹ ਤੋਂ ਵੀ ਉਹ ਗਿਆਨ ਅਤੇ ਸਚਾਈ ਦੀ ਗੱਲ ਆਦਰ ਨਾਲ ਸੁਣ ਸਕਦੇ ਸਨ। ਮੌਕਾ ਪੈਣ ਉਪਰ ਕਿਸੇ ਪਖੰਡੀ ਪੰਡਤ ਨੂੰ ਵੀ ਅਣਡਿੱਠ ਕਰ ਦਿੰਦੇ ਸਨ।

ਰਾਤ ਦੇ ਖਾਣੇ ਦਾ ਵਕਤ ਅੱਠ ਵਜੇ ਨਿਸ਼ਚਿਤ ਸੀ, ਜਿਸ ਵਿਚ ਕਦੇ ਕਦੇ ਦੇਰ ਤਕ ਰੁਕੇ ਹੋਏ ਦਰਸ਼ਨ ਅਭਿਲਾਸ਼ੀ ਵੀ ਸ਼ਾਮਲ ਹੋ ਜਾਂਦੇ ਸਨ। ਗੁਰੂਦੇਵ ਕਦੇ ਇਕੱਲਿਆਂ ਭੋਜਨ ਕਰਨ ਨਹੀਂ ਸਨ ਬੈਠਦੇ। ਉਨ੍ਹਾਂ ਦੇ ਆਸ਼ਰਮ ਤੋਂ ਕਦੇ ਕੋਈ ਅਤ੍ਰਿਪਤ ਅਤੇ ਭੁੱਖਾ ਨਹੀਂ ਸੀ ਜਾਂਦਾ। ਸ੍ਰੀ ਯੁਕਤੇਸ਼ਵਰ ਜੀ ਅਚਾਨਕ ਮਹਿਮਾਨਾਂ ਦੇ ਆ ਜਾਣ ਉੱਪਰ ਕਦੇ ਘਬਰਾਉਂਦੇ ਨਹੀਂ ਸਨ ਅਤੇ ਨਾ ਹੀ ਦੁਖੀ ਹੁੰਦੇ ਸਨ। ਉਨ੍ਹਾਂ ਦੀ ਸੂਝ ਬੂਝ ਭਰੀ ਰਹਿਨੁਮਾਈ ਵਿਚ ਬਣਿਆ ਹੋਇਆ ਥੋੜਾ ਜਿਹਾ ਭੋਜਨ ਹੀ ਇੱਕ ਸ਼ਾਨਦਾਰ ਦਾਵਤ ਵਿਚ ਬਦਲ ਜਾਂਦਾ। ਫਿਰ ਵੀ ਉਹ ਖਰਚ ਸੰਜਮ ਨਾਲ ਕਰਦੇ ਸਨ। ਉਹ ਥੋੜੇ ਜਿਹੇ ਪੈਸਿਆਂ ਦੇ ਨਾਲ ਹੀ ਬਹੁਤ ਕੁਝ ਕਰ ਲੈਂਦੇ ਸਨ।

"ਆਪਣਾ ਖਰਚ ਆਪਣੀ ਆਮਦਨੀ ਦੀ ਹੱਦ ਅੰਦਰ ਕਰੋ।" ਉਹ ਅਕਸਰ ਇਹ ਹੀ ਕਿਹਾ ਕਰਦੇ ਸਨ। ਫਜ਼ੂਲ ਖਰਚੀ ਤੁਹਾਡੇ ਵਾਸਤੇ ਪ੍ਰੇਸ਼ਾਨੀਆਂ ਲੈ ਕੇ ਆਵੇਗੀ। ਭਾਵੇਂ ਉਹ ਆਸ਼ਰਮ ਦੀ ਮਹਿਮਾਨ ਨਿਵਾਜ਼ੀ ਦਾ ਕੰਮ ਹੋਵੇ, ਭਾਵੇਂ ਮਕਾਨ ਬਣਾਉਣ ਦਾ ਜਾਂ ਮੁਰਮੰਤ ਦਾ ਕੰਮ ਹੋਵੇ ਜਾਂ ਕੋਈ ਹੋਰ ਵਿਵਹਾਰਕ ਕੰਮ ਹੋਵੇ। ਉਨ੍ਹਾਂ ਦੀ ਸਿਰਜਣਾਤਮਕ ਮੌਲਿਕਤਾ ਦੇਖਣ ਨੂੰ ਮਿਲਦੀ ਸੀ।

ਸ਼ਾਮ ਨੂੰ ਸ਼ਾਂਤੀ ਦੇ ਸਮੇਂ, ਗੁਰੂਦੇਵ ਅਕਸਰ ਪਰਵਚਨ ਕਰਦੇ- ਸਮੇਂ ਦੇ ਅਨਮੋਲ ਰਤਨ। ਉਨ੍ਹਾਂ ਦਾ ਹਰ ਇੱਕ ਸ਼ਬਦ ਗਿਆਨ ਨਾਲ ਤਰਾਸ਼ਿਆ ਹੁੰਦਾ ਸੀ। ਇੱਕ ਅਲੌਕਿਕ ਆਤਮ ਵਿਸ਼ਵਾਸ, ਉਨ੍ਹਾਂ ਦੇ ਪਰਵਚਨਾਂ ਵਿਚੋਂ ਝਲਕਦਾ ਸੀ। ਉਨ੍ਹਾਂ ਦੀ ਵਿਆਖਿਆ ਲਾਸਾਨੀ ਹੁੰਦੀ ਸੀ। ਆਪਣੀ ਸਾਰੀ ਜ਼ਿੰਦਗੀ ਦੇ ਦੌਰਾਨ, ਉਸ ਅੰਦਾਜ਼ ਵਿਚ ਬੋਲਣ ਵਾਲਾ, ਮੈਂ ਕੋਈ ਦੂਸਰਾ ਬੁਲਾਰਾ ਨਹੀਂ ਦੇਖਿਆ। ਆਪਣੇ ਵਿਚਾਰਾਂ ਨੂੰ ਸ਼ਬਦਾਂ ਦਾ ਰੂਪ ਦੇਣ ਤੋਂ ਪਹਿਲਾਂ, ਉਹ ਉਨ੍ਹਾਂ ਨੂੰ ਵਿਵੇਕ ਦੀ ਨਾਜ਼ਕ ਤੱਕੜੀ ਉੱਪਰ ਤੋਲਦੇ ਸਨ। ਸੱਚ ਦਾ ਮੂਲ ਤੱਤ ਸਰਬਵਿਆਪਕ ਭੌਤਿਕ ਰੂਪ ਵਿਚ ਮੌਜੂਦ, ਉਨ੍ਹਾਂ ਦੀ ਆਤਮਾ ਵਿਚ ਖੁਸ਼ਬੂ ਵਾਂਗ ਖਿੜਿਆ ਰਹਿੰਦਾ। ਮੈਨੂੰ ਸਦਾ ਹੀ ਇਹ ਅਹਿਸਾਸ ਰਹਿੰਦਾ ਸੀ, ਕਿ ਮੈਂ ਈਸ਼ਵਰ ਦੀ ਜੀਵੰਤ ਹਾਜ਼ਰੀ ਵਿਚ ਹਾਂ। ਉਨ੍ਹਾਂ ਵਿਚ ਮੌਜੂਦ ਰੂਹਾਨੀਅਤ ਦੇ ਭਾਰ ਅੱਗੇ ਮੇਰਾ ਮੱਥਾ ਆਪਣੇ ਆਪ ਹੀ ਉਨ੍ਹਾਂ ਦੇ ਸਾਹਮਣੇ ਝੁਕ ਜਾਂਦਾ ਸੀ।

ਜੇ ਮਹਿਮਾਨਾਂ ਨੂੰ ਇਹ ਆਭਾਸ ਹੋ ਜਾਂਦਾ, ਕਿ ਸ੍ਰੀ ਯੁਕਤੇਸ਼ਵਰ ਜੀ ਈਸ਼ਵਰ ਦੀ ਅਨੰਤ ਸ਼ਕਤੀ ਨਾਲ ਇੱਕਮਿੱਕ ਹੋ ਰਹੇ ਹਨ, ਤਾਂ ਉਹ ਝਟਪਟ ਉਨ੍ਹਾਂ ਦੇ ਨਾਲ ਗੱਲ ਬਾਤ ਕਰਨੀ ਸ਼ੁਰੂ ਕਰ ਦਿੰਦੇ। ਕਿਸੇ ਪ੍ਰਕਾਰ ਦਾ ਵਿਖਾਵਾ ਕਰਨਾ ਜਾਂ ਆਪਣੀ ਅੰਤਰ ਆਤਮਾ ਦੀ ਪ੍ਰਮਾਤਮਾ ਨਾਲ ਮਗਨਤਾ ਦੀ ਸ਼ੇਖੀ ਮਾਰਨਾ, ਉਨ੍ਹਾਂ ਨੂੰ ਚੰਗਾ ਨਹੀਂ ਸੀ ਲਗਦਾ। ਉਹ ਸਦਾ ਹੀ ਈਸ਼ਵਰ ਨਾਲ ਇੱਕ ਰੂਪ ਰਹਿੰਦੇ ਸਨ। ਉਨ੍ਹਾਂ ਨੂੰ ਧਿਆਨ ਕਰਨ ਵਾਸਤੇ ਅਲੱਗ ਵਕਤ ਕੱਢਣ ਦੀ ਜ਼ਰੂਰਤ ਨਹੀਂ ਸੀ। ਸਿੱਧ ਪੁਰਸ਼ਾਂ ਨੇ ਧਿਆਨ ਦੀ ਪੌੜੀ ਦੇ ਡੰਡੇ ਨੂੰ ਪਹਿਲਾਂ ਹੀ ਪਿੱਛੇ ਛੱਡ ਦਿੱਤਾ ਹੁੰਦਾ ਹੈ। ਫਲ ਆਉਣ ਉੱਪਰ ਫੁੱਲ ਆਪਣੇ

ਆਪ ਹੀ ਟੁੱਟ ਕੇ ਡਿਗ ਪੈਂਦਾ ਹੈ। ਪ੍ਰੰਤੂ ਸਿੱਧ ਪੁਰਸ਼ ਆਪਣੇ ਸ਼ਗਿਰਦਾਂ ਨੂੰ ਉਤਸ਼ਾਹਿਤ ਕਰਨ ਵਾਸਤੇ ਸਾਧਨ ਭਜਨ ਆਦਿ ਦੇ ਬਾਹਰੀ ਕਰਮ ਕਾਂਡ ਵਿਚ ਲੱਗੇ ਰਹਿੰਦੇ ਹਨ।

ਅੱਧੀ ਰਾਤ ਦੇ ਹੁੰਦਿਆਂ ਹੁੰਦਿਆਂ, ਮੇਰੇ ਗੁਰੂਦੇਵ ਬੱਚਿਆਂ ਵਾਲੀ ਸੁਭਾਵਿਕਤਾ ਦੇ ਨਾਲ ਸੌਂ ਜਾਂਦੇ ਸਨ। ਬਿਸਤਰੇ ਆਦਿ ਦੇ ਝੰਜਟ ਵਿਚ ਨਹੀਂ ਸਨ ਪੈਂਦੇ। ਉਹ ਅਕਸਰ ਹੀ ਬਗੈਰ ਕਿਸੇ ਸਰਹਾਣੇ ਦੇ, ਇੱਕ ਦੀਵਾਨਨੁਮਾ ਤਖਤਪੋਸ਼ ਉੱਪਰ ਸੌਂ ਜਾਂਦੇ, ਜੋ ਉਨ੍ਹਾਂ ਦੇ ਬਾਘ ਦੀ ਖੱਲ ਦੇ ਆਸਣ ਦੀ ਢੋਹ ਦਾ ਕੰਮ ਵੀ ਦਿੰਦਾ ਸੀ।

ਤੱਤਵ ਗਿਆਨ ਦੀ ਚਰਚਾ ਕਰਦਿਆਂ ਸਾਰੀ ਰਾਤ ਲੰਘ ਜਾਣੀ ਕੋਈ ਅਨੋਖੀ ਗੱਲ ਨਹੀਂ ਸੀ। ਕੋਈ ਵੀ ਸ਼ਗਿਰਦ ਡੂੰਘੀ ਦਿਲਚਸਪੀ ਦਿਖਾਉਂਦਿਆਂ ਇਹੋ ਜਿਹੀ ਚਰਚਾ ਸ਼ੁਰੂ ਕਰ ਸਕਦਾ ਸੀ। ਫਿਰ ਮੈਨੂੰ ਨਾ ਤਾਂ ਥਕਾਵਟ ਹੁੰਦੀ ਸੀ ਅਤੇ ਨਾ ਹੀ ਨੀਂਦ ਆਉਂਦੀ ਸੀ। ਗੁਰੂਦੇਵ ਦੇ ਇਹ ਸਜੀਵ ਸ਼ਬਦ ਹੀ ਕਾਫੀ ਸਨ, "ਉਹ ਸਵੇਰਾ ਹੋ ਗਿਆ- ਚਲੋ ਗੰਗਾ ਕਿਨਾਰੇ ਘੁੰਮਣ ਚਲੀਏ।" ਮੇਰੀ ਰਾਤ ਕਾਲੀਨ ਸਿੱਖਿਆ ਦੇ ਕਈ ਪ੍ਰਸੰਗਾਂ ਦਾ ਅੰਤ ਇਸ ਤਰ੍ਹਾਂ ਹੀ ਹੁੰਦਾ ਸੀ।

ਸ਼੍ਰੀ ਯੁਕਤੇਸ਼ਵਰ ਜੀ ਦੀ ਸੰਗਤ ਦੇ ਕੁਝ ਅਰੰਭਿਕ ਮਹੀਨਿਆਂ ਵਿਚ ਹੀ ਮੈਨੂੰ ਇੱਕ ਉਪਯੋਗੀ ਸਿਖਿਆ ਮਿਲੀ, ਕਿ ਮੱਛਰਾਂ ਨੂੰ ਚਲਾਕੀ ਨਾਲ ਕਿਸ ਤਰੀਕੇ ਨਾਲ ਹਰਾਇਆ ਜਾਵੇ। ਮੇਰੇ ਘਰ ਵਿਚ ਸਾਰੇ ਲੋਕ ਮੱਛਰਦਾਨੀ ਦਾ ਪ੍ਰਯੋਗ ਕਰਦੇ ਸਨ। ਮੈਂ ਇਹ ਦੇਖ ਕੇ ਹੈਰਾਨ ਰਹਿ ਗਿਆ ਕਿ ਸ਼੍ਰੀਰਾਮਪੁਰ ਆਸ਼ਰਮ ਵਿਚ, ਇਸ ਵਿਵੇਕਪੂਰਨ ਰਿਵਾਜ਼ ਦੀ ਪਾਲਣਾ, ਉਸ ਦੇ ਉਲੰਘਣਾ ਦੇ ਰੂਪ ਵਿਚ ਹੁੰਦੀ ਸੀ। ਵੈਸੇ ਮੱਛਰਾਂ ਦੀ ਉੱਥੇ ਪੂਰੀ ਭਰਮਾਰ ਸੀ। ਸਿਰ ਤੋਂ ਲੈ ਕੇ ਪੈਰਾਂ ਤਕ ਮੱਛਰ ਮੈਨੂੰ ਕੱਟਦੇ ਰਹਿੰਦੇ ਸਨ। ਗੁਰੂਦੇਵ ਨੂੰ ਮੇਰੇ ਤੇ ਤਰਸ ਆ ਗਿਆ।

"ਤੂੰ ਆਪਣੇ ਵਾਸਤੇ ਇੱਕ ਮੱਛਰਦਾਨੀ ਖਰੀਦ ਲਿਆ ਅਤੇ ਇੱਕ ਮੇਰੇ ਵਾਸਤੇ ਵੀ।" ਫਿਰ ਉਨ੍ਹਾਂ ਨੇ ਹੱਸਦਿਆਂ ਕਿਹਾ, "ਜੇ ਤੂੰ ਕੇਵਲ ਆਪਣੇ ਵਾਸਤੇ ਇੱਕ ਮੱਛਰਦਾਨੀ ਖਰੀਦੇਂਗਾ ਤਾਂ ਸਾਰੇ ਮੱਛਰ ਮੇਰੇ ਤੇ ਟੁੱਟ ਕੇ ਪੈ ਜਾਣਗੇ।"

ਮੈਂ ਉਨ੍ਹਾਂ ਦੀ ਆਗਿਆ ਦਾ ਧੰਨਵਾਦ ਸਹਿਤ ਪਾਲਣ ਕੀਤਾ। ਜਿਸ ਰਾਤ ਨੂੰ ਮੈਂ ਸ਼੍ਰੀਰਾਮਪੁਰ ਰਹਿੰਦਾ ਤਾਂ ਗੁਰੂਦੇਵ ਮੈਨੂੰ ਮੱਛਰਦਾਨੀਆਂ ਲਾਉਣ ਵਾਸਤੇ ਜਰੂਰ ਕਹਿੰਦੇ।

ਇੱਕ ਰਾਤ ਜਦੋਂ ਮੱਛਰ ਸੈਨਾ ਨੇ ਮੇਰੇ ਉੱਪਰ ਪੂਰਾ ਹਮਲਾ ਕਰ ਰੱਖਿਆ ਸੀ। ਗੁਰੂਦੇਵ ਸਦਾ ਵਾਂਗ ਮੱਛਰਦਾਨੀਆਂ ਲਾਉਣਾ ਕਹਿਣਾ ਭੁੱਲ ਗਏ। ਮੈਂ ਦੁਖੀ ਮਨ ਨਾਲ ਮੱਛਰਾਂ ਦੀ ਭਿਣਭਿਣਾਹਟ ਸੁਣ ਰਿਹਾ ਸੀ। ਬਿਸਤਰੇ ਉੱਪਰ ਲੇਟਦਿਆਂ, ਮੈਂ ਮੱਛਰਾਂ ਨੂੰ ਸ਼ਾਂਤ ਕਰਨ ਵਾਸਤੇ ਇੱਕ ਪ੍ਰਾਰਥਨਾ, ਉਨ੍ਹਾਂ ਦੇ ਵੱਲ ਪ੍ਰਵਾਹਤ ਕਰ ਦਿੱਤੀ। ਅੱਧੇ ਘੰਟੇ ਬਾਅਦ ਗੁਰੂਦੇਵ ਦਾ ਧਿਆਨ ਖਿੱਚਣ ਵਾਸਤੇ ਮੈਂ ਝੂਠੀ ਮੂਠੀ ਖੰਘਿਆ। ਮੈਨੂੰ ਲੱਗ ਰਿਹਾ ਸੀ, ਕਿ ਮੱਛਰਾਂ ਦੇ ਡੰਗਾਂ ਨਾਲ ਅਤੇ ਮੇਰੇ ਖੂਨ ਦੀ ਪਿਆਸ ਦੇ ਉਤਸਵ ਮਨਾਉਂਦੀ ਭਿਣਭਿਣਾਹਟ ਨਾਲ ਤਾਂ ਮੈਂ ਪਾਗਲ ਹੋ ਜਾਵਾਂਗਾ।

ਗੁਰੂਦੇਵ ਵਲੋਂ ਕੋਈ ਹਿਲਜੁਲ ਨਾ ਹੋਈ। ਮੈਂ ਸਾਵਧਾਨੀ ਪੂਰਵਕ ਉਨ੍ਹਾਂ ਦੇ ਕੋਲ ਗਿਆ। ਸੁਆਸ ਨਹੀਂ ਸੀ ਚੱਲ ਰਿਹਾ। ਉਨ੍ਹਾਂ ਨੂੰ ਇੰਨਾ ਨੇੜਿਉਂ ਸਮਾਧੀ ਅਵਸਥਾ ਵਿਚ ਦੇਖਣ ਦਾ ਮੇਰਾ ਇਹ ਪਹਿਲਾ ਮੌਕਾ ਸੀ, ਜਿਸ ਨੇ ਮੈਨੂੰ ਭੈਅ-ਭੀਤ ਕਰ ਦਿੱਤਾ।

"ਇਨ੍ਹਾਂ ਦਾ ਹਾਰਟ ਤਾਂ ਨਹੀਂ ਫੇਲ ਹੋ ਗਿਆ," ਮੈਂ ਉਨ੍ਹਾਂ ਦੇ ਨੱਕ ਦੇ ਥੱਲੇ ਇੱਕ ਸ਼ੀਸਾ ਰੱਖਿਆ। ਉਸ ਉੱਪਰ ਉਨ੍ਹਾਂ ਦੇ ਸੁਆਸ ਦੀ ਕੋਈ ਭਾਫ ਨਾ ਪਈ। ਮੈਂ ਆਪਣੇ ਪੂਰੇ ਯਕੀਨ ਲਈ, ਉਨ੍ਹਾਂ ਦਾ ਮੂੰਹ ਅਤੇ ਨੱਕ ਆਪਣੀਆਂ ਉਂਗਲੀਆਂ ਨਾਲ ਕਿੰਨੇ ਮਿੰਟਾਂ ਤਕ ਬੰਦ ਕਰ ਕੇ ਰੱਖੇ। ਉਨ੍ਹਾਂ ਦਾ ਸਰੀਰ ਠੰਡਾ ਅਤੇ ਹਰਕਤਹੀਣ ਸੀ। ਮੈਂ ਹੱਕਾ ਬੱਕਾ ਹੋ ਕੇ ਹੋਰ ਲੋਕਾਂ ਨੂੰ ਬੁਲਾਉਣ ਵਾਸਤੇ ਦਰਵਾਜ਼ੇ ਵੱਲ ਨੱਠਿਆ।

"ਚੰਗਾ, ਇੱਕ ਹੋਣਹਾਰ ਪ੍ਰਯੋਗ ਕਰਤਾ ਅਤੇ ਮੇਰਾ ਵਿਚਾਰਾ ਨੱਕ," ਗੁਰੂਦੇਵ ਦੀ ਅਵਾਜ਼ ਹਾਸੇ ਨਾਲ ਕੰਬ ਰਹੀ ਸੀ। "ਤੂੰ ਸੌਂਦਾ ਕਿਉਂ ਨਹੀਂ? ਕੀ ਤੇਰੇ ਵਾਸਤੇ ਸਾਰੀ ਦੁਨੀਆਂ ਬਦਲ ਜਾਵੇਗੀ? ਆਪਣੇ ਆਪ ਨੂੰ ਬਦਲੋ। ਮੱਛਰਾਂ ਦੀ ਚੇਤਨਾ ਤੋਂ ਆਪਣੇ ਆਪ ਨੂੰ ਮੁਕਤ ਕਰੋ।"

ਮੈਂ ਚੁੱਪ ਚਾਪ ਆਪਣੇ ਬਿਸਤਰੇ ਤੇ ਵਾਪਸ ਆ ਗਿਆ। ਇੱਕ ਵੀ ਮੱਛਰ ਨੇ ਮੇਰੇ ਉੱਪਰ ਹਮਲਾ ਕਰਨ ਦਾ ਹੌਂਸਲਾ ਨਹੀਂ ਕੀਤਾ। ਮੈਂ ਸਮਝ ਗਿਆ ਕਿ ਪਹਿਲਾਂ ਵੀ ਗੁਰੂਦੇਵ ਸਿਰਫ ਮੈਨੂੰ ਖੁਸ਼ ਕਰਨ ਵਾਸਤੇ ਹੀ ਮੱਛਰਦਾਨੀਆਂ ਲਾਉਣ ਵਾਸਤੇ ਸਹਿਮਤ ਹੋਏ ਸਨ। ਉਨ੍ਹਾਂ ਨੂੰ ਮੱਛਰਾਂ ਤੋਂ ਕੋਈ ਖਤਰਾ ਨਹੀਂ ਸੀ। ਉਹ ਆਪਣੀ ਯੋਗ ਸ਼ਕਤੀ ਨਾਲ ਹੀ ਮੱਛਰਾਂ ਨੂੰ ਡੰਗ ਮਾਰਨ ਤੋਂ ਰੋਕ ਸਕਦੇ ਸਨ ਜਾਂ ਜਦੋਂ ਚਾਹੁੰਦੇ ਤਾਂ ਆਪਣੀ ਆਂਤਰਿਕ ਧਿਆਨ ਦੀ ਸੁਰੱਖਿਅਤ ਅਵਸਥਾ ਵਿਚ ਜਾ ਸਕਦੇ ਸਨ, ਜਿਸ ਵਿਚ ਉਨ੍ਹਾਂ ਨੂੰ ਮੱਛਰਾਂ ਦਾ ਪਤਾ ਹੀ ਨਹੀਂ ਸੀ ਲਗਦਾ।

ਮੈਂ ਸੋਚ ਰਿਹਾ ਸੀ, "ਗੁਰੂਦੇਵ ਮੈਨੂੰ ਇਹ ਦਿਖਾ ਰਹੇ ਸਨ, ਕਿ ਇਹ ਉਹ ਅਵਸਥਾ ਹੈ, ਜਿਸ ਨੂੰ ਪ੍ਰਾਪਤ ਕਰਨ ਵਾਸਤੇ ਮੈਨੂੰ ਸਖਤ ਮਿਹਨਤ ਕਰਨੀ ਪਵੇਗੀ।" ਇੱਕ ਸੱਚਾ ਯੋਗੀ ਸਮਾਧੀ ਦੀ ਪ੍ਰਾਚੇਤਨ ਅਵਸਥਾ ਵਿਚ ਜਾ ਸਕਦਾ ਹੈ ਅਤੇ ਲਗਾਤਾਰ ਉਸੇ ਅਵਸਥਾ ਵਿਚ ਰਹਿ ਵੀ ਸਕਦਾ ਹੈ। ਉਨ੍ਹਾਂ ਸਾਰਿਆਂ ਵਿਘਨਾਂ ਦੇ ਬਾਵਜੂਦ ਜਿਨ੍ਹਾਂ ਦੀ ਇਸ ਸੰਸਾਰ ਉੱਪਰ ਕਦੇ ਵੀ ਘਾਟ ਨਹੀਂ ਹੁੰਦੀ- ਮੱਛਰਾਂ ਦੀ ਭਿਣਭਿਣਾਹਟ, ਸੂਰਜ ਦੀ ਵਿਆਪਕ ਚਮਕਦਾਰ ਰੌਸ਼ਨੀ ਆਦਿ। ਸਮਾਧੀ ਦੀ ਪਹਿਲੀ ਅਵਸਥਾ ਵਿਚ ਯੋਗੀ (ਸਵਿਕਲਪ) ਬਾਹਰੀ ਦੁਨੀਆਂ ਨਾਲੋਂ ਆਪਣੀਆਂ ਇੰਦਰੀਆਂ ਦਾ ਸੰਪਰਕ ਕੱਟ ਦਿੰਦਾ ਹੈ ਤਾਂ ਉਸ ਨੂੰ ਪ੍ਰਾਚੀਨ ਈਡਨ ਦੀ ਸਲਤਨਤ ਤੋਂ ਕਿਤੇ ਜਿਆਦਾ ਸੁੰਦਰ ਅੰਦਰੂਨੀ ਦੁਨੀਆਂ ਦੀਆਂ ਧੁਨੀਆਂ ਅਤੇ ਨਜ਼ਾਰੇ ਦੇਖਣ ਨੂੰ ਮਿਲਦੇ ਹਨ।*

* ਯੋਗੀ ਦੀਆਂ ਸਰਬਵਿਆਪੀ ਸ਼ਕਤੀਆਂ-ਜਿਨ੍ਹਾਂ ਵਿਚ ਉਹ ਬਾਹਰੀ ਇੰਦਰੀਆਂ ਦੇ ਬਗੈਰ ਵੀ ਰੂਪ, ਰਸ, ਗੰਧ,

ਇਨ੍ਹਾਂ ਸਿੱਖਿਆਦਾਇਕ ਮੱਛਰਾਂ ਤੋਂ ਮੈਨੂੰ, ਆਸ਼ਰਮ ਜਾਣ ਦੇ ਮੁਢਲੇ ਦਿਨ੍ਹਾਂ ਵਿਚ ਇੱਕ ਹੋਰ ਮਹੱਤਵ ਪੂਰਨ ਸਿੱਖਿਆ ਮਿਲੀ। ਉਹ ਇਕ ਸ਼ਾਮ ਦਾ ਸ਼ਾਂਤਮਈ ਸਮਾਂ ਸੀ। ਮੇਰੇ ਗੁਰੂਦੇਵ ਪ੍ਰਾਚੀਨ ਸ਼ਾਸਤਰਾਂ ਦੀ ਲਾਜਵਾਬ ਤਰੀਕੇ ਨਾਲ ਵਿਆਖਿਆ ਕਰ ਰਹੇ ਸਨ। ਉਨ੍ਹਾਂ ਦੇ ਚਰਨਾਂ ਵਿਚ ਮੈਂ ਸ਼ਾਂਤ ਅਤੇ ਸਥਿਰ ਬੈਠਾ ਸੀ। ਇੱਕ ਗੁਸਤਾਖ ਮੱਛਰ ਵਾਤਾਵਰਨ ਵਿਚ ਘੁਸ ਪੈਠ ਕਰ ਕੇ ਮੇਰਾ ਧਿਆਨ ਆਪਣੇ ਵੱਲ ਖਿੱਚਣ ਲੱਗਿਆ। ਜਿਉਂ ਹੀ ਉਸ ਨੇ ਆਪਣੀ ਜ਼ਹਿਰੀਲੀ ਸੂਈ ਮੇਰੇ ਪੱਟ ਵਿਚ ਖੋਭੀ, ਤਾਂ ਮੈਂ ਸੁਭਾਵਿਕ ਤੌਰ ਤੇ ਬਦਲੇ ਦੀ ਭਾਵਨਾ ਨਾਲ ਆਪਣਾ ਹੱਥ ਉਸ ਨੂੰ ਮਾਰਨ ਵਾਸਤੇ ਉੱਪਰ ਚੁੱਕਿਆ। "ਲਟਕਦੀ ਮੌਤ ਨੂੰ ਜ਼ਿੰਦਗੀ ਬਖਸ਼ ਦਿਉ," ਉਸੇ ਵਕਤ ਪਤੰਜਲੀ* ਦਾ ਸੂਤਰ 'ਅਹਿੰਸਾ' ਮੇਰੇ ਦਿਮਾਗ ਵਿਚ ਘੁੰਮਿਆ।

"ਤੂੰ ਆਪਣਾ ਕੰਮ ਪੂਰਾ ਕਿਉਂ ਨਹੀਂ ਕੀਤਾ?"

"ਗੁਰੂਦੇਵ, ਕੀ ਆਪ ਹਿੰਸਾ ਦੀ ਵਕਾਲਤ ਕਰਦੇ ਹੋ?"

"ਨਹੀਂ, ਪ੍ਰੰਤੂ ਤੂੰ ਆਪਣੇ ਮਨ ਵਿਚ ਤਾਂ ਇਸ ਉੱਪਰ ਜਾਨ ਲੇਵਾ ਹਮਲਾ ਕਰ ਹੀ ਦਿੱਤਾ ਸੀ।"

"ਮੈਂ ਆਪ ਜੀ ਦੀ ਗੱਲ ਨਹੀਂ ਸਮਝਿਆ।"

"ਅਹਿੰਸਾ ਤੋਂ ਪਤੰਜਲੀ ਦਾ ਉਦੇਸ਼ ਇਹ ਸੀ, ਕਿ ਹਿੰਸਾ ਦੀ ਇੱਛਾ ਨੂੰ ਵੀ ਤਿਆਗ ਦੇਣਾ।"

ਸ਼੍ਰੀ ਯੁਕਤੇਸ਼ਵਰ ਜੀ ਲਈ ਮੇਰਾ ਮਨ ਖੁੱਲ੍ਹੀ ਕਿਤਾਬ ਵਰਗਾ ਸੀ। "ਇਹ ਸੰਸਾਰ ਅਹਿੰਸਾ ਦੇ ਨਿਯਮਾਂ ਨੂੰ ਸ਼ਬਦਾਂਤਕ ਅਰਥਾਂ ਵਿਚ ਪਾਲਣ ਕਰਨ ਵਾਸਤੇ ਅਸੁਵਿਧਾਜਨਕ ਸਥਿਤੀ ਵਿਚ ਮਜ਼ਬੂਰ ਹੈ। ਇਨਸਾਨ ਹਾਨੀਕਾਰਕ ਜੀਵਾਂ ਨੂੰ ਮਾਰਨ ਵਾਸਤੇ ਮਜ਼ਬੂਰ ਹੋ ਸਕਦਾ ਹੈ, ਪਰ ਉਸ ਦੇ ਅਨੁਰੂਪ ਆਪਣੇ ਅੰਦਰ ਉਹ ਕ੍ਰੋਧ ਅਤੇ ਦ੍ਵੇਸ਼ ਦੀਆਂ ਘ੍ਰਿਣਤ ਭਾਵਨਾਵਾਂ ਨੂੰ ਮਹਿਸੂਸ ਕਰਨ ਵਾਸਤੇ ਮਜ਼ਬੂਰ ਨਹੀਂ। ਇਸ ਮਾਇਆ ਜਗਤ ਦੀ ਹਵਾ ਉੱਪਰ ਸਾਰੇ ਜੀਵਾਂ ਦਾ ਬਰਾਬਰ ਦਾ ਅਧਿਕਾਰ ਹੈ। ਜੋ ਸਿੱਧ ਪੁਰਸ਼ ਸ੍ਰਿਸ਼ਟੀ ਦਾ ਇਹ ਭੇਤ ਜਾਣ ਲੈਂਦਾ ਹੈ ਉਹ ਕੁਦਰਤ ਦੇ ਅਣਗਿਣਤ ਹੈਰਾਨੀਜਨਕ ਰੂਪਾਂ ਨਾਲ ਇੱਕਰੂਪਤਾ ਬਣਾ ਲੈਂਦਾ ਹੈ। ਹਿੰਸਾ ਦੀ ਭਾਵਨਾ ਨੂੰ ਨਸ਼ਟ ਕਰ ਕੇ ਸਾਰੇ ਲੋਕ ਇਸ ਸਚਾਈ ਨੂੰ ਸਮਝ ਸਕਦੇ ਹਨ।"

ਸਪਰਸ਼ ਅਤੇ ਸ਼ਬਦਾਂ ਦੀ ਅਨੁਭੂਤੀ ਕਰ ਲੈਂਦਾ ਹੈ, ਦਾ ਵਰਣਨ "ਤੈਤਰੀਯ ਉਪਨਿਸ਼ਦ' ਵਿਚ ਆਉਂਦਾ ਹੈ। ਅੰਨ੍ਹੇ ਨੇ ਮੋਤੀ ਵਿਚ ਛੇਕ ਕੀਤਾ, ਉਂਗਲਹੀਣ ਨੇ ਉਸ ਵਿਚ ਧਾਗਾ ਪਾਇਆ, ਗਰਦਣ ਰਹਿਤ ਨੇ ਉਸ ਨੂੰ ਗਲੇ ਵਿਚ ਪਾਇਆ, ਬਗੈਰ ਜੀਭ ਵਾਲੇ ਨੇ ਉਸ ਦੀ ਪ੍ਰਸ਼ੰਸਾ ਕੀਤੀ।"

* *"अहिंसाप्रतिष्ठायां तत्सन्निधौ वैरत्यागः।* "(ਪਤੰਜਲੀ ਯੋਗ ਦਰਸ਼ਨ ਸੂਤਰ II:35) ਅਹਿੰਸਾ ਵਿਚ ਪ੍ਰਤਿਸ਼ਠਿਤ ਹੋ ਜਾਣ ਤੋਂ ਬਾਅਦ ਯੋਗੀ ਦੇ ਨੇੜੇ ਸਭ ਪ੍ਰਾਣੀ ਵੈਰ ਭਾਵ ਤਿਆਗ ਦਿੰਦੇ ਹਨ।

"ਗੁਰੂਦੇਵ, ਕੀ ਹਿੰਸਕ ਜੀਵ ਨੂੰ ਖਤਮ ਕਰਨ ਦੀ ਬਜਾਏ, ਸਾਨੂੰ ਆਪਣੀ ਬਲੀ ਦੇ ਦੇਣੀ ਚਾਹੀਦੀ ਹੈ?"

"ਨਹੀਂ, ਮਨੁੱਖੀ ਸਰੀਰ ਅਨਮੋਲ ਹੈ। ਅਦੁੱਤੀ ਦਿਮਾਗ ਅਤੇ ਮੇਰੂ ਦੰਡ ਵਿਚ ਸਥਿਤ ਚੱਕਰਾਂ ਦੇ ਕਾਰਨ ਵਿਕਾਸ ਮੂਲਕ ਦ੍ਰਿਸ਼ਟੀ ਤੋਂ ਮਨੁੱਖੀ ਸਰੀਰ ਜਿਆਦਾ ਕੀਮਤੀ ਹੈ। ਇਹ ਚੱਕਰ ਉੱਨਤ ਸਾਧਕ ਨੂੰ ਬ੍ਰਹਮ ਚੈਤਨਯ ਦੀਆਂ ਉੱਚਤਮ ਅਵਸਥਾਵਾਂ ਪ੍ਰਾਪਤ ਕਰਨ ਅਤੇ ਉਨ੍ਹਾਂ ਨੂੰ ਅਭੀਵਿਅਕਤ ਕਰਨ ਦੀ ਸ਼ਕਤੀ ਰੱਖਦੇ ਹਨ। ਨੀਚ ਜੂਨੀਆਂ ਦੇ ਪ੍ਰਾਣੀਆਂ ਵਿਚ ਇਹ ਸ਼ਕਤੀ ਨਹੀਂ ਹੁੰਦੀ। ਇਹ ਸੱਚ ਹੈ, ਕਿ ਜੇ ਮਨੁੱਖ ਕਿਸੇ ਪ੍ਰਾਣੀ ਜਾਂ ਕਿਸੇ ਹੋਰ ਜੀਵ ਨੂੰ ਮਾਰਨ ਵਾਸਤੇ ਮਜ਼ਬੂਰ ਹੁੰਦਾ ਹੈ, ਤਾਂ ਉਸ ਨੂੰ ਥੋੜਾ ਪਾਪ ਤਾਂ ਲੱਗਦਾ ਹੀ ਹੈ। ਪ੍ਰੰਤੂ ਪਵਿੱਤਰ ਸ਼ਾਸਤਰ ਇਹ ਕਹਿੰਦੇ ਹਨ, ਕਿ ਇਨਸਾਨੀ ਸਰੀਰ ਦਾ ਵਿਅਰਥ ਵਿਚ ਨਾਸ਼ ਕਰਨਾ ਕਰਮ ਸਿਧਾਂਤ ਦੇ ਨਿਯਮ ਦੀ ਉਲੰਘਣਾ ਹੈ।

ਮੈਂ ਸੁਖ ਦਾ ਸਾਹ ਲਿਆ। ਇਹ ਗੱਲ ਹਮੇਸ਼ਾਂ ਤਾਂ ਨਹੀਂ ਹੁੰਦੀ, ਕਿ ਕੁਦਰਤੀ ਪ੍ਰਵਿਰਤੀਆਂ ਨੂੰ ਸ਼ਾਸਤਰਾਂ ਦਾ ਵੀ ਪੁਸ਼ਟੀਕਰਨ ਮਿਲੇ।

ਜਿੱਥੋਂ ਤਕ ਮੈਨੂੰ ਪਤਾ ਹੈ, ਕਿ ਗੁਰੂਦੇਵ ਦਾ ਕਿਸੇ ਬਾਘ ਜਾਂ ਚੀਤੇ ਨਾਲ ਕਦੇ ਟਾਕਰਾ ਨਹੀਂ ਹੋਇਆ। ਪਰ ਇੱਕ ਅਤਿਅੰਤ ਜ਼ਹਿਰੀਲੇ ਫਨੀਅਰ ਨਾਗ ਨਾਲ ਉਨ੍ਹਾਂ ਦਾ ਟਾਕਰਾ ਹੋਇਆ ਸੀ ਅਤੇ ਉਸ ਨੂੰ ਉਨ੍ਹਾਂ ਨੇ ਆਪਣੇ ਪਿਆਰ ਨਾਲ ਹੀ ਕਾਬੂ ਕਰ ਲਿਆ ਸੀ। ਇਹ ਘਟਨਾ ਪੁਰੀ ਵਿਚ ਹੋਈ ਸੀ, ਜਿੱਥੇ ਗੁਰੂਦੇਵ ਦਾ ਸਮੁੰਦਰ ਦੇ ਕਿਨਾਰੇ ਆਸ਼ਰਮ ਸੀ। ਗੁਰੂਦੇਵ ਦੇ ਅੰਤਲੇ ਵਰ੍ਹਿਆਂ ਵਿਚ, ਉਨ੍ਹਾਂ ਦਾ ਸ਼ਗਿਰਦ ਪਰਫੁੱਲ ਨਾਂ ਦਾ ਲੜਕਾ, ਉਸ ਵਕਤ ਉਨ੍ਹਾਂ ਦੇ ਕੋਲ ਸੀ।

"ਅਸੀਂ ਆਸ਼ਰਮ ਦੇ ਕੋਲ ਬਾਹਰ ਹੀ ਬੈਠੇ ਸੀ," ਪਰਫੁੱਲ ਨੇ ਮੈਨੂੰ ਦੱਸਿਆ, "ਚਾਰ ਫੁੱਟ ਲੰਬਾ ਅਤਿਅੰਤ ਡਰਾਉਣਾ ਫਨੀਅਰ ਨਾਗ ਸਾਡੇ ਕੋਲੋਂ ਹੀ ਨਿਕਲ ਆਇਆ। ਗੁੱਸੇ ਵਿਚ ਆਪਣਾ ਫਣ ਫੈਲਾਈ, ਉਹ ਬੜੀ ਤੇਜੀ ਨਾਲ ਸਾਡੇ ਵੱਲ ਆ ਰਿਹਾ ਸੀ। ਗੁਰੂਦੇਵ ਉਸ ਨੂੰ ਦੇਖ ਕੇ ਮਿੰਨਾ ਮਿੰਨਾ ਮੁਸਕਰਾ ਰਹੇ ਸਨ, ਜਿਸ ਤਰ੍ਹਾਂ ਕਿਸੇ ਬੱਚੇ ਨੂੰ ਲਾਡ ਪਿਆਰ ਕਰ ਰਹੇ ਹੋਣ। ਸ਼੍ਰੀ ਯੁਕਤੇਸ਼ਵਰ ਜੀ ਨੂੰ ਆਪਣੇ ਹੱਥਾਂ ਨਾਲ ਤਾਲ ਵੱਧ ਤਾਲੀਆਂ ਵਜਾਉਂਦੇ ਦੇਖ ਕੇ ਮੈਂ ਘਬਰਾ ਗਿਆ।* ਉਹ ਇਸ ਜ਼ਾਲਮ ਮਹਿਮਾਨ ਦਾ ਇਸ ਤਰੀਕੇ ਨਾਲ ਸੁਆਗਤ ਕਰ ਰਹੇ ਸਨ। ਮੈਂ ਬਿਲਕੁਲ ਚੁੱਪ ਚਾਪ ਖੜ੍ਹਾ ਰਿਹਾ। ਮੇਰੇ ਅੰਦਰੋਂ ਭਗਵਾਨ ਅੱਗੇ ਹਾਰਦਿਕ ਪ੍ਰਾਰਥਾਨਾਵਾਂ ਨਿਕਲ ਰਹੀਆਂ ਸਨ। ਨਾਗ ਗੁਰੂਦੇਵ ਦੇ ਬਿਲਕੁਲ ਨੇੜੇ ਪਹੁੰਚ ਗਿਆ ਸੀ। ਪਰ ਹੁਣ ਉਹ ਸਥਿਰ ਹੋ ਗਿਆ ਅਤੇ ਇਸ ਤਰ੍ਹਾਂ

* ਨਾਗ ਆਪਣੀ ਪਹੁੰਚ ਦੇ ਅੰਦਰ ਕਿਸੇ ਵੀ ਹਿਲਦੀ ਹੋਈ ਚੀਜ਼ ਦੇ ਉੱਪਰ ਬਿਜਲੀ ਦੀ ਤੇਜੀ ਨਾਲ ਫਣ ਮਾਰਦਾ ਹੈ। ਜਿਆਦਾ ਤਰ ਮਾਮਲਿਆਂ ਵਿਚ ਸੰਪੂਰਨ ਤੌਰ ਤੇ ਨਿਸ਼ਚਲ ਹੋ ਜਾਣਾ ਹੀ, ਉਸ ਦੇ ਡੰਗ ਤੋਂ ਬਚਣ ਦਾ ਇੱਕੋ ਇੱਕ ਤਰੀਕਾ ਹੈ।

ਮਹਿਸੂਸ ਹੋ ਰਿਹਾ ਸੀ ਕਿ ਉਨ੍ਹਾਂ ਦੇ ਲਾਡ ਪਿਆਰ ਦਾ ਢੰਗ ਦੇਖ ਕੇ ਉਹ ਸਮੋਹਿਤ ਹੋ ਗਿਆ ਸੀ। ਉਸ ਦਾ ਭਿਆਨਕ ਫਣ ਹੌਲੀ ਹੌਲੀ ਸੁੰਗੜ ਗਿਆ ਅਤੇ ਉਹ ਗੁਰੂਦੇਵ ਦੇ ਪੈਰਾਂ ਵਿਚੋਂ ਦੀ ਹੋ ਕੇ ਝਾੜੀਆਂ ਵਿਚ ਅਲੋਪ ਹੋ ਗਿਆ।

"ਗੁਰੂਦੇਵ ਆਪਣੇ ਹੱਥਾਂ ਨੂੰ ਕਿਉਂ ਹਿਲਾ ਰਹੇ ਸਨ। ਨਾਗ ਨੇ ਉਨ੍ਹਾਂ ਦੇ ਹਿਲਦੇ ਹੱਥਾਂ ਉੱਪਰ ਡੰਗ ਕਿਉਂ ਨਹੀਂ ਮਾਰਿਆ। ਇਹ ਗੱਲ ਉਸ ਵਕਤ ਮੇਰੀ ਸਮਝ ਵਿਚ ਨਹੀਂ ਸੀ ਆ ਰਹੀ। ਪਰ ਉਸ ਘਟਨਾ ਤੋਂ ਬਾਅਦ ਮੇਰੀ ਸਮਝ ਵਿਚ ਆ ਗਿਆ, ਕਿ ਗੁਰੂਦੇਵ ਨੂੰ ਅਸਲ ਵਿਚ ਕਿਸੇ ਜੀਵ ਤੋਂ ਨੁਕਸਾਨ ਦਾ ਡਰ ਹੀ ਨਹੀਂ ਸੀ," ਪਰਫੁੱਲ ਨੇ ਆਪਣੀ ਗੱਲ ਖਤਮ ਕਰਦਿਆਂ ਕਿਹਾ।

ਆਸ਼ਰਮ ਦੇ ਮੁਢਲੇ ਮਹੀਨਿਆਂ ਵਿਚ ਇੱਕ ਦਿਨ ਸ਼ਾਮ ਨੂੰ ਸ਼੍ਰੀ ਯੁਕਤੇਸ਼ਵਰ ਜੀ ਨੂੰ, ਮੈਂ ਵਿਨ੍ਹਣ ਵਾਲੀਆਂ ਤਿੱਖੀਆਂ ਨਜ਼ਰਾਂ ਨਾਲ ਆਪਣੇ ਵੱਲ ਦੇਖਦਿਆਂ ਦੇਖਿਆ।

"ਮੁਕੰਦ, ਤੂੰ ਬਹੁਤ ਕਮਜ਼ੋਰ ਹੈਂ।"

"ਉਨ੍ਹਾਂ ਦੀ ਗੱਲ ਨੇ ਮੇਰੀ ਦੁਖਦੀ ਰਗ ਤੇ ਹੱਥ ਰੱਖ ਦਿੱਤਾ ਸੀ। ਆਪਣੀਆਂ ਧਸੀਆਂ ਹੋਈਆਂ ਅੱਖਾਂ ਅਤੇ ਲਿਸਾ ਜਿਹਾ ਸਰੀਰ ਮੈਨੂੰ ਵੀ ਚੰਗਾ ਨਹੀਂ ਸੀ ਲੱਗਦਾ। ਮੈਨੂੰ ਬਚਪਨ ਤੋਂ ਹੀ ਬਦਹਜ਼ਮੀ ਦੀ ਸ਼ਿਕਾਇਤ ਸੀ। ਘਰ ਵਿਚ ਮੇਰੇ ਕਮਰੇ ਦੀ ਟਾਂਡ ਉੱਪਰ ਹਾਜ਼ਮੇ ਅਤੇ ਤਾਕਤ ਵਧਾਉਣ ਦੀਆਂ ਅਨੇਕ ਸ਼ੀਸੀਆਂ ਪਈਆਂ ਸਨ, ਪਰ ਮੈਨੂੰ ਕਿਸੇ ਨਾਲ ਵੀ ਕੋਈ ਫਾਇਦਾ ਨਹੀਂ ਸੀ ਹੋ ਰਿਹਾ। ਕਈ ਵਾਰ ਮੈਂ ਮਨ ਹੀ ਮਨ ਸੋਚਦਾ ਸੀ ਕਿ ਇਹੋ ਜਿਹਾ ਕਮਜ਼ੋਰ ਸਰੀਰ ਲੈ ਕੇ ਜਿਉਣ ਦਾ ਕੀ ਫਾਇਦਾ?

"ਦਵਾਈਆਂ ਦੀ ਤਾਕਤ ਦੀ ਇੱਕ ਸੀਮਾ ਹੁੰਦੀ ਹੈ। ਸਿਰਜਣਸ਼ੀਲ ਸੰਜੀਵਨੀ ਪ੍ਰਾਣ ਸ਼ਕਤੀ ਦੀ ਕੋਈ ਸੀਮਾ ਨਹੀਂ। ਜੇ ਤੂੰ ਵਿਸ਼ਵਾਸ ਰਖੇਂਗਾ ਤਾਂ ਬਿਲਕੁਲ ਤਾਕਤਵਰ ਬਣ ਜਾਵੇਂਗਾ।"

ਗੁਰੂਦੇਵ ਦੇ ਇਨ੍ਹਾਂ ਸ਼ਬਦਾਂ ਉੱਪਰ ਮੈਨੂੰ ਝਟਪਟ ਵਿਸ਼ਵਾਸ ਹੋ ਗਿਆ, ਕਿ ਮੈਂ ਉਨ੍ਹਾਂ ਸ਼ਬਦਾਂ ਵਿਚ ਮੌਜੂਦ ਸਚਾਈ ਦਾ ਆਪਣੀ ਜ਼ਿੰਦਗੀ ਵਿਚ ਸਫਲ ਪ੍ਰਯੋਗ ਕਰ ਸਕਦਾ ਹਾਂ। ਕਿਸੇ ਵੀ ਤੰਦਰੁਸਤ ਕਰਨ ਵਾਲੇ ਵਿਅਕਤੀ ਦੇ ਸ਼ਬਦਾਂ ਨੇ, (ਜਿਹੜੇ ਮੈਂ ਕਈ ਅਜ਼ਮਾਏ ਸਨ) ਮੇਰੇ ਉੱਪਰ ਇੰਨਾ ਡੂੰਘਾ ਪ੍ਰਭਾਵ ਨਹੀਂ ਸੀ ਪਾਇਆ।

ਦਿਨ ਪ੍ਰਤੀਦਿਨ ਮੇਰੀ ਸਿਹਤ ਵਿਚ ਸੁਧਾਰ ਹੋਣ ਲੱਗਿਆ। ਸ਼੍ਰੀ ਯੁਕਤੇਸ਼ਵਰ ਜੀ ਦੇ ਗੁਪਤ ਅਸ਼ੀਰਵਾਦ ਨਾਲ, ਮੈਂ ਦੋ ਹਫਤਿਆਂ ਵਿਚ ਹੀ ਇੱਛਿਤ ਭਾਰ ਪ੍ਰਾਪਤ ਕਰ ਲਿਆ, ਜੋ ਹਾਲੇ ਤਕ ਹੋਰ ਉਪਰਾਲਿਆਂ ਨਾਲ ਪ੍ਰਾਪਤ ਕਰਨ ਦਾ ਵਿਅਰਥ ਯਤਨ ਕਰਦਾ ਰਿਹਾ ਸੀ। ਮੇਰੇ ਪੇਟ ਦੀਆਂ ਸਾਰੀਆਂ ਬਿਮਾਰੀਆਂ ਸਦਾ ਵਾਸਤੇ ਖਤਮ ਹੋ ਗਈਆਂ। ਉਸ ਤੋਂ

ਬਾਅਦ ਤਾਂ ਮੈਨੂੰ ਅਨੇਕ ਵਾਰ ਆਪਣੇ ਗੁਰੂਦੇਵ ਨੂੰ ਆਪਣੀ ਰੂਹਾਨੀ ਸ਼ਕਤੀ ਦੇ ਨਾਲ ਲੋਕਾਂ ਦੀਆਂ ਸ਼ੱਕਰ ਰੋਗ, ਮਿਰਗੀ, ਤਪਦਿੱਕ ਅਤੇ ਅੱਧਰੰਗ ਵਰਗੀਆਂ ਬਿਮਾਰੀਆਂ ਤੋਂ ਠੀਕ ਕਰਦੇ ਦੇਖਣ ਦਾ ਸੁਭਾਗ ਪ੍ਰਾਪਤ ਹੋਇਆ।

"ਕਈ ਵਰ੍ਹੇ ਪਹਿਲਾਂ ਮੈਂ ਵੀ ਭਾਰ ਵਧਾਉਣ ਵਾਸਤੇ ਆਤਰ ਸੀ।" ਮੈਨੂੰ ਤੰਦਰੁਸਤ ਕਰਨ ਤੋਂ ਥੋੜੇ ਦਿਨ ਬਾਅਦ ਹੀ ਗੁਰੂਦੇਵ ਨੇ ਮੈਨੂੰ ਦੱਸਿਆ, "ਇਕ ਭਿਆਨਕ ਬਿਮਾਰੀ ਤੋਂ ਬਾਅਦ ਮੈਂ ਹਾਲੇ ਤੰਦਰੁਸਤ ਹੀ ਹੋ ਰਿਹਾ ਸੀ, ਤਾਂ ਮੈਂ ਲਾਹਿੜੀ ਮਹਾਸ਼ਯ ਕੋਲ ਵਾਰਾਣਸੀ ਗਿਆ।" ਮੈਂ ਕਿਹਾ, "ਗੁਰੂਦੇਵ, ਮੈਂ ਬਹੁਤ ਬਿਮਾਰ ਰਿਹਾ ਹਾਂ ਅਤੇ ਮੇਰਾ ਭਾਰ ਬਹੁਤ ਘੱਟ ਗਿਆ ਹੈ।"

"ਮੈਂ ਦੇਖ ਰਿਹਾ ਹਾਂ ਕਿ ਯੁਕਤੇਸ਼ਵਰ* ਪਹਿਲਾਂ ਤਾਂ ਤੂੰ ਆਪਣੇ ਆਪ ਨੂੰ ਬਿਮਾਰ ਕਰ ਲਿਆ ਅਤੇ ਹੁਣ ਤੂੰ ਸੋਚ ਰਿਹਾ ਹੈਂ ਕਿ ਤੂੰ ਕਮਜ਼ੋਰ ਹੋ ਗਿਆ ਹੈਂ।"

ਮੈਨੂੰ ਆਪਣੇ ਗੁਰੂ ਤੋਂ ਜਿਸ ਤਰ੍ਹਾਂ ਦੇ ਜਵਾਬ ਦੀ ਉਮੀਦ ਸੀ, ਇਹ ਜਵਾਬ ਤਾਂ ਬਿਲਕੁਲ ਉਸ ਦੇ ਉਲਟ ਸੀ। ਪਰ ਮੇਰੇ ਗੁਰੂਦੇਵ ਨੇ ਮੈਨੂੰ ਹੌਂਸਲਾ ਦਿੰਦਿਆਂ ਹੋਇਆਂ ਕਿਹਾ, "ਮੈਨੂੰ ਦੇਖਣ ਦੇ, ਮੈਨੂੰ ਵਿਸ਼ਵਾਸ ਹੈ, ਕਿ ਕੱਲ੍ਹ ਤਕ ਤੇਰੀ ਸਿਹਤ ਇਸ ਤੋਂ ਚੰਗੀ ਹੋ ਜਾਵੇਗੀ।"

"ਮੇਰੇ ਸਰਧਾਲੂ ਮਨ ਨੇ ਇਹ ਮੰਨ ਲਿਆ ਕਿ ਉਨ੍ਹਾਂ ਦੇ ਇਹ ਸ਼ਬਦ ਇਸ ਗੱਲ ਦਾ ਇਸ਼ਾਰਾ ਹਨ, ਕਿ ਉਹ ਗੁਪਤ ਰੂਪ ਵਿਚ ਮੈਨੂੰ ਤੰਦਰੁਸਤ ਕਰ ਦੇਣ ਵਾਲੇ ਹਨ। ਦੂਸਰੇ ਦਿਨ ਸਵੇਰੇ ਸਵੇਰੇ ਹੀ, ਮੈਂ ਉਨ੍ਹਾਂ ਦੇ ਕੋਲ ਪਹੁੰਚ ਗਿਆ ਅਤੇ ਬੜੇ ਜੋਸ਼ ਵਿਚ ਕਿਹਾ, ਗੁਰੂਦੇਵ, ਅੱਜ ਮੈਨੂੰ ਆਪਣੀ ਸਿਹਤ ਬਹੁਤ ਚੰਗੀ ਮਹਿਸੂਸ ਹੋ ਰਹੀ ਹੈ।"

"ਸੱਚਮੁੱਚ, ਅੱਜ ਤਾਂ ਤੂੰ ਆਪਣੇ ਆਪ ਨੂੰ ਤਾਕਤ ਨਾਲ ਭਰਪੂਰ ਕਰ ਲਿਆ ਹੈ।"

"ਨਹੀਂ, ਗੁਰੂਦੇਵ, ਮੈਂ ਨਿਮਰਤਾ ਨਾਲ ਵਿਰੋਧ ਕਰਦਿਆਂ ਕਿਹਾ। ਇਹ ਤਾਂ ਆਪ ਹੋ, ਜਿਨ੍ਹਾਂ ਨੇ ਮੈਨੂੰ ਤੰਦਰੁਸਤ ਕਰ ਦਿੱਤਾ ਹੈ। ਕਈ ਹਫਤਿਆਂ ਤੋਂ ਬਾਅਦ ਅੱਜ ਮੈਂ ਪਹਿਲੀ ਵਾਰ ਆਪਣੇ ਆਪ ਵਿਚ ਕੁਝ ਤਾਕਤ ਮਹਿਸੂਸ ਕਰ ਰਿਹਾ ਹਾਂ।"

"ਹਾਂ, ਹਾਂ, ਤੇਰੀ ਬਿਮਾਰੀ ਬਹੁਤ ਗੰਭੀਰ ਸੀ। ਤੇਰਾ ਸਰੀਰ ਹਾਲੇ ਵੀ ਕਮਜ਼ੋਰ ਹੈ ਕੋਈ ਕੀ ਕਹਿ ਸਕਦਾ ਹੈ? ਕੱਲ੍ਹ ਨੂੰ ਇਹ ਕਿਸ ਤਰ੍ਹਾਂ ਦਾ ਹੋਵੇਗਾ?"

* ਅਸਲ ਵਿਚ ਲਾਹਿੜੀ ਮਹਾਸ਼ਯ ਨੇ ਉਨ੍ਹਾਂ ਨੂੰ ਪ੍ਰਿਯ ਨਾਥ (ਗੁਰੂਦੇਵ ਦਾ ਪਹਿਲੇ ਵਾਲਾ ਨਾਂ) ਕਿਹਾ ਸੀ, ਯੁਕਤੇਸ਼ਵਰ ਨਹੀਂ। ਯੁਕਤੇਸ਼ਵਰ ਨਾਂ ਗੁਰੂਦੇਵ ਨੇ ਲਾਹਿੜੀ ਮਹਾਸ਼ਯ ਦੇ ਸਰੀਰ ਤਿਆਗਣ ਤੋਂ ਬਾਅਦ, ਸੰਨਿਆਸ ਗ੍ਰਹਿਣ ਕਰਦੇ ਵਕਤ ਅਪਣਾਇਆ ਸੀ। ਇੱਥੇ ਅਤੇ ਕੁਝ ਹੋਰ ਥਾਵਾਂ ਉੱਪਰ ਯੁਕਤੇਸ਼ਵਰ ਨਾਂ ਜਾਣ ਬੁਝ ਕੇ ਲਿਖਿਆ ਗਿਆ ਹੈ, ਤਾਂ ਕਿ ਪਾਠਕਗਣ ਦੋ ਨਾਵਾਂ ਕਰ ਕੇ ਕਿਸੇ ਉਲਝਣ ਵਿਚ ਨਾ ਪੈ ਜਾਣ।

"ਆਪਣੀ ਕਮਜ਼ੋਰੀ ਦੇ ਵਾਪਸ ਆਉਣ ਦੀ ਸੰਭਾਵਨਾ ਦੇ ਵਿਚਾਰ ਨਾਲ ਮੈਨੂੰ ਕੰਬਣੀ ਛਿੜ ਗਈ। ਦੂਸਰੇ ਦਿਨ ਸਵੇਰੇ ਸਵੇਰੇ ਮੈਂ ਬੜੀ ਮੁਸ਼ਕਿਲ ਨਾਲ ਆਪਣੇ ਆਪ ਨੂੰ ਘੜੀਸਦੇ ਹੋਏ ਲਾਹਿੜੀ ਮਹਾਸ਼ਯ ਦੇ ਘਰ ਪਹੁੰਚਿਆ।"

"ਗੁਰੂਦੇਵ, ਮੈਂ ਫਿਰ ਬਿਮਾਰ ਹੋ ਗਿਆ ਹਾਂ।"

"ਮੇਰੇ ਗੁਰੂਦੇਵ ਦੀਆਂ ਨਜ਼ਰਾਂ ਵਿਚ ਵਿਅੰਗ ਭਰਿਆ ਹਾਸਾ ਸੀ। 'ਤਾਂ ਇੱਕ ਵਾਰ ਫਿਰ ਤੂੰ ਆਪਣੇ ਆਪ ਨੂੰ ਬਿਮਾਰ ਕਰ ਲਿਆ ਹੈ।'

"ਮੇਰਾ ਸਬਰ ਖਤਮ ਹੋ ਗਿਆ, ਗੁਰੂਦੇਵ, ਮੈਂ ਹੁਣ ਸਮਝ ਗਿਆ ਹਾਂ, ਕਿ ਦਿਨ ਪ੍ਰਤੀਦਿਨ ਆਪ ਮੇਰਾ ਸਿਰਫ ਮਖੌਲ ਉਡਾ ਰਹੇ ਹੋ। ਮੇਰੀ ਸਮਝ ਵਿਚ ਨਹੀਂ ਆਉਂਦਾ ਕਿ ਆਪ ਨੂੰ ਮੇਰੀਆਂ ਸੱਚੀਆਂ ਗੱਲਾਂ ਉੱਪਰ ਵਿਸ਼ਵਾਸ ਕਿਉਂ ਨਹੀਂ ਆਉਂਦਾ?"

"ਸੱਚ ਮੁੱਚ, ਉਹ ਸਿਰਫ ਤੇਰੇ ਵਿਚਾਰ ਹੀ ਸਨ, ਜੋ ਤੈਨੂੰ ਵਾਰ ਵਾਰ ਕਮਜ਼ੋਰ ਅਤੇ ਤਾਕਤਵਰ ਬਣਾਉਂਦੇ ਸਨ।" ਮੇਰੇ ਗੁਰੂਦੇਵ, ਮੈਨੂੰ ਪਿਆਰ ਨਾਲ ਦੇਖ ਰਹੇ ਸਨ। "ਤੂੰ ਦੇਖ ਲਿਆ ਹੈ, ਕਿ ਕਿਸ ਤਰ੍ਹਾਂ ਤੇਰੀ ਸਿਹਤ, ਤੇਰੇ ਅਵਚੇਤਨ ਮਨ ਦੀਆਂ ਸੰਭਾਵਨਾਵਾਂ ਦੇ ਅਨੁਸਾਰ ਬਦਲਦੀ ਰਹੀ। ਵਿਚਾਰ ਇੱਕ ਸ਼ਕਤੀ ਹੈ, ਜਿਵੇਂ ਕਿ ਬਿਜਲੀ ਦੀ ਸ਼ਕਤੀ ਜਾਂ ਗੁਰੂਤਾ ਆਕਰਸ਼ਣ ਦੀ ਸ਼ਕਤੀ। ਮਾਨਵ ਮਨ ਈਸ਼ਵਰ ਦੀ ਸਰਬਸ਼ਕਤੀਮਾਨ ਚੇਤਨਤਾ ਦਾ ਇੱਕ ਝਲਕਾਰਾ ਮਾਤਰ ਹੈ। ਮੈਂ ਤੈਨੂੰ ਦਿਖਾ ਸਕਦਾ ਹਾਂ, ਕਿ ਤੇਰਾ ਸ਼ਕਤੀਸ਼ਾਲੀ ਮਨ ਜਿਸ ਕਿਸੇ ਵੀ ਵਿਚਾਰ ਉੱਪਰ ਪੂਰਾ ਵਿਸ਼ਵਾਸ ਕਰੇਗਾ, ਉਹ ਤੁਰੰਤ ਹੀ ਵਾਪਰ ਕੇ ਰਹੇਗਾ।"

"ਇਹ ਜਾਣਦਿਆਂ ਕਿ ਲਾਹਿੜੀ ਮਹਾਸ਼ਯ ਕਦੇ ਵਿਅਰਥ ਨਹੀਂ ਬੋਲਦੇ, ਮੈਂ ਸ਼ਰਧਾ ਅਤੇ ਧੰਨਵਾਦ ਦੇ ਭਾਵਾਂ ਵਿਚ ਵਿਭੋਰ ਹੋ ਕੇ ਕਿਹਾ, "ਗੁਰੂਦੇਵ, ਜੇ ਮੈਂ ਇਹ ਸੋਚਾਂ ਕਿ ਮੈਂ ਤੰਦਰੁਸਤ ਹਾਂ ਅਤੇ ਮੇਰਾ ਭਾਰ ਪਹਿਲਾਂ ਜਿੰਨਾ ਹੀ ਹੋ ਗਿਆ ਹੈ, ਤਾਂ ਕੀ ਇਸ ਤਰ੍ਹਾਂ ਹੋ ਜਾਵੇਗਾ।"

"ਇਹ ਤਾਂ ਇਸ ਮੌਕੇ ਵੀ ਇਸੇ ਤਰ੍ਹਾਂ ਹੀ ਹੈ।" ਉਨ੍ਹਾਂ ਮੇਰੀਆਂ ਅੱਖਾਂ ਵਿਚ ਇਕਾਗਰਤਾ ਪੂਰਨ ਦੇਖਦਿਆਂ ਕਿਹਾ।

"ਮੈਂ ਤੁਰੰਤ ਨਾ ਕੇਵਲ ਆਪਣੀ ਤਾਕਤ ਵਿਚ, ਬਲਕਿ ਆਪਣੇ ਭਾਰ ਵਿਚ ਵੀ ਵਾਧਾ ਮਹਿਸੂਸ ਕੀਤਾ। ਲਾਹਿੜੀ ਮਹਾਸ਼ਯ ਫਿਰ ਆਪਣੀ ਮੌਨ ਸਮਾਧੀ ਵਿਚ ਲੀਨ ਹੋ ਗਏ। ਉਨ੍ਹਾਂ ਦੇ ਚਰਨਾਂ ਵਿਚ ਕੁਝ ਘੰਟੇ ਬੈਠਣ ਤੋਂ ਬਾਅਦ, ਮੈਂ ਆਪਣੀ ਮਾਤਾ ਜੀ ਦੇ ਘਰ ਵਾਪਸ ਆਇਆ ਜਿੱਥੇ ਮੈਂ ਵਾਰਾਣਸੀ ਜਾਣ ਦੌਰਾਨ ਠਹਿਰਦਾ ਸੀ।

"ਪੁੱਤਰ, ਤੈਨੂੰ ਕੀ ਹੋ ਗਿਆ? ਕੀ ਜਲੋਦਰ ਦੀ ਬਿਮਾਰੀ ਨਾਲ ਤੇਰਾ ਸਰੀਰ ਸੁੱਜ ਗਿਆ ਹੈ?" ਮਾਤਾ ਜੀ ਨੂੰ ਆਪਣੀਆਂ ਅੱਖਾਂ ਉੱਪਰ ਵਿਸ਼ਵਾਸ ਨਹੀਂ ਸੀ ਆ ਰਿਹਾ। ਮੇਰਾ

ਸਰੀਰ ਹੁਣ ਉਸੇ ਤਰ੍ਹਾਂ ਰਿਸ਼ਟ ਪੁਸ਼ਟ ਹੋ ਗਿਆ ਸੀ, ਜਿਸ ਤਰ੍ਹਾਂ ਬਿਮਾਰੀ ਤੋਂ ਪਹਿਲਾਂ ਸੀ। ਮੈਂ ਆਪਣਾ ਭਾਰ ਤੋਲਿਆ, ਤਾਂ ਦੇਖਿਆ ਕਿ ਮੇਰਾ ਭਾਰ ਇਕ ਦਿਨ ਵਿਚ ਹੀ ਪੰਜਾਹ ਪੌਂਡ ਵਧ ਗਿਆ ਸੀ ਅਤੇ ਉਸ ਤੋਂ ਬਾਅਦ ਵੀ ਉਹ ਭਾਰ ਹਮੇਸ਼ਾਂ ਲਈ ਬਣਿਆ ਰਿਹਾ। ਜਿਨ੍ਹਾਂ ਵਾਕਫਕਾਰਾਂ ਅਤੇ ਮਿੱਤਰਾਂ ਨੇ ਮੇਰਾ ਕਮਜ਼ੋਰ ਸਰੀਰ ਦੇਖਿਆ ਸੀ, ਉਹ ਹੈਰਾਨੀ ਨਾਲ ਹੱਕੇ ਬੱਕੇ ਰਹਿ ਗਏ। ਇਸ ਚਮਤਕਾਰ ਕਾਰਨ, ਉਨ੍ਹਾਂ ਵਿਚੋਂ ਕਈਆਂ ਨੇ ਆਪਣੀ ਜੀਵਨ ਸ਼ੈਲੀ ਬਦਲ ਲਈ ਅਤੇ ਲਾਹਿੜੀ ਮਹਾਸ਼ਯ ਦੇ ਸ਼ਗਿਰਦ ਬਣ ਗਏ।

"ਮੇਰੇ ਗੁਰਦੇਵ ਹਮੇਸ਼ਾਂ ਹੀ ਈਸ਼ਵਰ ਵਿਚ ਜਾਗਰਿਤ ਰਹਿੰਦੇ ਸਨ। ਇਹ ਸੰਸਾਰ ਹੋਰ ਕੁਝ ਨਹੀਂ ਕੇਵਲ ਸਿਰਜਣਹਾਰ ਦੇ ਸੁਪਨੇ ਨੇ ਮੂਰਤ ਰੂਪ ਧਾਰਨ ਕਰ ਰੱਖਿਆ ਹੈ। ਲਾਹਿੜੀ ਮਹਾਸ਼ਯ ਨੂੰ ਉਸ ਦੈਵੀ ਸੁਪਨਦਰਸ਼ੀ ਦੇ ਨਾਲ ਆਪਣੀ ਇੱਕਰੂਪਤਾ ਦਾ ਪੂਰਨ ਗਿਆਨ ਸੀ। ਇਸ ਕਰ ਕੇ ਉਹ ਇਸ ਦ੍ਰਿਸ਼ਮਾਨ ਸੰਸਾਰ ਦੇ ਸੁਪਨ ਅਣੂਆਂ ਨੂੰ ਪ੍ਰਗਟ ਕਰਨ ਜਾਂ ਲੋਪ ਕਰਨ ਜਾਂ ਉਨ੍ਹਾਂ ਵਿਚ ਆਪਣੀ ਇੱਛਾ ਅਨੁਸਾਰ ਕੋਈ ਤਬਦੀਲੀ ਕਰਨ ਦੇ ਸਮਰੱਥ* ਸਨ।"

ਆਖਰ ਵਿਚ ਸ਼੍ਰੀਯੁਕਤੇਸ਼ਵਰ ਜੀ ਨੇ ਕਿਹਾ, "ਸੰਪੂਰਨ ਸ੍ਰਿਸ਼ਟੀ, ਵਿਧਾਤਾ ਦੇ ਨਿਯਮਾਂ ਦੇ ਅਧੀਨ ਹੈ। ਬਾਹਰੀ ਸੰਸਾਰ ਵਿਚ ਕਾਰਜਸ਼ੀਲ ਨਿਯਮ, ਜਿਨ੍ਹਾਂ ਦੀ ਖੋਜ ਵਿਗਿਆਨਿਕ ਕਰ ਸਕਦੇ ਹਨ, ਉਨ੍ਹਾਂ ਨੂੰ ਕੁਦਰਤ ਦੇ ਨਿਯਮ ਕਹਿੰਦੇ ਹਨ, ਪਰ ਇਨ੍ਹਾਂ ਨਿਯਮਾਂ ਦੇ ਮੁਕਾਬਲੇ ਸੂਖਮਤਰ ਨਿਯਮ ਵੀ ਹਨ। ਜੋ ਚੇਤਨਤਾ ਦੀ ਅੰਤਰਿਕ ਸਲਤਨਤ ਦੇ ਅਧਿਆਤਮਿਕ ਸੰਸਾਰ ਵਿਚ ਕਾਰਜਸ਼ੀਲ ਹਨ। ਇਨ੍ਹਾਂ ਸਿਧਾਂਤਾਂ ਨੂੰ ਯੋਗ ਵਿਗਿਆਨ ਦੁਆਰਾ ਹੀ ਜਾਣਿਆ ਜਾ ਸਕਦਾ ਹੈ। ਭੌਤਿਕ ਸੰਸਾਰ ਦੇ ਸੱਚੇ ਸਰੂਪ ਨੂੰ ਭੌਤਿਕ ਵਿਗਿਆਨੀ ਨਾਲੋਂ ਆਤਮ ਗਿਆਨੀ ਜਾਂ ਸਿੱਧ ਪੁਰਸ਼ ਹੀ ਅਸਲੀਅਤ ਵਿਚ ਸਮਝ ਸਕਦਾ ਹੈ। ਇਸੇ ਗਿਆਨ ਦੇ ਸਦਕੇ ਹੀ ਈਸਾ ਮਸੀਹ ਨੇ, ਉਸ ਨੌਕਰ ਦੇ ਕੰਨ ਨੂੰ ਮੁੜ ਜੋੜ ਦਿੱਤਾ ਸੀ ਜਿਸ ਨੂੰ ਉਨ੍ਹਾਂ ਦੇ ਇੱਕ ਸ਼ਗਿਰਦ† ਨੇ ਕੱਟ ਦਿੱਤਾ ਸੀ।

ਸ਼੍ਰੀ ਯੁਕਤੇਸ਼ਵਰ ਜੀ ਸ਼ਾਸਤਰਾਂ ਦੇ ਅਦੁੱਤੀ ਵਿਆਖਿਆਕਾਰ ਸਨ। ਮੇਰੀਆਂ ਸਭ ਤੋਂ ਜਿਆਦਾ ਖੁਸ਼ੀਆਂ ਭਰੀਆਂ ਯਾਦਾਂ, ਉਨ੍ਹਾਂ ਦੇ ਪ੍ਰਵਚਨਾਂ ਨਾਲ ਜੁੜੀਆਂ ਹੋਈਆਂ ਹਨ। ਪਰ ਉਹ ਆਪਣੇ ਵਿਚਾਰ ਅਤੇ ਪ੍ਰਵਚਨਾਂ ਦੇ ਅਣਮੋਲ ਰਤਨ ਮੂਰਖਾਂ ਅਤੇ ਬੇ-ਅਕਲਾਂ ਦੀ ਸੁਆਹ ਵਿਚ ਕਦੇ ਨਹੀਂ ਸਨ ਰੋਲਦੇ। ਮੇਰੇ ਸਰੀਰ ਦੀ ਥੋੜੀ ਜਿਹੀ ਹਿਲ ਜੁਲ ਜਾਂ ਮੇਰੀ ਥੋੜੀ ਜਿਹੀ ਬੇ ਧਿਆਨੀ, ਉਨ੍ਹਾਂ ਦੇ ਸ਼ਾਸਤਰਾਂ ਦੀ ਵਿਆਖਿਆ ਨੂੰ ਤੁਰੰਤ ਬੰਦ ਕਰ ਦੇਣ ਵਾਸਤੇ ਕਾਫੀ ਹੁੰਦੀ ਸੀ।

* ਤੁਹਾਨੂੰ ਜਿਸ ਕਿਸੇ ਵੀ ਚੀਜ਼ ਦੀ ਇੱਛਾ ਹੋਵੇ, ਉਸ ਵਾਸਤੇ ਪ੍ਰਾਰਥਨਾ ਕਰੋਗੇ ਅਤੇ ਵਿਸ਼ਵਸ ਰਖੋਗੇ, ਕਿ ਉਹ ਤੁਹਾਨੂੰ ਮਿਲ ਜਾਵੇਗੀ, ਤਾਂ ਉਹ ਚੀਜ਼ ਤੁਹਾਨੂੰ ਸੱਚ ਮੁੱਚ ਹੀ ਮਿਲ ਜਾਵੇਗੀ। ਮਾਰਕ 11:24। ਈਸ਼ਵਰ ਨਾਲ ਇੱਕਮਿੱਕ ਹੋਏ ਸਿੱਧ ਪੁਰਸ਼ ਆਪਣੀਆਂ ਦੈਵੀ ਪ੍ਰਾਪਤੀਆਂ ਨੂੰ ਆਪਣੇ ਉੱਨਤ ਸ਼ਗਿਰਦਾਂ ਵਿਚ ਸੰਚਾਰਿਤ ਕਰਨ ਵਿਚ ਸਮਰੱਥ ਹੁੰਦੇ ਹਨ।, ਜਿਸ ਤਰ੍ਹਾਂ ਇਸ ਮੌਕੇ ਲਾਹਿੜੀ ਮਹਾਸ਼ਯ ਜੀ ਨੇ ਸ਼੍ਰੀ ਯੁਕਤੇਸ਼ਵਰ ਜੀ ਨਾਲ ਕੀਤਾ।

† "ਅਤੇ ਉਨ੍ਹਾਂ ਵਿਚੋਂ ਇੱਕ ਨੇ ਪੁਜਾਰੀ ਦੇ ਉਸ ਨੌਕਰ ਦਾ ਸੱਜਾ ਕੰਨ ਕੱਟ ਦਿਤਾ। ਅਤੇ ਜੀਸਸ ਨੇ ਕਿਹਾ ਜਿਹੜਾ ਦੁੱਖ ਤੂੰ ਬਰਦਾਸਤ ਕਰਨਾ ਸੀ ਕਰ ਲਿਆ ਹੈ ਅਤੇ ਉਸ ਨੇ ਉਸ ਦੇ ਸੱਜੇ ਕੰਨ ਨੂੰ ਸਪਰਸ਼ ਕੀਤਾ ਅਤੇ ਉਹ ਠੀਕ ਹੋ ਗਿਆ।" —*ਲਿਊਕ* 22:50–51 (ਬਾਈਬਲ).

"ਤੂੰ ਇੱਥੇ ਨਹੀਂ ਹੈਂ।" ਇੱਕ ਦਿਨ ਸ਼ਾਮ ਨੂੰ ਸ਼੍ਰੀ ਯੁਕਤੇਸ਼ਵਰ ਜੀ ਨੇ ਇਹ ਕਹਿ ਕੇ ਆਪਣਾ ਧਾਰਾ ਪ੍ਰਵਾਹ ਪ੍ਰਵਚਨ ਬੰਦ ਕਰ ਦਿੱਤਾ। ਸਦਾ ਦੇ ਵਾਂਗ ਉਹ ਮੇਰੇ ਧਿਆਨ ਦੀ ਨਿਰੰਤਰ ਨਿਗਰਾਨੀ ਰੱਖ ਰਹੇ ਸਨ।

"ਗੁਰੂਦੇਵ", ਮੇਰੀ ਅਵਾਜ਼ ਵਿਚ ਪ੍ਰਤੱਖ ਤੌਰ ਤੇ ਵਿਰੋਧ ਸੀ। "ਮੈਂ ਤਾਂ ਭੋਰਾ ਭਰ ਵੀ ਨਹੀਂ ਹਿੱਲਿਆ। ਮੈਂ ਤਾਂ ਪਲਕਾਂ ਤਕ ਨਹੀਂ ਝਪਕੀਆਂ। ਜੋ ਜੋ ਆਪ ਨੇ ਦੱਸਿਆ ਹੈ, ਮੈਂ ਉਸ ਦਾ ਅੱਖਰ ਅੱਖਰ ਦੁਹਰਾ ਸਕਦਾ ਹਾਂ।"

"ਫਿਰ ਵੀ ਤੂੰ ਪੂਰੀ ਤਰ੍ਹਾਂ ਮੇਰੇ ਨਾਲ ਇੱਕਰੂਪ ਨਹੀਂ ਸੀ। ਤੇਰਾ ਵਿਰੋਧ ਮੈਨੂੰ ਇਹ ਕਹਿਣ ਲਈ ਮਜ਼ਬੂਰ ਕਰ ਰਿਹਾ ਹੈ, ਕਿ ਤੂੰ ਆਪਣੇ ਮਨ ਦੀ ਪਿੱਠ- ਭੂਮੀ ਵਿਚ ਤਿੰਨ ਸੰਸਥਾਵਾਂ ਦੀ ਸਿਰਜਣਾ ਕਰ ਰਿਹਾ ਸੀ। ਇੱਕ ਮੈਦਾਨੀ ਇਲਾਕੇ ਵਿਚ ਮਨੋਹਰ ਏਕਾਂਤਵਾਸ, ਦੂਜੀ ਇੱਕ ਹੋਰ ਪਹਾੜ ਦੀ ਚੋਟੀ ਉੱਪਰ ਅਤੇ ਤੀਜੀ ਇੱਕ ਹੋਰ ਸਮੁੰਦਰ ਦੇ ਕਿਨਾਰੇ।"

ਇਹ ਅਸਪਸ਼ਟ ਵਿਚਾਰ ਲਗ ਭਗ ਮੇਰੇ ਅਵਚੇਤਨ ਮਨ ਵਿਚ ਸੱਚ ਮੁੱਚ ਹੀ ਚੱਲ ਰਹੇ ਸਨ। ਮੈਂ ਖਿਮਾ-ਯਾਚਨਾ ਕਰਦਿਆਂ ਉਨ੍ਹਾਂ ਵੱਲ ਦੇਖਿਆ।

ਇਹੋ ਜਿਹੇ ਗੁਰੂਦੇਵ ਨਾਲ ਮੈਂ ਕੀ ਹੁਸ਼ਿਆਰੀ ਕਰ ਸਕਦਾ ਸੀ? ਜਿਹੜੇ ਕਦੇ ਕਦਾਈਂ ਉੱਠਦੇ ਮੇਰੇ ਉੱਘੜ ਦੁੱਘੜ ਵਿਚਾਰਾਂ ਨੂੰ ਫੜ ਲੈਂਦੇ ਸਨ।

"ਜਿਹੜੇ ਸੂਖਮ ਤੱਤਾਂ ਨੂੰ ਮੈਂ ਤੈਨੂੰ ਸਮਝਾ ਰਿਹਾ ਹਾਂ, ਬਗੈਰ ਪੂਰੀ ਇਕਾਗਰਤਾ ਦੇ, ਤੂੰ ਉਨ੍ਹਾਂ ਨੂੰ ਨਹੀਂ ਸਮਝ ਸਕਦਾ। ਤੂੰ ਆਪ ਹੀ ਮੈਨੂੰ ਅਧਿਕਾਰ ਦੇ ਰੱਖਿਆ ਹੈ। ਵੈਸੇ ਜਦੋਂ ਤਕ ਜਰੂਰੀ ਨਾ ਹੋਵੇ, ਮੈਂ ਦੂਸਰੇ ਦੇ ਮਨ ਦੀ ਏਕਾਂਤ ਵਿਚ ਨਹੀਂ ਝਾਕਦਾ। ਮਨੁੱਖ ਨੂੰ ਆਪਣੇ ਵਿਚਾਰਾਂ ਵਿਚ ਗੁਪਤ ਰੂਪ ਵਿਚ ਵਿਚਰਨ ਦਾ ਸੁਭਾਵਿਕ ਅਧਿਕਾਰ ਹੈ। ਬਗੈਰ ਬੁਲਾਏ ਤਾਂ ਪ੍ਰਮਾਤਮਾ ਵੀ ਉੱਥੇ ਪ੍ਰਵੇਸ਼ ਨਹੀਂ ਕਰਦਾ – ਨਾ ਹੀ ਮੈਂ ਇਹ ਹਿੰਮਤ ਕਰ ਸਕਦਾ ਹਾਂ।"

"ਗੁਰੂਦੇਵ, ਆਪ ਜੀ ਦਾ ਸਦਾ ਹੀ ਸੁਆਗਤ ਹੈ।"

"ਤੇਰੇ ਇਹ ਭਵਨ ਸਿਰਜਣ ਸਬੰਧੀ ਸੁਪਨੇ ਬਾਅਦ ਵਿਚ ਪੂਰੇ ਹੋਣਗੇ। ਹੁਣ ਤਾਂ ਸਿਰਫ ਪੜ੍ਹਨ ਦਾ ਸਮਾਂ ਹੈ।"

ਇਸ ਤਰ੍ਹਾਂ ਮੇਰੇ ਗੁਰੂਦੇਵ ਨੇ ਪ੍ਰਸੰਗਵਸ ਅਤੇ ਆਪਣੇ ਹੀ ਢੰਗ ਨਾਲ ਮੇਰੀ ਜ਼ਿੰਦਗੀ ਵਿਚ ਆਉਣ ਵਾਲੀਆਂ ਤਿੰਨ ਮਹੱਤਵਪੂਰਨ ਘਟਨਾਵਾਂ ਦਾ ਪੂਰਵ ਗਿਆਨ ਪ੍ਰਦਰਸ਼ਤ ਕਰ ਦਿੱਤਾ। ਯੁਵਾ ਅਵਸਥਾ ਦੀ ਸ਼ੁਰੂਆਤ ਤੋਂ ਹੀ ਮੈਨੂੰ ਤਿੰਨ ਇਮਾਰਤਾਂ ਦੀਆਂ ਰਹੱਸਮਈ ਝਾਕੀਆਂ ਦਿਸਦੀਆਂ ਰਹਿੰਦੀਆਂ ਸਨ। ਜਿਸ ਵਿਚ ਹਰ ਇੱਕ ਇਮਾਰਤ ਅਲੱਗ ਅਲੱਗ ਨਜ਼ਾਰੇ ਵਿਚ ਦਿਖਦੀ ਸੀ। ਸ਼੍ਰੀ ਯੁਕਤੇਸ਼ਵਰ ਜੀ ਨੇ ਜਿਸ ਤਰਤੀਬ ਵਿਚ ਦੱਸਿਆ ਸੀ,

ਠੀਕ ਉਸੇ ਤਰਤੀਬ ਵਿਚ ਇਨ੍ਹਾਂ ਤਿੰਨਾਂ ਹੀ ਨਜ਼ਾਰਿਆਂ ਨੇ ਸਕਾਰ ਰੂਪ ਧਾਰਨ ਕਰ ਲਿਆ। ਸਭ ਤੋਂ ਪਹਿਲਾਂ ਰਾਂਚੀ ਦੇ ਇੱਕ ਮੈਦਾਨੀ ਇਲਾਕੇ ਵਿਚ ਮੇਰੇ ਦੁਆਰਾ ਬੱਚਿਆਂ ਵਾਸਤੇ ਯੋਗ ਸਕੂਲ ਦੀ ਸਥਾਪਨਾ, ਫਿਰ ਲਾਸ ਐਂਜਲਿਸ ਵਿਚ ਇੱਕ ਪਹਾੜੀ ਦੀ ਸਿਖਰ ਉੱਪਰ ਮੇਰਾ ਅਮਰੀਕੀ ਮੁੱਖ ਦਫਤਰ ਅਤੇ ਉਸ ਤੋਂ ਬਾਅਦ ਵਿਸ਼ਾਲ ਪਰਸ਼ਾਂਤ ਮਹਾਸਾਗਰ ਦੇ ਕੰਢੇ ਤੇ ਕੈਲੀਫੋਰਨੀਆ ਦੇ ਐਨਸੀਨੀਟਸ ਵਿਚ ਇੱਕ ਆਸ਼ਰਮ।

ਗੁਰੂਦੇਵ ਕਦੇ ਵੀ ਘਮੰਡ ਨਾਲ ਇਹ ਨਹੀਂ ਸਨ ਕਹਿੰਦੇ ਕਿ, "ਮੈਂ ਭਵਿਖਬਾਣੀ ਕਰ ਰਿਹਾ ਹਾਂ, ਕਿ ਫਲਾਣੀ ਫਲਾਣੀ ਘਟਨਾ ਇਸ ਤਰ੍ਹਾਂ ਹੋਵੇਗੀ," ਬਲਕਿ ਉਹ ਸੰਕੇਤ ਹੀ ਦਿੰਦੇ ਕਿ, "ਤੈਨੂੰ ਨਹੀਂ ਲੱਗਦਾ ਕਿ ਇਸ ਤਰ੍ਹਾਂ ਹੋ ਸਕਦਾ ਹੈ।" ਪ੍ਰੰਤੂ ਉਨ੍ਹਾਂ ਦੇ ਸਧਾਰਨ ਲਫਜ਼ਾਂ ਦੇ ਪਿੱਛੇ ਭਵਿਖਵਕਤਾ ਦੀ ਤਾਕਤ ਛੁਪੀ ਰਹਿੰਦੀ ਸੀ। ਉਹ ਇੱਕ ਵਾਰ ਕਹੀ ਹੋਈ ਗੱਲ ਨੂੰ ਵਾਪਸ ਨਹੀਂ ਸਨ ਲੈਂਦੇ ਅਤੇ ਨਾ ਹੀ ਉਸ ਵਿਚ ਅਦਲਾ ਬਦਲੀ ਕਰਦੇ ਸਨ। ਉਨ੍ਹਾਂ ਦੀਆਂ ਪਰਦੇ ਪਿੱਛੇ ਛੁਪੀਆਂ ਭਵਿਖਬਾਣੀਆਂ ਵੀ ਕਦੇ ਝੂਠੀਆਂ ਨਹੀਂ ਸਨ ਸਾਬਤ ਹੋਈਆ।

ਸ੍ਰੀ ਯੁਕਤੇਸ਼ਵਰ ਜੀ ਸੁਭਾਅ ਦੇ ਗੰਭੀਰ ਅਤੇ ਸਪਸ਼ਟਵਾਦੀ ਇਨਸਾਨ ਸਨ। ਉਨ੍ਹਾਂ ਦੇ ਵਿਚਾਰਾਂ ਵਿਚ ਨਾ ਤਾਂ ਅਸਪਸ਼ਟਤਾ ਦਾ ਹੀ ਕੋਈ ਅੰਸ਼ ਸੀ ਅਤੇ ਨਾ ਹੀ ਮੂਰਖਾਂ ਵਾਲੀ ਕਾਲਪਨਿਕਤਾ। ਉਨ੍ਹਾਂ ਦੇ ਪੈਰ ਹਮੇਸ਼ਾਂ ਜ਼ਮੀਨ ਉੱਪਰ ਦ੍ਰਿੜਤਾ ਨਾਲ ਟਿਕੇ ਹੁੰਦੇ ਅਤੇ ਮਸਤਕ ਸਵਰਗ ਦੀ ਸ਼ਾਂਤੀ ਵਿਚ ਸਥਿਰ ਹੁੰਦਾ। ਵਿਵਹਾਰਕ ਸੁਭਾਅ ਦੇ ਲੋਕ ਹੀ ਉਨ੍ਹਾਂ ਨੂੰ ਚੰਗੇ ਲਗਦੇ ਸਨ। ਉਹ ਕਹਿੰਦੇ ਸਨ, "ਸਾਧੂ ਮਹਾਤਮਾ ਦਾ ਅਰਥ ਗੂੰਗਾਪਣ ਨਹੀਂ। ਈਸ਼ਵਰ ਅਨੁਭੂਤੀਆਂ ਕਿਸੇ ਨੂੰ ਨਕਾਰਾ ਨਹੀਂ ਬਣਾਉਂਦੀਆਂ, ਆਚਰਨ ਦੀ ਤਾਕਤ ਦੀ ਕਿਰਿਆਸ਼ੀਲਤਾ ਦਾ ਪ੍ਰਗਟਾਵਾ ਤੇਜ ਬੁੱਧੀ ਦਾ ਵਿਕਾਸ ਕਰਦਾ ਹੈ।"

ਮੇਰੇ ਗੁਰੂਦੇਵ ਸੂਖਮ ਲੋਕਾਂ ਦੀ ਚਰਚਾ ਕਰਨੀ ਪਸੰਦ ਨਹੀਂ ਸਨ ਕਰਦੇ। ਉਨ੍ਹਾਂ ਦੀ ਸਦੀਵੀ ਉੱਤਮਤਾ ਦੀ ਮਹਿਕ ਇੱਕੋ ਇੱਕ 'ਪੂਰਨ ਸਾਦਗੀ' ਵਿਚ ਦਿਖਾਈ ਦਿੰਦੀ ਸੀ। ਗੱਲਾਂ ਬਾਤਾਂ ਵਿਚ ਵੀ ਉਹ ਚੌਂਕਾਉਂਣ ਵਾਲੇ ਹਵਾਲੇ ਦੇਣ ਤੋਂ ਕਤਰਾਉਂਦੇ ਸਨ, ਪਰ ਹਰ ਰੋਜ਼ ਇਨ੍ਹਾਂ ਨੂੰ ਮੂਰਤੀਮਾਨ ਕਰਨ ਲਈ ਅਜ਼ਾਦ ਸਨ। ਅਨੇਕ ਗੁਰੂ ਚਮਤਕਾਰਾਂ ਦੀਆਂ ਗੱਲਾਂ ਤਾਂ ਬਹੁਤ ਕਰਦੇ ਰਹਿੰਦੇ ਹਨ, ਪਰ ਆਪ ਕੋਈ ਚਮਤਕਾਰ ਕਰ ਸਕਣ ਦੇ ਅਸਮਰਥ ਹੁੰਦੇ ਹਨ। ਸ੍ਰੀ ਯੁਕਤੇਸ਼ਵਰ ਜੀ ਸ਼ਾਇਦ ਹੀ ਕਦੇ ਸੂਖਮ ਨਿਯਮਾਂ ਦਾ ਕੋਈ ਹਵਾਲਾ ਦਿੰਦੇ ਹੋਣ, ਪਰ ਉਨ੍ਹਾਂ ਨੂੰ ਗੁਪਤ ਰੂਪ ਵਿਚ ਮੂਰਤੀਮਾਨ ਕਰ ਦਿੰਦੇ ਸਨ।

ਗੁਰੂਦੇਵ ਕਹਿੰਦੇ ਸਨ, "ਆਤਮ ਗਿਆਨੀ ਪੁਰਸ਼ ਓਨੀ ਦੇਰ ਕਦੇ ਕੋਈ ਚਮਤਕਾਰ ਨਹੀਂ ਕਰਦਾ", ਜਿੰਨੀ ਦੇਰ ਤਕ ਉਸ ਨੂੰ ਪ੍ਰਮਾਤਮਾ ਵੱਲੋਂ ਆਂਤਰਿਕ ਤੌਰ ਤੇ ਚਮਤਕਾਰ ਕਰਨ ਦੀ ਆਗਿਆ ਨਹੀਂ ਮਿਲਦੀ। ਪ੍ਰਮਾਤਮਾ ਨਹੀਂ ਚਾਹੁੰਦਾ ਕਿ ਉਸ ਦੀ ਸ੍ਰਿਸ਼ਟੀ

ਦੇ ਗੁੱਝੇ ਭੇਦਾਂ ਨੂੰ ਅੰਨ੍ਹੇਵਾਹ* ਪ੍ਰਦਰਸ਼ਤ ਕੀਤਾ ਜਾਵੇ। ਫਿਰ ਇਸ ਸੰਸਾਰ ਵਿਚ ਹਰ ਇੱਕ ਆਦਮੀ ਨੂੰ ਆਪਣੀ ਸੁਤੰਤਰ ਇੱਛਾ ਸ਼ਕਤੀ ਦਾ ਅਹਸਤਾਂਤਰਣਯੋਗ ਦਾ (ਨਾ ਬਦਲਣਯੋਗ) ਅਧਿਕਾਰ ਹੈ। ਕੋਈ ਵੀ ਸੰਤ ਮਹਾਤਮਾ, ਉਸ ਸਵਤੰਤਰਤਾ ਉੱਪਰ ਹਮਲਾ ਨਹੀਂ ਕਰਦਾ।

ਸ਼੍ਰੀ ਯੁਕਤੇਸ਼ਵਰ ਜੀ ਦਾ ਆਮ ਤੌਰ ਤੇ ਮੌਨ ਰਹਿਣਾ, ਉਨ੍ਹਾਂ ਦੀਆਂ ਬ੍ਰਹਮ ਦੀਆਂ ਡੂੰਘੀਆਂ ਅਨੁਭੂਤੀਆਂ ਦੇ ਕਾਰਨ ਹੁੰਦਾ ਸੀ। ਜਦੋਂ ਕਿ ਗਿਆਨ ਵਿਹੀਨ ਗੁਰੂ ਜਿਸ ਅਲਪ ਗਿਆਨ ਨੂੰ ਲਗਾਤਾਰ ਪ੍ਰਦਰਸ਼ਤ ਕਰਨ ਵਿਚ ਰੁੱਝੇ ਰਹਿੰਦੇ ਹਨ, ਉੱਥੇ ਗਿਆਨੀ ਪੁਰਸ਼ ਕੋਲ ਆਪਣੇ ਵਿਸ਼ਾਲ ਗਿਆਨ ਨੂੰ ਪ੍ਰਦਰਸ਼ਤ ਕਰਨ ਵਾਸਤੇ ਸਮਾਂ ਹੀ ਨਹੀਂ ਹੁੰਦਾ। ਹਿੰਦੂ ਸ਼ਾਸਤਰਾਂ ਦੀ ਇੱਕ ਕਹਾਵਤ ਹੈ, "ਹੋਛੇ ਆਦਮੀਆਂ ਦੇ ਛੋਟੇ ਛੋਟੇ ਵਿਚਾਰਾਂ ਦੀਆਂ ਮਛਲੀਆਂ ਬਹੁਤ ਜਿਆਦਾ ਹਿਲਜੁਲ ਕਰਦੀਆਂ ਹਨ, ਸਮੁੰਦਰ ਵਰਗੇ ਮਨ ਵਿਚ ਪ੍ਰੇਰਨਾ ਦੀ ਵੇਲ ਮੱਛੀ ਸ਼ਾਇਦ ਹੀ ਕਦੇ ਹਿਲਜੁਲ ਕਰਦੀ ਹੋਵੇ।"

ਮੇਰੇ ਗੁਰੂਦੇਵ ਦੇ ਅਡੰਬਰ ਰਹਿਤ ਅਤੇ ਅਤਿਅੰਤ ਸਧਾਰਨ ਬਾਹਰੀ ਵਿਵਹਾਰ ਦੇ ਕਾਰਨ ਉਨ੍ਹਾਂ ਦੇ ਸਮਕਾਲੀ ਲੋਕਾਂ ਵਿਚ ਬਹੁਤ ਘੱਟ ਲੋਕ ਇਸ ਤਰ੍ਹਾਂ ਦੇ ਸਨ, ਜੋ ਉਨ੍ਹਾਂ ਨੂੰ ਇੱਕ ਸਿੱਧ ਪੁਰਸ਼ ਦੇ ਰੂਪ ਵਿਚ ਪਹਿਚਾਣ ਸਕੇ ਹੋਣ। ਇੱਕ ਕਹਾਵਤ ਹੈ, "ਜੋ ਆਪਣੇ ਗਿਆਨ ਨੂੰ ਛੁਪਾ ਕੇ ਨਹੀਂ ਰੱਖ ਸਕਦਾ- ਉਹ ਮੂਰਖ ਆਦਮੀ ਹੈ।" ਮੇਰੇ ਬ੍ਰਹਮ ਗਿਆਨੀ ਅਤੇ ਸ਼ਾਂਤ ਗੁਰੂਦੇਵ ਉੱਪਰ ਕਦੇ ਲਾਗੂ ਨਹੀਂ ਸੀ ਹੋ ਸਕਦੀ। ਭਾਵੇਂ ਮੇਰੇ ਗੁਰੂ ਸ਼੍ਰੀ ਯੁਕਤੇਸ਼ਵਰ ਜੀ ਨੇ ਹੋਰ ਨਾਸ਼ਵਾਨ ਮਨੁੱਖਾਂ ਵਾਂਗ ਹੀ ਜਨਮ ਲਿਆ ਸੀ, ਫਿਰ ਵੀ ਉਹ ਸ੍ਰਿਸ਼ਟੀ ਦੇ ਸ਼ਾਸਕ ਨਾਲ ਇੱਕਮਿੱਕ ਹੋ ਚੁਕੇ ਸਨ। ਉਨ੍ਹਾਂ ਨੂੰ ਈਸ਼ਵਰਤਵ ਵਿਚ ਅਤੇ ਮਨੁੱਖਤਵ ਦੀ ਵਿਲੀਨਤਾ ਵਾਸਤੇ ਕੋਈ ਰੁਕਾਵਟ ਨਹੀਂ ਆਈ। ਬਾਅਦ ਵਿਚ ਮੇਰੀ ਸਮਝ ਵਿਚ ਆ ਗਿਆ, ਕਿ ਸਿਰਫ ਮਨੁੱਖ ਦੀ ਅਧਿਆਤਮਿਕ ਸਾਹਸਹੀਣਤਾ ਤੋਂ ਬਗੈਰ ਹੋਰ ਕੋਈ ਰੁਕਾਵਟ ਨਹੀਂ ਹੁੰਦੀ।

ਸ਼੍ਰੀ ਯੁਕਤੇਸ਼ਵਰ ਜੀ ਦੇ ਪਵਿੱਤਰ ਚਰਨਾਂ ਦਾ ਸਪਰਸ਼ ਕਰਦਿਆਂ, ਮੈਂ ਸਦਾ ਹੀ ਰੁਮਾਂਚਿਤ ਹੋ ਜਾਂਦਾ ਸੀ। ਗੁਰੂ ਦੇ ਸ਼ਰਧਾਪੂਰਨ ਸਪਰਸ਼ ਨਾਲ ਸ਼ਗਿਰਦ ਅਧਿਆਤਮਿਕ ਸ਼ਕਤੀ ਨਾਲ ਭਰਪੂਰ ਹੋ ਜਾਂਦਾ ਹੈ। ਇੱਕ ਸੂਖਮ ਬਿਜਲਈ ਧਾਰਾ ਪ੍ਰਵਾਹਤ ਹੁੰਦੀ ਹੈ। ਸ਼ਗਿਰਦ ਦੇ ਦਿਮਾਗ ਵਿਚ ਮੌਜੂਦ ਅਣਇੱਛਿਤ ਮਸ਼ੀਨੀ ਆਦਤਾਂ ਦਾ ਪ੍ਰਵਾਹ ਨਸ਼ਟ ਹੋ ਜਾਂਦਾ ਹੈ। ਉਸ ਦੀਆਂ ਸੰਸਾਰਕ ਪ੍ਰਵਿਰਤੀਆਂ ਦੀਆਂ ਝਰੀਆਂ ਵਿਚ ਕਲਿਆਣਕਾਰੀ ਹਿਲਜੁਲ ਪੈਦਾ ਹੋ ਜਾਂਦੀ ਹੈ। ਘੱਟੋ ਘੱਟ ਕੁਝ ਪਲਾਂ ਵਾਸਤੇ ਹੀ ਸਹੀ, ਉਹ ਮਾਇਆ ਦੇ ਗੁਪਤ ਪਰਦੇ ਉੱਠਦੇ ਮਹਿਸੂਸ ਕਰਦਾ ਹੈ ਅਤੇ ਪਰਮ ਆਨੰਦ ਦੀ ਸਚਾਈ ਦੀ ਝਲਕ

* ਜੋ ਪਵਿੱਤਰ ਹੈ, ਉਹ ਕੁੱਤਿਆਂ ਨੂੰ ਨਾ ਦਿਉ ਅਤੇ ਨਾ ਹੀ ਮੋਤੀਆਂ ਨੂੰ ਸੂਰਾਂ ਦੇ ਸਾਹਮਣੇ ਸੁਟੋ, ਕਿਤੇ ਉਹ ਉਨ੍ਹਾਂ ਨੂੰ ਆਪਣੇ ਪੈਰਾਂ ਥੱਲੇ ਰੋਲ ਦੇਣ ਅਤੇ ਫਿਰ ਪਲਟ ਕੇ ਤੁਹਾਨੂੰ ਹੀ ਨਾ ਚੀਰ ਪਾੜ ਦੇਣ। *ਮੈਥਯੂ* 7:6 (ਬਾਈਬਲ)

ਪਾ ਸਕਦਾ ਹੈ। ਮੈਂ ਜਦੋਂ ਵੀ ਆਪਣੇ ਗੁਰੂ ਦੇ ਸਾਹਮਣੇ ਨਤਮਸਤਕ ਹੁੰਦਾ ਸੀ ਤਾਂ ਮੇਰਾ ਸਾਰਾ ਸਰੀਰ, ਜਿਸ ਤਰ੍ਹਾਂ ਇੱਕ ਮੁਕਤੀਦਾਇਕ ਤੇਜ ਨਾਲ ਭਰ ਜਾਂਦਾ ਸੀ।

ਗੁਰੂਦੇਵ ਨੇ ਮੈਨੂੰ ਦੱਸਿਆ ਸੀ, "ਜਦੋਂ ਲਾਹਿੜੀ ਮਹਾਸ਼ਯ ਮੌਨ ਵੀ ਰਹਿੰਦੇ ਸਨ ਜਾਂ ਕਿਸੇ ਇਹੋ ਜਿਹੇ ਵਿਸ਼ੇ ਉੱਪਰ ਵਿਚਾਰ ਚਰਚਾ ਕਰ ਰਹੇ ਹੁੰਦੇ, ਜੋ ਪੂਰੀ ਤਰ੍ਹਾਂ ਧਾਰਮਿਕ ਨਾ ਵੀ ਹੋਵੇ, ਤਾਂ ਵੀ ਮੈਂ ਦੇਖਦਾ ਕਿ ਉਨ੍ਹਾਂ ਨੇ ਮੇਰੇ ਅੰਦਰ ਅਕਹਿ ਗਿਆਨ ਭਰ ਦਿੱਤਾ ਹੈ।"

ਮੇਰੇ ਉੱਪਰ ਵੀ ਸ੍ਰੀ ਯੁਕਤੇਸ਼ਵਰ ਜੀ ਦਾ ਪ੍ਰਭਾਵ ਇਸੇ ਤਰ੍ਹਾਂ ਹੀ ਪੈਂਦਾ ਸੀ। ਜੇ ਮੈਂ ਕਦੇ ਚਿੰਤਾਗ੍ਰਸਤ ਜਾਂ ਅਣਮੰਨੇ ਮਨ ਦੇ ਨਾਲ ਵੀ ਆਸ਼ਰਮ ਵਿਚ ਪ੍ਰਵੇਸ਼ ਕਰਦਾ, ਤਾਂ ਵੀ ਮੇਰੀ ਮਨੋਵਿਰਤੀ ਅਗੰਮ ਤਰੀਕੇ ਨਾਲ ਬਦਲ ਜਾਂਦੀ। ਉਨ੍ਹਾਂ ਦੀ ਸੰਗਤ ਵਿਚ ਆਨੰਦ, ਸ਼ਾਂਤੀ ਅਤੇ ਗਿਆਨ ਦਾ ਹਰ ਰੋਜ਼ ਇੱਕ ਨਵਾਂ ਤਜ਼ਰਬਾ ਹੁੰਦਾ ਸੀ। ਮੈਂ ਉਨ੍ਹਾਂ ਨੂੰ ਕਦੇ ਮਾਇਆ ਦੇ ਭਰਮ ਜਾਲ ਵਿਚ ਫਸੇ, ਲਾਲਚ, ਕ੍ਰੋਧ ਜਾਂ ਇਨਸਾਨੀ ਮੋਹ ਦੀ ਖੁਮਾਰੀ ਨਾਲ ਉਤੇਜਿਤ ਹੋ ਕੇ ਆਪੇ ਤੋਂ ਬਾਹਰ ਹੁੰਦੇ ਨਹੀਂ ਸੀ ਦੇਖਿਆ।

"ਮਾਇਆ ਦਾ ਅੰਧਕਾਰ ਚੁੱਪ ਚਾਪ ਹੌਲੀ ਹੌਲੀ ਸਾਡੇ ਉੱਪਰ ਪਸਰ ਰਿਹਾ ਹੈ। ਆਉ, ਆਪਣੇ ਅੰਤਰ ਵਿਚ, ਆਪਣੇ ਘਰ ਵੱਲ ਚਲੀਏ।" ਸ਼ਗਿਰਦਾਂ ਨੂੰ ਸਾਵਧਾਨ ਕਰਨ ਵਾਸਤੇ ਇਨ੍ਹਾਂ ਸ਼ਬਦਾਂ ਨਾਲ ਗੁਰੂਦੇਵ ਉਨ੍ਹਾਂ ਨੂੰ ਹਰ ਰੋਜ਼ *ਕਿਰਿਆ ਯੋਗ* ਦੇ ਅਭਿਆਸ ਦੀ ਜ਼ਰੂਰਤ ਦੀ ਯਾਦ ਦਵਾਉਂਦੇ ਸਨ। ਕਦੇ ਕਦੇ ਕੋਈ ਨਵਾਂ ਸ਼ਗਿਰਦ ਆਪਣੇ ਯੋਗ ਅਭਿਆਸ ਕਰਨ ਦੀ ਯੋਗਤਾ ਉੱਪਰ ਸ਼ੰਕਾ ਪ੍ਰਗਟ ਕਰਦਾ।

"ਭੂਤਕਾਲ ਨੂੰ ਭੁੱਲ ਜਾਉ," ਸ੍ਰੀ ਯੁਕਤੇਸ਼ਵਰ ਹੌਸਲਾ ਦਿੰਦਿਆਂ ਕਹਿੰਦੇ। "ਭੂਤਕਾਲ ਸਾਰਿਆਂ ਲੋਕਾਂ ਦਾ ਹੀ ਅਨੇਕ ਸ਼ਰਮਿੰਦਗੀਆਂ ਨਾਲ ਕਲੰਕਿਤ ਹੁੰਦਾ ਹੈ। ਮਨੁੱਖ ਦੇ ਆਚਰਨ ਦਾ ਉਦੋਂ ਤਕ ਕੋਈ ਭਰੋਸਾ ਨਹੀਂ ਹੁੰਦਾ, ਜਦੋਂ ਤਕ ਉਹ ਈਸ਼ਵਰ ਵਿਚ ਸਥਾਪਿਤ ਨਾ ਹੋ ਜਾਵੇ। ਭਵਿਖ ਵਿਚ ਸਭ ਕੁਝ ਸੁਧਰ ਜਾਵੇਗਾ, ਜੇ ਤੁਸੀਂ ਹੁਣ ਤੋਂ ਅਧਿਆਤਮਿਕ ਯਤਨ ਸ਼ੁਰੂ ਕਰ ਦਿੰਦੇ ਹੋ।"

ਗੁਰੂਦੇਵ ਕੋਲ ਆਸ਼ਰਮ ਵਿਚ ਸਦਾ ਹੀ ਬਾਲ ਸ਼ਗਿਰਦ ਰਹਿੰਦੇ ਸਨ। ਉਨ੍ਹਾਂ ਦੀ ਬੌਧਿਕ ਅਤੇ ਅਧਿਆਤਮਿਕ ਸਿੱਖਿਆ ਵਿਚ ਗੁਰੂਦੇਵ ਦੀ ਸਦਾ ਹੀ ਗਹਿਰੀ ਦਿਲਚਸਪੀ ਰਹਿੰਦੀ ਸੀ। ਆਪਣੇ ਸਰੀਰ ਤਿਆਗਣ ਤੋਂ ਕੁਝ ਦਿਨ ਪਹਿਲਾਂ ਹੀ ਉਨ੍ਹਾਂ ਨੇ ਦੋ ਛੇ ਛੇ ਸਾਲ ਦੇ ਅਤੇ ਇੱਕ ਸੋਲ੍ਹਾਂ ਵਰ੍ਹਿਆਂ ਦੇ ਨੌਜਵਾਨ ਨੂੰ ਆਸ਼ਰਮਵਾਸੀ ਦੇ ਰੂਪ ਵਿਚ ਸਵੀਕਾਰ ਕੀਤਾ ਸੀ। ਆਪਣੇ ਅਧੀਨ ਸ਼ਗਿਰਦਾਂ ਨੂੰ ਉਹ ਸਾਵਧਾਨੀ ਪੂਰਵਕ ਸਿੱਖਿਆ ਦਿੰਦੇ ਸਨ। ਸ਼ਗਿਰਦ ਅਤੇ ਅਨੁਸ਼ਾਸਨ ਦੋਵਾਂ ਸ਼ਬਦਾਂ ਦਾ ਮੂਲ ਇੱਕ ਹੀ ਹੈ। ਇਹ ਦੋਨੋਂ ਵਿਵਹਾਰਕ ਤੌਰ ਤੇ ਇੱਕ ਦੂਜੇ ਨਾਲ ਸਬੰਧਿਤ ਹਨ।

ਆਸ਼ਰਮਵਾਸੀਆਂ ਨੂੰ ਆਪਣੇ ਗੁਰੂਦੇਵ ਨਾਲ ਅੰਤਾਂ ਦਾ ਪਿਆਰ ਅਤੇ ਸ਼ਰਧਾ

ਸੀ। ਗੁਰੂਦੇਵ ਜੀ ਦੀ ਇੱਕ ਹਲਕੀ ਜਿਹੀ ਤਾੜੀ ਉੱਪਰ ਸਾਰੇ ਭੱਜੇ ਆਉਂਦੇ ਸਨ। ਜਦੋਂ ਵੀ ਕਦੇ ਉਹ ਗੰਭੀਰ ਜਾਂ ਅੰਤਰ ਮੁਖੀ ਹੁੰਦੇ, ਤਾਂ ਕੋਈ ਵੀ ਉਨ੍ਹਾਂ ਦੇ ਨਾਲ ਗੱਲ ਬਾਤ ਕਰਨ ਦਾ ਹੌਸਲਾ ਨਹੀਂ ਸੀ ਕਰਦਾ। ਪਰ ਜਦੋਂ ਉਨ੍ਹਾਂ ਦਾ ਹਾਸਾ ਗੂੰਜ ਉੱਠਦਾ, ਤਾਂ ਬੱਚੇ ਵੀ ਉਨ੍ਹਾਂ ਨੂੰ ਆਪਣਿਆਂ ਵਿਚੋਂ ਸਮਝਣ ਲੱਗ ਪੈਂਦੇ।

ਸ੍ਰੀ ਯੁਕਤੇਸ਼ਵਰ ਜੀ ਸ਼ਾਇਦ ਕਦੇ ਹੀ ਕਿਸੇ ਨੂੰ ਕੋਈ ਆਪਣਾ ਨਿੱਜੀ ਕੰਮ ਕਰਨ ਵਾਸਤੇ ਕਹਿੰਦੇ ਹੋਣ ਅਤੇ ਨਾ ਹੀ ਉਹ ਕਦੇ ਕਿਸੇ ਸ਼ਗਿਰਦ ਦੀ ਕੋਈ ਸੇਵਾ ਸਵੀਕਾਰ ਕਰਦੇ, ਜੇ ਉਹ ਸ਼ਗਿਰਦ ਆਪਣੇ ਆਪ ਖੁਸ਼ੀ ਨਾਲ ਸੇਵਾ ਅਰਪਣ ਕਰਨ ਲਈ ਤਤਪਰ ਨਾ ਹੁੰਦਾ। ਜੇ ਸ਼ਗਿਰਦ ਗੁਰੂਦੇਵ ਦੇ ਕਪੜੇ ਧੋਣ ਦਾ ਸੁਭਾਗ ਪੂਰਨ ਕੰਮ ਕਰਨਾ ਭੁੱਲ ਜਾਂਦੇ, ਤਾਂ ਉਹ ਆਪਣੇ ਆਪ ਧੋ ਲੈਂਦੇ।

ਉਹ ਆਮ ਤੌਰ ਤੇ ਸਵਾਮੀਆਂ ਵਾਲੇ ਪਰੰਪਰਾਗਤ ਗੇਰੂਏ ਕਪੜੇ ਪਹਿਨਦੇ ਸਨ। ਆਸ਼ਰਮ ਦੇ ਅੰਦਰ ਬਗੈਰ ਫੀਤਿਆਂ ਦੇ ਜੁੱਤੇ ਪਹਿਨਦੇ ਸਨ, ਜਿਹੜੇ ਯੋਗੀਆਂ ਦੇ ਰਿਵਾਜ਼ ਮੁਤਾਬਿਕ ਬਾਘ ਜਾਂ ਹਿਰਨ ਦੀ ਖੱਲ ਦੇ ਬਣਾਏ ਜਾਂਦੇ ਸਨ।

ਸ੍ਰੀ ਯੁਕਤੇਸ਼ਵਰ ਜੀ ਅੰਗਰੇਜ਼ੀ, ਫਰੈਂਚ, ਬੰਗਲਾ ਅਤੇ ਹਿੰਦੀ ਧਾਰਾ ਪ੍ਰਵਾਹ ਬੋਲ ਸਕਦੇ ਸਨ। ਉਨ੍ਹਾਂ ਦੀ ਸੰਸਕਰਿਤ ਵੀ ਚੰਗੀ ਸੀ। ਉਹ ਆਪਣੇ ਸ਼ਗਿਰਦਾਂ ਨੂੰ ਅੰਗਰੇਜ਼ੀ ਅਤੇ ਸੰਸਕਰਿਤ ਆਪਣੇ ਦੁਆਰਾ ਖੋਜੇ ਗਏ ਸਰਲ ਤਰੀਕਿਆਂ ਨਾਲ, ਬੜੇ ਠਰ੍ਹਮੇਂ ਨਾਲ ਪੜ੍ਹਾਉਂਦੇ ਸਨ।

ਗੁਰੂਦੇਵ ਨੂੰ ਆਪਣੇ ਸਰੀਰ ਦੀ ਕੋਈ ਬਹੁਤ ਜਿਆਦਾ ਚਿੰਤਾ ਤਾਂ ਨਹੀਂ ਸੀ ਪਰ ਉਹ ਉਸ ਦੇ ਪ੍ਰਤੀ ਸਾਵਧਾਨ ਜਰੂਰ ਰਹਿੰਦੇ ਸਨ। ਉਹ ਕਹਿੰਦੇ ਸਨ ਕਿ ਈਸ਼ਵਰ ਸਰੀਰਕ ਅਤੇ ਮਾਨਸਿਕ ਮਜ਼ਬੂਤੀ ਵਿਚ ਚੰਗੀ ਤਰ੍ਹਾਂ ਪ੍ਰਗਟ ਹੋ ਸਕਦਾ ਹੈ। ਕਿਸੇ ਵੀ ਗੱਲ ਵਿਚ, ਉਹ ਅੱਤ ਦੀ ਹੱਦ ਤਕ ਜਾਣਾ ਪਸੰਦ ਨਹੀਂ ਸਨ ਕਰਦੇ। ਇੱਕ ਸ਼ਗਿਰਦ ਜੋ ਬਹੁਤ ਲੰਬਾ ਵਰਤ ਰੱਖਣਾ ਚਾਹੁੰਦਾ ਸੀ, ਮੇਰੇ ਗੁਰੂਦੇਵ ਨੇ ਉਸ ਨੂੰ ਹੱਸਦਿਆਂ ਕਿਹਾ, "ਕੁੱਤੇ ਨੂੰ ਹੱਡੀ ਕਿਉਂ ਨਾ ਪਾ ਦਿੱਤੀ ਜਾਵੇ।"*

ਸ੍ਰੀ ਯੁਕਤੇਸ਼ਵਰ ਜੀ ਦੀ ਸਿਹਤ ਬਹੁਤ ਵਧੀਆ ਸੀ। ਮੈਂ ਉਨ੍ਹਾਂ ਨੂੰ ਕਦੇ ਬਿਮਾਰ ਨਹੀਂ ਸੀ ਦੇਖਿਆ।† ਸੰਸਾਰਕ ਰਿਵਾਜ਼ ਦਾ ਮਾਣ ਰੱਖਣ ਖਾਤਰ ਆਪਣੇ ਸ਼ਗਿਰਦਾਂ ਨੂੰ ਜੇ ਉਹ ਚਾਹੁਣ ਤਾਂ ਡਾਕਟਰਾਂ ਕੋਲ ਜਾਣ ਦੀ ਇਜਾਜ਼ਤ ਦੇ ਦਿੰਦੇ ਸਨ। ਉਹ ਕਹਿੰਦੇ ਸਨ, "ਡਾਕਟਰਾਂ ਨੂੰ ਭੌਤਿਕ ਪਦਾਰਥਾਂ ਵਾਸਤੇ ਨਿਰਧਾਰਿਤ ਇਲਾਹੀ ਨਿਯਮਾਂ ਦੇ ਅਨੁਸਾਰ ਹੀ

* ਗੁਰੂਦੇਵ ਸਰੀਰ ਦੀ ਸ਼ੁੱਧੀ ਵਾਸਤੇ, ਆਦਰਸ਼ ਕੁਦਰਤੀ ਪ੍ਰਣਾਲੀ ਵਰਤ ਰੱਖਣ ਦੀ ਉਪਯੋਗਤਾ ਨੂੰ ਮੰਨਦੇ ਸਨ ਪਰ ਉਹ ਸ਼ਗਿਰਦ ਆਪਣੇ ਸਰੀਰ ਨੂੰ ਲੈ ਕੇ ਕੁਝ ਜਿਆਦਾ ਹੀ ਫਿਕਰਮੰਦ ਸੀ।

† ਇੱਕ ਵਾਰ ਗੁਰੂਦੇਵ ਕਸ਼ਮੀਰ ਵਿਚ ਬੀਮਾਰ ਹੋਏ ਸਨ, ਪਰ ਉਸ ਵਕਤ ਮੈਂ ਉਨ੍ਹਾਂ ਦੇ ਕੋਲ ਨਹੀਂ ਸੀ। (ਦੇਖੋ ਚੈਪਟਰ 21)

ਆਪਣੀ ਚਿਕਿਤਸਾ ਦਾ ਕੰਮ ਕਰਨਾ ਚਾਹੀਦਾ ਹੈ। ਪ੍ਰੰਤੂ ਉਹ ਮਾਨਸਿਕ ਸ਼ਕਤੀ ਨਾਲ ਰੋਗ ਨਿਵਾਰਨ ਦੇ ਤਰੀਕਿਆਂ ਨੂੰ ਵਧੀਆ ਮੰਨਦੇ ਸਨ।" ਉਹ ਅਕਸਰ ਆਪਣੇ ਸ਼ਗਿਰਦਾਂ ਨੂੰ ਕਿਹਾ ਕਰਦੇ ਸਨ, "ਗਿਆਨ ਹੀ ਸਭ ਤੋਂ ਵਧੀਆ ਨਿਖਾਰਨ ਵਾਲਾ ਤਰੀਕਾ ਹੈ।"

"ਸਰੀਰ ਇੱਕ ਧੋਖੇਬਾਜ਼ ਮਿੱਤਰ ਹੈ। ਉਸ ਨੂੰ ਓਨਾ ਹੀ ਦਿਉ ਜਿੰਨਾ ਜਰੂਰੀ ਹੈ। ਉਸ ਤੋਂ ਜਿਆਦਾ ਨਹੀਂ। ਸੁਖ ਅਤੇ ਦੁਖ ਥੋੜ-ਚਿਰੇ ਹਨ। ਸੰਸਾਰ ਦੇ ਸਾਰੇ ਦਵੰਦਾਂ ਨੂੰ ਸ਼ਾਂਤੀਪੂਰਵਕ ਸਹਿਣ ਕਰੋ ਅਤੇ ਨਾਲ ਹੀ ਉਨ੍ਹਾਂ ਦੇ ਪ੍ਰਭਾਵ ਤੋਂ ਬਚਣ ਦੀ ਕੋਸ਼ਿਸ਼ ਕਰੋ। ਕਲਪਨਾ ਹੀ ਉਹ ਦਰਵਾਜ਼ਾ ਹੈ, ਜਿਸ ਰਾਹੀਂ ਬਿਮਾਰੀ ਅਤੇ ਨਿਰੋਗਤਾ ਅੰਦਰ ਆਉਂਦੀਆਂ ਹਨ। ਬਿਮਾਰ ਹੋਣ ਉੱਪਰ ਬਿਮਾਰੀ ਦੀ ਅਸਲੀਅਤ ਉੱਪਰ ਵਿਸ਼ਵਾਸ ਨਾ ਕਰੋ। ਅਣਗੌਲਿਆ ਮਹਿਮਾਨ ਆਪਣੇ ਆਪ ਭੱਜ ਜਾਵੇਗਾ।"

ਅਨੇਕ ਡਾਕਟਰ ਵੀ ਗੁਰੂਦੇਵ ਦੇ ਸ਼ਗਿਰਦ ਸਨ। ਗੁਰੂਦੇਵ ਉਨ੍ਹਾਂ ਨੂੰ ਕਹਿੰਦੇ ਸਨ, "ਜਿਨ੍ਹਾ ਨੇ ਸਰੀਰ ਵਿਗਿਆਨ ਦਾ ਅਧਿਐਨ ਕੀਤਾ ਹੈ, ਉਨ੍ਹਾਂ ਨੂੰ ਇਸ ਤੋਂ ਅੱਗੇ ਜਾ ਕੇ ਆਤਮਾ ਦੇ ਗਿਆਨ ਬਾਰੇ ਖੋਜ ਕਰਨੀ ਚਾਹੀਦੀ ਹੈ। ਸਰੀਰ ਯੰਤਰਾਵਲੀ ਦੇ ਪਿੱਛੇ ਇੱਕ ਸੂਖਮ ਅਧਿਆਤਮਿਕ ਢਾਂਚਾ ਛੁਪਿਆ ਹੋਇਆ ਹੈ।"*

ਸ਼੍ਰੀ ਯੁਕਤੇਸ਼ਵਰ ਜੀ ਆਪਣੇ ਸ਼ਗਿਰਦਾਂ ਨੂੰ ਪੂਰਬ ਅਤੇ ਪੱਛਮ ਦੇ ਸੱਚੇ ਗੁਣਾਂ ਦੇ ਸੰਪਰਕ ਸੂਤਰ ਬਣਨ ਲਈ ਕਹਿੰਦੇ ਸਨ। ਉਹ ਖੁਦ ਆਪ ਬਾਹਰੀ ਆਦਤਾਂ ਵਿਚ ਤਾਂ ਕਿਸੇ ਪੱਛਮੀ ਸੰਚਾਲਕ ਵਾਂਗ ਸਨ, ਪਰ ਉਨ੍ਹਾਂ ਦੇ ਅੰਦਰ ਪੂਰਬ ਦੀ ਅਧਿਆਤਮਿਕਤਾ ਕੁੱਟ ਕੁੱਟ ਕੇ ਭਰੀ ਹੋਈ ਸੀ। ਉਹ ਪੱਛਮ ਦੇ ਅਗਾਂਹ ਵਧੂ ਸਾਧਨ ਸੰਪਨ ਅਤੇ ਸਿਹਤ ਵਿਗਿਆਨ ਦੇ ਤੌਰ ਤਰੀਕਿਆਂ ਦੇ ਕਾਇਲ ਸਨ, ਪਰ ਪੂਰਬ ਨੂੰ ਸ਼ਤਾਬਦੀਆਂ ਤੋਂ ਚਾਰ ਚੰਨ ਲਾਉਣ ਵਾਲੇ ਅਤੇ ਉਸ ਦੇ ਚਾਰੋਂ ਪਾਸੇ ਅਧਿਆਤਮਿਕ ਤੇਜ ਮੰਡਲ ਦੀ ਸਿਰਜਣਾ ਕਰਨ ਵਾਲੇ ਧਾਰਮਿਕ ਆਦਰਸ਼ਾਂ ਦੇ ਵੀ ਪੁਜਾਰੀ ਸਨ।

* ਸਰੀਰ ਵਿਗਿਆਨ ਵਿਚ ਨੋਬਲ ਪੁਰਸਕਾਰ ਜੇਤੂ ਇੱਕ ਸਾਹਸੀ ਡਾਕਟਰ ਚਾਰਲਸ ਰਾਬਰਟ ਰਿਸ਼ੇਟ ਨੇ ਲਿਖਿਆ ਹੈ, "ਅਧਿਆਤਮਿਕ ਵਿਦਿਆ ਨੂੰ ਹਾਲੇ ਤਕ ਇੱਕ ਵਿਗਿਆਨ ਦੇ ਰੂਪ ਵਿਚ ਅਧਿਕਾਰਕ ਤੌਰ ਤੇ ਮਾਨਤਾ ਨਹੀਂ ਮਿਲੀ ਹੈ। ਪਰ ਇਹ ਮਿਲ ਕੇ ਹੀ ਰਹੇਗੀ। ਐਡਿਨਬਰਗ ਵਿਚ ਇੱਕ ਸੌ ਵਿਗਆਨੀਆਂ ਦੇ ਸਾਹਮਣੇ, ਮੈਂ ਇਹ ਦ੍ਰਿੜਤਾ ਪੂਰਵਕ ਪੁਸ਼ਟੀ ਕੀਤੀ ਸੀ, ਕਿ ਸਾਡੀਆਂ ਪੰਜ ਇੰਦਰੀਆਂ ਹੀ ਸਾਡੇ ਗਿਆਨ ਦਾ ਸਾਧਨ ਨਹੀਂ ਹਨ। ਕਦੇ ਕਦੇ ਸੱਚ ਦਾ ਆਂਸ਼ਿਕ ਗਿਆਨ ਕਿਸੇ ਹੋਰ ਰਸਤੇ ਦੁਆਰਾ ਵੀ ਸਾਡੀ ਬੁੱਧੀ ਵਿਚ ਪ੍ਰਵੇਸ਼ ਕਰ ਜਾਂਦਾ ਹੈ। ਕੋਈ ਵਸਤੂ ਸਥਿਤੀ ਕਦੇ ਕਦੇ ਹੀ ਚਿੱਤ ਵਿਚ ਆਉਂਦੀ ਹੈ..... ਤਾਂ ਇਸ ਕਾਰਨ ਕਰਕੇ ਉਸ ਨੂੰ ਸਮਝਿਆ ਹੀ ਨਾ ਜਾਵੇ? ਜਿਨ੍ਹਾਂ ਲੋਕਾਂ ਨੇ ਅਧਿਆਤਮਿਕ ਵਿਦਿਆ ਨੂੰ ਡੂੰਘੀ ਵਿਦਿਆ ਕਹਿ ਕੇ ਗਾਲੀ ਗਲੋਚ ਕਰ ਕੇ, ਉਸ ਦਾ ਵਿਰੋਧ ਕੀਤਾ ਹੈ। ਉਨ੍ਹਾਂ ਨੂੰ ਵੀ, ਇੱਕ ਦਿਨ ਆਪਣੇ ਆਪ ਉੱਪਰ ਉਸੇ ਤਰ੍ਹਾਂ ਸ਼ਰਮ ਆਵੇਗੀ, ਜਿਸ ਤਰ੍ਹਾਂ ਰਸਾਇਣ ਸ਼ਾਸਤਰ ਨੂੰ ਪਾਰਸਮਣੀ ਦੀ ਖੋਜ ਦੇ ਸਮਾਨ ਮੰਨ ਕੇ ਵਿਰੋਧ ਕਰਨ ਵਾਲਿਆਂ ਨੂੰ ਆਈ ਸੀ। ਜਿੱਥੇ ਤਕ ਸਿਧਾਂਤਾਂ ਦਾ ਸਵਾਲ ਹੈ, ਉਹ ਤਾਂ ਕੇਵਲ ਲਵਹਾਈਜਿਰ, ਕਲਾਡ, ਬਰਨਾਡ ਅਤੇ ਪਾਸਚਰ ਦੇ ਸਿਧਾਂਤ ਹੀ ਲਾਗੂ ਹੁੰਦੇ ਹਨ। ਹਰ ਥਾਂ, ਹਰ ਸਮੇਂ ਪ੍ਰਯੋਗਤਿਮਕਤਾ ਵਿਚ ਰੁਝੇ ਰਹੋ। ਇਸ ਨਵੇਂ ਵਿਗਿਆਨ ਨੂੰ ਮੇਰਾ ਪ੍ਰਣਾਮ, ਜਿਹੜਾ ਮਨੁੱਖੀ ਵਿਚਾਰ ਧਾਰਾ ਦੀ ਦਿਸ਼ਾ ਨੂੰ ਬਦਲਣ ਵਾਲਾ ਹੈ।"

ਅਨੁਸ਼ਾਸਨ ਦੀ ਪਾਲਨਾ ਕਰਨਾ ਮੇਰੇ ਵਾਸਤੇ ਕੋਈ ਨਵੀਂ ਗੱਲ ਨਹੀਂ ਸੀ। ਘਰ ਵਿਚ ਪਿਤਾ ਜੀ ਅਨੁਸ਼ਾਸਨ ਦੇ ਪੱਕੇ ਸਨ। ਅਨੰਤਦਾ ਅਕਸਰ ਹੀ ਪ੍ਰਤਾੜਿਤ ਕਰਦੇ ਰਹਿੰਦੇ ਸਨ। ਪਰ ਸ਼੍ਰੀ ਯੁਕਤੇਸ਼ਵਰ ਜੀ ਦੀ ਸਿਖਲਾਈ ਨੂੰ ਤਾਂ ਅੰਤਾਂ ਦੀ ਕਰੜੀ ਕਿਹਾ ਜਾ ਸਕਦਾ ਸੀ। ਭਾਵੇਂ ਉਹ ਤਤਕਾਲਿਕ ਵਿਵਹਾਰ ਹੋਵੇ ਜਾਂ ਆਮ ਵਰਤਾਵ ਦੇ ਸੂਖਮ ਅਰਥਾਂ ਵਿਚ ਹੋਵੇ, ਮੇਰੇ ਪੂਰਨਤਾਵਾਦੀ ਗੁਰੂ, ਛੋਟੀ ਛੋਟੀ ਗਲਤੀ ਉੱਪਰ ਵੀ ਆਪਣੇ ਚੇਲਿਆਂ ਦੀ ਖੂਬ ਝਾੜ ਝੰਬ ਕਰਦੇ ਸਨ।

"ਨਿਸ਼ਕਪਟਤਾ ਤੋਂ ਬਗੈਰ ਸ਼ਿਸਟਾਚਾਰ ਦੀ ਅਨੁਪਾਲਨਾ ਸੋਹਣੀ ਮੁਰਦਾ ਇਸਤਰੀ ਵਾਂਗ ਹੈ। ਸਭਿਅਤਾ ਰਹਿਤ ਸਪਸ਼ਟਵਾਦਤਾ ਡਾਕਟਰ ਦੀ ਛੁਰੀ ਵਾਂਗ ਹੈ, ਜੋ ਲਾਭਦਾਇਕ ਤਾਂ ਹੈ, ਪਰ ਚੰਗੀ ਨਹੀਂ ਲਗਦੀ। ਸ਼ਿਸਟਤਾਪੂਰਵਕ ਸਪਸ਼ਟਵਾਦਤਾ ਲਾਭਦਾਇਕ ਵੀ ਹੈ ਅਤੇ ਪ੍ਰਸ਼ੰਸਾਯੋਗ ਵੀ," ਉਹ ਉਚਿਤ ਮੌਕੇ ਤੇ ਕਹਿੰਦੇ ਹੁੰਦੇ ਸਨ।

ਗੁਰੂਦੇਵ ਮੇਰੀ ਅਧਿਆਤਮਿਕ ਉੱਨਤੀ ਤੋਂ ਸੰਤੁਸ਼ਟ ਲਗਦੇ ਸਨ ਕਿਉਂਕਿ ਉਨ੍ਹਾਂ ਨੇ ਸ਼ਾਇਦ ਹੀ ਕਦੇ ਇਸ ਬਾਰੇ ਕੋਈ ਅਲੋਚਨਾ ਕੀਤੀ ਹੋਵੇ। ਹੋਰ ਗੱਲਾਂ ਵਿਚ ਫਿਟਕਾਰਾਂ ਸੁਣਨੀਆਂ ਮੇਰਾ ਰੋਜ਼ ਦਿਹਾੜੀ ਦਾ ਕੰਮ ਹੁੰਦਾ ਸੀ। ਮੇਰੇ ਮੁੱਖ ਅਪਰਾਧ ਹੁੰਦੇ ਸਨ ਬੇਧਿਆਨੀ, ਥੋੜੀ ਥੋੜੀ ਦੇਰ ਬਾਅਦ ਉਦਾਸੀਨ ਭਾਵ, ਸ਼ਿਸਟਾਚਾਰ ਦੇ ਨਿਯਮਾਂ ਦੀ ਉਲੰਘਣਾ ਅਤੇ ਕਦੇ ਕਦੇ ਤਰੀਕੇ ਮੁਤਾਬਿਕ ਕੰਮ ਨਾ ਕਰਨਾ।

"ਤੂੰ ਦੇਖ ਤੇਰੇ ਪਿਤਾ ਜੀ ਭਗਵਤੀ ਦੀ ਕਾਰਜਸ਼ੈਲੀ ਕਿੰਨੀ ਤਰੀਕੇ ਮੁਤਾਬਿਕ ਅਤੇ ਕਿੰਨੀ ਸੰਤੁਲਿਤ ਹੈ," ਮੇਰੇ ਗੁਰੂਦੇਵ ਕਿਹਾ ਕਰਦੇ ਸਨ। ਸ਼੍ਰੀਰਾਮਪੁਰ ਆਸ਼ਰਮ ਵਿਚ, ਜਦੋਂ ਮੈਂ ਪਹਿਲੀ ਵਾਰ ਆਇਆ ਸੀ, ਤਾਂ ਉਸ ਤੋਂ ਥੋੜੇ ਦਿਨ ਬਾਅਦ ਹੀ ਲਾਹਿੜੀ ਮਹਾਸ਼ਯ ਦੇ, ਇਨ੍ਹਾਂ ਦੋਨਾਂ ਸ਼ਗਿਰਦਾਂ ਦੀ ਆਪਸ ਵਿਚ ਮੁਲਾਕਾਤ ਹੋਈ ਸੀ। ਪਿਤਾ ਜੀ ਅਤੇ ਗੁਰੂਦੇਵ ਇੱਕ ਦੂਜੇ ਦੇ ਬਹੁਤ ਜਿਆਦਾ ਪ੍ਰਸ਼ੰਸਕ ਸਨ। ਦੋਨਾਂ ਨੇ ਹੀ ਮਜ਼ਬੂਤ ਅਧਿਆਤਮਿਕਤਾ ਦੀ ਨੀਂਹ ਉੱਪਰ ਆਪਣੀਆਂ ਸੁੰਦਰ ਅਧਿਆਤਮਿਕ ਜ਼ਿੰਦਗੀਆਂ ਦਾ ਨਿਰਮਾਣ ਕੀਤਾ ਸੀ, ਜਿਸ ਦਾ ਯੁਗ ਯੁਗਾਂਤਰਾਂ ਤਕ ਨਾਸ਼ ਨਹੀਂ ਹੁੰਦਾ।

ਮੈਂ ਬਚਪਨ ਵਿਚ ਹੀ ਇੱਕ ਥੋੜ ਚਿਰੇ ਅਧਿਆਪਕ ਤੋਂ ਕਈ ਗਲਤ ਸਿੱਖਿਆਵਾਂ ਗ੍ਰੈਹਣ ਕਰ ਲਈਆਂ ਸਨ। ਉਸ ਨੇ ਮੈਨੂੰ ਇਹ ਦੱਸਿਆ ਸੀ ਕਿ ਇੱਕ ਸ਼ਗਿਰਦ ਨੂੰ ਸੰਸਾਰਕ ਫਰਜ਼ਾਂ ਨੂੰ ਪੂਰਾ ਕਰਨ ਵਾਸਤੇ ਜਿਆਦਾ ਕਸ਼ਟ ਸਹਿਣ ਕਰਨ ਦੀ ਜ਼ਰੂਰਤ ਨਹੀਂ ਹੁੰਦੀ। ਜਦੋਂ ਕਦੇ ਵੀ, ਮੈਂ ਆਪਣੇ ਜ਼ੁੰਮੇ ਲਾਏ ਕਿਸੇ ਕੰਮ ਤੋਂ ਘੇਸਲ ਵੱਟੀ ਜਾਂ ਲਾਪਰਵਾਹੀ ਕੀਤੀ, ਤਾਂ ਮੈਨੂੰ ਕਿਸੇ ਨੇ ਡਾਂਟਿਆ ਜਾਂ ਫਿਟਕਾਰਿਆ ਨਹੀਂ ਸੀ। ਇਨਸਾਨੀ ਮਨ ਨੂੰ ਇਹੋ ਜਿਹੀ ਨਾਂਹ ਵਾਚਕ ਸਿੱਖਿਆ ਗ੍ਰੈਹਣ ਕਰਨਾ ਬੜਾ ਸੌਖਾ ਲੱਗਦਾ ਹੈ, ਪਰ ਗੁਰੂਦੇਵ ਦੇ ਕਰੜੇ ਅਨੁਸ਼ਾਸਨ ਕਰਕੇ, ਮੈਂ ਛੇਤੀ ਹੀ ਇਸ ਲਾਪਰਵਾਹੀ ਦੇ ਮਨੋਹਰ ਭਰਮਜਾਲ ਵਿਚੋਂ ਨਿਕਲ ਗਿਆ।

"ਜੋ ਲੋਕ ਇਸ ਸੰਸਾਰ ਵਾਸਤੇ ਲਾਭਦਾਇਕ ਹਨ, ਉਹ ਦੂਸਰੇ ਸੰਸਾਰ ਦੀ ਵੀ ਸੋਭਾ ਬਣਦੇ ਹਨ।" ਸ਼੍ਰੀ ਯੁਕਤੇਸ਼ਵਰ ਜੀ ਨੇ ਇੱਕ ਦਿਨ ਕਿਹਾ, "ਜਿੰਨੀ ਦੇਰ ਤਕ ਤੂੰ ਇਸ ਧਰਤੀ ਦੀ ਪਾਵਨ ਹਵਾ ਵਿਚ ਸੁਆਸ ਲੈਂਦਾ ਹੈਂ, ਓਨੀ ਦੇਰ ਤਕ ਇਸ ਦੇ ਬਦਲੇ ਵਿਚ ਕਿਰਤੱਗਤਾ ਪੂਰਵਕ ਸੇਵਾ ਪ੍ਰਦਾਨ ਕਰਨਾ ਤੇਰਾ ਇਖਲਾਕੀ ਫਰਜ਼ ਹੈ। ਜੋ ਇਨਸਾਨ ਸਮਾਧੀ ਦੀ ਸੁਆਸ ਰਹਿਤ ਅਵਸਥਾ* ਵਿਚ ਨਿਪੁੰਨ ਹੋ ਗਿਆ ਹੋਵੇ, ਉਹ ਹੀ ਇਨ੍ਹਾਂ ਸੰਸਾਰਕ ਜ਼ੁੰਮੇਵਾਰੀਆਂ ਤੋਂ ਮੁਕਤ ਹੁੰਦਾ ਹੈ।" ਉਨ੍ਹਾਂ ਅੱਗੇ ਬੜੇ ਰੁੱਖੇਪਣ ਨਾਲ ਕਿਹਾ, "ਜਦੋਂ ਤੂੰ ਉਸ ਪੂਰਨਤਾ ਦੀ ਅਵਸਥਾ ਵਿਚ ਪਹੁੰਚ ਜਾਵੇਂਗਾ, ਤਾਂ ਮੈਂ ਤੈਨੂੰ ਦੱਸਣਾ ਨਹੀਂ ਭੁਲੂੰਗਾ।"

ਮੇਰੇ ਗੁਰੂ ਨੂੰ ਕਿਸੇ ਪ੍ਰਕਾਰ ਦੀ ਰਿਸ਼ਵਤ ਦੇ ਕੇ ਵੱਸ ਵਿਚ ਨਹੀਂ ਸੀ ਕੀਤਾ ਜਾ ਸਕਦਾ, ਪਿਆਰ ਨਾਲ ਵੀ ਨਹੀਂ। ਜਿਸ ਨੇ ਮੇਰੇ ਵਾਂਗ ਆਪਣੀ ਇੱਛਾ ਦੇ ਨਾਲ ਉਨ੍ਹਾਂ ਦਾ ਸ਼ਗਿਰਦ ਬਣਨਾ ਸਵੀਕਾਰ ਕਰ ਲਿਆ ਹੋਵੇ, ਉਸ ਦੇ ਪ੍ਰਤੀ ਉਹ ਨਰਮਾਈ ਨਹੀਂ ਸਨ ਦਿਖਾਉਂਦੇ। ਗੁਰੂਦੇਵ, ਭਾਵੇਂ ਅਸੀਂ ਆਪਸ ਵਿਚ ਹੋਈਏ, ਭਾਵੇਂ ਹੋਰ ਸ਼ਗਿਰਦਾਂ ਦੇ ਨਾਲ ਘਿਰੇ ਹੋਏ ਹੋਈਏ ਜਾਂ ਅਣਜਾਣੇ ਲੋਕਾਂ ਵਿਚ ਹੋਈਏ, ਉਹ ਹਮੇਸ਼ਾਂ ਆਪਣੀ ਗੱਲ ਸਪਸ਼ਟ ਸ਼ਬਦਾਂ ਵਿਚ ਕਹਿ ਦਿੰਦੇ ਸਨ ਅਤੇ ਤਿੱਖੀ ਫਿਟਕਾਰ ਪਾਉਂਦੇ ਸਨ। ਛੋਟੀ ਮੋਟੀ ਗਲਤੀ ਹੋਵੇ ਜਾਂ ਵਿਰੋਧਤਾ ਹੋਵੇ, ਉਨ੍ਹਾਂ ਦੀ ਡਾਂਟ ਫਿਟਕਾਰ ਤੋਂ ਬਚਣਾ ਅਸੰਭਵ ਸੀ। ਮੇਰੇ ਅਹਮ ਭਾਵ ਉੱਪਰ ਵਾਰ ਵਾਰ ਚੋਟ ਕਰਨ ਵਾਲੇ ਵਤੀਰੇ ਨੂੰ ਬਰਦਾਸ਼ਤ ਕਰਨਾ ਮੁਸ਼ਕਿਲ ਸੀ। ਪ੍ਰੰਤੂ ਮੈਂ ਵੀ ਆਪਣੇ ਹਰ ਇੱਕ ਮਾਨਸਿਕ ਵਲੇਵੇਂ ਨੂੰ ਸ਼੍ਰੀ ਯੁਕਤੇਸ਼ਵਰ ਜੀ ਦੁਆਰਾ ਸਿੱਧਾ ਕਰਵਾਉਣ ਦਾ ਅਟੱਲ ਨਿਸ਼ਚਾ ਕਰ ਰੱਖਿਆ ਸੀ। ਜਦੋਂ ਉਹ ਇਸ ਵਿਸ਼ਾਲ ਪ੍ਰੀਵਰਤਨ ਨੂੰ ਲਿਆਉਣ ਦੀ ਅਣਥੱਕ ਕੋਸ਼ਿਸ਼ ਵਿਚ ਲੱਗੇ ਹੋਏ ਸਨ, ਤਾਂ ਮੈਂ ਅਨੇਕ ਵਾਰ ਉਨ੍ਹਾਂ ਦੇ ਅਨੁਸ਼ਾਸਨ ਰੂਪੀ ਹਥੌੜੇ ਦੀ ਚੋਟ ਨਾਲ ਤੜਫ ਉੱਠਦਾ ਸੀ।

"ਜੇ ਤੈਨੂੰ ਮੇਰੀਆਂ ਗੱਲਾਂ ਚੰਗੀਆਂ ਨਹੀਂ ਲਗਦੀਆਂ, ਤਾਂ ਤੂੰ ਕਿਸੇ ਵੀ ਮੌਕੇ ਆਸ਼ਰਮ ਛੱਡ ਕੇ ਜਾਣ ਵਾਸਤੇ ਆਜ਼ਾਦ ਹੈਂ," ਗੁਰੂਦੇਵ ਮੈਨੂੰ ਕਹਿੰਦੇ ਸਨ। "ਮੈਂ ਤੈਥੋਂ ਕੁਝ ਨਹੀਂ ਚਾਹੁੰਦਾ ਸਿਵਾਇ ਤੇਰੀ ਆਪਣੀ ਉਨਤੀ ਦੇ, ਜੇ ਤੈਨੂੰ ਠਹਿਰਨਾ ਲਾਭਦਾਇਕ ਲਗਦਾ ਹੈ ਤਾਂ ਠਹਿਰਿਆ ਰਹਿ।"

ਮੇਰੇ ਥੋਥੇ ਅਭਿਮਾਨ ਨੂੰ ਤੋੜਨ ਵਾਸਤੇ, ਜੋ ਝਾੜ ਝੰਬ ਰੂਪੀ ਥਪੇੜੇ ਉਨ੍ਹਾਂ ਨੇ ਮੇਰੇ ਮਾਰੇ, ਉਸ ਵਾਸਤੇ ਮੈਂ ਉਨ੍ਹਾਂ ਦਾ ਸ਼ੁਕਰਗੁਜ਼ਾਰ ਹਾਂ। ਕਦੇ ਕਦੇ ਮੈਨੂੰ ਇਹ ਲਗਦਾ ਸੀ ਕਿ ਲਾਖਣਿਕ ਤੌਰ ਤੇ ਉਹ ਮੇਰੇ ਹਰ ਇੱਕ ਬਿਮਾਰ ਦੰਦ ਨੂੰ ਲੱਭ ਲੱਭ ਕੇ ਉਖਾੜਦੇ ਜਾ ਰਹੇ ਸਨ। ਇਸ ਪ੍ਰਕਾਰ ਦੇ ਝਟਕਿਆਂ ਤੋਂ ਬਗੈਰ ਅਭਿਮਾਨ ਦੀ ਜੜ੍ਹ ਪੁਟਣੀ ਬੜੀ ਔਖੀ ਸੀ। ਅਭਿਮਾਨ ਦੇ ਜਾਂਦਿਆਂ ਹੀ ਪ੍ਰਮਾਤਮਾ ਦੇ ਅੰਦਰ ਆਉਣ ਦਾ ਰਸਤਾ ਖੁੱਲ੍ਹ ਜਾਂਦਾ ਹੈ, ਨਹੀਂ ਤਾਂ ਲਾਲਚ ਦੇ ਕਾਰਨ ਪੱਥਰ ਬਣੇ ਮਨ ਨੂੰ ਤੋੜ ਕੇ ਪ੍ਰਮਾਤਮਾ ਦੇ ਅੰਦਰ ਆਉਣ ਦਾ ਯਤਨ ਵੀ ਵਿਅਰਥ ਹੋ ਜਾਂਦਾ ਹੈ।

* *ਸਮਾਧੀ:* ਪਰਾਚੇਤਨ ਅਵਸਥਾ।

ਸ਼੍ਰੀ ਯੁਕਤੇਸ਼ਵਰ ਜੀ ਦਾ ਸੂਖਮ ਗਿਆਨ ਬਹੁਤ ਤੇਜ ਸੀ। ਉੱਪਰੋਂ ਉੱਪਰੋਂ ਆਦਮੀ ਮੂੰਹ ਨਾਲ ਜੋ ਮਰਜ਼ੀ ਕਹਿ ਰਿਹਾ ਹੋਵੇ, ਉਹ ਅਕਸਰ ਉਸ ਆਦਮੀ ਦੇ ਅਵਿਅਕਤ ਵਿਚਾਰ, ਜੋ ਉਸਦੇ ਮਨ ਵਿਚ ਹੁੰਦੇ ਸਨ, ਉਨ੍ਹਾਂ ਦੇ ਮੁਤਾਬਿਕ ਉੱਤਰ ਦਿੰਦੇ ਸਨ। ਕੋਈ ਵਿਅਕਤੀ ਜਿਹੜੇ ਸ਼ਬਦਾਂ ਦਾ ਪ੍ਰਯੋਗ ਕਰ ਰਿਹਾ ਹੋਵੇ, ਉਨ੍ਹਾਂ ਵਿਚ ਅਤੇ ਉਨ੍ਹਾਂ ਦੇ ਪਿੱਛੇ ਮਨੋਭਾਵਾਂ ਵਿਚ ਜਮੀਨ ਅਸਮਾਨ ਦਾ ਫਰਕ ਹੋ ਸਕਦਾ ਹੈ। ਮੇਰੇ ਗੁਰੂਦੇਵ ਕਹਿੰਦੇ ਸਨ, "ਸ਼ਾਂਤ ਮਨ ਨਾਲ ਮਨੁੱਖ ਦੇ ਸ਼ਬਦਾਂ ਦੇ ਅਡੰਬਰ ਦੇ ਪਿੱਛੇ ਛੁਪੇ ਅਸਲੀ ਮਨੋਭਾਵਾਂ ਨੂੰ ਪਹਿਚਾਨਣ ਦੀ ਕੋਸ਼ਿਸ਼ ਕਰੋ।"

ਰੂਹਾਨੀ ਅੰਤਰ ਦ੍ਰਿਸ਼ਟੀ ਨਾਲ ਪ੍ਰਗਟ ਕੀਤੇ ਗਏ ਭੇਦ ਸੰਸਾਰਕ ਭਰਮ ਜਾਲ ਵਿਚ ਫਸੇ ਕੰਨਾਂ ਨੂੰ ਅਕਸਰ ਕੌੜੇ ਲੱਗਦੇ ਹਨ। ਹੋਛੇ ਸ਼ਗਿਰਦਾਂ ਵਿਚ ਗੁਰੂਦੇਵ ਲੋਕ ਪ੍ਰਿਯ ਨਹੀਂ ਸਨ। ਵਿਚਾਰਵਾਨ ਅਤੇ ਸਮਝਦਾਰ, ਜੋ ਆਮ ਤੌਰ ਤੇ ਹਮੇਸ਼ਾ ਹੀ ਥੋੜੇ ਹੁੰਦੇ ਹਨ, ਉਨ੍ਹਾਂ ਦੀ ਗੁਰੂਦੇਵ ਵਿਚ ਅਪਾਰ ਸ਼ਰਧਾ ਸੀ।

ਮੈਂ ਵਿਸ਼ਵਾਸ ਨਾਲ ਕਹਿ ਸਕਦਾ ਹਾਂ ਸ਼੍ਰੀ ਯੁਕਤੇਸ਼ਵਰ ਜੀ ਭਾਰਤ ਵਿਚ ਸਭ ਤੋਂ ਜਿਆਦਾ ਲੋਕਪ੍ਰਿਯ ਗੁਰੂ ਹੁੰਦੇ, ਜੇ ਉਨ੍ਹਾਂ ਦੀ ਬੋਲ ਬਾਣੀ ਇੰਨੀ ਨਿਸ਼ਕਪਟ ਅਤੇ ਅਲੋਚਨਾਤਮਕ ਨਾ ਹੁੰਦੀ।

"ਜੋ ਮੇਰੇ ਤੋਂ ਸਿੱਖਿਆ ਪ੍ਰਾਪਤ ਕਰਨ ਆਉਂਦੇ ਹਨ, ਉਨ੍ਹਾਂ ਦੇ ਨਾਲ ਮੈਂ ਇਸੇ ਤਰੀਕੇ ਨਾਲ ਪੇਸ਼ ਆਉਂਦਾ ਹਾਂ," ਉਨ੍ਹਾਂ ਨੇ ਮੇਰੇ ਕੋਲ ਮੰਨਿਆ। "ਮੇਰਾ ਤਰੀਕਾ ਇਹੀ ਹੈ, ਮਰਜ਼ੀ ਹੈ, ਤਾਂ ਇਸ ਨੂੰ ਸਵੀਕਾਰ ਕਰੋ ਜਾਂ ਛੱਡ ਦੇਵੋ। ਮੈਂ ਕਦੇ ਸਮਝੌਤਾ ਨਹੀਂ ਕਰਦਾ। ਪ੍ਰੰਤੂ ਤੂੰ ਆਪਣੇ ਸ਼ਗਿਰਦਾਂ ਨਾਲ ਬਹੁਤ ਜਿਆਦਾ ਦਿਆਲੂ ਰਹੇਂਗਾ, ਉਹ ਤੇਰਾ ਆਪਣਾ ਤਰੀਕਾ ਹੈ। ਮੈਂ ਕਠੋਰਤਾ ਦੀ ਅਗਨੀ ਵਿਚ ਤਪਾ ਕੇ ਹੀ ਸ਼ੁੱਧ ਕਰਨ ਦਾ ਯਤਨ ਕਰਦਾ ਹਾਂ। ਇਸ ਅਗਨੀ ਦਾ ਸੇਕ ਸਧਾਰਨ ਆਦਮੀ ਦੀ ਸਹਿਣ ਸ਼ਕਤੀ ਤੋਂ ਜਿਆਦਾ ਹੁੰਦਾ ਹੈ। ਪਿਆਰ ਦਾ ਮਧੁੱਰ ਤਰੀਕਾ ਵੀ ਕਾਇਆ ਕਲਪ ਕਰ ਸਕਦਾ ਹੈ, ਜੇ ਵਿਵੇਕ ਅਤੇ ਗਿਆਨ ਨਾਲ ਵਰਤੋਂ ਵਿਚ ਲਿਆਂਦਾ ਜਾਵੇ। ਕਠੋਰਤਾ ਅਤੇ ਪਿਆਰ ਵਾਲੇ ਦੋਨੋਂ ਤਰੀਕੇ ਹੀ ਪ੍ਰਭਾਵਕਾਰੀ ਹਨ।" ਫਿਰ ਉਨ੍ਹਾਂ ਨੇ ਅੱਗੇ ਕਿਹਾ, "ਤੈਨੂੰ ਇੱਕ ਦਿਨ ਪੱਛਮ ਵਿਚ ਜਾਣਾ ਪਵੇਗਾ, ਜਿੱਥੇ ਦੇ ਲੋਕ ਅਹਮ ਉੱਪਰ ਨਿਰਦਈ ਚੋਟ ਪਸੰਦ ਨਹੀਂ ਕਰਦੇ। ਉਥੇ ਦੇ ਲੋਕਾਂ ਦੇ ਮੁਤਾਬਿਕ ਧੀਰਜ ਅਤੇ ਸਹਿਣਸ਼ੀਲਤਾ ਦੇ ਵੱਡੇ ਭੰਡਾਰ ਤੋਂ ਬਗੈਰ ਕੋਈ ਗੁਰੂ ਪੱਛਮੀ ਦੁਨੀਆਂ ਵਿਚ ਕਾਮਯਾਬ ਨਹੀਂ ਹੋ ਸਕਦਾ।" (ਇਹ ਦੱਸਦਿਆਂ ਮੈਨੂੰ ਹਿਚਕਚਾਹਟ ਹੋ ਰਹੀ ਹੈ, ਕਿ ਅਮਰੀਕਾ ਵਿਚ ਕਿੰਨੀ ਵਾਰ ਗੁਰੂਦੇਵ ਦੇ ਇਨ੍ਹਾਂ ਸ਼ਬਦਾਂ ਦੀ ਸਾਰਥਕਤਾ ਦੀ ਯਾਦ ਤਾਜਾ ਹੋ ਉੱਠੀ!)

ਮੇਰੇ ਗੁਰੂਦੇਵ ਦੀ ਅਤਿਅੰਤ ਸਪਸ਼ਟਵਾਦੀ ਆਦਤ ਕਾਰਨ, ਇਸ ਧਰਤੀ ਉੱਪਰ ਉਨ੍ਹਾਂ ਦੇ ਜੀਵਨ ਕਾਲ ਦੌਰਾਨ ਵੱਡੀ ਗਿਣਤੀ ਵਿਚ ਤਾਂ ਲੋਕ ਉਨ੍ਹਾਂ ਦੇ ਸ਼ਗਿਰਦ ਨਹੀਂ

ਬਣੇ, ਪਰ ਉਨ੍ਹਾਂ ਦੀਆਂ ਸਿੱਖਿਆਵਾਂ ਦਾ ਅਧਿਐਨ ਅਤੇ ਉਸ ਦਾ ਅਭਿਆਸ ਕਰਨ ਵਾਲੇ ਸ਼ਗਿਰਦਾਂ ਦੀ ਲਗਾਤਾਰ ਵੱਧ ਰਹੀ ਗਿਣਤੀ ਦੇ ਕਾਰਨ, ਉਨ੍ਹਾਂ ਦਾ ਗਿਆਨ ਸੰਸਾਰ ਭਰ ਵਿਚ ਅੱਜ ਵੀ ਜੀਵਤ ਹੈ। ਸਿਕੰਦਰ ਵਰਗੇ ਲੋਕ ਧਰਤੀ ਉੱਪਰ ਹਕੂਮਤ ਕਰਨ ਦੀ ਕੋਸ਼ਿਸ਼ ਕਰਦੇ ਹਨ ਪਰ ਸ਼੍ਰੀ ਯੁਕਤੇਸ਼ਵਰ ਜੀ ਵਰਗੇ ਸਿੱਧ ਪੁਰਸ਼ ਉਸ ਤੋਂ ਅੱਗੇ ਜਾ ਕੇ ਇਨਸਾਨਾਂ ਦੀਆਂ ਆਤਮਾਵਾਂ ਨੂੰ ਜਿੱਤ ਲੈਂਦੇ ਹਨ।

ਗੁਰੂਦੇਵ ਦੀ ਆਦਤ ਸੀ, ਕਿ ਉਹ ਆਪਣੇ ਸ਼ਗਿਰਦਾਂ ਦੀਆਂ ਛੋਟੀਆਂ ਛੋਟੀਆਂ ਗਲਤੀਆਂ ਨੂੰ ਇੱਕ ਪ੍ਰਕਾਰ ਦੀ ਅਰਥ ਭਰਪੂਰ ਗੰਭੀਰਤਾ ਨਾਲ ਦਸਦੇ ਸਨ। ਇੱਕ ਦਿਨ ਸ਼੍ਰੀ ਯੁਕਤੇਸ਼ਵਰ ਜੀ ਦੇ ਦਰਸ਼ਨ ਕਰਨ ਵਾਸਤੇ ਮੇਰੇ ਪਿਤਾ ਜੀ ਸ਼੍ਰੀਰਾਮਪੁਰ ਆਏ। ਪਿਤਾ ਜੀ ਨੂੰ ਸੰਭਾਵਿਤ ਹੀ ਇਹ ਉਮੀਦ ਸੀ, ਕਿ ਉਨ੍ਹਾਂ ਨੂੰ ਮੇਰੀ ਪ੍ਰਸ਼ੰਸਾ ਸੁਣਨ ਨੂੰ ਮਿਲੇਗੀ ਪਰ ਮੇਰੀਆਂ ਤਰੁਟੀਆਂ ਦਾ ਲੰਬਾ ਚਿੱਠਾ ਸੁਣ ਕੇ ਉਨ੍ਹਾਂ ਨੂੰ ਬੜਾ ਸਦਮਾ ਲੱਗਿਆ ਅਤੇ ਉਹ ਤੇਜੀ ਨਾਲ ਮੇਰੇ ਕੋਲ ਆਏ।

"ਤੇਰੇ ਗੁਰੂ ਦੀਆਂ ਗੱਲਾਂ ਸੁਣ ਕੇ ਤਾਂ ਮੈਨੂੰ ਇਹੀ ਲੱਗ ਰਿਹਾ ਹੈ ਕਿ ਤੂੰ ਪੂਰੀ ਤਰ੍ਹਾਂ ਚੌਪਟ ਹੋ ਗਿਆ ਹੈਂ।" ਮੇਰੇ ਪਿਤਾ ਜੀ ਦੀ ਅਵਾਜ਼ ਹੱਸਣ ਅਤੇ ਰੋਣ, ਦੋਨਾਂ ਦੇ ਵਿਚਕਾਰ ਸੀ।

ਇਸ ਮੌਕੇ ਤੇ ਸ਼੍ਰੀ ਯੁਕਤੇਸ਼ਵਰ ਜੀ ਦੀ ਨਰਾਜ਼ਗੀ ਦਾ ਇੱਕੋ ਇੱਕ ਕਾਰਨ ਇਹ ਸੀ, ਕਿ ਮੈਂ ਉਨ੍ਹਾਂ ਦੁਆਰਾ ਦਿੱਤੇ ਹੋਏ ਸਭਿਆ ਸ਼ੰਕੇਤ ਦੀ ਉਲੰਘਣਾ ਕਰ ਕੇ, ਕਿਸੇ ਆਦਮੀ ਨੂੰ ਅਧਿਆਤਮਿਕ ਮਾਰਗ ਉੱਪਰ ਲਿਆਉਣ ਦੀ ਕੋਸ਼ਿਸ਼ ਕਰ ਰਿਹਾ ਸੀ।

ਦੁਖੀ ਹੋ ਕੇ, ਮੈਂ ਸਿੱਧਾ ਗੁਰੂਦੇਵ ਕੋਲ ਪਹੁੰਚ ਗਿਆ। ਮੈਨੂੰ ਦੇਖ ਕੇ ਉਨ੍ਹਾਂ ਨੇ ਆਪਣੀਆਂ ਅੱਖਾਂ ਨੀਵੀਆਂ ਕਰ ਲਈਆਂ, ਜਿਵੇਂ ਕਿ ਉਹ ਆਪਣੇ ਆਪ ਨੂੰ ਦੋਸ਼ੀ ਸਮਝਦੇ ਹੋਣ। ਇਹ ਇੱਕੋ ਇੱਕ ਮੌਕਾ ਸੀ, ਜਦੋਂ ਮੈਂ ਉਸ ਰੂਹਾਨੀ ਸ਼ੇਰ ਨੂੰ ਆਪਣੇ ਸਾਹਮਣੇ ਬੇ-ਵਸ ਦੇਖਿਆ। ਉਪਰੋਕਤ ਮੌਕੇ ਦਾ ਮੈਂ ਵੀ ਪੂਰਾ ਫਾਇਦਾ ਉਠਾਇਆ।

"ਗੁਰੂਦੇਵ, ਆਪ ਜੀ ਨੇ ਮੇਰੇ ਪਿਤਾ ਜੀ ਦੇ ਸਾਹਮਣੇ ਇੰਨੀ ਨਿਰਦਈ ਅਲੋਚਨਾ ਕਰਕੇ, ਉਨ੍ਹਾਂ ਨੂੰ ਪ੍ਰੇਸ਼ਾਨ ਕਿਉਂ ਕਰ ਦਿੱਤਾ? ਕੀ ਇਹ ਠੀਕ ਸੀ?"

"ਮੈਂ ਦੁਬਾਰਾ ਇਸ ਤਰ੍ਹਾਂ ਨਹੀਂ ਕਰਾਂਗਾ," ਸ਼੍ਰੀ ਯੁਕਤੇਸ਼ਵਰ ਜੀ ਦੀ ਅਵਾਜ਼ ਵਿਚ ਆਪਣੇ ਵਰਤਾਵ ਲਈ ਅਫਸੋਸ ਸੀ।

ਮੈਂ ਉਸੇ ਵਕਤ ਨਿਹੱਥਾ ਹੋ ਗਿਆ। ਉਸ ਮਹਾਨ ਪੁਰਸ਼ ਨੇ, ਕਿੰਨੀ ਛੇਤੀ ਆਪਣੀ ਭੁੱਲ ਮੰਨ ਲਈ ਸੀ। ਭਾਵੇਂ ਉਸ ਦਿਨ ਤੋਂ ਬਾਅਦ, ਉਨ੍ਹਾਂ ਨੇ ਪਿਤਾ ਜੀ ਦੀ ਮਾਨਸਿਕ ਸ਼ਾਂਤੀ ਤਾਂ ਭੰਗ ਨਹੀਂ ਕੀਤੀ, ਪਰ ਮੇਰੀ ਝਾੜ ਝੰਬ, ਉਸੇ ਨਿਰਦੈਤਾ ਨਾਲ, ਜਦੋਂ ਚਾਹੁੰਦੇ ਅਤੇ ਜਿੱਥੇ ਚਾਹੁੰਦੇ ਚਾਲੂ ਰੱਖੀ।

ਸ਼੍ਰੀ ਯੁਕਤੇਸ਼ਵਰ ਜੀ ਦੇ ਨਾਲ ਹੀ, ਕਈ ਵਾਰ ਨਵੇਂ ਸ਼ਗਿਰਦ ਵੀ ਦੂਸਰਿਆਂ ਦੀ ਵਿਸਤਾਰਪੂਰਨ ਅਲੋਚਨਾ ਕਰਨੀ ਸ਼ੁਰੂ ਕਰ ਦਿੰਦੇ, ਜਿਸ ਤਰ੍ਹਾਂ ਉਹ ਵੀ, ਮੇਰੇ ਗੁਰੂ ਵਰਗੇ ਬ੍ਰਹਮ ਗਿਆਨੀ ਅਤੇ ਦੋਸ਼ ਰਹਿਤ ਹੋਣ। ਪ੍ਰੰਤੂ ਜੋ ਹਮਲਾਵਰ ਰੁਖ ਅਪਣਾਉਂਦਾ ਹੈ, ਉਸ ਵਿਚ ਆਪਣੀ ਰੱਖਿਆ ਦਾ ਵੀ ਪ੍ਰਬੰਧ ਹੋਣਾ ਚਾਹੀਦਾ ਹੈ। ਜਿਉਂ ਹੀ ਗੁਰੂਦੇਵ ਉਨ੍ਹਾਂ ਨੁਕਤਾਚੀਨ ਸ਼ਗਿਰਦਾਂ ਉੱਪਰ ਆਪਣੇ ਕੁਝ ਵਿਸ਼ਲੇਸ਼ਣਾਤਮਕ ਤੀਰ ਛੱਡਦੇ ਤਾਂ ਉਹ ਸਭ ਦੇ ਸਭ ਭੱਜ ਜਾਂਦੇ।

ਉਨ੍ਹਾਂ ਭਗੌੜਿਆਂ ਉੱਪਰ ਪ੍ਰਤੀਕਿਰਿਆ ਕਰਦਿਆਂ ਹੋਇਆਂ, ਗੁਰੂਦੇਵ ਮਖੌਲ ਨਾਲ ਕਹਿੰਦੇ, "ਅਲੋਚਨਾ ਦੇ ਹਲਕੇ ਜਿਹੇ ਸਪਰਸ਼ ਨਾਲ ਹੀ ਬਿਦਕ ਜਾਣ ਵਾਲੀਆਂ ਸੰਵੇਦਨਸ਼ੀਲ ਆਂਤਰਿਕ ਕਮਜ਼ੋਰੀਆਂ, ਸਰੀਰ ਦੇ ਉਨ੍ਹਾਂ ਰੋਗ ਗ੍ਰਸਤ ਅੰਗਾਂ ਵਾਂਗ ਹਨ, ਜਿਹੜੇ ਹੱਥ ਲਾਉਣ ਨਾਲ ਹੀ ਝਟਕਾ ਮਾਰ ਕੇ ਪਿੱਛੇ ਹਟ ਜਾਂਦੇ ਹਨ।"

ਅਨੇਕ ਸ਼ਗਿਰਦਾਂ ਦੇ ਮਨ ਵਿਚ ਗੁਰੂ ਦੇ ਬਾਰੇ ਇੱਕ ਪੂਰਵ ਨਿਰਧਾਰਿਤ ਕਲਪਨਾ ਹੁੰਦੀ ਹੈ, ਜਿਸ ਦੇ ਅਧਾਰ ਉੱਪਰ ਹੀ ਉਹ ਗੁਰੂ ਦੇ ਸ਼ਬਦਾਂ ਅਤੇ ਕੰਮਾਂ ਨੂੰ ਪਰਖਦੇ ਹਨ। ਇਹੋ ਜਿਹੇ ਲੋਕਾਂ ਨੂੰ ਅਕਸਰ ਹੀ ਇਹ ਸ਼ਿਕਾਇਤ ਰਹਿੰਦੀ ਸੀ ਕਿ ਉਹ ਸ਼੍ਰੀ ਯੁਕਤੇਸ਼ਵਰ ਜੀ ਨੂੰ ਨਹੀਂ ਸਮਝ ਸਕੇ।

"ਅਤੇ ਨਾ ਹੀ ਤੂੰ ਪ੍ਰਮਾਤਮਾ ਨੂੰ ਸਮਝ ਸਕਦਾ ਹੈਂ," ਇੱਕ ਮੌਕੇ ਉੱਪਰ ਮੈਂ ਉਸ ਨੂੰ ਮੂੰਹ ਤੋੜ ਜਵਾਬ ਦਿੱਤਾ। "ਜੇ ਤੂੰ ਇੱਕ ਸਿੱਧ ਪੁਰਸ਼ ਨੂੰ ਸਮਝ ਸਕਦਾ, ਤਾਂ ਤੂੰ ਖੁਦ ਇੱਕ ਸੰਤ ਬਣ ਜਾਂਦਾ।" ਅਸੀਂ ਸ੍ਰਿਸ਼ਟੀ ਦੇ ਅਰਬਾਂ ਗੁੱਝੇ ਭੇਦਾਂ ਨੂੰ ਹਾਲੇ ਤਕ ਨਹੀ ਜਾਣ ਸਕੇ। ਇੱਥੋਂ ਤਕ ਕਿ ਹਰ ਪਲ ਜਿਸ ਹਵਾ ਵਿਚ ਅਸੀਂ ਸੁਆਸ ਲੈਂਦੇ ਹਾਂ, ਉਹ ਹਵਾ ਵੀ ਸਾਡੀ ਸਮਝ ਤੋਂ ਬਾਹਰ ਹੈ। ਫਿਰ ਵੀ ਕੋਈ ਇਹ ਸੋਚਣ ਦਾ ਹੌਸਲਾ ਕਰੇ ਕਿ ਉਸ ਨੂੰ ਕਿਸੇ ਸਿੱਧ ਪੁਰਸ਼ ਦੇ ਅਥਾਹ ਸੁਭਾਅ ਦਾ ਗਿਆਨ ਝਟ ਪਟ ਹੋ ਜਾਵੇ ਤਾਂ ਇਹ ਇੱਕ ਖਾਮ ਖਿਆਲੀ ਹੋਵੇਗੀ।

ਆਮ ਤੌਰ ਤੇ ਸ਼ਗਿਰਦ ਆਉਂਦੇ ਰਹੇ ਅਤੇ ਜਾਂਦੇ ਰਹੇ। ਜਿਹੜਾ ਸੌਖਾ ਰਸਤਾ ਚਾਹੁੰਦੇ ਸਨ ਅਤੇ ਇਹ ਸੋਚ ਕੇ ਆਉਂਦੇ ਸਨ, ਕਿ ਆਉਂਦਿਆਂ ਹੀ ਉਨ੍ਹਾਂ ਨੂੰ ਹਮਦਰਦੀ ਮਿਲੇ ਅਤੇ ਉਨ੍ਹਾਂ ਦੇ ਗੁਣਾਂ ਦੀ ਸਲਾਘਾ ਹੋਵੇ, ਪਰ ਉਨ੍ਹਾਂ ਨੂੰ ਆਸ਼ਰਮ ਵਿਚ ਨਿਰਾਸ਼ਾ ਹੀ ਹੱਥ ਲੱਗਦੀ ਸੀ। ਗੁਰੂਦੇਵ ਆਪਣੇ ਸ਼ਗਿਰਦਾਂ ਨੂੰ ਅਨੰਤ ਕਾਲ ਤਕ ਆਸਰਾ, ਸਰਪ੍ਰਸਤਤਾ ਅਤੇ ਮਾਰਗ ਦਰਸ਼ਨ ਦੇਣ ਦੇ ਸਮਰੱਥ ਸਨ, ਪਰ ਬਹੁਤੇ ਸ਼ਗਿਰਦ ਸੰਕੀਰਣ ਸੋਚ ਨਾਲ ਆਪਣੀ ਹਉਮੈਂ ਦੀ ਤ੍ਰਿਪਤੀ ਵੀ ਚਾਹੁੰਦੇ ਸਨ। ਉਹ ਨਿਮਰਤਾ ਦੀ ਬਜਾਏ ਜੀਵਨ ਵਿਚ ਅਣਗਿਣਤ ਅਪਮਾਨ ਸਹਿਣ ਕਰਨ ਵਾਸਤੇ ਆਸ਼ਰਮ ਛੱਡ ਕੇ ਚਲੇ ਗਏ। ਉਨ੍ਹਾਂ ਦੀ ਅਧਿਆਤਮਿਕ ਬਿਮਾਰੀ ਦੇ ਵਾਸਤੇ ਗੁਰੂਦੇਵ ਦੀਆਂ ਸੂਰਜ ਵਰਗੀਆਂ ਰੋਗ ਨਿਵਾਰਕ ਕਿਰਨਾਂ ਰੂਪੀ ਗਿਆਨ ਬਰਦਾਸ਼ਤ ਤੋਂ ਬਾਹਰ ਹੁੰਦੀਆਂ ਸਨ। ਇਸ ਦੀ ਬਜਾਏ ਉਹ

ਕੋਈ ਸਧਾਰਨ ਪੱਧਰ ਦਾ ਗੁਰੂ ਲੱਭ ਲੈਂਦੇ, ਜੋ ਉਨ੍ਹਾਂ ਨੂੰ ਝੂਠੀਆਂ ਖੁਸ਼ਾਮਦੀ ਗੱਲਾਂ ਦੀ ਛਾਇਆ ਪ੍ਰਦਾਨ ਕਰ ਕੇ ਅਗਿਆਨ ਦੀ ਅਸ਼ਾਂਤ ਨੀਂਦ ਵਿਚ ਸੌਣ ਦਿੰਦਾ।

ਗੁਰੂਦੇਵ ਦੇ ਨਾਲ ਸ਼ੁਰੂ ਸ਼ੁਰੂ ਦੇ ਪਹਿਲੇ ਕੁਝ ਮਹੀਨਿਆਂ ਵਿਚ, ਮੈਨੂੰ ਉਨ੍ਹਾਂ ਦੀ ਫਿਟਕਾਰ ਦਾ ਸਦਾ ਹੀ ਡਰ ਲੱਗਿਆ ਰਹਿੰਦਾ ਸੀ। ਪ੍ਰੰਤੂ ਛੇਤੀ ਹੀ ਇਹ ਮੇਰੀ ਸਮਝ ਵਿਚ ਆ ਗਿਆ, ਕਿ ਉਨ੍ਹਾਂ ਦੀ ਇਹ ਕਰੜੀ ਸ਼ਾਬਦਿਕ ਅਲੋਚਨਾ, ਸਿਰਫ ਉਨ੍ਹਾਂ ਲੋਕਾਂ ਵਾਸਤੇ ਹੀ ਹੁੰਦੀ ਸੀ, ਜਿਨ੍ਹਾਂ ਨੇ ਮੇਰੇ ਵਾਂਗ ਉਨ੍ਹਾਂ ਤੋਂ ਅਨੁਸ਼ਾਸਤ ਹੋਣ ਲਈ ਆਪਣਾ ਜੀਵਨ ਅਰਪਿਤ ਕੀਤਾ ਹੁੰਦਾ ਸੀ। ਜੇ ਕੋਈ ਸ਼ਗਿਰਦ ਤਿਲਮਲਾਹਟ ਵਿਚ ਉਸ ਦਾ ਵਿਰੋਧ ਕਰਦਾ, ਤਾਂ ਸ੍ਰੀ ਯੁਕਤੇਸ਼ਵਰ ਜੀ ਉਸ ਦਾ ਭੋਰਾ ਭਰ ਵੀ ਗੁੱਸਾ ਨਾ ਮਨਾਉਂਦੇ ਹੋਏ ਮੌਨ ਹੋ ਜਾਂਦੇ। ਉਨ੍ਹਾਂ ਦੇ ਸ਼ਬਦਾਂ ਵਿਚ ਕਦੇ ਗੁੱਸਾ ਨਹੀਂ ਸੀ ਹੁੰਦਾ, ਕਿਉਂਕਿ ਉਹ ਗਿਆਨ ਨਾਲ ਭਰਪੂਰ ਹੁੰਦਿਆਂ ਵੀ ਗੈਰ ਵਿਅਕਤੀਗਤ ਹੁੰਦੇ ਸਨ।

ਗੁਰੂਦੇਵ ਦੀਆਂ ਫਿਟਕਾਰਾਂ ਕਦੇ ਕਦਾਈਂ ਆਉਣ ਵਾਲੇ ਦਰਸ਼ਨ ਅਭਿਲਾਸ਼ੀਆਂ ਵਾਸਤੇ ਨਹੀਂ ਸਨ ਹੁੰਦੀਆਂ। ਉਨ੍ਹਾਂ ਦੇ ਪ੍ਰਤੱਖ ਦਿਖਾਈ ਦਿੰਦੇ ਔਗੁਣਾਂ ਬਾਰੇ ਵੀ ਗੁਰੂਦੇਵ ਕਦੇ ਕੁਝ ਨਹੀਂ ਸਨ ਕਹਿੰਦੇ। ਪ੍ਰੰਤੂ ਜੋ ਸ਼ਗਿਰਦ ਉਨ੍ਹਾਂ ਤੋਂ ਸਿੱਖਿਆ ਪ੍ਰਾਪਤ ਕਰਨਾ ਚਾਹੁੰਦੇ ਸਨ, ਉਨ੍ਹਾਂ ਦੇ ਪ੍ਰਤੀ ਸ੍ਰੀ ਯੁਕਤੇਸ਼ਵਰ ਜੀ ਆਪਣੀ ਜ਼ੁੰਮੇਵਾਰੀ ਗੰਭੀਰਤਾ ਨਾਲ ਨਿਭਾਉਂਦੇ ਸਨ। ਉਹ ਗੁਰੂ ਸੱਚ ਮੁੱਚ ਹੀ ਹੌਸਲੇ ਵਾਲਾ ਹੈ, ਜੋ ਹਉਮੈਂ ਗ੍ਰਸਤ ਮਾਨਵਤਾ ਦੀਆਂ ਅਸ਼ੁੱਧੀਆਂ ਨਾਲ ਭਰਪੂਰ ਕੱਚੀ ਧਾਤ ਨੂੰ ਰੂਪਾਂਤਰਤ ਕਰਨ ਦਾ ਕੰਮ ਆਪਣੇ ਹੱਥ ਵਿਚ ਲੈਂਦਾ ਹੈ। ਮਾਇਆ ਦੇ ਭਰਮਜਾਲ ਦੇ ਭਰਮਾਏ ਅੰਨ੍ਹੇ ਹੋਏ ਸੰਸਾਰ ਵਿਚ ਠੋਕਰਾਂ ਖਾਂਦੇ ਫਿਰਦੇ ਲੋਕਾਂ ਦੇ ਪ੍ਰਤੀ ਦਯਾ ਭਾਵਨਾ ਹੀ ਇਸ ਦੀ ਬੁਨਿਆਦ ਹੁੰਦੀ ਹੈ।

ਜਦੋਂ ਮੈਂ ਆਪਣੀ ਅੰਦਰੂਨੀ ਨਰਾਜ਼ਗੀ ਛੱਡ ਦਿੱਤੀ, ਤਾਂ ਮੈਂ ਦੇਖਿਆ ਕਿ ਮੈਨੂੰ ਮਿਲਣ ਵਾਲੀ ਸਜ਼ਾ ਬਹੁਤ ਘੱਟ ਗਈ ਸੀ। ਅਤਿਅੰਤ ਸੂਖਮ ਤਰੀਕੇ ਨਾਲ ਗੁਰੂਦੇਵ ਪਹਿਲਾਂ ਨਾਲੋਂ ਮੇਰੇ ਪ੍ਰਤੀ ਜਿਆਦਾ ਦਿਆਲੂ ਹੋ ਗਏ। ਹੌਲੀ ਹੌਲੀ ਮੈਂ ਮਾਨਸਿਕ ਤਰਕ-ਵਿਤਰਕ ਅਤੇ ਅਵਚੇਤਨ ਸੰਕੋਚਾਂ ਦੀ ਉਹ ਹਰ ਕੰਧ* ਢਾਹ ਦਿੱਤੀ, ਜਿਸ ਦੇ ਪਿੱਛੇ ਮਨੁੱਖੀ ਸ਼ਖਸ਼ੀਅਤ ਆਸਰਾ ਲੈਂਦੀ ਹੈ। ਜਿਸ ਦਾ ਨਤੀਜਾ ਇਹ ਹੋਇਆ ਕਿ ਮੇਰਾ ਆਪਣੇ ਗੁਰੂਦੇਵ ਦੇ ਨਾਲ ਯਤਨ ਰਹਿਤ ਤਾਲਮੇਲ ਬੈਠ ਗਿਆ। ਮੈਂ ਮਹਿਸੂਸ ਕਰ ਲਿਆ ਕਿ

* ਰੱਬੀ ਇਜ਼ਰਾਈਲ ਐਚ ਲੈਵਿਨਥਲ ਨੇ ਨਿਊਯਾਰਕ ਵਿਚ ਆਪਣੇ ਇੱਕ ਭਾਸ਼ਣ ਵਿਚ ਕਿਹਾ ਸੀ, "ਸਾਡੇ ਚੇਤਨ ਮਨ ਅਤੇ ਅਵਚੇਤਨ ਮਨ ਦੀ ਹੋਂਦ ਦੇ ਉੱਪਰ, ਸਾਡੇ ਵਿਚ ਇੱਕ ਪਰਾਚੇਤਨ ਮਨ ਦੀ ਹੋਂਦ ਵੀ ਹੈ।" ਅਨੇਕ ਸਾਲ ਪਹਿਲਾਂ ਅੰਗਰੇਜ਼ ਮਨੋਵਿਗਿਆਨੀ ਐਫ ਡਬਲਯੂ ਐਚ ਮਾਇਰਸ ਨੇ ਕਿਹਾ ਸੀ, "ਸਾਡੇ ਵਜੂਦ ਦੀ ਗਹਿਰਾਈ ਵਿਚ ਇੱਕ ਕਚਰੇ ਦਾ ਢੇਰ ਵੀ ਹੈ ਅਤੇ ਇੱਕ ਖਜ਼ਾਨਾ ਵੀ। ਮਨੁੱਖੀ ਸੁਭਾਅ ਦੇ ਅਵਚੇਤਨ ਪਹਿਲੂ ਉੱਪਰ ਹੀ ਸਾਰੀ ਖੋਜ ਕੇਂਦ੍ਰਿਤ ਕਰਨ ਵਾਲੇ ਮਨੋਵਿਗਿਆਨੀਆਂ ਦੇ ਉਲਟ, ਹੁਣ ਦੇ ਨਵੇਂ ਮਨੋਵਿਗਿਆਨੀ ਆਪਣਾ ਧਿਆਨ ਇਸ ਇੱਕੋ ਇੱਕ ਖਜ਼ਾਨੇ ਉੱਪਰ ਕੇਂਦ੍ਰਿਤ ਕਰ ਰਹੇ ਹਨ, ਜਿਸ ਵਿਚ ਮਨੁੱਖ ਦੇ ਨਿਰਸੁਆਰਥ ਅਤੇ ਵੀਰਤਾਪੂਰਨ ਕੰਮਾਂ ਦਾ ਸਪਸ਼ਟੀਕਰਨ ਮਿਲ ਸਕਦਾ ਹੈ।"

ਉਹ ਦੂਸਰਿਆਂ ਤੇ ਵਿਸ਼ਵਾਸ ਕਰਦੇ ਹਨ, ਦੂਸਰਿਆਂ ਦਾ ਖਿਆਲ ਰੱਖਦੇ ਹਨ, ਉਨ੍ਹਾਂ ਨੂੰ ਦਿਲੋਂ ਪਿਆਰ ਕਰਦੇ ਹਨ, ਪਰ ਪਿਆਰ ਦੇ ਮਨੋਭਾਵਾਂ ਦਾ ਦਿਖਾਵਾ ਕਰਨ ਦੀ ਉਨ੍ਹਾਂ ਦੀ ਆਦਤ ਨਹੀਂ।

ਮੇਰਾ ਆਪਣਾ ਸੁਭਾਅ ਮੁੱਖ ਤੌਰ ਤੇ ਸ਼ਰਧਾ ਭਗਤੀ ਵਾਲਾ ਹੈ। ਸੰਪੂਰਨ ਗਿਆਨ ਦੀ ਮੂਰਤੀ, ਪਰ ਪ੍ਰਤੱਖ ਰੂਪ ਵਿਚ ਭਗਤੀ ਰਹਿਤ* ਦਿਖਾਈ ਦੇਣ ਵਾਲੇ ਆਪਣੇ ਗੁਰੂ ਨੂੰ, ਸ਼ੁਰੂ ਸ਼ੁਰੂ ਵਿਚ ਅਧਿਆਤਮਿਕ ਹਿਸਾਬ ਕਿਤਾਬ ਦੀ ਸਖਤ ਭਾਸ਼ਾ ਵਿਚ ਗੱਲਾਂ ਕਰਦਿਆਂ ਦੇਖ ਮੈਂ ਵਿਆਕੁਲ ਹੋ ਜਾਂਦਾ ਸੀ। ਪਰ ਜਿਉਂ ਜਿਉਂ ਮੇਰੀ ਉਨ੍ਹਾਂ ਦੇ ਸੁਭਾਅ ਨਾਲ ਇੱਕਰੂਪਤਾ ਹੁੰਦੀ ਗਈ, ਤਿਉਂ ਤਿਉਂ ਮੈਂ ਮਹਿਸੂਸ ਕੀਤਾ, ਮੇਰੀ ਪ੍ਰਮਾਤਮਾ ਭਗਤੀ ਵਿਚ ਕਿਸੇ ਪ੍ਰਕਾਰ ਦੀ ਘਾਟ ਆਉਣ ਦੀ ਬਜਾਏ ਹੋਰ ਵਾਧਾ ਹੋ ਰਿਹਾ ਹੈ। ਸਿੱਧ ਪੁਰਸ਼ ਆਪਣੇ ਵੱਖੋ ਵੱਖਰੇ ਸ਼ਗਿਰਦਾਂ ਨੂੰ ਉਨ੍ਹਾਂ ਦੀਆਂ ਸੁਭਾਵਿਕ ਪ੍ਰਵਿਰਤੀਆਂ ਦੇ ਅਨੁਸਾਰ ਮਾਰਗ ਦਰਸ਼ਨ ਕਰਨ ਦੇ ਸਮਰੱਥ ਹੁੰਦੇ ਹਨ।

ਸ਼੍ਰੀ ਯੁਕਤੇਸ਼ਵਰ ਜੀ ਦੇ ਨਾਲ ਮੇਰਾ ਸਬੰਧ ਕੁਝ ਇਸ ਤਰ੍ਹਾਂ ਦਾ ਸਥਾਪਿਤ ਹੋ ਗਿਆ, ਜਿਸ ਵਿਚ ਸ਼ਬਦਾਂ ਦਾ ਪ੍ਰਯੋਗ ਬਹੁਤ ਘੱਟ ਹੁੰਦਾ ਸੀ ਅਤੇ ਫਿਰ ਵੀ ਸਾਡਾ ਧਾਰਾ ਪ੍ਰਵਾਹ ਸੰਵਾਦ ਆਂਤਰਿਕ ਤੌਰ ਤੇ ਚਲਦਾ ਰਹਿੰਦਾ ਸੀ। ਮੈਂ ਅਕਸਰ ਦੇਖਿਆ ਕਰਦਾ, ਕਿ ਮੇਰੇ ਵਿਚਾਰਾਂ ਉੱਪਰ ਗੁਰੂਦੇਵ ਦੀ ਮੌਨ ਸਹਿਮਤੀ ਦੀ ਮੋਹਰ ਲੱਗ ਚੁੱਕੀ ਹੁੰਦੀ ਸੀ, ਜਿਸ ਕਰਕੇ ਸ਼ਬਦਾਂ ਦੇ ਪ੍ਰਯੋਗ ਦਾ ਕੋਈ ਕਾਰਨ ਨਹੀਂ ਸੀ ਰਹਿ ਜਾਂਦਾ। ਮੈਂ ਉਨ੍ਹਾਂ ਦੇ ਕੋਲ ਚੁੱਪ ਚਾਪ ਬੈਠਾ ਮਹਿਸੂਸ ਕਰਦਾ, ਕਿ ਉਨ੍ਹਾਂ ਦੀ ਅਪਾਰ ਕ੍ਰਿਪਾ, ਸ਼ਾਂਤੀ ਪੂਰਵਕ ਮੇਰੇ ਸਾਰੇ ਵਜੂਦ ਉੱਪਰ ਪਸਰ ਰਹੀ ਹੈ।

ਆਪਣੇ ਕਾਲਜ ਜੀਵਨ ਦੇ ਪਹਿਲੇ ਸਾਲ ਦੀਆਂ ਗਰਮੀਆਂ ਦੀਆਂ ਛੁੱਟੀਆਂ ਵਿਚ ਗੁਰੂਦੇਵ ਦੇ ਨਿਰਪੱਖ ਇਨਸਾਫ ਦਾ ਮੈਨੂੰ ਇੱਕ ਸਪਸ਼ਟ ਉਦਾਹਰਣ ਦੇਖਣ ਨੂੰ ਮਿਲਿਆ। ਆਪਣੇ ਗੁਰੂ ਦੀ ਸੰਗਤ ਵਿਚ ਕੁਝ ਮਹੀਨੇ ਲਗਾਤਾਰ ਬਿਤਾਉਣ ਦੇ ਮੌਕੇ ਦੀ, ਮੈਂ ਲੰਬੇ ਸਮੇਂ ਤੋਂ ਇੰਤਜ਼ਾਰ ਕਰ ਰਿਹਾ ਸੀ।

ਮੇਰੇ ਉਤਸ਼ਾਹ ਪੂਰਨ ਆਗਮਨ ਉੱਪਰ ਸ਼੍ਰੀ ਯੁਕਤੇਸ਼ਵਰ ਜੀ ਖੁਸ਼ ਸਨ। "ਆਸ਼ਰਮ ਦਾ ਸਾਰਾ ਕੰਮ ਕਾਜ ਹੁਣ ਤੂੰ ਹੀ ਸੰਭਾਲਣਾ ਹੈ। ਤੇਰਾ ਕੰਮ ਹੋਵੇਗਾ, ਮਹਿਮਾਨਾਂ ਦਾ ਸੁਆਗਤ ਕਰਨਾ ਅਤੇ ਹੋਰ ਸ਼ਗਿਰਦਾਂ ਦੇ ਕੰਮਾਂ ਦੀ ਦੇਖ ਰੇਖ ਕਰਨਾ।"

ਇਸ ਦੇ ਪੰਦਰਾਂ ਦਿਨ ਬਾਅਦ, ਪੂਰਬੀ ਬੰਗਾਲ ਤੋਂ ਕੁਮਾਰ ਨਾਮਕ ਇੱਕ ਪੇਂਡੂ ਲੜਕਾ ਆਸ਼ਰਮ ਵਿਚ ਸਿੱਖਿਆ ਪ੍ਰਾਪਤ ਕਰਨ ਲਈ ਆ ਕੇ ਰਹਿਣ ਲੱਗ ਪਿਆ। ਅਤਿਅੰਤ ਬੁੱਧੀਮਾਨ ਹੋਣ ਦੇ ਕਾਰਨ ਉਹ ਛੇਤੀ ਹੀ ਗੁਰੂਦੇਵ ਦਾ ਪ੍ਰੇਮ ਪਾਤਰ ਬਣ ਗਿਆ। ਕਿਸੇ ਅਣਦੱਸੇ ਕਾਰਨ ਕਰ ਕੇ, ਇਸ ਨਵੇਂ ਆਸ਼ਰਮਵਾਸੀ ਦੇ ਪ੍ਰਤੀ ਸ਼੍ਰੀ ਯੁਕਤੇਸ਼ਵਰ ਜੀ ਨੇ ਅਲੋਚਨਾਤਮਕ ਰਵੱਈਆ ਵੀ ਨਹੀਂ ਸੀ ਅਪਣਾਇਆ। ਕੁਮਾਰ ਦੇ ਆਸ਼ਰਮ ਵਿਚ ਦਾਖਲ

* ਗਿਆਨ, *ਵਿਵੇਕ;* ਅਤੇ *ਭਗਤੀ,* ਸ਼ਰਧਾ: ਪ੍ਰਮਾਤਮਾ ਪ੍ਰਾਪਤੀ ਰਸਤੇ ਤੇ ਆਉਂਦੇ ਦੋ ਮੁੱਖ ਮਾਰਗ।

ਹੋਣ ਤੋਂ ਲਗ ਭਗ ਇੱਕ ਮਹੀਨਾ ਬਾਅਦ ਗੁਰੂਦੇਵ ਨੇ ਮੈਨੂੰ ਆਦੇਸ਼ ਦਿੱਤਾ, "ਮੁਕੰਦ, ਹੁਣ ਤੇਰਾ ਕੰਮ ਕੁਮਾਰ ਸੰਭਾਲੇਗਾ, ਤੂੰ ਆਪਣਾ ਵਕਤ ਝਾੜੂ ਲਗਾਉਣ ਅਤੇ ਖਾਣਾ ਬਣਾਉਣ ਵਿਚ ਲਗਾ।"

ਨੇਤਾ ਬਣਾਏ ਜਾਣ ਉੱਪਰ ਕੁਮਾਰ ਆਸ਼ਰਮ ਵਿਚ ਤਾਨਾਸ਼ਾਹੀ ਚਲਾਉਣ ਲੱਗ ਪਿਆ। ਮੌਨ ਬਗਾਵਤ ਦੇ ਫਲ ਸਰੂਪ ਬਾਕੀ ਸ਼ਗਿਰਦ ਮੇਰੇ ਕੋਲ ਰੋਜ਼ਾਨਾ ਸਲਾਹ ਲੈਣ ਆਉਂਦੇ ਰਹੇ। ਤਿੰਨ ਹਫਤਿਆਂ ਤਕ ਇਸ ਤਰ੍ਹਾਂ ਹੀ ਚਲਦਾ ਰਿਹਾ। ਫਿਰ ਇੱਕ ਦਿਨ ਕੁਮਾਰ ਅਤੇ ਗੁਰੂਦੇਵ ਦੇ ਵਿਚਕਾਰ ਚਲ ਰਹੀ ਗੱਲ ਬਾਤ ਮੇਰੇ ਕੰਨੀ ਪਈ।

"ਮੁਕੰਦ ਦੇ ਕਾਰਨ ਮੇਰੇ ਕੰਮ ਵਿਚ ਰੁਕਾਵਟ ਆ ਰਹੀ ਹੈ।" ਕੁਮਾਰ ਕਹਿ ਰਿਹਾ ਸੀ, "ਆਪਨੇ ਆਸ਼ਰਮ ਦੀ ਦੇਖ ਰੇਖ ਦਾ ਕੰਮ ਮੈਨੂੰ ਸੌਂਪਿਆ ਹੈ, ਪਰ ਫਿਰ ਵੀ ਸਾਰੇ ਲੋਕ ਉਸ ਤੋਂ ਹੀ ਸਲਾਹ ਲੈਣ ਜਾਂਦੇ ਹਨ ਅਤੇ ਉਸੇ ਦਾ ਕਹਿਣਾ ਮੰਨਦੇ ਹਨ।"

"ਇਸੇ ਕਰ ਕੇ ਮੈਂ ਉਸ ਨੂੰ ਰਸੋਈ ਘਰ ਦਾ ਅਤੇ ਤੈਨੂੰ ਬੈਠਕਖਾਨੇ ਦਾ ਕੰਮ ਸੌਂਪਿਆ ਹੈ, ਤਾਂ ਕਿ ਤੂੰ ਸਮਝ ਸਕੇਂ ਕਿ ਯੋਗ ਨੇਤਾ ਵਿਚ ਸੇਵਾ ਕਰਨ ਦੀ ਹੀ ਇੱਛਾ ਹੁੰਦੀ ਹੈ, ਬਾਕੀਆਂ ਉੱਪਰ ਰੋਹਬ ਪਾਉਣ ਦੀ ਨਹੀਂ।" ਸ੍ਰੀ ਯੁਕਤੇਸ਼ਵਰ ਜੀ ਦੀ ਅਵਾਜ਼ ਕਠੋਰ ਸੀ ਜੋ ਕੁਮਾਰ ਵਾਸਤੇ ਬਿਲਕੁਲ ਨਵੀਂ ਸੀ। "ਤੈਨੂੰ ਮੁਕੰਦ ਦੀ ਪਦਵੀ ਚਾਹੀਦੀ ਸੀ, ਪਰ ਤੂੰ ਉਸ ਦੇ ਕਾਬਲ ਬਣ ਕੇ ਸੰਭਾਲ ਨਹੀਂ ਸਕਿਆ। ਹੁਣ ਤੂੰ ਆਪਣੇ ਪੁਰਾਣੇ ਕੰਮ ਉੱਪਰ ਰਸੋਈਏ ਦੇ ਸਹਾਇਕ ਦੇ ਰੂਪ ਵਿਚ ਕੰਮ ਕਰ।"

ਇਸ ਅਭਿਮਾਨ ਤੋੜਨ ਵਾਲੀ ਘਟਨਾ ਤੋਂ ਬਾਅਦ ਗੁਰੂਦੇਵ ਨੇ ਕੁਮਾਰ ਦੇ ਪ੍ਰਤੀ ਫਿਰ ਤੋ ਅਸਧਾਰਨ ਤੌਰ ਤੇ ਆਤਮ ਸੰਤੋਸ਼ ਵਾਲਾ ਰਵੱਈਆ ਅਪਣਾ ਲਿਆ। ਖਿੱਚ ਦਾ ਭੇਦ ਕੌਣ ਸਮਝ ਸਕਦਾ ਹੈ? ਕੁਮਾਰ ਵਿਚ ਸ੍ਰੀ ਯੁਕਤੇਸ਼ਵਰ ਜੀ ਨੂੰ ਇੱਕ ਸੁੰਦਰ ਚਸ਼ਮਾ ਨਜ਼ਰ ਆ ਰਿਹਾ ਸੀ-ਪਰ ਇਸ ਤਰ੍ਹਾਂ ਦਾ ਚਸ਼ਮਾ, ਜੋ ਆਪਣੇ ਗੁਰੂਭਾਈਆਂ ਵਾਸਤੇ ਆਨੰਦਦਾਇਕ ਫੁਆਰਾਂ ਨਹੀਂ ਸੀ ਛੱਡਦਾ। ਇਹ ਨਵਾਂ ਲੜਕਾ ਸਪਸ਼ਟ ਤੌਰ ਤੇ ਗੁਰੂਦੇਵ ਲਈ ਹਰਮਨ ਪਿਆਰਾ ਹੋ ਗਿਆ ਸੀ, ਪ੍ਰੰਤੂ ਮੈਂ ਇਸ ਤੋਂ ਕਦੇ ਨਿਰਾਸ਼ ਨਹੀਂ ਸੀ ਹੋਇਆ। ਵਿਅਕਤੀਗਤ ਤੌਰ ਤੇ ਸੁਭਾਅ ਦੀਆਂ ਵਿਸ਼ੇਸ਼ਤਾਵਾਂ, ਜੋ ਸਿੱਧ ਪੁਰਸ਼ਾਂ ਵਿਚ ਵੀ ਹੁੰਦੀਆਂ ਹਨ, ਜੀਵਨ ਦੇ ਚਿੱਤਰ ਨੂੰ ਬਹੁ-ਰੰਗੇ ਰੂਪ ਵਿਚ ਪੇਸ਼ ਕਰਦੀਆਂ ਹਨ। ਮੇਰੀ ਆਪਣੀ ਆਦਤ ਕਦੇ ਕਿਸੇ ਤੇ ਰੋਹਬ ਝਾੜ੍ਹਨ ਵਾਲੀ ਨਹੀਂ ਰਹੀ। ਸ੍ਰੀ ਯੁਕਤੇਸ਼ਵਰ ਜੀ ਤੋਂ ਬਾਹਰੀ ਪ੍ਰਸ਼ੰਸਾ ਦੀ ਬਜਾਏ, ਮੈਂ ਉਸ ਤੋਂ ਕਿਤੇ ਵੱਧ ਕੀਮਤੀ ਲਾਭ ਪਾਉਣ ਦਾ ਇੱਛਕ ਸੀ।

ਇੱਕ ਦਿਨ ਅਚਾਨਕ ਹੀ ਕੁਮਾਰ ਨੇ ਮੇਰੇ ਉੱਪਰ ਜ਼ਹਿਰ ਉਗਲ ਦਿੱਤਾ। ਜਿਸ ਕਰ ਕੇ ਮੈਂ ਬੜਾ ਦੁਖੀ ਹੋਇਆ।

"ਤੇਰਾ ਦਿਮਾਗ ਘਮੰਡ ਨਾਲ ਫਟਣ ਦੀ ਹੱਦ ਤਕ ਫੁੱਲ ਗਿਆ ਹੈ।" ਮੈਂ ਇਸ ਤੋਂ ਅੱਗੇ ਜਾ ਕੇ, ਜੋ ਮੇਰੀ ਅੰਤਰ ਆਤਮਾ ਮਹਿਸੂਸ ਕਰ ਰਹੀ ਸੀ, ਇਹ ਚਿਤਾਵਨੀ

ਵੀ ਨਾਲ ਜੋੜ ਦਿੱਤੀ। "ਜੇ ਤੂੰ ਆਪਣੇ ਤੌਰ ਤਰੀਕੇ ਨਾ ਬਦਲੇ, ਤਾਂ ਤੈਨੂੰ ਇੱਕ ਦਿਨ ਆਸ਼ਰਮ ਛੱਡ ਕੇ ਜਾਣ ਵਾਸਤੇ ਕਹਿ ਦਿੱਤਾ ਜਾਵੇਗਾ।"

ਵਿਅੰਗਮਈ ਹਾਸਾ ਹੱਸਦਿਆਂ ਕੁਮਾਰ ਨੇ ਮੇਰੇ ਸ਼ਬਦਾਂ ਨੂੰ ਦੁਹਰਾਉਂਦਿਆਂ ਗੁਰੂਦੇਵ ਨੂੰ ਜਾ ਸੁਣਾਇਆ, ਜੋ ਉਸੇ ਵਕਤ ਉੱਥੇ ਪਹੁੰਚੇ ਸਨ। ਡਾਂਟ ਫਿਟਕਾਰ ਦੀ ਪੂਰੀ ਉਮੀਦ ਕਰਦਿਆਂ, ਮੈਂ ਉੱਥੋਂ ਇੱਕ ਨੁੱਕਰ ਵਿਚ ਖਿਸਕ ਗਿਆ।

"ਸ਼ਾਇਦ ਮੁਕੰਦ ਠੀਕ ਹੀ ਕਹਿ ਰਿਹਾ ਹੋਵੇ," ਗੁਰੂਦੇਵ ਦੇ ਅਸਧਾਰਨ ਰੂਪ ਵਿਚ ਇਹ ਖੁਸ਼ਕ ਸ਼ਬਦ ਮੈਨੂੰ ਸੁਣਾਈ ਦਿੱਤੇ।

ਇੱਕ ਸਾਲ ਬਾਅਦ ਕੁਮਾਰ ਆਪਣੇ ਪਿੰਡ ਜਾਣ ਵਾਸਤੇ ਚੱਲ ਪਿਆ। ਉਸ ਨੇ ਸ਼੍ਰੀ ਯੁਕਤੇਸ਼ਵਰ ਜੀ, ਜੋ ਆਪਣੇ ਸ਼ਗਿਰਦਾਂ ਦੇ ਘਰ ਆਉਣ ਜਾਣ ਦੇ ਮਾਮਲਿਆਂ ਵਿਚ ਬਹੁਤਾ ਦਖਲ ਨਹੀਂ ਸਨ ਦਿਆ ਕਰਦੇ, ਦੀ ਮੌਨ ਅਸਹਿਮਤੀ ਦੀ ਉਲੰਘਣਾ ਕੀਤੀ। ਕੁਝ ਮਹੀਨਿਆਂ ਬਾਅਦ ਜਦੋਂ ਉਹ ਫਿਰ ਵਾਪਸ ਆਇਆ, ਤਾਂ ਉਸ ਵਿਚ ਇੱਕ ਨਿਰਾਸ਼ਾਜਨਕ ਪ੍ਰੀਵਰਤਨ ਸਪਸ਼ਟ ਦਿਖਾਈ ਦੇ ਰਿਹਾ ਸੀ। ਤੇਜਸਵੀ ਚਿਹਰੇ ਵਾਲਾ ਕੁਮਾਰ ਹੁਣ ਬਿਲਕੁਲ ਗਾਇਬ ਹੋ ਗਿਆ ਸੀ। ਸਿਰਫ ਇੱਕ ਸਧਾਰਨ ਪੇਂਡੂ ਸਾਡੇ ਸਾਹਮਣੇ ਖੜ੍ਹਾ ਸੀ, ਜਿਸ ਨੇ ਕਈ ਬੁਰੀਆਂ ਆਦਤਾਂ ਵੀ ਅਪਣਾ ਲਈਆਂ ਸਨ।

ਟੁੱਟੇ ਹੋਏ ਦਿਲ ਨਾਲ, ਗੁਰੂਦੇਵ ਮੇਰੇ ਨਾਲ ਵਿਚਾਰ ਵਿਮਰਸ਼ ਕਰਦੇ ਰਹੇ, ਕਿ ਕੁਮਾਰ ਹੁਣ ਆਸ਼ਰਮ ਦੇ ਸੰਨਿਆਸ ਜੀਵਨ ਦੇ ਯੋਗ ਨਹੀਂ ਰਿਹਾ।

"ਮੁਕੰਦ, ਕੱਲ੍ਹ ਨੂੰ ਹੀ ਕੁਮਾਰ ਨੂੰ ਆਸ਼ਰਮ ਛੱਡ ਕੇ ਜਾਣ ਵਾਸਤੇ ਕਹਿਣ ਦਾ ਕੰਮ, ਮੈਂ ਤੇਰੇ ਜ਼ੁੰਮੇ ਲਾਉਂਦਾ ਹਾਂ, ਮੈਂ ਖੁਦ ਉਸ ਨੂੰ ਨਹੀਂ ਕਹਿ ਸਕਦਾ।" ਸ਼੍ਰੀ ਯੁਕਤੇਸ਼ਵਰ ਜੀ ਦੀਆਂ ਅੱਖਾਂ ਭਰ ਆਈਆਂ, ਪਰ ਉਨ੍ਹਾਂ ਨੇ ਆਪਣੇ ਆਪ ਉੱਪਰ ਛੇਤੀ ਹੀ ਕਾਬੂ ਪਾ ਲਿਆ। "ਜੇ ਇਹ ਲੜਕਾ ਮੇਰੀ ਗੱਲ ਮੰਨ ਲੈਂਦਾ ਅਤੇ ਘਰ ਜਾ ਕੇ ਬੁਰੇ ਆਦਮੀਆਂ ਦੀ ਸੰਗਤ ਵਿਚ ਨਾ ਪੈਂਦਾ, ਤਾਂ ਇਸ ਹੱਦ ਤਕ ਇਹ ਕਦੇ ਨਾ ਗਿਰਦਾ। ਇਸ ਨੇ ਮੇਰੀ ਸੁਰੱਖਿਆ ਨੂੰ ਠੁਕਰਾ ਦਿੱਤਾ, ਹੁਣ ਨਿਰਦਈ ਸੰਸਾਰ ਨੂੰ ਹੀ ਇਸ ਦਾ ਗੁਰੂ ਬਣੇ ਰਹਿਣ ਦੀ ਜ਼ਰੂਰਤ ਹੈ।"

ਕੁਮਾਰ ਦੇ ਚਲੇ ਜਾਣ ਨਾਲ ਮੈਨੂੰ ਕੋਈ ਖੁਸ਼ੀ ਨਹੀਂ ਹੋਈ। ਮੈਂ ਦੁਖੀ ਮਨ ਨਾਲ ਇਹੀ ਸੋਚਦਾ ਰਿਹਾ, ਕਿ ਇੱਕ ਇਨਸਾਨ ਜਿਸ ਵਿਚ ਇੱਕ ਸਿੱਧ ਪੁਰਸ਼ ਦਾ ਪ੍ਰੇਮ ਜਿੱਤ ਲੈਣ ਦੀ ਸ਼ਕਤੀ ਸੀ, ਉਹ ਕਿੰਨੀ ਸੌਖੀ ਤਰ੍ਹਾਂ ਦੁਨੀਆਂ ਦੇ ਪ੍ਰਲੋਭਣਾਂ ਵਿਚ ਫਸ ਗਿਆ। ਮਨੁੱਖ ਵਿਚ ਸੁਰਾ ਅਤੇ ਸੁੰਦਰੀ ਦੇ ਉਪਭੋਗ ਦੀ ਲਾਲਸਾ ਦੀ ਜੜ੍ਹ ਸਦਾ ਹੀ ਹਰੀ ਰਹਿੰਦੀ ਹੈ। ਉਨ੍ਹਾਂ ਦਾ ਆਨੰਦ ਮਾਨਣ ਲਈ ਇਨਸਾਨ ਨੂੰ ਕਿਸੇ ਸੂਖਮ ਗਿਆਨ ਦੀ ਜ਼ਰੂਰਤ ਨਹੀਂ ਹੁੰਦੀ। ਇੰਦਰੀਆਂ ਦੇ ਫਰੇਬ ਦੀ ਤੁਲਨਾ ਸਦਾ ਬਹਾਰ ਕਨੇਰ ਦੀ ਝਾੜੀ ਨਾਲ ਕੀਤੀ ਜਾ ਸਕਦੀ ਹੈ। ਜਿਸ ਦੇ ਗੁਲਾਬੀ ਫੁੱਲਾਂ ਤੋਂ ਸੁਗੰਧ ਆਉਂਦੀ ਹੈ, ਪਰ ਉਸ ਦੇ

ਹਰ ਹਿੱਸੇ ਵਿਚ ਜ਼ਹਿਰ ਭਰਿਆ ਹੁੰਦਾ ਹੈ।* ਤ੍ਰਿਪਤੀ ਦਾ ਸਮੁੰਦਰ ਤਾਂ ਸਾਡੇ ਅੰਦਰ ਹੀ ਹੈ ਜੋ ਸੁੱਖ ਨਾਲ ਚਮਕ ਰਿਹਾ ਹੈ ਪਰ ਅਸੀਂ ਉਸ ਨੂੰ ਅੰਨ੍ਹਿਆਂ ਵਾਂਗ ਬਾਹਰ ਹਜ਼ਾਰਾਂ ਦਿਸ਼ਾਵਾਂ ਵਿਚ ਲੱਭ ਰਹੇ ਹਾਂ।

ਕੁਮਾਰ ਦੀ ਤੀਖਣ ਬੁੱਧੀ ਦੀ ਚਰਚਾ ਕਰਦਿਆਂ, ਇੱਕ ਦਿਨ ਗੁਰੂਦੇਵ ਨੇ ਕਿਹਾ, "ਤੀਖਣ ਬੁੱਧੀ ਇੱਕ ਦੋ ਧਾਰੀ ਤਲਵਾਰ ਹੈ। ਇਸ ਦੀ ਵਰਤੋਂ ਚੰਗੇ ਕੰਮਾਂ ਵਾਸਤੇ ਵੀ ਹੋ ਸਕਦੀ ਹੈ ਅਤੇ ਬੁਰੇ ਕੰਮਾਂ ਵਾਸਤੇ ਵੀ। ਇਸ ਨਾਲ ਅਗਿਆਨ ਦੇ ਫੋੜੇ ਨੂੰ ਚੀਰਿਆ ਵੀ ਜਾ ਸਕਦਾ ਹੈ ਜਾਂ ਆਪਣੀ ਗਰਦਣ ਵੀ ਵੱਢੀ ਜਾ ਸਕਦੀ ਹੈ। ਮਨ ਜਦੋਂ ਇਹ ਸਵੀਕਾਰ ਕਰ ਲੈਂਦਾ ਹੈ, ਕਿ ਇਸ ਅਧਿਆਤਮਿਕ ਨਿਯਮ ਤੋਂ ਬਚਿਆ ਨਹੀਂ ਜਾ ਸਕਦਾ, ਤਾਂ ਹੀ ਬੁੱਧੀ ਠੀਕ ਰਸਤੇ ਉੱਪਰ ਚਲਦੀ ਹੈ।"

ਮੇਰੇ ਗੁਰੂਦੇਵ ਆਪਣੇ ਪੁਰਸ਼ ਅਤੇ ਇਸਤਰੀ ਸ਼ਗਿਰਦਾਂ ਨੂੰ ਆਪਣੀ ਸੰਤਾਨ ਮੰਨ ਕੇ, ਉਨ੍ਹਾਂ ਨੂੰ ਖੁੱਲ੍ਹ ਕੇ ਮਿਲਦੇ ਸਨ। ਉਨ੍ਹਾਂ ਦੀ ਆਤਮਾ ਦੀ ਸਮਾਨਤਾ ਨੂੰ ਜਾਣਦਿਆਂ ਹੋਇਆਂ, ਉਨ੍ਹਾਂ ਵਿਚ ਕੋਈ ਭੇਦ ਭਾਵ ਨਹੀਂ ਸਨ ਕਰਦੇ।

ਉਹ ਕਹਿੰਦੇ ਸਨ, "ਨੀਂਦ ਵਿਚ ਕਿਸੇ ਨੂੰ ਵੀ ਇਹ ਪਤਾ ਨਹੀਂ ਲੱਗਦਾ, ਕਿ ਉਹ ਪੁਰਸ਼ ਹੈ ਜਾਂ ਇਸਤਰੀ। ਜਿਸ ਤਰ੍ਹਾਂ ਕੋਈ ਪੁਰਸ਼ ਇਸਤਰੀ ਦਾ ਭੇਸ ਧਾਰਨ ਕਰ ਲੈਣ ਨਾਲ ਇਸਤਰੀ ਨਹੀਂ ਬਣ ਜਾਂਦਾ। ਉਸੇ ਤਰ੍ਹਾਂ ਆਤਮਾ ਇਸਤਰੀ ਜਾਂ ਪੁਰਸ਼ ਦਾ ਰੂਪ ਧਾਰਨ ਕਰ ਲੈਣ ਨਾਲ, ਉਸ ਵਿਚ ਅਪ੍ਰੀਵਰਤਨਸ਼ੀਲ ਰਹਿੰਦੀ ਹੈ। ਆਤਮਾ ਪ੍ਰਮਾਤਮਾ ਦਾ ਨਿਰਵਿਕਾਰ ਨਿਰਗੁਣ ਪ੍ਰਤੀਰੂਪ ਹੈ।"

ਸ਼੍ਰੀ ਯੁਕਤੇਸ਼ਵਰ ਜੀ ਇਸਤਰੀ ਨੂੰ ਆਦਮੀ ਦੀ ਬਰਬਾਦੀ ਦਾ ਕਾਰਨ ਨਹੀਂ ਸਨ ਮੰਨਦੇ ਅਤੇ ਨਾ ਹੀ ਕਦੇ ਇਸਤਰੀਆਂ ਤੋਂ ਕਤਰਾਉਂਦੇ ਸਨ। ਉਹ ਕਿਹਾ ਕਰਦੇ ਸਨ ਕਿ ਇਸਤਰੀ ਨੂੰ ਵੀ ਪੁਰਸ਼ ਦੀ ਖਿੱਚ ਦੇ ਪ੍ਰਲੋਭਣ ਦਾ ਸ਼ਿਕਾਰ ਹੋਣਾ ਪੈਂਦਾ ਹੈ। ਮੈਂ ਇੱਕ ਵਾਰ ਉਨ੍ਹਾਂ ਨੂੰ ਪੁੱਛਿਆ ਕਿ ਇੱਕ ਪ੍ਰਾਚੀਨ ਸੰਤ ਨੇ ਇਸਤਰੀ ਨੂੰ ਨਰਕ ਦਾ ਦਰਵਾਜ਼ਾ ਕਿਉਂ ਕਿਹਾ ਹੈ?

ਮੇਰੇ ਗੁਰੂਦੇਵ ਨੇ ਤਾਹਨੇ ਪੂਰਨ ਲਹਿਜੇ ਵਿਚ ਕਿਹਾ, "ਉਸ ਦੀ ਜਵਾਨੀ ਵਿਚ ਜਰੂਰ ਹੀ ਕੋਈ ਇਸਤਰੀ ਉਸ ਦੀ ਮਨ ਦੀ ਸ਼ਾਂਤੀ ਵਿਚ ਰੁਕਾਵਟ ਰਹੀ ਹੋਵੇਗੀ, ਨਹੀਂ ਤਾਂ ਉਹ ਇਸਤਰੀ ਨੂੰ ਨਹੀਂ, ਬਲਕਿ ਆਪਣੇ ਮਨ ਦੇ ਆਤਮ ਸੰਜਮ ਦੀ ਅਪੂਰਨਤਾ ਨੂੰ ਦੋਸ਼ ਦਿੰਦਾ।"

* ਸ਼ੰਕਰਾਚਾਰੀਆ ਨੇ ਲਿਖਿਆ ਹੈ, "ਜਾਗ੍ਰਿਤ ਅਵਸਥਾ ਵਿਚ ਮਨੁੱਖ ਇੰਦਰੀਆਂ ਦੇ ਸੁੱਖਾਂ ਦੇ ਉਪਭੋਗ ਲਈ ਅਣਗਿਣਤ ਕੋਸ਼ਿਸ਼ਾਂ ਕਰਦਾ ਹੈ। ਜਦੋਂ ਇੰਦਰੀਆਂ ਥੱਕ ਜਾਂਦੀਆਂ ਹਨ, ਤਾਂ ਉਹ ਸੁਖ ਜੋ ਸਾਹਮਣੇ ਵੀ ਹਾਜ਼ਰ ਹੁੰਦਾ ਹੈ, ਉਸ ਨੂੰ ਵੀ ਭੁੱਲ ਕੇ ਸੌਂ ਜਾਂਦਾ ਹੈ, ਤਾਂ ਕਿ ਆਪਣੇ ਸ੍ਵੈ-ਭਾਵ ਵਿਚ, ਆਪਣੀ ਆਤਮਾ ਵਿਚ ਅਰਾਮ ਨਾਲ ਆਨੰਦ ਲੈ ਸਕੇ। ਇਸ ਤਰ੍ਹਾਂ ਇੰਦਰੀਆਂ ਤੋਂ ਪਰੇ ਆਨੰਦ ਸਹਿਜ ਸੁਲੱਭ ਹੈ ਅਤੇ ਇੰਦਰੀਆਂ ਦੇ ਸੁਖ, ਜਿਨ੍ਹਾਂ ਦਾ ਅੰਤ ਸਦਾ ਹੀ ਦੁਖ ਵਿਚ ਹੁੰਦਾ ਹੈ, ਤੋਂ ਕਿਤੇ ਜਿਆਦਾ ਉੱਤਮ ਹੈ।

ਜੇ ਕਿਸੇ ਮਹਿਮਾਨ ਨੇ ਕੋਈ ਵਿਕਾਰਮਈ ਕਹਾਣੀ ਸੁਣਾਉਣ ਦੀ ਮੂਰਖਤਾ ਕਰ ਹੀ ਲਈ, ਤਾਂ ਗੁਰੂਦੇਵ ਹੁੰਗਾਰਾ ਭਰਨ ਦੀ ਬਜਾਏ ਮੌਨ ਧਾਰਨ ਕਰ ਲੈਂਦੇ ਸਨ। "ਸੁੰਦ ਰ ਚਿਹਰਿਆਂ ਦੀ ਉਤੇਜਨਾਪੂਰਨ ਚਾਬਕ ਦੀ ਮਾਰ ਤੋਂ ਬਚੋ। ਇੰਦਰੀਆਂ ਦੇ ਗੁਲਾਮ ਸੰਸਾਰ ਦਾ ਆਨੰਦ ਕਿਸ ਤਰ੍ਹਾਂ ਲੈ ਸਕਦੇ ਹਨ? ਜਦੋਂ ਉਹ ਵਾਸ਼ਨਾ ਦੇ ਚਿਕੜ ਵਿਚ ਰੀਂਗਦੇ ਰਹਿੰਦੇ ਹਨ, ਤਾਂ ਸੰਸਾਰ ਦੇ ਸੂਖਮ ਰਸਾਂ ਦਾ ਆਨੰਦ ਉਨ੍ਹਾਂ ਦੀ ਪਕੜ ਵਿਚ ਹੀ ਨਹੀਂ ਆਉਂਦਾ। ਵਾਸ਼ਨਾਵਾਂ ਦੇ ਵਿਚ ਗਲਤਾਨ ਮਨੁੱਖ ਦਾ ਵਿਵੇਕ ਗੁਆਚ ਜਾਂਦਾ ਹੈ।"

ਮਾਇਆ ਪ੍ਰੇਰਤ ਕਾਮ ਵਾਸ਼ਨਾ ਤੋਂ ਬਚਣ ਦੀ ਇੱਛਾ ਕਰਨ ਵਾਲੇ ਸ਼ਗਿਰਦਾਂ ਨੂੰ ਸ਼੍ਰੀ ਯੁਕਤੇਸ਼ਵਰ ਜੀ ਤੋਂ ਧੀਰਜ ਪੂਰਵਕ ਅਤੇ ਸਮਝਦਾਰੀ ਨਾਲ ਭਰਪੂਰ ਮਾਰਗ ਦਰਸ਼ਨ ਮਿਲਦਾ ਸੀ।

ਉਹ ਕਹਿੰਦੇ ਸਨ, "ਜਿਸ ਤਰ੍ਹਾਂ ਭੁੱਖ ਦਾ ਇੱਕ ਯਥਾਰਥ ਮਨੋਰਥ ਹੈ, ਪਰ ਲਾਲਚ ਦਾ ਨਹੀਂ। ਉਸੇ ਤਰ੍ਹਾਂ ਕਾਮ ਪ੍ਰਵਿਰਤੀ ਨੂੰ ਵੀ ਕੁਦਰਤ ਨੇ ਸਿਰਫ ਸੰਤਾਨ ਦੇ ਵਾਧੇ ਵਾਸਤੇ ਬਣਾਇਆ ਹੈ, ਕਦੇ ਵੀ ਤ੍ਰਿਪਤ ਨਾ ਹੋਣ ਵਾਲੀਆਂ ਕਾਮ ਵਾਸ਼ਨਾਵਾਂ ਨੂੰ ਜਗਾਉਣ ਵਾਸਤੇ ਨਹੀਂ। ਆਪਣੀਆਂ ਗਲਤ ਇੱਛਾਵਾਂ ਨੂੰ ਹੁਣੇ ਹੀ ਨਸ਼ਟ ਕਰ ਦਿਉ, ਨਹੀਂ ਤਾਂ ਮਰਨ ਤੋਂ ਬਾਅਦ ਵੀ ਤੁਹਾਡੇ ਸੂਖਮ ਸਰੀਰ ਨਾਲ ਚਿੰਬੜੀਆਂ ਰਹਿਣਗੀਆਂ। ਹੋ ਸਕਦਾ ਹੈ ਕਿ ਸਰੀਰ ਨੂੰ ਰੋਕ ਪਾਉਣਾ ਮੁਸ਼ਕਿਲ ਕੰਮ ਹੋਵੇ, ਪਰ ਮਨ ਨਾਲ ਉਨ੍ਹਾਂ ਦਾ ਲਗਾਤਾਰ ਵਿਰੋਧ ਕਰਦੇ ਰਹਿਣਾ ਚਾਹੀਦਾ ਹੈ। ਜੇ ਇੱਛਾਵਾਂ ਦੀ ਬੇਰਹਿਮ ਫੌਜ ਤੁਹਾਡੇ ਉੱਪਰ ਹਮਲਾ ਬੋਲ ਦੇਵੇ, ਤਾਂ ਨਿਰਪੱਖ ਹੋ ਕੇ ਉਸ ਦਾ ਵਿਸ਼ਲੇਸਣ ਕਰੋ ਅਤੇ ਆਪਣੀ ਅਜਿੱਤ ਇੱਛਾ ਸ਼ਕਤੀ ਦੁਆਰਾ ਉਸ ਉੱਪਰ ਜਿੱਤ ਪ੍ਰਾਪਤ ਕਰੋ। ਹਰ ਇਕ ਕੁਦਰਤੀ ਪ੍ਰਲੋਭਣ ਉੱਪਰ ਜਿੱਤ ਪ੍ਰਾਪਤ ਕੀਤੀ ਜਾ ਸਕਦੀ ਹੈ।

"ਆਪਣੀ ਸ਼ਕਤੀ ਨੂੰ ਸੰਭਾਲ ਕੇ ਰੱਖੋ। ਵਿਸ਼ਾਲ ਸਮੁੰਦਰ ਵਾਂਗ ਬਣੋ, ਜਿਸ ਵਿਚ ਇੰਦਰੀਆਂ ਰੂਪੀ ਨਦੀਆਂ ਚੁੱਪ ਚਾਪ ਡਿਗਦੀਆਂ ਚਲੀਆਂ ਜਾਣ, ਨਹੀਂ ਤਾਂ ਹਰ ਰੋਜ਼ ਨਵੀਂ ਸ਼ਕਤੀ ਦੇ ਨਾਲ ਜਾਗਦੀਆਂ ਕਾਮਨਾਵਾਂ ਤੁਹਾਡੀ ਆਤਮਿਕ ਸ਼ਾਂਤੀ ਨੂੰ ਖਤਮ ਕਰ ਦੇਣਗੀਆਂ। ਇਹ ਕਾਮਨਾਵਾਂ ਸਰੋਵਰ ਵਿਚ ਬਣੀਆਂ ਉਨ੍ਹਾਂ ਮੋਰੀਆਂ ਵਾਂਗ ਹਨ, ਜੋ ਪ੍ਰਾਣ ਮੂਲਕ ਜਲ ਨੂੰ ਵਿਸ਼ੇ ਵਿਕਾਰਾਂ ਦੇ ਰੇਗਿਸਤਾਨ ਵਿਚ ਬਰਬਾਦ ਕਰ ਦਿੰਦੀਆਂ ਹਨ। ਮਨੁੱਖ ਦਾ ਸਭ ਤੋਂ ਵੱਡਾ ਦੁਸ਼ਮਨ ਹੈ, ਉਸ ਨੂੰ ਮਜ਼ਬੂਰ ਕਰਨ ਵਾਲਾ ਗਲਤ ਇੱਛਾਵਾਂ ਦਾ ਸ਼ਕਤੀਸਾਲੀ ਆਵੇਗ। ਆਤਮ ਸੰਜਮ ਦੇ ਸ਼ੇਰ ਬਣ ਕੇ ਸੰਸਾਰ ਵਿਚ ਵਿਚਰਨ ਕਰੋ ਅਤੇ ਇੰਦਰੀਆਂ ਦੀਆਂ ਕਮਜ਼ੋਰੀ ਰੂਪੀ ਡੱਡੂਆਂ ਦੀਆਂ ਲੱਤਾਂ ਖਾ ਕੇ ਇੱਧਰ ਉੱਧਰ ਨਾ ਲੁਢਕਦੇ ਫਿਰੋ।"

ਇੱਕ ਸੱਚਾ ਸ਼ਰਧਾਲੂ ਅੰਤ ਨੂੰ ਮੂਲ ਪ੍ਰਵਿਰਤੀ ਦੀਆਂ ਮਜ਼ਬੂਰੀਆਂ ਤੋਂ ਮੁਕਤ ਹੋ ਜਾਂਦਾ ਹੈ। ਮਨੁੱਖੀ ਪਿਆਰ ਦੀ ਆਪਣੀ ਲਾਲਸਾ ਨੂੰ, ਉਹ ਕੇਵਲ ਈਸ਼ਵਰ ਨੂੰ ਪ੍ਰਾਪਤ

ਕਰਨ ਦੀ ਲਾਲਸਾ ਵਿਚ ਬਦਲ ਲੈਂਦਾ ਹੈ, ਜੋ ਇੱਕੋ ਇੱਕ ਸੱਚਾ ਪਿਆਰ ਹੈ- ਕਿਉਂਕਿ ਉਹ ਸਰਬਵਿਆਪੀ ਹੈ। ਸ਼੍ਰੀ ਯੁਕਤੇਸ਼ਵਰ ਜੀ ਦੇ ਮਾਤਾ ਜੀ ਵਾਰਾਣਸੀ ਦੇ ਰਾਣਾ ਮਹੱਲ ਮੁਹੱਲੇ ਵਿਚ ਰਹਿੰਦੇ ਸਨ, ਜਿੱਥੇ ਮੈਂ ਆਪਣੇ ਗੁਰੂਦੇਵ ਨੂੰ ਪਹਿਲੀ ਵਾਰ ਮਿਲਣ ਗਿਆ ਸੀ। ਉਹ ਧਾਰਮਿਕ ਅਤੇ ਦਿਆਵਾਨ ਔਰਤ ਸੀ। ਪ੍ਰੰਤੂ ਉਹ ਆਪਣੇ ਅਕੀਦੇ ਦੀ ਬੜੀ ਪੱਕੀ ਸੀ। ਇੱਕ ਦਿਨ ਮੈਂ ਵਰਾਂਡੇ ਵਿਚ ਖੜ੍ਹਾ, ਮਾਂ ਪੁੱਤਰ ਦੀ ਗੱਲ ਬਾਤ ਸੁਣ ਰਿਹਾ ਸੀ। ਆਪਣੇ ਸ਼ਾਂਤ ਅਤੇ ਵਿਚਾਰ ਪੂਰਵਕ ਤਰੀਕੇ ਨਾਲ ਸ਼੍ਰੀ ਯੁਕਤੇਸ਼ਵਰ ਜੀ ਉਨ੍ਹਾਂ ਨੂੰ ਕੋਈ ਨੁਕਤਾ ਸਮਝਾਉਣ ਦੀ ਕੋਸ਼ਿਸ਼ ਕਰ ਰਹੇ ਸਨ, ਪਰ ਸਫਲ ਨਹੀਂ ਸਨ ਹੋ ਰਹੇ, ਕਿਉਂਕਿ ਮਾਤਾ ਜੀ ਜ਼ੋਰ ਜ਼ੋਰ ਦੀ ਨਾਂਹ ਵਿਚ ਸਿਰ ਹਿਲਾ ਕੇ ਉਸ ਦਾ ਵਿਰੋਧ ਕਰ ਰਹੇ ਸਨ।

"ਨਹੀਂ, ਨਹੀਂ, ਮੇਰੇ ਪੁੱਤਰ। ਹੁਣ ਤੂੰ ਜਾਹ। ਤੇਰਾ ਗਿਆਨ ਉਪਦੇਸ਼ ਮੇਰੇ ਕੰਮ ਦਾ ਨਹੀਂ। ਮੈਂ ਤੇਰੀ ਸ਼ਗਿਰਦ ਨਹੀਂ ਹਾਂ।"

ਫਿਟਕਾਰ ਖਾਧੇ ਬੱਚੇ ਦੀ ਤਰ੍ਹਾਂ ਸ਼੍ਰੀ ਯੁਕਤੇਸ਼ਵਰ ਜੀ ਅੱਗੋਂ ਇੱਕ ਵੀ ਸ਼ਬਦ ਬੋਲੇ ਬਗੈਰ ਚੁੱਪ ਚਾਪ ਉੱਥੋਂ ਹਟ ਗਏ। ਮਾਤਾ ਜੀ ਦੇ ਅਣਉਚਿਤ ਵਿਵਹਾਰ ਦੇ ਬਾਵਜੂਦ ਉਨ੍ਹਾਂ ਦੇ ਪ੍ਰਤੀ ਸ਼੍ਰੀ ਯੁਕਤੇਸ਼ਵਰ ਜੀ ਦਾ ਡੂੰਘਾ ਆਦਰ ਸਤਕਾਰ ਦੇਖ ਕੇ ਮੈਂ ਬਾਗੋ ਬਾਗ ਹੋ ਗਿਆ। ਮਾਤਾ ਜੀ ਉਨ੍ਹਾਂ ਨੂੰ ਕੇਵਲ ਆਪਣੇ ਛੋਟੇ ਜਿਹੇ ਬੱਚੇ ਦੇ ਰੂਪ ਵਿਚ ਹੀ ਦੇਖ ਰਹੀ ਸੀ। ਇੱਕ ਬ੍ਰਹਮ ਗਿਆਨੀ ਦੇ ਰੂਪ ਵਿਚ ਨਹੀਂ। ਇਸ ਛੋਟੀ ਜਿਹੀ ਘਟਨਾ ਵਿਚ ਵੀ ਇੱਕ ਮਨੋਹਰਤਾ ਸੀ। ਇਸ ਵਿਚ ਗੁਰੂਦੇਵ ਦੇ ਸੁਭਾਅ ਦਾ ਇੱਕ ਹੋਰ ਪਹਿਲੂ ਸਾਹਮਣੇ ਆ ਰਿਹਾ ਸੀ- ਅੰਦਰੋਂ ਕਿੰਨੇ ਨਰਮ ਅਤੇ ਬਾਹਰੋਂ ਕਿੰਨੇ ਸਖਤ।

ਇੱਕ ਵਾਰ ਸੰਸਾਰ ਨਾਲੋਂ ਸਬੰਧ ਤੋੜ ਲੈਣ ਤੋਂ ਬਾਅਦ ਸੰਨਿਆਸ ਧਰਮ ਸਵਾਮੀਆਂ ਨੂੰ ਸੰਸਾਰ ਨਾਲ ਕਿਸੇ ਕਿਸਮ ਦੇ ਸਬੰਧ ਬਣਾ ਕੇ ਰੱਖਣ ਦੀ ਇਜਾਜ਼ਤ ਨਹੀਂ ਦਿੰਦਾ। ਗਰਿਸਤੀਆਂ ਦੇ ਵਾਸਤੇ ਜਰੂਰੀ ਸਮਝੇ ਜਾਣ ਵਾਲੇ ਪਰੰਪਰਾਗਤ ਪਰਿਵਾਰਕ ਧਾਰਮਿਕ ਰਸਮਾਂ ਸੰਨਿਆਸੀ ਪੂਰੀਆਂ ਨਹੀਂ ਕਰ ਸਕਦੇ। ਪਰ ਫਿਰ ਵੀ ਪ੍ਰਾਚੀਨ ਸੰਨਿਆਸ ਆਸ਼ਰਮ ਦਾ ਪੁਨਰਗਠਨ ਕਰਨ ਵਾਲੇ ਆਦਿ ਸ਼ੰਕਰਾਚਾਰੀਆ ਨੇ ਇਨ੍ਹਾਂ ਨਿਯਮਾਂ ਦੀ ਉਲੰਘਣਾ ਕੀਤੀ ਸੀ। ਆਪਣੀ ਪੂਜਨੀਕ ਮਾਤਾ ਜੀ ਦੀ ਮੌਤ ਤੋਂ ਬਾਅਦ, ਉਨ੍ਹਾਂ ਨੇ ਹੱਥ ਉੱਪਰ ਉਠਾ ਕੇ ਪਵਿੱਤਰ ਦਿਵੱਯ ਅਗਨੀ ਪ੍ਰਗਟ ਕੀਤੀ ਅਤੇ ਉਸ ਪ੍ਰਗਟ ਹੋਈ ਦਿਵੱਯ ਪਵਿੱਤਰ ਅਗਨੀ ਨਾਲ ਆਪਣੀ ਮਾਤਾ ਦਾ ਸਸਕਾਰ ਕੀਤਾ।

ਸ਼੍ਰੀ ਯੁਕਤੇਸ਼ਵਰ ਜੀ ਨੇ ਵੀ, ਇਨ੍ਹਾਂ ਨਿਯਮਾਂ ਦੀ ਉਲੰਘਣਾ ਕੀਤੀ, ਪਰ ਸ਼ੰਕਰਾਚਾਰੀਆ ਤੋਂ ਘੱਟ ਚਮਤਕਾਰੀ ਤਰੀਕੇ ਨਾਲ। ਜਦੋਂ ਉਨ੍ਹਾਂ ਦੀ ਮਾਤਾ ਜੀ ਦਾ ਸਵਰਗਵਾਸ ਹੋਇਆ ਤਾਂ ਉਨ੍ਹਾਂ ਨੇ ਪਵਿੱਤਰ ਗੰਗਾ ਦੇ ਕਿਨਾਰੇ, ਉਨ੍ਹਾਂ ਦੇ ਅੰਤਮ ਸਸਕਾਰ ਦਾ ਪ੍ਰਬੰਧ ਕੀਤਾ ਅਤੇ ਗਰਿਸਤ ਪਰੰਪਰਾ ਅਨੁਸਾਰ ਅਨੇਕ ਬ੍ਰਾਹਮਣਾਂ ਨੂੰ ਭੋਜਨ ਕਰਵਾਇਆ।

ਸ਼ਾਸਤਰਾਂ ਦੇ ਬੰਧੇਜ ਨਿਯਮ ਸੰਨਿਆਸੀਆਂ ਨੂੰ ਸੌੜੇ ਸਬੰਧਾਂ ਦੇ ਦਾਇਰੇ ਵਿਚੋਂ ਬਾਹਰ ਨਿਕਲਣ ਲਈ ਬਣਾਏ ਗਏ ਸਨ। ਸ਼ੰਕਰਾਚਾਰੀਆ ਅਤੇ ਗੁਰੂਦੇਵ ਜੀ ਨੇ,

ਆਪਣਾ ਸੰਪੂਰਨ ਵਜੂਦ ਹੀ ਉਸ ਵਿਸ਼ਾਲ ਨਿਰਾਕਾਰ ਬ੍ਰਹਮ ਵਿਚ ਵਿਲੀਨ ਕਰ ਦਿੱਤਾ ਸੀ। ਉਨ੍ਹਾਂ ਨੂੰ ਆਪਣੀ ਰੱਖਿਆ ਲਈ ਕਿਸੇ ਨਿਯਮ ਦੀ ਜ਼ਰੂਰਤ ਨਹੀਂ ਸੀ। ਕਦੇ ਕਦੇ ਸਿੱਧ ਪੁਰਸ਼ ਸਿਰਫ ਇਹ ਦਿਖਾਉਣ ਵਾਸਤੇ ਕਿਸੇ ਨਿਯਮ ਦੀ ਜਾਣ ਬੁਝ ਕੇ ਉਲੰਘਣਾ ਕਰ ਦਿੰਦੇ ਹਨ, ਕਿ ਉਸ ਵਿਚ ਮੌਜੂਦ ਧਾਰਮਿਕ ਸਿਧਾਂਤ ਨਿਯਮਾਂ ਤੋਂ ਸਰੇਸ਼ਟ ਹਨ ਅਤੇ ਧਾਰਮਿਕ ਸਿਧਾਂਤ ਨਿਯਮਾਂ ਦੇ ਬੰਧਨ ਵਿਚ ਨਹੀਂ ਹਨ। ਇਸੇ ਤਰ੍ਹਾਂ ਈਸਾ ਮਸੀਹ ਨੇ ਅਰਾਮ ਦੇ ਦਿਨ ਅਨਾਜ ਦੀਆਂ ਬੱਲੀਆਂ ਤੋੜੀਆਂ ਸਨ। ਅਲੋਚਨਾ ਤਾਂ ਹੋਣੀ ਹੀ ਸੀ, ਤਾਂ ਉਨ੍ਹਾਂ ਅਲੋਚਕਾਂ ਨੂੰ ਈਸਾ ਮਸੀਹ ਨੇ ਕਿਹਾ, "ਅਰਾਮ ਦਾ ਦਿਨ ਮਨੁੱਖ ਲਈ ਬਣਾਇਆ ਗਿਆ ਸੀ, ਮਨੁੱਖ ਅਰਾਮ ਦੇ ਦਿਨ ਲਈ ਨਹੀਂ।"* ਸ੍ਰੀ ਯੁਕਤੇਸ਼ਵਰ ਜੀ ਸ਼ਾਸਤਰਾਂ ਤੋਂ ਇਲਾਵਾ ਹੋਰ ਕੋਈ ਪੁਸਤਕ ਸ਼ਾਇਦ ਹੀ ਕਦੇ ਪੜ੍ਹਦੇ ਹੋਣ, ਫਿਰ ਵੀ ਉਹ ਨਵੀਂ ਤੋਂ ਨਵੀਂ ਵਿਗਿਆਨਿਕ ਖੋਜ ਅਤੇ ਗਿਆਨ ਦੇ ਕਈ ਖੇਤਰਾਂ ਵਿਚ ਹੋਈ ਤਰੱਕੀ ਦੀ ਪੂਰੀ ਜਾਣਕਾਰੀ ਰੱਖਦੇ ਸਨ।†

ਉਹ ਵਾਰਤਾਲਾਪ ਵਿਚ ਅਤਿਅੰਤ ਨਿਪੁੰਨ ਸਨ। ਆਸ਼ਰਮ ਵਿਚ ਆਉਣ ਵਾਲੇ ਮਹਿਮਾਨਾਂ ਦੇ ਨਾਲ ਅਣਗਿਣਤ ਵਿਸ਼ਿਆਂ ਉੱਪਰ ਵਿਚਾਰਾਂ ਦੇ ਅਦਾਨ ਪ੍ਰਦਾਨ ਦਾ ਲੁਤਫ ਉਠਾਉਂਦੇ ਸਨ। ਮੇਰੇ ਗੁਰੂ ਦੀ ਹਾਜ਼ਰ ਜਵਾਬੀ ਅਤੇ ਉਨ੍ਹਾਂ ਦੇ ਖੁੱਲ੍ਹ ਕੇ ਹੱਸਣ ਦੇ ਢੰਗ ਨਾਲ ਹਰ ਇਕ ਵਿਚਾਰ ਚਰਚਾ ਵਿਚ ਜਾਨ ਪੈ ਜਾਂਦੀ ਸੀ। ਗੁਰੁਦੇਵ ਅਕਸਰ ਗੰਭੀਰ ਤਾਂ ਰਹਿੰਦੇ, ਪਰ ਮੈਂ ਉਨ੍ਹਾਂ ਨੂੰ ਉਦਾਸ ਕਦੇ ਨਹੀਂ ਸੀ ਦੇਖਿਆ। ਬਾਈਬਲ ਦੀ ਇੱਕ ਕਹਾਵਤ ਪੇਸ਼ ਕਰਦਿਆਂ ਹੋਇਆਂ ਕਿਹਾ ਕਰਦੇ ਸਨ, "ਪ੍ਰਮਾਤਮਾ ਨੂੰ ਪ੍ਰਾਪਤ ਕਰਨ ਵਾਸਤੇ ਆਦਮੀ ਨੂੰ ਆਪਣਾ ਮੂੰਹ ਭੈੜਾ ਬਣਾਉਣ ਦੀ ਜ਼ਰੂਰਤ ਨਹੀਂ।‡ ਇਹ ਸਦਾ ਯਾਦ ਰੱਖੋ ਕਿ ਪ੍ਰਮਾਤਮਾ ਪ੍ਰਾਪਤੀ ਦਾ ਮਤਲਬ ਹੈ, ਤੁਹਾਡੇ ਸਾਰੇ ਦੁੱਖਾਂ ਦਾ ਨਾਸ।"

ਜੋ ਅਨੇਕ ਦਾਰਸ਼ਨਿਕ, ਪ੍ਰੋਫੈਸਰ, ਵਕੀਲ ਅਤੇ ਵਿਗਿਆਨਿਕ ਆਸ਼ਰਮ ਵਿਚ ਆਉਂਦੇ ਸਨ। ਉਨ੍ਹਾਂ ਵਿਚੋਂ ਪਹਿਲੀ ਵਾਰ ਆਉਣ ਵਾਲੇ ਬਹੁਤ ਸਾਰੇ ਲੋਕ ਇਹ ਸੋਚ ਕੇ ਹੀ ਆਉਂਦੇ ਸਨ, ਕਿ ਉਨ੍ਹਾਂ ਦੀ ਮੁਲਾਕਾਤ ਕਿਸੇ ਰੂੜੀਵਾਦੀ ਧਾਰਮਿਕ ਆਦਮੀ ਨਾਲ ਹੋਣ ਵਾਲੀ ਹੈ। ਕਦੇ ਕਦੇ ਨਵੇਂ ਮਹਿਮਾਨਾਂ ਦੀ ਘਮੰਡ ਭਰੀ ਮੁਸਕਾਨ ਜਾਂ ਮਨੋਰੰਜਕ ਸਹਿਨਸ਼ੀਲਤਾ ਭਰੀ ਦ੍ਰਿਸ਼ਟੀ ਤੋਂ ਇਹ ਲਗਦਾ ਹੁੰਦਾ ਸੀ, ਕਿ ਉਨ੍ਹਾਂ ਨੂੰ, ਸਦਾਚਾਰ ਦੇ ਕੁਝ ਨੀਰਸ ਉਪਦੇਸ਼ ਸੁਣਨ ਤੋਂ ਇਲਾਵਾ ਹੋਰ ਕੁਝ ਨਹੀਂ ਮਿਲੇਗਾ। ਸ੍ਰੀ ਯੁਕਤੇਸ਼ਵਰ

* *ਮਾਰਕ* 2:27 (ਬਾਈਬਲ)

† ਗੁਰੂਦੇਵ ਜਦੋਂ ਚਾਹੁੰਦੇ, ਕਿਸੇ ਵੀ ਮਨੁੱਖ ਦੇ ਮਨ ਨਾਲ, ਆਪਣੇ ਮਨ ਦਾ ਸੰਪਰਕ ਕਾਇਮ ਕਰ ਸਕਦੇ ਸਨ (ਪਤੰਜਲੀ ਯੋਗ ਸੂਤਰ III:19 ਵਿਚ ਵਰਨਣ ਇੱਕ ਯੌਗਿਕ ਸ਼ਕਤੀ) ਮਾਨਵ-ਰੇਡੀਉ ਦੇ ਰੂਪ ਵਿਚ ਉਨ੍ਹਾਂ ਦੀ ਸ਼ਕਤੀ ਅਤੇ ਵਿਚਾਰਾਂ ਦੇ ਸੂਰੂਪ ਦਾ ਵਰਣਨ 15 ਵੇਂ ਚੈਪਟਰ ਵਿਚ ਕੀਤਾ ਗਿਆ ਹੈ।

‡ *ਮੈਥਯੂ* 6:16 (ਬਾਈਬਲ)

ਜੀ ਦੇ ਨਾਲ ਚਰਚਾ ਕਰਨ ਤੋਂ ਬਾਅਦ ਅਤੇ ਇਹ ਦੇਖਣ ਤੋਂ ਬਾਅਦ ਕਿ ਉਨ੍ਹਾਂ ਦੇ ਆਪਣੇ ਖੇਤਰ ਵਿਚ ਵੀ ਸ੍ਰੀ ਯੁਕਤੇਸ਼ਵਰ ਜੀ ਨੂੰ ਪੂਰਾ ਗਿਆਨ ਹੈ ਤਾਂ ਉਹ ਉਥੋਂ ਅਣ-ਇੱਛਾ ਪੂਰਵਕ ਹੀ ਵਾਪਸ ਆਉਂਦੇ।

ਮੇਰੇ ਗੁਰੂਦੇਵ ਆਮ ਤੌਰ ਤੇ ਮਹਿਮਾਨਾਂ ਪ੍ਰਤੀ ਨਮਰ ਅਤੇ ਮਿਲਣਸਾਰ ਵਿਵਹਾਰ ਕਰਦੇ ਸਨ। ਉਹ ਮਨ ਨੂੰ ਖੁਸ਼ ਕਰਨ ਵਾਲੇ ਆਦਰਯੋਗ ਢੰਗ ਨਾਲ, ਉਨ੍ਹਾਂ ਦਾ ਸੁਆਗਤ ਕਰਦੇ ਸਨ। ਫਿਰ ਵੀ ਕਦੇ ਕਦੇ ਪੱਕੇ ਘਮੰਡੀਆਂ ਨੂੰ ਡੂੰਘਾ ਮਾਨਸਿਕ ਝਟਕਾ ਵੀ ਲੱਗ ਜਾਂਦਾ ਸੀ। ਉਨ੍ਹਾਂ ਨੂੰ ਗੁਰੂਦੇਵ ਦੀ ਜਾਂ ਤਾਂ ਠੰਡੀ ਮਹੱਤਵਹੀਣਤਾ ਜਾਂ ਤਿੱਖੇ ਵਿਰੋਧ ਦਾ ਸਾਹਮਣਾ ਕਰਨਾ ਪੈਂਦਾ ਸੀਃ ਬਰਫ ਜਾਂ ਲੋਹਾ।

ਇੱਕ ਵਾਰ ਇੱਕ ਪ੍ਰਸਿੱਧ ਰਸਾਇਣ ਵਿਗਿਆਨੀ, ਸ੍ਰੀ ਯੁਕਤੇਸ਼ਵਰ ਜੀ ਨਾਲ ਤਰਕ-ਵਿਤਰਕ ਵਿਚ ਉਲਝ ਗਿਆ। ਇਹ ਸ੍ਰੀਮਾਨ, ਪ੍ਰਮਾਤਮਾ ਦੀ ਹੋਂਦ ਨੂੰ ਇਸ ਕਰ ਕੇ ਮੰਨਣ ਨੂੰ ਤਿਆਰ ਨਹੀਂ ਸੀ, ਕਿ ਵਿਗਿਆਨ ਪ੍ਰਮਾਤਮਾ ਨੂੰ ਖੋਜ ਨਿਕਾਲਣ ਦਾ ਕੋਈ ਤਰੀਕਾ ਨਹੀਂ ਲੱਭ ਸਕਿਆ।

"ਤਾਂ ਉਸ ਪਰਮ ਸ਼ਕਤੀ ਨੂੰ ਆਪ ਆਪਣੀ ਪਰਖ ਨਲੀ ਵਿਚ ਬੰਦ ਕਰਨ ਵਿਚ ਕਾਮਯਾਬ ਨਹੀਂ ਹੋ ਸਕੇ ਅਤੇ ਆਪ ਨੂੰ ਉਸ ਪਰਮ ਸ਼ਕਤੀ ਦਾ ਕੋਈ ਸਪਸ਼ਟੀਕਰਨ ਨਹੀਂ ਮਿਲ ਰਿਹਾ," ਗੁਰੂਦੇਵ ਦੀ ਦ੍ਰਿਸ਼ਟੀ ਕਠੋਰ ਹੋ ਗਈ। "ਹੁਣ ਮੈਂ ਆਪ ਨੂੰ ਇੱਕ ਸੌਖਾ ਪ੍ਰਯੋਗ ਦੱਸਦਾ ਹਾਂ, ਕਿ ਆਪ ਆਪਣੇ ਵਿਚਾਰਾਂ ਦਾ ਲਗਾਤਾਰ ਚੌਵੀ ਘੰਟੇ ਆਤਮ ਨਿਰੀਖਣ ਕਰੋ, ਤਾਂ ਤੁਹਾਨੂੰ ਪ੍ਰਮਾਤਮਾ ਦੀ ਗੈਰ ਮੌਜੂਦਗੀ ਉੱਪਰ ਹੈਰਾਨੀ ਨਹੀਂ ਹੋਵੇਗੀ।"

ਇੱਕ ਪ੍ਰਸਿੱਧ ਪੰਡਤ ਨੂੰ ਵੀ ਇਸੇ ਤਰ੍ਹਾਂ ਹੀ ਝਟਕਾ ਲੱਗਿਆ। ਉਹ ਆਸ਼ਰਮ ਵਿਚ ਪਹਿਲੀ ਵਾਰ ਆਇਆ ਸੀ। ਉਪਨਿਸ਼ਦਾਂ,* ਸ਼ੰਕਰਾਚਾਰੀਆ ਦੀਆਂ ਸਮਾਲੋਚਨਾਵਾਂ ਅਤੇ ਮਹਾਭਾਰਤ ਦੇ ਸ਼ਲੋਕਾਂ ਤੇ ਸ਼ਲੋਕ ਸੁਣਾਉਂਦਿਆਂ, ਉਸ ਨੇ ਆਸ਼ਰਮ ਦੀਆਂ ਕੰਧਾਂ ਗੂੰਜਣ ਲਾ ਦਿੱਤੀਆਂ।"

"ਮੈਂ ਆਪ ਨੂੰ ਸੁਣਨ ਵਾਸਤੇ ਬੈਠਾ ਹਾਂ," ਸ੍ਰੀ ਯੁਕਤੇਸ਼ਵਰ ਜੀ ਦੇ ਕਹਿਣ ਦੇ ਅੰਦਾਜ਼ ਅਤੇ ਜਿਗਿਆਸਾ ਇਸ ਤਰ੍ਹਾਂ ਦੇ ਸਨ, ਜਿਵੇਂ ਉਹ ਹਾਲੇ ਤਕ ਪੂਰਨ ਮੌਨ ਹੀ ਰਿਹਾ ਹੋਵੇ। ਪੰਡਤ ਜੀ ਵਿਆਕੁਲ ਹੋ ਗਏ।

* ਚਾਰ ਵੇਦਾਂ ਵਿਚ ਕੁਝ ਖਾਸ ਥਾਵਾਂ ਉੱਪਰ ਆਉਣ ਵਾਲੇ ਉਪਨਿਸ਼ਦ ਜਾਂ ਵੇਦਾਂਤ (ਸ਼ਾਬਦਿਕ ਅਰਥਃ ਵੇਦਾਂ ਦਾ ਅੰਤ) ਇਹੋ ਜਿਹੇ ਸਾਰਾਂਸ਼ ਹਨ, ਜਿਨ੍ਹਾਂ ਨੂੰ ਹਿੰਦੂ ਧਰਮ ਦਾ ਅਧਾਰ ਬਣਾਇਆ ਗਿਆ ਹੈ। ਸੋਪੇਨਹਾਇਰ ਨੇ ਇਨ੍ਹਾਂ 'ਡੂੰਘੇ, ਮੌਲਿਕ ਅਤੇ ਉਦਾਰ ਵਿਚਾਰਾਂ' ਦੀ ਬਹੁਤ ਜਿਆਦਾ ਪ੍ਰਸ਼ੰਸਾ ਕੀਤੀ ਹੈ ਅਤੇ ਕਿਹਾ ਹੈ, "ਵੇਦਾਂ ਤਕ ਪਹੁੰਚ (ਪੱਛਮੀ ਅਨੁਵਾਦਾਂ ਦੇ ਰਾਹੀਂ) ਮੇਰੀ ਨਜ਼ਰ ਵਿਚ ਪਿਛਲੀਆਂ ਸਾਰੀਆਂ ਸ਼ਤਾਬਦੀਆਂ ਦੇ ਉੱਪਰ ਇਸ ਸ਼ਤਾਬਦੀ ਦੀ ਸਭ ਤੋਂ ਮਹਾਨ ਪ੍ਰਾਪਤੀ ਹੈ।"

"ਹਵਾਲੇ ਤਾਂ ਹੁਣ ਤਕ ਆਪ ਨੇ ਬਹੁਤ ਦਿੱਤੇ ਹਨ।" ਮੈਂ ਪੰਡਤ ਜੀ ਤੋਂ ਆਦਰਯੁਕਤ ਦੂਰੀ ਬਣਾਈ, ਇੱਕ ਨੁੱਕਰ ਵਿਚ ਚੌਂਕੜੀ ਮਾਰ ਕੇ ਬੈਠਾ ਸੀ। "ਪ੍ਰੰਤੂ ਆਪ ਆਪਣੇ ਵਿਅਕਤੀਗਤ ਜੀਵਨ ਦੀ ਕਿਹੜੀ ਮੌਲਿਕ ਵਿਆਖਿਆ ਪੇਸ਼ ਕਰ ਸਕਦੇ ਹੋ? ਕਿਸ ਸ਼ਾਸਤਰ ਨੂੰ ਜਾਂ ਕਿਸ ਸੂਤਰ ਨੂੰ ਆਤਮਸਾਤ ਕਰ ਕੇ ਆਪ ਨੇ, ਆਪਣੀ ਜ਼ਿੰਦਗੀ ਵਿਚ ਉਤਾਰ ਲਿਆ ਹੈ? ਇਨ੍ਹਾਂ ਸਦਾ ਰਹਿਣ ਵਾਲੀਆਂ ਸਚਾਈਆਂ ਨੇ ਆਪਦੀ ਜ਼ਿੰਦਗੀ ਵਿਚ ਕਿਹੜੇ ਕਿਹੜੇ ਪ੍ਰੀਵਰਤਨ ਕੀਤੇ ਹਨ? ਕੀ ਆਪ ਦੂਸਰੇ ਮਨੁੱਖਾਂ ਦੇ ਸ਼ਬਦਾਂ ਨੂੰ ਕੇਵਲ ਰੱਟਾ ਲਾ ਕੇ ਅਤੇ ਉਚਾਰਣ ਕਰ ਕੇ ਕਿਲ੍ਹਾ ਫਤਹਿ ਕਰਨ ਨਾਲ ਸੰਤੁਸ਼ਟ ਹੋ?" "ਮੈਂ ਹਾਰ ਗਿਆ," ਪੰਡਤ ਜੀ ਦੀ ਖਿੱਝ ਹਾਸ ਰਸ ਨਾਲ ਭਰਪੂਰ ਸੀ। "ਮੈਨੂੰ ਕੋਈ ਆਤਮ-ਅਨੁਭੂਤੀ ਨਹੀਂ ਹੈ।"

ਜ਼ਿੰਦਗੀ ਵਿਚ ਸ਼ਾਇਦ ਇਹ ਪਹਿਲੀ ਵਾਰ ਪੰਡਤ ਜੀ ਨੂੰ ਸਮਝ ਆ ਗਿਆ ਸੀ, ਕਿ ਕਿਤਾਬੀ ਗਿਆਨ ਅਧਿਆਤਮਿਕ ਅਨੁਭੂਤੀ ਦੀ ਅਣਹੋਂਦ ਦੀ ਪੂਰਤੀ ਨਹੀਂ ਕਰ ਸਕਦਾ।

"ਇਨ੍ਹਾਂ ਖੁਸ਼ਕ ਵਿਦਿਆ ਅਭਿਮਾਨੀਆਂ ਤੋਂ ਪੜ੍ਹਨ ਪੜ੍ਹਾਉਣ ਦੀ ਮਿਹਨਤ ਦੀ ਬਹੁਤ ਜਿਆਦਾ ਬੋ ਆਉਂਦੀ ਹੈ।" ਅਭਿਮਾਨ ਚੂਰ ਹੋ ਜਾਣ ਵਾਲੇ ਪੰਡਤ ਜੀ ਦੇ ਉੱਥੋਂ ਚਲੇ ਜਾਣ ਤੋਂ ਬਾਅਦ ਗੁਰੂਦੇਵ ਨੇ ਕਿਹਾ, "ਇਹ ਲੋਕ ਸਮਝਦੇ ਹਨ ਕਿ ਬੌਧਿਕ ਕਸਰਤ ਕਰਨ ਨਾਲ ਤੱਤਵ ਗਿਆਨ ਬਣ ਜਾਂਦਾ ਹੈ। ਭਾਵੇਂ ਬਾਹਰੀ ਕਾਰਜਾਂ ਦੀ ਕਚਿਆਈ ਹੋਵੇ ਜਾਂ ਕਠੋਰ ਅਨੁਸ਼ਾਸਨ ਦੀ, ਇਨ੍ਹਾਂ ਦੋਨਾਂ ਤੋਂ ਹੀ ਇਨ੍ਹਾਂ ਲੋਕਾਂ ਦੇ ਉਨਤ ਵਿਚਾਰ ਸਾਵਧਾਨੀ ਪੂਰਵਕ ਅਸਬੰਧਿਤ ਹੁੰਦੇ ਹਨ।"

ਹੋਰ ਮੌਕਿਆਂ ਉੱਪਰ ਵੀ ਗੁਰੂਦੇਵ ਸਿਰਫ ਕਿਤਾਬੀ ਗਿਆਨ ਦੀ ਵਿਅਰਥਤਾ ਦੀ ਚਰਚਾ ਆਪਣੇ ਪ੍ਰਵਚਨਾਂ ਵਿਚ ਕਰਦੇ ਰਹਿੰਦੇ ਸਨ।

"ਲੰਬੇ ਚੌੜੇ ਸ਼ਬਦ ਭੰਡਾਰ ਨੂੰ ਗਿਆਨ ਸਮਝਣ ਦੀ ਭੁੱਲ ਕਦੇ ਨਾ ਕਰੋ।" ਉਹ ਕਹਿੰਦੇ ਸਨ, "ਜੇ ਇੱਕ ਇੱਕ ਸ਼ਲੋਕ ਲੈ ਕੇ ਹੌਲੀ ਹੌਲੀ ਉਸ ਨੂੰ ਆਤਮਸਾਤ ਕੀਤਾ ਜਾਵੇ ਤਾਂ ਉਹ ਧਰਮ ਸ਼ਾਸਤਰ ਦੀ ਆਂਤਰਿਕ ਅਨੁਭੂਤੀ ਦੀ ਇੱਛਾ ਜਗਾਉਣ ਵਿਚ ਲਾਭਦਾਇਕ ਸਿੱਧ ਹੋ ਸਕਦਾ ਹੈ। ਨਹੀਂ ਤਾਂ ਲਗਾਤਾਰ ਬੌਧਿਕ ਅਧਿਐਨ ਝੂਠਾ ਅਭਿਮਾਨ, ਝੂਠਾ ਸੰਤੋਸ਼ ਅਤੇ ਅਣਪਚੇ ਗਿਆਨ ਤੋਂ ਜਿਆਦਾ ਕੁਝ ਵੀ ਨਹੀਂ।"

ਰੂਹਾਨੀ ਸਿੱਖਿਆ ਦਾ ਆਪਣਾ ਇੱਕ ਅਨੁਭਵ ਸ੍ਰੀ ਯੁਕਤੇਸ਼ਵਰ ਜੀ ਦੱਸਿਆ ਕਰਦੇ ਸਨ। ਪੂਰਬੀ ਬੰਗਾਲ ਵਿਚ ਇੱਕ ਜੰਗਲ ਵਿਚ ਮੌਜੂਦ ਆਸ਼ਰਮ ਸੀ, ਜਿੱਥੇ ਉਨ੍ਹਾਂ ਨੇ ਇੱਕ ਪ੍ਰਸਿੱਧ ਗੁਰੂ ਡਬਰੂ ਬਲਬ ਦੀ ਕਾਰਜ ਪ੍ਰਣਾਲੀ ਨੂੰ ਦੇਖਿਆ। ਉਨ੍ਹਾਂ ਦੀ ਕਾਰਜ ਪ੍ਰਣਾਲੀ ਜੋ ਔਖੀ ਵੀ ਸੀ ਅਤੇ ਸੌਖੀ ਵੀ। ਪ੍ਰਾਚੀਨ ਭਾਰਤ ਵਿਚ ਇਹੀ ਪ੍ਰਣਾਲੀ ਪ੍ਰਚੱਲਤ ਸੀ।

ਸ਼੍ਰੀ ਡਬਰੂ ਬਲਬ ਨੇ ਉਸ ਏਕਾਂਤ ਤਪੋਵਨ ਵਿਚ ਆਪਣੇ ਸ਼ਗਿਰਦਾਂ ਨੂੰ ਆਪਣੇ ਕੋਲ ਬਿਠਾਇਆ ਹੋਇਆ ਸੀ। ਪਵਿੱਤਰ ਸ਼੍ਰੀ ਮਦ ਭਗਵਤ ਗੀਤਾ ਦੀਆਂ ਪੋਥੀਆਂ ਉਨ੍ਹਾਂ ਦੇ ਸਾਹਮਣੇ ਖੁੱਲ੍ਹੀਆਂ ਪਈਆਂ ਸਨ। ਉਹ ਆਪਣੇ ਸ਼ਗਿਰਦਾਂ ਨਾਲ ਇੱਕ ਸ਼ਲੋਕ ਨੂੰ ਅੱਧੇ ਘੰਟੇ ਤਕ ਸਥਿਰ ਦ੍ਰਿਸ਼ਟੀ ਨਾਲ ਦੇਖਦੇ ਰਹੇ। ਫਿਰ ਉਨ੍ਹਾਂ ਨੇ ਅੱਖਾਂ ਬੰਦ ਕਰ ਲਈਆਂ। ਹੋਰ ਅੱਧਾ ਘੰਟਾ ਲੰਘ ਗਿਆ। ਹੁਣ ਗੁਰੂ ਨੇ ਉਸ ਉੱਪਰ ਸੰਖੇਪ ਪ੍ਰਵਚਨ ਕੀਤਾ। ਫਿਰ ਸਥਿਰ ਬੈਠ ਕੇ ਉਨ੍ਹਾਂ ਨੇ ਇੱਕ ਘੰਟੇ ਤਕ ਧਿਆਨ ਕੀਤਾ। ਆਖਰ ਗੁਰੂ ਨੇ ਕਿਹਾ, "ਕੀ ਇਹ ਸ਼ਲੋਕ ਤੁਹਾਨੂੰ ਸਮਝ ਵਿਚ ਆ ਗਿਆ ਹੈ?"

"ਜੀ ਗੁਰੂਦੇਵ," ਸ਼ਗਿਰਦ ਮੰਡਲੀ ਵਿਚੋਂ ਇੱਕ ਸ਼ਗਿਰਦ ਨੇ ਉੱਤਰ ਦੇਣ ਦਾ ਸਾਹਸ ਕਰ ਲਿਆ।

"ਨਹੀਂ, ਪੂਰੀ ਤਰ੍ਹਾਂ ਨਹੀਂ। ਉਸ ਅਧਿਆਤਮਿਕ ਚੇਤਨਤਾ ਨੂੰ ਪਹਿਚਾਨਣ ਦੀ ਕੋਸ਼ਿਸ਼ ਕਰੋ, ਜਿਸ ਨੇ ਇਨ੍ਹਾਂ ਸ਼ਬਦਾਂ ਨੂੰ ਸਦੀਆਂ ਤੋਂ ਨਵਜੀਵਨ ਬਖਸ਼ਸ਼ ਕਰਨ ਦੀ ਸ਼ਕਤੀ ਦਿੱਤੀ ਹੈ।"

ਫਿਰ ਇੱਕ ਘੰਟੇ ਤਕ ਮੌਨ ਚਿੰਤਨ ਚਲਿਆ। ਉਸ ਤੋਂ ਬਾਅਦ ਗੁਰੂ ਜੀ ਨੇ ਸ਼ਗਿਰਦਾਂ ਨੂੰ ਛੁੱਟੀ ਦੇ ਦਿੱਤੀ ਅਤੇ ਸ਼੍ਰੀ ਯੁਕਤੇਸ਼ਵਰ ਜੀ ਵੱਲ ਨੂੰ ਮੁੜਦਿਆਂ ਕਿਹਾ, "ਕੀ ਆਪ ਨੂੰ ਸ਼੍ਰੀ ਮਦ ਭਗਵਤ ਗੀਤਾ ਦਾ ਗਿਆਨ ਹੈ?"

"ਨਹੀਂ ਮਹਾਰਾਜ, ਮੈਂ ਉਸ ਨੂੰ ਪੂਰੀ ਤਰ੍ਹਾਂ ਨਹੀਂ ਸਮਝ ਸਕਿਆ, ਭਾਵੇਂ ਮੇਰੀਆਂ ਨਜ਼ਰਾਂ ਅਤੇ ਮਨ ਉਸ ਦੇ ਪੰਨਿਆਂ ਉੱਪਰ ਕਈ ਵਾਰ ਪੈ ਚੁੱਕੇ ਹਨ।"

"ਮੈਨੂੰ ਅੱਜ ਤਕ ਸੈਂਕੜੇ ਲੋਕਾਂ ਨੇ ਇਸ ਤੋਂ ਬਿਲਕੁਲ ਵੱਖਰਾ ਉੱਤਰ ਦਿੱਤਾ ਹੈ।" ਮਹਾਤਮਾ ਸ਼੍ਰੀ ਯੁਕਤੇਸ਼ਵਰ ਜੀ ਨੂੰ ਅਸ਼ੀਰਵਾਦ ਦੇਣ ਦੇ ਲਹਿਜੇ ਵਿਚ ਮੁਸਕਰਾਏ। ਜੇ ਕੋਈ ਸ਼ਾਸਤਰ-ਸੰਪਤੀ ਦੇ ਬਾਹਰੀ ਪ੍ਰਦਰਸ਼ਨ ਵਿਚ ਹੀ ਰੁਝਿਆ ਰਹੇ, ਤਾਂ ਉਸ ਵਿਚ ਮੌਜੂਦ ਅਨਮੋਲ ਰਤਨਾਂ ਵਿਚ ਡੁਬਕੀ ਲਾਉਣ ਵਾਸਤੇ ਉਸ ਕੋਲ ਸਮਾਂ ਹੀ ਕਿੱਥੇ ਬਚਦਾ ਹੈ।

ਸ਼੍ਰੀ ਯੁਕਤੇਸ਼ਵਰ ਜੀ ਖੁਦ ਆਪ ਆਪਣੇ ਸ਼ਗਿਰਦਾਂ ਨੂੰ ਵੀ ਇਸੇ ਇਕਾਗਰਤਾ ਦੀ ਕਾਰਜ ਪ੍ਰਣਾਲੀ ਨਾਲ ਅਧਿਐਨ ਕਰਾਉਂਦੇ ਸਨ। ਉਹ ਕਹਿੰਦੇ ਸਨ ਕਿ, "ਗਿਆਨ ਅੱਖਾਂ ਨਾਲ ਨਹੀਂ, ਅਣੂਆਂ ਪ੍ਰਮਾਣੂਆਂ ਨਾਲ ਆਤਮਸਾਤ ਕੀਤਾ ਜਾਂਦਾ ਹੈ। ਜਦੋਂ ਸਚਾਈ ਦਾ ਗਿਆਨ ਕੇਵਲ ਤੁਹਾਡੇ ਦਿਮਾਗ ਵਿਚ ਹੀ ਨਾ ਰਹਿ ਕੇ ਤੁਹਾਡੇ ਸੰਪੂਰਨ ਵਜੂਦ ਵਿਚ ਸਮਾ ਜਾਵੇਗਾ, ਤਾਂ ਹੀ ਤੁਸੀਂ ਉਸ ਦੇ ਅਰਥਾਂ ਦੇ ਬਾਰੇ ਕੁਝ ਕਹਿ ਸਕਦੇ ਹੋ।" ਜੇ ਕਿਸੇ ਸ਼ਗਿਰਦ ਵਿਚ ਇਹ ਪ੍ਰਵਿਰਤੀ ਹੁੰਦੀ ਕਿ ਅਧਿਆਤਮਿਕ ਅਨੁਭੂਤੀ ਵਾਸਤੇ ਪਹਿਲਾਂ ਕਿਤਾਬੀ ਗਿਆਨ ਹੋਣਾ ਜਰੂਰੀ ਹੈ, ਤਾਂ ਉਹ ਇਸ ਪ੍ਰਵਿਰਤੀ ਨੂੰ ਨਿਰਉਤਸ਼ਾਹਿਤ ਕਰਦੇ।

"ਰਿਸ਼ੀਆਂ ਨੇ ਇੱਕ ਸ਼ਲੋਕ ਲਿਖ ਕੇ ਇੰਨੇ ਗੰਭੀਰ ਅਰਥ ਭਰ ਰੱਖੇ ਹਨ, ਕਿ ਉਸ ਦੀ ਵਿਆਖਿਆ ਕਰਨ ਲਈ ਵਿਦਵਾਨ ਯੁਗ ਯੁਗਾਂਤਰਾਂ ਤੋਂ ਰੁੱਝੇ ਹੋਏ ਹਨ।" ਉਹ ਕਹਿੰਦੇ ਸਨ, "ਅੰਤਹੀਣ ਸਾਹਿਤਕ ਵਾਦ ਵਿਵਾਦ ਛਿੱਲੜ ਮਨ ਦੀ ਨਿਸ਼ਾਨੀ ਹੈ। ਇਸ ਵਿਚਾਰ ਤੋਂ ਜਿਆਦਾ ਤੇਜੀ ਨਾਲ ਮੁਕਤੀ ਦਿਵਾਉਣ ਵਾਲਾ ਹੋਰ ਕੀ ਹੋ ਸਕਦਾ ਹੈ, ਕਿ ਪ੍ਰਮਾਤਮਾ ਹੈ-ਪ੍ਰਮਾਤਮਾ?"

ਪ੍ਰੰਤੂ ਮਨੁੱਖ ਸੌਖੇ ਤਰੀਕੇ ਨਾਲ ਸਰਲਤਾ ਵੱਲ ਵਾਪਸ ਨਹੀਂ ਜਾਂਦਾ। ਬੁੱਧੀਵਾਦੀ ਮਨੁੱਖ ਦਾ ਉਦੇਸ਼ ਸ਼ਾਇਦ ਹੀ ਕਦੇ ਪ੍ਰਮਾਤਮਾ ਨੂੰ ਪ੍ਰਾਪਤ ਕਰਨਾ ਹੁੰਦਾ ਹੈ। ਉਸ ਨੂੰ ਤਾਂ ਹਮੇਸ਼ਾਂ ਸ਼ਬਦਾਂ ਦੀ ਅਲੰਕਾਰਤਾ ਵਿਚ ਜਿਆਦਾ ਰਸ ਮਿਲਦਾ ਹੈ। ਉਸ ਦੇ ਅਭਿਮਾਨ ਦੀ ਸੰਤੁਸ਼ਟੀ ਇਸੇ ਨਾਲ ਹੋ ਜਾਂਦੀ ਹੈ, ਕਿ ਉਹ ਇੰਨੀ ਗੂੜ੍ਹ ਵਿਦਵਤਾ ਸਮਝ ਸਕਦਾ ਹੈ।

ਜਿਨ੍ਹਾਂ ਲੋਕਾਂ ਨੂੰ ਆਪਣੀ ਧੰਨ ਸੰਪਤੀ ਜਾਂ ਸਮਾਜਕ ਰੁਤਬੇ ਦਾ ਹੰਕਾਰ ਹੁੰਦਾ ਸੀ, ਉਨ੍ਹਾਂ ਦੇ ਵਾਸਤੇ ਹਮੇਸ਼ਾਂ ਹੀ ਇਹ ਸੰਭਾਵਨਾ ਬਣੀ ਰਹਿੰਦੀ ਸੀ, ਕਿ ਗੁਰੂਦੇਵ ਦੀ ਸੰਗਤ ਵਿਚ, ਉਨ੍ਹਾਂ ਦੇ ਧੰਨ ਸੰਪਤੀ ਦੇ ਅਤੇ ਰੁਤਬੇ ਦੇ ਨਾਲ ਨਾਲ ਨਿਮਰਤਾ ਦਾ ਧਨ ਵੀ ਜੁੜ ਜਾਵੇਗਾ। ਇੱਕ ਵਾਰ ਪੁਰੀ ਵਿਚ ਸਮੁੰਦਰ ਦੇ ਕੰਢੇ ਆਸ਼ਰਮ ਵਿਚ ਉੱਥੇ ਦੇ ਇੱਕ ਮਜਿਸਟਰੇਟ ਗੁਰੂਦੇਵ ਨੂੰ ਮਿਲਣ ਆਏ। ਇਹ ਮਜਿਸਟਰੇਟ ਆਪਣੀ ਕਰੂਰਤਾ ਵਾਸਤੇ ਕਾਫੀ ਪ੍ਰਸਿੱਧ ਸੀ ਅਤੇ ਸਾਨੂੰ ਆਸ਼ਰਮ ਵਿਚੋਂ ਬੇਦਖਲ ਕਰਨਾ, ਉਸ ਦੇ ਅਧਿਕਾਰ ਵਿਚ ਸੀ। ਮੈਂ ਇਸ ਤੱਥ ਤੋਂ ਗੁਰੂਦੇਵ ਨੂੰ ਜਾਣੂ ਕਰਵਾ ਦਿੱਤਾ ਸੀ। ਪ੍ਰੰਤੂ ਗੁਰੂਦੇਵ ਉੱਪਰ ਇਸ ਦਾ ਕੋਈ ਪ੍ਰਭਾਵ ਨਾ ਪਿਆ। ਮਜਿਸਟਰੇਟ ਨੂੰ ਕੋਈ ਮਹੱਤਵ ਨਾ ਦਿੰਦਿਆਂ, ਉਹ ਸਧਾਰਨ ਭਾਵ ਵਿਚ ਬੈਠੇ ਰਹੇ ਅਤੇ ਉਨ੍ਹਾਂ ਨੇ ਖੜ੍ਹੇ ਹੋ ਕੇ ਮਜਿਸਟਰੇਟ ਦਾ ਸੁਆਗਤ ਵੀ ਨਾ ਕੀਤਾ।

ਥੋੜੀ ਜਿਹੀ ਬੇਚੈਨੀ ਵਿਚ ਮੈਂ ਦਰਵਾਜ਼ੇ ਦੇ ਕੋਲ ਖੜ੍ਹਾ ਹੋ ਗਿਆ। ਸ੍ਰੀ ਯੁਕਤੇਸ਼ਵਰ ਜੀ ਨੇ ਮੈਨੂੰ ਮਜਿਸਟਰੇਟ ਦੇ ਵਾਸਤੇ ਕੁਰਸੀ ਲਿਆਉਣ ਵਾਸਤੇ ਵੀ ਨਾ ਕਿਹਾ। ਜਿਸ ਕਰਕੇ ਉਸ ਵਿਚਾਰੇ ਨੂੰ ਲੱਕੜ ਦੀ ਪੇਟੀ ਉੱਪਰ ਬੈਠ ਕੇ ਹੀ ਸੰਤੋਸ਼ ਕਰਨਾ ਪਿਆ। ਉਸ ਨੂੰ ਜਿਹੜੀ ਆਪਣੇ ਰੁਤਬੇ ਦੇ ਮੁਤਾਬਿਕ ਰਸਮੀ ਆਓ-ਭਗਤ ਦੀ ਆਸ ਸੀ, ਉਸ ਦੀ ਥੋੜੀ ਜਿਹੀ ਵੀ ਪੂਰਤੀ ਨਹੀਂ ਸੀ ਹੋਈ।

ਅਧਿਆਤਮਿਕ ਚਰਚਾ ਸ਼ੁਰੂ ਹੋ ਗਈ। ਮਜਿਸਟਰੇਟ ਸਾਹਿਬ ਸ਼ਾਸਤਰਾਂ ਦੇ ਅਰਥ ਕਰਨ ਵਿਚ ਗਲਤੀਆਂ ਤੇ ਗਲਤੀਆਂ ਕਰਨ ਲੱਗੇ। ਜਿਉਂ ਜਿਉਂ ਉਨ੍ਹਾਂ ਤੋਂ ਗਲਤੀਆਂ ਹੁੰਦੀਆਂ ਗਈਆਂ, ਤਿਉਂ ਤਿਉਂ ਉਨ੍ਹਾਂ ਦਾ ਗੁੱਸਾ ਵਧਦਾ ਗਿਆ।

"ਆਪ ਜਾਣਦੇ ਹੋ ਕਿ ਮੈਂ ਐਮ. ਏ. ਦੇ ਇਮਤਿਹਾਨ ਵਿਚੋਂ ਪਹਿਲੇ ਨੰਬਰ ਤੇ ਆਇਆ ਸੀ?"

ਉਨ੍ਹਾਂ ਦੀ ਬੁੱਧੀ ਤਰਕ ਤੋਂ ਜਵਾਬ ਦੇ ਚੁੱਕੀ ਸੀ, ਪ੍ਰੰਤੂ ਹਾਲੇ ਤਕ ਉਨ੍ਹਾਂ ਦਾ ਚੀਕਣਾ ਚਾਲੂ ਸੀ। "ਮਜਿਸਟਰੇਟ ਸਾਹਿਬ, ਆਪ ਭੁੱਲ ਰਹੇ ਹੋ, ਇਹ ਆਪ ਦੀ ਅਦਾਲਤ ਦਾ ਕਮਰਾ ਨਹੀਂ," ਗੁਰੂਦੇਵ ਨੇ ਬੜੇ ਸ਼ਾਂਤ ਭਾਵ ਨਾਲ ਕਿਹਾ। "ਆਪ ਦੀਆਂ ਬਚਕਾਨੀਆਂ ਹਰਕਤਾਂ ਤੋਂ ਇਹੀ ਅਨੁਮਾਨ ਲੱਗ ਰਿਹਾ ਹੈ, ਕਿ ਆਪ ਦਾ ਵਿਦਿਆਰਥੀ ਜੀਵਨ ਕੋਈ ਜਿਆਦਾ ਪ੍ਰਤਿਭਾਵਾਨ ਨਹੀਂ ਰਿਹਾ। ਵੈਸੇ ਵੀ ਯੂਨੀਵਰਸਿਟੀ ਦੀ ਡਿਗਰੀ ਦਾ ਵੈਦਿਕ ਗਿਆਨ ਨਾਲ ਕੋਈ ਸਬੰਧ ਨਹੀਂ ਹੈ। ਮਹਾ-ਪੁਰਸ਼ ਲੇਖਾਕਾਰਾਂ ਵਾਂਗ ਹਰ ਸਾਲ ਸਮੂਹਾਂ ਵਿਚ ਨਹੀਂ ਨਿਕਲਦੇ।"

ਕੁਝ ਦੇਰ ਤਾਂ ਮਜਿਸਟਰੇਟ ਸਾਹਿਬ ਹੈਰਾਨ ਹੋਏ ਰਹੇ, ਫਿਰ ਦਿਲ ਖੋਲ੍ਹ ਕੇ ਹੱਸਣ ਲੱਗੇ।

"ਪਹਿਲੀ ਵਾਰ ਮੇਰਾ ਕਿਸੇ ਰੂਹਾਨੀ ਮਜਿਸਟਰੇਟ ਨਾਲ ਸਾਹਮਣਾ ਹੋਇਆ ਹੈ," ਉਨ੍ਹਾਂ ਨੇ ਕਿਹਾ। ਬਾਅਦ ਵਿਚ ਉਨ੍ਹਾਂ ਨੇ ਆਪਣੀ ਕਾਨੂੰਨੀ ਸ਼ਬਦਾਵਲੀ ਵਿਚ ਜੋ ਉਨ੍ਹਾਂ ਦੀ ਜ਼ਿੰਦਗੀ ਦਾ ਹਿੱਸਾ ਬਣ ਚੁੱਕੀ ਸੀ, "ਸਿਖਾਂਦਰੂ ਸ਼ਗਿਰਦ ਦੇ ਰੂਪ ਵਿਚ ਸਵੀਕਾਰ ਕੀਤੇ ਜਾਣ ਵਾਸਤੇ ਰਸਮੀ ਤੌਰ ਤੇ ਬੇਨਤੀ ਕੀਤੀ।"

ਲਾਹਿੜੀ ਮਹਾਸ਼ਯ ਦੀ ਤਰ੍ਹਾਂ ਹੀ ਸ੍ਰੀ ਯੁਕਤੇਸ਼ਵਰ ਜੀ ਨੇ ਵੀ ਅਨੇਕ ਮੌਕਿਆਂ ਉਪਰ ਸੰਨਿਆਸ ਗ੍ਰੈਹਣ ਕਰਨ ਦੇ ਇਛੁੱਕ ਕੱਚੇ ਸ਼ਗਿਰਦਾਂ ਨੂੰ ਉਤਸ਼ਾਹਤ ਨਹੀਂ ਕੀਤਾ। ਇਹ ਦੋਵੇਂ ਹੀ ਗੁਰੂ ਕਹਿੰਦੇ ਸਨ, ਕਿ ਈਸ਼ਵਰ ਦੀ ਅਨੁਭੂਤੀ ਤੋ ਬਗੈਰ ਗੇਰੂਏ ਕਪੜੇ ਪਹਿਨਣ ਦਾ ਮਤਲਬ ਹੈ, ਸਮਾਜ ਨੂੰ ਠੱਗਣਾ। ਤਿਆਗ ਦੇ ਇਨ੍ਹਾਂ ਬਾਹਰੀ ਸੰਕੇਤਾਂ ਉਪਰ ਵਿਚਾਰ ਨਾ ਕਰੋ, ਜੋ ਤੁਹਾਡੇ ਵਿਚ ਥੋਥਾ ਹੰਕਾਰ ਪੈਦਾ ਕਰ ਕੇ ਤੁਹਾਡਾ ਨੁਕਸਾਨ ਕਰਦੇ ਹਨ। ਤੁਹਾਡੀ ਰੋਜ਼ਾਨਾ ਅਧਿਆਤਮਿਕ ਉਨਤੀ ਦੇ ਇਲਾਵਾ ਹੋਰ ਕਿਸੇ ਵੀ ਚੀਜ਼ ਦੀ ਕੋਈ ਮਹੱਤਤਾ ਨਹੀਂ ਅਤੇ ਉਸ ਵਾਸਤੇ ਹੈ, ਸਿਰਫ ਕਿਰਿਆਯੋਗ ਦਾ ਅਭਿਆਸ।

ਕਿਸੇ ਆਦਮੀ ਨੂੰ ਯੋਗ ਜਾਂ ਅਯੋਗ ਠਹਿਰਾਉਣ ਵਾਸਤੇ ਸੰਤ ਸਿਰਫ ਇਕ ਹੀ ਮਾਪ ਦੰਡ ਨੂੰ ਅਪਣਾਉਂਦੇ ਹਨ, ਜੋ ਸੰਸਾਰ ਦੇ ਨਿਤ ਬਦਲਦੇ ਮਾਪ ਦੰਡਾਂ ਤੋਂ ਬਿਲਕੁਲ ਵੱਖਰਾ ਹੁੰਦਾ ਹੈ। ਇਨਸਾਨੀਅਤ ਆਪਣੇ ਆਪ ਵਿਚ ਕਿੰਨੀ ਬਹੁਰੰਗੀ ਹੈ, ਪਰ ਸੰਤਾਂ ਦੁਆਰਾ ਇਸ ਨੂੰ ਸਿਰਫ ਦੋ ਹਿੱਸਿਆਂ ਵਿਚ ਵੰਡਿਆ ਜਾਂਦਾ ਹੈ। ਅਗਿਆਨੀ ਜਨ- ਜੋ ਪ੍ਰਮਾਤਮਾ ਨੂੰ ਨਹੀਂ ਤਲਾਸ਼ ਕਰਦੇ ਅਤੇ ਗਿਆਨੀ ਜਨ- ਜੋ ਪ੍ਰਮਾਤਮਾ ਦੀ ਤਲਾਸ਼ ਵਿਚ ਲੱਗੇ ਹੋਏ ਹਨ। ਮੇਰੇ ਗੁਰੂਦੇਵ ਆਪਣੀ ਜਮੀਨ ਜਾਇਦਾਦ ਨਾਲ ਸਬੰਧਿਤ ਹਰ ਇੱਕ ਛੋਟੇ ਛੋਟੇ ਕੰਮ ਨੂੰ ਵੀ ਖੁਦ ਆਪ ਕਰਦੇ ਸਨ। ਕਈ ਮੌਕਿਆਂ ਉਪਰ ਵਿਸ਼ਵਾਸਘਾਤੀ ਲੋਕਾਂ ਨੇ ਗੁਰੂਦੇਵ ਦੀ ਜਮੀਨ ਜਾਇਦਾਦ ਉਪਰ ਕਬਜ਼ਾ ਕਰਨ ਦੀ ਕੋਸ਼ਿਸ਼ ਕੀਤੀ ਸੀ। ਸ੍ਰੀ ਯੁਕਤੇਸ਼ਵਰ ਜੀ ਨੇ ਦ੍ਰਿੜਤਾ ਨਾਲ, ਇੱਥੋਂ ਤਕ ਕਿ ਉਨ੍ਹਾਂ ਵਿਰੁੱਧ ਮੁਕਦਮੇ ਕਰ ਕੇ ਉਨ੍ਹਾਂ ਨੂੰ ਹਰਾ ਦਿੱਤਾ ਸੀ। ਉਨ੍ਹਾਂ ਨੂੰ, ਇਨ੍ਹਾਂ ਦੁਖਦਾਈ ਸਥਿਤੀਆਂ ਵਿਚੋਂ ਇਸ ਕਰ ਕੇ ਗੁਜ਼ਰਨਾ ਪਿਆ,

ਕਿਉਂਕਿ ਉਹ ਭਿੱਖ ਮੰਗੇ ਗੁਰੂ ਨਹੀਂ ਸੀ ਬਣਨਾ ਚਾਹੁੰਦੇ ਅਤੇ ਨਾ ਹੀ ਆਪਣੇ ਸ਼ਗਿਰਦਾਂ ਦੇ ਉੱਪਰ ਬੋਝ ਬਣਨਾ ਚਾਹੁੰਦੇ ਸਨ।

ਆਰਥਿਕ ਅਜ਼ਾਦੀ ਵੀ ਇੱਕ ਕਾਰਨ ਸੀ, ਜਿਸ ਕਰ ਕੇ ਮੇਰੇ ਬਹੁਤ ਜਿਆਦਾ ਸਪਸ਼ਟਵਾਦੀ ਗੁਰੂ ਕੂਟ ਨੀਤੀ ਦੇ ਛਲ ਕਪਟਾਂ ਤੋਂ ਪੂਰੀ ਤਰ੍ਹਾਂ ਅਣਜਾਣ ਸਨ। ਉਹ ਉਨ੍ਹਾਂ ਗੁਰੂਆਂ ਦੇ ਉਲਟ ਸਨ, ਜਿਨ੍ਹਾਂ ਨੂੰ ਉਨ੍ਹਾਂ ਦਾ ਭਾਰ ਸਹਿਣ ਕਰਨ ਵਾਲੇ ਦਾਨੀਆਂ ਦੇ ਘਮੰਡ ਨੂੰ ਸੰਤੁਸ਼ਟ ਕਰਨਾ ਪੈਂਦਾ ਹੈ। ਮੇਰੇ ਗੁਰੂ ਦੂਸਰਿਆਂ ਦੀ ਅਮੀਰੀ ਤੋਂ ਪ੍ਰਤੱਖ ਜਾ ਅਪ੍ਰਤੱਖ ਰੂਪ ਵਿਚ ਕਿਸੇ ਤਰ੍ਹਾਂ ਪ੍ਰਭਾਵਤ ਨਹੀਂ ਸਨ ਹੁੰਦੇ। ਮੈਂ ਉਨ੍ਹਾਂ ਨੂੰ ਕਿਸੇ ਕੋਲੋਂ, ਕਿਸੇ ਵੀ ਕੰਮ ਵਾਸਤੇ ਕਦੇ ਪੈਸੇ ਮੰਗਦੇ ਜਾਂ ਉਸ ਦਾ ਸੰਕੇਤ ਕਰਦੇ ਨਹੀਂ ਸੀ ਦੇਖਿਆ। ਉਨ੍ਹਾਂ ਦੇ ਆਸ਼ਰਮ ਦੀ ਸਿੱਖਿਆ ਸਾਰੇ ਸ਼ਗਿਰਦਾਂ ਦੇ ਵਾਸਤੇ ਮੁਫਤ ਸੀ।

ਇੱਕ ਵਾਰ ਸ਼੍ਰੀਰਾਮਪੁਰ ਵਿਚ ਇਕ ਅਦਾਲਤ ਦਾ ਕਰਮਚਾਰੀ ਗੁਰੂਦੇਵ ਨੂੰ ਇੱਕ ਸੰਮਣ ਦੇਣ ਆਇਆ। ਕਨਹਾਈ ਨਾਮਕ ਇੱਕ ਸ਼ਗਿਰਦ ਅਤੇ ਮੈਂ ਉਸ ਨੂੰ ਗੁਰੂਦੇਵ ਕੋਲ ਲੈ ਗਏ।

ਸ਼੍ਰੀ ਯੁਕਤੇਸ਼ਵਰ ਜੀ ਦੇ ਪ੍ਰਤੀ ਉਸ ਕਰਮਚਾਰੀ ਦਾ ਰਵੱਈਆ ਅਪਮਾਨਜਨਕ ਸੀ। "ਹੁਣ ਆਪਦੀ ਭਲਾਈ ਇਸੇ ਵਿਚ ਹੈ, ਕਿ ਆਪ ਆਪਣੇ ਆਸ਼ਰਮ ਦੀ ਛਾਇਆ ਤੋਂ ਬਾਹਰ ਨਿਕਲ ਕੇ ਥੋੜੀ ਜਿਹੀ ਅਦਾਲਤ ਦੀ ਨਿਸ਼ਕਪਟ ਹਵਾ ਖਾਵੋ," ਉਸ ਨੇ ਅਪਮਾਨਜਨਕ ਲਹਿਜੇ ਵਿਚ ਕਿਹਾ।

ਮੈਂ ਆਪਣੇ ਉੱਪਰ ਕਾਬੂ ਨਾ ਰੱਖ ਸਕਿਆ, "ਇਸ ਤੋਂ ਅੱਗੇ ਜੇ ਗੁਸਤਾਖੀ ਦਾ ਇੱਕ ਵੀ ਸ਼ਬਦ ਤੇਰੇ ਮੂੰਹੋਂ ਨਿਕਲਿਆ, ਤਾਂ ਤੂੰ ਹੁਣੇ ਧੂੜ ਚੱਟਦਾ ਨਜ਼ਰ ਆਵੇਂਗਾ।"

ਮੈਂ ਗੁੱਸੇ ਨਾਲ ਉਸ ਵੱਲ ਅੱਗੇ ਵਧਣ ਲੱਗਿਆ।

ਕਨਹਾਈ ਵੀ ਉਸ ਕਰਮਚਾਰੀ ਉੱਪਰ ਚਿੱਲਾ ਰਿਹਾ ਸੀ, "ਉਹ ਦੁਸ਼ਟ ਤੇਰੀ ਇਹ ਹਿੰਮਤ, ਕਿ ਤੂੰ ਆਪਣੀ ਦੁਸ਼ਟਤਾ ਨੂੰ ਇਸ ਪਵਿੱਤਰ ਆਸ਼ਰਮ ਵਿਚ ਵੀ ਲੈ ਆਇਆ।"

ਪ੍ਰੰਤੂ ਗੁਰੂਦੇਵ, ਉਸ ਕਰਮਚਾਰੀ ਦੇ ਅੱਗੇ ਉਸ ਦੇ ਰਖਵਾਲੇ ਬਣ ਕੇ ਖੜ੍ਹੇ ਹੋ ਗਏ, "ਬਗੈਰ ਮਤਲਬ ਦੇ ਉਤੇਜਿਤ ਹੋਣ ਦੀ ਜ਼ਰੂਰਤ ਨਹੀਂ। ਇਹ ਆਦਮੀ ਕੇਵਲ ਆਪਣੇ ਫਰਜ਼ ਦੀ ਪਾਲਣਾ ਕਰ ਰਿਹਾ ਹੈ।"

ਉਹ ਕਰਮਚਾਰੀ ਇਸ ਤਰ੍ਹਾਂ ਦੋ ਵੱਖ ਵੱਖ ਤਰ੍ਹਾਂ ਦਾ ਸੁਆਗਤ ਹੁੰਦਿਆਂ ਦੇਖ ਕੇ ਹੈਰਾਨ ਰਹਿ ਗਿਆ ਅਤੇ ਆਦਰ ਪੂਰਵਕ ਮੁਆਫੀ ਮੰਗ ਕੇ ਤੇਜੀ ਨਾਲ ਉੱਥੋਂ ਚਲਿਆ ਗਿਆ।

ਬਹੁਤ ਹੈਰਾਨੀਜਨਕ ਸੀ ਇਹ ਦੇਖਣਾ ਕਿ ਇੰਨੀ ਉਤੇਜਿਤ ਇੱਛਾ ਸ਼ਕਤੀ ਰੱਖਣ ਵਾਲਾ ਸਿੱਧ ਪੁਰਸ਼, ਅੰਦਰੋਂ ਇੰਨਾ ਕੋਮਲ ਅਤੇ ਸ਼ਾਂਤ ਵੀ ਹੋ ਸਕਦਾ ਹੈ। ਵੇਦਾਂ ਵਿਚ ਸੰਤਾਂ ਦੇ ਬਾਰੇ ਦਿੱਤੀ ਗਈ ਪ੍ਰੀਭਾਸ਼ਾ ਸ੍ਰੀ ਯੁਕਤੇਸ਼ਵਰ ਜੀ ਉੱਪਰ ਬਿਲਕੁਲ ਠੀਕ ਢੁਕਦੀ ਸੀ। "ਜਿੱਥੇ ਦਯਾ ਦਾ ਸਵਾਲ ਹੈ, ਉੱਥੇ ਫੁੱਲਾਂ ਤੋਂ ਵੀ ਕੋਮਲ, ਜਿੱਥੇ ਅਸੂਲਾਂ ਦਾ ਸਵਾਲ ਹੈ ਉੱਥੇ ਫੌਲਾਦ ਤੋਂ ਵੀ ਸਖਤ।"

ਬਰਾਉਨਿੰਗ ਦੇ ਸ਼ਬਦਾਂ ਵਿਚ, "ਇਸ ਸੰਸਾਰ ਵਿਚ ਸਦਾ ਹੀ ਇਸ ਤਰ੍ਹਾਂ ਦੇ ਲੋਕ ਹੁੰਦੇ ਰਹੇ ਹਨ, ਜੋ ਖੁਦ ਅਨ੍ਹੇਰੇ ਵਿਚ ਰਹਿਣ ਕਰ ਕੇ ਰੌਸ਼ਨੀ ਬਰਦਾਸ਼ਤ ਨਹੀਂ ਕਰ ਸਕਦੇ।" ਕਦੇ ਕਦੇ ਕੋਈ ਆਦਮੀ ਆ ਕੇ ਆਪਣੀ ਕਿਸੇ ਕਾਲਪਨਿਕ ਸ਼ਿਕਾਇਤ ਉੱਪਰ ਸ੍ਰੀ ਯੁਕਤੇਸ਼ਵਰ ਜੀ ਨੂੰ ਬੁਰਾ ਭਲਾ ਕਹਿ ਦਿੰਦਾ। ਮੇਰੇ ਗੁਰੂਦੇਵ ਸ਼ਾਂਤ-ਚਿਤ ਹੋ ਕੇ ਨਿਮਰਤਾ ਨਾਲ ਉਸ ਦੁਆਰਾ ਕੀਤੀ ਜਾ ਰਹੀ ਆਪਣੀ ਨਿੰਦਿਆ ਸੁਣਦੇ ਰਹਿੰਦੇ ਅਤੇ ਅੰਦਰੋਂ ਅੰਦਰੀ ਉਸ ਦਾ ਵਿਸ਼ਲੇਸ਼ਣ ਵੀ ਕਰੀ ਜਾਂਦੇ, ਕਿ ਜੋ ਦੋਸ਼ ਲਾਏ ਜਾ ਰਹੇ ਹਨ, ਉਨ੍ਹਾਂ ਵਿਚ ਕਿਤੇ ਕੋਈ ਸਚਾਈ ਤਾਂ ਨਹੀਂ ਛੁਪੀ ਹੋਈ। ਇਹੋ ਜਿਹੇ ਮੌਕੇ, ਮੈਨੂੰ ਗੁਰੂਦੇਵ ਦੀ ਅਨੂਪਮ ਟਿੱਪਣੀ ਦੀ ਯਾਦ ਦਿਵਾ ਦਿੰਦੇ। "ਕੁਝ ਲੋਕ ਦੂਸਰਿਆਂ ਦਾ ਸਿਰ ਵੱਢ ਕੇ ਖੁਦ ਆਪ ਵੱਡੇ ਹੋਣ ਦਾ ਯਤਨ ਕਰਦੇ ਹਨ।"

ਸਾਧੂ ਸੰਤਾਂ ਦੀ ਅਚੱਲ ਸ਼ਾਂਤੀ, ਉਪਦੇਸ਼ਾਂ ਤੋਂ ਕਿਤੇ ਜਿਆਦਾ ਪ੍ਰਭਾਵਸ਼ਾਲੀ ਹੁੰਦੀ ਹੈ, "ਜਿਸ ਨੇ ਆਪਣੇ ਕ੍ਰੋਧ ਨੂੰ ਕਾਬੂ ਕਰ ਲਿਆ ਹੋਵੇ, ਉਹ ਮਹਾਨ ਬਲਵਾਨ ਤੋਂ ਜਿਆਦਾ ਬਲਵਾਨ ਹੈ। ਜਿਸ ਨੇ ਆਪਣੇ ਆਪ ਨੂੰ ਜਿੱਤ ਲਿਆ ਹੋਵੇ, ਉਹ ਰਾਜ ਵਿਜੇਤਾ ਤੋਂ ਵੀ ਵੱਡਾ ਹੈ।"*

ਅਨੇਕ ਵਾਰ ਮੇਰੇ ਮਨ ਵਿਚ ਇਹ ਵਿਚਾਰ ਆਉਂਦਾ ਹੈ, ਕਿ ਜੇ ਮੇਰੇ ਤੇਜਸਵੀ ਗੁਰੂ ਦਾ ਮਨ ਪ੍ਰਸਿੱਧੀ ਜਾਂ ਸੰਸਾਰਕ ਸਫਲਤਾਵਾਂ ਉੱਪਰ ਕੇਂਦ੍ਰਿਤ ਹੋ ਜਾਂਦਾ, ਤਾਂ ਉਹ ਅਸਾਨੀ ਨਾਲ ਸਮਰਾਟ ਜਾਂ ਵਿਸ਼ਵ ਨੂੰ ਥਰਥਰਾਉਣ ਵਾਲੇ ਯੋਧੇ ਬਣ ਸਕਦੇ ਸਨ। ਪ੍ਰੰਤੂ ਇਸ ਦੇ ਬਦਲੇ ਉਨ੍ਹਾਂ ਨੇ ਕ੍ਰੋਧ ਅਤੇ ਘਮੰਡ ਦੇ ਉਨ੍ਹਾਂ ਕਿਲ੍ਹਿਆਂ ਨੂੰ ਢਾਉਣਾ ਪਸੰਦ ਕੀਤਾ, ਜਿਨ੍ਹਾਂ ਦੇ ਢਹਿਣ ਨਾਲ ਮਨੁੱਖ ਦਾ ਬੁਲੰਦੀਆਂ ਉੱਪਰ ਪਹੁੰਚਣਾ ਯਕੀਨੀ ਹੁੰਦਾ ਹੈ।"

* *ਪਰੋਵਰਬਜ* 16:32 (ਬਾਈਬਲ)

ਚੈਪਟਰ 13

ਸਦਾ ਜਾਗ੍ਰਿਤ ਸੰਤ

"ਕ੍ਰਿਪਾ ਕਰ ਕੇ, ਮੈਨੂੰ ਹਿਮਾਲਿਆ ਪਹਾੜ ਉੱਪਰ ਜਾਣ ਦੀ ਇਜਾਜ਼ਤ ਦਿਉ। ਮੈਨੂੰ ਪੂਰੀ ਉਮੀਦ ਹੈ, ਕਿ ਮੈਂ ਉੱਥੇ ਅਖੰਡ ਏਕਾਂਤ ਵਿਚ ਈਸ਼ਵਰ ਨਾਲ ਨਿਰੰਤਰ ਸੰਪਰਕ ਬਣਾ ਲਵਾਂਗਾ।"

ਇੱਕ ਵਾਰ ਸੱਚ ਮੁੱਚ ਹੀ, ਇਹ ਨਾ-ਸ਼ੁਕਰੇ ਸ਼ਬਦ, ਮੈਂ ਆਪਣੇ ਗੁਰੂ ਨੂੰ ਕਹਿ ਦਿੱਤੇ। ਇੱਕ ਅਣਕਿਆਸੇ ਭਰਮਜਾਲ ਦੇ ਮਾਰੂ ਹਮਲੇ ਦੀ ਗਰਿਫਤ ਵਿਚ ਆਉਣ ਕਰ ਕੇ, ਕਦੇ ਕਦੇ ਸ਼ਰਧਾਲੂ ਜਿਸ ਦਾ ਸ਼ਿਕਾਰ ਹੋ ਜਾਂਦਾ ਹੈ, ਮੈਂ ਆਪਣੀ ਕਾਲਜ ਦੀ ਪੜ੍ਹਾਈ ਅਤੇ ਆਸ਼ਰਮ ਦੀਆਂ ਅਕਾਊ ਜ਼ੁੰਮੇਵਾਰੀਆਂ ਤੋਂ ਬੇ-ਚੈਨੀ ਮਹਿਸੂਸ ਕਰ ਰਿਹਾ ਸੀ। ਇਸ ਨਾ-ਸ਼ੁਕਰੀ ਘਟਨਾ ਦੀ ਪੀੜ ਘਟਾਉਣ ਵਾਸਤੇ, ਸਿਰਫ ਇੱਕੋ ਇੱਕ ਦਲੀਲ ਇਹ ਸੀ, ਕਿ ਮੈਂ ਇਹ ਪ੍ਰਸਤਾਵ ਉਸ ਵਕਤ ਰੱਖਿਆ ਸੀ, ਜਦੋਂ ਮੈਨੂੰ ਸ਼੍ਰੀ ਯੁਕਤੇਸ਼ਵਰ ਜੀ ਦੇ ਆਸ਼ਰਮ ਵਿਚ ਆਇਆਂ, ਹਾਲੇ ਸਿਰਫ ਛੇ ਮਹੀਨੇ ਹੀ ਹੋਏ ਸਨ। ਉਸ ਵਕਤ ਤਕ ਮੈਂ ਉਨ੍ਹਾਂ ਦੀ ਗਗਨ-ਚੁੰਬੀ ਉੱਚਤਾ ਨੂੰ ਨਹੀਂ ਸੀ ਪਹਿਚਾਣ ਸਕਿਆ।

"ਹਿਮਾਲਿਆ ਪਹਾੜਾਂ ਵਿਚ ਬਹੁਤ ਸਾਰੇ ਪਹਾੜੀ ਲੋਕ ਰਹਿੰਦੇ ਹਨ, ਫਿਰ ਵੀ ਉਨ੍ਹਾਂ ਨੂੰ ਕੋਈ ਈਸ਼ਵਰ ਦੀ ਅਨੁਭੂਤੀ ਨਹੀਂ ਹੋਈ।" ਮੇਰੇ ਗੁਰੂਦੇਵ ਨੇ ਬੜੀ ਹੌਲੀ ਹੌਲੀ ਅਤੇ ਸਧਾਰਨ ਲਹਿਜੇ ਵਿਚ ਜਵਾਬ ਦਿੱਤਾ। "ਬੇ-ਜਾਨ ਪਹਾੜਾਂ ਦੀ ਬਜਾਏ ਕਿਸੇ ਆਤਮ ਗਿਆਨੀ ਮਹਾ ਪੁਰਸ਼ ਕੋਲੋਂ ਗਿਆਨ ਪ੍ਰਾਪਤ ਕਰਨਾ ਜਿਆਦਾ ਚੰਗਾ ਹੈ।"

ਗੁਰੂਦੇਵ ਦੇ ਇਸ ਸਪਸ਼ਟ ਸੰਕੇਤ ਤੋਂ ਬਾਅਦ ਵੀ ਕਿ ਗੁਰੂ, ਪਹਾੜ ਨਹੀਂ, ਬਲਕਿ ਉਹ ਖੁਦ ਗੁਰੂ ਹਨ, ਦੀ ਉਲੰਘਣਾ ਕਰ ਕੇ, ਮੈਂ ਆਪਣੀ ਦਲੀਲ ਫਿਰ ਦੁਹਰਾਈ। ਸ਼੍ਰੀ ਯੁਕਤੇਸ਼ਵਰ ਜੀ ਨੇ ਕੋਈ ਜਵਾਬ ਨਹੀਂ ਦਿੱਤਾ। ਉਨ੍ਹਾਂ ਦੇ ਮੌਨ ਨੂੰ ਮੈਂ ਉਨ੍ਹਾਂ ਦੀ ਸਹਿਮਤੀ ਸਮਝ ਲਿਆ। ਇੱਕ ਸੰਦੇਹ ਭਰਪੂਰ, ਪ੍ਰੰਤੂ ਆਪਣੇ ਆਪ ਵਾਸਤੇ ਅਨੁਕੂਲ ਵਿਆਖਿਆ ਕਰ ਲਈ।

ਉਸ ਦਿਨ ਸ਼ਾਮ ਨੂੰ ਕੋਲਕਾਤਾ ਵਾਲੇ ਘਰ ਵਿਚ, ਮੈਂ ਆਪਣੀ ਯਾਤਰਾ ਦੀਆਂ ਤਿਆਰੀਆਂ ਵਿਚ ਰੁਝਿਆ ਰਿਹਾ। ਇੱਕ ਕੰਬਲ ਵਿਚ ਕੁਝ ਸਮਾਨ ਬੰਨ੍ਹਦਿਆਂ, ਮੈਨੂੰ ਇਸੇ ਤਰ੍ਹਾਂ ਦੇ ਸਮਾਨ ਦੀ ਪੋਟਲੀ ਦੀ ਯਾਦ ਆਈ, ਜਿਹੜੀ ਮੈਂ ਕੁਝ ਸਾਲ ਪਹਿਲਾਂ ਚੋਰੀ ਚੋਰੀ, ਇਸੇ ਕਮਰੇ ਦੀ ਖਿੜਕੀ ਵਿਚੋਂ ਹੇਠਾਂ ਸੁੱਟੀ ਸੀ। ਮੈਂ ਅਚੰਭਿਤ ਮਨ ਨਾਲ

ਸੋਚ ਰਿਹਾ ਸੀ, ਕਿ ਕਿਤੇ ਇਹ ਹਿਮਾਲਿਆ ਤੇ ਭੱਜਣ ਦੀ ਇੱਕ ਹੋਰ ਬਦਸ਼ਗਨ ਯਾਤਰਾ ਨਾ ਸਾਬਤ ਹੋ ਜਾਵੇ। ਪਹਿਲੀ ਯਾਤਰਾ ਕਰਨ ਸਮੇਂ, ਮੈਂ ਬੜੇ ਅਧਿਆਤਮਿਕ ਉਤਸ਼ਾਹ ਨਾਲ ਭਰਪੂਰ ਸੀ, ਪਰ ਅੱਜ ਦੀ ਰਾਤ ਮੇਰੀ ਆਤਮਾ ਮੈਨੂੰ ਆਪਣੇ ਗੁਰੂ ਨੂੰ ਛੱਡ ਕੇ ਜਾਣ ਦੇ ਖਿਆਲ ਨਾਲ ਲਾਹਨਤਾਂ ਪਾ ਰਹੀ ਸੀ।

ਅਗਲੀ ਸਵੇਰ ਮੈਂ ਸਕਾਟਿਸ਼ ਚਰਚ ਕਾਲਜ ਵਿਚ ਆਪਣੇ ਸੰਸਕਰਿਤ ਦੇ ਪ੍ਰੋਫੈਸਰ ਬਿਹਾਰੀ ਪੰਡਤ ਨੂੰ ਲੱਭਿਆ।

"ਸ੍ਰੀਮਾਨ ਜੀ, ਆਪ ਨੇ ਮੈਨੂੰ ਇੱਕ ਆਪਣੇ ਦੋਸਤ ਬਾਰੇ ਦੱਸਿਆ ਸੀ, ਜੋ ਲਾਹਿੜੀ ਮਹਾਸ਼ਯ ਦੇ ਬੜੇ ਉੱਨਤ ਸ਼ਗਿਰਦ ਹਨ। ਕ੍ਰਿਪਾ ਕਰ ਕੇ ਮੈਨੂੰ ਉਨ੍ਹਾਂ ਦਾ ਸਰਨਾਵਾਂ ਦਿਉ।"

"ਤੇਰਾ ਮਤਲਬ ਰਾਮ ਗੋਪਾਲ ਮੁਜ਼ੂਮਦਾਰ ਤੋਂ ਹੈ। ਮੈਂ ਉਨ੍ਹਾਂ ਨੂੰ ਸਦਾ ਜਾਗ੍ਰਿਤ ਸੰਤ ਕਹਿੰਦਾ ਹੁੰਦਾ ਹਾਂ। ਉਹ ਹਰ ਵਕਤ ਹੀ ਬ੍ਰਹਮ ਆਨੰਦ ਵਿਚ ਮਗਨ ਰਹਿੰਦਿਆਂ ਹੋਇਆਂ ਜਾਗ੍ਰਿਤ ਰਹਿੰਦੇ ਹਨ। ਉਨ੍ਹਾਂ ਦਾ ਘਰ ਤਾਰਕੇਸ਼ਵਰ ਦੇ ਨੇੜੇ ਰਣਵਾਜਪੁਰ ਵਿਚ ਹੈ।

ਮੈਂ ਉਨ੍ਹਾਂ ਦਾ ਧੰਨਵਾਦ ਕੀਤਾ ਅਤੇ ਤੁਰੰਤ ਤਾਰਕੇਸ਼ਵਰ ਜਾਣ ਵਾਲੀ ਗੱਡੀ ਵਿਚ ਸਵਾਰ ਹੋ ਗਿਆ। ਮੈਨੂੰ ਉਮੀਦ ਸੀ, ਕਿ ਮੈਂ ਉਸ ਸਦਾ ਜਾਗ੍ਰਿਤ ਸੰਤ ਤੋਂ ਹਿਮਾਲਿਆ ਦੇ ਪਹਾੜਾਂ ਦੀ ਏਕਾਂਤ ਵਿਚ ਧਿਆਨ ਕਰਨ ਦੀ ਇਜਾਜ਼ਤ ਲੈ ਕੇ ਆਪਣੇ ਮਨ ਵਿਚ ਉੱਠ ਰਹੀਆਂ ਸ਼ੰਕਾਵਾਂ ਦਾ ਨਿਵਾਰਣ ਕਰ ਲਵਾਂਗਾ। ਬਿਹਾਰੀ ਪੰਡਤ ਨੇ ਮੈਨੂੰ ਦੱਸਿਆ ਸੀ ਰਾਮ ਗੋਪਾਲ ਮੁਜ਼ੂਮਦਾਰ ਨੇ ਬੰਗਾਲ ਦੀਆਂ ਏਕਾਂਤ ਗੁਫਾਵਾਂ ਵਿਚ ਅਨੇਕ ਵਰ੍ਹਿਆਂ ਤਕ ਲਗਾਤਾਰ *ਕਿਰਿਆ ਯੋਗ* ਦੇ ਅਭਿਆਸ ਤੋਂ ਬਾਅਦ ਆਤਮ ਸ਼ਾਕਸਾਤਕਾਰ ਪ੍ਰਾਪਤ ਕਰ ਲਿਆ ਸੀ।

ਤਾਰਕੇਸ਼ਵਰ ਵਿਚ ਮੈਂ ਉੱਥੋਂ ਦੇ ਪ੍ਰਸਿੱਧ ਮੰਦਰ ਵੱਲ ਚੱਲ ਪਿਆ। ਹਿੰਦੂ ਲੋਕਾਂ ਦੇ ਦਿਲਾਂ ਵਿਚ ਇਸ ਮੰਦਰ ਵਿਚ ਉਸੇ ਤਰ੍ਹਾਂ ਅਟੁੱਟ ਸ਼ਰਧਾ ਭਾਵ ਹੈ, ਜਿਸ ਤਰ੍ਹਾਂ ਫਰਾਂਸ ਵਿਚ ਲੁਰਡ ਵਿਖੇ ਸਥਿਤ ਪਵਿੱਤਰ ਥਾਂ ਦੇ ਬਾਰੇ ਕੈਥੋਲਿਕ ਈਸਾਈਆਂ ਵਿਚ ਹੈ। ਤਾਰਕੇਸ਼ਵਰ ਵਿਚ ਰੋਗ ਨਿਵਾਰਣ ਦੇ ਅਣਗਿਣਤ ਚਮਤਕਾਰ ਵਾਪਰ ਚੁੱਕੇ ਹਨ, ਜਿਨ੍ਹਾਂ ਵਿਚੋਂ ਇੱਕ ਮੇਰੇ ਆਪਣੇ ਪਰਿਵਾਰ ਦੇ ਮੈਂਬਰ ਨਾਲ ਵੀ ਸਬੰਧਿਤ ਹੈ।

"ਮੈਂ ਮੰਦਰ ਵਿਚ ਪੂਰਾ ਇੱਕ ਹਫਤਾ ਬੈਠੀ ਰਹੀ," ਮੇਰੀ ਸਭ ਤੋਂ ਵੱਡੀ ਚਾਚੀ ਨੇ ਦੱਸਿਆ। "ਪੂਰੇ ਵਿਧੀ ਵਿਧਾਨ ਦੇ ਨਾਲ ਵਰਤ ਰੱਖ ਕੇ, ਮੈਂ ਤੇਰੇ ਸ਼ਾਰਦਾ ਚਾਚਾ ਜੀ ਦੀ ਇੱਕ ਪੁਰਾਣੀ ਬਿਮਾਰੀ ਤੋਂ ਛੁਟਕਾਰਾ ਪਾਉਣ ਵਾਸਤੇ ਅਰਜ਼ੋਈਆਂ ਕਰਦੀ ਰਹੀ। ਸੱਤਵੇਂ ਦਿਨ ਮੇਰੀ ਮੁੱਠੀ ਵਿਚ ਇੱਕ ਬੂਟੀ ਪ੍ਰਗਟ ਹੋ ਗਈ। ਮੈਂ ਉਸ ਦਾ ਕਾਹੜਾ ਬਣਾ ਕੇ ਤੇਰੇ ਚਾਚਾ ਜੀ ਨੂੰ ਪਿਲਾਇਆ। ਉਨ੍ਹਾਂ ਦੀ ਬਿਮਾਰੀ ਤੁਰੰਤ ਗਾਇਬ ਹੋ ਗਈ ਅਤੇ ਫਿਰ ਕਦੇ ਵੀ ਉਸ ਬਿਮਾਰੀ ਤੋਂ ਪੀੜਤ ਨਹੀਂ ਹੋਏ।"

ਮੈਂ ਤਾਰਕੇਸ਼ਵਰ ਮੰਦਰ ਵਿਚ ਦਾਖਲ ਹੋਇਆ। ਉਸ ਮੰਦਰ ਵਿਚ ਪੂਜਾ ਸਥਾਨ ਦੇ ਨਾਂ ਉੱਪਰ ਇੱਕ ਗੋਲ ਪੱਥਰ ਤੋਂ ਇਲਾਵਾ ਕੁਝ ਵੀ ਨਹੀਂ। ਉਸ ਦਾ ਆਦਿ ਅਤੇ ਅੰਤ ਰਹਿਤ ਦਾਇਰਾ, ਬ੍ਰਹਮ ਦੀ ਅਨੰਤਤਾ ਦਾ ਢੁਕਵਾਂ ਪ੍ਰਤੀਕ ਹੈ। ਭਾਰਤ ਵਿਚ ਇੱਕ ਅਨਪੜ੍ਹ ਕਿਸਾਨ ਵੀ ਨਿਰਾਕਾਰ ਬ੍ਰਹਮ ਦੀ ਕਲਪਨਾ ਨੂੰ ਸਮਝਦਾ ਹੈ। ਭਾਵੇਂ ਪੱਛਮ ਵਾਸੀਆਂ ਨੇ ਅਕਸਰ ਹੀ ਉਸ ਉੱਪਰ ਕਲਪਨਾ ਜਗਤ ਵਿਚ ਜਿਉਣ ਦੇ ਦੋਸ਼ ਲਾਏ ਹਨ।

ਉਸ ਵਕਤ ਮੇਰੇ ਆਪਣੇ ਦਿਲ ਦੀ ਹਾਲਤ ਇੰਨੀ ਵੈਰਾਗਪੂਰਨ ਸੀ, ਕਿ ਉਸ ਪੱਥਰ ਦੇ ਸਾਹਮਣੇ ਮੇਰੀ ਮੱਥਾ ਟੇਕਣ ਦੀ ਇੱਛਾ ਨਾ ਹੋਈ। ਮੈਨੂੰ ਲੱਗਿਆ ਕਿ ਈਸ਼ਵਰ ਨੂੰ ਕੇਵਲ ਆਪਣੀ ਆਤਮਾ ਵਿਚ ਹੀ ਲੱਭਣਾ ਚਾਹੀਦਾ ਹੈ।

ਮੈਂ ਮੱਥਾ ਟੇਕਣ ਤੋਂ ਬਗੈਰ ਹੀ ਮੰਦਰ ਵਿਚੋਂ ਬਾਹਰ ਨਿਕਲ ਗਿਆ ਅਤੇ ਛੇਤੀ ਛੇਤੀ ਰਣਵਾਜਪੁਰ ਪਿੰਡ ਵੱਲ ਨੂੰ ਚੱਲ ਪਿਆ। ਰਸਤੇ ਵਿਚ ਮਿਲੇ ਇੱਕ ਰਾਹਗੀਰ ਨੂੰ ਜਦੋਂ ਰਣਵਾਜਪੁਰ ਦਾ ਰਸਤਾ ਪੁੱਛਿਆ, ਤਾਂ ਉਹ ਵਿਚਾਰਾ ਲੰਬੀਆਂ ਸੋਚਾਂ ਵਿਚ ਪੈ ਗਿਆ।

ਆਖਰ ਨੂੰ ਲੰਬੀ ਸੋਚ ਵਿਚਾਰ ਕਰਨ ਤੋਂ ਬਾਅਦ, ਉਸ ਨੇ ਭਵਿਖਬਾਣੀ ਕਰਦਿਆਂ ਕਿਹਾ, "ਅੱਗੇ ਇੱਕ ਚੌਰਾਹਾ ਆਊਗਾ, ਉੱਥੋਂ ਸੱਜੇ ਪਾਸੇ ਨੂੰ ਮੁੜ ਕੇ ਸਿੱਧਾ ਹੀ ਤੁਰਿਆ ਜਾਈਂ ਤੇ ਤੂੰ ਰਣਵਾਜਪੁਰ ਪਹੁੰਚ ਜਾਵੇਂਗਾ।"

ਉਸ ਦਾ ਹੁਕਮ ਮੰਨਦਿਆਂ, ਮੈਂ ਇੱਕ ਨਹਿਰ ਦੇ ਕਿਨਾਰੇ ਕਿਨਾਰੇ ਚਲਦਾ ਗਿਆ। ਚੱਲਦੇ ਚੱਲਦੇ ਅਨ੍ਹੇਰਾ ਹੋ ਗਿਆ। ਜੰਗਲ ਵਿਚ ਵਸਦੇ ਪਿੰਡਾਂ ਦੇ ਬਾਹਰ ਦਾ ਇਲਾਕਾ ਚਮਕਦੇ ਟਟਿਹਣਿਆ ਅਤੇ ਗਿਦੜਾਂ ਦੀਆਂ ਹੁਆਕਾਂ ਨਾਲ ਸਜੀਵ ਹੋ ਰਿਹਾ ਸੀ। ਚੰਨ ਚਾਨਣੀ ਇੰਨੀ ਮੱਧਮ ਸੀ, ਕਿ ਉਸ ਵਿਚ ਰਸਤਾ ਵੀ ਠੀਕ ਤਰ੍ਹਾਂ ਨਹੀਂ ਸੀ ਦਿਖਾਈ ਦੇ ਰਿਹਾ। ਮੈਂ ਲਗਾਤਾਰ ਦੋ ਘੰਟਿਆਂ ਤਕ ਇਸੇ ਤਰ੍ਹਾਂ ਠੇਡੇ ਠੋਕਰਾਂ ਖਾਂਦਾ ਰਿਹਾ।

ਆਹਾ, ਗਾਂ ਦੇ ਗਲ ਵਿਚ ਬੰਨ੍ਹੀ ਟੱਲੀ ਦੀ ਅਵਾਜ਼ ਨੇ ਮੇਰਾ ਸੁਆਗਤ ਕੀਤਾ। ਮੇਰੇ ਦੁਆਰਾ ਵਾਰ ਵਾਰ ਉੱਚੀ ਉੱਚੀ ਅਵਾਜ਼ਾਂ ਦੇਣ ਦੇ ਫਲ ਸ੍ਵਰੂਪ, ਆਖਰ ਇੱਕ ਕਿਸਾਨ ਮੇਰੇ ਕੋਲ ਆਇਆ।

"ਮੈਂ ਬਾਬੂ ਰਾਮ ਗੋਪਾਲ ਦੀ ਤਲਾਸ਼ ਵਿਚ ਆਇਆ ਹਾਂ।"

"ਇਸ ਨਾਂ ਦਾ ਕੋਈ ਆਦਮੀ ਇਸ ਪਿੰਡ ਵਿਚ ਨਹੀਂ ਰਹਿੰਦਾ," ਉਸ ਨੇ ਬੜੇ ਖੁਸ਼ਕ ਲਹਿਜੇ ਵਿਚ ਜਵਾਬ ਦਿੱਤਾ। "ਤੂੰ ਸ਼ਾਇਦ ਝੂਠ ਬੋਲ ਰਿਹਾ ਹੈਂ ਅਤੇ ਮੈਨੂੰ ਕੋਈ ਜਸੂਸ ਦਿਖਾਈ ਦੇ ਰਿਹਾ ਹੈਂ।"

ਉਸ ਦੇ ਰਾਜਨੀਤਕ ਸ਼ੰਕਿਤ ਮਨ ਦੀ ਸਥਿਤੀ ਨੂੰ ਸ਼ਾਂਤ ਕਰਨ ਦੀ ਆਸ ਨਾਲ, ਮੈਂ ਬੜੇ ਦਿਲ ਟੁੰਬਵੇਂ ਅੰਦਾਜ਼ ਵਿਚ ਆਪਣੀ ਦਰਦ ਭਰੀ ਰਾਮ ਕਹਾਣੀ ਸੁਣਾਈ। ਉਹ ਮੈਨੂੰ ਆਪਣੇ ਘਰ ਲੈ ਗਿਆ ਅਤੇ ਉਸ ਨੇ ਬੜੇ ਚੰਗੇ ਢੰਗ ਨਾਲ ਮੇਰੀ ਮਹਿਮਾਨ ਨਿਵਾਜ਼ੀ ਕੀਤੀ।

"ਰਣਵਾਜਪੁਰ ਇਥੋਂ ਬਹੁਤ ਦੂਰ ਹੈ," ਉਸ ਨੇ ਦੱਸਿਆ। "ਚੌਰਾਹੇ ਤੋਂ ਤੈਨੂੰ ਸੱਜੇ ਨਹੀਂ, ਖੱਬੇ ਪਾਸੇ ਮੁੜਨਾ ਚਾਹੀਦਾ ਸੀ।"

ਮੈਂ ਉਦਾਸ ਮਨ ਨਾਲ ਸੋਚ ਰਿਹਾ ਸੀ, ਕਿ ਮੇਰਾ ਉਹ ਰਾਹ ਦਸੇਰਾ ਆਦਮੀ ਅਣਜਾਣ ਰਾਹੀਆਂ ਵਾਸਤੇ ਨਿਸ਼ਚਿਤ ਤੌਰ ਤੇ ਇੱਕ ਸਰਾਪ ਸੀ। ਮੋਟੇ ਚਾਵਲਾਂ ਦੇ ਪੁਲਾਅ, ਮਸਰਾਂ ਦੀ ਦਾਲ ਅਤੇ ਆਲੂ ਅਤੇ ਕੱਚੇ ਕੇਲਿਆਂ ਦੀ ਸਬਜ਼ੀ ਵਾਲੇ ਸਵਾਦਿਸ਼ਟ ਖਾਣੇ ਤੋਂ ਬਾਅਦ, ਮੈਂ ਵਿਹੜੇ ਦੇ ਨਾਲ ਹੀ ਲੱਗਦੀ ਇੱਕ ਛੋਟੀ ਜਿਹੀ ਝੌਂਪੜੀ ਵਿਚ ਸੌਣ ਚਲਿਆ ਗਿਆ। ਦੂਰ ਕਿਤੇ ਪੇਂਡੂ ਲੋਕ ਮਿਰਦਿੰਗ* ਅਤੇ ਖੜਤਾਲਾਂ ਨਾਲ ਬੜੀ ਉੱਚੀ ਉੱਚੀ ਅਵਾਜ਼ ਵਿਚ ਕੀਰਤਨ ਕਰ ਰਹੇ ਸਨ। ਉਸ ਰਾਤ ਥੋੜ੍ਹੀ ਜਿਹੀ ਨੀਂਦ ਆਈ। ਮੈਂ ਸਾਰੀ ਰਾਤ ਉਸ ਏਕਾਂਤਵਾਸੀ ਰਾਮ ਗੋਪਾਲ ਮਜ਼ੂਮਦਾਰ ਦੇ ਕੋਲ ਪਹੁੰਣ ਵਾਸਤੇ ਸੱਚੇ ਦਿਲੋਂ ਅਰਜ਼ੋਈਆਂ ਕਰਦਾ ਰਿਹਾ।

ਜਿਉਂ ਹੀ ਮੇਰੀ ਝੌਂਪੜੀ ਦੀਆਂ ਝੀਤਾਂ ਵਿਚ ਦੀ ਸਵੇਰ ਦੀ ਪਹਿਲੀ ਕਿਰਨ ਨੇ ਝਾਤ ਪਾਈ, ਮੈਂ ਰਣਵਾਜਪੁਰ ਵਾਸਤੇ ਚੱਲ ਪਿਆ। ਚੌਲਾਂ ਦੇ ਉੱਬੜ-ਖਾਬੜ ਖੇਤਾਂ ਵਿਚ ਅਤੇ ਉਨ੍ਹਾਂ ਦੇ ਵੱਢੇ ਹੋਏ ਮੁੱਢਾਂ ਉੱਪਰ, ਸੁੱਕੀ ਮਿੱਟੀ ਦੇ ਵੱਡੇ ਵੱਡੇ ਢੇਲਿਆਂ ਤੋਂ ਬਚਦਾ ਬਚਾਉਂਦਾ, ਠੇਡੇ ਠੋਕਰਾਂ ਖਾਂਦਾ, ਮੈਂ ਹੌਲੀ ਹੌਲੀ ਅੱਗੇ ਵਧਦਾ ਜਾ ਰਿਹਾ ਸੀ। ਕਦੇ ਕਦੇ ਮਿਲਣ ਵਾਲੇ ਕਿਸੇ ਕਿਸਾਨ ਤੋਂ ਪੁੱਛਣ ਤੇ ਇਹੀ ਜਵਾਬ ਮਿਲਦਾ। "ਰਣਵਾਜਪੁਰ, ਬਸ ਇੱਥੋਂ ਇਕ ਕੋਹ (ਦੋ ਮੀਲ) ਦੂਰ ਹੈ।" ਛੇ ਘੰਟਿਆਂ ਵਿਚ ਸੂਰਜ ਦੇਵਤਾ ਜੇਤੂ ਅੰਦਾਜ਼ ਵਿਚ ਅਸਮਾਨ ਦੇ ਸਿਖਰ ਤੇ ਪਹੁੰਚ ਗਏ ਸੀ, ਪਰ ਮੈਨੂੰ ਇਹੀ ਲੱਗ ਰਿਹਾ ਸੀ ਕਿ ਰਣਵਾਜ ਪੁਰ, ਮੈਥੋਂ ਸਦਾ ਹੀ ਇੱਕ ਕੋਹ ਦੂਰ ਰਹੇਗਾ।

ਦੁਪਹਿਰ ਵੀ ਅੱਧੀ ਢਲ ਗਈ, ਮੇਰਾ ਸੰਸਾਰ ਹਾਲੇ ਵੀ ਚੌਲਾਂ ਦੇ ਅੰਤਹੀਨ ਤਪ ਰਹੇ ਖੇਤ ਸਨ। ਅਸਮਾਨ ਤੋਂ ਵਰ੍ਹ ਰਹੀ ਅੱਗ ਨੇ, ਜਿਸ ਤੋਂ ਬਚਿਆ ਨਹੀਂ ਸੀ ਜਾ ਸਕਦਾ, ਮੈਨੂੰ ਗਸ਼ ਖਾ ਕੇ ਡਿਗਣ ਵਾਲੀ ਹਾਲਤ ਵਿਚ ਲੈ ਆਂਦਾ ਸੀ। ਮੈਂ ਇੱਕ ਆਦਮੀ ਨੂੰ ਬੜੀ ਹੌਲੀ ਹੌਲੀ ਮਸਤ ਚਾਲ ਵਿਚ ਆਪਣੇ ਵੱਲ ਆਉਂਦਾ ਦੇਖਿਆ। ਮੇਰੇ ਵਿਚ ਇੱਕ ਵਾਰ ਫਿਰ ਤੋਂ ਰਣਵਾਜਪੁਰ ਬਾਰੇ ਉਸ ਤੋਂ ਪੁੱਛਣ ਦੀ ਹਿੰਮਤ ਨਹੀਂ ਸੀ ਹੋ ਰਹੀ, ਕਿਤੇ ਉਹ ਵੀ ਫਿਰ 'ਇੱਕ ਕੋਹ ਹੋਰ' ਵਾਲਾ ਰਟਿਆ ਰਟਾਇਆ ਜਵਾਬ ਨਾ ਦੇ ਦੇਵੇ।

ਉਹ ਆਦਮੀ ਮੇਰੇ ਕੋਲ ਆ ਕੇ ਰੁਕ ਗਿਆ। ਛੋਟੇ ਕੱਦ ਦੇ, ਪਤਲੇ ਸਰੀਰ ਵਾਲੇ ਉਸ ਆਦਮੀ ਦੀਆਂ ਕਾਲੀਆਂ ਵਿਨਵ੍ਹੀਆਂ ਅੱਖਾਂ ਨੂੰ ਛੱਡ ਕੇ, ਉਂਜ ਦੇਖਣ ਵਿਚ ਪੂਰੀ ਤਰ੍ਹਾਂ ਅਪ੍ਰਭਾਵਸ਼ਾਲੀ ਸੀ।

"ਮੈਂ ਰਣਵਾਜਪੁਰ ਛੱਡ ਕੇ ਜਾਣ ਦੀ ਯੋਜਨਾ ਬਣਾ ਰਿਹਾ ਸੀ, ਪਰ ਤੇਰਾ ਮਨੋਰਥ ਚੰਗਾ ਸੀ। ਇਸ ਵਾਸਤੇ ਮੈਂ ਤੇਰੀ ਇੰਤਜ਼ਾਰ ਕੀਤੀ।" ਉਸ ਨੇ ਮੇਰੇ ਅਚੰਭਿਤ ਚੇਹਰੇ ਵੱਲ ਉਂਗਲ ਘੁਮਾਉਂਦਿਆਂ ਕਿਹਾ। "ਬਗੈਰ ਕਿਸੇ ਪੂਰਵ ਸੂਚਨਾ ਦਿੱਤੇ, ਮੈਨੂੰ ਪਕੜਨ

* ਹੱਥ ਨਾਲ ਵਜਾਉਣ ਵਾਲੇ ਢੋਲ, ਆਮ ਤੌਰ ਤੇ ਧਾਰਮਿਕ ਰਸਮਾਂ (ਕੀਰਤਨ) ਅਤੇ ਜਲੂਸਾਂ ਦੌਰਾਨ ਭਗਤੀ ਪੂਰਨ ਭਜਨਾਂ ਦਾ ਸਾਥ ਦੇਣ ਵਾਲੇ।

ਦੀ ਹੁਸ਼ਿਆਰੀ ਦਿਖਾਉਣੀ ਚਾਹੁੰਦਾ ਸੀ ਨਾ? ਉਸ ਪ੍ਰੋਫੈਸਰ ਬਿਹਾਰੀ ਨੂੰ ਕੋਈ ਹੱਕ ਨਹੀਂ ਸੀ ਕਿ ਉਹ ਤੈਨੂੰ ਮੇਰਾ ਸਰਨਾਵਾਂ ਦਿੰਦਾ।''

ਉਸ ਸਿੱਧ ਪੁਰਸ਼ ਦੇ ਸਾਹਮਣੇ ਆਪਣੀ ਜਾਣ ਪਛਾਣ ਕਰਵਾਉਣ ਵਾਲੇ ਸ਼ਬਦਾਂ ਦਾ ਅਡੰਬਰ ਰਚਣਾ ਫਜ਼ੂਲ ਜਾਪਦਾ ਸੀ। ਸੁਆਗਤ ਦੇ ਇਸ ਦੁਖਦਾਇਕ ਤਰੀਕੇ ਨੂੰ ਦੇਖਦਿਆਂ, ਮੈਂ ਚੁੱਪ ਚਾਪ ਅਚੰਭਿਤ ਖੜ੍ਹਾ ਰਿਹਾ।

''ਚੰਗਾ, ਇਹ ਦੱਸ, ਤੂੰ ਕੀ ਸੋਚਦਾ ਹੈਂ ਕਿ ਪ੍ਰਮਾਤਮਾ ਕਿੱਥੇ ਹੈ?''

''ਕਿਉਂ? ਉਹ ਮੇਰੇ ਅੰਦਰ ਅਤੇ ਸਭ ਥਾਂਈਂ ਹੈ।'' ਮੇਰੀ ਵਿਆਕੁਲਤਾ ਨਿਸ਼ਚਿਤ ਤੌਰ ਤੇ ਮੇਰੇ ਚੇਹਰੇ ਤੋਂ ਪ੍ਰਗਟ ਹੋ ਰਹੀ ਸੀ।

''ਹਾਂ, ਸਰਬਵਿਆਪੀ, ਆਹ?'' ਸੰਤ ਜੀ ਮੁਸਕੜੀਏਂ ਹੱਸੇ। ''ਫਿਰ ਨੌਜਵਾਨ ਸ੍ਰੀਮਾਨ ਜੀ, ਕੱਲ੍ਹ ਤੁਸੀਂ ਤਾਰਕੇਸ਼ਵਰ ਮੰਦਰ ਵਿਚ ਪੱਥਰ ਦੇ ਰੂਪ ਵਿਚ ਮੂਰਤੀਮਾਨ ਬ੍ਰਹਮ ਅੱਗੇ ਮੱਥਾ ਕਿਉਂ ਨਹੀਂ ਟੇਕਿਆ?* ਤੇਰੇ ਹੰਕਾਰ ਦੇ ਕਾਰਨ ਹੀ, ਜਿਸ ਰਾਹਗੀਰ ਤੋਂ ਤੂੰ ਰਸਤਾ ਪੁੱਛਿਆ, ਉਸ ਨੇ ਸੱਜੇ ਖੱਬੇ ਦੇ ਨਤੀਜੇ ਦੇ ਝੰਜਟ ਵਿਚ ਨਾ ਪੈਂਦਿਆਂ, ਤੈਨੂੰ ਗਲਤ ਰਸਤਾ ਦੱਸ ਕੇ, ਤੇਰੇ ਵਾਸਤੇ ਮੁਸੀਬਤਾਂ ਅਤੇ ਪ੍ਰੇਸ਼ਾਨੀਆਂ ਦਾ ਰਾਹ ਖੋਲ੍ਹ ਦਿੱਤਾ। ਅੱਜ ਵੀ ਤੈਨੂੰ ਕਾਫੀ ਪ੍ਰੇਸ਼ਾਨੀਆਂ ਦਾ ਸਾਹਮਣਾ ਕਰਨਾ ਪਿਆ।''

ਮੈਂ ਇਸ ਵਿਚਾਰ ਨਾਲ ਪੂਰੀ ਤਰ੍ਹਾਂ ਅਚੰਭਿਤ ਹੁੰਦਿਆਂ ਸਹਿਮਤ ਹੋ ਗਿਆ ਕਿ ਮੇਰੇ ਸਾਹਮਣੇ ਖੜ੍ਹੇ ਇੱਕ ਬਹੁਤ ਹੀ ਸਧਾਰਨ ਦਿਖਾਈ ਦੇ ਰਹੇ ਇਨਸਾਨ ਵਿਚ ਇੱਕ ਸਰਬਵਿਆਪੀ ਦ੍ਰਿਸ਼ਟੀ ਛੁਪੀ ਹੋਈ ਸੀ। ਯੋਗੀ ਮਹਾਰਾਜ ਵਿਚੋਂ ਕਸ਼ਟਨਿਵਾਰਕ ਸ਼ਕਤੀ ਦੀਆਂ ਕਿਰਨਾਂ ਪ੍ਰਵਾਹਤ ਹੋ ਰਹੀਆਂ ਸਨ, ਜਿਸ ਕਾਰਨ, ਮੈਂ ਉਸ ਵਰ੍ਹ ਰਹੀ ਅਸਮਾਨੀ ਅਗਨੀ ਦੇ ਬਾਵਜੂਦ, ਉਨ੍ਹਾਂ ਖੇਤਾਂ ਵਿਚ ਤਾਜ਼ਗੀ ਅਤੇ ਠੰਡਕ ਮਹਿਸੂਸ ਕਰ ਰਿਹਾ ਸੀ।

''ਸ਼ਰਧਾਲੂ ਦੀ ਆਮ ਤੌਰ ਤੇ ਇਹ ਧਾਰਨਾ ਬਣ ਜਾਂਦੀ ਹੈ, ਕਿ ਪ੍ਰਮਾਤਮਾ ਨੂੰ ਪ੍ਰਾਪਤ ਕਰਨ ਵਾਸਤੇ, ਜੋ ਰਸਤਾ ਉਸ ਨੇ ਅਪਣਾਇਆ ਹੈ, ਉਹ ਹੀ ਇੱਕੋ ਇੱਕ ਠੀਕ ਰਸਤਾ ਹੈ।'' ਉਨ੍ਹਾਂ ਫਿਰ ਅੱਗੇ ਕਿਹਾ, ''ਯੋਗ ਜਿਸ ਨਾਲ ਪ੍ਰਮਾਤਮਾ ਆਪਣੇ ਅੰਦਰ ਹੀ ਮਿਲ ਜਾਂਦਾ ਹੈ, ਨਿਰਸੰਦੇਹ ਸਰਬ-ਉਚ ਰਸਤਾ ਹੈ। ਜਿਸ ਤਰ੍ਹਾਂ ਲਾਹਿੜੀ ਮਹਾਸ਼ਯ ਨੇ ਸਾਨੂੰ ਦੱਸਿਆ ਹੈ। ਪ੍ਰੰਤੂ ਅਸੀਂ ਪ੍ਰਮਾਤਮਾ ਨੂੰ ਅੰਦਰ ਲੱਭ ਲੈਣ ਤੋਂ ਬਾਅਦ ਛੇਤੀ ਹੀ ਬਾਹਰ ਵੀ, ਹਰ ਥਾਂ ਉੱਪਰ ਮਹਿਸੂਸ ਕਰਦੇ ਹਾਂ। ਤਾਰਕੇਸ਼ਵਰ ਅਤੇ ਹੋਰ ਮੰਦਰਾਂ ਦੇ ਸਬੰਧ ਵਿਚ ਉਨ੍ਹਾਂ ਨੂੰ ਅਧਿਆਤਮਿਕ ਸ਼ਕਤੀ ਦਾ ਕੇਂਦਰ ਮੰਨ ਕੇ, ਜੋ ਸ਼ਰਧਾ ਭਾਵ ਦਰਸਾਇਆ ਜਾਂਦਾ ਹੈ, ਉਹ ਬਿਲਕੁਲ ਠੀਕ ਹੈ।''

* ''ਜੋ ਕਿਸੇ ਦੇ ਸਾਹਮਣੇ ਨਹੀਂ ਝੁਕਦਾ, ਉਹ ਖੁਦ ਆਪਣਾ ਭਾਰ ਵੀ ਕਦੇ ਸਹਿਣ ਨਹੀਂ ਕਰ ਸਕਦਾ।'' ਦੋਸਤੋਵੋਸਕੀ, ''ਦੀ ਪੁਸੈਸਡ'

ਸੰਤ ਮਹਾਰਾਜ ਦਾ ਨੁਕਤਾਚੀਨੀ ਵਾਲਾ ਰਵੱਈਆ ਗਾਇਬ ਹੋ ਰਿਹਾ ਸੀ। ਉਨ੍ਹਾਂ ਦੀਆਂ ਨਜ਼ਰਾਂ ਹੁਣ ਕੋਮਲ ਅਤੇ ਦਯਾਵਾਨ ਹੋ ਰਹੀਆਂ ਸਨ। ਉਨ੍ਹਾਂ ਨੇ ਮੇਰਾ ਮੋਢਾ ਥਪਥਪਾਇਆ।

"ਨੌਜਵਾਨ ਯੋਗੀ, ਮੈਂ ਦੇਖ ਰਿਹਾ ਹਾਂ, ਕਿ ਤੂੰ ਆਪਣੇ ਗੁਰੂ ਦੇ ਕੋਲੋਂ ਦੂਰ ਭੱਜ ਰਿਹਾ ਹੈਂ। ਉਨ੍ਹਾਂ ਕੋਲ ਉਹ ਸਭ ਕੁਝ ਹੈ, ਜਿਸ ਚੀਜ਼ ਦੀ ਤੈਨੂੰ ਇੱਛਾ ਹੈ। ਤੈਨੂੰ ਉਨ੍ਹਾਂ ਦੇ ਕੋਲ ਵਾਪਸ ਚਲਿਆ ਜਾਣਾ ਚਾਹੀਦਾ ਹੈ।" ਉਨ੍ਹਾਂ ਨੇ ਅੱਗੇ ਕਿਹਾ, "ਪਹਾੜ ਤੇਰੇ ਗੁਰੂ ਨਹੀਂ ਹੋ ਸਕਦੇ।" ਉਹੀ ਵਿਚਾਰ, ਜੋ ਦੋ ਦਿਨ ਪਹਿਲਾਂ ਸ਼੍ਰੀ ਯੁਕਤੇਸ਼ਵਰ ਜੀ ਨੇ ਪ੍ਰਗਟਾਏ ਸਨ।

"ਵਿਧਾਤਾ ਦਾ ਕੋਈ ਐਸਾ ਵਿਧਾਨ ਨਹੀਂ ਹੈ, ਕਿ ਸਿੱਧ ਪੁਰਸ਼ ਪਹਾੜਾਂ ਵਿਚ ਹੀ ਰਹਿਣ।" ਉਹ ਮੇਰੇ ਵੱਲ ਵਿਅੰਗਪੂਰਨ ਦ੍ਰਿਸ਼ਟੀ ਨਾਲ ਦੇਖਦਿਆਂ ਕਹਿੰਦੇ ਜਾ ਰਹੇ ਸਨ। "ਭਾਰਤ ਅਤੇ ਤਿੱਬਤ ਦੇ ਪਹਾੜਾਂ ਦੇ ਉੱਪਰ ਸੰਤਾਂ ਦਾ ਕੋਈ ਏਕਾ-ਅਧਿਕਾਰ ਨਹੀਂ ਹੈ। ਪ੍ਰਮਾਤਮਾ ਨੂੰ ਜੇ ਕੋਈ ਆਪਣੇ ਅੰਦਰ ਪ੍ਰਾਪਤ ਕਰਨ ਦਾ ਕਸ਼ਟ ਨਾ ਕਰੇ, ਤਾਂ ਉਹ ਸਰੀਰ ਨੂੰ ਇੱਧਰ ਉੱਧਰ ਭਟਕਾਉਣ ਨਾਲ ਵੀ ਪ੍ਰਾਪਤ ਨਹੀਂ ਕਰ ਸਕਦਾ। ਅਧਿਆਤਮਿਕ ਗਿਆਨ ਪ੍ਰਾਪਤ ਕਰਨ ਵਾਸਤੇ ਜਿਉਂ ਹੀ ਸ਼ਰਧਾਲੂ ਦੁਨੀਆਂ ਦੇ ਆਖਰੀ ਕੋਨੇ ਤਕ ਜਾਣ ਲਈ ਤਿਆਰ ਹੋ ਜਾਂਦਾ ਹੈ, ਤਾਂ ਉਸ ਦੇ ਗੁਰੂ ਬਿਲਕੁਲ ਨੇੜਿਉਂ ਹੀ ਪ੍ਰਗਟ ਹੋ ਜਾਂਦੇ ਹਨ।"

ਮੈਂ ਮਨ ਹੀ ਮਨ ਸਹਿਮਤ ਹੋ ਗਿਆ। ਮੈਨੂੰ ਵਾਰਾਣਸੀ ਦੇ ਉਸ ਆਸ਼ਰਮ ਵਿਚ ਕੀਤੀ ਗਈ ਪ੍ਰਾਰਥਨਾ ਚੇਤੇ ਆ ਗਈ, ਜਿਸ ਤੋਂ ਬਾਅਦ ਭੀੜ ਭੜੱਕੇ ਭਰੀ ਗਲੀ ਵਿਚ ਹੀ ਮੇਰੀ ਗੁਰੂਦੇਵ ਨਾਲ ਮੁਲਾਕਾਤ ਹੋ ਗਈ ਸੀ।

"ਕੀ ਤੂੰ ਇੱਕ ਇਸ ਤਰ੍ਹਾਂ ਦੇ ਛੋਟੇ ਜਿਹੇ ਕਮਰੇ ਦਾ ਪ੍ਰਬੰਧ ਕਰ ਸਕਦਾ ਹੈਂ, ਜਿਸ ਦਾ ਦਰਵਾਜ਼ਾ ਬੰਦ ਕਰ ਕੇ ਤੂੰ ਏਕਾਂਤ ਵਿਚ ਬੈਠ ਸਕੇਂ?"

"ਜੀ ਹਾਂ।" ਮੇਰੇ ਮਨ ਵਿਚ ਇਹ ਵਿਚਾਰ ਉੱਭਰਿਆ, ਕਿ ਸੰਤ ਮਹਾਰਾਜ ਇੰਨੀ ਅਸਚਰਜਜਨਕ ਤੇਜੀ ਨਾਲ, ਆਮ ਗੱਲਾਂ ਤੋਂ ਵਿਅਕਤੀਗਤ ਗੱਲ ਬਾਤ ਉੱਪਰ ਉੱਤਰ ਆਏ ਸਨ।

"ਤਾਂ ਉਹੀ ਤੇਰੀ ਗੁਫਾ ਹੈ।" ਯੋਗੀ ਮਹਾਰਾਜ ਨੇ ਮੈਨੂੰ ਇੱਕ ਆਤਮਿਕ ਗਿਆਨ ਜਗਾਉਣ ਵਾਲੀ ਇਹੋ ਜਿਹੀ ਨਜ਼ਰ ਨਾਲ ਦੇਖਿਆ, ਜਿਸ ਨੂੰ ਮੈਂ ਅੱਜ ਤਕ ਨਹੀਂ ਭੁਲਾ ਸਕਿਆ। "ਉਹੀ ਤੇਰੇ ਵਾਸਤੇ ਪਵਿੱਤਰ ਪਹਾੜ ਹੈ, ਉੱਥੇ ਹੀ ਤੈਨੂੰ ਪ੍ਰਮਾਤਮਾ ਦੇ ਸਾਮਰਾਜ ਦੀ ਪ੍ਰਾਪਤੀ ਹੋਵੇਗੀ।"

ਉਨ੍ਹਾਂ ਦੇ ਇਨ੍ਹਾਂ ਸਧਾਰਨ ਸ਼ਬਦਾਂ ਨੇ, ਮੇਰੇ ਮਨ ਵਿਚ ਬੈਠੀ ਪਹਾੜਾਂ ਵਾਸਤੇ ਤੀਬਰ ਇੱਛਾ ਇੱਕ ਮਿੰਟ ਵਿਚ ਖਤਮ ਕਰ ਦਿੱਤੀ। ਗਰਮੀ ਨਾਲ ਤਪ ਰਹੇ ਚੌਲਾਂ ਦੇ ਖੇਤਾਂ ਵਿਚ, ਮੈਂ ਪਹਾੜਾਂ ਅਤੇ ਅਨੰਤ ਬਰਫ ਦੇ ਸੁਪਨੇ ਵਿਚੋਂ ਜਾਗ ਉੱਠਿਆ।

"ਨੌਜਵਾਨ ਸ੍ਰੀਮਾਨ, ਤੇਰੀ ਪ੍ਰਮਾਤਮਾ ਦੀ ਪ੍ਰਾਪਤੀ ਵਾਸਤੇ ਲਲਕ ਸਲਾਹੁਣਯੋਗ ਹੈ। ਮੈਨੂੰ ਤੇਰੇ ਨਾਲ ਅੰਤਾਂ ਦਾ ਪਿਆਰ ਮਹਿਸੂਸ ਹੋ ਰਿਹਾ ਹੈ।" ਰਾਮ ਗੋਪਾਲ ਮੇਰਾ ਹੱਥ ਫੜ ਕੇ ਜੰਗਲ ਵਿਚ ਇੱਕ ਖੁੱਲ੍ਹੇ ਜਿਹੇ ਥਾਂ ਵਸੇ ਹੋਏ ਪਿੰਡ ਵਿਚ ਵਿਲੱਖਣ ਜਿਹੀ ਦਿਖਾਈ ਦੇ ਰਹੀ ਝੁੱਗੀ ਵਿਚ ਲੈ ਗਏ। ਇਸ ਪਿੰਡ ਵਿਚ ਬਣੇ ਹੋਏ ਸਾਰੇ ਘਰ ਕੱਚੀਆਂ ਇੱਟਾਂ ਅਤੇ ਗਾਰੇ ਦੇ ਸਨ ਅਤੇ ਉਨ੍ਹਾਂ ਦੀਆਂ ਛੱਤਾਂ ਨਾਰੀਅਲ ਦੇ ਪੱਤਿਆਂ ਦੀਆਂ ਬਣੀਆਂ ਹੋਈਆਂ ਸਨ। ਬਾਹਰਲੇ ਦਰਵਾਜ਼ਿਆਂ ਨੂੰ ਤਾਜੇ ਫੁੱਲਾਂ ਨਾਲ ਸਜਾਇਆ ਹੋਇਆ ਸੀ।

ਉਨ੍ਹਾਂ ਨੇ ਮੈਨੂੰ ਆਪਣੀ ਛੋਟੀ ਜਿਹੀ ਕੁਟੀਆ ਵਿਚ ਲਿਜਾ ਕੇ, ਇੱਕ ਬਾਂਸ ਦੇ ਛਾਂ ਦਾਰ ਮਚਾਨ ਉੱਪਰ ਬਿਠਾਇਆ। ਫਿਰ ਉਨ੍ਹਾਂ ਨੇ ਮੈਨੂੰ ਨਿੰਬੂ ਦੀ ਸ਼ਕੰਜਵੀ ਅਤੇ ਮਿਸਰੀ ਦਾ ਇਕ ਟੁਕੜਾ ਖਾਣ ਲਈ ਦਿੱਤਾ। ਉਸ ਤੋਂ ਬਾਅਦ ਅਸੀਂ ਉਨ੍ਹਾਂ ਦੇ ਵਿਹੜੇ ਵਿਚ ਪਦਮ ਆਸਣ ਲਗਾ ਕੇ ਧਿਆਨ ਕਰਨ ਲੱਗ ਗਏ। ਧਿਆਨ ਕਰਦਿਆਂ ਕਰਦਿਆਂ ਚਾਰ ਘੰਟੇ ਲੰਘ ਗਏ। ਮੈਂ ਅੱਖਾਂ ਖੋਲ੍ਹ ਕੇ ਦੇਖਿਆ ਤਾਂ ਚੰਦ ਚਾਂਦਨੀ ਰਾਤ ਵਿਚ ਯੋਗੀ ਮਹਾਰਾਜ ਦੀ ਮੂਰਤੀ ਹਾਲੇ ਵੀ ਨਿਸ਼ਚਲ ਬੈਠੀ ਸੀ। ਮੈਂ ਦ੍ਰਿੜਤਾ ਨਾਲ ਆਪਣੇ ਢਿੱਡ ਨੂੰ ਯਾਦ ਦਿਵਾ ਰਿਹਾ ਸੀ, ਕਿ ਮਨੁੱਖ ਕੇਵਲ ਅੰਨ ਨਾਲ ਹੀ ਜਿਉਂਦਾ ਨਹੀਂ ਰਹਿੰਦਾ, ਤਾਂ ਇੰਨੇ ਨੂੰ ਰਾਮ ਗੋਪਾਲ ਆਪਣੇ ਆਸਣ ਤੋਂ ਉੱਠ ਕੇ ਖੜ੍ਹੇ ਹੋ ਗਏ।

"ਮੈਂ ਦੇਖ ਰਿਹਾ ਹਾਂ, ਕਿ ਤੈਨੂੰ ਬਹੁਤ ਜ਼ੋਰ ਦੀ ਭੁੱਖ ਲੱਗੀ ਹੋਈ ਹੈ।" ਉਨ੍ਹਾਂ ਨੇ ਕਿਹਾ, "ਖਾਣਾ ਹੁਣੇ ਹੀ ਤਿਆਰ ਹੋ ਜਾਵੇਗਾ।"

ਉਨ੍ਹਾਂ ਨੇ ਵਿਹੜੇ ਵਿਚ ਹੀ ਸਥਿਤ ਇੱਕ ਮਿੱਟੀ ਦੇ ਚੁਲ੍ਹੇ ਵਿਚ ਅੱਗ ਬਾਲੀ। ਥੋੜ੍ਹੀ ਦੇਰ ਬਾਅਦ ਅਸੀਂ ਕੇਲੇ ਦੇ ਵੱਡੇ ਵੱਡੇ ਪੱਤਿਆਂ ਉੱਪਰ ਦਾਲ ਚਾਵਲ ਖਾ ਰਹੇ ਸੀ। ਉਨ੍ਹਾਂ ਨੇ ਖਾਣਾ ਬਣਾਉਣ ਵਿਚ ਮੇਰੀ ਕੋਈ ਸਹਾਇਤਾ ਪ੍ਰਵਾਨ ਨਾ ਕੀਤੀ। 'ਅਤਿਥੀ ਦੇਵੋ ਭਵ' ਦੀ ਹਿੰਦੂ ਪ੍ਰੰਪਰਾ ਦਾ ਭਾਰਤ ਵਰਸ਼ ਵਿਚ ਆਦਿ ਕਾਲ ਤੋਂ ਹੀ ਸ਼ਰਧਾ ਪੂਰਵਕ ਤਰੀਕੇ ਨਾਲ ਪਾਲਣ ਕੀਤਾ ਜਾਂਦਾ ਰਿਹਾ ਹੈ। ਬਾਅਦ ਵਿਚ ਦੁਨੀਆਂ ਭਰ ਦੀਆਂ ਯਾਤਰਾਵਾਂ ਕਰਦਿਆਂ, ਇਹ ਦੇਖ ਕੇ ਮੈਂ ਅਤਿਅੰਤ ਆਨੰਦਿਤ ਹੋਇਆ, ਕਿ ਅਨੇਕ ਮੁਲਕਾਂ ਦੇ ਪੇਂਡੂ ਲੋਕਾਂ ਵਿਚ ਵੀ ਮਹਿਮਾਨਾਂ ਦਾ ਇਸੇ ਭਾਵ ਨਾਲ ਸਨਮਾਨ ਕੀਤਾ ਜਾਂਦਾ ਹੈ। ਸ਼ਹਿਰੀ ਲੋਕਾਂ ਵਿਚ ਅਣਜਾਣ ਚਿਹਰਿਆਂ ਦੀ ਬਹੁਲਤਾ ਹੋਣ ਕਰ ਕੇ ਮਹਿਮਾਨ ਨਿਵਾਜ਼ੀ ਦਾ ਉਤਸ਼ਾਹ ਠੰਡਾ ਪੈ ਜਾਂਦਾ ਹੈ।

ਉਸ ਛੋਟੇ ਜਿਹੇ ਜੰਗਲੀ ਪਿੰਡ ਦੀ ਏਕਾਂਤ ਵਿਚ ਯੋਗੀ ਮਹਾਰਾਜ ਦੇ ਕੋਲ ਬੈਠਿਆਂ ਮਨੁੱਖਾਂ ਦੀ ਭੀੜ ਨਾਲ ਭਰੇ ਬਜ਼ਾਰ ਕਲਪਨਾਤੀਤ ਰੂਪ ਵਿਚ ਦੂਰ ਲੱਗ ਰਹੇ ਸਨ। ਉਸ ਛੋਟੀ ਜਿਹੀ ਕੁਟੀਆ ਦਾ ਉਹ ਕਮਰਾ ਇੱਕ ਰਹੱਸਮਈ ਹਲਕੀ ਜਿਹੀ ਆਨੰਦਪੂਰਨ ਰੌਸ਼ਨੀ ਨਾਲ ਜਗਮਗਾਉਂਦਾ ਲੱਗ ਰਿਹਾ ਸੀ।

ਰਾਮ ਗੋਪਾਲ ਨੇ ਮੇਰਾ ਬਿਸਤਰਾ ਵਿਛਾਉਣ ਖਾਤਰ ਫਟੇ ਹੋਏ ਪੁਰਾਣੇ ਕੰਬਲ ਜਮੀਨ ਉੱਪਰ ਵਿਛਾ ਦਿੱਤੇ। ਆਪ ਉਹ ਇੱਕ ਘਾਸ ਫੂਸ ਦੀ ਚਟਾਈ ਉੱਪਰ ਬੈਠ ਗਏ। ਉਨ੍ਹਾਂ ਦੀ ਅਧਿਆਤਮਿਕ ਉੱਚਤਾ ਤੋਂ ਪ੍ਰਭਾਵਤ ਹੁੰਦਿਆਂ ਮੈਂ ਉਨ੍ਹਾਂ ਨੂੰ ਬੇਨਤੀ ਕਰਨ ਦਾ ਹੌਸਲਾ ਕੀਤਾ।

"ਮਹਾਰਾਜ, ਆਪ ਮੈਨੂੰ ਸਮਾਧੀ ਅਨੁਭਵ ਕਿਉਂ ਨਹੀਂ ਕਰਵਾ ਦਿੰਦੇ?"

"ਪਿਆਰੇ ਪੁੱਤਰ, ਮੈਂ ਤੈਨੂੰ ਖੁਸ਼ੀ ਨਾਲ ਈਸ਼ਵਰ ਸੰਪਰਕ ਕਰਵਾ ਦਿੰਦਾ ਪਰ ਮੈਨੂੰ ਇਸ ਦਾ ਅਧਿਕਾਰ ਨਹੀਂ ਹੈ।" ਉਨ੍ਹਾਂ ਨੇ ਮੈਨੂੰ ਅੱਧ ਖੁੱਲ੍ਹੀਆਂ ਅੱਖਾਂ ਨਾਲ ਪਿਆਰ ਨਾਲ ਦੇਖਦਿਆਂ ਕਿਹਾ। "ਤੇਰੇ ਗੁਰੂ ਜੀ ਤੈਨੂੰ ਬਹੁਤ ਛੇਤੀ ਸਮਾਧੀ ਅਨੁਭਵ ਕਰਵਾ ਦੇਣਗੇ। ਇਸ ਮੌਕੇ ਤੇਰਾ ਸਰੀਰ ਉਸ ਵਾਸਤੇ ਤਿਆਰ ਨਹੀਂ ਹੈ। ਬਿਜਲੀ ਦੇ ਘਟ ਵੋਲਟੇਜ ਦੇ ਬਲਬ ਵਿਚ, ਜੇ ਜਿਆਦਾ ਵੋਲਟੇਜ ਦੀ ਬਿਜਲੀ ਛੱਡ ਦਿੱਤੀ ਜਾਵੇ ਤਾਂ ਉਸ ਦਾ ਪਟਾਕਾ ਪੈ ਜਾਂਦਾ ਹੈ। ਉਸੇ ਤਰ੍ਹਾਂ ਤੇਰੀਆਂ ਨਾੜੀਆਂ ਵੀ ਹਾਲੇ ਤਕ, ਅਨੰਤ ਚੇਤਨਤਾ ਦੇ ਪ੍ਰਵਾਹ ਸਹਿਣ ਕਰਨ ਦੇ ਯੋਗ ਨਹੀਂ ਹਨ। ਇਸ ਸਮੇਂ ਜੇ ਮੈਂ ਤੈਨੂੰ ਸਮਾਧੀ ਅਨੁਭਵ ਕਰਵਾ ਦੇਵਾਂ, ਤਾਂ ਤੂੰ ਇਸ ਤਰ੍ਹਾਂ ਮਹਿਸੂਸ ਕਰੇਂਗਾ, ਜਿਵੇਂ ਤੇਰੇ ਸਰੀਰ ਦੀ ਹਰ ਇੱਕ ਕੋਸ਼ਿਕਾ ਵਿਚ ਅੱਗ ਲੱਗ ਗਈ ਹੋਵੇ।"

"ਤੂੰ ਮੈਥੋਂ ਬ੍ਰਹਮ ਗਿਆਨ ਚਾਹੁੰਦਾ ਹੈਂ।" ਸੋਚਾਂ ਵਿਚ ਡੁੱਬੇ ਯੋਗੀ ਰਾਜ ਕਹਿੰਦੇ ਜਾ ਰਹੇ ਸਨ। "ਜਦੋਂ ਕਿ ਮੈਂ ਇੰਨਾ ਨਿਗੂਣਾ ਆਦਮੀ ਹਾਂ ਅਤੇ ਜਿੰਨੀ ਕੁ ਥੋੜੀ ਬਹੁਤੀ ਧਿਆਨ ਧਾਰਨਾ ਮੈਂ ਕੀਤੀ ਵੀ ਹੈ, ਮੈਂ ਖੁਦ ਹੈਰਾਨ ਹਾਂ, ਕਿ ਮੈਂ ਉਸ ਨਾਲ ਪ੍ਰਮਾਤਮਾ ਨੂੰ ਪ੍ਰਸੰਨ ਕਰਨ ਵਿਚ ਕਿੰਨਾ ਕੁ ਸਫਲ ਹੋ ਸਕਿਆ ਹਾਂ? ਪ੍ਰਮਾਤਮਾ ਦੇ ਦਰਬਾਰ ਵਿਚ ਅੰਤਮ ਹਿਸਾਬ ਕਿਤਾਬ ਵੇਲੇ, ਮੈਂ ਉਸ ਦੀ ਕਿੰਨੀ ਕੁ ਇਨਾਇਤ ਹਾਸਲ ਕਰ ਸਕਾਂਗਾ?"

"ਯੋਗੀ ਮਹਾਰਾਜ, ਕੀ ਆਪ ਬੜੇ ਲੰਬੇ ਸਮੇਂ ਤੋਂ ਤਹਿ ਦਿਲ ਨਾਲ ਪ੍ਰਮਾਤਮਾ ਨੂੰ ਪ੍ਰਾਪਤ ਕਰਨ ਦਾ ਯਤਨ ਨਹੀਂ ਕਰਦੇ ਆ ਰਹੇ?"

"ਨਹੀਂ, ਮੈਂ ਕੁਝ ਖਾਸ ਨਹੀਂ ਕੀਤਾ। ਬਿਹਾਰੀ ਪੰਡਤ ਨੇ ਤੈਨੂੰ ਜਰੂਰ ਮੇਰੀ ਜ਼ਿੰਦਗੀ ਦੇ ਬਾਰੇ ਕੁਝ ਦੱਸਿਆ ਹੋਵੇਗਾ। ਵੀਹ ਸਾਲ ਤਕ ਮੈਂ ਇੱਕ ਏਕਾਂਤ ਗੁਫਾ ਵਿਚ ਹਰ ਰੋਜ਼ ਅਠਾਰਾਂ ਘੰਟੇ ਧਿਆਨ ਕਰਦਾ ਸੀ। ਉਂਸ ਤੋਂ ਬਾਅਦ ਮੈਂ ਉਸ ਤੋਂ ਵੀ ਜਿਆਦਾ ਦੁਰਗਮ ਇਲਾਕੇ ਵਿਚ ਜਾ ਕੇ, ਇੱਕ ਗੁਫਾ ਵਿਚ ਪੰਝੀ ਸਾਲ ਤਕ ਰਿਹਾ। ਉੱਥੇ ਮੈਂ ਹਰ ਰੋਜ਼ ਵੀਹ ਘੰਟੇ ਯੌਗਿਕ ਧਿਆਨ ਵਿਚ ਮਗਨ ਰਹਿੰਦਾ ਸੀ। ਮੈਨੂੰ ਨੀਂਦ ਦੀ ਜ਼ਰੂਰਤ ਨਹੀਂ ਸੀ ਪੈਂਦੀ, ਕਿਉਂਕਿ ਮੈਂ ਸਦਾ ਹੀ ਈਸ਼ਵਰ ਵਿਚ ਜਾਗ੍ਰਿਤ ਰਹਿੰਦਾ ਸੀ। ਨੀਂਦ ਦੀ ਸਧਾਰਨ ਅਵਚੇਤਨ ਹਾਲਤ ਵਿਚ ਥੋੜੀ ਜਿਹੀ ਸ਼ਾਂਤੀ ਨਾਲ ਮੇਰੇ ਸਰੀਰ ਨੂੰ ਜਿੰਨਾ ਅਰਾਮ ਮਿਲਦਾ ਸੀ, ਉਸ ਤੋਂ ਕਿਤੇ ਜਿਆਦਾ ਅਰਾਮ ਮੈਨੂੰ ਸਮਾਧੀ ਦੀ ਪਰਾਚੇਤਨ ਅਵਸਥਾ ਵਿਚ ਮਿਲਦਾ ਸੀ।"

"ਨੀਂਦ ਦੀ ਆਮ ਹਾਲਤ ਵਿਚ ਮਾਸ ਪੇਸ਼ੀਆਂ ਨੂੰ ਤਾਂ ਅਰਾਮ ਮਿਲਦਾ ਹੈ, ਪਰ ਦਿਲ, ਫੇਫੜੇ ਅਤੇ ਲਹੂ ਦੀ ਸੰਚਾਰ ਪ੍ਰਣਾਲੀ ਨਿਰੰਤਰ ਕੰਮ ਕਰਦੀ ਰਹਿੰਦੀ ਹੈ, ਇਸ ਕਰਕੇ ਇਨ੍ਹਾਂ ਨੂੰ ਅਰਾਮ ਨਹੀਂ ਮਿਲਦਾ। ਪਰਾਚੇਤਨ ਅਵਸਥਾ ਵਿਚ ਸਾਰੇ ਅੰਦਰੂਨੀ ਅੰਗਾਂ ਦੀਆਂ ਹਰਕਤਾਂ ਤਾਂ ਮੁਅਤਲ ਰਹਿੰਦੀਆਂ ਪਰ ਉਹ ਫਿਰ ਵੀ ਅਨੰਤ ਸ਼ਕਤੀ ਨਾਲ ਸਜੀਵ ਰਹਿੰਦੇ ਹਨ। ਇਹੋ ਜਿਹੀਆਂ ਅਵਸਥਾਵਾਂ ਦੇ ਕਾਰਨ ਮੇਰੇ ਵਾਸਤੇ ਵਰ੍ਹਿਆਂ ਤੋਂ ਨੀਂਦ ਬੇਲੋੜੀ ਹੋ ਗਈ ਹੈ।" ਫਿਰ ਉਨ੍ਹਾਂ ਨੇ ਕਿਹਾ "ਇੱਕ ਸਮਾਂ ਆਵੇਗਾ ਜਦੋਂ ਤੈਨੂੰ ਵੀ ਨੀਂਦ ਦੀ ਜ਼ਰੂਰਤ ਨਹੀਂ ਰਹੇਗੀ।"

"ਓਹ ਪ੍ਰਮਾਤਮਾ, ਆਪ ਇੰਨੇ ਲੰਬੇ ਸਮੇਂ ਤੋਂ ਇੰਨਾ ਜਿਆਦਾ ਧਿਆਨ ਕਰਦੇ ਆ ਰਹੇ ਹੋ, ਫਿਰ ਵੀ ਆਪ ਨੂੰ ਪੱਕਾ ਯਕੀਨ ਨਹੀਂ ਹੈ, ਕਿ ਆਪ ਪ੍ਰਮਾਤਮਾ ਨੂੰ ਪ੍ਰਸੰਨ ਕਰਨ ਵਿਚ ਕਿੰਨੇ ਕੁ ਸਫਲ ਹੋਏ ਹੋ।" ਮੈਂ ਹੈਰਾਨ ਹੁੰਦਿਆਂ ਕਿਹਾ, "ਸਾਡੇ ਵਰਗਿਆਂ ਦਰਿਦਰੀ ਲੋਕਾਂ ਦਾ ਕੀ ਬਣੇਗਾ?"

"ਪੁੱਤਰ, ਕੀ ਤੂੰ ਇਹ ਨਹੀਂ ਸਮਝ ਰਿਹਾ, ਕਿ ਪ੍ਰਮਾਤਮਾ ਖੁਦ ਅਨੰਤ ਹੈ? ਇਹ ਸੋਚਣਾ ਕਿ ਸਿਰਫ ਪੰਤਾਲੀ ਵਰ੍ਹਿਆਂ ਦੀ ਧਿਆਨ ਧਾਰਨਾ ਨਾਲ ਉਸ ਦੀ ਥਾਹ ਪਾ ਲਈ ਜਾਵੇਗੀ, ਤਾਂ ਇਹ ਖਾਮ ਖਿਆਲੀ ਹੀ ਹੈ। ਫਿਰ ਵੀ ਬਾਬਾ ਜੀ ਨੇ ਇਹ ਵਿਸ਼ਵਾਸ ਦਿਵਾਇਆ ਹੈ, ਕਿ ਥੋੜੀ ਥੋੜੀ ਧਿਆਨ ਧਾਰਨਾ ਵੀ ਮੌਤ ਦੇ ਡਰ ਅਤੇ ਮੌਤ ਤੋਂ ਬਾਅਦ ਦੀਆਂ ਅਵਸਥਾਵਾਂ ਦੇ ਡਰ ਤੋਂ ਸਾਡੀ ਰੱਖਿਆ ਕਰਦੀ ਹੈ। ਤੂੰ ਆਪਣਾ ਅਧਿਆਤਮਿਕ ਮਨੋਰਥ ਨਿਗੂਣੇ ਪਹਾੜਾਂ ਦੀ ਬਜਾਏ ਨਿਰਗੁਣ ਨਿਰਾਕਾਰ ਈਸ਼ਵਰ ਪ੍ਰਾਪਤੀ ਦੇ ਧਰੂ ਤਾਰੇ ਉੱਪਰ ਕੇਂਦ੍ਰਿਤ ਕਰ। ਜੇ ਤੂੰ ਸਖਤ ਮਿਹਨਤ ਕਰੇਂਗਾ, ਤਾਂ ਤੂੰ ਆਪਣੇ ਮਨੋਰਥ ਵਿਚ ਸਫਲ ਹੋ ਕੇ ਰਹੇਂਗਾ।"

ਇਨ੍ਹਾਂ ਉਮੀਦ ਭਰੀਆਂ ਸੰਭਾਵਨਾਵਾਂ ਤੋਂ ਉਤਸ਼ਾਹਤ ਹੋ ਕੇ, ਮੈਂ ਉਨ੍ਹਾਂ ਨੂੰ ਹੋਰ ਗਿਆਨ ਉਪਦੇਸ਼ ਦੇਣ ਵਾਸਤੇ ਬੇਨਤੀ ਕੀਤੀ। ਉਨ੍ਹਾਂ ਨੇ ਮੈਨੂੰ ਲਾਹਿੜੀ ਮਹਾਸ਼ਯ ਦੇ ਗੁਰੂ ਬਾਬਾ ਜੀ* ਨਾਲ ਆਪਣੀ ਪਹਿਲੀ ਮੁਲਾਕਾਤ ਦੀ ਅਦਭੁਤ ਕਹਾਣੀ ਸੁਣਾਈ।" ਰਾਤ ਲਗ ਭਗ ਅੱਧੀ ਹੋਣ ਵਾਲੀ ਸੀ ਅਤੇ ਰਾਮ ਗੋਪਾਲ ਮੌਨ ਹੋ ਗਏ ਅਤੇ ਮੈਂ ਆਪਣੇ ਕੰਬਲਾਂ ਉੱਪਰ ਲੇਟ ਗਿਆ। ਜਦੋਂ ਮੈਂ ਅੱਖਾਂ ਬੰਦ ਕੀਤੀਆਂ ਤਾਂ ਮੈਨੂੰ ਬਿਜਲੀਆਂ ਚਮਕਦੀਆਂ ਦਿਖਾਈ ਦੇਣ ਲੱਗੀਆਂ। ਮੇਰੇ ਅੰਦਰ ਦਾ ਵਿਸ਼ਾਲ ਖਲਾਅ, ਜਿਸ ਤਰ੍ਹਾਂ ਪਿਘਲੇ ਹੋਏ ਪ੍ਰਕਾਸ਼ ਨਾਲ ਭਰ ਗਿਆ ਹੋਵੇ। ਮੈਂ ਅੱਖਾਂ ਖੋਲ੍ਹੀਆਂ ਤਾਂ ਉਹੀ ਚੁੰਧਿਆਉਣ ਵਾਲਾ ਪ੍ਰਕਾਸ਼ ਬਾਹਰ ਵੀ ਦਿਖਾਈ ਦੇ ਰਿਹਾ ਸੀ। ਉਹ ਕੁਟੀਆ, ਉਸ ਅਨੰਤ ਪ੍ਰਕਾਸ਼ ਦਾ ਇੱਕ ਛੋਟਾ ਜਿਹਾ ਹਿੱਸਾ ਬਣ ਗਈ ਸੀ, ਜਿਸ ਨੂੰ ਮੈਂ ਆਪਣੀ ਅੰਤਰ ਦ੍ਰਿਸ਼ਟੀ ਵਿਚ ਦੇਖ ਰਿਹਾ ਸੀ।

* ਵਿਸਥਾਰ ਵਾਸਤੇ ਦੇਖੋ ਪੰਨਾਂ 397.

ਯੋਗੀ ਮਹਾਰਾਜ ਨੇ ਕਿਹਾ, "ਤੂੰ ਸੌਂ ਕਿਉਂ ਨਹੀਂ ਜਾਂਦਾ?"

"ਮਹਾਰਾਜ ਮੈਂ ਕਿਸ ਤਰ੍ਹਾਂ ਸੌਂ ਸਕਦਾ ਹਾਂ? ਜਦੋਂ ਕਿ ਮੇਰੇ ਚਾਰੇ ਪਾਸੇ ਬਿਜਲੀਆਂ ਚਮਕ ਰਹੀਆਂ ਹਨ। ਭਾਵੇਂ ਮੈਂ ਅੱਖਾਂ ਬੰਦ ਕੀਤੀਆਂ ਹੋਣ, ਭਾਵੇ ਅੱਖਾਂ ਖੁੱਲ੍ਹੀਆਂ ਹੋਣ।"

"ਤੂੰ ਖੁਸ਼ਕਿਸਮਤ ਹੈਂ, ਕਿ ਤੈਨੂੰ ਇਸ ਤਰ੍ਹਾਂ ਦਾ ਅਧਿਆਤਮਿਕ ਅਨੁਭਵ ਹੋ ਰਿਹਾ ਹੈ। ਇਨ੍ਹਾਂ ਅਧਿਆਤਮਿਕ ਪ੍ਰਕਾਸ਼ ਕਿਰਨਾਂ ਦੇ ਦਰਸ਼ਨ ਅਸਾਨੀ ਨਾਲ ਨਹੀਂ ਹੁੰਦੇ।" ਫਿਰ ਉਨ੍ਹਾਂ ਪਿਆਰ ਭਰੇ ਕੁਝ ਹੋਰ ਸ਼ਬਦ ਵੀ ਕਹੇ। ਸਵੇਰਾ ਹੁੰਦਿਆਂ ਹੀ ਰਾਮ ਗੋਪਾਲ ਨੇ ਮੈਨੂੰ ਮਿਸਰੀ ਦੇ ਕੁਝ ਟੁਕੜੇ ਦਿੱਤੇ ਅਤੇ ਮੈਨੂੰ ਵਾਪਸ ਜਾਣ ਵਾਸਤੇ ਕਿਹਾ। ਉਨ੍ਹਾਂ ਤੋਂ ਵਿਦਾਈ ਲੈਂਦਿਆਂ ਮੈਨੂੰ ਇੰਨਾ ਦੁਖ ਹੋ ਰਿਹਾ ਸੀ ਕਿ ਮੇਰੀਆਂ ਅੱਖਾਂ ਵਿਚ ਅੱਥਰੂ ਛਲਕ ਆਏ।

"ਮੈਂ ਤੈਨੂੰ ਖਾਲੀ ਹੱਥ ਵਾਪਸ ਨਹੀਂ ਭੇਜਾਂਗਾ।" ਯੋਗੀ ਮਹਾਰਾਜ ਨੇ ਬੜੀ ਕੋਮਲਤਾ ਨਾਲ ਕਿਹਾ, "ਮੈਂ ਤੇਰੀ ਭਲਾਈ ਲਈ ਕੁਝ ਨਾ ਕੁਝ ਜਰੂਰ ਕਰਾਂਗਾ।"

ਉਹ ਮੇਰੇ ਵੱਲ ਦੇਖ ਕੇ ਮੁਸਕਰਾਏ ਅਤੇ ਉਨ੍ਹਾਂ ਨੇ ਆਪਣੀ ਦ੍ਰਿਸ਼ਟੀ ਮੇਰੇ ਉੱਪਰ ਸਥਿਰ ਕਰ ਦਿੱਤੀ। ਮੈਂ ਨਿਸ਼ਚਲ ਹੋ ਗਿਆ, ਜਿਵੇਂ ਕਿ ਮੈਂ ਧਰਤੀ ਵਿਚ ਹੀ ਗੱਡਿਆ ਗਿਆ ਹੋਵਾਂ। ਉਨ੍ਹਾਂ ਵਿਚੋਂ ਪ੍ਰਵਾਹਤ ਹੋਣ ਵਾਲੀਆਂ ਸ਼ਾਂਤੀਦਾਇਕ ਤਰੰਗਾਂ ਨੇ ਮੇਰੇ ਸਾਰੇ ਵਜੂਦ ਨੂੰ ਆਤਮ-ਵਿਭੋਰ ਕਰ ਦਿੱਤਾ। ਤੁਰੰਤ ਮੇਰੀ ਪਿੱਠ ਦਾ ਦਰਦ ਠੀਕ ਹੋ ਗਿਆ, ਜੋ ਅਨੇਕ ਵਰ੍ਹਿਆਂ ਤੋਂ ਮੈਨੂੰ ਕਦੇ ਕਦੇ ਤਕਲੀਫ ਦਿੰਦਾ ਆ ਰਿਹਾ ਸੀ। ਆਨੰਦਮਈ ਪ੍ਰਕਾਸ਼ ਦੇ ਸਮੁੰਦਰ ਵਿਚ ਨਹਾ ਕੇ ਤਰੋ ਤਾਜ਼ਾ ਮਹਿਸੂਸ ਕਰਦਿਆਂ, ਮੇਰਾ ਰੋਣਾ ਤੁਰੰਤ ਬੰਦ ਹੋ ਗਿਆ। ਰਾਮ ਗੋਪਾਲ ਦੇ ਚਰਨ ਸਪਰਸ਼ ਕਰਕੇ, ਮੈਂ ਮੁੜ ਜੰਗਲ ਦਾ ਰਸਤਾ ਫੜ ਲਿਆ। ਜੰਗਲ ਦੀਆਂ ਉਲਝੀਆਂ ਝਾੜੀਆਂ ਵਿਚੋਂ ਦੀ ਲੰਘਦਾ, ਅਨੇਕ ਧਾਨਾਂ ਦੇ ਖੇਤਾਂ ਨੂੰ ਪਾਰ ਕਰਦਾ ਹੋਇਆ, ਆਖਰ ਨੂੰ ਮੈਂ ਫਿਰ ਤਾਰਕੇਸ਼ਵਰ ਪਹੁੰਚ ਗਿਆ। ਤਾਰਕੇਸ਼ਵਰ ਵਿਚ ਦੂਜੀ ਵਾਰ, ਮੈਂ ਮੰਦਰ ਦੇ ਅੰਦਰ ਗਿਆ ਅਤੇ ਉੱਥੇ ਪ੍ਰਮਾਤਮਾ ਦੇ ਪ੍ਰਤੀਕ ਪੱਥਰ ਨੂੰ ਦੰਡਵਤ ਪ੍ਰਣਾਮ ਕੀਤਾ। ਉਹ ਗੋਲ ਪੱਥਰ ਮੇਰੀ ਅੰਤਰ ਦ੍ਰਿਸ਼ਟੀ ਦੇ ਸਾਹਮਣੇ ਅਕਾਰ ਵਿਚ ਵਧਦਾ ਵਧਦਾ ਇੱਕ ਬ੍ਰਹਮੰਡੀ ਪਿੰਡ ਬਣ ਗਿਆ। ਜਿਸ ਵਿਚ ਚੱਕਰਾਂ ਵਿਚ ਚੱਕਰ, ਮੰਡਲਾਂ ਵਿਚ ਮੰਡਲ ਸਾਰੇ ਹੀ ਈਸ਼ਵਰ ਦੀ ਆਭਾ ਨਾਲ ਸਸ਼ੋਭਿਤ ਹੋ ਰਹੇ ਲੱਗਦੇ ਸਨ।

ਇੱਕ ਘੰਟੇ ਬਾਅਦ ਮੈਂ ਖੁਸ਼ੀ ਖੁਸ਼ੀ ਕੋਲਕਾਤਾ ਜਾਣ ਵਾਲੀ ਰੇਲ ਗੱਡੀ ਵਿਚ ਸਵਾਰ ਹੋ ਗਿਆ। ਮੇਰੀਆਂ ਯਾਤਰਾਵਾਂ ਦਾ ਅੰਤ ਹੋ ਗਿਆ, ਮਨਮੋਹਕ ਪਹਾੜਾਂ ਦੀਆਂ ਵਾਦੀਆਂ ਵਿਚ ਨਹੀਂ, ਬਲਕਿ ਹਿਮਾਲਿਆ ਪਹਾੜ ਵਰਗੀ ਉੱਚ ਹਸਤੀ ਆਪਣੇ ਗੁਰੂ ਦੇ ਚਰਨ ਕਮਲਾਂ ਵਿਚ।

ਚੈਪਟਰ 14

ਸਮਾਧੀ ਅਨੁਭਵ

"ਗੁਰੂ ਜੀ, ਮੈਂ ਆ ਗਿਆ ਹਾਂ।" ਮੇਰਾ ਸ਼ਰਮਸਾਰ ਚਿਹਰਾ, ਮੇਰੇ ਸ਼ਬਦਾਂ ਨਾਲੋਂ ਮੇਰੇ ਮਨ ਦੀਆਂ ਭਾਵਨਾਵਾਂ ਨੂੰ ਜਿਆਦਾ ਸਪਸ਼ਟ ਤਰੀਕੇ ਨਾਲ ਬਿਆਨ ਕਰ ਰਿਹਾ ਸੀ।

"ਚੱਲ, ਚੱਲ ਕੇ ਰਸੋਈ ਘਰ ਵਿਚ ਜਾ ਕੇ ਦੇਖਦੇ ਹਾਂ, ਕਿ ਕੁਝ ਖਾਣ ਪੀਣ ਨੂੰ ਹੈ?" ਸ੍ਰੀ ਯੁਕਤੇਸ਼ਵਰ ਜੀ ਇਸ ਤਰੀਕੇ ਨਾਲ ਵਿਵਹਾਰ ਕਰ ਰਹੇ ਸਨ, ਕਿ ਜਿਸ ਤਰ੍ਹਾਂ ਅਸੀਂ ਕੁਝ ਦਿਨਾਂ ਲਈ ਨਹੀਂ, ਬਲਕਿ ਕੁਝ ਘੰਟਿਆਂ ਲਈ ਹੀ ਅਲੱਗ ਹੋਏ ਹੋਈਏ।

"ਗੁਰੂਦੇਵ, ਆਸ਼ਰਮ ਵਿਚ ਦਿੱਤੀਆਂ ਗਈਆਂ ਜੁੰਮੇਵਾਰੀਆਂ ਨੂੰ ਮੇਰੇ ਦੁਆਰਾ ਵਿਚਕਾਰ ਛੱਡ ਕੇ ਚਲੇ ਜਾਣ ਨਾਲ ਆਪ ਬੜੇ ਦੁਖੀ ਹੋਏ ਹੋਵੋਗੇ। ਮੈਨੂੰ ਤਾਂ ਇਹ ਲੱਗ ਰਿਹਾ ਸੀ ਕਿ ਆਪ ਮੇਰੇ ਨਾਲ ਬਹੁਤ ਗੁੱਸੇ ਹੋਵੋਗੇ।"

"ਨਹੀਂ, ਬਿਲਕੁਲ ਨਹੀਂ, ਗੁੱਸਾ ਸਿਰਫ ਉਮੀਦਾਂ ਦੀ ਪੂਰਤੀ ਨਾ ਹੋਣ ਕਰ ਕੇ ਆਉਂਦਾ ਹੈ। ਮੈਂ ਦੂਸਰਿਆਂ ਤੋਂ ਕਦੇ ਕੋਈ ਉਮੀਦ ਨਹੀਂ ਰੱਖਦਾ। ਇਸ ਕਰ ਕੇ ਉਨ੍ਹਾਂ ਦੇ ਕੰਮ ਮੇਰੀਆਂ ਉਮੀਦਾਂ ਦੇ ਉਲਟ ਹੋ ਹੀ ਨਹੀਂ ਸਕਦੇ। ਮੈਂ ਤੈਨੂੰ ਆਪਣੇ ਕਿਸੇ ਨਿੱਜੀ ਸੁਆਰਥ ਵਾਸਤੇ ਕਦੇ ਉਪਯੋਗ ਨਹੀਂ ਕਰਦਾ। ਮੈਂ ਤਾਂ ਸਿਰਫ ਤੇਰੀ ਸੱਚੀ ਖੁਸ਼ੀ ਵਿਚ ਹੀ ਖੁਸ਼ ਹਾਂ।"

"ਗੁਰੂਦੇਵ, ਰੂਹਾਨੀ ਪਿਆਰ ਬਾਰੇ ਕੁਝ ਸੁਣਿਆ ਤਾਂ ਜਰੂਰ ਸੀ ਅਤੇ ਧੁੰਦਲੀ ਜਿਹੀ ਕਲਪਨਾ ਵੀ ਕਰਦਾ ਰਹਿੰਦਾ ਸੀ, ਪ੍ਰੰਤੂ ਅੱਜ ਆਪ ਦੇ ਦੇਵਤਾ ਸਰੂਪ ਵਿਵਹਾਰ ਦੁਆਰਾ ਪੇਸ਼ ਕੀਤੀ ਗਈ ਉਦਾਹਰਣ ਸਦਕਾ, ਮੈਂ ਉਸ ਰੂਹਾਨੀ ਪਿਆਰ ਦੇ ਪ੍ਰਤੱਖ ਦਰਸ਼ਨ ਕਰ ਰਿਹਾ ਹਾਂ। ਇਸ ਸੰਸਾਰ ਵਿਚ ਤਾਂ, ਜੇ ਪੁੱਤਰ ਵੀ ਪਿਤਾ ਨੂੰ ਦੱਸੇ ਬਗੈਰ, ਉਸ ਦਾ ਕੰਮ ਵਿਚਾਲੇ ਛੱਡ ਕਾ ਚਲਿਆ ਜਾਵੇ, ਤਾਂ ਪਿਤਾ ਵੀ ਉਸ ਨੂੰ ਅਸਾਨੀ ਨਾਲ ਮੁਆਫ ਨਹੀਂ ਕਰਦਾ। ਪ੍ਰੰਤੂ ਆਪ ਦੇ ਵਿਵਹਾਰ ਵਿਚ ਤਾਂ ਮੈਂ ਭੋਰਾ ਭਰ ਵੀ ਨਰਾਜ਼ਗੀ ਦਾ ਅੰਸ਼ ਨਹੀਂ ਦੇਖ ਰਿਹਾ, ਜਦੋਂ ਕਿ ਮੇਰੇ ਦੁਆਰਾ ਕਈ ਕੰਮ ਅਧਵਿਚਾਲੇ ਛੱਡ ਕੇ ਜਾਣ ਨਾਲ ਆਪ ਨੂੰ ਭਾਰੀ ਮੁਸ਼ਕਿਲਾਂ ਦਾ ਸਾਹਮਣਾ ਕਰਨਾ ਪਿਆ ਹੋਵੇਗਾ।"

ਅਸੀਂ ਦੋਨਾਂ ਨੇ ਇੱਕ ਦੂਜੇ ਦੀਆਂ ਅੱਖਾਂ ਵਿਚ ਦੇਖਿਆ, ਜਿੱਥੇ ਅੱਥਰੂ ਛਲਕ ਆਏ ਸਨ। ਆਨੰਦ ਦੀ ਇੱਕ ਲਹਿਰ ਨੇ ਮੈਨੂੰ ਪਿਆਰ ਭਰੀ ਗਲਵਕੜੀ ਵਿਚ ਲੈ ਲਿਆ ਸੀ। ਮੈਨੂੰ ਇਹ ਮਹਿਸੂਸ ਹੋ ਰਿਹਾ ਸੀ ਕਿ ਸਾਕਸ਼ਾਤ ਪ੍ਰਮਾਤਮਾ ਹੀ ਮੇਰੇ ਗੁਰੂ ਦੇ ਰੂਪ ਵਿਚ

ਪਿਆਰ ਦੀਆਂ ਸੀਮਾਵਾਂ ਅਤੇ ਹੱਦ ਬੰਦੀਆਂ ਨੂੰ ਉਲੰਘ ਕੇ ਮੇਰੇ ਦਿਲ ਨੂੰ ਭਾਵ ਵਿਭੋਰ ਕਰ ਕੇ ਵਿਸ਼ਾਲ ਪ੍ਰੇਮ ਸਮੁੰਦਰ ਵਿਚ ਵਿਸਥਾਰਤ ਕਰ ਰਹੇ ਸਨ।

ਇਸ ਘਟਨਾ ਤੋਂ ਕੁਝ ਦਿਨ ਬਾਅਦ, ਮੈਂ ਇੱਕ ਦਿਨ ਸਵੇਰੇ ਸਵੇਰੇ ਗੁਰੂਦੇਵ ਦੇ ਖਾਲੀ ਪਏ ਬੈਠਕਖਾਨੇ ਵਿਚ ਗਿਆ। ਮੇਰਾ ਮਨ ਉੱਥੇ ਧਿਆਨ ਕਰਨ ਦਾ ਸੀ, ਪ੍ਰੰਤੂ ਮੇਰੇ ਅਵਗਿਆਕਾਰੀ ਵਿਚਾਰ, ਮੇਰੇ ਇਸ ਸ਼ਲਾਘਾਯੋਗ ਉਦੇਸ਼ ਲਈ ਮੇਰੇ ਨਾਲ ਸਹਿਯੋਗ ਕਰਨ ਵਾਸਤੇ ਤਿਆਰ ਨਹੀਂ ਸਨ। ਉਹ ਇਸ ਤਰ੍ਹਾਂ ਬਿਖਰ ਰਹੇ ਸਨ, ਜਿਵੇਂ ਸ਼ਿਕਾਰੀ ਨੂੰ ਦੇਖ ਕੇ ਪੰਛੀ ਬਿਖਰ ਜਾਂਦੇ ਹਨ।

"ਮੁਕੰਦ," ਸ਼੍ਰੀ ਯੁਕਤੇਸ਼ਵਰ ਜੀ ਨੇ ਬਾਲਕੋਨੀ ਵਿਚੋਂ ਹੀ ਖੜ੍ਹਿਆਂ ਖੜ੍ਹਿਆਂ ਅਵਾਜ਼ ਮਾਰੀ।

ਜਿੰਨੇ ਮੇਰੇ ਵਿਚਾਰ ਅਵੱਗਿਆਕਾਰੀ ਬਣ ਰਹੇ ਸਨ, ਓਨਾ ਹੀ ਮੈਂ ਅਵੱਗਿਆਕਾਰੀ ਬਣ ਰਿਹਾ ਸੀ। "ਗੁਰੂਦੇਵ, ਹਮੇਸ਼ਾਂ ਹੀ ਮੈਨੂੰ ਧਿਆਨ ਕਰਨ ਨੂੰ ਕਹਿੰਦੇ ਰਹਿੰਦੇ ਹਨ। ਮੈਂ ਆਪਣੇ ਆਪ ਵਿਚ ਬੁੜਬੁੜਾਇਆ। ਜਦੋਂ ਉਨ੍ਹਾਂ ਨੂੰ ਪਤਾ ਹੈ ਕਿ ਮੈਂ ਇੱਥੇ ਧਿਆਨ ਕਰਨ ਆਇਆ ਹਾਂ, ਤਾਂ ਉਨ੍ਹਾਂ ਨੂੰ ਮੇਰੇ ਧਿਆਨ ਵਿਚ ਵਿਘਨ ਨਹੀਂ ਪਾਉਣਾ ਚਾਹੀਦਾ।"

ਉਨ੍ਹਾਂ ਨੇ ਫਿਰ ਅਵਾਜ਼ ਮਾਰੀ। ਮੈਂ ਹਠਪੂਰਵਕ ਬੈਠਾ ਰਿਹਾ। ਤੀਜੀ ਵਾਰ ਜਦੋਂ ਉਨ੍ਹਾਂ ਨੇ ਫਿਰ ਅਵਾਜ਼ ਮਾਰੀ, ਤਾਂ ਉਨ੍ਹਾਂ ਦੀ ਅਵਾਜ਼ ਵਿਚ ਤਲਖੀ ਆ ਗਈ ਸੀ।

"ਗੁਰੂਦੇਵ, ਮੈਂ ਧਿਆਨ ਕਰ ਰਿਹਾ ਹਾਂ।" ਮੈਂ ਵਿਰੋਧ ਪੂਰਵਕ ਕਿਹਾ।

"ਮੈਂ ਜਾਣਦਾ ਹਾਂ, ਕਿ ਤੂੰ ਕਿਸ ਤਰ੍ਹਾਂ ਦਾ ਧਿਆਨ ਕਰ ਰਿਹਾ ਹੈਂ?" ਉਧਰੋਂ ਗੁਰੂਦੇਵ ਨੇ ਫਿਰ ਉੱਚੀ ਅਵਾਜ਼ ਵਿਚ ਹੀ ਕਿਹਾ, "ਹਨੇਰੀ ਵਿਚ ਉਡ ਰਹੇ ਪੱਤਿਆਂ ਵਾਂਗ ਮਨ ਦੇ ਵਿਚਾਰਾਂ ਨਾਲ, ਇੱਥੇ ਮੇਰੇ ਕੋਲ ਆ।" ਆਪਣਾ ਯਤਨ ਕਾਮਯਾਬ ਨਾ ਹੁੰਦਿਆਂ ਦੇਖ ਅਤੇ ਭੇਤ ਖੁੱਲ੍ਹ ਜਾਣ ਦੀ ਆਤਮਹੀਣਤਾ ਕਰ ਕੇ, ਮੈਂ ਉਦਾਸ ਮਨ ਨਾਲ, ਉਨ੍ਹਾਂ ਦੇ ਕੋਲ ਜਾ ਕੇ ਖੜ੍ਹਾ ਹੋ ਗਿਆ।

"ਨਦਾਨ ਬੱਚੇ, ਜੋ ਤੈਨੂੰ ਚਾਹੀਦਾ ਹੈ, ਉਹ ਤੈਨੂੰ ਪਹਾੜ ਨਹੀਂ ਦੇ ਸਕਦੇ।" ਗੁਰੂਦੇਵ ਬੜੇ ਦਿਲਾਸੇ ਅਤੇ ਪਿਆਰ ਭਰੀ ਅਵਾਜ਼ ਵਿਚ ਬੋਲ ਰਹੇ ਸਨ। ਉਨ੍ਹਾਂ ਦੀ ਨਜ਼ਰ ਅਥਾਹ ਅਤੇ ਸ਼ਾਂਤ ਹੋ ਗਈ ਸੀ। "ਤੇਰੇ ਦਿਲ ਦੀ ਮੁਰਾਦ ਜਰੂਰ ਪੂਰੀ ਹੋਵੇਗੀ।" ਗੁਰੂਦੇਵ ਕਦੇ ਕਦੇ ਹੀ ਇਹੋ ਜਿਹੀ ਗੂੜ੍ਹ ਭਾਸ਼ਾ ਬੋਲਿਆ ਕਰਦੇ ਸਨ। ਮੈਂ ਉਲਝਣ ਵਿਚ ਪੈ ਗਿਆ। ਉਨ੍ਹਾਂ ਨੇ ਹੌਲੀ ਹੌਲੀ ਮੇਰੀ ਛਾਤੀ ਉੱਪਰ ਦਿਲ ਦੇ ਉੱਪਰ ਹਲਕੀ ਹਲਕੀ ਥਪਕੀ ਦਿੱਤੀ।

ਮੇਰਾ ਸਰੀਰ ਨਿਸ਼ਚਲ ਹੋ ਗਿਆ। ਸੁਆਸ ਤੇਜੀ ਨਾਲ ਫੇਫੜਿਆਂ ਵਿਚੋਂ ਬਾਹਰ ਖਿੱਚਿਆ ਗਿਆ, ਜਿਵੇਂ ਕਿ ਬੜੀ ਤਾਕਤ ਵਾਲੇ ਚੁੰਬਕ ਨੇ ਸੁਆਸ ਨੂੰ ਬਾਹਰ ਖਿੱਚ ਲਿਆ

ਹੋਵੇ। ਆਤਮਾ ਅਤੇ ਮਨ ਝਟਪਟ ਸਰੀਰ ਦੇ ਬੰਧਨ ਤੋਂ ਮੁਕਤ ਹੋ ਗਏ। ਕਿਸੇ ਤਿੱਖੀ ਤੇਜ ਰੌਸ਼ਨੀ ਦੀ ਧਾਰਾ ਮੇਰੇ ਸਰੀਰ ਦੇ ਰੋਮ ਰੋਮ ਵਿਚੋਂ ਬਾਹਰ ਨੂੰ ਪ੍ਰਵਾਹਤ ਹੋ ਰਹੀ ਸੀ। ਸਥੂਲ ਸਰੀਰ ਅਸਥੀ ਪਿੰਜਰ ਦੇ ਵਾਂਗ ਹੋ ਗਿਆ, ਪਰ ਫਿਰ ਵੀ ਮੈਨੂੰ ਆਪਣੀ ਡੂੰਘੀ ਚੇਤਨਤਾ ਵਿਚ ਅਹਿਸਾਸ ਹੋ ਰਿਹਾ ਸੀ, ਕਿ ਮੈਂ ਪਹਿਲਾਂ ਕਦੇ ਵੀ ਪੂਰੀ ਤਰ੍ਹਾਂ ਜਿਉਂਦਾ ਨਹੀਂ ਸੀ ਰਿਹਾ। ਆਪਣੇ ਵਜੂਦ ਦਾ ਗਿਆਨ, ਸੰਕੀਰਣ ਰੂਪ ਵਿਚ ਸਿਰਫ ਮੇਰੇ ਸਰੀਰ ਤਕ ਸੀਮਤ ਨਹੀਂ ਸੀ, ਬਲਕਿ ਮੇਰੇ ਚਾਰੇ ਪਾਸੇ ਮੌਜੂਦ ਅਣੂਆਂ ਪ੍ਰਮਾਣੂਆਂ ਵਿਚ ਫੈਲ ਰਿਹਾ ਸੀ। ਦੂਰ ਸੜਕਾਂ ਉੱਪਰ ਚੱਲ ਰਹੇ ਲੋਕ, ਮੇਰੇ ਆਪਣੇ ਹੀ ਦੂਰ ਸਥਿਤ ਘੇਰੇ ਵਿਚ ਚੱਲ ਰਹੇ ਲੱਗਦੇ ਸਨ। ਧਰਤੀ ਦੀ ਧੁੰਦਲੀ ਜਿਹੀ ਪਾਰਦ੍ਰਸ਼ਤਾ ਵਿਚ ਰੁੱਖਾਂ ਅਤੇ ਪੌਦਿਆਂ ਦੀਆਂ ਜੜ੍ਹਾਂ ਦਿਖਾਈ ਦੇ ਰਹੀਆਂ ਸਨ। ਉਨ੍ਹਾਂ ਦੀਆਂ ਜੜ੍ਹਾਂ ਵਿਚ ਵਹਿ ਰਿਹਾ ਰਸ ਪ੍ਰਵਾਹ ਵੀ ਮੈਨੂੰ ਦਿਖਾਈ ਦੇ ਰਿਹਾ ਸੀ।

ਆਸ ਪਾਸ ਦਾ ਸਾਰਾ ਚੌਗਿਰਦਾ ਮੇਰੇ ਸਾਹਮਣੇ ਅਣਢਕਿਆ ਹੋ ਗਿਆ। ਸਿਰਫ ਸਾਹਮਣੇ ਵੱਲ ਹੀ ਦੇਖ ਸਕਣ ਵਾਲੀਆਂ ਅੱਖਾਂ ਦੀ ਮੇਰੀ ਸਧਾਰਨ ਨਜ਼ਰ, ਹੁਣ ਚਾਰੇ ਪਾਸੇ ਦੇਖਣ ਵਾਲੀ ਵਿਸ਼ਾਲ ਮੰਡਲਾਕਾਰ ਦ੍ਰਿਸ਼ਟੀ ਵਿਚ ਬਦਲ ਗਈ ਸੀ, ਜਿਹੜੀ ਇੱਕੋ ਸਮੇਂ ਸਾਰੇ ਪਾਸਿਆਂ ਨੂੰ ਦੇਖ ਰਹੀ ਸੀ। ਆਪਣੇ ਮੱਥੇ ਦੇ ਪਿੱਛੇ ਤੋਂ, ਮੈਂ ਰਾਏ ਘਾਟ ਲੇਨ ਵਿਚ ਦੂਰ ਦੂਰ ਤਕ ਚਲਦੇ ਫਿਰਦੇ ਲੋਕਾਂ ਨੂੰ ਦੇਖ ਰਿਹਾ ਸੀ ਅਤੇ ਇੱਕ ਚਿੱਟੀ ਗਊ ਆਸ਼ਰਮ ਦੇ ਖੁੱਲ੍ਹੇ ਗੇਟ ਕੋਲ ਪਹੁੰਚੀ, ਤਾਂ ਮੈਂ ਉਸ ਨੂੰ ਇਸ ਤਰ੍ਹਾਂ ਦੇਖਿਆ ਜਿਵੇਂ ਮੈਂ ਆਪਣੀਆਂ ਭੌਤਿਕ ਅੱਖਾਂ ਨਾਲ ਦੇਖਿਆ ਹੋਵੇ। ਜਦੋਂ ਉਹ ਗਊ ਆਸ਼ਰਮ ਦੇ ਵਿਹੜੇ ਵਿਚ ਕੰਧ ਦੇ ਪਿੱਛੇ ਚਲੀ ਗਈ, ਤਾਂ ਵੀ ਮੈਂ ਉਸ ਨੂੰ ਸਪਸ਼ਟ ਰੂਪ ਵਿਚ ਦੇਖ ਰਿਹਾ ਸੀ।

ਮੇਰੀ ਵਿਸ਼ਾਲਦਰਸ਼ੀ ਦ੍ਰਿਸ਼ਟੀ ਵਿਚ ਸਾਰੀਆਂ ਵਸਤੂਆਂ ਤੇਜ ਚਲਣ ਵਾਲੇ ਚਲ ਚਿੱਤਰਾਂ ਦੀ ਤਰ੍ਹਾਂ ਕੰਬ ਰਹੀਆਂ ਅਤੇ ਸਿਨਮੇਂ ਦੀ ਰੀਲ ਦੀ ਤਰ੍ਹਾਂ ਘੁੰਮ ਰਹੀਆਂ ਸਨ। ਮੇਰਾ ਸਰੀਰ, ਗੁਰੂਦੇਵ ਦਾ ਸਰੀਰ ਚਾਰੇ ਪਾਸਿਆਂ ਤੋਂ ਥਮਲਿਆਂ ਨਾਲ ਘਿਰਿਆ ਹੋਇਆ ਵਿਹੜਾ, ਫਰਨੀਚਰ, ਫਰਸ਼, ਰੁੱਖ, ਪੌਦੇ ਅਤੇ ਧੁੱਪ ਅਕਸਰ ਹੀ ਤੇਜੀ ਨਾਲ ਉਤੇਜਿਤ ਹੋ ਕੇ, ਉਸ ਵਕਤ ਤਕ ਹਰਕਤ ਕਰਦੇ ਰਹਿੰਦੇ, ਜਦੋਂ ਤਕ ਇਹ ਸਾਰਾ ਕੁਝ ਪ੍ਰਕਾਸ਼ ਦੇ ਸਮੁੰਦਰ ਵਿਚ ਲੀਨ ਨਾ ਹੋ ਜਾਂਦਾ। ਠੀਕ ਉਸੇ ਤਰ੍ਹਾਂ ਜਿਸ ਤਰ੍ਹਾਂ ਪਾਣੀ ਦੇ ਭਰੇ ਗਲਾਸ ਵਿਚ ਖੰਡ ਪਾਉਣ ਤੋਂ ਬਾਅਦ, ਉਸ ਨੂੰ ਹਿਲਾਉਣ ਨਾਲ ਉਹ ਪਾਣੀ ਵਿਚ ਘੁਲ ਜਾਂਦੀ ਹੈ।

ਇਸ ਸਾਰੇ ਕੁਝ ਨੂੰ ਆਪਣੇ ਆਪ ਵਿਚ ਜਜਬ ਕਰ ਲੈਣ ਵਾਲਾ ਇਹ ਪ੍ਰਕਾਸ਼ ਕਦੇ ਕਦੇ ਕਿਸੇ ਅਕਾਰ ਦਾ ਰੂਪ ਧਾਰਨ ਕਰ ਲੈਂਦਾ ਅਤੇ ਫਿਰ ਉਸੇ ਪ੍ਰਕਾਸ਼ ਵਿਚ ਲੀਨ ਹੋ ਜਾਂਦਾ। ਪ੍ਰਕਾਸ਼ ਅਤੇ ਸਥੂਲ ਅਕਾਰ ਵਾਰੀ ਵਾਰੀ ਇੱਕ ਦੂਜੇ ਨਾਲ ਰੂਪ ਬਦਲੀ ਕਰਦਿਆਂ ਸ੍ਰਿਸ਼ਟੀ ਦੇ ਕਾਰਨ ਅਤੇ ਪ੍ਰਭਾਵ ਦੇ ਸਿਧਾਂਤ ਨੂੰ ਪ੍ਰਗਟਾਅ ਰਹੇ ਸਨ।

ਮੇਰੀ ਆਤਮਾ ਦੇ ਸ਼ਾਂਤ ਅੰਤਹੀਣ ਕਿਨਾਰਿਆਂ ਉੱਪਰ, ਆਨੰਦ ਦਾ ਸਮੁੰਦਰ ਛੱਲਾਂ ਮਾਰ ਰਿਹਾ ਸੀ। ਮੈਂ ਇਹ ਮਹਿਸੂਸ ਕੀਤਾ ਕਿ ਈਸ਼ਵਰ ਦਾ ਸੂਰੂਪ ਹੀ ਅਨੰਤ ਆਨੰਦ ਹੈ। ਅਣਗਿਣਤ ਪਕਾਸ਼ ਦੇ ਤੰਤੂ ਉਸ ਦਾ ਸਰੀਰ ਹਨ। ਮੇਰੇ ਅੰਦਰੋਂ ਉਮੜਦੇ ਹੋਏ ਰੂਹਾਨੀ ਪ੍ਰਕਾਸ਼ ਨੇ ਫੈਲਦੇ ਫੈਲਦੇ ਸ਼ਹਿਰਾਂ, ਮਹਾਂ ਦੀਪਾਂ, ਪ੍ਰਿਥਵੀ, ਸੂਰਜੀ ਮੰਡਲ, ਤਾਰਾ ਮੰਡਲ, ਨੀਹਾਰਿਕਾ ਪੁੰਜ ਅਤੇ ਪ੍ਰੀਵਰਤਨਸ਼ੀਲ ਬ੍ਰਹਿਮੰਡਾਂ ਨੂੰ ਆਪਣੇ ਆਪ ਵਿਚ ਸਮਾ ਲਿਆ ਸੀ। ਰਾਤ ਨੂੰ ਦੂਰ ਤੋਂ ਦਿਖਾਈ ਦੇਣ ਵਾਲੇ ਪ੍ਰਕਾਸ਼ਵਾਨ ਸ਼ਹਿਰ ਦੇ ਵਾਂਗ, ਸਾਰਾ ਬ੍ਰਹਿਮੰਡ ਮੇਰੇ ਵਜੂਦ ਦੀ ਅਨੰਤਤਾ ਵਿਚ ਝਿਲ ਮਿਲਾ ਰਿਹਾ ਸੀ। ਬ੍ਰਹਿਮੰਡ ਦੇ ਸਪਸ਼ਟ ਰੂਪ ਰੇਖਾ ਦੇ ਘੇਰੇ ਤੋਂ ਪਰੇ ਚਮਕਣ ਵਾਲਾ ਤੇਜ ਪ੍ਰਕਾਸ਼ ਆਪਣੇ ਆਖਰੀ ਕਿਨਾਰੇ ਤਕ ਪਹੁੰਚਦਾ ਪਹੁੰਚਦਾ ਥੋੜਾ ਜਿਹਾ ਮੱਧਮ ਪੈਂਦਾ ਜਾ ਰਿਹਾ ਸੀ, ਜੋ ਕਦੇ ਵੀ ਘਟ ਵੱਧ ਨਹੀਂ ਸੀ ਰਿਹਾ। ਇਹ ਪ੍ਰਕਾਸ਼ ਅਕਹਿ ਰੂਪ ਵਿਚ ਸੂਖਮ ਸੀ। ਗ੍ਰੈਹ ਮੰਡਲ ਦੇ ਅਕਾਰ ਸਥੂਲ ਪ੍ਰਕਾਸ਼ ਸਨ।

ਇੱਕ ਅਨੰਤ ਸ਼ਕਤੀ ਤੋਂ ਰੂਹਾਨੀ ਕਿਰਨਾਂ ਦਾ ਵਿਸਤਾਰ ਹੋ ਰਿਹਾ ਸੀ ਅਤੇ ਪ੍ਰਸ਼ੰਸਾ ਤੋਂ ਪਰੇ, ਪ੍ਰਕਾਸ਼ ਮੰਡਲ ਦੀਆਂ ਚਮਕਦੀਆਂ ਅਕਾਸ਼ ਗੰਗਾਵਾਂ ਵਿਚ ਬਦਲ ਰਿਹਾ ਸੀ। ਮੈਂ ਵਾਰ ਵਾਰ ਸਿਰਜਣਾਤਮਿਕ ਕਿਰਨਾਂ ਨੂੰ ਨਛਤਰਾਂ ਵਿਚ ਅਤੇ ਫਿਰ ਫੈਲੀਆਂ ਹੋਈਆਂ ਪਾਰਦਰਸ਼ੀ ਲਾਟਾਂ ਵਿਚ ਪਰਿਵਰਤਿਤ ਹੁੰਦਿਆਂ ਦੇਖਿਆ। ਤਾਲ ਬੱਧ ਪ੍ਰੀਵਰਤਨ ਦੇ ਦੁਆਰਾ ਕਰੋੜਾਂ ਕਰੋੜਾਂ ਸੰਸਾਰ, ਇਸ ਪਾਰਦਰਸ਼ਕ ਪ੍ਰਕਾਸ਼ ਵਿਚ ਲੀਨ ਹੋ ਗਏ ਅਤੇ ਫਿਰ ਉਹ ਪ੍ਰਕਾਸ਼ ਨੱਭ ਮੰਡਲ ਬਣ ਗਿਆ।*

ਮੈਨੂੰ ਇਹ ਗਿਆਨ ਹੋ ਗਿਆ, ਕਿ ਇਸ ਅਲੌਕਿਕ ਸਵਰਗ ਦਾ ਕੇਂਦਰ ਮੇਰੇ ਦਿਲ ਦੇ ਅੰਦਰ ਮੌਜੂਦ ਅੰਤਰ ਗਿਆਨ ਹੀ ਇਸ ਦਾ ਕੇਂਦਰ ਬਿੰਦੂ ਹੈ। ਇੱਕ ਪ੍ਰਕਾਸ਼ਮਈ ਰੌਸ਼ਨੀ ਮੇਰੀ ਧੁੰਨੀ ਤੋਂ ਸਾਰੇ ਬ੍ਰਹਿਮੰਡ ਦੇ ਹਰ ਇੱਕ ਹਿੱਸੇ ਨੂੰ ਚਮਕਾ ਰਹੀ ਸੀ। ਪਰਮ ਆਨੰਦਮਈ ਅਵਿਨਾਸ਼ਤਾ ਦਾ ਅੰਮਰਿਤ ਮੇਰੇ ਵਜੂਦ ਦੇ ਕਣ ਕਣ ਵਿਚ ਪਾਰੇ ਦੇ ਪ੍ਰਵਾਹ ਵਾਂਗ ਸੰਚਾਰ ਕਰ ਰਿਹਾ ਸੀ। ਪ੍ਰਮਾਤਮਾ ਦੀ ਸਿਰਜਣਾਤਮਿਕ ਅਵਾਜ਼ ਨੂੰ ਬ੍ਰਹਿਮੰਡ ਦੇ ਪ੍ਰੇਰਕ ਯੰਤਰ ਦੀ ਧੁਨੀ, 'ਓਮ'† ਦੀ ਝਣਕਾਰ ਦੇ ਰੂਪ ਵਿਚ ਸੁਣ ਰਿਹਾ ਸੀ।

ਅਚਾਨਕ ਸੁਆਸ ਮੇਰੇ ਫੇਫੜਿਆਂ ਵਿਚ ਵਾਪਸ ਆ ਗਿਆ। ਬਰਦਾਸ਼ਤ ਕਰਨ ਤੋਂ ਬਾਹਰੀ ਨਿਰਾਸ਼ਾ ਨਾਲ, ਮੈਂ ਇਹ ਮਹਿਸੂਸ ਕੀਤਾ, ਕਿ ਮੇਰੀ ਅਨੰਤ ਅਸੀਮਤਾ ਗ਼ਾਇਬ ਹੋ ਗਈ ਸੀ। ਇਕ ਵਾਰ ਮੈਂ ਫਿਰ, ਅਪਮਾਨਜਨਕ ਸਰੀਰ ਦੇ ਅਸਥੀ ਪਿੰਜਰ, ਜਿਸ

* ਅਸਲ ਵਿਚ ਪ੍ਰਕਾਸ਼ ਹੀ ਇਸ ਸੰਸਾਰ ਦਾ ਮੂਲ ਤੱਤ ਹੈ ਅਤੇ ਇਸ ਤੱਥ ਦਾ ਵਿਸਥਾਰਤ ਸਪਸ਼ਟੀਕਰਨ 30 ਵੇਂ ਚੈਪਟਰ ਵਿਚ ਦਿੱਤਾ ਗਿਆ ਹੈ।

† ਸ਼ੁਰੂ ਵਿਚ ਪਹਿਲਾਂ ਕੇਵਲ ਸ਼ਬਦ ਸੀ ਅਤੇ ਸ਼ਬਦ ਪ੍ਰਮਾਤਮਾ ਦੇ ਕੋਲ ਸੀ ਅਤੇ ਸ਼ਬਦ ਹੀ ਈਸ਼ਵਰ ਸੀ। *ਜਾਨ* 1:1 (ਬਾਈਬਲ)

ਵਿਚ ਬ੍ਰਹਮ ਨੂੰ ਅਸਾਨੀ ਨਾਲ ਰੱਖਿਆ ਜਾ ਨਹੀਂ ਸਕਦਾ, ਫਿਰ ਕੈਦ ਹੋ ਗਿਆ ਸੀ। ਘਰੋਂ ਭੱਜੇ ਹੋਏ ਬੱਚੇ ਵਾਂਗ, ਮੈਂ ਆਪਣੇ ਵਿਸ਼ਾਲ ਬ੍ਰਹਿਮੰਡੀ ਸੰਸਾਰ ਤੋਂ ਭੱਜ ਆਇਆ ਸੀ ਅਤੇ ਆਪਣੇ ਆਪ ਨੂੰ ਇੱਕ ਤੰਗ ਸਥੂਲ ਸਰੀਰ ਦੇ ਪਿੰਜਰੇ ਵਿਚ ਕੈਦ ਕਰ ਲਿਆ ਸੀ।

ਮੇਰੇ ਗੁਰੂ ਮੇਰੇ ਸਾਹਮਣੇ ਸਥਿਰ ਖੜ੍ਹੇ ਸਨ। ਲੰਬੇ ਸਮੇਂ ਤੋਂ, ਜਿਸ ਸਮਾਧੀ ਅਨੁਭਵ ਦੀ ਮੈਨੂੰ ਬੜੀ ਤੀਬਰ ਲਾਲਸਾ ਸੀ, ਉਹ ਸਮਾਧੀ ਅਨੁਭਵ, ਉਨ੍ਹਾਂ ਨੇ ਮੈਨੂੰ ਕਰਵਾ ਦਿੱਤਾ ਸੀ। ਉਨ੍ਹਾਂ ਦੇ ਪ੍ਰਤੀ ਧੰਨਵਾਦ ਪ੍ਰਗਟ ਕਰਨ ਵਾਸਤੇ, ਜਿਉਂ ਹੀ ਮੈਂ ਉਨ੍ਹਾਂ ਦੇ ਸਾਹਮਣੇ ਸਾਸ਼ਟਾਂਗ ਦੰਡਵਤ ਪ੍ਰਣਾਮ ਕਰਨ ਦਾ ਯਤਨ ਕੀਤਾ, ਤਾਂ ਉਨ੍ਹਾਂ ਨੇ ਮੈਨੂੰ ਰੋਕ ਕੇ ਖੜ੍ਹਾ ਕਰਦਿਆਂ ਬੜੇ ਸਹਿਜਭਾਵ ਨਾਲ ਕਿਹਾ, "ਤੂੰ ਬ੍ਰਹਮ ਦੀ ਖੁਮਾਰੀ ਵਿਚ ਹੀ ਇੰਨਾ ਮਦਹੋਸ਼ ਨਹੀਂ ਰਹਿਣਾ। ਸੰਸਾਰ ਵਿਚ ਤੇਰੇ ਵਾਸਤੇ ਕਰਨ ਲਈ ਹੋਰ ਬਹੁਤ ਕੰਮ ਬਾਕੀ ਹਨ। ਆ, ਪਹਿਲਾਂ ਆਪਾਂ ਬਰਾਂਡੇ ਵਿਚ ਝਾੜੂ ਲਾਉਂਦੇ ਹਾਂ, ਤੇ ਫਿਰ ਬਾਅਦ ਵਿਚ ਗੰਗਾ ਕਿਨਾਰੇ ਘੁੰਮਣ ਚਲਾਂਗੇ।"

ਮੈਂ ਇੱਕ ਝਾੜੂ ਚੁੱਕ ਲਿਆਇਆ। ਮੈਂ ਜਾਣਦਾ ਸੀ ਕਿ ਗੁਰੂਦੇਵ ਮੈਨੂੰ ਸੰਤੁਲਿਤ ਜੀਵਨ ਜਿਉਣ ਦੀ ਸਿਖਿਆ ਦੇ ਰਹੇ ਸਨ। ਜਦੋਂ ਸਰੀਰ ਆਪਣੇ ਰੋਜ਼ਾਨਾ ਦੇ ਸੰਸਾਰਕ ਫਰਜ਼ਾਂ ਵਿਚ ਰੁਝਿਆ ਰਹੇ, ਤਾਂ ਆਤਮਾ ਨੂੰ ਵਿਸ਼ਵ ਉਤਪਤੀ ਦੇ ਭੇਦਾਂ ਨੂੰ ਆਪਣੇ ਵਿਚ ਸਮਾਉਂਦਿਆਂ ਹੋਇਆਂ ਫੈਲਦੇ ਰਹਿਣਾ ਚਾਹੀਦਾ ਹੈ।

ਬਾਅਦ ਵਿਚ ਜਦੋਂ ਮੈਂ ਅਤੇ ਗੁਰੂਦੇਵ ਬਾਹਰ ਘੁੰਮਣ ਨਿਕਲੇ, ਤਾਂ ਉਸ ਵਕਤ ਵੀ ਮੈਂ ਕਹਿਣ ਤੋਂ ਬਾਹਰੀ ਹਾਲਤ ਵਿਚ ਆਤਮ ਵਿਭੋਰਤਾ ਵਿਚ ਮਸਤ ਸੀ। ਮੈਂ, ਸਾਡੇ ਦੋਨਾਂ ਦੇ ਸਰੀਰਾਂ ਨੂੰ, ਦੋ ਸੂਖਮ ਸ਼ਕਤੀਆਂ ਨਾਲ ਬਣੇ ਚਿੱਤਰਾਂ ਦੇ ਰੂਪ ਵਿਚ ਦੇਖ ਰਿਹਾ ਸੀ, ਜੋ ਇੱਕ ਪ੍ਰਕਾਸ਼ ਤੋਂ ਬਣੀ ਨਦੀ ਦੇ ਕਿਨਾਰੇ, ਪ੍ਰਕਾਸ਼ ਦੇ ਹੀ ਬਣੇ ਹੋਏ ਰਸਤੇ ਉੱਪਰ ਚੱਲ ਰਹੇ ਸਨ।

ਗੁਰੂਦੇਵ ਮੈਨੂੰ ਸਮਝਾ ਰਹੇ ਸਨ, "ਉਹ ਈਸ਼ਵਰ ਦੀ ਸਜੀਵਤਾ ਹੀ ਹੈ, ਜੋ ਇਸ ਦ੍ਰਿਸ਼ਮਾਨ ਸੰਸਾਰ ਦੇ ਹਰ ਇੱਕ ਅਕਾਰ ਅਤੇ ਹਰ ਇੱਕ ਸ਼ਕਤੀ ਨੂੰ ਅਧਾਰ ਬਖਸ਼ਦੀ ਹੈ ਜਾਂ ਸ਼ਕਤੀ ਦਿੰਦੀ ਹੈ। ਉਹ ਅਪਰੰਪਾਰ ਹੈ, ਫਿਰ ਵੀ ਉਹ ਸਪੰਦਨਸ਼ੀਲ ਦੁਨੀਆਂ ਤੋਂ ਪਰੇ, ਪਰਮਆਨੰਦਮਈ ਅਨਿਰਮਤ ਖਲਾਅ ਵਿਚ ਸਭ ਤੋਂ ਵੱਖਰਾ* ਰਹਿੰਦਾ ਹੈ। ਜੋ ਲੋਕ ਇਸ ਭੌਤਿਕ ਸੰਸਾਰ ਵਿਚ ਹੀ ਆਤਮ ਗਿਆਨ ਪ੍ਰਾਪਤ ਕਰ ਲੈਂਦੇ ਹਨ, ਉਹ ਵੀ ਇਸੇ ਤਰ੍ਹਾਂ ਦੂਹਰਾ ਜੀਵਨ ਜਿਉਂਦੇ ਹਨ। ਈਮਾਨਦਾਰੀ ਨਾਲ ਆਪਣੇ ਸੰਸਾਰਕ ਫਰਜ਼ਾਂ ਨੂੰ ਪੂਰਾ ਕਰਦਿਆਂ ਵੀ, ਉਹ ਆਪਣੇ ਅੰਦਰੂਨੀ ਪਰਮ ਆਨੰਦ ਵਿਚ ਮਗਨ ਰਹਿੰਦੇ ਹਨ।"

* ਪ੍ਰਮਾਤਮਾ ਖੁਦ ਆਪ ਕਿਸੇ ਨਾਲ ਇਨਸਾਫ ਨਹੀਂ ਕਰਦਾ। ਇਹ ਕੰਮ ਉਸ ਨੇ ਆਪਣੇ ਪੁੱਤਰ ਨੂੰ ਸੌਂਪ ਰੱਖਿਆ ਹੈ। *ਜਾਨ* 5:22 (ਬਾਈਬਲ)। ਕਿਸੇ ਮਨੁੱਖ ਨੇ ਪ੍ਰਮਾਤਮਾ ਦੇ ਕਦੇ ਦਰਸ਼ਨ ਨਹੀਂ ਕੀਤੇ, ਸਿਰਫ ਉਸ ਦੇ ਪੁੱਤਰ ਨੇ ਹੀ ਉਸ ਦੇ ਦਰਸ਼ਨ ਕੀਤੇ ਹਨ, ਜੋ ਉਸ ਦੇ ਦਿਲ ਵਿਚ ਰਹਿੰਦਾ ਹੈ ਅਤੇ ਪੁੱਤਰ ਨੇ ਹੀ ਸੰਸਾਰ ਨੂੰ ਉਸ ਬਾਰੇ ਜਾਣਕਾਰੀ ਦਿੱਤੀ ਹੈ। *ਜਾਨ* 1:18 (ਬਾਈਬਲ)

"ਪ੍ਰਮਾਤਮਾ ਨੇ ਆਪਣੇ ਵਜੂਦ ਦੇ ਅਸੀਮ ਆਨੰਦ ਵਿਚੋਂ ਹੀ ਸਾਰੇ ਮਨੁੱਖਾਂ ਦੀ ਸਿਰਜਣਾ ਕੀਤੀ ਹੈ। ਭਾਵੇਂ ਉਹ ਸਰੀਰ ਦੇ ਕਸ਼ਟਦਾਇਕ ਸ਼ਿਕੰਜੇਨੁਮਾ ਪਿੰਜਰੇ ਵਿਚ ਫਸੇ ਹੋਏ ਹਨ, ਪਰ ਫਿਰ ਵੀ ਪ੍ਰਮਾਤਮਾ ਇਹ ਉਮੀਦ ਕਰਦਾ ਹੈ, ਕਿ ਉਸ ਦੇ ਪ੍ਰਤੀਬਿੰਬ ਦੇ ਰੂਪ ਵਿਚ ਬਣੇ ਮਨੁੱਖ, ਆਖਰ ਨੂੰ ਇੰਦਰੀਆਂ ਦੇ ਇੰਦਰਜ਼ਾਲ ਵਿਚ ਫਸੀ ਚੇਤਨਾ ਤੋਂ ਉੱਪਰ ਉੱਠ ਕੇ, ਉਸ ਦੇ ਨਾਲ ਪੁਨਰ-ਮਿਲਣ ਕਰਨ।"* ਇਸ ਵਿਸ਼ਵਰੂਪ ਦਰਸ਼ਨ ਤੋਂ ਮੈਂ ਪੱਕੇ ਤੌਰ ਤੇ ਕਈ ਸਬਕ ਸਿੱਖੇ। ਹਰ ਰੋਜ਼ ਆਪਣੇ ਵਿਚਾਰਾਂ ਨੂੰ ਇਕਾਗਰ ਕਰ ਕੇ, ਮੈਂ ਮਾਇਆ ਦੇ ਇਸ ਭਰਮਜ਼ਾਲ ਤੋਂ ਮੁਕਤ ਹੋ ਸਕਦਾ ਸੀ, ਕਿ ਮੇਰਾ ਸਰੀਰ ਭੌਤਿਕ ਧਰਤੀ ਉੱਪਰ ਚਲਣ ਫਿਰਨ ਵਾਲਾ ਹੱਡ ਮਾਸ ਦਾ ਇੱਕ ਅਸਥੀ ਪਿੰਜਰ ਹੈ ਅਤੇ ਮੈਂ ਇਹ ਮਹਿਸੂਸ ਕੀਤਾ, ਸੁਆਸ ਅਤੇ ਚੰਚਲ ਮਨ ਦੋਨੋਂ ਹੀ ਇਹੋ ਜਿਹੇ ਤੂਫਾਨਾਂ ਵਾਂਗ ਹਨ, ਜੋ ਪ੍ਰਕਾਸ਼ ਦੇ ਸਮੁੰਦਰ ਨੂੰ ਅਕਾਸ਼, ਇਨਸਾਨ, ਜਾਨਵਰ, ਪੰਛੀ ਅਤੇ ਰੁੱਖਾਂ ਆਦਿ ਦੇ ਭੌਤਿਕ ਰੂਪਾਂ ਵਿਚ ਬਦਲਦੇ ਹਨ। ਇਨ੍ਹਾਂ ਤੂਫਾਨਾਂ ਨੂੰ ਸ਼ਾਂਤ ਕੀਤੇ ਬਗੈਰ, ਉਸ ਅਨੰਤ ਪਰਮ ਤੱਤ ਦੀ ਇੱਕੋ ਇੱਕ ਅਖੰਡ ਪ੍ਰਕਾਸ਼ ਦੇ ਰੂਪ ਵਿਚ ਅਨੁਭੂਤੀ ਨਹੀਂ ਕੀਤੀ ਜਾ ਸਕਦੀ।

ਜਦੋਂ ਜਦੋਂ ਵੀ ਮੈਂ ਇਨ੍ਹਾਂ ਦੋਨਾਂ ਕੁਦਰਤੀ ਤੂਫਾਨਾਂ ਨੂੰ ਸ਼ਾਂਤ ਕੀਤਾ, ਤਾਂ ਮੈਂ ਸੰਸਾਰ ਦੀਆਂ ਬੇਸ਼ੁਮਾਰ ਸਿਰਜਣਾਤਮਿਕ ਲਹਿਰਾਂ ਨੂੰ ਉਸ ਤੇਜਸਵੀ ਪ੍ਰਕਾਸ਼ ਦੇ ਸਮੁੰਦਰ ਵਿਚ, ਉਸ ਤਰ੍ਹਾਂ ਪਿਘਲਦੇ ਦੇਖਿਆ, ਜਿਸ ਤਰ੍ਹਾਂ ਸਮੁੰਦਰ ਦੀਆਂ ਲਹਿਰਾਂ ਤੂਫਾਨ ਰੁਕ ਜਾਣ ਤੋਂ ਬਾਅਦ ਸ਼ਾਂਤ ਹੋ ਕੇ ਸਮੁੰਦਰ ਵਿਚ ਹੀ ਲੀਨ ਹੋ ਜਾਂਦੀਆਂ ਹਨ ਅਤੇ ਸਮੁੰਦਰ ਦਾ ਹੀ ਅਨਿਖੜਵਾਂ ਹਿੱਸਾ ਬਣ ਜਾਂਦੀਆਂ ਹਨ।

ਇੱਕ ਗੁਰੂ ਆਪਣੇ ਸ਼ਗਿਰਦ ਨੂੰ ਇਸ ਅਨੰਤ ਚੇਤਨਤਾ ਦਾ ਅਨੁਭਵ ਤਾਂ ਹੀ ਕਰਵਾਉਂਦਾ ਹੈ, ਜਦੋਂ ਉਸ ਨੇ ਆਪਣੇ ਮਨ ਨੂੰ ਧਿਆਨ ਧਾਰਨਾ ਕਰ ਕੇ ਇਸ ਹੱਦ

* ਪ੍ਰਮਾਤਮਾ ਨੇ ਈਸਾ ਮਸੀਹ ਦੇ ਦੁਆਰਾ ਹੀ ਸ੍ਰਿਸ਼ਟੀ ਦੀ ਰਚਨਾ ਕੀਤੀ। *ਅਫੇਸ਼ਿਅਨਸ* 3:9 (ਬਾਈਬਲ)। ਜੋ ਮੇਰੇ ਉੱਪਰ ਵਿਸ਼ਵਾਸ ਕਰੇਗਾ, ਉਹ ਵੀ ਉਹ ਸਾਰੇ ਕੰਮ ਕਰ ਸਕੇਗਾ, ਜੋ ਮੈਂ ਕਰਦਾ ਹਾਂ। ਉਹ ਇਨ੍ਹਾਂ ਤੋਂ ਵੱਡੇ ਕੰਮ ਵੀ ਕਰੇਗਾ, ਕਿਉਂਕਿ ਮੈਂ ਆਪਣੇ ਪਿਤਾ ਦੇ ਕੋਲ ਹੀ ਜਾਂਦਾ ਹਾਂ। *ਜਾਨ* 14:12 (ਬਾਈਬਲ)। ਸੁੱਖਾਂ ਦਾ ਦਾਤਾ, ਜੋ ਪਵਿੱਤਰ ਆਤਮਾ ਹੈ, ਜਿਸ ਨੂੰ ਮੇਰੇ ਪਿਤਾ, ਮੇਰੇ ਨਾਂ ਦੇ ਨਾਲ ਭੇਜਣਗੇ, ਉਹ ਤੁਹਾਨੂੰ ਉਹ ਸਾਰੀਆਂ ਗੱਲਾਂ ਸਿਖਾ ਦੇਵੇਗਾ ਅਤੇ ਉਹ ਸਾਰੀਆਂ ਗੱਲਾਂ ਤੁਹਾਨੂੰ ਚੇਤੇ ਕਰਵਾ ਦੇਵੇਗਾ'। *ਜਾਨ* 14:26 (ਬਾਈਬਲ) ਬਾਈਬਲ ਦੇ ਇਹ ਵਚਨ ਈਸ਼ਵਰ ਦੇ ਤਿੰਨ ਸਰੂਪਾਂ ਦੇ-ਪਰਮਪਿਤਾ, ਪੁੱਤਰ ਅਤੇ ਪਵਿੱਤਰ ਆਤਮਾ (ਹਿੰਦੂ ਸ਼ਾਸਤਰਾਂ ਅਨੁਸਾਰ ਸੱਤ, ਤੱਤ ਅਤੇ ਓਮ) ਵੱਲ ਇਸ਼ਾਰਾ ਕਰਦੇ ਹਨ। ਪਰਮਪਿਤਾ ਦੇ ਰੂਪ ਵਿਚ ਈਸ਼ਵਰ ਉਹ ਪਰਮ ਤੱਤ ਹੈ ਜੋ ਅਵਿਅਕਤ ਹੈ ਅਤੇ ਸਪੰਦਨਾਤਮਕ ਸ੍ਰਿਸ਼ਟੀ ਤੋਂ ਪਰੇ ਹੈ। ਪੁੱਤਰ ਰੂਪ ਵਿਚ ਈਸ਼ਵਰ ਸਪੰਦਨਾਤਮਕ ਸ੍ਰਿਸ਼ਟੀ ਵਿਚ ਸਥਿਤ ਕਰਾਈਸਟ – ਚੈਤਨਯ ਜਾਂ ਕ੍ਰਿਸ਼ਨ ਚੈਤਨਯ (ਬ੍ਰਹਮ ਜਾਂ ਕੂਟਸਥ ਚੈਤਨਯ) ਹੈ। ਇਹ ਕੂਟਸਥ ਚੈਤਨਯ ਹੀ ਅਵਿਅਕਤ ਅਨੰਤ ਪਰਮ ਤੱਤ ਦਾ 'ਇੱਕ ਮਾਤਰ ਪੁੱਤਰ' ਜਾਂ ਇੱਕੋ ਇੱਕ ਪ੍ਰਤੀਬਿੰਬ ਹੈ। ਇਸ ਸਰਬਵਿਆਪੀ ਕੂਟਸਥ ਚੈਤਨਯ ਦੀ ਬਾਹਰੀ ਅਭਿਵਿਅਕਤੀ ਉਸ ਦਾ ਗਵਾਹ ਹੈ। *ਰੈਵੀਲੇਸਨ* 3:14 (ਬਾਈਬਲ) ਓਮ ਜਾਂ ਸ਼ਬਦ ਜਾਂ ਪਵਿੱਤਰ ਆਤਮਾ ਹੈ। ਅਦ੍ਰਿਸ਼ ਈਸ਼ਵਰੀ ਸ਼ਕਤੀ ਇੱਕੋ ਇੱਕ ਕਰਤਾ, ਸ੍ਰਿਸ਼ਟੀ ਦੀ ਸਥਿਤੀ ਨੂੰ ਸਪੰਦਨ ਦੇ ਜ਼ਰੀਏ ਨਾਲ ਬਣਾਈ ਰੱਖਣ ਵਾਲੀ ਇੱਕੋ ਇੱਕ ਕਾਰਕ ਅਤੇ ਕਿਰਿਆਤਮਿਕ ਸ਼ਕਤੀ ਹੈ। ਇਸ ਪਰਮ ਆਨੰਦਮਈ 'ਸੁੱਖਾਂ ਦੇ ਦਾਤੇ' ਓਮ ਨੂੰ ਧਿਆਨ ਵਿਚ ਸੁਣਿਆ ਜਾਂਦਾ ਹੈ ਅਤੇ ਇਹ ਸ਼ਰਧਾਲੂ ਨੂੰ ਅੰਤਮ ਸਚਾਈ ਦਾ ਗਿਆਨ ਕਰਾ ਦਿੰਦਾ ਹੈ। ਇਸ ਤਰ੍ਹਾਂ ਇਹ ਸਾਰੀਆਂ ਗੱਲਾਂ ਨੂੰ ਚੇਤੇ ਕਰਾ ਦਿੰਦਾ ਹੈ।"

ਤਕ ਮਜ਼ਬੂਤ ਬਣਾ ਲਿਆ ਹੋਵੇ, ਤਾਂ ਕਿ ਉਹ ਇਸ ਤੋਂ ਉਤਪੰਨ ਹੋਣ ਵਾਲੇ ਵਿਸ਼ਾਲ ਨਜ਼ਾਰਿਆਂ ਨੂੰ ਦੇਖ ਕੇ ਵਿਆਕੁਲ ਨਾ ਹੋ ਜਾਵੇ। ਸਿਰਫ ਬੌਧਿਕ ਇੱਛਾ ਜਾਂ ਖੁੱਲ੍ਹੇ ਦਿਮਾਗ ਦਾ ਹੋਣਾ ਹੀ ਕਾਫੀ ਨਹੀਂ। ਧਿਆਨ ਧਾਰਨਾ ਅਤੇ ਭਗਤੀ ਨਾਲ ਚੇਤਨਤਾ ਨੂੰ ਮੁਨਾਸਬ ਰੂਪ ਵਿਚ ਉੱਨਤ ਕਰ ਕੇ ਹੀ ਸ਼ਰਧਾਲੂ, ਉਸ ਅਨੰਤ ਚੇਤਨਤਾ ਦੇ ਦੌਰਾਨ ਲੱਗਣ ਵਾਲੇ ਮੁਕਤੀਦਾਇਕ ਝਟਕਿਆਂ ਨੂੰ ਬਰਦਾਸ਼ਤ ਕਰਨ ਦੇ ਕਾਬਲ ਹੋ ਸਕਦਾ ਹੈ।

ਸੱਚੇ ਸ਼ਰਧਾਲੂ ਨੂੰ ਇਹ ਸਮਾਧੀ ਅਨੁਭਵ ਸੁਭਾਵਕ ਹੀ ਹੋ ਜਾਂਦਾ ਹੈ। ਉਸ ਦੀ ਤੀਬਰ ਲਾਲਸਾ, ਪ੍ਰਮਾਤਮਾ ਨੂੰ ਆਪਣੇ ਵੱਲ ਇੱਕ ਬੇਰੋਕ ਸ਼ਕਤੀ ਦੁਆਰਾ ਖਿੱਚਣ ਲੱਗਦੀ ਹੈ। ਉਸ ਚੁੰਬਕੀ ਉਤਸ਼ਾਹ ਦੀ ਖਿੱਚ ਨਾਲ ਪ੍ਰਮਾਤਮਾ ਵਿਸ਼ਵ ਚੈਤਨਯ ਦੇ ਰੂਪ ਵਿਚ ਸ਼ਰਧਾਲੂ ਦੀ ਚੇਤਨਤਾ ਦੇ ਘੇਰੇ ਵਿਚ ਖਿੱਚੇ ਚਲੇ ਆਉਂਦੇ ਹਨ।

ਕਈ ਵਰ੍ਹਿਆਂ ਬਾਅਦ, ਮੈਂ ਸਮਾਧੀ ਨਾਮਕ ਨਿਮਨਲਿਖਤ ਕਵਿਤਾ ਲਿਖੀ ਜਿਸ ਵਿਚ ਮੈਂ ਸਮਾਧੀ ਦੀ ਮਹਿਮਾ ਦੀ ਇੱਕ ਝਾਕੀ ਬਿਆਨ ਕਰਨ ਦਾ ਯਤਨ ਕੀਤਾ।

ਲੋਪ ਹੋ ਗਏ ਪਰਦੇ, ਰੌਸ਼ਨੀ ਅਤੇ ਪਰਛਾਈਆਂ ਦੇ,
ਦੁੱਖਾਂ ਦੇ ਬੱਦਲ ਵੀ ਛਟ ਗਏ ਸਾਰੇ,
ਹਵਾ ਹੋ ਗਏ ਛਿਣ ਭੰਗਰ ਖੁਸ਼ੀਆਂ ਦੇ ਸਵੇਰੇ,
ਖਤਮ ਹੋ ਗਈ ਧੁੰਦਲੀ ਜਿਹੀ ਇੰਦਰੀਆਂ ਦੀ ਮ੍ਰਿਗ ਤ੍ਰਿਸ਼ਨਾ,
ਪਿਆਰ, ਨਫਰਤ, ਤੰਦਰੁਸਤੀ, ਬਿਮਾਰੀ, ਜਨਮ, ਮੌਤ,
ਨਸ਼ਟ ਹੋ ਗਈਆਂ ਦਵੈਤ ਦੇ ਪਰਦੇ ਤੇ ਪੈ ਰਹੀਆਂ ਝੂਠੀਆਂ ਪਰਛਾਈਆਂ,
ਰੁਕ ਗਿਆ ਝੁੱਲਦਾ ਮਾਇਆ ਦਾ ਝੱਖੜ,
ਡੂੰਘੇ ਅੰਤਰ ਗਿਆਨ ਦੀ ਜਾਦੂ ਦੀ ਛੜੀ ਨਾਲ।
ਵਰਤਮਾਨ, ਅਤੀਤ, ਭਵਿੱਖ ਕੁਝ ਵੀ ਨਾ ਰਿਹਾ ਮੇਰੇ ਵਾਸਤੇ,
ਹੁਣ ਤਾਂ ਸਿਰਫ ਮੈਂ ਹਾਂ, ਮੈਂ, ਸਭ ਪਾਸੇ ਵਹਿ ਰਿਹਾ, ਹਰ ਥਾਂ, ਹਰ ਵੇਲੇ ਹਾਜ਼ਰ।
ਗ੍ਰੈਹ, ਤਾਰੇ, ਤਾਰਿਆਂ ਦੀ ਖਿੱਤੀ, ਪ੍ਰਿਥਵੀ,
ਮਹਾ ਪਰਲੋ ਦੇ ਜਵਾਲਾ ਮੁਖੀਆਂ ਦੇ ਵਿਸਫੋਟ,
ਸ੍ਰਿਸ਼ਟੀ ਸਿਰਜਣਾ ਦੀ ਢਲਾਈ ਦੀ ਦਹਿਕਦੀ ਹੋਈ ਭੱਠੀ,
ਮੌਨ ਦੀਆਂ ਕਿਰਨਾਂ ਦੇ ਬਰਫਾਨੀ ਤੋਦੇ,
ਸੜਦੇ, ਬਲਦੇ ਬਿਜਲਾਣੂਆਂ ਦਾ ਹੜ੍ਹ,
ਹੋ ਚੁੱਕੇ, ਜੀ ਰਹੇ, ਭਵਿੱਖ ਵਿਚ ਹੋਣ ਵਾਲੇ ਮਨੁੱਖਾਂ ਦੇ ਵਿਚਾਰ,
ਘਾਹ ਦਾ ਹਰ ਇੱਕ ਤਿਣਕਾ, ਮੈਂ ਖੁਦ ਆਪ, ਸਾਰੀ ਮਨੁੱਖਤਾ,

ਸੰਸਾਰ ਦੇ ਧੂੜ ਘੱਟੇ ਦਾ ਹਰ ਇੱਕ ਕਣ,
ਗੁੱਸਾ, ਲਾਲਚ, ਚੰਗਿਆਈ, ਬੁਰਾਈ, ਮੁਕਤੀ, ਕਾਮ ਵਾਸ਼ਨਾਵਾਂ,
ਮੈਂ ਸਭ ਕੁਝ ਨੂੰ ਨਿਗਲ ਲਿਆ,
ਅਤੇ ਇਹ ਮੇਰੇ ਆਪਣੇ ਇੱਕੋ ਇੱਕ ਵਜੂਦ ਦੇ ਲਹੂ ਦੇ ਸਮੁੰਦਰ, ਵਿਚ
ਪਰਿਵਰਤਿਤ ਹੋ ਗਏ।
ਅੰਦਰ ਹੀ ਅੰਦਰ ਸੁਲਗਦੇ ਆਨੰਦ ਨੇ,
ਜੋ ਧਿਆਨ ਕਰਦਿਆਂ ਅਕਸਰ ਭਾਂਬੜ ਬਣ ਉੱਠਦਾ,
ਅਤੇ ਮੇਰੀਆਂ ਅੱਥਰੂ ਭਰੀਆਂ ਅੱਖਾਂ ਨੂੰ ਚੁੰਧਿਆ ਦਿੱਤਾ।
ਅਤੇ ਭੜਕ ਉੱਠੀਆਂ ਪਰਮਆਨੰਦ ਦੀਆਂ ਲਾਟਾਂ ਨਾਲ,
ਖਤਮ ਕਰ ਦਿੱਤਾ ਮੇਰੇ ਅੱਥਰੂਆਂ ਨੂੰ, ਮੇਰੇ ਸਰੀਰ ਨੂੰ,
ਮੇਰੇ ਪੂਰੇ ਵਜੂਦ ਨੂੰ।
ਬ੍ਰਹਮ ਮੇਰੇ ਵਿਚ ਸਮਾ ਗਿਆ (ਤੂੰ ਮੈਂ ਹਾਂ)
ਮੈਂ ਬ੍ਰਹਮ ਵਿਚ ਸਮਾ ਗਿਆ (ਮੈਂ ਤੂੰ ਹਾਂ)
ਗਿਆਨ, ਗਿਆਤਾ ਅਤੇ ਗੇਯ ਸਭ ਇੱਕ ਹੋ ਗਏ
(ਜਾਨਣ ਵਾਲਾ, ਜਾਨਣਾ, ਜਾਨਣ ਦੀ ਪ੍ਰਕਿਰਿਆ ਇੱਕ ਹੋ ਗਏ)
ਸ਼ਾਂਤ, ਅਖੰਡਤ ਰੋਮਾਂਚ, ਸਦੀਵੀ ਜੀਵਨ- ਨਿਤ ਨਵਾਂ ਆਨੰਦ (ਸ਼ਾਂਤੀ)
ਸਾਰੀਆਂ ਆਸ਼ਾਵਾਂ ਅਤੇ ਕਲਪਨਾਵਾਂ ਤੋਂ ਪਰੇ ਆਨੰਦ ਦੇਣ
ਵਾਲਾ ਸਮਾਧੀ ਦਾ ਪਰਮ ਆਨੰਦ।
ਨਹੀਂ ਇਹ ਕੋਈ ਬੇਹੋਸ਼ੀ ਦੀ ਹਾਲਤ
ਜਾਂ ਮਾਨਸਿਕ ਬੇਹੋਸ਼ੀ ਦੀ ਦਵਾਈ ਜਿਸ ਵਿਚੋਂ
ਆਪਣੀ ਇੱਛਾ ਦੇ ਨਾਲ ਨਾ ਆ ਸਕੇ ਵਾਪਸ।
ਸਮਾਧੀ ਤਾਂ ਮੇਰੀ ਚੇਤਨਾ ਦੀ ਸਲਤਨਤ ਦਾ ਵਿਸਥਾਰ ਹੈ ਕਰਦੀ,
ਨਸ਼ਵਰ ਦੇਹ ਦੀਆਂ ਹੱਦ ਬੰਦੀਆਂ ਤੋਂ ਪਰੇ,
ਸਦੀਵਤਾ ਦੇ ਦੂਰਤਮ ਘੇਰੇ ਦੀ ਸੀਮਾ ਤਕ,
ਜਿੱਥੇ ਮੈਂ ਬ੍ਰਹਿਮੰਡੀ ਸਮੁੰਦਰ,
ਆਪਣੇ ਛੋਟੇ ਜਿਹੇ ਅਹਮ (ਖੁਦੀ) ਨੂੰ
ਆਪਣੇ ਅੰਦਰ ਹੀ ਤੈਰਦੇ ਦੇਖਾਂ,
ਗਤੀਸ਼ੀਲ ਅਣੂਆਂ ਦੀ ਗੁਣਗੁਣਾਹਟ ਸੁਣਾਈ ਦਿੰਦੀ ਹੈ।
ਅੰਧਕਾਰਮਈ (ਅਨ੍ਹੇਰੀ) ਪ੍ਰਿਥਵੀ, ਪਹਾੜ, ਪਰਬਤ,
ਘਾਟੀਆਂ ਪਲ ਭਰ ਵਿਚ ਪਿਘਲ ਕੇ ਸਭ ਤਰਲ ਬਣ ਗਏ।
ਸਾਗਰ ਪ੍ਰਵਾਹ ਨੀਹਾਰਿਕਾਵਾਂ ਦੀ ਧੁੰਦ ਵਿਚ ਬਦਲ ਗਏ

ਇਸ ਧੁੰਦ* ਉੱਪਰ ਓਮ ਦੀ ਫੁੰਕਾਰ ਨੇ
ਇਸ ਧੁੰਦ ਦੇ ਸਾਰੇ ਪਰਦਿਆਂ ਨੂੰ ਵਿਲੱਖਣਤਾ ਨਾਲ ਉੱਠਾ ਦਿੱਤਾ।
ਲਿਸ਼ਕਦੇ ਬਿਜਲਾਣੂਆਂ ਦੇ ਸਾਗਰ ਬੇ ਪਰਦ ਹੁੰਦੇ ਗਏ,
ਜਦੋਂ ਤਕ ਬ੍ਰਹਿਮੰਡੀ ਢੋਲ ਦੇ ਆਖਰੀ ਡੱਗੇ ਵਿਚ, ਸਥੂਲ ਰੌਸ਼ਨੀ
ਆਨੰਦ ਦੀਆਂ
ਸਰਬ ਵਿਆਪੀ ਸਦੀਵੀ ਕਿਰਨਾਂ ਦੇ ਵਿਚ ਪਰਿਵਰਤਿਤ ਹੋ ਗਈ
ਆਨੰਦ ਤੋਂ ਮੈਂ ਆਇਆ ਸੀ,।
ਆਨੰਦ ਦੇ ਵਾਸਤੇ ਮੈਂ ਜਿਉਂਦਾ ਹਾਂ,
ਅਤੇ ਪਵਿੱਤਰ ਆਨੰਦ ਵਿਚ ਲੀਨ ਹੋ ਜਾਂਦਾ ਹਾਂ।
ਮੈਂ ਮਨ ਦਾ ਸਮੁੰਦਰ ਕਾਇਨਾਤ ਦੀਆਂ ਸਾਰੀਆਂ ਲਹਿਰਾਂ ਪੀਂਦਾ ਹਾਂ।
ਠੀਕ ਤਰ੍ਹਾਂ ਉੱਠ ਗਏ ਚਾਰੇ ਪਰਦੇ,
ਜੜ੍ਹ, ਤਰਲ, ਵਾਯੂ ਅਤੇ ਪ੍ਰਕਾਸ਼ ਦੇ,
ਕਣ ਕਣ ਵਿਚ ਵਿਆਪਤ ਮੈਂ ਆਪਣੇ,
ਵਿਸ਼ਾਲ ਸ੍ਵਰੂਪ ਵਿਚ ਪ੍ਰਵੇਸ਼ ਕਰਦਾ ਹਾਂ।
ਹਮੇਸ਼ਾਂ ਲਈ ਰੁਖਸਤ ਹੋ ਗਈਆਂ,
ਆਵੇਸ਼ਮਈ ਫੜਫੜਾਉਂਦੇ ਨਸ਼ਵਰ ਦੇਹ ਦੀ ਸਿਮਰਤੀ ਦੀਆਂ
ਪਰਛਾਈਆਂ।
ਬੇਦਾਗ ਹੈ ਮੇਰਾ ਮਾਨਸਿਕ ਅਕਾਸ਼,
ਥੱਲੇ, ਸਾਹਮਣੇ ਅਤੇ ਉੱਪਰ,
ਮੈਂ ਅਤੇ ਸਦੀਵਤਾ ਇੱਕ ਸਾਂਝੀ ਕਿਰਨ ਹਾਂ,
ਮੈਂ ਨੰਨ੍ਹਾਂ ਬੁਲਬਲ੍ਹਾ ਹਾਸੇ ਦਾ,
ਬਣ ਗਿਆ ਸਾਗਰ ਹੁਲਾਸ ਦਾ।

ਗੁਰੂਦੇਵ ਨੇ ਮੈਨੂੰ ਇਹ ਆਨੰਦਪੂਰਨ ਸਮਾਧੀ ਅਨੁਭਵ ਆਪਣੀ ਮਰਜ਼ੀ ਨਾਲ, ਜਦੋਂ ਚਾਹੋ ਪ੍ਰਾਪਤ ਕਰਨ ਦਾ ਅਤੇ ਉਨ੍ਹਾਂ ਸ਼ਰਧਾਲੂਆਂ ਨੂੰ ਜਿਨ੍ਹਾਂ ਦੀ ਅੰਤਰ ਗਿਆਨ ਦੀ ਪ੍ਰਣਾਲੀ ਦਾ ਨਿਸ਼ਚਿਤ ਹੱਦ ਤਕ ਵਿਕਾਸ ਹੋ ਚੁੱਕਿਆ ਹੋਵੇ† ਨੂੰ ਪ੍ਰਦਾਨ ਕਰਾਉਣ ਦਾ ਤਰੀਕਾ ਸਿਖਾ ਦਿੱਤਾ।

* ਓਮ ਸਿਰਜਣਾਤਮਕ ਸਪੰਦਨ ਜੋ ਸਿਰਜਣਾ ਨੂੰ ਬਾਹਰੀ ਰੂਪ ਦਿੰਦਾ ਹੈ।

† ਮੈਂ ਪੂਰਬ ਅਤੇ ਪੱਛਮ ਦੇ ਕਈ *ਕਿਰਿਆ ਯੋਗੀਆਂ* ਨੂੰ ਇਸੇ ਤਰ੍ਹਾਂ ਦਾ ਸਮਾਧੀ ਅਨੁਭਵ ਕਰਵਾਇਆ ਹੈ। ਉਨ੍ਹਾਂ ਵਿਚੋਂ ਇੱਕ ਹਨ, ਮਿਸਟਰ ਜੇ. ਜੇ. ਲਿਨ. ਜਿਹੜੇ ਇਸ ਪੁਸਤਕ ਦੇ ਫੋਟੋ ਭਾਗ III ਦੇ ਪੰਨਾਂ 10 ਉੱਪਰ ਸਮਾਧੀ ਅਵਸਥਾ ਵਿਚ ਦਿਖਾਈ ਦੇ ਰਹੇ ਹਨ।

ਇਸ ਪਹਿਲੇ ਸਮਾਧੀ ਅਨੁਭਵ ਤੋਂ ਕਈ ਮਹੀਨੇ ਬਾਅਦ, ਮੈਂ ਪਰਮਆਨੰਦਮਈ ਇੱਕਰੂਪਤਾ ਦੀ ਅਵਸਥਾ ਵਿਚ ਮਗਨ ਰਿਹਾ ਅਤੇ ਹਰ ਰੋਜ਼ ਇਹ ਗੱਲ ਮੇਰੀ ਸਮਝ ਵਿਚ ਆਉਂਦੀ ਰਹੀ, ਕਿ ਉਪਨਿਸ਼ਦਾਂ ਵਿਚ ਪ੍ਰਮਾਤਮਾ ਨੂੰ ਰਸ ਸ੍ਵਰੂਪ ਕਿਉਂ ਕਿਹਾ ਗਿਆ ਹੈ– 'रसो वै सः' 'ਬਹੁਤ ਜਿਆਦਾ ਰਸਦਾਇਕ।' ਫਿਰ ਵੀ ਇੱਕ ਦਿਨ ਸਵੇਰੇ ਸਵੇਰੇ, ਮੈਂ ਇੱਕ ਸਮੱਸਿਆ ਲੈ ਕੇ ਗੁਰੂਦੇਵ ਕੋਲ ਗਿਆ।

"ਗੁਰੂਦੇਵ, ਮੈਂ ਇਹ ਜਾਨਣਾ ਚਾਹੁੰਦਾ ਹਾਂ, ਕਿ ਮੈਨੂੰ ਈਸ਼ਵਰ ਪ੍ਰਾਪਤੀ ਕਦੋਂ ਹੋਵੇਗੀ?"

"ਤੈਨੂੰ ਈਸ਼ਵਰ ਪ੍ਰਾਪਤੀ ਹੋ ਚੁੱਕੀ ਹੈ।"

"ਨਹੀਂ ਗੁਰੂਦੇਵ, ਮੈਂ ਤਾਂ ਇਸ ਤਰ੍ਹਾਂ ਨਹੀਂ ਸਮਝਦਾ।"

ਮੇਰੇ ਗੁਰੂਦੇਵ ਮੁਸਕਰਾ ਰਹੇ ਸਨ। "ਮੈਨੂੰ ਯਕੀਨ ਹੈ ਤੂੰ ਬ੍ਰਹਿਮੰਡ ਦੇ ਕਿਸੇ ਜੀਵਾਣੂ ਰਹਿਤ ਸਾਫ ਸੁਥਰੀ ਨੁੱਕਰ ਵਿਚ ਸਿੰਘਾਸ਼ਨ ਉਪਰ ਸਸ਼ੋਭਿਤ ਕਿਸੇ ਆਦਰਯੋਗ ਭੱਦਰ ਪੁਰਸ਼ ਨੂੰ ਈਸ਼ਵਰ ਨਹੀਂ ਮੰਨ ਰਿਹਾ। ਫਿਰ ਵੀ ਮੈਂ ਇਹ ਦੇਖ ਰਿਹਾ ਹਾਂ, ਕਿ ਤੂੰ ਇਹ ਮਹਿਸੂਸ ਕਰ ਰਿਹਾ ਹੈਂ, ਕਿ ਚਮਤਕਾਰੀ ਸ਼ਕਤੀਆਂ ਦਾ ਮਾਲਕ ਹੋਣਾ ਹੀ ਈਸ਼ਵਰ ਪ੍ਰਾਪਤੀ ਦਾ ਪੱਕਾ ਸਬੂਤ ਹੈ, ਨਹੀਂ, ਕੋਈ ਆਦਮੀ ਪੂਰੇ ਬ੍ਰਹਿਮੰਡ ਨੂੰ ਕਾਬੂ ਵਿਚ ਰੱਖਣ ਦੀ ਸ਼ਕਤੀ ਪ੍ਰਾਪਤ ਕਰ ਸਕਦਾ ਹੈ, ਪਰ ਫਿਰ ਵੀ ਈਸ਼ਵਰ ਨੂੰ ਪ੍ਰਾਪਤ ਕਰਨਾ ਉਸ ਦੀ ਪਹੁੰਚ ਤੋਂ ਬਾਹਰ ਰਹਿ ਸਕਦਾ ਹੈ। ਅਧਿਆਤਮਿਕ ਉੱਨਤੀ ਨੂੰ ਬਾਹਰੀ ਸ਼ਕਤੀਆਂ ਦੇ ਪ੍ਰਦਰਸ਼ਨ ਨਾਲ ਨਹੀਂ ਮਿਣਿਆ ਜਾ ਸਕਦਾ, ਬਲਕਿ ਉਸ ਦਾ ਮਾਪ ਦੰਡ ਤਾਂ ਕੇਵਲ ਇਹ ਹੈ, ਕਿ ਸ਼ਰਧਾਲੂ ਧਿਆਨ ਵਿਚ ਆਨੰਦ ਦੀ ਕਿੰਨੀ ਡੂੰਘਾਈ ਵਿਚ ਉਤਰਦਾ ਹੈ।

"ਪ੍ਰਮਾਤਮਾ ਨਿਤ ਨਵਾਂ ਆਨੰਦ ਹੈ। ਉਹ ਅਨੰਤ ਹੈ, ਜਿਉਂ ਜਿਉਂ ਤੂੰ ਵਰ੍ਹਿਆਂ ਬੱਧੀ ਧਿਆਨ ਕਰਦਾ ਜਾਵੇਂਗਾ, ਤਿਉਂ ਤਿਉਂ ਉਹ ਅਨੰਤ ਪ੍ਰਵੀਨਤਾਵਾਂ ਨਾਲ ਤੇਰਾ ਦਿਲ ਬਹਿਲਾਉਂਦਾ ਜਾਵੇਗਾ। ਤੇਰੇ ਵਰਗੇ ਸ਼ਰਧਾਲੂ, ਜਿਨ੍ਹਾਂ ਨੂੰ ਈਸ਼ਵਰ ਤਕ ਪਹੁੰਚਣ ਦਾ ਰਸਤਾ ਮਿਲ ਜਾਂਦਾ ਹੈ, ਉਹ ਸੁਪਨੇ ਵਿਚ ਵੀ ਈਸ਼ਵਰ ਦੀ ਥਾਂ ਕਿਸੇ ਹੋਰ ਸੁਖ ਦੀ ਕਲਪਨਾ ਨਹੀਂ ਕਰਦੇ। ਈਸ਼ਵਰ ਦੀ ਤੁਲਨਾ ਜਾਂ ਮੁਕਾਬਲਾ ਸਭ ਭਰਮਾਊ ਝਾਂਸਿਆਂ ਤੋਂ ਪਰੇ ਹੈ।

"ਦੁਨਿਆਵੀ ਖੁਸ਼ੀਆਂ ਤੋਂ ਅਸੀਂ ਕਿੰਨੀ ਛੇਤੀ ਉਕਤਾ ਜਾਂਦੇ ਹਾਂ। ਦੁਨਿਆਵੀ ਚੀਜ਼ਾਂ ਦੀਆਂ ਖਾਹਸ਼ਾਂ ਅੰਤਹੀਣ ਹਨ। ਇਨਸਾਨ ਇਨ੍ਹਾਂ ਤੋਂ ਕਦੇ ਵੀ ਪੂਰੀ ਤਰ੍ਹਾਂ ਸੰਤੁਸ਼ਟ ਨਹੀਂ ਹੁੰਦਾ। ਇੱਕ ਇੱਛਾ ਪੂਰੀ ਹੋਣ ਤੋਂ ਬਾਅਦ ਦੂਜੀ ਇੱਛਾ ਪਿੱਛੇ ਦੌੜਨ ਲੱਗ ਪੈਂਦਾ ਹੈ। ਜਿਸ 'ਕੁਝ ਹੋਰ' ਦੀ ਉਹ ਇੱਛਾ ਕਰਦਾ ਰਹਿੰਦਾ ਹੈ, ਉਹ ਪ੍ਰਮਾਤਮਾ ਹੀ ਹੈ ਜਿਹੜਾ ਸਦੀਵੀ ਖੁਸ਼ੀ ਦੇਣ ਦੇ ਸਮਰੱਥ ਹੈ।

"ਸੰਸਾਰਕ ਇੱਛਾਵਾਂ ਸਾਨੂੰ ਅੰਦਰੂਨੀ ਸਵਰਗ ਤੋਂ ਬੇਮੁਖ ਕਰਦੀਆਂ ਹਨ। ਉਹ ਸਾਨੂੰ ਝੂਠੀਆਂ ਖੁਸ਼ੀਆਂ ਪੇਸ਼ ਕਰਦੀਆਂ ਹਨ, ਜੋ ਅਧਿਆਤਮਿਕ ਆਨੰਦ ਦਾ ਕਪਟ-ਪੂਰਨ ਆਭਾਸ ਮਾਤਰ ਹਨ। ਅਧਿਆਤਮਿਕ ਧਿਆਨ ਧਾਰਨਾ ਨਾਲ ਸਾਡਾ ਗੁਆਚਿਆ ਸਵਰਗ ਬਹੁਤ ਛੇਤੀ ਲੱਭ ਜਾਂਦਾ ਹੈ। ਪ੍ਰਮਾਤਮਾ ਦੀ ਸਦੀਵੀ ਨਵੀਨਤਾ, ਕਲਪਨਾ ਤੋਂ ਪਰੇ ਹੈ। ਅਸੀਂ ਉਸ ਤੋਂ ਕਦੇ ਉਕਤਾ ਨਹੀਂ ਸਕਦੇ। ਜੋ ਪਰਮ ਆਨੰਦ ਅਨੰਤ ਕਾਲ ਤਕ ਮਨਮੋਹਕ ਵਿਲੱਖਣਤਾਵਾਂ ਨਾਲ ਭਰਿਆ ਹੋਵੇ, ਕੀ ਕਦੇ ਕਿਸੇ ਦਾ ਉਸ ਤੋਂ ਮਨ ਭਰ ਸਕਦਾ ਹੈ?"

"ਗੁਰੂਦੇਵ ਮੈਂ ਹੁਣ ਸਮਝ ਗਿਆ ਹਾਂ, ਕਿ ਸੰਤ ਮਹਾਤਮਾਵਾਂ ਨੇ ਪ੍ਰਮਾਤਮਾ ਨੂੰ ਅਗਾਧ ਕਿਉਂ ਕਿਹਾ ਹੈ? ਅਮਰ ਜੀਵਨ ਵੀ ਪ੍ਰਮਾਤਮਾ ਦੀ ਥਾਹ ਪਾਉਣ ਵਾਸਤੇ ਘੱਟ ਹੈ।"

"ਇਹ ਸੱਚ ਹੈ, ਪ੍ਰੰਤੂ ਉਹ ਨੇੜੇ ਵੀ ਹੈ ਅਤੇ ਪਿਆਰਾ ਵੀ ਹੈ। ਜਦੋਂ *ਕਿਰਿਆ ਯੋਗ* ਦੁਆਰਾ ਮਨ ਇੰਦਰੀਜਨਿਤ ਵਿਕਾਰਾਂ ਤੋਂ ਰਹਿਤ ਹੋ ਜਾਂਦਾ ਹੈ, ਤਾਂ ਧਿਆਨ ਪ੍ਰਮਾਤਮਾ ਦਾ ਦੂਹਰਾ ਸਬੂਤ ਪੇਸ਼ ਕਰਦਾ ਹੈ। ਨਿਤ ਨਵਾਂ ਆਨੰਦ, ਉਸ ਦੇ ਵਜੂਦ ਦਾ ਸਬੂਤ ਹੈ, ਜੋ ਸਾਡੇ ਹਰ ਇੱਕ ਅਣੂ ਨੂੰ, ਉਸ ਦੇ ਹੋਂਦ ਦੀ ਪ੍ਰਤੀਤ ਕਰਵਾ ਦਿੰਦਾ ਹੈ ਅਤੇ ਧਿਆਨ ਵਿਚ ਸਾਡੀ ਹਰ ਇੱਕ ਮੁਸ਼ਕਿਲ ਨੂੰ ਹੱਲ ਕਰਨ ਲਈ ਪ੍ਰਮਾਤਮਾ ਤੁਰੰਤ ਮਾਰਗ ਦਰਸ਼ਨ ਰਾਹੀਂ ਮੁਨਾਸਬ ਹੱਲ ਕੱਢ ਦਿੰਦਾ ਹੈ।"

ਮੈਂ ਧੰਨਵਾਦ ਸਹਿਤ ਮੁਸਕਰਾਇਆ। "ਮੈਂ ਹੁਣ ਇਹ ਮਹਿਸੂਸ ਕਰ ਰਿਹਾ ਹਾਂ, ਕਿ ਮੈਂ ਪ੍ਰਮਾਤਮਾ ਨੂੰ ਪ੍ਰਾਪਤ ਕਰ ਲਿਆ ਹੈ, ਕਿਉਂਕਿ ਜਦੋਂ ਕਦੇ ਵੀ ਦੁਨਿਆਵੀ ਕਾਰ ਵਿਹਾਰ ਕਰਦਿਆਂ ਸਮੇਂ ਜਾਂ ਧਿਆਨ ਕਰਦਿਆਂ ਸਮੇਂ, ਧਿਆਨ ਧਾਰਨਾ ਦਾ ਆਨੰਦ ਮੇਰੇ ਅਵਚੇਤਨ ਮਨ ਵਿਚ ਵਾਪਸ ਆ ਜਾਂਦਾ ਹੈ, ਤਾਂ ਹਰ ਇੱਕ ਨਿੱਕੇ ਮੋਟੇ ਕੰਮ ਵਿਚ ਉਸ ਦੇ ਸੂਖਮ ਤੋਂ ਸੂਖਮ ਵੇਰਵਿਆਂ ਦਾ ਗਿਆਨ ਹੋ ਕੇ ਸਹੀ ਰਸਤਾ ਅਪਨਾਉਣ ਦੀ ਸੋਝੀ ਮਿਲ ਜਾਂਦੀ ਹੈ।"

"ਜਿੰਨਾ ਚਿਰ ਤਕ ਅਸੀਂ ਪ੍ਰਮਾਤਮਾ ਦੀ ਇੱਛਾ ਨਾਲ ਤਾਲਮੇਲ ਕਰਨਾ ਨਹੀਂ ਸਿਖਦੇ, ਉਦੋਂ ਤਕ ਮਨੁੱਖੀ ਜੀਵਨ ਸਾਰਿਆਂ ਪਾਸਿਆਂ ਤੋਂ ਦੁਖਾਂ ਨਾਲ ਘਿਰਿਆ ਰਹਿੰਦਾ ਹੈ। ਜਿਸ ਵਾਸਤੇ ਠੀਕ ਰਸਤੇ ਨੂੰ ਅਪਨਾਉਣਾ ਹੰਕਾਰੀ ਬੌਧਿਕਤਾ ਨੂੰ ਵਿਆਕੁਲ ਕਰਨ ਵਾਲਾ ਹੈ।" ਗੁਰੂਦੇਵ ਨੇ ਕਿਹਾ।

"ਇੱਕ ਪ੍ਰਮਾਤਮਾ ਹੀ ਸਰਬਗੁਣ ਸੰਪਨ ਸਲਾਹ ਦੇ ਸਕਦਾ ਹੈ, ਉਹ ਨਹੀਂ ਤਾਂ ਹੋਰ ਕੌਣ ਹੈ, ਜੋ ਸਾਰੇ ਬ੍ਰਹਿਮੰਡ ਦਾ ਭਾਰ ਉੱਠਾਉਣ ਦੇ ਸਮਰੱਥ ਹੈ।"

ਚੈਪਟਰ 15

ਫੁੱਲ ਗੋਭੀ ਦੀ ਚੋਰੀ

"ਗੁਰੂਦੇਵ, ਇਹ ਤੋਹਫਾ ਆਪ ਵਾਸਤੇ। ਵੱਡੀਆਂ ਵੱਡੀਆਂ ਇਹ ਛੇ ਫੁੱਲ ਗੋਭੀਆਂ ਨੂੰ, ਮੈਂ ਆਪਣੇ ਹੱਥਾਂ ਨਾਲ ਬੀਜਿਆ ਸੀ ਅਤੇ ਇਨ੍ਹਾਂ ਦੀ ਦੇਖ ਭਾਲ ਉਸੇ ਮਮਤਾ ਨਾਲ ਕੀਤੀ ਹੈ, ਜਿਵੇਂ ਇੱਕ ਮਾਤਾ ਆਪਣੇ ਬੱਚਿਆਂ ਦੀ ਪਰਵਰਸ਼ ਕਰਦੀ ਹੈ।" ਇਹ ਕਹਿੰਦਿਆਂ ਸ਼ਰਧਾ ਭਾਵ ਨਾਲ, ਫੁੱਲ ਗੋਭੀਆਂ ਦੀ ਟੋਕਰੀ ਮੈਂ ਗੁਰੂਦੇਵ ਨੂੰ ਅਰਪਣ ਕੀਤੀ।

"ਤੇਰਾ ਬਹੁਤ ਬਹੁਤ ਧੰਨਵਾਦ," ਗੁਰੂਦੇਵ ਨੇ ਪ੍ਰਸ਼ੰਸਾ ਭਰੇ ਪਿਆਰ ਨਾਲ ਮੁਸਕਰਾਉਂਦਿਆਂ ਕਿਹਾ। "ਇਨ੍ਹਾਂ ਨੂੰ ਹਾਲ ਦੀ ਘੜੀ ਆਪਣੇ ਕਮਰੇ ਵਿਚ ਹੀ ਰੱਖ ਲੈ। ਕੱਲ੍ਹ ਨੂੰ ਇਹ ਇੱਕ ਖਾਸ ਭੋਜਨ ਵਿਚ ਕੰਮ ਆ ਜਾਣਗੀਆਂ।"

ਮੈਂ ਹਾਲੇ ਹੁਣੇ ਹੁਣੇ ਹੀ ਗੁਰੂਦੇਵ ਦੇ ਪੁਰੀ ਵਿਖੇ ਸਮੁੰਦਰ ਦੇ ਕੰਢੇ ਬਣੇ ਆਸ਼ਰਮ ਵਿਚ ਕਾਲਜ ਦੀਆਂ ਗਰਮੀ ਦੀਆਂ ਛੁੱਟੀਆਂ ਬਿਤਾਉਣ ਪਹੁੰਚਿਆ ਸੀ। ਗੁਰੂਦੇਵ ਅਤੇ ਉਨ੍ਹਾਂ ਦੇ ਸ਼ਗਿਰਦਾਂ ਦੁਆਰਾ ਬਣਾਏ ਗਏ, ਇਸ ਦੁਮੰਜ਼ਲੇ ਛੋਟੇ ਜਿਹੇ ਆਸ਼ਰਮ ਦੇ ਸਾਹਮਣੇ ਹੀ ਬੰਗਾਲ ਦੀ ਖਾੜੀ ਹੈ।

ਖਾਰੇ ਸਮੁੰਦਰੀ ਹਵਾ ਦੇ ਬੁੱਲ੍ਹਿਆਂ ਅਤੇ ਆਸ਼ਰਮ ਦੇ ਸ਼ਾਂਤ ਵਾਤਾਵਰਣ ਨਾਲ ਤਰੋ ਤਾਜ਼ਾ ਹੋਇਆ, ਦੂਜੇ ਦਿਨ ਮੈਂ ਸਵੇਰੇ ਸਾਝਰੇ ਹੀ ਜਾਗ ਗਿਆ। ਗੁਰੂਦੇਵ ਆਪਣੀ ਸੁਰੀਲੀ ਅਵਾਜ਼ ਵਿਚ ਮੈਨੂੰ ਬੁਲਾ ਰਹੇ ਸਨ। ਮੈਂ ਆਪਣੀਆਂ ਪਿਆਰੀਆਂ ਫੁੱਲ ਗੋਭੀਆਂ ਉੱਪਰ ਇੱਕ ਪਿਆਰ ਭਰੀ ਨਜ਼ਰ ਮਾਰੀ ਅਤੇ ਬੜੇ ਧਿਆਨ ਨਾਲ ਟੋਕਰੀ ਆਪਣੇ ਮੰਜੇ ਦੇ ਥੱਲੇ ਨੂੰ ਖਿਸਕਾ ਦਿੱਤੀ।

"ਆਉ ਸਮੁੰਦਰ ਕਿਨਾਰੇ ਘੁੰਮਣ ਚੱਲੀਏ," ਗੁਰੂਦੇਵ ਅੱਗੇ ਅੱਗੇ ਚੱਲਣ ਲੱਗੇ। ਕਈ ਨੌਜਵਾਨ ਸ਼ਗਿਰਦ ਅਤੇ ਮੈਂ ਟੋਲੀਆਂ ਬਣਾ ਕੇ ਉਨ੍ਹਾਂ ਦੇ ਪਿੱਛੇ ਪਿੱਛੇ ਚੱਲਣ ਲੱਗੇ। ਗੁਰੂਦੇਵ ਨੇ ਸਾਡੇ ਉੱਪਰ ਇੱਕ ਮਿੱਠੀ ਘੋਖ ਭਰੀ ਨਜ਼ਰ ਮਾਰੀ।

"ਜਦੋਂ ਸਾਡੇ ਪੱਛਮ ਵਾਸੀ ਭਾਈ ਬੰਧੂ ਤੁਰਦੇ ਹਨ, ਤਾਂ ਉਹ ਆਮ ਤੌਰ ਤੇ ਤਾਲ ਬੱਧ ਤੁਰਨ ਵਿਚ ਮਾਣ ਮਹਿਸੂਸ ਕਰਦੇ ਹਨ। ਹੁਣ ਆਪ ਵੀ ਸਾਰੇ ਕ੍ਰਿਪਾ ਕਰ ਕੇ, ਦੋ ਦੋ ਦੀਆਂ ਕਤਾਰਾਂ ਵਿਚ ਇੱਕ ਦੂਜੇ ਦੇ ਨਾਲ ਕਦਮ ਮਿਲਾਕੇ ਚੱਲੋ।"

ਜਦੋਂ ਅਸੀਂ ਗੁਰੂਦੇਵ ਦੀ ਆਗਿਆ ਦਾ ਪਾਲਣ ਕਰਦਿਆਂ ਕਤਾਰਾਂ ਵਿਚ ਚੱਲਣ ਲੱਗੇ ਤਾਂ ਉਨ੍ਹਾਂ ਦੀ ਦ੍ਰਿਸ਼ਟੀ ਸਾਡੇ ਉੱਪਰ ਜੰਮੀ ਹੋਈ ਸੀ। ਉਨ੍ਹਾਂ ਨੇ ਗਾਉਣਾ ਸ਼ੁਰੂ

ਕਰ ਦਿੱਤਾ, "ਲੜਕੇ ਚੱਲਦੇ ਜਾਂਦੇ ਹਨ, ਕਤਾਰਾਂ ਵਿਚ ਬਹੁਤ ਹੀ ਭਾਂਦੇ ਹਨ।" ਚੁਸਤੀ ਅਤੇ ਫੁਰਤੀ ਨਾਲ ਚੱਲਦੇ ਆਪਣੇ ਨੌਜਵਾਨ ਸ਼ਗਿਰਦਾਂ ਦੇ ਨਾਲ, ਜਿਸ ਅਸਾਨੀ ਨਾਲ ਗੁਰੂਦੇਵ ਕਦਮ ਮਿਲਾ ਕੇ ਚੱਲ ਰਹੇ ਸਨ, ਤਾਂ ਮੈਂ ਉਨ੍ਹਾਂ ਨੂੰ ਦੇਖ ਕੇ ਅਚੰਭਿਤ ਹੋਏ ਬਗੈਰ ਨਾ ਰਹਿ ਸਕਿਆ।

"ਰੁਕੋ," ਗੁਰੂਦੇਵ ਨੇ ਮੇਰੀਆਂ ਅੱਖਾਂ ਵਿਚ ਅੱਖਾਂ ਪਾ ਕੇ ਦੇਖਿਆ, "ਕੀ ਤੂੰ ਚੇਤੇ ਨਾਲ ਆਸ਼ਰਮ ਦੇ ਪਿਛਲੇ ਦਰਵਾਜ਼ੇ ਨੂੰ ਜੰਦਰਾ ਲਗਾ ਦਿੱਤਾ ਸੀ?"

"ਗੁਰੂਦੇਵ ਜਿੱਥੋਂ ਤਕ ਮੈਨੂੰ ਯਾਦ ਹੈ ਕਿ ਲਗਾ ਦਿੱਤਾ ਸੀ।"

ਸ਼੍ਰੀ ਯੁਕਤੇਸ਼ਵਰ ਜੀ ਬੁੱਲ੍ਹਾਂ ਉੱਪਰ ਦਬੀ ਹੋਈ ਮੁਸਕਰਾਹਟ ਨਾਲ ਕੁਝ ਮਿੰਟਾਂ ਵਾਸਤੇ ਚੁੱਪ ਚਾਪ ਖੜ੍ਹੇ ਰਹੇ ਅਤੇ ਫਿਰ ਆਖਰ ਨੂੰ ਬੋਲੇ, "ਨਹੀਂ, ਤੂੰ ਭੁੱਲ ਗਿਆ ਹੈਂ। ਪ੍ਰਮਾਤਮਾ ਦੀ ਭਗਤੀ ਨੂੰ ਸੰਸਾਰਕ ਕੰਮਾਂ ਵਾਸਤੇ ਲਾਪਰਵਾਹੀ ਦਾ ਬਹਾਨਾ ਨਹੀਂ ਬਣਾਇਆ ਜਾ ਸਕਦਾ। ਤੂੰ ਆਸ਼ਰਮ ਦੀ ਸੁਰੱਖਿਆ ਵਿਚ ਆਪਣੇ ਫਰਜ਼ ਦੀ ਅਣਗਹਿਲੀ ਕੀਤੀ ਹੈ, ਤੈਨੂੰ ਇਸ ਦੀ ਸਜ਼ਾ ਮਿਲਣੀ ਚਾਹੀਦੀ ਹੈ।"

ਜਦੋਂ ਉਨ੍ਹਾਂ ਨੇ ਅੱਗੇ ਕਿਹਾ, "ਤੇਰੀਆਂ ਛੇ ਫੁੱਲ ਗੋਭੀਆਂ ਛੇਤੀ ਹੀ ਪੰਜ ਰਹਿ ਜਾਣਗੀਆਂ," ਤਾਂ ਮੈਂ ਸਮਝਿਆ ਕਿ ਉਹ ਕੋਈ ਗੂੜ੍ਹ ਮਖੌਲ ਕਰ ਰਹੇ ਹਨ।

ਗੁਰੁਦੇਵ ਦਾ ਹੁਕਮ ਮੰਨ ਕੇ ਅਸੀਂ ਉਸੇ ਤਰ੍ਹਾਂ ਕਤਾਰਾਂ ਵਿਚ ਚੱਲਦਿਆਂ ਆਸ਼ਰਮ ਵੱਲ ਵਾਪਸ ਚਾਲੇ ਪਾ ਦਿੱਤੇ। ਜਦੋਂ ਅਸੀਂ ਆਸ਼ਰਮ ਦੇ ਕੋਲ ਪਹੁੰਚ ਗਏ, ਤਾਂ ਗੁਰੂਦੇਵ ਨੇ ਕਿਹਾ, "ਇੱਥੇ ਥੋੜੀ ਦੇਰ ਰੁਕੋ, ਮੁਕੰਦ, ਖੱਬੇ ਪਾਸੇ ਅਹਾਤੇ ਦੇ ਉਸ ਪਾਰ ਸੜਕ ਵੱਲ ਦੇਖਦਾ ਰਹਿ। ਉੱਥੇ ਇੱਕ ਖਾਸ ਆਦਮੀ ਆਵੇਗਾ, ਜਿਹੜਾ ਤੇਰੀ ਸਜ਼ਾ ਦਾ ਸਾਧਨ ਬਣੇਗਾ।"

ਇਨ੍ਹਾਂ ਸਮਝ ਤੋਂ ਪਰੇ ਸ਼ਬਦਾਂ ਤੋਂ ਉਤਪੰਨ ਹੋਈ ਪ੍ਰੇਸ਼ਾਨੀ, ਮੈਂ ਅੰਦਰ ਹੀ ਅੰਦਰ ਦਬਾਅ ਲਈ। ਛੇਤੀ ਹੀ ਇੱਕ ਕਿਸਾਨ ਸੜਕ ਉੱਪਰ ਆਉਂਦਾ ਦਿਖਾਈ ਦਿੱਤਾ, ਜੋ ਅਜੀਬੋ ਗਰੀਬ ਤਰੀਕੇ ਨਾਲ ਨੱਚਦਿਆਂ ਆਪਣੀਆਂ ਬਾਹਾਂ ਬੇ ਮਤਲਬ ਹਰਕਤਾਂ ਨਾਲ ਉਲਾਰ ਰਿਹਾ ਸੀ। ਉਤਸੁਕਤਾਵਸ, ਮੈਂ ਲਗ ਭਗ ਪੱਥਰ ਬਣਿਆ, ਉਸ ਦੀਆਂ ਉਹ ਮੌਜੀ ਹਰਕਤਾਂ ਨੂੰ ਦੇਖ ਰਿਹਾ ਸੀ। ਉਹ ਆਦਮੀ ਜਿਉਂ ਹੀ ਉਸ ਥਾਂ ਉੱਪਰ ਪਹੁੰਚਿਆ, ਜਿੱਥੋਂ ਉਹ ਸਾਡੀਆਂ ਅੱਖਾਂ ਤੋਂ ਓਹਲੇ ਹੋ ਜਾਂਦਾ, ਤਾਂ ਸ਼੍ਰੀ ਯੁਕਤੇਸ਼ਵਰ ਜੀ ਨੇ ਕਿਹਾ, "ਹੁਣ ਉਹ ਵਾਪਸ ਮੁੜ ਕੇ ਆਵੇਗਾ।"

ਉਸ ਆਦਮੀ ਨੇ ਤੁਰੰਤ ਆਪਣੀ ਦਿਸ਼ਾ ਬਦਲ ਲਈ ਅਤੇ ਆਸ਼ਰਮ ਵੱਲ ਵਾਪਸ ਚੱਲ ਪਿਆ। ਰੇਤ ਦੇ ਇੱਕ ਮੈਦਾਨ ਨੂੰ ਪਾਰ ਕਰ ਕੇ, ਉਹ ਪਿਛਲੇ ਦਰਵਾਜ਼ੇ ਰਾਹੀਂ ਆਸ਼ਰਮ ਵਿਚ ਦਾਖਲ ਹੋ ਗਿਆ। ਜਿਸ ਤਰ੍ਹਾਂ ਗੁਰੂਦੇਵ ਨੇ ਕਿਹਾ ਸੀ, ਮੈਂ

ਦਰਵਾਜ਼ੇ ਉੱਪਰ ਜੰਦਰਾ ਨਹੀਂ ਸੀ ਲਗਾਇਆ ਹੋਇਆ। ਉਹ ਆਦਮੀ ਛੇਤੀ ਹੀ ਮੇਰੀਆਂ ਬੇਸ਼ਕੀਮਤੀ ਲੱਗਣ ਵਾਲੀਆਂ ਛੇ ਫੁੱਲ ਗੋਭੀਆਂ ਵਿਚੋਂ ਇੱਕ ਗੋਭੀ ਦਾ ਫੁੱਲ ਹੱਥ ਵਿਚ ਲਈ ਬਾਹਰ ਆ ਗਿਆ। ਹੁਣ ਉਹ ਦੌਲਤ ਦੀ ਪ੍ਰਾਪਤੀ ਦੇ ਗੌਰਵ ਨਾਲ ਲੰਬੇ ਲੰਬੇ ਕਦਮ ਭਰਦਿਆਂ ਸਨਮਾਨਤ ਤਰੀਕੇ ਨਾਲ ਚੱਲਣ ਲੱਗਿਆ।

ਇਸ ਹਾਸ ਰਸ ਭਰਪੂਰ ਨਾਟਕ ਵਿਚ ਮੇਰੀ ਭੂਮਿਕਾ ਇੱਕ ਲੁੱਟੇ ਜਾ ਰਹੇ ਅਤੇ ਉਲਝਣ ਵਿਚ ਪਏ ਹੋਏ ਆਦਮੀ ਦੀ ਮਹਿਸੂਸ ਹੋ ਰਹੀ ਸੀ। ਪ੍ਰੰਤੂ ਇਹ ਸਭ ਕੁਝ ਮੈਨੂੰ ਇੰਨਾ ਵਿਆਕੁਲ ਕਰ ਦੇਣ ਵਾਲਾ ਵੀ ਨਹੀਂ ਸੀ, ਕਿ ਮੈਂ ਤੈਸ਼ ਵਿਚ ਆ ਕੇ ਚੋਰ ਦਾ ਪਿੱਛਾ ਕਰਨਾ ਭੁੱਲ ਜਾਂਦਾ। ਮੈਂ ਸੜਕ ਦੇ ਅੱਧੇ ਰਸਤੇ ਦੀ ਦੂਰੀ ਤੇ ਪਹੁੰਚਿਆ ਹੀ ਸੀ, ਕਿ ਗੁਰੂਦੇਵ ਨੇ ਮੈਨੂੰ ਵਾਪਸ ਬੁਲਾ ਲਿਆ। ਉਹ ਸਿਰ ਤੋਂ ਲੈ ਕੇ ਪੈਰਾਂ ਤਕ ਹੱਸ ਹੱਸ ਕੇ ਲੋਟ ਪੋਟ ਹੋ ਰਹੇ ਸਨ।

"ਉਸ ਝੱਲੇ ਆਦਮੀ ਨੂੰ ਇੱਕ ਫੁੱਲ ਗੋਭੀ ਚਾਹੀਦੀ ਸੀ।" ਵਾਰ ਵਾਰ ਉਮੜਦੇ ਹਾਸਿਆਂ ਦੇ ਠਹਾਕਿਆਂ ਦੇ ਦਰਮਿਆਨ ਉਨ੍ਹਾਂ ਨੇ ਕਿਹਾ, "ਮੈਂ ਸੋਚਿਆ ਕਿ ਉਸ ਨੂੰ ਤੇਰੀਆਂ ਇਸ ਤਰ੍ਹਾਂ ਅਸੁਰੱਖਿਅਤ ਛੱਡ ਦਿੱਤੀਆਂ ਗਈਆਂ ਗੋਭੀਆਂ ਵਿਚੋਂ ਇੱਕ ਮਿਲ ਜਾਵੇ ਤਾਂ ਕਿੰਨਾ ਚੰਗਾ ਹੋਵੇ।"

ਮੈਂ ਭੱਜ ਕੇ ਆਪਣੇ ਕਮਰੇ ਵਿਚ ਗਿਆ, ਤਾਂ ਉੱਥੇ ਦੇਖਿਆ ਕਿ ਉਸ ਚੋਰ ਨੇ, ਜੋ ਪ੍ਰਤੱਖ ਤੌਰ ਤੇ ਸਬਜ਼ੀ ਚੋਰ ਹੀ ਲਗਦਾ ਸੀ, ਕੰਬਲ ਉੱਪਰ ਸਾਹਮਣੇ ਪਈਆਂ ਮੇਰੀਆਂ ਸੋਨੇ ਦੀਆਂ ਮੁੰਦਰੀਆਂ, ਘੜੀ ਅਤੇ ਪੈਸਿਆਂ ਨੂੰ ਛੂਹਿਆ ਤਕ ਨਹੀਂ ਸੀ। ਇਸ ਦੀ ਬਜਾਏ ਉਹ ਰੀਂਗ ਕੇ ਮੰਜੇ ਦੇ ਥੱਲੇ ਘੁਸਿਆ, ਜਿੱਥੇ ਬਿਲਕੁਲ ਵੀ ਦਿਖਾਈ ਨਾ ਦੇਣ ਵਾਲੀਆਂ ਗੋਭੀਆਂ ਦੀ ਉਹ ਟੋਕਰੀ ਰੱਖੀ ਹੋਈ ਸੀ ਅਤੇ ਉਸ ਵਿਚੋਂ, ਉਸ ਨੂੰ ਆਪਣੀ ਇੱਕੋ ਇੱਕ ਮਨਭਾਉਂਦੀ ਵਸਤੂ ਮਿਲ ਗਈ।

ਉਸ ਦਿਨ ਸ਼ਾਮ ਨੂੰ, ਮੈਂ ਗੁਰੂਦੇਵ ਨੂੰ ਇਸ ਘਟਨਾ ਦੀ ਵਿਆਖਿਆ ਕਰਨ ਵਾਸਤੇ ਬੇਨਤੀ ਕੀਤੀ (ਮੈਨੂੰ ਲੱਗ ਰਿਹਾ ਸੀ ਕਿ ਇਸ ਘਟਨਾ ਵਿਚ ਕੁਝ ਉਲਝਣਕਾਰੀ ਗੱਲਾਂ ਸਨ)।

ਮੇਰੇ ਗੁਰੂਦੇਵ ਨੇ ਹੌਲੀ ਹੌਲੀ ਸਿਰ ਹਿਲਾਇਆ, ਤੂੰ ਇੱਕ ਦਿਨ ਇਹ ਸਾਰੀਆਂ ਗੱਲਾਂ ਸਮਝ ਜਾਵੇਂਗਾ। ਵਿਗਿਆਨ ਇਨ੍ਹਾਂ ਗੁਪਤ ਨਿਯਮਾਂ ਵਿਚੋਂ ਬਹੁਤਿਆਂ ਦੀ ਖੋਜ ਛੇਤੀ ਹੀ ਕਰ ਲਵੇਗਾ।"

ਕੁਝ ਵਰ੍ਹਿਆਂ ਬਾਅਦ, ਜਦੋਂ ਦੁਨੀਆਂ ਨੂੰ ਹੈਰਾਨ ਕਰਨ ਵਾਲੀਆਂ ਰੇਡੀਉ ਦੀਆਂ ਚਮਤਕਾਰੀ ਧੁਨਾਂ ਦੀ ਖੋਜ ਦਾ ਧਮਾਕਾ ਹੋਇਆ, ਤਾਂ ਮੈਨੂੰ ਗੁਰੂਦੇਵ ਦੀ ਕੀਤੀ ਹੋਈ ਭਵਿਖਬਾਣੀ ਯਾਦ ਆ ਗਈ। ਕਾਲ ਅਤੇ ਦੇਸ਼ ਦੇ ਯੁਗਾਂ ਪੁਰਾਣੇ ਵਿਚਾਰਾਂ ਦੀ ਕਲਪਨਾ ਦਾ ਪੂਰੀ ਤਰ੍ਹਾਂ ਖਾਤਮਾ ਹੋ ਗਿਆ। ਕਿਸੇ ਦਾ ਵੀ ਘਰ ਇੰਨਾ ਛੋਟਾ ਨਾ ਰਿਹਾ, ਜਿਸ ਵਿਚ

ਲੰਡਨ ਅਤੇ ਕੋਲਕਾਤਾ ਦਾਖਲ ਨਾ ਹੋ ਸਕਣ। ਆਦਮੀ ਦੀ ਸਰਬਵਿਆਪਕਤਾ ਦੇ ਇੱਕ ਪਹਿਲੂ ਦੇ ਵਿਵਾਦ ਰਹਿਤ ਸਬੂਤ ਦੇ ਅੱਗੇ ਮੂੜ੍ਹ ਬੁੱਧੀ* ਵਿਸਤਾਰਿਤ ਹੋ ਗਈ।

ਫੁੱਲ ਗੋਭੀ ਦੇ ਹਾਸ ਰਸ ਭਰਪੂਰ ਨਾਟਕ ਦੇ ਵਿਸ਼ੇ ਵਸਤੂ ਨੂੰ ਰੇਡੀਉ ਦੀ ਕਾਰਜ ਪ੍ਰਣਾਲੀ ਦੀ ਉਦਾਹਰਣ ਨਾਲ ਚੰਗੇ ਢੰਗ ਨਾਲ ਸਮਝਾਇਆ ਜਾ ਸਕਦਾ ਹੈ। ਮੇਰੇ ਗੁਰੂਦੇਵ ਇੱਕ ਸਰਬਗੁਣ ਸੰਪਨ ਮਾਨਵ ਰੇਡੀਉ ਸਨ। ਵਿਚਾਰ ਹੋਰ ਕੁਝ ਨਾ ਹੋ ਕੇ ਸਿਰਫ ਅਕਾਸ਼ ਤੱਤ ਵਿਚ ਵਿਚਰਨ ਵਾਲੇ ਸੂਖਮ ਸਪੰਦਨ ਹਨ। ਜਿਸ ਤਰ੍ਹਾਂ ਰੇਡੀਉ ਤੇ ਜੋ ਪ੍ਰੋਗਰਾਮ ਤੁਸੀਂ ਸੁਣਨਾ ਚਾਹੁੰਦੇ ਹੋ, ਉਸ ਵਕਤ ਅਕਾਸ਼ ਤੱਤ ਵਿਚ ਸਾਰੇ ਪਾਸਿਉਂ ਵਿਚਰ ਰਹੇ ਹਜ਼ਾਰਾਂ ਸੂਖਮ ਸਪੰਦਨਾਂ ਵਿਚੋਂ, ਉਸ ਵਿਸ਼ੇਸ਼ ਪ੍ਰੋਗਰਾਮ ਦੇ ਸੂਖਮ ਸਪੰਦਨ ਨਾਲ ਇੱਕਮਿੱਕ ਹੋਕੇ ਉਸੇ ਵਿਚਾਰ ਨੂੰ ਪਕੜ ਕੇ ਤੁਸੀਂ ਆਪਣਾ ਮਨਭਾਉਂਦਾ ਪ੍ਰੋਗਰਾਮ ਸੁਣ ਸਕਦੇ ਹੋ। ਉਸੇ ਤਰ੍ਹਾਂ ਸੰਸਾਰ ਦੇ ਮਨੁੱਖੀ ਮਨਾਂ ਦੇ ਬੇਸ਼ੁਮਾਰ ਵਿਚਾਰਾਂ ਵਿਚੋਂ ਇੱਕ ਵਿਸ਼ੇਸ਼ ਲੋੜੀਂਦੇ ਵਿਚਾਰ (ਗੋਭੀ ਦੇ ਫੁੱਲ ਵਾਸਤੇ ਲਲਾਇਤ ਉਸ ਝੱਲੇ ਆਦਮੀ ਦੇ ਵਿਚਾਰ) ਸਬੰਧੀ ਸ੍ਰੀ ਯੁਕਤੇਸ਼ਵਰ ਜੀ ਅਤਿਅੰਤ ਸੰਵੇਦਨਸ਼ੀਲ ਰੂਪ ਵਿਚ ਗ੍ਰੈਹਣਸ਼ੀਲ ਹੋ ਗਏ ਸਨ। ਸਮੁੰਦਰ ਦੇ ਕਿਨਾਰੇ ਦੀ ਤਰਫ ਚੱਲਦੇ ਸਮੇਂ, ਜਿਉਂ ਹੀ ਗੁਰੂਦੇਵ ਨੇ ਉਸ ਝੱਲੇ ਜਿਹੇ ਕਿਸਾਨ ਦੀ ਸਧਾਰਨ ਲਾਲਸਾ ਨੂੰ

* 1939 ਵਿਚ ਰੇਡੀਉ ਸੂਖਮਦਰਸ਼ੀ (ਰੇਡੀਉ ਮਾਈਕਰੋਸਕੋਪ) ਦੀ ਕੱਢੀ ਗਈ ਕਾਢ ਨੇ, ਉਦੋਂ ਤਕ ਅਗਿਆਤ ਕਿਰਨਾਂ ਦੇ ਨਵੇਂ ਸੰਸਾਰ ਨੂੰ ਪ੍ਰਦਰਸ਼ਤ ਕਰ ਦਿੱਤਾ ਸੀ। ਐਸੋਸੀਏਟਿਡ ਪ੍ਰੈਸ ਨੇ ਇਹ ਸਮਾਚਾਰ ਦਿੱਤਾ, "ਆਦਮੀ ਖੁਦ ਆਪ ਅਤੇ ਸਾਰੇ ਤਰ੍ਹਾਂ ਦੇ ਜੜ੍ਹ ਮੰਨੇ ਜਾਣ ਵਾਲੇ ਪਦਾਰਥ ਲਗਾਤਾਰ ਕਿਰਨਾਂ ਛੱਡਦੇ ਰਹਿੰਦੇ ਹਨ, ਜਿਨ੍ਹਾਂ ਨੂੰ ਇਹ ਯੰਤਰ ਦੇਖਦਾ ਹੈ। ਉਹ ਲੋਕ ਜੋ ਦੂਰ ਸੰਵੇਦਨ (ਦੂਰ ਸੰਪਰਕ), ਦਿੱਵਯ ਦ੍ਰਿਸ਼ਟੀ ਅਤੇ ਪੂਰਵ ਗਿਆਨ ਵਿਚ ਵਿਸ਼ਵਾਸ ਰੱਖਦੇ ਹਨ, ਉਨ੍ਹਾਂ ਦੇ ਵਾਸਤੇ ਇਸ ਘੋਸ਼ਣਾ ਵਿਚ, ਉਨ੍ਹਾਂ ਦਿਖਾਈ ਨਾ ਦੇਣ ਵਾਲੀਆਂ ਕਿਰਨਾਂ ਦੀ ਹੋਂਦ ਦਾ ਪਹਿਲਾ ਪੱਕਾ ਸਬੂਤ ਹੈ। ਇਹ ਕਿਰਨਾਂ ਸੱਚ ਮੁੱਚ ਵਿਚ ਹੀ, ਇੱਕ ਆਦਮੀ ਤੋਂ ਦੂਸਰੇ ਆਦਮੀ ਤਕ ਯਾਤਰਾ ਕਰਦੀਆਂ ਹਨ। ਇਹ ਰੇਡੀਉ ਸੂਖਮਦਰਸ਼ੀ ਯੰਤਰ ਅਸਲ ਵਿਚ ਰੇਡੀਉ-ਆਵ੍ਰਿਤੀ ਸਪੈਕਟਦਰਸ਼ੀ ਯੰਤਰ ਹੈ। ਇਹ ਠੰਡੇ ਹੋਏ, ਪ੍ਰਭਾਵਹੀਣ, ਜੜ੍ਹ ਪਦਾਰਥਾਂ ਨਾਲ ਉਸੇ ਤਰ੍ਹਾਂ ਵਿਵਹਾਰ ਕਰਦਾ ਹੈ, ਜੋ ਇੱਕ ਸਪੈਕਟਦਰਸ਼ੀ ਤਾਰਿਆਂ ਦੇ ਨਿਰਮਾਣ ਕਰਨ ਵਾਲੇ ਅਣੂਆਂ-ਪ੍ਰਮਾਣੂਆਂ ਨਾਲ ਕਰਦਾ ਹੈ। ਮਾਨਵ ਸਰੀਰਾਂ ਅਤੇ ਸਾਰੀਆਂ ਸਜੀਵ ਵਸਤੂਆਂ ਵਿਚੋਂ ਇਹੋ ਜਿਹੀਆਂ ਨਿਕਲਣ ਵਾਲੀਆਂ ਕਿਰਨਾਂ ਦੀ ਹੋਂਦ ਦਾ ਅਨੁਮਾਨ ਵਿਗਿਆਨਿਕਾਂ ਨੂੰ ਅਨੇਕ ਵਰ੍ਹਿਆਂ ਤੋਂ ਸੀ।

ਅੱਜ ਉਨ੍ਹਾਂ ਦੀ ਹੋਂਦ ਦਾ ਪ੍ਰਯੋਗਾਤਮਕ ਪ੍ਰਮਾਣ ਪ੍ਰਾਪਤ ਹੋਇਆ ਹੈ। ਇਸ ਕਾਢ ਦੇ ਨਾਲ ਇਹ ਸਾਬਤ ਹੋ ਗਿਆ ਹੈ ਕਿ ਸੰਸਾਰ ਦਾ ਹਰ ਇੱਕ ਅਣੂ ਅਤੇ ਪ੍ਰਮਾਣੂ ਇੱਕ ਲਗਾਤਾਰ ਰੇਡੀਉ ਪ੍ਰਸਾਰਣ ਕੇਂਦਰ ਹੈ। ਇਸ ਤਰ੍ਹਾਂ ਮੌਤ ਤੋਂ ਬਾਅਦ ਵੀ ਉਹ ਪਦਾਰਥ, ਜੋ ਕਦੇ ਮਨੁੱਖ ਹੁੰਦੇ ਸਨ, ਆਪਣੀਆਂ ਕਿਰਨਾਂ ਪ੍ਰਸਾਰਤ ਕਰਦੇ ਰਹਿੰਦੇ ਹਨ। ਇਨ੍ਹਾਂ ਕਿਰਨਾਂ ਦੀ ਲੰਬਾਈ ਹੁਣ ਰੇਡੀਉ ਤਰੰਗਾਂ ਦੀ ਸਭ ਤੋਂ ਛੋਟੀ ਤਰੰਗ ਤੋਂ ਵੀ ਛੋਟੀ ਅਤੇ ਵੱਡੀ ਤਰੰਗ ਤੋਂ ਵੀ ਵੱਡੀ ਹੋ ਸਕਦੀ ਹੈ। ਇਨ੍ਹਾਂ ਤਰੰਗਾਂ ਦਾ ਜਮਘਟਾ ਕਲਪਨਾ ਤੋਂ ਪਰੇ ਹੈ। ਇਨ੍ਹਾਂ ਦੀ ਗਿਣਤੀ ਲੱਖਾਂ ਕਰੋੜਾਂ ਵਿਚ ਹੈ। ਸਿਰਫ ਇੱਕ ਵੱਡਾ ਪ੍ਰਮਾਣੂ ਇੱਕੋ ਵੇਲੇ 10 ਲੱਖ ਵੱਖੋ ਵੱਖਰੀਆ ਤਰੰਗਾਂ ਪਰਸਾਰਤ ਕਰ ਸਕਦਾ ਹੈ। ਇਸ ਤਰ੍ਹਾਂ ਲੰਬੀਆਂ ਤਰੰਗਾਂ ਰੇਡੀਉ ਕਿਰਨਾਂ ਵਰਗੀ ਹੀ ਸਰਲਤਾ ਨਾਲ ਯਾਤਰਾ ਕਰਦੀਆਂ ਹਨ। ਇਨ੍ਹਾਂ ਨਵੀਆਂ ਰੇਡੀਉ ਕਿਰਨਾਂ ਅਤੇ ਪ੍ਰਕਾਸ਼ ਵਰਗੀਆਂ ਜਾਣੀਆਂ ਪਹਿਚਾਣੀਆਂ ਕਿਰਨਾਂ ਵਿਚ ਇੱਕ ਹੈਰਾਨਕੁਨ ਫਰਕ ਹੈ। ਉਹ ਇਹ ਹੈ, ਕਿ ਲੰਬੇ ਸਮੇਂ ਤਕ, ਹਜ਼ਾਰਾਂ ਵਰ੍ਹਿਆਂ ਤਕ ਰੇਡੀਉ ਕਿਰਨਾਂ ਅਚੱਲ ਪਦਾਰਥ ਵਸਤੂਆਂ ਵਿਚੋਂ ਨਿਕਲਦੀਆਂ ਹੀ ਰਹਿਣਗੀਆਂ।

ਫੜਿਆ, ਤਿਉਂ ਹੀ ਉਸ ਦੀ ਲਾਲਸਾ ਪੂਰੀ ਕਰਨ ਵਾਸਤੇ ਤਿਆਰ ਹੋ ਗਏ। ਉਨ੍ਹਾਂ ਦੀ ਅਧਿਆਤਮਿਕ ਨਜ਼ਰ ਨੇ ਸ਼ਗਿਰਦਾਂ ਦੇ ਦ੍ਰਿਸ਼ਟੀ ਗੋਚਰ ਹੋਣ ਤੋਂ ਪਹਿਲਾਂ ਹੀ ਸੜਕ ਉੱਪਰ ਨੱਚਦੇ ਟੱਪਦੇ ਆ ਰਹੇ, ਉਸ ਆਦਮੀ ਨੂੰ ਦੇਖ ਲਿਆ ਸੀ। ਆਸ਼ਰਮ ਦੇ ਦਰਵਾਜ਼ੇ ਨੂੰ ਜੰਦਰਾ ਨਾ ਲਾਉਣ ਦੀ ਮੇਰੀ ਭੁੱਲ ਤੋਂ, ਗੁਰੂਦੇਵ ਨੂੰ ਮੈਨੂੰ ਆਪਣੀਆਂ ਪਿਆਰੀਆਂ ਗੋਭੀਆਂ ਵਿਚੋਂ ਇੱਕ ਤੋਂ ਵਾਂਝਾ ਕਰਨ ਦਾ ਸੌਖਾ ਬਹਾਨਾ ਮਿਲ ਗਿਆ ਸੀ।

ਇਸ ਤਰ੍ਹਾਂ ਗ੍ਰੈਹਣਸ਼ੀਲ ਯੰਤਰ ਦਾ ਕੰਮ ਕਰਨ ਤੋਂ ਬਾਅਦ, ਸ਼੍ਰੀ ਯੁਕਤੇਸ਼ਵਰ ਜੀ ਨੇ, ਆਪਣੀ ਅਤਿਅੰਤ ਸ਼ਕਤੀਸ਼ਾਲੀ ਇੱਛਾ ਸ਼ਕਤੀ ਦਾ ਪ੍ਰਯੋਗ ਕਰਕੇ ਪ੍ਰਸਾਰਣ ਯੰਤਰ ਦਾ ਕੰਮ ਕੀਤਾ।* ਉਸ ਭੂਮਿਕਾ ਵਿਚ ਉਨ੍ਹਾਂ ਨੇ ਉਸ ਆਦਮੀ ਨੂੰ ਆਪਣੀ ਦਿਸ਼ਾ ਬਦਲਣ ਵਾਸਤੇ ਅਤੇ ਕੇਵਲ ਇੱਕ ਗੋਭੀ ਦੇ ਫੁੱਲ ਦੇ ਵਾਸਤੇ ਨਿਸ਼ਚਿਤ ਕਮਰੇ ਵਿਚ ਜਾਣ ਵਾਸਤੇ ਸਫਲਤਾ ਪੂਰਵਕ ਹੁਕਮ ਦਿੱਤਾ।

ਅੰਤਰ ਗਿਆਨ, ਆਤਮਾ ਦਾ ਮਾਰਗ ਦਰਸ਼ਨ ਕਰਦਾ ਹੈ। ਜੋ ਮਨੁੱਖ ਦੇ ਮਨ ਵਿਚ ਸੁਭਾਵਕ ਤੌਰ ਤੇ ਉਸ ਵੇਲੇ ਪ੍ਰਗਟ ਹੁੰਦਾ ਹੈ, ਜਦੋਂ ਉਸਦਾ ਮਨ ਸ਼ਾਂਤ ਹੁੰਦਾ ਹੈ। ਲਗ ਭਗ ਹਰ ਇੱਕ ਆਦਮੀ ਨੂੰ, ਕਦੇ ਨਾ ਕਦੇ ਕੋਈ ਸੱਚਾ ਪੂਰਵ ਸੰਕੇਤ (ਵਿਆਖਿਆ ਤੋਂ ਅਤੀਤ) ਮਿਲਣ ਦਾ ਜਾਂ ਦੂਸਰੇ ਆਦਮੀ ਨੂੰ ਆਪਣੇ ਵਿਚਾਰ ਠੀਕ ਉਸੇ ਰੂਪ ਵਿਚ ਸੰਚਾਰਤ ਕੀਤੇ ਹੁੰਦੇ ਹੋਣ ਦਾ ਤਜਰਬਾ ਹੋਇਆ ਹੁੰਦਾ ਹੈ। ਚੰਚਲਤਾ ਜਾਂ ਅਸ਼ਾਂਤੀ ਦੀ ਘਬਰਾਹਟ ਤੋਂ ਮੁਕਤ ਹੋਇਆ ਮਨੁੱਖੀ ਮਨ, ਜਟਿਲ ਰੇਡੀਉ ਯੰਤਰ ਵਿਧੀ ਰਚਨਾ ਵਾਲੇ ਸਾਰੇ ਕੰਮ ਕਰਨ ਦੇ ਸਮਰੱਥ ਹੋ ਜਾਂਦਾ ਹੈ, ਜਿਸ ਨਾਲ ਉਹ ਵਿਚਾਰਾਂ ਨੂੰ ਗ੍ਰੈਹਣ ਵੀ ਕਰ ਸਕਦਾ ਹੈ ਅਤੇ ਵਿਚਾਰਾਂ ਨੂੰ ਪਰਸਾਰਤ ਵੀ ਕਰ ਸਕਦਾ ਹੈ। ਅਣਚਾਹੇ ਵਿਚਾਰਾਂ ਨੂੰ ਅੰਦਰ ਆਉਣ ਤੋਂ ਰੋਕ ਵੀ ਸਕਦਾ ਹੈ। ਜਿਸ ਤਰ੍ਹਾਂ ਕਿਸੇ ਰੇਡੀਉ ਪ੍ਰਸਾਰਣ ਕੇਂਦਰ ਦੀ ਸ਼ਕਤੀ ਵਰਤੋਂ ਵਿਚ ਲਿਆਂਦੀ ਗਈ ਬਿਜਲੀ ਦੀ ਤਾਕਤ ਉੱਪਰ ਨਿਰਭਰ ਕਰਦੀ ਹੈ, ਉਸੇ ਤਰੀਕੇ ਨਾਲ ਮਨੁੱਖੀ ਮਨ ਰੇਡੀਉ ਦੀ ਪ੍ਰਭਾਵਸ਼ੀਲਤਾ ਹਰ ਇੱਕ ਮਨੁੱਖ ਵਿਚ ਮੌਜੂਦ ਇੱਛਾ ਸ਼ਕਤੀ ਤੇ ਨਿਰਭਰ ਕਰਦੀ ਹੈ।

ਸਾਰੇ ਵਿਚਾਰ ਹਮੇਸ਼ਾਂ ਵਾਸਤੇ ਬ੍ਰਹਿਮੰਡ ਵਿਚ ਸਪੰਦਿਤ ਹੁੰਦੇ ਰਹਿੰਦੇ ਹਨ। ਸਿੱਧ ਪੁਰਸ਼ ਡੂੰਘੀ ਇਕਾਗਰਤਾ ਨਾਲ ਕਿਸੇ ਵੀ ਮਨੁੱਖ ਦੇ ਵਿਚਾਰਾਂ ਨੂੰ ਜਾਣ ਸਕਦਾ ਹੈ, ਭਾਵੇਂ ਉਹ ਜੀਵਤ ਹੈ ਜਾਂ ਉਸ ਦੀ ਮੌਤ ਹੋ ਚੁੱਕੀ ਹੋਵੇ। ਵਿਚਾਰ ਕਿਸੇ ਵਿਅਕਤੀ ਵਿਸ਼ੇਸ਼ ਵਿਚ ਨਹੀਂ, ਬਲਕਿ ਸਰਬਵਿਆਪਕ ਰੂਪ ਵਿਚ ਮੌਜੂਦ ਹਨ। ਕਿਸੇ ਸੱਚ ਦੀ ਸਿਰਜਣਾ ਨਹੀਂ ਕੀਤੀ ਜਾ ਸਕਦੀ, ਇਹ ਸਿਰਫ ਸਮਝਿਆ ਹੀ ਜਾ ਸਕਦਾ ਹੈ ਜਾਂ ਜਾਣਿਆ ਜਾ ਸਕਦਾ ਹੈ। ਮਨੁੱਖ ਦੇ ਅਸ਼ੁੱਧ ਵਿਚਾਰ ਉਸ ਦੇ ਵਿਵੇਕ ਵਿਚ ਕਿਸੇ ਛੋਟੀ ਮੋਟੀ ਕਮੀ ਦਾ ਨਤੀਜਾ ਹੁੰਦੇ ਹਨ।

* ਇਸ ਸਬੰਧ ਵਿਚ ਚੈਪਟਰ 28 ਦਾ ਫੁਟ ਨੋਟ ਦੇਖੋ।

ਯੋਗ ਵਿਗਿਆਨ ਦਾ ਉਦੇਸ਼ ਮਨ ਨੂੰ ਸ਼ਾਂਤ ਕਰਨਾ ਹੈ ਤਾਂ ਕਿ ਇਹ ਕਦੇ ਵੀ ਗਲਤੀ ਨਾ ਕਰਨ ਵਾਲੀ ਅੰਤਰ ਆਤਮਾ ਦੀ ਅਵਾਜ਼ ਨੂੰ ਬਗੈਰ ਕਿਸੇ ਗੜਬੜ ਦੇ ਸੁਣ ਸਕੇ।

ਰੇਡੀਉ ਅਤੇ ਟੈਲੀਵੀਜਨ ਦੇ ਕਾਰਨ ਲੱਖਾਂ ਕਰੋੜਾਂ ਲੋਕ ਘਰ ਬੈਠੇ ਹੀ ਦੂਰ ਤੋਂ ਲੋਕਾਂ ਦੀ ਅਵਾਜ਼ ਝਟਪਟ ਸੁਣ ਸਕਦੇ ਹਨ ਅਤੇ ਉਨ੍ਹਾਂ ਦੀਆਂ ਸ਼ਕਲਾਂ ਵੀ ਦੇਖ ਸਕਦੇ ਹਨ। ਜੋ ਇਸ ਗੱਲ ਦੀ ਪਹਿਲੀ ਹਲਕੀ ਜਿਹੀ ਵਿਗਿਆਨਿਕ ਸੂਚਨਾ ਹੈ ਕਿ ਮਨੁੱਖ ਸਰਬਵਿਆਪਕ ਆਤਮਾ ਹੈ। ਭਾਵੇਂ ਘਮੰਡ ਉਸ ਨੂੰ ਆਪਣਾ ਗੁਲਾਮ ਬਣਾਉਣ ਦੀ ਵਹਿਸ਼ੀਆਨਾ ਸਾਜ਼ਸ਼ ਰਚਦਾ ਰਹਿੰਦਾ ਹੈ, ਫਿਰ ਵੀ ਮਨੁੱਖ ਅਕਾਸ਼ ਵਿਚ ਕਿਸੇ ਥਾਂ ਤੇ ਜਕੜਿਆ ਸਰੀਰ ਨਹੀਂ, ਬਲਕਿ ਸਰਬਵਿਆਪਕ ਆਤਮਾ ਹੈ।

ਸਰੀਰ ਵਿਗਿਆਨ ਵਿਚ ਨੋਬਲ ਪੁਰਸਕਾਰ ਵਿਜੇਤਾ ਚਾਰਲਸ ਰਾਬਰਟ ਰਿਸ਼ੇਟ* ਨੇ ਕਿਹਾ ਹੈ, "ਬਹੁਤ ਅਜੀਬ, ਬਹੁਤ ਅਦਭੁਤ, ਬਹੁਤ ਅਸੰਭਵ ਹੋਣ ਵਾਲੀਆਂ ਗੱਲਾਂ ਹਾਲੇ ਵੀ ਪ੍ਰਤੱਖ ਰੂਪ ਵਿਚ ਸਾਡੇ ਸਾਹਮਣੇ ਆ ਸਕਦੀਆਂ ਹਨ, ਜਿਨ੍ਹਾਂ ਦੇ ਇੱਕ ਵਾਰ ਪ੍ਰਮਾਣਤ ਹੋਣ ਨਾਲ ਸਾਨੂੰ ਕੋਈ ਹੈਰਾਨੀ ਨਹੀਂ ਹੋਵੇਗੀ, ਜਿਸ ਤਰ੍ਹਾਂ ਪਿਛਲੀ ਸ਼ਤਾਬਦੀ ਦੇ ਦੌਰਾਨ ਵਿਗਿਆਨ ਦੁਆਰਾ ਕੀਤੀਆਂ ਗਈਆਂ ਖੋਜਾਂ ਉੱਪਰ ਕੋਈ ਹੈਰਾਨੀ ਨਹੀਂ ਹੁੰਦੀ। ਇਸ ਤਰ੍ਹਾਂ ਮੰਨ ਲਿਆ ਜਾਂਦਾ ਹੈ, ਕਿ ਜਿਨ੍ਹਾਂ ਚਮਤਕਾਰਕ ਘਟਨਾਵਾਂ ਨੂੰ ਹੁਣ ਅਸੀਂ ਬਗੈਰ ਹੈਰਾਨ ਹੋਏ ਮੰਨ ਲੈਂਦੇ ਹਾਂ, ਉਹ ਸਾਡੀ ਉਤਸੁਕਤਾ ਨੂੰ ਇਸ ਕਰਕੇ ਨਹੀਂ ਉਤੇਜਿਤ ਕਰ ਪਾਉਂਦੀਆਂ, ਕਿ ਅਸੀਂ ਉਨ੍ਹਾਂ ਨੂੰ ਚੰਗੀ ਤਰ੍ਹਾਂ ਸਮਝ ਚੁੱਕੇ ਹਾਂ, ਪਰ ਅਸਲੀਅਤ ਇਹ ਨਹੀਂ, ਜੇ ਉਹ ਗੱਲਾਂ ਸਾਨੂੰ ਹੈਰਾਨ ਨਹੀਂ ਕਰਦੀਆਂ, ਤਾਂ ਇਸ ਦਾ ਕਾਰਨ ਇਹ ਨਹੀਂ ਹੈ ਕਿ ਉਹ ਸਾਡੀ ਸਮਝ ਵਿਚ ਚੰਗੀ ਤਰ੍ਹਾਂ ਆ ਚੁੱਕੀਆਂ ਹਨ, ਬਲਕਿ ਉਸ ਦਾ ਕਾਰਨ ਇਹ ਹੈ, ਕਿ ਉਹ ਸਾਡੇ ਵਾਸਤੇ ਜਾਣੀਆਂ ਪਹਿਚਾਣੀਆਂ ਹੋ ਗਈਆਂ ਹਨ। ਕਿਉਂਕਿ ਜੇ ਇਸ ਤਰ੍ਹਾਂ ਜਿਹੜੀਆਂ ਗੱਲਾਂ ਸਾਡੀ ਸਮਝ ਵਿਚ ਨਾ ਆਉਣ ਤਾਂ ਉਹ ਸਾਨੂੰ ਹੈਰਾਨ ਕਰਦੀਆਂ ਰਹਿਣ, ਤਾਂ ਸਾਨੂੰ ਹਰ ਉਹ ਗੱਲ – ਹਵਾ ਵਿਚ ਉਛਾਲੇ ਗਏ ਪੱਥਰ ਦਾ ਧਰਤੀ ਤੇ ਡਿਗਣਾ, ਨਿੱਕੇ ਜਿਹੇ ਬੀਜ ਤੋਂ ਬੋਹੜ ਦਾ ਦਰਖਤ ਬਣਨਾ, ਪਾਰੇ ਦਾ ਗਰਮੀ ਨਾਲ ਫੈਲਣਾ ਅਤੇ ਲੋਹੇ ਦਾ ਚੁੰਬਕ ਵੱਲ ਖਿੱਚੇ ਜਾਣਾ ਅਤੇ ਫਾਸਫੋਰਸ ਦਾ ਰਗੜਨ ਨਾਲ ਜਲਣਾ ਦੇਖ ਕੇ – ਸਾਨੂੰ ਹੈਰਾਨ ਹੋਣਾ ਚਾਹੀਦਾ ਹੈ।"

ਅੱਜ ਦਾ ਵਿਗਿਆਨ ਤਾਂ ਫਿਰ ਇੱਕ ਸਧਾਰਨ ਗੱਲ ਹੈ- ਜਿਨ੍ਹਾਂ ਹੈਰਾਨੀਜਨਕ ਸਚਾਈਆਂ ਨੂੰ ਸਾਡੀਆਂ ਆਉਣ ਵਾਲੀਆਂ ਪੀੜ੍ਹੀਆਂ ਖੋਜਣਗੀਆਂ, ਉਹ ਅੱਜ ਵੀ ਸਾਡੇ ਚਾਰੇ ਪਾਸੇ ਮੌਜੂਦ ਹਨ। ਇੱਕ ਪ੍ਰਕਾਰ ਨਾਲ ਇਹ ਕਹੀਏ, ਕਿ ਉਹ ਸਾਡੀਆਂ ਅੱਖਾਂ ਵਿਚ ਅੱਖਾਂ ਪਾ ਕੇ ਸਾਨੂੰ ਮੂੰਹ ਚਿੜ੍ਹਾ ਰਹੀਆਂ ਹਨ। ਪ੍ਰੰਤੂ ਫਿਰ ਵੀ ਅਸੀਂ ਉਨ੍ਹਾਂ ਨੂੰ ਦੇਖ

* ਅਵਰ ਸਿਕਸਥ ਸੈਨਸ ਦੇ ਲੇਖਕ (ਲੰਡਨः- ਰਾਈਡਰ ਐਂਡ ਕੰਪਨੀ)

ਨਹੀਂ ਸਕਦੇ। ਸਿਰਫ ਇਹ ਕਹਿ ਦੇਣ ਨਾਲ, ਕਿ ਅਸੀਂ ਉਨ੍ਹਾਂ ਨੂੰ ਦੇਖ ਨਹੀਂ ਸਕਦੇ, ਗੱਲ ਨਹੀਂ ਬਣਦੀ, ਗੱਲ ਇਹ ਹੈ, ਅਸੀਂ ਉਨ੍ਹਾਂ ਨੂੰ ਦੇਖਣਾ ਹੀ ਨਹੀਂ ਚਾਹੁੰਦੇ। ਕਿਉਂਕਿ ਜਿਉਂ ਹੀ ਕੋਈ ਅਣਜਾਣ ਜਾਂ ਬਗੈਰ ਕਿਸੇ ਉਮੀਦ ਤੋਂ ਕੋਈ ਤੱਥ ਸਾਡੇ ਸਾਹਮਣੇ ਆ ਜਾਂਦਾ ਹੈ ਤਾਂ ਅਸੀਂ ਉਸ ਨੂੰ ਆਪਣੀ ਰੋਜ਼ਾਨਾ ਜਾਣਕਾਰੀ ਦੀ ਸਰਬ ਸਾਮਾਨਯ ਚੌਗਾਠ ਵਿਚ ਫਿਟ ਕਰਨ ਦਾ ਯਤਨ ਕਰਦੇ ਹਾਂ ਅਤੇ ਜੇ ਕੋਈ ਹੋਰ ਪ੍ਰਯੋਗ ਕਰਦਾ ਹੈ ਤਾਂ ਅਸੀਂ ਨਰਾਜ਼ ਹੋ ਜਾਂਦੇ ਹਾਂ।

ਅਤਿਅੰਤ ਭੇਦ ਭਰੇ ਢੰਗ ਨਾਲ, ਮੇਰੀ ਗੋਭੀ ਦਾ ਫੁੱਲ ਚੋਰੀ ਹੋ ਜਾਣ ਤੋਂ ਕਈ ਦਿਨ ਬਾਅਦ, ਇੱਕ ਬੜੀ ਹਾਸ ਰਸ ਭਰਪੂਰ ਘਟਨਾ ਵਾਪਰੀ। ਮਿੱਟੀ ਦੇ ਤੇਲ ਦਾ ਦੀਵਾ ਨਹੀਂ ਸੀ ਲੱਭ ਰਿਹਾ। ਅਸੀਂ ਆਪਣੇ ਗੁਰੂਦੇਵ ਦੀ ਸਰਬਦਰਸ਼ੀ ਅੰਤਰ ਦ੍ਰਿਸ਼ਟੀ ਤੋਂ ਤਾਜ਼ੇ ਤਾਜ਼ੇ ਵਾਕਫ ਹੋਏ ਸੀ ਅਤੇ ਮੈਂ ਸੋਚਿਆ ਕਿ ਉਸ ਦਾ ਪ੍ਰਯੋਗ ਕਰਦਿਆਂ, ਦੀਵਾ ਲੱਭਣਾ ਉਨ੍ਹਾਂ ਵਾਸਤੇ ਬੱਚਿਆਂ ਦੀ ਖੇਡ ਹੈ।

ਗੁਰੂਦੇਵ ਨੇ ਮੇਰੀ ਗੱਲ ਭਾਂਪ ਲਈ ਅਤੇ ਡੂੰਘੀ ਗੰਭੀਰਤਾ ਦਿਖਾਉਂਦਿਆਂ, ਉਨ੍ਹਾਂ ਨੇ ਸਾਰੇ ਆਸ਼ਰਮ ਵਾਸੀਆਂ ਤੋਂ ਗੰਭੀਰਤਾ ਨਾਲ ਛਾਣ ਬੀਣ ਕੀਤੀ। ਇੱਕ ਨੰਨ੍ਹੇ ਸ਼ਗਿਰਦ ਨੇ ਮੰਨਿਆ, ਕਿ ਉਸ ਨੇ ਆਸ਼ਰਮ ਦੇ ਪਿਛਵਾੜੇ ਵਾਲੇ ਖੂਹ ਤੇ ਜਾਣ ਵਾਸਤੇ ਉਸ ਦੀਵੇ ਦਾ ਪ੍ਰਯੋਗ ਕੀਤਾ ਸੀ।

ਸ੍ਰੀ ਯੁਕਤੇਸ਼ਵਰ ਜੀ ਨੇ ਬਹੁਤ ਗੰਭੀਰ ਅੰਦਾਜ਼ ਵਿਚ ਆਦੇਸ਼ ਦਿੱਤਾ, ਉਸ ਦੀਵੇ ਨੂੰ ਖੂਹ ਦੇ ਕੋਲ ਲੱਭੋ। ਮੈਂ ਭੱਜ ਕੇ ਖੂਹ ਦੇ ਕੋਲ ਗਿਆ ਪਰ ਉੱਥੇ ਦੀਵਾ ਨਹੀਂ ਸੀ। ਮੈਂ ਮੂੰਹ ਲਟਕਾਈ ਗੁਰੂਦੇਵ ਦੇ ਕੋਲ ਵਾਪਸ ਆ ਗਿਆ। ਉਹ ਮੇਰੀ ਮਾਇਆ ਦੇ ਭਰਮ ਜਾਲ ਵਿਚ ਫਸੀ ਸਥਿਤੀ ਨੂੰ ਦੇਖਦਿਆਂ ਬਗੈਰ ਕਿਸੇ ਪਛਤਾਵੇ ਦੇ ਹੱਸ ਹੱਸ ਕੇ ਲੋਟ ਪੋਟ ਹੋ ਰਹੇ ਸਨ।

"ਅਫਸੋਸ ਹੈ ਕਿ ਮੈਂ ਤੁਹਾਡਾ ਗੁਆਚਿਆ ਦੀਵਾ ਨਹੀਂ ਲੱਭ ਸਕਿਆ। ਮੈਂ ਕੋਈ ਜੋਤਸ਼ੀ ਨਹੀਂ ਹਾਂ।" ਉਨ੍ਹਾਂ ਦੀਆਂ ਅੱਖਾਂ ਚਮਕ ਉੱਠੀਆਂ, ਉਨ੍ਹਾਂ ਨੇ ਅੱਗੇ ਕਿਹਾ, "ਮੈਂ ਕੋਈ ਸ਼ੇਰਲਾਕ ਹੋਮਜ਼* ਵੀ ਨਹੀਂ ਹਾਂ।"

ਮੇਰੀ ਸਮਝ ਵਿਚ ਆ ਗਿਆ ਕਿ ਗੁਰੂਦੇਵ ਕਿਸੇ ਦੁਆਰਾ ਚੁਣੌਤੀ ਦਿੱਤੇ ਜਾਣ ਜਾਂ ਨਿਗੂਣੀਆਂ ਗੱਲਾਂ ਲਈ ਆਪਣੀਆਂ ਸ਼ਕਤੀਆਂ ਦਾ ਪ੍ਰਦਰਸ਼ਨ ਕਰਨ ਤੋਂ ਗੁਰੇਜ਼ ਕਰਨਗੇ।

ਹੱਸਦਿਆਂ ਖੇਡਦਿਆਂ ਕਈ ਹਫਤੇ ਲੰਘ ਗਏ। ਸ੍ਰੀ ਯੁਕਤੇਸ਼ਵਰ ਜੀ ਇੱਕ ਨਗਰ ਕੀਰਤਨ ਦੀ ਯੋਜਨਾ ਬਣਾ ਰਹੇ ਸਨ। ਉਨ੍ਹਾਂ ਨੇ ਮੈਨੂੰ ਸੋਭਾ ਯਾਤਰਾ ਦੀ ਸ਼ਹਿਰ ਦੇ

* ਸਰ ਆਰਥਰ ਕਾਨਨ ਡਾਇਲ ਦੁਆਰਾ ਲਿਖਤ ਜਸੂਸੀ ਕਥਾਵਾਂ ਦਾ ਨਾਇਕ।

ਬਜ਼ਾਰਾਂ ਅਤੇ ਸਮੁੰਦਰ ਦੇ ਕਿਨਾਰੇ ਅਗਵਾਈ ਕਰਨ ਲਈ ਕਿਹਾ। ਤਿਉਹਾਰ ਦੇ ਦਿਨ (ਦਕਸ਼ਣਾਇਣ ਦੀ ਸ਼ੁਰੂਆਤ) ਸਵੇਰ ਤੋਂ ਹੀ ਕਹਿਰ ਦੀ ਗਰਮੀ ਪੈ ਰਹੀ ਸੀ।

"ਗੁਰੂਦੇਵ, ਮੈਂ ਸੰਗਤ ਨੂੰ ਨੰਗੇ ਪੈਰੀਂ ਅੰਗਿਆਰਿਆਂ ਵਾਂਗ ਤਪਦੀ ਰੇਤ ਉੱਪਰ ਦੀ ਕਿਸ ਤਰ੍ਹਾਂ ਲੈ ਜਾਵਾਂਗਾ," ਮੈਂ ਮਾਯੂਸ ਹੋ ਕੇ ਪੁੱਛਿਆ।

"ਮੈਂ ਤੈਨੂੰ ਇੱਕ ਭੇਦ ਭਰੀ ਗੱਲ ਦੱਸਦਾ ਹਾਂ," ਗੁਰੂਦੇਵ ਨੇ ਕਿਹਾ, "ਪ੍ਰਮਾਤਮਾ ਬੱਦਲਾਂ ਦੀ ਇੱਕ ਛਤਰੀ ਭੇਜ ਦੇਣਗੇ ਅਤੇ ਤੁਸੀਂ ਸਾਰੇ ਅਰਾਮ ਨਾਲ ਚਲਦੇ ਰਹੋਗੇ।"

ਮੈਂ ਖੁਸ਼ੀ ਖੁਸ਼ੀ ਸ਼ੋਭਾ ਯਾਤਰਾ ਦੀ ਤਿਆਰੀ ਕੀਤੀ। ਸੰਗਤ ਆਸ਼ਰਮ ਤੋਂ ਸਤਸੰਗ* ਦਾ ਝੰਡਾ ਲੈ ਕੇ ਰਵਾਨਾ ਹੋਈ। ਇਸ ਝੰਡੇ ਦੇ ਨਿਸ਼ਾਨ ਦੀ ਪਰਿਕਲਪਨਾ ਵੀ ਸ਼੍ਰੀ ਯੁਕਤੇਸ਼ਵਰ ਜੀ ਦੁਆਰਾ ਕੀਤੀ ਗਈ ਸੀ, ਜਿਸ ਉੱਪਰ ਅੰਤਰ- ਗਿਆਨ ਦੇ ਪ੍ਰਤੀਕ ਦੇ ਰੂਪ ਵਿਚ ਤੀਜਾ ਨੇਤਰ† ਜਾਂ ਦਿਵੱਯ ਚਕਸ਼ੂ ਬਣਿਆ ਹੋਇਆ ਸੀ।

ਜਿਉਂ ਹੀ ਸੋਭਾ ਯਾਤਰਾ ਆਸ਼ਰਮ ਤੋਂ ਬਾਹਰ ਨਿਕਲੀ, ਅਸਮਾਨ ਜਿਵੇਂ ਕਿਸੇ ਜਾਦੂ ਨਾਲ ਬੱਦਲਾਂ ਨਾਲ ਭਰ ਗਿਆ। ਸੰਗਤ ਅਤੇ ਦੇਖਣ ਵਾਲਿਆਂ ਦੇ ਮੂਹੋਂ ਆਪ ਮੁਹਾਰੇ ਹੈਰਾਨੀਜਨਕ ਉਦਗਾਰ ਨਿਕਲ ਪਏ। ਹਲਕਾ ਜਿਹਾ ਮੀਂਹ ਦਾ ਛਰਾਟਾ ਵੀ ਪੈ ਗਿਆ, ਜਿਸ ਨਾਲ ਸ਼ਹਿਰ ਦੇ ਬਜ਼ਾਰਾਂ ਅਤੇ ਤੱਪ ਰਹੇ ਸਮੁੰਦਰੀ ਤੱਟ ਦੀ ਰੇਤ ਵੀ ਠੰਡੀ ਹੋ ਗਈ।

ਦੋ ਘੰਟਿਆਂ ਦੀ ਸੋਭਾ ਯਾਤਰਾ ਦੇ ਦੌਰਾਨ ਰੁਕ ਰੁਕ ਕੇ ਬੂੰਦਾ ਬਾਂਦੀ ਹੁੰਦੀ ਰਹੀ। ਜਿਸ ਵਕਤ ਸੰਗਤ ਆਸ਼ਰਮ ਦੇ ਵਿਚ ਵਾਪਸ ਪਹੁੰਚ ਗਈ ਤਾਂ ਉਸੇ ਵਕਤ ਬੱਦਲ ਅਤੇ ਬਾਰਸ਼ ਦੋਵੇਂ ਹੀ ਗਾਇਬ ਹੋ ਗਏ।

"ਤੂੰ ਦੇਖਿਆ ਕਿ ਪ੍ਰਮਾਤਮਾ ਸਾਡਾ ਕਿੰਨਾ ਖਿਆਲ ਰੱਖਦਾ ਹੈ? ਉਹ ਸਭ ਦੀਆਂ ਪ੍ਰਾਥਨਾਵਾਂ ਦਾ ਉੱਤਰ ਦਿੰਦਾ ਹੈ। ਸਭ ਦੇ ਕੰਮ ਕਰਦਾ ਹੈ। ਜਿਸ ਤਰ੍ਹਾਂ ਉਸ ਨੇ ਮੇਰੀ ਬੇਨਤੀ ਉੱਪਰ ਬਾਰਸ਼ ਭੇਜ ਦਿੱਤੀ, ਉਸੇ ਤਰ੍ਹਾਂ ਹੀ ਉਹ ਕਿਸੇ ਵੀ ਸਰਧਾਲੂ ਦੀ ਕੋਈ ਵੀ ਸੱਚੀ ਇੱਛਾ ਪੂਰੀ ਕਰ ਦਿੰਦਾ ਹੈ। ਲੋਕ ਕਦੇ ਹੀ ਸਮਝ ਪਾਉਂਦੇ ਹਨ, ਕਿ

* ਸਤ ਦਾ ਸ਼ਾਬਦਿਕ ਅਰਥ ਹੈ, 'ਸਚਾਈ ਜਾਂ ਹੋਂਦ' ਮਤਲਬ ਸਚਾਈ, ਅਸਲੀਅਤ, ਸਾਰ। ਸੰਗ ਦਾ ਮਤਲਬ ਹੈ 'ਸਾਥ, ਸੰਗਤ,' ਸ਼੍ਰੀ ਯੁਕਤੇਸ਼ਵਰ ਜੀ ਆਪਣੇ ਸੰਗਠਨ ਨੂੰ ਸਤ-ਸੰਗ ਕਹਿੰਦੇ ਸਨ। ਜਿਸ ਦਾ ਮਤਲਬ ਹੈ, 'ਸੱਚ ਦਾ ਸਾਥ।'

† ਬਾਈਬਲ ਵਿਚ ਤੀਜੇ ਨੇਤਰ ਨੂੰ ਹੀ ਇੱਕ ਮਾਤਰ ਨੇਤਰ ਕਿਹਾ ਗਿਆ ਹੈ। "ਇਸ ਲਈ ਜੇ ਤੁਹਾਡੀ ਅੱਖ ਇੱਕ ਹੋ ਜਾਵੇ, ਤਾਂ ਤੁਹਾਡਾ ਪੂਰਾ ਸਰੀਰ ਪ੍ਰਕਾਸ਼ ਨਾਲ ਭਰ ਜਾਵੇਗਾ।" *ਮੈਥਯੂ* 6:22 (ਬਾਈਬਲ) ਡੂੰਘੇ ਧਿਆਨ ਵਿਚ ਇਹ ਤੀਜਾ ਨੇਤਰ ਜਾਂ ਦਿਵੱਯ ਚਕਸ਼ੂ ਲਲਾਟ ਦੇ ਵਿਚਕਾਰ ਦਿਖਾਈ ਦੇਣ ਲੱਗਦਾ ਹੈ। ਇਸ ਸਰਬਦਰਸ਼ੀ ਨੇਤਰ ਦਾ ਸ਼ਾਸਤਰਾਂ ਵਿਚ ਵੱਖਰੇ ਵੱਖਰੇ ਨਾਵਾਂ ਨਾਲ ਜ਼ਿਕਰ ਕੀਤਾ ਗਿਆ ਹੈ-ਤੀਜਾ ਨੇਤਰ, ਪੂਰਵ ਦਾ ਤਾਰਾ, ਅੰਤਰ ਚਕਸ਼ੂ, ਸਵਰਗ ਤੋਂ ਉਤਰਿਆ ਕਬੂਤਰ, ਸ਼ਿਵਨੇਤਰ, ਅੰਤਰ ਗਿਆਨ ਦਾ ਚਕਸ਼ੂ ਅਤੇ ਦਿਵੱਯ ਚਕਸ਼ੂ ਆਦਿ।

ਪ੍ਰਮਾਤਮਾ ਕਿੰਨੀ ਵਾਰ ਉਨ੍ਹਾਂ ਦੀਆਂ ਪ੍ਰਾਥਨਾਵਾਂ ਪੂਰੀਆਂ ਕਰਦਾ ਹੈ। ਉਹ ਕਦੇ ਕਿਸੇ ਨਾਲ ਵਿਤਕਰਾ ਨਹੀਂ ਕਰਦਾ, ਜਿਹੜਾ ਵੀ ਸ਼ਰਧਾ ਵਿਸ਼ਵਾਸ ਨਾਲ ਉਸ ਦੇ ਚਰਨਾਂ ਵਿਚ ਜਾਂਦਾ ਹੈ, ਉਹ ਹਰ ਇੱਕ ਮਨੁੱਖ ਦੀ ਪ੍ਰਾਰਥਨਾ ਮਨਜ਼ੂਰ ਕਰਦਾ ਹੈ। ਉਸ ਦੇ ਬੱਚਿਆਂ ਨੂੰ ਸਦਾ ਹੀ ਆਪਣੇ ਸਰਬਵਿਆਪੀ ਪਰਮ-ਪਿਤਾ ਪ੍ਰਮੇਸ਼ਵਰ ਦੀ ਕ੍ਰਿਪਾਲਤਾ ਵਿਚ ਅਟੁੱਟ ਵਿਸ਼ਵਾਸ ਰੱਖਣਾ ਚਾਹੀਦਾ ਹੈ।*

ਸ਼੍ਰੀ ਯੁਕਤੇਸ਼ਵਰ ਜੀ ਦੋ ਸੰਪਾਤ (ਸਾਲ ਵਿਚ ਦੋ ਵਾਰ ਜਦੋਂ ਦਿਨ ਅਤੇ ਰਾਤ ਬਰਾਬਰ ਹੁੰਦੇ ਹਨ) ਦੋ ਆਇਣ ਸੰਧੀਆਂ (ਕਰਕ ਸੰਕਰਾਤੀ ਅਤੇ ਮਕਰ ਸੰਕਰਾਤੀ- ਜਦੋਂ ਸਾਲ ਵਿਚ ਸਭ ਤੋਂ ਦਿਨ ਛੋਟਾ ਹੁੰਦਾ ਹੈ ਅਤੇ ਦਿਨ ਸਭ ਤੋਂ ਵੱਡਾ ਹੁੰਦਾ ਹੈ) ਦੇ ਦਿਨਾਂ ਨੂੰ ਚਾਰ ਸਲਾਨਾ ਤਿਉਹਾਰਾਂ ਦੇ ਰੂਪ ਵਿਚ ਮਨਾਉਂਦੇ ਸਨ। ਇਨ੍ਹਾਂ ਤਿਉਹਾਰਾਂ ਉੱਪਰ ਉਨ੍ਹਾਂ ਦੇ ਦੂਰ ਨੇੜੇ ਦੇ ਸ਼ਗਿਰਦ ਇਕੱਠੇ ਹੁੰਦੇ ਸਨ। ਮਕਰ ਸੰਕਰਾਤੀ ਦਾ ਦਿਹਾੜਾ ਸ਼੍ਰੀਰਾਮਪੁਰ ਵਿਚ ਮਨਾਇਆ ਜਾਂਦਾ ਸੀ। ਜਦੋਂ ਮੈਂ ਇਸ ਵਿਚ ਪਹਿਲੀ ਵਾਰ ਸ਼ਾਮਲ ਹੋਇਆ ਤਾਂ ਮੈਨੂੰ ਇੱਕ ਸਦੀਵੀ ਅਸ਼ੀਰਵਾਦ ਮਿਲਿਆ। ਉਤਸਵ ਦੀ ਸ਼ੁਰੂਆਤ ਸਵੇਰੇ ਸਵੇਰੇ ਸ਼ਹਿਰ ਦੀਆਂ ਸੜਕਾਂ ਉੱਪਰ ਨੰਗੇ ਪੈਰੀਂ ਪ੍ਰਭਾਤ ਫੇਰੀ ਨਾਲ ਹੋਈ। ਸੈਂਕੜੇ ਸ਼ਗਿਰਦ ਸੁਰੀਲੀ ਅਵਾਜ਼ ਵਿਚ ਧਾਰਮਿਕ ਭਜਨ ਗਾ ਰਹੇ ਸਨ। ਕੁਝ ਗਵਈਏ ਬੰਸਰੀ, ਢੋਲਕੀ ਅਤੇ ਖੜਤਾਲਾਂ ਨਾਲ ਉਨ੍ਹਾਂ ਦਾ ਸਾਥ ਦੇ ਰਹੇ ਸਨ। ਪਰਮ ਪਿਤਾ ਪ੍ਰਮੇਸ਼ਵਰ ਦੀ ਉਪਮਾ ਦੇ ਸੁਰੀਲੇ ਭਜਨ ਸੁਣ ਕੇ ਸ਼ਹਿਰ ਦੇ ਲੋਕ ਨੀਰਸ ਦੁਨਿਆਵੀ ਕੰਮਾਂ ਨੂੰ ਛੱਡ ਕੇ ਭਗਤੀ ਰਸ ਵਿਚ ਰੰਗੇ ਹੋਏ ਸਾਡੇ ਉੱਪਰ ਫੁੱਲਾਂ ਦੀ ਵਰਖਾ ਕਰ ਰਹੇ ਸਨ। ਅਨੇਕ ਰਸਤਿਆਂ ਤੋਂ ਹੁੰਦੀ ਹੋਈ, ਇਹ ਪ੍ਰਭਾਤ ਫੇਰੀ ਆਸ਼ਰਮ ਦੇ ਵਿਹੜੇ ਵਿਚ ਆ ਕੇ ਸਮਾਪਤ ਹੋਈ, ਜਿੱਥੇ ਅਸੀਂ ਗੁਰੂਦੇਵ ਨੂੰ ਚਾਰੇ ਪਾਸਿਆਂ ਤੋਂ ਘੇਰ ਕੇ ਕੀਰਤਨ ਕਰਨ ਲੱਗੇ ਜਦੋਂ ਕਿ ਉੱਪਰਲੇ ਵਰਾਂਡਿਆਂ ਵਿਚ ਖੜ੍ਹੇ ਸ਼ਗਿਰਦ ਸਾਡੇ ਉੱਪਰ ਗੇਂਦੇ ਦੇ ਫੁੱਲਾਂ ਦੀ ਵਰਖਾ ਕਰ ਰਹੇ ਸਨ।

ਬਹੁਤ ਸਾਰੇ ਮਹਿਮਾਨ ਆਸ਼ਰਮ ਦੀ ਉੱਪਰਲੀ ਮੰਜ਼ਲ ਤੇ ਚਲੇ ਗਏ ਜਿੱਥੇ ਪਨੀਰ ਅਤੇ ਸੰਤਰਿਆਂ ਤੋਂ ਬਣੀ ਖੀਰ ਵਰਤਾਈ ਜਾ ਰਹੀ ਸੀ। ਮੈਂ ਆਪਣੇ ਉਨ੍ਹਾਂ ਗੁਰੂਭਾਈਆਂ ਦੇ ਕੋਲ ਗਿਆ, ਜਿਨ੍ਹਾਂ ਨੂੰ ਅੱਜ ਦੇ ਤਿਉਹਾਰ ਵਾਸਤੇ ਖਾਣਾ ਬਣਾਉਣ ਦੀ ਜ਼ੁੰਮੇਵਾਰੀ ਸੌਂਪੀ ਗਈ ਸੀ। ਇਹੋ ਜਿਹੇ ਵੱਡੇ ਸਮਾਗਮਾਂ ਵਾਸਤੇ ਖਾਣਾ ਖੁੱਲ੍ਹੀ ਥਾਂ ਉੱਪਰ ਵੱਡੇ ਵੱਡੇ ਕੜਾਹਿਆਂ ਵਿਚ ਬਣਾਉਣਾ ਪੈਂਦਾ ਸੀ। ਇੱਟਾਂ ਅਤੇ ਮਿੱਟੀ ਦੇ ਬਣਾਏ ਗਏ ਕੰਮ ਚਲਾਊ ਚੁਲ੍ਹਿਆਂ ਵਿਚ ਬਲਣ ਵਾਲੀਆਂ ਲਕੜਾਂ ਦਾ ਧੂਆਂ ਉੱਠ ਰਿਹਾ ਸੀ। ਪਰ ਅਸੀਂ ਪ੍ਰਸੰਨਤਾ ਨਾਲ ਆਪਣੇ ਕੰਮ ਵਿਚ ਲੱਗੇ ਹੋਏ ਸੀ। ਭਾਰਤ ਵਿਚ ਧਾਰਮਿਕ ਤਿਉਹਾਰਾਂ ਨੂੰ ਕਦੇ ਕਸ਼ਟਦਾਇਕ ਨਹੀਂ ਮੰਨਿਆ ਜਾਂਦਾ। ਹਰ ਇੱਕ ਸ਼ਰਧਾਲੂ ਆਪਣੀ ਆਪਣੀ

* ਜਿਸ ਨੇ ਕੰਨ ਦਿੱਤਾ ਹੈ, ਕੀ ਉਹ ਹੀ ਨਹੀਂ ਸੁਣ ਸਕੇਗਾ? ਜਿਸ ਨੇ ਅੱਖ ਦਿੱਤੀ ਹੈ, ਕੀ ਉਹ ਹੀ ਨਹੀਂ ਦੇਖ ਸਕੇਗਾ? ਜੋ ਮਨੁੱਖ ਨੂੰ ਗਿਆਨ ਦਿੰਦਾ ਹੈ, ਕੀ ਉਸੇ ਨੂੰ ਹੀ ਗਿਆਨ ਨਹੀਂ ਹੋਵੇਗਾ? *ਸ਼ਾਮ* 94:9–10 (ਬਾਈਬਲ)

ਸਮਰਥਾ ਅਨੁਸਾਰ ਯੋਗਦਾਨ ਪਾਉਂਦਾ ਹੈ। ਕੋਈ ਪੈਸੇ ਧੇਲੇ ਦੀ ਸੇਵਾ ਕਰਦਾ ਹੈ, ਕੋਈ ਚਾਵਲ ਅਤੇ ਸਬਜ਼ੀਆਂ ਜਾਂ ਫਿਰ ਉਹ ਤਨ ਮਨ ਨਾਲ ਸੇਵਾ ਕਰਦਾ ਹੈ।

ਗੁਰੂਦੇਵ ਛੇਤੀ ਹੀ ਖਾਣਾ ਬਣਾਉਣ ਵਾਲਿਆਂ ਦੇ ਕੰਮ ਦੀ ਸਮੀਖਿਆ ਲੈਣ ਸਾਡੇ ਕੋਲ ਪਹੁੰਚ ਗਏ। ਹਰ ਵਕਤ ਰੁੱਝੇ ਹੋਏ, ਉਹ ਸਾਰਿਆਂ ਤੋਂ ਹਿੰਮਤੀ ਨੌਜਵਾਨ ਸ਼ਗਿਰਦਾਂ ਦੇ ਨਾਲ ਕੰਧੇ ਨਾਲ ਕੰਧਾ ਮਿਲਾ ਕੇ ਕੰਮ ਕਰ ਰਹੇ ਸਨ।

ਉੱਪਰਲੀ ਮੰਜ਼ਲ ਤੇ ਹਾਰਮੋਨੀਅਮ ਅਤੇ ਢੋਲਕੀ ਨਾਲ ਕੀਰਤਨ ਚਲ ਰਿਹਾ ਸੀ। ਸ਼੍ਰੀ ਯੁਕਤੇਸ਼ਵਰ ਜੀ ਉਸ ਨੂੰ ਆਨੰਦ ਮਗਨ ਹੋ ਕੇ ਸੁਣ ਰਹੇ ਸਨ। ਉਨ੍ਹਾਂ ਨੂੰ ਸੰਗੀਤ ਦਾ ਪੂਰਾ ਗਿਆਨ ਸੀ।

"ਉਹ ਬੇਸੁਰਾ ਗਾ ਰਹੇ ਹਨ," ਗੁਰੂਦੇਵ ਰਸੋਈ ਘਰ ਵਾਲਿਆਂ ਨੂੰ ਛੱਡ ਕੇ ਉਨ੍ਹਾਂ ਦੇ ਦਰਮਿਆਨ ਪਹੁੰਚ ਗਏ। ਸੰਗੀਤ ਦੀ ਧੁਨ ਫਿਰ ਸੁਣਾਈ ਦਿੱਤੀ, ਪਰ ਇਸ ਵਾਰ ਉਹ ਸਹੀ ਸੁਰ ਵਿਚ ਸੀ।

ਸੰਸਾਰ ਵਿਚ ਸੰਗੀਤ ਵਿਗਿਆਨ ਦੀ ਸਭ ਤੋਂ ਪਹਿਲੀ ਜਾਣਕਾਰੀ ਸਾਮਵੇਦ ਵਿਚ ਮੌਜੂਦ ਹੈ। ਭਾਰਤ ਵਿਚ ਸੰਗੀਤ ਕਲਾ, ਚਿੱਤਰ ਕਲਾ ਅਤੇ ਨਾਟਕ ਕਲਾ ਨੂੰ ਦੈਵੀ ਕਲਾਵਾਂ ਮੰਨਿਆ ਜਾਂਦਾ ਹੈ। ਅਨੰਤ ਤ੍ਰਿ-ਮੂਰਤੀ ਬ੍ਰਹਮਾ, ਵਿਸ਼ਨੂ ਅਤੇ ਸ਼ਿਵ ਜੀ ਨੂੰ ਪਹਿਲੇ ਸੰਗੀਤਕਾਰ ਮੰਨਿਆ ਜਾਂਦਾ ਹੈ। ਸ਼ਾਸਤਰ ਪੁਰਾਣਾਂ ਅਨੁਸਾਰ ਸ਼ਿਵ ਨੇ ਨਟਰਾਜ ਜਾਂ ਦੈਵੀ ਨਰਤਕ ਦੇ ਰੂਪ ਵਿਚ ਬ੍ਰਹਿਮੰਡ ਦੀ ਰਚਨਾ, ਪਾਲਣਾ ਅਤੇ ਵਿਨਾਸ਼ ਸਮੇਂ ਸੰਗੀਤ ਦੀਆਂ ਅਨੰਤ ਪ੍ਰਕਾਰ ਦੀਆਂ ਸੁਰਾਂ ਦੀ ਸਿਰਜਣਾ ਕੀਤੀ। ਬ੍ਰਹਮਾ ਅਤੇ ਵਿਸ਼ਨੂ ਖੜਤਾਲਾਂ ਅਤੇ ਮ੍ਰਿਦੰਗ ਵਜਾ ਰਹੇ ਸਨ।

ਵਿਦਿਆ ਦੀ ਅਧਿਸ਼ਠਾਤਰੀ ਦੇਵੀ ਸਰਸਵਤੀ ਨੂੰ ਸਾਰੇ ਤਾਰਾਂ ਵਾਲੇ ਸਾਜ਼ਾਂ ਦੀ ਜਨਮਦਾਤੀ ਵੀਣਾ ਨੂੰ ਵਜਾਉਂਦੀ ਦਿਖਾਇਆ ਗਿਆ ਹੈ। ਹਿੰਦੂ ਚਿੱਤਰ ਕਲਾ ਵਿਚ ਵਿਸ਼ਨੂ ਦੇ ਇੱਕ ਅਵਤਾਰ ਸ਼੍ਰੀ ਕ੍ਰਿਸ਼ਨ ਨੂੰ ਬੰਸਰੀ ਵਜਾਉਂਦਿਆ ਦਿਖਾਇਆ ਗਿਆ ਹੈ ਜੋ ਮਾਇਆ ਦੇ ਭਰਮਜਾਲ ਵਿਚ ਭਟਕ ਰਹੀਆਂ ਆਤਮਾਵਾਂ ਨੂੰ ਆਪਣੇ ਵੱਲ, ਮਤਲਬ, ਅਸਲੀ ਘਰ ਵਾਪਸ ਬੁਲਾਉਣ ਲਈ ਬੰਸਰੀ ਉੱਪਰ ਮਨਮੋਹਕ ਤਾਨ ਛੇੜਦੇ ਹਨ।

ਹਿੰਦੂ ਸੰਗੀਤ ਦੀ ਅਧਾਰਸ਼ਿਲਾ ਰਾਗ ਰਾਗਣੀਆਂ ਜਾਂ ਨਿਸ਼ਚਿਤ ਸੁਰ ਕ੍ਰਮ ਹੈ। ਛੇ ਮੁੱਖ ਰਾਗਾਂ ਦੀਆਂ ਇੱਕ ਸੌ ਛਬੀ ਸ਼ਾਖਾਵਾਂ, ਉਪ ਸ਼ਾਖਾਵਾਂ ਹਨ, ਜਿਨ੍ਹਾਂ ਨੂੰ ਰਾਗਣੀਆਂ (ਪਤਨੀਆਂ) ਅਤੇ ਪੁੱਤਰ ਕਿਹਾ ਜਾਂਦਾ ਹੈ। ਹਰ ਰਾਗ ਦੇ ਘੱਟੋ ਘੱਟ ਪੰਜ ਸੁਰ ਹੁੰਦੇ ਹਨ। ਇੱਕ ਮੁੱਖ ਸੁਰ (ਵਾਦੀ ਜਾਂ ਰਾਜਾ ਸੁਰ), ਇੱਕ ਗੌਣ ਸੁਰ (ਸੰਵਾਦੀ ਜਾਂ ਪ੍ਰਧਾਨ ਮੰਤਰੀ ਸੁਰ) ਦੋ ਸਹਾਇਕ ਸੁਰ (ਅਨੁਵਾਦੀ ਜਾਂ ਸੇਵਕ ਸੁਰ) ਅਤੇ ਇੱਕ ਅਣਮੇਲ ਸੁਰ (ਵਿਵਾਦੀ ਜਾਂ ਸ਼ਤਰੂ ਸੁਰ)।

ਛੇ ਰਾਗਾਂ ਵਿਚੋਂ, ਹਰ ਇੱਕ ਮੂਲ ਰਾਗ ਦੀ, ਦਿਨ ਦੇ ਸਮੇਂ, ਸਾਲ ਦੇ ਖਾਸ ਮੌਸਮ ਅਤੇ ਉਸ ਦੇ ਅਧਿਸ਼ਠਾਤਾ ਦੇਵਤਾ, ਜੋ ਉਸ ਨੂੰ ਵਿਸ਼ੇਸ਼ ਤਾਕਤ ਬਖਸ਼ਦਾ ਹੈ ਦੇ ਨਾਲ ਕੁਦਰਤੀ ਅਨੁਰੂਪਤਾ ਹੈ। (1) ਇਸ ਤਰ੍ਹਾਂ ਹਿੰਡੋਲ ਰਾਗ ਕੇਵਲ ਬਸੰਤ ਦੇ ਮੌਸਮ ਵਿਚ ਸਵੇਰੇ ਸਵੇਰੇ ਸੁਣਿਆ ਜਾਂਦਾ ਹੈ, ਇਸ ਨਾਲ ਵਿਸ਼ਵਵਿਆਪੀ ਪਿਆਰ ਪੈਦਾ ਹੁੰਦਾ ਹੈ। (2) ਦੀਪਕ ਰਾਗ ਗਰਮੀਆਂ ਦੇ ਮੌਸਮ ਵਿਚ ਸ਼ਾਮ ਨੂੰ ਗਾਇਆ ਜਾਂਦਾ ਹੈ, ਇਸ ਨਾਲ ਦਯਾ ਉਤਪੰਨ ਹੁੰਦੀ ਹੈ। (3) ਮੇਘ ਰਾਗ ਬਰਸਾਤ ਦੇ ਮੌਸਮ ਵਿਚ ਦੁਪਹਿਰ ਵੇਲੇ ਗਾਇਆ ਜਾਂਦਾ ਹੈ, ਇਸ ਨਾਲ ਹੌਸਲਾ ਵਧਦਾ ਹੈ। (4)ਭੈਰਵ ਰਾਗ ਅਗਸਤ, ਸਤੰਬਰ ਅਤੇ ਅਕਤੂਬਰ ਦੇ ਮਹੀਨਿਆਂ ਵਿਚ ਸਵੇਰੇ ਸਵੇਰੇ ਗਾਇਆ ਜਾਂਦਾ ਹੈ, ਇਸ ਨਾਲ ਸ਼ਾਂਤੀ ਉਤਪੰਨ ਹੁੰਦੀ ਹੈ। (5) ਸ਼੍ਰੀ ਰਾਗ ਸਰਦ ਰੁਤ ਵਿਚ ਸੰਧਿਆ ਵੇਲੇ ਗਾਇਆ ਜਾਂਦਾ ਹੈ, ਇਸ ਨਾਲ ਸੱਚਾ ਪਿਆਰ ਪੈਦਾ ਹੁੰਦਾ ਹੈ। (6) ਮਾਲ ਕੌਂਸ ਰਾਗ ਸਰਦੀ ਦੇ ਮੌਸਮ ਵਿਚ ਅੱਧੀ ਰਾਤ ਨੂੰ ਗਾਇਆ ਜਾਂਦਾ ਹੈ, ਇਸ ਨਾਲ ਸ਼ੂਰਬੀਰਤਾ ਦਾ ਸੰਚਾਰ ਹੁੰਦਾ ਹੈ।

ਪ੍ਰਾਚੀਨ ਰਿਸ਼ੀਆਂ ਨੇ ਕੁਦਰਤ ਅਤੇ ਮਨੁੱਖ ਦੇ ਦਰਮਿਆਨ ਸੁਰ ਮਿੱਤਰਤਾ ਦੇ ਨਿਯਮਾਂ ਦੀ ਖੋਜ ਕੀਤੀ, ਕਿਉਂਕਿ ਕੁਦਰਤ 'ਓਮ' ਦਾ (ਨਾਦ ਬ੍ਰਹਮ ਜਾਂ ਪ੍ਰਣਬ ਝੰਕਾਰ) ਸਕਾਰ ਰੂਪ ਹੈ। ਇਸ ਕਰ ਕੇ ਮਨੁੱਖ ਖਾਸ ਸ਼ਬਦਾਂ ਜਾਂ ਮੰਤਰਾਂ ਦੀ ਵਰਤੋਂ ਨਾਲ ਸਾਰੀਆਂ ਕੁਦਰਤੀ ਅਭੀਵਿਅਕਤੀਆਂ (ਪ੍ਰਗਟਾਵਿਆਂ) ਨੂੰ ਕਾਬੂ ਕਰ ਸਕਦਾ ਹੈ।* ਇਤਿਹਾਸਿਕ ਤੱਥ ਦੱਸਦੇ ਹਨ, ਕਿ ਸੋਲ੍ਹਵੀਂ ਸਦੀ ਵਿਚ ਬਾਦਸ਼ਾਹ ਅਕਬਰ ਦੇ ਦਰਬਾਰੀ ਗਾਇਕ ਮੀਆਂ ਤਾਨ ਸੈਨ ਕੋਲ ਅਲੌਕਿਕ ਸ਼ਕਤੀਆਂ ਸਨ। ਇੱਕ ਵਾਰ ਬਾਦਸ਼ਾਹ ਅਕਬਰ ਨੇ ਉਸ ਨੂੰ ਸ਼ਿਖਰ ਦੁਪਹਿਰੇ, ਰਾਤ ਨੂੰ ਗਾਉਣ ਵਾਲਾ ਰਾਗ ਕਹਿ ਦਿੱਤਾ, ਤਾਂ ਮੀਆਂ ਤਾਨ ਸੈਨ ਨੇ ਇੱਕ ਮੰਤਰ ਉਚਾਰਿਆ, ਜਿਸ ਨਾਲ ਮਹਿਲ ਦੇ ਅਹਾਤੇ ਵਿਚ ਉਸੇ ਵਕਤ ਅਨ੍ਹੇਰਾ ਛਾ ਗਿਆ।

* ਸਾਰੇ ਦੇਸ਼ਾਂ ਦੀਆਂ ਲੋਕ ਕਥਾਵਾਂ ਵਿਚ, ਕੁਦਰਤ ਨੂੰ ਕਾਬੂ ਪਾਉਣ ਦੀ ਤਾਕਤ ਰੱਖਣ ਵਾਲੇ ਮੰਤਰਾਂ ਦਾ ਜ਼ਿਕਰ ਹੈ। ਅਮਰੀਕਾ ਦੇ ਰੈਡ ਇੰਡੀਅਨ ਲੋਕਾਂ ਨੇ, ਬਾਰਸ਼ ਅਤੇ ਹਵਾ ਦੇ ਵਾਸਤੇ ਧੁਨੀ ਉਪਰ ਅਧਾਰਿਤ ਇੱਕ ਧਾਰਮਿਕ ਰਸਮ ਵਿਕਸਤ ਕੀਤੀ ਸੀ। ਮਹਾਨ ਸੰਗੀਤਕਾਰ ਤਾਨ ਸੈਨ ਆਪਣੇ ਗਾਉਣ ਦੀ ਸ਼ਕਤੀ ਨਾਲ ਅੱਗ ਨੂੰ ਬੁਝਾ ਸਕਦੇ ਸਨ।

ਕੈਲੀਫੋਰਨੀਆ ਦੇ ਪ੍ਰਕਿਰਤੀ ਵਿਗਿਆਨਿਕ ਚਾਰਲਸ ਕੇਲਾਗ ਨੇ 1926 ਵਿਚ ਨਿਊਯਾਰਕ ਵਿਚ, ਇੱਕ ਅੱਗ ਬੁਝਾਉਣ ਵਾਲੀ ਟੋਲੀ ਦੇ ਸਾਹਮਣੇ, ਅੱਗ ਉਪਰ ਸੁਰਤਮਕ ਸਪੰਦਨ ਦੇ ਪ੍ਰਭਾਵਾਂ ਦਾ ਪ੍ਰਦਰਸ਼ਨ ਕੀਤਾ ਸੀ। ਵਾਇਲਨ ਵਜਾਉਣ ਲਈ, ਉਸ ਦੀਆਂ ਤਾਰਾਂ ਉਪਰ ਜਿਸ ਤਰ੍ਹਾਂ ਗਜ ਫੇਰਿਆ ਜਾਂਦਾ ਹੈ, ਉਸੇ ਤਰ੍ਹਾਂ ਦੇ ਇੱਕ ਵੱਡੇ ਗਜ ਨੂੰ ਐਲਮੀਨੀਅਮ ਦੇ ਇੱਕ ਸਮ-ਸੁਰਨ (ਦੋ ਸਾਖਾਂ ਵਾਲੇ) ਦੁਸਾਂਗੜ ਉਪਰ ਬੜੀ ਤੇਜੀ ਨਾਲ ਫੇਰ ਕੇ, ਉਨ੍ਹਾਂ ਨੇ ਰੇਡੀਉ ਦੀ ਸੀਟੀ ਵਰਗੀ ਇੱਕ ਉਚੀ ਕੁਰੱਖਤ ਅਵਾਜ਼ ਕੱਢੀ। ਸ਼ੀਸ਼ੇ ਦੀ ਟਿਊਬ ਦੇ ਅੰਦਰ ਦਹਿਕ ਰਹੀ ਪੀਲੇ ਰੰਗ ਦੀ ਦੋ ਫੁਟ ਉਚੀ ਲਾਟ, ਛੋਟੀ ਹੋ ਕੇ ਸਿਰਫ ਛੇ ਇੰਚ ਦੀ ਨੀਲੇ ਰੰਗ ਦੀ ਲਾਟ ਬਣ ਗਈ। ਉਨ੍ਹਾਂ ਨੇ ਇੱਕ ਵਾਰ ਫੇਰ ਉਸੇ ਤਰ੍ਹਾਂ ਉਹ ਗਜ ਫੇਰਿਆ, ਤਾਂ ਇੱਕ ਹੋਰ ਸੀਟੀ ਵਰਗੀ ਕੁਰਖੱਤ ਅਵਾਜ਼ ਨਿਕਲੀ ਅਤੇ ਉਸ ਦੇ ਨਾਲ ਹੀ ਉਹ ਨੀਲੀ ਲਾਟ ਬਿਲਕੁਲ ਹੀ ਬੁਝ ਗਈ।

ਭਾਰਤੀ ਸੰਗੀਤ ਵਿਚ ਸੁਰ ਅਸ਼ਟਕ ਨੂੰ 22 ਸ਼ਰੂਤੀਆਂ ਵਿਚ ਵੰਡਿਆ ਗਿਆ ਹੈ। ਸੁਰ ਦੇ ਇਨ੍ਹਾਂ ਸੂਖਮ ਅੰਤਰਾਲਾਂ ਦੇ ਕਾਰਨ ਸੰਗੀਤ ਦੀ ਪੇਸ਼ਕਾਰੀ ਵਿਚ ਛੋਟੇ ਛੋਟੇ ਭੇਦ ਵੀ ਸੰਭਵ ਹੋ ਜਾਂਦੇ ਹਨ, ਜੋ ਪੱਛਮੀ ਸੰਗੀਤ ਰਚਨਾ ਦੇ 12 ਸ਼ਰੂਤੀਆਂ ਵਾਲੇ ਸੰਗੀਤ ਵਿਚ ਪ੍ਰਾਪਤ ਕਰਨੇ ਮੁਮਕਿਨ ਨਹੀਂ ਹੁੰਦੇ। ਹਿੰਦੂ ਪੁਰਾਣਾਂ ਦੇ ਅਨੁਸਾਰ ਸੱਪਤਕ ਦੇ ਸੁਰਾਂ ਦਾ ਇੱਕ ਇੱਕ ਰੰਗ ਅਤੇ ਕਿਸੇ ਪੰਛੀ ਜਾਂ ਪਸ਼ੂ ਦੀ ਕੁਦਰਤੀ ਅਵਾਜ਼ ਨਾਲ ਸਬੰਧ ਮੰਨਿਆ ਗਿਆ ਹੈ। ਸਾ ਦਾ ਹਰੇ ਰੰਗ ਨਾਲ ਅਤੇ ਮੋਰ ਦੀ ਅਵਾਜ਼ ਨਾਲ, ਰੇ ਦਾ ਲਾਲ ਰੰਗ ਨਾਲ ਅਤੇ ਚਕੋਰ ਦੀ ਅਵਾਜ਼ ਨਾਲ, ਗਾ ਦਾ ਸੁਨਹਿਰੇ ਰੰਗ ਨਾਲ ਅਤੇ ਬੱਕਰੇ ਦੀ ਅਵਾਜ਼ ਨਾਲ, ਮ ਦਾ ਪੀਲੀ ਭਾਅ ਮਾਰਦੇ ਚਿੱਟੇ ਰੰਗ ਨਾਲ ਅਤੇ ਸਾਰਸ ਪੰਛੀ ਦੀ ਅਵਾਜ਼ ਨਾਲ, ਪ ਦਾ ਕਾਲੇ ਰੰਗ ਨਾਲ ਅਤੇ ਅਤੇ ਕੋਇਲ ਦੀ ਅਵਾਜ਼ ਨਾਲ, ਧ ਦਾ ਪੀਲੇ ਰੰਗ ਨਾਲ ਅਤੇ ਘੋੜੇ ਦੀ ਅਵਾਜ਼ ਨਾਲ, ਨੀ ਦਾ ਸਾਰੇ ਰੰਗਾਂ ਦੇ ਮਿਸ਼੍ਰਣ ਦੇ ਨਾਲ ਅਤੇ ਹਾਥੀ ਦੀ ਅਵਾਜ਼ ਨਾਲ।

ਭਾਰਤੀ ਸੰਗੀਤ ਵਿਚ 72 ਥਾਟ ਜਾਂ ਸਰਗਮਾਂ ਹਨ। ਸੰਗੀਤਕਾਰ ਵਾਸਤੇ ਕਿਸੇ ਰਾਗ ਨੂੰ ਲੈ ਕੇ, ਉਸ ਰਾਗ ਦੀ ਸੀਮਾ ਦੀ ਹੱਦ ਅੰਦਰ ਆਪਣੀ ਪ੍ਰਤਿਭਾ ਦੇ ਅਨੁਸਾਰ ਸੰਗੀਤ ਰਚਨਾ ਕਰਨ ਦੀਆਂ ਅਣਗਿਣਤ ਸੰਭਾਵਨਾਵਾਂ ਰਹਿੰਦੀਆਂ ਹਨ। ਉਹ ਰਾਗਾਂ ਦੇ ਭਾਵ ਨੂੰ ਕੇਂਦਰ ਵਿਚ ਰਖ ਕੇ, ਉਸ ਦੇ ਚਾਰੇ ਪਾਸੇ ਆਪਣੀ ਮੌਲਿਕਤਾ ਦੀ ਹੱਦ ਤਕ ਉਸ ਨੂੰ ਸਜਾਉਂਦਾ ਹੈ। ਹਿੰਦੂ ਸੰਗੀਤਕਾਰ ਪਹਿਲਾਂ ਹੀ ਨਿਰਧਾਰਤ ਕੀਤੇ ਜਾ ਚੁੱਕੇ ਸੁਰਾਂ ਨੂੰ ਪੜ੍ਹ ਪੜ੍ਹ ਕੇ ਸੰਗੀਤ ਰਚਨਾ ਨਹੀਂ ਕਰਦਾ, ਉਹ ਹਰ ਗੀਤ ਸਮੇਂ ਰਾਗ ਦੇ ਢਾਂਚੇ ਨੂੰ ਨਵਾਂ ਜਾਮਾ ਪਹਿਨਾਉਂਦਾ ਹੈ ਅਤੇ ਇਹ ਅਕਸਰ ਹੀ ਧੁਨੀ ਨੂੰ ਲੈ ਕੇ ਕਰਦਾ ਹੈ ਜਿਸ ਵਿਚ ਉਹ ਸੂਖਮ ਸੁਰ ਅਤੇ ਲੈ ਦੀਆਂ ਕਈ ਤਰ੍ਹਾਂ ਦੀਆਂ ਵੰਨਗੀਆਂ ਵਾਰ ਵਾਰ ਪ੍ਰਯੋਗ ਕਰ ਕੇ ਉਨ੍ਹਾਂ ਨੂੰ ਨਿਖਾਰਦਾ ਹੈ।

ਪੱਛਮੀ ਸੰਗੀਤਕਾਰਾਂ ਵਿਚੋਂ 'ਬਾਕ' ਨੇ ਥੋੜੇ ਜਿਹੇ ਵੱਖਰੇਵੇਂ ਨਾਲ ਸੈਂਕੜੇ ਜਟਿਲ ਤਰੀਕਿਆਂ ਨਾਲ ਦੁੱਹਰਾਅ ਦੀ ਸੁੰਦਰਤਾ ਅਤੇ ਸ਼ਕਤੀ ਨੂੰ ਪਹਿਚਾਣ ਲਿਆ ਸੀ।

ਸੰਸਕਰਿਤ ਸਾਹਿਤ ਵਿਚ 120 ਤਾਲਾਂ ਦਾ ਵਰਣਨ ਹੈ। ਪਰੰਪਰਾ ਦੇ ਅਨੁਸਾਰ ਹਿੰਦੂ ਸੰਗੀਤ ਦੇ ਪਹਿਲੇ ਸੰਗੀਤਕਾਰ ਮੰਨੇ ਜਾਣ ਵਾਲੇ ਭਰਤ ਮੁਨੀ ਦੇ ਬਾਰੇ ਕਿਹਾ ਜਾਂਦਾ ਹੈ ਕਿ ਉਨ੍ਹਾਂ ਨੇ ਕੋਕਿਲਾ ਦੇ ਗੀਤ ਵਿਚ 32 ਤਾਲਾਂ ਨੂੰ ਵਰਤੋਂ ਵਿਚ ਲਿਆਂਦਾ ਸੀ। ਤਾਲ ਜਾਂ ਲੈ ਦੀ ਬੁਨਿਆਦ ਮਾਨਵ ਸਰੀਰ ਦੀ ਚਾਲ ਉੱਪਰ ਅਧਾਰਿਤ ਹੈ। ਤੁਰਨ ਸਮੇਂ ਦੁਗਣਾ ਸਮਾਂ ਅਤੇ ਨੀਂਦ ਦੀ ਹਾਲਤ ਵਿਚ ਤਿੰਨ ਗੁਣਾ ਸਮਾਂ ਲੱਗਦਾ ਹੈ। ਜਦੋਂ ਅਸੀਂ ਸੁਆਸ ਅੰਦਰ ਲੈਂਦੇ ਹਾਂ ਤਾਂ ਉਸ ਦੀ ਲੰਬਾਈ ਜਦੋਂ ਅਸੀਂ ਸੁਆਸ ਬਾਹਰ ਕਢਦੇ ਹਾਂ ਨਾਲੋਂ ਦੁੱਗਣੀ ਹੁੰਦੀ ਹੈ।

ਭਾਰਤ ਵਰਸ਼ ਵਿਚ ਪ੍ਰਾਚੀਨ ਕਾਲ ਤੋਂ ਹੀ ਮਨੁੱਖ ਦੇ ਗਲੇ ਦੀ ਅਵਾਜ਼ ਨੂੰ ਧੁਨੀ ਦਾ ਸਰਬਸਰੇਸ਼ਟ ਯੰਤਰ ਮੰਨਿਆ ਗਿਆ ਹੈ। ਇਸ ਵਾਸਤੇ ਹਿੰਦੂ ਸੰਗੀਤ ਗਲੇ ਦੀ

ਅਵਾਜ਼ ਦੇ ਤਿੰਨ ਸਪਤਕਾਂ ਦੀ ਹੱਦ ਅੰਦਰ ਰਹਿੰਦਾ ਹੈ। ਇਸ ਕਾਰਨ ਹਿੰਦੂ ਸੰਗੀਤ ਵਿਚ ਸਮਤਾਲ ਦੀ ਬਜਾਏ ਧੁਨੀ ਉੱਪਰ ਜ਼ੋਰ ਦਿੱਤਾ ਜਾਂਦਾ ਹੈ।

ਹਿੰਦੂ ਸੰਗੀਤ ਅੰਤਰ ਮੁਖੀ, ਅਧਿਆਤਮਿਕ ਅਤੇ ਵਿਅਕਤੀਵਾਦੀ ਕਲਾ ਹੈ, ਜਿਸ ਦਾ ਉਦੇਸ਼ ਸੁਰਮੇਲ ਪ੍ਰਤਿਭਾ ਦਾ ਪ੍ਰਦਰਸ਼ਨ ਕਰਨਾ ਨਹੀਂ, ਬਲਕਿ ਪਰਮ ਆਤਮਾ ਨਾਲ ਆਪਣਾ ਤਾਲ ਮੇਲ ਬਿਠਾਉਣਾ ਹੈ। ਭਾਰਤ ਵਰਸ਼ ਦੇ ਸਾਰੇ ਪ੍ਰਸਿੱਧ ਗੀਤਾਂ ਦੀ ਰਚਨਾ ਪ੍ਰਮਾਤਮਾ ਦੇ ਭਗਤਾਂ ਦੁਆਰਾ ਹੀ ਕੀਤੀ ਗਈ ਹੈ। ਸੰਗੀਤਕਾਰ ਨੂੰ ਸੰਸਕਰਿਤ ਵਿਚ ਭਾਗਵਤਾਰ ਕਹਿੰਦੇ ਹਨ, ਜਿਸ ਦਾ ਅਰਥ ਹੁੰਦਾ ਹੈ ਜੋ ਭਗਵਾਨ ਦਾ ਗੁਣ ਗਾਣ ਕਰਦਾ ਹੈ।

ਸੰਕੀਰਤਨ ਜਾਂ ਸੰਗੀਤ ਸਮਾਰੋਹ ਅਧਿਆਤਮਿਕ ਅਨੁਸ਼ਾਸਨ ਜਾਂ ਯੋਗ ਸਾਧਨਾ ਦਾ ਇੱਕ ਬਹੁਤ ਪ੍ਰਭਾਵਸ਼ਾਲੀ ਹਿੱਸਾ ਹਨ, ਜਿਸ ਨਾਲ ਮੂਲ ਵਿਚਾਰ ਅਤੇ ਧੁਨੀ ਨਾਲ ਇੱਕ ਸੁਰ ਹੋਣ ਲਈ ਡੂੰਘੀ ਇਕਾਗਰਤਾ ਦੀ ਜ਼ਰੂਰਤ ਹੈ। ਕਿਉਂਕਿ ਮਨੁੱਖ ਖੁਦ ਆਪ ਨਾਦ ਬ੍ਰਹਮ ਜਾਂ ਓਮ ਧੁਨੀ ਦੀ ਇੱਕ ਅਭੀਵਿਅਕਤੀ ਹੈ, ਇਸ ਵਾਸਤੇ ਧੁਨੀ ਉਸ ਉੱਪਰ ਸ਼ਕਤੀਸ਼ਾਲੀ ਅਤੇ ਫੌਰੀ ਪ੍ਰਭਾਵ ਪਾਉਂਦੀ ਹੈ। ਕਿਉਂਕਿ ਇਸ ਪ੍ਰਕਾਰ ਦਾ ਸੰਗੀਤ ਮਨੁੱਖ ਦੇ ਮੇਰੂ ਦੰਡ ਵਿਚ ਸਥਿਤ ਚੱਕਰਾਂ ਵਿਚੋਂ, ਕਿਸੇ ਇੱਕ ਚੱਕਰ ਉੱਪਰ ਉਨੇ ਸਮੇਂ ਵਾਸਤੇ ਸਪੰਦਨਾਤਮਿਕ ਜਾਗ੍ਰਿਤੀ ਪੈਦਾ ਕਰ ਦਿੰਦਾ ਹੈ।* ਆਨੰਦ ਦੇ ਉਨ੍ਹਾਂ ਪਲਾਂ ਵਿਚ ਉਸ ਨੂੰ ਆਪਣੇ ਅਧਿਆਤਮਿਕ ਮੂਲ ਦੀ ਧੁੰਦਲੀ ਜਿਹੀ ਯਾਦ ਆ ਜਾਂਦੀ ਹੈ।

* ਦਿਮਾਗ ਅਤੇ ਮੇਰੂ ਦੰਡ ਵਿਚ ਸਥਿਤ ਗੁਪਤ ਚੱਕਰਾਂ ਨੂੰ ਜਗਾਉਣਾ, ਯੋਗੀ ਦਾ ਪਵਿੱਤਰ ਉਦੇਸ਼ ਹੁੰਦਾ ਹੈ। ਬਾਈਬਲ ਦੀ ਵਿਆਖਿਆ ਕਰਨ ਵਾਲੇ ਪੱਛਮੀ ਵਿਆਖਿਆਕਾਰ ਇਹ ਨਹੀਂ ਸਮਝ ਸਕੇ, ਕਿ ਨਿਊ ਟੇਸਟਾਮੈਂਟ ਦਾ 'ਰੇਵੀਲੇਸ਼ਨ' ਨਾਮਕ ਚੈਪਟਰ ਵਿਚ ਯੋਗ ਵਿਗਿਆਨ ਦੀ ਇੱਕ ਸੰਕੇਤਕ ਵਿਆਖਿਆ ਹੈ। ਜੋ ਈਸਾ ਮਸੀਹ ਨੇ ਜਾਨ ਅਤੇ ਆਪਣੇ ਹੋਰ ਨਜ਼ਦੀਕੀ ਸਗਿਰਦਾਂ ਨੂੰ ਸਿਖਾਇਆ ਸੀ। ਜਾਨ ਨੇ 'ਸੱਤ ਤਾਰਿਆਂ ਦਾ ਰਹੱਸ' ਅਤੇ 'ਸੱਤ ਗਿਰਜਾ ਘਰਾਂ' ਦਾ ਜ਼ਿਕਰ ਕੀਤਾ ਹੈ। (*ਰੇਵੀਲੇਸ਼ਨ* 1:20)। ਇਹ ਸੱਤ ਪ੍ਰਕਾਸ਼ਮਈ ਕਮਲਾਂ ਦਾ ਸੰਕੇਤ, ਜਿਨ੍ਹਾਂ ਨੂੰ ਯੋਗ ਗ੍ਰੰਥਾਂ ਵਿਚ ਮੇਰੂ ਦੰਡ ਅਤੇ ਮੱਥੇ ਵਿਚ ਸਥਿਤ 'ਗੁਪਤ ਦਰਵਾਜ਼ੇ' ਕਿਹਾ ਗਿਆ ਹੈ। ਇਸ ਦੈਵੀ ਯੋਜਨਾ ਨਾਲ ਇਨ੍ਹਾਂ 'ਗੁਪਤ ਦਰਵਾਜ਼ਿਆਂ' ਵਿਚੋਂ ਹੀ ਯੋਗੀ ਵਿਗਿਆਨਿਕ ਧਿਆਨ ਨਾਲ, ਇਸ ਸਰੀਰ ਰੂਪੀ ਪਿੰਜਰੇ ਵਿਚੋਂ ਭੱਜ ਨਿਕਲਦਾ ਹੈ ਅਤੇ ਬ੍ਰਹਮ ਦੇ ਰੂਪ ਵਿਚ ਆਪਣੀ ਸੱਚੀ ਪਹਿਚਾਣ, ਮੁੜ ਤੋਂ ਸਥਾਪਤ ਕਰ ਲੈਂਦਾ ਹੈ। (ਦੇਖੋ ਚੈਪਟਰ 26)

ਮੱਥੇ ਵਿਚ ਸਥਿਤ ਸਹਸਤਰ ਦਲ ਕਮਲ ਜਾਂ ਸੱਤਵਾਂ ਚੱਕਰ ਹੈ, ਜਿਹੜਾ ਅਨੰਤ ਚੇਤਨਾ ਦਾ ਸਿੰਘਾਸ਼ਨ ਹੈ। ਦਿੱਵਯ ਗਿਆਨ ਦਾ ਪ੍ਰਕਾਸ਼ ਜਿਸ ਇਨਸਾਨ ਵਿਚ ਫੈਲ ਗਿਆ ਹੋਵੇ, ਇਹੋ ਜਿਹੇ ਯੋਗੀ ਬਾਰੇ ਕਿਹਾ ਜਾਂਦਾ ਹੈ, ਕਿ ਉਹ ਬ੍ਰਹਮ ਜਾਂ ਈਸ਼ਵਰ ਦੇ ਪਦਮਾਂ (ਕਮਲ ਜਾ ਕਮਲ ਤੋਂ ਪੈਦਾ ਹੋਏ) ਦੇ ਰੂਪ ਵਿਚ ਦਰਸ਼ਨ ਕਰ ਲੈਂਦਾ ਹੈ।

ਪਦਮ ਆਸਣ ਦਾ ਨਾਂ 'ਪਦਮ ਆਸਣ' ਇਸੇ ਵਾਸਤੇ ਪਿਆ ਹੈ, ਕਿ ਉਸ ਪਰੰਪਰਾਗਤ ਆਸਣ ਵਿਚ ਯੋਗੀ ਮੱਥੇ ਅਤੇ ਮੇਰੂ ਦੰਡ ਵਿਚ ਸਥਿਤ ਚੱਕਰਾਂ ਦੇ ਕਈ ਰੰਗਾਂ ਦੇ ਪਦਮਾਂ ਦੇ ਦਰਸ਼ਨ ਕਰਦਾ ਹੈ। ਹਰ ਪਦਮ ਜਾਂ ਪੱਤੀਆਂ ਜਾਂ ਕਿਰਨਾਂ ਦੀ ਗਿਣਤੀ ਵੱਖਰੀ ਹੁੰਦੀ ਹੈ, ਜਿਹੜੀ ਕਿ ਪਰਾਣਾਂ (ਪ੍ਰਾਣ ਸ਼ਕਤੀ) ਨਾਲ ਬਣਦੀਆਂ ਹਨ। ਇਨ੍ਹਾਂ ਪਦਮਾਂ ਨੂੰ ਹੀ ਚੱਕਰ ਕਹਿੰਦੇ ਹਨ। ਪਦਮ ਆਸਣ ਵਿਚ ਮੇਰੂ ਦੰਡ ਸਿੱਧਾ ਰਹਿੰਦਾ ਹੈ ਅਤੇ ਸਰੀਰ ਇੱਕ ਤਰ੍ਹਾਂ ਨਾਲ ਸਥਿਰ ਹੋ ਜਾਂਦਾ ਹੈ। ਜਿਸ ਨਾਲ ਸਰੀਰ ਦੇ ਅੱਗੇ ਪਿੱਛੇ ਨੂੰ ਡਿਗਣ ਦਾ ਡਰ ਨਹੀਂ ਰਹਿੰਦਾ। ਇਸ ਵਾਸਤੇ ਯੋਗੀ ਲੋਕ ਧਿਆਨ ਕਰਦਿਆਂ ਸਮੇਂ ਇਸ ਆਸਣ ਵਿਚ ਬੈਠਣ ਨੂੰ ਤਰਜੀਹ ਦਿੰਦੇ ਹਨ। ਪ੍ਰੰਤੂ ਨਵੇਂ ਸਾਧਕ ਨੂੰ ਪਦਮ ਆਸਣ ਵਿਚ ਬੈਠਣ ਵਿਚ ਮੁਸ਼ਕਿਲਾਂ ਦਾ ਸਾਹਮਣਾ ਕਰਨਾ ਪੈ ਸਕਦਾ ਹੈ। ਇਸ ਵਾਸਤੇ ਕਿਸੇ ਹਠ ਯੋਗੀ ਦੀ ਰਾਹਨੁਮਾਈ ਤੋਂ ਬਗੈਰ ਇਸ ਆਸਣ ਵਿਚ ਬੈਠਣ ਦੀ ਕੋਸ਼ਿਸ਼ ਨਹੀਂ ਕਰਨੀ ਚਾਹੀਦੀ।

ਉਤਸਵ ਦੇ ਦਿਨ ਸ਼੍ਰੀ ਯੁਕਤੇਸ਼ਵਰ ਜੀ ਦੀ ਉੱਪਰਲੀ ਮੰਜ਼ਲ ਤੋਂ ਆਉਂਦੀ ਸੰਕੀਰਤਨ ਦੀ ਅਵਾਜ਼ ਖਾਣਾ ਬਣਾ ਰਹੇ ਸ਼ਗਿਰਦਾਂ ਨੂੰ ਚਾਰੇ ਪਾਸਿਉਂ ਉਬਲਦੇ ਖੌਲਦੇ ਪਤੀਲਿਆਂ ਵਿਚ ਵੀ ਪ੍ਰੇਰਨਾ ਦੇ ਰਹੀ ਸੀ। ਮੈਂ ਅਤੇ ਮੇਰੇ ਗੁਰੂ ਭਾਈ ਆਨੰਦਿਤ ਹੋ ਕੇ ਹੱਥ ਨਾਲ ਤਾਲ ਦਿੰਦਿਆਂ ਟੇਕ ਗਾ ਰਹੇ ਸੀ।

ਸੂਰਜ ਛੁਪਣ ਤਕ ਅਸੀਂ, ਆਪਣੇ ਸੈਂਕੜੇ ਮਹਿਮਾਨਾਂ ਨੂੰ ਖਿਚੜੀ, ਸਬਜ਼ੀ ਅਤੇ ਚੌਲਾਂ ਦੀ ਖੀਰ ਦਾ ਭੋਜਨ ਕਰਾ ਚੁਕੇ ਸੀ। ਵਿਹੜੇ ਵਿਚ ਸੂਤੀ ਦਰੀਆਂ ਵਿਛਾ ਦਿੱਤੀਆਂ ਗਈਆਂ ਸਨ। ਛੇਤੀ ਹੀ ਤਾਰਿਆਂ ਭਰੀ ਰਾਤ ਵਿਚ ਧਰਤੀ ਉੱਪਰ ਜਨ ਸਮੂਹ ਚੌਂਕੜੀਆਂ ਮਾਰ ਕੇ ਬੈਠ ਗਿਆ ਅਤੇ ਸ਼੍ਰੀ ਯੁਕਤੇਸ਼ਵਰ ਜੀ ਦਾ ਅੰਮਰਿਤਮਈ ਗਿਆਨ ਉਪਦੇਸ਼ ਸਾਰੇ ਧਿਆਨ ਪੂਰਵਕ ਸੁਣਨ ਲੱਗੇ। ਉਨ੍ਹਾਂ ਦੇ ਸਰਬਜਨਿਕ ਪ੍ਰਵਚਨਾਂ ਵਿਚ *ਕਿਰਿਆ ਯੋਗ*, ਆਤਮ ਸਨਮਾਨ, ਸ਼ਾਂਤੀ, ਦ੍ਰਿੜਤਾ, ਸਾਦਾ ਭੋਜਨ ਅਤੇ ਨਿਯਮਤ ਕਸਰਤ ਉੱਪਰ ਜ਼ੋਰ ਦਿੱਤਾ ਗਿਆ ਹੁੰਦਾ ਸੀ।

ਬਹੁਤ ਛੋਟੀ ਉਮਰ ਦੇ ਬੱਚਿਆਂ ਨੇ ਕੁਝ ਭਜਨ ਗਾਏ। ਉਸ ਤੋਂ ਬਾਅਦ ਉਤਸ਼ਾਹਦਾਇਕ ਕੀਰਤਨ ਨਾਲ ਸਭਾ ਦੀ ਸਮਾਪਤੀ ਹੋਈ। ਰਾਤ ਦੇ ਦੱਸ ਵਜੇ ਤੋਂ ਲੈ ਕੇ ਅੱਧੀ ਰਾਤ ਤਕ ਆਸ਼ਰਮਵਾਸੀਆਂ ਨੇ ਬਰਤਨਾਂ ਅਤੇ ਕੜਾਹੀਆਂ ਨੂੰ ਧੋ ਮਾਂਜ ਕੇ ਸਾਫ ਕਰ ਕੇ ਰੱਖ ਦਿਤਾ ਅਤੇ ਵਿਹੜੇ ਨੂੰ ਵੀ ਸਾਫ ਕਰ ਦਿੱਤਾ। ਮੇਰੇ ਗੁਰੂਦੇਵ ਨੇ ਮੈਨੂੰ ਆਪਣੇ ਕੋਲ ਬੁਲਾਇਆ ਅਤੇ ਕਹਿਣ ਲੱਗੇ, "ਤੇਰੀ ਅੱਜ ਦੀ ਅਤੇ ਪੂਰਾ ਹਫਤਾ ਭਰ ਦੀ ਉਤਸਵ ਦੀ ਤਿਆਰੀ ਵਾਸਤੇ ਕੀਤੀ ਗਈ ਮਿਹਨਤ ਤੋਂ ਮੈਂ ਬਹੁਤ ਖੁਸ਼ ਹਾਂ। ਮੈਂ ਤੈਨੂੰ ਆਪਣੇ ਨਾਲ ਹੀ ਦੇਖਣਾ ਚਾਹੁੰਦਾ ਹਾਂ, ਅਤੇ ਤੂੰ ਅੱਜ ਦੀ ਰਾਤ ਮੇਰੇ ਨਾਲ ਹੀ ਸੌਂ ਸਕਦਾ ਹੈਂ।"

ਇਹ ਇੱਕ ਇਹੋ ਜਿਹਾ ਸੁਭਾਗ ਸੀ, ਜਿਸ ਨੂੰ ਪ੍ਰਾਪਤ ਕਰਨ ਦੀ ਮੈਂ ਕਦੇ ਕਲਪਨਾ ਵੀ ਨਹੀਂ ਸੀ ਕੀਤੀ। ਅਸੀਂ ਥੋੜੀ ਦੇਰ ਵਾਸਤੇ ਗਹਿਰੀ ਦੈਵੀ ਸ਼ਾਂਤੀ ਵਿਚ ਚੁੱਪ ਚਾਪ ਬੈਠੇ ਰਹੇ। ਸੌਣ ਵਾਸਤੇ ਸਾਡੇ ਲੇਟਣ ਤੋਂ ਦੱਸ ਮਿੰਟ ਬਾਅਦ, ਗੁਰੂਦੇਵ ਇੱਕ ਦਮ ਉੱਠ ਕੇ ਖੜ੍ਹੇ ਹੋ ਗਏ ਅਤੇ ਕਪੜੇ ਪਹਿਨਣ ਲੱਗੇ।

"ਗੁਰੂਦੇਵ, ਕੀ ਗੱਲ ਹੋ ਗਈ?" ਮੇਰੇ ਆਪਣੇ ਗੁਰੂਦੇਵ ਦੇ ਕੋਲ ਸੌਣ ਦੇ ਆਨੰਦ ਉੱਪਰ ਅਚਾਨਕ ਵਿਘਨਤਾ ਦੀ ਰੰਗਤ ਚੜ੍ਹ ਗਈ ਸੀ।

"ਮੇਰਾ ਖਿਆਲ ਹੈ, ਕੁਝ ਸ਼ਗਿਰਦ ਠੀਕ ਤਰ੍ਹਾਂ ਨਾਲ ਰੇਲ ਗੱਡੀਆਂ ਨਾ ਮਿਲਣ ਕਾਰਨ, ਥੋੜੇ ਹੀ ਸਮੇਂ ਵਿਚ ਇੱਥੇ ਸਾਡੇ ਕੋਲ ਪਹੁੰਚਣ ਵਾਲੇ ਹਨ। ਚੱਲ ਉਨ੍ਹਾਂ ਵਾਸਤੇ ਸਾਨੂੰ ਕੁਝ ਖਾਣਾ ਤਿਆਰ ਕਰ ਕੇ ਰੱਖਣਾ ਚਾਹੀਦਾ ਹੈ।"

"ਗੁਰੂਦੇਵ, ਰਾਤ ਨੂੰ ਇੱਕ ਵਜੇ ਸਾਡੇ ਕੋਲ ਕੋਈ ਨਹੀਂ ਆਉਣ ਵਾਲਾ।"

"ਤੂੰ ਬਿਸਤਰੇ ਤੇ ਲੇਟਿਆ ਰਹਿ, ਤੂੰ ਅੱਜ ਬੜਾ ਕੰਮ ਕੀਤਾ ਹੈ। ਮੈਂ ਉਨ੍ਹਾਂ ਵਾਸਤੇ ਖਾਣਾ ਬਣਾਉਣ ਜਾ ਰਿਹਾ ਹਾਂ।"

ਸ਼੍ਰੀ ਯੁਕਤੇਸ਼ਵਰ ਜੀ ਦੀ ਦ੍ਰਿੜਤਾ ਭਰੀ ਅਵਾਜ਼ ਸੁਣਦਿਆਂ ਹੀ ਮੈਂ ਵੀ ਮੰਜੇ ਤੋਂ ਛਾਲ ਮਾਰ ਕੇ ਥੱਲੇ ਉਤਰਿਆ ਅਤੇ ਉਨ੍ਹਾਂ ਦੇ ਪਿੱਛੇ ਪਿੱਛੇ ਉੱਪਰਲੀ ਮੰਜ਼ਲ ਉੱਪਰ ਵਰਾਂਡੇ ਦੇ ਅੰਦਰ ਬਣੇ ਰਸੋਈ ਘਰ ਵਿਚ ਜਾ ਪਹੁੰਚਿਆ। ਇਸ ਰਸੋਈ ਨੂੰ ਰੋਜ਼ਾਨਾ ਦੇ ਕੰਮਾਂ ਵਾਸਤੇ ਵਰਤੋਂ ਵਿਚ ਲਿਆਂਦਾ ਜਾਂਦਾ ਸੀ। ਛੇਤੀ ਹੀ ਦਾਲ ਚਾਵਲ ਉੱਬਲ ਰਹੇ ਸਨ। ਮੇਰੇ ਗੁਰੂਦੇਵ ਪਿਆਰ ਨਾਲ ਮੁਸਕਰਾਏ, "ਅੱਜ ਦੀ ਰਾਤ ਤੂੰ ਥਕਾਵਟ ਅਤੇ ਸਖਤ ਮਿਹਨਤ ਦੇ ਡਰ ਨੂੰ ਜਿੱਤ ਲਿਆ ਹੈ, ਭਵਿਖ ਵਿਚ ਇਨ੍ਹਾਂ ਤੋਂ, ਤੈਨੂੰ ਹੁਣ ਕਦੇ ਕੋਈ ਪ੍ਰੇਸ਼ਾਨੀ ਨਹੀਂ ਆਵੇਗੀ।

ਜਿਉਂ ਹੀ ਉਨ੍ਹਾਂ ਨੇ ਆਪਣੇ ਮੁਖਾਰ-ਬਿੰਦ ਤੋਂ ਉਮਰ ਭਰ ਲਈ ਅਸ਼ੀਰਵਾਦ ਦੇ ਇਹ ਸ਼ਬਦ ਉੱਚਰੇ ਤਿਉਂ ਹੀਂ ਵਿਹੜੇ ਵਿਚ ਕਦਮ ਚਾਲ ਸੁਣਾਈ ਦਿੱਤੀ। ਮੈਂ ਭੱਜ ਕੇ ਥੱਲੇ ਗਿਆ ਅਤੇ ਦਰਵਾਜ਼ਾ ਖੋਲ੍ਹਿਆ, ਤਾਂ ਸਗਿਰਦਾਂ ਦੀ ਇੱਕ ਟੋਲੀ ਅੰਦਰ ਦਾਖਲ ਹੋਈ।

"ਪਿਆਰੇ ਭਾਈ," ਉਨ੍ਹਾਂ ਵਿਚੋਂ ਇੱਕ ਨੇ ਕਿਹਾ, "ਬੇ ਵਕਤ ਗੁਰੂਦੇਵ ਨੂੰ ਕਸ਼ਟ ਦਿੰਦਿਆਂ ਸਾਨੂੰ ਚੰਗਾ ਤਾਂ ਨਹੀਂ ਸੀ ਲੱਗਦਾ, ਪਰ ਕੀ ਕਰੀਏ। ਮਜ਼ਬੂਰੀ ਹੈ, ਰੇਲ ਗੱਡੀਆਂ ਦੇ ਸਮੇਂ ਬਾਰੇ ਸਾਥੋਂ ਭੁੱਲ ਹੋ ਗਈ। ਇੱਥੋਂ ਤਕ ਆਉਣ ਤੋਂ ਬਾਅਦ, ਗੁਰੂਦੇਵ ਦੇ ਦਰਸ਼ਨ ਕੀਤੇ ਬਗੈਰ ਜਾਣਾ ਵੀ ਸਾਨੂੰ ਠੀਕ ਨਹੀਂ ਸੀ ਲੱਗ ਰਿਹਾ।"

"ਗੁਰੂਦੇਵ ਆਪ ਤੁਹਾਡਾ ਇੰਤਜ਼ਾਰ ਕਰ ਰਹੇ ਹਨ। ਸਗੋਂ ਉਹ ਤੁਹਾਡੇ ਵਾਸਤੇ ਖਾਣਾ ਬਣਾ ਰਹੇ ਹਨ।"

ਸ਼੍ਰੀ ਯੁਕਤੇਸ਼ਵਰ ਜੀ ਦੇ ਸੁਆਗਤੀ ਸ਼ਬਦ ਗੂੰਜ ਉੱਠੇ। ਮੈਂ ਉਨ੍ਹਾਂ ਅਚੰਭਿਤ ਮਹਿਮਾਨਾਂ ਨੂੰ ਰਸੋਈ ਘਰ ਵਿਚ ਲੈ ਗਿਆ। ਗੁਰੂਦੇਵ ਮੇਰੇ ਵੱਲ ਮੁੜੇ ਅਤੇ ਅੱਖਾਂ ਵਿਚ ਚਮਕ ਭਰਦਿਆਂ ਬੋਲੇ।

"ਹੁਣ ਜਦੋਂ ਤੂੰ ਇਨ੍ਹਾਂ ਦੇ ਨਾਲ ਗੱਲਾਂ ਬਾਤਾਂ ਕਰ ਲਈਆਂ ਹਨ ਤਾਂ ਤੇਰੇ ਸੰਦੇਹ ਦਾ ਨਿਵਾਰਣ ਹੋ ਗਿਆ ਹੋਵੇਗਾ, ਕਿ ਸੱਚ ਮੁੱਚ ਹੀ ਇਨ੍ਹਾਂ ਦੀ ਰੇਲ ਗੱਡੀ ਖੁੰਝ ਗਈ ਹੈ।"

ਮੈਂ ਅੱਧੇ ਘੰਟੇ ਬਾਅਦ ਆਪਣੇ ਭਗਵਤ ਸ੍ਵਰੂਪ ਗੁਰੂਦੇਵ ਕੋਲ ਸੌਣ ਦੇ ਸੁਭਾਗ ਦੀ ਸੁਖਮਈ ਉਮੀਦ ਕਰਦਾ ਹੋਇਆ, ਉਨ੍ਹਾਂ ਦੇ ਪਿੱਛੇ ਪਿੱਛੇ, ਉਨ੍ਹਾਂ ਦੇ ਕਮਰੇ ਵਿਚ ਪਹੁੰਚ ਗਿਆ।

ਚੈਪਟਰ 16

ਗ੍ਰੈਹ ਸ਼ਾਂਤੀ

"ਮੁਕੰਦ ਤੂੰ ਜੋਤਸ਼ ਸਬੰਧੀ ਇੱਕ ਕੜਾ ਕਿਉਂ ਨਹੀਂ ਪਹਿਨ ਲੈਂਦਾ?"

"ਗੁਰੂਦੇਵ, ਕੀ ਮੈਨੂੰ ਕੜਾ ਜਰੂਰ ਪਹਿਨਣਾ ਚਾਹੀਦਾ ਹੈ? ਮੈਂ ਤਾਂ ਜੋਤਸ਼ ਉੱਪਰ ਵਿਸ਼ਵਾਸ ਨਹੀਂ ਕਰਦਾ।"

"ਸਵਾਲ ਵਿਸ਼ਵਾਸ ਦਾ ਨਹੀਂ ਹੈ, ਕਿਸੇ ਵੀ ਮਸਲੇ ਬਾਰੇ ਦ੍ਰਿਸ਼ਟੀਕੋਣ ਵਿਗਿਆਨਿਕ ਹੋਣਾ ਚਾਹੀਦਾ ਹੈ, ਕਿ ਉਹ ਸੱਚ ਹੈ ਕਿ ਨਹੀਂ। ਗੁਰੂਤਾ ਆਕਰਸ਼ਣ ਦਾ ਨਿਯਮ ਨਿਊਟਨ ਦੀ ਖੋਜ ਕਰਨ ਤੋਂ ਪਹਿਲਾਂ ਵੀ ਉਸੇ ਤਰ੍ਹਾਂ ਕੰਮ ਕਰਦਾ ਸੀ, ਜਿਸ ਤਰ੍ਹਾਂ ਉਸ ਦੀ ਖੋਜ ਕਰਨ ਤੋਂ ਬਾਅਦ। ਸੰਸਾਰ ਵਿਚ ਚੰਗਾ ਖਾਸਾ ਘੜਮੱਸ ਮੱਚ ਜਾਂਦਾ, ਜੇ ਪ੍ਰਮਾਤਮਾ ਦੇ ਨਿਯਮਾਂ ਨੂੰ ਮਨੁੱਖੀ ਵਿਸ਼ਵਾਸ ਦੀ ਮਨਜ਼ੂਰੀ ਨਾ ਮਿਲਦੀ।

"ਪਖੰਡੀ ਜੋਤਸ਼ੀਆਂ ਨੇ ਪ੍ਰਾਚੀਨ ਜੋਤਸ਼ ਵਿਗਿਆਨ ਨੂੰ, ਉਸ ਦੀ ਮੌਜੂਦਾ ਬਦਨਾਮ ਅਵਸਥਾ ਵਿਚ ਲਿਆ ਕੇ ਖੜ੍ਹਾ ਕਰ ਦਿੱਤਾ ਹੈ। ਹਿਸਾਬ* ਦੇ ਨੁਕਤੇ ਤੋਂ ਅਤੇ

* ਪ੍ਰਾਚੀਨ ਹਿੰਦੂ ਸਾਹਿਤ ਵਿਚ ਮਿਲਣ ਵਾਲੀਆਂ ਤਾਰਾ ਵਿਗਿਆਨ ਦੀਆਂ ਘਟਨਾਵਾਂ ਦੇ ਵਰਣਨ ਨਾਲ ਵਿਦਵਾਨ ਉਨ੍ਹਾਂ ਦੇ ਗ੍ਰੰਥਕਾਰਾਂ ਦਾ ਸਮਾਂ ਨਿਸ਼ਚਿਤ ਕਰਨ ਦੇ ਯੋਗ ਹੋ ਗਏ ਹਨ। ਰਿਸ਼ੀਆਂ ਦੀ ਵਿਗਿਆਨਿਕ ਜਾਣਕਾਰੀ ਬਹੁਤ ਵਿਸ਼ਾਲ ਸੀ। ਕੌਸਿਤਕੀ ਬ੍ਰਾਹਮਣ ਵਿਚ ਤਾਰਾ ਵਿਗਿਆਨ ਸ਼ਾਸਤਰ ਸਬੰਧੀ ਸਪਸ਼ਟ ਉਲੇਖ ਮਿਲਦੇ ਹਨ, ਜੋ ਇਸ ਗੱਲ ਵੱਲ ਸੰਕੇਤ ਕਰਦੇ ਹਨ ਕਿ ਈਸਾ ਪੂਰਵ ਸਨ 3100 ਵਿਚ ਹਿੰਦੂ ਤਾਰਾ ਵਿਗਿਆਨ ਵਿਚ ਅਤਿਅੰਤ ਨਿਪੁੰਨ ਸਨ ਅਤੇ ਸੁਭ ਲਗਨ ਮਹੂਰਤ ਦਾ ਸਮਾਂ ਨਿਸ਼ਚਿਤ ਕਰਨ ਵਾਸਤੇ ਇਸ ਗਿਆਨ ਦਾ ਵਿਵਹਾਰਕ ਉਪਯੋਗ ਕੀਤਾ ਜਾਂਦਾ ਸੀ। ਈਸਟ ਵੈਸਟ ਰਸਾਲੇ ਦੇ ਫਰਵਰੀ 1934 ਦੇ ਅੰਕ ਵਿਚ ਛਪੇ ਤਾਰਾ ਮਾਤਾ ਦੇ ਲੇਖ ਵਿਚ, ਜੋਤਸ਼ ਜਾਂ ਵੈਦਿਕ ਤਾਰਾ ਵਿਗਿਆਨ ਬਾਰੇ ਸਪਸ਼ਟੀਕਰਨ ਦਿੱਤਾ ਗਿਆ ਹੈ। ਇਸ ਗਿਆਨ ਨੇ ਭਾਰਤ ਵਰਸ਼ ਨੂੰ ਗਿਆਨ ਦੇ ਖੋਜੀਆਂ ਵਾਸਤੇ ਪਵਿੱਤਰ ਤੀਰਥ ਸਥਾਨ ਬਣਾ ਦਿੱਤਾ। ਬ੍ਰਹਮ ਗੁਪਤ ਗ੍ਰੰਥ ਤਾਰਾ ਵਿਗਿਆਨ ਨਾਲ ਸਬੰਧਿਤ ਇੱਕ ਇਹੋ ਜਿਹਾ ਜੋਤਸ਼ ਗ੍ਰੰਥ ਹੈ ਜਿਸ ਵਿਚ ਸਾਡੇ ਸੌਰ ਮੰਡਲ ਦੇ ਗ੍ਰੈਹਾਂ ਦੀ ਸੂਰਜ ਦੀ ਪ੍ਰਕਰਮਾ, ਪ੍ਰਿਥਵੀ ਦੀ ਪ੍ਰਕਰਮਾ ਪੱਥ ਦਾ ਵਿਸ਼ੁਵੀਵਰਿਤ ਨਾਲ ਬਣਿਆ ਹੋਇਆ ਕੋਨ, ਪ੍ਰਿਥਵੀ ਦੀ ਗੋਲ ਸ਼ਕਲ, ਚੰਦਰਮਾਂ ਦਾ ਸੂਰਜ ਦੇ ਪ੍ਰਕਾਸ਼ ਨੂੰ ਪ੍ਰਤੀਬਿੰਬਤ ਕਰਨਾ, ਪ੍ਰਿਥਵੀ ਦਾ ਆਪਣੀ ਧੁਰੀ ਦੇ ਦੁਆਲੇ ਘੁੰਮਣਾ, ਅਕਾਸ਼ ਗੰਗਾ ਵਿਚ ਨਛੱਤਰਾਂ ਦੀ ਸਥਿਰ ਸਥਿਤੀ, ਗੁਰੂਤਾ ਆਕਰਸ਼ਣ ਦਾ ਨਿਯਮ ਅਤੇ ਹੋਰ ਅਨੇਕ ਵਿਗਿਆਨਿਕ ਤੱਤਾਂ ਦਾ ਵਰਣਨ ਹੈ, ਜਿਨ੍ਹਾਂ ਦਾ ਕੌਪਰਨੀਕਸ ਅਤੇ ਨਿਊਟਨ ਦੇ ਸਮੇਂ ਤਕ ਪੱਛਮੀ ਦੁਨੀਆਂ ਨੂੰ ਖਾਬ ਖਿਆਲ ਵੀ ਨਹੀਂ ਸੀ।

ਪੱਛਮੀ ਦੁਨੀਆਂ ਦੇ ਵਿਕਾਸ ਵਿਚ ਬਹੁਮੁੱਲੇ ਯੋਗਦਾਨ ਪਾਉਣ ਵਾਲੇ ਅਖੌਤੀ 'ਅਰਬੀ ਸੰਖਿਆ ਸੂਚਕ' ਵੀ ਭਾਰਤ ਤੋਂ ਹੀ ਨੌਵੀਂ ਸਦੀ ਵਿਚ ਅਰਬ ਦੇਸ਼ਾਂ ਦੇ ਰਾਹੀਂ ਯੂਰਪ ਪਹੁੰਚੇ। ਭਾਰਤ ਵਿਚ ਇਹ ਅੰਕ ਲੇਖਣ ਪ੍ਰਣਾਲੀ ਅਤਿਅੰਤ ਪ੍ਰਾਚੀਨ ਕਾਲ ਵਿਚ ਹੀ ਵਿਕਸਤ ਹੋ ਗਈ ਸੀ। ਭਾਰਤ ਵਰਸ਼ ਵਿਸ਼ਾਲ ਵਿਗਿਆਨਿਕ ਵਿਰਾਸਤ ਦੀ ਹੋਰ ਜਾਣਕਾਰੀ ਨਿਮਨਲਿਖਤ ਪੁਸਤਕਾਂ ਵਿਚੋਂ ਮਿਲ ਸਕਦੀ ਹੈ। ਸਰ ਪੀ ਸੀ ਰਾਏ ਰਚਿਤ "ਹਿਸਟਰੀ ਆਫ ਹਿੰਦੂ

ਦ੍ਰਾਸ਼ਨਿਕ ਨਜ਼ਰੀਏ ਤੋਂ ਜੋਤਸ਼ ਸ਼ਾਸਤਰ ਇੰਨਾ ਮਹਾਨ ਹੈ, ਕਿ ਬਹੁਤ ਡੂੰਘੀ ਸਮਝ ਵਾਲੇ ਆਦਮੀਆਂ ਤੋਂ ਇਲਾਵਾ ਇਸ ਨੂੰ ਕੋਈ ਠੀਕ ਤਰੀਕੇ ਨਾਲ ਸਮਝ ਹੀ ਨਹੀਂ ਸਕਦਾ। ਜੇ ਮੂਰਖ ਅਤੇ ਅਗਿਆਨੀ ਆਦਮੀ ਗ੍ਰਹਿ ਤਾਰਿਆਂ ਦੇ ਸੰਕੇਤਾਂ ਨੂੰ ਠੀਕ ਤਰੀਕੇ ਨਾਲ ਨਾ ਸਮਝਣ ਕਰਕੇ, ਅਰਥਾਂ ਦੇ ਅਨਰਥ ਕਰ ਦੇਣ, ਜਿਸ ਦੀ ਇਸ ਅਪੂਰਨ ਸੰਸਾਰ ਵਿਚ ਪੂਰੀ ਉਮੀਦ ਕੀਤੀ ਜਾਂਦੀ ਹੈ, ਇਹੋ ਜਿਹੇ ਅਖੌਤੀ ਗਿਆਨੀਆਂ ਦੀ ਅਗਿਆਨਤਾ ਕਰਕੇ, ਗਿਆਨ ਨੂੰ ਹੀ ਝੂਠਾ ਨਹੀਂ ਮੰਨ ਲੈਣਾ ਚਾਹੀਦਾ।

"ਸ੍ਰਿਸ਼ਟੀ ਦੇ ਸਾਰੇ ਅੰਗ ਇੱਕ ਦੂਜੇ ਨਾਲ ਜੁੜੇ ਹੋਏ ਹਨ ਅਤੇ ਇੱਕ ਦੂਜੇ ਉੱਪਰ ਪ੍ਰਭਾਵ ਪਾਉਂਦੇ ਹਨ। ਆਪਸੀ ਅਦਾਨ ਪ੍ਰਦਾਨ ਹੀ ਬ੍ਰਹਿਮੰਡ ਦੀ ਸੰਤੁਲਿਤ ਲੈਅ-ਬੱਧ ਚਾਲ ਦਾ ਮੂਲ ਅਧਾਰ ਹੈ।" ਮੇਰੇ ਗੁਰੂਦੇਵ ਕਹਿੰਦੇ ਗਏ, "ਮਨੁੱਖ ਨੂੰ ਇੱਕ ਇਨਸਾਨ ਹੋਣ ਦੇ ਨਾਤੇ, ਦੋ ਪ੍ਰਕਾਰ ਦੀਆਂ ਸ਼ਕਤੀਆਂ ਦਾ ਸਾਹਮਣਾ ਕਰਨਾ ਪੈਂਦਾ ਹੈ। ਪਹਿਲੀ-ਪ੍ਰਿਥਵੀ, ਜਲ, ਅੱਗ, ਹਵਾ ਅਤੇ ਅਕਾਸ਼ ਦੇ ਮਿਸ਼ਰਨ ਅਤੇ ਉਸ ਦੇ ਅੰਦਰ ਹੋਣ ਵਾਲੀਆਂ ਵਿਆਕੁਲਤਾਵਾਂ ਨਾਲ, ਦੂਜੀ ਕੁਦਰਤ ਦੀਆਂ ਵਿਘਟਨਕਾਰੀ (ਨਾਸ਼ ਕਰਨ ਵਾਲੀਆਂ) ਸ਼ਕਤੀਆਂ ਨਾਲ। ਜਦੋਂ ਤਕ ਮਨੁੱਖ ਆਪਣੀ ਮਰਣਸ਼ੀਲਤਾ ਨਾਲ ਸੰਘਰਸ਼ ਕਰਦਾ ਰਹਿੰਦਾ ਹੈ, ਉਦੋਂ ਤਕ ਪ੍ਰਿਥਵੀ ਅਤੇ ਬ੍ਰਹਿਮੰਡ ਦੇ ਅਣਗਿਣਤ ਪ੍ਰੀਵਰਤਨਾਂ ਦਾ ਪ੍ਰਭਾਵ ਉਸ ਉੱਪਰ ਪੈਂਦਾ ਰਹਿੰਦਾ ਹੈ।

ਗ੍ਰਹਾਂ ਵੱਲੋਂ ਛੱਡੀਆਂ ਜਾ ਰਹੀਆਂ ਕਿਰਨਾਂ ਦੀ ਮਨੁੱਖ ਉੱਪਰ ਪ੍ਰਤੀਕਿਰਿਆ ਜਾਨਣ ਦੀ ਵਿਦਿਆ ਨੂੰ ਜੋਤਸ਼ ਕਿਹਾ ਜਾਂਦਾ ਹੈ। ਗ੍ਰਹਿ ਨਛੱਤਰ ਚੇਤਨ ਤੌਰ ਤੇ ਕਿਸੇ ਦਾ ਕੋਈ ਫਾਇਦਾ ਜਾਂ ਨੁਕਸਾਨ ਨਹੀਂ ਕਰਦੇ। ਉਹ ਤਾਂ ਸਿਰਫ ਸਕਾਰਾਤਮਕ ਅਤੇ ਨਕਾਰਾਤਮਕ ਕਿਰਨਾਂ ਛੱਡਦੇ ਰਹਿੰਦੇ ਹਨ। ਉਹ ਆਪਣੇ ਤੌਰ ਤੇ ਮਨੁੱਖਤਾ ਦਾ ਕੋਈ ਫਾਇਦਾ ਜਾਂ ਨੁਕਸਾਨ ਨਹੀਂ ਕਰਦੇ, ਪ੍ਰੰਤੂ ਮਨੁੱਖ ਦੁਆਰਾ ਭੂਤਕਾਲ ਵਿਚ ਕੀਤੇ ਗਏ ਕੰਮਾਂ ਵਾਸਤੇ, ਕਾਰਨ ਅਤੇ ਪ੍ਰਭਾਵ ਦਾ ਸੰਤੁਲਨ ਬਣਾਈ ਰੱਖਣ ਵਾਸਤੇ, ਬਾਹਰੀ ਕਾਰਜ ਪ੍ਰਣਾਲੀ ਦਾ ਨਿਯਮਬੱਧ ਸਾਧਨ ਮੁਹਈਆ ਕਰਦੇ ਹਨ। ਮਨੁੱਖ ਐਸੇ ਦਿਨ, ਐਸੇ ਵਕਤ ਜਨਮ ਲੈਂਦਾ ਹੈ ਜੋ ਗ੍ਰਹਿ ਨਛੱਤਰਾਂ ਦੀਆਂ ਕਿਰਨਾਂ ਦਾ, ਉਸ ਦੇ ਵਿਅਕਤੀਗਤ ਕਰਮਾਂ ਦੇ ਨਾਲ ਪੂਰੇ ਹਿਸਾਬੀ ਤਰੀਕੇ ਨਾਲ ਤਾਲ ਮੇਲ ਬੈਠ ਜਾਂਦਾ ਹੈ। ਮਨੁੱਖ ਦੀ ਜਨਮ ਪੱਤਰੀ ਉਸ ਦੇ ਨਾ ਬਦਲੇ ਜਾ ਸਕਣ ਵਾਲੇ ਭੂਤਕਾਲ ਅਤੇ ਉਸ ਦੇ ਸੰਭਾਵਿਤ ਭਵਿਖ ਦੇ ਨਤੀਜਿਆਂ ਨੂੰ ਦਰਸਾਉਣ ਵਾਲੀ ਇੱਕ ਚੁਣੌਤੀਪੂਰਨ ਤਸਵੀਰ ਹੁੰਦੀ ਹੈ। ਪ੍ਰੰਤੂ ਜਨਮ ਪੱਤਰੀ ਦੀ ਠੀਕ ਠੀਕ ਵਿਆਖਿਆ ਸਿਰਫ ਕੋਈ ਆਤਮ ਗਿਆਨੀ ਹੀ ਕਰ ਸਕਦਾ ਹੈ। ਇਸ ਤਰ੍ਹਾਂ ਦੇ ਲੋਕ ਬਹੁਤ ਘੱਟ ਹੁੰਦੇ ਹਨ।

ਕੈਮਿਸਟਰੀ', ਬੀ. ਐਨ. ਸੀਲ ਰਚਿਤ "ਪਾਜ਼ਿਟਵ ਸਾਇੰਸਜ਼ ਆਫ ਦੀ ਐਨਸ਼ੀਐਂਟ ਹਿੰਦੂਜ਼', ਬੀ.ਕੇ. ਸਰਕਾਰ ਰਚਿਤ "ਹਿੰਦੂ ਅਚੀਵਮੈਂਟ ਇਨ ਐਗਜ਼ੇਕਟ ਸਾਇੰਸ' ਅਤੇ "ਦੀ ਪਾਜ਼ਿਟਵ ਬੈਕਗਰਾਊਂਡ ਆਫ ਸ਼ੁਸਾਇਲੌਜੀ "ਅਤੇ ਯੂ. ਸੀ. ਦਤਜ਼ ਰਚਿਤ 'ਮੈਟੀਰੀਆ ਮੈਡੀਕਾ ਆਫ ਦੀ ਹਿੰਦੂਜ਼'।

"ਜਨਮ ਦੇ ਵਕਤ, ਅਕਾਸ਼ ਵਿਚ ਸਪਸ਼ਟ ਰੂਪ ਵਿਚ ਦਿੱਤੇ ਗਏ ਸੰਕੇਤ ਨੂੰ ਤਕਦੀਰ ਸਮਝ ਕੇ ਜਿਆਦਾ ਮਹੱਤਵ ਨਹੀਂ ਦੇਣਾ ਚਾਹੀਦਾ (ਭੂਤਕਾਲ ਵਿਚ ਕੀਤੇ ਗਏ ਚੰਗੇ ਮਾੜੇ ਕੰਮਾਂ ਦੇ ਕਰਮਾਂ ਦਾ ਫਲ), ਬਲਕਿ ਵਿਸ਼ਵ ਨਿਯਮਾਂ ਦੇ ਇਨ੍ਹਾਂ ਬੰਧਨਾਂ ਤੋਂ ਛੁਟਕਾਰਾ ਪਾਉਣ ਵਾਸਤੇ ਮਨੁੱਖ ਦੀ ਇੱਛਾ ਸ਼ਕਤੀ ਨੂੰ ਜਗਾਉਣਾ ਹੀ ਇਸ ਦਾ ਮਕਸਦ ਹੈ। ਜੋ ਉਹ ਕਰ ਚੁੱਕਿਆ ਹੈ, ਉਸ ਨੂੰ ਹੁਣ ਉਹ ਅਣਕੀਤਾ ਨਹੀਂ ਕਰ ਸਕਦਾ। ਉਸ ਦੇ ਜੀਵਨ ਵਿਚ ਜੋ ਹਾਲੇ ਵਾਪਰਨਾ ਹੈ, ਉਸ ਦੇ ਕਾਰਨ ਅਤੇ ਪ੍ਰਭਾਵਾਂ ਵਾਸਤੇ ਹੋਰ ਕੋਈ ਨਹੀਂ, ਬਲਕਿ ਉਹ ਇਕੱਲਾ ਹੀ ਜੁੰਮੇਵਾਰ ਹੈ। ਪਹਿਲਾਂ ਵੀ ਉਨ੍ਹਾਂ ਕੰਮਾਂ ਦੀ ਸਿਰਜਣਾ ਉਸੇ ਨੇ ਕੀਤੀ ਸੀ, ਉਨ੍ਹਾਂ ਦੇ ਮਾੜੇ ਪ੍ਰਭਾਵਾਂ ਤੋਂ ਛੁਟਕਾਰਾ ਪਾਉਣ ਵਾਸਤੇ ਹੁਣ ਉਹ ਕਿਸੇ ਵੀ ਹੱਦ ਤਕ ਜਾ ਸਕਦਾ ਹੈ, ਕਿਉਂਕਿ ਹੁਣ ਉਸ ਕੋਲ ਅਧਿਆਤਮਿਕ ਸਾਧਨ ਹਨ, ਜੋ ਗ੍ਰੈਹਾਂ ਦੇ ਪ੍ਰਭਾਵਾਂ ਤੋਂ ਮੁਕਤ ਹਨ।"

"ਜੋਤਸ਼ ਸ਼ਾਸਤਰ ਵਿਚ ਅੰਨ੍ਹੀ ਸ਼ਰਧਾ ਮਨੁੱਖ ਨੂੰ ਯੰਤਰ ਵਾਂਗ ਬਣਾ ਦਿੰਦੀ ਹੈ, ਜੋ ਆਪਣੇ ਹਰ ਇੱਕ ਕੰਮ ਵਾਸਤੇ ਯਾਂਤਰਿਕ ਮਾਰਗ ਦਰਸ਼ਨ ਦਾ ਗੁਲਾਮ ਬਣ ਜਾਂਦਾ ਹੈ। ਬੁੱਧੀਮਾਨ ਆਦਮੀ ਸ੍ਰਿਸ਼ਟੀ ਦੇ ਬਜਾਏ ਸ਼੍ਰਿਸਟੀ ਦੇ ਸਿਰਜਕ ਵਿਚ ਵਿਸ਼ਵਾਸ ਕਰਕੇ ਆਪਣੇ ਗ੍ਰੈਹਾਂ ਨੂੰ, ਮਤਲਬ ਆਪਣੇ ਭੂਤਕਾਲ ਦੇ ਕਾਰਨਾਮਿਆਂ ਨੂੰ ਹਰਾ ਸਕਦਾ ਹੈ। ਜਿੰਨਾ ਜਿਆਦਾ ਉਸ ਨੂੰ ਪ੍ਰਮਾਤਮਾ ਨਾਲ ਆਪਣੀ ਇੱਕਰੂਪਤਾ ਦਾ ਗਿਆਨ ਹੁੰਦਾ ਹੈ, ਓਨਾ ਹੀ ਉਸ ਨੂੰ ਕੁਦਰਤ ਘੱਟ ਪ੍ਰਭਾਵਤ ਕਰਦੀ ਹੈ। ਇਸ ਲਈ ਗ੍ਰੈਹ ਇਸ ਨੂੰ ਆਪਣੇ ਅਧੀਨ ਨਹੀਂ ਕਰ ਸਕਦੇ। ਮਨੁੱਖ ਇੱਕ ਆਤਮਾ ਹੈ ਅਤੇ ਇਸ ਨੂੰ ਸਰੀਰ ਵੀ ਮਿਲਿਆ ਹੋਇਆ ਹੈ। ਜਦੋਂ ਉਹ ਖੁਦ ਆਪਣੇ ਆਪ ਨੂੰ ਠੀਕ ਤਰ੍ਹਾਂ ਨਾਲ ਪਹਿਚਾਣ ਜਾਂਦਾ ਹੈ, ਤਾਂ ਉਹ ਗ੍ਰੈਹ ਨਛੱਤਰਾਂ ਦੀਆਂ ਕਾਰਜ ਪ੍ਰਣਾਲੀਆਂ ਦੀਆਂ ਮਜ਼ਬੂਰੀਆਂ ਤੋਂ ਅਜ਼ਾਦ ਹੋ ਜਾਂਦਾ ਹੈ। ਜਦੋਂ ਤਕ ਉਹ ਆਪਣੀਆਂ ਅਧਿਆਤਮਿਕ ਸ਼ਕਤੀਆਂ ਨੂੰ ਭੁੱਲਿਆ ਰਹਿੰਦਾ ਹੈ, (ਸਧਾਰਨ ਜੀਵਨ ਵਿਚ ਉਲਝਿਆ) ਉਦੋਂ ਤਕ ਉਹ ਕੁਦਰਤ ਦੇ ਕਾਨੂੰਨ ਦੀਆਂ ਸੂਖਮ ਜੰਜੀਰਾਂ ਵਿਚ ਜਕੜਿਆ ਰਹਿੰਦਾ ਹੈ।"

"ਪਰਮਾਤਮਾ ਇੱਕਸੁਰਤਾ ਹੈ, ਇੱਕਰੂਪਤਾ ਹੈ, ਜੋ ਸਾਧਕ ਉਸ ਦੇ ਨਾਲ ਆਪਣੀ ਇੱਕਰੂਪਤਾ ਪੈਦਾ ਕਰ ਲੈਂਦਾ ਹੈ, ਉਹ ਕਦੇ ਵੀ ਕੋਈ ਗਲਤ ਕੰਮ ਨਹੀਂ ਕਰ ਸਕਦਾ। ਉਸ ਦੇ ਸਾਰੇ ਕਾਰ ਵਿਹਾਰ ਆਪਣੇ ਆਪ ਹੀ ਜੋਤਸ਼ ਨਿਯਮ ਦੇ ਅਨੁਸਾਰ ਕੁਦਰਤੀ ਤੌਰ ਤੇ ਠੀਕ ਵਕਤ ਤੇ ਹੁੰਦੇ ਰਹਿਣਗੇ। ਉਹ ਡੂੰਘੀ ਪ੍ਰਾਰਥਨਾ ਅਤੇ ਧਿਆਨ ਤੋਂ ਬਾਅਦ ਆਪਣੀ ਰੂਹਾਨੀ ਚੇਤਨਤਾ ਦੇ, ਸੰਪਰਕ ਵਿਚ ਹੁੰਦਾ ਹੈ। ਉਸ ਵਾਸਤੇ ਅੰਦਰੂਨੀ ਸੁਰੱਖਿਆ ਤੋਂ ਵੱਧ ਕੇ ਹੋਰ ਕੋਈ ਮਹਾਨ ਸ਼ਕਤੀ ਨਹੀਂ।"

"ਪੂਜਨੀਕ ਗੁਰੂਦੇਵ, ਫਿਰ ਆਪ ਮੈਨੂੰ ਜੋਤਸ਼ ਵਾਲਾ ਕੜਾ ਪਹਿਨਣ ਲਈ ਕਿਉਂ ਕਹਿੰਦੇ ਹੋ?" ਲੰਬੀ ਚੁੱਪ ਤੋਂ ਬਾਅਦ ਮੈਂ ਇਹ ਕਹਿਣ ਦਾ ਹੌਸਲਾ ਕੀਤਾ। ਮੈਂ ਸ੍ਰੀ

ਯੁਕਤੇਸ਼ਵਰ ਜੀ ਦੇ ਡੂੰਘੇ ਵਿਚਾਰਾਂ ਨੂੰ ਆਤਮ-ਸਾਤ ਕਰਨ ਦੀ ਕੋਸ਼ਿਸ਼ ਕਰ ਰਿਹਾ ਸੀ, ਜੋ ਮੇਰੇ ਵਾਸਤੇ ਬਿਲਕੁਲ ਨਵੇਂ ਸਨ।

"ਜਦੋਂ ਮੁਸਾਫਿਰ ਆਪਣੀ ਮੰਜ਼ਲ ਤੇ ਪਹੁੰਚ ਜਾਵੇ, ਤਾਂ ਉਸ ਵਕਤ, ਉਸ ਨੂੰ ਨਕਸ਼ੇ ਨੂੰ ਸੁਟ ਦੇਣਾ ਠੀਕ ਹੈ, ਪਰ ਯਾਤਰਾ ਕਰਦਿਆਂ ਵਕਤ, ਉਸ ਨੂੰ ਜੋ ਵੀ ਛੋਟਾ ਰਸਤਾ ਮਿਲੇ, ਉਸਦਾ ਲਾਭ ਉਠਾ ਲੈਣਾ ਚਾਹੀਦਾ ਹੈ। ਪ੍ਰਾਚੀਨ ਰਿਸ਼ੀਆਂ ਨੇ ਮਨੁੱਖ ਦੇ ਭਰਮ ਜਾਲ ਵਿਚ ਫਸੇ ਰਹਿਣ ਦੀ ਮਿਆਦ ਨੂੰ ਘੱਟ ਕਰਨ ਵਾਸਤੇ ਅਨੇਕ ਤਰੀਕੇ ਲੱਭੇ ਹਨ। ਕਰਮ ਸਿਧਾਂਤ ਵਿਚ ਕੁਝ ਇਹੋ ਜਿਹੇ ਭੌਤਿਕ ਉਪਾਅ ਹਨ, ਜਿਨ੍ਹਾਂ ਨੂੰ ਗਿਆਨ ਦੀਆਂ ਉਂਗਲੀਆਂ ਦੀ ਹੁਸ਼ਿਆਰੀ ਨਾਲ ਇੱਧਰ ਉੱਧਰ ਕਰਕੇ ਆਪਣੇ ਅਨੁਕੂਲ ਬਣਾਇਆ ਜਾ ਸਕਦਾ ਹੈ।"

"ਮਨੁੱਖ ਦੇ ਸਾਰੇ ਦੁਖ ਕਿਸੇ ਨਾ ਕਿਸੇ ਕੁਦਰਤ ਦੇ ਨਿਯਮ ਦੀ ਉਲੰਘਣਾ ਦਾ ਨਤੀਜਾ ਹੁੰਦੇ ਹਨ। ਸ਼ਾਸਤਰਾਂ ਦਾ ਕਹਿਣਾ ਹੈ, ਕਿ ਮਨੁੱਖ ਨੂੰ ਕੁਦਰਤ ਦੇ ਸਾਰੇ ਨਿਯਮਾਂ ਦੀ ਪਾਲਣਾ ਕਰਨੀ ਚਾਹੀਦੀ ਹੈ, ਪਰ ਇਸ ਦੇ ਨਾਲ ਨਾਲ ਉਸ ਨੂੰ ਪ੍ਰਮਾਤਮਾ ਦੀ ਸਰਬਸ਼ਕਤੀਮਾਨਤਾ ਵਿਚ ਵੀ ਸੰਦੇਹ ਨਹੀਂ ਕਰਨਾ ਚਾਹੀਦਾ। ਉਸ ਨੂੰ ਕਹਿਣਾ ਚਾਹੀਦਾ ਹੈ, 'ਪਰਮਾਤਮਾ, ਮੇਰਾ ਆਪ ਉੱਪਰ ਪੂਰਾ ਵਿਸ਼ਵਾਸ ਹੈ ਅਤੇ ਮੈਂ ਜਾਣਦਾ ਹਾਂ ਕਿ ਆਪ ਮੇਰੀ ਸਹਾਇਤਾ ਕਰੋਗੇ, ਪਰ ਮੈਂ ਵੀ ਆਪਣੇ ਵੱਲੋਂ ਆਪਣੀਆਂ ਗਲਤੀਆਂ ਸੁਧਾਰਨ ਦੀ ਪੂਰੀ ਪੂਰੀ ਕੋਸ਼ਿਸ਼ ਕਰਾਂਗਾ।' ਇਸ ਤੋਂ ਇਲਾਵਾ ਗ੍ਰਹਿਾਂ ਦੇ ਬੁਰੇ ਪ੍ਰਭਾਵਾਂ ਨੂੰ ਕਈ ਤਰ੍ਹਾਂ ਦੇ ਹੋਰ ਉਪਰਾਲਿਆਂ ਨਾਲ, ਜਿਸ ਤਰ੍ਹਾਂ ਕਿ ਪ੍ਰਾਰਥਨਾ ਦੁਆਰਾ, ਇੱਛਾ ਸ਼ਕਤੀ ਦੁਆਰਾ, ਯੋਗ ਸਾਧਨਾ ਦੁਆਰਾ, ਸਾਧੂ ਮਹਾਤਮਾ ਦੀ ਸੰਗਤ ਦੁਆਰਾ, ਗ੍ਰਹਿ ਸ਼ਾਂਤ ਕਰਨ ਵਾਲੇ ਕੜੇ ਨੂੰ ਪਹਿਨ ਕੇ ਪਿਛਲੇ ਜਨਮਾਂ ਦੇ ਕੀਤੇ ਭੈੜੇ ਕੰਮਾਂ ਦੇ ਪ੍ਰਭਾਵਾਂ ਨੂੰ ਘੱਟ ਕੀਤਾ ਜਾ ਸਕਦਾ ਹੈ ਜਾਂ ਬਿਲਕੁਲ ਨਸ਼ਟ ਵੀ ਕੀਤਾ ਜਾ ਸਕਦਾ ਹੈ।"

"ਜਿਸ ਤਰ੍ਹਾਂ ਘਰ ਦੇ ਉੱਪਰ ਤਾਂਬੇ ਦੀ ਪੱਤੀ ਲਾ ਕੇ ਘਰ ਉੱਪਰ ਡਿਗਣ ਵਾਲੀ ਅਸਮਾਨੀ ਬਿਜਲੀ ਤੋਂ ਘਰ ਨੂੰ ਬਚਾਇਆ ਜਾ ਸਕਦਾ ਹੈ, ਉਸੇ ਤਰ੍ਹਾਂ ਸਰੀਰ ਮੰਦਰ ਨੂੰ ਵੀ ਕੁਝ ਵਿਸ਼ੇਸ਼ ਉਪਰਾਲੇ ਕਰ ਕੇ ਬਚਾਇਆ ਜਾ ਸਕਦਾ ਹੈ।"

"ਵਿਸ਼ਵ ਵਿਚ ਲਗਾਤਾਰ ਚੁੰਬਕੀ ਅਤੇ ਬਿਜਲਈ ਕਿਰਨਾਂ ਦਾ ਸੰਚਾਰ ਹੁੰਦਾ ਰਹਿੰਦਾ ਹੈ। ਇਹ ਕਿਰਨਾਂ ਮਨੁੱਖੀ ਸਰੀਰ ਉੱਪਰ ਚੰਗਾ ਜਾਂ ਮਾੜਾ ਪ੍ਰਭਾਵ ਪਾਉਂਦੀਆਂ ਰਹਿੰਦੀਆਂ ਹਨ। ਯੁਗਾਂ ਪਹਿਲਾਂ ਸਾਡੇ ਰਿਸ਼ੀਆਂ ਮੁਨੀਆਂ ਨੇ ਸੂਖਮ ਬ੍ਰਹਿਮੰਡੀ ਬੁਰੇ ਪ੍ਰਭਾਵਾਂ ਦਾ ਸਾਹਮਣਾ ਕਰਨ ਦੀ ਸਮੱਸਿਆ ਉੱਪਰ ਗੰਭੀਰਤਾ ਨਾਲ ਚਿੰਤਨ ਕਰ ਕੇ ਪਤਾ ਲਗਾਇਆ ਕਿ ਸ਼ੁੱਧ ਧਾਤੂਆਂ, ਇਸ ਤਰ੍ਹਾਂ ਦੀਆਂ ਸੂਖਮ ਕਿਰਨਾਂ ਛਡਦੀਆਂ ਹਨ, ਜਿਨ੍ਹਾਂ ਵਿਚ ਗ੍ਰਹਿਾਂ ਦੇ ਬੁਰੇ ਪ੍ਰਭਾਵਾਂ ਨੂੰ ਖਤਮ ਕਰਨ ਦੀ ਪ੍ਰਚੰਡ ਸ਼ਕਤੀ ਹੁੰਦੀ ਹੈ। ਕਈ ਜੜ੍ਹੀਆਂ ਬੂਟੀਆਂ ਦੀ ਵਰਤੋਂ ਵੀ ਇਸ ਕੰਮ ਵਾਸਤੇ ਮਦਦਗਾਰ ਦੇਖੀ ਗਈ ਹੈ। ਪ੍ਰੰਤੂ ਇਨ੍ਹਾਂ ਵਿਚੋਂ ਸਭ ਤੋਂ ਵੱਧ ਪ੍ਰਭਾਵਸ਼ਾਲੀ ਹੈ, ਦੋ ਰੱਤੀ ਤੋਂ ਜਿਆਦਾ ਭਾਰ ਦਾ ਸ਼ੁੱਧ ਰਤਨ।

ਮਨੁੱਖ ਉੱਪਰ ਪੈਣ ਵਾਲੇ ਗ੍ਰੈਹਾਂ ਦੇ ਬੁਰੇ ਪ੍ਰਭਾਵਾਂ ਤੋਂ ਬਚਾਉਣ ਖਾਤਰ ਭਾਰਤ ਤੋਂ ਇਲਾਵਾ ਹੋਰ ਕਿਸੇ ਵੀ ਦੇਸ਼ ਨੇ, ਜੋਤਸ਼ ਸ਼ਾਸਤਰ ਦੇ ਪ੍ਰਯੋਗਾਤਮਕ ਅਧਿਐਨ ਦੀ ਵਰਤੋਂ ਨਹੀਂ ਕੀਤੀ। ਇਹ ਸਚਾਈ ਬਹੁਤ ਘੱਟ ਲੋਕ ਜਾਣਦੇ ਹਨ, ਕਿ ਵਿਸ਼ੇਸ ਰਤਨ, ਧਾਤੂਆਂ, ਜੜੀਆਂ, ਬੂਟੀਆਂ ਦੀ ਵਰਤੋਂ ਵੀ ਫਜ਼ੂਲ ਹੋ ਜਾਂਦੀ ਹੈ, ਜੇ ਉਹ ਲੋੜੀਂਦੇ ਵਜ਼ਨ ਵਿਚ ਵਰਤੋਂ ਵਿਚ ਨਾ ਲਿਆਂਦੇ ਜਾਣ ਅਤੇ ਇਸ ਤਰ੍ਹਾਂ ਨਾਲ ਨਾ ਪਹਿਨੇ ਜਾਣ ਕਿ ਉਨ੍ਹਾਂ ਦਾ ਆਦਮੀ ਦੀ ਚਮੜੀ ਨਾਲ ਸਪਰਸ਼ ਹੁੰਦਾ ਰਹੇ।

"ਪੂਜਨੀਕ ਗੁਰੂਦੇਵ, ਜਿਵੇਂ ਕਿ ਆਪ ਨੇ ਆਦੇਸ਼ ਦਿੱਤਾ ਹੈ, ਮੈਂ ਨਿਸ਼ਚਿਤ ਤੌਰ ਤੇ ਉਸੇ ਤਰ੍ਹਾਂ ਦਾ ਕੜਾ ਪਹਿਨ ਲਵਾਂਗਾ। ਕਿਸੇ ਗ੍ਰੈਹ ਨੂੰ ਚਲਾਕੀ ਨਾਲ ਹਰਾ ਦੇਣ ਨਾਲ ਮੈਨੂੰ ਬੜੀ ਖੁਸ਼ੀ ਹੋ ਰਹੀ ਹੈ।"

"ਸਧਾਰਨ ਉਦੇਸ਼ ਵਾਸਤੇ, ਮੈਂ ਸੋਨੇ, ਚਾਂਦੀ ਅਤੇ ਤਾਂਬੇ ਦੇ ਕੜੇ ਦਾ ਮਸ਼ਵਰਾ ਦਿੰਦਾ ਹਾਂ, ਪਰ ਇੱਕ ਵਿਸ਼ੇਸ਼ ਕਾਰਨ ਕਰਕੇ, ਮੈਂ ਇਹ ਚਾਹੁੰਦਾ ਹਾਂ ਕਿ ਤੂੰ ਚਾਂਦੀ ਅਤੇ ਸਿੱਕੇ ਦਾ ਬਣਿਆ ਹੋਇਆ ਕੜਾ ਪਹਿਨ।" ਸ੍ਰੀ ਯੁਕਤੇਸ਼ਵਰ ਜੀ ਨੇ ਇਸ ਸਬੰਧ ਵਿਚ ਕੁਝ ਹੋਰ ਸਾਵਧਾਨੀਆਂ ਵਰਤਣ ਲਈ ਵੀ ਹਿਦਾਇਤਾਂ ਦਿੱਤੀਆਂ।

"ਗੁਰੂਦੇਵ, ਵਿਸ਼ੇਸ ਕਾਰਨ ਤੋਂ ਆਪ ਜੀ ਦਾ ਕੀ ਮਤਲਬ ਹੈ?"

"ਮੁਕੰਦ ਤੇਰੇ ਉੱਪਰ ਗ੍ਰੈਹ ਕੁਝ ਬੁਰਾ ਪ੍ਰਭਾਵ ਪਾਉਣ ਵਾਲੇ ਹਨ, ਪ੍ਰੰਤੂ ਤੈਨੂੰ ਡਰਨ ਦੀ ਜ਼ਰੂਰਤ ਨਹੀਂ। ਤੂੰ ਸੁਰੱਖਿਅਤ ਰਹੇਂਗਾ। ਇੱਕ ਮਹੀਨੇ ਦੇ ਨੇੜੇ ਤੇੜੇ ਤੇਰਾ ਜ਼ਿਗਰ ਤੈਨੂੰ ਬਹੁਤ ਜਿਆਦਾ ਤਕਲੀਫ ਪਹੁੰਚਾਉਣ ਵਾਲਾ ਹੈ। ਵਿਧਾਤਾ ਦੇ ਹੁਕਮ ਮੁਤਾਬਿਕ, ਇਹ ਕਸ਼ਟ ਛੇ ਮਹੀਨੇ ਚਲਣ ਵਾਲਾ ਹੈ। ਪ੍ਰੰਤੂ ਤੇਰੇ ਗ੍ਰੈਹ ਸ਼ਾਂਤੀ ਵਾਲਾ ਕੜਾ ਪਹਿਨਣ ਨਾਲ ਇਸ ਕਸ਼ਟ ਦਾ ਸਮਾਂ ਘੱਟ ਕੇ ਚੌਵੀ ਦਿਨ ਰਹਿ ਜਾਵੇਗਾ।"

ਅਗਲੇ ਹੀ ਦਿਨ, ਮੈਂ ਇੱਕ ਜੌਹਰੀ ਦੀ ਦੁਕਾਨ ਤੇ ਗਿਆ ਅਤੇ ਛੇਤੀ ਹੀ ਮੇਰਾ ਕੜਾ ਬਣ ਕੇ ਤਿਆਰ ਹੋ ਗਿਆ। ਮੇਰਾ ਸਰੀਰ ਬਿਲਕੁਲ ਤੰਦਰੁਸਤ ਸੀ ਅਤੇ ਗੁਰੂਦੇਵ ਦੁਆਰਾ ਕੀਤੀ ਗਈ ਭਵਿਖ ਬਾਣੀ ਮੇਰੇ ਦਿਮਾਗ ਵਿਚੋਂ ਨਿਕਲ ਹੀ ਗਈ ਅਤੇ ਗੁਰੂਦੇਵ ਸ਼੍ਰੀਰਾਮਪੁਰ ਤੋਂ ਵਾਰਾਣਸੀ ਚਲੇ ਗਏ। ਸਾਡੀ ਗੱਲ ਬਾਤ ਤੋਂ ਤੀਹ ਦਿਨ ਬਾਅਦ, ਮੈਂ ਇੱਕ ਦਿਨ ਅਚਾਨਕ ਹੀ ਆਪਣੇ ਜ਼ਿਗਰ ਦੇ ਨੇੜੇ ਦਰਦ ਮਹਿਸੂਸ ਕੀਤਾ। ਉਸ ਤੋਂ ਬਾਅਦ ਅਗਲੇ ਕੁਝ ਹਫਤੇ, ਮੈਂ ਉਸ ਦਰਦ ਨਾਲ ਮਾਨਸਿਕ ਤੌਰ ਤੇ ਪੀੜਿਤ ਰਿਹਾ। ਗੁਰੂਦੇਵ ਨੂੰ ਇਸ ਸਬੰਧ ਵਿਚ ਕਸ਼ਟ ਦੇਣ ਦੀ ਮੇਰੀ ਇੱਛਾ ਨਹੀਂ ਸੀ। ਮੈਂ ਸੋਚਿਆ ਕਿ ਇਸ ਮੁਸੀਬਤ ਨੂੰ ਮੈਂ ਇਕੱਲਿਆਂ ਹੀ ਬਹਾਦਰੀ ਨਾਲ ਨਿਪਟ ਲਵਾਂਗਾ।

ਪ੍ਰੰਤੂ ਤੇਈ ਦਿਨ੍ਹਾਂ ਦੇ ਲਗਾਤਾਰ ਕਸ਼ਟ ਨੇ ਮੇਰੇ ਇਰਾਦੇ ਨੂੰ ਕਮਜ਼ੋਰ ਕਰ ਦਿੱਤਾ ਅਤੇ ਮੈਂ ਵਾਰਾਣਸੀ ਜਾਣ ਵਾਸਤੇ ਰੇਲ ਗੱਡੀ ਵਿਚ ਸਵਾਰ ਹੋ ਗਿਆ। ਸ੍ਰੀ ਯੁਕਤੇਸ਼ਵਰ

ਜੀ ਨੇ ਅਸਧਾਰਨ ਨਿੱਘ ਨਾਲ ਮੇਰਾ ਸੁਆਗਤ ਕੀਤਾ, ਪਰ ਮੈਨੂੰ ਆਪਣੀ ਦਰਦ ਕਹਾਣੀ ਇਕੱਲ ਵਿਚ ਸੁਣਾਉਣ ਦਾ ਮੌਕਾ ਨਾ ਪੈਦਾ ਹੋਣ ਦਿੱਤਾ। ਉਸ ਦਿਨ ਗੁਰੂਦੇਵ ਦੇ ਦਰਸ਼ਨ* ਕਰਨ ਖਾਤਰ ਬਹੁਤ ਸਾਰੇ ਸਰਧਾਲੂਆਂ ਦਾ ਆਉਣਾ ਜਾਣਾ ਬਣਿਆ ਰਿਹਾ ਅਤੇ ਮੈਂ ਇੱਕ ਕਮਰੇ ਦੀ ਇੱਕ ਨੁੱਕਰ ਵਿਚ ਦੁਬਕਿਆ ਬੈਠਾ ਰਿਹਾ। ਰਾਤ ਦੇ ਖਾਣੇ ਤੋਂ ਬਾਅਦ ਸਾਰੇ ਮਹਿਮਾਨਾਂ ਤੋਂ ਵਿਹਲੇ ਹੋ ਕੇ ਹੀ ਗੁਰੂਦੇਵ ਨੇ ਮੈਨੂੰ ਉਸ ਘਰ ਦੀ ਅਸ਼ਟਕੋਣੀ ਬਾਲਕੋਨੀ ਵਿਚ ਬੁਲਾਇਆ।

"ਤੂੰ ਆਪਣੀ ਜ਼ਿਗਰ ਦੀ ਖਰਾਬੀ ਦੀ ਬਿਮਾਰੀ ਸਬੰਧੀ ਇੱਥੇ ਆਇਆ ਹੋਵੇਂਗਾ," ਸ਼੍ਰੀ ਯੁਕਤੇਸ਼ਵਰ ਜੀ ਨੇ ਬੇ-ਧਿਆਨੇ ਜਿਹੇ ਦੂਜੇ ਪਾਸੇ ਨਜ਼ਰ ਦੁੜਾਉਂਦਿਆਂ ਕਿਹਾ। ਉਹ ਬਾਲਕੋਨੀ ਵਿਚ ਚਹਿਲ ਕਦਮੀ ਕਰਦੇ ਕਰਦੇ, ਅਕਸਰ ਮੇਰੇ ਅਤੇ ਚੰਦਰਮਾ ਦੇ ਵਿਚਕਾਰ ਆ ਜਾਂਦੇ ਸਨ। "ਮੈਨੂੰ ਦੇਖਣ ਦੇ, ਤੂੰ ਚੌਵੀ ਦਿਨਾਂ ਤੋਂ ਬਿਮਾਰ ਚੱਲ ਰਿਹਾ ਹੈਂ, ਠੀਕ ਹੈ ਨਾ।"

"ਜੀ, ਗੁਰੂਦੇਵ।"

"ਜਿਹੜੀ ਤੈਨੂੰ ਪੇਟ ਦੀ ਕਸਰਤ ਸਿਖਾਈ ਹੈ – ਉਹ ਕਰ।"

"ਗੁਰੂਦੇਵ ਜੇ ਆਪ ਜਾਣਦੇ ਹੁੰਦੇ, ਕਿ ਮੈਨੂੰ ਕਿੰਨਾ ਜਿਆਦਾ ਦਰਦ ਹੋ ਰਿਹਾ ਹੈ, ਤਾਂ ਆਪ ਮੈਨੂੰ ਕਸਰਤ ਕਰਨ ਵਾਸਤੇ ਕਦੇ ਨਾ ਕਹਿੰਦੇ।" ਫਿਰ ਵੀ ਮੈਂ ਉਨ੍ਹਾਂ ਦਾ ਆਦੇਸ਼ ਮੰਨਦਿਆਂ ਕਸਰਤ ਕਰਨ ਦੀ ਮਾੜੀ ਮੋਟੀ ਕੋਸ਼ਿਸ਼ ਕੀਤੀ।

"ਤੂੰ ਕਹਿੰਦਾ ਹੈਂ, ਕਿ ਤੈਨੂੰ ਦਰਦ ਹੈ, ਮੈਂ ਕਹਿੰਦਾ ਹਾਂ, ਕਿ ਤੈਨੂੰ ਦਰਦ ਨਹੀਂ ਹੈ। ਇਹ ਪਰਸਪਰ ਵਿਰੋਧੀ ਗੱਲਾਂ ਕਿਸ ਤਰ੍ਹਾਂ ਹੋ ਸਕਦੀਆਂ ਹਨ?" ਮੇਰੇ ਗੁਰੂਦੇਵ ਨੇ ਮੇਰੇ ਵੱਲ ਸਵਾਲੀਆਂ ਲਹਿਜੇ ਨਾਲ ਦੇਖਦਿਆਂ ਕਿਹਾ।

ਮੈਂ ਹੈਰਾਨ ਰਹਿ ਗਿਆ ਅਤੇ ਫਿਰ ਤੰਦਰੁਸਤ ਹੋਣ ਦੀ ਖੁਸ਼ੀ ਨਾਲ ਖੀਵਾ ਹੋ ਗਿਆ। ਹੁਣ ਉਸ ਦਰਦ ਦਾ ਨਾਮੋ ਨਿਸ਼ਾਨ ਵੀ ਨਹੀਂ ਸੀ ਰਹਿ ਗਿਆ, ਜਿਸ ਨੇ ਮੈਨੂੰ ਕਈ ਹਫਤਿਆਂ ਤੋਂ ਸੌਣ ਵੀ ਨਹੀਂ ਸੀ ਦਿੱਤਾ। ਸ਼੍ਰੀ ਯੁਕਤੇਸ਼ਵਰ ਜੀ ਦੇ ਇਨ੍ਹਾਂ ਸ਼ਬਦਾਂ ਦੇ ਨਾਲ ਹੀ ਮੇਰੇ ਉਸ ਮਾਨਸਿਕ ਕਸ਼ਟ ਦਾ ਅੰਤ ਹੋ ਗਿਆ। ਇਸ ਤਰ੍ਹਾਂ ਲੱਗਣ ਲੱਗਿਆ, ਜਿਸ ਤਰ੍ਹਾਂ ਕਿ ਉਹ ਬਿਮਾਰੀ ਮੈਨੂੰ ਕਦੇ ਹੋਈ ਹੀ ਨਹੀਂ ਸੀ।

ਧੰਨਵਾਦ ਕਰਨ ਵਾਸਤੇ ਮੈਂ ਝੁਕ ਕੇ ਉਨ੍ਹਾਂ ਦੇ ਚਰਨਾਂ ਨੂੰ ਸਪਰਸ਼ ਕਰਨ ਲੱਗਿਆ ਤਾਂ ਉਨ੍ਹਾਂ ਨੇ ਮੈਨੂੰ ਰੋਕ ਦਿੱਤਾ, "ਬਚਪਨਾ ਨਾ ਕਰ, ਉੱਠ ਅਤੇ ਗੰਗਾ ਦੀਆਂ ਲਹਿਰਾਂ ਉੱਪਰ ਚਮਕ ਰਹੀ ਚਾਨਣੀ ਰਾਤ ਦੀ ਸੁੰਦਰਤਾ ਦਾ ਆਨੰਦ ਲੈ।" ਪ੍ਰੰਤੂ ਜਦੋਂ ਮੈਂ ਉਨ੍ਹਾਂ ਦੇ ਨਾਲ ਸਿੱਧਾ ਖੜ੍ਹਾ ਹੋ ਗਿਆ, ਤਾਂ ਉਨ੍ਹਾਂ ਦੀਆਂ ਅੱਖਾਂ ਖੁਸ਼ੀ ਨਾਲ ਚਮਕ ਰਹੀਆਂ ਦਿਖਾਈ ਦੇ ਰਹੀਆਂ ਸਨ। ਮੈਂ ਉਨ੍ਹਾਂ ਦੇ ਇਸ ਵਿਵਹਾਰ ਤੋਂ ਸਮਝ ਗਿਆ ਕਿ ਉਹ ਮੈਨੂੰ

* ਸੰਤ ਦੇ ਦਰਸ਼ਨ ਮਾਤਰ ਨਾਲ ਪ੍ਰਵਾਹਿਤ ਹੁੰਦੇ ਅਸ਼ੀਰਵਾਦ।

ਇਹ ਮਹਿਸੂਸ ਕਰਾਉਣਾ ਚਾਹੁੰਦੇ ਸਨ, ਕਿ ਮੈਨੂੰ ਉਨ੍ਹਾਂ ਨੇ ਨਹੀਂ, ਬਲਕਿ ਸਰਬਸ਼ਕਤੀਮਾਨ ਪ੍ਰਮਾਤਮਾ ਨੇ ਤੰਦਰੁਸਤ ਕੀਤਾ ਹੈ। ਉਸ ਭੂਤ ਕਾਲ ਦੀ ਸਦਾ ਸੁੱਖਦਾਈ ਨਿਸ਼ਾਨੀ ਵਜੋਂ, ਮੈਂ ਹੁਣ ਵੀ ਚਾਂਦੀ ਅਤੇ ਸਿੱਕੇ ਦਾ ਭਾਰਾ ਕੜਾ ਪਹਿਨ ਰੱਖਿਆ ਹੈ। ਕਿਉਂਕਿ ਉਸ ਦਿਨ ਮੈਨੂੰ ਫਿਰ ਤੋਂ ਇੱਕ ਵਾਰ ਇਹ ਅਹਿਸਾਸ ਹੋਇਆ, ਕਿ ਮੈਂ ਪ੍ਰਮਾਤਮਾ ਨੂੰ ਪ੍ਰਾਪਤ ਕਰ ਚੁੱਕੇ ਸਿੱਧ ਪੁਰਸ਼ ਦੀ ਸੰਗਤ ਵਿਚ ਰਹਿ ਰਿਹਾ ਹਾਂ। ਬਾਅਦ ਵਿਚ ਮੈਂ ਆਪਣੇ ਦੋਸਤਾਂ ਨੂੰ ਸ਼੍ਰੀ ਯੁਕਤੇਸ਼ਵਰ ਜੀ ਦੇ ਕੋਲ ਰੋਗ ਮੁਕਤੀ ਵਾਸਤੇ ਲੈ ਕੇ ਜਾਂਦਾ ਤਾਂ ਉਹ ਨਿਸ਼ਚਿਤ ਰੂਪ ਵਿਚ ਹਰ ਇੱਕ ਨੂੰ ਕੋਈ ਰਤਨ ਜਾਂ ਕੜਾ ਪਹਿਨਣ ਲਈ ਕਹਿੰਦੇ* ਅਤੇ ਉਨ੍ਹਾਂ ਨੂੰ ਸਮਝਾਉਂਦੇ, ਕਿ ਗ੍ਰੈਹ ਸ਼ਾਂਤੀ ਵਿਚ ਹੀ ਸਿਆਣਪ ਹੈ।

ਬਚਪਨ ਤੋਂ ਹੀ ਮੇਰੇ ਦਿਲ ਵਿਚ ਜੋਤਸ਼ ਵਿਦਿਆ ਦੇ ਵਿਰੁੱਧ ਇੱਕ ਧਾਰਨਾ ਬਣ ਗਈ ਸੀ। ਇਸ ਦਾ ਕਾਰਨ ਇਹ ਸੀ, ਕਿ ਮੈਂ ਬਹੁਤ ਸਾਰੇ ਲੋਕਾਂ ਨੂੰ ਜੋਤਸ਼ੀਆਂ ਉੱਪਰ ਅੰਨ੍ਹਾ ਵਿਸ਼ਵਾਸ਼ ਕਰਦੇ ਦੇਖਿਆ। ਉਹ ਉਸੇ ਤਰ੍ਹਾਂ ਕਰਦੇ ਜਿਸ ਤਰ੍ਹਾਂ ਜੋਤਸ਼ੀ ਕਹਿੰਦੇ ਅਤੇ ਦੂਜਾ ਸਾਡੇ ਪਰਿਵਾਰਕ ਜੋਤਸ਼ੀ ਦੁਆਰਾ ਮੇਰੇ ਬਾਰੇ ਕੀਤੀ ਗਈ ਭਵਿਖਬਾਣੀ ਦੇ ਕਾਰਨ, "ਤੇਰੇ ਕੁਲ ਤਿੰਨ ਵਿਆਹ ਹੋਣਗੇ ਅਤੇ ਤੂੰ ਦੋ ਵਾਰ ਵਿੱਧੁਰ ਹੋ ਜਾਵੇਂਗਾ।" ਤਿੰਨ ਵਿਆਹਾਂ ਦੀਆਂ ਸੋਚਾਂ ਵਿਚ ਡੁਬਿਆ, ਮੈਂ ਇਹ ਮਹਿਸੂਸ ਕਰਦਾ ਰਹਿੰਦਾ, ਕਿ ਮੈਂ ਵਿਆਹਾਂ ਦੀ ਬੇਦੀ ਉੱਪਰ ਬਲੀ ਦੇਣ ਵਾਸਤੇ ਮੰਦਰ ਦੇ ਬਾਹਰ ਬੰਨਿਆ ਗਿਆ ਇੱਕ ਬੱਕਰਾ ਹਾਂ।

"ਹੁਣ ਚੰਗਾ ਇਹੀ ਹੈ, ਕਿ ਤੂੰ ਆਪਣੇ ਆਪ ਹੀ ਆਪਣੀ ਕਿਸਮਤ ਦੇ ਸਾਹਮਣੇ ਸਮਰਪਣ ਕਰ ਦੇ," ਮੇਰੇ ਵੱਡੇ ਭਰਾ ਅਨੰਤਦਾ ਨੇ ਮੈਨੂੰ ਕਿਹਾ। "ਤੇਰੀ ਜਨਮ ਪੱਤਰੀ ਵਿਚ ਲਿਖ ਰੱਖਿਆ ਹੈ, ਕਿ ਤੂੰ ਬਚਪਨ ਵਿਚ ਘਰੋਂ ਭੱਜ ਕੇ ਹਿਮਾਲਿਆ ਵੱਲ ਚਲਿਆ ਜਾਵੇਂਗਾ ਅਤੇ ਤੈਨੂੰ ਜ਼ਬਰਦਸਤੀ ਫੜ ਕੇ ਲਿਆਂਦਾ ਜਾਵੇਗਾ। ਉਹ ਗੱਲ ਤਾਂ ਸੱਚੀ ਹੋ ਗਈ। ਹੁਣ ਤੇਰੇ ਵਿਆਹਾਂ ਦੀ ਭਵਿਖਬਾਣੀ ਵੀ ਸੱਚ ਹੋ ਕੇ ਰਹੇਗੀ।"

ਇੱਕ ਰਾਤ ਮੇਰੇ ਮਨ ਵਿਚ ਇਹ ਅੰਤਰ ਗਿਆਨ ਸਪਸ਼ਟ ਤੌਰ ਤੇ ਉੱਭਰ ਕੇ ਆਇਆ, ਕਿ ਇਹ ਭਵਿਖਬਾਣੀ ਬਿਲਕੁਲ ਝੂਠੀ ਹੈ। ਮੈਂ ਆਪਣੀ ਜਨਮ ਪੱਤਰੀ ਜਲਾ ਕੇ ਰਾਖ ਕਰ ਦਿੱਤੀ ਅਤੇ ਉਸ ਦੀ ਰਾਖ ਨੂੰ ਲਿਫਾਫੇ ਵਿਚ ਪਾ ਕੇ ਉਸ ਉੱਪਰ ਲਿਖ ਦਿੱਤਾ, "ਦੈਵੀ ਗਿਆਨ ਦੀ ਅਗਨੀ ਵਿਚ ਜਲਾ ਦੇਣ ਨਾਲ ਪਿਛਲੇ ਜਨਮਾਂ ਦੇ ਕਰਮ ਬੀਜ ਨਹੀਂ ਪੁੰਗਰਦੇ।" ਮੈਂ ਉਸ ਲਿਫਾਫੇ ਨੂੰ ਇਹੋ ਜਿਹੀ ਥਾਂ ਦੇ ਉੱਪਰ ਰੱਖ ਦਿੱਤਾ, ਜਿੱਥੋਂ ਉਹ ਲਿਫਾਫਾ ਸਾਰਿਆਂ ਨੂੰ ਅਸਾਨੀ ਨਾਲ ਦਿਖਾਈ ਦੇਵੇ। ਅਨੰਤਦਾ ਨੇ ਮੇਰੀ ਵਿਦਰੋਹੀ ਸੁਰ ਤਾੜ ਲਈ, "ਜਿੰਨੀ ਅਸਾਨੀ ਨਾਲ ਤੂੰ ਕਾਗਜ਼ ਦੀ ਜਨਮ ਪੱਤਰੀ ਨੂੰ ਜਲਾ ਦਿੱਤਾ

* ਦੇਖੋ ਪੰਨਾਂ 310.

ਹੈ, ਓਨੀ ਅਸਾਨੀ ਨਾਲ ਤੂੰ ਸਚਾਈ ਨੂੰ ਨਹੀਂ ਖਤਮ ਕਰ ਸਕਦਾ," ਅਨੰਤਦਾ ਨੇ ਰੋਸ਼-ਪੂਰਨ ਲਹਿਜੇ ਵਿਚ ਕਿਹਾ।

ਇਹ ਸਚਾਈ ਹੈ, ਕਿ ਮੇਰੇ ਪਰਿਵਾਰ ਨੇ ਮੇਰੇ ਬਾਲਗ ਹੋਣ ਤਕ, ਤਿੰਨ ਵਾਰ ਮੇਰੀ ਮੰਗਣੀ ਕਰਨ ਦੀ ਕੋਸ਼ਿਸ਼ ਕੀਤੀ। ਪ੍ਰੰਤੂ ਮੈਂ ਹਰ ਵਾਰ ਉਨ੍ਹਾਂ ਦੀ ਯੋਜਨਾ ਫੇਲ੍ਹ ਕਰ ਦਿੰਦਾ, ਕਿਉਂਕਿ ਮੈਂ ਜਾਣਦਾ ਸੀ, ਕਿ ਭੂਤ ਕਾਲੀਨ ਪ੍ਰੇਰਣਾਵਾਂ ਨਾਲੋਂ ਮੇਰਾ* ਪ੍ਰਮਾਤਮਾ ਨਾਲ ਪਿਆਰ ਬਹੁਤ ਜਿਆਦਾ ਹੈ।

"ਜਿੰਨੀ ਡੂੰਘੀ ਕਿਸੇ ਆਦਮੀ ਦੀ ਆਤਮ-ਅਨੁਭੂਤੀ ਹੁੰਦੀ ਹੈ, ਓਨਾ ਹੀ ਜਿਆਦਾ ਉਹ ਬ੍ਰਹਿਮੰਡ ਨੂੰ ਆਪਣੇ ਸੂਖਮ ਸਪੰਦਨਾਂ ਨਾਲ ਪ੍ਰਭਾਵਿਤ ਕਰਦਾ ਹੈ ਅਤੇ ਓਨਾ ਹੀ ਬ੍ਰਹਿਮੰਡ ਦੇ ਬਾਹਰੀ ਪ੍ਰੀਵਰਤਨਾਂ ਤੋਂ ਘੱਟ ਪ੍ਰਭਾਵਿਤ ਹੁੰਦਾ ਹੈ।" ਗੁਰੂਦੇਵ ਦੇ ਇਹ ਉਤਸ਼ਾਹ ਵਰਧਕ ਸ਼ਬਦ ਅਕਸਰ ਮੇਰੇ ਦਿਮਾਗ ਵਿਚ ਘੁੰਮਦੇ ਰਹਿੰਦੇ ਸਨ।

ਕਦੇ ਕਦੇ ਮੈਂ ਜੋਤਸ਼ੀਆਂ ਨੂੰ ਕਹਿੰਦਾ, ਕਿ ਗ੍ਰੈਹਾਂ ਦੇ ਹਿਸਾਬ ਮੁਤਾਬਿਕ ਮੈਨੂੰ ਮੇਰਾ ਸਭ ਤੋਂ ਖਰਾਬ ਵਕਤ ਦੱਸੋ ਅਤੇ ਉਸੇ ਵਕਤ ਦੇ ਦੌਰਾਨ, ਮੈਂ ਕੋਈ ਨਵਾਂ ਕੰਮ ਸ਼ੁਰੂ ਕਰ ਦਿੰਦਾ ਅਤੇ ਉਸ ਨੂੰ ਪੂਰਾ ਵੀ ਕਰ ਦਿੰਦਾ। ਇਹ ਵੀ ਸਚਾਈ ਹੈ, ਕਿ ਮੈਨੂੰ ਉਸ ਕੰਮ ਵਿਚ ਸਫਲਤਾ ਪ੍ਰਾਪਤ ਕਰਨ ਲਈ ਕਈ ਅਸਧਾਰਨ ਔਕੜਾਂ ਦਾ ਸਾਹਮਣਾ ਜਰੂਰ ਕਰਨਾ ਪੈਂਦਾ। ਪ੍ਰੰਤੂ ਮੇਰਾ ਵਿਸ਼ਵਾਸ ਸਦਾ ਹੀ ਸੱਚਾ ਸਿੱਧ ਹੋਇਆ, ਕਿ ਪ੍ਰਮਾਤਮਾ ਵਿਚ ਪੂਰਾ ਭਰੋਸਾ ਅਤੇ ਪ੍ਰਮਾਤਮਾ ਦੁਆਰਾ ਦਿੱਤੀ ਗਈ ਇੱਛਾ ਸ਼ਕਤੀ ਦਾ ਠੀਕ ਢੰਗ ਨਾਲ ਪ੍ਰਯੋਗ ਕਰਨ ਨਾਲ, ਇਹ ਦੋ ਪ੍ਰਚੰਡ ਹਥਿਆਰ ਅਜਿਹੇ ਹਨ, ਜਿਨ੍ਹਾਂ ਦੇ ਅੱਗੇ ਕੁਦਰਤ ਦੇ ਪ੍ਰਭਾਵ ਠਹਿਰ ਨਹੀਂ ਸਕਦੇ।

ਇਹ ਗੱਲ ਮੇਰੀ ਸਮਝ ਵਿਚ ਆ ਗਈ, ਕਿ ਜਨਮ ਦੇ ਵਕਤ ਗ੍ਰੈਹਾਂ ਦੀ ਸਥਿਤੀ ਦਾ ਮਤਲਬ ਇਹ ਨਹੀਂ ਹੁੰਦਾ, ਕਿ ਮਨੁੱਖ ਆਪਣੇ ਅਤੀਤ ਕਾਲ ਦੇ ਕਰਮਾਂ ਦੇ ਹੱਥਾਂ ਵਿਚ ਇੱਕ ਕਠਪੁਤਲੀ ਹੈ। ਬਲਕਿ ਉਸ ਦਾ ਇਹ ਸੰਦੇਸ਼ ਤਾਂ ਮਨੁੱਖ ਦੇ ਸਵੈ ਅਭਿਮਾਨ ਨੂੰ ਜਗਾਉਣ ਖਾਤਰ ਇਕ ਕੰਡਾ ਹੈ। ਬ੍ਰਹਿਮੰਡ ਖੁਦ ਆਪ ਹਰ ਇੱਕ ਤਰ੍ਹਾਂ ਦੀਆਂ ਹੱਦਾਂ ਤੋਂ ਮੁਕਤ ਹੋਣ ਲਈ ਮਨੁੱਖ ਦੇ ਦ੍ਰਿੜ ਇਰਾਦੇ ਨੂੰ ਜਗਾਉਣਾ ਚਾਹੁੰਦਾ ਹੈ। ਪ੍ਰਮਾਤਮਾ ਨੇ ਹਰ ਇੱਕ ਮਨੁੱਖ ਦੀ ਆਤਮਾ ਦੇ ਰੂਪ ਵਿਚ ਸਿਰਜਣਾ ਕੀਤੀ ਹੈ ਅਤੇ ਉਸਨੂੰ ਵੱਖਰੀ ਸ਼ਖਸੀਅਤ ਦੀ ਸੌਗਾਤ ਵੀ ਦਿੱਤੀ ਹੈ, ਇਸ ਵਾਸਤੇ ਉਹ ਵਿਸ਼ਵ ਰਚਨਾ ਦਾ ਇੱਕ

* ਇਹ ਲੜਕੀਆਂ ਜਿਹੜੀਆਂ ਕਿ ਮੇਰੇ ਪਰਿਵਾਰ ਵਾਲਿਆਂ ਨੇ ਮੇਰੇ ਵਾਸਤੇ ਸੰਭਾਵਤ ਵਹੁਟੀਆਂ ਦੇ ਰੂਪ ਵਿਚ ਚੁਣੀਆਂ ਸਨ, ਉਨ੍ਹਾਂ ਵਿਚੋਂ ਇੱਕ ਦੇ ਨਾਲ ਬਾਅਦ ਵਿਚ, ਮੇਰੇ ਚਚੇਰੇ ਭਰਾ ਪ੍ਰਭਾਸ ਚੰਦਰ ਘੋਸ਼ ਦਾ ਵਿਆਹ ਹੋਇਆ। (ਪ੍ਰਭਾਸ ਚੰਦਰ ਘੋਸ਼ ਦੀ 24 ਜਨਵਰੀ 1975 ਨੂੰ ਮੌਤ ਹੋ ਗਈ। ਉਸ ਵਕਤ ਉਹ ਯੋਗਦਾ ਸਤਸੰਗ ਸੁਸਾਇਟੀ ਆਫ ਇੰਡੀਆ ਦੇ ਉਪ ਪ੍ਰਧਾਨ ਦੇ ਅਹੁਦੇ ਤੇ ਬਿਰਾਜਮਾਨ ਸਨ। (ਪ੍ਰਕਾਸ਼ਕ ਦੀ ਟਿਪਣੀ)

ਅਹਿਮ ਅੰਗ ਹੈ। ਭਾਵੇਂ ਥੋੜ੍ਹੇ ਵਕਤ ਦੀ ਭੂਮਿਕਾ ਵਾਸਤੇ ਥਮਲਾ ਜਾਂ ਪ੍ਰਜੀਵੀ ਹੈ। ਉਸ ਦੀ ਮੁਕਤੀ ਨਿਸ਼ਚਿਤ ਹੈ, ਤਤਕਾਲੀ ਹੈ, ਜੇ ਉਹ ਚਾਹੇ ਤਾਂ, ਇਹ ਬਾਹਰੀ ਜਿੱਤਾਂ ਤੇ ਨਹੀਂ, ਪ੍ਰੰਤੂ ਇਹ ਅੰਦਰੂਨੀ ਜਿੱਤਾਂ ਤੇ ਨਿਰਭਰ ਕਰਦੀ ਹੈ।

ਸ਼੍ਰੀ ਯੁਕਤੇਸ਼ਵਰ ਜੀ ਨੇ ਵਰਤਮਾਨ ਯੁਗ ਨਾਲ ਸਬੰਧਿਤ ਇੱਕ ਚੌਵੀ ਹਜ਼ਾਰ ਵਰ੍ਹਿਆਂ ਦੇ ਵਿਸ਼ੂਵੀ ਚੱਕਰ ਦੇ ਗਣਿਤਿਕ ਪ੍ਰਯੋਗ* ਦੀ ਖੋਜ ਕੀਤੀ। ਇਸ ਚੱਕਰ ਨੂੰ ਬਾਰਾਂ ਬਾਰਾਂ ਹਜ਼ਾਰ ਦੇ ਦੋ ਅਰਧ ਚੱਕਰਾਂ (ਲਹਿੰਦੇ ਅਤੇ ਚੜ੍ਹਦੇ) ਵਿਚ ਵੰਡਿਆ ਗਿਆ ਹੈ। ਹਰ ਇੱਕ ਅਰਧ ਚੱਕਰ ਵਿਚ ਚਾਰ ਯੁਗ ਜਾਂ ਸਮਾਂ ਕਾਲ ਹਨ, ਜਿਨ੍ਹਾਂ ਨੂੰ ਕਲਯੁਗ, ਦਵਾਪਰ, ਤ੍ਰੇਤਾ ਅਤੇ ਸਤਯੁਗ ਦਾ ਨਾਂ ਦਿੱਤਾ ਗਿਆ ਹੈ ਜਿਹੜੇ ਯੂਨਾਨੀ ਵਿਚਾਰ ਧਾਰਾ ਦੇ ਲੋਹਾ, ਕਾਂਸੀ, ਚਾਂਦੀ ਅਤੇ ਸਵਰਨ ਯੁਗ ਦੇ ਨਾਲ ਮੇਲ ਖਾਂਦੇ ਹਨ।

ਮੇਰੇ ਗੁਰੂਦੇਵ ਨੇ ਕਈ ਤਰ੍ਹਾਂ ਦੀਆਂ ਗਿਣਤੀਆਂ ਮਿਣਤੀਆਂ ਨਾਲ ਇਹ ਨਿਸ਼ਚਿਤ ਕੀਤਾ, ਕਿ ਆਰੋਹੀ (ਉੱਪਰ ਨੂੰ ਜਾਣ ਵਾਲਾ) ਅਰਧ ਚੱਕਰ ਦਾ ਕਲਯੁਗ ਜਾਂ ਲੋਹ ਯੁਗ ਈਸਵੀ ਸੰਨ 500 ਦੇ ਕਰੀਬ ਸ਼ੁਰੂ ਹੋਇਆ। ਲੋਹ ਯੁਗ ਜਿਸ ਦਾ ਸਮਾਂ 1200 ਸਾਲ ਦਾ ਹੁੰਦਾ ਹੈ, ਪਦਾਰਥਵਾਦੀ ਯੁਗ ਹੁੰਦਾ ਹੈ। ਇਹ ਸੰਨ 1700 ਈਸਵੀ ਦੇ ਲਗਭਗ ਖਤਮ ਹੋਇਆ। ਉਸੇ ਨਾਲ ਦਵਾਪਰ ਯੁਗ ਦੀ ਸ਼ੁਰੂਆਤ ਹੋਈ। ਬਿਜਲਈ ਸ਼ਕਤੀ ਅਤੇ ਪ੍ਰਮਾਣੂ ਸ਼ਕਤੀ ਦੇ ਵਿਕਾਸ ਦਾ ਇਹ ਯੁਗ 2400 ਸਾਲਾਂ ਦਾ ਹੁੰਦਾ ਹੈ। ਇਸ ਯੁਗ ਵਿਚ ਤਾਰ ਪ੍ਰਣਾਲੀ, ਰੇਡੀਉ, ਹਵਾਈ ਜਹਾਜ਼ ਅਤੇ ਦੂਰੀ ਨੂੰ ਖਤਮ ਕਰਨ ਵਾਲੇ ਹੋਰ ਸਾਧਨਾਂ ਦਾ ਵਿਕਾਸ ਹੁੰਦਾ ਹੈ।

3600 ਸਾਲਾਂ ਦੀ ਉਮਰ ਵਾਲਾ ਤ੍ਰੇਤਾ ਯੁਗ ਈਸਵੀ ਸੰਨ 4100 ਵਿਚ ਸ਼ੁਰੂ ਹੋਵੇਗਾ। ਇਸ ਯੁਗ ਵਿਚ ਨੇੜੇ ਜਾਂ ਦੂਰ ਸਥਿਤ ਆਦਮੀ ਦੇ ਵਿਚਾਰਾਂ ਦੇ ਅਦਾਨ ਪ੍ਰਦਾਨ ਅਤੇ ਦੂਰੀ ਨੂੰ ਖਤਮ ਕਰਨ ਵਾਲੇ ਹੋਰ ਸਾਧਨਾਂ ਦੀ ਆਮ ਆਦਮੀ ਨੂੰ ਜਾਣਕਾਰੀ ਹੋ ਜਾਵੇਗੀ। ਆਰੋਹੀ ਕਾਲ ਦੇ ਅਰਧ ਚੱਕਰ ਦੇ ਆਖਰ ਵਿਚ ਸਤਯੁਗ ਆਵੇਗਾ, ਜਿਸਦੀ ਉਮਰ 4800 ਸਾਲਾਂ ਦੀ ਹੋਵੇਗੀ, ਜਿਸ ਵਿਚ ਮਨੁੱਖੀ ਦਿਮਾਗ ਅਤਿਅੰਤ ਤਰੱਕੀ ਕਰ ਲਵੇਗਾ ਅਤੇ ਉਹ ਪ੍ਰਮਾਤਮਾ ਦੀ ਯੋਜਨਾ ਦੇ ਅਨੁਰੂਪ ਤਾਲ ਮੇਲ ਰੱਖਦਿਆਂ ਹੀ ਵਿਵਹਾਰ ਕਰੇਗਾ।

ਫਿਰ ਵਿਸ਼ਵ ਵਿਚ 12000 ਸਾਲਾਂ ਦਾ ਅਵਰੋਹੀ (ਲਹਿੰਦਾ) ਅਰਧ ਚੱਕਰ ਸ਼ੁਰੂ ਹੋ ਜਾਵੇਗਾ, ਜਿਸ ਦੀ ਸ਼ੁਰੂਆਤ 4800 ਸਾਲਾਂ ਦੇ ਅਵਰੋਹੀ ਸਤਯੁਗ (ਈਸਵੀ ਸੰਨ 12500 ਵਿਚ) ਨਾਲ ਹੋਵੇਗੀ। ਇਸ ਵਿਚ ਆਮ ਮਨੁੱਖ ਦਾ ਦਿਮਾਗ ਅਗਿਆਨ ਵਿਚ

* ਇਨ੍ਹਾਂ ਚੱਕਰਾਂ ਦੀ ਪੂਰੀ ਵਿਆਖਿਆ, ਸ਼੍ਰੀ ਯੁਕਤੇਸ਼ਵਰ ਜੀ ਦੁਆਰਾ ਰਚਿਤ ਪੁਸਤਕ ''ਦੀ ਹੋਲੀ ਸਾਇੰਸ' ਦੇ ਪਹਿਲੇ ਭਾਗ ਵਿਚ ਦਿੱਤੀ ਗਈ ਹੈ।

ਡੁਬਣਾ ਸ਼ੁਰੂ ਹੋ ਜਾਵੇਗਾ। ਇਹ ਕਾਲ ਚੱਕਰ ਮਾਇਆ ਜਗਤ ਦੇ ਪਰਸਪਰ ਵਿਰੋਧ ਅਤੇ ਸਾਪੇਖਤਾ ਦੇ ਅਨੰਤ ਕਾਲ ਤਕ ਲਗਾਤਾਰ ਚਲਦੇ ਰਹਿਣ ਵਾਲੇ ਆਵਰਤਨ* ਹਨ। ਜਿਉਂ ਜਿਉਂ ਆਦਮੀ ਇੱਕ ਇੱਕ ਕਰ ਕੇ ਸਿਰਜਣਹਾਰ ਨਾਲ ਆਪਣੀ ਅਟੁੱਟ ਰੂਹਾਨੀ ਏਕਤਾ ਦੀ ਚੇਤਨਾ ਵਿਚ ਜਾਗਦੇ ਰਹਿੰਦੇ ਹਨ, ਤਿਉਂ ਤਿਉਂ ਉਹ ਕੁਦਰਤ ਦੇ ਮਾਇਆ ਦੇ ਭਰਮ ਜਾਲ ਵਿਚੋਂ ਮੁਕਤ ਹੁੰਦੇ ਜਾਂਦੇ ਹਨ।

ਗੁਰੂਦੇਵ ਨੇ ਨਾ ਕੇਵਲ ਮੇਰੀ ਜੋਤਸ਼ ਸ਼ਾਸਤਰ ਵਿਚ ਬਲਕਿ ਵਿਸ਼ਵ ਦੇ ਅਨੇਕ ਧਰਮ ਗ੍ਰੰਥਾਂ ਦੇ ਗਿਆਨ ਬਾਰੇ ਵੀ ਵਾਧਾ ਕੀਤਾ। ਉਹ ਧਾਰਮਿਕ ਗ੍ਰੰਥ ਨੂੰ ਆਪਣੇ ਮਨ ਦੇ ਨਿਰਮਲ ਸਵੱਛ ਅਪਰੇਸ਼ਨ ਦੇ ਮੇਜ਼ ਉੱਪਰ ਰੱਖ ਕੇ ਆਪਣੀ ਅੰਤਰ ਦ੍ਰਿਸ਼ਟੀ ਦੀਆਂ ਦਲੀਲਾਂ ਦੇ ਚਾਕੂ ਨਾਲ, ਉਨ੍ਹਾਂ ਦੀ ਚੀਰ ਪਾੜ ਕਰਕੇ, ਉਨ੍ਹਾਂ ਵਿਚ ਹੋਈਆਂ ਅਸ਼ੁੱਧੀਆਂ ਅਤੇ ਪੰਡਤਾਂ ਦੁਆਰਾ ਕੀਤੀਆਂ ਗਈਆਂ ਗਲਤ ਵਿਆਖਿਆਵਾਂ ਨੂੰ ਅਸਲ ਸਚਾਈਆਂ ਨਾਲੋਂ ਵੱਖ ਕਰ ਸਕਦੇ ਸਨ।

"ਨੱਕ ਦੇ ਸਿਰੇ ਉੱਪਰ ਦ੍ਰਿਸ਼ਟੀ ਸਥਿਰ ਕਰੋ," ਸ੍ਰੀ ਮਦ ਭਗਵਤ ਗੀਤਾ† ਦੇ ਸ਼ਲੋਕ ਦੀ ਪੂਰਬ ਦੇ ਪੰਡਤਾਂ ਦੁਆਰਾ ਕੀਤੀ ਗਈ ਅਤੇ ਪੱਛਮੀ ਅਨੁਵਾਦਕਾਂ ਦੁਆਰਾ ਸਵੀਕਾਰੀ ਗਈ, ਵਿਆਖਿਆ ਉੱਪਰ ਗੁਰੂਦੇਵ ਮਖੌਲੀਆ ਟਿਪਣੀ ਕਰਿਆ ਕਰਦੇ ਸਨ। "ਯੋਗੀ ਦਾ ਮਾਰਗ ਵੈਸੇ ਹੀ ਵਿਲੱਖਣ ਹੈ, ਫਿਰ ਉਸ ਨੂੰ ਇਹ ਕਿਉਂ ਕਹਿ ਦਿੱਤਾ ਜਾਵੇ ਕਿ ਉਸ ਨੂੰ ਨਜ਼ਰ ਵੀ ਤਿਰਛੀ ਰੱਖਣੀ ਹੋਵੇਗੀ?" ਨਾਸਿਕਾ ਅਗਰਮ

* ਹਿੰਦੂ ਸ਼ਾਸਤਰਾਂ ਦੇ ਮੁਤਾਬਿਕ ਸਾਡੀ ਪ੍ਰਿਥਵੀ ਦੀ ਉਮਰ ਦੇ ਇਸ ਵਰਤਮਾਨ ਯੁਗ ਨੂੰ ਇੱਕ ਵਿਸ਼ਾਲ ਬ੍ਰਹਿਮੰਡੀ ਕਾਲ ਚੱਕਰ ਦੇ ਅੰਦਰ ਚਲਦਾ ਕਲਯੁਗ ਦੱਸਿਆ ਜਾਂਦਾ ਹੈ, ਜੋ ਕਿ ਸ੍ਰੀ ਯੁਕਤੇਸ਼ਵਰ ਜੀ ਦੇ ਸਰਲ 24000 ਸਾਲਾਂ ਦੇ ਮਹਾ ਵਿਸ਼ੁਵੀ ਕਾਲ ਚੱਕਰ ਦੀ ਬਨਿਸਬਿਤ ਬਹੁਤ ਲੰਬਾ ਹੈ। ਸ਼ਾਸਤਰਾਂ ਦਾ ਬ੍ਰਹਿਮੰਡੀ ਕਾਲ ਚੱਕਰ 4,30,05,60,000 ਸਾਲਾਂ ਦਾ ਹੈ। ਇਹੀ ਬ੍ਰਹਮਾ ਦੇ ਇੱਕ ਦਿਨ ਦੀ ਲੰਬਾਈ ਹੈ। ਇਹ ਲੰਬੀ ਚੌੜੀ ਸੰਖਿਆ ਇੱਕ ਸੂਰਜੀ ਸਾਲ ਦੀ ਲੰਬਾਈ ਪੀ, ਆਈ ਨੂੰ ਵਿਆਸ ਨਾਲ ਗੁਣਾ ਕਰ ਕੇ (ਘੇਰੇ ਦਾ ਅਨੁਪਾਤ ਅਤੇ ਘੇਰੇ ਦਾ ਵਿਆਸ) ਕੱਢੀ ਗਈ ਹੈ।

ਪ੍ਰਾਚੀਨ ਰਿਸ਼ੀਆਂ ਦੇ ਅਨੁਸਾਰ, ਇਸ ਵਿਸ਼ਵ ਬ੍ਰਹਿਮੰਡ ਦਾ ਜੀਵਨ ਕਾਲ 31,41,59,00,00,00,000 ਸੂਰਜੀ ਸਾਲਾਂ ਦਾ ਹੈ। ਇਸ ਨੂੰ ਹੀ ਬ੍ਰਹਮਾ ਦਾ ਇੱਕ ਯੁਗ ਕਹਿੰਦੇ ਹਨ। ਹਿੰਦੂ ਸ਼ਾਸਤਰਾਂ ਦੇ ਮੁਤਾਬਿਕ ਜਿਸ ਤਰ੍ਹਾਂ ਸਾਡੀ ਪ੍ਰਿਥਵੀ ਹੈ, ਦਾ ਦੋ ਵਿਚੋਂ ਇੱਕ ਕਾਰਨ ਹੋਣ ਕਰ ਕੇ ਖਾਤਮਾ ਹੋ ਸਕਦਾ ਹੈ:- (1) ਜਦੋਂ ਉਸ ਦੇ ਸਾਰੇ ਆਦਮੀ ਪੂਰੀ ਤਰ੍ਹਾਂ ਨੇਕ ਬਣ ਜਾਣ। (2) ਜਾਂ ਸਾਰੇ ਆਦਮੀ ਦੁਰਾਚਾਰੀ ਬਣ ਜਾਣ। ਉਸ ਵਕਤ ਵਿਸ਼ਵ-ਮਨ ਇੱਕ ਤਰ੍ਹਾਂ ਦੀ ਸ਼ਕਤੀ ਉਤਪੰਨ ਕਰ ਦਿੰਦਾ ਹੈ, ਜੋ ਪ੍ਰਿਥਵੀ ਦੇ ਰੂਪ ਵਿਚ ਇਕੱਠੇ ਹੋਏ ਅਣੂਆਂ ਪ੍ਰਮਾਣੂਆਂ ਨੂੰ ਮੁਕਤ ਕਰ ਦਿੰਦੀ ਹੈ।

ਕਦੇ ਕਦਾਈਂ ਪਰਲੋ ਆਉਣ ਦੀਆਂ ਜਾਂ ਦੁਨੀਆਂ ਦੇ ਖਾਤਮਾ ਹੋਣ ਦੀਆਂ ਭਵਿਖਬਾਣੀਆਂ ਛਪਦੀਆਂ ਰਹਿੰਦੀਆਂ ਹਨ। ਫਿਰ ਵੀ ਗ੍ਰਹਿ ਚੱਕਰ ਇੱਕ ਸੁਨਿਸ਼ਚਿਤ ਦੈਵੀ ਯੋਜਨਾ ਅਨੁਸਾਰ ਚਲਦਾ ਰਹਿੰਦਾ ਹੈ। ਪ੍ਰਿਥਵੀ ਉੱਪਰ ਹਾਲ ਦੀ ਘੜੀ ਕੋਈ ਪਰਲੋ ਆਉਂਦੀ ਦਿਖਾਈ ਨਹੀਂ ਦਿਸਦੀ। ਹਾਲੇ ਤਾਂ ਸਾਡੀ ਪ੍ਰਿਥਵੀ ਨੇ ਅਨੇਕ ਲਹਿੰਦੇ ਅਤੇ ਚੜ੍ਹਦੇ ਆਰੋਹੀ ਮਹਾ ਵਿਸ਼ੁਵੀ ਚੱਕਰਾਂ ਵਿਚ ਇਸੇ ਵਰਤਮਾਨ ਰੂਪ ਵਿਚ ਦੀ ਹੀ ਗੁਜ਼ਰਨਾ ਹੈ।

† ਅਧਿਆਏ VI:13.

ਦਾ ਸਹੀ ਅਰਥ ਹੈ, ਕਿ ਨੱਕ ਦਾ ਅਰੰਭ, ਨਾ ਕਿ ਨੱਕ ਦਾ ਅਖੀਰ। ਨੱਕ ਦਾ ਅਰੰਭ ਦੋਨੋਂ ਅੱਖਾਂ ਦੇ ਭਰਵੱਟਿਆਂ ਦੇ ਵਿਚਕਾਰ ਹੈ ਜੋ ਕਿ ਤੀਜੇ ਨੇਤਰ ਦਾ ਸਿੰਘਾਸ਼ਨ ਹੈ।*

ਸਾਂਖਯ ਸ਼ਾਸਤਰ ਦਾ† ਦਾ ਇੱਕ ਸ਼ਲੋਕ ਹੈ।‡ ਸ੍ਰਿਸ਼ਟੀ ਦੇ ਸਵਾਮੀ ਨੂੰ ਸਿੱਧ ਨਹੀਂ ਕੀਤਾ ਜਾ ਸਕਦਾ ਜਾਂ ਪ੍ਰਮਾਣਿਤ ਨਹੀਂ ਕੀਤਾ ਜਾ ਸਕਦਾ। ਇਸ ਇੱਕੋ ਇੱਕ ਸ਼ਬਦ ਨੂੰ ਲੈ ਕੇ ਪੰਡਤਾਂ ਨੇ ਸਾਰੇ ਸਾਂਖਯ ਸ਼ਾਸਤਰ ਨੂੰ ਹੀ ਨਾਸਤਿਕਵਾਦੀ ਘੋਸ਼ਤ ਕਰ ਦਿੱਤਾ।

ਇਹ ਸ਼ਲੋਕ ਵੀ ਨਾਸਤਿਕਵਾਦੀ ਨਹੀਂ ਹੈ। ਸ਼੍ਰੀ ਯੁਕਤੇਸ਼ਵਰ ਜੀ ਵਿਆਖਿਆ ਕਰਿਆ ਕਰਦੇ ਸਨ, "ਇਸ ਦਾ ਅਰਥ ਇਹ ਹੈ, ਕਿ ਅਗਿਆਨੀ ਮਨੁੱਖ ਜੋ ਆਪਣੇ ਸਾਰੇ ਫੈਸਲਿਆਂ ਵਾਸਤੇ, ਆਪਣੀਆਂ ਬਾਹਰੀ ਇੰਦਰੀਆਂ ਉੱਪਰ ਹੀ ਨਿਰਭਰ ਕਰਦਾ ਰਹਿੰਦਾ ਹੈ, ਉਹ ਪ੍ਰਮਾਤਮਾ ਦੇ ਪ੍ਰਮਾਣ ਤੋਂ ਹਮੇਸ਼ਾਂ ਅਣਜਾਣ ਰਹਿੰਦਾ ਹੈ। ਇਸ ਕਰਕੇ ਉਸ ਵਾਸਤੇ ਪ੍ਰਮਾਤਮਾ ਸਦਾ ਹੋਂਦ ਰਹਿਤ ਹੀ ਰਹੇਗਾ। ਸੱਚੇ ਸਾਂਖਯ ਦਰਸ਼ਨ ਦੇ ਸਾਧਕ ਧਿਆਨ ਦੁਆਰਾ ਪੈਦਾ ਹੋਈ ਪੱਕੀ ਅੰਤਰ ਦ੍ਰਿਸ਼ਟੀ ਨਾਲ ਇਹ ਜਾਣ ਜਾਂਦੇ ਹਨ, ਕਿ ਪ੍ਰਮਾਤਮਾ ਦੀ ਹੋਂਦ ਹੈ ਅਤੇ ਉਸ ਨੂੰ ਜਾਣਿਆ ਵੀ ਜਾ ਸਕਦਾ ਹੈ।

"ਗੁਰੂਦੇਵ ਈਸਾਈਆਂ ਦੀ ਬਾਈਬਲ ਦੀ ਅਤਿਅੰਤ ਸੁੰਦਰ ਅਤੇ ਸਪਸ਼ਟ ਵਿਆਖਿਆ ਕਰਿਆ ਕਰਦੇ ਸਨ। ਈਸਾਈ ਮਤ ਦੀ ਮੈਂਬਰਾਂ ਦੀ ਲਿਸਟ ਤੋਂ ਪੂਰੀ ਤਰ੍ਹਾਂ ਅਣਜਾਣ, ਆਪਣੇ ਹਿੰਦੂ ਗੁਰੂ ਤੋਂ, ਮੈਂ ਬਾਈਬਲ ਦੀ ਅਮਰ ਸਚਾਈ ਨੂੰ ਪਹਿਚਾਨਣਾ ਅਤੇ ਈਸਾ ਮਸੀਹ ਅਤੇ ਉਨ੍ਹਾਂ ਦੇ ਵਚਨਾਂ ਦੀ ਸਚਾਈ ਨੂੰ ਸਮਝਣਾ ਸਿਖਿਆ, ਜੋ ਮਨੁੱਖੀ ਬਾਣੀ ਦੁਆਰਾ ਉਚਰਿਤ ਸਾਰੇ ਪ੍ਰਵਚਨਾਂ ਤੋਂ ਨਿਸ਼ਚਿਤ ਤੌਰ ਤੇ ਸਭ ਤੋਂ ਜਿਆਦਾ ਰੋਮਾਂਚਕਾਰੀ ਹੈ। ਸਵਰਗ ਅਤੇ ਪ੍ਰਿਥਵੀ ਦਾ ਖਾਤਮਾ ਹੋ ਜਾਵੇਗਾ ਪ੍ਰੰਤੂ ਮੇਰੇ ਸ਼ਬਦਾਂ ਦਾ ਖਾਤਮਾ ਨਹੀਂ ਹੋਵੇਗਾ।§

ਭਾਰਤ ਦੇ ਮਹਾਨ ਸਾਧੂ ਮਹਾਤਮਾ, ਉਨ੍ਹਾਂ ਹੀ ਦੇਵਤਾ ਸ੍ਰੂਪ ਆਦਰਸ਼ਾਂ ਦੇ ਅਨੁਰੂਪ ਆਪਣਾ ਜੀਵਨ ਜਿਉਂਦੇ ਹਨ, ਜਿਨ੍ਹਾਂ ਆਦਰਸ਼ਾਂ ਨੇ ਈਸਾ ਮਸੀਹ ਨੂੰ ਪ੍ਰੇਰਿਤ ਕੀਤਾ

* ਸਰੀਰ ਦਾ ਪ੍ਰਕਾਸ਼ ਨੇਤਰ ਹੈ, ਇਸ ਕਰਕੇ ਜਦੋਂ ਤੁਹਾਡਾ ਨੇਤਰ ਇੱਕ ਹੋ ਜਾਂਦਾ ਹੈ ਤਾਂ ਤੁਹਾਡਾ ਸਰੀਰ ਰੌਸ਼ਨੀ ਨਾਲ ਭਰ ਜਾਂਦਾ ਹੈ। ਪ੍ਰੰਤੂ ਜਦੋਂ ਤੁਹਾਡਾ ਨੇਤਰ ਦੂਸ਼ਿਤ ਹੋ ਜਾਂਦਾ ਹੈ, ਤਾਂ ਤੁਹਾਡਾ ਸਾਰਾ ਸਰੀਰ ਅੰਧਕਾਰ ਨਾਲ ਭਰ ਜਾਂਦਾ ਹੈ।ਇਸ ਕਰਕੇ ਇਹ ਖਿਆਲ ਰੱਖੋ, ਜੋ ਤੁਹਾਡੇ ਅੰਦਰ ਰੌਸ਼ਨੀ ਹੈ, ਉਹ ਕਦੇ ਅੰਧਕਾਰ ਨਾ ਬਣ ਜਾਵੇ। *ਲਿਊਕ* 11:34–35 (ਬਾਈਬਲ)

† ਹਿੰਦੂ ਸੰਸਕਿਰਤੀ ਦੇ ਛਟ ਦਰਸ਼ਨ ਵਿਚੋਂ ਇੱਕ ਦਰਸ਼ਨ ਹੈ, "ਸਾਂਖਯ ਦਰਸ਼ਨ।" ਸਾਂਖਯ ਦਰਸ਼ਨ ਦੀ ਇਹ ਸਿੱਖਿਆ ਹੈ ਕਿ ਪ੍ਰਕਿਰਤੀ ਜਾਂ ਕੁਦਰਤ ਤੋਂ ਪੁਰਸ਼ ਜਾਂ ਆਤਮਾ ਤਕ ਦੇ 25 ਤੱਤਾਂ ਦੇ ਗਿਆਨ ਦੇ ਲਾਭ ਨਾਲ ਹੀ ਮੁਕਤੀ ਮਿਲਦੀ ਹੈ।

‡ ਸਾਂਖਯ ਦਰਸ਼ਨ, ਸੂਤਰ 1:92

§ *ਮੈਥਯੂ* 24:35 (ਬਾਈਬਲ)

ਸੀ। ਇਹ ਲੋਕ ਹੀ ਈਸਾ ਮਸੀਹਾ ਦੇ ਸਕੇ ਸਬੰਧੀ ਹਨ, ਜਿਨ੍ਹਾਂ ਦੇ ਬਾਰੇ ਉਨ੍ਹਾਂ ਨੇ ਕਿਹਾ ਸੀ, "ਜੋ ਵੀ ਸਵਰਗ ਵਿਚ ਸਥਿਤ ਮੇਰੇ ਪਿਤਾ ਦੀ ਇੱਛਾ ਦੀ ਪਾਲਣਾ ਕਰੇਗਾ, ਉਹ ਹੀ ਮੇਰਾ ਭਰਾ, ਭੈਣ ਅਤੇ ਮਾਤਾ ਹੈ।"* ਈਸਾ ਮਸੀਹ ਨੇ ਕਿਹਾ ਸੀ, "ਤੁਸੀਂ ਜੇ ਮੇਰੇ ਵਚਨਾਂ ਦੀ ਪਾਲਣਾ ਕਰੋਗੇ ਤਾਂ ਸੱਚ ਮੁੱਚ ਹੀ ਮੇਰੇ ਸ਼ਗਿਰਦ ਹੋ, ਤਾਂ ਤੁਸੀਂ ਸਚਾਈ ਨੂੰ ਜਾਣ ਜਾਵੋਗੇ ਅਤੇ ਸਚਾਈ ਤੁਹਾਨੂੰ ਮੁਕਤ ਕਰ ਦੇਵੇਗੀ।"†

"ਇਹ ਆਦਮ ਅਤੇ ਹੌਵਾ ਦੀ ਕਹਾਣੀ ਮੇਰੀ ਸਮਝ ਵਿਚ ਨਹੀਂ ਆਉਂਦੀ।" ਇਸ ਦੁਅਰਥੀ ਦ੍ਰਿਸ਼ਟਾਂਤ ਨੂੰ ਸਮਝਣ ਦੇ ਮੇਰੇ ਮੁਢਲੇ ਯਤਨਾਂ ਦੇ ਸਮੇਂ, ਇੱਕ ਦਿਨ ਮੈਂ ਬਹੁਤ ਉਤੇਜਿਤ ਲਹਿਜੇ ਵਿਚ ਕਿਹਾ, "ਪ੍ਰਮਾਤਮਾ ਨੇ ਨਾ ਕੇਵਲ ਉਸ ਦੋਸ਼ੀ ਦੰਪਤੀ ਨੂੰ ਬਲਕਿ ਨਿਰਦੋਸ਼ ਭਾਵੀ ਪੀੜ੍ਹੀਆਂ ਨੂੰ ਕਿਉਂ ਸਜ਼ਾ ਦਿੱਤੀ?"

ਗੁਰੂਦੇਵ ਨੂੰ ਮੇਰੀ ਅਗਿਆਨਤਾ ਨਾਲੋਂ ਮੇਰੀ ਪ੍ਰਚੰਡਤਾ ਤੇ ਹਾਸਾ ਆ ਗਿਆ। ਬਾਈਬਲ ਦੀ ਉਤਪਤੀ ਨਾਮਕ ਕਿਤਾਬ ਡੂੰਘੇ ਸੰਕੇਤਾਂ ਨਾਲ ਭਰੀ ਹੋਈ ਹੈ। ਇਸ ਦੀ ਸ਼ਾਬਦਿਕ ਵਿਆਖਿਆ ਕਰਨ ਨਾਲ ਕੁਝ ਵੀ ਪੱਲੇ ਨਹੀਂ ਪੈਂਦਾ, ਗੁਰੂਦੇਵ ਨੇ ਮੈਨੂੰ ਸਮਝਾਇਆ, "ਉਸ ਵਿਚ, ਜਿਸ ਜੀਵਨ ਦਰਖਤ ਦਾ ਜ਼ਿਕਰ ਹੈ, ਉਹ ਮਨੁੱਖੀ ਸਰੀਰ ਹੈ, ਜੋ ਮੇਰੂ ਦੰਡ ਹੈ, ਉਹ ਉਲਟੇ ਕੀਤੇ ਹੋਏ ਦਰਖਤ ਦੇ ਵਾਂਗ ਹੈ, ਜਿਸ ਵਿਚ ਮਨੁੱਖ ਦੇ ਕੇਸ ਉਸ ਦੀਆਂ ਜੜ੍ਹਾਂ ਹਨ, ਅੰਤਰ ਅਤੇ ਬਾਹਰ ਮੁਖੀ ਨਾੜੀਆਂ, ਉਸਦੀਆਂ ਟਹਿਣੀਆਂ ਹਨ। ਨਾੜੀ ਤੰਤਰ ਦੇ ਇਸ ਦਰਖਤ ਵਿਚ ਆਨੰਦ ਦੇਣ ਵਾਲੇ ਅਨੇਕ ਫਲ ਲੱਗਦੇ ਹਨ, ਜਿਵੇਂ ਕਿ ਸ਼ਬਦ, ਸਪਰਸ਼, ਰਸ, ਗੰਧ ਅਤੇ ਸੰਵੇਦਨਾ। ਇਨ੍ਹਾਂ ਦਾ ਆਨੰਦ ਲੈਣ ਦੀ ਮਨੁੱਖ ਨੂੰ ਪੂਰੀ ਪੂਰੀ ਅਜ਼ਾਦੀ ਸੀ ਪ੍ਰੰਤੂ ਉਸ ਨੂੰ ਸਰੀਰ ਦੇ ਵਿਚਕਾਰ‡ (ਬਾਗ ਦੇ ਵਿਚਕਾਰ ਸਥਿਤ) ਸੇਬ ਰੂਪੀ ਕਾਮ ਸੁੱਖ ਦਾ ਅਨੁਭਵ ਲੈਣ ਤੋਂ ਮਨ੍ਹਾ ਕੀਤਾ ਗਿਆ ਸੀ।"ਉਸ ਵਿਚ ਸਰਪ ਮੇਰੂ ਦੰਡ ਵਿਚ ਕੁੰਡਲੀ ਮਾਰੀ ਬੈਠੀ ਕੁੰਡਲਿਨੀ ਸ਼ਕਤੀ ਦੀ ਪ੍ਰਤੀਨਿਧਤਾ ਕਰਦਾ ਹੈ, ਜੋ ਕਾਮ ਇੰਦਰੀਆਂ ਨਾਲ ਸਬੰਧਿਤ ਨਾੜੀਆਂ ਨੂੰ ਉਤੇਜਿਤ ਕਰਦੀ ਹੈ। ਆਦਮ ਵਿਵੇਕ ਹੈ ਅਤੇ ਹੌਵਾ ਭਾਵਨਾ ਹੈ। ਜਦੋਂ ਕਿਸੇ ਮਨੁੱਖ ਦੀ ਭਾਵਨਾ

* *ਮੈਥਯੂ* 12:50 (ਬਾਈਬਲ)

† *ਜਾਨ* 8:31–32 (ਬਾਈਬਲ)। ਸੇਂਟ ਜਾਨ ਨੇ ਪ੍ਰਮਾਣਤ ਕੀਤਾ ਹੈ, "ਪ੍ਰੰਤੂ ਜਿਨ੍ਹਾਂ ਲੋਕਾਂ ਨੇ ਉਨ੍ਹਾਂ ਨੂੰ ਸਵੀਕਾਰ ਕੀਤਾ ਹੈ, ਉਨ੍ਹਾਂ ਸਭਨਾਂ ਨੂੰ ਪ੍ਰਮਾਤਮਾ ਦਾ ਪੁੱਤਰ ਬਣਨ ਦੀ ਸ਼ਕਤੀ ਦਿੱਤੀ। ਇੱਥੋਂ ਤਕ ਉਨ੍ਹਾਂ ਨੂੰ ਵੀ ਇਹ ਸ਼ਕਤੀ ਪ੍ਰਦਾਨ ਕਰ ਦਿੱਤੀ, ਜਿਨ੍ਹਾਂ ਨੂੰ ਉਨ੍ਹਾਂ ਦੇ ਨਾਂ ਉੱਪਰ ਹੀ ਵਿਸ਼ਵਸ ਹੈ। (ਜੋ ਸਰਬਵਿਆਪੀ ਕਰਾਈਸਟ ਚੈਤਨਯ ਜਾਂ ਕੂਟਸਥ ਚੈਤਨਯ ਵਿਚ ਸਥਿਤ ਹੋ ਗਏ ਹਨ- *ਜਾਨ* 1:12 (ਬਾਈਬਲ)

‡ "ਅਸੀਂ ਬਾਗ ਦੇ ਸਾਰੇ ਦਰਖਤਾਂ ਦੇ ਫਲ ਖਾ ਸਕਦੇ ਹਾਂ, ਪ੍ਰੰਤੂ ਇਸ ਬਾਗ ਦੇ ਵਿਚਕਾਰ ਜਿਹੜਾ ਦਰਖਤ ਹੈ, ਉਸ ਦੇ ਫਲ ਖਾਣ ਤੋਂ ਪ੍ਰਮਾਤਮਾ ਨੇ ਮਨ੍ਹਾ ਕਰ ਰੱਖਿਆ ਹੈ। ਇੱਥੋਂ ਤਕ ਕਿ ਤੁਸੀਂ ਇਨ੍ਹਾਂ ਫਲਾਂ ਦਾ ਸਪਰਸ਼ ਵੀ ਨਹੀਂ ਕਰਨਾ, ਨਹੀਂ ਤਾਂ ਤੁਹਾਡੀ ਮੌਤ ਹੋ ਜਾਵੇਗੀ।" *ਜੀਨੀਸਿਸਸ* 3:2–3 (ਬਾਈਬਲ)

ਜਾਂ ਹੌਵਾ ਮਾਨਸਿਕਤਾ ਉੱਪਰ, ਕਾਮ ਵਾਸ਼ਨਾ ਭਾਰੂ ਹੋ ਜਾਂਦੀ ਹੈ, ਤਾਂ ਉਸ ਦਾ ਵਿਵੇਕ ਜਾਂ ਆਦਮੀ ਵੀ ਆਪਣੀ ਹਾਰ ਮੰਨ ਲੈਂਦਾ ਹੈ।*

ਪ੍ਰਮਾਤਮਾ ਨੇ ਆਪਣੀ ਇੱਛਾ ਸ਼ਕਤੀ ਦੀ ਤਾਕਤ ਨਾਲ ਪੁਰਸ਼ ਅਤੇ ਇਸਤਰੀ ਦੇ ਸਰੀਰਾਂ ਦਾ ਸਿਰਜਣ ਕਰ ਕੇ ਮਨੁੱਖ ਜਾਤੀ ਦੀ ਸਿਰਜਣਾ ਕੀਤੀ। ਉਸ ਨੇ ਆਪਣੀ ਨਵੀਂ ਦੰਪਤੀ ਨੂੰ ਵੀ ਉਸੇ ਪਵਿੱਤਰ ਜਾਂ ਦੈਵੀ ਤਰੀਕੇ ਨਾਲ ਸੰਤਾਨ ਉਤਪਤੀ ਕਰਨ ਦੀ ਸ਼ਕਤੀ ਪ੍ਰਦਾਨ ਕੀਤੀ।† ਕਿਉਂਕਿ ਉਦੋਂ ਤਕ ਪ੍ਰਮਾਤਮਾ ਦੀਆਂ ਅਭੀਵਿਅਕਤੀਆਂ ਵੱਖਰੀ ਆਤਮਾ ਦੇ ਰੂਪ ਵਿਚ ਸਿਰਫ ਪਸ਼ੂਆਂ ਤਕ ਹੀ ਸੀਮਤ ਸਨ, ਜੋ ਸੁਭਾਵਿਕ ਪ੍ਰਵਿਰਤੀਆਂ ਦੇ ਗੁਲਾਮ ਹੁੰਦੇ ਹਨ ਅਤੇ ਜਿਨ੍ਹਾਂ ਵਿਚ ਵਿਵੇਕ ਦੀ ਘਾਟ ਹੁੰਦੀ ਹੈ। ਪ੍ਰਮਾਤਮਾ ਨੇ ਪਹਿਲੇ ਦੋ ਮਨੁੱਖੀ ਸਰੀਰਾਂ ਨੂੰ ਸਿਰਜ ਕੇ ਸੰਕੇਤਕ ਤੌਰ ਤੇ, ਉਨ੍ਹਾਂ ਨੂੰ ਆਦਮ ਅਤੇ ਹੌਵਾ ਦਾ ਨਾਂ ਦੇ ਦਿੱਤਾ। ਇਨ੍ਹਾਂ ਸਰੀਰਾਂ ਵਿਚ ਉਸਾਰੂ ਵਿਕਾਸ ਦੇ ਉਦੇਸ਼ ਨਾਲ ਦੋ ਪਸ਼ੂਆਂ ਦੀਆਂ ਆਤਮਾਵਾਂ ਜਾਂ ਉਨ੍ਹਾਂ ਦੀਆਂ ਦਿਵੱਯ ਸਚਾਈਆਂ ਨੂੰ, ਉਨ੍ਹਾਂ ਵਿਚ ਸਥਾਪਿਤ ਕਰ ਦਿੱਤਾ।‡ ਆਦਮ ਜਾਂ ਪੁਰਸ਼ ਨੂੰ ਵਿਵੇਕ ਪ੍ਰਧਾਨ ਬਣਾਇਆ ਅਤੇ ਹੌਵਾ ਜਾਂ ਇਸਤਰੀ ਨੂੰ ਭਾਵਨਾ ਪ੍ਰਧਾਨ ਬਣਾਇਆ। ਇਸ ਤਰ੍ਹਾਂ ਦ੍ਰਿਸ਼ਮਾਨ ਸੰਸਾਰ ਵਿਚ ਦਵੈਤ ਜਾਂ ਧਰੁਵੀ ਉਲਾਰ ਦੀ ਉਤਪਤੀ ਹੋਈ। ਵਿਵੇਕ ਅਤੇ ਭਾਵਨਾ ਜਦੋਂ ਤਕ ਪਰਸਪਰ ਸਹਿਯੋਗ ਦੇ ਆਨੰਦ ਦੇ ਸਵਰਗ ਵਿਚ ਰਹਿੰਦੇ ਹਨ, ਉਦੋਂ ਤਕ ਮਨੁੱਖੀ ਮਨ ਪਸ਼ੂ ਵਿਰਤੀ ਵਾਲੀ ਸਰਪ ਸ਼ਕਤੀ ਜਾਂ ਕਾਮ ਵਾਸ਼ਨਾ ਦੇ ਬਹਿਕਾਵੇ ਵਿਚ ਨਹੀਂ ਆਉਂਦਾ।

ਇਸ ਕਰਕੇ ਮਨੁੱਖੀ ਸਰੀਰ ਕੇਵਲ ਪਸ਼ੂਆਂ ਦੀ ਨਸਲ ਦੇ ਵਿਕਾਸ ਦੇ ਨਤੀਜੇ ਵਜੋਂ ਹੀ ਹੋਂਦ ਵਿਚ ਨਹੀਂ ਆਇਆ, ਬਲਕਿ ਪ੍ਰਮਾਤਮਾ ਦੁਆਰਾ ਇੱਕ ਵਿਸ਼ੇਸ਼ ਸਿਰਜਣ ਪ੍ਰਕਿਰਿਆ ਦੁਆਰਾ ਹੋਂਦ ਵਿਚ ਲਿਆਂਦਾ ਗਿਆ ਸੀ। ਪਸ਼ੂ ਜਾਤੀ ਇੰਨੀ ਅਵਿਕਸਿਤ ਸੀ, ਕਿ ਜਿਸ ਵਿਚ ਪ੍ਰਮਾਤਮਾ ਦੀ ਦਿਵੱਯਤਾ ਦੀ ਪੂਰੀ ਅਭੀਵਿਅਕਤੀ ਹੋ ਹੀ ਨਹੀਂ ਸੀ ਸਕਦੀ। ਸਿਰਫ ਮਨੁੱਖ ਨੂੰ ਹੀ ਸਰਬਸ਼ਕਤੀਮਾਨਤਾ ਦੀ ਸੰਭਾਵਨਾ ਨਾਲ ਮੱਥੇ ਵਿਚ ਸਹਸਤਰਦਲ ਕਮਲ ਦੀ ਸੌਗਾਤ ਅਤੇ ਮੇਰੂ ਦੰਡ ਵਿਚ ਅਧਿਆਤਮਿਕ ਸ਼ਕਤੀ ਨਾਲ ਪੂਰੇ ਜਾਗ੍ਰਿਤ ਚੱਕਰ ਦਿੱਤੇ ਗਏ ਹਨ।

* ਜਿਸ ਔਰਤ ਨੂੰ, ਤੂੰ ਮੈਨੂੰ ਸਾਥੀ ਦੇ ਰੂਪ ਵਿਚ ਦਿੱਤਾ ਸੀ, ਉਸ ਨੇ ਮੈਨੂੰ ਉਸ ਦਰਖਤ ਦਾ ਫਲ ਦੇ ਦਿੱਤਾ ਅਤੇ ਮੈਂ ਖਾ ਲਿਆ। ਔਰਤ ਨੇ ਕਿਹਾ, "ਸਰਪ ਨੇ ਮੈਨੂੰ ਫੁਸਲਾ ਲਿਆ ਅਤੇ ਮੈਂ ਫਲ ਖਾ ਲਿਆ।" *ਜੀਨੀਸਿਸ* 3:12–13 (ਬਾਈਬਲ)।

† ਪ੍ਰਮਾਤਮਾ ਨੇ ਮਨੁੱਖ ਨੂੰ ਆਪਣਾ ਪ੍ਰਤੀਰੂਪ ਬਣਾਇਆ, ਪ੍ਰਮਾਤਮਾ ਦੇ ਪ੍ਰਤੀਰੂਪ ਵਿਚ ਉਸ ਨੇ ਮਨੁੱਖ ਨੂੰ ਬਣਾਇਆ। ਉਨ੍ਹਾਂ ਨੂੰ ਨਰ ਅਤੇ ਨਾਰੀ ਦਾ ਰੂਪ ਦਿੱਤਾ। ਪ੍ਰਮਾਤਮਾ ਨੇ ਅਸ਼ੀਰਵਾਦ ਦਿੰਦਿਆਂ ਕਿਹਾ, "ਫਲੋ, ਫੂਲੋ, ਨਸਲ ਵਿਚ ਵਾਧਾ ਕਰੋ, ਪ੍ਰਿਥਵੀ ਦੀ ਉੱਨਤੀ ਕਰੋ ਅਤੇ ਇੱਸ ਉੱਪਰ ਜਿੱਤ ਪ੍ਰਾਪਤ ਕਰੋ। *ਜੀਨੀਸਿਸ* 1:27–28 (ਬਾਈਬਲ)

‡ "ਅਤੇ ਪ੍ਰਮਾਤਮਾ ਨੇ ਧਰਤੀ ਦੀ ਮਿੱਟੀ ਲੈ ਕੇ ਮਨੁੱਖ ਦੀ ਰਚਨਾ ਕੀਤੀ ਅਤੇ ਉਸ ਦੇ ਨੱਕ ਵਿਚ ਜੀਵਨ ਦੇ ਸੁਆਸ ਦੀ ਫੂਕ ਮਾਰ ਦਿੱਤੀ ਅਤੇ ਮਨੁੱਖ ਜਿਉਂਦੀ ਆਤਮਾ ਬਣ ਗਿਆ।" *ਜੀਨੀਸਿਸ* 2:7 (ਬਾਈਬਲ)

ਸਿਰਜਤ ਕੀਤਾ ਗਿਆ ਪਹਿਲਾ ਦੰਪਤੀ ਜੋੜਾ, ਜੋ ਪ੍ਰਮਾਤਮਾ ਦੀ ਚੇਤਨਤਾ ਨਾਲ ਭਰਪੂਰ ਸੀ, ਨੂੰ ਇਹ ਮਸ਼ਵਰਾ ਦਿੱਤਾ ਗਿਆ ਕਿ ਉਹ ਸਾਰੇ ਇੰਦਰਿਆਵੀ ਅਨੁਭਵਾਂ ਦਾ ਉਪਭੋਗ ਕਰ ਸਕਦਾ ਹੈ, ਸਿਵਾਇ ਇੱਕ ਮੈਥੁਨਿਕ ਅਨੁਭਵ ਨੂੰ ਛੱਡ ਕੇ।* ਇਸ ਤੋਂ ਇਸ ਕਰਕੇ ਮਨ੍ਹਾ ਕੀਤਾ ਗਿਆ ਸੀ ਕਿ ਮਨੁੱਖ ਜਾਤੀ ਆਪਣੇ ਵੰਸ਼ ਦੇ ਵਾਧੇ ਵਾਸਤੇ ਕਿਤੇ ਪਸ਼ੂਆਂ ਵਾਲੇ ਘਟੀਆ ਤਰੀਕਿਆਂ ਦੇ ਜਾਲ ਵਿਚ ਨਾ ਫਸ ਜਾਵੇ। ਅਵਚੇਤਨ ਮਨ ਵਿਚ ਮੌਜੂਦ ਪਸ਼ੂ ਵਿਰਤੀਆਂ ਨੂੰ ਜਗਾਉਣ ਵਾਲੀ ਇਸ ਚਿਤਾਵਨੀ ਨੂੰ ਅਣਸੁਣੀ ਕੀਤਾ ਗਿਆ। ਸੰਤਾਨ ਉਤਪਤੀ ਵਾਸਤੇ ਪਸ਼ੂਆਂ ਵਾਲੇ ਵਹਿਸ਼ੀਆਨਾ ਤਰੀਕਿਆਂ ਨੂੰ ਮੁੜ ਸੁਰਜੀਤ ਕਰ ਕੇ, ਆਦਮ ਅਤੇ ਹੌਵਾ ਮੂਲ ਤੌਰ ਤੇ ਪੂਰਨ ਪੁਰਖ ਵਿਚ ਮੌਜੂਦ ਕੁਦਰਤੀ ਸਵਰਗ ਦੇ ਆਨੰਦ ਦੇ ਝੂਲੇ ਤੋਂ ਥੱਲੇ ਡਿਗ ਪਏ। ਜਦੋਂ ਉਨ੍ਹਾਂ ਨੂੰ ਆਪਣੀ ਨਗਨ ਅਵਸਥਾ ਦਾ ਗਿਆਨ ਹੋਇਆ, ਤਾਂ ਜਿਸ ਤਰ੍ਹਾਂ ਪ੍ਰਮਾਤਮਾ ਨੇ ਪਹਿਲਾਂ ਚਿਤਾਵਨੀ ਦੇ ਰੱਖੀ ਸੀ ਤਾਂ ਉਨ੍ਹਾਂ ਦੀ ਅਮਰਤਾ ਦੀ ਚੇਤਨਤਾ ਵੀ ਲੋਪ ਹੋ ਗਈ। ਉਨ੍ਹਾਂ ਨੇ ਆਪਣੇ ਆਪ ਨੂੰ ਭੌਤਿਕ ਨਿਯਮਾਂ ਦੇ ਅਧੀਨ ਕਰ ਲਿਆ, ਜਿਸ ਵਿਚ ਜਨਮ ਲੈਣ ਵਾਲੇ ਸਰੀਰ ਦੀ ਨਿਸ਼ਚਿਤ ਰੂਪ ਵਿਚ ਮੌਤ ਹੁੰਦੀ ਹੈ।

ਸਰਪ ਨੇ ਹੌਵਾ ਨੂੰ ਜਿਸ ਚੰਗੇ ਅਤੇ ਮਾੜੇ ਦੇ ਗਿਆਨ ਦਾ ਵਾਇਦਾ ਕੀਤਾ ਸੀ, ਉਸ ਦਾ ਮਤਲਬ ਦਵੈਤਭਾਵ ਅਤੇ ਬੁਰੇ ਵਿਚਾਰਾਂ ਦੇ ਤਜਰਬਿਆਂ ਤੋਂ ਹੈ, ਜੋ ਮਾਇਆ ਦੇ ਅਧੀਨ ਜਿਉਣ ਵਾਲੇ ਹਰ ਨਾਸ਼ਵਾਨ ਸਰੀਰਾਂ ਨੂੰ ਸਹਿਣੇ ਪੈਂਦੇ ਹਨ। ਆਪਣੇ ਵਿਵੇਕ ਅਤੇ ਭਾਵਨਾ ਜਾਂ ਆਦਮ ਅਤੇ ਹੌਵਾ ਦੀ ਚੇਤਨਤਾ ਦੇ ਦੁਰਉਪਯੋਗ ਨਾਲ ਮਾਇਆ ਦੇ ਭਰਮਜਾਲ ਵਿਚ ਫਸ ਕੇ ਮਨੁੱਖ ਆਪਣੇ ਦੈਵੀ ਆਤਮ ਵਿਸ਼ਵਾਸ ਦੇ ਸਵਰਗੀ ਬਾਗ ਵਿਚ ਦਾਖਲ ਹੋਣ ਦਾ ਆਪਣਾ ਅਧਿਕਾਰ ਗੁਆ ਬੈਠਦਾ ਹੈ।† ਇਹ ਹਰ ਇੱਕ ਸਰੀਰ ਧਾਰੀ ਮਨੁੱਖ ਦੀ ਨਿੱਜੀ ਜੁੰਮੇਵਾਰੀ ਹੈ ਕਿ ਉਹ ਆਪਣੇ ਮਾਤਾ ਪਿਤਾ ਜਾਂ ਦੂਮੂਹੀਂ ਕੁਦਰਤ ਨੂੰ ਏਕੀਕਰਤ ਤਾਲ ਮੇਲ ਜਾਂ ਈਡੇਨ ਵਿਚ ਸਥਾਪਿਤ ਕਰੇ। ਜਿਉਂ

* ਹੁਣ ਸਰਪ (ਕਾਮ ਸ਼ਕਤੀ) ਧਰਤੀ ਦੇ ਕਿਸੇ ਵੀ ਜੀਵ ਦੇ (ਸਰੀਰ ਦੀਆਂ ਹੋਰ ਇੰਦਰੀਆਂ) ਬਨਿਸਬਤ ਜਿਆਦਾ ਚਤੁਰ (ਸੂਖਮ ਜਾਂ ਧੋਖੇਬਾਜ਼) ਹੋ ਗਿਆ। *ਜੀਨੀਸਿਸ* 3:1 (ਬਾਈਬਲ)

† "ਅਤੇ ਪ੍ਰਮਾਤਮਾ ਨੇ ਈਡੇਨ ਵਿਚ ਪੂਰਬ ਵੱਲ ਇੱਕ ਬਾਗ ਲਗਵਾਇਆ ਅਤੇ ਉਸ ਨੇ ਮਨੁੱਖ ਨੂੰ ਉੱਥੇ ਰੱਖਿਆ, ਜਿਸ ਨੂੰ, ਉਸ ਨੇ ਖੁਦ ਆਪ ਬਣਾਇਆ ਸੀ।" *ਜੀਨੀਸਿਸ* 2:8 (ਬਾਈਬਲ)। "ਇਸ ਵਾਸਤੇ ਪ੍ਰਮਾਤਮਾ ਨੇ ਉਸ ਨੂੰ ਈਡੇਨ ਦੇ ਬਾਗ ਦੀ ਉਸ ਧਰਤੀ ਨੂੰ ਵਾਹੁਣ ਵਾਸਤੇ ਭੇਜ ਦਿੱਤਾ, ਜਿਸ ਦੀ ਮਿੱਟੀ ਲੈ ਕੇ ਉਸ ਨੂੰ ਬਣਾਇਆ ਗਿਆ ਸੀ।" *ਜੀਨੀਸਿਸ* 3:23 (ਬਾਈਬਲ)।

ਪ੍ਰਮਾਤਮਾ ਦੁਆਰਾ ਬਣਾਏ ਪਹਿਲੇ ਦਿਵੱਯ ਸਰੀਰਾਂ ਦੀ ਚੇਤਨਾ, ਉਨ੍ਹਾਂ ਦੇ ਮਸਤਕ (ਪੂਰਬ ਵੱਲ) ਵਿਚ ਸਥਿਤ ਸਰਬਸ਼ਕਤੀਮਾਨ ਇੱਕੋ ਇੱਕ ਨੇਤਰ ਵਿਚ ਕੇਂਦ੍ਰਿਤ ਸੀ। ਉਸ ਬਿੰਦੂ ਵਿਚ ਕੇਂਦ੍ਰਿਤ ਮਨੁੱਖ ਦੀ ਇੱਛਾ ਸ਼ਕਤੀ ਦੀ ਸਰਬ ਸਿਰਜਣਕਾਰੀ ਤਾਕਤ ਉਸ ਵਕਤ ਖਤਮ ਹੋ ਗਈ, ਜਦੋਂ ਉਸ ਨੇ ਆਪਣੀ ਭੌਤਿਕ ਪ੍ਰਕਿਰਤੀ ਦੀ "ਧਰਤੀ ਨੂੰ ਵਾਹੁਣਾ" ਸ਼ੁਰੂ ਕਰ ਦਿੱਤਾ।

ਹੀ ਸ੍ਰੀ ਯੁਕਤੇਸ਼ਵਰ ਜੀ ਨੇ ਆਪਣਾ ਪ੍ਰਵਚਨ ਖਤਮ ਕੀਤਾ, ਤਾਂ ਮੈਂ ਨਵੀਂ ਸ਼ਰਧਾ ਨਾਲ ਜੀਨੀਸਿਸਸ ਦੇ ਸਫਿਆਂ ਉੱਪਰ ਫਿਰ ਨਜ਼ਰ ਮਾਰੀ। ਮੈਂ ਕਿਹਾ "ਪੂਜਨੀਕ ਗੁਰੂਦੇਵ, ਅੱਜ ਮੈਂ ਪਹਿਲੀ ਵਾਰ ਆਦਮ ਅਤੇ ਹੌਵਾ ਦੇ ਪ੍ਰਤੀ ਸੰਤਾਨ ਦੀ ਨਿਸ਼ਚਿਤ ਜੁੰਮੇਵਾਰੀ ਨੂੰ ਮਹਿਸੂਸ ਕਰ ਰਿਹਾ ਹਾਂ।"*

* *ਸ੍ਰੀ ਮਦ ਭਾਗਵਤ ਪੁਰਾਣ* ਵਿਚ ਹਿੰਦੂਆਂ ਦੀ "ਆਦਮ ਅਤੇ ਹੌਵਾ" ਦੀ ਕਹਾਣੀ ਦਾ ਵਰਣਨ ਹੈ। ਸਥੂਲ ਦੇਹ ਵਿਚ ਪਹਿਲੇ ਨਰ ਅਤ ਨਾਰੀ ਨੂੰ ਸਵੰਯਭੁਵ ਮਨੂੰ (ਸਿਰਜਣਹਾਰ ਤੋਂ ਪੈਦਾ ਹੋਏ) ਅਤੇ ਉਸ ਦੀ ਪਤਨੀ ਸ਼ਤਰੂਪਾ (ਸੌ ਤੋਂ ਜਿਆਦਾ ਸ਼ਕਤੀਆਂ ਜਾਂ ਰੂਪ ਵਾਲੀ) ਨੂੰ ਮੰਨਿਆ ਗਿਆ ਹੈ। ਉਨ੍ਹਾਂ ਦੀਆਂ ਪੰਜ ਸੰਤਾਨਾਂ ਨੇ ਪਰਜਾਪਤੀਆਂ (ਸਥੂਲ ਸਰੀਰ ਧਾਰ ਸਕਣ ਦੇ ਸਮਰੱਥ ਪੂਰਨ ਜੀਵ) ਦੇ ਨਾਲ ਵਿਆਹ ਕੀਤੇ। ਇਨ੍ਹਾਂ ਪਹਿਲੇ ਪੰਜ ਦੈਵੀ ਪਰਿਵਾਰਾਂ ਵਿਚੋਂ ਹੀ ਮਾਨਵ ਜਾਤੀ ਉਤਪੰਨ ਹੋਈ।

ਨਾ ਤਾਂ ਪੂਰਬ ਵਿਚ ਅਤੇ ਨਾ ਹੀ ਪੱਛਮ ਵਿਚ, ਮੈਂ ਕਿਸੇ ਕੋਲੋਂ ਈਸਾਈ ਧਰਮ ਗ੍ਰੰਥਾਂ ਦੀ ਇਹੋ ਜਿਹੀ ਵਿਆਖਿਆ ਸੁਣੀ, ਜਿਸ ਵਿਚ ਸ੍ਰੀ ਯੁਕਤੇਸ਼ਵਰ ਜੀ ਵਾਂਗ ਡੂੰਘੀ ਅਧਿਆਤਮਿਕ ਅੰਤਰ ਦ੍ਰਿਸ਼ਟੀ ਦਾ ਗਿਆਨ ਪ੍ਰਗਟ ਹੁੰਦਾ ਹੋਵੇ। ਗੁਰੂਦੇਵ ਕਿਹਾ ਕਰਦੇ ਸਨ, "ਈਸਾਈ ਧਰਮ ਸ਼ਾਸਤਰੀਆਂ ਨੇ ਈਸਾ ਮਸੀਹ ਦੇ ਸ਼ਬਦਾਂ ਦਾ ਇਹੋ ਜਿਹੇ ਸੰਦਰਭਾਂ ਵਿਚ ਗਲਤ ਅਰਥ ਲਗਾ ਲਿਆ ਹੈ, ਜਿਥੇ ਉਹ ਕਹਿੰਦੇ ਸਨ, "ਮੈਂ ਹੀ ਮਾਰਗ ਹਾਂ, ਮੈਂ ਹੀ ਸੱਚ ਹਾਂ, ਮੈਂ ਹੀ ਜੀਵਨ ਹਾਂ, ਮੇਰੀ ਵਿਚੋਲਗਿਰੀ ਤੋਂ ਬਗੈਰ ਕੋਈ ਵੀ ਪਰਮ ਪਿਤਾ ਤਕ ਨਹੀਂ ਪਹੁੰਚ ਸਕਦਾ।" *ਜਾਨ* 14:6 (ਬਾਈਬਲ)

ਈਸਾ ਮਸੀਹ ਦੇ ਕਹਿਣ ਦਾ ਭਾਵ ਅਰਥ ਇਹ ਕਦੇ ਨਹੀਂ ਸੀ, ਕਿ ਉਹ ਹੀ ਪ੍ਰਮਾਤਮਾ ਦੇ ਇੱਕੋ ਇੱਕ ਪੁੱਤਰ ਸਨ। ਬਲਕਿ ਇਹ ਸੀ, ਕੋਈ ਵੀ ਸ੍ਰਿਸ਼ਟੀ ਤੋਂ ਪਰੇ ਉਸ ਨਿਰਗੁਣ ਬ੍ਰਹਮ ਜਾਂ ਪ੍ਰਮਾਤਮਾ ਨੂੰ ਉਦੋਂ ਤਕ ਪ੍ਰਾਪਤ ਨਹੀਂ ਕਰ ਸਕਦਾ, ਜਦੋਂ ਤਕ ਉਹ ਪਹਿਲਾਂ ਸ੍ਰਿਸ਼ਟੀ ਵਿਚ ਵਿਆਪਤ ਕਰਾਈਸਟ ਚੈਤਨਯ (ਕੂਟਸਥ ਚੈਤਨਯ) ਜਾਂ ਪੁੱਤਰ ਨੂੰ ਆਪਣੇ ਵਿਚ ਪ੍ਰਗਟ ਨਾ ਕਰ ਦੇਵੇ। ਈਸਾ ਮਸੀਹ ਨੇ, ਉਸ ਕਰਾਈਸਟ ਚੈਤਨਯ ਦੇ ਨਾਲ ਪੂਰਨ ਏਕਾਤਮਿਕਤਾ ਪ੍ਰਾਪਤ ਕਰ ਲਈ ਸੀ, ਉਸ ਦੇ ਨਾਲ ਉਹ ਇਸ ਤਰ੍ਹਾਂ ਇੱਕਰੂਪ ਹੋ ਗਏ ਸਨ ਕਿ ਉਨ੍ਹਾਂ ਦਾ ਆਪਣਾ ਹੰਕਾਰ ਕਦੋਂ ਦਾ ਖਤਮ ਹੋ ਚੁੱਕਿਆ ਸੀ। (ਵਿਸਥਾਰ ਲਈ ਦੇਖੋ ਪੰਨਾਂ 195)

ਜਦੋਂ ਪਾਲ ਨੇ ਇਹ ਲਿਖਿਆ, "ਪ੍ਰਮਾਤਮਾ ਨੇ-ਸਾਰੀਆਂ ਚੀਜ਼ਾਂ ਦੀ ਰਚਨਾ ਈਸਾ ਮਸੀਹ ਦੁਆਰਾ ਹੀ ਕੀਤੀ।" *ਅਫੇਸਿਆਂਸ਼* 3:9 (ਬਾਈਬਲ) ਅਤੇ ਜਦੋਂ ਈਸਾ ਮਸੀਹ ਨੇ ਇਹ ਕਿਹਾ, "ਅਬਰਾਹੀਮ ਤੋਂ ਪਹਿਲਾਂ ਮੈਂ ਹਾਂ।" *ਜਾਨ* 8:58 (ਬਾਈਬਲ) ਤਾਂ ਇਨ੍ਹਾਂ ਸਾਰਿਆਂ ਸ਼ਬਦਾਂ ਦਾ ਮਤਲਬ ਇਹ ਹੀ ਨਿਕਲਦਾ ਹੈ, ਕਿ ਇੱਥੇ ਵਿਅਕਤੀਤਵ ਤੋਂ ਪਰੇ ਦੀ ਗੱਲ ਹੋ ਰਹੀ ਹੈ।

ਇੱਕ ਤਰ੍ਹਾਂ ਦੀ ਧਾਰਮਿਕ ਬੁਜ਼ਦਿਲੀ ਦੇ ਕਾਰਨ ਅਨੇਕ ਸੰਸਾਰਕ ਲੋਕ ਅਸਾਨੀ ਨਾਲ ਇਹ ਵਿਸ਼ਵਾਸ ਕਰ ਲੈਂਦੇ ਹਨ, ਕਿ ਕੇਵਲ ਇੱਕ ਮਨੁੱਖ ਹੀ ਪ੍ਰਮਾਤਮਾ ਦਾ ਪੁੱਤਰ ਸੀ। ਉਹ ਕਹਿੰਦੇ ਹਨ, "ਈਸਾ ਮਸੀਹ ਨੂੰ ਵਿਲੱਖਣ ਤਰੀਕੇ ਨਾਲ ਬਣਾਇਆ ਗਿਆ ਸੀ," ਉਹ ਦਲੀਲ ਦਿੰਦੇ ਹਨ, "ਮੈਂ ਇੱਕ ਸਧਾਰਨ ਨਾਸ਼ਵਾਨ ਮਨੁੱਖ, ਉਨ੍ਹਾਂ ਦੀ ਬਰਾਬਰੀ ਕਿਸ ਤਰ੍ਹਾਂ ਕਰ ਸਕਦਾ ਹਾਂ?" ਪ੍ਰੰਤੂ ਸਾਰੇ ਮਨੁੱਖ ਹੀ ਦੈਵੀ ਤਰੀਕੇ ਨਾਲ ਬਣਾਏ ਗਏ ਹਨ ਅਤੇ ਸਾਰਿਆਂ ਨੂੰ ਹੀ ਕਿਸੇ-ਨ-ਕਿਸੇ ਦਿਨ ਈਸਾ ਮਸੀਹ ਦੇ ਇਸ ਹੁਕਮ ਦੀ ਪਾਲਣਾ ਕਰਨੀ ਪਵੇਗੀ। "ਇਸ ਕਰਕੇ ਤੁਸੀਂ ਸਰਬ ਗੁਣ ਸੰਪਨ ਹੋਵੋ, ਜਿਸ ਤਰ੍ਹਾਂ ਸਵਰਗ ਵਿਚ ਤੁਹਾਡੇ ਪਰਮ ਪਿਤਾ ਸਰਬਗੁਣ ਸੰਪਨ ਹਨ।" *ਮੈਥਯੂ* 5:48 (ਬਾਈਬਲ) "ਦੇਖੋ ਕਿਸ ਤਰ੍ਹਾਂ ਦਾ ਪਿਆਰ ਪ੍ਰਮਾਤਮਾ ਨੇ ਸਾਨੂੰ ਬਖਸ਼ਸ਼ ਕੀਤਾ ਹੈ ਤਾਂ ਕਿ ਸਾਨੂੰ ਪ੍ਰਮਾਤਮਾ ਦੇ ਪੁੱਤਰ ਕਿਹਾ ਜਾ ਸਕੇ।" *ਜਾਨ* 3:1 (ਬਾਈਬਲ)

ਕਰਮ ਸਿਧਾਂਤ ਅਤੇ ਉਸ ਦੇ ਉਪ ਸਿਧਾਂਤ, ਪੁਨਰ-ਜਨਮ ਦੀ ਧਾਰਨਾ ਦਾ ਬਾਈਬਲ ਦੇ ਅਨੇਕ ਪੈਰਿਆਂ ਵਿਚ ਜ਼ਿਕਰ ਮਿਲਦਾ ਹੈ। ਜਿਵੇਂ ਕਿ, "ਜੋ ਕੋਈ ਵੀ ਮਨੁੱਖ ਦਾ ਰਕਤ ਪਾਤ ਕਰੇਗਾ ਉਸ ਦਾ ਉਸ ਦੁਆਰਾ ਹੀ ਰਕਤ ਪਾਤ ਹੋਵੇਗਾ।" *ਜੀਨੀਸਿਸਸ* 9:6 (ਬਾਈਬਲ)। ਜੇ ਕਰ ਹਰ ਇੱਕ ਹਤਿਆਰੇ ਦੀ ਹਤਿਆ 'ਮਨੁੱਖ ਦੁਆਰਾ ਹੀ' ਹੋਣੀ ਹੋਵੇ ਤਾਂ ਸਪਸ਼ਟ ਹੈ ਕਿ ਅਨੇਕ ਮਾਮਲਿਆਂ ਵਿਚ ਇਸ ਪ੍ਰਤੀਕਿਰਿਆਤਮਕ ਪ੍ਰਕਿਰਿਆ ਵਿਚ ਇੱਕ ਤੋਂ ਜਿਆਦਾ ਜੀਵਨ ਕਾਲਾਂ ਦੀ ਜ਼ਰੂਰਤ ਹੋਵੇਗੀ ਕਿਉਂਕਿ ਸਮਕਾਲੀ ਪੁਲੀਸ ਇੰਨੀ ਅਸਰਦਾਰ ਨਹੀਂ ਹੈ।

ਈਸਾਈ ਚਰਚ ਦੇ ਅਰੰਭਿਕ ਕਾਲ ਵਿਚ ਅਧਿਆਤਮ ਗਿਆਨਵਾਦੀਆਂ ਦੁਆਰਾ, ਜਿਨ੍ਹਾਂ ਵਿਚ ਅਲੈਗਜੈਂਡਰੀਆ ਦੇ (ਸਿਕੰਦਰੀਆ ਵਾਸੀ) ਕੇ ਕਿਲਮੈਂਟ ਅਤੇ ਪ੍ਰਸਿੱਧ ਓਰੀਜਨ (ਤੀਜੀ ਸ਼ਤਾਬਦੀ) ਅਤੇ ਸੇਂਟ ਜੇਰੋਮ (ਪੰਜਵੀਂ ਸ਼ਤਾਬਦੀ) ਸ਼ਾਮਲ ਹਨ, ਦੁਆਹਾ ਸਪਸ਼ਟ ਕੀਤਾ ਗਿਆ ਹੈ ਕਿ ਪੁਨਰ ਜਨਮ ਸਿਧਾਂਤ ਮੰਨਣ ਯੋਗ ਸੀ। ਪਹਿਲਾਂ ਪਹਿਲ 553 ਈਸਵੀ ਵਿਚ ਕੁਸਤੁਨਤੁਨੀਆਂ (ਕਾਨਸਟੈਂਟਿਨੋਪਲ) ਦੀ ਦੂਜੀ ਪ੍ਰੀਸ਼ਦ ਨੇ ਇਸ ਨੂੰ ਧਰਮ ਵਿਰੋਧੀ ਘੋਸ਼ਤ ਕਰ ਦਿੱਤਾ ਸੀ। ਉਸ ਸਮੇਂ ਅਨੇਕ ਈਸਾਈਆਂ ਦਾ ਇਹ ਵਿਚਾਰ ਬਣਿਆ, ਕਿ ਪੁਨਰ-ਜਨਮ ਸਿਧਾਂਤ ਮਨੁੱਖ ਨੂੰ ਕਾਲ ਅਤੇ ਦੇਸ ਦਾ ਇੰਨਾ ਵੱਡਾ ਮੰਚ ਮੁਹਈਆ ਕਰਵਾ ਦਿੰਦਾ ਹੈ, ਕਿ ਉਸ ਨੂੰ ਫੌਰੀ ਮੁਕਤੀ ਵਾਸਤੇ ਕੋਸ਼ਿਸ਼ ਕਰਨ ਦਾ ਉਤਸਾਹ ਨਹੀਂ ਰਹਿੰਦਾ। ਪ੍ਰੰਤੂ ਸੱਚ ਨੂੰ ਦੱਬ ਦੇਣ ਨਾਲ ਅਨੇਕ ਭੁੱਲਾਂ ਦਾ ਜਨਮ ਹੁੰਦਾ ਹੈ।

ਜਿਨ੍ਹਾਂ ਲੱਖਾਂ ਕਰੋੜਾਂ ਲੋਕਾਂ ਨੂੰ ਉਤਸ਼ਾਹ ਦੇਣ ਵਾਸਤੇ ਇਸ ਸਿਧਾਂਤ ਨੂੰ ਝੁਠਲਾ ਦਿੱਤਾ ਗਿਆ ਸੀ, ਉਨ੍ਹਾਂ ਹੀ ਲੋਕਾਂ ਨੇ ਆਪਣੇ ਉਸ 'ਇੱਕੋ ਇੱਕ ਜਨਮ' ਦਾ ਉਪਯੋਗ ਪ੍ਰਮਾਤਮਾ ਨੂੰ ਪ੍ਰਾਪਤ ਕਰਨ ਵਾਸਤੇ ਨਹੀਂ ਕੀਤਾ, ਬਲਕਿ ਇਸ ਸੰਸਾਰ ਦੇ ਸੁਖ ਭੋਗਣ ਦੇ ਵਾਸਤੇ ਕੀਤਾ, ਜੋ ਇੰਨੀਆਂ ਮੁਸ਼ਕਿਲਾਂ ਨਾਲ ਹੱਥ ਲੱਗੇ ਸਨ ਅਤੇ ਛੇਤੀ ਹੀ, ਹਮੇਸ਼ਾਂ ਦੇ ਵਾਸਤੇ ਹੱਥਾਂ ਵਿਚੋਂ ਨਿਕਲ ਜਾਣੇ ਸਨ। ਸਚਾਈ ਇਹ ਹੈ, ਕਿ ਜਦੋਂ ਤਕ ਮਨੁੱਖ ਪ੍ਰਮਾਤਮਾ ਦੇ ਪੁੱਤਰ ਦੇ ਰੂਪ ਵਿਚ ਮੁੜ ਸਥਾਪਿਤ ਨਹੀਂ ਹੋ ਜਾਂਦਾ, ਉਦੋਂ ਤਕ ਉਹ ਇਸ ਪ੍ਰਿਥਵੀ ਉੱਪਰ ਵਾਰ ਵਾਰ ਜਨਮ ਲੈਂਦਾ ਹੀ ਰਹਿੰਦਾ ਹੈ।

ਚੈਪਟਰ 17

ਸ਼ਸੀ ਅਤੇ ਤਿੰਨ ਨੀਲਮ

"ਕਿਉਂਕਿ ਤੇਰੀ ਅਤੇ ਮੇਰੇ ਪੁੱਤਰ ਦੀ ਸਵਾਮੀ ਸ਼੍ਰੀ ਯੁਕਤੇਸ਼ਵਰ ਜੀ ਬਾਰੇ ਬੜੀ ਉੱਚੀ ਧਾਰਨਾ ਹੈ, ਇਸ ਕਰ ਕੇ ਮੈਂ ਇੱਕ ਦਿਨ ਉਨ੍ਹਾਂ ਨੂੰ ਮਿਲ ਕੇ ਆਵਾਂਗਾ।" ਡਾਕਟਰ ਨਰਾਇਣ ਚੰਦਰ ਰਾਏ ਦੀ ਅਵਾਜ਼ ਦੇ ਲਹਿਜੇ ਤੋਂ ਇਹ ਸਪਸ਼ਟ ਹੋ ਰਿਹਾ ਸੀ ਕਿ ਉਹ ਸਿਰਫ ਸਾਡੇ ਮੂਰਖਾਂ ਦੇ ਵਹਿਮ ਖਾਤਰ ਸ਼੍ਰੀ ਯੁਕਤੇਸ਼ਵਰ ਜੀ ਨੂੰ ਮਿਲਣ ਜਾਣ ਦੀ ਦਰਿਆ ਦਿਲੀ ਦਿਖਾ ਰਹੇ ਸਨ। ਸੁਧਾਰ ਕਰਨ ਵਾਲਿਆਂ ਦੀ ਪਰੰਪਰਾ ਅਨੁਸਾਰ ਮੈਂ ਆਪਣੀ ਨਰਾਜ਼ਗੀ ਅੰਦਰੋ ਅੰਦਰ ਦਬਾ ਲਈ।

ਮੇਰਾ ਸਾਥੀ, ਪੇਸ਼ੇ ਤੋਂ ਇੱਕ ਪਸ਼ੂਆਂ ਦਾ ਡਾਕਟਰ ਅਤੇ ਵਿਚਾਰਾਂ ਤੋਂ ਪੱਕਾ ਨਾਸਤਿਕ ਸੀ। ਉਸ ਦੇ ਛੋਟੇ ਪੁੱਤਰ ਸੰਤੋਸ਼ ਨੇ, ਮੈਨੂੰ ਉਸ ਦੇ ਸੁਧਾਰ ਵਾਸਤੇ ਕੋਈ ਉਪਰਾਲਾ ਕਰਨ ਵਾਸਤੇ ਬੇਨਤੀ ਕੀਤੀ ਸੀ। ਹਾਲੇ ਤਕ ਕੀਤੀ ਗਈ ਮੇਰੀ ਅਣਮੋਲ ਸਹਾਇਤਾ ਦਾ ਪ੍ਰਤੱਖ ਤੌਰ ਤਾਂ ਤੇ ਉਸ ਉੱਪਰ ਕੋਈ ਅਸਰ ਦਿਖਾਈ ਨਹੀਂ ਸੀ ਦੇ ਰਿਹਾ।

ਅਗਲੇ ਦਿਨ ਡਾਕਟਰ ਰਾਏ ਮੇਰੇ ਨਾਲ ਸ਼੍ਰੀਰਾਮਪੁਰ ਆਸ਼ਰਮ ਆਏ। ਸ਼੍ਰੀ ਯੁਕਤੇਸ਼ਵਰ ਜੀ ਦੁਆਰਾ ਮਿਲਣ ਵਾਸਤੇ ਦਿੱਤੇ ਗਏ ਸਮੇਂ ਦਾ ਜਿਆਦਾ ਹਿੱਸਾ, ਦੋਨਾਂ ਪਾਸਿਆਂ ਦੀ ਗਹਿਰੀ ਉਦਾਸੀ ਭਰੀ ਚੁੱਪ ਵਿਚ ਨਿਕਲ ਗਿਆ ਸੀ। ਫਿਰ ਡਾਕਟਰ ਰਾਏ ਉੱਥੋਂ ਅੱਭੜਵਾਹੇ ਭੱਜ ਨਿਕਲੇ।

"ਕਿਸੇ ਮੁਰਦੇ ਨੂੰ ਆਸ਼ਰਮ ਵਿਚ ਲਿਆਉਣ ਦਾ ਕੀ ਲਾਭ?" ਜਿਉਂ ਹੀ ਕੋਲਕਾਤਾ ਦਾ ਉਹ ਡਾਕਟਰ ਦਰਵਾਜ਼ਾ ਬੰਦ ਕਰ ਕੇ ਗਿਆ, ਤਾਂ ਸ਼੍ਰੀ ਯੁਕਤੇਸ਼ਵਰ ਜੀ ਨੇ ਮੈਨੂੰ ਸਵਾਲੀਆ ਲਹਿਜੇ ਵਿਚ ਕਿਹਾ।

"ਗੁਰੂਦੇਵ, ਡਾਕਟਰ ਤਾਂ ਚੰਗਾ ਭਲਾ ਜਿਉਂਦਾ ਜਾਗਦਾ ਆਦਮੀ ਹੈ।"

"ਪਰ ਉਹ ਛੇਤੀ ਹੀ ਮਰ ਜਾਵੇਗਾ।"

ਮੈਨੂੰ ਇਹ ਸੁਣ ਕੇ ਬੜਾ ਸਦਮਾ ਲੱਗਿਆ ਅਤੇ ਮੈਂ ਕਿਹਾ, "ਗੁਰੂਦੇਵ, ਇਸ ਦੇ ਪੁੱਤਰ ਦੇ ਵਾਸਤੇ, ਇਸ ਦੀ ਮੌਤ ਇੱਕ ਡੂੰਘੀ ਸੱਟ ਹੋਵੇਗੀ। ਸੰਤੋਸ਼ ਨੂੰ ਹਾਲੇ ਵੀ ਉਮੀਦ ਹੈ ਕਿ ਉਸ ਦੇ ਪਿਤਾ ਦਾ ਭੌਤਿਕਵਾਦੀ ਦ੍ਰਿਸ਼ਟੀਕੋਣ ਬਦਲ ਜਾਵੇਗਾ। ਆਪ ਜੀ ਨੂੰ ਬੇਨਤੀ ਕਰਦਾ ਹਾਂ, ਗੁਰੂਦੇਵ, ਉਸ ਦੀ ਸਹਾਇਤਾ ਜਰੂਰ ਕੀਤੀ ਜਾਣੀ ਚਾਹੀਦੀ ਹੈ।"

"ਠੀਕ ਹੈ, ਤੇਰੀ ਖਾਤਰ," ਗੁਰੂਦੇਵ ਦਾ ਚਿਹਰਾ ਭਾਵ ਰਹਿਤ ਸੀ। "ਇਹ ਘਮੰਡੀ ਘੋੜਾ ਡਾਕਟਰ, ਅੰਦਰੋ ਅੰਦਰੀ ਸ਼ੱਕਰ ਰੋਗ ਨਾਲ ਖੋਖਲਾ ਹੋ ਚੁੱਕਿਆ ਹੈ। ਪ੍ਰੰਤੂ ਇਸ

ਨੂੰ ਇਸ ਦੀ ਜਾਣਕਾਰੀ ਨਹੀਂ ਹੈ। ਪੰਦਰਾਂ ਦਿਨਾਂ ਦੇ ਅੰਦਰ ਅੰਦਰ ਇਹ ਬਿਸਤਰੇ ਤੇ ਡਿਗ ਪਵੇਗਾ। ਡਾਕਟਰ ਲੋਕ ਜਵਾਬ ਦੇ ਦੇਣਗੇ। ਉਸ ਦੇ ਸੰਸਾਰ ਤੋਂ ਵਿਦਾ ਹੋਣ ਦਾ ਸਮਾਂ ਛੇ ਹਫਤਿਆਂ ਦਾ ਰਹਿ ਗਿਆ ਹੈ। ਤੇਰੀ ਬੇਨਤੀ ਕਰ ਕੇ, ਉਸ ਦਿਨ ਇਸ ਦਾ ਬਚਾਅ ਹੋ ਜਾਵੇਗਾ। ਪ੍ਰੰਤੂ ਸ਼ਰਤ ਇਹ ਹੈ ਕਿ ਉਸ ਨੂੰ ਗ੍ਰੈਹ ਸ਼ਾਂਤੀ ਵਾਸਤੇ ਇੱਕ ਕੜਾ ਪਹਿਨਣਾ ਪਵੇਗਾ। ਉਹ ਇਸ ਨੂੰ ਪਹਿਨਣ ਵਾਸਤੇ ਅਪਰੇਸ਼ਨ ਤੋਂ ਪਹਿਲਾਂ ਅੜੀਅਲ ਘੋੜੇ ਵਾਂਗ ਮਨਾਹੀ ਭਰੀਆਂ ਦੁਲੱਤੀਆਂ ਮਾਰਦਾ ਉਛਲ ਕੂਦ ਕਰੇਗਾ,'' ਇਹ ਕਹਿੰਦਿਆਂ ਗੁਰੂਦੇਵ ਹੱਸ ਪਏ।

ਕੁਝ ਦੇਰ ਦੀ ਚੁੱਪ ਚਿਰਾਂ ਤੋਂ ਬਾਅਦ, ਜਿਸ ਵਿਚ ਮੈਂ ਇਹ ਹੀ ਸੋਚਦਾ ਰਿਹਾ ਕਿ ਮੈਂ ਅਤੇ ਸੰਤੋਸ਼ ਡਾਕਟਰ ਨੂੰ ਕੜਾ ਪਹਿਨਣ ਵਾਸਤੇ ਸਹਿਮਤ ਕਰਨ ਲਈ ਕਿਹੜਾ ਕਿਹੜਾ ਖੁਸ਼ਾਮਦੀ ਤਰੀਕਾ ਅਪਣਾਈਏ, ਸ਼੍ਰੀ ਯੁਕਤੇਸ਼ਵਰ ਜੀ ਨੇ ਇਸ ਸਬੰਧ ਵਿਚ ਹੋਰ ਭੇਦ ਭਰੀਆਂ ਗੱਲਾਂ ਦੱਸੀਆਂ।

''ਜਿਉਂ ਹੀ ਉਹ ਠੀਕ ਹੋ ਜਾਵੇਗਾ, ਤਾਂ ਉਸ ਨੂੰ ਕਹਿਣਾ ਕਿ ਉਹ ਮਾਸ ਨਾ ਖਾਵੇ, ਪਰ ਉਹ ਤੁਹਾਡਾ ਇਹ ਮਸ਼ਵਰਾ ਨਹੀਂ ਮੰਨੇਗਾ ਅਤੇ ਅਗਲੇ ਛੇ ਮਹੀਨਿਆਂ ਵਿਚ, ਜਦੋਂ ਉਹ ਆਪਣੇ ਆਪ ਨੂੰ ਬਿਲਕੁਲ ਤੰਦਰੁਸਤ ਸਮਝ ਰਿਹਾ ਹੋਵੇਗਾ, ਤਾਂ ਅਚਾਨਕ ਹੀ ਉਸ ਦੀ ਮੌਤ ਹੋ ਜਾਵੇਗੀ।'' ਮੇਰੇ ਗੁਰੂਦੇਵ ਨੇ ਅੱਗੇ ਕਿਹਾ, ''ਜੀਵਨ ਦੇ ਇਹ ਫਾਲਤੂ ਛੇ ਮਹੀਨੇ ਉਸ ਨੂੰ ਸਿਰਫ ਤੇਰੀ ਬੇਨਤੀ ਕਰਕੇ ਦਿੱਤੇ ਜਾ ਰਹੇ ਹਨ।''

ਅਗਲੇ ਦਿਨ ਮੈਂ ਸੰਤੋਸ਼ ਨੂੰ ਦੱਸਿਆ ਕਿ ਉਹ ਜੌਹਰੀ ਦੀ ਦੁਕਾਨ ਤੇ ਕੜਾ ਬਣਾਉਣ ਵਾਸਤੇ ਕਹਿ ਦੇਵੇ। ਇੱਕ ਹਫਤੇ ਵਿਚ ਕੜਾ ਬਣ ਕੇ ਤਿਆਰ ਹੋ ਗਿਆ। ਪ੍ਰੰਤੂ ਡਾਕਟਰ ਨੇ ਉਸ ਨੂੰ ਪਹਿਨਣ ਤੋਂ ਇਨਕਾਰ ਕਰ ਦਿੱਤਾ।

''ਮੇਰੀ ਸਿਹਤ ਬਿਲਕੁਲ ਠੀਕ ਠਾਕ ਹੈ। ਤੁਸੀਂ ਮੈਨੂੰ ਜੋਤਸ਼ ਸ਼ਾਸਤਰ ਦੇ ਵਹਿਮਾਂ ਭਰਮਾਂ ਦੇ ਬਹਿਕਾਵਿਆਂ ਨਾਲ ਪ੍ਰਭਵਿਤ ਨਹੀਂ ਕਰ ਸਕਦੇ।'' ਡਾਕਟਰ ਰਾਏ ਮੇਰੇ ਨਾਲ ਯੁੱਧ ਕਰਨ ਦੀ ਇੱਛਾ ਦੀ ਦ੍ਰਿਸ਼ਟੀ ਨਾਲ ਦੇਖ ਰਿਹਾ ਸੀ।

ਮੈਨੂੰ ਹਾਸੇ ਨਾਲ ਯਾਦ ਆਇਆ ਕਿ ਗੁਰੂਦੇਵ ਨੇ ਇਸ ਡਾਕਟਰ ਦੀ ਤੁਲਨਾ ਠੀਕ ਹੀ ਅੜੀਅਲ ਘੋੜੇ ਨਾਲ ਕੀਤੀ ਸੀ। ਸੱਤ ਦਿਨ ਲੰਘ ਗਏ, ਡਾਕਟਰ ਰਾਏ ਅਚਾਨਕ ਬਿਮਾਰ ਹੋ ਗਏ ਅਤੇ ਫਿਰ ਆਪਣੇ ਆਪ ਨਿਮਰਤਾ ਨਾਲ ਕੜਾ ਪਹਿਨਣ ਵਾਸਤੇ ਸਹਿਮਤ ਹੋ ਗਏ। ਦੋ ਹਫਤਿਆਂ ਬਾਅਦ ਉਸ ਦਾ ਇਲਾਜ਼ ਕਰ ਰਹੇ ਡਾਕਟਰ ਨੇ ਮੈਨੂੰ ਦੱਸਿਆ ਕਿ ਉਸ ਦੇ ਬਚਣ ਦੀ ਕੋਈ ਉਮੀਦ ਨਹੀਂ ਹੈ। ਸ਼ੱਕਰ ਰੋਗ ਨਾਲ ਅੰਦਰੋ ਅੰਦਰੀ ਉਸ ਦੇ ਸਰੀਰ ਦੇ ਖੋਖਲੇ ਹੋਏ ਅੰਗਾਂ ਬਾਰੇ ਦਿਲ ਕੰਬਾਊ ਵੇਰਵਾ ਦਿੱਤਾ।

ਮੈਂ ਅਸਹਿਮਤੀ ਵਿਚ ਸਿਰ ਹਿਲਾਇਆ ਅਤੇ ਕਿਹਾ, ''ਮੇਰੇ ਗੁਰੂਦੇਵ ਨੇ ਕਿਹਾ ਹੈ, ਕਿ ਇੱਕ ਮਹੀਨੇ ਦੀ ਬਿਮਾਰੀ ਤੋਂ ਬਾਅਦ ਡਾਕਟਰ ਰਾਏ ਬਿਲਕੁਲ ਤੰਦਰੁਸਤ ਹੋ ਜਾਣਗੇ।''

ਡਾਕਟਰ ਅਵਿਸ਼ਵਾਸ ਨਾਲ ਮੇਰੇ ਵੱਲ ਅੱਖਾਂ ਪਾੜ ਪਾੜ ਕੇ ਦੇਖਦਾ ਰਹਿ ਗਿਆ। ਪ੍ਰੰਤੂ ਪੰਦਰਾਂ ਦਿਨ੍ਹਾਂ ਬਾਅਦ ਡਾਕਟਰ ਖਿਮਾ ਜਾਚਨਾ ਕਰਦਾ ਮੇਰੇ ਕੋਲ ਆਇਆ।

"ਡਾਕਟਰ ਰਾਏ ਪੂਰੀ ਤਰ੍ਹਾਂ ਤੰਦੁਰਤ ਹੋ ਗਏ ਹਨ।" ਉਸ ਨੇ ਬੜੇ ਅਜੀਬ ਜਿਹੇ ਲਹਿਜੇ ਵਿਚ ਉੱਚੀ ਅਵਾਜ਼ ਵਿਚ ਕਿਹਾ, "ਮੇਰੇ ਡਾਕਟਰੀ ਤਜਰਬੇ ਦੇ ਦੌਰਾਨ ਸਭ ਤੋਂ ਹੈਰਾਨ ਕਰ ਦੇਣ ਵਾਲੀ ਘਟਨਾ ਹੈ। ਇਸ ਤੋਂ ਪਹਿਲਾਂ ਮੈਂ ਕਦੇ ਵੀ ਕਿਸੇ ਮਰਨ ਕਿਨਾਰੇ ਪਏ ਆਦਮੀ ਨੂੰ ਇਸ ਪ੍ਰਕਾਰ ਜਾਦੂਮਈ ਤਰੀਕੇ ਨਾਲ ਤੰਦਰੁਸਤ ਹੁੰਦੇ ਨਹੀਂ ਦੇਖਿਆ। ਸੱਚ ਮੁੱਚ ਹੀ ਤੇਰੇ ਗੁਰੂ, ਰੋਗ ਮੁਕਤ ਕਰਨ ਵਾਲੀ ਦੈਵੀ ਸ਼ਕਤੀ ਨਾਲ ਸੰਪਨ ਕੋਈ ਫਰਿਸ਼ਤੇ ਹਨ।"

ਡਾਕਟਰ ਰਾਏ ਨਾਲ ਇੱਕ ਮੁਲਾਕਾਤ ਤੋਂ ਬਾਅਦ, ਜਿਸ ਵਿਚ ਮੈਂ ਉਨ੍ਹਾਂ ਨੂੰ ਸ਼੍ਰੀ ਯੁਕਤੇਸ਼ਵਰ ਜੀ ਦੁਆਰਾ ਦੱਸੇ ਗਏ, ਮਾਸ ਨਾ ਖਾਣ ਦੇ ਪਰਹੇਜ਼ ਬਾਰੇ ਨਸੀਹਤ ਦੁਹਰਾ ਦਿੱਤੀ, ਫਿਰ ਛੇ ਮਹੀਨੇ ਤਕ ਉਨ੍ਹਾਂ ਦੇ ਨਾਲ ਕੋਈ ਮੁਲਾਕਾਤ ਨਾ ਹੋਈ। ਇੱਕ ਦਿਨ ਸ਼ਾਮ ਨੂੰ ਜਦੋਂ ਮੈਂ ਆਪਣੇ ਘਰ ਦੇ ਵਰਾਂਡੇ ਵਿਚ ਬਾਹਰ ਬੈਠਾ ਹੋਇਆ ਸੀ, ਤਾਂ ਉਹ ਰਾਹ ਜਾਂਦਿਆਂ ਮੇਰੇ ਨਾਲ ਗੱਲਾਂ ਕਰਨ ਵਾਸਤੇ ਰੁਕ ਗਏ।

"ਆਪਣੇ ਗੁਰੂ ਨੂੰ ਦੱਸ ਦੇਵੀਂ, ਮੈਂ ਨਿਯਮਿਤ ਤੌਰ ਤੇ ਮਾਸ ਖਾ ਕੇ ਆਪਣੀ ਪੁਰਾਣੀ ਤਾਕਤ ਫਿਰ ਤੋਂ ਪ੍ਰਾਪਤ ਕਰ ਲਈ ਹੈ।" ਭੋਜਨ ਦੇ ਬਾਰੇ ਉਸ ਦੇ ਇਨ੍ਹਾਂ ਗੈਰ ਵਿਗਿਆਨਿਕ ਵਿਚਾਰਾਂ ਦਾ ਮੇਰੇ ਉੱਪਰ ਕੋਈ ਪ੍ਰਭਾਵ ਨਾ ਪਿਆ। ਵੈਸੇ ਇਹ ਸੱਚ ਸੀ ਕਿ ਡਾਕਟਰ ਰਾਏ ਪ੍ਰਤੱਖ ਤੌਰ ਤੇ ਪੂਰੀ ਤਰ੍ਹਾਂ ਤੰਦਰੁਸਤ ਦਿਖਾਈ ਦੇ ਰਹੇ ਸਨ।

ਪ੍ਰੰਤੂ ਇਸ ਤੋਂ ਅਗਲੇ ਹੀ ਦਿਨ ਸੰਤੋਸ਼ ਗੁਆਂਢ ਤੋਂ ਆਪਣੇ ਘਰੋਂ ਦੌੜਦਾ ਦੌੜਦਾ ਮੇਰੇ ਘਰ ਆਇਆ ਅਤੇ ਉਸ ਨੇ ਕਿਹਾ, "ਪਿਤਾ ਜੀ ਦੀ ਅੱਜ ਸਵੇਰੇ ਮੌਤ ਹੋ ਗਈ।"

ਗੁਰੂਦੇਵ ਦੇ ਨਾਲ ਮੇਰੇ ਅਨੇਕ ਅਨੁਭਵਾਂ ਵਿਚੋਂ ਇਹ ਅਨੁਭਵ ਸੱਚ ਮੁੱਚ ਹੀ ਵਿਲੱਖਣ ਸੀ। ਉਨ੍ਹਾਂ ਨੇ ਉਸ ਅਵੱਗਿਆਕਾਰੀ ਪਸ਼ੂਆਂ ਦੇ ਡਾਕਟਰ ਰਾਏ ਨੂੰ ਉਸ ਦੇ ਅਵਿਸ਼ਵਾਸ ਦੇ ਬਾਵਜੂਦ ਰੋਗ ਮੁਕਤ ਕਰ ਦਿੱਤਾ ਸੀ ਅਤੇ ਇਸ ਪ੍ਰਿਥਵੀ ਉੱਪਰ, ਉਸ ਦੀ ਜੀਵਨ ਯਾਤਰਾ ਦੀ ਮਿਆਦ ਵਿਚ ਛੇ ਮਹੀਨੇ ਦਾ ਹੋਰ ਵਾਧਾ ਕਰ ਦਿੱਤਾ ਸੀ, ਸਿਰਫ ਇਸ ਕਰ ਕੇ, ਕਿ ਮੈਂ ਉਨ੍ਹਾਂ ਕੋਲ ਇਸ ਖਾਤਰ ਤਨੋਂ ਮਨੋਂ ਬੇਨਤੀ ਕੀਤੀ ਸੀ। ਸ਼ਰਧਾਲੂ ਦੁਆਰਾ ਕੀਤੀ ਗਈ ਦਿਲੋਂ ਬੇਨਤੀ ਨੂੰ ਮਨਜ਼ੂਰ ਕਰਨ ਲਈ ਸ਼੍ਰੀ ਯੁਕਤੇਸ਼ਵਰ ਜੀ ਦਿਆਲਤਾ ਦੇ ਸਾਗਰ ਸਨ।

ਆਪਣੇ ਦੋਸਤਾਂ ਨੂੰ ਸ਼੍ਰੀ ਯੁਕਤੇਸ਼ਵਰ ਜੀ ਦੇ ਦਰਸ਼ਨਾਂ ਲਈ ਉਨ੍ਹਾਂ ਦੇ ਕੋਲ ਲੈ ਕੇ ਆਉਣਾ, ਮੇਰਾ ਸਭ ਤੋਂ ਵੱਡਾ ਸੁਭਾਗ ਸੀ। ਉਨ੍ਹਾਂ ਵਿਚੋਂ ਅਨੇਕ, ਘੱਟੋ ਘੱਟ ਆਸ਼ਰਮ ਵਿਚ ਹੀ ਸਹੀ, ਪੜ੍ਹੇ ਲਿਖੇ ਲੋਕਾਂ ਵਿਚ ਪ੍ਰਚਲਿਤ ਨਾਸਤਿਕਤਾ ਦੇ ਮਖੌਟੇ ਨੂੰ ਲਾਹ ਸੁਟਦੇ ਸਨ।

ਮੇਰਾ ਇੱਕ ਦੋਸਤ ਸ਼ਸੀ ਅਨੇਕ ਐਤਵਾਰ, ਸ਼੍ਰੀਰਾਮਪੁਰ ਵਿਚ ਬਿਤਾਉਂਦਾ। ਗੁਰੂਦੇਵ ਵੀ ਉਸ ਨੂੰ ਬਹੁਤ ਜਿਆਦਾ ਪਿਆਰ ਕਰਨ ਲੱਗ ਪਏ ਸਨ। ਪ੍ਰੰਤੂ ਗੁਰੂਦੇਵ ਉਸ ਦੀ ਨਿੱਜੀ ਜ਼ਿੰਦਗੀ ਦੀ ਅਨਿਯਮਿਤਤਾ ਅਤੇ ਉੱਗੜ-ਦੁੱਗੜਤਾ ਨੂੰ ਦੇਖ ਕੇ ਪ੍ਰੇਸ਼ਾਨ ਹੋ ਜਾਂਦੇ ਸਨ।

"ਸ਼ਸੀ ਜੇ ਤੂੰ ਆਪਣੇ ਤੌਰ ਤਰੀਕੇ ਨਹੀਂ ਬਦਲਦਾ, ਤਾਂ ਇੱਕ ਸਾਲ ਬਾਅਦ ਤੂੰ ਭਿਆਨਕ ਰੂਪ ਵਿਚ ਬਿਮਾਰ ਪੈ ਜਾਵੇਂਗਾ।" ਸ਼੍ਰੀ ਯੁਕਤੇਸ਼ਵਰ ਜੀ ਨੇ ਮੇਰੇ ਦੋਸਤ ਨੂੰ ਪਿਆਰ ਭਰਿਆ ਉਲਾਂਭਾ ਦਿੰਦਿਆਂ ਕਿਹਾ, "ਮੁਕੰਦ ਗਵਾਹ ਹੈ, ਬਾਅਦ ਵਿਚ ਇਹ ਨਾ ਕਹੀਂ, ਕਿ ਮੈਂ ਤੈਨੂੰ ਸਮੇਂ ਸਿਰ ਸਾਵਧਾਨ ਨਹੀਂ ਸੀ ਕੀਤਾ।"

ਸ਼ਸੀ ਨੇ ਹੱਸਦਿਆਂ ਕਿਹਾ, "ਗੁਰੂਦੇਵ, ਮੇਰੀ ਇਸ ਦਯਾਮਈ ਹਾਲਤ ਵਿਚ ਪ੍ਰਮਾਤਮਾ ਤੋਂ ਰਹਿਮ ਦੀ ਦਾਤਿ ਪ੍ਰਾਪਤ ਕਰਨ ਦੀ ਜੁੰਮੇਵਾਰੀ, ਮੈਂ ਆਪ ਉੱਪਰ ਛੱਡਦਾ ਹਾਂ। ਮੈਂ ਸੁਧਰਨਾ ਚਾਹੁੰਦਾ ਹਾਂ, ਪ੍ਰੰਤੂ ਮੇਰੀ ਇੱਛਾ ਸ਼ਕਤੀ ਕਮਜ਼ੋਰ ਹੈ। ਇਸ ਪ੍ਰਿਥਵੀ ਉੱਪਰ ਸਿਰਫ ਇੱਕ ਆਪ ਹੀ ਮੇਰੇ ਰੱਖਿਅਕ ਹੋ। ਕਿਸੇ ਹੋਰ ਗੱਲ ਉੱਪਰ ਮੈਂ ਯਕੀਨ ਨਹੀਂ ਕਰਦਾ।

"ਘੱਟੋ ਘੱਟ, ਤੂੰ ਇੱਕ ਦੋ ਰੱਤੀ ਦਾ ਨੀਲਮ ਹੀ ਪਹਿਨ ਲੈ। ਉਸ ਨਾਲ ਤੈਨੂੰ ਕਾਫੀ ਸਹਾਇਤਾ ਮਿਲ ਸਕਦੀ ਹੈ।"

"ਮੈਂ ਨੀਲਮ ਖਰੀਦਣ ਤੋਂ ਅਸਮਰਥ ਹਾਂ, ਵੈਸੇ ਵੀ ਜੇ ਕੋਈ ਮੁਸੀਬਤ ਆ ਜਾਂਦੀ ਹੈ ਤਾਂ ਮੈਨੂੰ ਪੂਰਾ ਵਿਸ਼ਵਾਸ ਹੈ ਕਿ ਆਪ ਮੇਰੀ ਰੱਖਿਆ ਕਰੋਗੇ।"

"ਤੂੰ ਇੱਕ ਸਾਲ ਦੇ ਅੰਦਰ ਅੰਦਰ ਤਿੰਨ ਨੀਲਮ ਖਰੀਦੇਂਗਾ, ਪਰ ਉਸ ਵਕਤ ਤੈਨੂੰ ਉਨ੍ਹਾਂ ਦਾ ਕੋਈ ਲਾਭ ਨਹੀਂ ਹੋਵੇਗਾ।" ਸ਼੍ਰੀ ਯੁਕਤੇਸ਼ਵਰ ਜੀ ਨੇ ਕਿਹਾ।

ਥੋੜੇ ਬਹੁਤੇ ਫੇਰ ਬਦਲ ਨਾਲ ਇਹ ਗੱਲਾਂ ਨਿਯਮਤ ਰੂਪ ਵਿਚ ਹੁੰਦੀਆਂ ਰਹਿੰਦੀਆਂ। "ਮੈਂ ਸੁਧਰ ਨਹੀਂ ਸਕਦਾ," ਸ਼ਸੀ ਹਾਸੋ-ਹੀਣੀ ਨਿਰਾਸ਼ਤਾ ਵਿਚ ਇਹੀ ਰਾਗ ਅਲਾਪਦਾ ਰਹਿੰਦਾ। "ਗੁਰੂਦੇਵ ਮੇਰੇ ਵਾਸਤੇ ਆਪ ਵਿਚ ਵਿਸ਼ਵਾਸ ਕਿਸੇ ਵੀ ਰਤਨ ਨਾਲੋਂ ਜਿਆਦਾ ਤਾਕਤਵਰ ਹੈ।"

ਇੱਕ ਸਾਲ ਲੰਘ ਗਿਆ। ਇੱਕ ਦਿਨ ਮੈਂ ਕੋਲਕਾਤਾ ਵਿਚ ਗੁਰੂਦੇਵ ਨੂੰ ਉਨ੍ਹਾਂ ਦੇ ਇੱਕ ਸ਼ਗਿਰਦ ਨਰੇਨ ਬਾਬੂ ਦੇ ਘਰ ਮਿਲਣ ਵਾਸਤੇ ਗਿਆ, ਜਿੱਥੇ ਉਹ ਠਹਿਰੇ ਹੋਏ ਸਨ। ਸਵੇਰ ਦੇ ਦਸ ਵਜੇ ਦਾ ਵਕਤ ਸੀ, ਜਦੋਂ ਮੈਂ ਅਤੇ ਗੁਰੂਦੇਵ ਨਰੇਨ ਬਾਬੂ ਦੇ ਘਰ ਦੂਜੀ ਮੰਜ਼ਲ ਦੇ ਬੈਠਕਖਾਨੇ ਵਿਚ ਬੈਠੇ ਹੋਏ ਸੀ, ਤਾਂ ਮੈਂ ਸਾਹਮਣੇ ਵਾਲਾ ਦਰਵਾਜ਼ਾ ਖੁੱਲ੍ਹਣ ਦੀ ਅਵਾਜ਼ ਸੁਣੀ। ਗੁਰੂਦੇਵ ਨੇ ਆਪਣਾ ਸਰੀਰ ਇੱਕ ਦਮ ਸਿੱਧਾ ਅਤੇ ਕਠੋਰ ਕਰ ਲਿਆ।

ਉਨ੍ਹਾਂ ਨੇ ਗੰਭੀਰਤਾਪੂਰਵਕ ਕਿਹਾ, "ਇਹ ਹੁਣ ਸ਼ਸੀ ਆ ਰਿਹਾ ਹੈ। ਇੱਕ ਸਾਲ ਲੰਘ ਗਿਆ ਹੈ ਅਤੇ ਉਸ ਦੇ ਦੋਵੇਂ ਫੇਫੜੇ ਬੇਕਾਰ ਹੋ ਚੁੱਕੇ ਹਨ। ਉਸ ਨੇ ਮੇਰੀ ਗੱਲ ਨਹੀਂ ਮੰਨੀ। ਉਸ ਨੂੰ ਕਹਿ ਦੇ ਕਿ ਮੈਂ ਉਸ ਨੂੰ ਮਿਲਣਾ ਨਹੀਂ ਚਾਹੁੰਦਾ।"

ਸ੍ਰੀ ਯੁਕਤੇਸ਼ਵਰ ਜੀ ਦੀ ਕਠੋਰਤਾ ਦੇਖ ਕੇ ਮੈਂ ਹੈਰਾਨ ਰਹਿ ਗਿਆ ਅਤੇ ਤੇਜੀ ਨਾਲ ਪੌੜੀਆਂ ਉੱਤਰਨ ਲੱਗਿਆ। ਸ਼ਸੀ ਪੌੜੀਆਂ ਚੜ੍ਹ ਰਿਹਾ ਸੀ।

"ਓ ਮੁਕੰਦ, ਮੈਨੂੰ ਉਮੀਦ ਹੈ ਕਿ ਗੁਰੂਦੇਵ ਇੱਥੇ ਹੀ ਹਨ। ਮੇਰੇ ਮਨ ਵਿਚ ਇਹ ਅਚਾਨਕ ਵਿਚਾਰ ਆਇਆ ਕਿ ਗੁਰੂਦੇਵ ਇੱਥੇ ਹੀ ਹੋ ਸਕਦੇ ਹਨ।"

"ਹਾਂ, ਪ੍ਰੰਤੂ ਉਹ ਕਿਸੇ ਨੂੰ ਮਿਲਣਾ ਨਹੀਂ ਚਾਹੁੰਦੇ।"

ਸ਼ਸੀ ਅਚਾਨਕ ਰੋਣ ਲੱਗ ਗਿਆ ਅਤੇ ਮੈਨੂੰ ਧੱਕਾ ਮਾਰ ਕੇ ਤੇਜੀ ਨਾਲ ਪੌੜੀਆਂ ਚੜ੍ਹ ਗਿਆ। ਉਸ ਨੇ ਆਪਣੇ ਸਰੀਰ ਨੂੰ ਸ੍ਰੀ ਯੁਕਤੇਸ਼ਵਰ ਜੀ ਦੇ ਚਰਨਾਂ ਉੱਪਰ ਸੁਟ ਦਿੱਤਾ ਅਤੇ ਤਿੰਨ ਸੁੰਦਰ ਨੀਲਮ ਵੀ ਉੱਥੇ ਰੱਖ ਦਿੱਤੇ।

"ਹੇ ਸਰਬਗਿਆਤਾ ਗੁਰੂਦੇਵ, ਡਾਕਟਰ ਕਹਿੰਦੇ ਹਨ, ਕਿ ਮੈਨੂੰ ਫੇਫੜਿਆਂ ਦੀ ਤਪਦਿਕ ਹੋ ਗਈ ਹੈ ਅਤੇ ਮੈਂ ਤਿੰਨ ਮਹੀਨਿਆਂ ਤੋਂ ਜਿਆਦਾ ਜਿਉਂਦਾ ਨਹੀਂ ਰਹਿ ਸਕਦਾ। ਆਪ ਜੀ ਨੂੰ ਸਹਾਇਤਾ ਲਈ ਮੈਂ ਸਨਿਮਰ ਬੇਨਤੀ ਕਰਦਾ ਹਾਂ। ਮੈਂ ਜਾਣਦਾ ਹਾਂ ਕਿ ਆਪ ਮੈਨੂੰ ਰੋਗ ਮੁਕਤ ਕਰ ਸਕਦੇ ਹੋ।"

"ਆਪਣੇ ਜੀਵਨ ਬਾਰੇ ਚਿੰਤਾ ਕਰਨ ਖਾਤਰ ਕੀ ਹੁਣ ਥੋੜੀ ਦੇਰ ਨਹੀਂ ਹੋ ਗਈ? ਆਪਣੇ ਰਤਨ ਚੁੱਕ ਕੇ ਇੱਥੋਂ ਚਲਦਾ ਬਣ। ਹੁਣ ਇਨ੍ਹਾਂ ਨੂੰ ਵਰਤਣ ਦਾ ਸਮਾਂ ਲੰਘ ਚੁੱਕਿਆ ਹੈ।"

ਗੁਰੂਦੇਵ ਕਠੋਰ ਮੌਨ ਧਾਰ ਕੇ, ਪੱਥਰ ਦੀ ਮੂਰਤ ਦੀ ਤਰ੍ਹਾਂ, ਚਿਹਰੇ ਤੇ ਨਿਰਵਿਕਾਰ ਭਾਵ ਲੈ ਕੇ ਬੈਠੇ ਰਹੇ। ਵਿਚ ਵਿਚ ਕੇਵਲ ਸ਼ਸੀ ਦੀਆਂ ਰਹਿਮ ਦੀ ਭੀਖ ਮੰਗਣ ਦੀਆਂ ਸਿਸਕੀਆਂ ਸੁਣਾਈ ਦੇ ਰਹੀਆਂ ਸਨ।

ਮੇਰੀ ਅੰਤਰ ਆਤਮਾ ਵਿਚ ਇੱਕ ਅਜਿਹੀ ਦ੍ਰਿੜ ਧਾਰਨਾ ਜਾਗੀ ਕਿ ਸ੍ਰੀ ਯੁਕਤੇਸ਼ਵਰ ਜੀ ਰੋਗ ਮੁਕਤ ਕਰਨ ਦੀ ਦੈਵੀ ਸ਼ਕਤੀ ਵਿਚ ਸ਼ਸੀ ਦੇ ਸਿਰਫ ਵਿਸ਼ਵਾਸ ਦੀ ਪ੍ਰੀਖਿਆ ਲੈ ਰਹੇ ਹਨ। ਇਸ ਕਰਕੇ ਇੱਕ ਘੰਟੇ ਦੇ ਤਣਾਉ ਪੂਰਨ ਮਹੌਲ ਤੋਂ ਬਾਅਦ, ਜਦੋਂ ਸ੍ਰੀ ਯੁਕਤੇਸ਼ਵਰ ਜੀ ਨੇ, ਉਨ੍ਹਾਂ ਦੇ ਚਰਨਾਂ ਵਿਚ ਦੰਡਵਤ ਪ੍ਰਣਾਮ ਦੀ ਹਾਲਤ ਵਿਚ ਲੇਟੇ ਸ਼ਸੀ ਉੱਪਰ ਹਮਦਰਦੀ ਭਰੀ ਨਜ਼ਰ ਮਾਰੀ ਤਾਂ ਮੈਨੂੰ ਕੋਈ ਹੈਰਾਨੀ ਨਾ ਹੋਈ।

"ਸ਼ਸੀ ਉੱਠ, ਤੂੰ ਕੀ ਦੂਸਰਿਆਂ ਦੇ ਘਰ ਵਿਚ ਉਤਪਾਤ ਮਚਾ ਰੱਖਿਆ ਹੈ? ਇਹ ਨੀਲਮ ਜੌਹਰੀ ਨੂੰ ਵਾਪਸ ਕਰ ਦੇ, ਇਨ੍ਹਾਂ ਉੱਪਰ ਖਰਚ ਕਰਨ ਦੀ ਜ਼ਰੂਰਤ ਨਹੀਂ। ਪ੍ਰੰਤੂ ਤੈਨੂੰ ਗ੍ਰਹਿ ਸ਼ਾਂਤੀ ਵਾਸਤੇ ਇੱਕ ਕੜਾ ਪਹਿਨਣਾ ਪਵੇਗਾ। ਘਬਰਾ ਨਾ, ਤੂੰ ਕੁਝ ਹੀ ਹਫਤਿਆਂ ਵਿਚ ਠੀਕ ਹੋ ਜਾਵੇਂਗਾ।"

ਸ਼ਸੀ ਦਾ ਅਥੱਰੂਆਂ ਨਾਲ ਭਿਜਿਆ ਚਿਹਰਾ ਇਸ ਤਰ੍ਹਾਂ ਚਹਿਕ ਉੱਠਿਆ ਜਿਵੇਂ ਤਰ ਬਤਰ ਧਰਤੀ ਉੱਪਰ ਅਚਾਨਕ ਸੂਰਜ ਦੀਆਂ ਕਿਰਨਾਂ ਜਾ ਪਈਆਂ ਹੋਣ। "ਪੂਜਨੀਕ ਗੁਰੂਦੇਵ, ਕੀ ਮੈਂ ਡਾਕਟਰ ਦੁਆਰਾ ਦੱਸੀਆਂ ਦਵਾਈਆਂ ਖਾਂਦਾ ਰਹਾਂ?"

"ਜਿਸ ਤਰ੍ਹਾਂ ਤੇਰੀ ਮਰਜ਼ੀ ਹੈ ਕਰਦਾ ਰਹਿ- ਖਾਂਦਾ ਰਹਿ ਜਾਂ ਸੁਟ ਦੇ, ਇਸ ਨਾਲ ਕੋਈ ਫਰਕ ਨਹੀਂ ਪੈਣ ਵਾਲਾ। ਹੁਣ ਤੇਰੀ ਤਪਦਿਕ ਨਾਲ ਮੌਤ ਹੋਣੀ ਓਨੀ ਹੀ ਅਸੰਭਵ ਹੈ ਜਿੰਨੀ ਸੂਰਜ ਅਤੇ ਚੰਦਰਮਾ ਨੂੰ ਆਪਣੇ ਸਥਾਨ ਬਦਲਣਾ।"

ਫਿਰ ਲਹਿਜਾ ਬਦਲਦਿਆਂ ਅਚਾਨਕ ਹੀ ਗੁਰੂਦੇਵ ਨੇ ਕਿਹਾ, "ਇਸ ਤੋਂ ਪਹਿਲਾਂ ਕਿ ਮੇਰਾ ਵਿਚਾਰ ਬਦਲ ਜਾਵੇ ਤੂੰ ਇੱਥੋਂ ਤੁਰਦਾ ਬਣ।"

ਰੋਸ਼ਪੂਰਨ ਘਬਰਾਹਟ ਵਿਚ ਸ਼ਸੀ ਗੁਰੂਦੇਵ ਨੂੰ ਨਮਸਕਾਰ ਕਰ ਕੇ ਤੁਰੰਤ ਚਲਿਆ ਗਿਆ। ਅਗਲੇ ਕੁਝ ਹਫਤਿਆਂ ਵਿਚ ਮੈਂ ਅਨੇਕ ਵਾਰ ਸ਼ਸੀ ਨੂੰ ਮਿਲਿਆ ਅਤੇ ਦਿਨ ਪ੍ਰਤੀਦਿਨ ਉਸ ਦੀ ਹਾਲਤ ਵਿਗੜਦੀ ਦੇਖ ਕੇ ਹੈਰਾਨ ਰਹਿ ਗਿਆ।

"ਸ਼ਸੀ ਅੱਜ ਦੀ ਰਾਤ ਨਹੀਂ ਕੱਢ ਸਕਦਾ।" ਉਸ ਦੇ ਡਾਕਟਰ ਦੇ ਇਨ੍ਹਾਂ ਸ਼ਬਦਾਂ ਨੂੰ ਸੁਣ ਕੇ ਅਤੇ ਆਪਣੇ ਦੋਸਤ ਦੇ ਹੱਡੀਆਂ ਦੇ ਮੁੱਠ ਬਣੇ ਸਰੀਰ ਨੂੰ ਦੇਖ ਕੇ, ਮੈਂ ਛੇਤੀ ਛੇਤੀ ਸ਼੍ਰੀਰਾਮਪੁਰ ਪਹੁੰਚਿਆ। ਮੇਰੀ ਅੱਥਰੂਆਂ ਭਰੀ ਦਾਸਤਾਨ ਨੂੰ ਗੁਰੂਦੇਵ ਉਦਾਸੀਨ ਭਾਵ ਨਾਲ ਸੁਣਦੇ ਰਹੇ।

"ਤੂੰ ਮੈਨੂੰ ਪ੍ਰੇਸ਼ਾਨ ਕਰਨ ਇੱਥੇ ਕਿਉਂ ਆ ਗਿਆ ਹੈਂ? ਤੇਰੇ ਸਾਹਮਣੇ ਹੀ ਤਾਂ ਮੈਂ ਸ਼ਸੀ ਨੂੰ ਨਿਰੋਗ ਹੋਣ ਦਾ ਭਰੋਸਾ ਦਿੱਤਾ ਸੀ।"

ਮੈਂ ਗੁਰੂਦੇਵ ਨੂੰ ਅਤਿਅੰਤ ਸ਼ਰਧਾ ਨਾਲ ਨਮਸਕਾਰ ਕਰਕੇ ਜਾਣ ਵਾਸਤੇ ਦਰਵਾਜ਼ੇ ਵੱਲ ਨੂੰ ਜਾਣ ਲੱਗਿਆ ਤਾਂ ਉਨ੍ਹਾਂ ਨੇ ਇੱਕ ਵੀ ਵਿਦਾਈ ਸੂਚਕ ਸ਼ਬਦ ਨਹੀਂ ਕਿਹਾ, ਸਗੋਂ ਡੂੰਘੀ ਚੁੱਪ ਧਾਰ ਲਈ। ਉਨ੍ਹਾਂ ਦੀਆਂ ਅੱਖਾਂ ਦਾ ਝਪਕਣਾ ਬੰਦ ਹੋ ਗਿਆ ਅਤੇ ਅੱਧ ਖੁੱਲ੍ਹੀਆਂ ਅੱਖਾਂ ਨਾਲ ਉਨ੍ਹਾਂ ਦੀ ਦ੍ਰਿਸ਼ਟੀ ਕਿਸੇ ਹੋਰ ਸੰਸਾਰ ਵਿਚ ਮਗਨ ਹੋ ਗਈ।

ਮੈਂ ਤੁਰੰਤ ਕੋਲਕਾਤਾ ਵਾਪਸ ਆ ਕੇ ਸ਼ਸੀ ਦੇ ਘਰ ਗਿਆ। ਮੈਂ ਹੈਰਾਨ ਹੁੰਦਿਆਂ ਦੇਖਦਾ ਹੀ ਰਹਿ ਗਿਆ ਕਿ ਮੇਰਾ ਦੋਸਤ ਬੈਠਾ ਦੁੱਧ ਪੀ ਰਿਹਾ ਸੀ।

"ਓ ਮੁਕੰਦ, ਕੀ ਚਮਤਕਾਰ ਹੋਇਆ, ਚਾਰ ਘੰਟੇ ਪਹਿਲਾਂ ਮੈਂ ਆਪਣੇ ਕਮਰੇ ਵਿਚ ਗੁਰੂਦੇਵ ਨੂੰ ਹਾਜ਼ਰ ਮਹਿਸੂਸ ਕੀਤਾ ਅਤੇ ਉਸੇ ਵਕਤ ਮੇਰੀ ਉਸ ਭਿਆਨਕ ਬਿਮਾਰੀ ਦੇ ਸਾਰੇ ਲੱਛਣ ਗਾਇਬ ਹੋ ਗਏ। ਮੈਂ ਮਹਿਸੂਸ ਕਰਦਾ ਹਾਂ ਕਿ ਉਨ੍ਹਾਂ ਦੀ ਕ੍ਰਿਪਾ ਨਾਲ ਮੈਂ ਪੂਰੀ ਤਰ੍ਹਾਂ ਤੰਦਰੁਸਤ ਹੋ ਗਿਆ ਹਾਂ।"

ਕੁਝ ਹਫਤਿਆਂ ਵਿਚ ਸ਼ਸੀ ਪਹਿਲਾਂ ਨਾਲੋਂ ਵੀ ਜਿਆਦਾ ਰਿਸ਼ਟ-ਪੁਸ਼ਟ ਹੋ ਗਿਆ।* ਪ੍ਰੰਤੂ ਇਸ ਰੋਗ ਮੁਕਤੀ ਵਿਚ ਉਸ ਦੀ ਪ੍ਰਤੀਕਿਰਿਆ ਦੇ ਰੂਪ ਵਿਚ ਅਹਿਸਾਨ ਫਰਾਮੋਸ਼ੀ ਦੀ ਝਲਕ ਆ ਗਈ। ਸ਼੍ਰੀ ਯੁਕਤੇਸ਼ਵਰ ਜੀ ਦੇ ਦਰਸ਼ਨਾਂ ਖਾਤਰ ਫਿਰ ਉਹ ਸ਼ਾਇਦ ਹੀ ਕਦੇ ਸ਼੍ਰੀਰਾਮਪੁਰ ਆਇਆ ਹੋਵੇ। ਉਸ ਨੇ ਇੱਕ ਦਿਨ ਮੈਨੂੰ ਦੱਸਿਆ ਕਿ ਉਹ ਆਪਣੇ ਪੁਰਾਣੇ ਜੀਵਨ ਦੇ ਤੌਰ ਤਰੀਕਿਆਂ ਤੋਂ ਇੰਨੀ ਸ਼ਰਮਿੰਦਗੀ ਮਹਿਸੂਸ ਕਰਦਾ ਹੈ ਕਿ ਉਹ ਸ਼੍ਰੀ ਯੁਕਤੇਸ਼ਵਰ ਜੀ ਦੇ ਸਾਹਮਣੇ ਹੋਣ ਦਾ ਹੌਸਲਾ ਨਹੀਂ ਕਰ ਸਕਦਾ।

ਇਸ ਤੋਂ ਮੈਂ ਇਸ ਨਤੀਜੇ ਤੇ ਪਹੁੰਚਿਆ ਕਿ ਸ਼ਸੀ ਦੀ ਬਿਮਾਰੀ ਨੇ ਉਸ ਉੱਪਰ ਪਰਸਪਰ ਵਿਰੋਧੀ ਅਸਰ ਕੀਤਾ ਸੀ। ਇੱਕ ਪਾਸੇ ਤਾਂ ਉਸ ਨੇ ਆਪਣੀ ਇੱਛਾ ਸ਼ਕਤੀ ਨੂੰ ਮਜ਼ਬੂਤ ਕਰ ਲਿਆ ਸੀ ਅਤੇ ਦੂਜੇ ਪਾਸੇ ਆਪਣੇ ਤੌਰ ਤਰੀਕੇ ਹੋਰ ਜਿਆਦਾ ਖਰਾਬ ਕਰ ਲਏ ਸਨ।

ਸਕਾਟਿਸ਼ ਚਰਚ ਕਾਲਜ ਦੀ ਪੜ੍ਹਾਈ ਦੇ ਪਹਿਲੇ ਦੋ ਸਾਲ ਖਤਮ ਹੋਣ ਵਾਲੇ ਸਨ। ਜਮਾਤ ਵਿਚ ਮੇਰੀ ਹਾਜ਼ਰੀ ਕਦੇ ਕਦਾਈਂ ਹੀ ਹੁੰਦੀ ਸੀ। ਜਿਹੜੀ ਥੋੜੀ ਬਹੁਤੀ ਪੜ੍ਹਾਈ ਮੈਂ ਕੀਤੀ ਵੀ ਸੀ, ਉਹ ਵੀ ਸਿਰਫ ਆਪਣੇ ਪਰਿਵਾਰ ਦੇ ਮੈਂਬਰਾਂ ਨੂੰ ਸ਼ਾਂਤ ਰੱਖਣ ਵਾਸਤੇ। ਟਿਊਸ਼ਨ ਪੜ੍ਹਾਉਣ ਖਾਤਰ ਮੇਰੇ ਦੋ ਅਧਿਆਪਕ ਨਿਯਮਤ ਤੌਰ ਤੇ ਮੇਰੇ ਘਰ ਆਉਂਦੇ ਸਨ ਅਤੇ ਮੈਂ ਨਿਯਮਤ ਤੌਰ ਤੇ ਗੈਰ ਹਾਜ਼ਰ ਰਹਿੰਦਾ ਸੀ। ਮੇਰੇ ਵਿਦਿਆਰਥੀ ਜੀਵਨ ਵਿਚ ਘੱਟੋ ਘੱਟ, ਇੱਕ ਇਸ ਮਾਮਲੇ ਵਿਚ ਮੇਰੀ ਨੇਮਬੱਧਤਾ ਪੱਕੀ ਦਿਖਾਈ ਦਿੰਦੀ ਸੀ।

ਭਾਰਤ ਵਰਸ਼ ਵਿਚ ਕਾਲਜ ਦੀ ਦੋ ਸਾਲ ਦੀ ਪੜ੍ਹਾਈ ਕਰਨ ਤੋਂ ਬਾਅਦ ਇੰਟਰਮੀਡੀਏਟ ਆਰਟਸ ਵਿਚ ਡਿਪਲੋਮਾ ਮਿਲ ਜਾਂਦਾ ਹੈ। ਉਸ ਤੋਂ ਬਾਅਦ ਦੋ ਸਾਲ ਦੀ ਪੜ੍ਹਾਈ ਕਰ ਕੇ ਵਿਦਿਆਰਥੀ ਆਪਣੀ ਬੀ. ਏ. ਦੀ ਡਿਗਰੀ ਦੀ ਉਮੀਦ ਕਰ ਸਕਦਾ ਹੈ।

ਇੰਟਰਮੀਡੀਏਟ ਆਰਟਸ ਦੇ ਸਲਾਨਾ ਇਮਤਿਹਾਨ ਗੰਭੀਰ ਸੰਕਟ ਬਣ ਕੇ ਮੇਰੇ ਸਾਹਮਣੇ ਖੜ੍ਹੇ ਸਨ ਅਤੇ ਮੈਂ ਪੁਰੀ ਨੂੰ ਭੱਜ ਗਿਆ, ਜਿੱਥੇ ਮੇਰੇ ਗੁਰੂਦੇਵ ਕੁਝ ਹਫਤਿਆਂ ਵਾਸਤੇ ਠਹਿਰੇ ਹੋਏ ਸਨ। ਮਨ ਵਿਚ ਧੁੰਦਲੀ ਜਿਹੀ ਉਮੀਦ ਲੈ ਕੇ ਕਿ ਉਹ ਕਹਿਣਗੇ, ਜੇ ਤਿਆਰੀ ਨਹੀਂ ਤਾਂ ਰਹਿਣਦੇ ਇਮਤਿਹਾਨ ਦੇਣ ਨੂੰ। ਮੈਂ ਉਨ੍ਹਾਂ ਨੂੰ ਦੱਸਿਆ ਕਿ ਇਮਤਿਹਾਨ ਦੇਣ ਵਾਸਤੇ ਮੇਰੀ ਤਾਂ ਮਾੜੀ ਮੋਟੀ ਵੀ ਤਿਆਰੀ ਨਹੀਂ।

ਸ਼੍ਰੀ ਯੁਕਤੇਸ਼ਵਰ ਜੀ ਦਿਲਾਸੇ ਭਰੇ ਲਹਿਜੇ ਵਿਚ ਮੁਸਕਰਾਏ, "ਤੂੰ ਆਪਣੇ ਅਧਿਆਤਮਿਕ ਫਰਜ਼ਾਂ ਨੂੰ ਤਨ ਦੇਹੀ ਨਾਲ ਪੂਰਾ ਕੀਤਾ ਹੈ, ਜਿਸ ਕਾਰਨ ਕਾਲਜ ਦੀ ਪੜ੍ਹਾਈ ਵਿਚ ਅਣਗਹਿਲੀ ਤਾਂ ਹੋਣੀ ਲਾਜ਼ਮੀ ਸੀ। ਹੁਣ ਅਗਲਾ ਹਫਤਾ ਪੂਰੀ ਮਿਹਨਤ ਨਾਲ ਪੜ੍ਹਾਈ ਕਰ, ਤੂੰ ਇਮਤਿਹਾਨ ਵਿਚ ਜਰੂਰ ਪਾਸ ਹੋਵੇਂਗਾ।"

* 1936 ਵਿਚ ਮੈਨੂੰ ਪਤਾ ਲੱਗਿਆ ਕਿ ਸ਼ਸੀ ਉਸ ਵਕਤ ਵੀ ਬਹੁਤ ਸੋਹਣੀ ਤੰਦਰੁਸਤ ਹਾਲਤ ਵਿਚ ਸੀ।

ਆਪਣੇ ਮਨ ਵਿਚ ਵਾਰ ਵਾਰ ਉੱਠਦਿਆਂ ਸ਼ੰਕਿਆਂ ਨੂੰ ਦ੍ਰਿੜਤਾ ਨਾਲ ਦਬਾਉਂਦਾ, ਮੈਂ ਕੋਲਕਾਤਾ ਵਾਪਸ ਆ ਗਿਆ। ਆਪਣੀ ਮੇਜ਼ ਉੱਪਰ ਪਏ ਕਿਤਾਬਾਂ ਦੇ ਢੇਰ ਨੂੰ ਦੇਖ ਕੇ, ਮੈਂ ਜੰਗਲ ਵਿਚ ਰਸਤੇ ਤੋਂ ਭਟਕੇ ਕਿਸੇ ਮੁਸਾਫਿਰ ਵਾਂਗ ਜਾਪ ਰਿਹਾ ਸੀ।

ਲੰਬੇ ਸਮੇਂ ਤਕ ਧਿਆਨ ਕਰਨ ਤੋਂ ਬਾਅਦ ਮੈਨੂੰ ਸਖਤ ਮਿਹਨਤ ਤੋਂ ਬਚਣ ਦੀ ਬੜੀ ਉਤਸ਼ਾਹ ਵਧਾਊ ਤਰਕੀਬ ਸੁਝ ਗਈ। ਹਰ ਇੱਕ ਕਿਤਾਬ ਨੂੰ ਜਿੱਥੋਂ ਵੀ ਮੈਂ ਬੇਧਿਆਨੇ ਖੋਲ੍ਹਦਾ ਅਤੇ ਜੋ ਵੀ ਸਫਾ ਮੇਰੇ ਸਾਹਮਣੇ ਆਉਂਦਾ, ਉਹ ਹੀ ਧਿਆਨ ਨਾਲ ਪੜ੍ਹਨ ਲੱਗ ਜਾਂਦਾ। ਹਫਤੇ ਭਰ ਵਿਚ ਇਸ ਤਰੀਕੇ ਨਾਲ ਹਰ ਰੋਜ਼ 18 ਘੰਟੇ ਪੜ੍ਹਨ ਤੋਂ ਬਾਅਦ, ਮੈਂ ਆਪਣੇ ਆਪ ਨੂੰ ਘੋਟਾ ਲਾਉਣ ਦੀ ਕਲਾ ਦਾ ਮਾਸਟਰ ਸਮਝਣ ਲੱਗ ਪਿਆ।

ਆਉਣ ਵਾਲੇ ਦਿਨਾਂ ਵਿਚ ਇਮਤਿਹਾਨਾਂ ਦੇ ਦੌਰਾਨ ਇਹ ਪ੍ਰਮਾਣਿਤ ਹੋ ਗਿਆ ਕਿ ਇਸ ਪ੍ਰਕਾਰ ਦਾ ਦੈਵ ਅਧੀਨ ਜਾਂ ਬੇ-ਤਰਤੀਬ ਦਿਖਾਈ ਦੇਣ ਵਾਲਾ ਪੜ੍ਹਾਈ ਦਾ ਇਹ ਤਰੀਕਾ ਬਿਲਕੁਲ ਠੀਕ ਰਿਹਾ ਸੀ। ਮੈਂ ਸਾਰਿਆਂ ਵਿਸ਼ਿਆਂ ਵਿਚ ਪਾਸ ਹੋਣ ਵਾਸਤੇ, ਘੱਟੋ ਘੱਟ ਨਿਸ਼ਚਿਤ ਨੰਬਰ ਲੈ ਕੇ ਪਾਸ ਹੋ ਗਿਆ। ਮੇਰੇ ਦੋਸਤਾਂ ਅਤੇ ਪਰਿਵਾਰਕ ਮੈਂਬਰਾਂ ਵੱਲੋਂ ਦਿੱਤੀਆਂ ਜਾ ਰਹੀਆਂ ਵਧਾਈਆਂ ਵਿਚ ਉਨ੍ਹਾਂ ਦੇ ਹੈਰਾਨਯੁਕਤ ਉਦਗਾਰਾਂ ਦੀਆਂ ਭਾਵਨਾਵਾਂ ਤੋਂ ਇਲਾਵਾ ਮਖੌਲ ਵੀ ਸ਼ਾਮਲ ਸਨ। ਪੁਰੀ ਤੋਂ ਵਾਪਸ ਆ ਕੇ ਸ਼੍ਰੀ ਯੁਕਤੇਸ਼ਵਰ ਜੀ ਨੇ ਮੈਨੂੰ ਇੱਕ ਅਣਮੋਲ ਤੋਹਫਾ ਦਿੱਤਾ।

ਕੋਲਕਾਤਾ ਵਿਚ ਤੇਰੀ ਪੜ੍ਹਾਈ ਪੂਰੀ ਹੋ ਗਈ ਹੈ, ਉਨ੍ਹਾਂ ਨੇ ਸਹਿਜ ਭਾਵ ਨਾਲ ਕਿਹਾ, "ਮੈਂ ਹੁਣ ਇਸ ਤਰ੍ਹਾਂ ਦਾ ਪ੍ਰਬੰਧ ਕਰ ਰਿਹਾਂ ਕਿ ਬੀ.ਏ. ਦੀ ਡਿਗਰੀ ਦੇ ਬਾਕੀ ਰਹਿੰਦੇ ਦੋ ਸਾਲ ਤੂੰ ਸ਼੍ਰੀਰਾਮਪੁਰ ਰਹਿ ਕੇ ਹੀ ਪੂਰੇ ਕਰ ਲਵੇਂ।"

ਮੈਂ ਉਲਝਣ ਵਿਚ ਫਸ ਗਿਆ, "ਗੁਰੂਦੇਵ, ਇਸ ਸ਼ਹਿਰ ਵਿਚ ਤਾਂ ਕੋਈ ਬੀ.ਏ. ਦੀ ਡਿਗਰੀ ਦੇ ਕੋਰਸ ਵਾਲਾ ਕਾਲਜ ਹੀ ਨਹੀਂ ਹੈ।" ਉੱਥੇ ਉਚੇਰੀ ਵਿਦਿਆ ਦੀ ਇੱਕੋ ਇੱਕ ਸੰਸਥਾ ਸ਼੍ਰੀਰਾਮਪੁਰ ਕਾਲਜ ਹੀ ਸੀ, ਉੱਥੇ ਵੀ ਇੰਟਰਮੀਡੀਏਟ ਤਕ ਦੀ ਪੜ੍ਹਾਈ ਹੁੰਦੀ ਸੀ। "ਹੁਣ ਤੇਰੇ ਵਾਸਤੇ ਬੀ.ਏ.ਦੀ ਡਿਗਰੀ ਕਰਨ ਖਾਤਰ ਨਵਾਂ ਕਾਲਜ ਖੋਲ੍ਹਣ ਵਾਸਤੇ ਘੁੰਮ ਕੇ ਚੰਦਾ ਉਗਰਾਹੁਣ ਦੀ ਤਾਂ ਮੇਰੀ ਉਮਰ ਨਹੀਂ ਰਹੀ, ਲਗਦਾ ਹੈ, ਕਿ ਇਸ ਕੰਮ ਵਾਸਤੇ ਮੈਨੂੰ ਕਿਸੇ ਹੋਰ ਤਰੀਕੇ ਨਾਲ ਹੀ ਕੋਈ ਪ੍ਰਬੰਧ ਕਰਨਾ ਪਵੇਗਾ।"

ਦੋ ਮਹੀਨਿਆਂ ਬਾਅਦ ਸ਼੍ਰੀਰਾਮਪੁਰ ਕਾਲਜ ਦੇ ਪ੍ਰਧਾਨ, ਪ੍ਰੋਫੈਸਰ ਹਾਵੇਲ ਨੇ ਜਨਤਕ ਤੌਰ ਤੇ ਐਲਾਨ ਕਰ ਦਿੱਤਾ ਕਿ ਉਹ ਚਾਰ ਸਾਲਾਂ ਦਾ ਕੋਰਸ ਚਲਾਉਣ ਵਾਸਤੇ ਲੋੜੀਂਦੇ ਫੰਡ ਇਕੱਠੇ ਕਰਨ ਵਿਚ ਕਾਮਯਾਬ ਹੋ ਗਏ ਹਨ। ਸ਼੍ਰੀਰਾਮਪੁਰ ਕਾਲਜ ਕੋਲਕਾਤਾ ਯੂਨੀਵਰਸਿਟੀ ਨਾਲ ਸਬੰਧਿਤ ਕਾਲਜ ਬਣ ਗਿਆ। ਉਸ ਕਾਲਜ ਵਿਚ ਬੀ.ਏ. ਦੇ ਕੋਰਸ ਵਿਚ ਦਾਖਲਾ ਲੈਣ ਵਾਲਿਆਂ ਵਿਚ, ਮੈਂ ਪਹਿਲੇ ਵਿਦਿਆਰਥੀਆਂ ਵਿਚੋਂ ਇੱਕ ਸੀ। "ਗੁਰੂਦੇਵ, ਆਪ ਮੇਰੇ ਪ੍ਰਤੀ ਕਿੰਨੇ ਦਯਾਲੂ ਹੋ। ਪਤਾ ਨਹੀਂ, ਕਿੰਨੇ ਦਿਨਾਂ ਤੋਂ ਮੇਰੀ ਇਹ

ਇੱਛਾ ਸੀ ਕਿ ਮੈਂ ਕੋਲਕਾਤਾ ਛੱਡ ਕੇ ਇੱਥੇ ਸ਼੍ਰੀਰਾਮਪੁਰ ਵਿਚ ਆਪ ਦੇ ਕੋਲ ਹੀ ਰਹਾਂ। ਪ੍ਰੋਫੈਸਰ ਹਾਵੇਲ ਨੂੰ ਤਾਂ ਇਹ ਸੁਪਨੇ ਵਿਚ ਵੀ ਖਿਆਲ ਨਹੀਂ ਹੋਵੇਗਾ, ਕਿ ਉਸ ਦੀ ਇਸ ਸਫਲਤਾ ਦੇ ਪਿੱਛੇ ਆਪ ਦੀ ਮੌਨ ਸਹਾਇਤਾ ਦਾ ਕਿੰਨਾ ਵੱਡਾ ਯੋਗਦਾਨ ਹੈ।''

ਸ਼੍ਰੀ ਯੁਕਤੇਸ਼ਵਰ ਜੀ ਨੇ ਇੱਕ ਝੂਠੀ ਮੂਠੀ ਦੀ ਝਿੜਕ ਦਿੰਦਿਆਂ ਮੇਰੇ ਵੱਲ ਦੇਖਦਿਆਂ ਕਿਹਾ, ''ਹੁਣ ਤੈਨੂੰ ਰੇਲ ਗੱਡੀ ਵਿਚ ਆਉਣ ਜਾਣ ਕਰਕੇ, ਇੰਨੇ ਘੰਟੇ ਖਰਾਬ ਨਹੀਂ ਕਰਨੇ ਪੈਣਗੇ ਅਤੇ ਪੜ੍ਹਾਈ ਵਾਸਤੇ ਤੈਨੂੰ ਖੁੱਲ੍ਹਾ ਵਕਤ ਮਿਲ ਜਾਵੇਗਾ। ਸ਼ਾਇਦ ਤੂੰ ਹੁਣ ਆਖਰੀ ਵਕਤ ਘੋਟਾ ਲਾ ਕੇ ਪਾਸ ਹੋਣ ਵਾਲਾ ਵਿਦਿਆਰਥੀ ਨਹੀਂ, ਬਲਕਿ ਹੁਸ਼ਿਆਰ ਵਿਦਿਆਰਥੀ ਬਣ ਜਾਵੇਂਗਾ।''

ਪ੍ਰੰਤੂ ਉਨ੍ਹਾਂ ਦੇ ਬੋਲਾਂ ਦੇ ਲਹਿਜੇ ਵਿਚ ਦ੍ਰਿੜਤਾ ਦੀ ਅਣਹੋਂਦ ਦਿਖਾਈ ਦੇ ਰਹੀ ਸੀ।*

* ਅਨੇਕ ਹੋਰ ਰਿਸ਼ੀਆਂ ਵਾਂਗ ਸ਼੍ਰੀ ਯੁਕਤੇਸ਼ਵਰ ਜੀ ਨੂੰ ਵੀ ਆਧੁਨਿਕ ਸਿੱਖਿਆ ਪ੍ਰਣਾਲੀ ਦੀ ਭੌਤਿਕਵਾਦੀ ਪ੍ਰਕਿਰਤੀ ਦਾ ਦੁਖ ਸੀ। ਉਹ ਸੰਸਥਾਵਾਂ ਬਹੁਤ ਘੱਟ ਹਨ, ਜੋ ਖੁਸ਼ੀ ਨੂੰ ਪ੍ਰਾਪਤ ਕਰਨ ਵਾਸਤੇ ਅਧਿਆਤਮਿਕ ਨਿਯਮਾਂ ਦੀ ਉਪਯੋਗਤਾ ਦੀ ਮਹੱਤਤਾ ਦੀ ਵਿਆਖਿਆ ਕਰਦੀਆਂ ਹੋਣ ਜਾਂ ਪ੍ਰਮਾਤਮਾ ਜੋ ਕਿ ਆਦਮੀ ਦਾ ਸਿਰਜਣਹਾਰ ਹੈ, ਦੇ ਪ੍ਰਤੀ ਆਦਰਯੁਕਤ ਸ਼ਰਧਾ ਅਤੇ ਭੈਅ ਰੱਖ ਕੇ ਜ਼ਿੰਦਗੀ ਜਿਉਂਣ ਦੀ ਸਿੱਖਿਆ ਦੀ ਸਿਆਣਪ ਨੂੰ ਦਰਸਾਉਂਦੀਆਂ ਹੋਣ।

ਹਾਈ ਸਕੂਲਾਂ ਅਤੇ ਕਾਲਜਾਂ ਵਿਚ ਜੋ ਅੱਜ ਕੱਲ੍ਹ ਨੌਜਵਾਨਾਂ ਨੂੰ ਪੜ੍ਹਾਇਆ ਜਾਂਦਾ ਹੈ, ਕਿ ਮਨੁੱਖ ਇੱਕ ਸੁਧਰਿਆ ਹੋਇਆ ਪਸ਼ੂ ਮਾਤਰ ਹੈ, ਉਹ ਅਕਸਰ ਹੀ ਨਾਸਤਿਕ ਬਣ ਜਾਂਦੇ ਹਨ। ਫਿਰ ਉਹ ਆਤਮਾ ਦੀ ਸ਼ਕਤੀ ਨੂੰ ਜਾਨਣ ਦੀ ਕੋਸ਼ਿਸ਼ ਹੀ ਨਹੀਂ ਕਰਦੇ ਅਤੇ ਨਾ ਹੀ ਉਹ ਆਪਣੇ ਆਪ ਨੂੰ, ਆਪਣੇ 'ਮੂਲ' ਪ੍ਰਮਾਤਮਾ ਦਾ ਪ੍ਰਤੀਬਿੰਬ ਮੰਨਦੇ ਹਨ। ਐਮਰਸਨ ਨੇ ਕਿਹਾ ਸੀ, ''ਜੋ ਕੁਝ ਸਾਡੇ ਅੰਦਰ ਹੈ, ਬਾਹਰ ਵੀ ਅਸੀਂ ਉਹੀ ਦੇਖਦੇ ਹਾਂ। ਜੇ ਸਾਨੂੰ ਬਾਹਰ ਕੋਈ ਦੇਵਤਾ ਦਿਖਾਈ ਨਹੀਂ ਦਿੰਦਾ, ਤਾਂ ਉਸ ਦਾ ਕਾਰਨ ਇਹ ਹੈ ਕਿ ਅਸੀਂ ਕਿਸੇ ਦੇਵਤੇ ਨੂੰ ਆਪਣੇ ਅੰਦਰ ਵਸਾਇਆ ਵੀ ਤਾਂ ਨਹੀਂ ਹੋਇਆ।'' ਜੋ ਆਪਣੀ ਪਸ਼ੂ ਵਿਰਤੀ ਨੂੰ ਹੀ ਆਪਣੀ ਅਸਲੀਅਤ ਵਜੋਂ ਦੇਖਦਾ ਹੈ, ਉਹ ਅਧਿਆਤਮਿਕ ਉਤਸ਼ਾਹ ਤੋਂ ਅਲੱਗ ਥਲੱਗ ਰਹਿੰਦਾ ਹੈ।

ਜੋ ਸਿੱਖਿਆ ਪ੍ਰਣਾਲੀ ਪ੍ਰਮਾਤਮਾ ਜਾਂ ਪਰਮ ਤੱਤ ਨੂੰ ਮਨੁੱਖ ਦੀ ਹੋਂਦ ਦੇ ਧੁਰੇ ਦੇ ਰੂਪ ਵਿਚ ਪ੍ਰਸਤੁਤ ਨਹੀਂ ਕਰਦੀ, ਉਹ ਅਵਿਦਿਆ ਹੈ ਜਾਂ ਝੂਠਾ ਗਿਆਨ ਹੈ। ''ਤੁਸੀਂ ਕਹਿੰਦੇ ਹੋ ਕਿ ਮੈਂ ਅਮੀਰ ਹਾਂ, ਮੈਂ ਇੰਨੀਆਂ ਜਾਇਦਾਦਾਂ ਦਾ ਮਾਲਕ ਹਾਂ, ਮੇਰੇ ਕੋਲ ਕਿਸੇ ਵੀ ਚੀਜ਼ ਦੀ ਘਾਟ ਨਹੀਂ ਹੈ ਅਤੇ ਤੁਸੀਂ ਇਹ ਵੀ ਨਹੀਂ ਜਾਣਦੇ ਕਿ ਤੁਸੀਂ ਬਦਕਿਸਮਤ ਹੋ, ਦੁਖੀ ਹੋ, ਅੰਧੇ ਹੋ, ਨਗਨ ਹੋ।'' *ਰੇਵੀਲੇਸਨ* 3:17 (ਬਾਈਬਲ)

ਪ੍ਰਾਚੀਨ ਭਾਰਤ ਵਿਚ ਬੱਚਿਆਂ ਨੂੰ ਆਦਰਸ਼ ਸਿੱਖਿਆ ਦਿੱਤੀ ਜਾਂਦੀ ਸੀ। ਨੌਂ ਸਾਲਾਂ ਦੀ ਉਮਰ ਵਿਚ ਸ਼ਗਿਰਦ ਬੱਚੇ ਨੂੰ ਗੁਰੂ ਪੁੱਤਰ ਦੇ ਰੂਪ ਵਿਚ ਸਵੀਕਾਰ ਕਰਦਾ ਸੀ। ਇੰਡੀਅਨ ਕਲਚਰ ਥਰੂ ਏਜਸ (ਭਾਗ ਪਹਿਲਾ, ਲੌਂਗਸਨ ਗਰੀਨ ਐਂਡ ਕੰਪਨੀ) ਨਾਮਕ ਕਿਤਾਬ ਵਿਚ ਪ੍ਰੋਫੈਸਰ ਐਸ.ਵੀ. ਵੈਂਕਟੇਸ਼ਵਰ ਲਿਖਦੇ ਹਨ, ''ਆਧੁਨਿਕ ਭਾਰਤ ਵਿਚ ਬੱਚਾ ਆਪਣੇ ਕੁਲ ਵਕਤ ਦਾ ਅੱਠਵਾਂ ਹਿੱਸਾ ਸਕੂਲ ਵਿਚ ਬਿਤਾਉਂਦਾ ਹੈ, ਜਦੋਂ ਕਿ ਪ੍ਰਾਚੀਨ ਬੱਚਾ ਸਾਰਾ ਵਕਤ ਸਕੂਲ ਵਿਚ ਬਿਤਾਉਂਦਾ ਸੀ। ਉਸ ਵਕਤ ਉਸ ਨੂੰ ਏਕਤਾ ਅਤੇ ਜੁੰਮੇਵਾਰੀ ਦੀ ਨਰੋਈ ਭਾਵਨਾ ਦਾ ਅਹਿਸਾਸ ਰਹਿੰਦਾ ਸੀ। ਆਤਮ ਨਿਰਭਰਤਾ ਅਤੇ ਨਿੱਜੀ ਕਾਬਲੀਅਤ ਨੂੰ ਉਪਯੋਗ ਕਰਨ ਦੇ ਅਨੇਕ ਮੌਕੇ ਮਿਲਦੇ ਸਨ। ਉਨ੍ਹਾਂ ਸਮਿਆਂ ਵਿਚ ਸੰਸਕਾਰ ਉੱਚੇ ਅਤੇ ਸੁੱਚੇ ਹੁੰਦੇ ਸਨ। ਵਿਦਿਆਰਥੀਆਂ ਦੁਆਰਾ (ਆਤਮ ਅਨੁਸ਼ਾਸਨ) ਆਪਣੇ ਆਪ ਤੇ ਠੋਸੇ ਅਨੁਸ਼ਾਸਨ, ਫਰਜ਼ਾਂ ਦੇ ਪ੍ਰਤੀ ਡੂੰਘਾ ਆਦਰ, ਨਿਰਸੁਆਰਥ ਸੇਵਾ, ਕੁਰਬਾਨੀ ਦਾ ਜਜ਼ਬਾ, ਆਤਮ ਸਨਮਾਨ ਨਾਲ ਅਤੇ ਦੂਸਰਿਆਂ ਦੇ ਪ੍ਰਤੀ ਆਦਰ, ਸਿੱਖਿਆ ਦਾ ਉੱਚ ਮਿਆਰ, ਮਨੁੱਖੀ ਜੀਵਨ ਦੀ ਨਿਰਮਲਤਾ ਅਤੇ ਜ਼ਿੰਦਗੀ ਜੀਣ ਦੇ ਮਕਸਦ ਅਤੇ ਉਸਦੇ ਉਦੇਸ਼ ਦਾ ਗਿਆਨ ਹੁੰਦਾ ਸੀ।

ਚੈਪਟਰ 18

ਇੱਕ ਚਮਤਕਾਰੀ ਮੁਸਲਮਾਨ

"ਕਈ ਸਾਲ ਪਹਿਲਾਂ ਠੀਕ ਇਸੇ ਕਮਰੇ ਵਿਚ, ਜਿੱਥੇ ਤੂੰ ਅੱਜ ਕੱਲ੍ਹ ਰਹਿ ਰਿਹਾ ਹੈਂ, ਇੱਕ ਚਮਤਕਾਰੀ ਮੁਸਲਮਾਨ ਨੇ ਮੇਰੇ ਸਾਹਮਣੇ ਚਾਰ ਚਮਤਕਾਰ ਦਿਖਾਏ ਸਨ।"

ਸ੍ਰੀ ਯੁਕਤੇਸ਼ਵਰ ਜੀ, ਜਦੋਂ ਮੇਰੇ ਨਵੇਂ ਕਮਰੇ ਵਿਚ ਪਹਿਲੀ ਵਾਰ ਆਏ ਤਾਂ ਉਨ੍ਹਾਂ ਨੇ ਇਹ ਗੱਲ ਕਹੀ। ਸ੍ਰੀਰਾਮਪੁਰ ਕਾਲਜ ਵਿਚ ਦਾਖਲਾ ਲੈਣ ਤੋਂ ਬਾਅਦ, ਮੈਂ ਨੇੜੇ ਹੀ ਪੰਥੀ ਨਾਮਕ ਰਿਹਾਇਸ਼ੀ ਸਕੂਲ ਵਿਚ ਇੱਕ ਕਮਰਾ ਕਿਰਾਏ ਤੇ ਲੈ ਲਿਆ ਸੀ, ਜੋ ਗੰਗਾ ਦੇ ਕਿਨਾਰੇ ਉੱਪਰ ਸਥਿਤ ਇੱਟਾਂ ਦਾ ਬਣਿਆ ਪੁਰਾਣੇ ਢੰਗ ਦਾ ਮਕਾਨ ਸੀ।

"ਇਹ ਕਿਸ ਤਰ੍ਹਾਂ ਦਾ ਸੰਜੋਗ ਹੈ, ਗੁਰੂਦੇਵ, ਕੀ ਇਹ ਨਵੀਆਂ ਸ਼ਿੰਗਾਰੀਆਂ ਕੰਧਾਂ, ਇੰਨੀਆਂ ਪੁਰਾਤਨ ਯਾਦਾਂ ਨੂੰ ਆਪਣੇ ਅੰਦਰ ਸਮੋਈ ਬੈਠੀਆਂ ਹਨ।" ਮੈਂ ਆਪਣੇ ਸਧਾਰਨ ਤਰੀਕੇ ਨਾਲ ਸਜਾਏ ਕਮਰੇ ਨੂੰ ਉਤਸੁਕਤਾ ਨਾਲ ਦੇਖਦਿਆਂ ਕਿਹਾ।

"ਇਹ ਇੱਕ ਲੰਬੀ ਕਹਾਣੀ ਹੈ," ਮੇਰੇ ਗੁਰੂਦੇਵ ਪੁਰਾਣੀਆਂ ਯਾਦਾਂ ਨੂੰ ਤਾਜਾ ਕਰਦਿਆਂ ਮੁਸਕਰਾਏ। "ਉਸ ਫਕੀਰ ਦਾ ਨਾਂ ਅਫਜ਼ਲ ਖਾਨ ਸੀ। ਇੱਕ ਹਿੰਦੂ ਯੋਗੀ ਨਾਲ ਉਸ ਦੀ ਅਚਾਨਕ ਮੁਲਾਕਾਤ ਹੋਣ ਦੇ ਫਲ-ਸ੍ਵਰੂਪ ਉਸ ਨੂੰ ਅਸਧਾਰਨ ਸਿੱਧੀਆਂ ਪ੍ਰਾਪਤ ਹੋ ਗਈਆਂ ਸਨ।"

"ਪੁੱਤਰ, ਮੈਨੂੰ ਬਹੁਤ ਪਿਆਸ ਲੱਗੀ ਹੈ, ਮੈਨੂੰ ਥੋੜ੍ਹਾ ਜਿਹਾ ਪਾਣੀ ਪਿਲਾ।" ਅਫਜ਼ਲ ਦੇ ਬੱਚਪਨ ਵਿਚ ਪੂਰਬੀ ਬੰਗਾਲ ਦੇ ਇੱਕ ਸੰਨਿਆਸੀ ਨੇ ਇੱਕ ਛੋਟੇ ਜਿਹੇ ਬੱਚੇ ਨੂੰ ਬੇਨਤੀ ਕੀਤੀ।

"ਬਾਬਾ ਜੀ, ਮੈਂ ਤਾਂ ਮੁਸਲਮਾਨ ਹਾਂ। ਆਪ ਹਿੰਦੂ ਹੋ ਕੇ ਮੇਰੇ ਹੱਥੋਂ ਪਾਣੀ ਕਿਸ ਤਰ੍ਹਾਂ ਪੀਓਗੇ?"

"ਪੁੱਤਰ, ਮੈਂ ਤੇਰੀ ਸਚਾਈ ਤੋਂ ਖੁਸ਼ ਹਾਂ। ਮੈਂ ਜਾਤ ਪਾਤ ਅਤੇ ਛੂਆ ਛੂਤ ਦੇ ਨੀਚ ਸਿਧਾਂਤਾਂ ਉੱਪਰ ਵਿਸ਼ਵਾਸ ਨਹੀਂ ਕਰਦਾ। ਜਾਹ, ਤੂੰ ਛੇਤੀ ਦੇਣੇ ਪਾਣੀ ਲੈ ਕੇ ਆ।"

"ਅਫਜ਼ਲ ਦੀ ਸ਼ਰਧਾਪੂਰਨ ਆਗਿਆਕਾਰਤਾ ਤੋਂ ਖੁਸ਼ ਹੋ ਕੇ, ਉਸ ਸੰਨਿਆਸੀ ਨੇ ਉਸ ਨੂੰ ਪਿਆਰ ਭਰੀ ਮਿਹਰ ਦੀ ਨਜ਼ਰ ਨਾਲ ਦੇਖਿਆ।"

"ਤੇਰੇ ਪੂਰਬਲੇ ਜਨਮਾਂ ਦੇ ਕਰਮ ਬਹੁਤ ਚੰਗੇ ਹਨ," ਫਿਰ ਉਸ ਨੇ ਸੰਜੀਦਗੀ ਨਾਲ ਕਿਹਾ। "ਮੈਂ ਤੈਨੂੰ ਇੱਕ ਯੋਗ ਦੀ ਤਕਨੀਕ ਸਿਖਾ ਰਿਹਾ ਹਾਂ, ਜਿਸ ਨਾਲ ਤੈਨੂੰ ਅਦ੍ਰਿਸ਼

ਸੰਸਾਰ ਨੂੰ ਕਾਬੂ ਕਰਨ ਦੀ ਸ਼ਕਤੀ ਮਿਲ ਜਾਵੇਗੀ। ਉਸ ਨਾਲ ਤੈਨੂੰ ਜੋ ਸ਼ਕਤੀਆਂ ਪ੍ਰਾਪਤ ਹੋਣਗੀਆਂ, ਉਨ੍ਹਾਂ ਦੀ ਵਰਤੋਂ ਹਮੇਸ਼ਾਂ ਮਾਨਵਤਾ ਦੀ ਭਲਾਈ ਵਾਸਤੇ ਹੀ ਕਰਨੀ, ਕਦੇ ਵੀ ਆਪਣੀ ਖੁਦਗਰਜ਼ੀ ਵਾਸਤੇ ਨਹੀਂ। ਪ੍ਰੰਤੂ ਅਫਸੋਸ ਹੈ, ਕਿ ਮੈਂ ਦੇਖ ਰਿਹਾ ਹਾਂ ਕਿ ਤੂੰ ਪਿਛਲੇ ਜਨਮਾਂ ਦੀਆਂ ਕੁਝ ਵਿਨਾਸ਼ਕਾਰੀ ਪ੍ਰਵਿਰਤੀਆਂ ਦੇ ਬੀਜ ਵੀ ਨਾਲ ਲੈ ਕੇ ਜਨਮਿਆ ਹੈਂ। ਉਨ੍ਹਾਂ ਨੂੰ ਇਸ ਜਨਮ ਵਿਚ ਹੋਰ ਬੁਰੇ ਕੰਮਾਂ ਨਾਲ ਸਿੰਜ ਕੇ ਪੁੰਗਰਨ ਨਾ ਦੇਵੀਂ। ਤੇਰੇ ਪੂਰਬਲੇ ਕਰਮ ਇੰਨੇ ਉਲਝੇ ਹੋਏ ਹਨ, ਕਿ ਤੈਨੂੰ ਇਸ ਜੀਵਨ ਦਾ ਉਪਯੋਗ ਇਸ ਯੌਗਿਕ ਤਕਨੀਕ ਨੂੰ ਇਨਸਾਨੀਅਤ ਦੀ ਭਲਾਈ ਦੇ ਉੱਚੇ ਅਤੇ ਸੁੱਚੇ ਉਦੇਸ਼ਾਂ ਨੂੰ ਸਾਹਮਣੇ ਰੱਖ ਕੇ ਕਰਨਾ ਚਾਹੀਦਾ ਹੈ।''

''ਅਚੰਭਿਤ ਬੱਚੇ ਨੂੰ ਇੱਕ ਗੁੰਝਲਦਾਰ ਯੌਗਿਕ ਤਕਨੀਕ ਸਿਖਾ ਕੇ ਮਹਾਤਮਾ ਆਪ ਅੰਤਰ ਧਿਆਨ ਹੋ ਗਏ।''

''ਅਫਜ਼ਲ ਨੇ ਵੀਹ ਸਾਲਾਂ ਤਕ ਵਿਸ਼ਵਾਸ ਪੂਰਵਕ, ਉਸ ਯੌਗਿਕ ਤਕਨੀਕ ਦਾ ਅਭਿਆਸ ਕੀਤਾ। ਉਸ ਦੇ ਚਮਤਕਾਰੀ ਕੰਮਾਂ ਦੀ ਪ੍ਰਸਿੱਧੀ ਫੈਲਣ ਲੱਗੀ। ਇਉਂ ਮਹਿਸੂਸ ਹੁੰਦਾ ਸੀ ਕਿ ਜਿਵੇਂ ਉਸ ਨਾਲ ਹਮੇਸ਼ਾਂ ਹੀ ਇੱਕ ਅਸਰੀਰੀ ਆਤਮਾ ਰਹਿੰਦੀ ਸੀ, ਜਿਸ ਨੂੰ ਉਹ 'ਹਜ਼ਰਤ' ਦੇ ਨਾਂ ਨਾਲ ਬੁਲਾਉਂਦਾ ਸੀ। ਉਹ ਅਸਰੀਰੀ ਆਤਮਾ ਦੀ ਹੋਂਦ ਅਫਜ਼ਲ ਦੀ ਹਰ ਛੋਟੀ ਤੋਂ ਛੋਟੀ ਇੱਛਾ ਪੂਰੀ ਕਰਨ ਵਾਸਤੇ ਤੱਤਪਰ ਰਹਿੰਦੀ ਸੀ।

''ਆਪਣੇ ਗੁਰੂ ਦੀ ਚਿਤਾਵਨੀ ਨੂੰ ਭੁੱਲ ਕੇ ਅਫਜ਼ਲ ਨੇ ਆਪਣੀਆਂ ਸ਼ਕਤੀਆਂ ਦਾ ਦੁਰਉਪਯੋਗ ਕਰਨਾ ਸ਼ੁਰੂ ਕਰ ਦਿੱਤਾ। ਉਹ ਜਿਹੜੀ ਵੀ ਚੀਜ਼ ਨੂੰ ਇੱਕ ਵਾਰ ਹੱਥ ਲਾ ਕੇ ਵਾਪਸ ਰੱਖ ਦਿੰਦਾ, ਉਹ ਚੀਜ਼ ਥੋੜੀ ਦੇਰ ਬਾਅਦ ਉੱਥੋਂ ਗਾਇਬ ਹੋ ਜਾਂਦੀ ਅਤੇ ਉਸ ਚੀਜ਼ ਦਾ ਪਤਾ ਲਗਾਉਣਾ ਅਸੰਭਵ ਹੋ ਜਾਂਦਾ। ਇਸ ਵਿਆਕੁਲ ਕਰਨ ਵਾਲੀ ਸੰਭਾਵਿਤ ਘਟਨਾ ਦੇ ਡਰ ਨੇ ਅਫਜ਼ਲ ਨੂੰ ਇੱਕ ਤਰ੍ਹਾਂ ਦਾ ਅਣਚਾਹਿਆ ਮਹਿਮਾਨ ਬਣਾ ਦਿੱਤਾ ਸੀ।''

''ਉਹ ਕੋਲਕਾਤਾ ਵਿਚ ਸਮੇਂ ਸਮੇਂ ਤੇ ਹੀਰੇ ਜਵਾਹਰਾਤ ਦੀਆਂ ਦੁਕਾਨਾਂ ਉਪਰ ਜਾਂਦਾ। ਉੱਥੇ ਉਹ ਜਿਸ ਜਿਸ ਰਤਨ ਜਾਂ ਗਹਿਣੇ ਨੂੰ ਹੱਥ ਲਾ ਦਿੰਦਾ, ਉਸ ਦੇ, ਦੁਕਾਨ ਤੋਂ ਬਾਹਰ ਚਲੇ ਜਾਣ ਤੋਂ ਬਾਅਦ, ਸਾਰੇ ਦੇ ਸਾਰੇ ਗਹਿਣੇ ਉੱਥੋਂ ਗਾਇਬ ਹੋ ਜਾਂਦੇ।''

''ਅਫਜ਼ਲ ਅਕਸਰ ਹੀ ਆਪਣੇ ਸੈਂਕੜੇ ਸ਼ਗਿਰਦਾਂ ਨਾਲ ਘਿਰਿਆ ਰਹਿੰਦਾ, ਜੋ ਉਸ ਤੋਂ ਇਸ ਚਮਤਕਾਰੀ ਵਿਦਿਆ ਸਿੱਖਣ ਦੀ ਉਮੀਦ ਨਾਲ ਉਸ ਵੱਲ ਖਿੱਚੇ ਗਏ ਸਨ। ਕਦੇ ਕਦੇ ਉਹ ਉਨ੍ਹਾਂ ਨੂੰ ਆਪਣੇ ਨਾਲ ਯਾਤਰਾ ਕਰਨ ਵਾਸਤੇ ਕਹਿੰਦਾ। ਰੇਲਵੇ ਸਟੇਸ਼ਨ ਉੱਪਰ ਉਹ ਕਿਸੇ ਨਾ ਕਿਸੇ ਤਰੀਕੇ ਨਾਲ ਟਿਕਟਾਂ ਦੀ ਪੂਰੀ ਗੁੱਥੀ ਛੂਹ ਲੈਂਦਾ। ਫਿਰ ਉਸ ਗੁੱਥੀ ਨੂੰ ਇਹ ਕਹਿੰਦਿਆਂ ਵਾਪਸ ਕਰ ਦਿੰਦਾ ਕਿ ਮੈਂ ਹੁਣ ਸਫਰ ਕਰਨ ਦਾ ਇਰਾਦਾ ਬਦਲ ਲਿਆ ਹੈ। ਹੁਣ ਮੈਨੂੰ ਇਹ ਟਿਕਟਾਂ ਨਹੀਂ ਚਾਹੀਦੀਆਂ। ਪ੍ਰੰਤੂ ਜਦੋਂ ਉਹ

ਆਪਣੀ ਮੰਡਲੀ ਨੂੰ ਨਾਲ ਲੈ ਕੇ ਰੇਲ ਗੱਡੀ ਵਿਚ ਸਵਾਰ ਹੋ ਜਾਂਦਾ, ਤਾਂ ਸਾਰਿਆਂ ਸ਼ਗਿਰਦਾਂ ਵਾਸਤੇ ਲੋੜੀਂਦੀਆਂ ਟਿਕਟਾਂ ਉਸ ਕੋਲ ਪਹੁੰਚ ਜਾਂਦੀਆਂ।*

"ਉਸ ਦੇ ਇਨ੍ਹਾਂ ਕਾਰਨਾਮਿਆਂ ਕਾਰਨ ਹਾ-ਹਾ ਕਾਰ ਮੱਚ ਗਿਆ। ਬੰਗਾਲ ਦੇ ਜੌਹਰੀ ਅਤੇ ਟਿਕਟ ਬਾਬੂ ਭੈਅ-ਭੀਤ ਰਹਿਣ ਲੱਗੇ। ਅਫਜ਼ਲ ਨੂੰ ਪਕੜਨ ਦੀ ਜ਼ੁੰਮੇਵਾਰੀ ਵਾਲਾ ਪੁਲੀਸ ਮਹਿਕਮਾ ਲਚਾਰ ਹੋ ਗਿਆ, ਕਿਉਂਕਿ ਉਸ ਨੂੰ ਦੋਸ਼ੀ ਠਹਿਰਾਉਣ ਵਾਲੇ ਦਸਤਾਵੇਜਾਂ ਦੇ ਸਬੂਤਾਂ ਨੂੰ ਅਫਜ਼ਲ ਇੰਨਾ ਕਹਿ ਕੇ ਹੀ ਗਾਇਬ ਕਰਵਾ ਸਕਦਾ ਸੀ, ਹਜ਼ਰਤ ਇਨ੍ਹਾਂ ਨੂੰ ਇੱਥੋਂ ਗਾਇਬ ਕਰ ਦਿਉ।"

ਸ੍ਰੀ ਯੁਕਤੇਸ਼ਵਰ ਜੀ ਉੱਥੋਂ ਉੱਠ ਕੇ ਮੇਰੇ ਕਮਰੇ ਦੀ ਬਾਲਕੋਨੀ ਵੱਲ ਚਲੇ ਗਏ, ਜਿੱਥੇ ਗੰਗਾ ਮਈਆ ਦਾ ਦ੍ਰਿਸ਼ ਦਿਖਾਈ ਦੇ ਰਿਹਾ ਸੀ। ਅਫਜ਼ਲ ਦੇ ਕੁਝ ਹੋਰ ਪ੍ਰੇਸ਼ਾਨ ਕਰਨ ਵਾਲੇ ਕਾਰਨਾਮਿਆਂ ਨੂੰ ਸੁਣਨ ਦੀ ਉਤਸੁਕਤਾ ਨਾਲ, ਮੈਂ ਵੀ ਉਨ੍ਹਾਂ ਦੇ ਪਿੱਛੇ ਪਿੱਛੇ ਉੱਥੇ ਚਲਿਆ ਗਿਆ।

"ਇਸ ਪੰਥੀ ਭਵਨ ਦਾ ਪਹਿਲਾ ਮਾਲਕ ਮੇਰਾ ਦੋਸਤ ਸੀ। ਉਸ ਦੀ ਅਫਜ਼ਲ ਨਾਲ ਜਾਣ ਪਹਿਚਾਣ ਹੋ ਗਈ ਅਤੇ ਉਸ ਨੇ ਉਸ ਨੂੰ ਇੱਥੇ ਬੁਲਾ ਲਿਆ। ਮੇਰੇ ਦੋਸਤ ਨੇ ਮੈਨੂੰ ਅਤੇ ਤਕਰੀਬਨ ਵੀਹ ਦੇ ਕਰੀਬ ਹੋਰ ਗੁਆਂਢੀਆਂ ਨੂੰ ਵੀ ਬੁਲਾ ਲਿਆ। ਉਸ ਵਕਤ ਮੈਂ ਹਾਲੇ ਜਵਾਨੀ ਦੀ ਦਹਿਲੀਜ਼ ਤੇ ਪੈਰ ਹੀ ਰੱਖ ਰਿਹਾ ਸੀ ਅਤੇ ਉਸ ਚਲਾਕ ਫਕੀਰ ਦੇ ਕਾਰਨਾਮਿਆਂ ਬਾਰੇ ਮੇਰੇ ਅੰਦਰ ਰੌਚਿਕਤਾ ਪੂਰਨ ਜਿਗਿਆਸਾ ਸੀ।" ਗੁਰੂਦੇਵ ਨੇ ਹੱਸਦਿਆਂ ਕਿਹਾ, "ਮੈਂ ਕੋਈ ਕੀਮਤੀ ਚੀਜ਼ ਨਾ ਪਹਿਨਣ ਦੀ ਸਾਵਧਾਨੀ ਵਰਤਦਿਆਂ ਹੀ ਉੱਥੇ ਸ਼ਾਮਲ ਹੋਇਆ ਸੀ। ਅਫਜਲ ਨੇ ਮੈਨੂੰ ਬੜੀ ਉਤਸੁਕ ਨਜ਼ਰ ਨਾਲ ਦੇਖਦਿਆਂ ਕਿਹਾ।"

"ਤੇਰੇ ਹੱਥ ਬੜੇ ਮਜ਼ਬੂਤ ਹਨ। ਹੇਠਲੀ ਮੰਜ਼ਲ ਤੇ ਬਾਗ ਵਿਚ ਜਾਹ ਅਤੇ ਉੱਥੋਂ ਇੱਕ ਸਾਫ ਜਿਹਾ ਪੱਥਰ ਲੈ ਕੇ, ਉਸ ਉੱਪਰ ਚਾਕ ਨਾਲ ਆਪਣਾ ਨਾਂ ਲਿਖ ਕੇ, ਉਸ ਨੂੰ ਗੰਗਾ ਨਦੀ ਵਿਚ ਜਿੰਨੀ ਦੂਰ ਸੁੱਟ ਸਕਦਾ ਹੈਂ, ਸੁੱਟ ਦੇ। ਮੈਂ ਉਸੇ ਤਰ੍ਹਾਂ ਕੀਤਾ। ਜਿਸ ਵਕਤ ਪੱਥਰ ਦੂਰ ਗੰਗਾ ਨਦੀ ਦੀਆਂ ਲਹਿਰਾਂ ਵਿਚ ਡੁਬ ਗਿਆ, ਤਾਂ ਉਸ ਨੇ ਮੈਨੂੰ ਕਿਹਾ, 'ਇਸ ਘਰ ਦੇ ਨਾਲ ਵਹਿ ਰਹੇ ਗੰਗਾ ਨਦੀ ਦੇ ਜਲ ਵਿਚੋਂ ਇੱਕ ਬਰਤਨ ਭਰ ਕੇ ਉੱਪਰ ਲੈ ਕੇ ਆਂਵਾਂ।'

"ਜਦੋਂ ਮੈਂ ਬਰਤਨ ਵਿਚ ਜਲ ਭਰ ਕੇ ਉੱਪਰ ਲੈ ਕੇ ਆਇਆ, ਤਾਂ ਅਫਜ਼ਲ ਨੇ ਕਿਹਾ, ਹਜ਼ਰਤ, ਉਸ ਪੱਥਰ ਨੂੰ ਇਸ ਬਰਤਨ ਵਿਚ ਰੱਖ ਦੇ।"

* ਬਾਅਦ ਵਿਚ ਇੱਕ ਦਿਨ ਮੇਰੇ ਪਿਤਾ ਜੀ ਨੇ ਮੈਨੂੰ ਦੱਸਿਆ, ਕਿ ਅਫਜ਼ਲ ਦੀ ਕਰਾਮਾਤ ਦਾ ਸ਼ਿਕਾਰ ਹੋਈਆਂ ਕੰਪਨੀਆਂ ਵਿਚੋਂ, ਉਨ੍ਹਾਂ ਦੀ ਕੰਪਨੀ ਬੰਗਾਲ ਨਾਗਪੁਰ ਰੇਲਵੇ ਵੀ ਸ਼ਾਮਲ ਸੀ।

"ਉਸੇ ਵੇਲੇ ਉਹ ਪੱਥਰ ਉੱਥੇ ਪ੍ਰਗਟ ਹੋ ਗਿਆ। ਮੈਂ ਉਸ ਨੂੰ ਬਰਤਨ ਵਿਚੋਂ ਬਾਹਰ ਕੱਢ ਕੇ ਦੇਖਿਆ, ਤਾਂ ਉਸ ਉੱਪਰ ਮੇਰਾ ਨਾਂ ਵੀ ਉਸੇ ਤਰ੍ਹਾਂ ਲਿਖਿਆ ਸਪਸ਼ਟ ਦਿਖਾਈ ਦਿੱਤਾ।"

"ਉਸ ਕਮਰੇ ਵਿਚ ਹਾਜ਼ਰ ਅਨੇਕ ਮਿੱਤਰਾਂ ਵਿਚ ਇੱਕ ਬਾਬੂ* ਨਾਮਕ ਮਿੱਤਰ ਵੀ ਹਾਜ਼ਰ ਸੀ। ਉਸ ਨੇ ਸੋਨੇ ਦੀ ਭਾਰੀ ਚੈਨ ਵਾਲੀ ਖਾਨਦਾਨੀ ਘੜੀ ਪਹਿਨੀ ਹੋਈ ਸੀ। ਅਫਜ਼ਲ ਨੇ ਉਸ ਘੜੀ ਦੀ ਬਦਸ਼ਗਨੀ ਪੂਰਵਕ ਸਲਾਹੁੰਦਿਆਂ ਜਾਂਚ ਪੜਤਾਲ ਕੀਤੀ। ਥੋੜੀ ਦੇਰ ਬਾਅਦ ਹੀ ਉਹ ਦੋਨੋਂ ਚੀਜ਼ਾਂ ਗਾਇਬ ਹੋ ਗਈਆਂ।"

"ਅਫਜ਼ਲ ਕ੍ਰਿਪਾ ਕਰ ਕੇ ਮੇਰੀਆਂ ਜੱਦੀ ਪੁਸ਼ਤੀ ਨਿਸ਼ਾਨੀਆਂ ਵਾਪਸ ਕਰਦੇ," ਬਾਬੂ ਨੇ ਰੋਣ ਹਾਕਾ ਹੋ ਕੇ ਕਿਹਾ। ਅਫਜ਼ਲ ਕੁਝ ਦੇਰ ਤਕ ਚਿਹਰੇ ਉੱਪਰ ਉਦਾਸੀਨ ਭਾਵ ਲੈ ਕੇ ਮੌਨ ਬੈਠਾ ਰਿਹਾ ਅਤੇ ਫਿਰ ਉਸ ਨੇ ਕਿਹਾ, "ਤੇਰੇ ਘਰ ਤਜੌਰੀ ਵਿਚ ਪੰਜ ਸੌ ਰੁਪਏ ਪਏ ਹਨ। ਉਨ੍ਹਾਂ ਨੂੰ ਮੇਰੇ ਕੋਲ ਲੈ ਕੇ ਆ, ਤਾਂ ਮੈਂ ਤੈਨੂੰ ਦੱਸ ਦੇਵਾਂਗਾ ਕਿ ਤੇਰੀ ਘੜੀ ਕਿੱਥੇ ਮਿਲੇਗੀ।"

"ਹੈਰਾਨ ਪ੍ਰੇਸ਼ਾਨ ਬਾਬੂ ਤੁਰੰਤ ਘਰ ਨੂੰ ਚੱਲ ਪਿਆ। ਥੋੜੀ ਦੇਰ ਬਾਅਦ ਵਾਪਸ ਆ ਕੇ ਉਸ ਨੇ ਅਫਜ਼ਲ ਨੂੰ ਪੰਜ ਸੌ ਰੁਪਏ ਦੇ ਦਿੱਤੇ।"

"ਅਫਜ਼ਲ ਨੇ ਉਸ ਨੂੰ ਕਿਹਾ, ਆਪਣੇ ਘਰ ਦੀ ਛੋਟੀ ਜਿਹੀ ਪੁਲੀ ਕੋਲ ਜਾ ਕੇ ਆਪ ਹਜ਼ਰਤ ਨੂੰ ਘੜੀ ਅਤੇ ਚੈਨ ਵਾਪਸ ਕਰਨ ਵਾਸਤੇ ਅਵਾਜ਼ ਮਾਰੋ।"

"ਬਾਬੂ ਤੀਰ ਦੀ ਤਰ੍ਹਾਂ ਦੌੜਿਆ। ਜਦੋਂ ਉਹ ਵਾਪਸ ਆਇਆ ਤਾਂ ਉਸ ਦੇ ਚਿਹਰੇ ਉੱਪਰ ਰਾਹਤ ਭਰੀ ਮੁਸਕਰਾਹਟ ਸੀ ਅਤੇ ਹੁਣ ਉਸ ਨੇ ਕੋਈ ਵੀ ਕੀਮਤੀ ਚੀਜ਼ ਨਹੀਂ ਸੀ ਪਹਿਨੀ ਹੋਈ।"

"ਜਿਸ ਤਰ੍ਹਾਂ ਮੈਨੂੰ ਕਿਹਾ ਗਿਆ ਸੀ, ਜਦੋਂ ਮੈਂ ਹਜ਼ਰਤ ਨੂੰ ਅਵਾਜ਼ ਮਾਰੀ, ਤਾਂ ਹਵਾ ਵਿਚੋਂ ਲੁੜਕਦੀ ਮੇਰੀ ਘੜੀ ਅਤੇ ਚੈਨ ਮੇਰੇ ਸੱਜੇ ਹੱਥ ਵਿਚ ਆ ਗਈਆਂ। ਇੱਥੇ ਆਉਣ ਤੋਂ ਪਹਿਲਾਂ ਮੈਂ ਸਿੱਧਾ ਘਰ ਗਿਆ ਅਤੇ ਆਪਣੀ ਉਸ ਜੱਦੀ ਪੁਸ਼ਤੀ ਘੜੀ ਅਤੇ ਚੈਨ ਨੂੰ, ਆਪਣੀ ਤਜੌਰੀ ਵਿਚ ਸੁਰੱਖਿਅਤ ਰੱਖ ਕੇ ਜੰਦਰਾ ਮਾਰ ਦਿੱਤਾ।

"ਬਾਬੂ ਦੇ ਦੋਸਤ ਜੋ ਘੜੀ ਦੇ ਬਦਲੇ ਬਾਬੂ ਤੋਂ ਪੰਜ ਸੌ ਰੁਪਏ ਦੀ ਫਿਰੌਤੀ ਲੈਣ ਦੇ ਦੁਖਾਂਤਮਈ ਨਾਟਕ ਦੇ ਦਰਸ਼ਕ ਸਨ, ਅਫਜ਼ਲ ਨੂੰ ਘਿਰਣਾਮਈ ਨਜ਼ਰ ਨਾਲ ਦੇਖ ਰਹੇ ਸਨ। ਹੁਣ ਅਫਜ਼ਲ ਨੇ ਬੜੀ ਮਿੱਠੀ ਅਵਾਜ਼ ਵਿਚ ਕਿਹਾ।

"ਤੁਸੀਂ ਜੋ ਕੁਝ ਵੀ ਪੀਣਾ ਚਾਹੁੰਦੇ ਹੋ, ਆਪੋ ਆਪਣੀ ਇੱਛਾ ਦੱਸੋ, ਹਜ਼ਰਤ ਉਸ ਨੂੰ ਤੁਰੰਤ ਹਾਜ਼ਰ ਕਰ ਦੇਵੇਗਾ।"

* ਸ਼੍ਰੀ ਯੁਕਤੇਸ਼ਵਰ ਜੀ ਦੇ ਉਸ ਦੋਸਤ ਦਾ ਨਾਂ ਮੈਨੂੰ ਯਾਦ ਨਹੀਂ, ਇਸ ਕਰ ਕੇ ਇੱਥੇ ਸਿਰਫ ਬਾਬੂ ਹੀ ਲਿਖਣਾ ਪਵੇਗਾ।

"ਕੁਝ ਲੋਕਾਂ ਨੇ ਦੁੱਧ ਮੰਗਿਆ, ਕੁਝ ਨੇ ਫਲਾਂ ਦਾ ਜੂਸ ਮੰਗਿਆ, ਮੈਨੂੰ ਇਹ ਦੇਖ ਕੇ ਹੈਰਾਨੀ ਨਾ ਹੋਈ, ਜਦੋਂ ਬਾਬੂ ਨੇ ਵਿਸਕੀ ਦੀ ਮੰਗ ਕੀਤੀ। ਅਫ਼ਜ਼ਲ ਨੇ ਹੁਕਮ ਦਿੱਤਾ ਤੇ ਆਗਿਆਕਾਰੀ ਹਜ਼ਰਤ ਨੇ ਤੁਰੰਤ ਸੀਲ ਬੰਦ ਬੋਤਲਾਂ ਉੱਥੇ ਹਾਜ਼ਰ ਕਰ ਦਿੱਤੀਆਂ, ਜੋ ਧੜੰਮ ਧੜੰਮ ਦੀ ਅਵਾਜ਼ ਨਾਲ ਉੱਥੇ ਡਿਗਣ ਲੱਗੀਆਂ। ਹਰ ਇੱਕ ਆਦਮੀ ਨੂੰ ਆਪੋ ਆਪਣੀ ਮਨਭਾਉਂਦੀ ਚੀਜ਼ ਮਿਲ ਗਈ।

"ਚੌਥੇ ਚਮਤਕਾਰ ਦਾ ਵਾਅਦਾ ਬਾਬੂ ਵਾਸਤੇ ਨਿਸ਼ਚਿਤ ਤੌਰ ਤੇ ਰੀਝਾਂ ਪੂਰਨ ਕਰਨ ਵਾਲਾ ਸੀ। ਅਫਜਲ ਨੇ ਸਾਰਿਆਂ ਨੂੰ ਉੱਥੇ ਹੀ ਭੋਜਨ ਕਰਵਾਉਣ ਦੀ ਪੇਸ਼ਕਸ਼ ਕੀਤੀ।

"ਸਭ ਤੋਂ ਮਹਿੰਗਾ ਭੋਜਨ ਮੰਗਵਾਉਂਦੇ ਹਾਂ," ਬਾਬੂ ਨੇ ਬੜੀ ਉਦਾਸ ਅਵਾਜ਼ ਵਿਚ ਕਿਹਾ। ਮੈਨੂੰ ਪੰਜ ਸੌ ਰੁਪੇ ਦੇ ਬਦਲੇ ਵਿਚ ਪੂਰਾ ਰਾਜਸੀ ਭੋਜਨ ਚਾਹੀਦਾ ਹੈ। ਸਾਰੇ ਪਕਵਾਨ ਸੋਨੇ ਦੀਆਂ ਥਾਲੀਆਂ ਵਿਚ ਪਰੋਸੇ ਹੋਏ ਹੋਣੇ ਚਾਹੀਦੇ ਹਨ।"

"ਜਿਉਂ ਹੀ ਅਸੀਂ ਸਾਰੇ ਲੋਕਾਂ ਨੇ ਆਪੋ ਆਪਣੀ ਪਸੰਦ ਦੱਸ ਦਿੱਤੀ, ਤਾਂ ਅਫ਼ਜ਼ਲ ਨੇ ਸਦਾ ਤਿਆਰ-ਬਰ-ਤਿਆਰ ਹਜ਼ਰਤ ਨੂੰ ਹੁਕਮ ਦਿੱਤਾ। ਬਰਤਨਾਂ ਦੀ ਖੜਖੜਾਹਟ ਸੁਣਾਈ ਦਿੱਤੀ। ਮਸਾਲੇਦਾਰ ਸ਼ਬਜ਼ੀਆਂ, ਗਰਮਾ ਗਰਮ ਪੂਰੀਆਂ ਅਤੇ ਅਨੇਕ ਬੇਮੌਸਮੇ ਫਲਾਂ ਦੇ ਨਾਲ ਭਰੇ ਹੋਏ ਸੋਨੇ ਦੇ ਵੱਡੇ ਵੱਡੇ ਥਾਲ ਹਵਾ ਵਿਚੋਂ ਪ੍ਰਗਟ ਹੋ ਗਏ। ਭੋਜਨ ਦੀ ਹਰ ਇੱਕ ਚੀਜ਼ ਅਤਿਅੰਤ ਸਵਾਦਲੀ ਸੀ। ਇੱਕ ਘੰਟੇ ਤਕ ਖਾਣ ਪੀਣ ਚੱਲਣ ਤੋਂ ਬਾਅਦ, ਜਦੋਂ ਅਸੀਂ ਕਮਰੇ ਵਿਚੋਂ ਬਾਹਰ ਨਿਕਲਣ ਲੱਗੇ। ਇੰਨੇ ਵਿਚ ਬੜੇ ਜ਼ੋਰ ਦੀ ਅਵਾਜ਼ ਸੁਣਾਈ ਦਿੱਤੀ, ਜਿਵੇਂ ਬਰਤਨਾਂ ਨੂੰ ਇਕੱਠਾ ਕੀਤਾ ਜਾ ਰਿਹਾ ਹੋਵੇ। ਅਸੀਂ ਪਿੱਛੇ ਮੁੜ ਕੇ ਦੇਖਿਆ, ਤਾਂ ਉੱਥੇ ਚਮਚਮਾਉਂਦੇ ਥਾਲ ਤਾਂ ਕੀ, ਭੋਜਨ ਦੀ ਬਚੀ ਹੋਈ ਜੂਠ ਦਾ ਵੀ ਕੋਈ ਨਾਮੋ ਨਿਸ਼ਾਨ ਨਹੀਂ ਸੀ।"

"ਗੁਰੂਦੇਵ," ਮੈਂ ਵਿਚੋਂ ਹੀ ਬੋਲ ਉੱਠਿਆ, "ਜੇ ਅਫਜ਼ਲ ਸੋਨੇ ਦੇ ਥਾਲਾਂ ਵਰਗੀਆਂ ਚੀਜ਼ਾਂ ਇੰਨੀ ਅਸਾਨੀ ਨਾਲ ਪ੍ਰਾਪਤ ਕਰ ਸਕਦਾ ਸੀ ਤਾਂ ਉਸ ਨੂੰ ਦੂਸਰਿਆਂ ਦੀ ਦੌਲਤ ਗਲਤ ਤਰੀਕੇ ਨਾਲ ਪ੍ਰਾਪਤ ਕਰਨ ਦੀ ਇੰਨੀ ਲਾਲਸਾ ਕਿਉਂ ਸੀ।"

"ਅਫਜ਼ਲ ਅਧਿਆਤਮਿਕ ਤੌਰ ਤੇ ਬਹੁਤ ਜਿਆਦਾ ਉੱਨਤ ਨਹੀਂ ਸੀ।" ਸ੍ਰੀ ਯੁਕਤੇਸ਼ਵਰ ਜੀ ਨੇ ਕਿਹਾ, "ਯੋਗ ਦੀ ਇੱਕ ਖਾਸ ਤਕਨੀਕ ਉੱਪਰ ਅਧਿਕਾਰ ਪ੍ਰਾਪਤ ਕਰ ਲੈਣ ਕਰ ਕੇ, ਉਸ ਦੀ ਪਹੁੰਚ ਇੱਕ ਇਹੋ ਜਿਹੇ ਸੂਖਮ ਲੋਕ ਤਕ ਹੋ ਗਈ ਸੀ, ਜਿੱਥੇ ਕਿਸੇ ਵੀ ਇੱਛਾ ਨੂੰ ਤੁਰੰਤ ਭੌਤਿਕ ਰੂਪ ਦਿੱਤਾ ਜਾ ਸਕਦਾ ਹੈ। ਹਜ਼ਰਤ ਜੋ ਉਸ ਸੂਖਮ ਲੋਕ ਦਾ ਜੀਵ ਸੀ, ਦੀ ਸਹਾਇਤਾ ਨਾਲ ਅਫਜ਼ਲ ਆਪਣੀ ਦ੍ਰਿੜ ਇੱਛਾ ਸ਼ਕਤੀ ਨਾਲ ਅਕਾਸ਼ ਤੱਤ ਤੋਂ ਕਿਸੇ ਵੀ ਵਸਤੂ ਦੇ ਅਣੂਆਂ ਨੂੰ ਖਿੱਚ ਕੇ* ਉਸ ਵਸਤੂ ਨੂੰ

* ਠੀਕ ਉਸੇ ਤਰ੍ਹਾਂ, ਜਿਸ ਤਰ੍ਹਾਂ ਅਕਾਸ਼ ਵਿਚੋਂ ਪ੍ਰਾਪਤ ਹੋਇਆ, ਮੇਰਾ ਤਵੀਤ ਆਖਰ ਨੂੰ ਇਸ ਦੁਨੀਆਂ ਤੋਂ ਗਾਇਬ

ਭੌਤਿਕ ਰੂਪ ਦੇ ਸਕਦਾ ਸੀ। ਪ੍ਰੰਤੂ ਇਸ ਤਰ੍ਹਾਂ ਸੂਖਮ ਲੋਕ ਤੋਂ ਪ੍ਰਗਟ ਕੀਤੀਆਂ ਵਸਤੂਆਂ ਦੀ ਹੋਂਦ ਦੀ ਮਿਆਦ ਥੋੜ ਚਿਰੀ ਹੁੰਦੀ ਹੈ ਅਤੇ ਉਹ ਜਿਆਦਾ ਦੇਰ ਤਕ ਨਹੀਂ ਰਹਿ ਸਕਦੀਆਂ। ਅਫਜ਼ਲ ਨੂੰ ਹਾਲੇ ਵੀ ਇਸ ਸੰਸਾਰ ਦੀ ਭੌਤਿਕ ਦੌਲਤ ਦੀ ਲਾਲਸਾ ਸੀ, ਜਿਸ ਨੂੰ ਕਮਾਉਣ ਵਾਸਤੇ ਬਹੁਤ ਜਿਆਦਾ ਮਿਹਨਤ ਤਾਂ ਕਰਨੀ ਪੈਂਦੀ ਹੈ, ਪਰ ਉਹ ਜਿਆਦਾ ਟਿਕਾਊ ਹੁੰਦੀ ਹੈ।"

ਮੈਂ ਹੱਸਦਿਆਂ ਹੋਇਆਂ ਕਿਹਾ, "ਇਹ ਵੀ ਕਦੇ ਕਦੇ ਅਜੀਬ ਢੰਗ ਨਾਲ ਗਾਇਬ ਹੋ ਜਾਂਦੀ ਹੈ।"

"ਅਫਜ਼ਲ ਈਸ਼ਵਰ ਪ੍ਰਾਪਤ ਸੰਤ ਨਹੀਂ ਸੀ," ਗੁਰੂਦੇਵ ਨੇ ਅੱਗੇ ਕਹਿਣਾ ਸ਼ੁਰੂ ਰੱਖਿਆ। "ਪੱਕੇ ਅਤੇ ਲਾਭਦਾਇਕ ਕਿਸਮ ਦੇ ਚਮਤਕਾਰ ਸਿਰਫ ਈਸ਼ਵਰ ਪ੍ਰਾਪਤ ਸੰਤ ਹੀ ਕਰ ਸਕਦੇ ਹਨ, ਕਿਉਂਕਿ ਉਨ੍ਹਾਂ ਨੇ ਸਰਬਸ਼ਕਤੀਮਾਨ ਨਾਲ ਏਕਾਤਮਿਕਤਾ ਪ੍ਰਾਪਤ ਕਰ ਲਈ ਹੁੰਦੀ ਹੈ। ਅਫਜਲ ਇੱਕ ਸਧਾਰਨ ਆਦਮੀ ਹੀ ਸੀ, ਜਿਸ ਨੇ ਇੱਕ ਸੂਖਮ ਲੋਕ ਤਕ ਦਾਖਲ ਹੋਣ ਦੀ ਅਸਧਾਰਨ ਸ਼ਕਤੀ ਪ੍ਰਾਪਤ ਕਰ ਲਈ ਸੀ, ਜਿੱਥੇ ਨਾਸ਼ਵਾਨ ਮਨੁੱਖ ਮੌਤ ਤੋਂ ਪਹਿਲਾਂ ਪਰਵੇਸ਼ ਨਹੀਂ ਕਰ ਸਕਦੇ।"

"ਹੁਣ ਮੇਰੀ ਸਮਝ ਵਿਚ ਆ ਗਿਆ ਹੈ ਕਿ ਗੁਰੂਦੇਵ ਸੂਖਮ ਲੋਕ ਵਿਚ ਕਾਫੀ ਖਿੱਚ ਭਰੀਆਂ ਮਨੋਹਰਤਾਵਾਂ ਹਨ।"

ਗੁਰੂਦੇਵ ਇਸ ਗੱਲ ਨਾਲ ਸਹਿਮਤ ਹੋ ਗਏ। "ਉਸ ਦਿਨ ਤੋਂ ਬਾਅਦ ਮੈਂ ਅਫਜ਼ਲ ਨੂੰ ਫਿਰ ਕਦੇ ਨਹੀਂ ਦੇਖਿਆ। ਪ੍ਰੰਤੂ ਕੁਝ ਸਾਲਾਂ ਬਾਅਦ, ਬਾਬੂ ਇੱਕ ਦਿਨ ਮੇਰੇ ਘਰ ਅਖਬਾਰ ਵਿਚ ਛਪੀ ਹੋਈ ਪਸ਼ਚਾਤਾਪ ਦੀ ਖੁੱਲ੍ਹੀ ਘੋਸ਼ਣਾ ਦਾ ਵਿਸਥਾਰ ਦਿਖਾਉਣ ਲੈ ਕੇ ਆਇਆ। ਜੋ ਮੈਂ ਤੈਨੂੰ ਹੁਣੇ ਦੱਸਿਆ ਹੈ, ਕਿ ਅਫਜ਼ਲ ਨੂੰ ਬਚਪਨ ਵਿਚ ਇੱਕ ਹਿੰਦੂ ਗੁਰੂ ਤੋਂ ਦੀਖਿਆ ਪ੍ਰਾਪਤ ਹੋਈ ਸੀ, ਉਸੇ ਖਬਰ ਤੋਂ ਹੀ ਮੈਨੂੰ ਇਹ ਜਾਣਕਾਰੀ ਮਿਲੀ ਸੀ।"

ਸ਼੍ਰੀ ਯੁਕਤੇਸ਼ਵਰ ਜੀ ਨੂੰ ਜੋ ਯਾਦ ਸੀ, ਉਸ ਦੇ ਅਨੁਸਾਰ, ਉਸ ਛਪੀ ਹੋਈ ਖਬਰ ਦੇ ਵਿਵਰਣ ਦੇ ਆਖਰੀ ਹਿੱਸੇ ਦਾ ਸੰਖੇਪ ਇਸ ਪ੍ਰਕਾਰ ਸੀ, "ਮੈਂ ਅਫਜ਼ਲ ਖਾਨ ਪਸ਼ਚਾਤਾਪ ਦੇ ਰੂਪ ਵਿਚ ਅਤੇ ਅਲੌਕਿਕ ਸ਼ਕਤੀਆਂ ਪ੍ਰਾਪਤ ਕਰਨ ਦੀ ਇੱਛਾ ਵਾਲਿਆਂ ਨੂੰ ਸਾਵਧਾਨ ਕਰਨ ਦੇ ਵਾਸਤੇ, ਇਹ ਸਾਰਾ ਕੁਝ ਲਿਖ ਰਿਹਾ ਹਾਂ। ਪ੍ਰਮਾਤਮਾ ਅਤੇ ਮੇਰੇ ਗੁਰੂ ਦੀ ਕ੍ਰਿਪਾ ਨਾਲ, ਮੈਨੂੰ ਜੋ ਅਦਭੁਤ ਸ਼ਕਤੀਆਂ ਮਿਲੀਆਂ ਹੋਈਆਂ ਸਨ, ਉਨ੍ਹਾਂ ਦਾ ਮੈਂ ਕਈ ਸਾਲਾਂ ਤੋਂ ਲਗਾਤਾਰ ਦੁਰਉਪਯੋਗ ਕਰਦਾ ਆ ਰਿਹਾ ਹਾਂ। ਘਮੰਡ ਦੇ ਨਸ਼ੇ ਵਿਚ ਚੂਰ ਹੋ ਕੇ ਮੈਂ ਇਹ ਸਮਝਣ ਲੱਗ ਗਿਆ ਸੀ, ਕਿ ਮੈਂ ਇਖਲਾਕ ਦੇ ਸਧਾਰਨ ਨਿਯਮਾਂ ਤੋਂ ਉੱਪਰ ਹਾਂ। ਆਖਰ ਮੇਰੇ ਕੀਤੇ ਕਾਲੇ ਕਾਰਨਾਮਿਆਂ ਦੇ ਨਿਬੇੜੇ ਲਈ ਇਨਸਾਫ ਦਾ ਦਿਨ ਆ ਗਿਆ।

ਹੋ ਗਿਆ ਸੀ। (ਸੂਖਮ ਲੋਕਾਂ ਦਾ ਵਿਸਥਾਰਿਤ ਵਰਣਨ ਚੈਪਟਰ 43 ਵਿਚ ਦੇਖੋ)

"ਹਾਲ ਹੀ ਵਿਚ, ਮੇਰੀ ਕੋਲਕਾਤਾ ਦੇ ਬਾਹਰ ਸੜਕ ਉੱਪਰ ਇੱਕ ਬਜ਼ੁਰਗ ਆਦਮੀ ਨਾਲ ਮੁਲਾਕਾਤ ਹੋ ਗਈ। ਉਹ ਦਰਦ ਦੇ ਕਾਰਨ ਲੰਗੜਾ ਕੇ ਚੱਲ ਰਿਹਾ ਸੀ ਅਤੇ ਉਸ ਦੇ ਹੱਧ ਵਿਹ ਸੋਨੇ ਵਰਗੀ ਕੋਈ ਚਮਕੀਲੀ ਚੀਜ਼ ਸੀ। ਮੇਰੇ ਮਨ ਵਿਚ ਲਾਲਚ ਪੈਦਾ ਹੋ ਗਿਆ ਅਤੇ ਮੈਂ ਉਸ ਨੂੰ ਕਿਹਾ।

"ਮੈਂ ਇੱਕ ਮਹਾਨ ਫਕੀਰ ਅਫਜ਼ਲ ਖਾਨ ਹਾਂ। ਇਹ ਤੇਰੇ ਹੱਥ ਵਿਚ ਕੀ ਹੈ?"

"ਇਹ ਸੋਨੇ ਦਾ ਗੋਲਾ ਇਸ ਸੰਸਾਰ ਵਿਚ ਮੇਰੀ ਇੱਕੋ ਇੱਕ ਦੌਲਤ ਹੈ, ਪਰ ਕਿਸੇ ਫਕੀਰ ਵਾਸਤੇ ਇਹ ਬੇਕਾਰ ਹੈ। ਮੇਰੀ ਆਪ ਨੂੰ ਬੇਨਤੀ ਹੈ ਕਿ ਸੰਤ ਮਹਾਰਾਜ਼ ਮੇਰਾ ਇਹ ਲੰਗੜਾਪਣ ਠੀਕ ਕਰ ਦਿਉ।"

"ਮੈਂ ਉਸ ਗੋਲੇ ਨੂੰ ਸਪਰਸ਼ ਕੀਤਾ ਅਤੇ ਬਗੈਰ ਕੋਈ ਉੱਤਰ ਦਿੱਤੇ ਅਗਾਂਹ ਲੰਘ ਗਿਆ। ਉਹ ਬਜ਼ੁਰਗ ਲੰਗੜਾਉਂਦਾ ਲੰਗੜਾਉਂਦਾ ਮੇਰੇ ਪਿੱਛੇ ਪਿੱਛੇ ਆਉਣ ਲੱਗਿਆ। ਅਚਾਨਕ ਹੀ ਉਸ ਨੇ ਉੱਚੀ ਉੱਚੀ ਅਵਾਜ਼ ਵਿਚ ਰੌਲਾ ਪਾਉਣਾ ਸ਼ੁਰੂ ਕਰ ਦਿੱਤਾ ਕਿ ਮੇਰਾ ਸੋਨਾ ਗਾਇਬ ਹੋ ਗਿਆ, ਮੇਰਾ ਸੋਨਾ ਗਾਇਬ ਹੋ ਗਿਆ।"

"ਜਦੋਂ ਮੈਂ ਉਸ ਵੱਲ ਧਿਆਨ ਨਾ ਦਿੱਤਾ, ਤਾਂ ਉਹ ਅਚਾਨਕ ਬੜੀ ਉੱਚੀ ਅਵਾਜ਼ ਵਿਚ ਬੋਲਣ ਲੱਗਿਆ, ਜੋ ਉਸ ਦੇ ਕਮਜ਼ੋਰ ਸਰੀਰ ਵਿਚੋਂ ਨਿਕਲਦੀ ਬੜੀ ਅਜੀਬ ਲੱਗ ਰਹੀ ਸੀ।"

"ਕੀ ਤੂੰ ਮੈਨੂੰ ਪਹਿਚਾਣਿਆ ਨਹੀਂ?"

"ਮੈਂ ਹੈਰਾਨ ਪ੍ਰੇਸ਼ਾਨ ਹੋ ਗਿਆ। ਥੋੜੀ ਦੇਰ ਤੋਂ ਬਾਅਦ, ਜਦੋਂ ਇਹ ਗੱਲ ਮੇਰੀ ਸਮਝ ਵਿਚ ਆਈ, ਤਾਂ ਮੈਂ ਹੱਕਾ ਬੱਕਾ ਰਹਿ ਗਿਆ ਕਿ ਉਹ ਅਪ੍ਰਭਾਵਸ਼ਾਲੀ ਦਿਖਾਈ ਦੇਣ ਵਾਲਾ ਅਤੇ ਲੰਗੜਾ ਕੇ ਚੱਲਣ ਵਾਲਾ ਬਜ਼ੁਰਗ ਕੋਈ ਹੋਰ ਨਹੀਂ, ਓਹੀ ਮਹਾਨ ਸਿੱਧ ਪੁਰਸ਼ ਸਨ, ਜਿਨ੍ਹਾਂ ਨੇ ਮੈਨੂੰ ਕਈ ਸਾਲ ਪਹਿਲਾਂ ਯੋਗ ਦੀ ਦੀਖਿਆ ਦਿੱਤੀ ਸੀ। ਉਹ ਸਿੱਧੇ ਖੜ੍ਹੇ ਹੋ ਗਏ। ਉਨ੍ਹਾਂ ਦਾ ਸਰੀਰ ਇਕ ਮਿੰਟ ਵਿਚ ਹੀ ਨਵਾਂ ਨਰੋਆ ਅਤੇ ਜਵਾਨ ਹੋ ਗਿਆ।"

"ਮੇਰੇ ਗੁਰੂ ਦੀਆਂ ਅੱਖਾਂ ਵਿਚੋਂ ਅੰਗਾਰ ਵਰ੍ਹ ਰਹੇ ਸਨ। 'ਤਾਂ ਮੈਂ ਖੁਦ ਆਪਣੀਆਂ ਅੱਖਾਂ ਨਾਲ ਦੇਖ ਰਿਹਾ ਹਾਂ, ਕਿ ਤੂੰ ਆਪਣੀਆਂ ਸ਼ਕਤੀਆਂ ਦੀ ਵਰਤੋਂ ਦੁਖੀ ਮਨੁੱਖਤਾ ਦੀ ਭਲਾਈ ਵਾਸਤੇ ਨਹੀਂ, ਬਲਕਿ ਇੱਕ ਘਟੀਆ ਠੱਗ ਦੇ ਵਾਂਗ ਉਨ੍ਹਾਂ ਨੂੰ ਲੁੱਟਣ ਵਾਸਤੇ ਕਰ ਰਿਹਾ ਹੈਂ। ਮੈਂ ਤੇਰੀਆਂ ਸਾਰੀਆਂ ਸ਼ਕਤੀਆਂ ਵਾਪਸ ਲੈਂਦਾ ਹਾਂ। ਹਜ਼ਰਤ ਅੱਜ ਤੋਂ ਤੈਥੋਂ ਅਜ਼ਾਦ ਹੋ ਗਿਆ ਹੈ। ਹੁਣ ਤੂੰ ਬੰਗਾਲ ਵਿਚ ਆਤੰਕ ਬਣ ਕੇ ਨਹੀਂ ਵਿਚਰੇਂਗਾ।'

"ਮੈਂ ਬਹੁਤ ਹੀ ਦਰਦ ਭਰੀ ਅਵਾਜ਼ ਵਿਚ ਵਾਰ ਵਾਰ ਹਜ਼ਰਤ ਨੂੰ ਅਵਾਜ਼ ਮਾਰੀ, ਇਹ ਪਹਿਲਾ ਮੌਕਾ ਸੀ, ਜਦੋਂ ਉਹ ਮੇਰੀ ਅੰਤਰ ਦ੍ਰਿਸ਼ਟੀ ਦੇ ਸਾਹਮਣੇ ਪ੍ਰਗਟ ਨਹੀਂ

ਹੋਇਆ। ਪ੍ਰੰਤੂ ਮੇਰੀ ਬੁੱਧੀ ਉੱਪਰ ਪਿਆ ਕਾਲਾ ਪਰਦਾ ਅਚਾਨਕ ਹਟ ਗਿਆ। ਮੈਂ ਸਾਫ਼ ਦੇਖਿਆ ਕਿ ਮੇਰੀ ਜ਼ਿੰਦਗੀ ਕਿੰਨੀ ਘਿਰਨਾ ਯੋਗ ਬਣ ਗਈ ਸੀ।"

"ਮੈਂ ਵਿਲਕਦਾ ਹੋਇਆ, ਆਪਣੇ ਗੁਰੂ ਦੇ ਚਰਨਾਂ ਉੱਪਰ ਡਿਗ ਪਿਆ, ਮੈਂ ਕਿਹਾ ਗੁਰੂਦੇਵ, ਮੇਰੇ ਪੂਜਨੀਕ ਗੁਰੂਦੇਵ, ਮਾਇਆ ਦੇ ਭਰਮਜਾਲ ਦੀ ਲੰਬੀ ਨੀਂਦ ਤੋਂ ਜਗਾਉਣ ਖਾਤਰ ਆਉਣ ਲਈ, ਮੈਂ ਆਪ ਜੀ ਦਾ ਸ਼ੁਕਰਗੁਜ਼ਾਰ ਹਾਂ। ਮੈਂ ਆਪਣੀਆਂ ਦੁਨਿਆਵੀ ਇੱਛਾਵਾਂ ਤਿਆਗ ਕੇ ਪਿਛਲੀ ਗੁਨਾਹ ਭਰੀ ਜ਼ਿੰਦਗੀ ਦੇ ਪਛਤਾਵੇ ਵਾਸਤੇ ਅਤੇ ਪ੍ਰਮਾਤਮਾ ਦਾ ਧਿਆਨ ਕਰਨ ਵਾਸਤੇ ਪਹਾੜਾਂ ਵਿਚ ਚਲਿਆ ਜਾਣ ਦਾ ਵਾਅਦਾ ਕਰਦਾ ਹਾਂ।"

"ਮੇਰੇ ਗੁਰੂ ਹਮਦਰਦੀ ਪੂਰਵਕ ਚੁੱਪ ਚਾਪ ਮੇਰੇ ਵੱਲ ਦੇਖਦੇ ਰਹੇ। ਆਖਰ ਉਨ੍ਹਾਂ ਨੇ ਕਿਹਾ, ਮੈਂ ਤੇਰੇ ਮਨ ਦੀ ਸਚਾਈ ਨੂੰ ਦੇਖ ਰਿਹਾ ਹਾਂ। ਸ਼ੁਰੂ ਸ਼ੁਰੂ ਦੇ ਸਾਲਾਂ ਵਿਚ ਤੂੰ ਜਿਹੜੀ ਮੇਰੇ ਹੁਕਮਾਂ ਦੀ ਕਰੜਾਈ ਨਾਲ ਪਾਲਣਾ ਕੀਤੀ ਅਤੇ ਜਿਸ ਸੱਚੇ ਪਛਤਾਵੇ ਦੀ ਅੱਗ ਵਿਚ ਤੂੰ ਹੁਣ ਸੜ ਰਿਹਾ ਹੈਂ, ਉਸ ਕਰ ਕੇ ਮੈਂ ਤੈਨੂੰ ਇੱਕ ਵਰਦਾਨ ਦਿੰਦਾ ਹਾਂ, ਕਿ ਤੇਰੀਆਂ ਬਾਕੀ ਸਾਰੀਆਂ ਸ਼ਕਤੀਆਂ ਖਤਮ ਹੋ ਗਈਆਂ ਹਨ, ਪਰ ਜਦੋਂ ਤੈਨੂੰ ਭੋਜਨ ਅਤੇ ਕਪੜਿਆਂ ਦੀ ਜ਼ਰੂਰਤ ਹੋਵੇਗੀ, ਤਾਂ ਤੂੰ ਹਾਲੇ ਵੀ ਹਜ਼ਰਤ ਨੂੰ ਬੁਲਾ ਕੇ ਪੂਰੀ ਕਰ ਸਕਦਾ ਹੈਂ। ਪਹਾੜਾਂ ਦੀ ਏਕਾਂਤ ਵਿਚ ਪੂਰਾ ਮਨ ਲਗਾ ਕੇ ਈਸ਼ਵਰ ਦਾ ਗਿਆਨ ਪ੍ਰਾਪਤ ਕਰਨ ਵਾਸਤੇ ਆਪਣੇ ਆਪ ਨੂੰ ਸਮਰਪਿਤ ਕਰਦੇ।

"ਫਿਰ ਮੇਰੇ ਗੁਰੂ ਅੰਤਰ ਧਿਆਨ ਹੋ ਗਏ, ਉੱਥੇ ਰਹਿ ਗਏ ਸਨ, ਮੈਂ ਅਤੇ ਮੇਰੇ ਅੱਥਰੂ ਅਤੇ ਅਤੀਤ ਦੇ ਵਿਚਾਰਾਂ ਵਿਚ ਤੜਪਦਾ ਮੇਰਾ ਮਨ। ਅਲਵਿਦਾ, ਦੁਨੀਆ ਮੈਂ ਹੁਣ ਉਸ ਅਨੰਤ ਪ੍ਰੇਮੀ ਤੋਂ ਖਿਮਾ ਪ੍ਰਾਪਤ ਕਰਨ ਦਾ ਯਤਨ ਕਰਨ ਜਾ ਰਿਹਾ ਹਾਂ।"

ਚੈਪਟਰ 19

ਮੇਰੇ ਗੁਰੂ ਕੋਲਕਾਤਾ ਵਿਚ, ਪ੍ਰਗਟ ਹੋਏ ਸ਼੍ਰੀਰਾਮਪੁਰ ਵਿਚ

"ਮੈਂ ਅਕਸਰ ਹੀ ਈਸ਼ਵਰ ਦੀ ਹੋਂਦ ਸਬੰਧੀ ਸ਼ੰਕਾਵਾਂ ਨੂੰ ਲੈ ਕੇ ਉਤੇਜਿਤ ਹੋ ਜਾਂਦਾ ਹਾਂ। ਫਿਰ ਵੀ ਕਦੇ ਕਦੇ ਇੱਕ ਦੁਖਦਾਇਕ ਵਿਚਾਰ ਮੈਨੂੰ ਲਗਾਤਾਰ ਸਤਾਉਂਦਾ ਰਹਿੰਦਾ ਹੈ, ਕੀ ਆਤਮਾ ਵਿਚ ਕੋਈ ਇਹੋ ਜਿਹੀਆਂ ਸ਼ਕਤੀਆਂ ਨਹੀਂ ਹੋ ਸਕਦੀਆਂ, ਜਿਨ੍ਹਾਂ ਨੂੰ ਮਨੁੱਖ ਜਾਤੀ ਨੇ ਹਾਲੇ ਤਕ ਵਰਤੋਂ ਵਿਚ ਹੀ ਨਾ ਲਿਆਂਦਾ ਹੋਵੇ? ਜੇ ਮਨੁੱਖ ਇਨ੍ਹਾਂ ਸ਼ਕਤੀਆਂ ਬਾਰੇ ਕੁਝ ਪਤਾ ਹੀ ਨਹੀਂ ਕਰ ਸਕਦਾ, ਤਾਂ ਕੀ ਉਹ ਆਪਣੇ ਅਸਲੀ ਮਕਸਦ ਤੋਂ ਭਟਕ ਨਹੀਂ ਜਾਂਦਾ?"

ਇਹ ਗੂੜ੍ਹ ਗਿਆਨ ਪੰਥੀ ਹੋਸਟਲ ਦੇ ਕਮਰੇ ਵਿਚ ਮੇਰੇ ਨਾਲ ਰਹਿਣ ਵਾਲੇ ਦਿਜੇਨ ਬਾਬੂ ਨੇ ਉਸ ਵਕਤ ਉੱਚਰਿਆ, ਜਦੋਂ ਮੈਂ ਉਸ ਨੂੰ ਆਪਣੇ ਗੁਰੂਦੇਵ ਨੂੰ ਮਿਲਣ ਦਾ ਸੱਦਾ ਦਿੱਤਾ।

"ਸ਼੍ਰੀ ਯੁਕਤੇਸ਼ਵਰ ਜੀ ਤੈਨੂੰ ਕਿਰਿਆਯੋਗ ਦੀ ਦੀਖਿਆ ਦੇਣਗੇ," ਮੈਂ ਉੱਤਰ ਦਿੱਤਾ। "ਤੈਨੂੰ ਇੱਕ ਦੈਵੀ ਆਤਮਿਕ ਵਿਸ਼ਵਾਸ ਪ੍ਰਾਪਤ ਹੋਵੇਗਾ, ਜੋ ਤੈਨੂੰ ਇਹੋ ਜਿਹੇ ਦਵੰਦਾਤਮਿਕ ਵਿਚਾਰਾਂ ਦੀ ਉਥੱਲ-ਪਥੱਲ ਤੋਂ ਮੁਕਤ ਕਰ ਦੇਵੇਗਾ।"

ਉਸੇ ਦਿਨ ਸ਼ਾਮ ਨੂੰ ਦਿਜੇਨ ਬਾਬੂ ਮੇਰੇ ਨਾਲ ਆਸ਼ਰਮ ਆਏ। ਗੁਰੂਦੇਵ ਦੀ ਸੰਗਤ ਵਿਚ ਉਸ ਨੂੰ ਇੱਕ ਇਹੋ ਜਿਹੀ ਸ਼ਾਂਤੀ ਮਿਲੀ, ਕਿ ਉਹ ਛੇਤੀ ਹੀ ਨਿਯਮਤ ਰੂਪ ਵਿਚ ਆਸ਼ਰਮ ਆਉਣ ਲੱਗ ਪਏ।

ਰੋਜ਼ਾਨਾ ਜੀਵਨ ਦੀਆਂ ਛੋਟੀਆਂ ਮੋਟੀਆਂ ਜ਼ਰੂਰਤਾਂ ਦੀ ਪੂਰਤੀ ਵਾਸਤੇ ਰੁੱਝੇ ਰਹਿਣ ਨਾਲ ਸਾਡੀਆਂ ਗੰਭੀਰ ਜ਼ਰੂਰਤਾਂ ਪੂਰੀਆਂ ਨਹੀਂ ਹੁੰਦੀਆਂ, ਕਿਉਂਕਿ ਮਨੁੱਖ ਵਿਚ ਗਿਆਨ ਪ੍ਰਾਪਤ ਕਰਨ ਵਾਸਤੇ ਸੁਭਾਵਿਕ ਤ੍ਰਿਸ਼ਨਾ ਹੁੰਦੀ ਹੈ। ਗੁਰੂਦੇਵ ਦੀਆਂ ਗੱਲਾਂ ਸੁਣ ਕੇ ਦਿਜੇਨ ਬਾਬੂ ਆਪਣੇ ਅੰਦਰ ਜੀਵਨ ਦੇ ਥੋਥੇ ਘਮੰਡ ਤੋਂ ਅੱਗੇ ਜਾ ਕੇ ਡੂੰਘੇ ਅਤੇ ਸੱਚੇ ਆਤਮ-ਸ੍ਵਰੂਪ ਨੂੰ ਲੱਭਣ ਦਾ ਯਤਨ ਕਰਨ ਵਾਸਤੇ ਪ੍ਰੇਰਿਤ ਹੋਏ।

ਕਿਉਂਕਿ, ਮੈਂ ਅਤੇ ਦਿਜੇਨ ਦੋਨੋਂ ਇਕੱਠੇ ਹੀ ਸ਼੍ਰੀਰਾਮਪੁਰ ਕਾਲਜ ਵਿਚ ਬੀ.ਏ. ਦੀ ਪੜ੍ਹਾਈ ਕਰ ਰਹੇ ਸੀ, ਇਸ ਕਰ ਕੇ ਸਾਡੀ ਇਹ ਆਦਤ ਹੀ ਬਣ ਗਈ ਕਿ ਕਾਲਜ ਦੀ ਛੁੱਟੀ ਤੋਂ ਬਾਅਦ ਅਸੀਂ ਦੋਨੋਂ ਜਣੇ ਤੁਰਦੇ ਤੁਰਦੇ ਆਸ਼ਰਮ ਪਹੁੰਚ ਜਾਂਦੇ। ਅਸੀਂ ਅਕਸਰ

ਹੀ, ਸ਼੍ਰੀ ਯੁਕਤੇਸ਼ਵਰ ਜੀ ਨੂੰ ਦੂਜੀ ਮੰਜ਼ਲ ਦੀ ਬਾਲਕੋਨੀ ਵਿਚ ਖੜ੍ਹੇ ਦੇਖਦੇ। ਜਿਉਂ ਜਿਉਂ ਅਸੀਂ ਆਸ਼ਰਮ ਦੇ ਨੇੜੇ ਪਹੁੰਚਦੇ, ਤਾਂ ਉਹ ਸਾਡੇ ਵੱਲ ਦੇਖ ਕੇ ਮੁਸਕਰਾਉਂਦੇ ਰਹਿੰਦੇ।

ਇੱਕ ਦਿਨ ਦੁਪਹਿਰ ਨੂੰ ਜਦੋਂ ਅਸੀਂ ਆਸ਼ਰਮ ਦੇ ਦਰਵਾਜ਼ੇ ਤੇ ਪਹੁੰਚੇ, ਤਾਂ ਆਸ਼ਰਮ ਵਿਚ ਰਹਿਣ ਵਾਲੇ ਕਨਹਾਈ ਨਾਮਕ ਲੜਕੇ ਨੇ ਸਾਨੂੰ ਨਿਰਾਸ਼ ਕਰਨ ਵਾਲੀ ਖਬਰ ਦਿੱਤੀ।

"ਗੁਰੂਦੇਵ ਇੱਥੇ ਨਹੀਂ ਹਨ। ਇੱਕ ਬਹੁਤ ਜਰੂਰੀ ਸੁਨੇਹਾ ਮਿਲਣ ਕਰਕੇ ਉਨ੍ਹਾਂ ਨੂੰ ਕੋਲਕਾਤਾ ਜਾਣਾ ਪੈ ਗਿਆ।"

ਅਗਲੇ ਦਿਨ ਮੈਨੂੰ ਗੁਰੂਦੇਵ ਦਾ ਲਿਖਿਆ ਇੱਕ ਪੋਸਟ ਕਾਰਡ ਮਿਲਿਆ। "ਮੈਂ ਬੁਧਵਾਰ ਸਵੇਰੇ ਇੱਥੋਂ ਰਵਾਨਾ ਹੋਵਾਂਗਾ," ਉਨ੍ਹਾਂ ਨੇ ਲਿਖਿਆ ਸੀ। "ਤੂੰ ਅਤੇ ਦਿਜੇਨ ਸਵੇਰੇ ਨੌਂ ਵਜੇ ਪਹੁੰਚਣ ਵਾਲੀ ਰੇਲ ਗੱਡੀ ਤੇ ਮੈਨੂੰ ਮਿਲੋ।"

ਬੁੱਧਵਾਰ ਸਵੇਰੇ ਲਗ ਭਗ ਸਾਢੇ ਅੱਠ ਵਜੇ ਸ਼੍ਰੀ ਯੁਕਤੇਸ਼ਵਰ ਜੀ ਦਾ ਦੂਰ ਸੰਵੇਦੀ (ਮਨ ਦੇ ਸੰਚਾਰਤ ਤਰੀਕੇ ਨਾਲ) ਸੁਨੇਹਾ ਵਾਰ ਵਾਰ ਦ੍ਰਿੜਤਾ ਪੂਰਵਕ ਮੇਰੇ ਮਨ ਵਿਚ ਉੱਭਰਨ ਲੱਗਿਆ। "ਮੈਨੂੰ ਰੁਕਣਾ ਪੈ ਰਿਹਾ ਹੈ, ਨੌਂ ਵਜੇ ਰੇਲਵੇ ਸਟੇਸ਼ਨ ਤੇ ਨਾ ਆਉਣਾ।"

ਉਸੇ ਵਕਤ ਮੈਂ ਦਿਜੇਨ ਬਾਬੂ ਨੂੰ ਨਵਾਂ ਦੂਰ ਸੰਵੇਦੀ ਸੁਨੇਹਾ ਸੁਣਾ ਦਿੱਤਾ, ਜੋ ਕਿ ਰੇਲਵੇ ਸਟੇਸ਼ਨ ਤੇ ਜਾਣ ਵਾਸਤੇ ਕਪੜੇ ਪਹਿਨ ਕੇ ਤਿਆਰ ਹੋ ਚੁੱਕਿਆ ਸੀ।

"ਤੂੰ ਜਾਣੇ ਅਤੇ ਤੇਰੀ ਅੰਤਰ ਪ੍ਰੇਰਣਾ," ਉਸ ਦੀ ਅਵਾਜ਼ ਦਾ ਲਹਿਜ਼ਾ ਤ੍ਰਿਸਕਾਰ ਭਰਿਆ ਸੀ। "ਮੈਂ ਤਾਂ ਗੁਰੂਦੇਵ ਦੇ ਲਿਖਤ ਸੁਨੇਹੇ ਉੱਪਰ ਹੀ ਵਿਸ਼ਵਾਸ ਕਰਨਾ ਠੀਕ ਸਮਝਦਾ ਹਾਂ।"

ਮੈਂ ਆਪਣੇ ਮੋਢੇ ਝਟਕਾਏ ਅਤੇ ਸ਼ਾਂਤਮਈ ਵਿਸ਼ਵਾਸ਼ ਨਾਲ ਬੈਠਿਆ ਰਿਹਾ। ਦਿਜੇਨ ਬਾਬੂ ਗੁੱਸੇ ਨਾਲ ਬੁੜਬੁੜਾਉਂਦੇ ਜ਼ੋਰ ਦੀ ਦਰਵਾਜ਼ਾ ਬੰਦ ਕਰ ਕੇ ਬਾਹਰ ਨਿਕਲ ਗਏ।

ਕਮਰੇ ਵਿਚ ਅੰਧੇਰਾ ਜਿਹਾ ਹੋਣ ਕਰਕੇ, ਮੈਂ ਸੜਕ ਦੇ ਵੱਲ ਖੁੱਲ੍ਹਣ ਵਾਲੀ ਖਿੜਕੀ ਦੇ ਕੋਲ ਜਾ ਕੇ ਖੜ੍ਹਾ ਹੋ ਗਿਆ। ਸੂਰਜ ਦੀ ਮੱਧਮ ਜਿਹੀ ਰੌਸ਼ਨੀ ਇੱਕ ਦਮ ਇਹੋ ਜਿਹੀ ਤੇਜ ਰੌਸ਼ਨੀ ਵਿਚ ਬਦਲ ਗਈ, ਕਿ ਖਿੜਕੀ ਵਿਚ ਲੱਗੇ ਹੋਏ ਲੋਹੇ ਦੇ ਸਰੀਏ ਪੂਰੀ ਤਰ੍ਹਾਂ ਦਿਖਾਈ ਦੇਣੋ ਹਟ ਗਏ। ਇਸ ਉਜਲ ਰੌਸ਼ਨੀ ਦੀ ਪਿੱਠ ਭੂਮੀ ਵਿਚੋਂ ਸ਼੍ਰੀ ਯੁਕਤੇਸ਼ਵਰ ਜੀ ਪ੍ਰਤੱਖ ਰੂਪ ਵਿਚ ਪ੍ਰਗਟ ਹੋ ਗਏ।

ਹੈਰਾਨ ਪ੍ਰੇਸ਼ਾਨ ਜਿਹਾ ਹੋ ਕੇ ਮੈਂ ਤੁਰੰਤ ਕੁਰਸੀ ਤੋਂ ਉੱਠ ਕੇ ਖੜ੍ਹਾ ਹੋ ਗਿਆ ਅਤੇ ਉਨ੍ਹਾਂ ਨੂੰ ਪ੍ਰਣਾਮ ਕਰਨ ਵਾਸਤੇ ਝੁਕਿਆ। ਦਸਤੂਰ ਦੇ ਮੁਤਾਬਿਕ ਸ਼ਰਧਾ ਪ੍ਰਗਟ ਕਰਦਿਆਂ,

ਮੈਂ ਆਪਣੇ ਗੁਰੂ ਦੇ ਚਰਨਾਂ ਦਾ ਸਪਰਸ਼ ਕੀਤਾ। ਟਾਟ ਦੇ ਤਲੇ ਵਾਲੇ ਸੰਤਰੀ ਰੰਗ ਦੇ ਕੈਨਵਸ ਦੇ ਬੂਟਾਂ ਤੋਂ ਮੈਂ ਭਲੀ ਭਾਂਤ ਜਾਣੂ ਸੀ। ਉਨ੍ਹਾਂ ਦੇ ਗੇਰੂਏ ਬਾਣੇ ਦਾ ਪੱਲਾ ਉੱਡ ਉੱਡ ਕੇ ਮੇਰੇ ਸਰੀਰ ਦਾ ਸਪਰਸ਼ ਕਰ ਰਿਹਾ ਸੀ। ਨਾ ਕੇਵਲ ਉਨ੍ਹਾਂ ਦੇ ਪਹਿਰਾਵੇ ਦੇ ਕਪੜਿਆਂ ਦੀ ਬੁਣਾਈ ਨੂੰ ਹੀ, ਬਲਕਿ ਉਨ੍ਹਾਂ ਦੇ ਬੂਟਾਂ ਦੇ ਖੁਰਦਰੇਪਣ ਅਤੇ ਉਨ੍ਹਾਂ ਦੇ ਅੰਦਰ ਹੱਥਾਂ ਨੂੰ ਲੱਗਦੀਆਂ ਪੈਰਾਂ ਦੀਆਂ ਉਂਗਲੀਆਂ ਦੇ ਦਬਾਅ ਨੂੰ ਵੀ ਮਹਿਸੂਸ ਕਰ ਰਿਹਾ ਸੀ। ਹੈਰਾਨੀ ਨਾਲ ਹੱਕਾ ਬੱਕਾ ਹੋਇਆ ਖੜ੍ਹਾ, ਮੈਂ ਉਨ੍ਹਾਂ ਵੱਲ ਸਵਾਲੀਆ ਲਹਿਜੇ ਵਿਚ ਦੇਖਦਾ ਰਿਹਾ।

"ਮੈਂ ਖੁਸ਼ ਹਾਂ, ਕਿ ਤੂੰ ਮੇਰਾ ਦੂਰ ਸੰਵੇਦੀ ਸੁਨੇਹਾ ਪ੍ਰਾਪਤ ਕਰ ਲਿਆ," ਗੁਰੂਦੇਵ ਦੀ ਅਵਾਜ਼ ਸ਼ਾਂਤ ਅਤੇ ਸਦਾ ਦੀ ਤਰ੍ਹਾਂ ਸਹਜ ਸੀ। "ਕੋਲਕਾਤਾ ਵਿਚ ਮੇਰਾ ਕੰਮ ਹੁਣ ਖਤਮ ਹੋ ਗਿਆ ਹੈ ਅਤੇ ਮੈਂ ਦਸ ਵਜੇ ਪਹੁੰਚਣ ਵਾਲੀ ਰੇਲ ਗੱਡੀ ਉੱਪਰ ਸ਼੍ਰੀਰਾਮਪੁਰ ਪਹੁੰਚ ਰਿਹਾ ਹਾਂ।"

ਮੈਂ ਹਾਲੇ ਵੀ ਹੈਰਾਨ ਹੋਇਆ, ਉਨ੍ਹਾਂ ਵੱਲ ਦੇਖ ਰਿਹਾ ਸੀ, ਸ਼੍ਰੀ ਯੁਕਤੇਸ਼ਵਰ ਜੀ ਕਹਿੰਦੇ ਗਏ, "ਇਹ ਮੇਰਾ ਕੋਈ ਸੁਪਨਮਈ ਸਰੀਰ ਨਹੀਂ, ਬਲਕਿ ਮੇਰਾ ਹੱਡ ਮਾਸ ਦਾ ਸਰੀਰ ਹੈ। ਪ੍ਰਿਥਵੀ ਉੱਪਰ ਤੈਨੂੰ ਇਹ ਅਤਿਅੰਤ ਦੁਰਲਭ ਅਨੁਭਵ ਪ੍ਰਦਾਨ ਕਰਨ ਦੀ ਪ੍ਰਮਾਤਮਾ ਨੇ ਮੈਨੂੰ ਆਗਿਆ ਦਿੱਤੀ ਹੈ। ਮੈਨੂੰ ਰੇਲਵੇ ਸਟੇਸ਼ਨ ਤੇ ਆ ਕੇ ਮਿਲ। ਜਿਸ ਪਹਿਰਾਵੇ ਵਿਚ ਮੈਂ ਹੁਣ ਇਸ ਵੇਲੇ ਹਾਂ, ਇਸੇ ਪਹਿਰਾਵੇ ਵਿਚ ਤੂੰ ਅਤੇ ਦਿਜੇਨ ਮੈਨੂੰ ਆਪਣੇ ਵੱਲ ਆਉਂਦਿਆਂ ਦੇਖੋਗੇ। ਉਸੇ ਰੇਲ ਗੱਡੀ ਵਿਚੋਂ ਉੱਤਰਿਆ ਇੱਕ ਛੋਟਾ ਬੱਚਾ ਮੇਰੇ ਅੱਗੇ ਅੱਗੇ ਚਾਂਦੀ ਦਾ ਲੋਟਾ ਲੈ ਕੇ ਚੱਲ ਰਿਹਾ ਹੋਵੇਗਾ।"

ਮੇਰੇ ਗੁਰੂ ਨੇ, ਆਪਣੇ ਦੋਨੋਂ ਹੱਥ ਮੇਰੇ ਸਿਰ ਦੇ ਉੱਪਰ ਰੱਖ ਕੇ ਅਸ਼ੀਰਵਾਦ ਦਿੱਤਾ। ਜਿਉਂ ਹੀ ਉਨ੍ਹਾਂ ਨੇ ਵਿਦਾਈ ਲੈਣ ਵਾਸਤੇ, 'ਤਬੇ ਆਸੀ'* ਕਿਹਾ, ਮੈਨੂੰ ਇੱਕ ਅਜੀਬ ਕਿਸਮ ਦੀ ਗੜਗੜਾਹਟ† ਸੁਣਾਈ ਦੇਣ ਲੱਗੀ। ਉਨ੍ਹਾਂ ਦਾ ਸਰੀਰ ਉਸ ਤੇਜ ਰੌਸ਼ਨੀ ਵਿਚ ਵਿਲੀਨ ਹੋ ਗਿਆ। ਪਹਿਲਾਂ ਉਨ੍ਹਾਂ ਦੇ ਪੈਰ, ਫਿਰ ਲੱਤਾਂ ਵਿਲੀਨ ਹੋ ਕੇ ਲੋਪ ਹੋ ਗਏ। ਬਾਅਦ ਵਿਚ ਧੜ ਅਤੇ ਫਿਰ ਸਿਰ, ਜਿਸ ਤਰ੍ਹਾਂ ਕਿਸੇ ਨੇ ਕੋਈ ਲਿਖਿਆ ਹੋਇਆ, ਲਿਖਤਪਟ ਥੱਲੇ ਤੋਂ ਉੱਪਰ ਨੂੰ ਲਪੇਟ ਦਿੱਤਾ ਹੋਵੇ। ਮੈਂ ਆਖਰੀ ਵਕਤ ਤਕ ਆਪਣੇ ਸਿਰ ਦੇ ਵਾਲਾਂ ਦੇ ਉੱਪਰ ਟਿਕੀਆਂ ਹੋਈਆਂ, ਉਨ੍ਹਾਂ ਦੀਆਂ ਉਂਗਲੀਆਂ ਦੀ ਛੋਹ ਮਹਿਸੂਸ ਕਰਦਾ ਰਿਹਾ। ਹੌਲੀ ਹੌਲੀ ਉਹ ਰੌਸ਼ਨੀ ਗਾਇਬ ਹੋ ਗਈ। ਹੁਣ ਮੇਰੀ ਨਜ਼ਰ ਦੇ ਸਾਹਮਣੇ ਖਿੜਕੀ ਵਿਚ ਲੱਗੇ ਹੋਏ ਲੋਹੇ ਦੇ ਸਰੀਏ ਅਤੇ ਸੂਰਜ ਦੀ ਮੱਧਮ ਰੌਸ਼ਨੀ ਤੋਂ ਇਲਾਵਾ ਹੋਰ ਕੁਝ ਵੀ ਨਹੀਂ ਸੀ ਰਿਹਾ।

* ਬੰਗਾਲੀ ਭਾਸ਼ਾ ਵਿਚ ਇਸ ਦਾ ਮਤਲਬ ਹੈ, "ਤਾਂ ਮੈਂ ਆਉਂਦਾ ਹਾਂ।"

† ਸਰੀਰ ਦੇ ਅਣੂਆਂ ਦੇ ਵਿਘਟਨ ਨਾਲ ਹੋਣ ਵਾਲੀ ਅਵਾਜ਼।

ਮੈਂ ਅਰਧ ਬੇਹੋਸ਼ੀ ਦੀ ਹਾਲਤ ਵਿਚ ਖੜ੍ਹਾ ਇਹ ਸੋਚਦਾ ਰਿਹਾ, ਕਿਤੇ ਮੈਂ ਦ੍ਰਿਸ਼ਟੀ ਭਰਮ ਦਾ ਸ਼ਿਕਾਰ ਤਾਂ ਨਹੀਂ ਸੀ ਹੋ ਗਿਆ। ਛੇਤੀ ਹੀ ਮੂੰਹ ਲਟਕਾਈ ਦਿਜੇਨ ਬਾਬੂ ਕਮਰੇ ਵਿਚ ਦਾਖਲ ਹੋਏ।

"ਗੁਰੂਦੇਵ ਨਾ ਤਾਂ ਨੌਂ ਵਜੇ ਵਾਲੀ ਰੇਲ ਗੱਡੀ ਵਿਚ ਅਤੇ ਨਾ ਹੀ ਸਾਢੇ ਨੌਂ ਵਜੇ ਵਾਲੀ ਰੇਲ ਗੱਡੀ ਵਿਚ ਹੀ ਆਏ।" ਮੇਰੇ ਦੋਸਤ ਦੀ ਅਵਾਜ਼ ਵਿਚ ਖਿਮਾ ਜਾਚਨਾ ਦਾ ਲਹਿਜਾ ਸੀ।

"ਚੱਲ ਆ, ਮੈਂ ਜਾਣਦਾ ਹਾਂ ਕਿ ਉਹ ਦਸ ਵਜੇ ਪਹੁੰਚਣ ਵਾਲੀ ਰੇਲ ਗੱਡੀ ਵਿਚ ਆ ਰਹੇ ਹਨ।" ਮੈਂ ਦਿਜੇਨ ਦਾ ਹੱਥ ਫੜ ਕੇ ਉਸ ਦੇ ਵਿਰੋਧ ਦੇ ਬਾਵਜੂਦ, ਉਸ ਨੂੰ ਜਬਰਦਸਤੀ ਖਿੱਚ ਕੇ ਆਪਣੇ ਨਾਲ ਲਿਜਾਣ ਲੱਗਿਆ। ਲਗ ਭਗ ਦਸ ਮਿੰਟ ਵਿਚ ਅਸੀਂ ਰੇਲਵੇ ਸਟੇਸ਼ਨ ਤੇ ਪਹੁੰਚ ਗਏ, ਜਿੱਥੇ ਹੁਣੇ ਹੁਣੇ ਰੇਲ ਗੱਡੀ ਆ ਕੇ ਰੁਕ ਰਹੀ ਸੀ।

"ਪੂਰੀ ਰੇਲ ਗੱਡੀ ਗੁਰੂਦੇਵ ਦੇ ਤੇਜ ਦੇ ਪ੍ਰਕਾਸ਼ ਨਾਲ ਭਰੀ ਪਈ ਹੈ। ਉਹ ਇਸੇ ਰੇਲ ਗੱਡੀ ਵਿਚ ਹਨ," ਮੈਂ ਖੁਸ਼ੀ ਨਾਲ ਝੂਮ ਉੱਠਿਆ।

"ਤੂੰ ਐਵੇਂ ਹੀ ਸੁਪਨੇ ਦੇਖ ਰਿਹਾ ਹੈਂ?" ਦਿਜੇਨ ਬਾਬੂ ਮਖੌਲ ਨਾਲ ਹੱਸਿਆ।

"ਅਸੀਂ ਇੱਥੇ ਹੀ ਇੰਤਜ਼ਾਰ ਕਰਦੇ ਹਾਂ," ਮੈਂ ਆਪਣੇ ਦੋਸਤ ਨੂੰ, ਉਹ ਸਾਰਾ ਬਿਰਤਾਂਤ ਦੱਸ ਦਿੱਤਾ, ਜਿਸ ਤਰ੍ਹਾਂ ਗੁਰੂਦੇਵ ਸਾਡੇ ਵੱਲ ਆਉਣਗੇ। ਜਿਉਂ ਹੀ ਉਹ ਬਿਰਤਾਂਤ ਖਤਮ ਹੋਇਆ, ਤਾਂ ਸ਼੍ਰੀ ਯੁਕਤੇਸ਼ਵਰ ਜੀ ਸਾਨੂੰ ਆਉਂਦੇ ਦਿਖਾਈ ਦਿੱਤੇ। ਉਨ੍ਹਾਂ ਨੇ ਉਹੀ ਕਪੜੇ ਪਹਿਨ ਰੱਖੇ ਸਨ, ਜਿਹੜੇ ਥੋੜ੍ਹੀ ਦੇਰ ਪਹਿਲਾਂ ਮੈਂ ਦਿਵੱਯ ਦਰਸ਼ਨ ਦੇ ਵਕਤ ਦੇਖੇ ਸਨ। ਉਹ ਹੌਲੀ ਹੌਲੀ ਚਾਂਦੀ ਦਾ ਲੋਟਾ ਫੜੀ ਚੱਲ ਰਹੇ ਬੱਚੇ ਦੇ ਪਿੱਛੇ ਪਿੱਛੇ ਆ ਰਹੇ ਸਨ।

ਥੋੜ੍ਹੀ ਦੇਰ ਵਾਸਤੇ ਮੈਂ ਆਪਣੇ ਵਿਲੱਖਣਤਾ ਭਰੇ, ਵਿਸ਼ਵਾਸ ਨਾ ਕੀਤੇ ਜਾ ਸਕਣ ਵਾਲੇ ਅਨੁਭਵ ਉੱਪਰ ਡਰ ਨਾਲ ਕੰਬ ਉੱਠਿਆ। ਮੈਂ ਮਹਿਸੂਸ ਕਰ ਰਿਹਾ ਸੀ ਕਿ ਵੀਹਵੀਂ ਸਦੀ ਦਾ ਇਹ ਭੌਤਿਕ ਸੰਸਾਰ ਮੇਰੇ ਹੱਥਾਂ ਵਿਚੋਂ ਫਿਸਲਦਾ ਜਾ ਰਿਹਾ ਹੈ। ਕੀ ਮੈਂ ਉਸ ਪੁਰਾਤਨ ਯੁਗ ਵਿਚ ਪਹੁੰਚ ਗਿਆ ਸੀ, ਜਦੋਂ ਈਸਾ ਮਸੀਹ ਪੀਟਰ ਦੇ ਸਾਹਮਣੇ ਸਮੁੰਦਰ ਦੇ ਪਾਣੀ ਉੱਪਰ ਪ੍ਰਗਟ ਹੋ ਗਏ ਸਨ।

ਜਿਉਂ ਹੀ ਈਸਾ ਮਸੀਹ ਵਰਗੇ ਆਧੁਨਿਕ ਕਰਾਈਸਟ ਯੋਗੀ ਸ਼੍ਰੀ ਯੁਕਤੇਸ਼ਵਰ ਜੀ, ਉਸ ਥਾਂ ਦੇ ਨੇੜੇ ਪਹੁੰਚੇ, ਜਿੱਥੇ ਮੈਂ ਅਤੇ ਦਿਜੇਨ ਡੌਰ ਭੌਰ ਖੜ੍ਹੇ ਸੀ। ਮੇਰੇ ਗੁਰੂਦੇਵ ਨੇ ਮੇਰੇ ਦੋਸਤ ਵੱਲ ਦੇਖ ਕੇ ਮੁਸਕਰਾਉਂਦਿਆਂ ਕਿਹਾ, "ਸੁਨੇਹਾ ਤਾਂ ਮੈਂ ਤੈਨੂੰ ਵੀ ਭੇਜਿਆ ਸੀ, ਪਰ ਤੂੰ ਉਸ ਨੂੰ ਗ੍ਰਹਿਣ ਨਹੀਂ ਕਰ ਸਕਿਆ।"

ਦਿਜੇਨ ਬਾਬੂ ਚੁੱਪ ਸੀ, ਪਰ ਸੰਦੇਹ ਦਾ ਮਾਰਿਆ, ਮੇਰੇ ਵੱਲ ਦੇਖ ਰਿਹਾ ਸੀ। ਆਪਣੇ ਗੁਰੂਦੇਵ ਨੂੰ ਆਸ਼ਰਮ ਪਹੁੰਚਾ ਕੇ, ਅਸੀਂ ਸ਼੍ਰੀਰਾਮਪੁਰ ਕਾਲਜ ਜਾਣ ਵਾਸਤੇ ਚੱਲ ਪਏ। ਰਸਤੇ ਵਿਚ ਅਚਾਨਕ ਦਿਜੇਨ ਬਾਬੂ ਇੱਕ ਗਲੀ ਦੀ ਨੁੱਕਰ ਵਿਚ ਰੁਕ ਗਿਆ। ਉਸ ਦਾ ਰੋਮ ਰੋਮ ਗੁੱਸੇ ਵਿਚ ਉੱਬਲ ਰਿਹਾ ਸੀ।

"ਅੱਛਾ, ਗੁਰੂਦੇਵ ਨੇ ਮੇਰੇ ਵਾਸਤੇ ਸੁਨੇਹਾ ਭੇਜਿਆ ਸੀ, ਤੂੰ ਫਿਰ ਵੀ ਉਸ ਨੂੰ ਛੁਪਾ ਕੇ ਰੱਖਿਆ। ਕੀ ਤੂੰ ਇਸ ਦਾ ਕੋਈ ਕਾਰਨ ਦੱਸ ਸਕਦਾ ਹੈਂ?"

"ਜੇ ਤੇਰੇ ਮਨ ਦਾ ਸ਼ੀਸ਼ਾ ਅਸ਼ਾਂਤੀ ਨਾਲ ਇੰਨਾ ਚੰਚਲ ਹੈ, ਕਿ ਉਹ ਗੁਰੂਦੇਵ ਦੀਆਂ ਹਿਦਾਇਤਾਂ ਨੂੰ ਪੜ੍ਹ ਹੀ ਨਹੀਂ ਸਕਦਾ, ਤਾਂ ਇਸ ਵਿਚ ਮੈਂ ਕੀ ਕਰ ਸਕਦਾ ਹਾਂ?" ਮੈਂ ਪਲਟ ਕੇ ਜਵਾਬ ਦਿੱਤਾ।

ਦਿਜੇਨ ਬਾਬੂ ਦੇ ਚਿਹਰੇ ਤੋਂ ਗੁੱਸਾ ਗਾਇਬ ਹੋ ਗਿਆ। "ਹੁਣ ਮੇਰੀ ਸਮਝ ਵਿਚ ਆ ਗਿਆ ਹੈ ਕਿ ਤੂੰ ਕੀ ਕਹਿਣਾ ਚਾਹੁੰਦਾ ਹੈਂ?" ਉਸ ਨੇ ਖੇਦ ਭਰੇ ਲਹਿਜੇ ਵਿਚ ਕਿਹਾ, "ਪ੍ਰੰਤੂ ਫਿਰ ਵੀ ਤੂੰ ਕ੍ਰਿਪਾ ਕਰਕੇ ਇਹ ਤਾਂ ਦੱਸ ਦੇ, ਕਿ ਤੈਨੂੰ ਚਾਂਦੀ ਦਾ ਲੋਟਾ ਫੜੀ ਬੱਚੇ ਬਾਰੇ ਪਹਿਲਾਂ ਕਿਵੇਂ ਪਤਾ ਲੱਗ ਗਿਆ ਸੀ?"

ਜਦੋਂ ਤਕ, ਮੈਂ ਉਸ ਦਿਨ ਸਵੇਰੇ ਸਵੇਰੇ ਪੰਥੀ ਵਿਚ ਗੁਰੂਦੇਵ ਦੇ ਪ੍ਰਗਟ ਹੋਣ ਦੀ ਅਲੌਕਿਕ ਕਹਾਣੀ ਸੁਣਾਉਣੀ ਪੂਰੀ ਕੀਤੀ, ਉਦੋਂ ਤਕ ਅਸੀਂ ਸ਼੍ਰੀਰਾਮਪੁਰ ਕਾਲਜ ਪਹੁੰਚ ਚੁੱਕੇ ਸੀ।

ਦਿਜੇਨ ਬਾਬੂ ਨੇ ਕਿਹਾ, "ਤੇਰੇ ਗੁਰੂ ਦੀਆਂ ਸ਼ਕਤੀਆਂ ਦਾ ਵਰਣਨ, ਜੋ ਮੈਂ ਤੈਥੋਂ ਹੁਣੇ ਸੁਣਿਆ ਹੈ, ਉਸ ਤੋਂ ਤਾਂ ਇਹੀ ਲੱਗਦਾ ਹੈ ਕਿ ਸੰਸਾਰ ਭਰ ਦੀਆਂ ਸਾਰੀਆਂ ਯੂਨੀਵਰਸਿਟੀਆਂ ਸਿਰਫ ਨਰਸਰੀ ਜਮਾਤਾਂ ਹੀ ਹਨ।"*

* "ਮੈਨੂੰ ਇਹੋ ਜਿਹੀਆਂ ਸਚਾਈਆਂ ਦਾ ਦਰਸ਼ਨ ਹੋਇਆ ਹੈ, ਕਿ ਜੋ ਕੁਝ ਮੈਂ ਹੁਣੇ ਲਿਖਿਆ ਹੈ, ਉਹ ਸਭ ਕੁਝ ਮੈਨੂੰ ਉਸ ਦੇ ਬਰਾਬਰ ਘਾਹ ਦੇ ਤਿਣਕੇ ਤੋਂ ਜਿਆਦਾ ਕੁਝ ਨਹੀਂ ਲੱਗਦਾ।"

ਇਹ ਵਿਚਾਰ ਵਿਦਵਾਨਾਂ ਦੇ ਰਾਜਾ ਮੰਨੇ ਜਾਣ ਵਾਲੇ ਸੇਂਟ ਟਾਮਸ ਐਕਵੀਨਾਸ ਨੇ ਉਨ੍ਹਾਂ ਦੇ ਸਕੱਤਰ ਦੁਆਰਾ 'ਸੱਮਾ ਥਿਊਲੀਜੀਏ' ਨਾਮਕ ਪੁਸਤਕ ਨੂੰ ਪੂਰਾ ਕਰਨ ਦੇ ਵਾਸਤੇ ਵਾਰ ਵਾਰ ਕੀਤੀ ਗਈ ਬੇਨਤੀ ਕਰਨ ਉੱਪਰ ਪ੍ਰਗਟ ਕੀਤੇ ਸਨ। 1273 ਵਿਚ ਇੱਕ ਦਿਨ ਨੇਪਲਸ ਦੇ ਇੱਕ ਗਿਰਜਾ ਘਰ ਵਿਚ ਸਮੂਹਿਕ ਪ੍ਰਾਰਥਨਾ ਦੇ ਦੌਰਾਨ ਸੇਂਟ ਟਾਮਸ ਨੂੰ ਇੱਕ ਬਹੁਤ ਡੂੰਘੇ ਅੰਤਰ ਧਿਆਨ ਦੀ ਅਨੁਭੂਤੀ ਹੋਈ। ਦਿਵੱਯ ਗਿਆਨ ਦੀ ਮਹਿਮਾ ਦੇ ਨਾਲ ਉਹ ਇੰਨੇ ਆਨੰਦ ਮਗਨ ਹੋ ਗਏ, ਕਿ ਉਸ ਤੋਂ ਬਾਅਦ ਉਨ੍ਹਾਂ ਨੂੰ ਬੌਧਿਕ ਤਰਕ ਵਿਤਰਕ ਵਿਚ ਕੋਈ ਦਿਲਚਸਪੀ ਨਾ ਰਹੀ।

ਇਸੇ ਤਰ੍ਹਾਂ ਸੁਕਰਾਤ ਦੇ ਸ਼ਬਦ (ਪਲੇਟੋ ਦੀ ਫੀਡਰਸ਼ ਵਿਚ) ਵੀ ਪ੍ਰਸ਼ੰਸਾ ਯੋਗ ਹਨ "ਆਪਣੇ ਬਾਰੇ ਮੈਂ ਸਿਰਫ ਇੰਨਾ ਹੀ ਜਾਣਦਾ ਹਾਂ, ਕਿ ਮੈਂ ਕੁਝ ਨਹੀਂ ਜਾਣਦਾ।"

ਚੈਪਟਰ 20

ਕਸ਼ਮੀਰ ਯਾਤਰਾ ਵਿਚ ਰੁਕਾਵਟ

"ਪਿਤਾ ਜੀ, ਗਰਮੀਆਂ ਦੀਆਂ ਛੁੱਟੀਆਂ ਵਿਚ ਮੈਂ ਗੁਰੂਦੇਵ ਅਤੇ ਚਾਰ ਹੋਰ ਦੋਸਤਾਂ ਨੂੰ ਨਾਲ ਲੈ ਕੇ ਹਿਮਾਲਿਆ ਦੀਆਂ ਢਲਾਣਾਂ ਵਿਚ ਸਥਿਤ ਇਲਾਕੇ ਵਿਚ ਜਾਣਾ ਚਾਹੁੰਦਾ ਹਾਂ। ਕੀ ਤੁਸੀਂ ਮੈਨੂੰ ਕਸ਼ਮੀਰ ਦੇ ਛੇ ਰੇਲਵੇ ਪਾਸ ਅਤੇ ਯਾਤਰਾ ਲਈ ਲੋੜੀਂਦੇ ਖਰਚ ਵਾਸਤੇ ਪੈਸਿਆਂ ਦਾ ਪ੍ਰਬੰਧ ਕਰ ਦਿਉਗੇ?"

ਜਿਸ ਤਰ੍ਹਾਂ ਮੈਨੂੰ ਉਮੀਦ ਸੀ, ਪਿਤਾ ਜੀ ਖੁੱਲ੍ਹ ਕੇ ਹੱਸੇ। "ਇਹ ਤੀਜੀ ਵਾਰ ਹੈ ਕਿ ਜਦੋਂ ਤੂੰ ਫਿਰ ਓਹੀ ਸ਼ੇਖ-ਚਿਲੀ ਵਾਲੀ ਕਹਾਣੀ ਸੁਣਾ ਰਿਹਾ ਹੈਂ। ਕੀ ਤੂੰ ਪਿਛਲੇ ਸਾਲ ਅਤੇ ਉਸ ਤੋਂ ਵੀ ਪਿਛਲੇ ਸਾਲ ਗਰਮੀਆਂ ਵਿਚ ਇਹੋ ਮੰਗ ਨਹੀਂ ਸੀ ਕੀਤੀ? ਐਨ ਆਖਰੀ ਵਕਤ ਤੇ ਆ ਕੇ ਸ੍ਰੀ ਯੁਕਤੇਸ਼ਵਰ ਜੀ ਜਾਣ ਤੋਂ ਨਾਂਹ ਕਰ ਦਿੰਦੇ ਹਨ।"

"ਇਹ ਸਚਾਈ ਹੈ ਪਿਤਾ ਜੀ। ਪਤਾ ਨਹੀਂ ਕਿਉਂ, ਉਹ ਕਸ਼ਮੀਰ ਜਾਣ ਵਾਸਤੇ ਮੇਰੇ ਨਾਲ ਕੋਈ ਪੱਕਾ ਵਾਅਦਾ ਨਹੀਂ ਕਰਦੇ।* ਪ੍ਰੰਤੂ ਜੇ ਮੈਂ ਉਨ੍ਹਾਂ ਨੂੰ ਇਹ ਦੱਸ ਦਿਆਂ ਕਿ ਮੈਂ ਆਪ ਤੋਂ ਰੇਲਵੇ ਪਾਸ ਵੀ ਲੈ ਲਏ ਹਨ, ਤਾਂ ਮੈਨੂੰ ਲੱਗਦਾ ਹੈ ਕਿ ਉਹ ਕਿਸੇ ਨਾ ਕਿਸੇ ਤਰ੍ਹਾਂ ਨਾਲ ਸਹਿਮਤ ਹੋ ਜਾਣਗੇ।"

ਪਿਤਾ ਜੀ ਨੂੰ, ਉਸ ਵੇਲੇ ਤਾਂ ਪੂਰਾ ਯਕੀਨ ਨਾ ਹੋਇਆ, ਪਰ ਦੂਜੇ ਦਿਨ ਕੁਝ ਹਾਸੇ ਮਖੌਲ ਨਾਲ ਮਿਹਣਾ ਜਿਹਾ ਮਾਰਦਿਆਂ, ਉਨ੍ਹਾਂ ਨੇ ਮੈਨੂੰ ਛੇ ਰੇਲਵੇ ਪਾਸ ਅਤੇ ਦਸ ਦਸ ਰੁਪਏ ਦੇ ਨੋਟਾਂ ਦੀ ਇੱਕ ਗੁੱਥੀ ਦਿੰਦਿਆਂ ਕਿਹਾ, "ਮੈਂ ਨਹੀਂ ਸਮਝਦਾ ਕਿ ਤੇਰੀ ਇਸ ਕਾਲਪਨਿਕ ਯਾਤਰਾ ਵਾਸਤੇ ਇਸ ਤਰ੍ਹਾਂ ਦੇ ਆਰਥਿਕ ਸਾਧਨਾਂ ਦੀ ਜ਼ਰੂਰਤ ਹੋਵੇਗੀ, ਪਰ ਫਿਰ ਵੀ ਤੂੰ ਇਨ੍ਹਾਂ ਨੂੰ ਆਪਣੇ ਕੋਲ ਰੱਖ ਲੈ।"

ਉਸੇ ਦਿਨ ਦੁਪਹਿਰ ਨੂੰ ਮੈਂ ਸ੍ਰੀ ਯੁਕਤੇਸ਼ਵਰ ਜੀ ਨੂੰ ਉਹ ਪੈਸੇ ਦਿਖਾ ਵੀ ਦਿੱਤੇ। ਭਾਵੇਂ ਉਹ ਮੇਰੇ ਉਤਸ਼ਾਹ ਨੂੰ ਦੇਖ ਕੇ ਮੁਸਕਰਾਏ, ਪਰ ਉਨ੍ਹਾਂ ਨੇ ਗੋਲ ਮੋਲ ਜਿਹਾ ਉੱਤਰ ਦਿੰਦਿਆਂ ਕਿਹਾ, "ਜਾਣਾ ਤਾਂ ਮੈਂ ਵੀ ਚਾਹੁੰਦਾ ਹਾਂ, ਪਰ ਦੇਖਾਂਗੇ।" ਜਦੋਂ ਮੈਂ ਆਸ਼ਰਮਵਾਸੀ ਲੜਕੇ ਕਨਹਾਈ ਨੂੰ ਸਾਡੇ ਨਾਲ ਜਾਣ ਵਾਸਤੇ ਪੁੱਛਿਆ, ਤਾਂ ਉਨ੍ਹਾਂ ਨੇ ਕੋਈ ਜਵਾਬ

* ਭਾਵੇਂ ਦੋਨੋਂ ਵਾਰ ਗਰਮੀਆਂ ਵਿਚ ਕਸ਼ਮੀਰ ਨਾ ਜਾਣ ਦੀ ਇੱਛਾ ਦਾ ਕਦੇ ਕੋਈ ਸਪਸ਼ਟੀਕਰਨ, ਸ੍ਰੀ ਯੁਕਤੇਸ਼ਵਰ ਜੀ ਨੇ ਨਹੀਂ ਸੀ ਦਿੱਤਾ, ਫਿਰ ਵੀ ਇਸ ਤਰ੍ਹਾਂ ਮਹਿਸੂਸ ਹੋ ਰਿਹਾ ਹੈ ਕਿ ਉਨ੍ਹਾਂ ਨੂੰ ਇਸ ਗੱਲ ਦਾ ਪੂਰਨ ਗਿਆਨ ਸੀ ਕਿ ਕਸ਼ਮੀਰ ਜਾ ਕੇ ਬਿਮਾਰ ਹੋਣ ਦਾ ਵਕਤ ਹਾਲੇ ਨਹੀਂ ਸੀ ਆਇਆ। (ਦੇਖੋ ਪੰਨਾਂ 270)

ਨਾ ਦਿੱਤਾ। ਮੈਂ ਆਪਣੇ ਤਿੰਨ ਹੋਰ ਦੋਸਤਾਂ ਰਾਜਿੰਦਰ ਨਾਥ ਮਿੱਤਰ, ਜੋਤਿਨ ਆਡੀ ਅਤੇ ਇੱਕ ਹੋਰ ਲੜਕੇ ਨੂੰ ਆਪਣੇ ਨਾਲ ਚੱਲਣ ਲਈ ਤਿਆਰ ਕਰ ਲਿਆ। ਸਾਡੀ ਰਵਾਨਗੀ ਵਾਸਤੇ ਅਗਲੇ ਸੋਮਵਾਰ ਦਾ ਦਿਨ ਨਿਸ਼ਚਿਤ ਹੋਇਆ।

ਘਰ ਵਿਚ ਇੱਕ ਚਚੇਰੇ ਭਰਾ ਦਾ ਵਿਆਹ ਹੋਣ ਕਰ ਕੇ ਸ਼ਨੀਵਾਰ ਅਤੇ ਐਤਵਾਰ ਨੂੰ ਮੈਂ ਕੋਲਕਾਤਾ ਵਿਚ ਹੀ ਰੁਕਿਆ ਰਿਹਾ। ਸੋਮਵਾਰ ਸਵੇਰੇ ਸਵੇਰੇ ਹੀ ਮੈਂ ਆਪਣਾ ਸਾਜੋ ਸਮਾਨ ਲੈ ਕੇ ਸ਼੍ਰੀਰਾਮਪੁਰ ਪਹੁੰਚ ਗਿਆ। ਆਸ਼ਰਮ ਦੇ ਦਰਵਾਜ਼ੇ ਤੇ ਹੀ ਮੈਨੂੰ ਰਾਜਿੰਦਰ ਮਿਲ ਗਿਆ। "ਗੁਰੂਦੇਵ ਬਾਹਰ ਸੈਰ ਕਰਨ ਗਏ ਹਨ। ਉਨ੍ਹਾਂ ਨੇ ਜਾਣ ਤੋਂ ਇਨਕਾਰ ਕਰ ਦਿੱਤਾ ਹੈ।"

ਮੈਨੂੰ ਜਿੰਨਾ ਦੁਖ ਹੋਇਆ, ਓਨੀ ਹੀ ਜ਼ਿਦ ਵੀ ਚੜ੍ਹ ਗਈ, "ਮੈਂ ਪਿਤਾ ਜੀ ਨੂੰ ਆਪਣੀ ਤੀਜੀ ਕਾਲਪਨਿਕ ਯਾਤਰਾ ਦਾ ਮਖੌਲ ਉਡਾਉਣ ਦਾ ਮੌਕਾ ਨਹੀਂ ਦੇਵਾਂਗਾ। ਚਲੋ, ਆਪਾਂ ਬਾਕੀ ਸਾਰੇ ਜਣੇ ਚੱਲਦੇ ਹਾਂ।"

ਰਾਜਿੰਦਰ ਸਹਿਮਤ ਹੋ ਗਿਆ। ਮੈਂ ਕਿਸੇ ਨੌਕਰ ਦਾ ਪ੍ਰਬੰਧ ਕਰਨ ਵਾਸਤੇ ਆਸ਼ਰਮ ਵਿਚੋਂ ਬਾਹਰ ਨਿਕਲਿਆ। ਮੈਂ ਜਾਣਦਾ ਸੀ, ਕਿ ਜੇ ਗੁਰੂਦੇਵ ਨਹੀਂ ਜਾਣਗੇ ਤਾਂ ਕਨਹਾਈ ਵੀ ਨਹੀਂ ਜਾਵੇਗਾ। ਪਰ ਸਮਾਨ ਦੀ ਸਾਂਭ ਸੰਭਾਲ ਵਾਸਤੇ ਇੱਕ ਨੌਕਰ ਜਰੂਰੀ ਸੀ। ਸਭ ਤੋਂ ਪਹਿਲਾਂ ਮੇਰੇ ਮਨ ਵਿਚ ਬਿਹਾਰੀ ਦਾ ਖਿਆਲ ਆਇਆ। ਪਹਿਲਾਂ ਉਹ ਸਾਡੇ ਘਰ ਨੌਕਰ ਸੀ ਅਤੇ ਹੁਣ ਸ਼੍ਰੀਰਾਮਪੁਰ ਵਿਚ ਕਿਸੇ ਸਕੂਲ ਅਧਿਆਪਕ ਕੋਲ ਨੌਕਰੀ ਕਰਦਾ ਸੀ। ਮੈਂ ਬੜੀ ਛੇਤੀ ਛੇਤੀ ਜਾ ਰਿਹਾ ਸੀ। ਸ਼੍ਰੀਰਾਮਪੁਰ ਦੀਆਂ ਕਚਿਹਰੀਆਂ ਦੇ ਸਾਹਮਣੇ ਗੁਰੂਦੇਵ ਨਾਲ ਮੁਲਾਕਾਤ ਹੋ ਗਈ।

"ਤੂੰ ਕਿੱਧਰ ਜਾ ਰਿਹਾ ਹੈਂ?" ਸ਼੍ਰੀ ਯੁਕਤੇਸ਼ਵਰ ਜੀ ਨੇ ਮੁਸਕਰਾਹਟ ਰਹਿਤ ਲਹਿਜੇ ਵਿਚ ਪੁੱਛਿਆ। "ਗੁਰੂਦੇਵ, ਮੈਨੂੰ ਪਤਾ ਲੱਗਿਆ ਹੈ ਕਿ ਆਪ ਅਤੇ ਕਨਹਾਈ ਸਾਡੇ ਨਾਲ ਇਸ ਪ੍ਰਸਤਾਵਿਤ ਯਾਤਰਾ ਤੇ ਨਹੀਂ ਜਾਉਗੇ, ਮੈਂ ਬਿਹਾਰੀ ਨੂੰ ਮਿਲਣ ਜਾ ਰਿਹਾ ਹਾਂ। ਆਪ ਨੂੰ ਯਾਦ ਹੋਵੇਗਾ ਕਿ ਪਿਛਲੇ ਸਾਲ ਉਹ ਕਸ਼ਮੀਰ ਯਾਤਰਾ ਵਾਸਤੇ ਕਿੰਨਾ ਲਲਾਇਤ ਸੀ। ਉਹ ਤਾਂ ਬਗੈਰ ਪੈਸਿਆਂ ਤੋਂ ਵੀ ਆਪਣੀ ਸੇਵਾ ਅਰਪਿਤ ਕਰਨ ਨੂੰ ਤਿਆਰ ਸੀ।"

"ਮੈਨੂੰ ਯਾਦ ਹੈ, ਫਿਰ ਵੀ ਮੈਨੂੰ ਨਹੀਂ ਲੱਗਦਾ ਕਿ ਬਿਹਾਰੀ ਜਾਣਾ ਪਸੰਦ ਕਰੇਗਾ।"

"ਉਹ ਇਸ ਮੌਕੇ ਦੀ ਉਤਸੁਕਤਾ ਨਾਲ ਇੰਤਜ਼ਾਰ ਕਰ ਕਰ ਰਿਹਾ ਹੈ," ਮੈਂ ਥੋੜਾ ਜਿਹਾ ਚਿੜ੍ਹ ਕੇ ਕਿਹਾ।

ਮੇਰੇ ਗੁਰੂਦੇਵ ਚੁੱਪ ਚਾਪ ਅੱਗੇ ਚਲੇ ਗਏ। ਮੈਂ ਥੋੜ੍ਹੇ ਜਿਹੇ ਸਮੇਂ ਵਿਚ ਹੀ ਉਸ ਅਧਿਆਪਕ ਦੇ ਘਰ ਪਹੁੰਚ ਗਿਆ। ਬਿਹਾਰੀ ਮੈਨੂੰ ਘਰ ਦੇ ਵਿਹੜੇ ਵਿਚ ਹੀ ਮਿਲ ਗਿਆ। ਮੈਨੂੰ ਦੇਖ ਕੇ ਉਸ ਨੇ ਪਿਆਰ ਭਰੀ ਮੁਸਕਰਾਹਟ ਨਾਲ ਮੇਰਾ ਸੁਆਗਤ ਕੀਤਾ। ਪਰ ਜਦੋਂ ਮੈਂ ਉਸ ਨੂੰ ਕਸ਼ਮੀਰ ਜਾਣ ਵਾਲੀ ਗੱਲ ਦਾ ਜ਼ਿਕਰ ਕੀਤਾ, ਤਾਂ ਉਸ ਦੀ ਮੁਸਕਰਾਹਟ ਹਵਾ ਹੋ ਗਈ। ਉਸ ਨੇ ਬੁੜਬੁੜਾਉਂਦਿਆਂ ਮੁਆਫੀ ਮੰਗ ਲਈ। ਮੈਨੂੰ ਉੱਥੇ ਛੱਡ ਕੇ ਉਹ ਆਪਣੇ ਮਾਲਕ ਦੇ ਘਰ ਦੇ ਅੰਦਰ ਚਲਿਆ ਗਿਆ। ਆਪਣੇ ਆਪ ਨੂੰ ਇਹ ਵਿਸ਼ਵਾਸ਼ ਦਿਵਾਉਂਦਾ ਹੋਇਆ, ਕਿ ਦੇਰ ਇਸ ਕਰਕੇ ਹੋ ਰਹੀ ਹੈ, ਕਿ ਬਿਹਾਰੀ ਜਾਣ ਵਾਸਤੇ ਅੰਦਰ ਤਿਆਰੀ ਕਰ ਰਿਹਾ ਹੋਵੇਗਾ, ਮੈਂ ਅੱਧਾ ਘੰਟਾ ਉਸ ਦਾ ਵਿਅਰਥ ਇੰਤਜ਼ਾਰ ਕਰਦਾ ਰਿਹਾ। ਆਖਰ ਜਦੋਂ ਮੈਂ ਸਾਹਮਣੇ ਵਾਲੇ ਕਮਰੇ ਦੇ ਦਰਵਾਜ਼ਾ ਖਟਖਟਾਇਆ ਤਾਂ ਇੱਕ ਆਦਮੀ ਨੇ ਮੈਨੂੰ ਦੱਸਿਆ ਕਿ, "ਬਿਹਾਰੀ ਤਾਂ ਲਗ ਭਗ ਅੱਧਾ ਘੰਟਾ ਪਹਿਲਾਂ ਪਿੱਛੇ ਦੀਆਂ ਪੌੜੀਆਂ ਉੱਤਰ ਕੇ ਕਿਤੇ ਬਾਹਰ ਚਲਿਆ ਗਿਆ ਹੈ।" ਉਸ ਦੇ ਬੁੱਲ੍ਹਾਂ ਤੇ ਹਲਕੀ ਜਿਹੀ ਖਚਰੀ ਮੁਸਕਰਾਹਟ ਸੀ।

ਉਦਾਸੀਨ ਮਨ ਨਾਲ ਹੈਰਾਨ ਹੋਇਆ, ਇਹ ਸੋਚਦਿਆਂ ਉੱਥੋਂ ਚੱਲ ਪਿਆ, ਕਿ ਇਸ ਹਾਲਤ ਵਾਸਤੇ ਕੀ ਮੇਰਾ ਉਸ ਨੂੰ ਜਾਣ ਵਾਸਤੇ ਜ਼ੋਰ ਜ਼ਬਰਦਸਤੀ ਮਜ਼ਬੂਰ ਕਰਨ ਕਰਕੇ ਜਾਂ ਗੁਰੂਦੇਵ ਦਾ ਕੋਈ ਅਦ੍ਰਿਸ਼ ਪ੍ਰਭਾਵ ਕੰਮ ਕਰ ਰਿਹਾ ਸੀ? ਗਿਰਜਾ ਘਰ ਦੇ ਕੋਲ ਦੀ ਲੰਘਦਿਆਂ, ਮੈਂ ਫਿਰ ਦੇਖਿਆ ਕਿ ਗੁਰੂਦੇਵ ਹੌਲੀ ਹੌਲੀ ਮੇਰੇ ਵੱਲ ਆ ਰਹੇ ਸਨ। ਮੇਰੇ ਕੁਝ ਕਹਿਣ ਤੋਂ ਪਹਿਲਾਂ ਹੀ ਉਹ ਬੋਲ ਪਏ, "ਬਿਹਾਰੀ ਤਾਂ ਜਾਣ ਤੋਂ ਰਿਹਾ, ਹੁਣ ਤੇਰੀ ਕੀ ਇੱਛਾ ਹੈ?"

ਮੈਂ ਆਪਣੇ ਆਪ ਨੂੰ ਉਸ ਜ਼ਿੱਦੀ ਬੱਚੇ ਵਾਂਗ ਮਹਿਸੂਸ ਕਰ ਰਿਹਾ ਸੀ, ਜਿਸ ਨੇ ਆਪਣੇ ਪਿਤਾ ਦੇ ਹੁਕਮਾਂ ਦੀ ਉਲੰਘਣਾ ਕਰਨ ਦੀ ਪੱਕੀ ਅੜੀ ਧਾਰ ਰੱਖੀ ਹੋਵੇ। "ਗੁਰੂਦੇਵ, ਮੈਂ ਆਪਣੇ ਚਾਚਾ ਜੀ ਕੋਲ ਇਹ ਬੇਨਤੀ ਕਰਨ ਜਾ ਰਿਹਾ ਹਾਂ, ਕਿ ਉਹ ਆਪਣੇ ਨੌਕਰ ਲਾਲ ਧਾਰੀ ਨੂੰ ਸਾਡੇ ਨਾਲ ਭੇਜ ਦੇਣ।"

"ਤੇਰੀ ਇੱਛਾ ਹੈ ਤਾਂ ਤੂੰ ਆਪਣੇ ਚਾਚਾ ਜੀ ਨੂੰ ਮਿਲ ਲੈ, ਪਰ ਮੈਨੂੰ ਨਹੀਂ ਲੱਗਦਾ ਕਿ ਉੱਥੇ ਜਾ ਕੇ ਤੈਨੂੰ ਕੋਈ ਬਹੁਤੀ ਖੁਸ਼ੀ ਹੋਵੇਗੀ।"

ਫਿਕਰਮੰਦ ਪਰ ਵਿਦਰੋਹ ਭਰੀ ਮਨੋਦਸ਼ਾ ਨਾਲ, ਮੈਂ ਆਪਣੇ ਗੁਰੂਦੇਵ ਨੂੰ ਉੱਥੇ ਹੀ ਛੱਡ ਕੇ ਸ਼੍ਰੀਰਾਮਪੁਰ ਕਚਿਹਰੀਆਂ ਵਿਚ ਜਾ ਵੜਿਆ। ਮੇਰੇ ਚਾਚਾ ਜੀ ਜੋ ਇੱਕ ਸਰਕਾਰੀ ਵਕੀਲ ਸਨ ਨੇ ਬੜੇ ਪਿਆਰ ਨਾਲ ਮੇਰਾ ਸੁਆਗਤ ਕੀਤਾ।

"ਮੈਂ ਅੱਜ ਹੀ ਆਪਣੇ ਕੁਝ ਮਿੱਤਰਾਂ ਨਾਲ ਕਸ਼ਮੀਰ ਜਾਣ ਵਾਸਤੇ ਰਵਾਨਾ ਹੋ ਰਿਹਾ ਹਾਂ," ਮੈਂ ਉਨ੍ਹਾਂ ਨੂੰ ਦੱਸਿਆ। "ਮੈਂ ਕਈ ਸਾਲਾਂ ਤੋਂ ਇਸ ਹਿਮਾਲਿਆ ਯਾਤਰਾ ਦਾ ਇੰਤਜ਼ਾਰ ਕਰਦਾ ਆ ਰਿਹਾ ਹਾਂ।"

"ਮੈਂ ਖੁਸ਼ ਹਾਂ, ਮੁਕੰਦ, ਤੇਰੀ ਇਸ ਯਾਤਰਾ ਨੂੰ ਜਿਆਦਾ ਸੁਖਦਾਇਕ ਬਣਾਉਣ ਵਾਸਤੇ ਦੱਸ ਮੈਂ ਕੀ ਕਰ ਸਕਦਾ ਹਾਂ?"

ਉਨ੍ਹਾਂ ਦੇ ਪਿਆਰ ਭਰੇ ਸ਼ਬਦਾਂ ਨੇ ਮੇਰਾ ਹੌਸਲਾ ਵਧਾ ਦਿੱਤਾ ਅਤੇ ਮੈਂ ਕਿਹਾ, "ਚਾਚਾ ਜੀ, ਕੀ ਆਪ ਆਪਣੇ ਨੌਕਰ ਲਾਲ ਧਾਰੀ ਨੂੰ ਸਾਡੇ ਨਾਲ ਭੇਜ ਸਕੋਗੇ?"

ਮੇਰੀ ਇਸ ਸਿੱਧੀ ਸਾਦੀ ਬੇਨਤੀ ਨਾਲ ਜਿਵੇਂ ਉੱਥੇ ਕੋਈ ਭੁਚਾਲ ਆ ਗਿਆ ਹੋਵੇ। ਚਾਚਾ ਜੀ ਇੰਨੇ ਜ਼ੋਰ ਨਾਲ ਉਛਲੇ, ਕਿ ਉਨ੍ਹਾਂ ਦੀ ਕੁਰਸੀ ਹੀ ਉਲਟ ਗਈ ਅਤੇ ਮੇਜ਼ ਉੱਪਰ ਪਏ ਕਾਗਜ਼ ਸਭ ਪਾਸੇ ਖਿਲਰ ਗਏ। ਉਨ੍ਹਾਂ ਦਾ ਹੁੱਕਾ ਬਹੁਤ ਜਿਆਦਾ ਖੜਕਾ ਕਰਦਿਆਂ ਫਰਸ਼ ਉੱਪਰ ਡਿਗ ਪਿਆ।

ਉਹ ਗੁੱਸੇ ਨਾਲ ਕੰਬਦਿਆਂ ਚੀਕ ਉੱਠੇ, "ਓਹ ਖੁਦਗਰਜ਼ ਲੜਕੇ, ਤੇਰੀ ਮੱਤ ਮਾਰੀ ਗਈ ਹੈ। ਕਿੰਨਾ ਬੇ-ਹੂਦਾ ਸਵਾਲ ਹੈ? ਤੂੰ ਆਪਣੀ ਮਟਰ ਗਸ਼ਤੀ ਵਾਲੀ ਯਾਤਰਾ ਉੱਪਰ ਮੇਰੇ ਨੌਕਰ ਨੂੰ ਲੈ ਜਾਵੇਂਗਾ ਤਾਂ ਇੱਥੇ ਮੇਰਾ ਖਿਆਲ ਕੌਣ ਰਖੇਗਾ?"

ਇਹ ਸੋਚਦਿਆਂ ਹੋਇਆਂ ਕਿ ਇੰਨੇ ਖੁਸ਼ਮਿਜ਼ਾਜ ਅਤੇ ਮਿਲਣਸਾਰ ਚਾਚਾ ਜੀ ਦੇ ਰਵੱਈਏ ਵਿਚ ਤਬਦੀਲੀ ਅਨੇਕ ਬੁਝਾਰਤਾਂ ਭਰੇ ਦਿਨ ਵਿਚ ਇੱਕ ਹੋਰ ਅਹਿਮ ਬੁਝਾਰਤ ਹੈ। ਮੈਂ ਆਪਣੀ ਹੈਰਾਨਗੀ ਅੰਦਰੇ ਅੰਦਰ ਦਬਾ ਲਈ। ਜਿਸ ਚਾਲ ਨਾਲ ਮੈਂ ਕਚਿਹਰੀਆਂ ਵਿਚੋਂ ਬਾਹਰ ਨਿਕਲ ਰਿਹਾ ਸੀ, ਉਸ ਵਿਚ ਜੋਸ਼ ਘੱਟ ਪਰ ਤੇਜੀ ਜਿਆਦਾ ਸੀ।

ਮੈਂ ਆਸ਼ਰਮ ਵਾਪਸ ਆ ਗਿਆ, ਜਿੱਥੇ ਮੇਰੇ ਦੋਸਤ ਰਵਾਨਗੀ ਦੀ ਉਮੀਦ ਨਾਲ ਇਕੱਠੇ ਹੋਏ ਮੇਰੀ ਉਡੀਕ ਕਰ ਰਹੇ ਸਨ। ਮੇਰੇ ਮਨ ਵਿਚ ਇੱਕ ਵਿਸ਼ਵਾਸ ਪੱਕਾ ਹੋ ਰਿਹਾ ਸੀ ਕਿ ਗੁਰੂਦੇਵ ਦੇ ਇਸ ਰਵੱਈਏ ਦੇ ਪਿੱਛੇ ਕੋਈ ਬਹੁਤ ਜਿਆਦਾ ਉਚਿਤ ਅਤੇ ਗੂੜ੍ਹਾ ਭੇਦ ਜਰੂਰ ਹੈ। ਆਪਣੇ ਗੁਰੂਦੇਵ ਦੀਆਂ ਇੱਛਾਵਾਂ ਦੀ ਉਲੰਘਣਾ ਕਰਨ ਦੀ ਨਕਾਮ ਕੋਸ਼ਿਸ਼ ਕਰਨ ਕਰਕੇ ਮੇਰਾ ਮਨ ਪਸ਼ਚਾਤਾਪ ਦੀ ਅੱਗ ਵਿਚ ਸੜ ਰਿਹਾ ਸੀ।

"ਮੁਕੰਦ, ਕੀ ਤੂੰ ਥੋੜੀ ਦੇਰ ਵਾਸਤੇ ਮੇਰੇ ਕੋਲ ਹੋਰ ਠਹਿਰਨਾ ਪਸੰਦ ਨਹੀਂ ਕਰੇਂਗਾ?" ਸ਼੍ਰੀ ਯੁਕਤੇਸ਼ਵਰ ਜੀ ਨੇ ਮੈਥੋਂ ਪੁਛਿਆ। ਰਾਜਿੰਦਰ ਅਤੇ ਬਾਕੀ ਲੋਕ ਹੁਣ ਜਾ ਕੇ ਕੋਲਕਾਤਾ ਵਿਚ ਤੇਰੀ ਇੰਤਜ਼ਾਰ ਕਰ ਸਕਦੇ ਹਨ। ਕੋਲਕਾਤਾ ਤੋਂ ਕਸ਼ਮੀਰ ਨੂੰ ਜਾਣ ਵਾਸਤੇ ਸ਼ਾਮ ਨੂੰ ਰਵਾਨਗੀ ਵਾਲੀ ਆਖਰੀ ਗੱਡੀ ਫੜਨ ਖਾਤਰ ਫਿਰ ਵੀ ਤੈਨੂੰ ਬਹੁਤ ਸਮਾਂ ਮਿਲ ਜਾਵੇਗਾ।"

"ਗੁਰੂਦੇਵ, ਆਪ ਤੋਂ ਬਗੈਰ ਮੈਂ ਜਾਣਾ ਹੀ ਨਹੀਂ ਚਾਹੁੰਦਾ," ਮੈਂ ਬੜੇ ਉਦਾਸ ਮਨ ਨਾਲ ਕਿਹਾ।

ਮੇਰੇ ਦੋਸਤਾਂ ਨੇ ਮੇਰੇ ਇਨ੍ਹਾਂ ਸ਼ਬਦਾਂ ਵੱਲ ਭੋਰਾ ਭਰ ਵੀ ਧਿਆਨ ਨਾ ਦਿੱਤਾ। ਉਨ੍ਹਾਂ ਨੇ ਇੱਕ ਟਾਂਗਾ ਮੰਗਵਾਇਆ ਅਤੇ ਸਾਰਾ ਸਮਾਨ ਉਸ ਉੱਪਰ ਰੱਖ ਕੇ ਰਵਾਨਾ

ਹੋ ਗਏ। ਕਨਹਾਈ ਅਤੇ ਮੈਂ ਸ਼ਾਂਤ ਮਨ ਨਾਲ ਗੁਰੂਦੇਵ ਦੇ ਚਰਨਾਂ ਵਿਚ ਬੈਠੇ ਰਹੇ। ਅੱਧਾ ਘੰਟਾ ਮੌਨ ਰਹਿਣ ਤੋਂ ਬਾਅਦ ਗੁਰੂਦੇਵ ਉੱਠ ਕੇ ਖੜ੍ਹੇ ਹੋ ਗਏ ਅਤੇ ਦੂਜੀ ਮੰਜ਼ਲ ਤੇ ਬਣੇ ਰਸੋਈ ਘਰ ਵੱਲ ਚਲੇ ਗਏ।

"ਕਨਹਾਈ, ਮੁਕੰਦ ਨੂੰ ਖਾਣਾ ਪਰੋਸ ਦੇ, ਇਸ ਦੀ ਗੱਡੀ ਦਾ ਵਕਤ ਹੋ ਗਿਆ ਹੈ।" ਕੰਬਲ ਦੇ ਆਸਣ ਤੋਂ ਉੱਠਦਿਆਂ ਹੀ ਮੈਨੂੰ ਅਚਾਨਕ ਉਲਟੀਆਂ ਆਉਣ ਲੱਗੀਆਂ ਅਤੇ ਢਿੱਡ ਵਿਚ ਮਰੋੜ ਨਾਲ ਬਹੁਤ ਜਿਆਦਾ ਦਰਦ ਹੋਣ ਲੱਗ ਪਿਆ। ਇਸ ਤਰ੍ਹਾਂ ਮਹਿਸੂਸ ਹੋ ਰਿਹਾ ਸੀ, ਜਿਵੇਂ ਢਿੱਡ ਵਿਚ ਛੁਰੀਆਂ ਚੱਲ ਰਹੀਆਂ ਹੋਣ ਅਤੇ ਦਰਦ ਇੰਨਾ ਜਿਆਦਾ ਤੇਜ ਸੀ ਕਿ ਮੈਨੂੰ ਇੰਜ ਮਹਿਸੂਸ ਹੋ ਰਿਹਾ ਸੀ, ਜਿਵੇਂ ਕਿਸੇ ਨੇ ਮੈਨੂੰ ਅੱਗ ਦੇ ਕੁੰਡ ਵਿਚ ਸੁੱਟ ਦਿੱਤਾ ਹੋਵੇ। ਅੰਨ੍ਹਿਆਂ ਦੀ ਤਰ੍ਹਾਂ ਹੱਥ ਨਾਲ ਰਸਤਾ ਟਟੋਲਦਾ ਲੜਖੜਾਉਂਦੇ ਕਦਮਾਂ ਨਾਲ ਮੈਂ ਆਪਣੇ ਗੁਰੂਦੇਵ ਵੱਲ ਜਾਣ ਲੱਗਿਆ ਅਤੇ ਮੈਂ ਉਨ੍ਹਾਂ ਦੇ ਸਾਹਮਣੇ ਜਾ ਕੇ ਡਿਗ ਪਿਆ। ਭਿਆਨਕ ਏਸ਼ੀਆਟਿਕ ਹੈਜ਼ੇ ਦੇ ਸਾਰੇ ਲੱਛਣ ਸਾਹਮਣੇ ਆ ਰਹੇ ਸਨ। ਸ਼੍ਰੀ ਯੁਕਤੇਸ਼ਵਰ ਜੀ ਅਤੇ ਕਨਹਾਈ ਮੈਨੂੰ ਚੁੱਕ ਕੇ ਬੈਠਕਖਾਨੇ ਵਿਚ ਲੈ ਆਏ।

ਮੈਂ ਮਾਨਸਿਕ ਪੀੜ ਨਾਲ ਚਿੱਲਾਇਆ, "ਗੁਰੂਦੇਵ, ਮੈਂ ਆਪਣਾ ਜੀਵਨ ਆਪਦੇ ਚਰਨਾਂ ਵਿਚ ਅਰਪਿਤ ਕਰਦਾ ਹਾਂ," ਉਸ ਸਮੇਂ ਸੱਚ ਮੁੱਚ ਹੀ ਮੈਨੂੰ ਇਉਂ ਮਹਿਸੂਸ ਹੋ ਰਿਹਾ ਸੀ ਕਿ ਜਿਵੇਂ ਜੀਵਨ ਦੇ ਸਮੁੰਦਰ ਦਾ ਕਿਨਾਰਾ ਮੈਥੋਂ ਦੂਰ ਖਿਸਕ ਰਿਹਾ ਹੋਵੇ।

ਸ਼੍ਰੀ ਯੁਕਤੇਸ਼ਵਰ ਜੀ ਨੇ ਮੇਰਾ ਸਿਰ ਆਪਣੀ ਗੋਦੀ ਵਿਚ ਰੱਖ ਲਿਆ ਅਤੇ ਅਤਿਅੰਤ ਕੋਮਲਤਾ ਨਾਲ ਸਹਿਲਾਉਂਦਿਆਂ ਬੋਲੇ, "ਹੁਣ ਤੈਨੂੰ ਪਤਾ ਲੱਗ ਗਿਆ ਹੈ ਕਿ ਜੇ ਤੂੰ ਇਸ ਸਮੇਂ ਆਪਣੇ ਦੋਸਤਾਂ ਦੇ ਨਾਲ ਰੇਲਵੇ ਸਟੇਸ਼ਨ ਤੇ ਹੁੰਦਾ ਤਾਂ ਕੀ ਹੁੰਦਾ? ਮੈਨੂੰ ਅਜੀਬੋ ਗਰੀਬ ਤਰੀਕੇ ਨਾਲ ਤੇਰੀ ਰੱਖਿਆ ਕਰਨੀ ਪਈ। ਕਿਉਂਕਿ ਯਾਤਰਾ ਦੇ ਇਸ ਖਾਸ ਵਕਤ ਦੇ ਬਾਰੇ ਵਿਚ ਤੂੰ ਮੇਰੇ ਫੈਸਲੇ ਉੱਪਰ ਸੰਦੇਹ ਪ੍ਰਗਟ ਕਰ ਰਿਹਾ ਸੀ।"

ਆਖਰ ਨੂੰ ਮੇਰੀ ਸਮਝ ਵਿਚ ਆ ਗਿਆ ਕਿ ਸਿੱਧ ਪੁਰਸ਼ ਕਦੇ ਹੀ ਆਪਣੀਆਂ ਸ਼ਕਤੀਆਂ ਦਾ ਖੁੱਲ੍ਹਾ ਪ੍ਰਦਰਸ਼ਨ ਕਰਨਾ ਠੀਕ ਸਮਝਦੇ ਹਨ। ਇਸ ਵਾਸਤੇ ਉਸ ਦਿਨ ਸਾਰੀਆਂ ਘਟਨਾਵਾਂ ਕਿਸੇ ਵੀ ਆਮ ਆਦਮੀ ਨੂੰ ਸੁਭਾਵਿਕ ਘਟਨਾ ਚੱਕਰ ਲੱਗਦੀਆਂ ਸਨ। ਮੇਰੇ ਗੁਰੂਦੇਵ ਦਾ ਦਖਲ ਇੰਨੀ ਸੂਖਮਤਾ ਨਾਲ ਹੋ ਰਿਹਾ ਸੀ ਕਿ ਉਸ ਦਾ ਪਤਾ ਲੱਗਣਾ ਅਸੰਭਵ ਸੀ। ਉਨ੍ਹਾਂ ਨੇ ਬਿਹਾਰੀ, ਚਾਚਾ ਜੀ ਅਤੇ ਰਾਜਿੰਦਰ ਅਤੇ ਹੋਰ ਲੋਕਾਂ ਦੇ ਰਾਹੀਂ ਆਪਣੀ ਇੱਛਾ ਸ਼ਕਤੀ ਨੂੰ ਲੁਕਵੇਂ ਰੂਪ ਵਿਚ ਕਾਰਜ਼ਸ਼ੀਲ ਕੀਤਾ ਸੀ। ਮੈਥੋਂ ਬਗੈਰ ਬਾਕੀ ਸਾਰਿਆਂ ਨੇ ਸ਼ਾਇਦ ਇਹ ਸਾਰੀਆਂ ਘਟਨਾਵਾਂ ਅਤੇ ਹਾਲਤਾਂ ਨੂੰ ਤਰਕ ਸੰਗਤ ਅਤੇ ਸਧਾਰਨ ਸਮਝਿਆ ਸੀ।

ਸ੍ਰੀ ਯੁਕਤੇਸ਼ਵਰ ਜੀ ਆਪਣੀਆਂ ਸਮਾਜਕ ਜੁੰਮੇਵਾਰੀਆਂ ਨਿਭਾਉਣ ਵਿਚ ਕਦੇ ਭੁੱਲ ਨਹੀਂ ਸਨ ਕਰਦੇ। ਇਸ ਵਾਸਤੇ ਉਨ੍ਹਾਂ ਨੇ ਉਸੇ ਵਕਤ ਕਨਹਾਈ ਨੂੰ ਭੇਜ ਕੇ ਮੇਰੇ ਚਾਚਾ ਜੀ ਨੂੰ ਸੂਚਿਤ ਕੀਤਾ ਅਤੇ ਡਾਕਟਰ ਨੂੰ ਬੁਲਾਇਆ।

"ਗੁਰੂਦੇਵ," ਮੈਂ ਵਿਰੋਧ ਕਰਦਿਆਂ ਕਿਹਾ। "ਮੈਨੂੰ ਸਿਰਫ ਆਪ ਹੀ ਤੰਦਰੁਸਤ ਕਰ ਸਕਦੇ ਹੋ, ਮੈਂ ਕਿਸੇ ਵੀ ਡਾਕਟਰ ਦੁਆਰਾ ਤੰਦਰੁਸਤ ਕਰਨ ਦੀ ਹੱਦ ਤੋਂ ਬਾਹਰ ਜਾ ਚੁੱਕਿਆ ਹਾਂ।"

"ਮੇਰੇ ਬੱਚੇ, ਪ੍ਰਮਾਤਮਾ ਦੀ ਕ੍ਰਿਪਾ ਨਾਲ ਤੇਰਾ ਬਚਾਅ ਹੋ ਗਿਆ ਹੈ। ਡਾਕਟਰ ਦੀ ਚਿੰਤਾ ਨਾ ਕਰ। ਉਹ ਤੈਨੂੰ ਇਸ ਹਾਲਤ ਵਿਚ ਨਹੀਂ ਦੇਖੇਗਾ। ਤੂੰ ਪਹਿਲਾਂ ਹੀ ਤੰਦਰੁਸਤ ਹੋ ਚੁਕਿਆ ਹੈਂ।"

ਮੇਰੇ ਗੁਰੂਦੇਵ ਦੇ ਮੂਹੋਂ ਇਹ ਸ਼ਬਦ ਨਿਕਲੇ ਹੀ ਸਨ, ਕਿ ਮੇਰੇ ਹੋ ਰਿਹਾ ਬਹੁਤ ਜਿਆਦਾ ਦਰਦ ਬਿਲਕੁਲ ਗਾਇਬ ਹੋ ਗਿਆ ਅਤੇ ਮੈਂ ਕਮਜ਼ੋਰੀ ਦੀ ਹਾਲਤ ਵਿਚ ਵੀ ਬੈਠਣਯੋਗ ਹੋ ਗਿਆ। ਬਹੁਤ ਛੇਤੀ ਡਾਕਟਰ ਵੀ ਆ ਪਹੁੰਚਿਆ ਅਤੇ ਉਸ ਨੇ ਮੇਰਾ ਪੂਰੇ ਧਿਆਨ ਨਾਲ ਮੁਆਇਨਾ ਕੀਤਾ।

"ਤੇਰਾ ਸੰਕਟ ਟਲ ਗਿਆ ਲੱਗਦਾ ਹੈ," ਉਸ ਨੇ ਕਿਹਾ। "ਫਿਰ ਵੀ ਮੈਂ ਕੁਝ ਨਮੂਨੇ ਪਰਖ ਲਈ ਆਪਣੇ ਨਾਲ ਲੈ ਜਾਂਦਾ ਹਾਂ।"

ਡਾਕਟਰ ਅਗਲੇ ਦਿਨ ਸਵੇਰੇ ਸਵੇਰੇ ਹੀ ਆ ਪਹੁੰਚਿਆ। ਮੈਂ ਬੜੇ ਤੰਦਰੁਸਤ ਆਦਮੀਆਂ ਵਾਂਗ ਬੈਠਾ ਸੀ।

ਉਸ ਨੇ ਮੇਰਾ ਹੱਥ ਫੜ ਕੇ ਹੌਲੀ ਹੌਲੀ ਥਪਥਪਾਉਂਦਿਆਂ ਕਿਹਾ, "ਅੱਛਾ, ਤੂੰ ਤਾਂ ਇਸ ਤਰ੍ਹਾਂ ਬੈਠਾ ਹੱਸ ਹੱਸ ਕੇ ਗੱਪਾਂ ਮਾਰ ਰਿਹਾ ਹੈਂ, ਜਿਵੇਂ ਤੈਨੂੰ ਪਤਾ ਹੀ ਨਾ ਹੋਵੇ ਕਿ ਮੌਤ ਤੈਨੂੰ ਛੂਹ ਕੇ ਲੰਘ ਗਈ ਹੈ। ਤੇਰੇ ਲਏ ਗਏ ਨਮੂਨਿਆਂ ਦੀ ਜਾਂਚ ਕਰ ਕੇ ਮੈਨੂੰ ਪਤਾ ਲੱਗਿਆ, ਕਿ ਤੈਨੂੰ ਏਸ਼ੀਆਟਿਕ ਹੈਜ਼ਾ ਹੋ ਗਿਆ ਹੈ, ਤਾਂ ਤੈਨੂੰ ਹਾਲੇ ਤਕ ਜਿਉਂਦਾ ਦੇਖਣ ਦੀ ਉਮੀਦ ਮੈਨੂੰ ਬਹੁਤ ਘੱਟ ਸੀ। ਤੂੰ ਬਹੁਤ ਖੁਸ਼ਕਿਸਮਤ ਹੈਂ ਬੱਚੇ, ਕਿ ਤੈਨੂੰ ਰੋਗ ਨਿਵਾਰਨ ਦੀ ਅਧਿਆਤਮਿਕ ਸ਼ਕਤੀ ਨਾਲ ਲੈਸ ਗੁਰੂ ਮਿਲੇ ਹੋਏ ਹਨ। ਮੈਨੂੰ ਇਸ ਗੱਲ ਦਾ ਪੂਰਾ ਯਕੀਨ ਹੋ ਗਿਆ ਹੈ।"

ਮੈਂ ਪੂਰੀ ਤਰ੍ਹਾਂ ਸਹਿਮਤ ਸੀ। ਜਿਉਂ ਹੀ ਡਾਕਟਰ ਬਾਹਰ ਜਾਣ ਦੀ ਤਿਆਰੀ ਕਰ ਰਿਹਾ ਸੀ, ਰਾਜਿੰਦਰ ਅਤੇ ਆਡੀ ਦਰਵਾਜ਼ੇ ਤੇ ਪਹੁੰਚ ਗਏ। ਡਾਕਟਰ ਨੂੰ ਅਤੇ ਮੇਰੇ ਮੁਰਝਾਏ ਚਿਹਰੇ ਨੂੰ ਦੇਖਦਿਆਂ ਹੀ, ਉਨ੍ਹਾਂ ਦੇ ਚਿਹਰਿਆਂ ਉੱਪਰ ਗੁੱਸੇ ਦੇ ਭਾਵ ਹਮਦਰਦੀ ਵਿਚ ਬਦਲ ਗਏ।

"ਜਦੋਂ ਤੂੰ ਕੋਲਕਾਤਾ ਵਿਚ ਰੇਲ ਗੱਡੀ ਦੇ ਸਮੇਂ ਤੇ ਨਾ ਪਹੁੰਚਿਆ ਤਾਂ ਅਸੀਂ ਬਹੁਤ ਗੁੱਸੇ ਵਿਚ ਸੀ। ਕੀ ਤੂੰ ਬਿਮਾਰ ਹੋ ਗਿਆ ਸੀ?"

"ਹਾਂ," ਜਦੋਂ ਮੈਂ ਆਪਣੇ ਦੋਸਤਾਂ ਨੂੰ ਸਮਾਨ ਉਸੇ ਨੁੱਕਰੇ ਰੱਖਦੇ ਦੇਖਿਆ, ਜਿੱਥੋਂ ਉਨ੍ਹਾਂ ਨੇ ਕੱਲ੍ਹ ਚੁੱਕਿਆ ਸੀ ਤਾਂ ਮੈਂ ਆਪਣਾ ਹਾਸਾ ਨਾ ਰੋਕ ਸਕਿਆ। ਉਨ੍ਹਾਂ ਦਾ ਹਾਲ ਦੇਖ ਕੇ ਮੈਨੂੰ ਇੱਕ ਪੁਰਾਣਾ ਸ਼ੇਅਰ ਯਾਦ ਆ ਗਿਆ:-

"ਜਹਾਜ਼ ਇੱਕ ਚਲਿਆ ਸੀ ਸਪੇਨ ਜਾਣ ਵਾਸਤੇ, ਉੱਥੇ ਪਹੁੰਚਣ ਤੋਂ ਪਹਿਲਾਂ ਹੀ, ਹੋ ਗਿਆ ਮਜ਼ਬੂਰ, ਵਾਪਸ ਆਉਣ ਵਾਸਤੇ।"

ਗੁਰੂਦੇਵ ਕਮਰੇ ਵਿਚ ਦਾਖਲ ਹੋਏ। ਮੈਂ ਤੰਦਰੁਸਤ ਹੋ ਰਹੇ ਮਰੀਜ਼ ਨੂੰ ਮਿਲਣ ਵਾਲੀ ਸਹੂਲਤ ਦਾ ਲਾਭ ਉਠਾਉਂਦਿਆਂ, ਪਿਆਰ ਨਾਲ ਉਨ੍ਹਾਂ ਦਾ ਹੱਥ ਫੜ ਲਿਆ।

"ਗੁਰੂਦੇਵ," ਮੈਂ ਕਿਹਾ। "ਬਾਰਾਂ ਵਰ੍ਹਿਆਂ ਦੀ ਉਮਰ ਤੋਂ ਹੀ ਮੈਂ ਹਿਮਾਲਿਆ ਜਾਣ ਦੀ ਕਈ ਵਾਰ ਨਕਾਮ ਕੋਸ਼ਿਸ਼ ਕੀਤੀ ਅਤੇ ਹੁਣ ਆਖਰ ਨੂੰ, ਮੈਨੂੰ ਇਸ ਗੱਲ ਦਾ ਪੂਰਾ ਯਕੀਨ ਹੋ ਗਿਆ ਹੈ, ਕਿ ਆਪ ਦੇ ਅਸ਼ੀਰਵਾਦ ਤੋਂ ਬਗੈਰ ਦੇਵੀ ਪਾਰਬਤੀ*

* ਸ਼ਾਬਦਿਕ ਅਰਥ "ਪਰਬਤਾਂ ਦੀ ਦੇਵੀ।" ਪੁਰਾਣਾਂ ਵਿਚ ਪਾਰਬਤੀ ਨੂੰ ਹਿਮਾਲਿਆ ਦੀ ਪੁੱਤਰੀ ਕਿਹਾ ਗਿਆ ਹੈ। ਜਿਸ ਦਾ ਨਿਵਾਸ ਸਥਾਨ ਤਿੱਬਤ ਦੀ ਸਰਹੱਦ ਉੱਪਰ ਸਥਿਤ ਕੈਲਾਸ਼ ਪਰਬਤ ਕਿਹਾ ਜਾਂਦਾ ਹੈ। ਉਸ ਦੁਰਗਮ ਪਹਾੜੀ ਦੇ ਕੋਲ ਦੀ ਲੰਘਦਿਆਂ ਹੈਰਾਨ ਯਾਤਰੀਆਂ ਨੂੰ ਦੂਰ ਇੱਕ ਇਸ ਤਰ੍ਹਾਂ ਦੀ ਬਰਫੀਲੀ ਰਚਨਾ ਦਿਖਾਈ ਦਿੰਦੀ ਹੈ, ਜੋ ਬਰਫ ਦੇ ਗੁੰਬਦ ਅਤੇ ਬੁਰਜ਼ਾਂ ਨਾਲ ਬਣਿਆ ਇੱਕ ਰਾਜ ਮਹੱਲ ਲੱਗਦਾ ਹੈ।

ਪਾਰਬਤੀ, ਕਾਲੀ, ਦੁਰਗਾ, ਉਮਾ ਅਤੇ ਹੋਰ ਦੇਵੀਆਂ ਜਗਤ ਜਨਨੀ ਦੇ ਵੱਖਰੇ ਵੱਖਰੇ ਰੂਪ ਹਨ, ਜਿਨ੍ਹਾਂ ਦੇ ਨਾਮਕਰਨ ਉਨ੍ਹਾਂ ਦੀਆਂ ਵੱਖਰੀਆਂ ਵੱਖਰੀਆਂ ਲੀਲਾਵਾਂ ਤੇ ਅਧਾਰਿਤ ਹਨ। ਆਪਣੀ ਪਰਾ ਜਾਂ ਅਪਰੰਪਾਰ ਪ੍ਰਕਿਰਤੀ ਦੇ ਰੂਪ ਵਿਚ ਈਸ਼ਵਰ ਜਾਂ ਸ਼ਿਵ ਸੰਸਾਰ ਵਿਚ ਹਰਕਤ ਰਹਿਤ ਹਨ। ਉਨ੍ਹਾਂ ਦੀਆਂ ਸ਼ਕਤੀਆਂ ਉਨ੍ਹਾਂ ਦੀਆਂ ਸਹਿਧਰਮਣੀਆਂ ਰਾਹੀਂ ਹੀ ਕੰਮ ਕਰਦੀਆਂ ਹਨ। ਇਸ ਸਿਰਜਣਹਾਰ 'ਇਸਤਰੀ ਜਾਤੀ' ਦੀਆਂ ਸ਼ਕਤੀਆਂ ਦੇ ਕਾਰਨ ਹੀ ਬ੍ਰਹਿਮੰਡ ਵਿਚ ਅਨੰਤ ਰੂਪਾਂ ਨੂੰ ਪ੍ਰਗਟ ਹੋਣਾ ਸੰਭਵ ਬਣਦਾ ਹੈ।

ਪੌਰਾਣਿਕ ਕਥਾਵਾਂ ਵਿਚ ਹਿਮਾਲਿਆ ਨੂੰ ਸ਼ਿਵ ਦਾ ਨਿਵਾਸ ਸਥਾਨ ਦੱਸਿਆ ਗਿਆ ਹੈ। ਦੇਵੀ ਗੰਗਾ ਹਿਮਾਲਿਆ ਵਿਚੋਂ ਨਿਕਲੀ ਅਤੇ ਉਸ ਦੀ ਅਧਿਸ਼ਠਾਤਰੀ ਦੇਵੀ ਬਣਨ ਖਾਤਰ ਸਵਰਗ ਤੋਂ ਉੱਤਰ ਕੇ ਪ੍ਰਿਥਵੀ ਉੱਪਰ ਆਈ। ਇਸ ਵਾਸਤੇ ਕਾਵਿਕ ਭਾਸ਼ਾ ਵਿਚ ਕਿਹਾ ਜਾਂਦਾ ਹੈ ਕਿ ਗੰਗਾ ਤ੍ਰਿਮੂਰਤੀ-ਸ੍ਰਿਸ਼ਟੀ ਦੇ ਵਿਨਾਸ਼ਕ-ਰਚਣਹਾਰ ਦੇਵ ਯੋਗੀਰਾਜ ਸ਼ਿਵ ਦੀਆਂ ਜਟਾਵਾਂ ਦੇ ਰਸਤੇ ਤੋਂ ਹੋ ਕੇ ਸਵਰਗ ਤੋਂ ਹੇਠਾਂ ਆ ਕੇ ਪ੍ਰਿਥਵੀ ਉੱਪਰ ਵਗਦੀ ਰਹਿੰਦੀ ਹੈ। ਭਾਰਤ ਦੇ ਸ਼ੈਕਸਪੀਅਰ ਮੰਨੇ ਜਾਣ ਵਾਲੇ ਕਵੀ ਕਾਲੀ ਦਾਸ ਨੇ ਹਿਮਾਲਿਆ ਨੂੰ ਸ਼ਿਵ ਦੀ ਗਰਜਣਾ (ਅਠਾਹਸ) ਦੀ ਉਪਮਾ ਦਿੱਤੀ ਹੈ। ਦੀ ਲੀਗੇਸੀ ਆਫ ਇੰਡੀਆ (ਆਕਸਫੋਰਡ) ਨਾਮਕ ਪੁਸਤਕ ਵਿਚ ਐਫ, ਡਬਲਯੂ ਟਾਮਸ ਲਿਖਦੇ ਹਨ। "ਪਾਠਕ ਕਿਸੇ ਤਰ੍ਹਾਂ ਭਾਵੇਂ ਸ਼ਿਵ ਜੀ ਦੀ ਚਮਕਦੀ ਚਿੱਟੇ ਦੰਦਾਂ ਦੀ ਦੰਦਰਾਲ ਦੇ ਵਿਸਤਾਰ ਦੀ ਕਲਪਨਾ ਕਰ ਵੀ ਲੈਣ, ਤਾਂ ਵੀ ਉਨ੍ਹਾਂ ਨੂੰ ਪੂਰਾ ਅੰਦਾਜ਼ਾ ਉਦੋਂ ਤਕ ਨਹੀਂ ਲੱਗ ਸਕੇਗਾ, ਜਦੋਂ ਤਕ ਉਹ ਉਸ ਗਗਨ ਚੁੰਬੀ ਪਰਬਤ ਜਗਤ ਵਿਚ ਸ਼ਾਸਵਤ ਰੂਪ ਵਿਚ ਸਿੰਘਾਸ਼ਨ ਉੱਪਰ ਬੈਠੇ ਉਸ ਯੋਗੀਸ਼ਵਰ ਦੇ ਵਿਰਾਟ ਅਕਾਰ ਨੂੰ ਨਾ ਸਮਝ ਲੈਣ, ਜਿੱਥੋਂ ਗੰਗਾ ਸਵਰਗ ਤੋਂ ਉੱਤਰ ਕੇ ਉਨ੍ਹਾਂ ਦੀਆਂ ਚੰਦਰ ਕਲਾ ਮੰਡਤ ਜਟਾਵਾਂ ਵਿਚੋਂ ਦੀ ਵਗਦੀ ਹੈ।"

ਹਿੰਦੂ ਚਿੱਤਰਕਲਾ ਵਿਚ ਸ਼ਿਵ ਨੂੰ ਅਕਸਰ ਹੀ ਮਖਮਲੀ ਕਾਲੇ ਹਿਰਨ ਦਾ ਚਰਮ ਪਹਿਨਿਆ ਦਿਖਾਇਆ ਜਾਂਦਾ ਹੈ, ਜੋ ਰਾਤ ਦੇ ਕਾਲੇਪਣ ਅਤੇ ਰਹੱਸਮਯਤਾ ਦਾ ਪ੍ਰਤੀਕ ਹੈ ਅਤੇ ਉਸ ਦਿਗੰਬਰ ਦਾ ਇਹ ਇੱਕੋ ਇੱਕ

ਮੈਨੂੰ ਆਪਣੇ ਕੋਲ ਨਹੀਂ ਆਉਣ ਦੇਵੇਗੀ।

ਪਹਿਨਿਆ ਹੋਇਆ ਕਪੜਾ ਹੈ। ਕੁਝ ਖਾਸ ਸ਼ੈਵ ਪੰਥੀ, ਭਗਵਾਨ ਸ਼ਿਵ ਦੇ ਸਤਕਾਰ ਵਜੋਂ, ਜਿਨ੍ਹਾਂ ਕੋਲ ਕੁਝ ਵੀ ਨਹੀਂ ਅਤੇ ਸਭ ਕੁਝ ਹੈ, ਦਿਗੰਬਰ ਰਹਿੰਦੇ ਹਨ।

ਚੌਧਵੀਂ ਸਦੀ ਦੀ ਇੱਕ ਕਸ਼ਮੀਰਨ ਸੰਤ ਲੱਲਾ ਯੋਗੇਸ਼ਵਰੀ ਇੱਕ ਦਿਗੰਬਰ ਸ਼ਿਵ ਭਗਤ ਸੀ। ਉਸ ਦੇ ਦਿਗੰਬਰ ਰਹਿਣ ਕਰਕੇ, ਉਸ ਦੇ ਸਮਕਾਲੀ ਵਿਅਕਤੀਆਂ ਦੀਆਂ ਭਾਵਨਾਵਾਂ ਨੂੰ ਠੇਸ ਪਹੁੰਚੀ ਅਤੇ ਉਨ੍ਹਾਂ ਨੇ ਉਸ ਤੋਂ ਇਸ ਦਾ ਕਾਰਨ ਪੁੱਛਿਆ, ਕਿ ਉਹ ਨਗਨ ਕਿਉਂ ਰਹਿੰਦੀ ਹੈ। "ਕਿਉਂ ਨਾ ਰਹਾਂ?" ਉਸ ਨੇ ਬੜੀ ਰੁੱਖੀ ਅਵਾਜ਼ ਵਿਚ ਕਿਹਾ, "ਆਲੇ ਦੁਆਲੇ, ਮੈਨੂੰ ਕੋਈ ਪੁਰਸ਼ ਦਿਖਾਈ ਹੀ ਨਹੀਂ ਦਿੰਦਾ।" ਲੱਲਾ ਦੀ ਪ੍ਰਚੰਡ ਵਿਚਾਰਧਾਰਾ ਦੇ ਅਨੁਸਾਰ, ਜਿਸ ਨੇ ਪ੍ਰਮਾਤਮਾ ਨੂੰ ਨਾ ਜਾਣਿਆ ਹੋਵੇ, ਉਹ ਪੁਰਸ਼ ਕਹਿਲਾਉਣ ਦਾ ਹੱਕਦਾਰ ਨਹੀਂ ਹੈ। ਉਹ *ਕਿਰਿਆ ਯੋਗ* ਨਾਲ ਮਿਲਦੀ ਜੁਲਦੀ ਇੱਕ ਤਕਨੀਕ ਦਾ ਅਭਿਆਸ ਕਰਦੀ ਸੀ, ਜਿਸਦੀ ਮੁਕਤੀ-ਦਾਇਕ ਸ਼ਕਤੀ ਦੀ ਉਪਮਾ ਉਸ ਨੇ ਆਪਣੀਆਂ ਅਨੇਕ ਚੌਪਾਈਆਂ ਵਿਚ ਕੀਤੀ ਹੈ। ਉਨ੍ਹਾਂ ਵਿਚੋਂ ਇੱਕ ਦਾ ਅਨੁਵਾਦ ਇੱਥੇ ਦਿੱਤਾ ਜਾ ਰਿਹਾ ਹੈ :

ਦੁਖ ਦਾ ਕਿਹੜਾ ਜ਼ਹਿਰ ਮੈਂ ਨਹੀਂ ਪੀਤਾ?
ਆਪਣੇ ਅਨੇਕ ਜਨਮ ਅਤੇ ਮੌਤ ਦੇ ਚੱਕਰਾਂ ਵਿਚ।
ਆਹ, ਸੁਆਸ ਨਿਯਮਨ ਦੀ ਕਲਾ ਨਾਲ ਪੀਣ ਵਾਲੇ,
ਮੇਰੇ ਪਿਆਲੇ ਵਿਚ, ਹੁਣ ਅੰਮਰਿਤ ਤੋਂ ਇਲਾਵਾ ਕੁਝ ਵੀ ਨਹੀਂ।

ਨਾਸ਼ਵਾਨ ਸਰੀਰਾਂ ਦੀ ਮੌਤ ਦੀ ਬਜਾਏ ਸੰਤਣੀ ਅਗਨੀ ਵਿਚ ਅੰਤਰਧਿਆਨ ਹੋ ਗਈ। ਬਾਅਦ ਵਿਚ ਸ਼ੋਕ ਗ੍ਰਸਤ ਨਗਰ ਨਿਵਾਸੀਆਂ ਦੇ ਸਾਹਮਣੇ, ਉਹ ਸੁਨਹਿਰੀ ਪੁਸ਼ਾਕ ਵਿਚ ਲਿਪਟੀ ਹੋਈ ਜਿਉਂਦੀ ਜਾਗਦੀ ਪ੍ਰਗਟ ਹੋ ਗਈ – ਆਖਰ ਨੂੰ ਪੂਰੀ ਪੁਸ਼ਾਕ ਪਹਿਨ ਕੇ।

ਚੈਪਟਰ 21

ਸਾਡੀ ਕਸ਼ਮੀਰ ਯਾਤਰਾ

"ਹੁਣ ਤੂੰ ਸਫਰ ਕਰਨ ਦੇ ਯੋਗ ਹੋ ਗਿਆ ਹੈਂ। ਮੈਂ ਵੀ ਤੁਹਾਡੇ ਨਾਲ ਕਸ਼ਮੀਰ ਚਲੂੰਗਾ," ਸ਼੍ਰੀ ਯੁਕਤੇਸ਼ਵਰ ਜੀ ਨੇ ਏਸ਼ੀਆਟਿਕ ਹੈਜ਼ੇ ਤੋਂ ਮੇਰੇ ਅਲੌਕਿਕ ਢੰਗ ਨਾਲ ਤੰਦਰੁਸਤ ਹੋ ਜਾਣ ਤੋਂ ਦੋ ਦਿਨ ਬਾਅਦ ਕਿਹਾ। ਉਸੇ ਦਿਨ ਸ਼ਾਮ ਨੂੰ, ਸਾਡੀ ਛੇ ਲੋਕਾਂ ਦੀ ਟੋਲੀ ਉੱਤਰ ਵੱਲ ਜਾਣ ਵਾਲੀ ਰੇਲ ਗੱਡੀ ਵਿਚ ਸਵਾਰ ਹੋ ਗਈ। ਸਾਡਾ ਪਹਿਲਾ ਠਹਿਰਾਅ ਸ਼ਿਮਲਾ ਵਿਚ ਹੋਇਆ, ਜੋ ਹਿਮਾਲਿਆ ਪਹਾੜਾਂ ਦੇ ਸਿੰਘਾਸ਼ਨ ਉੱਪਰ ਮਹਾਰਾਣੀ ਵਾਂਗ ਸਸ਼ੋਭਿਤ ਹੈ। ਅਸੀਂ ਅਦਭੁਤ ਨਜ਼ਾਰਿਆਂ ਦਾ ਆਨੰਦ ਲੈਂਦੇ ਹੋਏ ਢਲਾਣਯੁਕਤ ਸੜਕਾਂ ਤੇ ਘੁੰਮੇ।

"ਵਿਲਾਇਤੀ ਸਟਰਾਬਰੀ ਲੈ ਲਉ," ਇੱਕ ਸੁੰਦਰ ਨਜ਼ਾਰਾ ਪੇਸ਼ ਕਰਦੀ ਥਾਂ ਉੱਪਰ ਲੱਗੇ ਖੁੱਲ੍ਹੇ ਬਜ਼ਾਰ ਵਿਚ ਇੱਕ ਬਜ਼ੁਰਗ ਔਰਤ ਹੋਕਰੇ ਮਾਰ ਰਹੀ ਸੀ।

ਛੋਟੇ ਛੋਟੇ ਲਾਲ ਲਾਲ ਅਜੀਬ ਫਲਾਂ ਨੂੰ ਦੇਖ ਕੇ ਗੁਰੂਦੇਵ ਦੀ ਜਿਗਿਆਸਾ ਜਾਗ ਉੱਠੀ। ਉਨ੍ਹਾਂ ਨੇ, ਉਨ੍ਹਾਂ ਫਲਾਂ ਦੀ ਇੱਕ ਟੋਕਰੀ ਖਰੀਦ ਲਈ ਅਤੇ ਨੇੜੇ ਖੜ੍ਹੇ ਕਨਹਾਈ ਅਤੇ ਮੈਨੂੰ ਖਾਣ ਲਈ ਕੁਝ ਫਲ ਦਿੱਤੇ। ਮੈਂ ਇੱਕ ਫਲ ਖਾ ਕੇ ਦੇਖਿਆ, ਪਰ ਤੁਰੰਤ ਥੁੱਕ ਦਿੱਤਾ।

"ਕਿੰਨਾ ਖੱਟਾ ਫਲ ਹੈ ਗੁਰੂਦੇਵ, ਮੈਨੂੰ ਸਟਰਾਬਰੀ ਕਦੇ ਵੀ ਚੰਗੀ ਨਹੀਂ ਲੱਗ ਸਕਦੀ।"

ਮੇਰੇ ਗੁਰੂਦੇਵ ਹੱਸਣ ਲੱਗੇ। "ਅਮਰੀਕਾ ਵਿਚ ਤੈਨੂੰ ਇਹ ਬਹੁਤ ਚੰਗੀ ਲਗੇਗੀ। ਉੱਥੇ ਰਾਤ ਦੇ ਇੱਕ ਖਾਣੇ ਵਿਚ, ਜਿਸ ਘਰ ਵਿਚ ਤੂੰ ਖਾਣਾ ਖਾ ਰਿਹਾ ਹੋਵੇਂਗਾ, ਉਸ ਘਰ ਦੀ ਮਾਲਕਣ ਤੈਨੂੰ ਮਲਾਈ ਅਤੇ ਖੰਡ ਦੇ ਨਾਲ ਸਟਰਾਬਰੀ ਦੇਵੇਗੀ। ਜਦੋਂ ਉਹ ਕਾਂਟੇ ਦੇ ਨਾਲ ਸਟਰਾਬਰੀਆਂ ਨੂੰ ਕੁਚਲ ਕੇ ਤੈਨੂੰ ਦੇਵੇਗੀ, ਤਾਂ ਤੂੰ ਉਸ ਨੂੰ ਖਾ ਕੇ ਕਹਿ ਉਠੇਂਗਾ, ਸਟਰਾਬਰੀ ਕਿੰਨੀ ਸੁਆਦਲੀ ਹੈ, ਫਿਰ ਤੈਨੂੰ ਸ਼ਿਮਲੇ ਦਾ ਅੱਜ ਦਾ ਦਿਨ ਚੇਤੇ ਆਵੇਗਾ।"

ਸ਼੍ਰੀ ਯੁਕਤੇਸ਼ਵਰ ਜੀ ਦੀ ਭਵਿੱਖਬਾਣੀ ਮੇਰੇ ਦਿਮਾਗ ਵਿਚੋਂ ਪੂਰੀ ਤਰ੍ਹਾਂ ਨਿਕਲ ਗਈ ਸੀ, ਪ੍ਰੰਤੂ ਕਈ ਸਾਲਾਂ ਬਾਅਦ, ਮੇਰੇ ਅਮਰੀਕਾ ਜਾਣ ਤੋਂ ਛੇਤੀ ਬਾਅਦ ਹੀ ਫਿਰ ਯਾਦ ਆ ਗਈ। ਮੈਸਾਚਿਊਟਿਸ ਰਾਜ ਵਿਚ ਵੈਸਟ ਸੋਮਰਵਿਲੇ ਸ਼ਹਿਰ ਵਿਚ ਸ਼੍ਰੀਮਤੀ ਏਲਿਸ ਟੀ ਹੈਸੇ (ਯੋਗ ਮਾਤਾ) ਦੇ ਘਰ ਵਿਚ ਇੱਕ ਦਿਨ ਮੈਂ ਰਾਤ ਦੇ ਖਾਣੇ ਵਾਸਤੇ

ਨਿਮੰਤਰਤ ਸੀ। ਖਾਣੇ ਦੇ ਅਖੀਰ ਵਿਚ ਜਦੋਂ ਸਟਰਾਬਰੀਆਂ ਮੇਜ਼ ਤੇ ਲਿਆ ਕੇ ਰੱਖੀਆਂ ਗਈਆਂ, ਤਾਂ ਸ਼੍ਰੀਮਤੀ ਹੈਸੇ ਨੇ ਇੱਕ ਕਾਂਟਾ ਚੁੱਕਿਆ ਅਤੇ ਉਸ ਨਾਲ ਮੇਰੇ ਸਾਹਮਣੇ ਰੱਖੀਆਂ ਸਟਰਾਬਰੀਆਂ ਨੂੰ ਚੰਗੀ ਤਰ੍ਹਾਂ ਕੁਚਲ ਦਿੱਤਾ ਅਤੇ ਉਸ ਵਿਚ ਮਲਾਈ ਅਤੇ ਖੰਡ ਪਾ ਦਿੱਤੀ। "ਇਹ ਫਲ ਕੁਝ ਜਿਆਦਾ ਹੀ ਖੱਟਾ ਹੁੰਦਾ ਹੈ, ਮੈਨੂੰ ਲਗਦਾ ਹੈ ਆਪ ਇਸ ਨੂੰ ਇਸ ਤਰ੍ਹਾਂ ਖਾਣਾ ਪਸੰਦ ਕਰੋਗੇ," ਉਸ ਨੇ ਕਿਹਾ। ਮੈਂ ਥੋੜਾ ਜਿਹਾ ਚੁੱਕ ਕੇ ਮੂੰਹ ਵਿਚ ਪਾਇਆ ਤੇ ਮੇਰੇ ਮੂਹੋਂ ਸਹਿਜ ਸੁਭਾਅ ਨਿਕਲ ਗਿਆ, ਸਟਰਾਬਰੀ ਕਿੰਨੀ ਸੁਆਦ ਹੈ।" ਉਸ ਵਕਤ ਯਾਦਾਂ ਦੇ ਝਰੋਖੇ ਵਿਚੋਂ ਸ਼ਿਮਲੇ ਵਿਚ ਕੀਤੀ ਗਈ, ਗੁਰੂਦੇਵ ਦੀ ਭਵਿਖਬਾਣੀ, ਮੇਰੇ ਗਹਿਰੇ ਮਾਨਸ ਪਟਲ ਉੱਪਰ ਫਿਰ ਉੱਭਰ ਆਈ। ਇਹ ਸੋਚਦਿਆਂ ਮੈਂ ਆਨੰਦ ਅਤੇ ਹੈਰਾਨੀ ਭਰੀ ਖੁਸ਼ੀ ਨਾਲ ਆਤਮ ਵਿਭੋਰ ਹੋ ਉੱਠਿਆ, ਕਿ ਈਸ਼ਵਰ ਪ੍ਰਾਪਤ ਮੇਰੇ ਗੁਰੂਦੇਵ ਨੇ ਭਵਿਖ ਦੇ ਅਕਾਸ਼ ਵਿਚ ਵਿਚਰਨ ਕਰਨ ਵਾਲੇ ਵਿਧਾਤਾ ਦੇ ਦੁਆਰਾ ਲਿਖੇ ਗਏ ਘਟਨਾ ਚੱਕਰ ਨੂੰ ਬਹੁਤ ਪਹਿਲਾਂ ਹੀ ਦੇਖ ਲਿਆ ਸੀ।

ਸਾਡੀ ਟੋਲੀ ਛੇਤੀ ਹੀ ਸ਼ਿਮਲਾ ਛੱਡ ਕੇ ਰਾਵਲਪਿੰਡੀ ਜਾਣ ਵਾਲੀ ਰੇਲ ਗੱਡੀ ਵਿਚ ਸਵਾਰ ਹੋ ਗਈ। ਉੱਥੋਂ ਕਸ਼ਮੀਰ ਦੀ ਰਾਜਧਾਨੀ ਸ਼੍ਰੀਨਗਰ ਤਕ ਜਾਣ ਵਾਸਤੇ ਅਸੀਂ ਸੱਤ ਦਿਨ ਦੀ ਯਾਤਰਾ ਵਾਸਤੇ, ਦੋ ਘੋੜਿਆਂ ਦੁਆਰਾ ਖਿੱਚੀ ਜਾਣ ਵਾਲੀ ਬੱਘੀ ਕਿਰਾਏ ਉੱਪਰ ਲਈ। ਜਿਹੜੀ ਚਾਰੇ ਪਾਸਿਆਂ ਤੋਂ ਬੰਦ ਸੀ ਅਤੇ ਉੱਪਰੋਂ ਵੀ ਛੱਤੀ ਹੋਈ ਸੀ। ਸਾਡੀ ਉਸ ਉੱਤਰ ਦਿਸ਼ਾ ਵੱਲ ਯਾਤਰਾ ਵਿਚ ਦੂਜੇ ਦਿਨ ਤੋਂ ਹੀ ਹਿਮਾਲਿਆ ਦੀ ਸੱਚੀ ਵਿਸ਼ਾਲਤਾ ਦਿਖਾਈ ਦੇਣੀ ਸ਼ੁਰੂ ਹੋ ਗਈ ਸੀ। ਜਿਉਂ ਜਿਉਂ ਸਾਡੀ ਬੱਘੀ ਦੇ ਲੋਹੇ ਦੇ ਪਹੀਏ ਗਰਮ ਪਥਰੀਲੇ ਰਸਤਿਆਂ ਉੱਪਰ ਘਰੜ ਘਰੜ ਕਰਦੇ ਅੱਗੇ ਵਧਦੇ ਜਾ ਰਹੇ ਸਨ, ਤਿਉਂ ਤਿਉਂ ਪਹਾੜਾਂ ਦੀ ਸੋਭਾ ਦੇ ਬਦਲਦੇ ਸੁੰਦਰ ਨਜ਼ਾਰਿਆਂ ਨੂੰ ਦੇਖ ਕੇ ਅਸੀਂ ਆਨੰਦ ਮਗਨ ਹੁੰਦੇ ਜਾ ਰਹੇ ਸੀ।

"ਗੁਰੂਦੇਵ," ਆਡੀ ਨੇ ਕਿਹਾ। "ਆਪ ਦੀ ਪਵਿੱਤਰ ਸੰਗਤ ਵਿਚ ਇਨ੍ਹਾਂ ਮਹਿਮਾਮਈ ਗੌਰਵਸ਼ਾਲੀ ਨਜ਼ਾਰਿਆਂ ਦਾ ਬਹੁਤ ਆਨੰਦ ਆ ਰਿਹਾ ਹੈ।"

ਮੈਂ ਆਡੀ ਦੇ ਮੂਹੋਂ ਨਿਕਲੇ ਇਨ੍ਹਾਂ ਪ੍ਰਸ਼ੰਸਾਦਾਇਕ ਸ਼ਬਦਾਂ ਨੂੰ ਸੁਣਕੇ ਬੜਾ ਖੁਸ਼ ਹੋਇਆ, ਕਿਉਂਕਿ ਇਸ ਯਾਤਰਾ ਦਾ ਸੰਯੋਜਕ ਮੈਂ ਸੀ। ਸ਼੍ਰੀ ਯੁਕਤੇਸ਼ਵਰ ਜੀ ਨੇ ਮੇਰੇ ਭਾਵਾਂ ਨੂੰ ਤਾੜ ਲਿਆ ਅਤੇ ਮੇਰੇ ਵੱਲ ਮੂੰਹ ਕਰਕੇ ਹੌਲੀ ਜਿਹੀ ਕਿਹਾ, "ਆਪਣੀ ਫੋਕੀ ਆਤਮ ਪ੍ਰਸ਼ੰਸਾ ਨਾ ਕਰ, ਆਡੀ ਨੂੰ ਇਨ੍ਹਾਂ ਨਜ਼ਾਰਿਆਂ ਤੋਂ ਇੰਨਾ ਆਨੰਦ ਨਹੀਂ ਆ ਰਿਹਾ, ਜਿੰਨਾ ਸਿਗਰਟ ਪੀਣ ਵਾਸਤੇ ਕੁਝ ਸਮੇਂ ਵਾਸਤੇ ਸਾਥੋਂ ਦੂਰ ਹੋ ਸਕਣ ਦੀ ਸੰਭਾਵਨਾ ਨਾਲ ਆ ਰਿਹਾ ਹੈ।"

ਮੈਨੂੰ ਬੜੀ ਠੇਸ ਲੱਗੀ, "ਗੁਰੂਦੇਵ," ਮੈਂ ਵੀ ਹੌਲੀ ਦੇਣੀ ਅਵਾਜ਼ ਵਿਚ ਕਿਹਾ, "ਕ੍ਰਿਪਾ ਕਰਕੇ ਇਹੋ ਜਿਹੇ ਦੁਖਦਾਈ ਸ਼ਬਦਾਂ ਨਾਲ ਆਪ ਰੰਗ ਵਿਚ ਭੰਗ ਨਾ ਪਾਉ।

ਮੈਂ ਇਹ ਵਿਸ਼ਵਾਸ ਨਹੀਂ ਕਰ ਸਕਦਾ ਕਿ ਆਡੀ ਸਿਗਰਟ ਪੀਣ ਵਾਸਤੇ ਤਰਲੋ ਮੱਛੀ ਹੋ ਰਿਹਾ ਹੈ।'' ਮੈਂ ਸੰਦੇਹ ਭਰੀ ਨਜ਼ਰ ਨਾਲ ਗੁਰੂਦੇਵ ਵੱਲ ਦੇਖਿਆ, ਜਿਹੜੇ ਕਦੇ ਕਿਸੇ ਅੱਗੇ ਦਬਦੇ ਨਹੀਂ ਸਨ।

''ਬਹੁਤ ਚੰਗਾ, ਮੈਂ ਆਡੀ ਨੂੰ ਕੁਝ ਨਹੀਂ ਕਹਾਂਗਾ,'' ਗੁਰੂਦੇਵ ਨੇ ਮੁਸਕਰਾਉਂਦਿਆਂ ਕਿਹਾ, ''ਪ੍ਰੰਤੂ ਤੂੰ ਦੇਖੇਂਗਾ, ਜਿਉਂ ਹੀ ਘੋੜਾ ਬੱਘੀ ਰੁਕੇਗੀ ਤਾਂ ਉਹ ਮੌਕੇ ਦਾ ਫਾਇਦਾ ਉਠਾਉਣ ਦੀ ਫੁਰਤੀ ਦਿਖਾਏਗਾ।''

ਬੱਘੀ ਇੱਕ ਛੋਟੀ ਜਿਹੀ ਧਰਮਸ਼ਾਲਾ ਕੋਲ ਪਹੁੰਚੀ, ਜਿਉਂ ਹੀ ਕੋਚਵਾਨ ਘੋੜਿਆਂ ਨੂੰ ਪਾਣੀ ਪਿਲਾਉਣ ਵਾਸਤੇ ਲੈ ਕੇ ਜਾਣ ਲੱਗਿਆ ਤਾਂ ਆਡੀ ਨੇ ਕਿਹਾ, ''ਗੁਰੂਦੇਵ, ਆਪ ਗੁੱਸਾ ਤਾਂ ਨਹੀਂ ਮਨਾਉਗੇ, ਜੇ ਮੈਂ ਥੋੜੀ ਦੇਰ ਵਾਸਤੇ ਤਾਜ਼ੀ ਹਵਾ ਖਾਣ ਵਾਸਤੇ ਕੋਚਵਾਨ ਦੇ ਨਾਲ ਬਾਹਰ ਬੈਠ ਜਾਵਾਂ।''

ਸ਼੍ਰੀ ਯੁਕਤੇਸ਼ਵਰ ਜੀ ਨੇ ਉਸ ਨੂੰ ਇਜਾਜ਼ਤ ਦੇ ਦਿੱਤੀ, ਪ੍ਰੰਤੂ ਮੈਨੂੰ ਕਿਹਾ, ''ਉਸ ਨੂੰ ਤਾਜੀ ਹਵਾ ਨਹੀਂ, ਤਾਜਾ ਧੂਆਂ ਚਾਹੀਦਾ ਹੈ।''

ਚੀਂ ਚੀਂ ਕਰਦਿਆਂ ਬੱਘੀ ਨੇ ਫਿਰ ਧੂੜ ਭਰੇ ਰਸਤਿਆਂ ਉੱਪਰ ਆਪਣੀ ਯਾਤਰਾ ਸ਼ੁਰੂ ਕਰ ਦਿੱਤੀ। ਗੁਰੂਦੇਵ ਦੀਆਂ ਅੱਖਾਂ ਵਿਚ ਹਾਸੇ ਦੀ ਚਮਕ ਆ ਗਈ। ਉਨ੍ਹਾਂ ਨੇ ਮੈਨੂੰ ਕਿਹਾ, ''ਬੱਘੀ ਦੇ ਦਰਵਾਜ਼ੇ ਵਿਚੋਂ ਥੋੜੀ ਗਰਦਣ ਬਾਹਰ ਕੱਢ ਕੇ ਦੇਖ ਕਿ ਆਡੀ ਕਿਸ ਤਰ੍ਹਾਂ ਦੀ ਹਵਾ ਖਾ ਰਿਹਾ ਹੈ।'' ਮੈਂ ਉਨ੍ਹਾਂ ਦਾ ਹੁਕਮ ਮੰਨਦਿਆਂ ਬਾਹਰ ਗਰਦਣ ਕੱਢ ਕੇ ਦੇਖਿਆ ਅਤੇ ਹੈਰਾਨ ਰਹਿ ਗਿਆ ਕਿ ਆਡੀ ਮੂੰਹ ਤੋਂ ਸਿਗਰਟ ਦੇ ਧੂਏਂ ਦੇ ਛੱਲੇ ਬਣਾ ਬਣਾ ਕੇ ਛੱਡ ਰਿਹਾ ਹੈ। ਮੈਂ ਖਿਮਾ ਜਾਚਨਾ ਨਾਲ ਗੁਰੂਦੇਵ ਵੱਲ ਦੇਖਿਆ।

''ਗੁਰੂਦੇਵ, ਹਮੇਸ਼ਾਂ ਦੀ ਤਰ੍ਹਾਂ ਇਹ ਗੱਲ ਵੀ ਆਪ ਦੀ ਸੱਚ ਨਿਕਲੀ, ਆਡੀ ਕੁਦਰਤ ਦੇ ਨਜ਼ਾਰਿਆਂ ਦੇ ਨਾਲ ਨਾਲ ਸਿਗਰਟ ਦਾ ਵੀ ਆਨੰਦ ਲੈ ਰਿਹਾ ਹੈ।'' ਮੈਂ ਅੰਦਾਜ਼ਾ ਲਗਾਇਆ ਕਿ ਆਡੀ ਨੂੰ ਸਿਗਰਟ ਕੋਚਵਾਨ ਤੋਂ ਮਿਲੀ ਹੋਵੇਗੀ, ਕਿਉਂਕਿ ਇੰਨਾ ਤਾਂ ਮੈਨੂੰ ਜਰੂਰ ਪੱਕਾ ਪਤਾ ਸੀ, ਕਿ ਉਹ ਕੋਲਕਾਤਾ ਤੋਂ ਕੋਈ ਸਿਗਰਟ ਨਾਲ ਨਹੀਂ ਸੀ ਲੈ ਕੇ ਚੱਲਿਆ।

ਨਦੀਆਂ, ਘਾਟੀਆਂ, ਕਿਨਾਰਿਆਂ ਤੇ ਬੈਠੀਆਂ, ਖੜ੍ਹੀਆਂ ਵੱਡੀਆਂ ਵੱਡੀਆਂ ਚਟਾਨਾਂ ਅਤੇ ਅਣਗਿਣਤ ਪਹਾੜੀਆਂ ਦੀਆਂ ਕਤਾਰਾਂ ਦੇ ਮਨੋਹਰ ਨਜ਼ਾਰਿਆਂ ਦਾ ਆਨੰਦ ਲੈਂਦੇ ਹੋਏ, ਅਸੀਂ ਚੱਕਰਦਾਰ ਰਸਤਿਆਂ ਉੱਪਰ ਅੱਗੇ ਵਧਦੇ ਜਾ ਰਹੇ ਸੀ। ਹਰ ਰਾਤ ਅਸੀਂ ਕਿਸੇ ਪੇਂਡੂ ਧਰਮਸ਼ਾਲਾ ਵਿਚ ਠਹਿਰ ਜਾਂਦੇ ਅਤੇ ਖਾਣਾ ਆਪਣੇ ਆਪ ਬਣਾ ਲੈਂਦੇ। ਸ਼੍ਰੀ ਯੁਕਤੇਸ਼ਵਰ ਜੀ ਮੇਰੇ ਖਾਣ ਪੀਣ ਦਾ ਖਾਸ ਧਿਆਨ ਰੱਖਦੇ ਸਨ ਅਤੇ ਹਰ ਇੱਕ ਖਾਣੇ ਦੇ ਵੇਲੇ ਮੈਨੂੰ ਨਿੰਬੂ ਦਾ ਰਸ ਜਰੂਰ ਦਿਵਾਉਂਦੇ ਸਨ। ਮੇਰੇ ਵਿਚ ਹਾਲੇ ਕਮਜ਼ੋਰੀ ਸੀ, ਪਰ ਉਸ ਵਿਚ ਹਰ ਰੋਜ਼ ਸੁਧਾਰ ਹੋ ਰਿਹਾ ਸੀ। ਹਾਲਾਂ ਕਿ ਖੜ ਖੜ ਕਰਕੇ ਚੱਲਣ ਵਾਲੀ

ਸਾਡੀ ਬੱਘੀ, ਉਸ ਵਿਚ ਸਫਰ ਕਰਨ ਵਾਲਿਆਂ ਨੂੰ ਸਾਰੇ ਪਾਸਿਆਂ ਤੋਂ ਤਕਲੀਫ ਦੇਣ ਲਈ ਖਾਸ ਧਿਆਨ ਰੱਖ ਕੇ ਬਣਾਈ ਗਈ ਲਗਦੀ ਸੀ।

ਜਿਉਂ ਜਿਉਂ ਅਸੀਂ ਕੇਂਦਰੀ ਕਸ਼ਮੀਰ ਦੇ ਨੇੜੇ ਪਹੁੰਚ ਰਹੇ ਸੀ, ਤਿਉਂ ਤਿਉਂ ਸਾਡੇ ਦਿਲ ਆਨੰਦਮਈ ਪੂਰਵ ਅਨੁਮਾਨਾਂ ਨਾਲ ਭਰ ਰਹੇ ਸਨ। ਕਮਲ ਦੇ ਫੁੱਲਾਂ ਨਾਲ ਭਰੇ ਸਰੋਵਰਾਂ, ਤੈਰਦੇ ਹੋਏ ਬਾਗਾਂ, ਸਜੇ ਹੋਏ ਸ਼ਿਕਾਰਿਆਂ, ਬਹੁ-ਪੁਲਾਂ ਨਾਲ ਸਸ਼ੋਭਿਤ ਜੇਹਲਮ ਨਦੀ, ਫੁੱਲਾਂ ਨਾਲ ਲੱਦੀ ਹਰਿਆਵਲੀ ਚਰਾਗਾਹ, ਫਿਰ ਉਸ ਤੋਂ ਵੀ ਉੱਪਰ ਚਾਰੇ ਪਾਸਿਆਂ ਤੋਂ ਹਿਮਾਲਿਆ ਦੀਆਂ ਪਹਾੜੀਆਂ ਨਾਲ ਘਿਰੇ ਹੋਏ ਆਨੰਦਮਈ ਨਜ਼ਾਰਿਆਂ ਦੇ ਅਨੁਮਾਨ।

ਸ਼੍ਰੀਨਗਰ ਪਹੁੰਚਣ ਵਾਸਤੇ ਰਸਤੇ ਵਿਚ ਦੋਨੋਂ ਪਾਸਿਆਂ ਉੱਪਰ ਸਾਡਾ ਸੁਆਗਤ ਕਰਦੇ ਉੱਚੇ ਉੱਚੇ ਦਰਖਤ ਖੜ੍ਹੇ ਸਨ। ਉੱਥੇ ਪਹੁੰਚ ਕੇ ਅਸੀਂ ਇੱਕ ਦੁਮੰਜ਼ਲੀ ਧਰਮਸ਼ਾਲਾ ਵਿਚ ਕਮਰੇ ਕਿਰਾਏ ਉੱਪਰ ਲੈ ਲਏ ਜਿਹੜੇ ਸੁੰਦਰ ਪਹਾੜੀਆਂ ਦੇ ਸਾਹਮਣੇ ਸਨ। ਉੱਥੇ ਸਰਕਾਰੀ ਟੂਟੀ ਦਾ ਪਾਣੀ ਸੁਲੱਭ ਨਹੀਂ ਸੀ, ਜਿਸ ਕਰਕੇ ਪਾਣੀ ਸਾਨੂੰ ਇੱਕ ਨੇੜੇ ਦੇ ਖੂਹ ਤੋਂ ਭਰ ਕੇ ਲਿਆਉਣਾ ਪੈਂਦਾ ਸੀ। ਉੱਥੇ ਗਰਮੀ ਦੀ ਰੁੱਤ ਵੀ ਬਹੁਤ ਜਿਆਦਾ ਅਰਾਮਦੇਹ ਸੀ। ਦਿਨ ਵੇਲੇ ਗਰਮੀ ਪਰ ਰਾਤ ਨੂੰ ਹਲਕੀ ਜਿਹੀ ਠੰਡ।

ਅਸੀਂ ਸਾਰੇ ਜਣੇ ਸ਼੍ਰੀਨਗਰ ਵਿਚ ਸ਼ੰਕਰਾਚਾਰੀਆ ਦੇ ਪ੍ਰਾਚੀਨ ਮੰਦਰ ਦੇ ਦਰਸ਼ਨ ਕਰਨ ਗਏ। ਪਹਾੜ ਦੀ ਟੀਸੀ ਉੱਪਰ ਬਣੇ, ਇਸ ਮੰਦਰ ਦੇ ਦੂਰ ਤੋਂ ਹੀ ਸਪਸ਼ਟ ਤੌਰ ਤੇ ਦਿਖਾਈ ਦੇਣ ਵਾਲੇ ਆਸ਼੍ਰਮ ਤੇ ਜਦੋਂ ਮੇਰੀ ਨਜ਼ਰ ਪਈ, ਤਾਂ ਮੈਂ ਉਸੇ ਵੇਲੇ ਪਰਮ ਆਨੰਦਮਈ ਅਵਸਥਾ ਵਿਚ ਚਲਿਆ ਗਿਆ। ਉਸ ਹਾਲਤ ਵਿਚ ਕਿਸੇ ਥਾਂ ਤੇ ਦੂਰ ਕਿਸੇ ਦੇਸ਼ ਵਿਚ ਪਹਾੜੀ ਦੀ ਟੀਸੀ ਉੱਪਰ ਬਣਿਆ ਇੱਕ ਭਵਨ ਦਿਖਾਈ ਦੇਣ ਲੱਗਿਆ। ਸ਼ੰਕਰਾਚਾਰੀਆ ਦਾ ਉਹ ਗੌਰਵਸ਼ਾਲੀ ਮੰਦਰ ਉਸ ਭਵਨ ਵਿਚ ਬਦਲ ਗਿਆ, ਜਿਥੇ ਮੈਂ ਕਈ ਸਾਲਾਂ ਬਾਅਦ ਅਮਰੀਕਾ ਵਿਚ ਸੈਲਫ-ਰੀਆਲਾਈਜੇਸ਼ਨ ਫੈਲੋਸ਼ਿਪ ਦੇ ਮੁੱਖ ਦਫਤਰ ਦੀ ਸਥਾਪਨਾ ਕੀਤੀ। (ਜਦੋਂ ਮੈਂ ਪਹਿਲੀ ਵਾਰ ਕੈਲੀਫੋਰਨੀਆ ਵਿਚ ਲਾਸ ਐਂਜਲਿਸ ਗਿਆ ਅਤੇ ਉੱਥੇ ਮਾਊਂਟ ਵਾਸ਼ਿਗਟਨ ਦੀ ਟੀਸੀ ਉੱਪਰ ਬਣਿਆ, ਉਹ ਵਿਸ਼ਾਲ ਭਵਨ ਦੇਖਿਆ ਤਾਂ ਮੈਂ ਤੁਰੰਤ ਉਸ ਨੂੰ ਵਰ੍ਹਿਆਂ ਪਹਿਲੇ ਕਸ਼ਮੀਰ ਅਤੇ ਕਿਸੇ ਹੋਰ ਥਾਂ ਤੇ ਆਪਣੀ ਅੰਤਰ ਦ੍ਰਿਸ਼ਟੀ ਵਿਚ ਦੇਖੇ ਭਵਨਾਂ ਦੇ ਨਜ਼ਾਰਿਆਂ ਵਿਚੋਂ ਇੱਕ ਦਮ ਪਹਿਚਾਣ ਲਿਆ)।

ਕੁਝ ਦਿਨ ਸ਼੍ਰੀਨਗਰ ਵਿਚ ਬਿਤਾਉਣ ਤੋਂ ਬਾਅਦ ਅਸੀਂ ਅੱਠ ਹਜ਼ਾਰ ਪੰਜ ਸੌ ਫੁੱਟ ਦੀ ਉਚਾਈ ਤੇ ਸਥਿਤ ਗੁਲਮਰਗ 'ਫੁੱਲਾਂ ਨਾਲ ਲੱਦਿਆ ਪਹਾੜੀ ਰਸਤਾ' ਚਲੇ ਗਏ, ਜਿੱਥੇ ਮੈਂ ਆਪਣੀ ਜ਼ਿੰਦਗੀ ਵਿਚ ਪਹਿਲੀ ਵਾਰੀ ਘੋੜੇ ਦੀ ਸਵਾਰੀ ਕੀਤੀ। ਰਾਜਿੰਦਰ ਇੱਕ ਇਹੋ ਜਿਹੇ ਟੱਟੂ ਉੱਪਰ ਸਵਾਰ ਹੋਇਆ, ਜੋ ਤੇਜ ਦੌੜਨ ਲਈ ਹਮੇਸ਼ਾਂ ਉਤਾਵਲਾ

ਰਹਿੰਦਾ ਸੀ। ਅਸੀਂ ਖਿੱਲਣ ਮਾਰਗ ਜਾਣ ਵਾਸਤੇ ਨਿਕਲ ਪਏ, ਜਿਸ ਦੀ ਚੜ੍ਹਾਈ ਬੜੀ ਸਿੱਧੀ ਅਤੇ ਰਸਤਾ ਸੰਘਣੇ ਜੰਗਲਾਂ ਵਿਚੋਂ ਦੀ ਹੋ ਕੇ ਜਾਂਦਾ ਸੀ, ਜਿਹੜਾ ਛਾਤੇਦਾਰ ਦਰਖਤਾਂ ਦੇ ਝੁੰਡਾਂ ਨਾਲ ਭਰਪੂਰ ਸੀ। ਧੁੰਦ ਦੇ ਨਾਲ ਢਕੇ ਰਸਤੇ ਅਕਸਰ ਹੀ ਸੰਕਟ ਪੂਰਨ ਪ੍ਰਤੀਤ ਹੋ ਰਹੇ ਸਨ, ਪ੍ਰੰਤੂ ਇਸ ਸਭ ਕੁਝ ਦੇ ਬਾਵਜੂਦ ਰਾਜਿੰਦਰ ਦੇ ਟੱਟੂ ਨੇ ਮੇਰੇ ਵੱਡੇ ਘੋੜੇ ਨੂੰ ਇੱਕ ਮਿੰਟ ਵਾਸਤੇ ਚੈਨ ਨਹੀਂ ਲੈਣ ਦਿੱਤਾ। ਇਥੋਂ ਤਕ ਕਿ ਖਤਰਨਾਕ ਮੋੜਾਂ ਉੱਪਰ ਵੀ ਉਹ ਮੁਕਾਬਲੇ ਦੇ ਆਨੰਦ ਤੋਂ ਇਲਾਵਾ ਬਾਕੀ ਸਾਰੀਆਂ ਗੱਲਾਂ ਤੋਂ ਬੇਖਬਰ ਵੱਡੇ ਘੋੜੇ ਦੀ ਪੈੜ ਨੱਪੀ ਆਉਂਦਾ ਰਿਹਾ।

ਇਸ ਕਸ਼ਟਦਾਇਕ ਮੁਕਾਬਲੇ ਤੋਂ ਬਾਅਦ, ਜੋ ਹੈਰਾਨ ਕਰਨ ਵਾਲਾ ਮਨਮੋਹਕ ਨਜ਼ਾਰਾ ਦੇਖਣ ਨੂੰ ਮਿਲਿਆ, ਉਸ ਨਾਲ ਅਸੀਂ ਕੱਟੀ ਹੋਈ ਸਾਰੀ ਦੀ ਸਾਰੀ ਔਖਿਆਈ ਭੁੱਲ ਗਏ। ਮੈਂ ਚਾਰੇ ਪਾਸੇ ਨਜ਼ਰ ਘੁੰਮਾਈ ਤਾਂ ਆਪਣੀ ਜ਼ਿੰਦਗੀ ਵਿਚ ਪਹਿਲੀ ਵਾਰ ਮੈਨੂੰ ਸਭ ਪਾਸੇ ਹਿਮਾਲਿਆ ਪਹਾੜਾਂ ਦੀਆਂ ਉੱਚ ਸ਼ਿਖਰਾਂ ਹੀ ਦਿਖਾਈ ਦਿੱਤੀਆਂ। ਪਹਾੜਾਂ ਦੀਆਂ ਟੀਸੀਆਂ ਦੀਆਂ ਕਤਾਰਾਂ ਦਰ ਕਤਾਰਾਂ ਜੋ ਧਰੁੱਵ ਪ੍ਰਦੇਸ਼ ਦੇ ਵੱਡ ਸਰੀਰੀ ਚਿੱਟੇ ਰਿੱਛਾਂ ਦੀ ਸ਼ਕਲ ਵਾਂਗ ਦਿਖਾਈ ਦੇ ਰਹੀਆਂ ਸਨ। ਮੇਰੀਆਂ ਅੱਖਾਂ ਚਮਕਦੇ ਸੂਰਜ ਦੀ ਧੁੱਪ ਵਿਚ, ਨੀਲੇ ਅਸਮਾਨ ਦੀ ਪਿੱਠ ਭੂਮੀ ਵਿਚ ਫੈਲੀਆਂ ਅੰਤਹੀਨ ਬਰਫੀਲੀ ਚੋਟੀਆਂ ਦੇ ਮਨਮੋਹਕ ਦ੍ਰਿਸ਼ ਦੇ ਨਜ਼ਾਰਿਆਂ ਦੀ ਜਿੱਤ ਦਾ ਆਨੰਦ ਲੈ ਰਹੀਆਂ ਸਨ।

ਮੈਂ ਆਪਣੇ ਜਵਾਨ ਦੋਸਤਾਂ ਦੇ ਨਾਲ ਚਮਕਦੀਆਂ ਚਿੱਟੀਆਂ ਢਲਾਣਾਂ ਉੱਪਰ ਇੱਧਰ ਉੱਧਰ ਰਿੜ੍ਹਦਿਆਂ ਆਨੰਦ ਲੈਂਦਾ ਰਿਹਾ। ਅਸੀਂ ਸਾਰਿਆਂ ਨੇ ਓਵਰਕੋਟ ਪਹਿਨ ਰੱਖੇ ਸਨ। ਥੱਲੇ ਨੂੰ ਉੱਤਰਦਿਆਂ ਅਸੀਂ ਦੂਰੋਂ ਦੇਖਿਆ, ਕਿ ਜਿਵੇਂ ਕਿਸੇ ਨੇ ਦੂਰ ਪੀਲੇ ਫੁੱਲਾਂ ਦਾ ਇੱਕ ਬਹੁਤ ਵੱਡਾ ਕਾਲੀਨ ਵਿਛਾ ਰੱਖਿਆ ਹੋਵੇ, ਜਿਸ ਨਾਲ ਖੁਸ਼ਕ ਪਹਾੜੀਆਂ ਦਾ ਰੂਪ ਹੀ ਬਦਲ ਗਿਆ ਸੀ।

ਸਾਡੀ ਅਗਲੀ ਯਾਤਰਾ ਬਾਦਸ਼ਾਹ ਜਹਾਂਗੀਰ ਦੇ ਪ੍ਰਸਿੱਧ 'ਵਿਲਾਸ ਬਾਗ' ਸ਼ਾਲੀਮਾਰ ਅਤੇ ਨਿਸ਼ਾਤ ਬਾਗ ਵੱਲ ਸੀ। ਨਿਸ਼ਾਤ ਬਾਗ ਦਾ ਪ੍ਰਾਚੀਨ ਰਾਜ ਮਹੱਲ ਇੱਕ ਕੁਦਰਤੀ ਝਰਨੇ ਉੱਪਰ, ਇਸ ਵਿਉਂਤ ਨਾਲ ਬਣਾਇਆ ਗਿਆ ਹੈ, ਕਿ ਪਹਾੜ ਤੋਂ ਬਹੁਤ ਜਿਆਦਾ ਤੇਜੀ ਨਾਲ ਥੱਲੇ ਡਿਗਣ ਵਾਲੀ ਪਾਣੀ ਦੀ ਧਾਰ ਨੂੰ ਅਤਿਅੰਤ ਪ੍ਰਤਿਭਾ ਪੂਰਨ ਯਾਂਤਰਿਕ ਤਰੀਕੇ ਨਾਲ ਕਾਬੂ ਕਰਕੇ, ਕਿਤੇ ਤਾਂ ਉਸ ਨੂੰ ਬਹੁਰੰਗੀਆਂ ਚਟਾਨਾਂ ਦੇ ਉੱਪਰੋਂ ਦੀ ਵਗਾਇਆ ਗਿਆ ਹੈ ਅਤੇ ਕਿਤੇ ਸੁੰਦਰ ਸੁੰਦਰ ਰੰਗ ਬਿਰੰਗੀਆਂ ਫੁੱਲਾਂ ਦੀਆਂ ਕਿਆਰੀਆਂ ਦੇ ਵਿਚ ਫੁਆਰਿਆਂ ਦੇ ਰੂਪ ਵਿਚ ਕੱਢਿਆ ਗਿਆ ਹੈ। ਇਹ ਜਲ ਧਾਰਾ ਰਾਜ ਮਹੱਲ ਦੇ ਅਨੇਕ ਕਮਰਿਆਂ ਦੇ ਵਿਚੋਂ ਦੀ ਵੀ ਵਗਦੀ ਹੈ ਅਤੇ ਆਖਰ ਨੂੰ ਧਰਤੀ ਉੱਪਰ ਉੱਤਰਨ ਸਮੇਂ ਕਿਸੇ ਅਸਮਾਨੀ ਪਰੀ ਵਾਂਗ ਥੱਲੇ ਝੀਲ ਵਿਚ ਸਮਾ ਜਾਂਦੀ ਹੈ।

ਨਗੇਂਦਰ ਨਾਥ ਭਾਦੁੜੀ

"ਹਵਾ ਵਿਚ ਉੱਡਣ ਵਾਲਾ ਸੰਤ"

ਸਵਾਮੀ ਕੇਵਲਾਨੰਦ

ਸ਼੍ਰੀ ਯੋਗਾਨੰਦ ਜੀ ਦੇ ਪਿਆਰੇ ਸੰਸਕਰਿਤ ਅਧਿਆਪਕ

ਸਵਾਮੀ ਪ੍ਰਣਵਾਨੰਦ

ਵਾਰਾਣਸੀ ਦੇ ''ਦੋ ਸਰੀਰ ਧਾਰਨ ਕਰ ਲੈਣ ਵਾਲੇ ਸੰਤ''

ਮਾਸਟਰ ਮਹਾਸ਼ਯ

''ਪਰਮਾਨੰਦ ਮਗਨ ਭਗਤ''

ਸ਼੍ਰੀ ਪਰਮਹੰਸ ਯੋਗਾਨੰਦ ਜੀ ਦਾ ਪਰਿਵਾਰਕ ਘਰ,
ਗੜ੍ਹ ਪਾਰ ਰੋਡ, ਕੋਲਕਾਤਾ

ਸ਼੍ਰੀ ਸ਼੍ਰੀ ਪਰਮਹੰਸ ਯੋਗਾਨੰਦ ਜੀ (ਖੜ੍ਹੇ) ਆਪਣੇ ਵੱਡੇ ਭਰਾ ਅਨੰਤਦਾ ਦੇ ਨਾਲ, ਹਾਈ ਸਕੂਲ ਦੇ ਵਿਦਿਆਰਥੀ ਦੇ ਰੂਪ ਵਿਚ

ਸ਼੍ਰੀ ਯੋਗਾਨੰਦ ਜੀ ਸੋਲ੍ਹਾਂ ਸਾਲ ਦੀ ਉਮਰ ਵਿਚ

ਸ਼੍ਰੀ ਸ਼੍ਰੀ ਸਵਾਮੀ ਸ਼੍ਰੀ ਯੁਕਤੇਸ਼ਵਰ ਗਿਰੀ (1855–1936)
"ਗਿਆਨ ਅਵਤਾਰ" ਸ਼੍ਰੀ ਸ਼੍ਰੀ ਲਾਹਿੜੀ ਮਹਾਸ਼ਯ ਦੇ ਸ਼ਗਿਰਦ
ਸ਼੍ਰੀ ਸ਼੍ਰੀ ਪਰਮਹੰਸ ਯੋਗਾਨੰਦ ਜੀ ਦੇ ਗੁਰੂਦੇਵ ਸਾਰੇ
ਵਾਈ.ਐਸ.ਐਸ/ਐਸ.ਆਰ.ਐਫ ਕਿਰਿਆਬਾਨਾਂ ਦੇ ਪਰਮ ਗੁਰੂ

ਸਵਾਮੀ ਸ਼੍ਰੀ ਯੁਕਤੇਸ਼ਵਰ ਜੀ ਗਿਰੀ ਦਾ ਪੁਰੀ ਵਿਖੇ ਸਮੁੰਦਰ ਦੇ ਕਿਨਾਰੇ ਆਸ਼ਰਮ

ਸਵਾਮੀ ਸ਼੍ਰੀ ਯੁਕਤੇਸ਼ਵਰ ਗਿਰੀ, ਪਦਮ ਆਸਣ ਵਿਚ

ਸਵਾਮੀ ਸ਼੍ਰੀ ਯੁਕਤੇਸ਼ਵਰ ਜੀ ਦਾ ਸਮਾਧੀ ਮੰਦਰ, ਉਨ੍ਹਾਂ ਦੇ ਪੁਰੀ ਦੇ ਬਗੀਚੇ ਵਿਚ (ਦੇਖੋ ਪੰਨਾਂ 522)

ਸ਼੍ਰੀ ਯੋਗਾਨੰਦ ਜੀ, 1915 ਵਿਚ, ਪਿਛਲੀ ਸੀਟ ਉੱਪਰ, ਇਹ ਮੋਟਰ ਸਾਇਕਲ ਉਨ੍ਹਾਂ ਦੇ ਪਿਤਾ ਜੀ ਦੁਆਰਾ ਖਰੀਦ ਕੇ ਦਿੱਤੀ ਗਈ ਸੀ। ਉਨ੍ਹਾਂ ਨੇ ਲਿਖਿਆ, "ਇਸ ਉੱਪਰ ਮੈਂ ਹਰ ਥਾਂ ਘੁੰਮਿਆ, ਖਾਸ ਕਰਕੇ ਆਪਣੇ ਗੁਰੂ ਸ਼੍ਰੀ ਯੁਕਤੇਸ਼ਵਰ ਜੀ ਦੇ ਸ਼੍ਰੀਰਾਮਪੁਰ ਆਸ਼ਰਮ ਜਾਣ ਵਾਸਤੇ"

ਜਗਦੀਸ ਚੰਦਰ ਬੋਸ
ਭਾਰਤ ਦੇ ਮਹਾਨ ਭੌਤਿਕ ਵਿਗਿਆਨੀ, ਬਨਸਪਤੀ ਵਿਗਿਆਨੀ ਅਤੇ ਕ੍ਰੇਸਕੋਗ੍ਰਾਫ ਦੇ ਖੋਜੀ

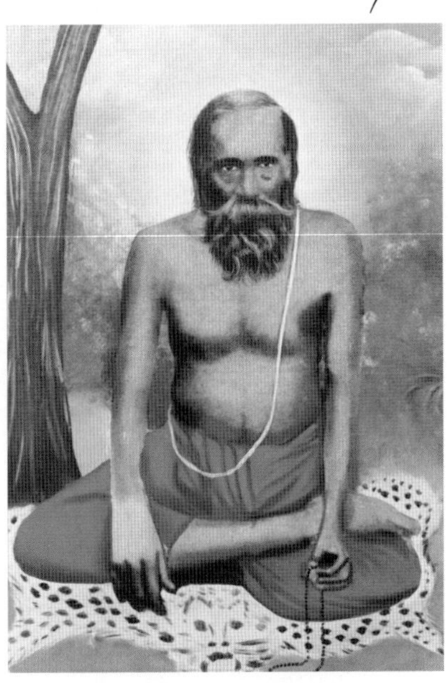

ਰਾਮ ਗੋਪਾਲ ਮੁਜ਼ੂਮਦਾਰ,
"ਸਦਾ ਜਾਗ੍ਰਿਤ ਸੰਤ"

ਕਾਸ਼ੀ
ਰਾਂਚੀ ਸਕੂਲ ਦਾ ਵਿਦਿਆਰਥੀ

ਰਬਿੰਦਰ ਨਾਥ ਟੈਗੋਰ
ਸਾਹਿਤ ਵਿਚ ਨੋਬਲ ਪੁਰਸ਼ਕਾਰ ਵਿਜੇਤਾ ਅਤੇ ਬੰਗਾਲ ਦੇ ਉਤਸ਼ਾਹੀ ਕਵੀ

ਸ਼੍ਰੀ ਸ਼੍ਰੀ ਮਹਾਅਵਤਾਰ ਬਾਬਾ ਜੀ

ਸ਼੍ਰੀ ਸ਼੍ਰੀ ਲਾਹਿੜੀ ਮਹਾਸ਼ਯ ਦੇ ਗੁਰੂਦੇਵ

ਯੋਗਾਨੰਦਜੀ ਨੇ ਇਕ ਕਲਾਕਾਰ ਦੀ ਅਧੁਨਿਕ ਯੁਗ ਦੇ ਉਸ ਮਹਾਨ ਯੋਗੀ ਕਰਾਈਸਟ ਦੀ ਫੋਟੋ ਬਣਾਉਣ ਵਿਚ ਮਦਦ ਕੀਤੀ।

ਮਹਾਅਵਤਾਰ ਬਾਬਾ ਜੀ ਨੇ ਅਪਣੀ ਜਨਮ ਮਿਤੀ ਅਤੇ ਜਨਮ ਸਥਾਨ ਦੇ ਬਾਰੇ ਹੋਰ ਤੱਥ ਨਸ਼ਰ ਕਰਨ ਤੋਂ ਮਨਾ ਕਰ ਦਿੱਤਾ। ਉਹ ਹਿਮਾਲਿਆ ਦੀਆਂ ਬਰਫੀਲੀ ਪਹਾੜੀਆਂ ਵਿਚ ਸਦੀਆਂ ਤੋਂ ਰਹਿੰਦੇ ਆ ਰਹੇ ਹਨ।

“ਜਦੋਂ ਵੀ ਕੋਈ ਬਾਬਾ ਜੀ ਦਾ ਨਾਂ ਸਤਕਾਰ ਨਾਲ ਓਚਰਦਾ ਹੈਂ,” ਲਾਹਿੜੀ ਮਹਾਸ਼ਯ ਜੀ ਨੇ ਕਿਹਾ, “ਉਸੇ ਵਕਤ ਬਾਬਾ ਜੀ ਦਾ ਅਧਿਆਮਿਕ ਅਸ਼ੀਰਬਾਅਦ ਪ੍ਰਾਪਤ ਕਰ ਲੈਂਦਾ ਹੈ।”

ਬਾਬਾ ਜੀ ਦੀ ਹਿਮਾਲਿਆ ਵਿਚ ਗੁਫਾ

ਰਾਣੀਖੇਤ ਦੇ ਕੋਲ, ਇਸੇ ਗੁਫਾ ਵਿਚ ਲਾਹਿੜੀ ਮਹਾਸ਼ਯ, ਆਪਣੇ ਏਕਾਂਤਵਾਸੀ ਗੁਰੂ ਨੂੰ ਮਿਲੇ ਸਨ। ਜਿਨ੍ਹਾਂ ਨੇ ਉਨ੍ਹਾਂ ਨੂੰ ਕਿਰਿਆ ਯੋਗ ਦੀ ਦੀਖਿਆ ਦਿੱਤੀ। ਲਾਹਿੜੀ ਮਹਾਸ਼ਯ ਜੀ ਦਾ ਪੋਤਰਾ, ਆਨੰਦ ਮੋਹਨ ਲਾਹਿੜੀ (ਚਿੱਟੇ ਕਪੜਿਆਂ ਵਿਚ) ਅਤੇ ਤਿੰਨ ਹੋਰ ਭਗਤ ਉਸ ਪਵਿੱਤਰ ਸਥਾਨ ਦੇ ਦਰਸ਼ਨ ਕਰਦੇ ਹੋਏ।

ਸ਼੍ਰੀ ਸ਼੍ਰੀ ਲਾਹਿੜੀ ਮਹਾਸ਼ਯ

''ਮੈਂ ਬ੍ਰਹਮ ਹਾਂ'', ਕੀ ਤੇਰਾ ਕੈਮਰਾ ਸਰਬਵਿਆਪੀ ਅਗੋਚਰ ਦੀ ਫੋਟੋ ਖਿੱਚ ਸਕਦਾ ਹੈ?'' ਫੋਟੋ ਫਿਲਮ ਦੇ ਕਈ ਅਸਫਲ ਯਤਨਾਂ ਦੇ ਬਾਅਦ, ਜਿਸ ਵਿਚ ਲਾਹਿੜੀ ਮਹਾਸ਼ਯ ਦੀ ਫੋਟੋ ਨਹੀਂ ਸੀ ਖਿੱਚੀ ਜਾ ਸਕੀ। ਆਖਰ, ਯੋਗ ਅਵਤਾਰ ਨੇ ਆਪਣੇ ''ਸਰੀਰ ਮੰਦਰ'' ਦੀ ਫੋਟੋ ਖਿੱਚਣ ਦੀ ਸਹਿਮਤੀ ਦੇ ਦਿੱਤੀ। ਪਰਮਹੰਸ ਜੀ ਲਿਖਦੇ ਹਨ: ''ਗੁਰੂਦੇਵ ਨੇ ਇਸ ਤੋਂ ਬਾਅਦ ਕਦੇ ਕੋਈ ਆਪਣੀ ਫੋਟੋ ਨਹੀਂ ਖਿਚਵਾਈ, ਘੱਟੋ ਘੱਟ ਮੈਂ ਕਦੇ ਨਹੀਂ ਦੇਖੀ'' (ਦੇਖੋ ਪੰਨਾਂ 12)

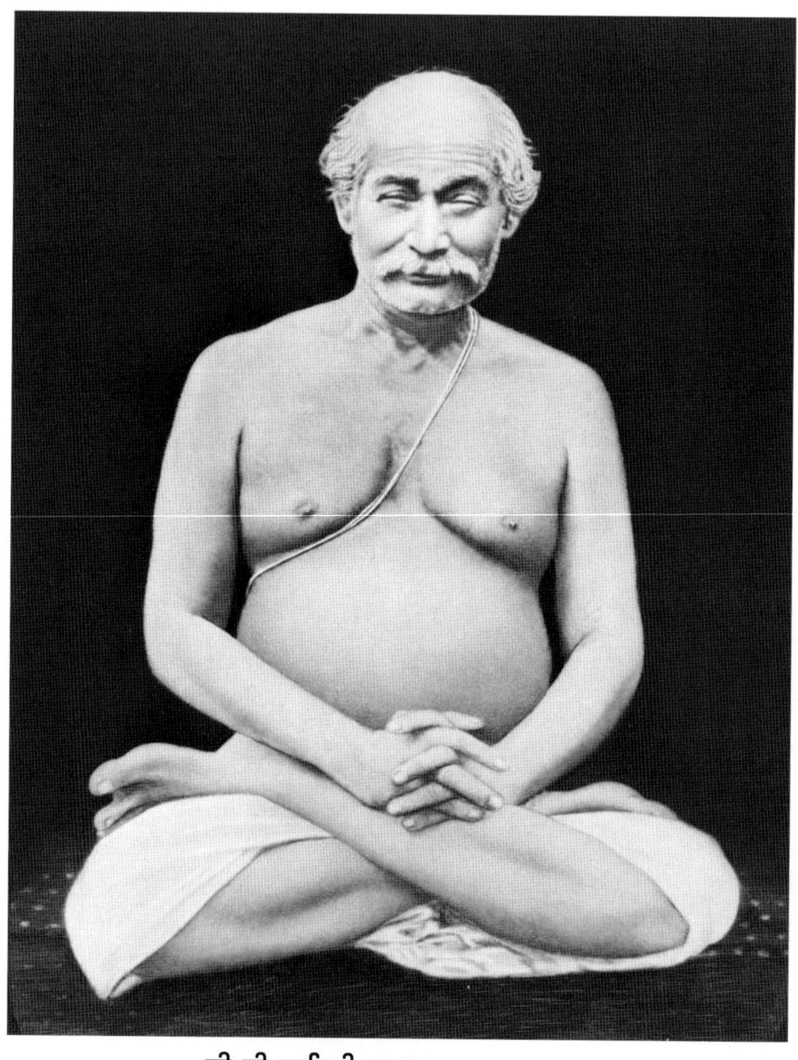

ਸ਼੍ਰੀ ਸ਼੍ਰੀ ਲਾਹਿੜੀ ਮਹਾਸ਼ਯ (1828–1895)

ਯੋਗ ਅਵਤਾਰ "ਯੋਗ ਦੇ ਅਵਤਾਰ"

ਮਹਾ ਅਵਤਾਰ ਬਾਬਾ ਜੀ ਦੇ ਸ਼ਗਿਰਦ; ਸ਼੍ਰੀ ਯੁਕਤੇਸ਼ਵਰ ਗਿਰੀ ਜੀ ਦੇ ਗੁਰੂ

ਆਧੁਨਿਕ ਭਾਰਤ ਵਿਚ ਪ੍ਰਾਚੀਨ ਕਿਰਿਆ ਯੋਗ ਵਿਗਿਆਨ ਨੂ ਮੁੜ ਸੁਰਜੀਤ ਕਰਨ ਵਾਲੇ।

ਪ੍ਰਭਾਸ ਚੰਦਰ ਘੋਸ਼ ਅਤੇ ਸ਼੍ਰੀ ਸ਼੍ਰੀ ਪਰਮਹੰਸ ਯੋਗਾਨੰਦ, ਕੋਲਕਾਤਾ, ਦਿਸੰਬਰ, 1919। ਸ਼੍ਰੀ ਘੋਸ਼, ਸ਼੍ਰੀ ਯੋਗਾਨੰਦ ਜੀ ਦੇ ਚਚੇਰੇ ਭਰਾ, ਆਜੀਵਨ ਦੋਸਤ ਅਤੇ ਸ਼ਗਿਰਦ, ਜੋ 1975 ਵਿਚ, ਸਵਰਗਵਾਸ ਹੋਣ ਤਕ, ਲਗ ਭਗ 40 ਸਾਲ ਯੋਗਦਾ ਸਤਸੰਗ ਸੁਸਾਇਟੀ ਆਫ ਇੰਡੀਆ ਦੇ ਉਪ-ਪ੍ਰਧਾਨ ਰਹੇ।

ਸ਼੍ਰੀ ਸ਼੍ਰੀ ਪਰਮਹੰਸ ਯੋਗਾਨੰਦ,
ਪਾਸਪੋਰਟ ਦੀ ਫੋਟੋ, ਕੋਲਕਾਤਾ, 1920

ਸ਼੍ਰੀ ਸ਼੍ਰੀ ਪਰਮਹੰਸ ਯੋਗਾਨੰਦ ਧਾਰਮਿਕ ਉਦਾਰਵਾਦੀਆਂ ਦੇ ਅੰਤਰ ਰਾਸ਼ਟਰੀ ਮਹਾਸੰਮੇਲਨ ਦੇ ਕੁਝ ਪ੍ਰਤੀਨਿਧਾਂ ਨਾਲ, ਅਕਤੂਬਰ, 1920, ਬੋਸਟਨ, (ਯੂ.ਐਸ. ਏ)। ਉਸ ਸੰਮੇਲਨ ਵਿਚ ਯੋਗਾਨੰਦ ਜੀ ਨੇ ਅਮਰੀਕਾ ਵਿਚ ਆਪਣਾ ਪਹਿਲਾ ਭਾਸ਼ਣ ਦਿੱਤਾ।

ਲੂਥਰ ਬਰਬੈਂਕ ਅਤੇ ਸ਼੍ਰੀ ਯੋਗਾਨੰਦ ਜੀ, ਸੈਂਟਾ ਰੋਜ਼ਾ, ਕੈਲੀਫੋਰਨੀਆ, 1924

ਪੱਛਮ ਵਿਚ ਆਪਣੇ 32 ਵਰ੍ਹਿਆਂ ਦੇ ਪ੍ਰਵਾਸ ਦੌਰਾਨ, ਉਸ ਮਹਾਨ ਗੁਰੂ ਨੇ ਇਕ ਲੱਖ ਤੋਂ ਜਿਆਦਾ ਪਾਠਮਾਲਾ ਦੇ ਵਿਦਿਆਰਥੀਆਂ ਨੂੰ ਕਿਰਿਆ ਯੋਗ ਵਿਚ ਦੀਖਿਅਤ ਕੀਤਾ

ਮੰਚ ਉੱਪਰ ਸ਼੍ਰੀ ਯੋਗਾਨੰਦ ਜੀ, ਡੇਨਵਰ, ਕੋਲੋਰਾਡੋ, ਯੂ.ਐਸ.ਏ. 1924 ਵਿਚ ਕਲਾਸ ਲੈਂਦੇ ਹੋਏ। ਵਿਸ਼ਵ ਭਰ ਦੇ ਸੈਂਕੜੇ ਸ਼ਹਿਰਾਂ ਵਿਚ ਉਨ੍ਹਾਂ ਭਾਰੀ ਭਰਕਮ ਕਲਾਸ ਨੂੰ ਯੋਗ ਸਿਖਾਇਆ। ਆਪਣੀਆਂ ਪੁਸਤਕਾਂ ਦੁਆਰਾ, ਘਰ ਵਿਚ ਰਹਿਕੇ ਯੋਗ ਸਿਖਣ ਲਈ ਪਾਠਮਾਲਾ ਦੁਆਰਾ ਅਤੇ ਅਧਿਆਪਕਾਂ ਨੂੰ ਸਿੱਖਿਅਤ ਕਰਨ ਵਾਸਤੇ ਮੱਠ ਕੇਂਦਰਾਂ ਦੀ ਸਥਾਪਨਾ ਕੀਤੀ। ਮਹਾਵਤਾਰ ਬਾਬਾ ਜੀ ਨੇ ਪਰਮਹੰਸ ਯੋਗਾਨੰਦ ਜੀ ਨੂੰ ਜੋ ਮਿਸ਼ਨ ਦਿੱਤਾ ਸੀ, ਉਸ ਨੂੰ ਵਿਸ਼ਵ ਭਰ ਵਿਚ ਜਾਰੀ ਰਖਣਾ ਯਕੀਨੀ ਬਣਾਇਆ।

ਪਰਮਹੰਸ ਯੋਗਾਨੰਦ ਜੀ ਫਿਲਹਾਰਮੋਨਿਕ ਆਡੋਟੋਰੀਅਮ, ਲਾਸ ਐਂਜਲਿਸ, ਵਿਚ ਭਾਸ਼ਣ ਦਿੰਦੇ ਹੋਏ

ਲਾਸ ਐਂਜਲਿਸ ਟਾਈਮਸ, ਦੀ 28 ਜਨਵਰੀ 1925, ਦੀ ਰਿਪੋਰਟ "3000 ਸੀਟਾਂ ਦੀ ਸਮਰੱਥਾ ਵਾਲੇ ਫਿਲਹਾਰਮੋਨਿਕ ਆਡੋਟੋਰੀਅਮ, ਵਿਖੇ ਵਿਗਿਆਪਨ ਵਿਚ ਦਿੱਤੇ ਗਏ ਭਾਸ਼ਣ ਦੇ ਸਮੇਂ ਤੋਂ ਇੱਕ ਘੱਟਾ ਪਹਿਲਾਂ, ਅਸਧਾਰਨ ਦਰਸ਼ਕ ਪਹੁੰਚਣ ਕਾਰਨ ਆਡੋਟੋਰੀਅਮ ਪੂਰੀ ਸਮਰੱਥਾ ਨਾਲ ਨੱਕੋ-ਨੱਕ ਭਰ ਗਿਆ। ਸਵਾਮੀ ਯੋਗਾਨੰਦ ਖਿੱਚ ਦੇ ਬਿੰਦੂ ਹਨ। ਇੱਕ ਹਿੰਦੂ ਕਰਿਸ਼ਚੀਅਨ ਸਮਾਜ ਨੂੰ ਪ੍ਰਮਾਤਮਾ ਦੀ ਜਾਣਕਾਰੀ ਅਤੇ ਕਰਿਸ਼ਚੀਅਨ ਉਪਦੇਸ਼ਾਂ ਦੇ ਪ੍ਰਚਾਰ ਹਿਤ ਅਮਰੀਕਾ ਉੱਪਰ ਧਾਵਾ ਬੋਲ ਰਿਹਾ ਹੈ।

ਸ਼੍ਰੀ ਯੋਗਾਨੰਦ ਜੀ ਅੰਤਰਦੀਪ ਦੀ ਯਾਤਰਾ ਉੱਪਰ ਅਲਾਸਕਾ ਜਾਂਦਿਆਂ ਹੋਇਆਂ, ਆਪਣੇ ਜਹਾਜ਼ ਦੇ ਕਮਰੇ ਵਿਚ 1924

1925 ਵਿਚ ਸ਼੍ਰੀ ਯੋਗਾਨੰਦ ਜੀ ਨੇ ਆਪਣੇ ਦਾਨੀ ਸ਼ਗਿਰਦਾਂ ਦੀ ਸਹਾਇਤਾ ਨਾਲ ਮਾਊਂਟ ਵਾਸ਼ਿੰਗਟਨ ਸਥਿਤ ਇੱਕ ਬਿਲਡਿੰਗ ਖਰੀਦੀ। ਸੌਦਾ ਪੂਰਾ ਹੋਣ ਤੋਂ ਪਹਿਲਾਂ ਹੀ, ਉਨ੍ਹਾਂ ਨੇ, ਉਨ੍ਹਾਂ ਦੀ ਸੰਸਥਾ ਦੇ ਛੇਤੀ ਹੀ ਬਣਨ ਵਾਲੇ ਅੰਤਰ ਰਾਸ਼ਟਰੀ ਮੁੱਖ ਦਫਤਰ ਦੇ ਮੈਦਾਨ ਵਿਚ, ਈਸਟਰ ਦੀ ਸਰਘੀ ਵੇਲੇ ਦਾ ਪਹਿਲਾ ਸਮੂਹਿਕ ਧਿਆਨ ਆਯੋਜਿਤ ਕੀਤਾ।

ਇਨ੍ਹਾਂ ਵਿਸ਼ਾਲ ਬਾਗਾਂ ਵਿਚ ਰੰਗਾਂ ਦਾ ਜਿਵੇਂ ਮੇਲਾ ਲੱਗਿਆ ਹੋਵੇ- ਗੁਲਾਬ, ਚਮੇਲੀ, ਲਿਲੀ, ਸਨੈਪਡਰੈਗਨ, ਪੈਨਸੀ, ਲੈਵੇਂਡਰ, ਪਾਪੀ, ਚਿਨਾਰ, ਸਰੋ ਅਤੇ ਚੈਰੀ ਦੀਆਂ ਸੁਡੌਲ ਕਤਾਰਾਂ ਤੋਂ ਪੰਨੇ ਵਰਗਾ ਇੱਕ ਹਰਾ ਦਾਇਰਾ ਬਣ ਗਿਆ ਸੀ, ਜਿਸ ਤੋਂ ਪਰੇ ਹਿਮਾਲਿਆ ਦੀਆਂ ਉੱਚੀਆਂ ਚਿੱਟੀਆਂ ਸ਼ਿਖਰਾਂ ਅਸਮਾਨ ਨੂੰ ਛੂਹ ਰਹੀਆਂ ਸਨ।

ਅਖੌਤੀ ਕਸ਼ਮੀਰੀ ਅੰਗੂਰ ਕੋਲਕਾਤਾ ਵਿਚ ਮੁਸ਼ਕਿਲ ਨਾਲ ਮਿਲਣ ਵਾਲਾ ਅਤੇ ਉਹ ਵੀ ਮਹਿੰਗਾ ਪਰ ਸਵਾਦਿਸ਼ਟ ਫਲ ਮੰਨਿਆ ਜਾਂਦਾ ਹੈ। ਰਾਜਿੰਦਰ ਸਾਰੇ ਰਸਤੇ ਕਸ਼ਮੀਰੀ ਅੰਗੂਰਾਂ ਨਾਲ ਪੇਟ ਭਰਨ ਦੇ ਸੁਪਨੇ ਲੈਂਦਾ ਰਿਹਾ ਸੀ। ਪ੍ਰੰਤੂ ਕਸ਼ਮੀਰ ਵਿਚ ਉਸ ਨੂੰ ਕੋਈ ਅੰਗੂਰਾਂ ਦਾ ਵੱਡਾ ਬਾਗ ਨਾ ਮਿਲਣ ਕਰਕੇ ਘੋਰ ਨਿਰਾਸ਼ਾ ਹੋਈ। ਉਸਦੀ ਇਸ ਵਿਅਰਥ ਚਾਹਨਾ ਵਾਸਤੇ, ਮੈਂ ਉਸ ਨੂੰ ਕਦੇ ਕਦਾਈਂ ਚਿੜਾਉਂਦਾ ਰਹਿੰਦਾ ਸੀ।

"ਉਹ ਮੇਰਾ ਪੇਟ ਅੰਗੂਰਾਂ ਨਾਲ ਐਨਾ ਭਰ ਗਿਆ ਹੈ ਕਿ ਮੈਥੋਂ ਚੱਲਿਆ ਨਹੀਂ ਜਾਂਦਾ," ਮੈਂ ਕਹਿੰਦਾ। "ਇਨ੍ਹਾਂ ਅਣਡਿੱਠੇ ਅੰਗੂਰਾਂ ਦੀ ਮੇਰੇ ਪੇਟ ਅੰਦਰ ਸ਼ਰਾਬ ਵੀ ਬਣ ਰਹੀ ਹੈ।" ਬਾਅਦ ਵਿਚ ਸਾਨੂੰ ਪਤਾ ਲੱਗਿਆ, ਕਿ ਇਹ ਮਿੱਠੇ ਅੰਗੂਰ ਕਸ਼ਮੀਰ ਦੇ ਪੱਛਮ ਵਿਚ ਸਥਿਤ ਕਾਬਲ ਦੇ ਇਲਾਕੇ ਵਿਚ ਹੁੰਦੇ ਹਨ। ਅਸੀਂ ਪਿਸ਼ਤੇ ਵਾਲੀ ਰਬੜੀ ਦੀ ਆਈਸ ਕਰੀਮ ਖਾ ਕੇ ਹੀ ਆਪਣੀ ਤੱਸਲੀ ਕਰਦੇ ਰਹੇ।

ਲਾਲ ਰੰਗ ਦੀ ਕਸ਼ੀਦਾਕਾਰੀ ਕੀਤੀਆਂ ਹੋਈਆਂ ਛੱਤਾਂ ਵਾਲੇ ਸ਼ਿਕਾਰਿਆਂ ਵਿਚ ਬੈਠ ਕੇ ਅਸੀਂ ਡੱਲ ਝੀਲ ਵਿਚ ਨਹਿਰਾਂ ਦੇ ਬਣੇ ਗੁੰਝਲਦਾਰ ਮਕੜਜਾਲ ਵਾਂਗ ਲੱਗਣ ਵਾਲੇ ਪਾਣੀਆਂ ਵਿਚ ਅਨੇਕ ਵਾਰ ਘੁੰਮੇ। ਉੱਥੇ ਲੱਕੜ ਦੀਆਂ ਸ਼ਤੀਰੀਆਂ ਉਪਰ ਮਿੱਟੀ ਦੀ ਸਹਾਇਤਾ ਨਾਲ ਬਣੇ ਅਨੇਕ ਤੈਰਦੇ ਹੋਏ ਬਗੀਚੇ ਦਿਖਾਈ ਦਿੰਦੇ ਹਨ। ਅਸਲ ਵਿਚ ਪਹਿਲੀ ਨਜ਼ਰੇ ਦੇਖਦਿਆਂ ਦੂਰ ਦੂਰ ਤਕ ਫੈਲੇ ਪਾਣੀ ਦੇ ਵਿਚ ਸਬਜ਼ੀਆਂ ਅਤੇ ਤਰਬੂਜ਼ਾਂ ਦੀ ਖੇਤੀ ਦੀ ਫਸਲ ਦਾ ਨਜ਼ਾਰਾ ਇੰਨਾ ਅਸਚਰਜ਼ਜਨਕ ਸੱਚ ਲੱਗਦਾ ਹੈ ਕਿ ਕੋਈ ਵੀ ਹੈਰਾਨ ਹੋਏ ਬਗੈਰ ਨਹੀਂ ਰਹਿ ਸਕਦਾ। 'ਜਮੀਨ ਨਾਲ ਬੰਨ੍ਹੇ ਰਹਿਣਾ' ਪਸੰਦ ਕਰਨ ਦੇ ਕਾਰਨ ਕਿਸਾਨ ਆਪਣੇ ਉਨ੍ਹਾਂ 'ਚੌਰਸ ਖੇਤਾਂ' ਨੂੰ ਬਹੁ-ਸ਼ਾਖਾਵਾਂ ਅਤੇ ਉਪ-ਸ਼ਾਖਾਵਾਂ ਨਾਲ ਭਰਪੂਰ ਝੀਲ ਵਿਚ ਕਿਸ਼ਤੀ ਦੇ ਰੱਸੇ ਨਾਲ ਬੰਨ ਕੇ ਕਦੇ ਕਦੇ ਕਿਸੇ ਦੂਜੀ ਥਾਂ ਉੱਪਰ ਲੈ ਜਾਂਦੇ ਦਿਖਾਈ ਦਿੰਦੇ ਹਨ।

ਇਸ ਪੌੜੀ ਵਾਂਗ ਦਿਖਾਈ ਦੇਣ ਵਾਲੀ ਘਾਟੀ ਵਿਚ ਆਦਮੀ ਨੂੰ ਹਰ ਪ੍ਰਕਾਰ ਦੀ ਸੁੰਦਰਤਾ ਦਾ ਨਿਚੋੜ ਦੇਖਣ ਨੂੰ ਮਿਲਦਾ ਹੈ। ਕਸ਼ਮੀਰ ਰੂਪੀ ਸੁੰਦਰੀ ਨੇ ਪਹਾੜਾਂ ਦਾ ਮੁਕਟ ਪਹਿਨਿਆ ਹੋਇਆ ਹੈ। ਗਲ ਵਿਚ ਝੀਲਾਂ ਦੀ ਮਾਲਾ ਹੈ, ਪੈਰਾਂ ਵਿਚ ਫੁੱਲਾਂ ਦੀਆਂ ਖੜਾਵਾਂ ਹਨ। ਕਈ ਵਰ੍ਹਿਆਂ ਬਾਅਦ ਅਨੇਕ ਦੇਸ਼ਾਂ ਦੀਆ ਯਾਤਰਾਵਾਂ ਕਰਨ ਤੋਂ ਬਾਅਦ ਮੈਨੂੰ ਇਹ ਸਮਝ ਆਇਆ ਕਿ ਕਸ਼ਮੀਰ ਨੂੰ ਧਰਤੀ ਦਾ ਸਵਰਗ ਕਿਉਂ ਕਿਹਾ ਜਾਂਦਾ ਹੈ। ਸਵਿਟਜ਼ਰਲੈਂਡ ਦੇ ਆਲਪਸ ਪਹਾੜ, ਸਕਾਟਲੈਂਡ ਦੀ ਲਾਚ ਲੋਮੈਂਡ ਝੀਲ ਅਤੇ

ਇੰਗਲੈਂਡ ਦੀਆਂ ਬਹੁਤ ਸੁੰਦਰ ਝੀਲਾਂ ਦੀਆਂ ਝਾਕੀਆਂ ਇੱਥੇ ਮਿਲ ਜਾਂਦੀਆਂ ਹਨ। ਅਮਰੀਕਾ ਤੋਂ ਆਏ ਸੈਲਾਨੀਆਂ ਨੂੰ ਕਸ਼ਮੀਰ ਦੀ ਸੈਰ ਕਰਦਿਆਂ, ਇੱਥੇ ਅਲਾਸਕਾ ਦਾ ਦਾਗ ਰਹਿਤ ਉੱਬੜ ਖਾਬੜ ਗੌਰਵ ਅਤੇ ਡੇਨਵਰ ਦੇ ਕੋਲ ਮੌਜੂਦ ਪਾਈਕ ਪੀਕ ਦੀ ਯਾਦ ਦਿਵਾਉਣ ਵਾਲਾ ਬਹੁਤ ਕੁਝ ਮਿਲ ਜਾਵੇਗਾ।

ਕੁਦਰਤ ਦੀ ਸੁੰਦਰਤਾ ਦੇ ਮੁਕਾਬਲੇ ਵਿਚ ਪਹਿਲਾ ਇਨਾਮ, ਮੈਂ ਜਾਂ ਤਾਂ ਮੈਕਸੀਕੋ ਦੇ ਜ਼ੋਕਿਮਿਲਕੋ ਦੇ ਸ਼ਾਨਦਾਰ ਨਜ਼ਾਰੇ ਨੂੰ ਦੇਵਾਂਗਾ, ਜਿੱਥੋਂ ਅਸਮਾਨ, ਪਹਾੜ ਅਤੇ ਪੌਪਲਰ ਦੇ ਦਰਖਤ ਪਾਣੀ ਵਿਚ ਕਲੋਲਾਂ ਕਰਦੀਆਂ ਮਛਲੀਆਂ, ਪਾਣੀ ਦੀਆਂ ਬੇਸ਼ੁਮਾਰ ਧਾਰਾਵਾਂ ਵਿਚ ਪ੍ਰਤੀਬਿੰਬਤ ਹੁੰਦੇ ਹਨ ਜਾਂ ਫਿਰ ਕਸ਼ਮੀਰ ਦੀਆਂ ਝੀਲਾਂ ਨੂੰ ਦੇਵਾਂਗਾ, ਜੋ ਹਿਮਾਲਿਆ ਦੀ ਸਖਤ ਨਿਗਰਾਨੀ ਵਿਚ ਸੁਰੱਖਿਅਤ ਸੁੰਦਰੀਆਂ ਵਾਂਗ ਲੱਗਦੀਆਂ ਹਨ। ਇਹ ਦੋ ਨਜ਼ਾਰੇ ਮੇਰੀ ਯਾਦਦਾਸ਼ਤ ਵਿਚ ਧਰਤੀ ਉੱਪਰ ਸਭ ਤੋਂ ਸੁੰਦਰ ਨਜ਼ਾਰਿਆਂ ਦੇ ਰੂਪ ਵਿਚ ਉੱਭਰ ਆਉਂਦੇ ਹਨ।

ਫਿਰ ਵੀ ਜਦੋਂ ਮੈਂ ਯੈਲੋਸਟੋਨ ਨੈਸ਼ਨਲ ਪਾਰਕ, ਕੋਲੋਰੈਡੋ ਦੇ ਗਰੈਂਡ ਕੈਨੀਅਨ ਅਤੇ ਅਲਾਸਕਾ ਦੀ ਸੁੰਦਰਤਾ ਦੇਖੀ, ਤਾਂ ਮੈਂ ਮੰਤਰ ਮੁਗਧ ਹੋ ਗਿਆ। ਯੈਲੋਸਟੋਨ ਪਾਰਕ, ਧਰਤੀ ਉੱਪਰ ਸ਼ਾਇਦ ਇੱਕੋ ਇੱਕ ਅਜਿਹੀ ਥਾਂ ਹੈ ਜਿੱਥੇ ਘੜੀ ਵਰਗੇ ਪੱਕੇ ਸਮੇਂ ਦੇ ਹਿਸਾਬ ਨਾਲ ਲਗਾਤਾਰ ਗਰਮ ਪਾਣੀ ਦੇ ਫੁਆਰੇ ਫੁਟ ਕੇ ਹਵਾ ਵਿਚ ਉੱਚੇ ਉੱਠਦੇ ਰਹਿੰਦੇ ਹਨ। ਇਸ ਜਵਾਲਾ ਮੁਖੀ ਇਲਾਕੇ ਵਿਚ ਅੱਜ ਵੀ ਕੁਦਰਤ ਨੇ ਆਪਣੀ ਸ੍ਰਿਸ਼ਟੀ ਦਾ ਸ਼ੁਰੂਆਤੀ ਨਮੂਨਾ ਸਾਂਭ ਕੇ ਰੱਖ ਛੱਡਿਆ ਹੈ। ਗੰਧਕ ਯੁਕਤ ਗਰਮ ਪਾਣੀ ਦੇ ਝਰਨੇ, ਦੂਧੀਆ ਅਤੇ ਇੰਦਰਨੀਲ ਰੰਗ ਦੇ ਤਲਾਅ, ਗਰਮ ਪਾਣੀ ਦੇ ਫੁਆਰੇ, ਖੁੱਲ੍ਹੇ ਪਾਣੀ ਦੇ ਤਲਾਬ, ਘੁੰਮ ਰਹੇ ਰਿਛ, ਬਘਿਆੜ, ਜੰਗਲੀ ਸਾਨ੍ਹ ਅਤੇ ਅਨੇਕ ਪ੍ਰਕਾਰ ਦੇ ਹੋਰ ਜੰਗਲੀ ਜਾਨਵਰ ਦੇਖਣ ਨੂੰ ਮਿਲਦੇ ਹਨ। ਵਾਉਮਿੰਗ ਦੇ ਬੁਦਬੁਦਾਉਂਦੇ ਗਰਮ ਚਿੱਕੜ ਦੇ 'ਡੈਵਿਲਸ ਪੇਂਟ ਪਾਟ' ਦੇ ਵੱਲ ਕਾਰ ਤੇ ਜਾਂਦਿਆਂ ਰਸਤੇ ਦੇ ਕਿਨਾਰਿਆਂ ਉੱਪਰ ਗੁੜਗੁੜਾ ਕੇ ਨਾਦ ਕਰਦੇ ਝਰਨੇ, ਗਰਮ ਪਾਣੀ ਦੇ ਫੁਆਰੇ ਦੇਖ ਕੇ ਮੇਰੇ ਮਨ ਵਿਚ ਇਹ ਵਿਚਾਰ ਜਰੂਰ ਆਇਆ ਕਿ ਯੈਲੋਸਟੋਨ ਨੂੰ ਇੱਕੋ ਇੱਕ ਇਸ ਅਨੋਖੇਪਣ ਵਾਸਤੇ ਦੂਜਾ ਅਤੇ ਇਕ ਖਾਸ ਇਨਾਮ ਦਿੱਤਾ ਜਾਣਾ ਚਾਹੀਦਾ ਹੈ।

ਕੈਲੀਫੋਰਨੀਆ ਦੇ ਯੋਸੇਮਿਟੀ ਪਾਰਕ ਵਿਚ ਬਹੁਤ ਹੀ ਪ੍ਰਾਚੀਨ ਅਤੇ ਪ੍ਰਭਾਵਸ਼ਾਲੀ ਸ਼ਿਕਾਵਾਈਆ (ਦਿਉਦਾਰ ਜਾਤੀ ਦੇ ਬਹੁਤ ਜਿਆਦਾ ਉੱਪਰ ਤਕ ਵਧਣ ਵਾਲੇ) ਦੇ ਦਰਖਤ, ਜੋ ਅਸਮਾਨ ਵਿਚ ਦੂਰ ਤਕ ਉੱਸਰੇ ਮਜ਼ਬੂਤ ਥਮਲਿਆਂ ਵਾਂਗ ਦਿਖਾਈ ਦਿੰਦੇ ਹਨ, ਦੈਵੀ ਕਾਰਾਗਰੀ ਨਾਲ ਬਣਾਏ ਗਏ ਕੁਦਰਤੀ ਹਰਿਆਵਲੇ ਮੰਦਰ ਹਨ। ਉਂਜ ਤਾਂ ਪ੍ਰਾਚੀਨ ਦੇਸ਼ਾਂ ਵਿਚ ਅਨੇਕ ਸੁੰਦਰ ਸੁੰਦਰ ਝਰਨੇ ਹਨ, ਪਰ ਇਨ੍ਹਾਂ ਵਿਚੋਂ ਇੱਕ ਵੀ ਝਰਨਾ ਨਿਊਯਾਰਕ ਰਾਜ ਦੇ ਕੈਨੇਡਾ ਦੀ ਸਰਹੱਦ ਉੱਪਰ ਮੌਜੂਦ ਨਿਆਗਰਾ ਝਰਨੇ ਦੀ

ਸੁੰਦਰਤਾ ਦਾ ਮੁਕਾਬਲਾ ਨਹੀਂ ਕਰ ਸਕਦਾ। ਕੇਂਟਕੀ ਦੀ ਬਹੁਤ ਵੱਡੀ ਮੈਮਥ ਗੁਫਾ ਅਤੇ ਨਿਊ ਮੈਕਸੀਕੋ ਵਿਚ ਜਮੀਨਦੋਜ਼ ਸਥਿਤ ਬਹੁਤ ਵੱਡੀ ਗੁਫਾ ਕਾਲਰਬਾਡ ਕੈਵਨਰਜ ਤਾਂ ਅਨੋਖੇਪਣ ਨਾਲ ਭਰਪੂਰ ਪਰੀਆਂ ਦਾ ਦੇਸ਼ ਹੈ। ਇਨ੍ਹਾਂ ਗੁਫਾਵਾਂ ਦੀਆਂ ਛੱਤਾਂ ਵਿਚ ਬਰਫ ਵਾਂਗ ਲਟਕਦੇ ਹੋਏ ਚੂਨੇ ਦੇ ਟੁਕੜਿਆਂ ਦਾ ਪ੍ਰਤੀਬਿੰਬ ਜਮੀਨਦੋਜ਼ ਪਾਣੀ ਵਿਚ ਪੈਂਦਾ ਹੈ, ਤਾਂ ਇਹ ਨਜ਼ਾਰਾ ਪਰਲੋਕਾਂ ਦੇ ਮਨੁੱਖ ਦੀ ਕਲਪਨਾ ਦੀ ਝਾਕੀ ਪੇਸ਼ ਕਰਦਾ ਹੈ।

ਆਪਣੀ ਸੁੰਦਰਤਾ ਵਾਸਤੇ ਵਿਸ਼ਵ ਪ੍ਰਸਿੱਧ ਕਸ਼ਮੀਰੀਆਂ ਵਿਚੋਂ ਅਨੇਕ ਲੋਕ ਯੂਰੋਪੀਅਨਾਂ ਵਾਂਗ ਗੋਰੇ ਹਨ। ਉਨ੍ਹਾਂ ਦੇ ਨੈਣ ਨਕਸ਼ ਅਤੇ ਸਰੀਰ ਦੀ ਬਣਤਰ ਵੀ ਯੂਰੋਪੀਅਨਾਂ ਵਰਗੀ ਹੀ ਹੈ। ਬਹੁਤ ਸਾਰੇ ਲੋਕਾਂ ਦੀਆਂ ਅੱਖਾਂ ਵੀ ਨੀਲੀਆਂ ਹਨ ਅਤੇ ਵਾਲ ਵੀ ਸੁਨਹਿਰੀ ਹਨ। ਪੱਛਮੀ ਪਹਿਰਾਵੇ ਵਿਚ ਇਹ ਲੋਕ ਠੇਠ ਅਮਰੀਕਨਾਂ ਦੀ ਤਰ੍ਹਾਂ ਦਿਖਾਈ ਦਿੰਦੇ ਹਨ। ਹਿਮਾਲਿਆ ਦੀ ਸਰਦੀ, ਉਨ੍ਹਾਂ ਨੂੰ ਸੂਰਜ ਦੀ ਤਪਸ਼ ਤੋਂ ਬਚਾਉਂਦੀ ਹੈ ਅਤੇ ਇਸ ਤਰ੍ਹਾਂ ਉਨ੍ਹਾਂ ਦੇ ਗੋਰੇ ਰੰਗ ਦੀ ਰੱਖਿਆ ਕਰਦੀ ਹੈ। ਭਾਰਤ ਵਿਚ ਜਿਉਂ ਜਿਉਂ ਅਸੀਂ ਦੱਖਣ ਵੱਲ ਜਾਂਦੇ ਹਾਂ ਤਿਉਂ ਤਿਉਂ ਲੋਕਾਂ ਦਾ ਰੰਗ ਵੀ ਕਾਲਾ ਹੁੰਦਾ ਜਾਂਦਾ ਹੈ।

ਕਸ਼ਮੀਰ ਵਿਚ ਕੁਝ ਹਫਤੇ ਸੁਖਪੂਰਵਕ ਬਿਤਾਉਣ ਤੋਂ ਬਾਅਦ ਮੈਨੂੰ ਬੰਗਾਲ ਵਾਪਸ ਆਉਣ ਵਾਸਤੇ ਮਜਬੂਰ ਹੋਣਾ ਪਿਆ ਕਿਉਂਕਿ ਸ਼੍ਰੀਰਾਮਪੁਰ ਕਾਲਜ ਦੀਆਂ ਨਵੇਂ ਸ਼ੈਸਨ ਦੀਆਂ ਜਮਾਤਾਂ ਸ਼ੁਰੂ ਹੋਣ ਵਾਲੀਆਂ ਸਨ। ਸ਼੍ਰੀ ਯੁਕਤੇਸ਼ਵਰ ਜੀ, ਕਨਹਾਈ, ਅਤੇ ਆਡੀ ਕੁਝ ਦਿਨ ਵਾਸਤੇ ਸ਼੍ਰੀਨਗਰ ਹੋਰ ਰੁਕ ਗਏ। ਉਥੋਂ ਮੇਰੀ ਵਾਪਸੀ ਤੋਂ ਕੁਝ ਸਮਾਂ ਪਹਿਲਾਂ ਗੁਰੂਦੇਵ ਨੇ ਮੈਨੂੰ ਇਹ ਇਸ਼ਾਰਾ ਕੀਤਾ ਕਿ ਉਹ ਕਸ਼ਮੀਰ ਰਹਿੰਦਿਆਂ, ਉਨ੍ਹਾਂ ਦਾ ਸਰੀਰ ਬਿਮਾਰ ਹੋਣ ਵਾਲਾ ਹੈ।

"ਗੁਰੂਦੇਵ, ਪ੍ਰੰਤੂ ਮੈਨੂੰ ਤਾਂ ਆਪ ਪੂਰੇ ਤੰਦਰੁਸਤ ਦਿਖਾਈ ਦੇ ਰਹੇ ਹੋ," ਮੈਂ ਜਵਾਬ ਦਿੱਤਾ।

"ਇਹ ਵੀ ਸੰਭਾਵਨਾ ਹੈ ਕਿ ਮੈਂ ਇਸ ਸੰਸਾਰ ਤੋਂ ਕੂਚ ਕਰ ਜਾਵਾਂ।"

"ਗੁਰੂਦੇਵ," ਮੈਂ ਉਨ੍ਹਾਂ ਦੇ ਪੈਰਾਂ ਵਿਚ ਡਿਗ ਕੇ ਗਿੜਗਿੜਾਉਣ ਲੱਗ ਪਿਆ। "ਕ੍ਰਿਪਾ ਕਰਕੇ ਮੈਨੂੰ ਇਹ ਵਚਨ ਦਿਉ, ਕਿ ਹਾਲ ਦੀ ਘੜੀ ਆਪ ਸਰੀਰ ਨਹੀਂ ਤਿਆਗੋਗੇ। ਆਪ ਦੀ ਸਹਾਇਤਾ ਤੋਂ ਬਗੈਰ, ਮੈਂ ਹਾਲੇ ਚੱਲ ਸਕਣ ਦੇ ਸਮਰੱਥ ਨਹੀਂ ਹੋ ਸਕਿਆ।"

ਸ਼੍ਰੀ ਯੁਕਤੇਸ਼ਵਰ ਜੀ ਚੁੱਪ ਰਹੇ, ਪਰ ਉਨ੍ਹਾਂ ਨੇ ਮੇਰੇ ਵੱਲ ਇੰਨੀ ਤਰਸਮਈ ਨਜ਼ਰ ਨਾਲ ਦੇਖਦਿਆਂ ਮੁਸਕਰਾਇਆ, ਕਿ ਮੈਨੂੰ ਮੁੜ ਯਕੀਨ ਹੋ ਗਿਆ। ਮੈਂ ਉੱਥੋਂ ਅਣਮੰਨੇ ਮਨ ਨਾਲ ਵਾਪਸ ਚੱਲ ਪਿਆ।

"ਗੁਰੂਦੇਵ ਸਖਤ ਬਿਮਾਰ, ਹਾਲਤ ਗੰਭੀਰ," ਆਡੀ ਦੀ ਇਹ ਤਾਰ ਮੈਨੂੰ ਸ਼੍ਰੀਰਾਮਪੁਰ ਪਹੁੰਚਣ ਤੋਂ ਕੁਝ ਦੇਰ ਬਾਅਦ ਮਿਲੀ।

"ਗੁਰੂਦੇਵ," ਮੈਂ ਬੜੇ ਦੁਖ ਅਤੇ ਸੰਤਾਪ ਨਾਲ ਉਤੇਜਨਾਪੂਰਨ ਤਾਰ ਭੇਜੀ। ਮੈਂ ਲਿਖਿਆ, "ਮੈਂ ਆਪ ਤੋਂ ਹਾਲ ਦੀ ਘੜੀ ਸਰੀਰ ਨਾ ਤਿਆਗਣ ਦਾ ਵਚਨ ਮੰਗ ਰੱਖਿਆ ਹੈ। ਕ੍ਰਿਪਾ ਕਰਕੇ ਸਰੀਰ ਦਾ ਤਿਆਗ ਨਾ ਕਰਨਾ, ਨਹੀਂ ਤਾਂ ਮੈਂ ਵੀ ਸਰੀਰ ਤਿਆਗ ਦੇਵਾਂਗਾ।"

"ਜਿਵੇਂ ਤੂੰ ਚਾਹੁੰਦਾ ਹੈਂ, ਉਸੇ ਤਰ੍ਹਾਂ ਹੋਵੇ," ਗੁਰੂਦੇਵ ਦਾ ਕਸ਼ਮੀਰ ਤੋਂ ਜਵਾਬ ਆਇਆ।

ਕੁਝ ਹੀ ਦਿਨਾਂ ਬਾਅਦ ਆਡੀ ਦੀ ਚਿੱਠੀ ਆਈ, ਜਿਸ ਵਿਚ ਲਿਖਿਆ ਸੀ ਕਿ ਗੁਰੂਦੇਵ ਬਿਲਕੁਲ ਤੰਦਰੁਸਤ ਹੋ ਗਏ ਹਨ। ਅਗਲੇ ਪੰਦਰਵਾੜੇ ਵਿਚ ਜਦੋਂ ਗੁਰੂਦੇਵ ਸ਼੍ਰੀਰਾਮਪੁਰ ਵਾਪਸ ਆਏ, ਤਾਂ ਉਨ੍ਹਾਂ ਦਾ ਦੇਖਣ ਵਿਚ ਅੱਧਾ ਹੋਇਆ ਸਰੀਰ ਦੇਖ ਕੇ ਮੈਨੂੰ ਬਹੁਤ ਜਿਆਦਾ ਦੁਖ ਹੋਇਆ।

ਸ਼੍ਰੀ ਯੁਕਤੇਸ਼ਵਰ ਜੀ ਦੇ ਸ਼ਗਿਰਦਾਂ ਦੀ ਇਹ ਖੁਸ਼ਕਿਸਮਤੀ ਸੀ, ਕਿ ਉਨ੍ਹਾਂ ਨੇ ਕਸ਼ਮੀਰ ਵਿਚ ਆਪਣੇ ਸ਼ਗਿਰਦਾਂ ਦੇ ਅਨੇਕ ਪਾਪਾਂ ਨੂੰ ਆਪਣੇ ਸਰੀਰ ਉੱਪਰ ਲੈ ਕੇ ਖਤਮ ਕਰ ਦਿੱਤਾ ਸੀ।ਸਿੱਧ ਪੁਰਸ਼ਾਂ ਨੂੰ ਕਿਸੇ ਦੇ ਸਰੀਰ ਵਿਚੋਂ ਬਿਮਾਰੀ ਕੱਢ ਕੇ ਆਪਣੇ ਸਰੀਰ ਉੱਪਰ ਲੈਣ ਦੇ ਅਧਿਆਤਮਿਕ ਤਰੀਕਿਆਂ ਦਾ ਗਿਆਨ ਹੁੰਦਾ ਹੈ। ਜਿਵੇਂ ਤਾਕਤਵਰ ਆਦਮੀ ਜਿਆਦਾ ਭਾਰ ਢੋਣ ਦੇ ਕਾਬਲ ਹੋਣ ਕਰਕੇ, ਕਮਜ਼ੋਰ ਆਦਮੀ ਦੇ ਹਿੱਸੇ ਦਾ ਕੁਝ ਭਾਰ ਆਪ ਚੁੱਕ ਕੇ ਉਸਦੀ ਸਹਾਇਤਾ ਕਰ ਸਕਦਾ ਹੈ। ਉਸੇ ਤਰ੍ਹਾਂ ਅਧਿਆਤਮਿਕ ਸਿੱਧ ਪੁਰਸ਼ ਆਪਣੇ ਸ਼ਗਿਰਦਾਂ ਦੇ ਕਰਮਾਂ ਦੇ ਭਾਰ ਦੇ ਕੁਝ ਹਿੱਸੇ ਨੂੰ ਆਪਣੇ ਸਰੀਰ ਉੱਪਰ ਲੈ ਕੇ, ਉਨ੍ਹਾਂ ਦੇ ਸਰੀਰਕ ਅਤੇ ਮਾਨਸਿਕ ਕਸ਼ਟਾਂ ਨੂੰ ਘੱਟ ਕਰ ਸਕਦਾ ਹੈ। ਜਿਸ ਤਰ੍ਹਾਂ ਇੱਕ ਅਮੀਰ ਪਿਤਾ ਆਪਣੇ ਫਜ਼ੂਲ ਖਰਚ ਪੁੱਤਰ ਦੇ ਕਰਜ਼ੇ ਦੀ ਰਕਮ ਵਾਪਸ ਕਰਨ ਵਾਸਤੇ, ਆਪਣੀ ਦੌਲਤ ਵਿਚੋਂ ਕੁਝ ਪੈਸੇ ਦੇ ਕੇ, ਉਸ ਨੂੰ ਉਸ ਦੀਆਂ ਗਲਤੀਆਂ ਦੇ ਨਤੀਜਿਆਂ ਤੋਂ ਬਚਾਅ ਲੈਂਦਾ ਹੈ। ਉਸੇ ਤਰ੍ਹਾਂ ਆਪਣੇ ਸ਼ਗਿਰਦਾਂ ਨੂੰ ਦੁਰਗਤੀ ਤੋਂ ਬਚਾਉਣ ਖਾਤਰ ਗੁਰੂ ਆਪਣੀ ਸਿਹਤ ਦੀ ਦੌਲਤ ਦਾ ਕੁਝ ਹਿੱਸਾ ਤਿਆਗ ਦਿੰਦਾ ਹੈ।

ਇੱਕ ਗੁਪਤ ਤਕਨੀਕ ਨਾਲ ਸਿੱਧ ਪੁਰਸ਼ ਆਪਣੇ ਮਨ ਅਤੇ ਸੂਖਮ ਸਰੀਰ ਨੂੰ ਪੀੜਤ ਆਦਮੀ ਦੇ ਮਨ ਅਤੇ ਸੂਖਮ ਸਰੀਰ ਨਾਲ ਜੋੜ ਲੈਂਦੇ ਹਨ। ਇਸ ਤਰੀਕੇ ਨਾਲ ਪੂਰੀ ਬਿਮਾਰੀ ਜਾਂ ਬਿਮਾਰੀ ਦਾ ਕੁਝ ਹਿੱਸਾ, ਉਸ ਸਿੱਧ ਯੋਗੀ ਦੇ ਸਰੀਰ ਵਿਚ ਚਲਿਆ ਜਾਂਦਾ ਹੈ। ਸਰੀਰ ਰੂਪੀ ਧਰਤੀ ਉੱਪਰ, ਈਸ਼ਵਰ ਪ੍ਰਾਪਤੀ ਰੂਪੀ ਫਸਲ ਵੱਢ ਲੈਣ ਤੋਂ ਬਾਅਦ, ਸਿੱਧ ਪੁਰਸ਼ ਨੂੰ ਆਪਣੇ ਸਰੀਰ ਦੀ ਕੋਈ ਬਹੁਤੀ ਚਿੰਤਾ ਨਹੀਂ ਹੁੰਦੀ। ਫਿਰ ਉਹ ਦੂਸਰਿਆਂ ਦੇ ਦੁਖ ਦਰਦ ਘੱਟ ਕਰਨ ਵਾਸਤੇ ਆਪਣੇ ਸਰੀਰ ਨੂੰ ਬਿਮਾਰ ਹੋਣ ਦਿੰਦਾ ਹੈ, ਤਾਂ ਵੀ ਉਸ ਦੇ ਕਦੇ ਵੀ ਨਾ ਦੂਸ਼ਤ ਹੋਣ ਵਾਲੇ ਮਨ ਉੱਪਰ ਕੋਈ ਅਸਰ ਨਹੀਂ ਪੈਂਦਾ।ਇਹੋ ਜਿਹੀ ਸਹਾਇਤਾ ਕਰਨ ਦੇ ਯੋਗ ਹੋਣ ਵਾਸਤੇ, ਉਹ ਆਪਣੇ ਆਪ ਨੂੰ ਖੁਸ਼ਕਿਸਮਤ ਸਮਝਦਾ ਹੈ। ਮਨੁੱਖੀ ਸਰੀਰ ਧਾਰਨ ਕਰਨ ਦਾ ਮੁੱਖ ਉਦੇਸ਼ ਹੀ ਪ੍ਰਮਾਤਮਾ

ਵਿਚ ਅੰਤਮਲੀਨਤਾ ਪ੍ਰਾਪਤ ਕਰਨਾ ਹੁੰਦਾ ਹੈ। ਇਹ ਪ੍ਰਾਪਤ ਕਰ ਲੈਣ ਤੋਂ ਬਾਅਦ ਸਿੱਧ ਪੁਰਸ਼ ਮਨੁੱਖੀ ਸਰੀਰ ਨੂੰ ਜਿਸ ਤਰ੍ਹਾਂ ਚਾਹੇ ਵਰਤੋਂ ਵਿਚ ਲਿਆ ਸਕਦਾ ਹੈ।

ਇੱਕ ਗੁਰੂ ਦਾ ਕੰਮ ਹੈ ਕਿ ਇਸ ਸੰਸਾਰ ਵਿਚ ਮਨੁੱਖਤਾ ਦੇ ਦੁੱਖਾਂ ਨੂੰ ਘੱਟ ਕਰਨਾ ਹੁੰਦਾ ਹੈ, ਭਾਵੇਂ ਉਹ ਅਧਿਆਤਮਿਕ ਤਰੀਕਾ ਵਰਤੋਂ ਵਿਚ ਲਿਆਵੇ ਜਾਂ ਬੌਧਿਕ ਤਰੀਕਾ ਜਾਂ ਆਪਣੀ ਇੱਛਾ ਸ਼ਕਤੀ ਨਾਲ ਜਾਂ ਉਨ੍ਹਾਂ ਦੀਆਂ ਸਰੀਰਕ ਬਿਮਾਰੀਆਂ ਆਪਣੇ ਸਰੀਰ ਉੱਪਰ ਲੈਣ ਦੁਆਰਾ ਕਰੇ। ਆਪਣੀ ਮਰਜ਼ੀ ਨਾਲ ਪਰਾਚੇਤਨ ਅਵਸਥਾ ਵਿਚ ਜਾ ਕੇ ਸਿੱਧ ਪੁਰਸ਼ ਆਪਣੇ ਸਰੀਰਕ ਦੁਖਾਂ ਤੋਂ ਨਿਰਲੇਪ ਰਹਿ ਸਕਦਾ ਹੈ, ਪਰ ਕਦੇ ਕਦੇ ਆਪਣੇ ਸ਼ਗਿਰਦਾਂ ਨੂੰ ਉਦਾਹਰਣ ਦੇਣ ਵਾਸਤੇ ਉਹ ਸਰੀਰਕ ਕਸ਼ਟਾਂ ਨੂੰ ਸਰੀਰ ਉੱਪਰ ਉਦਾਸੀਨ ਭਾਵ ਨਾਲ ਆਪਣੀ ਮਰਜ਼ੀ ਨਾਲ ਸਹਿਣ ਵੀ ਕਰਦਾ ਹੈ। ਦੂਸਰਿਆਂ ਦੀਆਂ ਬਿਮਾਰੀਆਂ ਆਪਣੇ ਸਰੀਰ ਉੱਪਰ ਲੈ ਕੇ ਯੋਗੀ ਉਨ੍ਹਾਂ ਵਾਸਤੇ ਕਰਮ ਸਿਧਾਂਤ ਦੇ ਕਾਰਨ ਅਤੇ ਪ੍ਰਭਾਵ ਦੇ ਨਿਯਮਾਂ ਨੂੰ ਪੂਰਾ ਕਰਦਾ ਹੈ। ਇਸ ਦੀ ਕਾਰਜ ਸ਼ੈਲੀ ਵਿਚ ਸਿੱਧ ਪੁਰਸ਼ ਵਿਗਿਆਨਿਕ ਅਧਾਰ ਉੱਪਰ ਫੇਰ ਬਦਲ ਵੀ ਕਰ ਸਕਦਾ ਹੈ।

ਅਧਿਆਤਮਿਕ ਨਿਯਮਾਂ ਦੇ ਮੁਤਾਬਿਕ ਹਮੇਸ਼ਾਂ ਇਹ ਜਰੂਰੀ ਨਹੀਂ ਹੁੰਦਾ, ਕਿ ਗੁਰੂ ਜਾਂ ਸਿੱਧ ਪੁਰਸ਼, ਜਦੋਂ ਵੀ ਕਿਸੇ ਦੂਸਰੇ ਨੂੰ ਤੰਦਰੁਸਤ ਕਰਨ, ਤਾਂ ਉਹ ਖੁਦ ਬਿਮਾਰ ਹੋਣ। ਤੰਦਰੁਸਤ ਕਰਨ ਦੀਆਂ ਅਨੇਕ ਤਕਨੀਕਾਂ ਹਨ, ਜਿਨ੍ਹਾਂ ਦਾ ਸਿੱਧ ਪੁਰਸ਼ਾਂ ਨੂੰ ਗਿਆਨ ਹੁੰਦਾ ਹੈ, ਜਿਸ ਨਾਲ ਅਧਿਆਤਮਿਕ ਤਰੀਕੇ ਨਾਲ ਤੰਦਰੁਸਤ ਕਰਨ ਵਾਲੇ ਨੂੰ ਕੋਈ ਨੁਕਸਾਨ ਨਹੀਂ ਹੁੰਦਾ। ਆਮ ਤੌਰ ਤੇ ਸਿੱਧ ਪੁਰਸ਼ ਕਿਸੇ ਇਹੋ ਜਿਹੀ ਤਕਨੀਕ ਨਾਲ ਹੀ ਲੋਕਾਂ ਨੂੰ ਤੰਦਰੁਸਤ ਕਰ ਦਿੰਦੇ ਹਨ। ਪ੍ਰੰਤੂ ਕਦੇ ਕਦੇ, ਹਾਲਾਂ ਕਿ ਇਹ ਬੜਾ ਘੱਟ ਹੁੰਦਾ ਹੈ ਕਿ ਗੁਰੂ ਆਪਣੇ ਸ਼ਗਿਰਦਾਂ ਦੇ ਅਧਿਆਤਮਿਕ ਵਿਕਾਸ ਨੂੰ ਤੇਜ ਕਰਨ ਵਾਸਤੇ, ਉਨ੍ਹਾਂ ਦੇ ਬੇਲੋੜੇ ਕਰਮਾਂ ਦੇ ਬਹੁਤ ਵੱਡੇ ਹਿੱਸੇ ਨੂੰ ਆਪਣੇ ਸਰੀਰ ਉੱਪਰ ਭੋਗ ਕੇ ਉਨ੍ਹਾਂ ਦੇ ਨਤੀਜਿਆਂ ਨੂੰ ਖਤਮ ਕਰ ਸਕਦਾ ਹੈ।

ਈਸਾ ਮਸੀਹ ਨੇ ਇਹ ਪਹਿਲਾਂ ਹੀ ਸਪਸ਼ਟ ਇਸ਼ਾਰਾ ਦੇ ਦਿੱਤਾ ਸੀ, ਕਿ ਉਨ੍ਹਾਂ ਦਾ ਜਨਮ ਅਨੇਕ ਪਾਪੀਆਂ ਨੂੰ, ਉਨ੍ਹਾਂ ਦੇ ਪਾਪਾਂ ਤੋਂ ਮੁਕਤੀ ਕਰਵਾਉਣ ਲਈ ਕਸ਼ਟ ਭੁਗਤਣ ਵਾਸਤੇ ਹੋਇਆ ਹੈ।

ਉਨ੍ਹਾਂ ਵਿਚ ਜੋ ਅਧਿਆਤਮਿਕ ਸ਼ਕਤੀਆਂ ਸਨ।* ਉਨ੍ਹਾਂ ਦੇ ਹੁੰਦੇ ਹੋਏ ਈਸਾ ਮਸੀਹ ਨੂੰ ਕਦੇ ਵੀ ਸੂਲੀ ਤੇ ਚੜ੍ਹਾ ਕੇ ਮੌਤ ਨਹੀਂ ਸੀ ਦਿੱਤੀ ਜਾ ਸਕਦੀ, ਜੇਕਰ ਉਹ ਖੁਦ

* ਕਰਾਸ ਉੱਪਰ ਸੂਲੀ ਚੜ੍ਹਾਉਣ ਵਾਸਤੇ ਲੈ ਕੇ ਜਾਣ ਤੋਂ ਪਹਿਲਾਂ, ਈਸਾ ਮਸੀਹ ਨੇ ਕਿਹਾ, "ਕੀ ਤੁਸੀਂ ਇਹ ਸਮਝਦੇ ਹੋ, ਕਿ ਮੈਂ ਹੁਣ ਆਪਣੇ ਪਰਮ ਪਿਤਾ ਨੂੰ ਪ੍ਰਾਰਥਨਾ ਨਹੀਂ ਕਰ ਸਕਦਾ? ਅਤੇ ਜੇਕਰ ਮੈਂ ਪ੍ਰਾਰਥਨਾ ਕਰਾਂ, ਤਾਂ ਪ੍ਰਮਾਤਮਾ ਮੈਨੂੰ ਤੁਰੰਤ ਦੇਵ ਦੂਤਾਂ ਦੀਆਂ ਬਾਰਾਂ ਸੈਨਾਵਾਂ ਤੋਂ ਵੀ ਜਿਆਦਾ ਸੈਨਾ ਭੇਜ ਦੇਣਗੇ? ਪ੍ਰੰਤੂ ਸ਼ਾਸਤਰ ਵਚਨ ਕਿਸ ਤਰ੍ਹਾਂ ਪੂਰਾ ਹੋਵੇਗਾ, ਜਦੋਂ ਕਿ ਸ਼ਾਸਤਰ ਵਚਨ ਦਾ ਪੂਰਾ ਹੋਣਾ ਬਹੁਤ ਲਾਜ਼ਮੀ ਹੈ?" *ਮੈਥਯੂ* 26:53–54 (ਬਾਈਬਲ)

ਆਪਣੀ ਮਰਜ਼ੀ ਨਾਲ ਕਾਰਨ ਅਤੇ ਪ੍ਰਭਾਵ ਦे ਸੂਖਮ ਵਿਸ਼ਵ ਨਿਯਮ ਨਾਲ ਸਹਿਯੋਗ ਨਾ ਕਰਦੇ। ਇਸ ਪ੍ਰਕਾਰ ਉਨ੍ਹਾਂ ਨੇ ਦੂਸਰਿਆਂ ਦੇ ਕਰਮਾਂ ਦੇ ਨਤੀਜਿਆਂ ਨੂੰ ਆਪਣੇ ਉੱਪਰ ਲੈ ਲਿਆ, ਖਾਸ ਕਰਕੇ ਆਪਣੇ ਪਿਆਰੇ ਸ਼ਗਿਰਦਾਂ ਦੇ ਕਰਮਾਂ ਦੇ ਨਤੀਜਿਆਂ ਨੂੰ। ਇਸ ਤਰ੍ਹਾਂ ਉਨ੍ਹਾਂ ਨੇ ਆਪਣੇ ਸ਼ਗਿਰਦਾਂ ਨੂੰ ਪਵਿੱਤਰ ਕੀਤਾ ਅਤੇ ਇਸ ਕਾਬਲ ਬਣਾਇਆ ਕਿ ਉਹ ਸਰਬ ਵਿਆਪੀ ਚੇਤਨਾ ਪ੍ਰਾਪਤ ਕਰਨ ਦੇ ਯੋਗ ਹੋ ਜਾਣ, ਜੋ ਬਾਅਦ ਵਿਚ ਉਨ੍ਹਾਂ ਦੇ ਸ਼ਗਿਰਦਾਂ ਵਿਚ ਅਵਤਰਿਤ ਹੋਈ।*

ਸਿਰਫ ਆਤਮ-ਅਨੁਭਵ ਪ੍ਰਾਪਤ ਸਿੱਧ ਪੁਰਸ਼ ਹੀ ਆਪਣੀ ਪ੍ਰਾਣ ਸ਼ਕਤੀ ਨੂੰ ਦੂਸਰਿਆਂ ਵਿਚ ਸੰਚਾਰਤ ਕਰ ਸਕਦੇ ਹਨ ਜਾਂ ਉਨ੍ਹਾਂ ਦੀਆਂ ਬਿਮਾਰੀਆਂ ਆਪਣੇ ਉੱਪਰ ਲੈ ਸਕਦੇ ਹਨ। ਕੋਈ ਆਮ ਆਦਮੀ ਰੋਗ ਮੁਕਤੀ ਦੀ ਇਸ ਯੌਗਿਕ ਤਕਨੀਕ ਨੂੰ ਪ੍ਰਯੋਗ ਨਹੀਂ ਕਰ ਸਕਦਾ ਅਤੇ ਨਾ ਹੀ ਉਸ ਵਾਸਤੇ ਇਸ ਤਰ੍ਹਾਂ ਕਰਨਾ ਜਾਇਜ਼ ਹੈ। ਕਿਉਂਕਿ ਕਮਜ਼ੋਰ ਸਰੀਰ ਧਿਆਨ ਕਰਨ ਵਿਚ ਰੁਕਾਵਟ ਬਣਦਾ ਹੈ, ਇਸ ਕਰਕੇ ਹਿੰਦੂ ਸ਼ਾਸਤਰ ਇਹ ਕਹਿੰਦੇ ਹਨ ਕਿ ਆਪਣੇ ਸਰੀਰ ਨੂੰ ਤੰਦਰੁਸਤ ਰੱਖਣਾ ਮਨੁੱਖ ਦਾ ਜਰੂਰੀ ਫਰਜ਼ ਹੈ ਨਹੀਂ ਤਾਂ ਉਸ ਦਾ ਮਨ ਪ੍ਰਮਾਤਮਾ ਦੇ ਧਿਆਨ ਵਿਚ ਇਕਾਗਰ ਨਹੀਂ ਹੋ ਸਕੇਗਾ। ਫਿਰ ਵੀ ਇੱਕ ਬਹੁਤ ਸ਼ਕਤੀਸ਼ਾਲੀ ਮਨ ਸਰੀਰਕ ਰੁਕਾਵਟਾਂ ਨੂੰ ਲੰਘ ਸਕਦਾ ਹੈ ਅਤੇ ਪ੍ਰਮਾਤਮਾ ਦਾ ਆਤਮ-ਸ਼ਾਕਸਾਤਕਾਰ ਪ੍ਰਾਪਤ ਕਰ ਸਕਦਾ ਹੈ। ਬਹੁਤ ਸਾਰੇ ਸਿੱਧ ਪੁਰਸ਼ਾਂ ਨੇ ਆਪਣੀਆਂ ਸਰੀਰਕ ਬਿਮਾਰੀਆਂ ਦੀ ਪ੍ਰਵਾਹ ਨਾ ਕਰਦਿਆਂ, ਪ੍ਰਮਾਤਮਾ ਦੇ ਸ਼ਾਕਸਾਤਕਾਰ ਦੀ ਮੰਜ਼ਲ ਪ੍ਰਾਪਤ ਕਰਨ ਵਿਚ ਸਫਲਤਾ ਪ੍ਰਾਪਤ ਕੀਤੀ ਹੈ। ਅਸੀਸ਼ੀ ਦੇ ਸੇਂਟ ਫਰਾਂਸਿਸ ਖੁਦ ਆਪ ਗੰਭੀਰ ਰੋਗਾਂ ਤੋਂ ਪੀੜਤ ਹੋਣ ਦੇ ਬਾਵਜੂਦ ਦੂਸਰੇ ਲੋਕਾਂ ਨੂੰ ਰੋਗ ਮੁਕਤ ਕਰ ਦਿੰਦੇ ਸਨ। ਇੱਥੋਂ ਤਕ ਕਿ ਮੁਰਦਿਆਂ ਨੂੰ ਵੀ ਜੀਵਤ ਕਰ ਦਿੰਦੇ ਸਨ।

ਮੈਂ ਇੱਕ ਇਹੋ ਜਿਹੇ ਭਾਰਤੀ ਸਿੱਧ ਪੁਰਸ਼ ਨੂੰ ਜਾਣਦਾ ਹਾਂ, ਜਿਸਦਾ ਅੱਧਾ ਸਰੀਰ ਫੋੜਿਆਂ ਨਾਲ ਭਰਿਆ ਪਿਆ ਸੀ। ਉਨ੍ਹਾਂ ਦਾ ਸ਼ੱਕਰ ਰੋਗ ਇੰਨਾ ਗੰਭੀਰ ਸੀ, ਕਿ ਉਹ ਲਗਾਤਾਰ ਪੰਦਰਾਂ ਮਿੰਟ ਤੋਂ ਜਿਆਦਾ ਸਥਿਰ ਨਹੀਂ ਸਨ ਬੈਠ ਸਕਦੇ। ਪ੍ਰੰਤੂ ਉਨ੍ਹਾਂ ਦੀ ਅਧਿਆਤਮਿਕ ਅਭਿਲਾਸ਼ਾ ਇੰਨੀ ਪੱਕੀ ਅਤੇ ਅਟੱਲ ਸੀ ਕਿ ਉਹ ਪ੍ਰਾਰਥਨਾ ਕਰਦੇ, "ਪ੍ਰਮਾਤਮਾ, ਕੀ ਆਪ ਇਸ ਟੁੱਟੇ ਭੱਜੇ ਮੰਦਰ ਵਿਚ ਪਧਾਰੋਗੇ।" ਆਪਣੀ ਦ੍ਰਿੜ ਇੱਛਾ ਸ਼ਕਤੀ ਨਾਲ ਆਖਰ ਨੂੰ ਉਹ ਸਿੱਧ ਪੁਰਸ਼ ਹੌਲੀ ਹੌਲੀ ਧਿਆਨ ਵਿਚ ਹਰ ਰੋਜ਼ ਲਗਾਤਾਰ ਅਠਾਰਾਂ ਅਠਾਰਾਂ ਘੰਟੇ ਪਦਮ ਆਸਣ ਵਿਚ ਮਗਨ ਰਹਿਣ ਵਿਚ ਕਾਮਯਾਬ ਹੋ ਗਏ। ਉਨ੍ਹਾਂ ਨੇ ਮੈਨੂੰ ਦੱਸਿਆ, "ਤਿੰਨ ਸਾਲ ਪੂਰੇ ਹੁੰਦਿਆਂ ਹੁੰਦਿਆਂ ਹੀ, ਮੈਂ ਪ੍ਰਮਾਤਮਾ ਦੇ ਅਨੰਤ ਪ੍ਰਕਾਸ਼ ਨੂੰ ਆਪਣੇ ਅੰਦਰ ਜਗਮਗਾਉਂਦੇ ਦੇਖਿਆ। ਉਸ ਤੇਜ ਦੇ ਆਨੰਦ ਵਿਚ ਆਨੰਦ ਮਗਨ

* *ਪ੍ਰੇਰਿਤਾਂ ਦੇ ਕੰਮ* 1:8, 2:1–4 (ਬਾਈਬਲ)

ਹੋ ਕੇ ਮੈਂ ਆਪਣੇ ਸਰੀਰ ਨੂੰ ਹੀ ਭੁੱਲ ਗਿਆ। ਬਾਅਦ ਵਿਚ ਮੈਂ ਦੇਖਿਆ ਕਿ ਪ੍ਰਮਾਤਮਾ ਦੀ ਕ੍ਰਿਪਾ ਨਾਲ ਮੇਰਾ ਸਾਰਾ ਸਰੀਰ ਪੂਰੀ ਤਰ੍ਹਾਂ ਤੰਦਰੁਸਤ ਹੋ ਚੁੱਕਿਆ ਸੀ।"

ਰੋਗ ਨਿਵਾਰਣ ਦੀ ਇੱਕ ਇਤਿਹਾਸਿਕ ਘਟਨਾ ਭਾਰਤ ਵਿਚ ਮੁਗਲ ਸਾਮਰਾਜ ਦੇ ਸੰਸਥਾਪਕ ਬਾਬਰ (1483–1530) ਦੇ ਨਾਲ ਸਬੰਧਿਤ ਹੈ। ਉਸ ਦਾ ਪੁੱਤਰ ਹੁਮਾਯੂੰ* ਸਖਤ ਰੂਪ ਵਿਚ ਬਿਮਾਰ ਹੋ ਗਿਆ। ਬਾਬਰ ਨੇ ਬਹੁਤ ਜਿਆਦਾ ਦੁਖੀ ਮਨ ਨਾਲ, ਪਰ ਪੂਰੇ ਯਕੀਨ ਨਾਲ, ਪ੍ਰਮਾਤਮਾ ਅੱਗੇ ਪ੍ਰਾਰਥਨਾ ਕੀਤੀ, ਕਿ ਉਸ ਦੇ ਪੁੱਤਰ, ਹੁਮਾਯੂੰ ਦਾ ਰੋਗ ਉਸ ਨੂੰ ਹੋ ਜਾਵੇ ਅਤੇ ਉਸ ਦੇ ਪੁੱਤਰ ਨੂੰ ਜੀਵਨ ਦਾਨ ਮਿਲ ਜਾਵੇ। ਹੁਮਾਯੂੰ ਤੰਦਰੁਸਤ ਹੋ ਗਿਆ ਅਤੇ ਬਾਬਰ ਉਸੇ ਵਕਤ ਉਸੇ ਬਿਮਾਰੀ ਨਾਲ ਪੀੜਤ ਹੋ ਗਿਆ, ਜਿਸ ਬਿਮਾਰੀ ਨਾਲ ਉਸ ਦਾ ਪੁੱਤਰ ਪੀੜਤ ਸੀ ਅਤੇ ਬਾਅਦ ਵਿਚ ਬਾਬਰ ਮਰ ਗਿਆ।

ਬਹੁਤ ਸਾਰੇ ਲੋਕ ਇਹ ਸੋਚਦੇ ਹਨ ਕਿ ਸਿੱਧ ਪੁਰਸ਼ਾਂ ਨੂੰ ਸੈਂਡੋ† ਵਰਗੇ ਤਾਕਤਵਰ ਅਤੇ ਸ਼ਕਤੀਸ਼ਾਲੀ ਹੋਣਾ ਚਾਹੀਦਾ ਹੈ, ਇਹ ਸੋਚਣਾ ਵਿਅਰਥ ਹੈ। ਜਿਸ ਤਰ੍ਹਾਂ ਜ਼ਿੰਦਗੀ ਭਰ ਤੰਦਰੁਸਤ ਰਹਿਣ ਦਾ ਇਹ ਮਤਲਬ ਨਹੀਂ ਹੈ, ਕਿ ਉਸ ਸਿੱਧ ਪੁਰਸ਼ ਨੂੰ ਆਤਮਿਕ ਗਿਆਨ ਪ੍ਰਾਪਤ ਹੋ ਗਿਆ ਹੈ। ਉਸੇ ਤਰ੍ਹਾਂ ਹੀ ਬਿਮਾਰ ਸਰੀਰ ਰਹਿਣ ਦਾ ਇਹ ਮਤਲਬ ਨਹੀਂ ਹੁੰਦਾ, ਕਿ ਉਸ ਵਿਚ ਅਧਿਆਤਮਿਕ ਸ਼ਕਤੀਆਂ ਦੀ ਘਾਟ ਹੈ। ਸਿੱਧ ਪੁਰਸ਼ਾਂ ਦੀ ਪਹਿਚਾਣ, ਉਨ੍ਹਾਂ ਦੀਆਂ ਅਧਿਆਤਮਿਕ ਸ਼ਕਤੀਆਂ ਤੇ ਨਿਰਭਰ ਕਰਦੀ ਹੈ ਨਾ ਕਿ ਸਰੀਰਕ ਸ਼ਕਤੀਆਂ ਤੇ।

ਪੱਛਮੀ ਦੁਨੀਆਂ ਦੇ ਅਨੇਕ ਭਟਕੇ ਹੋਏ ਜਿਗਿਆਸੂਆਂ ਦੀ ਇਹ ਗਲਤ ਧਾਰਨਾ ਹੈ, ਕਿ ਅਧਿਆਤਮਿਕਤਾ ਉੱਪਰ ਧਾਰਾ ਪ੍ਰਵਾਹ ਬੋਲਣ ਵਾਲਾ ਜਾਂ ਲੇਖਕ ਜਰੂਰ ਹੀ ਸਿੱਧ ਪੁਰਸ਼ ਹੋਵੇਗਾ। ਕਿਸੇ ਦਾ ਸਿੱਧ ਪੁਰਸ਼ ਹੋਣ ਦਾ ਪ੍ਰਮਾਣ ਸਿਰਫ ਇਹ ਹੁੰਦਾ ਹੈ ਕਿ ਉਸ ਵਿਚ ਆਪਣੀ ਇੱਛਾ ਨਾਲ ਸੁਆਸ ਰਹਿਤ ਅਵਸਥਾ (ਸਵਿਕਲਪ ਸਮਾਧੀ) ਵਿਚ ਜਾਣ ਦੀ ਕਿੰਨੀ ਤਾਕਤ ਹੈ ਅਤੇ ਉਸ ਨੂੰ ਅਖੰਡ ਆਨੰਦ ਅਵਸਥਾ (ਨਿਰਵਿਕਲਪ ਦੀ

* ਹੁਮਾਯੂੰ ਅਕਬਰ ਦਾ ਪਿਤਾ ਸੀ। ਸ਼ੁਰੂ ਸ਼ੁਰੂ ਵਿਚ ਅਕਬਰ ਇਸਲਾਮੀ ਕਟੜਤਾ ਦੇ ਕਾਰਨ ਹਿੰਦੂਆਂ ਉੱਪਰ ਜੁਲਮ ਕਰਿਆ ਕਰਦਾ ਸੀ। ਬਾਅਦ ਵਿਚ ਉਸ ਨੇ ਕਿਹਾ, "ਜਿਉਂ ਜਿਉਂ ਮੇਰਾ ਗਿਆਨ ਵਧਦਾ ਗਿਆ, ਤਿਉਂ ਤਿਉਂ ਮੈਂ ਸ਼ਰਮ ਨਾਲ ਗਰਕ ਹੁੰਦਾ ਗਿਆ। ਹਰ ਧਰਮ ਦੇ ਮੰਦਰਾਂ ਵਿਚ ਚਮਤਕਾਰ ਵਾਪਰਦੇ ਹਨ।" ਉਸ ਨੇ ਸ਼੍ਰੀ ਮਦ ਭਗਵਤ ਗੀਤਾ ਦਾ ਫਾਰਸੀ ਅਨੁਵਾਦ ਕਰਵਾਇਆ ਸੀ ਅਤੇ ਆਪਣੇ ਦਰਬਾਰ ਵਿਚ ਰੋਮ ਤੋਂ ਕਈ ਈਸਾਈ ਪਾਦਰੀਆਂ ਨੂੰ ਬੁਲਾਇਆ ਸੀ। ਅਕਬਰ ਨੇ ਭਾਵੇਂ ਗਲਤ ਹੀ ਸਹੀ, ਪਰ ਪੂਰੀ ਸ਼ਰਧਾ ਨਾਲ, ਨਿਮਨ ਲਿਖਤ ਕਹਾਵਤ ਨੂੰ ਈਸਾ ਮਸੀਹ ਦੀ ਰਚਨਾ ਮੰਨਦਿਆਂ ਫਤਹਿਪੁਰ ਸੀਕਰੀ ਦੇ 'ਫਤਹਿ ਦਰਵਾਜ਼ੇ' ਉੱਪਰ ਇਹ ਸ਼ਬਦ ਲਿਖਵਾਏ:- ਮਰੀਅਮ ਦੇ ਜਾਏ, ਈਸਾ ਮਸੀਹ (ਉਨ੍ਹਾਂ ਨੂੰ ਸ਼ਾਂਤੀ ਪ੍ਰਾਪਤ ਹੋਵੇ) ਨੇ ਕਿਹਾ ਹੈ, *"ਇਹ ਦੁਨੀਆਂ ਇੱਕ ਪੁਲ ਹੈ, ਇਸ ਉੱਪਰ ਦੀ ਪਾਰ ਲੰਘ ਜਾਉ, ਪਰ ਇਸ ਉੱਪਰ ਘਰ ਨਾ ਬਣਾਉ।"*

† ਇੱਕ ਜਰਮਨ ਪਹਿਲਵਾਨ, (ਜਿਸ ਦੀ 1925 ਵਿਚ ਮੌਤ ਹੋ ਗਈ) ਜੋ ਦੁਨੀਆਂ ਵਿਚ ਸਭ ਤੋਂ ਤਾਕਤਵਰ ਮਨੁੱਖ ਦੇ ਰੂਪ ਵਿਚ ਪ੍ਰਸਿੱਧ ਹੈ।

ਸਮਾਧੀ ਅਵਸਥਾ)* ਦੀ ਪ੍ਰਾਪਤੀ ਹੋ ਚੁੱਕੀ ਹੈ ਜਾਂ ਨਹੀਂ। ਰਿਸ਼ੀਆਂ ਦਾ ਕਹਿਣਾ ਹੈ ਕਿ ਸਿਰਫ ਇਨ੍ਹਾਂ ਪ੍ਰਾਪਤੀਆਂ ਦੁਆਰਾ ਹੀ ਮਨੁੱਖ ਇਹ ਦਿਖਾ ਸਕਦਾ ਹੈ, ਕਿ ਉਸ ਨੇ ਦਵੈਤ ਦੇ ਇੰਦਰਜਾਲ ਜਾਂ ਮਾਇਆ ਉੱਪਰ ਆਪਣਾ ਅਧਿਕਾਰ ਪਾ ਲਿਆ ਹੈ। ਸਿਰਫ ਉਹ ਹੀ ਆਤਮ ਗਿਆਨ ਦੀਆਂ ਡੂੰਘਾਈਆ ਵਿਚੋਂ ਇਹ ਕਹਿ ਸਕਦਾ ਹੈ 'ਏਕਮ ਸੱਤ।' ਇੱਕ ਦੀ ਹੀ ਸੱਤਾ ਹੈ। ਮਹਾਨ ਅਦਵੈਤਵਾਦੀ ਆਦਿ ਸ਼ੰਕਰਾਚਾਰੀਆ ਨੇ ਲਿਖਿਆ ਹੈ, "ਜਦੋਂ ਤਕ ਅਗਿਆਨ ਦੇ ਕਾਰਨ ਦਵੈਤ ਭਾਵ ਰਹਿੰਦਾ ਹੈ, ਤਾਂ ਸਾਰਾ ਕੁਝ ਆਤਮਾ ਤੋਂ ਅਲੱਗ ਦਿਖਾਈ ਦਿੰਦਾ ਹੈ। ਜਦੋਂ ਇਹ ਗਿਆਨ ਹੋ ਜਾਂਦਾ ਹੈ ਕਿ ਸਭ ਕੁਝ ਆਤਮਾ ਹੀ ਹੈ ਤਾਂ ਇੱਕ ਅਣੂ ਵੀ ਆਤਮਾ ਤੋਂ ਅਲੱਗ ਦਿਖਾਈ ਨਹੀਂ ਦਿੰਦਾ। ਸੱਚ ਦੇ ਗਿਆਨ ਦੀ ਜਾਣਕਾਰੀ ਹੁੰਦਿਆਂ ਹੀ ਸਰੀਰ ਦੀ ਕਾਲਪਨਿਕਤਾ ਦੇ ਕਾਰਨ ਹੋਏ ਕਰਮਾਂ ਦੇ ਫਲ ਭੋਗਣ ਲਈ ਬਾਕੀ ਨਹੀਂ ਰਹਿੰਦੇ, ਜਿਸ ਤਰ੍ਹਾਂ ਨੀਂਦ ਤੋਂ ਜਾਗਣ ਤੋਂ ਬਾਅਦ ਸੁਪਨੇ ਦਾ ਵਜੂਦ ਨਹੀਂ ਰਹਿੰਦਾ।"

ਸਿਰਫ ਸਿੱਧ ਪੁਰਸ਼ ਹੀ ਆਪਣੇ ਸ਼ਗਿਰਦਾਂ ਦੇ ਕਰਮ ਆਪਣੇ ਸਰੀਰ ਉੱਪਰ ਲੈ ਸਕਦੇ ਹਨ। ਸ੍ਰੀ ਯੁਕਤੇਸ਼ਵਰ ਜੀ ਸ੍ਰੀਨਗਰ ਵਿਚ ਕਦੇ ਕਸ਼ਟ ਨਾ ਭੋਗਦੇ,† ਜੇ ਉਨ੍ਹਾਂ ਨੂੰ ਆਪਣੇ ਅੰਦਰ ਨਿਵਾਸ ਕਰਨ ਵਾਲੇ ਪ੍ਰਮਾਤਮਾ ਤੋਂ ਆਪਣੇ ਸ਼ਗਿਰਦਾਂ ਦੀ ਉਸ ਵਿਲੱਖਣ ਢੰਗ ਨਾਲ ਸਹਾਇਤਾ ਕਰਨ ਲਈ ਇਜਾਜ਼ਤ ਨਾ ਮਿਲਦੀ। ਇਸ ਤਰ੍ਹਾਂ ਦੇ ਸਿੱਧ ਪੁਰਸ਼ ਸਿਰਫ ਗਿਣੇ ਚੁਣੇ ਹੀ ਹੁੰਦੇ ਹਨ, ਜੋ ਪ੍ਰਮਾਤਮਾ ਦੇ ਹੁਕਮਾਂ ਦੀ ਪਾਲਣਾ ਕਰਨ ਵਾਸਤੇ ਲੋੜੀਂਦੇ ਸੂਖਮ ਗਿਆਨ ਨਾਲ ਭਰਪੂਰ ਹੁੰਦੇ ਹਨ।

ਜਦੋਂ ਮੈਂ ਆਪਣੇ ਗੁਰੂਦੇਵ ਦੇ ਕਮਜ਼ੋਰ ਸਰੀਰ ਨੂੰ ਦੇਖ ਕੇ ਹਮਦਰਦੀ ਪ੍ਰਗਟ ਕਰਨ ਵਾਸਤੇ ਕੁਝ ਕਹਿਣ ਦਾ ਹੌਸਲਾ ਕੀਤਾ ਤਾਂ ਉਨ੍ਹਾਂ ਨੇ ਹੱਸਦਿਆਂ ਕਿਹਾ:

"ਇਸ ਦੇ ਕੁਝ ਚੰਗੇ ਪਹਿਲੂ ਵੀ ਹਨ, ਹੁਣ ਮੈਂ ਉਨ੍ਹਾਂ ਛੋਟੀਆਂ ਬੁਨੈਣਾਂ ਨੂੰ ਵੀ ਪਹਿਨ ਸਕਦਾ ਹਾਂ, ਜੋ ਕਈ ਸਾਲਾਂ ਤੋਂ ਨਹੀਂ ਪਹਿਨ ਸਕਿਆ!"

ਗੁਰੂਦੇਵ ਨੂੰ ਪ੍ਰਸੰਨਤਾ ਪੂਰਵਕ ਹੱਸਦਿਆਂ ਦੇਖ ਕੇ, ਮੈਨੂੰ ਸੇਂਟ ਫਰਾਂਸਿਸ ਦੇ ਉਹ ਸ਼ਬਦ ਯਾਦ ਆ ਗਏ: "ਜੋ ਸੰਤ ਉਦਾਸ ਹੈ, ਉਹ ਵਿਅਰਥ ਹੀ ਸੰਤ ਹੈ!"

* ਦੇਖੋ ਪੰਨਾਂ 316, 527n.

† ਸ੍ਰੀਨਗਰ ਕਸ਼ਮੀਰ ਦੀ ਰਾਜਧਾਨੀ ਹੈ, ਜਿਸ ਨੂੰ ਸਮਰਾਟ ਅਸ਼ੋਕ ਨੇ ਤੀਜੀ ਸਦੀ ਈਸਾ ਪੂਰਵ ਵਸਾਇਆ ਸੀ। ਅਸ਼ੋਕ ਨੇ ਉੱਥੇ 500 ਬੋਧ ਮੱਠ ਬਣਵਾਏ ਸਨ, ਜਿਨ੍ਹਾਂ ਵਿਚੋਂ 100 ਮੱਠ ਉਸ ਵਕਤ ਵੀ ਮੌਜੂਦ ਸਨ, ਜਦੋਂ ਇੱਕ ਹਜ਼ਾਰ ਸਾਲ ਬਾਅਦ ਚੀਨੀ ਯਾਤਰੂ ਹਿਊਨ ਸਾਂਗ ਕਸ਼ਮੀਰ ਆਇਆ ਸੀ। ਇਕ ਹੋਰ ਚੀਨੀ ਲੇਖਕ ਫਾ-ਹਯੇਨ (ਪੰਜਵੀਂ ਸ਼ਤਾਬਦੀ) ਨੇ ਪਾਟਲੀਪੁੱਤਰ (ਆਧੁਨਿਕ ਸ਼ਹਿਰ ਪਟਨਾ) ਵਿਚ ਅਸ਼ੋਕ ਦੇ ਵਿਸ਼ਾਲ ਰਾਜ ਮਹੱਲ ਦੇ ਖੰਡਰਾਂ ਨੂੰ ਦੇਖ ਕੇ ਲਿਖਿਆ ਹੈ, ਕਿ 'ਸਥਾਪਨ ਕਲਾ ਅਤੇ ਸ਼ਿਲਪ ਕਲਾ ਦੀ ਨਜ਼ਰ ਤੋਂ ਇਸ ਇਮਾਰਤ ਦੀ ਸੁੰਦਰਤਾ ਇੰਨੀ ਅਨੂਪਮ ਅਤੇ ਗੌਰਵਸ਼ਾਲੀ ਹੈ, ਕਿ ਇਸ ਨੂੰ ਦੇਖ ਕੇ ਇਸ ਤਰ੍ਹਾਂ ਲੱਗਦਾ ਹੈ, ਕਿ ਇਹ ਮਨੁੱਖੀ ਹੱਥਾਂ ਦੀ ਬਣਤਰ ਹੀ ਨਹੀਂ ਹੈ।'

ਚੈਪਟਰ 22

ਪੱਥਰ ਦੀ ਮੂਰਤ ਦਾ ਦਿਲ

"ਮੈਂ ਇੱਕ ਹਿੰਦੂ ਪਤੀਵਰਤਾ ਪਤਨੀ ਹੋਣ ਦੇ ਨਾਤੇ ਆਪਣੇ ਪਤੀ ਦੀ ਕੋਈ ਸ਼ਿਕਾਇਤ ਨਹੀਂ ਕਰਨਾ ਚਾਹੁੰਦੀ, ਪਰ ਫਿਰ ਵੀ ਮੇਰੀ ਇਹ ਦਿਲੀ ਇੱਛਾ ਹੈ ਕਿ ਇਨ੍ਹਾਂ ਦੀ ਕਟੜ ਭੌਤਿਕਵਾਦੀ ਸੋਚ ਵਿਚ ਪ੍ਰੀਵਰਤਨ ਹੋਵੇ। ਮੇਰੇ ਪੂਜਾ ਘਰ ਵਿਚ ਲੱਗੀਆਂ ਹੋਈਆਂ ਸੰਤਾਂ ਮਹਾਤਮਾਵਾਂ ਦੀਆਂ ਤਸਵੀਰਾਂ ਦਾ ਮਖੌਲ ਉਡਾਕੇ, ਇਨ੍ਹਾਂ ਨੂੰ ਬੜੀ ਖੁਸ਼ੀ ਮਿਲਦੀ ਹੈ। ਪਿਆਰੇ ਵੀਰ, ਮੈਨੂੰ ਇਹ ਪੂਰਾ ਯਕੀਨ ਹੈ ਕਿ ਇਨ੍ਹਾਂ ਨੂੰ ਸੁਧਾਰਨ ਵਾਸਤੇ, ਤੂੰ ਮੇਰੀ ਸਹਾਇਤਾ ਕਰ ਸਕਦਾ ਹੈਂ। ਬੋਲ, ਕੀ ਤੂੰ ਇਹ ਕੰਮ ਕਰੇਂਗਾ?"

ਮੇਰੀ ਸਭ ਤੋਂ ਵੱਡੀ ਭੈਣ ਰਮਾ ਨੇ ਮੇਰੇ ਵੱਲ ਬਹੁਤ ਹੀ ਹਲੀਮੀ ਭਰੀ ਅਰਜ਼ੋਈ ਦੀ ਨਜ਼ਰ ਨਾਲ ਦੇਖਦਿਆਂ ਕਿਹਾ, ਜਦੋਂ ਮੈਂ ਉਸ ਨੂੰ ਥੋੜੀ ਦੇਰ ਵਾਸਤੇ ਕੋਲਕਾਤਾ ਦੇ ਗਿਰੀਸ਼ ਵਿਦਿਆ ਰਤਨ ਲੇਨ ਵਿਖੇ, ਉਸ ਦੇ ਘਰ ਮਿਲਣ ਗਿਆ। ਉਸ ਦੀ ਵਿਆਕੁਲਤਾ ਭਰੀ ਅਰਜ਼ੋਈ ਨੇ ਮੇਰੇ ਮਨ ਨੂੰ ਛੂਹ ਲਿਆ, ਕਿਉਂਕਿ ਬਚਪਨ ਵਿਚ ਉਨ੍ਹਾਂ ਨੇ ਮੇਰੇ ਉੱਪਰ ਬੜਾ ਡੂੰਘਾ ਅਧਿਆਤਮਿਕ ਪ੍ਰਭਾਵ ਪਾਇਆ ਸੀ ਅਤੇ ਮਾਤਾ ਜੀ ਦੀ ਮੌਤ ਕਾਰਨ ਪੈਦਾ ਹੋਏ ਸੁੰਨੇਪਣ ਨੂੰ ਭਰਨ ਖਾਤਰ ਅਤਿਅੰਤ ਪ੍ਰੇਮ ਪੂਰਵਕ ਯਤਨ ਕੀਤਾ ਸੀ।

"ਪਿਆਰੀ ਭੈਣ, ਮੈਥੋਂ ਜੋ ਕੁਝ ਵੀ ਹੋ ਸਕਦਾ ਹੈ, ਉਹ ਸਭ ਕੁਝ ਮੈਂ ਜਰੂਰ ਕਰਾਂਗਾ।" ਹਰ ਵਕਤ ਸ਼ਾਂਤ ਅਤੇ ਖੁਸ਼ ਰਹਿਣ ਵਾਲੀ ਮੇਰੀ ਭੈਣ ਦੇ ਚਿਹਰੇ ਤੇ ਸਪਸ਼ਟ ਦਿਖਾਈ ਦੇ ਰਹੀ ਉਦਾਸੀ ਨੂੰ ਦੂਰ ਕਰਨ ਦੇ ਮਕਸਦ ਨਾਲ ਮੈਂ ਮੁਸਕਰਾਉਂਦਿਆਂ ਕਿਹਾ।

ਰਮਾ ਅਤੇ ਮੈਂ ਪ੍ਰਮਾਤਮਾ ਤੋਂ ਮਾਰਗ ਦਰਸ਼ਨ ਲੈਣ ਦੇ ਉਦੇਸ਼ ਨਾਲ ਥੋੜੀ ਦੇਰ ਵਾਸਤੇ ਮੌਨ ਪ੍ਰਾਰਥਨਾ ਕਰਨ ਬੈਠ ਗਏ। ਇੱਕ ਸਾਲ ਪਹਿਲਾਂ ਰਮਾ ਭੈਣ ਨੇ ਮੈਥੋਂ *ਕਿਰਿਆ ਯੋਗ* ਦੀ ਦੀਖਿਆ ਲਈ ਸੀ ਅਤੇ ਉਸ ਵਿਚ ਚੰਗੀ ਉੱਨਤੀ ਵੀ ਕਰ ਰਹੀ ਸੀ।

ਅਚਾਨਕ ਮੇਰੇ ਮਨ ਵਿਚ ਇੱਕ ਪ੍ਰੇਰਨਾ ਉੱਠੀ। ਮੈਂ ਕਿਹਾ, "ਕੱਲ੍ਹ ਮੈਂ ਦਕਸ਼ਿਣੇਸ਼ਵਰ ਦੇ ਕਾਲੀ ਦੇ ਮੰਦਰ ਜਾ ਰਿਹਾ ਹਾਂ। ਆਪ ਵੀ ਅਤੇ ਆਪਣੇ ਪਤੀ ਦੇਵ ਨੂੰ ਵੀ ਮੇਰੇ ਨਾਲ ਚੱਲਣ ਵਾਸਤੇ ਤਿਆਰ ਕਰ ਲਵੋ। ਮੈਨੂੰ ਇਸ ਤਰ੍ਹਾਂ ਲੱਗ ਰਿਹਾ ਹੈ, ਕਿ ਉਸ ਪਵਿੱਤਰ ਸਥਾਨ ਦੀਆਂ ਸਪੰਦਨਸ਼ੀਲ ਤਰੰਗਾਂ ਵਿਚ ਜਗਨਮਾਤਾ, ਉਨ੍ਹਾਂ ਦੇ ਦਿਲ ਦੇ ਸਾਜ਼ ਦੀਆਂ ਤਾਰਾਂ ਨੂੰ ਜਰੂਰ ਛੇੜ ਦੇਵੇਗੀ। ਪ੍ਰੰਤੂ ਉਨ੍ਹਾਂ ਨੂੰ ਇਹ ਪਤਾ ਨਹੀਂ ਲੱਗਣਾ ਚਾਹੀਦਾ ਕਿ ਸਾਡਾ ਉਨ੍ਹਾਂ ਨੂੰ ਉੱਥੇ ਲੈ ਕੇ ਜਾਣ ਦਾ ਮਕਸਦ ਕੀ ਹੈ।

ਆਸਵੰਦ ਹੋ ਕੇ ਭੈਣ ਜੀ ਸਹਿਮਤ ਹੋ ਗਏ। ਅਗਲੇ ਦਿਨ ਬਹੁਤ ਸਾਝਰੇ ਹੀ, ਮੈਨੂੰ ਰਮਾ ਅਤੇ ਉਸ ਦੇ ਪਤੀ ਨੂੰ ਜਾਣ ਵਾਸਤੇ ਤਿਆਰ-ਬਰ-ਤਿਆਰ ਦੇਖ ਕੇ ਬੜੀ ਖੁਸ਼ੀ ਹੋਈ। ਜਿਉਂ ਹੀ ਸਾਡਾ ਟਾਂਗਾ ਦਕਸ਼ਿਣੇਸ਼ਵਰ ਵੱਲ ਜਾਣ ਵਾਲੀ ਅੱਪਰ ਸਰਕੂਲਰ ਰੋਡ ਉੱਪਰ ਸਰਪਟ ਦੌੜਨ ਲੱਗਿਆ, ਤਾਂ ਮੇਰੇ ਜੀਜਾ ਜੀ, ਸਤੀਸ਼ ਚੰਦਰ ਬੋਸ, ਗੁਰੂਆਂ ਦੀਆਂ ਸ਼ਕਤੀਆਂ ਦਾ ਮਖੌਲ ਉਡਾ ਕੇ ਖੁਸ਼ੀ ਮਹਿਸੂਸ ਕਰ ਰਹੇ ਸਨ। ਮੈਂ ਦੇਖਿਆ ਕਿ ਰਮਾ ਭੈਣ ਚੁੱਪ ਚਾਪ ਰੋ ਰਹੀ ਸੀ।

ਮੈਂ ਉਨ੍ਹਾਂ ਦੇ ਕੰਨ ਵਿਚ ਫੁਸਫੁਸਾਇਆ, "ਭੈਣ ਜੀ ਖੁਸ਼ ਹੋਵੋ, ਤੁਹਾਡੇ ਪਤੀ ਨੂੰ ਇਹ ਸੋਚ ਕੇ ਖੁਸ਼ ਹੋਣ ਦਾ ਮੌਕਾ ਨਾ ਦਿਉ ਕਿ ਅਸੀਂ ਉਨ੍ਹਾਂ ਦੇ ਮਖੌਲਾਂ ਨੂੰ ਗੰਭੀਰਤਾ ਨਾਲ ਲੈ ਰਹੇ ਹਾਂ।"

"ਮੁਕੰਦ, ਤੈਨੂੰ ਇਹ ਨਿਕੰਮੇ ਪਖੰਡੀ ਕਿਸ ਤਰ੍ਹਾਂ ਚੰਗੇ ਲੱਗਦੇ ਹਨ?" ਸਤੀਸ਼ ਬਾਬੂ ਕਹਿ ਰਹੇ ਸਨ। "ਮੈਨੂੰ ਤਾਂ ਸਾਧੂਆਂ ਨੂੰ ਦੇਖ ਕੇ ਹੀ ਘਿਰਨਾ ਹੋ ਜਾਂਦੀ ਹੈ। ਜਾਂ ਤਾਂ ਇਹ ਬਿਲਕੁਲ ਹੱਡੀਆਂ ਦੀ ਮੁੱਠੀ ਹੁੰਦੇ ਹਨ ਜਾਂ ਫਿਰ ਹਾਥੀਆਂ ਵਰਗੇ ਹੱਟੇ ਕੱਟੇ।"

ਮੈਂ ਠਹਾਕਾ ਮਾਰ ਕੇ ਜ਼ੋਰ ਦੀ ਹੱਸਿਆ। ਜਿਸ ਨਾਲ ਸਤੀਸ਼ ਬਾਬੂ ਮੈਨੂੰ ਨਰਾਜ਼ ਦਿਖਾਈ ਦਿੱਤੇ। ਉਨ੍ਹਾਂ ਨੇ ਰੋਸ਼ ਪੂਰਨ ਚੁੱਪ ਧਾਰ ਲਈ।

ਜਿਉਂ ਹੀ ਸਾਡਾ ਟਾਂਗਾ ਦਕਸ਼ਿਣੇਸ਼ਵਰ ਮੰਦਰ ਦੇ ਅੰਦਰ ਦਾਖਲ ਹੋਇਆ, ਉਨ੍ਹਾਂ ਨੇ ਵਿਅੰਗਮਈ ਪੀੜ ਨਾਲ ਕਿਹਾ, "ਲਗਦਾ ਹੈ ਕਿ ਇਹ ਦਕਸ਼ਿਣੇਸ਼ਵਰ ਯਾਤਰਾ ਮੈਨੂੰ ਸੁਧਾਰਨ ਵਾਸਤੇ ਕੀਤੀ ਜਾ ਰਹੀ ਹੈ, ਠੀਕ ਹੈ ਨਾ?"

ਜਿਉਂ ਹੀ ਬਗੈਰ ਉੱਤਰ ਦਿੱਤਿਆਂ ਮੈਂ ਦੂਜੇ ਪਾਸੇ ਨੂੰ ਜਾਣ ਲੱਗਿਆ ਤਾਂ ਉਨ੍ਹਾਂ ਨੇ ਮੇਰਾ ਹੱਥ ਫੜ ਲਿਆ ਅਤੇ ਕਿਹਾ, "ਸ੍ਰੀਮਾਨ, ਸੰਨਿਆਸੀ ਮਹਾਰਾਜ਼, ਮੰਦਰ ਦੇ ਪ੍ਰਬੰਧਕਾਂ ਨਾਲ ਗੱਲ ਕਰਕੇ ਦੁਪਹਿਰ ਦੀ ਰੋਟੀ ਦਾ ਠੀਕ ਤਰੀਕੇ ਨਾਲ ਪ੍ਰਬੰਧ ਕਰਨਾ ਨਾ ਭੁੱਲਣਾ," ਸਤੀਸ਼ ਬਾਬੂ ਪੁਜਾਰੀਆਂ ਨਾਲ ਖੁਦ ਆਪ ਗੱਲ ਨਹੀਂ ਸਨ ਕਰਨਾ ਚਾਹੁੰਦੇ।

"ਮੈਂ ਤਾਂ ਹਾਲ ਦੀ ਘੜੀ ਧਿਆਨ ਕਰਨ ਜਾ ਰਿਹਾ ਹਾਂ, ਖਾਣੇ ਦੀ ਚਿੰਤਾ ਨਾ ਕਰੋ," ਮੈਂ ਰੁੱਖੇਪਣ ਨਾਲ ਕਿਹਾ। "ਜਗਨਮਾਤਾ ਸਭ ਆਪਣੇ ਆਪ ਸੰਭਾਲ ਲਵੇਗੀ।"

"ਮੈਨੂੰ ਭੋਰਾ ਭਰ ਵੀ ਵਿਸ਼ਵਾਸ ਨਹੀਂ ਕਿ ਤੇਰੀ ਜਗਨਮਾਤਾ ਮੇਰੇ ਵਾਸਤੇ ਕੁਝ ਕਰੇਗੀ। ਪ੍ਰੰਤੂ ਮੇਰੀ ਦੁਪਹਿਰ ਦੀ ਰੋਟੀ ਦੀ ਜੁੰਮੇਵਾਰੀ ਤੇਰੇ ਉੱਪਰ ਹੈ," ਸਤੀਸ਼ ਬਾਬੂ ਨੇ ਮੈਨੂੰ ਡਾਂਟਦਿਆਂ ਕਿਹਾ।

ਮੈਂ ਇਕੱਲਾ ਹੀ ਮਾਂ ਕਾਲੀ (ਪ੍ਰਮਾਤਮਾ ਪ੍ਰਕਿਰਤੀ ਦੇ ਰੂਪ ਵਿਚ) ਦੇ ਵਿਸ਼ਾਲ ਮੰਦਰ ਦੇ ਸਾਹਮਣੇ ਵਾਲੀ ਡਿਉਢੀ ਵੱਲ ਚਲਿਆ ਗਿਆ। ਇੱਕ ਥਮਲੇ ਦੇ ਨੇੜੇ ਛਾਂ ਦਾਰ ਥਾਂ ਚੁਣ ਕੇ ਮੈਂ ਪਦਮ ਆਸਣ ਲਗਾ ਕੇ ਬੈਠ ਗਿਆ। ਭਾਵੇਂ ਹਾਲੇ ਸਵੇਰ ਦੇ ਸੱਤ ਹੀ ਵੱਜੇ ਸਨ, ਪ੍ਰੰਤੂ ਧੁੱਪ ਛੇਤੀ ਹੀ ਤੇਜ ਹੋਣ ਵਾਲੀ ਸੀ।

ਜਿਉਂ ਹੀ ਮੇਰਾ ਮਨ ਭਗਤੀ ਭਾਵ ਵਿਚ ਡੁਬਿਆ ਤਾਂ ਮੈਂ ਸੰਸਾਰ ਦੀ ਸੁੱਧ ਬੁੱਧ ਖੋ ਬੈਠਾ। ਮੇਰਾ ਮਨ ਮਾਂ ਕਾਲੀ ਉਪਰ ਇਕਾਗਰ ਹੋ ਗਿਆ ਸੀ। ਇਸੇ ਮੰਦਰ ਵਿਚ ਇਹ ਹੀ ਮੂਰਤੀ ਮਹਾਨ ਸੰਤ ਸ਼੍ਰੀ ਰਾਮ ਕ੍ਰਿਸ਼ਨ ਪਰਮ ਹੰਸ ਦੀ ਇਸ਼ਟ ਦੇਵਤਾ (ਅਰਾਧਿਆ ਦੇਵਤਾ) ਬਣੀ ਸੀ। ਉਨ੍ਹਾਂ ਦੀ ਵਿਆਕੁਲਤਾ ਪੂਰਨ ਪੁਕਾਰ ਸੁਣ ਕੇ ਇਹ ਮੂਰਤੀ ਅਕਸਰ ਹੀ ਜੀਵੰਤ ਰੂਪ ਧਾਰਨ ਕਰਕੇ, ਉਨ੍ਹਾਂ ਦੇ ਨਾਲ ਗੱਲ ਬਾਤ ਕਰਦੀ ਸੀ।

"ਹੇ ਪੱਥਰ ਦੀ ਮੌਨ ਮਾਤਾ," ਮੈਂ ਪ੍ਰਾਰਥਨਾ ਕਰ ਰਿਹਾ ਸੀ। "ਆਪਣੇ ਪਿਆਰੇ ਭਗਤ ਰਾਮ ਕ੍ਰਿਸ਼ਨ ਪਰਮ ਹੰਸ ਦੀ ਪੁਕਾਰ ਸੁਣ ਕੇ ਤੂੰ ਜੀਵੰਤ ਹੋ ਉਠਦੀ ਸੀ, ਆਪਣੇ ਇਸ ਪੁੱਤਰ ਦਾ ਵਿਰਲਾਪ ਕਿਉਂ ਨਹੀਂ ਸੁਣਦੀ?"

ਅਧਿਆਤਮਿਕ ਸ਼ਾਂਤੀ ਦੇ ਨਾਲ ਨਾਲ ਮੇਰੀ ਅਭਿਲਾਸ਼ਾ ਹੋਰ ਵੀ ਡੂੰਘੀ ਹੁੰਦੀ ਗਈ। ਫਿਰ ਵੀ ਜਦੋਂ ਪੰਜ ਘੰਟੇ ਲੰਘ ਗਏ, ਜਿਸ ਦੇਵੀ ਮਾਤਾ ਦਾ ਮੈਂ ਧਿਆਨ ਕਰ ਰਿਹਾ ਸੀ, ਉਸ ਵੱਲੋਂ ਕੋਈ ਉੱਤਰ ਨਾ ਆਇਆ, ਤਾਂ ਮੇਰਾ ਮਨ ਥੋੜਾ ਜਿਹਾ ਨਿਰਾਸ਼ਤਾ ਨਾਲ ਭਰ ਗਿਆ। ਕਦੇ ਕਦੇ ਪ੍ਰਾਰਥਨਾ ਕਰਨ ਵਾਸਤੇ ਦੇਰੀ ਹੋਣ ਕਰਕੇ ਪ੍ਰਮਾਤਮਾ ਇਮਤਿਹਾਨ ਵੀ ਲੈਂਦਾ ਹੈ। ਪ੍ਰੰਤੂ ਆਖਰ ਨੂੰ, ਉਹ ਜ਼ਿੱਦੀ ਬੱਚੇ ਅੱਗੇ ਉਸ ਦੇ ਇਸ਼ਟ ਦੇ ਰੂਪ ਵਿਚ ਦਰਸ਼ਨ ਜਰੂਰ ਦਿੰਦਾ ਹੈ। ਇੱਕ ਈਸਾਈ ਸ਼ਰਧਾਲੂ ਨੂੰ, ਉਹ ਈਸਾ ਮਸੀਹ ਦੇ ਰੂਪ ਵਿਚ ਅਤੇ ਹਿੰਦੂ ਸ਼ਰਧਾਲੂ ਨੂੰ ਭਗਵਾਨ ਕ੍ਰਿਸ਼ਨ ਦੇ ਰੂਪ ਵਿਚ ਜਾਂ ਮਾਂ ਕਾਲੀ ਦੇ ਰੂਪ ਵਿਚ ਜਾਂ ਜੇ ਉਸ ਦੀ ਭਗਤੀ ਨਿਰਾਕਾਰ ਸਰੂਪ ਵੱਲ ਮੁੜ ਗਈ ਹੋਵੇ, ਤਾਂ ਫੈਲ ਰਹੀ ਅਲੌਕਿਕ ਰੌਸ਼ਨੀ ਦੇ ਰੂਪ ਵਿਚ ਦਰਸ਼ਨ ਹੁੰਦੇ ਹਨ।

ਅਣਇੱਛਾ ਪੂਰਵਕ ਮੈਂ ਆਪਣੀਆਂ ਅੱਖਾਂ ਖੋਲ੍ਹੀਆਂ, ਤਾਂ ਪੁਜਾਰੀ ਨਿਯਮਾਂ ਦੇ ਮੁਤਾਬਿਕ ਦੁਪਹਿਰ ਵੇਲੇ ਮੰਦਰ ਦੇ ਦਰਵਾਜ਼ੇ ਬੰਦ ਕਰਕੇ ਜੰਦਰਾ ਮਾਰ ਰਿਹਾ ਸੀ। ਮੈਂ ਡਿਉਢੀ ਦੇ ਉਸ ਏਕਾਂਤ ਥਾਂ ਤੋਂ ਉੱਠ ਕੇ ਮੰਦਰ ਦੇ ਵਿਹੜੇ ਵਿਚ ਆ ਗਿਆ। ਉਸ ਦੇ ਪੱਥਰ ਦਾ ਫਰਸ਼ ਦੁਪਹਿਰ ਦੀ ਧੁੱਪ ਕਾਰਨ ਅੰਗਿਆਰਿਆਂ ਵਾਂਗ ਤਪ ਰਿਹਾ ਸੀ। ਮੇਰੇ ਨੰਗੇ ਪੈਰਾਂ ਦੀਆਂ ਤਲੀਆਂ ਧੁੱਪ ਨਾਲ ਝੁਲਸਣ ਲੱਗੀਆਂ।

ਮੈਂ ਦਿਲੋ-ਦਿਲੀ ਜਗਨਮਾਤਾ ਨੂੰ ਰੋਸ਼ਪੂਰਨ ਭਾਸ਼ਾ ਵਿਚ ਕਿਹਾ, "ਹੇ ਜਗਨਮਾਤਾ, ਤੂੰ ਮੈਨੂੰ ਦਰਸ਼ਨ ਤਾਂ ਦਿੱਤੇ ਨਹੀਂ ਅਤੇ ਹੁਣ ਮੰਦਰ ਵਿਚ ਬੰਦ ਦਰਵਾਜ਼ੇ ਦੇ ਪਿੱਛੇ ਛੁਪ ਗਈ ਹੈਂ। ਮੈਂ ਆਪਣੇ ਜੀਜਾ ਜੀ ਦੇ ਖਾਤਰ ਇਕ ਖਾਸ ਪ੍ਰਾਰਥਨਾ ਕਰਨੀ ਚਾਹੁੰਦਾ ਸੀ।"

ਮੇਰੀ ਆਂਤਰਿਕ ਪ੍ਰਾਰਥਨਾ ਤੁਰੰਤ ਮਨਜ਼ੂਰ ਹੋ ਗਈ। ਸਭ ਤੋਂ ਪਹਿਲਾਂ ਤਾਂ ਮੇਰੀ ਪਿੱਠ ਅਤੇ ਪੈਰਾਂ ਦੀਆਂ ਤਲੀਆਂ ਦੇ ਥੱਲੇ ਇੱਕ ਆਨੰਦਮਈ ਠੰਡੀ ਝਰਨਾਹਟ ਮਹਿਸੂਸ ਹੋਈ ਅਤੇ ਸਾਰਾ ਦਰਦ ਦੂਰ ਹੋ ਗਿਆ। ਉਸ ਤੋਂ ਬਾਅਦ ਮੈਂ ਅਚੰਭਿਤ ਹੋ ਕੇ ਦੇਖਿਆ, ਕਿ ਮੰਦਰ ਦਾ ਅਕਾਰ ਅਤਿਅੰਤ ਵਿਸ਼ਾਲ ਹੋ ਗਿਆ ਹੈ। ਇਸ ਦੇ ਵਿਸ਼ਾਲ ਦਰਵਾਜ਼ੇ ਹੌਲੀ ਹੌਲੀ ਖੁੱਲ੍ਹ ਗਏ ਅਤੇ ਮਾਂ ਕਾਲੀ ਦੀ ਪੱਥਰ ਦੀ ਮੂਰਤੀ ਦਿਖਾਈ ਦੇਣ ਲੱਗੀ। ਫਿਰ

ਹੌਲੀ ਹੌਲੀ ਪੱਥਰ ਦੀ ਮੂਰਤੀ ਨੇ ਜੀਵੰਤ ਰੂਪ ਧਾਰ ਲਿਆ ਅਤੇ ਉਸ ਨੇ ਅਸ਼ੀਰਵਾਦ ਮੁੱਦਰਾ ਵਿਚ ਮੇਰੇ ਵੱਲ ਦੇਖ ਕੇ ਮੁਸਕਰਾਉਂਦਿਆਂ ਸਿਰ ਹਿਲਾਇਆ। ਮੈਂ ਵਰਣਨ ਨਾ ਕੀਤੇ ਜਾ ਸਕਣ ਵਾਲੇ ਆਨੰਦ ਨਾਲ ਰੋਮਾਂਚਿਤ ਹੋ ਗਿਆ। ਜਿਵੇਂ ਕਿਸੇ ਨੇ ਰਹੱਸਮਈ ਪਿਚਕਾਰੀ ਨਾਲ ਮੇਰੇ ਫੇਫੜਿਆਂ ਵਿਚੋਂ ਸੁਆਸ ਬਾਹਰ ਖਿੱਚ ਲਿਆ ਹੋਵੇ। ਮੇਰਾ ਸਰੀਰ ਇਕ ਦਮ ਸਥਿਰ ਹੋ ਗਿਆ, ਪਰ ਉਸ ਵਿਚ ਜੜ੍ਹਤਾ ਨਹੀਂ ਸੀ।

ਇਸ ਤੋਂ ਬਾਅਦ ਮੇਰੀ ਚੇਤਨਾ ਦਾ ਆਨੰਦਾਤਮਿਕ ਵਿਸਤਾਰ ਹੋ ਗਿਆ। ਮੈਂ ਖੱਬੇ ਪਾਸੇ ਗੰਗਾ ਨਦੀ ਦੇ ਉੱਪਰ ਕਈ ਮੀਲਾਂ ਤਕ ਸਪਸ਼ਟ ਦੇਖ ਸਕਦਾ ਸੀ। ਉਸੇ ਤਰ੍ਹਾਂ ਮੰਦਰ ਦੇ ਬਾਹਰ ਦਕਸ਼ਿਣੇਸ਼ਵਰ ਦਾ ਪੂਰਾ ਅਹਾਤਾ ਵੀ ਮੈਨੂੰ ਸਪਸ਼ਟ ਦਿਖਾਈ ਦੇ ਰਿਹਾ ਸੀ। ਸਾਰੇ ਭਵਨਾਂ ਦੀਆਂ ਕੰਧਾਂ ਪਾਰਦਰਸ਼ੀ ਹੋ ਕੇ ਝਿਲਮਿਲਾਉਣ ਲੱਗੀਆਂ ਅਤੇ ਉਨ੍ਹਾਂ ਵਿਚੋਂ ਦੀ ਮੈਨੂੰ ਦੂਰ ਦੂਰ ਤਕ ਇੱਧਰ ਉੱਧਰ ਚੱਲਦੇ ਫਿਰਦੇ ਲੋਕ ਦਿਖਾਈ ਦੇਣ ਲੱਗੇ।

ਭਾਵੇਂ ਮੈਂ ਸੁਆਸਰਹਿਤ ਹਾਲਤ ਵਿਚ ਸੀ ਅਤੇ ਮੇਰਾ ਸਰੀਰ ਇੱਕ ਅਲੌਕਿਕ ਸ਼ਾਂਤ ਅਵਸਥਾ ਵਿਚ ਸੀ, ਫਿਰ ਵੀ ਮੈਂ ਆਪਣੇ ਹੱਥ ਪੈਰ ਹਿਲਾ ਸਕਦਾ ਸੀ। ਕਈ ਮਿੰਟਾਂ ਤਕ, ਮੈਂ ਅੱਖਾਂ ਵਾਰੀ ਵਾਰੀ ਖੋਲ੍ਹ ਕੇ ਬੰਦ ਕਰਕੇ ਦੇਖਿਆ, ਪਰ ਦੋਨਾਂ ਹੀ ਹਾਲਤਾਂ ਵਿਚ ਮੈਨੂੰ ਦਕਸ਼ਿਣੇਸ਼ਵਰ ਦਾ ਇਹ ਵਿਸ਼ਾਲ ਨਜ਼ਾਰਾ, ਉਸੇ ਤਰ੍ਹਾਂ ਸਪਸ਼ਟ ਦਿਖਾਈ ਦੇ ਰਿਹਾ ਸੀ।

ਐਕਸਰੇ ਵਾਂਗ ਅਧਿਆਤਮਿਕ ਨਜ਼ਰ ਵੀ ਸਾਰੇ ਪਦਾਰਥਾਂ ਦੇ ਵਿਚ ਦੀ ਆਰ ਪਾਰ ਲੰਘ ਜਾਂਦੀ ਹੈ। ਤੀਜੀ ਅੱਖ ਹਰ ਥਾਂ ਕੇਂਦ੍ਰਿਤ ਹੁੰਦੀ ਹੈ ਅਤੇ ਕਿਸੇ ਘੇਰੇ ਵਿਚ ਨਹੀਂ ਆਉਂਦੀ। ਉਸ ਵਿਹੜੇ ਦੀ ਧੁੱਪ ਵਿਚ ਖੜ੍ਹੇ ਖੜ੍ਹੇ ਨਵੇਂ ਸਿਰੇ ਤੋਂ ਦੂਜੀ ਵਾਰ, ਮੈਂ ਇਹ ਮਹਿਸੂਸ ਕੀਤਾ, ਜਦੋਂ ਮਨੁੱਖ ਪ੍ਰਮਾਤਮਾ ਤੋਂ ਭਟਕਿਆ ਪੁੱਤਰ ਅਤੇ ਬੁਲਬੁਲੇ ਵਰਗੇ ਸੁਪਨਮਈ ਭੌਤਿਕ ਸੰਸਾਰ ਵਿਚ ਉਲਝਿਆ ਨਹੀਂ ਰਹਿੰਦਾ, ਤਾਂ ਉਸ ਨੂੰ ਮੁੜ ਦੂਜੀ ਵਾਰ ਆਪਣੇ ਅੰਦਰ ਹੀ ਅਨੰਤ ਸਾਮਰਾਜ ਦੀ ਪ੍ਰਾਪਤੀ ਹੋ ਜਾਂਦੀ ਹੈ। ਜੇ ਦੁਨੀਆਂਦਾਰੀ ਦੇ ਝਮੇਲਿਆਂ ਦੇ ਸ਼ਿਕੰਜੇ ਵਿਚ ਜਕੜੇ ਦੁਖੀ ਇਨਸਾਨ ਨੇ ਪਲਾਇਨ ਜ਼ਰੂਰ ਹੀ ਕਰਨਾ ਹੈ ਤਾਂ ਇਸ ਸਰਬਵਿਆਪਕਤਾ ਵਿਚ ਪਲਾਇਨ ਕਰਨ ਨਾਲੋਂ ਚੰਗਾ ਹੋਰ ਕੁਝ ਹੋ ਹੀ ਨਹੀਂ ਸਕਦਾ।

ਦਕਸ਼ਿਣੇਸ਼ਵਰ ਦੇ ਇਸ ਪਵਿੱਤਰ ਤਜਰਬੇ ਦੇ ਮੌਕੇ ਸਿਰਫ ਮੰਦਰ ਅਤੇ ਮਾਂ ਕਾਲੀ ਦੇ ਰੂਪਾਂ ਨੇ ਹੀ ਅਸਧਾਰਨ ਵੱਡਾ ਅਕਾਰ ਧਾਰਨ ਕੀਤਾ ਹੋਇਆ ਸੀ, ਬਾਕੀ ਸਾਰੇ ਦੇ ਸਾਰੇ ਅਕਾਰ ਆਪਣੇ ਸਧਾਰਨ ਅਕਾਰ ਵਿਚ ਹੀ ਦਿਖਾਈ ਦੇ ਰਹੇ ਸਨ। ਇੰਨਾ ਜ਼ਰੂਰ ਹੈ ਕਿ ਉਹ ਸਾਰੇ ਚਿੱਟੇ, ਨੀਲੇ ਅਤੇ ਇੰਦਰ ਧਨੁਸ਼ੀ ਰੰਗਾਂ ਦੇ ਹਲਕੇ ਪੀਲੇ ਪ੍ਰਕਾਸ਼ ਵਿਚ ਰੰਗੇ ਹੋਏ ਲਗਦੇ ਸਨ। ਮੇਰਾ ਸਰੀਰ ਅਕਾਸ਼ ਤੱਤ ਦਾ ਬਣਿਆ ਹੋਇਆ ਪ੍ਰਤੀਤ ਹੋ ਰਿਹਾ ਸੀ, ਜਿਹੜਾ ਕਿਸੇ ਵੇਲੇ ਵੀ ਹਵਾ ਵਿਚ ਉਡ ਜਾਣ ਲਈ ਤਿਆਰ ਸੀ। ਆਪਣੇ ਨੇੜੇ ਤੇੜੇ ਦੇ ਸਾਰੇ ਭੌਤਿਕ ਹਾਲਤਾਂ ਦੇ ਪ੍ਰਤੀ ਮੈਂ ਪੂਰੀ ਤਰ੍ਹਾਂ ਚੇਤੰਨ ਸੀ। ਮੈਂ ਇੱਧਰ ਉੱਧਰ ਦੇਖ ਲੈਂਦਾ

ਸੀ ਅਤੇ ਉਸ ਆਨੰਦਮਈ ਦੈਵੀ ਦਰਸ਼ਨ ਵਿਚ ਵਿਘਨ ਪਾਏ ਬਗੈਰ ਮੈਂ ਦੋ ਚਾਰ ਕਦਮ ਇੱਧਰ ਉੱਧਰ ਚੱਲ ਲੈਂਦਾ ਸੀ।

ਮੰਦਰ ਦੀਆਂ ਕੰਧਾਂ ਦੇ ਪਿੱਛੇ ਮੈਂ ਅਚਾਨਕ ਹੀ ਆਪਣੇ ਜੀਜਾ ਜੀ ਨੂੰ ਪਵਿੱਤਰ ਬੇਲ ਦਰਖਤ ਦੀਆਂ ਕੰਡਿਆਲੀਆਂ ਟਾਹਣੀਆਂ ਥੱਲੇ ਬੈਠੇ ਦੇਖਿਆ। ਮੈਂ ਬਗੈਰ ਕਿਸੇ ਯਤਨ ਦੇ ਉਨ੍ਹਾਂ ਦੇ ਵਿਚਾਰ ਪੜ੍ਹਨਯੋਗ ਹੋ ਗਿਆ ਸੀ। ਉਨ੍ਹਾਂ ਦੇ ਵਿਚਾਰ ਦਕਸ਼ਿਣੇਸ਼ਵਰ ਮੰਦਰ ਦੀਆਂ ਪਵਿੱਤਰ ਤਰੰਗਾਂ ਦੇ ਪ੍ਰਭਾਵ ਕਰਕੇ ਕੁਝ ਉੱਨਤ ਤਾਂ ਹੋ ਗਏ ਸਨ, ਪਰ ਮੇਰੇ ਬਾਰੇ ਹਾਲੇ ਵੀ ਉਨ੍ਹਾਂ ਦੇ ਵਿਚਾਰ ਠੀਕ ਨਹੀਂ ਸਨ। ਮੈਂ ਸਿੱਧਾ ਜਗਨਮਾਤਾ ਵੱਲ ਮੁੜਿਆ ਅਤੇ ਪ੍ਰਾਰਥਨਾ ਕਰਨ ਲੱਗਿਆ।

"ਜਗਨਮਾਤਾ," ਮੈਂ ਬੇਨਤੀ ਕੀਤੀ। "ਕੀ ਆਪ ਮੇਰੇ ਜੀਜਾ ਜੀ ਦਾ ਅਧਿਆਤਮਿਕ ਪ੍ਰੀਵਰਤਨ ਨਹੀਂ ਕਰੋਗੀ?"

ਉਹ ਸੁੰਦਰਤਾ ਦੀ ਮੂਰਤ ਜੋ ਹਾਲੇ ਤਕ ਖਾਮੋਸ਼ ਰਹੀ ਸੀ, ਆਖਰ ਨੂੰ ਬੋਲ ਪਈ "ਤੇਰੀ ਮਨੋਕਾਮਨਾ ਪੂਰੀ ਹੋਵੇਗੀ।"

ਮੈਂ ਖੁਸ਼ ਹੋ ਕੇ ਸਤੀਸ਼ ਬਾਬੂ ਵੱਲ ਦੇਖਿਆ, ਜਿਵੇਂ ਉਨ੍ਹਾਂ ਨੂੰ ਇਹ ਮਹਿਸੂਸ ਹੋ ਰਿਹਾ ਹੋਵੇ ਕਿ ਕੋਈ ਅਧਿਆਤਮਿਕ ਸ਼ਕਤੀ ਉਨ੍ਹਾਂ ਵਿਚ ਪ੍ਰੀਵਰਤਨ ਲਿਆ ਰਹੀ ਹੈ। ਉਹ ਗੁੱਸੇ ਵਿਚ ਅੱਗ ਬਬੂਲਾ ਹੁੰਦਿਆਂ ਉੱਠ ਕੇ ਖੜ੍ਹੇ ਹੋ ਗਏ ਅਤੇ ਮੈਂ ਉਨ੍ਹਾਂ ਨੂੰ ਮੰਦਰ ਦੇ ਪਿਛਵਾੜੇ ਦੌੜਦੇ ਦੇਖਿਆ। ਛੇਤੀ ਹੀ ਉਹ ਘਸੁੰਨ ਉਲਾਰਦੇ ਮੇਰੇ ਕੋਲ ਆ ਪਹੁੰਚੇ।

ਮਨਮੋਹਕ ਨਜ਼ਾਰਾ ਅਦ੍ਰਿਸ਼ ਹੋ ਗਿਆ। ਸ਼ਾਨਾਮੱਤੀ ਜਗਨਮਾਤਾ ਦਾ ਤੇਜਸਵੀ ਰੂਪ ਹੁਣ ਮੈਨੂੰ ਨਹੀਂ ਸੀ ਦਿਖਾਈ ਦੇ ਰਿਹਾ। ਮੰਦਰ ਦੀ ਪਾਰਦਰਸ਼ਿਤਾ ਲੁਪਤ ਹੋ ਗਈ ਸੀ। ਮੰਦਰ ਮੁੜ ਆਪਣੇ ਸਧਾਰਨ ਅਕਾਰ ਵਿਚ ਆ ਗਿਆ ਸੀ। ਸੂਰਜ ਦੀ ਤਪਸ਼ ਨਾਲ ਮੇਰਾ ਸਰੀਰ ਝੁਲਸਣ ਲੱਗ ਗਿਆ। ਮੈਂ ਛਾਲ ਮਾਰ ਕੇ ਡਿਉਢੀ ਦੀ ਛਾਂ ਵਿਚ ਚਲਿਆ ਗਿਆ। ਸਤੀਸ਼ ਬਾਬੂ ਵੀ ਗੁੱਸੇ ਨਾਲ ਮੇਰੇ ਪਿੱਛੇ ਪਿੱਛੇ ਉਥੇ ਹੀ ਆ ਗਏ। ਮੈਂ ਆਪਣੀ ਘੜੀ ਦੇਖੀ ਤਾਂ ਇੱਕ ਵੱਜ ਚੁਕਿਆ ਸੀ। ਅਲੌਕਿਕ ਦਰਸ਼ਨ ਇੱਕ ਘੰਟਾ ਚੱਲਦਾ ਰਿਹਾ ਸੀ।

"ਉਹ ਮੂਰਖ," ਮੇਰੇ ਜੀਜਾ ਜੀ ਮੇਰੇ ਤੇ ਚਿਲਾਏ। "ਘੰਟਿਆਂ ਤੇ ਘੰਟੇ ਬੀਤ ਗਏ ਅਤੇ ਤੂੰ ਚੌਂਕੜੀ ਮਾਰ ਕੇ ਅੱਖਾਂ ਚੜ੍ਹਾਈ ਬੈਠਾ ਰਿਹਾ। ਮੈਂ ਕਈ ਵਾਰ ਆ ਕੇ ਤੈਨੂੰ ਦੇਖਿਆ ਅਤੇ ਚਲਿਆ ਗਿਆ, ਕਿਥੇ ਹੈ ਸਾਡੀ ਰੋਟੀ? ਹੁਣ ਤਾਂ ਮੰਦਰ ਵੀ ਬੰਦ ਹੋ ਗਿਆ ਹੈ ਅਤੇ ਤੂੰ ਮੰਦਰ ਦੇ ਪ੍ਰਬੰਧਕਾਂ ਨੂੰ ਇਸ ਬਾਰੇ ਕਿਹਾ ਵੀ ਕੁਝ ਨਹੀਂ। ਹੁਣ ਤਾਂ ਸਾਡੇ ਵਾਸਤੇ ਰੋਟੀ ਦਾ ਪ੍ਰਬੰਧ ਕਰਨ ਵਾਸਤੇ ਬਹੁਤ ਦੇਰ ਹੋ ਚੁੱਕੀ ਹੈ।"

ਜਗਨਮਾਤਾ ਦੇ ਦਿਵੱਯ ਦਰਸ਼ਨ ਦੀ ਖੁਮਾਰੀ ਮੈਨੂੰ ਹਾਲੇ ਵੀ ਚੜ੍ਹੀ ਹੋਈ ਸੀ। ਮੈਂ

ਖੁਸ਼ੀ ਨਾਲ ਚਿੱਲਾਇਆ, "ਜਗਨਮਾਤਾ ਸਾਨੂੰ ਰੋਟੀ ਖਿਲਾਵੇਗੀ।"

"ਇੱਕ ਵਾਰ ਅਤੇ ਹਮੇਸ਼ਾਂ ਹਮੇਸ਼ਾਂ," ਸਤੀਸ਼ ਬਾਬੂ ਚਿੱਲਾਏ, "ਮੈਂ ਵੀ ਦੇਖਣਾ ਚਾਹੁੰਦਾ ਹਾਂ, ਕਿ ਕਿਸ ਤਰ੍ਹਾਂ ਤੇਰੀ ਜਗਨਮਾਤਾ ਪਹਿਲਾਂ ਬੰਦੋਬਸਤ ਕੀਤੇ ਬਗੈਰ ਸਾਨੂੰ ਰੋਟੀ ਖਿਲਾਉਗੀ।"

ਹਾਲੇ ਜੀਜਾ ਜੀ ਨੇ ਚਿਲਾਉਣਾ ਬੰਦ ਹੀ ਕੀਤਾ ਸੀ ਕਿ ਮੰਦਰ ਦਾ ਇੱਕ ਪੁਜਾਰੀ ਵਿਹੜਾ ਲੰਘ ਕੇ ਸਾਡੇ ਕੋਲ ਆ ਕੇ ਖੜ੍ਹਾ ਹੋ ਗਿਆ।

ਉਸ ਨੇ ਕਿਹਾ, "ਪੁੱਤਰ ਜਦੋਂ ਤੂੰ ਸ਼ਾਂਤ ਚਿੱਤ ਨਾਲ ਧਿਆਨ ਕਰ ਰਿਹਾ ਸੀ ਤਾਂ ਮੈਂ ਤੇਰੇ ਨੂਰਾਨੀ ਚਿਹਰੇ ਉੱਪਰ ਅਨੋਖਾ ਤੇਜ ਚਮਕਦਾ ਦੇਖਿਆ। ਜਦੋਂ ਮੈਂ ਤੁਹਾਨੂੰ ਸਵੇਰੇ ਇੱਥੇ ਆਉਂਦਿਆ ਦੇਖਿਆ ਸੀ, ਉਦੋਂ ਤੋਂ ਹੀ ਮੇਰੇ ਮਨ ਵਿਚ ਇਹ ਇੱਛਾ ਹੋ ਰਹੀ ਸੀ ਕਿ ਮੈਂ ਤੁਹਾਡੇ ਵਾਸਤੇ ਰੋਟੀ ਦਾ ਅਲੱਗ ਤੋਂ ਬੰਦੋਬਸਤ ਕਰਕੇ ਰੱਖਾਂ। ਜਿਹੜੇ ਲੋਕ ਦੁਪਹਿਰ ਦੀ ਰੋਟੀ ਦੇ ਵਾਸਤੇ ਪਹਿਲਾਂ ਬੇਨਤੀ ਨਹੀਂ ਕਰਦੇ, ਨਿਯਮਾਂ ਮੁਤਾਬਿਕ, ਅਸੀਂ ਉਨ੍ਹਾਂ ਨੂੰ ਰੋਟੀ ਨਹੀਂ ਪਰੋਸਦੇ, ਪਰ ਮੈਂ ਤੁਹਾਨੂੰ ਇਸ ਨਿਯਮ ਤੋਂ ਛੋਟ ਦੇ ਦਿੱਤੀ।"

ਮੈਂ ਉਸ ਦਾ ਧੰਨਵਾਦ ਕੀਤਾ ਅਤੇ ਸਿੱਧਾ ਸਤੀਸ਼ ਬਾਬੂ ਦੀਆਂ ਅੱਖਾਂ ਵਿਚ ਅੱਖਾਂ ਪਾ ਕੇ ਦੇਖਿਆ। ਮੌਨ ਪਸ਼ਚਾਤਾਪ ਨਾਲ ਭਾਵਕ ਹੁੰਦਿਆਂ, ਉਨ੍ਹਾਂ ਨੇ ਆਪਣੀਆਂ ਅੱਖਾਂ ਥੱਲੇ ਝੁਕਾ ਲਈਆਂ। ਜਦੋਂ ਸਾਡੇ ਸਾਹਮਣੇ ਤਰ੍ਹਾਂ ਤਰ੍ਹਾਂ ਦਾ ਸਵਾਦਿਸ਼ਟ ਖਾਣਾ, ਜਿਸ ਵਿਚ ਬੇਮੌਸਮੀ ਅੰਬ ਵੀ ਸ਼ਾਮਲ ਸਨ, ਪਰੋਸਿਆ ਗਿਆ, ਤਾਂ ਮੈਂ ਦੇਖਿਆ ਕਿ ਮੇਰੇ ਜੀਜਾ ਜੀ ਦੀ ਤਾਂ ਜਿਵੇਂ ਭੁੱਖ ਹੀ ਮਰ ਗਈ ਹੋਵੇ। ਉਹ ਬੜੇ ਹੈਰਾਨ ਪ੍ਰੇਸ਼ਾਨ ਜਿਹੇ ਸੋਚਾਂ ਦੇ ਗਹਿਰੇ ਸਮੁੰਦਰ ਵਿਚ ਗੋਤੇ ਲਗਾ ਰਹੇ ਸਨ।

ਕੋਲਕਾਤਾ ਵਾਪਸ ਆਉਂਦਿਆਂ, ਮੈਂ ਦੇਖਿਆ ਕਿ ਸਤੀਸ਼ ਬਾਬੂ ਬੜੇ ਜਾਚਨਾ ਭਰੇ ਕੋਮਲ ਭਾਵਾਂ ਨਾਲ, ਮੈਨੂੰ ਵਾਰ ਵਾਰ ਨਿਹਾਰ ਰਹੇ ਸਨ। ਜਦੋਂ ਤੋਂ ਪੁਜਾਰੀ ਸਤੀਸ਼ ਬਾਬੂ ਦੀ ਚੁਣੌਤੀ ਦੇ ਜਵਾਬ ਵਿਚ ਸਾਨੂੰ ਖਾਣਾ ਖਾਣ ਵਾਸਤੇ ਸੱਦਾ ਦੇਣ ਆਇਆ ਸੀ, ਉਸ ਵਕਤ ਤੋਂ ਬਾਅਦ ਉਨ੍ਹਾਂ ਨੇ ਇੱਕ ਸ਼ਬਦ ਵੀ ਮੂੰਹ ਤੋਂ ਨਹੀਂ ਸੀ ਕੱਢਿਆ।

ਅਗਲੇ ਦਿਨ ਦੁਪਹਿਰ ਤੋਂ ਬਾਅਦ, ਜਦੋਂ ਮੈਂ ਆਪਣੀ ਭੈਣ ਦੇ ਘਰ ਉਸ ਨੂੰ ਮਿਲਣ ਗਿਆ ਤਾਂ ਉਸ ਨੇ ਬੜੇ ਪਿਆਰ ਨਾਲ ਮੇਰਾ ਸੁਆਗਤ ਕੀਤਾ। ਉਸ ਨੇ ਰੋਂਦਿਆਂ ਕਿਹਾ "ਪਿਆਰੇ ਵੀਰ, ਕੀ ਚਮਤਕਾਰ ਹੋ ਗਿਆ। ਕੱਲ੍ਹ ਸ਼ਾਮ ਨੂੰ ਮੇਰੇ ਪਤੀ ਮੇਰੇ ਸਾਹਮਣੇ ਖੁੱਲ੍ਹ ਕੇ ਰੋਏ।"

ਉਨ੍ਹਾਂ ਨੇ ਕਿਹਾ, "ਪਿਆਰੀ ਦੇਵੀ,* ਮੇਰਾ ਸੁਧਾਰ ਕਰਨ ਵਾਸਤੇ, ਤੇਰੇ ਭਰਾ ਦੀ ਯੋਜਨਾ ਨੇ ਮੇਰੀ ਕਾਇਆ ਹੀ ਕਲਪ ਕਰ ਦਿੱਤੀ ਹੈ। ਇਸ ਯੋਜਨਾ ਨਾਲ ਮੈਨੂੰ ਬਿਆਨ

* ਦੇਵੀ, ਸ਼ਾਬਦਿਕ ਅਰਥ, "ਚਮਕਣ ਵਾਲੀ"; ਸੰਸਕਰਿਤ ਦੇ *ਦੀਵ* ਧਾਤੂ ਤੋਂ ਬਣਿਆ।

ਤੋਂ ਪਰੇ ਆਨੰਦ ਮਿਲ ਰਿਹਾ ਹੈ। ਅੱਜ ਤਕ ਮੈਂ ਜੋ ਤੇਰੇ ਨਾਲ ਵਧੀਕੀਆਂ ਕੀਤੀਆਂ ਹਨ, ਉਸ ਹਰ ਇੱਕ ਵਧੀਕੀ ਦਾ ਮੈਂ ਪਸ਼ਚਾਤਾਪ ਕਰਾਂਗਾ।" ਅੱਜ ਤੋਂ ਬਾਅਦ ਅਸੀਂ ਆਪਣੇ ਇਸ ਆਲੀਸ਼ਾਨ ਸੌਣ ਵਾਲੇ ਕਮਰੇ ਨੂੰ ਕੇਵਲ ਪੂਜਾ ਅਰਚਨਾ ਵਾਸਤੇ ਵਰਤਾਂਗੇ। ਤੇਰੇ ਪੂਜਾ ਵਾਲੇ ਛੋਟੇ ਜਿਹੇ ਕਮਰੇ ਨੂੰ ਅਸੀਂ ਸੌਣ ਵਾਲਾ ਕਮਰਾ ਬਣਾਵਾਂਗੇ। ਤੇਰੇ ਭਰਾ ਦਾ ਜੋ ਮੈਂ ਮਖੌਲ ਉਡਾਉਂਦਾ ਰਿਹਾ ਹਾਂ, ਉਸ ਵਾਸਤੇ ਮੈਂ ਡੂੰਘਾ ਅਫਸੋਸ ਪ੍ਰਗਟ ਕਰਦਾ ਹਾਂ। ਜੋ ਸ਼ਰਮਿੰਦਗੀ ਭਰਿਆ ਵਿਵਹਾਰ, ਮੈਂ ਤੇਰੇ ਭਰਾ ਨਾਲ ਕਰਦਾ ਆ ਰਿਹਾ ਹਾਂ, ਉਸ ਵਾਸਤੇ ਮੈਂ ਆਪਣੇ ਆਪ ਨੂੰ ਇਹ ਸਜ਼ਾ ਦੇਵਾਂਗਾ ਕਿ ਜਦੋਂ ਤਕ ਮੈਂ ਅਧਿਆਤਮਿਕ ਮਾਰਗ ਉੱਪਰ ਵਰਣਨਯੋਗ ਉਨਤੀ ਨਹੀਂ ਕਰ ਲੈਂਦਾ, ਉਦੋਂ ਤਕ ਮੈਂ ਮੁਕੰਦ ਨਾਲ ਗੱਲ ਨਹੀਂ ਕਰਾਂਗਾ। ਮੈਂ ਅੱਜ ਤੋਂ ਹੀ ਜਗਨਮਾਤਾ ਦੀ ਖੋਜ ਵਿਚ ਪੂਰੇ ਤਨ ਮਨ ਨਾਲ ਲੱਗ ਜਾਵਾਂਗਾ। ਇੱਕ-ਨ-ਇੱਕ ਦਿਨ ਮੈਂ ਜਰੂਰ-ਬਰ ਜਰੂਰ ਉਸ ਨੂੰ ਪ੍ਰਾਪਤ ਕਰ ਲਵਾਂਗਾ।"

ਇਸ ਘਟਨਾ ਦੇ ਅਨੇਕ ਵਰ੍ਹਿਆਂ ਬਾਅਦ (1936), ਮੈਂ ਦਿੱਲੀ ਵਿਖੇ ਸਤੀਸ਼ ਬਾਬੂ ਦੇ ਘਰ ਗਿਆ। ਮੈਨੂੰ ਇਹ ਦੇਖ ਕੇ ਬਹੁਤ ਖੁਸ਼ੀ ਹੋਈ, ਕਿ ਉਨ੍ਹਾਂ ਨੇ ਆਤਮ ਅਨੁਭਵ ਪ੍ਰਾਪਤ ਕਰਨ ਦੇ ਮਾਰਗ ਉੱਪਰ ਵਰਣਨਯੋਗ ਉਨਤੀ ਕਰ ਲਈ ਸੀ। ਉਹ ਜਗਨ ਮਾਤਾ ਦੇ ਦਰਸ਼ਨਾਂ ਦੇ ਨਾਲ ਕਿਰਤਾਰਥ ਹੋ ਚੁੱਕੇ ਸਨ। ਮੈਂ ਉਨ੍ਹਾਂ ਦੇ ਘਰ ਠਹਿਰਨ ਦੇ ਦੌਰਾਨ ਦੇਖਿਆ, ਕਿ ਸਤੀਸ਼ ਬਾਬੂ ਰਾਤ ਦਾ ਬਹੁਤ ਵੱਡਾ ਹਿੱਸਾ ਗੁਪਤ ਰੂਪ ਵਿਚ ਧਿਆਨ ਕਰਦਿਆਂ ਬਿਤਾਉਂਦੇ ਸਨ। ਜਦੋਂ ਕਿ ਉਹ ਇੱਕ ਗੰਭੀਰ ਬਿਮਾਰੀ ਤੋਂ ਪੀੜਤ ਸਨ ਅਤੇ ਸਾਰਾ ਦਿਨ ਆਪਣੇ ਦਫਤਰੀ ਕੰਮ ਕਾਜ ਵਿਚ ਰੁੱਝੇ ਰਹਿੰਦੇ ਸਨ।

ਵੈਸੇ ਹੀ ਮੇਰੇ ਮਨ ਵਿਚ ਇੱਕ ਖਿਆਲ ਆਇਆ ਕਿ ਜੀਜਾ ਜੀ ਦਾ ਇਸ ਧਰਤੀ ਉੱਪਰ ਬਹੁਤ ਥੋੜਾ ਵਕਤ ਰਹਿ ਗਿਆ ਹੈ। ਰਮਾ ਭੈਣ ਨੇ ਵੀ ਮੇਰੇ ਵਿਚਾਰਾਂ ਨੂੰ ਪੜ੍ਹ ਲਿਆ ਲੱਗਦਾ ਸੀ। ਉਨ੍ਹਾਂ ਨੇ ਕਿਹਾ, "ਪਿਆਰੇ ਵੀਰ, ਮੈਂ ਤੰਦਰੁਸਤ ਹਾਂ ਅਤੇ ਮੇਰੇ ਪਤੀ ਬਿਮਾਰ ਹਨ ਪਰ ਤੈਨੂੰ ਫਿਰ ਵੀ ਇਹ ਜਾਣ ਲੈਣਾ ਚਾਹੀਦਾ ਹੈ ਕਿ ਹਿੰਦੂ ਪਤੀਵਰਤਾ ਪਤਨੀ ਹੋਣ ਦੇ ਨਾਤੇ ਪਹਿਲਾਂ ਮੈਂ ਹੀ ਪ੍ਰਾਣ ਤਿਆਗਾਂਗੀ,* ਮੈਂ ਹੁਣ ਹੋਰ ਜਿਆਦਾ ਸਮਾਂ ਜੀਵਤ ਨਹੀਂ ਰਹਾਂਗੀ।"

ਉਨ੍ਹਾਂ ਦੇ ਇਨ੍ਹਾਂ ਚੰਦਰੇ ਸ਼ਬਦਾਂ ਨੂੰ ਸੁਣਕੇ, ਮੈਂ ਸਹਿਮ ਗਿਆ, ਪਰ ਫਿਰ ਵੀ ਮੈਨੂੰ ਉਨ੍ਹਾਂ ਵਿਚ ਸਚਾਈ ਦੀ ਝਲਕ ਦਿਖਾਈ ਦਿੱਤੀ। ਉਨ੍ਹਾਂ ਦੀ ਭਵਿਖਬਾਣੀ ਤੋਂ ਲਗ ਭਗ ਅਠਾਰਾਂ ਮਹੀਨਿਆਂ ਬਾਅਦ, ਜਦੋਂ ਮੈਂ ਅਮਰੀਕਾ ਵਿਚ ਸੀ, ਤਾਂ ਮੇਰੀ ਭੈਣ ਦੀ ਮੌਤ ਹੋ ਗਈ। ਮੇਰੇ ਸਭ ਤੋਂ ਛੋਟੇ ਭਰਾ ਬਿਸ਼ਨੂੰ ਨੇ ਬਾਅਦ ਵਿਚ ਮੈਨੂੰ ਵਿਸਤਾਰ ਪੂਰਵਕ ਲਿਖਿਆ।

* ਜੇ ਕਰ ਹਿੰਦੂ ਪਤਨੀ ਆਪਣੇ ਪਤੀ ਦੇ ਸਾਹਮਣੇ ਪ੍ਰਾਣ ਤਿਆਗਦੀ ਹੈ, ਤਾਂ ਇਸ ਨੂੰ ਉਸ ਦੀ ਰੂਹਾਨੀ ਉੱਨਤੀ ਦੀ ਪਹਿਚਾਣ ਮੰਨਿਆ ਜਾਂਦਾ ਹੈ, ਕਿ ਉਹ ਪਤੀਵਰਤਾ ਔਰਤ ਹੈ, ਜਿਸ ਨੇ ਸਾਰੀ ਉਮਰ ਪਤੀ ਦੀ ਤਨੋਂ, ਮਨੋਂ ਸੇਵਾ ਕੀਤੀ ਹੈ।

ਬਿਸ਼ਨੂੰ ਨੇ ਲਿਖਿਆ ਸੀ, "ਜਦੋਂ ਰਮਾ ਭੈਣ ਦੀ ਮੌਤ ਹੋਈ, ਤਾਂ ਉਸ ਵਕਤ ਉਹ ਅਤੇ ਸਤੀਸ਼ ਬਾਬੂ ਕੋਲਕਾਤਾ ਵਿਚ ਸਨ। ਉਸ ਦਿਨ ਉਨ੍ਹਾਂ ਨੇ ਸਵੇਰੇ ਸਵੇਰੇ ਹੀ ਆਪਣਾ ਵਿਆਹ ਵੇਲੇ ਦਾ ਜੋੜਾ ਪਹਿਨ ਲਿਆ ਸੀ।"

"ਇਹ ਵਿਸ਼ੇਸ਼ ਸੱਜ ਧੱਜ ਕਾਹਦੇ ਵਸਤੇ?" ਸਤੀਸ਼ ਬਾਬੂ ਨੇ ਪੁੱਛਿਆ।

"ਇਸ ਪ੍ਰਿਥਵੀ ਉੱਪਰ ਆਪ ਦੀ ਸੇਵਾ ਕਰਨ ਦਾ ਅੱਜ ਮੇਰਾ ਆਖਰੀ ਦਿਨ ਹੈ।" ਰਮਾ ਭੈਣ ਨੇ ਜਵਾਬ ਦਿੱਤਾ ਅਤੇ ਇਸ ਤੋਂ ਥੋੜੀ ਦੇਰ ਬਾਅਦ ਹੀ ਉਸ ਨੂੰ ਦਿਲ ਦਾ ਦੌਰਾ ਪਿਆ। ਜਦੋਂ ਉਨ੍ਹਾਂ ਦਾ ਲੜਕਾ ਡਾਕਟਰ ਨੂੰ ਬੁਲਾਉਣ ਵਾਸਤੇ ਘਰ ਤੋਂ ਬਾਹਰ ਜਾਣ ਲੱਗਿਆ, ਤਾਂ ਉਸ ਨੇ ਕਿਹਾ, "ਪੁੱਤਰ ਮੈਨੂੰ ਛੱਡਕੇ ਨਾ ਜਾਹ, ਜਾਣ ਦਾ ਕੋਈ ਲਾਭ ਨਹੀਂ। ਡਾਕਟਰ ਦੇ ਆਉਣ ਤੋਂ ਪਹਿਲਾਂ ਹੀ ਮੇਰਾ ਭੌਰ ਉਡਾਰੀ ਮਾਰ ਚੁਕਿਆ ਹੋਵੇਗਾ।" ਦਸ ਮਿੰਟ ਬਾਅਦ ਰਮਾ ਭੈਣ ਨੇ ਆਪਣੇ ਪਤੀ ਦੇ ਸ਼ਰਧਾ ਨਾਲ ਪੈਰ ਫੜ ਕੇ ਚੇਤਨ ਅਵਸਥਾ ਵਿਚ ਸਰੀਰ ਤਿਆਗ ਦਿੱਤਾ।

ਆਪਣੀ ਪਤਨੀ ਦੀ ਮੌਤ ਤੋਂ ਬਾਅਦ ਸਤੀਸ਼ ਬਾਬੂ ਬਹੁਤ ਤਨਹਾਈ ਪਸੰਦ ਹੋ ਗਏ। ਬਿਸ਼ਨੂੰ ਨੇ ਲਿਖਿਆ ਸੀ। ਇੱਕ ਦਿਨ ਉਹ ਰਮਾ ਭੈਣ ਦੀ ਮੁਸਕਰਾਉਂਦਿਆਂ ਹੋਇਆਂ ਦੀ ਫੋਟੋ ਦੇਖ ਰਹੇ ਸਨ।

"ਕਿਉਂ ਮੁਸਕਰਾ ਰਹੀ ਹੈਂ?" ਸਤੀਸ਼ ਬਾਬੂ ਅਚਾਨਕ ਬੋਲ ਉੱਠੇ, ਜਿਸ ਤਰ੍ਹਾਂ ਰਮਾ ਭੈਣ ਉੱਥੇ ਕੋਲ ਹੀ ਬੈਠੀ ਹੋਵੇ। "ਤੂੰ ਸਮਝਦੀ ਹੈਂ, ਮੈਥੋਂ ਪਹਿਲਾਂ ਉਡਾਰੀ ਮਾਰਨ ਦਾ ਪ੍ਰਬੰਧ ਕਰਕੇ, ਤੂੰ ਬੜੀ ਚਲਾਕੀ ਕਰ ਲਈ ਹੈ। ਮੈਂ ਸਿੱਧ ਕਰ ਦੇਵਾਂਗਾ ਕਿ ਤੂੰ ਜਿਆਦਾ ਵਕਤ ਮੈਥੋਂ ਅਲੱਗ ਨਹੀਂ ਰਹਿ ਸਕਦੀ। ਮੈਂ ਬੜੀ ਛੇਤੀ ਹੀ ਤੇਰੇ ਕੋਲ ਪਹੁੰਚ ਰਿਹਾ ਹਾਂ।"

"ਉਸ ਵਕਤ ਸਤੀਸ਼ ਬਾਬੂ ਆਪਣੀ ਬਿਮਾਰੀ ਤੋਂ ਪੂਰੀ ਤਰ੍ਹਾਂ ਠੀਕ ਹੋ ਚੁੱਕੇ ਸਨ ਅਤੇ ਉਨ੍ਹਾਂ ਦੀ ਸਿਹਤ ਵੀ ਬਿਲਕੁਲ ਠੀਕ ਸੀ। ਫਿਰ ਵੀ ਫੋਟੋ ਦੇ ਸਾਹਮਣੇ ਉਨ੍ਹਾਂ ਦੁਆਰਾ ਕਹੇ ਗਏ, ਇਨ੍ਹਾਂ ਵਚਿੱਤਰ ਸ਼ਬਦਾਂ ਦੇ ਛੇਤੀ ਬਾਅਦ ਹੀ ਉਹ ਬਗੈਰ ਕਿਸੇ ਪ੍ਰਤੱਖ ਕਾਰਨ ਦੇ ਚਲਾਣਾ ਕਰ ਗਏ।"

ਇਸ ਤਰ੍ਹਾਂ ਮੇਰੀ ਭੈਣ ਰਮਾ ਅਤੇ ਉਨ੍ਹਾਂ ਦੇ ਪਤੀ ਸਤੀਸ਼ ਬਾਬੂ, ਜਿਨ੍ਹਾਂ ਦਾ ਦਕਸ਼ਿਣੇਸ਼ਵਰ ਮੰਦਰ ਵਿਚ, ਇੱਕ ਅਤਿਅੰਤ ਸਧਾਰਨ ਸੰਸਾਰਕ ਮਨੁੱਖ ਤੋਂ ਸੰਤ ਦੇ ਰੂਪ ਵਿਚ ਅਧਿਆਤਮਿਕ ਪ੍ਰੀਵਰਤਨ ਹੋਇਆ ਸੀ, ਦੋਨਾਂ ਨੇ ਹੀ ਭਵਿਖਬਾਣੀਆਂ ਕਰ ਕੇ ਸਰੀਰ ਤਿਆਗੇ।

ਚੈਪਟਰ 23

ਮੇਰਾ ਯੂਨੀਵਰਸਿਟੀ ਡਿਗਰੀ ਪ੍ਰਾਪਤ ਕਰਨਾ

"ਤੂੰ ਦਰਸ਼ਨ ਸ਼ਾਸਤਰ ਦੇ ਨਿਰਧਾਰਿਤ ਪਾਠਕ੍ਰਮ ਦੀ ਪੜ੍ਹਾਈ ਵੱਲ ਲਾਪ੍ਰਵਾਹੀ ਕਰ ਰਿਹਾ ਹੈਂ। ਇਸ ਵਿਚ ਕੋਈ ਸ਼ੱਕ ਨਹੀਂ ਕਿ ਤੂੰ ਇਮਤਿਹਾਨ ਵਿਚ ਪਾਸ ਹੋਣ ਲਈ ਬਗੈਰ ਮਿਹਨਤ ਕੀਤੇ 'ਸਹਿਜ ਗਿਆਨ' ਉਪਰ ਨਿਰਭਰ ਕਰ ਰਿਹਾ ਹੈਂ। ਪ੍ਰੰਤੂ ਜਦੋਂ ਤਕ ਤੂੰ ਇੱਕ ਵਿਦਵਾਨ ਦੀ ਤਰ੍ਹਾਂ ਪੂਰੀ ਮਿਹਨਤ ਨਹੀਂ ਕਰੇਂਗਾ, ਤਾਂ ਮੈਂ ਤੈਨੂੰ ਇਸ ਇਮਤਿਹਾਨ ਵਿਚ ਪਾਸ ਨਹੀਂ ਹੋਣ ਦੇਵਾਂਗਾ।"

ਸ਼੍ਰੀਰਾਮਪੁਰ ਕਾਲਜ ਦੇ ਦਰਸ਼ਨ ਸ਼ਾਸਤਰ ਦੇ ਪ੍ਰੋਫੈਸਰ ਡੀ. ਸੀ. ਘੋਸ਼ਾਲ ਮੈਨੂੰ ਸਖਤੀ ਨਾਲ ਡਾਂਟ ਰਹੇ ਸਨ। ਜੇ ਮੈਂ ਉਨ੍ਹਾਂ ਦੇ ਜਮਾਤ ਵਿਚ ਲਏ ਗਏ ਲਿਖਤੀ ਟੈਸਟ ਵਿਚੋਂ ਫੇਲ੍ਹ ਹੋ ਜਾਂਦਾ ਹਾਂ, ਤਾਂ ਮੈਂ ਯੂਨੀਵਰਸਿਟੀ ਦੇ ਪੱਕੇ ਇਮਤਿਹਾਨ ਵਿਚ ਬੈਠਣ ਵਾਸਤੇ ਅਯੋਗ ਠਹਿਰਾਇਆ ਜਾਂਦਾ ਹਾਂ। ਇਹ ਨਿਯਮ ਕੋਲਕਾਤਾ ਯੂਨੀਵਰਸਿਟੀ ਦੁਆਰਾ ਬਣਾਏ ਗਏ ਹਨ ਅਤੇ ਸ਼੍ਰੀਰਾਮਪੁਰ ਕਾਲਜ ਉਸੇ ਯੂਨੀਵਰਸਿਟੀ ਨਾਲ ਸਬੰਧਿਤ ਸ਼ਾਖਾ ਹੈ। ਭਾਰਤੀ ਯੂਨੀਵਰਸਿਟੀਆਂ ਵਿਚ ਜੇ ਕੋਈ ਵਿਦਿਆਰਥੀ ਬੀ.ਏ.ਫਾਈਨਲ ਦੇ ਇੱਕ ਵਿਸ਼ੇ ਵਿਚ ਫੇਲ੍ਹ ਹੋ ਜਾਂਦਾ ਹੈ ਤਾਂ ਉਸ ਨੂੰ ਅਗਲੇ ਸਾਲ ਸਾਰੇ ਵਿਸ਼ਿਆਂ ਵਿਚ ਫਿਰ ਤੋਂ ਇਮਤਿਹਾਨ ਦੇਣਾ ਪੈਂਦਾ ਹੈ।

ਸ਼੍ਰੀਰਾਮਪੁਰ ਕਾਲਜ ਦੇ ਪ੍ਰੋਫੈਸਰ ਆਮ ਤੌਰ ਤੇ ਮੇਰੇ ਨਾਲ ਬੜਾ ਦਿਆਲੂ ਵਿਵਹਾਰ ਕਰਦੇ ਸਨ, ਭਾਵੇਂ ਉਸ ਵਿਚ ਕੁਝ ਕੁਝ ਮਖੌਲ ਦੀ ਝਲਕ ਹੁੰਦੀ ਸੀ। "ਮੁਕੰਦ ਨੂੰ ਧਰਮ ਦੀ ਖੁਮਾਰੀ ਕੁਝ ਜਿਆਦਾ ਹੀ ਚੜ੍ਹੀ ਹੋਈ ਹੈ।" ਇਸ ਤਰ੍ਹਾਂ ਦਾ ਨਤੀਜਾ ਕੱਢ ਕੇ ਉਹ ਮੈਨੂੰ ਜਮਾਤ ਵਿਚ ਪੁੱਛੇ ਜਾਣ ਵਾਲੇ ਸਵਾਲਾਂ ਦੇ ਜਵਾਬ ਦੇਣ ਦੀ ਪ੍ਰੇਸ਼ਾਨੀ ਤੋਂ ਬਚਾ ਦਿੰਦੇ ਸਨ। ਉਨ੍ਹਾਂ ਨੂੰ ਪੱਕਾ ਵਿਸ਼ਵਾਸ ਸੀ, ਇਸ ਤਰ੍ਹਾਂ ਕਰਨ ਨਾਲ ਆਖਰੀ ਟੈਸਟ ਸਫਲ ਨਾ ਹੋਣਾ, ਮੇਰਾ ਨਾਂ ਯੂਨੀਵਰਸਿਟੀ ਦੀ ਬੀ.ਏ.ਦੇ ਇਮਤਿਹਾਨ ਦੇਣ ਵਾਲੇ ਵਿਦਿਆਰਥੀਆਂ ਦੀ ਲਿਸਟ ਵਿਚੋਂ ਹਟਾਉਣ ਦਾ ਕੰਮ ਕਰ ਦੇਵੇਗਾ। ਮੇਰੇ ਜਮਾਤੀਆਂ ਦਾ ਮੇਰੇ ਬਾਰੇ ਕੀਤਾ ਫੈਸਲਾ ਉਨ੍ਹਾਂ ਦੁਆਰਾ ਰੱਖੇ ਗਏ ਮੇਰੇ ਨਿਕ ਨਾਂ 'ਪਾਗਲ ਸੰਨਿਆਸੀ' ਤੋਂ ਹੀ ਸਪਸ਼ਟ ਹੁੰਦਾ ਸੀ।

ਪ੍ਰੋਫੈਸਰ ਘੋਸ਼ਾਲ ਦੁਆਰਾ ਮੈਨੂੰ ਦਰਸ਼ਨ ਸ਼ਾਸਤਰ ਵਿਚੋਂ ਫੇਲ੍ਹ ਕਰਨ ਦੀ ਧਮਕੀ ਨੂੰ ਵਿਅਰਥ ਕਰਨ ਲਈ ਮੈਂ ਥੋੜੀ ਜਿਹੀ ਚਲਾਕੀ ਤੋਂ ਕੰਮ ਲਿਆ। ਜਦੋਂ ਜਮਾਤ ਦਾ ਨਤੀਜਾ ਘੋਸ਼ਤ ਕੀਤਾ ਜਾਣ ਵਾਲਾ ਸੀ, ਤਾਂ ਮੈਂ ਆਪਣੇ ਇੱਕ ਜਮਾਤੀ ਨੂੰ ਨਾਲ ਲਿਆ ਅਤੇ ਉਸ ਨੂੰ ਪ੍ਰੋਫੈਸਰ ਘੋਸ਼ਾਲ ਦੇ ਕਮਰੇ ਵਿਚ ਚੱਲਣ ਵਾਸਤੇ ਕਿਹਾ।

"ਤੂੰ ਮੇਰੇ ਨਾਲ ਚੱਲ," ਮੈਂ ਆਪਣੇ ਇੱਕ ਜਮਾਤੀ ਨੂੰ ਕਿਹਾ। "ਮੈਨੂੰ ਬੜੀ ਨਿਰਾਸ਼ਤਾ ਹੋਵੇਗੀ ਜੇ ਮੈਂ ਚਲਾਕੀ ਨਾਲ ਪ੍ਰੋਫੈਸਰ ਘੋਸ਼ਾਲ ਨੂੰ ਹਰਾ ਨਾ ਸਕਿਆ।"

ਜਦੋਂ ਮੈਂ ਪ੍ਰੋਫੈਸਰ ਘੋਸ਼ਾਲ ਨੂੰ ਇਹ ਪੁੱਛਿਆ ਕਿ ਉਨ੍ਹਾਂ ਨੇ ਮੈਨੂੰ ਕਿੰਨੇ ਨੰਬਰ ਦਿੱਤੇ ਹਨ, ਤਾਂ ਉਨ੍ਹਾਂ ਨੇ ਨਾਂਹ ਵਿਚ ਸਿਰ ਹਿਲਾਉਂਦਿਆਂ ਕਿਹਾ, "ਤੇਰਾ ਨਾਂ ਪਾਸ ਹੋਣ ਵਾਲੇ ਵਿਦਿਆਰਥੀਆਂ ਵਿਚ ਨਹੀਂ ਹੈ।" ਉਨ੍ਹਾਂ ਨੇ ਬੜੇ ਜੇਤੂ ਅੰਦਾਜ਼ ਵਿਚ ਕਿਹਾ ਅਤੇ ਆਪਣੇ ਮੇਜ਼ ਉੱਪਰ ਪਈਆਂ ਉੱਤਰ ਪੱਤਰੀਆਂ ਦੇ ਢੇਰ ਨੂੰ ਫਰੋਲਣਾ ਸ਼ੁਰੂ ਕਰ ਦਿੱਤਾ। "ਇਸ ਵਿਚ ਤੇਰੀ ਉੱਤਰ ਪੱਤਰੀ ਹੀ ਨਹੀਂ ਹੈ, ਤੂੰ ਵੈਸੇ ਹੀ ਇਮਤਿਹਾਨ ਵਿਚ ਨਾ ਬੈਠਣ ਕਰਕੇ ਹੀ ਫੇਲ੍ਹ ਹੋ ਗਿਆ ਹੈਂ।"

ਮੈਂ ਹੱਸਣ ਲੱਗਿਆ, "ਸ਼੍ਰੀ ਮਾਨ ਜੀ, ਮੈਂ ਇਮਤਿਹਾਨ ਦਿੱਤਾ ਸੀ। ਕੀ ਮੈਂ ਇਹ ਉੱਤਰ ਪੱਤਰੀਆਂ ਦਾ ਬੰਡਲ ਖੁਦ ਆਪ ਦੇਖ ਸਕਦਾ ਹਾਂ?"

ਪ੍ਰੋਫੈਸਰ ਘੋਸ਼ਾਲ ਨੇ ਦੁਬਿਧਾ ਵਿਚ ਪੈਂਦਿਆਂ ਸਹਿਮਤੀ ਦੇ ਦਿੱਤੀ। ਮੈਂ ਛੇਤੀ ਹੀ ਆਪਣੀ ਉੱਤਰ ਪੱਤਰੀ ਲੱਭ ਲਈ, ਜਿਸ ਉੱਪਰ ਮੈਂ ਆਪਣੇ ਰੋਲ ਨੰਬਰ ਤੋਂ ਇਲਾਵਾ ਹੋਰ ਕੋਈ ਪਹਿਚਾਣ ਦੀ ਨਿਸ਼ਾਨੀ ਨਹੀਂ ਸੀ ਛੱਡੀ। ਮੇਰੇ ਨਾਂ ਦੀ ਲਾਲ ਝੰਡੀ ਦਿਖਾਈ ਨਾ ਦੇਣ ਕਰਕੇ ਪ੍ਰੋਫੈਸਰ ਘੋਸ਼ਾਲ ਨੇ ਮੇਰੇ ਉੱਤਰਾਂ ਦੇ ਪਾਠ ਪੁਸਤਕਾਂ ਦੀਆਂ ਉਦਾਹਰਣਾਂ ਤੋਂ ਬਗੈਰ ਸ਼ਿੰਗਾਰਿਆਂ ਵੀ ਬਹੁਤ ਚੰਗੇ ਨੰਬਰ ਦੇ ਰੱਖੇ ਸਨ।*

ਮੇਰੀ ਚਲਾਕੀ ਦੇਖ ਕੇ ਉਹ ਚਿੱਲਾਏ, "ਪ੍ਰਤੱਖ ਤੌਰ ਤੇ ਤੂੰ ਕਿਸਮਤ ਦਾ ਧਨੀ ਹੈਂ।" ਫਿਰ ਉਨ੍ਹਾਂ ਆਸਵੰਦ ਹੁੰਦਿਆਂ ਆਖਿਆ, "ਤੇਰਾ ਬੀ. ਏ. ਦੇ ਆਖਰੀ ਇਮਤਿਹਾਨ ਵਿਚ ਫੇਲ੍ਹ ਹੋਣਾ ਪੱਕਾ ਹੈ।"

ਬਾਕੀ ਵਿਸ਼ਿਆਂ ਦੇ ਇਮਤਿਹਾਨਾਂ ਬਾਰੇ ਮੈਂ ਪੜ੍ਹਾਈ ਵਿਚ ਕੁਝ ਮਾਰਗ ਦਰਸ਼ਨ ਪ੍ਰਾਪਤ ਕਰ ਲਿਆ ਸੀ। ਖਾਸ ਕਰਕੇ ਆਪਣੇ ਪਿਆਰੇ ਦੋਸਤ ਅਤੇ ਚਚੇਰੇ ਭਰਾ ਪ੍ਰਭਾਸ ਚੰਦਰ ਘੋਸ਼ ਤੋਂ, ਜਿਹੜੇ ਮੇਰੇ ਸ਼ਾਰਦਾ ਚਾਚਾ ਜੀ ਦੇ ਪੁੱਤਰ ਸਨ। ਸਾਰੇ ਵਿਸ਼ਿਆਂ ਦੇ ਪੇਪਰਾਂ ਵਿਚ ਲੜਖੜਾਉਂਦਿਆਂ ਹੀ ਸਹੀ, ਪਰ ਸਫਲਤਾ ਪ੍ਰਾਪਤ ਕਰ ਲਈ ਸੀ। ਭਾਵੇਂ ਮੈਨੂੰ ਪਾਸ ਹੋਣ ਵਾਸਤੇ ਲੋੜੀਂਦੇ ਘੱਟੋ ਘੱਟ ਨੰਬਰ ਹੀ ਮਿਲੇ ਸਨ।

ਕਾਲਜ ਦੀ ਚਾਰ ਸਾਲ ਦੀ ਪੜ੍ਹਾਈ ਕਰਨ ਤੋਂ ਬਾਅਦ ਹੁਣ ਮੈਂ ਬੀ.ਏ. ਦੇ ਇਮਤਿਹਾਨ ਵਿਚ ਬੈਠਣ ਦੇ ਯੋਗ ਹੋ ਗਿਆ ਸੀ। ਪ੍ਰੰਤੂ ਇਸ ਮੌਕੇ ਦਾ ਲਾਭ ਉਠਾਉਣ

* ਜੇ ਮੈਂ ਇੱਥੇ ਇਹ ਸਪਸ਼ਟ ਨਾ ਕਰਾਂ, ਕਿ ਜੋ ਪ੍ਰੋਫੈਸਰ ਘੋਸ਼ਾਲ ਨਾਲ ਮੇਰੀ ਖਿੱਚੋਤਾਣ ਚੱਲ ਰਹੀ ਸੀ, ਉਸ ਵਿਚ ਉਨ੍ਹਾਂ ਦਾ ਕੋਈ ਕਸੂਰ ਨਹੀਂ ਸੀ, ਤਾਂ ਉਨ੍ਹਾਂ ਨਾਲ ਇਹ ਬੇ ਇਨਸਾਫੀ ਹੋਵੇਗੀ। ਖਿਚੋਤਾਣ ਦਾ ਇੱਕੋ ਇੱਕ ਕਾਰਨ ਜਮਾਤ ਵਿਚ ਮੇਰੀ ਅਕਸਰ ਗੈਰ ਹਾਜ਼ਰੀ ਸੀ। ਪ੍ਰੋਫੈਸਰ ਘੋਸ਼ਾਲ ਦਰਸ਼ਨ ਸ਼ਾਸਤਰ ਦੇ ਉੱਘੇ ਵਿਦਵਾਨ ਅਤੇ ਅਦਭੁਤ ਵਕਤਾ ਸਨ। ਬਾਅਦ ਦੇ ਵਰ੍ਹਿਆਂ ਵਿਚ ਸਾਡੇ ਬੜੇ ਨਿੱਘੇ ਸਬੰਧ ਬਣ ਗਏ ਸਨ।

ਦੀ ਉਮੀਦ ਨਾਂਹ ਦੇ ਬਰਾਬਰ ਸੀ। ਕੋਲਕਾਤਾ ਯੂਨੀਵਰਸਿਟੀ ਦੇ ਬੀ.ਏ. ਦੀ ਡਿਗਰੀ ਦੇ ਔਖੇ ਪੇਪਰਾਂ ਦੇ ਮੁਕਾਬਲੇ ਸ਼੍ਰੀਰਾਮਪੁਰ ਕਾਲਜ ਦੇ ਪੇਪਰ ਤਾਂ ਬੱਚਿਆਂ ਦੀ ਖੇਡ ਸੀ। ਲਗ ਭਗ ਹਰ ਰੋਜ਼ ਹੀ ਸ਼੍ਰੀ ਯੁਕਤੇਸ਼ਵਰ ਜੀ ਦੇ ਕੋਲ ਆਸ਼ਰਮ ਵਿਚ ਜਾਣ ਕਾਰਨ ਕਾਲਜ ਜਾਣ ਦਾ ਵਕਤ ਹੀ ਨਹੀਂ ਸੀ ਮਿਲਦਾ। ਗੈਰ ਹਾਜ਼ਰੀ ਦੀ ਬਜਾਏ ਜਮਾਤ ਵਿਚ ਮੇਰੀ ਹਾਜ਼ਰੀ ਹੀ ਮੇਰੇ ਜਮਾਤੀਆਂ ਵਾਸਤੇ ਅਚੰਭੇ ਦਾ ਕਾਰਨ ਬਣਦੀ।

ਲਗ ਭਗ ਹਰ ਰੋਜ਼, ਮੈਂ ਜਿਸ ਨਿੱਤ-ਨੇਮ ਦੀ ਪਾਲਣਾ ਕਰਦਾ, ਉਸ ਦੀ ਸ਼ੁਰੂਆਤ ਸਵੇਰੇ ਸਵੇਰੇ ਸਾਢੇ ਨੌਂ ਵਜੇ ਮੇਰੇ ਸਾਇਕਲ ਉੱਪਰ ਨਿਕਲਣ ਨਾਲ ਹੁੰਦੀ। ਇੱਕ ਹੱਥ ਵਿਚ ਗੁਰੂਦੇਵ ਨੂੰ ਅਰਪਣ ਕਰਨ ਵਾਸਤੇ ਪੰਥੀ ਹੋਸਟਲ ਦੇ ਬਗੀਚੇ ਦੇ ਚੁਣੇ ਹੋਏ ਤਾਜੇ ਫੁੱਲ ਹੁੰਦੇ। ਗੁਰੂਦੇਵ ਮੈਨੂੰ ਬੜੇ ਪਿਆਰ ਨਾਲ ਮਿਲਦੇ ਅਤੇ ਦੁਪਹਿਰ ਦਾ ਖਾਣਾ ਉੱਥੇ ਹੀ ਖਾਣ ਲਈ ਕਹਿੰਦੇ। ਮੈਂ ਬਗੈਰ ਕਿਸੇ ਹਿਚਕਚਾਹਟ ਦੇ ਹਰ ਰੋਜ਼ ਹੀ ਅਤਿਅੰਤ ਫੁਰਤੀ ਨਾਲ ਉਨ੍ਹਾਂ ਦਾ ਨਿਮੰਤਰਨ ਸਵੀਕਾਰ ਕਰ ਲੈਂਦਾ ਤਾਂ ਕਿ ਕਾਲਜ ਜਾਣ ਦੇ ਝੰਝਟ ਤੋਂ ਛੁਟਕਾਰਾ ਮਿਲ ਜਾਵੇ। ਘੰਟਿਆਂ ਬੱਧੀ ਸ਼੍ਰੀ ਯੁਕਤੇਸ਼ਵਰ ਜੀ ਦੀ ਸੰਗਤ ਵਿਚ ਰਹਿ ਕੇ ਅਤੇ ਉਨ੍ਹਾਂ ਦੇ ਅਣਮੋਲ ਗਿਆਨ ਉਪਦੇਸ਼ ਸੁਣ ਕੇ ਜਾਂ ਫਿਰ ਆਸ਼ਰਮ ਦੀ ਦੇਖ ਭਾਲ ਦੇ ਕੰਮਾਂ ਵਿਚ ਉਨ੍ਹਾਂ ਦੀ ਸਹਾਇਤਾ ਕਰਨ ਤੋਂ ਬਾਅਦ, ਮੈਂ ਤਕਰੀਬਨ ਅੱਧੀ ਰਾਤ ਦੇ ਵਕਤ ਅਣਇੱਛਾ ਪੂਰਵਕ ਹੀ ਪੰਥੀ ਹੋਸਟਲ ਵਿਚ ਵਾਪਸ ਪਰਤਦਾ। ਕਦੇ ਕਦੇ ਤਾਂ ਮੈਂ ਸਾਰੀ ਸਾਰੀ ਰਾਤ ਆਪਣੇ ਗੁਰੂ ਦੇ ਕੋਲ ਹੀ ਰਹਿੰਦਾ ਅਤੇ ਉਨ੍ਹਾਂ ਦੇ ਉਪਦੇਸ਼ਾਤਮਿਕ ਪ੍ਰਵਚਨਾਂ ਵਿਚ ਇੰਨਾ ਮਸਤ ਹੋ ਜਾਂਦਾ, ਕਿ ਰਾਤ ਦਾ ਅਨ੍ਹੇਰਾ ਕਦੋਂ ਸਵੇਰ ਦੇ ਉਜਾਲੇ ਵਿਚ ਬਦਲ ਗਿਆ, ਪਤਾ ਹੀ ਨਾ ਚਲਦਾ।

ਇੱਕ ਰਾਤ ਲਗ ਭਗ ਗਿਆਰਾਂ ਵਜੇ, ਜਦੋਂ ਮੈਂ ਆਪਣੇ ਸਾਇਕਲ ਤੇ ਸਵਾਰ ਹੋ ਕੇ ਪੰਥੀ ਹੋਸਟਲ ਵਿਚ ਵਾਪਸ ਜਾਣ ਵਾਸਤੇ ਬੂਟ ਪਹਿਨ ਰਿਹਾ ਸੀ ਤਾਂ ਗੁਰੂਦੇਵ ਨੇ ਬੜੀ ਗੰਭੀਰਤਾ ਨਾਲ ਪੁੱਛਿਆ, "ਤੇਰੇ ਬੀ.ਏ. ਦੇ ਇਮਤਿਹਾਨ ਕਦੋਂ ਤੋਂ ਸ਼ੁਰੂ ਹੋ ਰਹੇ ਹਨ?"

"ਗੁਰੂਦੇਵ, ਅੱਜ ਤੋਂ ਪੰਜ ਦਿਨ ਬਾਅਦ।"

"ਮੈਨੂੰ ਉਮੀਦ ਹੈ ਕਿ ਉਸ ਵਾਸਤੇ ਤੂੰ ਪੂਰੀ ਤਿਆਰੀ ਤਾਂ ਕਰ ਹੀ ਲਈ ਹੈ।"

ਮੈਂ ਡਰ ਨਾਲ ਕਲਬੂਤ ਬਣ ਗਿਆ, ਹੱਥ ਦਾ ਬੂਟ ਹੱਥ ਵਿਚ ਹੀ ਰਹਿ ਗਿਆ। "ਗੁਰੂਦੇਵ" ਮੈਂ ਵਿਰੋਧੀ ਸੁਰ ਵਿਚ ਕਿਹਾ, "ਆਪ ਚੰਗੀ ਤਰ੍ਹਾਂ ਜਾਣਦੇ ਹੋ, ਕਿ ਮੇਰਾ ਵਕਤ ਪ੍ਰੋਫੈਸਰਾਂ ਦੀ ਸੰਗਤ ਦੀ ਬਜਾਏ, ਆਪ ਦੀ ਸੰਗਤ ਵਿਚ ਲੰਘਿਆ ਹੈ। ਫਿਰ ਇਹੋ ਜਿਹੇ ਔਖੇ ਪੇਪਰਾਂ ਵਿਚ ਬੈਠਣ ਦਾ ਢੌਂਗ ਕਰਨ ਦਾ ਕੀ ਫਾਇਦਾ?"

ਸ਼੍ਰੀ ਯੁਕਤੇਸ਼ਵਰ ਜੀ ਨੇ ਮੈਨੂੰ ਬੜੀ ਚੋਭਵੀਂ ਨਜ਼ਰ ਨਾਲ ਦੇਖਦਿਆਂ ਕਿਹਾ, "ਤੈਨੂੰ ਇਹ ਇਮਤਿਹਾਨ ਦੇਣਾ ਹੀ ਪਵੇਗਾ।" ਉਨ੍ਹਾਂ ਨੇ ਇੱਕ ਅਜਿਹੇ ਫੈਸਲਾਕੁਨ ਸਹਿਜਭਾਵ ਨਾਲ ਕਿਹਾ, ਜਿਸ ਦੀ ਉਲੰਘਣਾ ਨਹੀਂ ਸੀ ਕੀਤੀ ਜਾ ਸਕਦੀ। "ਸਾਨੂੰ ਤੇਰੇ ਪਿਤਾ ਜੀ

ਅਤੇ ਹੋਰ ਰਿਸ਼ਤੇਦਾਰਾਂ ਨੂੰ ਇਹੋ ਜਿਹਾ ਕੋਈ ਮੌਕਾ ਨਹੀਂ ਦੇਣਾ ਚਾਹੀਦਾ, ਜਿਸ ਨਾਲ ਉਹ ਤੇਰੀ ਆਸ਼ਰਮ ਜੀਵਨ ਪ੍ਰਤੀ ਦਿੱਤੀ ਗਈ ਪਹਿਲ ਦੀ ਅਲੋਚਨਾ ਕਰ ਸਕਣ। ਤੂੰ ਮੇਰੇ ਨਾਲ ਸਿਰਫ ਇਹ ਵਾਅਦਾ ਕਰ, ਕਿ ਤੂੰ ਇਮਤਿਹਾਨ ਵਿਚ ਬੈਠੇਂਗਾ ਅਤੇ ਆਪਣੀ ਯੋਗਤਾ ਦੇ ਅਨੁਸਾਰ ਸਵਾਲਾਂ ਦੇ ਉੱਤਰ ਲਿਖੇਂਗਾ।"

ਅੱਥਰੂ ਬੇਕਾਬੂ ਹੋ ਕੇ ਮੇਰੀਆਂ ਗੱਲ੍ਹਾਂ ਉੱਪਰ ਵਹਿ ਤੁਰੇ। ਮੈਂ ਇਹ ਮਹਿਸੂਸ ਕੀਤਾ ਕਿ ਗੁਰੂਦੇਵ ਦਾ ਹੁਕਮ ਗੈਰ ਵਾਜਬ ਹੈ ਅਤੇ ਇਸ ਵਿਸ਼ੇ ਉੱਪਰ ਹੋਰ ਕੁਝ ਨਹੀਂ ਤਾਂ ਬਹੁਤ ਦੇਰ ਨਾਲ ਕੀਤੀ ਗਈ ਕਾਰਵਾਈ ਹੈ।

ਮੈਂ ਹਟਕੋਰੇ ਭਰਦਿਆਂ ਕਿਹਾ, "ਜੇ ਆਪ ਕਹਿੰਦੇ ਹੀ ਹੋ ਤਾਂ ਮੈਂ ਇਮਤਿਹਾਨ ਵਿਚ ਬੈਠ ਜਾਵਾਂਗਾ, ਪ੍ਰੰਤੂ ਇਮਤਿਹਾਨ ਦੀ ਤਿਆਰੀ ਵਾਸਤੇ ਵਕਤ ਹੀ ਨਹੀਂ ਰਹਿ ਗਿਆ।" ਮੈਂ ਆਪਣੇ ਆਪ ਵਿਚ ਬੁੜਬੁੜਾਇਆ, "ਸਵਾਲਾਂ ਦੇ ਉੱਤਰਾਂ ਦੇ ਰੂਪ ਵਿਚ, ਮੈਂ ਆਪ ਦੇ ਉਪਦੇਸ਼ਾਂ ਨਾਲ ਹੀ ਉੱਤਰ ਪੱਤਰੀਆਂ ਭਰ ਆਵਾਂਗਾ।"

ਜਦੋਂ ਮੈਂ ਦੂਜੇ ਦਿਨ ਆਪਣੇ ਨਿਸ਼ਚਿਤ ਵਕਤ ਉੱਪਰ ਆਸ਼ਰਮ ਪਹੁੰਚਿਆ ਅਤੇ ਬੜੇ ਅਣਮੰਨੇ ਜਿਹੇ ਦਿਲ ਨਾਲ ਸ੍ਰੀ ਯੁਕਤੇਸ਼ਵਰ ਜੀ ਨੂੰ ਰੋਜ਼ਾਨਾ ਦੀ ਤਰ੍ਹਾਂ ਫੁੱਲ ਅਰਪਣ ਕੀਤੇ, ਤਾਂ ਮੇਰੇ ਸ਼ੋਕ ਗ੍ਰਸਤ ਚਿਹਰੇ ਨੂੰ ਦੇਖ ਕੇ ਉਹ ਹੱਸਣ ਲੱਗੇ।

"ਮੁਕੰਦ, ਕੀ ਪ੍ਰਮਾਤਮਾ ਇਮਤਿਹਾਨ ਵਿਚ ਜਾਂ ਕਿਤੇ ਹੋਰ ਤੇਰੀ ਸਹਾਇਤਾ ਕਰਨ ਤੋਂ ਖੁੰਝੇ ਹਨ?"

"ਨਹੀਂ ਗੁਰੂਦੇਵ।" ਮੈਂ ਬੜੇ ਉਤਸ਼ਾਹ ਨਾਲ ਜਵਾਬ ਦਿੱਤਾ ਅਤੇ ਇਸ ਦੇ ਨਾਲ ਹੀ ਪ੍ਰਮਾਤਮਾ ਦੀਆਂ ਅਨੇਕ ਪੁਰਾਣੀਆਂ ਮੇਹਰਬਾਨੀਆਂ ਦੀਆਂ ਯਾਦਾਂ ਦਾ ਹੜ੍ਹ ਆ ਗਿਆ।

"ਕਾਲਜ ਦੀ ਪੜ੍ਹਾਈ ਵਿਚ ਮਾਣ ਪ੍ਰਾਪਤ ਕਰਨ ਵਾਸਤੇ ਯਤਨ ਕਰਨ ਲਈ, ਤੈਨੂੰ ਸੁਸਤੀ ਨੇ ਨਹੀਂ ਬਲਕਿ ਤੇਰੀ ਪ੍ਰਮਾਤਮਾ ਪ੍ਰਾਪਤੀ ਦੀ ਚਾਹਨਾ ਨੇ ਰੋਕਿਆ ਹੈ। ਮੇਰੇ ਗੁਰੂ ਨੇ ਬੜੇ ਹੀ ਪਿਆਰ ਨਾਲ ਕਿਹਾ। ਥੋੜ੍ਹੀ ਦੇਰ ਚੁੱਪ ਰਹਿਣ ਤੋਂ ਬਾਅਦ, ਉਨ੍ਹਾਂ ਨੇ ਬਾਈਬਲ ਦੀ ਉਸ ਕਹਾਵਤ ਦਾ ਉਦਾਹਰਣ ਦਿੱਤਾ, 'ਪਹਿਲਾਂ ਪ੍ਰਮਾਤਮਾ ਦੇ ਸਾਮਰਾਜ ਅਤੇ ਧਰਮ ਨੂੰ ਪ੍ਰਾਪਤ ਕਰਨ ਦਾ ਯਤਨ ਕਰੋ, ਬਾਕੀ ਸਾਰੀਆਂ ਚੀਜ਼ਾਂ ਤੁਹਾਨੂੰ ਆਪਣੇ ਆਪ ਹੀ ਮਿਲ ਜਾਣਗੀਆਂ।'*

ਹੋਰ ਹਜ਼ਾਰਾਂ ਮੌਕਿਆਂ ਦੀ ਤਰ੍ਹਾਂ, ਇਸ ਵਾਰ ਵੀ ਗੁਰੂਦੇਵ ਦੀ ਸੰਗਤ ਵਿਚ ਮੇਰੇ ਮਨ ਤੋਂ ਮਣਾਂ ਮੂਹੀ ਭਾਰ ਲਹਿ ਗਿਆ। ਹਰ ਰੋਜ਼ ਦੇ ਵਕਤ ਤੋਂ ਪਹਿਲਾਂ ਦੁਪਹਿਰ ਦਾ ਖਾਣਾ ਖਤਮ ਕਰਨ ਤੋਂ ਬਾਅਦ, ਗੁਰੂਦੇਵ ਨੇ ਮੈਨੂੰ ਪੰਥੀ ਜਾਣ ਦਾ ਮਸ਼ਵਰਾ ਦਿੱਤਾ।

* *ਮੈਥਯੂ* 6:33 (ਬਾਈਬਲ)

"ਕੀ ਤੇਰਾ ਦੋਸਤ ਰਮੇਸ਼ ਹਾਲੇ ਵੀ ਤੇਰੇ ਨਾਲ ਹੀ ਪੰਥੀ ਹੋਸਟਲ ਵਿਚ ਰਹਿੰਦਾ ਹੈ?"

"ਜੀ ਗੁਰੂਦੇਵ।"

"ਉਸ ਨੂੰ ਜਾ ਕੇ ਮਿਲ। ਪ੍ਰਮਾਤਮਾ ਉਸ ਨੂੰ ਤੇਰੀ ਇਮਤਿਹਾਨ ਵਿਚ ਸਹਾਇਤਾ ਕਰਨ ਵਾਸਤੇ ਪ੍ਰੇਰਿਤ ਕਰਨਗੇ।"

"ਠੀਕ ਹੈ ਗੁਰੂਦੇਵ, ਪ੍ਰੰਤੂ ਰਮੇਸ਼ ਇਸ ਵਕਤ ਪੜ੍ਹਾਈ ਵਿਚ ਬਹੁਤ ਜਿਆਦਾ ਰੁਝਿਆ ਹੋਇਆ ਹੈ। ਉਸ ਨੇ ਆਨਰਜ਼ ਲੈ ਰੱਖਿਆ ਹੈ। ਹੋਰ ਵਿਦਿਆਰਥੀਆਂ ਦੇ ਮੁਕਾਬਲੇ ਉਸ ਦੇ ਕੋਰਸ ਦਾ ਸਿਲੇਬਸ ਵੀ ਜਿਆਦਾ ਹੈ।"

ਗੁਰੂਦੇਵ ਨੇ ਮੇਰੇ ਸਾਰੇ ਸ਼ੰਕਿਆਂ ਨੂੰ ਨਕਾਰ ਦਿੱਤਾ, "ਤੇਰੇ ਵਾਸਤੇ ਰਮੇਸ਼ ਵਕਤ ਕੱਢ ਲਵੇਗਾ, ਹੁਣ ਤੂੰ ਜਾਹ।"

ਮੈਂ ਸਾਇਕਲ ਉੱਪਰ ਪੰਥੀ ਵਾਪਸ ਆ ਗਿਆ। ਹੋਸਟਲ ਦੇ ਵਿਹੜੇ ਵਿਚ ਪਹੁੰਚਦਿਆਂ ਸਭ ਤੋਂ ਪਹਿਲਾਂ ਮੇਰੀ ਮੁਲਾਕਾਤ ਰਮੇਸ਼ ਨਾਲ ਹੀ ਹੋਈ। ਉਹ ਵੀ ਵਿਦਵਾਨ ਰਮੇਸ਼ ਨਾਲ, ਜਿਸ ਨੇ ਝਿਜਕਦਿਆਂ ਕੀਤੀ ਹੋਈ ਮੇਰੀ ਬੇਨਤੀ ਉੱਪਰ ਇੰਨੇ ਖੁੱਲ੍ਹੇ ਦਿਲ ਨਾਲ ਸਹਿਮਤੀ ਦੇ ਦਿੱਤੀ, ਜਿਵੇਂ ਉਸ ਕੋਲ ਵਕਤ ਹੀ ਵਕਤ ਹੋਵੇ।

"ਜਰੂਰ, ਮੈਂ ਤੇਰੀ ਸੇਵਾ ਵਿਚ ਹਾਜ਼ਰ ਹਾਂ।"

ਉਸੇ ਦਿਨ ਅਤੇ ਉਸ ਦਿਨ ਤੋਂ ਬਾਅਦ ਹਰ ਰੋਜ਼, ਉਸ ਨੇ ਮੈਨੂੰ ਵੱਖੋ ਵੱਖਰੇ ਵਿਸ਼ਿਆਂ ਬਾਰੇ ਇਮਤਿਹਾਨ ਦੇ ਨਜ਼ਰੀਏ ਤੋਂ ਤਿਆਰੀ ਕਰਵਾਉਣ ਵਾਸਤੇ ਕਈ ਕਈ ਘੰਟੇ ਪੜ੍ਹਾਉਣਾ ਸ਼ੁਰੂ ਕਰ ਦਿੱਤਾ।

"ਮੈਨੂੰ ਲਗਦਾ ਹੈ ਕਿ ਅੰਗਰੇਜ਼ੀ ਸਾਹਿਤ ਵਿਚ ਇਸ ਸਾਲ ਜਿਆਦਾ ਸਵਾਲ ਚਾਈਲਡ ਹੈਰੋਲਡ ਨੇ ਆਪਣੀ ਯਾਤਰਾ ਦੇ ਵਾਸਤੇ ਜੋ ਰਸਤਾ ਅਪਣਾਇਆ ਸੀ, ਉਸ ਬਾਰੇ ਆਉਣਗੇ। ਸਾਨੂੰ ਇੱਕ ਐਟਲਸ ਦਾ ਪ੍ਰਬੰਧ ਕਰਨਾ ਚਾਹੀਦਾ ਹੈ," ਉਸ ਨੇ ਕਿਹਾ।

ਮੈਂ ਛੇਤੀ ਛੇਤੀ ਸ਼ਾਰਦਾ ਚਾਚਾ ਜੀ ਦੇ ਘਰ ਗਿਆ ਅਤੇ ਇੱਕ ਐਟਲਸ ਮੰਗ ਲਿਆਇਆ। ਰਮੇਸ਼ ਨੇ ਯੂਰੋਪ ਦੇ ਨਕਸ਼ੇ ਵਿਚ ਉਨ੍ਹਾਂ ਸਾਰੀਆਂ ਥਾਵਾਂ ਉੱਪਰ ਨਿਸ਼ਾਨ ਲਗਾ ਦਿੱਤੇ, ਜਿੱਥੇ ਜਿੱਥੇ ਬਾਇਰਨ ਦਾ ਉਹ ਰੋਮਾਂਚਿਕ ਯਾਤਰੀ ਗਿਆ ਸੀ।

ਰਮੇਸ਼ ਜਦੋਂ ਮੈਨੂੰ ਪੜ੍ਹਾ ਰਿਹਾ ਸੀ ਤਾਂ ਕੁਝ ਜਮਾਤੀ ਉਸ ਦੇ ਪੜ੍ਹਾਏ ਜਾਣ ਵਾਲੇ ਪਾਠ ਨੂੰ ਸੁਣਨ ਖਾਤਰ ਸਾਡੇ ਇਰਦ ਗਿਰਦ ਇਕੱਠੇ ਹੋ ਗਏ। ਇੱਕ ਬੈਠਕ ਦੇ ਆਖਰ ਵਿਚ, ਉਨ੍ਹਾਂ ਵਿਚੋਂ ਇੱਕ ਨੇ ਕਿਹਾ, "ਰਮੇਸ਼ ਤੈਨੂੰ ਗਲਤ ਸਲਾਹ ਦੇ ਰਿਹਾ ਹੈ, ਆਮ ਤੌਰ ਤੇ ਸਿਰਫ ਪੰਜਾਹ ਫੀਸਦੀ ਸਵਾਲ ਹੀ ਪੁਸਤਕਾਂ ਦੇ ਬਾਰੇ ਹੁੰਦੇ ਹਨ, ਬਾਕੀ ਪੰਜਾਹ ਫੀਸਦੀ ਸਵਾਲ ਲੇਖਕਾਂ ਦੀਆਂ ਜੀਵਨੀਆਂ ਬਾਰੇ ਹੁੰਦੇ ਹਨ।

ਜਦੋਂ ਇਮਤਿਹਾਨ ਹਾਲ ਵਿਚ ਅੰਗਰੇਜ਼ੀ ਸਾਹਿਤ ਦਾ ਪ੍ਰਸ਼ਨ ਪੱਤਰ ਮੇਰੇ ਹੱਥ ਵਿਚ ਆਇਆ, ਤਾਂ ਉਸ ਉਪਰ ਪਹਿਲੀ ਨਜ਼ਰ ਪੈਂਦਿਆਂ ਹੀ ਮੇਰੀਆਂ ਅੱਖਾਂ ਵਿਚੋਂ ਧੰਨਵਾਦ ਦੇ ਅੱਥਰੂ ਆ ਕੇ ਮੇਰੀਆਂ ਗੱਲ੍ਹਾਂ ਉਪਰ ਵਹਿ ਤੁਰੇ ਅਤੇ ਪ੍ਰਸ਼ਨ ਪੱਤਰ ਨੂੰ ਭਿਉਂਣ ਲੱਗੇ। ਉਸ ਹਾਲ ਵਿਚ ਇਮਤਿਹਾਨ ਦੇ ਨਿਗਰਾਨ ਮੇਰੇ ਕੋਲ ਆ ਕੇ ਹਮਦਰਦੀ ਪੂਰਵਕ ਪੁੱਛ ਗਿੱਛ ਕਰਨ ਲੱਗੇ।

ਮੈਂ ਉਨ੍ਹਾਂ ਨੂੰ ਦੱਸਿਆ, “ਮੇਰੇ ਮਹਾਨ ਗੁਰੂ ਨੇ ਮੈਨੂੰ ਪਹਿਲਾਂ ਹੀ ਦੱਸ ਦਿੱਤਾ ਸੀ, ਕਿ ਇਮਤਿਹਾਨ ਦੀ ਤਿਆਰੀ ਵਾਸਤੇ ਰਮੇਸ਼ ਮੇਰੀ ਸਹਾਇਤਾ ਕਰੇਗਾ। ਆਹ ਦੇਖੋ, ਰਮੇਸ਼ ਨੇ ਜਿਹੜੇ ਜਿਹੜੇ ਸਵਾਲ ਮੈਨੂੰ ਇਮਤਿਹਾਨ ਵਿਚ ਆਉਣ ਦੀ ਸੰਭਾਵਨਾ ਦੱਸੀ ਸੀ, ਉਹੀ ਸਾਰੇ ਸਵਾਲ ਇਸ ਪ੍ਰਸ਼ਨ ਪੱਤਰ ਵਿਚ ਆਏ ਹਨ।” ਅੱਗੇ ਮੈਂ ਫਿਰ ਕਿਹਾ, “ਮੇਰੀ ਇਹ ਖੁਸ਼ਕਿਸਮਤੀ ਹੈ, ਕਿ ਇਸ ਸਾਲ ਅੰਗਰੇਜ਼ੀ ਲੇਖਕਾਂ ਦੇ ਬਾਰੇ ਬਹੁਤ ਘੱਟ ਸਵਾਲ ਆਏ ਹਨ, ਜਿਨ੍ਹਾਂ ਦੇ ਜੀਵਨ ਮੇਰੇ ਵਾਸਤੇ ਇੱਕ ਡੂੰਘੀ ਬੁਝਾਰਤ ਬਣੇ ਹੋਏ ਹਨ।”

ਜਦੋਂ ਮੈਂ ਇਮਤਿਹਾਨ ਦੇ ਕੇ ਪੰਥੀ ਹੋਸਟਲ ਵਿਚ ਆਇਆ ਤਾਂ ਬਾਕੀ ਵਿਦਿਆਰਥੀਆਂ ਨੇ ਬੜੇ ਜ਼ੋਰ ਸ਼ੋਰ ਨਾਲ ਮੇਰਾ ਸੁਆਗਤ ਕੀਤਾ। ਜਿਹੜੇ ਵਿਦਿਆਰਥੀ ਰਮੇਸ਼ ਦੇ ਮਾਰਗ ਦਰਸ਼ਨ ਵਿਚ ਵਿਸ਼ਵਾਸ ਕਰਨ ਕਰ ਕੇ ਮੇਰਾ ਮਖੌਲ ਉਡਾ ਰਹੇ ਸਨ, ਉਹੀ ਵਿਦਿਆਰਥੀ ਹੁਣ ਜ਼ੋਰ ਸ਼ੋਰ ਨਾਲ ਵਧਾਈਆਂ ਦੇ ਦੇ ਕੇ ਮੇਰੇ ਕੰਨ ਪਾੜ ਰਹੇ ਸਨ। ਇਮਤਿਹਾਨਾਂ ਦੇ ਦੌਰਾਨ ਪੂਰਾ ਹਫਤਾ, ਜਿੰਨਾ ਸੰਭਵ ਹੋ ਸਕਿਆ, ਮੈਂ ਰਮੇਸ਼ ਨਾਲ ਬਿਤਾਉਂਦਾ ਰਿਹਾ। ਰਮੇਸ਼ ਮੈਨੂੰ ਇਮਤਿਹਾਨ ਦੇ ਪੇਪਰਾਂ ਵਿਚ, ਪ੍ਰੋਫੈਸਰਾਂ ਦੁਆਰਾ ਪੁੱਛੇ ਜਾ ਸਕਣ ਵਾਲੇ ਪ੍ਰਸ਼ਨਾਂ ਬਾਰੇ ਦਸਦਾ ਰਿਹਾ। ਹਰ ਰੋਜ਼ ਹਰ ਪ੍ਰਸ਼ਨ ਪੱਤਰ ਵਿਚ ਰਮੇਸ਼ ਦੇ ਦੱਸੇ ਹੋਏ ਪ੍ਰਸ਼ਨ ਲਗ ਭਗ ਉਨ੍ਹਾਂ ਹੀ ਸ਼ਬਦਾਂ ਵਿਚ ਆਉਂਦੇ ਰਹੇ।

ਕਾਲਜ ਵਿਚ ਇਹ ਖਬਰ ਬਿਜਲੀ ਦੀ ਤਰ੍ਹਾਂ ਫੈਲ ਗਈ, ਕਿ ਜਿਸ ਤਰ੍ਹਾਂ ਕੋਈ ਚਮਤਕਾਰ ਹੋ ਰਿਹਾ ਹੋਵੇ, ਕਿ ਹਮੇਸ਼ਾਂ ਹੀ ਪੜ੍ਹਾਈ ਵੱਲੋਂ ਲਾਪ੍ਰਵਾਹ ਰਹਿਣ ਵਾਲੇ ਪਾਗਲ ਸੰਨਿਆਸੀ ਦੇ ਪਾਸ ਹੋਣ ਦੀ ਪੂਰੀ ਸੰਭਾਵਨਾ ਲੱਗ ਰਹੀ ਹੈ। ਮੈਂ ਛੁਪਾਉਣ ਦਾ ਕੋਈ ਯਤਨ ਵੀ ਨਹੀਂ ਕੀਤਾ। ਯੂਨੀਵਰਸਿਟੀ ਦੁਆਰਾ ਬਣਾਏ ਗਏ ਪ੍ਰਸ਼ਨ ਪੱਤਰਾਂ ਵਿਚ ਕੋਈ ਤਬਦੀਲੀ ਕਰਨਾ ਸਥਾਨਕ ਪ੍ਰੋਫੈਸਰਾਂ ਦੇ ਹੱਥ ਵਿਚ ਨਹੀਂ ਸੀ।

ਇੱਕ ਦਿਨ ਸਵੇਰੇ ਸਵੇਰੇ ਅੰਗਰੇਜ਼ੀ ਸਾਹਿਤ ਦੇ ਪੇਪਰ ਬਾਰੇ ਸੋਚਦਿਆਂ, ਅਚਾਨਕ ਮੈਨੂੰ ਖਿਆਲ ਆਇਆ, ਕਿ ਮੈਂ ਇੱਕ ਬਹੁਤ ਵੱਡੀ ਗਲਤੀ ਕਰ ਦਿੱਤੀ ਸੀ। ਕੁਝ ਪ੍ਰਸ਼ਨ ਦੋ ਦੋ ਹਿੱਸਿਆਂ ਵਿਚ ਵੰਡੇ ਹੋਏ ਸਨ ਜਿਵੇਂ ‘ਸ’ ਜਾਂ ‘ਹ’, ‘ਕ’ ਜਾਂ ‘ਖ’। ਹਰ ਇੱਕ ਹਿੱਸੇ ਵਿਚੋਂ ਇੱਕ ਇੱਕ ਪ੍ਰਸ਼ਨ ਦਾ ਉੱਤਰ ਦੇਣ ਦੀ ਬਜਾਏ, ਮੈਂ ਪਹਿਲੇ ਹਿੱਸੇ ਵਿਚੋਂ ਹੀ ਦੋਨੋਂ ਪ੍ਰਸ਼ਨਾਂ ਦੇ ਉੱਤਰ ਲਿਖ ਦਿੱਤੇ ਸਨ ਅਤੇ ਦੂਜੇ ਹਿੱਸੇ ਨੂੰ ਲਾਪ੍ਰਵਾਹੀ ਨਾਲ ਪੂਰੀ ਤਰ੍ਹਾਂ ਛੱਡ ਦਿੱਤਾ ਸੀ। ਉਸ ਪੇਪਰ ਵਿਚੋਂ ਮੈਨੂੰ ਵੱਧ ਤੋਂ ਵੱਧ 33 ਨੰਬਰ ਮਿਲ ਸਕਦੇ ਸਨ, ਜਦੋਂ ਕਿ ਪਾਸ ਹੋਣ ਵਾਸਤੇ ਘੱਟੋ ਘੱਟ 36 ਨੰਬਰ ਚਾਹੀਦੇ ਸਨ।

ਮੈਂ ਸਿੱਧਾ ਗੁਰੂਦੇਵ ਕੋਲ ਗਿਆ ਅਤੇ ਆਪਣੀ ਗਲਤੀ ਦੱਸ ਦਿੱਤੀ।

ਮੈਂ ਕਿਹਾ, "ਗੁਰੂਦੇਵ, ਮੈਂ ਇੱਕ ਖਿਮਾ ਨਾ ਕਰਨਯੋਗ ਗਲਤੀ ਕਰ ਦਿੱਤੀ ਹੈ। ਮੈਂ ਰਮੇਸ਼ ਦੇ ਰਾਹੀਂ ਮਿਲੀ ਦੈਵੀ ਸਹਾਇਤਾ ਪ੍ਰਾਪਤ ਕਰਨ ਦੇ ਯੋਗ ਨਹੀਂ ਹਾਂ। ਮੈਂ ਉਸ ਵਾਸਤੇ ਪੂਰੀ ਤਰ੍ਹਾਂ ਅਯੋਗ ਹਾਂ।"

"ਮੁਕੰਦ ਖੁਸ਼ ਹੋ," ਸ਼੍ਰੀ ਯੁਕਤੇਸ਼ਵਰ ਜੀ ਨੇ ਗੰਭੀਰਤਾ ਰਹਿਤ ਬੇਪ੍ਰਵਾਹੀ ਨਾਲ ਅਕਾਸ਼ ਵੱਲ ਇਸ਼ਾਰਾ ਕਰ ਕੇ ਕਿਹਾ, "ਅਸਮਾਨ ਵਿਚ ਸੂਰਜ ਚੰਦਰਮਾਂ ਦੇ ਸਥਾਨਾਂ ਵਿਚ ਅਦਲਾ ਬਦਲੀ ਹੋ ਸਕਦੀ ਹੈ, ਪ੍ਰੰਤੂ ਤੈਨੂੰ ਯੂਨੀਵਰਸਿਟੀ ਦੀ ਡਿਗਰੀ ਮਿਲਣੀ ਨਹੀਂ ਰੁਕ ਸਕਦੀ।"

ਭਾਵੇ ਨੰਬਰਾਂ ਦੇ ਹਿਸਾਬ ਨਾਲ ਮੇਰਾ ਪਾਸ ਹੋਣਾ ਨਾਮੁਮਕਿਨ ਲਗ ਰਿਹਾ ਸੀ, ਫਿਰ ਵੀ ਜਦੋਂ ਮੈਂ ਆਸ਼ਰਮ ਤੋਂ ਪੰਥੀ ਨੂੰ ਵਾਪਸ ਪਰਤ ਰਿਹਾ ਸੀ ਤਾਂ ਉਸ ਵਕਤ ਮੇਰਾ ਚਿੱਤ ਸ਼ਾਂਤ ਹੋ ਗਿਆ ਸੀ। ਇੱਕ ਜਾਂ ਦੋ ਵਾਰ ਮੈਂ ਅਸਮਾਨ ਵੱਲ ਸ਼ੰਕਾਮਈ ਨਜ਼ਰ ਨਾਲ ਦੇਖਿਆ, ਸੂਰਜ ਦੇਵਤਾ ਆਪਣੇ ਕਾਰਜ ਖੇਤਰ ਵਿਚ ਸੁਰੱਖਿਅਤ ਲੱਗ ਰਹੇ ਸਨ।

ਜਦੋਂ ਮੈਂ ਪੰਥੀ ਹੋਸਟਲ ਪਹੁੰਚਿਆ ਤਾਂ ਇੱਕ ਜਮਾਤੀ ਦੀ ਟਿਪਣੀ ਮੇਰੇ ਕੰਨੀ ਪਈ, "ਮੈਂ ਹੁਣੇ ਹੁਣੇ ਸੁਣਿਆ ਹੈ, ਕਿ ਇਸ ਸਾਲ ਤੋਂ ਅੰਗਰੇਜ਼ੀ ਸਾਹਿਤ ਵਿਚ ਪਾਸ ਹੋਣ ਵਾਸਤੇ ਲੋੜੀਂਦੇ ਨੰਬਰਾਂ ਨੂੰ ਘਟਾ ਦਿੱਤਾ ਗਿਆ ਹੈ।

ਮੈਂ ਉਸ ਲੜਕੇ ਦੇ ਕਮਰੇ ਵਿਚ ਇੰਨੀ ਤੇਜੀ ਨਾਲ ਵੜਿਆ ਕਿ ਉਸ ਨੇ ਘਬਰਾ ਕੇ ਉੱਪਰ ਵੱਲ ਦੇਖਿਆ। ਮੈਂ ਉਸ ਨੂੰ ਬੜੀ ਉਤਸੁਕਤਾ ਨਾਲ ਇਹ ਸਵਾਲ ਪੁੱਛਿਆ, ਤਾਂ ਉਸ ਨੇ ਹੱਸਦਿਆਂ ਕਿਹਾ, "ਜਟਾ ਧਾਰੀ ਸੰਨਿਆਸੀ ਮਹਾਰਾਜ਼, ਹੁਣ ਅਚਾਨਕ ਪੜ੍ਹਾਈ ਵਿਚ ਇੰਨੀ ਦਿਲਚਸਪੀ ਕਿਉਂ? ਆਖਰੀ ਵਕਤ ਰੋਣ ਧੋਣ ਦਾ ਕੀ ਫਾਇਦਾ? ਪਰ ਇਹ ਸੱਚ ਹੈ ਕਿ ਪਾਸ ਹੋਣ ਵਾਸਤੇ ਘੱਟੋ ਘੱਟ ਨੰਬਰ 33 ਕਰ ਦਿੱਤੇ ਗਏ ਹਨ।"

ਖੁਸ਼ੀ ਨਾਲ ਉਛਲਦਾ ਕੁੱਦਦਾ, ਮੈਂ ਆਪਣੇ ਕਮਰੇ ਵਿਚ ਵਾਪਸ ਪਹੁੰਚਿਆ ਅਤੇ ਜਮੀਨ ਉੱਪਰ ਗੋਡਿਆਂ ਪਰਨੇ ਬੈਠ ਕੇ ਪਰਮ ਪਿਤਾ ਪ੍ਰਮੇਸ਼ਰ ਦੇ ਪੱਕੇ ਹਿਸਾਬ ਦੀ ਉਸਤਤ ਕਰਨ ਲੱਗਿਆ।

ਹਰ ਰੋਜ਼ ਰਮੇਸ਼ ਰਾਹੀਂ ਮੇਰਾ ਮਾਰਗ ਦਰਸ਼ਨ ਕਰਨ ਵਾਲੀ ਉਸ ਅਧਿਆਤਮਿਕ ਸ਼ਕਤੀ ਦੀ ਮੌਜੂਦਗੀ ਦੇ ਅਹਿਸਾਸ ਨਾਲ ਮੈਂ ਰੋਮਾਂਚਿਤ ਹੋ ਉੱਠਦਾ। ਬੰਗਲਾ ਭਾਸ਼ਾ ਦੇ ਇਮਤਿਹਾਨਾਂ ਦੇ ਸਬੰਧੀ ਇੱਕ ਅਦਭੁਤ ਘਟਨਾ ਹੋਈ। ਇੱਕ ਦਿਨ ਸਵੇਰੇ ਸਵੇਰੇ ਜਦੋਂ ਮੈਂ ਪੰਥੀ ਹੋਸਟਲ ਵਿਚੋਂ ਨਿਕਲ ਕੇ ਇਮਤਿਹਾਨ ਦੇਣ ਵਾਸਤੇ ਕਾਲਜ ਵੱਲ ਜਾਣ ਲੱਗਿਆ ਤਾਂ ਰਮੇਸ਼ ਨੇ ਮੈਨੂੰ ਬੁਲਾਇਆ। ਬੰਗਲਾ ਭਾਸ਼ਾ ਦੇ ਵਿਸ਼ੇ ਸਬੰਧੀ ਉਸ ਨੇ ਮੇਰੀ ਕੋਈ ਤਿਆਰੀ ਨਹੀਂ ਸੀ ਕਰਵਾਈ।

ਇੱਕ ਜਮਾਤੀ ਨੇ ਬੜੀ ਵਿਆਕੁਲਤਾ ਨਾਲ ਕਿਹਾ, "ਉੱਥੇ ਰਮੇਸ਼ ਤੈਨੂੰ ਬੁਲਾ ਰਿਹਾ ਹੈ, ਪਰ ਹੁਣ ਤੂੰ ਵਾਪਸ ਨਾ ਜਾਵੀਂ, ਨਹੀਂ ਤਾਂ ਅਸੀਂ ਇਮਤਿਹਾਨ ਦੇਣ ਜਾਣ ਤੋਂ ਲੇਟ ਹੋ ਜਾਵਾਂਗੇ।" ਉਸ ਦੀਆਂ ਗੱਲਾਂ ਵੱਲ ਧਿਆਨ ਨਾ ਦਿੰਦਿਆਂ, ਮੈਂ ਪੰਥੀ ਹੋਸਟਲ ਵੱਲ ਦੌੜ ਗਿਆ।

ਰਮੇਸ਼ ਨੇ ਕਿਹਾ, "ਸਾਡੇ ਬੰਗਾਲੀ ਲੜਕੇ ਆਮ ਤੌਰ ਤੇ ਬੰਗਲਾ ਭਾਸ਼ਾ ਵਿਚੋਂ ਪਾਸ ਹੋ ਜਾਂਦੇ ਹਨ। ਪ੍ਰੰਤੂ ਮੈਨੂੰ ਹੁਣੇ ਹੁਣੇ ਇਹ ਖਿਆਲ ਆਇਆ ਹੈ, ਕਿ ਇਸ ਸਾਲ ਪੜ੍ਹਨ ਵਾਸਤੇ ਨਿਸ਼ਚਿਤ ਪੁਸਤਕਾਂ ਵਿਚੋਂ ਸਵਾਲ ਪੁੱਛ ਕੇ ਪ੍ਰੋਫੈਸਰਾਂ ਨੇ ਵਿਦਿਆਰਥੀਆਂ ਨੂੰ ਬਲੀ ਦੇ ਬੱਕਰੇ ਬਣਾਉਣ ਦੀ ਯੋਜਨਾ ਬਣਾਈ ਹੈ। ਫਿਰ ਉਸ ਨੇ, ਮੈਨੂੰ 19ਵੀਂ ਸਦੀ ਦੇ ਪ੍ਰਸਿੱਧ ਪਰਉਪਕਾਰੀ ਵਿਦਿਆ ਸਾਗਰ ਦੇ ਜੀਵਨ ਦੀਆਂ ਦੋ ਕਹਾਣੀਆਂ ਸੰਖੇਪ ਵਿਚ ਸੁਣਾਈਆਂ।

ਰਮੇਸ਼ ਦਾ ਧੰਨਵਾਦ ਕਰਕੇ ਮੈਂ ਤੁਰੰਤ ਸਾਇਕਲ ਉੱਪਰ ਕਾਲਜ ਪਹੁੰਚਿਆ। ਉੱਥੇ ਮੈਂ ਪੇਪਰਾਂ ਵਿਚ ਦੇਖਿਆ ਕਿ ਬੰਗਲਾ ਭਾਸ਼ਾ ਦਾ ਪ੍ਰਸ਼ਨ ਪੱਤਰ ਦੋ ਹਿੱਸਿਆਂ ਵਿਚ ਵੰਡਿਆ ਹੋਇਆ ਸੀ। ਪਹਿਲੇ ਹਿੱਸੇ ਵਿਚ ਲਿਖਿਆ ਹੋਇਆ ਸੀ, "ਵਿਦਿਆ ਸਾਗਰ ਦੇ ਦੋ ਪਰਉਪਕਾਰੀ ਕੰਮਾਂ ਦਾ ਵਰਣਨ ਕਰੋ,"* ਜਦੋਂ ਮੈਂ ਹੁਣੇ ਹੁਣੇ ਸੁਣੀਆਂ ਪਰਉਪਕਾਰ ਦੀਆਂ ਕਹਾਣੀਆਂ ਲਿਖ ਰਿਹਾ ਸੀ, ਤਾਂ ਮਨ ਹੀ ਮਨ ਧੰਨਵਾਦ ਕਰਨ ਲੱਗਿਆ, ਕਿ ਮੈਂ ਆਖਰੀ ਵਕਤ ਵੀ ਰਮੇਸ਼ ਦੇ ਬੁਲਾਵੇ ਦਾ ਮਾਣ ਰੱਖਿਆ ਸੀ। ਜੇ ਮੈਂ ਵਿਦਿਆ ਸਾਗਰ ਦੇ ਪਰਉਪਕਾਰਾਂ (ਜਿਸ ਵਿਚੋਂ ਇੱਕ ਪਰਉਪਕਾਰ ਮੇਰੇ ਉੱਪਰ ਵੀ ਹੋ ਗਿਆ ਸੀ) ਤੋਂ ਅਣਜਾਣ ਰਹਿੰਦਾ ਤਾਂ ਬੰਗਲਾ ਭਾਸ਼ਾ ਵਿਚੋਂ ਪਾਸ ਨਹੀਂ ਸੀ ਹੋ ਸਕਦਾ।

ਪ੍ਰਸ਼ਨ ਪੱਤਰ ਦੇ ਦੂਜੇ ਹਿੱਸੇ ਵਿਚ ਲਿਖਿਆ ਸੀ, "ਬੰਗਲਾ ਭਾਸ਼ਾ ਵਿਚ ਉਸ ਵਿਅਕਤੀ ਦੇ ਜੀਵਨ ਉੱਪਰ ਇੱਕ ਲੇਖ ਲਿਖੋ, ਜਿਸ ਤੋਂ ਤੁਹਾਨੂੰ ਸਭ ਤੋਂ ਜਿਆਦਾ ਪ੍ਰੇਰਨਾ ਮਿਲੀ ਹੋਵੇ।" ਪਾਠਕਗਣ ਲੇਖ ਵਾਸਤੇ ਮੈਂ ਕਿਸਨੂੰ ਚੁਣਿਆ, ਉਸ ਦੇ ਸਬੰਧ ਵਿਚ ਆਪ ਨੂੰ ਦੱਸਣ ਦੀ ਜ਼ਰੂਰਤ ਨਹੀਂ। ਜਦੋਂ ਮੈਂ ਪੰਨਿਆਂ ਤੇ ਪੰਨੇ ਆਪਣੇ ਗੁਰੂ ਦੀ ਪ੍ਰਸ਼ੰਸਾ ਵਿਚ ਭਰ ਰਿਹਾ ਸੀ, ਤਾਂ ਆਪਣੇ ਆਪ ਵਿਚ ਬੁੜਬੁੜਾਉਂਦਿਆਂ ਕੀਤੀ ਹੋਈ ਉਸ ਭਵਿਖਬਾਣੀ ਨੂੰ ਸੱਚ ਹੁੰਦਿਆਂ ਦੇਖ ਮੇਰੇ ਹੋਠਾਂ ਉਪਰ ਮੁਸਕਾਨ ਆ ਗਈ। "ਪ੍ਰਸ਼ਨਾਂ ਦੇ ਉੱਤਰਾਂ ਵਿਚ, ਮੈਂ ਆਪ ਦੇ ਉਪਦੇਸ਼ਾਂ ਨਾਲ ਹੀ ਉੱਤਰ ਪੱਤਰੀਆਂ ਭਰ ਆਵਾਂਗਾ।"

ਦਰਸ਼ਨ ਸ਼ਾਸਤਰ ਦੇ ਵਿਸ਼ੇ ਉੱਪਰ ਮੈਨੂੰ ਰਮੇਸ਼ ਤੋਂ ਮਾਰਗ ਦਰਸ਼ਨ ਲੈਣ ਦੀ ਇੱਛਾ ਨਾ ਹੋਈ। ਸ਼੍ਰੀ ਯੁਕਤੇਸ਼ਵਰ ਜੀ ਦੀ ਅਗਵਾਈ ਵਿਚ ਮਿਲੀ ਲੰਬੀ ਸਿਖਲਾਈ ਉੱਪਰ ਮੈਨੂੰ ਇੰਨਾ ਭਰੋਸਾ ਸੀ, ਕਿ ਮੈਂ ਪਾਠ ਪੁਸਤਕਾਂ ਵਿਚ ਦਿੱਤੀਆਂ ਗਈਆਂ ਵਿਆਖਿਆਵਾਂ

* ਮੈਂ ਪ੍ਰਸ਼ਨ ਪੱਤਰ ਦੇ ਨਿਸ਼ਚਿਤ ਸ਼ਬਦ ਭੁੱਲ ਗਿਆਂ ਹਾਂ, ਪ੍ਰੰਤੂ ਮੈਨੂੰ ਇੰਨਾ ਜਰੂਰ ਯਾਦ ਹੈ, ਕਿ ਵਿਦਿਆ ਸਾਗਰ ਨਾਲ ਸਬੰਧਿਤ ਕਹਾਣੀਆਂ ਸਨ, ਜਿਨ੍ਹਾਂ ਬਾਰੇ ਰਮੇਸ਼ ਨੇ ਮੈਨੂੰ ਥੋੜੀ ਦੇਰ ਪਹਿਲਾਂ ਦੱਸਿਆ ਸੀ। ਪੰਡਤ ਈਸ਼ਵਰ ਚੰਦਰ ਆਪਣੀ ਵਿਦਵਤਾ ਦੇ ਕਾਰਨ, ਸਾਰੇ ਬੰਗਾਲ ਵਿਚ ਵਿਦਿਆ ਸਾਗਰ ਦੇ ਖਿਤਾਬ ਨਾਲ ਪ੍ਰਸਿੱਧ ਹੋਏ। (ਵਿਦਿਆ ਦਾ ਸਮੁੰਦਰ)

ਵੀ ਸਹਿਜੇ ਹੀ ਅਣਦੇਖੀਆਂ ਕਰ ਦਿੱਤੀਆਂ। ਦਰਸ਼ਨ ਸ਼ਾਸਤਰ ਵਿਚ ਹੀ ਮੈਨੂੰ ਸਭ ਤੋਂ ਜਿਆਦਾ ਨੰਬਰ ਮਿਲੇ।

ਇਹ ਦੱਸਦਿਆਂ ਮੈਨੂੰ ਅਪਾਰ ਖੁਸ਼ੀ ਹੋ ਰਹੀ ਹੈ, ਕਿ ਮੇਰੇ ਨਿਰਸੁਆਰਥ ਦੋਸਤ ਰਮੇਸ਼ ਨੂੰ ਵੀ ਆਪਣੀ ਆਨਰਜ਼ ਦੀ ਡਿਗਰੀ ਚੰਗੇ ਨੰਬਰਾਂ ਵਿਚ ਮਿਲ ਗਈ।

ਮੇਰੀ ਡਿਗਰੀ ਦੀ ਪ੍ਰਾਪਤੀ ਤੇ ਪਿਤਾ ਜੀ ਦੀ ਖੁਸ਼ੀ ਦਾ ਕੋਈ ਟਿਕਾਣਾ ਨਾ ਰਿਹਾ। ਉਨ੍ਹਾਂ ਨੇ ਸਵੀਕਾਰ ਕੀਤਾ, "ਮੁਕੰਦ ਤੂੰ ਆਪਣੇ ਗੁਰੂ ਨਾਲ ਇੰਨਾ ਜਿਆਦਾ ਵਕਤ ਗੁਜਾਰਦਾ ਸੀ, ਮੈਨੂੰ ਤੇਰੇ ਪਾਸ ਹੋਣ ਦੀ ਕੋਈ ਉਮੀਦ ਨਹੀਂ ਸੀ।" ਗੁਰੂਦੇਵ ਨੇ ਮੇਰੇ ਪਿਤਾ ਜੀ ਦੀ ਇਸ ਅਣਕਹੀ ਅਲੋਚਨਾ ਨੂੰ ਪਹਿਲਾਂ ਹੀ ਠੀਕ ਪੜ੍ਹ ਲਿਆ ਸੀ।

ਵਰ੍ਹਿਆਂ ਤੋਂ ਮੇਰੇ ਮਨ ਵਿਚ ਇਹ ਸ਼ੰਕਾ ਬਣੀ ਹੋਈ ਸੀ, ਕਿ ਮੈਂ ਆਪਣੇ ਨਾਂ ਨਾਲ ਕਦੇ ਬੀ.ਏ. ਦੇ ਅੱਖਰ ਜੁੜੇ ਦੇਖ ਵੀ ਸਕੂੰਗਾ ਕਿ ਨਹੀਂ। ਇਸ ਡਿਗਰੀ ਦਾ ਜ਼ਿਕਰ ਕਰਦਿਆਂ, ਹਮੇਸ਼ਾਂ ਹੀ ਮੇਰੇ ਮਨ ਵਿਚ ਇਹ ਵਿਚਾਰ ਆਏ ਬਗੈਰ ਨਹੀਂ ਰਹਿੰਦਾ, ਕਿ ਮੈਨੂੰ ਇਹ ਡਿਗਰੀ ਪ੍ਰਮਾਤਮਾ ਵੱਲੋਂ ਇੱਕ ਸੌਗਾਤ ਦੇ ਰੂਪ ਵਿਚ ਮਿਲੀ ਹੈ, ਜਿਸ ਦੇ ਪਿੱਛੇ ਕੋਈ ਡੂੰਘਾ ਭੇਦ ਹੈ। ਕਦੇ ਕਦੇ ਮੈਂ ਕਾਲਜ ਵਿਚ ਪੜ੍ਹਿਆਂ ਲੋਕਾਂ ਨੂੰ ਇਸ ਤਰ੍ਹਾਂ ਕਹਿੰਦੇ ਸੁਣਿਆ ਹੈ, ਕਿ ਉਨ੍ਹਾਂ ਨੂੰ ਆਪਣੇ ਰੱਟਾ ਲਾ ਕੇ ਪ੍ਰਾਪਤ ਕੀਤੇ ਗਿਆਨ ਦਾ ਬਹੁਤ ਘੱਟ ਹਿੱਸਾ ਡਿਗਰੀ ਮਿਲਣ ਤੋਂ ਬਾਅਦ ਯਾਦ ਰਹਿ ਸਕਿਆ ਹੈ। ਉਨ੍ਹਾਂ ਦੇ ਇਸ ਤਰ੍ਹਾਂ ਸਵੀਕਾਰ ਕਰ ਲੈਣ ਨਾਲ, ਮੈਨੂੰ ਬਗੈਰ ਕਿਸੇ ਸ਼ੱਕ ਦੇ ਆਪਣੀਆਂ ਵਿਦਿਅਕ ਘਾਟਾਂ ਦੇ ਸਬੰਧ ਵਿਚ ਕੁਝ ਹੌਸਲਾ ਜਰੂਰ ਮਿਲਦਾ ਹੈ।

ਜੂਨ 1915 ਵਿਚ ਜਿਸ ਦਿਨ ਮੈਨੂੰ ਕੋਲਕਾਤਾ ਯੂਨੀਵਰਸਿਟੀ ਦੀ ਡਿਗਰੀ ਮਿਲੀ, ਉਸ ਦਿਨ ਮੈਂ ਆਪਣੇ ਗੁਰੂ ਦੇ ਚਰਨਾਂ ਵਿਚ ਗੋਡਿਆਂ ਪਰਨੇ ਝੁਕ ਕੇ, ਉਨ੍ਹਾਂ ਦੇ ਜੀਵਨ ਤੋਂ ਮੇਰੇ ਆਪਣੇ ਜੀਵਨ* ਵਿਚ ਪ੍ਰਵਾਹਿਤ ਹੋਣ ਵਾਲੀਆਂ ਮੇਹਰਬਾਨੀਆਂ ਦੇ ਵਾਸਤੇ ਧੰਨਵਾਦ ਪ੍ਰਗਟ ਕੀਤਾ।

* ਦੂਸਰਿਆਂ ਦੇ ਮਨ ਅਤੇ ਘਟਨਾਵਾਂ ਨੂੰ ਪ੍ਰਭਾਵਿਤ ਕਰਨ ਦੀ ਸ਼ਕਤੀ ਨੂੰ ਰਿਸ਼ੀ ਪਤੰਜਲੀ ਨੇ ਆਪਣੇ ਯੋਗ ਸੂਤਰ (III:24) ਵਿਚ ਵਿਭੂਤੀ ਪਾਦ ਦੇ ਚੌਬੀਵੇਂ ਸੂਤਰ ਵਿਚ ਯੌਗਿਕ ਸ਼ਕਤੀ ਦਾ ਨਾਂ ਦਿੱਤਾ ਹੈ। ਵਿਆਖਿਆ ਕਰਦਿਆਂ ਉਹ ਇਸ ਨੂੰ "ਵਿਸ਼ਵਮੈਤਰੀ" ਦੇ ਫਲਸਰੂਪ ਪ੍ਰਾਪਤ ਹੋਣ ਵਾਲੀ ਸ਼ਕਤੀ ਦੱਸਦਾ ਹੈ। *("मैत्र्यादिषु ਚ ਬਲਾਨਿ")* (ਯੋਗ ਸੂਤਰ III:24) *("ਬਲੇਸ਼ੁ ਹਸਤਿਬਲਾਦੀਨਿ")* (ਯੋਗ ਸੂਤਰ III:25)

ਸਾਰੇ ਸ਼ਾਸਤਰ ਇਹ ਘੋਸ਼ਣਾ ਕਰਦੇ ਹਨ ਕਿ ਈਸ਼ਵਰ ਨੇ ਮਨੁੱਖ ਦੀ ਆਪਣੇ ਸਰਬਸ਼ਕਤੀਮਾਨ ਦੇ ਪ੍ਰਤੀਬਿੰਬ ਦੇ ਰੂਪ ਵਿਚ ਰਚਨਾ ਕੀਤੀ। ਕੁਦਰਤ ਨੂੰ ਕਾਬੂ ਵਿਚ ਰੱਖਣਾ ਗੈਰ ਕੁਦਰਤੀ ਜਾਂ ਅਲੌਕਿਕ ਲਗਦਾ ਹੈ। ਪ੍ਰੰਤੂ ਅਸਲੀਅਤ ਇਹ ਹੈ, ਕਿ ਇਹ ਸ਼ਕਤੀ ਹਰ ਉਸ ਮਨੁੱਖ ਵਿਚ ਸੁਭਾਵਿਕ ਤੌਰ ਤੇ ਪਹਿਲਾਂ ਹੀ ਮੌਜੂਦ ਹੁੰਦੀ ਹੈ, ਜਿਸ ਨੇ ਆਪਣੇ ਅੰਦਰ ਈਸ਼ਵਰ ਦੀ ਮੂਲ ਦੀ ਯਾਦ ਨੂੰ ਜਗਾ ਲਿਆ ਹੋਵੇ। ਸ਼੍ਰੀ ਯੁਕਤੇਸ਼ਵਰ ਜੀ ਵਰਗੇ ਪ੍ਰਮਾਤਮਾ ਪ੍ਰਾਪਤ ਸਿੱਧ ਪੁਰਸ਼ ਹੰਕਾਰ ਤੱਤ ਅਤੇ ਉਸ ਤੋਂ ਹੋਣ ਵਾਲੀਆਂ ਵਿਅਕਤੀਗਤ ਇੱਛਾਵਾਂ ਅਤੇ ਅਭਿਲਾਸ਼ਾਵਾਂ ਤੋਂ ਨਿਰਲੇਪ ਰਹਿੰਦੇ ਸਨ। ਇਹੋ ਜਿਹੇ ਸਿੱਧ ਪੁਰਸ਼ਾਂ ਦੇ ਕਰਮ ਅਤੇ ਰਸਮਾਂ ਕੁਦਰਤੀ ਤੌਰ ਤੇ ਸਦਾਚਾਰ ਦੇ ਅਨੁਰੂਪ ਹੁੰਦੀਆਂ ਹਨ। ਐਮਰਸਨ ਦੇ ਸ਼ਬਦਾਂ ਵਿਚ "ਸਾਰੇ ਮਹਾਨ ਪੁਰਸ਼ ਸਦਾਚਾਰੀ ਨਹੀਂ, ਬਲਕਿ ਸਦਾਚਾਰ ਹੀ ਬਣ ਜਾਂਦੇ ਹਨ। ਤਾਂ ਹੀ ਤਾਂ ਸੰਸਾਰ ਦਾ ਉਦੇਸ਼ ਪੂਰਾ ਹੁੰਦਾ ਹੈ ਅਤੇ ਪ੍ਰਮਾਤਮਾ ਖੁਸ਼ ਹੁੰਦਾ ਹੈ।"

"ਮੁਕੰਦ, ਉੱਠ," ਉਨ੍ਹਾਂ ਨੇ ਬੜੇ ਪਿਆਰ ਨਾਲ ਕਿਹਾ, "ਗੱਲ ਸਿਰਫ ਇੰਨੀ ਹੈ, ਕਿ ਪ੍ਰਮਾਤਮਾ ਨੂੰ ਸੂਰਜ ਚੰਦਰਮਾ ਦੇ ਸਥਾਨ ਬਦਲਣ ਨਾਲੋਂ, ਤੈਨੂੰ ਸਨਾਤਕ ਬਣਾਉਣਾ ਜਿਆਦਾ ਸੌਖਾ ਲੱਗਿਆ।"

ਕੋਈ ਵੀ ਆਤਮ ਸ਼ਾਕਸਾਤਕਾਰ ਪੁਰਸ਼ ਚਮਤਕਾਰ ਕਰ ਸਕਦਾ ਹੈ, ਕਿਉਂਕਿ ਈਸਾ ਮਸੀਹ ਦੀ ਤਰ੍ਹਾਂ ਹੀ ਉਹ ਵੀ ਸੰਸਾਰ ਦੇ ਸੂਖਮ ਨਿਯਮਾਂ ਤੋਂ ਪੂਰੀ ਤਰ੍ਹਾਂ ਜਾਣੂ ਹੋ ਜਾਂਦਾ ਹੈ। ਪ੍ਰੰਤੂ ਸਾਰੇ ਸਿੱਧ ਪੁਰਸ਼ ਚਮਤਕਾਰੀ ਸ਼ਕਤੀਆਂ ਦਾ ਪ੍ਰਯੋਗ ਨਹੀਂ ਕਰਨਾ ਚਾਹੁੰਦੇ ਹੁੰਦੇ (ਚੈਪਟਰ 24) ਹਰ ਇੱਕ ਸੰਤ ਆਪਣੇ ਹੀ ਵਿੱਲਖਣ ਢੰਗ ਨਾਲ ਈਸ਼ਵਰ ਦੀ ਮਹਿਮਾ ਦਾ ਪ੍ਰਕਾਸ਼ ਕਰਦਾ ਹੈ। ਇਸ ਸੰਸਾਰ ਵਿਚ ਜਿੱਥੇ ਰੇਤ ਦੇ ਦੋ ਕਿਣਕੇ ਵੀ ਇੱਕੋ ਜਿਹੇ ਨਹੀਂ ਹੁੰਦੇ, ਉੱਥੇ ਹਰ ਇੱਕ ਆਦਮੀ ਦੀ ਸ਼ਖਸੀਅਤ ਦੀ ਅਭੀਵਿਅਕਤੀ ਦੀ ਖਾਸੀਅਤ ਦਾ ਇਹ ਮੂਲ ਤੱਤ ਹੈ।

ਈਸ਼ਵਰ ਪ੍ਰਾਪਤ ਸੰਤਾਂ ਉੱਪਰ ਕੋਈ ਪੱਕੇ ਨਿਯਮ ਲਾਗੂ ਨਹੀਂ ਹੁੰਦੇ। ਕੁਝ ਸੰਤ ਚਮਤਕਾਰ ਦਿਖਾਉਂਦੇ ਹਨ, ਕੁਝ ਹੋਰ ਨਹੀਂ ਦਿਖਾਉਂਦੇ, ਕੁਝ ਹਰਕਤਹੀਣ ਰਹਿੰਦੇ ਹਨ, ਜਦੋਂ ਕਿ ਹੋਰ ਸੰਤ (ਪ੍ਰਾਚੀਨ ਭਾਰਤ ਦੇ ਰਾਜਾ ਜਨਕ ਅਤੇ ਆਵਿਲਾ ਦੀ ਸੇਂਟ ਟੈਰੇਸਾ ਵਾਂਗ) ਬਹੁਤ ਸਾਰੇ ਸੰਸਾਰਕ ਕੰਮਾਂ ਵਿਚ ਰੁਝੇ ਰਹਿੰਦੇ ਹਨ। ਕਈ ਸੰਤ ਪੜ੍ਹਾਉਂਦੇ ਹਨ, ਯਾਤਰਾ ਕਰਦੇ ਹਨ ਅਤੇ ਸ਼ਗਿਰਦਾਂ ਨੂੰ ਅਪਣਾਉਂਦੇ ਹਨ, ਜਦੋਂ ਕਿ ਕਈ ਹੋਰ ਸੰਤ ਜੀਵਨ ਨੂੰ ਛਾਇਆ ਦੀ ਤਰ੍ਹਾਂ ਚੁੱਪ ਚਾਪ, ਲੋਕਾਂ ਤੋਂ ਬੇਖਬਰ ਰਹਿ ਕੇ ਬਿਤਾਉਂਦੇ ਹਨ। ਹਰ ਇੱਕ ਸੰਤ ਦੇ ਵਾਸਤੇ ਵੱਖੋ ਵੱਖਰੇ ਕਰਮ ਲੇਖਾਂ ਦੀਆਂ ਇਬਾਰਤਾਂ ਸੰਸਾਰੀ ਅਲੋਚਕ ਨਹੀਂ ਪੜ੍ਹ ਸਕਦੇ।

ਚੈਪਟਰ 24

ਸਵਾਮੀ ਪਰੰਪਰਾ ਵਿਚ ਮੇਰਾ ਸੰਨਿਆਸ ਗ੍ਰੈਹਣ ਕਰਨਾ

"ਗੁਰੂਦੇਵ, ਮੇਰੇ ਪਿਤਾ ਜੀ ਉਤਸੁਕ ਹਨ, ਕਿ ਮੈਂ ਬੰਗਾਲ ਨਾਗਪੁਰ ਰੇਲਵੇ ਵਿਚ ਇੱਕ ਪ੍ਰਬੰਧਕੀ ਅਧਿਕਾਰੀ ਦਾ ਅਹੁਦਾ ਗ੍ਰੈਹਣ ਕਰਾਂ। ਪ੍ਰੰਤੂ ਮੈਂ ਸਪਸ਼ਟ ਤੌਰ ਤੇ ਨਾਂਹ ਕਰ ਦਿੱਤੀ ਹੈ।" ਫਿਰ ਮੈਂ ਬੜੀ ਆਜਜ਼ੀ ਨਾਲ ਕਿਹਾ, "ਗੁਰੂਦੇਵ, ਕੀ ਆਪ ਮੈਨੂੰ ਸਵਾਮੀ ਪਰੰਪਰਾ ਵਿਚ ਸੰਨਿਆਸ ਦੀ ਦੀਖਿਆ ਨਹੀਂ ਦੇਵੋਗੇ?" ਗੁਰੂਦੇਵ ਵੱਲ ਮੈਂ ਬੜੀ ਸ਼ਰਧਾ ਪੂਰਨ ਨਜ਼ਰ ਨਾਲ ਦੇਖਦਾ ਰਿਹਾ। ਬੀਤੇ ਵਰ੍ਹਿਆਂ ਵਿਚ, ਮੇਰੇ ਇਸ ਇਰਾਦੇ ਦੀ ਪਕਿਆਈ ਦੇਖਣ ਵਾਸਤੇ, ਉਨ੍ਹਾਂ ਨੇ ਮੇਰੀ ਇਹ ਬੇਨਤੀ ਕਈ ਵਾਰ ਠੁਕਰਾ ਦਿੱਤੀ ਸੀ। ਪ੍ਰੰਤੂ ਅੱਜ ਉਨ੍ਹਾਂ ਦੇ ਚਿਹਰੇ ਤੇ ਮਨਮੋਹਕ ਮੁਸਕਾਨ ਆ ਗਈ।

"ਠੀਕ ਹੈ, ਮੈਂ ਕੱਲ੍ਹ ਨੂੰ ਤੈਨੂੰ ਸੰਨਿਆਸ ਦੀ ਦੀਖਿਆ ਦੇ ਦੇਵਾਂਗਾ।" ਫਿਰ ਉਨ੍ਹਾਂ ਨੇ ਸ਼ਾਂਤ ਭਾਵ ਨਾਲ ਕਿਹਾ। "ਮੈਂ ਖੁਸ਼ ਹਾਂ ਕਿ ਤੂੰ ਆਪਣੀ ਸੰਨਿਆਸ ਗ੍ਰੈਹਣ ਕਰਨ ਦੀ ਇੱਛਾ ਉੱਪਰ ਅਟੱਲ ਰਿਹਾ।" ਲਾਹਿੜੀ ਮਹਾਸ਼ਯ ਅਕਸਰ ਕਿਹਾ ਕਰਦੇ ਸਨ, "ਜੇ ਤੁਸੀਂ ਪ੍ਰਮਾਤਮਾ ਨੂੰ ਜਵਾਨੀ (ਗਰਮੀ ਵਿਚ) ਵਿਚ ਆਮੰਤਰਿਤ ਨਹੀਂ ਕਰੋਗੇ, ਤਾਂ ਉਹ ਬੁਢੇਪੇ (ਸਰਦੀ ਵਿਚ) ਵਿਚ ਵੀ ਤੁਹਾਡੇ ਕੋਲ ਨਹੀਂ ਆਵੇਗਾ।"

"ਪੂਜਨੀਕ ਗੁਰੂਦੇਵ, ਮੈਂ ਵੀ ਤੁਹਾਡੇ ਵਾਂਗ ਸਵਾਮੀ ਪਰੰਪਰਾ ਵਿਚ ਸੰਨਿਆਸ ਲੈਣ ਦੀ ਇੱਛਾ ਦਾ ਕਦੇ ਤਿਆਗ ਨਹੀਂ ਸੀ ਕਰ ਸਕਦਾ," ਮੈਂ ਉਨ੍ਹਾਂ ਵੱਲ ਅਥਾਹ ਪਿਆਰ ਨਾਲ ਦੇਖਦਿਆਂ ਮੁਸਕਰਾਇਆ।

"ਉਹ ਜੋ ਕੁਆਰਾ ਹੈ, ਪ੍ਰਮਾਤਮਾ ਨਾਲ ਸਬੰਧਿਤ ਚੀਜ਼ਾਂ ਦੀ ਚਿੰਤਾ ਕਰਦਾ ਰਹਿੰਦਾ ਹੈ, ਕਿ ਉਹ ਪ੍ਰਮਾਤਮਾ ਨੂੰ ਕਿਸ ਤਰ੍ਹਾਂ ਖੁਸ਼ ਕਰ ਸਕਦਾ ਹੈ। ਜੋ ਵਿਆਹਿਆ ਹੋਇਆ ਹੈ ਉਹ ਸੰਸਾਰਕ ਚੀਜ਼ਾਂ ਦੀ ਚਿੰਤਾ ਵਿਚ ਰਹਿੰਦਾ ਹੈ, ਕਿ ਉਹ ਆਪਣੀ ਪਤਨੀ ਨੂੰ ਕਿਸ ਤਰ੍ਹਾਂ ਖੁਸ਼ ਕਰੇ,"* ਮੈਂ ਆਪਣੇ ਅਨੇਕ ਮਿੱਤਰਾਂ ਦੇ ਜੀਵਨ ਦਾ ਵਿਸ਼ਲੇਸ਼ਨ ਕੀਤਾ ਸੀ ਜਿਨ੍ਹਾਂ ਨੇ ਅਧਿਆਤਮਿਕ ਸਾਧਨਾ ਕਰਨ ਤੋਂ ਬਾਅਦ ਵਿਆਹ ਕਰਵਾ ਲਿਆ ਸੀ। ਸੰਸਾਰਕ ਜ਼ੁੰਮੇਵਾਰੀਆਂ ਦੇ ਸਮੁੰਦਰ ਵਿਚ ਕੁਦ ਪੈਣ ਤੋਂ ਬਾਅਦ ਉਹ ਆਪਣੇ ਡੂੰਘੇ ਧਿਆਨ ਕਰਨ ਦੇ ਸੰਕਲਪ ਨੂੰ ਭੁੱਲ ਗਏ ਸਨ।

* *ਕੋਰੀਨਥਿਅਨਜ਼* 7:32–33 (ਬਾਈਬਲ)

ਪ੍ਰਮਾਤਮਾ ਨੂੰ ਆਪਣੇ ਜੀਵਨ ਵਿਚ ਦੂਜੇ ਦਰਜੇ ਦੀ ਥਾਂ ਦੇਣ ਦੀ* ਮੈਂ ਕਲਪਨਾ ਵੀ ਨਹੀਂ ਸੀ ਕਰ ਸਕਦਾ। ਉਹ ਹੀ ਤਾਂ ਬ੍ਰਹਿਮੰਡ ਦਾ ਮਾਲਕ ਹੈ, ਜੋ ਜਨਮ ਜਨਮਾਤਰਾਂ ਤੋਂ ਮਨੁੱਖ ਵਾਸਤੇ ਅਣਮੋਲ ਸੁਗਾਤਾਂ ਦੀ ਝੜੀ ਲਾਉਂਦਾ ਆ ਰਿਹਾ ਹੈ ਅਤੇ ਇਨ੍ਹਾਂ ਪਿਆਰ ਭਰੀਆਂ ਸੌਗਾਤਾਂ ਦੀ ਝੜੀ ਦੇ ਬਦਲੇ ਮਨੁੱਖ ਪ੍ਰਮਾਤਮਾ ਨੂੰ ਸਿਰਫ ਇੱਕ ਚੀਜ਼ ਹੀ ਦੇ ਸਕਦਾ ਹੈ – ਆਪਣਾ ਪਿਆਰ, ਜੋ ਦੇਣਾ ਹੈ ਜਾਂ ਨਹੀਂ ਦੇਣਾ, ਇਹ ਵੀ ਉਸ ਦੀ ਆਪਣੀ ਮਰਜ਼ੀ ਹੈ।

ਸ੍ਰਿਸ਼ਟੀ ਦੇ ਅਣੂ ਪ੍ਰਮਾਣੂਆਂ ਵਿਚ ਆਪਣੀ ਮੌਜੂਦਗੀ ਦੇ ਭੇਤ ਉੱਪਰ ਪਰਦਾ ਪਾਈ ਰਖਣ ਵਾਸਤੇ ਅਨੰਤ ਤਰੀਕੇ ਅਪਨਾਉਣ ਦੀਆਂ ਯੋਜਨਾਵਾਂ ਘੜਦਿਆਂ, ਜੋ ਦੁਖ ਉਸ ਸਿਰਜਣਹਾਰ ਨੇ ਝੱਲੇ ਹਨ, ਉਸ ਦੇ ਪਿੱਛੇ ਸਿਰਫ ਇੱਕ ਹੀ ਕਾਰਨ ਹੋ ਸਕਦਾ ਹੈ, ਕਿ ਉਸ ਦੀ ਇਹ ਭਾਵਕ ਇੱਛਾ ਹੋ ਸਕਦੀ ਹੈ, ਕਿ ਮਨੁੱਖ ਆਪਣੀ ਮਨ ਮਰਜ਼ੀ ਨਾਲ ਉਸ ਦੀ ਖੋਜ ਕਰੇ। ਹਰ ਇੱਕ ਪ੍ਰਕਾਰ ਦੀ ਨਿਰਮਾਣਤਾ ਦੇ ਮਖਮਲੀ ਦਸਤਾਨੇ ਪਹਿਨ ਕੇ, ਕੀ ਉਸ ਨੇ ਆਪਣੇ ਸਰਬਸ਼ਕਤੀਮਾਨਤਾ ਦੇ ਲੋਹੇ ਵਰਗੇ ਕਠੋਰ ਹੱਥਾਂ ਨੂੰ ਨਹੀਂ ਛੁਪਾ ਰੱਖਿਆ?

ਅਗਲਾ ਦਿਨ ਮੇਰੀ ਜ਼ਿੰਦਗੀ ਦਾ ਸਭ ਤੋਂ ਜਿਆਦਾ ਯਾਦਗਾਰੀ ਦਿਨ ਸੀ। ਮੈਨੂੰ ਯਾਦ ਹੈ, ਕਿ ਕਾਲਜ ਵਿਚ ਬੀ. ਏ. ਦੀ ਡਿਗਰੀ ਪ੍ਰਾਪਤ ਕਰਨ ਤੋਂ ਕੁਝ ਹਫਤੇ ਬਾਅਦ ਹੀ, ਇਹ ਸੰਨ 1915 ਦੇ ਜੁਲਾਈ ਦੇ ਮਹੀਨੇ ਦਾ ਵੀਰਵਾਰ ਦਾ ਦਿਨ ਸੀ। ਆਪਣੇ ਸ਼੍ਰੀਰਾਮਪੁਰ ਆਸ਼ਰਮ ਦੇ ਅੰਦਰਲੇ ਵਰਾਂਡੇ ਵਿਚ ਸ਼੍ਰੀ ਯੁਕਤੇਸ਼ਵਰ ਜੀ ਨੇ ਇੱਕ ਚਿੱਟੇ ਰੇਸ਼ਮੀ ਕਪੜੇ ਨੂੰ ਸੰਨਿਆਸ ਧਰਮ ਦੇ ਪਰੰਪਰਾਗਤ ਗੇਰੂਏ ਰੰਗ ਵਿਚ ਰੰਗਿਆ। ਜਦੋਂ ਉਹ ਕਪੜਾ ਸੁੱਕ ਗਿਆ, ਤਾਂ ਉਨ੍ਹਾਂ ਨੇ ਉਸ ਨੂੰ ਇੱਕ ਸੰਨਿਆਸੀ ਦੀ ਪੁਸ਼ਾਕ ਦੇ ਤੌਰ ਤੇ ਮੇਰੇ ਸਰੀਰ ਦੁਆਲੇ ਲਪੇਟ ਦਿੱਤਾ।

"ਕਿਸੇ ਦਿਨ ਤੂੰ ਪੱਛਮੀ ਦੇਸ਼ ਵਿਚ ਜਾਵੇਂਗਾ, ਜਿੱਥੋਂ ਦੇ ਲੋਕ ਰੇਸ਼ਮੀ ਕਪੜਿਆਂ ਨੂੰ ਪਸੰਦ ਕਰਦੇ ਹਨ," ਉਨ੍ਹਾਂ ਨੇ ਕਿਹਾ। "ਉਸੇ ਦੇ ਪ੍ਰਤੀਕ ਦੇ ਰੂਪ ਵਿਚ ਮੈਂ ਤੇਰੇ ਪਹਿਰਾਵੇ ਵਾਸਤੇ ਪਰੰਪਰਾਗਤ ਸੂਤੀ ਬਾਣੇ ਦੀ ਬਜਾਏ ਰੇਸ਼ਮੀ ਪੁਸ਼ਾਕ ਚੁਣੀ ਹੈ।"

ਭਾਰਤ ਵਿਚ ਜਿੱਥੇ ਸੰਨਿਆਸੀ ਸੰਸਾਰਕ ਪਦਾਰਥਾਂ ਦੇ ਸੰਗਰਿਹ ਵਿਚ ਅਰੁੱਚੀ ਦੀ ਧਾਰਨਾ ਦਾ ਪ੍ਰਣ ਕਰਦਾ ਹੈ, ਉੱਥੇ ਰੇਸ਼ਮੀ ਪੁਸ਼ਾਕ ਵਾਲਾ ਸੰਨਿਆਸੀ ਸ਼ਾਇਦ ਹੀ ਕੋਈ ਦਿਖਾਈ ਦੇਵੇਗਾ। ਫਿਰ ਵੀ ਅਨੇਕ ਯੋਗੀ ਰੇਸ਼ਮੀ ਪੁਸ਼ਾਕ ਪਹਿਨਦੇ ਹਨ, ਕਿਉਂਕਿ ਰੇਸ਼ਮੀ ਪੁਸ਼ਾਕ ਵਿਚ ਸਰੀਰ ਦੇ ਕੁਝ ਸੂਖਮ ਸਪੰਦਨਾ ਨੂੰ ਸੂਤੀ ਪੁਸ਼ਾਕ ਨਾਲੋਂ ਚੰਗੇ ਤਰੀਕੇ ਨਾਲ ਰੋਕ ਕੇ ਰੱਖਣ ਦੀ ਜਿਆਦਾ ਸ਼ਕਤੀ ਹੁੰਦੀ ਹੈ।

* "ਜੋ ਪ੍ਰਮਾਤਮਾ ਨੂੰ ਦੂਜੇ ਦਰਜੇ ਦਾ ਸਥਾਨ ਦਿੰਦਾ ਹੈ, ਉਹ ਪ੍ਰਮਾਤਮਾ ਨੂੰ ਕੋਈ ਸਥਾਨ ਨਹੀਂ ਦਿੰਦਾ," ਰਸਕਿਨ।

"ਮੈਨੂੰ ਅਨੁਸ਼ਠਾਨ ਸੰਸਕਾਰ ਆਦਿ ਦੇ ਕਰਮ ਕਾਂਡ ਵਿਚ ਕੋਈ ਦਿਲਚਸਪੀ ਨਹੀਂ ਹੈ," ਸ਼੍ਰੀ ਯੁਕਤੇਸਵਰ ਜੀ ਨੇ ਕਿਹਾ। "ਮੈਂ ਤੈਨੂੰ ਕਰਮ ਕਾਂਡ ਰਹਿਤ ਤਰੀਕੇ ਨਾਲ ਦੀਖਿਆ ਦੇਵਾਂਗਾ।"

ਸੰਨਿਆਸ ਦੀ ਵਿਸਤ੍ਰਿਤ ਅਨੁਸ਼ਠਾਨ – ਸੰਸਕਾਰ ਦੀ ਦੀਖਿਆ ਵਿਚ ਹਵਨ ਯੱਗ ਦੀ ਪ੍ਰਕਿਰਿਆ ਸ਼ਾਮਲ ਹੁੰਦੀ ਹੈ। ਜਿਸ ਦੌਰਾਨ ਸੰਨਿਆਸੀ ਦੇ ਭੌਤਿਕ ਸਰੀਰ ਦਾ ਸੰਕੇਤਕ ਤੌਰ ਤੇ ਅੰਤਮ ਸੰਸਕਾਰ, ਕਿਰਿਆ ਕਰਮ ਅਤੇ ਸ਼ਰਾਧ ਆਦਿ ਕਰ ਦਿੱਤਾ ਜਾਂਦਾ ਹੈ। ਉਸ ਤੋਂ ਬਾਅਦ ਦੀਖਿਅਤ ਸੰਨਿਆਸੀ ਨੂੰ ਇੱਕ ਮੰਤਰ ਦਿੱਤਾ ਜਾਂਦਾ ਹੈ, ਜਿਵੇਂ ਕਿ "ਅਹਮ ਆਤਮਾ"* ਜਾਂ "ਤੱਤਵਮਅਸਿ" ਜਾਂ "ਅਹਮਬ੍ਰਹਮਅਸਮਿ।" ਪ੍ਰੰਤੂ ਸਾਦਗੀ ਪਸੰਦ ਸ਼੍ਰੀ ਯੁਕਤੇਸ਼ਵਰ ਜੀ ਨੇ ਸਾਰੇ ਰਸਮੋ ਰਿਵਾਜ਼ਾਂ ਨੂੰ ਤਿਲਾਂਜਲੀ ਦਿੰਦਿਆਂ, ਮੈਨੂੰ ਆਪਣਾ ਨਵਾਂ ਨਾਂ ਚੁਣਨ ਵਾਸਤੇ ਕਿਹਾ।

ਉਨ੍ਹਾਂ ਨੇ ਮੈਨੂੰ ਮੁਸਕਰਾਉਂਦਿਆਂ ਕਿਹਾ, "ਆਪਣਾ ਨਾਂ ਚੁਣਨ ਦਾ ਅਧਿਕਾਰ ਮੈਂ ਤੈਨੂੰ ਹੀ ਦਿੰਦਾ ਹਾਂ।"

ਇਕ ਮਿੰਟ ਸੋਚਣ ਤੋਂ ਬਾਅਦ ਮੈਂ ਕਿਹਾ, 'ਯੋਗਾਨੰਦ' ਇਸ ਨਾਂ ਦਾ ਅਰਥ ਹੈ "ਪ੍ਰਮਾਤਮਾ ਦੇ ਨਾਲ ਮਿਲਣ (ਯੋਗ) ਦੁਆਰਾ ਆਨੰਦ।"

"ਇਸ ਤਰ੍ਹਾਂ ਹੀ ਹੋਵੇ," ਤੇਰੇ ਪਰਵਾਰਿਕ ਨਾਂ ਮੁਕੰਦ ਲਾਲ ਘੋਸ਼ ਨੂੰ ਤਿਆਗ ਕੇ, ਅੱਜ ਤੋਂ ਬਾਅਦ ਤੂੰ ਸਵਾਮੀ ਸੰਪਰਦਾਏ ਦੀ ਗਿਰੀ ਸ਼ਾਖਾ ਦਾ ਯੋਗਾਨੰਦ ਕਹਿਲਾਏਂਗਾ।"

ਜਿਉਂ ਹੀ ਸ਼੍ਰੀ ਯੁਕਤੇਸ਼ਵਰ ਜੀ ਦੇ ਚਰਨਾਂ ਵਿਚ ਸਿਰ ਨਿਵਾਉਂਦਿਆਂ, ਮੈਂ ਪਹਿਲੀ ਵਾਰ, ਉਨ੍ਹਾਂ ਦੇ ਮੂੰਹ ਤੋਂ ਆਪਣਾ ਨਵਾਂ ਨਾਂ ਸੁਣਿਆਂ, ਤਾਂ ਮੇਰਾ ਮਨ ਸ਼ੁਕਰਾਨੇ ਦੇ ਆਨੰਦ ਨਾਲ ਝੂਮ ਉਠਿਆ। ਕਿੰਨੇ ਪਿਆਰ ਨਾਲ ਉਨ੍ਹਾਂ ਨੇ ਅਣਥੱਕ ਮਿਹਨਤ ਕੀਤੀ ਸੀ ਤਾਂ ਕਿ ਬਾਲਕ ਮੁਕੰਦ ਇੱਕ ਦਿਨ ਸਵਾਮੀ ਯੋਗਾ ਨੰਦ ਵਿਚ ਪਰਿਵਰਤਿਤ ਹੋ ਸਕੇ। ਮੈਂ ਖੁਸ਼ੀ† ਵਿਚ ਖੀਵਾ ਹੋ ਕੇ ਸ਼ੰਕਰਾਚਾਰੀਆ‡ ਦੇ ਇੱਕ ਲੰਬੇ ਸਤੋਤਰ ਦਾ ਸ਼ਲੋਕ ਗਾਉਣ ਲੱਗ ਪਿਆ।

* ਸ਼ਾਬਦਿਕ ਅਰਥ – 'ਆਤਮਾ ਹੀ ਬ੍ਰਹਮ ਹੈ,' ਪਾਰਬ੍ਰਹਮ ਅਜਨਮਾ ਅਤੇ ਨਿਰਵਿਸ਼ੇਸ਼ ਹੈ। (ਨੇਤਿ, ਨੇਤਿ- ਇਹ ਨਹੀਂ, ਉਹ ਨਹੀਂ) ਪ੍ਰੰਤੂ ਵੇਦਾਂਤ ਵਿਚ ਅਕਸਰ ਉਸ ਦਾ ਸੱਤ-ਚਿੱਤ-ਆਨੰਦ ਕਹਿ ਕੇ ਜ਼ਿਕਰ ਕੀਤਾ ਜਾਂਦਾ ਹੈ।

† ਯੋਗਾ ਨੰਦ ਨਾਂ ਸੰਨਿਆਸੀਆਂ ਵਿਚ ਕਾਫੀ ਪ੍ਰਚਲਿਤ ਹੈ।

‡ ਸ਼ੰਕਰਾਚਾਰੀਆ ਦੇ ਸਮੇਂ ਬਾਰੇ ਹਮੇਸ਼ਾਂ ਦੀ ਤਰ੍ਹਾਂ ਵਿਦਵਾਨਾਂ ਵਿਚ ਮਤਭੇਦ ਹਨ। ਕੁਝ ਦਸਤਾਵੇਜ਼ਾਂ ਤੋਂ ਇਹ ਸੰਕੇਤ ਮਿਲਦਾ ਹੈ, ਕਿ ਇਹ ਅਨੋਖੇ ਅਦਵੈਤਵਾਦੀ ਈਸਾ ਮਸੀਹ ਪੂਰਵ ਛੇਵੀਂ ਸਤਾਬਦੀ ਵਿਚ ਹੋਏ ਹਨ। ਸੰਤ ਆਨੰਦ ਗਿਰੀ ਦੇ ਅਨੁਸਾਰ, ਉਨ੍ਹਾਂ ਦਾ ਜੀਵਨ ਕਾਲ ਈਸਾ ਪੂਰਵ 44 ਤੋਂ 12 ਤਕ ਸੀ। ਪੱਛਮੀ ਇਤਿਹਾਸਕਾਰਾਂ ਦਾ ਇਹ ਮਤ ਹੈ, ਕਿ ਸ਼ੰਕਰਾਚਾਰੀਆ ਅਠਵੀਂ ਸਦੀ ਦੇ ਉੱਤਰਾ ਅਰਧ ਜਾਂ ਨੌਵੀਂ ਸਦੀ ਦੇ ਪੂਰਬ- ਅਰਧ ਵਿਚ ਹੋਏ ਸਨ। ਸਦੀਆਂ ਨਾਲ ਕਿੰਨਾ ਪਿਆਰ।

ਪੁਰੀ ਵਿਚ ਪ੍ਰਾਚੀਨ ਗੋਵਰਧਨ ਮੱਠ ਦੇ ਸਵਰਗੀ ਜਗਦਗੁਰੂ ਸ਼ੰਕਰਾਚਾਰੀਆ ਪਰਮ ਪੂਜਨੀਕ ਸਵਾਮੀ

मनोबुद्ध्यहंकारचित्तानि नाहं
न च श्रोत्रजिह्वे न च घ्राणनेत्रे।
न च व्योम भूमिर्न तेजो न वायुः
चिदानंदरूपः शिवोऽहम् शिवोऽहम्।।
न मृत्युर्न शंका न मे जातिभेदः
पिता नैव में नैव माता न जन्मः।
न बंधुर्न मित्रम् गुरुनैंव शिष्यः
चिदानन्दरूपः शिवोऽहम् शिवोऽहम्।।
अहं निर्विकल्पो निराकाररूपो विभुत्वाच्च सर्वत्र सर्वेंद्रियाणां।
न चासंगतं नैव मुक्तिर्न बन्धः
चिदानंदरूपः शिवोऽहम् शिवोऽहम्।।

ਹਰ ਇੱਕ ਸਵਾਮੀ ਭਾਰਤ ਵਿਚ ਪ੍ਰਾਚੀਨ ਕਾਲ ਤੋਂ ਚਲੀ ਆ ਰਹੀ, ਸਨਮਾਨਤ ਸੰਨਿਆਸ ਪਰੰਪਰਾ ਨਾਲ ਸਬੰਧ ਰੱਖਦਾ ਹੈ। ਇਸ ਦਾ ਵਰਤਮਾਨ ਰੂਪ ਵਿਚ ਪੁਨਰਗਠਨ ਸਦੀਆਂ ਪਹਿਲਾਂ ਸ਼ੰਕਰਾਚਾਰੀਆ ਨੇ ਕੀਤਾ ਸੀ। ਉਸ ਵਕਤ ਤੋਂ ਹੀ ਨਿਰੰਤਰ ਅਖੰਡ ਰੂਪ ਵਿਚ ਇੱਕ ਪੂਜਣ ਯੋਗ ਉਪਦੇਸ਼ਕ ਇਸ ਦੇ ਪ੍ਰਮੁੱਖ ਅਹੁਦੇ ਉੱਪਰ ਸੁਸ਼ੋਭਿਤ ਰਹਿੰਦੇ ਹਨ। (ਜਿਨ੍ਹਾਂ ਨੂੰ ਪਰੰਪਰਾ ਅਨੁਸਾਰ ਜਗਦਗੁਰੂ ਸ਼ੰਕਰਾਚਾਰੀਆ ਕਿਹਾ ਜਾਂਦਾ ਹੈ) ਸ਼ਾਇਦ ਦਸ ਲੱਖ ਤਕ ਸੰਨਿਆਸੀ ਸਵਾਮੀ ਸੰਪਰਦਾਏ ਨਾਲ ਜੁੜੇ ਹੋਏ ਹਨ। ਇਸ ਸੰਪਰਦਾਏ ਵਿਚ ਸ਼ਾਮਲ ਹੋਣ ਵਾਸਤੇ ਇੱਕ ਸ਼ਰਤ ਇਹ ਹੁੰਦੀ ਹੈ, ਕਿ ਉਸ ਨੇ ਕਿਸੇ ਇਹੋ ਜਿਹੇ ਸੰਨਿਆਸੀ ਤੋਂ ਦੀਖਿਆ ਲਈ ਹੋਵੇ, ਜੋ ਪਹਿਲਾਂ ਹੀ ਸਵਾਮੀ ਹੋਵੇ। ਇਸ ਤਰ੍ਹਾਂ ਸਵਾਮੀ ਸੰਪਰਦਾਏ ਦੇ ਸਾਰੇ ਸਵਾਮੀ ਇੱਕ ਹੀ ਗੁਰੂ, ਆਦਿ ਸ਼ੰਕਰਾਚਾਰੀਆ ਨਾਲ ਜੁੜੇ ਹੋਏ ਹੁੰਦੇ ਹਨ। ਉਹ ਸਾਰੇ ਸੰਸਾਰਕ ਪਦਾਰਥਾਂ ਦੇ ਪ੍ਰਤੀ ਤਿਆਗ ਭਾਵਨਾ, ਪਵਿੱਤਰਤਾ ਅਤੇ

ਭਾਰਤੀ ਕ੍ਰਿਸ਼ਨ ਜੀ ਮਹਾਰਾਜ਼ ਨੇ 1958 ਵਿਚ ਤਿੰਨ ਮਹੀਨਿਆਂ ਦੀ ਅਮਰੀਕਾ ਯਾਤਰਾ ਕੀਤੀ ਸੀ। ਇਹ ਪਹਿਲਾ ਮੌਕਾ ਸੀ, ਜਦੋਂ ਕਿਸੇ ਸ਼ੰਕਰਾਚਾਰੀਆ ਨੇ ਪੱਛਮ ਦੀ ਯਾਤਰਾ ਕੀਤੀ ਹੋਵੇ। ਉਨ੍ਹਾਂ ਦੀ ਇਸ ਇਤਿਹਾਸਕ ਯਾਤਰਾ ਦਾ ਪ੍ਰਬੰਧ ਸੈਲਫ ਰੀਆਲਾਈਜੇਸ਼ਨ ਫੈਲੋਸ਼ਿਪ / ਯੋਗਦਾ ਸਤਸੰਗ ਸੁਸਾਇਟੀ ਆਫ ਇੰਡੀਆ ਨੇ ਕੀਤਾ ਸੀ। ਜਗਦਗੁਰੂ ਜੀ ਨੇ ਅਮਰੀਕਾ ਦੀਆਂ ਪਰਮੁੱਖ ਯੂਨੀਵਰਸਿਟੀਆਂ ਵਿਚ ਵਿਆਖਿਆਨ ਦਿੱਤੇ ਸਨ ਅਤੇ ਪ੍ਰਸਿੱਧ ਇਤਿਹਾਸਕਾਰ ਆਰਨਲਡ ਟਾਇਨਬੀ ਦੇ ਨਾਲ ਵਿਸ਼ਵ ਸ਼ਾਂਤੀ ਉੱਪਰ ਇੱਕ ਚਰਚਾ ਵਿਚ ਭਾਗ ਲਿਆ ਸੀ।

1959 ਵਿਚ ਉਨ੍ਹਾਂ ਨੇ ਯੋਗਦਾ ਸਤਸੰਗ ਸੁਸਾਇਟੀ ਦੇ ਦੋ ਸੰਨਿਆਸੀਆਂ ਨੂੰ ਦੀਖਿਆ ਦੇਣ ਵਾਸਤੇ, ਯੋਗਦਾ ਸਤਸੰਗ ਸੁਸਾਇਟੀ ਆਫ ਇੰਡੀਆ / ਸੈਲਫ ਰੀਆਲਾਈਜੇਸ਼ਨ ਫੈਲੋਸ਼ਿਪ ਦੇ ਗੁਰੂਆਂ ਦੀ ਨੁਮਾਇੰਦਗੀ ਕਰਨ ਦੀ, ਉਸ ਵਕਤ ਦੇ ਪ੍ਰਧਾਨ ਸ਼੍ਰੀ ਸ਼੍ਰੀ ਦਯਾ ਮਾਤਾ ਜੀ ਦੀ ਬੇਨਤੀ ਨੂੰ ਪਰਵਾਨ ਕਰ ਲਿਆ ਸੀ। ਉਨ੍ਹਾਂ ਨੇ ਪੁਰੀ ਵਿਚ ਯੋਗਦਾ ਸਤਸੰਗ ਆਸ਼ਰਮ ਵਿਚ ਸਥਿਤ ਸ਼੍ਰੀ ਯੁਕਤੇਸ਼ਵਰ ਸਮਾਧੀ ਮੰਦਰ ਵਿਚ ਦੀਖਿਆ ਦੀ ਰਸਮ ਪੂਰੀ ਕੀਤੀ। *(ਪ੍ਰਕਾਸ਼ਕ ਦੀ ਟਿਪਣੀ)*

ਆਪਣੀ ਸ਼ਾਖਾ ਦੇ ਅਧਿਆਤਮਿਕ ਪਰਮੁੱਖ ਦੇ ਹੁਕਮਾਂ ਦੀ ਪਾਲਣਾ ਕਰਨ ਦੀ ਪ੍ਰਤਿਗਿਆ ਕਰਦੇ ਹਨ। ਇਸ ਤਰ੍ਹਾਂ ਕੈਥੋਲਿਕ ਈਸਾਈ ਸੰਨਿਆਸੀ ਸੰਪਰਦਾਏ ਅਨੇਕ ਪਹਿਲੂਆਂ ਵਿਚ, ਉਸ ਤੋਂ ਕਿਤੇ ਪ੍ਰਾਚੀਨ ਸਵਾਮੀ ਸੰਪਰਦਾਏ ਨਾਲ ਮਿਲਦੀ ਜੁਲਦੀ ਹੈ।

ਸਵਾਮੀ ਆਪਣੇ ਨਾਂ ਦੇ ਨਾਲ ਇੱਕ ਇਹੋ ਜਿਹਾ ਉਪਨਾਮ ਲਗਾਉਂਦਾ ਹੈ, ਜਿਸ ਨਾਲ ਉਹ ਸਵਾਮੀ ਸੰਪਰਦਾਏ ਦੀਆਂ ਦਸ ਸ਼ਾਖਾਵਾਂ ਵਿਚੋਂ ਕਿਸੇ ਇੱਕ ਨਾਲ ਜੁੜੇ ਹੋਏ ਹੋਣ ਦੀ ਪਹਿਚਾਣ ਕਰਵਾਉਂਦਾ ਹੈ। ਇਨ੍ਹਾਂ ਦਸ ਸ਼ਾਖਾਵਾਂ ਜਾਂ ਦਸ਼ਨਾਮੀਆਂ ਵਿਚੋਂ ਇੱਕ ਸ਼ਾਖਾ ਹੈ ਗਿਰੀ। ਜਿਸ ਨਾਲ ਸਵਾਮੀ ਸ਼੍ਰੀ ਯੁਕਤੇਸ਼ਵਰ ਜੀ ਅਤੇ ਉਨ੍ਹਾਂ ਦਾ ਸ਼ਗਿਰਦ ਹੋਣ ਦੇ ਨਾਤੇ, ਮੈਂ ਖੁਦ ਆਪ ਵੀ ਸ਼ਾਮਲ ਹਾਂ। ਬਾਕੀ ਕੁਝ ਹੋਰ ਸ਼ਾਖਾਵਾਂ ਹਨ ਸਾਗਰ, ਭਾਰਤੀ, ਪੁਰੀ, ਸਰਸਵਤੀ, ਤੀਰਥ, ਅਰਣਯ।

ਇੱਕ ਸਵਾਮੀ ਦਾ ਸੰਨਿਆਸ ਆਸ਼ਰਮ ਦਾ ਨਾਂ, ਜਿਸ ਦੇ ਅਖੀਰ ਵਿਚ ਆਮ ਤੌਰ ਤੇ ਆਨੰਦ (ਬ੍ਰਹਮ ਆਨੰਦ) ਲੱਗਿਆ ਹੁੰਦਾ ਹੈ। ਕਿਸੇ ਖਾਸ ਮਾਰਗ, ਅਵਸਥਾ ਜਾਂ ਅਧਿਆਤਮਿਕ ਗੁਣ, ਜਿਸ ਤਰ੍ਹਾਂ ਪ੍ਰੇਮ, ਗਿਆਨ, ਵਿਵੇਕ, ਭਗਤੀ, ਸੇਵਾ, ਯੋਗ ਦੇ ਦੁਆਰਾ, ਉਸ ਦੀ ਮੁਕਤੀ ਪ੍ਰਾਪਤੀ ਦੀ ਅਭਿਲਾਸ਼ਾ ਨੂੰ ਪ੍ਰਗਟ ਕਰਦਾ ਹੈ। ਉਸ ਦੇ ਨਾਂ ਨਾਲ ਆਖਰ ਵਿਚ ਲੱਗਣ ਵਾਲੀ ਉਪਾਧੀ ਕੁਦਰਤ ਨਾਲ, ਉਸ ਦੀ ਸਮਰਸਤਾ ਦਾ ਸੂਚਕ ਹੁੰਦੀ ਹੈ।

ਸਾਰੀ ਮਨੁੱਖ ਜਾਤੀ ਦੀ ਨਿਰਸੁਆਰਥ ਸੇਵਾ ਅਤੇ ਵਿਅਕਤੀਗਤ ਸਬੰਧਾਂ ਅਤੇ ਅਭਿਲਾਸ਼ਾਵਾਂ ਦੇ ਤਿਆਗ ਦੇ ਆਦਰਸ਼ ਹੋਣ ਕਰਕੇ, ਬਹੁਤ ਸਾਰੇ ਸਵਾਮੀ ਭਾਰਤ ਵਿਚ ਅਤੇ ਕਦੇ ਕਦੇ ਭਾਰਤ ਤੋਂ ਬਾਹਰ ਵੀ ਮਨੁੱਖਤਾਵਾਦੀ ਅਤੇ ਵਿਦਿਆ ਨਾਲ ਸਬੰਧਿਤ ਪਰਉਪਕਾਰੀ ਸਰਗਰਮੀਆਂ ਵਿਚ ਰੁਝ ਜਾਂਦੇ ਹਨ। ਜਾਤ ਪਾਤ, ਫਿਰਕਾ, ਵਰਗ, ਵਰਣ, ਵੰਸ਼ ਜਾਂ ਇਸਤਰੀ-ਪੁਰਸ਼ ਦੇ ਭੇਦ ਭਾਵ ਤੋਂ ਉੱਪਰ ਉੱਠ ਕੇ, ਸਵਾਮੀ ਵਿਸ਼ਵ ਮੈਤਰੀ ਦੇ ਆਦਰਸ਼ ਉੱਪਰ ਚੱਲਦਾ ਹੈ। ਪਾਰਬ੍ਰਹਮ ਨਾਲ ਇੱਕ ਰੂਪ ਹੋਣਾ ਹੀ ਉਸ ਦੀ ਮੰਜ਼ਲ ਹੁੰਦੀ ਹੈ। ਸੌਂਦੇ ਜਾਗਦੇ ਆਪਣੀ ਚੇਤਨਾ ਨੂੰ 'ਮੈਂ ਹੀ ਬ੍ਰਹਮ ਹਾਂ' ਦੇ ਵਿਚਾਰ ਨਾਲ ਸੰਸਾਰ ਵਿਚ ਵਿਚਰਦਾ ਹੈ। ਪ੍ਰੰਤੂ ਉਹ ਸੰਸਾਰ ਵਿਚ ਕਿਸੇ ਦੇ ਕਿਸੇ ਵੀ ਮਸਲੇ ਵਿਚ ਨਹੀਂ ਉਲਝਦਾ। ਸਿਰਫ ਇਸ ਢੰਗ ਨਾਲ ਹੀ ਉਹ ਆਪਣੀ ਸਵਾਮੀ ਦੀ ਪਦਵੀ ਨੂੰ ਉਚਿਤ ਸਿੱਧ ਕਰ ਸਕਦਾ ਹੈ। ਜਿਸ ਦਾ ਮਤਲਬ ਹੈ "ਸਵੈ ਜਾਂ ਆਪਣੀ ਆਤਮਾ ਦੇ ਨਾਲ ਇੱਕਰੂਪਤਾ ਪ੍ਰਾਪਤ ਕਰਨ ਲਈ ਯਤਨ ਕਰਨ ਵਾਲਾ।

ਸ਼੍ਰੀ ਯੁਕਤੇਸ਼ਵਰ ਜੀ ਸਵਾਮੀ ਵੀ ਸਨ ਅਤੇ ਯੋਗੀ ਵੀ। ਇਕ ਸਵਾਮੀ ਕਿਸੇ ਆਦਰਯੋਗ ਸੰਪਰਦਾਏ ਨਾਲ ਜੁੜਿਆ ਹੋਇਆ ਹੋਣ ਕਰ ਕੇ ਸਵਾਮੀ ਤਾਂ ਹੋ ਸਕਦਾ ਹੈ, ਪਰ ਇਹ ਜਰੂਰੀ ਨਹੀਂ ਕਿ ਉਹ ਯੋਗੀ ਵੀ ਹੋਵੇ। ਕੋਈ ਆਦਮੀ ਪ੍ਰਮਾਤਮਾ ਨਾਲ ਇੱਕਰੂਪਤਾ ਪ੍ਰਾਪਤ ਕਰਨ ਵਾਸਤੇ ਕਿਸੇ ਵਿਗਿਆਨਿਕ ਤਕਨੀਕ ਦਾ ਅਭਿਆਸ

ਕਰਨ ਵਾਲਾ ਯੋਗੀ ਹੋ ਸਕਦਾ ਹੈ। ਉਹ ਵਿਆਹਿਆ ਹੋਇਆ ਵੀ ਹੋ ਸਕਦਾ ਹੈ ਅਤੇ ਅਣਵਿਆਹਿਆ ਹੋਇਆ ਵੀ। ਸੰਸਾਰਕ ਜ਼ੁੰਮੇਵਾਰੀਆਂ ਨੂੰ ਨਿਭਾਉਣ ਵਾਲਾ ਵੀ ਹੋ ਸਕਦਾ ਹੈ ਜਾਂ ਖਾਸ ਧਾਰਮਿਕ ਸੰਸਥਾ ਨਾਲ ਸਬੰਧਿਤ ਵੀ ਹੋ ਸਕਦਾ ਹੈ।

ਸਵਾਮੀ ਕੇਵਲ ਕਠੋਰ ਤਿਆਗ ਦੇ ਖੁਸ਼ਕ ਵਿਚਾਰਨਯੋਗ ਤਰਕ- ਵਿਤਰਕ ਦੇ ਮਾਰਗ ਉੱਪਰ ਚੱਲਣ ਵਾਲਾ ਵੀ ਹੋ ਸਕਦਾ ਹੈ। ਪ੍ਰੰਤੂ ਯੋਗੀ ਇੱਕ ਨਿਸ਼ਚਿਤ ਯੋਗ ਪ੍ਰਣਾਲੀ ਦਾ ਅਭਿਆਸ ਕਰਦਾ ਹੈ, ਜਿਸ ਨਾਲ ਮਨ ਅਤੇ ਸਰੀਰ ਦੋਨੋਂ ਹੀ ਅਨੁਸ਼ਾਸਤ ਹੁੰਦੇ ਹਨ ਅਤੇ ਆਤਮਾ ਹੌਲੀ ਹੌਲੀ ਮੁਕਤ ਹੁੰਦੀ ਜਾਂਦੀ ਹੈ। ਭਾਵਨਾਵਾਂ ਦੇ ਅਧਾਰ ਉੱਪਰ ਜਾਂ ਫੋਕੇ ਵਿਸ਼ਵਾਸ ਅਧੀਨ ਕੁਝ ਵੀ ਨਾ ਮੰਨਦਿਆਂ, ਯੋਗੀ ਇੱਕ ਇਹੋ ਜਿਹੀ ਪਰਖੀ ਹੋਈ ਪੱਕੀ ਤਕਨੀਕ ਦਾ ਅਭਿਆਸ ਕਰਦਾ ਹੈ, ਜਿਸ ਨੂੰ ਪਹਿਲਾਂ ਪ੍ਰਾਚੀਨ ਰਿਸ਼ੀਆਂ ਨੇ ਪ੍ਰਮਾਣਿਤ ਕੀਤਾ ਹੁੰਦਾ ਹੈ। ਭਾਰਤ ਵਿਚ ਹਰ ਯੁਗ ਵਿਚ ਯੋਗ ਸਾਧਨਾ ਨੇ ਇਹੋ ਜਿਹੇ ਲੋਕ ਪੈਦਾ ਕੀਤੇ ਹਨ, ਜੋ ਸੱਚੇ ਅਰਥਾਂ ਵਿਚ ਮੁਕਤ ਅਤੇ ਈਸਾ ਮਸੀਹ ਵਰਗੇ ਯੋਗੀ ਹੋਏ।

ਕਿਸੇ ਵੀ ਹੋਰ ਵਿਗਿਆਨ ਦੀ ਤਰ੍ਹਾਂ ਯੋਗ ਵਿਗਿਆਨ ਕਿਸੇ ਵੀ ਦੇਸ਼ ਦੇ ਲੋਕਾਂ ਦੁਆਰਾ ਅਤੇ ਕਿਸੇ ਵੀ ਸਮੇਂ ਵਰਤੋਂ ਵਿਚ ਲਿਆਂਦਾ ਜਾ ਸਕਦਾ ਹੈ। ਕੁਝ ਅਗਿਆਨੀ ਲੇਖਕਾਂ ਦਾ ਇਹ ਸਿਧਾਂਤ ਬਿਲਕੁਲ ਗਲਤ ਹੈ ਕਿ ਯੋਗ ਸਾਧਨਾ ਖਤਰਨਾਕ ਹੈ ਜਾਂ ਪੱਛਮੀ ਦੇਸ਼ਾਂ ਦੇ ਲੋਕਾਂ ਵਾਸਤੇ ਠੀਕ ਨਹੀਂ ਹੈ। ਇਹ ਬੜੇ ਦੁਖ ਦੀ ਗੱਲ ਹੈ ਕਿ ਇਸ ਗਲਤ ਸਿਧਾਂਤ ਨੇ ਯੋਗ ਸਾਧਨਾ ਦੇ ਬਹੁਤ ਸਾਰੇ ਸੱਚੇ ਅਤੇ ਉਤਸੁਕ ਅਭਿਲਾਸ਼ੀਆਂ ਨੂੰ ਇਸ ਦੇ ਬਹੁ-ਮੁਖੀ ਲਾਭ ਪ੍ਰਾਪਤ ਕਰਨ ਤੋਂ ਵਾਂਝਾ ਰੱਖਿਆ ਹੈ।

ਯੋਗ ਸਾਧਨਾ ਵਿਚਾਰਾਂ ਦੀ ਸੁਭਾਵਿਕ ਵਿਆਕੁਲਤਾ ਨੂੰ ਸ਼ਾਂਤ ਕਰਨ ਦੀ ਇੱਕ ਤਕਨੀਕ ਹੈ। ਵਿਚਾਰਾਂ ਦੀ ਇਹ ਵਿਆਕੁਲਤਾ ਸਾਰੇ ਦੇਸ਼ਾਂ ਦੇ ਮਨੁੱਖਾਂ ਨੂੰ ਇੱਕੋ ਜਿਹੇ ਤਰੀਕੇ ਨਾਲ ਹੀ ਆਪਣੇ ਮੂਲ (ਪ੍ਰਮਾਤਮਾ ਦੀ) ਦੀ ਝਲਕ ਦੇਖਣ ਤੋਂ ਰੋਕਦੀ ਹੈ। ਸੂਰਜ ਦੀਆਂ ਅਰੋਗਤਾਦਾਇਕ ਕਿਰਨਾਂ ਵਾਂਗ ਹੀ ਯੋਗ ਸਾਧਨਾ ਵੀ ਪੂਰਬੀ ਅਤੇ ਪੱਛਮੀ ਲੋਕਾਂ ਦੇ ਵਾਸਤੇ ਇੱਕੋ ਜਿਹੀ ਲਾਭਦਾਇਕ ਹੈ। ਬਹੁਤ ਸਾਰੇ ਲੋਕਾਂ ਦੇ ਵਿਚਾਰ ਅਸ਼ਾਂਤ ਅਤੇ ਚੰਚਲ ਹੁੰਦੇ ਹਨ। ਇਸ ਲਈ ਪ੍ਰਤੱਖ ਤੌਰ ਤੇ ਮਨ ਨੂੰ ਕੰਟਰੋਲ ਕਰਨ ਲਈ ਵਿਗਿਆਨਕ ਤਕਨੀਕ ਜਾਂ ਯੋਗ ਸਾਧਨਾ ਦੀ ਜ਼ਰੂਰਤ ਹੈ।

ਪ੍ਰਾਚੀਨ ਰਿਸ਼ੀ ਪਤੰਜਲੀ* ਯੋਗ ਵਿਗਿਆਨ ਦੀ ਵਿਆਖਿਆ ਇਸ ਤਰ੍ਹਾਂ ਕਰਦੇ

* ਰਿਸ਼ੀ ਪਤੰਜਲੀ ਦੇ ਨਿਸ਼ਚਿਤ ਕਾਲ ਦਾ ਪਤਾ ਨਹੀਂ ਚਲਦਾ। ਅਨੇਕ ਵਿਦਵਾਨ ਉਨ੍ਹਾਂ ਦਾ ਸਮਾਂ ਈਸਾ ਪੂਰਵ ਦੂਜੀ ਸਦੀ ਮੰਨਦੇ ਹਨ। ਪ੍ਰਾਚੀਨ ਰਿਸ਼ੀਆਂ ਨੇ ਅਨੇਕ ਵਿਸ਼ਿਆਂ ਉੱਪਰ ਇੰਨੀ ਸੂਖਮ ਦ੍ਰਿਸ਼ਟੀ ਨਾਲ ਗ੍ਰੰਥ ਲਿਖੇ ਹਨ, ਕਿ ਸਦੀਆਂ ਬੀਤਣ ਤੋਂ ਬਾਅਦ ਵੀ ਉਨ੍ਹਾਂ ਦੀ ਸਾਰਥਕਤਾ ਵਿਚ ਭੋਰਾ ਭਰ ਘਾਟ ਨਹੀਂ ਆਈ। ਇਹੋ ਜਿਹੇ ਮਹਾਨ ਗ੍ਰੰਥਾਂ ਦੇ ਲੇਖਕ ਹੋਣ ਦੇ ਬਾਵਜੂਦ, ਉਨ੍ਹਾਂ ਰਿਸ਼ੀਆਂ ਨੇ ਆਪਣੀਆਂ ਰਚਨਾਵਾਂ ਉੱਪਰ ਕਿਤੇ ਵੀ ਆਪਣੇ ਸਮੇਂ ਜਾਂ ਵਿਅਕਤਿਤਵ ਦਾ ਕੋਈ ਪਹਿਚਾਣ ਛੱਡਣ ਦਾ ਭੋਰਾ ਭਰ ਯਤਨ ਨਹੀਂ ਕੀਤਾ, ਜਿਸ ਦੇ ਕਾਰਨ ਹੁਣ

ਹਨ, "ਚਿੱਤ ਵਿਚ ਲਗਾਤਾਰ ਉੱਠਦੇ ਰਹਿਣ ਵਾਲੇ ਵਿਚਾਰਾਂ ਨੂੰ ਰੋਕਣਾ।" ਉਨ੍ਹਾਂ ਦਾ ਸੰਖੇਪ ਅਤੇ* ਅਤਿਅੰਤ ਗਿਆਨ ਯੁਕਤ ਗ੍ਰੰਥ 'ਯੋਗ ਸੂਤਰ' ਹਿੰਦੂ ਮਤ ਦੇ ਛੇ ਦਰਸ਼ਨਾਂ† ਵਿਚੋਂ ਇੱਕ ਦਰਸ਼ਨ ਹੈ। ਪੱਛਮੀ ਦੇਸਾਂ ਦੇ ਦਰਸ਼ਨਾਂ ਦੇ ਉਲਟ, ਹਿੰਦੂ ਮਤ ਦੇ ਛੇ ਦਰਸ਼ਨਾਂ ਵਿਚ ਨਾ ਕੇਵਲ ਸਿਧਾਂਤਾਂ ਦੀ ਪੜਚੋਲ ਹੈ, ਬਲਕਿ ਵਿਵਹਾਰਕ ਪ੍ਰਣਾਲੀਆਂ ਵੀ ਸ਼ਾਮਲ ਹਨ। ਹਰ ਇੱਕ ਵਿਚਾਰਨਯੋਗ ਦਾਰਸ਼ਨਿਕ ਨੁਕਤੇ ਉੱਪਰ ਡੂੰਘੀ ਵਿਚਾਰ ਕਰਨ ਤੋਂ ਬਾਅਦ, ਹਿੰਦੂ ਸ਼ਾਸਤਰ ਛੇ ਨਿਸ਼ਚਿਤ ਮਾਰਗ ਦਸਦੇ ਹਨ, ਜਿਨ੍ਹਾਂ ਦਾ ਉਦੇਸ਼ ਮਨੁੱਖ ਨੂੰ ਦੁਖਾਂ ਤੋਂ ਮੁਕਤ ਕਰਕੇ ਹਮੇਸ਼ਾਂ ਦੇ ਵਾਸਤੇ ਅੰਤਹੀਣ ਆਨੰਦ ਵਿਚ ਰਹਿਣ ਦੀ ਪ੍ਰਾਪਤੀ ਹੈ।

ਉੱਤਰਕਾਲੀਨ ਦੇ ਉਪਨਿਸ਼ਦ ਦੱਸਦੇ ਹਨ, ਕਿ ਛੇ ਦਰਸ਼ਨਾਂ ਵਿਚੋਂ ਯੋਗ ਸੂਤਰ ਵਿਚ ਹੀ ਸਚਾਈ ਨੂੰ ਪ੍ਰਤੱਖ ਪ੍ਰਗਟ ਕਰਨ ਦੀਆਂ ਸਭ ਤੋਂ ਵੱਧ ਪ੍ਰਭਾਵਸ਼ਾਲੀ ਤਕਨੀਕਾਂ ਹਨ। ਯੋਗ ਦੀਆਂ ਵਿਵਹਾਰ ਵਿਚ ਲਿਆਉਣ ਯੋਗ ਤਕਨੀਕਾਂ ਦੇ ਅਭਿਆਸ ਨਾਲ ਮਨੁੱਖ ਕਲਪਨਾ ਦੇ ਬੰਜਰ ਸਾਮਰਾਜ ਨੂੰ ਹਮੇਸ਼ਾਂ ਵਾਸਤੇ ਪਿੱਛੇ ਛੱਡ ਕੇ ਪ੍ਰਮਾਤਮਾ ਦੀ ਪ੍ਰਤੱਖ ਅਨੁਭੂਤੀ ਕਰਦਾ ਹੈ।

ਪਤੰਜਲੀ ਯੋਗ ਦੀ ਪ੍ਰਣਾਲੀ ਅਸ਼ਟਾਂਗ ਯੋਗ‡ ਦੇ ਨਾਂ ਨਾਲ ਜਾਣੀ ਜਾਂਦੀ ਹੈ। ਇਸ ਦੇ ਅੰਗ ਹਨ।

(1) ਯਮ ਦੀ ਪਾਲਣਾ ਕਰਨ ਵਾਸਤੇ ਮਨੁੱਖ ਨੂੰ ਅਹਿੰਸਾ, ਸੱਚ, ਜਿਸ ਚੀਜ਼ ਤੇ ਕਿਸੇ ਕਿਸਮ ਦਾ ਕੋਈ ਅਧਿਕਾਰ ਨਹੀਂ, ਉਸ ਨੂੰ ਗ੍ਰਹਿਣ ਨਾ ਕਰਨਾ, ਬ੍ਰਹਮਚਾਰੀਆ ਦਾ ਪਾਲਣ ਕਰਨਾ ਅਤੇ ਸੰਸਾਰਕ ਵਸਤੂਆਂ ਨੂੰ ਇੱਕਠਿਆਂ ਕਰਨ ਦੀ ਹੋੜ ਵਿਚ ਨਾ

ਇਤਿਹਾਸਕਾਰ ਪ੍ਰੇਸ਼ਾਨ ਹਨ। ਰਿਸ਼ੀਗਣ ਇਹ ਜਾਣਦੇ ਸਨ, ਕਿ ਉਨ੍ਹਾਂ ਦੇ ਥੋੜੇ ਜਿਹੇ ਸਮੇਂ ਦੇ ਜੀਵਨ ਕਾਲ ਦਾ ਮਹੱਤਵ ਸਿਰਫ ਇੰਨਾ ਹੀ ਸੀ। ਉਹ ਉਸ ਅਨੰਤ ਜੀਵਨ ਦੇ ਇੱਕ ਟਟਿਹਣੇ ਮਾਤਰ ਹੀ ਸਨ। ਉਹ ਇਹ ਵੀ ਜਾਣਦੇ ਸਨ, ਕਿ ਸਚਾਈ ਕਾਲ ਤੋਂ ਪਰੇ ਹੈ, ਜਿਸ ਉੱਪਰ ਕੋਈ ਮੋਹਰ ਨਹੀਂ ਲਗਾਈ ਜਾ ਸਕਦੀ ਅਤੇ ਇਹ ਉਨ੍ਹਾਂ ਦੀ ਨਿੱਜੀ ਜਾਇਦਾਦ ਨਹੀਂ।

* ਚਿੱਤ ਵਰਿਤੀ ਨਿਰੋਧः- (ਯੋਗ ਸੂਤਰ I:2)। ਚਿੱਤ ਮਨੁੱਖ ਵਿਚ ਮੌਜੂਦ ਸੋਚਣ ਵਾਲੇ ਤੱਤ ਦੇ ਵਾਸਤੇ ਵਰਤਿਆ ਗਿਆ ਇੱਕ ਵਿਆਪਕ ਸ਼ਬਦ ਹੈ। ਜਿਸ ਵਿਚ ਪ੍ਰਾਣ ਸ਼ਕਤੀ, ਮਨ, ਜਾਂ ਇੰਦਰਿਆਵੀ-ਚੇਤਨਾ, ਬੁੱਧੀ ਅਤੇ ਹੰਕਾਰ (ਅੰਦਰੂਨੀ ਪ੍ਰੇਰਣਾਤਮਿਕ ਸ਼ਕਤੀ) ਸ਼ਾਮਲ ਹੈ। ਵਰਿਤੀ, ਸ਼ਾਬਦਿਕ ਅਰਥः- ਘੁੰਮਣ ਘੇਰੀ ਜਾਂ ਘੁਮਾਉਣਾ। ਮਨੁੱਖ ਦੀ ਚੇਤਨਾ ਵਿਚ ਲਗਾਤਾਰ ਉੱਠਣ ਅਤੇ ਬੈਠਣ ਵਾਲੇ ਵਿਚਾਰਾਂ ਅਤੇ ਭਾਵਨਵਾਂ ਦੀਆਂ ਲਹਿਰਾਂ ਦਾ ਸੂਚਕ ਹੈ। ਨਿਰੋਧ ਦਾ ਭਾਵ ਅਰਥ ਹੈः- ਰੋਕਣਾ, ਕੰਟਰੋਲ ਵਿਚ ਕਰਨਾ, ਜਾਂ ਨਿਰਾਕਰਣ ਕਰਨਾ।

† ਹਿੰਦੂ ਮਤ ਛੇ ਦਰਸ਼ਨ ਸ਼ਾਸਤਰਾਂ ਨੂੰ ਮਾਨਤਾ ਦਿੰਦਾ ਹੈ, ਉਹ ਹਨः- ਸਾਂਖਯ, ਯੋਗ, ਵੇਦਾਂਤ, ਮੀਮਾਸਾ, ਨਿਆਇ ਅਤੇ ਵੈਸ਼ੇਸਿਕ।

‡ ਬੁੱਧ ਮਤ ਦਾ ਅਸ਼ਟਾਂਗੀ ਮਾਰਗ, ਜੋ ਮਨੁੱਖ ਨੂੰ ਸਦਾਚਾਰ ਦਾ ਨਿਰਦੇਸ਼ ਦਿੰਦਾ ਹੈ, ਪਤੰਜਲੀ ਦੇ ਅਸ਼ਟਾਂਗ ਯੋਗ ਤੋਂ ਵੱਖਰਾ ਹੈ। ਬੁੱਧ ਮਤ ਦੇ ਅਸ਼ਟਾਂਗੀ ਮਾਰਗ ਦੇ ਅੱਠ ਅੰਗ ਹਨः- ਠੀਕ ਨਜ਼ਰ, ਠੀਕ ਸੰਕਲਪ, ਠੀਕ ਬੋਲ ਬਾਣੀ, ਠੀਕ ਕੰਮ, ਠੀਕ ਆਜੀਵਿਕਾ, ਠੀਕ ਕਸਰਤ, ਠੀਕ ਯਾਦਦਾਸ਼ਤ ਅਤੇ ਠੀਕ ਗਿਆਨ।

ਪੈਣਾ ਜਰੂਰੀ ਹੈ। ਇਸ ਤਰ੍ਹਾਂ (2) ਨਿਯਮ ਦੀ ਪਾਲਣਾ ਕਰਨ ਲਈ ਮਨ ਅਤੇ ਸਰੀਰ ਦੀ ਪਵਿੱਤਰਤਾ, ਸੰਤੋਸ਼, ਤੱਪ, ਸਵਾਧਿਆਇ ਅਤੇ ਗੁਰੂ ਅਤੇ ਪ੍ਰਮਾਤਮਾ ਵਿਚ ਪੂਰਾ ਪੂਰਾ ਸਮਰਪਣ ਜਰੂਰੀ ਹੈ। (3) ਆਸਣ ਵਾਸਤੇ ਮੇਰੂ ਦੰਡ ਸਿੱਧਾ ਅਤੇ ਅਰਾਮ ਦੇਹ ਅਵਸਥਾ ਵਿਚ ਸਥਿਰ ਬੈਠਣਾ ਸ਼ਾਮਲ ਹੈ। (4) ਪ੍ਰਾਣਾਯਾਮ ਵਾਸਤੇ ਪ੍ਰਾਣ ਜਾਂ ਸੂਖਮ ਜੀਵਨ ਦੇ ਪ੍ਰਵਾਹ ਨੂੰ ਕੰਟਰੋਲ ਕਰਨਾ ਹੁੰਦਾ ਹੈ। (5) ਪਰਤਿਹਾਰ ਵਿਚ ਇੰਦਰੀਆਂ ਨੂੰ ਬਾਹਰਲੇ ਵਿਸ਼ਿਆਂ ਵੱਲੋਂ ਮੋੜ ਕੇ ਅੰਦਰ ਵੱਲ ਲੈ ਜਾਣਾ ਹੁੰਦਾ ਹੈ। ਆਖਰੀ ਅੰਗ ਹੀ ਅਸਲ ਵਿਚ ਯੋਗ ਦੇ ਅਸਲ ਅੰਗ ਹਨ। ਇਹ ਹਨ (6) ਧਾਰਨਾ (ਇਕਾਗਰਤਾ) ਮਨ ਨੂੰ ਇੱਕ ਹੀ ਵਿਚਾਰ ਉੱਪਰ ਇਕਾਗਰ ਰੱਖਣਾ (7) ਧਿਆਨ (8) ਸਮਾਧੀ (ਪਰਾਚੇਤਨ ਅਵਸਥਾ)। ਯੋਗ ਦਾ ਇਹ ਅਸ਼ਟਾਂਗ ਮਾਰਗ ਸਾਧਕ ਨੂੰ ਕੈਵਲਯ (ਪਰਮਪਦ) ਦੇ ਆਪਣੇ ਆਖਰੀ ਉਦੇਸ਼ ਤਕ ਪਹੁੰਚਾ ਦਿੰਦਾ ਹੈ। ਜਿਸ ਵਿਚ ਯੋਗੀ ਬੌਧਿਕ ਸ਼ਕਤੀ ਦੀ ਪਹੁੰਚ ਤੋਂ ਪਰੇ ਦੀ ਸਚਾਈ ਨੂੰ ਜਾਣ ਲੈਂਦਾ ਹੈ। ਸਮਾਧੀ ਇੱਕ ਸੰਪੂਰਨਤਾ ਜਾਂ ਵਾਸਤਵਿਕਤਾ ਦੇ ਅੰਤਮ ਉਦੇਸ਼ ਤਕ ਲੈ ਜਾਣ ਵਾਲਾ ਅਨੁਭਵ ਹੈ, ਜਿਸ ਵਿਚ ਯੋਗੀ ਬੌਧਿਕ ਸ਼ਕਤੀ ਦੀ ਪਹੁੰਚ ਤੋਂ ਪਰੇ ਦੀ ਸਚਾਈ ਨੂੰ ਜਾਣ ਲੈਂਦਾ ਹੈ।

ਇਹ ਪ੍ਰਸ਼ਨ ਮਨ ਵਿਚ ਆ ਸਕਦਾ ਹੈ ਕਿ, 'ਕੌਣ ਵੱਡਾ ਹੈ, ਸਵਾਮੀ ਜਾਂ ਯੋਗੀ?' ਜੋ ਅਤੇ ਜਦੋਂ ਕੋਈ ਵੀ ਮਨੁੱਖ ਪ੍ਰਮਾਤਮਾ ਨਾਲ ਇੱਕਰੂਪਤਾ ਸਥਾਪਤ ਕਰ ਲੈਂਦਾ ਹੈ ਤਾਂ ਵੱਖੋ ਵੱਖਰਿਆਂ ਰਸਤਿਆਂ ਦਾ ਵਖਰੇਵਾਂ ਆਪਣੇ ਆਪ ਹੀ ਖਤਮ ਹੋ ਜਾਂਦਾ ਹੈ। ਪ੍ਰੰਤੂ ਸ਼੍ਰੀ ਮਦ ਭਗਵਤ ਗੀਤਾ ਵਿਚ ਕਿਹਾ ਗਿਆ ਹੈ ਕਿ ਯੋਗ ਸ਼ਾਸਤਰ ਦੀਆਂ ਸਾਰੀਆਂ ਪ੍ਰਣਾਲੀਆਂ ਇੱਕ ਦੂਜੇ ਦੀਆਂ ਸਹਾਇਕ ਹਨ। ਇਸ ਦੀਆਂ ਤਕਨੀਕਾਂ ਸਿਰਫ ਵਿਸ਼ੇਸ਼ ਪ੍ਰਕਾਰ ਦੇ ਅਤੇ ਵਿਸ਼ੇਸ਼ ਪ੍ਰਕਾਰ ਦੇ ਸੁਭਾਅ ਵਾਲੇ ਆਦਮੀਆਂ, ਜਿਵੇਂ ਕਿ ਸੰਨਿਆਸ ਜੀਵਨ ਵੱਲ ਝੁਕਾਅ ਰੱਖਣ ਵਾਲੇ ਬਹੁਤ ਘੱਟ ਲੋਕਾਂ ਵਾਸਤੇ ਨਿਰਧਾਰਿਤ ਨਹੀਂ ਹਨ। ਯੋਗ ਸਾਧਨਾ ਵਾਸਤੇ ਕਿਸੇ ਵਿਸ਼ੇਸ਼ ਸੰਪਰਦਾਏ ਨਾਲ ਨਿਯਮਤ ਤੌਰ ਤੇ ਜੁੜੇ ਰਹਿਣਾ ਵੀ ਜਰੂਰੀ ਨਹੀਂ। ਕਿਉਂਕਿ ਯੋਗ ਵਿਗਿਆਨ, ਉਸ ਵਿਸ਼ਵ ਵਿਆਪੀ ਜ਼ਰੂਰਤ ਨੂੰ ਪੂਰੀ ਕਰਦਾ ਹੈ, ਜੋ ਸਭ ਵਾਸਤੇ ਇੱਕੋ ਜਿਹੀ ਹੁੰਦੀ ਹੈ। ਇਸ ਕਰਕੇ ਸਾਰੇ ਵਿਸ਼ਵ ਵਿਚ ਇਸ ਵਾਸਤੇ ਇੱਕੋ ਜਿਹੀ ਖਿੱਚ ਹੈ।

ਇੱਕ ਸੱਚਾ ਯੋਗੀ ਆਪਣੇ ਸੰਸਾਰਕ ਫ਼ਰਜਾਂ ਨੂੰ ਨਿਭਾਉਂਦਾ ਹੋਇਆ, ਸੰਸਾਰ ਵਿਚ ਰਹਿ ਸਕਦਾ ਹੈ। ਉੱਥੇ ਉਹ ਪਾਣੀ ਉੱਪਰ ਮੱਖਣ ਦੀ ਤਰ੍ਹਾਂ ਤੈਰਦਾ ਰਹਿ ਸਕਦਾ ਹੈ। ਅਸਾਨੀ ਨਾਲ ਪਿਘਲਣ ਵਾਲੇ ਅਨੁਸ਼ਾਸਨਹੀਣ ਮਨੁੱਖਾਂ ਵਾਂਗ ਨਹੀਂ। ਜੇ ਮਨੁੱਖ ਆਪਣੀਆਂ ਹੰਕਾਰੀ ਇੱਛਾਵਾਂ ਵਾਸ਼ਨਾਵਾਂ ਨਾਲ ਮਾਨਸਿਕ ਰੂਪ ਵਿਚ ਨਾ ਉਲਝੇ ਅਤੇ ਜ਼ਿੰਦਗੀ ਵਿਚ ਆਪਣੀ ਭੂਮਿਕਾ ਨੂੰ ਸਿਰਫ ਪ੍ਰਮਾਤਮਾ ਦੀ ਇੱਛਾ ਮੁਤਾਬਿਕ ਨਿਭਾਵੇ, ਤਾਂ ਸੰਸਾਰਕ ਫਰਜਾਂ ਨੂੰ ਪੂਰਾ ਕਰਨ ਵਾਸਤੇ, ਉਸ ਨੂੰ ਪ੍ਰਮਾਤਮਾ ਤੋ ਅਲੱਗ ਹੋਣ ਦੀ

ਜ਼ਰੂਰਤ ਨਹੀਂ।

ਅੱਜ ਵੀ ਸੰਸਾਰ ਵਿਚ, ਅਮਰੀਕਾ, ਯੂਰਪ ਜਾਂ ਹੋਰ ਗੈਰ ਹਿੰਦੂ ਦੇਸ਼ਾਂ ਵਿਚ ਅਜਿਹੇ ਮਹਾਨ ਆਦਮੀ ਰਹਿ ਰਹੇ ਹਨ, ਜਿਨ੍ਹਾਂ ਨੇ ਯੋਗੀ ਜਾਂ ਸਵਾਮੀ ਸ਼ਬਦ ਕਦੇ ਸੁਣਿਆ ਨਹੀਂ ਹੋਵੇਗਾ, ਪ੍ਰੰਤੂ ਫਿਰ ਵੀ ਉਹ ਇਨ੍ਹਾਂ ਸ਼ਬਦਾਂ ਦੇ ਜਿਉਂਦੇ ਜਾਗਦੇ ਉਦਾਹਰਨ ਹਨ। ਮਨੁੱਖਤਾ ਦੀ ਨਿਰਸੁਆਰਥ ਸੇਵਾ ਕਰਨਾ ਜਾਂ ਮਨੋਵੇਗਾਂ ਅਤੇ ਵਿਚਾਰਾਂ ਉੱਪਰ ਪੂਰਾ ਕੰਟਰੋਲ ਹੋਣ ਦੇ ਕਾਰਨ ਜਾਂ ਪ੍ਰਮਾਤਮਾ ਉੱਪਰ ਸੱਚੀ ਸ਼ਰਧਾ ਅਤੇ ਅਟੁੱਟ ਪਿਆਰ ਜਾਂ ਆਪਣੀ ਡੂੰਘੀ ਮਾਨਸਿਕ ਇਕਾਗਰਤਾ ਦੀ ਸ਼ਕਤੀ ਦੇ ਕਾਰਨ, ਉਹ ਇੱਕ ਤਰ੍ਹਾਂ ਦੇ ਯੋਗੀ ਹੀ ਹਨ। ਕਿਉਂਕਿ ਉਨ੍ਹਾਂ ਨੇ ਵੈਸੇ ਹੀ ਆਪਣੇ ਸਾਹਮਣੇ ਯੋਗ ਦਾ ਉਦੇਸ਼ ਨਿਰਧਾਰਿਤ ਕਰ ਰੱਖਿਆ ਹੈ- ਆਤਮ ਸੰਜਮ। ਜੇ ਇਨ੍ਹਾਂ ਲੋਕਾਂ ਨੂੰ ਯੋਗ ਦਾ ਨਿਸ਼ਚਿਤ ਯੋਗ ਵਿਗਿਆਨ ਸਿਖਾਇਆ ਜਾਵੇ, ਜਿਹੜਾ ਮਨ ਅਤੇ ਜੀਵਨ ਨੂੰ ਚੇਤਨ ਰੂਪ ਵਿਚ ਸੇਧ ਦੇਣ ਵਾਸਤੇ ਸੰਭਵ ਬਣਾਉਂਦਾ ਹੈ, ਤਾਂ ਇਹ ਲੋਕ ਹੋਰ ਵੀ ਉੱਚੇ ਉੱਠ ਸਕਦੇ ਹਨ। ਕੁਝ ਪੱਛਮੀ ਲੇਖਕਾਂ ਨੇ ਯੋਗ ਵਿਗਿਆਨ ਬਾਰੇ ਬਾਹਰੀ ਤੌਰ ਤੇ ਗਲਤ ਧਾਰਨਾ ਬਣਾ ਲਈ ਹੈ, ਪਰ ਉਨ੍ਹਾਂ ਨੇ ਇਸ ਦਾ ਅਭਿਆਸ ਕਦੇ ਨਹੀਂ ਕੀਤਾ। ਯੋਗ ਦੇ ਸਨਮਾਨ ਅਰਥ ਪ੍ਰਗਟ ਕੀਤੇ ਗਏ ਅਨੇਕ ਵਿਚਾਰਸ਼ੀਲ ਵਿਚਾਰਾਂ ਵਿਚੋਂ ਇੱਥੇ ਸਵਿਟਜ਼ਰਲੈਂਡ ਦੇ ਉੱਘੇ ਮਨੋਵਿਗਿਆਨਿਕ ਡਾ. ਸੀ.ਜੀ. ਜੁੰਗ ਦੇ ਵਿਚਾਰ ਵਰਣਨਯੋਗ ਹਨ।

ਡਾ. ਜੁੰਗ ਲਿਖਦੇ ਹਨ* "ਜਦੋਂ ਕੋਈ ਪ੍ਰਣਾਲੀ ਆਪਣੇ ਆਪ ਨੂੰ ਵਿਗਿਆਨਿਕ ਤਕਨੀਕ ਕਹਿ ਕੇ ਪੇਸ਼ ਕਰਦੀ ਹੈ, ਤਾਂ ਉਹ ਪੱਛਮ ਵਿਚ ਪੈਰੋਕਾਰ ਮਿਲਣ ਸਬੰਧੀ ਨਿਸ਼ਚਿੰਤ ਹੋ ਸਕਦੀ ਹੈ। ਯੋਗ ਸਾਧਨਾ ਇਸ ਉੱਪਰ ਪੂਰੀ ਉੱਤਰਦੀ ਹੈ।" ਡਾ. ਜੁੰਗ ਅੱਗੇ ਲਿਖਦੇ ਹਨ, "ਨਵੀਨਤਾ ਦੀ ਖਿੱਚ ਅਤੇ ਅੱਧੀ ਸਮਝੀ ਗਈ ਗੱਲ ਦੀ ਮਨੋਹਰਤਾ ਤੋਂ ਇਲਾਵਾ ਵੀ ਯੋਗ ਨੂੰ ਪੈਰੋਕਾਰ ਮਿਲ ਸਕਣ ਦੇ ਅਨੇਕ ਚੰਗੇ ਕਾਰਨ ਹਨ। ਯੋਗ ਅਭਿਆਸ ਅਨੁਭੂਤੀ ਨੂੰ ਕੰਟਰੋਲ ਕਰਨ ਦੀ ਸੰਭਾਵਨਾ ਪੇਸ਼ ਕਰਦਾ ਹੈ, ਜਿਸ ਕਰਕੇ ਇਹ ਤੱਥਾਂ ਦੀ ਵਿਗਿਆਨਿਕ ਜ਼ਰੂਰਤ ਦੀ ਸੰਤੁਸ਼ਟੀ ਕਰਦਾ ਹੈ। ਇਸ ਤੋਂ ਇਲਾਵਾ ਇਸ ਦੀ ਵਿਆਪਕਤਾ ਅਤੇ ਡੂੰਘਾਈ, ਇਸ ਦੀ ਸਨਮਾਨਯੋਗ ਉਮਰ, ਇਸ ਦੇ ਸਿਧਾਂਤਾਂ ਅਤੇ ਤਕਨੀਕ ਵਿਚ ਜ਼ਿੰਦਗੀ ਦਾ ਹਰ ਇੱਕ ਪਹਿਲੂ ਸ਼ਾਮਲ ਹੈ। ਇਨ੍ਹਾਂ ਸਾਰੇ ਕਾਰਨਾਂ ਕਰਕੇ ਯੋਗ ਸੁਪਨੇ ਤੋਂ ਪਰੇ ਸੰਭਾਵਨਾਵਾਂ ਦਾ ਵਾਅਦਾ ਕਰਦਾ ਹੈ।"

ਹਰ ਇੱਕ ਧਾਰਮਿਕ ਅਤੇ ਦਾਰਸ਼ਨਿਕ ਸਾਧਨਾ ਦਾ ਮਤਲਬ ਮਨੋਵਿਗਿਆਨਿਕ ਜਾਂ

* ਡਾ. ਜੁੰਗ ਨੇ 1937 ਵਿਚ ਭਾਰਤੀ ਵਿਗਿਆਨ ਕਾਨਫਰੰਸ ਵਿਚ ਹਿੱਸਾ ਲਿਆ ਸੀ ਅਤੇ ਉਨ੍ਹਾਂ ਨੂੰ ਕੋਲਕਾਤਾ ਯੂਨੀਵਰਸਿਟੀ ਦੁਆਰਾ ਆਨਰੇਰੀ ਪਦਵੀ ਪ੍ਰਦਾਨ ਕੀਤੀ ਗਈ ਸੀ।

ਮਾਨਸਿਕ ਅਰੋਗਤਾ ਦੇ ਸਿਧਾਂਤਾਂ ਦੀ ਤਕਨੀਕ ਹੁੰਦਾ ਹੈ। ਯੋਗ* ਦੀਆਂ ਨਿਰੋਲ ਸਰੀਰਕ ਬਹੁ-ਭਾਂਤੀ ਤਕਨੀਕਾਂ ਵਿਚ ਸਰੀਰਕ ਨਿਰੋਗਤਾ ਵੀ ਸ਼ਾਮਲ ਹੈ ਜੋ ਆਮ ਕਸਰਤਾਂ ਅਤੇ ਸੁਆਸ- ਅਭਿਆਸ ਕਸਰਤਾਂ ਤੋਂ ਕਿਤੇ ਜਿਆਦਾ ਵਧੀਆ ਹਨ, ਕਿਉਂਕਿ ਇਹ ਨਾ ਕੇਵਲ ਸਰੀਰਕ ਅਤੇ ਵਿਗਿਆਨਿਕ ਹਨ, ਸਗੋਂ ਅਧਿਆਤਮਿਕ ਵੀ ਹਨ। ਸਰੀਰ ਦੇ ਅੰਗਾਂ ਦੀ ਕਸਰਤ ਦੇ ਨਾਲ ਨਾਲ, ਇਹ ਸਾਧਕ ਨੂੰ ਉਸ ਦੇ ਯਥਾਰਥਕ ਰੂਪ ਨਾਲ ਵੀ ਜੋੜਦੀਆਂ ਹਨ। ਉਦਾਹਰਣ ਦੇ ਤੌਰ ਤੇ ਜਿਵੇਂ ਪ੍ਰਾਣਾਯਾਮ ਵਿਚ ਹੁੰਦਾ ਹੈ, ਇਹ ਸੁਆਸ ਵੀ ਹੈ ਅਤੇ ਬ੍ਰਹਿਮੰਡ ਵਿਚ ਮੌਜੂਦ ਸਰਗਰਮ ਸ਼ਕਤੀ ਵੀ।

ਜਿਨ੍ਹਾਂ ਧਾਰਨਾਵਾਂ ਉੱਪਰ ਯੋਗ ਅਧਾਰਤ ਹੈ, ਉਨ੍ਹਾਂ ਧਾਰਨਾਵਾਂ ਦੇ ਗਿਆਨ ਤੋਂ ਬਗੈਰ ਯੋਗ ਸਾਧਨਾ ਜਿਆਦਾ ਲਾਭਦਾਇਕ ਨਹੀਂ ਹੁੰਦੀ। ਇਹ ਸਾਧਨਾ ਸਰੀਰਕ ਅਤੇ ਅਧਿਆਤਮਿਕ ਪਹਿਲੂਆਂ ਵਿਚ ਅਸਧਾਰਨ ਤਰੀਕੇ ਨਾਲ ਸਮਰਸਤਾ ਪੈਦਾ ਕਰਦੀ ਹੈ।

ਪੂਰਬ ਵਿਚ, ਜਿੱਥੇ ਇਨ੍ਹਾਂ ਤਕਨੀਕਾਂ ਦਾ ਵਿਕਾਸ ਹੋਇਆ ਹੈ ਅਤੇ ਜਿੱਥੇ ਹਜ਼ਾਰਾਂ ਵਰ੍ਹਿਆਂ ਦੀ ਅਖੰਡ ਪਰੰਪਰਾ ਨੇ ਅਧਿਆਤਮਿਕ ਨੀਂਹ ਤਿਆਰ ਕੀਤੀ ਹੈ, ਮੈਨੂੰ ਪੂਰਾ ਵਿਸ਼ਵਾਸ ਹੈ ਕਿ ਯੋਗ ਮਨ ਅਤੇ ਸਰੀਰ ਦੋਨਾਂ ਨੂੰ ਇਕ ਰੂਪ ਕਰਨ ਵਾਸਤੇ ਜਿਆਦਾ ਢੁਕਵੀਂ ਅਤੇ ਸਭ ਤੋਂ ਪੱਕੀ ਤਕਨੀਕ ਹੈ ਜਿਸ ਦੇ ਬਾਰੇ ਕੋਈ ਸ਼ੰਕਾ ਨਹੀਂ ਰਹਿ ਜਾਂਦੀ। ਮਨ ਅਤੇ ਸਰੀਰ ਦੀ ਇੱਕਰੂਪਤਾ ਇੱਕ ਅਜਿਹੀ ਅਵਸਥਾ ਪੈਦਾ ਕਰ ਦਿੰਦੀ ਹੈ ਕਿ ਉਸ ਅਵਸਥਾ ਵਿਚ ਸਹਿਜ ਗਿਆਨ ਸੰਭਵ ਹੋ ਜਾਂਦਾ ਹੈ- ਜਿਹੜਾ ਚੇਤਨ ਅਵਸਥਾ ਤੋਂ ਬਹੁਤ ਵਧੀਆ ਹੁੰਦਾ ਹੈ।

ਪੱਛਮ ਵਿਚ ਵੀ ਉਹ ਦਿਨ ਨੇੜੇ ਆ ਰਿਹਾ ਹੈ, ਜਦੋਂ ਆਤਮ ਸੰਜਮ ਦੇ ਅੰਦਰੂਨੀ ਵਿਗਿਆਨ ਦੀ ਉਤਨੀ ਹੀ ਜ਼ਰੂਰਤ ਮਹਿਸੂਸ ਹੋਵੇਗੀ, ਜਿੰਨੀ ਬਾਹਰੀ ਪ੍ਰਕਿਰਤੀ ਉੱਪਰ ਜਿੱਤ ਪਾਉਣ ਦੀ। ਇਸ ਪ੍ਰਮਾਣੂ ਯੁਗ ਵਿਚ ਮਨੁੱਖ ਦਾ ਮਨ ਜਿਆਦਾ ਸੰਜਮੀ ਅਤੇ ਖੁੱਲ੍ਹਾ ਹੋਵੇਗਾ। ਇਸ ਵਿਗਿਆਨਿਕ ਵਿਵਾਦ ਰਹਿਤ ਸਿੱਧ ਹੋਈ ਸਚਾਈ ਨੂੰ ਠੋਸ ਪਦਾਰਥ ਹੋਰ ਕੁਝ ਨਾ ਹੋਕੇ – ਸਿਰਫ ਊਰਜਾ ਸ਼ਕਤੀ ਦਾ ਇਕਾਗਰੀਕਰਣ ਰੂਪ ਹੈ। ਪੱਥਰਾਂ ਅਤੇ ਧਾਤੂਆਂ ਵਿਚ ਮੌਜੂਦ ਸ਼ਕਤੀਆਂ ਤੋਂ ਕਿਤੇ ਜਿਆਦਾ ਮਹਾਨ ਸ਼ਕਤੀਆਂ ਨੂੰ ਮਨੁੱਖੀ ਮਨ ਆਪਣੇ ਅੰਦਰ ਸੰਭਾਲ ਸਕਦਾ ਹੈ। ਉਸ ਨੂੰ ਸੰਭਾਲ ਲੈਣੀਆਂ ਚਾਹੀਦੀਆਂ ਹਨ, ਤਾਂ ਕਿ ਹੁਣੇ ਹੁਣੇ ਬੰਧਨ ਮੁਕਤ ਹੋਇਆ ਰਾਕਸ਼, ਪ੍ਰਮਾਣੂ ਬੰਬ ਉਲਟ ਕੇ ਵਿਵੇਕਹੀਣ ਹੋ ਕੇ ਸੰਸਾਰ ਦਾ ਨਾਸ ਨਾ ਕਰ ਦੇਵੇ। ਪ੍ਰਮਾਣੂ ਬੰਬ ਦੇ ਸਬੰਧ ਵਿਚ ਮਨੁੱਖਤਾ ਦੀ ਚਿੰਤਾ

* ਇੱਥੇ ਡਾ.ਜੁੰਗ ਹੱਠ ਯੋਗ ਦਾ ਹਵਾਲਾ ਦੇ ਰਹੇ ਹਨ, ਜਿਸ ਵਿਚ ਯੋਗ ਆਸਣਾਂ ਦੀਆਂ ਨਿਰੋਗਤਾ ਅਤੇ ਲੰਬਾ ਜੀਵਨ ਬਖਸ਼ਣ ਵਾਲੀਆਂ ਤਕਨੀਕਾਂ ਸ਼ਾਮਲ ਹਨ। ਹੱਠ ਯੋਗ ਲਾਭਦਾਇਕ ਹੈ ਅਤੇ ਸਰੀਰ ਵਿਚ ਅਦਭੁਤ ਤਬਦੀਲੀ ਪੈਦਾ ਕਰਦਾ ਹੈ। ਪ੍ਰੰਤੂ ਯੋਗ ਦੀ ਇਸ ਤਕਨੀਕ ਨੂੰ ਅਧਿਆਤਮਿਕ ਸ਼ਕਤੀ ਦੇ ਵਾਸਤੇ ਬਹੁਤ ਘੱਟ ਯੋਗੀ ਹੀ ਵਰਤੋਂ ਵਿਚ ਲਿਆਉਂਦੇ ਹਨ।

ਦਾ ਇੱਕ ਅਸਿੱਧਾ ਲਾਭ ਇਹ ਹੋ ਸਕਦਾ ਹੈ, ਕਿ ਯੋਗ ਵਿਗਆਨ* ਵਿਚ ਲੋਕਾਂ ਦੀ ਵਿਵਹਾਰਕ ਦਿਲਚਸਪੀ ਵਧ ਜਾਵੇਗੀ, ਜਿਹੜਾ ਸੱਚੇ ਅਰਥਾਂ ਵਿਚ ਪ੍ਰਮਾਣੂ ਬੰਬ ਤੋਂ ਬਚਣ ਲਈ ਪੱਕਾ ਸ਼ਰਨ ਦੇਣ ਵਾਲਾ ਆਸਰਾ ਸਥਾਨ ਹੈ।

* ਬਹੁਤ ਸਾਰੇ ਆਦਮੀ ਯੋਗ ਨੂੰ ਹੱਠ ਯੋਗ ਹੀ ਸਮਝਦੇ ਹਨ ਜਾਂ ਜਾਦੂ ਟੂਣਾ ਹੀ ਮੰਨਦੇ ਹਨ, ਜਿਸ ਵਿਚ ਚਮਤਕਾਰੀ ਸ਼ਕਤੀਆਂ ਪ੍ਰਾਪਤ ਕਰਨ ਵਾਸਤੇ ਭੇਦ ਭਰੀਆਂ ਕਿਰਿਆਵਾਂ ਕੀਤੀਆਂ ਜਾਂਦੀਆਂ ਹਨ। ਪ੍ਰੰਤੂ ਜਦੋਂ ਵਿਦਵਾਨ ਲੋਕ ਯੋਗ ਵਿਗਿਆਨ ਦੀ ਗੱਲ ਕਰਦੇ ਹਨ, ਤਾਂ ਉਨ੍ਹਾਂ ਦਾ ਮਤਲਬ ਸਿਰਫ ਪਤੰਜਲੀ ਯੋਗ ਸੂਤਰ ਵਿਚ ਵਰਣਿਤ ਰਾਜ ਯੋਗ ਹੁੰਦਾ ਹੈ। ਯੋਗ ਸੂਤਰ ਇਹੋ ਜਿਹੇ ਅਦਭੁਤ ਦਾਰਸ਼ਨਿਕ ਤੱਤਾਂ ਦਾ ਚਿੰਤਨ ਹੈ, ਕਿ ਉਸ ਉੱਪਰ ਭਾਰਤ ਦੇ ਸਰਵਸਰੇਸ਼ਠ ਚਿੰਤਕ ਅਤੇ ਵਿਦਵਾਨ, ਜਿਨ੍ਹਾਂ ਵਿਚ ਪਰਮ ਗਿਆਨੀ ਸਦਾ ਸ਼ਿਵੇਂਦਰ ਵੀ ਸ਼ਾਮਲ ਹਨ, ਟੀਕਾ ਲਿਖਣ ਵਾਸਤੇ ਉਤਸ਼ਾਹਿਤ ਹੋਏ। (ਦੇਖੋ ਪੰਨਾਂ 502)

ਹੋਰ ਪੰਜ ਦਰਸ਼ਨ ਸ਼ਾਸਤਰਾਂ ਵਾਂਗ ਹੀ ਯੋਗ ਸੂਤਰ ਵੀ ਡੂੰਘੀ ਖੋਜ ਦੇ ਵਾਸਤੇ ਨੈਤਿਕ ਪਵਿੱਤਰਤਾ "ਯਮ, ਨਿਯਮ ਦੇ ਦਸ ਨਿਰਦੇਸ਼ਾਂ ਦੇ ਜਾਦੂ ਨੂੰ ਜਰੂਰੀ ਅੰਗ ਮੰਨਦਾ ਹੈ। ਇਸ ਨਿੱਜੀ ਜ਼ਰੂਰਤ, ਜਿਸ ਉੱਪਰ ਪੱਛਮੀ ਦੁਨੀਆਂ ਵਿਚ ਜਿਆਦਾ ਜ਼ੋਰ ਨਹੀਂ ਦਿੱਤਾ ਜਾਂਦਾ, ਸਾਰੇ ਭਾਰਤੀ ਛੇ ਦਰਸ਼ਨਾਂ ਵਿਚ ਇਸ ਨੇ ਚਿਰ ਸਥਾਈ ਸ਼ਕਤੀ ਦਾ ਸੰਚਾਰ ਕੀਤਾ ਹੈ। ਜਿਸ ਬ੍ਰਹਿਮੰਡ ਦੇ ਪ੍ਰਬੰਧ ਦੇ ਕਾਰਨ ਸ੍ਰਿਸ਼ਟੀ ਦੀ ਹੋਂਦ ਬਰਕਰਾਰ ਹੈ, ਉਹ ਮਨੁੱਖ ਦੀ ਕਿਸਮਤ ਨੂੰ ਕੰਟਰੋਲ ਕਰਨ ਵਾਲੇ ਨੈਤਿਕ ਪ੍ਰਬੰਧਾਂ ਤੋਂ ਵੱਖਰਾ ਨਹੀਂ ਹੈ। ਜੋ ਬ੍ਰਹਿਮੰਡ ਦੇ ਨੈਤਿਕ ਨਿਯਮ ਨੂੰ ਪਾਲਣ ਕਰਨ ਤੋਂ ਇਨਕਾਰੀ ਹੈ, ਉਹ ਸੱਚ ਦੀ ਖੋਜ ਕਰਨ ਵਾਸਤੇ ਸੱਚੇ ਮਨ ਤੋਂ ਗੰਭੀਰ ਨਹੀਂ ਹੈ।

ਯੋਗ ਸੂਤਰ ਦੇ ਤੀਜੇ ਭਾਗ (ਵਿਭੂਤੀ ਪਾਦ) ਵਿਚ ਯੋਗ ਦੀਆਂ ਕਈ ਤਰ੍ਹਾਂ ਦੀਆਂ ਅਲੌਕਿਕ ਸ਼ਕਤੀਆਂ (ਵਿਭੂਤੀਆਂ ਅਤੇ ਸਿੱਧੀਆਂ) ਦਾ ਜ਼ਿਕਰ ਹੈ। ਸੱਚਾ ਗਿਆਨ ਸਦਾ ਹੀ ਸ਼ਕਤੀਸਾਲੀ ਹੁੰਦਾ ਹੈ। ਯੋਗ ਸੂਤਰ ਚਾਰ ਭਾਗਾਂ ਵਿਚ ਵੰਡਿਆ ਹੋਇਆ ਹੈ। ਹਰ ਇੱਕ ਭਾਗ ਦੀ ਆਪਣੀ ਵਿਭੂਤੀ (ਸ਼ਕਤੀ) ਹੈ। ਉਸ ਖਾਸ ਵਿਭੂਤੀ ਨੂੰ ਪ੍ਰਾਪਤ ਕਰ ਲੈਣ ਤੋਂ ਬਾਅਦ ਆਦਮੀ ਯੋਗੀ ਬਣ ਜਾਂਦਾ ਹੈ, ਕਿ ਉਸ ਨੇ ਚਾਰ ਭਾਗਾਂ ਵਿਚੋਂ ਜਾਂ ਚਾਰ ਅਵਸਥਾਵਾਂ ਵਿਚੋਂ ਕਿਸ ਨੂੰ ਪ੍ਰਾਪਤ ਕਰ ਲਿਆ ਹੈ।

ਅਵਸਥਾ ਦੇ ਅਨੁਸਾਰ ਖਾਸ ਸ਼ਕਤੀਆਂ ਦਾ ਪ੍ਰਾਪਤ ਕਰਨਾ ਯੋਗ ਪ੍ਰਣਾਲੀ ਦੀ ਵਿਗਿਆਨਿਕ ਰਚਨਾ ਦਾ ਪ੍ਰਮਾਣ ਹੈ। ਇਸ ਨਾਲ ਆਦਮੀ ਦੀ ਅਧਿਆਤਮਿਕ ਉੱਨਤੀ ਦੀਆਂ ਸਾਰੀਆਂ ਭੁਲੇਖਾ ਪਾਊ ਕਲਪਨਾਵਾਂ ਗਾਇਬ ਹੋ ਜਾਂਦੀਆਂ ਹਨ, ਕਿਉਂਕਿ ਪ੍ਰਮਾਣ ਜਰੂਰੀ ਹੈ। ਪਤੰਜਲੀ ਸਾਧਕ ਨੂੰ ਪਹਿਲਾਂ ਹੀ ਸਾਵਧਾਨ ਕਰ ਦਿੰਦਾ ਹੈ ਕਿ ਪਰਮ ਤੱਤ ਦੇ ਨਾਲ ਇੱਕਰੂਪਤਾ ਹੀ ਉਸ ਦਾ ਇੱਕੋ ਇੱਕ ਉਦੇਸ਼ ਹੋਣਾ ਚਾਹੀਦਾ ਹੈ, ਸ਼ਕਤੀਆਂ ਪ੍ਰਾਪਤ ਕਰਨਾ ਨਹੀਂ। ਸ਼ਕਤੀਆਂ ਤਾਂ ਇਸ ਪਵਿੱਤਰ ਮਾਰਗ ਵਿਚ ਜਦੋਂ ਕਦੋਂ ਸਹਿਜੇ ਹੀ ਮਿਲ ਜਾਣ ਵਾਲੇ ਫੁੱਲ ਹਨ। ਸਾਨੂੰ ਸੌਗਾਤਾਂ ਦੇਣ ਵਾਲੇ ਦਾਤਾਰ ਨੂੰ ਢੂੰਡਣ ਦੀ ਇੱਛਾ ਕਰਨੀ ਚਾਹੀਦੀ ਹੈ, ਉਸ ਦੀਆਂ ਅਲੌਕਿਕ ਸੌਗਾਤਾਂ ਦੀ ਨਹੀਂ। ਪ੍ਰਮਾਤਮਾ ਉਸ ਸਾਧਕ ਨੂੰ ਕਦੇ ਦਰਸ਼ਨ ਨਹੀਂ ਦਿੰਦੇ, ਜੋ ਖੁਦ ਆਪ ਉਸ ਤੋਂ ਘੱਟ ਕਿਸੇ ਹੋਰ ਸੌਗਾਤ ਨਾਲ ਸੰਤੁਸ਼ਟ ਹੋ ਜਾਂਦਾ ਹੈ। ਇਸ ਵਾਸਤੇ ਮਿਹਨਤਕਸ਼ ਯੋਗੀ ਆਪਣੀਆਂ ਅਲੌਕਿਕ ਸ਼ਕਤੀਆਂ ਦੀ ਵਰਤੋਂ ਨਾ ਕਰਨ ਦੇ ਸਬੰਧ ਵਿਚ ਸਾਵਧਾਨ ਰਹਿੰਦਾ ਹੈ। ਕਿਤੇ ਸ਼ਕਤੀਆਂ ਦੀ ਵਰਤੋਂ ਕਰਕੇ, ਉਸ ਵਿਚ ਝੂਠਾ ਹੰਕਾਰ ਹੀ ਨਾ ਪੈਦਾ ਹੋ ਜਾਵੇ ਅਤੇ ਉਸ ਨੂੰ ਮੁਕਤੀ ਦੇ ਦਵਾਰ ਤਕ ਪਹੁੰਚਣ ਤੋਂ ਹੀ ਭਟਕਾ ਦੇਵੇ।

ਜਦੋਂ ਯੋਗੀ ਆਪਣੇ ਪਰਮ ਨਿਸ਼ਾਨੇ ਨੂੰ ਪ੍ਰਾਪਤ ਕਰ ਲੈਂਦਾ ਹੈ ਤਾਂ ਉਹ ਆਪਣੀ ਇੱਛਾ ਅਨੁਸਾਰ ਚਾਹੇ ਤਾਂ ਸ਼ਕਤੀਆਂ ਦਾ ਪ੍ਰਯੋਗ ਕਰ ਸਕਦਾ ਹੈ ਜਾਂ ਨਹੀਂ ਵੀ ਕਰਦਾ। ਫਿਰ ਉਸ ਦੇ ਸਾਰੇ ਕੰਮ, ਚਾਹੇ ਉਹ ਚਮਤਕਾਰ ਪੂਰਨ ਹੋਣ ਜਾਂ ਬਗੈਰ ਚਮਤਕਾਰ ਦੇ, ਕਰਮਾਂ ਦੇ ਬੰਧਨ ਤੋਂ ਮੁਕਤ ਹੁੰਦੇ ਹਨ। ਕਰਮਾਂ ਦੇ ਲੋਹ ਬੀਜ ਉੱਥੇ ਹੀ ਅੰਕੁਰਿਤ ਹੁੰਦੇ ਹਨ, ਜਿੱਥੇ ਹੰਕਾਰ ਰੂਪੀ ਚੁੰਬਕ ਮੌਜੂਦ ਹੁੰਦਾ ਹੈ।

ਚੈਪਟਰ 25

ਭਰਾ ਅਨੰਤ ਅਤੇ ਭੈਣ ਨਲਿਨੀ

"ਅਨੰਤਦਾ ਹੁਣ ਬਹੁਤੇ ਦਿਨਾਂ ਤਕ ਜਿਉਂਦੇ ਨਹੀਂ ਰਹਿ ਸਕਦੇ। ਇਸ ਜਨਮ ਵਾਸਤੇ ਉਨ੍ਹਾਂ ਦੇ ਕਰਮਾਂ ਦਾ ਭੋਗ ਪੂਰਾ ਹੋ ਚੁੱਕਿਆ ਹੈ।"

ਇਹ ਅਪਰਿਵਰਤਨਸ਼ੀਲ ਸ਼ਬਦ ਮੇਰੀ ਅੰਤਰ ਚੇਤਨਾ ਵਿਚ ਉਸ ਵਕਤ ਗੂੰਜੇ, ਜਦੋਂ ਮੈਂ ਇੱਕ ਦਿਨ ਸਵੇਰੇ ਸਵੇਰੇ ਡੂੰਘੇ ਧਿਆਨ ਵਿਚ ਬੈਠਾ ਹੋਇਆ ਸੀ। ਸੰਨਿਆਸ ਲੈਣ ਤੋਂ ਛੇਤੀ ਹੀ ਬਾਅਦ, ਇੱਕ ਦਿਨ ਮੈਂ ਆਪਣੇ ਜਨਮ ਸਥਾਨ ਗੋਰਖਪੁਰ ਵਿੱਖੇ, ਆਪਣੇ ਵੱਡੇ ਭਰਾ ਅਨੰਤਦਾ ਦੇ ਘਰ, ਉਸ ਨੂੰ ਮਿਲਣ ਗਿਆ ਹੋਇਆ ਸੀ। ਅਚਾਨਕ ਹੀ ਅਨੰਤਦਾ ਨੇ ਬਿਮਾਰ ਹੋ ਕੇ ਮੰਜਾ ਮੱਲ ਲਿਆ। ਮੈਂ ਬੜੇ ਪਿਆਰ ਨਾਲ ਉਸ ਦੀ ਸੇਵਾ ਸੰਭਾਲ ਵਿਚ ਜੁਟ ਗਿਆ।

ਅੰਤਰ-ਆਤਮਾ ਵਿਚੋਂ ਉੱਠੀ ਇਸ ਗੰਭੀਰ ਘੋਸ਼ਣਾ ਤੋਂ ਮੈਂ ਦੁਖੀ ਹੋ ਗਿਆ। ਮੈਂ ਇਹ ਮਹਿਸੂਸ ਕੀਤਾ ਕਿ ਲਚਾਰਾਂ ਦੀ ਤਰ੍ਹਾਂ, ਆਪਣੀਆਂ ਅੱਖਾਂ ਦੇ ਸਾਹਮਣੇ ਆਪਣੇ ਭਰਾ ਨੂੰ, ਇਸ ਦੁਨੀਆਂ ਤੋਂ ਰੁੱਖਸਤ ਹੁੰਦਿਆਂ ਦੇਖਣ ਲਈ, ਮੈਂ ਉੱਥੇ ਹੋਰ ਜਿਆਦਾ ਦੇਰ ਨਹੀਂ ਠਹਿਰ ਸਕਦਾ। ਆਪਣੇ ਸਕੇ ਸਬੰਧੀਆਂ ਦੀ ਨੁਕਤਾਚੀਨੀ ਦੀ ਕੋਈ ਪ੍ਰਵਾਹ ਨਾ ਕਰਦਿਆਂ, ਜਿਸ ਵੀ ਜਹਾਜ਼ ਵਿਚ ਮੈਨੂੰ ਭਾਰਤ ਤੋਂ ਬਾਹਰ ਜਾਣ ਦੀ ਸੀਟ ਮਿਲੀ, ਉਸੇ ਜਹਾਜ਼ ਵਿਚ ਹੀ ਸਵਾਰ ਹੋ ਕੇ, ਮੈਂ ਭਾਰਤ ਤੋਂ ਬਾਹਰ ਚਲਿਆ ਗਿਆ। ਜਹਾਜ਼ ਮਯਾਂਮਾਰ (ਬਰਮਾ) ਹੁੰਦਾ ਹੋਇਆ, ਚੀਨੀ ਸਮੁੰਦਰ ਰਾਹੀਂ ਜਾਪਾਨ ਪਹੁੰਚਿਆ। ਜਾਪਾਨ ਵਿਚ ਮੈਂ ਕੋਬੇ ਨਾਮਕ ਸ਼ਹਿਰ ਵਿਚ ਜਹਾਜ਼ ਵਿਚੋਂ ਉੱਤਰ ਗਿਆ ਅਤੇ ਕੁਝ ਦਿਨ ਉੱਥੇ ਰਿਹਾ। ਮੇਰਾ ਮਨ ਬੇ-ਹੱਦ ਉਦਾਸ ਸੀ, ਜਿਸ ਕਰਕੇ ਮੈਨੂੰ ਘੁੰਮਣ ਫਿਰਨ ਦੀ ਕੋਈ ਇੱਛਾ ਨਾ ਹੋਈ।

ਭਾਰਤ ਵਾਪਸ ਆਉਂਦਿਆਂ ਜਹਾਜ਼ ਸ਼ੰਘਾਈ ਰੁਕਿਆ। ਉੱਥੇ ਜਹਾਜ਼ ਦੇ ਚਿਕਿਤਸਕ ਡਾ. ਮਿਸ਼ਰ ਮੈਨੂੰ ਕਲਾਤਮਕ ਵਸਤੂਆਂ ਦੀਆਂ ਦੁਕਾਨਾਂ ਉੱਪਰ ਲੈ ਗਏ। ਮੈਂ ਸ਼੍ਰੀ ਯੁਕਤੇਸ਼ਵਰ ਜੀ ਅਤੇ ਪਰਿਵਾਰਕ ਮੈਂਬਰਾਂ ਵਾਸਤੇ ਕਈ ਸੌਗਾਤਾਂ ਖਰੀਦੀਆਂ। ਅਨੰਤਦਾ ਵਾਸਤੇ ਮੈਂ ਇੱਕ ਬਹੁਤ ਸੁੰਦਰ ਕਾਰੀਗਰੀ ਨਾਲ ਤਰਾਸ਼ੀ ਹੋਈ ਬੰਸਰੀ ਖਰੀਦੀ। ਜਿਉਂ ਹੀ ਚੀਨੀ ਦੁਕਾਨਦਾਰ ਨੇ ਉਹ ਬੰਸਰੀ ਮੈਨੂੰ ਫੜਾਈ, ਤਾਂ ਉਹ ਮੇਰੇ ਹੱਥੋਂ ਛੁੱਟ ਕੇ ਥੱਲੇ ਡਿਗ ਪਈ ਅਤੇ ਮੇਰੇ ਮੂਹੋਂ ਅਚਾਨਕ ਨਿਕਲ ਗਿਆ, "ਮੈਂ ਇਹ ਬੰਸਰੀ ਆਪਣੇ ਮਰੇ ਹੋਏ ਭਰਾ ਅਨੰਤਦਾ ਵਾਸਤੇ ਖਰੀਦੀ ਹੈ।"

ਮੈਨੂੰ ਇਹ ਸਪਸ਼ਟ ਤੌਰ ਤੇ ਮਹਿਸੂਸ ਹੋ ਗਿਆ ਸੀ, ਕਿ ਅਨੰਤਦਾ ਦੀ ਆਤਮਾ ਦਾ ਭੌਰ ਉਸ ਦੇ ਸਰੀਰ ਰੂਪੀ ਪਿੰਜਰੇ ਤੋਂ ਅਜ਼ਾਦ ਹੋ ਕੇ ਅਨੰਤ ਸ਼ਕਤੀ ਵੱਲ ਜਾ ਰਿਹਾ ਸੀ। ਇਸ ਦੇ ਸੰਕੇਤ ਦੇ ਰੂਪ ਵਿਚ ਉਹ ਕਲਾ ਕ੍ਰਿਤੀ ਸੌਗਾਤ ਮੇਰੇ ਹੱਥੋਂ ਡਿਗ ਕੇ ਟੁੱਟ ਗਈ ਸੀ। ਸਿਸਕੀਆਂ ਭਰਦਿਆਂ, ਮੈਂ ਇਸ ਬੰਸਰੀ ਦੇ ਖੋਲ੍ਹ ਦੇ ਬਾਹਰਲੇ ਪਾਸੇ ਤੇ ਲਿਖਿਆ, "ਮੇਰੇ ਪਿਆਰੇ ਭਰਾ ਅਨੰਤਦਾ ਲਈ, ਜੋ ਹੁਣ ਇਸ ਸੰਸਾਰ ਵਿਚ ਨਹੀਂ ਰਹੇ।"

ਮੇਰੇ ਸਾਥੀ ਡਾਕਟਰ ਮਿਸ਼ਰ ਇਹ ਸਾਰਾ ਕੁਝ ਇੱਕ ਵਿਅੰਗਮਈ ਮੁਸਕਰਾਹਟ ਨਾਲ ਦੇਖ ਰਹੇ ਸਨ।

"ਆਪਣੇ ਅੱਥਰੂਆਂ ਨੂੰ ਸੰਭਾਲ ਕੇ ਰੱਖ।" ਉਨ੍ਹਾਂ ਨੇ ਕਿਹਾ, "ਜਦੋਂ ਤਕ ਤੈਨੂੰ ਇਹ ਪੱਕਾ ਨਾ ਹੋ ਜਾਵੇ ਕਿ ਉਸ ਦੀ ਮੌਤ ਹੋ ਗਈ ਹੈ, ਉਦੋਂ ਤਕ ਇਨ੍ਹਾਂ ਨੂੰ ਕਿਉਂ ਵਹਾ ਰਿਹਾ ਹੈਂ?" ਜਦੋਂ ਸਾਡਾ ਜਹਾਜ਼ ਕੋਲਕਾਤਾ ਪਹੁੰਚਿਆ ਤਾਂ ਡਾ. ਮਿਸ਼ਰ ਮੇਰੇ ਨਾਲ ਹੀ ਬਾਹਰ ਨਿਕਲੇ। ਮੇਰਾ ਸਭ ਤੋਂ ਛੋਟਾ ਭਰਾ ਬਿਸ਼ਨੂੰ ਮੈਨੂੰ ਬੰਦਰਗਾਹ ਤੇ ਲੈਣ ਆਇਆ ਹੋਇਆ ਸੀ।

ਬਿਸ਼ਨੂੰ ਦੇ ਬੋਲਣ ਤੋਂ ਪਹਿਲਾ ਹੀ, ਮੈਂ ਉਸ ਨੂੰ ਕਹਿ ਦਿੱਤਾ, "ਮੈਨੂੰ ਪਤਾ ਹੈ ਕਿ ਅਨੰਤਦਾ ਇਸ ਦੁਨੀਆਂ ਵਿਚ ਨਹੀਂ ਰਹੇ। ਮੈਨੂੰ ਅਤੇ ਡਾ. ਮਿਸ਼ਰ ਨੂੰ ਤੂੰ ਸਿਰਫ ਇਹ ਦੱਸ, ਕਿ ਉਨ੍ਹਾਂ ਦੀ ਮੌਤ ਕਦੋਂ ਹੋਈ।"

ਜਦੋਂ ਬਿਸ਼ਨੂੰ ਨੇ ਮੌਤ ਦਾ ਦਿਨ ਦੱਸਿਆ, ਤਾਂ ਇਹ ਉਹੀ ਦਿਨ ਸੀ, ਜਿਸ ਦਿਨ ਸ਼ੰਘਾਈ ਵਿਚ ਅਸੀਂ ਉਹ ਸੌਗਾਤਾਂ ਖਰੀਦੀਆਂ ਸਨ।

"ਚੰਗਾ, ਮੇਰੇ ਵੱਲ ਦੇਖ," ਡਾ ਮਿਸ਼ਰ ਨੇ ਕਿਹਾ "ਇਸ ਗੱਲ ਦੀ ਕਿਸੇ ਨੂੰ ਕੰਨੋ ਕੰਨ ਖਬਰ ਨਹੀਂ ਹੋਣੀ ਚਾਹੀਦੀ, ਨਹੀਂ ਤਾਂ ਪ੍ਰੋਫੈਸਰ ਮਾਨਸਿਕ ਸੰਵੇਦਨ (ਟੈਲੀਪੈਥੀ) ਦਾ ਇੱਕ ਸਾਲ ਦਾ ਕੋਰਸ ਚਿਕਿਤਸਾ ਵਿਗਿਆਨ ਦੇ ਸਿਲੇਬਸ ਵਿਚ ਹੋਰ ਜੋੜ ਦੇਣਗੇ, ਜਿਹੜਾ ਕਿ ਪਹਿਲਾਂ ਹੀ ਬਥੇਰਾ ਲੰਬਾ ਹੈ।"

ਜਿਉਂ ਹੀ ਮੈਂ ਆਪਣੇ ਘਰ ਵਿਚ ਦਾਖਲ ਹੋਇਆ, ਤਾਂ ਪਿਤਾ ਜੀ ਨੇ ਮੈਨੂੰ ਘੁੱਟ ਕੇ ਗਲਵਕੜੀ ਵਿਚ ਲੈ ਲਿਆ ਅਤੇ ਬੜੀ ਹੀ ਨਿੱਘ ਭਰੀ ਅਵਾਜ਼ ਵਿਚ ਕਿਹਾ, "ਤੂੰ ਆ ਗਿਆ ਹੈਂ।" ਉਨ੍ਹਾਂ ਦੀਆਂ ਅੱਖਾਂ ਵਿਚੋਂ ਵੱਡੇ ਵੱਡੇ ਦੋ ਅੱਥਰੂ ਟਪਕ ਪਏ। ਆਮ ਤੌਰ ਤੇ ਆਪਣੇ ਮਨੋਭਾਵਾਂ ਨੂੰ ਪ੍ਰਗਟ ਕਰਨ ਦਾ ਉਨ੍ਹਾਂ ਦਾ ਸੁਭਾਅ ਨਹੀਂ ਸੀ। ਪਿਆਰ ਦਾ ਇਹ ਬਾਹਰੀ ਰੂਪ, ਮੈਂ ਪਹਿਲਾਂ ਕਦੇ ਨਹੀਂ ਸੀ ਦੇਖਿਆ। ਉੱਪਰੋਂ ਉਪਰੋ ਤਾਂ ਉਹ ਇੱਕ ਗੰਭੀਰ ਪਿਤਾ ਸਨ, ਪਰ ਉਨ੍ਹਾਂ ਦੇ ਅੰਦਰ ਮਾਂ ਦਾ ਪਿਘਲ ਜਾਣ ਵਾਲਾ ਦਿਲ ਵੀ ਮੌਜੂਦ ਸੀ। ਪਰਿਵਾਰ ਦੇ ਸਾਰੇ ਮਾਮਲਿਆਂ ਵਿਚ ਪਿਤਾ ਜੀ ਦੂਹਰੀ ਭੂਮਿਕਾ ਨਿਭਾਉਂਦੇ ਸਨ।

ਅਨੰਤਦਾ ਦੀ ਮੌਤ ਤੋਂ ਥੋੜ੍ਹੇ ਦਿਨ ਬਾਅਦ ਹੀ ਮੇਰੀ ਛੋਟੀ ਭੈਣ ਨਲਿਨੀ ਪ੍ਰਮਾਤਮਾ ਦੀ ਦੈਵੀ ਸ਼ਕਤੀ ਨਾਲ ਤੰਦਰੁਸਤ ਹੋ ਕੇ ਮੌਤ ਦੇ ਮੂੰਹ ਵਿਚੋਂ ਵਾਪਸ ਆਈ ਸੀ। ਇਸ ਤੋਂ ਪਹਿਲਾਂ ਮੈਂ ਇਸ ਕਹਾਣੀ ਦਾ ਵਰਣਨ ਕਰਾਂ, ਸਾਡੀ ਜ਼ਿੰਦਗੀ ਦੇ ਮੁਢਲੇ ਵਰ੍ਹਿਆਂ ਦੇ ਸਬੰਧਾਂ ਦੇ ਰੌਚਿਕ ਤੱਥਾਂ ਦਾ ਜ਼ਿਕਰ ਕਰਨਾ ਚਾਹੂੰਗਾ।

ਬਚਪਨ ਵਿਚ ਮੇਰੇ ਅਤੇ ਨਲਿਨੀ ਦੇ ਸਬੰਧ ਬਹੁਤ ਜਿਆਦਾ ਨਿੱਘੇ ਨਹੀਂ ਸਨ। ਮੈਂ ਬਹੁਤ ਦੁਬਲਾ ਪਤਲਾ ਸੀ, ਪਰ ਨਲਿਨੀ ਮੈਥੋਂ ਵੀ ਜਿਆਦਾ ਦੁਬਲੀ ਪਤਲੀ ਸੀ। ਕਿਸੇ ਅਗਿਆਤ ਕਾਰਨ ਕਰਕੇ, ਜਿਸ ਦਾ ਮਨੋਵਿਗਿਆਨੀਆਂ ਨੂੰ ਪਤਾ ਲਗਾਉਣਾ ਮੁਸ਼ਕਿਲ ਨਹੀਂ ਹੋਵੇਗਾ, ਮੈਂ ਆਪਣੀ ਭੈਣ ਨੂੰ ਦੁਬਲੀ ਪਤਲੀ ਹੋਣ ਦਾ ਨਿਸ਼ਾਨਾ ਬਣਾ ਕੇ, ਅਕਸਰ ਚਿੜ੍ਹਾਇਆ ਕਰਦਾ ਸੀ। ਨਿਰੋਲ ਬਚਪਨੇ ਵਿਚ, ਉਹ ਵੀ ਮੂੰਹ ਤੋੜ ਜਵਾਬ ਦੇ ਕੇ ਪੂਰੀ ਤਾਕਤ ਨਾਲ ਮੁਕਾਬਲਾ ਕਰਦੀ ਸੀ। ਕਦੇ ਕਦੇ ਤਾਂ ਮਾਤਾ ਜੀ ਦਖਲ ਦੇ ਕੇ ਅਤੇ ਵੱਡੇ ਹੋਣ ਦੇ ਨਾਤੇ ਮੇਰੇ ਇੱਕ ਹਲਕਾ ਜਿਹਾ ਚਾਂਟਾ ਮਾਰ ਕੇ, ਓਨੇ ਵਕਤ ਲਈ ਸਾਡੀ ਲੜਾਈ ਖਤਮ ਕਰਵਾ ਦਿੰਦੇ ਸਨ।

ਸਕੂਲ ਦੀ ਪੜ੍ਹਾਈ ਖਤਮ ਹੋ ਜਾਣ ਤੋਂ ਬਾਅਦ ਨਲਿਨੀ ਦੀ ਸਗਾਈ, ਕੋਲਕਾਤਾ ਦੇ ਹੀ ਇੱਕ ਚੰਗੇ ਸੁਭਾਅ ਵਾਲੇ ਡਾਕਟਰ ਪੰਚਾਨਨ ਬੋਸ ਨਾਲ ਕਰ ਦਿੱਤੀ ਗਈ। ਨਿਸ਼ਚਿਤ ਸਮੇਂ ਉੱਪਰ ਜਿਵੇਂ ਸੰਭਵ ਹੋਇਆ, ਪੂਰੇ ਰਸਮੋ ਰਿਵਾਜ਼ ਮੁਤਾਬਕ ਵਿਆਹ ਵੀ ਹੋ ਗਿਆ। ਵਿਆਹ ਵਾਲੀ ਰਾਤ ਨੂੰ ਸਾਡੇ ਕੋਲਕਾਤਾ ਵਾਲੇ ਘਰ ਵਿਚ ਬੈਠਕ ਖਾਨੇ ਵਿਚ ਬੈਠੇ, ਹਾਸਾ ਮਜ਼ਾਕ ਕਰਦੇ ਆਪਣੇ ਹੋਰਨਾਂ ਰਿਸ਼ਤੇਦਾਰਾਂ ਦੇ ਵਿਚ ਜਾ ਕੇ ਮੈਂ ਵੀ ਬੈਠ ਗਿਆ। ਵਿਆਂਹਦੜ ਸੁਨਹਿਰੀ ਜ਼ਰੀ ਨਾਲ ਕਢਾਈ ਕੀਤੇ, ਇੱਕ ਵੱਡੇ ਸਾਰੇ ਸਿਰਹਾਣੇ ਦੀ ਢੋਹ ਲਾਈ ਬੈਠਾ ਸੀ। ਨਲਿਨੀ ਵੀ ਉਸ ਦੇ ਨਾਲ ਹੀ ਬੈਠੀ ਸੀ। ਅਫਸੋਸ, ਜ਼ਾਮਨੀ ਰੰਗ ਦੀ ਸਾੜ੍ਹੀ ਵੀ ਉਸ ਦੀ ਦੁਰਬਲ ਕਾਇਆ ਨੂੰ ਛੁਪਾਉਣ ਵਿਚ ਕਾਮਯਾਬ ਨਹੀਂ ਸੀ ਹੋ ਰਹੀ। ਮੈਂ ਆਪਣੇ ਨਵੇਂ ਬਣੇ ਜੀਜਾ ਜੀ ਦੇ ਸਿਰਹਾਣੇ ਦੇ ਪਿੱਛੇ ਜਾ ਕੇ ਬੈਠ ਗਿਆ ਅਤੇ ਉਨ੍ਹਾਂ ਵੱਲ ਮਿੱਤਰਤਾ ਪੂਰਵਕ ਦੇਖ ਕੇ ਮੁਸਕਰਾਉਣ ਲੱਗਿਆ। ਉਨ੍ਹਾਂ ਨੇ ਵਿਆਹ ਤੋਂ ਪਹਿਲਾਂ ਨਲਿਨੀ ਨੂੰ ਕਦੇ ਦੇਖਿਆ ਨਹੀਂ ਸੀ। ਵਿਆਹ ਵਾਲੇ ਦਿਨ ਹੀ ਉਨ੍ਹਾਂ ਨੂੰ ਪਤਾ ਲੱਗਿਆ ਸੀ, ਕਿ ਵਿਆਹ ਦੀ ਲਾਟਰੀ ਵਿਚ ਉਨ੍ਹਾਂ ਨੂੰ ਕੀ ਮਿਲ ਰਿਹਾ ਸੀ।

ਮੇਰੀ ਹਮਦਰਦੀ ਨੂੰ ਭਾਂਪਦਿਆਂ ਡਾਕਟਰ ਬੋਸ ਨੇ ਨਲਿਨੀ ਵੱਲ ਇਸ਼ਾਰਾ ਕਰਦਿਆਂ ਕੁਝ ਝਿਜਕਦਿਆਂ ਮੇਰੇ ਕੰਨ ਵਿਚ ਕਿਹਾ, "ਦੱਸ, ਇਹ ਕੀ ਹੈ?"

ਮੈਂ ਜਵਾਬ ਦਿੱਤਾ, "ਡਾਕਟਰ ਸਾਹਿਬ ਇਹ ਆਪ ਦੀ ਜਾਂਚ ਪੜਤਾਲ ਵਾਸਤੇ ਹੱਡੀਆਂ ਦਾ ਢਾਂਚਾ ਹੈ।"

ਜਿਉਂ ਜਿਉਂ ਸਮਾਂ ਬੀਤਦਾ ਗਿਆ, ਡਾਕਟਰ ਬੋਸ ਸਾਡੇ ਪਰਿਵਾਰ ਵਿਚ ਹਰਮਨ ਪਿਆਰੇ ਹੁੰਦੇ ਗਏ। ਜਦੋਂ ਵੀ ਸਾਡੇ ਘਰ ਵਿਚ ਕੋਈ ਬਿਮਾਰ ਹੁੰਦਾ, ਤਾਂ ਉਨ੍ਹਾਂ ਨੂੰ ਹੀ

ਬੁਲਾਇਆ ਜਾਂਦਾ। ਜਦੋਂ ਵੀ ਅਕਸਰ ਅਸੀਂ ਮਿਲਦੇ, ਤਾਂ ਚੰਗਾ ਹਾਸਾ ਮਜ਼ਾਕ ਕਰਦੇ ਅਤੇ ਇਸ ਹਾਸੇ ਮਜ਼ਾਕ ਦਾ ਕੇਂਦਰ ਬਿੰਦੂ ਹਮੇਸ਼ਾਂ ਨਲਿਨੀ ਹੀ ਹੁੰਦੀ।

ਇੱਕ ਦਿਨ ਮੇਰੇ ਜੀਜਾ ਜੀ ਨੇ ਮੈਨੂੰ ਕਿਹਾ, "ਚਿਕਿਤਸਾ ਵਿਗਿਆਨ ਵਾਸਤੇ ਇਹ ਇੱਕ ਹੈਰਾਨਕੁਨ ਤੱਥ ਹੈ ਕਿ ਮੈਂ ਤੇਰੀ ਅਸਥੀ ਪਿੰਜਰ ਭੈਣ ਉੱਪਰ ਸਾਰਾ ਕੁਝ ਅਜ਼ਮਾ ਕੇ ਦੇਖ ਚੁੱਕਿਆ ਹਾਂ, ਕਾਡ-ਲੀਵਰ ਤੇਲ, ਮੱਖਣ, ਮਾਲਟ, ਸ਼ਹਿਦ, ਮੱਛੀ, ਅੰਡਾ, ਆਮਲੇਟ ਅਤੇ ਤਾਕਤ ਦੀਆਂ ਦਵਾਈਆਂ, ਫਿਰ ਵੀ ਇਸ ਉੱਪਰ ਇੱਕ ਇੰਚ ਦੇ ਸੌਂਵੇਂ ਹਿੱਸੇ ਦੇ ਬਰਾਬਰ ਵੀ ਚਰਬੀ ਨਹੀਂ ਚੜ੍ਹੀ।"

ਕੁਝ ਦਿਨ ਬਾਅਦ ਮੈਂ ਉਨ੍ਹਾਂ ਦੇ ਘਰ ਗਿਆ। ਉੱਥੇ ਮੇਰਾ ਕੰਮ ਥੋੜੇ ਜਿਹੇ ਸਮੇਂ ਵਿਚ ਹੀ ਖਤਮ ਹੋ ਗਿਆ ਅਤੇ ਮੈਂ ਇਹ ਸੋਚ ਕੇ ਉੱਥੋਂ ਖਿਸਕਣ ਲੱਗਿਆ ਕਿ ਨਲਿਨੀ ਨੂੰ ਮੇਰੇ ਆਉਣ ਦਾ ਪਤਾ ਨਹੀਂ ਲੱਗਿਆ ਹੋਵੇਗਾ। ਜਿਉਂ ਹੀ ਮੈਂ ਸਾਹਮਣੇ ਵਾਲੇ ਦਰਵਾਜ਼ੇ ਤੇ ਪਹੁੰਚਿਆ ਤਾਂ ਨਲਿਨੀ ਦੀ ਪਿਆਰ ਭਰੀ, ਪ੍ਰੰਤੂ ਆਦੇਸ਼ਾਤਮਿਕ ਅਵਾਜ਼ ਸੁਣਾਈ ਦਿੱਤੀ।

"ਵੀਰ ਜੀ, ਇੱਧਰ ਆਉ, ਇਸ ਵਾਰ ਤੁਸੀਂ ਮੈਨੂੰ ਚਕਮਾ ਦੇ ਕੇ ਨਹੀਂ ਜਾ ਸਕਦੇ। ਮੈਂ ਤੁਹਾਡੇ ਨਾਲ ਕੋਈ ਜਰੂਰੀ ਗੱਲ ਕਰਨੀ ਹੈ।"

ਮੈਂ ਪੌੜੀਆਂ ਚੜ੍ਹ ਕੇ ਉੱਪਰ ਉਸ ਦੇ ਕਮਰੇ ਵਿਚ ਗਿਆ ਅਤੇ ਮੈਨੂੰ ਦੇਖ ਕੇ ਹੈਰਾਨੀ ਹੋਈ, ਉਹ ਤਾਂ ਰੋ ਰਹੀ ਸੀ।

ਉਸ ਨੇ ਕਿਹਾ, "ਪਿਆਰੇ ਵੀਰ, ਚਲੋ ਅਸੀਂ ਪੁਰਾਣੀਆਂ ਗੱਲਾਂ ਨੂੰ ਭੁੱਲ ਜਾਈਏ। ਮੈਂ ਦੇਖ ਰਹੀ ਹਾਂ ਕਿ ਆਪ ਨੇ ਬੜੀ ਤੇਜੀ ਨਾਲ ਅਧਿਆਤਮਿਕ ਮਾਰਗ ਉੱਪਰ ਉੱਨਤੀ ਕਰ ਲਈ ਹੈ। ਮੈਂ ਵੀ ਹਰ ਇੱਕ ਪਹਿਲੂ ਤੋਂ ਆਪ ਵਾਂਗ ਬਣਨਾ ਚਾਹੁੰਦੀ ਹਾਂ। ਫਿਰ ਉਸ ਨੇ ਬੜੀ ਉਮੀਦ ਭਰੀ ਅਵਾਜ਼ ਵਿਚ ਕਿਹਾ, "ਹੁਣ ਆਪ ਦੇਖਣ ਵਿਚ ਕਾਫੀ ਹੱਟੇ ਕੱਟੇ ਹੋ ਗਏ ਹੋ। ਕੀ ਆਪ ਮੇਰੀ ਮਦਦ ਨਹੀਂ ਕਰੋਗੇ? ਮੈਂ ਆਪਣੇ ਪਤੀ ਨੂੰ ਬਹੁਤ ਪਿਆਰ ਕਰਦੀ ਹਾਂ, ਪਰ ਉਹ ਹਨ ਕਿ ਮੇਰੇ ਨੇੜੇ ਵੀ ਨਹੀਂ ਫਟਕਦੇ। ਪ੍ਰੰਤੂ ਮੇਰੀ ਇੱਛਾ ਪ੍ਰਮਾਤਮਾ ਦੀ ਭਗਤੀ ਦੇ ਖੇਤਰ ਵਿਚ ਉੱਨਤੀ ਕਰਨ ਦੀ ਹੈ। ਭਾਵੇਂ ਮੈਂ ਦੁਬਲੀ ਪਤਲੀ ਅਤੇ ਕਰੂਪ ਹੀ ਬਣੀ ਰਹਾਂ।"

ਉਸ ਦੀ ਇਸ ਬੇਨਤੀ ਉੱਪਰ ਮੇਰਾ ਮਨ ਪਸੀਜ ਗਿਆ। ਸਾਡੀ ਇਹ ਨਵੀਂ ਆਤਮਿਕ ਮਿੱਤਰਤਾ ਉੱਨਤੀ ਕਰਨ ਲੱਗੀ। ਇੱਕ ਦਿਨ ਉਸ ਨੇ ਮੇਰੀ ਸ਼ਗਿਰਦ ਬਣਨ ਦੀ ਇੱਛਾ ਜ਼ਾਹਰ ਕੀਤੀ।

"ਵੀਰ ਜੀ, ਜਿਸ ਤਰ੍ਹਾਂ ਵੀ ਤੁਹਾਨੂੰ ਠੀਕ ਲੱਗੇ, ਮੈਨੂੰ ਉਸੇ ਤਰ੍ਹਾਂ ਹੀ ਸਿੱਖਿਅਤ ਕਰੋ। ਮੈਂ ਤਾਕਤ ਵਧਾਊ ਦਵਾਈਆਂ ਨਾਲੋਂ ਪ੍ਰਮਾਤਮਾ ਉੱਪਰ ਜਿਆਦਾ ਵਿਸ਼ਵਾਸ ਕਰਦੀ

ਹਾਂ।'' ਉਸ ਨੇ ਦਵਾਈਆਂ ਦੀਆਂ ਸਾਰੀਆਂ ਸ਼ੀਸ਼ੀਆਂ ਅਤੇ ਬੋਤਲਾਂ ਇਕੱਠੀਆਂ ਕਰਕੇ ਖਿੜਕੀ ਵਿਚੋਂ ਬਾਹਰ ਨਾਲੀ ਵਿਚ ਸੁੱਟ ਦਿੱਤੀਆਂ।

ਉਸ ਦੀ ਸ਼ਰਧਾ ਭਗਤੀ ਦਾ ਇਮਤਿਹਾਨ ਲੈਣ ਵਾਸਤੇ ਮੈਂ ਉਸ ਨੂੰ ਮੱਛੀ, ਮਾਸ ਅਤੇ ਅੰਡਾ ਨਾ ਖਾਣ ਵਾਸਤੇ ਕਿਹਾ।

ਇਸ ਤੋਂ ਕਈ ਮਹਨਿਆਂ ਬਾਅਦ, ਜਿਸ ਦੌਰਾਨ ਨਲਿਨੀ ਮੇਰੇ ਦੁਆਰਾ ਸੁਝਾਏ ਗਏ, ਕਈ ਤਰ੍ਹਾਂ ਦੇ ਨਿਯਮਾਂ ਦਾ ਪਾਲਣ ਕਰਦੀ ਰਹੀ। ਉਹ ਅਨੇਕ ਮੁਸ਼ਕਿਲਾਂ ਦੇ ਬਾਵਜੂਦ ਵੀ ਸ਼ਾਕਾਹਾਰੀ ਬਣੀ ਰਹੀ। ਮੈਂ ਇੱਕ ਦਿਨ ਉਸ ਦੇ ਘਰ ਗਿਆ। ''ਭੈਣ, ਤੂੰ ਪੂਰੀ ਇਮਾਨਦਾਰੀ ਨਾਲ ਮੇਰੇ ਦੁਆਰਾ ਸੁਝਾਏ ਗਏ, ਕਈ ਤਰ੍ਹਾਂ ਦੇ ਨਿਯਮਾਂ ਦਾ ਪਾਲਣ ਕੀਤਾ ਹੈ, ਹੁਣ ਇਸ ਦਾ ਫਲ ਮਿਲਣ ਦਾ ਵਕਤ ਨੇੜੇ ਆ ਗਿਆ ਹੈ।'' ਮੈਂ ਸ਼ਰਾਰਤ ਭਰੀ ਮੁਸਕਰਾਹਟ ਨਾਲ ਕਿਹਾ, ''ਤੂੰ ਦੱਸ, ਕਿੰਨੀ ਮੋਟੀ ਹੋਣਾ ਚਾਹੁੰਦੀ ਹੈਂ? ਆਪਣੀ ਚਾਚੀ ਜਿੰਨੀ, ਜੋ ਵਰ੍ਹਿਆਂ ਤੋਂ ਆਪਣੇ ਪੈਰ ਨਹੀਂ ਦੇਖ ਸਕੀ?''

''ਨਹੀਂ, ਮੈਂ ਸਿਰਫ ਆਪ ਜਿੰਨੀ ਹੀ ਮੋਟੀ ਅਤੇ ਰਿਸ਼ਟ ਪੁਸ਼ਟ ਹੋਣਾ ਚਾਹੁੰਦੀ ਹਾਂ।''

ਮੈਂ ਗੰਭੀਰ ਹੋ ਕੇ ਕਿਹਾ, ''ਪ੍ਰਮਾਤਮਾ ਦੀ ਕ੍ਰਿਪਾ ਨਾਲ, ਜਿਸ ਤਰ੍ਹਾਂ ਮੈਂ ਹਮੇਸ਼ਾਂ ਹੀ ਸੱਚ ਬੋਲਦਾ ਆਇਆ ਹਾਂ, ਉਸੇ ਤਰ੍ਹਾਂ ਹੁਣ ਵੀ ਸੱਚ ਬੋਲ ਰਿਹਾ ਹਾਂ।* ਪ੍ਰਮਾਤਮਾ ਦੀ ਕ੍ਰਿਪਾ ਨਾਲ ਅੱਜ ਤੋਂ ਹੀ ਤੇਰੇ ਸਰੀਰ ਵਿਚ ਪ੍ਰੀਵਰਤਨ ਹੋਣਾ ਸ਼ੁਰੂ ਹੋ ਜਾਵੇਗਾ, ਇੱਕ ਮਹੀਨੇ ਵਿਚ ਤੇਰਾ ਭਾਰ ਮੇਰੇ ਭਾਰ ਦੇ ਬਰਾਬਰ ਹੋ ਜਾਵੇਗਾ।''

ਮੇਰੇ ਦਿਲੋਂ ਨਿਕਲੇ ਹੋਏ, ਇਨ੍ਹਾਂ ਸ਼ਬਦਾਂ ਦੀ ਪੂਰਤੀ ਹੋ ਗਈ। ਤੀਹ ਦਿਨ੍ਹਾਂ ਵਿਚ ਨਲਿਨੀ ਦਾ ਭਾਰ ਮੇਰੇ ਭਾਰ ਦੇ ਬਰਾਬਰ ਹੋ ਗਿਆ। ਇਸ ਗੋਲ ਮਟੋਲਤਾ ਨੇ ਉਸ ਦੇ ਚਿਹਰੇ ਦੀ ਸੁੰਦਰਤਾ ਹੋਰ ਵਧਾ ਦਿੱਤੀ, ਜਿਸ ਨਾਲ ਉਸ ਦੇ ਪਤੀ ਉਸ ਨੂੰ ਦਿਲੋਂ ਪਿਆਰ

* ਹਿੰਦੂ ਸ਼ਾਸਤਰ ਇਹ ਕਹਿੰਦੇ ਹਨ ਕਿ ਜਿਹੜੇ ਲੋਕ ਸਦਾ ਸੱਚ ਬੋਲਦੇ ਹਨ, ਉਨ੍ਹਾਂ ਨੂੰ 'ਵਾਚਾ' ਸਿੱਧੀ ਦੀ ਪ੍ਰਾਪਤੀ ਹੋ ਜਾਂਦੀ ਹੈ। ਉਹ ਮਨੋ ਜੋ ਵੀ ਕਹਿਣਗੇ, ਉਹ ਨਿਸ਼ਚਿਤ ਰੂਪ ਵਿਚ ਸੱਚ ਹੋ ਜਾਂਦਾ ਹੈ। (ਪਤੰਜਲੀ ਯੋਗ ਸੂਤਰ II:36)

ਸਚਾਈ ਉੱਪਰ ਹੀ ਇਸ ਵਿਸ਼ਵ ਦੀ ਰਚਨਾ ਹੋਈ ਹੈ। ਇਸ ਕਰਕੇ ਸਾਰੇ ਸ਼ਾਸਤਰ ਸੱਚ ਨੂੰ ਇੱਕ ਮਹਾਨ ਗੁਣ ਮੰਨਦੇ ਹਨ। ਜਿਸ ਦੁਆਰਾ ਮਨੁੱਖ ਆਪਣੇ ਜੀਵਨ ਨੂੰ, ਉਸ ਅਨੰਤ ਪਰਮ ਪ੍ਰਮਾਤਮਾ ਨਾਲ ਜੋੜ ਸਕਦਾ ਹੈ। ਮਹਾਤਮਾ ਗਾਂਧੀ ਅਕਸਰ ਕਿਹਾ ਕਰਦੇ ਸਨ, ''ਸਚਾਈ ਹੀ ਪ੍ਰਮਾਤਮਾ ਹੈ।'' ਉਹ ਵਿਚਾਰ, ਆਚਰਨ, ਅਤੇ ਬਾਣੀ ਦੀ ਸਚਾਈ ਨੂੰ ਪੂਰੀ ਤਰ੍ਹਾਂ ਅਪਣਾਉਣ ਵਾਸਤੇ ਜ਼ਿੰਦਗੀ ਭਰ ਸੰਘਰਸ਼ਸ਼ੀਲ ਰਹੇ। ਯੁਗ ਯੁਗਾਂਤਰ ਤੋਂ ਸਚਾਈ ਦਾ ਆਦਰਸ਼ ਹਿੰਦੂ ਸਮਾਜ ਵਿਚ ਛਾਇਆ ਰਿਹਾ ਹੈ। ਮਾਰਕੋ ਪੋਲੋ ਨੇ ਲਿਖਿਆ ਹੈ, ''ਬ੍ਰਾਹਮਣ ਇਸ ਸੰਸਾਰ ਦੀ ਕਿਸੇ ਵੀ ਵਸਤੂ ਦੀ ਪ੍ਰਾਪਤੀ ਵਾਸਤੇ ਝੂਠ ਨਹੀਂ ਬੋਲਦੇ।'' ਭਾਰਤ ਵਿਚ ਇੱਕ ਅੰਗਰੇਜ਼ ਜੱਜ ਵਿਲੀਅਮ ਸਲੀਮਨ ਨੇ ਆਪਣੀ ਪੁਸਤਕ ਜਰਨੀ ਥਰੂ ਅਵੱਧ ਇਨ 1849–50 ਵਿਚ ਲਿਖਿਆ ਹੈ : ''ਮੇਰੇ ਸਾਹਮਣੇ ਇਹੋ ਜਿਹੇ ਸੈਂਕੜੇ ਮੁਕਦਮੇ ਆਏ, ਜਿਨ੍ਹਾਂ ਵਿਚ ਕੇਵਲ ਇੱਕ ਝੂਠ ਬੋਲ ਕੇ ਸਬੰਧਿਤ ਆਦਮੀ, ਆਪਣੀ ਜਾਇਦਾਦ, ਅਜ਼ਾਦੀ ਅਤੇ ਜ਼ਿੰਦਗੀ ਬਚਾ ਸਕਦਾ ਸੀ ਪਰ ਉਸ ਨੇ ਝੂਠ ਬੋਲਣ ਤੋਂ ਇਨਕਾਰ ਕਰ ਦਿੱਤਾ।''

ਕਰਨ ਲੱਗ ਪਏ। ਬੇਸੁਰੇ ਰਾਗ ਨਾਲ ਹੋਈ ਜ਼ਿੰਦਗੀ ਦੀ ਸ਼ੁਰੂਆਤ, ਇੱਕ ਆਦਰਸ਼ ਵਿਆਹ ਸੰਗੀਤ ਵਿਚ ਬਦਲ ਗਈ।

ਜਦੋਂ ਮੈਂ ਜਾਪਾਨ ਤੋਂ ਵਾਪਸ ਆਇਆ, ਤਾਂ ਪਤਾ ਲੱਗਿਆ ਕਿ ਮੇਰੀ ਗੈਰ ਹਾਜ਼ਰੀ ਵਿਚ ਨਲਿਨੀ ਟਾਈਫਾਈਡ ਬੁਖਾਰ ਨਾਲ ਪੀੜਤ ਹੋ ਗਈ ਸੀ। ਮੈਂ ਤੁਰੰਤ ਉਸ ਦੇ ਘਰ ਗਿਆ ਅਤੇ ਦੇਖ ਕੇ ਹੈਰਾਨ ਰਹਿ ਗਿਆ ਕਿ ਉਹ ਫਿਰ ਸੁੱਕ ਕੇ ਹੱਡੀਆਂ ਦੀ ਮੁੱਠ ਬਣ ਗਈ ਸੀ ਅਤੇ ਬੇਹੋਸ਼ੀ ਦੀ ਹਾਲਤ ਵਿਚ ਸੀ।

ਮੇਰੇ ਜੀਜਾ ਜੀ ਨੇ ਮੈਨੂੰ ਦੱਸਿਆ, ਬਿਮਾਰੀ ਨਾਲ ਇਸ ਦੀ ਮੱਤ ਮਾਰੀ ਜਾਣ ਤੋਂ ਪਹਿਲਾਂ, ਉਹ ਕਿਹਾ ਕਰਦੀ ਸੀ, ਜੇ ਮੁਕੰਦ ਵੀਰ ਇੱਥੇ ਹੁੰਦੇ, ਤਾਂ ਮੇਰੀ ਇਹ ਹਾਲਤ ਨਾ ਹੁੰਦੀ। ਉਨ੍ਹਾਂ ਦੀਆਂ ਅੱਖਾਂ ਵਿਚ ਅੱਥਰੂ ਆ ਗਏ। ਮੈਨੂੰ ਵੀ ਅਤੇ ਹੋਰ ਡਾਕਟਰਾਂ ਨੂੰ ਵੀ, ਇਸ ਬਾਰੇ ਆਸ਼ਾ ਦੀ ਕੋਈ ਕਿਰਨ ਦਿਖਾਈ ਨਹੀਂ ਦਿੰਦੀ। ਇੰਨੇ ਲੰਬੇ ਸਮੇਂ ਤੋਂ ਟਾਈਫਾਈਡ ਨਾਲ ਜੂਝਦਿਆਂ, ਹੁਣ ਇਸ ਨੂੰ ਖੂਨ ਦੇ ਮਰੋੜੇ ਲੱਗ ਗਏ ਹਨ।

ਮੈਂ ਆਪਣੀਆਂ ਪ੍ਰਾਥਨਾਵਾਂ ਨਾਲ ਜਮੀਨ ਅਸਮਾਨ ਇੱਕ ਕਰ ਦਿੱਤਾ। ਇੱਕ ਐਂਗਲੋ ਇੰਡੀਅਨ ਨਰਸ ਸੇਵਾ ਵਾਸਤੇ ਰੱਖ ਲਈ, ਜਿਸ ਨੇ ਮੈਨੂੰ ਪੂਰਾ ਸਹਿਯੋਗ ਦਿੱਤਾ। ਮੈਂ ਆਪਣੀ ਭੈਣ ਦੀ ਰੋਗ ਮੁਕਤੀ ਲਈ ਕਈ ਤਰ੍ਹਾਂ ਦੀਆਂ ਯੌਗਿਕ ਤਕਨੀਕਾਂ ਅਪਣਾਉਣ ਲੱਗਿਆ। ਖੂਨ ਦੇ ਮਰੋੜੇ ਬੰਦ ਹੋ ਗਏ।

ਪ੍ਰੰਤੂ ਡਾਕਟਰ ਬੋਸ ਨੇ ਸ਼ੋਕ ਗ੍ਰਸਤ ਅਵਾਜ਼ ਵਿਚ ਸਿਰ ਹਿਲਾਉਂਦਿਆਂ ਕਿਹਾ, "ਹੁਣ ਇਸ ਦੇ ਸਰੀਰ ਵਿਚ ਬਾਹਰ ਨਿਕਲਣ ਵਾਸਤੇ ਖੂਨ ਹੀ ਨਹੀਂ ਰਿਹਾ।"

"ਇਹ ਬਿਲਕੁਲ ਠੀਕ ਹੋ ਜਾਵੇਗੀ," ਮੈਂ ਦ੍ਰਿੜਤਾ ਨਾਲ ਕਿਹਾ। "ਸੱਤ ਦਿਨ੍ਹਾਂ ਵਿਚ ਇਸ ਦਾ ਬੁਖਾਰ ਉੱਤਰ ਜਾਵੇਗਾ।"

ਇਕ ਹਫਤੇ ਦੇ ਬਾਅਦ ਜਦੋਂ ਨਲਿਨੀ ਨੇ ਅੱਖਾਂ ਖੋਲ੍ਹ ਕੇ ਮੇਰੇ ਵੱਲ ਪਿਆਰ ਭਰੀ ਨਜ਼ਰ ਨਾਲ ਦੇਖਆ, ਤਾਂ ਮੈਂ ਰੋਮਾਂਚਿਤ ਹੋ ਉੱਠਿਆ। ਉਸ ਦਿਨ ਤੋਂ ਬਾਅਦ, ਉਹ ਬੜੀ ਤੇਜੀ ਨਾਲ ਤੰਦਰੁਸਤ ਹੋਣ ਲੱਗੀ। ਭਾਵੇਂ ਉਹ ਪਹਿਲਾਂ ਵਾਗ ਹੱਟੀ ਕੱਟੀ ਅਤੇ ਗੋਲ ਮਟੋਲ ਹੋ ਗਈ, ਪ੍ਰੰਤੂ ਇੱਕ ਜਾਨਲੇਵਾ ਬਿਮਾਰੀ ਦੀ ਨਿਸ਼ਾਨੀ, ਉਸ ਨੂੰ ਚਿੰਬੜ ਗਈ। ਉਸ ਦੀਆਂ ਦੋਵੇ ਲੱਤਾਂ ਨੂੰ ਅੱਧਰੰਗ ਹੋ ਗਿਆ। ਭਾਰਤੀ ਅਤੇ ਅੰਗਰੇਜ਼ ਡਾਕਟਰਾਂ ਨੇ ਉਸ ਨੂੰ ਆਸ਼ਾਹੀਣ ਅਪਾਹਜ ਘੋਸ਼ਤ ਕਰ ਦਿੱਤਾ।

ਉਸ ਦੇ ਜੀਵਨ ਦੀ ਰੱਖਿਆ ਵਾਸਤੇ, ਜੋ ਮੈਂ ਲਗਾਤਾਰ ਪ੍ਰਾਰਥਨਾਵਾਂ ਕਰਨ ਦਾ ਯੁੱਧ ਛੇੜ ਰੱਖਿਆ ਸੀ, ਉਸ ਤੋਂ ਮੈਂ ਥੱਕ ਗਿਆ ਸੀ। ਮੈਂ ਸ਼੍ਰੀਰਾਮਪੁਰ ਸ਼੍ਰੀ ਯੁਕਤੇਸ਼ਵਰ ਜੀ ਦੇ ਕੋਲ ਉਨ੍ਹਾਂ ਤੋਂ ਸਹਾਇਤਾ ਲੈਣ ਵਾਸਤੇ ਪਹੁੰਚਿਆ। ਜਿਉਂ ਹੀ ਮੈਂ ਉਨ੍ਹਾਂ ਨੂੰ ਨਲਿਨੀ ਦੀ ਤਰਸਯੋਗ ਹਾਲਤ ਬਾਰੇ ਦੱਸਿਆ, ਤਾਂ ਉਨ੍ਹਾਂ ਦੀਆਂ ਅੱਖਾਂ ਵਿਚ ਡੂੰਘੀ ਹਮਦਰਦੀ ਉੱਭਰ ਆਈ।

"ਇੱਕ ਮਹੀਨੇ ਵਿਚ ਤੇਰੀ ਭੈਣ ਦੀਆਂ ਲੱਤਾਂ ਠੀਕ ਹੋ ਜਾਣਗੀਆਂ," ਫਿਰ ਉਨ੍ਹਾਂ ਨੇ ਅੱਗੇ ਕਿਹਾ, "ਉਸ ਨੂੰ ਆਪਣੀ ਚਮੜੀ ਦੇ ਨਾਲ ਛੂੰਹਦਾ ਹੋਇਆ ਛੇਕ ਤੋਂ ਬਗੈਰ ਦੋ ਕੈਰਟ ਦਾ ਇੱਕ ਮੋਤੀ ਪਹਿਨਣ ਨੂੰ ਕਹਿ, ਜੋ ਦੋਨੋਂ ਪਾਸਿਆਂ ਤੋਂ ਕੁੰਡਿਆਂ ਵਿਚ ਜੜਿਆ ਹੋਵੇ।" ਮੈਂ ਖੁਸ਼ੀ ਮਹਿਸੂਸ ਕਰਦਿਆਂ ਆਪਣੇ ਗੁਰੂ ਦੇ ਚਰਨਾਂ ਵਿਚ ਦੰਡਵਤ ਪ੍ਰਣਾਮ ਕੀਤਾ।

"ਗੁਰੂਦੇਵ, ਆਪ ਸਿੱਧ ਪੁਰਸ਼ ਹੋ, ਆਪ ਦੇ ਮੁਖਾਰਬਿੰਦ ਤੋਂ ਉੱਚਰੇ ਵਚਨ ਕਿ ਉਹ ਠੀਕ ਹੋ ਜਾਵੇਗੀ, ਹੀ ਕਾਫੀ ਹਨ। ਪ੍ਰੰਤੂ ਫਿਰ ਵੀ ਜੇ ਆਪ ਕਹਿੰਦੇ ਹੋ ਤਾਂ ਮੈਂ ਹੁਣੇ ਜਾ ਕੇ ਉਸ ਵਾਸਤੇ ਮੋਤੀ ਲੈ ਆਉਂਦਾ ਹਾਂ।" ਮੇਰੇ ਗੁਰੂ ਨੇ ਹਾਂ ਵਿਚ ਸਿਰ ਹਿਲਾਇਆ।

"ਇਸ ਤਰ੍ਹਾਂ ਜਰੂਰ ਕਰ," ਫਿਰ ਉਨ੍ਹਾਂ ਨੇ ਨਲਿਨੀ, ਜਿਸ ਨੂੰ ਉਨ੍ਹਾਂ ਨੇ ਕਦੇ ਦੇਖਿਆ ਨਹੀਂ ਸੀ, ਦੇ ਸਰੀਰਕ ਅਤੇ ਮਾਨਸਿਕ ਲੱਛਣਾਂ ਦਾ ਵਰਣਨ ਕੀਤਾ।

ਮੈਂ ਪੁੱਛਿਆ "ਗੁਰੂਦੇਵ, ਕੀ ਇਹ ਜੋਤਸ਼ ਸਬੰਧੀ ਵਿਦਿਆ ਦਾ ਵਿਸ਼ਲੇਸਣ ਹੈ? ਆਪ ਨੂੰ ਤਾਂ ਉਸ ਦੇ ਜਨਮ ਸਮੇਂ ਅਤੇ ਦਿਨ ਦਾ ਵੀ ਪਤਾ ਨਹੀਂ।"

ਸ਼੍ਰੀ ਯੁਕਤੇਸ਼ਵਰ ਜੀ ਮੁਸਕਰਾਏ, "ਇਹ ਇੱਕ ਡੂੰਘੀ ਜੋਤਸ਼ ਵਿਦਿਆ ਹੈ, ਜੋ ਪਚਾਂਗ ਅਤੇ ਘੜੀਆਂ ਦੇ ਦਸਤਾਵੇਜ਼ਾਂ ਉੱਪਰ ਨਿਰਭਰ ਨਹੀਂ ਕਰਦੀ। ਹਰ ਇੱਕ ਮਨੁੱਖ, ਵਿਧਾਤਾ ਜਾਂ ਵਿਰਾਟ ਪੁਰਸ਼ ਦਾ ਵੀ ਇੱਕ ਹਿੱਸਾ ਹੈ, ਉਸ ਦਾ ਜਿਸ ਤਰ੍ਹਾਂ ਸਥੂਲ ਸਰੀਰ ਹੁੰਦਾ ਹੈ, ਉਸੇ ਤਰ੍ਹਾਂ ਉਸ ਦਾ ਇੱਕ ਸੂਖਮ ਸਰੀਰ ਵੀ ਹੁੰਦਾ ਹੈ। ਮਨੁੱਖੀ ਅੱਖਾਂ ਸਿਰਫ ਸਥੂਲ ਸਰੀਰ ਦੇਖ ਸਕਦੀਆਂ ਹਨ, ਪ੍ਰੰਤੂ ਦਿਵੱਯ ਚਕਸ਼ੂ ਜਿਆਦਾ ਡੂੰਘਾਈ ਵਿਚ ਜਾ ਕੇ, ਉਸ ਵਿਸ਼ਵ ਰੂਪ ਨੂੰ ਵੀ ਦੇਖ ਸਕਦਾ ਹੈ, ਜਿਸ ਦਾ ਹਰ ਇੱਕ ਮਨੁੱਖ ਇੱਕ ਅਨਿਖੜਵਾਂ ਅਤੇ ਵੱਖਰਾ ਹਿੱਸਾ ਹੈ।"

ਮੈਂ ਕੋਲਕਾਤਾ ਵਾਪਸ ਆ ਕੇ ਨਲਿਨੀ ਵਾਸਤੇ ਇਕ ਮੋਤੀ* ਖਰੀਦਿਆ। ਇੱਕ

* ਮੋਤੀ, ਰਤਨ, ਧਾਤੂਆਂ ਅਤੇ ਹੋਰ ਵਨਸਪਤੀਆਂ ਦਾ ਮਨੁੱਖੀ ਸਰੀਰ ਨਾਲ ਸਿੱਧਾ ਸਪਰਸ਼ ਹੋਣ ਨਾਲ, ਸਰੀਰ ਦੀਆਂ ਕੋਸ਼ਕਾਵਾਂ ਉੱਪਰ ਇੱਕ ਬਿਜਲਈ ਚੁੰਬਕੀ ਪ੍ਰਭਾਵ ਪੈਂਦਾ ਹੈ। ਮਨੁੱਖ ਦੇ ਸਰੀਰ ਵਿਚ ਕਾਰਬਨ ਅਤੇ ਹੋਰ ਧਾਤੂ ਤੱਤ ਹੁੰਦੇ ਹਨ, ਜੋ ਵਨਸਪਤੀਆਂ, ਧਾਤੂਆਂ ਅਤੇ ਰਤਨਾਂ ਵਿਚ ਵੀ ਹੁੰਦੇ ਹਨ। ਇਸ ਦੇ ਸਬੰਧ ਵਿਚ ਜਿਹੜੀਆਂ ਖੋਜਾਂ ਰਿਸ਼ੀਆਂ ਨੇ ਕੀਤੀਆਂ ਹਨ, ਉਨ੍ਹਾਂ ਦੀ ਪੁਸ਼ਟੀ ਇੱਕ-ਨ-ਇੱਕ ਦਿਨ ਸਰੀਰ ਵਿਗਿਆਨੀਆਂ ਦੁਆਰਾ ਕੀਤੀ ਜਾਵੇਗੀ। ਬਿਜਲਈ ਜੀਵਨ ਧਾਰਾ ਪ੍ਰਵਾਹ ਨਾਜ਼ੁਕ ਮਿਜ਼ਾਜ ਮਨੁੱਖੀ ਸਰੀਰ ਹਾਲੇ ਵੀ ਅਨੇਕਾਂ ਭੇਦਾਂ ਨਾਲ ਭਰਿਆ ਹੋਇਆ ਕੇਂਦਰ ਹੈ ਜਿਹੜੇ ਹਾਲੇ ਤਕ ਅਣਸੁਲਝੇ ਹਨ।

ਵੈਸੇ ਤਾਂ ਰਤਨਾਂ, ਧਾਤੂਆਂ ਅਤੇ ਕੜੇ ਆਦਿ ਬਿਮਾਰੀ ਤੋਂ ਤੰਦਰੁਸਤ ਕਰਨ ਦੀ ਦ੍ਰਿਸ਼ਟੀ ਨਾਲ ਮਹੱਤਵ ਪੂਰਨ ਹਨ। ਫਿਰ ਵੀ ਸ਼੍ਰੀ ਯੁਕਤੇਸ਼ਵਰ ਜੀ, ਉਨ੍ਹਾਂ ਨੂੰ ਧਾਰਨ ਕਰਨ ਦਾ ਮਸ਼ਵਰਾ ਇੱਕ ਹੋਰ ਕਾਰਨ ਕਰਕੇ ਦਿੰਦੇ ਸਨ। ਸਿੱਧ ਪੁਰਸ਼ ਕਦੇ ਵੀ ਰੋਗ ਨਿਵਾਰਕ ਦੇ ਰੂਪ ਵਿਚ ਆਪਣੇ ਆਪ ਨੂੰ ਪ੍ਰਗਟ ਨਹੀਂ ਕਰਨਾ ਚਾਹੁੰਦੇ। ਰੋਗ ਨਿਵਾਰਕ ਤਾਂ ਸਿਰਫ ਇੱਕੋ ਇੱਕ ਪ੍ਰਮਾਤਮਾ ਹੀ ਹੈ। ਇਸ ਵਾਸਤੇ ਜੋ ਸ਼ਕਤੀਆਂ ਸਿੱਧ ਪੁਰਸ਼ਾਂ ਨੇ ਆਪਣੇ ਪ੍ਰਮਾਤਮਾ ਤੋਂ ਬੜੀ ਨਿਮਰਤਾ ਨਾਲ ਪ੍ਰਾਪਤ ਕੀਤੀਆਂ ਹਨ, ਉਨ੍ਹਾਂ ਨੂੰ ਉਹ ਕਈ ਤਰ੍ਹਾਂ ਦੇ ਪਰਦਿਆਂ ਵਿਚ ਛੁਪਾ ਕੇ ਪੇਸ਼ ਕਰਦੇ ਹਨ। ਮਨੁੱਖ ਵੀ ਆਮ ਤੌਰ ਤੇ ਪ੍ਰਤੱਖ ਵਸਤੂ ਉੱਪਰ ਜਿਆਦਾ ਵਿਸ਼ਵਾਸ ਕਰਦਾ ਹੈ, ਇਸ ਵਾਸਤੇ ਜੋ ਲੋਕ ਰੋਗ ਨਿਵਾਰਣ ਵਾਸਤੇ ਗੁਰੂਦੇਵ ਕੋਲ ਆਉਂਦੇ ਸਨ, ਤਾਂ ਉਨ੍ਹਾਂ ਦੀ ਸ਼ਰਧਾ ਜਗਾਉਣ ਖਾਤਰ ਅਤੇ ਆਪਣੇ

ਮਹੀਨੇ ਬਾਅਦ, ਉਸ ਦੀਆਂ ਅਪਾਹਜ ਦੋਨੋਂ ਲੱਤਾਂ ਬਿਲਕੁਲ ਠੀਕ ਹੋ ਗਈਆਂ।

ਨਲਿਨੀ ਨੇ ਆਪਣੇ ਵੱਲੋਂ ਗੁਰੂਦੇਵ ਦਾ ਧੰਨਵਾਦ ਕਰਨ ਦੀ ਜ਼ੁੰਮੇਵਾਰੀ ਮੈਨੂੰ ਸੌਂਪੀ। ਸ਼੍ਰੀ ਯੁਕਤੇਸ਼ਵਰ ਜੀ ਨੇ ਉਸ ਦਾ ਸੁਨੇਹਾ ਚੁੱਪ ਚਾਪ ਸੁਣ ਲਿਆ। ਪ੍ਰੰਤੂ ਜਦੋਂ ਮੈਂ ਜਾਣ ਵਾਸਤੇ ਉਨ੍ਹਾਂ ਤੋਂ ਵਿਦਾਈ ਲੈ ਰਿਹਾ ਸੀ, ਤਾਂ ਉਨ੍ਹਾਂ ਨੇ ਇੱਕ ਬੜੀ ਮਹੱਤਵ ਪੂਰਨ ਗੱਲ ਕਹੀ।

"ਤੇਰੀ ਭੈਣ ਨੂੰ ਅਨੇਕ ਡਾਕਟਰਾਂ ਨੇ ਕਿਹਾ ਹੋਇਆ ਹੈ, ਕਿ ਉਹ ਕਦੇ ਮਾਂ ਨਹੀਂ ਬਣ ਸਕੇਗੀ। ਉਸ ਨੂੰ ਵਿਸ਼ਵਾਸ ਦਿਵਾ ਦੇ, ਕੁਝ ਹੀ ਵਰ੍ਹਿਆਂ ਵਿਚ ਉਹ ਦੋ ਪੁੱਤਰੀਆਂ ਨੂੰ ਜਨਮ ਦੇਵੇਗੀ।

ਕੁਝ ਵਰ੍ਹਿਆਂ ਬਾਅਦ ਨਲਿਨੀ ਦੀ ਖੁਸ਼ੀ ਦਾ ਕੋਈ ਟਿਕਾਣਾ ਨਾ ਰਿਹਾ, ਜਦੋਂ ਉਸ ਨੇ ਇੱਕ ਪੁੱਤਰੀ ਨੂੰ ਜਨਮ ਦਿੱਤਾ ਅਤੇ ਕੁਝ ਵਰ੍ਹਿਆਂ ਬਾਅਦ ਦੂਸਰੀ ਪੁੱਤਰੀ ਨੂੰ।

ਵੱਲੋਂ ਉਨ੍ਹਾਂ ਦਾ ਧਿਆਨ ਹਟਾਉਣ ਖਾਤਰ ਕੋਈ ਰਤਨ ਜਾਂ ਕੜਾ ਪਹਿਨਣ ਲਈ ਕਹਿ ਦਿੰਦੇ ਸਨ। ਉਨ੍ਹਾਂ ਕੜਿਆਂ ਅਤੇ ਰਤਨਾਂ ਵਿਚ ਮੌਜੂਦ ਬਿਜਲਈ ਚੁੰਬਕੀਯ ਰੋਗ ਨਿਵਾਰਕ ਸ਼ਕਤੀ ਤੋਂ ਇਲਾਵਾ ਗੁਰੁਦੇਵ ਦੀ ਅਧਿਆਤਮਿਕ ਸ਼ਕਤੀ ਵੀ ਗੁਪਤ ਰੂਪ ਵਿਚ ਕੰਮ ਕਰ ਰਹੀ ਹੁੰਦੀ ਸੀ।

ਚੈਪਟਰ 26

ਕਿਰਿਆ ਯੋਗ ਵਿਗਿਆਨ

ਇਸ ਪੁਸਤਕ ਵਿਚ ਜਿਸ *ਕਿਰਿਆ ਯੋਗ* ਵਿਗਿਆਨ ਦਾ ਵਾਰ ਵਾਰ ਜ਼ਿਕਰ ਕੀਤਾ ਗਿਆ ਹੈ, ਉਸ ਦਾ ਪ੍ਰਚਾਰ ਆਧੁਨਿਕ ਭਾਰਤ ਵਿਚ ਮੇਰੇ ਪਰਮਗੁਰੂ (ਗੁਰੂ ਦੇ ਗੁਰੂ) ਲਾਹਿੜੀ ਮਹਾਸ਼ਯ ਦੁਆਰਾ ਹੋਇਆ। ਕਿਰਿਆ ਸ਼ਬਦ ਸੰਸਕਰਿਤ ਦੇ 'ਕ੍ਰੀ' ਧਾਤੂ ਤੋਂ ਬਣਿਆ ਹੈ, ਜਿਸ ਦਾ ਮਤਲਬ ਹੈ, ਕੰਮ ਕਰਨਾ, ਕਿਰਿਆ ਕਰਨਾ ਅਤੇ ਪ੍ਰਤੀਕਿਰਿਆ ਕਰਨਾ। ਇਸੇ ਧਾਤੂ ਤੋਂ ਕਰਮ ਸ਼ਬਦ ਵੀ ਬਣਿਆ ਹੈ। ਜਿਸ ਦਾ ਮਤਲਬ ਹੈ, ਕਾਰਨ ਅਤੇ ਪ੍ਰਭਾਵ ਦੇ ਕੁਦਰਤੀ ਨਿਯਮ। ਇਸ ਤਰ੍ਹਾਂ *ਕਿਰਿਆ ਯੋਗ* ਇੱਕ ਨਿਸ਼ਚਿਤ ਕਿਰਿਆ ਜਾਂ ਤਕਨੀਕ ਨਾਲ, ਉਸ ਅਨੰਤ ਸ਼ਕਤੀ ਨਾਲ ਜੁੜਨਾ ਹੈ। ਇਸ ਤਕਨੀਕ ਦਾ ਵਿਸ਼ਵਾਸ ਪੂਰਵਕ ਅਭਿਆਸ ਕਰਨ ਵਾਲਾ ਯੋਗੀ ਹੌਲੀ ਹੌਲੀ ਕਰਮ ਬੰਧਨ ਤੋਂ ਜਾਂ ਕਾਰਨ ਅਤੇ ਪ੍ਰਭਾਵ ਦੇ ਸੰਤੁਲਨ ਦੀ ਨਿਯਮਬੱਧ ਕੜੀ ਤੋਂ ਮੁਕਤ ਹੋ ਜਾਂਦਾ ਹੈ।

ਕੁਝ ਪ੍ਰਾਚੀਨ ਯੌਗਿਕ ਬੰਦਸ਼ਾਂ ਕਾਰਨ, ਸਰਬ ਸਧਾਰਨ ਵਾਸਤੇ ਲਿਖੀ ਜਾਣ ਵਾਲੀ, ਇਸ ਪੁਸਤਕ ਵਿਚ, ਮੈਂ *ਕਿਰਿਆ ਯੋਗ* ਦੀ ਪੂਰੀ ਜਾਣਕਾਰੀ ਨਹੀਂ ਦੇ ਸਕਦਾ। ਇਸ ਦੀ ਸਹੀ ਤਕਨੀਕ ਯੋਗਦਾ ਸਤਸੰਗ ਸੁਸਾਇਟੀ / ਸੈਲਫ ਰੀਆਲਾਈਜੇਸ਼ਨ ਫੈਲੋਸ਼ਿਪ ਦੇ ਕਿਸੇ ਅਧਿਕਾਰਤ ਕਿਰਿਆਬਾਨ (*ਕਿਰਿਆ ਯੋਗੀ*) ਤੋਂ ਸਿੱਖਣੀ ਚਾਹੀਦੀ ਹੈ*, ਇੱਥੇ ਸਿਰਫ ਸਥੂਲ ਜਾਣਕਾਰੀ ਹੀ ਕਾਫੀ ਹੋਵੇਗੀ। *ਕਿਰਿਆ ਯੋਗ* ਇੱਕ ਸਧਾਰਨ ਮਨੋ-ਸਰੀਰਕ ਵਿਗਿਆਨ ਹੈ, ਜਿਸ ਨਾਲ ਮਨੁੱਖੀ ਖੂਨ ਕਾਰਬਨ ਰਹਿਤ ਹੋ ਕੇ ਆਕਸੀਜਨ ਨਾਲ ਭਰਪੂਰ ਹੋ ਜਾਂਦਾ ਹੈ। ਇਸ ਵਾਧੂ ਆਕਸੀਜਨ ਦੇ ਅਣੂ ਪ੍ਰਾਣ ਸ਼ਕਤੀ ਵਿਚ ਬਦਲ ਜਾਂਦੇ ਹਨ, ਜੋ ਦਿਮਾਗ ਅਤੇ ਮੇਰੂ ਦੰਡ (ਰੀੜ ਦੀ ਹੱਡੀ) ਵਿਚ ਸਥਿਤ ਅਧਿਆਤਮਿਕ ਚੱਕਰਾਂ ਵਿਚ ਨਵੀਂ ਜੀਵਨ ਸ਼ਕਤੀ ਦਾ ਸੰਚਾਰ ਕਰ ਦਿੰਦੇ ਹਨ। ਨਸਾਂ ਵਿਚ ਵਹਿਣ ਵਾਲੇ ਅਸ਼ੁੱਧ ਖੂਨ ਦਾ ਇੱਕਠਾ ਹੋਣਾ ਰੋਕ ਕੇ, ਯੋਗੀ ਤੰਤੂਆਂ ਦਾ ਨਸ਼ਟ ਹੋਣਾ ਰੋਕ ਦਿੰਦੇ ਹਨ ਜਾਂ ਘੱਟ ਕਰ ਦਿੰਦੇ ਹਨ। ਉੱਚ ਪੱਧਰ ਦਾ ਯੋਗੀ 'ਕੋਸ਼ਕਾਵਾਂ' ਨੂੰ ਜੀਵਨ ਸ਼ਕਤੀ ਵਿਚ ਬਦਲ ਸਕਦਾ ਹੈ। ਏਲੀਜ਼ਾ, ਈਸਾ ਮਸੀਹ,

* ਸ਼੍ਰੀ ਸ਼੍ਰੀ ਪਰਮਹੰਸ ਯੋਗਾਨੰਦ ਨੇ, ਉਨ੍ਹਾਂ ਤੋਂ ਬਾਅਦ, ਜੋ ਸੰਸਥਾ (ਯੋਗਦਾ ਸਤਸੰਗ ਸੁਸਾਇਟੀ ਆਫ ਇੰਡੀਆ / ਸੈਲਫ ਰੀਆਲਾਈਜੇਸ਼ਨ ਫੈਲੋਸ਼ਿਪ) ਦੇ ਪ੍ਰਧਾਨ ਅਤੇ ਅਧਿਆਤਮਿਕ ਮੁੱਖੀ ਹੋਣਗੇ, ਉਨ੍ਹਾਂ ਨੂੰ ਯੋਗ ਸ਼ਰਧਾਲੂਆਂ ਨੂੰ *ਕਿਰਿਆ ਯੋਗ* ਦੀ ਸਿੱਖਿਆ ਦੇਣ ਅਤੇ ਦੀਖਿਆ ਦੇਣ ਲਈ ਅਧਿਕਾਰ ਦਿੱਤਾ ਹੈ ਜਾਂ ਉਹ, ਯੋਗਦਾ ਸਤਸੰਗ ਸੁਸਾਇਟੀ ਦੇ ਕਿਸੇ ਹੋਰ ਸਵਾਮੀ ਨੂੰ ਇਹ ਕੰਮ ਕਰਨ ਵਾਸਤੇ ਅਧਿਕਾਰਤ ਕਰ ਸਕਣਗੇ। *ਕਿਰਿਆ ਯੋਗ* ਵਿਗਿਆਨ ਨੂੰ ਸਦੀਵੀ ਬਣਾ ਕੇ ਰੱਖਣ ਅਤੇ ਇਸ ਦੇ ਪਸਾਰ ਵਾਸਤੇ, ਉਨ੍ਹਾਂ ਨੇ ਯੋਗਦਾ ਸਤਸੰਗ ਪਾਠਮਾਲਾ ਦਾ ਪ੍ਰਬੰਧ ਕਰ ਰੱਖਿਆ ਹੈ। ਇਹ ਯੋਗਦਾ ਸਤਸੰਗ ਪਾਠਮਾਲਾ ਯੋਗਦਾ ਸਤਸੰਗ ਸੁਸਾਇਟੀ ਆਫ ਇੰਡੀਆ, ਰਾਂਚੀ ਝਾਰਖੰਡ ਤੋਂ ਸੁਲੱਭ ਹੈ। (ਦੇਖੋ ਪੰਨਾਂ 634)*(ਪਰਕਾਸ਼ਕ ਦੀ ਟਿਪਣੀ)*

ਕਬੀਰ ਅਤੇ ਹੋ ਚੁੱਕੇ ਹੋਰ ਪੈਗੰਬਰ *ਕਿਰਿਆ ਯੋਗ* ਕਰਕੇ ਜਾਂ ਇਸੇ ਤਰੀਕੇ ਦੀ ਕੋਈ ਹੋਰ ਤਕਨੀਕ ਦੀ ਵਰਤੋਂ ਕਰਨ ਵਿਚ ਨਿਪੁੰਨ ਸਨ, ਜਿਸ ਕਰਕੇ ਉਹ ਆਪਣੇ ਸਰੀਰ ਨੂੰ ਆਪਣੀ ਇੱਛਾ ਅਨੁਸਾਰ ਪ੍ਰਗਟ ਕਰ ਸਕਦੇ ਸਨ ਜਾਂ ਅੰਤਰ ਧਿਆਨ ਕਰ ਸਕਦੇ ਸਨ।

ਕਿਰਿਆਯੋਗ ਇੱਕ ਪ੍ਰਾਚੀਨ ਵਿਗਿਆਨ ਹੈ, ਜਿਹੜਾ ਲਾਹਿੜੀ ਮਹਾਸ਼ਯ ਨੂੰ ਆਪਣੇ ਮਹਾਨ ਗੁਰੂ 'ਬਾਬਾ' ਜੀ ਤੋਂ ਪ੍ਰਾਪਤ ਹੋਇਆ। ਜਿਨ੍ਹਾਂ ਨੇ ਸਮੇਂ ਦੀ ਗਰਦਸ਼ ਵਿਚ ਲੋਪ ਹੋਏ, ਇਸ *ਕਿਰਿਆ ਯੋਗ* ਨੂੰ ਖੋਜ ਅਤੇ ਸਰਲ ਕਰਕੇ ਮੁੜ ਪ੍ਰਚਲਤ ਕੀਤਾ। ਬਾਬਾ ਜੀ ਨੇ ਇਸ ਨੂੰ ਕਿਰਿਆਯੋਗ ਦਾ ਸਿੱਧਾ ਸਾਦਾ ਨਾਂ ਦਿੱਤਾ।

ਬਾਬਾ ਜੀ ਨੇ ਲਾਹਿੜੀ ਮਹਾਸ਼ਯ ਨੂੰ ਕਿਹਾ ਕਿ, "ਉਨੀਵੀਂ ਸਦੀ ਵਿਚ, ਮੈਂ ਜੋ ਇਹ *ਕਿਰਿਆ ਯੋਗ* ਤੇਰੇ ਰਾਹੀਂ ਸੰਸਾਰ ਨੂੰ ਦੇ ਰਿਹਾ ਹਾਂ, ਇਹ ਉਸੇ ਵਿਗਿਆਨ ਦਾ ਸੁਰਜੀਤੀਕਰਨ ਹੈ, ਜਿਹੜਾ ਭਗਵਾਨ ਸ਼੍ਰੀ ਕ੍ਰਿਸ਼ਨ ਨੇ ਅਰਜੁਨ ਨੂੰ ਹਜ਼ਾਰਾਂ ਸਾਲ ਪਹਿਲਾਂ ਦਿੱਤਾ ਸੀ ਅਤੇ ਬਾਅਦ ਵਿਚ ਪਤੰਜਲੀ, ਸੇਂਟ ਜੋਹਨ, *ਸੇਂਟ ਪਾਲ* ਅਤੇ ਈਸਾ ਮਸੀਹ ਦੇ ਹੋਰ ਚੇਲਿਆਂ ਨੂੰ ਪ੍ਰਾਪਤ ਹੋਇਆ।" ਸ਼੍ਰੀ ਮਦ ਭਗਵਤ ਗੀਤਾ ਵਿਚ ਭਗਵਾਨ ਸ਼੍ਰੀ ਕ੍ਰਿਸ਼ਨ ਨੇ ਦੋ ਵਾਰ *ਕਿਰਿਆ ਯੋਗ* ਦਾ ਜ਼ਿਕਰ ਕੀਤਾ ਹੈ। ਇੱਕ ਸ਼ਲੋਕ ਵਿਚ ਕਹਿੰਦੇ ਹਨ, "ਕਿੰਨੇ ਹੀ ਯੋਗੀਜਨ ਅਪਾਨਵਾਯੂ ਵਿਚ ਪ੍ਰਾਣਵਾਯੂ ਨੂੰ ਹਵਨ ਕਰਦੇ ਹਨ, ਉਸੇ ਤਰ੍ਹਾਂ ਹੋਰ ਕਿੰਨੇ ਹੀ ਯੋਗੀ ਪ੍ਰਾਣਵਾਯੂ ਵਿਚ ਅਪਾਨਵਾਯੂ ਨੂੰ ਹਵਨ ਕਰਦੇ ਹਨ ਅਤੇ ਹੋਰ ਕਿੰਨੇ ਹੀ ਪ੍ਰਾਣਾਯਾਮ ਪਰਾਇਣ ਆਦਮੀ ਪ੍ਰਾਣ ਅਤੇ ਅਪਾਨ ਦੀ ਗਤੀ ਨੂੰ ਰੋਕ ਕੇ ਪ੍ਰਾਣਾਂ ਨੂੰ ਪ੍ਰਾਣਾਂ ਵਿਚ ਹੀ ਹਵਨ ਕਰਦੇ ਹਨ। ਇਸ ਤਰ੍ਹਾਂ ਯੋਗੀ ਪ੍ਰਾਣਵਾਯੂ ਨੂੰ ਦਿਲ ਤੋਂ ਮੁਕਤ ਕਰ ਲੈਂਦਾ ਹੈ।"* ਮਤਲਬ ਇਹ ਹੈ ਯੋਗੀ ਫੇਫੜਿਆਂ ਅਤੇ ਦਿਲ ਦੀ ਸਰਗਰਮੀ ਨੂੰ ਸ਼ਾਂਤ ਕਰਕੇ ਪ੍ਰਾਣ ਸ਼ਕਤੀ ਦੀ ਸਹਾਇਤਾ ਦੇ ਨਾਲ ਸਰੀਰ ਵਿਚ ਹੋਣ ਵਾਲੀ ਨਾਸ਼ਵਾਨਤਾ ਨੂੰ ਰੋਕ ਦਿੰਦਾ ਹੈ। ਅਪਾਨ ਵਾਯੂ ਨੂੰ ਕਾਬੂ ਕਰਕੇ ਸਰੀਰ ਵਿਚ ਆਉਣ ਵਾਲੇ ਬੁਢਾਪੇ ਨੂੰ ਰੋਕ ਦਿੰਦਾ ਹੈ। ਇਸ ਤਰ੍ਹਾਂ ਨਾਸ਼ਵਾਨਤਾ ਅਤੇ ਵਾਧੇ ਦੋਨਾਂ ਨੂੰ ਰੋਕ ਕੇ ਯੋਗੀ ਪ੍ਰਾਣ ਸ਼ਕਤੀ ਨੂੰ ਕਾਬੂ ਕਰਨਾ ਸਿਖ ਲੈਂਦਾ ਹੈ।

ਸ਼੍ਰੀ ਮਦ ਭਗਵਤ ਗੀਤਾ ਦੇ ਇੱਕ ਹੋਰ ਸ਼ਲੋਕ ਵਿਚ ਕਿਹਾ ਗਿਆ ਹੈ, "ਬਾਹਰ ਦੇ ਵਿਸ਼ੇ ਭੋਗਾਂ ਦਾ ਚਿੰਤਨ ਨਾ ਕਰਦਾ ਹੋਇਆ ਅਤੇ ਅੱਖਾਂ ਦੀ ਨਜ਼ਰ ਨੂੰ ਭਿਰਕੁਟੀ ਦੇ ਵਿਚਕਾਰ ਸਥਾਪਤ ਕਰਕੇ, ਨੱਕ ਵਿਚ ਵਿਚਰਨ ਵਾਲੇ ਪ੍ਰਾਣ ਅਤੇ ਅਪਾਨ ਵਾਯੂ ਨੂੰ ਸਮ ਕਰਕੇ, ਜਿਸ ਆਦਮੀ ਨੇ ਇੰਦਰੀਆਂ, ਮਨ ਅਤੇ ਬੁੱਧੀ ਜਿੱਤੀਆਂ ਹੋਈਆਂ ਹਨ ਅਤੇ ਜਿਹੜਾ ਮੋਕਸ਼ ਪਰਾਇਣ ਆਦਮੀ ਇੱਛਾ, ਡਰ, ਅਤੇ ਕਰੋਧ ਤੋਂ ਰਹਿਤ ਹੋ ਗਿਆ ਹੈ, ਉਹ ਸਦਾ ਹੀ ਮੁਕਤ ਹੈ।'†

* ਸ਼੍ਰੀ ਮਦ ਭਗਵਤ ਗੀਤਾ IV:29.

† ਉਹੀ। V:27–28; ਸੁਆਸ ਵਿਗਿਆਨ ਸਬੰਧੀ ਜਿਆਦਾ ਜਾਣਕਾਰੀ ਵਾਸਤੇ ਦੇਖੋ ਪੰਨਾਂ 619, 621–622.

ਭਗਵਾਨ ਸ਼੍ਰੀ ਕ੍ਰਿਸ਼ਨ ਇਹ ਵੀ ਕਹਿੰਦੇ ਹਨ* ਮੈਂ ਹੀ ਆਪਣੇ ਇਕ ਪੂਰਵ ਅਵਤਾਰ ਵਿਚ ਇਸ ਅਵਿਨਾਸ਼ੀ ਯੋਗ ਨੂੰ ਪ੍ਰਾਚੀਨ ਗਿਆਨੀ ਵਿਵਸਵਤ (ਸੂਰਜ) ਨੂੰ ਦਿੱਤਾ ਸੀ, ਜਿਸ ਨੇ ਆਪਣੇ ਪੁੱਤਰ ਮਹਾਨ ਸਿਮਰਤੀਕਾਰ ਮਨੂੰ† ਨੂੰ ਦਿੱਤਾ ਅਤੇ ਮਨੂ ਨੇ ਸੂਰਜਵੰਸ਼ ਦੇ ਸੰਸਥਾਪਕ ਇਕਸ਼ਵਾਕੂ ਨੂੰ ਦਿੱਤਾ। ਇਸ ਪ੍ਰਕਾਰ ਪਰੰਪਰਾ‡ ਤੋਂ ਪ੍ਰਾਪਤ ਇਸ ਰਾਜ ਯੋਗ ਦੀ ਰਾਜ ਰਿਸ਼ੀਆਂ ਨੇ ਭੌਤਿਕ ਯੁਗ ਦੀ ਆਮਦ ਤਕ ਰੱਖਿਆ ਕੀਤੀ ਅਤੇ ਉਸ ਦੇ ਮਗਰੋਂ ਉਪਦੇਸ਼ਕਾਂ ਦੀ ਛੁਪਾਉਣ ਦੀ ਆਦਤ ਕਰਕੇ ਅਤੇ ਆਮ ਆਦਮੀ ਦੀ ਇਸ ਵਿਚ ਦਿਲਚਸਪੀ ਨਾ ਹੋਣ ਕਰਕੇ, ਇਹ ਪਵਿੱਤਰ ਵਿਦਿਆ ਹੌਲੀ ਹੌਲੀ ਪਹੁੰਚ ਤੋਂ ਬਾਹਰ ਹੋ ਕੇ ਲੋਪ ਹੋ ਗਈ।

ਯੋਗ ਦੇ ਪ੍ਰਮੁੱਖ ਵਿਆਖਿਆਕਾਰ ਪ੍ਰਾਚੀਨ ਰਿਸ਼ੀ ਪਤੰਜਲੀ ਨੇ ਵੀ ਦੋ ਵਾਰ *ਕਿਰਿਆ ਯੋਗ* ਦਾ ਜ਼ਿਕਰ ਕੀਤਾ ਹੈ। ਤਪ, ਸਵਾਧਿਆਏ, ਈਸ਼ਵਰ ਦੀ ਸ਼ਰਨ, ਸਰੀਰਕ ਅਨੁਸ਼ਾਸਨ, ਮਾਨਸਿਕ ਕੰਟਰੋਲ ਅਤੇ ਓਮ ਦਾ ਧਿਆਨ ਹੀ ਕਿਰਿਆਯੋਗ ਹੈ। ਪਤੰਜਲੀ ਦਾ ਕਹਿਣਾ ਹੈ,§ ਕਿ ਧਿਆਨ ਕਰਦਿਆਂ ਜੋ ਬ੍ਰਹਮ ਨਾਦ (ਓਮ) ਸੁਣਾਈ ਦਿੰਦਾ ਹੈ, ਅਸਲ ਵਿਚ ਉਹ ਹੀ ਪ੍ਰਮਾਤਮਾ (ਉਸ ਈਸ਼ਵਰ ਦਾ ਨਾਂ ਉਂਕਾਰ ਹੈ)¶ ਹੈ।

'ਓਮ' ਸਿਰਜਣਾਤਮਿਕ ਸ਼ਬਦ ਬ੍ਰਹਮ ਹੈ। ਇਹ ਸ੍ਰਿਸ਼ਟੀ ਯੰਤਰ ਦੀ ਕੰਪਣਸ਼ੀਲ ਗੂੰਜ ਪ੍ਰਮਾਤਮਾ ਦੀ ਹੋਂਦ ਦੀ ਗਵਾਹ** ਹੈ। ਯੋਗ ਵਿਚ ਨਵਾਂ ਸ਼ਰਧਾਲੂ ਵੀ ਬਹੁਤ ਛੇਤੀ

* ਉਹੀ। IV:1–2.

† ਪਰਾਗਇਤਿਹਾਸਿਕ ਮਾਨਵ ਧਰਮ ਸ਼ਾਸਤਰ ਜਾਂ ਮਨੂ ਸਿਮਰਤੀ ਦਾ ਰਚਣਹਾਰ। ਇਹ ਵਿਧੀ ਨਿਯਮ ਅੱਜ ਵੀ ਭਾਰਤ ਵਰਸ਼ ਵਿਚ ਪ੍ਰਚਲਿਤ ਹਨ।

‡ ਹਿੰਦੂ ਧਰਮ ਸ਼ਾਸਤਰਾਂ ਦੀ ਗਣਨਾ ਦੇ ਮੁਤਾਬਿਕ, ਭੌਤਿਕ ਯੁਗ ਦੀ ਸ਼ੁਰੂਆਤ ਪੂਰਵ ਈਸਾ ਸੰਨ 3102 ਮੰਨੀ ਜਾਂਦੀ ਹੈ। ਇਹ ਸਾਲ ਵਿਸ਼ੁਵੀ ਚੱਕਰ ਦੇ ਅਵਰੋਹੀ (ਘਟਦੇ) ਅੰਤਮ ਦਵਾਪਰ ਯੁਗ ਦਾ ਪਹਿਲਾ ਸਾਲ ਸੀ। (ਦੇਖੋ ਪੰਨਾਂ 225, 225n.) ਜਿਆਦਾਤਰ ਮਾਨਵ ਵਿਗਿਆਨੀ ਇਹ ਮੰਨਦੇ ਹਨ, ਕਿ ਦਸ ਹਜ਼ਾਰ ਸਾਲ ਪਹਿਲਾਂ ਮਾਨਵਤਾ ਅਸਭਿਆ ਜਾਂ ਪੱਥਰ ਯੁਗ ਵਿਚ ਰਹਿ ਰਹੀ ਸੀ। ਲੇਮੂਰੀਆ, ਅਟਲਾਂਟਿਸ, ਭਾਰਤ, ਚੀਨ, ਜਾਪਾਨ, ਮਿਸ਼ਰ, ਮੈਕਸੀਕੋ ਅਤੇ ਹੋਰ ਬਹੁਤ ਸਾਰੇ ਦੇਸ਼ਾਂ ਦੀ ਅਤਿ ਪ੍ਰਾਚੀਨ ਸਭਿਅਤਾ ਦੀ ਹੋਂਦ ਦੀ ਪ੍ਰਚਲੱਤ ਧਾਰਨਾਵਾਂ ਨੂੰ ਮਨਘੜਤ ਦੱਸ ਕੇ ਰੱਦ ਕਰ ਦਿੰਦੇ ਹਨ।

§ ਯੋਗ ਸੂਤਰ II:1 ਵਿਚ *ਕਿਰਿਆ ਯੋਗ* ਦਾ ਸ਼ਬਦ ਪ੍ਰਯੋਗ ਕਰਦਿਆਂ ਵਕਤ ਪਤੰਜਲੀ ਜਾਂ ਤਾਂ ਉਸ ਤਕਨੀਕ ਦਾ ਜ਼ਿਕਰ ਕਰ ਰਿਹਾ ਹੈ, ਜੋ ਬਾਅਦ ਵਿਚ ਬਾਬਾ ਜੀ ਨੇ ਲਾਹਿੜੀ ਮਹਾਸ਼ਯ ਨੂੰ ਸਿਖਾਈ ਜਾਂ ਫਿਰ ਉਸ ਦੇ ਨਾਲ ਮਿਲਦੀ ਜੁਲਦੀ ਕਿਸੇ ਹੋਰ ਤਕਨੀਕ ਦਾ। ਯੋਗ ਸੂਤਰ II:49 ਦੀ ਉਕਤੀ ਤੋਂ ਇਹ ਪ੍ਰਮਾਣਿਤ ਹੋ ਜਾਂਦਾ ਹੈ ਕਿ ਪਤੰਜਲੀ ਪ੍ਰਾਣ ਸ਼ਕਤੀ ਨੂੰ ਕੰਟਰੋਲ ਕਰਨ ਦੀ ਕਿਸੇ ਨਿਸ਼ਚਿਤ ਤਕਨੀਕ ਦਾ ਉਲੇਖ ਕਰ ਰਿਹਾ ਹੈ।

¶ ਉਹੀ I:27.

** ਇਹ ਗੱਲਾਂ ਆਮੇਨ ਨੇ ਦੱਸੀਆਂ ਹਨ, ਜਿਹੜਾ ਵਿਸ਼ਵਾਸਯੋਗ ਅਤੇ ਸੱਚਾ ਗਵਾਹ ਹੈ, ਜਿਹੜਾ ਪ੍ਰਮਾਤਮਾ ਦੇ ਸੰਸਾਰ ਦੀ ਸ਼ੁਰੂਆਤ ਹੈ। *ਰੈਵੀਲੇਸ਼ਨ* 3:14 (ਬਾਈਬਲ)। ਸ਼ੁਰੂ ਵਿਚ ਸ਼ਬਦ ਸੀ ਅਤੇ ਸ਼ਬਦ ਪ੍ਰਮਾਤਮਾ ਦੇ ਨਾਲ ਸੀ ਅਤੇ ਸ਼ਬਦ ਹੀ ਪ੍ਰਮਾਤਮਾ ਸੀ। ਸਭ ਚੀਜ਼ਾਂ ਦਾ ਉਸੇ ਦੁਆਰਾ (ਓਮ ਜਾਂ ਸ਼ਬਦ) ਹੀ ਸਿਰਜਣ

ਇਹ ਅਦਭੁਤਨਾਦ (ਓਮ) ਸੁਣ ਸਕਦਾ ਹੈ। ਇਸ ਆਨੰਦਮਈ ਉਤਸ਼ਾਹ ਦੁਆਰਾ ਉਸ ਨੂੰ ਵਿਸ਼ਵਾਸ ਹੋ ਜਾਂਦਾ ਹੈ ਕਿ ਉਹ ਰੂਹਾਨੀ ਸਲਤਨਤ ਵਿਚ ਪਰਵੇਸ਼ ਕਰਨਾ ਸ਼ੁਰੂ ਕਰ ਰਿਹਾ ਹੈ।

ਪਤੰਜਲੀ ਦੂਸਰੀ ਦਫਾ *ਕਿਰਿਆ ਯੋਗ* ਤਕਨੀਕ ਜਾਂ ਪ੍ਰਾਣ ਸ਼ਕਤੀ ਦੇ ਕੰਟਰੋਲ ਕਰਨ ਦਾ ਜ਼ਿਕਰ ਕਰਦਾ ਹੈ: "ਉਸ ਪ੍ਰਾਣਾਯਾਮ ਦੁਆਰਾ ਮੁਕਤੀ ਪ੍ਰਾਪਤ ਕੀਤੀ ਜਾ ਸਕਦੀ ਹੈ, ਜੋ ਸੁਆਸ ਅਤੇ ਪਰਸੁਆਸ ਦੀ ਪ੍ਰਕਿਰਿਆ ਦਾ ਨਿਰੋਧ ਕਰ ਕੇ ਪੂਰਾ ਹੁੰਦਾ ਹੈ।"*

ਸੇਂਟ ਪਾਲ ਕਿਰਿਆ ਯੋਗ ਜਾਂ ਕਿਸੇ ਇਸੇ ਤਰ੍ਹਾਂ ਦੀ ਹੋਰ ਤਕਨੀਕ ਦੇ ਨਾਲ ਆਪਣੀ ਸ਼ਕਤੀ ਨੂੰ ਇੰਦਰੀਆਂ ਵਿਚ ਪ੍ਰਵਾਹਤ ਹੋਣੋ ਰੋਕ ਸਕਦਾ ਸੀ ਅਤੇ ਇਸ ਲਈ ਉਹ ਕਿਹਾ ਕਰਦਾ ਸੀ, ਜੋ ਮੈਨੂੰ ਪਰਮ ਆਨੰਦ ਕਰਾਈਸਟ ਤੋਂ ਪ੍ਰਾਪਤ ਹੁੰਦਾ ਹੈ, ਉਸ ਆਨੰਦ ਦੀ ਸਹੁੰ ਖਾ ਕੇ ਕਹਿੰਦਾ ਹਾਂ ਕਿ ਮੈਂ ਹਰ ਰੋਜ਼ ਮਰਦਾ† ਹਾਂ। ਸਰੀਰ ਦੀ ਸੰਪੂਰਨ ਪ੍ਰਾਣ ਸ਼ਕਤੀ (ਜਿਹੜੀ ਕਿ ਆਮ ਤੌਰ ਤੇ ਇੰਦਰਆਵੀ ਦੁਨੀਆਂ ਵੱਲ ਅਰਥਾਤ ਬਾਹਰ ਮੁਖੀ ਹੁੰਦੀ ਹੈ, ਜਿਸ ਕਰਕੇ ਇਸ ਦੁਨੀਆਂ ਦੇ ਸੱਚ ਹੋਣ ਦਾ ਆਭਾਸ ਹੁੰਦਾ ਹੈ) ਨੂੰ ਅੰਤਰ ਵਿਚ ਕੇਂਦ੍ਰਿਤ ਕਰਨ ਦੀ ਤਕਨੀਕ ਦੁਆਰਾ *ਸੇਂਟ ਪਾਲ* ਹਰ ਰੋਜ਼ ਕਰਾਈਸਟ ਚੇਤਨਾ ਵਿਚ, ਸੱਚੇ ਯੋਗ ਮਿਲਾਪ ਨਾਲ ਦੈਵੀ ਆਨੰਦ ਅਨੁਭਵ ਕਰਦੇ ਸਨ। ਉਸ ਆਨੰਦਮਈ ਅਵਸਥਾ ਵਿਚ ਉਹ ਇੰਦਰਿਆਵੀ ਸੰਸਾਰ ਜਾਂ ਮਾਇਆ ਜਗਤ ਦੇ ਪ੍ਰਤੀ 'ਮਰ' ਜਾਣ, ਮਤਲਬ ਉਸ ਤੋਂ ਮੁਕਤ ਹੋ ਜਾਣ ਦੇ ਪ੍ਰਤੀ ਸਚੇਤ ਰਹਿੰਦੇ ਸਨ।

ਪ੍ਰਮਾਤਮਾ ਮਿਲਾਪ ਦੀਆਂ ਮੁਢਲੀਆਂ ਅਵਸਥਾਵਾਂ ਵਿਚ, ਅਰਥਾਤ ਸਵਿਕਲਪ ਸਮਾਧੀ ਵਿਚ ਸ਼ਰਧਾਲੂ ਦੀ ਚੇਤਨਤਾ ਅਨੰਤ ਸ਼ਕਤੀ ਵਿਚ ਲੀਨ ਹੋ ਜਾਂਦੀ ਹੈ। ਉਸ ਦੀ ਪ੍ਰਾਣ ਸ਼ਕਤੀ ਸਰੀਰ ਤੋਂ ਮੁਕਤ ਹੋ ਜਾਂਦੀ ਹੈ, ਜਿਸ ਨਾਲ ਉਸ ਦਾ ਸਰੀਰ ਮੁਰਦੇ ਵਾਂਗ ਨਿਸ਼ਚਲ ਅਤੇ ਸਖਤ ਹੋ ਜਾਂਦਾ ਹੈ। ਉਹ ਇਸ ਤੋਂ ਵਾਕਫ ਹੁੰਦਾ ਹੈ ਕਿ ਉਸ ਦੇ ਸਰੀਰ ਵਿਚ ਚੱਲਣ ਵਾਲੀਆਂ ਕਿਰਿਆਵਾਂ ਉਸ ਸਮੇਂ ਬੰਦ ਹਨ। ਜਿਉਂ ਜਿਉਂ ਉਹ ਉਚੇਰੀਆਂ

ਹੋਇਆ ਹੈ। ਉਸ ਦੇ ਬਗੈਰ ਕਿਸੇ ਚੀਜ਼ ਦੀ ਸਿਰਜਣਾ ਨਹੀਂ ਹੋਈ। *ਯੂਹਨਾ* 1:1–3 (ਬਾਈਬਲ) ਵੇਦਾਂ ਦਾ ਓਮ, ਤਿਬਤੀਆਂ ਦਾ ਮੰਤਰ *ਹੁਮ,* ਮੁਸਲਮਾਨਾਂ ਦਾ *ਆਮੀਨ,* ਮਿਸਰਵਾਸੀਆਂ, ਯੂਨਾਨੀਆਂ, ਯਹੂਦੀਆਂ ਅਤੇ ਈਸਾਈਆਂ ਦਾ *ਆਮੇਨ* ਬਣ ਗਿਆ।

* ਯੋਗ ਸੂਤਰ II:49.

† *ਕੋਰੀਥਿਆਨਜ* 15:31 (ਬਾਈਬਲ)। 'ਮੈਨੂੰ' ਪਰਮ ਆਨੰਦ ਦਾ ਸਹੀ ਅਨੁਵਾਦ ਹੈ, ਨਾ ਕਿ ਜਿਵੇਂ ਕਿ ਆਮ ਤੌਰ ਤੇ, ਤੁਹਾਨੂੰ ਪਰਮ ਆਨੰਦ ਕੀਤਾ ਜਾਂਦਾ ਹੈ। *ਸੇਂਟ ਪਾਲ* ਇੱਥੇ ਈਸਾ ਮਸੀਹ ਦੀ *ਸਰਬਵਿਆਪਕ* ਚੇਤਨਤਾ ਦਾ ਸੰਕੇਤ ਦੇ ਰਹੇ ਸਨ।

ਅਧਿਆਤਮਿਕ ਅਵਸਥਾਵਾਂ ਅਰਥਾਤ ਨਿਰਵਿਕਲਪ ਸਮਾਧੀ ਵੱਲ ਵਧਦਾ ਹੈ, ਤਿਉਂ ਤਿਉਂ ਉਹ ਸਰੀਰਕ ਸਥਿਰੀਕਰਨ ਤੋਂ ਬਗੈਰ ਵੀ ਅਨੰਤ ਸ਼ਕਤੀ ਨਾਲ ਸੰਪਰਕ ਕਰ ਲੈਂਦਾ ਹੈ। ਇੱਥੋਂ ਤਕ ਕਿ ਆਮ ਜਾਗ੍ਰਿਤ ਚੇਤਨਤਾ ਵਿਚ ਸੰਸਾਰਕ ਕਾਰ ਵਿਹਾਰ ਕਰਦਿਆਂ ਵੀ ਉਹ ਅਨੰਤ ਸ਼ਕਤੀ ਨਾਲ ਇੱਕਮਿੱਕ ਰਹਿੰਦਾ ਹੈ।*

ਸ਼੍ਰੀ ਯੁਕਤੇਸ਼ਵਰ ਜੀ ਆਪਣੇ ਸ਼ਗਿਰਦਾਂ ਨੂੰ ਦੱਸਿਆ ਕਰਦੇ ਸਨ ਕਿ *ਕਿਰਿਆ ਯੋਗ* ਉਹ ਸਾਧਨ ਹੈ ਜਿਸ ਨਾਲ ਮਨੁੱਖੀ ਕ੍ਰਮਵਿਕਾਸ ਦੀ ਚਾਲ ਤੇਜ ਕੀਤੀ ਜਾ ਸਕਦੀ ਹੈ। ਪ੍ਰਾਚੀਨ ਯੋਗੀਆਂ ਨੇ ਇਹ ਭੇਤ ਲੱਭ ਲਿਆ ਸੀ ਕਿ ਬ੍ਰਹਿਮੰਡੀ ਚੇਤਨਤਾ ਦਾ ਸੁਆਸ ਨਿਪੁੰਨਤਾ ਨਾਲ ਡੂੰਘਾ ਸਬੰਧ ਹੈ। ਸੰਸਾਰ ਦੇ ਗਿਆਨ ਖਜਾਨੇ ਵਿਚ ਭਾਰਤ ਦਾ ਇਹ ਅਮਰ ਅਤੇ ਵਿਲੱਖਣ ਯੋਗਦਾਨ ਹੈ। ਆਮ ਹਾਲਤਾਂ ਵਿਚ ਦਿਲ ਦੀ ਗਤੀ ਨੂੰ ਚਲਾਉਣ ਵਿਚ ਖਰਚ ਹੋ ਜਾਣ ਵਾਲੀ ਪ੍ਰਾਣ ਸ਼ਕਤੀ ਨੂੰ, ਸੁਆਸ ਨੂੰ ਸ਼ਾਂਤ ਅਤੇ ਸਥਿਰ ਕਰਨ ਦੀ ਤਕਨੀਕ ਨਾਲ, ਦਿਲ ਨੂੰ ਸੁਆਸ ਦੀ ਲਗਾਤਾਰ ਜ਼ਰੂਰਤ ਤੋਂ ਮੁਕਤ ਕਰਨਾ ਜਰੂਰੀ ਹੈ, ਤਾਂ ਕਿ ਇਸ ਨੂੰ ਉਚੇਰੇ ਕੰਮਾਂ ਲਈ ਵਰਤਿਆ ਜਾ ਸਕੇ।

ਕਿਰਿਆ ਯੋਗੀ ਆਪਣੀ ਪ੍ਰਾਣ ਸ਼ਕਤੀ ਨੂੰ ਮਾਨਸਿਕ ਆਦੇਸ਼ ਨਾਲ ਮੇਰੂ ਦੰਡ ਦੇ ਛੇ ਚੱਕਰਾਂ ਵਿਚ (ਰੀੜ ਦੀ ਹੱਡੀ ਵਿਚ ਸਥਿਤ ਆਗਿਆ, ਵਿਸ਼ੁੱਧ, ਅਨਾਹਤ, ਮਣੀਪੁਰ, ਸਵਾਧਿਸ਼ਠਾਨ ਅਤੇ ਮੂਲਾਧਾਰ) ਉੱਪਰ ਥੱਲੇ ਘੁੰਮਾਉਂਦਾ ਹੈ। ਇਹ ਛੇ ਚੱਕਰ ਅਨੰਤ ਸ਼ਕਤੀ ਦੇ ਪ੍ਰਤੀਕ ਸ੍ਰੂਪ ਰਾਸ਼ੀ ਚੱਕਰਾਂ ਦੀਆਂ ਬਾਰਾਂ ਰਾਸ਼ੀਆਂ ਦੇ ਬਰਾਬਰ ਹਨ। ਮਨੁੱਖੀ ਸੰਵੇਦਨਸ਼ੀਲ ਰੀੜ ਦੀ ਹੱਡੀ ਵਿਚ ਅੱਧਾ ਮਿੰਟ ਪ੍ਰਾਣ ਸ਼ਕਤੀ ਉੱਪਰ ਥੱਲੇ ਘੁੰਮਣ ਨਾਲ ਉਸ ਦੇ ਵਿਕਾਸ ਵਿਚ ਮਹੀਨ ਵਾਧਾ ਹੁੰਦਾ ਹੈ। ਅੱਧੇ ਮਿੰਟ ਦੀ ਕਿਰਿਆ,ਇੱਕ ਸਾਲ ਦੀ ਅਧਿਆਤਮਿਕ ਉੱਨਤੀ ਦੇ ਬਰਾਬਰ ਹੁੰਦੀ ਹੈ।

ਮਨੁੱਖੀ ਸੂਖਮ ਸਰੀਰ ਵਿਚ ਸਰਬਗਿਆਤਾ ਅਧਿਆਤਮਿਕ ਨੇਤਰ ਰੂਪੀ ਸੂਰਜ ਦੀ ਪ੍ਰਕਰਮਾ ਕਰਨ ਵਾਲੀਆਂ ਛੇ ਆਂਤਰਿਕ ਰਾਸ਼ੀਆਂ (ਧਰੁਵਤਾ ਦੀ ਗਿਣਤੀ ਨਾਲ ਬਾਰਾਂ) ਅਤੇ ਭੌਤਿਕ ਸੰਸਾਰ ਦੇ ਸੂਰਜ ਅਤੇ ਬਾਰਾਂ ਰਾਸ਼ੀਆਂ ਵਿਚ ਆਪਸੀ ਸਬੰਧ ਹੈ। ਇਸ ਤਰ੍ਹਾਂ ਸਾਰੇ ਮਨੁੱਖ ਇੱਕ ਅੰਦਰੂਨੀ ਅਤੇ ਬਾਹਰੀ ਦੁਨੀਆਂ ਤੋਂ ਪ੍ਰਭਾਵਤ ਹੁੰਦੇ ਹਨ, ਪ੍ਰਾਚੀਨ ਰਿਸ਼ੀਆਂ ਨੇ ਇਹ ਖੋਜ ਕੀਤੀ ਹੈ, ਕਿ ਮਨੁੱਖ ਦੇ ਸੰਸਾਰਕ ਅਤੇ ਬ੍ਰਹਿਮੰਡੀ ਹਾਲਾਤ, ਉਸ ਨੂੰ ਬਾਰਾਂ ਸਾਲਾਂ ਦੇ ਕਾਲ ਚੱਕਰ ਵਿਚ ਕ੍ਰਮ ਵਿਕਾਸ ਦੇ ਕੁਦਰਤੀ ਉੱਨਤੀ ਦੇ ਰਸਤੇ ਤੇ ਅੱਗੇ ਵੱਲ ਵਧਾਉਂਦੇ ਹਨ। ਸ਼ਾਸਤਰ ਦ੍ਰਿੜਤਾ ਨਾਲ ਕਹਿੰਦੇ ਹਨ, ਕਿ ਮਨੁੱਖ ਦੇ

* ਸੰਸਕਰਿਤ ਸ਼ਬਦ *ਵਿਕਲਪ* ਦਾ ਅਰਥ ਹੈ, ਬੇਪਛਾਣ, *ਸਵਿਕਲਪ* ਦਾ ਅਰਥ ਹੈ ਭੇਦ ਨਾਲ/ਭਿੰਨਤਾ ਨਾਲ। *ਨਿਰਵਿਕਲਪ ਸਮਾਧੀ* ਦੀ ਅਵਸਥਾ, ਭੇਦ ਰਹਿਤ ਸਮਾਧੀ ਦੀ ਅਵਸਥਾ ਹੈ, ਮਤਲਬ *ਸਵਿਕਲਪ ਸਮਾਧੀ* ਵਿਚ ਸ਼ਰਧਾਲੂ ਦਾ ਪ੍ਰਮਾਤਮਾ ਨਾਲ ਭੇਦ ਦੀ ਭਾਵਨਾ ਬਣੀ ਰਹਿੰਦੀ ਹੈ, ਜਦੋਂ ਕਿ ਨਿਰਵਿਕਲਪ ਵਿਚ ਉਹ ਅਨੰਤ ਸ਼ਕਤੀ ਨਾਲ ਪੂਰੀ ਤਰ੍ਹਾਂ ਇੱਕਮਿੱਕ ਹੋ ਜਾਂਦਾ ਹੈ।

ਦਿਮਾਗ ਦਾ ਪੂਰਾ ਵਿਕਾਸ ਕਰਕੇ ਅਨੰਤ ਸ਼ਕਤੀ ਨਾਲ ਇੱਕਮਿੱਕ ਹੋਣ ਖਾਤਰ ਸੁਭਾਵਿਕ ਅਤੇ ਰੋਗ ਰਹਿਤ ਵਿਕਾਸ ਪੂਰਨ ਜੀਵਨ ਦੇ ਦਸ ਲੱਖ ਸਾਲਾਂ ਦੀ ਜ਼ਰੂਰਤ ਹੈ।

ਸਾਢੇ ਅੱਠ ਘੰਟਿਆਂ ਵਿਚ ਕੀਤੀਆਂ ਗਈਆਂ ਇੱਕ ਹਜ਼ਾਰ ਕਿਰਿਆਵਾਂ ਯੋਗੀ ਵਿਚ ਇੱਕ ਦਿਨ ਵਿਚ, ਇੱਕ ਹਜ਼ਾਰ ਸਾਲ ਦੇ ਬਰਾਬਰ ਸੁਭਾਵਿਕ ਵਿਕਾਸ ਲਿਆਉਂਦੀਆਂ ਹਨ। ਇੱਕ ਸਾਲ ਵਿਚ ਤਿੰਨ ਲੱਖ ਪੈਂਹਟ ਹਜ਼ਾਰ ਸਾਲਾਂ ਦਾ ਵਿਕਾਸ। ਇਸ ਤਰ੍ਹਾਂ *ਕਿਰਿਆ ਯੋਗੀ* ਆਤਮ ਸੂਝ ਨਾਲ ਤਿੰਨ ਸਾਲਾਂ ਵਿਚ ਹੀ ਪੂਰਨਤਾ ਪ੍ਰਾਪਤ ਕਰ ਲੈਂਦਾ ਹੈ, ਜਿਸ ਨੂੰ ਪ੍ਰਾਪਤ ਕਰਨ ਖਾਤਰ ਕੁਦਰਤ ਦਸ ਲੱਖ ਸਾਲ ਦਾ ਵਕਤ ਲੈਂਦੀ ਹੈ। ਕਹਿਣ ਦੀ ਜ਼ਰੂਰਤ ਨਹੀਂ, ਕਿਰਿਆਯੋਗ ਦਾ ਛੇਤੀ ਪਹੁੰਚਾ ਦੇਣ ਵਾਲਾ ਛੋਟਾ ਰਸਤਾ ਅਤਿਅੰਤ ਉਨਤ ਯੋਗੀਆਂ ਦੁਆਰਾ ਹੀ ਅਪਣਾਇਆ ਜਾ ਸਕਦਾ ਹੈ, ਜਿਨ੍ਹਾਂ ਨੇ ਗੁਰੂ ਦੀ ਰਾਹਨੁਮਾਈ ਵਿਚ ਡੂੰਘੇ ਅਭਿਆਸ ਤੋਂ ਉਤਪੰਨ ਹੋਈ ਊਰਜਾ ਨੂੰ ਬਰਦਾਸ਼ਤ ਕਰਨ ਵਾਸਤੇ ਸਰੀਰ ਅਤੇ ਮਨ ਨੂੰ ਸਾਵਧਾਨੀ ਪੂਰਵਕ ਤਿਆਰ ਕੀਤਾ ਹੁੰਦਾ ਹੈ।

ਕਿਰਿਆ ਯੋਗ ਦਾ ਨਵਾਂ ਸਾਧਕ ਇੱਕ ਦਿਨ ਵਿਚ ਦੋ ਵਾਰ, ਚੌਦਾਂ ਜਾਂ ਚੌਵੀ ਕਿਰਿਆ ਕਰਦਾ ਹੈ। ਬਹੁਤੇ ਯੋਗੀ ਛੇ ਜਾਂ ਬਾਰਾਂ ਜਾਂ ਚੌਵੀ ਜਾਂ ਅਠਤਾਲੀ ਸਾਲਾਂ ਵਿਚ ਮੁਕਤੀ ਪ੍ਰਾਪਤ ਕਰ ਲੈਂਦੇ ਹਨ। ਜਿਹੜਾ ਯੋਗੀ ਪੂਰਾ ਆਤਮ ਗਿਆਨ ਪ੍ਰਾਪਤ ਕਰਨ ਤੋਂ ਪਹਿਲਾਂ ਹੀ ਸਰੀਰ ਤਿਆਗ ਦਿੰਦਾ ਹੈ, ਫਿਰ ਵੀ *ਕਿਰਿਆ ਯੋਗ* ਅਭਿਆਸ ਦੇ ਚੰਗੇ ਸੰਸਕਾਰ ਉਸ ਦੇ ਨਾਲ ਰਹਿੰਦੇ ਹਨ ਅਤੇ ਅਗਲੇ ਜਨਮ ਵਿਚ, ਉਹ ਅਨੰਤ ਸ਼ਕਤੀ ਦੀ ਪ੍ਰਾਪਤੀ ਦੇ ਉਦੇਸ਼ ਲਈ ਕੁਦਰਤੀ ਤੌਰ ਤੇ ਪ੍ਰੇਰਿਤ ਹੋ ਜਾਂਦਾ ਹੈ।

ਆਮ ਆਦਮੀ ਦਾ ਸਰੀਰ ਪੰਜਾਹ ਵਾਟ ਦੇ ਬਿਜਲੀ ਦੇ ਬਲਬ ਵਾਂਗ ਹੁੰਦਾ ਹੈ, ਜੋ ਕਿਰਿਆ ਦੇ ਜਿਆਦਾ ਅਭਿਆਸ ਤੋ ਪੈਦਾ ਹੋਈ ਕਰੋੜਾਂ ਵਾਟ ਦੀ ਬਿਜਲਈ ਸ਼ਕਤੀ ਨੂੰ ਸਹਿਣ ਨਹੀਂ ਕਰ ਸਕਦਾ। *ਕਿਰਿਆ ਯੋਗ* ਦੀ ਸਰਲ ਅਤੇ ਸੁਖਾਲੀ ਤਕਨੀਕ ਦੇ ਅਭਿਆਸ ਨੂੰ ਹੌਲੀ ਹੌਲੀ ਅਤੇ ਨਿਯਮਬੱਧ ਤਰੀਕੇ ਨਾਲ ਵਧਾਉਣ ਨਾਲ ਮਨੁੱਖੀ ਸਰੀਰ ਵਿਚ ਮਹੀਨ ਤਬਦੀਲੀਆਂ ਹੁੰਦੀਆਂ ਹਨ। ਆਖਰ ਨੂੰ ਸਰੀਰ ਅਨੰਤ ਸ਼ਕਤੀ ਦੀਆਂ ਮਹਾਨ ਸੰਭਾਵਨਾਵਾਂ ਨੂੰ ਪ੍ਰਗਟ ਕਰਨ ਦੇ ਯੋਗ ਹੋ ਜਾਂਦਾ ਹੈ, ਜੋ ਸ੍ਰਿਸ਼ਟੀ ਵਿਚ ਪਰਮ ਤੱਤ ਦੀ ਪਹਿਲੀ ਅਭੀਵਿਅਕਤੀ ਹੈ।

ਅਨੇਕ ਭਟਕੇ ਹੋਏ ਅਤੇ ਜਨੂੰਨੀ ਲੋਕਾਂ ਦੁਆਰਾ ਸਿਖਾਈਆਂ ਜਾਣ ਵਾਲੀਆਂ ਸੁਆਸ ਕੰਟਰੋਲ ਦੀਆਂ ਗੈਰ ਵਿਗਿਆਨਿਕ ਤਕਨੀਕਾਂ ਅਤੇ ਕਿਰਿਆਯੋਗ ਵਿਚ ਕੁਝ ਵੀ ਸਾਂਝਾ ਨਹੀਂ। ਸੁਆਸ ਨੂੰ ਫੇਫੜਿਆਂ ਵਿਚ ਜਬਰਦਸਤੀ ਰੋਕਣ ਦੀ ਕੋਸ਼ਿਸ਼ ਕਰਨਾ ਗੈਰ ਕੁਦਰਤੀ ਹੈ ਅਤੇ ਨਿਸ਼ਚਿਤ ਰੂਪ ਵਿਚ ਦੁਖਦਾਈ ਵੀ। ਜਦੋਂ ਕਿ ਇਸ ਦੇ ਉਲਟ *ਕਿਰਿਆ ਯੋਗ* ਅਭਿਆਸ ਸ਼ੁਰੂ ਤੋਂ ਹੀ ਸ਼ਾਂਤਮਈ ਅਤੇ ਮੇਰੂਦੰਡ ਵਿਚ ਨਵਜੀਵਨ ਦੀ ਸੁਖਦ ਅਨੁਭੂਤੀ ਨਾਲ ਜੁੜਿਆ ਹੋਇਆ ਹੈ।

ਇਹ ਪ੍ਰਾਚੀਨ ਯੌਗਿਕ ਤਕਨੀਕ ਸੁਆਸ ਨੂੰ ਆਤਮ ਤੱਤ ਵਿਚ ਤਬਦੀਲ ਕਰਦੀ ਹੈ। ਸ਼ਰਧਾਲੂ ਜਿਉਂ ਜਿਉਂ ਉੱਨਤੀ ਕਰਦਾ ਹੈ, ਤਿਉਂ ਤਿਉਂ ਉਹ ਸੁਆਸ ਨੂੰ ਕੇਵਲ ਇਕ ਮਾਨਸਿਕ ਧਾਰਨਾ ਦੇ ਰੂਪ ਵਿਚ ਜਾਨਣ ਲੱਗਦਾ ਹੈ। ਇੱਕ ਮਾਨਸਿਕ ਕਿਰਿਆ, ਸੁਪਨ ਸੁਆਸ। ਆਦਮੀ ਦੇ ਸੁਆਸ ਦੀ ਗਤੀ ਅਤੇ ਉਸ ਦੀ ਚੇਤਨਤਾ ਦੀਆਂ ਅਲੱਗ ਅਲੱਗ ਅਵਸਥਾਵਾਂ ਵਿਚ ਗਣਿਤਕ ਨਿਸ਼ਚਿਤਤਾ ਦੇ ਸਬੰਧ ਬਾਰੇ ਅਨੇਕ ਉਦਾਹਰਣਾਂ ਦਿੱਤੀਆਂ ਜਾ ਸਕਦੀਆਂ ਹਨ। ਕੋਈ ਆਦਮੀ ਧਿਆਨ ਵਿਚ ਪੂਰੀ ਤਰ੍ਹਾਂ ਮਗਨ ਹੋਵੇ, ਜਿਵੇਂ ਕੋਈ ਬੌਧਿਕ ਵਿਚਾਰ ਵਟਾਂਦਰਾ ਜਾਂ ਕੋਈ ਨਾਜ਼ੁਕ ਜਾਂ ਮੁਸ਼ਕਿਲ ਸਰੀਰਕ ਕੰਮ ਕਰ ਰਿਹਾ ਹੋਵੇ ਤਾਂ ਉਸ ਦਾ ਸੁਆਸ, ਉਸ ਸਮੇਂ ਆਪਣੇ ਆਪ ਹੌਲੀ ਹੌਲੀ ਚਲਦਾ ਹੈ। ਡਰ, ਕਾਮ, ਕਰੋਧ ਆਦਿ ਹਾਨੀਕਾਰਕ ਭਾਵਕ ਹਾਲਤਾਂ ਵਿਚ ਸੁਆਸ ਦੀ ਗਤੀ ਲਾਜ਼ਮੀ ਤੌਰ ਤੇ ਤੇਜ ਅਤੇ ਅਨਿਯਮਤ ਹੋ ਜਾਂਦੀ ਹੈ। ਆਦਮੀ ਦੇ ਇੱਕ ਮਿੰਟ ਵਿਚ 18 ਵਾਰ ਸੁਆਸ ਲੈਣ ਦੀ ਬਨਿਸਬਤ ਚੰਚਲ ਬੰਦਰ 32 ਵਾਰ ਸੁਆਸ ਲੈਂਦਾ ਹੈ। ਆਪਣੀ ਲੰਬੀ ਉਮਰ ਵਾਸਤੇ ਜਾਣੇ ਜਾਂਦੇ ਹਾਥੀ, ਕੱਛੂ, ਸੱਪ ਅਤੇ ਹੋਰ ਜੀਵਾਂ ਦੀ ਸੁਆਸ ਦੀ ਗਤੀ ਆਦਮੀ ਦੀ ਸੁਆਸ ਗਤੀ ਨਾਲੋਂ ਘੱਟ ਹੁੰਦੀ ਹੈ। ਉਦਾਹਰਣ ਦੇ ਤੌਰ ਤੇ ਵੱਡ ਸਰੀਰੀ ਸਮੁੰਦਰੀ ਕੱਛੂ, ਜੋ ਤਿੰਨ ਸੌ ਸਾਲ ਜਿਉਂਦਾ ਰਹਿੰਦਾ ਹੈ, ਇੱਕ ਮਿੰਟ ਵਿਚ ਸਿਰਫ ਚਾਰ ਵਾਰ ਸੁਆਸ ਲੈਂਦਾ ਹੈ।

ਨੀਂਦ ਨਾਲ ਜੋ ਨਵਸਫੁਰਤੀ ਪ੍ਰਾਪਤ ਹੁੰਦੀ ਹੈ, ਉਸ ਦਾ ਕਾਰਨ ਹੈ ਕਿ ਨੀਂਦ ਦੇ ਦੌਰਾਨ ਆਦਮੀ ਆਪਣੇ ਸਰੀਰ ਅਤੇ ਸੁਆਸ ਦੀ ਹੋਂਦ ਤੋਂ ਬੇਖਬਰ ਹੋ ਜਾਂਦਾ ਹੈ। ਨੀਂਦ ਦੇ ਦੌਰਾਨ ਆਦਮੀ ਯੋਗੀ ਬਣ ਜਾਂਦਾ ਹੈ। ਹਰ ਰਾਤ ਉਹ ਅਣਜਾਣਪੁਣੇ ਵਿਚ ਸਰੀਰਕ ਹੋਂਦ ਤੋਂ ਬੇਖਬਰ ਹੋ ਕੇ ਆਪਣੀ ਪ੍ਰਾਣ ਸ਼ਕਤੀ ਨੂੰ ਆਪਣੇ ਦਿਮਾਗ ਦੇ ਮੁੱਖ ਹਿੱਸੇ ਅਤੇ ਮੇਰੂ ਦੰਡ ਦੇ ਛੇ ਚੱਕਰਾਂ ਦੇ ਸ਼ਕਤੀ ਕੇਂਦਰਾਂ ਵਿਚ ਪ੍ਰਵਾਹਤ ਅਰੋਗਤਾਦਾਇਕ ਧਾਰਾਵਾਂ ਨਾਲ ਇੱਕਮਿੱਕ ਕਰਨ ਦੀ ਯੌਗਿਕ ਕਿਰਿਆ ਨੂੰ ਪੂਰਾ ਕਰਦਾ ਹੈ। ਇਸ ਤਰ੍ਹਾਂ ਸੌਂ ਰਿਹਾ ਆਦਮੀ ਅਣਜਾਣਪੁਣੇ ਵਿਚ ਹੀ ਉਸ ਮਹਾਨ ਸ਼ਕਤੀ ਨਾਲ ਤਾਜਾ ਦਮ ਹੋ ਜਾਂਦਾ ਹੈ ਜਿਹੜੀ ਸਮਸਤ ਜੀਵ ਜਗਤ ਦਾ ਪ੍ਰਾਣ ਅਧਾਰ ਹੈ।

ਯੋਗ ਅਭਿਆਸ ਕਰਨ ਵਾਲਾ ਯੋਗੀ, ਇਹ ਹੀ ਸਧਾਰਨ ਅਤੇ ਕੁਦਰਤੀ ਕਿਰਿਆ ਚੇਤਨ ਰੂਪ ਵਿਚ ਕਰਦਾ ਹੈ, ਨਾ ਕਿ ਧੀਮੀ ਸੁਆਸ ਗਤੀ ਵਿਚ ਸੌਣ ਵਾਲੇ ਆਦਮੀ ਵਾਂਗ। ਕਿਰਿਆਯੋਗੀ ਇਸ ਤਕਨੀਕ ਨੂੰ ਆਪਣੇ ਸਰੀਰ ਦੀਆਂ ਸਾਰੀਆਂ ਕੋਸ਼ਕਾਵਾਂ ਨੂੰ ਨਾਸ਼ ਰਹਿਤ ਪ੍ਰਕਾਸ਼ ਨਾਲ ਭਰਪੂਰ ਕਰਨ ਅਤੇ ਅਧਿਆਤਮਿਕ ਚੁੰਬਕੀ ਅਵਸਥਾਵਾਂ ਬਣਾਈ ਰੱਖਣ ਲਈ ਪ੍ਰਯੋਗ ਕਰਕੇ, ਸੁਆਸ ਨੂੰ ਵਿਗਿਆਨਿਕ ਤਰੀਕੇ ਨਾਲ ਬੇਲੋੜਾ ਬਣਾ ਦਿੰਦਾ ਹੈ ਅਤੇ ਅਭਿਆਸ ਦੇ ਦੌਰਾਨ ਕਦੇ ਵੀ ਨਕਾਰਾਤਮਿਕ ਨੀਂਦ, ਅਚੇਤਨਤਾ ਅਤੇ ਮੌਤ ਆਦਿ ਦੀਆਂ ਅਵਸਥਾਵਾਂ ਵਿਚ ਨਹੀਂ ਜਾਂਦਾ।

ਕੁਦਰਤੀ ਨਿਯਮਾਂ ਮੁਤਾਬਿਕ ਸਧਾਰਨ ਹਾਲਤਾਂ ਵਿਚ ਦੁਨੀਆਂਦਾਰੀ ਵਿਚ ਉਲਝੇ ਹੋਏ ਆਦਮੀ ਦੀ ਪ੍ਰਾਨ ਸ਼ਕਤੀ ਦਾ ਪ੍ਰਵਾਹ ਬਾਹਰੀ ਜਗਤ ਵੱਲ ਹੁੰਦਾ ਹੈ, ਜਿਹੜਾ ਇੰਦਰੀਆਂ ਦੇ ਸੰਚਾਲਨ ਵਿਚ ਰੁਝਿਆ ਰਹਿੰਦਾ ਹੈ ਅਤੇ ਇਸ ਦੇ ਦੁਰਉਪਯੋਗ ਹੋਣ ਕਰਕੇ ਵਿਅਰਥ ਚਲਿਆ ਜਾਂਦਾ ਹੈ। *ਕਿਰਿਆ ਯੋਗ* ਦੇ ਅਭਿਆਸ ਨਾਲ ਇਸ ਪ੍ਰਵਾਹ ਨੂੰ ਮਨ ਦੀ ਸ਼ਕਤੀ ਨਾਲ ਉਲਟਾ ਕੇ ਅੰਤਰ ਜਗਤ ਵੱਲ ਲਿਜਾ ਕੇ, ਮੇਰੂ ਦੰਡ ਵਿਚ ਸਥਿਤ ਮਹੀਨ ਸ਼ਕਤੀਆਂ ਨਾਲ ਮੁੜ ਇੱਕਮਿੱਕ ਕੀਤਾ ਜਾ ਸਕਦਾ ਹੈ। ਪ੍ਰਾਣ ਸ਼ਕਤੀ ਨੂੰ ਇਸ ਪ੍ਰਕਾਰ ਮੁੜ ਕੇ ਤਾਕਤ ਮਿਲਣ ਨਾਲ ਯੋਗੀ ਦੇ ਸਰੀਰ ਅਤੇ ਦਿਮਾਗ ਦੀਆਂ ਕੋਸ਼ਕਾਵਾਂ ਨੂੰ ਅਧਿਆਤਮਿਕ ਅੰਮਰਿਤ ਮਿਲਣ ਕਰਕੇ ਨਵੀਂ ਸ਼ਕਤੀ ਮਿਲਦੀ ਹੈ।

ਜੋ ਲੋਕ ਕੁਦਰਤ ਅਤੇ ਉਸ ਦੇ ਦੈਵੀ ਨਿਯਮਾਂ ਮੁਤਾਬਿਕ ਜੀਵਨ ਜਿਉਂਦੇ ਹਨ, ਉਹ ਉਚਿਤ ਭੋਜਨ, ਰੌਸ਼ਨੀ ਅਤੇ ਸੁਖਾਵੇਂ ਵਿਚਾਰਾਂ ਨਾਲ ਦਸ ਲੱਖ ਸਾਲਾਂ ਵਿਚ ਆਤਮ ਗਿਆਨ ਪ੍ਰਾਪਤ ਕਰ ਲੈਂਦੇ ਹਨ। ਦਿਮਾਗੀ ਬਣਤਰ ਵਿਚ ਮਾਮੂਲੀ ਸ਼ੁੱਧਤਾ ਲਿਆਉਣ ਖਾਤਰ ਬਾਰਾਂ ਸਾਲਾਂ ਦੇ ਸਧਾਰਨ ਅਤੇ ਨਿਰੋਗ ਜੀਵਨ ਦੀ ਜ਼ਰੂਰਤ ਹੈ। ਇਸ ਹਿਸਾਬ ਨਾਲ ਇਹ ਆਸ ਕੀਤੀ ਜਾਂਦੀ ਹੈ ਕਿ ਦਸ ਲੱਖ ਸਾਲਾਂ ਦੇ ਵਕਤ ਵਿਚ ਦਿਮਾਗੀ ਬਣਤਰ ਦਾ ਐਨਾ ਸ਼ੁੱਧੀਕਰਨ ਹੋ ਜਾਵੇਗਾ, ਕਿ ਇਹ ਅਨੰਤ ਸ਼ਕਤੀ ਨਾਲ ਇੱਕਮਿੱਕ ਹੋ ਸਕੇ। ਪਰ ਕਿਰਿਆਯੋਗੀ ਅਧਿਆਤਮਿਕ ਵਿਗਿਆਨ ਦੁਆਰਾ ਕੁਦਰਤ ਦੇ ਇਨ੍ਹਾਂ ਸੁਭਾਵਿਕ ਨਿਯਮਾਂ ਦੀ ਪਾਲਣਾ ਕਰਨ ਦੀ ਜ਼ਰੂਰਤ ਤੋਂ ਉੱਪਰ ਉੱਠ ਜਾਂਦਾ ਹੈ।

ਆਤਮਾ ਨੂੰ ਸਰੀਰ ਨਾਲ ਬੰਨ ਕੇ ਰੱਖਣ ਵਾਲੀ ਸੁਆਸ ਰੂਪੀ ਡੋਰ ਖੋਲ੍ਹ ਕੇ ਕਿਰਿਆ ਲੰਬੀ ਉਮਰ ਬਖਸ਼ਦੀ ਹੈ ਅਤੇ ਉਸ ਦੀ ਚੇਤਨਾ ਸ਼ਕਤੀ ਦਾ ਵਿਸਤਾਰ ਕਰਦੀ ਹੈ। *ਕਿਰਿਆ ਯੋਗ* ਤਕਨੀਕ ਮਨ ਅਤੇ ਵਿਸ਼ੇ ਭੋਗਾਂ ਵਿਚ ਉਲਝੀਆਂ ਇੰਦਰੀਆਂ ਵਿਚਕਾਰ ਰਸਾ ਕਸ਼ੀ ਨੂੰ ਕਾਬੂ ਕਰਦੀ ਹੈ ਅਤੇ ਸ਼ਰਧਾਲੂ ਨੂੰ ਆਪਣੇ ਅਨੰਤ ਸਾਮਰਾਜ ਦਾ ਮੁੜ ਉੱਤਰਾਅਧਿਕਾਰੀ ਬਣਨ ਵਾਸਤੇ ਮੁਕਤ ਕਰ ਦਿੰਦੀ ਹੈ। ਉਸ ਵਕਤ ਸ਼ਰਧਾਲੂ ਜਾਣ ਜਾਂਦਾ ਹੈ, ਕਿ ਉਸ ਦਾ ਅਸਲ ਵਿਅਕਤਿਤਵ ਨਾ ਤਾਂ ਸੁਆਸ ਨਾਲ ਬੰਨ੍ਹਿਆ ਹੋਇਆ ਹੈ ਅਤੇ ਨਾ ਹੀ ਪੰਜ ਭੌਤਿਕ ਤੱਤਾਂ ਨਾਲ। ਨਾਸ਼ਵਾਨ ਆਦਮੀ ਹਵਾ ਅਤੇ ਕੁਦਰਤ ਦੇ ਪੰਜ ਮਹਾ ਭੂਤਾਂ ਦੇ ਗੁਲਾਮ ਹੋਣ ਦੀ ਨਿਸ਼ਾਨੀ ਹੈ। ਆਪਣੇ ਮਨ ਅਤੇ ਸਰੀਰ ਦਾ ਮਾਲਕ ਬਣ ਕੇ *ਕਿਰਿਆ ਯੋਗੀ* ਆਖਰ ਨੂੰ ਅੰਤਮ ਦੁਸ਼ਮਣ* ਮੌਤ ਤੇ ਜਿੱਤ ਪ੍ਰਾਪਤ ਕਰ ਲੈਂਦਾ ਹੈ।

* "ਮੌਤ ਹੀ ਅੰਤਮ ਦੁਸ਼ਮਣ ਹੈ, ਜਿਸ ਨੂੰ ਖਤਮ ਕਰਨਾ ਹੀ ਪਵੇਗਾ। *ਕੋਰੀਥਿਆਨਜ਼* 15:26 (ਬਾਈਬਲ) ਪਰਮਹੰਸ ਯੋਗਾਨੰਦ ਦੇ ਸਰੀਰ ਤਿਆਗਣ ਤੋਂ ਬਾਅਦ, ਉਨ੍ਹਾਂ ਦੇ ਸਰੀਰ ਵਿਚ, ਆਮ ਤੌਰ ਤੇ ਭੌਤਿਕ ਸਰੀਰਾਂ ਵਿਚ ਆਉਣ ਵਾਲਾ ਕੋਈ ਵਿਕਾਰ ਨਹੀਂ ਸੀ ਆਇਆ (ਦੇਖੋ ਪੰਨਾ 631) ਜਿਸ ਤੋਂ ਇਹ ਸਿੱਧ ਹੋ ਗਿਆ, ਕਿ ਉਹ ਇੱਕ ਸਿੱਧ *ਕਿਰਿਆ ਯੋਗੀ* ਸਨ। ਫਿਰ ਵੀ ਸਾਰੇ ਸਿੱਧ ਪੁਰਸ਼ਾਂ ਦੇ ਸਰੀਰ, ਦੇਹ ਤਿਆਗਣ ਤੋਂ ਬਾਅਦ ਵਿਕਾਰ ਰਹਿਤ ਨਹੀਂ ਰਹਿੰਦੇ। (ਦੇਖੋ ਪੰਨਾ 399n.) ਹਿੰਦੂ ਸ਼ਾਸਤਰਾਂ ਵਿਚ ਕਿਹਾ ਗਿਆ ਹੈ, ਕਿਨ ਚਮਤਕਾਰ ਕਿਸੇ ਖਾਸ ਮਕਸਦ ਤੋਂ ਬਗੈਰ ਨਹੀਂ ਘਟਦੇ। ਜਿੱਥੋਂ ਤਕ ਪਰਮਹੰਸ ਯੋਗਾਨੰਦ ਜੀ ਦੇ ਇਸ ਚਮਤਕਾਰ ਦਾ ਸਵਾਲ ਹੈ, ਉਨ੍ਹਾਂ

ਇਸ ਤਰ੍ਹਾਂ ਕਰੋਗੇ ਮੌਤ ਦਾ ਭਖਸ਼ਣ, ਜੋ ਮਨੁੱਖਾਂ ਦਾ ਕਰਦੀ ਹੈ ਭਖਸ਼ਣ,* ਮੌਤ ਮਰ ਜਾਏ ਇੱਕ ਵਾਰ, ਫਿਰ ਉਸ ਤੋਂ ਬਾਅਦ ਮਰਨਾ ਨਹੀਂ।

ਅੰਤਰ ਨਿਰੀਖਣ ਜਾਂ ਮੌਨ ਵਰਤ, ਪ੍ਰਾਣ ਸ਼ਕਤੀ ਨਾਲ ਬੰਨ੍ਹੇ ਮਨ ਅਤੇ ਇੰਦਰੀਆਂ ਨੂੰ ਵੱਖ ਕਰਨ ਦੀ ਤਕਨੀਕ, ਇੱਕ ਗੈਰ ਵਿਗਿਆਨਿਕ ਕੋਸ਼ਿਸ਼ ਹੈ। ਅਨੰਤ ਸ਼ਕਤੀ ਨਾਲ ਜੁੜਨ ਦੀ ਕੋਸ਼ਿਸ਼ ਕਰਦੇ, ਚਿੰਤਨਸ਼ੀਲ ਮਨ ਨੂੰ ਪ੍ਰਾਣਧਾਰਾਵਾਂ ਇੰਦਰੀਆਂ ਵੱਲ ਖਿੱਚ ਲਿਆਉਂਦੀਆਂ ਹਨ। ਸਿੱਧੇ ਹੀ ਪ੍ਰਾਣ ਸ਼ਕਤੀ ਨਾਲ ਮਨ ਨੂੰ ਕਾਬੂ ਕਰਨ ਵਾਲਾ *ਕਿਰਿਆ ਯੋਗ* ਅਨੰਤ ਸ਼ਕਤੀ ਵੱਲ ਲੈ ਕੇ ਜਾਣ ਵਾਲਾ ਸਭ ਤੋਂ ਸੌਖਾ, ਅਸਰਦਾਰ ਅਤੇ ਵਿਗਿਆਨਿਕ ਰਸਤਾ ਹੈ। ਬੈਲ ਗੱਡੀ ਦੇ ਵਾਂਗ ਹੌਲੀ ਹੌਲੀ ਅਨਿਸ਼ਚਿਤ ਅਧਿਆਤਮਿਕ ਰਸਤੇ ਦੇ ਮੁਕਾਬਲੇ ਕਿਰਿਆਯੋਗ ਪ੍ਰਮਾਤਮਾ ਵੱਲ ਲੈ ਕੇ ਜਾਣ ਵਾਲਾ ਹਵਾਈ ਰਸਤਾ ਹੈ।

ਇਕਾਗਰਤਾ ਅਤੇ ਧਿਆਨ ਦੀਆਂ ਸਭ ਪ੍ਰਕਾਰ ਦੀਆਂ ਤਕਨੀਕਾਂ ਨੂੰ ਵਿਚਾਰਨ ਤੋਂ ਬਾਅਦ ਅਨੁਭਵ ਸਿੱਧ ਤਕਨੀਕਾਂ ਨੂੰ ਹੀ *ਕਿਰਿਆ ਯੋਗ* ਵਿਚ ਸ਼ਾਮਲ ਕੀਤਾ ਗਿਆ ਹੈ। *ਕਿਰਿਆ ਯੋਗ* ਸ਼ਰਧਾਲੂ ਆਪਣੀਆਂ ਦੇਖਣ, ਸੁਣਨ, ਚਖਣ, ਸਪਰਸ਼ ਅਤੇ ਸੁੰਘਣ ਦੀਆਂ ਪੰਜ ਗਿਆਨ ਇੰਦਰੀਆਂ ਦੇ ਟੈਲੀਫੋਨਾਂ ਵਿਚ ਜੀਵਨ ਪ੍ਰਵਾਹ ਨੂੰ ਚਾਲੂ ਰੱਖਣ ਜਾਂ ਬੰਦ ਕਰਨ ਦੇ ਯੋਗ ਹੋ ਜਾਂਦਾ ਹੈ। ਇਸ ਪ੍ਰਕਾਰ ਇੰਦਰੀਆਂ ਨਾਲੋਂ ਸਬੰਧ ਤੋੜਨ ਦੀ ਸ਼ਕਤੀ ਪ੍ਰਾਪਤ ਹੋ ਜਾਣ ਤੋਂ ਬਾਅਦ, ਯੋਗੀ ਵਾਸਤੇ ਆਪਣੀ ਮਰਜ਼ੀ ਨਾਲ ਰੂਹਾਨੀ ਜਾਂ ਬੌਧਿਕ ਦੁਨੀਆਂ ਨਾਲ ਮਨ ਜੋੜਨਾ ਸੌਖਾ ਹੋ ਜਾਂਦਾ ਹੈ। ਉਸ ਸਮੇਂ ਪ੍ਰਾਣ ਸ਼ਕਤੀ ਉਸ ਦੀ ਮਰਜ਼ੀ ਵਿਰੁੱਧ ਉਸ ਨੂੰ ਉਪੱਦਰਵੀ ਅਨੁਭੂਤੀਆਂ ਜਾਂ ਅਸ਼ਾਂਤ ਵਿਚਾਰਾਂ ਦੀ ਭੌਤਿਕ ਦੁਨੀਆਂ ਵੱਲ ਖਿੱਚ ਕੇ ਨਹੀਂ ਲਿਆ ਸਕਦੀ। ਉੱਨਤ *ਕਿਰਿਆ ਯੋਗੀ* ਦੀ ਜ਼ਿੰਦਗੀ ਪੂਰਬਲੇ ਜਨਮਾਂ ਦੇ ਕਰਮਾਂ ਤੋਂ ਨਹੀਂ, ਬਲਕਿ ਸਿਰਫ ਉਸ ਦੀ ਆਤਮਾ ਦੇ ਨਿਰਦੇਸ਼ਾਂ ਤੋਂ ਪ੍ਰਭਾਵਤ ਹੁੰਦੀ ਹੈ। ਇਸ ਤਰ੍ਹਾਂ ਉਹ ਸਧਾਰਨ ਜੀਵਨ ਦੇ ਚੰਗੇ ਮਾੜੇ ਹੰਕਾਰਜਨਿਤ ਕਰਮਾਂ ਦੀ ਦੇਖ ਰੇਖ ਵਿਚ ਢਿਲੜ ਚਾਲ ਵਿਚ ਹੋਣ ਵਾਲੇ ਕ੍ਰਮ-ਵਿਕਾਸ ਦੇ ਬੰਧਨ ਤੋਂ ਮੁਕਤ ਹੋ ਜਾਂਦਾ ਹੈ।

ਰੂਹਾਨੀ ਰਹਿਣ ਸਹਿਣ ਦਾ ਇਹ ਸ੍ਰੇਸ਼ਠ ਤਰੀਕਾ ਯੋਗੀ ਨੂੰ ਹੰਕਾਰ ਦੇ ਬੰਦੀਖਾਨੇ ਤੋਂ ਮੁਕਤ ਕਰਾ ਕੇ ਅਨੰਤਤਾ ਦੀ ਸ਼ੁੱਧ ਹਵਾ ਬਖਸ਼ਦਾ ਹੈ। ਇਸ ਦੇ ਉਲਟ ਸਧਾਰਨ ਜੀਵਨ

ਦੇ ਸਰੀਰ ਵਿਚ ਵਿਕਾਰਹੀਣਤਾ ਦਾ ਮਕਸਦ ਨਿਰਸੰਦੇਹ ਪੱਛਮੀ ਦੁਨੀਆਂ ਨੂੰ *ਕਿਰਿਆ ਯੋਗ* ਦੇ ਮਹੱਤਵ ਦੇ ਸਬੰਧ ਵਿਚ ਵਿਸ਼ਵਾਸ ਦਿਵਾਉਣ ਵਾਸਤੇ ਘਟਿਆ ਸੀ। ਯੋਗਾਨੰਦ ਜੀ ਨੂੰ ਬਾਬਾ ਜੀ ਅਤੇ ਸ਼੍ਰੀ ਯੁਕਤੇਸ਼ਵਰ ਜੀ ਨੇ ਪੱਛਮੀ ਦੁਨੀਆਂ ਦੀ ਸੇਵਾ ਕਰਨ ਦਾ ਆਦੇਸ਼ ਦਿੱਤਾ ਸੀ। ਪਰਮਹੰਸ ਯੋਗਾਨੰਦ ਜੀ ਨੇ ਆਪਣੇ ਜੀਵਨ ਅਤੇ ਮੌਤ, ਦੋਨਾਂ ਵਿਚ ਹੀ, ਉਸ ਪਵਿੱਤਰ ਆਦੇਸ਼ ਦਾ ਪਾਲਣ ਕੀਤਾ ਸੀ। *(ਪ੍ਰਕਾਸ਼ਕ ਦੀ ਟਿਪਣੀ)*

* ਸ਼ੈਕਸਪੀਅਰ : ਸੋਨਟ 146.

ਜਿਉਣ ਦੀ ਅਧੀਨਗੀ ਅਪਮਾਨਜਨਕ ਹਾਲਤ ਵਿਚ ਸਥਿਤ ਹੈ। ਸਿਰਫ ਮਨੁੱਖੀ ਵਿਕਾਸ ਦੇ ਅਨੁਰੂਪ ਜਿਉਣ ਵਾਲਾ ਆਦਮੀ ਕੁਦਰਤ ਤੋਂ ਕ੍ਰਮ-ਵਿਕਾਸ ਦੀ ਗਤੀ ਤੇਜ ਕਰਨ ਵਾਸਤੇ ਕਿਸੇ ਪ੍ਰਕਾਰ ਦੀ ਕੋਈ ਰਿਆਇਤ ਨਹੀਂ ਪਾ ਸਕਦਾ। ਭਾਵੇਂ ਉਹ ਮਨ ਅਤੇ ਸਰੀਰ ਨੂੰ ਨਿਯੰਤਰਤ ਕਰਨ ਵਾਲੇ ਨਿਯਮਾਂ ਦਾ ਉਲੰਘਣ ਕੀਤੇ ਬਗੈਰ ਵੀ ਜੀਵਨ ਬਤੀਤ ਕਰੇ ਤਾਂ ਵੀ ਅੰਤਮ ਮੁਕਤੀ ਵਾਸਤੇ ਉਸ ਨੂੰ ਦੱਸ ਲੱਖ ਸਾਲਾਂ ਤਕ ਬਹੁ ਰੂਪੀਆਂ ਵਾਂਗ ਵੱਖ ਵੱਖ ਤਰ੍ਹਾਂ ਦੇ ਸਰੀਰ ਧਾਰਨ ਕਰਕੇ ਇਸ ਸੰਸਾਰ ਵਿਚ ਆਉਂਦੇ ਰਹਿਣਾ ਪਵੇਗਾ।

ਇਸ ਲਈ ਜੋ ਲੋਕ ਦਸ ਲੱਖ ਸਾਲਾਂ ਦੇ ਸਮੇਂ ਨੂੰ ਵਿਦਰੋਹਪੂਰਨ ਦ੍ਰਿਸ਼ਟੀ ਨਾਲ ਦੇਖਦੇ ਹਨ, ਉਨ੍ਹਾਂ ਵਾਸਤੇ ਮਨ ਅਤੇ ਸਰੀਰ ਨੂੰ ਆਪਣੇ ਆਪ ਤੋਂ ਅਲੱਗ ਕਰਕੇ ਆਤਮਾ ਨਾਲ ਜੁੜ ਜਾਣ ਲਈ ਇਸ ਤਰੀਕੇ ਦੀਆਂ ਦੂਰਬੀਨੀ ਤਕਨੀਕਾਂ ਹੀ ਵਧੀਆ ਹਨ। ਉਨ੍ਹਾਂ ਆਮ ਲੋਕਾਂ ਵਾਸਤੇ ਇਸ ਮਿਆਦ ਦਾ ਸੰਖਿਆਤਮਿਕ ਘੇਰਾ ਹੋਰ ਵੀ ਵੱਧ ਜਾਂਦਾ ਹੈ, ਜੋ ਆਪਣੀ ਆਤਮਾ ਦੇ ਨਾਲ ਤਾਂ ਕੀ, ਕੁਦਰਤੀ ਨਿਯਮਾਂ ਦੇ ਮੁਤਾਬਿਕ ਵੀ ਆਪਣਾ ਜੀਵਨ ਬਤੀਤ ਨਹੀਂ ਕਰਦੇ, ਉਹ ਇਸ ਦੇ ਉਲਟ ਸਰੀਰ ਅਤੇ ਮਨ ਨੂੰ ਗੈਰ ਕੁਦਰਤੀ ਜਟਿਲਤਾਵਾਂ ਵਿਚ ਉਲਝਾ ਕੇ ਕੁਦਰਤ ਦੁਆਰਾ ਬਖਸ਼ੀਆਂ ਹੋਈਆਂ ਮਿੱਠੀਆਂ ਸੌਗਾਤਾਂ ਨੂੰ ਵੀ ਠੇਸ ਪਹੁੰਚਾਉਂਦੇ ਹਨ। ਇਹੋ ਜਿਹੇ ਲੋਕਾਂ ਵਾਸਤੇ ਦਸ ਲੱਖ ਸਾਲਾਂ ਤੋਂ ਦੁਗਣਾ ਸਮਾਂ ਵੀ ਮੁਕਤੀ ਲਈ ਕਾਫੀ ਘੱਟ ਹੈ।

ਸੰਸਾਰਕ ਆਦਮੀ ਕਦੇ ਕਦਾਈਂ ਹੀ ਜਾਂ ਕਦੇ ਵੀ ਮਹਿਸੂਸ ਨਹੀਂ ਕਰਦਾ ਕਿ ਉਸ ਦਾ ਸਰੀਰ ਇਕ ਸਾਮਰਾਜ ਹੈ। ਜਿਸ ਉੱਪਰ ਕਪਾਲ (ਖੋਪੜੀ) ਵਿਚ ਸਿੰਘਾਸ਼ਨ ਤੇ ਬੈਠੀ ਸਮਰਾਟ ਆਤਮਾ ਦਾ ਸ਼ਾਸਨ ਚੱਲਦਾ ਹੈ ਅਤੇ ਇਸ ਸ਼ਾਸਤ ਕੰਮਾਂ ਵਿਚ ਮੇਰੂ ਦੰਡ ਦੇ ਛੇ ਚੱਕਰਾਂ ਜਾਂ ਚੇਤਨਤਾ ਕੇਂਦਰਾਂ ਵਿਚ ਸਥਿਤ ਸਹਾਇਕ ਸ਼ਾਸਕ ਉਸ ਦੀ ਸਹਾਇਤਾ ਕਰਦੇ ਹਨ। ਇਸ ਇਲਾਹੀ ਹਕੂਮਤ ਦੇ ਰਾਜ ਵਿਚ ਆਗਿਆਕਾਰੀ ਪਰਜਾ ਦੀ ਭੀੜ ਹੈ। ਸਤਾਈ ਪਦਮ ਕੋਸ਼ਕਾਵਾਂ (ਕੋਸ਼ਾਣੂ ਜੋ ਦੇਖਣ ਨੂੰ ਸਵੈਚਾਲਕ ਲੱਗਦੇ ਹਨ, ਪਰ ਉਨ੍ਹਾਂ ਵਿਚ ਇੱਕ ਨਿਸ਼ਚਿਤ ਸਿਆਣਪ ਹੈ, ਜਿਸ ਨਾਲ ਉਹ ਸਰੀਰ ਦਾ ਵਿਕਾਸ, ਪ੍ਰੀਵਰਤਨ ਅਤੇ ਵਿਘਟਨ ਦੀਆਂ ਸਾਰੀਆਂ ਜੁੰਮੇਵਾਰੀਆਂ ਨਿਭਾਉਂਦੇ ਹਨ) ਪੰਜ ਕਰੋੜ ਅਧਾਰਭੂਤ ਵਿਚਾਰ ਅਤੇ ਸੱਠ ਸਾਲ ਦੀ ਔਸਤ ਉਮਰ ਵਿਚ ਆਦਮੀ ਦੀ ਚੇਤਨਾ ਦੀਆਂ ਲਗਾਤਾਰ ਉਤਰਾ ਚੜ੍ਹਾ ਵਾਲੀਆਂ ਮਾਨਸਿਕ ਅਵਸਥਾਵਾਂ ਹਨ। ਮਨੁੱਖੀ ਸਰੀਰ ਵਿਚ ਜਾਂ ਮਨ ਵਿਚ ਬਿਮਾਰੀ ਜਾਂ ਵਿਵੇਕਹੀਣਤਾ ਦਾ ਪ੍ਰਗਟ ਹੋਣਾ, ਪ੍ਰਤੱਖ ਤੌਰ ਤੇ ਸਮਰਾਟ ਆਤਮਾ ਵਿਰੁੱਧ ਆਗਿਆਕਾਰੀ ਪਰਜਾ ਦੀ ਬਗਾਵਤ ਨਹੀਂ ਬਲਕਿ ਮਨੁੱਖ ਦੁਆਰਾ ਵਰਤਮਾਨ ਜਾਂ ਬੀਤੇ ਸਮੇਂ ਵਿਚ ਆਪਣੇ ਵਿਅਕਤਿਤਵ ਜਾਂ ਆਪਣੀ ਇੱਛਾ, (ਜੋ ਉਸ ਨੂੰ ਆਤਮਾ ਦੇ ਨਾਲ ਹੀ ਬਖਸ਼ਸ਼ ਕੀਤੀ ਗਈ ਹੈ ਅਤੇ ਕਦੇ ਵਾਪਸ ਲੈਣ ਯੋਗ ਨਹੀਂ) ਦੀ ਗਲਤ ਵਰਤੋਂ ਕਰਨ ਦਾ ਨਤੀਜਾ ਹੈ।

ਥੋਥੇ ਹੰਕਾਰ ਵਿਚ ਮਨੁੱਖ ਇਹ ਮਨੋ ਹੀ ਮੰਨ ਲੈਂਦਾ ਹੈ, ਕਿ ਉਹ ਖੁਦ ਹੀ ਸੋਚਦਾ ਹੈ, ਇੱਛਾ ਕਰਦਾ ਹੈ, ਮਹਿਸੂਸ ਕਰਦਾ ਹੈ, ਭੋਜਨ ਹਜ਼ਮ ਕਰਦਾ ਹੈ ਅਤੇ ਆਪਣੇ ਆਪ ਨੂੰ ਜਿੰਦਾ ਰੱਖਦਾ ਹੈ। ਉਹ ਕਦੇ ਵੀ ਸੋਚ ਵਿਚਾਰ (ਜੋ ਥੋੜੀ ਹੀ ਕਾਫੀ ਹੈ) ਕੇ ਸਵੀਕਾਰ ਨਹੀਂ ਕਰਦਾ, ਕਿ ਸਧਾਰਨ ਜੀਵਨ ਵਿਚ ਉਹ ਬੀਤੇ ਕਰਮਾਂ ਦੇ ਕਾਰਨ ਅਤੇ ਪ੍ਰਭਾਵਾਂ ਅਤੇ ਕੁਦਰਤ ਜਾਂ ਹਾਲਤ ਦੇ ਹੱਥਾਂ ਵਿਚ ਖਿਡੌਣੇ ਤੋਂ ਇਲਾਵਾ ਕੁਝ ਵੀ ਨਹੀਂ। ਹਰ ਇੱਕ ਮਨੁੱਖ ਦੇ ਬੌਧਿਕ ਪ੍ਰਤੀਕਰਮ, ਭਾਵਨਾਵਾਂ, ਮਿਜ਼ਾਜ ਅਤੇ ਆਦਤਾਂ ਸਿਰਫ ਪਿਛਲੇ ਕਰਮਾਂ ਦੇ ਕਾਰਨ ਅਤੇ ਉਨ੍ਹਾਂ ਦੇ ਪ੍ਰਭਾਵ ਹਨ। ਭਾਵੇਂ ਉਹ ਇਸ ਜਨਮ ਦੇ ਹੋਣ ਭਾਵੇ ਪਿਛਲੇ ਜਨਮਾਂ ਦੇ। ਉਸ ਦੀ ਸਮਰਾਟ ਆਤਮਾ ਇਨ੍ਹਾਂ ਪ੍ਰਭਾਵਾਂ ਤੋਂ ਨਿਰਲੇਪ ਹੁੰਦੀ ਹੈ। ਛਿਣ ਭੰਗਰੀ ਸਚਾਈਆਂ ਅਤੇ ਅਜ਼ਾਦੀਆਂ ਨੂੰ ਠੁਕਰਾ ਕੇ, *ਕਿਰਿਆ ਯੋਗੀ* ਮਾਇਆਜਾਲ ਦੇ ਭਰਮ ਭੁਲੇਖੇ ਪਾਰ ਕਰਕੇ, ਆਪਣੇ ਸ਼ੁੱਧ ਆਤਮ ਸਰੂਪ ਵਿਚ ਲੀਨ ਹੋ ਜਾਂਦਾ ਹੈ। ਸੰਸਾਰ ਦੇ ਧਰਮ ਗ੍ਰੰਥ ਮੰਨਦੇ ਹਨ ਕਿ ਮਨੁੱਖ ਨਸ਼ਟ ਹੋਣ ਯੋਗ ਸਰੀਰ ਨਹੀਂ, ਬਲਕਿ ਇੱਕ ਜੀਵਤ ਆਤਮਾ ਹੈ। *ਕਿਰਿਆ ਯੋਗ* ਦੇ ਰੂਪ ਵਿਚ ਮਨੁੱਖ ਨੂੰ ਇਹ ਤਕਨੀਕ ਮਿਲਦੀ ਹੈ, ਜਿਸ ਨਾਲ ਉਹ ਸ਼ਾਸਤਰ ਸੰਮਤ ਇਸ ਦ੍ਰਿੜ ਕਥਨ ਨੂੰ ਸਿੱਧ ਕਰ ਸਕੇ।

ਸ਼ੰਕਰਾਚਾਰੀਆ ਨੇ ਆਪਣੇ ਪਰਸਿੱਧ ਆਤਮ ਬੋਧ ਵਿਚ ਲਿਖਿਆ ਹੈ ਕਿ ਬਾਹਰੀ ਕਰਮ ਕਾਂਡ ਅਗਿਆਨਤਾ ਦਾ ਨਾਸ਼ ਨਹੀਂ ਕਰ ਸਕਦੇ, ਕਿਉਂਕਿ ਇਹ ਦੋਨੋਂ ਆਪਸ ਵਿਚ ਪਰਸਪਰ ਵਿਰੋਧੀ ਨਹੀਂ ਹਨ। ਅਪਰੋਕਸ਼ ਅਨੁਭੂਤੀ ਵਿਚ ਉਹ ਲਿਖਦੇ ਹਨ, ਕੇਵਲ ਖੁਦ ਮਹਿਸੂਸ ਕੀਤਾ ਗਿਆਨ ਹੀ ਅਗਿਆਨ ਨੂੰ ਮਿਟਾ ਸਕਦਾ ਹੈ। ਪੁੱਛ ਗਿੱਛ ਤੋਂ ਇਲਾਵਾ ਕਿਸੇ ਹੋਰ ਸਾਧਨ ਦੁਆਰਾ ਗਿਆਨ ਨਹੀਂ ਮਿਲਦਾ। ਮੈਂ ਕੌਣ ਹਾਂ? ਇਹ ਸੰਸਾਰ ਕਿਸ ਤਰ੍ਹਾਂ ਹੋਂਦ ਵਿਚ ਆਇਆ? ਇਸ ਸੰਸਾਰ ਨੂੰ ਬਣਾਉਣ ਵਾਲਾ ਕੌਣ ਹੈ? ਇਸ ਦਾ ਭੌਤਿਕ ਕਾਰਨ ਕੀ ਹੈ? ਇਸ ਪ੍ਰਕਾਰ ਦੀ ਪੁੱਛ ਗਿੱਛ ਦਾ ਮਤਲਬ ਹੈ ਕਿ ਬੁੱਧੀ ਕੋਲ ਇਨ੍ਹਾਂ ਸਵਾਲਾਂ ਦਾ ਕੋਈ ਜਵਾਬ ਨਹੀਂ। ਇਸ ਲਈ ਰਿਸ਼ੀਆਂ ਨੇ ਅਧਿਆਤਮਿਕ ਪੁੱਛ ਗਿੱਛ ਵਾਸਤੇ ਯੋਗ ਤਕਨੀਕ ਨੂੰ ਵਿਕਸਿਤ ਕੀਤਾ ਹੈ।

ਸੱਚਾ ਯੋਗੀ ਆਪਣੇ ਵਿਚਾਰਾਂ, ਇੱਛਾਵਾਂ ਅਤੇ ਭਾਵਨਾਵਾਂ ਨੂੰ ਸਰੀਰ ਦੀਆਂ ਇੱਛਾਵਾਂ ਲੋਚਨਾਵਾਂ ਅਤੇ ਵਾਸ਼ਨਾਵਾਂ ਨਾਲ ਇੱਕਰੂਪ ਹੋਣ ਤੋਂ ਰੋਕ ਕੇ ਆਪਣੇ ਮਨ ਨੂੰ ਮੇਰੂ ਦੰਡ ਦੇ ਚੱਕਰਾਂ ਵਿਚ ਸਥਿਤ ਪਰਾਚੇਤਨ ਸ਼ਕਤੀਆਂ ਨਾਲ ਜੋੜਦਾ ਹੋਇਆ, ਇਸ ਸੰਸਾਰ ਵਿਚ ਪ੍ਰਮਾਤਮਾ ਦੀ ਯੋਜਨਾ ਅਨੁਸਾਰ ਜੀਵਨ ਬਤੀਤ ਕਰਦਾ ਹੈ। ਉਹ ਨਾ ਤਾਂ ਪਿਛਲੇ ਜਨਮਾਂ ਦੇ ਕਰਮਾਂ ਦੀਆਂ ਪ੍ਰੇਰਣਾਵਾਂ ਤੋਂ ਮਜ਼ਬੂਰ ਹੁੰਦਾ ਹੈ ਅਤੇ ਨਾ ਹੀ ਮਨੁੱਖੀ ਬਹਿਕਾਵਿਆਂ ਤੋਂ। ਆਪਣੀ ਸਰਬਉੱਚ ਇੱਛਾ ਪੂਰੀ ਕਰ ਕੇ, ਉਹ ਅਟੁੱਟ ਆਨੰਦਮਈ ਬ੍ਰਹਮ ਦੀ ਛਤਰ ਛਾਇਆ ਵਿਚ ਸਲਾਮਤ ਰਹਿੰਦਾ ਹੈ।

ਡਾਕ ਵਿਚ ਪਾਉਣ ਤੋਂ ਪਹਿਲਾਂ ਕਿਰਪਾ ਕਰਕੇ ਇਸ ਰੇਖਾ ਤੋਂ ਕਟ/ਪਾੜ ਲਵੋ।

Yogoda Satsanga Society of India

Paramahansa Yogananda Path, Ranchi 834001, Jharkhand

Website: yssi.org | Ph: (0651) 6655 555

ਸ੍ਰੀ ਸ੍ਰੀ ਪਰਮਹੰਸ ਯੋਗਾਨੰਦ ਜੀ ਨੇ ਪੂਰੇ ਭਾਰਤ ਵਰਸ਼ ਅਤੇ ਗੁਆਂਢੀ ਦੇਸ਼ਾਂ ਵਿਚ ਕਿਰਿਆ ਯੋਗ ਦੇ ਪ੍ਰਚਾਰ ਅਤੇ ਪ੍ਰਸਾਰ ਵਾਸਤੇ 1917 ਵਿੱਚ ਯੋਗਦਾ ਸਤਸੰਗ ਸੁਸਾਇਟੀ ਆਫ ਇੰਡੀਆ ਦੀ ਸਥਾਪਨਾ ਕੀਤੀ।

❖ ਜੇ ਤੁਹਾਨੂੰ ਕਿਰਿਆ ਯੋਗ ਦੇ ਬਾਬਤ ਅਤੇ ਯੋਗਦਾ ਸਤਸੰਗ ਪਾਠਮਾਲਾ ਜਿਹੜੀ ਕਿ ਯੋਗਾਨੰਦ ਜੀ ਦੀ ਸਿੱਖਿਆਵਾਂ ਦੀ ਘਰ ਬੈਠ ਕੇ ਹੀ ਕਦਮ-ਦਰ-ਕਦਮ ਜਾਣਕਾਰੀ ਦਿੰਦੀ ਹੈ, ਦੀ ਇੱਛਾ ਹੈ ਤਾਂ ਕ੍ਰਿਪਾ ਕਰਕੇ yssi.org/lessons ਵੈੱਬਸਾਈਟ ਦੇਖੋ।

❖ ਯੋਗਦਾ ਸਤਸੰਗ ਦੀਆਂ ਹੋਰ ਪ੍ਰਕਾਸ਼ਨਾਵਾਂ ਵਾਸਤੇ ਸੂਚੀ ਪੱਤਰ/ਈ ਕੈਟਾਲਾਗ (yssi.org/ecatalogue) ਦੇਖੋ।

ਜੇ ਤੁਹਾਡੀ ਚਾਹਨਾ ਹੈ ਕਿ ਉਪਰੋਕਤ ਸਾਰਾ ਕੁੱਝ ਤੁਹਾਨੂੰ ਲਿਖ਼ਤੀ ਰੂਪ ਵਿੱਚ ਪ੍ਰਾਪਤ ਹੋਵੇ ਤਾਂ ਕ੍ਰਿਪਾ ਕਰਕੇ ਆਪਣਾ ਨਾਂ, ਪੂਰਾ ਪਤਾ ਅਤੇ ਹੋਰ ਸੰਪਰਕ ਸੂਤਰ ਇਸ ਕਾਰਡ ਦੇ ਪਿਛਲੇ ਪਾਸੇ ਭਰਕੇ ਸਾਨੂੰ ਭੇਜ ਦਿਉ।

Before mailing please tear/cut along this line

SRI/SMT./KUM. ______________________________

ADDRESS ______________________________

____

CITY ____________ STATE ____________ PIN ____________

Email ID: ____________________ Ph. ____________

☐ Please sign me up to receive the Yogoda Satsanga Society of India monthly enewsletter.

Please place this page in a stamped envelope and return it to:

Yogoda Satsanga Society of India
Paramahansa Yogananda Path
Ranchi 834001, Jharkhand
India

ਯੋਗ ਦੁਆਰਾ ਪ੍ਰਾਪਤ ਪੱਕੀ ਅਤੇ ਬਾਤਰਤੀਬ ਸਫਲਤਾ ਵੱਲ ਇਸ਼ਾਰਾ ਕਰਦਿਆਂ ਭਗਵਾਨ ਸ੍ਰੀ ਕ੍ਰਿਸ਼ਨ, ਯੋਗੀ ਨੂੰ ਸ਼ਿਲਪਵਿਗਿਆਨਿਕ ਦੱਸਦਿਆਂ ਇਨ੍ਹਾਂ ਸ਼ਬਦਾਂ ਨਾਲ ਯੋਗੀ ਦੀ ਤਰੀਫ਼ ਕਰਦੇ ਹਨ।"

ਯੋਗੀ ਸਰੀਰਕ ਤਪ ਕਰਨ ਵਾਲੇ ਯੋਗੀਆਂ ਤੋਂ ਸ੍ਰੇਸ਼ਟ ਹੈ, ਗਿਆਨ *(ਗਿਆਨ ਯੋਗ),* ਯੋਗੀਆਂ ਤੋਂ ਵੀ ਸ੍ਰੇਸ਼ਟ ਹੈ ਅਤੇ ਕਰਮ *(ਕਰਮ ਯੋਗ);* ਯੋਗੀਆਂ ਤੋਂ ਵੀ ਸ੍ਰੇਸ਼ਟ ਹੈ, ਇਸ ਕਰਕੇ, ਹੇ ਮੇਰੇ ਸ਼ਿਸ਼ ਅਰਜੁਨ-ਤੂੰ ਯੋਗੀ ਬਣ।*

ਸ੍ਰੀ ਮਦ ਭਗਵਤ ਗੀਤਾ ਵਿਚ ਵਾਰ ਵਾਰ, ਜਿਸ ਯੋਗ ਦੀ ਮਹਿਮਾ ਦਾ ਵਰਣਨ ਕੀਤਾ ਗਿਆ ਹੈ, ਉਹ *ਕਿਰਿਆ ਯੋਗ* ਹੀ ਹੈ। ਇੱਕ ਅਨੂਠੇ ਪ੍ਰਮਾਤਮਾ ਨੂੰ ਸਮਰਪਿਤ

* ਭਗਵਤ ਗੀਤਾ VI:46.

ਆਧੁਨਿਕ ਵਿਗਿਆਨ ਨੂੰ ਹੁਣ ਸੁਆਸ ਰਹਿਤ ਅਵਸਥਾ ਦੇ, ਸਰੀਰ ਅਤੇ ਮਨ ਉੱਪਰ ਪੈਣ ਵਾਲੇ ਅਰੋਗਤਾਦਾਇਕ ਅਤੇ ਨਵੀਂ ਸ਼ਕਤੀ ਵਾਲੇ ਪ੍ਰਭਾਵਾਂ ਦੀ ਜਾਣਕਾਰੀ ਹੋਣ ਲੱਗ ਗਈ ਹੈ। ਨਿਊਯਾਰਕ ਦੇ ਕਾਲਜ ਆਫ ਫਿਜ਼ੀਸ਼ਨ ਅਤੇ ਸਰਜ਼ਨਜ ਦੇ ਡਾਕਟਰ ਆਲਵਨ ਐਲ ਬਰਾਚ ਨੇ ਕੇਵਲ ਫੇਫੜਿਆਂ ਨੂੰ ਹੀ ਅਰਾਮ ਦੇਣ ਦੇ ਇਲਾਜ਼ ਦੇ ਤਰੀਕੇ ਦੀ ਖੋਜ ਕੀਤੀ ਹੈ। ਉਸ ਤਰੀਕੇ ਨਾਲ ਤਪਦਿਕ ਦੇ ਬਹੁਤ ਸਾਰੇ ਮਰੀਜ਼ ਤੰਦਰੁਸਤ ਹੋ ਰਹੇ ਹਨ। ਇਸ ਵਿਚ ਮਰੀਜ਼ ਨੂੰ ਇੱਕ ਇਸ ਤਰ੍ਹਾਂ ਦੇ ਕਮਰੇ ਵਿਚ ਲਿਆਂਦਾ ਜਾਂਦਾ ਹੈ ਜਿਸ ਵਿਚ ਹਵਾ ਦੇ ਦਬਾਅ ਨੂੰ ਕੰਟਰੋਲ ਕਰਕੇ ਇੰਨਾ ਕੁ ਰੱਖਿਆ ਜਾਂਦਾ ਹੈ ਕਿ ਮਰੀਜ਼ ਨੂੰ ਸਾਹ ਲੈਣ ਦੀ ਜ਼ਰੂਰਤ ਹੀ ਨਹੀਂ ਰਹਿੰਦੀ। 1 ਫਰਵਰੀ 1947 ਦੇ 'ਦੀ ਨਿਊਯਾਰਕ ਟਾਈਮਜ਼' ਨੇ ਡਾਕਟਰ ਬਰਾਚ ਦੇ ਕਥਨ ਨੂੰ ਇਸ ਤਰ੍ਹਾਂ ਪੇਸ਼ ਕੀਤਾ, "ਸੁਆਸ ਦੇ ਰੁਕਣ ਦੇ ਕੇਂਦਰੀ ਤੰਤਰ ਪ੍ਰਣਾਲੀ ਉੱਪਰ ਪੈਣ ਵਾਲੇ ਪ੍ਰਭਾਵ ਬਹੁਤ ਦਿਲਚਸਪ ਹਨ। ਹੱਥਾਂ, ਪੈਰਾਂ ਦੀਆਂ ਆਪਣੇ ਆਪ ਗਤੀਸ਼ੀਲ ਮਾਸ ਪੇਸ਼ੀਆਂ ਵਿਚ ਹਲਚਲ ਦੀ ਪਰਵਿਰਤੀ ਬਿਲਕੁਲ ਘੱਟ ਜਾਂਦੀ ਹੈ। ਇਸ ਕਮਰੇ ਵਿਚ ਮਰੀਜ਼ ਬਗੈਰ ਹੱਥ ਪੈਰ ਹਿਲਾਏ ਜਾਂ ਕਰਵਟ ਬਦਲੇ ਘੰਟਿਆਂ ਬੱਧੀ ਪਿਆ ਰਹਿ ਸਕਦਾ ਹੈ। ਜਦੋਂ ਸਵੈ ਪ੍ਰੇਰਿਤ ਸਾਹ ਬੰਦ ਹੋ ਜਾਂਦਾ ਹੈ, ਤਾਂ ਸਿਗਰਟ ਪੀਣ ਦੀ ਇੱਛਾ ਨਹੀਂ ਰਹਿੰਦੀ। ਇੱਥੋਂ ਤਕ ਕਿ ਉਨ੍ਹਾਂ ਲੋਕਾਂ ਦੇ ਵਿਚ ਵੀ ਇਹ ਇੱਛਾ ਨਹੀਂ ਉੱਠਦੀ, ਜਿਹੜੇ ਹਰ ਰੋਜ਼ ਦੋ ਦੋ ਪੈਕਟ ਸਿਗਰਟ ਪੀਂਦੇ ਹਨ। ਬਹੁਤੇ ਲੋਕਾਂ ਵਿਚ ਇਹ ਅਰਾਮ ਇਸ ਪ੍ਰਕਾਰ ਦਾ ਹੈ ਕਿ ਉਨ੍ਹਾਂ ਨੂੰ ਕਿਸੇ ਮਨੋਰੰਜਨ ਦੀ ਵੀ ਜ਼ਰੂਰਤ ਨਹੀਂ ਹੁੰਦੀ।" 1951 ਵਿਚ ਡਾਕਟਰ ਬਰਾਚ ਨੇ ਸਰਬਜਨਿਕ ਤੌਰ ਤੇ ਇਸ ਇਲਾਜ਼ ਦੀ ਤਕਨੀਕ ਦੇ ਮਹੱਤਵ ਦੀ ਤਸਦੀਕ ਕਰ ਦਿੱਤੀ ਅਤੇ ਕਿਹਾ "ਇਸ ਦੇ ਨਾਲ ਨਾ ਕੇਵਲ ਫੇਫੜਿਆਂ ਨੂੰ ਬਲਕਿ ਸਾਰੇ ਸਰੀਰ ਨੂੰ ਅਰਾਮ ਮਿਲਦਾ ਹੈ। ਇਸ ਤਰ੍ਹਾਂ ਮਹਿਸੂਸ ਹੁੰਦਾ ਹੈ ਕਿ ਮਨ ਨੂੰ ਅਰਾਮ ਮਿਲ ਰਿਹਾ ਹੈ। ਉਦਾਹਰਣ ਦੇ ਤੌਰ ਦਿਲ ਦਾ ਕੰਮ ਤੀਜਾ ਹਿੱਸਾ ਘੱਟ ਜਾਂਦਾ ਹੈ। ਸਾਡੇ ਮਰੀਜ਼ ਚਿੰਤਾ ਕਰਨੀ ਛੱਡ ਦਿੰਦੇ ਹਨ ਅਤੇ ਕਿਸੇ ਨੂੰ ਉਕਤਾਹਟ ਨਹੀਂ ਹੁੰਦੀ।"

ਇਨ੍ਹਾਂ ਤੱਥਾਂ ਦੀ ਰੌਸ਼ਨੀ ਵਿਚ ਇਹ ਗੱਲ ਸਮਝ ਆਉਣ ਲੱਗਦੀ ਹੈ, ਕਿ ਮਾਨਸਿਕ ਜਾਂ ਸਰੀਰਕ ਚੰਚਲਤਾ ਦੀ ਕਿਸੇ ਪ੍ਰਕਾਰ ਦੀ ਪਰਵਿਰਤੀ ਮਨ ਵਿਚ ਉੱਠੇ ਬਗੈਰ ਯੋਗੀ ਕਿਸ ਤਰ੍ਹਾਂ ਲੰਬੇ ਸਮੇਂ ਤਕ ਸਥਿਰ ਬੈਠੇ ਰਹਿੰਦੇ ਹਨ। ਕੇਵਲ ਇਸ ਪ੍ਰਕਾਰ ਦੀ ਸ਼ਾਂਤੀ ਦੁਆਰਾ ਹੀ ਮਨੁੱਖ ਨੂੰ ਪ੍ਰਮਾਤਮਾ ਵੱਲ ਜਾਣ ਦਾ ਰਸਤਾ ਮਿਲ ਸਕਦਾ ਹੈ। ਆਮ ਮਨੁੱਖਾਂ ਨੂੰ ਸੁਆਸ ਰਹਿਤ ਅਵਸਥਾ ਦਾ ਲਾਭ ਪ੍ਰਾਪਤ ਕਰਨ ਵਾਸਤੇ ਇੱਕੋ ਜਿਹੇ ਦਬਾਅ ਵਾਲੇ ਕਮਰੇ ਵਿਚ ਹੀ ਰਹਿਣਾ ਪਵੇਗਾ, ਪ੍ਰੰਤੂ ਯੋਗੀ ਨੂੰ ਸਰੀਰ ਅਤੇ ਮਨ ਵਿਚ ਅਤੇ ਆਤਮ ਗਿਆਨ ਦਾ ਲਾਭ ਪ੍ਰਾਪਤ ਕਰਨ ਵਾਸਤੇ ਕਿਰਿਆਯੋਗ ਤੋਂ ਇਲਾਵਾ ਹੋਰ ਕਿਸੇ ਤਕਨੀਕ ਦੀ ਜ਼ਰੂਰਤ ਨਹੀਂ।

ਅਦਵੈਤ ਦੇ ਹਵਨ ਵਿਚ ਯੋਗੀ ਆਪਣੀਆਂ ਸਾਰੀਆਂ ਭੌਤਿਕ ਇੱਛਾਵਾਂ ਵਾਸ਼ਨਾਵਾਂ ਦੀ ਅਹੂਤੀ ਦੇ ਦਿੰਦਾ ਹੈ। ਅਸਲ ਵਿਚ ਇਹ ਹੀ ਸੱਚਾ ਯੱਗ ਹੈ। ਜਿਸ ਵਿਚ ਪ੍ਰਮਾਤਮਾ ਦੇ ਪਿਆਰ ਦੀ ਅਗਨੀ ਵਿਚ, ਇਸ ਜਨਮ ਅਤੇ ਪਿਛਲੇ ਜਨਮ ਦੀਆਂ ਸਾਰੀਆਂ ਇੱਛਾਵਾਂ ਅਤੇ ਵਾਸ਼ਨਾਵਾਂ ਸੜ ਕੇ ਰਾਖ ਹੋ ਜਾਂਦੀਆਂ ਹਨ। ਪਰਮ ਅਗਨੀ ਸਾਰੀਆਂ ਮਨੁੱਖੀ ਮੂਰਖਤਾਵਾਂ ਦੀ ਅਹੂਤੀ ਮਨਜ਼ੂਰ ਕਰ ਲੈਂਦੀ ਹੈ ਅਤੇ ਮਨੁੱਖ ਮੈਲ ਰਹਿਤ ਹੋ ਕੇ ਨਿਰਮਲ ਹੋ ਜਾਂਦਾ ਹੈ। ਲਾਖਣਿਕ ਤੌਰ ਤੇ, ਹੱਡੀਆਂ ਤੋਂ ਵਾਸ਼ਨਾਵਾਂ ਦੇ ਮਾਸ ਦਾ ਸਾਰਾ ਛਿਲਕਾ ਲਹਿ ਜਾਂਦਾ ਹੈ ਅਤੇ ਉਹ ਆਖਰਕਾਰ, ਪੂਰਨ ਸ਼ੁੱਧ ਸਵੱਛ ਮਨੁੱਖ ਬਣ ਕੇ ਇਨਸਾਨ ਅਤੇ ਪ੍ਰਮਾਤਮਾ ਦੀ ਨਜ਼ਰ ਵਿਚ ਕਬੂਲ ਹੁੰਦਾ ਹੈ।

ਚੈਪਟਰ 27

ਰਾਂਚੀ ਵਿਚ ਯੋਗ ਸਕੂਲ ਦੀ ਸਥਾਪਨਾ

"ਤੂੰ ਸੰਗਠਨਾਤਮਿਕ ਕੰਮਾਂ ਦੇ ਇੰਨਾ ਵਿਰੁੱਧ ਕਿਉਂ ਹੈਂ?"

ਗੁਰੂਦੇਵ ਦੇ ਇਸ ਸਵਾਲ ਨੇ ਮੈਨੂੰ ਥੋੜਾ ਜਿਹਾ ਅਚੰਭਿਤ ਕਰ ਦਿੱਤਾ। ਇਹ ਸੱਚ ਹੈ, ਕਿ ਉਸ ਵਕਤ ਮੇਰਾ ਆਪਣਾ ਨਿੱਜੀ ਵਿਚਾਰ ਇਹ ਹੀ ਸੀ, ਕਿ ਸੰਗਠਨ ਭਰਿੰਡਾਂ ਦੇ ਛੱਤੇ ਹੁੰਦੇ ਹਨ।

"ਗੁਰੂਦੇਵ, ਇਹ ਇੱਕ ਅਜਿਹਾ ਨਾ-ਸ਼ੁਕਰਾ ਕੰਮ ਹੈ, ਕਿ ਲੀਡਰ ਕੰਮ ਕਰੇ ਜਾਂ ਨਾ ਕਰੇ, ਉਸ ਦੀ ਸਿਰਫ ਅਲੋਚਨਾ ਹੁੰਦੀ ਹੈ," ਮੈਂ ਜਵਾਬ ਦਿੱਤਾ।

"ਕੀ ਸਾਰੀ ਇਹ ਅਧਿਆਤਮਿਕ ਪਵਿੱਤਰਤਾ ਦੀ ਮਲਾਈ ਤੂੰ ਆਪ ਇਕੱਲਾ ਹੀ ਖਾਣੀ ਚਾਹੁੰਦਾ ਹੈਂ?" ਇਹ ਸਵਾਲ ਕਰਦਿਆਂ ਗੁਰੂਦੇਵ ਨੇ ਬੜੀ ਕਠੋਰ ਨਜ਼ਰ ਨਾਲ ਮੇਰੇ ਵੱਲ ਦੇਖਿਆ। "ਕੀ ਤੂੰ ਜਾਂ ਕੋਈ ਹੋਰ ਦੂਸਰਾ ਸਾਧਕ ਯੋਗ ਦੁਆਰਾ ਕਦੇ ਪ੍ਰਮਾਤਮਾ ਦਾ ਸ਼ਾਕਸਾਤਕਾਰ ਕਰਨ ਦੇ ਯੋਗ ਹੋ ਸਕਦਾ, ਜੇ ਦਿਆਲੂ ਦਿਲਾਂ ਵਾਲੇ ਗੁਰੂਆਂ ਦੀ ਲੰਬੀ ਪਰੰਪਰਾ ਆਪਣਾ ਗਿਆਨ ਦੂਸਰਿਆਂ ਨੂੰ ਦੇਣ ਦੀ ਇੱਛੁਕ ਨਾ ਹੁੰਦੀ?" ਉਨ੍ਹਾਂ ਨੇ ਅੱਗੇ ਕਿਹਾ, "ਪ੍ਰਮਾਤਮਾ ਸ਼ਹਿਦ ਹੈ, ਸੰਗਠਨ ਸ਼ਹਿਦ ਦੀਆਂ ਮੱਖੀਆਂ ਦੇ ਛੱਤੇ ਹਨ। ਦੋਨਾਂ ਦੀ ਜ਼ਰੂਰਤ ਹੈ, ਜਿਸ ਤਰ੍ਹਾਂ ਆਤਮਾ ਦੇ ਬਗੈਰ ਸਰੀਰ ਵਿਅਰਥ ਹੈ। ਪ੍ਰੰਤੂ ਤੂੰ ਛੱਤਿਆਂ ਨੂੰ ਅਧਿਆਤਮਿਕ ਸ਼ਹਿਦ ਨਾਲ ਭਰਨ ਦੀ ਕੋਸ਼ਿਸ਼ ਕਿਉਂ ਨਹੀਂ ਕਰਦਾ?"

ਉਨ੍ਹਾਂ ਦੇ ਉਪਦੇਸ਼ ਦਾ ਮੇਰੇ ਉੱਪਰ ਡੂੰਘਾ ਪ੍ਰਭਾਵ ਪਿਆ। ਭਾਵੇ ਮੈਂ ਬਾਹਰੀ ਤੌਰ ਤੇ ਕੋਈ ਉੱਤਰ ਨਾ ਦਿੱਤਾ, ਪਰ ਮੇਰੇ ਮਨ ਵਿਚ ਇੱਕ ਦ੍ਰਿੜ ਸੰਕਲਪ ਉੱਭਰਿਆ। ਉਹ ਮੁਕਤੀ ਦਾਤੀਆਂ ਸਚਾਈਆਂ, ਜੋ ਮੈਂ ਆਪਣੇ ਗੁਰੂਦੇਵ ਦੇ ਚਰਨਾਂ ਵਿਚ ਬੈਠ ਕੇ ਗ੍ਰੈਹਣ ਕੀਤੀਆਂ ਹਨ, ਜਿੰਨੀ ਮੇਰੇ ਵਿਚ ਤਾਕਤ ਹੈ, ਓਨੀ ਤਾਕਤ ਨਾਲ, ਉਨ੍ਹਾਂ ਨੂੰ ਮੈਂ ਸਾਰੀ ਮਨੁੱਖਤਾ ਵਿਚ ਵੰਡਾਂਗਾ। ਮੈਂ ਪ੍ਰਾਰਥਨਾ ਕੀਤੀ, "ਹੇ ਪਰਮ ਪਿਤਾ। ਮੈਨੂੰ ਅਸ਼ੀਰਵਾਦ ਦਿਉ ਕਿ ਆਪ ਦਾ ਪਿਆਰ ਮੇਰੀ ਭਗਤੀ ਦੀ ਬੇਦੀ ਉੱਪਰ ਸਦਾ ਹੀ ਜਗਮਗਾਉਂਦਾ ਰਹੇ ਅਤੇ ਮੈਂ ਆਪ ਦੇ ਪਿਆਰ ਨੂੰ ਸਾਰਿਆਂ ਦੇ ਦਿਲਾਂ ਵਿਚ ਜਗਾਉਣ ਦੇ ਸਮਰੱਥ ਹੋਵਾਂ।"

ਇੱਕ ਹੋਰ ਮੌਕੇ ਦੇ ਉੱਪਰ ਮੇਰੇ ਸੰਨਿਆਸ ਗ੍ਰੈਹਣ ਕਰਨ ਤੋਂ ਪਹਿਲਾਂ, ਸ਼੍ਰੀ ਯੁਕਤੇਸ਼ਵਰ ਜੀ ਨੇ ਇੱਕ ਇਹੋ ਜਿਹੀ ਗੱਲ ਕਹਿ ਦਿੱਤੀ, ਕਿ ਜਿਸ ਦੀ ਮੈਂ ਕਲਪਨਾ ਵੀ ਨਹੀਂ ਸੀ ਕਰ ਸਕਦਾ।

ਉਨ੍ਹਾਂ ਕਿਹਾ, "ਬੁਢਾਪੇ ਵਿਚ ਪਤਨੀ ਦੇ ਸਾਥ ਦੀ ਅਣਹੋਂਦ ਤੂੰ ਕਿੰਨੀ ਬੁਰੀ ਤਰ੍ਹਾਂ ਮਹਿਸੂਸ ਕਰੇਂਗਾ ਇਹ ਤੂੰ ਅੰਦਾਜਾ ਨਹੀਂ ਲਗਾ ਸਕਦਾ। ਕੀ ਤੂੰ ਇਸ ਨਾਲ ਸਹਿਮਤ ਨਹੀਂ ਕਿ ਬਾਲ ਬੱਚੇਦਾਰ ਗਰਿਸਤੀ ਆਦਮੀ ਆਪਣੀ ਪਤਨੀ ਅਤੇ ਬੱਚਿਆਂ ਦੇ ਪਾਲਣ ਪੋਸ਼ਣ ਦੇ ਲਾਭਦਾਇਕ ਕੰਮ ਵਿਚ ਰੁਝਿਆ ਹੋਇਆ, ਪ੍ਰਮਾਤਮਾ ਦੀਆਂ ਨਜ਼ਰਾਂ ਵਿਚ ਇੱਕ ਸ਼ਲਾਘਾਯੋਗ ਭੂਮਿਕਾ ਨਿਭਾਉਂਦਾ ਹੈ?"

ਮੈਂ ਭੈਅ-ਭੀਤ ਹੋ ਕੇ ਕਿਹਾ, "ਗੁਰੂਦੇਵ, ਆਪ ਚੰਗੀ ਤਰ੍ਹਾਂ ਜਾਣਦੇ ਹੋ, ਇਸ ਜਨਮ ਵਿਚ ਮੇਰੀ ਇੱਕੋ ਇੱਕ ਅਭਿਲਾਸ਼ਾ, ਉਸ ਪ੍ਰੀਤਮ ਪਿਆਰੇ ਨੂੰ ਪ੍ਰਾਪਤ ਕਰਨ ਦੀ ਹੈ।"

ਗੁਰੂਦੇਵ ਖੁੱਲ੍ਹ ਕੇ ਹੱਸੇ, ਜਿਸ ਨਾਲ ਮੈਂ ਸਮਝ ਗਿਆ, ਕਿ ਉਨ੍ਹਾਂ ਨੇ ਇਹ ਸ਼ਬਦ ਸਿਰਫ ਮੇਰਾ ਇਮਤਿਹਾਨ ਲੈਣ ਵਾਸਤੇ ਕਹੇ ਸਨ।

"ਯਾਦ ਰੱਖ," ਫਿਰ ਉਨ੍ਹਾਂ ਨੇ ਬੜੇ ਸਹਿਜ ਭਾਵ ਨਾਲ ਕਿਹਾ, "ਜੋ ਮਨੁੱਖ ਆਪਣੇ ਸਧਾਰਨ ਸੰਸਾਰਕ ਫਰਜ਼ਾਂ ਨੂੰ ਤਿਲਾਂਜਲੀ ਦਿੰਦਾ ਹੈ, ਉਹ ਆਪਣੇ ਤਿਆਗ ਨੂੰ ਤਾਂ ਹੀ ਉਚਿਤ ਸਿੱਧ ਕਰ ਸਕਦਾ ਹੈ, ਜੇ ਉਹ ਉਸ ਤੋਂ ਵੱਡੇ ਪਰਿਵਾਰ ਦੇ ਬੋਝ ਦੀ ਕੋਈ ਜ਼ੁੰਮੇਵਾਰੀ ਉਠਾਉਣ ਵਾਸਤੇ ਸਹਿਮਤ ਹੁੰਦਾ ਹੈ।"

ਬੱਚਿਆਂ ਨੂੰ ਸਹੀ ਸਿੱਖਿਆ ਦੇਣ ਦਾ ਆਦਰਸ਼, ਮੈਨੂੰ ਹਮੇਸ਼ਾਂ ਹੀ ਪਿਆਰਾ ਰਿਹਾ ਸੀ। ਸਿਰਫ ਸਰੀਰ ਅਤੇ ਬੁੱਧੀ ਦੇ ਵਿਕਾਸ ਉੱਪਰ ਹੀ ਸਾਰਾ ਧਿਆਨ ਕੇਂਦ੍ਰਿਤ ਕਰਨ ਵਾਲੀ ਆਮ ਸਿੱਖਿਆ ਦੇ ਖੁਸ਼ਕ ਨਤੀਜੇ ਮੈਨੂੰ ਸਾਹਮਣੇ ਦਿਖਾਈ ਦੇ ਰਹੇ ਸਨ। ਨੈਤਿਕ ਅਤੇ ਅਧਿਆਤਮਿਕ ਕਦਰਾਂ ਕੀਮਤਾਂ, ਜਿਨ੍ਹਾਂ ਨੂੰ ਅਪਣਾਏ ਬਗੈਰ ਮਨੁੱਖ ਖੁਸ਼ੀ ਦੇ ਨੇੜੇ ਵੀ ਨਹੀਂ ਫੜਕ ਸਕਦਾ, ਹਾਲੇ ਤਕ ਸਿੱਖਿਆ ਦੇ ਚਾਲੂ ਸਿਲੇਬਸ ਤੋਂ ਬਿਲਕੁਲ ਗਾਇਬ ਸਨ। ਮੈਂ ਇੱਕ ਇਹੋ ਜਿਹੇ ਸਕੂਲ ਦੀ ਸਥਾਪਨਾ ਕਰਨ ਦਾ ਦ੍ਰਿੜ ਸੰਕਲਪ ਕਰ ਲਿਆ, ਜਿਸ ਵਿਚ ਬੱਚੇ ਦਾ ਪੂਰਨ ਮਨੁੱਖ ਦੇ ਰੂਪ ਵਿਚ ਵਿਕਾਸ ਹੋ ਸਕੇ। ਇਸ ਦਿਸ਼ਾ ਵੱਲ ਪਹਿਲਾ ਕਦਮ ਉਠਾਉਂਦਿਆਂ, ਮੈਂ ਬੰਗਾਲ ਦੇ ਇੱਕ ਛੋਟੇ ਜਿਹੇ ਪਿੰਡ ਦੀਹਿਕਾ ਵਿਖੇ, ਸੱਤ ਬੱਚਿਆਂ ਨੂੰ ਸਿੱਖਿਅਤ ਕਰਨਾ ਸ਼ੁਰੂ ਕੀਤਾ।

ਇੱਕ ਸਾਲ ਬਾਅਦ, 1918 ਵਿਚ ਕਾਸਮ ਬਜਾਰ ਦੇ ਮਹਾਰਾਜਾ ਸਰ ਮਣੀਂਦਰ ਚੰਦਰ ਨੰਦੀ ਦੀ ਦਿਆਲਤਾ ਸਦਕਾ, ਮੈਂ ਆਪਣੀ ਤੇਜੀ ਨਾਲ ਵੱਧ ਰਹੀ ਵਿਦਿਆਰਥੀ ਮੰਡਲੀ ਨੂੰ ਰਾਂਚੀ ਬਦਲਣ ਵਿਚ ਕਾਮਯਾਬ ਹੋ ਗਿਆ। ਕੋਲਕਾਤਾ ਤੋਂ ਲਗ ਭਗ ਦੋ ਸੌ ਮੀਲ ਦੂਰ, ਬਿਹਾਰ (ਹੁਣ ਝਾਰਖੰਡ) ਵਿਚ ਮੌਜੂਦ, ਇਸ ਸ਼ਹਿਰ ਦਾ ਜਲਵਾਯੂ, ਭਾਰਤ ਦੀ ਸਭ ਤੋਂ ਜਿਆਦਾ ਸਿਹਤਮੰਦ ਜਲਵਾਯੂਆਂ ਵਿਚੋਂ ਇੱਕ ਹੈ। ਰਾਂਚੀ ਦਾ ਕਾਸਮ ਬਜਾਰ ਮਹੱਲ ਮੇਰੇ ਨਵੇਂ ਸਕੂਲ ਦੀ, ਜਿਸ ਦਾ ਨਾਂ ਮੈਂ 'ਯੋਗਦਾ ਸਤਸੰਗ ਬ੍ਰਹਮਚਾਰੀਆ ਸਕੂਲ' ਰੱਖਿਆ ਦਾ ਮੁੱਖ ਭਵਨ* ਬਣ ਗਿਆ।

* ਵਿਦਿਆਲਿਆ, ਸਕੂਲ। ਇੱਥੇ *ਬ੍ਰਹਮਚਾਰੀਆ* ਦਾ ਮਤਲਬ ਹੈ, ਵੈਦਿਕ ਸਿਧਾਂਤ ਅਨੁਸਾਰ ਮਨੁੱਖੀ ਜੀਵਨ ਦੇ

ਮੈਂ ਪਹਿਲੀ ਜਮਾਤ ਤੋਂ ਲੈ ਕੇ ਦਸਵੀਂ ਜਮਾਤ ਤਕ ਦੀ ਪੜ੍ਹਾਈ ਦਾ ਪ੍ਰਬੰਧ ਕੀਤਾ। ਇਸ ਵਿਚ ਖੇਤੀ ਬਾੜੀ ਉਦਯੋਗ, ਵਪਾਰ ਜਾਂ ਵਣਜ ਅਤੇ ਹੋਰ ਵਿਦਿਅਕ ਵਿਸ਼ਿਆਂ ਦੀ ਪੜ੍ਹਾਈ ਸ਼ਾਮਲ ਕੀਤੀ। ਰਿਸ਼ੀਆਂ ਦੀ ਸਿੱਖਿਆ ਦੀ ਪ੍ਰਣਾਲੀ ਉੱਪਰ ਚਲਦਿਆਂ, (ਜਿਨ੍ਹਾਂ ਦੇ ਭਾਰਤ ਦੇ ਜੰਗਲਾਂ ਵਿਚ ਚਲਾਏ ਜਾਂਦੇ ਰਹੇ ਆਸ਼ਰਮ ਬੱਚਿਆਂ ਦੀ ਅਧਿਆਤਮਿਕ ਅਤੇ ਸੰਸਾਰਕ ਸਿੱਖਿਆ ਦੇ ਕੇਂਦਰ ਰਹੇ ਹਨ) ਵਿਦਿਆਰਥੀਆਂ ਦੀਆਂ ਜਿਆਦਾਤਰ ਜਮਾਤਾਂ ਬਾਹਰ ਖੁੱਲ੍ਹੇ ਅਸਮਾਨ ਦੇ ਥੱਲੇ ਦਰਖਤਾਂ ਦੇ ਹੇਠ ਕਰਵਾਉਣ ਦਾ ਉਪਰਾਲਾ ਕੀਤਾ।

ਰਾਂਚੀ ਸਕੂਲ ਦੇ ਵਿਦਿਆਰਥੀਆਂ ਨੂੰ ਯੌਗਿਕ ਧਿਆਨ, ਸਿਹਤ ਅਤੇ ਸਰੀਰਕ ਵਿਕਾਸ ਦੀਆਂ ਅਦੁੱਤੀ ਯੋਗਦਾ ਤਕਨੀਕਾਂ, ਜਿਸ ਦੇ ਸਿਧਾਂਤਾਂ ਦੀ ਖੋਜ, ਮੈਂ 1916 ਵਿਚ ਕੀਤੀ ਸੀ, ਦੀ ਸਿੱਖਿਆ ਦਿੱਤੀ ਜਾਂਦੀ ਹੈ। ਇਹ ਮਹਿਸੂਸ ਕਰਦਿਆਂ ਕਿ ਮਨੁੱਖੀ ਸਰੀਰ ਵੀ ਬਿਜਲੀ ਦੀ ਬੈਟਰੀ ਦੀ ਤਰ੍ਹਾਂ ਹੈ, ਤਾਂ ਮੈਂ ਇਹ ਵਿਚਾਰ ਕੀਤਾ, ਕਿ ਇਸ ਨੂੰ ਸਹਿਜੇ ਹੀ ਮਨੁੱਖੀ ਇੱਛਾ ਦੀ ਤਾਕਤ ਨਾਲ ਦੂਜੀ ਵਾਰ ਫਿਰ ਭਰਿਆ ਜਾ ਸਕਦਾ ਹੈ। ਕਿਉਂਕਿ ਇੱਛਾ ਤੋਂ ਬਗੈਰ ਕਿਸੇ ਕਿਸਮ ਦਾ ਕੋਈ ਕੰਮ ਕਾਰ ਸੰਭਵ ਹੀ ਨਹੀਂ। ਮਨੁੱਖ ਇਸ ਮੁੱਖ ਸੰਚਾਲਨ ਸ਼ਕਤੀ, ਮਤਲਬ ਇੱਛਾ ਸ਼ਕਤੀ ਦੇ ਨਾਲ ਕਿਸੇ ਹੋਰ ਕਸ਼ਟਦਾਇਕ ਉਪਕਰਨ ਜਾਂ ਯਾਂਤਰਿਕ ਕਸਰਤਾਂ ਦੀ ਸਹਾਇਤਾ ਤੋਂ ਬਗੈਰ, ਆਪਣੇ ਵਿਚ ਦੂਜੀ ਵਾਰ ਸ਼ਕਤੀ ਭਰਨ ਲਈ ਵਰਤੋਂ ਵਿਚ ਲਿਆ ਸਕਦਾ ਹੈ। ਕੋਈ ਵੀ ਇਨ੍ਹਾਂ ਯੋਗਦਾ ਦੀਆਂ ਸਰਲ ਅਤੇ ਸਾਦੀਆਂ ਤਕਨੀਕਾਂ ਨਾਲ ਤੁਰੰਤ ਅਤੇ ਚੇਤਨ ਰੂਪ ਵਿਚ ਆਪਣੀ ਪ੍ਰਾਣ ਸ਼ਕਤੀ (ਮੇਰੂ ਦੰਡ ਵਿਚ ਕੇਂਦ੍ਰਿਤ) ਨੂੰ ਬ੍ਰਹਿਮੰਡ ਦੀ ਅਥਾਹ ਸ਼ਕਤੀ ਨਾਲ ਦੂਜੀ ਵਾਰ ਤਾਕਤ ਨਾਲ ਭਰਪੂਰ ਕਰ ਸਕਦਾ ਹੈ।

ਰਾਂਚੀ ਸਕੂਲ ਦੇ ਵਿਦਿਆਰਥੀਆਂ ਨੇ ਯੋਗਦਾ ਸਿਖਲਾਈ ਨੂੰ ਚੰਗਾ ਹੁੰਗਾਰਾ ਦਿੱਤਾ। ਉਨ੍ਹਾਂ ਨੇ ਸਰੀਰ ਦੇ ਇੱਕ ਹਿੱਸੇ ਤੋਂ ਦੂਜੇ ਹਿੱਸੇ ਵਿਚ ਪ੍ਰਾਣ ਸ਼ਕਤੀ ਨੂੰ ਸੰਚਾਰ ਕਰਨ ਅਤੇ ਮੁਸ਼ਕਿਲ ਆਸਣਾਂ ਵਿਚ ਸਥਿਰ ਬੈਠੇ ਰਹਿਣ ਦੀ ਅਸਧਾਰਨ ਯੋਗਤਾ ਦਾ ਵਿਕਾਸ ਕਰ ਲਿਆ। ਉਹ ਸਰੀਰਕ ਸਹਿਣ ਸ਼ਕਤੀ ਦੇ ਇਹੋ ਜਿਹੇ ਅਸਧਾਰਨ ਕੌਤਿਕ ਦਿਖਾਉਂਦੇ ਕਿ ਜਿਨ੍ਹਾਂ ਨੂੰ ਭਰੇ ਪੂਰੇ ਤਾਕਤਵਰ ਮਨੁੱਖ ਵੀ ਨਹੀਂ ਸਨ ਕਰ ਸਕਦੇ। ਮੇਰੇ ਸਭ ਤੋਂ ਛੋਟੇ ਭਰਾ ਬਿਸ਼ਨੂੰ ਚਰਨ ਘੋਸ਼* ਨੇ ਵੀ ਰਾਂਚੀ ਸਕੂਲ ਵਿਚ ਦਾਖਲਾ ਲਿਆ ਅਤੇ ਬਾਅਦ ਵਿਚ ਉਹ ਇੱਕ ਉੱਘਾ ਸਰੀਰਕ ਕੋਚ ਬਣਿਆ। ਉਸ ਨੇ ਅਤੇ ਉਸ ਦੇ ਇੱਕ ਸ਼ਗਿਰਦ ਨੇ 1938–1939

ਚਾਰ ਆਸ਼ਰਮਾਂ (ਬ੍ਰਹਮਚਾਰੀਆ, ਗਰਿਸਤ, ਵਾਨ-ਪ੍ਰਸਥ ਅਤੇ ਸੰਨਿਆਸ) ਵਿਚੋਂ ਪਹਿਲਾ ਆਸ਼ਰਮ ਹੈ। ਇਸ ਆਦਰਸ਼ ਜੀਵਨ ਸਿਧਾਂਤ ਦੀ ਆਧੁਨਿਕ ਭਾਰਤ ਵਿਚ ਭਾਵੇਂ ਵੱਡੇ ਪੱਧਰ ਤੇ ਪਾਲਣਾ ਤਾ ਨਹੀਂ ਹੋ ਰਹੀ, ਪਰ ਫਿਰ ਵੀ ਇਸ ਸਿਧਾਂਤ ਦੀ ਅੱਜ ਤਕ ਦ੍ਰਿੜਤਾ ਨਾਲ ਪਾਲਣਾ ਕਰਨ ਵਾਲਿਆਂ ਦੀ ਘਾਟ ਨਹੀਂ ਹੈ। ਜੀਵਨ ਭਰ ਗੁਰੂ ਦੇ ਮਾਰਗ ਦਰਸ਼ਨ ਵਿਚ ਇਨ੍ਹਾਂ ਚਾਰ ਅਵਸਥਾਵਾਂ ਦੀ ਪੂਰੀ ਪੂਰੀ ਪਾਲਣਾ ਕੀਤੀ ਜਾਂਦੀ ਹੈ।

ਰਾਂਚੀ ਦੇ ਯੋਗਦਾ ਸਤਸੰਗ ਸਕੂਲ ਸਬੰਧੀ ਹੋਰ ਜਾਣਕਾਰੀ ਚੈਪਟਰ 40 ਵਿਚ ਦਿੱਤੀ ਗਈ ਹੈ।

[ਰਾਂਚੀ ਅੱਜ ਕੱਲ ਝਾਰਖੰਡ ਰਾਜ ਵਿਚ ਹੈ, ਜਿਹੜਾ ਸੰਨ 2000 ਵਿਚ ਬਿਹਾਰ ਦੇ ਦੱਖਣੀ ਹਿੱਸੇ ਨੂੰ ਅਲੱਗ ਕਰਕੇ ਬਣਾਇਆ ਗਿਆ ਹੈ। ਰਾਂਚੀ ਝਾਰਖੰਡ ਦੀ ਰਾਜਧਾਨੀ ਹੈ - *ਪ੍ਰਕਾਸ਼ਕ ਦੀ ਟਿਪਣੀ*]

* ਸ਼੍ਰੀ ਬਿਸ਼ਨੂੰ ਚਰਨ ਘੋਸ਼ 9 ਜੁਲਾਈ 1970 ਨੂੰ ਕੋਲਕਾਤਾ ਵਿਚ ਸਵਰਗ ਸਿਧਾਰ ਗਏ (ਪ੍ਰਕਾਸ਼ਕ ਦੀ ਟਿੱਪਣੀ)

ਵਿਚ ਪੱਛਮੀ ਦੇਸ਼ਾਂ ਦੀ ਯਾਤਰਾ ਕੀਤੀ ਅਤੇ ਸਰੀਰਕ ਤਾਕਤ ਅਤੇ ਮਾਸ ਪੇਸ਼ੀਆਂ ਨੂੰ ਕੰਟਰੋਲ ਕਰਨ ਦੀ ਸ਼ਕਤੀ ਦੇ ਕੌਤਿਕ ਦਿਖਾਏ। ਨਿਊਯਾਰਕ ਵਿਚ ਕੋਲੰਬੀਆ ਯੂਨੀਵਰਸਿਟੀ ਵਿਖੇ ਅਤੇ ਅਮਰੀਕਾ ਅਤੇ ਯੂਰਪ ਦੀਆਂ ਅਨੇਕ ਯੂਨੀਵਰਸਿਟੀਆਂ ਦੇ ਪਰੋਫੈਸਰ, ਸਰੀਰ ਉੱਪਰ ਉਸ ਦੀ ਮਾਨਸਿਕ ਸ਼ਕਤੀ ਦੇ ਕੰਟਰੋਲ ਦੇ ਕੌਤਿਕਾਂ ਨੂੰ ਦੇਖ ਕੇ ਹੈਰਾਨ ਰਹਿ ਗਏ।

ਇੱਕ ਸਾਲ ਦੇ ਆਖਰ ਵਿਚ ਰਾਂਚੀ ਸਕੂਲ ਵਿਚ ਦਾਖਲਾ ਲੈਣ ਵਾਸਤੇ ਅਰਜ਼ੀਆਂ ਦੀ ਗਿਣਤੀ ਦੋ ਹਜ਼ਾਰ ਤੋਂ ਉੱਪਰ ਹੋ ਗਈ ਸੀ। ਪ੍ਰੰਤੂ ਉਸ ਸਮੇਂ ਸਕੂਲ ਵਿਚ ਸਿਰਫ ਰਿਹਾਇਸ਼ੀ ਵਿਦਿਆਰਥੀਆਂ ਵਾਸਤੇ ਹੀ ਪ੍ਰਬੰਧ ਸੀ। ਅਸੀਂ ਸਿਰਫ ਸੌ ਵਿਦਿਆਰਥੀ ਹੀ ਦਾਖਲ ਕਰਨ ਦੇ ਸਮਰੱਥ ਸੀ। ਇਸ ਤੋਂ ਬਾਅਦ ਛੇਤੀ ਹੀ ਹਰ ਰੋਜ਼ ਘਰੋਂ ਆ ਕੇ ਪੜ੍ਹਨ ਵਾਲੇ ਵਿਦਿਆਰਥੀਆਂ ਵਾਸਤੇ ਵੀ ਪ੍ਰਬੰਧ ਕਰ ਦਿੱਤਾ ਗਿਆ।

ਸਕੂਲ ਵਿਚ ਮੈਨੂੰ ਛੋਟੇ ਛੋਟੇ ਬੱਚਿਆਂ ਵਾਸਤੇ ਮਾਤਾ ਪਿਤਾ ਦੋਨਾਂ ਦੀ ਹੀ ਭੂਮਿਕਾ ਨਿਭਾਉਣੀ ਪੈਂਦੀ ਸੀ ਅਤੇ ਅਨੇਕ ਸੰਗਠਨਾਤਮਿਕ ਮੁਸ਼ਕਿਲਾਂ ਨੂੰ ਵੀ ਸੁਲਝਾਉਣਾ ਪੈਂਦਾ ਸੀ। ਉਸ ਵਕਤ ਮੈਨੂੰ ਈਸਾ ਮਸੀਹ ਦੇ ਉਹ ਸ਼ਬਦ ਅਕਸਰ ਯਾਦ ਆਉਂਦੇ ਸਨ, "ਇਹੋ ਜਿਹਾ ਕੋਈ ਮਨੁੱਖ ਨਹੀਂ, ਜਿਸ ਨੇ ਮੇਰੇ ਅਤੇ ਮੇਰੇ ਪ੍ਰਵਚਨਾਂ ਅਨੁਸਾਰ ਜਾਂ ਮੇਰੀ ਖਾਤਰ, ਆਪਣਾ ਘਰ,ਆਪਣੇ ਭਰਾਵਾਂ ਜਾਂ ਭੈਣਾਂ ਜਾਂ ਮਾਤਾ ਜਾਂ ਪਿਤਾ ਜਾਂ ਪਤਨੀ ਜਾਂ ਬੱਚਿਆਂ ਜਾਂ ਜਮੀਨ ਜਾਇਦਾਦ ਨੂੰ ਛੱਡ ਦਿੱਤਾ ਹੋਵੇ ਅਤੇ ਉਨ੍ਹਾਂ ਦੇ ਨਾਲ ਨਾਲ ਮੇਰੀਆਂ ਸਿੱਖਿਆਵਾਂ ਤੇ ਚਲਿਆ ਹੋਵੇ ਅਤੇ ਉਸ ਨੂੰ ਉਸ ਤੋਂ ਸੌ ਗੁਣੇ ਜਿਆਦਾ ਘਰ, ਭਰਾ, ਭੈਣਾਂ, ਮਾਤਾ, ਬੱਚੇ, ਜਮੀਨ ਜਾਇਦਾਦ ਅਤੇ ਉਨ੍ਹਾਂ ਦੇ ਨਾਲ ਲੋਕਾਂ ਦੇ ਜ਼ੁਲਮੋ ਸਿਤਮ ਬਰਦਾਸ਼ਤ ਕੀਤੇ ਹੋਣ ਅਤੇ ਉਸ ਨੂੰ ਪਰਲੋਕ ਵਿਚ ਪੂਰਨ ਪਰਮ ਆਨੰਦ ਅਤੇ ਸ਼ਾਂਤੀ ਨਾ ਮਿਲੀ ਹੋਵੇ।*

ਸ਼੍ਰੀ ਯੁਕਤੇਸ਼ਵਰ ਜੀ ਇਨ੍ਹਾਂ ਸ਼ਬਦਾਂ ਦੀ ਵਿਆਖਿਆ, ਇਸ ਤਰ੍ਹਾਂ ਕਰਿਆ ਕਰਦੇ ਸਨ, "ਜਿਹੜਾ ਸਾਧਕ ਲੋਕ ਸਮਾਜ ਦੀਆਂ (ਸੌ ਗੁਣਾ ਜਿਆਦਾ) ਮਹੱਤਵ ਪੂਰਨ ਜ਼ੁੰਮੇਵਾਰੀਆਂ ਨੂੰ ਨਿਭਾਉਣ ਵਾਸਤੇ, ਵਿਆਹ ਅਤੇ ਪਰਿਵਾਰ ਪਾਲਣ ਪੋਸਣ ਆਦਿ ਸਧਾਰਨ ਭੋਗਾਂ ਵਿਚ ਨਹੀਂ ਪੈਂਦਾ, ਉਹ ਇੱਕ ਇਹੋ ਜਿਹਾ ਕੰਮ ਕਰਦਾ ਹੈ, ਕਿ ਜਿਸ ਨੂੰ ਨਾ ਸਮਝ ਸਕਣ ਕਾਰਨ ਸਮਾਜ ਉਸ ਨੂੰ ਤੰਗ ਕਰਦਾ ਹੈ। ਇਹੋ ਜਿਹੀ ਮਹੱਤਵ ਪੂਰਨ ਇੱਕਰੂਪਤਾ ਸਾਧਕ ਨੂੰ ਖੁਦਗਰਜ਼ੀ ਤੋ ਉੱਪਰ ਉੱਠਣ ਵਿਚ ਸਹਾਇਤਾ ਕਰਦੀ ਹੈ ਅਤੇ ਪ੍ਰਮਾਤਮਾ ਦੀ ਕ੍ਰਿਪਾ ਨੂੰ ਆਪਣੇ ਵੱਲ ਖਿੱਚਦੀ ਹੈ।

ਇੱਕ ਦਿਨ ਪਿਤਾ ਜੀ ਅਸ਼ੀਰਵਾਦ ਦੇਣ ਰਾਂਚੀ ਪਹੁੰਚੇ, ਜੋ ਉਨ੍ਹਾਂ ਨੇ ਬਹੁਤ ਲੰਬੇ ਸਮੇਂ ਤੋਂ ਰੋਕ ਰੱਖਿਆ ਸੀ। ਕਿਉਂਕਿ ਮੈਂ ਉਨ੍ਹਾਂ ਦੇ ਕਹਿਣ ਉੱਪਰ ਬੰਗਾਲ ਨਾਗਪੁਰ

* *ਮਾਰਕ* 10:29–30 (ਬਾਈਬਲ)

ਰੇਲਵੇ ਵਿਚ ਅਹੁਦਾ ਸਵੀਕਾਰ ਕਰਨ ਤੋਂ ਇਨਕਾਰ ਕਰਕੇ, ਉਨ੍ਹਾਂ ਦੇ ਦਿਲ ਨੂੰ ਦੁਖ ਪਹੁੰਚਾਇਆ ਸੀ।

ਉਨ੍ਹਾਂ ਨੇ ਕਿਹਾ, "ਪੁੱਤਰ, ਜੀਵਨ ਦਾ ਜੋ ਤੂੰ ਰਸਤਾ ਚੁਣਿਆ ਹੈ, ਉਸ ਵਾਸਤੇ ਤੇਰੇ ਨਾਲ ਮੇਰੀ ਨਰਾਜ਼ਗੀ ਖਤਮ ਹੋ ਗਈ ਹੈ। ਇਨ੍ਹਾਂ ਖੁਸ਼ ਅਤੇ ਉਤਸ਼ਾਹੀ ਬੱਚਿਆਂ ਦੇ ਵਿਚਕਾਰ ਤੈਨੂੰ ਦੇਖ ਕੇ ਮੇਰਾ ਮਨ ਖੁਸ਼ੀ ਨਾਲ ਭਰ ਗਿਆ ਹੈ। ਤੇਰਾ ਸਹੀ ਸਥਾਨ ਰੇਲਵੇ ਦੇ ਨਿਰਜੀਵ ਅੰਕੜਿਆਂ ਵਿਚ ਨਹੀਂ ਬਲਕਿ ਇੱਥੇ ਹੀ ਹੈ।"

ਮੇਰੇ ਪਿੱਛੇ ਪਿੱਛੇ ਫਿਰ ਰਹੇ ਦਰਜ਼ਨ ਭਰ ਬੱਚਿਆਂ ਵੱਲ ਦੇਖ ਕੇ ਉਨ੍ਹਾਂ ਇਸ਼ਾਰਾ ਕੀਤਾ, "ਮੇਰੇ ਤਾਂ ਕੇਵਲ ਅੱਠ ਬੱਚੇ ਸਨ," ਇਹ ਕਹਿੰਦਿਆਂ ਉਨ੍ਹਾਂ ਦੀਆਂ ਅੱਖਾਂ ਵਿਚ ਚਮਕ ਆ ਗਈ, "ਪਰ ਤੇਰੀ ਸਥਿਤੀ ਮੈਂ ਸਮਝ ਸਕਦਾ ਹਾਂ।"

ਸਾਨੂੰ ਦਿੱਤੀ ਗਈ, ਵੀਹ ਏਕੜ ਉਪਜਾਊ ਜਮੀਨ ਵਿਚ ਵਿਦਿਆਰਥੀ, ਅਧਿਆਪਕ ਅਤੇ ਮੈਂ ਹਰ ਰੋਜ਼ ਬਾਗ ਬਗੀਚੇ ਦੇ ਕੰਮ ਕਰਕੇ ਆਨੰਦ ਲੈਂਦੇ ਸੀ। ਸਾਡੇ ਕੋਲ ਕਈ ਪਾਲਤੂ ਜਾਨਵਰ ਸਨ, ਜਿਨ੍ਹਾਂ ਵਿਚ ਇੱਕ ਹਿਰਨ ਦਾ ਬੱਚਾ ਵੀ ਸੀ ਜਿਸ ਨੂੰ ਸਾਰੇ ਬੱਚੇ ਬਹੁਤ ਪਿਆਰ ਕਰਦੇ ਸਨ। ਮੇਰਾ ਉਸ ਹਿਰਨ ਦੇ ਬੱਚੇ ਨਾਲ ਇੰਨਾ ਜਿਆਦਾ ਪਿਆਰ ਹੋ ਗਿਆ ਸੀ ਕਿ ਮੈਂ ਉਸ ਨੂੰ ਰਾਤ ਨੂੰ ਆਪਣੇ ਕਮਰੇ ਅੰਦਰ ਹੀ ਸੌਣ ਦੇ ਦਿੰਦਾ। ਸਵੇਰੇ ਪਹੁ ਫੁਟਦਿਆਂ ਹੀ ਉਹ ਹਿਰਨੋਟਾ ਬੱਚਿਆਂ ਵਾਂਗ ਠੁਮਕ ਠੁਮਕ ਤੁਰ ਕੇ ਮੈਥੋਂ ਲਾਡ ਪਿਆਰ ਲੈਣ ਵਾਸਤੇ ਮੇਰੇ ਬਿਸਤਰੇ ਦੇ ਕੋਲ ਪਹੁੰਚ ਜਾਂਦਾ ਸੀ।

ਇੱਕ ਦਿਨ ਮੈਂ ਕਿਸੇ ਕੰਮ ਰਾਂਚੀ ਸ਼ਹਿਰ ਵਿਚ ਜਾਣਾ ਸੀ, ਜਿਸ ਕਰਕੇ ਉਸ ਹਿਰਨੋਟੇ ਨੂੰ ਹਰ ਰੋਜ਼ ਦੇ ਸਮੇਂ ਤੋਂ ਪਹਿਲਾਂ ਹੀ ਦੁੱਧ ਪਿਲਾ ਦਿੱਤਾ ਸੀ। ਬੱਚਿਆਂ ਨੂੰ ਇਹ ਕਹਿ ਦਿੱਤਾ ਸੀ, ਮੇਰੇ ਵਾਪਸ ਆਉਣ ਤਕ, ਉਸ ਨੂੰ ਕੋਈ ਕੁਝ ਨਾ ਖਿਲਾਵੇ ਪਿਲਾਵੇ। ਇੱਕ ਬੱਚੇ ਨੇ ਮੇਰੇ ਹੁਕਮਾਂ ਦੀ ਉਲੰਘਣਾ ਕਰਦਿਆਂ, ਉਸ ਹਿਰਨੋਟੇ ਨੂੰ ਕਾਫੀ ਮਾਤਰਾ ਵਿਚ ਦੁੱਧ ਪਿਲਾ ਦਿੱਤਾ। ਜਦੋਂ ਮੈਂ ਸ਼ਾਮ ਨੂੰ ਵਾਪਸ ਆਇਆ ਤਾਂ ਇੱਕ ਦੁਖਦਾਈ ਸਮਾਚਾਰ ਮੇਰੀ ਉਡੀਕ ਕਰ ਰਿਹਾ ਸੀ, "ਹਿਰਨ ਦਾ ਬੱਚਾ ਜਿਆਦਾ ਦੁੱਧ ਪੀਣ ਕਾਰਨ ਮਰਨ ਕਿਨਾਰੇ ਪਹੁੰਚ ਗਿਆ ਹੈ।"

ਅੱਥਰੂ ਵਹਾਉਂਦਿਆਂ ਲਗ ਭਗ ਮਰਨ ਕਿਨਾਰੇ ਪਹੁੰਚੇ ਹੋਏ, ਉਸ ਹਿਰਨੋਟੇ ਨੂੰ ਮੈਂ ਆਪਣੀ ਗੋਦੀ ਵਿਚ ਰੱਖ ਲਿਆ ਅਤੇ ਉਸ ਦੇ ਜੀਵਨ ਦੇ ਦਾਨ ਵਾਸਤੇ ਪ੍ਰਮਾਤਮਾ ਕੋਲ ਜੀਅ ਜਾਨ ਨਾਲ ਪ੍ਰਾਰਥਨਾ ਕਰਨ ਲੱਗਿਆ। ਕਈ ਘੰਟੇ ਬੀਤ ਜਾਣ ਤੋਂ ਬਾਅਦ, ਉਹ ਹਿਰਨੋਟਾ ਅੱਖਾਂ ਖੋਲ੍ਹ ਕੇ ਉੱਠ ਕੇ ਖੜ੍ਹਾ ਹੋ ਗਿਆ ਅਤੇ ਬਹੁਤ ਕਮਜ਼ੋਰੀ ਦੀ ਹਾਲਤ ਵਿਚ ਥੋੜ੍ਹਾ ਥੋੜ੍ਹਾ ਚੱਲਣ ਲੱਗਿਆ। ਸਾਰਾ ਸਕੂਲ ਖੁਸ਼ੀ ਨਾਲ ਝੂਮ ਉੱਠਿਆ। ਪ੍ਰੰਤੂ ਉਸੇ ਰਾਤ ਮੈਨੂੰ ਇੱਕ ਅਥਾਹ ਵਿਦਵਤਾ ਪੂਰਨ ਸਿੱਖਿਆ ਮਿਲੀ, ਜਿਸ ਨੂੰ ਮੈਂ ਕਦੇ ਭੁੱਲ ਨਹੀਂ ਸਕਦਾ। ਮੈਂ ਰਾਤ ਨੂੰ ਦੋ ਵਜੇ ਤਕ ਉਸ ਹਿਰਨ ਦੇ ਬੱਚੇ ਦੇ ਨਾਲ ਜਾਗਦਾ ਰਿਹਾ। ਫਿਰ ਮੈਨੂੰ ਨੀਂਦ

ਆ ਗਈ। ਮੇਰੇ ਸੁਪਨੇ ਵਿਚ ਉਹ ਹਿਰਨ ਆਇਆ ਅਤੇ ਮੈਨੂੰ ਕਹਿਣ ਲੱਗਿਆ, "ਆਪ ਨੇ ਮੈਨੂੰ ਜਬਰਦਸਤੀ ਕਿਉਂ ਰੋਕ ਰੱਖਿਆ ਹੈ। ਕ੍ਰਿਪਾ ਕਰਕੇ ਮੈਨੂੰ ਜਾਣ ਦਿਉ।"

ਮੈਂ ਸੁਪਨੇ ਵਿਚ ਹੀ ਕਹਿ ਦਿੱਤਾ, "ਠੀਕ ਹੈ।"

ਮੈਂ ਤੁਰੰਤ ਜਾਗ ਕੇ ਚੀਕ ਉੱਠਿਆ, "ਬੱਚਿਓ, ਹਿਰਨ ਮਰ ਰਿਹਾ ਹੈ।" ਸਾਰੇ ਬੱਚੇ ਮੇਰੇ ਵੱਲ ਦੌੜੇ ਆਏ। ਮੈਂ ਆਪਣੇ ਕਮਰੇ ਦੀ ਉਸ ਨੁੱਕਰ ਵੱਲ ਨੂੰ ਦੌੜਿਆ, ਜਿੱਥੇ ਮੈਂ ਹਿਰਨੋਟੇ ਨੂੰ ਸੁਲਾ ਰੱਖਿਆ ਸੀ। ਉਸ ਨੇ ਉੱਠਣ ਦੀ ਇੱਕ ਆਖਰੀ ਕੋਸ਼ਿਸ਼ ਕੀਤੀ ਅਤੇ ਲੜਖੜਾਉਂਦਿਆਂ ਮੇਰੇ ਪੈਰਾਂ ਉੱਪਰ ਡਿਗ ਕੇ ਮਰ ਗਿਆ।

ਜਾਨਵਰਾਂ ਦੀ ਤਕਦੀਰ ਦਾ ਸੰਚਾਲਨ ਅਤੇ ਸੇਧ ਦੇਣ ਵਾਲੇ ਸਮੂਹਿਕ ਕਰਮਾਂ ਦੇ ਨਿਯਮਾਂ ਅਨੁਸਾਰ, ਉਸ ਹਿਰਨੋਟੇ ਦੀ ਜ਼ਿੰਦਗੀ ਦਾ ਸਮਾਂ ਪੂਰਾ ਹੋ ਚੁੱਕਿਆ ਸੀ ਅਤੇ ਉਹ ਉੱਚ ਜੂਨੀ ਵਿਚ ਜਾਣ ਵਾਸਤੇ ਉਤਾਵਲਾ ਸੀ। ਪ੍ਰੰਤੂ ਮੈਂ ਉਸ ਨੂੰ ਆਪਣੇ ਡੂੰਘੇ ਪਿਆਰ ਅਤੇ ਪ੍ਰਚੰਡ ਪ੍ਰਾਰਥਾਨਾਵਾਂ ਨਾਲ ਜਾਨਵਰਾਂ ਵਾਲੀ ਜੂਨੀ ਦੇ ਬੰਧਨ ਵਿਚ ਰੱਖਣ ਵਿਚ ਸਫਲ ਹੋ ਰਿਹਾ ਸੀ। ਪਰ ਉਸ ਦੀ ਆਤਮਾ ਉਸ ਜੂਨੀ ਤੋ ਮੁਕਤੀ ਪਾਉਣ ਵਾਸਤੇ ਉਤਾਵਲੀ ਸੀ। ਜਿਸ ਦਾ ਖਿਆਲ ਮੈਨੂੰ ਬਾਅਦ ਵਿਚ ਆਇਆ ਕਿ ਇਹ ਪਿਆਰ ਮੇਰੀ ਖੁਦਗਰਜ਼ੀ ਸੀ। ਉਸ ਦੀ ਆਤਮਾ ਨੇ ਮੇਰੇ ਸੁਪਨੇ ਵਿਚ ਆ ਕੇ ਮੈਨੂੰ ਮੁਕਤ ਕਰਨ ਵਾਸਤੇ ਬੇਨਤੀ ਕੀਤੀ। ਕਿਉਂਕਿ ਮੇਰੀ ਪਿਆਰ ਭਰੀ ਸਹਿਮਤੀ ਦੇ ਬਗੈਰ ਉਹ ਜਾ ਨਹੀਂ ਸੀ ਸਕਦੀ ਜਾਂ ਜਾਣਾ ਨਹੀਂ ਸੀ ਚਾਹੁੰਦੀ। ਜਿਉਂ ਹੀ ਮੈਂ ਉਸ ਦੀ ਬੇਨਤੀ ਪ੍ਰਵਾਨ ਕਰ ਲਈ, ਉਹ ਬੰਧਨ ਮੁਕਤ ਹੋ ਗਈ।

ਮੇਰਾ ਸਾਰਾ ਸੰਤਾਪ ਦੂਰ ਹੋ ਗਿਆ। ਮੈਂ ਫਿਰ ਤੋਂ ਇਹ ਮਹਿਸੂਸ ਕੀਤਾ ਕਿ ਪ੍ਰਮਾਤਮਾ ਦੀ ਇੱਛਾ ਇਹ ਹੈ, ਕਿ ਉਸ ਦੀਆਂ ਸਾਰੀਆਂ ਸੰਤਾਨਾਂ ਨੂੰ, ਉਸ ਦੇ ਅੰਗ ਮੰਨ ਕੇ ਪਿਆਰ ਕਰੋ। ਇਸ ਭੁਲੇਖੇ ਵਿਚ ਨਾ ਰਹੋ, ਕਿ ਮੌਤ ਦੇ ਨਾਲ ਹੀ ਸਾਰਾ ਖੇਲ ਖਤਮ ਹੋ ਜਾਂਦਾ ਹੈ। ਅਗਿਆਨੀ ਆਦਮੀ ਸਿਰਫ ਮੌਤ ਦੀ ਨਾ ਟੱਪੀ ਜਾ ਸਕਣ ਵਾਲੀ ਕੰਧ ਨੂੰ ਹੀ ਦੇਖ ਪਾਉਂਦਾ ਹੈ, ਜਿਹੜੀ ਉਸ ਦੇ ਸੱਜਣਾਂ ਮਿੱਤਰਾਂ ਨੂੰ, ਉਸ ਦੀਆਂ ਅੱਖਾਂ ਤੋਂ ਸ਼ਾਇਦ ਹਮੇਸ਼ਾਂ ਵਾਸਤੇ ਦੂਰ ਕਰ ਦਿੰਦੀ ਹੈ। ਪ੍ਰੰਤੂ ਦੂਸਰਿਆਂ ਨੂੰ ਪ੍ਰਮਾਤਮਾ ਦੀਆਂ ਅਭੀਵਿਅਕਤੀਆਂ ਮੰਨ ਕੇ, ਉਨ੍ਹਾਂ ਨਾਲ ਪਿਆਰ ਕਰਨ ਵਾਲਾ ਨਿਰਲੇਪ ਆਦਮੀ ਜਾਣਦਾ ਹੈ, ਕਿ ਉਸ ਦੇ ਸੱਜਣ ਪਿਆਰੇ ਸਿਰਫ ਥੋੜੇ ਦਿਨਾਂ ਵਾਸਤੇ ਹੀ ਪ੍ਰਮਾਤਮਾ ਦੇ ਨਾਲ ਮਿਲਾਪ ਦਾ ਆਨੰਦ ਭੋਗਣ ਵਾਸਤੇ ਮੌਤ ਦੇ ਅਧੀਨ ਹੋਏ ਹਨ।

ਰਾਂਚੀ ਸਕੂਲ ਇੱਕ ਛੋਟੀ ਜਿਹੀ ਸਾਦ ਮੁਰਾਦੀ ਸ਼ੁਰੂਆਤ ਤੋਂ ਵਿਕਾਸ ਕਰਦਿਆਂ, ਹੁਣ ਬਿਹਾਰ (ਅੱਜ ਕੱਲ੍ਹ ਝਾਰਖੰਡ) ਅਤੇ ਬੰਗਾਲ ਦੀ ਇੱਕ ਉੱਘੀ ਸੰਸਥਾ ਬਣ ਗਿਆ ਹੈ। ਸਕੂਲ ਦੇ ਅਨੇਕ ਵਿਭਾਗ ਰਿਸ਼ੀਆਂ ਦੀ ਸਿੱਖਿਆ ਅਤੇ ਆਦਰਸ਼ਾਂ ਨੂੰ ਸਦੀਵੀ ਬਣਾਉਣ ਦੇ ਚਾਹਵਾਨਾਂ ਦੁਆਰਾ ਦਿੱਤੇ ਗਏ, ਸਵੈ ਇੱਛੁਕ ਦਾਨ ਦੀ ਰਕਮ ਨਾਲ ਚਲਦੇ ਹਨ। ਮਿਦਨਾਪੁਰ ਅਤੇ ਲਾਖਣਪੁਰ ਵਿਚ ਸਕੂਲ ਦੀਆਂ ਵਧਣ ਫੁਲਣ ਵਾਲੀਆਂ ਸ਼ਾਖਾਵਾਂ

ਸਥਾਪਿਤ ਹੋ ਗਈਆਂ ਹਨ। ਰਾਂਚੀ ਦੇ ਮੁੱਖ ਦਫਤਰ ਵਿਚ ਇੱਕ ਚਿਕਿਤਸਾ ਵਿਭਾਗ ਵੀ ਚਲਾਇਆ ਜਾ ਰਿਹਾ ਹੈ। ਉੱਥੇ ਉਸ ਇਲਾਕੇ ਦੇ ਗਰੀਬਾਂ ਨੂੰ ਚਿਕਿਤਸਾ ਅਤੇ ਦਵਾਈਆਂ ਮੁਫਤ ਦਿੱਤੀਆ ਜਾਂਦੀਆਂ ਹਨ। ਸਕੂਲ ਨੇ ਖੇਡ ਮੁਕਾਬਲਿਆਂ ਦੇ ਨਾਲ ਨਾਲ ਸਿੱਖਿਆ ਦੇ ਖੇਤਰ ਵਿਚ ਆਪਣੀ ਪਹਿਚਾਣ ਬਣਾ ਲਈ ਹੈ। ਜਿੱਥੇ ਸਕੂਲ ਵਿਚੋਂ ਪੜ੍ਹ ਕੇ ਜਾਣ ਵਾਲੇ ਅਨੇਕ ਵਿਦਿਆਰਥੀਆਂ ਨੇ ਬਾਅਦ ਵਿਚ ਯੂਨੀਵਰਸਿਟੀ ਵਿਚ ਚੰਗੀ ਪ੍ਰਸਿੱਧੀ ਪ੍ਰਾਪਤ ਕੀਤੀ ਹੈ।

ਪਿਛਲੇ ਤਿੰਨ ਦਹਾਕਿਆਂ ਦੌਰਾਨ ਪੂਰਬ ਅਤੇ ਪੱਛਮ ਦੀਆਂ ਅਨੇਕ ਉੱਘੀਆਂ ਹਸਤੀਆਂ ਨੇ ਰਾਂਚੀ ਸਕੂਲ ਪਧਾਰ ਕੇ, ਇਸ ਦਾ ਮਾਣ ਵਧਾਇਆ ਹੈ। ਵਾਰਾਣਸੀ ਦੇ ਦੋ ਸਰੀਰ ਧਾਰਨ ਕਰ ਲੈਣ ਵਾਲੇ ਸਵਾਮੀ ਪ੍ਰਣਵਾ ਨੰਦ ਜੀ 1918 ਵਿਚ ਕੁਝ ਦਿਨ੍ਹਾਂ ਵਾਸਤੇ ਰਾਂਚੀ ਪਧਾਰੇ। ਬਾਹਰ ਖੁੱਲ੍ਹੇ ਮੈਦਾਨ ਵਿਚ ਦਰਖਤਾਂ ਦੇ ਥੱਲੇ ਲੱਗ ਰਹੀਆ ਜਮਾਤਾਂ ਦੇ ਸੁੰਦਰ ਨਜ਼ਾਰਿਆਂ ਨੂੰ ਅਤੇ ਸ਼ਾਮ ਨੂੰ ਛੋਟੇ ਛੋਟੇ ਬੱਚਿਆਂ ਨੂੰ ਘੰਟਿਆਂ ਬੱਧੀ ਯੌਗਿਕ ਧਿਆਨ ਵਿਚ ਸਥਿਰ ਬੈਠਿਆਂ ਦੇਖ ਕੇ ਉਹ ਬਹੁਤ ਜਿਆਦਾ ਪ੍ਰਭਾਵਿਤ ਹੋਏ।

ਉਨ੍ਹਾਂ ਨੇ ਕਿਹਾ, "ਮੇਰਾ ਮਨ ਇਹ ਦੇਖ ਕੇ ਬਹੁਤ ਖੁਸ਼ ਹੈ, ਕਿ ਬੱਚਿਆਂ ਨੂੰ ਸਹੀ ਸਿੱਖਿਆ ਦੇਣ ਦੇ ਲਾਹਿੜੀ ਮਹਾਸ਼ਯ ਦੇ ਆਦਰਸ਼ਾਂ ਦੀ ਇਸ ਸਕੂਲ ਵਿਚ ਪਾਲਣਾ ਹੋ ਰਹੀ ਹੈ। ਇਸ ਸੰਸਥਾ ਨੂੰ ਮੇਰੇ ਗੁਰੂਦੇਵ ਦਾ ਅਸ਼ੀਰਵਾਦ ਪ੍ਰਾਪਤ ਹੋਵੇ।"

ਮੇਰੇ ਕੋਲ ਬੈਠੇ ਇੱਕ ਬੱਚੇ ਨੇ ਯੋਗੀ ਮਹਾਰਾਜ਼ ਨੂੰ ਇੱਕ ਸਵਾਲ ਪੁੱਛਣ ਦਾ ਹੌਸਲਾ ਕੀਤਾ। 'ਸਵਾਮੀ ਜੀ', ਉਸ ਨੇ ਕਿਹਾ "ਕੀ ਮੈਂ ਵੱਡਾ ਹੋ ਕੇ ਸੰਨਿਆਸੀ ਬਣੂੰਗਾ? ਕੀ ਮੇਰੀ ਜ਼ਿੰਦਗੀ ਪ੍ਰਮਾਤਮਾ ਨੂੰ ਸਮਰਪਿਤ ਹੈ?"

ਵੈਸੇ ਤਾਂ ਸਵਾਮੀ ਜੀ ਆਨੰਦ ਨਾਲ ਮੁਸਕਰਾ ਰਹੇ ਸਨ, ਪ੍ਰੰਤੂ ਉਨ੍ਹਾਂ ਦੀਆਂ ਨਜ਼ਰਾਂ, ਉਸ ਬੱਚੇ ਦੇ ਭਵਿਖ ਨੂੰ ਭੇਦ ਰਹੀਆਂ ਸਨ। ਉਨ੍ਹਾਂ ਨੇ ਕਿਹਾ, "ਬੇਟਾ, ਜਦੋਂ ਤੂੰ ਵੱਡਾ ਹੋਵੇਂਗਾ, ਤਾਂ ਇੱਕ ਸੁੰਦਰ ਵਹੁਟੀ ਤੇਰਾ ਇੰਤਜ਼ਾਰ ਕਰ ਰਹੀ ਹੋਵੇਗੀ।" (ਉਸ ਲੜਕੇ ਨੇ ਕਈ ਵਰ੍ਹੇ ਸੰਨਿਆਸ ਲੈਣ ਦੀ ਇੱਛਾ ਰੱਖਣ ਤੋਂ ਬਾਅਦ ਆਖਰ ਨੂੰ ਵਿਆਹ ਕਰਵਾ ਲਿਆ ਸੀ) ਸਵਾਮੀ ਪ੍ਰਣਵਾ ਨੰਦ ਜੀ ਦੇ ਰਾਂਚੀ ਆਸ਼ਰਮ ਤੋਂ ਰਵਾਨਗੀ ਤੋਂ ਥੋੜੇ ਜਿਹੇ ਦਿਨਾਂ ਬਾਅਦ, ਮੈਂ ਉਨ੍ਹਾਂ ਨੂੰ ਆਪਣੇ ਪਿਤਾ ਜੀ ਨਾਲ ਕੋਲਕਾਤਾ ਦੇ ਉਸ ਘਰ ਮਿਲਣ ਗਿਆ, ਜਿੱਥੇ ਉਹ ਆਪਣੀ ਫੇਰੀ ਦੌਰਾਨ ਕੁਝ ਦਿਨਾਂ ਵਾਸਤੇ ਠਹਿਰੇ ਹੋਏ ਸਨ। ਕਈ ਵਰ੍ਹੇ ਪਹਿਲਾਂ ਕੀਤੀ ਹੋਈ ਉਨ੍ਹਾਂ ਦੀ ਭਵਿਖਬਾਣੀ, ਮੇਰੇ ਮਨ ਵਿਚ ਉੱਭਰ ਆਈ, "ਬਾਅਦ ਵਿਚ, ਮੈਂ ਤੈਨੂੰ ਤੇਰੇ ਪਿਤਾ ਜੀ ਦੇ ਨਾਲ ਮਿਲਾਂਗਾ।"

ਜਿਉਂ ਹੀ ਪਿਤਾ ਜੀ ਨੇ ਸਵਾਮੀ ਜੀ ਦੇ ਕਮਰੇ ਵਿਚ ਪ੍ਰਵੇਸ਼ ਕੀਤਾ, ਉਸ ਮਹਾਨ ਯੋਗੀ ਨੇ, ਆਪਣੇ ਆਸਣ ਤੋਂ ਉੱਠ ਕੇ ਖੜ੍ਹੇ ਹੋ ਕੇ, ਪਿਤਾ ਜੀ ਨੂੰ ਪਿਆਰ ਨਾਲ ਗਲੇ ਲਗਾਇਆ।

"ਭਗਵਤੀ," ਉਨ੍ਹਾਂ ਨੇ ਕਿਹਾ, "ਆਪ ਆਪਣੇ ਖਾਤਰ ਕੀ ਕਰ ਰਹੇ ਹੋ? ਕੀ ਆਪ ਦੇਖ ਨਹੀਂ ਰਹੇ ਕਿ ਆਪ ਦਾ ਪੁੱਤਰ, ਕਿੰਨੀ ਤੇਜੀ ਨਾਲ ਪ੍ਰਮਾਤਮਾ ਦੀ ਪ੍ਰਾਪਤੀ ਦੇ ਮਾਰਗ ਉੱਪਰ ਅੱਗੇ ਵੱਧ ਰਿਹਾ ਹੈ?" ਆਪਣੇ ਪਿਤਾ ਜੀ ਦੇ ਸਾਹਮਣੇ, ਆਪਣੀ ਤਾਰੀਫ ਸੁਣ ਕੇ ਮੈਂ ਸ਼ਰਮਾ ਗਿਆ। ਸਵਾਮੀ ਜੀ ਨੇ ਅੱਗੇ ਕਿਹਾ, "ਆਪ ਨੂੰ ਯਾਦ ਹੈ ਕਿ ਸਾਡੇ ਗੁਰੂਦੇਵ ਕਿਹਾ ਕਰਦੇ ਸਨ, "ਬਨਤ ਬਨਤ ਬਨ ਜਾਈ।"* ਇਸ ਵਾਸਤੇ *ਕਿਰਿਆ ਯੋਗ* ਦਾ ਅਭਿਆਸ ਲਗਾਤਾਰ ਕਰਦੇ ਰਹੋ ਅਤੇ ਛੇਤੀ ਤੋਂ ਛੇਤੀ ਪ੍ਰੀਤਮ ਪਿਆਰੇ ਦੇ ਦਰਬਾਰ ਵਿਚ ਪਹੁੰਚ ਜਾਵੋ।"

ਵਾਰਾਣਸੀ ਵਿਚ ਸਵਾਮੀ ਜੀ ਨਾਲ ਮੇਰੀ ਪਹਿਲੀ ਹੈਰਾਨਕੁਨ ਮੁਲਾਕਾਤ ਦੇ ਵਕਤ, ਉਹ ਬਿਲਕੁਲ ਤੰਦਰੁਸਤ ਅਤੇ ਤਾਕਤਵਰ ਦਿਖਾਈ ਦੇ ਰਹੇ ਸਨ। ਪਰ ਹੁਣ ਉਨ੍ਹਾਂ ਦੇ ਸਰੀਰ ਉੱਪਰ ਬੁਢਾਪੇ ਦੇ ਲੱਛਣ ਸਪਸ਼ਟ ਦਿਖਾਈ ਦੇ ਰਹੇ ਸਨ। ਭਾਵੇਂ ਸਰੀਰ ਹਾਲੇ ਵੀ ਤਣਿਆ ਹੋਇਆ ਅਤੇ ਪ੍ਰਸੰਸਾਯੋਗ ਸਿੱਧਾ ਸੀ। ਮੈਂ ਸਿੱਧਾ ਉਨ੍ਹਾਂ ਦੀਆਂ ਅੱਖਾਂ ਵਿਚ ਅੱਖਾਂ ਪਾ ਕੇ, ਇੱਕ ਸਵਾਲ ਪੁੱਛਿਆ, "ਸਵਾਮੀ ਜੀ ਕ੍ਰਿਪਾ ਕਰ ਕੇ ਦਸੋ, ਕੀ ਆਪ ਉੱਪਰ ਬੁਢਾਪੇ ਦਾ ਪ੍ਰਭਾਵ ਨਹੀਂ ਪੈ ਰਿਹਾ? ਕੀ ਸਰੀਰ ਕਮਜ਼ੋਰ ਹੋਣ ਨਾਲ ਆਪ ਦੀਆਂ ਈਸ਼ਵਰ ਅਨੁਭੂਤੀਆਂ ਵਿਚ ਕੋਈ ਘਾਟ ਆ ਰਹੀ ਹੈ?"

ਉਨ੍ਹਾਂ ਦੇ ਚਿਹਰੇ ਤੇ ਫਰਿਸ਼ਤਿਆਂ ਵਰਗੀ ਮੁਸਕਰਾਹਟ ਆ ਗਈ, "ਹੁਣ ਪ੍ਰੀਤਮ ਪਿਆਰਾ, ਮੇਰੇ ਹੋਰ ਜਿਆਦਾ ਨੇੜੇ ਆ ਗਿਆ ਹੈ।" ਉਨ੍ਹਾਂ ਦੇ ਇਸ ਡੂੰਘੇ ਆਤਮ ਵਿਸ਼ਵਾਸ ਨੇ ਮੇਰੇ ਮਨ ਅਤੇ ਆਤਮਾ ਨੂੰ ਖੁਸ਼ੀ ਨਾਲ ਝੂਮਣ ਲਾ ਦਿੱਤਾ। ਉਨ੍ਹਾਂ ਨੇ ਅੱਗੇ ਕਿਹਾ, "ਮੈਂ ਹਾਲੇ ਵੀ ਦੋ ਪੈਨਸ਼ਨਾਂ ਲੈ ਰਿਹਾ ਹਾਂ, ਇੱਕ ਭਗਵਤੀ ਚਰਨ ਦੀ ਕ੍ਰਿਪਾਲਤਾ ਕਰਕੇ, ਜੋ ਇੱਥੇ ਹੀ ਬੈਠੇ ਹੋਏ ਹਨ ਅਤੇ ਦੂਜੀ ਉਸ ਪ੍ਰੀਤਮ ਪਿਆਰੇ ਦੀ ਕ੍ਰਿਪਾ ਨਾਲ।" ਅਸਮਾਨ ਵੱਲ ਉਂਗਲੀ ਉਠਾਉਂਦਿਆਂ ਹੋਇਆਂ, ਉਹ ਥੋੜੀ ਦੇਰ ਵਾਸਤੇ ਸਮਾਧੀ ਦੀ ਅਵਸਥਾ ਵਿਚ ਚਲੇ ਗਏ। ਉਨ੍ਹਾਂ ਦੇ ਮੁਖ ਮੰਡਲ ਉੱਪਰ ਅਲੌਕਿਕ ਤੇਜ ਝਲਕਣ ਲਗ ਪਿਆ। ਮੇਰੇ ਸਵਾਲ ਦਾ ਕਿੰਨਾ ਸਾਰਥਕ ਜਵਾਬ।

ਪ੍ਰਣਵਾ ਨੰਦ ਜੀ ਦੇ ਕਮਰੇ ਵਿਚ, ਕਈ ਪੌਦਿਆਂ ਅਤੇ ਬੀਜਾਂ ਦੇ ਲਿਫਾਫੇ ਦੇਖ ਕੇ, ਮੈਂ ਉਨ੍ਹਾਂ ਦਾ ਮਕਸਦ ਪੁੱਛਿਆ। ਉਨ੍ਹਾਂ ਨੇ ਦੱਸਿਆ, "ਮੈਂ ਵਾਰਾਣਸੀ ਹਮੇਸ਼ਾਂ ਵਾਸਤੇ ਛੱਡ ਦਿੱਤੀ ਹੈ ਅਤੇ ਮੈਂ ਹੁਣ ਹਿਮਾਲਿਆ ਵੱਲ ਜਾ ਰਿਹਾ ਹਾਂ। ਉੱਥੇ ਆਪਣੇ ਸ਼ਗਿਰਦਾਂ ਦੇ ਵਾਸਤੇ ਇੱਕ ਆਸ਼ਰਮ ਬਣਾਵਾਂਗਾ। ਇਨ੍ਹਾਂ ਬੀਜਾਂ ਨਾਲ ਪਾਲਕ ਦਾ ਸਾਗ ਅਤੇ ਸਬਜ਼ੀਆਂ ਪੈਦਾ ਹੋਣਗੀਆਂ। ਮੇਰੇ ਪਿਆਰੇ ਸ਼ਗਿਰਦ ਪੂਰੀ ਸਾਦਗੀ ਨਾਲ ਰਹਿਣਗੇ ਅਤੇ ਆਪਣੇ ਵਕਤ ਨੂੰ ਪ੍ਰਮਾਤਮਾ ਦੇ ਮਿਲਾਪ ਦੇ ਆਨੰਦ ਵਿਚ ਗੁਜਾਰਨਗੇ। ਇਸ ਤੋਂ ਜਿਆਦਾ ਕਿਸੇ ਹੋਰ ਚੀਜ਼ ਦੀ ਜ਼ਰੂਰਤ ਨਹੀਂ ਹੈ।"

* ਇਹ ਸ਼ਬਦ ਲਾਹਿੜੀ ਮਹਾਸ਼ਯ ਦੇ ਹਰਮਨ ਪਿਆਰੇ ਸ਼ਬਦਾਂ ਵਿਚੋਂ ਇੱਕ ਸਨ, ਜੋ ਆਪਣੇ ਸ਼ਗਿਰਦਾਂ ਨੂੰ ਧਿਆਨ ਵਿਚ ਦ੍ਰਿੜ ਯਤਨ ਕਰਨ ਲਈ ਉਤਸ਼ਾਹਿਤ ਕਰਨ ਲਈ ਅਕਸਰ ਕਿਹਾ ਕਰਦੇ ਸਨ।

ਪਿਤਾ ਜੀ ਨੇ ਆਪਣੇ ਗੁਰੂਭਾਈ ਨੂੰ ਪੁੱਛਿਆ ਕਿ ਉਹ ਕੋਲਕਾਤਾ ਫਿਰ ਕਦੋਂ ਆਉਣਗੇ।

"ਹੁਣ ਕਦੇ ਵੀ ਨਹੀਂ," ਪ੍ਰਣਵਾ ਨੰਦ ਜੀ ਨੇ ਉੱਤਰ ਦਿੱਤਾ। ਲਾਹਿੜੀ ਮਹਾਸ਼ਯ ਨੇ ਮੈਨੂੰ ਇਸੇ ਸਾਲ ਦੇ ਵਾਸਤੇ ਦੱਸ ਰੱਖਿਆ ਹੈ, ਕਿ ਮੈਂ ਪ੍ਰਾਣਾਂ ਤੋਂ ਪਿਆਰੀ ਵਾਰਾਣਸੀ ਛੱਡ ਕੇ ਹਿਮਾਲਿਆ ਦੇ ਪਹਾੜਾਂ ਵਿਚ ਜਾ ਕੇ ਸਰੀਰ ਤਿਆਗਾਂਗਾ। ਉਨ੍ਹਾਂ ਦੇ ਇਹ ਸ਼ਬਦ ਸੁਣ ਕੇ ਮੇਰੀਆਂ ਅੱਖਾਂ ਭਰ ਆਈਆਂ। ਪ੍ਰੰਤੂ ਸਵਾਮੀ ਜੀ ਦੇ ਚਿਹਰੇ ਉੱਪਰ ਇੱਕ ਸ਼ਾਂਤਮਈ ਮੁਸਕਰਾਹਟ ਫੈਲੀ ਹੋਈ ਸੀ। ਉਨ੍ਹਾਂ ਨੂੰ ਦੇਖ ਕੇ ਇਉਂ ਲੱਗਦਾ ਸੀ, ਜਿਵੇਂ ਉਹ ਜੱਗ ਜਨਨੀ ਦੀ ਗੋਦ ਵਿਚ ਸੁਰੱਖਿਅਤ ਬੈਠੇ ਸਵਰਗ ਲੋਕ ਦੇ ਨੰਨ੍ਹੇ ਫਰਿਸ਼ਤੇ ਹੋਣ। ਪਰਮ ਉਚ ਅਧਿਆਤਮਿਕ ਸ਼ਕਤੀਆਂ ਉੱਪਰ ਆਪਣਾ ਅਧਿਕਾਰ ਬਣਾਈ ਰੱਖਣ ਵਾਸਤੇ ਮਹਾਨ ਯੋਗੀਆਂ ਦੀ ਉਮਰ ਜਾਂ ਸਰੀਰਕ ਕਮਜ਼ੋਰੀ ਦਾ ਕੋਈ ਉਲਟ ਪ੍ਰਭਾਵ ਨਹੀਂ ਪੈਂਦਾ। ਉਹ ਜਦੋਂ ਵੀ ਚਾਹੁਣ, ਤਾਂ ਆਪਣੇ ਸਰੀਰ ਦੀ ਕਾਇਆ ਕਲਪ ਕਰ ਸਕਦੇ ਹਨ। ਪ੍ਰੰਤੂ ਫਿਰ ਵੀ ਕਦੇ ਕਦੇ ਉਹ ਬੁਢੇਪੇ ਦੀ ਪ੍ਰਕਿਰਿਆ ਨੂੰ ਰੋਕਣ ਦੀ ਕੋਸ਼ਿਸ਼ ਨਹੀਂ ਕਰਦੇ, ਬਲਕਿ ਫਿਰ ਨਵੇਂ ਜਨਮ ਵਿਚ ਕਰਮਾਂ ਦੇ ਬਚੇ ਖੁਚੇ ਬਕਾਏ ਨੂੰ ਭੋਗਣ ਦੀ ਜ਼ਰੂਰਤ ਨੂੰ ਮਿਟਾ ਦੇਣ ਵਾਸਤੇ ਆਪਣੇ ਮੌਜੂਦਾ ਸਰੀਰ ਨੂੰ ਵਕਤ ਬਚਾਉਣ ਦੇ ਇੱਕ ਸਾਧਨ ਦੇ ਰੂਪ ਵਿਚ ਵਰਤੋਂ ਕਰਦਿਆਂ ਮਿਟ ਜਾਣ ਦਿੰਦੇ ਹਨ।

ਇਸ ਮਿਲਣੀ ਤੋਂ ਕਈ ਮਹੀਨੇ ਬਾਅਦ, ਮੇਰੀ ਮੁਲਾਕਾਤ ਅਪਣੇ ਇੱਕ ਪੁਰਾਣੇ ਮਿੱਤਰ ਸਨੰਦਨ ਨਾਲ ਹੋਈ, ਜੋ ਪ੍ਰਣਵਾ ਨੰਦ ਜੀ ਦਾ ਨਜ਼ਦੀਕੀ ਸ਼ਗਿਰਦ ਸੀ।

"ਮੇਰੇ ਪਰਮ ਪੂਜਨੀਕ ਗੁਰੂਦੇਵ ਚਲਾਣਾ ਕਰ ਗਏ," ਉਸ ਨੇ ਹਟਕੋਰੇ ਲੈਂਦਿਆਂ ਕਿਹਾ। "ਉਨ੍ਹਾਂ ਨੇ ਰਿਸ਼ੀਕੇਸ ਦੇ ਨੇੜੇ ਇੱਕ ਆਸ਼ਰਮ ਬਣਾਇਆ ਅਤੇ ਬਹੁਤ ਹੀ ਪਿਆਰ ਨਾਲ ਸਾਨੂੰ ਸਿੱਖਿਅਤ ਕਰਦੇ ਰਹੇ। ਜਦੋ ਅਸੀਂ ਲੋਕ ਥੋੜਾ ਬਹੁਤਾ ਆਪਣੇ ਪੈਰਾਂ ਤੇ ਖੜੋਣ ਯੋਗ ਹੋਏ ਅਤੇ ਉਨ੍ਹਾਂ ਦੀ ਸੰਗਤ ਵਿਚ ਬੜੀ ਤੇਜੀ ਨਾਲ ਅਧਿਆਤਮਿਕ ਉੱਨਤੀ ਕਰ ਰਹੇ ਸੀ, ਤਾਂ ਉਨ੍ਹਾਂ ਨੇ ਇੱਕ ਦਿਨ ਰਿਸ਼ੀਕੇਸ ਵਿਚ ਬਹੁਤ ਵੱਡੇ ਜਨਸਮੂਹ ਨੂੰ ਰੋਟੀ ਖਿਲਾਉਣ ਦਾ ਇਰਾਦਾ ਜਾਹਰ ਕੀਤਾ। ਮੈਂ ਉਨ੍ਹਾਂ ਤੋਂ ਪੁੱਛਿਆ ਕਿ ਇੰਨੀ ਵੱਡੀ ਸੰਖਿਆ ਵਿਚ ਲੋਕਾਂ ਨੂੰ ਰੋਟੀ ਖਿਲਾਉਣ ਦਾ ਕੀ ਉਦੇਸ਼ ਹੈ?"

"ਉਨ੍ਹਾਂ ਨੇ ਕਿਹਾ, 'ਇਹ ਮੇਰਾ ਅੰਤਮ ਉਤਸਵ ਹੈ।' ਮੈਂ ਉਨ੍ਹਾਂ ਦੇ ਸ਼ਬਦਾਂ ਦਾ ਪੂਰਾ ਭਾਵ ਅਰਥ ਨਾ ਸਮਝ ਸਕਿਆ।

"ਪ੍ਰਣਵਾ ਨੰਦ ਜੀ ਨੇ ਇੰਨੀ ਵੱਡੀ ਮਾਤਰਾ ਵਿਚ ਰੋਟੀ ਬਣਾਉਣ ਵਿਚ ਸਾਡੇ ਲੋਕਾਂ ਦੀ ਸਹਾਇਤਾ ਕੀਤੀ। ਤਕਰੀਬਨ ਦੋ ਹਜ਼ਾਰ ਲੋਕਾਂ ਨੂੰ ਰੋਟੀ ਖੁਆਈ ਗਈ। ਰੋਟੀ ਤੋਂ ਬਾਅਦ, ਉਨ੍ਹਾਂ ਨੇ ਇੱਕ ਉਚੇ ਮੰਚ ਉੱਪਰ ਬੈਠ ਕੇ ਪਰਮ ਪਿਤਾ ਪ੍ਰਮੇਸ਼ਰ ਉੱਪਰ ਬਹੁਤ ਹੀ ਪ੍ਰੇਰਨਾਦਾਇਕ ਪ੍ਰਵਚਨ ਦਿੱਤਾ। ਮੈਂ ਮੰਚ ਉੱਪਰ ਉਨ੍ਹਾਂ ਦੇ ਕੋਲ ਹੀ ਬੈਠਾ ਹੋਇਆ

ਸੀ। ਪ੍ਰਵਚਨ ਦੇ ਅੰਤ ਵਿਚ ਹਜ਼ਾਰਾਂ ਲੋਕਾਂ ਦੇ ਸਾਹਮਣੇ, ਉਨ੍ਹਾਂ ਨੇ ਮੇਰੇ ਵੱਲ ਮੁੜਦਿਆਂ ਅਸਧਾਰਨ ਉੱਚੀ ਅਵਾਜ਼ ਵਿਚ ਕਿਹਾ।''

''ਸਨੰਦਨ, ਤਿਆਰ ਹੋ ਜਾ, ਮੇਰਾ ਭੌਰ ਉਡਾਰੀ ਮਾਰਨ ਲੱਗਿਆ।''*

''ਮੈਂ ਥੋੜੀ ਦੇਰ ਸੁੰਨ ਜਿਹਾ ਹੋਇਆ ਬੈਠਿਆ ਰਿਹਾ ਅਤੇ ਥੋੜੀ ਦੇਰ ਚੁੱਪ ਰਹਿਣ ਤੋਂ ਬਾਅਦ ਬੜੀ ਜ਼ੋਰ ਦੀ ਚੀਕਿਆ, ਗੁਰੂਦੇਵ, ਇਸ ਤਰ੍ਹਾਂ ਨਾ ਕਰੋ, ਕ੍ਰਿਪਾ ਕਰਕੇ ਇਸ ਤਰ੍ਹਾਂ ਨਾ ਕਰੋ, ਇਸ ਤਰ੍ਹਾਂ ਨਾ ਕਰੋ। ਜਨਸਮੂਹ ਮੇਰੇ ਇਨ੍ਹਾਂ ਸ਼ਬਦਾਂ ਉੱਪਰ ਹੈਰਾਨ ਹੋਇਆ ਚੁੱਪ ਚਾਪ ਬੈਠਾ ਰਿਹਾ। ਪ੍ਰਣਵਾ ਨੰਦ ਜੀ ਮੇਰੇ ਵੱਲ ਦੇਖ ਕੇ ਮੁਸਕਰਾਏ, ਪਰ ਉਨ੍ਹਾਂ ਦੀ ਦ੍ਰਿਸ਼ਟੀ ਪਹਿਲਾਂ ਹੀ ਅਨੰਤ ਵੱਲ ਲੱਗ ਚੁੱਕੀ ਸੀ।''

ਉਨ੍ਹਾਂ ਨੇ ਕਿਹਾ, ''ਖੁਦਗਰਜ਼ ਨਾ ਬਣ ਅਤੇ ਨਾ ਹੀ ਮੇਰੇ ਵਾਸਤੇ ਸੰਤਾਪ ਕਰ। ਮੈਂ ਲੰਬਾ ਸਮਾਂ ਖੁਸ਼ੀ ਨਾਲ ਤੁਹਾਡੇ ਲੋਕਾਂ ਦੀ ਸੇਵਾ ਕੀਤੀ ਹੈ, ਹੁਣ ਤੁਸੀਂ ਮੈਨੂੰ ਖੁਸ਼ੀ ਖੁਸ਼ੀ ਵਿਦਾ ਕਰੋ। ਮੈਂ ਆਪਣੇ ਪਿਆਰੇ ਪ੍ਰੀਤਮ ਨੂੰ ਮਿਲਣ ਜਾ ਰਿਹਾ ਹਾਂ।'' ਫਿਰ ਉਨ੍ਹਾਂ ਨੇ ਹੌਲੀ ਜਿਹੀ ਅਵਾਜ਼ ਵਿਚ ਕਿਹਾ, ''ਮੈਂ ਛੇਤੀ ਹੀ ਫਿਰ ਜਨਮ ਲਵਾਂਗਾ। ਪਰਮ ਪਿਤਾ ਪ੍ਰਮੇਸ਼ਵਰ ਕੋਲ ਥੋੜਾ ਜਿਹਾ ਸਮਾਂ ਬਿਤਾਉਣ ਤੋਂ ਬਾਅਦ, ਮੈਂ ਇਸ ਦੁਨੀਆਂ ਵਿਚ ਫਿਰ ਵਾਪਸ ਆਵਾਂਗਾ ਅਤੇ ਸਦਾ ਦੇ ਵਾਸਤੇ ਬਾਬਾ † ਜੀ ਨਾਲ ਮਿਲ ਜਾਵਾਂਗਾ। ਤੈਨੂੰ ਛੇਤੀ ਹੀ ਪਤਾ ਲੱਗ ਜਾਵੇਗਾ ਕਿ ਮੇਰੀ ਆਤਮਾ ਨੇ ਕਦੋਂ ਅਤੇ ਕਿੱਥੇ ਜਨਮ ਲਿਆ ਹੈ।''

''ਉਹ ਫਿਰ ਉੱਚੀ ਅਵਾਜ਼ ਵਿਚ ਬੋਲੇ, 'ਸਨੰਦਨ, ਮੈਂ ਹੁਣ ਦੂਜੀ ਕਿਰਿਆ‡ ਦੁਆਰਾ ਸਰੀਰ ਛੱਡਣ ਲੱਗਿਆ ਹਾਂ।' ਉਨ੍ਹਾਂ ਨੇ ਸਾਹਮਣੇ ਬੈਠੇ ਜਨਸਮੂਹ ਵੱਲ ਦੇਖਦਿਆਂ

* ਮਤਲਬ ਸਰੀਰ ਦਾ ਤਿਆਗ ਕਰਨ ਲੱਗਿਆ ਹਾਂ।

† ਲਾਹਿੜੀ ਮਹਾਸ਼ਯ ਦੇ ਗੁਰੂ ਜੋ ਹੁਣ ਵੀ ਜੀਵਤ ਹਨ। ਚੈਪਟਰ 33 ਦੇਖੋ)

‡ ਪ੍ਰਣਵਾ ਨੰਦ ਜੀ ਦੁਆਰਾ ਸਰੀਰ ਛੱਡਣ ਲਈ ਵਰਤੀ ਗਈ ਕਿਰਿਆਯੋਗ ਤਕਨੀਕ, ਯੋਗਦਾ ਸਤਸੰਗ ਮਾਰਗ ਵਿਚ ਉੱਨਤ ਕਿਰਿਆਵਾਂ ਵਿਚ ਦੀਖਿਅਤ ਸਾਧਕਾਂ ਨੂੰ ਦਿੱਤੀ ਜਾਂਦੀ, ਤੀਜੀ ਤਕਨੀਕ ਵਜੋਂ ਜਾਣੀ ਜਾਂਦੀ ਹੈ। ਜਦੋਂ ਸਵਾਮੀ ਪ੍ਰਣਵਾ ਨੰਦ ਜੀ ਨੂੰ ਸ੍ਰੀ ਸ੍ਰੀ ਲਾਹਿੜੀ ਮਹਾਸ਼ਯ ਦੁਆਰਾ ਇਹ ਤਕਨੀਕ ਦਿੱਤੀ ਗਈ ਸੀ ਤਾਂ ਉਨ੍ਹਾਂ ਨੂੰ ਯੋਗ ਅਵਤਾਰ ਤੋਂ ਮਿਲਣ ਵਾਲੀ ਕਿਰਿਆਯੋਗ ਦੀ ਇਹ ਦੂਜੀ ਤਕਨੀਕ ਸੀ। ਇਸ ਤਕਨੀਕ ਵਿਚ ਜਿਹੜਾ ਸਾਧਕ ਨਿਪੁੰਨ ਹੋ ਗਿਆ ਹੋਵੇ, ਉਹ ਚੇਤਨ ਰਹਿੰਦਿਆਂ ਹੋਇਆਂ, ਕਦੇ ਵੀ ਸਰੀਰਕ ਪਿੰਜਰਾ ਛੱਡ ਸਕਦਾ ਹੈ ਅਤੇ ਕਦੇ ਵੀ ਵਾਪਸ ਆ ਸਕਦਾ ਹੈ। ਉੱਨਤ ਯੋਗੀ ਇਸ ਕਿਰਿਆ ਤਕਨੀਕ ਨੂੰ ਅੰਤ ਸਮੇਂ ਵਰਤੋਂ ਵਿਚ ਲੈ ਕੇ ਆਉਂਦੇ ਹਨ, ਜਿਸ ਦਾ ਉਨ੍ਹਾਂ ਨੂੰ ਪਹਿਲਾਂ ਹੀ ਪਤਾ ਹੁੰਦਾ ਹੈ।

ਮਹਾਨ ਯੋਗੀ ਅਧਿਆਤਮਿਕ ਚਕਸ਼ੂ ਰੂਪੀ ਤਾਰੇ ਦੇ ਅਕਾਰ ਦੇ ਪ੍ਰਾਣ ਸ਼ਕਤੀ ਦੇ ਮੁਕਤੀਦਾਇਕ ਦਰਵਾਜ਼ੇ ਵਿਚੋਂ ਦੀ ਅੰਦਰ-ਬਾਹਰ ਆਉਂਦੇ ਜਾਂਦੇ ਰਹਿੰਦੇ ਹਨ। ਈਸਾ ਮਸੀਹ ਨੇ ਕਿਹਾ ਸੀ, ''ਮੈਂ ਹੀ ਉਹ ਦਰਵਾਜ਼ਾ ਹਾਂ, ਜੋ ਕੋਈ ਮੇਰੇ ਦੁਆਰਾ ਅੰਦਰ ਦਾਖਲ ਹੋਵੇਗਾ ਤਾਂ ਉਹ ਭਵ-ਸਾਗਰ ਤੋਂ ਪਾਰ ਹੋ ਜਾਵੇਗਾ ਅਤੇ ਅੰਦਰ ਬਾਹਰ ਆ ਜਾ ਸਕੇਗਾ। ਉਸ ਨੂੰ ਚਰਾਂਦ ਮਿਲ ਜਾਵੇਗੀ। ਮਾਇਆ ਰੂਪੀ ਚੋਰ ਕਿਸੇ ਹੋਰ ਕੰਮ ਨਹੀਂ, ਕੇਵਲ ਚੋਰੀ ਕਰਨ ਅਤੇ ਘਾਤ ਲਾ ਕੇ ਸ਼ਿਕਾਰ ਕਰਨ ਅਤੇ ਨਾਸ਼ ਕਰਨ ਵਾਸਤੇ ਹੀ ਆਉਂਦਾ ਹੈ। ਮੈਂ (ਕਰਾਈਸਟ ਚੈਤਨਯ ਜਾਂ ਕੂਟਸਥ ਚੈਤਨਯ) ਇਸ ਲਈ ਆਇਆ ਹਾਂ, ਕਿ ਲੋਕਾਂ ਨੂੰ ਜੀਵਨ ਮਿਲੇ ਅਤੇ ਹੋਰ ਜਿਆਦਾ ਪੂਰਨ ਤਰੀਕੇ ਨਾਲ ਮਿਲੇ।'' ਜਾਨ 10:9–10

ਅਸ਼ੀਰਵਾਦ ਦਿੱਤਾ। ਆਪਣੀ ਦ੍ਰਿਸ਼ਟੀ ਨੂੰ ਦਿਵੱਯ ਚਕਸ਼ੂ ਵੱਲ ਮੋੜ ਕੇ ਉਹ ਸਥਿਰ ਬੈਠ ਗਏ। ਹੈਰਾਨਕੁਨ ਜਨਸਮੂਹ ਇਹ ਹੀ ਸੋਚ ਰਿਹਾ ਸੀ, ਕਿ ਉਹ ਸਮਾਧੀ ਵਿਚ ਮਗਨ ਹੋ ਗਏ ਹਨ। ਪ੍ਰੰਤੂ ਉਨ੍ਹਾਂ ਦਾ ਭੌਰ ਹੱਡ ਮਾਸ ਦੇ ਪਿੰਜਰੇ ਨੂੰ ਛੱਡ ਕੇ ਅਨੰਤਤਾ ਵੱਲ ਉਡਾਰੀ ਮਾਰ ਚੁੱਕਿਆ ਸੀ। ਸ਼ਗਿਰਦਾਂ ਨੇ ਪਦਮ ਆਸਣ ਵਿਚ ਸਥਿਰ, ਉਨ੍ਹਾਂ ਦੇ ਸਰੀਰ ਨੂੰ ਛੂਹ ਕੇ ਦੇਖਿਆ। ਹੁਣ ਉਸ ਵਿਚ ਗਰਮਾਇਸ਼ ਨਹੀਂ ਸੀ ਰਹੀ। ਹੁਣ ਉੱਥੇ ਸਿਰਫ ਸਖਤ ਹੋਇਆ ਪਿੰਜਰ ਰਹਿ ਗਿਆ ਸੀ, ਉਸ ਵਿਚਲਾ ਭੌਰ ਉਡਾਰੀ ਮਾਰ ਕੇ ਅਨੰਤਤਾ ਵਿਚ ਲੀਨ ਹੋ ਚੁੱਕਿਆ ਸੀ।''

ਜਦੋਂ ਸਨੰਦਨ ਨੇ ਆਪਣੀ ਇਹ ਕਹਾਣੀ ਸੁਣਾਉਣੀ ਪੂਰੀ ਕਰ ਦਿੱਤੀ ਤਾਂ ਮੇਰੇ ਮਨ ਵਿਚ ਇਹ ਵਿਚਾਰ ਆਇਆ, ''ਦੋ ਸਰੀਰ ਧਾਰਨ ਕਰ ਲੈਣ ਵਾਲਾ ਸਵਾਮੀ, ਜਿੰਨਾ ਆਪਣੇ ਜੀਵਨ ਕਾਲ ਵਿਚ, ਓਨਾ ਹੀ ਉਹ ਆਪਣੀ ਮੌਤ ਦੇ ਵਕਤ ਡਰਾਮੇਬਾਜ ਰਿਹਾ।''

ਮੈਂ ਪੁੱਛਿਆ ਕਿ ਪ੍ਰਣਵਾ ਨੰਦ ਜੀ ਕਿੱਥੇ ਪੁਨਰਜਨਮ ਲੈਣ ਵਾਲੇ ਸਨ।

''ਮੈਂ ਇਸ ਜਾਣਕਾਰੀ ਨੂੰ ਇੱਕ ਪਵਿੱਤਰ ਅਮਾਨਤ ਮੰਨਦਾ ਹਾਂ,'' ਸਨੰਦਨ ਨੇ ਕਿਹਾ। ''ਮੈਨੂੰ ਕਿਸੇ ਨੂੰ ਵੀ ਇਹ ਨਹੀਂ ਦੱਸਣਾ ਚਾਹੀਦਾ। ਤੈਨੂੰ ਸ਼ਾਇਦ ਕਿਸੇ ਹੋਰ ਤਰੀਕੇ ਨਾਲ ਪਤਾ ਲੱਗ ਹੀ ਜਾਵੇਗਾ।''

ਅਨੇਕ ਵਰ੍ਹਿਆਂ ਬਾਅਦ, ਮੈਨੂੰ ਸਵਾਮੀ ਕੇਸ਼ਵਾ ਨੰਦ* ਜੀ ਤੋਂ ਪਤਾ ਲੱਗਿਆ ਕਿ ਪ੍ਰਣਵਾ ਨੰਦ ਜੀ ਨਵਾਂ ਜਨਮ ਲੈਣ ਤੋਂ ਕੁਝ ਵਰ੍ਹਿਆਂ ਬਾਅਦ ਹਿਮਾਲਿਆ ਵਿਚ ਬਦਰੀ ਨਰਾਇਣ ਚਲੇ ਗਏ ਅਤੇ ਉੱਥੇ ਮਹਾਨ ਗੁਰੂ ਬਾਬਾ ਜੀ ਨਾਲ ਰਹਿਣ ਵਾਲੀ ਸੰਤ ਮੰਡਲੀ ਵਿਚ ਸ਼ਾਮਲ ਹੋ ਗਏ।

* ਸਵਾਮੀ ਕੇਸ਼ਵਾਨੰਦ ਜੀ ਨਾਲ ਮੁਲਾਕਾਤ ਦਾ ਵਰਣਨ ਚੈਪਟਰ 42 ਵਿਚ ਦਿੱਤਾ ਗਿਆ ਹੈ।

ਚੈਪਟਰ 28

ਕਾਸ਼ੀ ਦਾ ਪੁਨਰ-ਜਨਮ ਅਤੇ ਉਸ ਦਾ ਪਤਾ ਲਗਾਉਣਾ

"ਕੋਈ ਵੀ ਡੂੰਘੇ ਪਾਣੀ ਵਿਚ ਨਹੀਂ ਜਾਵੇਗਾ। ਸਾਰੇ ਬੱਚੇ ਬਾਲਟੀਆਂ ਵਿਚ ਪਾਣੀ ਭਰ ਕੇ ਨਹਾਉਣਗੇ।"

ਰਾਂਚੀ ਤੋਂ ਅੱਠ ਮੀਲ ਦੂਰ ਇੱਕ ਪਹਾੜੀ ਉੱਪਰ ਘੁੰਮਣ ਗਏ ਹੋਏ, ਸਕੂਲ ਦੇ ਬੱਚਿਆਂ ਨੂੰ ਮੈਂ ਨਿਰਦੇਸ਼ ਦੇ ਰਿਹਾ ਸੀ। ਸਾਡੇ ਸਾਹਮਣੇ ਦਿਖਾਈ ਦੇ ਰਿਹਾ, ਮਨ ਨੂੰ ਮੋਹ ਲੈਣ ਵਾਲਾ ਤਲਾਅ ਸਾਨੂੰ ਅਵਾਜ਼ਾਂ ਮਾਰ ਰਿਹਾ ਸੀ। ਪ੍ਰੰਤੂ ਮੇਰੇ ਮਨ ਵਿਚ ਉਸ ਤਲਾਅ ਦੇ ਬਾਰੇ ਅਰੁਚੀ ਪੈਦਾ ਹੋ ਗਈ ਸੀ। ਜਿਆਦਾਤਰ ਬੱਚੇ ਬਾਲਟੀਆਂ ਭਰ ਭਰ ਕੇ ਨਹਾਉਣ ਲੱਗ ਪਏ। ਪਰ ਫਿਰ ਵੀ ਕੁਝ ਬੱਚੇ ਠੰਡੇ ਪਾਣੀ ਦੀ ਮੋਹ ਲੈਣ ਵਾਲੀ ਖਿੱਚ ਦਾ ਸ਼ਿਕਾਰ ਹੋ ਗਏ। ਜਿਉਂ ਹੀ ਉਨ੍ਹਾਂ ਨੇ ਪਾਣੀ ਵਿਚ ਛਾਲਾਂ ਮਾਰੀਆਂ, ਵੱਡੇ ਵੱਡੇ ਪਾਣੀ ਦੇ ਸੱਪ, ਉਨ੍ਹਾਂ ਦੇ ਆਲੇ ਦੁਆਲੇ ਤੈਰਨ ਲੱਗੇ। ਉਨ੍ਹਾਂ ਦਾ ਕਿਸ ਤਰੀਕੇ ਦਾ ਅਜੀਬੋ ਗਰੀਬ ਚੀਕ ਚਿਹਾੜਾ ਅਤੇ ਚਾਰੇ ਪਾਸੇ ਪਾਣੀ ਦੇ ਛਿੱਟੇ ਹੀ ਛਿੱਟੇ ਅਤੇ ਪਾਣੀ ਵਿਚੋਂ ਬਾਹਰ ਨਿਕਲਣ ਦੀ ਕਿਹੋ ਜਿਹੀ ਹਾਸਿਆਂ ਭਰੀ ਆਪੋ ਧਾਪੀ।

ਪਹਾੜੀ ਉੱਪਰ ਪਹੁੰਚਣ ਤੋਂ ਬਾਅਦ, ਅਸੀਂ ਪਿਕਨਿਕ ਵਾਲੇ ਭੋਜਨ ਦਾ ਆਨੰਦ ਮਾਣਿਆ। ਮੈਂ ਇੱਕ ਦਰਖਤ ਦੇ ਥੱਲੇ ਬੈਠ ਗਿਆ ਅਤੇ ਬੱਚੇ ਮੈਨੂੰ ਚਾਰੇ ਪਾਸਿਆਂ ਤੋਂ ਘੇਰ ਕੇ ਬੈਠ ਗਏ। ਮੈਨੂੰ ਅਧਿਆਤਮਿਕ ਭਾਵ ਵਿਚ ਦੇਖ ਕੇ, ਬੱਚਿਆਂ ਨੇ ਮੇਰੇ ਉੱਪਰ ਸਵਾਲਾਂ ਦੀ ਝੜੀ ਲਾ ਦਿੱਤੀ।

ਇੱਕ ਬੱਚੇ ਨੇ ਕਿਹਾ, "ਗੁਰੂ ਜੀ ਕ੍ਰਿਪਾ ਕਰਕੇ ਦੱਸੋ, ਕੀ ਮੈਂ ਸੰਨਿਆਸ ਦੇ ਮਾਰਗ ਉੱਪਰ ਹਮੇਸ਼ਾਂ ਆਪਦੇ ਨਾਲ ਰਹੂੰਗਾ?"

"ਨਹੀਂ," ਮੈਂ ਕਿਹਾ। "ਤੈਨੂੰ ਜਬਰਦਸਤੀ ਤੇਰੇ ਘਰ ਲੈ ਜਾਇਆ ਜਾਵੇਗਾ ਅਤੇ ਬਾਅਦ ਵਿਚ ਤੇਰੀ ਸ਼ਾਦੀ ਹੋ ਜਾਵੇਗੀ।"

ਉਸ ਨੂੰ ਇਸ ਗੱਲ ਉੱਪਰ ਯਕੀਨ ਨਹੀਂ ਸੀ ਹੋ ਰਿਹਾ, "ਬਿਲਕੁਲ ਨਹੀਂ, ਕੇਵਲ ਮੇਰੀ ਲਾਸ਼ ਨੂੰ ਹੀ ਘਰ ਲੈ ਜਾਇਆ ਜਾ ਸਕੇਗਾ।" (ਪ੍ਰੰਤੂ ਕੁਝ ਮਹੀਨਿਆਂ ਬਾਅਦ ਹੀ, ਉਸ ਦੇ ਮਾਤਾ ਪਿਤਾ, ਉਸ ਨੂੰ ਘਰ ਲੈ ਕੇ ਜਾਣ ਵਾਸਤੇ ਆ ਗਏ ਅਤੇ ਉਸ ਦੇ ਅੱਥਰੂ ਪੂਰਨ ਵਿਰੋਧ ਦੇ ਬਾਵਜੂਦ, ਉਸ ਨੂੰ ਘਰ ਲੈ ਗਏ। ਕੁਝ ਦੇਰ ਬਾਅਦ ਉਸਦਾ ਵਿਆਹ ਵੀ ਹੋ ਗਿਆ)

ਬਹੁਤ ਸਾਰੇ ਸਵਾਲਾਂ ਦੇ ਜਵਾਬ ਦੇਣ ਤੋਂ ਬਾਅਦ, ਇੱਕ ਕਾਸ਼ੀ ਨਾਂ ਦੇ ਬੱਚੇ ਨੇ ਸਵਾਲ ਪੁੱਛਿਆ। ਉਹ ਲਗ ਭਗ 12 ਵਰ੍ਹਿਆਂ ਦਾ ਇੱਕ ਹੁਸ਼ਿਆਰ ਵਿਦਿਆਰਥੀ ਸੀ ਅਤੇ ਉਸ ਤੋਂ ਵੀ ਜਿਆਦਾ, ਉਹ ਸਾਰਿਆਂ ਵਿਚ ਹਰਮਨ ਪਿਆਰਾ ਸੀ।

"ਗੁਰੂ ਜੀ," ਉਸ ਨੇ ਪੁੱਛਿਆ। "ਮੇਰੇ ਮੁਕੱਦਰ ਵਿਚ ਕੀ ਲਿਖਿਆ ਹੈ?"

"ਤੇਰੀ ਛੇਤੀ ਹੀ ਮੌਤ ਹੋ ਜਾਵੇਗੀ," ਜਿਵੇਂ ਕਿਸੇ ਅਦਿੱਖ ਸ਼ਕਤੀ ਨੇ ਮੇਰੇ ਮੂਹੋਂ ਇਹ ਸ਼ਬਦ ਕਹਿਲਵਾ ਦਿੱਤੇ ਹੋਣ।

ਇਹ ਭੇਦ ਖੁੱਲ੍ਹ ਜਾਣ ਤੋਂ ਬਾਅਦ, ਮੈਨੂੰ ਅਤੇ ਹੋਰ ਸਾਰਿਆਂ ਨੂੰ ਵੀ ਬੜਾ ਦੁਖ ਹੋਇਆ। ਮੈਂ ਇੱਕ ਔਥਰੇ ਬੱਚੇ ਵਾਂਗ, ਜਿਸ ਦੇ ਸ਼ਬਦਾਂ ਨੇ ਦੂਸਰਿਆਂ ਨੂੰ ਦੁਖ ਪਹੁੰਚਾਇਆ ਸੀ, ਮੌਨ ਧਾਰਨ ਕਰਦਿਆਂ ਆਪਣੇ ਆਪ ਨੂੰ ਲਾਹਨਤਾਂ ਪਾਉਣ ਲੱਗਿਆ। ਬਾਕੀ ਹੋਰ ਸਵਾਲਾਂ ਦੇ ਜਵਾਬ ਦੇਣ ਤੋਂ ਮੈਂ ਇਨਕਾਰ ਕਰ ਦਿੱਤਾ।

ਸਕੂਲ ਵਾਪਸ ਪਰਤਣ ਤੋਂ ਬਾਅਦ, ਕਾਸ਼ੀ ਮੇਰੇ ਕਮਰੇ ਵਿਚ ਆਇਆ।

"ਜੇ ਮੇਰੀ ਮੌਤ ਹੋ ਜਾਂਦੀ ਹੈ, ਤਾਂ ਕੀ, ਮੇਰਾ ਜਨਮ ਹੋਣ ਤੋਂ ਬਾਅਦ ਆਪ ਮੈਨੂੰ ਲੱਭ ਕੇ, ਫਿਰ ਤੋਂ ਅਧਿਆਤਮਿਕ ਮਾਰਗ ਉੱਪਰ ਲੈ ਆਵੋਗੇ?" ਉਸ ਨੇ ਰੋਂਦਿਆਂ ਹੋਇਆਂ ਪੁੱਛਿਆ।

ਇਸ ਡੂੰਘੇ ਗੂੜ੍ਹ ਗਿਆਨ ਨਾਲ ਸਬੰਧਿਤ ਜ਼ੁੰਮੇਵਾਰੀ ਨੂੰ ਨਿਭਾਉਣ ਤੋਂ ਮੈਨੂੰ ਇਨਕਾਰ ਕਰਨ ਵਾਸਤੇ ਮਜ਼ਬੂਰ ਹੋਣਾ ਪਿਆ। ਪ੍ਰੰਤੂ ਉਸ ਤੋਂ ਬਾਅਦ ਕਈ ਹਫਤਿਆਂ ਤਕ ਕਾਸ਼ੀ ਮੇਰੇ ਪਿੱਛੇ ਲੱਗਿਆ ਰਿਹਾ। ਆਖਰ ਨੂੰ ਉਸ ਨੂੰ ਨਿਰਾਸ਼ਤਾ ਵਿਚ ਟੁੱਟਣ ਕਿਨਾਰੇ ਦੇਖਦਿਆਂ, ਮੈਂ ਉਸ ਨੂੰ ਹੌਂਸਲਾ ਦਿੱਤਾ।

"ਹਾਂ," ਮੈਂ ਵਚਨ ਦਿੱਤਾ। "ਜੇ ਪ੍ਰਮਾਤਮਾ ਮੇਰੀ ਸਹਾਇਤਾ ਕਰਨਗੇ ਤਾਂ ਮੈਂ ਲੱਭਣ ਦੀ ਕੋਸ਼ਿਸ਼ ਕਰਾਂਗਾ।"

ਗਰਮੀਆਂ ਦੀਆਂ ਛੁੱਟੀਆਂ ਵਿਚ, ਮੈਂ ਥੋੜ੍ਹੇ ਦਿਨਾਂ ਵਾਸਤੇ ਕਿਤੇ ਬਾਹਰ ਜਾ ਰਿਹਾ ਸੀ। ਇਸ ਗੱਲ ਦਾ ਮੈਨੂੰ ਅਫਸੋਸ ਸੀ, ਕਿ ਮੈਂ ਕਾਸ਼ੀ ਨੂੰ ਆਪਣੇ ਨਾਲ ਨਹੀਂ ਸੀ ਲਿਜਾ ਸਕਦਾ। ਇਸ ਕਰਕੇ ਯਾਤਰਾ ਤੇ ਜਾਣ ਤੋਂ ਪਹਿਲਾਂ, ਮੈਂ ਉਸ ਨੂੰ ਆਪਣੇ ਕਮਰੇ ਵਿਚ ਬੁਲਾਇਆ ਅਤੇ ਉਸ ਨੂੰ ਚੰਗੀ ਤਰ੍ਹਾਂ ਸਮਝਾ ਦਿੱਤਾ, ਕਿ ਭਾਵੇਂ ਕੁਝ ਵੀ ਹੋ ਜਾਵੇ, ਕੋਈ ਉਸ ਨੂੰ ਕਿਸੇ ਹੋਰ ਥਾਂ ਜਾਣ ਵਾਸਤੇ ਕਿੰਨਾ ਵੀ ਮਜ਼ਬੂਰ ਕਿਉਂ ਨਾ ਕਰੇ, ਉਹ ਹਰ ਹਾਲਤ ਵਿਚ ਸਕੂਲ ਦੇ ਅਧਿਆਤਮਿਕ ਸਪੰਦਨਾਂ ਵਾਲੇ ਵਾਤਾਵਰਨ ਵਿਚ ਹੀ ਰਹੇ। ਕਿਸੇ ਕਾਰਨ, ਮੈਂ ਇਹ ਮਹਿਸੂਸ ਕਰ ਰਿਹਾ ਸੀ, ਕਿ ਜੇ ਉਹ ਆਪਣੇ ਘਰ ਨਾ ਜਾਵੇ, ਤਾਂ ਉਹ ਆਉਣ ਵਾਲੀ ਮੁਸੀਬਤ ਤੋਂ ਬਚ ਸਕਦਾ ਹੈ।

ਜਿਉਂ ਹੀ ਮੈਂ ਸਕੂਲ ਤੋਂ ਬਾਹਰ ਨਿਕਲਿਆ, ਤਾਂ ਕਾਸ਼ੀ ਦੇ ਪਿਤਾ ਜੀ ਰਾਂਚੀ ਆ ਗਏ। ਪੰਦਰਾਂ ਦਿਨਾਂ ਤਕ, ਉਹ ਆਪਣੇ ਪੁੱਤਰ ਨੂੰ ਆਪਣਾ ਇਰਾਦਾ ਬਦਲਣ ਦੀ ਕੋਸ਼ਿਸ਼,

ਇਹ ਕਹਿ ਕੇ ਕਰਦੇ ਰਹੇ, ਕਿ ਉਹ ਕੇਵਲ ਚਾਰ ਦਿਨਾਂ ਵਾਸਤੇ ਆਪਣੀ ਮਾਤਾ ਜੀ ਦੇ ਕੋਲ ਕੋਲਕਾਤਾ ਚਲਿਆ ਜਾਵੇ, ਤਾਂ ਉਸ ਤੋਂ ਬਾਅਦ, ਉਹ ਫਿਰ ਰਾਂਚੀ ਵਾਪਸ ਆ ਸਕਦਾ ਹੈ। ਕਾਸ਼ੀ ਲਗਾਤਾਰ ਇਨਕਾਰ ਕਰਦਾ ਰਿਹਾ। ਆਖਰ ਉਸ ਦੇ ਪਿਤਾ ਨੇ ਕਿਹਾ, ਕਿ ਉਹ ਉਸ ਨੂੰ ਪੁਲੀਸ ਦੀ ਸਹਾਇਤਾ ਨਾਲ ਲੈ ਜਾਵੇਗਾ। ਇਸ ਧਮਕੀ ਤੋਂ ਕਾਸ਼ੀ ਪ੍ਰੇਸ਼ਾਨ ਹੋ ਗਿਆ, ਕਿਉਂਕਿ ਉਹ ਨਹੀਂ ਸੀ ਚਾਹੁੰਦਾ, ਕਿ ਉਸ ਦੇ ਕਾਰਨ ਸਕੂਲ ਦੀ ਬਦਨਾਮੀ ਹੋਵੇ। ਉਸ ਕੋਲ ਜਾਣ ਤੋਂ ਇਲਾਵਾ ਹੋਰ ਕੋਈ ਰਸਤਾ ਹੀ ਨਹੀਂ ਸੀ ਰਹਿ ਗਿਆ।

ਇਸ ਤੋਂ ਕੁਝ ਦਿਨ ਬਾਅਦ ਹੀ ਮੈਂ ਰਾਂਚੀ ਵਾਪਸ ਪਰਤ ਆਇਆ। ਜਿਉਂ ਹੀ ਮੈਨੂੰ ਪਤਾ ਲੱਗਿਆ ਕਿ ਕਾਸ਼ੀ ਨੂੰ ਕਿਸ ਤਰੀਕੇ ਨਾਲ ਘਰ ਵਾਪਸ ਲੈ ਕੇ ਗਏ ਹਨ, ਤਾਂ ਮੈਂ ਤੁਰੰਤ ਕੋਲਕਾਤਾ ਜਾਣ ਵਾਲੀ ਰੇਲ ਗੱਡੀ ਵਿਚ ਸਵਾਰ ਹੋ ਗਿਆ। ਉੱਥੇ ਜਾ ਕੇ ਮੈਂ ਇੱਕ ਘੋੜਾ ਗੱਡੀ ਕਿਰਾਏ ਤੇ ਲਈ। ਇਹ ਹੈਰਾਨਕੁਨ ਹੀ ਸੀ, ਜਿਉਂ ਹੀ ਮੇਰੀ ਘੋੜਾ ਗੱਡੀ ਨੇ ਗੰਗਾ ਨਦੀ ਉੱਪਰ ਬਣਿਆ ਹਾਵੜਾ ਬਰਿਜ਼ ਪਾਰ ਕੀਤਾ, ਤਾਂ ਸਭ ਤੋਂ ਪਹਿਲਾਂ ਮੈਨੂੰ ਜਿਹੜੇ ਲੋਕ ਦਿਖਾਈ ਦਿੱਤੇ, ਉਹ ਸਨ ਕਾਸ਼ੀ ਦੇ ਪਿਤਾ ਅਤੇ ਹੋਰ ਰਿਸ਼ਤੇਦਾਰ, ਜਿਨ੍ਹਾਂ ਨੇ ਮਾਤਮੀ ਲਿਬਾਸ ਪਹਿਨੇ ਹੋਏ ਸਨ। ਮੈਂ ਚੀਕਦਿਆਂ ਕੋਚਵਾਨ ਨੂੰ ਘੋੜਾ ਗੱਡੀ ਰੋਕਣ ਵਾਸਤੇ ਕਿਹਾ ਅਤੇ ਛਾਲ ਮਾਰ ਕੇ ਥੱਲੇ ਉੱਤਰਦਿਆਂ, ਉਸ ਬਦਕਿਸਮਤ ਬਾਪ ਵੱਲ ਬੜੇ ਗੁੱਸੇ ਨਾਲ ਘੂਰ ਘੂਰ ਕੇ ਦੇਖਦਿਆਂ ਕਿਹਾ, 'ਸ੍ਰੀਮਾਨ ਕਾਤਲ' ਮੈਂ ਕੁਝ ਜਿਆਦਾ ਹੀ ਭਾਵਕ ਹੁੰਦਿਆਂ ਚਿੱਲਾਇਆ, "ਤੂੰ ਮੇਰੇ ਬੱਚੇ ਨੂੰ ਮਾਰ ਦਿੱਤਾ ਹੈ।"

ਕਾਸ਼ੀ ਨੂੰ ਜਬਰਦਸਤੀ ਕੋਲਕਾਤਾ ਲਿਆਉਣ ਦੀ ਗਲਤੀ ਦਾ ਉਸ ਦੇ ਪਿਤਾ ਨੂੰ ਪਹਿਲਾਂ ਹੀ ਅਹਿਸਾਸ ਹੋ ਚੁੱਕਿਆ ਸੀ। ਜੋ ਥੋੜੇ ਬਹੁਤੇ ਦਿਨ, ਉਸ ਨੇ ਕੋਲਕਾਤਾ ਵਿਚ ਬਿਤਾਏ ਸਨ, ਉਸੇ ਦੌਰਾਨ, ਉਸ ਨੇ ਕੋਈ ਦੂਸ਼ਤ ਭੋਜਨ ਖਾ ਲਿਆ ਸੀ, ਜਿਸ ਕਰਕੇ ਉਸ ਨੂੰ ਹੈਜ਼ਾ ਹੋ ਗਿਆ ਸੀ ਅਤੇ ਉਸ ਦੀ ਮੌਤ ਹੋ ਗਈ। ਕਾਸ਼ੀ ਨਾਲ ਪਿਆਰ ਅਤੇ ਉਸ ਨੂੰ ਲੱਭਣ ਵਾਸਤੇ ਦਿੱਤੇ ਗਏ ਵਚਨ ਦਾ ਖਿਆਲ ਦਿਨ ਰਾਤ ਮੇਰੇ ਦਿਲ ਨੂੰ ਤੜਫਾਉਣ ਲੱਗਿਆ। ਮੈਂ ਜਿੱਥੇ ਕਿਤੇ ਵੀ ਜਾਂਦਾ, ਉਸ ਦਾ ਚਿਹਰਾ ਮੇਰੀਆਂ ਅੱਖਾਂ ਦੇ ਅੱਗੇ ਘੁੰਮਦਾ ਰਹਿੰਦਾ। ਵਰ੍ਹਿਆਂ ਪਹਿਲਾਂ ਮੈਂ ਆਪਣੀ ਸਵਰਗ ਸਿਧਾਰ ਚੁੱਕੀ ਮਾਤਾ ਜੀ ਨੂੰ ਲੱਭਿਆ ਸੀ, ਉਸੇ ਤਰ੍ਹਾਂ, ਮੈਂ ਹੁਣ ਕਾਸ਼ੀ ਦੀ ਖੋਜ ਕਰਨੀ ਸ਼ੁਰੂ ਕਰ ਦਿੱਤੀ।

ਮੈਂ ਇਹ ਮਹਿਸੂਸ ਕੀਤਾ, ਕਿ ਜਿੰਨੀ ਵੀ ਬੁੱਧੀ ਪ੍ਰਮਾਤਮਾ ਨੇ ਮੈਨੂੰ ਦਿੱਤੀ ਹੈ, ਉਸ ਨੂੰ ਆਪਣੀ ਸਾਰੀ ਤਾਕਤ ਨਾਲ ਵਰਤ ਕੇ, ਉਨ੍ਹਾਂ ਸੂਖਮ ਨਿਯਮਾਂ ਦਾ ਪਤਾ ਲਗਾਇਆ ਜਾਵੇ, ਜਿਸ ਨਾਲ ਕਾਸ਼ੀ ਦਾ ਸੂਖਮ ਲੋਕਾਂ ਵਿਚ ਟਿਕਾਣਾ ਲਭਿਆ ਜਾ ਸਕੇ। ਇਹ ਤਾਂ ਮੇਰੀ ਸਮਝ ਵਿਚ ਪੂਰੀ ਤਰ੍ਹਾਂ ਆ ਗਿਆ ਸੀ, ਕਿ ਉਹ ਅਤ੍ਰਿਪੱਤ ਇੱਛਾਵਾਂ ਦੇ ਸਪੰਦਨਾਂ ਨਾਲ ਧੜਕਦੀ ਇੱਕ ਆਤਮਾ ਸੀ। ਮੈਂ ਇਹ ਜਾਣ ਗਿਆ ਸੀ ਕਿ ਕਾਸ਼ੀ ਸੂਖਮ ਲੋਕਾਂ ਵਿਚ ਪ੍ਰਕਾਸ਼ਯੁਕਤ ਕਰੋੜਾਂ ਆਤਮਾਵਾਂ ਦੇ ਵਿਚ ਕਿਤੇ ਤੈਰ ਰਿਹਾ, ਇੱਕ ਪ੍ਰਕਾਸ਼ ਦਾ ਗੋਲਾ ਸੀ। ਇੰਨੇ ਸਾਰੇ ਸਪੰਦਨਯੁਕਤ ਪ੍ਰਕਾਸ਼ ਪਿੰਡਾਂ ਦੀਆਂ ਆਤਮਾਵਾਂ ਵਿਚੋਂ, ਮੈਂ ਉਸ ਨਾਲ ਕਿਸ ਤਰ੍ਹਾਂ ਸੰਪਰਕ ਕਰਦਾ?

ਮੈਂ ਆਪਣੀਆਂ ਦੋਵਾਂ ਅੱਖਾਂ ਦੇ ਵਿਚਕਾਰ ਭਿਰਕੁਟੀ ਵਿਚ ਮੌਜੂਦ ਅਧਿਆਤਮਿਕ ਚਕਸ਼ੂ ਦੇ ਮਾਈਕਰੋਫੋਨ ਦੁਆਰਾ, ਇੱਕ ਗੁਪਤ ਤਕਨੀਕ ਦੀ ਵਰਤੋਂ ਕਰਕੇ ਕਾਸ਼ੀ ਦੀ ਆਤਮਾ ਨੂੰ ਪਿਆਰ ਭੇਜਿਆ।* ਮੇਰਾ ਅੰਦਰਲਾ ਮਨ ਇਹ ਮਹਿਸੂਸ ਕਰ ਰਿਹਾ ਸੀ ਕਿ ਕਾਸ਼ੀ ਛੇਤੀ ਹੀ ਇਸ ਭੌਤਿਕ ਦੁਨੀਆਂ ਵਿਚ ਵਾਪਸ ਆ ਜਾਵੇਗਾ। ਜੇ ਮੈਂ ਉਸ ਨੂੰ ਲਗਾਤਾਰ ਆਪਣੇ ਸੁਨੇਹੇ ਭੇਜਦਾ ਰਹਾਂ, ਤਾਂ ਉਸ ਦੀ ਆਤਮਾ ਜਰੂਰ ਹੀ ਜਵਾਬ ਦੇਵੇਗੀ। ਮੈਂ ਜਾਣਦਾ ਸੀ, ਕਿ ਕਾਸ਼ੀ ਦੁਆਰਾ ਭੇਜੀ ਗਈ ਹਲਕੀ ਜਿਹੀ ਤਰੰਗ ਵੀ ਮੈਨੂੰ ਆਪਣੀਆਂ ਉਂਗਲੀਆਂ, ਹੱਥਾਂ ਅਤੇ ਮੇਰੂ ਦੰਡ ਵਿਚ ਮਹਿਸੂਸ ਹੋਵੇਗੀ।

ਜਦੋਂ ਮੈਨੂੰ ਇਹ ਵਿਸ਼ਵਾਸ ਹੋ ਗਿਆ, ਕਿ ਕਾਸ਼ੀ ਦਾ ਗਰਭ ਦੇ ਰੂਪ ਵਿਚ ਪੁਨਰ ਜਨਮ ਹੋ ਚੁੱਕਿਆ ਹੈ, ਤਾਂ ਮੈਂ ਆਪਣੇ ਹੱਥਾਂ ਨੂੰ ਅਸਮਾਨ ਵਿਚ ਉੱਪਰ ਚੁੱਕ ਕੇ ਏਰੀਅਲ ਦੀ ਤਰ੍ਹਾਂ ਵਰਤੋਂ ਵਿਚ ਲਿਆ ਕੇ, ਅਕਸਰ ਹੀ ਗੋਲ ਚੱਕਰ ਵਿਚ ਘੁੰਮਦਾ ਰਹਿੰਦਾ ਅਤੇ ਉਸ ਦੇ ਟਿਕਾਣੇ ਦਾ ਪਤਾ ਲੱਗਾਉਣ ਦੀ ਕੋਸ਼ਿਸ਼ ਕਰਦਾ। ਮੈਂ ਇਕਾਗਰਤਾ ਦੇ ਨਾਲ ਸੁਰ ਮਿਲਾਉਂਦਿਆਂ, ਆਪਣੇ ਦਿਲ ਦੇ ਰੇਡੀਉ ਵਿਚ, ਉਸ ਦਾ ਉੱਤਰ ਪ੍ਰਾਪਤ ਕਰਨ ਦੀ ਆਸ ਰੱਖ ਰਿਹਾ ਸੀ।

ਕਾਸ਼ੀ ਦੀ ਮੌਤ ਤੋਂ ਬਾਅਦ ਲਗ ਭਗ ਛੇ ਮਹੀਨੇ ਤਕ ਆਪਣੇ ਉਤਸ਼ਾਹ ਵਿਚ ਕੋਈ ਘਾਟ ਲਿਆਏ ਬਗੈਰ, ਮੈਂ ਪੂਰੀ ਦ੍ਰਿੜਤਾ ਨਾਲ ਇਸ ਯੌਗਿਕ ਤਕਨੀਕ ਦਾ ਅਭਿਆਸ ਕਰਦਾ ਰਿਹਾ। ਕੋਲਕਾਤਾ ਦੇ ਭੀੜ ਭਰੇ ਬਹੂ ਬਜ਼ਾਰ ਖੇਤਰ ਵਿਚ ਇੱਕ ਦਿਨ, ਮੈਂ ਆਪਣੇ ਕੁਝ ਦੋਸਤਾਂ ਨਾਲ ਪੈਦਲ ਜਾ ਰਿਹਾ ਸੀ। ਹਮੇਸ਼ਾਂ ਦੀ ਤਰ੍ਹਾਂ, ਮੈਂ ਆਪਣੇ ਹੱਥ ਉੱਪਰ ਉਠਾਏ ਤਾਂ ਪਹਿਲੀ ਵਾਰ ਮੈਨੂੰ ਇਸ ਤਰ੍ਹਾਂ ਮਹਿਸੂਸ ਹੋਇਆ, ਕਿ ਕੋਈ ਜਵਾਬ ਮਿਲ ਰਿਹਾ ਸੀ। ਆਪਣੀਆਂ ਉਂਗਲਾਂ ਅਤੇ ਹਥੇਲੀਆਂ ਦੇ ਥੱਲੇ ਬਿਜਲਈ ਤਰੰਗਾਂ ਨੂੰ ਮਹਿਸੂਸ ਕਰਕੇ, ਮੈਂ ਖੁਸ਼ੀ ਨਾਲ ਝੂਮ ਉਠਿਆ। ਇਹ ਤਰੰਗਾਂ ਮੇਰੀ ਚੇਤਨਾ ਦੀਆਂ ਡੂੰਘਾਈਆਂ ਵਿਚ ਖੁੱਭ ਕੇ, ਇੱਕ ਅਤਿਅੰਤ ਪ੍ਰਚੰਡ ਵਿਚਾਰ ਵਿਚ ਅਨੁਵਾਦਤ ਹੋਣ ਲੱਗੀਆਂ। ਮੈਂ ਕਾਸ਼ੀ ਹਾਂ, ਮੈਂ ਕਾਸ਼ੀ ਹਾਂ, ਮੇਰੇ ਕੋਲ ਆਉ।"

ਜਦੋਂ ਮੈਂ ਆਪਣਾ ਧਿਆਨ ਦਿਲ ਦੇ ਰੇਡੀਉ ਉੱਪਰ ਇਕਾਗਰ ਕੀਤਾ ਤਾਂ ਉਹ ਵਿਚਾਰ ਮੈਨੂੰ ਲਗ ਭਗ ਸੁਣਾਈ ਦੇਣ ਲੱਗ ਗਿਆ। ਮੈਨੂੰ ਇੱਕ ਖਾਸ ਕਿਸਮ ਦੀ ਭਰੜਾਈ†

* ਦੋਵਾਂ ਭਿਰਕੁਟੀਆਂ ਦੇ ਵਿਚਕਾਰ ਵਾਲੇ ਬਿੰਦੂ ਤੋਂ ਜਦੋਂ ਇੱਛਾ ਸ਼ਕਤੀ ਨੂੰ ਪ੍ਰਸਾਰਤ ਕੀਤਾ ਜਾਂਦਾ ਹੈ, ਤਾਂ ਉਹ ਵਿਚਾਰਾਂ ਦੇ ਪ੍ਰਸਾਰਣ ਦਾ ਯੰਤਰ ਬਣ ਜਾਂਦਾ ਹੈ। ਆਦਮੀ ਦੇ ਵਲਵਲਿਆਂ ਜਾਂ ਭਾਵਨਾਵਾਂ ਦੀ ਸ਼ਕਤੀ ਨੂੰ, ਜਦੋਂ ਦਿਲ ਉੱਪਰ ਇਕਾਗਰ ਕੀਤਾ ਜਾਂਦਾ ਹੈ, ਤਾਂ ਉਹ ਇੱਕ ਮਾਨਸਿਕ ਰੇਡੀਉ ਦਾ ਕੰਮ ਕਰਨ ਲੱਗ ਜਾਂਦੀ ਹੈ, ਜੋ ਦੂਸਰਿਆਂ ਦੇ ਸੁਨੇਹਿਆਂ ਨੂੰ ਗ੍ਰਹਿਣ ਕਰ ਸਕਦੀ ਹੈ, ਭਾਵੇਂ ਉਹ ਆਦਮੀ ਕਿੰਨੇ ਵੀ ਦੂਰ ਜਾਂ ਨੇੜੇ ਕਿਉਂ ਨਾ ਹੋਣ। ਦੂਰ ਸੰਪਰਕ (ਟੈਲੀਪੈਥੀ) ਤਕਨੀਕ ਨਾਲ ਮਨੁੱਖ ਦੇ ਮਨ ਦੀਆਂ ਵਿਚਾਰ ਤਰੰਗਾਂ ਪਹਿਲਾਂ ਅਕਾਸ਼ ਦੇ ਸੂਖਮ ਸਪੰਦਨਾਂ ਵਿਚ, ਫਿਰ ਧਰਤੀ ਦੇ ਸਥੂਲਤਰ ਅਕਾਸ਼ ਦੇ ਸਪੰਦਨਾਂ ਵਿਚ ਦੀ ਪ੍ਰਵਾਹਤ ਹੁੰਦੀਆਂ ਹਨ ਅਤੇ ਇਸ ਪ੍ਰਕਿਰਿਆ ਵਿਚ ਬਿਜਲਈ ਤਰੰਗਾਂ ਪੈਦਾ ਹੁੰਦੀਆਂ ਹਨ। ਇਸ ਤੋਂ ਬਾਅਦ ਇਹ ਬਿਜਲਈ ਤਰੰਗਾਂ ਆਦਮੀ ਦੇ ਮਨ ਵਿਚ ਵਿਚਾਰ ਤਰੰਗਾਂ ਵਿਚ ਬਦਲ ਜਾਂਦੀਆਂ ਹਨ।

† ਹਰ ਇੱਕ ਆਤਮਾ, ਆਪਣੇ ਸ਼ੁੱਧ ਰੂਪ ਵਿਚ ਸਰਬ ਗਿਆਤਾ ਹੈ। ਕਾਸ਼ੀ ਦੀ ਆਤਮਾ ਨੂੰ ਆਪਣੇ ਪਿਛਲੇ

ਜਿਹੀ ਕਾਸ਼ੀ ਦੀ ਅਵਾਜ਼ ਦੀ ਫੁਸਫਸਾਹਟ ਵਾਰ ਵਾਰ ਸੁਣਾਈ ਦੇਣ ਲੱਗੀ। ਮੈਂ ਉਸੇ ਵਕਤ ਆਪਣੇ ਨਾਲ ਜਾ ਰਹੇ, ਇੱਕ ਮਿੱਤਰ ਪ੍ਰਕਾਸ਼ ਦਾਸ ਦਾ ਹੱਥ ਫੜ ਕੇ, ਉਸ ਵੱਲ ਦੇਖਦਿਆਂ ਕਿਹਾ, "ਲੱਗਦਾ ਹੈ ਕਿ ਮੈਂ ਕਾਸ਼ੀ ਨੂੰ ਲੱਭ ਲਿਆ ਹੈ।"

ਮੈਂ ਗੋਲ ਦਾਇਰਾ ਬਣਾ ਕੇ ਘੁੰਮਣ ਲੱਗਿਆ। ਮੇਰੇ ਮਿੱਤਰਾਂ ਅਤੇ ਉੱਥੋਂ ਦੀ ਲੰਘ ਰਹੇ ਹੋਰ ਲੋਕਾਂ ਦੇ ਹਾਵ ਭਾਵ ਦੇਖ ਕੇ ਲਗਦਾ ਸੀ, ਕਿ ਉਨ੍ਹਾਂ ਦਾ ਚੰਗਾ ਮਨੋਰੰਜਨ ਹੋ ਰਿਹਾ ਸੀ। ਬਿਜਲੀ ਤਰੰਗਾਂ ਨਾਲ ਉਸ ਵਕਤ ਹੀ ਮੇਰੀਆਂ ਉਂਗਲਾਂ ਵਿਚ ਝਰਨਾਹਟ ਹੁੰਦੀ ਸੀ ਜਦੋਂ ਮੈਂ ਇੱਕ ਨੇੜੇ ਦੇ ਰਸਤੇ ਦੀ ਤਰਫ ਮੁੜਦਾ ਸੀ। ਜਦੋਂ ਮੈਂ ਦੂਜੀਆਂ ਦਿਸ਼ਾਵਾਂ ਵੱਲ ਮੁੜਦਾ ਸੀ, ਤਾਂ ਉਹ ਬਿਜਲਈ ਤਰੰਗਾਂ ਗਾਇਬ ਹੋ ਜਾਂਦੀਆਂ ਸਨ।

"ਆਹ," ਮੈਂ ਖੁਸ਼ੀ ਨਾਲ ਚਿਲਾਉਂਦਿਆਂ ਕਿਹਾ। "ਕਾਸ਼ੀ ਦੀ ਆਤਮਾ ਜਰੂਰ ਹੀ ਇਸ ਗਲੀ ਵਿਚ ਰਹਿਣ ਵਾਲੀ ਕਿਸੇ ਮਾਤਾ ਦੇ ਗਰਭ ਵਿਚ ਹੈ।"

ਮੈਂ ਅਤੇ ਮੇਰੇ ਮਿੱਤਰ ਸਰਪਨਟਾਈਨ ਲੇਨ ਵੱਲ ਜਾਣ ਲੱਗੇ। ਹੁਣ ਮੇਰੇ ਉੱਪਰ ਉੱਠੇ ਹੋਏ ਹੱਥਾਂ ਵਿਚ ਬਿਜਲਈ ਤਰੰਗਾਂ ਜਿਆਦਾ ਤੇਜ ਅਤੇ ਸਪਸ਼ਟ ਹੋਣ ਲੱਗੀਆਂ। ਜਿਸ ਤਰ੍ਹਾਂ ਕਿਸੇ ਚੁੰਬਕ ਨੇ ਮੈਨੂੰ ਉਸ ਰਸਤੇ ਦੇ ਸੱਜੇ ਪਾਸੇ ਵੱਲ ਖਿੱਚ ਲਿਆ ਹੋਵੇ। ਇੱਕ ਘਰ ਦੇ ਦਰਵਾਜ਼ੇ ਦੇ ਅੱਗੇ ਪਹੁੰਚਦਿਆਂ ਹੀ ਮੇਰੀ ਹੈਰਾਨੀ ਦੀ ਕੋਈ ਹੱਦ ਨਾ ਰਹੀ, ਜਦੋਂ ਮੈਂ ਦੇਖਿਆ ਕਿ ਮੇਰਾ ਸਾਰਾ ਸਰੀਰ ਗਤੀ ਹੀਣ ਹੋ ਗਿਆ। ਮੈਂ ਸਾਹ ਰੋਕ ਕੇ ਡੂੰਘੀ ਖੁਸ਼ੀ ਭਰੀ ਉਕਸਾਹਟ ਵਿਚ ਦਰਵਾਜ਼ਾ ਖੜਕਾਇਆ। ਮੈਨੂੰ ਮਹਿਸੂਸ ਹੋ ਰਿਹਾ ਸੀ ਕਿ ਮੇਰੀ ਲੰਬੀ ਅਤੇ ਅਸਾਧਾਰਨ ਖੋਜ ਸਫਲ ਹੋ ਗਈ ਸੀ।

ਦਰਵਾਜ਼ਾ ਇੱਕ ਨੌਕਰਾਣੀ ਨੇ ਖੋਲ੍ਹਿਆ। ਉਸ ਨੇ ਦੱਸਿਆ ਕਿ ਘਰ ਦੇ ਮਾਲਕ ਘਰ ਦੇ ਅੰਦਰ ਹੀ ਹਨ। ਉਹ ਵੀ ਉਪਰਲੀ ਮੰਜ਼ਲ ਤੋਂ ਪੌੜੀਆਂ ਉੱਤਰ ਕੇ, ਥੱਲੇ ਆਏ ਅਤੇ ਮੁਸਕਰਾਉਂਦਿਆਂ ਮੇਰੇ ਵੱਲ ਸਵਾਲੀਆ ਨਜ਼ਰਾਂ ਨਾਲ ਦੇਖਣ ਲੱਗੇ। ਮੇਰੀ ਸਮਝ ਵਿਚ ਨਹੀਂ ਸੀ ਆ ਰਿਹਾ, ਕਿ ਮੈਂ ਆਪਣਾ ਸਵਾਲ ਕਰਾਂ ਤਾਂ ਕਿਸ ਤਰੀਕੇ ਨਾਲ ਕਰਾਂ, ਜੋ ਉਚਿਤ ਵੀ ਸੀ ਅਤੇ ਅਣਉਚਿਤ ਵੀ।

"ਸ੍ਰੀਮਾਨ ਜੀ, ਕ੍ਰਿਪਾ ਕਰਕੇ ਦੱਸੋ, ਕਿ ਕੀ ਆਪ ਅਤੇ ਆਪ ਦੀ ਧਰਮ ਪਤਨੀ ਪਿਛਲੇ ਛੇ ਮਹੀਨੇ* ਤੋ ਬੱਚੇ ਵਾਸਤੇ ਆਸਵੰਦ ਹੋ?"

ਜਨਮ ਦੀਆਂ ਸਾਰੀਆਂ ਵਿਸ਼ੇਸ਼ਤਾਵਾਂ ਯਾਦ ਸਨ। ਇਸ ਕਰਕੇ ਉਸ ਨੇ ਕਾਸ਼ੀ ਦੀ ਭਰੜਾਈ ਅਵਾਜ਼ ਦੀ ਨਕਲ ਕੀਤੀ, ਜਿਸ ਨਾਲ ਮੈਂ ਉਸ ਨੂੰ ਪਹਿਚਾਣ ਲਵਾਂ।

* ਭਾਵੇਂ ਕਈ ਲੋਕ ਭੌਤਿਕ ਸਰੀਰ ਤਿਆਗਣ ਤੋਂ ਬਾਅਦ, ਕਿਸੇ ਸੂਖਮ ਲੋਕ ਵਿਚ 500 ਸਾਲ ਤੋਂ ਲੈ ਕੇ 1000 ਸਾਲ ਤਕ ਵੀ ਰਹਿੰਦੇ ਹਨ, ਪ੍ਰੰਤੂ ਦੋ ਜਨਮਾਂ ਦੇ ਵਿਚਕਾਰ ਦਾ ਅੰਤਰਾਲ ਦਾ ਕੋਈ ਨਿਸ਼ਚਿਤ ਨਿਯਮ ਨਹੀਂ ਹੈ। (ਦੇਖੋ ਚੈਪਟਰ 43) ਭੌਤਿਕ ਜਾਂ ਸੂਖਮ ਸਰੀਰ ਵਿਚ ਰਹਿਣ ਦਾ ਸਮਾਂ ਕਰਮਾਂ ਦੇ ਅਨੁਸਾਰ ਨਿਰਧਾਰਤ ਹੁੰਦਾ ਹੈ। ਨੀਂਦ ਵੀ, ਜੋ ਇੱਕ ਤਰ੍ਹਾਂ ਨਾਲ ਮੌਤ ਦਾ ਛੋਟਾ ਰੂਪ ਹੀ ਹੈ, ਨਾਸ਼ਵਾਨ ਮਨੁੱਖ ਵਾਸਤੇ ਜਰੂਰੀ ਹੈ, ਜਿਸ ਨਾਲ ਗਿਆਨ ਵਿਹੂਣਾ ਆਦਮੀ ਵੀ ਕੁਝ ਸਮੇਂ ਵਾਸਤੇ ਇੰਦਰੀਆਂ ਦੇ ਬੰਧਨ ਤੋਂ ਮੁਕਤ ਹੋ ਜਾਂਦਾ ਹੈ। ਆਦਮੀ ਮੂਲ

"ਹਾਂ, ਉਹ ਤਾਂ ਹੈ।" ਇਹ ਦੇਖਦਿਆਂ ਕਿ ਪਰੰਪਰਾਗਤ ਗੇਰੂਏ ਕਪੜੇ ਪਹਿਨੀ ਮੈਂ ਇੱਕ ਸਵਾਮੀ ਹਾਂ, ਤਾਂ ਉਸ ਨੇ ਨਿਮਰਤਾ ਪੂਰਵਕ ਪੁੱਛਿਆ, "ਕ੍ਰਿਪਾ ਕਰਕੇ ਇਹ ਦੱਸੋ, ਕਿ ਮੇਰੀ ਇਸ ਘਰੇਲੂ ਗੱਲ ਦਾ ਆਪ ਨੂੰ ਕਿਸ ਤਰ੍ਹਾਂ ਪਤਾ ਲੱਗਿਆ?" ਜਦੋਂ ਉਸ ਨੇ, ਕਾਸ਼ੀ ਅਤੇ ਉਸ ਨੂੰ ਦਿੱਤੇ ਗਏ, ਮੇਰੇ ਉਸ ਵਚਨ ਬਾਰੇ ਸੁਣਿਆ, ਤਾਂ ਉਸ ਹੈਰਾਨਕੁਨ ਸੱਜਣ ਨੂੰ ਮੇਰੀਆਂ ਗੱਲਾਂ ਉੱਪਰ ਵਿਸ਼ਵਾਸ ਹੋ ਗਿਆ।

"ਆਪ ਦੇ ਘਰ ਇੱਕ ਗੋਰੇ ਰੰਗ ਦੇ ਪੁੱਤਰ ਦਾ ਜਨਮ ਹੋਵੇਗਾ," ਮੈਂ ਉਸ ਨੂੰ ਦੱਸਿਆ। "ਉਸ ਦਾ ਮੱਥਾ ਚੌੜਾ ਅਤੇ ਮੱਥੇ ਉੱਪਰ ਸਾਹਮਣੇ ਵੱਲ ਝੁਕਿਆ ਹੋਇਆ ਘੁੰਘਰਾਲੇ ਵਾਲਾਂ ਦਾ ਗੁੱਛਾ ਹੋਵੇਗਾ।" ਮੈਨੂੰ ਇਹ ਪੂਰਾ ਵਿਸ਼ਵਾਸ ਹੋ ਗਿਆ ਸੀ, ਕਿ ਪੈਦਾ ਹੋਣ ਵਾਲੇ ਬੱਚੇ ਦੇ ਵਿਚ ਕਾਸ਼ੀ ਦੇ ਸਾਰੇ ਗੁਣ ਹੋਣਗੇ।

ਬਾਅਦ ਵਿਚ ਜਾ ਕੇ, ਮੈਂ ਉਸ ਬੱਚੇ ਨੂੰ ਦੇਖਿਆ ਵੀ। ਉਸ ਦੇ ਮਾਤਾ ਪਿਤਾ ਨੇ, ਉਸ ਦਾ ਪਹਿਲੇ ਜਨਮ ਵਾਲਾ ਨਾਂ ਕਾਸ਼ੀ ਹੀ ਰੱਖਿਆ ਸੀ। ਬਚਪਨ ਵਿਚ ਉਹ ਦੇਖਣ ਨੂੰ ਬਿਲਕੁਲ ਰਾਂਚੀ ਦੇ ਮੇਰੇ ਪਿਆਰੇ ਵਿਦਿਆਰਥੀ ਕਾਸ਼ੀ ਵਰਗਾ ਹੀ ਲੱਗ ਰਿਹਾ ਸੀ। ਬੱਚੇ ਨੇ ਝਟਪਟ ਮੇਰੇ ਨਾਲ ਪਿਆਰ ਦਾ ਇਜ਼ਹਾਰ ਕੀਤਾ। ਪਿਛਲੇ ਜਨਮ ਦਾ ਪਿਆਰ ਦੁਗਣੀ ਤਾਕਤ ਨਾਲ ਜਾਗ ਉੱਠਿਆ।

ਕੁਝ ਵਰ੍ਹਿਆਂ ਬਾਅਦ ਜਦੋਂ ਉਹ ਨੌਜਵਾਨ ਹੋਇਆ, ਤਾਂ ਉਸ ਬੱਚੇ ਨੇ ਮੈਨੂੰ ਪੱਤਰ ਲਿਖਿਆ। ਉਸ ਵਕਤ, ਮੈਂ ਅਮਰੀਕਾ ਵਿਚ ਰਹਿ ਰਿਹਾ ਸੀ। ਉਸ ਨੇ ਸੰਨਿਆਸ ਮਾਰਗ ਅਪਣਾਉਣ ਦੀ ਆਪਣੀ ਜ਼ੋਰਦਾਰ ਇੱਛਾ ਪ੍ਰਗਟਾਈ ਸੀ। ਮੈਂ ਉਸ ਨੂੰ ਹਿਮਾਲਿਆ ਦੇ ਇੱਕ ਸਦਗੁਰੂ ਦੇ ਕੋਲ ਜਾਣ ਦਾ ਮਸ਼ਵਰਾ ਦਿੱਤਾ ਸੀ। ਉਸ ਗੁਰੂ ਨੇ ਪੁਨਰ ਜਨਮ ਲਏ ਕਾਸ਼ੀ ਨੂੰ ਸ਼ਗਿਰਦ ਦੇ ਰੂਪ ਵਿਚ ਸਵੀਕਾਰ ਕਰ ਲਿਆ ਸੀ।

ਤੌਰ ਤੇ ਆਤਮਾ ਹੋਣ ਕਰਕੇ, ਉਸ ਨੂੰ ਮੌਤ ਅਤੇ ਨੀਂਦ ਵਿਚ ਆਪਣੀ ਅਸਰੀਰਤਾ ਜਾਂ ਨਿਰਾਕਾਰਿਤਾ ਦੀ ਯਾਦ ਦਿਵਾਉਣ ਵਾਲੀਆਂ ਕੁਝ ਗੱਲਾਂ ਦਾ ਅਨੁਭਵ ਹੁੰਦਾ ਹੈ।

ਜਿਵੇਂ ਹਿੰਦੂ ਸ਼ਾਸਤਰਾਂ ਵਿਚ ਦੱਸਿਆ ਗਿਆ ਹੈ, ਕਿ ਸੰਤੁਲਨ ਪੁਨਰ ਸਥਾਪਤ ਕਰਨ ਵਾਲਾ ਨਿਯਮ ਹੈ, ਕਿਰਿਆ ਅਤੇ ਪਰਕਿਰਿਆ, ਕਾਰਨ ਅਤੇ ਪ੍ਰਭਾਵ ਅਤੇ ਬੀਜਣਾ ਅਤੇ ਵੱਢਣਾ। ਵਿਧਾਤਾ ਦੇ ਨਿਆਂ ਦੇ ਸਿਧਾਂਤ ਦੇ ਅਨੁਸਾਰ, ਹਰ ਇੱਕ ਮਨੁੱਖ ਆਪਣੇ ਕੀਤੇ ਕੰਮਾਂ ਦੁਆਰਾ ਆਪਣੀ ਕਿਸਮਤ ਦੀ ਰਚਨਾ ਆਪ ਕਰਦਾ ਹੈ। ਸਮਝਦਾਰੀ ਜਾਂ ਮੂਰਖਤਾ ਨਾਲ, ਉਹ ਬ੍ਰਹਿਮੰਡ ਦੀਆਂ ਜਿਨ੍ਹਾਂ ਸ਼ਕਤੀਆਂ ਨੂੰ ਹਰਕਤ ਵਿਚ ਲੈ ਆਉਂਦਾ ਹੈ, ਉਨ੍ਹਾਂ ਸ਼ਕਤੀਆਂ ਨੂੰ ਜਿੱਥੋਂ ਕਿਰਿਆ ਸ਼ੁਰੂ ਹੋਈ ਹੁੰਦੀ ਹੈ, ਉੱਥੇ ਹੀ ਵਾਪਸ ਆਉਣਾ ਪੈਂਦਾ ਹੈ। "ਇਹ ਸੰਸਾਰ ਹਿਸਾਬ ਦੇ ਸਮੀਕਰਣ ਦੀ ਤਰ੍ਹਾਂ ਦਿਖਾਈ ਦਿੰਦਾ ਹੈ। ਜਿਸ ਨੂੰ ਆਪ ਜਿਸ ਤਰ੍ਹਾਂ ਮਰਜ਼ੀ ਘੁੰਮਾ ਲਵੋ, ਦੋਨਾਂ ਤਰੀਕਿਆਂ ਨਾਲ ਬਰਾਬਰ ਬਣਦਾ ਹੈ। ਚੁੱਪ ਚਾਪ ਪਰ ਨਿਸ਼ਚਿਤ ਰੂਪ ਵਿਚ ਹਰ ਭੇਦ ਖੁੱਲ੍ਹ ਹੀ ਜਾਂਦਾ ਹੈ। ਹਰ ਇੱਕ ਅਪਰਾਧੀ ਦੰਡਿਤ ਹੁੰਦਾ ਹੀ ਹੈ, ਹਰ ਇੱਕ ਨੇਕ ਕੰਮ ਕਰਨ ਵਾਲੇ ਨੂੰ ਇਨਾਮ ਮਿਲਦਾ ਹੀ ਹੈ, ਹਰ ਇੱਕ ਗਲਤੀ ਦੀ ਦਰੁਸਤੀ ਹੁੰਦੀ ਹੀ ਹੈ।"- *ਐਮਰਸਨ "ਕੰਪਨਸ਼ੇਸਨ"* ਜੀਵਨ ਦੀਆਂ ਅਸਮਾਨਤਾਵਾਂ ਦੇ ਪਿੱਛੇ ਮੌਜੂਦ ਕਰਮਾਂ ਦੇ ਇਨਸਾਫ ਦੇ ਨਿਯਮ ਨੂੰ ਸਮਝ ਲੈਣ ਤੋਂ ਬਾਅਦ, ਆਦਮੀ, ਈਸ਼ਵਰ ਅਤੇ ਮਨੁੱਖ ਦੇ ਵਿਰੁੱਧ ਅਸੰਤੋਸ਼ ਤੋ ਮੁਕਤ ਹੋ ਜਾਂਦਾ ਹੈ। (ਦੇਖੋ ਪੰਨਾਂ 230)

ਚੈਪਟਰ 29

ਰਬਿੰਦਰ ਨਾਥ ਟੈਗੋਰ ਦੇ ਸਕੂਲ ਅਤੇ ਮੇਰੇ ਸਕੂਲ ਦੀ ਤੁਲਨਾ

"ਰਬਿੰਦਰ ਨਾਥ ਟੈਗੋਰ ਨੇ ਸਾਨੂੰ ਆਤਮ ਅਭੀਵਿਅਕਤੀ ਦੇ ਸੁਭਾਵਕ ਰੂਪ ਵਿਚ ਪੰਛੀਆਂ ਵਾਂਗ ਸਹਿਜ ਭਾਵ ਵਿਚ ਗੀਤ ਗਾਉਣਾ ਸਿਖਾਇਆ।"

ਇੱਕ ਦਿਨ ਸਵੇਰੇ ਸਵੇਰੇ, ਜਦੋਂ ਮੈਂ ਰਾਂਚੀ ਦੇ ਆਪਣੇ ਸਕੂਲ ਵਿਚ ਇੱਕ ਚੌਦਾਂ ਵਰ੍ਹਿਆਂ ਦੇ ਹੁਸ਼ਿਆਰ ਵਿਦਿਆਰਥੀ, ਭੋਲਾ ਨਾਥ ਦੀ, ਉਸ ਦੇ ਸੁਰੀਲੇ ਗੀਤ ਗਾਉਣ ਦੀ ਪ੍ਰਸ਼ੰਸਾ ਕੀਤੀ, ਤਾਂ ਉਸ ਨੇ ਇਹ ਸਪਸ਼ਟੀਕਰਨ ਉਸ ਵਕਤ ਦਿੱਤਾ। ਉਸ ਨੂੰ ਕੋਈ ਕਹੇ ਜਾਂ ਕੋਈ ਨਾ ਕਹੇ, ਉਹ ਲੜਕਾ, ਆਪਣੇ ਆਪ ਹੀ ਸੁਰੀਲੇ ਗੀਤਾਂ ਦੀ ਛਹਿਬਰ ਲਾਈ ਰੱਖਦਾ ਸੀ। ਉਹ ਪਹਿਲਾਂ, ਰਬਿੰਦਰ ਨਾਥ ਟੈਗੋਰ ਦੇ ਪ੍ਰਸਿੱਧ ਸਕੂਲ ਸ਼ਾਂਤੀ ਨਿਕੇਤਨ ਬੋਲਪੁਰ ਦਾ ਵਿਦਿਆਰਥੀ ਰਹਿ ਚੁੱਕਿਆ ਸੀ।

ਮੈਂ ਉਸ ਵਿਦਿਆਰਥੀ ਨੂੰ ਦੱਸਿਆ, "ਰਬਿੰਦਰ ਨਾਥ ਟੈਗੋਰ ਦੇ ਗੀਤ ਬਚਪਨ ਤੋਂ ਹੀ ਮੇਰੇ ਹੋਠਾਂ ਤੇ ਰਹੇ ਹਨ। ਬੰਗਾਲੀਆਂ ਨੂੰ, ਇੱਥੋਂ ਤਕ ਅਨਪੜ੍ਹ ਕਿਸਾਨ ਵੀ, ਉਸ ਦੇ ਮਨਮੋਹਕ ਗੀਤਾਂ ਦਾ ਆਨੰਦ ਉਠਾਉਂਦੇ ਹਨ।"

ਭੋਲੇ ਨੇ ਅਤੇ ਮੈਂ, ਟੈਗੋਰ ਦੇ ਗੀਤਾਂ ਦੇ ਕਈ ਬੋਲ ਇੱਕਠਿਆਂ ਨੇ ਗਾਏ। ਟੈਗੋਰ ਨੇ ਹਜ਼ਾਰਾਂ ਭਾਰਤੀ ਗੀਤਾਂ ਨੂੰ ਸੰਗੀਤ ਵਿਚ ਢਾਲਿਆ ਹੈ, ਜਿਨ੍ਹਾਂ ਵਿਚੋਂ ਕੁਝ ਰਚਨਾਵਾਂ ਉਨ੍ਹਾਂ ਦੀਆਂ ਆਪਣੀਆਂ ਹਨ ਅਤੇ ਕੁਝ ਪ੍ਰਾਚੀਨ ਕਾਲ ਦੀਆਂ।

ਜਦੋਂ ਸਾਡਾ ਗੀਤ ਖਤਮ ਹੋਇਆ ਤਾਂ ਮੈਂ ਉਸ ਨੂੰ ਦੱਸਿਆ, "ਸਾਹਿਤ ਵਿਚ ਨੋਬਲ ਪੁਰਸਕਾਰ ਮਿਲਣ ਤੋਂ ਛੇਤੀ ਹੀ ਬਾਅਦ ਮੈਂ ਉਨ੍ਹਾਂ ਨੂੰ ਮਿਲਿਆ ਸੀ। ਆਪਣੀਆਂ ਸਾਹਿਤਕ ਰਚਨਾਵਾਂ ਦੇ ਅਲੋਚਕਾਂ ਨੂੰ ਨਿਪਟਣ ਵਾਸਤੇ ਅਪਣਾਈ ਗਈ ਸਪਸ਼ਟਵਾਦਿਤਾ ਦੀ ਦਲੇਰੀ ਦਾ ਕਾਇਲ ਹੋਣ ਕਰਕੇ, ਮੈਂ ਉਨ੍ਹਾਂ ਨੂੰ ਮਿਲਣ ਵਾਸਤੇ ਉਤਾਵਲਾ ਸੀ।" ਉਸ ਨੂੰ ਇਹ ਕਹਿੰਦਿਆਂ, ਮੈਂ ਹੱਸ ਪਿਆ।

ਭੋਲੇ ਨੇ ਉਤਸੁਕਤਾਵੱਸ ਪੂਰੀ ਕਹਾਣੀ ਸੁਣਨ ਦੀ ਇੱਛਾ ਪ੍ਰਗਟ ਕੀਤੀ।

"ਮੈਂ ਦੱਸਣਾ ਸ਼ੁਰੂ ਕੀਤਾ, ਬੰਗਾਲੀ ਕਵਿਤਾ ਵਿਚ ਨਵੀਂ ਸ਼ੈਲੀ ਲਿਆਉਣ ਕਰਕੇ, ਵਿਦਵਾਨਾਂ ਨੇ ਟੈਗੋਰ ਦੀ ਕਰੜੀ ਅਲੋਚਨਾ ਕੀਤੀ। ਟੈਗੋਰ ਨੇ ਪੰਡਤਾਂ ਨੂੰ ਬਹੁਤ ਪਿਆਰੇ ਲੱਗਣ ਵਾਲੇ ਨਿਰਧਾਰਿਤ ਨਿਯਮਾਂ ਨੂੰ ਛਿੱਕੇ ਟੰਗ ਕੇ, ਲੋਕ ਭਾਸ਼ਾ ਦੀ ਸ਼ਬਦਾਵਲੀ ਨੂੰ

ਪ੍ਰਾਚੀਨ ਸ਼ਬਦਾਵਲੀ ਨਾਲ ਮਿਲਾ ਦਿੱਤਾ। ਉਨ੍ਹਾਂ ਦੇ ਗੀਤਾਂ ਵਿਚ ਮਨ ਨੂੰ ਮੋਹ ਲੈਣ ਵਾਲੇ ਸ਼ਬਦਾਂ ਵਿਚ ਡੂੰਘੀਆਂ ਦਾਰਸ਼ਨਿਕ ਸਚਾਈਆਂ ਹੁੰਦੀਆਂ ਹਨ। ਪ੍ਰਚਲਿਤ ਸਾਹਿਤਕ ਰਵਾਇਤਾਂ ਦੀ ਉਨ੍ਹਾਂ ਨੇ ਭੋਰਾ ਭਰ ਪ੍ਰਵਾਹ ਨਹੀਂ ਕੀਤੀ।

ਇੱਕ ਪ੍ਰਸਿੱਧ ਅਲੋਚਕ ਨੇ ਈਰਖਾਵਸ, 'ਆਪਣੀ ਗੁਟਰਗੂੰ' ਨੂੰ ਛਾਪ ਕੇ ਇੱਕ ਰੁਪਈਏ ਵਿਚ ਵੇਚਣ ਵਾਲਾ 'ਗੁਟਰਗੂੰ' ਕਵੀ (ਕਬੂਤਰ) ਕਹਿ ਕੇ ਟੈਗੋਰ ਦਾ ਜ਼ਿਕਰ ਕੀਤਾ। ਪ੍ਰੰਤੂ ਟੈਗੋਰ ਨੂੰ ਉਸ ਤੋਂ ਬਦਲਾ ਲੈਣ ਦਾ ਮੌਕਾ ਛੇਤੀ ਹੀ ਮਿਲ ਗਿਆ। ਜਦੋਂ ਟੈਗੋਰ ਨੇ ਆਪਣੀ ਗੀਤਾਂਜਲੀ ਦਾ ਖੁਦ ਆਪ ਅੰਗਰੇਜ਼ੀ ਵਿਚ ਅਨੁਵਾਦ ਕੀਤਾ, ਤਾਂ ਸਾਰਾ ਪੱਛਮੀ ਜਗਤ, ਉਨ੍ਹਾਂ ਦੇ ਚਰਨਾਂ ਉਪਰ ਨਿਛਾਵਰ ਹੋ ਸ਼ਰਧਾ ਦੇ ਫੁੱਲ ਅਰਪਣ ਕਰਨ ਵਾਸਤੇ ਤਤਪਰ ਹੋ ਉਠਿਆ। ਇੱਕ ਪੂਰੀ ਰੇਲ ਗੱਡੀ ਭਰ ਕੇ ਪੰਡਤ, ਜਿਸ ਵਿਚ, ਕਿਸੇ ਸਮੇਂ ਦਾ ਉਹ ਅਲੋਚਕ ਵੀ ਸ਼ਾਮਲ ਸੀ, ਉਨ੍ਹਾਂ ਨੂੰ ਮੁਬਾਰਕਵਾਦ ਦੇਣ ਵਾਸਤੇ ਸ਼ਾਂਤੀਨਿਕੇਤਨ ਪਹੁੰਚੇ।

"ਜਾਣ ਬੁੱਝ ਕੇ ਉਨ੍ਹਾਂ ਤੋਂ ਲੰਬੀ ਇੰਤਜ਼ਾਰ ਕਰਵਾਉਣ ਤੋਂ ਬਾਅਦ ਹੀ, ਟੈਗੋਰ ਉਨ੍ਹਾਂ ਨੂੰ ਮਿਲੇ ਅਤੇ ਫਿਰ ਵੀ ਉਦਾਸੀਨ ਭਾਵ ਵਿਚ ਮੌਨ ਰਹਿ ਕੇ, ਉਨ੍ਹਾਂ ਤੋਂ ਪ੍ਰਸ਼ੰਸਾ ਸੁਣਦੇ ਰਹੇ। ਆਖਰ ਨੂੰ ਉਨ੍ਹਾਂ ਦਾ ਅਲੋਚਨਾ ਦਾ ਪ੍ਰਚਲਿਤ ਹਥਿਆਰ, ਉਨ੍ਹਾਂ ਦੇ ਉਪਰ ਹੀ ਚਲਾ ਦਿੱਤਾ। ਉਨ੍ਹਾਂ ਨੇ ਕਿਹਾ, "ਭੱਦਰ ਪੁਰਸ਼ੋ, ਜਿਸ ਮਾਣ ਵਡਿਆਈ ਦੀ ਸੁਗੰਧ ਦੀ ਆਪ ਮੇਰੇ ਉਪਰ ਵਰਖਾ ਕਰ ਰਹੇ ਹੋ, ਉਹ ਆਪਦੇ ਭੂਤ ਕਾਲ ਦੀ ਬਦਬੂਦਾਰ ਨਫਰਤ ਦੀ ਗੰਧ ਨਾਲ ਮੇਲ ਨਹੀਂ ਖਾਂਦੀ। ਕੀ ਅਚਾਨਕ ਆਪ ਦੀ ਪ੍ਰਸ਼ੰਸਾਤਮਿਕ ਬੁੱਧੀ ਦੇ ਜਾਗ੍ਰਿਤ ਹੋਣ ਅਤੇ ਮੈਨੂੰ ਨੋਬਲ ਪੁਰਸਕਾਰ ਮਿਲਣ ਵਿਚ ਕੋਈ ਸਬੰਧ ਤਾਂ ਨਹੀਂ? ਮੈਂ ਤਾਂ ਹਾਲੇ ਵੀ 'ਗੁਟਰਗੂੰ' ਕਵੀ ਹਾਂ, ਜਿਸ ਨੇ ਪਹਿਲੀ ਵਾਰ ਬੰਗਾਲ ਮੰਦਰ ਵਿਚ ਆਪਣੇ ਨਿਮਰ ਸ਼ਰਧਾ ਦੇ ਫੁੱਲ ਅਰਪਣ ਕਰਕੇ, ਆਪ ਲੋਕਾਂ ਨੂੰ ਨਰਾਜ਼ ਕਰ ਦਿੱਤਾ ਸੀ।"

"ਅਖਬਾਰ ਨੇ ਟੈਗੋਰ ਦੁਆਰਾ ਸੁਣਾਈਆਂ ਗਈਆਂ ਖਰੀਆਂ ਖਰੀਆਂ ਫਟਕਾਰਾਂ ਦਾ ਪੂਰਾ ਵਿਸਤਾਰ ਛਾਪਿਆ। ਟੈਗੋਰ ਨੂੰ ਪੰਡਤਾਂ ਦੀ ਚਾਪਲੂਸੀ ਸਮੋਹਿਤ ਨਾ ਕਰ ਸਕੀ, ਜਿਸ ਕਰਕੇ ਮੈਨੂੰ ਉਨ੍ਹਾਂ ਦੀ ਇਹ ਸਪਸ਼ਟਵਾਦਿਤਾ ਬਹੁਤ ਪਸੰਦ ਆਈ।" ਮੈਂ ਅੱਗੇ ਕਿਹਾ, "ਕੋਲਕਾਤਾ ਵਿਚ ਟੈਗੋਰ ਨਾਲ ਮੇਰੀ ਜਾਣ ਪਛਾਣ, ਉਨ੍ਹਾਂ ਦੇ ਸਕੱਤਰ ਸ਼੍ਰੀ ਸੀ. ਐਫ ਐਂਡਰਿਊਜ਼* ਨੇ ਕਰਵਾਈ, ਜਿਨ੍ਹਾਂ ਨੇ ਉਸ ਵਕਤ ਕੇਵਲ ਇੱਕ ਸਾਦੀ ਬੰਗਾਲੀ ਧੋਤੀ ਪਹਿਨੀ ਹੋਈ ਸੀ। ਉਹ ਪਿਆਰ ਨਾਲ ਟੈਗੋਰ ਨੂੰ ਗੁਰੂਦੇਵ ਕਿਹਾ ਕਰਦੇ ਸਨ।"

"ਟੈਗੋਰ ਨੇ ਮੇਰਾ ਆਦਰ ਪੂਰਵਕ ਸੁਆਗਤ ਕੀਤਾ। ਉਨ੍ਹਾਂ ਦੇ ਚਿਹਰੇ ਤੇ ਸੁੰਦਰਤਾ, ਸਭਿਅਤਾ, ਅਤੇ ਸ਼ਿਸ਼ਟਤਾ ਦੀ ਭਾਅ ਮਾਰ ਰਹੀ ਸੀ। ਆਪਣੇ ਸਾਹਿਤਕ ਪਿਛੋਕੜ ਦੇ

* ਅੰਗਰੇਜ਼ੀ ਭਾਸ਼ਾ ਦੇ ਇੱਕ ਪ੍ਰਸਿੱਧ ਲੇਖਕ ਅਤੇ ਪੱਤਰਕਾਰ, ਜੋ ਮਹਾਤਮਾ ਗਾਂਧੀ ਦੇ ਗੂੜ੍ਹੇ ਮਿੱਤਰ ਸਨ।

ਬਾਰੇ, ਮੇਰੇ ਸਵਾਲ ਦੇ ਜਵਾਬ ਵਿਚ ਉਨ੍ਹਾਂ ਨੇ ਦੱਸਿਆ ਕਿ, "ਉਹ ਮੁੱਖ ਤੌਰ ਉੱਪਰ ਸਾਡੇ ਧਾਰਮਿਕ ਗ੍ਰੰਥਾਂ ਅਤੇ ਚੌਧਵੀਂ ਸਦੀ ਦੇ ਇੱਕ ਹਰਮਨ ਪਿਆਰੇ ਕਵੀ ਵਿਦਿਆਪਤੀ ਦੀਆਂ ਰਚਨਾਵਾਂ ਤੋਂ ਪ੍ਰਭਾਵਿਤ ਹੋਏ ਹਨ।"

ਇਨ੍ਹਾਂ ਯਾਦਾਂ ਤੋਂ ਉਤਸ਼ਾਹਿਤ ਹੁੰਦਿਆ, ਮੈਂ ਟੈਗੋਰ ਦਾ ਇੱਕ ਪੁਰਾਣਾ ਬੰਗਾਲੀ ਗੀਤ ਗਾਉਣ ਲੱਗ ਪਿਆ, "ਮੇਰੀ ਕੁਟੀਆ ਵਿਚ ਆਪਣੇ ਕਰ ਕਮਲ ਨਾਲ ਪਿਆਰ ਦਾ ਅਪਣਾ ਦੀਪ ਜਲਾ ਦੇ।" ਭੋਲਾ ਅਤੇ ਮੈਂ ਇਸ ਆਨੰਦਮਈ ਗੀਤ ਨੂੰ ਗਾਉਂਦਿਆਂ ਸਕੂਲ ਦੇ ਮੈਦਾਨ ਵਿਚ ਟਹਿਲਦੇ ਰਹੇ।

ਰਾਂਚੀ ਸਕੂਲ ਦੀ ਸਥਾਪਨਾ ਤੋਂ ਲਗ ਭਗ ਦੋ ਵਰ੍ਹੇ ਬਾਅਦ, ਮੈਨੂੰ ਟੈਗੋਰ ਦਾ ਸ਼ਾਂਤੀ ਨਿਕੇਤਨ ਆਉਣ ਅਤੇ ਆਪਣੇ ਵਿਦਿਅਕ ਆਦਰਸ਼ਾਂ ਬਾਰੇ ਚਰਚਾ ਕਰਨ ਦਾ ਨਿਮੰਤਰਨ ਮਿਲਿਆ। ਮੈਂ ਖੁਸ਼ੀ ਖੁਸ਼ੀ ਉੱਥੇ ਪਹੁੰਚਿਆ। ਜਦੋਂ ਮੈਂ ਉੱਥੇ ਪਹੁੰਚਿਆ ਤਾਂ ਉਹ ਆਪਣੇ ਅਧਿਐਨ ਕਮਰੇ ਵਿਚ ਬੈਠੇ ਹੋਏ ਸਨ। ਜਿਵੇਂ ਮੈਨੂੰ ਪਹਿਲੀ ਮਿਲਣੀ ਦੇ ਵਕਤ ਲੱਗਿਆ ਸੀ, ਇਸ ਵਕਤ ਵੀ ਇਹੀ ਲੱਗਿਆ, ਕਿ ਜੇ ਕਿਸੇ ਚਿੱਤਰਕਾਰ ਨੂੰ ਮਾਨਵਤਾ ਦਾ ਚਿੱਤਰ ਬਣਾਉਣ ਦੀ ਇੱਛਾ ਹੋਵੇ, ਤਾਂ ਉਸ ਨੂੰ ਉਨ੍ਹਾਂ ਤੋਂ ਉੱਪਰ ਕੋਈ ਹੋਰ ਮਾਡਲ ਨਹੀਂ ਮਿਲ ਸਕੇਗਾ।

ਉਨ੍ਹਾਂ ਦਾ ਸੁੰਦਰਤਾ ਨਾਲ ਤਰਾਸ਼ਿਆ ਚਿਹਰਾ, ਪ੍ਰਾਚੀਨ ਰੋਮ ਦੇ ਕੁਲੀਨ ਰਜਵਾੜਿਆਂ ਵਾਲਾ ਸਾਊਪੁਣਾ, ਲਹਿਰਾਉਂਦੇ ਕੇਸ ਅਤੇ ਖੁੱਲ੍ਹੀ ਦਾੜ੍ਹੀ ਨਾਲ ਸਸ਼ੋਭਿਤ ਸੀ। ਕੋਮਲ ਕਮਲ ਦੀ ਤਰ੍ਹਾਂ ਨੇਤਰ, ਫਰਿਸ਼ਤਿਆਂ ਵਰਗੀ ਨਿਰਛਲ ਮੁਸਕਰਾਹਟ ਅਤੇ ਬੰਸਰੀ ਵਰਗੀ ਮਨ ਨੂੰ ਮੋਹ ਲੈਣ ਵਾਲੀ ਸੁਰੀਲੀ ਅਵਾਜ਼ ਸੀ। ਮਜਬੂਤ ਗਠੀਲਾ ਸਰੀਰ, ਲੰਬਾ ਕੱਦ, ਗੰਭੀਰ ਸੁਭਾਅ, ਨਾਰੀਤਵ ਦੀਆਂ ਸਾਰੀਆਂ ਕੋਮਲਤਾਵਾਂ ਅਤੇ ਬੱਚਿਆਂ ਵਾਲੀ ਆਨੰਦਭਰੀ ਸੁਭਾਵਿਕਤਾ ਨਾਲ ਸਰਾਬੋਰ ਸੀ। ਕਿਸੇ ਕਵੀ ਦੀ ਕਲਪਨਾ ਦੇ ਚਿੱਤਰ ਨੂੰ ਮੂਰਤੀਮਾਨ ਕਰਨ ਲਈ, ਉਸ ਕੋਮਲ ਦਿਲ ਗਾਇਕ ਤੋਂ ਉੱਪਰ ਹੋਰ ਕੋਈ ਆਦਰਸ਼ ਨਹੀਂ ਮਿਲ ਸਕੇਗਾ।

ਮੈਂ ਅਤੇ ਟੈਗੋਰ ਛੇਤੀ ਹੀ ਪ੍ਰਚਲਿਤ ਰਵਾਇਤਾਂ ਤੋਂ ਹਟ ਕੇ ਚਲਾਏ ਜਾ ਰਹੇ, ਆਪਣੇ ਸਕੂਲਾਂ ਦੇ ਤੁਲਨਾਤਮਿਕ ਅਧਿਐਨ ਵਿਚ ਰੁਝ ਗਏ। ਸਾਡੇ ਦੋਨਾਂ ਦੇ ਸਕੂਲਾਂ ਵਿਚ ਕਈ ਵਿਸ਼ੇਸ਼ਤਾਵਾਂ ਸਾਂਝੀਆਂ ਸਨ- ਖੁੱਲ੍ਹੇ ਅਸਮਾਨ ਦੇ ਥੱਲੇ ਪੜਾਈ, ਸਾਦਗੀ, ਬੱਚਿਆਂ ਦੀ ਸਿਰਜਣਾਤਮਿਕ ਪ੍ਰਵਿਰਤੀਆਂ ਦੇ ਵਿਕਾਸ ਵਾਸਤੇ ਚੰਗੇ ਮੌਕੇ। ਫਿਰ ਵੀ ਟੈਗੋਰ ਸਾਹਿਤ ਅਤੇ ਕਵਿਤਾ ਦੇ ਅਧਿਐਨ ਅਤੇ ਗੀਤ ਸੰਗੀਤ ਦੁਆਰਾ ਆਤਮ ਅਭੀਵਿਅਕਤੀ ਉੱਪਰ ਜਿਆਦਾ ਜ਼ੋਰ ਦਿੰਦੇ ਸਨ, ਜਿਹੜੀ ਕਿ ਮੈਂ ਭੋਲੇ ਵਿਚ ਪਹਿਲਾਂ ਹੀ ਦੇਖ ਚੁੱਕਿਆ ਸੀ। ਸ਼ਾਂਤੀ ਨਿਕੇਤਨ ਵਿਚ ਬੱਚਿਆਂ ਵਾਸਤੇ ਮੌਨ ਧਾਰਨ ਦਾ ਸਮਾਂ ਨਿਰਧਾਰਿਤ ਸੀ, ਪ੍ਰੰਤੂ ਉਨ੍ਹਾਂ ਨੂੰ ਯੋਗ ਦੀ ਕੋਈ ਵਿਸ਼ੇਸ਼ ਤਕਨੀਕ ਨਹੀਂ ਸੀ ਸਿਖਾਈ ਜਾਂਦੀ।

ਕਵੀ ਵਰ ਨੇ ਰਾਂਚੀ ਵਿਚ ਸਾਰੇ ਵਿਦਿਆਰਥੀਆਂ ਨੂੰ ਸਿਖਾਈਆਂ ਜਾਣ ਵਾਲੀਆਂ ਸ਼ਕਤੀ ਸੰਚਾਰ ਦੀਆਂ ਯੋਗਦਾ ਕਸਰਤਾਂ ਅਤੇ ਇਕਾਗਰਤਾ ਦੀਆਂ ਤਕਨੀਕਾਂ ਦਾ ਵਰਣਨ ਬੜੇ ਧਿਆਨ ਨਾਲ ਸੁਣਿਆ।

ਟੈਗੋਰ ਨੇ ਮੈਨੂੰ ਆਪਣੀ ਮੁਢਲੀ ਪੜ੍ਹਾਈ ਦੇ ਸੰਘਰਸ਼ ਬਾਰੇ ਦੱਸਿਆ। ਉਨ੍ਹਾਂ ਨੇ ਹੱਸਦਿਆਂ ਹੋਇਆਂ ਕਿਹਾ, "ਪੰਜਵੀਂ ਜਮਾਤ ਤੋਂ ਬਾਅਦ, ਮੈਂ ਸਕੂਲੋਂ ਭੱਜ ਨਿਕਲਿਆ।" ਮੈਂ ਇਹ ਬੜੀ ਅਸਾਨੀ ਨਾਲ ਸਮਝ ਸਕਦਾ ਸੀ, ਕਿ ਉਨ੍ਹਾਂ ਦੇ ਜਨਮਜਾਤ ਕਵੀ ਮਨ ਦੀ ਕੋਮਲਤਾ ਨੂੰ ਸਕੂਲ ਦੀ ਖੁਸ਼ਕ ਅਨੁਸ਼ਾਸਨਾਤਮਿਕ ਵਾਤਾਵਰਣ ਦੇ ਝਟਕੇ ਕਿਸ ਤਰ੍ਹਾਂ ਲੱਗਦੇ ਹੋਣਗੇ।

"ਇਸੇ ਕਰਕੇ ਮੈਂ ਛਾਇਆਦਾਰ ਦਰਖਤਾਂ ਅਤੇ ਅਸਮਾਨ ਦੀ ਸੁੰਦਰਤਾ ਦੇ ਥੱਲੇ ਸ਼ਾਂਤੀਨਿਕੇਤਨ ਦੀ ਸਥਾਪਨਾ ਕੀਤੀ।" ਸੁੰਦਰ ਬਗੀਚੇ ਵਿਚ ਪੜ੍ਹ ਰਹੇ ਬੱਚਿਆਂ ਦੀ ਇੱਕ ਟੋਲੀ ਵੱਲ, ਉਨ੍ਹਾਂ ਭਾਵ ਪੂਰਨ ਇਸ਼ਾਰਾ ਕਰਦਿਆਂ ਕਿਹਾ, "ਜੇ ਬੱਚਾ ਫੁੱਲਾਂ ਅਤੇ ਗਾਉਂਦੇ ਪੰਛੀਆਂ ਦੇ ਵਿਚਕਾਰ ਆਪਣੇ ਸੁਭਾਵਿਕ ਵਾਤਾਵਰਣ ਵਿਚ ਰਹਿੰਦਾ ਹੈ ਤਾਂ ਉੱਥੇ ਉਹ ਆਪਣੀ ਵਿਅਕਤੀਗਤ ਪ੍ਰਤਿਭਾ ਦੇ ਗੁਪਤ ਖਜਾਨੇ ਨੂੰ ਜਿਆਦਾ ਸੌਖੀ ਤਰ੍ਹਾਂ ਪ੍ਰਗਟ ਕਰ ਸਕਦਾ ਹੈ। ਸੱਚੀ ਸਿੱਖਿਆ ਨੂੰ ਬਾਹਰੀ ਸਾਧਨਾਂ ਰਾਹੀਂ ਨਹੀਂ ਠੋਸਿਆ ਜਾ ਸਕਦਾ, ਬਲਕਿ ਸੱਚੀ ਸਿੱਖਿਆ ਤਾਂ ਉਹ ਹੈ ਜਿਹੜੀ ਪਹਿਲਾਂ ਹੀ ਅੰਦਰ ਮੌਜੂਦ ਗਿਆਨ ਦੇ ਅਨੰਤ ਭੰਡਾਰ ਨੂੰ ਬਾਹਰ ਲਿਆ ਸਕੇ।*

ਮੈਂ ਉਨ੍ਹਾਂ ਨਾਲ ਸਹਿਮਤ ਹੋ ਗਿਆ ਅਤੇ ਕਿਹਾ ਸਧਾਰਨ ਸਕੂਲਾਂ ਵਿਚ ਬੱਚਿਆਂ ਨੂੰ ਅੰਕੜਿਆਂ ਸਬੰਧੀ ਗਿਆਨ ਅਤੇ ਇਤਿਹਾਸ ਦੇ ਕਾਲ ਕ੍ਰਮ ਦੇ ਇੱਕੋ ਇੱਕ ਭੋਜਨ ਉੱਪਰ ਰੱਖ ਕੇ, ਉਨ੍ਹਾਂ ਨੂੰ ਆਦਰਸ਼ਵਾਦੀ ਵੀਰ ਪੂਜਾ ਵਰਗੀਆਂ ਪ੍ਰਵਿਰਤੀਆਂ ਤੋਂ ਭੁੱਖੇ ਰੱਖਿਆ ਜਾਂਦਾ ਹੈ। ਕਵੀ ਵਰ ਆਪਣੇ ਪਿਤਾ ਜੀ, ਦੇਵਿੰਦਰ ਨਾਥ ਟੈਗੋਰ ਦੇ ਬਾਰੇ ਅਤਿਅੰਤ ਪਿਆਰ ਨਾਲ ਦੱਸਣ ਲੱਗੇ। ਉਨ੍ਹਾਂ ਨੇ ਸ਼ਾਂਤੀ ਨਿਕੇਤਨ ਸ਼ੁਰੂ ਕਰਨ ਵਾਸਤੇ ਉਤਸ਼ਾਹਿਤ ਕੀਤਾ। "ਪਿਤਾ ਜੀ ਨੇ, ਇਹ ਉਪਜਾਊ ਜਮੀਨ ਦੇ ਦਿੱਤੀ। ਜਿੱਥੇ ਉਨ੍ਹਾਂ ਨੇ ਮਹਿਮਾਨ ਘਰ ਅਤੇ ਮੰਦਰ ਪਹਿਲਾਂ ਹੀ ਬਣਾਇਆ ਹੋਇਆ ਸੀ।" ਟੈਗੋਰ ਨੇ ਦੱਸਿਆ, "ਮੈਂ ਇੱਥੇ ਆਪਣਾ ਵਿਦਿਅਕ ਤਜਰਬਾ 1901 ਵਿਚ ਕੇਵਲ 10 ਬੱਚਿਆਂ ਨਾਲ ਸ਼ੁਰੂ ਕੀਤਾ ਸੀ। ਅੱਠ ਹਜ਼ਾਰ ਪੌਂਡ ਦੀ ਰਕਮ, ਜੋ ਮੈਨੂੰ ਨੋਬਲ ਪੁਰਸਕਾਰ ਦੇ ਨਾਲ ਮਿਲੀ ਸੀ, ਉਹ ਵੀ ਮੈਂ ਇਸ ਸਕੂਲ ਦੇ ਰੱਖ ਰਖਾਵ ਉੱਪਰ ਖਰਚ ਕਰ ਦਿੱਤੀ।"

* "ਵਾਰ ਵਾਰ ਜਨਮ ਲੈਣ ਕਾਰਨ ਜਾਂ ਜਿਵੇਂ ਹਿੰਦੂ ਮਤ ਦੀ ਧਾਰਨਾ ਹੈ, 'ਹਜ਼ਾਰਾਂ ਜਨਮਾਂ ਦੀ ਹੋਂਦ ਦਾ ਸਫਰ ਤੈਅ ਕਰ ਲੈਣ ਦੇ ਕਾਰਨ'...ਆਤਮਾ ਵਾਸਤੇ ਇਹੋ ਜਿਹਾ ਕੁਝ ਵੀ ਨਹੀਂ ਹੈ, ਜਿਸ ਦਾ ਉਸ ਨੂੰ ਗਿਆਨ ਨਾ ਹੋਇਆ ਹੋਵੇ; ਤਾਂ ਇਸ ਵਿਚ ਅਸਚਰਜ ਹੀ ਕੀ ਹੈ...ਜੋ ਉਸ ਨੂੰ ਪਹਿਲਾਂ ਹੀ ਕਦੇ ਯਾਦ ਸੀ, ਉਸ ਨੂੰ ਉਹ ਫਿਰ ਯਾਦ ਕਰ ਸਕਦੀ ਹੈ...ਕਿਉਂਕਿ ਸਵਾਲ ਵਿਚਾਰ ਅਤੇ ਸਿੱਖਿਆ ਪ੍ਰਾਪਤ ਕਰਨਾ ਅਸਲ ਵਿਚ ਸਾਰੀਆਂ ਯਾਦਾਂ ਨੂੰ ਤਾਜਾ ਕਰਦਾ ਹੈ।"- *ਐਮਰਸਨ, "ਰੀਪਰੈਜੈਂਟੇਟਿਵ ਮੈਨ"*

ਵੱਡੇ ਟੈਗੋਰ, ਦੇਵਿੰਦਰ ਨਾਥ ਟੈਗੋਰ, ਜੋ ਦੂਰ ਦੂਰ ਤਕ ਮਹਾਂ ਰਿਸ਼ੀ ਦੇ ਨਾਂ ਨਾਲ ਪ੍ਰਸਿੱਧ ਹੋਏ, ਉਹ ਬਹੁਤ ਹੀ ਅਦਭੁਤ ਆਦਮੀ ਸਨ। ਜਿਸ ਤਰ੍ਹਾਂ ਕਿ ਉਨ੍ਹਾਂ ਦੀ ਆਟੋਬਾਇਉਗਰਾਫੀ ਪੜ੍ਹਿਆਂ ਪਤਾ ਲੱਗਦਾ ਹੈ, ਕਿ ਉਨ੍ਹਾਂ ਨੇ ਆਪਣੀ ਜਵਾਨੀ ਦੇ ਦੋ ਸਾਲ ਹਿਮਾਲਿਆ ਵਿਚ ਧਿਆਨ ਧਾਰਨਾ ਕਰਦਿਆਂ ਬਿਤਾਏ ਸਨ। ਅੱਗੇ ਉਨ੍ਹਾਂ ਦੇ ਪਿਤਾ ਜੀ, ਦਵਾਰਕਾ ਨਾਥ ਟੈਗੋਰ ਵੀ ਪੂਰੇ ਬੰਗਾਲ ਵਿਚ ਲੋਕ ਹਿਤਾਰਥ ਦਾਨ ਪੁੰਨ ਕਰਨ ਵਾਸਤੇ ਮਸ਼ਹੂਰ ਸਨ। ਇਸ ਗੌਰਵਸ਼ਾਲੀ ਦਰਖਤ ਤੋਂ ਪਰਿਵਾਰ ਦੀਆਂ ਹੋਰ ਪ੍ਰਤਿਭਾਸ਼ਾਲੀ ਟਹਿਣੀਆਂ ਪੁੰਗਰੀਆਂ। ਕੇਵਲ ਇਕੱਲੇ ਰਬਿੰਦਰ ਨਾਥ ਟੈਗੋਰ ਹੀ ਨਹੀਂ, ਬਲਕਿ ਉਸ ਪਰਿਵਾਰ ਦੇ ਸਾਰੇ ਹੀ ਮੈਂਬਰਾਂ ਨੇ ਸਿਰਜਣਾਤਮਿਕ ਕੰਮਾਂ ਵਿਚ ਵਿਸ਼ੇਸ਼ਤਾ ਦਿਖਾਈ। ਉਨ੍ਹਾਂ ਦੇ ਭਤੀਜੇ ਗਗਨੇਂਦਰ ਅਤੇ ਅਬਨਿੰਦਰ ਭਾਰਤ ਦੇ ਪ੍ਰਸਿੱਧ ਚਿੱਤਰਕਾਰਾਂ ਵਿਚੋਂ ਇੱਕ ਸਨ।* ਰਬਿੰਦਰ ਨਾਥ ਟੈਗੋਰ ਦੇ ਭਰਾ, ਦਿਵਜਿੰਦਰ ਇੱਕ ਉਘੇ ਦਾਰਸ਼ਨਿਕ ਸਨ, ਜਿਨ੍ਹਾਂ ਦੇ ਨਾਲ ਪੰਛੀ ਅਤੇ ਜੰਗਲੀ ਜਾਨਵਰ ਵੀ ਪ੍ਰੇਮ ਕਰਦੇ ਸਨ।

ਰਬਿੰਦਰ ਨਾਥ ਟੈਗੋਰ ਨੇ ਮੈਨੂੰ ਇੱਕ ਰਾਤ ਵਾਸਤੇ ਮਹਿਮਾਨ ਘਰ ਵਿਚ ਠਹਿਰਨ ਦਾ ਨਿਮੰਤਰਨ ਦਿੱਤਾ। ਸ਼ਾਮ ਨੂੰ ਵਿਹੜੇ ਵਿਚ ਬੈਠੇ ਕਵੀ ਵਰ ਅਤੇ ਬੱਚਿਆਂ ਦੇ ਨਜ਼ਾਰੇ ਨੇ ਮੇਰਾ ਮਨ ਮੋਹ ਲਿਆ। ਮੈਂ ਭੂਤ ਕਾਲ ਵਿਚ ਪਹੁੰਚ ਗਿਆ। ਮੇਰੇ ਸਾਹਮਣੇ ਪ੍ਰਸਤੁਤ ਨਜ਼ਾਰਾ ਪ੍ਰਾਚੀਨ ਸਮਿਆਂ ਦੇ ਕਿਸੇ ਰਿਸ਼ੀ ਦੇ ਆਸ਼ਰਮ ਦੀ ਤਰ੍ਹਾਂ ਲੱਗ ਰਿਹਾ ਸੀ। ਆਨੰਦ ਵਿਚ ਮਗਨ ਗਾਇਕ ਅਤੇ ਉਸ ਦੇ ਚਾਰੇ ਪਾਸੇ ਬੈਠੇ, ਉਸ ਦੇ ਸ਼ਰਧਾਲੂ ਸਾਰੇ ਹੀ ਦਿੱਵਯ ਪ੍ਰੇਮ ਦੇ ਪ੍ਰਕਾਸ਼ ਮੰਡਲ ਵਿਚ ਘਿਰੇ ਹੋਏ ਸਨ। ਟੈਗੋਰ ਮਿੱਤਰਤਾ ਦੀ ਹਰ ਇੱਕ ਗੰਢ ਮਧੁਰਤਾ ਦੀ ਡੋਰੀ ਨਾਲ ਬੰਨਦੇ ਸਨ। ਕਦੇ ਵੀ ਜ਼ੋਰ ਜਬਰਦਸਤੀ ਵਾਲਾ ਰਵੱਈਆ ਨਹੀਂ ਸਨ ਅਪਣਾਉਂਦੇ। ਉਹ ਦਿਲ ਖਿੱਚਵੇਂ ਮਿਕਨਾਤੀਸੀ ਅੰਦਾਜ਼ ਨਾਲ ਖਿੱਚ ਕੇ ਇਨਸਾਨ ਦਾ ਦਿਲ ਜਿੱਤਦੇ ਸਨ। ਪ੍ਰਮਾਤਮਾ ਦੇ ਬਾਗ ਵਿਚ ਖਿੜਿਆ ਹੋਇਆ ਕਾਵਿ ਕਲਾ ਦਾ ਇਹ ਦੁਰਲਭ ਫੁੱਲ ਦੂਸਰਿਆਂ ਨੂੰ ਇੱਕ ਕੁਦਰਤੀ ਸੁਗੰਧ ਨਾਲ ਖਿੱਚ ਲੈਂਦਾ ਸੀ।

ਆਪਣੀ ਸੁਰੀਲੀ ਅਵਾਜ਼ ਵਿਚ ਉਨ੍ਹਾਂ ਨੇ ਆਪਣੀਆਂ ਕੁਝ ਨਵੀਆਂ ਕਵਿਤਾਵਾਂ ਪੜ੍ਹੀਆਂ। ਆਪਣੇ ਵਿਦਿਆਰਥੀਆਂ ਨੂੰ ਆਨੰਦ ਦੇਣ ਵਾਸਤੇ ਰਚੇ ਗਏ, ਇਨ੍ਹਾਂ ਦੇ ਜਿਆਦਾਤਰ ਗੀਤਾਂ ਅਤੇ ਨਾਟਕਾਂ ਦੀ ਰਚਨਾ, ਉਨ੍ਹਾਂ ਨੇ ਸ਼ਾਂਤੀ ਨਿਕੇਤਨ ਵਿਚ ਹੀ ਕੀਤੀ। ਮੇਰੀ ਨਜ਼ਰ ਵਿਚ ਉਨ੍ਹਾਂ ਦੀਆਂ ਰਚਨਾਵਾਂ ਦੀ ਸੁੰਦਰਤਾ ਅਤੇ ਅਦਭੁਤਤਾ ਇਸ ਵਿਚ ਹੈ, ਕਿ ਲਗ ਭਗ ਹਰ ਇੱਕ ਛੰਦ ਵਿਚ ਪ੍ਰਮਾਤਮਾ ਦਾ ਜਿਕਰ ਕੀਤੇ ਬਗੈਰ ਹੀ ਪ੍ਰਮਾਤਮਾ ਦਾ ਜਿਕਰ ਕਰਨਾ । ਉਨ੍ਹਾਂ ਨੇ ਲਿਖਿਆ ਹੈ ਕਿ "ਗਾਉਣ ਦੇ ਆਨੰਦ ਵਿਚ,

* ਆਪਣੇ ਸੱਠਵਿਆਂ ਵਿਚ ਰਬਿੰਦਰ ਨਾਥ ਟੈਗੋਰ ਵੀ, ਚਿੱਤਰਕਲਾ ਦੇ ਡੂੰਘੇ ਅਧਿਐਨ ਵਿਚ ਮਸ਼ਰੂਫ ਹੋ ਗਏ ਸਨ। ਕੁਝ ਵਰ੍ਹੇ ਪਹਿਲਾਂ ਉਨ੍ਹਾਂ ਦੇ ਚਿੱਤਰਾਂ ਦੀ ਨੁਮਾਇਸ਼ ਯੂਰੋਪੀਅਨ ਰਾਜਧਾਨੀਆਂ ਅਤੇ ਨਿਊਯਾਰਕ ਵਿਚ ਲਗਾਈ ਗਈ ਸੀ।

ਮੈਂ ਆਪਣੇ ਆਪ ਨੂੰ ਇੰਨਾ ਭੁੱਲ ਜਾਂਦਾ ਹਾਂ, ਕਿ ਮੈਂ ਉਸ ਨੂੰ ਵੀ ਮਿੱਤਰ ਕਹਿਣ ਲੱਗਦਾ ਹਾਂ, ਜੋ ਅਸਲ ਵਿਚ ਮੇਰਾ ਪ੍ਰਮਾਤਮਾ ਹੈ।''

ਅਗਲੇ ਦਿਨ ਦੁਪਹਿਰ ਦੇ ਖਾਣੇ ਤੋਂ ਬਾਅਦ ਹੀ ਮੈਂ ਕਵੀ ਵਰ ਤੋਂ ਅਣਇੱਛਾ ਪੂਰਵਕ ਵਿਦਾਈ ਲਈ। ਮੈਨੂੰ ਇਸ ਗੱਲ ਦੀ ਖੁਸ਼ੀ ਹੈ ਕਿ ਉਨ੍ਹਾਂ ਦਾ ਛੋਟਾ ਜਿਹਾ ਸਕੂਲ ਹੁਣ ਇੱਕ ਅੰਤਰਰਾਸ਼ਟਰੀ 'ਵਿਸ਼ਵ ਭਾਰਤੀ'* ਬਣ ਗਿਆ ਹੈ, ਜਿੱਥੇ ਅਨੇਕ ਦੇਸ਼ਾਂ ਦੇ ਵਿਦਿਆਰਥੀਆਂ ਨੂੰ ਇੱਕ ਆਦਰਸ਼ ਵਾਤਾਵਰਣ ਮਿਲਦਾ ਹੈ।

''ਜਿੱਥੇ ਹੋਵੇ ਮਨ ਭੈ ਤੋਂ ਮੁਕਤ ਅਤੇ ਸਿਰ ਉੱਚਾ,

ਜਿੱਥੇ ਹੋਵੇ ਗਿਆਨ ਮੁਫਤ,

ਜਿੱਥੇ ਹੋਵੇ ਨਾ ਸੰਸਾਰ ਸੌੜੀਆਂ ਆਪਸੀ ਦੀਵਾਰਾਂ ਦੇ ਟੁਕੜਿਆਂ ਵਿਚ ਵੰਡਿਆ,

ਜਿੱਥੇ ਆਉਂਦੇ ਹੋਣ ਤੈਰ ਕੇ ਸ਼ਬਦ ਸੱਚ ਦੀ ਡੂੰਘਾਈਆਂ ਚੋਂ,

ਜਿੱਥੇ ਅਣਥੱਕ ਸੰਘਰਸ਼ ਫੈਲਾਉਂਦਾ ਹੋਵੇ, ਹੱਥ ਆਪਣੀ ਪੂਰਨਤਾ ਵੱਲ,

ਜਿੱਥੇ ਹੋਵੇ ਨਾ ਗੁਆਚਿਆ ਤਰਕ ਦਾ ਨਿਰਮਲ ਸੋਮਾ, ਮੁਰਦਾ ਆਦਤਾਂ ਦੇ ਮਾਰੂਥਲ ਵਿਚ,

ਜਿੱਥੇ ਹੋਵੇ ਮਨ ਮੇਰਾ ਵਿਸਤਾਰਤ ਆਪਣੇ ਨਿਰੰਤਰ ਵਿਚਾਰ ਅਤੇ ਕਰਮ ਨਾਲ,

ਉਸ ਮੁਕਤੀ ਦੇ ਸਵਰਗ ਵਿਚ, ਓ, ਮੇਰੇ ਪਰਮ ਪਿਤਾ, ਮੇਰੇ ਦੇਸ਼ ਨੂੰ ਕਰੋ ਜਾਗ੍ਰਿਤ।''†

* ਭਾਵੇਂ ਪਿਆਰੇ ਕਵੀਵਰ 1941 ਵਿਚ ਸਵਰਗ ਸਿਧਾਰ ਗਏ, ਪ੍ਰੰਤੂ ਉਨ੍ਹਾਂ ਦਾ ਵਿਸ਼ਵ ਭਾਰਤੀ ਸੰਸਥਾਨ ਅਜ ਵੀ ਵਧ ਫੁੱਲ ਰਿਹਾ ਹੈ। ਜਨਵਰੀ 1950 ਵਿਚ ਸ਼ਾਤੀਨਿਕੇਤਨ ਦੇ 65 ਅਧਿਆਪਕਾਂ ਅਤੇ ਵਿਦਿਆਰਥੀਆਂ ਨੇ ਰਾਂਚੀ ਵਿਖੇ ਯੋਗਦਾ ਸਤਸੰਗ ਸਕੂਲ ਦੀ ਦਸ ਦਿਨ੍ਹਾਂ ਦੀ ਯਾਤਰਾ ਕੀਤੀ ਸੀ।

† ਗੀਤਾਂਜਲੀ (ਮੈਕਮਿਲਨ ਕੰਪਨੀ)। ਰਬਿੰਦਰ ਨਾਥ ਟੈਗੋਰ ਦੀ ਫਿਲਾਸਫੀ ਦੀ ਭਾਵ ਪੂਰਨ ਵਿਆਖਿਆ, ਪ੍ਰਸਿੱਧ ਵਿਦਵਾਨ ਸਰ ਐਸ. ਰਾਧਾ ਕ੍ਰਿਸ਼ਨਨ. ਦੀ ਪੁਸਤਕ ''ਦੀ ਫਿਲਾਸਫੀ ਆਫ ਰਬਿੰਦਰ ਨਾਥ ਟੈਗੋਰ ਵਿਚ ਮਿਲ ਸਕਦੀ ਹੈ। (ਮੈਕਮਿਲਨ, 1918)

ਚੈਪਟਰ 30

ਚਮਤਕਾਰਾਂ ਦੇ ਨਿਯਮ

ਮਹਾਨ ਨਾਵਲਕਾਰ ਲਿਉ ਟਾਲਸਟਾਇ* ਨੇ ਇੱਕ ਬੇਹਦ ਰੌਚਿਕ ਕਹਾਣੀ ਲਿਖੀ ਸੀ, "ਤਿੰਨ ਬੈਰਾਗੀ।" ਉਨ੍ਹਾਂ ਦੇ ਮਿੱਤਰ ਨਿਕੋਲਸ ਰੋਰਿਚ ਨੇ ਉਸ ਨੂੰ ਇਸ ਤਰ੍ਹਾਂ ਬਿਆਨ ਕੀਤਾ।

"ਇੱਕ ਟਾਪੂ ਉੱਪਰ ਤਿੰਨ ਬਜ਼ੁਰਗ ਬੈਰਾਗੀ ਰਹਿੰਦੇ ਸਨ। ਉਹ ਇੰਨੇ ਭੋਲੇ ਭਾਲੇ ਸਨ ਕਿ ਉਨ੍ਹਾਂ ਨੂੰ ਕੇਵਲ ਇੱਕ ਹੀ ਪ੍ਰਾਰਥਨਾ ਆਉਂਦੀ ਸੀ, ਅਸੀਂ ਤਿੰਨ ਹਾਂ, ਤੂੰ (ਪ੍ਰਮਾਤਮਾ) ਤਿੰਨ ਹੈ, ਸਾਡੇ ਤੇ ਦਯਾ ਕਰ।" ਇਸ ਸਿੱਧੀ ਸਾਦੀ ਪ੍ਰਾਰਥਨਾ ਦੇ ਦੌਰਾਨ ਅਨੇਕ ਚਮਤਕਾਰ ਵਾਪਰਦੇ ਸਨ।

"ਉੱਥੇ ਦੇ ਪਾਦਰੀ ਨੇ†, ਇਨ੍ਹਾਂ ਤਿੰਨ ਬੈਰਾਗੀਆਂ ਅਤੇ ਉਨ੍ਹਾਂ ਦੀ ਇਸ ਬੇ-ਤੁਕੀ ਪ੍ਰਾਰਥਨਾ ਬਾਰੇ ਸੁਣਿਆ ਅਤੇ ਉਸ ਨੇ ਉਨ੍ਹਾਂ ਨੂੰ ਮਰਯਾਦਾ ਪੂਰਨ ਪ੍ਰਾਰਥਨਾ ਸਿਖਾਉਣ ਵਾਸਤੇ, ਉਨ੍ਹਾਂ ਨੂੰ ਮਿਲਣ ਦਾ ਫੈਸਲਾ ਕੀਤਾ। ਉਹ ਉਸ ਟਾਪੂ ਉੱਪਰ ਪਹੁੰਚਿਆ ਅਤੇ ਬੈਰਾਗੀਆਂ ਨੂੰ ਦੱਸਿਆ, ਕਿ ਪ੍ਰਮਾਤਮਾ ਅੱਗੇ ਜੋ ਪ੍ਰਾਰਥਨਾ ਉਹ ਕਰਦੇ ਆ ਰਹੇ ਹਨ, ਉਹ ਮਰਯਾਦਾ ਪੂਰਨ ਨਹੀਂ ਹੈ। ਫਿਰ ਉਸ ਨੇ, ਉਨ੍ਹਾਂ ਨੂੰ ਕੁਝ ਪ੍ਰਚਲਿਤ ਪ੍ਰਾਰਥਨਾਵਾਂ ਸਿਖਾਈਆਂ। ਉਸ ਤੋਂ ਬਾਅਦ, ਪਾਦਰੀ ਕਿਸ਼ਤੀ ਤੇ ਸਵਾਰ ਹੋ ਕੇ ਚਲਿਆ ਗਿਆ। ਉਸ ਨੇ ਕਿਸ਼ਤੀ ਦੇ ਪਿੱਛੇ ਪਿੱਛੇ ਆ ਰਹੀ, ਇੱਕ ਚਮਕਦਾਰ ਰੌਸ਼ਨੀ ਦੇਖੀ। ਜਦੋਂ ਉਹ ਰੌਸ਼ਨੀ ਨਜ਼ਦੀਕ ਆਈ ਤਾਂ ਉਸ ਨੇ ਦੇਖਿਆ ਕਿ ਉਹ ਤਿੰਨੇ ਬੈਰਾਗੀ ਇੱਕ ਦੂਸਰੇ ਦਾ ਹੱਥ ਫੜੀ, ਕਿਸ਼ਤੀ ਦੇ ਬਰਾਬਰ ਪਹੁੰਚਣ ਵਾਸਤੇ, ਪਾਣੀ ਦੀਆਂ ਲਹਿਰਾਂ ਉੱਪਰ ਦੌੜੇ ਆ ਰਹੇ ਸਨ।

"ਜਦੋਂ ਉਹ ਪਾਦਰੀ ਦੇ ਨਜ਼ਦੀਕ ਪਹੁੰਚੇ, ਤਾਂ ਉਨ੍ਹਾਂ ਨੇ ਉੱਚੀ ਅਵਾਜ਼ ਵਿਚ ਕਿਹਾ, 'ਆਪ ਨੇ ਜੋ ਪ੍ਰਾਰਥਨਾਵਾਂ ਸਿਖਾਈਆਂ ਸਨ, ਅਸੀਂ ਉਹ ਭੁੱਲ ਗਏ ਹਾਂ। ਅਸੀਂ ਆਪ

* ਟਾਲਸਟਾਇ ਅਤੇ ਮਹਾਤਮਾ ਗਾਂਧੀ ਦੇ ਅਨੇਕ ਆਦਰਸ਼ ਸਾਂਝੇ ਸਨ। ਇਹ ਦੋਨੋਂ ਆਪਸ ਵਿਚ ਅਹਿੰਸਾ ਦੇ ਵਿਸ਼ੇ ਉੱਪਰ ਪੱਤਰ ਵਿਹਾਰ ਕਰਦੇ ਰਹਿੰਦੇ ਸਨ। ਟਾਲਸਟਾਇ, 'ਬੁਰਾਈ ਦਾ ਟਾਕਰਾ, ਬੁਰਾਈ ਨਾਲ ਨਾ ਕਰੋ', *ਮੈਥਯੂ* 5:39 (ਬਾਈਬਲ) ਨੂੰ ਈਸਾ ਮਸੀਹ ਦੀ ਮੁੱਖ ਸਿੱਖਿਆ ਮੰਨਦੇ ਸਨ। ਬੁਰਾਈ ਦਾ ਮੁਕਾਬਲਾ ਕੇਵਲ ਉਸ ਦੇ ਤਰਕ ਸੰਗਤ ਅਸਰਦਾਰ ਵਿਰੋਧੀ ਗੁਣ 'ਚੰਗਿਆਈ' ਜਾਂ 'ਪ੍ਰੇਮ' ਨਾਲ ਹੀ ਕੀਤਾ ਜਾਣਾ ਚਾਹੀਦਾ ਹੈ।

† ਇਸ ਤਰ੍ਹਾਂ ਪ੍ਰਤੀਤ ਹੁੰਦਾ ਹੈ ਕਿ ਇਸ ਕਹਾਣੀ ਦਾ ਇਤਿਹਾਸਿਕ ਪਿਛੋਕੜ ਹੈ। ਇੱਕ ਸੰਪਾਦਕੀ ਟਿਪਣੀ ਤੋਂ ਪਤਾ ਲਗਦਾ ਹੈ, ਕਿ ਪਾਦਰੀ ਜਦੋਂ ਆਰਕਏਂਜਲ ਤੋਂ ਕਿਸ਼ਤੀ ਰਾਹੀਂ ਸਲੋਵੇਟਸਕੀ ਮੱਠ ਜਾ ਰਿਹਾ ਸੀ, ਤਾਂ ਦਿਵਨਾ ਨਦੀ ਦੇ ਕਿਨਾਰੇ ਉੱਪਰ ਉਹ ਤਿੰਨ ਬੈਰਾਗੀ ਮਿਲੇ ਸਨ।

ਨੂੰ ਇਹ ਬੇਨਤੀ ਕਰਨ ਲਈ ਦੌੜੇ ਆਏ ਹਾਂ ਕਿ ਉਹ ਪ੍ਰਾਰਥਨਾਵਾਂ ਸਾਨੂੰ ਫਿਰ ਦੁਬਾਰਾ ਸਿਖਾਉ।' ਭੈਅ-ਮਿਸ਼੍ਰਿਤ ਆਦਰ ਨਾਲ ਪਾਦਰੀ ਨੇ ਸਿਰ ਹਿਲਾਇਆ।

ਉਸ ਨੇ ਨਿਮਰਤਾ ਦੇ ਨਾਲ ਕਿਹਾ, "ਪਿਆਰੇ ਭਗਤੋ, ਆਪ ਆਪਣੀ ਪੁਰਾਣੀ ਪ੍ਰਾਰਥਨਾ ਹੀ ਕਰਦੇ ਰਹੋ।"

ਉਹ ਤਿੰਨੇ ਬੈਰਾਗੀ ਪਾਣੀ ਉੱਪਰ ਕਿਸ ਤਰ੍ਹਾਂ ਦੌੜ ਸਕੇ?

ਈਸਾ ਮਸੀਹ ਸੂਲੀ ਉੱਪਰ ਲਟਕਾਏ ਸਰੀਰ ਨੂੰ, ਕਿਸ ਤਰ੍ਹਾਂ ਪੁਨਰ-ਜੀਵਤ ਕਰ ਸਕੇ?

ਲਾਹਿੜੀ ਮਹਾਸ਼ਯ ਅਤੇ ਸ਼੍ਰੀ ਯੁਕਤੇਸ਼ਵਰ ਜੀ ਆਪਣੇ ਚਮਤਕਾਰ ਕਿਸ ਤਰ੍ਹਾਂ ਕਰ ਸਕੇ?

ਆਧੁਨਿਕ ਵਿਗਿਆਨ ਕੋਲ ਹਾਲ ਦੀ ਘੜੀ ਇਸ ਦਾ ਕੋਈ ਉੱਤਰ ਨਹੀਂ ਹੈ, ਜਦੋਂ ਕਿ ਅਣੂ ਯੁਗ ਦੇ ਅਗਾਜ਼ ਨਾਲ ਵਿਸ਼ਵ ਮਨ ਦੇ ਦਾਇਰੇ ਅਤੇ ਗਿਆਨ ਵਿਚ ਬਹੁਤ ਜਿਆਦਾ ਵਾਧਾ ਹੋ ਗਿਆ ਹੈ। ਮਨੁੱਖ ਦੀ ਸ਼ਬਦਾਵਲੀ ਵਿਚੋਂ ਹੁਣ, 'ਅਸੰਭਵ' ਸ਼ਬਦ ਹੌਲੀ ਹੌਲੀ ਮਹੱਤਵਹੀਣ ਹੁੰਦਾ ਜਾ ਰਿਹਾ ਹੈ।

ਵੇਦ ਸ਼ਾਸਤਰ ਕਹਿੰਦੇ ਹਨ, ਕਿ ਭੌਤਿਕ ਜਗਤ ਮਾਇਆ ਦੇ ਇੱਕ ਮੂਲ ਸਿਧਾਂਤ ਦੇ ਤਹਿਤ ਕੰਮ ਕਰਦਾ ਹੈ, ਉਹ ਹੈ ਸਾਪੇਖ ਅਤੇ ਦਵੈਤ ਦਾ ਸਿਧਾਂਤ। ਪ੍ਰਮਾਤਮਾ ਅਤੇ ਸਾਰੇ ਜੀਵ ਸੰਪੂਰਨ ਰੂਪ ਵਿਚ ਇੱਕ ਇਕਾਈ ਹਨ, ਜਿਨ੍ਹਾਂ ਨੇ ਸ੍ਰਿਸ਼ਟੀ ਦੇ ਅੱਡ ਅੱਡ ਅਤੇ ਵੱਖੋ ਵੱਖਰੀਆਂ ਅਭੀਵਿਅਕਤੀਆਂ ਵਿਚ ਪ੍ਰਗਟ ਹੋਣ ਵਾਸਤੇ, ਝੂਠੇ ਜਾਂ ਅਵਾਸਤਵਿਕ ਲਿਬਾਸ ਪਹਿਨੇ ਹੋਏ ਹਨ। ਇਹ ਭੁਲੇਖਾ ਉਪਜਾਉਣ ਵਾਲਾ ਲਿਬਾਸ ਹੀ ਮਾਇਆ ਹੈ* ਆਧੁਨਿਕ ਯੁਗ ਦੀਆਂ ਬਹੁਤ ਸਾਰੀਆਂ ਵਿਗਿਆਨਿਕ ਕਾਢਾਂ ਨਾਲ ਪ੍ਰਾਚੀਨ ਰਿਸ਼ੀਆਂ ਦੀ, ਇਸ ਸਰਲ ਘੋਸ਼ਣਾ ਦੀ ਪ੍ਰੋੜਤਾ ਹੁੰਦੀ ਹੈ।

ਨਿਊਟਨ ਦੀ ਗਤੀ ਦਾ ਨਿਯਮ, ਮਾਇਆ ਦਾ ਹੀ ਇੱਕ ਨਿਯਮ ਹੈ। ਹਰ ਇੱਕ ਕਿਰਿਆ ਦੇ ਉਲਟ, ਉਸ ਦੇ ਬਰਾਬਰ ਪ੍ਰਤੀਕਿਰਿਆ ਹੁੰਦੀ ਹੈ। ਕਿਸੇ ਵੀ ਦੋ ਪਿੰਡਾਂ ਦੀਆਂ ਇੱਕ ਦੂਸਰੇ ਉੱਪਰ ਕਿਰਿਆਵਾਂ, ਹਮੇਸ਼ਾਂ ਹੀ ਬਰਾਬਰ ਅਤੇ ਪਰਸਪਰ ਵਿਰੋਧੀ ਦਿਸ਼ਾਵਾਂ ਨੂੰ ਨਿਰਦੇਸ਼ਤ ਹੁੰਦੀਆਂ ਹਨ। ਇਸ ਤਰ੍ਹਾਂ ਕਿਰਿਆ ਅਤੇ ਪ੍ਰਤੀਕਿਰਿਆ ਬਿਲਕੁਲ ਬਰਾਬਰ ਹੁੰਦੀਆਂ ਹਨ। ਸਿਰਫ ਇੱਕ ਹੀ ਸ਼ਕਤੀ ਦਾ ਹੋਣਾ ਅਸੰਭਵ ਹੈ। ਬਰਾਬਰ ਅਤੇ ਪਰਸਪਰ ਵਿਰੋਧੀ ਸ਼ਕਤੀਆਂ ਦਾ ਜੋੜਾ ਹੀ ਹੋਣਾ ਚਾਹੀਦਾ ਹੈ ਅਤੇ ਹਮੇਸ਼ਾਂ ਹੁੰਦਾ ਹੈ।

ਕੁਦਰਤ ਦੀਆਂ ਮੂਲ-ਭੂਤ ਕਿਰਿਆਵਾਂ, ਮਾਇਆ ਦੀ ਬੁਨਿਆਦ ਵੱਲ ਹੀ ਸੰਕੇਤ ਕਰਦੀਆਂ ਹਨ। ਉਦਾਹਰਣ ਦੇ ਤੌਰ ਤੇ ਬਿਜਲੀ ਖਿੱਚ ਅਤੇ ਵਿਕਰਸ਼ਣ ਦੇ ਕਾਰਨ ਉਤਪੰਨ ਹੁੰਦੀ ਹੈ।

* ਇਸ ਸਬੰਧ ਵਿਚ (ਦੇਖੋ ਪੰਨਾਂ 52n., 55n.)

ਇਸ ਦੇ ਇਲੈਕਟਰੋਨ ਅਤੇ ਪਰੋਟੋਨ ਬਿਜਲਈ ਪਰਸਪਰ ਵਿਰੋਧੀ ਆਵੇਗ ਹਨ। ਇੱਕ ਹੋਰ ਉਦਾਹਰਣ, ਅਣੂ ਜਾਂ ਪਦਾਰਥ ਦਾ ਸੂਖਮਤਮ ਕਣ, ਖੁਦ ਧਰਤੀ ਦੀ ਤਰ੍ਹਾਂ ਰਿਣਾਤਮਿਕ ਅਤੇ ਧਨਾਤਮਕ ਧਰੁਵ ਨਾਲ ਲੈਸ ਇੱਕ ਚੁੰਬਕ ਹੈ। ਸਾਰਾ ਬ੍ਰਹਿਮੰਡ ਧਰੁਵਤਾ ਦੇ ਪ੍ਰਭਾਵ ਦੇ ਅਧੀਨ ਹੈ। ਭੌਤਿਕ ਸ਼ਾਸਤਰ, ਰਸਾਇਣ ਸ਼ਾਸਤਰ ਜਾਂ ਕਿਸੇ ਹੋਰ ਵਿਗਿਆਨ ਦਾ ਕੋਈ ਵੀ ਨਿਯਮ ਕਦੇ ਅੰਤਰ ਵਿਰੋਧੀ ਜਾਂ ਆਪਸ ਵਿਰੋਧੀ ਤੱਤਾਂ ਤੋਂ ਮੁਕਤ ਨਹੀਂ ਮਿਲਦਾ।

ਇਸ ਕਰਕੇ ਭੌਤਿਕ ਵਿਗਿਆਨ ਮਾਇਆ ਤੋਂ ਬਾਹਰ ਜਾ ਕੇ ਨਿਯਮ ਨਹੀਂ ਬਣਾ ਸਕਦਾ। ਸ੍ਰਿਸ਼ਟੀ ਦਾ ਮੂਲ ਤਾਣਾ ਬਾਣਾ ਹੀ ਮਾਇਆ ਹੈ। ਕੁਦਰਤ ਆਪਣੇ ਆਪ ਵਿਚ ਮਾਇਆ ਹੈ। ਕੁਦਰਤ ਦੇ ਵਿਗਿਆਨੀ ਕੋਲ, ਕੇਵਲ ਕੁਦਰਤ ਦੇ ਤੱਤਾਂ ਦੇ ਅਧਿਐਨ ਅਤੇ ਉਨ੍ਹਾਂ ਨੂੰ ਵਰਤੋਂ ਕਰਨ ਤੋਂ ਇਲਾਵਾ ਹੋਰ ਕੋਈ ਚਾਰਾ ਹੀ ਨਹੀਂ ਹੁੰਦਾ। ਆਪਣੇ ਖੇਤਰ ਵਿਚ ਕੁਦਰਤ ਸਦੀਵੀ ਅਤੇ ਅਨੰਤ ਹੈ। ਭਵਿਖ ਵਿਚ ਵਿਗਿਆਨਿਕ, ਉਸ ਦੀ ਵੱਖ ਵੱਖ ਤਰ੍ਹਾਂ ਦੀ ਅਨੰਤਤਾ ਦੇ ਇੱਕ ਤੋਂ ਬਾਅਦ ਦੂਸਰਾ ਨਿਯਮ ਖੋਜਣ ਤੋਂ ਜਿਆਦਾ ਹੋਰ ਕੁਝ ਨਹੀਂ ਕਰ ਸਕਣਗੇ। ਇਸ ਕਰਕੇ ਵਿਗਿਆਨ ਹਮੇਸ਼ਾਂ ਵਾਸਤੇ ਪ੍ਰੀਵਰਤਨਾਂ ਵਿਚੋਂ ਦੀ ਗੁਜਰਦਾ ਰਹੇਗਾ ਅਤੇ ਆਖਰੀ ਸਚਾਈ ਤਕ ਨਹੀਂ ਪਹੁੰਚ ਸਕੇਗਾ। ਵਿਗਿਆਨਿਕ ਪਹਿਲਾਂ ਤੋਂ ਮੌਜੂਦ ਕਾਰਜਸ਼ੀਲ ਬ੍ਰਹਿਮੰਡ ਦੇ ਨਿਯਮਾਂ ਦਾ ਤਾਂ ਪਤਾ ਲਗਾਉਣ ਦੇ ਸਮਰੱਥ ਹਨ, ਪਰ ਨਿਯਮ ਬਣਾਉਣ ਵਾਲੇ ਕਰਤਾ ਅਤੇ ਉਨ੍ਹਾਂ ਦੇ ਸੰਚਾਲਕ ਵਿਧਾਤਾ ਨੂੰ ਲੱਭਣ ਦੇ ਵਾਸਤੇ ਸਮਰੱਥ ਨਹੀਂ ਹਨ। ਗੁਰੂਤਾਆਕਰਸ਼ਣ ਅਤੇ ਬਿਜਲਈ ਸ਼ਕਤੀ ਦੇ ਤੇਜਸਵੀ ਪ੍ਰਦਰਸ਼ਨਾਂ ਦਾ ਤਾਂ ਪਤਾ ਲੱਗ ਗਿਆ ਹੈ, ਪਰ ਗੁਰੂਤਾਆਕਰਸ਼ਣ ਅਤੇ ਬਿਜਲਈ ਸ਼ਕਤੀ ਹੈ ਕੀ, ਕੋਈ ਮਨੁੱਖ ਨਹੀਂ ਜਾਣਦਾ।*

ਹਜ਼ਾਰਾਂ ਸਾਲਾਂ ਤੋਂ ਪੈਗੰਬਰਾਂ ਨੇ ਮਨੁੱਖਜਾਤੀ ਨੂੰ, ਮਾਇਆ ਤੋਂ ਉੱਪਰ ਉੱਠਣ ਦਾ ਕੰਮ ਦੇ ਰੱਖਿਆ ਹੈ। ਸ੍ਰਿਸ਼ਟੀ ਦੇ ਦਵੰਦ ਤੋਂ ਉੱਪਰ ਉੱਠ ਕੇ, ਉਸ ਦੇ ਪਿੱਛੇ ਸਰਬਸ਼ਕਤੀਮਾਨ ਨਾਲ ਅਖੰਡ ਏਕਤਾ ਨੂੰ ਪਹਿਚਾਨਣਾ ਹੀ ਮਨੁੱਖਤਾ ਵਾਸਤੇ ਸਰਬ ਉੱਚ ਆਦਰਸ਼ ਰੱਖਿਆ ਗਿਆ ਸੀ। ਜਿਹੜੇ ਲੋਕ ਮਾਇਆ ਨਾਲ ਲਿਪਟੇ ਰਹਿੰਦੇ ਹਨ, ਉਨ੍ਹਾਂ ਨੂੰ ਧਰੁਵਤਾ ਦੇ ਨਿਯਮ ਨੂੰ ਸਵੀਕਾਰ ਕਰਨਾ ਹੀ ਪਵੇਗਾ – ਵਗਣਾ ਅਤੇ ਰੁਕਣਾ, ਚੜ੍ਹਨਾ ਅਤੇ ਉੱਤਰਨਾ, ਦਿਨ ਅਤੇ ਰਾਤ, ਸੁਖ ਅਤੇ ਦੁਖ, ਮਾੜਾ ਅਤੇ ਚੰਗਾ, ਜਨਮ ਅਤੇ ਮੌਤ। ਕੁਝ ਹਜ਼ਾਰਾਂ ਸਾਲ ਹੋਣ ਤੋਂ ਬਾਅਦ, ਮਨੁੱਖ ਨੂੰ ਇਨ੍ਹਾਂ ਵਾਰ ਵਾਰ ਹੋਣ ਵਾਲੀਆਂ ਸਥਿਤੀਆਂ ਦੇ ਨਿਯਮਬੱਧ ਚੱਕਰ ਬਹੁਤ ਜਿਆਦਾ ਦੁਖਦਾਇਕ ਅਤੇ ਬੇਰਸ ਮਹਿਸੂਸ ਹੋਣ ਲਗਦੇ ਹਨ। ਫਿਰ ਉਹ ਮਾਇਆ ਦੀਆਂ ਮਜਬੂਰੀਆਂ ਤੋਂ ਪਰੇ ਆਸਾਂ ਭਰੀ ਨਜ਼ਰ ਪਾਉਣ ਲੱਗਦਾ ਹੈ।

* ਮਹਾਨ ਖੋਜੀ ਮਾਰਕੋਨੀ ਨੇ ਸ੍ਰਿਸ਼ਟੀ ਦੇ ਮੁਢ ਨੂੰ ਢੂੰਢਣ ਵਿਚ ਵਿਗਿਆਨ ਦੀ ਅਸਮਰਥਤਾ ਨੂੰ ਇਨ੍ਹਾਂ ਸ਼ਬਦਾਂ ਵਿਚ ਸਵੀਕਾਰ ਕੀਤਾ ਸੀ। "ਜੀਵਨ ਦੇ ਭੇਦ ਸੁਲਝਾਉਣ ਵਿਚ ਵਿਗਿਆਨ ਪੂਰੀ ਤਰ੍ਹਾਂ ਅਸਮਰਥ ਹੈ। ਜੇ ਪ੍ਰਮਾਤਮਾ ਵਿਚ ਸ਼ਰਧਾ ਨਾ ਹੁੰਦੀ ਤਾਂ ਸੱਚ ਮੁੱਚ ਹੀ ਇਹ ਬੜਾ ਭਿਅੰਕਰ ਤੱਥ ਹੁੰਦਾ। ਮਨੁੱਖ ਦੀ ਬੁੱਧੀ ਦੇ ਸਾਹਮਣੇ ਖੜ੍ਹੇ ਹੋਣ ਵਾਲੇ ਸਵਾਲਾਂ ਵਿਚ ਜੀਵਨ ਦਾ ਭੇਦ ਨਿਸ਼ਚਿਤ ਹੀ ਸਭ ਤੋਂ ਵੱਡਾ ਅਤੇ ਸਭ ਤੋਂ ਜਿਆਦਾ ਔਖਾ ਸਵਾਲ ਹੈ।"

ਮਾਇਆ ਦਾ ਪਰਦਾ ਹਟਾਉਣ ਦਾ ਮਤਲਬ ਹੈ, ਸ੍ਰਿਸ਼ਟੀ ਦੇ ਰਹੱਸ ਨੂੰ ਜਾਨਣਾ। ਜਿਹੜਾ ਆਦਮੀ ਇਸ ਸ੍ਰਿਸ਼ਟੀ ਦੇ ਰਹੱਸ ਨੂੰ ਜਾਣ ਲੈਂਦਾ ਹੈ, ਸਿਰਫ ਉਹ ਹੀ ਸੱਚਾ ਅਦਵੈਤਵਾਦੀ ਹੈ। ਹੋਰ ਸਾਰੇ ਮੂਰਤੀ ਪੂਜਕ ਹਨ। ਜਿੰਨਾ ਚਿਰ ਤਕ ਮਨੁੱਖ ਕੁਦਰਤ ਦੇ ਦਵੰਦਾਤਮਿਕ ਭਰਮਜਾਲ ਵਿਚ ਉਲਝਿਆ ਰਹਿੰਦਾ ਹੈ, ਉਦੋਂ ਤਕ ਮੋਮੋਠਗਣੀ ਮਾਇਆ ਹੀ ਉਸ ਦੀ ਪੂਜਕ ਦੇਵੀ ਹੁੰਦੀ ਹੈ ਅਤੇ ਉਹ ਆਪਣੇ ਸੱਚੇ ਸਿਰਜਕ ਨੂੰ ਨਹੀਂ ਜਾਣ ਸਕਦਾ।

ਮਾਇਆ ਮਨੁੱਖਾਂ ਵਿਚ ਅਗਿਆਨ ਦੇ ਰੂਪ ਵਿਚ ਮੌਜੂਦ ਰਹਿੰਦੀ ਹੈ। ਸ਼ਾਬਦਿਕ ਅਰਥ-ਅਵਿਦਿਆ ਜਾਂ ਅਗਿਆਨਤਾ ਜਾਂ ਭੁਲੇਖਾ। ਮਾਇਆ ਜਾਂ ਅਗਿਆਨਤਾ ਨੂੰ ਬੌਧਿਕ ਵਿਸ਼ਵਾਸ ਜਾਂ ਵਿਸ਼ਲੇਸਣ ਨਾਲ ਕਦੇ ਵੀ ਖਤਮ ਨਹੀਂ ਕੀਤਾ ਜਾ ਸਕਦਾ। ਮਾਇਆ ਕੇਵਲ ਨਿਰਵਿਕਲਪ ਸਮਾਧੀ ਦੀ ਪ੍ਰਾਪਤੀ ਨਾਲ ਹੀ ਖਤਮ ਹੋ ਸਕਦੀ ਹੈ। 'ਦੀ ਓਲਡ ਟੇਸਟਾਮੈਂਟ' ਦੇ ਪੈਗੰਬਰ ਅਤੇ ਹੋਰ ਸਾਰੇ ਦੇਸ਼ਾਂ ਅਤੇ ਯੁਗਾਂ ਦੇ ਭਵਿੱਖ ਦ੍ਰਸ਼ਟਾਵਾਂ ਨੇ ਚੇਤਨਾ ਦੀ ਉਸੇ ਅਵਸਥਾ ਵਿਚ ਉਪਦੇਸ਼ ਦਿੱਤੇ ਸਨ।

ਏਜੇਕਿਅਲ* ਨੇ ਕਿਹਾ ਸੀ, "ਬਾਅਦ ਵਿਚ ਮੈਨੂੰ ਉਹ ਇੱਕ ਦਰਵਾਜ਼ੇ ਦੇ ਕੋਲ ਲੈ ਕੇ ਆਇਆ, ਇਸ ਦਰਵਾਜ਼ੇ ਦਾ ਮੂੰਹ ਪੂਰਬ ਵੱਲ ਸੀ। ਮੈਂ ਦੇਖਿਆ ਇਜ਼ਰਾਈਲ ਦੇ ਫਰਿਸ਼ਤੇ ਦਾ ਦਿਵੱਯ ਤੇਜ ਪੂਰਬ ਦਿਸ਼ਾ ਵੱਲੋਂ ਆਇਆ। ਉਸ ਦੀ ਅਵਾਜ਼ ਪਾਣੀ ਦੀਆਂ ਤੇਜ ਵਹਿ ਰਹੀਆਂ ਅਨੇਕ ਇਕੱਠੀਆਂ ਧਾਰਾਵਾਂ ਵਰਗੀ ਸੀ। ਪ੍ਰਿਥਵੀ ਉਸ ਦੇ ਤੇਜ ਦੇ ਚਾਨਣ ਵਿਚ ਨਹਾ ਉੱਠੀ।" ਯੋਗੀ ਮੱਥੇ ਵਿਚ ਮੌਜੂਦ ਤੀਜੀ ਅੱਖ ਦੇ ਰਾਹੀਂ ਆਪਣੀ ਚੇਤਨਾ ਨੂੰ ਸਰਬਵਿਆਪਕਤਾ ਵਿਚ ਪਹੁੰਚਾ ਦਿੰਦਾ ਹੈ। ਜਦੋਂ ਉਹ ਇਹ ਕਰ ਰਿਹਾ ਹੁੰਦਾ ਹੈ ਤਾਂ ਉਸ ਨੂੰ 'ਓਮ ਦੀ' ਪਾਣੀ ਦੀਆਂ ਇਕੱਠੀਆਂ ਵਹਿ ਰਹੀਆਂ ਧਾਰਾਵਾਂ ਵਰਗੀ 'ਅਵਾਜ਼' ਸੁਣਾਈ ਦਿੰਦੀ ਹੈ, ਜਿਹੜੀ ਇਸ ਸਾਰੀ ਸਿਰਜਣਾ ਦੀ ਇੱਕੋ ਇੱਕ ਵਾਸਤਵਿਕਤਾ ਅਤੇ ਪ੍ਰਕਾਸ਼ ਦੇ ਸਪੰਦਨਾਂ ਦੇ ਕਾਰਨ ਹੁੰਦੀ ਹੈ।

ਸ੍ਰਿਸ਼ਟੀ ਦੇ ਅਰਬਾਂ ਖਰਬਾਂ ਭੇਦਾਂ ਵਿਚੋਂ ਸਭ ਤੋਂ ਅਨੋਖਾ ਭੇਦ ਹੈ-ਪ੍ਰਕਾਸ਼। ਅਵਾਜ਼ ਤਰੰਗ ਸੰਚਾਰ ਦੇ ਵਾਸਤੇ ਤਾਂ ਹਵਾ ਜਾਂ ਕਿਸੇ ਹੋਰ ਭੌਤਿਕ ਸਾਧਨ ਦੀ ਜ਼ਰੂਰਤ ਹੁੰਦੀ ਹੈ, ਪਰ ਪ੍ਰਕਾਸ਼ ਤਰੰਗਾਂ, ਗ੍ਰੈਹਆਂ ਵਿਚਕਾਰ ਸਥਿਤ ਖਲਾਅ ਵਿਚੋਂ ਦੀ ਮੁਕਤ ਰੂਪ ਵਿਚ ਸਰਲਤਾ ਨਾਲ ਸੰਚਾਰ ਕਰਦੀਆਂ ਹਨ। ਤਰੰਗ ਸਿਧਾਂਤ ਵਿਚ, ਜਿਸ ਕਾਲਪਨਿਕ ਈਥਰ (ਅਕਾਸ਼) ਨੂੰ ਗ੍ਰੈਹਆਂ ਵਿਚਕਾਰ ਸਥਿਤ ਪ੍ਰਕਾਸ਼ ਦਾ ਸਾਧਨ ਮੰਨਿਆ ਜਾਂਦਾ ਹੈ, ਉਸ ਨੂੰ ਵੀ ਆਈਨਸਟਾਈਨ ਦੀ ਇਸ ਧਾਰਨਾ ਨਾਲ ਰੱਦ ਕੀਤਾ ਜਾ ਸਕਦਾ ਹੈ, ਕਿ ਬ੍ਰਹਿਮੰਡ ਦੇ ਰੇਖਾ ਗਣਿਤਿਕ ਗੁਣ ਧਰਮ ਅਕਾਸ਼ ਦੀ ਕਲਪਨਾ ਨੂੰ ਬੇਲੋੜਾ ਮੰਨਦੇ ਹਨ। ਇਨ੍ਹਾਂ ਉਪਰੋਕਤ ਦੋਨਾਂ ਸਿਧਾਂਤਾਂ ਵਿਚੋਂ ਅਸੀਂ ਕਿਸੇ ਨੂੰ ਵੀ ਫਰਜ਼ੀ ਮੰਨ ਲਈਏ, ਫਿਰ ਵੀ

* *ਏਜੇਕਿਅਲ* 43:1–2 (ਬਾਈਬਲ)

ਕੁਦਰਤ ਦੀਆਂ ਸਾਰੀਆਂ ਪੇਸ਼ਕਾਰੀਆਂ ਵਿਚੋਂ ਪ੍ਰਕਾਸ਼ ਹੀ ਸਭ ਤੋਂ ਸੂਖਮ ਅਤੇ ਭੌਤਿਕ ਨਿਰਭਰਤਾ ਤੋਂ ਮੁਕਤ ਹੈ।

ਆਈਨਸਟਾਈਨ ਦੀਆਂ ਅਸਧਾਰਨ ਧਾਰਨਾਵਾਂ ਦੇ ਅਨੁਸਾਰ ਸਾਪੇਖਤਾ ਸਿਧਾਂਤ ਵਿਚ ਪ੍ਰਕਾਸ਼ ਦੀ ਰਫਤਾਰ ਇੱਕ ਸਕਿੰਟ ਵਿਚ 1, 86, 300 ਮੀਲ ਸਭ ਤੋਂ ਜਿਆਦਾ ਮਹਤੱਵ ਪੂਰਨ ਹੈ। ਉਹ ਹਿਸਾਬ ਨਾਲ ਸਿੱਧ ਕਰਦਾ ਹੈ, ਕਿ ਜਿੱਥੋਂ ਤਕ ਮਨੁੱਖ ਦੇ ਸੀਮਤ ਮਨ ਦਾ ਸਬੰਧ ਹੈ, ਇਹ ਹਰ ਵਕਤ ਪ੍ਰੀਵਰਤਨਸ਼ੀਲ ਬ੍ਰਹਿਮੰਡ ਵਿਚ ਸਿਰਫ ਪ੍ਰਕਾਸ਼ ਦੇ ਇਸ ਨਿਰਪੇਖ ਸਥਿਰ ਅੰਕ ਉੱਪਰ ਹੀ ਮਨੁੱਖ ਦੇ ਸਮੇਂ ਅਤੇ ਦੂਰੀ ਦੇ ਸਾਰੇ ਮਾਪ ਦੰਡ ਅਧਾਰਿਤ ਹਨ। ਹਾਲੇ ਤਕ ਸੂਖਮ ਤੌਰ ਤੇ ਸਦੀਵੀ ਨਾ ਸਮਝ ਸਕੇ ਜਾਣ ਵਾਲੇ ਸਮਾਂ ਅਤੇ ਦੂਰੀ ਵੀ ਸਾਪੇਖ ਅਤੇ ਸੀਮਤ ਘਟਕ ਹਨ। ਉਹ ਵੀ ਮਾਪ ਦੰਡ ਦਾ ਪ੍ਰਮਾਣੀਕਰਨ ਸਿਰਫ ਪ੍ਰਕਾਸ਼ ਦੀ ਰਫਤਾਰ ਨੂੰ ਹੀ ਅਧਾਰ ਬਣਾ ਕੇ ਕਰਦੇ ਹਨ।

ਮਾਪ ਦੰਡ ਸਾਪੇਖਤਾ ਵਿਚ ਬ੍ਰਹਿਮੰਡ ਦੇ ਨਾਲ ਸਮੇਂ ਦੇ ਜੁੜਨ ਕਰ ਕੇ, ਸਮੇਂ ਦਾ ਸੱਚਾ ਸਰੂਪ ਸਾਹਮਣੇ ਆ ਗਿਆ ਹੈ। ਉਹ ਕੇਵਲ ਅਸਪਸ਼ਟਤਾ ਦੇ ਨਿਚੋੜ ਤੋਂ ਜਿਆਦਾ ਕੁਝ ਵੀ ਨਹੀਂ। ਆਪਣੇ ਕੁਝ ਸਮੀਕਰਨਾਂ ਨੂੰ ਪੇਸ਼ ਕਰਦਿਆਂ ਆਈਨਸਟਾਈਨ ਨੇ, ਇੱਕ ਪ੍ਰਕਾਸ਼ ਨੂੰ ਛੱਡ ਕੇ ਵਿਸ਼ਵ ਦੇ ਸਾਰੇ ਅਖੌਤੀ ਨਿਸ਼ਚਿਤ ਤੱਥਾਂ ਨੂੰ ਖਤਮ ਕਰ ਦਿੱਤਾ।

ਬਾਅਦ ਵਿਚ ਜਦੋਂ ਆਈਨਸਟਾਈਨ ਨੇ ਆਪਣਾ ਏਕੀਕ੍ਰਿਤ ਸਿਧਾਂਤ ਪੇਸ਼ ਕੀਤਾ, ਤਾਂ ਉਸ ਵਿਚ ਉਨ੍ਹਾਂ ਨੇ ਇੱਕ ਹੀ ਹਿਸਾਬ ਦੇ ਸੂਤਰ ਵਿਚ ਗੁਰੂਤਾਆਕਰਸ਼ਣ ਅਤੇ ਬਿਜਲੀ ਚੁੰਬਕੀ ਨਿਯਮਾਂ ਨੂੰ ਮਿਲਾਉਣ ਦਾ ਯਤਨ ਕੀਤਾ। ਇਸ ਤਰ੍ਹਾਂ ਬ੍ਰਹਿਮੰਡ ਦੀ ਰਚਨਾ ਨੂੰ ਇੱਕ ਹੀ ਨਿਯਮ ਦੀ ਵੰਨਗੀ ਦੇ ਸਿਧਾਂਤ ਵਿਚ ਲਿਆ ਕੇ ਆਈਨਸਟਾਈਨ ਯੁਗ ਯੁਗਾਂਤਰਾਂ ਨੂੰ ਪਾਰ ਕਰਕੇ, ਉਨ੍ਹਾਂ ਰਿਸ਼ੀਆਂ ਦੀ ਕਤਾਰ ਵਿਚ ਸ਼ਾਮਲ ਹੋ ਗਏ, ਜਿਨ੍ਹਾਂ ਨੇ ਸ੍ਰਿਸ਼ਟੀ ਦਾ ਇੱਕ ਹੀ ਅਧਾਰ ਹੋਣ ਦੀ ਘੋਸ਼ਣਾ ਕੀਤੀ ਸੀ – ਹਰ ਵਕਤ ਪ੍ਰੀਵਰਤਨਸ਼ੀਲ ਮਾਇਆ।* ਇਸ ਯੁਗ ਯੁਗਾਂਤਰਾਂ ਦੇ ਸਾਪੇਖਤਾ ਸਿਧਾਂਤ ਨਾਲ ਸੂਖਮਤਮ ਪ੍ਰਮਾਣੂ ਖੋਜ ਦੀਆਂ ਗਣਿਤਿਕ ਸੰਭਾਵਨਾਵਾਂ ਜਾਗ ਉੱਠੀਆਂ ਹਨ। ਹੁਣ ਵੱਡੇ ਵੱਡੇ ਵਿਗਿਆਨਿਕ ਦ੍ਰਿੜਤਾ ਨਾਲ ਨਾ ਕੇਵਲ ਇਹ ਕਹਿਣ ਦੀ ਹਿੰਮਤ ਦਿਖਾ ਰਹੇ ਹਨ ਕਿ ਅਣੂ ਪਦਾਰਥ ਹੀ ਨਹੀਂ ਬਲਕਿ ਇੱਕ ਸ਼ਕਤੀ ਵੀ ਹੈ, ਸਗੋਂ ਇਹ ਵੀ ਕਹਿ ਰਹੇ ਹਨ ਕਿ ਅਣੂ ਦੀ ਸ਼ਕਤੀ ਦਾ ਸਰੂਪ ਮੂਲ ਤੌਰ ਤੇ ਆਤਮ ਤੱਤ (ਮਨੋਮੈਯ) ਹੈ।

* ਆਈਨ ਸਟਾਈਨ ਨੂੰ ਇਹ ਪੂਰਨ ਵਿਸ਼ਵਾਸ ਸੀ, ਕਿ ਗੁਰੂਤਾਆਕਰਸ਼ਣ ਅਤੇ ਬਿਜਲੀ ਚੁੰਬਕੀ ਨਿਯਮਾਂ ਦੇ ਵਿਚਕਾਰ ਪਰਸਪਰ ਸਬੰਧ ਨੂੰ ਇੱਕ ਗਣਿਤਿਕ ਸੂਤਰ (ਏਕੀਕ੍ਰਿਤ ਸਿਧਾਂਤ) ਦੁਆਰਾ ਸਪਸ਼ਟ ਕੀਤਾ ਜਾ ਸਕਦਾ ਹੈ। ਜਦੋਂ ਇਹ ਪੁਸਤਕ ਲਿਖੀ ਗਈ ਸੀ, ਉਸ ਵਕਤ ਆਈਨਸਟਾਈਨ ਇਸੇ ਸਿਧਾਂਤ ਉੱਪਰ ਕੰਮ ਕਰ ਰਿਹਾ ਸੀ। ਆਪਣਾ ਕੰਮ ਪੂਰਾ ਹੋਣ ਤਕ ਉਹ ਜੀਵਤ ਨਹੀਂ ਰਹੇ, ਪ੍ਰੰਤੂ ਅੱਜ ਦੇ ਭੌਤਿਕ ਵਿਗਿਆਨੀ ਆਈਨਸਟਾਈਨ ਦੇ ਇਸ ਮਤ ਨਾਲ ਪੂਰੀ ਤਰ੍ਹਾਂ ਸਹਿਮਤ ਹਨ, ਕਿ ਇਹ ਸਬੰਧ ਕਦੇ ਨਾ ਕਦੇ ਜਰੂਰ ਲੱਭ ਲਿਆ ਜਾਵੇਗਾ (ਪ੍ਰਕਾਸ਼ਕ ਦੀ ਟਿਪਣੀ)

ਸਰ ਆਰਥਰ ਸਟੈਨਲੇ ਐਡਿੰਗਟਨ 'ਦੀ ਨੇਚਰ ਆਫ ਦੀ ਫਿਜੀਕਲ ਵਰਲਡ'* (ਭੌਤਿਕ ਜਗਤ ਦਾ ਸਰੂਪ) ਨਾਮਕ ਪੁਸਤਕ ਵਿਚ ਲਿਖਦਾ ਹੈ "ਇਹ ਗੱਲ ਹੁਣ ਪੂਰੀ ਤਰ੍ਹਾਂ ਸਮਝ ਵਿਚ ਆ ਚੁੱਕੀ ਹੈ, ਕਿ ਭੌਤਿਕ ਵਿਗਿਆਨ ਕੇਵਲ ਪ੍ਰਛਾਵਿਆਂ ਦੀ ਦੁਨੀਆਂ ਨਾਲ ਸਬੰਧਿਤ ਹੈ ਅਤੇ ਇਹੀ ਆਪਣੇ ਆਪ ਵਿਚ ਇੱਕ ਮਹੱਤਵ ਪੂਰਨ ਤਰੱਕੀ ਹੈ। ਭੌਤਿਕ ਵਿਗਿਆਨ ਦੀ ਦੁਨੀਆਂ ਵਿਚ ਅਸੀਂ ਜਾਣੇ ਪਹਿਚਾਣੇ ਜੀਵਨ ਨਾਟਕ ਦੇ ਖੇਡ ਪ੍ਰਛਾਵਿਆਂ ਦੀ ਖੇਡ ਮਾਤਰ ਦੇਖਦੇ ਹਾਂ। ਮੇਰੀ ਕੂਹਣੀ ਦਾ ਪ੍ਰਛਾਵਾਂ ਮੇਜ਼ ਦੇ ਪ੍ਰਛਾਵੇਂ ਉੱਪਰ ਟਿਕਿਆ ਹੋਇਆ ਹੈ। ਸਿਆਹੀ ਦਾ ਪ੍ਰਛਾਵਾਂ ਕਾਗਜ਼ ਦੇ ਪ੍ਰਛਾਵੇਂ ਉੱਪਰ ਵਹਿ ਰਿਹਾ ਹੈ। ਇਹ ਸਭ ਕੁਝ ਸੰਕੇਤਿਕ ਹੈ ਅਤੇ ਭੌਤਿਕ ਵਿਗਿਆਨੀ ਇਸ ਨੂੰ ਸੰਕੇਤ ਦੇ ਰੂਪ ਵਿਚ ਹੀ ਰਹਿਣ ਦਿੰਦਾ ਹੈ। ਪ੍ਰੰਤੂ ਰਸਾਇਣ ਸ਼ਾਸਤਰੀ ਮਨ ਸੰਕੇਤਾਂ ਨੂੰ, ਉਨ੍ਹਾਂ ਦੇ ਮੂਲ ਰੂਪ ਵਿਚ ਬਦਲ ਦਿੰਦਾ ਹੈ। ਮੋਟੇ ਤੌਰ ਤੇ ਇਸ ਸਭ ਕੁਝ ਦਾ ਨਤੀਜਾ ਇਹ ਨਿਕਲਦਾ ਹੈ ਕਿ ਇਸ ਸੰਸਾਰ ਦਾ ਸਾਰਾ ਪਰਪੰਚ ਕੇਵਲ ਆਤਮ-ਤੱਤ (ਜਿਸ ਤੱਤ ਨਾਲ ਮਨ ਬਣਿਆ ਹੋਇਆ ਹੈ, ਉਸੇ ਤੱਤ ਨਾਲ ਸੰਸਾਰ ਬਣਿਆ ਹੋਇਆ ਹੈ) ਹੈ।

ਹਾਲ ਹੀ ਵਿਚ ਬਣਾਏ ਗਏ ਇਲੈਕਟਰੋਨ ਮਾਈਕਰੋਸਕੋਪ ਨਾਲ ਇਹ ਪੱਕਾ ਸਬੂਤ ਮਿਲ ਚੁੱਕਿਆ ਹੈ ਕਿ ਪ੍ਰਮਾਣੂਆਂ ਦਾ ਮੂਲ ਸਰੂਪ ਪ੍ਰਕਾਸ਼ ਹੈ। ਕੁਦਰਤ ਵਿਚ ਦਵੈਤ ਲਾਜ਼ਮੀ ਹੈ। ਦੀ ਨਿਊਯਾਰਕ ਟਾਈਮਜ਼ ਨੇ 'ਅਮੇਰੀਕਨ ਐਸੋਸੀਏਸ਼ਨ ਫਾਰ ਦੀ ਐਡਵਾਂਸਮੈਂਟ ਆਫ ਸਾਇੰਸ' ਦੀ ਇੱਕ ਸਭਾ ਦੇ ਸਾਹਮਣੇ 1937 ਵਿਚ ਦਿਖਾਏ ਗਏ ਇਲੈਕਟਰਾਨ ਮਾਈਕਰੋਸਕੋਪ ਦੇ ਇੱਕ ਤਜਰਬੇ ਦਾ ਵਿਸਤਾਰ ਇਸ ਤਰ੍ਹਾਂ ਪ੍ਰਕਾਸ਼ਤ ਕੀਤਾ ਸੀ।

ਹੁਣ ਤਕ ਕੇਵਲ ਅਸਿੱਧੇ ਰੂਪ ਵਿਚ ਐਕਸਰੇ-ਕਿਰਨਾਂ ਰਾਹੀਂ ਜਾਣੇ ਜਾ ਸਕਣ ਵਾਲੇ ਭੂਰੀ ਧਾਤ ਦੀ ਜਾਲੀ (ਟੰਗਸਟਨ) ਦੇ ਬਿਲੌਰ ਵਰਗੇ ਸਾਫ ਢਾਂਚੇ ਦਾ ਸਰੂਪ ਪ੍ਰਤੀਦੀਪਤ ਪਰਦੇ ਉੱਪਰ ਸਪਸ਼ਟ ਰੂਪ ਵਿਚ ਪ੍ਰਗਟ ਹੋਇਆ। ਜਿਸ ਵਿਚ ਨੌਂ ਅਣੂ ਖਲਾਅ ਦੀ ਜਾਲੀ ਵਿਚ ਆਪਣੇ ਆਪਣੇ ਠੀਕ ਸਥਾਨਾਂ ਉੱਪਰ ਸਥਿਤ ਦਿਖਾਈ ਦੇ ਰਹੇ ਸਨ। ਅਣੂਆਂ ਦੀ ਇਹ ਰਚਨਾ ਤਿਰਘਾਤੀ ਅਕਾਰ ਵਿਚ ਸੀ, ਜਿਸ ਵਿਚ ਤਿਰਘਾਤ ਦੇ ਹਰ ਇੱਕ ਕੋਨੇ ਵਿਚ ਇੱਕ ਇੱਕ ਅਣੂ ਸੀ ਅਤੇ ਇੱਕ ਅਣੂ ਵਿਚਕਾਰ ਸੀ। ਪਰਦੇ ਉੱਪਰ ਦਿਖਾਈ ਦੇ ਰਹੀ ਭੂਰੇ ਰੰਗੀ ਧਾਤ ਦੀ ਜਾਲੀ ਵਿਚ ਸਥਿਤ ਅਣੂ ਪ੍ਰਕਾਸ਼ ਬਿੰਦੂਆਂ ਦੇ ਰੂਪ ਵਿਚ ਦਿਖਾਈ ਦੇ ਰਹੇ ਸਨ। ਜੋ ਇੱਕ ਖਾਸ ਰੇਖਾ ਗਣਿਤਿਕ ਰਚਨਾ ਵਿਚ ਸਥਿਤ ਸਨ। ਬਿਲੌਰ ਦੇ ਇਸ ਪ੍ਰਕਾਸ਼ ਦੇ ਤਿਰਘਾਤ ਦੇ ਚਾਰੇ ਪਾਸੇ ਹਵਾ ਦੇ ਅਣੂ ਚਲਦੇ ਪਾਣੀ ਵਿਚ ਝਿਲਮਿਲਾਉਂਦੀਆਂ ਸੂਰਜ ਕਿਰਨਾਂ ਵਾਂਗ ਪ੍ਰਕਾਸ਼ ਬਿੰਦੂਆਂ ਦੇ ਰੂਪ ਵਿਚ ਦਿਖਾਈ ਦੇ ਰਹੇ ਸਨ।

* ਮੈਕਮਿਲਨ ਕੰਪਨੀ।

ਨਿਊਯਾਰਕ ਦੀ ਬੈਲ ਟੈਲੀਫੋਨ ਦੇ ਡਾ. ਕਲਿੰਟਨ ਜੇ ਡੇਵਿਸਨ ਅਤੇ ਡਾ. ਲੈਸਟਰ ਐਮ ਜਰਮਰ ਨੇ 1927 ਵਿਚ ਸਭ ਤੋਂ ਪਹਿਲਾਂ ਇਲੈਕਟਰੋਨ ਮਾਈਕਰੋਸਕੋਪ ਦੀ ਖੋਜ ਕੀਤੀ, ਜਿਨ੍ਹਾਂ ਨੇ ਇਹ ਦੇਖਿਆ ਕਿ ਇਲੈਕਟਰੋਨ ਦੀ ਹੋਂਦ ਦੇ ਦੋ ਪਹਿਲੂ ਹਨ। ਉਸ ਵਿਚ ਅਜ਼ਾਦ ਕਣ ਵੀ ਮੌਜੂਦ ਹਨ ਅਤੇ ਤਰੰਗ ਕਣ ਵੀ ਮੌਜੂਦ ਹਨ।* ਇਹ ਪਦਾਰਥ ਵੀ ਹੈ ਅਤੇ ਸ਼ਕਤੀ ਵੀ। ਤਰੰਗ ਗੁਣਾਂ ਦੇ ਕਾਰਨ ਹੀ ਇਸ ਵਿਚ ਪ੍ਰਕਾਸ਼ ਦਾ ਸੁਭਾਅ ਹੈ ਅਤੇ ਇਸ ਖੋਜ ਦੇ ਨਾਲ ਹੀ ਕਿਸੇ ਇਹੋ ਜਿਹੀ ਤਕਨੀਕ ਦੀ ਖੋਜ ਦੀ ਸ਼ੁਰੂਆਤ ਹੋਈ, ਜਿਸ ਨਾਲ ਇਲੈਕਟਰਾਨਾਂ ਨੂੰ ਇੱਕ ਬਿੰਦੂ ਉੱਪਰ ਕੇਂਦ੍ਰਿਤ ਕੀਤਾ ਜਾ ਸਕੇ, ਜਿਸ ਤਰ੍ਹਾਂ ਲੈਨਜ਼ ਦੀ ਸਹਾਇਤਾ ਨਾਲ ਪ੍ਰਕਾਸ਼ ਨੂੰ ਕੇਂਦ੍ਰਿਤ ਕੀਤਾ ਜਾ ਸਕਦਾ ਹੈ।

ਇਲੈਕਟਰਾਨ ਵਿਚ ਇਹ ਦੋ ਆਪਸ-ਵਿਰੋਧੀ ਗੁਣਾਂ ਦੀ ਖੋਜ ਕਰਨ ਲਈ, ਜਿਸ ਨਾਲ ਇਹ ਸਪਸ਼ਟ ਹੋਇਆ ਕਿ ਸਾਰਾ ਭੌਤਿਕ ਸੰਸਾਰ ਦਵੰਦਾਤਮਿਕ ਗੁਣਾਂ ਨਾਲ ਲੈਸ ਇੱਕ ਯੰਤਰ ਹੈ, ਡਾ. ਡੇਵਿਸਨ ਨੂੰ ਭੌਤਿਕ ਵਿਗਿਆਨ ਵਿਚ ਨੋਬਲ ਪੁਰਸਕਾਰ ਨਾਲ ਸਨਮਾਨਿਤ ਕੀਤਾ ਗਿਆ।

'ਦੀ ਮਿਸਟੀਰੀਅਸ ਯੂਨੀਵਰਸ'† ਰਹੱਸਪੂਰਨ ਬ੍ਰਹਿਮੰਡ ਵਿਚ ਸਰ ਜੇਮਜ਼ ਜੀਨਜ਼ ਲਿਖਦੇ ਹਨ – ਗਿਆਨ ਦਾ ਪ੍ਰਵਾਹ ਹੁਣ ਯੰਤਰਵਿਹੀਨ ਅਸਲੀਅਤ ਵੱਲ ਵਹਿਣ ਲੱਗ ਪਿਆ ਹੈ। ਹੁਣ ਬ੍ਰਹਿਮੰਡ ਵਿਸ਼ਾਲ ਯੰਤਰ ਦੀ ਬਜਾਏ ਇੱਕ ਵਿਸ਼ਾਲ ਵਿਚਾਰ ਪ੍ਰਤੀਤ ਹੋਣ ਲੱਗ ਪਿਆ ਹੈ। ਇਸ ਤਰ੍ਹਾਂ, ਵੀਹਵੀਂ ਸਦੀ ਦਾ ਵਿਗਿਆਨ, ਪ੍ਰਾਚੀਨ ਵੇਦਾਂ ਦੀ ਭਾਸ਼ਾ ਬੋਲਣ ਲੱਗ ਪਿਆ ਹੈ।

ਇਸ ਵਾਸਤੇ, ਜੇ ਇਹ ਅਧਿਆਤਮਿਕ ਸਿੱਖਿਆ ਦੁਆਰਾ ਨਹੀਂ ਤਾਂ ਵਿਗਿਆਨ ਦੁਆਰਾ ਹੀ ਸਹੀ। ਆਦਮੀ ਨੂੰ ਇਹ ਦਾਰਸ਼ਨਿਕ ਸਚਾਈ ਸਮਝ ਲੈਣੀ ਚਾਹੀਦੀ ਹੈ ਕਿ ਭੌਤਿਕ ਸੰਸਾਰ ਨਾਂ ਦੀ ਕੋਈ ਚੀਜ਼ ਨਹੀਂ ਹੈ। ਉਸ ਦਾ ਤਾਣਾ ਬਾਣਾ ਸਾਰਾ ਭੁਲੇਖਾ (ਮਾਇਆ) ਹੈ। ਵਿਸ਼ਲੇਸ਼ਣ ਕਰਨ ਨਾਲ ਉਸ ਦੀਆਂ ਸਾਰੀਆਂ ਸਚਾਈਆਂ ਮ੍ਰਿਗ ਤ੍ਰਿਸ਼ਨਾਵਾਂ ਵਾਂਗ ਲੋਪ ਹੋ ਜਾਂਦੀਆਂ ਹਨ। ਭੌਤਿਕ ਸੰਸਾਰ ਦੀ ਸਚਾਈ ਦੇ ਢਾਂਚੇ ਦੀ ਪ੍ਰੋੜਤਾ ਕਰਨ ਵਾਲੇ ਤੱਥ, ਜਿਉਂ ਜਿਉਂ ਮਨੁੱਖ ਦੇ ਸਾਹਮਣੇ ਢਹਿਣੇ ਸ਼ੁਰੂ ਹੋ ਜਾਂਦੇ ਹਨ, ਤਿਉਂ ਤਿਉਂ ਉਸ ਨੂੰ ਇੱਕ ਸੁਪਨਮਈ ਸੰਸਾਰ ਵਿਚ ਵਿਸ਼ਵਾਸ ਰੱਖਣ ਦੀ ਆਪਣੀ ਭੁੱਲ ਦਾ ਅਹਿਸਾਸ ਹੋਣਾ ਸ਼ੁਰੂ ਹੋ ਜਾਂਦਾ ਹੈ ਕਿ ਉਸ ਨੇ ਪ੍ਰਮਾਤਮਾ ਦੇ ਹੁਕਮਾਂ ਦੀ ਉਲੰਘਣਾ ਕੀਤੀ ਹੈ, "ਤੂੰ ਮੇਰੇ ਸਿਵਾ, ਹੋਰ ਕਿਸੇ ਨੂੰ ਈਸ਼ਵਰ ਨਹੀਂ ਮੰਨੇਗਾ।"‡

* ਇਹ ਪਦਾਰਥ ਵੀ ਹੈ ਅਤੇ ਸ਼ਕਤੀ ਵੀ।

† ਕੈਂਬਰਿਜ ਯੂਨੀਵਰਸਿਟੀ ਪ੍ਰੈਸ

‡ *ਓਕਸੋਡਸ* 20:3 (ਬਾਈਬਲ)

ਪਦਾਰਥ ਦੇ ਵਸਤੂਮਾਨ ਅਤੇ ਊਰਜਾ ਦੀ ਸਮਤੁਲਤਾ ਦਰਸਾਉਣ ਵਾਲੇ ਆਪਣੇ ਪ੍ਰਸਿੱਧ ਸਮੀਕਰਣ ਵਿਚ ਆਈਨਸਟਾਈਨ ਨੇ ਇਹ ਸਿੱਧ ਕਰ ਦਿੱਤਾ ਹੈ, ਕਿ ਪਦਾਰਥ ਦੇ ਕਿਸੇ ਵੀ ਕਣ ਵਿਚ ਮੌਜੂਦ ਸ਼ਕਤੀ ਅਤੇ ਵਸਤੂਮਾਨ ਜਾਂ ਭਾਰ ਦੇ ਨਾਲ, ਪ੍ਰਕਾਸ਼ ਦੀ ਰਫਤਾਰ ਦੇ ਵਰਗ ਦੇ ਗੁਣਨਫਲ ਦੇ ਬਰਾਬਰ ਹੁੰਦੀ ਹੈ। ਪਦਾਰਥ ਦੇ ਕਣ ਵਿਨਾਸ਼ ਕਰਨ ਨਾਲ, ਉਸ ਵਿਚੋਂ ਪ੍ਰਮਾਣੂ ਸ਼ਕਤੀਆਂ ਨੂੰ ਮੁਕਤ ਕੀਤਾ ਜਾ ਸਕਦਾ ਹੈ। ਪਦਾਰਥ ਦੀ ਮੌਤ ਨੇ ਇੱਕ ਪ੍ਰਮਾਣੂ ਯੁਗ ਨੂੰ ਜਨਮ ਦਿੱਤਾ ਹੈ।

ਗਣਿਤ ਵਿਚ ਪ੍ਰਕਾਸ਼ ਰਫਤਾਰ, ਇਸ ਕਰਕੇ ਸਥਿਰ ਜਾਂ ਬਰਾਬਰ ਨਹੀਂ ਹੈ ਕਿ 1,86,300 ਮੀਲ ਪ੍ਰਤੀ ਸਕਿੰਟ ਦੀ ਸੰਖਿਆ ਆਪਣੇ ਆਪ ਵਿਚ ਪੂਰਨ ਹੈ, ਬਲਕਿ ਇਸ ਵਾਸਤੇ ਹੈ ਕਿ ਕੋਈ ਵੀ ਪਦਾਰਥ ਕਦੇ ਉਸ ਰਫਤਾਰ ਨੂੰ ਪ੍ਰਾਪਤ ਨਹੀਂ ਕਰ ਸਕਦਾ। ਕਿਉਂਕਿ ਉਸ ਦੀ ਰਫਤਾਰ ਦੇ ਨਾਲ ਉਸ ਦਾ ਵਸਤੂਮਾਨ ਵਧਦਾ ਜਾਂਦਾ ਹੈ। ਦੂਜੇ ਸ਼ਬਦਾਂ ਵਿਚ ਇਹ ਵੀ ਕਹਿ ਸਕਦੇ ਹਾਂ, ਕਿ ਕੇਵਲ ਇਹੋ ਜਿਹਾ ਪਦਾਰਥ ਪ੍ਰਕਾਸ਼ ਦੀ ਰਫਤਾਰ ਦੇ ਨਾਲ ਜਾ ਸਕਦਾ ਜਿਸ ਵਿਚ ਵਸਤੂਮਾਨ ਅਨੰਤ ਹੋਵੇ।

ਇਹ ਧਾਰਨਾ, ਸਾਨੂੰ ਚਮਤਕਾਰਾਂ ਦੇ ਨਿਯਮਾਂ ਦੇ ਨੇੜੇ ਲੈ ਆਉਂਦੀ ਹੈ।

ਸਿੱਧ ਪੁਰਸ਼, ਜਿਹੜੇ ਆਪਣੇ ਸਰੀਰ ਨੂੰ ਜਾਂ ਹੋਰ ਚੀਜ਼ਾਂ ਨੂੰ ਪ੍ਰਗਟ ਜਾਂ ਗਾਇਬ ਕਰ ਸਕਦੇ ਹਨ, ਉਨ੍ਹਾਂ ਵਿਚ ਪ੍ਰਕਾਸ਼ ਦੀ ਗਤੀ ਨਾਲ ਸੰਚਾਰ ਕਰਨ ਦੀ ਅਤੇ ਸਿਰਜਣਾਤਮਿਕ ਪ੍ਰਕਾਸ਼ ਕਿਰਨਾਂ ਨੂੰ ਵਰਤੋਂ ਵਿਚ ਲਿਆ ਕੇ, ਕਿਸੇ ਵੀ ਵਸਤੂ ਨੂੰ ਝਟ ਪਟ ਪ੍ਰਗਟ ਕਰ ਦੇਣ ਦੀ ਸ਼ਕਤੀ, ਇਸ ਕਰਕੇ ਹੁੰਦੀ ਹੈ, ਕਿ ਉਨ੍ਹਾਂ ਨੇ ਇਸ ਨਿਯਮ ਦੀ ਇਸ ਸ਼ਰਤ ਨੂੰ ਪੂਰਾ ਕਰ ਲਿਆ ਹੁੰਦਾ ਹੈ, ਕਿ ਉਨ੍ਹਾਂ ਦਾ ਪਦਾਰਥ ਸਰੀਰ ਅਨੰਤ ਹੈ।

ਸਿੱਧ ਯੋਗੀ ਦੀ ਚੇਤਨਾ, ਉਸਦੀ ਛੋਟੇ ਜਿਹੇ ਸਰੀਰ ਨਾਲ ਨਾ ਬੰਨ੍ਹੀ ਰਹਿ ਕੇ, ਬਗੈਰ ਕਿਸੇ ਯਤਨ ਦੇ ਬ੍ਰਹਿਮੰਡ ਦੀ ਰਚਨਾ ਦੇ ਨਾਲ ਇਕਰੂਪ ਹੋ ਜਾਂਦੀ ਹੈ। ਗੁਰੁਤਾਆਕਰਸ਼ਣ, ਭਾਵੇਂ ਇਸ ਨੂੰ ਸ਼ਕਤੀ ਕਹੋ ਜਾਂ ਆਈਨਸਟਾਈਨ ਇਸ ਨੂੰ ਜੜ੍ਹਤਾ ਦਾ ਨਾਂ ਦੇਵੇ, ਕਿਸੇ ਸਿੱਧ ਪੁਰਸ਼ ਨੂੰ ਵਜਨ ਦੇ ਗੁਣ ਧਰਮ ਵਿਅਕਤ ਕਰਨ ਵਾਸਤੇ ਮਜ਼ਬੂਰ ਨਹੀਂ ਕਰ ਸਕਦੇ। ਜੋ ਆਪਣੇ ਆਪ ਨੂੰ ਸਰਬ ਵਿਆਪਕ ਪਰਮ ਤੱਤ ਦੇ ਰੂਪ ਵਿਚ ਪਹਿਚਾਣ ਜਾਂਦਾ ਹੈ, ਉਹ ਫਿਰ ਸਮੇਂ ਅਤੇ ਦੇਸ਼ ਦੀਆਂ ਕਠੋਰ ਹੱਦ ਬੰਦੀਆਂ ਵਿਚ ਜਕੜਿਆ ਨਹੀਂ ਰਹਿੰਦਾ। ਘੇਰ ਕੇ ਰੱਖਣ ਵਾਲੀਆਂ ਸਾਰੀਆਂ ਵਲਗਣਾ 'ਮੈਂ ਉਹ ਹਾਂ' ਦੇ ਵਿਚ ਵਿਲੀਨ ਹੋ ਜਾਂਦੀਆਂ ਹਨ।

'ਪ੍ਰਕਾਸ਼ ਹੋ ਜਾਵੇ' ਅਤੇ, 'ਪ੍ਰਕਾਸ਼ ਹੋ ਗਿਆ'।* ਸ੍ਰਿਸ਼ਟੀ ਦੀ ਰਚਨਾ ਵਿਚ ਪ੍ਰਮਾਤਮਾ ਦੇ ਪਹਿਲੇ ਹੁਕਮ ਨਾਲ ਸ੍ਰਿਸ਼ਟੀ ਦਾ ਅਧਾਰ ਤੱਤ ਪ੍ਰਕਾਸ਼ ਹੋਂਦ ਵਿਚ ਆਇਆ। ਇਸ

* *ਜੀਨੀਸਿਸ* 1:3 (ਬਾਈਬਲ)

ਅਲੌਕਿਕ ਪ੍ਰਕਾਸ਼ ਦੀਆਂ ਕਿਰਨਾਂ ਰਾਹੀਂ ਹੀ ਪ੍ਰਮਾਤਮਾ ਦੀਆਂ ਸਾਰੀਆਂ ਅਭੀਵਿਅਕਤੀਆਂ ਮੂਰਤੀਮਾਨ ਹੁੰਦੀਆਂ ਹਨ। ਹਰ ਯੁਗ ਦੇ ਸਿੱਧ ਪੁਰਸ਼ ਅਗਨੀ ਸ਼ਿਖਾ (ਲਾਟ) ਅਤੇ ਪ੍ਰਕਾਸ਼ ਦੇ ਰੂਪ ਵਿਚ ਹੀ ਈਸ਼ਵਰ ਦੇ ਪ੍ਰਗਟ ਹੋਣ ਦੀ ਗੱਲ ਕਹਿੰਦੇ ਹਨ। ਸੇਂਟ ਜਾਨ ਕਹਿੰਦੇ ਹਨ, "ਉਸ ਦੀਆਂ ਅੱਖਾਂ ਅੱਗ ਦੀ ਲਾਟ ਵਾਂਗ ਦਹਿਕ ਰਹੀਆਂ ਸਨ। ਉਸ ਦਾ ਰੂਪ ਇਹੋ ਜਿਹਾ ਸੀ, ਜਿਵੇਂ ਸੂਰਜ ਆਪਣੇ ਪੂਰੇ ਜਾਹੋ ਜਲਾਲ ਨਾਲ ਚਮਕ ਰਿਹਾ ਹੋਵੇ।"*

ਜਿਹੜਾ ਯੋਗੀ ਅਖੰਡ ਧਿਆਨ ਨਾਲ ਆਪਣੀ ਚੇਤਨਾ ਨੂੰ ਪਰਮ ਚੈਤਨਯ ਨਾਲ ਮਿਲਾ ਸਕਦਾ ਹੈ, ਉਹ ਪ੍ਰਕਾਸ਼ (ਪ੍ਰਾਣ ਸ਼ਕਤੀ) ਨੂੰ ਸ੍ਰਿਸ਼ਟੀ ਦੇ ਅਧਾਰ ਤੱਤ ਦੇ ਰੂਪ ਵਿਚ ਦੇਖਦਾ ਹੈ। ਫਿਰ ਉਸ ਵਾਸਤੇ ਪਾਣੀ ਬਣ ਕੇ ਸਾਹਮਣੇ ਆਉਣ ਵਾਲੀਆਂ ਕਿਰਨਾਂ ਜਾਂ ਜਮੀਨ ਬਣ ਕੇ ਆਉਣ ਵਾਲੀਆਂ ਕਿਰਨਾਂ ਵਿਚ ਕੋਈ ਫਰਕ ਨਹੀਂ ਰਹਿੰਦਾ। ਪਦਾਰਥ ਚੇਤਨਾ ਅਤੇ ਭੌਤਿਕ ਜਗਤ ਦੇ ਤਿੰਨ ਮਾਪ ਦੰਡਾਂ ਨਾਲ ਅਤੇ ਚੌਥੇ ਸਮੇਂ ਦਾ ਮਾਪ ਦੰਡ ਤੋਂ ਮੁਕਤ ਹੋ ਕੇ ਸਿੱਧ ਪੁਰਸ਼ ਆਪਣੇ ਸਰੀਰ ਨੂੰ ਪ੍ਰਿਥਵੀ, ਜਲ, ਅੱਗ, ਵਾਯੂ ਅਤੇ ਪ੍ਰਕਾਸ਼ ਦੀਆਂ ਕਿਰਨਾਂ ਵਿਚੋਂ ਦੀ ਜਾਂ ਉਨ੍ਹਾਂ ਦੇ ਉੱਪਰ ਦੀ ਅਸਾਨੀ ਨਾਲ ਕਿਤੇ ਵੀ ਲੈ ਜਾ ਸਕਦਾ ਹੈ।

ਇਸ ਵਾਸਤੇ ਜੇ ਤੁਹਾਡੀ ਅੱਖ ਇੱਕ ਹੋ ਜਾਵੇ ਤਾਂ ਤੁਹਾਡਾ ਸਰੀਰ ਪ੍ਰਕਾਸ਼ ਨਾਲ ਭਰ ਜਾਵੇਗਾ।† ਜਦੋਂ ਮੁਕਤੀ-ਦਾਤੀ ਤੀਜੀ ਅੱਖ ਉੱਪਰ ਲੰਬੇ ਸਮੇਂ ਤਕ ਮਨ ਨੂੰ ਇਕਾਗਰ ਕਰਨ ਨਾਲ ਯੋਗੀ ਭੌਤਿਕ ਜਗਤ ਅਤੇ ਉਸ ਦੇ ਗੁਰਤਾਆਕਰਸ਼ਣ ਭਾਰ ਦੇ ਸਾਰੇ ਭੁਲੇਖਿਆਂ ਨੂੰ ਨਸ਼ਟ ਕਰਨ ਦੇ ਸਮਰੱਥ ਹੋ ਜਾਂਦਾ ਹੈ, ਤਾਂ ਉਹ ਸ੍ਰਿਸ਼ਟੀ ਨੂੰ ਉਸੇ ਰੂਪ ਵਿਚ ਦੇਖਦਾ ਹੈ, ਜਿਸ ਰੂਪ ਵਿਚ ਵਿਧਾਤਾ ਨੇ ਇਸ ਦੀ ਰਚਨਾ ਕੀਤੀ ਸੀ – ਮੂਲ ਰੂਪਃ- ਅਨਿਖੜਵਾਂ ਪ੍ਰਕਾਸ਼।

ਹਾਰਵਰਡ ਦੇ ਡਾ. ਐਲ.ਟੀ. ਟਰੋਲੈਂਡ ਕਹਿੰਦੇ ਹਨ "ਅੱਖਾਂ ਦੇ ਸਾਹਮਣੇ ਉਭਰਨ ਵਾਲੇ ਚਿੱਤਰਾਂ ਦੀ ਰਚਨਾ ਵੀ ਛਪਾਈ ਵਿਚ ਵਰਤੋਂ ਕੀਤੀ ਜਾਣ ਵਾਲੀ ਸਧਾਰਨ ਬਿੰਦੂ ਚਿੱਤਰ ਤਕਨੀਕ ਦੇ ਸਿਧਾਂਤ ਉੱਪਰ ਹੀ ਅਧਾਰਿਤ ਹੁੰਦੀ ਹੈ। ਮਤਲਬ ਇਹ ਹੈ ਕਿ ਚਿੱਤਰ ਇਹੋ ਜਿਹੇ ਛੋਟੇ ਛੋਟੇ ਬਿੰਦੂਆਂ ਨਾਲ ਬਣਦੇ ਹਨ, ਜਿਨ੍ਹਾਂ ਨੂੰ ਅੱਖਾਂ ਨਾਲ ਦੇਖਿਆ ਨਹੀਂ ਜਾ ਸਕਦਾ। ਨੇਤਰ ਪਟਲ ਇੰਨਾ ਨਾਜ਼ਕ ਮਿਜ਼ਾਜ ਹੈ ਕਿ ਉਚਿਤ ਪ੍ਰਕਾਰ ਦੇ ਪ੍ਰਕਾਸ਼ ਦੀ ਬਨਿਸਬਤ ਥੋੜੀ ਜਿਹੀ ਮਾਤਰਾ ਨਾਲ ਵੀ ਦ੍ਰਿਸ਼ਟੀ ਸੰਵੇਦਨ ਜਾਗ ਉੱਠਦਾ ਹੈ।"

ਚਮਤਕਾਰਾਂ ਦੇ ਨਿਯਮ ਨੂੰ ਕੋਈ ਵੀ ਇਹੋ ਜਿਹਾ ਆਦਮੀ ਹਰਕਤ ਵਿਚ ਲਿਆ ਸਕਦਾ ਹੈ, ਜਿਸ ਨੇ ਇਹ ਮਹਿਸੂਸ ਕਰ ਲਿਆ ਹੋਵੇ, ਕਿ ਸਾਰੀ ਸ੍ਰਿਸ਼ਟੀ ਦਾ ਮੂਲ ਤੱਤ

* *ਰੈਵੀਲੇਸਨ* 1:14–16 (ਬਾਈਬਲ)

† *ਮੈਥਯੂ* 6:22 (ਬਾਈਬਲ)

ਪ੍ਰਕਾਸ਼ ਹੈ। ਸਿੱਧ ਪੁਰਸ਼ ਪ੍ਰਕਾਸ਼ ਤੱਤ ਦੇ ਆਪਣੇ ਦਿਵੱਯ ਗਿਆਨ ਦੀ ਵਰਤੋਂ ਕਰਕੇ ਸਰਬਵਿਆਪੀ ਪ੍ਰਕਾਸ਼ ਅਣੂਆਂ ਨੂੰ ਕਿਸੇ ਵੀ ਦ੍ਰਿਸ਼ਟੀਗੋਚਰ ਅਭੀਵਿਅਕਤੀ ਵਿਚ ਝਟਪਟ ਪ੍ਰਗਟ ਕਰ ਸਕਦਾ ਹੈ। ਇਸ ਪ੍ਰਗਟੀਕਰਣ ਦਾ ਪ੍ਰਤੱਖ ਰੂਪ (ਜੋ ਵੀ ਹੋਵੇ-ਜਿਵੇਂ ਕੋਈ ਦਰਖਤ, ਕੋਈ ਦਵਾਈ ਜਾਂ ਕੋਈ ਮਾਨਵ ਸਰੀਰ) ਦਾ ਨਿਰਧਾਰਨ ਯੋਗੀ ਦੀ ਇੱਛਾ, ਉਸ ਦੀ ਸੰਕਲਪ ਸ਼ਕਤੀ ਅਤੇ ਮਾਨਸ ਚਿਤਰਨ ਉੱਪਰ ਨਿਰਭਰ ਕਰਦਾ ਹੈ।

ਰਾਤ ਨੂੰ ਆਦਮੀ ਸੁਪਨੇ ਦੀ ਚੇਤਨਤਾ ਵਿਚ ਪ੍ਰਵੇਸ਼ ਕਰਦਾ ਹੈ ਅਤੇ ਉਸ ਨੂੰ ਹਰ ਪਾਸੇ ਤੋਂ ਹਰ ਰੋਜ਼ ਜਕੜ ਕੇ ਰੱਖਣ ਵਾਲੇ ਹੰਕਾਰ ਦੀਆਂ ਵਲਗਣਾ ਤੋਂ ਛੁਟਕਾਰਾ ਮਿਲ ਜਾਂਦਾ ਹੈ। ਨੀਂਦ ਵਿਚ ਉਸ ਨੂੰ ਆਪਣੇ ਮਨ ਦੀ ਸਰਬਸ਼ਕਤੀਮਾਨਤਾ ਦਾ ਬਾਰਮਬਾਰ ਪ੍ਰਦਰਸ਼ਨ ਦੇਖਣ ਨੂੰ ਮਿਲਦਾ ਹੈ। ਦੇਖਦੇ ਹੀ ਦੇਖਦੇ ਉਸ ਦੇ ਸੁਪਨੇ ਵਿਚ ਅਨੇਕ ਵਰ੍ਹਿਆਂ ਪਹਿਲਾਂ ਮਰੇ ਹੋਏ ਮਿੱਤਰ ਪ੍ਰਗਟ ਹੋ ਜਾਂਦੇ ਹਨ।

ਸਾਰੇ ਮਨੁੱਖਾਂ ਨੂੰ ਆਪਣੇ ਸੁਪਨਿਆਂ ਵਿਚ ਥੋੜੇ ਵਕਤ ਵਾਲੀ ਇਹ ਸੁਤੰਤਰ ਚੇਤਨਾ, ਈਸ਼ਵਰ ਮਗਨ ਸਿੱਧ ਪੁਰਸ਼ਾਂ ਦੇ ਮਨ ਦੀ ਹਰ ਵਕਤ ਦੀ ਹਾਲਤ ਹੁੰਦੀ ਹੈ। ਸਾਰੇ ਪ੍ਰਕਾਰ ਦੇ ਸੁਆਰਥੀ ਉਦੇਸ਼ਾਂ ਤੋਂ ਮੁਕਤ ਹੋਇਆ ਯੋਗੀ ਈਸ਼ਵਰ ਦੁਆਰਾ ਬਖਸ਼ੀ ਗਈ, ਸਿਰਜਣਾਤਮਿਕ ਇੱਛਾ ਸ਼ਕਤੀ ਦੀ ਵਰਤੋਂ ਕਰਕੇ, ਸ਼ਰਧਾਲੂ ਦੀ ਸੱਚੀ ਪ੍ਰਾਰਥਨਾ ਨੂੰ ਪੂਰੀ ਕਰਨ ਵਾਸਤੇ ਸ੍ਰਿਸ਼ਟੀ ਦੇ ਪ੍ਰਕਾਸ਼ ਅਣੂਆਂ ਨੂੰ ਮੁੜ ਤਰਤੀਬ ਦੇ ਦਿੰਦਾ ਹੈ।

"ਅਤੇ ਪ੍ਰਮੇਸ਼ਵਰ ਨੇ ਕਿਹਾ, ਅਸੀਂ ਆਪਣੇ ਗੁਣਾਂ ਨਾਲ ਭਰਪੂਰ ਮਨੁੱਖ ਬਣਾਉਂਦੇ ਹਾਂ, ਜੋ ਸਾਡੇ ਸਮਰੂਪ ਹੋਵੇ। ਉਹ ਸਮੁੰਦਰ ਦੀਆਂ ਮੱਛੀਆਂ, ਹਵਾ ਵਿਚ ਉੱਡਣ ਵਾਲੇ ਪੰਛੀਆਂ, ਸਾਰੀ ਪ੍ਰਿਥਵੀ ਉੱਪਰ ਰੀਂਗਣ ਵਾਲੇ ਸਾਰੇ ਜੀਵ ਜੰਤੂਆਂ ਉੱਪਰ ਆਪਣਾ ਅਧਿਕਾਰ ਸਥਾਪਤ ਕਰ ਸਕੇ।"*

ਇਸ ਮਨੋਰਥ ਲਈ ਮਨੁੱਖ ਅਤੇ ਸ੍ਰਿਸ਼ਟੀ ਦੀ ਰਚਨਾ ਕੀਤੀ ਕਿ ਉਹ ਸ੍ਰਿਸ਼ਟੀ ਉੱਪਰ ਆਪਣੇ ਅਧਿਕਾਰ ਨੂੰ ਜਾਣ ਲਵੇ ਅਤੇ ਮਾਇਆ ਦਾ ਮਾਲਕ ਬਣ ਕੇ ਉਸ ਤੋਂ ਉੱਪਰ ਉੱਠੇ।

1915 ਵਿਚ ਸੰਨਿਆਸ ਲੈਣ ਤੋਂ ਕੁਝ ਦਿਨ ਬਾਅਦ ਹੀ ਮੈਂ ਧਿਆਨ ਵਿਚ ਇੱਕ ਬਹੁਤ ਅਨੋਖਾ ਨਜ਼ਾਰਾ ਦੇਖਿਆ। ਉਸ ਦੇ ਅਨੁਭਵ ਦੇ ਨਾਲ ਮਾਨਵ ਚੇਤਨਾ ਦੀ ਸਾਪੇਖਤਾ ਮੇਰੀ ਸਮਝ ਵਿਚ ਆ ਗਈ ਅਤੇ ਮਾਇਆ ਦੇ ਦੁਖਦਾਇਕ ਦਵੰਦਾਂ ਦੇ ਪਿੱਛੇ, ਮੈਂ ਅਨੰਤ ਪ੍ਰਕਾਸ਼ ਦੀ ਅਖੰਡਤਾ ਸਪਸ਼ਟ ਦੇਖੀ। ਇਹ ਅਨੁਭਵ ਮੈਨੂੰ ਉਸ ਵਕਤ ਹੋਇਆ, ਜਦੋਂ ਮੈਂ ਇੱਕ ਦਿਨ ਸਵੇਰੇ ਸਵੇਰੇ ਪਿਤਾ ਜੀ ਦੇ ਗੜ੍ਹਪਾਰ ਰੋਡ ਸਥਿਤ ਘਰ ਵਿਚ, ਆਪਣੀ ਛੋਟੀ ਜਿਹੀ ਕੋਠੜੀ ਵਿਚ ਧਿਆਨ ਮਗਨ ਬੈਠਾ ਸੀ। ਉਸ ਵਕਤ ਕਈ ਮਹੀਨਿਆਂ ਤੋਂ

* *ਜੀਨੀਸਿਸਸ* 1:26 (ਬਾਈਬਲ)

ਯੂਰਪ ਵਿਚ ਪਹਿਲਾ ਵਿਸ਼ਵ ਯੁੱਧ ਚੱਲ ਰਿਹਾ ਸੀ। ਜਿਸ ਵਿਚ ਹੋ ਰਹੇ ਵਿਸ਼ਾਲ ਨਰ ਸੰਹਾਰ ਉੱਪਰ ਮੈਂ ਮਨ ਹੀ ਮਨ ਦੁਖੀ ਹੋ ਰਿਹਾ ਸੀ।

ਜਦੋਂ ਮੈਂ ਅੱਖਾਂ ਬੰਦ ਕਰਕੇ ਧਿਆਨ ਵਿਚ ਬੈਠਾ ਸੀ, ਤਾਂ ਅਚਾਨਕ ਮੇਰੀ ਚੇਤਨਤਾ ਇੱਕ ਸਮੁੰਦਰੀ ਬੇੜੇ ਦੇ ਕਪਤਾਨ ਵਿਚ ਪਰਿਵਰਤਿਤ ਹੋ ਗਈ। ਜਹਾਜ਼ ਦੀਆਂ ਤੋਪਾਂ ਅਤੇ ਸਮੁੰਦਰ ਦੇ ਕਿਨਾਰੇ ਸਥਿਤ ਤੋਪਖਾਨਾ ਇੱਕ ਦੂਸਰੇ ਉੱਪਰ ਗੋਲੇ ਬਰਸਾ ਰਹੇ ਸਨ। ਇੱਕ ਬਹੁਤ ਵੱਡਾ ਗੋਲਾ ਆ ਕੇ ਸਾਡੇ ਬਰੂਦ ਦੇ ਢੇਰ ਨਾਲ ਟਕਰਾਇਆ ਅਤੇ ਸਾਡਾ ਜਹਾਜ਼ ਟੋਟੇ ਟੋਟੇ ਹੋ ਗਿਆ। ਜਿਹੜੇ ਥੋੜੇ ਬਹੁਤੇ ਜਹਾਜ਼ਰਾਨ ਬਚੇ ਸਨ, ਉਨ੍ਹਾਂ ਦੇ ਨਾਲ ਮੈਂ ਵੀ ਸਮੁੰਦਰ ਵਿਚ ਕੁੱਦ ਪਿਆ।

ਧੜਕਦੇ ਦਿਲ ਨਾਲ ਮੈਂ ਕਿਨਾਰੇ ਪਹੁੰਚ ਗਿਆ। ਪ੍ਰੰਤੂ ਅਫਸੋਸ ਤੇਜ ਰਫਤਾਰ ਨਾਲ ਆ ਰਹੀ ਇੱਕ ਗੋਲੀ ਮੇਰੀ ਛਾਤੀ ਵਿਚ ਵੱਜੀ। ਕੁਰਲਾਉਂਦਿਆਂ ਹੋਇਆਂ, ਮੈਂ ਧਰਤੀ ਉੱਪਰ ਡਿਗ ਪਿਆ। ਮੇਰਾ ਸਾਰਾ ਸਰੀਰ ਸੁੰਨ ਹੋ ਗਿਆ। ਪ੍ਰੰਤੂ ਮੈਨੂੰ ਸਰੀਰ ਦੀ ਹੋਂਦ ਦਾ ਅਹਿਸਾਸ ਸੀ। ਠੀਕ ਉਸੇ ਤਰ੍ਹਾਂ, ਜਿਸ ਤਰ੍ਹਾਂ ਹੱਥਾਂ ਪੈਰਾਂ ਦੇ ਸੁੰਨ ਹੋ ਜਾਣ ਤੋਂ ਬਾਅਦ ਵੀ, ਆਦਮੀ ਨੂੰ ਉਨ੍ਹਾਂ ਦੀ ਹੋਂਦ ਦਾ ਅਹਿਸਾਸ ਰਹਿੰਦਾ ਹੈ।

"ਮੌਤ ਦੇ ਰਹੱਸਮਈ ਕਦਮ ਆਖਰ ਮੇਰੇ ਤਕ ਪਹੁੰਚ ਹੀ ਗਏ," ਮੈਂ ਸੋਚਿਆ। ਇੱਕ ਆਖਰੀ ਹੌਂਕਾ ਲੈ ਕੇ, ਬੇਹੋਸ਼ੀ ਵਿਚ ਡੁਬਣ ਹੀ ਵਾਲਾ ਸੀ ਕਿ ਮੈਂ ਅਚਾਨਕ ਦੇਖਿਆ, ਕਿ ਮੈਂ ਤਾਂ ਗੜ੍ਹਪਾਰ ਰੋਡ ਸਥਿਤ ਆਪਣੀ ਕੋਠੜੀ ਵਿਚ ਪਦਮ ਆਸਣ ਉੱਪਰ ਬੈਠਿਆ ਹੋਇਆ ਸੀ।

ਮੈਂ ਆਪਣੇ ਮੁੜ ਪ੍ਰਾਪਤ ਕੀਤੇ ਸਰੀਰ ਨੂੰ ਟਟੋਲ ਟਟੋਲ ਕੇ, ਚੂੰਢੀਆਂ ਵੱਢ ਵੱਢ ਕੇ ਦੇਖਣ ਲੱਗਿਆ ਅਤੇ ਮੇਰੀਆਂ ਅੱਖਾਂ ਵਿਚ ਖੁਸ਼ੀ ਦੇ ਅੱਥਰੂ ਵਹਿਣ ਲੱਗ ਪਏ। ਸਰੀਰ ਵਿਚ ਛਾਤੀ ਉੱਪਰ ਗੋਲੀ ਦਾ ਕੋਈ ਨਿਸ਼ਾਨ ਨਹੀਂ ਸੀ। ਆਪਣੇ ਆਪ ਨੂੰ ਯਕੀਨ ਦੁਆਉਣ ਵਾਸਤੇ ਕਿ ਮੈਂ ਸੱਚ ਮੁੱਚ ਹੀ ਜਿਉਂਦਾ ਹਾਂ, ਮੈਂ ਸਰੀਰ ਨੂੰ ਅੱਗੇ ਪਿੱਛੇ ਹਿਲਾ ਕੇ ਦੇਖਿਆ। ਲੰਬੇ ਲੰਬੇ ਸਾਹ ਲਏ। ਇਸ ਖੁਸ਼ੀ ਅਤੇ ਆਤਮ-ਵਧਾਈ ਦੇ ਵਿਚਕਾਰ ਹੀ, ਅਚਾਨਕ ਮੇਰੀ ਚੇਤਨਤਾ ਮੁੜ ਲਹੂ ਲੁਹਾਣ ਸਮੁੰਦਰ ਦੇ ਕਿਨਾਰੇ ਪਏ, ਕਪਤਾਨ ਦੇ ਮੁਰਦਾ ਸਰੀਰ ਵਿਚ ਪਰਿਵਰਤਿਤ ਹੋ ਗਈ। ਮੇਰਾ ਮਨ ਪੂਰੀ ਤਰ੍ਹਾਂ ਉਲਝਣ ਵਿਚ ਪੈ ਗਿਆ।

ਮੈਂ ਪ੍ਰਾਰਥਨਾ ਕਰਨ ਲੱਗਿਆ, "ਪ੍ਰਮਾਤਮਾ, ਮੈਂ ਜਿਉਂਦਾ ਹਾਂ ਕਿ ਮੁਰਦਾ?"

ਸਾਰੇ ਦਿਸਹੱਦੇ (ਦੁਮੇਲ- ਉਹ ਥਾਂ ਜਿੱਥੇ ਧਰਤੀ ਅਤੇ ਅਸਮਾਨ ਮਿਲੇ ਹੋਏ ਦਿਖਾਈ ਦਿੰਦੇ ਹਨ) ਚੁੰਧਿਆਉਣ ਵਾਲੀ ਰੌਸ਼ਨੀ ਨਾਲ ਜਗਾ ਮਗਾ ਉੱਠੇ। ਮਿੱਠੀ ਮਿੱਠੀ ਗੜਗੜਾਹਟ ਕਰਦੀ ਹੋਈ ਇੱਕ ਕੰਬਾਇਮਾਨ ਅਵਾਜ਼ ਸੁਣਾਈ ਦੇਣ ਲੱਗੀ, "ਜੀਵਨ ਅਤੇ ਮੌਤ ਦਾ ਪ੍ਰਕਾਸ਼ ਨਾਲ ਕੀ ਸਬੰਧ? ਆਪਣੇ ਪ੍ਰਕਾਸ਼ ਦੀ ਮੂਰਤੀ ਵਿਚ, ਮੈਂ ਤੈਨੂੰ

ਬਣਾਇਆ ਹੈ। ਜੀਵਨ ਅਤੇ ਮੌਤ ਦੇ ਦਵੰਦਾਂ ਦਾ ਸਬੰਧ ਤਾਂ ਕੇਵਲ ਮਾਇਆ ਨਾਲ ਹੈ। ਮਾਇਆ ਤੋਂ ਪਰੇ, ਆਪਣੇ ਅਸਲ ਸਰੂਪ ਨੂੰ ਦੇਖ, ਜਾਗ, ਮੇਰੇ ਬੱਚੇ ਜਾਗ।"

ਆਦਮੀ ਦੀ ਜਾਗਰੂਕਤਾ ਦੇ ਪੜਾਅ ਦੇ ਰੂਪ ਵਿਚ, ਪ੍ਰਮਾਤਮਾ ਠੀਕ ਸਮੇਂ ਅਤੇ ਸਥਾਨ ਉਪਰ ਵਿਗਿਆਨਿਕ ਨੂੰ ਆਪਣੀ ਸ੍ਰਿਸ਼ਟੀ ਦੇ ਭੇਦਾਂ ਨੂੰ ਜਾਨਣ ਵਾਸਤੇ ਪ੍ਰੇਰਿਤ ਕਰਦਾ ਹੈ। ਅਨੇਕ ਆਧੁਨਿਕ ਕਾਢਾਂ, ਇਸ ਤੱਤ ਨੂੰ ਸਮਝਣ ਵਿਚ ਮਨੁੱਖ ਦੀ ਸਹਾਇਤਾ ਕਰਦੀਆਂ ਹਨ ਕਿ ਸ੍ਰਿਸ਼ਟੀ ਇੱਕ ਹੀ ਸ਼ਕਤੀ ਦੇ ਵੱਖ ਵੱਖ ਰੂਪਾਂ ਦਾ ਪ੍ਰਗਟਾਵਾ ਹੈ ਅਤੇ ਇਹ ਸਾਰੇ ਪ੍ਰਗਟਾਵੇ ਪ੍ਰਮਾਤਮਾ ਦੇ ਗਿਆਨ ਨਾਲ ਨਿਰਦੇਸ਼ਤ ਪਰਕਾਸ਼ ਹੀ ਹਨ। ਚਲ ਚਿੱਤਰ, ਰੇਡੀਉ, ਟੈਲੀਵੀਜ਼ਨ, ਰਾਡਾਰ, ਫੋਟੋ, ਇਲੈਕਟਰਿਕ ਸੈਲ (ਅਸਚਰਜਜਨਕ ਬਿਜਲਈ ਅੱਖ) ਅਣੂ ਸ਼ਕਤੀਆਂ ਦੇ ਸਾਰੇ ਚਮਤਕਾਰ ਪ੍ਰਕਾਸ਼ ਦੇ ਬਿਜਲਈ ਚੁੰਬਕੀ ਗੁਣਾਂ ਉਪਰ ਅਧਾਰਿਤ ਹਨ।

ਚਲ-ਚਿੱਤਰ ਤਕਨੀਕ ਕਿਸੇ ਵੀ ਚਮਤਕਾਰ ਦਾ ਚਿੱਤਰਾਤਮਿਕ ਵਰਣਨ ਕਰ ਸਕਦੀ ਹੈ। ਪ੍ਰਭਾਵਸ਼ਾਲੀ ਨਜ਼ਾਰਾ ਪੇਸ਼ ਕਰਨ ਦੇ ਦ੍ਰਿਸ਼ਟੀਕੋਣ ਤੋਂ ਮਾਹਿਰ ਫੋਟੋਗਰਾਫਰ ਦੇ ਵਾਸਤੇ ਕੁਝ ਵੀ ਅਸੰਭਵ ਨਹੀਂ। ਚਲ-ਚਿੱਤਰ ਵਿਚ ਆਦਮੀ ਪਾਰਦਰਸ਼ੀ ਸੂਖਮ ਸਰੀਰ ਧਾਰਨ ਕਰਕੇ ਆਪਣੇ ਸਥੂਲ ਸਰੀਰ ਵਿਚੋਂ ਨਿਕਲਦਾ ਦੇਖਿਆ ਜਾ ਸਕਦਾ ਹੈ, ਉਹ ਪਾਣੀ ਉਪਰ ਤੁਰ ਸਕਦਾ ਹੈ, ਮਰੇ ਹੋਏ ਆਦਮੀ ਨੂੰ ਜਿਉਂਦਾ ਕਰ ਸਕਦਾ ਹੈ, ਕੁਦਰਤੀ ਵਿਕਾਸ ਦੇ ਘਟਨਾਕ੍ਰਮ ਨੂੰ ਪਿੱਛੇ ਵੱਲ ਲਿਜਾ ਸਕਦਾ ਹੈ। ਦੇਸ਼ ਅਤੇ ਸਮੇਂ ਦੀਆਂ ਧੱਜੀਆਂ ਉਡਾ ਸਕਦਾ ਹੈ। ਮਾਹਿਰ ਫੋਟੋਗਰਾਫਰ ਆਪਣੀ ਇੱਛਾ ਦੇ ਅਨੁਸਾਰ ਆਪਣੇ ਛਾਇਆ ਚਿੱਤਰਾਂ ਨੂੰ ਮਿਲਾ ਕੇ ਦਿਖਾਈ ਦੇਣ ਵਿਚ ਚਮਤਕਾਰ ਪੈਦਾ ਕਰ ਸਕਦਾ ਹੈ। ਠੀਕ ਉਸੇ ਤਰ੍ਹਾਂ ਜਿਸ ਤਰ੍ਹਾਂ ਸਿੱਧ ਪੁਰਸ਼ ਵਾਸਤਵਿਕ ਪ੍ਰਕਾਸ਼ ਦੀਆਂ ਕਿਰਨਾਂ ਦੇ ਨਾਲ ਕਰਦਾ ਹੈ।

ਜੀਵੰਤ ਮਹਿਸੂਸ ਹੋਣ ਵਾਲੇ ਚਿੱਤਰ, ਸ੍ਰਿਸ਼ਟੀ ਦੀ ਰਚਨਾ ਦੀ ਚਲ-ਚਿੱਤਰਤਾ ਦੇ ਅਨੇਕ ਤੱਥਾਂ ਉਪਰ ਰੌਸ਼ਨੀਂ ਪਾਉਂਦੇ ਹਨ। ਸ੍ਰਿਸ਼ਟੀ ਦੇ ਨਿਰਦੇਸ਼ਕ ਨੇ ਆਪਣੀਆਂ ਪਟ ਕਥਾਵਾਂ ਆਪ ਲਿਖੀਆਂ ਹਨ ਅਤੇ ਸਦੀਆਂ ਤੋਂ ਇਸ ਵਿਸ਼ਾਲ ਚਿੱਤਰ-ਪਟ ਵਿਚ ਅਣਗਿਣਤ ਅਭਿਨੇਤਾ-ਅਭਿਨੇਤਰੀਆਂ ਦੀ ਭੂਮਿਕਾ ਸ਼ਾਮਲ ਹੈ। ਅਨੰਤਤਾ ਦੇ ਅਨ੍ਹੇਰੇ ਕਮਰੇ ਵਿਚੋਂ, ਉਹ ਪ੍ਰਕਾਸ਼ ਦੀਆਂ ਕਿਰਨਾਂ ਭੇਜਦਾ ਹੈ, ਜੋ ਇੱਕ ਤੋਂ ਬਾਅਦ ਇੱਕ ਆਉਣ ਵਾਲੇ ਯੁਗਾਂ ਦੀਆਂ ਫਿਲਮਾਂ ਵਿਚੋਂ ਦੀ ਹੋ ਕੇ ਖਲਾਅ ਦੇ ਪਰਦੇ ਉਪਰ ਡਿਗਦੇ ਹਨ ਅਤੇ ਉਨ੍ਹਾਂ ਫਿਲਮਾਂ ਦੇ ਚਿੱਤਰਾਂ ਨੂੰ ਪ੍ਰਤੀਬਿੰਬਤ ਕਰਦੇ ਹਨ।

ਜਿਸ ਤਰ੍ਹਾਂ ਸਿਨੇਮਾ ਦੇ ਚਿੱਤਰ ਅਸਲੀ ਮਹਿਸੂਸ ਹੁੰਦੇ ਹਨ, ਪ੍ਰੰਤੂ ਹੁੰਦੇ ਹਨ ਸਿਰਫ ਰੌਸ਼ਨੀ ਅਤੇ ਛਾਇਆ ਦੇ ਮਿਲੇ ਜੁਲੇ ਚਿੱਤਰ। ਉਸੇ ਤਰ੍ਹਾਂ ਸ੍ਰਿਸ਼ਟੀ ਦੀ ਵੰਨ ਸੁਵੰਨਗੀ ਵੀ ਸਿਰਫ ਇੱਕ ਭੁਲੇਖਾ ਹੀ ਹੈ। ਵੱਖੋ ਵੱਖਰੇ ਗ੍ਰਹਿ ਮੰਡਲ ਅਤੇ ਉਸ ਉਪਰ ਜਿਉਣ ਵਾਲੇ ਅਣਗਿਣਤ ਜੀਵ ਇੱਕ ਵਿਸ਼ਾਲ ਚਲ – ਚਿੱਤਰ ਤੋਂ ਇਲਾਵਾ ਕੁਝ ਵੀ ਨਹੀਂ

ਹਨ। ਮਨੁੱਖ ਦੀਆਂ ਪੰਜ ਇੰਦਰੀਆਂ ਨੂੰ ਕੁਝ ਦੇਰ ਲਈ ਅਸਲੀ ਲੱਗਣ ਵਾਲੇ ਦ੍ਰਿਸ਼ ਮਨੁਖੀ ਚੇਤਨਤਾ ਦੇ ਪਰਦੇ ਉੱਪਰ ਅਨੰਤ ਸਿਰਜਣਾਤਮਿਕ ਕਿਰਨਾਂ ਦੁਆਰਾ ਪ੍ਰਗਟ ਕੀਤੇ ਜਾਂਦੇ ਹਨ।

ਸਿਨੇਮਾ ਦਰਸ਼ਕ ਨਜ਼ਰ ਉੱਪਰ ਉਠਾ ਕੇ ਦੇਖ ਸਕਦੇ ਹਨ, ਕਿ ਪਰਦੇ ਦੇ ਉੱਪਰ ਦਿਖਾਈ ਦੇਣ ਵਾਲੇ ਚਿੱਤਰ, ਚਿੱਤਰ-ਵਿਹੀਨ ਪ੍ਰਕਾਸ਼ ਕਿਰਨਾਂ ਦੀ ਰੌਸ਼ਨੀ ਨਾਲ ਉਤਪੰਨ ਹੋ ਰਹੇ ਹਨ। ਸ੍ਰਿਸ਼ਟੀ ਦਾ ਇਹ ਰੰਗ ਬਿਰੰਗਾ ਨਾਟਕ ਵੀ ਉਸੇ ਪ੍ਰਕਾਰ ਇੱਕ ਵਿਸ਼ਵ ਸੋਮੇਂ ਤੋਂ ਆਉਣ ਵਾਲੇ ਇੱਕੋ ਇੱਕ ਪ੍ਰਕਾਸ਼ ਤੋਂ ਉਤਪੰਨ ਹੋ ਰਿਹਾ ਹੈ। ਕਲਪਨਾ ਤੋਂ ਪਰੇ ਪ੍ਰਤਿਭਾ ਨਾਲ ਈਸ਼ਵਰ ਆਪਣੇ ਬੱਚਿਆਂ ਦੇ ਮਨੋਰੰਜਨ ਲਈ ਵਿਸ਼ਾਲ ਨਾਟਕ ਪੇਸ਼ ਕਰ ਰਿਹਾ ਹੈ। ਜਿਸ ਵਿਚ ਉਹ ਆਪਣੇ ਗ੍ਰੈਹ ਮੰਡਲ ਦੇ ਨਾਟਕ ਘਰ ਵਿਚ, ਉਨ੍ਹਾਂ ਨੂੰ ਅਭਿਨੇਤਾ ਵੀ ਬਣਾ ਰਿਹਾ ਹੈ ਅਤੇ ਦਰਸ਼ਕ ਵੀ।

ਇੱਕ ਦਿਨ ਯੂਰਪ ਵਿਚ ਚੱਲ ਰਹੇ ਯੁੱਧ ਦੇ ਮੈਦਾਨ ਦੀਆਂ ਖਬਰਾਂ ਦੀ ਰੀਲ੍ਹ ਦੇਖਣ ਵਾਸਤੇ, ਮੈਂ ਇੱਕ ਸਿਨਮਾ ਘਰ ਵਿਚ ਗਿਆ। ਪੱਛਮੀ ਦੁਨੀਆਂ ਵਿਚ ਪਹਿਲਾ ਵਿਸ਼ਵ – ਯੁੱਧ ਹਾਲੇ ਚੱਲ ਹੀ ਰਿਹਾ ਸੀ। ਖਬਰਾਂ ਦੀ ਰੀਲ੍ਹ ਵਿਚ ਦਿਖਾਇਆ ਜਾ ਰਿਹਾ ਨਰ ਸੰਹਾਰ ਇੰਨਾ ਅਸਲੀ ਲੱਗ ਰਿਹਾ ਸੀ, ਕਿ ਮੈਂ ਥੋੜੀ ਦੇਰ ਬਾਅਦ ਹੀ ਦੁਖੀ ਮਨ ਨਾਲ ਸਿਨਮਾ ਘਰ ਤੋਂ ਬਾਹਰ ਨਿਕਲ ਆਇਆ।

ਮੈਂ ਪ੍ਰਾਰਥਨਾ ਕਰਨ ਲੱਗਿਆ, "ਪ੍ਰਮਾਤਮਾ, ਆਪ ਇੰਨਾ ਦੁਖ-ਦਰਦ ਕਿਉਂ ਹੋਣ ਦਿੰਦੇ ਹੋ?"

ਮੇਰੀ ਹੈਰਾਨੀ ਦਾ ਕੋਈ ਟਿਕਾਣਾ ਨਾ ਰਿਹਾ, ਜਦੋਂ ਪ੍ਰਤੱਖ ਰੂਪ ਵਿਚ ਯੂਰਪ ਵਿਚ ਯੁੱਧ ਦੇ ਮੈਦਾਨ ਦੇ ਦਿਵੱਯ ਦਰਸ਼ਨ ਮੇਰੀ ਪ੍ਰਾਰਥਨਾ ਦੇ ਉੱਤਰ ਦੇ ਜਵਾਬ ਵਿਚ ਮੇਰੇ ਸਾਹਮਣੇ ਦ੍ਰਿਸ਼ਮਾਨ ਹੋਣ ਲੱਗੇ। ਜੋ ਮਿਰਤਕਾਂ ਅਤੇ ਮਰਨ ਕਿਨਾਰੇ ਪਏ ਲੋਕਾਂ ਦੇ ਨਾਲ ਭਰੇ ਇਸ ਖਬਰਾਂ ਦੀ ਰੀਲ੍ਹ ਦੇ ਦ੍ਰਿਸ਼ਾਂ ਤੋਂ ਕਿਤੇ ਜਿਆਦਾ ਦਰਦਨਾਕ ਸਨ।

ਮੇਰੀ ਅਰਧ ਚੇਤਨਾ ਵਿਚ ਕੋਮਲ ਅਵਾਜ਼ ਉੱਭਰ ਆਈ, "ਧਿਆਨ ਨਾਲ ਦੇਖ, ਤੂੰ ਦੇਖੇਂਗਾ ਕਿ ਫਰਾਂਸ ਵਿਚ ਖੇਡੇ ਜਾ ਰਹੇ ਨਾਟਕ ਦੇ ਦ੍ਰਿਸ਼ ਪ੍ਰਕਾਸ਼ ਛਾਇਆ ਦੀ ਖੇਡ ਤੋਂ ਜਿਆਦਾ ਕੁਝ ਵੀ ਨਹੀਂ। ਇਹ ਸ੍ਰਿਸ਼ਟੀ ਦੇ ਚਲ-ਚਿੱਤਰ ਹਨ। ਉਤਨੇ ਹੀ ਅਸਲੀ ਅਤੇ ਉਤਨੇ ਹੀ ਅਵਾਸਤਵਿਕ, ਜਿਵੇਂ ਤੂੰ ਹੁਣੇ ਹੁਣੇ ਖਬਰਾਂ ਦੀ ਰੀਲ੍ਹ ਦੇਖੀ ਸੀ – ਨਾਟਕ ਦੇ ਵਿਚ ਇੱਕ ਹੋਰ ਨਾਟਕ।"

ਮੇਰੇ ਦਿਲ ਨੂੰ ਹਾਲੇ ਸ਼ਾਂਤੀ ਨਹੀਂ ਸੀ ਮਿਲੀ, ਦਿਵੱਯ ਅਵਾਜ਼ ਅੱਗੇ ਕਹਿੰਦੀ ਗਈ "ਸਿਰਜਣਾ, ਪ੍ਰਕਾਸ਼ ਅਤੇ ਪ੍ਰਛਾਈ ਦੋਵੇਂ ਹੀ ਹੈ, ਨਹੀਂ ਤਾਂ ਕੋਈ ਚਿੱਤਰ ਸੰਭਵ ਨਹੀਂ ਹੋ ਸਕਦਾ। ਮਾਇਆ ਦੇ ਚੰਗੇ ਅਤੇ ਮਾੜੇ ਗੁਣ ਵਾਰੋ ਵਾਰੀ ਇੱਕ ਦੂਜੇ ਤੇ ਹਾਵੀ ਹੁੰਦੇ ਰਹਿੰਦੇ

ਹਨ। ਇਸ ਸੰਸਾਰ ਵਿਚ ਜੇ ਅਖੰਡ ਆਨੰਦ ਪ੍ਰਾਪਤ ਹੋ ਜਾਵੇ, ਤਾਂ ਕੀ ਮਨੁੱਖ ਕਿਸੇ ਹੋਰ ਲੋਕ ਦੀ ਇੱਛਾ ਕਰੇਗਾ? ਦਰਦ ਮਿਲੇ ਬਗੈਰ ਤਾਂ ਉਹ ਇਸ ਗੱਲ ਨੂੰ ਯਾਦ ਕਰਨ ਦੀ ਕੋਸ਼ਿਸ਼ ਵੀ ਨਹੀਂ ਕਰੇਗਾ? ਕਿ ਉਸ ਨੇ ਆਪਣੇ ਅਸਲੀ ਘਰ ਨੂੰ ਤਿਆਗਿਆ ਹੋਇਆ ਹੈ। ਦੁਖ ਉਸ ਨੂੰ ਯਾਦ ਕਰਵਾਉਣ ਵਾਸਤੇ ਚੁਭੋਇਆ ਜਾਣ ਵਾਲਾ ਇੱਕ ਕੰਡਾ ਹੈ। ਦੁਖ ਤੋਂ ਬਚਣ ਦਾ ਇਲਾਜ ਗਿਆਨ ਹੈ। ਮੌਤ ਦਾ ਦੁਖਾਂਤ ਝੂਠਾ ਹੈ, ਜਿਹੜੇ ਲੋਕ ਮੌਤ ਦੇ ਨਾਂ ਤੋਂ ਕੰਬ ਜਾਂਦੇ ਹਨ, ਉਹ ਨਾਟਕ ਦੇ ਉਸ ਨਾ ਸਮਝ ਪਾਤਰ ਵਰਗੇ ਹਨ, ਜੋ ਉਸ ਉੱਪਰ ਚਲਾਈ ਗਈ, ਕਾਗਜ਼ ਦੀ ਗੋਲੀ ਲੱਗਣ ਨਾਲ ਹੀ ਮੰਚ ਉੱਪਰ ਡਿਗ ਕੇ ਡਰ ਦੇ ਮਾਰੇ ਮਰ ਜਾਂਦਾ ਹੈ। ਮੇਰੇ ਬੱਚੇ ਪ੍ਰਕਾਸ਼ ਦੇ ਹਨ, ਉਹ ਹਮੇਸ਼ਾਂ ਵਾਸਤੇ ਮਾਇਆ ਦੇ ਅੰਧਕਾਰ ਵਿਚ ਸੋਏ ਨਹੀਂ ਰਹਿਣਗੇ।"

ਮੈਂ ਮਾਇਆ ਦੇ ਸਬੰਧ ਵਿਚ ਸ਼ਾਸਤਰਾਂ ਵਿਚ ਬਹੁਤ ਕੁਝ ਪੜ੍ਹਿਆ ਹੋਇਆ ਸੀ ਪ੍ਰੰਤੂ ਉਸ ਨਾਲ ਮੈਨੂੰ ਮਾਇਆ ਦਾ ਇੰਨਾ ਡੂੰਘਾ ਗਿਆਨ ਨਹੀਂ ਸੀ ਪ੍ਰਾਪਤ ਹੋਇਆ, ਜਿੰਨਾ ਧਿਆਨ ਵਿਚ ਦਿਖਾਈ ਦੇਣ ਵਾਲੇ ਦ੍ਰਿਸ਼ਾਂ ਅਤੇ ਉਨ੍ਹਾਂ ਦਿਲਾਸਾ ਦੇਣ ਵਾਲੇ ਸ਼ਬਦਾਂ ਨਾਲ ਹੋਇਆ। ਮਨੁੱਖ ਦੀਆਂ ਕਦਰਾਂ ਕੀਮਤਾਂ ਦੀਆਂ ਧਾਰਨਾਵਾਂ, ਮਾਨਤਾਵਾਂ ਅਤੇ ਸੋਚਣੀ ਵਿਚ ਇੱਕ ਡੂੰਘਾ ਪਰੀਵਰਤਨ ਆ ਜਾਂਦਾ ਹੈ। ਸ੍ਰਿਸ਼ਟੀ ਕੇਵਲ ਇੱਕ ਵਿਸ਼ਾਲ ਚਲ-ਚਿੱਤਰ ਹੈ ਅਤੇ ਇਸ ਦੇ ਅੰਦਰ ਨਹੀਂ ਬਲਕਿ ਇਸ ਤੋਂ ਪਰੇ ਉਸ ਦਾ ਸੱਚਾ ਸਰੂਪ ਮੌਜੂਦ ਹੈ।

ਇਸ ਚੈਪਟਰ ਨੂੰ ਪੂਰਾ ਲਿਖਣ ਤੋਂ ਬਾਅਦ, ਮੈਂ ਆਪਣੇ ਪਲੰਘ ਉੱਪਰ ਪਦਮ ਆਸਣ ਵਿਚ ਬੈਠ ਗਿਆ। ਮੇਰੇ ਕਮਰੇ* ਵਿਚ ਜਗ ਰਹੇ ਦੋ ਬਲਬਾਂ ਦੀ ਰੌਸ਼ਨੀ ਦਾ ਮੱਧਮ ਜਿਹਾ ਪ੍ਰਕਾਸ਼ ਸੀ। ਮੈਂ ਨਜ਼ਰ ਉੱਪਰ ਉਠਾਈ ਤਾਂ ਦੇਖਿਆ ਕਿ ਛੱਤ ਵਿਚ ਸਰੋਂ ਦੇ ਰੰਗ ਦੇ ਛੋਟੇ ਛੋਟੇ ਪ੍ਰਕਾਸ਼ ਬਿੰਦੂ ਰੇਡੀਅਮ ਵਾਂਗ ਝਿਲਮਿਲਾ ਰਹੇ ਸਨ। ਅਣਗਿਣਤ ਕਿਰਨਾਂ ਦੀ ਵਰਖਾ ਪਾਣੀ ਦੀਆਂ ਫੁਆਰਾਂ ਵਾਂਗ ਇੱਕ ਪਾਰਦਰਸ਼ੀ ਕਿਰਨਾਂਵਲੀ ਬਣ ਕੇ ਸ਼ਾਂਤੀ ਨਾਲ ਮੇਰੇ ਉੱਪਰ ਪੈ ਰਹੀ ਸੀ।

ਝਟਪਟ ਮੇਰੇ ਭੌਤਿਕ ਸਰੀਰ ਦੀ ਸਥੂਲਤਾ ਖਤਮ ਹੋ ਕੇ ਸੂਖਮ ਸਰੀਰ ਦੀ ਬਣਤਰ ਵਿਚ ਪਰਿਵਰਤਿਤ ਹੋ ਗਈ। ਮੈਂ ਇਹ ਮਹਿਸੂਸ ਕੀਤਾ ਜਿਵੇਂ ਮੈਂ ਹਵਾ ਵਿਚ ਝੂਲ ਰਿਹਾ ਹੋਵਾਂ। ਮੇਰਾ ਵਜ਼ਨ ਰਹਿਤ ਸਰੀਰ ਪਲੰਘ ਦੇ ਨਾਲ ਨਾਂ ਮਾਤਰ ਹੀ ਸਪਰਸ਼ ਕਰ ਰਿਹਾ ਸੀ। ਮੈਂ ਵਾਰੀ ਵਾਰੀ ਸੱਜੇ ਖੱਬੇ ਨੂੰ ਹਿਲ ਕੇ ਦੇਖਿਆ। ਮੈਂ ਕਮਰੇ ਵਿਚ ਨਜ਼ਰ ਦੌੜਾਈ। ਫਰਨੀਚਰ ਅਤੇ ਕੰਧਾਂ ਆਪੋ ਆਪਣੀ ਥਾਂ ਉੱਪਰ ਕਾਇਮ ਸਨ, ਪ੍ਰੰਤੂ ਪ੍ਰਕਾਸ਼ ਦਾ ਉਹ ਛੋਟਾ ਜਿਹਾ ਬਿੰਦੂ ਫੈਲ ਕੇ ਇੰਨਾ ਵੱਡਾ ਹੋ ਗਿਆ ਕਿ ਛੱਤ ਵੀ ਦਿਖਾਈ ਨਹੀਂ ਸੀ ਦੇ ਰਹੀ। ਮੈਂ ਹੱਕਾ ਬੱਕਾ ਰਹਿ ਗਿਆ।

* ਕੈਲੀਫੋਰਨੀਆ ਵਿਚ ਐਨਸੀਨੀਟਸ ਵਿਚ ਸਥਿਤ, ਸੈਲਫ ਰੀਆਲਾਈਜੇਸ਼ਨ ਫੈਲੋਸ਼ਿਪ ਦੇ ਆਸ਼ਰਮ ਵਿਚ (ਪ੍ਰਕਾਸ਼ਕ ਦੀ ਟਿਪਣੀ)

ਉਸ ਪ੍ਰਕਾਸ਼ ਵਿਚੋਂ ਇੱਕ ਅਵਾਜ਼ ਆਉਂਦੀ ਸੁਣਾਈ ਦਿੱਤੀ, "ਸ੍ਰਿਸ਼ਟੀ ਦੇ ਸਾਰੇ ਚਲ-ਚਿੱਤਰਾਂ ਦੀ ਰਚਨਾ ਇਸੇ ਤਰ੍ਹਾਂ ਹੀ ਕੀਤੀ ਗਈ ਹੈ। ਤੇਰੇ ਪਲੰਘ ਉੱਪਰ ਵਿਛੀ ਚਾਦਰ, ਚਿੱਟੇ ਪਰਦੇ ਉੱਪਰ ਆਪਣੀਆਂ ਪ੍ਰਕਾਸ਼ ਕਿਰਨਾਂ ਬਖੇਰ ਕੇ ਤੇਰੇ ਸਰੀਰ ਦਾ ਚਿੱਤਰ ਪੈਦਾ ਕਰ ਰਹੀ ਹੈ। ਦੇਖ, ਤੇਰਾ ਸਰੀਰ ਪ੍ਰਕਾਸ਼ ਤੋਂ ਇਲਾਵਾ ਕੁਝ ਵੀ ਨਹੀਂ।"

ਮੈਂ ਆਪਣੀਆਂ ਬਾਹਾਂ ਵੱਲ ਦੇਖਿਆ ਅਤੇ ਉਨ੍ਹਾਂ ਨੂੰ ਅੱਗੇ ਪਿੱਛੇ ਹਿਲਾਇਆ। ਉਨ੍ਹਾਂ ਵਿਚ ਕੋਈ ਭਾਰੀਪਨ ਨਹੀਂ ਸੀ। ਮੇਰੇ ਉੱਪਰ ਆਨੰਦ ਦੀ ਖੁਮਾਰੀ ਛਾ ਗਈ। ਮੇਰੇ ਸਰੀਰ ਦੇ ਰੂਪ ਵਿਚ ਖਿੜ ਉੱਠਣ ਵਾਲਾ ਬ੍ਰਹਿਮੰਡੀ ਪ੍ਰਕਾਸ਼ ਦਾ ਤਣਾ, ਪ੍ਰਕਾਸ਼ ਦੇ ਉਸ ਤਣੇ ਦਾ ਦਿਵੱਯ ਪ੍ਰਤੀਰੂਪ ਮਹਿਸੂਸ ਹੋ ਰਿਹਾ ਸੀ, ਜੋ ਸਿਨਮਾ ਹਾਲ ਦੇ ਪਰੋਜੈਕਟਰ ਦੀ ਕੋਠੜੀ ਤੋਂ ਨਿਕਲ ਕੇ ਪਰਦੇ ਉੱਪਰ ਚਿੱਤਰਾਂ ਨੂੰ ਉਤਪੰਨ ਕਰ ਦਿੰਦਾ ਹੈ।

ਲੰਬੇ ਸਮੇਂ ਤਕ, ਮੈਂ ਆਪਣੇ ਕਮਰੇ ਦੇ ਮੱਧਮ ਰੌਸ਼ਨੀ ਵਾਲੇ ਸਿਨਮਾ ਘਰ ਵਿਚ, ਆਪਣੇ ਸਰੀਰ ਦਾ ਇਹ ਚਲ-ਚਿੱਤਰ ਮਹਿਸੂਸ ਕਰਦਾ ਰਿਹਾ। ਧਿਆਨ ਵਿਚ ਅਤੇ ਧਿਆਨ ਤੋਂ ਇਲਾਵਾ ਵੀ ਮੈਨੂੰ ਅਨੇਕਾਂ ਦਰਸ਼ਨ ਹੋਏ। ਪਰ ਇਹ ਉਨ੍ਹਾਂ ਸਾਰਿਆਂ ਵਿਚੋਂ ਨਿਰਾਲਾ ਸੀ, ਜਦੋਂ ਮੇਰੇ ਸਥੂਲ ਸਰੀਰ ਦਾ ਭੁਲੇਖਾ ਪੂਰੀ ਤਰ੍ਹਾਂ ਖਤਮ ਹੋ ਗਿਆ ਅਤੇ ਜਦੋਂ ਇਸ ਗੱਲ ਦਾ ਗਿਆਨ ਮੇਰੀ ਚੇਤਨਤਾ ਵਿਚ ਪੂਰੀ ਤਰ੍ਹਾਂ ਉੱਤਰ ਗਿਆ ਕਿ ਸਾਰੀਆਂ ਚੀਜ਼ਾਂ ਦਾ ਮੂਲ ਪ੍ਰਕਾਸ਼ ਹੀ ਹੈ, ਤਾਂ ਮੈਂ ਨਜ਼ਰ ਉਠਾ ਕੇ ਉੱਪਰ ਪ੍ਰਾਣ ਅਣੂਆਂ ਦੀ ਧੜਕਦੀ ਉਸ ਧਾਰਾ ਵੱਲ ਦੇਖਦਿਆਂ ਪ੍ਰਾਰਥਨਾ ਕਰਨ ਲੱਗਿਆ।

"ਹੇ ਦਿਵੱਯ ਪ੍ਰਕਾਸ਼, ਕ੍ਰਿਪਾ ਕਰਕੇ ਮੇਰੇ ਇਸ ਤੁੱਛ ਸਰੀਰ ਦੇ ਚਿੱਤਰ ਨੂੰ ਆਪਣੇ ਵਿਚ ਲੀਨ ਕਰ ਲਵੋ, ਜਿਸ ਤਰ੍ਹਾਂ ਏਲੀਜ਼ਾ ਨੂੰ ਪ੍ਰਕਾਸ਼ ਰੱਥ ਉੱਪਰ ਬਿਠਾ ਕੇ ਸਵਰਗ ਲੈ ਗਏ ਸੀ।"*

* *II ਕਿੰਗਜ* 2:11 (ਬਾਈਬਲ)

ਆਮ ਤੌਰ ਤੇ ਚਮਤਕਾਰ ਉਸ ਕੰਮ ਜਾਂ ਘਟਨਾ ਨੂੰ ਮੰਨਿਆ ਜਾਂਦਾ ਹੈ, ਜਿਹੜੀ ਕਿਸੇ ਨਿਯਮ ਦੇ ਅਧੀਨ ਨਾ ਹੋਵੇ ਜਾਂ ਸਾਰੇ ਨਿਯਮਾਂ ਤੋਂ ਪਰੇ ਹੋਵੇ। ਪ੍ਰੰਤੂ ਬਹੁਤ ਹੀ ਨਿਸ਼ਚਿਤ ਰੂਪ ਵਿਚ ਚੱਲਣ ਵਾਲੇ ਸੰਸਾਰ ਵਿਚ ਸਾਰੀਆਂ ਘਟਨਾਵਾਂ ਨਿਯਮਾਂ ਦੇ ਅਧੀਨ ਹੀ ਵਾਪਰਦੀਆਂ ਹਨ। ਉਸ ਦੇ ਪਿੱਛੇ ਕੰਮ ਕਰਨ ਵਾਲੇ ਨਿਯਮਾਂ ਦੀ ਵਿਆਖਿਆ ਵੀ ਕੀਤੀ ਜਾ ਸਕਦੀ ਹੈ। ਸਿੱਧ ਪੁਰਸ਼ਾਂ ਦੀਆਂ ਅਖੌਤੀ ਚਮਤਕਾਰੀ ਸ਼ਕਤੀਆਂ ਚੇਤਨਾ ਦੇ ਆਂਤਰਿਕ ਵਿਸ਼ਵ ਵਿਚ ਕਿਰਿਆਸ਼ੀਲ ਸੂਖਮ ਨਿਯਮਾਂ ਦੇ ਬਾਰੇ, ਉਨ੍ਹਾਂ ਦੇ ਪੂਰਨ ਗਿਆਨ ਦਾ ਸੁਭਾਵਿਕ ਨਤੀਜਾ ਹੁੰਦੀਆਂ ਹਨ।

ਅਸਲ ਵਿਚ ਕਿਸੇ ਗੱਲ ਨੂੰ ਵੀ ਸਹੀ ਅਰਥਾਂ ਵਿਚ ਚਮਤਕਾਰ ਨਹੀਂ ਕਿਹਾ ਜਾ ਸਕਦਾ ਸਿਵਾਇ ਇਸ ਦੇ, ਕਿ ਡੂੰਘੇ ਅਰਥਾਂ ਵਿਚ, ਸਭ ਕੁਝ ਹੀ ਚਮਤਕਾਰ ਹੈ। ਸਾਡੇ ਵਿਚੋਂ ਹਰ ਇੱਕ ਇਨਸਾਨ ਦਾ ਇੱਕ ਅਤਿਅੰਤ ਗੁੰਝਲਦਾਰ ਰਚਨਾਯੁਕਤ ਸਰੀਰ ਵਿਚ ਕੈਦ ਹੋਣਾ ਅਤੇ ਬ੍ਰਹਿਮੰਡ ਵਿਚ ਗ੍ਰਹਿ ਨਛਤਰਾਂ ਵਿਚ ਤੇਜੀ ਨਾਲ ਘੁੰਮ ਰਹੀ ਧਰਤੀ ਉੱਪਰ, ਰਹਿਣ ਵਾਸਤੇ ਛੱਡਿਆ ਜਾਣਾ, ਕੀ ਇਸ ਤੋਂ ਵੱਡਾ ਕੋਈ ਹੋਰ ਚਮਤਕਾਰ ਹੋ ਸਕਦਾ ਹੈ?

ਈਸਾ ਮਸੀਹ ਅਤੇ ਲਾਹਿੜੀ ਮਹਾਸ਼ਯ ਵਰਗੇ ਮਹਾਨ ਗੁਰੂ ਆਮ ਤੌਰ ਤੇ ਅਨੇਕ ਚਮਤਕਾਰ ਕਰਦੇ ਹਨ। ਇਹੋ ਜਿਹੇ ਗੁਰੂਆਂ ਨੂੰ ਮਾਨਵ ਜਾਤੀ ਵਾਸਤੇ ਬਹੁਤ ਵੱਡਾ ਅਤੇ ਔਖਾ ਅਧਿਆਤਮਿਕ ਮਨੋਰਥ ਪੂਰਾ ਕਰਨਾ ਹੁੰਦਾ ਹੈ। ਪੀੜਤਾਂ ਦੀ ਚਮਤਕਾਰੀ ਤਰੀਕੇ ਨਾਲ ਸਹਾਇਤਾ ਕਰਨਾ, ਉਸੇ ਮਨੋਰਥ ਦਾ ਇੱਕ ਹਿੱਸਾ ਪ੍ਰਤੀਤ ਹੁੰਦਾ ਹੈ। (ਦੇਖੋ

ਨਿਸ਼ਚਿਤ ਹੀ ਇਹ ਪ੍ਰਾਰਥਨਾ ਭੈਅ-ਭੀਤ ਕਰਨ ਵਾਲੀ ਸੀ। ਉਹ ਪ੍ਰਕਾਸ਼ ਤਣਾ ਲੋਪ ਹੋ ਗਿਆ। ਮੇਰੇ ਸਰੀਰ ਨੇ ਮੁੜ ਆਪਣਾ ਸਧਾਰਨ ਵਜ਼ਨ ਪ੍ਰਾਪਤ ਕਰ ਲਿਆ ਸੀ, ਜਿਸ ਨਾਲ ਉਹ ਖਿਸਤਰੇ ਨੂੰ ਦਬਾਉਂਦਿਆਂ ਧੜੰਮ ਕਰ ਕੇ ਥੱਲੇ ਬੈਠ ਗਿਆ। ਛੱਤ ਵਿਚ ਝਿਲਮਿਲਾਉਂਦੇ ਪ੍ਰਕਾਸ਼ ਬਿੰਦੂ ਟਿਮਟਿਮਾਏ ਅਤੇ ਲੋਪ ਹੋ ਗਏ। ਸਪਸ਼ਟ ਸੀ, ਹਾਲੇ ਮੇਰਾ ਇਸ ਸੰਸਾਰ ਤੋਂ ਵਿਦਾ ਹੋਣ ਦਾ ਸਮਾਂ ਨਹੀਂ ਸੀ ਆਇਆ।

"ਫਿਰ ਦਾਰਸ਼ਨਿਕ ਨਜ਼ਰੀਆ ਅਪਣਾਉਂਦਿਆਂ ਹੋਇਆਂ, ਮੈਂ ਇਹ ਸੋਚਿਆ ਕਿ ਮੇਰੀ ਇਸ ਗੁਸਤਾਖੀ ਨਾਲ ਏਲੀਜ਼ਾ ਵੀ ਨਰਾਜ਼ ਹੋ ਜਾਂਦੇ।"

ਚੈਪਟਰ 23) ਲਾਇਲਾਜ਼ ਬਿਮਾਰੀਆਂ ਅਤੇ ਬਹੁਤ ਜਿਆਦਾ ਗੁੰਝਲਦਾਰ ਮਾਨਵੀ ਸਮੱਸਿਆਵਾਂ ਦੇ ਹੱਲ ਵਾਸਤੇ ਰੂਹਾਨੀ ਸਹਾਇਤਾ ਦੀ ਜ਼ਰੂਰਤ ਪੈਂਦੀ ਹੈ, ਜਦੋਂ ਇੱਕ ਅਮੀਰ ਨੇ ਈਸਾ ਮਸੀਹ ਨੂੰ ਕੇਪਰ ਨਾਮਕ ਸਥਾਨ ਉੱਪਰ ਆਪਣੇ ਮਰਨ ਕਿਨਾਰੇ ਪਏ ਪੁੱਤਰ ਨੂੰ ਠੀਕ ਕਰਨ ਵਾਸਤੇ ਪ੍ਰਾਰਥਨਾ ਕੀਤੀ, ਤਾਂ ਈਸਾ ਮਸੀਹ ਨੇ ਵਿਅੰਗਾਤਮਿਕ ਲਹਿਜੇ ਵਿਚ ਕਿਹਾ, "ਜਦੋਂ ਤਕ ਤੂੰ ਚਮਕਤਾਰ ਨਾ ਦੇਖੇਂ, ਤੂੰ ਵਿਸ਼ਵਾਸ ਨਹੀਂ ਕਰੇਂਗਾ।" ਪ੍ਰੰਤੂ ਉਨ੍ਹਾਂ ਨੇ ਫਿਰ ਕਿਹਾ, "ਤੂੰ ਆਪਣੇ ਰਸਤੇ ਰਸਤੇ ਤੁਰਿਆ ਜਾਹ, ਤੇਰਾ ਪੁੱਤਰ ਠੀਕ ਹੋ ਜਾਵੇਗਾ।" *ਜਾਨ* 4:46–54 (ਬਾਈਬਲ)

ਇਸ ਚੈਪਟਰ ਵਿਚ, ਮੈਂ ਮਾਇਆ ਦਾ ਅਰਥਾਤ, ਇੰਦਰੀਆਂ ਦੁਆਰਾ ਜਾਨਣਯੋਗ ਸੰਸਾਰ ਵਿਚ ਮੌਜੂਦ ਜਾਦੂ ਦੀ ਸ਼ਕਤੀ ਦਾ ਸਪਸ਼ਟੀਕਰਨ ਦਿੱਤਾ ਹੈ। ਪੱਛਮੀ ਵਿਗਿਆਨ ਨੇ ਇਸ ਗੱਲ ਦਾ ਪਤਾ ਲਗਾ ਲਿਆ ਹੈ, ਕਿ ਅਨੂਯੁਕਤ 'ਪਦਾਰਥ ਜਗਤ' ਵਿਚ ਅਵਾਸਤਵਿਕਤਾ ਦਾ ਜਾਦੂ ਮੌਜੂਦ ਹੈ। ਕੇਵਲ ਕੁਦਰਤ ਹੀ ਨਹੀਂ, ਬਲਕਿ ਮਨੁੱਖ (ਨਾਸ਼ਵਾਨ ਜੀਵ ਦੇ ਰੂਪ ਵਿਚ) ਵੀ ਮਾਇਆ ਜਾਂ ਸਾਪੇਖਤਾ ਦੇ ਸਿਧਾਂਤ ਦੇ ਪਰਸਪਰ ਵਿਰੋਧਾਭਾਸ ਦੇ, ਦਵੈਤ ਦੇ ਉਲਟ ਕ੍ਰਮ ਦੇ, ਪਰਸਪਰ ਵਿਰੋਧੀ ਅਵਸਥਾਵਾਂ ਦੇ ਅਧੀਨ ਹੈ।

ਇਹ ਨਹੀਂ ਸੋਚਣਾ ਚਾਹੀਦਾ ਕਿ ਮਾਇਆ ਦੀ ਅਸਲੀਅਤ ਦਾ ਗਿਆਨ ਸਿਰਫ ਰਿਸ਼ੀਆਂ ਨੂੰ ਹੀ ਸੀ। ਬਾਈਬਲ ਦੇ ਓਲਡ ਟੇਸਟਾਮੈਂਟ ਵਿਚ ਸ਼ੈਤਾਨ ਦੇ ਬਰਾਬਰ ਦਾ ਅਰਥ ਦੇਣ ਵਾਲਾ ਸ਼ਬਦ ਡਾਇਆਬੋਲਸ ਜਾਂ ਡੈਵਿਲ ਦੀ ਵਰਤੋਂ ਕੀਤੀ ਗਈ ਹੈ। ਮਾਇਆ ਜਾਂ ਸ਼ੈਤਾਨ ਉਹ ਵਿਸ਼ਾਲ ਜਾਦੂਗਰ ਹੈ, ਜੋ ਇੱਕ ਮਾਤਰ ਨਿਰਾਕਾਰ ਅਸਤਿਤਵ ਨੂੰ ਛੁਪਾਉਣ ਵਾਸਤੇ ਅਨੇਕ ਰੂਪ ਸਕਾਰ ਕਰ ਦਿੰਦਾ ਹੈ। ਪ੍ਰਮਾਤਮਾ ਦੀ ਯੋਜਨਾ ਜਾਂ ਲੀਲਾ ਅਨੁਸਾਰ, ਮਾਇਆ ਜਾਂ ਸ਼ੈਤਾਨ ਦਾ ਇੱਕੋ ਇੱਕ ਕੰਮ ਹੈ, ਆਦਮੀ ਨੂੰ ਈਸ਼ਵਰ ਤੋਂ ਭੌਤਿਕ ਜਗਤ ਵੱਲ ਅਤੇ ਸੱਚ ਤੋਂ ਝੂਠ ਵੱਲ ਮੋੜ ਦੇਣ ਦੀ ਕੋਸ਼ਿਸ਼ ਕਰਨਾ ਹੈ।

ਈਸਾ ਮਸੀਹ ਨੇ ਮਾਇਆ ਦਾ ਡੈਵਿਲ, ਜਾਂ ਹਤਿਆਰੇ ਅਤੇ ਝੂਠ ਬੋਲਣ ਵਾਲੇ ਦੇ ਰੂਪ ਵਿਚ ਸੁੰਦਰ ਵਰਣਨ ਕੀਤਾ ਹੈ। "ਡੈਵਿਲ- ਸ਼ੁਰੂ ਤੋਂ ਹੀ ਹਤਿਆਰਾ ਹੈ, ਸਚਾਈ ਉੱਪਰ ਉਹ ਕਦੇ ਨਹੀਂ ਰਿਹਾ, ਕਿਉਂਕਿ ਉਸ ਵਿਚ ਸਚਾਈ ਹੈ ਹੀ ਨਹੀਂ। ਜਦੋਂ ਉਹ ਝੂਠ ਬੋਲ ਦਿੰਦਾ ਹੈ, ਤਾਂ ਉਹ ਉਸ ਦਾ ਆਪਣਾ ਹੁੰਦਾ ਹੈ, ਕਿਉਂਕਿ ਉਹ ਹੈ ਹੀ ਝੂਠਾ ਅਤੇ ਹੈ ਹੀ ਝੂਠ ਦਾ ਬਾਪ।" *ਜਾਨ* 8:44 (ਬਾਈਬਲ)

"ਡੈਵਿਲ ਸ਼ੁਰੂ ਤੋਂ ਪਾਪ ਕਰਦਾ ਆ ਰਿਹਾ ਹੈ, ਇਸ ਮਕਸਦ ਲਈ ਪ੍ਰਮਾਤਮਾ ਦੇ ਪੁੱਤਰ ਦਾ ਅਵਤਾਰ ਹੋਇਆ, ਕਿ ਉਹ ਡੈਵਿਲ ਦੇ ਸਾਰੇ ਕਾਰਨਾਮਿਆਂ ਨੂੰ ਨਸ਼ਟ ਕਰ ਦੇਵੇ।" *ਜਾਨ* 3:8, (ਬਾਈਬਲ) ਅਰਥਾਤ – ਮਨੁੱਖ ਦਾ ਆਪਣੇ ਅੰਦਰ ਕਰਾਈਸਟ ਚੈਤਨਯ ਦਾ ਅਵਤਾਰ, ਜਿਹੜਾ ਬਗੈਰ ਕਿਸੇ ਕੋਸ਼ਿਸ਼ ਹੀ ਸਾਰੇ ਭਰਮ ਭੁਲੇਖਿਆਂ ਨੂੰ ਜਾਂ ਡੈਵਿਲ ਦੇ ਸਾਰੇ ਕਾਰਨਾਮਿਆਂ ਨੂੰ ਨਸ਼ਟ ਕਰ ਦਿੰਦਾ ਹੈ। ਦ੍ਰਿਸ਼ਟੀਗੋਚਰ ਸੰਸਾਰ ਦੀ ਰਚਨਾ ਵਿਚ ਹੀ ਮੌਜੂਦ ਹੋਣ ਦੇ ਕਾਰਨ, ਮਾਇਆ ਸ਼ੁਰੂ ਤੋਂ ਹੀ ਹੈ। ਪਰਮ ਤੱਤ ਦੀ ਅਪਰੀਵਰਤਨਤਾ ਦੇ ਵਿਰੋਧ ਸਰੂਪ ਦਿਖਾਈ ਦੇ ਰਿਹਾ ਸੰਸਾਰ ਪਰੀਵਰਤਨਸ਼ੀਲ ਹੈ।

ਚੈਪਟਰ 31

ਪੂਜਨੀਕ ਮਾਤਾ ਜੀ ਨਾਲ ਮੁਲਾਕਾਤ

"ਪੂਜਨੀਕ ਮਾਤਾ ਜੀ, ਮੈਂ ਉਸ ਵਕਤ ਬਿਲਕੁਲ ਛੋਟਾ ਜਿਹਾ ਸੀ, ਜਦੋਂ ਆਪ ਦੇ ਅਵਤਾਰੀ ਪਤੀ ਨੇ ਮੈਨੂੰ ਦੀਖਿਅਤ ਕਰ ਦਿੱਤਾ ਸੀ। ਉਹ ਮੇਰੇ ਮਾਤਾ ਪਿਤਾ ਅਤੇ ਮੇਰੇ ਗੁਰੂ ਸ਼੍ਰੀ ਯੁਕਤੇਸ਼ਵਰ ਜੀ ਦੇ ਵੀ ਗੁਰੂ ਜੀ ਸਨ। ਕੀ ਆਪ ਆਪਣੇ ਪਵਿੱਤਰ ਜੀਵਨ ਦੇ ਕੁਝ ਪਰਸੰਗਾਂ ਦਾ ਵਰਣਨ ਕਰਕੇ ਮੈਨੂੰ ਕ੍ਰਿਤਾਰਥ ਕਰੋਗੇ?"

ਮੈਂ ਲਾਹਿੜੀ ਮਹਾਸ਼ਯ ਦੀ ਧਰਮ ਪਤਨੀ, ਸ਼੍ਰੀ ਮਤੀ ਕਾਸ਼ੀਮਣੀ ਨੂੰ ਇਹ ਬੇਨਤੀ ਕਰ ਰਿਹਾ ਸੀ। ਮੈਂ ਥੋੜ੍ਹੇ ਜਿਹੇ ਸਮੇਂ ਵਾਸਤੇ ਵਾਰਾਣਸੀ ਵਿਚ ਰੁਕਿਆ ਹੋਇਆ ਸੀ, ਇਸ ਕਰਕੇ ਮੈਂ ਇਸ ਪੂਜਨੀਕ ਦੇਵੀ ਨੂੰ ਮਿਲਣ ਦੀ ਆਪਣੀ ਬਹੁਤ ਲੰਬੇ ਸਮੇਂ ਤੋਂ ਲੰਬਤ ਇੱਛਾ ਪੂਰੀ ਕਰ ਰਿਹਾ ਸੀ।

ਵਾਰਾਣਸੀ ਦੇ ਗਰੁੜੇਸ਼ਵਰ ਮੁਹੱਲੇ ਵਿਚ, ਲਾਹਿੜੀ ਮਹਾਸ਼ਯ ਦੇ ਪਰਿਵਾਰਕ ਘਰ ਵਿਚ, ਉਨ੍ਹਾਂ ਨੇ ਮੇਰਾ ਅਤਿਅੰਤ ਪਿਆਰ ਨਾਲ ਸੁਆਗਤ ਕੀਤਾ। ਬਜ਼ੁਰਗ ਹੋਣ ਦੇ ਬਾਵਜੂਦ, ਵੀ ਉਹ ਕਮਲ ਦੇ ਫੁੱਲ ਵਾਂਗ ਟਹਿਕ ਰਹੇ ਸਨ। ਉਨ੍ਹਾਂ ਵਿਚੋਂ ਅਧਿਆਤਮਿਕ ਸੁਗੰਧ ਆ ਰਹੀ ਸੀ। ਦਰਮਿਆਨੇ ਅਕਾਰ ਦਾ ਸਰੀਰ, ਗੋਰਾ ਰੰਗ, ਪਤਲੀ ਗਰਦਣ, ਨੇਤਰ ਵਿਸ਼ਾਲ ਅਤੇ ਤੇਜਸਵੀ ਸਨ।

"ਪੁੱਤਰ, ਤੇਰਾ ਇੱਥੇ ਸੁਆਗਤ ਹੈ, ਚੱਲ, ਉੱਪਰਲੀ ਮੰਜ਼ਲ ਤੇ ਚਲਿਆ ਚੱਲ।"

ਕਾਸ਼ੀਮਣੀ ਮੈਨੂੰ ਆਪਣੇ ਨਾਲ ਇੱਕ ਅਤਿਅੰਤ ਛੋਟੇ ਜਿਹੇ ਕਮਰੇ ਵਿਚ ਲੈ ਗਈ, ਜਿੱਥੇ ਕਦੇ ਉਹ ਆਪਣੇ ਪਤੀ ਦੇ ਨਾਲ ਰਹਿੰਦੀ ਹੁੰਦੀ ਸੀ। ਉਸ ਪਵਿੱਤਰ ਤੀਰਥ ਸਥਾਨ ਦੇ ਦਰਸ਼ਨ ਕਰਕੇ ਮੈਂ ਆਪਣੇ ਆਪ ਨੂੰ ਭਾਗਸ਼ਾਲੀ ਮਹਿਸੂਸ ਕਰ ਰਿਹਾ ਸੀ, ਜਿਸ ਥਾਂ ਉੱਪਰ, ਉਸ ਅਦੁੱਤੀ ਗੁਰੂ ਨੇ ਆਪਣੇ ਵਿਵਾਹਿਤ ਜੀਵਨ ਦੀ ਮਾਨਵੀ ਲੀਲਾ ਕਰਨ ਵਾਸਤੇ ਰਜ਼ਾਮੰਦੀ ਦਿੱਤੀ ਸੀ। ਉਸ ਨੇਕ ਦਿਲ ਮਾਤਾ ਜੀ ਨੇ ਮੈਨੂੰ ਆਪਣੇ ਕੋਲ ਪਈ ਛੋਟੀ ਜਿਹੀ ਗੱਦੀ ਉੱਪਰ ਬੈਠਣ ਦਾ ਇਸ਼ਾਰਾ ਕੀਤਾ।

"ਕਿੰਨੇ ਹੀ ਵਰ੍ਹਿਆਂ ਬਾਅਦ, ਮੈਨੂੰ ਆਪਣੇ ਪਤੀ ਦੀ ਅਧਿਆਤਮਿਕ ਮਹਾਨਤਾ ਦਾ ਸਪਸ਼ਟ ਗਿਆਨ ਹੋਇਆ।" ਉਨ੍ਹਾਂ ਨੇ ਦੱਸਿਆ, "ਇੱਕ ਰਾਤ ਨੂੰ ਇਸੇ ਕਮਰੇ ਵਿਚ, ਮੈਨੂੰ ਇੱਕ ਸੁਪਨਾ ਦਿਖਾਈ ਦਿੱਤਾ। ਤੇਜਸਵੀ ਦੇਵਤੇ ਕਲਪਨਾ ਤੋਂ ਪਰੇ ਮਨੋਹਰਤਾ ਨਾਲ ਮੇਰੇ ਸਿਰ ਦੇ ਉੱਪਰ ਹਵਾ ਵਿਚ ਤੈਰ ਰਹੇ ਸਨ। ਉਹ ਦ੍ਰਿਸ਼ ਇੰਨਾ ਅਸਲੀ ਲੱਗ ਰਿਹਾ

ਸੀ ਕਿ ਮੈਂ ਝਟਪਟ ਜਾਗ ਕੇ ਉੱਠ ਬੈਠੀ। ਅਨੋਖੇ ਢੰਗ ਦੇ ਨਾਲ ਸਾਰਾ ਕਮਰਾ ਇੱਕ ਚੁੰਧਿਆਉਣ ਵਾਲੀ ਰੌਸ਼ਨੀ ਨਾਲ ਭਰ ਗਿਆ।"

ਮੇਰੇ ਪਤੀ ਪਦਮ ਆਸਣ ਵਿਚ ਬੈਠੇ ਦੇਵਤਿਆਂ ਦੇ ਵਿਚਕਾਰ ਘਿਰੇ ਹੋਏ, ਕਮਰੇ ਦੇ ਵਿਚਕਾਰ ਹਵਾ ਵਿਚ ਝੂਲ ਰਹੇ ਸਨ। ਦੇਵਤੇ ਆਪਣੇ ਦੋਨੋਂ ਹੱਥ ਜੋੜ ਕੇ ਅਤਿਅੰਤ ਨਿਮਰਤਾ ਨਾਲ ਉਨ੍ਹਾਂ ਦੀ ਪੂਜਾ ਕਰ ਰਹੇ ਸਨ।

"ਮੈਂ ਹੈਰਾਨ ਹੋ ਗਈ ਅਤੇ ਮੈਨੂੰ ਇਉਂ ਲੱਗਿਆ, ਜਿਵੇਂ ਮੈਂ ਹਾਲੇ ਵੀ ਕੋਈ ਸੁਪਨਾ ਦੇਖ ਰਹੀ ਹੋਵਾਂ।"

"ਉਸੇ ਵਕਤ ਲਾਹਿੜੀ ਮਹਾਸ਼ਯ ਦੀ ਅਵਾਜ਼ ਆਈ, ਨਾਰੀ, ਤੂੰ ਸੁਪਨਾ ਨਹੀਂ ਦੇਖ ਰਹੀ। ਆਪਣੀ ਨੀਂਦ ਦਾ ਹਮੇਸ਼ਾਂ ਹਮੇਸ਼ਾਂ ਦੇ ਵਾਸਤੇ ਤਿਆਗ ਕਰ ਦੇਵੋ। ਫਿਰ ਜਦੋਂ ਉਹ ਹੌਲੀ ਹੌਲੀ ਜਮੀਨ ਉੱਪਰ ਹੇਠਾਂ ਉੱਤਰ ਆਏ ਤਾਂ ਮੈਂ ਉਨ੍ਹਾਂ ਦੇ ਚਰਨਾਂ ਵਿਚ ਦੰਡਵਤ ਪ੍ਰਣਾਮ ਕੀਤਾ।

"ਮੈਂ ਕਿਹਾ, ਗੁਰੂਦੇਵ, ਆਪ ਦੇ ਚਰਨਾਂ ਵਿਚ ਮੈਂ ਬਾਰਮਬਾਰ ਪ੍ਰਣਾਮ ਕਰਦੀ ਹਾਂ। ਹੁਣ ਤਕ ਮੈਂ ਆਪ ਨੂੰ ਪਤੀ ਹੀ ਮੰਨਿਆ, ਕੀ ਤੁਸੀਂ ਮੇਰਾ ਇਹ ਅਪਰਾਧ ਮੁਆਫ ਕਰੋਗੇ? ਇਹ ਜਾਣ ਕੇ ਹੁਣ ਮੈਂ ਸ਼ਰਮ ਨਾਲ ਮਰੀ ਜਾ ਰਹੀ ਹਾਂ, ਕਿ ਮੈਂ ਇੱਕ ਦਿਵੱਯ ਰੂਪ ਵਿਚ ਜਾਗ੍ਰਿਤ ਮਹਾ-ਪੁਰਸ਼ ਦੇ ਨਾਲ ਰਹਿੰਦਿਆ ਵੀ ਅਗਿਆਨਤਾ ਦੀ ਗੂੜ੍ਹੀ ਨੀਂਦ ਵਿਚ ਸੁੱਤੀ ਰਹੀ। ਅੱਜ ਤੋਂ ਬਾਅਦ ਆਪ ਮੇਰੇ ਪਤੀ ਨਹੀਂ, ਗੁਰੂ ਹੋਵੋਗੇ। ਕੀ ਆਪ ਇਸ ਅਬਲਾ ਨਾਰੀ ਨੂੰ ਆਪਣੀ ਸ਼ਗਿਰਦ ਦੇ ਰੂਪ ਵਿਚ ਸਵੀਕਾਰ ਕਰੋਗੇ*?"

"ਗੁਰੂਦੇਵ ਨੇ ਮੈਨੂੰ ਪਿਆਰ ਨਾਲ ਸਪਰਸ਼ ਕੀਤਾ। 'ਪਵਿੱਤਰ ਆਤਮਾ ਉੱਠੋ, ਤੈਨੂੰ ਸਵੀਕਾਰ ਕੀਤਾ ਜਾਂਦਾ ਹੈ।' ਉਨ੍ਹਾਂ ਨੇ ਦੇਵਤਿਆਂ ਵੱਲ ਇਸ਼ਾਰਾ ਕਰਦਿਆਂ ਕਿਹਾ, ਇਨ੍ਹਾਂ ਸਾਰੇ ਪੂਜਨੀਕ ਸੰਤਾਂ ਨੂੰ ਵਾਰੀ ਵਾਰੀ ਪ੍ਰਣਾਮ ਕਰੋ।"

"ਜਦੋਂ ਮੈਂ ਸਾਰਿਆਂ ਸੰਤਾਂ ਨੂੰ ਪ੍ਰਣਾਮ ਕਰ ਚੁੱਕੀ ਤਾਂ ਦੇਵਤਾ ਸਰੂਪ ਸਾਰੇ ਸੰਤਾਂ ਦੀ ਇੱਕ ਸੁਰ ਵਿਚ ਦੇਵ ਬਾਣੀ ਗੂੰਜ ਉੱਠੀ, ਜਿਹੜੀ ਇੱਕ ਪ੍ਰਾਚੀਨ ਵੈਦਿਕ ਭਾਸ਼ਾ ਵਰਗੀ ਸੀ।"

"ਇਸ ਦਿਵੱਯ ਪੁਰਸ਼ ਦੀ ਧਰਮ ਪਤਨੀ, ਆਪ ਭਾਗਾਂ ਵਾਲੇ ਹੋ, ਅਸੀਂ ਆਪ ਨੂੰ ਪ੍ਰਣਾਮ ਕਰਦੇ ਹਾਂ। ਉਨ੍ਹਾਂ ਨੇ ਮੇਰੇ ਚਰਨਾਂ ਵਿਚ ਪ੍ਰਣਾਮ ਕੀਤਾ। ਫਿਰ ਅਸ਼ਚਰਜ ਹੋਇਆ, ਉਨ੍ਹਾਂ ਦੇ ਦਿਵੱਯ ਸਰੀਰ ਅਦ੍ਰਿਸ਼ ਹੋ ਗਏ। ਕਮਰੇ ਵਿਚ ਅਨ੍ਹੇਰਾ ਹੋ ਗਿਆ।

"ਮੇਰੇ ਗੁਰੂਦੇਵ ਨੇ ਮੈਨੂੰ ਦੀਖਿਆ ਲੈਣ ਵਾਸਤੇ ਕਿਹਾ, ਜਰੂਰ ਬਰ ਜਰੂਰ, ਮੈਂ ਕਿਹਾ। ਮੈਨੂੰ ਅਫਸੋਸ ਹੈ ਕਿ ਮੈਨੂੰ ਇਹ ਸੁਭਾਗ ਪਹਿਲਾਂ ਕਿਉਂ ਨਹੀਂ ਪ੍ਰਾਪਤ ਹੋਇਆ।"

* "ਪੁਰਸ਼ ਕੇਵਲ ਪ੍ਰਮਾਤਮਾ ਵਾਸਤੇ, ਇਸਤਰੀ ਉਸ ਵਿਚ ਮੌਜੂਦ ਪ੍ਰਮਾਤਮਾ ਵਾਸਤੇ ਹੈ।" 'ਮਿਲਟਨ'

"ਹਾਲੇ ਤਕ ਤੇਰਾ ਦੀਖਿਅਤ ਹੋਣ ਦਾ ਸਮਾਂ ਨਹੀਂ ਸੀ ਆਇਆ," ਉਨ੍ਹਾਂ ਨੇ ਮੁਸਕਰਾਉਂਦਿਆਂ ਦਿਲਾਸਾ ਦਿੰਦਿਆਂ ਕਿਹਾ। "ਤੇਰੇ ਬਹੁਤ ਸਾਰੇ ਕਰਮਾਂ ਨੂੰ ਮੈਂ ਚੁੱਪ ਚਾਪ ਨਸ਼ਟ ਕਰਕੇ ਤੇਰੀ ਸਹਾਇਤਾ ਕਰ ਰਿਹਾ ਸੀ। ਹੁਣ ਤੂੰ ਤਿਆਰ ਵੀ ਹੈਂ, ਅਤੇ ਇਛੁੱਕ ਵੀ।"

"ਉਨ੍ਹਾਂ ਨੇ ਮੇਰੇ ਲਲਾਟ ਦਾ ਸਪਰਸ਼ ਕੀਤਾ। ਮੈਨੂੰ ਚੁੰਧਿਆਉਣ ਵਾਲੇ ਘੁੰਮ ਰਹੇ, ਰੌਸ਼ਨੀ ਦੇ ਪੁੰਜ ਦਿਖਾਈ ਦੇਣ ਲੱਗੇ। ਹੌਲੀ ਹੌਲੀ ਉਹ ਸਾਰੀ ਰੌਸ਼ਨੀ ਜਗਮਗਾਉਂਦੀ ਨੀਲੇ ਰੰਗ ਦੇ ਅਧਿਆਤਮਿਕ ਨੇਤਰ ਵਿਚ ਬਦਲ ਗਈ। ਜਿਸ ਦੇ ਚਾਰੇ ਪਾਸੇ ਸੁਨਹਿਰਾ ਗੋਲ ਦਾਇਰਾ ਸੀ ਅਤੇ ਵਿਚਕਾਰ ਇੱਕ ਸਫੈਦ ਪੰਜ ਕੋਣ ਵਾਲਾ ਤਾਰਾ ਸੀ।

"ਆਪਣੀ ਚੇਤਨਾ ਨੂੰ ਉਸ ਤਾਰੇ ਦੇ ਵਿਚੋਂ ਦੀ ਅਨੰਤ ਦੇ ਸਾਮਰਾਜ ਵਿਚ ਲੈ ਕੇ ਜਾਉ। ਮੇਰੇ ਗੁਰੂ ਦੀ ਅਵਾਜ਼ ਵਿਚ ਨਵੀਨਤਾ ਸੀ, ਜੋ ਦੂਰ ਤੋਂ ਸੁਣਾਈ ਦੇ ਰਹੇ ਸੰਗੀਤ ਵਾਂਗ ਕੋਮਲ ਲੱਗ ਰਹੀ ਸੀ।"

"ਇੱਕ ਤੋਂ ਬਾਅਦ ਇੱਕ ਦ੍ਰਿਸ਼ ਸਮੁੰਦਰ ਦੀਆਂ ਝੱਗਦਾਰ ਛੱਲਾਂ ਵਾਂਗ ਮੇਰੀ ਆਤਮਾ ਦੇ ਕਿਨਾਰਿਆਂ ਨਾਲ ਟਕਰਾਉਣ ਲੱਗੇ। ਆਖਰ ਚਾਰੇ ਪਾਸੇ ਦਿਖਾਈ ਦੇਣ ਵਾਲੇ, ਉਹ ਦ੍ਰਿਸ਼ਾਂ ਦੇ ਮੰਡਲ, ਆਨੰਦ ਦੇ ਸਮੁੰਦਰ ਵਿਚ ਲੀਨ ਹੋ ਗਏ। ਮੈਂ ਸਦੀਵੀ ਆਨੰਦ ਦੇ ਸਮੁੰਦਰ ਵਿਚ ਗੁਆਚ ਗਈ। ਕਈ ਘੰਟਿਆਂ ਬਾਅਦ ਜਦੋਂ ਮੈਂ ਫਿਰ ਇਸ ਭੌਤਿਕ ਜਗਤ ਦੀ ਚੇਤਨਾ ਵਿਚ ਵਾਪਸ ਆਈ ਤਾਂ ਗੁਰੂਦੇਵ ਨੇ ਮੈਨੂੰ *ਕਿਰਿਆ ਯੋਗ* ਦੀ ਦੀਖਿਆ ਦਿੱਤੀ। ਉਸ ਰਾਤ ਤੋਂ ਬਾਅਦ ਲਾਹਿੜੀ ਮਹਾਸ਼ਯ ਫਿਰ ਕਦੇ ਮੇਰੇ ਕਮਰੇ ਵਿਚ ਨਹੀਂ ਸੁੱਤੇ, ਬਲਕਿ ਉਸ ਤੋਂ ਬਾਅਦ ਉਹ ਕਦੇ ਸੁੱਤੇ ਹੀ ਨਹੀਂ। ਦਿਨ ਰਾਤ ਹੇਠਲੀ ਮੰਜ਼ਲ ਦੇ ਸਾਹਮਣੇ ਵਾਲੇ ਕਮਰੇ ਵਿਚ ਆਪਣੇ ਸ਼ਗਿਰਦਾਂ ਨਾਲ ਘਿਰੇ ਬੈਠੇ ਰਹਿੰਦੇ।"

ਇੰਨਾ ਦੱਸਣ ਤੋਂ ਬਾਅਦ, ਉਹ ਮਹਾਨ ਨਾਰੀ ਕਾਸ਼ੀਮਣੀ ਚੁੱਪ ਹੋ ਗਈ। ਉਸ ਮਹਾਨ ਯੋਗੀ ਦੇ ਨਾਲ, ਉਨ੍ਹਾਂ ਦੇ ਅਦੁੱਤੀ ਸਬੰਧਾਂ ਨੂੰ ਮਹਿਸੂਸ ਕਰਦਿਆਂ, ਮੈਂ ਉਨ੍ਹਾਂ ਨੂੰ ਝਿਜਕਦਿਆਂ, ਕੁਝ ਹੋਰ ਪਰਸੰਗ ਦੱਸਣ ਦੀ ਖੇਚਲ ਕਰਨ ਦੀ ਬੇਨਤੀ ਕੀਤੀ।

"ਪੁੱਤਰ, ਤੂੰ ਬੜਾ ਲੋਭੀ ਹੈਂ, ਫਿਰ ਵੀ ਮੈਂ ਇੱਕ ਘਟਨਾ ਦਾ ਜ਼ਿਕਰ ਤੈਨੂੰ ਹੋਰ ਜਰੂਰ ਕਰਾਂਗੀ," ਉਨ੍ਹਾਂ ਨੇ ਸ਼ਰਮਾਉਂਦਿਆਂ ਕਿਹਾ। "ਹੁਣ ਮੈਂ ਆਪਣੇ ਅਵਤਾਰੀ ਗੁਰੂ-ਪਤੀ ਦੇ ਵਿਰੁੱਧ ਕੀਤਾ ਗਿਆ ਇਕ ਗੁਨਾਹ ਕਬੂਲ ਕਰਨ ਦੀ ਹਿੰਮਤ ਕਰੂੰਗੀ। ਮੇਰੇ ਦੀਖਿਅਤ ਹੋਣ ਤੋਂ ਕੁਝ ਮਹੀਨੇ ਬਾਅਦ, ਮੈਂ ਆਪਣੇ ਆਪ ਨੂੰ ਅਣਗੌਲਿਆ ਅਤੇ ਬੇਸਹਾਰਾ ਮਹਿਸੂਸ ਕਰਨ ਲੱਗ ਪਈ। ਇੱਕ ਦਿਨ ਸਵੇਰੇ ਸਵੇਰੇ ਜਦੋਂ ਲਾਹਿੜੀ ਮਹਾਸ਼ਯ ਇਸ ਛੋਟੇ ਜਿਹੇ ਕਮਰੇ ਵਿਚ ਕੋਈ ਚੀਜ਼ ਲੈਣ ਵਾਸਤੇ ਉੱਪਰ ਆਏ, ਤਾਂ ਮੈਂ ਵੀ ਉਨ੍ਹਾਂ ਦੇ ਪਿੱਛੇ ਪਿੱਛੇ ਇੱਥੇ ਪਹੁੰਚ ਗਈ। ਮਾਇਆ ਤੋਂ ਪ੍ਰੇਰਿਤ ਹੁੰਦਿਆਂ ਮੈਂ ਸਖਤ ਸ਼ਬਦਾਂ ਵਿਚ ਉਨ੍ਹਾਂ ਨੂੰ ਇਹ ਕਹਿ ਦਿੱਤਾ।"

"ਆਪ ਆਪਣਾ ਸਾਰਾ ਵਕਤ ਆਪਣੇ ਸ਼ਗਿਰਦਾਂ ਨਾਲ ਬਤੀਤ ਕਰ ਦਿੰਦੇ ਹੋ। ਬੱਚਿਆਂ ਅਤੇ ਪਤਨੀ ਪ੍ਰਤੀ ਤੁਹਾਡੀਆਂ ਜੁੰਮੇਵਾਰੀਆਂ ਦਾ ਕੀ ਬਣੂੰਗਾ? ਅਫਸੋਸ ਹੈ ਕਿ ਪਰਿਵਾਰ ਵਾਸਤੇ ਹੋਰ ਪੈਸੇ ਇਕੱਠੇ ਕਰਨ ਲਈ ਤੁਹਾਨੂੰ ਕੋਈ ਦਿਲਚਸਪੀ ਨਹੀਂ।"

"ਗੁਰੂਦੇਵ ਨੇ ਇੱਕ ਮਿੰਟ ਵਾਸਤੇ ਮੇਰੇ ਵੱਲ ਦੇਖਿਆ, ਫਿਰ ਕੀ, ਉਹ ਅਦ੍ਰਿਸ਼ ਹੋ ਗਏ। ਇੱਕ ਹੈਰਾਨਕੁਨ ਅਤੇ ਭੈਅ-ਮਿਸ਼੍ਰਿਤ ਅਵਾਜ਼ ਕਮਰੇ ਦੇ ਹਰ ਇੱਕ ਖੂੰਜੇ ਵਿਚੋਂ ਸੁਣਾਈ ਦੇਣ ਲੱਗੀ।

"ਕੀ ਤੂੰ ਦੇਖ ਨਹੀਂ ਰਹੀ, ਇਹ ਸਾਰਾ ਕੁਝ ਸ਼ੂਨਯ ਹੈ, ਮੇਰੇ ਵਰਗਾ ਸ਼ੂਨਯ ਤੇਰੇ ਵਾਸਤੇ ਪੈਸੇ ਕਿਸ ਤਰ੍ਹਾਂ ਇਕੱਠੇ ਕਰ ਸਕਦਾ ਹੈ।" "ਮੈਂ ਚੀਕ ਉੱਠੀ, ਗੁਰੂਦੇਵ, ਮੈਂ ਆਪ ਤੋਂ ਇਸ ਗੁਨਾਹ ਲਈ ਲੱਖ ਲੱਖ ਵਾਰ ਮੁਆਫੀ ਮੰਗਦੀ ਹਾਂ। ਮੇਰੀਆਂ ਪਾਪੀ ਅੱਖਾਂ ਆਪ ਨੂੰ ਦੇਖ ਨਹੀਂ ਰਹੀਆਂ। ਆਪ ਆਪਣੇ ਪਵਿੱਤਰ ਸਰੀਰ ਵਿਚ ਪ੍ਰਗਟ ਹੋਵੋ।"

"ਮੈਂ ਇੱਥੇ ਹਾਂ, ਇਹ ਉੱਤਰ, ਮੇਰੇ ਸਿਰ ਦੇ ਉੱਪਰੋਂ ਆਇਆ। ਮੈਂ ਆਪਣੀ ਨਜ਼ਰ ਉੱਪਰ ਘੁੰਮਾਈ ਤਾਂ ਮੈਂ ਗੁਰੂਦੇਵ ਨੂੰ ਹਵਾ ਵਿਚ ਝੂਲਦੇ ਦੇਖਿਆ। ਉਨ੍ਹਾਂ ਦਾ ਸਿਰ ਛੱਤ ਨੂੰ ਛੂਹ ਰਿਹਾ ਸੀ। ਉਨ੍ਹਾਂ ਦੀਆਂ ਅੱਖਾਂ ਚੁੰਧਿਆ ਦੇਣ ਵਾਲੀਆਂ ਅੱਗ ਦੀਆਂ ਲਾਟਾਂ ਵਾਂਗ ਦਿਖਾਈ ਦੇ ਰਹੀਆਂ ਸਨ। ਜਦੋਂ ਉਹ ਚੁੱਪ ਚਾਪ ਹੇਠਾਂ ਜਮੀਨ ਉੱਪਰ ਉੱਤਰ ਆਏ, ਤਾਂ ਮੈਂ ਡਰ ਦੀ ਮਾਰੀ, ਸਿਸਕੀਆਂ ਭਰਦੀ ਉਨ੍ਹਾਂ ਦੇ ਚਰਨਾਂ ਵਿਚ ਲੇਟ ਗਈ।

"ਉਨ੍ਹਾਂ ਨੇ ਕਿਹਾ, 'ਨਾਰੀ ਦੁਨੀਆਂ ਦੀਆਂ ਤੜ੍ਹਕ ਭੜ੍ਹਕ ਵਾਲੀਆਂ ਫਜ਼ੂਲ ਦੀਆਂ ਚੀਜ਼ਾਂ ਨਾਲੋਂ ਦੈਵੀ ਸੰਪਤੀ ਦੀ ਕਾਮਨਾ ਕਰ। ਜਦੋਂ ਤੂੰ ਆਤਮਿਕ ਖਜ਼ਾਨਾ ਪ੍ਰਾਪਤ ਕਰ ਲਵੇਂਗੀ ਤਾਂ ਦੇਖੇਂਗੀ ਕਿ ਸੰਸਾਰਕ ਜ਼ਰੂਰਤਾਂ ਆਪਣੇ ਆਪ ਪੂਰੀਆਂ ਹੋ ਰਹੀਆਂ ਹਨ। ਫਿਰ ਉਨ੍ਹਾਂ ਨੇ ਕਿਹਾ ਕਿ ਮੇਰਾ ਇੱਕ ਅਧਿਆਤਮਿਕ ਪੁੱਤਰ ਤੈਨੂੰ ਬਹੁਤ ਸਾਰੀ ਦੌਲਤ ਦੇ ਜਾਵੇਗਾ।'

"ਮੇਰੇ ਗੁਰੂ ਦੇ ਸ਼ਬਦ ਸੱਚੇ ਸਾਬਤ ਹੋਣੇ ਹੀ ਸਨ। ਇੱਕ ਸ਼ਗਿਰਦ, ਸਾਡੇ ਪਰਿਵਾਰ ਵਾਸਤੇ ਬਹੁਤ ਸਾਰੀ ਦੌਲਤ ਦੇ ਗਿਆ।"

ਮੇਰੇ ਨਾਲ ਆਪਣੇ ਅਦਭੁਤ ਅਨੁਭਵ ਸਾਂਝੇ ਕਰਨ ਵਾਸਤੇ, ਮੈਂ ਮਾਤਾ ਕਾਸ਼ੀਮਣੀ ਦਾ ਧੰਨਵਾਦ ਕੀਤਾ।* ਅਗਲੇ ਦਿਨ ਮੈਂ ਫਿਰ ਉਨ੍ਹਾਂ ਦੇ ਘਰ ਗਿਆ, ਤਿਨਕੌੜੀ ਅਤੇ ਦੁਕੌੜੀ ਨਾਲ ਕਈ ਘੰਟਿਆਂ ਤਕ ਅਧਿਆਤਮਿਕ ਚਰਚਾ ਦਾ ਆਨੰਦ ਲੈਂਦਾ ਰਿਹਾ। ਭਾਰਤ ਦੇ ਮਹਾਨ ਯੋਗੀ ਦੇ ਇਹ ਦੋਵੇਂ ਸੰਤ ਸੁਭਾਅ ਪੁੱਤਰ ਆਪਣੇ ਪਿਤਾ ਜੀ ਦੇ ਆਦ ਰਸ਼ ਪੂਰਨਿਆਂ ਤੇ ਚੱਲ ਰਹੇ ਸਨ। ਦੋਵੇਂ ਹੀ ਗੋਰੇ ਚਿੱਟੇ, ਲੰਬੇ ਕੱਦ, ਮਜ਼ਬੂਤ ਕਾਠੀ ਅਤੇ ਸੰਘਣੀ ਦਾੜ੍ਹੀ, ਕੋਮਲ ਅਵਾਜ਼ ਅਤੇ ਪੁਰਾਣ ਪੰਥੀ ਸੁੰਦਰ ਸਲੀਕੇ ਨਾਲ ਸਸ਼ੋਭਿਤ ਸਨ।

* ਪੂਜਨੀਕ ਮਾਤਾ ਜੀ ਨੇ 25 ਮਾਰਚ 1930 ਵਿਚ ਵਾਰਾਣਸੀ ਵਿਚ ਆਪਣਾ ਸਰੀਰ ਤਿਆਗਿਆ।

ਲਾਹਿੜੀ ਮਹਾਸ਼ਯ ਦੀ ਪਤਨੀ ਹੀ ਉਨ੍ਹਾਂ ਦੀ ਇੱਕੋ ਇੱਕ ਇਸਤਰੀ ਸ਼ਗਿਰਦ ਨਹੀਂ ਸੀ। ਸੈਂਕੜੇ ਹੋਰ ਇਸਤਰੀਆਂ ਵੀ ਉਨ੍ਹਾਂ ਦੀਆਂ ਸ਼ਗਿਰਦ ਸਨ, ਜਿਨ੍ਹਾਂ ਵਿਚੋਂ ਇੱਕ ਮੇਰੇ ਮਾਤਾ ਜੀ ਵੀ ਸਨ। ਇੱਕ ਵਾਰ ਇੱਕ ਔਰਤ ਨੇ ਲਾਹਿੜੀ ਮਹਾਸ਼ਯ ਤੋਂ ਉਨ੍ਹਾਂ ਦੀ ਫੋਟੋ ਦੀ ਮੰਗ ਕੀਤੀ। ਉਨ੍ਹਾਂ ਨੇ ਉਸ ਨੂੰ ਫੋਟੋ ਦਿੰਦਿਆਂ ਕਿਹਾ, "ਜੇ ਤੂੰ ਇਸ ਨੂੰ ਆਪਣਾ ਰੱਖਿਆ ਕਵੱਚ ਮੰਨੇਗੀ, ਤਾਂ ਇਹ ਰੱਖਿਆ ਕਵੱਚ ਦਾ ਕੰਮ ਕਰੇਗੀ, ਨਹੀਂ ਤਾਂ ਸਿਰਫ ਫੋਟੋ ਦਾ ਹੀ ਕੰਮ ਦੇਵੇਗੀ।"

ਕੁਝ ਦਿਨ ਬਾਅਦ, ਉਹੀ ਔਰਤ ਅਤੇ ਲਾਹਿੜੀ ਮਹਾਸ਼ਯ ਦੀ ਨੂੰਹ ਸ੍ਰੀ ਮਦ ਭਗਵਤ ਗੀਤਾ ਦਾ ਪਾਠ ਕਰ ਰਹੀਆਂ ਸਨ। ਮੇਜ਼ ਉੱਪਰ ਪਿੱਛਲੇ ਪਾਸੇ ਲਾਹਿੜੀ ਮਹਾਸ਼ਯ ਦੀ ਫੋਟੋ ਟੰਗੀ ਹੋਈ ਸੀ। ਅਚਾਨਕ ਭਿਅੰਕਰ ਅਨ੍ਹੇਰੀ ਚੱਲਣ ਲੱਗੀ ਅਤੇ ਬਿਜਲੀ ਕੜਕਣ ਲੱਗੀ।

"ਲਾਹਿੜੀ ਮਹਾਸ਼ਯ ਸਾਡੀ ਰੱਖਿਆ ਕਰੋ," ਉਹ ਦੋਨੋਂ ਜਣੀਆਂ ਉਸ ਫੋਟੋ ਉੱਪਰ ਪ੍ਰਣਾਮ ਕਰਦਿਆਂ ਪ੍ਰਾਰਥਨਾ ਕਰਨ ਲੱਗੀਆਂ। ਉਸੇ ਵਕਤ ਮੇਜ਼ ਉੱਪਰ ਪਈ ਪੁਸਤਕ ਉੱਪਰ ਬਿਜਲੀ ਡਿਗੀ, ਪ੍ਰੰਤੂ ਉਨ੍ਹਾਂ ਦੋਨਾਂ ਨੂੰ ਕੋਈ ਝਰੀਟ ਤਕ ਨਹੀਂ ਆਈ।

"ਮੈਨੂੰ ਇਸ ਤਰ੍ਹਾਂ ਲੱਗਿਆ, ਕਿ ਉਸ ਝੁਲਸਾ ਦੇਣ ਵਾਲੀ ਤਪਸ਼ ਤੋਂ ਬਚਾਉਣ ਵਾਸਤੇ ਮੇਰੇ ਦੁਆਲੇ ਬਰਫ ਦੀਆਂ ਸਿੱਲੀਆਂ ਰੱਖ ਦਿੱਤੀਆਂ ਹੋਣ," ਉਸ ਔਰਤ ਨੇ ਦੱਸਿਆ।

ਲਾਹਿੜੀ ਮਹਾਸ਼ਯ ਨੇ ਆਪਣੀ ਇੱਕ ਹੋਰ ਸ਼ਗਿਰਦ ਔਰਤ ਨਾਲ ਦੋ ਚਮਤਕਾਰ ਕੀਤੇ ਸਨ। ਇੱਕ ਦਿਨ ਅਭੈਆ ਆਪਣੇ ਪਤੀ ਦੇ ਨਾਲ, ਜਿਹੜੇ ਕੋਲਕਾਤਾ ਵਿਚ ਵਕੀਲ ਸਨ, ਲਾਹਿੜੀ ਮਹਾਸ਼ਯ ਦੇ ਦਰਸ਼ਨ ਕਰਨ ਵਾਸਤੇ ਚੱਲ ਪਈ। ਪ੍ਰੰਤੂ ਰਸਤੇ ਵਿਚ ਆਵਾਜ਼ਾਈ ਦੀ ਭੀੜ ਹੋਣ ਕਾਰਨ ਉਨ੍ਹਾਂ ਨੂੰ ਦੇਰ ਹੋ ਗਈ। ਜਦੋਂ ਉਹ ਹਾਵੜਾ ਰੇਲਵੇ ਸਟੇਸ਼ਨ ਤੇ ਪਹੁੰਚੇ ਤਾਂ ਰੇਲ ਗੱਡੀ ਰਵਾਨਾ ਹੋਣ ਵਾਸਤੇ ਸੀਟੀ ਮਾਰ ਰਹੀ ਸੀ।

ਅਭੈਆ ਟਿਕਟ ਖਿੜਕੀ ਦੇ ਕੋਲ ਜਾ ਕੇ ਚੁੱਪ ਚਾਪ ਖੜ੍ਹੀ ਹੋ ਗਈ, "ਲਾਹਿੜੀ ਮਹਾਸ਼ਯ, ਮੈਂ ਆਪ ਨੂੰ ਬੇਨਤੀ ਕਰਦੀ ਹਾਂ, ਕਿ ਗੱਡੀ ਨੂੰ ਰੋਕ ਲਵੋ," ਉਹ ਮੌਨ ਪ੍ਰਾਰਥਨਾ ਕਰ ਰਹੀ ਸੀ। "ਮੈਂ ਆਪ ਦੇ ਦਰਸ਼ਨ ਕਰਨ ਖਾਤਰ ਇੱਕ ਦਿਨ ਦੀ ਹੋਰ ਦੇਰੀ ਬਰਦਾਸ਼ਤ ਨਹੀਂ ਕਰ ਸਕਦੀ।"

ਛੁੱਕ ਛੁੱਕ ਕਰਦੀ ਗੱਡੀ ਦੇ ਪਹੀਏ ਗੋਲ ਗੋਲ ਘੁੰਮਦੇ ਰਹੇ, ਪ੍ਰੰਤੂ ਗੱਡੀ ਭੋਰਾ ਭਰ ਵੀ ਅੱਗੇ ਨਹੀਂ ਸਰਕ ਸਕੀ। ਗੱਡੀ ਦਾ ਡਰਾਈਵਰ ਅਤੇ ਹੋਰ ਯਾਤਰੀ ਇਹ ਅਦਭੁਤ ਨਜ਼ਾਰਾ ਦੇਖਣ ਵਾਸਤੇ ਪਲੇਟਫਾਰਮ ਉੱਪਰ ਉੱਤਰ ਗਏ। ਰੇਲਵੇ ਦਾ ਇੱਕ ਅੰਗਰੇਜ਼ ਗਾਰਡ ਅਭੈਆ ਅਤੇ ਉਸ ਦੇ ਪਤੀ ਕੋਲ ਆਇਆ ਅਤੇ ਸਾਰੇ ਨਿਯਮਾਂ ਦੇ ਉਲਟ, ਉਸ

ਨੇ ਆਪਣੀਆਂ ਸੇਵਾਵਾਂ ਅਰਪਣ ਕਰਦਿਆਂ ਕਿਹਾ, "ਬਾਬੂ, ਆਪ ਮੈਨੂੰ ਪੈਸੇ ਦਿਉ, ਮੈਂ ਆਪਦੇ ਟਿਕਟ ਲੈਂਦਾ ਹਾਂ, ਉਦੋਂ ਤਕ ਆਪ ਰੇਲ ਗੱਡੀ ਵਿਚ ਸਵਾਰ ਹੋਵੋ।

ਜਿਉਂ ਹੀ ਅਭੈਆ ਅਤੇ ਉਸ ਦਾ ਪਤੀ ਰੇਲ ਗੱਡੀ ਵਿਚ ਬੈਠ ਗਏ ਅਤੇ ਉਨ੍ਹਾਂ ਦੇ ਹੱਥਾਂ ਵਿਚ ਟਿਕਟ ਵੀ ਪਹੁੰਚ ਗਏ, ਤਾਂ ਰੇਲ ਗਡੀ ਹੌਲੀ ਹੌਲੀ ਚੱਲਣ ਲੱਗੀ। ਘਬਰਾਹਟ ਵਿਚ ਡਰਾਈਵਰ ਅਤੇ ਯਾਤਰੀ ਭੱਜ ਕੇ ਆਪਣੀਆਂ ਸੀਟਾਂ ਤੇ ਬੈਠਣ ਲਈ ਦੌੜ ਪਏ, ਇਹ ਜਾਣੇ ਬਗੈਰ ਕਿ ਪਹਿਲਾਂ ਰੇਲ ਗੱਡੀ ਕਿਉਂ ਰੁਕੀ ਹੋਈ ਸੀ ਅਤੇ ਹੁਣ ਕਿਸ ਤਰ੍ਹਾਂ ਚੱਲ ਪਈ।

ਵਾਰਾਣਸੀ ਵਿਚ ਲਾਹਿੜੀ ਮਹਾਸ਼ਯ ਦੇ ਘਰ ਪਹੁੰਚ ਕੇ ਅਭੈਆ ਨੇ ਚੁੱਪ ਚਾਪ ਲਾਹਿੜੀ ਮਹਾਸ਼ਯ ਨੂੰ ਦੰਡਵਤ ਪ੍ਰਣਾਮ ਕੀਤਾ ਅਤੇ ਉਨ੍ਹਾਂ ਦੇ ਚਰਨ ਸਪਰਸ਼ ਕਰਨ ਦਾ ਯਤਨ ਕਰਨ ਲੱਗੀ।

ਲਾਹਿੜੀ ਮਹਾਸ਼ਯ ਨੇ ਉਸ ਨੂੰ ਸੰਬੋਧਨ ਕਰਦਿਆਂ ਕਿਹਾ, "ਆਪਣੇ ਆਪ ਨੂੰ ਸੰਭਾਲੋ, ਅਭੈਆ, ਮੈਨੂੰ ਤੰਗ ਕਰਨ ਵਿਚ ਤੈਨੂੰ ਕਿੰਨਾ ਆਨੰਦ ਆਉਂਦਾ ਹੈ। ਜਿਸ ਤਰ੍ਹਾਂ ਤੂੰ ਕਿਸੇ ਹੋਰ ਗੱਡੀ ਵਿਚ ਆ ਹੀ ਨਹੀਂ ਸੀ ਸਕਦੀ।"

ਅਭੈਆ, ਇੱਕ ਵਾਰ ਹੋਰ ਲਾਹਿੜੀ ਮਹਾਸ਼ਯ ਦੇ ਕੋਲ ਆਈ ਸੀ। ਇਸ ਵਾਰ ਉਸ ਨੂੰ, ਗੁਰੂਦੇਵ ਦੀ ਮਦਦ ਰੇਲ ਗੱਡੀ ਦੇ ਵਾਸਤੇ ਨਹੀਂ ਬਲਕਿ ਸੰਤਾਨ ਵਾਸਤੇ ਚਾਹੀਦੀ ਸੀ। "ਮੈਂ ਆਪ ਨੂੰ ਬੇਨਤੀ ਕਰਦੀ ਹਾਂ ਕਿ ਮੇਰੀ ਨੌਵੀਂ ਸੰਤਾਨ ਜਿਉਂਦੀ ਰਹੇ," ਉਸ ਨੇ ਕਿਹਾ। "ਮੇਰੇ ਅੱਠ ਬੱਚੇ ਹੋਏ ਅਤੇ ਸਾਰੇ ਦੇ ਸਾਰੇ ਹੀ ਜਨਮ ਤੋਂ ਬਾਅਦ ਮਰ ਗਏ।"

ਲਾਹਿੜੀ ਮਹਾਸ਼ਯ ਨੇ ਹਮਦਰਦੀ ਪੂਰਨ ਢੰਗ ਨਾਲ ਦੇਖਦਿਆਂ ਮੁਸਕਰਾਉਂਦਿਆਂ ਕਿਹਾ, "ਤੇਰੀ ਹੁਣ ਹੋਣ ਵਾਲੀ ਸੰਤਾਨ ਬਚ ਜਾਵੇਗੀ, ਮੇਰੀਆਂ ਹਦਾਇਤਾਂ ਦੀ ਧਿਆਨ ਪੂਰਵਕ ਪਾਲਣਾ ਕਰਨੀ ਹੋਵੇਗੀ। ਬੱਚਾ, ਜੋ ਇੱਕ ਲੜਕੀ ਹੋਵੇਗੀ, ਉਸ ਦਾ ਜਨਮ ਰਾਤ ਦੇ ਵਕਤ ਹੋਵੇਗਾ। ਇਸ ਗੱਲ ਦਾ ਧਿਆਨ ਰੱਖਣਾ ਕਿ ਤੇਲ ਦਾ ਦੀਵਾ ਸਾਰੀ ਰਾਤ ਸੂਰਜ ਚੜ੍ਹਨ ਤਕ ਜਗਦਾ ਰਹੇ। ਰਾਤ ਨੂੰ ਸੌਂ ਨਾ ਜਾਣਾ, ਜਿਸ ਕਰਕੇ ਦੀਵੇ ਨੂੰ ਬੁਝਣ ਦਾ ਮੌਕਾ ਮਿਲ ਜਾਵੇ।

ਠੀਕ ਉਸੇ ਤਰ੍ਹਾਂ ਹੋਇਆ, ਜਿਸ ਤਰ੍ਹਾਂ ਸਰਬਗਿਆਤਾ ਗੁਰੂ ਨੇ ਦੇਖ ਲਿਆ ਸੀ, ਅਭੈਆ ਦੇ ਲੜਕੀ ਪੈਦਾ ਹੋਈ ਅਤੇ ਉਸ ਦਾ ਜਨਮ ਵੀ ਰਾਤ ਦੇ ਵਕਤ ਹੋਇਆ। ਉਸਨੇ ਆਪਣੀ ਦਾਈ ਨੂੰ ਤੇਲ ਦਾ ਦੀਵਾ ਪੂਰਾ ਭਰਿਆ ਰੱਖਣ ਵਾਸਤੇ ਹਦਾਇਤ ਕਰ ਦਿੱਤੀ। ਦੋਵੇਂ ਔਰਤਾਂ ਤਕਰੀਬਨ ਸਾਰੀ ਰਾਤ ਜਾਗਦੀਆਂ ਰਹੀਆਂ। ਪ੍ਰੰਤੂ ਆਖਰ ਨੂੰ ਉਨ੍ਹਾਂ ਨੂੰ ਨੀਂਦ ਆ ਗਈ। ਦੀਵੇ ਦਾ ਤੇਲ ਲਗ ਭਗ ਖਤਮ ਹੋ ਗਿਆ ਸੀ ਅਤੇ ਉਸ ਦੀ ਲਾਟ ਬੁਝਣ ਖਾਤਰ ਫੜ ਫੜਾ ਰਹੀ ਸੀ। ਕਮਰੇ ਦੇ ਦਰਵਾਜ਼ੇ ਦਾ ਕੁੰਡਾ ਖੜਕਿਆ ਅਤੇ

ਜ਼ੋਰ ਦੀ ਅਵਾਜ਼ ਕਰਦਿਆਂ ਦਰਵਾਜ਼ਾ ਖੁੱਲ੍ਹ ਗਿਆ। ਦੋਵੇਂ ਔਰਤਾਂ ਚੌਂਕ ਕੇ ਜਾਗ ਪਈਆਂ ਅਤੇ ਉਨ੍ਹਾਂ ਦੀਆਂ ਅਚੰਭਿਤ ਨਜ਼ਰਾਂ ਨੇ ਲਾਹਿੜੀ ਮਹਾਸ਼ਯ ਦਾ ਸਰੂਪ ਦੇਖਿਆ।

"ਅਭੈਆ, ਦੇਖੋ, ਦੀਵਾ ਲਗ ਭਗ ਬੁਝ ਹੀ ਗਿਆ ਹੈ," ਉਨ੍ਹਾਂ ਦੀਵੇ ਦੀ ਲਾਟ ਵੱਲ ਇਸ਼ਾਰਾ ਕਰਦਿਆਂ ਕਿਹਾ। ਜਿਸ ਵਿਚ ਦਾਈ ਤੁਰੰਤ ਤੇਲ ਪਾਉਣ ਲੱਗੀ। ਜਿਉਂ ਹੀ ਦੀਵੇ ਦੀ ਲੋਅ ਤੇਜ ਹੋਈ, ਲਾਹਿੜੀ ਮਹਾਸ਼ਯ ਅੰਤਰ ਧਿਆਨ ਹੋ ਗਏ। ਦਰਵਾਜ਼ਾ ਆਪਣੇ ਆਪ ਬੰਦ ਹੋ ਗਿਆ। ਬਗੈਰ ਕਿਸੇ ਦ੍ਰਿਸ਼ਟੀਗੋਚਰ ਸਾਧਨ ਦੇ ਕੁੰਡਾ ਫਿਰ ਆਪਣੇ ਆਪ ਲੱਗ ਗਿਆ ਅਤੇ ਦਰਵਾਜ਼ਾ ਬੰਦ ਹੋ ਗਿਆ।

ਅਭੈਆ ਦੀ ਨੌਂਵੀਂ ਸੰਤਾਨ ਬਚ ਗਈ। 1935 ਵਿਚ ਜਦੋਂ ਮੈਂ ਉਸ ਬਾਰੇ ਪਤਾ ਕੀਤਾ ਤਾਂ ਉਸ ਵਕਤ ਵੀ ਉਸ ਦੀ ਉਹ ਨੌਂਵੀਂ ਸੰਤਾਨ ਜਿਉਂਦੀ ਸੀ।

ਲਾਹਿੜੀ ਮਹਾਸ਼ਯ ਦੇ ਇੱਕ ਹੋਰ ਸਤਕਾਰਯੋਗ ਸ਼ਗਿਰਦ ਸ਼੍ਰੀ ਕਾਲੀ ਕੁਮਾਰ ਰਾਏ ਨੇ ਮੈਨੂੰ ਆਪਣੇ ਗੁਰੂ ਦੇ ਨਾਲ ਬਿਤਾਏ ਜੀਵਨ ਦੇ ਅਨੇਕ ਰੌਚਿਕ ਕਿੱਸੇ ਸੁਣਾਏ।

ਸ਼੍ਰੀ ਰਾਏ ਨੇ ਮੈਨੂੰ ਦੱਸਿਆ ਕਿ, "ਮੈਂ ਅਕਸਰ ਵਾਰਾਣਸੀ ਵਿਚ ਲਾਹਿੜੀ ਮਹਾਸ਼ਯ ਦੇ ਘਰ ਇੱਕੋ ਵਕਤ ਲਗਾਤਾਰ ਕਿੰਨੇ ਕਿੰਨੇ ਹਫਤੇ ਮਹਿਮਾਨ ਬਣ ਕੇ ਰਹਿੰਦਾ ਸੀ। ਮੈਂ ਦੇਖਿਆ ਕਰਦਾ ਸੀ ਕਿ ਅਨੇਕ ਸਾਧੂ, ਸੰਤ, ਦੰਡੀ ਸਵਾਮੀ* ਆਦਿ ਰਾਤ ਦੀ ਸ਼ਾਂਤਮਈ ਏਕਾਂਤ ਵਿਚ ਗੁਰੁਦੇਵ ਦੇ ਚਰਨਾਂ ਵਿਚ ਬੈਠਣ ਲਈ ਆਉਂਦੇ ਸਨ। ਕਦੇ ਕਦੇ ਉਹ ਧਿਆਨ ਅਤੇ ਹੋਰ ਦਾਰਸ਼ਨਿਕ ਤੱਤਾਂ ਉੱਪਰ ਚਰਚਾ ਛੇੜ ਦਿੰਦੇ ਸਨ। ਸਵੇਰਾ ਹੁੰਦਿਆਂ ਹੀ, ਸਾਰੇ ਮਹਾਤਮਾ ਚਲੇ ਜਾਂਦੇ ਸਨ। ਜਦੋਂ ਕਦੇ ਮੈਂ ਉੱਥੇ ਰਹਿੰਦਾ ਤਾਂ ਦੇਖਦਾ ਕਿ ਲਾਹਿੜੀ ਮਹਾਸ਼ਯ ਸੌਣ ਵਾਸਤੇ ਕਦੇ ਟੇਢੇ ਨਹੀਂ ਸਨ ਹੁੰਦੇ।"

"ਗੁਰੂਦੇਵ ਨਾਲ ਸ਼ੁਰੂਆਤੀ ਸਬੰਧਾਂ ਵੇਲੇ, ਮੈਨੂੰ ਆਪਣੇ ਮਾਲਕ ਦੇ ਸਖਤ ਵਿਰੋਧ ਦਾ ਸਾਹਮਣਾ ਕਰਨਾ ਪੈਂਦਾ ਰਿਹਾ। ਮੇਰਾ ਮਾਲਕ ਕਟੜ ਭੌਤਿਕਵਾਦੀ ਵਿਚਾਰਧਾਰਾ ਦਾ ਸੀ।

"ਮੈਨੂੰ ਆਪਣੇ ਮੁਲਾਜ਼ਮਾਂ ਵਿਚ ਕੋਈ ਧਾਰਮਿਕ ਕਟੜਪੰਥੀ ਨਹੀਂ ਚਾਹੀਦਾ। ਉਹ ਤ੍ਰਿਸਕਾਰ ਪੂਰਵਕ ਕਹਿੰਦਾ। "ਜੇ ਕਦੇ ਮੇਰੀ ਮੁਲਾਕਾਤ, ਤੇਰੇ ਪਖੰਡੀ ਗੁਰੂ ਨਾਲ ਹੋ ਜਾਵੇ ਤਾਂ ਮੈਂ ਉਸ ਨੂੰ ਕੁਝ ਇਹੋ ਜਿਹੀਆਂ ਖਰੀਆਂ ਖਰੀਆਂ ਸੁਣਾਵਾਂਗਾ ਕਿ ਉਹ ਜ਼ਿੰਦਗੀ ਭਰ ਯਾਦ ਰਖੇਗਾ।"

"ਇਹ ਧਮਕੀ ਮੇਰੀ ਨਿਯਮਤ ਫੇਰੀ ਵਾਸਤੇ ਕੋਈ ਰੁਕਾਵਟ ਨਾ ਬਣੀ। ਮੈਂ ਲਗ ਭਗ ਹਰ ਰੋਜ਼ ਹੀ ਆਪਣੀ ਸ਼ਾਮ ਆਪਣੇ ਗੁਰੂ ਦੇ ਚਰਨਾਂ ਵਿਚ ਗੁਜ਼ਾਰਦਾ। ਇੱਕ ਰਾਤ

* ਦੰਡੀ ਸਵਾਮੀ ਇੱਕ ਖਾਸ ਸੰਨਿਆਸ ਪਰੰਪਰਾ ਦੇ ਸੰਨਿਆਸੀ ਹੁੰਦੇ ਹਨ ਜੋ ਬ੍ਰਹਮਾਦੰਡ ਦੇ ਪ੍ਰਤੀਕ ਦੇ ਰੂਪ ਵਿਚ ਇੱਕ ਡੰਡਾ ਆਪਣੇ ਕੋਲ ਰੱਖਦੇ ਹਨ। ਮਾਨਵ ਸਰੀਰ ਵਿਚ ਮੇਰੂਦੰਡ ਹੀ ਬ੍ਰਹਮਦੰਡ ਹੈ। ਮੇਰੂਦੰਡ ਅਤੇ ਲਲਾਟ ਵਿਚ ਸਥਿਤ ਸੱਤ ਚੱਕਰਾਂ ਦਾ ਭੇਦਨ ਕਰਨਾ ਹੀ ਅਨੰਤ ਸਾਮਰਾਜ ਦਾ ਮਾਰਗ ਹੈ।

ਮੇਰਾ ਮਾਲਕ ਵੀ, ਮੇਰਾ ਪਿੱਛਾ ਕਰਦਿਆਂ, ਬਦਤਮੀਜ਼ੀ ਨਾਲ ਲਾਹਿੜੀ ਮਹਾਸ਼ਯ ਦੇ ਕਮਰੇ ਵਿਚ ਆ ਵੜਿਆ। ਬਗੈਰ ਕਿਸੇ ਸ਼ੰਕਾ ਦੇ ਉਹ ਆਪਣੇ ਕਹਿਣ ਮੁਤਾਬਿਕ ਲਾਹਿੜੀ ਮਹਾਸ਼ਯ ਨੂੰ ਉਲਟਾ ਸਿੱਧਾ ਬੋਲਣ ਲਈ ਹੀ ਆਇਆ ਸੀ। ਜਿਉਂ ਹੀ ਮੇਰਾ ਮਾਲਕ ਕਮਰੇ ਵਿਚ ਆ ਕੇ ਬੈਠਿਆ, ਤਾਂ ਲਾਹਿੜੀ ਮਹਾਸ਼ਯ ਨੇ ਉੱਥੇ ਬੈਠੇ ਲਗ ਭਗ ਆਪਣੇ ਬਾਰਾਂ ਸ਼ਗਿਰਦਾਂ ਨੂੰ ਕਿਹਾ, "ਕੀ ਤੁਸੀਂ ਸਾਰੇ ਇੱਕ ਸਿਨਮਾ ਦੇਖਣਾ ਪਸੰਦ ਕਰੋਗੇ।" ਜਦੋਂ ਅਸੀਂ ਸਾਰਿਆਂ ਨੇ ਹਾਂ ਕਰ ਦਿੱਤੀ, ਤਾਂ ਲਾਹਿੜੀ ਮਹਾਸ਼ਯ ਨੇ ਬੈਠਕ ਵਿਚ ਅਨ੍ਹੇਰਾ ਕਰਨ ਵਾਸਤੇ ਕਿਹਾ। ਫਿਰ ਉਨ੍ਹਾਂ ਨੇ ਕਿਹਾ "ਆਪ ਸਾਰੇ ਗੋਲ ਦਾਇਰੇ ਵਿਚ ਇੱਕ ਦੂਜੇ ਦੇ ਪਿੱਛੇ ਬੈਠ ਕੇ ਆਪਣੇ ਅੱਗੇ ਬੈਠੇ ਬੰਦੇ ਦੀਆਂ ਅੱਖਾਂ ਉੱਪਰ ਹੱਥ ਰੱਖੋ।"

"ਮੈਨੂੰ ਇਹ ਦੇਖ ਕੋਈ ਹੈਰਾਨੀ ਨਾ ਹੋਈ, ਕਿ ਮੇਰਾ ਮਾਲਕ ਵੀ, ਭਾਵੇਂ ਅਣਮੰਨਿਆ ਹੀ ਸਹੀ, ਲਾਹਿੜੀ ਮਹਾਸ਼ਯ ਦੇ ਹੁਕਮਾਂ ਦੀ ਤਾਮੀਲ ਕਰ ਰਿਹਾ ਸੀ। ਕੁਝ ਮਿੰਟਾਂ ਬਾਅਦ, ਲਾਹਿੜੀ ਮਹਾਸ਼ਯ ਨੇ ਸਾਨੂੰ ਪੁੱਛਿਆ, "ਕਿ ਤੁਹਾਨੂੰ ਕੀ ਦਿਖਾਈ ਦਿੰਦਾ ਹੈ?"

"ਮੈਂ ਜਵਾਬ ਦਿੱਤਾ, ਗੁਰੂਦੇਵ, ਇੱਕ ਸੁੰਦਰ ਇਸਤਰੀ ਦਿਖਾਈ ਦੇ ਰਹੀ ਹੈ। ਉਸ ਨੇ ਲਾਲ ਕਿਨਾਰੇ ਵਾਲੀ ਸਾੜ੍ਹੀ ਪਹਿਨੀ ਹੋਈ ਹੈ। ਉਹ ਸਮੁੰਦਰ ਸ਼ੋਖ ਦੀ ਵੇਲ ਦੇ ਕੋਲ ਖੜ੍ਹੀ ਹੈ। ਬਾਕੀ ਸਾਰਿਆਂ ਨੇ ਵੀ ਇਹੋ ਜਵਾਬ ਦਿੱਤਾ।" ਗੁਰੂਦੇਵ, ਮੇਰੇ ਮਾਲਕ ਵੱਲ ਮੁੜੇ, "ਕੀ ਆਪ ਇਸ ਇਸਤਰੀ ਨੂੰ ਪਹਿਚਾਣਦੇ ਹੋ?"

"ਜੀ ਹਾਂ," ਸਪਸ਼ਟ ਤੌਰ ਤੇ ਇਹ ਮਹਿਸੂਸ ਹੋ ਰਿਹਾ ਸੀ, ਕਿ ਉਹ ਆਪਣੀਆਂ ਭਾਵਨਾਵਾਂ ਨਾਲ ਜਦੋਜਹਿਦ ਕਰ ਰਿਹਾ ਸੀ, ਜਿਹੜੀਆਂ ਉਸ ਦੇ ਕੁਦਰਤੀ ਸੁਭਾਅ ਵਾਸਤੇ ਨਵੀਆਂ ਸਨ। "ਘਰ ਵਿਚ ਸੁਸ਼ੀਲ ਪਤਨੀ ਦੇ ਹੁੰਦਿਆਂ, ਮੈਂ ਮੂਰਖਾਂ ਵਾਗ ਇਸ ਔਰਤ ਦੇ ਉੱਪਰ ਆਪਣੀ ਦੌਲਤ ਲੁਟਾ ਰਿਹਾ ਹਾਂ। ਮੈਂ ਜਿਸ ਮਕਸਦ ਵਾਸਤੇ ਇੱਥੇ ਆਇਆ ਸੀ, ਉਸ ਵਾਸਤੇ ਮੈਂ ਬਹੁਤ ਸ਼ਰਮਿੰਦਾ ਹਾਂ। ਕੀ ਆਪ ਮੈਨੂੰ ਮੁਆਫ ਕਰਕੇ, ਆਪਣਾ ਸ਼ਗਿਰਦ ਬਣਾ ਲਵੋਗੇ।"

"ਜੇ ਤੂੰ ਛੇ ਮਹੀਨਿਆਂ ਤਕ ਸਦਾਚਾਰਕ ਜ਼ਿੰਦਗੀ ਬਿਤਾਉਣ ਵਿਚ ਸਫਲ ਹੋ ਜਾਂਦਾ ਹੈਂ, ਤਾਂ ਮੈਂ ਤੈਨੂੰ ਆਪਣੇ ਸ਼ਗਿਰਦ ਦੇ ਰੂਪ ਵਿਚ ਅਪਣਾ ਲਵਾਂਗਾ," ਗੁਰੂਦੇਵ ਨੇ ਕਿਹਾ। "ਨਹੀਂ ਤਾਂ ਮੈਨੂੰ ਤੈਨੂੰ ਦੀਖਿਆ ਦੇਣ ਦੀ ਨੌਬਤ ਹੀ ਨਹੀਂ ਆਏਗੀ।"

"ਤਿੰਨ ਮਹੀਨੇ ਸਦਾਚਾਰਕ ਜੀਵਨ ਬਿਤਾਉਣ ਤੋਂ ਬਾਅਦ, ਉਸ ਨੇ ਫਿਰ ਉਸ ਔਰਤ ਨਾਲ ਸਬੰਧ ਸਥਾਪਤ ਕਰ ਲਏ। ਦੋ ਮਹੀਨਿਆਂ ਦੇ ਬਾਅਦ ਹੀ ਉਸ ਦੀ ਮੌਤ ਹੋ ਗਈ। ਤਾਂ ਮੈਨੂੰ ਗੁਰੂਦੇਵ ਦਾ ਇਹ ਕਹਿਣਾ ਕਿ ਤੈਨੂੰ ਦੀਖਿਆ ਦੇਣ ਦੀ ਨੌਬਤ ਹੀ ਨਹੀਂ ਆਏਗੀ, ਵਾਲੇ ਰਹੱਸਮਈ ਸ਼ਬਦਾਂ ਦੇ ਅਰਥ ਸਮਝ ਵਿਚ ਆਏ।"

ਲਾਹਿੜੀ ਮਹਾਸ਼ਯ ਦੇ ਇਕ ਗੂੜ੍ਹੇ ਮਿੱਤਰ ਸਨ ਤਰੈਲੰਗ ਸਵਾਮੀ। ਜਿਹੜੇ ਤਿੰਨ ਸੌ ਸਾਲਾਂ ਤੋਂ ਜਿਆਦਾ ਦੀ ਉਮਰ ਦੇ ਹੋਣ ਕਰਕੇ ਪ੍ਰਸਿੱਧ ਸਨ। ਦੋਵੇਂ ਯੋਗੀ ਅਕਸਰ ਇਕੱਠੇ

ਧਿਆਨ ਕਰਨ ਵਾਸਤੇ ਬੈਠਦੇ ਸਨ। ਤਰੈਲੰਗ ਸਵਾਮੀ ਦੀ ਪ੍ਰਸਿੱਧੀ ਇੰਨੀ ਦੂਰ ਦੂਰ ਤਕ ਫੈਲੀ ਹੋਈ ਸੀ ਕਿ ਸ਼ਾਇਦ ਹੀ ਕੋਈ ਹਿੰਦੂ ਕਦੇ ਉਨ੍ਹਾਂ ਦੇ ਅਸਚਰਜਜਨਕ ਚਮਤਕਾਰਾਂ ਦੀ ਕਹਾਣੀ ਉੱਪਰ ਸ਼ੰਕਾ ਕਰਦਾ ਹੋਵੇ। ਜੇ ਈਸਾ ਮਸੀਹ ਧਰਤੀ ਤੇ ਵਾਪਸ ਆ ਜਾਣ ਅਤੇ ਉਹ ਨਿਊਯਾਰਕ ਦੀਆਂ ਸੜਕਾਂ ਉੱਪਰ ਆਪਣੀਆਂ ਅਲੌਕਿਕ ਸ਼ਕਤੀਆਂ ਦਾ ਪ੍ਰਦਰਸ਼ਨ ਕਰਦੇ ਹੋਏ ਘੁੰਮਣ, ਤਾਂ ਲੋਕਾਂ ਵਿਚ ਉਹੀ ਸ਼ਰਧਾ ਅਤੇ ਭੈ-ਮਿਸ਼੍ਰਿਤ ਸਤਕਾਰ ਪੈਦਾ ਹੋਵੇਗਾ, ਜੋ ਕੁਝ ਦਹਾਕੇ ਪਹਿਲਾਂ ਵਾਰਾਣਸੀ ਦੀਆਂ ਭੀੜ ਭਰੀਆਂ ਗਲੀਆਂ ਵਿਚ ਘੁੰਮਦੇ ਤਰੈਲੰਗ ਸਵਾਮੀ ਨੇ ਪੈਦਾ ਕੀਤੀ ਸੀ। ਉਹ ਉਨ੍ਹਾਂ ਸਿੱਧ ਪੁਰਸ਼ਾਂ ਵਿਚੋਂ ਇੱਕ ਸਨ, ਜਿਨ੍ਹਾਂ ਨੇ ਸਮੇਂ ਦੇ ਢਾਹ ਲਾਊ ਪ੍ਰਭਾਵ ਤੋਂ ਸੁਰੱਖਿਅਤ ਰੱਖ ਕੇ ਭਾਰਤ ਨੂੰ ਮਜ਼ਬੂਤ ਬਣਾਈ ਰੱਖਿਆ ਹੈ।

ਬਹੁਤ ਵਾਰ ਦੇਖਿਆ ਗਿਆ, ਕਿ ਮਾਰੂ ਜ਼ਹਿਰ ਪੀਣ ਤੋਂ ਬਾਅਦ ਵੀ ਤਰੈਲੰਗ ਸਵਾਮੀ ਉੱਪਰ ਕੋਈ ਅਸਰ ਨਹੀਂ ਸੀ ਹੋਇਆ। ਹਜ਼ਾਰਾਂ ਲੋਕਾਂ ਨੇ ਜਿਨ੍ਹਾਂ ਵਿਚੋਂ ਕੁਝ ਅੱਜ ਵੀ ਜਿਉਂਦੇ ਹਨ, ਤਰੈਲੰਗ ਸਵਾਮੀ ਨੂੰ ਗੰਗਾ ਨਦੀ ਦੇ ਪਾਣੀ ਉੱਪਰ ਤੈਰਦੇ ਦੇਖਿਆ। ਕਈ ਕਈ ਦਿਨ੍ਹਾਂ ਤਕ ਲਗਾਤਾਰ ਉਹ ਪਾਣੀ ਉੱਪਰ ਬੈਠੇ ਰਹਿੰਦੇ ਜਾਂ ਬਹੁਤ ਦਿਨਾਂ ਤਕ ਲਹਿਰਾਂ ਦੇ ਥੱਲੇ ਛੁਪੇ ਰਹਿੰਦੇ। ਭਾਰਤੀ ਸੂਰਜ ਦੀ ਕੜਕਦੀ ਧੁੱਪ ਵਿਚ ਮਣੀਕਰਣਿਕਾ ਘਾਟ ਦੇ ਅੰਗਿਆਰਿਆਂ ਵਰਗੇ ਦਹਿਕਦੇ ਪੱਥਰਾਂ ਉੱਪਰ ਨਿਸ਼ਚਲ ਅਵਸਥਾ ਵਿਚ ਤਰੈਲੰਗ ਸਵਾਮੀ ਨੂੰ ਬੈਠਿਆਂ ਦੇਖਣਾ ਇੱਕ ਆਮ ਗੱਲ ਸੀ।

ਇਨ੍ਹਾਂ ਅਸਧਾਰਨ ਕਾਰਨਾਮਿਆਂ ਨਾਲ ਤਰੈਲੰਗ ਸਵਾਮੀ ਇਹ ਦਿਖਾਉਣਾ ਚਾਹੁੰਦੇ ਸਨ, ਕਿ ਮਾਨਵ ਜੀਵਨ ਦਾ ਆਕਸੀਜ਼ਨ ਜਾਂ ਹੋਰ ਵਿਸ਼ੇਸ਼ ਹਾਲਤਾਂ ਅਤੇ ਸਾਵਧਾਨੀਆਂ ਉੱਪਰ ਨਿਰਭਰ ਰਹਿਣਾ ਜਰੂਰੀ ਨਹੀਂ। ਉਹ ਮਹਾਨ ਯੋਗੀ ਭਾਵੇਂ ਪਾਣੀ ਦੇ ਥੱਲੇ ਰਹਿੰਦੇ ਹੋਣ ਭਾਵੇਂ ਪਾਣੀ ਦੇ ਉੱਪਰ, ਭਾਵੇਂ ਉਨ੍ਹਾਂ ਦੇ ਸਰੀਰ ਉੱਪਰ ਅੰਗਿਆਰਾਂ ਵਰਗੀਆਂ ਸੂਰਜੀ ਕਿਰਨਾਂ ਪੈਂਦੀਆਂ ਹੋਣ ਜਾਂ ਨਾਂ। ਉਨ੍ਹਾਂ ਨੇ ਇਹ ਸਿੱਧ ਕਰ ਦਿੱਤਾ ਕਿ ਉਹ ਦੈਵੀ ਚੈਤਨਯ ਨਾਲ ਹੀ ਜਿਉਂਦੇ ਸਨ। ਮੌਤ ਉਨ੍ਹਾਂ ਨੂੰ ਛੂਹ ਨਹੀਂ ਸੀ ਸਕਦੀ।

ਯੋਗੀ ਮਹਾਰਾਜ਼ ਸਿਰਫ ਅਧਿਆਤਮਿਕ ਤੌਰ ਤੇ ਹੀ ਨਹੀਂ, ਸਰੀਰਕ ਤੌਰ ਤੇ ਵੀ ਮਹਾਨ ਸਨ। ਉਨ੍ਹਾਂ ਦਾ ਭਾਰ ਤਿੰਨ ਸੌ ਪੌਂਡ ਤੋਂ ਜਿਆਦਾ ਸੀ। ਉਨ੍ਹਾਂ ਦੇ ਜੀਵਨ ਦੇ ਹਰ ਇੱਕ ਸਾਲ ਵਾਸਤੇ ਇੱਕ ਪੌਂਡ। ਭੇਦ ਹੋਰ ਵੀ ਡੂੰਘਾ ਹੋ ਜਾਂਦਾ ਹੈ ਕਿ ਜਦੋਂ ਸਾਨੂੰ ਇਹ ਪਤਾ ਲੱਗਦਾ ਹੈ ਕਿ ਉਹ ਕਦੇ ਕਦਾਈਂ ਹੀ ਕੁਝ ਖਾਂਦੇ ਸਨ। ਪ੍ਰੰਤੂ ਸਿੱਧ ਪੁਰਸ਼ ਤਾਂ ਸਹਿਜ ਹੀ ਸਿਹਤ ਦੇ ਸਧਾਰਨ ਨਿਯਮਾਂ ਦਾ ਜਦੋਂ ਕਦੋਂ ਚਾਹੁੰਣ ਤਾਂ ਕਿਸੇ ਬਗੈਰ ਵਿਸ਼ੇਸ਼ ਕਾਰਨ ਦੇ ਉਲੰਘਣ ਕਰ ਦਿੰਦੇ ਹਨ। ਅਕਸਰ ਇਹ ਕਾਰਨ ਸੂਖਮ ਹੁੰਦਾ ਹੈ, ਜੋ ਸਿਰਫ ਉਨ੍ਹਾਂ ਨੂੰ ਹੀ ਪਤਾ ਹੁੰਦਾ ਹੈ।

ਜਿਹੜੇ ਸਿੱਧ ਪੁਰਸ਼, ਵਿਸ਼ਵ ਮਾਇਆ ਦੇ ਸੁਪਨੇ ਤੋਂ ਜਾਗ ਜਾਂਦੇ ਹਨ ਅਤੇ ਇਸ ਸਚਾਈ ਨੂੰ ਪਹਿਚਾਣ ਲੈਂਦੇ ਹਨ, ਕਿ ਸੰਸਾਰ ਤਾਂ ਪ੍ਰਮਾਤਮਾ ਦੇ ਮਨ ਦਾ ਇੱਕ ਵਿਚਾਰ

ਮਾਤਰ ਹੈ। ਉਹ ਆਪਣੇ ਸਰੀਰ ਨਾਲ ਜੋ ਚਾਹੁਣ ਕਰ ਸਕਦੇ ਹਨ, ਕਿਉਂਕਿ ਉਨ੍ਹਾਂ ਨੂੰ ਇਹ ਪਤਾ ਲੱਗ ਜਾਂਦਾ ਹੈ, ਕਿ ਸਰੀਰ ਸ਼ਕਤੀ ਦਾ ਇੱਕ ਜੰਮਿਆ ਹੋਇਆ ਜਾਂ ਗਾੜ੍ਹਾ ਹੋਇਆ ਰੂਪ ਹੈ, ਇਸ ਵਿਚ ਜਿਸ ਤਰ੍ਹਾਂ ਚਾਹੋ ਪ੍ਰੀਵਰਤਨ ਕੀਤਾ ਜਾ ਸਕਦਾ ਹੈ। ਭਾਵੇਂ ਸਰੀਰ ਵਿਗਿਆਨੀਆਂ ਨੂੰ ਹੁਣ ਇਹ ਸਮਝ ਆ ਗਈ ਹੈ, ਕਿ ਪਦਾਰਥ ਹੋਰ ਕੁਝ ਨਹੀਂ ਇਹ ਇੱਕ ਜੰਮੀ ਹੋਈ ਸ਼ਕਤੀ ਹੈ। ਪ੍ਰੰਤੂ ਸਿੱਧ ਪੁਰਸ਼ ਭੌਤਿਕ ਸੰਸਾਰ ਦੇ ਕੰਟਰੋਲ ਕਰਨ ਦੇ ਮਾਮਲੇ ਵਿਚ ਸਿਧਾਂਤਕ ਗਿਆਨ ਨੂੰ ਪਾਰ ਕਰਕੇ, ਵਿਵਹਾਰਿਕ ਵਰਤੋਂ ਦੇ ਖੇਤਰ ਵਿਚ ਉੱਤਰ ਚੁੱਕੇ ਹੁੰਦੇ ਹਨ।

ਤਰੈਲੰਗ ਸਵਾਮੀ ਹਮੇਸ਼ਾਂ ਅਲਫ ਨੰਗੇ ਰਹਿੰਦੇ ਸਨ। ਵਾਰਾਣਸੀ ਦੀ ਪ੍ਰੇਸ਼ਾਨ ਪੁਲੀਸ, ਉਨ੍ਹਾਂ ਨੂੰ ਮੁਸ਼ਕਿਲ ਵਿਚ ਪਾਉਣ ਵਾਲਾ ਸ਼ਰਾਰਤੀ ਬੱਚਾ ਮੰਨਣ ਲੱਗੀ। ਕੁਦਰਤੀ ਅਵਸਥਾ ਵਿਚ ਰਹਿਣਾ, ਉਨ੍ਹਾਂ ਦੇ ਵਾਸਤੇ ਇਸੇ ਤਰ੍ਹਾਂ ਸਹਿਜ ਸੀ, ਜਿਵੇਂ ਈਡੇਨ ਦੇ ਬਾਗ ਵਿਚ ਰਹਿਣ ਵਾਲੇ ਪਹਿਲੇ ਮਾਨਵ ਆਦਮ ਅਤੇ ਹੌਵਾ ਆਪਣੀ ਨਗਨ ਅਵਸਥਾ ਤੋਂ ਪੂਰੀ ਤਰ੍ਹਾਂ ਬੇਖਬਰ ਸਨ। ਪ੍ਰੰਤੂ ਪੁਲੀਸ ਪੂਰੀ ਤਰ੍ਹਾਂ ਸੁਚੇਤ ਸੀ ਅਤੇ ਉਨ੍ਹਾਂ ਨੂੰ ਪਕੜ ਕੇ ਜੇਲ ਵਿਚ ਬੰਦ ਕਰ ਦਿੱਤਾ। ਇਸ ਹਰਕਤ ਨੇ ਪੁਲੀਸ ਨੂੰ ਹੋਰ ਮੁਸੀਬਤ ਵਿਚ ਪਾ ਦਿੱਤਾ। ਤਰੈਲੰਗ ਸਵਾਮੀ ਦਾ ਵਿਸ਼ਾਲ ਸਰੀਰ ਛੇਤੀ ਹੀ ਆਪਣੇ ਅਸਲੀ ਰੂਪ ਵਿਚ ਜੇਲ ਦੀ ਛੱਤ ਉਪਰ ਟਹਿਲਦਾ ਦੇਖਿਆ ਗਿਆ। ਉਨ੍ਹਾਂ ਦੀ ਕੋਠੜੀ ਉੱਪਰ ਲੱਗਿਆ ਹੋਇਆ ਜੰਦਰਾ ਜਿਉਂ ਦਾ ਤਿਉਂ ਸੀ। ਇਹ ਕਿਸੇ ਨੂੰ ਸਮਝ ਨਹੀਂ ਸੀ ਆ ਰਿਹਾ ਕਿ ਉਹ ਬਾਹਰ ਨਿਕਲੇ ਤਾਂ ਨਿਕਲੇ ਕਿਸ ਤਰ੍ਹਾਂ।

ਹਿੰਮਤ ਹਾਰੀ ਪੁਲੀਸ ਨੇ ਇੱਕ ਵਾਰ ਫਿਰ ਆਪਣਾ ਫਰਜ਼ ਨਿਭਾਇਆ। ਇਸ ਵਾਰ ਪੁਲੀਸ ਨੇ ਉਨ੍ਹਾਂ ਦੀ ਕੋਠੜੀ ਅੱਗੇ ਇੱਕ ਸੁਰੱਖਿਆ ਕਰਮਚਾਰੀ ਤੈਨਾਤ ਕਰ ਦਿੱਤਾ। ਸਚਾਈ ਦੇ ਸਾਹਮਣੇ ਸ਼ਕਤੀ ਨੂੰ ਇੱਕ ਵਾਰ ਫਿਰ ਹਾਰ ਮੰਨਣੀ ਪਈ। ਮਹਾਨ ਯੋਗੀ ਛੇਤੀ ਹੀ ਆਪਣੇ ਬੇਪ੍ਰਵਾਹ ਭਾਵ ਵਿਚ ਛੱਤ ਉੱਪਰ ਟਹਿਲਦੇ ਦਿਖਾਈ ਦਿੱਤੇ।

ਨਿਆਂ ਦੀ ਦੇਵੀ ਆਪਣੀਆਂ ਅੱਖਾਂ ਉੱਪਰ ਪੱਟੀ ਬੰਨ੍ਹੀ ਰੱਖਦੀ ਹੈ। ਤਰੈਲੰਗ ਸਵਾਮੀ ਦੇ ਮਾਮਲੇ ਵਿਚ ਨਿਰਉੱਤਰ ਹੋਈ ਪੁਲੀਸ ਨੇ ਨਿਆਂ ਦੀ ਦੇਵੀ ਦੇ ਹੁਕਮਾਂ ਦੀ ਪਾਲਣਾ ਕਰਨ ਦਾ ਫੈਸਲਾ ਕਰ ਲਿਆ। ਤਰੈਲੰਗ ਸਵਾਮੀ ਆਮਤੌਰ ਤੇ ਮੌਨ * ਰਹਿੰਦੇ ਸਨ। ਗੋਲ ਮਟੋਲ ਚਿਹਰਾ ਅਤੇ ਵੱਡੇ ਸਾਰੇ ਢੋਲ ਵਰਗੇ ਢਿੱਡ ਦੇ ਹੁੰਦਿਆਂ, ਉਹ ਕਦੇ ਕਦਾਈਂ ਹੀ ਕੁਝ ਖਾਂਦੇ ਪੀਂਦੇ ਸਨ। ਕਈ ਹਫਤਿਆਂ ਤਕ ਨਿਰਾਹਾਰ ਰਹਿਣ ਤੋਂ ਬਾਅਦ, ਉਹ ਸ਼ਰਧਾਲੂਆਂ ਦੁਆਰਾ ਹਾਂਡੀਆਂ ਭਰ ਭਰ ਕੇ ਅਰਪਿਤ ਕੀਤੇ ਗਏ ਦਹੀਂ ਨਾਲ ਆਪਣਾ ਵਰਤ ਖੋਲ੍ਹਦੇ

* ਉਹ ਇੱਕ ਤਰ੍ਹਾਂ ਦੇ ਮੁਨੀ ਜਾਂ ਸੰਨਿਆਸੀ ਸਨ, ਜੋ ਹਮੇਸ਼ਾਂ ਮੌਨ (ਅਧਿਆਤਮਿਕ ਸ਼ਾਂਤੀ) ਰਹਿੰਦੇ ਸਨ। ਸੰਸਕਰਿਤ ਸ਼ਬਦ 'ਮੁਨੀ' ਗ੍ਰੀਕ ਸ਼ਬਦ ਮੋਨੋਸ ਦੇ ਬਰਾਬਰ ਦਾ ਸ਼ਬਦ ਹੈ, ਜਿਸ ਦਾ ਅਰਥ ਹੈ 'ਅਕੇਲਾ, ਇੱਕ' ਅਤੇ ਜਿਸ ਨਾਲ ਅੰਗਰੇਜ਼ੀ ਸ਼ਬਦ ਜਿਸ ਤਰ੍ਹਾਂ ਮੰਕ ਅਤੇ ਮੋਨਿਜ਼ਮ ਲੱਗ ਗਏ ਹਨ।

ਸਨ। ਇੱਕ ਵਾਰ ਇੱਕ ਨਾਸਤਿਕ ਨੇ, ਤਰੈਲੰਗ ਸਵਾਮੀ ਨੂੰ ਪਖੰਡੀ ਸਾਬਤ ਕਰਨ ਦਾ ਹੌਸਲਾ ਕੀਤਾ। ਉਸ ਨੇ ਕੰਧਾਂ ਉੱਪਰ ਕੀਤੇ ਜਾਣ ਵਾਲੇ ਚੂਨੇ ਦੀ ਸਫੈਦੀ ਦੇ ਘੋਲ ਦੀ ਇੱਕ ਬਾਲਟੀ ਭਰ ਕੇ, ਉਨ੍ਹਾਂ ਦੇ ਸਾਹਮਣੇ ਰੱਖ ਦਿੱਤੀ। ਫਿਰ ਉਸ ਨੇ ਬਣਾਉਟੀ ਹਲੀਮੀ ਨਾਲ ਕਿਹਾ, "ਸਵਾਮੀ ਜੀ, ਮੈਂ ਆਪ ਜੀ ਦੇ ਵਾਸਤੇ ਦਹੀਂ ਲੈ ਕੇ ਆਇਆ ਹਾਂ, ਕ੍ਰਿਪਾ ਕਰਕੇ ਇਸ ਦਾ ਭੋਗ ਲਾਉ।"

ਤਰੈਲੰਗ ਸਵਾਮੀ ਨੇ ਬਗੈਰ ਕਿਸੇ ਹਿਚਕਚਾਹਟ ਦੇ, ਉਸ ਉੱਬਲ ਰਹੇ ਚੂਨੇ ਦੇ ਘੋਲ ਦੀ ਆਖਰੀ ਬੂੰਦ ਤਕ ਪੀ ਲਈ। ਕੁਝ ਹੀ ਦੇਰ ਬਾਅਦ, ਉਹ ਪਾਪੀ ਦਰਦ ਨਾਲ ਛਟਪਟਾਉਂਦਿਆਂ ਜਮੀਨ ਉੱਪਰ ਲੇਟਣ ਲੱਗਿਆ।

"ਬਚਾਉ, ਸਵਾਮੀ ਜੀ, ਮੈਨੂੰ ਬਚਾਉ," ਉਹ ਚੀਕਾਂ ਮਾਰਨ ਲੱਗ ਪਿਆ। "ਮੇਰਾ ਸਾਰਾ ਸਰੀਰ ਜਲ ਰਿਹਾ ਹੈ। ਇਮਤਿਹਾਨ ਲੈਣ ਲਈ ਕੀਤੇ ਗਏ ਮੇਰੇ ਪਾਪ ਵਾਸਤੇ ਮੈਨੂੰ ਮੁਆਫ ਕਰ ਦਿਉ।"

ਯੋਗੀ ਰਾਜ ਨੇ ਆਪਣਾ ਸੁਭਾਵਿਕ ਮੌਨ ਤੋੜਦਿਆਂ ਕਿਹਾ, "ਸ਼ੈਤਾਨ ਦੀ ਟੂਟੀ, ਜਿਸ ਵਕਤ ਤੂੰ ਮੈਨੂੰ ਇਹ ਜ਼ਹਿਰ ਪੀਣ ਲਈ ਦਿੱਤਾ ਸੀ, ਉਸ ਵਕਤ ਇਹ ਤੇਰੀ ਸਮਝ ਵਿਚ ਨਹੀਂ ਸੀ ਆਇਆ, ਕਿ ਮੇਰਾ ਜੀਵਨ ਤੇਰੇ ਜੀਵਨ ਦੇ ਨਾਲ ਜੁੜਿਆ ਹੋਇਆ ਹੈ। ਜੇ ਮੈਨੂੰ ਇਹ ਗਿਆਨ ਨਾ ਹੁੰਦਾ, ਕਿ ਮੇਰੇ ਢਿੱਡ ਵਿਚ ਪ੍ਰਮਾਤਮਾ ਉਸੇ ਤਰ੍ਹਾਂ ਮੌਜੂਦ ਹੈ, ਜਿਸ ਤਰ੍ਹਾਂ ਸਾਰੇ ਬ੍ਰਹਿਮੰਡ ਦੇ ਹਰ ਇੱਕ ਅਣੂ ਵਿਚ ਹੈ, ਤਾਂ ਚੂਨੇ ਦੇ ਘੋਲ ਨੇ ਮੈਨੂੰ ਮਾਰ ਹੀ ਸੁੱਟਿਆ ਹੁੰਦਾ। ਹੁਣ ਤਾਂ ਕਰਮਾਂ ਦੇ ਦੈਵੀ ਸਿਧਾਂਤ ਦਾ ਨਿਯਮ ਤੇਰੀ ਸਮਝ ਵਿਚ ਆ ਗਿਆ ਹੈ। ਇਸ ਵਾਸਤੇ ਫਿਰ ਕਦੇ ਕਿਸੇ ਨਾਲ ਇਸ ਤਰ੍ਹਾਂ ਦੀ ਟਿਚਕਰਬਾਜ਼ੀ ਕਰਨ ਦੀ ਕੋਸ਼ਿਸ਼ ਨਾ ਕਰਨਾ।"

ਤਰੈਲੰਗ ਸਵਾਮੀ ਦੇ ਇਨ੍ਹਾਂ ਸ਼ਬਦਾਂ ਦੇ ਨਾਲ ਹੀ, ਉਸ ਪਾਪੀ ਨੇ ਕਸ਼ਟ ਤੋਂ ਛੁਟਕਾਰਾ ਪਾ ਲਿਆ ਅਤੇ ਚੁੱਪ ਚਾਪ ਉੱਥੋਂ ਚਲਿਆ ਗਿਆ।

ਤਰੈਲੰਗ ਸਵਾਮੀ ਦੇ ਢਿੱਡ ਦੀ ਬਜਾਏ, ਉਸ ਟਿਚਕਰਬਾਜ਼ ਦੇ ਢਿੱਡ ਦੇ ਵਿਚ ਦਰਦ ਦਾ ਹੋਣਾ, ਯੋਗੀ ਰਾਜ ਦੀ ਆਪਣੀ ਇੱਛਾ ਦੇ ਕਾਰਨ ਨਹੀਂ ਸੀ ਹੋਇਆ, ਬਲਕਿ ਸ੍ਰਿਸ਼ਟੀ ਦੇ ਦੂਰ ਦੂਰ ਸਥਿਤ ਪਿੰਡਾਂ ਦੇ ਅਧਾਰ ਭੂਤ ਵਿਧਾਤਾ ਦੇ ਨਿਯਮਾਂ* ਦੇ ਹਰਕਤ ਵਿਚ ਆਉਣ ਕਾਰਨ ਹੋਇਆ ਸੀ। ਤਰੈਲੰਗ ਸਵਾਮੀ ਵਰਗੇ ਆਤਮ ਗਿਆਨੀ ਪੁਰਸ਼ਾਂ ਦੇ ਮਾਮਲੇ ਵਿਚ, ਇਹ ਰੂਹਾਨੀ ਨਿਯਮ ਝਟਪਟ ਹਰਕਤ ਵਿਚ ਆ ਜਾਂਦੇ ਹਨ ਕਿਉਂਕਿ

* *ਕਿੰਗਜ਼ ਦੋ*- 2:19–24 (ਬਾਈਬਲ) ਜ਼ੋਰਕੋ ਵਿਚ ਏਲੀਸਾ ਨੇ ਜਦੋਂ 'ਜਲਸ਼ੋਧਨ' ਦਾ ਚਮਤਕਾਰ ਕੀਤਾ ਸੀ, ਤਾਂ ਬੱਚਿਆਂ ਦੀ ਇੱਕ ਟੋਲੀ ਨੇ ਉਸ ਦਾ ਮਜ਼ਾਕ ਉਡਾਇਆ ਸੀ, "ਤਾਂ ਜੰਗਲ ਵਿਚੋਂ ਦੋ ਮਾਦਾ ਰਿੱਛ ਨਿਕਲ ਆਏ ਅਤੇ ਉਨ੍ਹਾਂ ਮਾਦਾ ਰਿੱਛਾਂ ਨੇ, ਉਨ੍ਹਾਂ ਬੱਚਿਆਂ ਵਿਚੋਂ ਬਿਆਲੀ ਬੱਚਿਆਂ ਨੂੰ ਮਾਰ ਦਿੱਤਾ ਸੀ।"

ਉਨ੍ਹਾਂ ਨੇ ਉਸ ਨੂੰ ਹਰਕਤ ਵਿਚ ਲਿਆਉਣ ਤੋਂ ਰੋਕਣ ਵਾਲੀਆਂ ਰੁਕਾਵਟਾਂ, ਭਾਵਅਰਥ ਹੰਕਾਰ ਨੂੰ ਪਹਿਲਾਂ ਹੀ ਖਤਮ ਕਰ ਲਿਆ ਹੁੰਦਾ ਹੈ।

ਪ੍ਰਮਾਤਮਾ ਦੇ ਆਪਣੇ ਆਪ ਚਲਣ ਵਾਲੇ ਨਿਆਂ ਪ੍ਰਬੰਧ(ਜੋ ਅਕਸਰ ਅਚਾਨਕ ਹਰਕਤ ਵਿਚ ਆਉਂਦਾ ਹੈ, ਜਿਸ ਤਰ੍ਹਾਂ ਤਰੈਲੰਗ ਸਵਾਮੀ ਅਤੇ ਉਨ੍ਹਾਂ ਦੀ ਹਤਿਆ ਦੀ ਸਾਜ਼ਸ਼ ਕਰਨ ਵਾਲੇ ਆਦਮੀ ਦੇ ਸਬੰਧ ਵਿਚ ਹੋਇਆ) ਵਿਚ ਵਿਸ਼ਵਾਸ, ਮਾਨਵੀ ਅਨਿਆਂ ਪ੍ਰਤੀ ਸਾਡੇ ਉਤਾਵਲੇ ਗੁੱਸੇ ਨੂੰ ਸ਼ਾਂਤ ਕਰਦਾ ਹੈ। "ਬਦਲਾ ਲੈਣਾ ਮੇਰਾ ਕੰਮ ਹੈ, ਪ੍ਰਮਾਤਮਾ ਕਹਿੰਦਾ ਹੈ ਕਿ ਬਦਲਾ ਮੈਂ ਹੀ ਲਵਾਂਗਾ।"* ਮਨੁੱਖੀ ਘਟੀਆ ਹਥਿਆਰਾਂ ਦੀ ਜ਼ਰੂਰਤ ਹੀ ਕੀ ਹੈ? ਬਦਲੇ ਦੇ ਵਾਸਤੇ ਬ੍ਰਹਿਮੰਡ ਆਪਣੇ ਆਪ ਹੀ ਸਾਜ਼ਸ਼ ਘੜਦਾ ਹੈ।

ਮੂਰਖ ਲੋਕ ਪ੍ਰਮਾਤਮਾ ਦੇ ਨਿਆਂ, ਪਿਆਰ, ਸਰਬੱਗਤਾ ਅਤੇ ਅਮਰਤਵ ਆਦਿ ਦੀਆਂ ਸੰਭਾਵਨਾਵਾਂ ਉੱਪਰ ਵਿਸ਼ਵਾਸ ਨਹੀਂ ਕਰਦੇ। ਉਹ ਇਨ੍ਹਾਂ ਨੂੰ, "ਸ਼ਾਸਤਰਾਂ ਦੀਆਂ ਖਿਆਲ ਉਡਾਰੀਆਂ ਹੀ ਕਹਿੰਦੇ ਹਨ।" ਇਸ ਤਰ੍ਹਾਂ ਦੇ ਸੰਵੇਦਨਾ ਰਹਿਤ ਨਜ਼ਰੀਏ ਵਾਲੇ ਮੂਰਖ ਲੋਕਾਂ ਨੂੰ ਬ੍ਰਹਿਮੰਡ ਦੀ ਵਿਰਾਟ ਝਾਕੀ ਦੇ ਸਬੰਧ ਬਾਰੇ ਕੋਈ ਆਦਰ ਸ਼ਰਧਾ ਨਹੀਂ ਹੁੰਦੀ ਅਤੇ ਆਪਣੇ ਜੀਵਨ ਵਿਚ ਇਹੋ ਜਿਹੀਆਂ ਬੇਸੁਰੀਆਂ ਘਟਨਾਵਾਂ ਦੇ ਵਿਚ ਘਿਰ ਜਾਂਦੇ ਹਨ ਕਿ ਜਿਹੜੀਆਂ ਉਨ੍ਹਾਂ ਨੂੰ ਵਿਵੇਕ ਅਤੇ ਗਿਆਨ ਨੂੰ ਢੂੰਡਣ ਵਾਸਤੇ ਮਜ਼ਬੂਰ ਕਰ ਦਿੰਦੀਆਂ ਹਨ।

ਜਦੋਂ ਯੇਰੂਸ਼ਲਮ ਵਿਚ ਈਸਾ ਮਸੀਹ ਦੇ ਸ਼ਗਿਰਦ ਅਤੇ ਬਹੁ-ਗਿਣਤੀ ਵਿਚ ਲੋਕ, ਉਨ੍ਹਾਂ ਦੀ ਜਿੱਤ ਦੇ ਮੌਕੇ ਉਪਰ ਖੁਸ਼ੀ ਵਿਚ, ਉਨ੍ਹਾਂ ਦੇ ਗੁਣ ਗਾਣ ਕਰ ਰਹੇ ਸਨ ਕਿ, "ਸਵਰਗ ਵਿਚ ਸ਼ਾਂਤੀ ਅਤੇ ਪ੍ਰਮਾਤਮਾ ਦੀ ਮਹਿਮਾ ਹੋਵੇ" ਤਾਂ ਉਨ੍ਹਾਂ ਦਾ ਮਤਲਬ ਵਿਧਾਤਾ ਦੇ ਨਿਯਮਾਂ ਦੀ ਸਰਬਵਿਆਪਕਤਾ ਬਾਰੇ ਹੀ ਸੀ, ਪਰ ਕੁਝ ਰੂੜ੍ਹੀ ਵਾਦੀਆਂ ਨੇ ਇਸ ਨੂੰ ਘਟੀਆ ਹਰਕਤ ਕਹਿ ਕੇ ਵਿਰੋਧ ਕੀਤਾ ਸੀ। ਉਨ੍ਹਾਂ ਨੇ ਕਿਹਾ, "ਹੇ ਗੁਰੂ, ਆਪਣੇ ਸ਼ਗਿਰਦਾਂ ਨੂੰ ਚੁੱਪ ਕਰਾਉ।"

ਪ੍ਰੰਤੂ ਈਸਾ ਮਸੀਹ ਨੇ ਕਿਹਾ, "ਜੇ ਮੈਂ ਆਪਣੇ ਸਗਿਰਦਾਂ ਨੂੰ ਚੁੱਪ ਕਰਾ ਵੀ ਦਿੱਤਾ ਤਾਂ ਪੱਥਰ ਚੀਤਕਾਰ ਕਰ ਉੱਠਣਗੇ।"†

ਪਖੰਡੀਆਂ ਨੂੰ ਲਗਾਈ ਗਈ, ਇਸ ਫਿਟਕਾਰ ਰਾਹੀਂ ਈਸਾ ਮਸੀਹ ਇਹ ਸਪਸ਼ਟ ਕਰ ਰਹੇ ਸਨ, ਕਿ ਵਿਧਾਤਾ ਦਾ ਇਨਸਾਫ ਕੇਵਲ ਕਲਪਨਾਤਮਿਕ ਚਿੱਤਰ ਹੀ ਨਹੀਂ ਹੈ, ਜੋ ਕਦੇ ਪ੍ਰਗਟ ਨਹੀਂ ਹੁੰਦਾ। ਉਨ੍ਹਾਂ ਨੇ ਕਿਹਾ, "ਸ਼ਾਂਤ ਰਹਿਣ ਵਾਲੇ ਮਨੁੱਖ ਦੀ ਜੀਭ ਜੜ੍ਹ ਤੋਂ ਵੀ ਉਖਾੜ ਦਿੱਤੀ ਜਾਵੇ, ਤਾਂ ਵੀ ਉਸ ਦੇ ਨਿਯਮ ਅਨੁਸਾਰ, ਜੋ ਸ੍ਰਿਸ਼ਟੀ ਦਾ ਅਧਾਰ ਹੈ, ਉਸ ਨੂੰ ਬਾਣੀ ਅਤੇ ਸੁਰੱਖਿਆ ਪ੍ਰਾਪਤ ਹੋ ਜਾਵੇਗੀ।"

* *ਰੋਮਨਜ* 12:19 (ਬਾਈਬਲ)

† *ਲਿਊਕ* 19:37–40 (ਬਾਈਬਲ)

ਈਸਾ ਮਸੀਹ ਇਹ ਕਹਿ ਰਹੇ ਸਨ, "ਤੁਸੀਂ ਸ਼ਾਂਤੀ ਨੂੰ ਪਿਆਰ ਕਰਨ ਵਾਲੇ ਲੋਕਾਂ ਨੂੰ ਚੁੱਪ ਕਰਾਉਣਾ ਚਾਹੁੰਦੇ ਹੋ, ਇਹ ਤਾਂ ਖੁਦ ਪ੍ਰਮਾਤਮਾ ਦੀ ਅਵਾਜ਼ ਨੂੰ ਦਬਾਉਣ ਦੀ ਉਮੀਦ ਕਰਨ ਦੇ ਬਰਾਬਰ ਹੈ, ਪੱਥਰ ਵੀ ਜਿਸ ਦੀ ਮਹਿਮਾ ਅਤੇ ਸਰਬ ਵਿਆਪਕਤਾ ਦਾ ਗੁਣ ਗਾਣ ਕਰਦੇ ਹਨ। ਕੀ ਤੁਸੀਂ ਇਹ ਮੰਗ ਕਰੋਗੇ ਕਿ ਮਨੁੱਖ ਮਿਲ ਕੇ ਸਵਰਗ ਦੀ ਸ਼ਾਂਤੀ ਦੇ ਆਦਰ ਦਾ ਉਤਸਵ ਨਾ ਮਨਾਉਣ? ਕੀ ਤੁਸੀਂ ਉਨ੍ਹਾਂ ਨੂੰ ਕੇਵਲ ਯੁੱਧ ਦੇ ਵਕਤ ਹੀ ਪ੍ਰਿਥਵੀ ਉੱਪਰ ਇਕੱਠੇ ਹੋ ਕੇ ਆਪਣੀ ਏਕਤਾ ਪ੍ਰਦਰਸ਼ਤ ਕਰਨ ਦਾ ਉਪਦੇਸ਼ ਦਿਉਗੇ? ਜੇ ਇਸ ਤਰ੍ਹਾਂ ਹੀ ਹੈ ਤਾਂ ਪਖੰਡੀਓ ਵਿਸ਼ਵ ਦੇ ਅਧਾਰ ਨੂੰ ਉਖਾੜ ਸੁੱਟਣ ਦੀ ਆਪਣੀ ਤਿਆਰੀ ਕਰ ਲਵੋ, ਕਿਉਂਕਿ ਸਦਾਚਾਰੀ ਮਨੁੱਖ ਹੀ ਨਹੀਂ ਬਲਕਿ ਪੱਥਰ, ਪ੍ਰਿਥਵੀ, ਅਗਨੀ ਅਤੇ ਹਵਾ ਵੀ ਸ੍ਰਿਸ਼ਟੀ ਵਿਚ ਦੈਵੀ ਇਕਸੁਰਤਾ ਦਾ ਸਬੂਤ ਦੇਣ ਵਾਸਤੇ ਤੁਹਾਡੇ ਵਿਰੁੱਧ ਉੱਠ ਕੇ ਖੜ੍ਹੇ ਹੋ ਜਾਣਗੇ।"

ਫਰਿਸ਼ਤਿਆਂ ਵਰਗੇ ਯੋਗੀ ਤਰੈਲੰਗ ਸਵਾਮੀ ਦੀ ਇੱਕ ਵਾਰ ਮੇਰੇ ਮਾਮਾ ਜੀ ਉੱਪਰ ਕ੍ਰਿਪਾ ਦ੍ਰਿਸ਼ਟੀ ਹੋਈ ਸੀ। ਇੱਕ ਦਿਨ ਸਵੇਰੇ ਸਵੇਰੇ ਮਾਮਾ ਜੀ ਨੇ ਤਰੈਲੰਗ ਸਵਾਮੀ ਨੂੰ ਵਾਰਾਣਸੀ ਦੇ ਇੱਕ ਘਾਟ ਉੱਪਰ ਸ਼ਰਧਾਲੂਆਂ ਦੀ ਭੀੜ ਵਿਚ ਘਿਰੇ ਬੈਠਿਆਂ ਦੇਖਿਆ। ਔਖੇ ਸੌਖੇ ਕਿਸੇ ਤਰ੍ਹਾਂ ਰਸਤਾ ਬਣਾਉਂਦਿਆਂ, ਮਾਮਾ ਜੀ ਤਰੈਲੰਗ ਸਵਾਮੀ ਦੇ ਕੋਲ ਪਹੁੰਚ ਗਏ ਅਤੇ ਭਗਤੀ ਭਾਵ ਨਾਲ, ਉਨ੍ਹਾਂ ਦੇ ਚਰਨਾਂ ਦਾ ਸਪਰਸ਼ ਕੀਤਾ। ਮਾਮਾ ਜੀ, ਇਹ ਦੇਖ ਕੇ ਹੈਰਾਨ ਰਹਿ ਗਏ ਕਿ ਉਸੇ ਵਕਤ ਉਹ ਇੱਕ ਨਾ-ਮੁਰਾਦ ਬਿਮਾਰੀ ਤੋਂ ਰੋਗ ਮੁਕਤ ਹੋ ਗਏ।*

ਤਰੈਲੰਗ ਸਵਾਮੀ ਜੀ ਬਾਰੇ ਜਾਣਕਾਰੀ ਵਾਲੇ ਸ਼ਗਿਰਦਾਂ ਵਿਚੋਂ ਕੇਵਲ ਇੱਕੋ ਇੱਕ ਔਰਤ ਸ਼ੰਕਰੀ ਮਾਈ ਜਿਊ† ਜਿਉਂਦੀ ਹੈ। ਸਵਾਮੀ ਜੀ ਦੇ ਇੱਕ ਸ਼ਗਿਰਦ ਦੀ ਬੇਟੀ ਹੋਣ ਦੇ ਨਾਤੇ, ਉਸ ਨੂੰ ਬਚਪਨ ਤੋਂ ਹੀ ਤਰੈਲੰਗ ਸਵਾਮੀ ਜੀ ਦੀ ਸਿੱਖਿਆ ਦੀਖਿਆ ਪ੍ਰਾਪਤ ਹੋ ਗਈ ਸੀ। ਉਹ ਚਾਲੀ ਵਰ੍ਹਿਆਂ ਤਕ ਬੱਦਰੀ ਨਾਥ, ਕੇਦਾਰ ਨਾਥ, ਅਮਰਨਾਥ ਅਤੇ ਪਸ਼ੂਪਤੀ ਨਾਥ ਦੇ ਕੋਲ ਹਿਮਾਲਿਆ ਦੀਆਂ ਏਕਾਂਤ ਗੁਫਾਵਾਂ ਵਿਚ ਰਹੀ। ਇਸ ਬ੍ਰਹਮਚਾਰਣੀ ਦਾ ਜਨਮ 1826 ਵਿਚ ਹੋਇਆ ਸੀ। ਹੁਣ ਉਸ ਦੀ ਉਮਰ ਇੱਕ ਸੌ ਸਾਲ ਤੋਂ ਉੱਪਰ ਹੈ, ਪ੍ਰੰਤੂ ਦਿਖਾਈ ਦੇਣ ਨੂੰ ਉਹ ਬੁੜ੍ਹੀ ਨਹੀਂ ਲੱਗਦੀ। ਉਹ ਕਾਲੇ ਕੇਸਾਂ, ਚਮਕਦਾਰ

* ਤਰੈਲੰਗ ਸਵਾਮੀ ਅਤੇ ਹੋਰ ਮਹਾਨ ਗੁਰੂਆਂ ਦਾ ਜੀਵਨ, ਈਸਾ ਮਸੀਹ ਦੇ ਇਨ੍ਹਾਂ ਸ਼ਬਦਾਂ ਦੀ ਯਾਦ ਦਿਵਾਉਂਦਾ ਹੈ, "ਅਤੇ ਜਿਨ੍ਹਾਂ ਵਿਚ ਸ਼ਰਧਾ ਹੈ, ਉਨ੍ਹਾਂ ਵਿਚ ਇਹ ਲੱਛਣ ਪ੍ਰਗਟ ਹੋਣਗੇ, ਮੇਰੇ ਨਾਂ (ਕਰਾਈਸਟ ਚੈਤਨਯ) ਨਾਲ ਉਹ ਭੂਤ ਪ੍ਰੇਤਾਂ ਤੋਂ ਠੀਕ ਕਰ ਦੇਣਗੇ, ਉਹ ਨਵੀਆਂ ਨਵੀਆਂ ਭਾਸ਼ਾਵਾਂ ਬੋਲਣਗੇ, ਉਹ ਸੱਪਾਂ ਨੂੰ ਚੁੱਕ ਲੈਣਗੇ ਅਤੇ ਉਹ ਕੋਈ ਮਾਰੂ ਜ਼ਹਿਰ ਪੀ ਲੈਣਗੇ, ਤਾਂ ਉਨ੍ਹਾਂ ਨੂੰ ਕੋਈ ਨੁਕਸਾਨ ਨਹੀਂ ਹੋਵੇਗਾ। ਉਹ ਰੋਗੀਆਂ ਦਾ ਸਪਰਸ਼ ਕਰਨਗੇ ਤਾਂ ਉਹ ਰੋਗੀ ਤੰਦਰੁਸਤ ਹੋ ਜਾਣਗੇ।"

† ਬੰਗਾਲੀ ਭਾਸ਼ਾ ਵਿਚ ਜਿਊ ਸ਼ਬਦ, 'ਜੀ' ਦੀ ਥਾਂ ਉੱਪਰ, ਇੱਕ ਆਦਰ-ਸੂਚਕ ਸ਼ਬਦ ਕਰ ਕੇ ਵਰਤਿਆ ਜਾਂਦਾ ਹੈ।

ਮਜ਼ਬੂਤ ਦੰਦਾਂ ਅਤੇ ਲੋਹੜੇ ਦੀ ਚੁਸਤੀ ਫੁਰਤੀ ਦੀ ਮਾਲਕ ਹੈ। ਉਹ ਸਮੇਂ ਸਮੇਂ ਤੇ ਹੋਣ ਵਾਲਿਆਂ ਕੁੰਭ ਮੇਲਿਆਂ ਜਾਂ ਧਾਰਮਿਕ ਉਤਸਵਾਂ ਵਿਚ ਸ਼ਾਮਲ ਹੋਣ ਵਾਸਤੇ ਆਪਣੇ ਏਕਾਂਤਵਾਸ ਤੋਂ ਬਾਹਰ ਆਉਂਦੀ ਹੈ।

ਇਹ ਨਾਰੀ ਸੰਤ ਲਾਹਿੜੀ ਮਹਾਸ਼ਯ ਦੇ ਕੋਲ ਆਉਂਦੀ ਰਹਿੰਦੀ ਸੀ। ਉਨ੍ਹਾਂ ਨੇ ਦੱਸਿਆ ਕਿ, "ਇੱਕ ਦਿਨ ਜਦੋਂ ਉਹ ਕੋਲਕਾਤਾ ਦੇ ਨੇੜੇ ਬੈਰਕਪੁਰ ਇਲਾਕੇ ਵਿਚ ਲਾਹਿੜੀ ਮਹਾਸ਼ਯ ਕੋਲ ਬੈਠੀ ਸੀ, ਤਾਂ ਲਾਹਿੜੀ ਮਹਾਸ਼ਯ ਦੇ ਮਹਾਨ ਗੁਰੂ ਬਾਬਾ ਜੀ ਚੁੱਪ ਚਾਪ ਉਸ ਕਮਰੇ ਵਿਚ ਆਏ ਅਤੇ ਉਨ੍ਹਾਂ ਨੇ ਸਾਡੇ ਦੋਨਾਂ ਨਾਲ ਗੱਲ ਬਾਤ ਕੀਤੀ। ਅਮਰ ਗੁਰੂ ਨੇ ਉਸ ਵਕਤ ਗਿੱਲੇ ਕਪੜੇ ਪਹਿਨੇ ਹੋਏ ਸਨ, ਜਿਵੇਂ ਉਹ ਹੁਣੇ ਹੁਣੇ ਨਦੀ ਵਿਚੋਂ ਨਹਾ ਕੇ ਆਏ ਹੋਣ। ਉਨ੍ਹਾਂ ਨੇ ਮੈਨੂੰ ਕੁਝ ਅਧਿਆਤਮਿਕ ਉਪਦੇਸ਼ ਦੇ ਕੇ ਕ੍ਰਿਤਾਰਥ ਕੀਤਾ।"

ਇੱਕ ਖਾਸ ਸਮੇਂ ਉੱਪਰ ਤਰੈਲੰਗ ਸਵਾਮੀ ਨੇ ਲਾਹਿੜੀ ਮਹਾਸ਼ਯ ਦਾ ਸਭ ਦੇ ਸਾਹਮਣੇ ਆਦਰ ਸਨਮਾਨ ਕਰਨ ਵਾਸਤੇ ਆਪਣਾ ਮੌਨ ਵਰਤ ਤੋੜ ਦਿੱਤਾ ਸੀ। ਉਨ੍ਹਾਂ ਦੇ ਇੱਕ ਸ਼ਗਿਰਦ ਨੇ ਇਸ ਉੱਪਰ ਇਤਰਾਜ਼ ਕੀਤਾ।

ਉਸ ਨੇ ਕਿਹਾ, "ਗੁਰੂਦੇਵ, ਇੱਕ ਸਵਾਮੀ ਅਤੇ ਸੰਨਿਆਸੀ ਹੁੰਦਿਆਂ ਹੋਇਆਂ ਵੀ, ਆਪ ਇੱਕ ਗਰਿਸਤੀ ਦੇ ਪ੍ਰਤੀ ਇੰਨਾ ਆਦਰ ਸਨਮਾਨ ਕਿਉਂ ਦਿਖਾ ਰਹੇ ਹੋ?"

ਤਰੈਲੰਗ ਸਵਾਮੀ ਨੇ ਕਿਹਾ, "ਮੇਰੇ ਪੁੱਤਰ, ਲਾਹਿੜੀ ਮਹਾਸ਼ਯ ਅਧਿਆਤਮਿਕ ਤੌਰ ਤੇ ਬਿੱਲੀ ਦੇ ਬਲੂੰਗੜੇ ਵਾਂਗ ਹਨ। ਬਲੂੰਗੜੇ ਨੂੰ ਬਿੱਲੀ ਜਿੱਥੇ ਰੱਖ ਦਿੰਦੀ ਹੈ, ਉਹ ਉੱਥੇ ਹੀ ਬੈਠਾ ਰਹਿੰਦਾ ਹੈ। ਉਸੇ ਤਰ੍ਹਾਂ, ਲਾਹਿੜੀ ਮਹਾਸ਼ਯ ਵੀ ਜਿੱਥੇ ਜੱਗ ਜਨਨੀ ਉਨ੍ਹਾਂ ਨੂੰ ਰੱਖ ਦਿੰਦੀ ਹੈ, ਉੱਥੇ ਹੀ ਰਹਿੰਦੇ ਹਨ। ਫਰਜ਼ ਦੀ ਪਾਲਣਾ ਕਰਨ ਖਾਤਰ ਗਰਿਸਤੀ ਮਨੁੱਖ ਦੀ ਭੂਮਿਕਾ ਨਿਭਾਉਂਦਿਆਂ ਹੋਇਆਂ ਵੀ, ਉਨ੍ਹਾਂ ਨੇ ਉਹ ਪੂਰਨ ਆਤਮ ਗਿਆਨ ਪ੍ਰਾਪਤ ਕਰ ਲਿਆ ਹੈ, ਜਿਸ ਨੂੰ ਪ੍ਰਾਪਤ ਕਰਨ ਖਾਤਰ, ਮੈਨੂੰ ਸਭ ਕੁਝ ਦਾ ਤਿਆਗ ਕਰਨਾ ਪਿਆ, ਇੱਥੋਂ ਤਕ ਕਿ ਲੰਗੋਟੀ ਦਾ ਵੀ।"

ਚੈਪਟਰ 32

ਮ੍ਰਿਤਕ ਰਾਮ ਨੂੰ ਜੀਵਨ ਦਾਨ

"ਹੁਣ ਲਾਜ਼ਾਰਸ ਨਾਂ ਦਾ ਇੱਕ ਆਦਮੀ ਬਿਮਾਰ ਸੀ, ਜਦੋਂ ਈਸਾ ਮਸੀਹ ਨੇ ਸੁਣਿਆ, ਤਾਂ ਉਨ੍ਹਾਂ ਨੇ ਕਿਹਾ, ਇਹ ਬਿਮਾਰੀ ਉਸ ਦੀ ਮੌਤ ਵਾਸਤੇ ਨਹੀਂ ਬਲਕਿ ਪ੍ਰਮਾਤਮਾ ਦੀ ਸ਼ੋਭਾ ਵਾਸਤੇ ਹੈ, ਜਿਸ ਨਾਲ ਪ੍ਰਮਾਤਮਾ ਦੇ ਪੁੱਤਰ ਦੀ ਸ਼ੋਭਾ ਵਧੇਗੀ।"*

ਇੱਕ ਸੁਹਾਵਣੀ ਸਵੇਰ ਨੂੰ, ਸ਼੍ਰੀ ਯੁਕਤੇਸ਼ਵਰ ਜੀ ਆਪਣੇ ਸ਼੍ਰੀਰਾਮਪੁਰ ਆਸ਼ਰਮ ਦੀ ਬਾਲਕੋਨੀ ਵਿਚ ਬੈਠੇ, ਈਸਾਈ ਧਰਮ ਗ੍ਰੰਥਾਂ ਦੀ ਵਿਆਖਿਆ ਕਰ ਰਹੇ ਸਨ। ਗੁਰੂਦੇਵ ਦੇ ਕੁਝ ਹੋਰ ਸ਼ਗਿਰਦਾਂ ਦੇ ਨਾਲ, ਮੈਂ ਵੀ ਆਪਣੇ ਰਾਂਚੀ ਸਕੂਲ ਦੇ ਵਿਦਿਆਰਥੀਆਂ ਦੀ ਇੱਕ ਟੋਲੀ ਦੇ ਨਾਲ ਉੱਥੇ ਬੈਠਾ ਹੋਇਆ ਸੀ।

"ਇੱਥੇ ਇਸ ਪੈਰੇ ਵਿਚ, ਈਸਾ ਮਸੀਹ ਆਪਣੇ ਆਪ ਨੂੰ ਪ੍ਰਮਾਤਮਾ ਦਾ ਪੁੱਤਰ ਕਹਿ ਰਹੇ ਹਨ, ਹਾਲਾਂ ਕਿ ਉਹ ਪ੍ਰਮਾਤਮਾ ਨਾਲ ਇਕ ਰੂਪ ਸਨ। ਫਿਰ ਵੀ ਇਸ ਤੱਥ ਦੇ ਜ਼ਿਕਰ ਦਾ ਡੂੰਘਾ ਅਵਿਅਕਤੀਗਤ ਮਹੱਤਵ ਹੈ।" ਮੇਰੇ ਗੁਰੂਦੇਵ ਸਾਨੂੰ ਸਮਝਾ ਰਹੇ ਸਨ। "ਪ੍ਰਮਾਤਮਾ ਦੇ ਪੁੱਤਰ ਦਾ ਮਤਲਬ ਹੈ, ਮਨੁੱਖ ਵਿਚ ਮੌਜੂਦ ਕਰਾਈਸਟ ਚੇਤਨਯ ਜਾਂ ਈਸ਼ਵਰੀ ਸ਼ਕਤੀ। ਕੋਈ ਨਾਸ਼ਵਾਨ ਮਨੁੱਖ, ਪ੍ਰਮਾਤਮਾ ਦੀ ਸ਼ੋਭਾ ਨੂੰ ਗੌਰਵਵੰਤ ਨਹੀਂ ਕਰ ਸਕਦਾ। ਮਨੁੱਖ ਆਪਣੇ ਸਿਰਜਕ ਦਾ ਮਾਣ ਇੱਕ ਹੀ ਤਰੀਕੇ ਨਾਲ ਵਧਾ ਸਕਦਾ ਹੈ, ਅਤੇ ਉਹ ਹੈ, ਕਿ ਉਸ ਨੂੰ ਪ੍ਰਾਪਤ ਕਰਨ ਦਾ ਯਤਨ ਕਰ ਕੇ। ਮਨੁੱਖ ਕਿਸੇ ਇਹੋ ਜਿਹੀ ਕਾਲਪਨਿਕ ਵਸਤੂ ਨੂੰ ਗੌਰਵ ਵੰਤ ਨਹੀਂ ਕਰ ਸਕਦਾ, ਜਿਸ ਨੂੰ ਉਹ ਜਾਣਦਾ ਹੀ ਨਾ ਹੋਵੇ। ਸਿੱਧ ਪੁਰਸ਼ਾਂ ਦੇ ਚਿਹਰੇ ਦੇ ਦੁਆਲੇ 'ਪ੍ਰਭਾ ਮੰਡਲ' ਜਾਂ 'ਰੂਹਾਨੀ ਨੂਰ', ਉਨ੍ਹਾਂ ਦੀ ਪ੍ਰਮਾਤਮਾ ਦੇ ਚਰਨਾਂ ਵਿਚ ਸ਼ਰਧਾਂਜਲੀ ਅਰਪਿਤ ਕਰਨ ਦੀ ਸ਼ਕਤੀ ਦੀ ਨਿਸ਼ਾਨੀ ਹੁੰਦੀ ਹੈ।

ਸ਼੍ਰੀ ਯੁਕਤੇਸ਼ਵਰ ਜੀ ਨੇ ਲਾਜ਼ਾਰਸ ਦੇ ਪੁਨਰ ਜੀਵਤ ਹੋਣ ਦੀ ਅਦਭੁਤ ਕਹਾਣੀ ਸੁਣਾਉਣੀ ਚਾਲੂ ਰੱਖੀ। ਜਦੋਂ ਕਹਾਣੀ ਖਤਮ ਹੋਈ ਤਾਂ ਉਨ੍ਹਾਂ ਨੇ ਲੰਬਾ ਮੌਨ ਧਾਰ ਲਿਆ ਅਤੇ ਉਹ ਪਵਿੱਤਰ ਪੁਸਤਕ ਉਨ੍ਹਾਂ ਦੀ ਝੋਲੀ ਵਿਚ ਖੁੱਲ੍ਹੀ ਪਈ ਰਹੀ।

"ਮੈਨੂੰ ਵੀ ਇੱਕ ਇਹੋ ਜਿਹਾ ਚਮਤਕਾਰ ਦੇਖਣ ਦਾ ਸੁਭਾਗ ਪ੍ਰਾਪਤ ਹੋਇਆ ਸੀ," ਆਖਰ ਮੇਰੇ ਗੁਰੂਦੇਵ ਨੇ ਡੂੰਘੇ ਭਗਤੀਭਾਵ ਨਾਲ ਕਿਹਾ। "ਲਾਹਿੜੀ ਮਹਾਸ਼ਯ ਨੇ ਮੇਰੇ ਮਿੱਤਰ ਨੂੰ ਮਰ ਜਾਣ ਤੋਂ ਬਾਅਦ ਫਿਰ ਜਿਉਂਦਾ ਕਰ ਦਿੱਤਾ ਸੀ।"

* *ਜਾਨ* 11:1–4 (ਬਾਈਬਲ).

ਮੇਰੇ ਕੋਲ ਬੈਠੇ ਛੋਟੇ ਬੱਚੇ ਡੂੰਘੀ ਦਿਲਚਸਪੀ ਲੈਂਦਿਆਂ ਮੁਸਕਰਾਏ। ਮੇਰੇ ਵਿਚ ਵੀ ਹਾਲੇ ਤਕ ਸਿਰਫ ਤੱਤਵ ਗਿਆਨ ਲੈਣ ਦਾ ਹੀ ਨਹੀਂ, ਬਲਕਿ ਬੱਚਿਆਂ ਵਾਂਗ ਇਹੋ ਜਿਹੀ ਕੋਈ ਖਾਸ ਕਹਾਣੀ, ਜੋ ਲਾਹਿੜੀ ਮਹਾਸ਼ਯ ਦੇ ਅਦਭੁਤ ਅਨੁਭਵਾਂ ਦੇ ਨਾਲ ਸਬੰਧਿਤ ਹੋਵੇ, ਸ੍ਰੀ ਯੁਕਤੇਸ਼ਵਰ ਜੀ ਦੇ ਮੂਹੋਂ ਸੁਣ ਕੇ ਆਨੰਦ ਲੈਣ ਦੀ ਉਤਕੰਠਾ ਬਣੀ ਰਹਿੰਦੀ ਸੀ।

ਗੁਰੂਦੇਵ ਨੇ ਦੱਸਣਾ ਸ਼ੁਰੂ ਕੀਤਾ, "ਮੈਂ ਅਤੇ ਮੇਰਾ ਮਿੱਤਰ ਰਾਮ, 'ਇੱਕ ਰੂਹ ਦੋ ਕਲਬੂਤ' ਕਹਾਵਤ ਵਾਂਗ ਗੂੜ੍ਹੇ ਮਿੱਤਰ ਸੀ। ਉਹ ਸੁਭਾਅ ਤੋਂ ਬਹੁਤ ਸ਼ਰਮਾਕਲ ਅਤੇ ਏਕਾਂਤ ਪਸੰਦ ਸੀ। ਇਸ ਵਾਸਤੇ ਉਹ ਲਾਹਿੜੀ ਮਹਾਸ਼ਯ ਦੇ ਕੋਲ ਅੱਧੀ ਰਾਤ ਤੋਂ ਬਾਅਦ ਅਤੇ ਸਵੇਰ ਦੇ ਵਿਚਕਾਰ ਹੀ ਜਾਇਆ ਕਰਦਾ ਸੀ। ਜਿਸ ਵਕਤ ਦਿਨ ਵਿਚ ਆਉਣ ਵਾਲੇ ਸ਼ਰਧਾਲੂਆਂ ਦੀ ਭੀੜ ਨਹੀਂ ਸੀ ਹੁੰਦੀ। ਉਸ ਦਾ ਗੂੜ੍ਹਾ ਮਿੱਤਰ ਹੋਣ ਦੇ ਨਾਤੇ, ਉਹ ਆਪਣੇ ਡੂੰਘੇ ਅਧਿਆਤਮਿਕ ਅਨੁਭਵ ਮੇਰੇ ਨਾਲ ਸਾਂਝੇ ਕਰ ਲਿਆ ਕਰਦਾ ਸੀ। ਉਸ ਦੀ ਆਦਰਸ਼ ਸੰਗਤ ਤੋਂ ਮੈਨੂੰ ਅਧਿਆਤਮਿਕ ਉਤਸ਼ਾਹ ਮਿਲਦਾ ਸੀ।" ਮੇਰੇ ਗੁਰੂ ਦੇ ਚਿਹਰੇ ਉੱਪਰ ਪੁਰਾਣੀਆਂ ਯਾਦਾਂ ਦੇ ਕੋਮਲ ਭਾਵ ਛਾ ਗਏ।

ਗੁਰੂਦੇਵ ਅੱਗੇ ਕਹਿੰਦੇ ਗਏ, "ਰਾਮ ਨੂੰ ਅਚਾਨਕ ਇੱਕ ਔਖੇ ਇਮਤਿਹਾਨ ਵਿਚੋਂ ਦੀ ਗੁਜ਼ਰਨਾ ਪਿਆ। ਉਸ ਨੂੰ ਏਸ਼ੀਆਟਿਕ ਹੈਜ਼ੇ ਦੀ ਬਿਮਾਰੀ ਨੇ ਘੇਰ ਲਿਆ। ਜਿਵੇਂ ਕਿ ਸਾਡੇ ਗੁਰੂਦੇਵ ਗੰਭੀਰ ਬਿਮਾਰੀਆਂ ਵਿਚ ਡਾਕਟਰ ਨੂੰ ਬੁਲਾਉਣ ਤੇ ਕੋਈ ਇਤਰਾਜ਼ ਨਹੀਂ ਸਨ ਕਰਦੇ, ਇਸ ਵਾਸਤੇ ਅਸੀਂ ਵੀ ਦੋ ਮਾਹਿਰ ਡਾਕਟਰਾਂ ਨੂੰ ਬੁਲਾ ਲਿਆ। ਰੋਗੀ ਦੀ ਸੇਵਾ ਸੰਭਾਲ ਕਰਦਿਆਂ, ਮੈਂ ਹੜਬੜੀ ਵਿਚ ਹੀ, ਲਾਹਿੜੀ ਮਹਾਸ਼ਯ ਨੂੰ ਰਾਮ ਨੂੰ ਤੰਦਰੁਸਤ ਕਰਨ ਲਈ ਡੂੰਘੀ ਪ੍ਰਾਰਥਨਾ ਵੀ ਕਰੀ ਜਾ ਰਿਹਾ ਸੀ। ਆਖਰ ਛੇਤੀ ਛੇਤੀ, ਮੈਂ ਲਾਹਿੜੀ ਮਹਾਸ਼ਯ ਦੇ ਘਰ ਜਾ ਕੇ ਰੋਂਦਿਆਂ ਕੁਰਲਾਉਂਦਿਆਂ ਸਾਰੀ ਕਹਾਣੀ ਸੁਣਾ ਦਿੱਤੀ।"

"ਡਾਕਟਰ ਉਸ ਦਾ ਇਲਾਜ਼ ਕਰ ਰਹੇ ਹਨ, ਉਹ ਠੀਕ ਹੋ ਜਾਵੇਗਾ," ਗੁਰੂਦੇਵ ਨੇ ਮੁਸਕਰਾਉਂਦਿਆਂ ਕਿਹਾ।

"ਮੈਂ ਖੁਸ਼ੀ ਖੁਸ਼ੀ ਆਪਣੇ ਬਿਮਾਰ ਮਿੱਤਰ ਕੋਲ ਵਾਪਸ ਆ ਗਿਆ। ਪਰ ਮੈਂ ਦੇਖਿਆ ਕਿ ਉਹ ਤਾਂ ਮਰਨ ਕਿਨਾਰੇ ਪਹੁੰਚ ਗਿਆ ਸੀ।"

"ਉਹ ਇੱਕ ਜਾਂ ਦੋ ਘੰਟਿਆਂ ਤੋਂ ਜਿਆਦਾ ਜਿਉਂਦਾ ਨਹੀਂ ਰਹਿ ਸਕੇਗਾ।" ਇੱਕ ਡਾਕਟਰ ਨੇ ਬੜੇ ਉਦਾਸ ਭਾਵ ਨਾਲ ਮੈਨੂੰ ਦੱਸਿਆ। ਮੈਂ ਤੁਰੰਤ ਫਿਰ ਲਾਹਿੜੀ ਮਹਾਸ਼ਯ ਕੋਲ ਉਨ੍ਹਾਂ ਦੇ ਘਰ ਪਹੁੰਚ ਗਿਆ।"

"ਡਾਕਟਰ ਪੂਰੀ ਜੁੰਮੇਵਾਰੀ ਨਾਲ ਉਸ ਦਾ ਇਲਾਜ਼ ਕਰ ਰਹੇ ਹਨ। ਉਹ ਠੀਕ ਹੋ ਜਾਵੇਗਾ," ਗੁਰੂਦੇਵ ਨੇ ਮੇਰੀ ਗੱਲ ਨੂੰ ਵਿਚਕਾਰੋਂ ਟੋਕਦਿਆਂ ਪ੍ਰਸੰਨਤਾ ਪੂਰਵਕ ਕਿਹਾ।

“ਜਦੋਂ ਮੈਂ ਰਾਮ ਦੇ ਘਰ ਵਾਪਸ ਪਹੁੰਚਿਆ, ਤਾਂ ਦੋਨੋਂ ਡਾਕਟਰ ਜਾ ਚੁੱਕੇ ਸਨ। ਇੱਕ ਡਾਕਟਰ ਨੇ ਲਿਖ ਕੇ ਇਹ ਪਰਚੀ ਛੱਡ ਰੱਖੀ ਸੀ। “ਆਪਣੇ ਵੱਲੋਂ ਜਿੰਨਾ ਜ਼ੋਰ ਅਸੀਂ ਲਾ ਸਕਦੇ ਸੀ, ਲਾ ਲਿਆ ਹੈ, ਹੁਣ ਸਾਨੂੰ ਇਸ ਦੇ ਬਚਣ ਦੀ ਕੋਈ ਉਮੀਦ ਨਹੀਂ ਦਿਸਦੀ।”

“ਮੇਰਾ ਮਿੱਤਰ ਸੱਚੀਂ ਮੁੱਚੀਂ ਹੀ ਆਖਰੀ ਸਾਹ ਲੈਂਦਾ ਦਿਖਾਈ ਦੇ ਰਿਹਾ ਸੀ, ਮੇਰੀ ਸਮਝ ਵਿਚ ਨਹੀਂ ਸੀ ਆ ਰਿਹਾ, ਕਿ ਲਾਹਿੜੀ ਮਹਾਸ਼ਯ ਦੇ ਵਚਨ ਝੂਠੇ ਕਿਸ ਤਰ੍ਹਾਂ ਹੋ ਸਕਦੇ ਹਨ ਪ੍ਰੰਤੂ ਰਾਮ ਦੇ ਜੀਵਨ ਦੀ ਬੁਝ ਰਹੀ ਜੀਵਨ ਜੋਤ ਦੇਖਦਿਆਂ ਮੇਰੇ ਮਨ ਵਿਚ ਇਹ ਵਿਚਾਰ ਆ ਰਿਹਾ ਸੀ, ਸਭ ਕੁਝ ਖਤਮ ਹੋ ਗਿਆ ਹੈ, ਮੈਂ ਵਿਸ਼ਵਾਸ ਅਤੇ ਸ਼ੰਕਾ ਦੀਆਂ ਲਹਿਰਾਂ ਵਿਚ ਡਗਮਗਾਉਂਦਿਆਂ ਜਿੰਨੀ ਸੇਵਾ ਉਸ ਦੀ ਕਰ ਸਕਦਾ ਸੀ, ਕਰ ਰਿਹਾ ਸੀ। ਅਚਾਨਕ ਰਾਮ ਨੇ ਚੀਕਦਿਆਂ ਕਿਹਾ। ‘ਯੁਕਤੇਸ਼ਵਰ, ਨੱਠ ਕੇ ਗੁਰੂਦੇਵ ਕੋਲ ਜਾਹ ਅਤੇ ਉਨ੍ਹਾਂ ਨੂੰ ਦੱਸ ਦੇ ਕਿ ਮੇਰੀ ਮੌਤ ਹੋ ਗਈ ਹੈ। ਉਨ੍ਹਾਂ ਨੂੰ ਕਹਿਣਾ ਕਿ ਅੰਤਮ ਸਸਕਾਰ ਤੋਂ ਪਹਿਲਾਂ, ਮੇਰੇ ਸਰੀਰ ਨੂੰ ਅਸ਼ੀਰਵਾਦ ਜਰੂਰ ਦੇਣ,’ ਇਹ ਕਹਿੰਦਿਆਂ, ਰਾਮ ਨੇ ਇੱਕ ਵੱਡਾ ਸਾਰਾ ਹੌਂਕਾ ਲਿਆ ਅਤੇ ਪ੍ਰਾਣ ਤਿਆਗ ਦਿੱਤੇ।*

“ਮੈਂ ਉਸ ਦੇ ਮੰਜ਼ੇ ਕੋਲ ਬੈਠਾ, ਇੱਕ ਘੰਟਾ ਰੋਂਦਾ ਰਿਹਾ। ਉਸ ਨੂੰ ਹਮੇਸ਼ਾਂ ਸ਼ਾਂਤੀ ਪਿਆਰੀ ਸੀ, ਹੁਣ ਉਸ ਨੂੰ ਪੂਰਨ ਸ਼ਾਂਤੀ ਮਿਲ ਗਈ ਸੀ। ਇੰਨੇ ਨੂੰ ਇੱਕ ਹੋਰ ਸ਼ਗਿਰਦ ਉੱਥੇ ਆ ਗਿਆ। ਮੈਂ ਆਪਣੇ ਵਾਪਸ ਆਉਣ ਤਕ, ਉਸ ਨੂੰ ਉੱਥੇ ਹੀ ਬੈਠੇ ਰਹਿਣ ਦੇ ਵਾਸਤੇ ਕਹਿ ਕੇ, ਆਪ ਅੱਧੇ ਪਾਗਲਾਂ ਵਾਂਗੂ ਲੱਤਾਂ ਘੜੀਸਦਾ ਗੁਰੂਦੇਵ ਦੇ ਘਰ ਵੱਲ ਚੱਲ ਪਿਆ।”

“ਹੁਣ ਰਾਮ ਦਾ ਕੀ ਹਾਲ ਹੈ?” ਲਾਹਿੜੀ ਮਹਾਸ਼ਯ ਨੇ ਮੁਸਕਰਾਉਂਦਿਆਂ ਪੁੱਛਿਆ।

“ਗੁਰੂਦੇਵ ਆਪ ਨੂੰ ਛੇਤੀ ਹੀ ਪਤਾ ਲੱਗ ਜਾਵੇਗਾ, ਜਦੋਂ ਉਸ ਦੀ ਅਰਥੀ ਨੂੰ ਸ਼ਮਸ਼ਾਨਘਾਟ ਲਿਜਾਇਆ ਜਾਵੇਗਾ, ਤਾਂ ਆਪ ਦੇਖ ਹੀ ਲਵੋਗੇ। ਮੈਂ ਸਾਰਿਆਂ ਦੇ ਸਾਹਮਣੇ ਹੀ ਫਫਕਦਿਆਂ ਰੋਣ ਲੱਗ ਗਿਆ।”

“ਯੁਕਤੇਸ਼ਵਰ, ਆਪਣੇ ਆਪ ਨੂੰ ਸੰਭਾਲ ਅਤੇ ਬੈਠ ਕੇ ਸ਼ਾਂਤ ਮਨ ਨਾਲ ਧਿਆਨ ਕਰ,” ਗੁਰੂਦੇਵ ਆਪ ਸਮਾਧੀ ਵਿਚ ਲੀਨ ਹੋ ਗਏ। ਉਹ ਸ਼ਾਮ ਅਤੇ ਸਾਰੀ ਰਾਤ ਅਖੰਡ ਮੌਨ ਵਿਚ ਲੰਘ ਗਈ। ਮੈਂ ਆਤਮਿਕ ਸ਼ਾਂਤੀ ਪਾਉਣ ਦੀ ਅਸਫਲ ਕੋਸ਼ਿਸ਼ ਕਰਦਾ ਰਿਹਾ।

“ਪਹੁ ਫਟਦਿਆਂ ਹੀ ਲਾਹਿੜੀ ਮਹਾਸ਼ਯ ਨੇ ਮੇਰੇ ਉੱਪਰ ਮਿਹਰ ਭਰੀ ਨਜ਼ਰ ਮਾਰੀ,” “ਮੈਂ ਦੇਖ ਰਿਹਾ ਹਾਂ ਕਿ ਯੁਕਤੇਸ਼ਵਰ ਤੂੰ ਹਾਲੇ ਤਕ ਵੀ ਅਸ਼ਾਂਤ ਹੈਂ। ਇਹ ਤੂੰ ਮੈਨੂੰ ਕੱਲ੍ਹ ਕਿਉਂ ਨਹੀਂ ਸਪਸ਼ਟ ਕੀਤਾ, ਕਿ ਤੂੰ ਮੈਥੋਂ ਰਾਮ ਵਾਸਤੇ ਦਵਾਈ ਦੇ ਰੂਪ ਵਿਚ ਕੋਈ

* ਏਸ਼ੀਆਟਿਕ ਹੈਜ਼ੇ ਦਾ ਰੋਗੀ ਅਕਸਰ ਮੌਤ ਦੇ ਆਖਰੀ ਵਕਤ ਤਕ ਪੂਰੇ ਹੋਸ਼ੋ ਹਵਾਸ ਵਿਚ ਰਹਿੰਦਾ ਹੈ।

ਵਾਸਤਵਿਕ ਸਹਾਇਤਾ ਚਾਹੁੰਦਾ ਹੈਂ? ਉਸ ਦੀਵੇ ਵਿਚੋਂ ਕਿਸੇ ਛੋਟੀ ਜਿਹੀ ਸ਼ੀਸ਼ੀ ਵਿਚ ਤੇਲ ਪਾ ਲੈ ਅਤੇ ਜਾ ਕੇ ਰਾਮ ਦੇ ਮੂੰਹ ਵਿਚ, ਉਸ ਤੇਲ ਦੀਆਂ ਸੱਤ ਬੂੰਦਾ ਪਾ ਦੇ,'' ਗੁਰੂਦੇਵ ਨੇ ਕੋਲ ਹੀ ਪਏ ਇੱਕ ਦੀਵੇ ਵੱਲ ਇਸ਼ਾਰਾ ਕਰਦਿਆਂ ਕਿਹਾ, ਜਿਸ ਵਿਚ ਅਰਿੰਡ ਦਾ ਤੇਲ ਪਿਆ ਸੀ।

''ਮੈਂ ਰੋਸ਼ਪੂਰਨ ਲਹਿਜੇ ਵਿਚ ਕਿਹਾ, ਗੁਰੂਦੇਵ, ਉਹ ਤਾਂ ਕੱਲ੍ਹ ਦਾ ਮਰ ਚੁੱਕਿਆ ਹੈ। ਹੁਣ ਇਸ ਤੇਲ ਦਾ ਉਸ ਨੂੰ ਕੀ ਲਾਭ?''

''ਇਸ ਦੀ ਤੂੰ ਚਿੰਤਾ ਨਾ ਕਰ, ਮੈਂ ਜਿਸ ਤਰ੍ਹਾਂ ਕਹਿ ਰਿਹਾ ਹਾਂ ਤੂੰ ਉਸੇ ਤਰ੍ਹਾਂ ਕਰ।'' ''ਮੇਰੇ ਗੁਰੂਦੇਵ ਦਾ ਪ੍ਰਸੰਨਤਾ ਪੂਰਵਕ ਵਿਵਹਾਰ ਮੈਨੂੰ ਸਮਝ ਨਹੀਂ ਸੀ ਆ ਰਿਹਾ। ਮੈਂ ਹਾਲੇ ਤਕ ਰਾਮ ਦੀ ਮੌਤ ਦੀ ਮਾਨਸਿਕ ਪੀੜ ਵਿਚੋਂ ਨਹੀਂ ਸੀ ਉੱਭਰ ਸਕਿਆ। ਫਿਰ ਵੀ ਇੱਕ ਸ਼ੀਸ਼ੀ ਵਿਚ ਥੋੜਾ ਜਿਹਾ ਤੇਲ ਪਾ ਕੇ ਰਾਮ ਦੇ ਘਰ ਵੱਲ ਨੂੰ ਚੱਲ ਪਿਆ।

''ਮੌਤ ਦੇ ਕਾਰਨ, ਮੇਰੇ ਮਿੱਤਰ ਦਾ ਸਰੀਰ ਸਖਤ ਹੋ ਗਿਆ ਸੀ। ਉਸ ਦੀ ਦਰਦਨਾਕ ਹਾਲਤ ਵੱਲ ਧਿਆਨ ਨਾ ਦਿੰਦਿਆਂ, ਮੈਂ ਸੱਜੇ ਹੱਥ ਦੀ ਪਹਿਲੀ ਉਂਗਲੀ ਨਾਲ, ਉਸਦੇ ਬੁੱਲ੍ਹ ਖੋਲ੍ਹ ਕੇ, ਖੱਬੇ ਹੱਥ ਨਾਲ ਸ਼ੀਸ਼ੀ ਦੇ ਢੱਕਣ ਦੀ ਸਹਾਇਤਾ ਨਾਲ, ਔਖੇ ਸੌਖੇ ਬੂੰਦ ਬੂੰਦ ਕਰਕੇ ਉਸ ਦੇ ਪੂਰੇ ਮੀਚੇ ਹੋਏ ਦੰਦਾਂ ਉੱਪਰ, ਅਰਿੰਡ ਦਾ ਤੇਲ ਪਾਉਣ ਲੱਗਿਆ। ਜਿਉਂ ਹੀ ਸੱਤਵੀਂ ਬੂੰਦ, ਉਸ ਦੇ ਠੰਡੇ ਹੋਏ ਬੁੱਲ੍ਹਾਂ ਉੱਪਰ ਪਈ, ਤਾਂ ਉਸ ਦਾ ਸਰੀਰ ਕੰਬਣ ਲੱਗ ਗਿਆ। ਸਿਰ ਤੋਂ ਲੈ ਕੇ ਪੈਰਾਂ ਤਕ ਉਸ ਦੀਆਂ ਸਾਰੀਆਂ ਮਾਸ ਪੇਸ਼ੀਆਂ ਕੰਬ ਰਹੀਆਂ ਸਨ ਅਤੇ ਉਹ ਹੈਰਾਨ ਜਿਹਾ ਹੋਇਆ ਉੱਠ ਕੇ ਬੈਠ ਗਿਆ।''

''ਮੈਂ ਲਾਹਿੜੀ ਮਹਾਸ਼ਯ ਨੂੰ ਚੁੰਧਿਆ ਦੇਣ ਵਾਲੀ ਰੌਸ਼ਨੀ ਵਿਚ ਦੇਖਿਆ।'' ਉਹ ਚੀਕ ਕੇ ਬੋਲਿਆ। ''ਉਹ ਸੂਰਜ ਵਾਂਗ ਚਮਕ ਰਹੇ ਸਨ। ਉੱਠ ਨੀਂਦ ਦਾ ਤਿਆਗ ਕਰ, ਉਨ੍ਹਾਂ ਨੇ ਮੈਨੂੰ ਕਿਹਾ ਅਤੇ ਯੁਕਤੇਸ਼ਵਰ ਨਾਲ ਆ ਕੇ ਮੈਨੂੰ ਮਿਲ।''

''ਮੈਨੂੰ ਆਪਣੀਆਂ ਅੱਖਾਂ ਉੱਪਰ ਯਕੀਨ ਨਹੀਂ ਸੀ ਆ ਰਿਹਾ, ਪਰ ਰਾਮ ਨੇ ਉੱਠ ਕੇ ਜਾਣ ਵਾਸਤੇ ਕਪੜੇ ਪਹਿਨ ਲਏ। ਉਸ ਜਾਨ ਲੇਵਾ ਬਿਮਾਰੀ ਤੋਂ ਬਾਅਦ ਵੀ ਸਾਡੇ ਗੁਰੂ ਦੇ ਘਰ ਜਾਣ ਵਾਸਤੇ ਉਸ ਵਿਚ ਪੂਰੀ ਤਾਕਤ ਆ ਗਈ ਸੀ। ਉੱਥੇ ਪਹੁੰਚ ਕੇ ਰਾਮ ਨੇ ਲਾਹਿੜੀ ਮਹਾਸ਼ਯ ਨੂੰ ਦੰਡਵਤ ਪ੍ਰਣਾਮ ਕੀਤਾ। ਉਸ ਦੀਆਂ ਅੱਖਾਂ ਵਿਚ ਸ਼ੁਕਰਾਨੇ ਦੇ ਅੱਥਰੂ ਸਨ।

''ਗੁਰੂਦੇਵ ਵੀ ਬਹੁਤ ਖੁਸ਼ ਹੋ ਰਹੇ ਸਨ। ਉਨ੍ਹਾਂ ਨੇ ਮੇਰੇ ਵੱਲ ਸ਼ਰਾਰਤੀ ਲਹਿਜੇ ਨਾਲ ਦੇਖਦਿਆਂ ਕਿਹਾ, ''ਯੁਕਤੇਸ਼ਵਰ, ਹੁਣ ਤਾਂ ਤੂੰ ਨਿਸ਼ਚਿਤ ਰੂਪ ਵਿਚ ਅਰਿੰਡ ਦੇ ਤੇਲ ਦੀ ਸ਼ੀਸ਼ੀ ਆਪਣੇ ਕੋਲ ਰੱਖਿਆ ਕਰੇਂਗਾ, ਜਿੱਥੇ ਵੀ ਕਿਤੇ ਮੁਰਦਾ ਦੇਖਿਆ, ਤਾਂ ਉਸ ਦੇ ਮੂੰਹ ਵਿਚ ਤੇਲ ਦੀਆਂ ਸੱਤ ਬੂੰਦਾ ਪਾ ਦਿੱਤੀਆਂ। ਕਿਉਂ? ਅਰਿੰਡ ਦੇ ਤੇਲ ਦੀਆਂ ਸੱਤ ਬੂੰਦਾਂ ਬਗੈਰ ਕਿਸੇ ਸ਼ੱਕ ਦੇ ਯਮ ਰਾਜ ਦੇ ਖੂਨੀ ਪੰਜੇ ਤੋਂ ਬਚਾਉਣ ਦੇ ਸਮਰੱਥ ਹਨ।

"ਗੁਰੂਦੇਵ, ਆਪ ਮੇਰਾ ਮਖੌਲ ਉਡਾ ਰਹੇ ਹੋ, ਮੈਨੂੰ ਸਮਝ ਨਹੀਂ ਆਉਂਦੀ ਕਿ ਆਖਰ ਮੇਰੀ ਗਲਤੀ ਕੀ ਸੀ?"

"ਮੈਂ ਤੈਨੂੰ ਦੋ ਵਾਰ ਕਿਹਾ, ਰਾਮ ਠੀਕ ਹੋ ਜਾਵੇਗਾ, ਫਿਰ ਵੀ ਤੂੰ ਮੇਰੇ ਉੱਪਰ ਯਕੀਨ ਨਹੀਂ ਕੀਤਾ," ਲਾਹਿੜੀ ਮਹਾਸ਼ਯ ਸਮਝਾਉਣ ਲੱਗੇ। 'ਮੇਰੇ ਕਹਿਣ ਦਾ ਮਤਲਬ ਇਹ ਨਹੀਂ ਸੀ, ਕਿ ਡਾਕਟਰ ਉਸ ਨੂੰ ਠੀਕ ਕਰ ਦੇਣਗੇ। ਮੈਂ ਤੈਨੂੰ ਕੇਵਲ ਇੰਨਾ ਹੀ ਕਿਹਾ ਸੀ ਕਿ ਡਾਕਟਰ ਪੂਰੀ ਜ਼ੁੰਮੇਵਾਰੀ ਨਾਲ, ਉਸ ਦੀ ਦੇਖ ਭਾਲ ਕਰ ਰਹੇ ਹਨ। ਮੈਂ ਉਨ੍ਹਾਂ ਦੇ ਕੰਮ ਵਿਚ ਦਖਲ ਅੰਦਾਜ਼ੀ ਨਹੀਂ ਸੀ ਕਰਨੀ ਚਾਹੁੰਦਾ। ਉਨ੍ਹਾਂ ਨੇ ਵੀ ਕੁਝ ਕਮਾਈ ਕਰ ਕੇ ਰੋਟੀ ਖਾਣੀ ਹੁੰਦੀ ਹੈ।' ਇਸ ਤੋਂ ਬਾਅਦ, ਉਨ੍ਹਾਂ ਨੇ ਬੜੀ ਆਨੰਦਿਤ ਅਵਾਜ਼ ਵਿਚ ਕਿਹਾ, 'ਸਦਾ ਯਾਦ ਰੱਖੋ, ਕਿ ਸਰਬਸ਼ਕਤੀਮਾਨ ਪ੍ਰਮਾਤਮਾ ਕਿਸੇ ਨੂੰ ਵੀ ਤੰਦਰੁਸਤ ਕਰ ਸਕਦਾ ਹੈ- ਭਾਵੇ ਡਾਕਟਰ ਹੋਣ ਜਾਂ ਨਾ ਹੋਣ।'

"ਜਦੋਂ ਮੈਨੂੰ ਆਪਣੀ ਗਲਤੀ ਦੀ ਸਮਝ ਆਈ ਤਾਂ ਮੈਂ ਪਸ਼ਚਾਤਾਪ ਕਰਦਿਆਂ ਆਪਣੀ ਗਲਤੀ ਮੰਨਦਿਆਂ ਕਿਹਾ, ਹੁਣ ਮੈਨੂੰ ਸਮਝ ਆ ਗਿਆ ਹੈ, ਕਿ ਆਪ ਜੀ ਦੇ ਮੁਖਾਰ ਬਿੰਦ ਤੋਂ ਉੱਚਰਿਆ ਸਧਾਰਨ ਸ਼ਬਦ, ਸਾਰੇ ਬ੍ਰਹਿਮੰਡ ਵਾਸਤੇ ਹੁਕਮ ਹੈ।" ਜਿਉਂ ਹੀ ਗੁਰੂਦੇਵ ਨੇ ਇਹ ਰੋਮਾਂਚਕ ਕਹਾਣੀ ਖਤਮ ਕੀਤੀ, ਤਾਂ ਰਾਂਚੀ ਦੇ ਇੱਕ ਬੱਚੇ ਨੇ ਸਵਾਲ ਪੁੱਛਿਆ, ਜੋ ਉਸ ਬੱਚੇ ਦੇ ਮੂੰਹ ਤੋਂ ਪੁੱਛਿਆ ਜਾਣਾ ਸੁਭਾਵਿਕ ਵੀ ਸੀ।

"ਗੁਰੂਦੇਵ," ਉਸ ਨੇ ਪੁੱਛਿਆ, "ਆਪ ਦੇ ਗੁਰੂ ਨੇ ਅਰਿੰਡ ਦਾ ਤੇਲ ਕਿਉਂ ਭੇਜਿਆ ਸੀ?"

"ਪੁੱਤਰ, ਤੇਲ ਭੇਜਣ ਦਾ ਕੋਈ ਖਾਸ ਮਕਸਦ ਨਹੀਂ ਸੀ। ਕਿਉਂਕਿ ਮੈਂ ਕਿਸੇ ਭੌਤਿਕ ਵਸਤੂ ਦੀ ਉਮੀਦ ਕਰ ਰਿਹਾ ਸੀ। ਲਾਹਿੜੀ ਮਹਾਸ਼ਯ ਨੇ ਮੇਰੇ ਯਕੀਨ ਨੂੰ ਪੱਕਾ ਕਰਨ ਵਾਸਤੇ ਭੌਤਿਕ ਵਸਤੂ ਦੀ ਨਿਸ਼ਾਨੀ ਵਜੋਂ ਕੋਲ ਪਏ ਅਰਿੰਡ ਦੇ ਤੇਲ ਦੀ ਹੀ ਚੋਣ ਕਰ ਲਈ। ਗੁਰੂਦੇਵ ਨੇ ਰਾਮ ਨੂੰ ਮਰ ਜਾਣ ਦਿੱਤਾ, ਕਿਉਂਕਿ ਮੈਂ ਉਨ੍ਹਾਂ ਦੇ ਵਚਨਾਂ ਉੱਪਰ ਸ਼ੱਕ ਪ੍ਰਗਟ ਕੀਤਾ ਸੀ। ਪ੍ਰੰਤੂ ਉਹ ਜਾਣਦੇ ਸਨ, ਜਦੋਂ ਉਨ੍ਹਾਂ ਨੇ ਕਹਿ ਦਿੱਤਾ ਸੀ ਕਿ ਰਾਮ ਤੰਦਰੁਸਤ ਹੋ ਜਾਵੇਗਾ, ਭਾਵੇ ਉਸ ਨੂੰ ਮੌਤ ਤੋਂ ਬਾਅਦ ਹੀ ਕਿਉਂ ਨਾ ਤੰਦਰੁਸਤ ਕਰਨਾ ਪਵੇ, ਜੋ ਕਿ ਆਮ ਤੌਰ ਤੇ ਅੰਤਮ ਬਿਮਾਰੀ ਹੁੰਦੀ ਹੈ।"

ਸ਼੍ਰੀ ਯੁਕਤੇਸ਼ਵਰ ਜੀ ਨੇ ਬੱਚਿਆਂ ਦੀ ਟੋਲੀ ਨੂੰ ਬਾਹਰ ਭੇਜ ਦਿੱਤਾ ਅਤੇ ਮੈਨੂੰ ਆਪਣੇ ਕੋਲ ਪਏ ਕੰਬਲ ਉੱਪਰ, ਆਪਣੇ ਚਰਨਾਂ ਵਿਚ ਬੈਠਣ ਦਾ ਇਸ਼ਾਰਾ ਕੀਤਾ।

"ਉਨ੍ਹਾਂ ਨੇ ਅਸਧਾਰਨ ਗੰਭੀਰਤਾ ਨਾਲ ਕਿਹਾ, ਯੋਗਾਨੰਦ, ਤੂੰ ਜਨਮ ਤੋਂ ਹੀ ਲਾਹਿੜੀ ਮਹਾਸ਼ਯ ਦੇ ਸ਼ਗਿਰਦਾਂ ਨਾਲ ਘਿਰਿਆ ਰਿਹਾ ਹੈਂ। ਉਸ ਮਹਾਨ ਗੁਰੂ ਨੇ ਆਪਣਾ ਜੀਵਨ ਕੁਝ ਹੱਦ ਤਕ ਏਕਾਂਤ ਵਿਚ ਗੁਜਾਰਿਆ। ਆਪਣੀਆਂ ਸਿੱਖਿਆਵਾਂ ਦੇ ਉੱਪਰ ਅਧਾਰਿਤ ਕੋਈ ਸੰਸਥਾ ਜਾਂ ਸੰਗਠਨ ਬਣਾਉਣ ਲਈ ਆਪਣੇ ਸ਼ਗਿਰਦਾਂ ਨੂੰ ਇਜਾਜ਼ਤ ਦੇਣ ਤੋਂ

ਲਗਾਤਾਰ ਇਨਕਾਰ ਕਰਦੇ ਰਹੇ। ਫਿਰ ਵੀ ਉਨ੍ਹਾਂ ਨੇ ਇਕ ਮਹੱਤਵਪੂਰਨ ਭਵਿੱਖ ਬਾਣੀ ਕੀਤੀ ਸੀ।

"ਉਨ੍ਹਾਂ ਨੇ ਕਿਹਾ ਸੀ, ਪੱਛਮੀ ਲੋਕਾਂ ਵਿਚ ਯੋਗ ਦੇ ਬਾਰੇ ਡੂੰਘੀ ਦਿਲਚਸਪੀ ਹੋ ਜਾਣ ਦੇ ਕਾਰਨ, ਮੇਰੇ ਸਰੀਰ ਤਿਆਗਣ ਦੇ ਪੰਜਾਹ ਸਾਲ ਬਾਅਦ, ਮੇਰਾ ਜੀਵਨ ਚਰਿਤਰ ਲਿਖਿਆ ਜਾਵੇਗਾ। ਜਿਸ ਦੇ ਨਾਲ ਇੱਕੋ ਇੱਕ ਪਰਮ ਪਿਤਾ ਦੀ ਪ੍ਰਤੱਖ ਅਨੁਭੂਤੀ ਉੱਪਰ ਅਧਾਰਿਤ ਏਕਤਾ ਦੇ ਕਾਰਨ ਮਾਨਵ ਜਾਤੀ ਵਿਚ ਆਪਸੀ ਭਾਈਚਾਰਾ ਸਥਾਪਿਤ ਹੋਣ ਵਿਚ ਸਹਾਇਤਾ ਮਿਲੇਗੀ।"

ਸ਼੍ਰੀ ਯੁਕਤੇਸ਼ਵਰ ਜੀ ਨੇ ਅੱਗੇ ਕਿਹਾ, "ਮੇਰੇ ਪੁੱਤਰ ਯੋਗਾਨੰਦ, ਉਸ ਸੁਨੇਹੇ ਨੂੰ ਫੈਲਾਉਣ ਖਾਤਰ ਅਤੇ ਉਸ ਪਵਿੱਤਰ ਜੀਵਨ ਚਰਿਤਰ ਨੂੰ ਲਿਖਣ ਖਾਤਰ, ਤੈਨੂੰ ਆਪਣੇ ਹਿੱਸੇ ਦਾ ਯੋਗਦਾਨ ਪਾਉਣਾ ਪਵੇਗਾ।"

ਲਾਹਿੜੀ ਮਹਾਸ਼ਯ ਨੇ 1895 ਵਿਚ ਸਰੀਰ ਤਿਆਗਿਆ ਸੀ। 1945 ਵਿਚ ਉਨ੍ਹਾਂ ਦੇ ਸਰੀਰ ਤਿਆਗਣ ਦੇ ਪੰਜਾਹ ਸਾਲ ਪੂਰੇ ਹੋ ਗਏ, ਉਸੇ ਸਾਲ ਇਹ ਪੁਸਤਕ ਪੂਰੀ ਹੋਈ। ਇਹ ਸੰਜੋਗ ਦੇਖ ਕੇ ਮੈਂ ਹੈਰਾਨ ਹੋਏ ਬਗੈਰ ਨਹੀਂ ਰਹਿ ਸਕਦਾ, ਕਿ 1945 ਵਿਚ ਹੀ ਇਨਕਲਾਬੀ ਪ੍ਰਮਾਣੂ ਸ਼ਕਤੀਆਂ ਦਾ ਨਵਾਂ ਯੁਗ ਸ਼ੁਰੂ ਹੋਇਆ। ਸਾਰੇ ਵਿਚਾਰਵਾਨ ਮਨੁੱਖਾਂ ਦਾ ਧਿਆਨ ਸ਼ਾਂਤੀ ਅਤੇ ਆਪਸੀ ਭਾਈਚਾਰੇ ਦੀ ਅਤਿਅੰਤ ਮਹੱਤਵਪੂਰਨ ਸਮੱਸਿਆ ਵੱਲ, ਇਸ ਤੋਂ ਪਹਿਲਾਂ ਕਦੇ ਵੀ ਇੰਨੀ ਗੰਭੀਰਤਾ ਨਾਲ ਨਹੀਂ ਸੀ ਖਿੱਚਿਆ ਗਿਆ। ਕਿਤੇ ਇਸ ਤਰ੍ਹਾਂ ਨਾ ਹੋਵੇ ਕਿ ਭੌਤਿਕ ਤਾਕਤ ਦੀ ਲਗਾਤਾਰ ਵਰਤੋਂ ਕਰਨ ਨਾਲ ਸਮੱਸਿਆਵਾਂ ਖਤਮ ਹੋਣ ਦੇ ਨਾਲ ਨਾਲ ਮਨੁੱਖ ਜਾਤੀ ਵੀ ਖਤਮ ਹੋ ਜਾਵੇ।

ਭਾਵੇਂ ਮਾਨਵ ਜਾਤੀ ਦੀਆਂ ਪ੍ਰਾਪਤੀਆਂ ਦਾ, ਸਮੇਂ ਅਤੇ ਬੰਬਾਂ ਦੇ ਨਾਲ ਨਾਮੋ ਨਿਸ਼ਾਨ ਮਿੱਟ ਜਾਂਦਾ ਹੈ। ਫਿਰ ਵੀ ਸੂਰਜ ਆਪਣਾ ਰਸਤਾ ਨਹੀਂ ਬਦਲਦਾ ਅਤੇ ਤਾਰੇ ਵੀ ਆਪੋ ਆਪਣੀ ਥਾਂ ਉੱਪਰ ਰਹਿੰਦਿਆਂ ਪ੍ਰਿਥਵੀ ਉੱਪਰ ਝਾਤੀਆਂ ਮਾਰਦੇ ਰਹਿੰਦੇ ਹਨ। ਵਿਧਾਤਾ ਦੇ ਨਿਯਮਾਂ ਨੂੰ ਬਦਲਿਆ ਜਾਂ ਰੋਕਿਆ ਨਹੀਂ ਜਾ ਸਕਦਾ। ਆਦਮੀ ਵਾਸਤੇ ਚੰਗਾ ਇਹੀ ਹੈ ਕਿ ਉਹ ਆਪਣਾ ਜੀਵਨ ਵਿਧਾਤਾ ਦੇ ਨਿਯਮਾਂ ਅਨੁਸਾਰ ਬਿਤਾਏ। ਜੇ ਪੂਰਾ ਬ੍ਰਹਿਮੰਡ ਜ਼ੋਰ ਜ਼ਬਰਦਸਤੀ ਦੇ ਵਿਰੁੱਧ ਹੈ, ਜੇ ਸੂਰਜ ਤਾਰਿਆਂ ਨਾਲ ਲੜਾਈ ਛੇੜੇ ਬਗੈਰ, ਉਨ੍ਹਾਂ ਨੂੰ, ਉਨ੍ਹਾਂ ਦੇ ਹਿੱਸੇ ਦੀ ਹਕੂਮਤ ਕਰਨ ਦੇਣ ਵਾਸਤੇ, ਆਪਣੇ ਸਮੇਂ ਅਨੁਸਾਰ ਅਸਮਾਨ ਤੋਂ ਵਿਦਾਈ ਲੈ ਲੈਂਦਾ ਹੈ ਤਾਂ ਸਾਡੇ ਜ਼ੋਰ ਜ਼ਬਰਦਸਤੀ ਦੇ ਮੁੱਕੇ ਉਲਾਰਨ ਦਾ ਕੀ ਲਾਭ? ਕੀ ਇਸ ਨਾਲ ਕੋਈ ਸ਼ਾਂਤੀ ਸਥਾਪਿਤ ਹੋ ਜਾਵੇਗੀ? ਵਿਸ਼ਵ ਦਾ ਅਧਾਰ ਜ਼ੁਲਮ ਨਹੀਂ, ਸਦਭਾਵਨਾ ਹੈ, ਸ਼ਾਂਤੀ ਅਤੇ ਸਦਭਾਵਨਾ ਵਿਚ ਜਿਉਣ ਵਾਲੀ ਮਨੁੱਖਤਾ ਜਿੱਤ ਦੇ ਅਣਗਿਣਤ ਫਲਾਂ ਦਾ ਰੱਸ ਚੱਖ ਸਕੇਗੀ, ਜਿਹੜੇ ਖੂਨ ਨਾਲ ਸਿੰਜੀ ਧਰਤੀ ਦੇ ਫਲਾਂ ਨਾਲੋਂ ਕਿਤੇ ਜਿਆਦਾ ਮਿੱਠੇ ਅਤੇ ਕਿਤੇ ਜਿਆਦਾ ਸਵਾਦੀ ਹੋਣਗੇ।

ਇਸ ਮਾਨਵ ਦਿਲਾਂ ਦੀ ਬੇਨਾਮ ਸੰਸਥਾ ਨਾਲ ਸੁਭਾਵਿਕ ਹੀ ਅਸਰਦਾਰ ਰਾਸ਼ਟਰ ਸੰਘ ਬਣ ਸਕੇਗਾ। ਦੁਨਿਆਵੀ ਦੁੱਖਾਂ ਨੂੰ ਦੂਰ ਕਰਨ ਲਈ, ਜਿਸ ਵਡੇਰੀ ਸਮਝ ਅਤੇ ਦਿਲੀ ਹਮਦਰਦੀ ਵਾਲੀ ਦ੍ਰਿਸ਼ਟੀ ਦੀ ਜ਼ਰੂਰਤ ਹੈ, ਉਹ ਕੇਵਲ ਮਨੁੱਖਤਾ ਦੇ ਬਹੁ-ਰੰਗੇ ਬੌਧਿਕ ਚਿੰਤਨ ਨਾਲ ਨਹੀਂ, ਬਲਕਿ ਮਨੁੱਖਤਾ ਦੀ ਸਭ ਤੋਂ ਡੂੰਘੀ ਏਕਤਾ, ਪ੍ਰਮਾਤਮਾ ਨਾਲ ਇੱਕਰੂਪਤਾ ਦੇ ਗਿਆਨ ਨਾਲ ਆਵੇਗੀ। ਵਿਸ਼ਵ ਭਾਈਚਾਰੇ ਦੁਆਰਾ ਸ਼ਾਂਤੀ ਦੀ ਸਥਾਪਨਾ, ਸੰਸਾਰ ਦਾ ਸਭ ਤੋਂ ਬੁਲੰਦ ਆਦਰਸ਼ ਹੈ। ਇਸ ਆਦਰਸ਼ ਨੂੰ ਸਕਾਰ ਕਰਨ ਵਾਸਤੇ ਯੋਗ, ਜੋ ਕਿ ਪ੍ਰਮਾਤਮਾ ਦੇ ਨਾਲ ਸਿੱਧੇ ਮਿਲਾਪ ਦਾ ਉਚਿਤ ਵਿਗਿਆਨ ਹੈ, ਆਪਣੇ ਉਚਿਤ ਸਮੇਂ ਉੱਪਰ ਹਰਮਨ-ਪਿਆਰਾ ਹੋ ਕੇ ਸਾਰੇ ਸੰਸਾਰ ਵਿਚ ਫੈਲ ਜਾਵੇ।

ਭਾਵੇਂ ਭਾਰਤ ਦੀ ਸਭਿਅਤਾ, ਹੋਰ ਕਿਸੇ ਵੀ ਦੇਸ਼ ਦੀ ਸਭਿਅਤਾ ਨਾਲੋਂ ਕਿਤੇ ਜਿਆਦਾ ਪ੍ਰਾਚੀਨ ਹੈ, ਫਿਰ ਵੀ ਬਹੁਤ ਘੱਟ ਇਤਿਹਾਸਕਾਰਾਂ ਨੇ, ਇਸ ਗੱਲ ਨੂੰ ਕਬੂਲਿਆ ਹੈ ਕਿ ਭਾਰਤ ਦਾ ਇੰਨੇ ਲੰਬੇ ਸਮੇਂ ਤਕ ਸੁਰੱਖਿਅਤ ਰਹਿਣਾ, ਇੱਕ ਸੰਜੋਗ ਮਾਤਰ ਨਹੀਂ, ਬਲਕਿ ਭਾਰਤ ਦੇ ਸਿੱਧ ਪੁਰਸ਼ਾਂ ਨੇ, ਹਰ ਯੁਗ ਵਿਚ ਜੋ ਸਦੀਵੀ ਸਚਾਈਆਂ ਪੇਸ਼ ਕੀਤੀਆਂ ਹਨ, ਉਹ ਉਨ੍ਹਾਂ ਸਚਾਈਆਂ ਨੂੰ ਲੱਭਣ ਖਾਤਰ ਸਮਰਪਣ-ਭਾਵ ਨਾਲ ਕੀਤੀ ਗਈ ਭਗਤੀ ਦਾ ਤਰਕ-ਪੂਰਨ ਨਤੀਜਾ ਹੈ। ਯੁਗ ਯੁਗਾਂਤਰਾਂ ਤੋਂ (ਉਹ ਵੀ ਪਤਾ ਨਹੀਂ ਕਿੰਨੇ? ਕੀ ਕੋਈ ਮੂਰਖ ਵਿਦਵਾਨ ਅੰਦਾਜ਼ਾ ਲਗਾ ਸਕਦਾ ਹੈ?) ਲਗਾਤਾਰ ਦੋਸ਼ ਰਹਿਤ ਹੋਂਦ ਬਣਾਈ ਰੱਖਦਿਆਂ, ਸਮੇਂ ਦੀਆਂ ਚੁਣੌਤੀਆਂ ਨੂੰ ਕਿਸੇ ਵੀ ਹੋਰ ਦੇਸ਼ ਦੇ ਮੁਕਾਬਲੇ ਭਾਰਤ ਨੇ ਸਭ ਤੋਂ ਵਧੀਆ ਜਵਾਬ ਦਿੱਤਾ ਹੈ।

ਜੇ ਭਾਰਤ ਗੁਮਨਾਮੀ ਦੀ ਗਰਦਸ਼ ਵਿਚ ਲੋਪ ਹੋਣ ਤੋਂ ਬਚ ਗਿਆ ਤਾਂ ਇਸ ਸਬੰਧ ਵਿਚ ਬਾਈਬਲ ਵਿਚ ਦਿੱਤੀ ਗਈ, ਅਬਰਾਹੀਮ ਦੀ ਕਹਾਣੀ ਬਿਲਕੁਲ ਠੀਕ ਢੁਕਦੀ ਹੈ, ਜਿਹੜੀ ਭਾਰਤ ਦਾ ਸਮੇਂ ਦੀ ਗਰਦਸ਼ ਵਿਚ ਲੋਪ ਨਾ ਹੋਣ ਦੇ ਕਾਰਨਾਂ ਨੂੰ ਨਵੇਂ ਅਰਥ ਦਿੰਦੀ ਹੈ। ਬਾਈਬਲ ਵਿਚ ਅਬਰਾਹੀਮ ਪ੍ਰਮਾਤਮਾ ਨੂੰ ਪ੍ਰਾਰਥਨਾ* ਕਰਦਾ ਹੈ, ਕਿ ਉਹ ਸੋਡੋਮ ਸ਼ਹਿਰ ਨੂੰ ਬਖਸ਼ ਦੇਵੇ ਜੇ ਉਸ ਵਿਚ ਦਸ ਚੰਗੇ ਆਦਮੀ ਮਿਲ ਜਾਣ। ਇਸ ਉੱਪਰ ਪ੍ਰਮਾਤਮਾ ਨੇ ਕਿਹਾ ਸੀ, ਕਿ ਜੇ ਇਸ ਸ਼ਹਿਰ ਵਿਚ ਦਸ ਚੰਗੇ ਆਦਮੀ ਮਿਲ ਜਾਣਗੇ, ਤਾਂ ਮੈਂ ਇਸ ਸ਼ਹਿਰ ਨੂੰ ਨਸ਼ਟ ਨਹੀਂ ਕਰਾਂਗਾ। ਭਾਰਤ ਦੀਆਂ ਸਮਕਾਲੀ ਸ਼ਕਤੀਸ਼ਾਲੀ ਕੌਮਾਂ ਦੇ ਸਾਮਰਾਜ ਪ੍ਰਾਚੀਨ ਮਿਸਰ, ਬੇਬੀਲੋਨੀਆ, ਯੂਨਾਨ ਅਤੇ ਰੋਮ, ਜਿਹੜੇ ਯੁੱਧ ਵਿਚ ਬਹੁਤ ਹੀ ਨਿਪੁੰਨ ਸਨ, ਸਾਰੇ ਮਿੱਟ ਗਏ ਹਨ।

ਪ੍ਰਮਾਤਮਾ ਦਾ ਉੱਤਰ ਸਪਸ਼ਟ ਕਰਦਾ ਹੈ ਕਿ ਕੋਈ ਦੇਸ਼ ਆਪਣੀ ਭੌਤਿਕ ਪ੍ਰਾਪਤੀਆਂ ਦੇ ਕਾਰਨ ਨਹੀਂ ਬਲਕਿ ਆਪਣੇ ਸਿੱਧ ਪੁਰਸ਼ਾਂ ਦੇ ਕਾਰਨ ਜਿਉਂਦਾ ਰਹਿੰਦਾ ਹੈ।

* *ਜੀਨੀਸਿਸ* 18:23–32 (ਬਾਈਬਲ)

ਇਸ ਵੀਹਵੀਂ ਸਦੀ ਵਿਚ, ਜਿਸ ਵਿਚ ਅੱਧੀ ਸਦੀ ਬੀਤਣ ਤੋਂ ਪਹਿਲਾਂ ਹੀ ਧਰਤੀ ਦੋ ਵਾਰ ਖ਼ੂਨ ਵਿਚ ਨਹਾ ਚੁੱਕੀ ਹੈ, ਪ੍ਰਮਾਤਮਾ ਦੀ ਉਹ ਦੈਵੀ ਬਾਣੀ ਫਿਰ ਸੁਣਾਈ ਦੇਵੇ, "ਉਹ ਦੇਸ਼ ਕਦੇ ਨਸ਼ਟ ਨਹੀਂ ਹੋਵੇਗਾ, ਜੇ ਉਸ ਨਿਰਪੱਖ ਜੱਜ ਦੀ ਨਜ਼ਰ ਵਿਚ ਉਸ ਦੇਸ਼ ਵਿਚ, ਦਸ ਚੰਗੇ ਆਦਮੀ ਹੋਣਗੇ।"

ਇਹੋ ਜਿਹੀਆਂ ਧਾਰਨਾਵਾਂ ਉੱਪਰ ਚੱਲ ਕੇ ਹੀ ਭਾਰਤ ਸਮੇਂ ਦੀਆਂ ਹਜ਼ਾਰਾਂ ਕਪਟੀ ਚਾਲਾਂ ਅੱਗੇ ਮੂਰਖ ਸਿੱਧ ਨਹੀਂ ਹੋਇਆ। ਹਰ ਸਦੀ ਵਿਚ ਸਿੱਧ ਪੁਰਸ਼ਾਂ ਨੇ ਅਵਤਾਰ ਲੈ ਕੇ ਇਸ ਦੀ ਧਰਤੀ ਨੂੰ ਪਵਿੱਤਰ ਕੀਤਾ ਹੈ। ਆਧੁਨਿਕ ਯੁਗ ਦੇ ਕਰਾਈਸਟ ਵਰਗੇ ਯੋਗੀ ਲਾਹਿੜੀ ਮਹਾਸ਼ਯ ਅਤੇ ਸ਼੍ਰੀ ਯੁਕਤੇਸ਼ਵਰ ਜੀ, ਅੱਜ ਵੀ ਘੋਸ਼ਣਾ ਕਰਦੇ ਹਨ, ਕਿ ਮਨੁੱਖ ਦੀ ਖੁਸ਼ੀ ਅਤੇ ਕੌਮ ਦੀ ਵਡੇਰੀ ਉਮਰ ਵਾਸਤੇ ਯੋਗ ਦਾ ਗਿਆਨ, ਜੋ ਕਿ ਪ੍ਰਮਾਤਮਾ ਦੀ ਪ੍ਰਾਪਤੀ ਦਾ ਵਿਗਿਆਨ ਵੀ ਹੈ, ਦੀ ਬਹੁਤ ਜਿਆਦਾ ਜ਼ਰੂਰਤ ਹੈ।

ਹਾਲੇ ਤਕ ਲਾਹਿੜੀ ਮਹਾਸ਼ਯ ਦੇ ਜੀਵਨ ਅਤੇ ਉਨ੍ਹਾਂ ਦੀਆਂ ਵਿਸ਼ਵਹਿਤਕਾਰੀ ਸਿੱਖਿਆਵਾਂ ਦੇ ਬਾਰੇ ਬਹੁਤ ਘੱਟ ਜਾਣਕਾਰੀ ਪ੍ਰਕਾਸ਼ਿਤ ਹੋਈ ਹੈ।* ਤਿੰਨ ਦਹਾਕਿਆਂ ਤੋਂ ਬਾਅਦ, ਮੈਂ ਭਾਰਤ, ਅਮਰੀਕਾ ਅਤੇ ਯੂਰਪ ਵਿਚ ਇਸ ਮੁਕਤੀ ਦਾਤੇ ਯੋਗ ਦੇ ਸੰਦੇਸ਼ ਵਿਚ ਲੋਕਾਂ ਦੀ ਡੂੰਘੀ ਅਤੇ ਸੱਚੀ ਸ਼ਰਧਾ ਦੇਖ ਰਿਹਾ ਹਾਂ। ਇਸ ਕਰਕੇ ਲਾਹਿੜੀ ਮਹਾਸ਼ਯ ਦੀ ਜੀਵਨੀ ਦੀ, ਜਿਸ ਤਰ੍ਹਾਂ ਕਿ ਭਵਿਖਬਾਣੀ ਕੀਤੀ ਗਈ ਸੀ, ਪੱਛਮੀ ਦੁਨੀਆਂ ਵਿਚ ਬਹੁਤ ਜ਼ਰੂਰਤ ਹੈ। ਇੱਥੇ ਦੇ ਲੋਕਾਂ ਨੂੰ ਆਧੁਨਿਕ ਯੋਗੀਆਂ ਦੇ ਜੀਵਨ ਬਾਰੇ ਬਹੁਤ ਹੀ ਘੱਟ ਜਾਣਕਾਰੀ ਹੈ।

ਲਾਹਿੜੀ ਮਹਾਸ਼ਯ ਦਾ ਜਨਮ 30 ਸਿਤੰਬਰ 1828 ਨੂੰ ਇੱਕ ਪਵਿੱਤਰ ਪ੍ਰਾਚੀਨ ਬ੍ਰਾਹਮਣ ਖਾਨਦਾਨ ਵਿਚ ਬੰਗਾਲ ਦੇ ਨਦੀਆ ਜਿਲੇ ਵਿਚ, ਕ੍ਰਿਸ਼ਨਾ ਨਗਰ ਦੇ ਨੇੜੇ ਪਿੰਡ ਘੁਰਣੀ ਵਿਖੇ ਹੋਇਆ ਸੀ। ਉਹ ਆਦਰਯੋਗ ਗੌਰਮੋਹਨ ਲਾਹਿੜੀ ਦੀ ਦੂਸਰੀ ਪਤਨੀ, ਸ਼੍ਰੀਮਤੀ ਮੁਕਤਕਾਸ਼ੀ ਦੀ ਇੱਕੋ ਇੱਕ ਸੰਤਾਨ ਪੁੱਤਰ ਸਨ। ਸ਼੍ਰੀ ਗੌਰ ਮੋਹਨ ਦੀ ਪਹਿਲੀ ਪਤਨੀ ਦੀ ਤਿੰਨ ਪੁਤਰਾਂ ਨੂੰ ਜਨਮ ਦੇਣ ਤੋਂ ਬਾਅਦ ਇੱਕ ਤੀਰਥ ਯਾਤਰਾ ਦੇ ਦੌਰਾਨ ਮੌਤ ਹੋ ਗਈ ਸੀ। ਲਾਹਿੜੀ ਮਹਾਸ਼ਯ ਜੀ ਦੀ ਮਾਤਾ ਜੀ ਦੀ ਵੀ, ਉਨ੍ਹਾਂ ਦੇ ਬਚਪਨ ਵਿਚ ਹੀ ਮੌਤ ਹੋ ਗਈ ਸੀ। ਉਨ੍ਹਾਂ ਦੀ ਮਾਤਾ ਜੀ ਬਾਰੇ ਬਹੁਤ ਘੱਟ ਜਾਣਕਾਰੀ ਉਪਲਬਧ ਹੈ, ਸਿਵਾਇ ਇਸ ਮਹੱਤਵਪੂਰਨ ਤੱਥ ਦੇ, ਕਿ ਉਹ, ਜਿਨ੍ਹਾਂ ਨੂੰ ਸ਼ਾਸਤਰਾਂ ਵਿਚ ਯੋਗੀਸ਼ਵਰ ਕਿਹਾ ਜਾਂਦਾ ਹੈ (ਯੋਗੀਆਂ ਦੇ ਰਾਜੇ-ਸ਼ਿਵ ਜੀ), ਭਗਵਾਨ ਸ਼ਿਵ ਦੀ ਪੱਕੀ ਭਗਤਣੀ ਸੀ।

* ਬੰਗਲਾ ਭਾਸ਼ਾ ਵਿਚ ਸਵਾਮੀ ਸਤਿਆ ਨੰਦ ਜੀ ਦੁਆਰਾ ਰਚਿਤ 'ਸ਼੍ਰੀ ਸ਼ਿਆਮਚਰਨ ਲਾਹਿੜੀ' ਨਾਂ ਦੇ ਨਾਲ ਇੱਕ ਸੰਖੇਪ ਜੀਵਨ ਚਰਿਤਰ 1941 ਵਿਚ ਪ੍ਰਕਾਸ਼ਿਤ ਹੋਇਆ ਸੀ। ਉਸ ਪੁਸਤਕ ਦੇ ਕੁਝ ਪੈਰਿਆਂ ਦਾ ਅਨੁਵਾਦ ਕਰਕੇ, ਮੈਂ ਉਨ੍ਹਾਂ ਨੂੰ ਇਸ ਚੈਪਟਰ ਵਿਚ ਸ਼ਾਮਲ ਕੀਤਾ ਹੈ।

ਲਾਹਿੜੀ ਮਹਾਸ਼ਯ ਦਾ ਪੂਰਾ ਨਾਂ ਸ਼ਿਆਮ ਚਰਨ ਲਾਹਿੜੀ ਸੀ। ਉਨ੍ਹਾਂ ਦਾ ਬਚਪਨ ਆਪਣੇ ਜੱਦੀ ਪੁਸ਼ਤੀ ਘਰ ਪਿੰਡ ਘੁਰਣੀ ਵਿਚ ਬੀਤਿਆ। ਤਿੰਨ ਚਾਰ ਸਾਲ ਦੀ ਉਮਰ ਵਿਚ ਹੀ, ਉਹ ਪੂਰੇ ਸਰੀਰ ਨੂੰ ਰੇਤ ਦੇ ਅੰਦਰ ਲੁਕੋ ਕੇ ਅਤੇ ਸਿਰਫ ਸਿਰ ਬਾਹਰ ਰੱਖਦਿਆਂ, ਅਕਸਰ ਯੋਗ ਆਸਣ ਵਿਚ ਬੈਠਿਆਂ ਦਿਖਾਈ ਦਿੰਦੇ ਸਨ।

1833 ਈਸਵੀ ਦੀਆਂ ਸਰਦੀਆਂ ਵਿਚ, ਪਿੰਡ ਦੇ ਨੇੜੇ ਵਗ ਰਹੀ ਜਲੰਗੀ ਨਦੀ ਦੇ ਵਹਾ ਨੇ ਆਪਣਾ ਰਸਤਾ ਬਦਲ ਲਿਆ ਅਤੇ ਉਹ ਗੰਗਾ ਨਦੀ ਵਿਚ ਹੀ ਲੀਨ ਹੋ ਗਈ। ਉਸ ਦੇ ਰਸਤਾ ਬਦਲਣ ਨਾਲ ਲਾਹਿੜੀ ਪਰਿਵਾਰ ਦੀ ਸਾਰੀ ਜਮੀਨ ਜਾਇਦਾਦ ਵੀ ਨਸ਼ਟ ਹੋ ਗਈ। ਲਾਹਿੜੀ ਪਰਿਵਾਰ ਦੇ ਘਰ ਦੇ ਨਾਲ ਨਾਲ ਪ੍ਰਤਿਸ਼ਠਤ ਸ਼ਿਵ ਮੰਦ ਰ ਦੀ ਮੂਰਤੀ ਵੀ ਨਦੀ ਦੇ ਵਿਚ ਹੀ ਸਮਾ ਗਈ। ਇੱਕ ਭਗਤ ਨੇ ਉਫਨਦੇ ਹੋਏ ਪਾਣੀ ਦੇ ਵੇਗ ਵਿਚੋਂ ਸ਼ਿਵ ਜੀ ਦੀ ਮੂਰਤੀ ਨੂੰ ਬਚਾ ਲਿਆ ਅਤੇ ਉਸ ਨੂੰ ਇੱਕ ਨਵੇਂ ਮੰਦਰ ਵਿਚ ਸਥਾਪਿਤ ਕਰ ਦਿੱਤਾ ਜਿਹੜਾ ਹੁਣ ਘੁਰਣੀ ਸ਼ਿਵ ਮੰਦਰ ਦੇ ਨਾਂ ਨਾਲ ਪ੍ਰਸਿੱਧ ਹੈ।

ਗੌਰ ਮੋਹਨ ਲਾਹਿੜੀ, ਘੁਰਣੀ ਪਿੰਡ ਛੱਡ ਕੇ ਪਰਿਵਾਰ ਸਮੇਤ ਵਾਰਾਣਸੀ ਵਿਚ ਆ ਕੇ ਵਸ ਗਏ। ਉੱਥੇ ਉਨ੍ਹਾਂ ਨੇ ਛੇਤੀ ਹੀ ਇੱਕ ਸ਼ਿਵ ਮੰਦਰ ਦੀ ਸਥਾਪਨਾ ਕੀਤੀ। ਉਨ੍ਹਾਂ ਦੇ ਘਰ ਵੈਦਿਕ ਧਰਮ ਦੇ ਅਨੁਸਾਰ ਹਰ ਰੋਜ਼ ਸ਼ਾਸਤਰਾਂ ਦਾ ਅਧਿਐਨ ਪੂਜਾ-ਪਾਠ ਅਤੇ ਦਾਨ-ਪੁੰਨ ਹੁੰਦਾ ਸੀ। ਉਹ ਨਿਆਂ ਪਸੰਦ ਅਤੇ ਖੁੱਲ੍ਹੇ ਵਿਚਾਰਾਂ ਦੇ ਧਾਰਨੀ ਸਨ, ਪਰ ਆਧੁਨਿਕ ਵਿਚਾਰਾਂ ਦੀ ਲਾਭਦਾਇਕਤਾ ਨੂੰ ਨਜ਼ਰ ਅੰਦਾਜ਼ ਨਹੀਂ ਸਨ ਕਰਦੇ।

ਬਾਲਕ ਲਾਹਿੜੀ ਨੇ ਵਾਰਾਣਸੀ ਦੇ ਸਕੂਲਾਂ ਵਿਚ ਹਿੰਦੀ ਅਤੇ ਉਰਦੂ ਦੀ ਪੜ੍ਹਾਈ ਕੀਤੀ। ਉਨ੍ਹਾਂ ਨੇ ਜੈ ਨਰਾਇਣ ਘੋਸ਼ਾਲ ਦੇ ਸਕੂਲ ਵਿਚ ਸੰਸਕਰਿਤ, ਬੰਗਲਾ, ਫਰੈਂਚ ਅਤੇ ਅੰਗਰੇਜ਼ੀ ਦੀ ਸਿੱਖਿਆ ਪ੍ਰਾਪਤ ਕੀਤੀ। ਉਨ੍ਹਾਂ ਨੇ ਵੇਦਾਂ ਦਾ ਡੂੰਘਾ ਅਧਿਐਨ ਵੀ ਕੀਤਾ। ਉਹ ਵਿਦਵਾਨ ਬ੍ਰਾਹਮਣਾਂ ਦੀ ਸ਼ਾਸਤਰ ਚਰਚਾ ਨੂੰ ਮਨ ਲਗਾ ਕੇ ਸੁਣਦੇ ਸਨ। ਇਨ੍ਹਾਂ ਵਿਚੋਂ ਮਹਾਰਾਸ਼ਟਰ ਦੇ ਪੰਡਤ ਸ਼੍ਰੀ ਨਾਗ ਭੱਟ ਵੀ ਇੱਕ ਸਨ।

ਸ਼ਿਆਮ ਚਰਨ ਲਾਹਿੜੀ ਦਿਆਲੂ, ਨਿਮਰ ਅਤੇ ਹੌਸਲੇ ਵਾਲਾ ਬੱਚਾ ਸੀ। ਜਿਹੜਾ ਆਪਣੇ ਸਾਥੀਆਂ ਵਿਚ ਹਰਮਨ ਪਿਆਰਾ ਸੀ। ਉਸ ਦਾ ਸਰੀਰ, ਸੁਡੋਲ, ਤੰਦਰੁਸਤ ਅਤੇ ਤਾਕਤਵਰ ਸੀ। ਉਹ ਤੈਰਾਕੀ ਤੋਂ ਇਲਾਵਾ ਹੋਰ ਕਈ ਸਰੀਰਕ ਹੁਨਰਾਂ ਵਿਚ ਮਾਹਿਰ ਸੀ।

1846 ਈਸਵੀ ਵਿਚ ਸ਼ਿਆਮ ਚਰਨ ਲਾਹਿੜੀ ਦਾ ਵਿਆਹ ਸ਼੍ਰੀ ਦੇਵ ਨਰਾਇਣ ਸਨਿਆਲ ਦੀ ਪੁੱਤਰੀ ਕਾਸ਼ੀਮਣੀ ਦੇਵੀ ਦੇ ਨਾਲ ਹੋਇਆ। ਕਾਸ਼ੀਮਣੀ ਦੇਵੀ ਇੱਕ ਆਦਰਸ਼ ਭਾਰਤੀ ਗਰਿਹਣੀ ਸੀ, ਜਿਹੜੀ ਆਪਣੇ ਘਰ ਦੇ ਫਰਜ਼ਾਂ, ਮਹਿਮਾਨਾਂ, ਗਰੀਬਾਂ ਦੀ ਸੇਵਾ ਅਤੇ ਆਪਣੇ ਗਰਿਸਤ ਧਰਮ ਦੀ ਪ੍ਰਸੰਨਤਾ ਪੂਰਵਕ ਪਾਲਣਾ ਕਰਦੀ ਸੀ। ਇਸ ਵਿਆਹੁਤਾ ਜੋੜੀ ਤੋਂ ਤਿਨਕੌੜੀ ਅਤੇ ਦੁਕੌੜੀ ਨਾਂ ਦੇ ਦੋ ਸੰਤ ਸੁਭਾਅ ਪੁੱਤਰਾਂ ਅਤੇ

ਦੋ ਪੁੱਤਰੀਆਂ ਦਾ ਜਨਮ ਹੋਇਆ। 1851 ਈਸਵੀ ਵਿਚ 23 ਸਾਲ ਦੀ ਉਮਰ ਵਿਚ ਲਾਹਿੜੀ ਮਹਾਸ਼ਯ, ਬਰਿਟਿਸ਼ ਸਰਕਾਰ ਦੇ ਮਿਲਟਰੀ ਇੰਜਨੀਅਰਿੰਗ ਮਹਿਕਮੇ ਵਿਚ ਲੇਖਾਕਾਰ ਦੇ ਅਹੁਦੇ ਤੇ ਤੈਨਾਤ ਹੋਏ। ਨੌਕਰੀ ਕਰਦਿਆਂ, ਉਨ੍ਹਾਂ ਨੇ ਸਮੇਂ ਸਮੇਂ ਸਿਰ ਕਈ ਤਰੱਕੀਆਂ ਵੀ ਪ੍ਰਾਪਤ ਕੀਤੀਆਂ। ਇਸ ਤਰ੍ਹਾਂ ਉਹ ਕੇਵਲ ਪ੍ਰਮਾਤਮਾ ਦੀਆਂ ਅੱਖਾਂ ਵਿਚ ਹੀ ਸਿੱਧ ਪੁਰਸ਼ ਨਹੀਂ ਸਨ, ਬਲਕਿ ਇਸ ਛੋਟੇ ਜਿਹੇ ਮਾਨਵੀਯ ਨਾਟਕ ਵਿਚ ਵੀ, ਜਿਸ ਵਿਚ ਉਹ ਇੱਕ ਦਫਤਰ ਦੇ ਕਰਮਚਾਰੀ ਦੀ ਭੂਮਿਕਾ ਨਿਭਾ ਰਹੇ ਸਨ, ਵਿਚ ਵੀ ਉਨ੍ਹਾਂ ਨੇ ਸਫਲਤਾ ਪ੍ਰਾਪਤ ਕੀਤੀ।

ਮਿਲਟਰੀ ਇੰਜਨੀਅਰਿੰਗ ਮਹਿਕਮੇ ਦੀ ਨੌਕਰੀ ਦੇ ਦੌਰਾਨ ਸਮੇਂ ਸਮੇਂ ਤੇ ਉਨ੍ਹਾਂ ਦੀ ਗਾਜ਼ੀਪੁਰ, ਨੈਨੀਤਾਲ, ਦਾਨਾਪੁਰ ਅਤੇ ਵਾਰਾਣਸੀ ਵਿਚ ਬਦਲੀ ਹੁੰਦੀ ਰਹੀ। ਆਪਣੇ ਪਿਤਾ ਜੀ ਦੀ ਮੌਤ ਤੋਂ ਬਾਅਦ ਨੌਜਵਾਨ ਸ਼ਿਆਮ ਚਰਨ ਲਾਹਿੜੀ ਮਹਾਸ਼ਯ ਨੇ ਪੂਰੇ ਪਰਿਵਾਰ ਦੀ ਜ਼ੁੰਮੇਵਾਰੀ ਆਪਣੇ ਮੋਢਿਆਂ ਉੱਪਰ ਲੈ ਲਈ। ਪਰਿਵਾਰ ਦੇ ਵਾਸਤੇ ਉਨ੍ਹਾਂ ਨੇ ਵਾਰਾਣਸੀ ਦੇ ਭੀੜ ਭੜੱਕੇ ਤੋਂ ਦੂਰ ਗਰੁੜੇਵਰ ਮੁਹੱਲੇ ਵਿਚ ਇੱਕ ਘਰ ਖਰੀਦਿਆ।

ਲਾਹਿੜੀ ਮਹਾਸ਼ਯ* ਨੂੰ ਆਪਣੇ ਜੀਵਨ ਦੇ ਤੇਤੀਵੇਂ ਸਾਲ ਵਿਚ ਉਸ ਉਦੇਸ਼ ਦੀ ਪ੍ਰਾਪਤੀ ਹੋਈ, ਜਿਸ ਵਾਸਤੇ ਉਨ੍ਹਾਂ ਨੇ ਇਸ ਪ੍ਰਿਥਵੀ ਉੱਪਰ ਜਨਮ ਲਿਆ ਸੀ। ਹਿਮਾਲਿਆ ਵਿਚ ਰਾਣੀਖੇਤ ਦੇ ਨੇੜੇ, ਉਨ੍ਹਾਂ ਦੀ ਮੁਲਾਕਾਤ ਆਪਣੇ ਮਹਾਨ ਗੁਰੂ ਬਾਬਾ ਜੀ ਨਾਲ ਹੋਈ, ਜਿਨ੍ਹਾਂ ਨੇ ਉਨ੍ਹਾਂ ਨੂੰ *ਕਿਰਿਆ ਯੋਗ* ਦੀ ਦੀਖਿਆ ਦਿੱਤੀ।

ਇਹ ਪਵਿੱਤਰ ਘਟਨਾ, ਸਿਰਫ ਲਾਹਿੜੀ ਮਹਾਸ਼ਯ ਦੇ ਨਾਲ ਹੀ ਨਹੀਂ ਸੀ ਵਾਪਰੀ, ਬਲਕਿ ਪੂਰੀ ਮਨੁੱਖਤਾ ਦੇ ਵਾਸਤੇ ਇਹ ਅਤਿਅੰਤ ਪਵਿੱਤਰ ਘੜੀ ਸੀ। ਯੋਗ ਦੀ ਲੁਪਤ ਹੋਈ ਜਾਂ ਬੜੇ ਲੰਬੇ ਸਮੇਂ ਤੋ ਗੁਆਚੀ ਹੋਈ, ਯੋਗ ਦੀ ਸਭ ਤੋਂ ਉੱਚੀ ਸਿੱਖਿਆ ਮੁੜ ਰੌਸ਼ਨੀ ਵਿਚ ਆਈ।

ਪੌਰਾਣਿਕ ਕਥਾ ਦੇ ਅਨੁਸਾਰ ਜਿਸ ਤਰ੍ਹਾਂ ਗੰਗਾ ਨੇ ਸਵਰਗ ਤੋਂ ਪ੍ਰਿਥਵੀ ਉੱਪਰ ਉੱਤਰ ਕੇ ਆਪਣੇ ਪਿਆਸੇ ਭਗਤ ਭਗੀਰਥ ਨੂੰ ਆਪਣੇ ਦੈਵੀ ਜਲ ਨਾਲ ਤ੍ਰਿਪਤ ਕੀਤਾ†,

* *ਮਹਾਸ਼ਯ* ਸੰਸਕਰਿਤ ਵਿਚ ਇੱਕ ਧਾਰਮਿਕ ਖਿਤਾਬ ਜਿਸਦਾ ਮਤਲਬ ਹੈ "ਉਦਾਰ ਦਿਲ-ਵਾਲਾ।"

† ਹਿੰਦੂਆਂ ਦੀ ਪਵਿੱਤਰ ਨਦੀ ਮੁਕਤੀ ਦਾਤੀ ਗੰਗਾ ਦੀ ਉਤਪਤੀ, ਹਮੇਸ਼ਾਂ ਬਰਫ ਅਤੇ ਖਮੋਸ਼ੀ ਨਾਲ ਘਿਰੀਆਂ ਹਿਮਾਲਿਆ ਦੀਆਂ ਬਰਫੀਲੀਆਂ ਗੁਫਾਵਾਂ ਤੋਂ ਹੋਈ ਹੈ। ਯੁਗ ਯੁਗਾਂਤਰਾਂ ਤੋਂ ਹਜ਼ਾਰਾਂ ਸੰਤਾਂ ਨੂੰ ਗੰਗਾ ਕਿਨਾਰੇ ਰਿਹਾਇਸ਼ ਕਰਨ ਵਿਚ ਆਨੰਦ ਆਇਆ ਹੈ ਅਤੇ ਉਨ੍ਹਾਂ ਨੇ ਉਸ ਦੇ ਕਿਨਾਰਿਆਂ ਉੱਪਰ ਪਵਿੱਤਰਤਾ ਦਾ ਤੇਜ ਬਖੇਰਿਆ ਹੈ।

ਗੰਗਾ ਜਲ ਦਾ ਅਸਧਾਰਨ ਬਲਕਿ ਇੱਕ ਅਦੁੱਤੀ ਗੁਣ ਹੈ, ਕਿ ਉਹ ਕਦੇ ਵੀ ਦੂਸ਼ਿਤ ਨਹੀਂ ਹੁੰਦਾ। ਗੰਗਾ ਜਲ ਦੀ ਇਸ ਅਪ੍ਰੀਵਰਤਨਸ਼ੀਲ ਜੀਵਾਣੂ ਸ਼ੂਨਯਤਾ ਵਿਚ ਕੋਈ ਜੀਵਾਣੂ ਪੈਦਾ ਨਹੀਂ ਹੁੰਦੇ। ਲੱਖਾਂ ਕਰੋੜਾਂ ਹਿੰਦੂ ਬਗੈਰ ਕਿਸੇ ਪ੍ਰਕਾਰ ਦੇ ਨੁਕਸਾਨ ਦੇ, ਉਸ ਦੇ ਜਲ ਵਿਚ ਇਸ਼ਨਾਨ ਕਰਦੇ ਹਨ ਅਤੇ ਪੀਣ ਵਾਸਤੇ ਵਰਤੋਂ ਵਿਚ ਲੈ ਕੇ ਆਉਂਦੇ ਹਨ। ਆਧੁਨਿਕ ਵਿਗਿਆਨਿਕ ਇਸ ਭੁਲੇਖੇ ਵਿਚ ਪੈ ਗਏ ਹਨ। ਉਨ੍ਹਾਂ ਵਿਚੋਂ ਇੱਕ ਡਾ. ਜਾਨ ਹਾਵਰਡ ਨਾਰਥ ਨੇ, ਜਿਹੜੇ 1946 ਵਿਚ ਰਸਾਇਣ ਸ਼ਾਸਤਰ ਵਿਚ ਨੋਬਲ ਪੁਰਸਕਾਰ ਦੇ ਸਹਿਯੋਗੀ ਵਿਜੇਤਾ

ਉਸੇ ਤਰ੍ਹਾਂ 1861 ਵਿਚ *ਕਿਰਿਆ ਯੋਗ* ਰੂਪੀ ਦਿਵੱਯ ਨਦੀ ਹਿਮਾਲਿਆ ਦੀਆਂ ਗੁਪਤ ਗੁਫਾਵਾਂ ਵਿਚੋਂ ਨਿਕਲ ਕੇ ਪਿਆਸੇ ਮਾਨਵਾਂ ਦੀਆਂ ਬਸਤੀਆਂ ਵੱਲ ਵਹਿ ਤੁਰੀ।

ਸਨ, ਹਾਲ ਹੀ ਵਿਚ ਕਿਹਾ ਹੈ, "ਅਸੀਂ ਜਾਣਦੇ ਹਾਂ ਕਿ ਗੰਗਾ ਬਹੁਤ ਦੂਸ਼ਿਤ ਹੈ, ਫਿਰ ਵੀ ਭਾਰਤੀ ਲੋਕ ਉਸ ਦਾ ਪਾਣੀ ਪੀਂਦੇ ਹਨ, ਉਸ ਵਿਚ ਨਹਾਉਂਦੇ ਹਨ, ਤੈਰਦੇ ਹਨ ਅਤੇ ਉਨ੍ਹਾਂ ਨੂੰ ਕੁਝ ਨਹੀਂ ਹੁੰਦਾ।" ਉਹ ਫਿਰ ਉਮੀਦ ਨਾਲ ਕਹਿੰਦੇ ਹਨ, "ਸ਼ਾਇਦ ਬੈਕਟੀਰਿਉਫੇਜ਼ (ਬੈਕਟੇਰੀਆ ਨੂੰ ਨਾਸ਼ ਕਰਨ ਵਾਲਾ ਵਾਇਰਸ) ਨਦੀ ਨੂੰ ਜੀਵਾਣੂ ਰਹਿਤ ਬਣਾਈ ਰੱਖਦਾ ਹੈ।"

ਵੇਦਾਂ ਨੇ ਸਾਰੀਆਂ ਕੁਦਰਤੀ ਸ਼ਕਤੀਆਂ ਦੇ ਬਾਰੇ ਸਤਕਾਰ ਭਾਵ ਸਿਖਾਇਆ ਹੈ। ਭਗਤੀ ਭਾਵ ਵਿਚ ਗੜੂੰਦ ਹਿੰਦੂ, ਅਸ਼ੀਸ਼ੀ ਦੇ ਸੰਤ ਫਰਾਂਸਿਸ ਦੀ ਇਸ ਉਪਮਾ ਨੂੰ ਚੰਗੀ ਤਰ੍ਹਾਂ ਸਮਝਦਾ ਹੈ, "ਪ੍ਰਮਾਤਮਾ ਦੀ ਜੈ ਹੋਵੇ, ਜਿਸ ਨੇ ਭਾਗਾਂ ਵਾਲੀਆਂ ਨਦੀਆਂ ਭੈਣਾਂ ਬਣਾਈਆਂ, ਜਿਹੜੀਆਂ ਇੰਨੀਆਂ ਲਾਭਦਾਇਕ ਹਨ, ਇੰਨੀਆਂ ਨਿਮਰ ਹਨ, ਇੰਨੀਆਂ ਪਵਿੱਤਰ ਹਨ ਅਤੇ ਇੰਨੀਆਂ ਕੀਮਤੀ ਹਨ।

ਚੈਪਟਰ 33

ਆਧੁਨਿਕ ਭਾਰਤ ਦੇ ਮਹਾ ਅਵਤਾਰ ਬਾਬਾ ਜੀ

ਬਦਰੀਨਾਥ ਦੇ ਆਲੇ ਦੁਆਲੇ ਦੇ ਉੱਤਰੀ ਹਿਮਾਲਿਆ ਦੇ ਪਹਾੜ, ਅੱਜ ਵੀ ਲਾਹਿੜੀ ਮਹਾਸ਼ਯ ਦੇ ਗੁਰੂ, ਬਾਬਾ ਜੀ ਦੀ ਸਜੀਵ ਮੌਜੂਦਗੀ ਨਾਲ ਪਵਿੱਤਰ ਹੋ ਰਹੇ ਹਨ। ਏਕਾਂਤਵਾਸੀ ਗੁਰੂ ਸਦੀਆਂ ਤੋਂ ਹੀ ਨਹੀਂ, ਸ਼ਾਇਦ ਹਜ਼ਾਰਾਂ ਸਾਲਾਂ ਤੋਂ ਆਪਣੇ ਸਥੂਲ ਸਰੀਰ ਦੀ ਹੋਂਦ ਨੂੰ ਬਰਕਰਾਰ ਰੱਖਦਿਆਂ ਨਿਵਾਸ ਕਰ ਰਹੇ ਹਨ। ਅਮਰ ਗੁਰੂ ਬਾਬਾ ਜੀ ਇੱਕ ਅਵਤਾਰ ਹਨ। ਇਸ ਸੰਸਕਰਿਤ ਸ਼ਬਦ ਦਾ ਅਰਥ ਹੈ "ਥੱਲੇ ਉੱਤਰਨਾ।" ਇਹ ਸ਼ਬਦ "ਅਵ" ਦਾ ਮਤਲਬ ਹੈ "ਥੱਲੇ" ਅਤੇ "ਤਰੀ" ਦਾ ਮਤਲਬ ਹੈ "ਤਰਣ" ਸ਼ਬਦਾਂ ਤੋਂ ਬਣਿਆ ਹੈ। ਹਿੰਦੂ ਸ਼ਾਸਤਰਾਂ ਵਿਚ ਅਵਤਾਰ ਸ਼ਬਦ ਦਾ ਪ੍ਰਯੋਗ 'ਪਰਮ ਤੱਤ' ਜਾਂ ਪ੍ਰਮਾਤਮਾ ਦੇ ਸਥੂਲ ਸਰੀਰ ਵਿਚ ਪਰਗਟ ਹੋਣ ਵੱਲ ਇਸ਼ਾਰਾ ਕਰਦਾ ਹੈ।

"ਬਾਬਾ ਜੀ ਦੀ ਅਧਿਆਤਮਿਕ ਉਨਤੀ ਮਨੁੱਖੀ ਸਮਝ ਤੋਂ ਪਰੇ ਹੈ।" ਸ੍ਰੀ ਯੁਕਤੇਸ਼ਵਰ ਜੀ ਨੇ ਇੱਕ ਦਿਨ ਮੈਨੂੰ ਦੱਸਿਆ, "ਮਨੁਖ ਦੀ ਤੁੱਛ ਬੁੱਧੀ, ਉਨ੍ਹਾਂ ਦੀ ਅਪਰੰਪਾਰ ਮਹਿਮਾ ਦੀ ਥਾਹ ਨਹੀਂ ਪਾ ਸਕਦੀ। ਇਸ ਯੋਗ ਦੇ ਅਵਤਾਰ ਦੀ ਅਧਿਆਤਮਿਕ ਉੱਚਤਾ ਦੀ ਕਲਪਨਾ ਕਰਨਾ ਹੀ ਵਿਅਰੱਥ ਹੈ। ਉਹ ਪੂਰੀ ਤਰ੍ਹਾਂ ਕਲਪਨਾ ਤੋਂ ਪਰੇ ਹਨ।"

"ਉਪਨਿਸ਼ਦਾਂ ਵਿਚ ਅਧਿਆਤਮਿਕ ਉੱਨਤੀ ਦੀ ਹਰ ਇੱਕ ਅਵਸਥਾ ਦਾ ਵਿਸਤਾਰ ਨਾਲ ਵਰਗੀਕਰਨ ਕੀਤਾ ਗਿਆ ਹੈ। "ਸਿੱਧ ਪੁਰਸ਼" ਜਾਂ "ਪੂਰਨ ਪੁਰਖ" ਜੀਵਨ ਮੁਕਤੀ ਦੀ ਅਵਸਥਾ ਤੋਂ ਅੱਗੇ ਵਧ ਕੇ ਪਰਾ ਮੁਕਤ (ਪੂਰਨ ਮੁਕਤੀ ਜਾਂ ਮੌਤ ਉੱਪਰ ਜਿੱਤ) ਅਵਸਥਾ ਵਿਚ ਦਾਖਲ ਹੋ ਜਾਂਦਾ ਹੈ। ਪਰਾ ਮੁਕਤ ਸਿੱਧ ਪੁਰਸ਼ ਮਾਇਆ ਦੇ ਬੰਧਨ ਅਤੇ ਜਨਮ ਮਰਨ ਦੇ ਚੱਕਰ ਤੋਂ ਮੁਕਤ ਹੋ ਚੁੱਕਾ ਹੁੰਦਾ ਹੈ ਅਤੇ ਜੇ ਕਦੇ ਮੁੜ ਜਨਮ ਲੈਂਦਾ ਹੈ, ਤਾਂ ਉਹ ਸੰਸਾਰ ਵਿਚ ਪ੍ਰਮਾਤਮਾ ਦੀ ਅਸ਼ੀਰਵਾਦ ਦੀ ਵਰਖਾ ਦਾ ਵਸੀਲਾ ਬਣ ਕੇ ਆਉਂਦਾ ਹੈ। ਅਵਤਾਰੀ ਪੁਰਸ਼ ਉੱਪਰ ਭੌਤਿਕ ਜਗਤ ਦੇ ਕੋਈ ਨਿਯਮ ਲਾਗੂ ਨਹੀਂ ਹੁੰਦੇ। ਉਸ ਦਾ ਸਰੀਰ ਸ਼ੁੱਧ ਪ੍ਰਕਾਸ਼ ਦੀ ਛਾਇਆ ਮਾਤਰ ਹੁੰਦਾ ਹੈ। ਉਸ ਦੇ ਉੱਪਰ ਕੁਦਰਤ ਦਾ ਕੋਈ ਕਰਜ਼ਾ ਨਹੀਂ ਹੁੰਦਾ, ਕਿਉਂਕਿ ਉਹ ਇੱਕ ਅਵਤਾਰ ਹੁੰਦਾ ਹੈ।

"ਸਰਸਰੀ ਨਜ਼ਰ ਨਾਲ ਦੇਖਿਆਂ, ਅਵਤਾਰ ਦੇ ਸਰੀਰ ਵਿਚ ਕੋਈ ਖਾਸ ਗੱਲ ਵੀ ਨਹੀਂ ਹੁੰਦੀ, ਪ੍ਰੰਤੂ ਕਦੇ ਕਦੇ, ਕਈ ਮੌਕਿਆਂ ਉੱਪਰ, ਅਵਤਾਰ ਦੇ ਸਰੀਰ ਦੀ ਕੋਈ ਪਰਛਾਈ ਨਹੀਂ ਪੈਂਦੀ ਅਤੇ ਨਾ ਹੀ ਪ੍ਰਿਥਵੀ ਉੱਪਰ ਉਸ ਦੇ ਪੈਰਾਂ ਦਾ ਨਿਸ਼ਾਨ ਬਣਦਾ ਹੈ। ਇਹ ਮਾਇਆ ਦੇ ਅੰਧਕਾਰ ਅਤੇ ਭੌਤਿਕ ਬੰਧਨਾਂ ਤੋਂ ਆਂਤਰਿਕ ਮੁਕਤੀ ਦੇ ਬਾਹਰੀ

ਸੰਕੇਤਕ ਸਬੂਤ ਹਨ। ਇਹੋ ਜਿਹਾ ਸਿੱਧ ਪੁਰਸ਼ ਹੀ ਮਨੁੱਖੀ ਜੀਵਨ ਅਤੇ ਮੌਤ ਦੀ ਸਪੇਖਤਾ ਦੇ ਪਿੱਛੇ ਮੌਜੂਦ ਸਚਾਈਆਂ ਨੂੰ ਜਾਣਦਾ ਹੁੰਦਾ ਹੈ। ਉਮਰ ਖਿਆਮ, ਜਿਨ੍ਹਾਂ ਨੂੰ ਲੋਕ ਪੂਰੀ ਤਰ੍ਹਾਂ ਗਲਤ ਸਮਝਦੇ ਰਹੇ, ਨੇ ਇਹੋ ਜਿਹੇ ਮੁਕਤ ਮਨੁੱਖ ਦੇ ਸਬੰਧ ਵਿਚ ਆਪਣੀਆਂ ਅਮਰ ਕਵਿਤਾਵਾਂ (ਰੁਬਾਈਆਂ) ਵਿਚ ਲਿਖਿਆ ਹੈ।*

"ਓ ਪਿਆਰੀ ਚੰਦਰਮੁਖੀ, ਮਨਮੋਹਨੀ, ਚਮਕ ਤੇਰੀ ਕਦੇ ਨਾ ਪਵੇ ਫਿੱਕੀ।
ਪਿਆਰੀ ਦੇਖ ਤਾਂ ਸਹੀ, ਚੜ੍ਹ ਰਿਹਾ ਚੰਦਰਮਾ, ਫਿਰ ਨਿਰਮਲ ਅਕਾਸ਼ ਤੇ।
ਚੜ੍ਹਦਾ ਹੀ ਰਹੇਗਾ, ਅੱਜ ਤੋਂ ਬਾਅਦ ਵੀ, ਇਸੇ ਤਰ੍ਹਾਂ ਅਣਗਿਣਤ ਵਾਰ।
ਅਤੇ ਇਸ ਝੁਰਮਟ ਵਿਚ ਮੈਨੂੰ ਲੱਭਦਿਆਂ ਲੱਭਦਿਆਂ ਜਾਵੇਗਾ ਹਾਰ।

ਪਿਆਰੀ ਚੰਦਰਮੁਖੀ ਮਨਮੋਹਨੀ, ਜਿਸ ਦੀ ਚਮਕ ਕਦੇ ਫਿੱਕੀ ਨਹੀਂ ਪੈਂਦੀ, ਉਹ ਸਦੀਵੀ ਸਚਾਈ ਜਾਂ ਪ੍ਰਮਾਤਮਾ ਹੈ, ਜੋ ਇੱਕੋ ਇੱਕ ਕਾਲ ਗਣਨਾ ਦੇ ਭਰਮਜਾਲ ਤੋਂ ਮੁਕਤ ਹੈ ਜਾਂ ਉਸ ਤੋਂ ਉੱਪਰ ਹੈ। ਜੋ ਆਪਣੇ ਤੇਜ ਤੋਂ ਵੀ ਤੇਜ ਤਾਰਾ ਹੈ। ਨਿਰਮਲ ਅਕਾਸ਼ ਦਾ ਚੰਦਰਮਾਂ ਬਾਹਰੀ ਸ੍ਰਿਸ਼ਟੀ ਹੈ, ਜੋ ਚੰਦ ਅਤੇ ਸੂਰਜ ਦੇ ਚੜ੍ਹਨ ਅਤੇ ਲਹਿਣ ਦੇ ਵਿਧਾਤਾ ਦੇ ਨਿਯਮਿਤ ਸਮਿਆਂ ਨਾਲ ਬੰਨੀ ਹੋਈ ਹੈ- ਇਹ ਹੀ ਝੁਰਮਟ ਹੈ। ਪ੍ਰੰਤੂ ਇਸ ਆਤਮ ਗਿਆਨੀ ਸਿੱਧ ਪੁਰਸ਼ ਅਤੇ ਫਾਰਸੀ ਸੰਤ ਨੇ ਆਪਣੇ ਆਪ ਨੂੰ ਇਸ ਦੁਨੀਆਂ ਦੇ ਮਾਇਆ ਰੂਪੀ ਭਰਮ ਜਾਲ ਦੇ ਝੁਰਮਟ ਵਿਚ ਵਾਰ ਵਾਰ ਜਨਮ ਲੈ ਕੇ ਵਾਪਸ ਆਉਣ ਦੀ ਮਜਬੂਰੀ ਤੋਂ ਮੁਕਤ ਕਰ ਲਿਆ ਸੀ। ਇਸੇ ਕਰਕੇ ਉਹ ਕਹਿੰਦਾ ਹੈ, ਕਿ ਕਿੰਨੇ ਸਮੇਂ ਤੋਂ ਮੁਕਤੀ ਦੀ ਖੋਜ ਕਰਦਿਆਂ ਬ੍ਰਹਿਮੰਡ ਦੇ ਵਾਸਤੇ ਕਿੰਨੀ ਨਿਰਾਸ਼ਾਪੂਰਨ ਹਾਰ।

ਈਸਾ ਮਸੀਹ ਨੇ ਆਪਣੇ ਆਪ ਨੂੰ ਮੁਕਤ ਆਤਮਾ ਹੋਣ ਦਾ ਇਸ਼ਾਰਾ ਦੂਜੀ ਤਰ੍ਹਾਂ ਦਿੱਤਾ ਹੈ, "ਜਦੋਂ ਇੱਕ ਵਿਦਵਾਨ ਨੇ ਉਨ੍ਹਾਂ ਦੇ ਕੋਲ ਆ ਕੇ ਇਹ ਕਿਹਾ, ਹੇ ਗੁਰੂ, ਆਪ ਜਿੱਥੇ ਵੀ ਜਾਉਗੇ, ਮੈਂ ਵੀ ਆਪ ਦੇ ਨਾਲ ਨਾਲ ਜਾਵਾਂਗਾ। ਈਸਾ ਮਸੀਹ ਨੇ ਕਿਹਾ, "ਲੂੰਬੜੀਆਂ ਦੇ ਰਹਿਣ ਵਾਸਤੇ ਘੁਰਨੇ ਹਨ, ਪੰਛੀਆਂ ਦੇ ਰਹਿਣ ਵਾਸਤੇ ਘੌਂਸਲੇ ਹਨ ਪ੍ਰੰਤੂ ਮਾਨਵ ਦੇ ਪੁੱਤਰ ਦੇ ਸਿਰ ਲੁਕਾਉਣ ਖਾਤਰ ਕਿਤੇ ਵੀ ਕੋਈ ਥਾਂ ਨਹੀਂ।"†

ਸਰਬਵਿਆਪਕਤਾ ਦੇ ਕਾਰਨ ਦਿਗ-ਦਿਗਾਂਤਰ ਵਿਚ ਮੌਜੂਦ ਈਸਾ ਮਸੀਹ ਦੇ ਨਾਲ ਨਾਲ ਜਾਣਾ, ਕੀ ਸਰਬਵਿਆਪੀ ਪਰਮ ਤੱਤ ਵਿਚ ਲੀਨ ਹੋਏ ਬਗੈਰ ਕਿਸੇ ਮਨੁੱਖ ਵਾਸਤੇ ਜਾਣਾ ਸੰਭਵ ਸੀ?"

"ਪ੍ਰਾਚੀਨ ਭਾਰਤ ਵਿਚ ਭਗਵਾਨ ਸ਼੍ਰੀ ਕ੍ਰਿਸ਼ਨ, ਭਗਵਾਨ ਸ਼੍ਰੀ ਰਾਮ, ਮਹਾਤਮਾ ਬੁੱਧ ਅਤੇ ਪਤੰਜਲੀ ਵਰਗੇ ਅਵਤਾਰ ਹੋਏ ਹਨ। ਦੱਖਣੀ ਭਾਰਤ ਦੇ ਇੱਕ ਅਵਤਾਰ

* ਐਡਵਰਡ ਫਿਟਜ਼ ਗੇਲਾਰਡ ਦੁਆਰਾ ਅਨੁਵਾਦਿਤ।

† *ਮੈਥਯੂ* 8:19–20 (ਬਾਈਬਲ)

'ਅਗਸਤ' ਉੱਪਰ ਮਹੱਤਵ ਪੂਰਨ ਕਾਵਿ ਸਾਹਿਤ ਰਚਿਆ ਗਿਆ ਹੈ। ਉਸ ਨੇ ਈਸਾ ਮਸੀਹ ਤੋਂ ਬਾਅਦ ਦੀਆਂ ਸ਼ਤਾਬਦੀਆਂ ਵਿਚ ਅਨੇਕ ਚਮਤਕਾਰ ਕੀਤੇ ਹਨ। ਉਨ੍ਹਾਂ ਦੇ ਸਬੰਧ ਵਿਚ ਇਹ ਧਾਰਨਾ ਕਾਇਮ ਹੈ, ਕਿ ਉਨ੍ਹਾਂ ਨੇ ਅੱਜ ਤਕ ਵੀ ਆਪਣਾ ਪੰਜ ਭੌਤਿਕ ਸਰੀਰ ਬਣਾ ਕੇ ਰੱਖਿਆ ਹੋਇਆ ਹੈ।

ਭਾਰਤ ਵਿਚ ਬਾਬਾ ਜੀ ਦਾ ਕੰਮ ਇਹ ਰਿਹਾ ਹੈ, ਕਿ ਜਿਹੜੇ ਮਹਾ ਪੁਰਸ਼ ਵਿਸ਼ੇਸ਼ ਕਾਰਨਾਂ ਕਰਕੇ ਅਵਤਾਰ ਦਾ ਕਿਰਦਾਰ ਨਿਭਾਉਣ ਖਾਤਰ ਸਰੀਰ ਧਾਰਨ ਕਰਦੇ ਹਨ, ਉਨ੍ਹਾਂ ਦੀ, ਉਸ ਉਦੇਸ਼ ਦੀ ਪੂਰਤੀ ਵਾਸਤੇ ਸਹਾਇਤਾ ਕਰਨੀ। ਇਸ ਕਰਕੇ ਸ਼ਾਸਤਰੀ ਵਰਗੀਕਰਨ ਦੇ ਅਨੁਸਾਰ, ਉਹ ਇੱਕ ਮਹਾ-ਅਵਤਾਰ ਹਨ। ਜੋ ਅਵਤਾਰਾਂ ਦੀ ਸਹਾਇਤਾ ਕਰਦੇ ਹਨ। ਉਨ੍ਹਾਂ ਨੇ ਖੁਦ ਆਪ ਦੱਸਿਆ ਹੈ ਕਿ ਉਨ੍ਹਾਂ ਨੇ ਸੰਨਿਆਸ ਆਸ਼ਰਮ ਨੂੰ ਪੁਨਰ-ਗਠਿਤ ਕਰਨ ਵਾਲੇ ਅਤੇ ਅਦੁੱਤੀ ਤੱਤਵ ਗਿਆਨੀ ਜਗਤ ਗੁਰੂ ਸ਼ੰਕਰਾਚਾਰੀਆ* ਅਤੇ ਮੱਧ ਕਾਲ ਦੇ ਸੰਤ ਕਬੀਰ ਨੂੰ ਦੀਖਿਆ ਦਿੱਤੀ ਸੀ। 19 ਵੀਂ ਸਦੀ ਦੇ ਉਨ੍ਹਾਂ ਦੇ ਮੁੱਖ ਸ਼ਗਿਰਦ, ਜਿਸ ਤਰ੍ਹਾਂ ਕਿ ਅਸੀਂ ਜਾਣਦੇ ਹਾਂ, ਕਿ ਲਾਹਿੜੀ ਮਹਾਸ਼ਯ ਸਨ, ਜਿਨ੍ਹਾਂ ਦੁਆਰਾ ਲੁਪਤ ਹੋਈ *ਕਿਰਿਆ ਯੋਗ* ਵਿਦਿਆ ਮੁੜ ਸੁਰਜੀਤ ਹੋਈ।

ਬਾਬਾ ਜੀ ਹਮੇਸ਼ਾਂ ਈਸਾ ਮਸੀਹ ਦੇ ਨਾਲ ਸੰਪਰਕ ਵਿਚ ਰਹਿੰਦੇ ਹਨ ਅਤੇ ਦੋਨੋਂ "ਪੂਰਨ-ਪੁਰਸ਼" ਮਿਲ ਕੇ ਸੰਸਾਰ ਦਾ ਪਾਰ ਉਤਾਰਾ ਕਰਨ ਵਾਸਤੇ ਲਗਾਤਾਰ ਪਵਿੱਤਰ ਅਤੇ ਕਲਿਆਣਕਾਰੀ ਸਪੰਦਨ ਭੇਜਦੇ ਰਹਿੰਦੇ ਹਨ। ਉਨ੍ਹਾਂ ਨੇ ਇਸ ਯੁਗ ਦੇ ਵਾਸਤੇ ਮੁਕਤੀ ਦਾਤੀ ਅਧਿਆਤਮਿਕ ਤਕਨੀਕ ਤਿਆਰ ਕੀਤੀ ਹੈ। ਇੱਕ ਸਰੀਰ ਵਿਚ ਰਹਿਣ ਵਾਲੇ ਅਤੇ ਦੂਜੇ ਬਗੈਰ ਸਰੀਰ ਦੇ ਰਹਿਣ ਵਾਲੇ, ਦੋਨਾਂ ਪੂਰਨ ਬ੍ਰਹਮ ਗਿਆਨੀਆਂ ਦਾ ਕੰਮ ਹੈ, ਕਿ ਕੌਮਾਂ ਨੂੰ ਲੜਾਈਆਂ, ਨਸਲੀ ਵਿਤਕਰਿਆਂ, ਧਾਰਮਿਕ-ਭੇਦ ਭਾਵ ਅਤੇ ਭੌਤਿਕ ਵਾਦ ਦੀਆਂ ਨੁਕਸਾਨ ਕਰਨ ਵਾਲੀਆਂ ਬੁਰਾਈਆਂ ਦਾ ਤਿਆਗ ਕਰਨ ਵਾਸਤੇ ਪ੍ਰੇਰਿਤ ਕਰਨਾ। ਬਾਬਾ ਜੀ ਆਧੁਨਿਕ ਯੁਗ ਦੀਆਂ ਪ੍ਰਵਿਰਤੀਆਂ ਤੋਂ ਖਾਸ ਕਰਕੇ ਪੱਛਮੀ ਸਭਿਅਤਾ ਦੇ ਪ੍ਰਭਾਵ ਅਤੇ ਉਸ ਦੀਆਂ ਪੇਚੀਦਗੀਆਂ ਤੋਂ ਭਲੀ ਭਾਂਤ ਜਾਣੂ ਹਨ। ਇਸ ਆਤਮ ਗਿਆਨ ਦੀ ਤਕਨੀਕ ਦੇ ਪਸਾਰ ਵਾਸਤੇ ਪੂਰਬ ਅਤੇ ਪੱਛਮ ਵਿਚ ਇਕੋ ਜਿੰਨੀ ਜ਼ਰੂਰਤ ਮਹਿਸੂਸ ਕਰਦੇ ਹਨ।

ਇਸ ਵਿਚ ਕੋਈ ਹੈਰਾਨੀ ਨਹੀਂ ਕਿ ਬਾਬਾ ਜੀ ਬਾਰੇ ਇਤਿਹਾਸ ਵਿਚ ਕੋਈ ਜ਼ਿਕਰ ਨਹੀਂ ਮਿਲਦਾ। ਬਾਬਾ ਜੀ ਕਿਸੇ ਵੀ ਸ਼ਤਾਬਦੀ ਵਿਚ ਆਮ ਲੋਕਾਂ ਦੇ ਸਾਹਮਣੇ ਕਦੇ ਵੀ

* ਇਤਿਹਾਸ ਦੇ ਅਨੁਸਾਰ ਸ਼ੰਕਰਾਚਾਰੀਆ ਦੇ ਗੁਰੂ, ਗੋਵਿੰਦ ਜਤੀ ਸਨ। ਪ੍ਰੰਤੂ ਉਨ੍ਹਾਂ ਨੇ ਵਾਰਾਣਸੀ ਵਿਚ ਬਾਬਾ ਜੀ ਤੋਂ ਵੀ *ਕਿਰਿਆ ਯੋਗ* ਦੀ ਦੀਖਿਆ ਲਈ ਸੀ। ਲਾਹਿੜੀ ਮਹਾਸ਼ਯ ਅਤੇ ਕੇਵਲਾ ਨੰਦ ਜੀ ਨੂੰ ਇਹ ਕਹਾਣੀ ਸੁਣਾਉਂਦਿਆਂ ਸਮੇਂ ਬਾਬਾ ਜੀ ਨੇ, ਉਸ ਮਹਾਨ ਅਦਵੈਤਕਾਰੀ ਦੇ ਨਾਲ ਆਪਣੀ ਮੁਲਾਕਾਤ ਦਾ ਬਹੁਤ ਮਨਮੋਹਕ ਅਤੇ ਵਿਸਤਾਰ ਪੂਰਵਕ ਵਰਨਣ ਕੀਤਾ ਸੀ।

ਪ੍ਰਗਟ ਨਹੀਂ ਹੋਏ। ਉਨ੍ਹਾਂ ਦੀਆਂ ਯੁਗ ਯੁਗਾਂਤਰਾਂ ਦੀਆਂ ਯੋਜਨਾਵਾਂ ਦੇ ਗਲਤ ਅਰਥ ਲਗਾਉਣ ਅਤੇ ਪ੍ਰਸਿੱਧੀ ਲੈਣ ਲਈ ਚਕਾ ਚੌਂਧ ਕਰਨ ਵਾਸਤੇ ਕੋਈ ਥਾਂ ਨਹੀਂ। ਸੰਸਾਰ ਵਿਚ ਇੱਕੋ ਇੱਕ ਸਿਰਜਕ ਦੀ ਤਰ੍ਹਾਂ, ਉਹ ਆਪਣਾ ਕੰਮ ਚੁੱਪ ਚਾਪ ਅਤੇ ਨਿਮਰਤਾ ਨਾਲ ਕਰਦੇ ਰਹਿੰਦੇ ਹਨ।

ਭਗਵਾਨ ਸ਼੍ਰੀ ਕ੍ਰਿਸ਼ਨ ਅਤੇ ਕਰਾਈਸਟ ਵਰਗੇ ਅਵਤਾਰ ਇਸ ਪ੍ਰਿਥਵੀ ਉੱਪਰ ਖਾਸ ਅਤੇ ਕਿਸੇ ਪ੍ਰਦਰਸ਼ਨਯੋਗ ਉਦੇਸ਼ ਦੇ ਵਾਸਤੇ ਅਵਤਾਰ ਲੈਂਦੇ ਹਨ। ਜਿਉਂ ਹੀ ਉਨ੍ਹਾਂ ਦਾ ਉਦੇਸ਼ ਪੂਰਾ ਹੋ ਜਾਂਦਾ ਹੈ, ਉਹ ਵਾਪਸ ਚਲੇ ਜਾਂਦੇ ਹਨ। ਬਾਬਾ ਜੀ ਵਰਗੇ ਮਹਾ ਅਵਤਾਰ, ਹੋਰ ਅਵਤਾਰਾਂ ਵਾਂਗ ਮੁੱਖ ਘਟਨਾ ਨਾਲ ਕੋਈ ਸਬੰਧਿਤ ਕੰਮ ਨਹੀਂ ਕਰਦੇ, ਬਲਕਿ ਯੁਗ ਯੁਗਾਂਤਰ ਤੋਂ ਹੌਲੀ ਹੌਲੀ ਹੋਣ ਵਾਲੀ ਮਨੁੱਖ ਜਾਤੀ ਦੇ ਕ੍ਰਮ ਵਿਕਾਸ ਨਾਲ ਸਬੰਧਿਤ ਕੰਮ ਨੂੰ ਆਪਣੇ ਹੱਥ ਵਿਚ ਲੈਂਦੇ ਹਨ। ਇਹੋ ਜਿਹੇ ਗੁਰੂ ਅਵਤਾਰ ਹਮੇਸ਼ਾਂ ਹੀ ਜਨਤਾ ਜਨਾਰਦਨ ਦੀ ਸਥੂਲ ਨਜ਼ਰ ਤੋਂ ਪਰਦਾ ਬਣਾਈ ਰੱਖਦੇ ਹਨ। ਉਹ ਜਦੋਂ ਚਾਹੁਣ ਆਪਣੀ ਇੱਛਾ ਅਨੁਸਾਰ ਅਦ੍ਰਿਸ਼ ਹੋਣ ਦੇ ਸਮਰੱਥ ਹੁੰਦੇ ਹਨ। ਇਨ੍ਹਾਂ ਕਾਰਨਾਂ ਕਰਕੇ ਆਮ ਤੌਰ ਤੇ ਉਹ ਆਪਣੇ ਸ਼ਗਿਰਦਾਂ ਨੂੰ ਵੀ ਆਪਣੇ ਸਬੰਧ ਵਿਚ ਚੁੱਪ ਰਹਿਣ ਦਾ ਹੁਕਮ ਦਿੰਦੇ ਹਨ। ਇਸ ਵਾਸਤੇ ਅਣਗਿਣਤ ਉੱਚ ਕੋਟੀ ਦੇ ਅਧਿਆਤਮਿਕ ਸਿੱਧ ਪੁਰਸ਼ ਅਗਿਆਤ ਬਣੇ ਰਹਿੰਦੇ ਹਨ। ਮੈਂ ਇਸ ਪੁਸਤਕ ਵਿਚ ਬਾਬਾ ਜੀ ਦੇ ਜੀਵਨ ਬਾਰੇ ਥੋੜੀ ਜਿਹੀ ਝਲਕ ਦਿਖਾ ਰਿਹਾ ਹਾਂ, ਜਿੰਨੀ ਕੁ ਝਲਕ ਦਿਖਾਉਣ ਨੂੰ ਉਹ ਜਨਤਾ ਜਨਾਰਦਨ ਨਾਲ ਸਾਂਝੀ ਕਰਨ ਦੇ ਯੋਗ ਅਤੇ ਸਹਾਇਕ ਮੰਨਦੇ ਹਨ।

ਬਾਬਾ ਜੀ ਦੇ ਪਰਿਵਾਰ ਅਤੇ ਜਨਮ ਸਥਾਨ, ਜੋ ਕਿ ਇਤਿਹਾਸਕਾਰਾਂ ਨੂੰ ਬੜਾ ਪਿਆਰਾ ਹੁੰਦਾ ਹੈ, ਦੇ ਬਾਰੇ ਵਿਚ ਕਿਸੇ ਨੂੰ ਕਦੇ ਕੁਝ ਪਤਾ ਨਹੀਂ ਲੱਗ ਸਕਿਆ। ਉਹ ਆਮ ਤੌਰ ਤੇ ਹਿੰਦੀ ਬੋਲਦੇ ਹਨ ਪ੍ਰੰਤੂ ਉਹ ਕਿਸੇ ਵੀ ਭਾਸ਼ਾ ਵਿਚ ਅਸਾਨੀ ਨਾਲ ਗੱਲ ਬਾਤ ਕਰ ਸਕਦੇ ਹਨ। ਉਨ੍ਹਾਂ ਨੇ ਆਪਣਾ ਸਿੱਧਾ ਸਾਦਾ ਨਾਂ "ਬਾਬਾ" ਜੀ ਅਪਣਾ ਰੱਖਿਆ ਹੈ। ਲਾਹਿੜੀ ਮਹਾਸ਼ਯ ਦੇ ਸ਼ਗਿਰਦਾਂ ਨੇ ਸ਼ਰਧਾ ਨਾਲ ਉਨ੍ਹਾਂ ਦੇ ਹੋਰ ਨਾਂ ਵੀ ਰੱਖੇ ਹੋਏ ਹਨ। ਜਿਵੇਂ ਉਹ ਉਨ੍ਹਾਂ ਨੂੰ ਮਹਾ-ਮੁਨੀ ਬਾਬਾ ਜੀ ਮਹਾਰਾਜ, ਮਹਾ ਯੋਗੀ, ਤਰੈਅੰਬਕ ਬਾਬਾ ਜਾਂ ਸ਼ਿਵ ਬਾਬਾ ਆਦਿ। ਜੇ ਅਸੀਂ ਇੱਕ ਪੂਰਨ ਸਿੱਧ-ਪੁਰਸ਼ ਦੀ ਜਾਤ ਗੋਤਰ ਜਾਂ ਖਾਨਦਾਨ ਦੇ ਬਾਰੇ ਪੂਰੀ ਜਾਣਕਾਰੀ ਨਹੀਂ ਵੀ ਰੱਖਦੇ ਤਾਂ ਇਸ ਵਿਚ ਕੋਈ ਫਰਕ ਨਹੀਂ ਪੈਂਦਾ।"

"ਜਦੋਂ ਵੀ ਕੋਈ ਭਗਤ ਸ਼ਰਧਾ ਭਗਤੀ ਨਾਲ ਬਾਬਾ ਜੀ ਨੂੰ ਯਾਦ ਕਰਦਾ ਹੈ," ਲਾਹਿੜੀ ਮਹਾਸ਼ਯ ਕਿਹਾ ਕਰਦੇ ਸਨ। "ਤਾਂ ਉਸ ਨੂੰ ਉਸੇ ਵਕਤ ਹੀ ਅਧਿਆਤਮਿਕ ਅਸ਼ੀਰਵਾਦ ਪ੍ਰਾਪਤ ਹੋ ਜਾਂਦਾ ਹੈ।"

ਅਮਰ ਬਾਬਾ ਜੀ ਦੇ ਸਰੀਰ ਉੱਪਰ ਉਮਰ ਦਾ ਕੋਈ ਪ੍ਰਭਾਵ ਦਿਖਾਈ ਨਹੀਂ ਦਿੰਦਾ। ਉਹ ਜਿਆਦਾ ਤੋਂ ਜਿਆਦਾ 25 ਸਾਲ ਦੇ ਨੌਜਵਾਨ ਦਿਖਾਈ ਦਿੰਦੇ ਹਨ। ਗੋਰਾ ਰੰਗ,

ਸ਼੍ਰੀ ਸ਼੍ਰੀ ਪਰਮਹੰਸ ਯੋਗਾਨੰਦ ਜੀ ਜਾਰਜ਼ ਵਾਸ਼ਿੰਗਟਨ ਦੀ ਸਮਾਧੀ ਉੱਪਰ ਸ਼ਰਧਾ ਦੇ ਫੁੱਲ ਭੇਟ ਕਰਦੇ ਹੋਏ, ਮਾਊਂਟ ਵੇਰਨਰ, ਵਰਜੀਨੀਆ, 22 ਫਰਵਰੀ, 1927

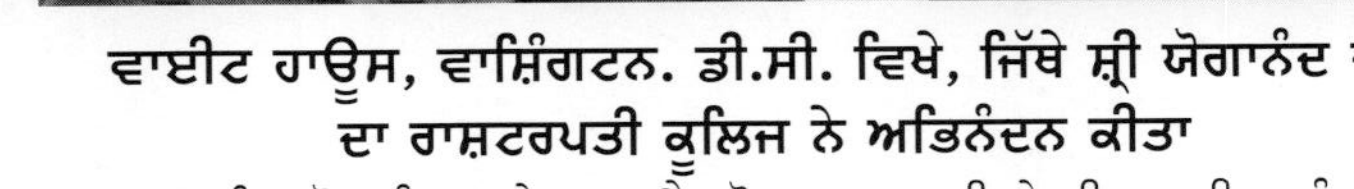

ਵਾਈਟ ਹਾਊਸ, ਵਾਸ਼ਿੰਗਟਨ. ਡੀ.ਸੀ. ਵਿਖੇ, ਜਿੱਥੇ ਸ਼੍ਰੀ ਯੋਗਾਨੰਦ ਜੀ, ਦਾ ਰਾਸ਼ਟਰਪਤੀ ਕੂਲਿਜ ਨੇ ਅਭਿਨੰਦਨ ਕੀਤਾ

ਪਰਮਹੰਸ ਯੋਗਾਨੰਦ ਅਤੇ ਜਾਨ ਵੈਲਫੋ, ਰਾਸ਼ਟਰਪਤੀ ਕੇਲਵਿਨ ਕੂਲਿਜ ਨੂੰ ਮਿਲ ਕੇ ਵਾਈਟ ਹਾਊਸ ਤੋਂ ਬਾਹਰ ਆਉਂਦੇ ਹੋਏ, ਰਾਸ਼ਟਰਪਤੀ ਪਿੱਛੇ ਖਿੜਕੀ ਤੋਂ ਬਾਹਰ ਦੇਖਦੇ ਦਿਖਾਈ ਦੇ ਰਹੇ ਹਨ।

25 ਜਨਵਰੀ, 1927 ਨੂੰ ''ਦੀ ਵਾਸ਼ਿੰਗਟਨ ਹੇਰਾਲਡ'' ਨੇ ਲਿਖਿਆ:-''ਸ਼੍ਰੀ ਕੂਲਿਜ ਦੁਆਰਾ ਸਵਾਮੀ ਯੋਗਾਨੰਦ ਦਾ ਹਾਰਦਿਕ ਸੁਆਗਤ ਕੀਤਾ ਗਿਆ, ਰਾਸ਼ਟਰਪਤੀ ਨੇ ਉਨ੍ਹਾਂ ਨੂੰ ਦੱਸਿਆ ਕਿ ਉਹ, ਉਨ੍ਹਾਂ ਦੇ ਬਾਰੇ ਵਿਸਤਾਰ ਵਿਚ ਪੜ੍ਹਦੇ ਰਹੇ ਹਨ। ਭਾਰਤ ਦੇ ਇਤਿਹਾਸ ਵਿਚ ਇਹ ਪਹਿਲਾ ਮੌਕਾ ਹੈ, ਜਦੋਂ ਕਿਸੇ ਰਾਸ਼ਟਰਪਤੀ ਨੇ ਅਧਿਕਾਰਕ ਤੌਰ ਤੇ ਕਿਸੇ ਸਵਾਮੀ ਦਾ ਸੁਆਗਤ ਕੀਤਾ''।

ਸ਼੍ਰੀ ਸ਼੍ਰੀ ਪਰਮਹੰਸ ਯੋਗਾਨੰਦ ਜੀ ਜ਼ੋਸ਼ੀਮਿਲਕੋ ਝੀਲ ਵਿਚ ਇੱਕ ਕਿਸ਼ਤੀ ਵਿਚ ਧਿਆਨ ਮਗਨ ਅਵਸਥਾ ਵਿਚ, ਮੈਕਸੀਕੋ, 1929।

ਮਹਾਮਹਿਮ ਏਮਿਲਿਉ ਪੋਰਟਸ ਗਿਲ, ਮੈਕਸੀਕੋ ਦੇ ਰਾਸ਼ਟਰਪਤੀ, ਸ਼੍ਰੀ ਯੋਗਾਨੰਦ ਜੀ ਦੀ ਮੈਕਸੀਕੋ ਦੀ ਯਾਤਰਾ ਦੇ ਦੌਰਾਨ, ਉਨ੍ਹਾਂ ਦੇ ਮੇਜ਼ਬਾਨ, 1929

ਪਰਮਹੰਸ ਯੋਗਾਨੰਦ ਅਤੇ ਜੇਮਸ ਜੇ. ਲਿਨ, ਜਿਹੜੇ ਬਾਅਦ ਵਿਚ ਸ਼੍ਰੀ ਸ਼੍ਰੀ ਰਾਜ ਰਿਸ਼ੀ ਜਨਕਾਨੰਦ ਦੇ ਨਾਂ ਨਾਲ ਜਾਣੇ ਗਏ। (ਦੇਖੋ ਫੋਟੋ ਸੈਕਸ਼ਨ III, ਪੰਨਾਂ 9)। ਗੁਰੂ ਅਤੇ ਸ਼ਗਿਰਦ, ਵਾਈ.ਐਸ.ਐਸ./ਐਸ, ਆਰ. ਐਫ ਦੇ ਅੰਤਰ ਰਾਸ਼ਟਰੀ ਮੁੱਖ ਦਫਤਰ ਦੇ ਮੈਦਾਨ ਵਿਚ ਧਿਆਨ ਕਰਦੇ ਹੋਏ। ਲਾਸ ਐਂਜਲਿਸ, 1933। ''ਕੁਝ ਲੋਕ ਕਹਿੰਦੇ ਹਨ, 'ਪੱਛਮ ਦੇ ਲੋਕ ਧਿਆਨ ਨਹੀਂ ਕਰ ਸਕਦੇ'। ਯੋਗਾਨੰਦ ਨੇ ਕਿਹਾ ''ਇਹ ਸਹੀ ਨਹੀਂ ਹੈ, ਜਦੋਂ ਤੋਂ ਸ਼੍ਰੀ ਲਿਨ ਨੇ ਕਿਰਿਆਯੋਗ ਦੀ ਦੀਖਿਆ ਲਈ ਹੈ, ਮੈਂ ਇੱਕ ਮੌਕਾ ਵੀ ਇਹੋ ਜਿਹਾ ਨਹੀਂ ਦੇਖਿਆ, ਜਦੋਂ ਉਹ ਈਸ਼ਵਰ ਦੇ ਨਾਲ ਆਂਤਰਿਕ ਤੌਰ ਵਾਰਤਾਲਾਪ ਵਿਚ ਮਗਨ ਨਾ ਹੋਣ।''

ਪਰਮਹੰਸਜੀ ਅਤੇ ਫੇ ਰਾਈਟ, ਬਾਅਦ ਵਿਚ ਸ਼੍ਰੀ ਦਯਾ ਮਾਤਾ (ਫੋਟੋ ਭਾਗ III ਦਾ ਪੰਨਾਂ 9 ਦੇਖੋ) ਐਸ.ਆਰ. ਐਫ, ਐਨਸੀਨੀਟਸ ਆਸ਼ਰਮ, 1939. 1931 ਵਿਚ ਉਨ੍ਹਾਂ ਦੇ ਆਸ਼ਰਮ ਪ੍ਰਵੇਸ਼ ਕਰਨ ਦੇ ਕੁਝ ਹੀ ਦਿਨ੍ਹਾਂ ਬਾਅਦ, ਗੁਰੂ ਜੀ ਨੇ ਉਨ੍ਹਾਂ ਨੂੰ ਕਿਹਾ ਸੀਃ ''ਤੂੰ ਇਸ ਸੰਸਥਾ ਦੇ ਕੰਮ ਨੂੰ ਪ੍ਰੇਰਿਤ ਕਰਨ ਵਾਲੀ ਹੈਂ। ਜਦੋਂ ਤੂੰ ਆਈ ਸੀ, ਮੈਂ ਜਾਣ ਗਿਆ ਸੀ ਕਿ ਈਸ਼ਵਰ ਦੇ ਕਈ ਹੋਰ ਸੱਚੇ ਭਗਤ ਇਸ ਰਸਤੇ ਵੱਲ ਖਿੱਚੇ ਜਾਣਗੇ''। ਇੱਕ ਮੌਕੇ ਦੇ ਉਪਰ ਉਨ੍ਹਾਂ ਨੇ ਪਿਆਰ ਨਾਲ ਕਿਹਾ ਸੀ, ''ਮੇਰੀ ਪਿਆਰੀ ਫੇ, ਉਹ ਕਿੰਨੇ ਮਹਤੱਵਪੂਰਨ ਕੰਮ ਕਰੇਗੀ, ਮੈਂ ਜਾਣਦਾ ਹਾਂ ਕਿ ਮੈਂ ਉਸ ਦੀ ਬਦੌਲਤ ਕੰਮ ਕਰ ਸਕਦਾ ਹਾਂ ਕਿਉਂਕਿ ਉਹ ਗ੍ਰਹਿਣਸ਼ੀਲ ਹੈ''।

ਸਵਾਮੀ ਸ਼੍ਰੀ ਯੁਕਤੇਸ਼ਵਰ ਗਿਰੀ ਜੀ ਅਤੇ ਸ਼੍ਰੀ ਯੋਗਾਨੰਦ ਜੀ, ਕੋਲਕਾਤਾ, 1935

"ਮੇਰੇ ਗੁਰੂ ਦੀ ਬੇਮਿਸਾਲ ਆਭਾ ਕਾਰਨ, ਸਮਕਾਲੀਆਂ ਵਿਚੋਂ ਬਹੁਤ ਥੋੜ੍ਹਿਆਂ ਨੇ ਹੀ ਉਨ੍ਹਾਂ ਨੂੰ ਪਰਮ-ਪੁਰਸ਼ ਪਹਿਚਾਣਿਆ", ਸ਼੍ਰੀ ਯੋਗਾਨੰਦ ਜੀ ਨੇ ਕਿਹਾ "ਭਾਵੇਂ ਉਨ੍ਹਾਂ ਨੇ ਹੋਰਨਾਂ ਨਾਸ਼ਵਾਨਾਂ ਵਾਂਗ ਜਨੱਮ ਲਿਆ, ਸ਼੍ਰੀ ਯੁਕਤੇਸ਼ਵਰ ਜੀ ਨੂੰ ਸ੍ਰਿਸ਼ਟੀ ਅਤੇ ਬ੍ਰਹਿਮੰਡ ਦੇ ਮਾਲਕ ਨਾਲ ਇਕਮਿਕੱਤਾ ਪ੍ਰਾਪਤ ਕਰਨ ਲਈ ਕੋਈ ਜਾਹਰੀ ਰੁਕਾਵਟ ਨਹੀਂ ਸੀ ਆਉਦੀ। ਜਦੋ ਮੈਂ ਸਮਝ ਗਿਆ ਆਦਮੀ ਵਾਸਤੇ ਬ੍ਰਹਿਮੰਡ ਦੇ ਨਾਲ ਸੰਪਰਕ ਕਰਨ ਵਿਚ ਕੋਈ ਰੁਕਾਵਟ ਨਹੀਂ ਸਿਵਾਇ ਆਦਮੀ ਦੀ ਆਪਣੀ ਸਾਹਸਤ-ਹੀਣਤਾ ਦੇ।"

ਸਵਾਮੀ ਸ਼੍ਰੀ ਯੁਕਤੇਸ਼ਵਰ ਅਤੇ ਸ਼੍ਰੀ ਪਰਮਹੰਸ ਯੋਗਾਨੰਦ ਇੱਕ ਧਾਰਮਿਕ ਸੋਭਾ ਯਾਤਰਾ ਵਿਚ, ਕੋਲਕਾਤਾ, 1935। ਯੋਗਦਾ ਸਤਸੰਗ ਪਤਾਕਾ ਵਿਚ, ਤਾਰੇ ਦੇ ਨੀਚੇ ਦੋ ਸੰਸਕਰਿਤ ਦੇ ਸ਼ਲੋਕ ਲਿਖੇ ਹੋਏ ਹਨ। (ਉੱਪਰ) "ਮਹਾ-ਪੁਰਸ਼ਾਂ ਦੇ ਮਾਰਗ ਦਾ ਅਨੁਸ਼ਰਣ ਕਰੋ।" (ਨੀਚੇ ਸਵਾਮੀ ਸ਼ੰਕਰ ਦੇ ਸ਼ਬਦ) "ਰੂਹਾਨੀ ਸਖਸ਼ੀਅਤ ਦੀ ਕੁਝ ਦੇਰ ਦੀ ਸੰਗਤ ਵੀ ਸਾਡੀ ਭੈ ਤੋਂ ਰੱਖਿਆ ਅਤੇ ਮੁੱਕਤੀ ਪ੍ਰਦਾਨ ਕਰ ਸਕਦੀ ਹੈ।"

ਸਵਾਮੀ ਸ਼੍ਰੀ ਯੁਕਤੇਸ਼ਵਰ ਜੀ ਦੁਆਰਾ ਮਨਾਇਆ ਗਿਆ ਅੰਤਿਮ ਸ਼ੰਕਰਾਤੀ ਉਤਸਵ ਦਿਸੰਬਰ 1935। ਸ਼੍ਰੀਰਾਮਪੁਰ ਆਸ਼ਰਮ ਦੇ ਵਿਹੜੇ ਵਿਚ ਲੇਖਕ ਮੇਜ਼ ਉੱਪਰ ਆਪਣੇ ਮਹਾਨ ਗੁਰੂ (ਵਿਚਕਾਰ) ਦੇ ਬਗਲ ਵਿਚ ਬੈਠੇ ਹੋਏ। ਇਸ ਆਸ਼ਰਮ ਵਿਚ ਪਰਮਹੰਸ ਯੋਗਾਨੰਦ ਜੀ ਨੇ ਸ਼੍ਰੀ ਯੁਕਤੇਸ਼ਵਰ ਜੀ ਕੋਲੋਂ 10 ਵਰ੍ਹਿਆਂ ਦੀ ਸਿਖਲਾਈ ਵਿਚੋਂ ਬਹੁਤੀ ਸਿਖਲਾਈ ਇੱਥੇ ਪ੍ਰਾਪਤ ਕੀਤੀ।

ਸ਼੍ਰੀ ਸ਼੍ਰੀ ਪਰਮਹੰਸ ਯੋਗਾਨੰਦ (*ਵਿਚਕਾਰ ਬੈਠੇ ਹੋਏ*) ਸ਼੍ਰੀ ਯੁਕਤੇਸ਼ਵਰ ਜੀ (*ਖੜ੍ਹੇ ਹੋਏ*) ਦੇ ਨਾਲ ਸ਼੍ਰੀਰਾਮਪੁਰ ਆਸ਼ਰਮ ਵਿਚ, 1935

1977 ਵਿਚ ਸਵਾਮੀ ਸ਼੍ਰੀ ਯੁਕਤੇਸ਼ਵਰ ਜੀ ਨੂੰ ਸਮਰਪਿਤ ਧਿਆਨ ਮੰਦਰ। ਇਸ ਦਾ ਨਿਰਮਾਣ ਸ਼੍ਰੀਰਾਮਪੁਰ ਵਿਚ ਉਨ੍ਹਾਂ ਦੇ ਆਸ਼ਰਮ ਦੀ ਥਾਂ ਉੱਪਰ ਕੀਤਾ ਗਿਆ ਹੈ।ਇਸ ਦੇ ਨਿਰਮਾਣ ਵਿਚ ਉਨ੍ਹਾਂ ਦੇ ਆਸ਼ਰਮ ਦੀਆਂ ਕੁਝ ਇੱਟਾਂ ਦੀ ਵਰਤੋਂ ਕੀਤੀ ਗਈ ਹੈ। ਮੰਦਰ ਦਾ ਸ਼ਿਲਪ ਸ਼੍ਰੀ ਸ਼੍ਰੀ ਪਰਮਹੰਸ ਯੋਗਾਨੰਦ ਜੀ ਦੁਆਰਾ ਬਣਾਏ ਗਏ ਨਕਸ਼ੇ ਉੱਪਰ ਅਧਾਰਿਤ ਹੈ।

ਸ਼੍ਰੀ ਸ਼੍ਰੀ ਯੋਗਾਨੰਦ ਜੀ (ਵਿਚਕਾਰ ਗੂੜ੍ਹੇ ਰੰਗ ਦੇ ਕਪੜਿਆਂ ਵਿਚ) 1935 ਵਿਚ, ਕੋਲਕਾਤਾ ਆਪਣੇ ਘਰ ਵਿਚ, ਆਪਣੀਆਂ ਯੋਗਦਾ ਸਿੱਖਿਆਵਾਂ ਉੱਪਰ ਕਲਾਸ ਦੇ ਕੁਝ ਕਿਰਿਆ ਯੋਗ ਦੇ ਵਿਦਿਆਰਥੀਆਂ ਨਾਲ । ਵਿਦਿਆਰਥੀਆਂ ਦੀ ਗਿਣਤੀ ਜਿਆਦਾ ਹੋ ਜਾਣ ਕਾਰਨ ਇਹ ਕਲਾਸ, ਪ੍ਰਸਿੱਧ ਸਰੀਰਕ ਸਿੱਖਿਅਕ, ਯੋਗਾਨੰਦ ਜੀ ਦੇ ਛੋਟੇ ਭਰਾ, ਵਿਸ਼ਨੂੰ ਚਰਨ ਘੋਸ਼ ਦੇ ਨੇੜ੍ਹੇ ਹੀ ਮੌਜੂਦ ਖੁੱਲ੍ਹੇ ਕਸਰਤ ਘਰ ਵਿਚ ਆਯੋਜਿਤ ਕੀਤੀ ਗਈ।

ਵਰਧਾ ਵਿਚ ਮਹਾਤਮਾ ਗਾਂਧੀ ਜੀ ਦੇ ਆਸ਼ਰਮ 'ਤੇ ਦੁਪਹਿਰ ਦੇ ਖਾਣੇ ਉਪਰ

ਯੋਗਾਨੰਦ ਜੀ, ਗਾਂਧੀ ਜੀ *(ਸੱਜੇ)* ਦੁਆਰਾ ਹੁਣੇ ਲਿਖਿਆ ਹੋਇਆ ਰੁੱਕਾ ਪੜ੍ਹ ਰਹੇ ਹਨ (ਇਹ ਮਹਾਤਮਾ ਜੀ ਦਾ ਮੌਨ ਦਿਵਸ, ਸੋਮਵਾਰ ਸੀ)। ਅਗਲੇ ਦਿਨ 27 ਅਗਸਤ, 1935 ਨੂੰ ਸ਼੍ਰੀ ਯੋਗਾਨੰਦ ਜੀ ਨੇ ਗਾਂਧੀ ਜੀ ਨੂੰ ਉਨਾਂ ਦੀ ਬੇਨਤੀ ਉੱਪਰ ਕਿਰਿਆ ਯੋਗ ਦੀ ਦੀਖਿਆ ਦਿੱਤੀ।

ਯੋਗਾਨੰਦਜੀ, ਸ਼੍ਰੀ ਆਨੰਦ ਮਈ ਮਾਂ ਅਤੇ ਉਨ੍ਹਾਂ ਦੇ ਪਤੀ ਸ਼੍ਰੀ ਭੋਲਾ ਨਾਥ ਦੇ ਨਾਲ, ਕੋਲਕਾਤਾ, 1935 (ਦੇਖੋ ਪੰਨਾਂ 577)

ਸ਼੍ਰੀ ਸ਼੍ਰੀ ਪਰਮਹੰਸ ਯੋਗਾਨੰਦ

18 ਦਿਸੰਬਰ, 1935 ਨੂੰ, ਦਾਮੋਦਰ, ਭਾਰਤ ਵਿਚ ਲਈ ਗਈ ਫੋਟੋ, ਜਦੋਂ ਪਰਮਹੰਸ ਜੀ, ਉਨ੍ਹਾਂ ਦੁਆਰਾ 1917 ਵਿਚ, ਦਿਹਿਕਾ ਵਿਖੇ, ਸਥਾਪਿਤ ਆਪਣੇ ਪਹਿਲੇ ਬਾਲ ਸਕੂਲ ਵਾਲੀ ਥਾਂ ਨੂੰ ਦੇਖਣ ਗਏ, ਉਥੇ ਉਹ ਇੱਕ ਜਰਜ਼ਰ ਇਮਾਰਤ ਦੇ ਪ੍ਰਵੇਸ਼ ਦੁਆਰ ਵਿਚ ਧਿਆਨ ਕਰ ਰਹੇ ਹਨ। ਜਿਹੜੀ ਕਿਸੇ ਵਕਤ ਏਕਾਂਤ ਵਿਚ ਬੈਠਣ ਵਾਸਤੇ ਉਨ੍ਹਾਂ ਨੂੰ ਪਿਆਰੀ ਹੁੰਦੀ ਸੀ।

ਸ਼੍ਰੀ ਸ਼੍ਰੀ ਯੋਗਾਨੰਦ ਜੀ, ਯੋਗਦਾ ਸਤਸੰਗ ਬਾਲ ਸਕੂਲ ਦੇ ਅਧਿਆਪਕਾਂ ਅਤੇ ਵਿਦਿਆ-ਰਥੀਆਂ ਦੇ ਨਾਲ, ਰਾਂਚੀ, 1936। ਪਰਮਹੰਸ ਜੀ ਦੁਆਰਾ ਦਿਹਿਕਾ ਵਿਚ ਸਥਾਪਿਤ ਸਕੂਲ, ਕਾਸਿਮਬਜ਼ਾਰ ਦੇ ਮਹਾਰਾਜਾ ਦੀ ਸਰਪ੍ਰਸਤੀ ਵਿਚ, 1918 ਵਿਚ, ਇੱਥੇ ਬਦਲ ਦਿੱਤਾ ਗਿਆ।

ਸ਼੍ਰੀ ਸ਼੍ਰੀ ਯੋਗਾਨੰਦ ਜੀ (*ਵਿਚਕਾਰ*) ਅਤੇ ਉਨ੍ਹਾਂ ਦੇ ਸਕੱਤਰ ਸ਼੍ਰੀ ਸੀ. ਰਿਚਰਡ ਰਾਈਟ (*ਸੱਜੇ ਬੈਠੇ ਹੋਏ*) ਰਾਂਚੀ, 17 ਜੁਲਾਈ 1936, ਆਪਣੇ ਆਦਿਵਾਸੀ ਬੱਚਿਆਂ ਦੇ ਸਕੂਲ ਦੇ ਅਧਿਆਪਕਾਂ ਅਤੇ ਵਿਦਿਆਰਥੀਆਂ ਦੇ ਨਾਲ।

ਸ਼੍ਰੀ ਸ਼੍ਰੀ ਯੋਗਾਨੰਦ ਜੀ ਯਮੁਨਾ ਨਦੀ ਵਿਚ ਕਿਸ਼ਤੀ ਚਿਲਾਉਂਦੇ ਹੋਏ, 1935, ਮਥੁਰਾ। ਭਗਵਾਨ ਸ਼੍ਰੀ ਕ੍ਰਿਸ਼ਨ ਦੇ ਜਨਮ ਅਤੇ ਬਚਪਨ ਦੇ ਨਾਲ ਜੁੜਿਆ ਇੱਕ ਪਵਿੱਤਰ ਸ਼ਹਿਰ। ਬੈਠੇ ਹੋਏ, ਖੱਬੇ ਤੋਂ ਦੂਜੀ, ਅਨੰਤਦਾ (*ਯੋਗਾਨੰਦ ਜੀ ਦੇ ਵੱਡੇ ਭਰਾ*) ਦੀ ਪੁੱਤਰੀ, ਸਾਨੰਦ ਲਾਲ ਘੋਸ਼ (ਯੋਗਾਨੰਦ ਜੀ ਦੇ ਛੋਟੇ ਭਰਾ) ਅਤੇ ਸੀ. ਰਿਚਰਡ ਰਾਈਟ

ਗਿਰੀਬਾਲਾ, ਨਿਰਾਹਾਰ ਯੋਗਣ

ਉਹ ਸਪੇਸ, ਸੂਰਜ ਅਤੇ ਹਵਾ ਵਿਚੋਂ ਆਪਣੇ ਸਰੀਰ ਨੂੰ ਬ੍ਰਹਿਮੰਡੀਯ-ਸ਼ਕਤੀ ਨਾਲ ਰੀਚਾਰਜ ਕਰਨ ਵਾਸਤੇ ਕੁਝ ਖਾਸ ਯੌਗਿਕ ਤਕਨੀਕਾਂ ਕਰਦੀ ਹੈ। "ਮੈਂ ਕਦੇ ਬੀਮਾਰ ਨਹੀਂ ਹੋਈ" ਸੰਤ ਨੇ ਕਿਹਾ, "ਮੈਂ ਬੜਾ ਘੱਟ ਸੌਂਦੀ ਹਾਂ ਕਿਉਂਕਿ ਮੇਰੇ ਵਾਸਤੇ ਸੌਣਾ ਅਤੇ ਜਾਗਣਾ ਇੱਕੋ ਗੱਲ ਹੈ।"

ਟੈਰੇਸਾ ਨਾਇਮਨ, ਸੀ. ਰਿਚਰਡ ਰਾਈਟ ਅਤੇ ਸ਼੍ਰੀ ਪਰਮਹੰਸ ਯੋਗਾਨੰਦ ਜੀ ਆਈਕਸਟਾਟ, ਬਵੇਰੀਆ, 17 ਜੁਲਾਈ 1935

ਸ਼ੰਕਰੀ ਮਾਈ ਜਿਉ, ਤਰੈਲੰਗ ਸਵਾਮੀ ਦੀ ਇੱਕੋ ਇੱਕ ਜੀਵਤ ਸ਼ਗਿਰਦ-ਇੱਥੇ ਉਹ (ਵਾਈਐਸਐਸ ਸਕੂਲ ਰਾਂਚੀ ਦੇ ਤਿੰਨ ਨੁਮਾਇੰਦਿਆਂ ਨਾਲ ਦਿਖਾਈ ਦਿੰਦੀ ਹੈ।) *ਕੁੰਭ ਮੇਲਾ*, ਹਰਦੁਆਰ, 1938; ਉਸ ਵਕਤ ਇਸ ਯੋਗਣ ਦੀ ਉਮਰ 112 ਵਰ੍ਹਿਆਂ ਦੀ ਸੀ। (ਦੇਖੋ ਪੰਨਾਂ 376)

ਪੰਚਾਨਨ ਭੱਟਾਚਾਰੀਆ
ਸ਼੍ਰੀ ਸ਼੍ਰੀ ਲਾਹਿੜੀ ਮਹਾਸ਼ਯ ਦੇ ਸ਼ਗਿਰਦ

ਸਵਾਮੀ ਕ੍ਰਿਸ਼ਨਾਨੰਦ ਜੀ, *ਕੁੰਭ ਮੇਲਾ*, ਅਲਾਹਾਬਾਦ, 1936, ਆਪਣੀ ਪਾਲਤੂ ਸ਼ਾਕਾਹਾਰੀ ਸ਼ੇਰਨੀ ਦੇ ਨਾਲ, ਜਿਹੜੀ ਡੂੰਘੀ, ਮਨਮੋਹਕ ਗੁਰਗੁਰਾਹਟ ਦੇ ਨਾਲ *ਓਮ* ਦਾ ਉਚਾਰਨ ਕਰਦੀ ਸੀ (ਦੇਖੋ ਪੰਨਾਂ 513)

ਸਵਾਮੀ ਕੇਸ਼ਵਾਨੰਦ ਜੀ, ਸ਼੍ਰੀ ਸ਼੍ਰੀ ਪਰਮਹੰਸ ਯੋਗਾਨੰਦ, ਸੀ. ਆਰ ਰਾਈਟ, ਕੇਸ਼ਵਾਨੰਦ ਜੀ ਦੇ ਅਸ਼ਰਮ ਵਿਚ, ਵਰਿੰਦਾਵਨ, 1936।

ਮਹਾਮੰਡਲ ਆਸ਼ਰਮ, ਵਾਰਾਣਸੀ, ਵਿਚ ਸ਼੍ਰੀ ਯੋਗਾਨੰਦ ਜੀ ਦੇ ਨਾਲ ਸਵਾਮੀ ਦਯਾਨੰਦ ਦੇ ਗੁਰੂ, ਸਵਾਮੀ ਗਿਆਨਾਨੰਦ, 7 ਫਰਵਰੀ 1936। ਵੱਡਿਆਂ ਦੇ ਆਦਰ ਕਰਨ ਦੀ ਪਰੰਪਰਾ ਦਾ ਪਾਲਨ ਕਰਦਿਆਂ, ਸ਼੍ਰੀ ਯੋਗਾਨੰਦ ਜੀ ਸਵਾਮੀ ਗਿਆਨਾਨੰਦ ਜੀ ਦੇ ਚਰਨਾਂ ਵਿਚ ਬੈਠੇ ਹਨ। ਆਪਣੇ ਗੁਰੂ ਸਵਾਮੀ ਸ਼੍ਰੀ ਯੁਕਤੇਸ਼ਵਰ ਜੀ ਨੂੰ 1910 ਵਿਚ ਮਿਲਣ ਤੋਂ ਪਹਿਲਾਂ, ਯੋਗਾਨੰਦ ਜੀ ਨੇ ਆਪਣੀ ਜਵਾਨੀ ਦਾ ਕੁਝ ਸਮਾਂ, ਇਸ ਆਸ਼ਰਮ ਵਿਚ ਸਾਧਨਾ ਕਰਦਿਆਂ ਬਿਤਾਇਆ ਸੀ।

ਰਮਨ ਮਹਾਰਿਸ਼ੀ ਅਤੇ ਪਰਮਹੰਸ ਯੋਗਾਨੰਦ ਸ਼੍ਰੀ ਰਮਨ ਜੀ ਦੇ ਅਰੁਣਾਚਲ ਆਸ਼ਰਮ ਤੇ (ਦੇਖੋ ਪੰਨਾਂ 505)

ਸ਼੍ਰੀ ਸ਼੍ਰੀ ਪਰਮਹੰਸ ਯੋਗਾਨੰਦ ਜੀ ਅਤੇ ਪਰਿਵਾਰਕ ਮੈਂਬਰ ਆਗਰਾ ਦੇ ਤਾਜ ਮਹੱਲ ਵਿਖੇ,
"ਸੰਗਮਰਮਰ ਵਿਚ ਸਕਾਰ ਹੋਇਆ ਸੁਪਨਾ", 1936

ਦਰਮਿਆਨਾ ਕੱਦ ਕਾਠ ਅਤੇ ਬਾਬਾ ਜੀ ਦਾ ਅਤਿ ਸੁੰਦਰ ਅਤੇ ਮਜ਼ਬੂਤ ਸਰੀਰ ਹੈ, ਜਿਸ ਵਿਚੋਂ ਸਹਿਜ ਹੀ ਇੱਕ ਤੇਜ ਜਾਂ ਨੂਰ ਨਿਕਲਦਾ ਦਿਖਾਈ ਦਿੰਦਾ ਹੈ। ਉਨ੍ਹਾਂ ਦੀਆਂ ਅੱਖਾਂ ਕਾਲੀਆਂ, ਸ਼ਾਂਤ, ਦਿਆਲੂ ਅਤੇ ਤਾਂਬੇ ਰੰਗੇ ਲੰਬੇ ਕੇਸ ਹਨ। ਕਈ ਮੌਕਿਆਂ ਉੱਪਰ ਬਾਬਾ ਜੀ ਦਾ ਚਿਹਰਾ ਲਾਹਿੜੀ ਮਹਾਸ਼ਯ ਦੇ ਚਿਹਰੇ ਨਾਲ ਮਿਲਦਾ ਜੁਲਦਾ ਦਿਖਾਈ ਦਿੰਦਾ ਹੈ। ਕਦੇ ਕਦੇ ਤਾਂ ਦੋਵਾਂ ਦੀ ਸ਼ਕਲ ਵਿਚ ਇੰਨੀ ਸਮਰੂਪਤਾ ਦਿਖਾਈ ਦਿੰਦੀ ਹੈ, ਕਿ ਢਲਦੀ ਉਮਰ ਵਿਚ ਲਾਹਿੜੀ ਮਹਾਸ਼ਯ ਨੂੰ ਨੌਜੁਆਨ ਦਿਖਾਈ ਦਿੰਦੇ ਬਾਬਾ ਜੀ ਦੇ ਪਿਤਾ ਜੀ ਹੀ ਸਮਝ ਲਿਆ ਜਾਂਦਾ ਸੀ।

ਮੇਰੇ ਸੰਤ ਸੁਭਾਅ ਸੰਸਕਰਿਤ ਅਧਿਆਪਕ, ਸਵਾਮੀ ਕੇਵਲਾ ਨੰਦ ਜੀ ਨੇ ਕੁਝ ਸਮਾਂ ਹਿਮਾਲਿਆ ਵਿਚ ਬਾਬਾ* ਜੀ ਦੇ ਨਾਲ ਗੁਜਾਰਿਆ।

ਕੇਵਲਾ ਨੰਦ ਜੀ ਨੇ ਦੱਸਿਆ, "ਅਦੁੱਤੀ ਮਹਾ ਗੁਰੂ ਆਪਣੇ ਸ਼ਗਿਰਦਾਂ ਨਾਲ ਪਹਾੜਾਂ ਵਿਚ ਥਾਂ ਥਾਂ ਤੇ ਘੁੰਮਦੇ ਰਹਿੰਦੇ ਹਨ। ਉਨ੍ਹਾਂ ਦੀ ਛੋਟੀ ਜਿਹੀ ਮੰਡਲੀ ਵਿਚ ਦੋ ਅਤਿਅੰਤ ਉਨਤ ਅਮਰੀਕੀ ਸ਼ਗਿਰਦ ਵੀ ਹਨ। ਕਿਸੇ ਥਾਂ ਉੱਪਰ ਕੁਝ ਸਮਾਂ ਬਿਤਾਉਣ ਤੋਂ ਬਾਅਦ ਬਾਬਾ ਜੀ ਕਹਿੰਦੇ ਹਨ, "ਡੇਰਾ ਡੰਡਾ ਉਠਾਉ।" ਉਹ ਆਪਣੇ ਕੋਲ ਇੱਕ ਡੰਡਾ ਵੀ ਰੱਖਦੇ ਹਨ। ਉਨ੍ਹਾਂ ਦਾ ਇਹ ਹੁਕਮ ਆਪਣੀ ਮੰਡਲੀ ਦੇ ਨਾਲ ਝਟਪਟ ਕਿਸੇ ਦੂਸਰੀ ਥਾਂ ਪਹੁੰਚਣ ਦਾ ਇਸ਼ਾਰਾ ਹੁੰਦਾ ਹੈ। ਉਹ ਇੱਕ ਥਾਂ ਤੋਂ ਦੂਜੀ ਥਾਂ ਤੇ ਜਾਣ ਵਾਸਤੇ ਹਮੇਸ਼ਾਂ ਇਹ ਸੂਖਮ ਤਰੀਕਾ ਨਹੀਂ ਵਰਤਦੇ। ਕਦੇ ਕਦੇ ਉਹ ਇੱਕ ਪਹਾੜ ਤੋਂ ਦੂਸਰੇ ਪਹਾੜ ਤੇ ਜਾਣ ਲਈ ਪੈਦਲ ਵੀ ਚੱਲ ਕੇ ਜਾਂਦੇ ਹਨ।

ਜਦੋਂ ਬਾਬਾ ਜੀ ਦੀ ਖੁਦ ਆਪਣੀ ਇੱਛਾ ਹੁੰਦੀ ਹੈ ਤਾਂ ਹੀ ਕੋਈ ਉਨ੍ਹਾਂ ਨੂੰ ਦੇਖ ਸਕਦਾ ਹੈ ਜਾਂ ਪਹਿਚਾਣ ਸਕਦਾ ਹੈ। ਉਨ੍ਹਾਂ ਨੇ ਵੱਖੋ ਵੱਖਰੇ ਸ਼ਰਧਾਲੂਆਂ ਨੂੰ ਆਪਣੇ ਰੂਪ ਬਦਲ ਕੇ ਦਰਸ਼ਨ ਦਿੱਤੇ ਹਨ। ਕਦੇ ਦਾੜ੍ਹੀ ਮੁੱਛ ਦੇ ਨਾਲ ਅਤੇ ਕਦੇ ਦਾੜ੍ਹੀ ਮੁੱਛ ਤੋਂ ਬਗੈਰ। ਉਨ੍ਹਾਂ ਦੇ ਸਦੀਵੀ ਜੁਆਨ ਸਰੀਰ ਨੂੰ ਕਿਸੇ ਸੰਸਾਰਕ ਚੀਜ਼ ਖਾਣ ਪੀਣ ਦੀ ਜ਼ਰੂਰਤ ਨਹੀਂ ਪੈਂਦੀ। ਇਸ ਵਾਸਤੇ ਉਹ ਕਦੇ ਹੀ ਕੁਝ ਖਾਂਦੇ ਪੀਂਦੇ ਹਨ। ਸ਼ਗਿਰਦਾਂ ਨੂੰ ਦਰਸ਼ਨ ਦੇਣ ਸਮੇਂ ਸਮਾਜਕ ਸ਼ਿਸ਼ਟਾਚਾਰ ਦੇ ਅਨੁਰੂਪ, ਕਦੇ ਫਲ ਜਾਂ ਘਿਉ ਜਾਂ ਖੀਰ ਸਵੀਕਾਰ ਕਰ ਲੈਂਦੇ ਹਨ।

ਕੇਵਲਾ ਨੰਦ ਜੀ ਨੇ ਅੱਗੇ ਕਿਹਾ, "ਬਾਬਾ ਜੀ ਦੇ ਜੀਵਨ ਸਬੰਧੀ ਦੋ ਅਦਭੁਤ ਘਟਨਾਵਾਂ ਮੈਨੂੰ ਯਾਦ ਹਨ। ਇੱਕ ਰਾਤ ਵੈਦਿਕ ਪਵਿੱਤਰ ਅਗਨੀ ਦੇ ਆਲੇ ਦੁਆਲੇ ਉਹ ਸ਼ਗਿਰਦਾਂ

* ਬਾਬਾ ਜੀ, ਇੱਕ ਆਮ ਤੌਰ ਤੇ ਸਨਮਾਨਅਰਥ ਵਰਤਿਆ ਜਾਣ ਵਾਲਾ ਸ਼ਬਦ ਹੈ। ਭਾਰਤ ਵਿਚ ਅਣਗਿਣਤ ਸਨਮਾਨਤ ਅਧਿਆਪਕਾਂ ਅਤੇ ਸੰਤਾਂ ਨੂੰ ਬਾਬਾ ਜੀ ਕਹਿ ਦਿੱਤਾ ਜਾਂਦਾ ਹੈ। ਪ੍ਰੰਤੂ ਉਨ੍ਹਾਂ ਵਿਚੋਂ ਕੋਈ ਵੀ ਲਾਹਿੜੀ ਮਹਾਸ਼ਯ ਦੇ ਗੁਰੂ ਬਾਬਾ ਜੀ ਨਹੀਂ ਹਨ। ਮਹਾ ਅਵਤਾਰ ਬਾਬਾ ਜੀ ਦੀ ਹਿਮਾਲਿਆ ਵਿਚ ਮੌਜੂਦਗੀ ਦੀ ਜਾਣਕਾਰੀ, 1946 ਵਿਚ ਪਹਿਲੀ ਵਾਰ "ਆਟੋਬਾਇਉਗਰਾਫੀ ਆਫ ਏ ਯੋਗੀ" ਦੇ ਰਾਹੀਂ ਹੀ ਜਨਤਾ ਜਨਾਰਦਨ ਨੂੰ ਮਿਲੀ।

ਸਮੇਤ ਬੈਠੇ ਸਨ। ਅਚਾਨਕ ਮਹਾਗੁਰੂ ਨੇ ਜਲ ਰਹੀਆਂ ਲਕੜੀਆਂ ਵਿਚੋਂ ਇੱਕ ਲਕੜੀ ਚੁੱਕੀ ਅਤੇ ਅੱਗ ਦੇ ਕੋਲ ਬੈਠੇ ਇੱਕ ਸ਼ਗਿਰਦ ਦੇ ਮੋਢੇ ਤੇ ਹਲਕੀ ਜਿਹੀ ਮਾਰੀ।

"ਗੁਰੂਦੇਵ, ਇਹ ਤਾਂ ਕਰੂਰਤਾ ਹੈ," ਲਾਹਿੜੀ ਮਹਾਸ਼ਯ, ਜੋ ਉੱਥੇ ਹੀ ਬੈਠੇ ਹੋਏ ਸਨ, ਵਿਰੋਧ ਵਿਚ ਬੋਲ ਉੱਠੇ।

"ਆਪਣੇ ਕੀਤੇ ਪਿਛਲੇ ਕਰਮਾਂ ਦੇ ਫਲ ਸਰੂਪ ਤੇਰੀਆਂ ਅੱਖਾਂ ਦੇ ਸਾਹਮਣੇ ਇਹ ਪੂਰਾ ਅੱਗ ਵਿਚ ਜਲ ਕੇ ਰਾਖ ਹੋ ਜਾਂਦਾ, ਤਾਂ ਤੈਨੂੰ ਜਿਆਦਾ ਚੰਗਾ ਲੱਗਦਾ।" ਇਹ ਸ਼ਬਦ ਕਹਿੰਦਿਆਂ ਬਾਬਾ ਜੀ ਨੇ ਸ਼ਗਿਰਦ ਦੇ ਜ਼ਖਮੀ ਹੋਏ ਮੋਢੇ ਉੱਪਰ ਆਪਣਾ ਰੋਗ ਨਿਵਾਰਕ ਹੱਥ ਫੇਰਿਆ ਅਤੇ ਕਿਹਾ, "ਅੱਜ ਦੀ ਰਾਤ ਮੈਂ ਤੈਨੂੰ ਕਸ਼ਟਦਾਇਕ ਮੌਤ ਦੇ ਪੰਜੇ ਤੋਂ ਮੁਕਤ ਕਰ ਦਿੱਤਾ ਹੈ। ਅੱਗ ਦੇ ਸੜਨ ਦੇ ਥੋੜੇ ਜਿਹੇ ਦੁਖ ਨੂੰ ਅਨੁਭਵ ਕਰਨ ਨਾਲ ਤੇਰਾ ਕਰਮ ਭੋਗ ਮਿਟ ਗਿਆ ਹੈ।"

ਇੱਕ ਹੋਰ ਮੌਕੇ ਤੇ ਇੱਕ ਆਦਮੀ ਦੀ ਬਾਬਾ ਜੀ ਦੀ ਪਵਿੱਤਰ ਟੋਲੀ ਵਿਚ ਘੁਸਪੈਠ ਕਰਨ ਨਾਲ ਥੋੜੀ ਜਿਹੀ ਸ਼ਾਂਤੀ ਭੰਗ ਹੋ ਗਈ। ਉਹ ਆਦਮੀ ਬਾਬਾ ਜੀ ਦੇ ਡੇਰੇ ਨੇੜੇ, ਇੱਕ ਬਹੁਤ ਉੱਚੇ ਪਹਾੜ ਦੀ ਚੋਟੀ ਉੱਪਰ ਬੜੀ ਬਹਾਦਰੀ ਨਾਲ ਚੜ੍ਹ ਆਇਆ ਸੀ।

"ਮਹਾਰਾਜ, ਆਪ ਜਰੂਰ ਮਹਾ ਅਵਤਾਰ ਬਾਬਾ ਜੀ ਹੀ ਹੋ," ਉਸ ਆਦਮੀ ਦਾ ਚਿਹਰਾ ਬਿਆਨ ਤੋਂ ਪਰੇ ਸ਼ਰਧਾ ਅਤੇ ਆਦਰ ਨਾਲ ਚਮਕ ਰਿਹਾ ਸੀ। "ਇਨ੍ਹਾਂ ਦੁਰਗਮ ਪਹਾੜਾਂ ਵਿਚ, ਮੈਂ ਕਈ ਮਹੀਨਿਆਂ ਤੋਂ ਆਪ ਜੀ ਨੂੰ ਲੱਭ ਰਿਹਾ ਹਾਂ। ਆਪ ਨੂੰ ਮੇਰੀ ਸਿਰਫ ਇੱਕ ਹੀ ਬੇਨਤੀ ਹੈ ਕਿ ਆਪ ਮੈਨੂੰ ਸ਼ਗਿਰਦ ਦੇ ਰੂਪ ਵਿਚ ਸਵੀਕਾਰ ਕਰ ਲਵੋ।"

"ਜਦੋਂ ਮਹਾ ਗੁਰੂ ਨੇ, ਉਸ ਵੱਲ ਕੋਈ ਧਿਆਨ ਨਾ ਦਿੱਤਾ, ਤਾਂ ਉਸ ਆਦਮੀ ਨੇ ਪਹਾੜ ਦੀ ਡੂੰਘੀ ਖੱਡ ਵੱਲ ਇਸ਼ਾਰਾ ਕਰਦਿਆਂ ਕਿਹਾ, "ਜੇ ਆਪ ਮੈਨੂੰ ਸ਼ਗਿਰਦ ਦੇ ਰੂਪ ਵਿਚ ਸਵੀਕਾਰ ਨਹੀਂ ਕਰੋਗੇ, ਤਾਂ ਮੈਂ ਇਸ ਪਹਾੜ ਦੀ ਡੂੰਘੀ ਖੱਡ ਵਿਚ ਛਾਲ ਮਾਰ ਦਿਆਂਗਾ। ਪ੍ਰਾਮਤਮਾ ਤਕ ਪਹੁੰਚਣ ਵਾਸਤੇ, ਜੇ ਮੈਂ ਆਪ ਦਾ ਮਾਰਗ ਦਰਸ਼ਨ ਨਹੀਂ ਪਾ ਸਕਦਾ, ਤਾਂ ਮੇਰੇ ਜਿਉਂਦੇ ਰਹਿਣ ਦਾ ਕੋਈ ਲਾਭ ਨਹੀਂ।"

"ਤਾਂ ਮਾਰ ਛਾਲ," ਬਾਬਾ ਜੀ ਨੇ ਭਾਵਕਤਾ ਰਹਿਤ ਲਹਿਜੇ ਵਿਚ ਕਿਹਾ। "ਮੈਂ ਤੈਨੂੰ ਤੇਰੀ ਉਨਤੀ ਦੀ ਮੌਜੂਦਾ ਅਵਸਥਾ ਵਿਚ ਸ਼ਗਿਰਦ ਸਵੀਕਾਰ ਨਹੀਂ ਕਰ ਸਕਦਾ।"

ਉਸ ਆਦਮੀ ਨੇ ਤੁਰੰਤ ਉਸ ਪਹਾੜ ਤੋਂ ਉਸ ਖੱਡ ਵਿਚ ਛਾਲ ਮਾਰ ਦਿੱਤੀ। ਸ਼ੋਕ ਗ੍ਰਸਤ ਹੋਏ ਸ਼ਗਿਰਦਾਂ ਨੂੰ, ਬਾਬਾ ਜੀ ਨੇ, ਉਸ ਆਦਮੀ ਦਾ ਸਰੀਰ ਚੁੱਕ ਕੇ ਲਿਆਉਣ ਵਾਸਤੇ ਕਿਹਾ। ਜਦੋਂ ਸ਼ਗਿਰਦ ਉਸ ਆਦਮੀ ਦੇ ਬੁਰੀ ਤਰ੍ਹਾਂ ਜ਼ਖਮੀ ਹੋਏ ਸਰੀਰ ਨੂੰ ਚੁੱਕ ਕੇ ਉੱਪਰ ਲੈ ਕੇ ਆਏ, ਤਾਂ ਬਾਬਾ ਜੀ ਨੇ ਉਸ ਦੇ ਮੁਰਦਾ ਸਰੀਰ ਉੱਪਰ ਆਪਣਾ ਹੱਥ ਫੇਰਿਆ। ਪਰਮ ਅਸਚਰਜ, ਉਸ ਆਦਮੀ ਨੇ ਅੱਖਾਂ ਖੋਲ੍ਹੀਆਂ ਅਤੇ ਸਰਬ ਸ਼ਕਤੀਮਾਨ ਗੁਰੂ ਦੇ ਅੱਗੇ ਦੰਡਵਤ ਪ੍ਰਣਾਮ ਕਰਦਿਆਂ ਲੇਟ ਗਿਆ। "ਹੁਣ ਤੂੰ ਮੇਰਾ ਸ਼ਗਿਰਦ ਬਣਨ

ਦੇ ਯੋਗ ਹੋ ਗਿਆ ਹੈਂ।" ਪੁਨਰ ਜੀਵਤ ਸ਼ਗਿਰਦ ਵੱਲ ਦੇਖਦਿਆਂ ਬਾਬਾ ਜੀ ਨੇ ਅਤਿਅੰਤ ਪਿਆਰ ਨਾਲ ਮੁਸਕਰਾਉਂਦਿਆਂ ਕਿਹਾ। "ਤੂੰ ਹਿੰਮਤ ਨਾਲ ਇੱਕ ਔਖਾ ਇਮਤਿਹਾਨ ਪਾਸ ਕਰ ਲਿਆ ਹੈ।* ਹੁਣ ਕਦੇ ਵੀ ਮੌਤ ਤੇਰਾ ਸਪਰਸ਼ ਨਹੀਂ ਕਰ ਸਕੇਗੀ। ਹੁਣ ਤੂੰ ਸਾਡੀ ਮੰਡਲੀ ਵਿਚ ਸ਼ਾਮਲ ਹੋ ਗਿਆ ਹੈਂ। ਫਿਰ ਉਨ੍ਹਾਂ ਨੇ ਸਦਾ ਦੀ ਤਰ੍ਹਾਂ ਚੱਲਣ ਦਾ ਹੁਕਮ ਦਿੱਤਾ, ਡੇਰਾ ਡੰਡਾ ਉਠਾਉ। ਤੁਰੰਤ ਪੂਰਾ ਦੱਲ ਉਸ ਪਹਾੜ ਤੋਂ ਗਾਇਬ ਹੋ ਗਿਆ।"

ਅਵਤਾਰੀ ਪੁਰਸ਼ ਸਰਬਵਿਆਪਕ ਬ੍ਰਹਮ ਚੈਤਨਯ ਵਿਚ ਨਿਵਾਸ ਕਰਦਾ ਹੈ। ਉਸ ਦੇ ਵਾਸਤੇ ਦੇਸ਼ ਕਾਲ ਦਾ ਕੋਈ ਮਹਤੱਵ ਨਹੀਂ ਹੁੰਦਾ। ਇਸ ਵਾਸਤੇ ਬਾਬਾ ਜੀ ਨੇ ਆਪਣੇ ਸਥੂਲ ਸਰੀਰ ਨੂੰ, ਜੋ ਸ਼ਤਾਬਦੀ ਦਰ ਸ਼ਤਾਬਦੀ ਬਣਾ ਰੱਖਿਆ ਹੈ। ਉਸ ਦਾ ਕੇਵਲ ਇੱਕ ਹੀ ਕਾਰਨ ਹੈ ਕਿ ਮਨੁੱਖ ਜਾਤੀ ਨੂੰ ਉਸ ਦੀਆਂ ਆਪਣੀਆਂ ਸੰਭਾਵਨਾਵਾਂ ਦਾ ਠੋਸ ਉਦਾਹਰਣ ਪੇਸ਼ ਕਰਨ ਦੀ ਇੱਛਾ। ਜੇ ਮਨੁੱਖ ਦੇ ਹੱਡ ਮਾਸ ਦੇ ਸਰੀਰ ਵਿਚ ਪ੍ਰਮਾਤਮਾ ਦੀ ਝਲਕ ਦਿਖਾਉਣ ਦੀ ਕ੍ਰਿਪਾ ਕਦੇ ਨਾ ਕੀਤੀ ਜਾਵੇ, ਤਾਂ ਉਹ ਹਮੇਸ਼ਾਂ ਮਾਇਆ ਦੇ ਇਸ ਭਰਮ ਜਾਲ ਵਿਚ ਰਹੇਗਾ, ਕਿ ਉਹ ਆਪਣੀ ਨਾਸ਼ਵਾਨਤਾ ਉੱਪਰ ਕਦੇ ਜਿੱਤ ਨਹੀਂ ਪਾ ਸਕਦਾ।

ਈਸਾ ਮਸੀਹ ਨੂੰ ਸ਼ੁਰੂ ਤੋਂ ਹੀ ਆਪਣੇ ਜੀਵਨ ਵਿਚ ਵਾਪਰਨ ਵਾਲੀਆਂ ਘਟਨਾਵਾਂ ਦੀ ਪੂਰੀ ਜਾਣਕਾਰੀ ਸੀ। ਉਹ ਉਨ੍ਹਾਂ ਅਨੁਭਵਾਂ ਵਿਚੋਂ ਦੀ ਗੁਜ਼ਰੇ – ਆਪਣੀ ਖਾਤਰ ਨਹੀਂ-ਕਰਮ ਫਲ ਭੋਗਣ ਦੀ ਮਜ਼ਬੂਰੀ ਲਈ ਨਹੀਂ, ਬਲਕਿ ਉਨ੍ਹਾਂ ਘਟਨਾਵਾਂ ਦਾ ਚਿੰਤਨ ਕਰ ਕੇ ਸਿਖਣ ਵਾਲੀ ਮਨੁੱਖ ਜਾਤੀ ਨੂੰ ਉੱਚਾ ਚੁੱਕਣ ਵਾਸਤੇ। ਉਨ੍ਹਾਂ ਦੇ ਚਾਰ ਸ਼ਗਿਰਦ-ਮੈਥਯੂ, ਮਾਰਕ, ਲਿਊਕ ਅਤੇ ਜਾਨ ਨੇ ਸ਼ਬਦਾਂ ਵਿਚ ਬਿਆਨਣ ਤੋਂ ਪਰੇ, ਇਸ ਅਦਭੁਤ ਲੀਲਾ ਨੂੰ ਭਾਵੀ ਪੀੜ੍ਹੀ ਦੇ ਲਾਭ ਖਾਤਰ ਲਿਖਿਆ।

ਬਾਬਾ ਜੀ ਵਾਸਤੇ ਭੂਤ, ਵਰਤਮਾਨ ਅਤੇ ਭਵਿਖ ਆਦਿ ਸਮੇਂ ਦੀਆਂ ਪਰਸਪਰ ਸਬੰਧਤ ਅਵਸਥਾਵਾਂ ਦਾ ਫਰਕ ਨਹੀਂ। ਸ਼ੁਰੂ ਤੋਂ ਹੀ ਉਨ੍ਹਾਂ ਨੂੰ ਆਪਣੇ ਜੀਵਨ ਦੀਆਂ ਸਾਰੀਆਂ ਅਵਸਥਾਵਾਂ ਦਾ ਪੂਰਾ ਗਿਆਨ ਹੈ। ਮਨੁੱਖੀ ਸਮਝ ਸ਼ਕਤੀ ਦੀ ਘਾਟ ਨੂੰ ਧਿਆਨ ਵਿਚ ਰੱਖਦਿਆਂ ਹੀ, ਉਨ੍ਹਾਂ ਨੇ ਆਪਣੇ ਦਿਵੱਯ ਜੀਵਨ ਦੀਆਂ ਅਣਗਿਣਤ ਲੀਲਾਵਾਂ ਨੂੰ ਇੱਕ ਜਾਂ ਇੱਕ ਤੋਂ ਜਿਆਦਾ ਲੋਕਾਂ ਦੀ ਹਾਜ਼ਰੀ ਵਿਚ ਹੀ ਕਰਨ ਵਾਸਤੇ ਧਿਆਨ ਵਿਚ ਰੱਖਿਆ ਹੈ। ਇਸੇ ਕਰਕੇ ਜਦੋਂ ਬਾਬਾ ਜੀ ਨੇ ਸਰੀਰ ਦੀ ਅਮਰਤਾ ਦੀ ਸੰਭਾਵਨਾ ਨੂੰ ਪ੍ਰਗਟ ਕਰਨ ਦਾ ਸਮਾਂ ਠੀਕ ਸਮਝਿਆ, ਤਾਂ ਲਾਹਿੜੀ ਮਹਾਸ਼ਯ ਦੇ ਸ਼ਗਿਰਦ ਉਸ

* ਇਹ ਇਮਤਿਹਾਨ ਆਗਿਆਕਾਰਤਾ ਨਾਲ ਸਬੰਧਿਤ ਸੀ। ਜਦੋਂ ਮਹਾ ਗੁਰੂ ਨੇ ਹੁਕਮ ਦਿੱਤਾ ਕਿ 'ਮਾਰ ਛਾਲ' ਤਾਂ ਉਸ ਆਦਮੀ ਨੇ ਬਾਬਾ ਜੀ ਦੇ ਹੁਕਮ ਦੀ ਪਾਲਣਾ ਕੀਤੀ। ਜੇ ਉਸ ਨੇ ਛਾਲ ਮਾਰਨ ਵਿਚ ਹਿਚਕਚਾਹਟ ਦਿਖਾਈ ਹੁੰਦੀ, ਤਾਂ ਉਸ ਦਾ ਉਹ ਦਾਅਵਾ ਝੂਠਾ ਸਿੱਧ ਹੋ ਜਾਂਦਾ, ਕਿ ਬਾਬਾ ਜੀ ਆਪ ਜੀ ਦੇ ਮਾਰਗ ਦਰਸ਼ਨ ਦੇ ਬਗੈਰ, ਮੇਰਾ ਜਿਉਂਦਾ ਰਹਿਣਾ ਬੇਕਾਰ ਹੈ। ਹਿਚਕਚਾਹਟ ਦਾ ਮਤਲਬ ਇਹ ਵੀ ਹੁੰਦਾ, ਕਿ ਗੁਰੂ ਵਿਚ ਉਸ ਦਾ ਪੂਰਾ ਵਿਸ਼ਵਾਸ ਨਹੀਂ ਹੈ। ਇਸ ਵਾਸਤੇ ਭਾਵੇਂ ਇਮਤਿਹਾਨ ਬਹੁਤ ਹੀ ਔਖਾ ਸੀ। ਫਿਰ ਵੀ ਪੂਰੀ ਤਰ੍ਹਾਂ ਠੀਕ ਸੀ।

ਮੌਕੇ ਹਾਜ਼ਰ ਕਰ ਲਏ। ਉਨ੍ਹਾਂ ਨੇ ਸਪਸ਼ਟ ਸ਼ਬਦਾਂ ਵਿਚ ਰਾਮ ਗੋਪਾਲ ਮਜ਼ੂਮਦਾਰ ਦੇ ਸਾਹਮਣੇ ਇਹ ਬਚਨ ਦਿੱਤਾ, ਤਾਂ ਕਿ ਹੋਰ ਜਿਗਿਆਸੂਆਂ ਨੂੰ ਪ੍ਰੇਰਨਾ ਦੇਣ ਵਾਸਤੇ ਇਹ ਗੱਲ ਬਾਅਦ ਵਿਚ ਸਾਰਿਆਂ ਨੂੰ ਪਤਾ ਲੱਗ ਜਾਵੇ। ਸਿੱਧ ਪੁਰਸ਼ ਸਿਰਫ ਮਨੁੱਖ ਜਾਤੀ ਦੀ ਭਲਾਈ ਵਾਸਤੇ ਹੀ ਆਪਣੇ ਬਚਨ ਕਰਿਆ ਕਰਦੇ ਹਨ ਅਤੇ ਸਹਿਜ-ਸੁਭਾਵਿਕ ਲੱਗਣ ਵਾਲੇ ਘਟਨਾ ਚੱਕਰ ਵਿਚ ਸ਼ਾਮਲ ਹੋ ਜਾਂਦੇ ਹਨ। ਜਿਸ ਤਰ੍ਹਾਂ ਈਸਾ ਮਸੀਹ ਨੇ ਕਿਹਾ ਸੀ, "ਹੇ ਪਰਮ ਪਿਤਾ, ਮੈਂ ਜਾਣਦਾ ਸੀ ਕਿ ਆਪ ਹਮੇਸ਼ਾਂ* ਹੀ ਮੇਰੀ ਗੱਲ ਸੁਣਦੇ ਹੋ, ਪ੍ਰੰਤੂ ਮੇਰੇ ਆਲੇ ਦੁਆਲੇ ਜੋ ਲੋਕ ਖੜ੍ਹੇ ਸਨ, ਮੈਂ ਉਸ ਤਰ੍ਹਾਂ ਉਨ੍ਹਾਂ ਦੀ ਖਾਤਰ ਕਿਹਾ ਸੀ ਤਾਂ ਕਿ ਉਨ੍ਹਾਂ ਨੂੰ ਇਹ ਵਿਸ਼ਵਾਸ ਹੋ ਜਾਵੇ, ਕਿ ਆਪ ਨੇ ਹੀ ਮੈਨੂੰ ਭੇਜਿਆ ਹੈ।"

ਜਦੋਂ ਮੈਂ ਰਣਬਾਜ਼ਪੁਰ† ਵਿਚ 'ਸਦਾ ਜਾਗ੍ਰਿਤ ਸੰਤ' ਰਾਮ ਗੋਪਾਲ ਮੁਜ਼ੂਮਦਾਰ ਦੇ ਕੋਲ ਗਿਆ ਸੀ ਤਾਂ ਉਨ੍ਹਾਂ ਨੇ ਮੈਨੂੰ ਬਾਬਾ ਜੀ ਨਾਲ ਹੋਈ ਆਪਣੀ ਪਹਿਲੀ ਮੁਲਾਕਾਤ ਦੀ ਅਦਭੁਤ ਕਹਾਣੀ ਸੁਣਾਈ ਸੀ।

ਉਨ੍ਹਾਂ ਨੇ ਮੈਨੂੰ ਦੱਸਿਆ ਸੀ, "ਮੈਂ ਕਦੇ ਕਦੇ ਆਪਣੀ ਏਕਾਂਤ ਗੁਫਾ ਤੋਂ ਬਾਹਰ ਆ ਕੇ ਲਾਹਿੜੀ ਮਹਾਸ਼ਯ ਦੇ ਚਰਨ ਕਮਲਾਂ ਵਿਚ ਵਾਰਾਣਸੀ ਵਿਚ ਜਾ ਬੈਠਦਾ ਸੀ। ਇੱਕ ਦਿਨ ਅੱਧੀ ਰਾਤ ਦੇ ਵਕਤ, ਜਦੋਂ ਮੈਂ ਉਨ੍ਹਾਂ ਦੇ ਘਰ, ਉਨ੍ਹਾਂ ਦੇ ਹੋਰ ਸ਼ਗਿਰਦਾਂ ਦੇ ਨਾਲ ਬੈਠਿਆ, ਚੁੱਪ ਚਾਪ ਧਿਆਨ ਕਰ ਰਿਹਾ ਸੀ, ਤਾਂ ਗੁਰੂਦੇਵ ਨੇ ਅਚਾਨਕ ਮੈਨੂੰ ਇੱਕ ਹੈਰਾਨ ਕਰਨ ਵਾਲਾ ਹੁਕਮ ਦਿੱਤਾ।

"ਰਾਮ ਗੋਪਾਲ," ਉਨ੍ਹਾਂ ਨੇ ਕਿਹਾ, "ਤੂੰ ਤੁਰੰਤ ਦਸ਼ਾਸਵਮੇਧ ਘਾਟ ਉੱਪਰ ਪਹੁੰਚ।"

"ਮੈਂ ਛੇਤੀ ਹੀ ਏਕਾਂਤ ਦਸ਼ਾਸਵਮੇਧ ਘਾਟ ਉੱਪਰ ਪਹੁੰਚ ਗਿਆ। ਚੰਦਰਮਾ ਦੀ ਚਾਨਣੀ ਅਤੇ ਤਾਰਿਆਂ ਦੀ ਲੋਅ ਦੇ ਨਾਲ ਰਾਤ ਉਜਲੀ ਦਿਖਾਈ ਦੇ ਰਹੀ ਸੀ। ਮੈਂ ਉੱਥੇ ਥੋੜੀ ਦੇਰ ਤੋਂ ਚੁੱਪ ਚਾਪ ਸ਼ਾਂਤੀ ਨਾਲ ਬੈਠਾ ਹੋਇਆ ਸੀ, ਤਾਂ ਮੇਰਾ ਧਿਆਨ ਆਪਣੇ ਪੈਰਾਂ ਕੋਲ ਪਈ ਇੱਕ ਵੱਡੀ ਸਾਰੀ ਚਟਾਨ ਵੱਲ ਖਿੱਚਿਆ ਗਿਆ, ਜਿਹੜੀ ਹੌਲੀ ਹੌਲੀ ਹਵਾ ਵਿਚ ਉੱਪਰ ਉੱਠ ਰਹੀ ਸੀ। ਉਸ ਦੇ ਥੱਲੇ ਇੱਕ ਜਮੀਨਦੋਜ਼ ਗੁਫਾ ਦਿਖਾਈ ਦੇਣ ਲੱਗੀ। ਫਿਰ ਉਹ ਚਟਾਨ ਹਵਾ ਵਿਚ ਸਥਿਰ ਹੋ ਗਈ, ਜਿਸ ਤਰ੍ਹਾਂ ਕਿਸੇ ਅਗਿਆਤ ਸ਼ਕਤੀ ਨੇ, ਉਸ ਨੂੰ ਉੱਥੇ ਫੜ ਰੱਖਿਆ ਹੋਵੇ। ਉਸ ਗੁਫਾ ਵਿਚੋਂ ਅਤਿਅੰਤ ਸੁੰਦਰ ਪੋਸ਼ਾਕ ਪਹਿਨੀ ਇੱਕ ਸੁਸ਼ੀਲ ਇਸਤਰੀ ਬਾਹਰ ਆਈ ਅਤੇ ਹਵਾ ਵਿਚ ਉੱਚੀ ਉੱਠ ਗਈ। ਫਿਰ ਉਹ ਹੌਲੀ ਹੌਲੀ ਜਮੀਨ ਉੱਪਰ ਉੱਤਰ ਕੇ ਸ਼ਾਂਤ ਭਾਵ ਨਾਲ, ਮੇਰੇ ਸਾਹਮਣੇ ਸਥਿਰ ਖੜ੍ਹੀ ਹੋ ਗਈ। ਆਖਰ ਉਸ ਵਿਚ ਥੋੜੀ ਜਿਹੀ ਹਿਲ ਜੁਲ ਹੋਈ, ਤਾਂ ਉਹ ਅਤਿਅੰਤ

* *ਜਾਨ* 11:41–42 (ਬਾਈਬਲ)

† ਉਹ ਸਰਬੱਗ ਯੋਗੀ, ਜਿਸ ਨੂੰ ਦੈਵੀ ਸ਼ਕਤੀ ਨਾਲ ਇਹ ਪਤਾ ਲੱਗ ਗਿਆ ਸੀ, ਕਿ ਮੈਂ ਤਾਰਕੇਸ਼ਵਰ ਮੰਦਰ ਵਿਚ ਸ਼ਿਵ ਲਿੰਗ ਨੂੰ ਪ੍ਰਣਾਮ ਨਹੀਂ ਸੀ ਕੀਤਾ।

ਕੋਮਲ ਸ਼ਬਦਾਂ ਵਿਚ ਬੋਲੀ, "ਮੈਂ ਮਾਤਾ ਜੀ, ਬਾਬਾ ਜੀ ਦੀ ਭੈਣ ਹਾਂ।* ਅੱਜ ਦੀ ਰਾਤ ਮੈਂ ਬਾਬਾ ਜੀ ਨੂੰ ਅਤੇ ਲਾਹਿੜੀ ਮਹਾਸ਼ਯ ਨੂੰ ਇੱਕ ਮਹੱਤਵ ਪੂਰਨ ਮਸਲੇ ਉੱਪਰ ਵਿਚਾਰ ਵਿਮਰਸ਼ ਕਰਨ ਵਾਸਤੇ ਇੱਥੇ ਬੁਲਾਇਆ ਹੋਇਆ ਹੈ।"

"ਇੱਕ ਰੌਸ਼ਨੀ ਦਾ ਬੱਦਲ ਵਰਗਾ ਗੋਲਾ, ਗੰਗਾ ਨਦੀ ਦੇ ਉੱਪਰ ਤੇਜੀ ਨਾਲ ਉਡਦਾ ਹੋਇਆ ਆਉਂਦਾ ਦਿਖਾਈ ਦਿੱਤਾ। ਅਪਾਰਦਰਸ਼ੀ ਪਾਣੀ ਵਿਚ ਉਸ ਦਾ ਪਰਛਾਵਾਂ ਦਿਖਾਈ ਦੇ ਰਿਹਾ ਸੀ। ਉਹ ਰੌਸ਼ਨੀ ਦਾ ਗੋਲਾ ਸਾਡੇ ਹੋਰ ਨੇੜੇ ਹੁੰਦਿਆਂ, ਚੁੰਧਿਆਉਣ ਵਾਲੀ ਚਮਕ ਨਾਲ ਮਾਤਾ ਜੀ ਕੋਲ ਆ ਕੇ ਰੁਕ ਗਿਆ ਅਤੇ ਤੁਰੰਤ ਲਾਹਿੜੀ ਮਹਾਸ਼ਯ ਦੇ ਸਥੂਲ ਸਰੀਰ ਵਿਚ ਬਦਲ ਗਿਆ। ਲਾਹਿੜੀ ਮਹਾਸ਼ਯ ਨੇ ਅਤਿਅੰਤ ਨਿਮਰਤਾ ਨਾਲ ਮਾਤਾ ਜੀ ਦੇ ਚਰਨਾਂ ਵਿਚ ਪ੍ਰਣਾਮ ਕੀਤਾ।

ਮੈਂ ਹਾਲੇ ਇਸ ਅਚੰਭੇ ਵਿਚੋਂ ਉੱਭਰਿਆ ਵੀ ਨਹੀਂ ਸੀ, ਕਿ ਰਹੱਸਮਈ ਚੁੰਧਿਆਉਣ ਵਾਲੀ ਰੌਸ਼ਨੀ ਦਾ ਇੱਕ ਹੋਰ ਗੋਲਾ ਅਸਮਾਨ ਵਿਚ ਆਉਂਦਾ ਦਿਖਾਈ ਦਿੱਤਾ। ਉਸ ਚੁੰਧਿਆਉਣ ਵਾਲੇ ਰੌਸ਼ਨੀ ਦੇ ਗੋਲੇ ਨੇ ਬੜੀ ਤੇਜ ਰਫਤਾਰ ਨਾਲ ਹੇਠਾਂ ਉੱਤਰ ਕੇ ਇੱਕ ਅਤਿਅੰਤ ਸੁੰਦਰ ਨੌਜੁਆਨ ਦਾ ਰੂਪ ਧਾਰ ਲਿਆ। ਮੈਂ ਉਸੇ ਵਕਤ ਸਮਝ ਗਿਆ, ਕਿ ਉਹ ਬਾਬਾ ਜੀ ਹੀ ਹਨ। ਉਨ੍ਹਾਂ ਦਾ ਮੁਹਾਂਦਰਾ ਲਾਹਿੜੀ ਮਹਾਸ਼ਯ ਨਾਲ ਮਿਲਦਾ ਜੁਲਦਾ ਸੀ। ਭਾਵੇਂ ਉਹ ਆਪਣੇ ਸ਼ਗਿਰਦ ਲਾਹਿੜੀ ਮਹਾਸ਼ਯ ਨਾਲੋਂ ਬਹੁਤ ਘੱਟ ਉਮਰ ਦੇ ਦਿਖਾਈ ਦੇ ਰਹੇ ਸਨ। ਉਨ੍ਹਾਂ ਦੇ ਕੇਸ ਲੰਬੇ ਅਤੇ ਤਾਂਬੇ ਰੰਗੇ ਚਮਕੀਲੇ ਸਨ। ਲਾਹਿੜੀ ਮਹਾਸ਼ਯ ਨੇ, ਮਾਤਾ ਜੀ ਨੇ ਅਤੇ ਮੈਂ ਬਾਬਾ ਜੀ ਦੇ ਚਰਨਾਂ ਵਿਚ ਪ੍ਰਣਾਮ ਕੀਤਾ। ਉਨ੍ਹਾਂ ਦੇ ਦਿਵੱਯ ਸਰੀਰ ਨੂੰ ਸਪਰਸ਼ ਕਰਦਿਆਂ ਹੀ ਮੇਰੇ ਸਰੀਰ ਦੇ ਰੋਮ ਰੋਮ ਵਿਚ ਖੁਸ਼ੀ ਅਤੇ ਸੁਖਦਾਇਕ ਅਨੁਭੂਤੀ ਦੀ ਝਰਨਾਹਟ ਛਿੜ ਗਈ।

"ਬਾਬਾ ਜੀ ਨੇ ਕਿਹਾ, ਪੂਜਨੀਕ ਭੈਣ ਜੀ, ਮੈਂ ਆਪਣੇ ਸਥੂਲ ਸਰੀਰ ਨੂੰ ਤਿਆਗ ਕੇ 'ਅਨੰਤ ਪ੍ਰਵਾਹ' ਵਿਚ ਲੀਨ ਹੋ ਜਾਣ ਦਾ ਵਿਚਾਰ ਕਰ ਰਿਹਾਂ ਹਾਂ।"

"ਪੂਜਨੀਕ ਗੁਰੂਦੇਵ, ਮੈਂ ਆਪ ਜੀ ਦੀ ਇਸ ਮਨਸ਼ਾ ਦਾ ਪਹਿਲਾਂ ਹੀ ਆਭਾਸ ਪਾ ਚੁੱਕੀ ਹਾਂ। ਇਸੇ ਕਰਕੇ, ਅੱਜ ਦੀ ਰਾਤ ਮੈਂ ਇਸ ਮਸਲੇ ਉੱਪਰ ਆਪ ਜੀ ਨਾਲ ਵਿਚਾਰ ਵਿਮਰਸ਼ ਕਰਨਾ ਚਾਹੰਦੀ ਸੀ। ਆਪ ਨੂੰ ਸਰੀਰ ਤਿਆਗਣ ਦੀ ਕੀ ਜ਼ਰੂਰਤ ਹੈ?" ਉਸ ਤੇਜਸਵੀ ਇਸਤਰੀ ਨੇ ਬਾਬਾ ਜੀ ਵੱਲ ਬੇਨਤੀ ਭਰੀ ਨਜ਼ਰ ਨਾਲ ਦੇਖਦਿਆਂ ਕਿਹਾ।

"ਮੈਂ ਆਪਣੇ ਬ੍ਰਹਮ ਸਾਗਰ ਵਿਚ ਦ੍ਰਿਸ਼ਮਾਨ ਜਾਂ ਅਦ੍ਰਿਸ਼ਮਾਨ ਲਹਿਰ ਦਾ ਰੂਪ ਧਾਰਨ ਕਰਾਂ, ਇਸ ਵਿਚ ਕੋਈ ਫਰਕ ਨਹੀਂ ਪੈਂਦਾ।"

* ਮਾਤਾ ਜੀ ਵੀ ਅਣਗਿਣਤ ਸ਼ਤਾਬਦੀਆਂ ਤੋਂ ਜੀਵਤ ਹਨ। ਅਧਿਆਤਮਿਕ ਤੌਰ ਉੱਪਰ, ਉਹ ਆਪਣੇ ਭਰਾ ਬਾਬਾ ਜੀ ਜਿੰਨੇ ਹੀ ਉੱਨਤ ਹਨ। ਉਹ ਦਸ਼ਾਸਵਮੇਧ ਘਾਟ ਉੱਪਰ ਇੱਕ ਜਮੀਨਦੋਜ਼ ਗੁਫਾ ਵਿਚ, ਹਮੇਸ਼ਾਂ ਸਮਾਧੀ ਮਗਨ ਰਹਿੰਦੇ ਹਨ।

ਮਾਤਾ ਜੀ ਨੇ ਆਪਣੀ ਹਾਜਰ-ਜਵਾਬੀ ਦੀ ਅਦਭੁਤ ਉਦਾਹਰਣ ਦਿੰਦਿਆਂ ਕਿਹਾ, "ਅਮਰ ਗੁਰੂਦੇਵ, ਜੇ ਫਰਕ ਹੀ ਕੋਈ ਨਹੀਂ ਪੈਂਦਾ, ਤਾਂ ਕ੍ਰਿਪਾ ਕਰਕੇ ਆਪਣੇ ਸਰੀਰ ਦਾ ਕਦੇ ਤਿਆਗ ਨਾ ਕਰੋ।"*

"ਇਸ ਤਰ੍ਹਾਂ ਹੀ ਹੋਵੇ," ਬਾਬਾ ਜੀ ਨੇ ਬੜੇ ਸ਼ਾਂਤ ਭਾਵ ਵਿਚ ਕਿਹਾ। "ਮੈਂ ਆਪਣੇ ਸਥੂਲ ਸਰੀਰ ਦਾ ਕਦੇ ਤਿਆਗ ਨਹੀਂ ਕਰਾਂਗਾ। ਇਸ ਪ੍ਰਿਥਵੀ ਉੱਪਰ ਘੱਟੋ ਘੱਟ ਇਹ ਕੁਝ ਲੋਕਾਂ ਨੂੰ ਜਰੂਰ ਦਿਖਾਈ ਦਿੰਦਾ ਰਹੇਗਾ। ਆਪ ਦੇ ਮੁਖਾਰ ਬਿੰਦ ਤੋਂ ਪ੍ਰਮਾਤਮਾ ਦੀ ਇੱਛਾ ਪ੍ਰਗਟ ਹੋਈ ਹੈ।"

"ਮੈਂ ਹੈਰਾਨੀ ਭਰੇ ਆਨੰਦ ਨਾਲ ਨੱਕੋ ਨੱਕ ਭਰਿਆ, ਉਨ੍ਹਾਂ ਦਿਵੱਯ ਹਸਤੀਆਂ ਦੀ ਵਾਰਤਾਲਾਪ ਸੁਣ ਰਿਹਾ ਸੀ, ਤਾਂ ਮੇਰੇ ਉੱਪਰ ਮਿਹਰ ਭਰੀ ਨਜ਼ਰ ਮਾਰਦਿਆਂ ਅਮਰ ਗੁਰੂ ਨੇ ਕਿਹਾ, "ਰਾਮ ਗੋਪਾਲ, ਡਰ ਨਾ, ਇਸ ਅਮਰ ਬਚਨ ਦਾ ਗਵਾਹ ਬਣਨ ਦਾ ਤੈਨੂੰ ਸੁਭਾਗ ਪ੍ਰਾਪਤ ਹੋਇਆ ਹੈ।"

"ਜਿਉਂ ਹੀ ਬਾਬਾ ਜੀ ਦੇ ਇਹ ਮਧੁਰ ਬਚਨ ਵਾਤਾਵਰਨ ਵਿਚ ਲੀਨ ਹੋਏ ਤਾਂ, ਉਨ੍ਹਾਂ ਦਾ ਅਤੇ ਲਾਹਿੜੀ ਮਹਾਸ਼ਯ ਦਾ ਸਰੀਰ ਹੌਲੀ ਹੌਲੀ ਹਵਾ ਵਿਚ ਉਪਰ ਉੱਠ ਗਏ ਅਤੇ ਗੰਗਾ ਦੀਆਂ ਲਹਿਰਾਂ ਦੇ ਉੱਪਰ ਦੀ, ਉਨ੍ਹਾਂ ਦੇ ਸਰੀਰ ਪਿੱਛੇ ਪਿੱਛੇ ਜਾਣ ਲੱਗ ਪਏ। ਚੁੰਧਿਆਉਣ ਵਾਲੀ ਰੌਸ਼ਨੀ ਦੇ ਗੋਲਿਆਂ ਨੇ, ਉਨ੍ਹਾਂ ਦੇ ਸਰੀਰਾਂ ਨੂੰ ਘੇਰ ਲਿਆ ਅਤੇ ਉਹ ਰਾਤ ਦੇ ਅਨ੍ਹੇਰੇ ਵਿਚ ਅਸਮਾਨ ਵਿਚ ਅਦ੍ਰਿਸ਼ ਹੋ ਗਏ। ਮਾਤਾ ਜੀ ਦਾ ਸਰੀਰ ਹਵਾ ਵਿਚ ਉੱਪਰ ਉੱਠਿਆ ਅਤੇ ਗੁਫਾ ਦੇ ਕੋਲ ਜਾ ਕੇ ਉਸ ਦੇ ਅੰਦਰ ਚਲਾ ਗਿਆ। ਹਵਾ ਵਿਚ ਤੈਰਦੀ ਚਟਾਨ ਥੱਲੇ ਆਈ ਅਤੇ ਉਸ ਗੁਫਾ ਦੇ ਮੂੰਹ ਦੇ ਉੱਪਰ ਬੈਠ ਗਈ, ਜਿਸ ਤਰ੍ਹਾਂ ਕਿਸੇ ਅਦ੍ਰਿਸ਼ ਹੱਥਾਂ ਨੇ, ਉਸ ਨੂੰ ਗੁਫਾ ਦੇ ਮੂੰਹ ਦੇ ਉੱਪਰ ਰੱਖ ਦਿੱਤਾ ਹੋਵੇ।

"ਅਨੰਤ-ਪ੍ਰੇਰਨਾ ਨਾਲ ਪੂਰੀ ਤਰ੍ਹਾਂ ਭਰ ਕੇ, ਮੈਂ ਲਾਹਿੜੀ ਮਹਾਸ਼ਯ ਦੇ ਘਰ ਵਾਪਸ ਆ ਗਿਆ। ਉਸ ਸਮੇਂ ਪਹੁ-ਫੁਟਾਲਾ ਹੋ ਰਿਹਾ ਸੀ। ਜਦੋਂ ਮੈਂ ਲਾਹਿੜੀ ਮਹਾਸ਼ਯ ਦੇ ਚਰਨਾਂ ਵਿਚ ਪ੍ਰਣਾਮ ਕੀਤਾ, ਤਾਂ ਉਹ ਬੜੇ ਭਾਵ ਪੂਰਨ ਲਹਿਜੇ ਵਿਚ ਮੁਸਕਰਾਏ।"

"ਉਨ੍ਹਾਂ ਨੇ ਕਿਹਾ, 'ਰਾਮ ਗੋਪਾਲ, ਮੈਂ ਤੇਰੇ ਤੋਂ ਬਹੁਤ ਖੁਸ਼ ਹਾਂ, ਕਿ ਤੂੰ ਅਕਸਰ ਬਾਬਾ ਜੀ ਅਤੇ ਮਾਤਾ ਜੀ ਦੇ ਦਰਸ਼ਨ ਕਰਨ ਦੀ ਇੱਛਾ ਪ੍ਰਗਟ ਕਰਿਆ ਕਰਦਾ ਸੀ। ਅੱਜ ਬਹੁਤ ਸੁੰਦਰ ਤਰੀਕੇ ਨਾਲ ਤੇਰੀ ਮੁਰਾਦ ਪੂਰੀ ਹੋ ਗਈ ਹੈ।'

"ਉੱਥੇ ਬੈਠੇ ਮੇਰੇ ਗੁਰੂ ਭਾਈਆਂ ਨੇ ਮੈਨੂੰ ਦੱਸਿਆ, ਕਿ ਮੇਰੇ ਉੱਥੋਂ ਅੱਧੀ ਰਾਤ ਨੂੰ ਚਲੇ ਜਾਣ ਤੋਂ ਬਾਅਦ ਲਾਹਿੜੀ ਮਹਾਸ਼ਯ ਆਪਣੇ ਆਸਣ ਤੋਂ ਹਿੱਲੇ ਤਕ ਵੀ ਨਹੀਂ ਸਨ।

* ਇਹ ਘਟਨਾ ਯੂਨਾਨੀ ਦਾਰਸ਼ਨਿਕ ਥੇਲਜ਼ ਦੀ ਯਾਦ ਦਿਵਾਉਂਦੀ ਹੈ। ਉਹ ਉਪਦੇਸ਼ ਕਰਦੇ ਸਨ, ਕਿ ਜੀਵਨ ਅਤੇ ਮੌਤ ਵਿਚ ਕੋਈ ਫਰਕ ਨਹੀਂ ਹੈ। ਇੱਕ ਦਿਨ ਉਨ੍ਹਾਂ ਦੇ ਇੱਕ ਅਲੋਚਕ ਨੇ ਕਿਹਾ, "ਤਾਂ ਆਪ ਮਰ ਕਿਉਂ ਨਹੀਂ ਜਾਂਦੇ?" "ਕਿਉਂਕਿ, ਉਸ ਨਾਲ ਕੋਈ ਫਰਕ ਨਹੀਂ ਪੈਂਦਾ" ਥੇਲਜ਼ ਨੇ ਉੱਤਰ ਦਿੱਤਾ।

"ਉਨ੍ਹਾਂ ਨੇ ਤੇਰੇ ਦਸ਼ਾਸਵਮੇਧ ਘਾਟ ਉੱਪਰ ਚਲੇ ਜਾਣ ਤੋਂ ਬਾਅਦ, ਅਮਰਤਵ ਉੱਪਰ ਇੱਕ ਅਤਿਅੰਤ ਸੁੰਦਰ ਪ੍ਰਵਚਨ ਕੀਤਾ, ਮੇਰੇ ਇੱਕ ਗੁਰੂਭਾਈ ਨੇ ਮੈਨੂੰ ਦੱਸਿਆ। ਉਸ ਦਿਨ ਪਹਿਲੀ ਵਾਰ ਮੈਨੂੰ ਸ਼ਾਸਤਰਾਂ ਦੇ ਉਨ੍ਹਾਂ ਸ਼ਬਦਾਂ ਦੀ ਸਚਾਈ ਦਾ ਪਤਾ ਲੱਗਿਆ, ਜਿਨ੍ਹਾਂ ਵਿਚ ਕਿਹਾ ਗਿਆ ਹੈ, ਕਿ ਆਤਮ ਗਿਆਨੀ ਪੁਰਸ਼, ਇੱਕੋ ਸਮੇਂ ਵੱਖੋ ਵੱਖਰੀਆਂ ਥਾਵਾਂ ਉੱਪਰ, ਦੋ ਜਾਂ ਦੋ ਤੋਂ ਵੱਧ, ਸਰੀਰਾਂ ਵਿਚ ਪ੍ਰਗਟ ਹੋ ਸਕਦਾ ਹੈ।"

ਰਾਮ ਗੋਪਾਲ ਨੇ ਆਪਣੀ ਕਹਾਣੀ ਇਹ ਕਹਿ ਕੇ ਖਤਮ ਕੀਤੀ ਕਿ, "ਬਾਅਦ ਵਿਚ ਲਾਹਿੜੀ ਮਹਾਸ਼ਯ ਨੇ ਇਸ ਪ੍ਰਿਥਵੀ ਦੇ ਵਾਸਤੇ, ਪ੍ਰਮਾਤਮਾ ਦੀ ਗੁਪਤ ਯੋਜਨਾ ਦੇ ਨਾਲ ਸਬੰਧਿਤ ਅਣਗਿਣਤ ਅਧਿਆਤਮਿਕ ਤੱਤਾਂ ਦੀ ਵਿਆਖਿਆ ਕੀਤੀ। ਪ੍ਰਮਾਤਮਾ ਨੇ ਬਾਬਾ ਜੀ ਨੂੰ ਇਸ ਵਰਤਮਾਨ ਕਲਪ ਦੇ ਅਖੀਰ ਤਕ, ਇਸ ਸੰਸਾਰ ਵਿਚ ਆਪਣੇ ਸਥੂਲ ਸਰੀਰ ਨੂੰ ਬਣਾਈ ਰੱਖਣ ਵਾਸਤੇ ਚੁਣਿਆ ਹੈ। ਯੁਗ ਤੇ ਯੁਗ ਆਉਂਦੇ ਰਹਿਣਗੇ* ਅਤੇ ਜਾਂਦੇ ਰਹਿਣਗੇ, ਪ੍ਰੰਤੂ ਅਮਰ ਗੁਰੂ ਸਦੀਆਂ ਦੇ ਨਾਟਕਾਂ ਨੂੰ ਦੇਖਦਿਆਂ, ਇਸ ਵਿਸ਼ਵ ਰੰਗ-ਮੰਚ ਉੱਪਰ ਮੌਜੂਦ ਰਹਿਣਗੇ।

* "ਜੋ ਕੋਈ ਮਨੁੱਖ ਮੇਰੇ ਉਪਦੇਸ਼ ਦਾ ਪਾਲਣ ਕਰੇਗਾ, (ਕਰਾਈਸਟ ਚੈਤਨਯ ਵਿਚ ਅਖੰਡ ਰਹੇਗਾ) ਉਸ ਦੀ ਕਦੇ ਮੌਤ ਨਹੀਂ ਹੋਵੇਗੀ।" *ਜਾਨ* 8:51 (ਬਾਈਬਲ)। ਈਸਾ ਮਸੀਹ ਦੇ ਇਸ ਕਥਨ ਦੇ ਸ਼ਬਦਾਂ ਦਾ ਮਤਲਬ ਇਸ ਸਥੂਲ ਸਰੀਰ ਦੀ ਅਮਰਤਾ ਤੋਂ ਨਹੀਂ ਸੀ, ਕਿਉਂਕਿ ਇਹ ਤਾਂ ਇੱਕੋ ਤਰੀਕੇ ਦੇ ਨਾਲ ਉਕਤਾ ਦੇਣ ਵਾਲੇ ਜੀਵਨ ਬਿਤਾਉਣ ਵਾਸਤੇ ਜੇਲ ਹੋਵੇਗੀ। ਜਿਹੜੀ ਕੋਈ ਕਿਸੇ ਪਾਪੀ ਨੂੰ ਵੀ ਨਹੀਂ ਦੇਣੀ ਚਾਹੇਗਾ। ਸਿੱਧ ਪੁਰਸ਼ਾਂ ਦੀ ਤਾਂ ਗੱਲ ਹੀ ਹੋਰ ਹੈ। ਈਸਾ ਮਸੀਹ, ਇੱਥੇ ਜਿਸ ਮਨੁੱਖ ਦੀ ਗੱਲ ਕਰਦੇ ਹਨ, ਉਸ ਸਿੱਧ ਪੁਰਸ਼ ਦੀ ਗੱਲ ਹੈ, ਜੋ ਸਦੀਵੀ ਜੀਵਨ ਦੀ ਅਗਿਆਨਤਾ ਦੀ ਮਹਾ ਨੀਂਦ ਵਿਚੋਂ ਜਾਗ ਉੱਠਿਆ ਹੋਵੇ। (ਦੇਖੋ ਚੈਪਟਰ 43)

ਮਨੁੱਖ ਮੂਲ ਤੌਰ ਤੇ ਨਿਰਾਕਾਰ ਸਰਬਵਿਆਪੀ ਆਤਮਾ ਹੈ। ਉਸ ਦਾ ਸਰੀਰ ਵਿਚ ਬੰਨ੍ਹੇ ਹੋਣ ਉੱਪਰ ਮਜ਼ਬੂਰ ਹੋਣਾ, ਉਸ ਦੀ ਅਵਿਦਿਆ ਜਾਂ ਅਗਿਆਨਤਾ ਦਾ ਨਤੀਜਾ ਹੈ। ਹਿੰਦੂ ਸ਼ਾਸਤਰ ਕਹਿੰਦੇ ਹਨ, ਕਿ ਜਨਮ ਅਤੇ ਮੌਤ ਮਾਇਆ ਦੀਆਂ ਅਭੀਵਿਅਕਤੀਆਂ ਹਨ। ਜ਼ਿੰਦਗੀ ਅਤੇ ਮੌਤ ਦੇ ਅਰਥ ਸਿਰਫ ਮਾਇਆ ਦੇ ਸਾਪੇਖ ਸੰਸਾਰ ਨਾਲ ਸਬੰਧਿਤ ਹਨ। ਬਾਬਾ ਜੀ ਸਥੂਲ ਸਰੀਰ ਦੇ ਨਾਲ ਜਾਂ ਇਸ ਪ੍ਰਿਥਵੀ ਨਾਲ ਬੰਨ੍ਹੇ ਨਹੀਂ ਹੋਏ। ਪ੍ਰੰਤੂ ਪ੍ਰਮਾਤਮਾ ਦੀ ਇੱਛਾ ਨਾਲ ਪ੍ਰਿਥਵੀ ਵਾਸਤੇ ਇੱਕ ਖਾਸ ਉਦੇਸ਼ ਦੀ ਪੂਰਤੀ ਲਈ ਕੰਮ ਕਰ ਰਹੇ ਹਨ।

ਸਵਾਮੀ ਪ੍ਰਣਵਾ ਨੰਦ ਵਰਗੇ ਸਿੱਧ ਪੁਰਸ਼ ਨਵਾਂ ਸਰੀਰ ਧਾਰਨ ਕਰਕੇ ਪ੍ਰਿਥਵੀ ਉੱਪਰ ਵਾਪਸ ਆ ਸਕਦੇ ਹਨ। ਉਸ ਦਾ ਕਾਰਨ, ਉਹ ਖੁਦ ਆਪ ਹੀ ਜਾਣਦੇ ਹਨ। ਇਸ ਸੰਸਾਰ ਵਿਚ ਉਨ੍ਹਾਂ ਦਾ ਪੁਨਰ ਜਨਮ ਕਰਮਾਂ ਦੇ ਸਖਤ ਨਿਯਮਾਂ ਦੇ ਕਾਰਨ ਨਹੀਂ ਹੁੰਦਾ। ਇਹੋ ਜਿਹੇ ਸਿੱਧ ਪੁਰਸ਼ ਆਪਣੀ ਮਰਜੀ ਨਾਲ ਪੁਨਰ ਜਨਮ ਨੂੰ ਵਿਉਤਥਾਨ (ਪ੍ਰਤਿ-ਆਵਰਤਨ ਜਾਂ ਉਤਰਾਧਿਕਾਰ) ਕਹਿੰਦੇ ਹਨ। ਮਾਇਆ ਦੇ ਭਰਮ ਜਾਲ ਤੋਂ ਮੁਕਤ ਹੋਣ ਤੋਂ ਬਾਅਦ ਫਿਰ ਭੌਤਿਕ ਜੀਵਨ ਵਿਚ ਵਾਪਸੀ।

ਪ੍ਰਮਾਤਮਾ ਪ੍ਰਾਪਤ ਸਿੱਧ ਪੁਰਸ਼ ਦੀ ਮੌਤ ਦਾ ਤਰੀਕਾ ਕੋਈ ਵੀ ਹੋਵੇ, ਸਧਾਰਨ ਤਰੀਕਾ ਜਾਂ ਰੋਮਾਂਚਕਾਰੀ, ਉਹ ਆਪਣੇ ਸਰੀਰ ਨੂੰ ਪੁਨਰਜੀਵਤ ਕਰ, ਫਿਰ ਤੋਂ ਦੁਨੀਆਂ ਵਾਲਿਆਂ ਦੇ ਸਾਹਮਣੇ ਪ੍ਰਗਟ ਹੋ ਸਕਣ ਦੀ ਸਮਰੱਥਾ ਰੱਖਦੇ ਹਨ। ਜਿਸ ਦੇ ਸੌਰ ਮੰਡਲਾਂ ਦੀ ਗਿਣਤੀ ਕਰਨੀ ਵੀ ਅਸੰਭਵ ਹੈ, ਉਸ ਪ੍ਰਮਾਤਮਾ ਦੇ ਨਾਲ ਇੱਕ ਹੋਏ ਵਿਅਕਤੀ ਦੇ ਵਾਸਤੇ ਸਥੂਲ ਸਰੀਰ ਦੇ ਅਣੂ ਪ੍ਰਮਾਣੂਆਂ ਨੂੰ ਸਰੀਰਕ ਰੂਪ ਦੇਣਾ ਕੋਈ ਵੱਡੀ ਗੱਲ ਨਹੀਂ।

ਈਸਾ ਮਸੀਹ ਨੇ ਕਿਹਾ ਸੀ, "ਮੈਂ ਆਪਣੀ ਜ਼ਿੰਦਗੀ ਆਪਣੇ ਆਪ ਛੱਡ ਰਿਹਾ ਹਾਂ, ਤਾਂ ਕਿ ਮੈਂ ਇਸ ਨੂੰ ਫਿਰ ਤੋਂ ਪ੍ਰਾਪਤ ਕਰ ਸਕਾਂ। ਇਸ ਨੂੰ ਮੈਥੋਂ ਕੋਈ ਨਹੀਂ ਖੋਹ ਸਕਦਾ। ਪ੍ਰੰਤੂ ਮੈਂ ਆਪਣੇ ਆਪ ਹੀ ਇਸ ਨੂੰ ਛੱਡ ਰਿਹਾ ਹਾਂ। ਮੇਰੇ ਵਿਚ ਇਸ ਨੂੰ ਛੱਡਣ ਦੀ ਸ਼ਕਤੀ ਹੈ ਅਤੇ ਇਸ ਨੂੰ ਮੁੜ ਪ੍ਰਾਪਤ ਕਰਨ ਦੀ ਵੀ ਹੈ।

ਜਾਨ 10:17–18 (ਬਾਈਬਲ)

ਚੈਪਟਰ 34

ਹਿਮਾਲਿਆ ਵਿਚ ਰਾਜ ਮਹੱਲ ਦੀ ਸਿਰਜਣਾ

"ਲਾਹਿੜੀ ਮਹਾਸ਼ਯ ਜੀ ਦੀ ਬਾਬਾ ਜੀ ਨਾਲ ਪਹਿਲੀ ਮੁਲਾਕਾਤ, ਇੱਕ ਮਨਮੋਹਕ ਕਹਾਣੀ ਹੈ ਅਤੇ ਇਹ ਉਨ੍ਹਾਂ ਅਣਗਿਣਤ ਕਹਾਣੀਆਂ ਵਿਚੋਂ ਇੱਕ ਹੈ, ਜਿਸ ਨਾਲ ਉਸ ਅਮਰ ਮਹਾ ਗੁਰੂ ਦੇ ਜੀਵਨ ਬਾਰੇ ਵਿਸਤਰਿਤ ਜਾਣਕਾਰੀ ਮਿਲਦੀ ਹੈ।"

ਇਸ ਅਦਭੁਤ ਕਹਾਣੀ ਨੂੰ ਸੁਣਾਉਣੀ ਸ਼ੁਰੂ ਕਰਨ ਤੋਂ ਪਹਿਲਾਂ, ਸਵਾਮੀ ਕੇਵਲਾ ਨੰਦ ਜੀ, ਇਨ੍ਹਾਂ ਸ਼ਬਦਾਂ ਦੇ ਨਾਲ ਭੂਮਿਕਾ ਬੰਨ੍ਹਿਆ ਕਰਦੇ ਸਨ। ਜਦੋਂ ਉਨ੍ਹਾਂ ਨੇ ਇਹ ਕਹਾਣੀ ਮੈਨੂੰ ਪਹਿਲੀ ਵਾਰ ਸੁਣਾਈ, ਤਾਂ ਮੈਂ ਸੱਚੀ ਮੁੱਚੀ ਮੰਤਰ ਮੁਗਧ ਹੋ ਗਿਆ ਸੀ। ਕਈ ਹੋਰ ਮੌਕਿਆਂ ਉੱਪਰ ਵੀ, ਮੈਂ ਆਪਣੇ ਇਸ ਸ਼ਾਂਤ ਸੁਭਾਅ ਅਧਿਆਪਕ ਨੂੰ ਇਹ ਕਹਾਣੀ ਸੁਣਾਉਣ ਲਈ ਸਹਿਮਤ ਕਰ ਲਿਆ ਕਰਦਾ ਸੀ। ਬਾਅਦ ਵਿਚ ਸ੍ਰੀ ਯੁਕਤੇਸ਼ਵਰ ਜੀ ਤੋਂ ਵੀ ਲਗ ਭਗ, ਉਨ੍ਹਾਂ ਹੀ ਸ਼ਬਦਾਂ ਵਿਚ ਮੈਨੂੰ ਇਹ ਕਹਾਣੀ ਸੁਣਨ ਲਈ ਮਿਲੀ। ਲਾਹਿੜੀ ਮਹਾਸ਼ਯ ਦੇ, ਇਨ੍ਹਾਂ ਦੋਨਾਂ ਸ਼ਗਿਰਦਾਂ ਨੂੰ, ਇਹ ਕਹਾਣੀ ਉਨ੍ਹਾਂ ਦੇ ਮੂਹੋਂ ਸੁਣਨ ਦਾ ਸੁਭਾਗ ਪ੍ਰਾਪਤ ਹੋਇਆ ਸੀ।

ਲਾਹਿੜੀ ਮਹਾਸ਼ਯ ਨੇ ਦੱਸਿਆ ਸੀ, "ਬਾਬਾ ਜੀ ਦੇ ਨਾਲ, ਉਨ੍ਹਾਂ ਦੀ ਪਹਿਲੀ ਮੁਲਾਕਾਤ, ਮੇਰੀ ਉਮਰ ਦੇ ਤੇਤੀਵੇਂ ਸਾਲ ਵਿਚ ਹੋਈ ਸੀ। 1861 ਈ : ਦੀਆਂ ਸਰਦੀਆਂ ਵਿਚ, ਮੈਂ ਦਾਨਾਪੁਰ ਸਰਕਾਰੀ ਮਿਲਟਰੀ ਇੰਜਨੀਅਰਿੰਗ ਮਹਿਕਮੇ ਵਿਚ ਲੇਖਾਕਾਰ ਦੇ ਅਹੁਦੇ ਤੇ ਤੈਨਾਤ ਸੀ। ਇੱਕ ਦਿਨ ਸਵੇਰੇ ਸਵੇਰੇ ਦਫਤਰ ਦੇ ਪ੍ਰਬੰਧਕ ਨੇ ਮੈਨੂੰ ਬੁਲਾਇਆ।"

"ਲਾਹਿੜੀ," ਉਸ ਨੇ ਮੈਨੂੰ ਕਿਹਾ, "ਹੁਣੇ ਹੁਣੇ ਆਪਣੇ ਮੁੱਖ ਦਫਤਰ ਤੋਂ ਤਾਰ ਆਈ ਹੈ, ਕਿ ਤੇਰੀ ਬਦਲੀ ਰਾਣੀਖੇਤ ਕਰ ਦਿੱਤੀ ਗਈ ਹੈ, ਜਿੱਥੇ ਇੱਕ ਸੈਨਿਕ ਕੈਂਪ ਸਥਾਪਿਤ ਕੀਤਾ ਜਾ ਰਿਹਾ ਹੈ।"*

"ਮੈਂ ਇੱਕ ਨੌਕਰ ਨੂੰ ਨਾਲ ਲੈ ਕੇ ਇਸ 500 ਮੀਲ ਲੰਬੀ ਯਾਤਰਾ ਵਾਸਤੇ ਰਵਾਨਾ ਹੋ ਗਿਆ। ਘੋੜੇ ਅਤੇ ਬੱਘੀ ਵਿਚ ਯਾਤਰਾ ਕਰਦਿਆਂ, ਹਿਮਾਲਿਆ ਸਥਿਤ ਰਾਣੀਖੇਤ ਅਸੀਂ 30 ਦਿਨਾਂ ਵਿਚ ਪਹੁੰਚ ਗਏ।"†

* ਬਾਅਦ ਵਿਚ ਇਹ ਇੱਕ ਮਿਲਟਰੀ ਸੇਨੇਟੋਰੀਅਮ ਬਣ ਗਿਆ। 1861 ਈ : ਤਕ ਬਰਿਟਿਸ਼ ਸਰਕਾਰ ਨੇ ਭਾਰਤ ਵਿਚ ਤਾਰ ਸੰਚਾਰ ਦਾ ਪ੍ਰਬੰਧ ਚਾਲੂ ਕਰ ਲਿਆ ਸੀ।

† ਰਾਣੀਖੇਤ ਅਲਮੋੜਾ ਜਿਲੇ ਵਿਚ ਹੈ ਅਤੇ ਹਿਮਾਲਿਆ ਦੀਆਂ ਸਭ ਤੋਂ ਉੱਚੀਆਂ ਪਹਾੜੀਆਂ ਨੰਦਾ ਦੇਵੀ (25,661 ਫੁਟ) ਦੇ ਪੈਰਾਂ ਵਿਚ ਸਥਿਤ ਹੈ।

"ਮੇਰੇ ਦਫਤਰ ਵਿਚ ਕੰਮ ਕਾਰ ਕੋਈ ਜਿਆਦਾ ਨਹੀਂ ਸੀ। ਉਨ੍ਹਾਂ ਮਨੋਹਰ ਪਹਾੜੀਆਂ ਵਿਚ ਘੰਟਿਆਂ ਬੱਧੀ ਘੁੰਮਣ ਵਾਸਤੇ ਮੇਰੇ ਕੋਲ ਬਹੁਤ ਸਮਾਂ ਸੀ। ਇਹ ਅਫਵਾਹ ਵੀ ਮੇਰੇ ਕੰਨਾਂ ਤਕ ਪਹੁੰਚ ਚੁੱਕੀ ਸੀ, ਕਿ ਇਸ ਇਲਾਕੇ ਵਿਚ ਮਹਾਨ ਗਿੱਧ ਪੁਰਸ਼ ਵਿਚਰ ਰਹੇ ਹਨ। ਮੇਰੇ ਅੰਦਰ ਉਨ੍ਹਾਂ ਸਿੱਧ ਪੁਰਸ਼ਾਂ ਦੇ ਦਰਸ਼ਨ ਕਰਨ ਦੀ ਡੂੰਘੀ ਇੱਛਾ ਪੈਦਾ ਹੋਈ। ਇੱਕ ਦਿਨ ਦੁਪਹਿਰ ਵੇਲੇ ਬੇਮਤਲਬ ਘੁੰਮਦਿਆਂ ਘੁੰਮਾਉਂਦਿਆਂ, ਅਚਾਨਕ ਮੈਨੂੰ ਇਸ ਤਰ੍ਹਾਂ ਲੱਗਿਆ, ਜਿਵੇਂ ਦੂਰੋਂ ਕੋਈ ਮੇਰਾ ਨਾਂ ਲੈ ਕੇ ਬੁਲਾ ਰਿਹਾ ਸੀ। ਮੈਂ ਦਰੋਣਾਗਿਰੀ ਪਹਾੜ ਉੱਪਰ ਚੜ੍ਹਨਾ ਸ਼ੁਰੂ ਰੱਖਿਆ। ਇਹ ਸੋਚਦਿਆਂ, ਕੁਝ ਚਿੰਤਾ ਜਰੂਰ ਹੋ ਰਹੀ ਸੀ, ਕਿ ਜੰਗਲ ਵਿਚ ਅਨ੍ਹੇਰਾ ਹੋਣ ਤੋਂ ਪਹਿਲਾਂ ਮੇਰਾ ਵਾਪਸ ਮੁੜਨਾ ਸੰਭਵ ਨਹੀਂ ਹੋਵੇਗਾ।"

"ਅਖੀਰ ਨੂੰ ਮੈਂ ਇੱਕ ਛੋਟੀ ਜਿਹੀ ਸਾਫ ਸੁਥਰੀ ਥਾਂ ਉੱਪਰ ਪਹੁੰਚ ਗਿਆ। ਜਿਸ ਦੇ ਦੋਨੋਂ ਪਾਸੇ ਗੁਫਾਵਾਂ ਸਨ। ਉਨ੍ਹਾਂ ਚਟਾਨਾਂ ਵਿਚੋਂ ਇੱਕ ਚਟਾਨ ਦੇ ਉੱਪਰ ਇੱਕ ਨੌਜੁਆਨ ਮੁਸਕਰਾਉਂਦਿਆਂ ਹੋਇਆ, ਮੇਰੇ ਸੁਆਗਤਅਰਥ ਖੜ੍ਹਾ ਸੀ। ਮੈਂ ਹੈਰਾਨੀ ਨਾਲ ਦੇਖਿਆ, ਕਿ ਤਾਂਬੇ ਰੰਗੇ ਕੇਸਾਂ ਨੂੰ ਛੱਡ ਕੇ, ਉਸ ਦੀ ਸ਼ਕਲ ਬਿਲਕੁਲ ਮੇਰੇ ਨਾਲ ਮਿਲਦੀ ਸੀ।"

"ਲਾਹਿੜੀ ਤੂੰ ਆ ਗਿਆ ਹੈਂ*," ਉਸ ਸੰਤ ਨੇ ਪਿਆਰ ਨਾਲ ਹਿੰਦੀ ਵਿਚ ਕਿਹਾ। "ਇੱਥੇ ਇਸ ਗੁਫਾ ਵਿਚ ਅਰਾਮ ਕਰ। ਉਹ ਮੈਂ ਹੀ ਸੀ, ਜਿਸ ਨੇ ਤੈਨੂੰ ਅਵਾਜ਼ ਮਾਰੀ ਸੀ।"

"ਮੈਂ ਇੱਕ ਛੋਟੀ ਜਿਹੀ ਸਾਫ ਸੁਥਰੀ ਗੁਫਾ ਵਿਚ ਪ੍ਰਵੇਸ਼ ਕੀਤਾ। ਜਿਸ ਵਿਚ ਕਈ ਉਨੀ ਕੰਬਲ ਅਤੇ ਕੁਝ ਕਮੰਡਲ ਪਏ ਸਨ।"

'ਲਾਹਿੜੀ, ਤੈਨੂੰ ਉਸ ਆਸਣ ਦੀ ਯਾਦ ਹੈ?' ਉਸ ਯੋਗੀ ਨੇ ਇੱਕ ਨੁੱਕਰ ਵਿਚ ਤਹਿ ਕਰਕੇ ਰੱਖੇ ਹੋਏ ਕੰਬਲਾਂ ਵੱਲ ਇਸ਼ਾਰਾ ਕਰਦਿਆਂ ਕਿਹਾ।"

"ਨਹੀਂ, ਮਹਾਰਾਜ, ਮੈਂ ਆਪਣੀ ਸਾਹਸਿਕ ਯਾਤਰਾ ਦੀ ਵਚਿੱਤਰਤਾ ਉੱਪਰ ਕੁਝ ਬੌਂਦਲ ਜਿਹਾ ਗਿਆ ਸੀ। ਮੈਂ ਅੱਗੇ ਕਿਹਾ, ਰਾਤ ਪੈਣ ਤੋਂ ਪਹਿਲਾਂ ਪਹਿਲਾਂ ਮੈਨੂੰ ਵਾਪਸ ਜਾਣਾ ਹੋਵੇਗਾ। ਕੱਲ੍ਹ ਨੂੰ ਮੈਂ ਦਫਤਰ ਵੀ ਜਾਣਾ ਹੈ।"

"ਉਸ ਰਹੱਸਮਈ ਸੰਤ ਨੇ ਅੰਗਰੇਜ਼ੀ ਵਿਚ ਜਵਾਬ ਦਿੱਤਾ," ਦਫਤਰ ਨੂੰ ਤੇਰੇ ਵਾਸਤੇ ਇੱਥੇ ਲਿਆਂਦਾ ਗਿਆ ਹੈ, ਨਾ ਕਿ ਤੈਨੂੰ ਦਫਤਰ ਵਾਸਤੇ।"

* ਅਸਲ ਵਿਚ ਬਾਬਾ ਜੀ ਨੇ 'ਗੰਗਾ ਧਰ' ਕਿਹਾ ਸੀ। ਜੋ ਲਾਹਿੜੀ ਮਹਾਸ਼ਯ ਦਾ ਪਿਛਲੇ ਜਨਮ ਦਾ ਨਾਂ ਸੀ। ਗੰਗਾ ਧਰ (ਜਿਸ ਨੇ ਗੰਗਾ ਨੂੰ ਧਰਿਆ) ਭਗਵਾਨ ਸ਼ਿਵ ਦਾ ਨਾਂ ਹੈ। ਪੌਰਾਣਿਕ ਕਥਾਵਾਂ ਦੇ ਅਨੁਸਾਰ ਗੰਗਾ ਸਵਰਗ ਤੋਂ ਪ੍ਰਿਥਵੀ ਉੱਪਰ ਉੱਤਰ ਤਾਂ ਆਈ, ਪਰ ਗੰਗਾ ਦੀ ਪ੍ਰਚੰਡ ਰਫਤਾਰ ਨਾਲ ਪ੍ਰਿਥਵੀ ਕਿਤੇ ਧਸ ਹੀ ਨਾ ਜਾਵੇ, ਇਸ ਵਾਸਤੇ, ਭਗਵਾਨ ਸ਼ਿਵ ਨੇ, ਉਸ ਦੇ ਪ੍ਰਵਾਹ ਨੂੰ ਪਹਿਲਾਂ ਆਪਣੀਆਂ ਜਟਾਵਾਂ ਵਿਚ ਧਾਰਨ ਕੀਤਾ ਅਤੇ ਫਿਰ ਕੋਮਲ ਜਲਧਾਰਾ ਦੇ ਰੂਪ ਵਿਚ, ਉਸ ਨੂੰ ਧਰਤੀ ਉੱਪਰ ਛੱਡਿਆ। ਗੰਗਾ ਧਰ ਦੇ ਅਧਿਆਤਮਿਕ ਦ੍ਰਿਸ਼ਟੀ ਤੋਂ ਅਰਥ ਹੁੰਦੇ ਹਨ, "ਜਿਸ ਦਾ ਮੇਰੂ ਦੰਡ ਦੇ ਅੰਦਰ ਦੀ ਜੀਵਨ ਧਾਰਾ ਦੀ ਨਦੀ ਉੱਪਰ ਪੂਰਾ ਕੰਟਰੋਲ ਹੈ।"

"ਮੈਂ ਇਹ ਦੇਖ ਕੇ ਗੁੰਮ ਸੁੰਮ ਹੋ ਗਿਆ, ਕਿ ਉਹ ਬਣਵਾਸੀ ਸਾਧੂ ਨਾ ਕੇਵਲ ਅੰਗਰੇਜ਼ੀ ਹੀ ਬੋਲ ਰਿਹਾ ਹੈ, ਬਲਕਿ ਉਸ ਦੀ ਸ਼ੈਲੀ ਵਿਚ ਈਸਾ ਮਸੀਹ ਦੇ ਸ਼ਬਦਾਂ ਦੇ ਭਾਵ ਅਰਥਾਂ ਦੀ ਵੀ ਮਹਿਕ ਆ ਰਹੀ ਸੀ।"*

"ਮੈਂ ਇਹ ਦੇਖ ਰਿਹਾ ਹਾਂ, ਕਿ ਮੇਰੀ ਤਾਰ ਨੇ ਆਪਣਾ ਕੰਮ ਪੂਰਾ ਕਰ ਦਿੱਤਾ ਹੈ।" ਯੋਗੀ ਮਹਾਰਾਜ ਦੀ ਇਹ ਟਿਪਣੀ ਮੇਰੀ ਸਮਝ ਵਿਚ ਨਹੀਂ ਸੀ ਆ ਰਹੀ। ਮੈਂ ਉਨ੍ਹਾਂ ਤੋਂ ਇਸ ਦਾ ਮਤਲਬ ਪੁਛਿਆ।"

"ਮੇਰਾ ਮਤਲਬ ਉਸ ਤਾਰ ਤੋਂ ਹੈ, ਜਿਸ ਦੇ ਕਾਰਨ ਤੂੰ ਇੱਥੇ ਇਸ ਏਕਾਂਤ ਸਥਾਨ ਤੇ ਪਹੁੰਚ ਗਿਆ ਹੈਂ। ਇਹ ਮੈਂ ਹੀ ਸੀ, ਕਿ ਜਿਸ ਨੇ ਤੇਰੇ ਉੱਚ ਅਫਸਰ ਦੇ ਮਨ ਵਿਚ ਗੁਪਤ ਰੂਪ ਵਿਚ ਸਲਾਹ ਦਿੱਤੀ ਸੀ ਕਿ ਤੇਰੀ ਬਦਲੀ ਰਾਣੀਖੇਤ ਕਰ ਦਿੱਤੀ ਜਾਵੇ। ਜਦੋਂ ਕੋਈ ਮਨੁੱਖ, ਮਾਨਵ ਮਾਤਰ ਦੇ ਨਾਲ ਏਕਤਾ ਸਥਾਪਿਤ ਕਰ ਲੈਂਦਾ ਹੈ, ਤਾਂ ਉਸ ਵਾਸਤੇ ਸਾਰੇ ਮਨੁੱਖੀ ਮਨ ਸੰਚਾਰ ਦਾ ਸਾਧਨ ਬਣ ਜਾਂਦੇ ਹਨ ਅਤੇ ਉਨ੍ਹਾਂ ਦੇ ਰਾਹੀਂ ਆਪਣੀ ਇੱਛਾ ਅਨੁਸਾਰ ਕੰਮ ਕਰਵਾ ਸਕਦਾ ਹੈ। ਫਿਰ ਉਨ੍ਹਾਂ ਨੇ ਕਿਹਾ, ਲਾਹਿੜੀ, ਇਹ ਗੁਫਾ ਤੈਨੂੰ ਜਾਣੀ ਪਹਿਚਾਣੀ ਲੱਗ ਰਹੀ ਹੋਵੇਗੀ।"

"ਜਦੋਂ ਮੈਂ ਹੈਰਾਨੀ ਭਰੀ ਚੁੱਪ ਧਾਰੀ ਖੜ੍ਹਾ ਰਿਹਾ, ਤਾਂ ਯੋਗੀ ਮਹਾਰਾਜ ਨੇ ਮੇਰੇ ਕੋਲ ਆ ਕੇ ਮੇਰੇ ਮੱਥੇ ਨੂੰ ਹੌਲੀ ਹੌਲੀ ਥਪ ਥਪਾਇਆ। ਉਨ੍ਹਾਂ ਦੀ ਚੁੰਬਕੀ ਛੋਹ ਨੇ ਮੇਰੇ ਅੰਦਰ ਝਰਨਾਹਟ ਛੇੜ ਦਿੱਤੀ, ਜਿਸ ਨੇ ਮੇਰੇ ਪਿਛਲੇ ਜਨਮ ਦੀਆਂ ਯਾਦਾਂ ਜਗਾ ਦਿੱਤੀਆਂ।"

"ਮੈਨੂੰ ਯਾਦ ਆ ਗਿਆ, ਖੁਸ਼ੀ ਦੇ ਗਲੇਡੂਆਂ ਨਾਲ ਮੇਰਾ ਗਲਾ ਭਰ ਆਇਆ। ਆਪ ਮੇਰੇ ਗੁਰੂ ਬਾਬਾ ਜੀ ਹੋ। ਜੋ ਸਦਾ ਹੀ ਮੇਰੇ ਰਹੇ ਹੋ। ਪਿਛਲੇ ਜਨਮਾਂ ਦੇ ਦ੍ਰਿਸ਼ ਮੇਰੇ ਮਨ ਵਿਚ ਸਪਸ਼ਟਤਾ ਨਾਲ ਉਭਰ ਰਹੇ ਸਨ। ਇਸੇ ਗੁਫਾ ਵਿਚ, ਮੈਂ ਆਪਣੇ ਪਿਛਲੇ ਜਨਮ ਦੇ ਕਈ ਸਾਲ ਇੱਥੇ ਬਿਤਾਏ ਸਨ। ਬਿਆਨ ਤੋਂ ਪਰੇ ਯਾਦਾਂ ਵਿਚ ਭਾਵ ਵਿਭੋਰ ਹੋ ਕੇ ਅੱਥਰੂ ਵਹਾਉਂਦਿਆਂ, ਮੈਂ ਆਪਣੇ ਗੁਰੂ ਦੇ ਚਰਨਾਂ ਵਿਚ ਲੇਟ ਗਿਆ।"

"ਤਿੰਨ ਦਹਾਕਿਆਂ ਤੋਂ ਵੀ ਜਿਆਦਾ ਸਮੇਂ ਤੋਂ, ਮੈਂ ਤੇਰੇ ਵਾਪਸ ਆਉਣ ਦੀ ਇੰਤਜ਼ਾਰ ਕਰ ਰਿਹਾ ਹਾਂ," ਬਾਬਾ ਜੀ ਦੀ ਅਵਾਜ਼ ਪਰਲੌਕਿਕ ਪਿਆਰ ਵਿਚ ਗੂੰਜੀ।"

"ਤੂੰ ਇੱਥੋਂ ਚਲਿਆ ਗਿਆ ਅਤੇ ਮੌਤ ਤੋਂ ਬਾਅਦ ਦੀ ਜ਼ਿੰਦਗੀ ਦੇ ਸ਼ੋਰ ਸ਼ਰਾਬੇ ਭਰੀਆਂ ਲਹਿਰਾਂ ਵਿਚ ਗੁਆਚ ਗਿਆ। ਤੇਰੇ ਕਰਮਾਂ ਦੀ ਜਾਦੂਮਈ ਛੜੀ ਨੇ ਤੈਨੂੰ ਛੋਹਿਆ ਅਤੇ ਤੂੰ ਚਲਿਆ ਗਿਆ। ਤੇਰੀ ਨਜ਼ਰ ਮੇਰੇ ਤੋਂ ਹਟ ਗਈ, ਪਰ ਤੂੰ ਮੇਰੀ ਨਜ਼ਰ ਤੋਂ ਕਦੇ ਵੀ ਅਦ੍ਰਿਸ਼ ਨਹੀਂ ਹੋਇਆ। ਮੈਂ ਉਸ ਸੂਖਮ ਰੌਸ਼ਨੀ ਦੇ ਸਮੁੰਦਰ ਵਿਚ ਵੀ ਤੇਰੇ ਪਿੱਛੇ

* ਅਰਾਮ ਦਾ ਦਿਨ ਮਨੁੱਖ ਵਾਸਤੇ ਬਣਾਇਆ ਗਿਆ ਸੀ, ਨਾ ਕਿ ਮਨੁੱਖ ਅਰਾਮ ਦੇ ਦਿਨ ਦੇ ਵਾਸਤੇ। (ਮਾਰਕ 2:27)

ਪਿੱਛੇ ਸੀ, ਜਿੱਥੇ ਤੇਜਸਵੀ ਦੇਵਤੇ ਵਿਚਰਦੇ ਹਨ। ਆਪਣੇ ਬੱਚੇ ਦੀ ਰੱਖਿਆ ਕਰਨ ਵਾਲੇ ਪੰਛੀ ਦੀ ਤਰ੍ਹਾਂ, ਮੈਂ ਅਨ੍ਹੇਰੇ, ਤੂਫਾਨ, ਉਥੱਲ-ਪੁਥੱਲ ਅਤੇ ਪ੍ਰਕਾਸ਼ ਵਿਚ ਹਮੇਸ਼ਾਂ ਤੇਰੇ ਪਿੱਛੇ ਪਿੱਛੇ ਚਲਦਾ ਰਿਹਾ। ਜਦੋਂ ਤੂੰ ਮਨੁੱਖੀ ਗਰਭ ਅਵਸਥਾ ਵਿਚ ਸੀ ਅਤੇ ਜਦੋਂ ਤੂੰ ਬੱਚੇ ਦੇ ਰੂਪ ਵਿਚ ਜਨਮ ਲਿਆ, ਤਾਂ ਵੀ ਮੇਰੀ ਨਜ਼ਰ ਲਗਾਤਾਰ ਤੇਰੇ ਉੱਪਰ ਲੱਗੀ ਹੋਈ ਸੀ। ਜਦੋਂ ਤੂੰ ਬਚਪਨ ਵਿਚ ਘੁਰਨੀ ਨਦੀ ਵਿਚ ਆਪਣੇ ਸਰੀਰ ਨੂੰ ਸਥਿਰ ਕਰ ਕੇ, ਰੇਤ ਨਾਲ ਢੱਕ ਲੈਂਦਾ ਸੀ, ਤਾਂ ਵੀ ਮੈਂ ਅਦ੍ਰਿਸ਼ ਰੂਪ ਵਿਚ ਉੱਥੇ ਹਾਜ਼ਰ ਰਹਿੰਦਾ ਸੀ। ਮਹੀਨਿਆਂ ਤੇ ਮਹੀਨੇ ਅਤੇ ਵਰ੍ਹਿਆਂ ਤੇ ਵਰ੍ਹੇ ਇਸ ਸੁਭਾਗੇ ਦਿਨ ਦੀ ਬੜੇ ਸਬਰ ਨਾਲ ਇੰਤਜ਼ਾਰ ਕਰਦਿਆਂ ਹੋਇਆਂ, ਤੇਰੇ ਤੇ ਨਜ਼ਰ ਰੱਖਦਾ ਆਇਆ ਹਾਂ। ਹੁਣ ਤੂੰ ਮੇਰੇ ਕੋਲ ਆ ਗਿਆ ਹੈਂ। ਇਹ ਰਹੀ ਤੇਰੀ ਗੁਫਾ ਜਿਹੜੀ ਤੈਨੂੰ ਬਹੁਤ ਪਿਆਰੀ ਸੀ। ਦੇਖ, ਤੇਰੀ ਖਾਤਰ ਮੈਂ ਇਸ ਨੂੰ ਕਿੰਨੀ ਸਾਫ ਸੁਥਰੀ ਰੱਖਿਆ ਹੈ। ਇਹ ਰਿਹਾ ਤੇਰਾ ਪਵਿੱਤਰ ਕੰਬਲ ਆਸਣ, ਜਿਸ ਉੱਪਰ ਬੈਠ ਕੇ ਤੂੰ ਆਪਣੇ ਦਿਲ ਦੇ ਪਿਆਲੇ ਨੂੰ ਪ੍ਰਮਾਤਮਾ ਦੇ ਪਿਆਰ ਦੇ ਅੰਮਰਿਤ ਨਾਲ ਰੋਜ਼ਾਨਾ ਭਰ ਲੈਂਦਾ ਸੀ। ਇਹ ਰਿਹਾ ਤੇਰਾ ਬਾਟਾ, ਜਿਸ ਵਿਚ ਤੂੰ ਮੇਰੇ ਦੁਆਰਾ ਤਿਆਰ ਕੀਤੇ ਗਏ ਅੰਮਰਿਤ ਦਾ ਰਸ ਪੀਆ ਕਰਦਾ ਸੀ। ਦੇਖ, ਇਸ ਪਿਤਲ ਦੇ ਬਾਟੇ ਨੂੰ, ਮੈਂ ਕਿੰਨਾ ਚਮਕਾ ਕੇ ਰੱਖਿਆ ਹੈ, ਤਾਂ ਕਿ ਤੂੰ ਫਿਰ ਕਿਸੇ ਦਿਨ ਆ ਕੇ ਇਸ ਨੂੰ ਇਸਤੇਮਾਲ ਕਰ ਸਕੇਂ। ਮੇਰੇ ਬੇਟੇ, ਕੀ ਹੁਣ ਤੈਨੂੰ ਸਾਰੀ ਗੱਲ ਸਮਝ ਲੱਗ ਗਈ ਹੈ?"

"ਮੇਰੇ ਗੁਰੂਦੇਵ, ਮੇਰੇ ਕੋਲ ਕਹਿਣ ਲਈ ਰਹਿ ਹੀ ਕੀ ਗਿਆ ਹੈ?" ਮੈਂ ਖੁਸ਼ੀ ਨਾਲ ਮੂੰਹ ਵਿਚ ਹੀ ਬੁੜਬੁੜਾਇਆ। "ਗੁਰੂਦੇਵ, ਕਦੇ ਕਿਸੇ ਨੇ ਇਹੋ ਜਿਹੇ ਅਮਰ ਪ੍ਰੇਮ ਬਾਰੇ ਸੁਣਿਆ ਵੀ ਹੈ? ਮੈਂ ਆਪਣੀ ਅਜ਼ਲੀ ਦੌਲਤ, ਮੇਰੇ ਜੀਵਨ ਅਤੇ ਮੇਰੀ ਮੌਤ ਵਿਚ ਮੇਰੇ ਨਾਲ ਰਹਿਣ ਵਾਲੇ ਆਪਣੇ ਗੁਰੂ ਵੱਲ, ਆਨੰਦ ਵਿਭੋਰ ਹੋ ਕੇ ਦੇਖਦਾ ਰਿਹਾ।"

"ਲਾਹਿੜੀ ਤੇਰੀ ਸ਼ੁੱਧੀ ਜਰੂਰੀ ਹੈ। ਇਸ ਬਾਟੇ ਵਿਚ ਰੱਖਿਆ ਹੋਇਆ ਤੇਲ ਪੀ ਲੈ ਅਤੇ ਨਦੀ ਕਿਨਾਰੇ ਜਾ ਕੇ ਲੇਟਿਆ ਰਹਿ।" ਮਨ ਹੀ ਮਨ ਇਸ ਗੱਲ ਨੂੰ ਯਾਦ ਕਰਦਿਆਂ, ਮੇਰੇ ਬੁੱਲ੍ਹਾਂ ਤੇ ਮੁਸਕਾਨ ਆ ਗਈ ਕਿ ਬਾਬਾ ਜੀ ਹਮੇਸ਼ਾਂ ਹੀ ਵਿਵਹਾਰ ਕੁਸ਼ਲਤਾ ਨੂੰ ਪਹਿਲ ਦਿੰਦੇ ਸਨ।"

"ਮੈਂ ਉਨ੍ਹਾਂ ਦੇ ਹੁਕਮਾਂ ਦੀ ਪਾਲਣਾ ਕੀਤੀ। ਹਿਮਾਲਿਆ ਦੀ ਬਰਫੀਲੀ ਰਾਤ ਗਹਿਰੀ ਹੋਣੀ ਸ਼ੁਰੂ ਹੋ ਗਈ ਸੀ। ਫਿਰ ਵੀ ਮੇਰੇ ਅੰਦਰ ਇੱਕ ਸੁਖਦਾਇਕ ਗਰਮਾਇਸ਼ ਫੈਲ ਰਹੀ ਸੀ। ਮੈਂ ਹੈਰਾਨ ਹੋ ਰਿਹਾ ਸੀ, ਕਿ ਕੀ ਉਸ ਅਗਿਆਤ ਤੇਲ ਵਿਚ ਦੈਵੀ ਗਰਮਾਇਸ਼ ਦਾ ਕੋਈ ਗੁਣ ਸੀ?"

"ਅਨ੍ਹੇਰੇ ਵਿਚ ਚਾਰੇ ਪਾਸਿਉਂ ਠੰਡੀਆਂ ਹਵਾਵਾਂ ਦੇ ਥਪੇੜੇ ਚੀਕ ਚਿਹਾੜੇ ਦੇ ਡਰਾਉਣੇ ਲਲਕਾਰੇ ਮਾਰ ਰਹੇ ਸਨ। ਪਥਰੀਲੇ ਕਿਨਾਰੇ ਉੱਪਰ ਲੇਟੇ ਮੇਰੇ ਸਿੱਧੇ ਸਰੀਰ ਨਾਲ ਗਗਾਸ ਨਦੀ ਦੀਆਂ ਲਹਿਰਾਂ ਵਾਰ ਵਾਰ ਟਕਰਾਉਣ ਲੱਗੀਆਂ। ਆਲੇ ਦੁਆਲੇ ਬਾਘਾਂ ਦੀ ਗਰਜਣ

ਸੁਣਾਈ ਦੇ ਰਹੀ ਸੀ, ਪਰ ਮੇਰਾ ਮਨ ਪੂਰੀ ਤਰ੍ਹਾਂ ਭੈਅ ਰਹਿਤ ਸੀ। ਮੇਰੇ ਅੰਦਰ ਪੈਦਾ ਹੋ ਰਹੀ ਨਵ-ਸ਼ਕਤੀ, ਮੈਨੂੰ ਅਣ-ਆਕ੍ਰਮਣਈ (ਜਿਸ ਉੱਪਰ ਹਮਲਾ ਨਾ ਹੋ ਸਕਦਾ ਹੋਵੇ) ਸੁਰੱਖਿਆ ਸਬੰਧੀ ਵਿਸ਼ਵਾਸ ਦੁਆ ਰਹੀ ਸੀ। ਛੇਤੀ ਛੇਤੀ ਕਈ ਘੰਟੇ ਇਸੇ ਤਰ੍ਹਾਂ ਹੀ ਲੰਘ ਗਏ। ਪਿਛਲੇ ਜਨਮ ਦੀਆਂ ਧੁੰਦਲੀਆਂ ਯਾਦਾਂ ਆਪਣੇ ਗੁਰੂ ਦੇ ਨਾਲ ਪੁਨਰ ਮਿਲਣ ਦੇ ਮੇਰੇ ਵਰਤਮਾਨ ਉਜਲ ਵਿਚਾਰਾਂ ਨਾਲ ਘੁਲਣ ਮਿਲਣ ਲੱਗੀਆਂ।

"ਏਕਾਂਤ ਵਿਚ ਲੇਟਿਆਂ ਲੇਟਿਆਂ, ਮੇਰੇ ਵਿਚਾਰਾਂ ਦੀ ਲੜੀ, ਕਿਸੇ ਦੇ ਨੇੜੇ ਆਉਣ ਦੇ ਪੈਰਾਂ ਦੀ ਆਹਟ ਨਾਲ ਭੰਗ ਹੋ ਗਈ। ਅਨ੍ਹੇਰੇ ਵਿਚ ਇੱਕ ਆਦਮੀ ਨੇ ਹੱਥ ਦਾ ਸਹਾਰਾ ਦੇ ਕੇ ਮੈਨੂੰ ਖੜ੍ਹਾ ਕੀਤਾ ਅਤੇ ਮੈਨੂੰ ਸੁੱਕੇ ਕਪੜੇ ਪਹਿਨਣ ਵਾਸਤੇ ਦਿੱਤੇ।

"ਆਉ, ਵੀਰ ਜੀ," ਮੇਰੇ ਸਾਥੀ ਨੇ ਕਿਹਾ। "ਗੁਰੂਦੇਵ ਆਪ ਦਾ ਇੰਤਜ਼ਾਰ ਕਰ ਰਹੇ ਹਨ।" ਜੰਗਲ ਵਿਚ ਦੀ ਰਸਤਾ ਦਿਖਾਉਂਦਿਆਂ, ਉਹ ਮੇਰੇ ਅੱਗੇ ਅੱਗੇ ਚੱਲਣ ਲੱਗਿਆ। ਜਦੋਂ ਅਸੀਂ ਚਲਦਿਆਂ ਚਲਦਿਆਂ ਆਪਣੇ ਰਸਤੇ ਦੇ ਇੱਕ ਮੋੜ ਤੇ ਪਹੁੰਚੇ, ਤਾਂ ਕਾਲੀ ਬੋਲੀ ਰਾਤ ਅਚਾਨਕ ਇੱਕ ਦੂਰੋਂ ਦਿਖਾਈ ਦੇ ਰਹੀ ਸਥਿਰ ਰੌਸ਼ਨੀ ਨਾਲ ਉਜਲ ਹੋ ਗਈ।"

"ਕੀ ਸੂਰਜ ਚੜ੍ਹ ਰਿਹਾ ਹੈ? ਮੈਂ ਆਪਣੇ ਸਾਥੀ ਨੂੰ ਪੁੱਛਿਆ। ਯਕੀਨਨ ਹਾਲੇ ਪੂਰੀ ਰਾਤ ਤਾਂ ਨਹੀਂ ਬੀਤੀ?"

"ਅੱਧੀ ਰਾਤ ਦਾ ਵਕਤ ਹੈ।" ਮੇਰੇ ਰਾਹ ਦਸੇਰੇ ਨੇ ਪਿਆਰ ਨਾਲ ਹੱਸਦਿਆਂ ਕਿਹਾ। "ਉਹ ਜੋ ਦੂਰ ਰੌਸ਼ਨੀ ਦਿਖਾਈ ਦੇ ਰਹੀ ਹੈ, ਉਹ ਇੱਕ ਸੋਨੇ ਦੇ ਮਹੱਲ ਦੀ ਚਮਕ ਹੈ, ਜਿਸ ਦੀ ਸਿਰਜਣਾ ਅਦੁੱਤੀ ਗੁਰੂ ਬਾਬਾ ਜੀ ਨੇ ਅੱਜ ਦੀ ਰਾਤ ਵਾਸਤੇ ਕੀਤੀ ਹੈ। ਪਿਛਲੇ ਕਿਸੇ ਜਨਮ ਵਿਚ ਤੂੰ ਕਦੇ ਇਸ ਤਰ੍ਹਾਂ ਦੇ ਮਹੱਲ ਦੀ ਸੁੰਦਰਤਾ ਦਾ ਆਨੰਦ ਲੈਣ ਦੀ ਇੱਛਾ ਪ੍ਰਗਟ ਕੀਤੀ ਸੀ। ਆਪਣੇ ਗੁਰੂਦੇਵ, ਅੱਜ ਤੇਰੀ ਉਹ ਇੱਛਾ ਪੂਰੀ ਕਰਕੇ ਤੈਨੂੰ ਆਪਣੇ ਕਰਮਾਂ ਦੇ ਆਖਰੀ ਬੰਧਨ ਤੋਂ ਮੁਕਤ ਕਰ ਰਹੇ ਹਨ।* ਫਿਰ ਉਸ ਨੇ ਕਿਹਾ "ਇਹ ਸ਼ਾਨਦਾਰ ਮਹੱਲ ਅੱਜ ਦੀ ਰਾਤ ਤੇਰੀ *ਕਿਰਿਆ ਯੋਗ* ਦੀ ਦੀਖਿਆ ਦਾ ਚਸ਼ਮਦੀਦ ਗਵਾਹ ਬਣੇਗਾ। ਦੇਖ, ਤੇਰੇ ਗੁਰੂ ਭਾਈ ਤੇਰੇ ਬਣਵਾਸ ਦੀ ਸਮਾਪਤੀ ਉੱਪਰ ਖੁਸ਼ੀ ਮਨਾਉਂਦਿਆਂ ਹੋਇਆਂ, ਤੇਰਾ ਸੁਆਗਤ ਕਰ ਰਹੇ ਹਨ।"

"ਸਾਡੇ ਸਾਹਮਣੇ ਇੱਕ ਚਮਕਦਾ ਹੋਇਆ, ਸੋਨੇ ਦਾ ਮਹੱਲ ਖੜ੍ਹਾ ਸੀ, ਜਿਸ ਵਿਚ ਅਣਗਿਣਤ ਰਤਨ ਜੜ੍ਹੇ ਹੋਏ ਸਨ। ਕਲਾਕੌਸ਼ਲਤਾ ਪੂਰਨ ਸੁੰਦਰ ਬਾਗ ਬਗੀਚਿਆਂ ਵਿਚ

* ਕਰਮਾਂ ਦੇ ਨਿਯਮਾਂ ਅਨੁਸਾਰ ਆਦਮੀ ਦੀ ਹਰ ਇੱਕ ਇੱਛਾ ਦੀ ਅੰਤਮ ਪੂਰਤੀ ਹੋਣੀ ਜਰੂਰੀ ਹੈ। ਇਸ ਤਰ੍ਹਾਂ ਇਹ ਸੰਸਾਰਕ ਇੱਛਾਵਾਂ, ਇੱਕ ਇਹੋ ਜਿਹੀ ਲੜੀ ਹਨ, ਜਿਹੜੀਆਂ ਮਨੁੱਖ ਨੂੰ ਪੁਨਰ ਜਨਮ ਦੇ ਚੱਕਰਾਂ ਨਾਲ ਬੰਨ੍ਹਦੀਆਂ ਹਨ।

ਖੜ੍ਹੇ, ਉਸ ਮਹੱਲ ਦਾ ਸ਼ਾਂਤਮਈ ਤਲਾਬਾਂ ਵਿਚ ਪੈ ਰਿਹਾ ਪਰਛਾਵਾਂ, ਬੜਾ ਮਨਮੋਹਕ ਨਜ਼ਾਰਾ ਪੇਸ਼ ਕਰ ਰਿਹਾ ਸੀ। ਉੱਚੇ ਉੱਚੇ ਡਾਟਦਾਰ ਰਸਤਿਆਂ ਵਿਚ ਅਤਿਅੰਤ ਸੁੰਦਰ ਬਰੀਕ ਨਕਾਸ਼ੀ ਕੀਤੇ ਬਹੁਮੁੱਲੇ ਹੀਰੇ, ਮਾਣਿਕ, ਪੰਨੇ ਅਤੇ ਤਰ੍ਹਾਂ ਤਰ੍ਹਾਂ ਦੇ ਰਤਨ ਜੜੇ ਹੋਏ ਸਨ। ਚਮਕਦੇ ਮਾਣਕਾਂ ਦੀ ਲਾਲ ਲਾਲ ਭਾਅ ਦੇ ਨਾਲ, ਚਮਕਦਾਰ ਲੱਗਦੇ ਦ ਰਵਾਜ਼ਿਆਂ ਉੱਪਰ ਦੇਵਤਿਆਂ ਵਰਗੇ ਦਿਖਾਈ ਦੇਣ ਵਾਲੇ ਸਿੱਧ ਪੁਰਸ਼ ਖੜ੍ਹੇ ਸਨ।''

''ਆਪਣੇ ਸਾਥੀ ਦੇ ਪਿੱਛੇ ਪਿੱਛੇ, ਮੈਂ ਇੱਕ ਖੁੱਲ੍ਹੇ ਸੁਆਗਤ ਕਮਰੇ ਵਿਚ ਪਹੁੰਚਿਆ। ਧੂਪ ਅਤੇ ਗੁਲਾਬਾਂ ਦੀ ਖੁਸ਼ਬੋ ਨਾਲ ਉੱਥੋਂ ਦਾ ਵਾਤਾਵਰਨ ਮਹਿਕ ਰਿਹਾ ਸੀ। ਮੱਧਮ ਜਿਹੀ ਰੌਸ਼ਨੀ ਵਿਚ ਜਗ ਰਹੇ ਦੀਵਿਆਂ ਦੀ ਰੰਗ ਬਿਰੰਗੀ ਰੌਸ਼ਨੀ ਪਸਰੀ ਹੋਈ ਸੀ। ਸ਼ਰਧਾਲੂਆਂ ਦੀਆਂ ਛੋਟੀਆਂ ਛੋਟੀਆਂ ਟੋਲੀਆਂ ਬੈਠੀਆਂ ਹੋਈਆਂ ਸਨ। ਜਿਨ੍ਹਾਂ ਵਿਚ ਕੁਝ ਗੋਰੇ ਰੰਗ ਦੇ ਸਨ ਅਤੇ ਕੁਝ ਪੱਕੇ ਰੰਗ ਦੇ। ਉਨ੍ਹਾਂ ਵਿਚੋਂ ਕੁਝ ਹੌਲੀ ਹੌਲੀ ਮੂੰਹ ਵਿਚ ਮੰਤਰ ਉਚਾਰ ਰਹੇ ਸਨ। ਦੂਸਰੇ ਆਂਤਰਿਕ ਸ਼ਾਂਤੀ ਵਿਚ ਮਗਨ ਹੋ ਕੇ ਚੁੱਪ ਚਾਪ ਧਿਆਨ ਵਿਚ ਬੈਠੇ ਸਨ। ਸਾਰਾ ਵਾਤਾਵਰਨ ਖੁਸ਼ੀ ਨਾਲ ਭਰਿਆ ਹੋਇਆ ਸੀ।, ''ਇਹ ਸਭ ਕੁਝ ਦੇਖਦਿਆਂ, ਮੇਰੇ ਮੂਹੋਂ ਕੁਝ ਅਸ਼ਚਰਜਜਨਕ ਭਾਵ ਨਿਕਲੇ। ਜਿਨ੍ਹਾਂ ਨੂੰ ਸੁਣ ਕੇ ਮੇਰੇ ਸਾਥੀ ਨੇ ਹਮਦਰਦੀ ਪੂਰਵਕ ਮੁਸਕਰਾਉਂਦਿਆਂ ਕਿਹਾ। ''ਦੇਖ ਲੈ, ਆਪਣੀਆਂ ਅੱਖਾਂ ਨੂੰ ਤ੍ਰਿਪਤ ਕਰ ਲੈ, ਇਸ ਮਹੱਲ ਦੀ ਸਿਰਜਣਾ ਦੀ ਸੁੰਦਰਤਾ ਦਾ ਪੂਰਾ ਪੂਰਾ ਆਨੰਦ ਲੈ, ਕਿਉਂਕਿ ਇਸ ਦੀ ਸਿਰਜਣਾ ਕੇਵਲ ਤੇਰੇ ਆਦਰ ਸਨਮਾਨ ਵਾਸਤੇ ਹੀ ਕੀਤੀ ਗਈ ਹੈ।''

''ਮੈਂ ਕਿਹਾ ਵੀਰ ਜੀ, ਇਸ ਮਹੱਲ ਦੀ ਸੁੰਦਰਤਾ, ਮਨੁੱਖੀ ਕਲਪਨਾ ਤੋਂ ਪਰੇ ਹੈ। ਕ੍ਰਿਪਾ ਕਰਕੇ ਇਸ ਦੀ ਉਤਪਤੀ ਦਾ ਰਹੱਸ ਸਮਝਾਉ।''

''ਉਸ ਦੀਆਂ ਅੱਖਾਂ ਗਿਆਨ ਦੇ ਤੇਜ ਨਾਲ ਚਮਕ ਉੱਠੀਆਂ,'' ਉਸ ਨੇ ਕਿਹਾ। ''ਮੈਂ ਤੈਨੂੰ ਸਾਰਾ ਕੁਝ ਸਮਝਾ ਦਿਆਂਗਾ। ਇਸ ਮਹੱਲ ਦੀ ਸਿਰਜਣਾ ਵਿਚ ਕੋਈ ਅਲੋਕਾਰ ਗੱਲ ਨਹੀਂ, ਜਿਹੜੀ ਸਮਝ ਵਿਚ ਨਾ ਆ ਸਕੇ। ਸਾਰਾ ਬ੍ਰਹਿਮੰਡ ਵਿਧਾਤਾ ਦੇ ਇੱਕ ਵਿਚਾਰ ਦਾ ਮੂਰਤੀਮਾਨ ਰੂਪ ਹੈ। ਪੁਲਾੜ ਵਿਚ ਘੁੰਮਦਾ ਹੋਇਆ, ਪ੍ਰਿਥਵੀ ਦਾ ਇਹ ਭਾਰੀ ਭਰਕਮ ਗੋਲਾ, ਪ੍ਰਮਾਤਮਾ ਦਾ ਇੱਕ ਸੁਪਨਾ ਮਾਤਰ ਹੈ। ਪ੍ਰਮਾਤਮਾ ਨੇ ਇਸ ਸਭ ਕੁਝ ਦੀ ਸਿਰਜਣਾ ਆਪਣੇ ਮਨ ਵਿਚ ਕੀਤੀ, ਠੀਕ ਉਸੇ ਤਰ੍ਹਾਂ, ਜਿਸ ਤਰ੍ਹਾਂ ਮਨੁੱਖ ਆਪਣੇ ਸੁਪਨ ਸੰਸਾਰ ਦੀ ਰਚਨਾ ਕਰਦਾ ਹੈ ਅਤੇ ਉਸ ਨੂੰ ਸੰਸਾਰੀ ਆਦਮੀਆਂ ਨਾਲ ਭਰ ਵੀ ਲੈਂਦਾ ਹੈ।''

''ਪ੍ਰਮਾਤਮਾ ਨੇ ਪਹਿਲਾਂ ਪਹਿਲ, ਪ੍ਰਿਥਵੀ ਦੀ ਸਿਰਫ ਕਲਪਨਾ (ਵਿਚਾਰ ਆਇਆ) ਕੀਤੀ। ਫਿਰ ਉਸ ਕਲਪਨਾ ਨੂੰ ਰਫਤਾਰ ਦਿੱਤੀ। ਜਿਸ ਦੇ ਨਤੀਜੇ ਵਜੋਂ ਅਣੂ ਸ਼ਕਤੀ ਅਤੇ ਭੌਤਿਕ ਸੰਸਾਰ ਹੋਂਦ ਵਿਚ ਆਇਆ। ਫਿਰ ਛੇਤੀ ਹੀ ਉਸ ਨੇ ਪ੍ਰਿਥਵੀ ਦੇ ਅਣੂਆਂ ਨੂੰ ਇੱਕਠਾ ਕੀਤਾ ਅਤੇ ਠੋਸ ਗੋਲਾ ਬਣਾਇਆ। ਇਸ ਗੋਲੇ ਦੇ ਸਾਰੇ ਅਣੂ ਪ੍ਰਮਾਤਮਾ

ਦੀ ਇੱਛਾ ਸ਼ਕਤੀ ਨਾਲ ਹੀ ਇਕੱਠੇ ਹੋਏ ਹਨ। ਜਦੋਂ ਪ੍ਰਾਮਤਮਾ ਆਪਣੀ ਇੱਛਾ ਸ਼ਕਤੀ ਵਾਪਸ ਖਿੱਚ ਲੈਣਗੇ ਤਾਂ ਸਾਰੇ ਅਣੂ ਮੁੜ ਸ਼ਕਤੀ ਵਿਚ ਬਦਲ ਜਾਣਗੇ। ਉਹ ਅਣੂ ਸ਼ਕਤੀ ਆਪਣੇ ਮੂਲ ਸੋਮੇ, ਚੇਤਨਤਾ ਵਿਚ ਵਾਪਸ ਚਲੀ ਜਾਵੇਗੀ। ਪ੍ਰਿਥਵੀ ਦੀ ਕਲਪਨਾ ਆਪਣਾ ਮੂਰਤੀਮਾਨ ਰੂਪ ਛੱਡ ਕੇ ਅਦ੍ਰਿਸ਼ ਹੋ ਜਾਵੇਗੀ।''

''ਸੁਪਨਾ ਲੈਣ ਵਾਲੇ ਦੇ ਅਵਚੇਤਨ ਮਨ ਦੇ ਵਿਚਾਰ ਨਾਲ ਹੀ ਸੁਪਨ ਸੰਸਾਰ ਮੂਰਤੀਮਾਨ ਹੋਇਆ ਰਹਿੰਦਾ ਹੈ। ਜਾਗਣ ਵੇਲੇ, ਜਦੋਂ ਉਹ ਇਕੱਠੇ ਹੋਏ ਮਕੜਜਾਲ ਦੇ ਵਿਚਾਰ ਵਾਪਸ ਖਿੱਚ ਲੈਂਦਾ ਹੈ, ਤਾਂ ਉਹ ਸੁਪਨਾ ਅਤੇ ਸੁਪਨੇ ਦੇ ਸਾਰੇ ਤੱਤ ਲੋਪ ਹੋ ਜਾਂਦੇ ਹਨ। ਮਨੁੱਖ ਅੱਖਾਂ ਬੰਦ ਕਰਕੇ ਸੁਪਨ ਸੰਸਾਰ ਸਿਰਜ ਲੈਂਦਾ ਹੈ, ਜਿਹੜਾ ਜਾਗ ਉੱਠਣ ਤੇ ਆਪਣੇ ਆਪ ਖਤਮ ਹੋ ਜਾਂਦਾ ਹੈ। ਉਹ ਆਪਣੇ ਮੂਲ, ਪ੍ਰਮਾਤਮਾ ਦੇ ਨਮੂਨੇ ਦੀ ਹੀ ਨਕਲ ਕਰਦਾ ਹੈ। ਇਸੇ ਤਰ੍ਹਾਂ ਜਦੋਂ ਉਹ ਬ੍ਰਹਮ ਚੈਤਨਯ ਵਿਚ ਜਾਗਦਾ ਹੈ ਤਾਂ ਉਹ ਇਸ ਬ੍ਰਹਮ ਸੁਪਨ ਸੰਸਾਰ ਦੇ ਭਰਮ ਨੂੰ ਬਗੈਰ ਕਿਸੇ ਯਤਨ ਦੇ ਖਤਮ ਕਰ ਦਿੰਦਾ ਹੈ।''

''ਬਾਬਾ ਜੀ, ਉਸ ਪ੍ਰਮਾਤਮਾ ਦੀ ਸਭ ਕੁਝ ਪੂਰਾ ਕਰ ਦੇਣ ਵਾਲੀ ਅਨੰਤ ਇੱਛਾ ਸ਼ਕਤੀ ਦੇ ਨਾਲ ਇੱਕਮਿੱਕ ਹੋ ਜਾਣ ਦੇ ਕਾਰਨ, ਮੂਲ ਭੂਤ ਅਣੂਆਂ ਪ੍ਰਮਾਣੂਆਂ ਨੂੰ ਇੱਕਠਾ ਕਰਕੇ ਕੋਈ ਵੀ ਸ਼ਕਲ ਧਾਰਨ ਕਰ ਲੈਣ ਦਾ ਹੁਕਮ ਦੇ ਸਕਦੇ ਹਨ। ਮਿੰਟਾਂ ਵਿਚ ਹੀ ਮੂਰਤੀਮਾਨ ਕੀਤੇ ਗਏ, ਇਸ ਸੋਨੇ ਦੇ ਮਹੱਲ ਦੀ ਸਿਰਜਣਾ ਬਾਬਾ ਜੀ ਨੇ ਆਪਣੇ ਮਨ ਨਾਲ ਕੀਤੀ ਹੈ ਅਤੇ ਆਪਣੀ ਇੱਛਾ ਸ਼ਕਤੀ ਨਾਲ ਇਸ ਦੇ ਅਣੂਆਂ ਪ੍ਰਮਾਣੂਆਂ ਨੂੰ ਫੜ ਰੱਖਿਆ ਹੈ, ਜਿਸ ਤਰ੍ਹਾਂ ਪ੍ਰਮਾਤਮਾ ਦੇ ਵਿਚਾਰ ਨੇ ਪ੍ਰਿਥਵੀ ਦਾ ਸਿਰਜਣ ਕੀਤਾ ਅਤੇ ਉਸ ਦੀ ਇਸ ਹੋਂਦ ਨੂੰ ਬਰਕਰਾਰ ਰੱਖਿਆ ਹੋਇਆ ਹੈ। ਫਿਰ ਉਸ ਨੇ ਕਿਹਾ, ਜਦੋਂ ਇਸ ਮਹੱਲ ਦੀ ਸਿਰਜਣਾ ਦਾ ਉਦੇਸ਼ ਪੂਰਾ ਹੋ ਜਾਵੇਗਾ, ਤਾਂ ਬਾਬਾ ਜੀ ਇਸ ਨੂੰ ਖਤਮ ਕਰ ਦੇਣਗੇ।''

''ਜਦੋਂ ਮੈਂ ਹੈਰਾਨੀ ਭਰੇ ਆਦਰਭਾਵ ਨਾਲ ਚੁੱਪ ਰਿਹਾ, ਤਾਂ ਮੇਰੇ ਸਾਥੀ ਨੇ ਮਹੱਲ ਵੱਲ ਇਸ਼ਾਰਾ ਕਰਦਿਆਂ ਕਿਹਾ, ਅਣਗਿਣਤ ਪ੍ਰਕਾਰ ਦੇ ਰਤਨਾਂ ਨਾਲ ਸਜਾਇਆ ਹੋਇਆ, ਇਹ ਜਗਮਗਾਉਂਦਾ ਮਹੱਲ, ਮਨੁੱਖੀ ਯਤਨਾਂ ਨਾਲ ਨਹੀਂ ਬਣਿਆ। ਇਸ ਦੇ ਸੋਨਾ ਅਤੇ ਹੀਰੇ ਜਵਾਹਰਾਤ ਸਖਤ ਮਿਹਨਤ ਨਾਲ ਖਾਨਾਂ ਵਿਚੋਂ ਨਹੀਂ ਕੱਢੇ ਗਏ। ਇਹ ਵਿਸ਼ਾਲ ਮਹੱਲ ਮਨੁੱਖ ਨੂੰ ਚੁਣੌਤੀ ਦਿੰਦਿਆਂ ਸਥਿਰ ਰੂਪ ਵਿਚ ਖੜ੍ਹਾ ਹੈ।* ਜੋ ਕੋਈ ਵੀ ਆਪਣੇ ਆਪ ਨੂੰ ਈਸ਼ਵਰ ਦੇ ਪੁੱਤਰ ਦੇ ਰੂਪ ਵਿਚ ਪਹਿਚਾਣ ਲਵੇਗਾ, ਜਿਸ ਤਰ੍ਹਾਂ ਬਾਬਾ ਜੀ ਨੇ ਪਹਿਚਾਣ ਲਿਆ ਹੈ, ਉਹ ਆਪਣੇ ਅੰਦਰ ਛੁਪੀਆਂ ਅਨੰਤ ਸ਼ਕਤੀਆਂ ਦੇ ਦੁਆਰਾ ਕੋਈ

* ਚਮਤਕਾਰ ਕੀ ਹਨ? ਇਹ ਇੱਕ ਧਿਕਾਰ ਹਨ। ਇਹ ਮਨੁੱਖ ਜਾਤੀ ਦੀਆਂ ਕਮਜ਼ੋਰੀਆਂ ਤੇ ਨਿਰਵਿਵਾਦ ਵਿਅੰਗ ਹਨ। ਐਡਵਰਡ ਯੰਗ ਲਿਖਤ ''ਨਾਈਟ ਥਾਟਸ ਵਿਚੋਂ।''

ਵੀ ਉਦੇਸ਼ ਪੂਰਾ ਕਰ ਸਕਦਾ ਹੈ। ਸਧਾਰਨ ਪੱਥਰ ਵਿਚ ਵਿਸ਼ਾਲ ਪ੍ਰਮਾਣੂ ਸ਼ਕਤੀਆਂ ਦਾ ਭੰਡਾਰ ਹੁੰਦਾ ਹੈ।* ਇਸੇ ਤਰ੍ਹਾਂ ਸਧਾਰਨ ਤੋਂ ਸਧਾਰਨ ਨਾਸ਼ਵਾਨ ਮਨੁੱਖ ਵਿਚ ਵੀ ਪ੍ਰਮਾਤਮਾ ਦੀਆਂ ਸ਼ਕਤੀਆਂ ਦਾ ਭੰਡਾਰ ਹੁੰਦਾ ਹੈ।"

"ਉਸ ਮਹਾਤਮਾ ਨੇ ਕੋਲ ਹੀ ਪਏ ਮੇਜ਼ ਤੋਂ ਇੱਕ ਅਤਿਅੰਤ ਸੁੰਦਰ ਫੁੱਲਦਾਨ ਚੁੱਕਿਆ, ਜਿਸ ਦੀ ਮੁੱਠ ਉਸ ਵਿਚ ਜੜੇ ਹੋਏ ਹੀਰਿਆਂ ਨਾਲ ਜਗ ਮਗਾ ਰਹੀ ਸੀ। ਆਪਣੇ ਗੁਰੂਦੇਵ ਨੇ ਮੁਕਤ ਰੂਪ ਵਿਚ ਵਿਚਰਨ ਵਾਲੀਆਂ ਲੱਖਾਂ ਕਰੋੜਾਂ ਬ੍ਰਹਿਮੰਡੀ ਕਿਰਨਾਂ ਨੂੰ ਠੋਸ ਬਣਾ ਕੇ ਇਸ ਮਹੱਲ ਦੀ ਸਿਰਜਣਾ ਕੀਤੀ ਹੈ। ਉਹ ਕਹਿੰਦਾ ਗਿਆ, ਇਸ ਫੁੱਲਦਾਨ ਨੂੰ ਛੋਹ ਕੇ ਦੇਖ, ਇਸ ਦੇ ਹੀਰੇ ਇੰਦਰੀਆਂ ਅਨੁਭੂਤੀ ਦੀ ਹਰ ਕਸੌਟੀ ਉੱਪਰ ਪੂਰੇ ਉਤਰਨਗੇ।"

"ਮੈਂ ਉਸ ਫੁੱਲਦਾਨ ਦਾ ਪਰੀਖਣ ਕੀਤਾ। ਉਸ ਦੇ ਹੀਰੇ ਕਿਸੇ ਮਹਾਰਾਜੇ ਦੇ ਵਿਸ਼ੇਸ਼ ਸੰਗਰਿਹ ਵਿਚ ਰੱਖਣ ਯੋਗ ਸਨ। ਚਮਕਦੇ ਸੋਨੇ ਦੀਆਂ ਬਣੀਆਂ ਹੋਈਆਂ, ਮੋਟੀਆਂ ਮੋਟੀਆਂ ਕੰਧਾਂ ਉੱਪਰ ਮੈਂ ਹੱਥ ਫੇਰ ਕੇ ਦੇਖਿਆ। ਮੇਰੇ ਮਨ ਵਿਚ ਇੱਕ ਡੂੰਘੀ ਤ੍ਰਿਪਤੀ ਛਾ ਗਈ। ਇਸ ਦੇ ਨਾਲ ਹੀ ਇਹ ਲੱਗਿਆ ਕਿ ਮੇਰੇ ਪਿਛਲੇ ਜਨਮਾਂ ਤੋਂ ਮੇਰੇ ਅਵਚੇਤਨ ਮਨ ਵਿਚ ਛੁਪ ਕੇ ਬੈਠੀ ਹੋਈ ਇੱਕ ਇੱਛਾ ਤ੍ਰਿਪਤ ਹੋ ਕੇ ਸਦਾ ਵਾਸਤੇ ਖਤਮ ਹੋ ਗਈ।"

"ਉਹ ਤੇਜਸਵੀ ਪੁਰਸ਼ ਮੈਨੂੰ ਸਜੇ ਹੋਏ ਡਾਟਦਾਰ ਦਰਵਾਜ਼ਿਆਂ ਅਤੇ ਦਲਾਨਾਂ ਵਿਚੋਂ ਦੀ ਅਣਗਿਣਤ ਕਮਰਿਆਂ ਵਿਚ ਲੈ ਗਿਆ, ਜਿਹੜੇ ਕਿਸੇ ਸਮਰਾਟ ਦੇ ਮਹੱਲ ਦੇ ਕਮਰਿਆ ਵਾਂਗ ਸਾਜੋ ਸਮਾਨ ਨਾਲ ਸਜੇ ਹੋਏ ਸਨ। ਫਿਰ ਅਸੀਂ ਇੱਕ ਅਤਿਅੰਤ ਵਿਸ਼ਾਲ ਹਾਲ ਕਮਰੇ ਵਿਚ ਪ੍ਰਵੇਸ਼ ਕੀਤਾ। ਉਸ ਹਾਲ ਦੇ ਐਨ ਵਿਚਕਾਰ, ਸੋਨੇ ਦਾ ਇੱਕ ਸਿੰਘਾਸ਼ਨ ਰੱਖਿਆ ਹੋਇਆ ਸੀ। ਜਿਸ ਵਿਚ ਜੜੇ ਹੋਏ ਰਤਨ ਰੰਗ ਬਿਰੰਗੀ ਚੁੰਧਿਆਉਣ ਵਾਲੀ ਰੌਸ਼ਨੀ ਬਖੇਰ ਰਹੇ ਸਨ। ਬਾਬਾ ਜੀ ਉਸ ਸਿੰਘਾਸ਼ਨ ਉੱਪਰ ਪਦਮ ਆਸਣ ਵਿਚ ਬੈਠੇ ਹੋਏ ਸਨ। ਚਮਕ ਰਹੇ ਫਰਸ਼ ਉੱਪਰ ਝੁਕ ਕੇ ਮੈਂ ਉਨ੍ਹਾਂ ਨੂੰ ਪ੍ਰਣਾਮ ਕੀਤਾ।"

"ਲਾਹਿੜੀ, ਕੀ ਤੈਨੂੰ ਸੋਨੇ ਦੇ ਮਹੱਲ ਵਿਚ ਆਪਣੀਆਂ ਸੁਪਨ ਇੱਛਾਵਾਂ ਦੀ ਪੂਰਤੀ ਵਿਚ ਹਾਲੇ ਵੀ ਆਨੰਦ ਆ ਰਿਹਾ ਹੈ?" ਉਨ੍ਹਾਂ ਦੀਆਂ ਅੱਖਾਂ ਉਨ੍ਹਾਂ ਦੁਆਰਾ ਸਿਰਜੇ ਗਏ, ਰਤਨਾਂ ਵਾਂਗ ਹੀ ਚਮਕ ਰਹੀਆਂ ਸਨ। ਜਾਗ ਤੇਰੀਆਂ ਸਾਰੀਆਂ ਸੰਸਾਰਕ ਇੱਛਾਵਾਂ ਦੀ ਹਮੇਸ਼ਾਂ ਹਮੇਸ਼ਾਂ ਦੇ ਵਾਸਤੇ ਤ੍ਰਿਪਤੀ ਹੋਣ ਵਾਲੀ ਹੈ। ਉਨ੍ਹਾਂ ਨੇ ਆਪਣੇ ਮੂੰਹ ਵਿਚ ਹੌਲੀ

* ਪਦਾਰਥ ਦੇ ਪ੍ਰਮਾਣਵੀ ਬਣਤਰ ਦੇ ਸਿਧਾਂਤਾਂ ਦੀ ਵਿਆਖਿਆ ਅਤੇ ਵਿਵੇਚਨ, ਪ੍ਰਾਚੀਨ ਵੈਸ਼ੇਸ਼ਿਕ ਅਤੇ ਨਿਆਂ ਦਰਸ਼ਨਾਂ ਵਿਚ ਕੀਤੀ ਗਈ ਹੈ। ਹਰ ਇੱਕ ਪ੍ਰਮਾਣੂ ਦੇ ਖੋਲ ਅੰਦਰ ਅਣਗਿਣਤ ਪ੍ਰਕਾਰ ਦੇ ਵਿਸ਼ਾਲ ਸੰਸਾਰ ਵਿਆਪਤ ਹੁੰਦੇ ਹਨ। ਜਿਸ ਤਰ੍ਹਾਂ ਕਿਸੇ ਸੂਰਜ ਦੀ ਕਿਰਨ ਵਿਚ ਅਣਗਿਣਤ ਪ੍ਰਕਾਰ ਦੇ ਧੂੜ ਦੇ ਕਣ ਮੌਜੂਦ ਹੁੰਦੇ ਹਨ।

ਹੌਲੀ ਕੁਝ ਅਸ਼ੀਰਵਾਦੀ ਵਚਨ ਦਿੰਦਿਆਂ ਹੋਇਆਂ ਮੰਤਰਾਂ ਦਾ ਉਚਾਰਣ ਕੀਤਾ। ਮੇਰੇ ਪੁੱਤਰ, ਉੱਠੋ, ਪ੍ਰਮਾਤਮਾ ਦੇ ਸਾਮਰਾਜ ਵਿਚ ਪ੍ਰਵੇਸ਼ ਕਰਨ ਵਾਸਤੇ ਕਿਰਿਆਯੋਗ ਦੀ ਦੀਖਿਆ ਗ੍ਰੈਹਣ ਕਰੋ।''

''ਬਾਬਾ ਜੀ ਨੇ, ਆਪਣਾ ਹੱਥ ਉੱਪਰ ਨੂੰ ਚੁੱਕਿਆ। ਧਧਕਦੀਆਂ ਹੋਈਆਂ ਅੱਗ ਦੀਆਂ ਲਾਟਾਂ ਸਮੇਤ ਝਟਪਟ ਉੱਥੇ ਇੱਕ ਹਵਨ ਕੁੰਡ ਪ੍ਰਗਟ ਹੋ ਗਿਆ। ਹਵਨ ਕੁੰਡ ਚਾਰੇ ਪਾਸਿਆਂ ਤੋਂ ਫਲਾਂ ਅਤੇ ਫੁੱਲਾਂ ਨਾਲ ਸਜਿਆ ਹੋਇਆ ਸੀ। ਇਸ ਅੱਗ ਦੀ ਵੇਦੀ ਦੇ ਦੁਆਲੇ, ਮੈਨੂੰ ਮੁਕਤੀ ਦਾਤੀ *ਕਿਰਿਆ ਯੋਗ* ਦੀ ਦੀਖਿਆ ਮਿਲੀ।''

''ਪਹੁ ਫੁਟਦਿਆਂ ਹੀ ਸਾਰੀਆਂ ਰਸਮਾਂ ਅਤੇ ਸੰਸਕਾਰ ਪੂਰੇ ਹੋ ਗਏ। ਪਰਮ ਆਨੰਦ ਦੀ ਅਵਸਥਾ ਵਿਚ ਮੈਨੂੰ ਨੀਂਦ ਦੀ ਕੋਈ ਜ਼ਰੂਰਤ ਮਹਿਸੂਸ ਨਾ ਹੋਈ। ਦੀਖਿਆ ਗ੍ਰੈਹਣ ਕਰਨ ਤੋਂ ਬਾਅਦ, ਮੈਂ ਮਹੱਲ ਦੀਆਂ ਕੀਮਤੀ ਚੀਜ਼ਾਂ ਅਤੇ ਸਰਵੋਤਮ ਪਹਾੜੀ ਚਟਾਨਾਂ ਦੇਖੀਆਂ, ਜਿਹੜੀਆਂ ਮੈਂ ਕੱਲ੍ਹ ਆਉਣ ਦੇ ਵਕਤ ਦੇਖੀਆਂ ਸਨ। ਪਰ ਕੱਲ੍ਹ ਉੱਥੇ ਮੈਨੂੰ ਕੋਈ ਬਾਗ ਬਗੀਚਾ ਜਾਂ ਮਹੱਲ ਤਾਂ ਕੋਈ ਨੇੜੇ ਦਿਖਾਈ ਨਹੀਂ ਸੀ ਦਿੱਤਾ।

''ਹਿਮਾਲਿਆ ਦੀ ਸੂਰਜ ਦੀ ਠੰਡੀ ਰੌਸ਼ਨੀ ਵਿਚ ਮਹੱਲ ਹੁਣ ਕਲਪਨਾ ਤੋਂ ਪਰੇ ਸੁੰਦਰਤਾ ਨਾਲ ਚਮਕ ਰਿਹਾ ਸੀ। ਮੈਂ ਮਹੱਲ ਵਿਚ ਮੁੜ ਪ੍ਰਵੇਸ਼ ਕਰਦਿਆਂ ਆਪਣੇ ਗੁਰੂ ਦੇ ਸਾਹਮਣੇ ਖੜ੍ਹਾ ਹੋ ਗਿਆ। ਉਹ ਹਾਲੇ ਵੀ ਉਸੇ ਸਿੰਘਾਸ਼ਨ ਉੱਪਰ ਸਸ਼ੋਭਿਤ ਸਨ। ਉਨ੍ਹਾਂ ਦੇ ਆਲੇ ਦੁਆਲੇ ਕਈ ਸ਼ਗਿਰਦ ਚੁੱਪ ਚਾਪ ਬੈਠੇ ਧਿਆਨ ਕਰ ਰਹੇ ਸਨ।''

''ਲਾਹਿੜੀ ਤੈਨੂੰ ਭੁੱਖ ਲੱਗੀ ਹੋਈ ਹੈ,'' ਬਾਬਾ ਜੀ ਨੇ ਕਿਹਾ। ''ਆਪਣੀਆਂ ਅੱਖਾਂ ਬੰਦ ਕਰੋ।''

''ਜਦੋਂ ਮੈਂ ਆਪਣੀਆਂ ਅੱਖਾਂ ਬੰਦ ਕਰਕੇ ਮੁੜ ਖੋਲ੍ਹੀਆਂ, ਤਾਂ ਆਪਣੇ ਬਾਗ ਬਗੀਚਿਆਂ ਸਮੇਤ ਮੰਤਰ ਮੁਗਧ ਕਰ ਦੇਣ ਵਾਲਾ ਮਹੱਲ ਗਾਇਬ ਹੋ ਚੁੱਕਿਆ ਸੀ। ਮੈਂ, ਬਾਬਾ ਜੀ ਅਤੇ ਉਨ੍ਹਾਂ ਦੇ ਸ਼ਗਿਰਦ, ਹੁਣ ਸੰਨਵੀ ਜਮੀਨ ਉੱਪਰ ਠੀਕ ਉਸੇ ਥਾਂ ਉੱਪਰ ਬੈਠੇ ਹੋਏ ਸੀ, ਜਿੱਥੇ ਥੋੜੀ ਦੇਰ ਪਹਿਲਾਂ ਤਕ ਉਹ ਸੁੰਦਰ ਮਹੱਲ ਖੜਾ ਸੀ। ਇਹ ਥਾਂ ਸੂਰਜ ਦੀ ਰੌਸ਼ਨੀ ਵਿਚ ਸਪਸ਼ਟ ਦਿਖਾਈਆਂ ਦਿੰਦੀਆਂ ਪਥਰੀਲੀਆਂ ਗੁਫਾਵਾਂ ਦੇ ਪ੍ਰਵੇਸ਼ ਦੁਆਰ ਤੋਂ ਜਿਆਦਾ ਦੂਰ ਨਹੀਂ ਸੀ। ਮੈਨੂੰ ਯਾਦ ਆਇਆ, ਕਿ ਮੇਰੇ ਰਾਹ ਦਸੇਰੇ ਸਾਥੀ ਨੇ ਦੱਸਿਆ ਸੀ, ਉਦੇਸ਼ ਪੂਰਾ ਹੋ ਜਾਣ ਤੋਂ ਬਾਦ ਸਿਰਜਤ ਕੀਤੇ ਗਏ ਮਹੱਲ ਨੂੰ ਵਿਸਰਜਤ ਕਰ ਦਿੱਤਾ ਜਾਵੇਗਾ। ਪਕੜ ਕੇ ਰੱਖੇ ਗਏ ਅਣੂਆਂ ਪ੍ਰਮਾਣੂਆਂ ਨੂੰ ਮੁਕਤ ਕਰਕੇ, ਜਿਨ੍ਹਾਂ ਵਿਚਾਰ ਤੱਤਾਂ ਤੋਂ ਉਹ ਆਏ ਸਨ, ਉੱਥੇ ਹੀ ਉਨ੍ਹਾਂ ਦੇ ਮੂਲ ਵਿਚਾਰ ਤੱਤਾਂ ਵਿਚ ਲੀਨ ਕਰ ਦਿੱਤਾ ਜਾਵੇਗਾ। ਭਾਵੇਂ ਮੈਂ ਅਚੰਭਿਤ ਹੋ ਗਿਆ ਸੀ, ਫਿਰ ਵੀ ਮੈਂ ਪੂਰੇ ਵਿਸ਼ਵਾਸ ਨਾਲ ਆਪਣੇ ਗੁਰੂ ਵੱਲ ਦੇਖਿਆ। ਚਮਤਕਾਰਾਂ ਨਾਲ ਭਰੇ ਇਸ ਦਿਨ ਵਿਚ ਮੈਨੂੰ ਨਹੀਂ ਸੀ ਪਤਾ ਕਿ ਅੱਗੇ ਕੀ ਹੋਣ ਵਾਲਾ ਸੀ।''

"ਬਾਬਾ ਜੀ ਨੇ ਸਪਸ਼ਟ ਕੀਤਾ, "ਜਿਸ ਉਦੇਸ਼ ਵਾਸਤੇ ਮਹੱਲ ਦੀ ਸਿਰਜਣਾ ਕੀਤੀ ਗਈ ਸੀ, ਉਹ ਉਦੇਸ਼ ਪੂਰਾ ਹੋ ਚੁੱਕਿਆ ਹੈ। ਉਨ੍ਹਾਂ ਨੇ ਪ੍ਰਿਥਵੀ ਤੋਂ ਮਿੱਟੀ ਦੀ ਇੱਕ ਤੌੜੀ ਚੁੱਕੀ ਅਤੇ ਮੈਨੂੰ ਕਿਹਾ, ਇਸ ਉੱਪਰ ਆਪਣਾ ਹੱਥ ਰੱਖ ਕੇ, ਜਿਹੜੀ ਚੀਜ਼ ਤੇਰੀ ਖਾਣ ਦੀ ਇੱਛਾ ਹੈ, ਇਸ ਵਿਚੋਂ ਕੱਢ ਲੈ।"

"ਮੈਂ ਉਸ ਖਾਲੀ ਤੌੜੀ ਨੂੰ ਛੂਹਿਆ, ਘਿਉ ਵਿਚ ਤਲੀਆਂ ਹੋਈਆਂ ਗਰਮਾ ਗਰਮ ਪੂਰੀਆਂ, ਤਰੀ ਵਾਲੀ ਸਬਜ਼ੀ ਅਤੇ ਮਿਠਿਆਈਆਂ ਪ੍ਰਗਟ ਹੋ ਗਈਆਂ। ਜਿਉਂ ਜਿਉਂ ਮੈਂ ਖਾਈ ਜਾ ਰਿਹਾ ਸੀ, ਤਾਂ ਮੈਂ ਦੇਖਿਆ ਕਿ ਤੌੜੀ ਹਮੇਸ਼ਾਂ ਜਿਉਂ ਦੀ ਤਿਉਂ ਭਰੀ ਰਹਿੰਦੀ ਸੀ। ਜਦੋਂ ਮੈਂ ਖਾਣਾ ਖਤਮ ਕੀਤਾ ਤਾਂ ਪਾਣੀ ਵਾਸਤੇ ਇੱਧਰ ਉੱਧਰ ਦੇਖਣ ਲੱਗਿਆ। ਮੇਰੇ ਗੁਰੂ ਨੇ ਮੇਰੇ ਸਾਹਮਣੇ ਰੱਖੀ ਹੋਈ ਤੌੜੀ ਵੱਲ ਇਸ਼ਾਰਾ ਕੀਤਾ। ਖਾਣ ਵਾਲੇ ਸਾਰੇ ਪਦਾਰਥ ਗਾਇਬ ਹੋ ਗਏ ਅਤੇ ਉਨ੍ਹਾਂ ਦੀ ਥਾਂ ਤੇ ਹੁਣ ਸ਼ੁੱਧ ਨਿਰਮਲ ਜਲ ਦਿਖਾਈ ਦੇ ਰਿਹਾ ਸੀ।"

"ਬਹੁਤ ਹੀ ਥੋੜੇ ਨਾਸ਼ਵਾਨ ਮਨੁੱਖਾਂ ਨੂੰ ਇਹ ਪਤਾ ਹੈ, ਕਿ ਪ੍ਰਮਾਤਮਾ ਦੇ ਸਾਮਰਾਜ ਵਿਚ ਸੰਸਾਰਕ ਜ਼ਰੂਰਤਾਂ ਪੂਰੀਆਂ ਕਰਨੀਆਂ ਵੀ ਸ਼ਾਮਲ ਹਨ, ਬਾਬਾ ਜੀ ਨੇ ਕਿਹਾ। ਦੈਵੀ ਸਾਮਰਾਜ ਦੀ ਤਾਕਤ ਇਸ ਸੰਸਾਰ ਵਿਚ ਚਲਦੀ ਹੈ ਪ੍ਰੰਤੂ ਇਸ ਸੰਸਾਰ ਦਾ ਸਰੂਪ ਭਰਮ ਉਪਜਾਊ ਹੋਣ ਕਰਕੇ, ਉਸ ਵਿਚ ਸਚਾਈ ਦੇ ਦੈਵੀ ਤੱਤਾਂ ਦੀ ਅਣਹੋਂਦ ਹੈ।"

"ਪੂਜਨੀਕ ਗੁਰੂਦੇਵ, ਪਿਛਲੀ ਰਾਤ ਆਪਨੇ ਮੇਰੇ ਵਾਸਤੇ ਪ੍ਰਿਥਵੀ ਅਤੇ ਸਵਰਗ ਦੀ ਸੁੰਦਰਤਾ ਨੂੰ ਦਰਸਾਉਣ ਦਾ ਨਜ਼ਾਰਾ ਪ੍ਰਸਤੁੱਤ ਕੀਤਾ। ਅਦ੍ਰਿਸ਼ ਹੋਏ ਮਹੱਲ ਨੂੰ ਯਾਦ ਕਰਦਿਆਂ, ਮੈਂ ਮੁਸਕਰਾਉਣ ਲੱਗਿਆ। ਨਿਸ਼ਚਿਤ ਤੌਰ ਤੇ ਕਿਸੇ ਸਧਾਰਨ ਯੋਗੀ ਨੇ ਬ੍ਰਹਮ ਦੇ ਗੂੜ੍ਹ ਤੱਤਾਂ ਦੀ ਖੋਜ ਦੀ ਸ਼ੁਰੂਆਤ ਇਹੋ ਜਿਹੇ ਐਸ਼ੋ-ਇਸ਼ਰਤ ਪੂਰਨ ਮਹੌਲ ਵਿਚ ਨਹੀਂ ਕੀਤੀ ਹੋਵੇਗੀ। ਹੁਣ ਉਸ ਦੇ ਬਿਲਕੁਲ ਉਲਟ ਦਿਖਾਈ ਦੇਣ ਵਾਲੇ ਨਜ਼ਾਰੇ ਨੂੰ ਦੇਖ ਕੇ, ਮੈਂ ਸ਼ਾਂਤ ਦ੍ਰਿਸ਼ਟੀ ਨਾਲ ਆਪਣੇ ਗੁਰੂ ਨੂੰ ਨਿਹਾਰਨ ਲੱਗਿਆ। ਥੱਲੇ ਸੰਨਵੀਂ ਧਰਤੀ, ਉੱਪਰ ਅਸਮਾਨ ਦੀ ਛੱਤ,ਸਾਹਮਣੇ ਆਦਿ ਕਾਲ ਦੀ ਝਾਕੀ ਪ੍ਰਸਤੁਤ ਕਰਦੀਆਂ ਗੁਫਾਵਾਂ, ਚਾਰੇ ਪਾਸੇ ਬੈਠੇ ਅਧਿਆਤਮਿਕ ਸੰਤ, ਇਹ ਸਭ ਕੁਝ ਮੈਨੂੰ ਉਸ ਹਾਲਤ ਦੇ ਮੁਤਾਬਿਕ ਕੁਦਰਤੀ ਅਤੇ ਸੁਭਾਵਿਕ ਲੱਗ ਰਿਹਾ ਸੀ।"

"ਉਸ ਦਿਨ ਦੁਪਹਿਰ ਨੂੰ, ਮੈਂ ਪਿਛਲੇ ਜਨਮ ਦੀਆਂ ਅਧਿਆਤਮਿਕ ਪ੍ਰਾਪਤੀਆਂ ਨਾਲ ਪਵਿੱਤਰ ਹੋਏ ਕੰਬਲ ਦੇ ਆਸਣ ਉੱਪਰ ਬੈਠਿਆ ਹੋਇਆ ਸੀ। ਮੇਰੇ ਪ੍ਰਮਾਤਮਾ ਸਰੂਪ ਗੁਰੂ, ਬਾਬਾ ਜੀ ਮੇਰੇ ਕੋਲ ਆਏ ਅਤੇ ਉਨ੍ਹਾਂ ਨੇ ਮੇਰੇ ਸਿਰ ਉੱਪਰ ਹੱਥ ਫੇਰਿਆ। ਮੈਂ ਨਿਰਵਿਕਲਪ ਸਮਾਧੀ ਵਿਚ ਲੀਨ ਹੋ ਗਿਆ ਅਤੇ ਸੱਤ ਦਿਨ ਤਕ ਉਸੇ ਪਰਮ ਆਨੰਦ ਦੀ ਅਖੰਡ ਅਵਸਥਾ ਵਿਚ ਰਿਹਾ। ਆਤਮ ਗਿਆਨ ਦੀਆਂ ਇੱਕ ਤੋਂ ਬਾਅਦ ਇੱਕ ਆਉਣ ਵਾਲੀਆਂ ਅਵਸਥਾਵਾਂ ਨੂੰ ਪਾਰ ਕਰਦਿਆਂ, ਮੈਂ ਆਖਰੀ ਮੰਜ਼ਿਲ, ਅਜ਼ਲੀ

ਸਚਾਈ ਦੀ ਅਨੁਭੂਤੀ ਪ੍ਰਾਪਤ ਕਰ ਲਈ। ਮਾਇਆ ਦੇ ਸਾਰੇ ਬੰਧਨ ਟੁੱਟ ਕੇ ਡਿਗ ਪਏ ਅਤੇ ਮੇਰੀ ਆਤਮਾ ਪੂਰੀ ਤਰ੍ਹਾਂ ਪ੍ਰਮਾਤਮਾ ਦੀ ਬੇਦੀ ਉੱਪਰ ਸਥਾਪਿਤ ਹੋ ਗਈ। ਅੱਠਵੇਂ ਦਿਨ ਮੈਂ ਆਪਣੇ ਗੁਰੂ ਦੇ ਚਰਨਾਂ ਉੱਪਰ ਲੇਟ ਗਿਆ ਅਤੇ ਹਮੇਸ਼ਾਂ ਦੇ ਵਾਸਤੇ, ਉਸ ਪਵਿੱਤਰ ਵਾਤਾਵਰਨ ਵਿਚ ਰੱਖਣ ਲਈ ਬੇਨਤੀ ਕੀਤੀ।"

"ਬਾਬਾ ਜੀ ਨੇ ਮੈਨੂੰ ਆਪਣੀ ਬੁੱਕਲ ਵਿਚ ਲੈਂਦਿਆਂ ਕਿਹਾ, "ਮੇਰੇ ਪੁੱਤਰ, ਇਸ ਜਨਮ ਵਿਚ ਤੂੰ ਜਨ ਸਧਾਰਨ ਦੀਆਂ ਅੱਖਾਂ ਦੇ ਸਾਹਮਣੇ ਹੀ ਆਪਣੀ ਭੂਮਿਕਾ ਨਿਭਾਉਣੀ ਹੈ। ਇਸ ਜਨਮ ਤੋਂ ਪਹਿਲਾਂ ਤੂੰ ਅਨੇਕ ਜਨਮਾਂ ਵਿਚ ਏਕਾਂਤ ਗੁਫਾਵਾਂ ਵਿਚ ਤਪੱਸਿਆ ਕਰਨ ਦਾ ਸੁਭਾਗ ਪ੍ਰਾਪਤ ਕਰ ਚੁੱਕਿਆ ਹੈਂ, ਹੁਣ ਤੈਨੂੰ ਮਨੁੱਖਾਂ ਦੇ ਸੰਸਾਰ ਵਿਚ ਜਾ ਕੇ ਉਨ੍ਹਾਂ ਦੇ ਨਾਲ ਹੀ ਘੁਲ ਮਿਲ ਜਾਣਾ ਹੋਵੇਗਾ।"

"ਇਸ ਤੱਥ ਦੇ ਪਿੱਛੇ ਵੀ ਇੱਕ ਡੂੰਘਾ ਭੇਦ ਸੀ, ਕਿ ਇਸ ਜਨਮ ਵਿਚ ਵਿਆਹ ਕਰਵਾ ਕੇ, ਗਰਿਸਤੀ ਬਣਨ, ਪਰਿਵਾਰਿਕ ਅਤੇ ਦਫਤਰੀ ਜ਼ੁੰਮੇਵਾਰੀਆਂ ਵਿਚ ਘਿਰ ਜਾਣ ਤੋਂ ਪਹਿਲਾਂ, ਤੂੰ ਮੈਨੂੰ ਨਹੀਂ ਮਿਲਿਆ। ਹਿਮਾਲਿਆ ਵਿਚ ਸਾਡੀ ਇਸ ਗੁਪਤ ਸ਼ਗਿਰਦ ਮੰਡਲੀ ਵਿਚ ਸ਼ਾਮਲ ਹੋਣ ਦੀ ਇੱਛਾ ਦਾ ਤੈਨੂੰ ਤਿਆਗ ਕਰਨਾ ਹੀ ਪਵੇਗਾ। ਤੇਰਾ ਜੀਵਨ ਇੱਕ ਆਦਰਸ਼ ਗਰਿਸਤੀ ਯੋਗੀ ਦੀ ਉਦਾਹਰਣ ਬਣ ਕੇ ਸ਼ਹਿਰਾਂ ਦੇ ਭੀੜ ਭੜੱਕੇ ਦੇ ਵਿਚ ਰਹਿਣ ਵਾਸਤੇ ਹੈ।"

"ਉਨ੍ਹਾਂ ਨੇ ਅੱਗੇ ਕਿਹਾ, "ਵਿਆਕੁਲ ਸੰਸਾਰੀ ਨਰ ਨਾਰੀਆਂ ਦਾ ਚੀਕ ਚਿਹਾੜਾ ਮਹਾ ਪੁਰਸ਼ਾਂ ਦੇ ਕੰਨਾਂ ਨਾਲ ਟਕਰਾ ਕੇ ਅਣਸੁਣਿਆ ਨਹੀਂ ਗਿਆ। ਤੈਨੂੰ ਸੱਚੇ ਜਿਗਿਆਸੂਆਂ ਨੂੰ *ਕਿਰਿਆ ਯੋਗ* ਦੀ ਅਧਿਆਤਮਿਕ ਹੌਸਲਾ ਅਫਜ਼ਾਈ ਕਰਨ ਵਾਸਤੇ ਚੁਣਿਆ ਗਿਆ ਹੈ। ਪਰਿਵਾਰਕ ਬੰਧਨਾਂ ਅਤੇ ਭਾਰੀ ਭਰਕਮ ਸੰਸਾਰਕ ਜ਼ੁੰਮੇਵਾਰੀਆਂ ਨਾਲ ਦੱਬੇ ਹੋਏ ਲੱਖਾਂ ਕਰੋੜਾਂ ਲੋਕਾਂ ਨੂੰ, ਉਨ੍ਹਾਂ ਵਰਗੇ ਗਰਿਸਤੀ ਜੀਵਨ ਬਤੀਤ ਕਰਨ ਵਾਲੇ ਯੋਗੀ ਤੋਂ ਨਵੀਂ ਹਿੰਮਤ ਮਿਲੇਗੀ। ਇਹ ਸਮਝਣ ਵਿਚ ਤੈਨੂੰ ਉਨ੍ਹਾਂ ਦੀ ਸਹਾਇਤਾ ਕਰਨੀ ਹੋਵੇਗੀ ਕਿ ਉੱਚਤਰ ਯੌਗਿਕ ਪ੍ਰਾਪਤੀਆਂ ਗਰਿਸਤੀਆਂ ਵਾਸਤੇ ਦੁਰਗਮ ਨਹੀਂ ਹਨ। ਸੰਸਾਰ ਵਿਚ ਰਹਿ ਕੇ ਵੀ ਯੋਗੀ ਨਿੱਜੀ ਸੁਆਰਥ ਅਤੇ ਸੰਸਾਰਕ ਚੀਜ਼ਾਂ ਦਾ ਤਿਆਗ ਕਰਕੇ ਪੂਰੇ ਯਕੀਨ ਨਾਲ ਆਪਣੀਆਂ ਜ਼ੁੰਮੇਵਾਰੀਆਂ ਨਿਭਾਉਂਦਾ ਹੈ, ਉਹ ਬ੍ਰਹਮ ਗਿਆਨ ਦੀ ਪ੍ਰਾਪਤੀ ਦੇ ਸੱਚੇ ਸੁੱਚੇ ਰਸਤੇ ਉੱਪਰ ਹੀ ਚੱਲ ਰਿਹਾ ਹੁੰਦਾ ਹੈ।"

"ਤੈਨੂੰ ਸੰਸਾਰ ਤਿਆਗਣ ਦੀ ਕੋਈ ਜ਼ਰੂਰਤ ਨਹੀਂ ਹੈ, ਕਿਉਂਕਿ ਤੂੰ ਪਹਿਲਾਂ ਹੀ ਅੰਦਰੂਨੀ ਤੌਰ ਤੇ ਇਸ ਦੁਨੀਆਂ ਦੇ ਹਰ ਇੱਕ ਕਰਮ ਬੰਧਨ ਨੂੰ ਤੋੜ ਦਿੱਤਾ ਹੈ। ਇਸ ਸੰਸਾਰ ਦੇ ਨਾ ਹੁੰਦੇ ਹੋਇਆਂ ਵੀ, ਤੂੰ ਇਸ ਸੰਸਾਰ ਵਿਚ ਰਹਿਣਾ ਹੈ। ਹਾਲੇ ਕਈ ਵਰ੍ਹਿਆਂ ਤਕ ਤੂੰ ਪੂਰੀ ਇਮਾਨਦਾਰੀ ਨਾਲ ਆਪਣੀਆਂ ਪਰਿਵਾਰਕ, ਦਫਤਰੀ, ਸਮਾਜਕ ਅਤੇ ਅਧਿਆਤਮਿਕ ਜ਼ੁੰਮੇਵਾਰੀਆਂ ਨੂੰ ਪੂਰਾ ਕਰਨਾ ਹੈ, ਜਿਸ ਨਾਲ ਸੰਸਾਰਕ ਆਦਮੀਆਂ ਦੇ ਦੁਖੀ

ਦਿਲਾਂ ਵਿਚ ਇੱਕ ਨਵੀਂ ਮਧੁਰ ਰੂਹਾਨੀ ਉਮੀਦ ਦੀ ਲਹਿਰ ਦੌੜੇਗੀ। ਤੇਰੇ ਸੰਤੁਲਿਤ ਜੀਵਨ ਤੋਂ ਇਹ ਗੱਲ ਉਨ੍ਹਾਂ ਦੀ ਸਮਝ ਵਿਚ ਆ ਜਾਵੇਗੀ ਕਿ ਅਧਿਆਤਮਿਕ ਸ਼ਕਤੀ ਬਾਹਰੀ ਤਿਆਗ ਉੱਪਰ ਨਹੀਂ, ਬਲਕਿ ਅੰਤਰਿਕ ਤਿਆਗ ਉੱਪਰ ਨਿਰਭਰ ਕਰਦੀ ਹੈ।"

"ਜਦੋਂ ਮੈਂ ਹਿਮਾਲਿਆ ਦੀਆਂ ਏਕਾਂਤ ਪਹਾੜੀਆਂ ਵਿਚ ਆਪਣੇ ਗੁਰੂ ਦਾ ਇਹ ਪਰਵਚਨ ਸੁਣ ਰਿਹਾ ਸੀ, ਤਾਂ ਮੇਰਾ ਪਰਿਵਾਰ, ਦਫਤਰ, ਸੰਸਾਰ ਕਿੰਨੀ ਦੂਰ ਲੱਗ ਰਿਹਾ ਸੀ। ਫਿਰ ਵੀ ਉਨ੍ਹਾਂ ਦੇ ਸ਼ਬਦਾਂ ਵਿਚ ਅਟੱਲ ਸਚਾਈਆਂ ਹੀ ਤਾਂ ਸਨ। ਇਸ ਕਰਕੇ ਮੈਨੂੰ ਮਜ਼ਬੂਰਨ ਸ਼ਾਂਤੀ ਦੇ ਉਸ ਸਵਰਗ ਨੂੰ ਛੱਡਣ ਦੀ ਗੱਲ ਮੰਨਣੀ ਹੀ ਪਈ। ਗੁਰੂ ਦੁਆਰਾ ਸ਼ਗਿਰਦ ਨੂੰ ਯੋਗ ਵਿਦਿਆ ਦਿੱਤੇ ਜਾਣ ਸਬੰਧੀ, ਬਾਬਾ ਜੀ ਨੇ ਮੈਨੂੰ ਪ੍ਰਾਚੀਨ ਕਠੋਰ ਨਿਯਮਾਂ ਦੀ ਪਾਲਣਾ ਕਰਨ ਦੀ ਜਾਣਕਾਰੀ ਦਿੱਤੀ।"

"ਬਾਬਾ ਜੀ ਨੇ ਕਿਹਾ, *ਕਿਰਿਆ ਯੋਗ* ਦੀ ਇਹ ਕੁੰਜੀ ਸਿਰਫ ਉਨ੍ਹਾਂ ਯੋਗ ਸ਼ਗਿਰਦਾਂ ਨੂੰ ਹੀ ਦੇਵਾਂ, ਜੋ ਧਿਆਨ ਦੇ ਵਿਗਿਆਨ ਦੁਆਰਾ ਜੀਵਨ ਦੀਆਂ ਅਟੱਲ ਸਚਾਈਆਂ ਦਾ ਪਤਾ ਲਗਾਉਣ ਦੇ ਯੋਗ ਹੋਣ। ਜੋ ਪ੍ਰਮਾਤਮਾ ਦੀ ਖੋਜ ਕਰਨ ਲਈ ਬਾਕੀ ਸਾਰੀਆਂ ਚੀਜ਼ਾਂ ਦਾ ਤਿਆਗ ਕਰਨ ਦਾ ਸੰਕਲਪ ਕਰਦੇ ਹੋਣ।"

"ਅਲੌਕਿਕ ਗੁਰੂਦੇਵ, ਲੁਪਤ ਹੋਈ *ਕਿਰਿਆ ਯੋਗ* ਦੀ ਵਿਦਿਆ ਨੂੰ ਪੁਨਰ ਸੁਰਜੀਤ ਕਰਕੇ, ਆਪਨੇ ਪਹਿਲਾਂ ਹੀ ਮਨੁੱਖਤਾ ਉੱਪਰ ਇੰਨੀ ਵੱਡੀ ਕ੍ਰਿਪਾਲਤਾ ਕਰ ਦਿੱਤੀ ਹੈ, ਕੀ ਹੁਣ ਸ਼ਗਿਰਦ ਬਣਾਉਣ ਲਈ ਯੋਗਤਾਵਾਂ ਦੀਆਂ ਸਖਤ ਸ਼ਰਤਾਂ ਵਿਚ ਥੋੜੀ ਜਿਹੀ ਢਿਲ ਦੇਣ ਦੀ ਕ੍ਰਿਪਾਲਤਾ ਨਹੀਂ ਕਰੋਗੇ।" ਮੈਂ ਬੇਨਤੀ ਪੂਰਵਕ ਬਾਬਾ ਜੀ ਵੱਲ ਦੇਖਦਿਆਂ ਕਿਹਾ, "ਮੈਂ ਆਪ ਜੀ ਨੂੰ ਬੇਨਤੀ ਕਰਦਾ ਹਾਂ ਕਿ ਆਪ ਮੈਨੂੰ ਸਾਰੇ ਸੱਚੇ ਜਿਗਿਆਸੂਆਂ ਨੂੰ *ਕਿਰਿਆ ਯੋਗ* ਸਿਖਾਉਣ ਦੀ ਆਗਿਆ ਦਿਉ, ਭਾਵੇਂ ਉਹ ਸ਼ੁਰੂ ਵਿਚ ਪੂਰੇ ਅੰਤਰਿਕ ਵੈਰਾਗ ਦੀ ਪ੍ਰਤਿਗਿਆ ਨਾ ਕਰ ਪਾਉਣ। ਸੰਸਾਰ ਦੇ ਤਿੰਨ ਤਰ੍ਹਾਂ ਦੇ ਦੁਖਾਂ* ਤੋਂ ਪੀੜਤ ਮਨੁੱਖਤਾ ਨੂੰ ਵਿਸ਼ੇਸ਼ ਹੌਸਲਾ ਅਫਜ਼ਾਈ ਦੀ ਜ਼ਰੂਰਤ ਹੈ। ਜੇ *ਕਿਰਿਆ ਯੋਗ* ਦੀ ਸਿੱਖਿਆ ਤੋਂ ਉਨ੍ਹਾਂ ਨੂੰ ਵਾਂਝੇ ਰੱਖਿਆ ਗਿਆ, ਤਾਂ ਸ਼ਾਇਦ ਉਹ ਕਦੇ ਵੀ ਆਪਣੀ ਮੁਕਤੀ ਦੇ ਮਾਰਗ ਉੱਪਰ ਚੱਲਣ ਦੀ ਕੋਸ਼ਿਸ਼ ਹੀ ਨਾ ਕਰਨ।"

"ਇਸ ਤਰ੍ਹਾਂ ਹੀ ਹੋਵੇ, ਤੇਰੇ ਰਾਹੀਂ ਪ੍ਰਮਾਤਮਾ ਦੀ ਇੱਛਾ ਹੀ ਵਿਅਕਤ ਹੋਈ ਹੈ। ਜੋ ਕੋਈ ਵੀ ਨਿਮਰਤਾ ਨਾਲ ਤੇਰੇ ਕੋਲੋਂ ਸਹਾਇਤਾ ਲਈ ਬੇਨਤੀ ਕਰਦਾ ਹੈ, ਉਨ੍ਹਾਂ ਸਾਰਿਆਂ ਨੂੰ *ਕਿਰਿਆ ਯੋਗ* ਦੀ ਬਖਸ਼ਸ਼ ਕਰੋ† "ਥੋੜੀ ਦੇਰ ਚੁੱਪ ਰਹਿਣ ਤੋਂ ਬਾਅਦ ਬਾਬਾ ਜੀ

* ਸਰੀਰਕ, ਮਾਨਸਿਕ ਅਤੇ ਅਧਿਆਤਮਿਕ ਦੁਖ, ਜਿਹੜੇ ਕਰਮਵਾਰ ਬਿਮਾਰੀ, ਮਾਨਸਿਕ ਅਯੋਗਤਾ ਅਤੇ ਆਤਮਾ ਦੇ ਅਗਿਆਨ ਜਾਂ ਅਵਿਦਿਆ ਦੇ ਰੂਪ ਵਿਚ ਪ੍ਰਗਟ ਹੁੰਦੇ ਹਨ।

† ਪਹਿਲਾਂ ਮਹਾ ਅਵਤਾਰ ਬਾਬਾ ਜੀ ਨੇ ਕੇਵਲ ਲਾਹਿੜੀ ਮਹਾਸ਼ਯ ਨੂੰ ਹੀ ਦੂਸਰਿਆਂ ਨੂੰ *ਕਿਰਿਆ ਯੋਗ* ਸਿਖਾਉਣ ਦੀ ਆਗਿਆ ਦਿੱਤੀ ਸੀ। ਜਦੋਂ ਯੋਗ ਅਵਤਾਰ ਲਾਹਿੜੀ ਮਹਾਸ਼ਯ ਨੇ ਬੇਨਤੀ ਕੀਤੀ, ਕਿ ਉਨ੍ਹਾਂ ਦੇ ਕੁਝ ਸ਼ਗਿਰਦਾਂ

ਨੇ ਕਿਹਾ "ਆਪਣੇ ਹਰ ਇੱਕ ਸ਼ਗਿਰਦ ਨੂੰ ਸ਼੍ਰੀ ਮਦ ਭਗਵਤ ਗੀਤਾ ਦਾ ਇਹ ਅਮਰ ਬਚਨ ਜ਼ਰੂਰ ਦੱਸਣਾ।"ਇਸ ਧਰਮ ਦਾ ਥੋੜਾ ਜਿਹਾ ਸਾਧਨ ਵੀ ਜਨਮ ਅਤੇ ਮੌਤ ਦੇ ਚੱਕਰ ਵਿਚ ਮੌਜੂਦ ਮਹਾਨ ਸੰਤਾਪ ਤੋਂ ਰੱਖਿਆ ਕਰੇਗਾ।"*

"ਦੂਸਰੇ ਦਿਨ ਸਵੇਰੇ ਸਵੇਰੇ, ਜਿਉਂ ਹੀ ਮੈਂ ਵਿਦਾਈ ਲੈਣ ਵਾਸਤੇ ਆਪਣੇ ਗੁਰੂ ਦੇ ਚਰਨਾਂ ਵਿਚ ਪ੍ਰਣਾਮ ਕਰ ਰਿਹਾ ਸੀ, ਤਾਂ ਉਨ੍ਹਾਂ ਨੂੰ ਛੱਡ ਕੇ ਜਾਣ ਦੀ ਮੇਰੀ ਡੂੰਘੀ ਅਣਇੱਛਾ ਨੂੰ ਉਨ੍ਹਾਂ ਨੇ ਭਾਂਪ ਲਿਆ।"

"ਪਿਆਰੇ ਪੁੱਤਰ, ਸਾਡੇ ਵਾਸਤੇ ਕੋਈ ਵਿਛੋੜਾ ਨਹੀਂ ਹੈ। ਉਨ੍ਹਾਂ ਨੇ ਪਿਆਰ ਨਾਲ ਮੇਰਾ ਮੋਢਾ ਥਾਪੜ ਦਿਆਂ ਕਿਹਾ। ਤੂੰ ਜਿੱਥੇ ਵੀ ਹੋਵੇਂਗਾ ਅਤੇ ਜਦੋਂ ਵੀ ਯਾਦ ਕਰੇਂਗਾ, ਤਾਂ ਮੈਂ ਤੁਰੰਤ ਤੇਰੇ ਕੋਲ ਪ੍ਰਗਟ ਹੋ ਜਾਵਾਂਗਾ।"

ਨੂੰ ਵੀ *ਕਿਰਿਆ ਯੋਗ* ਸਿਖਾਉਣ ਦਾ ਅਧਿਕਾਰ ਦਿੱਤਾ ਜਾਵੇ। ਬਾਬਾ ਜੀ ਨੇ ਮੰਨ ਲਿਆ ਅਤੇ ਇਹ ਆਗਿਆ ਦਿੱਤੀ ਕਿ ਭਵਿਖ ਵਿਚ *ਕਿਰਿਆ ਯੋਗ* ਕੇਵਲ ਉਹੀ ਲੋਕ ਸਿਖਾਉਣ, ਜੋ *ਕਿਰਿਆ ਯੋਗ* ਦੇ ਅਭਿਆਸ ਵਿਚ ਉਨਤ ਹੋ ਚੁੱਕੇ ਹੋਣ ਅਤੇ ਉਨ੍ਹਾਂ ਨੂੰ ਲਾਹਿੜੀ ਮਹਾਸ਼ਯ ਜਾਂ ਉਨ੍ਹਾਂ ਦੇ ਦੁਆਰਾ ਅਧਿਕਾਰਤ ਕੀਤੇ ਗਏ, ਸ਼ਗਿਰਦਾਂ ਦੀ ਕਿਸੇ ਸਥਾਪਿਤ ਪ੍ਰਣਾਲੀ ਨੇ, ਉਸ ਦਾ ਅਧਿਕਾਰ ਦਿੱਤਾ ਹੋਵੇ। ਬਾਬਾ ਜੀ ਨੇ ਕ੍ਰਿਪਾਲਤਾ ਪੂਰਵਕ, ਉਨ੍ਹਾਂ ਸਾਰੇ ਨਿਸ਼ਠਾਵਾਨ ਕਿਰਿਆਯੋਗੀਆਂ ਦੇ ਜਨਮ ਜਨਮਾਤਰਾਂ ਦੀ, ਸੁੱਖ ਸ਼ਾਂਤੀ ਦੀ ਜੁੰਮੇਵਾਰੀ ਲੈ ਲਈ ਹੈ, ਜਿਨ੍ਹਾਂ ਨੇ ਉਨ੍ਹਾਂ ਦੇ ਅਧਿਕਾਰਤ ਯੋਗੀਆਂ ਤੋਂ *ਕਿਰਿਆ ਯੋਗ* ਦੀ ਦੀਖਿਆ ਲਈ ਹੋਵੇਗੀ।

ਯੋਗਦਾ ਸਤਸੰਗ ਸੁਸਾਇਟੀ ਆਫ ਇੰਡੀਆ ਅਤੇ ਸੈਲਫ ਰੀਆਲਾਈਜੇਸ਼ਨ ਫੈਲੋਸ਼ਿਪ ਤੋਂ *ਕਿਰਿਆ ਯੋਗ* ਦੀ ਦੀਖਿਆ ਲੈਣ ਵਾਲਿਆਂ ਨੂੰ, ਪਹਿਲਾਂ ਇੱਕ ਪ੍ਰਤਿਗਿਆ ਪੱਤਰ ਉੱਪਰ ਦਸਤਖਤ ਕਰਨੇ ਹੁੰਦੇ ਹਨ, ਕਿ ਉਹ ਦੂਸਰਿਆ ਨੂੰ *ਕਿਰਿਆ ਯੋਗ* ਤਕਨੀਕ ਦੀ ਜਾਣਕਾਰੀ ਨਹੀਂ ਦੇਣਗੇ। ਇਸ ਤਰ੍ਹਾਂ *ਕਿਰਿਆ ਯੋਗ* ਦੀ ਸਰਲ, ਪ੍ਰੰਤੂ ਪੱਕੀ ਤਕਨੀਕ ਅਣਅਧਿਕਾਰਤ ਸਿੱਖਿਅਕਾਂ ਦੁਆਰਾ ਕੀਤੀਆਂ ਜਾ ਸਕਣ ਵਾਲੀਆਂ ਤਬਦੀਲੀਆਂ ਅਤੇ ਤੋੜ ਮਰੋੜ ਦੇ ਦੋਸ਼ਾਂ ਤੋਂ ਸੁਰੱਖਿਅਤ ਰਹਿ ਕੇ ਮੂਲ ਰੂਪ ਵਿਚ ਹੀ ਬਣੀ ਰਹਿੰਦੀ ਹੈ।

ਬਾਬਾ ਜੀ ਨੇ ਸੰਸਾਰ ਤਿਆਗ ਅਤੇ ਤਪੱਸਿਆ ਦੀਆਂ ਪ੍ਰਾਚੀਨ ਪਾਬੰਦੀਆਂ ਨੂੰ ਹਟਾ ਦਿੱਤਾ, ਤਾਂ ਕਿ ਜਨ ਸਧਾਰਨ ਨੂੰ *ਕਿਰਿਆ ਯੋਗ* ਦਾ ਲਾਭ ਪ੍ਰਾਪਤ ਹੋ ਸਕੇ, ਪ੍ਰੰਤੂ ਲਾਹਿੜੀ ਮਹਾਸ਼ਯ ਅਤੇ ਉਨ੍ਹਾਂ ਦੇ ਸਾਰੇ ਉੱਤਰਅਧਿਕਾਰੀਆਂ ਉੱਪਰ ਇਹ ਸ਼ਰਤ ਲਗਾਈ, ਕਿ ਉਨ੍ਹਾਂ ਦੇ ਕੋਲ ਜੋ ਕੋਈ ਵੀ *ਕਿਰਿਆ ਯੋਗ* ਦੀ ਦੀਖਿਆ ਲੈਣ ਵਾਸਤੇ ਆਵੇ, ਉਸ ਨੂੰ ਉਹ *ਕਿਰਿਆ ਯੋਗ* ਅਭਿਆਸ ਦੀ ਮੁਢਲੀ ਤਿਆਰੀ ਦੇ ਰੂਪ ਵਿਚ ਪਹਿਲਾਂ ਕੁਝ ਸਮਾਂ ਵਿਸ਼ੇਸ਼ ਸਿਖਲਾਈ ਦੇਣ। *ਕਿਰਿਆ ਯੋਗ* ਵਰਗੀ ਅਤਿਅੰਤ ਉੱਚ ਤਕਨੀਕ ਦਾ ਅਭਿਆਸ ਅਨਿਯਮਤ ਅਤੇ ਬੇ-ਢੰਗੇ ਅਧਿਆਤਮਿਕ ਜੀਵਨ ਨਾਲ ਮੇਲ ਨਹੀਂ ਖਾ ਸਕਦਾ। *ਕਿਰਿਆ ਯੋਗ* ਕੇਵਲ ਇੱਕ ਧਿਆਨ ਜਾਂ ਸਾਧਨਾ ਦੀ ਤਕਨੀਕ ਹੀ ਨਹੀਂ ਹੈ, ਇਸ ਤੋਂ ਕਿਤੇ ਵੱਧ ਇਹ ਇੱਕ ਸੰਪੂਰਨ ਜੀਵਨ ਜਾਚ ਹੈ। ਇਸ ਵਿਚ ਦੀਖਿਅਤ ਹੋਣ ਵਾਲੇ ਸ਼ਰਧਾਲੂ ਨੂੰ ਕੁਝ ਅਧਿਆਤਮਿਕ ਨਿਯਮਾਂ ਅਤੇ ਆਦੇਸ਼ਾਂ ਦੀ ਪਾਲਣਾ ਕਰਨੀ ਪੈਂਦੀ ਹੈ। ਯੋਗਦਾ ਸਤਸੰਗ ਸੁਸਾਇਟੀ ਆਫ ਇੰਡੀਆ ਅਤੇ ਸੈਲਫ ਰੀਆਲਾਈਜੇਸ਼ਨ ਫੈਲੋਸ਼ਿਪ ਨੇ ਮਹਾ ਅਵਤਾਰ ਬਾਬਾ ਜੀ, ਲਾਹਿੜੀ ਮਹਾਸ਼ਯ। ਸਵਾਮੀ ਸ਼੍ਰੀ ਯੁਕਤੇਸ਼ਵਰ ਜੀ ਅਤੇ ਪਰਮਹੰਸ ਯੋਗਾਨੰਦ ਜੀ ਦੇ ਰਾਹੀਂ ਪ੍ਰਾਪਤ ਹੋਏ, ਇਨ੍ਹਾਂ ਹੁਕਮਾਂ ਦਾ ਨਿਸ਼ਠਾਪੂਰਵਕ ਪਾਲਣ ਕੀਤਾ ਹੈ। ਯੋਗਦਾ ਸਤਸੰਗ ਸੁਸਾਇਟੀ ਆਫ ਇੰਡੀਆ ਅਤੇ ਸੈਲਫ ਰੀਆਲਾਈਜੇਸ਼ਨ ਦੇ ਪਾਠਾਂ ਵਿਚ ਅਤੇ ਇਨ੍ਹਾਂ ਸੰਸਥਾਵਾਂ ਦੇ ਅਧਿਕਾਰਕ ਨੁਮਾਇੰਦਿਆਂ ਦੁਆਰਾ *ਕਿਰਿਆ ਯੋਗ* ਦੀ ਪੂਰਵ ਤਿਆਰੀ ਦੇ ਰੂਪ ਵਿਚ ਸਿਖਾਈ ਜਾਣ ਵਾਲੀ ਹੰਗਸੁ ਅਤੇ ਓਮ ਤਕਨੀਕਾਂ *ਕਿਰਿਆ ਯੋਗ* ਦਾ ਅਨਿਖੜਵਾਂ ਅੰਗ ਹਨ। ਸਾਧਕ ਦੀ ਚੇਤਨਾ ਨੂੰ ਆਤਮ ਗਿਆਨ ਦੇ ਵਾਸਤੇ ਉੱਨਤ ਕਰਨ ਵਾਸਤੇ ਅਤੇ ਆਤਮਾ ਨੂੰ ਬੰਧਨਾਂ ਤੋਂ ਮੁਕਤ ਕਰਨ ਲਈ, ਇਹ ਤਕਨੀਕਾਂ ਅਤਿਅੰਤ ਲਾਭਦਾਇਕ ਹਨ। (ਪ੍ਰਕਾਸ਼ਕ ਦੀ ਟਿਪਣੀ)

* ਸ਼੍ਰੀ ਮਦ ਭਗਵਤ ਗੀਤਾ, II:40

"ਉਨ੍ਹਾਂ ਦੇ ਇਸ ਵੱਡਮੁੱਲੇ ਵਰਦਾਨ ਦੇ ਦਿਲਾਸੇ ਦੇ ਨਾਲ ਅਤੇ ਨਵੇਂ ਪ੍ਰਾਪਤ ਕੀਤੇ ਬ੍ਰਹਮ ਗਿਆਨ ਨਾਲ, ਮੈਂ ਸੋਨੇ ਤੋਂ ਵੀ ਵੱਧ ਦੌਲਤਮੰਦ ਹੋ ਕੇ, ਪਹਾੜ ਤੋਂ ਥੱਲੇ ਉੱਤਰਨ ਲੱਗਿਆ। ਦਫਤਰ ਵਿਚ ਪਹੁੰਚਣ ਤੇ ਮੇਰੇ ਸਾਥੀਆਂ ਨੇ ਮੇਰਾ ਸੁਆਗਤ ਕੀਤਾ। ਉਹ ਦਸ ਦਿਨ ਤੋਂ ਇਹ ਹੀ ਸੋਚ ਰਹੇ ਸਨ, ਕਿ ਮੈਂ ਹਿਮਾਲਿਆ ਦੇ ਜੰਗਲਾਂ ਵਿਚ ਗੁਆਚ ਗਿਆ ਸੀ। ਇਸ ਤੋਂ ਛੇਤੀ ਹੀ ਬਾਅਦ, ਮੇਰੇ ਮੁੱਖ ਦਫਤਰ ਤੋਂ ਇੱਕ ਪੱਤਰ ਆਇਆ।"

"ਉਸ ਵਿਚ ਲਿਖਿਆ ਹੋਇਆ ਸੀ, ਕਿ ਲਾਹਿੜੀ ਨੂੰ ਦਾਨਾਪੁਰ* ਦਫਤਰ ਵਾਪਸ ਚਲਿਆ ਜਾਣਾ ਚਾਹੀਦਾ ਹੈ। ਰਾਣੀਖੇਤ ਵਿਚ ਉਸ ਦੀ ਬਦਲੀ ਗਲਤੀ ਨਾਲ ਹੋਈ ਸੀ। ਰਾਣੀਖੇਤ ਵਿਚ ਕਿਸੇ ਦੂਸਰੇ ਕਰਮਚਾਰੀ ਨੂੰ ਭੇਜਿਆ ਜਾਣਾ ਸੀ।"

"ਮੈਨੂੰ ਭਾਰਤ ਦੇ ਇਸ ਦੂਰਤਮ ਇਲਾਕੇ ਵਿਚ ਪਹੁੰਚਾ ਦੇਣ ਵਾਲੀਆਂ ਘਟਨਾਵਾਂ ਦੇ ਪਿੱਛੇ ਛੁਪੇ ਗੁਪਤ ਘਟਨਾ ਪ੍ਰਵਾਹਾਂ ਦਾ ਵਿਚਾਰ ਕਰਕੇ, ਮੈਂ ਮੁਸਕਰਾਇਆ।"

"ਦਾਨਾਪੁਰ ਵਾਪਸ ਪਰਤਣ ਤੋਂ ਪਹਿਲਾਂ, ਮੈਂ ਕੁਝ ਦਿਨ ਮੁਰਾਦਾਬਾਦ ਵਿਚ ਇੱਕ ਬੰਗਾਲੀ ਪਰਿਵਾਰ ਦੇ ਘਰ ਰੁਕਿਆ। ਛੇ ਮਿੱਤਰਾਂ ਦੀ ਇੱਕ ਟੋਲੀ ਮੇਰੇ ਸੁਆਗਤਅਰਥ ਇਕੱਠੀ ਹੋਈ। ਜਿਉਂ ਹੀ ਮੈਂ ਗੱਲ ਬਾਤ ਦਾ ਰੁਖ ਅਧਿਆਤਮਿਕ ਵਿਸ਼ੇ ਵੱਲ ਮੋੜਿਆ ਤਾਂ ਉਹ ਮਿੱਤਰ, ਜਿਸ ਦੇ ਘਰ ਮੈਂ ਠਹਿਰਿਆ ਹੋਇਆ ਸੀ, ਨੇ ਬੜੇ ਉਦਾਸੀਨ ਮਨ ਨਾਲ ਕਿਹਾ, "ਓਹ, ਅੱਜ ਕੱਲ੍ਹ ਭਾਰਤ ਸੱਚੇ ਸੰਤਾ ਤੋਂ ਮਹਿਰੂਮ ਹੋ ਗਿਆ ਹੈ।"

"ਮੈਂ ਬੜੇ ਜ਼ੋਰਦਾਰ ਤਰੀਕੇ ਨਾਲ ਉਸ ਦੇ ਇਸ ਕਥਨ ਦਾ ਵਿਰੋਧ ਕੀਤਾ। "ਬਾਬੂ, ਹਾਲੇ ਵੀ ਇਸ ਪ੍ਰਿਥਵੀ ਉੱਪਰ ਮਹਾਨ ਸਿੱਧ ਪੁਰਸ਼ ਬਿਰਾਜਮਾਨ ਹਨ।"

"ਅਧਿਆਤਮਿਕ ਉਤਸ਼ਾਹ ਕਾਰਨ ਹਿਮਾਲਿਆ ਵਿਚ ਚਮਤਕਾਰਿਕ ਅਨੁਭਵਾਂ ਦਾ ਵਰਣਨ ਕਰਨ ਦੀ ਪ੍ਰੇਰਨਾ ਤੇਜੀ ਨਾਲ ਮੇਰੇ ਮਨ ਵਿਚ ਜਾਗ ਉੱਠੀ। ਮਿੱਤਰਾਂ ਦੀ ਟੋਲੀ ਨੇ ਨਿਮਰਤਾ ਪੂਰਵਕ ਸ਼ੰਕਾ ਪ੍ਰਗਟ ਕੀਤੀ।"

"ਉਨ੍ਹਾਂ ਵਿਚੋਂ ਇੱਕ ਮਿੱਤਰ ਨੇ ਹਮਦਰਦੀ ਭਰੇ ਲਹਿਜੇ ਵਿਚ ਕਿਹਾ, "ਲਾਹਿੜੀ ਪਹਾੜਾਂ ਦੀ ਸੂਖਮ ਹਵਾ ਵਿਚ ਤੇਰੇ ਦਿਮਾਗ ਉੱਪਰ ਕੋਈ ਦਬਾਅ ਪੈ ਗਿਆ ਹੋਣਾ। ਜੋ ਤੂੰ ਹੁਣੇ ਹੁਣੇ ਸਾਨੂੰ ਦੱਸਿਆ ਹੈ, ਉਹ ਕੋਈ ਦਿਵਾਸ੍ਵਪਨ ਹੈ।"

"ਸਚਾਈ ਦੇ ਜੋਸ਼ ਵਿਚ ਉਫਨਦਿਆਂ, ਮੈਂ ਬਗੈਰ ਸੋਚੇ ਵਿਚਾਰੇ ਕਹਿ ਦਿੱਤਾ, ਜੇ ਮੈਂ ਉਨ੍ਹਾਂ ਨੂੰ ਹੁਣੇ ਬੁਲਾਵਾਂ, ਤਾਂ ਉਹ ਹੁਣੇ ਇਸ ਘਰ ਵਿਚ ਪ੍ਰਗਟ ਹੋ ਜਾਣਗੇ।"

"ਸਭ ਦੀਆਂ ਅੱਖਾਂ ਉਤਸੁਕਤਾ ਨਾਲ ਚਮਕ ਉੱਠੀਆਂ। ਇਸ ਵਿਚ ਕੋਈ ਹੈਰਾਨੀ ਨਹੀਂ ਸੀ, ਕਿ ਉਹ ਸਾਰੇ ਹੀ ਕਿਸੇ ਇਹੋ ਜਿਹੀ ਚਮਤਕਾਰੀ ਘਟਨਾ ਨੂੰ ਦੇਖਣ ਵਾਸਤੇ ਉਤਾਵਲੇ ਸਨ। ਕੁਝ ਅਣਇੱਛਾ ਪੂਰਵਕ ਹੀ ਸਹੀ, ਮੈਂ ਇੱਕ ਏਕਾਂਤ ਕਮਰੇ ਅਤੇ ਦੋ ਊਨੀ ਕੰਬਲਾਂ ਦਾ ਪ੍ਰਬੰਧ ਕਰਨ ਵਾਸਤੇ ਕਿਹਾ।

* ਦਾਨਾਪੁਰ ਵਾਰਾਣਸੀ ਦੇ ਨੇੜੇ ਇੱਕ ਸ਼ਹਿਰ ਹੈ।

"ਗੁਰੂਦੇਵ, ਅਕਾਸ਼ ਵਿਚੋਂ ਪ੍ਰਗਟ ਹੋਣਗੇ, ਮੈਂ ਕਿਹਾ, "ਦਰਵਾਜ਼ੇ ਦੇ ਬਾਹਰ ਸ਼ਾਂਤ ਬੈਠੇ ਰਹੋ, ਮੈਂ ਛੇਤੀ ਹੀ ਆਪ ਨੂੰ ਬੁਲਾ ਲਵਾਂਗਾ।"

"ਮੈਂ ਨਿਮਰਤਾ ਪੂਰਵਕ ਗੁਰੂਦੇਵ ਨੂੰ ਬੁਲਾਉਣ ਵਾਸਤੇ ਬੇਨਤੀ ਕਰਦਿਆਂ ਧਿਆਨ ਕਰਨ ਲੱਗਿਆ। ਅਨ੍ਹੇਰਾ ਕਮਰਾ ਸ਼ਾਂਤੀ ਦਾਇਕ ਮੱਧਮ ਰੌਸ਼ਨੀ ਨਾਲ ਭਰ ਗਿਆ। ਬਾਬਾ ਜੀ ਦੀ ਤੇਜਸਵੀ ਮੂਰਤੀ ਪ੍ਰਗਟ ਹੋ ਗਈ। "ਲਾਹਿੜੀ, ਤੂੰ ਕੀ ਮੈਨੂੰ ਇਹੋ ਜਿਹੀਆਂ ਫਜ਼ੂਲ ਗੱਲਾਂ ਵਾਸਤੇ ਬੁਲਾਉਂਦਾ ਹੈਂ?" ਗੁਰੂਦੇਵ ਦੀ ਦ੍ਰਿਸ਼ਟੀ ਕਠੋਰ ਸੀ। ਸਚਾਈ ਸੱਚੇ ਸ਼ਰਧਾਲੂਆਂ ਵਾਸਤੇ ਹੁੰਦੀ ਹੈ, ਬੇਕਾਰ ਦੀ ਉਤਸੁਕਤਾ ਵਾਲਿਆਂ ਵਾਸਤੇ ਨਹੀਂ। ਦੇਖਣ ਤੋਂ ਬਾਅਦ ਵਿਸ਼ਵਾਸ ਕਰਨਾ ਬੜਾ ਸੌਖਾ ਹੈ। ਫਿਰ ਉਸ ਵਿਚ ਕਿਸੇ ਆਤਮ ਖੋਜ ਦੀ ਲੋੜ ਨਹੀਂ ਰਹਿੰਦੀ। ਇੰਦਰੀਆਂ ਤੋਂ ਪਰੇ ਸਚਾਈ ਦੀ ਖੋਜ ਕੇਵਲ ਉਹ ਲੋਕ ਹੀ ਕਰ ਸਕਦੇ ਹਨ, ਜਿਹੜੇ ਆਪਣੇ ਸੁਭਾਵਿਕ ਸ਼ੰਕਾਵਾਦ ਤੋਂ ਉੱਪਰ ਉੱਠਦੇ ਹਨ। ਫਿਰ ਉਨ੍ਹਾਂ ਨੇ ਗੰਭੀਰਤਾ ਨਾਲ ਕਿਹਾ, ਮੈਨੂੰ ਜਾਣ ਦੇ।"

"ਮੈਂ ਬੇਨਤੀ ਕਰਦਿਆਂ, ਉਨ੍ਹਾਂ ਦੇ ਚਰਨਾਂ ਉੱਪਰ ਲੇਟ ਗਿਆ, ਪੂਜਨੀਕ ਗੁਰੂਦੇਵ, ਮੈਂ ਆਪਣੀ ਬਹੁਤ ਵੱਡੀ ਭੁੱਲ ਮੰਨਦਾ ਹਾਂ। ਜਿਸ ਵਾਸਤੇ ਮੈਂ ਆਪ ਤੋਂ ਨਿਮਰਤਾ ਪੂਰਵਕ ਮੁਆਫੀ ਮੰਗਦਾ ਹਾਂ। ਇਨ੍ਹਾਂ ਅਧਿਆਤਮਿਕ ਤੌਰ ਤੇ ਅੰਨ੍ਹੇ ਲੋਕਾਂ ਦੇ ਦਿਲਾਂ ਵਿਚ ਵਿਸ਼ਵਾਸ ਜਗਾਉਣ ਵਾਸਤੇ ਹੀ, ਮੈਂ ਆਪ ਨੂੰ ਬੁਲਾਉਣ ਦਾ ਸਾਹਸ ਕੀਤਾ ਹੈ। ਹੁਣ ਜਦੋਂ ਆਪ ਮੇਰੀ ਪ੍ਰਾਰਥਨਾ ਉੱਪਰ ਪਧਾਰ ਹੀ ਚੁੱਕੇ ਹੋ, ਤਾਂ ਕ੍ਰਿਪਾ ਕਰਕੇ ਮੇਰੇ ਮਿੱਤਰਾਂ ਨੂੰ ਅਸ਼ੀਰਵਾਦ ਦਿੱਤੇ ਬਗੈਰ ਨਾ ਜਾਉ। ਭਾਵੇਂ ਉਹ ਸ਼ੰਕਾ ਵਾਦੀ ਹੀ ਹਨ ਪ੍ਰੰਤੂ ਮੇਰੇ ਅਦਭੁਤ ਕਥਨ ਦੀ ਸਚਾਈ ਦੀ ਜਾਂਚ ਪੜਤਾਲ ਕਰਨ ਲਈ ਤਿਆਰ ਸਨ।"

"ਠੀਕ ਹੈ, ਮੈਂ ਥੋੜੀ ਦੇਰ ਰੁਕ ਜਾਂਦਾ ਹਾਂ। ਮੈਂ ਨਹੀਂ ਚਾਹੁੰਦਾ, ਕਿ ਤੇਰੇ ਮਿੱਤਰਾਂ ਦੇ ਸਾਹਮਣੇ ਤੇਰੀ ਗੱਲ ਝੂਠੀ ਸਾਬਤ ਹੋ ਜਾਵੇ। ਬਾਬਾ ਜੀ ਦਾ ਚਿਹਰਾ ਹੁਣ ਕੁਝ ਨਰਮ ਪੈ ਗਿਆ ਸੀ। ਫਿਰ ਉਨ੍ਹਾਂ ਨੇ ਬੜੀ ਕੋਮਲਤਾ ਨਾਲ ਕਿਹਾ, "ਮੇਰੇ ਪੁੱਤਰ ਹੁਣ ਤੋਂ ਬਾਅਦ, ਮੈਂ ਉਸ ਵਕਤ ਹੀ ਆਵਾਂਗਾ, ਜਿਸ ਵਕਤ ਤੈਨੂੰ ਮੇਰੀ ਜ਼ਰੂਰਤ ਹੋਵੇਗੀ, ਨਾ ਕਿ ਜਦੋਂ ਜਦੋਂ ਤੂੰ ਮੈਨੂੰ ਬੁਲਾਵੇਂਗਾ।"*

ਜਦੋਂ ਮੈਂ ਦਰਵਾਜ਼ਾ ਖੋਲ੍ਹਿਆ, ਤਾਂ ਬਾਹਰ ਬੈਠੀ ਛੋਟੀ ਜਿਹੀ ਮਿੱਤਰ ਮੰਡਲੀ ਵਿਚ ਤਨਾਵ-ਪੂਰਨ ਚੁੱਪ ਪਸਰੀ ਹੋਈ ਸੀ। ਮੇਰੇ ਮਿੱਤਰ ਕੰਬਲ ਦੇ ਆਸਣ ਉੱਪਰ ਬਿਰਾਜਮਾਨ ਮੂਰਤੀ ਦੇ ਵੱਲ ਇਸ ਤਰ੍ਹਾਂ ਦੇਖ ਰਹੇ ਸਨ। ਜਿਸ ਤਰ੍ਹਾਂ ਉਨ੍ਹਾਂ ਨੂੰ ਆਪਣੀਆਂ ਅੱਖਾਂ ਉੱਪਰ ਹੀ ਵਿਸ਼ਵਾਸ ਨਹੀਂ ਸੀ ਹੋ ਰਿਹਾ। ਇਹ ਤਾਂ ਸਮੂਹਿਕ ਸੰਮੋਹਨ ਹੈ। ਇੱਕ ਮਿੱਤਰ

* ਅਨੰਤ ਬ੍ਰਹਮ ਦੀ ਪ੍ਰਾਪਤੀ ਵਿਚ ਲਾਹਿੜੀ ਮਹਾਸ਼ਯ ਵਰਗੇ ਸਿੱਧ ਪੁਰਸ਼ ਵੀ ਕਈ ਵਾਰ ਜਿਆਦਾ ਉਤਸ਼ਾਹ ਦੇ ਜੋਸ਼ ਵਿਚ ਵਹਿ ਸਕਦੇ ਹਨ। ਇਸ ਕਰਕੇ ਉਨ੍ਹਾਂ ਨੂੰ ਵੀ ਥੋੜੀ ਬਹੁਤ ਡਾਂਟ ਫਿਟਕਾਰ ਦੀ ਜ਼ਰੂਰਤ ਪੈਂਦੀ ਹੈ। ਸ਼੍ਰੀ ਮਦ ਭਗਵਤ ਗੀਤਾ ਵਿਚ ਵੀ ਕਈ ਸ਼ਲੋਕ ਅਜਿਹੇ ਹਨ, ਜਿਨ੍ਹਾਂ ਵਿਚ ਭਗਵਾਨ ਸ਼੍ਰੀ ਕ੍ਰਿਸ਼ਨ ਸ਼੍ਰੋਮਣੀ ਭਗਤ ਅਰਜੁਨ ਨੂੰ ਫਿਟਕਾਰ ਪਾਉਂਦੇ ਹਨ।

ਨੇ ਉਤੇਜਿਤ ਭਾਵ ਵਿਚ ਕਿਹਾ। ਸਾਡੀ ਜਾਣਕਾਰੀ ਤੋਂ ਬਗੈਰ ਕੋਈ ਵੀ ਆਦਮੀ ਕਮਰੇ ਵਿਚ ਪ੍ਰਵੇਸ਼ ਨਹੀਂ ਸੀ ਕਰ ਸਕਦਾ।"

"ਬਾਬਾ ਜੀ ਮੁਸਕਰਾਉਂਦਿਆਂ ਅੱਗੇ ਵੱਧ ਗਏ ਅਤੇ ਉਨ੍ਹਾਂ ਵਿਚੋਂ ਹਰ ਇੱਕ ਨੂੰ ਆਪਣੇ ਸਥੂਲ ਅਤੇ ਨਿੱਘੇ ਸਰੀਰ ਨੂੰ ਛੂਹ ਕੇ ਦੇਖਣ ਦਾ ਇਸ਼ਾਰਾ ਕੀਤਾ। ਸਾਰੇ ਸ਼ੰਕੇ ਮਿਟ ਗਏ। ਮੇਰੇ ਮਿੱਤਰਾਂ ਨੇ ਪਸ਼ਚਾਤਾਪ ਕਰਦਿਆਂ ਸ਼ਰਧਾ ਅਤੇ ਆਦਰ ਪੂਰਵਕ ਉਨ੍ਹਾਂ ਦੇ ਚਰਨਾਂ ਵਿਚ ਦੰਡਵਤ ਪ੍ਰਣਾਮ ਕੀਤਾ।"

"ਬਾਬਾ ਜੀ ਨੇ ਕਿਹਾ, ਹਲਵਾ ਬਣਾਇਆ ਜਾਵੇ। ਮੈਂ ਸਮਝ ਗਿਆ, ਕਿ ਬਾਬਾ ਜੀ ਨੇ ਉਨ੍ਹਾਂ ਲੋਕਾਂ ਨੂੰ ਆਪਣੇ ਸਥੂਲ ਸਰੀਰ ਦੀ ਅਸਲੀਅਤ ਦਾ ਹੋਰ ਜਿਆਦਾ ਯਕੀਨ ਦੁਆਉਣ ਦੇ ਖਾਤਰ ਹੀ ਇਹ ਆਦੇਸ਼ ਦਿੱਤਾ ਸੀ। ਜਦੋਂ ਤਕ ਹਲਵਾ ਤਿਆਰ ਹੋ ਰਿਹਾ ਸੀ, ਅਮਰ ਗੁਰੂ ਨਿਮਰਤਾ ਨਾਲ ਉਨ੍ਹਾਂ ਨਾਲ ਗੱਲਾਂ ਕਰਦੇ ਰਹੇ। ਉਨ੍ਹਾਂ ਸ਼ੰਕਾ ਵਾਦੀ ਆਤਮਾਵਾਂ ਦਾ ਪੂਰੇ ਸ਼ਰਧਾਲੂਆਂ ਵਿਚ ਪਰੀਵਰਤਨ ਹੁੰਦਿਆਂ ਦੇਖਣਾ ਬਣਦਾ ਸੀ। ਹਲਵਾ ਖਾ ਚੁੱਕਣ ਤੋਂ ਬਾਅਦ ਬਾਬਾ ਜੀ ਨੇ ਸਾਨੂੰ ਇਕੱਲੇ ਇਕੱਲੇ ਨੂੰ ਅਸ਼ੀਰਵਾਦ ਦਿੱਤਾ। ਅਚਾਨਕ ਰੌਸ਼ਨੀ ਚਮਕੀ, ਅਸੀਂ ਸਾਰਿਆਂ ਨੇ ਬਾਬਾ ਜੀ ਦੇ ਸਰੀਰ ਦੇ ਬਿਜਲਈ ਤੱਤਾਂ ਨੂੰ ਮਿੰਟਾਂ ਸਕਿੰਟਾਂ ਵਿਚ ਹੀ ਵਾਸ਼ਪਮਈ ਰੌਸ਼ਨੀ ਵਿਚ ਪਰਿਵਰਤਿਤ ਹੁੰਦੇ ਦੇਖਿਆ। ਅਮਰ ਗੁਰੂ ਦੀ ਪ੍ਰਮਾਤਮਾ ਦੇ ਨਾਲ ਇੱਕ ਰੂਪ ਹੋਈ ਇੱਛਾ ਸ਼ਕਤੀ ਨੇ, ਉਨ੍ਹਾਂ ਦੇ ਸਰੀਰ ਦੇ ਰੂਪ ਵਿਚ ਇਕੱਠੇ ਫੜ ਕੇ ਰੱਖੇ ਗਏ, ਅਕਾਸ਼ ਤੱਤ ਦੇ ਅਣੂਆਂ ਪ੍ਰਮਾਣੂਆਂ ਉਪਰ ਆਪਣੀ ਪਕੜ ਢਿਲੀ ਕਰ ਦਿੱਤੀ ਅਤੇ ਉਸ ਦੇ ਨਾਲ ਅਸੰਖਾਂ ਪ੍ਰਾਣ ਅਣੂਆਂ ਦੀਆਂ ਚਿੰਗਾਰੀਆਂ ਦੀ ਚਮਕ ਅਨੰਤ ਬ੍ਰਹਮ ਸਾਗਰ ਵਿਚ ਸਮਾ ਗਈ।

"ਉਸ ਮਿੱਤਰ ਮੰਡਲੀ ਵਿਚੋਂ ਇੱਕ ਮੈਤਰ* ਨਾਂ ਦੇ ਮਿੱਤਰ ਨੇ ਅਤਿਅੰਤ ਸ਼ਰਧਾ ਨਾਲ ਕਿਹਾ, "ਅੱਜ ਮੈਂ ਆਪਣੀਆਂ ਅੱਖਾਂ ਦੇ ਨਾਲ ਜੀਵਨ ਅਤੇ ਮੌਤ ਉਪਰ ਜਿੱਤ ਪ੍ਰਾਪਤ ਕਰਨ ਵਾਲੀ ਹਸਤੀ ਦੇ ਦਰਸ਼ਨ ਕਰ ਲਏ ਹਨ। ਨਵੇਂ ਪ੍ਰਾਪਤ ਗਿਆਨ ਦੇ ਆਨੰਦ ਨਾਲ ਉਸ ਦੇ ਚਿਹਰੇ ਦੇ ਹਾਵ ਭਾਵ ਬਦਲ ਗਏ ਸਨ। ਪਰਮ ਗੁਰੂ ਸਮੇਂ ਅਤੇ ਦੇਸ਼ ਦੇ ਨਾਲ ਇਸ ਤਰ੍ਹਾਂ ਖਿਲਵਾੜ ਕਰ ਗਏ, ਜਿਸ ਤਰ੍ਹਾਂ ਕੋਈ ਬੱਚਾ, ਪਾਣੀ ਦੇ ਬੁਲਬੁਲਿਆਂ ਨਾਲ ਖੇਡਦਾ ਹੈ। ਮੈਂ ਇਹੋ ਜਿਹੇ ਮਹਾ ਪੁਰਸ਼ ਦੇ ਦਰਸ਼ਨ ਕਰ ਲਏ ਹਨ, ਜਿਸ ਦੇ ਹੱਥ ਵਿਚ ਪ੍ਰਿਥਵੀ ਅਤੇ ਸਵਰਗ ਦੀਆਂ ਕੁੰਜੀਆਂ ਹਨ।"

* ਬਾਅਦ ਵਿਚ ਇਹ ਮਿੱਤਰ, ਮੈਤਰ ਮਹਾਸ਼ਯ ਦੇ ਨਾਂ ਨਾਲ ਪ੍ਰਸਿੱਧ ਹੋਏ, ਇਨ੍ਹਾਂ ਨੇ ਅਧਿਆਤਮਿਕ ਦ੍ਰਿਸ਼ਟੀ ਤੋਂ ਬਹੁਤ ਉਚੀ ਅਵਸਥਾ ਪ੍ਰਾਪਤ ਕਰ ਲਈ ਸੀ। ਹਾਈ ਸਕੂਲ ਪਾਸ ਕਰ ਲੈਣ ਤੋਂ ਥੋੜੇ ਦਿਨ ਬਾਅਦ ਹੀ ਮੇਰੀ ਇਨ੍ਹਾਂ ਦੇ ਨਾਲ ਉਸ ਵਕਤ ਮੁਲਾਕਾਤ ਹੋਈ ਸੀ, ਜਦੋਂ ਮੈਂ ਵਾਰਾਣਸੀ ਵਿਚ ਮਹਾ ਮੰਡਲ ਆਸ਼ਰਮ ਵਿਚ ਰਹਿ ਰਿਹਾ ਸੀ, ਤਾਂ ਉਹ ਉੱਥੇ ਆਏ ਸਨ। ਉਨ੍ਹਾਂ ਨੇ ਮੈਨੂੰ ਮੁਰਾਦਾਬਾਦ ਵਿਚ ਉਸ ਮੰਡਲੀ ਦੇ ਸਾਹਮਣੇ ਬਾਬਾ ਜੀ ਦੇ ਪ੍ਰਗਟ ਹੋਣ ਦੀ ਘਟਨਾ ਸੁਣਾਈ ਸੀ। ਫਿਰ ਉਨ੍ਹਾਂ ਨੇ ਦੱਸਿਆ ਸੀ, ਕਿ ਉਸ ਚਮਤਕਾਰ ਦੇ ਕਾਰਨ ਹੀ ਮੈਂ ਲਾਹਿੜੀ ਮਹਾਸ਼ਯ ਦਾ ਸਾਰੀ ਉਮਰ ਵਾਸਤੇ ਸ਼ਗਿਰਦ ਬਣ ਗਿਆ ਸੀ।

"ਆਖਰ ਵਿਚ ਲਾਹਿੜੀ ਮਹਾਸ਼ਯ ਨੇ ਕਿਹਾ ਸੀ, ਇਸ ਤੋਂ ਬਾਅਦ ਮੈਂ ਦਾਨਾਪੁਰ ਚਲਿਆ ਗਿਆ। ਪਰਮਸ਼ਕਤੀ ਵਿਚ ਦ੍ਰਿੜਤਾ ਨਾਲ ਸਥਿਰ ਹੋ ਕੇ, ਮੈਂ ਮੁੜ ਗਰਿਸਤੀ, ਦਫਤਰੀ ਅਤੇ ਸਮਾਜਕ ਜ਼ੁੰਮੇਵਾਰੀਆਂ ਸੰਭਾਲ ਲਈਆਂ।"

"ਲਾਹਿੜੀ ਮਹਾਸ਼ਯ ਨੇ ਕੇਵਲਾ ਨੰਦ ਜੀ ਨੂੰ ਅਤੇ ਸਵਾਮੀ ਸ੍ਰੀ ਯੁਕਤੇਸ਼ਵਰ ਜੀ ਨੂੰ ਆਪਣੀ ਇੱਕ ਹੋਰ ਮੁਲਾਕਾਤ ਦੀ ਕਹਾਣੀ ਸੁਣਾਈ ਸੀ। ਇਹ ਮੌਕਾ, ਉਨ੍ਹਾਂ ਅਨੇਕ ਮੌਕਿਆਂ ਵਿਚੋਂ ਇੱਕ ਸੀ, ਜਦੋਂ ਅਮਰ ਗੁਰੂ ਬਾਬਾ ਜੀ ਨੇ ਆਪਣਾ ਦਿੱਤਾ ਹੋਇਆ ਬਚਨ ਨਿਭਾਇਆ ਸੀ, "ਮੈਂ ਉਦੋਂ ਹੀ ਆਵਾਂਗਾ, ਜਦੋਂ ਤੈਨੂੰ ਮੇਰੀ ਜ਼ਰੂਰਤ ਹੋਵੇਗੀ।"

ਘਟਨਾ ਸਥਲ ਸੀ, ਅਲਾਹਾਬਾਦ ਦਾ ਕੁੰਭ ਮੇਲਾ। ਲਾਹਿੜੀ ਮਹਾਸ਼ਯ ਨੇ ਆਪਣੇ ਸ਼ਗਿਰਦਾਂ ਨੂੰ ਦੱਸਿਆ ਸੀ। "ਦਫਤਰ ਤੋਂ ਥੋੜੇ ਦਿਨਾਂ ਦੀਆਂ ਛੁੱਟੀਆਂ ਲੈ ਕੇ ਮੈਂ ਅਲਾਹਾਬਾਦ ਕੁੰਭ ਦੇ ਮੇਲੇ ਤੇ ਗਿਆ ਸੀ। ਕੁੰਭ ਮੇਲੇ ਵਿਚ ਦੂਰ ਦੁਰੇਡੇ ਤੋਂ ਆ ਕੇ ਸ਼ਾਮਲ ਹੋਏ ਸਾਧੂ ਸੰਨਿਆਸੀਆਂ ਦੇ ਵਿਚ ਘੁੰਮ ਰਿਹਾ ਸੀ, ਤਾਂ ਮੇਰੀ ਨਜ਼ਰ ਭਸਮ ਲਗਾਏ ਹੱਥ ਵਿਚ ਮੰਗਣ ਵਾਲਾ ਬਾਟਾ ਫੜੀ ਖੜ੍ਹੇ ਸਾਧੂ ਉੱਪਰ ਪਈ। ਤੁਰੰਤ ਹੀ ਮੇਰੇ ਮਨ ਵਿਚ ਇਹ ਖਿਆਲ ਆਇਆ ਕਿ ਉਹ ਸਾਧੂ ਪਖੰਡੀ ਹੈ, ਜਿਸ ਨੇ ਵੈਰਾਗ ਦੇ ਬਾਹਰੀ ਚਿੰਨ ਧਾਰਨ ਕਰ ਰੱਖੇ ਹਨ, ਪ੍ਰੰਤੂ ਉਨ੍ਹਾਂ ਦੇ ਅਨੁਰੂਪ ਉਸ ਵਿਚ ਅਧਿਆਤਮਿਕ ਉਚਤਾ ਨਹੀਂ ਹੈ।"

"ਜਿਉਂ ਹੀ ਮੈਂ ਉਸ ਸੰਨਿਆਸੀ ਤੋਂ ਅੱਗੇ ਲੰਘਿਆ, ਮੇਰੀ ਅਚੰਭਿਤ ਨਜ਼ਰ ਬਾਬਾ ਜੀ ਦੇ ਉੱਪਰ ਪਈ। ਉਹ ਇੱਕ ਜਟਾਧਾਰੀ ਸਾਧੂ ਨੂੰ ਗੋਡਿਆਂ ਪਰਨੇ ਹੋ ਕੇ ਪ੍ਰਣਾਮ ਕਰ ਰਹੇ ਸਨ।"

"ਗੁਰੂ ਜੀ," ਮੈਂ ਛੇਤੀ ਛੇਤੀ ਉਥੇ ਪਹੁੰਚਿਆ। "ਆਪ ਇੱਥੇ ਕੀ ਕਰ ਰਹੇ ਹੋ?"

"ਮੈਂ ਇਸ ਸੰਨਿਆਸੀ ਦੇ ਚਰਨਾਂ ਦੀ ਧੂੜ ਸਾਫ ਕਰ ਰਿਹਾ ਹਾਂ। ਬਾਅਦ ਵਿਚ ਮੈਂ ਇਨ੍ਹਾਂ ਦੇ ਖਾਣਾ ਬਣਾਉਣ ਵਾਲੇ ਭਾਂਡਿਆਂ ਨੂੰ ਸਾਫ ਕਰੂੰਗਾ। ਬਾਬਾ ਜੀ ਮੇਰੇ ਵੱਲ ਦੇਖ ਕੇ ਇੱਕ ਛੋਟੇ ਜਿਹੇ ਬੱਚੇ ਵਾਂਗ ਮੁਸਕਰਾਏ ਮੈਂ ਸਮਝ ਗਿਆ, ਕਿ ਉਹ ਮੈਨੂੰ ਸਿੱਖਿਆ ਦੇ ਰਹੇ ਸਨ, ਕਿ ਮੈਂ ਕਦੇ ਵੀ ਕਿਸੇ ਦੀ ਅਲੋਚਨਾ ਨਾ ਕਰਾਂ। ਬਲਕਿ ਸਾਰੇ ਸਰੀਰ ਮੰਦਰਾਂ ਵਿਚ ਨਿਵਾਸ ਕਰਨ ਵਾਲੇ ਪ੍ਰਮਾਤਮਾ ਨੂੰ ਇੱਕੋ ਜਿਹਾ ਦੇਖਾਂ। ਉਹ ਸਰੀਰ ਮੰਦਰ ਭਾਵੇਂ ਉੱਚ ਆਦਮੀ ਦਾ ਹੋਵੇ ਭਾਵੇ ਨੀਚ ਆਦਮੀ ਦਾ।"

"ਅਤੇ ਫਿਰ ਪਰਮ ਗੁਰੂ ਨੇ ਕਿਹਾ, 'ਗਿਆਨੀ ਅਗਿਆਨੀ ਸਾਧੂਆਂ ਦੀ ਸੇਵਾ ਕਰਕੇ, ਮੈਂ ਉਨ੍ਹਾਂ ਤੋਂ ਸਭ ਤੋਂ ਵੱਡਾ ਗੁਣ ਸਿਖ ਰਿਹਾ ਹਾਂ, ਜੋ ਪ੍ਰਮਾਤਮਾ ਨੂੰ ਬਾਕੀ ਸਾਰੇ ਸਦ-ਗੁਣਾ ਤੋ ਜਿਆਦਾ ਪਿਆਰਾ ਹੈ-ਨਿਮਰਤਾ।"*

* ਸਵਰਗ ਅਤੇ ਪ੍ਰਿਥਵੀ ਦੀਆਂ ਸਭ ਗੱਲਾਂ ਨੂੰ ਦੇਖਣ ਲਈ ਉਹ ਨਿਮਰ ਬਣੇ ਰਹਿੰਦੇ ਹਨ - *ਸਮਸ* 113:6 (ਬਾਈਬਲ) ਜੋ ਕੋਈ ਆਪਣੇ ਆਪ ਨੂੰ ਵੱਡਾ ਬਣਾਏਗਾ, ਉਸ ਨੂੰ ਛੋਟਾ ਕਰ ਦਿੱਤਾ ਜਾਵੇਗਾ ਅਤੇ ਜੋ ਕੋਈ ਆਪਣੇ ਆਪ ਨੂੰ ਛੋਟਾ ਬਣਾਏਗਾ, ਉਸ ਨੂੰ ਵੱਡਾ ਬਣਾ ਦਿੱਤਾ ਜਾਵੇਗਾ। *ਮੈਥਯੂ* 23:12 (ਬਾਈਬਲ)

ਹੰਕਾਰ ਨੂੰ ਖਤਮ ਕਰਨਾ ਹੀ ਆਪਣੀ ਪਹਿਚਾਣ ਪ੍ਰਾਪਤ ਕਰਨਾ ਹੈ।

ਚੈਪਟਰ 35

ਲਾਹਿੜੀ ਮਹਾਸ਼ਯ ਦਾ ਅਵਤਾਰਾਂ ਵਰਗਾ ਜੀਵਨ

"ਇਸ ਕਰਕੇ ਸਾਨੂੰ ਸਾਰੀਆਂ ਧਾਰਮਿਕ ਪਰੰਪਰਾਵਾਂ ਦੀ ਪਾਲਣਾ ਕਰਨੀ ਹੋਵੇਗੀ।"* ਜਾਨ ਦੀ ਬੈਪਟਿਸਟ ਨੂੰ ਦੀਖਿਆ ਦੇ ਵਾਸਤੇ ਬੇਨਤੀ ਕਰਦਿਆਂ, ਈਸਾ ਮਸੀਹ, ਆਪਣੇ ਗੁਰੂ ਦੇ ਦੈਵੀ ਅਧਿਕਾਰ ਨੂੰ ਸਵੀਕਾਰ ਕਰ ਰਹੇ ਸਨ। ਪੂਰਬ ਨਜ਼ਰੀਏ† ਤੋਂ ਬਾਈਬਲ ਦੇ ਸ਼ਰਧਾਪੂਰਨ ਅਧਿਐਨ ਅਤੇ ਅੰਤਰ ਗਿਆਨ ਦੀ ਪ੍ਰੇਰਨਾ ਨਾਲ, ਮੈਨੂੰ ਇਹ ਪੂਰਾ ਵਿਸ਼ਵਾਸ ਹੋ ਗਿਆ ਹੈ ਕਿ ਪਿਛਲੇ ਜਨਮ ਵਿਚ ਜਾਨ ਦੀ ਬੈਪਟਿਸਟ ਈਸਾ ਮਸੀਹ ਦੇ ਗੁਰੂ ਸਨ।

ਬਾਈਬਲ ਦੇ ਅਨੇਕ ਪੈਰਿਆਂ ਤੋਂ ਇਹ ਸੰਕੇਤ ਮਿਲਦਾ ਹੈ, ਕਿ ਜਾਨ ਅਤੇ ਈਸਾ ਮਸੀਹ, ਆਪਣੇ ਪਿਛਲੇ ਜਨਮ ਵਿਚ ਕ੍ਰਮਵਾਰ ਏਲੀਜ਼ਾ ਅਤੇ ਉਸ ਦੇ ਸ਼ਗਿਰਦ ਏਲੀਸ਼ਾ ਸਨ। (ਓਲਡ ਟੇਸਟਾਮੈਂਟ ਵਿਚ ਇਹੀ ਨਾਂ ਦਿੱਤੇ ਗਏ ਹਨ। ਯੂਨਾਨੀ ਅਨੁਵਾਦਕਾਂ ਨੇ ਇਨ੍ਹਾਂ ਨਾਵਾਂ ਨੂੰ ਇਲਿਆਸ ਅਤੇ ਐਲੀਅਸ ਲਿਖਿਆ ਹੈ। ਇਸ ਵਾਸਤੇ ਨਿਊ ਟੇਸਟਾਮੈਂਟ ਵਿਚ ਇਹ ਨਾਂ, ਇਨ੍ਹਾਂ ਯੂਨਾਨੀ ਰੂਪਾਂ ਵਿਚ ਬਦਲ ਕੇ ਰੱਖ ਦਿੱਤੇ ਗਏ ਹਨ)।

ਓਲਡ ਟੇਸਟਾਮੈਂਟ ਦਾ ਅੰਤ ਹੀ ਏਲੀਜ਼ਾ ਅਤੇ ਏਲੀਸ਼ਾ ਦੇ ਪੁਨਰ ਜਨਮ ਦੀ ਭਵਿਖਬਾਣੀ ਨਾਲ ਹੁੰਦਾ ਹੈ। "ਦੇਖ ਪ੍ਰਮਾਤਮਾ ਦੇ ਉਸ ਮਹਾਨ ਅਤੇ ਭਿਅੰਕਰ ਦਿਨ ਦੇ ਆਉਣ ਤੋਂ ਪਹਿਲਾਂ, ਮੈਂ ਏਲੀਜ਼ਾ ਪੈਗੰਬਰ ਨੂੰ ਤੇਰੇ ਕੋਲ ਭੇਜ ਦਿਆਂਗਾ।'‡ ਇਸ ਤਰ੍ਹਾਂ, "ਪ੍ਰਮਾਤਮਾ ਦੇ ਆਉਣ ਤੋਂ ਪਹਿਲਾਂ" ਭੇਜੇ ਗਏ, ਜਾਨ (ਏਲੀਜ਼ਾ) ਦਾ ਜਨਮ ਈਸਾ ਮਸੀਹ ਦੇ ਜਨਮ ਤੋਂ ਥੋੜਾ ਸਮਾਂ ਪਹਿਲਾਂ, ਉਨ੍ਹਾਂ ਦੇ ਦੂਤ ਦਾ ਕੰਮ ਕਰਨ ਵਾਸਤੇ ਹੋਇਆ। ਪਿਤਾ ਜ਼ਕਾਰਿਆਸ ਦੇ ਸਾਹਮਣੇ ਇੱਕ ਦੇਵ ਦੂਤ ਨੇ ਪ੍ਰਗਟ ਹੋ ਕੇ, ਉਨ੍ਹਾਂ ਨੂੰ ਦੱਸ ਦਿੱਤਾ ਸੀ, ਕਿ ਉਨ੍ਹਾਂ ਦੇ ਘਰ ਪੈਦਾ ਹੋਣ ਵਾਲਾ ਪੁੱਤਰ ਜਾਨ, ਹੋਰ ਕੋਈ ਨਹੀਂ ਬਲਕਿ ਏਲੀਜ਼ਾ (ਇਲਿਆਸ) ਹੋਵੇਗਾ।

"ਪ੍ਰੰਤੂ ਦੇਵ ਦੂਤ ਨੇ ਉਨ੍ਹਾਂ ਨੂੰ ਕਿਹਾ, 'ਜ਼ਕਾਰਿਆਸ ਡਰ ਨਾ, ਕਿਉਂਕਿ ਤੇਰੀ ਬੇਨਤੀ ਪ੍ਰਵਾਨ ਕਰ ਲਈ ਗਈ ਹੈ। ਤੇਰੀ ਪਤਨੀ ਏਲਿਜ਼ਬੈਥ, ਇੱਕ ਪੁੱਤਰ ਨੂੰ ਜਨਮ ਦੇਵੇਗੀ ਅਤੇ ਤੂੰ ਉਸ ਦਾ ਨਾਂ ਜਾਨ ਰਖੇਂਗਾ। ਇਹ ਇਜ਼ਰਾਈਲ ਦੀਆਂ ਅਣਗਿਣਤ ਆਤਮਾਵਾਂ

* *ਮੈਥਯੂ* 3:15 (ਬਾਈਬਲ)

† ਬਾਈਬਲ ਦੇ ਅਨੇਕ ਪੈਰਿਆਂ ਤੋਂ ਪਤਾ ਲੱਗਦਾ ਹੈ ਕਿ ਜਿਨ੍ਹਾਂ ਨੇ ਓਲਡ ਟੇਸਟਾਮੈਂਟ ਅਤੇ ਨਿਊ ਟੇਸਟਾਮੈਂਟ ਲਿਖੇ ਹਨ, ਉਨ੍ਹਾਂ ਨੂੰ ਪੁਨਰ ਜਨਮ ਦੇ ਸਿਧਾਂਤ ਦਾ ਗਿਆਨ ਸੀ ਅਤੇ ਉਹ ਇਸ ਨੂੰ ਮੰਨਦੇ ਸਨ।

‡ *ਮਲਾਕੀ* 4:5 (ਬਾਈਬਲ)

ਨੂੰ ਪ੍ਰਮਾਤਮਾ ਵੱਲ ਪ੍ਰੇਰਿਤ ਕਰੇਗਾ। ਉਹ ਇਲਿਆਸ ਦੀ ਪੂਰੀ ਤਾਕਤ ਦੇ ਨਾਲ ਉਸ ਤੋਂ ਪਹਿਲਾਂ ਪ੍ਰਗਟ ਹੋ ਕੇ* ਪਿਤਾਵਾਂ ਦੇ ਦਿਲ ਸੰਤਾਨਾਂ ਵੱਲ ਮੋੜ ਦੇਵੇਗਾ ਅਤੇ ਆਗਿਆ ਦਾ ਉਲੰਘਣ ਕਰਨ ਵਾਲਿਆਂ ਦੇ ਦਿਲ ਧਾਰਮਿਕ ਗਿਆਨ ਵੱਲ ਮੋੜ ਦੇਵੇਗਾ। ਉਹ ਇਸ ਤਰ੍ਹਾਂ ਲੋਕਾਂ ਨੂੰ ਪ੍ਰਮਾਤਮਾ ਦੇ ਆਗਮਨ ਵਾਸਤੇ ਤਿਆਰ ਕਰੇਗਾ।"†

ਈਸਾ ਮਸੀਹ ਨੇ ਦੋ ਵਾਰ ਸਪਸ਼ਟ ਸ਼ਬਦਾਂ ਵਿਚ ਏਲੀਜ਼ਾ (ਇਲਿਆਸ) ਦੀ ਪਹਿਚਾਣ, ਜਾਨ ਦੇ ਰੂਪ ਵਿਚ ਦੱਸੀ ਸੀ। "ਏਲੀਜ਼ਾ (ਇਲਿਆਸ) ਪਹਿਲਾਂ ਹੀ ਆ ਚੁੱਕੇ ਹਨ, ਲੋਕ ਉਨ੍ਹਾਂ ਨੂੰ ਪਹਿਚਾਣ ਨਹੀਂ ਸਕੇ।" ਤਾਂ ਸ਼ਗਿਰਦਾਂ ਦੀ ਸਮਝ ਵਿਚ ਆ ਗਿਆ ਸੀ ਕਿ ਈਸਾ ਮਸੀਹ, ਉਨ੍ਹਾਂ ਨੂੰ ਜਾਨ ਦੀ ਬੈਪਟਿਸਟ ਦੇ ਬਾਰੇ ਕਹਿ ਰਹੇ ਸਨ।‡ ਦੂਜੀ ਵਾਰ ਫਿਰ ਈਸਾ ਮਸੀਹ ਕਹਿੰਦੇ ਹਨ, "ਕਿਉਂਕਿ ਜਾਨ ਤਕ ਦੇ ਸਾਰੇ ਪੈਗੰਬਰਾਂ ਅਤੇ ਸ਼ਾਸਤਰਾਂ ਨੇ ਭਵਿਖਬਾਣੀ ਕੀਤੀ ਹੈ ਅਤੇ ਜੇ ਤੁਸੀਂ ਪ੍ਰਵਾਨ ਕਰੋ, ਤਾਂ ਇਹ ਉਹੀ ਇਲਿਆਸ ਹੈ, ਜਿਸ ਦੇ ਆਉਣ ਬਾਰੇ ਉਹ ਭਵਿਖਬਾਣੀ ਕੀਤੀ ਗਈ ਸੀ।"§ ਜਦੋਂ ਜਾਨ ਨੇ ਇਸ ਤੋਂ ਇਨਕਾਰ ਕਰ ਦਿੱਤਾ, ਕਿ ਉਹ ਇਲਿਆਸ (ਏਲੀਜ਼ਾ) ਹੈ¶ ਤਾਂ ਉਨ੍ਹਾਂ ਦਾ ਕਹਿਣ ਦਾ ਅਰਥ ਇਹ ਸੀ ਕਿ ਜਾਨ ਦੀ ਦੀਨ ਭੂਮਿਕਾ ਵਿਚ ਉਹ ਮਹਾਨ ਗੁਰੂ ਏਲੀਜ਼ਾ ਦਾ ਬਾਹਰੀ ਗੌਰਵ ਅਤੇ ਪਰਤਾਪ ਦੀ ਵਰਤੋਂ ਕਰਨ ਵਾਲੇ ਨਹੀਂ ਹਨ। ਆਪਣੇ ਪਿਛਲੇ ਜਨਮ ਵਿਚ, ਉਨ੍ਹਾਂ ਨੇ ਆਪਣੀ ਅਧਿਆਤਮਿਕ ਸ਼ਕਤੀ ਆਪਣੇ ਸ਼ਗਿਰਦ ਏਲੀਸ਼ਾ ਨੂੰ ਦੇ ਦਿੱਤੀ ਸੀ। "ਏਲੀਸ਼ਾ ਨੇ ਜਦੋਂ ਕਿਹਾ ਸੀ, ਕਿ ਮੈਂ ਆਪ ਜੀ ਨੂੰ ਬੇਨਤੀ ਕਰਦਾ ਹਾਂ ਕਿ ਆਪ ਦੀ ਸ਼ਕਤੀ ਦੁਗਣੀ ਹੋ ਕੇ ਮੇਰੇ ਵਿਚ ਆ ਜਾਵੇ।" ਤਾਂ ਏਲੀਜ਼ਾ ਨੇ ਕਿਹਾ, "ਤੂੰ ਇਹ ਮੰਗ ਰੱਖ ਕੇ ਬੜੀ ਮੁਸ਼ਕਿਲ ਖੜ੍ਹੀ ਕਰ ਦਿੱਤੀ ਹੈ, ਫਿਰ ਵੀ ਜਦੋਂ ਮੈਨੂੰ ਤੇਰੇ ਤੋਂ ਦੂਰ ਕੀਤਾ ਜਾ ਰਿਹਾ ਹੋਵੇ, ਜੇ ਉਸ ਵਕਤ ਤੂੰ ਮੈਨੂੰ ਦੇਖ ਸਕੇਂ, ਤਾਂ ਤੇਰੀ ਇਹ ਇੱਛਾ ਪੂਰੀ ਹੋ ਜਾਵੇਗੀ" ਅਤੇ ਏਲੀਜ਼ਾ ਦੀ ਪੂਰੀ ਅਧਿਆਤਮਿਕ ਸ਼ਕਤੀ** ਏਲੀਸ਼ਾ ਵਿਚ ਆ ਗਈ।

ਭੂਮਿਕਾਵਾਂ ਵਿਚ ਅਦਲਾ ਬਦਲੀ ਹੋ ਗਈ ਕਿਉਂਕਿ ਏਲੀਜ਼ਾ-ਜਾਨ ਵਾਸਤੇ ਹੁਣ ਅਧਿਆਤਮਿਕ ਦ੍ਰਿਸ਼ਟੀ ਤੋਂ ਪੂਰੇ ਏਲੀਸ਼ਾ ਸਨ – ਈਸਾ ਮਸੀਹ ਦੇ ਪ੍ਰਗਟ ਰੂਪ ਵਿਚ ਗੁਰੂ ਬਣਨ ਦੀ ਉਨ੍ਹਾਂ ਨੂੰ ਕੋਈ ਜ਼ਰੂਰਤ ਨਹੀਂ ਸੀ ਰਹਿ ਗਈ।

* ਉਸ ਤੋਂ ਪਹਿਲਾਂ ਦਾ ਮਤਲਬ ਹੈ "ਪ੍ਰਮਾਤਮਾ ਤੋਂ ਪਹਿਲਾਂ।"

† *ਲਿਊਕ* 1:13–17 (ਬਾਈਬਲ)

‡ *ਮੈਥਯੂ* 17:12–13 (ਬਾਈਬਲ)

§ *ਮੈਥਯੂ* 11:13–14 (ਬਾਈਬਲ)

¶ *ਜਾਨ* 1:21 (ਬਾਈਬਲ)

** *II ਕਿੰਗਜ਼* 2:9–14 (ਬਾਈਬਲ)

ਜਦੋਂ ਪਹਾੜ ਉੱਪਰ, ਈਸਾ ਮਸੀਹ ਦਾ ਸਰੀਰ ਰੁਹਾਨੀ* ਸਰੀਰ ਵਿਚ ਬਦਲਿਆ ਸੀ, ਤਾਂ ਉਨ੍ਹਾਂ ਨੇ ਆਪਣੇ ਗੁਰੂ ਇਲਿਆਸ ਨੂੰ ਹੀ ਮੂਸਾ ਦੇ ਨਾਲ ਦੇਖਿਆ ਸੀ। ਸੂਲੀ ਉੱਪਰ ਚੜ੍ਹਨ ਵੇਲੇ ਤਸੀਹਿਆਂ ਦੀ ਪੀੜ ਨਾਲ ਈਸਾ ਮਸੀਹ ਕਹਿ ਉੱਠੇ "ਐਲੀ, ਐਲੀ, ਲਾਮਾ ਸਾਬਾਕਤਨੀ", ਕਹਿਣ ਦਾ ਭਾਵ ਅਰਥ ਹੈ, ਪ੍ਰਮਾਤਮਾ, ਮੇਰੇ ਪ੍ਰਮਾਤਮਾ, ਤੂੰ ਮੈਨੂੰ ਕਿਉਂ ਤਿਆਗ ਦਿੱਤਾ? ਉੱਥੇ ਜਿਹੜੇ ਲੋਕ ਖੜ੍ਹੇ ਸਨ, ਉਨ੍ਹਾਂ ਵਿਚੋਂ ਕੁਝ ਨੇ ਜਦੋਂ ਇਹ ਸ਼ਬਦ ਸੁਣੇ ਤਾਂ ਉਨ੍ਹਾਂ ਨੇ ਕਿਹਾ ਕਿ ਇਹ ਆਦਮੀ ਇਲਿਆਸ ਨੂੰ ਬੁਲਾ ਰਿਹਾ ਹੈ, ਦੇਖਦੇ ਹਾਂ ਕਿ ਇਲਿਆਸ ਇਸ ਨੂੰ ਬਚਾਉਣ ਆਉਂਦਾ ਹੈ ਕਿ ਨਹੀਂ।"†

ਜਾਨ ਅਤੇ ਈਸਾ ਮਸੀਹ ਵਿਚ, ਜੋ ਸਦੀਵੀ ਗੁਰੂ ਅਤੇ ਸ਼ਗਿਰਦ ਦਾ ਸਬੰਧ ਸੀ, ਉਹ ਹੀ ਬਾਬਾ ਜੀ ਅਤੇ ਲਾਹਿੜੀ ਮਹਾਸ਼ਯ ਦੇ ਦਰਮਿਆਨ ਵੀ ਸੀ। ਅਮਰ ਗੁਰੂ ਬਹੁਤ ਹੀ ਪਿਆਰ ਭਰੀ ਚਿੰਤਾ ਦੇ ਨਾਲ ਆਪਣੇ ਸ਼ਗਿਰਦ ਦੇ ਦੋ ਜਨਮਾਂ ਦੇ ਦਰਮਿਆਨ ਦੇ ਅਥਾਹ ਸਾਗਰ ਨੂੰ ਪਾਰ ਕਰਕੇ, ਪਹਿਲਾਂ ਬਾਲਕ ਲਾਹਿੜੀ ਅਤੇ ਫਿਰ ਨੌਜੁਆਨ ਲਾਹਿੜੀ ਦੁਆਰਾ ਉਠਾਏ ਗਏ ਕਦਮਾਂ ਦਾ ਮਾਰਗ ਦਰਸ਼ਨ ਕਰਦੇ ਰਹੇ। ਸ਼ਗਿਰਦ ਦੇ ਜੀਵਨ ਦੇ ਤੇਤੀਵੇਂ ਸਾਲ ਵਿਚ ਦਾਖਲ ਹੋਣ ਤੋਂ ਪਹਿਲਾਂ ਬਾਬਾ ਜੀ ਨੇ ਪ੍ਰਗਟ ਰੂਪ ਵਿਚ ਮੁੜ ਉਸ ਸਬੰਧ ਨੂੰ ਸਥਾਪਿਤ ਕਰਨਾ ਮੁਨਾਸਿਬ ਨਹੀਂ ਸਮਝਿਆ, ਜੋ ਕਦੇ ਟੁਟਿਆ ਹੀ ਨਹੀਂ ਸੀ।

ਰਾਣੀ ਖੇਤ ਦੇ ਕੋਲ ਥੋੜੇ ਜਿਹੇ ਵਕਤ ਵਾਸਤੇ ਮਿਲਣ ਤੋਂ ਬਾਅਦ, ਨਿਰਸੁਆਰਥ ਗੁਰੂ ਨੇ ਆਪਣੇ ਸ਼ਗਿਰਦ ਨੂੰ ਆਪਣੇ ਕੋਲ ਨਹੀਂ ਰੱਖਿਆ। ਬਲਕਿ ਲਾਹਿੜੀ ਮਹਾਸ਼ਯ ਨੂੰ ਸੰਸਾਰ ਵਿਚ ਆਪਣੇ ਜੀਵਨ ਦੇ ਸੰਸਾਰਕ ਫਰਜ਼ ਪੂਰੇ ਕਰਨ ਵਾਸਤੇ ਛੱਡ ਦਿੱਤਾ, "ਮੇਰੇ ਪੁੱਤਰ, ਜਦੋਂ ਵੀ ਤੈਨੂੰ ਮੇਰੀ ਜ਼ਰੂਰਤ ਹੋਵੇਗੀ, ਮੈਂ ਆ ਜਾਵਾਂਗਾ।" ਇਹੋ ਜਿਹੇ ਵਾਇਦੇ ਨਿਭਾਉਣ ਵਾਸਤੇ ਅਨੰਤ ਅੜਚਣਾਂ ਦੀਆਂ ਸੰਭਾਵਨਾਵਾਂ ਦੇ ਹੁੰਦਿਆਂ, ਕਿਹੜਾ ਨਾਸ਼ਵਾਨ ਪ੍ਰੇਮੀ ਪੂਰਾ ਉੱਤਰ ਸਕਦਾ ਹੈ?

ਆਮ ਆਦਮੀ ਦੀ ਜਾਣਕਾਰੀ ਤੋਂ ਕੋਹਾਂ ਦੂਰ, ਸੰਨ 1861 ਈ : ਵਿਚ ਵਾਰਾਣਸੀ ਦੀ ਇੱਕ ਏਕਾਂਤ ਨੁੱਕਰ ਵਿਚ, ਇੱਕ ਮਹਾਨ ਅਧਿਆਤਮਿਕ ਕਲਾ ਕੌਸ਼ਲਤਾ ਦੀ ਮੁੜ ਸੁਰਜੀਤੀ ਹੋਈ। ਜਿਵੇਂ ਫੁੱਲਾਂ ਦੀ ਖੁਸ਼ਬੂ ਨੂੰ ਛੁਪਾਇਆ ਨਹੀਂ ਜਾ ਸਕਦਾ, ਉਸੇ ਤਰ੍ਹਾਂ ਆਦਰਸ਼ ਗਰਿਸਤੀ ਦੀ ਚੁੱਪ ਚਾਪ ਜ਼ਿੰਦਗੀ ਜਿਉਣ ਵਾਲੇ ਲਾਹਿੜੀ ਮਹਾਸ਼ਯ ਆਪਣੇ ਸੁਭਾਵਿਕ ਤੇਜ ਨੂੰ ਛੁਪਾ ਕੇ ਨਹੀਂ ਰੱਖ ਸਕੇ। ਭਾਰਤ ਦੇ ਕੋਨੇ ਕੋਨੇ ਤੋਂ ਭਗਤ ਭੌਰੇ, ਇਸ ਜੀਵਨ ਮੁਕਤ ਸਦਗੁਰੂ ਤੋਂ ਅੰਮ੍ਰਿਤ ਰਸ ਚੱਖਣ ਖਾਤਰ ਮੰਡਰਾਉਣ ਲੱਗੇ।

* *ਮੈਥਯੂ* 17:3 (ਬਾਈਬਲ)

† *ਮੈਥਯੂ* 27:46–49 (ਬਾਈਬਲ)

ਲਾਹਿੜੀ ਮਹਾਸ਼ਯ ਨੂੰ ਪਿਆਰ ਨਾਲ 'ਆਨੰਦ ਮਗਨ ਬਾਬੂ' ਕਹਿਣ ਵਾਲੇ ਅੰਗਰੇਜ਼ ਦਫਤਰ ਸੁਪਰਡੈਂਟ ਦੇ ਧਿਆਨ ਵਿਚ ਸਭ ਤੋਂ ਪਹਿਲਾਂ ਇਹ ਗੱਲ ਆਈ, ਕਿ ਉਨ੍ਹਾਂ ਦੇ ਮਤਹਿਤ ਕਰਮਚਾਰੀ ਵਿਚ ਕੋਈ ਅਜੀਬ ਅਨੁਭਵ ਅਤੀਤ ਬਦਲਾਵ ਆ ਰਿਹਾ ਹੈ।

"ਸ਼੍ਰੀ ਮਾਨ ਜੀ, ਆਪ ਉਦਾਸ ਦਿਖਾਈ ਦੇ ਰਹੇ ਹੋ, ਕੀ ਗੱਲ ਹੈ?" ਲਾਹਿੜੀ ਮਹਾਸ਼ਯ ਨੇ ਹਮਦਰਦੀ ਪੂਰਨ ਇਹ ਸਵਾਲ, ਇੱਕ ਦਿਨ ਸਵੇਰੇ ਸਵੇਰੇ ਆਪਣੇ ਸੁਪਰਡੈਂਟ ਨੂੰ ਕੀਤਾ।

"ਇੰਗਲੈਂਡ ਵਿਚ ਮੇਰੀ ਪਤਨੀ ਗੰਭੀਰ ਰੂਪ ਵਿਚ ਬਿਮਾਰ ਹੈ। ਮੈਨੂੰ ਉਸ ਦੀ ਬੜੀ ਚਿੰਤਾ ਹੋ ਰਹੀ ਹੈ।"

"ਮੈਂ ਉਨ੍ਹਾਂ ਦੀ ਖਬਰ ਖੈਰੀਅਤ ਹੁਣੇ ਲਿਆ ਦਿੰਦਾ ਹਾਂ।" ਇਹ ਕਹਿ ਕੇ ਲਾਹਿੜੀ ਮਹਾਸ਼ਯ ਉੱਥੋਂ ਚਲੇ ਗਏ ਅਤੇ ਕੁਝ ਦੇਰ ਵਾਸਤੇ ਇੱਕ ਏਕਾਂਤ ਥਾਂ ਉੱਪਰ ਜਾ ਕੇ ਬੈਠ ਗਏ। ਜਦੋਂ ਉਹ ਵਾਪਸ ਆਏ ਤਾਂ ਉਹ ਦਫਤਰ ਸੁਪਡੈਂਟ ਨੂੰ ਦਿਲਾਸਾ ਦਿੰਦਿਆਂ ਮੁਸਕਰਾਏ।

"ਆਪ ਦੀ ਪਤਨੀ ਦੀ ਹਾਲਤ ਹੁਣ ਸੁਧਰ ਰਹੀ ਹੈ ਅਤੇ ਉਹ ਆਪ ਨੂੰ ਇੱਕ ਚਿੱਠੀ ਲਿਖ ਰਹੀ ਹੈ।" ਸਰਬ ਗਿਆਤਾ ਯੋਗੀ ਨੇ ਉਸ ਚਿੱਠੀ ਦੇ ਕੁਝ ਫਿਕਰੇ ਵੀ ਦਫਤਰ ਸੁਪਰਡੈਂਟ ਨੂੰ ਸੁਣਾ ਦਿੱਤੇ।

"ਆਨੰਦ ਮਗਨ ਬਾਬੂ, ਇੰਨਾ ਤਾਂ ਮੈਂ ਜਾਣਦਾ ਹਾਂ, ਕਿ ਆਪ ਕੋਈ ਸਧਾਰਨ ਆਦਮੀ ਨਹੀਂ ਹੋ। ਫਿਰ ਵੀ ਮੈਨੂੰ ਵਿਸ਼ਵਾਸ ਨਹੀਂ ਹੋ ਰਿਹਾ, ਕਿ ਆਪ ਆਪਣੀ ਇੱਛਾ ਮਾਤਰ ਨਾਲ ਹੀ ਦੇਸ਼ ਅਤੇ ਕਾਲ ਦੀਆਂ ਹੱਦਾਂ ਪਾਰ ਕਰ ਸਕਦੇ ਹੋ।"

ਆਖਰ ਉਹ ਚਿੱਠੀ ਵੀ ਆ ਪਹੁੰਚੀ। ਸੁਪਰਡੈਂਟ ਦੇਖ ਕੇ ਹੈਰਾਨ ਰਹਿ ਗਿਆ ਕਿ ਚਿੱਠੀ ਵਿਚ ਨਾ ਕੇਵਲ, ਉਸ ਦੀ ਪਤਨੀ ਦੇ ਤੰਦਰੁਸਤ ਹੋਣ ਦੀ ਸ਼ੁਭ ਖਬਰ ਸੀ ਬਲਕਿ, ਉਹ ਫਿਕਰੇ ਵੀ ਮੌਜੂਦ ਸਨ, ਜਿਹੜੇ ਉਸ ਮਹਾਨ ਗੁਰੂ ਨੇ ਕਈ ਹਫਤੇ ਪਹਿਲਾਂ ਕਹੇ ਸਨ।

ਕੁਝ ਮਹੀਨਿਆਂ ਬਾਅਦ, ਸੁਪਰਡੈਂਟ ਦੀ ਪਤਨੀ ਵੀ ਭਾਰਤ ਆ ਗਈ। ਜਦੋਂ ਉਸ ਦੀ ਮੁਲਾਕਾਤ ਲਾਹਿੜੀ ਮਹਾਸ਼ਯ ਨਾਲ ਹੋਈ, ਤਾਂ ਉਹ ਉਨ੍ਹਾਂ ਨੂੰ ਸ਼ਰਧਾ ਅਤੇ ਸਤਕਾਰ ਨਾਲ ਦੇਖਦੀ ਹੀ ਰਹਿ ਗਈ।

"ਸ੍ਰੀ ਮਾਨ ਜੀ," ਫਿਰ ਉਹ ਬੋਲੀ, "ਕਈ ਮਹੀਨੇ ਪਹਿਲਾਂ, ਲੰਡਨ ਵਿਚ ਬਿਮਾਰ ਪਈ ਮੇਰੇ ਮੰਜੇ ਦੇ ਕੋਲ ਤੇਜਸਵੀ ਰੌਸ਼ਨੀ ਵਿਚ, ਮੈਂ ਆਪ ਨੂੰ ਹੀ ਦੇਖਿਆ ਸੀ। ਉਸੇ ਵਕਤ ਮੈਂ ਤੰਦਰੁਸਤ ਹੋ ਗਈ ਸੀ, ਜਿਸ ਦੇ ਕਾਰਨ ਮੈਂ ਬਹੁਤ ਛੇਤੀ ਭਾਰਤ ਆਉਣ ਵਾਸਤੇ ਲੰਬੀ ਸਮੁੰਦਰੀ ਯਾਤਰਾ ਕਰਨ ਦੇ ਸਮਰੱਥ ਹੋ ਗਈ।"

ਹਰ ਰੋਜ਼ ਮਹਾਨ ਗੁਰੂ ਇੱਕ ਜਾਂ ਦੋ ਸ਼ਰਧਾਲੂਆਂ ਨੂੰ ਕਿਰਿਆਯੋਗ ਦੀ ਦੀਖਿਆ ਦਿੰਦੇ। ਆਪਣੇ ਇਨ੍ਹਾਂ ਅਧਿਆਤਮਿਕ, ਦਫਤਰੀ ਅਤੇ ਗਰਿਸਤੀ ਜੀਵਨ ਦੀਆਂ ਜ਼ੁੰਮੇਵਾਰੀਆਂ ਤੋਂ

ਇਲਾਵਾ, ਉਹ ਸਿੱਖਿਆ ਦੇ ਖੇਤਰ ਵਿਚ ਵੀ ਬੜੇ ਉਤਸ਼ਾਹ ਨਾਲ ਹਿੱਸਾ ਪਾਉਂਦੇ ਸਨ। ਉਨ੍ਹਾਂ ਨੇ ਕਈ ਘਰਾਂ ਵਿਚ ਛੋਟੇ ਛੋਟੇ ਸਕੂਲ ਸ਼ੁਰੂ ਕਰਵਾ ਦਿੱਤੇ ਸਨ। ਵਾਰਾਣਸੀ ਵਿਚ ਬੰਗਾਲੀ ਟੋਲਾ ਮੁਹੱਲੇ ਵਿਚ ਇੱਕ ਵੱਡੇ ਹਾਈ ਸਕੂਲ ਦੇ ਵਿਕਾਸ ਲਈ ਸਰਗਰਮ ਯੋਗਦਾਨ ਦਿੱਤਾ ਸੀ। ਹਫਤਾਵਾਰੀ ਸਭਾਵਾਂ, ਜਿਹੜੀਆਂ ਬਾਅਦ ਵਿਚ 'ਗੀਤਾ ਸਭਾ' ਦੇ ਨਾਂ ਨਾਲ ਮਸ਼ਹੂਰ ਹੋਈਆਂ, ਵਿਚ ਮਹਾਨ ਗੁਰੂ ਅਣਗਿਣਤ ਜਿਗਿਆਸੂਆਂ ਨੂੰ ਸ਼ਾਸਤਰਾਂ ਦੇ ਅਰਥ ਸਮਝਾਉਂਦੇ ਸਨ।

ਇਨ੍ਹਾਂ ਬਹੁਪੱਖੀ ਸਰਗਰਮੀਆਂ ਨਾਲ ਲਾਹਿੜੀ ਮਹਾਸ਼ਯ, ਉਸ ਧਾਰਨਾ ਦਾ ਉੱਤਰ ਦੇਣ ਦੀ ਕੋਸ਼ਿਸ਼ ਕਰ ਰਹੇ ਸਨ ਕਿ "ਕਾਰੋਬਾਰੀ ਅਤੇ ਸਮਾਜਕ ਫਰਜ਼ਾਂ ਨੂੰ ਨਿਭਾਉਂਦਿਆਂ, ਧਿਆਨ ਧਾਰਨਾ ਵਾਸਤੇ ਵਕਤ ਹੀ ਕਿੱਥੇ ਮਿਲਦਾ ਹੈ?"

ਇਸ ਮਹਾਨ ਗਰਿਸਤੀ ਯੋਗੀ ਗੁਰੂ ਦਾ ਪੂਰਾ ਸੰਤੁਲਤ ਜੀਵਨ ਹਜ਼ਾਰਾਂ ਨਰ-ਨਾਰੀਆਂ ਦੇ ਵਾਸਤੇ ਪ੍ਰੇਰਨਾ ਦਾ ਸੋਮਾ ਬਣ ਗਿਆ। ਸਿਰਫ ਥੋੜੀ ਜਿਹੀ ਤਨਖਾਹ ਲੈਂਦਿਆਂ ਅਤੇ ਸਰਫੇ ਨਾਲ ਖਰਚਾ ਕਰਦਿਆਂ, ਅਡੰਬਰਹੀਣ ਗੁਰੂ, ਜਿਨ੍ਹਾਂ ਦੇ ਕੋਲ ਕੋਈ ਵੀ ਪਹੁੰਚ ਸਕਦਾ ਸੀ, ਬੇ-ਹੱਦ ਸੁਭਾਵਿਕ ਤਰੀਕੇ ਨਾਲ ਸੁੱਖ ਪੂਰਵਕ ਅਨੁਸ਼ਾਸਤ ਸੰਸਾਰਕ ਜ਼ਿੰਦਗੀ ਬਤੀਤ ਕਰ ਰਹੇ ਸਨ।

ਪ੍ਰਮਾਤਮਾ ਦੇ ਆਸਣ ਉੱਪਰ ਬਿਰਾਜਮਾਨ ਹੁੰਦਿਆਂ ਹੋਇਆਂ ਵੀ, ਲਾਹਿੜੀ ਮਹਾਸ਼ਯ ਬਗੈਰ ਕਿਸੇ ਭੇਦ ਭਾਵ ਦੇ ਸਾਰੇ ਲੋਕਾਂ ਦਾ ਸਨਮਾਨ ਕਰਦੇ ਸਨ। ਜਦੋਂ ਉਨ੍ਹਾਂ ਦੇ ਸ਼ਰਧਾਲੂ, ਉਨ੍ਹਾਂ ਨੂੰ ਪ੍ਰਣਾਮ ਕਰਦੇ ਤਾਂ ਉਹ ਵੀ ਜਵਾਬ ਵਿਚ ਪ੍ਰਣਾਮ ਕਰਦੇ ਸਨ। ਗੁਰੂ ਦੇ ਪੈਰ ਛੂਹਣ ਦੀ ਪ੍ਰਾਚੀਨ ਪੂਰਬ ਦੀ ਪਰੰਪਰਾ ਹੁੰਦਿਆਂ ਵੀ, ਉਹ ਖੁਦ ਬੱਚਿਆਂ ਵਾਂਗ ਨਿਮਰਤਾ ਨਾਲ ਦੂਸਰਿਆਂ ਦੇ ਪੈਰ ਛੂਹ ਲੈਂਦੇ ਸਨ, ਪਰ ਦੂਸਰਿਆਂ ਨੂੰ ਆਪਣੇ ਪੈਰ ਨਹੀਂ ਸਨ ਛੂਹਣ ਦਿੰਦੇ।

ਹਰ ਧਰਮ ਦੇ ਲੋਕਾਂ ਨੂੰ *ਕਿਰਿਆ ਯੋਗ* ਦੀ ਸੌਗਾਤ, ਲਾਹਿੜੀ ਮਹਾਸ਼ਯ ਦੇ ਜੀਵਨ ਦੀ ਇੱਕ ਮਹੱਤਵ ਪੂਰਨ ਵਿਸ਼ੇਸ਼ਤਾ ਸੀ। ਕੇਵਲ ਹਿੰਦੂ ਹੀ ਨਹੀਂ, ਬਲਕਿ ਉਨ੍ਹਾਂ ਦੇ ਮੁੱਖ ਸਗਿਰਦਾਂ ਵਿਚ ਮੁਸਲਮਾਨ ਅਤੇ ਈਸਾਈ ਵੀ ਸ਼ਾਮਲ ਸਨ। ਦਵੈਤਵਾਦੀ ਹੋਵੇ ਜਾਂ ਅਦਵੈਤਵਾਦੀ ਜਾਂ ਉਹ ਕਿਸੇ ਵੀ ਧਰਮ ਨੂੰ ਮੰਨਦਾ ਹੋਵੇ ਜਾਂ ਕਿਸੇ ਵੀ ਧਰਮ ਨੂੰ ਨਾ ਮੰਨਦਾ ਹੋਵੇ, ਵਿਸ਼ਵ ਗੁਰੂ ਸਾਰਿਆਂ ਦਾ ਨਿਰਪੱਖ ਰੂਪ ਵਿਚ ਸੁਆਗਤ ਕਰਦੇ ਸਨ। ਉਨ੍ਹਾਂ ਦੇ ਇੱਕ ਮੁਸਲਮਾਨ ਸ਼ਗਿਰਦ ਅਬਦੁਲ ਗਫ਼ੂਰ ਖਾਨ ਅਤਿਅੰਤ ਉੱਚ ਅਧਿਆਤਮਿਕ ਅਵਸਥਾ ਵਿਚ ਪਹੁੰਚ ਗਏ ਸਨ। ਖੁਦ ਆਪ ਸਰਵ ਉੱਚ ਬ੍ਰਾਹਮਣ ਜਾਤ ਦੇ ਹੁੰਦਿਆਂ ਹੋਇਆਂ ਵੀ, ਲਾਹਿੜੀ ਮਹਾਸ਼ਯ ਨੇ ਆਪਣੇ ਸਮੇਂ ਦੀ ਕਟੜ ਜਾਤੀ ਪ੍ਰਥਾ ਨੂੰ ਤੋੜਨ ਦੀ ਦਿਸ਼ਾ ਵਿਚ ਸਾਹਸੀ ਯਤਨ ਕੀਤੇ ਸਨ। ਜੀਵਨ ਦੇ ਹਰ ਇੱਕ ਖੇਤਰ ਦੇ ਲੋਕਾਂ ਨੂੰ ਇਸ ਗੁਰੂ ਦੀ ਸਰਬਵਿਆਪੀ ਛਤਰ ਛਾਇਆ ਵਿਚ ਆਸਰਾ ਮਿਲਦਾ ਸੀ। ਸਾਰੇ ਪ੍ਰਮਾਤਮਾ ਤੋਂ

ਪ੍ਰੇਰਿਤ ਸੰਤਾਂ ਦੇ ਵਾਂਗ, ਲਾਹਿੜੀ ਮਹਾਸ਼ਯ ਨੇ ਵੀ ਸਮਾਜ ਦੇ ਪੀੜਤ ਦਲਿਤਾਂ ਦੇ ਦਿਲਾਂ ਵਿਚ ਉਮੀਦ ਦੀ ਨਵੀਂ ਕਿਰਨ ਜਗਾਈ।

"ਯਾਦ ਰੱਖੋ, ਤੁਸੀਂ ਕਿਸੇ ਦੇ ਨਹੀਂ ਅਤੇ ਕੋਈ ਤੁਹਾਡਾ ਨਹੀਂ। ਇਸ ਤੱਥ ਉੱਪਰ ਵਿਚਾਰ ਕਰੋ, ਕਿ ਕਿਸੇ ਦਿਨ ਅਚਾਨਕ ਤੁਹਾਨੂੰ ਇਸ ਸੰਸਾਰ ਦਾ ਸਭ ਕੁਝ ਛੱਡਕੇ ਚਲੇ ਜਾਣਾ ਹੋਵੇਗਾ। ਇਸ ਵਾਸਤੇ ਹੁਣੇ ਤੋਂ ਹੀ ਪ੍ਰਮਾਤਮਾ ਦੇ ਨਾਲ ਜਾਣ ਪਛਾਣ ਕਰ ਲਵੋ," ਮਹਾਨ ਗੁਰੂ ਆਪਣੇ ਸ਼ਗਿਰਦਾਂ ਨੂੰ ਕਹਿੰਦੇ। "ਹਰ ਰੋਜ਼ ਪ੍ਰਮਾਤਮਾ ਦੀ ਅਨੁਭੂਤੀ ਦੇ ਗੁਬਾਰੇ ਵਿਚ ਉੱਡ ਕੇ ਮੌਤ ਦੀ ਭਾਵੀ ਸੂਖਮ ਯਾਤਰਾ ਦੇ ਵਾਸਤੇ ਆਪਣੇ ਆਪ ਨੂੰ ਤਿਆਰ ਕਰੋ। ਮਾਇਆ ਦੇ ਪ੍ਰਭਾਵ ਵਿਚ, ਤੁਸੀਂ ਆਪਣੀ ਹੱਡ ਮਾਸ ਦੀ ਗਠੜੀ ਨੂੰ ਆਪਣਾ ਰੂਪ ਮੰਨ ਰਹੇ ਹੋ, ਜਿਹੜਾ ਕਿ ਅਸਲ ਵਿਚ ਦੁਖਾਂ ਦਾ ਘਰ ਹੈ।* ਲਗਾਤਾਰ ਧਿਆਨ ਕਰੋ, ਤਾਂ ਕਿ ਤੁਸੀਂ ਛੇਤੀ ਤੋਂ ਛੇਤੀ ਆਪਣੇ ਆਪ ਨੂੰ ਸਾਰੇ ਦੁਖਾਂ ਤੋਂ ਮੁਕਤ ਕਰਨ ਵਾਲੇ ਪਰਮ ਤੱਤ ਦੇ ਰੂਪ ਵਿਚ ਪਹਿਚਾਨ ਸਕੋ। *ਕਿਰਿਆ ਯੋਗ* ਦੀ ਗੁਪਤ ਕੁੰਜੀ ਦੀ ਵਰਤੋਂ ਕਰਕੇ, ਸਰੀਰ ਦੀ ਜੇਲ ਵਿਚੋਂ ਛੁਟਕਾਰਾ ਪਾ ਕੇ ਪਰਮ ਤੱਤ ਵਿਚ ਸਥਾਪਿਤ ਹੋਣਾ ਸਿਖੋ।"

ਗੁਰੂਦੇਵ ਆਪਣੇ ਸ਼ਗਿਰਦਾਂ ਨੂੰ ਆਪੋ ਆਪਣੇ ਧਰਮ ਦੇ ਪਰੰਪਰਾਗਤ ਚੰਗੇ ਨਿਯਮਾਂ ਦੀ ਪਾਲਣਾ ਕਰਨ ਵਾਸਤੇ ਉਤਸ਼ਾਹਿਤ ਕਰਦੇ ਸਨ। ਮੁਕਤੀ ਦੇ ਵਾਸਤੇ ਸਰਬ ਸਾਂਝੀ *ਕਿਰਿਆ ਯੋਗ* ਤਕਨੀਕ ਦੀ ਵਿਵਹਾਰਿਕ ਮਹੱਤਤਾ ਨੂੰ ਸਪਸ਼ਟ ਕਰਨ ਤੋਂ ਬਾਅਦ, ਲਾਹਿੜੀ ਮਹਾਸ਼ਯ ਆਪਣੇ ਸਗਿਰਦਾਂ ਨੂੰ, ਜਿਸ ਵਾਤਾਵਰਨ ਵਿਚ ਉਨ੍ਹਾਂ ਦਾ ਪਾਲਣ ਪੋਸ਼ਣ ਹੋਇਆ ਹੁੰਦਾ, ਉਸੇ ਅਨੁਸਾਰ ਉਨ੍ਹਾਂ ਨੂੰ ਆਪਣਾ ਜੀਵਨ ਬਿਤਾਉਣ ਦੀ ਖੁੱਲ੍ਹ ਦਿੰਦੇ ਸਨ।

ਉਹ ਕਿਹਾ ਕਰਦੇ ਸਨ "ਮੁਸਲਮਾਨ ਨੂੰ ਹਰ ਰੋਜ਼ ਪੰਜ ਵਕਤ ਨਿਮਾਜ਼† ਪੜ੍ਹਨੀ ਚਾਹੀਦੀ ਹੈ, ਹਿੰਦੂ ਨੂੰ ਦਿਨ ਵਿਚ ਕਈ ਵਾਰ ਧਿਆਨ ਕਰਨਾ ਚਾਹੀਦਾ ਹੈ, ਈਸਾਈ ਨੂੰ ਹਰ ਰੋਜ਼ ਕਈ ਵਾਰ ਗੋਡਿਆਂ ਪਰਨੇ ਬੈਠ ਕੇ ਪ੍ਰਾਰਥਨਾ ਕਰਨੀ ਚਾਹੀਦੀ ਹੈ ਅਤੇ ਬਾਈਬਲ ਪੜ੍ਹਨੀ ਚਾਹੀਦੀ ਹੈ।"

ਲਾਹਿੜੀ ਮਹਾਸ਼ਯ ਵਿਵੇਕ ਪੂਰਵਕ ਆਪਣੇ ਸ਼ਗਿਰਦਾਂ ਨੂੰ, ਉਨ੍ਹਾਂ ਦੀਆਂ ਸੁਭਾਵਿਕ ਪ੍ਰਵਿਰਤੀਆਂ ਦੇ ਅਨੁਸਾਰ ਭਗਤੀ ਯੋਗ, ਕਰਮ ਯੋਗ, ਗਿਆਨ ਯੋਗ ਜਾਂ ਰਾਜ ਯੋਗ ਦੇ ਮਾਰਗ ਉੱਪਰ ਚਲਾਉਂਦੇ ਸਨ। ਸੰਨਿਆਸ ਲੈਣ ਦੀ ਇੱਛਾ ਰੱਖਣ ਵਾਲੇ ਸ਼ਗਿਰਦਾਂ ਦੀ ਬੇਨਤੀ ਅਸਾਨੀ ਨਾਲ ਪ੍ਰਵਾਨ ਨਹੀਂ ਸਨ ਕਰਦੇ। ਉਹ ਉਨ੍ਹਾਂ ਨੂੰ ਸੰਨਿਆਸ ਜੀਵਨ

* "ਸਾਡੇ ਸਰੀਰ ਵਿਚ ਕਿੰਨੇ ਤਰ੍ਹਾਂ ਦੀਆਂ ਮੌਤਾਂ ਸਮੋਈਆਂ ਹਨ। ਉੱਥੇ ਮੌਤ ਤੋਂ ਇਲਾਵਾ ਹੈ ਹੀ ਕੁਝ ਨਹੀਂ।" ਮਾਰਟਨ ਲੂਥਰ

† ਮੁਸਲਮਾਨਾਂ ਦੀ ਮੁੱਖ ਪ੍ਰਾਰਥਨਾ।

ਦੀ ਕਰੜੀ ਤਪੱਸਿਆ ਉੱਪਰ ਪਹਿਲਾਂ ਚੰਗੀ ਤਰ੍ਹਾਂ ਵਿਚਾਰ ਕਰ ਲੈਣ ਦਾ ਮਸ਼ਵਰਾ ਦਿੰਦੇ ਸਨ।

ਆਪਣੇ ਸ਼ਗਿਰਦਾਂ ਨੂੰ ਉਹ ਸ਼ਾਸਤਰਾਂ ਦੀ ਸਿਧਾਂਤਕ ਚਰਚਾ ਵਿਚ ਉਲਝਣ ਤੋਂ ਬਚਣ ਦੀ ਸਲਾਹ ਦਿੰਦੇ ਸਨ। ਉਹ ਕਹਿੰਦੇ ਸਨ, "ਉਹ ਹੀ ਬੁੱਧੀਮਾਨ ਹੈ, ਜੋ ਪ੍ਰਾਚੀਨ ਦਰਸ਼ਨ ਦੇ ਪਠਨ ਪਾਠਨ ਦੀ ਬਜਾਏ, ਉਸ ਨੂੰ ਆਤਮਸਾਤ ਕਰਨ ਦਾ ਯਤਨ ਕਰਦਾ ਹੈ। ਆਪਣੀਆਂ ਸਾਰੀਆਂ ਸਮੱਸਿਆਵਾਂ ਦਾ ਸਮਾਧਾਨ ਧਿਆਨ* ਵਿਚੋਂ ਲੱਭੋ। ਅੰਦਾਜ਼ੇ ਲਗਾਉਣ ਦੀ ਬਜਾਏ ਪ੍ਰਮਾਤਮਾ ਨਾਲ ਸਿੱਧਾ ਸੰਪਰਕ ਕਰੋ।"

"ਸਿਧਾਂਤਕ ਅਧਿਆਤਮਿਕ ਵਿਦਿਆ ਦੇ ਕਚਰੇ ਨੂੰ ਆਪਣੇ ਮਨ ਵਿਚੋਂ ਬਾਹਰ ਕੱਢੋ ਅਤੇ ਉਸ ਦੀ ਥਾਂ ਤੇ ਪਰਤੱਖ ਅਨੁਭਵ ਦੇ ਰੋਗ ਨਿਵਾਰਕ ਤਾਜ਼ਾ ਅੰਮਰਿਤ ਰਸ ਨੂੰ ਅੰਦਰ ਆਉਣ ਦਿਉ। ਅੰਤਰ ਆਤਮਾ ਦੇ ਸਰਗਰਮ ਮਾਰਗ ਦਰਸ਼ਨ ਨਾਲ ਮਨ ਦੀ ਤਾਰ ਜੋੜ ਲਵੋ। ਉਸ ਦੁਆਰਾ ਬੋਲਣ ਵਾਲੀ ਪ੍ਰਮਾਤਮਾ ਦੀ ਅਵਾਜ਼ ਵਿਚ ਹਰ ਇੱਕ ਸਮੱਸਿਆ ਦਾ ਸਮਾਧਾਨ ਹੈ। ਭਾਵੇਂ ਆਪਣੇ ਆਪ ਨੂੰ ਮੁਸੀਬਤ ਵਿਚ ਪਾਉਣ ਦੇ ਮਾਮਲੇ ਵਿਚ ਆਦਮੀ ਦੀ ਪ੍ਰਤਿਭਾ ਦਾ ਕੋਈ ਅੰਤ ਪ੍ਰਤੀਤ ਨਹੀਂ ਹੁੰਦਾ, ਫਿਰ ਵੀ ਪਰਮ ਕ੍ਰਿਪਾਲੂ ਪ੍ਰਮਾਤਮਾ ਦੇ ਕੋਲ ਸਹਾਇਤਾ ਕਰਨ ਦੀਆਂ ਤਰਕੀਬਾਂ ਦੀ ਕੋਈ ਘਾਟ ਨਹੀਂ ਹੈ।"

ਇੱਕ ਦਿਨ ਸ਼੍ਰੀ ਮਦ ਭਗਵਤ ਗੀਤਾ ਉੱਪਰ ਪ੍ਰਵਚਨ ਸੁਣਦਿਆਂ ਹੋਇਆਂ ਲਾਹਿੜੀ ਮਹਾਸ਼ਯ ਦੇ ਸ਼ਗਿਰਦਾਂ ਨੂੰ ਉਨ੍ਹਾਂ ਦੀ ਸਰਬਵਿਆਪਕਤਾ ਦੀ ਝਲਕ ਦੇਖਣ ਨੂੰ ਮਿਲੀ। ਲਾਹਿੜੀ ਮਹਾਸ਼ਯ ਸਕਲ ਸਪੰਦਨਸ਼ੀਲ ਸ੍ਰਿਸ਼ਟੀ ਵਿਚ ਵਿਆਪਤ ਕੂਟਸਥ ਚੈਤਨਯ ਦੇ ਅਰਥ ਸਮਝਾ ਰਹੇ ਸਨ, ਤਾਂ ਉਸ ਵਕਤ, ਉਹ ਹੌਂਕਣ ਲੱਗ ਪਏ। ਜਿਵੇਂ ਉਨ੍ਹਾਂ ਦਾ ਸਾਹ ਘੁੱਟ ਰਿਹਾ ਹੋਵੇ। ਉਨ੍ਹਾਂ ਚੀਕਦਿਆਂ ਕਿਹਾ, "ਮੈਂ ਜਪਾਨ ਦੇ ਸਮੁੰਦਰੀ ਕਿਨਾਰੇ ਦੇ ਕੋਲ ਅਣਗਿਣਤ ਆਤਮਾਵਾਂ ਦੇ ਸਰੀਰਾਂ ਦੇ ਰੂਪ ਵਿਚ ਡੁੱਬ ਰਿਹਾ ਹਾਂ।" ਅਗਲੇ ਦਿਨ ਸ਼ਗਿਰਦਾਂ ਨੇ ਇਹ ਖਬਰ ਅਖਬਾਰ ਵਿਚ ਪੜ੍ਹੀ ਕਿ ਉਸ ਦਿਨ ਜਪਾਨ ਦੇ ਕੋਲ ਡੁੱਬੇ ਸਮੁੰਦਰੀ ਜਹਾਜ਼ ਵਿਚ ਸਫਰ ਕਰ ਰਹੇ ਅਣਗਿਣਤ ਲੋਕ ਡੁੱਬ ਕੇ ਮਰ ਗਏ ਸਨ।

ਦੂਰ ਦੂਰ ਥਾਵਾਂ ਤੇ ਰਹਿਣ ਵਾਲੇ ਅਨੇਕ ਸ਼ਗਿਰਦਾਂ ਨੂੰ ਲਾਹਿੜੀ ਮਹਾਸ਼ਯ ਦਾ ਆਪਣੇ ਇਰਦ ਗਿਰਦ ਹੋਣ ਦੀ ਮੌਜੂਦਗੀ ਦਾ ਅਹਿਸਾਸ ਹੁੰਦਾ ਸੀ। "ਮੈਂ ਹਮੇਸ਼ਾਂ ਉਨ੍ਹਾਂ ਦੇ ਕੋਲ ਰਹਿੰਦਾ ਹਾਂ, ਜੋ *ਕਿਰਿਆ ਯੋਗ* ਦਾ ਨਿਯਮਤ ਅਭਿਆਸ ਕਰਦੇ ਹਨ।" ਉਹ ਉਨ੍ਹਾਂ ਸ਼ਗਿਰਦਾਂ ਨੂੰ ਦਿਲਾਸਾ ਦਿੰਦਿਆਂ ਕਹਿੰਦੇ ਸਨ ਜਿਹੜੇ ਉਨ੍ਹਾਂ ਦੇ ਕੋਲ ਨਹੀਂ ਸਨ ਰਹਿ ਸਕਦੇ। "ਤੁਹਾਡੀ ਅਧਿਆਤਮਿਕ ਸੂਝ ਨੂੰ ਜਿਆਦਾ ਤੋ ਜਿਆਦਾ ਵਿਆਪਕ ਕਰਦਿਆਂ, ਪਰਮ ਧਾਮ ਪਹੁੰਚਣ ਵਾਸਤੇ, ਮੈਂ ਤੁਹਾਡਾ ਮਾਰਗ ਦਰਸ਼ਨ ਕਰਾਂਗਾ।"

* "ਸੱਚ ਨੂੰ ਧਿਆਨ ਵਿਚ ਖੋਜੋ, ਨੀਰਸ ਕਿਤਾਬਾਂ ਵਿਚ ਨਹੀਂ। ਚੰਦ ਨੂੰ ਦੇਖਣਾ ਚਾਹੁੰਦੇ ਹੋ ਤਾਂ ਅਕਾਸ਼ ਵਿਚ ਦੇਖੋ, ਤਲਾਬ ਵਿਚ ਨਹੀਂ।" (ਇੱਕ ਫਾਰਸੀ ਕਹਾਵਤ)

ਲਾਹਿੜੀ ਮਹਾਸ਼ਯ ਦੇ ਇੱਕ ਉੱਘੇ ਸ਼ਗਿਰਦ ਭੁਪਿੰਦਰ ਨਾਥ ਸਾਨਿਆਲ* 1892 ਈ : ਵਿਚ ਜਦੋਂ ਉਹ ਬਾਲ ਅਵਸਥਾ ਵਿਚ ਹੋਣ ਕਰਕੇ ਵਾਰਾਣਸੀ ਆਉਣ ਤੋਂ ਅਸਮਰਥ ਸਨ, ਉਨ੍ਹਾਂ ਨੇ ਲਾਹਿੜੀ ਮਹਾਸ਼ਯ ਨੂੰ ਅਧਿਆਤਮਿਕ ਉਪਦੇਸ਼ ਵਾਸਤੇ ਪ੍ਰਾਰਥਨਾ ਕੀਤੀ। ਲਾਹਿੜੀ ਮਹਾਸ਼ਯ ਨੇ ਉਨ੍ਹਾਂ ਨੂੰ ਸੁਪਨੇ ਵਿਚ ਆ ਕੇ ਕਿਰਿਆਯੋਗ ਦੀ ਦੀਖਿਆ ਦੇ ਦਿੱਤੀ। ਬਾਅਦ ਵਿਚ ਜਦੋਂ ਭੁਪਿੰਦਰ ਨਾਥ ਸਾਨਿਆਲ ਵਾਰਾਣਸੀ ਆਏ ਅਤੇ ਉਨ੍ਹਾਂ ਨੇ ਲਾਹਿੜੀ ਮਹਾਸ਼ਯ ਨੂੰ ਦੀਖਿਆ ਦੇਣ ਵਾਸਤੇ ਪ੍ਰਾਰਥਨਾ ਕੀਤੀ, ਤਾਂ ਉਨ੍ਹਾਂ ਨੇ ਕਿਹਾ, "ਮੈਂ ਤੈਨੂੰ ਪਹਿਲਾਂ ਹੀ ਸੁਪਨੇ ਵਿਚ ਦੀਖਿਆ ਦੇ ਚੁੱਕਿਆ ਹਾਂ।"

ਜੇ ਕੋਈ ਸ਼ਗਿਰਦ ਕਿਸੇ ਸੰਸਾਰਕ ਜ਼ੁੰਮੇਵਾਰੀ ਵੱਲੋਂ ਲਾਪਰਵਾਹੀ ਕਰਦਾ, ਤਾਂ ਲਾਹਿੜੀ ਮਹਾਸ਼ਯ, ਉਸ ਨੂੰ ਪਿਆਰ ਨਾਲ ਸਮਝਾ ਕੇ ਰਸਤੇ ਉੱਪਰ ਲੈ ਆਉਂਦੇ।

"ਜਦੋਂ ਕਿਸੇ ਸ਼ਗਿਰਦ ਦੀਆਂ ਗਲਤੀਆਂ ਕਾਰਨ, ਉਨ੍ਹਾਂ ਨੂੰ ਮਜ਼ਬੂਰਨ ਬੋਲਣਾ ਹੀ ਪੈਂਦਾ ਤਾਂ ਵੀ ਲਾਹਿੜੀ ਮਹਾਸ਼ਯ ਦੇ ਸ਼ਬਦ ਕੋਮਲ ਅਤੇ ਸੁਖਦਾਇਕ ਹੁੰਦੇ ਸਨ," ਸ਼੍ਰੀ ਯੁਕਤੇਸ਼ਵਰ ਜੀ ਨੇ ਮੈਨੂੰ ਦੱਸਿਆ। ਫਿਰ ਉਨ੍ਹਾਂ ਨੇ ਸੰਜੀਦਗੀ ਨਾਲ ਕਿਹਾ, "ਕੋਈ ਵੀ ਸ਼ਗਿਰਦ ਲਾਹਿੜੀ ਮਹਾਸ਼ਯ ਦੀਆਂ ਫਿਟਕਾਰਾਂ ਕਰਕੇ ਉਨ੍ਹਾਂ ਨੂੰ ਛੱਡ ਕੇ ਨਹੀਂ ਭੱਜਿਆ।" "ਮੈਂ ਆਪਣਾ ਹਾਸਾ ਨਾ ਰੋਕ ਸਕਿਆ, ਸਗੋਂ ਸੱਚੇ ਮਨ ਨਾਲ ਆਪਣੇ ਗੁਰੂਦੇਵ ਨੂੰ ਵਿਸ਼ਵਾਸ ਦਿਵਾਇਆ ਕਿ ਸਖਤ ਹੋਣ ਜਾਂ ਕੋਮਲ, ਉਨ੍ਹਾਂ ਦਾ ਹਰ ਸ਼ਬਦ ਮੇਰੇ ਵਾਸਤੇ ਮਧੁੱਰ ਸੰਗੀਤ ਹੈ।"

ਲਾਹਿੜੀ ਮਹਾਸ਼ਯ ਨੇ ਬਹੁਤ ਧਿਆਨ ਪੂਰਵਕ ਸਾਧਕ ਦੇ ਅਧਿਆਤਮਿਕ ਵਿਕਾਸ ਦੇ ਅਨੁਸਾਰ ਕਿਰਿਆਯੋਗ ਨੂੰ ਕ੍ਰਮਵਾਰ ਚਾਰ ਪੜਾਵਾਂ† ਵਿਚ ਵੰਡਿਆ। ਉਹ ਸ਼ਰਧਾਲੂ ਦੀ ਇੱਕ ਨਿਸ਼ਚਿਤ ਹੱਦ ਤਕ ਅਧਿਆਤਮਿਕ ਉੱਨਤੀ ਹੋਣ ਦੇ ਬਾਅਦ ਹੀ, ਉਸ ਨੂੰ ਬਾਕੀ ਦੀਆਂ ਤਿੰਨ ਕਿਰਿਆਵਾਂ ਦਿੰਦੇ ਸਨ। ਇੱਕ ਦਿਨ ਇੱਕ ਖਾਸ ਸ਼ਗਿਰਦ ਨੇ ਇਹ ਗਲਤ ਧਾਰਨਾ ਬਣਾ ਲਈ, ਕਿ ਉਸ ਦੀ ਅਧਿਆਤਮਿਕ ਉੱਨਤੀ ਦਾ ਸਹੀ ਮੁਲਾਂਕਣ ਨਹੀਂ ਕੀਤਾ ਜਾ ਰਿਹਾ ਅਤੇ ਅਸੰਤੋਸ਼ ਪ੍ਰਗਟ ਕੀਤਾ।

"ਗੁਰੂਦੇਵ, ਹੁਣ ਮੈਂ ਯਕੀਨਨ ਦੂਜੀ ਕਿਰਿਆ ਲੈਣ ਦੇ ਯੋਗ ਹੋ ਗਿਆ ਹਾਂ," ਉਸ ਨੇ ਕਿਹਾ। ਉਸੇ ਵਕਤ ਕਮਰੇ ਦਾ ਦਰਵਾਜ਼ਾ ਖੁੱਲ੍ਹਿਆ ਅਤੇ ਨਿਮਰ ਸ਼ਰਧਾਲੂ, ਬਰਿੰਦਾ ਨੇ ਕਮਰੇ ਵਿਚ ਪ੍ਰਵੇਸ਼ ਕੀਤਾ। ਉਹ ਵਾਰਾਣਸੀ ਵਿਚ ਡਾਕੀਆ ਸੀ।

* ਸ਼੍ਰੀ ਸਾਨਿਆਲ 1962 ਵਿਚ ਸਵਰਗ ਸਿਧਾਰ ਗਏ (ਪ੍ਰਕਾਸ਼ਕ ਦੀ ਟਿਪਣੀ)

† ਕਿਰਿਆਯੋਗ ਦੀਆਂ ਕਈ ਸ਼ਾਖਾਵਾਂ- ਉਪ ਸ਼ਾਖਾਵਾਂ ਹਨ। ਲਾਹਿੜੀ ਮਹਾਸ਼ਯ ਨੇ ਬਹੁਤ ਸਾਵਧਾਨੀ ਦੇ ਨਾਲ, ਉਨ੍ਹਾਂ ਵਿਚੋਂ ਚਾਰ ਇਹੋ ਜਿਹੀਆਂ ਤਕਨੀਕਾਂ ਨੂੰ ਚੁਣਿਆ, ਜੋ ਪਰਤੱਖ ਤੌਰ ਤੇ ਉਪਯੋਗਤਾ ਦੇ ਪੱਖੋਂ ਸਰਬਉੱਚ ਸਨ। (ਪ੍ਰਕਾਸ਼ਕ ਦੀ ਟਿਪਣੀ)

"ਬਰਿੰਦਾ ਇੱਥੇ ਆ, ਮੇਰੇ ਕੋਲ ਬੈਠ," ਮਹਾਨ ਗੁਰੂ ਨੇ ਉਸ ਵੱਲ ਪਿਆਰ ਨਾਲ ਮੁਸਕਰਾਉਂਦਿਆਂ ਕਿਹਾ। "ਇਹ ਦੱਸ ਕੀ ਤੂੰ ਦੂਜੀ ਕਿਰਿਆ ਲੈਣ ਦੇ ਵਾਸਤੇ ਤਿਆਰ ਹੈਂ?"

ਦੀਨ ਡਾਕੀਏ ਨੇ ਨਿਮਰਤਾ ਨਾਲ ਹੱਥ ਜੋੜਦਿਆਂ ਕਿਹਾ, "ਗੁਰੂਦੇਵ, ਹਾਲੇ ਮੈਨੂੰ ਹੋਰ ਉੱਚੀ ਕਿਰਿਆ ਨਹੀਂ ਚਾਹੀਦੀ। ਹੋਰ ਉੱਚੀ ਤਕਨੀਕ ਨੂੰ ਮੈਂ ਕਿਸ ਤਰ੍ਹਾਂ ਆਤਮਸਾਤ ਕਰ ਸਕਦਾ ਹਾਂ? ਅੱਜ ਤਾਂ ਮੈਂ ਆਪ ਜੀ ਦਾ ਅਸ਼ੀਰਵਾਦ ਲੈਣ ਆਇਆ ਸੀ, ਕਿਉਂਕਿ ਪਹਿਲੀ ਕਿਰਿਆ ਨਾਲ ਹੀ ਮੈਨੂੰ ਇਹੋ ਜਿਹਾ ਰੂਹਾਨੀ ਨਸ਼ਾ ਚੜ੍ਹਿਆ ਰਹਿੰਦਾ ਹੈ, ਕਿ ਮੈਂ ਠੀਕ ਢੰਗ ਨਾਲ ਚਿੱਠੀਆਂ ਵੀ ਨਹੀਂ ਵੰਡ ਸਕਦਾ।"

"ਬਰਿੰਦਾ ਤਾਂ ਪਹਿਲਾਂ ਹੀ ਬ੍ਰਹਮ ਦੇ ਆਨੰਦ ਦੇ ਸਾਗਰ ਵਿਚ ਗੋਤੇ ਲਗਾ ਰਿਹਾ ਹੈ," ਲਾਹਿੜੀ ਮਹਾਸ਼ਯ ਦੇ ਮੂਹੋਂ ਇਹ ਸ਼ਬਦ ਨਿਕਲੇ ਹੀ ਸਨ, ਉਹ ਦੂਜੀ ਦੀਖਿਆ ਮੰਗਣ ਵਾਲੇ ਦਾ ਮੂੰਹ ਸ਼ਰਮ ਦੇ ਨਾਲ ਨੀਵਾਂ ਹੋ ਗਿਆ।

"ਗੁਰੂਦੇਵ," ਉਸ ਨੇ ਕਿਹਾ। "ਮੈਂ ਸਮਝ ਗਿਆ ਹਾਂ ਕਿ ਮੈਂ ਇੱਕ ਇਹੋ ਜਿਹਾ ਘਟੀਆ ਕਾਰੀਗਰ ਹਾਂ ਜਿਹੜਾ ਆਪਣੇ ਔਜ਼ਾਰਾਂ ਨੂੰ ਹੀ ਦੋਸ਼ ਦਿੰਦਾ ਹੈ।"

ਬਾਅਦ ਵਿਚ ਉਸ ਦੀਨ ਡਾਕੀਏ ਨੇ *ਕਿਰਿਆ ਯੋਗ* ਨਾਲ ਹੀ ਆਪਣਾ ਆਤਮ ਗਿਆਨ ਇੰਨਾ ਉਨਤ ਕਰ ਲਿਆ ਸੀ, ਕਦੇ ਕਦੇ ਵਿਦਵਾਨ ਪੰਡਤ ਵੀ ਸ਼ਾਸਤਰਾਂ ਦੀਆਂ ਜਟਿਲ ਘੁੰਡੀਆਂ ਦੀ ਵਿਆਖਿਆ ਕਰਵਾਉਣ, ਉਸ ਕੋਲ ਆਉਂਦੇ ਸਨ। ਵਾਕ ਬਣਤਰ ਅਤੇ ਪਾਪ ਪੁੰਨ ਤੋਂ ਅਣਜਾਣ ਇੱਕ ਇਹੋ ਜਿਹਾ ਵਿਦਵਾਨ ਬਰਿੰਦਾ ਪੰਡਤ ਵਿਦਵਾਨਾਂ ਦੇ ਸਮਾਜ ਵਿਚ ਪ੍ਰਸਿੱਧ ਹੋ ਗਿਆ।

ਵਾਰਾਣਸੀ ਦੇ ਅਣਗਿਣਤ ਸ਼ਗਿਰਦਾਂ ਤੋਂ ਇਲਾਵਾ, ਭਾਰਤ ਦੇ ਦੂਰ ਦੁਰੇਡੇ ਦੇ ਹਿੱਸਿਆਂ ਤੇ ਵੀ ਸੈਂਕੜੇ ਲੋਕ ਲਾਹਿੜੀ ਮਹਾਸ਼ਯ ਦੇ ਕੋਲ ਆਉਂਦੇ ਸਨ। ਲਾਹਿੜੀ ਮਹਾਸ਼ਯ ਖੁਦ ਆਪਣੇ ਦੋਨਾਂ ਪੁੱਤਰਾਂ ਦੇ ਸੁਸਰਾਲ ਵਾਲਿਆਂ ਨੂੰ ਮਿਲਣ ਖਾਤਰ ਅਨੇਕ ਵਾਰ ਬੰਗਾਲ ਜਾਂਦੇ ਸਨ। ਇਸ ਤਰ੍ਹਾਂ ਉਨ੍ਹਾਂ ਦੇ ਚਰਨ ਛੋਹ ਨਾਲ ਪਵਿੱਤਰ ਹੋਏ, ਬੰਗਾਲ ਵਿਚ *ਕਿਰਿਆ ਯੋਗੀ*ਆਂ ਦੀਆਂ ਛੋਟੀਆਂ ਛੋਟੀਆਂ ਮੰਡਲੀਆਂ ਦਾ ਜਾਲ ਫੈਲ ਗਿਆ। ਖਾਸ ਕਰਕੇ ਕ੍ਰਿਸ਼ਨਾ ਨਗਰ ਅਤੇ ਬਿਸ਼ਨੂੰਪੁਰ ਜ਼ਿਲਿਆਂ ਵਿਚ, ਚੁੱਪ ਚਾਪ ਆਪਣੀ ਸਾਧਨਾ ਕਰਨ ਵਾਲੇ ਅਨੇਕ ਸ਼ਰਧਾਲੂਆਂ ਨੇ ਅੱਜ ਤਕ ਅਧਿਆਤਮਿਕ ਧਿਆਨ ਧਾਰਨਾ ਦੀ ਇਸ ਅਦ੍ਰਿਸ਼ ਧਾਰਾ ਨੂੰ ਵਗਦੀ ਰੱਖਿਆ ਹੈ।

ਲਾਹਿੜੀ ਮਹਾਸ਼ਯ ਤੋਂ *ਕਿਰਿਆ ਯੋਗ* ਦੀ ਦੀਖਿਆ ਲੈਣ ਵਾਲਿਆਂ ਅਨੇਕ ਸੰਤਾਂ ਵਿਚੋਂ ਵਾਰਾਣਸੀ ਦੇ ਪ੍ਰਸਿੱਧ ਸਵਾਮੀ ਭਾਸਕਰਾਨੰਦ ਜੀ ਸਰਸਵਤੀ ਅਤੇ ਦੇਵ ਘਰ ਦੇ ਬਹੁਤ ਹੀ ਉੱਚ ਕੋਟੀ ਦੇ ਤਪੱਸਵੀ ਬਾਲਾ ਨੰਦ ਜੀ ਬ੍ਰਹਮਚਾਰੀ ਵੀ ਸ਼ਾਮਲ ਸਨ। ਕੁਝ ਸਮੇਂ ਵਾਸਤੇ ਲਾਹਿੜੀ ਮਹਾਸ਼ਯ ਵਾਰਾਣਸੀ ਦੇ ਮਹਾਰਾਜੇ ਈਸ਼ਵਰੀ ਨਰਾਇਣ

ਸਿੰਘ ਬਹਾਦਰ ਦੇ ਪੁੱਤਰ ਦੇ ਅਧਿਆਪਕ ਵੀ ਰਹੇ ਸਨ। ਉਨ੍ਹਾਂ ਦੀ ਅਧਿਆਤਮਿਕ ਪ੍ਰਾਪਤੀਆਂ ਤੋਂ ਪ੍ਰਭਾਵਿਤ ਹੁੰਦਿਆਂ, ਮਹਾਰਾਜੇ ਅਤੇ ਉਸ ਦੇ ਪੁੱਤਰ ਨੇ ਲਾਹਿੜੀ ਮਹਾਸ਼ਯ ਤੋਂ ਕਿਰਿਆਯੋਗ ਦੀ ਦੀਖਿਆ ਵੀ ਲਈ ਸੀ। ਇਸੇ ਤਰ੍ਹਾਂ ਮਹਾਰਾਜਾ ਜਤਿੰਦਰ ਮੋਹਨ ਠਾਕੁਰ ਨੇ ਵੀ ਉਨ੍ਹਾਂ ਤੋ ਦੀਖਿਆ ਲਈ ਸੀ।

ਲਾਹਿੜੀ ਮਹਾਸ਼ਯ ਦੇ ਅਨੇਕ ਸ਼ਗਿਰਦ ਬੜੇ ਉੱਚੇ ਅਹੁਦਿਆਂ ਉੱਪਰ ਬਿਰਾਜਮਾਨ ਸਨ, ਜਿਹੜੇ ਪ੍ਰਚਾਰ ਕਰਕੇ ਕਿਰਿਆਯੋਗ ਦਾ ਪਸਾਰ ਕਰਨਾ ਚਾਹੁੰਦੇ ਸਨ। ਪ੍ਰੰਤੂ ਲਾਹਿੜੀ ਮਹਾਸ਼ਯ ਨੇ ਉਨ੍ਹਾਂ ਨੂੰ ਆਗਿਆ ਨਹੀਂ ਦਿੱਤੀ। ਇੱਕ ਸ਼ਗਿਰਦ ਜੋ ਵਾਰਾਣਸੀ ਦੇ ਰਾਜੇ ਦਾ ਰਾਜ ਵੈਦ ਸੀ, ਨੇ ਲਾਹਿੜੀ ਮਹਾਸ਼ਯ ਦਾ ਕਾਸ਼ੀ ਬਾਬਾ* ਦੇ ਨਾਂ ਦੇ ਨਾਲ ਸੰਗਠਤ ਤਰੀਕੇ ਨਾਲ ਪ੍ਰਚਾਰ ਕਰਨ ਦਾ ਯਤਨ ਕੀਤਾ। ਲਾਹਿੜੀ ਮਹਾਸ਼ਯ ਨੇ ਉਸ ਨੂੰ ਇਸ ਤਰ੍ਹਾਂ ਕਰਨ ਤੋਂ ਰੋਕ ਦਿੱਤਾ।

ਉਹ ਕਹਿੰਦੇ ਸਨ, "*ਕਿਰਿਆ ਯੋਗ* ਰੂਪੀ ਫੁੱਲ ਦੀ ਖੁਸ਼ਬੋ ਨੂੰ ਸੁਭਾਵਿਕ ਰੂਪ ਵਿਚ ਫੈਲਣ ਦਿਉ। *ਕਿਰਿਆ ਯੋਗ* ਦੇ ਬੀਜ ਅਧਿਆਤਮਿਕ ਨਜ਼ਰੀਏ ਤੋਂ ਉਪਜਾਊ ਦਿਲਾਂ ਵਿਚ ਆਪਣੇ ਆਪ ਅੰਕੁਰਿਤ ਹੋ ਜਾਣਗੇ।

ਮਹਾਨ ਗੁਰੂ ਨੇ ਸੰਗਠਨ ਜਾਂ ਛਾਪਣ ਕਲਾ ਦੇ ਆਧੁਨਿਕ ਸਾਧਨਾਂ ਦੁਆਰਾ ਪ੍ਰਚਾਰ ਦੀ ਤਕਨੀਕ ਨੂੰ ਨਹੀਂ ਅਪਣਾਇਆ। ਉਹ ਜਾਣਦੇ ਸਨ ਕਿ ਉਨ੍ਹਾਂ ਦੇ ਸੰਦੇਸ਼ ਦੀ ਬੇਰੋਕ ਸ਼ਕਤੀ ਹੜ੍ਹ ਦੇ ਵਾਂਗ ਆਪਣੇ ਆਪ ਵਗੇਗੀ ਅਤੇ ਆਪਣੀ ਅਮਰਤਾ ਦੀ ਸ਼ਕਤੀ ਨਾਲ ਮਨੁੱਖੀ ਦਿਲਾਂ ਵਿਚ ਆਪਣਾ ਸਥਾਨ ਬਣਾ ਲਵੇਗੀ। ਉਨ੍ਹਾਂ ਦੇ ਸ਼ਗਿਰਦਾਂ ਦਾ ਪਰਿਵਰਤਿਤ ਅਤੇ ਪਵਿੱਤਰ ਹੋਇਆ ਜੀਵਨ *ਕਿਰਿਆ ਯੋਗ* ਦੀ ਅਮਰ ਸ਼ਕਤੀ ਦਾ ਪ੍ਰਤੱਖ ਸਬੂਤ ਹੋਵੇਗਾ।

ਰਾਣੀ ਖੇਤ ਵਿਚ *ਕਿਰਿਆ ਯੋਗ* ਦੀ ਦੀਖਿਆ ਪ੍ਰਾਪਤ ਕਰਨ ਦੇ 25 ਸਾਲ ਬਾਅਦ ਸੰਨ 1886 ਵਿਚ ਲਾਹਿੜੀ ਮਹਾਸ਼ਯ ਪੈਨਸ਼ਨ ਲੈ ਕੇ ਸੇਵਾ ਮੁਕਤ ਹੋਏ।† ਹੁਣ ਦਿਨ ਵਿਚ ਵੀ ਉਪਲਬਧ ਹੋਣ ਕਰਕੇ, ਆਉਣ ਵਾਲੇ ਸ਼ਰਧਾਲੂਆਂ ਵਿਚ ਹੋਰ ਵਾਧਾ ਹੋ ਗਿਆ। ਹੁਣ ਜਿਆਦਾ ਸਮਾਂ ਮਹਾਨ ਗੁਰੂ ਨਿਸ਼ਚਲ ਭਾਵ ਵਿਚ ਪਦਮ ਆਸਣ ਵਿਚ ਮੌਨ ਬੈਠੇ ਰਹਿੰਦੇ ਸਨ। ਇੱਥੋਂ ਤਕ ਕਿ ਸੈਰ ਕਰਨ ਜਾਣ ਵਾਸਤੇ ਜਾਂ ਘਰ ਦੇ ਦੂਜਿਆਂ ਹਿੱਸਿਆਂ ਵਿਚ ਜਾਣ ਵਾਸਤੇ ਵੀ ਉਹ ਕਦੇ ਕਦਾਈਂ ਹੀ ਆਪਣੀ ਬੈਠਕ ਵਿਚੋਂ ਉਠਦੇ ਸਨ। ਗੁਰੂ ਦੇ ਦਰਸ਼ਨ ਕਰਨ ਵਾਸਤੇ ਸ਼ਗਿਰਦਾਂ ਦਾ ਆਉਣ ਜਾਣ ਦਾ ਸਿਲਸਿਲਾ ਲਗ ਭਗ ਨਿਰੰਤਰ ਚਲਦਾ ਰਹਿੰਦਾ ਸੀ।

* ਉਨ੍ਹਾਂ ਦੇ ਸ਼ਗਿਰਦ, ਉਨ੍ਹਾਂ ਨੂੰ ਕਈ ਨਾਵਾਂ ਨਾਲ ਸੰਬੋਧਿਤ ਕਰਿਆ ਕਰਦੇ ਸਨ। ਯੋਗੀਵਰ, ਯੋਗੀਰਾਜ ਅਤੇ ਮੁਨੀਸ਼ਵਰ। ਮੈਂ ਇਸ ਵਿਚ ਇੱਕ ਪਦਵੀ ਹੋਰ ਜੋੜ ਦਿੱਤੀ ਹੈ-ਯੋਗ ਅਵਤਾਰ।

† ਉਨ੍ਹਾਂ ਨੇ ਇੱਕ ਹੀ ਸਰਕਾਰੀ ਮਹਿਕਮੇ ਵਿਚ ਪੂਰੇ 35 ਸਾਲ ਨੌਕਰੀ ਕੀਤੀ ਸੀ।

ਲਾਹਿੜੀ ਮਹਾਸ਼ਯ ਦੇ ਸਰੀਰ ਵਿਚ ਜਿਆਦਾ ਵਕਤ ਅਤਿਮਾਨਵੀ ਲੱਛਣਾਂ ਦਾ ਦਿਖਾਈ ਦੇਣਾ, ਜਿਸ ਤਰ੍ਹਾਂ ਸੁਆਸ ਰਹਿਤ, ਨੀਂਦ ਰਹਿਤ, ਨਬਜ਼ ਦਾ ਬੰਦ ਹੋਣਾ, ਦਿਲ ਦੀ ਧੜਕਣ ਬੰਦ ਹੋ ਜਾਣੀ, ਘੰਟਿਆਂ ਬੱਧੀ ਬਗੈਰ ਪਲਕਾਂ ਝਪਕਾਏ ਅੱਖਾਂ ਦਾ ਖੁੱਲ੍ਹਾ ਰਹਿਣਾ ਅਤੇ ਉਨ੍ਹਾਂ ਦੇ ਇਰਦ ਗਿਰਦ ਅਨੰਤ ਸ਼ਾਂਤੀ ਦੇ ਗੂੜ੍ਹੇ ਪ੍ਰਕਾਸ਼ ਦਾ ਹੋਣਾ ਦਰਸ਼ਨ ਕਰਨ ਆਉਣ ਵਾਲਿਆਂ ਨੂੰ ਭੈਅ-ਮਿਸ਼੍ਰਿਤ ਸਤਕਾਰ ਵਿਚ ਪਾ ਦਿੰਦਾ ਸੀ। ਉੱਥੋਂ ਵਾਪਸ ਆਉਣ ਵਾਲਿਆਂ ਵਿਚੋਂ ਕੋਈ ਵੀ ਅਜਿਹਾ ਨਹੀਂ ਸੀ ਹੁੰਦਾ, ਜੋ ਰੂਹਾਨੀ ਤੌਰ ਤੇ ਉਨਤ ਹੋਇਆ ਮਹਿਸੂਸ ਨਾ ਕਰਦਾ ਹੋਵੇ। ਸਾਰਿਆਂ ਨੂੰ ਇਹ ਅਹਿਸਾਸ ਹੋਇਆ ਹੁੰਦਾ, ਕਿ ਉਨ੍ਹਾਂ ਨੂੰ ਇੱਕ ਸੱਚੇ ਭਗਵਤ ਸਰੂਪ ਸੰਤ ਦਾ ਮੌਨ ਅਸ਼ੀਰਵਾਦ ਪ੍ਰਾਪਤ ਹੋ ਗਿਆ ਹੈ।

ਬਾਅਦ ਵਿਚ ਲਾਹਿੜੀ ਮਹਾਸ਼ਯ ਨੇ ਆਪਣੇ ਇੱਕ ਸ਼ਗਿਰਦ ਪੰਚਾਨਨ ਭੱਟਾਚਾਰੀਆ ਨੂੰ ਕੋਲਕਾਤਾ ਵਿਚ ਆਰੀਆ ਮਿਸ਼ਨ ਇੰਸਟੀਚਿਊਟ ਦੇ ਨਾਂ ਨਾਲ ਇੱਕ ਯੋਗ ਕੇਂਦਰ ਸਥਾਪਿਤ ਕਰਨ ਦੀ ਪ੍ਰਵਾਨਗੀ ਦਿੱਤੀ। ਇਹ ਮਿਸ਼ਨ ਜ਼ੜ੍ਹੀ ਬੂਟੀਆਂ ਦੀਆਂ ਯੌਗਿਕ ਦਵਾਈਆਂ* ਵੰਡਦਾ ਸੀ ਅਤੇ ਇਸ ਮਿਸ਼ਨ ਨੇ ਬੰਗਾਲ ਵਿਚ ਸ਼੍ਰੀ ਮਦ ਭਗਵਤ ਗੀਤਾ ਦਾ ਬੰਗਲਾ ਅਤੇ ਹਿੰਦੀ ਭਾਸ਼ਾ ਵਿਚ ਪਹਿਲਾ ਸਸਤਾ ਅਤੇ ਸੁਲੱਭ ਸੰਸਕਰਨ ਛਪਵਾਇਆ। ਹਿੰਦੀ ਅਤੇ ਬੰਗਲਾ ਭਾਸ਼ਾ ਵਿਚ ਛਪੀ, ਆਰੀਆ ਮਿਸ਼ਨ ਗੀਤਾ ਹਜ਼ਾਰਾਂ ਘਰਾਂ ਵਿਚ ਪਹੁੰਚੀ।

ਆਮ ਤੌਰ ਤੇ ਲੋਕਾਂ ਨੂੰ ਵੱਖੋ ਵੱਖਰੀਆਂ ਬਿਮਾਰੀਆਂ ਤੋਂ ਤੰਦਰੁਸਤ ਕਰਨ ਵਾਸਤੇ, ਲਾਹਿੜੀ ਮਹਾਸ਼ਯ, ਪ੍ਰਾਚੀਨ ਪਰੰਪਰਾ ਅਨੁਸਾਰ ਨਿੰਮ ਦਾ ਤੇਲ ਹੀ ਦਿੰਦੇ ਸਨ।† ਜਦੋਂ ਉਹ ਕਿਸੇ ਸ਼ਗਿਰਦ ਨੂੰ ਨਿੰਮ ਦਾ ਤੇਲ ਕਢਣ ਵਾਸਤੇ ਕਹਿੰਦੇ, ਤਾਂ ਉਹ ਸ਼ਗਿਰਦ ਬੜੀ ਅਸਾਨੀ ਨਾਲ ਤੇਲ ਕਢ ਲੈਂਦਾ। ਜੇ ਕੋਈ ਹੋਰ ਸ਼ਗਿਰਦ ਤੇਲ ਕਢਣ ਦੀ ਕੋਸ਼ਿਸ਼ ਕਰਦਾ, ਤਾਂ ਉਸ ਦੇ ਸਾਹਮਣੇ ਅਜੀਬ ਅੜਚਣਾ ਖੜ੍ਹੀਆਂ ਹੋ ਜਾਂਦੀਆਂ। ਜਿਉਂ ਹੀ ਤੇਲ ਰਿਸਣ ਦੀ ਪ੍ਰਕਿਰਿਆ ਪੂਰੀ ਕਰਦਾ, ਤਾਂ ਉਸ ਨੂੰ ਦਿਖਾਈ ਦਿੰਦਾ ਕਿ ਪੂਰਾ ਤੇਲ ਹੀ ਭਾਫ ਬਣ ਕੇ ਉਡ ਚੁੱਕਿਆ ਹੈ। ਸਪਸ਼ਟ ਹੈ ਕਿ ਤੇਲ ਕਢਣ ਦੀ ਪ੍ਰਕਿਰਿਆ ਵਾਸਤੇ ਗੁਰੂ ਦਾ ਅਸ਼ੀਰਵਾਦ ਜਰੂਰੀ ਸੀ।

* ਹਿੰਦੂ ਦਰਸ਼ਨ ਦੇ ਚਾਰ ਵੇਦਾਂ ਵਿਚੋਂ ਆਯੁਰਵੇਦ ਇੱਕ ਇਹੋ ਜਿਹਾ ਵੇਦ ਹੈ, ਜਿਸ ਵਿਚ ਦਵਾਈਆਂ ਦਾ ਗਿਆਨ ਭਰਿਆ ਪਿਆ ਹੈ। ਵੈਦਿਕ ਕਾਲ ਦੇ ਹਕੀਮ ਉਪਰੇਸ਼ਨ ਕਰਨ ਵਾਸਤੇ ਨਾਜ਼ੁਕ ਔਜਾਰਾਂ ਨੂੰ ਵਰਤੋਂ ਵਿਚ ਲਿਆਉਂਦੇ ਸਨ। ਪਲਾਸਟਿਕ ਸਰਜਰੀ ਕਰਦੇ ਸਨ, ਗੈਸਾਂ ਦੇ ਅਸਰ ਨੂੰ ਨਸ਼ਟ ਕਰਨ ਦਾ, ਉਨ੍ਹਾਂ ਨੂੰ ਗਿਆਨ ਸੀ। ਸਿਜ਼ਰੀਅਨ ਉਪਰੇਸ਼ਨ ਅਤੇ ਦਿਮਾਗ ਦੇ ਉਪਰੇਸ਼ਨ ਵੀ ਕਰਦੇ ਸਨ। ਜ਼ਰੂਰਤ ਅਨੁਸਾਰ ਤਾਕਤ ਦੀਆਂ ਦਵਾਈਆਂ ਦੇਣ ਵਿਚ ਮਾਹਿਰ ਸਨ। ਹਿਪੋਕਰੇਟਸ (ਈਸਾ ਪੂਰਵ ਚੌਥੀ ਸ਼ਤਾਬਦੀ) ਨੇ ਆਪਣੀ ਮਟੇਰੀਆ ਮੈਡੀਕਾ ਵਿਚ ਸ਼ਾਮਲ ਕੀਤਾ ਹੋਇਆ ਬਹੁਤਾ ਗਿਆਨ, ਇਸੇ ਹਿੰਦੂ ਸੋਮੇ ਤੋਂ ਹੀ ਲਿਆ ਹੈ।

† ਹੁਣ ਨਿੰਮ ਦੇ ਤੇਲ ਦੇ ਰੋਗ ਨਿਵਾਰਕ ਗੁਣਾਂ ਨੂੰ ਪੱਛਮੀ ਦੁਨੀਆਂ ਨੇ ਵੀ ਪ੍ਰਵਾਨ ਕਰ ਲਿਆ ਹੈ। ਉੱਥੇ ਇਸ ਦੀ ਕੌੜੀ ਛਾਲ ਨੂੰ ਸ਼ਕਤੀ ਵਧਾਉਣ ਵਾਲੀ ਦਵਾਈ ਦੇ ਰੂਪ ਵਿਚ ਵਰਤੋਂ ਵਿਚ ਲਿਆਂਦਾ ਜਾਂਦਾ ਹੈ। ਨਿੰਮ ਦੇ ਫਲ ਅਤੇ ਬੀਜ ਦੇ ਤੇਲ ਦਾ ਪ੍ਰਯੋਗ ਕੁਸ਼ਟ ਰੋਗ ਅਤੇ ਹੋਰ ਰੋਗਾਂ ਵਿਚ ਕੀਤਾ ਜਾਂਦਾ ਹੈ।

ਲਾਹਿੜੀ ਮਹਾਸ਼ਯ ਦੀ ਬੰਗਲਾ ਭਾਸ਼ਾ ਵਿਚ ਲਿਖਾਈ ਅਤੇ ਦਸਤਖਤਾਂ ਦਾ ਨਮੂਨਾ ਥੱਲੇ ਦਿੱਤਾ ਗਿਆ ਹੈ। ਇਹ ਫਿਕਰੇ, ਉਨ੍ਹਾਂ ਦੁਆਰਾ ਇੱਕ ਸ਼ਗਿਰਦ ਨੂੰ ਲਿਖੀ ਗਈ ਚਿੱਠੀ ਵਿਚੋਂ ਲਏ ਗਏ ਹਨ, ਜਿਸ ਵਿਚ ਗੁਰੂਦੇਵ ਨੇ ਇਕ ਸੰਸਕਰਿਤ ਸ਼ਲੋਕ ਦਾ ਅਰਥ ਇਸ ਤਰ੍ਹਾਂ ਕੀਤਾ ਹੈ।

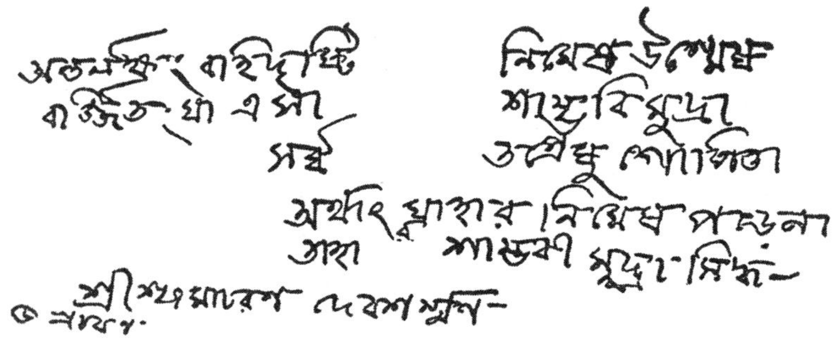

"ਜਿਸ ਨੇ ਸ਼ਾਂਤੀ ਦੀ ਇੱਕ ਇਹੋ ਜਿਹੀ ਅਵਸਥਾ ਪ੍ਰਾਪਤ ਕਰ ਲਈ ਹੈ ਕਿ ਉਸ ਦੀਆਂ ਪਲਕਾਂ ਨਹੀਂ ਝਪਕਦੀਆਂ, ਤਾਂ ਉਸ ਨੇ ਸਾਂਭਵੀਂ ਮੁੱਦਰਾ* ਸਿੱਧ ਕਰ ਲਈ ਹੈ।

ਸਾਉਣ 5 (ਦਸਤਖਤ) ਸ਼੍ਰੀ ਸ਼ਿਆਮ ਚਰਣ ਦੇਵ ਸ਼ਰਮਾ

ਹੋਰ ਅਨੇਕ ਸੰਤਾਂ ਵਾਂਗ ਹੀ ਲਾਹਿੜੀ ਮਹਾਸ਼ਯ ਨੇ ਖੁਦ ਆਪ ਕੋਈ ਕਿਤਾਬ ਨਹੀਂ ਲਿਖੀ। ਪ੍ਰੰਤੂ ਆਪਣੇ ਸ਼ਗਿਰਦਾਂ ਨੂੰ ਸ਼ਾਸਤਰਾਂ ਦੀਆਂ ਵਿਆਖਿਆਵਾਂ ਸਮਝਾ ਦਿੱਤੀਆਂ। ਲਾਹਿੜੀ ਮਹਾਸ਼ਯ ਦੇ ਪੋਤਰੇ ਅਤੇ ਮੇਰੇ ਪਰਮ ਮਿੱਤਰ ਆਨੰਦ ਮੋਹਨ ਲਾਹਿੜੀ ਨੇ ਲਿਖਿਆ ਹੈ :

"ਸ਼੍ਰੀ ਮਦ ਭਗਵਤ ਗੀਤਾ ਅਤੇ ਮਹਾਭਾਰਤ ਦੇ ਬਾਕੀ ਦੇ ਪਰਵਾਂ ਵਿਚ ਇੰਨੀਆਂ ਗੂੜ੍ਹ ਘੁੰਡੀਆਂ ਹਨ, ਜੇ ਉਨ੍ਹਾਂ ਘੁੰਡੀਆਂ ਦੀ ਵਿਆਖਿਆ ਨਾ ਕੀਤੀ ਜਾਵੇ ਤਾਂ ਉਨ੍ਹਾਂ ਵਿਚ

* ਸਾਂਭਵੀ ਮੁੱਦਰਾ ਦਾ ਅਰਥ ਹੈ, ਕਿ ਦ੍ਰਿਸ਼ਟੀ ਨੂੰ ਦੋਨੋਂ ਭਰਵਟਿਆਂ ਦੇ ਵਿਚਕਾਰ ਸਥਿਰ ਕਰਨਾ। ਜਦੋਂ ਯੋਗੀ ਸ਼ਾਂਤੀ ਦੀ ਇੱਕ ਖਾਸ ਅਵਸਥਾ ਵਿਚ ਪਹੁੰਚ ਜਾਂਦਾ ਹੈ, ਤਾਂ ਉਸ ਦੀਆਂ ਪਲਕਾਂ ਨਹੀਂ ਝਪਕਦੀਆਂ, ਉਹ ਆਂਤਰਿਕ ਜਗਤ ਵਿਚ ਲੀਨ ਹੋ ਜਾਂਦਾ ਹੈ।

ਆਮ ਤੌਰ ਤੇ ਮੁੱਦਰਾ ਦਾ ਅਰਥ ਹੁੰਦਾ ਹੈ, ਉਂਗਲਾਂ ਅਤੇ ਹੱਥਾਂ ਦੀ ਇੱਕ ਵਿਸ਼ੇਸ਼ ਸਥਿਤੀ। ਅਨੇਕ ਮੁਦਰਾਵਾਂ ਇਹੋ ਜਿਹੀਆਂ ਹਨ, ਜਿਨ੍ਹਾਂ ਦਾ ਨਾੜੀਆਂ ਉੱਪਰ ਇਹੋ ਜਿਹਾ ਪ੍ਰਭਾਵ ਪੈਂਦਾ ਹੈ, ਕਿ ਉਸ ਨਾਲ ਸ਼ਾਂਤੀ ਪੈਦਾ ਹੁੰਦੀ ਹੈ। ਪ੍ਰਾਚੀਨ ਹਿੰਦੂ ਸ਼ਾਸਤਰ, ਵਿਸਤਾਰ ਪੂਰਵਕ ਨਾੜੀਆਂ ਦਾ ਮਨ ਦੇ ਨਾਲ, ਉਨ੍ਹਾਂ ਦੇ ਸਬੰਧਾਂ ਦਾ ਵਰਣਨ ਕਰਦੇ ਹਨ। ਇਸ ਤਰ੍ਹਾਂ ਪੂਜਾ ਦੇ ਤਰੀਕਿਆਂ ਵਿਚ ਅਤੇ ਯੋਗ ਸਾਧਨਾ ਵਿਚ ਵਰਤੋਂ ਵਿਚ ਲਿਆਂਦੀਆਂ ਜਾਣ ਵਾਲੀਆਂ ਮੁਦਰਾਵਾਂ ਦਾ ਅਧਾਰ ਵਿਗਿਆਨਿਕ ਹੈ। ਮੁਦਰਾਵਾਂ ਦੀ ਭਾਸ਼ਾ ਦਾ ਵਿਸਥਾਰਤ ਵਰਨਣ ਭਾਰਤ ਦੀ ਮੂਰਤੀ ਕਲਾ ਅਤੇ ਭਾਰਤ ਦੇ ਨਾਚਾਂ ਵਿਚ ਵੀ ਮਿਲਦਾ ਹੈ।

ਕੇਵਲ ਇਹੋ ਜਿਹੀਆਂ ਕਾਲਪਨਿਕ ਕਹਾਣੀਆਂ ਰਹਿ ਜਾਣਗੀਆਂ, ਜਿਨ੍ਹਾਂ ਨੂੰ ਅਸਾਨੀ ਨਾਲ ਕੋਈ ਵੀ ਗਲਤ ਸਮਝ ਸਕਦਾ ਹੈ। ਜੇ ਇਹ ਘੁੰਡੀਆਂ ਨਾ ਖੋਲ੍ਹੀਆਂ ਜਾਣ ਤਾਂ ਇੱਕ ਇਹੋ ਜਿਹਾ ਵਿਗਿਆਨ ਸਾਡੀ ਨਜ਼ਰ ਤੋਂ ਓਹਲੇ ਹੋ ਜਾਵੇਗਾ, ਜਿਸ ਨੂੰ ਹਜ਼ਾਰਾਂ ਵਰ੍ਹਿਆਂ ਦੇ ਪ੍ਰਯੋਗ ਦੇ ਖੋਜ ਤੋਂ ਬਾਅਦ ਭਾਰਤ ਵਰਸ਼ ਨੇ ਅਤਿ ਮਾਨਵੀ ਸਬਰ ਨਾਲ ਸੰਭਾਲ ਕੇ ਰੱਖਿਆ ਹੋਇਆ ਹੈ।*

ਲਾਹਿੜੀ ਮਹਾਸ਼ਯ ਸ਼ਾਸਤਰਾਂ ਦੀ ਅਲੰਕਾਰਮਈ ਦੂਹਰੇ ਅਰਥਾਂ ਵਾਲੀਆਂ ਬੁਝਾਰਤਾਂ ਭਰੀ ਭਾਸ਼ਾ ਵਿਚ ਬੜੀ ਹੁਸ਼ਿਆਰੀ ਨਾਲ ਛੁਪਾਏ ਗਏ, ਧਰਮ ਵਿਗਿਆਨ ਦੇ ਤੱਥਾਂ ਨੂੰ, ਉਨ੍ਹਾਂ ਪ੍ਰਤੀਕਾਂ ਤੋਂ ਵੱਖ ਕਰਕੇ ਰੌਸ਼ਨੀ ਵਿਚ ਲੈ ਕੇ ਆਏ। ਸ਼ਾਸਤਰ ਨੂੰ ਫਰੇਬੀ ਸ਼ਬਦਾਂ ਦੀ ਮਾਤਰ ਜਾਦੂਗਰੀ ਦੀ ਬਜਾਏ, ਲਾਹਿੜੀ ਮਹਾਸ਼ਯ ਨੇ ਵੈਦਿਕ ਪੂਜਾ ਰੀਤੀਆਂ ਦੇ ਪਿੱਛੇ ਵਿਗਿਆਨਿਕ ਮਹੱਤਵ ਨੂੰ ਸਿੱਧ ਕਰ ਦਿੱਤਾ।

ਅਸੀਂ ਜਾਣਦੇ ਹਾਂ, ਆਮ ਤੌਰ ਤੇ ਮਨੁੱਖ ਬੁਰੇ ਮਨੋਵੇਗਾਂ ਅੱਗੇ ਅਸਮਰਥ ਹੋ ਜਾਂਦਾ ਹੈ। ਪ੍ਰੰਤੂ *ਕਿਰਿਆ ਯੋਗ* ਦੇ ਅਭਿਆਸ ਨਾਲ, ਉਸ ਦੀ ਚੇਤਨਾ ਵਿਚ ਇੰਦਰਿਆਵੀ ਸੁਖ ਨਾਲੋਂ ਜਿਆਦਾ ਸ੍ਰੇਸ਼ਟ ਅਤੇ ਚਿਰ ਸਥਾਈ ਆਨੰਦ ਜਾਗ ਪੈਂਦਾ ਹੈ। ਤਾਂ ਉਹ ਬੁਰੇ ਮਨੋਵੇਗ ਆਪਣੇ ਆਪ ਹੀ ਕਮਜ਼ੋਰ ਹੋ ਜਾਂਦੇ ਹਨ। ਉਨ੍ਹਾਂ ਵੱਲ ਪਰਿਵਰਤਿਤ ਹੋਣ ਦੀ ਮਨੁੱਖ ਦੇ ਮਨ ਵਿਚ ਕੋਈ ਇੱਛਾ ਨਹੀਂ ਰਹਿੰਦੀ। ਇਸ ਵਿਚ ਘਟੀਆ ਇੱਛਾਵਾਂ ਦਾ ਤਿਆਗ ਅਤੇ ਸ੍ਰੇਸ਼ਟ ਵਿਚਾਰਾਂ ਦੀ ਪ੍ਰਾਪਤੀ ਦੀ ਪ੍ਰਕਿਰਿਆ ਨਾਲੋ ਨਾਲ ਚਲਦੀ ਹੈ। ਇਹੋ ਜਿਹੀ ਤਕਨੀਕ ਦੇ ਬਗੈਰ ਕੇਵਲ ਨਿਸ਼ੇਧਾਤਮਿਕ ਆਦੇਸ਼ ਦੇਣ ਵਾਲੇ ਵਿਧੀ ਨਿਯਮ ਸਾਡੇ ਵਾਸਤੇ ਵਿਅਰਥ ਹੋ ਜਾਂਦੇ ਹਨ।

ਸਾਰੀਆਂ ਦਿਖਾਈ ਦੇ ਰਹੀਆਂ ਅਭੀਵਿਅਕਤੀਆਂ ਦੇ ਪਿੱਛੇ ਸ਼ਕਤੀ ਦਾ ਮਹਾ ਸਾਗਰ ਅਨੰਤ ਪਰਮਾਤਮਾ ਹੀ ਹੈ। ਸੰਸਾਰਕ ਕੰਮਾਂ ਵਾਸਤੇ ਉਤਾਵਲਾਪਣ ਸਾਡੀ ਸ਼ਰਧਾਪੂਰਨ ਹੈਰਾਨਗੀ ਦੇ ਭਾਵਾਂ ਨੂੰ ਨਸ਼ਟ ਕਰ ਦਿੰਦਾ ਹੈ। ਆਧੁਨਿਕ ਵਿਗਿਆਨ ਸਾਨੂੰ ਇਹ ਸਿਖਾਉਂਦਾ ਹੈ ਕਿ ਕੁਦਰਤ ਦੀਆਂ ਸ਼ਕਤੀਆਂ ਦਾ ਕਿਸ ਤਰ੍ਹਾਂ ਉਪਯੋਗ ਕੀਤਾ

* ਸਿੰਧੂ ਘਾਟੀ ਦੇ ਪੁਰਾਤੱਤਵ-ਖੰਡਰਾਂ ਵਿਚੋਂ ਹਾਲ ਹੀ ਵਿਚ ਕੱਢੀਆਂ ਗਈਆਂ ਕਲਾ ਕ੍ਰਿਤੀਆਂ ਉੱਪਰ, ਮਨੁੱਖ ਧਿਆਨ ਦੀ ਮੁੱਦਰਾ ਵਿਚ ਬੈਠੇ ਦਿਖਾਏ ਗਏ ਹਨ। ਇਹ ਧਿਆਨ ਦੀਆਂ ਮੁਦਰਾਵਾਂ, ਠੀਕ ਇਹੋ ਜਿਹੀਆਂ ਹਨ, ਜਿਹੜੀਆਂ ਯੋਗ ਸਾਧਨਾ ਵਿਚ ਵਰਤੋਂ ਵਿਚ ਲਿਆਈਆਂ ਜਾਂਦੀਆਂ ਹਨ। ਇਨ੍ਹਾਂ ਪੁਰਾਤੱਤਵ ਕਲਾ ਕ੍ਰਿਤੀਆਂ ਦਾ ਸਮਾਂ ਨਿਸ਼ਚਿਤ ਈਸਾ ਪੂਰਵ ਤੀਜੀ ਸ਼ਤਾਬਦੀ ਦਾ ਮੰਨਿਆ ਜਾਂਦਾ ਹੈ। ਇਸ ਤੋਂ ਸਪਸ਼ਟ ਪਤਾ ਚਲਦਾ ਹੈ, ਕਿ ਉਸ ਸਮੇਂ ਵੀ ਲੋਕਾਂ ਨੂੰ ਯੋਗ ਦੇ ਮੂਲ ਸਿਧਾਂਤਾਂ ਦਾ ਗਿਆਨ ਸੀ। ਇਸ ਤੋਂ ਇਹ ਨਤੀਜਾ ਕੱਢਣਾ ਕੋਈ ਗਲਤ ਨਹੀਂ ਹੋਵੇਗਾ ਕਿ ਪ੍ਰਕਿਰਿਆਵਾਂ ਦਾ ਅਧਿਐਨ ਕਰਕੇ ਸਿਲਸਿਲੇਵਾਰ ਵਿਧੀਵਤ ਵਿਸ਼ਲੇਸ਼ਣ ਕਰਨ ਦੀਆਂ ਤਕਨੀਕਾਂ ਦਾ ਭਾਰਤ ਵਿਚ ਪੰਜ ਹਜ਼ਾਰ ਸਾਲ ਪਹਿਲਾਂ ਵੀ ਪ੍ਰਯੋਗ ਕੀਤਾ ਜਾਂਦਾ ਰਿਹਾ ਹੈ। (ਪ੍ਰੋਫੈਸਰ ਡਬਲਯੂ ਨਾਰਮਨ ਬਰਾਊਨ, "ਬੁਲੇਟਿਨ ਆਫ ਦੀ ਅਮੇਰੀਕਨ ਕੌਂਸਲ ਆਫ ਲਰਨਡ ਸੁਸਾਇਟੀਸ, ਵਾਸ਼ਿੰਗਟਨ. ਡੀ.ਸੀ.) ਫਿਰ ਵੀ ਹਿੰਦੂ ਸ਼ਾਸਤਰਾਂ ਤੋਂ ਇਹੋ ਸਿੱਧ ਹੁੰਦਾ ਹੈ, ਕਿ ਭਾਰਤ ਵਿਚ ਯੋਗ ਵਿਦਿਆ ਅਣਗਿਣਤ ਸ਼ਤਾਬਦੀਆਂ ਤੋਂ ਪ੍ਰਚਲਿਤ ਹੈ।

ਜਾਵੇ। ਅਸੀਂ ਸਾਰੇ ਨਾਵਾਂ ਅਤੇ ਰੂਪਾਂ ਵਿਚ ਮੌਜੂਦ ਮਹਾ ਪ੍ਰਾਣ ਸ਼ਕਤੀ ਨੂੰ ਸਮਝਣ ਤੋਂ ਅਸਮਰਥ ਹਾਂ। ਕੁਦਰਤ ਨਾਲ ਸਾਡੀ ਗੂੜ੍ਹੀ ਜਾਣ ਪਛਾਣ ਹੋ ਜਾਣ ਦੇ ਕਾਰਨ, ਉਸ ਦੇ ਗੂੜ੍ਹੇ ਭੇਤਾਂ ਦੇ ਬਾਰੇ ਸਾਡੇ ਮਨ ਵਿਚ ਆਦਰ ਖਤਮ ਹੋ ਗਿਆ ਹੈ। ਉਸ ਨਾਲ ਸਾਡੇ ਸਬੰਧਾਂ ਨੇ ਵਿਹਾਰਿਕ ਕਾਰੋਬਾਰੀਆਂ ਵਾਲਾ ਰੂਪ ਲੈ ਲਿਆ ਹੈ। ਇੱਕ ਤਰ੍ਹਾਂ ਨਾਲ ਕਿਹਾ ਜਾਵੇ ਕਿ ਅਸੀਂ ਕੁਦਰਤ ਨੂੰ ਤੰਗ ਕਰਦੇ ਰਹਿੰਦੇ ਹਾਂ, ਤਾਂ ਕਿ ਸਾਨੂੰ ਇਹ ਪਤਾ ਲੱਗ ਜਾਵੇ ਕਿ ਅਸੀਂ ਕੁਦਰਤ ਨੂੰ ਆਪਣੇ ਉਦੇਸ਼ਾਂ ਦੀ ਪੂਰਤੀ ਵਾਸਤੇ ਕਿਸ ਤਰੀਕੇ ਨਾਲ ਮਜ਼ਬੂਰ ਕਰ ਸਕਦੇ ਹਾਂ। ਅਸੀਂ ਉਸ ਦੀਆਂ ਸ਼ਕਤੀਆਂ ਦੀ ਵਰਤੋਂ ਤਾਂ ਕਰਦੇ ਹਾਂ, ਪਰ ਹਾਲੇ ਤਕ ਸਾਨੂੰ ਉਨ੍ਹਾਂ ਸ਼ਕਤੀਆਂ ਦੇ ਮੂਲ ਸੋਮੇ ਬਾਰੇ ਕੁਝ ਪਤਾ ਨਹੀਂ। ਵਿਗਿਆਨ ਦੇ ਮਾਰਗ ਵਿਚ ਕੁਦਰਤ ਨਾਲ ਸਾਡੇ ਸਬੰਧ ਇਹੋ ਜਿਹੇ ਬਣ ਗਏ ਹਨ ਜਿਵੇਂ ਕਿਸੇ ਹੈਂਕੜਬਾਜ਼ ਮਾਲਕ ਦੇ ਆਪਣੇ ਗੁਲਾਮ ਨਾਲ ਹੁੰਦੇ ਹਨ ਜਾਂ ਦ੍ਰਾਸ਼ਨਿਕ ਨਜ਼ਰੀਏ ਤੋਂ ਕਹੀਏ, ਤਾਂ ਅਸੀਂ ਕੁਦਰਤ ਨੂੰ ਬੰਦੀ ਬਣਾ ਕੇ ਗਵਾਹ ਦੇ ਕਟਿਹਰੇ ਵਿਚ ਖੜ੍ਹਾ ਕਰ ਦਿੱਤਾ ਹੈ। ਅਸੀਂ ਉਸ ਨੂੰ ਸਵਾਲ-ਦਰ-ਸਵਾਲ ਕਰਦੇ ਹਾਂ, ਉਸ ਨੂੰ ਚੁਣੌਤੀ ਦਿੰਦੇ ਹਾਂ ਅਤੇ ਉਸ ਦੀ ਗਵਾਹੀ ਨੂੰ ਬਰੀਕੀ ਨਾਲ ਮਨੁੱਖੀ ਤਰਕ ਦੀ ਉਸ ਤੱਕੜੀ ਵਿਚ ਤੋਲਦੇ ਹਾਂ, ਜਿਹੜੀ ਉਸ ਵਿਚ ਛੁਪੀਆਂ ਹੋਈਆਂ ਕੀਮਤਾਂ ਨੂੰ ਕਦੇ ਮਾਪ ਤੋਲ ਹੀ ਨਹੀਂ ਸਕਦੀ।

"ਦੂਜੇ ਪਾਸੇ, ਜਦੋਂ ਆਤਮਾ ਉੱਚਤਰ ਸ਼ਕਤੀ ਦੇ ਨਾਲ ਇੱਕਮਿੱਕ ਹੋ ਜਾਂਦੀ ਹੈ, ਤਾਂ ਕੁਦਰਤ ਬਗੈਰ ਕਿਸੇ ਜ਼ੋਰ-ਜਬਰਦਸਤੀ ਦੇ ਮਨੁੱਖੀ ਇੱਛਾ ਦਾ ਪਾਲਣ ਕਰਨ ਲੱਗ ਪੈਂਦੀ ਹੈ। ਕੁਦਰਤ ਉੱਪਰ ਇਸ ਯਤਨ ਰਹਿਤ ਅਧਿਕਾਰ ਨੂੰ ਬੇ-ਸਮਝ ਸੰਸਾਰਕ ਲੋਕ ਚਮਤਕਾਰ ਕਹਿ ਦਿੰਦੇ ਹਨ।"

"ਲਾਹਿੜੀ ਮਹਾਸ਼ਯ ਦੇ ਜੀਵਨ ਨੇ ਇਸ ਧਾਰਨਾ ਨੂੰ, ਕਿ ਯੋਗ ਇੱਕ ਗੂੜ੍ਹ ਸਾਧਨਾ ਹੈ, ਗਲਤ ਸਾਬਤ ਕਰ ਦਿੱਤਾ ਹੈ। ਭੌਤਿਕ ਵਿਗਿਆਨ ਦੇ ਤਥਾਤਮਕਤਾ ਦੇ ਬਾਵਜੂਦ ਹਰ ਇੱਕ ਮਨੁੱਖ ਨੂੰ *ਕਿਰਿਆ ਯੋਗ* ਦੇ ਮਾਧਿਅਮ ਰਾਹੀਂ, ਕੁਦਰਤ ਨਾਲ ਆਪਣੇ ਸੱਚੇ ਸਬੰਧਾਂ ਨੂੰ ਸਮਝਣ ਦੀ ਅਤੇ ਕੁਦਰਤ ਦੀਆਂ ਸਾਰੀਆਂ ਘਟਨਾਵਾਂ ਦੇ ਬਾਰੇ ਅਧਿਆਤਮਿਕ ਆਦਰ ਅਤੇ ਸ਼ਰਧਾ ਅਨੁਭਵ ਕਰਨ ਦਾ ਕੋਈ ਨਾ ਕੋਈ ਤਰੀਕਾ ਮਿਲ ਹੀ ਸਕਦਾ ਹੈ।* ਭਾਵੇਂ ਉਹ ਘਟਨਾਵਾਂ ਹਰ ਰੋਜ਼ ਵਾਪਰਨ ਵਾਲੀਆਂ ਹੋਣ ਜਾਂ ਫਿਰ ਗੂੜ੍ਹ ਦਿੱਸਣ ਵਾਲੀਆਂ ਹੋਣ, ਸਾਨੂੰ ਯਾਦ ਰੱਖਣਾ ਚਾਹੀਦਾ ਹੈ ਕਿ ਅੱਜ ਤੋਂ ਹਜ਼ਾਰ ਸਾਲ ਪਹਿਲਾਂ ਜੋ ਰਹੱਸਮਈ

* "ਜਿਸ ਨੂੰ ਕਦੇ ਕੋਈ ਅਸਚਰਜ ਨਹੀਂ ਹੁੰਦਾ, ਅਸਚਰਜ ਕਰਨਾ ਅਤੇ ਪੂਜਾ ਕਰਨਾ, ਜਿਸ ਦੇ ਸੁਭਾਅ ਵਿਚ ਨਹੀਂ ਹੈ, ਉਹ ਅਣਗਿਣਤ ਰਾਇਲ ਸੁਸਾਇਟੀਆਂ ਦਾ ਪ੍ਰਧਾਨ ਵੀ ਹੋਵੇ ਅਤੇ ਸਾਰੀਆਂ ਪ੍ਰਯੋਗਸ਼ਾਲਾਵਾ ਅਤੇ ਨਿਰੀਖਣਾਂ ਦੇ ਨਿਚੋੜਾਂ ਅਤੇ ਨਤੀਜਿਆਂ ਨਾਲ, ਉਸ ਦਾ ਦਿਮਾਗ ਭਰਿਆ ਹੋਇਆ ਹੋਵੇ ਤਾਂ ਵੀ ਉਹ ਕੇਵਲ ਇੱਕ ਇਹੋ ਜਿਹੀ ਐਨਕ ਵਾਂਗ ਹੈ, ਜਿਸ ਦੇ ਪਿੱਛੇ ਅੱਖ ਨਹੀਂ ਹੈ। ਕਾਰਲਾਈਲ (ਸਾਰਟਰ ਰਿਸਾਰਟਸ ਵਿਚ)

ਲੱਗਦਾ ਸੀ, ਉਹ ਅੱਜ ਰਹੱਸਮਈ ਨਹੀਂ ਲੱਗਦਾ ਅਤੇ ਜੋ ਅੱਜ ਰਹੱਸਮਈ ਲੱਗ ਰਿਹਾ ਹੈ, ਉਹ ਕੁਝ ਸਾਲਾਂ ਦੇ ਬਾਅਦ ਅਸਾਨੀ ਨਾਲ ਸਮਝਣ ਯੋਗ ਹੋ ਜਾਵੇਗਾ।

"*ਕਿਰਿਆ ਯੋਗ* ਦਾ ਵਿਗਿਆਨ ਸਦੀਵੀ ਹੈ। ਇਹ ਗਣਿਤ ਦੇ ਵਾਂਗ ਸੱਚਾ ਹੈ। ਗਣਿਤ ਹਿੰਦਸਿਆਂ ਨੂੰ ਜੋੜਨ ਘਟਾਉਣ ਵਾਂਗ ਸਿੱਧੇ ਸਾਦੇ ਨਿਯਮਾਂ ਵਾਂਗ ਹੀ *ਕਿਰਿਆ ਯੋਗ* ਕਦੇ ਨਸ਼ਟ ਨਹੀਂ ਹੋ ਸਕਦਾ। ਭਾਵੇਂ ਗਣਿਤ ਦੀਆਂ ਸਾਰੀਆਂ ਕਿਤਾਬਾਂ ਜਲਾ ਕੇ ਰਾਖ ਕਰ ਦਿੱਤੀਆਂ ਜਾਣ, ਤਾਂ ਵੀ ਤਰਕ-ਪੂਰਨ ਬੁੱਧੀ ਵਾਲੇ ਲੋਕ, ਉਹ ਨਿਯਮ ਫਿਰ ਲੱਭ ਲੈਣਗੇ। ਇਸੇ ਤਰ੍ਹਾਂ ਯੋਗ ਦੀਆਂ ਸਾਰੀਆਂ ਕਿਤਾਬਾਂ ਨੂੰ ਦੱਬ ਵੀ ਦਿੱਤਾ ਜਾਵੇ, ਤਾਂ ਵੀ ਜਦੋਂ ਸ਼ੁੱਧ ਬੁੱਧੀ ਨਾਲ ਭਗਤੀ ਅਤੇ ਉਸ ਭਗਤੀ ਤੋਂ ਪੈਦਾ ਹੋਏ ਸ਼ੁੱਧ ਗਿਆਨ ਵਾਲਾ ਕੋਈ ਮਹਾਤਮਾ ਆਵੇਗਾ, ਤਾਂ ਯੋਗ ਦੇ ਸਾਰੇ ਮੂਲ ਭੂਤ ਸਿਧਾਂਤ ਉਸ ਦੇ ਸਾਹਮਣੇ ਆਪਣੇ ਆਪ ਫਿਰ ਪ੍ਰਗਟ ਹੋ ਜਾਣਗੇ।

ਜਿਸ ਤਰ੍ਹਾਂ ਬਾਬਾ ਜੀ ਸਾਰੇ ਅਵਤਾਰਾਂ ਵਿਚੋਂ ਮਹਾ ਅਵਤਾਰ ਹਨ ਅਤੇ ਸ਼੍ਰੀ ਯੁਕਤੇਸ਼ਵਰ ਜੀ ਨੂੰ ਗਿਆਨ ਅਵਤਾਰ ਕਹਿਣਾ ਢੁਕਵਾਂ ਹੋਵੇਗਾ, ਉਸੇ ਤਰ੍ਹਾਂ ਲਾਹਿੜੀ ਮਹਾਸ਼ਯ ਯੋਗ ਅਵਤਾਰ* ਸਨ।

ਗੁਣਾਤਮਿਕ ਅਤੇ ਗਿਣਨਾਤਮਿਕ, ਦੋਨੋਂ ਹੀ ਮਾਪ ਦੰਡਾਂ ਅਨੁਸਾਰ, ਇਸ ਮਹਾਨ ਗੁਰੂ ਨੇ ਸਮਾਜ ਦੇ ਅਧਿਆਤਮਿਕ ਪੱਧਰ ਨੂੰ ਉਨਤ ਕੀਤਾ। ਆਪਣੇ ਅੰਤਰੰਗ ਸ਼ਗਿਰਦਾਂ ਨੂੰ ਈਸਾ ਮਸੀਹ ਵਰਗੀ ਉੱਚ ਅਵਸਥਾ ਵਿਚ ਪਹੁੰਚਾ ਦੇਣ ਦੀ ਸ਼ਕਤੀ ਅਤੇ ਜਨ ਸਧਾਰਨ ਵਿਚ ਵਿਆਪਕ ਪੱਧਰ ਉਪਰ ਉਨ੍ਹਾਂ ਦੁਆਰਾ ਦਿੱਤੇ ਗਏ, ਸੱਚ ਦੇ ਗਿਆਨ ਨਾਲ ਲਾਹਿੜੀ ਮਹਾਸ਼ਯ ਦੀ ਗਿਣਤੀ ਮਨੁੱਖ ਜਾਤੀ ਦੇ ਤਾਰਨਹਾਰਾਂ ਦੇ ਰੂਪ ਵਿਚ ਹੁੰਦੀ ਹੈ।

ਗੁਰੂ ਦੇ ਰੂਪ ਵਿਚ, ਉਨ੍ਹਾਂ ਨੇ ਇੱਕ ਨਿਸ਼ਚਿਤ ਤਕਨੀਕ-*ਕਿਰਿਆ ਯੋਗ* ਉਪਰ ਵਿਹਾਰਕ ਜ਼ੋਰ ਦਿੰਦਿਆਂ ਹੋਇਆਂ, ਪਹਿਲੀ ਵਾਰ ਸਾਰੇ ਮਨੁੱਖਾਂ ਵਾਸਤੇ ਯੋਗ ਸਾਧਨਾ ਦੇ ਦਰਵਾਜ਼ੇ ਖੋਲ੍ਹ ਦਿੱਤੇ। ਉਨ੍ਹਾਂ ਦੇ ਆਪਣੇ ਜੀਵਨ ਦੇ ਅਨੇਕ ਚਮਤਕਾਰਾਂ ਤੋਂ ਇਲਾਵਾ ਯੋਗ ਮਾਰਗ ਦੀਆਂ ਪ੍ਰਾਚੀਨ ਜਟਿਲਤਾਵਾਂ ਨੂੰ ਸੁਲਝਾ ਕੇ ਉਨ੍ਹਾਂ ਨੂੰ ਅਸਾਨ, ਪ੍ਰਭਾਵਸ਼ਾਲੀ ਅਤੇ ਸਰਲ ਰੂਪ ਦੇ ਕੇ ਯੋਗ ਅਵਤਾਰ ਨੇ ਸਾਰੇ ਪ੍ਰਕਾਰ ਦੇ ਚਮਤਕਾਰਾਂ ਦਾ ਅੰਤ ਕਰ ਦਿੱਤਾ।

ਚਮਤਕਾਰਾਂ ਦੇ ਸਬੰਧ ਵਿਚ ਲਾਹਿੜੀ ਮਹਾਸ਼ਯ ਅਕਸਰ ਕਿਹਾ ਕਰਦੇ ਸਨ। ਸੂਖਮ ਨਿਯਮ, ਜਿਨ੍ਹਾਂ ਦੀ ਆਮ ਜਨਤਾ ਨੂੰ ਜਾਣਕਾਰੀ ਨਹੀਂ ਹੁੰਦੀ, ਨੂੰ ਪ੍ਰਗਟ ਕਰਨ

* ਸ਼੍ਰੀ ਯੁਕਤੇਸ਼ਵਰ ਜੀ ਨੇ ਆਪਣੇ ਸ਼ਗਿਰਦ ਪਰਮਹੰਸ ਯੋਗਾਨੰਦ ਨੂੰ ਪਮਾਤਮਾ ਦੇ ਪ੍ਰੇਮ ਦਾ ਅਵਤਾਰ ਕਿਹਾ ਸੀ। ਪਰਮਹੰਸ ਜੀ ਦੀ ਮਹਾ ਸਮਾਧੀ ਤੋਂ ਬਾਅਦ, ਉਨ੍ਹਾਂ ਦੇ ਮੁੱਖ ਸ਼ਗਿਰਦ ਅਤੇ ਅਧਿਆਤਮਿਕ ਉਤਰਾਅਧਿਕਾਰੀ ਰਾਜ ਰਿਸ਼ੀ ਜਨਕਾਨੰਦ (ਜੇਮਸ. ਜੇ.ਲਿਨ) ਨੇ ਵੀ ਉਨ੍ਹਾਂ ਨੂੰ 'ਪ੍ਰੇਮ ਅਵਤਾਰ' ਦੇ ਢੁਕਵੇਂ ਖਿਤਾਬ ਨਾਲ ਸਨਮਾਨਤ ਕੀਤਾ। (ਪ੍ਰਕਾਸ਼ਕ ਦੀ ਟਿਪਣੀ)

ਬਾਰੇ ਯੋਗ ਅਯੋਗ ਆਦਮੀ ਦਾ ਵਿਚਾਰ ਕੀਤੇ ਬਗੈਰ ਨਾ ਹੀ ਜਨਤਕ ਤੌਰ ਤੇ ਚਰਚਾ ਕੀਤੀ ਜਾਣੀ ਚਾਹੀਦੀ ਹੈ, ਅਤੇ ਨਾ ਹੀ ਛਾਪਣੇ ਚਾਹੀਦੇ ਹਨ। ਜੇ ਇਨ੍ਹਾਂ ਸਫਿਆਂ ਵਿਚ, ਮੈਂ ਕਿਸੇ ਥਾਂ ਉੱਪਰ ਉਨ੍ਹਾਂ ਦੀ ਇਸ ਚਿਤਾਵਨੀ ਦੀ ਉਲੰਘਣਾ ਕਰਦਾ ਪ੍ਰਤੀਤ ਹੁੰਦਾ ਹਾਂ, ਤਾਂ ਉਸ ਦਾ ਕਾਰਨ ਇਹ ਹੈ ਕਿ ਮੈਨੂੰ ਉਨ੍ਹਾਂ ਨੇ ਇਸ ਦੇ ਬਾਰੇ ਆਂਤਰਿਕ ਤੌਰ ਤੇ ਭਰੋਸਾ ਦੇ ਦਿੱਤਾ ਹੈ। ਫਿਰ ਵੀ ਬਾਬਾ ਜੀ, ਲਾਹਿੜੀ ਮਹਾਸ਼ਯ ਅਤੇ ਸ੍ਰੀ ਯੁਕਤੇਸ਼ਵਰ ਜੀ ਦੇ ਜੀਵਨ ਸਬੰਧੀ ਲਿਖਦਿਆਂ, ਮੈਂ ਕੁਝ ਖਾਸ ਚਮਤਕਾਰੀ ਕਹਾਣੀਆਂ ਨੂੰ ਲਿਖਣਾ ਠੀਕ ਨਾ ਸਮਝਦਿਆਂ ਛੱਡ ਦਿੱਤਾ ਹੈ। ਗੂੜ੍ਹ ਅਤੇ ਸਮਝਣ ਵਿਚ ਬਹੁਤ ਮੁਸ਼ਕਿਲ ਸਿਧਾਂਤਾਂ ਉੱਪਰ ਸਪਸ਼ਟੀਕਰਨਾਂ ਦਾ ਇੱਕ ਪੂਰਾ ਗ੍ਰੰਥ ਲਿਖੇ ਬਗੈਰ, ਉਨ੍ਹਾਂ ਨੂੰ ਇਸ ਪੁਸਤਕ ਵਿਚ ਸ਼ਾਮਲ ਵੀ ਨਹੀਂ ਸੀ ਕੀਤਾ ਜਾ ਸਕਦਾ।

ਲਾਹਿੜੀ ਮਹਾਸ਼ਯ ਆਪ ਇੱਕ ਗਰਿਸਤੀ ਯੋਗੀ ਸਨ। ਉਨ੍ਹਾਂ ਨੇ ਜੋ ਸੰਦੇਸ਼ ਇਸ ਸੰਸਾਰ ਨੂੰ ਦਿੱਤਾ ਹੈ, ਉਹ ਅੱਜ ਸੰਸਾਰ ਦੀਆਂ ਜ਼ਰੂਰਤਾਂ ਦੇ ਅਨੁਰੂਪ ਹੀ ਹੈ। ਪ੍ਰਾਚੀਨ ਭਾਰਤ ਵਰਗੇ ਅਮੀਰ ਆਰਥਿਕ ਅਤੇ ਧਾਰਮਿਕ ਹਾਲਤ ਹੁਣ ਨਹੀਂ ਰਹੇ।ਇਸ ਵਾਸਤੇ ਭਿਕਸ਼ਾ ਦਾ ਬਾਟਾ ਲੈ ਕੇ ਘੁੰਮਣ ਵਾਲੇ ਪ੍ਰਾਚੀਨ ਯੋਗੀ ਦੀ ਉਨ੍ਹਾਂ ਨੇ ਸ਼ਲਾਘਾ ਨਹੀਂ ਕੀਤੀ। ਬਲਕਿ ਉਨ੍ਹਾਂ ਨੇ ਇਸ ਗੱਲ ਨੂੰ ਜਿਆਦਾ ਲਾਭਦਾਇਕ ਦੱਸਦਿਆਂ ਹੋਇਆਂ, ਇਸ ਉੱਪਰ ਜ਼ੋਰ ਦਿੱਤਾ ਹੈ, ਕਿ ਯੋਗੀ ਨੂੰ ਆਪਣੀ ਰੋਜ਼ੀ ਰੋਟੀ ਦਾ ਪ੍ਰਬੰਧ ਆਪ ਹੀ ਕਰਨਾ ਚਾਹੀਦਾ ਹੈ ਅਤੇ ਪਹਿਲਾਂ ਹੀ ਆਪਣੇ ਭਾਰ ਥੱਲੇ ਦੱਬੇ ਸਮਾਜ ਉੱਪਰ ਹੋਰ ਬੋਝ ਨਹੀਂ ਬਣਨਾ ਚਾਹੀਦਾ। ਆਪਣੇ ਘਰ ਦੀ ਕਿਸੇ ਏਕਾਂਤ ਨੁੱਕਰ ਵਿਚ ਹੀ ਉਸਨੂੰ ਯੋਗ ਸਾਧਨਾ ਕਰਨੀ ਚਾਹੀਦੀ ਹੈ। ਇਸ ਉਪਦੇਸ਼ ਵਿਚ, ਉਨ੍ਹਾਂ ਨੇ ਖੁਦ ਆਪਣਾ ਹੀ ਉਦਾਹਰਣ ਜੋੜ ਕੇ ਹੋਰ ਸ਼ਕਤੀ ਦੇ ਦਿੱਤੀ ਹੈ। ਉਹ ਆਧੁਨਿਕ ਯੋਗੀ ਦੇ ਇੱਕ 'ਸਰਲ ਅਤੇ ਸੁਆਰੇ' ਆਦਰਸ਼ ਨਮੂਨੇ ਸਨ। ਬਾਬਾ ਜੀ ਨੇ, ਜੋ ਉਨ੍ਹਾਂ ਦੇ ਜੀਵਨ ਜਿਉਣ ਦੀ ਯੋਜਨਾ ਬਣਾਈ ਸੀ, ਉਹ ਸਾਰੀ ਦੁਨੀਆਂ ਵਿਚ ਰਹਿਣ ਵਾਲੇ ਯੋਗ ਸਾਧਨਾ ਕਰਨ ਦੀ ਇੱਛਾ ਰੱਖਣ ਵਾਲਿਆਂ ਦਾ ਮਾਰਗ ਦਰਸ਼ਨ ਵਾਸਤੇ ਬਣਾਈ ਸੀ।

ਨਵੇਂ ਮਨੁੱਖਾਂ ਲਈ, ਨਵੀਂ ਆਸ਼ਾ ਦੀ ਕਿਰਨ, ਯੋਗ ਅਵਤਾਰ ਨੇ ਘੋਸ਼ਣਾ ਕਰ ਦਿੱਤੀ ਸੀ, "ਈਸ਼ਵਰ ਨਾਲ ਮਿਲਾਪ ਆਪਣੇ ਯਤਨਾਂ ਨਾਲ ਸੰਭਵ ਹੈ, ਉਹ ਕਿਸੇ ਧਾਰਮਿਕ ਵਿਸ਼ਵਾਸ ਜਾਂ ਕਿਸੇ ਬ੍ਰਹਿਮੰਡ ਦੇ ਨਾਇਕ ਦੀ ਮਨਮਰਜ਼ੀ, ਇੱਛਾ ਅਤੇ ਅਣਇੱਛਾ ਉੱਪਰ ਨਿਰਭਰ ਨਹੀਂ।"

ਜਿਹੜੇ ਲੋਕ ਕਿਸੇ ਵੀ ਮਨੁੱਖ ਦੇ ਦੇਵਤੱਵ ਉੱਪਰ ਵਿਸ਼ਵਾਸ ਨਹੀਂ ਕਰਦੇ, ਉਹ ਕਿਰਿਆ ਕੁੰਜੀ ਨੂੰ ਵਰਤੋਂ ਵਿਚ ਲਿਆ ਕੇ ਆਖਰ ਵਿਚ ਆਪਣੇ ਵਿਚ ਹੀ ਪੂਰੇ ਦੇਵਤੱਵ ਦਾ ਦਰਸ਼ਨ ਕਰਨਗੇ।

ਚੈਪਟਰ 36

ਪੱਛਮ ਵਿਚ ਬਾਬਾ ਜੀ ਦੀ ਦਿਲਚਸਪੀ

"ਗੁਰੂਦੇਵ, ਕੀ ਤੁਸੀਂ ਕਦੇ ਬਾਬਾ ਜੀ ਦੇ ਦਰਸ਼ਨ ਕੀਤੇ ਹਨ?"

ਗਰਮੀਆਂ ਦੀ ਰੁੱਤ ਦੀ ਇੱਕ ਸ਼ਾਂਤ ਰਾਤ ਦਾ ਸਮਾਂ ਸੀ। ਸਿਰ ਉੱਪਰ ਅਕਾਸ਼ ਵਿਚ ਵੱਡੇ ਵੱਡੇ ਤਾਰੇ ਟਿਮ-ਟਿਮਾ ਰਹੇ ਸਨ। ਮੈਂ ਸ਼੍ਰੀਰਾਮਪੁਰ ਆਸ਼ਰਮ ਦੀ ਦੂਜੀ ਮੰਜ਼ਲ ਦੇ ਵਰਾਂਡੇ ਵਿਚ ਸ਼੍ਰੀ ਯੁਕਤੇਸ਼ਵਰ ਜੀ ਦੇ ਕੋਲ ਬੈਠਾ ਸੀ।

"ਹਾਂ, ਕੀਤੇ ਹਨ।" ਗੁਰੂਦੇਵ ਮੇਰੇ ਇਸ ਸਿੱਧੇ ਸਵਾਲ ਉੱਪਰ ਮੁਸਕਰਾਉਂਦਿਆਂ ਬੋਲੇ ਅਤੇ ਉਨ੍ਹਾਂ ਦੀਆਂ ਅੱਖਾਂ ਵਿਚ ਸ਼ਰਧਾ-ਮਈ ਚਮਕ ਆ ਗਈ। "ਉਸ ਅਮਰ ਗੁਰੂ ਦੇ ਦਰਸ਼ਨ ਕਰਨ ਦਾ, ਮੈਨੂੰ ਤਿੰਨ ਵਾਰ ਸੁਭਾਗ ਪ੍ਰਾਪਤ ਹੋਇਆ। ਪਹਿਲੀ ਵਾਰ ਉਨ੍ਹਾਂ ਦੇ ਦਰਸ਼ਨ ਅਲਾਹਾਬਾਦ ਦੇ ਕੁੰਭ ਦੇ ਮੇਲੇ ਤੇ ਹੋਏ ਸਨ।"

ਪ੍ਰਾਚੀਨ ਸਮਿਆਂ ਤੋਂ ਹੀ ਲੱਗਦੇ ਧਾਰਮਿਕ ਮੇਲਿਆਂ ਨੂੰ, ਭਾਰਤ ਵਿਚ ਕੁੰਭ ਦੇ ਮੇਲਿਆਂ ਦੇ ਨਾਂ ਨਾਲ ਜਾਣਿਆ ਜਾਂਦਾ ਹੈ। ਇਨ੍ਹਾਂ ਮੇਲਿਆਂ ਨੇ ਅਧਿਆਤਮਿਕ ਆਦਰਸ਼ਾਂ ਨੂੰ ਲਗਾਤਾਰ ਜਨਤਾ ਜਨਾਰਦਨ ਦੀਆਂ ਨਜ਼ਰਾਂ ਦੇ ਸਾਹਮਣੇ ਚਮਕਦੇ ਰੱਖਿਆ ਹੈ। ਹਰ ਬਾਰਾਂ ਸਾਲਾਂ ਬਾਅਦ ਲੱਖਾਂ ਹਿੰਦੂ ਸ਼ਰਧਾਲੂ ਹਜ਼ਾਰਾਂ ਸਾਧੂਆਂ, ਯੋਗੀਆਂ, ਸਵਾਮੀਆਂ ਅਤੇ ਹਰ ਤਰ੍ਹਾਂ ਦੇ ਤਪੱਸਵੀਆਂ ਦੇ ਦਰਸ਼ਨ ਕਰਨ ਵਾਸਤੇ ਇਕੱਠੇ ਹੁੰਦੇ ਹਨ। ਇਨ੍ਹਾਂ ਵਿਚ ਕਈ ਇਹੋ ਜਿਹੇ ਸੰਨਿਆਸੀ ਵੀ ਹੁੰਦੇ ਹਨ, ਜੋ ਕਦੇ ਵੀ ਆਪਣੇ ਏਕਾਂਤਵਾਸ ਤੋਂ ਬਾਹਰ ਨਹੀਂ ਆਉਂਦੇ। ਸਿਰਫ ਇਹੋ ਜਿਹੇ ਮੇਲਿਆਂ* ਉੱਪਰ ਹੀ ਸੰਸਾਰਕ ਨਰ ਨਾਰੀਆਂ ਨੂੰ ਅਸ਼ੀਰਵਾਦ ਦੀ ਵਰਖਾ ਕਰਨ ਵਾਸਤੇ ਹੀ ਬਾਹਰ ਨਿਕਲਦੇ ਹਨ।

"ਜਦੋਂ ਮੈਂ ਬਾਬਾ ਜੀ ਦੇ ਪਹਿਲੀ ਵਾਰ ਦਰਸ਼ਨ ਕੀਤੇ, ਤਾਂ ਉਸ ਵਕਤ ਮੈਂ ਸੰਨਿਆਸ ਮਾਰਗ ਨਹੀਂ ਸੀ ਅਪਣਾਇਆ," ਸ਼੍ਰੀ ਯੁਕਤੇਸ਼ਵਰ ਜੀ ਨੇ ਅੱਗੇ ਕਿਹਾ। "ਪ੍ਰੰਤੂ ਮੈਂ ਲਾਹਿੜੀ ਮਹਾਸ਼ਯ ਤੋਂ *ਕਿਰਿਆ ਯੋਗ* ਦੀ ਦੀਖਿਆ ਲੈ ਚੁੱਕਿਆ ਸੀ। ਉਨ੍ਹਾਂ ਨੇ ਮੈਨੂੰ ਜਨਵਰੀ 1894 ਵਿਚ ਹੋਣ ਵਾਲੇ ਅਲਾਹਾਬਾਦ ਕੁੰਭ ਦੇ ਮੇਲੇ ਤੇ ਜਾਣ ਵਾਸਤੇ ਪ੍ਰੇਰਿਤ ਕੀਤਾ। ਕੁੰਭ ਦੇ ਮੇਲੇ ਵਿਚ ਜਾਣ ਦਾ ਮੇਰਾ ਇਹ ਪਹਿਲਾ ਮੌਕਾ ਸੀ। ਲੋਕਾਂ ਦੇ ਠਾਠਾਂ ਮਾਰਦੇ ਜਨਸਮੂਹ ਅਤੇ ਸ਼ੋਰ ਸ਼ਰਾਬੇ ਨੂੰ ਦੇਖ ਕੇ ਮੈਂ ਥੋੜਾ ਜਿਹਾ ਹੱਕਾ ਬੱਕਾ ਰਹਿ ਗਿਆ। ਖੋਜ ਭਰੀ ਟਿਕ-ਟਿਕੀ ਲਗਾ ਕੇ, ਮੈਂ ਆਲੇ ਦੁਆਲੇ ਦੇਖਦਾ ਜਾ ਰਿਹਾ ਸੀ। ਪ੍ਰੰਤੂ ਮੈਨੂੰ ਕਿਸੇ ਸਿੱਧ ਪੁਰਸ਼ ਦੇ ਦਰਸ਼ਨ ਨਹੀਂ ਸਨ ਹੋ ਰਹੇ। ਗੰਗਾ ਦਾ ਪੁਲ ਪਾਰ ਕਰਦਿਆਂ, ਮੇਰੀ ਨਜ਼ਰ ਕਿਨਾਰੇ ਤੇ ਖੜ੍ਹੇ ਕਿਸੇ ਜਾਣਕਾਰ ਤੇ ਪਈ, ਜਿਸ ਨੇ ਭਿਖਿਆ ਲਈ ਕੌਲਾ ਅੱਗੇ ਕਰ ਰੱਖਿਆ ਸੀ।

* ਦੇਖੋ ਪੰਨਾਂ 510n.

"ਓਹ, ਇਹ ਮੇਲਾ ਸ਼ੋਰ ਸ਼ਰਾਬੇ ਅਤੇ ਭਿਖਾਰੀਆਂ ਦੇ ਝੁਰਮਟ ਤੋਂ ਇਲਾਵਾ ਹੋਰ ਕੁਝ ਵੀ ਨਹੀਂ," ਮੇਰੇ ਮਨ ਵਿਚ ਇਹ ਵਿਚਾਰ ਆ ਰਿਹਾ ਸੀ। ਮੇਲੇ ਤੋਂ ਮੇਰਾ ਮੋਹ ਭੰਗ ਹੋ ਰਿਹਾ ਸੀ। ਧਰਮ ਦੇ ਨਾਂ ਤੇ ਕੇਵਲ ਭਿਖਿਆ ਮੰਗਣ ਉੱਪਰ ਹੀ ਸਾਰਾ ਧਿਆਨ ਕੇਂਦ੍ਰਿਤ ਕਰਨ ਵਾਲੇ, ਇਨ੍ਹਾਂ ਨਿਕੰਮਿਆਂ ਸਾਧੂਆਂ ਨਾਲੋਂ ਤਾਂ ਕੀ ਮਨੁੱਖ ਜਾਤੀ ਦੀ ਪ੍ਰਤੱਖ ਭਲਾਈ ਵਾਸਤੇ ਧੀਰਜ ਪੂਰਵਕ ਗਿਆਨ ਦੀਆਂ ਹੱਦਾਂ ਦਾ ਵਿਸਤਾਰ ਕਰਨ ਵਾਲੇ ਪੱਛਮੀ ਦੁਨੀਆਂ ਦੇ ਵਿਗਿਆਨਿਕ ਹੀ ਪ੍ਰਮਾਤਮਾ ਨੂੰ ਜਿਆਦਾ ਖੁਸ਼ ਨਹੀਂ ਕਰਦੇ ਹੋਣਗੇ? ਮੈਂ ਇਹ ਹੀ ਸੋਚਦਾ ਜਾ ਰਿਹਾ ਸੀ।

"ਸਮਾਜ ਸੁਧਾਰ ਦੇ ਮੇਰੇ ਸੁਲਗਦੇ ਵਿਚਾਰਾਂ ਨੂੰ ਉਦੋਂ ਧੱਕਾ ਲੱਗਿਆ, ਜਦੋਂ ਇੱਕ ਲੰਬੇ ਕੱਦ ਦਾ ਸੰਨਿਆਸੀ ਮੇਰੇ ਅੱਗੇ ਆ ਕੇ ਰੁਕਿਆ ਅਤੇ ਕਹਿਣ ਲੱਗਿਆ।"

"ਸ਼੍ਰੀ ਮਾਨ ਜੀ," ਉਸ ਨੇ ਕਿਹਾ। "ਇੱਕ ਮਹਾਤਮਾ ਆਪ ਨੂੰ ਬੁਲਾ ਰਹੇ ਹਨ।"

"ਕੌਣ ਹਨ, ਉਹ?"

"ਮੇਰੇ ਨਾਲ ਆਉ ਤੇ ਖੁਦ ਹੀ ਦੇਖ ਲਵੋ।"

"ਉਸ ਦੇ ਇਸ ਸੰਖੇਪ ਜਿਹੇ ਜਵਾਬ ਤੋਂ ਮੈਂ ਝਿਜਕਦਿਆਂ ਉਸ ਦੇ ਨਾਲ ਨਾਲ ਚੱਲਣ ਲੱਗਿਆ। ਅਸੀਂ ਛੇਤੀ ਹੀ ਇੱਕ ਦਰਖਤ ਦੇ ਕੋਲ ਪਹੁੰਚ ਗਏ, ਜਿਸ ਦੀ ਛਾਂ ਵਿਚ, ਸ਼ਗਿਰਦਾਂ ਦੀ ਇੱਕ ਟੋਲੀ ਵਿਚ ਘਿਰੇ ਇੱਕ ਸੰਨਿਆਸੀ ਬੈਠੇ ਸਨ। ਇੱਕ ਅਲੌਕਿਕ ਤੇਜ ਦੀ ਮੂਰਤ ਅਤੇ ਚਮਕੀਲੀਆਂ ਅੱਖਾਂ। ਮੇਰੇ ਪਹੁੰਚਦਿਆਂ ਹੀ, ਉਹ ਉੱਠ ਕੇ ਖੜ੍ਹੇ ਹੋ ਗਏ ਅਤੇ ਮੈਨੂੰ ਆਪਣੀ ਜੱਫੀ ਵਿਚ ਲੈ ਲਿਆ।"

"ਉਨ੍ਹਾਂ ਨੇ ਅਤਿਅੰਤ ਪਿਆਰ ਨਾਲ ਕਿਹਾ, ਆਉ, ਸਵਾਮੀ ਜੀ ਸੁਆਗਤ ਹੈ।"

"ਮਹਾਤਮਾ ਜੀ, ਮੈਂ ਸਵਾਮੀ ਨਹੀਂ ਹਾਂ।" ਮੈਂ ਜ਼ੋਰ ਦਿੰਦਿਆਂ ਕਿਹਾ।

"ਦੈਵੀ ਆਦੇਸ਼ ਦੇ ਨਾਲ, ਜਿਸ ਨੂੰ ਵੀ ਮੈਂ ਇਹ ਖਿਤਾਬ ਪ੍ਰਦਾਨ ਕਰ ਦਿੰਦਾ ਹਾਂ, ਉਹ ਉਸ ਦਾ ਕਦੇ ਤਿਆਗ ਨਹੀਂ ਕਰਦਾ," ਉਸ ਮਹਾਤਮਾ ਨੇ ਬੜੇ ਸਰਲ ਸਹਿਜ ਭਾਵ ਨਾਲ ਕਿਹਾ। ਪ੍ਰੰਤੂ ਉਨ੍ਹਾਂ ਦੇ ਸ਼ਬਦਾਂ ਵਿਚ ਮੈਨੂੰ ਡੂੰਘੇ ਵਿਸ਼ਵਾਸ ਤੇ ਸਚਾਈ ਦੀ ਟੁਣਕਾਰ ਸੁਣਾਈ ਦੇ ਰਹੀ ਸੀ। ਮੈਂ ਝਟ ਪਟ ਅਧਿਆਤਮਿਕ ਅਸ਼ੀਰਵਾਦ ਦੀਆਂ ਲਹਿਰਾਂ ਵਿਚ ਹਿਲੋਰੇ ਲੈਣ ਲੱਗਿਆ। ਅਚਾਨਕ ਹੀ ਸਵਾਮੀ* ਦੀ ਪਦਵੀ ਉੱਪਰ ਹੋਈ ਆਪਣੀ ਤਰੱਕੀ ਨੂੰ ਦੇਖ ਕੇ, ਮੈਂ ਮਨ ਹੀ ਮਨ ਮੁਸਕਰਾਇਆ ਅਤੇ ਮੈਨੂੰ ਇਸ ਤਰ੍ਹਾਂ ਦਾ ਮਹਾਨ ਸਨਮਾਨ ਪ੍ਰਦਾਨ ਕਰਨ ਵਾਲੇ, ਉਸ ਨਰ ਦੇਹ ਧਾਰੀ ਮਹਾਤਮਾ ਅਤੇ ਦੇਵਤਾ ਸ੍ਵਰੂਪ ਆਤਮਾ ਦੇ ਚਰਨਾਂ ਵਿਚ ਪ੍ਰਣਾਮ ਕੀਤਾ।

* ਬਾਅਦ ਵਿਚ ਸ਼੍ਰੀ ਯੁਕਤੇਸਵਰ ਜੀ ਨੇ ਬਿਹਾਰ ਦੇ ਬੋਧ ਗਯਾ ਦੇ ਮਹੰਤ (ਮੱਠ ਦੇ ਮੁਖੀ) ਤੋਂ ਸਵਾਮੀ ਪਰੰਪਰਾ ਦੀ ਰਸਮੀ ਤੌਰ ਤੇ ਸੰਨਿਆਸ ਦੀ ਦੀਖਿਆ ਲਈ।

"ਬਾਬਾ ਜੀ – ਕਿਉਂਕਿ, ਉਹ ਅਸਲ ਵਿਚ ਬਾਬਾ ਜੀ ਹੀ ਸਨ, ਨੇ ਮੈਨੂੰ ਉਸੇ ਦਰਖਤ ਦੇ ਥੱਲੇ ਆਪਣੇ ਕੋਲ ਬੈਠਣ ਵਾਸਤੇ ਇਸ਼ਾਰਾ ਕੀਤਾ। ਉਹ ਮਜ਼ਬੂਤ ਕੱਦ ਕਾਠ ਦੇ ਜੁਆਨ ਅਤੇ ਦੇਖਣ ਵਿਚ ਲਾਹਿੜੀ ਮਹਾਸ਼ਯ ਵਰਗੇ ਹੀ ਦਿਖਾਈ ਦੇ ਰਹੇ ਸਨ। ਫਿਰ ਵੀ ਮੁੜੰਗੇ ਦੀ ਅਸਧਾਰਨ ਸਮਾਨਤਾ ਨੇ ਮੇਰੇ ਦਿਲ ਦੀ ਕਿਸੇ ਤਾਰ ਨੂੰ ਨਹੀਂ ਛੇੜਿਆ, ਜਦੋਂ ਕਿ ਦੋਨਾਂ ਗੁਰੂਆਂ ਵਿਚ ਮੁੜੰਗੇ ਦੀ ਅਸਧਾਰਨ ਸਮਾਨਤਾ ਦੇ ਬਾਰੇ ਮੈਂ ਅਕਸਰ ਸੁਣਦਾ ਰਹਿੰਦਾ ਸੀ। ਬਾਬਾ ਜੀ ਕੋਲ ਇੱਕ ਖਾਸ ਸ਼ਕਤੀ ਹੈ ਜਿਸ ਨਾਲ ਉਹ ਕਿਸੇ ਆਦਮੀ ਦੇ ਅੰਦਰ ਕੋਈ ਖਾਸ ਵਿਚਾਰ ਉਤਪੰਨ ਹੋਣ ਤੋਂ ਰੋਕ ਸਕਦੇ ਹਨ। ਸਪਸ਼ਟ ਤੌਰ ਤੇ ਬਾਬਾ ਜੀ ਚਾਹੁੰਦੇ ਸਨ, ਕਿ ਉਨ੍ਹਾਂ ਦੀ ਹਾਜ਼ਰੀ ਵਿਚ ਮੈਂ ਪੂਰੀ ਤਰ੍ਹਾਂ ਸਹਿਜ ਸੁਭਾਵਿਕ ਅਵਸਥਾ ਵਿਚ ਰਹਾਂ ਅਤੇ ਉਨ੍ਹਾਂ ਨੂੰ ਪਹਿਚਾਣ ਕੇ ਹੈਰਤ ਵਿਚ ਨਾ ਪੈ ਜਾਵਾਂ।"

"ਕੁੰਭ ਮੇਲੇ ਦੇ ਬਾਰੇ ਤੁਹਾਡੇ ਕੀ ਵਿਚਾਰ ਹਨ?"

"ਮਹਾਤਮਾ ਜੀ, ਮੈਨੂੰ ਇਹ ਸਭ ਕੁਝ ਦੇਖ ਕੇ ਬਹੁਤ ਨਿਰਾਸ਼ਤਾ ਹੋਈ ਹੈ," ਮੈਂ ਕਿਹਾ। "ਪ੍ਰੰਤੂ ਫਿਰ ਛੇਤੀ ਹੀ, ਇਹ ਵੀ ਨਾਲ ਕਹਿ ਦਿੱਤਾ, ਜਦੋਂ ਤਕ ਆਪ ਦੇ ਦਰਸ਼ਨ ਨਹੀਂ ਸਨ ਹੋਏ। ਪਤਾ ਨਹੀਂ ਕਿਉਂ? ਮੈਨੂੰ ਸੰਤ ਮਹਾਤਮਾਵਾਂ ਦਾ ਇਸ ਹਫੜਾ ਦਫੜੀ ਨਾਲ ਕੋਈ ਮੇਲ ਦਿਖਾਈ ਨਹੀਂ ਦਿੰਦਾ।"

"ਮੇਰੇ ਬੱਚੇ," ਮਹਾਤਮਾ ਨੇ ਕਿਹਾ। ਹਾਲਾਂ ਕਿ ਮੈਂ ਪ੍ਰਤੱਖ ਰੂਪ ਵਿਚ ਉਨ੍ਹਾਂ ਤੋਂ ਦੁਗਣੀ ਉਮਰ ਦਾ ਲੱਗ ਰਿਹਾ ਸੀ। "ਕੁਝ ਲੋਕਾਂ ਦੇ ਪਾਪਾਂ ਕਰਕੇ ਸਾਰਿਆਂ ਨੂੰ ਪਾਪੀ ਕਹਿਣਾ ਠੀਕ ਨਹੀਂ। ਸੰਸਾਰ ਵਿਚ ਹਰ ਇੱਕ ਚੀਜ਼ ਦਾ ਗੁਣ ਮਿਸ਼੍ਰਿਤ ਹੈ। ਖੰਡ ਅਤੇ ਰੇਤ ਦੇ ਮਿਸ਼੍ਰਣ ਵਾਂਗ। ਕੀੜੀ ਵਾਂਗ ਸਮਝਦਾਰ ਬਣੋ, ਜਿਹੜੀ ਸਿਰਫ ਖੰਡ ਦੇ ਦਾਣਿਆਂ ਨੂੰ ਚੁਣਦੀ ਹੈ ਅਤੇ ਰੇਤ ਦੇ ਕਿਣਕਿਆਂ ਨੂੰ ਛੂੰਹਦੀ ਤਕ ਨਹੀਂ। ਭਾਵੇਂ ਇੱਥੇ ਵੀ ਬਹੁਤ ਸਾਰੇ ਸਾਧੂ ਹਾਲੇ ਤਕ ਮਾਇਆ ਦੇ ਭਰਮ ਜਾਲ ਵਿਚ ਭਟਕਦੇ ਫਿਰਦੇ ਹਨ, ਫਿਰ ਵੀ ਕੁਝ ਈਸ਼ਵਰ ਪ੍ਰਾਪਤ ਸੰਤਾਂ ਨੇ ਵੀ ਇਸ ਕੁੰਭ ਮੇਲੇ ਨੂੰ ਪਵਿੱਤਰ ਕਰ ਰੱਖਿਆ ਹੈ।"

"ਮੈਂ ਖੁਦ ਪਰਮ ਗੁਰੂ ਦੇ ਦਰਸ਼ਨ ਕਰਨ ਕਰਕੇ, ਉਨ੍ਹਾਂ ਦੇ ਇਸ ਵਿਚਾਰ ਨਾਲ ਤੁਰੰਤ ਸਹਿਮਤ ਹੋ ਗਿਆ।"

"ਮੈਂ ਆਪਣੇ ਵਿਚਾਰ ਪ੍ਰਗਟ ਕਰਦਿਆਂ ਕਿਹਾ, ਮਹਾਤਮਾ ਜੀ, ਮੈਂ ਦੂਰ ਦੁਰੇਡੇ ਯੂਰਪ ਅਤੇ ਅਮਰੀਕਾ ਵਿਚ ਰਹਿਣ ਵਾਲੇ, ਮੁੱਖ ਪੱਛਮੀ ਵਿਗਿਆਨਿਕਾਂ ਦੇ ਬਾਰੇ ਸੋਚ ਰਿਹਾ ਸੀ, ਜੋ ਵੱਖੋ ਵੱਖਰੇ ਧਾਰਮਿਕ ਸਿਧਾਂਤਾਂ ਦੇ ਪੈਰੋਕਾਰ ਹਨ ਅਤੇ ਇੱਥੇ ਇਕੱਠੇ ਹੋਏ ਲੋਕਾਂ ਤੋਂ ਕਿਤੇ ਜਿਆਦਾ ਸਮਝਦਾਰ ਹਨ, ਪ੍ਰੰਤੂ ਇਹੋ ਜਿਹੇ ਮੇਲਿਆਂ ਦੇ ਅਸਲੀ ਮੰਤਵ ਤੋਂ ਬਿਲਕੁਲ ਅਣਜਾਣ ਹਨ। ਇਹ ਉਹ ਲੋਕ ਹਨ, ਜਿਨ੍ਹਾਂ ਨੂੰ ਭਾਰਤ ਦੇ ਮਹਾ-ਪੁਰਸ਼ਾਂ ਦੇ ਦਰਸ਼ਨ ਕਰ ਕੇ ਲਾਭ ਹੋ ਸਕਦਾ ਹੈ। ਬੌਧਿਕ ਪ੍ਰਾਪਤੀਆਂ ਦੇ ਨਜ਼ਰੀਏ ਤੋਂ ਬਹੁਤ ਜਿਆਦਾ ਉਨਤ ਹੁੰਦਿਆਂ ਹੋਇਆਂ ਵੀ ਪੱਛਮ ਦੇ ਬਹੁਤ ਸਾਰੇ ਲੋਕ ਸਿਰ ਤੋਂ ਲੈ ਕੇ ਪੈਰਾਂ ਤਕ

ਭੌਤਿਕ ਵਾਦ ਵਿਚ ਡੁੱਬੇ ਹੋਏ ਹਨ। ਬਾਕੀ ਹੋਰ ਜਿਹੜੇ ਵਿਗਿਆਨ ਅਤੇ ਦਰਸ਼ਨ ਸ਼ਾਸਤਰ ਵਿਚ ਪ੍ਰਸਿੱਧ ਹਨ, ਉਹ ਧਰਮ ਦੀ ਮੂਲ ਭੂਤ ਏਕਤਾ ਦੇ ਸਿਧਾਂਤਾਂ ਦਾ ਸਨਮਾਨ ਨਹੀਂ ਕਰਦੇ। ਉਨ੍ਹਾਂ ਦੇ ਧਾਰਮਿਕ ਸਿਧਾਂਤ ਇਹੋ ਜਿਹੀਆਂ ਦੁਰਲੰਘ ਅੜਚਣਾਂ ਬਣ ਗਏ ਹਨ, ਕਿ ਜਿਹੜੇ ਉਨ੍ਹਾਂ ਨੂੰ ਸਾਥੋਂ ਹਮੇਸ਼ਾਂ ਵਾਸਤੇ ਵੱਖਰੇ ਕਰ ਸਕਦੇ ਹਨ।''

''ਬਾਬਾ ਜੀ ਦਾ ਮੁਖ ਮੰਡਲ ਪ੍ਰਵਾਨਗੀ ਦੀ ਪ੍ਰਸੰਨਤਾ ਨਾਲ ਟਹਿਕ ਉੱਠਿਆ। ਉਨ੍ਹਾਂ ਨੇ ਕਿਹਾ, 'ਮੈਂ ਜਾਣ ਗਿਆਂ ਹਾਂ ਕਿ ਤੁਹਾਨੂੰ ਪੂਰਬ ਅਤੇ ਪੱਛਮ ਵਿਚ ਇੱਕੋ ਜਿੰਨੀ ਦਿਲਚਸਪੀ ਹੈ। ਸਾਰੀ ਮਨੁੱਖ ਜਾਤੀ ਦੇ ਵਾਸਤੇ ਵਿਆਕੁਲ ਹੋਣ ਵਾਲੇ, ਤੁਹਾਡੇ ਅੰਤਹਕਰਣ ਦੇ ਦਰਦ ਨੂੰ ਮੈਂ ਚੰਗੀ ਤਰ੍ਹਾਂ ਪਹਿਚਾਣ ਲਿਆ ਹੈ। ਇਸੇ ਵਾਸਤੇ ਮੈਂ ਤੁਹਾਨੂੰ ਇੱਥੇ ਬੁਲਾਇਆ ਹੈ।'

ਉਨ੍ਹਾਂ ਨੇ ਫਿਰ ਕਿਹਾ, ''ਪੂਰਬ ਅਤੇ ਪੱਛਮ ਨੂੰ ਕਾਰਜਸ਼ੀਲਤਾ ਅਤੇ ਅਧਿਆਤਮਿਕਤਾ ਦੇ ਵਿਚਕਾਰਲਾ ਸੁਨਹਿਰੀ ਰਸਤਾ ਅਖਤਿਆਰ ਕਰਨਾ ਪਵੇਗਾ। ਭੌਤਿਕ ਵਿਕਾਸ ਵਾਸਤੇ ਭਾਰਤ ਨੂੰ ਪੱਛਮੀ ਦੁਨੀਆਂ ਤੋਂ ਬਹੁਤ ਕੁਝ ਸਿਖਣ ਦੀ ਜ਼ਰੂਰਤ ਹੈ। ਉਸ ਦੇ ਬਦਲੇ ਵਿਚ ਭਾਰਤ ਪੱਛਮ ਨੂੰ ਉਹ ਵਿਸ਼ਵਵਿਆਪੀ ਅਧਿਆਤਮਿਕ ਤਕਨੀਕਾਂ ਸਿਖਾ ਸਕਦਾ ਹੈ, ਜਿਨ੍ਹਾਂ ਨੂੰ ਅਪਣਾ ਕੇ ਪੱਛਮੀ ਲੋਕ ਆਪਣੇ ਧਾਰਮਿਕ ਸਿਧਾਂਤਾਂ ਨੂੰ ਯੋਗ ਵਿਗਿਆਨ ਦੀਆਂ ਅਟੱਲ ਨੀਂਹਾਂ ਉੱਪਰ ਸਥਾਪਿਤ ਕਰ ਸਕਦੇ ਹਨ।''

''ਸਵਾਮੀ ਜੀ, ਪੂਰਬ ਅਤੇ ਪੱਛਮ ਦੇ ਵਿਚਕਾਰ ਹੋਣ ਵਾਲੇ ਇਸ ਸੁਹਿਰਦਤਾਪੂਰਨ ਮੇਲ ਮਿਲਾਪ ਵਿਚ ਆਪ ਨੂੰ ਮਹੱਤਵ ਪੂਰਨ ਭੂਮਿਕਾ ਨਿਭਾਉਣੀ ਪਵੇਗੀ। ਕੁਝ ਵਰ੍ਹਿਆਂ ਬਾਅਦ, ਮੈਂ ਆਪ ਦੇ ਕੋਲ ਇੱਕ ਸ਼ਗਿਰਦ ਭੇਜਾਂਗਾ, ਜਿਸ ਨੂੰ ਆਪ ਪੱਛਮ ਵਿਚ ਯੋਗ ਵਿਗਿਆਨ ਦੇ ਪ੍ਰਚਾਰ ਕਰਨ ਵਾਸਤੇ ਸਿੱਖਿਅਤ ਕਰ ਸਕਦੇ ਹੋ। ਅਧਿਆਤਮਿਕ ਅਤ੍ਰਿਪਤੀ ਤੋਂ ਪੀੜਤ ਪੱਛਮ ਦੀਆਂ ਅਣਗਿਣਤ ਰੂਹਾਂ ਦੇ ਸਪੰਦਨਾਂ ਦੇ ਹੜ੍ਹ ਮੇਰੇ ਵੱਲ ਪ੍ਰਵਾਹਿਤ ਹੁੰਦੇ ਰਹਿੰਦੇ ਹਨ। ਮੈਂ ਅਮਰੀਕਾ ਅਤੇ ਯੂਰਪ ਵਿਚ ਸੰਤ ਬਣਨ ਯੋਗ ਅਨੇਕ ਆਤਮਾਵਾਂ ਨੂੰ ਦੇਖ ਰਿਹਾ ਹਾਂ, ਜਿਨ੍ਹਾਂ ਨੂੰ ਸਿਰਫ ਜਗਾਉਣ ਦੀ ਜ਼ਰੂਰਤ ਹੈ।''

ਕਹਾਣੀ ਦੇ ਇਸ ਮੋੜ ਤੇ ਪਹੁੰਚ ਕੇ, ਸ੍ਰੀ ਯੁਕਤੇਸ਼ਵਰ ਜੀ ਨੇ ਆਪਣੀ ਪੂਰੀ ਨਜ਼ਰ ਮੇਰੇ ਵੱਲ ਘੁਮਾਈ। ''ਮੇਰੇ ਬੇਟੇ,'' ਚੰਨ ਦੀ ਚਾਨਣੀ ਨਾਲ ਖਿੜੀ ਹੋਈ ਰਾਤ ਵਿਚ ਉਨ੍ਹਾਂ ਨੇ ਮੁਸਕਰਾਉਂਦਿਆਂ ਕਿਹਾ। ''ਉਹ ਸ਼ਗਿਰਦ ਤੂੰ ਹੀ ਹੈਂ, ਜਿਸ ਨੂੰ ਭੇਜਣ ਬਾਰੇ ਬਾਬਾ ਜੀ ਨੇ ਮੈਨੂੰ ਕਈ ਵਰ੍ਹੇ ਪਹਿਲਾਂ ਵਚਨ ਦਿੱਤਾ ਸੀ।''

''ਮੈਨੂੰ ਵੀ ਇਹ ਜਾਣ ਕੇ ਬਹੁਤ ਖੁਸ਼ੀ ਹੋਈ, ਕਿ ਬਾਬਾ ਜੀ ਨੇ ਖੁਦ ਆਪ ਮੇਰੇ ਕਦਮਾਂ ਦੀ ਅਗਵਾਈ ਕਰਕੇ, ਮੈਨੂੰ ਸ੍ਰੀ ਯੁਕਤੇਸ਼ਵਰ ਜੀ ਦੇ ਚਰਨਾਂ ਵਿਚ ਪਹੁੰਚਾਇਆ ਸੀ। ਪਰ ਉਸ ਵਕਤ, ਇਹ ਗੱਲ ਮੇਰੀ ਕਲਪਨਾ ਤੋਂ ਪਰੇ ਸੀ, ਕਿ ਮੈਂ ਕਦੇ ਆਪਣੇ ਗੁਰੂ ਦੇ ਸ਼ਾਂਤ ਅਤੇ ਸਾਦਗੀ ਯੁਕਤ ਆਸ਼ਰਮ ਨੂੰ ਅਲਵਿਦਾ ਕਹਿ ਕੇ, ਦੂਰ ਪੱਛਮ ਵਿਚ ਯੋਗ ਵਿਗਿਆਨ ਦੇ ਪ੍ਰਚਾਰ ਲਈ ਪਹੁੰਚ ਜਾਵਾਂਗਾ।

ਸ਼੍ਰੀ ਯੁਕਤੇਸ਼ਵਰ ਜੀ ਨੇ ਆਪਣੀ ਗੱਲ ਕਹਿਣੀ ਚਾਲੂ ਰੱਖੀ, "ਫਿਰ ਬਾਬਾ ਜੀ ਨੇ ਸ਼੍ਰੀ ਮਦ ਭਗਵਤ ਗੀਤਾ ਬਾਰੇ ਕਿਹਾ, ਮੇਰੀ ਹੈਰਾਨੀ ਦੀ ਕੋਈ ਹੱਦ ਨਾ ਰਹੀ, ਜਦੋਂ ਉਨ੍ਹਾਂ ਨੇ ਪ੍ਰਸ਼ੰਸਾ ਦੇ ਕੁਝ ਸ਼ਬਦਾਂ ਨਾਲ ਸਪਸ਼ਟ ਇਸ਼ਾਰਾ ਕੀਤਾ, ਕਿ ਉਨ੍ਹਾਂ ਨੂੰ ਇਸ ਗੱਲ ਦਾ ਗਿਆਨ ਸੀ ਕਿ ਮੈਂ ਗੀਤਾ ਦੇ ਕੁਝ ਅਧਿਆਵਾਂ ਦਾ ਟੀਕਾ ਲਿਖ ਰੱਖਿਆ ਸੀ।"

"ਸਵਾਮੀ ਜੀ, ਮੇਰੀ ਇੱਕ ਗੁਜ਼ਾਰਿਸ਼ ਹੈ ਕਿ ਆਪ ਇੱਕ ਹੋਰ ਕੰਮ ਆਪਣੇ ਹੱਥ ਵਿਚ ਲਵੋ," ਪਰਮ ਗੁਰੂ ਨੇ ਕਿਹਾ। "ਕੀ ਆਪ ਹਿੰਦੂ ਅਤੇ ਈਸਾਈ ਧਰਮ ਗ੍ਰੰਥਾਂ ਵਿਚ ਮੌਜੂਦ ਮੂਲ ਭੂਤ ਸਿਧਾਂਤਕ ਏਕਤਾ ਉੱਪਰ ਇੱਕ ਛੋਟੀ ਜਿਹੀ ਪੁਸਤਕ ਨਹੀਂ ਲਿਖੋਗੇ?" ਉਨ੍ਹਾਂ ਦੇ ਧਾਰਮਿਕ ਮੱਤ ਭੇਦਾਂ ਨੇ ਮਨੁੱਖਤਾ ਦੀ ਮੂਲ ਭੂਤ ਏਕਤਾ ਨੂੰ ਅੰਧਕਾਰਮਈ ਬਣਾ ਦਿੱਤਾ ਹੈ। ਸਮਾਨਅੰਤਰ ਉਦਾਹਰਣਾਂ ਦੇ ਕੇ ਇਹ ਸਾਬਤ ਕਰੋ ਕਿ ਪ੍ਰਮਾਤਮਾ ਦੇ ਸਾਰੇ ਪੁੱਤਰਾਂ ਨੇ ਇੱਕ ਹੀ ਸਚਾਈ ਦਾ ਉਪਦੇਸ਼ ਦਿੱਤਾ ਹੈ।'

"ਮੈਂ ਝਿਜਕਦਿਆਂ ਕਿਹਾ, ਮਹਾਰਾਜ, ਇਹ ਕਿਹੋ ਜਿਹਾ ਹੁਕਮ ਹੈ, ਕੀ ਮੈਂ ਇਸ ਕੰਮ ਨੂੰ ਪੂਰਾ ਵੀ ਕਰ ਸਕੂੰਗਾ?"

"ਬਾਬਾ ਜੀ ਨੇ ਪਿਆਰ ਭਰੇ ਹਾਸੇ ਨਾਲ ਕਿਹਾ, 'ਮੇਰੇ ਬੇਟੇ, ਇਹ ਸ਼ੰਕਾ ਕਿਉਂ? ਉਨ੍ਹਾਂ ਨੇ ਮੈਨੂੰ ਮੁੜ ਵਿਸ਼ਵਾਸ ਦਿਵਾਉਂਦਿਆਂ ਕਿਹਾ,ਅਸਲ ਵਿਚ ਇਹ ਸਾਰਾ ਕੰਮ ਹੈ ਕਿਸਦਾ? ਸਾਰੇ ਕੰਮਾਂ ਦਾ ਕਰਤਾ ਹੈ ਹੀ ਕੌਣ? ਪ੍ਰਮਾਤਮਾ ਨੇ ਮੇਰੇ ਮੂਹੋਂ ਜੋ ਉੱਚਰਵਾਇਆ ਹੈ, ਉਸ ਦਾ ਹਕੀਕਤ ਵਿਚ ਬਦਲਣਾ ਯਕੀਨੀ ਹੈ।'

"ਮੈਨੂੰ ਇਸ ਤਰ੍ਹਾਂ ਮਹਿਸੂਸ ਹੋਇਆ ਕਿ ਉਸ ਸੰਤ ਦੇ ਅਸ਼ੀਰਵਾਦ ਦੇ ਨਾਲ ਮੇਰੇ ਅੰਦਰ ਪੁਸਤਕ ਲਿਖਣ ਦੀ ਤਾਕਤ ਆ ਗਈ ਸੀ। ਇਸ ਵਾਸਤੇ ਮੈਂ ਪੁਸਤਕ ਲਿਖਣ ਵਾਸਤੇ ਸਹਿਮਤ ਹੋ ਗਿਆ। ਵਿਦਾਈ ਲੈਣ ਦਾ ਸਮਾਂ ਹੁੰਦਿਆਂ ਦੇਖ ਮੈਂ ਅਣਇੱਛਾ ਪੂਰਵਕ ਉਨ੍ਹਾਂ ਦੇ ਕੋਲੋਂ ਪੱਤਿਆਂ ਦੇ ਆਸਣ ਤੋਂ ਉੱਠ ਕੇ ਖੜ੍ਹਾ ਹੋ ਗਿਆ।"

"ਕੀ ਤੂੰ ਲਾਹਿੜੀ ਨੂੰ ਜਾਣਦਾ ਹੈਂ?" ਸੰਤ ਮਹਾਰਾਜ ਨੇ ਪੁੱਛਿਆ। "ਉਹ ਇੱਕ ਮਹਾਨ ਆਤਮਾ ਹੈ। ਠੀਕ ਹੈ, ਹੈ ਨਾ, ਆਪਣੀ ਇਸ ਮੁਲਾਕਾਤ ਬਾਰੇ ਉਸ ਨੂੰ ਦੱਸ ਦੇਣਾ।" "ਫਿਰ ਉਨ੍ਹਾਂ ਨੇ ਮੈਨੂੰ ਲਾਹਿੜੀ ਮਹਾਸ਼ਯ ਨੂੰ ਦੇਣ ਵਾਸਤੇ ਇੱਕ ਸੁਨੇਹਾ ਵੀ ਦਿੱਤਾ।"

"ਵਿਦਾਈ ਲੈਣ ਵਾਸਤੇ, ਜਦੋਂ ਮੈਂ ਉਨ੍ਹਾਂ ਦੇ ਚਰਨਾਂ ਉੱਪਰ ਭਗਤੀ ਭਾਵ ਨਾਲ ਪ੍ਰਣਾਮ ਕੀਤਾ, ਤਾਂ ਉਨ੍ਹਾਂ ਨੇ ਕ੍ਰਿਪਾਲਤਾ ਪੂਰਨ ਮੁਸਕਰਾਉਂਦਿਆਂ ਕਿਹਾ, ਜਦੋਂ ਤੇਰੀ ਪੁਸਤਕ ਪੂਰੀ ਹੋ ਜਾਵੇਗੀ, ਤਾਂ ਮੈਂ ਫਿਰ ਤੇਰਾ ਧੰਨਵਾਦ ਕਰਨ ਆਵਾਂਗਾ। ਉਨ੍ਹਾਂ ਨੇ ਵਾਅਦਾ ਕੀਤਾ-ਉਦੋਂ ਤਕ – ਅਲਵਿਦਾ।"

"ਅਗਲੇ ਹੀ ਦਿਨ, ਮੈਂ ਅਲਾਹਾਬਾਦ ਛੱਡ ਕੇ ਵਾਰਾਣਸੀ ਲਈ ਜਾਣ ਵਾਲੀ ਰੇਲ ਗੱਡੀ ਵਿਚ ਸਵਾਰ ਹੋ ਗਿਆ। ਆਪਣੇ ਗੁਰੂ ਦੇ ਘਰ ਪਹੁੰਚ ਕੇ, ਮੈਂ ਉਸ ਕੁੰਭ ਦੇ ਮੇਲੇ ਵਿਚ ਮਿਲੇ ਅਦਭੁਤ ਸੰਤ ਨਾਲ ਹੋਈ ਸਾਰੀ ਗੱਲ ਸੁਣਾਈ।

"ਓਹ, ਤੂੰ ਉਨ੍ਹਾਂ ਨੂੰ ਪਹਿਚਾਣਿਆ ਨਹੀਂ?" ਲਾਹਿੜੀ ਮਹਾਸ਼ਯ ਦੀਆਂ ਅੱਖਾਂ ਵਿਚ ਹਾਸਾ ਨੱਚ ਰਿਹਾ ਸੀ। "ਮੈਂ ਸਮਝ ਗਿਆ ਹਾਂ, ਕਿ ਤੂੰ ਉਨ੍ਹਾਂ ਨੂੰ ਪਹਿਚਾਣ ਹੀ ਨਹੀਂ ਸਕਿਆ ਹੋਣਾ। ਕਿਉਂਕਿ ਉਨ੍ਹਾਂ ਨੇ ਤੇਰੇ ਪਹਿਚਾਨਣ ਵਾਲੇ ਵਿਚਾਰਾਂ ਨੂੰ ਉਤਪੰਨ ਹੀ ਹੋਣ ਨਹੀਂ ਦਿੱਤਾ ਹੋਵੇਗਾ। ਉਹ ਹੀ ਤਾਂ ਹਨ, ਮੇਰੇ ਅਦੁੱਤੀ ਗੁਰੂ, ਪਰਲੌਕਿਕ ਬਾਬਾ ਜੀ।"

"ਬਾਬਾ ਜੀ, ਮੈਂ ਭੈਅ-ਮਿਸ਼੍ਰਿਤ ਆਦਰ ਨਾਲ ਦੁਹਰਾਇਆ। ਈਸਾ ਮਸੀਹ ਵਰਗੇ ਯੋਗੀ ਬਾਬਾ ਜੀ, ਅਦ੍ਰਿਸ਼ ਅਤੇ ਦ੍ਰਿਸ਼ਟੀਗੋਚਰ ਬਾਬਾ ਜੀ, ਮੁਕਤੀ ਦਾਤੇ ਬਾਬਾ ਜੀ। ਓਹ-ਅਫਸੋਸ-ਕਿ ਮੈਂ ਅਤੀਤ ਦੇ ਉਨ੍ਹਾਂ ਪਲਾਂ ਨੂੰ ਫਿਰ ਮੋੜ ਕੇ ਲਿਆ ਸਕਦਾ ਅਤੇ ਸਿਰਫ ਉਨ੍ਹਾਂ ਦੇ ਚਰਨ ਕਮਲਾਂ ਉੱਪਰ ਆਪਣੀ ਸ਼ਰਧਾ ਭਗਤੀ ਦੇ ਫੁੱਲ ਅਰਪਣ ਕਰਨ ਵਾਸਤੇ, ਉਨ੍ਹਾਂ ਦੇ ਚਰਨਾਂ ਵਿਚ ਦੰਡਵਤ ਹੋ ਸਕਦਾ।

"ਲਾਹਿੜੀ ਮਹਾਸ਼ਯ ਨੇ ਮੈਨੂੰ ਹੌਸਲਾ ਦਿੰਦਿਆਂ ਕਿਹਾ, 'ਫਿਕਰ ਨਾ ਕਰ, ਉਨ੍ਹਾਂ ਨੇ ਤੈਨੂੰ ਇੱਕ ਵਾਰ ਫਿਰ ਮਿਲਣ ਦਾ ਵਾਅਦਾ ਕਰ ਰੱਖਿਆ ਹੈ।'

"ਗੁਰੂਦੇਵ, ਪਰਮਗੁਰੂ ਨੇ ਮੈਨੂੰ ਆਪ ਦੇ ਵਾਸਤੇ ਇੱਕ ਸੁਨੇਹਾ ਵੀ ਦਿੱਤਾ ਹੈ। ਉਨ੍ਹਾਂ ਨੇ ਕਿਹਾ ਹੈ, 'ਲਾਹਿੜੀ ਨੂੰ ਦੱਸ ਦੇਣਾ ਕਿ ਇਸ ਜ਼ਿੰਦਗੀ ਦੀ ਜਮਾਂ ਪੂੰਜੀ ਬਹੁਤ ਘੱਟ ਰਹਿ ਗਈ ਹੈ, ਲਗ ਭਗ ਖਤਮ ਹੋ ਚੁੱਕੀ ਹੈ।'

"ਮੇਰੇ ਮੂਹੋਂ ਇਹ ਰਹੱਸਮਈ ਸ਼ਬਦ ਨਿਕਲਦਿਆਂ ਹੀ ਲਾਹਿੜੀ ਮਹਾਸ਼ਯ ਦਾ ਸਰੀਰ ਅਚਾਨਕ ਕੰਬਣ ਲੱਗ ਗਿਆ। ਜਿਵੇਂ ਬਿਜਲੀ ਦਾ ਕਰੰਟ ਲੱਗਿਆ ਹੋਵੇ। ਮਿੰਟਾਂ ਵਿਚ ਹੀ ਖਮੋਸ਼ੀ ਦਾ ਸੰਨਾਟਾ ਛਾ ਗਿਆ। ਉਨ੍ਹਾਂ ਦੇ ਚਿਹਰੇ ਦੇ ਸਦਾ ਮੁਸਕਰਾਉਂਦੇ ਹਾਵ ਭਾਵ ਇੱਕ ਦਮ ਵਿਸ਼ਵਾਸ ਨਾ ਕੀਤੇ ਜਾ ਸਕਣ ਵਾਲੀ ਕਠੋਰਤਾ ਵਿਚ ਬਦ ਲ ਗਏ। ਉਹ ਲੱਕੜ ਦੀ ਮੂਰਤੀ ਦੀ ਤਰ੍ਹਾਂ ਨਿਸ਼ਚਲ ਅਤੇ ਗੰਭੀਰ ਬਣ ਕੇ, ਆਪਣੇ ਆਸਣ ਉੱਪਰ ਬੈਠੇ ਰਹੇ, ਸਰੀਰ ਦਾ ਰੰਗ ਫੱਕ ਹੋ ਗਿਆ। ਮੈਂ ਭੈਅ-ਭੀਤ ਅਤੇ ਹੈਰਾਨ ਹੋ ਗਿਆ। ਆਪਣੇ ਸਾਰੇ ਜੀਵਨ ਵਿਚ, ਉਸ ਆਨੰਦ ਸ੍ਵਰੂਪ ਆਤਮਾ ਨੂੰ, ਮੈਂ ਕਦੇ ਇੰਨਾ ਗੰਭੀਰ ਨਹੀਂ ਸੀ ਦੇਖਿਆ। ਉੱਥੇ ਮੌਜੂਦ ਹੋਰ ਸ਼ਗਿਰਦ ਵੀ ਫਿਕਰਮੰਦ ਹੋ ਕੇ ਦੇਖਣ ਲੱਗੇ।

ਖਮੋਸ਼ੀ ਦੇ ਉਸ ਆਲਮ ਵਿਚ ਤਿੰਨ ਘੰਟੇ ਲੰਘ ਗਏ। ਫਿਰ ਲਾਹਿੜੀ ਮਹਾਸ਼ਯ ਸੁਭਾਵਿਕ ਆਨੰਦਪੂਰਨ ਅਵਸਥਾ ਵਿਚ ਵਾਪਸ ਆ ਗਏ। ਉਨ੍ਹਾਂ ਨੇ ਉੱਥੇ ਮੌਜੂਦ ਸ਼ਗਿਰਦਾਂ ਦੇ ਨਾਲ ਅਤਿਅੰਤ ਪਿਆਰ ਭਰੀਆਂ ਗੱਲਾਂ ਕੀਤੀਆਂ, ਤਾਂ ਸਾਰਿਆਂ ਨੇ ਸੁਖ ਦਾ ਸਾਹ ਲਿਆ।

"ਆਪਣੇ ਗੁਰੂਦੇਵ ਦੀ ਉਸ ਪ੍ਰਤਿਕਿਰਿਆ ਤੋਂ ਮੈਂ ਜਾਣ ਗਿਆ ਸੀ ਕਿ ਬਾਬਾ ਜੀ ਦਾ ਸੁਨੇਹਾ, ਇੱਕ ਇਹੋ ਜਿਹਾ ਨਿਸ਼ਚਿਤ ਸ਼ੰਕੇਤ ਸੀ, ਜਿਸਤੋਂ ਲਾਹਿੜੀ ਮਹਾਸ਼ਯ ਇਹ ਸਮਝ ਗਏ ਸਨ, ਕਿ ਉਨ੍ਹਾਂ ਨੂੰ ਛੇਤੀ ਹੀ ਸਰੀਰ ਤਿਆਗਣਾ ਪਵੇਗਾ। ਉਨ੍ਹਾਂ ਦੀ ਭਿਅੰਕਰ ਅਤੇ ਗੰਭੀਰ ਖਮੋਸ਼ੀ ਤੋਂ ਇਹ ਸਾਬਤ ਹੋ ਗਿਆ ਸੀ, ਕਿ ਗੁਰੂਦੇਵ ਨੇ ਝਟਪਟ

ਹੀ ਆਪਣੇ ਆਪ ਨੂੰ ਨਿਯੰਤਰਿਤ ਕਰ ਕੇ ਭੌਤਿਕ ਸੰਸਾਰ ਨਾਲ ਬੰਨ੍ਹ ਕੇ ਰੱਖਣ ਵਾਲੀਆਂ ਮੋਹ ਦੀਆਂ ਆਖਰੀ ਤੰਦਾਂ ਨੂੰ ਤੋੜ ਦਿੱਤਾ ਸੀ ਅਤੇ ਉਸ ਪਰਮ ਤੱਤ ਵਿਚ ਆਪਣੇ ਸਦੀਵੀ ਸ੍ਵਰੂਪ ਵਿਚ ਲੀਨ ਹੋ ਗਏ ਸਨ। ਬਾਬਾ ਜੀ ਦਾ ਸੁਨੇਹਾ ਅਤੇ ਉਨ੍ਹਾਂ ਦੇ ਕਹਿਣ ਦਾ ਤਰੀਕਾ ਆਪਣਾ ਸੀ 'ਮੈਂ ਹਮੇਸ਼ਾਂ ਤੇਰੇ ਨਾਲ ਰਹਾਂਗਾ।'

"ਬਾਬਾ ਜੀ ਅਤੇ ਲਾਹਿੜੀ ਮਹਾਸ਼ਯ, ਭਾਵੇ ਦੋਨੋਂ ਸਰਬਦਰਸ਼ੀ ਸਨ ਅਤੇ ਉਨ੍ਹਾਂ ਨੂੰ ਸੁਨੇਹਾ ਦੇਣ ਵਾਸਤੇ, ਮੇਰੀ ਜਾਂ ਕਿਸੇ ਹੋਰ ਸਾਧਨ ਦੀ ਵਿਚੋਲਗਿਰੀ ਦੀ ਜ਼ਰੂਰਤ ਨਹੀਂ ਸੀ, ਫਿਰ ਵੀ ਮਹਾਨ ਆਤਮਾਵਾਂ ਅਕਸਰ ਮਾਨਵੀ ਨਾਟਕ ਵਿਚ ਭਾਗ ਲੈਣ ਦੀ ਕ੍ਰਿਪਾਲਤਾ ਕਰਦੀਆਂ ਹਨ। ਕਦੇ ਕਦਾਈਂ ਸਧਾਰਨ ਤਰੀਕੇ ਨਾਲ, ਕਿਸੇ ਸੰਦੇਸ਼ਵਾਹਕ ਦੇ ਜ਼ਰੀਏ ਆਪਣੀਆਂ ਭਵਿਖਬਾਣੀਆਂ ਭੇਜਦੀਆਂ ਹਨ ਤਾਂ ਕਿ ਜਦੋਂ ਉਹ ਭਵਿਖਬਾਣੀਆਂ ਸੱਚੀਆਂ ਹੋਣ, ਤਾਂ ਬਾਅਦ ਵਿਚ ਉਨ੍ਹਾਂ ਬਾਰੇ ਜਾਣਕਾਰੀ ਰੱਖਣ ਵਾਲਿਆਂ ਨੂੰ ਪ੍ਰਮਾਤਮਾ ਦੇ ਪ੍ਰਤਿ ਹੋਰ ਜਿਆਦਾ ਸ਼ਰਧਾ ਜਾਗ੍ਰਿਤ ਹੋ ਸਕੇ।

"ਮੈਂ ਛੇਤੀ ਹੀ ਵਾਰਾਣਸੀ ਛੱਡ ਕੇ ਸ਼੍ਰੀਰਾਮਪੁਰ ਨੂੰ ਚੱਲ ਪਿਆ ਅਤੇ ਬਾਬਾ ਜੀ ਦੁਆਰਾ ਨਿਰਦੇਸ਼ਿਤ ਸ਼ਾਸਤਰਅਰਥ ਲਿਖਣ ਦੇ ਕੰਮ ਵਿਚ ਰੁੱਝ ਗਿਆ। ਜਿਉਂ ਹੀ ਮੈਂ ਲਿਖਣ ਦਾ ਕੰਮ ਸ਼ੁਰੂ ਕੀਤਾ, ਤਾਂ ਮੈਂ ਅਮਰ ਗੁਰੂ ਬਾਬਾ ਜੀ ਬਾਰੇ ਇੱਕ ਲੰਬੀ ਕਾਵਿ-ਉਸਤਤਿ ਲਿਖਣ ਵਾਸਤੇ ਪ੍ਰੇਰਿਤ ਹੋਇਆ। ਭਾਵੇਂ ਮੈਂ ਪਹਿਲਾਂ ਕਦੇ ਵੀ ਸੰਸਕਰਿਤ ਵਿਚ ਕਵਿਤਾ ਨਹੀਂ ਸੀ ਲਿਖੀ, ਫਿਰ ਵੀ ਪਤਾ ਨਹੀਂ ਕਿਵੇਂ ਮੇਰੇ ਅੰਦਰੋਂ ਆਪਣੇ ਆਪ ਹੀ ਮਧੁੱਰ ਸਤਰਾਂ ਦਾ ਪ੍ਰਵਾਹ ਵਹਿ ਤੁਰਿਆ।

"ਰਾਤ ਦੇ ਸ਼ਾਂਤ ਵਾਤਾਵਰਣ ਵਿਚ, ਮੈਂ ਸਨਾਤਨ ਧਰਮ* ਦੇ ਸ਼ਾਸਤਰਾਂ ਅਤੇ ਬਾਈਬਲ ਦੇ ਤੁਲਨਾਤਮਿਕ ਅਧਿਐਨ ਦੇ ਕੰਮ ਵਿਚ ਲੱਗ ਜਾਂਦਾ ਅਤੇ ਪ੍ਰਭੂ ਈਸਾ ਮਸੀਹ ਦੇ ਸ਼ਬਦਾਂ ਦਾ ਹਵਾਲਾ ਦੇ ਕੇ, ਇਹ ਸਿੱਧ ਕਰਦਾ, ਕਿ ਉਨ੍ਹਾਂ ਦੇ ਉਪਦੇਸ਼ ਅਤੇ ਵੇਦ ਮੰਤਰਾਂ ਦੇ ਮੂਲ ਸਿਧਾਂਤਾਂ ਵਿਚ ਕੋਈ ਅੰਤਰ ਨਹੀਂ। ਮੇਰੇ ਪਰਮਗੁਰੂ† ਦੀ ਕ੍ਰਿਪਾ ਨਾਲ ਮੇਰੀ ਪੁਸਤਕ 'ਦੀ ਹੋਲੀ ਸਾਇੰਸ'‡ ਥੋੜੇ ਜਿਹੇ ਸਮੇਂ ਵਿਚ ਹੀ ਪੂਰੀ ਹੋ ਗਈ।

* ਸ਼ਾਬਦਿਕ ਅਰਥ ਹੈ "ਸਦੀਵੀ/ਮੁਢਲਾ ਧਰਮ) ਵੇਦਾਂ ਦੀ ਸਿਖਿਆ ਨੂੰ ਹੀ ਸਨਾਤਨ ਧਰਮ ਕਿਹਾ ਜਾਂਦਾ ਹੈ। ਸਨਾਤਨ ਧਰਮ ਨੂੰ ਹੀ ਹਿੰਦੂ ਧਰਮ ਕਿਹਾ ਜਾਂਦਾਹੈ। ਸਿਕੰਦਰ ਦੀ ਯੂਨਾਨੀ ਸੈਨਾ ਨੇ ਭਾਰਤ ਦੇ ਉੱਤਰ ਪੱਛਮੀ ਵਾਲੇ ਪਾਸੇ ਸੂਬਿਆਂ ਉੱਪਰ ਹਮਲਾ ਕੀਤਾ ਅਤੇ ਉੱਥੇ ਇੰਦੂ ਦਰਿਆ ਦੇ ਕੰਢੇ ਰਹਿਣ ਵਾਲੇ ਲੋਕਾਂ ਨੂੰ ਇੰਦੂ ਜਾਂ ਹਿੰਦੂ ਕਿਹਾ ਜਾਂਦਾ ਸੀ।

† ਪਰਮਗੁਰੂ ਦਾ ਅਰਥ ਹੈ, ਆਪਣੇ ਗੁਰੂ ਦੇ ਗੁਰੂ। ਇਸ ਤਰ੍ਹਾਂ ਲਾਹਿੜੀ ਮਹਾਸ਼ਯ ਦੇ ਗੁਰੂ ਮਹਾ ਅਵਤਾਰ ਬਾਬਾ ਜੀ ਸਵਾਮੀ ਸ਼੍ਰੀ ਯੁਕਤੇਸ਼ਵਰ ਜੀ ਦੇ ਪਰਮ ਗੁਰੂ ਸਨ। ਯੋਗਦਾ ਸਤਸੰਗ ਸੁਸਾਇਟੀ/ਸੈਲਫ ਰੀਆਲਾਈਜੇਸ਼ਨ ਦੇ ਸ਼ਰਧਾਲੂਆਂ ਦੀ ਅਧਿਆਤਮਿਕ ਭਲਾਈ ਦੀ ਜ਼ੁੰਮੇਵਾਰੀ ਆਪਣੇ ਉੱਪਰ ਲੈਣ ਵਾਲੇ ਭਾਰਤੀ ਗੁਰੂਆਂ ਦੀ ਪਰੰਪਰਾ ਵਿਚ ਮਹਾ ਅਵਤਾਰ ਬਾਬਾ ਜੀ ਸਭ ਤੋਂ ਵੱਡੇ ਪਰਮਗੁਰੂ ਹਨ।

‡ ਹੁਣ ਯੋਗਦਾ ਸਤਸੰਗ ਸੁਸਾਇਟੀ ਆਫ ਇੰਡੀਆ ਦੁਆਰਾ ਪ੍ਰਕਾਸ਼ਿਤ।

ਗੁਰੂਦੇਵ ਕਹਿੰਦੇ ਜਾ ਰਹੇ ਸਨ "ਮੇਰਾ ਲਿਖਾਈ ਦਾ ਕੰਮ ਪੂਰਾ ਹੋ ਜਾਣ ਤੋਂ ਬਾਅਦ, ਦੂਜੇ ਦਿਨ ਜਦੋਂ ਮੈਂ ਸਵੇਰ ਸਾਰ ਗੰਗਾ ਕਿਨਾਰੇ ਰਾਏ ਘਾਟ ਉੱਪਰ ਇਸ਼ਨਾਨ ਕਰਨ ਪਹੁੰਚਿਆ, ਤਾਂ ਉਸ ਸਮੇਂ ਘਾਟ ਉੱਪਰ ਸੁੰਨਸਾਨ ਪਸਰੀ ਹੋਈ ਸੀ। ਥੋੜੀ ਦੇਰ, ਮੈਂ ਉੱਥੇ ਖੜ੍ਹਾ ਹੋ ਕੇ ਧੁੱਪ ਵਿਚ ਵਾਤਾਵਰਣ ਦੀ ਸ਼ਾਂਤੀ ਦਾ ਆਨੰਦ ਲੈਂਦਾ ਰਿਹਾ, ਫਿਰ ਗੰਗਾ ਦੇ ਨਿਰਮਲ ਜਲ ਵਿਚ ਡੁਬਕੀ ਲਗਾਉਣ ਤੋਂ ਬਾਅਦ, ਮੈਂ ਘਰ ਵਾਪਸ ਆਉਣ ਵਾਸਤੇ ਚੱਲ ਪਿਆ। ਉਸ ਖਮੋਸ਼ੀ ਦੇ ਸੰਨਾਟੇ ਵਿਚ, ਜੋ ਇੱਕੋ ਇੱਕ ਅਵਾਜ਼ ਸੁਣਾਈ ਦੇ ਰਹੀ ਸੀ, ਉਹ ਸੀ ਹਰ ਕਦਮ ਨਾਲ ਚਲਦਿਆਂ, ਮੇਰੇ ਗਿਲੇ ਕਪੜਿਆਂ ਦੀ ਛਪ ਛਪ ਦੀ ਅਵਾਜ਼। ਜਿਉਂ ਹੀ ਮੈਂ ਗੰਗਾ ਕਿਨਾਰੇ ਖੜ੍ਹੇ ਵਿਸ਼ਾਲ ਬੋਹੜ ਦੇ ਦਰਖਤ ਦੇ ਨੇੜੇ ਦੀ ਲੰਘਣ ਲੱਗਿਆ, ਤਾਂ ਮੇਰੇ ਮਨ ਵਿਚ ਪਿੱਛੇ ਮੁੜ ਕੇ ਦੇਖਣ ਦੀ ਇੱਛਾ ਉਤਪੰਨ ਹੋਈ। ਉੱਥੇ ਬੋਹੜ ਦੇ ਦਰਖਤ ਦੇ ਥੱਲੇ ਮੈਨੂੰ ਆਪਣੇ ਸ਼ਗਿਰਦਾਂ ਦੀ ਟੋਲੀ ਵਿਚ ਘਿਰੇ ਬੈਠੇ ਮਹਾਨ ਬਾਬਾ ਜੀ ਦਿਖਾਈ ਦਿੱਤੇ।

"ਮੁਬਾਰਕ ਸਵਾਮੀ ਜੀ," ਫਿਜ਼ਾ ਵਿਚ ਅਮਰ ਗੁਰੂ ਦੀ ਅਵਾਜ਼ ਗੂੰਜ ਉੱਠੀ, ਮੈਨੂੰ ਯਕੀਨ ਹੋ ਗਿਆ ਕਿ ਮੈਂ ਕੋਈ ਸੁਪਨਾ ਨਹੀਂ ਦੇਖ ਰਿਹਾ। "ਆਪ ਨੇ ਸਫਲਤਾ ਪੂਰਵਕ ਆਪਣੀ ਪੁਸਤਕ ਪੂਰੀ ਕਰ ਲਈ ਹੈ ਅਤੇ ਮੈਂ ਆਪਣੇ ਦਿੱਤੇ ਬਚਨ ਮੁਤਾਬਿਕ, ਆਪ ਨੂੰ ਧੰਨਵਾਦ ਕਹਿਣ ਲਈ ਹਾਜ਼ਰ ਹੋ ਗਿਆ ਹਾਂ।"

"ਤੇਜ ਧੜਕਦੇ ਦਿਲ ਨਾਲ, ਮੈਂ ਉਨ੍ਹਾਂ ਦੇ ਚਰਨਾਂ ਉੱਪਰ ਦੰਡਵਤ ਲੇਟ ਗਿਆ, ਮੈਂ ਬੜੀ ਮਿੰਨਤ ਨਾਲ ਕਿਹਾ। ਪਰਮ ਗੁਰੂ, ਮੇਰਾ ਘਰ ਨੇੜੇ ਹੀ ਹੈ, ਕੀ ਆਪ ਆਪਣੀ ਸ਼ਗਿਰਦ ਮੰਡਲੀ ਸਮੇਤ ਚਰਨ ਪਾ ਕੇ, ਉਸ ਨੂੰ ਪਵਿੱਤਰ ਨਹੀਂ ਕਰੋਗੇ।"

"ਨਹੀਂ ਮੇਰੇ ਬੱਚੇ," ਅਮਰ ਗੁਰੂ ਨੇ ਮੁਸਕਰਾਉਂਦਿਆ ਇਨਕਾਰ ਕਰ ਦਿੱਤਾ।

"ਸਾਨੂੰ ਲੋਕਾਂ ਨੂੰ ਦਰਖਤਾਂ ਦੀ ਛਾਂ ਜਿਆਦਾ ਆਨੰਦ ਦਿੰਦੀ ਹੈ। ਇਹ ਥਾਂ ਬਿਲਕੁਲ ਅਰਾਮਦਾਇਕ ਹੈ।"

"ਪਰਮਗੁਰੂ, ਫਿਰ ਕ੍ਰਿਪਾ ਕਰਕੇ, ਆਪ ਥੋੜੀ ਦੇਰ ਇੱਥੇ ਹੀ ਰੁਕੋ, ਮੈਂ ਬੜੀ ਮਿੰਨਤ ਨਾਲ, ਉਨ੍ਹਾਂ ਵੱਲ ਦੇਖਦਿਆਂ ਕਿਹਾ, ਮੈਂ ਛੇਤੀ ਹੀ ਕੁਝ ਮਿਠਿਆਈ ਲੈ ਕੇ ਆਪ ਜੀ ਦੀ ਸੇਵਾ ਵਿਚ ਹਾਜ਼ਰ ਹੁੰਦਾ ਹਾਂ।"*

"ਜਦੋਂ ਕੁਝ ਦੇਰ ਬਾਅਦ, ਮੈਂ ਮਿਠਿਆਈ ਦਾ ਥਾਲ ਲੈ ਕੇ ਉੱਥੇ ਪਹੁੰਚਿਆ, ਤਾਂ ਉਸ ਵਿਸ਼ਾਲ ਬੋਹੜ ਦੇ ਦਰਖਤ ਥੱਲਿਉਂ, ਉਹ ਅਲੌਕਿਕ ਸਿੱਧ ਮੰਡਲੀ ਗਾਇਬ ਹੋ ਚੁੱਕੀ ਸੀ। ਮੈਂ ਘਾਟ ਉੱਪਰ ਵਿਅਰਥ ਇੱਧਰ ਉੱਧਰ ਲੱਭਦਾ ਰਿਹਾ, ਕਿਉਂਕਿ ਮੇਰਾ ਮਨ ਕਹਿ ਰਿਹਾ ਸੀ ਕਿ ਉਹ ਸਿੱਧ ਮੰਡਲੀ ਹਵਾ ਦੇ ਖੰਭ ਲਗਾ ਕੇ ਅਕਾਸ਼ੀਂ ਉੱਡ ਗਈ ਸੀ।

* ਜੇ ਕੋਈ ਆਦਮੀ ਆਪਣੇ ਗੁਰੂ ਨੂੰ ਮਿਠਿਆਈਆਂ ਆਦਿ ਅਰਪਣ ਨਾ ਕਰੇ ਤਾਂ ਭਾਰਤ ਵਿਚ ਇਸ ਨੂੰ ਗੁਰੂ ਦਾ ਅਨਾਦਰ ਸਮਝਿਆ ਜਾਂਦਾ ਹੈ।

"ਮੇਰਾ ਮਨ ਬੜਾ ਹੀ ਦੁਖੀ ਹੋਇਆ, ਮੈਂ ਆਪਣੇ ਆਪ ਵਿਚ ਹੀ ਬੁੜਬੁੜਾਇਆ, ਜੇ ਕਦੇ ਬਾਬਾ ਜੀ ਮੈਨੂੰ ਫਿਰ ਮਿਲ ਗਏ, ਤਾਂ ਮੈਂ ਉਨ੍ਹਾਂ ਦੇ ਨਾਲ ਗੱਲ ਨਹੀਂ ਕਰਾਂਗਾ। ਇਸ ਤਰ੍ਹਾਂ ਅਚਾਨਕ ਖਿਸਕ ਜਾਣਾ ਬੜੀ ਨਿਸ਼ਠੁਰਤਾ ਹੈ। ਭਾਵੇਂ ਇਹ ਗੁੱਸਾ ਪਿਆਰ ਦਾ ਹੀ ਸੀ। ਇਸ ਤੋਂ ਜਿਆਦਾ ਕੁਝ ਨਹੀਂ। ਇਸ ਤੋਂ ਕੁਝ ਮਹੀਨਿਆਂ ਬਾਅਦ, ਮੈਂ ਵਾਰਾਣਸੀ ਲਾਹਿੜੀ ਮਹਾਸ਼ਯ ਦੇ ਦਰਸ਼ਨਾਂ ਨੂੰ ਗਿਆ। ਜਿਉਂ ਹੀ ਮੈਂ ਉਨ੍ਹਾਂ ਦੇ ਬੈਠਕਖਾਨੇ ਵਿਚ ਪ੍ਰਵੇਸ਼ ਕੀਤਾ, ਤਾਂ ਮੇਰੇ ਗੁਰੂ ਨੇ ਹੱਸਦਿਆਂ ਮੇਰਾ ਸੁਆਗਤ ਕੀਤਾ।

"ਆਉ, ਯੁਕਤੇਸ਼ਵਰ," ਉਨ੍ਹਾਂ ਨੇ ਕਿਹਾ। "ਕੀ ਹੁਣੇ ਹੁਣੇ ਮੇਰੇ ਕਮਰੇ ਦੇ ਦਰਵਾਜ਼ੇ ਉੱਪਰ ਤੈਨੂੰ ਬਾਬਾ ਜੀ ਦੇ ਦਰਸ਼ਨ ਹੋਏ?"

"ਨਹੀਂ, ਕਿਉਂ?" ਲਾਹਿੜੀ ਮਹਾਸ਼ਯ ਨੇ ਆਪਣਾ ਹੱਥ ਮੇਰੇ ਮੱਥੇ ਉੱਪਰ ਫੇਰਿਆ ਅਤੇ ਉਸੇ ਵਕਤ ਮੈਨੂੰ ਦਰਵਾਜ਼ੇ ਦੇ ਕੋਲ ਪੂਰੇ ਕਮਲ ਦੀ ਤਰ੍ਹਾਂ ਖਿੜੇ ਹੋਏ ਖੜ੍ਹੇ ਬਾਬਾ ਜੀ ਦਾ ਸਰੂਪ ਦਿਖਾਈ ਦਿੱਤਾ।"

"ਮੈਨੂੰ ਆਪਣਾ ਪੁਰਾਣਾ ਦਰਦ ਚੇਤੇ ਆ ਗਿਆ ਅਤੇ ਮੈਂ ਬਾਬਾ ਜੀ ਨੂੰ ਪ੍ਰਣਾਮ ਨਹੀਂ ਕੀਤਾ। ਲਾਹਿੜੀ ਮਹਾਸ਼ਯ ਨੇ ਹੈਰਾਨ ਹੋ ਕੇ ਮੇਰੇ ਵੱਲ ਦੇਖਿਆ।"

"ਪ੍ਰਮਾਤਮਾ ਸ੍ਵਰੂਪ ਬਾਬਾ ਜੀ ਮੇਰੇ ਵੱਲ ਬਹੁਤ ਹੀ ਪਿਆਰ ਨਾਲ ਨਿਹਾਰ ਰਹੇ ਸਨ। ਤੂੰ ਮੇਰੇ ਨਾਲ ਨਰਾਜ਼ ਹੈਂ?"

"ਕਿਉਂ ਨਾ ਹੋਵਾਂ," ਮੈਂ ਕਿਹਾ। "ਆਪ ਆਪਣੀ ਚਮਤਕਾਰੀ ਟੋਲੀ ਨਾਲ ਅਕਾਸ਼ ਵਿਚੋਂ ਪ੍ਰਗਟ ਹੋਏ ਅਤੇ ਫਿਰ ਤੁਰੰਤ ਅਕਾਸ਼ ਵਿਚ ਅੰਤਰ ਧਿਆਨ ਹੋ ਗਏ।"

"ਮੈਂ ਤੈਨੂੰ ਕਿਹਾ ਸੀ, ਕਿ ਮੈਂ ਤੈਨੂੰ ਮਿਲਣ ਆਵਾਂਗਾ, ਕਿੰਨਾ ਸਮਾਂ ਰੁਕਾਂਗਾ, ਇਹ ਨਹੀਂ ਸੀ ਕਿਹਾ," ਬਾਬਾ ਜੀ ਨੇ ਹੱਸਦਿਆਂ ਪਿਆਰ ਨਾਲ ਸਪਸ਼ਟੀਕਰਨ ਦਿੱਤਾ। "ਤੂੰ ਬਹੁਤ ਉਤੇਜਿਤ ਹੋ ਗਿਆ ਸੀ, ਮੈਂ ਤੈਨੂੰ ਯਕੀਨ ਦਿਵਾਉਂਦਾ ਹਾਂ, ਕਿ ਤੇਰੀ ਚੰਚਲਤਾ ਦੀ ਅਨ੍ਹੇਰੀ ਨੇ ਮੈਨੂੰ ਅਕਾਸ਼ ਵਿਚ ਉਡਾ ਦਿੱਤਾ ਸੀ।"

"ਮੈਂ ਤੁਰੰਤ ਸੰਤੁਸ਼ਟ ਹੋ ਗਿਆ।"

"ਉਨ੍ਹਾਂ ਦੇ ਸੱਚੇ ਸਪਸ਼ਟੀਕਰਨ ਤੋਂ ਮੈਂ ਸੰਤੁਸ਼ਟ ਹੋ ਕੇ, ਤੁਰੰਤ ਝੁਕ ਕੇ ਬਾਬਾ ਜੀ ਦੇ ਚਰਨਾਂ ਵਿਚ ਪ੍ਰਣਾਮ ਕੀਤਾ। ਅਮਰ ਗੁਰੂ ਨੇ ਪਿਆਰ ਨਾਲ ਮੇਰਾ ਮੋਢਾ ਥਪਥਪਾਉਂਦਿਆਂ ਕਿਹਾ।"

"ਮੇਰੇ ਬੱਚੇ, ਤੂੰ ਹੋਰ ਜਿਆਦਾ ਧਿਆਨ ਕਰਿਆ ਕਰ। ਤੇਰੀ ਦ੍ਰਿਸ਼ਟੀ ਹਾਲੇ ਸ਼ੁੱਧ ਨਹੀਂ ਹੋਈ। ਮੈਂ ਸੂਰਜ ਦੀ ਰੌਸ਼ਨੀ ਦੇ ਪਿੱਛੇ ਲੁਕਿਆ ਹੋਇਆ ਸੀ ਅਤੇ ਤੂੰ ਮੈਨੂੰ ਦੇਖ ਨਹੀਂ ਸਕਿਆ।

ਆਪਣੀ ਕਹਾਣੀ ਖਤਮ ਕਰਦਿਆਂ, ਸ਼੍ਰੀ ਯੁਕਤੇਸ਼ਵਰ ਜੀ ਨੇ ਕਿਹਾ, "ਆਪਣੇ ਗੁਰੂ ਦੇ ਦਰਸ਼ਨ ਕਰਨ ਜਾਣ ਵਾਸਤੇ, ਵਾਰਾਣਸੀ ਦੀ ਮੇਰੀ ਇਹ ਆਖਰੀ ਯਾਤਰਾ ਸੀ। ਬਾਬਾ ਜੀ ਦੀ ਕੁੰਭ ਦੇ ਮੇਲੇ ਵਿਚ ਕੀਤੀ ਗਈ ਭਵਿਖਬਾਣੀ ਦੇ ਮੁਤਾਬਿਕ ਲਾਹਿੜੀ ਮਹਾਸ਼ਯ ਦੇ ਗਰਿਸਤੀ ਯੋਗੀ ਦੇ ਅਵਤਾਰ ਦੇ ਰੂਪ ਵਿਚ, ਉਨ੍ਹਾਂ ਦਾ ਅੰਤ ਸਮਾਂ ਨੇੜੇ ਆ ਰਿਹਾ ਸੀ। 1895 ਦੀਆਂ ਗਰਮੀਆਂ ਵਿਚ ਚੰਗੇ ਭਲੇ ਮਜ਼ਬੂਤ ਸਰੀਰ ਦੀ ਪਿੱਠ ਉੱਪਰ ਇੱਕ ਛੋਟਾ ਜਿਹਾ ਫੋੜਾ ਨਿਕਲ ਆਇਆ। ਉਸ ਨੂੰ ਚੀਰਾ ਦਿਵਾਉਣ ਤੋਂ ਉਨ੍ਹਾਂ ਨੇ ਇਨਕਾਰ ਕਰ ਦਿੱਤਾ, ਕਿਉਂਕਿ ਉਹ ਆਪਣੇ ਸਰੀਰ ਉੱਪਰ ਆਪਣੇ ਅਨੇਕ ਸ਼ਗਿਰਦਾਂ ਦੇ ਕੁਕਰਮਾਂ ਦਾ ਕਰਮ ਭੋਗ ਪੂਰਾ ਕਰ ਰਹੇ ਸਨ। ਆਖਰ ਜਦੋਂ ਕੁਝ ਸ਼ਗਿਰਦ ਜਿਆਦਾ ਹੀ ਮਜਬੂਰ ਕਰਨ ਲੱਗੇ ਤਾਂ ਲਾਹਿੜੀ ਮਹਾਸ਼ਯ ਨੇ ਰਹੱਸਮਈ ਸ਼ਬਦਾਂ ਵਿਚ ਜਵਾਬ ਦਿੱਤਾ।"

"ਸਰੀਰ ਨੂੰ ਜਾਣ ਵਾਸਤੇ, ਆਖਰ ਕੋਈ ਤਾਂ ਕਾਰਨ ਚਾਹੀਦਾ ਹੀ ਹੈ। ਤੁਸੀਂ ਜੋ ਕਰਨਾ ਚਾਹੁੰਦੇ ਹੋ ਕਰੋ, ਮੈਂ ਉਸ ਵਾਸਤੇ ਤਿਆਰ ਹਾਂ।"

"ਇਸ ਤੋਂ ਥੋੜੀ ਹੀ ਦੇਰ ਬਾਅਦ, ਉਸ ਅਦੁੱਤੀ ਗੁਰੂ ਨੇ ਵਾਰਾਣਸੀ ਵਿਚ ਸਰੀਰ ਤਿਆਗ ਦਿੱਤਾ। ਹੁਣ ਉਨ੍ਹਾਂ ਦੇ ਦਰਸ਼ਨ ਕਰਨ ਜਾਣ ਵਾਸਤੇ, ਮੈਨੂੰ ਉਨ੍ਹਾਂ ਦੀ ਬੈਠਕ ਵਿਚ ਜਾਣ ਦੀ ਜ਼ਰੂਰਤ ਨਹੀਂ ਸੀ ਰਹਿ ਗਈ। ਮੇਰੀ ਜ਼ਿੰਦਗੀ ਦਾ ਹਰ ਦਿਨ ਉਨ੍ਹਾਂ ਦੇ ਸਰਬਵਿਆਪੀ ਦਿਸ਼ਾ ਨਿਰਦੇਸ਼ਾਂ ਨਾਲ ਵਰੋਸਾਇਆ ਹੋਇਆ ਹੈ।"

ਕਈ ਵਰ੍ਹਿਆਂ ਬਾਅਦ ਮੈਨੂੰ ਲਾਹਿੜੀ ਮਹਾਸ਼ਯ ਦੇ ਇੱਕ ਉੱਨਤ ਸ਼ਗਿਰਦ ਸਵਾਮੀ ਕੇਸ਼ਵਾ ਨੰਦ* ਜੀ ਤੋਂ ਉਨ੍ਹਾਂ ਦੇ ਸਰੀਰ ਤਿਆਗਣ ਦੇ ਸਬੰਧ ਵਿਚ ਅਣਗਿਣਤ ਕਹਾਣੀਆਂ ਸੁਣਨ ਨੂੰ ਮਿਲੀਆਂ।

ਕੇਸ਼ਵਾਨੰਦ ਜੀ ਨੇ ਮੈਨੂੰ ਦੱਸਿਆ, "ਸਰੀਰ ਤਿਆਗਣ ਤੋਂ ਕੁਝ ਦਿਨ ਪਹਿਲਾਂ, ਜਦੋਂ ਮੈਂ ਆਪਣੇ ਹਰਦੁਆਰ ਵਾਲੇ ਆਸ਼ਰਮ ਵਿਚ ਧਿਆਨ ਕਰ ਰਿਹਾ ਸੀ ਤਾਂ ਅਚਾਨਕ ਗੁਰੂਦੇਵ ਮੇਰੇ ਸਾਹਮਣੇ ਪ੍ਰਗਟ ਹੋਏ।

"ਤੁਰੰਤ ਵਾਰਾਣਸੀ ਪਹੁੰਚ," ਇੰਨਾ ਕਹਿ ਕੇ ਉਹ ਅੰਤਰ ਧਿਆਨ ਹੋ ਗਏ।

"ਮੈਂ ਤੁਰੰਤ ਵਾਰਾਣਸੀ ਜਾਣ ਵਾਸਤੇ ਰੇਲ ਗੱਡੀ ਵਿਚ ਸਵਾਰ ਹੋ ਗਿਆ। ਆਪਣੇ ਗੁਰੂ ਦੇ ਘਰ ਮੈਂ ਕਈ ਸ਼ਗਿਰਦਾਂ ਨੂੰ ਇੱਕਠਿਆਂ ਹੋਇਆਂ ਦੇਖਿਆ। ਉਸ ਦਿਨ† ਲਾਹਿੜੀ ਮਹਾਸ਼ਯ ਨੇ ਕਈ ਘੰਟੇ ਲਗਾਤਾਰ, ਸ਼੍ਰੀ ਮਦ ਭਗਵਤ ਗੀਤਾ ਉੱਪਰ ਪ੍ਰਵਚਨ ਕੀਤਾ ਅਤੇ ਫਿਰ ਉਨ੍ਹਾਂ ਨੇ ਸਾਨੂੰ ਬੜੇ ਸਹਿਜ ਭਾਵ ਵਿਚ ਕਿਹਾ।"

* ਮੇਰੇ ਕੇਸ਼ਵਾਨੰਦ ਦੇ ਆਸ਼ਰਮ ਵਿਚ ਜਾਣ ਦਾ ਪੂਰਾ ਵਿਸਥਾਰ ਚੈਪਟਰ 42 ਵਿਚ ਦਿੱਤਾ ਗਿਆ ਹੈ।

† 26 ਸਿਤੰਬਰ 1895 ਉਹ ਦਿਨ ਹੈ, ਜਿਸ ਦਿਨ ਲਾਹਿੜੀ ਮਹਾਸ਼ਯ ਨੇ ਸਰੀਰ ਤਿਆਗਿਆ। ਉਨ੍ਹਾਂ ਦੇ 67ਵੇਂ ਜਨਮ ਦਿਨ ਵਿਚ ਸਿਰਫ ਚਾਰ ਦਿਨ ਬਾਕੀ ਰਹਿ ਗਏ ਸਨ।

"ਹੁਣ ਮੈਂ ਆਪਣੇ ਘਰ ਵਾਪਸ ਜਾ ਰਿਹਾ ਹਾਂ।"

"ਇੰਨਾ ਸੁਣਦਿਆਂ ਹੀ ਸਾਡੇ ਸਾਰਿਆਂ ਦੇ ਨਾ ਰੁਕਣ ਵਾਲੇ ਸੰਤਾਪ ਸਿਸਕੀਆਂ ਅਤੇ ਹਟਕੋਰਿਆਂ ਦਾ ਹੜ੍ਹ ਆ ਗਿਆ।"

"ਸ਼ਾਂਤ ਹੋ ਜਾਉ, ਮੈਂ ਫਿਰ ਜੀਉਂਦਾ ਹੋ ਜਾਵਾਂਗਾ।" ਇੰਨਾ ਕਹਿ ਕੇ ਲਾਹਿੜੀ ਮਹਾਸ਼ਯ ਆਪਣੇ ਆਸਣ ਤੋਂ ਉੱਠੇ ਅਤੇ ਜਿੱਥੇ ਉਹ ਖੜ੍ਹੇ ਸਨ, ਉੱਥੇ ਹੀ ਤਿੰਨ ਵਾਰ ਗੋਲ ਗੋਲ ਘੁੰਮੇ,* ਅਤੇ ਫਿਰ ਉਨ੍ਹਾਂ ਉੱਤਰ ਦਿਸ਼ਾ ਵੱਲ ਮੂੰਹ ਕਰਕੇ ਪਦਮ ਆਸਣ ਵਿਚ ਬੈਠ ਕੇ ਪਰਮਆਨੰਦ ਵਿਚ ਲੀਨ ਹੋ ਕੇ ਮਹਾ ਸਮਾਧੀ ਲੈ ਲਈ।"

ਕੇਸ਼ਵਾਨੰਦ ਜੀ ਨੇ ਅੱਗੇ ਕਿਹਾ,"ਸ਼ਰਧਾਲੂਆਂ ਨੂੰ ਇੰਨੇ ਪਿਆਰੇ ਲੱਗਣ ਵਾਲੇ ਲਾਹਿੜੀ ਮਹਾਸ਼ਯ ਦੇ ਸਰੀਰ ਦਾ ਪਵਿੱਤਰ ਗੰਗਾ ਦੇ ਕਿਨਾਰੇ ਮਣੀਕ੍ਰਣਿਕਾ ਘਾਟ ਉੱਪਰ ਗਰਿਸਤੀਆਂ ਦੇ ਰੀਤੀ ਰਿਵਾਜ਼ਾਂ ਅਨੁਸਾਰ ਦਾਹ ਸਸਕਾਰ ਕਰ ਦਿੱਤਾ ਗਿਆ। ਅਗਲੇ ਦਿਨ ਸਵੇਰੇ ਦਸ ਵਜੇ, ਜਦੋਂ ਮੈਂ ਹਾਲੇ ਵਾਰਾਣਸੀ ਵਿਚ ਹੀ ਸੀ, ਤਾਂ ਮੇਰਾ ਕਮਰਾ ਇੱਕ ਅਲੌਕਿਕ ਪ੍ਰਕਾਸ਼ ਨਾਲ ਭਰ ਗਿਆ। ਅਸਚਰਜ, ਮੇਰੇ ਸਾਹਮਣੇ ਭੌਤਿਕ ਸਰੀਰ ਵਿਚ ਲਾਹਿੜੀ ਮਹਾਸ਼ਯ ਖੜ੍ਹੇ ਸਨ। ਇਹ ਸਰੀਰ ਬਿਲਕੁਲ ਪੁਰਾਣੇ ਸਰੀਰ ਵਰਗਾ ਹੀ ਲੱਗ ਰਿਹਾ ਸੀ, ਫਰਕ ਸਿਰਫ ਇੰਨਾ ਹੀ ਸੀ, ਕਿ ਉਹ ਹੁਣ ਜਿਆਦਾ ਜੁਆਨ ਅਤੇ ਤੇਜਸਵੀ ਲੱਗ ਰਹੇ ਸਨ। ਉਨ੍ਹਾਂ ਨੇ ਮੇਰੇ ਨਾਲ ਗੱਲ ਬਾਤ ਵੀ ਕੀਤੀ।

"ਉਨ੍ਹਾਂ ਨੇ ਕਿਹਾ, 'ਕੇਸ਼ਵਾ ਨੰਦ ਇਹ ਮੈਂ ਹਾਂ, ਆਪਣੇ ਭਸਮ ਹੋਏ ਸਰੀਰ ਦੇ ਵਿਘਟਿਤ ਹੋਏ ਅਣੂਆਂ ਨਾਲ, ਆਪਣੇ ਇਸ ਸਰੀਰ ਦੀ ਫਿਰ ਰਚਨਾ ਕੀਤੀ ਹੈ। ਸੰਸਾਰ ਵਿਚ ਮੇਰੀ ਗਰਿਸਤੀ ਦੀ ਭੂਮਿਕਾ ਪੂਰੀ ਹੋ ਗਈ ਹੈ, ਪ੍ਰੰਤੂ ਮੈਂ ਹਾਲੇ ਇਸ ਪ੍ਰਿਥਵੀ ਨੂੰ ਪੂਰੀ ਤਰ੍ਹਾਂ ਛੱਡ ਨਹੀਂ ਰਿਹਾ। ਹੁਣ ਤੋਂ ਬਾਅਦ, ਮੈਂ ਕੁਝ ਸਮਾਂ ਬਾਬਾ ਜੀ ਨਾਲ ਹਿਮਾਲਿਆ ਵਿਚ ਬਿਤਾਵਾਂਗਾ ਅਤੇ ਬਾਕੀ ਦਾ ਸਮਾਂ ਬਾਬਾ ਜੀ ਦੇ ਨਾਲ ਸਾਰੇ ਬ੍ਰਹਿਮੰਡ ਵਿਚ ਵਿਆਪਤ ਰਹਾਂਗਾ।"

"ਮੈਨੂੰ ਅਸ਼ੀਰਵਾਦ ਦੇ ਕੁਝ ਵਚਨ ਕਹਿ ਕੇ, ਅਲੌਕਿਕ ਗੁਰੂ ਅੰਤਰ ਧਿਆਨ ਹੋ ਗਏ। ਮੇਰਾ ਮਨ ਇੱਕ ਅਦਭੁਤ ਪ੍ਰੇਰਨਾ ਨਾਲ ਭਰ ਗਿਆ। ਮੈਨੂੰ ਉਸੇ ਤਰ੍ਹਾਂ ਦਾ ਅਤਿਅੰਤ ਉੱਚ ਅਧਿਆਤਮਿਕ ਆਨੰਦ ਦਾ ਅਨੁਭਵ ਹੋਇਆ, ਜਿਸ ਤਰ੍ਹਾਂ ਦਾ ਅਨੁਭਵ ਈਸਾ

* ਤਿੰਨ ਵਾਰ ਆਪਣੀ ਹੀ ਪਰਦਖਿਣਾ ਕਰਕੇ ਉੱਤਰ ਦਿਸ਼ਾ ਵੱਲ ਮੂੰਹ ਕਰਕੇ ਬੈਠਣਾ, ਵੈਦਿਕ ਰੀਤੀ ਦਾ ਇੱਕ ਹਿੱਸਾ ਹੈ, ਜਿਸ ਦਾ ਪ੍ਰਯੋਗ ਸਿਰਫ ਉਹ ਸਿੱਧ ਪੁਰਸ਼ ਹੀ ਕਰ ਸਕਦੇ ਹਨ, ਜਿਨ੍ਹਾਂ ਨੂੰ ਆਪਣੇ ਸਰੀਰ ਦੀ ਮੌਤ ਦਾ ਪਹਿਲਾਂ ਹੀ ਪਤਾ ਹੁੰਦਾ ਹੈ। ਉਸ ਅੰਤਮ ਧਿਆਨ ਵਿਚ ਜਦੋਂ ਸਿੱਧ ਪੁਰਸ਼ ਬ੍ਰਹਮ ਆਨੰਦ ਵਿਚ ਲੀਨ ਹੋ ਜਾਂਦੇ ਹਨ ਜਾਂ ਸਮਾਧੀ ਲੈ ਲੈਂਦੇ ਹਨ ਤਾਂ, ਉਸ ਨੂੰ ਮਹਾ ਸਮਾਧੀ ਕਿਹਾ ਜਾਂਦਾ ਹੈ।

ਮਸੀਹ ਅਤੇ ਭਗਤ ਕਬੀਰ* ਦੇ ਸ਼ਗਿਰਦਾਂ ਨੂੰ ਆਪਣੇ ਆਪਣੇ ਗੁਰੂਆਂ ਦੀ ਸਰੀਰਕ ਮੌਤ ਤੋਂ ਬਾਅਦ ਮੁੜ ਫਿਰ ਜੀਵਤ ਰੂਪ ਵਿਚ ਦੇਖ ਕੇ ਹੋਇਆ ਸੀ।

"ਹਰਦੁਆਰ ਵਿਚ ਏਕਾਂਤ ਸਥਾਨ ਉੱਪਰ ਬਣੇ ਹੋਏ, ਆਪਣੇ ਆਸ਼ਰਮ ਨੂੰ ਵਾਪਸੀ ਦੇ ਵਕਤ, ਲਾਹਿੜੀ ਮਹਾਸ਼ਯ ਦੀਆਂ ਪਵਿੱਤਰ ਅਸਥੀਆਂ ਦਾ ਇੱਕ ਛੋਟਾ ਜਿਹਾ ਹਿੱਸਾ ਆਪਣੇ ਨਾਲ ਲੈ ਆਇਆ।ਮੈਨੂੰ ਇਸ ਚੀਜ਼ ਦਾ ਅਹਿਸਾਸ ਹੋ ਗਿਆ ਸੀ, ਸਰਬਵਿਆਪਕਤਾ ਰੂਪੀ ਪੰਛੀ ਦੇਸ਼-ਕਾਲ ਦੇ ਸਰੀਰਕ ਪਿੰਜਰੇ ਵਿਚੋਂ ਨਿਕਲ ਕੇ ਅਜ਼ਾਦ ਹੋ ਚੁੱਕਿਆ ਸੀ। ਫਿਰ ਵੀ ਉਨ੍ਹਾਂ ਅਸਥੀਆਂ ਦੀ ਪ੍ਰਤਿਸ਼ਠਾ ਕਰਕੇ ਸਮਾਧੀ ਮੰਦਰ ਬਣਾਉਣ ਨਾਲ ਮੈਨੂੰ ਥੋੜਾ ਜਿਹਾ ਧਰਵਾਸ ਮਿਲਿਆ।"

ਇੱਕ ਹੋਰ ਸ਼ਗਿਰਦ ਨੂੰ ਪੁਨਰ-ਜੀਵਤ ਹੋਏ ਗੁਰੂ ਦੇ ਦਰਸ਼ਨ ਕਰਨ ਦਾ ਵੀ ਸੁਭਾਗ ਪ੍ਰਾਪਤ ਹੋਇਆ ਸੀ। ਉਹ ਸਨ, ਸੰਤ ਪੰਚਾਨਨ ਭੱਟਾਚਾਰੀਆ।† ਮੈਂ ਕੋਲਕਾਤਾ ਵਿਚ ਉਨ੍ਹਾਂ ਦੇ ਘਰ ਮਿਲਣ ਗਿਆ ਸੀ। ਉਨ੍ਹਾਂ ਨੇ ਮਹਾਨ ਗੁਰੂ ਦੇ ਨਾਲ ਬਿਤਾਏ ਆਪਣੇ ਜੀਵਨ ਦੇ ਅਨੇਕ ਵਰ੍ਹਿਆਂ ਦੀਆਂ ਕਈ ਰੌਚਿਕ ਕਹਾਣੀਆਂ ਸੁਣਾਈਆਂ ਸਨ। ਮੈਂ ਬਹੁਤ ਖੁਸ਼ ਹੋ ਕੇ ਸੁਣਦਾ ਰਿਹਾ। ਆਖਰ ਵਿਚ ਉਨ੍ਹਾਂ ਨੇ ਆਪਣੀ ਜ਼ਿੰਦਗੀ ਦੀ ਸਭ ਤੋਂ ਜਿਆਦਾ ਅਦਭੁਤ ਕਹਾਣੀ ਸੁਣਾਈ।

* ਭਗਤ ਕਬੀਰ 16ਵੀਂ ਸਦੀ ਦੇ ਇੱਕ ਮਹਾਨ ਸੰਤ ਸਨ। ਉਨ੍ਹਾਂ ਦੇ ਸ਼ਗਿਰਦਾਂ ਵਿਚ ਹਿੰਦੂ ਅਤੇ ਮੁਸਲਮਾਨ ਦੋਨਾਂ ਧਰਮਾਂ ਦੇ ਲੋਕ ਸ਼ਾਮਲ ਸਨ। ਭਗਤ ਕਬੀਰ ਦੇ ਸਰੀਰ ਤਿਆਗਣ ਤੋਂ ਬਾਅਦ, ਉਨ੍ਹਾਂ ਦੇ ਸ਼ਗਿਰਦਾਂ ਦੇ ਦਰਮਿਆਨ ਉਨ੍ਹਾਂ ਦੀਆਂ ਅੰਤਮ ਰਸਮਾਂ ਸਬੰਧੀ ਝਗੜਾ ਛਿੜ ਗਿਆ। ਇਸ ਤੋਂ ਦੁਖੀ ਹੋ ਕੇ ਭਗਤ ਕਬੀਰ ਮਹਾ ਸਮਾਧੀ ਤੋਂ ਉੱਠ ਕੇ ਖੜ੍ਹੇ ਹੋ ਗਏ ਅਤੇ ਉਨ੍ਹਾਂ ਨੇ ਆਪਣੇ ਸ਼ਗਿਰਦਾਂ ਨੂੰ ਹੁਕਮ ਦਿੱਤਾ, "ਮੇਰੀਆਂ ਅੱਧੀਆਂ ਭੌਤਿਕ ਅਸਥੀਆਂ ਨੂੰ ਇਸਲਾਮ ਦੇ ਰਿਵਾਜ਼ ਅਨੁਸਾਰ ਦਫਨ ਕਰ ਦਿਉ ਅਤੇ ਬਾਕੀ ਅੱਧੀਆਂ ਦਾ ਹਿੰਦੂ ਰੀਤੀ ਦੇ ਅਨੁਸਾਰ ਦਾਹ ਸਸਕਾਰ ਕਰ ਦਿਉ। ਉਹ ਫਿਰ ਅੰਤਰ ਧਿਆਨ ਹੋ ਗਏ। ਜਦੋਂ ਸ਼ਗਿਰਦਾਂ ਨੇ, ਜਿਹੜਾ ਉਨ੍ਹਾਂ ਦੇ ਸਰੀਰ ਉੱਪਰ ਕਫਨ ਪਾਇਆ ਹੋਇਆ ਸੀ, ਉਹ ਚੁੱਕ ਕੇ ਦੇਖਿਆ, ਤਾਂ ਉੱਥੇ ਸੁੰਦਰ ਢੰਗ ਨਾਲ ਸਜਾਏ ਹੋਏ ਫੁੱਲਾਂ ਤੋਂ ਇਲਾਵਾ ਕੁਝ ਵੀ ਨਹੀਂ ਸੀ। ਉਨ੍ਹਾਂ ਦੇ ਹੁਕਮ ਅਨੁਸਾਰ ਮੁਸਲਮਾਨਾਂ ਨੇ ਅੱਧੇ ਫੁੱਲਾਂ ਨੂੰ ਮਗਹਰ ਵਿਚ (ਵਾਰਾਣਸੀ ਦੇ ਨੇੜੇ) ਦਫਨਾ ਦਿੱਤਾ, ਜਿੱਥੇ ਅੱਜ ਵੀ ਉਨ੍ਹਾਂ ਦੀ ਯਾਦਗਾਰ ਬਣੀ ਹੋਈ ਹੈ। ਬਾਕੀ ਅੱਧੀਆਂ ਅਸਥੀਆਂ ਦਾ ਹਿੰਦੂ ਰਸਮਾਂ ਅਨੁਸਾਰ ਵਾਰਣਸੀ ਵਿਚ ਸਸਕਾਰ ਕਰ ਦਿੱਤਾ ਗਿਆ। ਜਿੱਥੇ ਸਸਕਾਰ ਕੀਤਾ ਗਿਆ ਸੀ, ਉੱਥੇ ਹੁਣ ਕਬੀਰ ਚੌਰਾ ਨਾਂ ਦਾ ਇੱਕ ਮੰਦਰ ਬਣਿਆ ਹੋਇਆ ਹੈ। ਲੱਖਾਂ ਸ਼ਰਧਾਲੂ ਉੱਥੇ ਦਰਸ਼ਨ ਕਰਨ ਲਈ ਜਾਂਦੇ ਹਨ।

ਕਬੀਰ ਜਦੋਂ ਜੁਆਨ ਸਨ, ਤਾਂ ਦੋ ਸ਼ਗਿਰਦ ਉਨ੍ਹਾਂ ਦੇ ਕੋਲ ਆਏ, ਜਿਹੜੇ ਉਨ੍ਹਾਂ ਤੋਂ ਪ੍ਰਮਾਤਮਾ ਦੇ ਦਰਸ਼ਨ ਕਰਨ ਵਾਸਤੇ ਡੂੰਘੀ ਅਧਿਆਤਮਿਕ ਸਿੱਖਿਆ ਚਾਹੁੰਦੇ ਸਨ। ਕਬੀਰ ਨੇ ਉੱਤਰ ਦਿੱਤਾ :

ਪਾਣੀ ਵਿਚ ਮੀਨ ਪਿਆਸੀ, ਮੋਹੇ ਸੁਣ ਸੁਣ ਆਵੇ ਹਾਸੀ,
ਆਤਮ ਗਿਆਨ ਬਿਨਾ ਨਰ ਭਟਕੇ, ਕੋਈ ਮਥਰਾ ਕੋਈ ਕਾਸ਼ੀ।
ਹੈ ਹਾਜ਼ਰ, ਤੋਹੇ ਦੂਰ ਦਿਖਾਵੇ, ਦੂਰ ਕੀ ਬਾਤ ਨਿਰਾਸ਼ੀ
ਸੋ ਤੇਰੇ ਘਟ ਮਾਹਿ ਬਿਰਾਜੇ, ਪਰਮ ਪੁਰਖ ਅਵਿਨਾਸ਼ੀ।

† ਦੇਖੋ ਪੰਨਾਂ 427। ਪੰਚਾਨਨ ਭਟਾਚਾਰੀਆ ਨੇ ਦੇਵਘਰ (ਝਾਰਖੰਡ) ਵਿਚ 17 ਏਕੜ ਦੇ ਬਾਗ ਵਿਚ ਇੱਕ ਸ਼ਿਵ ਮੰਦਰ ਬਣਵਾਇਆ ਅਤੇ ਉਸ ਵਿਚ ਲਾਹਿੜੀ ਮਹਾਸ਼ਯ ਦਾ ਇੱਕ ਤੇਲ ਚਿੱਤਰ ਬਣਵਾ ਕੇ ਪਰਤਿਸ਼ਠਾਪਿਤ ਕੀਤਾ। *(ਪ੍ਰਕਾਸ਼ਕ ਦੀ ਟਿਪਣੀ)*

ਉਨ੍ਹਾਂ ਨੇ ਕਿਹਾ, "ਲਾਹਿੜੀ ਮਹਾਸ਼ਯ ਦੇ ਅੰਤਮ ਸਸਕਾਰ ਤੋਂ ਅਗਲੇ ਦਿਨ ਸਵੇਰੇ ਸਵੇਰੇ ਦਸ ਵਜੇ, ਉਹ ਇੱਥੇ ਕੋਲਾਕਾਤਾ ਵਿਚ ਜੀਵੰਤ ਰੂਪ ਵਿਚ ਮੇਰੇ ਸਾਹਮਣੇ ਪ੍ਰਗਟ ਹੋਏ।"

"ਦੋ ਸਰੀਰ ਧਾਰਨ ਕਰ ਲੈਣ ਵਾਲੇ ਸੰਨਿਆਸੀ," ਸਵਾਮੀ ਪ੍ਰਣਵਾ ਨੰਦ ਜੀ ਨੇ ਵੀ ਆਪਣਾ ਪਰਲੌਕਿਕ ਅਨੁਭਵ ਪੂਰੇ ਵਿਸਤਾਰ ਨਾਲ ਸੁਣਾਇਆ। ਜਦੋਂ ਉਹ ਮੇਰੇ ਕੋਲ ਰਾਂਚੀ ਸਕੂਲ ਵਿਚ ਆਏ ਸਨ ਤਾਂ ਉਨ੍ਹਾਂ ਨੇ ਦੱਸਿਆ ਸੀ, "ਲਾਹਿੜੀ ਮਹਾਸ਼ਯ ਦੇ ਦੇਹ ਤਿਆਗ ਤੋਂ ਥੋੜੇ ਦਿਨ ਪਹਿਲਾਂ, ਮੇਰੇ ਕੋਲ ਉਨ੍ਹਾਂ ਦੀ ਇੱਕ ਚਿੱਠੀ ਆਈ, ਜਿਸ ਵਿਚ ਉਨ੍ਹਾਂ ਨੇ ਮੈਨੂੰ ਤੁਰੰਤ ਵਾਰਾਣਸੀ ਪਹੁੰਚਣ ਵਾਸਤੇ ਲਿਖਿਆ ਸੀ। ਪ੍ਰੰਤੂ ਨਾ ਟਾਲੇ ਜਾ ਸਕਣ ਵਾਲੇ ਕਾਰਨਾਂ ਕਰਕੇ, ਮੈਂ ਤੁਰੰਤ ਵਾਰਾਣਸੀ ਜਾਣ ਵਾਸਤੇ ਰਵਾਨਾ ਨਾ ਹੋ ਸਕਿਆ ਅਤੇ ਮੈਨੂੰ ਥੋੜੀ ਦੇਰ ਹੋ ਗਈ। ਇੱਕ ਦਿਨ ਸਵੇਰੇ ਸਵੇਰੇ ਦਸ ਵਜੇ, ਜਦੋਂ ਮੈਂ ਵਾਰਾਣਸੀ ਜਾਣ ਵਾਸਤੇ ਤਿਆਰ ਹੋ ਰਿਹਾ ਸੀ, ਤਾਂ ਅਚਾਨਕ ਕਮਰੇ ਵਿਚ ਮੈਂ ਆਪਣੇ ਗੁਰੂ ਦੀ ਅਤਿਅੰਤ ਤੇਜਸਵੀ ਮੂਰਤੀ ਪਗਟ ਹੋਈ ਦੇਖ ਕੇ ਆਨੰਦ ਵਿਭੋਰ ਹੋ ਗਿਆ।"

"ਹੁਣ ਵਾਰਾਣਸੀ ਜਾਣ ਦੀ ਕੀ ਕਾਹਲੀ ਹੈ?" ਲਾਹਿੜੀ ਮਹਾਸ਼ਯ ਨੇ ਮੁਸਕਰਾਉਂਦਿਆਂ ਕਿਹਾ। "ਹੁਣ ਤੂੰ ਉਥੇ ਮੈਨੂੰ ਕਦੇ ਨਹੀਂ ਦੇਖ ਸਕੇਂਗਾ।"

"ਜਦੋਂ ਮੈਨੂੰ ਉਨ੍ਹਾਂ ਦੇ ਸ਼ਬਦਾਂ ਦੇ ਅਰਥਾਂ ਦੀ ਸਮਝ ਲੱਗੀ, ਤਾਂ ਇਹ ਸੋਚਦਿਆਂ ਕਿ ਮੈਂ ਉਨ੍ਹਾਂ ਦੇ ਦਰਸ਼ਨ ਨਹੀਂ, ਬਲਕਿ ਦਰਸ਼ਨਾਂ ਦੀ ਅਨੁਭੂਤੀ ਕਰ ਰਿਹਾ ਸੀ, ਤਾਂ ਮੈਂ ਦੁਖੀ ਮਨ ਨਾਲ ਰੋਣ ਲੱਗ ਪਿਆ।"

"ਗੁਰੂਦੇਵ ਦਿਲਾਸਾ ਦਿੰਦਿਆਂ ਮੇਰੇ ਕੋਲ ਆਏ, 'ਲੈ, ਮੇਰੇ ਸਰੀਰ ਨੂੰ ਛੂਹ ਕੇ ਦੇਖ,' ਉਨ੍ਹਾਂ ਨੇ ਕਿਹਾ। "ਸਦਾ ਵਾਂਗ ਮੈਂ ਹੁਣ ਵੀ ਜੀਵਤ ਹਾਂ, ਸ਼ੋਕ ਨਾ ਕਰ, ਕੀ ਮੈਂ ਹਮੇਸ਼ਾਂ ਤੇਰੇ ਨਾਲ ਨਹੀਂ ਹਾਂ?"

ਇਨ੍ਹਾਂ ਤਿੰਨਾਂ ਮਹਾਨ ਸ਼ਗਿਰਦਾਂ ਦੇ ਮੂਹੋਂ, ਇੱਕੋ ਅਦਭੁਤ ਸਚਾਈ ਦੀ ਕਹਾਣੀ ਉੱਭਰ ਕੇ ਸਾਹਮਣੇ ਆਈ ਹੈ। ਲਾਹਿੜੀ ਮਹਾਸ਼ਯ ਦੇ ਦਾਹ ਸਸਕਾਰ ਦੇ ਅਗਲੇ ਦਿਨ ਦਸ ਵਜੇ ਤਿੰਨ ਅਲੱਗ ਅਲੱਗ ਸ਼ਹਿਰਾਂ ਵਿਚ, ਤਿੰਨ ਸ਼ਗਿਰਦਾਂ ਦੇ ਸਾਹਮਣੇ ਪੁਨਰ-ਜੀਵਤ, ਪ੍ਰੰਤੂ ਰੁਪਾਂਤਰਿਤ ਸਰੀਰ ਵਿਚ ਫਿਰ ਤੋਂ ਪ੍ਰਗਟ ਹੋਣਾ।

ਇਸ ਵਾਸਤੇ ਜਦੋਂ ਨਾਸ਼ਵਾਨ ਸਰੀਰ ਅਮਰਤਾ ਪ੍ਰਾਪਤ ਕਰ ਲਵੇਗਾ ਅਤੇ ਨਾਸ਼ਵਾਨ ਜੀਵ ਅਮਰਤਾ ਦਾ ਚੋਲਾ ਪਹਿਨ ਲਵੇਗਾ, ਤਾਂ ਹੀ ਬਾਈਬਲ ਦਾ ਇਹ ਕਥਨ ਸੱਚਾ ਸਾਬਤ ਹੋਵੇਗਾ। "ਮੌਤ ਉੱਪਰ ਜਿੱਤ ਪ੍ਰਾਪਤ ਕੀਤੀ ਜਾ ਸਕਦੀ ਹੈ। ਐ ਮੌਤ, ਕਿੱਥੇ ਹੈ ਤੇਰਾ ਡੰਗ? ਉਹ ਸ਼ਮਸ਼ਾਨ, ਕਿੱਥੇ ਹੈ ਤੇਰੀ ਜਿੱਤ?"*

* *I* ਕੋਰੀਥਿਅਨਸ 15:54–55 ਬਾਈਬਲ। "ਤੁਹਾਡੇ ਵਾਸਤੇ ਇਹ ਅਵਿਸ਼ਵਾਸ ਯੋਗ ਕਿਉਂ ਹੋਵੇ ਕਿ ਪ੍ਰਮਾਤਮਾ ਮੁਰਦਿਆਂ ਨੂੰ ਜੀਉਂਦਾ ਕਰ ਸਕਦਾ ਹੈ?" ਪ੍ਰੇਰਿਤਾਂ ਦੇ ਕੰਮ 26:8 (ਬਾਈਬਲ)

ਚੈਪਟਰ 37

ਮੇਰੀ ਅਮਰੀਕਾ ਰਵਾਨਗੀ

"ਅਮਰੀਕਾ, ਪੱਕਾ ਇਹ ਅਮਰੀਕੀ ਲੋਕ ਹੀ ਹਨ," ਇਹ ਵਿਚਾਰ ਮੇਰੇ ਮਨ ਵਿਚ ਉਸ ਵਕਤ ਆਇਆ, ਜਦੋਂ ਧਿਆਨ ਕਰਦਿਆਂ, ਮੇਰੀ ਅੰਤਰ ਦ੍ਰਿਸ਼ਟੀ ਦੇ ਸਾਹਮਣੇ ਦੀ ਪੱਛਮੀ ਚਿਹਰਿਆਂ* ਦੀ ਇੱਕ ਲੰਬੀ ਕਤਾਰ ਗੁਜਰਨ ਲੱਗੀ।

ਰਾਂਚੀ ਵਿਚ ਆਪਣੇ ਸਕੂਲ† ਦੇ ਭੰਡਾਰ ਘਰ ਵਿਚ ਧੂੜ ਭਰੀਆਂ ਪੇਟੀਆਂ ਦੇ ਪਿੱਛੇ, ਮੈਂ ਧਿਆਨ ਮਗਨ ਬੈਠਾ ਸੀ। ਉਨ੍ਹਾਂ ਰੁਝੇਵੇਂ ਭਰੇ ਵਰ੍ਹਿਆਂ ਵਿਚ ਬੱਚਿਆਂ ਦੇ ਜਮਘਟੇ ਵਿਚ ਧਿਆਨ ਕਰਨ ਵਾਸਤੇ ਏਕਾਂਤ ਲੱਭਣੀ ਬੜੀ ਔਖੀ ਗੱਲ ਸੀ।

ਧਿਆਨ ਵਿਚ ਇਹ ਦ੍ਰਿਸ਼ ਚਲਦਾ ਜਾ ਰਿਹਾ ਸੀ। ਇੱਕ ਵਿਸ਼ਾਲ ਜਨ ਸਮੂਹ ਮੇਰੇ ਵੱਲ ਬੜੀ ਆਤਰ ਨਜ਼ਰ ਨਾਲ ਦੇਖਦਿਪਆਂ ਹੋਇਆਂ, ਮੇਰੀ ਚੇਤਨਾ ਦੇ ਮੰਚ ਉੱਪਰ ਅਭਿਨੇਤਾਵਾਂ ਦੀ ਤਰ੍ਹਾਂ ਮੇਰੇ ਸਾਹਮਣੇ ਦੀ ਲੰਘ ਰਿਹਾ ਸੀ। ਇੰਨੇ ਨੂੰ ਭੰਡਾਰ ਘਰ ਦਾ ਦਰਵਾਜ਼ਾ ਖੁੱਲ੍ਹਿਆ। ਹਮੇਸ਼ਾਂ ਦੀ ਤਰ੍ਹਾਂ ਇੱਕ ਬੱਚੇ ਨੇ ਮੇਰੀ ਲੁਕਣਗਾਹ ਲੱਭ ਲਈ ਸੀ।

"ਬਿਮਲ, ਇੱਥੇ ਮੇਰੇ ਕੋਲ ਆ," ਮੈਂ ਖੁਸ਼ੀ ਨਾਲ ਕਿਹਾ। "ਤੇਰੇ ਵਾਸਤੇ ਇੱਕ ਖਬਰ ਹੈ, ਕਿ ਪ੍ਰਮਾਤਮਾ ਮੈਨੂੰ ਅਮਰੀਕਾ ਬੁਲਾ ਰਹੇ ਹਨ।"

"ਅਮਰੀਕਾ," ਉਸ ਨੇ ਮੇਰੇ ਸ਼ਬਦਾਂ ਨੂੰ ਮੁੜ ਦੁਹਰਾਇਆ, ਜਿਸ ਤਰ੍ਹਾਂ ਮੈਂ ਕਹਿ ਦਿੱਤਾ ਹੋਵੇ, ਕਿ ਮੈਂ ਚੰਦ ਉੱਪਰ ਜਾ ਰਿਹਾ ਹਾਂ।

"ਹਾਂ, ਕੋਲੰਬਸ ਦੀ ਤਰ੍ਹਾਂ, ਮੈਂ ਵੀ ਅਮਰੀਕਾ ਦੀ ਖੋਜ ਕਰਨ ਜਾ ਰਿਹਾ ਹਾਂ। ਕੋਲੰਬਸ ਨੇ ਸੋਚਿਆ ਸੀ, ਕਿ ਉਸ ਨੇ ਭਾਰਤ ਲੱਭ ਲਿਆ ਹੈ। ਪ੍ਰੰਤੂ ਉਹ ਅਮਰੀਕਾ ਪਹੁੰਚ ਗਿਆ। ਇਨ੍ਹਾਂ ਦੋਨਾਂ ਦੇਸ਼ਾਂ ਵਿਚ ਕੋਈ ਕਾਰਜ਼ਸ਼ੀਲ ਸਬੰਧ ਜਰੂਰ ਹੈ।"

ਬਿਮਲ ਉੱਥੋਂ ਭੱਜ ਗਿਆ। ਛੇਤੀ ਹੀ ਇਸ ਦੋ ਪੈਰ ਵਾਲੇ ਅਖਬਾਰ ਨੇ ਇਹ ਖਬਰ ਸਾਰੇ ਸਕੂਲ ਵਿਚ ਫੈਲਾ ਦਿੱਤੀ।

* ਬਾਅਦ ਵਿਚ ਜਦੋਂ ਮੈਂ ਅਮਰੀਕਾ ਗਿਆ, ਤਾਂ ਉਨ੍ਹਾਂ ਵਿਚੋਂ ਬਹੁਤ ਸਾਰੇ ਚਿਹਰਿਆਂ ਨੂੰ ਮੈਂ ਦੇਖਦਿਆਂ ਸਾਰ ਪਹਿਚਾਣ ਲਿਆ।

† ਰਾਂਚੀ ਵਿਚ ਭੰਡਾਰ ਘਰ ਦੀ ਜਿਸ ਥਾਂ ਉੱਪਰ ਧਿਆਨ ਕਰਦਿਆਂ, ਸ਼੍ਰੀ ਯੋਗਾਨੰਦ ਜੀ ਨੂੰ ਅੰਤਰ ਦਰਸ਼ਨ ਹੋਇਆ ਸੀ, ਉਸੇ ਥਾਂ ਉੱਪਰ ਇੱਕ ਬਹੁਤ ਸੁੰਦਰ ਯਾਦਗਾਰੀ ਸਿਮ੍ਰਿਤੀ ਮੰਦਰ ਬਣਾ ਕੇ, ਸ਼੍ਰੀ ਸ਼੍ਰੀ ਪਰਮਹੰਸ ਜੀ ਦੀ ਰਵਾਨਗੀ ਦੀ 75ਵੀਂ ਵਰ੍ਹੇ ਗੰਢ ਉੱਪਰ ਲੋਕ ਅਰਪਣ ਕੀਤਾ ਗਿਆ ਹੈ। (ਪ੍ਰਕਾਸ਼ਕ ਦੀ ਟਿਪਣੀ)

ਘਾਬਰੇ ਹੋਏ ਅਧਿਆਪਕਾਂ ਨੂੰ ਮੈਂ ਬੁਲਾਇਆ ਅਤੇ ਸਕੂਲ ਦਾ ਪ੍ਰਬੰਧ ਉਨ੍ਹਾਂ ਦੇ ਹੱਥਾਂ ਵਿਚ ਸੌਂਪ ਦਿੱਤਾ।

ਉਨ੍ਹਾਂ ਨੂੰ ਸੰਬੋਧਨ ਕਰਦਿਆਂ ਮੈਂ ਕਿਹਾ, "ਮੈਨੂੰ ਉਮੀਦ ਹੈ ਕਿ ਲਾਹਿੜੀ ਮਹਾਸ਼ਯ ਦੁਆਰਾ ਸੁਝਾਏ ਗਏ ਸਿੱਖਿਆ ਆਦਰਸ਼ਾਂ ਤੋਂ ਆਪ ਸੇਧ ਲੈਂਦੇ ਰਹੋਗੇ। ਮੈਂ ਹਮੇਸ਼ਾਂ ਆਪ ਨਾਲ ਖਤੋ ਖਿਤਾਬਤ ਕਰਦਾ ਰਹਾਂਗਾ। ਪ੍ਰਮਾਤਮਾ ਨੇ ਚਾਹਿਆ ਤਾਂ ਇੱਕ ਦਿਨ ਵਾਪਸ ਆ ਕੇ ਆਪ ਨੂੰ ਫਿਰ ਮਿਲਾਂਗਾ।"

ਛੋਟੇ ਛੋਟੇ ਬੱਚਿਆਂ ਅਤੇ ਰਾਂਚੀ ਸਕੂਲ ਦੇ ਖੁੱਲ੍ਹੇ ਮੈਦਾਨਾਂ ਉੱਪਰ ਆਖਰੀ ਨਜ਼ਰ ਮਾਰਦਿਆਂ, ਮੇਰੀਆਂ ਅੱਖਾਂ ਛਲ-ਛਲਾ ਆਈਆਂ। ਮੈਂ ਜਾਣਦਾ ਸੀ ਕਿ ਮੇਰੀ ਜ਼ਿੰਦਗੀ ਦਾ ਇੱਕ ਖਾਸ ਅਧਿਆਏ ਪੂਰਾ ਹੋ ਚੁੱਕਿਆ ਸੀ। ਹੁਣ ਤੋਂ ਬਾਅਦ, ਮੈਨੂੰ ਦੂਰ ਦੁਰੇਡੇ ਦੇਸ਼ਾਂ ਵਿਚ ਰਹਿਣਾ ਪਵੇਗਾ। ਧਿਆਨ ਵਿਚ ਉਸ ਦ੍ਰਿਸ਼ ਦਰਸ਼ਨ ਤੋਂ ਕੁਝ ਹੀ ਘੰਟਿਆਂ ਬਾਅਦ, ਮੈਂ ਰੇਲ ਗੱਡੀ ਫੜ ਕੇ ਕੋਲਕਾਤਾ ਪਹੁੰਚ ਗਿਆ। ਅਗਲੇ ਹੀ ਦਿਨ ਮੈਨੂੰ, ਅਮਰੀਕਾ ਵਿਚ ਆਯੋਜਿਤ ਧਾਰਮਿਕ ਉਦਾਰਵਾਦੀਆਂ ਦੇ ਅੰਤਰ ਰਾਸ਼ਟਰੀ ਸੰਮੇਲਨ ਵਿਚ ਭਾਰਤ ਦੀ ਪ੍ਰਤਿਨਿਧਤਾ ਕਰਨ ਲਈ ਸ਼ਾਮਲ ਹੋਣ ਦਾ ਸੱਦਾ ਪੱਤਰ ਮਿਲ ਗਿਆ। ਉਸ ਸਾਲ ਇਹ ਸੰਮੇਲਨ ਅਮੇਰਿਕਨ ਯੂਨੀਟੇਰੀਅਨ ਐਸੋਸ਼ੀਏਸ਼ਨ ਦੀ ਰਹਿਨੁਮਾਈ ਵਿਚ ਬੋਸਟਨ ਵਿਖੇ ਹੋਣ ਵਾਲਾ ਸੀ।

ਮੇਰਾ ਸਿਰ ਚਕਰਾ ਗਿਆ ਅਤੇ ਮੈਂ ਛੇਤੀ ਹੀ ਸ਼੍ਰੀਰਾਮਪੁਰ ਵਿਚ ਸ਼੍ਰੀ ਯੁਕਤੇਸ਼ਵਰ ਜੀ ਕੋਲ ਪਹੁੰਚ ਗਿਆ।

"ਗੁਰੂਦੇਵ, ਮੈਨੂੰ ਹੁਣੇ ਹੁਣੇ, ਅਮਰੀਕਾ ਤੋਂ ਇੱਕ ਧਾਰਮਿਕ ਸੰਮੇਲਨ ਵਿਚ ਭਾਸ਼ਣ ਦੇਣ ਲਈ ਸੱਦਾ ਪੱਤਰ ਮਿਲਿਆ ਹੈ। ਮੈਨੂੰ ਜਾਣਾ ਚਾਹੀਦਾ ਹੈ ਜਾਂ ਨਹੀਂ?"

ਗੁਰੂਦੇਵ ਨੇ ਸਹਿਜ ਭਾਵ ਵਿਚ ਉੱਤਰ ਦਿੱਤਾ, "ਤੇਰੇ ਵਾਸਤੇ ਸਭ ਦਰਵਾਜ਼ੇ ਖੁੱਲ੍ਹੇ ਹਨ। ਜੇ ਤੂੰ ਹੁਣ ਨਾ ਜਾ ਸਕਿਆ ਤਾਂ ਕਦੇ ਨਹੀਂ ਜਾ ਸਕੇਂਗਾ।"

ਮੈਂ ਬੜੀ ਵਿਆਕੁਲਤਾ ਨਾਲ ਕਿਹਾ, "ਗੁਰੂਦੇਵ, ਪ੍ਰੰਤੂ ਮੈਨੂੰ ਸਰਬਜਨਿਕ ਭਾਸ਼ਣ ਦੇਣ ਦਾ ਤਾਂ ਤਜਰਬਾ ਹੀ ਨਹੀਂ। ਮੈਂ ਸ਼ਾਇਦ ਹੀ ਕਦੇ ਸਰਬਜਨਿਕ ਭਾਸ਼ਣ ਦਿੱਤਾ ਹੋਵੇ ਅਤੇ ਅੰਗਰੇਜ਼ੀ ਵਿਚ ਤਾਂ ਕਦੇ ਵੀ ਨਹੀਂ।"

"ਤੂੰ ਅੰਗਰੇਜ਼ੀ ਵਿਚ ਬੋਲੇਂ ਜਾਂ ਕਿਸੇ ਹੋਰ ਭਾਸ਼ਾ ਵਿਚ, ਪੱਛਮ ਵਿਚ ਯੋਗ ਉੱਪਰ ਤੇਰਾ ਭਾਸ਼ਣ, ਹਰ ਕੋਈ ਮਨ ਲਾ ਕੇ ਸੁਣੇਗਾ।"

ਮੈਂ ਹੱਸਦਿਆਂ ਕਿਹਾ, "ਠੀਕ ਹੈ, ਪਿਆਰੇ ਗੁਰੂਦੇਵ, ਅਮਰੀਕੀ ਲੋਕ ਤਾਂ ਬੰਗਲਾ ਭਾਸ਼ਾ ਸਿਖਣੋ ਰਹੇ, ਆਪ ਮੈਨੂੰ ਅੰਗਰੇਜ਼ੀ ਵਿਚ ਭਾਸ਼ਣ ਦੇਣ ਲਈ ਆ ਰਹੀਆਂ ਔਕੜਾਂ ਨੂੰ ਦੂਰ ਕਰਨ ਦਾ ਅਸ਼ੀਰਵਾਦ ਦਿਓ।"*

* ਜਦੋਂ ਮੈਂ ਅਤੇ ਗੁਰੂਦੇਵ ਆਪਸ ਵਿਚ ਗੱਲ ਬਾਤ ਕਰਦੇ ਸੀ ਤਾਂ ਅਸੀਂ ਆਮ ਤੌਰ ਤੇ ਬੰਗਲਾ ਭਾਸ਼ਾ ਵਿਚ ਹੀ ਗੱਲ ਕਰਦੇ ਸੀ।

ਜਦੋਂ ਮੈਂ ਪਿਤਾ ਜੀ ਨੂੰ ਆਪਣੇ ਅਮਰੀਕਾ ਜਾਣ ਦੀ ਖਬਰ ਸੁਣਾਈ, ਤਾਂ ਉਹ ਭੌਚਕੇ ਰਹਿ ਗਏ। ਉਨ੍ਹਾਂ ਦੇ ਖਿਆਲ ਦੇ ਮੁਤਾਬਿਕ ਅਮਰੀਕਾ ਇੱਕ ਬਹੁਤ ਦੂਰ ਦਾ ਦੇਸ਼ ਸੀ। ਉਨ੍ਹਾਂ ਨੂੰ ਡਰ ਸੀ, ਕਿ ਜੇ ਮੈਂ ਉੱਥੇ ਇੱਕ ਵਾਰ ਚਲਿਆ ਗਿਆ, ਤਾਂ ਉਹ ਮੈਨੂੰ ਆਪਣੀ ਜ਼ਿੰਦਗੀ ਵਿਚ ਫਿਰ ਦੂਜੀ ਵਾਰ ਨਹੀਂ ਦੇਖ ਸਕਣਗੇ।

"ਪਰ ਤੂੰ ਜਾਵੇਂਗਾ ਕਿਸ ਤਰ੍ਹਾਂ? ਤੈਨੂੰ ਜਾਣ ਲਈ ਪੈਸੇ ਕੌਣ ਦੇਵੇਗਾ?" ਉਨ੍ਹਾਂ ਨੇ ਬੜੀ ਬੇਰੁਖੀ ਨਾਲ ਕਿਹਾ, ਕਿਉਂਕਿ ਉਹ ਹੀ ਅੱਜ ਤਕ ਪਿਆਰ ਨਾਲ ਮੇਰੀ ਪੜ੍ਹਾਈ ਲਿਖਾਈ ਅਤੇ ਜ਼ਿੰਦਗੀ ਦੇ ਰਹਿਣ ਸਹਿਣ ਦਾ ਖਰਚਾ ਬਰਦਾਸ਼ਤ ਕਰਦੇ ਆ ਰਹੇ ਸਨ। ਉਨ੍ਹਾਂ ਨੂੰ ਯਕੀਨ ਸੀ ਕਿ ਪੈਸਿਆਂ ਦਾ ਸਵਾਲ ਉੱਠਦਿਆਂ ਹੀ ਮੇਰੀ ਸਾਰੀ ਯੋਜਨਾ ਧਰੀ ਧਰਾਈ ਰਹਿ ਜਾਵੇਗੀ।

"ਯਕੀਨਨ ਪ੍ਰਮਾਤਮਾ ਪੈਸਿਆਂ ਦਾ ਵੀ ਪ੍ਰਬੰਧ ਕਰੇਗਾ।" ਜਿਉਂ ਹੀ ਮੇਰੇ ਮੂਹੋਂ ਇਹ ਸ਼ਬਦ ਨਿਕਲੇ, ਤਾਂ ਮੇਰੇ ਮਨ ਵਿਚ ਅਨੇਕ ਵਰ੍ਹੇ ਪਹਿਲਾਂ, ਆਗਰੇ ਵਿਚ ਆਪਣੇ ਵੱਡੇ ਭਰਾ ਨੂੰ ਦਿੱਤੇ ਗਏ ਇਹੋ ਜਿਹੇ ਉੱਤਰ ਦੀ ਯਾਦ ਆ ਗਈ। ਪਰ ਫਿਰ ਜਿਆਦਾ ਚਲਾਕੀ ਨਾ ਦਿਖਾਉਂਦਿਆਂ, ਮੈਂ ਨਾਲ ਇਹ ਵੀ ਕਹਿ ਦਿੱਤਾ, "ਪਿਤਾ ਜੀ, ਕੀ ਪਤਾ ਪ੍ਰਮਾਤਮਾ ਆਪ ਦੇ ਦਿਲ ਵਿਚ ਹੀ ਮੇਰੀ ਸਹਾਇਤਾ ਕਰਨ ਦੀ ਪ੍ਰੇਰਨਾ ਉਤਪੰਨ ਕਰ ਦੇਣ।"

"ਨਹੀਂ, ਕਦੇ ਵੀ ਨਹੀਂ," ਉਨ੍ਹਾਂ ਨੇ ਮੇਰੇ ਵੱਲ ਬੜੇ ਤਰਸ ਭਰੀ ਨਜ਼ਰ ਨਾਲ ਦੇਖਦਿਆਂ ਕਿਹਾ।

ਮੇਰੀ ਹੈਰਾਨੀ ਦੀ ਕੋਈ ਹੱਦ ਨਾ ਰਹੀ, ਜਦੋਂ ਇਸ ਤੋਂ ਅਗਲੇ ਹੀ ਦਿਨ, ਪਿਤਾ ਜੀ ਨੇ ਇੱਕ ਮੋਟੀ ਰਕਮ ਦਾ ਚੈਕ ਮੇਰੇ ਹੱਥ ਵਿਚ ਫੜਾ ਦਿੱਤਾ।

"ਮੈਂ ਤੈਨੂੰ ਇਹ ਪੈਸੇ ਦੇ ਰਿਹਾ ਹਾਂ," ਉਨ੍ਹਾਂ ਨੇ ਕਿਹਾ, "ਇੱਕ ਪਿਤਾ ਹੋਣ ਦੇ ਨਾਤੇ ਨਹੀਂ, ਬਲਕਿ ਲਾਹਿੜੀ ਮਹਾਸ਼ਯ ਦੇ ਇੱਕ ਨਿਸ਼ਠਾਵਾਨ ਸ਼ਗਿਰਦ ਹੋਣ ਦੇ ਨਾਤੇ, ਤਾਂ ਕਿ ਤੂੰ ਦੂਰ ਪੱਛਮ ਵਿਚ ਜਾ ਕੇ ਧਾਰਮਿਕ ਮਤ ਭੇਦਾਂ ਤੋਂ ਉੱਪਰ ਉੱਠ ਕੇ *ਕਿਰਿਆ ਯੋਗ* ਦਾ ਪ੍ਰਚਾਰ ਕਰ ਸਕੇਂ।"

ਇਹ ਦੇਖਦਿਆਂ ਮੇਰਾ ਮਨ ਭਰ ਆਇਆ ਕਿ ਉਨ੍ਹਾਂ ਨੇ ਕਿਸ ਤਰ੍ਹਾਂ ਆਪਣੀਆਂ ਨਿੱਜੀ ਖਾਹਸ਼ਾਂ ਨੂੰ ਕੁਰਬਾਨ ਕਰਕੇ ਨਿਰਸੁਆਰਥ ਭਾਵ ਨਾਲ ਮੇਰੀ ਸਹਾਇਤਾ ਕਰਨ ਦਾ ਮਨ ਬਣਾਇਆ ਸੀ। ਉਸ ਦਿਨ ਰਾਤ ਨੂੰ ਉਨ੍ਹਾਂ ਨੂੰ ਇਹ ਅਹਿਸਾਸ ਹੋ ਗਿਆ ਸੀ, ਕਿ ਵਿਦੇਸ਼ ਜਾਣ ਦੀ ਯੋਜਨਾ ਦੇ ਪਿੱਛੇ ਮੇਰੀ ਆਪਣੀ ਕੋਈ ਨਿੱਜੀ ਦਿਲਚਸਪੀ ਨਹੀਂ ਸੀ।

ਪਿਤਾ ਜੀ, ਜੋ ਉਸ ਵਕਤ 67 ਵਰ੍ਹਿਆਂ ਦੇ ਸਨ, ਨੇ ਬੜੇ ਉਦਾਸ ਮਨ ਨਾਲ ਕਿਹਾ, "ਇਸ ਜਨਮ ਵਿਚ ਸ਼ਾਇਦ ਆਪਾਂ ਫਿਰ ਕਦੇ ਨਹੀਂ ਮਿਲ ਸਕਾਂਗੇ।"

"ਨਹੀਂ, ਪ੍ਰਮਾਤਮਾ ਸਾਨੂੰ ਇੱਕ ਵਾਰ ਫਿਰ ਜਰੂਰ ਮਿਲਾਉਣਗੇ," ਇੱਕ ਅੰਤਰ ਪ੍ਰੇਰਣਾ ਨੇ ਮੇਰੇ ਮੂਹੋਂ ਕਹਿਲਵਾ ਦਿੱਤਾ।

ਜਦੋਂ ਮੈਂ ਆਪਣੇ ਗੁਰੂਦੇਵ ਅਤੇ ਆਪਣੀ ਮਾਤ-ਭੂਮੀ ਨੂੰ ਛੱਡ ਕੇ ਅਮਰੀਕਾ ਦੀ ਧਰਤੀ ਤੇ ਜਾਣ ਦੀਆਂ ਤਿਆਰੀਆਂ ਕਰ ਰਿਹਾ ਸੀ, ਤਾਂ ਮੇਰੇ ਮਨ ਵਿਚ ਭੋਰਾ ਭਰ ਘਬਰਾਹਟ ਨਹੀਂ ਸੀ ਹੋ ਰਹੀ। ਮੈਂ ਪੱਛਮ ਦੀ ਭੌਤਿਕਵਾਦੀ ਪ੍ਰਵਿਰਤੀ ਦੀਆਂ ਅਨੇਕ ਕਹਾਣੀਆਂ ਸੁਣ ਰੱਖੀਆਂ ਸਨ। ਇਸ ਕਰਕੇ ਯੁਗ ਯੁਗਾਂਤਰ ਤੋਂ ਪਵਿੱਤਰ ਹੁੰਦੀ ਆ ਰਹੀ, ਸੰਤਾਂ, ਮਹਾ ਪੁਰਸ਼ਾਂ ਦੀ ਚਰਨ ਛੋਹ ਨਾਲ ਪਵਿੱਤਰ ਹੋਈ ਭਾਰਤ ਭੂਮੀ ਤੋਂ ਉਹ ਬਿਲਕੁਲ ਵੱਖਰੀ ਸੀ।

"ਪੱਛਮੀ ਸਭਿਅਤਾ ਦੇ ਇਸ ਮਹੌਲ ਦਾ ਮੁਕਾਬਲਾ ਕਰਨ ਦਾ, ਮੈਂ ਆਪਣਾ ਮਨ ਬਣਾ ਕੇ, ਇਹ ਤਾਂ ਸੋਚ ਲਿਆ ਸੀ ਕਿ ਪੂਰਬ ਦੇ ਗੁਰੂ ਨੂੰ ਹਿਮਾਲਿਆ ਦੀ ਠੰਢ ਬਰਦਾਸ਼ਤ ਕਰਨ ਨਾਲੋਂ ਜਿਆਦਾ ਕਰੜੇ ਸੰਘਰਸ਼ਾਂ ਦਾ ਸਾਹਮਣਾ ਕਰਨ ਲਈ ਤਿਆਰ ਰਹਿਣਾ ਪਵੇਗਾ।"

ਇੱਕ ਦਿਨ ਸਵੇਰੇ ਸਵੇਰੇ, ਇੱਕ ਪੱਕੇ ਇਰਾਦੇ ਦੇ ਨਾਲ ਮੈਂ ਪ੍ਰਾਰਥਨਾ ਕਰਨੀ ਸ਼ੁਰੂ ਕੀਤੀ, ਭਾਵੇਂ ਮੇਰੇ ਪ੍ਰਾਣ ਪੰਖੇਰੂ ਉੱਡ ਜਾਣ, ਜਿੰਨਾ ਚਿਰ ਤਕ ਪ੍ਰਮਾਤਮਾ ਕੋਈ ਉੱਤਰ ਨਹੀਂ ਦਿੰਦੇ, ਉਦੋਂ ਤਕ ਮੈਂ ਪ੍ਰਾਰਥਨਾ ਕਰਦਾ ਰਹਾਂਗਾ। ਮੈਂ ਚਾਹੁੰਦਾ ਸੀ, ਕਿ ਪ੍ਰਮਾਤਮਾ ਮੈਨੂੰ ਖੁਦ ਅਸ਼ੀਰਵਾਦ ਦੇਣ ਅਤੇ ਯਕੀਨ ਦੁਆਉਣ, ਕਿ ਮੈਂ ਪੱਛਮ ਦੀ ਭੌਤਿਕਤਾ ਅਤੇ ਵਿਵਹਾਰਿਕ ਉਪਯੋਗਤਾ ਦੀ ਧੁੰਦ ਵਿਚ ਗੁਆਚ ਨਹੀਂ ਜਾਵਾਂਗਾ।ਮੇਰਾ ਮਨ ਅਮਰੀਕਾ ਜਾਣ ਵਾਸਤੇ ਪੂਰੀ ਤਰ੍ਹਾਂ ਤਿਆਰ ਸੀ, ਪਰ ਫਿਰ ਵੀ ਇਸ ਨੂੰ ਹੋਰ ਜਿਆਦਾ ਪੱਕਾ ਕਰਨ ਵਾਸਤੇ, ਮੈਂ ਪ੍ਰਮਾਤਮਾ ਤੋਂ ਭਰੋਸਾ ਪ੍ਰਾਪਤ ਕਰਨ ਦਾ ਸੰਕਲਪ ਲਿਆ।

ਮੈਂ ਆਪਣੀਆਂ ਸਿਸਕੀਆਂ ਨੂੰ ਦਬਾਉਂਦਿਆਂ ਪ੍ਰਾਰਥਨਾ ਕਰਦਾ ਜਾ ਰਿਹਾ ਸੀ। ਕੋਈ ਉੱਤਰ ਨਹੀਂ ਸੀ ਆ ਰਿਹਾ। ਦੁਪਹਿਰ ਤਕ ਮੇਰੀ ਪ੍ਰਾਰਥਨਾ ਦੀ ਟੀਸ ਸਿਖਰ ਬਿੰਦੂ ਤੇ ਪਹੁੰਚ ਗਈ ਅਤੇ ਸੰਤਾਪ ਨਾਲ ਮੇਰਾ ਸਿਰ ਚਕਰਾਉਣ ਲੱਗ ਪਿਆ। ਮੈਨੂੰ ਇਸ ਤਰ੍ਹਾਂ ਮਹਿਸੂਸ ਹੋ ਰਿਹਾ ਸੀ, ਜੇ ਮੈਂ ਇੱਕ ਵਾਰ ਹੋਰ ਇਸੇ ਤਰ੍ਹਾਂ ਸੰਤਾਪ ਭਰੀ ਪ੍ਰਾਰਥਨਾ ਨਾਲ ਚਿੱਲਾਇਆ ਤਾਂ ਮੇਰਾ ਸਿਰ ਫਟ ਜਾਵੇਗਾ।

ਉਸੇ ਵਕਤ ਮੇਰੇ ਗੜ੍ਹ ਪਾਰ ਰੋਡ ਵਾਲੇ ਘਰ ਦੇ ਦਰਵਾਜ਼ੇ ਉੱਪਰ ਦਸਤਕ ਹੋਈ। ਉੱਤਰ ਵਿਚ, ਜਦੋਂ ਮੈਂ ਦਰਵਾਜ਼ਾ ਖੋਲ੍ਹਿਆ, ਤਾਂ ਦੇਖਿਆ ਕਿ ਦਰਵਾਜ਼ੇ ਉੱਪਰ ਸੰਨਿਆਸੀਆਂ ਵਾਲੀ ਇੱਕੋ ਇੱਕ ਧੋਤੀ ਪਹਿਨੀ ਇੱਕ ਨੌਜੁਆਨ ਖੜ੍ਹੇ ਸਨ। ਉਹ ਘਰ ਦੇ ਅੰਦਰ ਦਾਖਲ ਹੋਏ।

"ਆਪ ਬਾਬਾ ਜੀ ਹੋ," ਮੈਂ ਹੈਰਾਨੀ ਨਾਲ ਸੋਚਣ ਲੱਗਿਆ। ਕਿਉਂਕਿ ਮੇਰੇ ਸਾਹਮਣੇ ਖੜ੍ਹੇ ਨੌਜੁਆਨ ਦਾ ਮੁੜੰਗਾ ਨੌਜੁਆਨ ਲਾਹਿੜੀ ਮਹਾਸ਼ਯ ਨਾਲ ਮੇਲ ਖਾਂਦਾ ਸੀ। "ਹਾਂ, ਮੈਂ ਬਾਬਾ ਜੀ ਹਾਂ," ਉਨ੍ਹਾਂ ਮਧੁੱਰ ਹਿੰਦੀ ਵਿਚ ਮੇਰੇ ਵਿਚਾਰਾਂ ਦਾ ਉੱਤਰ ਦਿੰਦਿਆਂ ਕਿਹਾ। "ਸਾਡੇ ਸਾਰਿਆਂ ਦੇ ਪਰਮ ਪਿਤਾ ਪ੍ਰਮੇਸ਼ਰ ਨੇ ਤੇਰੀ ਪ੍ਰਾਰਥਨਾ ਸੁਣ ਲਈ ਹੈ ਅਤੇ ਉਸ

ਦੇ ਉੱਤਰ ਵਿਚ, ਮੈਨੂੰ ਤੈਨੂੰ ਇਹ ਵਿਸ਼ਵਾਸ ਦੁਆਉਣ ਵਾਸਤੇ ਭੇਜਿਆ ਹੈ, ਕਿ ਤੂੰ ਆਪਣੇ ਗੁਰੂ ਦਾ ਹੁਕਮ ਮੰਨ ਕੇ, ਅਮਰੀਕਾ ਵਿਚ ਜਾਹ, ਡਰਨ ਦੀ ਕੋਈ ਜ਼ਰੂਰਤ ਨਹੀਂ, ਪ੍ਰਮਾਤਮਾ ਹਮੇਸ਼ਾਂ ਤੇਰੇ ਅੰਗ ਸੰਗ ਰਹਿਣਗੇ।"

ਥੋੜੀ ਦੇਰ ਰੁਕ ਕੇ, ਬਾਬਾ ਜੀ ਨੇ ਫਿਰ ਕਿਹਾ, "ਉਹ, ਤੂੰ ਹੀ ਹੈਂ, ਜਿਸ ਨੂੰ ਮੈਂ ਪੱਛਮ ਵਿਚ *ਕਿਰਿਆ ਯੋਗ* ਦੇ ਪ੍ਰਚਾਰ ਵਾਸਤੇ ਚੁਣਿਆ ਹੈ। ਬਹੁਤ ਪਹਿਲਾਂ, ਮੈਂ ਤੇਰੇ ਗੁਰੂ ਨੂੰ ਕੁੰਭ ਮੇਲੇ ਵਿਚ ਮਿਲਿਆ ਸੀ ਅਤੇ ਉਸ ਨੂੰ ਦੱਸਿਆ ਸੀ ਕਿ ਮੈਂ ਤੈਨੂੰ ਉਸ ਕੋਲ ਸਿੱਖਿਆ ਵਾਸਤੇ ਭੇਜਾਂਗਾ।"

ਉਨ੍ਹਾਂ ਦੀ ਇਸ ਤਰ੍ਹਾਂ ਆਮਦ ਉੱਪਰ, ਮੈਂ ਭੈਅ-ਮਿਸ਼੍ਰਿਤ ਆਦਰ ਨਾਲ ਸੁੰਨ ਹੋ ਗਿਆ। ਉਨ੍ਹਾਂ ਦੇ ਮੁਖਾਰ ਬਿੰਦ ਤੋਂ ਇਹ ਸੁਣ ਕੇ ਮੈਂ ਭਾਵ ਵਿਭੋਰ ਹੋ ਗਿਆ, ਕਿ ਉਨ੍ਹਾਂ ਨੇ ਹੀ ਮੇਰੇ ਕਦਮਾਂ ਦੀ ਅਗਵਾਈ ਕਰਕੇ, ਮੈਨੂੰ ਸ਼੍ਰੀ ਯੁਕਤੇਸ਼ਵਰ ਜੀ ਦੇ ਚਰਨਾਂ ਵਿਚ ਪਹੁੰਚਾਇਆ ਸੀ। ਮੈਂ ਅਮਰ ਗੁਰੂ ਦੇ ਚਰਨਾਂ ਵਿਚ ਦੰਡਵਤ ਲੇਟ ਗਿਆ। ਉਨ੍ਹਾਂ ਨੇ ਬੜੇ ਪਿਆਰ ਨਾਲ ਮੈਨੂੰ ਉਠਾਇਆ। ਮੇਰੀ ਜ਼ਿੰਦਗੀ ਦੇ ਬਾਰੇ ਬਹੁਤ ਸਾਰੀਆਂ ਗੱਲਾਂ ਦੱਸੀਆਂ। ਕੁਝ ਨਿੱਜੀ ਹਦਾਇਤਾਂ ਦਿੱਤੀਆਂ ਅਤੇ ਕੁਝ ਗੁਪਤ ਭਵਿਖਬਾਣੀਆਂ ਵੀ ਕੀਤੀਆਂ।

ਫਿਰ ਉਨ੍ਹਾਂ ਨੇ ਬੜੀ ਸੰਜੀਦਗੀ ਨਾਲ ਕਿਹਾ, "ਪ੍ਰਮਾਤਮਾ ਦੇ ਨਾਲ ਮਿਲਾਪ ਕਰਵਾਉਣ ਵਾਲੀ ਇਸ ਵਿਗਿਆਨਿਕ ਤਕਨੀਕ, *ਕਿਰਿਆ ਯੋਗ* ਦਾ ਆਖਰ ਵਿਚ ਸਾਰੇ ਸੰਸਾਰ ਵਿਚ ਪਸਾਰ ਹੋ ਜਾਵੇਗਾ। ਮਨੁੱਖ ਨੂੰ ਪਰਮ ਪਿਤਾ ਦਾ ਵਿਅਕਤੀਗਤ ਅਨੁਭਵ ਕਰਵਾਉਣ ਦੇ ਨਾਲ ਨਾਲ ਇਹ ਸਾਰੀਆਂ ਕੌਮਾਂ ਵਿਚ ਮਿੱਤਰਤਾ ਪੂਰਵਕ ਸਬੰਧ ਸਥਾਪਿਤ ਕਰਨ ਵਿਚ ਸਹਾਈ ਹੋਵੇਗੀ।"

ਫਿਰ ਅਨੰਤ ਸ਼ਕਤੀ ਨਾਲ ਭਰਪੂਰ ਨਜ਼ਰ ਮੇਰੇ ਉੱਪਰ ਘੁਮਾ ਕੇ ਮੈਨੂੰ ਬ੍ਰਹਮ ਚੇਤਨਯ ਦੀ ਝਾਂਕੀ ਦੇ ਦਰਸ਼ਨ ਕਰਵਾਉਂਦਿਆਂ, ਮੇਰੇ ਅੰਦਰ ਇੱਕ ਨਵੀਂ ਸ਼ਕਤੀ ਦਾ ਸੰਚਾਰ ਕੀਤਾ।

"दिवि सूर्यसहस्रस्य भवेद्युगपदुत्थिता।
यदि भाः सदृशी सा स्याद् भासस्तस्य महात्मनः।।

"ਜੇ ਕਦੇ ਅਕਾਸ਼ ਵਿਚ ਇੱਕੋ ਸਮੇਂ ਹਜ਼ਾਰਾਂ ਸੂਰਜ ਚੜ੍ਹ ਜਾਣ, ਉਨ੍ਹਾਂ ਤੋਂ ਉਤਪੰਨ ਹੋਈ ਰੌਸ਼ਨੀ ਵੀ, ਇਸ ਮਹਾਨ ਵਿਸ਼ਵ ਦੀ ਰੌਸ਼ਨੀ ਦੇ ਬਰਾਬਰ ਕਦੇ ਹੀ ਹੋਵੇ।"*

ਥੋੜੀ ਦੇਰ ਬਾਅਦ ਬਾਬਾ ਜੀ ਨੇ ਦਰਵਾਜ਼ੇ ਵੱਲ ਜਾਂਦਿਆਂ ਕਿਹਾ, "ਮੇਰਾ ਪਿੱਛਾ ਕਰਨ ਦੀ ਕੋਸ਼ਿਸ਼ ਨਾ ਕਰਨਾ। ਇਹ ਤੇਰੇ ਵਾਸਤੇ ਸੰਭਵ ਨਹੀਂ ਹੋਵੇਗਾ।"

* ਸ਼੍ਰੀ ਮਦ ਭਗਵਤ ਗੀਤਾ, XI:12 (ਅਰਨਾਲਡ ਟਰਾਂਸਲੇਸ਼ਨ)

"ਬਾਬਾ ਜੀ, ਕ੍ਰਿਪਾ ਕਰਕੇ, ਮੇਰੇ ਤੋਂ ਦੂਰ ਨਾ ਜਾਉ", ਮੈਂ ਵਾਰ ਵਾਰ ਚਿੱਲਾਇਆ। "ਮੈਨੂੰ ਵੀ ਆਪਣੇ ਨਾਲ ਹੀ ਲੈ ਚੱਲੋ।" ਉਨ੍ਹਾਂ ਨੇ ਉੱਤਰ ਦਿੱਤਾ, "ਫਿਰ ਕਦੇ ਸਹੀ, ਹੁਣ ਨਹੀਂ।"

ਜਜ਼ਬਾਤੀ ਹੁੰਦਿਆਂ, ਮੈਂ ਉਨ੍ਹਾਂ ਦੀ ਚਿਤਾਵਨੀ ਦੀ ਪ੍ਰਵਾਹ ਨਾ ਕਰਦਿਆਂ, ਜਿਉਂ ਹੀ ਉਨ੍ਹਾਂ ਦਾ ਪਿੱਛਾ ਕਰਨ ਦੀ ਕੋਸ਼ਿਸ਼ ਕੀਤੀ, ਤਾਂ ਮੈਂ ਦੇਖਿਆ ਕਿ ਮੇਰੇ ਪੈਰ ਜਮੀਨ ਦੇ ਨਾਲ ਪੱਕੀ ਤਰ੍ਹਾਂ ਚਿਪਕ ਗਏ ਸਨ। ਦਰਵਾਜ਼ੇ ਤੇ ਜਾ ਕੇ ਬਾਬਾ ਜੀ ਨੇ ਮੇਰੇ ਉੱਪਰ ਆਖਰੀ ਪਿਆਰ ਭਰੀ ਨਜ਼ਰ ਮਾਰੀ। ਮੇਰੀਆਂ ਅੱਖਾਂ ਬੜੀ ਉਤਸੁਕਤਾ ਨਾਲ, ਉਨ੍ਹਾਂ ਤੇ ਜੰਮੀਆਂ ਹੋਈਆਂ ਸਨ। ਉਨ੍ਹਾਂ ਨੇ ਦੋਨੋਂ ਹੱਥ ਉੱਪਰ ਚੁੱਕ ਕੇ ਮੈਨੂੰ ਅਸ਼ੀਰਵਾਦ ਦਿੱਤਾ ਅਤੇ ਚਲੇ ਗਏ।

ਕੁਝ ਮਿੰਟਾਂ ਬਾਅਦ, ਮੇਰੇ ਜਮੀਨ ਨਾਲ ਚਿਪਕੇ ਹੋਏ ਪੈਰ ਅਜ਼ਾਦ ਹੋ ਗਏ। ਮੈਂ ਉੱਥੇ ਹੀ ਬੈਠ ਕੇ ਡੂੰਘੇ ਧਿਆਨ ਵਿਚ ਚਲਿਆ ਗਿਆ। ਮੈਂ ਪਰਮ ਪਿਤਾ ਪ੍ਰਮੇਸ਼ਰ ਦਾ ਨਾ ਕੇਵਲ ਮੇਰੀ ਪ੍ਰਾਰਥਨਾ ਦਾ ਉੱਤਰ ਦੇਣ ਲਈ, ਬਲਕਿ ਬਾਬਾ ਜੀ ਦੇ ਦਰਸ਼ਨ ਕਰਵਾਉਣ ਵਾਸਤੇ ਵਾਰ ਵਾਰ ਧੰਨਵਾਦ ਕਰਨ ਲੱਗਿਆ। ਮੈਨੂੰ ਇਸ ਤਰ੍ਹਾਂ ਮਹਿਸੂਸ ਹੋ ਰਿਹਾ ਸੀ, ਕਿ ਜਿਵੇਂ ਉਸ ਸਦੀਵੀ ਨੌਜੁਆਨ ਅਤੇ ਅਤਿ ਪ੍ਰਾਚੀਨ ਪਰਮਗੁਰੂ ਦੇ ਸਪਰਸ਼ ਨਾਲ ਮੇਰਾ ਸਰੀਰ ਵੀ ਪਵਿੱਤਰ ਹੋ ਗਿਆ ਸੀ। ਮੈਨੂੰ ਉਨ੍ਹਾਂ ਦੇ ਦਰਸ਼ਨ ਕਰਨ ਦੀ ਬੜੀ ਦੇਰ ਤੋਂ ਲਾਲਸਾ ਸੀ।

ਅੱਜ ਤਕ ਬਾਬਾ ਜੀ ਨਾਲ ਆਪਣੀ ਮਿਲਣੀ ਬਾਰੇ ਮੈਂ ਕਿਸੇ ਨੂੰ ਨਹੀਂ ਸੀ ਦੱਸਿਆ। ਮਨੁੱਖੀ ਜ਼ਿੰਦਗੀ ਦੀ ਇੱਕ ਪਵਿੱਤਰ ਧਰੋਹਰ ਸਮਝ ਕੇ, ਇਸ ਘਟਨਾ ਨੂੰ ਆਪਣੇ ਦਿਲ ਦੀਆਂ ਡੂੰਘਾਈਆਂ ਹੇਠ ਛੁਪਾਈ ਰੱਖਿਆ। ਪ੍ਰੰਤੂ ਹੁਣ ਮੈਨੂੰ ਇਹ ਵਿਚਾਰ ਆਇਆ ਕਿ ਇਸ ਆਤਮਕਥਾ ਦੇ ਪਾਠਕਾਂ ਨੂੰ, ਉਸ ਵਿਸ਼ਵ ਵਿਚ ਦਿਲਚਸਪੀ ਰੱਖਣ ਵਾਲੇ ਏਕਾਂਤਵਾਸੀ ਬਾਬਾ ਜੀ ਦੀ ਅਸਲੀਅਤ ਵਿਚ ਹੋਰ ਵਿਸ਼ਵਾਸ ਹੋ ਜਾਵੇਗਾ, ਜੇ ਮੈਂ ਇਸ ਘਟਨਾ ਦਾ ਵਰਣਨ ਕਰ ਦੇਵਾਂ, ਕਿ ਬਾਬਾ ਜੀ ਨੂੰ ਮੈਂ ਖੁਦ ਵੀ ਆਪਣੀਆਂ ਅੱਖਾਂ ਨਾਲ ਦੇਖਿਆ ਹੈ। ਇਸ ਪੁਸਤਕ ਵਾਸਤੇ ਉਸ ਆਧੁਨਿਕ ਭਾਰਤ ਦੇ ਯੋਗੀ ਅਵਤਾਰ ਪਰਮਗੁਰੂ ਦਾ ਚਿੱਤਰ ਬਣਾਉਣ ਵਾਸਤੇ, ਮੈਂ ਇੱਕ ਚਿੱਤਰਕਾਰ ਦੀ ਸਹਾਇਤਾ ਵੀ ਕੀਤੀ ਹੈ।

ਅਮਰੀਕਾ ਰਵਾਨਗੀ ਤੋਂ ਇੱਕ ਦਿਨ ਪਹਿਲੀ ਸ਼ਾਮ ਨੂੰ, ਮੈਂ ਸ਼੍ਰੀ ਯੁਕਤੇਸ਼ਵਰ ਜੀ ਦੀ ਪਾਵਨ ਹਾਜ਼ਰੀ ਵਿਚ ਬੈਠਾ ਹੋਇਆ ਸੀ। ਉਨ੍ਹਾਂ ਸਹਿਜ ਭਾਵ ਨਾਲ ਕਿਹਾ, "ਇਹ ਭੁੱਲ ਜਾਵੀਂ ਕਿ ਤੇਰਾ ਜਨਮ ਹਿੰਦੂ ਸਮਾਜ ਵਿਚ ਹੋਇਆ ਸੀ। ਪ੍ਰੰਤੂ ਅਮਰੀਕੀ ਸਮਾਜ ਦੇ ਵੀ ਸਾਰੇ ਤੌਰ ਤਰੀਕੇ ਨਾ ਅਪਣਾਈਂ। ਦੋਨਾਂ ਦੇ ਚੰਗੇ ਗੁਣਾਂ ਨੂੰ ਅਪਣਾਉਂਦਿਆਂ ਆਪਣੀ ਅੰਤਰ ਆਤਮਾ ਨੂੰ ਸੱਚਾ ਰਹੀਂ। ਤੂੰ ਪ੍ਰਮਾਤਮਾ ਦੀ ਸੰਤਾਨ ਹੈਂ। ਵਿਸ਼ਵ ਵਿਚ ਵਿਆਪਤ ਸਾਰੀਆਂ ਕੌਮਾਂ ਦੇ ਭਾਈਚਾਰੇ ਦੇ ਉੱਚੇ ਸੁੱਚੇ ਗੁਣਾਂ ਨੂੰ ਲੱਭ ਕੇ ਆਪਣੇ ਵਿਚ ਆਤਮਸਾਤ ਕਰੀਂ।

ਫਿਰ ਉਨ੍ਹਾਂ ਨੇ ਅਸ਼ੀਰਵਾਦ ਦਿੰਦਿਆਂ ਕਿਹਾ, "ਪ੍ਰਮਾਤਮਾ ਦੀ ਖੋਜ ਕਰਨ ਵਾਸਤੇ, ਜੋ ਵੀ ਤੇਰੇ ਕੋਲ ਸ਼ਰਧਾ ਦੇ ਨਾਲ ਆਉਣਗੇ, ਉਨ੍ਹਾਂ ਦੀ ਸਹਾਇਤਾ ਹੋ ਕੇ ਹੀ ਰਹੇਗੀ, ਜਿਉਂ ਹੀ ਤੂੰ ਉਨ੍ਹਾਂ ਉੱਪਰ ਦ੍ਰਿਸ਼ਟੀਪਾਤ ਕਰੇਂਗਾ, ਤੇਰੀਆਂ ਅੱਖਾਂ ਦੇ ਅਧਿਆਤਮਿਕ ਸਪੰਦਨ ਪ੍ਰਵਾਹਿਤ ਹੋ ਕੇ, ਉਨ੍ਹਾਂ ਦੇ ਦਿਲੋ ਦਿਮਾਗ ਵਿਚ ਪ੍ਰਵੇਸ਼ ਕਰਕੇ, ਉਨ੍ਹਾਂ ਨੂੰ ਭੌਤਿਕਵਾਦੀ ਪ੍ਰਵਿਰਤੀ ਤੋ ਨਿਜਾਤ ਦਿਵਾ ਕੇ ਪ੍ਰਮਾਤਮਾ ਦੇ ਰਸਤੇ ਵੱਲ ਪ੍ਰੇਰਿਤ ਕਰਨਗੇ।" ਉਨ੍ਹਾਂ ਨੇ ਮੁਸਕਰਾਉਂਦਿਆਂ ਕਿਹਾ, "ਸੱਚੇ ਸ਼ਰਧਾਲੂਆਂ ਨੂੰ ਖਿੱਚਣ ਲਈ ਤੇਰੀ ਕਿਸਮਤ ਬੜੀ ਚੰਗੀ ਹੈ। ਤੂੰ ਜਿੱਥੇ ਵੀ ਹੋਵੇਂਗਾ, ਭਾਵੇਂ ਜੰਗਲ ਵਿਚ ਕਿਉਂ ਨਾ ਹੋਵੇ, ਤੈਨੂੰ ਸੱਚੇ ਮਿੱਤਰ ਮਿਲਦੇ ਰਹਿਣਗੇ।"

ਸ੍ਰੀ ਯੁਕਤੇਸ਼ਵਰ ਜੀ ਦੇ ਦੋਨੋਂ ਅਸ਼ੀਰਵਾਦ ਪੂਰੀ ਤਰ੍ਹਾਂ ਫਲੀ ਭੂਤ ਹੋਏ। ਮੈਂ ਅਮਰੀਕਾ ਵਿਚ ਇਕੱਲਾ ਹੀ ਆਇਆ ਸੀ। ਮੇਰਾ ਇੱਥੇ ਇੱਕ ਵੀ ਮਿੱਤਰ ਨਹੀਂ ਸੀ। ਪ੍ਰੰਤੂ ਮੈਂ ਦੇਖਿਆ ਕਿ ਅਮਰ ਅਧਿਆਤਮਿਕ ਸਿਖਿਆਵਾਂ ਨੂੰ ਗ੍ਰੈਹਣ ਕਰਨ ਵਾਸਤੇ ਹਜ਼ਾਰਾਂ ਆਤਮਾਵਾਂ ਇੱਥੇ ਇੰਤਜ਼ਾਰ ਵਿਚ ਬੈਠੀਆਂ ਹੋਈਆਂ ਸਨ।

ਵਿਸ਼ਵ ਯੁੱਧ ਤੋਂ ਬਾਅਦ ਅਮਰੀਕਾ ਜਾਣ ਵਾਲੇ ਪਹਿਲੇ ਹੀ ਯਾਤਰੀ ਸਮੁੰਦਰੀ ਜਹਾਜ਼ 'ਦੀ ਸਿਟੀ ਆਫ ਸਪਾਰਟਾ' ਉੱਪਰ ਸਵਾਰ ਹੋ ਕੇ, ਮੈਂ ਅਗਸਤ 1920 ਵਿਚ ਭਾਰਤ ਤੋਂ ਰਵਾਨਾ ਹੋਇਆ। ਪਾਸਪੋਰਟ ਬਣਾਉਣ ਲਈ ਆ ਰਹੀਆਂ 'ਲਾਲ ਫੀਤਾ ਸ਼ਾਹੀ' ਦੀਆਂ ਅੜਚਣਾਂ ਨੂੰ ਚਮਤਕਾਰੀ ਢੰਗ ਨਾਲ ਦੂਰ ਕਰਨ ਤੋਂ ਬਾਅਦ ਹੀ, ਮੈਂ ਜਹਾਜ਼ ਵਿਚ ਯਾਤਰਾ ਕਰਨ ਲਈ ਟਿਕਟ ਪ੍ਰਾਪਤ ਕਰਨ ਦੇ ਕਾਬਲ ਹੋਇਆ।

ਦੋ ਮਹੀਨਿਆਂ ਦੀ ਸਮੁੰਦਰੀ ਯਾਤਰਾ ਕਰਦਿਆਂ, ਇੱਕ ਸਹਿ ਯਾਤਰੀ ਨੂੰ ਪਤਾ ਲੱਗਿਆ, ਕਿ ਮੈਂ ਬੋਸਟਨ ਵਿਚ ਹੋਣ ਵਾਲੇ ਸੰਮੇਲਨ ਵਿਚ ਭਾਰਤ ਦੀ ਨੁਮਾਇੰਦਗੀ ਕਰਨ ਜਾ ਰਿਹਾ ਸੀ।

"ਸਵਾਮੀ ਯੋਗਾਨੰਦ," ਉਸ ਦੁਆਰਾ ਵਚਿੱਤਰ ਤਰੀਕੇ ਨਾਲ ਪਹਿਲੀ ਵਾਰੀ ਉਚਾਰਿਆ ਗਿਆ ਮੇਰਾ ਨਾਂ, ਪਰ ਬਾਅਦ ਵਿਚ ਮੈਂ ਅਮਰੀਕਾ ਵਿਚ ਇਸ ਤਰ੍ਹਾਂ ਦੇ ਉਚਾਰਣ ਸੁਣਨ ਦਾ ਆਦੀ ਹੋ ਗਿਆ ਸੀ। "ਅਗਲੇ ਵੀਰਵਾਰ ਦੀ ਰਾਤ ਨੂੰ ਸਾਡੇ ਮੁਸਾਫਿਰਾਂ ਨੂੰ ਇੱਕ ਭਾਸ਼ਣ ਦੇ ਕੇ ਧੰਨਵਾਦੀ ਬਣਾਉ, ਮੇਰਾ ਖਿਆਲ ਹੈ, ਸਾਨੂੰ ਸਾਰਿਆਂ ਨੂੰ ਹੀ ਬੜਾ ਲਾਭ ਹੋਵੇਗਾ, ਜੇ ਆਪ "ਜ਼ਿੰਦਗੀ ਦਾ ਸੰਘਰਸ਼ ਅਤੇ ਇਸ ਨੂੰ ਕਿਸ ਤਰ੍ਹਾਂ ਜਿਤਿਆ ਜਾਵੇ, ਦੇ ਵਿਸ਼ੇ ਉੱਪਰ ਬੋਲੋ।"

ਅਫਸੋਸ, ਕਿ ਬੁੱਧਵਾਰ ਆਉਂਦਿਆਂ ਹੀ, ਮੈਂ ਇਹ ਦੇਖਿਆ ਪਹਿਲਾਂ ਮੈਨੂੰ ਆਪਣੀ ਜ਼ਿੰਦਗੀ ਦਾ ਸੰਘਰਸ਼ ਜਿੱਤਣਾ ਪਵੇਗਾ। ਅੰਗਰੇਜ਼ੀ ਵਿਚ ਭਾਸ਼ਣ ਦੇਣ ਵਾਸਤੇ ਮੈਂ ਆਪਣੇ ਵਿਚਾਰਾਂ ਨੂੰ ਇੱਕ ਲੜੀ ਵਿਚ ਪਰੋਣ ਦੇ ਬੜੇ ਯਤਨ ਕਰਦਾ ਰਿਹਾ, ਪਰ ਸਭ ਵਿਅਰਥ। ਆਖਰ, ਮੈਂ ਆਪਣੀ ਤਿਆਰੀ ਕਰਨ ਦੀ ਕੋਸ਼ਿਸ਼ ਹੀ ਛੱਡ ਦਿੱਤੀ। ਜ਼ੀਨ ਕਾਠੀ ਦੇਖਦਿਆਂ

ਹੀ ਦੁਲੱਤੇ ਮਾਰਨ ਵਾਲੇ ਜੰਗਲੀ ਘੋੜੇ ਵਾਂਗ, ਮੇਰੇ ਵਿਚਾਰ ਵੀ ਅੰਗਰੇਜ਼ੀ ਵਿਆਕਰਨ ਨਾਲ ਸਹਿਯੋਗ ਕਰਨ ਵਾਸਤੇ ਤਿਆਰ ਨਹੀਂ ਸਨ। ਪਰ ਗੁਰੂਦੇਵ ਦੇ ਭੂਤਕਾਲ ਵਿਚ ਦਿੱਤੇ ਗਏ ਭਰੋਸਿਆਂ ਦੇ ਸਿਰ ਤੇ ਮੈਂ ਵੀਰਵਾਰ ਨੂੰ ਜਹਾਜ਼ ਦੇ ਸੈਲੂਨ ਵਿਚ ਸਰੋਤਿਆਂ ਦੇ ਸਾਹਮਣੇ ਜਾ ਖੜ੍ਹਾ ਹੋਇਆ। ਮੇਰੇ ਮੂਹੋਂ ਇੱਕ ਵੀ ਸ਼ਬਦ ਨਹੀਂ ਸੀ ਨਿਕਲ ਰਿਹਾ ਅਤੇ ਮੈਂ ਸਰੋਤਿਆਂ ਦੇ ਸਾਹਮਣੇ ਡੁਨਵੱਟਾ ਬਣ ਕੇ ਖੜ੍ਹਾ ਰਿਹਾ। ਸਹਿਨਸ਼ੀਲਤਾ ਦਾ ਇਹ ਸੰਘਰਸ਼ ਦਸ ਮਿੰਟ ਤਕ ਚਲਦਾ ਰਿਹਾ ਅਤੇ ਉਸ ਤੋਂ ਬਾਅਦ ਸਰੋਤਿਆਂ ਨੂੰ ਮੇਰੇ ਧਰਮ ਸੰਕਟ ਦਾ ਅਹਿਸਾਸ ਹੋ ਗਿਆ ਅਤੇ ਉਹ ਹੱਸਣ ਲੱਗ ਪਏ।

ਉਸ ਵਕਤ ਦੀ ਹਾਲਤ ਮੇਰੇ ਵਾਸਤੇ ਹੱਸਣ ਵਾਲੀ ਨਹੀਂ ਸੀ। ਇੱਕ ਰੋਸ਼ਪੂਰਨ ਪ੍ਰਾਰਥਨਾ, ਮੈਂ ਗੁਰੂਦੇਵ ਵੱਲ ਸਹਾਇਤਾ ਵਾਸਤੇ ਪ੍ਰਵਾਹਿਤ ਕੀਤੀ।

"ਤੂੰ ਬੋਲ ਸਕਦਾ ਹੈਂ, ਬੋਲ," ਝਟਪਟ ਉਨ੍ਹਾਂ ਦੀ ਅਵਾਜ਼ ਮੇਰੀ ਅੰਤਰ ਚੇਤਨਾ ਵਿਚ ਗੂੰਜੀ।

ਮੇਰੇ ਵਿਚਾਰਾਂ ਨੇ ਤੁਰੰਤ, ਅੰਗਰੇਜ਼ੀ ਭਾਸ਼ਾ ਨਾਲ ਦੋਸਤੀ ਕਰ ਲਈ। ਪੰਤਾਲੀ ਮਿੰਟ ਤਕ ਭਾਸ਼ਣ ਚਲਦਾ ਰਿਹਾ ਅਤੇ ਸਰੋਤੇ ਆਖਰ ਤਕ ਮੰਤਰ ਮੁਗੱਧ ਬੈਠੇ ਰਹੇ। ਉਸ ਭਾਸ਼ਣ ਨਾਲ ਮੈਨੂੰ ਅਮਰੀਕਾ ਦੀਆਂ ਕਈ ਹੋਰ ਸੰਸਥਾਵਾਂ ਵੱਲੋਂ ਭਾਸ਼ਣ ਦੇਣ ਵਾਸਤੇ ਨਿਮੰਤਰਨ ਮਿਲੇ।

ਭਾਸ਼ਣ ਕੀ ਦਿੱਤਾ ਸੀ? ਲੱਖ ਕੋਸ਼ਿਸ਼ਾਂ ਦੇ ਬਾਵਜੂਦ ਵੀ ਮੈਨੂੰ ਯਾਦ ਨਹੀਂ ਸੀ ਆ ਰਿਹਾ। ਵਿਵੇਕਸ਼ੀਲ ਪੁੱਛ ਗਿੱਛ ਕਰਨ ਤੇ ਦੂਜੇ ਮੁਸਾਫਿਰਾਂ ਤੋਂ ਸਿਰਫ ਇੰਨਾ ਹੀ ਪਤਾ ਲੱਗਿਆ, ਕਿ ਮੈਂ ਸ਼ੁੱਧ ਅੰਗਰੇਜ਼ੀ ਵਿਚ ਇੱਕ ਅਤਿਅੰਤ ਪ੍ਰੇਰਨਾਦਾਇਕ ਭਾਸ਼ਣ ਦਿੱਤਾ ਸੀ। ਉਨ੍ਹਾਂ ਤੋਂ ਇਹ ਆਨੰਦਦਾਇਕ ਖਬਰ ਸੁਣ ਕੇ, ਉਸ ਔਖੀ ਘੜੀ ਵਿਚ ਸਹਾਇਤਾ ਕਰਨ ਵਾਲੇ, ਆਪਣੇ ਗੁਰੂਦੇਵ ਦਾ ਮੈਂ ਨਿਮਰਤਾ ਪੂਰਵਕ ਧੰਨਵਾਦ ਕੀਤਾ ਅਤੇ ਮੈਨੂੰ ਨਵੇਂ ਸਿਰੇ ਤੋਂ ਵਿਸ਼ਵਾਸ ਹੋ ਗਿਆ, ਕਿ ਉਹ ਦੇਸ਼ ਕਾਲ ਦੀਆਂ ਹੱਦਾਂ ਤੋਂ ਪਰੇ ਹਮੇਸ਼ਾਂ ਮੇਰੇ ਅੰਗ ਸੰਗ ਹਨ।

ਬਾਕੀ ਰਹਿੰਦੀ ਸਮੁੰਦਰੀ ਯਾਤਰਾ ਦੇ ਦੌਰਾਨ, ਮੈਂ ਕਦੇ ਕਦਾਈਂ ਬੋਸਟਨ ਸੰਮੇਲਨ ਵਿਚ ਅੰਗਰੇਜ਼ੀ ਵਿਚ ਭਾਸ਼ਣ ਦੇਣ ਦੀ ਅਗਨੀ ਪ੍ਰੀਖਿਆ ਦਾ ਖਿਆਲ ਕਰਕੇ ਕੰਬ ਉਠਦਾ ਸੀ।

"ਪਰਮ ਪਿਤਾ ਪ੍ਰਮਾਤਮਾ," ਮੈਂ ਤਹਿ ਦਿਲੋਂ ਪ੍ਰਾਰਥਨਾ ਕਰਦਾ, "ਆਪ ਹੀ ਮੇਰੀ ਇੱਕੋ ਇੱਕ ਪ੍ਰੇਰਨਾ ਸਰੋਤ ਬਣਨ ਦੀ ਕ੍ਰਿਪਾਲਤਾ ਕਰੋ।"

'ਦੀ ਸਿਟੀ ਆਫ ਸਪਾਰਟਾ' ਸਿਤੰਬਰ ਦੇ ਉੱਤਰਅਰਧ ਵਿਚ ਬੋਸਟਨ ਬੰਦਰਗਾਹ ਤੇ ਜਾ ਕੇ ਲੱਗਿਆ। 6 ਅਕਤੂਬਰ 1920 ਨੂੰ, ਮੈਂ ਧਰਮ ਸੰਮੇਲਨ ਵਿਚ ਅਮਰੀਕਾ ਵਿਚ

ਆਪਣਾ ਪਹਿਲਾ ਭਾਸ਼ਣ ਦਿੱਤਾ। ਭਾਸ਼ਣ ਦਾ ਚੰਗਾ ਖਾਸਾ ਸੁਆਗਤ ਹੋਇਆ। ਮੈਂ ਸੁਖ ਦਾ ਸਾਹ ਲਿਆ। ਅਮੇਰੀਕਨ ਯੂਨੀਟੇਰੀਅਨ ਐਸੋਸ਼ੀਏਸ਼ਨ ਦੇ ਫ਼ਰਾਖ਼ ਦਿਲ ਸਕੱਤਰ ਨੇ ਸੰਮੇਲਨ ਦੀ ਕਾਰਵਾਈ ਉੱਪਰ ਆਪਣੇ ਵਿਚਾਰ ਇਸ ਤਰ੍ਹਾਂ ਪ੍ਰਗਟ ਕੀਤੇ।

"ਰਾਂਚੀ ਦੇ ਬ੍ਰਹਮਚਾਰੀਆ ਆਸ਼ਰਮ ਤੋਂ ਆਏ ਪ੍ਰਤੀਨਿਧੀ ਸਵਾਮੀ ਯੋਗਾਨੰਦ ਆਪਣੀ ਸੰਸਥਾ ਵੱਲੋਂ ਸੰਮੇਲਨ ਲਈ ਸ਼ੁਭ ਕਾਮਨਾਵਾਂ ਲੈ ਕੇ ਆਏ। ਧਾਰਾ ਪ੍ਰਵਾਹ ਅੰਗਰੇਜ਼ੀ ਵਿਚ ਬੋਲਦਿਆਂ, ਉਨ੍ਹਾਂ ਨੇ ਦਾਰਸ਼ਨਿਕ ਵਿਸ਼ੇਸ਼ਤਾ ਵਾਲੇ ਵਿਸ਼ੇ 'ਧਰਮ ਵਿਗਿਆਨ' ਉੱਪਰ ਬੜਾ ਤੇਜਸਵੀ ਭਾਸ਼ਣ ਦਿੱਤਾ, ਜਿਸ ਨੂੰ ਵੱਡੀ ਪੱਧਰ ਉੱਪਰ ਵੰਡਣ ਲਈ ਇੱਕ ਕਿਤਾਬਚੇ* ਦੇ ਰੂਪ ਵਿਚ ਛਪਵਾਇਆ ਗਿਆ ਹੈ। ਉਨ੍ਹਾਂ ਨੇ ਆਪਣੇ ਭਾਸ਼ਣ ਵਿਚ ਜ਼ੋਰ ਦੇ ਕੇ ਕਿਹਾ, ਧਰਮ ਵਿਸ਼ਵਵਿਆਪਕ ਹੈ ਅਤੇ ਇੱਕ ਹੈ। ਕਿਸੇ ਖਾਸ ਰੀਤੀ ਰਿਵਾਜ਼ ਨੂੰ ਸਰਬਵਿਆਪਕ ਬਣਾਉਣਾ ਸਾਡੇ ਵਾਸਤੇ ਸੰਭਵ ਨਹੀਂ ਹੋ ਸਕੇਗਾ। ਪ੍ਰੰਤੂ ਧਰਮ ਦੇ ਵਿਚ ਮੌਜੂਦ ਅਟੱਲ ਸਚਾਈਆਂ ਨੂੰ ਅਸੀਂ ਸਰਬਵਿਆਪਕ ਬਣਾ ਸਕਦੇ ਹਾਂ ਅਤੇ ਸਾਰੇ ਵਿਸ਼ਵ ਨੂੰ ਉਨ੍ਹਾਂ ਨੂੰ ਅਪਣਾਉਣ ਲਈ ਕਿਹਾ ਜਾ ਸਕਦਾ ਹੈ।"

ਪਿਤਾ ਜੀ ਵੱਲੋ ਦਿੱਤੀ ਗਈ ਵੱਡੀ ਰਕਮ ਦੇ ਸਹਾਰੇ, ਸੰਮੇਲਨ ਖਤਮ ਹੋਣ ਤੋਂ ਬਾਅਦ ਵੀ ਮੇਰਾ ਅਮਰੀਕਾ ਵਿਚ ਠਹਿਰਨਾ ਸੰਭਵ ਹੋ ਗਿਆ। ਅਤਿਅੰਤ ਸਧਾਰਨ ਹਾਲਤਾਂ ਵਿਚ ਰਹਿੰਦਿਆਂ, ਬੋਸਟਨ ਵਿਚ ਹੀ ਤਿੰਨ ਸਾਲ ਸੁਖ ਪੂਰਵਕ ਲੰਘ ਗਏ। ਇਸ ਸਮੇਂ ਦੌਰਾਨ ਮੈਂ ਸਿੱਖਿਆ ਕਲਾਸਾਂ ਚਲਾਈਆਂ, ਸਰਬਜਨਿਕ ਭਾਸ਼ਣ ਦਿੱਤੇ ਅਤੇ ਇੱਕ ਕਾਵਿ ਪੁਸਤਕ "ਸਾਂਗਸ ਆਫ ਦੀ ਸੋਲ' (ਆਤਮਾ ਦੇ ਗੀਤ) ਲਿਖੀ, ਜਿਸ ਦਾ ਮੁਖਬੰਦ, ਸਿਟੀ ਆਫ ਨਿਊਯਾਰਕ ਦੇ ਪ੍ਰਧਾਨ ਡਾ. ਫਰੈਡਰਿਕ ਬੀ ਰਾਬਿਨਸਨ ਨੇ ਲਿਖਿਆ।

1924 ਵਿਚ ਮੈਂ ਪੂਰੇ ਅਮਰੀਕਾ ਮਹਾਦੀਪ ਦੀ ਯਾਤਰਾ ਕੀਤੀ ਅਤੇ ਮੁੱਖ ਸ਼ਹਿਰਾਂ ਵਿਚ ਹਜ਼ਾਰਾਂ ਲੋਕਾਂ ਦੇ ਸਾਹਮਣੇ ਭਾਸ਼ਣ ਦਿੱਤੇ। ਜਦੋਂ ਮੈਂ ਸਿਐਟਲ ਪਹੁੰਚਿਆ ਤਾਂ ਉੱਥੇ ਦੀ ਰਮਣੀਕਤਾ ਦਾ ਆਨੰਦ ਲੈਣ ਵਾਸਤੇ ਸੁੰਦਰ ਅਲਾਸਕਾ ਵਿਚ ਠਹਿਰਿਆ ਰਿਹਾ।

ਯੋਗ ਸਿੱਖਿਆ ਗਰਿਹਣ ਕਰਨ ਵਾਲੇ ਫ਼ਰਾਖ਼ ਦਿਲ ਵਿਦਿਆਰਥੀਆਂ ਦੀ ਸਹਾਇਤਾ ਨਾਲ 1925 ਦੇ ਅੰਤ ਤਕ ਮੈਂ ਕੈਲੀਫੋਰਨੀਆ ਦੇ ਲਾਸ ਐਂਜਲਿਸ ਸ਼ਹਿਰ ਵਿਚ ਮਾਊਂਟ ਵਾਸ਼ਿੰਗਟਨ ਅਸਟੇਟ ਵਿੱਖੇ ਅਮਰੀਕੀ ਮੁੱਖ ਦਫਤਰ ਦੀ ਸਥਾਪਨਾ ਕਰ ਦਿੱਤੀ। ਭਵਨ ਉਹ ਹੀ ਹੈ, ਜਿਹੜਾ ਮੈਂ ਅਨੇਕ ਵਰ੍ਹੇ ਪਹਿਲਾਂ ਕਸ਼ਮੀਰ ਯਾਤਰਾ ਸਮੇਂ ਦੇਖਿਆ ਸੀ। ਮੈਂ ਛੇਤੀ ਹੀ ਅਮਰੀਕਾ ਦੀਆਂ ਗਤੀਵਿਧੀਆਂ ਦੀਆਂ ਫੋਟੋਆਂ, ਸ਼੍ਰੀ ਯੁਕਤੇਸ਼ਵਰ ਜੀ ਨੂੰ ਭੇਜ ਦਿੱਤੀਆਂ। ਉਨ੍ਹਾਂ ਨੇ ਬੰਗਲਾ ਭਾਸ਼ਾ ਵਿਚ ਉੱਤਰ ਦਿੱਤਾ, ਜਿਸ ਦਾ ਅਨੁਵਾਦ, ਮੈਂ ਇੱਥੇ ਦੇ ਰਿਹਾ ਹਾਂ:-

* ਨਿਊ ਪਿਲਗਰਿਮਿਜ਼ਜ ਆਫ ਦੀ ਸਪਿਰਿਟ (ਬੋਸਟਨ : ਬੀਕਨ ਪਰੈਸ 1921)

11 ਅਗਸਤ 1926

ਮੇਰੇ ਦਿਲ ਦੇ ਰਾਜ ਦੁਲਾਰੇ, ਯੋਗਾਨੰਦ,

ਤੇਰੇ ਸਕੂਲ ਅਤੇ ਤੇਰੇ ਵਿਦਿਆਰਥੀਆਂ ਦੀਆਂ ਫੋਟੋਆਂ ਦੇਖ ਕੇ, ਮੇਰੀ ਜ਼ਿੰਦਗੀ ਨੂੰ ਕਿੰਨਾ ਆਨੰਦ ਮਿਲਿਆ ਹੈ, ਮੈਂ ਸ਼ਬਦਾਂ ਵਿਚ ਬਿਆਨ ਨਹੀਂ ਕਰ ਸਕਦਾ। ਵੱਖੋ ਵੱਖਰੇ ਸ਼ਹਿਰਾਂ ਦੇ ਤੇਰੇ ਯੋਗ ਦੇ ਵਿਦਿਆਰਥੀਆਂ ਨੂੰ ਦੇਖ ਕੇ, ਮੈਂ ਖੁਸ਼ੀ ਨਾਲ ਖੀਵਾ ਹੁੰਦਾ ਜਾ ਰਿਹਾ ਹਾਂ।

ਪ੍ਰਤਿਗਿਆ ਭਜਨ, ਰੋਗ ਨਿਵਾਰਕ ਸਪੰਦਨ ਅਤੇ ਦੈਵੀ ਰੋਗ ਮੁਕਤੀ ਆਦਿ ਦੀਆਂ ਪ੍ਰਾਰਥਾਨਾਵਾਂ ਬਾਰੇ ਸੁਣ ਕੇ, ਮੈਂ ਤੈਨੂੰ ਤਹਿ ਦਿਲੋਂ ਧੰਨਵਾਦ ਦਿੱਤੇ ਬਗੈਰ ਨਹੀਂ ਰਹਿ ਸਕਦਾ।

ਮਾਊਂਟ ਵਾਸ਼ਿੰਗਟਨ ਅਸਟੇਟਸ ਦਾ ਮੁੱਖ ਦਰਵਾਜ਼ਾ, ਵਲੇਵੇ ਖਾਂਦੇ ਉੱਪਰ ਨੂੰ ਜਾਂਦੇ ਪਹਾੜੀ ਰਸਤੇ ਅਤੇ ਪਹਾੜ ਦੇ ਥੱਲੇ ਫੈਲੇ ਹੋਏ ਸੁੰਦਰ ਨਜ਼ਾਰਿਆਂ ਨੂੰ ਦੇਖ ਕੇ ਇਸ ਸਭ ਕੁਝ ਨੂੰ ਖੁਦ ਅੱਖੀਂ ਦੇਖਣ ਦੀ ਖਾਹਿਸ਼ ਪੈਦਾ ਹੁੰਦੀ ਹੈ। ਇੱਥੇ ਸਭ ਠੀਕ ਠਾਕ ਚੱਲ ਰਿਹਾ ਹੈ। ਪ੍ਰਮਾਤਮਾ ਦੀ ਕ੍ਰਿਪਾ ਨਾਲ ਤੂੰ ਹਮੇਸ਼ਾਂ ਆਨੰਦ ਪ੍ਰਸੰਨ ਰਹੇਂ।

ਸ਼੍ਰੀ ਯੁਕਤੇਸ਼ਵਰ ਗਿਰੀ।

ਵਰ੍ਹਿਆਂ ਤੇ ਵਰ੍ਹੇ ਬੀਤਦੇ ਗਏ। ਆਪਣੇ ਨਵੇਂ ਦੇਸ਼ ਦੇ ਹਰ ਇੱਕ ਹਿੱਸੇ ਵਿਚ ਅਤੇ ਸੈਂਕੜੇ ਕਲੱਬਾਂ, ਕਾਲਜਾਂ, ਗਿਰਜ਼ਾ ਘਰਾਂ ਅਤੇ ਹਰ ਪ੍ਰਕਾਰ ਦੀਆਂ ਟੋਲੀਆਂ ਦੇ ਸਾਹਮਣੇ ਭਾਸ਼ਣ ਦਿੱਤੇ। 1920 ਤੋਂ ਲੈ ਕੇ 1930 ਦੇ ਦਹਾਕੇ ਦੇ ਦੌਰਾਨ ਲੱਖਾਂ ਅਮਰੀਕਨ ਲੋਕਾਂ ਨੇ, ਮੇਰੀਆਂ ਯੋਗ ਦੀਆਂ ਕਲਾਸਾਂ ਵਿਚ ਸਿੱਖਿਆ ਪ੍ਰਾਪਤ ਕੀਤੀ। ਉਨ੍ਹਾਂ ਸਾਰਿਆਂ ਨੂੰ ਮੈਂ ਪ੍ਰਾਰਥਨਾਵਾਂ ਅਤੇ ਆਤਮਾ ਦੇ ਵਿਚਾਰਾਂ ਦੀ ਇੱਕ ਨਵੀਂ ਪੁਸਤਕ 'ਵਿਹਸਪਰਜ਼ ਫਰਾਮ ਈਟਰਨਿਟੀ'* ਭੇਂਟ ਕੀਤੀ, ਜਿਸ ਦਾ ਮੁਖ ਬੰਦ ਪ੍ਰਸਿੱਧ ਗਾਇਕਾ ਸ਼੍ਰੀਮਤੀ ਐਮੇਲਿਟਾ ਗੈਲੀ ਕੁਰਚੀ ਨੇ ਲਿਖਿਆ ਸੀ।

ਕਦੇ ਕਦੇ (ਆਮ ਤੌਰ ਤੇ ਮਹੀਨੇ ਦੀ ਪਹਿਲੀ ਤਰੀਕ ਨੂੰ, ਜਦੋਂ ਸੈਲਫ ਰੀਆਲਾਈਜੇਸ਼ਨ ਫੈਲੋਸ਼ਿਪ ਦੇ ਮੁੱਖ ਦਫਤਰ ਮਾਊਂਟ ਵਾਸ਼ਿੰਗਟਨ ਸੈਂਟਰ ਨੂੰ ਚਲਾਉਣ ਦੇ ਵਾਸਤੇ ਕੀਤੇ ਗਏ ਖਰਚਿਆਂ ਦੇ ਬਿਲਾਂ ਦੀ ਭਰਮਾਰ ਲੱਗ ਜਾਂਦੀ ਸੀ) ਭਾਰਤ ਦੀ ਸਾਦਗੀ ਯੁਕਤ ਸ਼ਾਂਤ ਜ਼ਿੰਦਗੀ ਦੀ ਬਹੁਤ ਯਾਦ ਆਉਂਦੀ ਸੀ, ਪ੍ਰੰਤੂ ਜਦੋਂ ਮੈਂ ਹਰ ਰੋਜ਼ ਪੂਰਬ ਅਤੇ ਪੱਛਮ ਵਿਚ ਸਾਂਝ ਅਤੇ ਸਦਭਾਵਨਾ ਦੀ ਉੱਠੀ ਲਹਿਰ ਨੂੰ ਮਜ਼ਬੂਤ ਹੋਈ ਮਹਿਸੂਸ ਕਰਦਾ ਸੀ, ਤਾਂ ਮੇਰੀ ਆਤਮਾ ਆਨੰਦਿਤ ਹੋ ਜਾਂਦੀ ਸੀ।

ਜਾਰਜ਼ ਵਾਸ਼ਿੰਗਟਨ ਆਪਣੇ ਦੇਸ਼ ਦੇ 'ਰਾਸ਼ਟਰ ਪਿਤਾ', ਜਿਨ੍ਹਾਂ ਨੂੰ ਅਨੇਕ ਮੌਕਿਆਂ ਉੱਪਰ ਇਹ ਮਹਿਸੂਸ ਹੋਇਆ ਸੀ, ਕਿ ਪ੍ਰਮਾਤਮਾ ਉਨ੍ਹਾਂ ਦਾ ਮਾਰਗ ਦਰਸ਼ਨ ਕਰਦੇ

* ਯੋਗਦਾ ਸਤਸੰਗ ਸੁਸਾਇਟੀ ਆਫ ਇੰਡੀਆ ਦੁਆਰਾ ਪ੍ਰਕਾਸ਼ਿਤ

ਆ ਰਹੇ ਸਨ, ਨੇ ਆਪਣੇ ਵਿਦਾਈ ਭਾਸ਼ਣ ਵਿਚ, ਅਮਰੀਕਾ ਨੂੰ ਅਧਿਆਤਮਿਕ ਪ੍ਰੇਰਨਾ ਦੇਣ ਵਾਲੇ ਇਹ ਸ਼ਬਦ ਕਹੇ ਸਨ।

"ਇੱਕ ਅਜ਼ਾਦ, ਸੁਸਿੱਖਿਅਤ ਅਤੇ ਨੇੜ ਭਵਿੱਖ ਵਿਚ ਬਣਨ ਜਾ ਰਹੀ ਮਹਾਨ ਕੌਮ ਦੇ ਲੋਕਾਂ ਦੇ ਇਹ ਅਨੁਰੂਪ ਹੀ ਹੋਵੇਗਾ, ਕਿ ਉਹ ਸਮੁੱਚੀ ਮਨੁੱਖਤਾ ਦੇ ਸਾਹਮਣੇ ਉੱਚੇ ਸੁੱਚੇ ਨਿਆਂ ਅਤੇ ਪਰਉਪਕਾਰੀ ਸਿਧਾਂਤਾਂ ਦੀ ਧਾਰਨਾ ਨੂੰ ਅਪਣਾਉਣ ਵਾਲੇ ਇਨਸਾਨਾਂ ਦੇ ਰੂਪ ਵਿਚ ਇੱਕ ਨਵੀਂ ਅਤੇ ਉਦਾਰਚਿਤ ਉਦਾਹਰਣ ਪੇਸ਼ ਕਰਨ। ਇਸ ਵਿਚ ਕੌਣ ਸ਼ੰਕਾ ਕਰ ਸਕਦਾ ਹੈ, ਕਿ ਇੱਕ ਇਹੋ ਜਿਹੀ ਵਿਚਾਰਧਾਰਾ ਨੂੰ ਅਪਣਾਉਣ ਦੇ ਫਲਸਰੂਪ ਜੋ ਲਾਭ ਹੋਵੇਗਾ, ਉਹ ਉਸ ਨੁਕਸਾਨ ਨਾਲੋਂ ਕਿਤੇ ਜਿਆਦਾ ਹੋਵੇਗਾ। ਕੀ ਕਦੇ ਇਸ ਤਰ੍ਹਾਂ ਹੋ ਸਕਦਾ ਹੈ ਕਿ ਪ੍ਰਮਾਤਮਾ ਕਿਸੇ ਕੌਮ ਦੇ ਉੱਤਮ ਗੁਣਾਂ ਨੂੰ ਸਦੀਵੀ ਸੁੱਖ ਸ਼ਾਂਤੀ ਨਾਲ ਨਾ ਨਿਵਾਜ਼ੇ।

ਵਾਲਟ ਵਿਟਮੈਨ ਰਚਿਤ 'ਹਿਮ ਟੂ ਅਮਰੀਕਾ' ('ਦਾਉ ਮਦਰ ਵਿਦ ਦਾਈ ਇਕੁਅਲ ਬਰੂਡ' ਵਿਚੋਂ)
ਆਪਣੇ ਭਵਿਖ ਵਿਚ ਤੂੰ, ਨਰ-ਨਾਰੀਆਂ ਦੀ ਆਪਣੀ ਜਿਆਦਾ ਸਮਝਦਾਰ, ਜਿਆਦਾ ਗਿਣਤੀ ਵਿਚ ਸੰਤਾਨਾਂ,
ਰਿਸ਼ਟ-ਪੁਸ਼ਟ, ਇਖਲਾਕੀ ਅਤੇ ਰੂਹਾਨੀ ਦੌਲਤ ਨਾਲ ਭਰਪੂਰ
ਮਹਾ-ਪੁਰਸ਼ਾਂ ਵਿਚ ਤੂੰ,
ਉੱਤਰ, ਦੱਖਣ, ਪੂਰਬ ਅਤੇ ਪੱਛਮ ਵਿਚ,
ਆਪਣੀ ਇਖਲਾਕੀ ਦੌਲਤ ਅਤੇ ਸਭਿਅਤਾ ਦੇ ਸਿਰ ਤੇ (ਜਿਸ ਤੋਂ ਬਗੈਰ ਵੱਡੇ ਵੱਡੇ ਮਾਣ ਪ੍ਰਾਪਤ ਕਰਨ ਵਾਲੀ ਤੇਰੀ ਭੌਤਿਕ ਸਭਿਅਤਾ ਵਿਅਰਥ ਹੀ ਰਹੇਗੀ)।
ਤੇਰੇ ਵਿਚ ਹੋਣ ਹੀ ਹੋਣ ਤੇਰੇ ਭੰਡਾਰ ਸਾਰੇ, ਤੇਰੇ ਵਿਚ ਹੀ ਹੋਵੇ ਤੇਰੀ ਪੂਜਾ,
ਕੋਈ ਇੱਕੋ ਇੱਕ ਮੁਕਤੀ ਦੀ ਦਾਤੀ, ਬਾਈਬਲ ਨਾ ਹੋਵੇ,
ਤੇਰੀ ਮੁਕਤੀ ਦੇ ਦਾਤੇ ਹੋਣ ਅਨੇਕ, ਜੋ ਹੁਣ ਵੀ ਛੁਪੇ ਹੋਏ ਹਨ,
ਤੇਰੇ ਹੀ ਵਿਚ, ਕਿਸੇ ਤੋਂ ਨਾ ਹੋਣ ਘੱਟ ਰੂਹਾਨੀਅਤ ਦੀ ਦੌਲਤ ਵਿਚ,
ਇਹ ਸਾਰਾ ਕੁਝ ਤੇਰੇ ਵਿਚ ਹੀ ਹੋਵੇ, ਜਰੂਰ ਹੀ ਹੋਵੇਗਾ, ਇਹ ਅਗੰਮੀ ਵਾਕ ਹੈ।"

ਚੈਪਟਰ 38

ਲੂਥਰ ਬਰਬੈਂਕ-ਗੁਲਾਬਾਂ ਦੇ ਵਿਚਕਾਰ ਇੱਕ ਸੰਤ

"ਉੱਨਤ ਕਿਸਮ ਦੇ ਪੌਦੇ ਤਿਆਰ ਕਰਨ ਦਾ ਭੇਦ ਵਿਗਿਆਨਿਕ ਗਿਆਨ ਤੋਂ ਇਲਾਵਾ, ਇੱਕ ਹੋਰ ਵੀ ਹੈ, ਅਤੇ ਉਹ ਹੈ- "ਪਿਆਰ।" ਲੂਥਰ ਬਰਬੈਂਕ ਨੇ ਸਿਆਣਪ ਭਰੇ ਇਹ ਸ਼ਬਦ, ਉਸ ਵਕਤ ਕਹੇ, ਜਦੋਂ ਮੈਂ ਕੈਲੀਫੋਰਨੀਆ ਵਿਚ ਸੈਂਟਾ ਰੋਜ਼ਾ ਸਥਿਤ ਉਨ੍ਹਾਂ ਦੇ ਬਗੀਚੇ ਵਿਚੇ, ਉਨ੍ਹਾਂ ਦੇ ਨਾਲ ਟਹਿਲ ਰਿਹਾ ਸੀ। ਆਦਮੀ ਦੇ ਖਾਣ ਵਾਲੀ ਨਾਗਫਣੀ (ਥੋਹਰ) ਦੇ ਕਿਆਰੇ ਦੇ ਕੋਲ ਆ ਕੇ ਅਸੀਂ ਰੁਕ ਗਏ।

ਉਨ੍ਹਾਂ ਨੇ ਅੱਗੇ ਕਿਹਾ, "ਜਦੋਂ ਮੈਂ ਕੰਡਿਆਂ ਤੋਂ ਬਗੈਰ ਨਾਗਫਣੀ ਦੀ ਇਹ ਨਸਲ ਤਿਆਰ ਕਰਨ ਲਈ ਤਜਰਬੇ ਕਰ ਰਿਹਾ ਸੀ, ਤਾਂ ਅਕਸਰ ਹੀ ਇਨ੍ਹਾਂ ਪੌਦਿਆਂ ਵਿਚ ਪਿਆਰ ਦੇ ਸਪੰਦਨ ਪੈਦਾ ਕਰਨ ਲਈ ਪਿਆਰੀਆਂ ਪਿਆਰੀਆਂ ਗੱਲਾਂ ਕਰਿਆ ਕਰਦਾ ਸੀ। ਮੈਂ ਉਨ੍ਹਾਂ ਨੂੰ ਕਹਿੰਦਾ, ਥੋਨੂੰ ਕਿਸੇ ਤੋਂ ਡਰਨ ਦੀ ਜ਼ਰੂਰਤ ਨਹੀਂ, ਆਤਮ ਰੱਖਿਆ ਵਾਸਤੇ ਥੋਨੂੰ ਕੰਡਿਆਂ ਦੀ ਕੀ ਜ਼ਰੂਰਤ ਹੈ? ਮੈਂ ਤੁਹਾਡੀ ਰੱਖਿਆ ਕਰੂੰਗਾ। ਹੌਲੀ ਹੌਲੀ ਮਾਰੂਥਲ ਦਾ ਇਹ ਲਾਭਦਾਇਕ ਪੌਦਾ, ਕੰਡਿਆਂ ਦੇ ਬਗੈਰ ਦੀ ਨਸਲ ਵਿਚ ਪਰਿਵਰਤਿਤ ਹੋ ਗਿਆ।"

ਇਸ ਚਮਤਕਾਰ ਤੋਂ ਮੈਂ ਆਨੰਦ ਮਗਨ ਹੋ ਗਿਆ, "ਪਿਆਰੇ ਲੂਥਰ, ਕ੍ਰਿਪਾ ਕਰਕੇ, ਮੇਰੇ ਮਾਊਂਟ ਵਾਸ਼ਿੰਗਟਨ ਆਸ਼ਰਮ ਦੇ ਬਗੀਚੇ ਵਿਚ ਲਾਉਣ ਵਾਸਤੇ, ਇਸ ਕੰਡਿਆਂ ਰਹਿਤ ਨਾਗਫਣੀ ਦੇ ਕੁਝ ਪੱਤੇ ਮੈਨੂੰ ਦਿਉ।"

ਜਦੋਂ ਨੇੜੇ ਖੜ੍ਹਾ ਇੱਕ ਮਾਲੀ, ਪੱਤੇ ਤੋੜਨ ਵਾਸਤੇ ਅੱਗੇ ਵਧਿਆ, ਤਾਂ ਲੂਥਰ ਨੇ ਉਸ ਨੂੰ ਰੋਕ ਦਿੱਤਾ।

"ਸਵਾਮੀ ਜੀ ਵਾਸਤੇ ਮੈਂ ਖੁਦ ਹੀ ਪੱਤੇ ਤੋੜ ਕੇ ਦਿੰਦਾ ਹਾਂ।" ਉਨ੍ਹਾਂ ਨੇ ਮੈਨੂੰ ਤਿੰਨ ਪੱਤੇ ਦਿੱਤੇ। ਜਿਨ੍ਹਾਂ ਨੂੰ ਬਾਅਦ ਵਿਚ ਮੈਂ ਆਪਣੇ ਬਗੀਚੇ ਵਿਚ ਲਾ ਲਿਆ। ਉਨ੍ਹਾਂ ਨੂੰ ਪੌਦਾ ਬਣ ਕੇ ਵਧਦੇ ਵਧਦੇ ਝਾੜੀਆਂ ਦਾ ਰੂਪ ਧਾਰਨ ਕਰਦਿਆਂ ਦੇਖ ਕੇ ਮੈਂ ਬਹੁਤ ਖੁਸ਼ ਹੋਇਆ ਕਰਦਾ ਸੀ।

ਉਸ ਮਹਾਨ ਵਿਗਿਆਨੀ ਨੇ ਮੈਨੂੰ ਦਸਿਆ ਸੀ, ਕਿ ਉਨ੍ਹਾਂ ਦੀ ਪਹਿਲੀ ਜਿਕਰਯੋਗ ਸਫਲਤਾ ਸੀ, ਵੱਡੇ ਅਕਾਰ ਦਾ ਆਲੂ, ਜਿਸ ਨੂੰ ਹੁਣ ਉਨ੍ਹਾਂ ਦੇ ਨਾਂ ਤੇ ਹੀ ਜਾਣਿਆ ਜਾਂਦਾ ਹੈ। ਆਪਣੀ ਅਣਥੱਕ ਮਿਹਨਤ ਦੀ ਪ੍ਰਤਿਭਾ ਨਾਲ, ਉਨ੍ਹਾਂ ਨੇ ਕੁਦਰਤੀ ਪੌਦਿਆਂ ਨੂੰ ਪਿਉਂਦ ਦੇ ਕੇ ਸੈਂਕੜੇ ਪੌਦਿਆਂ ਦੀਆਂ ਹੋਰ ਉੱਨਤ ਨਵੀਆਂ ਦੋਗਲੀਆਂ ਕਿਸਮਾਂ ਸੰਸਾਰ

ਨੂੰ ਅਰਪਣ ਕੀਤੀਆਂ। ਨਵੇਂ ਬਰਬੈਂਕ ਕਿਸਮ ਦੇ ਟਮਾਟਰ, ਮੱਕੀ, ਸਕੁਐਸ਼, ਚੈਰੀ, ਪਲਮਸ, ਨੇਕਟਾਰਿਨ, ਬੇਰੀ, ਪਾਪੀ, ਲਿੱਲੀ ਅਤੇ ਗੁਲਾਬ।

ਮੈਂ ਆਪਣਾ ਕੈਮਰਾ ਕੇਂਦ੍ਰਿਤ ਕੀਤਾ, ਜਦੋਂ ਲੂਥਰ ਮੈਨੂੰ ਅਖਰੋਟ ਦੇ ਉਸ ਪ੍ਰਸਿੱਧ ਦਰਖਤ ਦੇ ਕੋਲ ਲੈ ਕੇ ਗਏ, ਜਿਸ ਨੂੰ ਤਿਆਰ ਕਰਕੇ, ਉਨ੍ਹਾਂ ਨੇ ਇਹ ਸਿੱਧ ਕਰ ਦਿੱਤਾ ਸੀ, ਕਿ ਕੁਦਰਤੀ ਵਿਕਾਸ ਦੀ ਗਤੀ ਨੂੰ ਬਹੁਤ ਜਿਆਦਾ ਵਧਾਇਆ ਜਾ ਸਕਦਾ ਹੈ। ਉਨ੍ਹਾਂ ਨੇ ਦੱਸਿਆ, "ਇਹ ਦਰਖਤ ਸਿਰਫ ਸੋਲ੍ਹਾਂ ਵਰ੍ਹਿਆਂ ਵਿਚ ਭਰਪੂਰ ਫਲ ਦੇਣ ਲੱਗ ਪਿਆ ਹੈ, ਜਦੋਂ ਕਿ ਕੁਦਰਤੀ ਤੌਰ ਤੇ ਇਸ ਨੂੰ ਫਲ ਦੇਣਾ ਸ਼ੁਰੂ ਕਰਨ ਵਾਸਤੇ ਇਸ ਤੋਂ ਦੁਗਣਾ ਸਮਾਂ ਲੱਗਣਾ ਸੀ।"

ਇੰਨੇ ਨੂੰ ਬਰਬੈਂਕ ਦੀ ਛੋਟੀ ਜਿਹੀ ਮੁਤਬੰਨੀ ਧੀ, ਆਪਣੇ ਕੁੱਤੇ ਨਾਲ ਉੱਛਲਦੀ ਕੁੱਦਦੀ ਬਗੀਚੇ ਵਿਚ ਦਾਖਲ ਹੋਈ।

ਲੂਥਰ ਨੇ ਉਸ ਵੱਲ ਹੱਥ ਦਾ ਇਸ਼ਾਰਾ ਕਰਦਿਆਂ ਕਿਹਾ, "ਇਹ ਹੈ ਮੇਰਾ ਮਾਨਵੀ ਪੌਦਾ। ਸਾਰੀ ਮਨੁੱਖ ਜਾਤੀ ਨੂੰ ਮੈਂ ਇੱਕ ਵਿਸ਼ਾਲ ਦਰਖਤ ਦੇ ਰੂਪ ਵਿਚ ਹੀ ਦੇਖਦਾ ਹਾਂ। ਜਿਸ ਨੂੰ ਆਪਣੇ ਉੱਚਤਰ ਵਿਕਾਸ ਲਈ ਖੁੱਲ੍ਹੀ ਹਵਾ ਦੇ ਕੁਦਰਤੀ ਵਰਦਾਨ ਦੀ ਜ਼ਰੂਰਤ ਹੈ। ਆਪਣੀ ਜ਼ਿੰਦਗੀ ਵਿਚ ਪੌਦੇ ਦੇ ਵਿਕਾਸ ਦੀ ਰਫਤਾਰ ਵਿਚ ਅਸਚਰਜਜਨਕ ਵਾਧਾ ਦੇਖਕੇ, ਮੈਨੂੰ ਇਹ ਪੂਰੀ ਉਮੀਦ ਹੋ ਗਈ ਹੈ ਕਿ ਜੇ ਬੱਚਿਆਂ ਨੂੰ ਸਾਦਗੀ ਅਤੇ ਵਿਵੇਕਸ਼ੀਲਤਾ ਨਾਲ ਜਿਉਂਣ ਦਾ ਸਲੀਕਾ ਸਿਖਾਇਆ ਜਾਵੇ, ਤਾਂ ਛੇਤੀ ਹੀ ਸਾਰਾ ਸੰਸਾਰ ਤੰਦਰੁਸਤ ਅਤੇ ਸੁਖਦਾਇਕ ਬਣ ਜਾਵੇਗਾ। ਸਾਨੂੰ ਨਿਸ਼ਚਿਤ ਤੌਰ ਤੇ ਕੁਦਰਤ ਅਤੇ ਕੁਦਰਤ ਦੇ ਸਿਰਜਣਹਾਰ ਪ੍ਰਮਾਤਮਾ ਵੱਲ ਵਾਪਸ ਪਰਤਣਾ ਚਾਹੀਦਾ ਹੈ।

"ਲੂਥਰ ਆਪ ਮੇਰੇ ਰਾਂਚੀ ਦੇ ਖੁੱਲ੍ਹੇ ਅਸਮਾਨ ਥੱਲੇ ਚਲਦੀਆਂ ਜਮਾਤਾਂ ਵਾਲੇ ਸਾਦਗੀ-ਯੁਕਤ ਅਤੇ ਆਨੰਦਿਤ ਮਹੌਲ ਵਿਚ ਚਲਦੇ ਸਕੂਲ ਨੂੰ ਦੇਖ ਕੇ ਬਹੁਤ ਪ੍ਰਸੰਨ ਹੋਵੋਗੇ।"

ਮੇਰੇ ਇਨ੍ਹਾਂ ਸ਼ਬਦਾਂ ਨੇ, ਜਿਵੇਂ ਉਨ੍ਹਾਂ ਦੇ ਦਿਲ ਦੀ ਦੁਖਦੀ ਰਗ ਨੂੰ ਛੂਹ ਲਿਆ ਹੋਵੇ। ਬੱਚਿਆਂ ਦੀ ਸਿੱਖਿਆ, ਉਨ੍ਹਾਂ ਦਾ ਹਰਮਨ ਪਿਆਰਾ ਵਿਸ਼ਾ ਸੀ। ਉਨ੍ਹਾਂ ਦੀਆਂ ਡੂੰਘੀਆਂ ਨਿਰਮਲ ਅੱਖਾਂ ਵਿਚ ਉਤਸੁਕਤਾ ਦੀ ਚਮਕ ਆ ਗਈ ਅਤੇ ਉਨ੍ਹਾਂ ਨੇ ਮੇਰੇ ਉੱਪਰ ਸਵਾਲਾਂ ਦੀ ਝੜੀ ਲਾ ਦਿੱਤੀ।

"ਸਵਾਮੀ ਜੀ," ਆਖਰ ਉਨ੍ਹਾਂ ਨੇ ਕਿਹਾ, "ਆਪ ਦੇ ਸਕੂਲ ਵਰਗੇ ਸਕੂਲ ਹੀ ਭਾਵੀ ਯੁਗ ਵਾਸਤੇ ਕੋਈ ਆਸ਼ਾ ਦੀ ਕਿਰਨ ਹੋ ਸਕਦੇ ਹਨ। ਅੱਜ ਦੀ ਵਿਦਿਅਕ ਪ੍ਰਣਾਲੀ, ਜੋ

ਸਾਨੂੰ ਕੁਦਰਤ ਤੋਂ ਦੂਰ ਲੈ ਜਾਂਦੀ ਹੈ ਅਤੇ ਆਪਣੀ ਅਜ਼ਾਦ ਹਸਤੀ ਨਾਲੋਂ ਨਾਤਾ ਤੋੜਨ ਲਈ ਕਹਿੰਦੀ ਹੈ, ਦਾ ਮੈਂ ਘੋਰ ਵਿਰੋਧੀ ਹਾਂ। ਤੁਹਾਡੇ ਸਿੱਖਿਆ ਦੇ ਇਨ੍ਹਾਂ ਵਿਵਹਾਰਿਕ ਆਦਰਸ਼ਾਂ ਦੀ ਕਾਰਜਸ਼ੀਲਤਾ ਲਈ ਤਨੋਂ ਮਨੋਂ ਮੈਂ ਤੁਹਾਡੇ ਨਾਲ ਹਾਂ।

ਜਿਸ ਵਕਤ ਮੈਂ ਉਸ ਨੇਕ ਦਿਲ ਸੰਤ ਤੋਂ ਵਿਦਾਈ ਲੈ ਰਿਹਾ ਸੀ ਤਾਂ ਉਨ੍ਹਾਂ ਨੇ ਆਪਣੀ ਇੱਕ ਛੋਟੀ ਜਿਹੀ ਪੁਸਤਕ ਉੱਪਰ ਆਪਣੇ ਦਸਤਖਤ ਕਰਕੇ ਮੈਨੂੰ ਭੇਂਟ ਕੀਤੀ।*

"ਇਹ ਹੈ ਮੇਰੀ ਪੁਸਤਕ, ਮਾਨਵੀ ਪੌਦਿਆਂ ਦੀ ਸਿਖਲਾਈ,"† ਉਨ੍ਹਾਂ ਨੇ ਕਿਹਾ, "ਨਵੇਂ ਤਰੀਕੇ ਦੀ ਸਿਖਲਾਈ ਦੀ ਜ਼ਰੂਰਤ ਹੈ, ਨਿਰਭੈ ਤਜਰਬਿਆਂ ਦੀ।" ਮੈਨੂੰ ਕਦੇ ਕਦਾਈਂ ਬਹੁਤ ਹੀ ਸਾਹਸੀ ਤਜਰਬਿਆਂ ਨਾਲ ਫਲਾਂ ਅਤੇ ਫੁੱਲਾਂ ਦੇ ਸਰਵੋਤਮਗੁਣ ਪ੍ਰਗਟ ਕਰਨ ਵਿਚ ਸਫਲਤਾ ਮਿਲੀ ਹੈ। ਇਸ ਤਰ੍ਹਾਂ ਬੱਚਿਆਂ ਦੇ ਸਿੱਖਿਆ ਦੇ ਖੇਤਰ ਵਿਚ ਜਿਆਦਾ ਤੋਂ ਜਿਆਦਾ ਨਵੀਆਂ ਵੰਨਗੀਆਂ ਦੇ ਸਾਹਸੀ ਤਜਰਬੇ ਹੋਣੇ ਚਾਹੀਦੇ ਹਨ।

ਉਸ ਰਾਤ, ਉਨ੍ਹਾਂ ਦੀ ਉਹ ਛੋਟੀ ਜਿਹੀ ਪੁਸਤਕ, ਮੈਂ ਡੂੰਘੀ ਦਿਲਚਸਪੀ ਨਾਲ ਪੜ੍ਹਦਾ ਰਿਹਾ। ਉਨ੍ਹਾਂ ਦੀ ਦ੍ਰਿਸ਼ਟੀ ਮਾਨਵ ਜਾਤੀ ਦੀ ਭਾਵੀ ਪੀੜ੍ਹੀਆਂ ਦੇ ਸ਼ਾਨਦਾਰ ਭਵਿਖ ਦੀ ਕਲਪਨਾ ਕਰ ਰਹੀ ਸੀ। ਉਨ੍ਹਾਂ ਨੇ ਲਿਖਿਆ ਸੀ, "ਇਸ ਸੰਸਾਰ ਵਿਚ ਜਾਨਦਾਰ ਵਸਤੂਆਂ ਵਿਚੋਂ ਸਭ ਤੋਂ ਜ਼ਿੱਦੀ, ਬਦਲਣ ਵਿਚ ਸਭ ਤੋਂ ਔਖੀ ਚੀਜ਼ ਹੈ, ਇੱਕ ਪੌਦਾ, ਜਿਸ ਦੀਆਂ ਆਦਤਾਂ ਪੱਕ ਗਈਆਂ ਹੋਣ- ਯਾਦ ਰੱਖੋ, ਇਹ ਪੌਦਾ ਆਪਣੀ ਅਜ਼ਾਦ ਹਸਤੀ ਦੀ ਯੁਗ ਯੁਗਾਂਤਰਾਂ ਤੋਂ ਰੱਖਿਆ ਕਰਦਾ ਆ ਰਿਹਾ ਹੈ। ਜੇ ਇਸ ਦੀ ਉਤਪਤੀ ਦੀ ਖੋਜ ਕਰਦਿਆਂ ਅਨੰਤ ਕਾਲ ਤਕ ਪਿੱਛੇ ਚਲੇ ਜਾਈਏ, ਤਾਂ ਇਹ ਪਤਾ ਲੱਗ ਜਾਵੇਗਾ, ਕਿ ਸ਼ਾਇਦ ਇਸ ਦੀ ਉਤਪਤੀ ਚਟਾਨਾਂ ਤੋਂ ਹੋਈ ਹੋਵੇ ਅਤੇ ਕਲਪਨਾ ਤੋਂ ਪਰੇ ਸਮੇਂ ਤੋਂ, ਇੰਨੇ ਲੰਬੇ ਸਮੇਂ ਵਿਚ ਸ਼ਾਇਦ ਹੀ ਇਸ ਵਿਚ ਕੋਈ ਵੱਡਾ ਪਰੀਵਰਤਨ ਆਇਆ ਹੋਵੇ। ਤੁਹਾਡਾ ਕੀ ਖਿਆਲ ਹੈ-ਆਖਰਕਾਰ-ਇੰਨੇ ਯੁਗਾਂ ਤੋਂ, ਇੱਕ ਖਾਸ ਗੁਣ ਧਰਮ ਜਾਂ ਆਦਤਾਂ ਦੇ ਵਾਰ

* ਬਰਬੈਂਕ ਨੇ ਆਪਣੇ ਦਸਤਖਤ ਕਰਕੇ ਮੈਨੂੰ ਆਪਣੀ ਇੱਕ ਫੋਟੋ ਵੀ ਦਿੱਤੀ ਸੀ। ਉਸ ਫੋਟੋ ਨੂੰ ਮੈਂ ਆਪਣੀ ਨਿੱਜੀ ਦੌਲਤ ਮੰਨ ਕੇ, ਉਸੇ ਤਰ੍ਹਾਂ ਸੰਭਾਲ ਕੇ ਰੱਖਦਾ ਆਇਆ ਹਾਂ, ਜਿਸ ਤਰ੍ਹਾਂ, ਇੱਕ ਹਿੰਦੂ ਵਪਾਰੀ ਨੇ ਅਬਰਾਹੀਮ ਲਿੰਕਨ ਦੀ ਫੋਟੋ ਨੂੰ ਸੰਭਾਲ ਕੇ ਰੱਖਿਆ ਹੋਇਆ ਸੀ। ਇਹ ਹਿੰਦੂ ਵਪਾਰੀ ਅਮਰੀਕਾ ਦੇ ਗਰਿਹ ਯੁੱਧ ਦੇ ਵਕਤ ਅਮਰੀਕਾ ਵਿਚ ਸੀ। ਉਸ ਦੇ ਮਨ ਵਿਚ ਲਿੰਕਨ ਦੇ ਪ੍ਰਤਿ ਇੰਨੀ ਅਪਾਰ ਸ਼ਰਧਾ ਉਤਪੰਨ ਹੋ ਗਈ ਸੀ ਕਿ ਉਹ ਮਹਾਨ ਮੁਕਤੀ ਦੇ ਦਾਤੇ ਦੀ ਫੋਟੋ ਪ੍ਰਾਪਤ ਕੀਤੇ ਬਗੈਰ ਭਾਰਤ ਵਾਪਸ ਪਰਤਣ ਨੂੰ ਤਿਆਰ ਹੀ ਨਹੀਂ ਸੀ। ਉਸ ਨੇ ਲਿੰਕਨ ਦੇ ਦਰਵਾਜ਼ੇ ਉੱਪਰ ਧਰਨਾ ਦੇ ਦਿੱਤਾ ਅਤੇ ਉਦੋਂ ਤਕ ਉੱਥੋਂ ਟੱਸ ਤੋਂ ਮੱਸ ਨਾ ਹੋਇਆ, ਜਦੋਂ ਤਕ ਹੈਰਾਨ ਪਰੇਸ਼ਾਨ ਲਿੰਕਨ ਨੇ ਨਿਊਯਾਰਕ ਦੇ ਪ੍ਰਸਿੱਧ ਚਿੱਤਰਕਾਰ ਡੈਨੀਅਲ ਹੈਲਿੰਗਟਨ ਨੂੰ ਆਪਣਾ ਚਿੱਤਰ ਬਣਾਉਣ ਵਾਸਤੇ ਨਿਯੁਕਤ ਕਰਨ ਦੀ ਪ੍ਰਵਾਨਗੀ ਨਹੀਂ ਦੇ ਦਿੱਤੀ। ਜਦੋਂ ਚਿੱਤਰ ਪੂਰਾ ਹੋ ਗਿਆ, ਤਾਂ ਜਿੱਤ ਦੀ ਖੁਸ਼ੀ ਨਾਲ ਉਹ ਹਿੰਦੂ ਵਪਾਰੀ ਉਸ ਨੂੰ ਕੋਲਕਾਤਾ ਲੈ ਆਇਆ।

† ਨਿਊਯਾਰਕ:- ਸੈਂਚੁਰੀ ਕੰਪਨੀ 1922

ਵਾਰ ਦੁਹਰਾ ਹੋਣ ਦੇ ਨਾਲ, ਪੌਦੇ ਵਿਚ ਆਪਣੀ ਦ੍ਰਿੜ ਇੱਛਾ ਸ਼ਕਤੀ ਨਹੀਂ ਪੈਦਾ ਹੋ ਜਾਂਦੀ। ਜੇ ਤੁਸੀਂ ਇਸ ਨੂੰ ਇੱਛਾ ਸ਼ਕਤੀ ਕਹਿਣਾ ਚਾਹੋ ਅਤੇ ਉਹ ਵੀ ਇੰਨੀ ਪੱਕੀ ਕਿ ਉਹ ਇੱਛਾ ਸ਼ਕਤੀ, ਜਿਸ ਦੀ ਤੁਲਨਾ ਨਹੀਂ ਹੋ ਸਕਦੀ। ਯਕੀਨਨ, ਕੁਝ ਪੌਦੇ ਅਜਿਹੇ ਹਨ, ਜਿਵੇਂ ਤਾੜ ਦੇ ਦਰਖਤ ਦੀਆਂ ਕੁਝ ਕਿਸਮਾਂ, ਜਿਨ੍ਹਾਂ ਵਿਚ ਹਾਲੇ ਤਕ ਮਾਨਵੀ ਸ਼ਕਤੀ ਕੋਈ ਪਰੀਵਰਤਨ ਲਿਆਉਣ ਵਿਚ ਸਫਲ ਨਹੀਂ ਹੋ ਸਕੀ। ਦਰਖਤਾਂ ਅਤੇ ਪੌਦਿਆਂ ਦੀ ਇੱਛਾ ਸ਼ਕਤੀ, ਮਨੁੱਖਾਂ ਦੀ ਇੱਛਾ ਸ਼ਕਤੀ ਦੇ ਮੁਕਾਬਲੇ ਜਿਆਦਾ ਸ਼ਕਤੀਸ਼ਾਲੀ ਹੁੰਦੀ ਹੈ। ਫਿਰ ਵੀ ਦੇਖੋ, ਉਸ ਪੌਦੇ ਦੇ ਨਾਲ ਇੱਕ ਨਵੀਂ ਜ਼ਿੰਦਗੀ ਜੋੜ ਦੇਣ ਨਾਲ, ਉਸ ਦੀ ਜ਼ਿੱਦ ਟੁੱਟ ਜਾਂਦੀ ਹੈ। ਸਿਰਫ ਉਸ ਉਪਰ ਦੂਸਰੇ ਪੌਦੇ ਦੀ ਕਲਮ ਬੰਨ ਕੇ ਦੋਗਲਾਪਣ ਪੈਦਾ ਕਰਨ ਨਾਲ, ਉਸ ਦੀ ਜ਼ਿੰਦਗੀ ਵਿਚ ਇਸ ਤਰ੍ਹਾਂ ਦਾ ਪੂਰਾ ਸ਼ਕਤੀਸ਼ਾਲੀ ਪਰੀਵਰਤਨ ਹੋ ਜਾਂਦਾ ਹੈ ਅਤੇ ਜਦੋਂ ਉਸ ਦੀ ਇਹ ਜ਼ਿੱਦ ਟੁੱਟ ਜਾਂਦੀ ਹੈ ਅਤੇ ਪਰੀਵਰਤਨ ਆ ਜਾਂਦਾ ਹੈ ਤਾਂ ਇਸ ਨੂੰ ਆਉਣ ਵਾਲੇ ਸਮਿਆਂ ਵਿਚ ਸਬਰ ਅਤੇ ਸ਼ਾਂਤੀ ਨਾਲ ਚੰਗੇ ਪੌਦਿਆਂ ਦੀ ਚੋਣ ਕਰਦਿਆਂ, ਉਸ ਵਿਚ ਆਏ ਪਰੀਵਰਤਨ ਨੂੰ ਸਥਿਰ ਰੱਖਿਆ ਜਾ ਸਕਦਾ ਹੈ। ਇਹ ਨਵਾਂ ਪੌਦਾ ਨਵੇਂ ਰਾਹ ਅਪਣਾਉਂਦਿਆਂ ਚੱਲ ਪੈਂਦਾ ਹੈ ਅਤੇ ਆਪਣੇ ਪਿਛਲੇ ਗੁਣ ਧਰਮਾਂ ਉਪਰ ਵਾਪਸ ਨਹੀਂ ਪਰਤਦਾ। ਉਸ ਦੀ ਇੱਛਾ ਸ਼ਕਤੀ ਟੁੱਟ ਜਾਂਦੀ ਹੈ ਅਤੇ ਉਸ ਵਿਚ ਪਰੀਵਰਤਨ ਹੋ ਜਾਂਦਾ ਹੈ।

ਜਦੋਂ ਇਹੀ ਗੱਲ ਇਨਸਾਨ ਦੇ ਬੱਚੇ ਦੀ ਜਜ਼ਬਾਤੀ ਅਤੇ ਲਚਕਦਾਰ ਫਿਤਰਤ ਉਪਰ ਲਾਗੂ ਹੁੰਦੀ ਹੈ, ਤਾਂ ਸਮੱਸਿਆ ਹੋਰ ਵੀ ਜਿਆਦਾ ਸੌਖੀ ਹੋ ਜਾਂਦੀ ਹੈ।

ਇਸ ਮਹਾਨ ਅਮੇਰੀਕਨ ਵਿਗਿਆਨਿਕ ਵੱਲ ਮੇਰਾ ਮਨ ਚੁੰਬਕ ਦੀ ਤਰ੍ਹਾਂ ਖਿੱਚਿਆ ਗਿਆ, ਜਿਸ ਕਾਰਨ ਮੈਂ ਵਾਰ ਵਾਰ ਉਨ੍ਹਾਂ ਦੇ ਕੋਲ ਗਿਆ। ਇੱਕ ਦਿਨ ਸਵੇਰ ਸਾਰ ਉਸ ਵਕਤ, ਮੈਂ ਉਨ੍ਹਾਂ ਦੇ ਘਰ ਪਹੁੰਚਿਆ, ਜਿਸ ਵਕਤ ਉਨ੍ਹਾਂ ਦੇ ਪੜ੍ਹਾਈ ਲਿਖਾਈ ਵਾਲੇ ਕਮਰੇ ਵਿਚ ਡਾਕੀਆ, ਉਨ੍ਹਾਂ ਨੂੰ ਆਈਆਂ ਹੋਈਆਂ ਹਜ਼ਾਰਾਂ ਚਿੱਠੀਆਂ ਦਾ ਢੇਰ ਲਾ ਰਿਹਾ ਸੀ। ਸੰਸਾਰ ਭਰ ਦੇ ਵਿਗਿਆਨਿਕ ਉਨ੍ਹਾਂ ਨੂੰ ਪੱਤਰ ਲਿਖਦੇ ਰਹਿੰਦੇ ਸਨ। 'ਸਵਾਮੀ ਜੀ' ਲੂਥਰ ਨੇ ਖੁਸ਼ ਹੁੰਦਿਆਂ ਕਿਹਾ, "ਤੁਹਾਡੇ ਆਉਣ ਦੇ ਨਾਲ ਮੈਨੂੰ ਵੀ ਬਾਹਰ ਬਗੀਚੇ ਵਿਚ ਜਾਣ ਦੀ ਜ਼ਰੂਰਤ ਦਾ ਬਹਾਨਾ ਮਿਲ ਗਿਆ ਹੈ। ਉਨ੍ਹਾਂ ਨੇ ਆਪਣੀ ਡੈਸਕ ਦਾ ਵੱਡਾ ਸਾਰਾ ਦਰਾਜ਼ ਖੋਲ੍ਹਿਆ, ਜਿਸ ਵਿਚ ਯਾਤਰਾ ਦੇ ਸਬੰਧ ਵਿਚ ਸੈਂਕੜੇ ਟਰੈਵਲਿੰਗ ਫੋਲਡਰ ਪਏ ਸਨ।

"ਦੇਖੋ," ਉਨ੍ਹਾਂ ਨੇ ਕਿਹਾ, "ਇਹ ਹੈ ਮੇਰੀ ਯਾਤਰਾ ਦਾ ਤਰੀਕਾ। ਪੌਦਿਆਂ ਅਤੇ ਆਪਣੀ ਖਤੋ ਖਿਤਾਬਤ ਨਾਲ ਬੰਨ੍ਹਿਆ ਹੋਇਆ, ਮੈਂ ਕਦੇ ਕਦਾਈਂ ਇਨ੍ਹਾਂ ਫੋਟੋਆਂ ਨੂੰ ਦੇਖ ਕੇ ਹੀ ਵਿਦੇਸ਼ ਯਾਤਰਾ ਦੀ ਇੱਛਾ ਪੂਰੀ ਕਰ ਲੈਂਦਾ ਹਾਂ।

ਮੇਰੀ ਕਾਰ ਉਨ੍ਹਾਂ ਦੇ ਦਰਵਾਜ਼ੇ ਦੇ ਅੱਗੇ ਖੜ੍ਹੀ ਸੀ। ਮੈਂ ਅਤੇ ਲੂਥਰ ਕਾਰ ਵਿਚ ਬੈਠ ਕੇ ਉਨ੍ਹਾਂ ਦੇ ਛੋਟੇ ਜਿਹੇ ਕਸਬੇ ਵਿਚ, ਉਨ੍ਹਾਂ ਦੁਆਰਾ ਵਿਕਸਤ ਕੀਤੀਆਂ ਹੋਈਆਂ ਗੁਲਾਬ ਦੀਆਂ ਕਿਸਮਾਂ ਸੈਂਟਾ ਰੋਜ਼ਾ, ਪੀਚਬਲੋ, ਬਰਬੈਂਕ ਗੁਲਾਬਾਂ ਦੇ ਬਾਗ। ਬਗੀਚਿਆਂ ਵਿਚ ਘੁੰਮਦੇ ਰਹੇ।

ਉਸ ਮਹਾਨ ਵਿਗਿਆਨਿਕ ਨੇ ਆਪਣੀਆਂ ਪਹਿਲੀਆਂ ਮਿਲਣੀਆਂ ਦੇ ਵਕਤ ਹੀ, ਮੈਥੋਂ *ਕਿਰਿਆ ਯੋਗ* ਦੀ ਦੀਖਿਆ ਲੈ ਲਈ ਸੀ। ਉਨ੍ਹਾਂ ਨੇ ਮੈਨੂੰ ਕਿਹਾ, "ਸਵਾਮੀ ਜੀ, ਮੈਂ ਪੂਰੀ ਸ਼ਰਧਾ ਭਗਤੀ ਨਾਲ ਨਿਯਮਿਤ ਤੌਰ ਤੇ *ਕਿਰਿਆ ਯੋਗ* ਦਾ ਅਭਿਆਸ ਕਰਦਾ ਹਾਂ। ਉਨ੍ਹਾਂ ਨੇ *ਕਿਰਿਆ ਯੋਗ* ਦੇ ਅਨੇਕ ਪਹਿਲੂਆਂ ਬਾਰੇ ਕਈ ਵਿਵੇਕਸ਼ੀਲ ਸਵਾਲ ਪੁੱਛਣ ਤੋਂ ਬਾਅਦ, ਬੜੀ ਹੌਲੀ ਜਿਹੀ ਅਵਾਜ਼ ਵਿਚ ਕਿਹਾ,

"ਪੂਰਬ ਕੋਲ ਸੱਚ-ਮੁੱਚ ਹੀ ਗਿਆਨ ਦਾ ਅਨੰਤ ਭੰਡਾਰ ਹੈ। ਜਿਸ ਨੂੰ ਪ੍ਰਾਪਤ ਕਰਨ ਲਈ, ਪੱਛਮ ਨੇ ਹਾਲੇ ਕੋਸ਼ਿਸ਼ ਹੀ ਕਰਨੀ ਸ਼ੁਰੂ ਕੀਤੀ ਹੈ।"*

ਕੁਦਰਤ ਨੇ ਯਤਨ ਨਾਲ ਸੰਭਾਲ ਕੇ ਰੱਖੇ ਗਏ ਆਪਣੇ ਅਨੇਕ ਭੇਦ, ਬਰਬੈਂਕ ਦੇ ਸਾਹਮਣੇ ਪ੍ਰਗਟ ਕਰ ਦਿੱਤੇ। ਕੁਦਰਤ ਦੇ ਨਾਲ ਉਸ ਦੀ ਇੰਨੀ ਡੂੰਘੀ ਇੱਕਰੂਪਤਾ ਨੇ ਬਰਬੈਂਕ ਵਿਚ ਅੰਤਾਂ ਦੀ ਅਧਿਆਤਮਿਕ ਸ਼ਰਧਾ ਪੈਦਾ ਕਰ ਦਿੱਤੀ ਸੀ।

ਇੱਕ ਦਿਨ ਉਨ੍ਹਾਂ ਨੇ ਮੈਨੂੰ ਕੁਝ ਸ਼ਰਮਾਉਂਦਿਆਂ ਕਿਹਾ, "ਕਦੇ ਕਦੇ ਮੈਨੂੰ ਇਸ ਤਰ੍ਹਾਂ ਮਹਿਸੂਸ ਹੁੰਦਾ ਹੈ ਕਿ ਮੈਂ ਅਨੰਤ ਸ਼ਕਤੀ ਦੇ ਬਿਲਕੁਲ ਨਜ਼ਦੀਕ ਹਾਂ।" ਆਪਣੇ ਅਨੁਭਵਾਂ ਨੂੰ ਯਾਦ ਕਰਦਿਆਂ ਉਨ੍ਹਾਂ ਦਾ ਕੋਮਲ ਮੁਖ ਮੰਡਲ ਚਮਕ ਉਠਿਆ। "ਜਿਸ ਕਰਕੇ ਮੈਂ ਆਸ ਪਾਸ ਦੇ ਬਿਮਾਰ ਲੋਕਾਂ ਅਤੇ ਪੌਦਿਆਂ ਨੂੰ ਤੰਦਰੁਸਤ ਕਰ ਸਕਣ ਦੇ ਯੋਗ ਹੋ ਜਾਂਦਾ ਹਾਂ।"

ਫਿਰ ਉਨ੍ਹਾਂ ਨੇ ਆਪਣੀ ਮਾਤਾ ਜੀ ਦੇ ਬਾਰੇ ਦੱਸਿਆ, ਜਿਹੜੀ ਬੜੀ ਨਿਸ਼ਠਾਵਾਨ ਈਸਾਈ ਇਸਤਰੀ ਸੀ। ਉਨ੍ਹਾਂ ਨੇ ਕਿਹਾ, "ਮਾਤਾ ਜੀ ਮੌਤ ਤੋਂ ਬਾਅਦ, ਅਨੇਕ ਵਾਰ ਮੇਰੀ ਅੰਤਰ ਆਤਮਾ ਵਿਚ ਪ੍ਰਗਟ ਹੋਏ ਅਤੇ ਉਨ੍ਹਾਂ ਨੇ ਮੇਰੇ ਨਾਲ ਗੱਲ ਬਾਤ ਵੀ ਕੀਤੀ।"

* ਪ੍ਰਸਿੱਧ ਜੀਵ ਵਿਗਿਆਨੀ ਅਤੇ ਯੂਨੇਸਕੋ ਦੇ ਨਿਰਦੇਸ਼ਕ ਡਾ. ਜੁਲੀਅਨ ਹਕਸਲੇ ਨੇ ਹਾਲ ਹੀ ਵਿਚ ਕਿਹਾ ਹੈ, "ਪੱਛਮੀ ਵਿਗਿਆਨਿਕਾਂ ਨੂੰ ਸਮਾਧੀ ਅਵਸਥਾ ਵਿਚ ਜਾਣ ਅਤੇ ਸੁਆਸ ਨੂੰ ਕੰਟਰੋਲ ਕਰਨ ਦੀਆਂ ਪੂਰਬ ਦੀਆਂ ਤਕਨੀਕਾਂ ਸਿਖਣੀਆਂ ਚਾਹੀਦੀਆਂ ਹਨ। ਸਮਾਧੀ ਵਿਚ ਕੀ ਵਾਪਰਦਾ ਹੈ? ਸਮਾਧੀ ਕਿਸ ਤਰ੍ਹਾਂ ਸੰਭਵ ਹੈ?" ਉਨ੍ਹਾਂ ਨੇ ਲੰਦਨ ਦੀ ਐਸੋਸੀਏਟਿਡ ਪਰੈਸ ਤੋਂ ਭੇਜੇ ਗਏ, ਅਗਸਤ 21, 1948 ਦੇ ਸੰਦੇਸ਼ ਵਿਚ ਕਿਹਾ "ਡਾ. ਹਕਸਲੇ ਨੇ ਵਰਲਡ ਫੈਡਰੇਸ਼ਨ ਫਾਰ ਮੈਂਟਲ ਹੈਲਥ ਨੂੰ ਦੱਸਿਆ ਕਿ ਪੂਰਬ ਦੀ ਡੂੰਘੀ ਯੋਗ ਵਿਦਿਆ ਦੀ ਖੋਜ ਕਰਨੀ ਚਾਹੀਦੀ ਹੈ। ਉਨ੍ਹਾਂ ਨੇ ਮਾਨਸਿਕ ਰੋਗਾਂ ਦੇ ਮਾਹਿਰਾਂ ਨੂੰ ਕਿਹਾ, ਜੇ ਇਸ ਵਿਦਿਆ ਦੀ ਵਿਗਿਆਨਿਕ ਖੋਜ ਕੀਤੀ ਜਾਵੇ, ਤਾਂ ਮੈਨੂੰ ਲਗਦਾ ਹੈ, ਕਿ ਮਨੋਵਿਗਿਆਨ ਦੇ ਖੇਤਰ ਵਿਚ ਇੱਕ ਬਹੁਤ ਵੱਡਾ ਕਦਮ ਅੱਗੇ ਦੀ ਤਰਫ ਉਠਾਇਆ ਜਾ ਸਕਦਾ ਹੈ।"

ਅਣਮੰਨੇ ਮਨ ਨਾਲ, ਅਸੀਂ ਉਨ੍ਹਾਂ ਦੇ ਘਰ ਵਾਪਸ ਆਏ, ਜਿੱਥੇ ਹਜ਼ਾਰਾਂ ਚਿੱਠੀਆਂ ਉਨ੍ਹਾਂ ਦਾ ਇੰਤਜ਼ਾਰ ਕਰ ਰਹੀਆਂ ਸਨ।

"ਲੂਥਰ," ਮੈਂ ਉਨ੍ਹਾਂ ਨੂੰ ਕਿਹਾ, "ਅਗਲੇ ਮਹੀਨੇ ਤੋਂ ਮੈਂ ਪੂਰਬ ਅਤੇ ਪੱਛਮ ਦੀਆਂ ਅਟੱਲ ਸਚਾਈਆਂ ਨੂੰ ਲੋਕਾਂ ਤਕ ਪਹੁੰਚਾਉਣ ਖਾਤਰ ਇੱਕ ਰਸਾਲਾ ਸ਼ੁਰੂ ਕਰ ਰਿਹਾ ਹਾਂ। ਰਸਾਲੇ ਵਾਸਤੇ ਕੋਈ ਚੰਗਾ ਜਿਹਾ ਨਾਂ ਸੁਝਾਉਣ ਵਿਚ ਮੇਰੀ ਸਹਾਇਤਾ ਕਰੋ।"

ਅਸੀਂ ਥੋੜੀ ਦੇਰ ਵਾਸਤੇ ਰਸਾਲੇ ਦੇ ਨਾਂ ਉੱਪਰ ਵਿਚਾਰ ਕਰਦੇ ਰਹੇ। ਆਖਰ 'ਈਸਟ-ਵੈਸਟ'* – ਪੂਰਬ-ਪੱਛਮ ਉੱਪਰ ਸਹਿਮਤ ਹੋ ਗਏ। ਜਦੋਂ ਅਸੀਂ ਉਨ੍ਹਾਂ ਦੀ ਪੜ੍ਹਾਈ ਲਿਖਾਈ ਵਾਲੇ ਕਮਰੇ ਵਿਚ ਦਾਖਲ ਹੋਏ, ਤਾਂ ਉਨ੍ਹਾਂ ਨੇ ਮੈਨੂੰ 'ਵਿਗਿਆਨ ਅਤੇ ਸਭਿਅਤਾ' ਸਿਰਲੇਖ ਹੇਠਾਂ ਲਿਖਿਆ ਹੋਇਆ ਇੱਕ ਲੇਖ ਦਿੱਤਾ।

ਮੈਂ ਧੰਨਵਾਦ ਕਰਦਿਆਂ ਕਿਹਾ, "ਇਹ ਈਸਟ ਵੈਸਟ ਰਸਾਲੇ ਦੇ ਪਹਿਲੇ ਅੰਕ ਵਿਚ ਛਪੇਗਾ।"

ਜਿਉਂ ਜਿਉਂ ਸਾਡੀ ਦੋਸਤੀ ਗਹਿਰੀ ਹੁੰਦੀ ਗਈ, ਤਿਉਂ ਤਿਉਂ ਮੈਂ ਬਰਬੈਂਕ ਨੂੰ ਆਪਣਾ ਅਮੇਰਿਕਨ ਸੰਤ ਕਹਿਣ ਲੱਗਿਆ। ਮੈਂ ਈਸਾ ਮਸੀਹ ਦੇ ਸ਼ਬਦਾਂ ਦੀ ਵਿਆਖਿਆ ਕਰਦਿਆਂ ਕਹਿੰਦਾ, "ਦੇਖੋ, ਇਹ ਉਹ ਆਦਮੀ ਹੈ, ਜਿਸ ਵਿਚ ਕੋਈ ਛਲ ਕਪਟ ਨਹੀਂ।"† ਉਸ ਦਾ ਦਿਲ ਬਹੁਤ ਡੂੰਘਾ, ਨਿਮਰ, ਸੰਤੋਖੀ ਅਤੇ ਕੁਰਬਾਨੀ ਦਾ ਪੁਤਲਾ ਸੀ। ਗੁਲਾਬਾਂ ਦੇ ਵਿਚਕਾਰ ਉਸ ਦਾ ਸਾਦਾ ਅਤੇ ਛੋਟਾ ਜਿਹਾ ਘਰ ਸੀ। ਉਨ੍ਹਾਂ ਨੂੰ ਸੰਸਾਰਕ ਦੌਲਤ ਇਕੱਠੀ ਕਰਨ ਦੀ ਕੋਈ ਇੱਛਾ ਨਹੀਂ ਸੀ ਅਤੇ ਐਸ਼ੋ ਅਰਾਮ ਦੀ ਜ਼ਿੰਦਗੀ ਦੀ ਨਿਰਰਥਕਤਾ ਦੇ ਅਹਿਸਾਸ ਦੀ ਖੁਸ਼ੀ ਸੀ। ਵਿਗਿਆਨਿਕ ਹੋਣ ਦੇ ਨਾਤੇ ਮਿਲੀ ਹੋਈ ਪ੍ਰਸਿੱਧੀ ਦੇ ਬਾਵਜੂਦ, ਉਹ ਜਿਸ ਨਿਮਰਤਾ ਨਾਲ ਵਿਵਹਾਰ ਕਰਦੇ ਸਨ, ਉਸ ਨੂੰ ਦੇਖ ਮੈਨੂੰ ਬਾਰੰਬਾਰ ਉਨ੍ਹਾਂ ਦਰਖਤਾਂ ਦੀ ਯਾਦ ਆਉਂਦੀ ਸੀ, ਜਿਹੜੇ ਫਲ ਆਉਣ ਤੇ ਫਲਾਂ ਦੇ ਭਾਰ ਨਾਲ ਹੇਠਾਂ ਨੂੰ ਝੁਕ ਜਾਂਦੇ ਹਨ। ਸਿਰਫ ਫਲਹੀਣ ਦਰਖਤ ਹੀ ਥੋਥੇ ਹੰਕਾਰ ਨਾਲ ਸਿਰ ਤਾਣ ਕੇ ਖੜ੍ਹੇ ਰਹਿੰਦੇ ਹਨ।

1926 ਵਿਚ ਜਦੋਂ ਮੇਰੇ ਦੋਸਤ ਦੀ ਮੌਤ ਹੋਈ, ਤਾਂ ਮੈਂ ਉਸ ਵਕਤ ਨਿਊਯਾਰਕ ਵਿਚ ਅੱਥਰੂਆਂ ਭਰੇ ਮਨ ਨਾਲ ਇਹ ਸੋਚ ਰਿਹਾ ਸੀ, "ਉਨ੍ਹਾਂ ਦੇ ਸਿਰਫ ਦਰਸ਼ਨ ਕਰਨ ਵਾਸਤੇ, ਮੈਂ ਇੱਥੋਂ ਖੁਸ਼ੀ ਖੁਸ਼ੀ ਸੈਂਟਾ ਰੋਜ਼ਾ ਪੈਦਲ ਹੀ ਚਲਿਆ ਜਾਊਂਗਾ। ਮੈਂ ਆਪਣੇ ਸਕੱਤਰਾਂ ਅਤੇ ਮਿਲਣ ਵਾਲਿਆਂ ਤੋਂ ਦੂਰ ਰਹਿ ਕੇ ਅਗਲੇ 24 ਘੰਟੇ ਏਕਾਂਤਵਾਸ ਵਿਚ ਗੁਜ਼ਾਰੇ।

* 1948 ਵਿਚ ਇਸ ਰਸਾਲੇ ਦਾ ਨਾਂ ਬਦਲ ਕੇ ਸੈਲਫ ਰੀਆਲਾਈਜੇਸ਼ਨ ਕਰ ਦਿਤਾ ਗਿਆ।

† *ਜਾਨ* 1:47 (ਬਾਈਬਲ)

ਲੂਥਰ ਬਰਬੈਂਕ
ਸੈਂਟਾ ਰੋਜ਼ਾ, ਕੈਲੀਫੋਰਨੀਆ
ਸੰਯੁਕਤ ਰਾਜ ਅਮਰੀਕਾ

ਦਿਸੰਬਰ 22, 1924

ਸਵਾਮੀ ਯੋਗਾ ਨੰਦ ਜੀ ਦੁਆਰਾ ਪ੍ਰਚਾਰਿਤ ਕਿਰਿਆਯੋਗ ਦੀ ਤਕਨੀਕ ਦੀ, ਮੈਂ ਜਾਂਚ-ਪੜਤਾਲ ਕਰ ਕੇ ਦੇਖੀ ਹੈ। ਮੇਰੇ ਵਿਚਾਰ ਮੁਤਾਬਿਕ, ਇਹ ਆਦਮੀ ਦੀਆਂ ਸਰੀਰਕ, ਮਾਨਸਿਕ ਅਤੇ ਅਧਿਆਤਮਿਕ ਪ੍ਰਵਿਰਤੀਆਂ ਵਿਚ ਇਕਸੁਰਤਾ ਲਿਆਉਣ ਲਈ ਸਿਖਲਾਈ ਦੇਣ ਦੀ ਇੱਕ ਆਦਰਸ਼ ਤਕਨੀਕ ਹੈ। ਸਵਾਮੀ ਜੀ ਦਾ ਉਦੇਸ਼ ਵਿਸ਼ਵ ਭਰ ਵਿਚ ਆਦਰਸ਼ ਜੀਵਨ ਜਿਉਂਣ ਦੀਆਂ ਤਕਨੀਕਾਂ ਦੀ ਸਿੱਖਿਆ ਦੇਣ ਵਾਸਤੇ, ਸਕੂਲਾਂ ਦੀ ਸਥਾਪਨਾ ਕਰਨਾ ਹੈ। ਜਿੱਥੇ ਸਿੱਖਿਆ ਸਿਰਫ ਬੌਧਿਕ ਵਿਕਾਸ ਤਕ ਹੀ ਸੀਮਿਤ ਨਾ ਰਹੇ, ਬਲਕਿ ਉਸ ਵਿਚ ਸਰੀਰ, ਇੱਛਾ ਸ਼ਕਤੀ ਅਤੇ ਜਜ਼ਬਾਤਾਂ ਨੂੰ ਸੇਧ ਦੇਣ ਦੀ ਸਿਖਲਾਈ ਵੀ ਸ਼ਾਮਲ ਹੋਵੇਗੀ।

ਇਕਾਗਰਤਾ ਅਤੇ ਧਿਆਨ ਦੀਆਂ ਸਿੱਧੀਆਂ ਅਤੇ ਸਰਲ ਤਕਨੀਕਾਂ ਦੇ ਨਾਲ ਯੋਗਦਾ ਤਕਨੀਕ ਪ੍ਰਣਾਲੀ ਨਾਲ ਸਰੀਰਕ ਮਾਨਸਿਕ ਅਤੇ ਅਧਿਆਤਮਿਕ ਸ਼ਕਤੀ ਪ੍ਰਗਟ ਕਰਕੇ, ਜੀਵਨ ਦੀ ਲਗ ਭਗ ਹਰ ਇੱਕ ਜਟਿਲ ਸਮੱਸਿਆ ਦਾ ਸਮਾਧਾਨ ਕੀਤਾ ਜਾ ਸਕਦਾ ਹੈ ਅਤੇ ਜਿਸ ਨਾਲ ਸੰਸਾਰ ਵਿਚ ਸ਼ਾਂਤੀ ਅਤੇ ਸਦਭਾਵਨਾ ਸਥਾਪਿਤ ਹੋ ਜਾਵੇਗੀ। ਸਵਾਮੀ ਜੀ ਦੇ ਵਿਚਾਰ ਮੁਤਾਬਿਕ ਆਮ ਸਮਝਦਾਰੀ ਵਾਲੀ ਗੁੰਝਲ ਰਹਿਤ ਸਿੱਖਿਆ, ਜਿਹੜੀ ਅਵਿਵਹਾਰਿਕਤਾ ਤੋਂ ਪਰੇ ਹੈ, ਹੀ ਸਹੀ ਸਿੱਖਿਆ ਹੈ, ਜਿਸ ਤੋਂ ਬਗੈਰ ਇਸ ਨੂੰ ਮੇਰੀ ਪ੍ਰਵਾਨਗੀ ਨਹੀਂ ਸੀ ਮਿਲ ਸਕਦੀ।

ਜਿਉਂਣ ਦੀ ਕਲਾ ਦੀ ਸਿਖਲਾਈ ਦੇਣ ਵਾਸਤੇ ਅੰਤਰ ਰਾਸ਼ਟਰੀ ਸਕੂਲਾਂ ਦੀ ਸਥਾਪਨਾ ਕਰਨ ਲਈ, ਸਵਾਮੀ ਜੀ ਦੇ ਵਿਚਾਰ ਨਾਲ ਸਹਿਮਤ ਹੁੰਦਿਆਂ, ਮੈਨੂੰ ਅਤਿਅੰਤ ਖੁਸ਼ੀ ਹੋ ਰਹੀ ਹੈ, ਜੇ ਇਨ੍ਹਾਂ ਦੀ ਸਥਾਪਨਾ ਹੋ ਜਾਵੇ ਤਾਂ ਮੇਰੀ ਜਾਣਕਾਰੀ ਦੇ ਮੁਤਾਬਿਕ ਕਿਸੇ ਹੋਰ ਸਾਧਨ ਦੀ ਬਜਾਏ, ਇਹ ਧਰਤੀ ਛੇਤੀ ਹੀ ਸਵਰਗ ਬਣ ਜਾਵੇਗੀ।

Luther Burbank

ਅਗਲੇ ਦਿਨ, ਮੈਂ ਲੂਥਰ ਦੀ ਇੱਕ ਵੱਡੀ ਫੋਟੋ ਦੇ ਸਾਹਮਣੇ ਬੈਠ ਕੇ, ਵੈਦਿਕ ਰਸਮਾਂ ਅਨੁਸਾਰ, ਉਨ੍ਹਾਂ ਦਾ ਸ਼ਰਾਧ ਤਰਪਣ ਕੀਤਾ। ਮੇਰੇ ਅਮਰੀਕੀ ਸ਼ਗਿਰਦਾਂ ਦੀ ਇੱਕ ਟੋਲੀ ਨੇ ਹਿੰਦੂ ਮਾਤਮੀ ਲਿਬਾਸ ਪਹਿਨ ਕੇ, ਵੈਦਿਕ ਮੰਤਰਾਂ ਦਾ ਉਚਾਰਣ ਕਰਦਿਆਂ, ਉਨ੍ਹਾਂ ਦੇ ਭੌਤਿਕ ਸਰੀਰ ਦੇ ਅਨੰਤ ਸ਼ਕਤੀ ਨਾਲ ਵਿਲੀਨ ਹੋਣ ਦੇ ਪ੍ਰਤੀਕ ਵਜੋਂ ਫੁੱਲਾਂ, ਜਲ ਅਤੇ ਅਗਨੀ ਨਾਲ ਤਰਪਣ ਕੀਤਾ।

ਉਂਜ ਤਾਂ ਬਰਬੈਂਕ ਦਾ ਪਾਰਥਿਵ ਸਰੀਰ ਸੈਂਟਾ ਰੋਜ਼ਾ ਵਿਚ, ਉਨ੍ਹਾਂ ਦੁਆਰਾ ਲਾਏ ਹੋਏ, ਇੱਕ ਲੇਬਨਾਨੀ ਦਿਉਦਾਰ ਦੇ ਦਰਖਤ ਦੇ ਥੱਲੇ ਪੂਰਨ ਅਰਾਮ ਕਰ ਰਿਹਾ ਹੈ, ਪਰ ਮੇਰੀ ਭਾਵਨਾਤਮਿਕ ਸੋਚ ਦੇ ਅਨੁਸਾਰ, ਉਨ੍ਹਾਂ ਦੀ ਆਤਮਾ ਰਸਤੇ ਦੇ ਕਿਨਾਰੇ ਖਿੜਨ ਵਾਲੇ ਹਰ ਇੱਕ ਫੁੱਲ ਵਿਚ ਬਿਰਾਜਮਾਨ ਹੈ। ਕੁਝ ਸਮੇਂ ਦੇ ਵਾਸਤੇ ਕੁਦਰਤ ਦੀ ਵਿਰਾਟ ਆਤਮਾ ਵਿਚ ਸਮਾ ਗਏ। ਲੂਥਰ ਬਰਬੈਂਕ, ਕੀ ਸੂਰਜ ਚੜ੍ਹਨ ਦੇ ਨਾਲ ਵਾਪਸ ਨਹੀਂ ਮੁੜ ਆਉਂਦੇ? ਕੀ ਸ਼ੂਕਦੀਆਂ ਹਵਾਵਾਂ ਵਿਚ ਉਨ੍ਹਾਂ ਦੀ ਅਵਾਜ਼ ਨਹੀਂ ਗੂੰਜ ਰਹੀ?

ਉਨ੍ਹਾਂ ਦਾ ਨਾਂ ਹੁਣ ਰੋਜ਼ਾਨਾ ਦੀ ਬੋਲ ਚਾਲ ਦਾ ਹਿੱਸਾ ਬਣ ਗਿਆ ਹੈ। 'ਵੈਬਸਟਰ ਨਿਊ ਇੰਟਰਨੈਸ਼ਨਲ ਡਿਕਸ਼ਨਰੀ' ਵਿਚ ਬਰਬੈਂਕ ਸ਼ਬਦ ਨੂੰ ਕਿਰਿਆ (ਸਕਰਮਕ) ਕਹਿੰਦਿਆਂ, ਉਸ ਦਾ ਅਰਥ ਦਿੱਤਾ ਗਿਆ ਹੈ, "ਦੋਗਲਾ ਜਾਂ ਪਿਉਂਦ ਕਰਨਾ ਜਾਂ ਪੌਦੇ ਤੇ ਕਲਮ ਬੰਨ੍ਹਣਾ । ਚੰਗੇ ਤੱਤਾਂ ਨੂੰ ਲੈ ਕੇ ਬੁਰੇ ਤੱਤਾਂ ਦਾ ਤਿਆਗ ਕਰਨਾ ਜਾਂ ਚੰਗੇ ਤੱਤਾਂ ਦੇ ਸੰਯੋਗ ਨਾਲ ਸੁਧਾਰ ਕਰਨਾ (ਕਿਸੇ ਵੀ ਤਕਨੀਕ ਨਾਲ ਜਾਂ ਸੰਸਥਾ ਵਿਚ)"

ਇਹ ਪਰੀਭਾਸ਼ਾ ਪੜ੍ਹਦਿਆਂ, ਮੈਂ ਬੋਲ ਉਠਿਆ "ਪਿਆਰੇ ਬਰਬੈਂਕ, ਆਪਦਾ ਨਾਂ – ਹੁਣ ਚੰਗਿਆਈ ਦਾ ਪ੍ਰਤੀਕ ਬਣ ਗਿਆ ਹੈ।"

ਚੈਪਟਰ 39

ਟੈਰੇਸਾ ਨਾਇਮਨ-ਈਸਾ ਮਸੀਹ ਦੇ ਸੂਲੀ ਚੜ੍ਹਾਉਣ ਵੇਲੇ ਦੇ ਜਖਮ ਧਾਰਨ ਕਰਨ ਵਾਲੀ ਸੰਤਣੀ

"ਭਾਰਤ ਵਾਪਸ ਆਉ, ਮੈਂ ਤੇਰੀ ਪੰਦਰਾਂ ਸਾਲ ਤਕ, ਸਬਰ ਅਤੇ ਸ਼ਾਂਤੀ ਨਾਲ ਇੰਤਜ਼ਾਰ ਕੀਤੀ ਹੈ। ਮੈਂ ਛੇਤੀ ਹੀ ਸਰੀਰ ਤਿਆਗ ਕੇ ਆਪਣੇ ਅਨੰਤ ਧਾਮ ਚਲਿਆ ਜਾਵਾਂਗਾ। ਯੋਗਾ ਨੰਦ ਵਾਪਸ ਆਉ।"

ਇੱਕ ਦਿਨ ਜਦੋਂ ਮੈਂ ਮਾਊਂਟ ਵਾਸ਼ਿੰਗਟਨ ਵਿਚ ਆਪਣੇ ਆਸ਼ਰਮ ਵਿਚ ਧਿਆਨ ਕਰ ਰਿਹਾ ਸੀ, ਤਾਂ ਸ਼੍ਰੀ ਯੁਕਤੇਸ਼ਵਰ ਜੀ ਦੀ ਇਹ ਚੌਂਕਾ ਦੇਣ ਵਾਲੀ ਅਵਾਜ਼ ਮੈਨੂੰ ਆਪਣੀ ਅੰਤਰ ਆਤਮਾ ਵਿਚ ਸੁਣਾਈ ਦਿਤੀ। ਅੱਖ ਝਪਕਦਿਆਂ ਹੀ ਦਸ ਹਜ਼ਾਰ ਮੀਲ ਦਾ ਫਾਸਲਾ ਤਹਿ ਕਰਕੇ, ਉਨ੍ਹਾਂ ਦਾ ਸੁਨੇਹਾ ਬਿਜਲੀ ਵਾਂਗ ਮੇਰੇ ਅੰਤਰ ਮਨ ਵਿਚ ਖੜਕਿਆ।

ਪੰਦਰਾਂ ਸਾਲ, ਹਾਂ, ਮੈਂ ਇਹ ਮਹਿਸੂਸ ਕੀਤਾ, ਕਿ ਇਹ ਸੰਨ 1935 ਆ ਗਿਆ ਹੈ। ਆਪਣੇ ਗੁਰੂਦੇਵ ਦੀਆਂ ਸਿੱਖਿਆਵਾਂ ਦੇ ਪ੍ਰਚਾਰ ਕਰਦਿਆਂ, ਮੈਂ ਪੰਦਰਾਂ ਸਾਲ ਗੁਜਾਰ ਦਿੱਤੇ ਹਨ। ਹੁਣ ਉਹ ਮੈਨੂੰ ਵਾਪਸ ਬੁਲਾ ਰਹੇ ਹਨ।

ਇਸ ਤੋਂ ਥੋੜ੍ਹੀ ਦੇਰ ਬਾਅਦ, ਜਦੋਂ ਆਪਣਾ ਇਹ ਅਨੁਭਵ, ਮੈਂ ਆਪਣੇ ਪਿਆਰੇ ਦੋਸਤ ਜੇਮਜ਼ ਜੇ. ਲਿਨ. ਨਾਲ ਸਾਂਝਾ ਕੀਤਾ, ਜੋ ਹਰ ਰੋਜ਼ ਦੇ *ਕਿਰਿਆ ਯੋਗ* ਦੇ ਅਭਿਆਸ ਕਰਨ ਨਾਲ ਅਧਿਆਤਮਿਕ ਤੌਰ ਤੇ ਇੰਨਾ ਉੱਨਤ ਹੋ ਗਿਆ ਸੀ, ਕਿ ਮੈਂ ਅਕਸਰ ਹੀ ਉਸ ਨੂੰ 'ਸੰਤ ਲਿਨ' ਦੇ ਨਾਂ ਨਾਲ ਸੰਬੋਧਿਤ ਕਰਿਆ ਕਰਦਾ ਸੀ। ਉਸ ਵਿਚ ਅਤੇ ਹੋਰ ਅਨੇਕ ਪੱਛਮੀ ਸ਼ਗਿਰਦਾਂ ਵਿਚ, ਬਾਬਾ ਜੀ ਦੀ ਭਵਿਖਬਾਣੀ ਸਕਾਰ ਹੁੰਦੀ ਦੇਖ, ਮੈਂ ਅਤਿਅੰਤ ਆਨੰਦਿਤ ਹੋਇਆ ਕਰਦਾ ਸੀ, ਕਿ ਪ੍ਰਾਚੀਨ ਯੋਗ ਰਾਹੀਂ ਪੱਛਮੀ ਦੁਨੀਆਂ ਵਿਚ ਵੀ ਆਤਮ ਸਾਕਸ਼ਾਤਕਾਰੀ ਸੰਤ ਪੈਦਾ ਹੋ ਜਾਣਗੇ।

ਸ਼੍ਰੀ ਲਿਨ ਨੇ ਉਦਾਰਤਾਪੂਰਵਕ, ਮੇਰੀ ਯਾਤਰਾ ਦੇ ਸਾਰੇ ਖਰਚੇ ਦਾ ਭਾਰ ਉੱਠਾਉਣ ਦੀ ਜ਼ੁੰਮੇਵਾਰੀ ਲੈਣ ਦਾ ਪ੍ਰਸਤਾਵ ਪੇਸ਼ ਕੀਤਾ। ਪੈਸਿਆਂ ਦਾ ਪ੍ਰਬੰਧ ਹੁੰਦਿਆਂ ਹੀ, ਮੈਂ ਜਹਾਜ਼ ਰਾਹੀਂ ਯੂਰਪ ਹੁੰਦਿਆਂ, ਭਾਰਤ ਜਾਣ ਦੀ ਤਿਆਰੀ ਸ਼ੁਰੂ ਕਰ ਦਿੱਤੀ। ਮਾਰਚ 1935 ਵਿਚ, ਮੈਂ ਸੈਲਫ ਰੀਆਲਾਈਜੇਸ਼ਨ ਫੈਲੋਸ਼ਿਪ ਨੂੰ ਪੱਕੀ ਸੰਸਥਾ ਬਣਾਉਣ ਵਾਸਤੇ ਕੈਲੀਫੋਰਨੀਆ ਰਾਜ ਦੇ ਕਾਨੂੰਨ ਤਹਿਤ ਇੱਕ ਗੈਰ-ਸੰਪਰਦਾਇਕ ਅਤੇ ਲਾਭ-ਰਹਿਤ ਸੰਸਥਾ

ਵਜੋਂ ਰਜਿਸਟਰਡ ਕਰਵਾ ਦਿੱਤਾ। ਮੇਰੇ ਕੋਲ ਜੋ ਕੁਝ ਵੀ ਸੀ, ਆਪਣੀਆਂ ਪੁਸਤਕਾਂ ਦੇ ਅਧਿਕਾਰਾਂ ਸਮੇਤ ਸਾਰਾ ਕੁਝ ਸੈਲਫ ਰੀਆਲਾਈਜੇਸ਼ਨ ਨੂੰ ਦਾਨ ਦੇ ਦਿੱਤਾ। ਜਿਆਦਾਤਰ ਦੂਸਰੀਆਂ ਧਾਰਮਿਕ ਸੰਸਥਾਵਾਂ ਵਾਂਗ ਸੈਲਫ ਰੀਆਲਾਈਜੇਸ਼ਨ ਫੈਲੋਸ਼ਿਪ ਵੀ ਆਪਣੇ ਮੈਂਬਰਾਂ ਅਤੇ ਲੋਕਾਂ ਦੇ ਦਾਨ ਅਤੇ ਹੋਰ ਬੱਝੀ ਆਮਦਨੀ ਦੇ ਸਹਾਰੇ ਹੀ ਚਲਦੀ ਹੈ।

"ਮੈਂ ਵਾਪਸ ਆਵਾਂਗਾ ਅਤੇ ਅਮਰੀਕਾ ਨੂੰ ਕਦੇ ਨਹੀਂ ਭੁਲਾਂਗਾ," ਮੈਂ ਆਪਣੇ ਸ਼ਗਿਰਦਾਂ ਨੂੰ ਕਿਹਾ।

ਲਾਸ ਐਂਜਲਿਸ ਵਿਚ, ਮੇਰੇ ਪਿਆਰੇ ਦੋਸਤਾਂ ਦੁਆਰਾ ਦਿੱਤੀ ਗਈ ਵਿਦਾਈ ਪਾਰਟੀ ਦੇ ਦੌਰਾਨ, ਮੈਂ ਲੰਬਾ ਸਮਾਂ ਉਨ੍ਹਾਂ ਦੇ ਚਿਹਰਿਆਂ ਵੱਲ ਦੇਖ ਕੇ ਨਿਹਾਰਦਾ ਰਿਹਾ। ਸ਼ੁਕਰਗੁਜਾਰੀ ਨਾਲ ਭਰਪੂਰ ਹੁੰਦਿਆਂ, ਮੇਰੇ ਮਨ ਵਿਚ ਵਿਚਾਰ ਆਇਆ, "ਹੇ ਪ੍ਰਮਾਤਮਾ, ਜੋ ਆਪ ਨੂੰ ਇੱਕੋ ਇੱਕ ਦਾਤਾਰ ਮੰਨ ਕੇ ਯਾਦ ਕਰਦਾ ਹੈ ਤਾਂ ਉਸ ਨੂੰ ਮਨੁੱਖਾਂ ਵਿਚ ਕਦੇ ਦੋਸਤਾਂ ਦੇ ਮਿਠਾਸ ਦੀ ਘਾਟ ਨਹੀਂ ਰਹਿੰਦੀ।"

9 ਜੂਨ 1935 ਨੂੰ, ਮੈਂ ਨਿਊਯਾਰਕ ਤੋਂ ਯੂਰੋਪਾ ਨਾਮਕ ਜਹਾਜ਼ ਉਪਰ ਸਵਾਰ ਹੋ ਕੇ ਚੱਲ ਪਿਆ। ਮੇਰੇ ਨਾਲ ਮੇਰੇ ਦੋ ਸ਼ਗਿਰਦ ਸਨ। ਇੱਕ ਸਨ, ਮੇਰੇ ਸਕੱਤਰ ਸ਼੍ਰੀ ਸੀ. ਰਿਚਰਡ ਰਾਈਟ. ਅਤੇ ਦੂਸਰੀ ਸਿਨਸਨਾਟੀ ਦੀ ਇੱਕ ਬਜ਼ੁਰਗ ਔਰਤ ਏਟੀ. ਬਲੇਚ। ਪਿਛਲੇ ਹਫਤਿਆਂ ਦੀ ਨੱਠ ਭੱਜ ਦੇ ਮੁਕਾਬਲੇ ਸਮੁੰਦਰੀ ਯਾਤਰਾ ਸ਼ਾਂਤੀ ਪੂਰਨ ਲੱਗ ਰਹੀ ਸੀ। ਪਰ ਇਹ ਸ਼ਾਂਤੀ ਥੋੜੇ ਦਿਨ ਹੀ ਰਹੀ। ਆਧੁਨਿਕ ਜਹਾਜ਼ਾਂ ਦੀ ਤੇਜ ਰਫਤਾਰ ਦੇ ਕੁਝ ਅਫਸੋਸਨਾਕ ਪਹਿਲੂ ਵੀ ਹਨ।

ਹੋਰ ਉਤਸੁਕ ਯਾਤਰੂਆਂ ਵਾਂਗ ਅਸੀਂ ਵੀ ਵਿਸ਼ਾਲ ਅਤੇ ਪ੍ਰਾਚੀਨ ਸ਼ਹਿਰ ਲੰਦਨ ਵਿਚ ਘੁੰਮਦੇ ਰਹੇ। ਲੰਦਨ ਪਹੁੰਚਣ ਦੇ ਦੂਜੇ ਦਿਨ ਮੈਨੂੰ ਉਥੇ ਦੇ ਕੈਕਸਟਨ ਹਾਲ ਵਿਚ ਇੱਕ ਵਿਸ਼ਾਲ ਜਨ ਸਭਾ ਨੂੰ ਸੰਬੋਧਨ ਕਰਨ ਦਾ ਸੱਦਾ ਪੱਤਰ ਮਿਲਿਆ। ਭਾਸ਼ਣ ਸ਼ੁਰੂ ਕਰਨ ਤੋਂ ਪਹਿਲਾਂ ਲੰਦਨ ਦੇ ਸਰੋਤਿਆਂ ਨਾਲ ਮੇਰੀ ਜਾਣ ਪਛਾਣ ਸਰ ਫਰਾਂਸਿਸ ਯੰਗਹਸਬੈਂਡ ਨੇ ਕਰਵਾਈ।

ਇੱਕ ਦਿਨ ਅਸੀਂ ਸਰ ਹੈਰੀ ਲਾਡਰ ਦੇ ਮਹਿਮਾਨ ਬਣ ਕੇ, ਉਨ੍ਹਾਂ ਦੇ ਸਕਾਟਲੈਂਡ ਦੀ ਇਸਟੇਟ ਦਾ ਆਨੰਦ ਮਾਣਿਆ। ਕੁਝ ਦਿਨ ਬਾਅਦ ਅਸੀਂ ਇੰਗਲਿਸ਼ ਚੈਨਲ ਪਾਰ ਕਰ ਕੇ ਯੂਰਪ ਮਹਾ ਦੀਪ ਵਿਚ ਪ੍ਰਵੇਸ਼ ਕੀਤਾ। ਕਿਉਂਕਿ ਮੈਂ ਬਵੇਰੀਆਂ ਦੀ ਇੱਕ ਵਿਸ਼ੇਸ਼ ਤੀਰਥ ਯਾਤਰਾ ਕਰਨੀ ਚਾਹੁੰਦਾ ਸੀ। ਮੈਂ ਸੋਚਿਆ ਕਿ ਕੋਨਰਸਰੂਥ ਦੀ ਮਹਾਨ ਕੈਥੋਲਿਕ ਸੰਤਣੀ ਟੈਰੇਸਾ ਨਾਇਮਨ ਨੂੰ ਮਿਲਣ ਦਾ ਇਹੀ ਇੱਕੋ ਇੱਕ ਮੌਕਾ ਮੈਨੂੰ ਮਿਲ ਸਕਦਾ ਹੈ।

ਵਰ੍ਹਿਆਂ ਪਹਿਲੇ, ਮੈਂ ਟੈਰੇਸਾ ਨਾਇਮਨ ਦੇ ਬਾਰੇ ਇੱਕ ਅਸਚਰਜਜਨਕ ਲੇਖ ਪੜ੍ਹਿਆ ਸੀ। ਉਸ ਲੇਖ ਤੋਂ ਮੈਨੂੰ ਇਹ ਜਾਣਕਾਰੀ ਮਿਲੀ ਸੀ:-

1) ਟੈਰੇਸਾ ਨਾਇਮਨ ਦਾ ਜਨਮ 1898 ਈਸਵੀ ਵਿਚ ਗੁਡ ਫਰਾਈਡੇ ਵਾਲੇ ਦਿਨ ਹੋਇਆ ਸੀ। ਜਦੋਂ ਉਹ ਵੀਹ ਵਰ੍ਹਿਆਂ ਦੀ ਸੀ ਤਾਂ ਉਹ ਇੱਕ ਦੁਰਘਟਨਾ ਵਿਚ ਅੰਨ੍ਹੀ ਹੋ ਗਈ ਸੀ। ਨਾਲ ਹੀ ਉਸ ਨੂੰ ਅਧਰੰਗ ਹੋ ਗਿਆ ਸੀ।

2) 'ਦਿ ਲਿਟਲ ਫਲਾਵਰ' ਦੇ ਨਾਂ ਨਾਲ ਪ੍ਰਸਿੱਧ ਲਿਸੋ ਦੀ ਸੰਤਣੀ ਟੈਰੇਸਾ ਦੀ ਕ੍ਰਿਪਾ ਨਾਲ, 1923 ਵਿਚ ਚਮਤਕਾਰੀ ਤਰੀਕੇ ਨਾਲ ਉਸ ਦੀ ਨਜ਼ਰ ਠੀਕ ਹੋ ਗਈ। ਉਸ ਤੋਂ ਬਾਅਦ ਉਸ ਦਾ ਅਧਰੰਗ ਵੀ ਇੱਕ ਦਮ ਠੀਕ ਹੋ ਗਿਆ।

3) 1923 ਤੋਂ ਬਾਅਦ ਈਸ਼ਵਰ ਦੇ ਪ੍ਰਸ਼ਾਦ ਦੇ ਰੂਪ ਵਿਚ ਦਿੱਤੇ ਜਾਣ ਵਾਲੇ ਚਰਚ ਦੇ ਛੋਟੇ ਜਿਹੇ ਵੇਫਰ ਤੋਂ ਇਲਾਵਾ, ਉਸ ਨੇ ਅੰਨ ਜਲ ਪੂਰੀ ਤਰ੍ਹਾਂ ਤਿਆਗ ਦਿੱਤਾ।

4) 1926 ਵਿਚ ਟੈਰੇਸਾ ਨਾਇਮਨ ਦੇ ਮੱਥੇ, ਛਾਤੀ, ਹੱਥਾਂ ਅਤੇ ਪੈਰਾਂ ਦੇ ਉੱਪਰ ਈਸਾ ਮਸੀਹ ਦੇ ਪਵਿੱਤਰ ਜ਼ਖਮ ਪ੍ਰਗਟ ਹੋ ਗਏ। ਈਸਾ ਮਸੀਹ ਨੂੰ ਸੂਲੀ ਚੜ੍ਹਾਉਣ ਦੇ ਵੇਲੇ, ਜਿਹੜੇ ਜਿਹੜੇ ਤਸੀਹੇ ਦਿੱਤੇ ਗਏ ਸਨ, ਉਨ੍ਹਾਂ ਸਾਰੇ ਤਸੀਹਿਆਂ ਅਤੇ ਉਨ੍ਹਾਂ ਦੀਆਂ ਭਾਵਨਾਵਾਂ ਨੂੰ ਹਰ ਸ਼ੁਕਰਵਾਰ* ਆਪਣੇ ਸਰੀਰ ਉੱਪਰ ਅਨੁਭਵ ਕਰਦੀ ਹੈ।

5) ਟੈਰੇਸਾ ਨਾਇਮਨ ਨੂੰ ਸਿਰਫ ਆਪਣੇ ਪਿੰਡ ਦੀ ਸਰਲ ਜਰਮਨ ਭਾਸ਼ਾ ਹੀ ਆਉਂਦੀ ਹੈ। ਪਰ ਹਰ ਸ਼ੁਕਰਵਾਰ ਇਨ੍ਹਾਂ ਅਨੁਭਵਾਂ ਦੇ ਦੌਰਾਨ, ਭਾਵਾਵੇਸ਼ ਵਿਚ ਕੁਝ ਅਜਿਹੇ ਸ਼ਬਦ ਵੀ ਬੋਲ ਦਿੰਦੀ ਹੈ, ਜਿਨ੍ਹਾਂ ਨੂੰ ਵਿਦਵਾਨਾਂ ਨੇ ਪ੍ਰਾਚੀਨ ਫਿਲਿਸਤੀਨੀ ਭਾਸ਼ਾ ਦੇ ਰੂਪ ਵਿਚ ਪਹਿਚਾਣਿਆ ਹੈ। ਆਪਣੇ ਇਸ ਅਲੌਕਿਕ ਦਰਸ਼ਨ ਦੇ ਦੌਰਾਨ ਖਾਸ ਮੌਕਿਆਂ ਉੱਪਰ ਉਹ ਹਿਬਰੂ ਜਾਂ ਯੂਨਾਨੀ ਭਾਸ਼ਾ ਵੀ ਬੋਲਦੀ ਹੈ।

6) ਚਰਚ ਦੇ ਅਧਿਕਾਰੀਆਂ ਦੀ ਆਗਿਆ ਨਾਲ ਟੈਰੇਸਾ ਨਾਇਮਨ ਨੂੰ ਕਈ ਵਾਰ ਵਿਗਿਆਨਿਕ ਪ੍ਰੀਖਿਆ ਵਿਚ ਵੀ ਰੱਖਿਆ ਗਿਆ। ਪਰੋਟੈਸਟੈਂਟ ਜਰਮਨ ਅਖਬਾਰ ਦੇ ਸੰਪਾਦਕ ਡਾ. ਫਰਿਟਜ਼ ਗਾਰਲਿਕ ਇਸ 'ਕੈਥੋਲਿਕ ਪਖੰਡੀ' ਦੀ ਸ਼ੋਹਰਤ ਦਾ ਭਾਂਡਾ ਭੰਨਣ ਦੇ ਮਨਸ਼ੇ ਨਾਲ ਕੋਨਰਸਰੂਥ ਗਏ, ਪਰ ਮਨ ਵਿਚ ਸ਼ਰਧਾ ਲੈ ਕੇ ਵਾਪਸ ਆ ਗਏ ਅਤੇ ਫਿਰ ਉਨ੍ਹਾਂ ਨੇ ਸ਼ਰਧਾ ਭਾਵ ਨਾਲ ਉਨ੍ਹਾਂ ਦਾ ਜੀਵਨ ਚਰਿਤਰ ਲਿਖਿਆ।

ਮੈਂ ਭਾਵੇਂ ਪੂਰਬ ਵਿਚ ਹੋਵਾਂ, ਭਾਵੇਂ ਪੱਛਮ ਵਿਚ, ਹਮੇਸ਼ਾਂ ਸੰਤਾਂ ਨੂੰ ਮਿਲਣ ਵਾਸਤੇ ਲਲਾਇਤ ਰਹਿੰਦਾ ਸੀ। 16 ਜੁਲਾਈ ਨੂੰ ਜਦੋਂ ਅਸੀਂ ਕੋਨਰਸਰੂਥ ਪਹੁੰਚੇ, ਤਾਂ ਮੇਰਾ ਮਨ

* ਦੂਜੇ ਵਿਸ਼ਵ ਯੁੱਧ ਦੇ ਸਮੇਂ ਤੋਂ ਈਸਾ ਮਸੀਹ ਦੇ ਤਸੀਹਿਆਂ ਦਾ ਅਨੁਭਵ, ਉਨ੍ਹਾਂ ਨੂੰ ਹਰ ਸ਼ੁਕਰਵਾਰ ਨਹੀਂ ਹੁੰਦਾ, ਬਲਕਿ ਸਿਰਫ ਕੁਝ ਤਿਉਹਾਰਾਂ ਦੇ ਦਿਨ੍ਹਾਂ ਵਿਚ ਹੀ ਹੁੰਦਾ ਹੈ। ਉਨ੍ਹਾਂ ਦੇ ਜੀਵਨ ਬਾਰੇ ਲਿਖੀਆਂ ਗਈਆਂ ਪੁਸਤਕਾਂ ਹਨ:- ਟੈਰੇਸਾ ਨਾਇਮਨ, 'ਏ ਸਟਿਗਮੈਂਟਿਸਟ ਆਫ ਅਵਰ ਡੇ' ਅਤੇ 'ਫਰਦਰ ਕਰਾਨੀਕਲ ਆਫ ਟੈਰੇਸਾ ਨਾਇਮਨ।' ਇਹ ਦੋਨੋਂ ਪੁਸਤਕਾਂ ਫਰਿਡਰਿਕ ਰਿਟਰ ਵਾਨ ਲਾਮਾ ਦੁਆਰਾ ਲਿਖੀਆਂ ਗਈਆਂ ਹਨ। ਏ.ਪੀ. ਸ਼ਿਮਬਰਗ ਦੁਆਰਾ ਲਿਖਤ 'ਦੀ ਸਟੋਰੀ ਆਫ ਟੈਰੇਸਾ ਨਾਇਮਨ' 1947 ਵਿਚ ਛਪੀ ਹੈ। ਇਹ ਸਾਰੀਆਂ ਪੁਸਤਕਾਂ 'ਬਰੂਸ ਪਬਲਿਸ਼ਿੰਗ ਕੰਪਨੀ ਮਿਲਵਾਕੀ ਵਿਸਕਾਨਸਨ ਦੁਆਰਾ ਛਾਪੀਆਂ ਗਈਆਂ ਹਨ। ਜੋਹਾਨਜ਼ ਸਟਾਇਨਰ ਦੁਆਰਾ ਲਿਖੀ ਗਈ ਪੁਸਤਕ 'ਟੈਰੇਸਾ ਨਾਇਮਨ' ਏਲਬਾ ਹਾਊਸ ਸਟੇਟਨ ਆਇਲੈਂਡ ਨਿਊਯਾਰਕ ਵਿਚ ਛਪੀ ਹੈ।

ਖੁਸ਼ੀ ਨਾਲ ਝੂਮ ਉੱਠਿਆ। ਬਵੇਰਿਆਈ ਕਿਸਾਨ ਸਾਡੀ ਫੋਰਡ ਕਾਰ (ਜੋ ਅਸੀਂ ਅਮਰੀਕਾ ਤੋਂ ਆਪਣੇ ਨਾਲ ਹੀ ਲੈ ਕੇ ਆਏ ਸੀ) ਅਤੇ ਉਸ ਵਿਚ ਬੈਠੇ ਤਿੰਨ ਵੱਖੋ ਵੱਖ ਤਰ੍ਹਾਂ ਦੇ ਲੋਕ- ਇੱਕ ਅਮਰੀਕੀ ਨੌਜੁਆਨ, ਇੱਕ ਬਜ਼ੁਰਗ ਔਰਤ ਅਤੇ ਇੱਕ ਕੋਟ ਕਾਲਰ ਦੇ ਥੱਲੇ ਆਪਣੇ ਲੰਬੇ ਕੇਸਾਂ ਨੂੰ ਦਬਾਈ ਬੈਠੇ ਪੱਕੇ ਰੰਗ ਦੇ ਭਾਰਤੀ ਨੂੰ ਡੂੰਘੀ ਦਿਲਚਸਪੀ ਨਾਲ ਦੇਖ ਰਹੇ ਸਨ।

ਟੈਰੇਸਾ ਨਾਇਮਨ ਦਾ ਘਰ ਸਾਫ ਸੁਥਰਾ ਸੀ। ਘਰ ਦੇ ਕੋਲ ਹੀ ਇੱਕ ਪ੍ਰਾਚੀਨ ਜਮਾਨੇ ਦਾ ਖੂਹ ਸੀ। ਜਿਸ ਦੇ ਕੋਲ ਸੁੰਦਰ ਸੁੰਦਰ ਫੁੱਲ ਖਿੜ੍ਹੇ ਹੋਏ ਸਨ। ਪ੍ਰੰਤੂ, ਅਫਸੋਸ ਘਰ ਬੰਦ ਸੀ। ਗੁਆਢੀਆਂ ਨੂੰ ਅਤੇ ਘਰ ਦੇ ਕੋਲ ਦੀ ਲੰਘ ਰਹੇ ਡਾਕੀਏ ਨੂੰ ਟੈਰੇਸਾ ਨਾਇਮਨ ਦੀ ਕੋਈ ਉੱਘ ਸੁੱਘ ਨਹੀਂ ਸੀ। ਮੀਂਹ ਪੈਣਾ ਸ਼ੁਰੂ ਹੋ ਗਿਆ ਸੀ। ਮੇਰੇ ਸਾਥੀਆਂ ਨੇ ਸਲਾਹ ਦਿੱਤੀ ਕਿ ਵਾਪਸ ਚਲਿਆ ਜਾਵੇ।

"ਨਹੀਂ," ਮੈਂ ਦ੍ਰਿੜਤਾ ਨਾਲ ਕਿਹਾ "ਜਦੋਂ ਤਕ ਟੈਰੇਸਾ ਨਾਇਮਨ ਦੇ ਕੋਲ ਪਹੁੰਚਣ ਦਾ ਕੋਈ ਸੁਰਾਗ ਨਾ ਮਿਲ ਜਾਵੇ, ਉਦੋਂ ਤਕ ਮੈਂ ਇੱਥੋਂ ਹਿਲਣ ਵਾਲਾ ਨਹੀਂ।"

ਦੋ ਘੰਟੇ ਤਕ ਅਸੀਂ ਹੈਰਾਨ ਪ੍ਰੇਸ਼ਾਨ ਕਰਨ ਵਾਲੇ ਮੀਂਹ ਕਾਰਨ ਆਪਣੀ ਕਾਰ ਵਿਚ ਹੀ ਬੈਠੇ ਰਹੇ। ਮੈਂ ਸ਼ਿਕਵੇ ਭਰਿਆ ਇੱਕ ਲੰਬਾ ਸਾਹ ਲੈਂਦਿਆਂ ਕਿਹਾ, "ਪ੍ਰਮਾਤਮਾ, ਜੇ ਉਸ ਨੇ ਇੱਥੇ ਮਿਲਣਾ ਹੀ ਨਹੀਂ ਸੀ, ਤਾਂ ਆਪ ਮੈਨੂੰ ਇੱਥੇ ਲੈ ਕੇ ਹੀ ਕਿਉਂ ਆਏ?"

ਇੰਨੇ ਨੂੰ ਅੰਗਰੇਜ਼ੀ ਭਾਸ਼ੀ ਇੱਕ ਆਦਮੀ ਸਾਡੇ ਕੋਲ ਆ ਕੇ ਖੜ੍ਹਾ ਹੋ ਗਿਆ ਅਤੇ ਉਸ ਨੇ ਨਿਮਰਤਾ ਪੂਰਵਕ ਆਪਣੀ ਸੇਵਾ ਅਰਪਣ ਕੀਤੀ।

"ਮੈਂ ਪੱਕਾ ਤਾਂ ਨਹੀਂ ਕਹਿ ਸਕਦਾ," ਉਸ ਨੇ ਕਿਹਾ, "ਕਿ ਟੈਰੇਸਾ ਨਾਇਮਨ ਕਿੱਥੇ ਹੈ, ਹਾਂ, ਉਹ ਅਕਸਰ ਹੀ ਇੱਥੋਂ ਅੱਸੀ ਮੀਲ ਦੂਰ ਆਈਕਸਟਾਟ ਯੂਨੀਵਰਸਿਟੀ ਵਿਚ, ਉੱਥੇ ਦੇ ਵਿਦੇਸ਼ੀ ਭਾਸ਼ਾ ਦੇ ਪ੍ਰੋਫੈਸਰ ਫਰਾਂਜ਼ ਵੁਟਜ਼ ਨੂੰ ਮਿਲਣ ਜਾਂਦੀ ਹੈ।"

ਅਗਲੇ ਦਿਨ ਸਵੇਰੇ ਸਵੇਰੇ ਜਦੋਂ ਅਸੀਂ ਕਾਰ ਦੁਆਰਾ ਛੋਟੇ ਜਿਹੇ ਸ਼ਾਂਤ ਸ਼ਹਿਰ ਆਈਕਸਟਾਟ ਪਹੁੰਚੇ ਤਾਂ ਪ੍ਰੋ. ਵੁਟਜ਼ ਨੇ ਪਿਆਰ ਨਾਲ ਆਪਣੇ ਘਰ ਵਿਚ ਸਾਡਾ ਸੁਆਗਤ ਕੀਤਾ। "ਹਾਂ, ਟੈਰੇਸਾ ਨਾਇਮਨ ਇੱਥੇ ਹੀ ਹੈ," ਉਨ੍ਹਾਂ ਨੇ ਕਿਹਾ ਅਤੇ ਉਨ੍ਹਾਂ ਨੇ ਉਸੇ ਵਕਤ ਟੈਰੇਸਾ ਨਾਇਮਨ ਦੇ ਕੋਲ ਸੁਨੇਹਾ ਭੇਜਿਆ ਕਿ ਉਨ੍ਹਾਂ ਨੂੰ ਕੋਈ ਮਿਲਣ ਆਇਆ ਹੈ। ਸੁਨੇਹਾ ਲੈ ਕੇ ਜਾਣ ਵਾਲਾ ਆਦਮੀ ਛੇਤੀ ਹੀ ਉਨ੍ਹਾਂ ਦੀ ਸਹਿਮਤੀ ਲੈ ਕੇ ਵਾਪਸ ਆ ਗਿਆ।

"ਭਾਵੇਂ ਮੈਨੂੰ ਪਾਦਰੀ ਨੇ ਉਨ੍ਹਾਂ ਦੀ ਆਗਿਆ ਤੋਂ ਬਗੈਰ ਕਿਸੇ ਨੂੰ ਮਿਲਣ ਤੋਂ ਮਨ੍ਹਾ ਕਰ ਰੱਖਿਆ ਹੈ। ਪ੍ਰੰਤੂ ਭਾਰਤ ਤੋਂ ਆਏ ਇਸ ਸੰਤ ਨੂੰ ਮੈਂ ਜਰੂਰ ਮਿਲਾਂਗੀ।"

ਉਨ੍ਹਾਂ ਦੇ ਉੱਤਰ ਦੇ ਇਨ੍ਹਾਂ ਸ਼ਬਦਾਂ ਨੇ ਮੇਰਾ ਮਨ ਮੋਹ ਲਿਆ। ਪ੍ਰੋ. ਵੁਟਜ਼ ਦੇ ਪਿੱਛੇ ਪਿੱਛੇ ਪੌੜੀਆਂ ਚੜ੍ਹ ਕੇ ਉਪਰਲੀ ਮੰਜ਼ਲ ਤੇ ਉਨ੍ਹਾਂ ਦੇ ਬੈਠਕਖਾਨੇ ਵਿਚ ਪਹੁੰਚੇ ਤਾਂ

ਟੈਰੇਸਾ ਨਾਇਮਨ ਵੀ ਛੇਤੀ ਹੀ ਉੱਥੇ ਆ ਗਈ। ਉਨ੍ਹਾਂ ਵਿਚੋਂ ਸ਼ਾਂਤੀ ਅਤੇ ਆਨੰਦ ਦਾ ਅਥਾਹ ਪ੍ਰਵਾਹ ਵਹਿ ਰਿਹਾ ਸੀ। ਉਨ੍ਹਾਂ ਨੇ ਕਾਲਾ ਗਾਊਨ ਪਹਿਨਿਆ ਹੋਇਆ ਸੀ ਅਤੇ ਸਿਰ ਤੇ ਚਿੱਟਾ ਦੁਪੱਟਾ ਲੈ ਰੱਖਿਆ ਸੀ। ਉਨ੍ਹਾਂ ਦੀ ਉਮਰ ਉਸ ਵਕਤ ਸੈਂਤੀ ਸਾਲਾਂ ਦੀ ਸੀ, ਪਰ ਦੇਖਣ ਵਿਚ ਉਹ ਉਸ ਤੋਂ ਬਹੁਤ ਘੱਟ ਉਮਰ ਦੀ ਦਿਖਾਈ ਦੇ ਰਹੀ ਸੀ। ਉਨ੍ਹਾਂ ਦੇ ਚਿਹਰੇ ਤੇ ਬੱਚਿਆਂ ਵਰਗੀ ਤਾਜ਼ਗੀ ਅਤੇ ਮਨੋਹਰ ਅਣਭੋਲਤਾ ਸੀ। ਮਜ਼ਬੂਤ ਸੁਗਠਿਤ ਸਰੀਰ, ਗੁਲਾਬੀ ਗੱਲ੍ਹਾਂ ਅਤੇ ਮਨ ਨੂੰ ਮੋਹ ਲੈਣ ਵਾਲਾ ਸੁਭਾਅ, ਇਹ ਉਹ ਸੰਤ ਹੈ, ਜੋ ਹਮੇਸ਼ਾਂ ਨਿਰਾਹਾਰ ਰਹਿੰਦੀ ਹੈ।

ਟੈਰੇਸਾ ਨਾਇਮਨ ਨੇ ਅਤਿਅੰਤ ਸ਼ਾਲੀਨਤਾ ਨਾਲ ਮੇਰੇ ਨਾਲ ਹੱਥ ਮਿਲਾਇਆ, ਇੱਕ ਦੂਸਰੇ ਨੂੰ ਈਸ਼ਵਰ ਪ੍ਰੇਮੀ ਦੇ ਰੂਪ ਵਿਚ ਪਹਿਚਾਣਦਿਆਂ ਹੋਇਆਂ, ਸਾਡੇ ਦੋਨਾਂ ਦੇ ਮੂੰਹ ਦੇ ਉੱਪਰ ਮੌਨ ਦੀ ਮਿੱਠੀ ਮੁਸਕਾਨ ਖੇਡ ਰਹਿ ਸੀ।

ਪ੍ਰੋ. ਵੁਟਜ਼ ਨੇ ਕ੍ਰਿਪਾਲਤਾ ਪੂਰਵਕ ਦੁਭਾਸ਼ੀਏ ਦੀ ਸੇਵਾ ਨਿਭਾਈ। ਜਦੋਂ ਅਸੀਂ ਸਾਰੇ ਬੈਠ ਗਏ, ਤਾਂ ਮੇਰੇ ਧਿਆਨ ਵਿਚ ਆਇਆ ਕਿ ਟੈਰੇਸਾ ਨਾਇਮਨ ਨਿਰਛਲ ਉਤਸੁਕਤਾ ਭਰੀ ਨਜ਼ਰ ਨਾਲ ਮੈਨੂੰ ਦੇਖ ਰਹੀ ਸੀ। ਸਪਸ਼ਟ ਸੀ ਕਿ ਬਵੇਰੀਆ ਵਿਚ ਹਿੰਦੂ ਕਦੇ ਕਦੇ ਦਿਖਾਈ ਦਿੰਦੇ ਹੋਣਗੇ।

"ਕੀ ਆਪ ਕਦੇ ਕੁਝ ਨਹੀਂ ਖਾਂਦੇ," ਮੈਂ ਉਨ੍ਹਾਂ ਦੇ ਮੂਹੋਂ ਹੀ ਇਸ ਦਾ ਉੱਤਰ ਸੁਣਨਾ ਚਾਹੁੰਦਾ ਸੀ।

"ਨਹੀਂ, ਹਰ ਰੋਜ਼ ਸਵੇਰੇ ਛੇ ਵਜੇ ਇੱਕ ਹੋਸਟ ਵੇਫਰ* ਤੋਂ ਇਲਾਵਾ, ਮੈਂ ਕੁਝ ਨਹੀਂ ਖਾਂਦੀ।"

"ਇਹ ਹੋਸਟ ਵੇਫਰ ਕਿੰਨਾ ਵੱਡਾ ਹੁੰਦਾ ਹੈ?"

"ਉਹ ਕਾਗਜ਼ ਵਰਗਾ ਪਤਲਾ ਅਤੇ ਇੱਕ ਸਿੱਕੇ ਦੇ ਅਕਾਰ ਦਾ ਹੁੰਦਾ ਹੈ। ਉਸ ਨੂੰ ਵੀ ਮੈਂ ਪ੍ਰਮਾਤਮਾ ਦੇ ਪਰਸ਼ਾਦ ਦੇ ਰੂਪ ਵਿਚ ਗ੍ਰੈਹਣ ਕਰਦੀ ਹਾਂ। ਜੇ ਪ੍ਰਮਾਤਮਾ ਨੂੰ ਅਰਪਿਤ ਨਾ ਹੋਵੇ, ਤਾਂ ਮੈਂ ਉਸ ਨੂੰ ਵੀ ਨਹੀਂ ਨਿਗਲ ਸਕਦੀ।"

"ਆਪ ਕੇਵਲ ਉਸੇ ਹੋਸਟ ਵੇਫਰ ਉੱਪਰ ਬਾਰਾਂ ਵਰ੍ਹਿਆਂ ਤਕ ਜੀਵਤ ਨਹੀਂ ਰਹਿ ਸਕਦੇ?"

"ਮੈਂ ਪ੍ਰਮਾਤਮਾ ਦੇ ਪ੍ਰਕਾਸ਼ ਦੇ ਨਾਲ ਜਿਉਂਦੀ ਰਹਿੰਦੀ ਹਾਂ," ਕਿੰਨਾ ਸਰਲ ਉੱਤਰ ਸੀ, ਬਿਲਕੁਲ ਆਈਨਸਟਾਈਨ ਦੀ ਤਰ੍ਹਾਂ।

* ਆਟੇ ਦਾ ਬਣਿਆ ਰੱਬੀ ਭੋਜਨ/ਖੁਦਾ ਦਾ ਭੋਜਨ/ਪ੍ਰਸ਼ਾਦ

"ਮੈਂ ਸਮਝਦਾ ਹਾਂ ਕਿ ਆਪ ਇਹ ਚੀਜ਼ ਸਮਝਦੇ ਹੋ, ਕਿ ਆਪ ਦੇ ਸਰੀਰ ਦੀ ਪ੍ਰਾਣ ਸ਼ਕਤੀ ਅਕਾਸ਼, ਸੂਰਜ ਅਤੇ ਹਵਾ ਵਿਚੋਂ ਆਉਂਦੀ ਹੈ।"

ਤੁਰੰਤ ਉਨ੍ਹਾਂ ਦਾ ਚਿਹਰਾ ਮਧੁੱਰ ਮੁਸਕਾਨ ਨਾਲ ਖਿੜ ਉੱਠਿਆ। "ਮੈਨੂੰ ਇਹ ਜਾਣ ਕੇ ਖੁਸ਼ੀ ਹੋਈ ਹੈ ਕਿ ਆਪ ਜਾਣਦੇ ਹੋ, ਕਿ ਮੈਂ ਕਿਸ ਤਰ੍ਹਾਂ ਜਿਉਂਦੀ ਰਹਿੰਦੀ ਹਾਂ।"

"ਆਪ ਦਾ ਪਵਿੱਤਰ ਜੀਵਨ, ਈਸਾ ਮਸੀਹ ਦੁਆਰਾ ਕਹੇ ਗਏ, ਉਸ ਸੱਚ ਦਾ ਪ੍ਰਗਟਾਵਾ ਕਰਦਾ ਹੈ, ਕਿ ਮਨੁੱਖ ਸਿਰਫ ਅੰਨ ਨਾਲ ਹੀ ਜਿਉਂਦਾ ਨਹੀਂ ਰਹਿ ਰਹੇਗਾ, ਬਲਕਿ ਈਸ਼ਵਰ ਦੇ ਮੂਹੋਂ ਨਿਕਲਣ ਵਾਲੇ ਹਰ ਇੱਕ ਸ਼ਬਦ* ਨਾਲ ਜਿਉਂਦਾ ਰਹੇਗਾ।"

ਮੇਰੇ ਦੁਆਰਾ ਦਿੱਤੀ ਗਈ ਵਿਆਖਿਆ ਤੋਂ ਉਹ ਬਹੁਤ ਖੁਸ਼ ਹੋਈ। "ਸੱਚ-ਮੁੱਚ, ਇਹ ਹੀ ਅਸਲੀਅਤ ਹੈ। ਅੱਜ ਇਸ ਧਰਤੀ ਉੱਪਰ ਮੇਰੇ ਜਿਉਂਦੇ ਰਹਿਣ ਦਾ ਕਾਰਨ, ਇਹ ਸਿੱਧ ਕਰਨਾ ਹੈ ਕਿ ਮਨੁੱਖ ਕੇਵਲ ਅੰਨ ਨਾਲ ਹੀ ਜਿਉਂਦਾ ਨਹੀਂ ਰਹਿੰਦਾ, ਬਲਕਿ ਈਸ਼ਵਰ ਦੇ ਅਦ੍ਰਿਸ਼ ਪ੍ਰਕਾਸ਼ ਨਾਲ ਜਿਉਂਦਾ ਰਹਿੰਦਾ ਹੈ।"

"ਕੀ ਆਪ ਦੂਸਰਿਆਂ ਨੂੰ ਵੀ ਅੰਨ ਤੋਂ ਬਗੈਰ ਜਿਉਂਦੇ ਰਹਿਣ ਦੀ ਤਕਨੀਕ ਸਿਖਾ ਸਕਦੇ ਹੋ?"

ਇਸ ਸਵਾਲ ਨਾਲ ਉਹ ਪ੍ਰੇਸ਼ਾਨ ਹੋਈ ਮਹਿਸੂਸ ਕਰ ਰਹੀ ਸੀ, "ਮੈਂ ਇਸ ਤਰ੍ਹਾਂ ਨਹੀਂ ਕਰ ਸਕਦੀ, ਪਰਮਾਤਮਾ ਦੀ ਐਸੀ ਇੱਛਾ ਨਹੀਂ ਹੈ।"

ਜਦੋਂ ਮੇਰੀ ਨਜ਼ਰ ਟੈਰੇਸਾ ਨਾਇਮਨ ਦੇ ਮਜ਼ਬੂਤ ਅਤੇ ਸੁੰਦਰ ਹੱਥਾਂ ਉੱਪਰ ਪਈ ਤਾਂ ਉਨ੍ਹਾਂ ਨੇ ਹਰ ਹੱਥ ਦੇ ਪਿਛਲੇ ਪਾਸੇ ਹਾਲ ਹੀ ਵਿਚ ਭਰੇ ਹੋਏ ਵਰਗਾਕਾਰ ਜ਼ਖਮ ਦਿਖਾਏ। ਹਰ ਹਥੇਲੀ ਉੱਪਰ, ਹਾਲ ਹੀ ਵਿਚ ਭਰੇ ਹੋਏ ਅੱਧੇ ਚੰਦ ਦੇ ਅਕਾਰ ਦਾ ਜ਼ਖਮ ਦਿਖਾਇਆ। ਹਰ ਜ਼ਖਮ ਦਾ ਨਿਸ਼ਾਨ ਹੱਥ ਦੇ ਆਰ ਪਾਰ ਸੀ। ਇਹ ਦ੍ਰਿਸ਼ ਦੇਖ ਕੇ

* *ਮੈਥਯੂ* 4:4 (ਬਾਈਬਲ)। ਮਨੁੱਖ ਦੇ ਸਰੀਰ ਦੀ ਬੈਟਰੀ ਕੇਵਲ ਸਥੂਲ ਅੰਨ ਨਾਲ ਨਹੀਂ, ਬਲਕਿ ਸਾਰੇ ਬ੍ਰਹਿਮੰਡ ਵਿਚ ਵਿਆਪਤ ਸਪੰਦਨਸ਼ੀਲ ਮਹਾ ਪ੍ਰਾਣ (ਓਮ, ਨਾਦ ਜਾਂ ਬ੍ਰਹਮ ਸ਼ਬਦ) ਨਾਲ ਸਜੀਵ ਰਹਿੰਦੀ ਹੈ। ਇਹ ਅਦ੍ਰਿਸ਼ ਸ਼ਕਤੀ ਮੇਰੁਦੰਡ ਦੇ ਦਰਵਾਜ਼ੇ ਰਾਹੀਂ ਸਰੀਰ ਅੰਦਰ ਪ੍ਰਵੇਸ਼ ਕਰਦੀ ਹੈ। ਸਰੀਰ ਵਿਚ ਇਹ ਛੇਵਾਂ ਚੱਕਰ ਗਰਦਣ ਦੇ ਉੱਪਰਲੇ ਹਿੱਸੇ ਵਿਚ ਮੇਰੂ ਦੰਡ ਦੇ ਪੰਜ ਚੱਕਰਾਂ ਦੇ ਉੱਪਰ ਸਥਿਤ ਹੁੰਦਾ ਹੈ। (ਇਹ ਚੱਕਰ ਪ੍ਰਾਣ ਸ਼ਕਤੀ ਦਾ ਪ੍ਰਸਾਰਣ ਕੇਂਦਰ ਹੁੰਦੇ ਹਨ।

ਸਰੀਰ ਦੇ ਵਾਸਤੇ ਜਰੂਰੀ ਮਹਾ ਪ੍ਰਾਣ ਸ਼ਕਤੀ (ਓਮ) ਦਾ ਮੁੱਖ ਪ੍ਰਵੇਸ਼ ਦੁਆਰ, ਮੇਰੂ ਦੰਡ, ਮਨੁੱਖ ਦੀ ਇੱਛਾ ਸ਼ਕਤੀ ਦੇ ਕੇਂਦਰ ਕੂਟਸਥ ਚੈਤਨਯ (ਦੋਨੋਂ ਭਰਵਟਿਆਂ ਦੇ ਵਿਚਕਾਰ ਮੌਜੂਦ) ਦੇ ਨਾਲ ਧਰੁਵਤਾ ਨਾਲ ਸਿੱਧਾ ਜੁੜਿਆ ਹੋਇਆ ਹੁੰਦਾ ਹੈ। ਮੇਰੂ ਦੰਡ ਵਿਚ ਪ੍ਰਵੇਸ਼ ਕਰਨ ਵਾਲੀ ਮਹਾਪ੍ਰਾਣ ਸ਼ਕਤੀ, ਜਦੋਂ ਮੱਥੇ ਵਿਚ ਮੌਜੂਦ ਸੱਤਵੇਂ ਚੱਕਰ ਵਿਚ ਹਜ਼ਾਰਾਂ ਪੱਤੀਆਂ ਵਾਲੇ ਰੌਸ਼ਨੀ ਦੇ ਕਮਲ ਵਿਚ ਇਕੱਠੀ ਹੋ ਜਾਂਦੀ ਹੈ, ਜਿਹੜੀ ਮਨੁੱਖ ਵਿਚ ਅਨੰਤ ਸੰਭਾਵਨਾਵਾਂ ਦਾ ਕੇਂਦਰ ਹੈ। ਬਾਈਬਲ ਵਿਚ ਇਸ ਓਮ ਨੂੰ ਪਵਿੱਤਰ ਆਤਮਾ ਜਾਂ ਸ੍ਰਿਸ਼ਟੀ ਦੀ ਧਾਰਨ ਸ਼ਕਤੀ ਕਿਹਾ ਗਿਆ ਹੈ। "ਕੀ, ਤੁਸੀਂ ਨਹੀਂ ਜਾਣਦੇ, ਕਿ ਤਹਾਡਾ ਸਰੀਰ ਪਵਿੱਤਰ ਆਤਮਾ ਦਾ ਮੰਦਰ ਹੈ। ਜੋ ਤੁਹਾਡੇ ਵਿਚ ਵਸਿਆ ਹੋਇਆ ਹੈ ਅਤੇ ਤੁਹਾਨੂੰ ਪ੍ਰਮਾਤਮਾ ਦੀ ਤਰਫੋਂ ਮਿਲਿਆ ਹੋਇਆ ਹੈ ਅਤੇ ਤੁਸੀਂ ਤਾਂ ਖੁਦ ਆਪਣੇ ਨਹੀਂ ਹੋ?" *I ਕੋਰਨਿਥਿਆਨਜ਼* 6:19 (ਬਾਈਬਲ)

ਮੈਨੂੰ ਲੋਹੇ ਦੀਆਂ ਚਕੋਰ ਲੰਬੀਆਂ ਲੰਬੀਆਂ ਮੇਖਾਂ ਦੀ ਯਾਦ ਆ ਗਈ, ਜਿਨ੍ਹਾਂ ਦੇ ਸਿਰੇ, ਅੱਧੇ ਚੰਦ ਦੇ ਅਕਾਰ ਦੇ ਸ਼ਕਲ ਦੇ ਹੁੰਦੇ ਹਨ। ਇਹ ਮੇਖਾਂ ਪੂਰਬੀ ਦੇਸ਼ਾਂ ਵਿਚ ਹਾਲੇ ਵੀ ਵਰਤੀਆਂ ਜਾਂਦੀਆਂ ਹਨ। ਪ੍ਰੰਤੂ ਪੱਛਮ ਵਿਚ ਮੈਨੂੰ ਇਹੋ ਜਿਹੀਆਂ ਮੇਖਾਂ ਦੀ ਵਰਤੋਂ ਕੀਤੀ ਜਾਂਦੀ ਕਿਤੇ ਦਿਖਾਈ ਨਹੀਂ ਦਿੱਤੀ।

ਉਸ ਤੋਂ ਬਾਅਦ ਟੈਰੇਸਾ ਨਾਇਮਨ ਨੇ ਹਰ ਹਫਤਾਵਾਰੀ ਸਮਾਧੀ ਅਨੁਭਵਾਂ ਬਾਰੇ ਦੱਸਿਆ। ਇੱਕ ਬੇ-ਸਹਾਰਾ ਦਰਸ਼ਕ ਦੀ ਤਰ੍ਹਾਂ, ਮੈਂ ਈਸਾ ਮਸੀਹ ਦੇ ਸਾਰੇ ਤਸੀਹਿਆਂ ਦੇ ਸੰਤਾਪ ਨੂੰ ਦੇਖਦੀ ਰਹਿੰਦੀ ਹਾਂ। ਹਰ ਹਫਤੇ ਵੀਰਵਾਰ ਦੀ ਅੱਧੀ ਰਾਤ ਤੋਂ ਲੈ ਕੇ ਸ਼ੁਕਰਵਾਰ ਦੁਪਹਿਰ ਦੇ ਇੱਕ ਵਜੇ ਤਕ, ਜ਼ਖਮਾਂ ਦੇ ਮੂੰਹ ਖੁੱਲ੍ਹ ਜਾਂਦੇ ਹਨ ਅਤੇ ਉਨ੍ਹਾਂ ਵਿਚੋਂ ਖੂਨ ਸਿੰਮਦਾ ਰਹਿੰਦਾ ਹੈ। ਇਸ ਪ੍ਰਕਿਰਿਆ ਵਿਚ ਉਨ੍ਹਾਂ ਦੇ ਸਰੀਰ ਦੇ ਵਜ਼ਨ ਦੇ 121 ਪੌਂਡ ਵਿਚੋਂ, ਉਨ੍ਹਾਂ ਦਾ ਵਜ਼ਨ ਦਸ ਪੌਂਡ ਘਟ ਜਾਂਦਾ ਹੈ। ਆਪਣੇ ਇਸ ਸਹਾਨਭੂਤੀ ਪੂਰਨ ਪਿਆਰ ਵਿਚ ਗਹਿਰਾ ਕਸ਼ਟ ਸਹਿਣ ਕਰਨ ਦੇ ਬਾਵਜੂਦ ਵੀ ਟੈਰੇਸਾ ਨਾਇਮਨ ਆਪਣੇ ਪ੍ਰਮਾਤਮਾ ਦੇ ਇਸ ਹਫਤਾਵਾਰੀ ਅਲੌਕਿਕ ਦਰਸ਼ਨ ਕਰਨ ਦੀ ਬੜੀ ਬੇਸਬਰੀ ਨਾਲ ਇੰਤਜ਼ਾਰ ਕਰਦੀ ਰਹਿੰਦੀ ਹੈ।

ਤੁਰੰਤ ਮੇਰੀ ਸਮਝ ਵਿਚ ਆ ਗਿਆ ਕਿ ਨਿਊ ਟੇਸਟਾਮੈਂਟ ਵਿਚ ਵਰਣਿਤ ਈਸਾ ਮਸੀਹ ਦੇ ਜੀਵਨ ਅਤੇ ਸੂਲੀ ਉੱਪਰ ਦਿੱਤੇ ਗਏ ਤਸੀਹਿਆਂ ਭਰੀ ਮੌਤ ਦੀ ਘਟਨਾ ਦੀ ਇਤਿਹਾਸਿਕ ਸਚਾਈ ਦੀ ਪ੍ਰਮਾਣਿਕਤਾ ਨੂੰ ਸਿੱਧ ਕਰ ਕੇ ਸਾਰੇ ਈਸਾਈਆਂ ਨੂੰ ਮੁੜ ਵਿਸ਼ਵਾਸ ਦਿਵਾਉਣ ਵਾਸਤੇ ਗੈਲਿਲੀ ਦੇ ਉਸ ਮਹਾਨ ਸੰਤ ਈਸਾ ਮਸੀਹ ਅਤੇ ਉਨ੍ਹਾਂ ਦੇ ਸ਼ਰਧਾਲੂਆਂ ਵਿਚਕਾਰ ਅਮਰ ਸਬੰਧ ਦੇ ਰੋਮਾਂਚਕ ਦਰਸ਼ਨ ਕਰਨ ਵਾਸਤੇ ਹੀ ਈਸ਼ਵਰ ਨੇ ਟੈਰੇਸਾ ਨਾਇਮਨ ਦੇ ਵਿਲੱਖਣ ਜੀਵਨ ਦਾ ਸਿਰਜਣ ਕੀਤਾ।

ਫਿਰ ਪ੍ਰੋ. ਵੂਟਜ਼ ਨੇ ਟੈਰੇਸਾ ਦੇ ਬਾਰੇ ਕੁਝ ਆਪਣੇ ਅਨੁਭਵ ਸਾਂਝੇ ਕੀਤੇ।

ਉਨ੍ਹਾਂ ਨੇ ਦੱਸਿਆ, "ਟੈਰੇਸਾ ਸਮੇਤ ਅਸੀਂ ਕੁਝ ਹੋਰ ਲੋਕ ਅਕਸਰ ਹੀ ਕਈ ਕਈ ਦਿਨ੍ਹਾਂ ਤਕ ਮਨਮੋਹਕ ਨਜ਼ਾਰੇ ਦੇਖਣ ਲਈ ਜਰਮਨੀ ਦੀ ਯਾਤਰਾ ਕਰਦੇ ਰਹਿੰਦੇ ਹਾਂ। ਮਜ਼ੇ ਦੀ ਗੱਲ ਇਹ ਹੈ ਕਿ ਟੈਰੇਸਾ ਨਾਇਮਨ ਇਸ ਦੌਰਾਨ ਕਦੇ ਕੁਝ ਨਹੀਂ ਖਾਂਦੀ, ਜਦੋਂ ਕਿ ਅਸੀਂ ਸਾਰੇ ਤਿੰਨ ਤਿੰਨ ਵਾਰ ਰੱਜ ਕੇ ਖਾਣਾ ਖਾਂਦੇ ਹਾਂ। ਉਹ ਗੁਲਾਬ ਦੇ ਫੁੱਲ ਵਾਂਗ ਟਹਿਕਦੀ ਰਹਿੰਦੀ ਹੈ। ਥਕਾਵਟ ਉਸ ਦੇ ਨੇੜੇ ਵੀ ਨਹੀਂ ਫੜਕਦੀ। ਜਦੋਂ ਸਾਨੂੰ ਭੁੱਖ ਲੱਗਦੀ ਹੈ, ਤਾਂ ਅਸੀਂ ਸੜਕਾਂ ਕਿਨਾਰੇ ਹੋਟਲ ਲੱਭਣ ਲੱਗਦੇ ਹਾਂ, ਪਰ ਉਹ ਦਿਲ ਖੋਲ੍ਹ ਕੇ ਸਾਡੇ ਤੇ ਹੱਸਦੀ ਰਹਿੰਦੀ ਹੈ।"

ਇਸ ਦੇ ਨਾਲ ਹੀ ਪ੍ਰੋ : ਵੂਟਜ਼ ਨੇ ਉਨ੍ਹਾਂ ਦੀ ਸਰੀਰਕ ਅਵਸਥਾ ਬਾਰੇ ਦਿਲਚਸਪ ਗੱਲਾਂ ਦੱਸੀਆਂ। "ਕਿਉਂਕਿ ਟੈਰੇਸਾ ਨਾਇਮਨ ਕੁਝ ਖਾਂਦੀ ਨਹੀਂ ਹੈ, ਇਸ ਵਾਸਤੇ ਉਸ ਦਾ ਪੇਟ ਸੁਕੜ ਗਿਆ ਹੈ। ਮਲ ਮੂਤਰ ਉਨ੍ਹਾਂ ਦੇ ਸਰੀਰ ਵਿਚ ਤਿਆਰ ਨਹੀਂ

ਹੁੰਦਾ। ਪ੍ਰੰਤੂ ਉਨ੍ਹਾਂ ਦੇ ਪਸੀਨੇ ਦੀਆਂ ਗ੍ਰੰਥੀਆਂ ਪੂਰਾ ਕੰਮ ਕਰਦੀਆਂ ਹਨ, ਉਨ੍ਹਾਂ ਦੀ ਚਮੜੀ ਸਦਾ ਨਰਮ ਅਤੇ ਦ੍ਰਿੜ ਰਹਿੰਦੀ ਹੈ।"

ਵਿਦਾਈ ਲੈਂਦਿਆਂ, ਮੈਂ ਟੈਰੇਸਾ ਨਾਇਮਨ ਨੂੰ ਉਨ੍ਹਾਂ ਦੇ ਆਗਾਮੀ ਅਨੁਭਵ ਦੇ ਮੌਕੇ ਆਪਣੇ ਹਾਜ਼ਰ ਰਹਿਣ ਦੀ ਇੱਛਾ ਪ੍ਰਗਟਾਈ।

"ਹਾਂ, ਹਾਂ, ਕ੍ਰਿਪਾ ਕਰਕੇ, ਅਗਲੇ ਸ਼ੁਕਰਵਾਰ ਨੂੰ ਆਪ ਕੋਨਰਸਰੂਥ ਆਉ। ਪਾਦਰੀ ਆਪ ਨੂੰ ਆਗਿਆ ਪੱਤਰ ਦੇ ਦੇਣਗੇ। ਮੈਨੂੰ ਬਹੁਤ ਖੁਸ਼ੀ ਹੋਈ ਹੈ ਕਿ ਆਪ ਆਈਕਸਟਾਟ ਤਕ ਚੱਲ ਕੇ ਆਏ।"

ਟੈਰੇਸਾ ਨਾਇਮਨ ਨੇ ਹੱਥ ਮਿਲਾ ਕੇ ਕਈ ਵਾਰ ਹਿਲਾਇਆ ਅਤੇ ਸਾਨੂੰ ਲੋਕਾਂ ਨੂੰ ਬਾਹਰ ਤਕ ਛੱਡਣ ਆਈ। ਸ੍ਰੀ ਰਾਈਟ ਨੇ ਕਾਰ ਦਾ ਰੇਡੀਉ ਚਾਲੂ ਕਰ ਦਿੱਤਾ। ਟੈਰੇਸਾ ਨਾਇਮਨ ਨੇ ਉਤਸੁਕਤਾ ਯੁਕਤ ਉਤਸ਼ਾਹ ਨਾਲ ਹੱਸਦਿਆਂ, ਇਸ ਨੂੰ ਚਾਰੇ ਪਾਸਿਉਂ ਦੇਖਿਆ। ਬੱਚਿਆਂ ਦੀ ਜਿਆਦਾ ਭੀੜ ਇਕੱਠੀ ਹੋ ਜਾਣ ਕਰ ਕੇ ਟੈਰੇਸਾ ਨਾਇਮਨ ਫਿਰ ਘਰ ਦੇ ਅੰਦਰ ਚਲੀ ਗਈ। ਅਸੀਂ ਉਨ੍ਹਾਂ ਨੂੰ ਖਿੜਕੀ ਵਿਚ ਖੜ੍ਹੇ ਦੇਖਿਆ। ਉੱਥੋਂ ਉਹ ਸਾਡੇ ਵੱਲ ਦੇਖਦਿਆਂ ਬੱਚਿਆਂ ਦੀ ਤਰ੍ਹਾਂ ਹੱਥ ਹਿਲਾ ਰਹੀ ਸੀ।

ਦੂਜੇ ਦਿਨ ਟੈਰੇਸਾ ਨਾਇਮਨ ਦੇ ਦੋ ਭਰਾਵਾਂ ਦੇ ਨਾਲ ਮੁਲਾਕਾਤ ਹੋਈ। ਦੋਨੋਂ ਅਤਿਅੰਤ ਨਿਮਰ ਅਤੇ ਮਿਲਣਸਾਰ ਹਨ। ਉਨ੍ਹਾਂ ਨਾਲ ਗੱਲ ਬਾਤ ਕਰਦਿਆਂ ਪਤਾ ਲੱਗਿਆ ਕਿ ਟੈਰੇਸਾ ਨਾਇਮਨ ਰਾਤ ਨੂੰ ਸਿਰਫ ਇੱਕ ਜਾਂ ਦੋ ਘੰਟੇ ਹੀ ਸੌਂਦੀ ਹੈ। ਸਰੀਰ ਉੱਪਰ ਇੰਨੇ ਜ਼ਖਮ ਹੋਣ ਦੇ ਬਾਵਜੂਦ ਵੀ ਉਹ ਪੂਰੀ ਤਰ੍ਹਾਂ ਕਾਰਜਸ਼ੀਲ ਅਤੇ ਉਤਸ਼ਾਹ ਨਾਲ ਭਰਪੂਰ ਰਹਿੰਦੀ ਹੈ। ਉਸ ਨੂੰ ਪੰਛੀਆਂ ਨਾਲ ਪਿਆਰ ਹੈ, ਇੱਕ ਤਲਾਬ ਦੀਆਂ ਮਛਲੀਆਂ ਦੀ ਸਾਂਭ ਸੰਭਾਲ ਕਰਦੀ ਹੈ ਅਤੇ ਅਕਸਰ ਆਪਣੇ ਬਾਗ ਬਗੀਚੇ ਵਿਚ ਕੰਮ ਕਰਦੀ ਰਹਿੰਦੀ ਹੈ। ਉਨ੍ਹਾਂ ਦੀ ਖਤੋ ਖਿਤਾਬਤ ਵੀ ਵੱਡੇ ਪੱਧਰ ਤੇ ਚਲਦੀ ਰਹਿੰਦੀ ਹੈ। ਕੈਥੋਲਿਕ ਲੋਕ, ਉਨ੍ਹਾਂ ਨੂੰ ਪ੍ਰਾਰਥਨਾ ਕਰਨ ਅਤੇ ਰੋਗ ਨਿਵਾਰਣ ਖਾਤਰ ਅਸ਼ੀਰਵਾਦ ਦੇਣ ਲਈ ਬੇਨਤੀ ਕਰਦੇ ਰਹਿੰਦੇ ਹਨ। ਅਨੇਕ ਸ਼ਰਧਾਲੂ ਉਨ੍ਹਾਂ ਦੇ ਅਸ਼ੀਰਵਾਦ ਨਾਲ ਗੰਭੀਰ ਬਿਮਾਰੀਆਂ ਤੋਂ ਤੰਦਰੁਸਤ ਹੋਏ ਹਨ।

ਉਨ੍ਹਾਂ ਦੇ ਤੇਈ ਵਰ੍ਹਿਆਂ ਦੀ ਉਮਰ ਦੇ ਭਰਾ ਫਰਡੀਨਾਂਡ ਨੇ ਦੱਸਿਆ ਕਿ ਉਨ੍ਹਾਂ ਵਿਚ ਪ੍ਰਾਰਥਨਾ ਦੇ ਰਾਹੀਂ ਦੂਜੇ ਲੋਕਾਂ ਦੀਆਂ ਬਿਮਾਰੀਆਂ ਨੂੰ ਆਪਣੇ ਸਰੀਰ ਉੱਪਰ ਭੋਗਣ ਦੀ ਸ਼ਕਤੀ ਹੈ। ਇੱਕ ਵਾਰ ਟੈਰੇਸਾ ਨਾਇਮਨ ਦੇ ਕੋਲ ਆਪਣੇ ਇਲਾਕੇ ਦਾ ਇੱਕ ਨੌਜੁਆਨ ਆਇਆ, ਜਿਸ ਨੂੰ ਗਲ ਦੀ ਬਿਮਾਰੀ ਹੋ ਗਈ ਸੀ। ਉਹ ਪਾਦਰੀ ਬਣਨ ਦੀ ਤਿਆਰੀ ਕਰ ਰਿਹਾ ਸੀ। ਟੈਰੇਸਾ ਨਾਇਮਨ ਨੇ ਉਸੇ ਸਮੇਂ ਪ੍ਰਾਰਥਨਾ ਕੀਤੀ ਕਿ ਉਸ ਨੌਜੁਆਨ ਦੇ ਗਲੇ ਦੀ ਬਿਮਾਰੀ, ਉਨ੍ਹਾਂ ਦੇ ਆਪਣੇ ਗਲੇ ਵਿਚ ਆ ਜਾਏ। ਉਸੇ ਵਕਤ ਤੋਂ ਬਾਅਦ ਉਨ੍ਹਾਂ ਨੇ ਅੰਨ ਜਲ ਗਰਿਹਣ ਨਹੀਂ ਕੀਤਾ।

ਵੀਰਵਾਰ ਦੀ ਦੁਪਹਿਰ ਨੂੰ ਅਸੀ ਕਾਰ ਵਿਚ ਪਾਦਰੀ ਦੇ ਘਰ ਗਏ। ਜਿਨ੍ਹਾਂ ਨੇ ਮੇਰੇ ਲੰਬੇ ਕੇਸਾਂ ਨੂੰ ਬੜੀ ਹੈਰਾਨੀ ਨਾਲ ਦੇਖਿਆ। ਫਿਰ ਉਨ੍ਹਾਂ ਨੇ ਤੁਰੰਤ ਸਾਨੂੰ ਜਰੂਰੀ ਆਗਿਆ ਪੱਤਰ ਲਿਖ ਦਿੱਤੇ। ਇਨ੍ਹਾਂ ਦੀ ਕੋਈ ਫੀਸ ਨਹੀਂ ਲਈ ਜਾਂਦੀ। ਚਰਚ ਨੇ ਇਹ ਨਿਯਮ ਟੈਰੇਸਾ ਨਾਇਮਨ ਨੂੰ ਆਮ ਯਾਤਰੀਆਂ ਦੀ ਭੀੜ੍ਹ ਤੋਂ ਬਚਾਉਣ ਖਾਤਰ ਬਣਾਇਆ ਹੋਇਆ ਹੈ, ਕਿਉਂਕਿ ਸ਼ੁਰੂਆਤੀ ਵਰ੍ਹਿਆਂ ਵਿਚ ਹਜ਼ਾਰਾਂ ਦੀ ਸੰਖਿਆ ਵਿਚ ਲੋਕ ਸ਼ੁਕਰਵਾਰ ਨੂੰ ਕੋਨਰਸਰੂਥ ਪਹੁੰਚ ਜਾਂਦੇ ਸਨ।

ਸ਼ੁਕਰਵਾਰ ਨੂੰ ਅਸੀਂ ਪਿੰਡ ਤਕਰੀਬਨ ਸਵੇਰੇ ਸਾਢੇ ਨੌਂ ਵਜੇ ਪਹੁੰਚ ਗਏ। ਮੈਂ ਦੇਖਿਆ ਟੈਰੇਸਾ ਨਾਇਮਨ ਦੇ ਘਰ ਦੀ ਛੱਤ ਦੇ ਕੁਝ ਹਿੱਸੇ ਵਿਚ ਸ਼ੀਸ਼ਾ ਲੱਗਿਆ ਹੋਇਆ ਸੀ ਤਾਂ ਕਿ ਉਨ੍ਹਾਂ ਨੂੰ ਭਰਪੂਰ ਰੌਸ਼ਨੀ ਮਿਲਦੀ ਰਹੇ। ਇਹ ਦੇਖ ਕੇ ਸਾਨੂੰ ਖੁਸ਼ੀ ਹੋਈ ਕਿ ਹੁਣ ਘਰ ਦਾ ਦਰਵਾਜ਼ਾ ਬੰਦ ਨਹੀਂ ਸੀ, ਸਗੋਂ ਸੁਆਗਤੀ ਅੰਦਾਜ਼ ਵਿਚ ਖੁੱਲ੍ਹਿਆ ਹੋਇਆ ਸੀ। ਲਗ ਭਗ ਹੋਰ ਵੀਹ ਆਦਮੀਆਂ ਦੀ ਕਤਾਰ ਵਿਚ ਅਸੀਂ ਵੀ ਖੜ੍ਹੇ ਹੋ ਗਏ। ਉਨ੍ਹਾਂ ਸਾਰਿਆਂ ਦੇ ਕੋਲ ਆਗਿਆ ਪ੍ਰਮਾਣ ਪੱਤਰ ਸਨ। ਕਈ ਲੋਕ ਤਾਂ ਉਸ ਅਧਿਆਤਮਿਕ ਅਨੁਭਵ ਨੂੰ ਦੇਖਣ ਵਾਸਤੇ ਬਹੁਤ ਦੂਰ ਦੂਰ ਤੋਂ ਆਏ ਹੋਏ ਸਨ।

ਪ੍ਰੋ. ਵੁਟਜ਼ ਦੇ ਘਰ ਟੈਰੇਸਾ ਨਾਇਮਨ ਮੇਰੇ ਪਹਿਲੇ ਇਮਤਿਹਾਨ ਵਿਚ ਪਾਸ ਹੋ ਗਈ ਸੀ। ਕਿਉਂਕਿ ਉਸ ਨੇ ਆਤਮ ਗਿਆਨ ਨਾਲ ਇਹ ਜਾਣ ਲਿਆ ਸੀ, ਕਿ ਮੈਂ ਕੇਵਲ ਉਤਸੁਕਤਾਵਸ ਹੀ ਉਨ੍ਹਾਂ ਦੇ ਦਰਸ਼ਨ ਨਹੀਂ ਸੀ ਕਰਨ ਗਿਆ ਬਲਕਿ ਮੇਰਾ ਮਨੋਰਥ ਅਧਿਆਤਮਿਕ ਸੀ।

ਮੇਰਾ ਦੂਜਾ ਇਮਤਿਹਾਨ ਇਸ ਤੱਥ ਨਾਲ ਸਬੰਧਿਤ ਸੀ, ਕਿ ਉਨ੍ਹਾਂ ਦੇ ਮਨ ਵਿਚ ਚੱਲ ਰਹੇ ਵਿਚਾਰਾਂ ਅਤੇ ਅੰਤਰ ਦ੍ਰਿਸ਼ਟੀ ਵਿਚ ਦਿਖਾਈ ਦੇਣ ਅਤੇ ਸੁਣਾਈ ਦੇਣ ਵਾਲੇ ਨਜ਼ਾਰਿਆਂ ਨਾਲ ਮੇਰਾ ਆਤਮਿਕ ਸਬੰਧ ਕਾਇਮ ਹੋ ਸਕੇ, ਇਸ ਮਨੋਰਥ ਵਾਸਤੇ ਪੌੜੀਆਂ ਚੜ੍ਹ ਕੇ, ਉਨ੍ਹਾਂ ਦੇ ਕਮਰੇ ਵਿਚ ਜਾਣ ਤੋਂ ਪਹਿਲਾਂ, ਮੈਂ ਖੁਦ ਆਪ ਇੱਕ ਯੌਗਿਕ ਅਵਸਥਾ ਵਿਚ ਪ੍ਰਵੇਸ਼ ਕਰ ਗਿਆ ਅਤੇ ਫਿਰ ਉਨ੍ਹਾਂ ਦੇ ਕਮਰੇ ਵਿਚ ਦਾਖਲ ਹੋਇਆ, ਜਿਹੜਾ ਦਰਸ਼ਕਾਂ ਨਾਲ ਭਰਿਆ ਹੋਇਆ ਸੀ। ਟੈਰੇਸਾ ਨਾਇਮਨ ਚਿੱਟੇ ਪਹਿਰਾਵੇ ਵਿਚ ਇੱਕ ਬਿਸਤਰੇ ਉੱਪਰ ਲੇਟੀ ਹੋਈ ਸੀ। ਮਿਸਟਰ ਰਾਈਟ ਬਿਲਕੁਲ ਮੇਰੇ ਪਿੱਛੇ ਖੜ੍ਹੇ ਸਨ। ਕਮਰੇ ਦੇ ਅਦਭੁਤ ਅਤੇ ਭਿਆਨਕ ਦ੍ਰਿਸ਼ ਨੂੰ ਦੇਖ ਕੇ, ਮੈਂ ਦਰਵਾਜ਼ੇ ਦੀ ਦਹਿਲੀਜ਼ ਤੇ ਭੈਅ-ਭੀਤ ਖੜ੍ਹਾ ਰਿਹਾ। ਟੈਰੇਸਾ ਨਾਇਮਨ ਦੀਆਂ ਅੱਖਾਂ ਦੀਆਂ ਹੇਠਲੀਆਂ ਪਲਕਾਂ ਚੋਂ ਖੂਨ ਦੀ ਲਗ ਭਗ ਇੱਕ ਇੰਚ ਚੌੜੀ ਧਾਰ ਲਗਾਤਾਰ ਵਹਿ ਰਹੀ ਸੀ। ਉਨ੍ਹਾਂ ਦੀ ਨਜ਼ਰ ਉੱਪਰ ਨੂੰ ਉੱਠ ਕੇ ਲਲਾਟ ਦੇ ਵਿਚਕਾਰ ਮੌਜੂਦ ਤੀਜੀ ਅੱਖ ਉੱਪਰ ਟਿਕੀ ਹੋਈ ਸੀ। ਉਨ੍ਹਾਂ ਦੇ ਮੱਥੇ ਉੱਪਰ ਲਪੇਟਿਆ ਹੋਇਆ ਕਪੜਾ 'ਕੰਡਿਆਂ ਦੇ ਤਾਜ਼' ਨਾਲ ਹੋਏ ਜ਼ਖਮਾਂ ਚੋਂ ਨਿਕਲਣ ਵਾਲੇ ਖੂਨ ਨਾਲ ਲੱਥ ਪੱਥ ਹੋਇਆ ਪਿਆ ਸੀ। ਉਸ ਚਿੱਟੇ ਪਹਿਰਾਵੇ

ਉੱਪਰ ਦਿਲ ਦੇ ਉੱਪਰ ਲਾਲ ਧੱਬਾ ਬਣ ਗਿਆ ਸੀ। ਇਹ ਖ਼ੂਨ ਉਨ੍ਹਾਂ ਦੇ ਸਰੀਰ ਦੇ ਇੱਕ ਪਾਸੇ ਤੋਂ ਜ਼ਖਮ ਵਿਚੋਂ ਨਿਕਲ ਰਿਹਾ ਸੀ, ਜਿਸ ਥਾਂ ਉੱਪਰ ਯੁਗਾਂ ਪਹਿਲੇ ਸਿਪਾਹੀਆਂ ਨੇ ਈਸਾ ਮਸੀਹ ਦੇ ਸਰੀਰ ਵਿਚ ਨੇਜ਼ਾ ਮਾਰਿਆ ਸੀ।

ਟੈਰੇਸਾ ਨਾਇਮਨ ਦੇ ਦੋਨੋਂ ਹੱਥ, ਇੱਕ ਮਾਂ ਦੀ ਕਰੁਣਾਮਈ ਪੁਕਾਰ ਦੇ ਭਾਵ ਨੂੰ ਦਰਸਾਉਂਦਿਆਂ ਉੱਪਰ ਨੂੰ ਉੱਠੇ ਹੋਏ ਸਨ। ਉਨ੍ਹਾਂ ਦੇ ਚਿਹਰੇ ਤੇ ਤਸੀਹਿਆਂ ਦੇ ਦਰਦ ਅਤੇ ਰੂਹਾਨੀ ਨੂਰ ਦੀ ਸ਼ਾਂਤੀ ਦਿਖਾਈ ਦੇ ਰਹੀ ਸੀ। ਉਨ੍ਹਾਂ ਦਾ ਸਰੀਰ ਪਹਿਲਾਂ ਨਾਲੋਂ ਬਹੁਤ ਕਮਜ਼ੋਰ ਦਿਖਾਈ ਦੇ ਰਿਹਾ ਸੀ। ਉਹ ਅੰਦਰੂਨੀ ਅਤੇ ਬਾਹਰੀ ਤੌਰ ਤੇ ਕਈ ਤਰ੍ਹਾਂ ਦੇ ਪਰੀਵਰਤਨਾਂ ਵਿਚ ਰੁੱਝੀ ਦਿਖਾਈ ਦੇ ਰਹੀ ਸੀ। ਉਹ ਹੌਲੀ ਹੌਲੀ ਕਿਸੇ ਵਿਦੇਸ਼ੀ ਭਾਸ਼ਾ ਵਿਚ ਕੁਝ ਅਸਪਸ਼ਟ ਸ਼ਬਦ ਬੋਲ ਰਹੀ ਸੀ। ਉਹ ਅੰਤਰ ਦ੍ਰਿਸ਼ਟੀ ਵਿਚ ਦਿਖਾਈ ਦੇਣ ਵਾਲੇ ਲੋਕਾਂ ਨੂੰ ਕੰਬਦੇ ਬੁੱਲ੍ਹਾਂ ਨਾਲ ਕੁਝ ਕਹਿ ਰਹੀ ਲੱਗਦੀ ਸੀ।

ਕਿਉਂਕਿ ਮੈਂ ਪਹਿਲਾਂ ਹੀ ਉਨ੍ਹਾਂ ਦੀ ਚੇਤਨਾ ਦੇ ਨਾਲ ਆਪਣਾ ਆਤਮਿਕ ਸਬੰਧ ਜੋੜ ਲਿਆ ਸੀ, ਇਸ ਕਰਕੇ ਮੈਨੂੰ ਉਹ ਸਾਰਾ ਕੁਝ ਦਿਖਾਈ ਦੇ ਰਿਹਾ ਸੀ, ਜੋ ਉਸ ਨੂੰ ਦਿਖਾਈ ਦੇ ਰਿਹਾ ਸੀ। ਉਹ ਈਸਾ ਮਸੀਹ ਨੂੰ ਮਖੌਲ ਉਡਾਉਂਦੀ ਭੀੜ* ਵਿਚੋਂ ਦੀ ਲਕੜ ਦਾ ਭਾਰਾ ਕਰਾਸ ਉਠਾਈ ਜਾਂਦਿਆਂ ਦੇਖ ਰਹੀ ਸੀ। ਅਚਾਨਕ ਘਬਰਾਹਟ ਵਿਚ ਟੈਰੇਸਾ ਨਾਇਮਨ ਨੇ ਆਪਣਾ ਸਿਰ ਉੱਪਰ ਉਠਾਇਆ, ਕਿਉਂਕਿ ਈਸਾ ਮਸੀਹ ਥੱਲੇ ਡਿਗ ਕੇ ਕਰਾਸ ਦੇ ਭਾਰ ਦੇ ਥੱਲੇ ਦਬ ਗਏ ਸਨ। ਇਸੇ ਨਾਲ ਉਹ ਦ੍ਰਿਸ਼ ਗਾਇਬ ਹੋ ਗਿਆ। ਪ੍ਰਚੰਡ ਕਰੁਣਾਮਈ ਅਤੇ ਅਫਸੋਸ ਦੇ ਭਾਵਾਂ ਦੇ ਵਿਚਕਾਰ ਟੈਰੇਸਾ ਨਾਇਮਨ ਸਿਰਹਾਣੇ ਉੱਪਰ ਨਿਢਾਲ ਹੋ ਗਈ।

ਉਸੇ ਵਕਤ ਮੈਨੂੰ ਆਪਣੇ ਪਿੱਛੇ ਧੜੰਮ ਕਰਕੇ ਕੁਝ ਡਿਗਣ ਦੀ ਅਵਾਜ਼ ਸੁਣਾਈ ਦਿੱਤੀ। ਮੈਂ ਇੱਕ ਮਿੰਟ ਵਾਸਤੇ ਪਿੱਛੇ ਮੁੜ ਕੇ ਦੇਖਿਆ, ਤਾਂ ਦੋ ਆਦਮੀ ਚਿੱਤ ਅਵਸਥਾ ਵਿਚ ਇੱਕ ਸਰੀਰ ਨੂੰ ਉਠਾਈ ਬਾਹਰ ਲੈ ਕੇ ਜਾ ਰਹੇ ਸਨ। ਕਿਉਂਕਿ ਉਸ ਵਕਤ ਮੈਂ ਹਾਲੇ ਆਪਣੀ ਪਰਾਚੇਤਨ ਭਾਵ ਅਵਸਥਾ ਵਿਚੋਂ ਬਾਹਰ ਆ ਹੀ ਰਿਹਾ ਸੀ, ਇਸ ਵਾਸਤੇ ਧੜੰਮ ਕਰਕੇ ਡਿਗੇ ਆਦਮੀ ਨੂੰ ਪਹਿਚਾਣ ਨਾ ਸਕਿਆ। ਮੈਂ ਆਪਣੀ ਨਜ਼ਰ ਫਿਰ ਟੈਰੇਸਾ ਨਾਇਮਨ ਦੇ ਚਿਹਰੇ ਉੱਪਰ ਟਿਕਾ ਦਿੱਤੀ। ਖ਼ੂਨ ਦੀਆਂ ਧਾਰਾਂ ਵਿਚ ਡੁਬਿਆ ਹੋਇਆ, ਉਸ ਦਾ ਚਿਹਰਾ ਮੁਰਦਿਆਂ ਵਾਂਗ ਪੀਲਾ ਪੈ ਗਿਆ ਸੀ। ਪ੍ਰੰਤੂ ਹੁਣ ਉਸ ਉੱਪਰ ਸ਼ਾਂਤੀ ਪਸਰ ਗਈ ਸੀ। ਉਸ ਵਿਚੋਂ ਸ਼ੁੱਧਤਾ ਅਤੇ ਪਵਿੱਤਰਤਾ ਪ੍ਰਵਾਹਿਤ ਹੋ ਰਹੀ ਸੀ। ਬਾਅਦ

* ਮੇਰੇ ਪਹੁੰਚਣ ਤੋਂ ਪਹਿਲਾਂ ਟੈਰੇਸਾ ਨਾਇਮਨ, ਈਸਾ ਮਸੀਹ ਦੇ ਜੀਵਨ ਦੇ ਅੰਤਮ ਦਿਨਾਂ ਦੇ ਅਨੇਕ ਦ੍ਰਿਸ਼ਾਂ ਵਿਚੋਂ ਦੀ ਗੁਜਰ ਚੁੱਕੀ ਸੀ। ਆਮ ਤੌਰ ਤੇ ਉਨ੍ਹਾਂ ਦੇ ਭਾਵਾਂ ਦਾ ਇਹ ਆਵੇਸ਼ ਈਸਾ ਮਸੀਹ ਦੇ ਆਖਰੀ ਭੋਜਨ ਦੇ ਤੁਰੰਤ ਬਾਅਦ ਹੋਈਆਂ ਘਟਨਾਵਾਂ ਦੇ ਨਜ਼ਾਰਿਆਂ ਦੇ ਨਾਲ ਸ਼ੁਰੂ ਹੋ ਜਾਂਦਾ ਹੈ ਅਤੇ ਕਰਾਸ ਉੱਪਰ ਉਨ੍ਹਾਂ ਦੀ ਮੌਤ ਨਾਲ ਜਾਂ ਕਦੇ ਕਦੇ ਉਨ੍ਹਾਂ ਨੂੰ ਕਬਰ ਵਿਚ ਰੱਖੇ ਜਾਣ ਦੇ ਦ੍ਰਿਸ਼ ਨਾਲ ਖਤਮ ਹੁੰਦਾ ਹੈ।

ਵਿਚ ਮੈਂ ਆਪਣੇ ਪਿੱਛੇ ਮੁੜ ਕੇ ਦੇਖਿਆ ਤਾਂ ਸ਼੍ਰੀ ਰਾਈਟ ਆਪਣੀ ਗੱਲ੍ਹ ਨੂੰ ਹੱਥ ਨਾਲ ਦਬਾਉਂਦਿਆਂ ਖੜ੍ਹਾ ਸੀ, ਜਿਸ ਵਿਚੋਂ ਖੂਨ ਸਿੰਮ ਰਿਹਾ ਸੀ।

ਮੈਂ ਫਿਕਰਮੰਦ ਹੋ ਕੇ ਪੁੱਛਿਆ, "ਡਿਕ, ਕੀ ਤੂੰ ਡਿਗ ਪਿਆ ਸੀ?"

"ਹਾਂ, ਉਸ ਡਰਾਉਣੇ ਦ੍ਰਿਸ਼ ਨੂੰ ਦੇਖ ਕੇ ਮੈਨੂੰ ਚੱਕਰ ਆ ਗਿਆ ਸੀ।"

ਮੈਂ ਦਿਲਾਸਾ ਦਿੰਦਿਆਂ ਕਿਹਾ, "ਚੰਗਾ ਹੈ, ਦੂਜੀ ਵਾਰ ਆ ਕੇ ਫਿਰ ਉਹੀ ਦ੍ਰਿਸ਼ ਦੇਖਣ ਦਾ ਹੌਸਲਾ ਤਾਂ ਤੇਰੇ ਵਿਚ ਹੈ।"

ਹੋਰ ਵੀ ਦਰਸ਼ਨ ਕਰਨ ਵਾਲੇ ਸਾਡੇ ਪਿੱਛੇ ਕਤਾਰ ਵਿਚ ਖੜ੍ਹੇ ਸਨ। ਇਸ ਕਰਕੇ ਮੈਂ ਅਤੇ ਰਾਈਟ ਮਨ ਹੀ ਮਨ ਟੈਰੇਸਾ ਦੀ ਪਾਵਨ ਹਾਜ਼ਰੀ ਤੋਂ ਵਿਦਾਈ ਲੈ ਕੇ ਬਾਹਰ ਆ ਗਏ।"*

ਇਸ ਤੋਂ ਅਗਲੇ ਦਿਨ ਅਸੀਂ ਦੱਖਣ ਵੱਲ ਨੂੰ ਵੱਧਣਾ ਸ਼ੁਰੂ ਕੀਤਾ। ਖੁਸ਼ੀ ਦੀ ਗੱਲ ਇਹ ਸੀ ਕਿ ਸਾਨੂੰ ਰੇਲ ਗੱਡੀਆਂ ਉੱਪਰ ਨਿਰਭਰ ਨਹੀਂ ਸੀ ਰਹਿਣਾ ਪੈ ਰਿਹਾ ਅਤੇ ਅਸੀਂ ਪਿੰਡਾਂ ਵਿਚ ਜਿੱਥੇ ਵੀ ਚਾਹੁੰਦੇ, ਆਪਣੀ ਫੋਰਡ ਕਾਰ ਰੋਕ ਸਕਦੇ ਸੀ। ਜਰਮਨੀ, ਹਾਲੈਂਡ, ਫਰਾਂਸ ਅਤੇ ਸਵਿਟਜ਼ਰਲੈਂਡ ਦੇ ਆਲਪਸ ਪਹਾੜਾਂ ਦਾ ਆਨੰਦ ਮਾਣਦੇ ਹੋਏ ਅਸੀਂ ਯਾਤਰਾ ਦੇ ਹਰ ਇੱਕ ਛਿਣ ਦਾ ਲੁਤਫ ਉਠਾਇਆ। ਇਟਲੀ ਵਿਚ ਅਸੀਂ ਨਿਮਰਤਾ ਦੀ ਸਾਕਸ਼ਾਤ ਮੂਰਤੀ, ਅਸੀਸੀ ਦੇ ਸੰਤ ਫਰਾਂਸਿਸ ਦੇ ਦਰਸ਼ਨ ਕਰਨ ਵਾਸਤੇ ਖਾਸ ਕਰਕੇ ਗਏ। ਸਾਡੀ ਯੂਰਪ ਯਾਤਰਾ ਯੂਨਾਨ ਵਿਚ ਆ ਕੇ ਖਤਮ ਹੋਈ। ਯੂਨਾਨ ਵਿਚ ਅਸੀਂ ਏਥਨੀਅਨਜ਼ ਮੰਦਰਾਂ ਦੇ ਦਰਸ਼ਨ ਕੀਤੇ ਅਤੇ ਉਹ ਜੇਲ੍ਹ ਵੀ ਦੇਖੀ, ਜਿੱਥੇ ਸੁਕਰਾਤ† ਨੇ ਜ਼ਹਿਰ ਪੀਤਾ ਸੀ। ਜਿੱਥੇ ਜਿੱਥੇ ਸਫੇਦ, ਲਗ ਭਗ ਅਰਧ ਪਾਰਦਰਸ਼ੀ

* ਅੰਤਰ ਰਾਸ਼ਟਰੀ ਸਮਾਚਾਰ ਸੇਵਾ ਦੀ ਜਰਮਨੀ ਤੋਂ ਪ੍ਰਸਾਰਿਤ ਕੀਤੀ ਗਈ 26 ਮਾਰਚ 1948 ਦੀ ਇੱਕ ਖਬਰ ਵਿਚ ਕਿਹਾ ਗਿਆ ਸੀ, "ਇਸ ਗੁਡ ਫਰਾਈਡੇ ਵਾਲੇ ਦਿਨ, ਇੱਕ ਜਰਮਨ ਕਿਸਾਨ ਔਰਤ ਆਪਣੇ ਪਲੰਘ ਉੱਪਰ ਲੇਟੀ ਹੋਈ ਸੀ। ਉਸ ਦੇ ਮੱਥੇ ਅਤੇ ਹੱਥਾਂ ਤੋਂ ਅਤੇ ਮੋਢਿਆਂ ਤੋਂ ਠੀਕ ਉਨ੍ਹਾਂ ਹੀ ਥਾਵਾਂ ਤੋਂ ਖੂਨ ਨਿਕਲ ਰਿਹਾ ਸੀ, ਜਿੱਥੋਂ ਜਿੱਥੋਂ ਈਸਾ ਮਸੀਹ ਦੇ ਸਰੀਰ ਵਿਚੋਂ 'ਕੰਡਿਆਂ ਦੇ ਤਾਜ' ਅਤੇ ਮੇਖਾਂ ਦੇ ਕਾਰਨ ਖੂਨ ਨਿਕਲਦਾ ਸੀ। ਭੈਅ- ਮਿਸ਼੍ਰਿਤ ਸ਼ਰਧਾ ਦੇ ਨਾਲ ਭਾਵ ਵਿਭੋਰ ਹੋਏ ਹਜ਼ਾਰਾਂ ਜਰਮਨ ਅਤੇ ਅਮਰੀਕੀ ਲੋਕ ਟੈਰੇਸਾ ਦੇ ਘਰ ਵਿਚ ਉਸ ਦੇ ਪਲੰਘ ਦੇ ਕੋਲ ਦੀ ਦਰਸ਼ਨ ਕਰਦਿਆਂ ਲੰਘ ਰਹੇ ਸਨ।" ਈਸਾ ਦੇ ਜ਼ਖਮਾਂ ਦੇ ਨਿਸ਼ਾਨ ਧਾਰਨ ਕਰਨ ਵਾਲੀ ਇਸ ਮਹਾਨ ਸੰਤਣੀ ਦੀ 18 ਸਿਤੰਬਰ 1962 ਨੂੰ ਕੋਨਰਸਰੂਥ ਵਿਚ ਮੌਤ ਹੋ ਗਈ। (ਪ੍ਰਕਾਸ਼ਕ ਦੀ ਟਿਪਣੀ)

† ਯੂਸੇਬਿਆਸ ਵਿਚ ਸੁਕਰਾਤ ਅਤੇ ਇੱਕ ਹਿੰਦੂ ਸੰਤ ਦੇ ਵਿਚਕਾਰ ਹੋਏ ਧਾਰਮਿਕ ਵਿਚਾਰ ਵਿਮਰਸ਼ ਦਾ ਵਰਣਨ ਇਸ ਤਰ੍ਹਾਂ ਕੀਤਾ ਗਿਆ ਹੈ। "ਸੰਗੀਤਕਾਰ ਅਰਿਸਟਜ਼ੇਨਮ ਉਸ ਭਾਰਤੀ ਸੰਤ ਦੀ ਕਹਾਣੀ ਇਸ ਪ੍ਰਕਾਰ ਦੱਸਦੇ ਹਨ।" ਇੱਕ ਭਾਰਤੀ ਨੇ ਏਥਨਜ਼ ਵਿਚ ਸੁਕਰਾਤ ਨਾਲ ਮੁਲਾਕਾਤ ਕੀਤੀ ਅਤੇ ਉਸ ਨੂੰ ਸਵਾਲ ਕੀਤਾ ਕਿ ਉਨ੍ਹਾਂ ਦੇ ਦਰਸ਼ਨ ਦਾ ਵਿਸ਼ਾ ਕੀ ਹੈ? ਸੁਕਰਾਤ ਨੇ ਉੱਤਰ ਦਿੱਤਾ 'ਮਨੁੱਖ ਦੀ ਖੋਜ', ਇਹ ਸਵਾਲ ਸੁਣ ਕੇ ਭਾਰਤੀ ਸੰਤ ਹੱਸ ਹੱਸ ਕੇ ਦੂਹਰਾ ਹੋ ਗਿਆ। ਉਸ ਨੇ ਕਿਹਾ "ਜਿਸ ਨੂੰ ਈਸ਼ਵਰ ਦਾ ਗਿਆਨ ਨਹੀਂ, ਉਹ ਮਨੁੱਖ ਦੀ ਖੋਜ ਕਿਸ ਤਰ੍ਹਾਂ ਕਰ ਸਕਦਾ ਹੈ।"'

ਪੱਛਮੀ ਦਰਸ਼ਨਾਂ ਵਿਚ ਯੂਨਾਨ ਦੇ ਆਦਰਸ਼ਾਂ ਦੀ ਧੁਨੀ ਗੂੰਜਦੀ ਹੈ, "ਮਨੁੱਖ, ਤੂੰ ਆਪਣੇ ਆਪ ਨੂੰ

ਦਿਖਾਈ ਦੇਣ ਵਾਲੇ ਪੱਥਰਾਂ ਵਿਚ ਕਲਾ ਕੌਸ਼ਲਤਾ ਨਾਲ ਯੂਨਾਨੀਆਂ ਨੇ ਆਪਣੀਆਂ ਅਦਭੁਤ ਕਲਪਨਾਵਾਂ ਨੂੰ ਸਕਾਰ ਰੂਪ ਦਿੱਤਾ ਹੈ, ਉਨ੍ਹਾਂ ਨੂੰ ਦੇਖ ਕੇ ਮਨ, ਉਨ੍ਹਾਂ ਦੀ ਪ੍ਰਸ਼ੰਸਾ ਕੀਤੇ ਬਗੈਰ ਨਹੀਂ ਰਹਿ ਸਕਦਾ।

ਅਸੀਂ ਜਹਾਜ਼ ਉਪਰ ਸਵਾਰ ਹੋ ਕੇ ਭੂ-ਮੱਧ ਸਾਗਰ ਪਾਰ ਕਰਦਿਆਂ ਫਿਲਿਸਤੀਨ ਵਿਚ ਉੱਤਰ ਗਏ। ਉਸ ਪਵਿੱਤਰ ਧਰਤੀ ਉਪਰ ਕਈ ਦਿਨਾਂ ਤਕ ਹਰ ਰੋਜ਼ ਘੁੰਮਦਿਆਂ ਤੀਰਥ ਯਾਤਰਾ ਦੇ ਆਨੰਦ ਦਾ ਹੋਰ ਜਿਆਦਾ ਮਹੱਤਵ ਮਹਿਸੂਸ ਹੋਇਆ। ਸੰਵੇਦਨਸ਼ੀਲ ਮਨ ਵਾਸਤੇ ਫਿਲਿਸਤੀਨ ਵਿਚ ਈਸਾ ਮਸੀਹ ਦੇ ਬੇਥੈਲਹੈਮ, ਗਤਸਮਨੀ, ਕੈਲਵਰੀ, ਪਵਿੱਤਰ ਮਾਊਂਟ ਆਫ ਐਲਵਿਜ਼ ਦੀ ਪੈਦਲ ਯਾਤਰਾ ਕੀਤੀ। ਜਾਰਡਨ ਅਤੇ ਗੈਲਿਲੀ ਦੇ ਸਮੁੰਦਰ ਦੇ ਕੰਢਿਆਂ ਉਪਰ ਘੁੰਮੇ। ਇੱਥੇ ਈਸਾ ਮਸੀਹ ਦਾ ਜਨਮ ਹੋਇਆ ਸੀ। ਉਹ ਨਾਂਦ ਜੋਸਫ ਬਡਈ ਦੀ ਦੁਕਾਨ, ਲਾਜ਼ਾਰਸ ਦੀ ਕਬਰ, ਮਾਰਥਾ ਅਤੇ ਮੇਰੀ ਦਾ ਘਰ, ਈਸਾ ਮਸੀਹ ਦੇ ਆਖਰੀ ਭੋਜਨ ਦਾ ਕਮਰਾ – ਇਨ੍ਹਾਂ ਥਾਵਾਂ ਦੇ ਵੀ ਅਸੀਂ ਦਰਸ਼ਨ ਕੀਤੇ। ਉਹ ਪ੍ਰਾਚੀਨ ਕਾਲ ਸਜੀਵ ਹੋ ਉਠਿਆ। ਯੁਗ ਯੁਗਾਂਤਰ ਦੇ ਵਾਸਤੇ ਈਸਾ ਮਸੀਹ ਦੁਆਰਾ ਉੱਥੇ ਖੇਡੇ ਗਏ ਰੂਹਾਨੀ ਨਾਟਕ ਦੇ ਦ੍ਰਿਸ਼ ਮੇਰੀ ਨਜ਼ਰ ਵਿਚ ਪ੍ਰਗਟ ਹੋਣ ਲੱਗੇ।

ਹੁਣ ਮਿਸਰ, ਉਸ ਦਾ ਆਧੁਨਿਕ ਸ਼ਹਿਰ, ਕੈਰੋ, ਪ੍ਰਾਚੀਨ ਪਿਰਾਮਿਡਾਂ ਨੂੰ ਦੇਖਦਿਆਂ, ਫਿਰ ਜਹਾਜ਼ ਤੇ ਚੜ੍ਹ ਲਾਲ ਸਾਗਰ ਪਾਰ ਕਰਦਿਆਂ, ਫਿਰ ਅਰਬ ਸਾਗਰ ਤੇ ਫਿਰ ਲਓ, ਆ ਗਿਆ – ਭਾਰਤ।

ਪਹਿਚਾਣ।" ਪਰ ਹਿੰਦੂ ਕਹੇਗਾ "ਮਨੁੱਖ ਤੂੰ ਆਪਣੀ ਆਤਮਾ ਨੂੰ ਪਹਿਚਾਣ।" ਦੇਕਾਰਤ ਦੀ ਦਲੀਲ ਇਹ ਹੈ : ਕਿ ਮੈਂ ਸੋਚਦਾ ਹਾਂ, ਇਸ ਵਾਸਤੇ ਮੈਂ ਹਾਂ।" ਦਾਰਸ਼ਨਿਕ ਤੱਤ ਦੇ ਨਜ਼ਰੀਏ ਤੋਂ ਇਹ ਠੀਕ ਨਹੀਂ ਹੈ ਕਿਉਂਕਿ ਬੁੱਧੀ ਮਨੁੱਖ ਦੇ ਪਰਮ ਤੱਤ ਉਪਰ ਕੋਈ ਰੌਸ਼ਨੀ ਨਹੀਂ ਪਾ ਸਕਦੀ। ਮਨੁੱਖੀ-ਮਨ ਜਿਸ ਬਾਹਰੀ ਦੁਨੀਆਂ ਨੂੰ ਮਹਿਸੂਸ ਕਰਦਾ ਹੈ, ਉਸੇ ਦੁਨੀਆਂ ਵਾਂਗ, ਉਹ ਖੁਦ ਆਪ ਵੀ ਪਰੀਵਰਤਨਸ਼ੀਲ ਹੈ। ਇਸ ਕਰਕੇ ਉਹ ਕਦੇ ਵੀ ਪੂਰੇ ਪੱਕੇ ਨਿਯਮ ਪੇਸ਼ ਨਹੀਂ ਕਰ ਸਕਦਾ। ਬੌਧਿਕ ਤ੍ਰਿਪਤੀ ਆਖਰੀ ਮੰਜ਼ਲ ਨਹੀਂ ਹੈ। ਪ੍ਰਮਾਤਮਾ ਦੀ ਖੋਜ ਕਰਨ ਵਾਲਾ, ਅਟੱਲ ਸਚਾਈ ਦੀ ਵਿਦਿਆ ਦੀ ਖੋਜ ਕਰਦਾ ਹੈ। ਬਾਕੀ ਸਭ ਕੁਝ ਅਵਿਦਿਆ ਹੀ ਹੈ। ਕੇਵਲ ਸਾਪੇਖ ਗਿਆਨ ਹੈ।

ਚੈਪਟਰ 40

ਮੇਰੀ ਭਾਰਤ ਵਾਪਸੀ

ਮੈਂ ਧੰਨਵਾਦ ਪੂਰਵਕ ਭਾਰਤ ਦੀ ਪਵਿੱਤਰ ਹਵਾ ਵਿਚ ਸਾਹ ਲੈ ਰਿਹਾ ਸੀ। ਸਾਡਾ ਜਹਾਜ਼ 'ਰਾਜਪੁਤਾਨਾ' 22 ਅਗਸਤ 1935 ਨੂੰ ਮੁੰਬਈ ਦੀ ਵਿਸ਼ਾਲ ਬੰਦਰਗਾਹ ਉੱਪਰ ਆ ਕੇ ਲੱਗਿਆ। ਜਹਾਜ਼ ਤੋਂ ਉੱਤਰਦਿਆਂ ਪਹਿਲੇ ਹੀ ਦਿਨ, ਮੈਨੂੰ ਆਉਣ ਵਾਲੇ ਵਰ੍ਹੇ ਦੇ ਲਗਾਤਾਰ ਭੱਜ ਨੱਠ ਵਿਚ ਬੀਤਣ ਦਾ ਅਹਿਸਾਸ ਹੋ ਰਿਹਾ ਸੀ। ਯਾਰ ਦੋਸਤ, ਬੰਦਰਗਾਹ ਉੱਪਰ ਸੁਆਗਤ ਵਾਸਤੇ ਫੁੱਲਾਂ ਦੇ ਹਾਰ ਲਈ ਖੜ੍ਹੇ ਸਨ। ਛੇਤੀ ਹੀ ਤਾਜ ਹੋਟਲ ਵਿਚ ਮੇਰੇ ਕਮਰੇ ਵਿਚ ਅਖਬਾਰ ਨਵੀਸਾਂ ਅਤੇ ਫੋਟੋ ਗਰਾਫਰਾਂ ਦਾ ਮੇਲਾ ਲੱਗ ਗਿਆ।

ਮੁੰਬਈ ਸ਼ਹਿਰ ਮੇਰੇ ਵਾਸਤੇ ਨਵਾਂ ਸੀ। ਮੈਨੂੰ ਸ਼ਹਿਰ ਆਧੁਨਿਕਤਾ ਅਤੇ ਉਤਸ਼ਾਹਪੂਰਨਤਾ ਦੇ ਮਹੌਲ ਦਾ ਸੰਗਮ ਪ੍ਰਤੀਤ ਹੋਇਆ। ਪੱਛਮੀ ਦੁਨੀਆਂ ਦੀਆਂ ਕਈ ਚੰਗੀਆਂ ਗੱਲਾਂ ਅਪਣਾਉਂਦਿਆਂ ਖੁੱਲ੍ਹੀਆਂ ਸੜਕਾਂ ਦੇ ਕਿਨਾਰਿਆਂ ਤੇ ਕਤਾਰ ਬੰਨ੍ਹੀ ਖੜ੍ਹੇ ਛਾਂ ਦਾਰ ਤਾੜ ਦੇ ਦਰਖਤ ਅਤੇ ਵੱਡੀਆਂ ਵੱਡੀਆਂ ਸਰਕਾਰੀ ਇਮਾਰਤਾਂ ਪੁਰਾਣੇ ਮੰਦਰਾਂ ਦਾ ਮੁਕਾਬਲਾ ਕਰ ਰਹੀਆਂ ਸਨ। ਪ੍ਰੰਤੂ ਮੈਂ ਸੈਰ ਸਪਾਟੇ ਵਾਸਤੇ ਇੱਥੇ ਜਿਆਦਾ ਸਮਾਂ ਨਾ ਕੱਢ ਸਕਿਆ, ਕਿਉਂਕਿ ਆਪਣੇ ਗੁਰੂਦੇਵ ਅਤੇ ਹੋਰ ਸੱਜਣ ਸਨੇਹੀਆਂ ਨੂੰ ਮਿਲਣ ਖਾਤਰ ਮੇਰਾ ਮਨ ਬੇ-ਕਰਾਰ ਹੋ ਰਿਹਾ ਸੀ। ਆਪਣੀ ਫੋਰਡ ਕਾਰ ਨੂੰ ਅਸੀਂ ਸਮਾਨ ਵਾਲੀ ਬੋਗੀ ਵਿਚ ਬੁਕ ਕਰਵਾ ਕੇ, ਰੇਲ ਗੱਡੀ ਰਾਹੀਂ ਪੂਰਬ ਵੱਲ ਕੋਲਕਾਤਾ* ਵਾਸਤੇ ਰਵਾਨਾ ਹੋਏ।

ਜਦੋਂ ਅਸੀਂ ਹਾਵੜਾ ਰੇਲਵੇ ਸਟੇਸ਼ਨ ਤੇ ਪਹੁੰਚੇ ਤਾਂ ਉੱਥੇ ਸਾਡਾ ਸੁਆਗਤ ਕਰਨ ਲਈ ਇੰਨੀ ਵਿਸ਼ਾਲ ਭੀੜ ਇਕੱਠੀ ਹੋਈ ਸੀ, ਕਿ ਕੁਝ ਸਮੇਂ ਵਾਸਤੇ ਅਸੀਂ ਰੇਲ ਗੱਡੀ ਤੋਂ ਹੇਠਾਂ ਹੀ ਨਹੀਂ ਉੱਤਰ ਸਕੇ। ਕਾਸਿਮ ਬਜ਼ਾਰ ਦੇ ਨੌਜੁਆਨ ਯੁਵਰਾਜ ਅਤੇ ਮੇਰਾ ਛੋਟਾ ਭਰਾ ਬਿਸ਼ਨੂੰ ਸੁਆਗਤੀ ਕਮੇਟੀ ਦੀ ਰਹਿਨੁਮਾਈ ਕਰ ਰਹੇ ਸਨ। ਜਿਸ ਪਿਆਰ ਨਾਲ ਅਤੇ ਜਿਸ ਵੱਡੇ ਪੱਧਰ ਤੇ ਸਾਡਾ ਸੁਆਗਤ ਹੋਇਆ, ਉਸ ਦੇ ਨਾਲ ਮੈਂ ਬਹੁਤ ਪ੍ਰਭਾਵਤ ਹੋਇਆ।

* ਮਹਾਤਮਾ ਗਾਂਧੀ ਨੂੰ ਮਿਲਣ ਖਾਤਰ, ਅਸੀਂ ਸੈਂਟਰਲ ਪਰੋਵਿੰਸ ਵਿਚ ਵਰਧਾ ਵਿਖੇ ਰੁਕੇ। ਉਸ ਵਕਤ ਵਰਧਾ ਸੈਂਟਰਲ ਪਰੋਵਿੰਸ ਵਿਚ ਸੀ, ਜਦੋਂ ਕਿ ਅੱਜ ਕੱਲ੍ਹ ਵਰਧਾ, ਮਹਾਰਾਸ਼ਟਰ ਵਿਚ ਹੈ। ਉਸ ਮੁਲਾਕਾਤ ਦਾ ਵਰਣਨ ਚੈਪਟਰ 44 ਵਿਚ ਦਿੱਤਾ ਗਿਆ ਹੈ।

ਅੱਗੇ ਅੱਗੇ ਕਾਰਾਂ ਅਤੇ ਮੋਟਰ ਸਾਇਕਲਾਂ ਦਾ ਕਾਫਲਾ ਚੱਲ ਰਿਹਾ ਸੀ। ਢੋਲਕਾਂ ਅਤੇ ਸੰਖਾਂ ਦੀ ਆਨੰਦਪੂਰਨ ਅਵਾਜ਼ ਗੂੰਜ ਰਹੀਂ ਸੀ। ਇਸ ਸਭ ਕੁਝ ਦੇ ਵਿਚਕਾਰ ਸਿਰ ਤੋਂ ਲੈ ਕੇ ਪੈਰਾਂ ਤਕ ਫੁੱਲਾਂ ਦੇ ਹਾਰਾਂ ਨਾਲ ਲੱਦੇ, ਸ਼੍ਰੀ ਰਾਈਟ, ਕੁਮਾਰੀ ਬਲੇਚ ਅਤੇ ਮੈਂ ਕਾਰ ਵਿਚ ਬੈਠੇ ਹੌਲੀ ਹੌਲੀ ਸਰਕਦਿਆਂ ਆਪਣੇ ਪਿਤਾ ਜੀ ਦੇ ਘਰ ਵੱਲ ਵਧ ਰਹੇ ਸੀ।

ਮੇਰੇ ਬਿਰਧ ਪਿਤਾ ਜੀ ਨੇ, ਮੈਨੂੰ ਇਸ ਤਰ੍ਹਾਂ ਘੁੱਟ ਕੇ ਆਪਣੀ ਜੱਫੀ ਵਿਚ ਲੈ ਲਿਆ, ਜਿਸ ਤਰ੍ਹਾਂ ਮੈਂ ਮਰਨ ਤੋਂ ਬਾਅਦ ਮੁੜ ਕੇ ਜਿਉਂਦਾ ਹੋਇਆ ਹੋਵਾਂ। ਖੁਸ਼ੀ ਨਾਲ ਲਬਰੇਜ਼ ਹੋਏ, ਮੂਹੋਂ ਇੱਕ ਵੀ ਸ਼ਬਦ ਕੱਢੇ ਬਗੈਰ, ਅਸੀਂ ਬਹੁਤ ਦੇਰ ਤਕ ਇੱਕ ਦੂਜੇ ਨੂੰ ਦੇਖਦੇ ਰਹੇ। ਭਰਾ, ਭੈਣਾਂ, ਚਾਚੇ, ਚਾਚੀਆਂ, ਚਚੇਰੇ ਭਰਾ, ਚਚੇਰੀਆਂ ਭੈਣਾਂ, ਕਈ ਵਰ੍ਹੇ ਪਹਿਲਾਂ ਰਹੇ ਮੇਰੇ ਵਿਦਿਆਰਥੀ, ਮੇਰੇ ਪੁਰਾਣੇ ਯਾਰ ਦੋਸਤ ਸਾਰਿਆਂ ਨੇ ਮੈਨੂੰ ਘੇਰਾ ਪਾ ਰੱਖਿਆ ਸੀ। ਕੋਈ ਵੀ ਆਦਮੀ ਇਹੋ ਜਿਹਾ ਨਹੀਂ ਸੀ, ਜਿਸ ਦੀਆਂ ਅੱਖਾਂ ਨਮ ਨਾ ਹੋਈਆਂ ਹੋਣ। ਉਸ ਪਿਆਰ ਭਰੇ ਪੁਨਰ ਮਿਲਣ ਦਾ ਨਜ਼ਾਰਾ ਨਾ ਭੁੱਲਣਯੋਗ ਇਬਾਰਤ ਬਣਕੇ, ਮੇਰੇ ਦਿਲ ਦੀ ਫੱਟੀ ਉੱਪਰ ਸਪਸ਼ਟ ਰੂਪ ਵਿਚ ਉੱਕਰ ਗਿਆ ਸੀ। ਜਿਥੋਂ ਤਕ ਸ਼੍ਰੀ ਯੁਕਤੇਸ਼ਵਰ ਜੀ ਨਾਲ ਪੁਨਰ ਮਿਲਣ ਦੇ ਵਰਣਨ ਦਾ ਸਬੰਧ ਹੈ, ਮੈਂ ਆਪਣੀ ਉਸ ਭਾਵ ਅਵਸਥਾ ਨੂੰ ਸ਼ਬਦਾਂ ਵਿਚ ਬਿਆਨ ਨਹੀਂ ਕਰ ਸਕਦਾ, ਇਸ ਵਾਸਤੇ ਆਪ ਨੂੰ ਮੇਰੇ ਸਕੱਤਰ ਦੇ ਸ਼ਬਦਾਂ ਨਾਲ ਹੀ ਸੰਤੋਸ਼ ਕਰਨਾ ਪਵੇਗਾ।

ਆਪਣੀ ਯਾਤਰਾ ਦੇ ਸਫਰ ਰੋਜ਼ਨਾਮਚੇ ਵਿਚ ਸ਼੍ਰੀ ਰਾਈਟ ਨੇ ਇਸ ਤਰ੍ਹਾਂ ਲਿਖਿਆ ਹੈ:- "ਆਪਣੇ ਮਨ ਵਿਚ ਸਰਬ-ਉੱਚ ਉਤਕੰਠਾ ਲੈ ਕੇ, ਮੈਂ ਅੱਜ ਯੋਗਾ ਨੰਦ ਜੀ ਨੂੰ ਕਾਰ ਦੁਆਰਾ ਕੋਲਕਾਤਾ ਤੋਂ ਸ਼੍ਰੀਰਾਮਪੁਰ ਲੈ ਕੇ ਗਿਆ। ਰਸਤੇ ਵਿਚ ਕਈ ਤਰ੍ਹਾਂ ਦੀਆਂ ਦੁਕਾਨਾਂ ਕੋਲੋਂ ਦੀ ਲੰਘਦਿਆਂ, ਅਸੀਂ ਉਸ ਦੁਕਾਨ ਕੋਲ ਦੀ ਵੀ ਲੰਘੇ, ਜਿੱਥੇ ਯੋਗਾਨੰਦ ਜੀ ਆਪਣੇ ਕਾਲਜ ਦੇ ਦਿਨਾਂ ਵਿਚ ਚਾਹ ਪਾਣੀ ਪੀਆ ਕਰਦੇ ਸਨ। ਆਖਰ ਅਸੀਂ ਕੰਧਾਂ ਨਾਲ ਘਿਰੀ ਹੋਈ ਭੀੜ੍ਹੀ ਜਿਹੀ ਗਲੀ ਵਿਚ ਦਾਖਲ ਹੋਏ, ਫਿਰ ਖੱਬੇ ਪਾਸੇ ਮੁੜਦਿਆਂ ਸਾਹਮਣੇ ਹੀ ਸ਼੍ਰੀ ਯੁਕਤੇਸ਼ਵਰ ਜੀ ਦਾ ਇੱਟਾਂ ਦਾ ਬਣਿਆ ਹੋਇਆ ਦੁਮੰਜਲਾ ਆਸ਼ਰਮ ਸੀ, ਜਿਸ ਦੀ ਜਾਲੀ ਲੱਗੀ ਹੋਈ ਉੱਪਰ ਦੀ ਬਾਲਕੋਨੀ ਕੁਝ ਅੱਗੇ ਨੂੰ ਵਧੀ ਹੋਈ ਸੀ। ਉੱਥੇ ਏਕਾਂਤ ਅਤੇ ਸ਼ਾਂਤੀ ਦਾ ਮਹੌਲ ਪਸਰਿਆ ਹੋਇਆ ਸੀ।

"ਡੂੰਘੇ ਭਗਤੀ ਭਾਵ ਨਾਲ ਮੈਂ ਯੋਗਾਨੰਦ ਜੀ ਦੇ ਪਿੱਛੇ ਪਿੱਛੇ ਕੰਧਾਂ ਨਾਲ ਘਿਰੇ ਹੋਏ ਵਿਹੜੇ ਵਿਚ ਦਾਖਲ ਹੋਇਆ। ਸਾਡੇ ਦਿਲ ਤੇਜ ਤੇਜ ਧੜਕਣ ਲੱਗੇ, ਜਦੋਂ ਅਸੀਂ ਉਹ ਪੌੜ੍ਹੀਆਂ ਚੜ੍ਹਨ ਲੱਗੇ, ਜਿਹੜੀਆਂ ਅੱਜ ਤਕ ਅਣਗਿਣਤ ਸਚਾਈ ਦੇ ਖੋਜੀ ਸ਼ਰਧਾਲੂਆਂ ਦੇ ਕਦਮਾਂ ਦੀ ਪੈੜ ਚਾਲ ਨਾਲ ਘਸ ਚੁੱਕੀਆਂ ਸਨ। ਜਿਉਂ ਜਿਉਂ ਅਸੀਂ ਉੱਪਰ ਨੂੰ ਚੜ੍ਹਦੇ ਜਾ ਰਹੇ ਸੀ, ਤਿਉਂ ਤਿਉਂ ਸਾਡੀ ਬੇਸਬਰੀ ਵਧਦੀ ਜਾ ਰਹੀ ਸੀ। ਰਿਸ਼ੀਆਂ ਵਰਗੇ ਮਹਾਨ ਪੁਰਸ਼, ਸਵਾਮੀ ਸ਼੍ਰੀ ਯੁਕਤੇਸ਼ਵਰ ਜੀ ਮਨਮੋਹਕ ਅੰਦਾਜ਼ ਵਿਚ ਪੌੜ੍ਹੀਆਂ ਦੇ ਆਖਰ ਤੇ ਚੁੱਪ ਚਾਪ ਆ ਕੇ ਖੜ੍ਹੇ ਹੋ ਗਏ।

"ਉਨ੍ਹਾਂ ਦੀ ਪਾਵਨ ਸੰਗਤ ਵਿਚ ਖੜ੍ਹੇ ਹੋਣ ਦੇ ਅਹਿਸਾਸ ਨਾਲ ਹੀ ਮੇਰਾ ਮਨ ਅਤਿਅੰਤ ਆਨੰਦਿਤ ਹੋ ਗਿਆ। ਮੇਰੀਆਂ ਅੱਖਾਂ ਦੀ ਨਜ਼ਰ ਅੱਥਰੂਆਂ ਨਾਲ ਧੁੰਦਲੀ ਹੋ ਗਈ, ਜਦੋਂ ਮੈਂ ਯੋਗਾਨੰਦ ਜੀ ਨੂੰ ਆਪਣੀ ਆਤਮਿਕ ਸ਼ਰਧਾ ਦੇ ਰੂਪ ਵਿਚ ਸ਼੍ਰੀ ਯੁਕਤੇਸ਼ਵਰ ਜੀ ਦੇ ਸਾਹਮਣੇ ਧਰਤੀ ਉੱਪਰ ਗੋਡੇ ਟੇਕ ਕੇ ਸਿਰ ਝੁਕਾਉਂਦਿਆਂ ਦੇਖਿਆ। ਪਹਿਲਾਂ ਉਨ੍ਹਾਂ ਨੇ ਆਪਣੇ ਹੱਥਾਂ ਨਾਲ ਉਨ੍ਹਾਂ ਦੇ ਚਰਨਾਂ ਦਾ ਸਪਰਸ਼ ਕੀਤਾ ਅਤੇ ਫਿਰ ਉਨ੍ਹਾਂ ਹੀ ਹੱਥਾਂ ਨਾਲ ਆਪਣੇ ਮੱਥੇ ਨੂੰ ਸਪਰਸ਼ ਕਰਦਿਆਂ, ਉਨ੍ਹਾਂ ਦੀ ਚਰਨ ਧੂੜ ਆਪਣੇ ਮੱਥੇ ਉੱਪਰ ਧਾਰਨ ਕੀਤੀ। ਇਸ ਤੋਂ ਬਾਅਦ ਯੋਗਾਨੰਦ ਜੀ ਦੇ ਉੱਠ ਕੇ ਖੜ੍ਹੇ ਹੁੰਦਿਆਂ ਹੀ, ਸ਼੍ਰੀ ਯੁਕਤੇਸ਼ਵਰ ਜੀ ਨੇ ਉਨ੍ਹਾਂ ਨੂੰ ਜੱਫੀ ਵਿਚ ਲੈ ਕੇ ਆਪਣੀ ਛਾਤੀ ਨਾਲ ਲਾ ਲਿਆ।

"ਸ਼ੁਰੂ ਸ਼ੁਰੂ ਵਿਚ ਕਿਸੇ ਨੂੰ ਕੋਈ ਸ਼ਬਦ ਨਹੀਂ ਸੀ ਅਹੁੜ ਰਿਹਾ, ਪ੍ਰੰਤੂ ਆਤਮਾ ਦੀ ਮੌਨ ਡੂੰਘੀ ਅਵਾਜ਼ ਵਿਚ ਹੀ ਅਹਿਸਾਸਾਂ ਦਾ ਅਦਾਨ ਪ੍ਰਦਾਨ ਲਗਾਤਾਰ ਹੋ ਰਿਹਾ ਸੀ। ਪੁਨਰ-ਮਿਲਣ ਦੇ ਆਨੰਦ ਨਾਲ, ਉਨ੍ਹਾਂ ਦੀਆਂ ਅੱਖਾਂ ਚਮਕ ਰਹੀਆਂ ਸਨ। ਉਸ ਸ਼ਾਂਤ ਵਰਾਂਡੇ ਵਿਚ ਇੱਕ ਅਤਿਅੰਤ ਕੋਮਲਤਾ ਦੇ ਭਾਵ ਉਮੜ੍ਹ ਰਹੇ ਰਹੇ ਸਨ, ਜਿਨ੍ਹਾਂ ਦੀ ਸੋਭਾ ਵਧਾਉਣ ਵਾਸਤੇ ਸੂਰਜ ਵੀ ਅਚਾਨਕ ਬੱਦਲਾਂ ਤੋਂ ਬਾਹਰ ਨਿਕਲ ਆਇਆ ਸੀ।

"ਪਰਮ ਗੁਰੂ ਦੇ ਸਾਹਮਣੇ ਗੋਡੇ ਟੇਕ ਕੇ, ਉਨ੍ਹਾਂ ਦੇ ਚਰਨਾਂ ਵਿਚ ਪ੍ਰਨਾਮ ਕਰਦਿਆਂ, ਮੈਂ ਵੀ ਆਪਣੇ ਦਿਲ ਦੀ ਸ਼ਰਧਾ ਭਗਤੀ ਅਰਪਣ ਕੀਤੀ। ਲੰਬੀ ਤਪੱਸਿਆ ਦੇ ਕਾਰਨ ਕਠੋਰ ਹੋਏ, ਉਨ੍ਹਾਂ ਦੇ ਚਰਨਾਂ ਦਾ ਸਪਰਸ਼ ਕਰ ਕੇ, ਮੈਂ ਵੀ ਅਸ਼ੀਰਵਾਦ ਲਿਆ। ਫਿਰ ਖੜ੍ਹਾ ਹੋ ਕੇ, ਉਨ੍ਹਾਂ ਦੇ ਸੁੰਦਰ ਨੈਣਾਂ ਵਿਚ ਦੇਖਿਆ। ਉਨ੍ਹਾਂ ਦੀਆਂ ਅੱਖਾਂ ਵਿਚ ਆਤਮ ਚਿੰਤਨ ਦੀ ਗਹਿਰਾਈ ਅਤੇ ਆਨੰਦ ਦੀ ਚਮਕ ਸੀ।

"ਅਸੀਂ ਉਨ੍ਹਾਂ ਦੇ ਬੈਠਕਖਾਨੇ ਵਿਚ ਦਾਖਲ ਹੋਏ, ਜਿਹੜਾ ਇੱਕ ਪਾਸੇ ਤੋਂ ਪੂਰੀ ਤਰ੍ਹਾਂ ਬਾਲਕੋਨੀ ਵਿਚ ਖੁੱਲ੍ਹਦਾ ਸੀ। ਆਸ਼ਰਮ ਵਿਚ ਆਉਣ ਵਕਤ ਇਸੇ ਬੈਠਕਖਾਨੇ ਨੂੰ ਸਭ ਤੋਂ ਪਹਿਲਾਂ ਦੇਖਿਆ ਸੀ। ਸ਼੍ਰੀ ਯੁਕਤੇਸ਼ਵਰ ਜੀ ਸੀਮਿੰਟ ਦੇ ਫਰਸ਼ ਉੱਪਰ ਵਿਛੇ ਹੋਏ ਗੱਦੇ ਉੱਪਰ ਇੱਕ ਪੁਰਾਣੇ ਦੀਵਾਨ ਦਾ ਸਹਾਰਾ ਲੈ ਕੇ ਬੈਠ ਗਏ। ਯੋਗਾਨੰਦ ਜੀ ਅਤੇ ਮੈਂ ਉਨ੍ਹਾਂ ਦੇ ਚਰਨਾਂ ਕੋਲ ਹੀ ਪਈਆਂ ਚਟਾਈਆਂ ਉੱਪਰ ਬੈਠ ਗਏ, ਜਿੱਥੇ ਅਰਾਮ ਨਾਲ ਬੈਠਣ ਵਾਸਤੇ ਭਗਵੇਂ ਰੰਗ ਦੇ ਸਿਰਹਾਣੇ ਰੱਖੇ ਹੋਏ ਸਨ।

"ਦੋ ਸਵਾਮੀਆਂ ਦੇ ਵਿਚਕਾਰ ਚੱਲ ਰਹੀ ਬੰਗਲਾ ਭਾਸ਼ਾ ਵਿਚ ਗੁਫਤਗੂ ਦੇ ਭਾਵ ਅਰਥ ਸਮਝਣ ਦੀ, ਮੈਂ ਵਿਅਰਥ ਕੋਸ਼ਿਸ਼ ਕਰ ਰਿਹਾ ਸੀ। (ਕਿਉਂਕਿ ਮੈਨੂੰ ਛੇਤੀ ਹੀ ਸਮਝ ਆ ਗਿਆ ਕਿ ਜਦੋਂ ਵੀ ਉਹ ਆਪਸ ਵਿਚ ਮਿਲਦੇ ਹਨ, ਤਾਂ ਅੰਗਰੇਜ਼ੀ ਵਿਚ ਗੱਲ ਨਹੀਂ ਸਨ ਕਰਦੇ। ਜਦੋਂ ਕਿ ਸਵਾਮੀ ਜੀ ਨੂੰ – ਸ਼੍ਰੀ ਯੁਕਤੇਸ਼ਵਰ ਜੀ ਨੂੰ ਸਾਰੇ ਲੋਕ ਆਮ ਤੌਰ ਤੇ ਸਵਾਮੀ ਜੀ ਕਹਿਕੇ ਹੀ ਸੰਬੋਧਿਤ ਕਰਦੇ ਸਨ – ਚੰਗੀ ਤਰ੍ਹਾਂ ਅੰਗਰੇਜ਼ੀ ਆਉਂਦੀ ਸੀ ਅਤੇ ਬੋਲਦੇ ਵੀ ਸਨ)। ਪਰ ਮੈਂ ਉਸ ਸਿੱਧ ਪੁਰਸ਼ ਦੀਆਂ ਚਮਕਦੀਆਂ

ਅੱਖਾਂ ਅਤੇ ਮਨ ਨੂੰ ਮੋਹਣ ਵਾਲੀ ਮੁਸਕਰਾਹਟ ਤੋਂ ਸਹਿਜੇ ਹੀ, ਉਨ੍ਹਾਂ ਦੀ ਅਧਿਆਤਮਿਕ ਉੱਚਤਾ ਅਤੇ ਮਹਾਨਤਾ ਦਾ ਅੰਦਾਜ਼ਾ ਲਾ ਲਿਆ ਸੀ। ਭਾਵੇਂ ਉਹ ਹੱਸ ਹੱਸ ਕੇ ਗੱਲਾਂ ਕਰਦੇ ਹੋਣ ਜਾਂ ਕੋਈ ਗੰਭੀਰ ਵਿਚਾਰ ਵਿਮਰਸ਼ ਕਰਦੇ ਹੋਣ, ਉਨ੍ਹਾਂ ਦੇ ਸ਼ਬਦਾਂ ਵਿਚ ਇੱਕ ਪ੍ਰਮਾਣਿਕਤਾ ਦੀ ਧੁਨੀ ਗੂੰਜਦੀ ਸੁਣਾਈ ਦਿੰਦੀ ਸੀ, ਜਿਹੜੀ ਕਿ ਇੱਕ ਸਿੱਧ ਪੁਰਸ਼ ਦੀ ਖਾਸੀਅਤ ਹੁੰਦੀ ਹੈ – ਜੋ ਜਾਣਦਾ ਹੈ, ਉਹ ਜਾਣਦਾ ਹੈ, ਕਿਉਂਕਿ ਉਹ ਪ੍ਰਮਾਤਮਾ ਨੂੰ ਜਾਣਦਾ ਹੈ। ਸ਼੍ਰੀ ਯੁਕਤੇਸ਼ਵਰ ਜੀ ਦੇ ਡੂੰਘੇ ਗਿਆਨ, ਉਦੇਸ਼ ਦੀ ਤਾਕਤ ਅਤੇ ਦ੍ਰਿੜ ਨਿਸ਼ਚੇ ਦੀ ਝਲਕ, ਹਰ ਇੱਕ ਕੰਮ ਵਿਚ ਦਿਖਾਈ ਦਿੰਦੀ ਸੀ।

"ਉਨ੍ਹਾਂ ਨੇ ਪਹਿਰਾਵਾ ਅਤਿਅੰਤ ਸਾਦਾ – ਕੇਵਲ ਧੋਤੀ ਕੁੜਤਾ ਪਹਿਨਿਆ ਹੋਇਆ ਸੀ, ਜਿਹੜਾ ਕਿਸੇ ਵਕਤ ਗੇਰੂਏ ਰੰਗ ਵਿਚ ਰੰਗਿਆ ਗਿਆ ਹੋਵੇਗਾ, ਪਰ ਹੁਣ ਫਿੱਕੇ ਭਗਵੇਂ ਰੰਗ ਵਿਚ ਬਦਲ ਗਿਆ ਸੀ। ਮੈਂ ਥੋੜੀ ਥੋੜੀ ਦੇਰ ਬਾਅਦ, ਉਨ੍ਹਾਂ ਨੂੰ ਅਤਿਅੰਤ ਸ਼ਰਧਾ ਨਾਲ ਨਿਹਾਰਦਾ ਰਹਿੰਦਾ ਸੀ। ਮੈਂ ਦੇਖਿਆ ਕਿ ਉਨ੍ਹਾਂ ਦਾ ਸਰੀਰ ਵੱਡੇ ਅਕਾਰ ਦਾ ਅਤੇ ਸੁਗਠਿਤ ਸੀ, ਜਿਹੜਾ ਸੰਨਿਆਸ ਜੀਵਨ ਦੀ ਤਪੱਸਿਆ ਅਤੇ ਤਿਆਗ ਨਾਲ ਸਖਤ ਹੋ ਗਿਆ ਸੀ। ਉਨ੍ਹਾਂ ਦੀ ਚਾਲ-ਢਾਲ ਸ਼ਹਾਨਾ ਸੀ। ਤੁਰਦੇ ਵਕਤ ਉਨ੍ਹਾਂ ਦਾ ਸਰੀਰ ਸਿੱਧਾ ਅਤੇ ਤਣਿਆ ਰਹਿੰਦਾ ਸੀ। ਚਾਲ ਵਿਚ ਸ਼ਾਲੀਨਤਾ ਸੀ। ਉਨ੍ਹਾਂ ਦਾ ਖੁਸ਼ ਕਰਨ ਵਾਲਾ ਠਹਾਕੇਦਾਰ ਹਾਸਾ, ਉਨ੍ਹਾਂ ਦੀਆਂ ਧੁਰ ਅੰਦਰਲੀਆਂ ਡੂੰਘਾਈਆਂ ਵਿਚੋਂ ਨਿਕਲਦਾ ਸੀ, ਜਿਸ ਕਾਰਨ ਜਦੋਂ ਉਹ ਹੱਸਦੇ ਸਨ, ਤਾਂ ਉਨ੍ਹਾਂ ਦਾ ਪੂਰਾ ਸਰੀਰ ਹਿਲਦਾ ਅਤੇ ਥਰਥਰਾਉਂਦਾ ਸੀ।

"ਉਨ੍ਹਾਂ ਦੇ ਸੰਜਮੀ ਚਿਹਰੇ ਉੱਪਰ ਕੁਝ ਇਸ ਤਰ੍ਹਾਂ ਦਾ ਤੇਜ ਹੈ, ਜਿਸਨੂੰ ਦੇਖਦਿਆਂ ਹੀ, ਉਨ੍ਹਾਂ ਦੀ ਰੂਹਾਨੀ ਤਾਕਤ ਦਾ ਸਪਸ਼ਟ ਅਹਿਸਾਸ ਹੋ ਜਾਂਦਾ ਹੈ। ਸਿਰ ਦੇ ਕੇਸ ਵਿਚਾਲਿਉਂ ਚੀਰ ਕੱਢ ਕੇ ਦੋਵੇਂ ਪਾਸੇ ਵੰਡੇ ਹੋਏ ਹਨ। ਮੱਥੇ ਦੇ ਕੋਲੋਂ ਕੁਝ ਕੇਸ ਸਫੈਦ ਹਨ, ਬਾਕੀ ਥਾਵਾਂ ਉੱਪਰ ਕਿਤੇ ਚਾਂਦੀ ਰੰਗੇ ਸੁਨਹਿਰੀ ਹਨ ਅਤੇ ਕਿਤੇ ਚਾਂਦੀ ਰੰਗੇ ਕਾਲੇ ਹਨ, ਜਿਹੜੇ ਮੋਢਿਆਂ ਤਕ ਆਉਂਦਿਆਂ ਆਉਂਦਿਆਂ ਲਟਾਂ ਦਾ ਰੂਪ ਧਾਰਨ ਕਰ ਲੈਂਦੇ ਹਨ। ਦਾੜ੍ਹੀ ਮੁੱਛਾਂ ਪਤਲੀਆਂ ਹਨ, ਜਿਸ ਨਾਲ ਉਨ੍ਹਾਂ ਦੇ ਮੁਖ ਮੰਡਲ ਦੀ ਸ਼ੋਭਾ ਹੋਰ ਵੀ ਵਧਦੀ ਪ੍ਰਤੀਤ ਹੁੰਦੀ ਹੈ। ਉਨ੍ਹਾਂ ਦਾ ਲਲਾਟ ਪਿੱਛੇ ਨੂੰ ਚੜ੍ਹਦਾ ਗਿਆ ਹੈ, ਜਿਸ ਤਰ੍ਹਾਂ ਅਸਮਾਨ ਦੀ ਤਰਫ ਚੜ੍ਹ ਰਿਹਾ ਹੋਵੇ। ਉਨ੍ਹਾਂ ਦੀਆਂ ਅੱਖਾਂ ਕਾਲੀਆਂ ਹਨ, ਜਿਨ੍ਹਾਂ ਵਿਚ ਅਕਾਸ਼ੀ ਨੀਲੀ ਚਮਕ ਹੈ। ਨੱਕ ਕਾਫੀ ਵੱਡਾ ਅਤੇ ਮੋਟਾ ਜਿਹਾ ਹੈ, ਜਿਸ ਨੂੰ ਉਹ ਵਿਹਲੇ ਵਕਤ ਵਿਚ ਬੱਚਿਆਂ ਵਾਂਗ ਉਂਗਲੀਆਂ ਨਾਲ ਹਿਲਾਉਂਦੇ ਰਹਿੰਦੇ ਹਨ। ਉਨ੍ਹਾਂ ਦਾ ਮੁਖ ਮੰਡਲ ਦ੍ਰਿੜ ਅਤੇ ਕਠੋਰ ਹੈ, ਪਰ ਉਸ ਵਿਚ ਕੋਮਲਤਾ ਦੀ ਝਲਕ ਦਿਖਾਈ ਦਿੰਦੀ ਹੈ।

"ਕਮਰੇ ਵਿਚ ਚਾਰੇ ਪਾਸੇ ਨਜ਼ਰ ਮਾਰਦਿਆਂ, ਮੈਨੂੰ ਇਹ ਸਮਝਣ ਵਿਚ ਦੇਰ ਨਾ ਲੱਗੀ ਕਿ ਉਨ੍ਹਾਂ ਨੂੰ ਸੰਸਾਰਕ ਸੁੱਖ ਸਹੂਲਤਾਂ ਨਾਲ ਜਿਆਦਾ ਪਿਆਰ ਨਹੀਂ ਹੈ। ਉਸ ਲੰਬੇ ਕਮਰੇ ਦੀਆਂ ਚਿੱਟੀਆਂ ਕੰਧਾਂ ਵਿਚ ਹਵਾ ਅਤੇ ਪਾਣੀ ਦੇ ਪ੍ਰਭਾਵ ਕਾਰਨ ਧੱਬੇ ਪੈ ਗਏ ਸਨ। ਕਿਤੋਂ ਕਿਤੋਂ ਪਲਸਤਰ ਉੱਤਰ ਕੇ ਥਲਿਉਂ ਫਿੱਕੇ ਨੀਲੇ ਰੰਗ ਦੀਆਂ ਧਾਰੀਆਂ ਦਿਖਾਈ ਦੇ ਰਹੀਆਂ ਸਨ। ਕਮਰੇ ਦੀ ਇੱਕ ਨੁੱਕਰ ਤੇ ਭਗਤੀ ਭਾਵ ਨਾਲ ਸਾਦ ਮਰਾਦੀ ਜਿਹੀ ਪੁਸ਼ਪਮਾਲਾ ਨਾਲ ਅਰਪਿਤ ਲਾਹਿੜੀ ਮਹਾਸ਼ਯ ਦੀ ਫੋਟੋ ਟੰਗੀ ਹੋਈ ਹੈ। ਯੋਗਾਨੰਦ ਜੀ ਦੀ ਵੀ ਇੱਕ ਪੁਰਾਣੀ ਫੋਟੋ ਟੰਗੀ ਹੋਈ ਹੈ। ਇਹ ਫੋਟੋ ਉਸ ਵਕਤ ਦੀ ਹੈ, ਜਿਸ ਵਕਤ ਯੋਗਾਨੰਦ ਜੀ ਪਹਿਲੀ ਵਾਰ ਬੋਸਟਨ ਗਏ ਸਨ। ਫੋਟੋ ਵਿਚ, ਉਹ ਧਰਮ ਸੰਮੇਲਨ ਵਿਚ ਭਾਗ ਲੈਣ ਵਾਲੇ ਹੋਰ ਪ੍ਰਤੀਨਿੱਧੀਆਂ ਦੇ ਨਾਲ ਖੜ੍ਹੇ ਹਨ।

"ਉੱਥੇ ਪ੍ਰਾਚੀਨਤਾ ਅਤੇ ਆਧੁਨਿਕਤਾ ਦਾ ਅਦਭੁਤ ਸੰਗਮ ਦਿਖਾਈ ਦੇ ਰਿਹਾ ਸੀ। ਸ਼ੀਸ਼ੇ ਦਾ ਇੱਕ ਵਿਸ਼ਾਲ ਫਾਨੂਸ ਲਟਕ ਰਿਹਾ ਸੀ। ਪਰ ਬਹੁਤ ਦੇਰ ਤੋਂ ਇਸ ਦਾ ਇਸਤੇਮਾਲ ਨਾ ਹੋਣ ਕਰਕੇ ਮਕੜੀ ਦੇ ਜਾਲਿਆਂ ਨਾਲ ਢਕਿਆ ਪਿਆ ਹੈ। ਕੰਧ ਉੱਪਰ ਨਵੇਂ ਸਾਲ ਦਾ ਕਲੰਡਰ ਲਟਕ ਰਿਹਾ ਹੈ। ਸਾਰੇ ਕਮਰੇ ਵਿਚ ਸ਼ਾਂਤੀ ਅਤੇ ਖੁਸ਼ੀ ਦੀ ਮਹਿਕ ਖਿੱਲਰ ਰਹੀ ਹੈ।

"ਬਾਲਕੋਨੀ ਦੇ ਬਾਹਰ ਤਾੜ ਦੇ ਉੱਚੇ ਉੱਚੇ ਦਰਖਤ ਮੌਨ ਪਹਿਰੇਦਾਰਾਂ ਦੀ ਤਰ੍ਹਾਂ ਖੜ੍ਹੇ ਦਿਖਾਈ ਦੇ ਰਹੇ ਹਨ। ਸ਼੍ਰੀ ਯੁਕਤੇਸ਼ਵਰ ਜੀ ਦੀ ਤਾੜੀ ਵਜਾਉਣ ਦੀ ਦੇਰ ਹੈ ਕਿ ਤਾੜੀ ਵਜਣ ਦੇ ਖਤਮ ਹੋਣ ਤੋਂ ਪਹਿਲਾਂ ਹੀ, ਉਨ੍ਹਾਂ ਦੀ ਆਗਿਆ ਪ੍ਰਾਪਤ ਕਰਨ ਵਾਸਤੇ, ਉਨ੍ਹਾਂ ਦੇ ਕੋਲ ਕੋਈ ਬਾਲ ਸ਼ਗਿਰਦ ਹਾਜ਼ਰ ਹੋ ਜਾਂਦਾ ਹੈ। ਬਾਲ ਸ਼ਗਿਰਦਾਂ ਵਿਚੋਂ ਇੱਕ ਹੈ, ਪ੍ਰਫੁੱਲ।* ਜਦੋਂ ਉਹ ਮੁਸਕਰਾਉਂਦਾ ਹੈ ਤਾਂ ਉਸ ਦੇ ਮੂੰਹ ਦੇ ਕੋਨੇ ਉੱਪਰ ਨੂੰ ਉੱਠ ਜਾਂਦੇ ਹਨ ਅਤੇ ਅੱਖਾਂ ਚਮਕਣ ਲੱਗਦੀਆਂ ਹਨ, ਜਿਸ ਤਰ੍ਹਾਂ ਸ਼ਾਮ ਵੇਲੇ, ਅਕਾਸ਼ ਵਿਚ ਇੱਕੋ ਵੇਲੇ ਤਾਰੇ ਅਤੇ ਦੂਜ ਦਾ ਚੰਦ ਚੜ੍ਹ ਆਇਆ ਹੋਵੇ। ਸ਼੍ਰੀ ਯੁਕਤੇਸ਼ਵਰ ਜੀ ਦੀ ਆਪਣੀ 'ਪੈਦਾਵਾਰ' ਵਾਪਸ ਆਉਣ ਦੀ ਖੁਸ਼ੀ ਛੁਪਾਇਆਂ ਨਹੀਂ ਛੁਪ ਰਹੀ। ਉਨ੍ਹਾਂ ਦੀ 'ਪੈਦਾਵਾਰ' ਦੀ 'ਪੈਦਾਵਾਰ' ਦੇ, ਮਤਲਬ ਮੇਰੇ ਬਾਰੇ ਵੀ ਉਨ੍ਹਾਂ ਨੂੰ ਕਾਫੀ ਉਤਸੁਕਤਾ ਪ੍ਰਤੀਤ ਹੁੰਦੀ ਹੈ। ਪਰ ਮਹਾ ਪੁਰਸ਼ਾਂ ਦੇ ਸੁਭਾਅ ਵਿਚ ਗਿਆਨ ਦੀ ਪ੍ਰਧਾਨਤਾ ਹੋਣ ਕਰਕੇ ਭਾਵਨਾਵਾਂ ਬਾਹਰ ਪ੍ਰਗਟ ਨਹੀਂ ਹੁੰਦੀਆਂ।

"ਗੁਰੂ ਦੇ ਦਰਸ਼ਨ ਕਰਨ ਜਾਂਦਿਆਂ, ਗੁਰੂ ਦੇ ਚਰਨਾਂ ਵਿਚ ਕੋਈ ਭੇਟ ਅਰਪਣ ਕਰਨ ਦੇ ਰਿਵਾਜ਼ ਅਨੁਸਾਰ, ਯੋਗਾਨੰਦ ਜੀ ਨੇ ਵੀ ਆਪਣੇ ਗੁਰੂ ਦੇ ਚਰਨਾਂ ਵਿਚ ਕੁਝ ਤੋਹਫੇ ਭੇਟ ਕੀਤੇ। ਬਾਅਦ ਵਿਚ ਅਸੀਂ ਸਾਰਿਆਂ ਨੇ ਚਾਵਲ ਅਤੇ ਸਬਜ਼ੀਆਂ ਦੇ ਨਾਲ ਸਾਦਾ, ਪ੍ਰੰਤੂ ਚੰਗੀ ਤਰ੍ਹਾਂ ਪਕਾਇਆ ਹੋਇਆ ਭੋਜਨ ਖਾਧਾ। ਮੈਨੂੰ ਅਨੇਕ ਭਾਰਤੀ ਰਸਮਾਂ

* ਪ੍ਰਫੁੱਲ ਉਹ ਹੀ ਸ਼ਗਿਰਦ ਹੈ, ਜਿਸ ਵਕਤ ਪੁਰੀ ਵਿਚ ਸ਼੍ਰੀ ਯੁਕਤੇਸ਼ਵਰ ਜੀ ਦਾ ਨਾਗ ਨਾਲ ਟਾਕਰਾ ਹੋਇਆ ਸੀ ਤਾਂ ਉਹ ਸ਼ਗਿਰਦ ਉਸ ਵਕਤ ਉੱਥੇ ਹਾਜ਼ਰ ਸੀ। (ਦੇਖੋ ਪੰਨਾਂ 149).

ਦੀ ਪਾਲਣਾ ਕਰਦਿਆਂ ਦੇਖ, ਮਿਸਾਲ ਦੇ ਤੌਰ ਤੇ ਚਮਚੇ ਦੀ ਬਜਾਏ ਹੱਥ ਨਾਲ ਭੋਜਨ ਖਾਂਦਿਆਂ ਦੇਖ, ਸ੍ਰੀ ਯੁਕਤੇਸ਼ਵਰ ਜੀ ਬਹੁਤ ਖੁਸ਼ ਹੋਏ।

"ਕਈ ਘੰਟਿਆਂ ਤਕ ਬੰਗਲਾ ਭਾਸ਼ਾ ਵਿਚ ਗੁਫਤਗੂ ਕਰਨ, ਮਿੱਠੀਆਂ ਮੁਸਕਰਾਹਟਾਂ ਅਤੇ ਆਨੰਦਿਤ ਨਜ਼ਰਾਂ ਦੇ ਅਦਾਨ ਪ੍ਰਦਾਨ ਦੇ ਬਾਅਦ, ਅਸੀਂ ਸ੍ਰੀ ਯੁਕਤੇਸਵਰ ਜੀ ਦੇ ਚਰਨਾਂ ਵਿਚ *ਪ੍ਰਣਾਮ** ਕਰਕੇ ਵਿਦਾਈ ਲਈ। ਉਨ੍ਹਾਂ ਦੇ ਦਰਸ਼ਨਾਂ ਦੀ ਸਦੀਵੀ ਪਾਵਨ ਯਾਦ ਆਪਣੇ ਦਿਲਾਂ ਵਿਚ ਸਮੋਈ, ਅਸੀਂ ਕੋਲਕਾਤਾ ਵਾਪਸ ਆਉਣ ਵਾਸਤੇ ਰਵਾਨਾ ਹੋਏ। ਭਾਵੇ ਮੈਂ ਇਹ ਵਰਣਨ ਤਾਂ ਉਨ੍ਹਾਂ ਦੇ ਬਾਹਰੀ ਸਰੂਪ ਦਾ ਹੀ ਕੀਤਾ ਹੈ। ਪਰ ਉਨ੍ਹਾਂ ਦੀ ਅਧਿਆਤਮਿਕ ਉੱਚਤਾ ਦਾ ਮੈਨੂੰ ਹਮੇਸ਼ਾਂ ਹੀ ਅਹਿਸਾਸ ਰਿਹਾ ਹੈ। ਮੈਂ ਉਨ੍ਹਾਂ ਦੀ ਅਧਿਆਤਮਿਕ ਸ਼ਕਤੀ ਨੂੰ ਅਨੁਭਵ ਕੀਤਾ ਅਤੇ ਉਸ ਅਨੁਭਵ ਨੂੰ, ਮੈਂ ਇੱਕ ਰੂਹਾਨੀ ਅਸ਼ੀਰਵਾਦ ਦੇ ਰੂਪ ਵਿਚ ਸੰਭਾਲ ਕੇ ਰਖਾਂਗਾ।"

ਮੈਂ ਅਮਰੀਕਾ, ਯੂਰਪ ਅਤੇ ਫਿਲਿਸਤੀਨ ਵਿਚੋਂ ਸ੍ਰੀ ਯੁਕਤੇਸ਼ਵਰ ਜੀ ਵਾਸਤੇ ਕਈ ਤੋਹਫੇ ਲੈ ਕੇ ਆਇਆ ਸੀ। ਉਨ੍ਹਾਂ ਨੇ ਉਹ ਤੋਹਫੇ ਮੁਸਕਰਾਉਂਦਿਆਂ ਸਵੀਕਾਰ ਕਰ ਲਏ, ਪਰ ਬੋਲੇ ਕੁਝ ਨਹੀਂ। ਜਰਮਨੀ ਵਿਚੋਂ ਮੈਂ ਆਪਣੇ ਵਾਸਤੇ ਛਤਰੀ ਯੁਕਤ ਸੋਟੀ ਖਰੀਦੀ ਸੀ। ਭਾਰਤ ਵਿਚ ਆਉਣ ਤੋਂ ਬਾਅਦ, ਮੈਂ ਉਹ ਸੋਟੀ ਵੀ ਸ੍ਰੀ ਯੁਕਤੇਸ਼ਵਰ ਜੀ ਨੂੰ ਭੇਟ ਕਰਨ ਦਾ ਫੈਸਲਾ ਕੀਤਾ।

"ਇਹ ਤੋਹਫਾ ਸੱਚ-ਮੁੱਚ ਹੀ ਮੈਨੂੰ ਬਹੁਤ ਪਸੰਦ ਆਇਆ ਹੈ।" ਮੇਰੇ ਗੁਰੂਦੇਵ ਨੇ ਜਦੋਂ ਇਹ ਅਸਧਾਰਨ ਟਿਪਣੀ ਕੀਤੀ ਤਾਂ ਉਹ ਮੇਰੇ ਵੱਲ ਮੁਸਕਰਾਉਂਦਿਆਂ ਦੇਖ ਰਹੇ ਸਨ। ਸਾਰਿਆਂ ਤੋਹਫਿਆਂ ਵਿਚੋਂ ਇਹ ਇੱਕੋ ਇੱਕ ਸੋਟੀ ਹੀ ਸੀ, ਜਿਸ ਨੂੰ ਉਹ ਆਪਣੇ ਕੋਲ ਮਿਲਣ ਆਏ ਦਰਸ਼ਕਾਂ ਨੂੰ ਦਿਖਾਉਂਦੇ ਸਨ।

"ਗੁਰੂਦੇਵ ਜੇ ਆਗਿਆ ਦੇਵੋ ਤਾਂ ਮੈਂ ਬੈਠਕਖਾਨੇ ਵਾਸਤੇ ਇੱਕ ਨਵਾਂ ਕਾਲੀਨ ਲਿਆਉਣਾ ਚਾਹੁੰਦਾ ਹਾਂ," ਮੈਂ ਦੇਖ ਰਿਹਾ ਸੀ ਕਿ ਸ੍ਰੀ ਯੁਕਤੇਸ਼ਵਰ ਜੀ ਦੀ ਬਾਘ ਦੀ ਖੱਲ ਪੁਰਾਣੇ ਫਟੇ ਹੋਏ ਕਾਲੀਨ ਉੱਪਰ ਵਿਛੀ ਹੋਈ ਸੀ।

"ਜੇ ਤੇਰੀ ਮਰਜ਼ੀ ਹੈ ਤਾਂ ਲੈ ਆ," ਮੇਰੇ ਗੁਰੂਦੇਵ ਦੀ ਅਵਾਜ਼ ਉਤਸ਼ਾਹਹੀਣ ਸੀ, "ਪਰ ਦੇਖ, ਮੇਰੀ ਬਾਘ ਦੀ ਖੱਲ ਕਿੰਨੀ ਸਵੱਛ ਅਤੇ ਸਾਫ ਹੈ। ਆਪਣੀ ਇਸ ਛੋਟੀ ਜਿਹੀ ਸਲਤਨਤ ਦਾ ਮੈਂ ਖੁਦ ਹੀ ਸਮਰਾਟ ਹਾਂ। ਇਸ ਤੋਂ ਬਾਹਰ ਵਿਸ਼ਾਲ ਦੁਨੀਆਂ ਹੈ, ਜਿਸ ਵਿਚ ਲੋਕ ਕੇਵਲ ਸੰਸਾਰਕ ਸੁਖ ਸਹੂਲਤਾਂ ਵਿਚ ਹੀ ਦਿਲਚਸਪੀ ਰੱਖਦੇ ਹਨ।"

ਉਨ੍ਹਾਂ ਦੇ ਮੂੰਹ ਤੋਂ ਇਹ ਸ਼ਬਦ ਸੁਣਦਿਆਂ ਹੀ ਮੈਨੂੰ ਲੱਗਿਆ ਕਿ ਸਮਾਂ ਮੈਨੂੰ ਬਹੁਤ ਪਿੱਛੇ ਲੈ ਗਿਆ ਅਤੇ ਮੈਂ ਇੱਕ ਵਾਰ ਫਿਰ ਨੌਜੁਆਨ ਸ਼ਗਿਰਦ ਬਣ ਗਿਆ ਹਾਂ, ਜੋ ਹਰ ਰੋਜ਼ ਉਨ੍ਹਾਂ ਦੇ ਅਨੁਸ਼ਾਸਨ ਦੀ ਅਗਨੀ ਵਿਚ ਸ਼ੁੱਧ ਹੁੰਦਾ ਜਾ ਰਿਹਾ ਸੀ।

* ਯਥਾ ਸ਼ਬਦ, "ਪੂਰੀ ਤਰ੍ਹਾਂ ਸਮਰਪਣ," ਸੰਸਕਰਿਤ ਦੇ ਧਾਤੂ *ਨਾਮ,* ਤੋਂ ਬਣਿਆ ਹੈ ਜਿਸ ਦਾ ਮਤਲਬ ਹੈ ਨਮਸਕਾਰ ਜਾਂ ਪ੍ਰਣਾਮ ਕਰਨਾ ਅਤੇ *ਪਰ* ਪੂਰੀ ਤਰ੍ਹਾਂ ਪਹਿਲਾਂ ਜੋੜਿਆ ਗਿਆ ਹੈ।

ਜਿਉਂ ਹੀ ਮੈਂ ਸ਼੍ਰੀਰਾਮਪੁਰ ਅਤੇ ਕੋਲਕਾਤਾ ਤੋਂ ਵਿਹਲਾ ਹੋਇਆ, ਤਾਂ ਮੈਂ ਸ਼੍ਰੀ ਰਾਈਟ ਨਾਲ ਰਾਂਚੀ ਵਾਸਤੇ ਰਵਾਨਾ ਹੋ ਗਿਆ। ਕਿੰਨਾ ਸ਼ਾਨਦਾਰ ਸੁਆਗਤ ਹੋਇਆ। ਇੱਕ ਦਮ ਦਿਲ ਨੂੰ ਟੁੰਬਣ ਵਾਲਾ। ਮੇਰੀ ਪੰਦਰਾਂ ਵਰ੍ਹਿਆ ਦੀ ਗੈਰ ਹਾਜ਼ਰੀ ਵਿਚ ਸਕੂਲ ਦਾ ਝੰਡਾ ਲਹਿਰਾਉਂਦਾ ਰੱਖਣ ਵਾਲੇ ਨਿਰਸੁਆਰਥੀ ਅਧਿਆਪਕਾਂ ਨੂੰ ਗਲੇ ਲਗਾਉਂਦਿਆਂ ਸਮੇਂ ਮੇਰੀਆਂ ਅੱਖਾਂ ਛਲਛਲਾ ਆਈਆਂ। ਆਸ਼ਰਮਵਾਸੀ ਵਿਦਿਆਰਥੀਆਂ ਅਤੇ ਹਰ ਰੋਜ਼ ਘਰੋਂ ਆ ਕੇ ਪੜ੍ਹਨ ਆਉਣ ਵਾਲੇ ਵਿਦਿਆਰਥੀਆਂ ਦੇ ਚਮਕਦੇ ਚਿਹਰੇ ਅਤੇ ਮਿੱਠੀਆਂ ਮੁਸਕਰਾਹਟਾਂ, ਉਨ੍ਹਾਂ ਦੀਆਂ ਯੋਗ ਦੀ ਸਿਖਲਾਈ ਅਤੇ ਸੁਚੱਜੀ ਪੜ੍ਹਾਈ ਦੀ ਗਵਾਹੀ ਭਰਦੇ ਸਨ।

ਪਰ ਅਫਸੋਸ ਇਸ ਸਭ ਕੁਝ ਦੇ ਬਾਵਜੂਦ, ਰਾਂਚੀ ਸਕੂਲ ਆਰਥਿਕ ਪੱਖੋਂ ਸੰਕਟ ਵਿਚ ਘਿਰਿਆ ਹੋਇਆ ਸੀ। ਕਾਸਿਮ ਬਜ਼ਾਰ ਦੇ ਪੁਰਾਣੇ ਮਹਾਰਾਜਾ ਮਣੀਂਦਰਚੰਦਰ ਨੰਦੀ, ਜਿਨ੍ਹਾਂ ਦਾ ਰਾਜ ਮਹੱਲ ਸਕੂਲ ਦੀ ਇਮਾਰਤ ਬਣ ਗਿਆ ਸੀ। ਜਿਨ੍ਹਾਂ ਨੇ ਕਈ ਵਾਰ ਦਿਲ ਖੋਲ੍ਹ ਕੇ ਦਾਨ ਵੀ ਦਿੱਤਾ ਸੀ, ਹੁਣ ਸਵਰਗ ਸਿਧਾਰ ਗਏ ਸਨ। ਲੋੜੀਂਦਾ ਮਾਇਕ ਸਹਿਯੋਗ ਨਾ ਮਿਲਣ ਕਰਕੇ ਸਕੂਲ ਦੀਆਂ ਅਨੇਕ ਪਰਉਪਕਾਰੀ ਸਕੀਮਾਂ ਸੰਕਟ ਵਿਚ ਘਿਰ ਗਈਆਂ ਸਨ।

ਮੈਂ ਵੀ ਅਮਰੀਕਾ ਵਿਚ ਇੰਨੇ ਵਰ੍ਹੇ, ਇਹੋ ਜਿਹੀਆਂ ਮੁਸ਼ਕਿਲਾਂ ਦੇ ਵਿਵਹਾਰਿਕ ਗਿਆਨ ਅਤੇ ਉਨ੍ਹਾਂ ਦਾ ਡੱਟ ਕੇ ਮੁਕਾਬਲਾ ਕਰਨ ਦੇ ਗੁਣਾਂ ਨੂੰ ਗਰਿਹਣ ਕਰਨ ਤੋਂ ਬਗੈਰ ਨਹੀਂ ਸਨ ਗੁਜਾਰੇ। ਇੱਕ ਹਫਤੇ ਤਕ ਮੈਂ ਵੱਖੋ ਵੱਖਰੀਆਂ ਜਟਿਲ ਮੁਸ਼ਕਿਲਾਂ ਨਾਲ ਜਦੋ-ਜਹਿਦ ਕਰਦਿਆਂ ਰਾਂਚੀ ਵਿਚ ਹੀ ਰੁਕਿਆ ਰਿਹਾ। ਉਸ ਤੋਂ ਬਾਅਦ ਸ਼ੁਰੂ ਹੋਇਆ ਕੋਲਕਾਤਾ ਵਿੱਚ ਵਿਦਿਆਵੇਤਾਵਾਂ ਅਤੇ ਉੱਘੇ ਨੇਤਾਵਾਂ ਨਾਲ ਮੁਲਾਕਾਤਾਂ ਦਾ ਸਿਲਸਿਲਾ। ਕਾਸਿਮ ਬਜ਼ਾਰ ਦੇ ਨੌਜਵਾਨ ਯੁਵਰਾਜ ਨਾਲ ਵੀ ਲੰਬੀ ਮੁਲਾਕਾਤ ਕੀਤੀ। ਪਿਤਾ ਜੀ ਨੂੰ ਆਰਥਿਕ ਸਹਾਇਤਾ ਕਰਨ ਵਾਸਤੇ ਬੇਨਤੀ ਕੀਤੀ ਅਤੇ ਇਸ ਦਾ ਨਤੀਜਾ ਇਹ ਹੋਇਆ, ਕਿ ਰਾਂਚੀ ਸਕੂਲ ਦੀ ਲੜਖੜਾਉਂਦੀ ਆਰਥਿਕਤਾ ਦੀ ਨੀਂਹ ਮਜ਼ਬੂਤ ਹੋਣ ਲੱਗੀ। ਸਮੇਂ ਸਿਰ ਮੇਰੇ ਅਮਰੀਕੀ ਸ਼ਗਿਰਦਾਂ ਦੀ ਵੀ ਕਾਫੀ ਆਰਥਿਕ ਸਹਾਇਤਾ ਪਹੁੰਚ ਗਈ।

ਭਾਰਤ ਵਾਪਸ ਆਉਣ ਦੇ ਕੁਝ ਹੀ ਮਹੀਨਿਆਂ ਵਿਚ, ਮੈਂ ਰਾਂਚੀ ਸਕੂਲ ਦੀ ਕਾਨੂੰਨੀ ਤੌਰ ਤੇ ਰਜਿਸਟਰੀ ਕਰਵਾਉਣ ਦੀ ਖੁਸ਼ੀ ਪ੍ਰਾਪਤ ਕਰ ਲਈ। ਇਸ ਤਰੀਕੇ ਨਾਲ ਆਪਣੇ ਸਿਰ ਤੇ, ਪੱਕੇ ਪੈਰੀਂ ਖੜ੍ਹੇ ਹੋਣ ਯੋਗ ਸਿੱਖਿਆ ਕੇਂਦਰ ਦਾ, ਮੇਰੇ ਜੀਵਨ ਦਾ ਸੁਪਨਾ ਸਕਾਰ ਹੋ ਗਿਆ। ਮੇਰੇ ਇਸੇ ਸੁਪਨੇ ਨੇ ਮੈਨੂੰ 1917 ਵਿਚ ਸਿਰਫ ਸੱਤ ਵਿਦਿਆਰਥੀਆਂ ਨਾਲ ਇਸ ਸਕੂਲ ਦੀ ਸ਼ੁਰੂਆਤ ਕਰਨ ਲਈ ਪ੍ਰੇਰਿਆ ਸੀ।

ਯੋਗਦਾ ਸਤਸੰਗ ਬ੍ਰਹਮਚਾਰੀਆ ਸਕੂਲ, ਪਰਾਇਮਰੀ ਅਤੇ ਹਾਈ ਸਕੂਲ ਦੀਆਂ ਜਮਾਤਾਂ ਖੁੱਲ੍ਹੇ ਅਸਮਾਨ ਥੱਲੇ ਚਲਾਉਂਦਾ ਹੈ। ਜਿਹੜੇ ਵਿਦਿਆਰਥੀ ਸਕੂਲ ਵਿਚ

ਹੀ ਰਹਿੰਦੇ ਹਨ ਅਤੇ ਜਿਹੜੇ ਵਿਦਿਆਰਥੀ ਹਰ ਰੋਜ਼ ਘਰੋਂ ਪੜ੍ਹਨ ਵਾਸਤੇ ਆਉਂਦੇ ਹਨ, ਸਾਰਿਆਂ ਨੂੰ ਹੀ ਕੋਈ ਨਾ ਕੋਈ ਪੇਸ਼ੇਵਰਾਨਾ ਸਿਖਲਾਈ ਦਿੱਤੀ ਜਾਂਦੀ ਹੈ।

ਵਿਦਿਆਰਥੀ ਆਪਣੇ ਵਿਚੋਂ, ਆਪ ਹੀ ਬਣਾਈਆਂ ਗਈਆਂ ਸੰਮਤੀਆਂ ਦੁਆਰਾ ਹੀ ਕੰਮਾਂ ਦਾ ਸੰਚਾਲਨ ਕਰਦੇ ਹਨ। ਆਪਣੇ ਅਧਿਆਪਨ ਜੀਵਨ ਦੇ ਸ਼ੁਰੂ ਵਿਚ ਹੀ ਮੈਨੂੰ ਇਹ ਗੱਲ ਸਮਝ ਵਿਚ ਆ ਗਈ ਸੀ, ਕਿ ਬੱਚਿਆਂ ਨੂੰ ਅਧਿਆਪਕਾਂ ਨੂੰ ਚਲਾਕੀ ਨਾਲ ਬੁੱਧੂ ਬਣਾਉਣ ਵਿਚ ਬੜਾ ਸੁਆਦ ਆਉਂਦਾ ਹੈ। ਜਦੋਂ ਕਿ ਸਾਥੀ ਵਿਦਿਆਰਥੀਆਂ ਦੁਆਰਾ ਬਣਾਏ ਗਏ ਨਿਯਮਾਂ ਦੀ ਪਾਲਣਾ ਖੁਸ਼ੀ ਖੁਸ਼ੀ ਕਰਦੇ ਹਨ। ਮੈਂ ਆਪ ਵੀ ਕਦੇ ਆਦਰਸ਼ ਵਿਦਿਆਰਥੀ ਨਹੀਂ ਸੀ ਰਿਹਾ। ਇਸ ਕਰਕੇ ਬੱਚਿਆਂ ਦੀਆਂ ਸਾਰੀਆਂ ਸ਼ਰਾਰਤਾਂ ਅਤੇ ਸਮੱਸਿਆਵਾਂ ਨਾਲ ਮੈਨੂੰ ਪੂਰੀ ਪੂਰੀ ਹਮਦਰਦੀ ਰਹਿੰਦੀ ਸੀ।

ਬੱਚਿਆਂ ਨੂੰ ਖੇਡਾਂ ਵਿਚ ਵੀ ਹੌਸਲਾ ਅਫਜਾਈ ਕੀਤੀ ਜਾਂਦੀ ਹੈ। ਖੇਡਾਂ ਦੇ ਮੈਦਾਨ ਹਾਕੀ ਅਤੇ ਫੁੱਟਬਾਲ ਦੇ ਅਭਿਆਸ ਮੁਕਾਬਲਿਆਂ ਨਾਲ ਗੂੰਜਦੇ ਰਹਿੰਦੇ ਹਨ। ਮੁਕਾਬਲਿਆਂ ਵਿਚ ਰਾਂਚੀ ਸਕੂਲ ਦੇ ਵਿਦਿਆਰਥੀ ਅਕਸਰ ਹੀ ਕੱਪ ਜਿਤ ਲਿਆਉਂਦੇ ਹਨ। ਵਿਦਿਆਰਥੀਆਂ ਨੂੰ ਆਪਣੀ ਇੱਛਾ ਸ਼ਕਤੀ ਨਾਲ ਮਾਸ ਪੇਸ਼ੀਆਂ ਵਿਚ ਤਾਕਤ ਸੰਚਾਰ ਕਰਨ ਦੀ ਯੋਗਦਾ ਕਸਰਤ ਦੀ ਤਕਨੀਕ ਸਿਖਾਈ ਜਾਂਦੀ ਹੈ।

ਯੋਗਦਾ ਕਸਰਤ ਤਕਨੀਕ ਵਿਚ ਮਾਨਸਿਕ ਸ਼ਕਤੀ ਨਾਲ ਸਰੀਰ ਦੇ ਕਿਸੇ ਵੀ ਹਿੱਸੇ ਵਿਚ ਪ੍ਰਾਣ ਸ਼ਕਤੀ ਦਾ ਸੰਚਾਰ ਕੀਤਾ ਜਾ ਸਕਦਾ ਹੈ। ਉਨ੍ਹਾਂ ਨੂੰ ਯੋਗ ਆਸਣ, ਤਲਵਾਰ ਅਤੇ ਲਾਠੀ ਚਲਾਉਣਾ ਵੀ ਸਿਖਾਇਆ ਜਾਂਦਾ ਹੈ। ਮੁਢਲੀ ਚਿਕਿਤਸਾ ਵਿਚ ਸਿਖਲਾਈ ਪ੍ਰਾਪਤ ਵਿਦਿਆਰਥੀਆਂ ਨੇ ਹੜ੍ਹ ਅਤੇ ਅਕਾਲ ਆਦਿ ਦੇ ਸੰਕਟਕਾਲੀਨ ਸਮਿਆਂ ਵਿਚ ਆਪਣੇ ਸੂਬੇ ਦੇ ਲੋਕਾਂ ਦੀ ਸਲਾਹੁਣਯੋਗ ਸੇਵਾ ਕੀਤੀ ਹੈ। ਵਿਦਿਆਰਥੀ ਬਾਗਵਾਨੀ ਕਰਕੇ ਆਪਣੇ ਵਾਸਤੇ ਸਬਜ਼ੀਆਂ ਵੀ ਪੈਦਾ ਕਰ ਲੈਂਦੇ ਹਨ।

ਕੋਲ, ਸੰਥਾਲ ਅਤੇ ਮੁੰਡਾ ਆਦਿ ਸੂਬੇ ਦੀਆਂ ਜਨ-ਜਾਤੀਆਂ ਦੇ ਵਾਸਤੇ ਮੁਢਲੀ ਵਿਦਿਆ ਹਿੰਦੀ ਵਿਚ ਦਿੱਤੀ ਜਾਂਦੀ ਹੈ। ਕੇਵਲ ਲੜਕੀਆਂ ਵਾਸਤੇ ਜਮਾਤਾਂ ਆਸ ਪਾਸ ਦੇ ਪਿੰਡਾਂ ਵਿਚ ਚਲਾਈਆਂ ਜਾਂਦੀਆਂ ਹਨ।

ਰਾਂਚੀ ਸਕੂਲ ਦੀ ਇੱਕੋ ਇੱਕ ਖਾਸੀਅਤ ਇਹ ਹੈ, ਕਿ ਇੱਥੇ *ਕਿਰਿਆ ਯੋਗ* ਦੀ ਦੀਖਿਆ ਵੀ ਦਿੱਤੀ ਜਾਂਦੀ ਹੈ। ਵਿਦਿਆਰਥੀ ਨਿਯਮਿਤ ਅਧਿਆਤਮਿਕ ਅਭਿਆਸ ਅਤੇ ਗੀਤਾ ਪਾਠ ਕਰਦੇ ਹਨ। ਉਨ੍ਹਾਂ ਨੂੰ ਉਪਦੇਸ਼ ਅਤੇ ਪ੍ਰਤੱਖ ਉਦਾਹਰਣਾਂ ਦੁਆਰਾ ਸਾਦਗੀ, ਤਿਆਗ, ਆਤਮ-ਸਨਮਾਨ ਅਤੇ ਸਚਾਈ ਦਾ ਸਤਕਾਰ ਕਰਨ ਦੀ ਸਿੱਖਿਆ ਦਿੱਤੀ ਜਾਂਦੀ ਹੈ। ਉਨ੍ਹਾਂ ਨੂੰ ਸਿਖਾਇਆ ਜਾਂਦਾ ਹੈ ਕਿ ਬੁਰਾਈਆਂ ਨਾਲ ਦੁਖ ਹੀ ਮਿਲਦਾ ਹੈ। ਚੰਗੇ ਕੰਮਾਂ ਨਾਲ ਸੁੱਖ ਮਿਲਦਾ ਹੈ। ਬੁਰਾਈਆਂ ਦੀ ਤੁਲਨਾ ਜ਼ਹਿਰ ਮਿਸ਼੍ਰਿਤ ਸ਼ਹਿਦ ਨਾਲ ਕੀਤੀ ਜਾਂਦੀ ਹੈ, ਜੋ ਮਨ ਵਿਚ ਖਾਣ ਦਾ ਲਾਲਚ ਤਾਂ ਪੈਦਾ ਕਰਦਾ ਹੈ, ਪਰ ਉਸ ਨਾਲ ਮੌਤ ਵੀ ਪੱਕੀ ਹੈ।

ਇਕਾਗਰਤਾ ਦੀਆਂ ਤਕਨੀਕਾਂ ਦੇ ਅਭਿਆਸ ਨਾਲ ਸਰੀਰ ਅਤੇ ਮਨ ਦੀ ਚੰਚਲਤਾ ਨੂੰ ਆਪਣੇ ਕਾਬੂ ਵਿਚ ਕਰ ਲੈਣ ਦੀ ਪ੍ਰਕਿਰਿਆ ਦੇ ਹੈਰਾਨੀਜਨਕ ਨਤੀਜੇ ਸਾਹਮਣੇ ਆਏ ਹਨ। ਜਿਸ ਦੇ ਕਾਰਨ ਰਾਂਚੀ ਵਿਚ ਨੌਂ ਦਸ ਵਰ੍ਹਿਆਂ ਦੇ ਛੋਟੇ ਛੋਟੇ ਵਿਦਿਆਰਥੀਆਂ ਦਾ ਇੱਕ ਘੰਟੇ ਵਾਸਤੇ ਜਾਂ ਇਸ ਤੋਂ ਜਿਆਦਾ ਸਮੇਂ ਤਕ ਸਥਿਰ ਆਸਣ ਵਿਚ ਭਿਰਕੁਟੀ ਦੇ ਵਿਚਕਾਰ ਅਧਿਆਤਮਿਕ ਨੇਤਰ ਉੱਪਰ ਨਜ਼ਰ ਟਿਕਾ ਕੇ, ਬਗੈਰ ਅੱਖ ਝਪਕਾਏ ਬੈਠਿਆਂ ਦੇਖਣਾ ਕੋਈ ਨਵੀਂ ਗੱਲ ਨਹੀਂ ਹੈ।

ਬਗੀਚੇ ਵਿਚ ਇੱਕ ਸ਼ਿਵ ਮੰਦਰ ਹੈ, ਜਿਸ ਵਿਚ ਪੂਜਨੀਕ ਲਾਹਿੜੀ ਮਹਾਸ਼ਯ ਦੀ ਮੂਰਤੀ ਲੱਗੀ ਹੋਈ ਹੈ। ਰੋਜ਼ਾਨਾ ਦਰਖਤਾਂ ਦੀ ਸੰਘਣੀ ਛਾਂ ਥੱਲੇ ਪ੍ਰਾਰਥਨਾਵਾਂ ਅਤੇ ਸ਼ਾਸਤਰਾਂ ਦਾ ਅਧਿਐਨ ਹੁੰਦਾ ਹੈ।

ਯੋਗਦਾ ਸਕੂਲ ਦੇ ਇੱਕ ਪਾਸੇ ਯੋਗਦਾ ਸਤਸੰਗ ਸੇਵਾ ਆਸ਼ਰਮ (ਸੇਵਾ ਦਾ ਘਰ) ਹੈ। ਜਿਸ ਵਿਚ ਹਜ਼ਾਰਾਂ ਗਰੀਬ ਰੋਗੀਆਂ ਦਾ ਮੁਫਤ ਇਲਾਜ਼ ਅਤੇ ਉਪਰੇਸ਼ਨ ਹੁੰਦੇ ਹਨ। ਉੱਥੇ ਰੋਗੀਆਂ ਨੂੰ ਦਵਾਈਆਂ ਵੀ ਮੁਫਤ ਦਿੱਤੀਆਂ ਜਾਂਦੀਆਂ ਹਨ।

ਰਾਂਚੀ ਸਮੁੰਦਰੀ ਤੱਲ ਤੋਂ 2000 ਫੁੱਟ ਦੀ ਉਚਾਈ ਤੇ ਵਸਿਆ ਹੋਇਆ ਹੈ। ਉੱਥੇ ਦਾ ਜਲਵਾਯੂ ਸ਼ਾਂਤ ਅਤੇ ਆਨੰਦਦਾਇਕ ਹੈ। ਸਕੂਲ 20 ਏਕੜ ਜਮੀਨ ਵਿਚ ਫੈਲਿਆ ਹੋਇਆ ਹੈ। ਜਿਹੜੀ ਇੱਕ ਇਸ਼ਨਾਨ ਕਰਨ ਯੋਗ ਵੱਡੇ ਤਲਾਬ ਦੇ ਨਾਲ ਲੱਗਦੀ ਹੈ। ਇਸ ਜਮੀਨ ਉੱਪਰ ਬਣਿਆ ਹੋਇਆ ਬਗੀਚਾ ਭਾਰਤ ਦੇ ਸਰਵੋਤਮ ਬਗੀਚਿਆਂ ਵਿਚੋਂ ਇੱਕ ਹੈ। ਇੱਥੇ ਅੰਬ, ਖਜੂਰ, ਅਮਰੂਦ, ਲੀਚੀ ਅਤੇ ਕਟਹਲ ਦੇ ਪੰਜ ਸੌ ਫਲ ਦੇਣ ਵਾਲੇ ਦਰਖਤ ਹਨ।

ਰਾਂਚੀ ਦੀ ਲਾਇਬਰੇਰੀ ਵਿਚ ਅਣਗਿਣਤ ਰਸਾਲੇ, ਹਜ਼ਾਰਾਂ ਬੰਗਲਾ ਅਤੇ ਅੰਗਰੇਜ਼ੀ ਭਾਸ਼ਾ ਦੀਆਂ ਪੁਸਤਕਾਂ ਹਨ, ਜੋ ਪੂਰਬ ਅਤੇ ਪੱਛਮ ਦੇ ਲੋਕਾਂ ਵੱਲੋਂ ਤੋਹਫਿਆਂ ਦੇ ਰੂਪ ਵਿਚ ਮਿਲੀਆਂ ਹੋਈਆਂ ਹਨ। ਇੱਥੇ ਵਿਸ਼ਵ ਦੇ ਸਾਰੇ ਸ਼ਾਸਤਰਾਂ ਦੇ ਧਰਮ ਗ੍ਰੰਥਾਂ ਦਾ ਸੰਗਰਿਹ ਵੀ ਹੈ। ਇੱਕ ਚੰਗੀ ਤਰ੍ਹਾਂ ਵਰਗੀਕ੍ਰਿਤ ਅਜਾਇਬਘਰ ਵਿਚ ਪੁਰਾਤੱਤਵ, ਭੂ-ਵਿਗਿਆਨ ਅਤੇ ਮਾਨਵ ਵਿਗਿਆਨ ਸਬੰਧੀ ਅਨੇਕ ਵਸਤੂਆਂ ਤਰ੍ਹਾਂ ਤਰ੍ਹਾਂ ਦੇ ਰਤਨਾਂ ਦਾ ਪ੍ਰਦਰਸ਼ਨ ਕਰ ਕੇ ਰੱਖਿਆ ਹੋਇਆ ਹੈ। ਇਨ੍ਹਾਂ ਵਿਚੋਂ ਜਿਆਦਾ ਵਸਤੂਆਂ, ਮੈਨੂੰ ਈਸ਼ਵਰ ਦੀ ਵਿਸ਼ਾਲ ਧਰਤੀ ਦੇ ਵੱਖੋ ਵੱਖਰੇ ਦੇਸ਼ਾਂ – ਸੂਬਿਆਂ ਵਿਚ ਸਫਰ ਦੇ ਦੌਰਾਨ ਭੇਟ ਹੋਈਆਂ ਯਾਦਗਾਰੀ ਨਿਸ਼ਾਨੀਆਂ ਹਨ।*

* ਪਰਮਹੰਸ ਯੋਗਾਨੰਦ ਜੀ ਦੁਆਰਾ ਇਕੱਠੀਆਂ ਕੀਤੀਆਂ ਗਈਆਂ ਵਸਤੂਆਂ ਦਾ ਇੱਕ ਸੰਗਰਿਹ ਕੈਲੀਫੋਰਨੀਆ ਦੇ ਪੈਸੀਫਿਕ ਵਿਚ ਸੈਲਫ ਰੀਆਲਾਈਜੇਸ਼ਨ ਫੈਲੋਸ਼ਿਪ ਲੇਕ ਸ਼ਰਾਈਨ ਆਸ਼ਰਮ ਵਿਚ ਵੀ ਹੈ। (ਪ੍ਰਕਾਸ਼ਕ ਦੀ ਟਿਪਣੀ)

ਰਾਂਚੀ ਹਾਈ ਸਕੂਲ ਦੇ ਵਾਂਗ ਹੀ ਯੋਗ ਸਿਖਲਾਈ ਦੇ ਅਭਿਆਸ ਦੇ ਨਾਲ ਨਾਲ ਰਿਹਾਇਸ਼ ਦੇ ਪ੍ਰਬੰਧ ਵਾਲੇ ਹੋਰ ਸ਼ਾਖਾ ਸਕੂਲ ਖੋਲ੍ਹੇ ਗਏ ਹਨ। ਇਹ ਸਾਰੇ ਸਕੂਲ ਅੱਗੇ ਤੋਂ ਅੱਗੇ ਵਧਦੇ ਹੀ ਜਾ ਰਹੇ ਹਨ। ਇਹ ਸ਼ਾਖਾਵਾਂ ਹਨ, ਪੱਛਮੀ ਬੰਗਾਲ ਦੇ ਪੁਰਲੀਆ ਜਿਲੇ ਵਿਚ ਲਾਖਣਪੁਰ ਸਥਿਤ ਯੋਗਦਾ ਸਤਸੰਗ ਵਿਦਿਆਪੀਠ (ਸਕੂਲ) ਅਤੇ ਮਿਦਨਾਪੁਰ ਜਿਲੇ ਵਿਚ ਇਸਮਾਲੀਚੱਕ* ਸਥਿਤ ਯੋਗਦਾ ਸਕੂਲ ਅਤੇ ਆਸ਼ਰਮ।

1939 ਵਿਚ ਦਕਸ਼ਿਣੇਸ਼ਵਰ ਵਿਚ ਗੰਗਾ ਨਦੀ ਦੇ ਕਿਨਾਰੇ ਇੱਕ ਸ਼ਾਨਦਾਰ ਯੋਗਦਾ ਮੱਠ ਦੀ ਸਥਾਪਨਾ ਕੀਤੀ ਗਈ। ਕੋਲਕਾਤਾ ਤੋਂ ਕੁਝ ਹੀ ਮੀਲ ਦੂਰ ਉੱਤਰ ਵਿਚ ਸਥਿਤ ਇਹ ਆਸ਼ਰਮ ਸ਼ਹਿਰ ਵਾਸੀਆਂ ਦੇ ਵਾਸਤੇ ਇੱਕ ਰਮਣੀਕ ਸਥੱਲ ਹੈ।

ਦਕਸ਼ਿਣੇਸ਼ਵਰ ਮੱਠ, ਭਾਰਤ ਵਿਚ ਚੱਲ ਰਹੇ ਯੋਗਦਾ ਸਤਸੰਗ ਸੁਸਾਇਟੀ ਦੇ ਸਾਰੇ ਸਕੂਲ ਅਤੇ ਵੱਖ ਵੱਖ ਥਾਵਾਂ ਉੱਪਰ ਚੱਲ ਰਹੇ ਆਸ਼ਰਮਾਂ ਦਾ ਮੁੱਖ ਦਫਤਰ ਹੈ। ਯੋਗਦਾ ਸਤਸੰਗ ਸੁਸਾਇਟੀ ਕਾਨੂੰਨੀ ਤੌਰ ਤੇ ਅਮਰੀਕਾ ਵਿਚ ਕੈਲੀਫੋਰਨੀਆ ਵਿਚ ਲਾਸ ਐਂਜਲਿਸ ਸ਼ਹਿਰ ਵਿਚ ਸਥਿਤ ਅੰਤਰ ਰਾਸ਼ਟਰੀ ਦਫਤਰ, ਸੈਲਫ ਰੀਆਲਾਈਜੇਸ਼ਨ ਫੈਲੋਸ਼ਿਪ ਨਾਲ ਸਬੰਧਿਤ ਹੈ। ਯੋਗਦਾ ਸਤਸੰਗ ਸੁਸਾਇਟੀ ਦੀਆਂ ਸਰਗਰਮੀਆਂ ਵਿਚ ਭਾਰਤ ਭਰ ਵਿਚ ਰਹਿਣ ਵਾਲੇ ਆਪਣੇ ਮੈਂਬਰਾਂ ਨੂੰ ਤਿਮਾਹੀ ਰਸਾਲਾ ਅਤੇ ਹਰ ਮਹੀਨੇ ਡਾਕ ਦੁਆਰਾ ਯੋਗਦਾ ਪਾਠ ਭੇਜਣਾ† ਸ਼ਾਮਲ ਹੈ। ਇਨ੍ਹਾਂ ਪਾਠਾਂ ਵਿਚ ਸ਼ਕਤੀ ਸੰਚਾਰ, ਇਕਾਗਰਤਾ ਅਤੇ

* ਬਾਅਦ ਵਿਚ ਲੜਕੇ ਅਤੇ ਲੜਕੀਆਂ ਦੇ ਵਾਸਤੇ ਅਨੇਕ ਸਿੱਖਿਆ ਸੰਸਥਾਵਾਂ ਹੋਰ ਕਈ ਥਾਵਾਂ ਤੇ ਵੀ ਖੋਲ੍ਹੀਆਂ ਗਈਆਂ ਹਨ ਅਤੇ ਸਾਰੀਆਂ ਥਾਵਾਂ ਉੱਪਰ ਹੀ ਇਹ ਬਹੁਤ ਕਾਮਯਾਬੀ ਨਾਲ ਚੱਲ ਰਹੀਆਂ ਹਨ। ਇਨ੍ਹਾਂ ਸੰਸਥਾਵਾਂ ਵਿਚ ਬੱਚਿਆਂ ਦੇ ਸਕੂਲ ਤੋਂ ਲੈ ਕੇ ਕਾਲਜ ਤਕ ਦੀ ਸਿੱਖਿਆ ਦਿੱਤੀ ਜਾਂਦੀ ਹੈ। *(ਪ੍ਰਕਾਸ਼ਕ ਦੀ ਟਿਪਣੀ)*

† 'ਯੋਗ' ਅਤੇ 'ਦਾ'। ਯੋਗ ਦਾ ਅਰਥ ਹੈ ਮਿਲਣਾ, ਜੁੜਨਾ, ਮਿਲਾਪ ਅਤੇ 'ਦਾ' ਦਾ ਅਰਥ ਹੈ, ਬਖਸ਼ਣਾ, ਦੇਣਾ, ਦਿੰਦਾ। 'ਯੋਗਦਾ' ਦਾ ਮਤਲਬ ਹੋਇਆ, ਜੋ ਯੋਗ ਦਿੰਦਾ ਹੈ, ਬਖਸ਼ਦਾ ਹੈ। ਸਤ ਅਤੇ "ਸੰਗ।" ਸਤ ਦੇ ਨਾਲ ਸੰਗ ਅਰਥਾਤ ਸੱਚ ਦੇ ਨਾਲ ਮਿਲਣਾ।

1916 ਵਿਚ ਜਦੋਂ ਪਰਮਹੰਸ ਯੋਗਾਨੰਦ ਜੀ ਨੇ ਬ੍ਰਹਿਮੰਡ ਵਿਚ ਵਿਆਪਤ ਮਹਾਪ੍ਰਾਣ ਸ਼ਕਤੀ ਨਾਲ ਸਰੀਰ ਵਿਚ ਸ਼ਕਤੀ ਸੰਚਾਰ ਕਰਨ ਦੇ ਵਾਸਤੇ ਨਿਯਮਾਂ ਦੀ ਖੋਜ ਕੀਤੀ, ਤਾਂ ਉਨ੍ਹਾਂ ਨੇ ਯੋਗਦਾ ਸ਼ਬਦ ਦਾ ਸਿਰਜਣ ਕੀਤਾ। (ਦੇਖੋ ਪੰਨਾਂ 327)

ਸ਼੍ਰੀ ਯੁਕਤੇਸ਼ਵਰ ਜੀ ਨੇ ਆਪਣੇ ਆਸ਼ਰਮ – ਸੰਸਥਾ ਨੂੰ ਸਤਸੰਗ ਦਾ ਨਾਂ ਦਿੱਤਾ ਸੀ। ਇਸ ਕਰਕੇ ਉਨ੍ਹਾਂ ਦੇ ਸ਼ਗਿਰਦ ਪਰਮਹੰਸ ਯੋਗਾਨੰਦ ਜੀ ਨੇ ਉਨ੍ਹਾਂ ਦੇ ਨਾਂ ਨੂੰ ਵੀ ਸੁਭਾਵਿਕ ਤੌਰ ਤੇ ਅਪਣਾਉਣਾ ਸੀ।

ਯੋਗਦਾ ਸਤਸੰਗ ਸੁਸਾਇਟੀ ਇੱਕ ਲਾਭ- ਰਹਿਤ ਸੰਸਥਾ ਹੈ। ਇਸ ਦਾ ਗਠਨ ਕਰ ਕੇ, ਇਸ ਨੂੰ ਪੱਕੇ ਤੌਰ ਤੇ ਚੱਲਦਿਆਂ ਰੱਖਣ ਦਾ ਪ੍ਰਬੰਧ ਕੀਤਾ ਗਿਆ ਹੈ। ਯੋਗਾਨੰਦ ਜੀ ਨੇ ਭਾਰਤ ਵਰਸ਼ ਵਿਚ ਚੱਲ ਰਹੀਆਂ, ਆਪਣੀਆਂ ਸਾਰੀਆਂ ਸਰਗਰਮੀਆਂ ਅਤੇ ਸੰਸਥਾਵਾਂ ਨੂੰ ਇਸ ਨਾਂ ਦੇ ਥੱਲੇ ਇਕਤਰਿਤ ਕੀਤਾ। ਹੁਣ ਇਨ੍ਹਾਂ ਸਾਰੀਆਂ ਸਰਗਰਮੀਆਂ ਦੀ ਦੇਖ ਰੇਖ ਦਕਸ਼ਿਣੇਸ਼ਵਰ ਮੱਠ ਸਥਿਤ ਨਿਰਦੇਸ਼ਕ ਮੰਡਲ ਦੁਆਰਾ ਕੀਤੀ ਜਾਂਦੀ ਹੈ। ਭਾਰਤ ਦੇ ਵੱਖੋ ਵੱਖਰੇ ਹਿੱਸਿਆਂ ਵਿਚ ਹੁਣ ਅਨੇਕ ਧਿਆਨ ਕੇਂਦਰ ਚੱਲ ਰਹੇ ਹਨ।

ਪੱਛਮ ਦੇ ਵਾਸਤੇ ਪਰਮਹੰਸ ਯੋਗਾਨੰਦ ਜੀ ਨੇ ਆਪਣੀ ਸੰਸਥਾ ਦੇ ਨਾਂ ਨੂੰ ਅੰਗਰੇਜ਼ੀ ਰੂਪ ਦਿੰਦਿਆਂ,

ਧਿਆਨ ਯੋਗ ਦੀਆਂ ਤਕਨੀਕਾਂ ਦਾ ਵਿਸਥਾਰ ਸਹਿਤ ਵਰਣਨ ਹੁੰਦਾ ਹੈ। *ਕਿਰਿਆ ਯੋਗ* ਦੀ ਉੱਚਤਰ ਦੀਖਿਆ ਲੈਣ ਲਈ, ਜੋ ਬਾਅਦ ਵਿਚ ਕੇਵਲ ਦੀਖਿਆ ਲੈਣ ਦੇ ਯੋਗ ਮੈਂਬਰਾਂ ਨੂੰ ਹੀ ਦਿੱਤੀ ਜਾਂਦੀ ਹੈ, ਇਨ੍ਹਾਂ ਤਕਨੀਕਾਂ ਦਾ ਪੂਰੀ ਨਿਸ਼ਠਾ ਨਾਲ ਅਭਿਆਸ ਕਰਕੇ ਆਪਣੇ ਆਪ ਨੂੰ ਤਿਆਰ ਕਰਨਾ ਜਰੂਰੀ ਹੁੰਦਾ ਹੈ।

ਯੋਗਦਾ ਸਤਸੰਗ ਦੀ ਵਿਦਿਅਕ, ਅਧਿਆਤਮਿਕ ਅਤੇ ਪਰਉਪਕਾਰੀ ਸਰਗਰਮੀਆਂ ਦੇ ਵਾਸਤੇ ਬਹੁਤ ਗਿਣਤੀ ਵਿਚ ਅਧਿਆਪਿਕਾਂ ਅਤੇ ਕਰਮਚਾਰੀਆਂ ਦੀਆਂ ਸਮਰਪਿਤ ਭਾਵ ਨਾਲ ਸੇਵਾਵਾਂ ਦੀ ਜ਼ਰੂਰਤ ਹੁੰਦੀ ਹੈ। ਇੱਥੇ ਮੈਂ ਉਨ੍ਹਾਂ ਅਧਿਆਪਿਕਾਂ ਅਤੇ ਕਰਮਚਾਰੀਆਂ ਦੇ ਨਾਂ ਨਹੀਂ ਦਿਆਂਗਾ, ਕਿਉਂਕਿ ਉਨ੍ਹਾਂ ਦੀ ਸੂਚੀ ਬਹੁਤ ਵੱਡੀ ਬਣ ਜਾਵੇਗੀ। ਪ੍ਰੰਤੂ ਉਨ੍ਹਾਂ ਵਿਚੋਂ ਹਰ ਇੱਕ ਵਿਅਕਤੀ ਦਾ ਮੇਰੇ ਦਿਲ ਵਿਚ ਸਨਮਾਨਯੋਗ ਸਥਾਨ ਹੈ।

ਸ੍ਰੀ ਰਾਈਟ ਨੇ ਰਾਂਚੀ ਦੇ ਅਨੇਕ ਬੱਚਿਆਂ ਦੇ ਨਾਲ ਦੋਸਤੀ ਪਾ ਲਈ ਸੀ। ਸਾਦੀ ਧੋਤੀ ਪਹਿਨ ਕੇ ਕਾਫੀ ਸਮੇਂ ਤਕ ਉਨ੍ਹਾਂ ਸਾਰਿਆਂ ਦੇ ਨਾਲ ਰਹੇ। ਮੁੰਬਈ, ਰਾਂਚੀ, ਕੋਲਕਾਤਾ ਅਤੇ ਸ਼੍ਰੀਰਾਮਪੁਰ, ਜਿੱਥੇ ਜਿੱਥੇ ਵੀ ਉਹ ਮੇਰੇ ਨਾਲ ਗਏ, ਵਿਸਥਾਰ ਸਹਿਤ ਸੁੰਦਰ ਵਰਣਨ ਲਿਖਣ ਦੀ ਕਾਬਲੀਅਤ ਦੇ ਨਾਲ ਲੈਸ ਹੋਣ ਕਰਕੇ, ਮੇਰੇ ਇਸ ਸਕੱਤਰ ਨੇ ਆਪਣੇ ਸਫਰ ਰੋਜ਼ਨਾਮਚੇ ਵਿਚ ਉਨ੍ਹਾਂ ਸਾਰੀਆਂ ਥਾਵਾਂ ਦਾ ਸੁਹਜਮਈ ਸੁੰਦਰ ਵਿਸਥਾਰ ਪੂਰਵਕ ਵਰਣਨ ਲਿਖਿਆ ਹੈ। ਇੱਕ ਦਿਨ ਸ਼ਾਮ ਨੂੰ ਮੈਂ ਉਨ੍ਹਾਂ ਤੋਂ ਪੁਛਿਆ:-

"ਡਿਕ, ਭਾਰਤ ਬਾਰੇ ਤੇਰਾ ਕੀ ਖਿਆਲ ਹੈ?"

'ਸ਼ਾਂਤੀ' ਉਸ ਨੇ ਵਿਚਾਰ ਮਗਨ ਹੁੰਦਿਆਂ ਕਿਹਾ। "ਇੱਥੇ ਲੋਕਾਂ ਦੇ ਸੁਭਾਅ ਵਿਚ ਹੀ ਸ਼ਾਂਤੀ ਹੈ।"

ਸੈਲਫ ਰੀਆਲਾਈਜੇਸ਼ਨ ਫੈਲੋਸ਼ਿਪ ਦੇ ਨਾਂ ਨਾਲ ਰਜਿਸਟਰਡ ਕਰਵਾ ਲਿਆ। ਸ਼੍ਰੀ ਸ਼੍ਰੀ ਸਵਾਮੀਂ ਚਿਦਾਨੰਦ ਗਿਰੀਂ ਯੋਗਦਾ ਸਤਸੰਗ ਸੁਸਾਇਟੀ ਆਫ ਇੰਡੀਆ ਅਤੇ ਸੈਲਫ ਰੀਆਲਾਈਜੇਸ਼ਨ ਫੈਲੋਸ਼ਿਪ ਦੇ ਮੌਜੂਦਾ ਪ੍ਰਧਾਨ ਹਨ। *(ਪ੍ਰਕਾਸ਼ਕ ਦੀ ਟਿਪਣੀ)*

ਚੈਪਟਰ 41

ਦੱਖਣੀ ਭਾਰਤ ਦਾ ਇੱਕ ਕਾਵਿਮਈ ਨਜ਼ਾਰਾ

"ਡਿਕ, ਇਸ ਮੰਦਰ ਵਿਚ ਦਾਖਲ ਹੋਣ ਵਾਲਾ ਤੂੰ ਪਹਿਲਾ ਵਿਦੇਸ਼ੀ ਹੈਂ, ਇਸ ਤੋਂ ਪਹਿਲਾਂ ਕਈ ਹੋਰ ਵਿਦੇਸ਼ੀਆਂ ਦੇ ਦਾਖਲ ਹੋਣ ਦੇ ਯਤਨ ਵਿਅਰਥ ਗਏ ਹਨ।"

ਮੇਰੇ ਇਨ੍ਹਾਂ ਸ਼ਬਦਾਂ ਨੂੰ ਸੁਣ ਕੇ ਸ਼੍ਰੀ ਰਾਈਟ ਪਹਿਲਾਂ ਤਾਂ ਚੌਂਕ ਗਏ ਅਤੇ ਫਿਰ ਖੁਸ਼ ਹੋ ਗਏ। ਅਸੀਂ ਦੱਖਣੀ ਭਾਰਤ ਦੇ ਪਹਾੜਾਂ ਵਿਚ ਸਥਿਤ ਸੁੰਦਰ ਚਾਮੁੰਡਾ ਦੇਵੀ ਦੇ ਮੰਦਰ ਵਿਚੋਂ ਨਿਕਲੇ ਹੀ ਸੀ। ਇੱਥੋਂ ਮੈਸੂਰ ਸਾਫ ਦਿਖਾਈ ਦੇ ਰਿਹਾ ਸੀ। ਚਾਮੁੰਡਾ ਦੇਵੀ, ਮੈਸੂਰ ਦੇ ਸ਼ਾਹੀ ਪਰਿਵਾਰ ਦੀ ਕੁਲ ਦੇਵੀ ਹੈ, ਜਿਹੜੀ ਸੋਨੇ ਚਾਂਦੀ ਦੇ ਸਿੰਘਾਸ਼ਨ ਉੱਪਰ ਸੁਭਾਇਮਾਨ ਹੈ ਅਤੇ ਅਸੀਂ ਚਾਮੁੰਡਾ ਦੇਵੀ ਦੇ ਸਾਹਮਣੇ ਭਗਤੀ-ਭਾਵ ਨਾਲ ਮੱਥਾ ਟੇਕ ਕੇ ਨਿਕਲ ਰਹੇ ਸੀ।

"ਇਸ ਅਦੁੱਤੀ ਸਨਮਾਨ ਦੀ ਯਾਦਗਾਰੀ ਵਜੋਂ ਪੁਜਾਰੀ ਵੱਲੋਂ ਦਿੱਤੀਆਂ ਗਈਆਂ ਗੁਲਾਬ ਜਲ ਦੇ ਨਾਲ ਪਵਿੱਤਰ ਕੀਤੀਆਂ ਪੱਤੀਆਂ ਨੂੰ, ਮੈਂ ਹਮੇਸ਼ਾਂ ਸੰਭਾਲ ਕੇ ਰਖਾਂਗਾ," ਮਿਸਟਰ ਰਾਈਟ ਨੇ ਧਿਆਨ ਪੂਰਵਕ ਗੁਲਾਬ ਦੀਆਂ ਪੱਤੀਆਂ ਨੂੰ ਸੰਭਾਲਦਿਆਂ ਕਿਹਾ।

ਮੈਂ ਅਤੇ ਮੇਰਾ ਸਾਥੀ* ਮਿਸਟਰ ਰਾਈਟ, 1935 ਦੇ ਨਵੰਬਰ ਦਾ ਮਹੀਨਾ ਮੈਸੂਰ ਰਿਆਸਤ ਦੇ ਮਹਾਰਾਜੇ† ਦੇ ਜਾਨਸ਼ੀਨ ਯੁਵਰਾਜ ਸ਼੍ਰੀ ਕੰਥੀਰਵ ਨਰਸਿੰਘਰਾਜ ਵਡਿਆਰ ਦੇ ਸੱਦੇ ਉੱਪਰ ਉਨ੍ਹਾਂ ਦੇ ਸ਼ਾਹੀ ਮਹਿਮਾਨ ਦੇ ਰੂਪ ਵਿਚ ਬਿਤਾ ਰਹੇ ਸੀ, ਜਿਨ੍ਹਾਂ ਨੇ ਆਪਣੀ ਰਿਆਸਤ ਦੀ ਗਿਆਨਵਾਨ ਅਤੇ ਪ੍ਰਗਤੀਸ਼ੀਲ ਪਰਜਾ ਦੇ ਦਰਸ਼ਨ ਕਰਨ ਦਾ, ਮੈਨੂੰ ਅਤੇ ਮੇਰੇ ਸਕੱਤਰ ਨੂੰ ਸੱਦਾ ਦਿੱਤਾ ਸੀ।

ਪਿਛਲੇ ਪੰਦਰਵਾੜੇ ਦੇ ਦੌਰਾਨ, ਮੈਂ ਟਾਊਨ ਹਾਲ, ਮਹਾਰਾਜੇ ਦੇ ਕਾਲਜ ਅਤੇ ਯੂਨੀਵਰਸਿਟੀ ਮੈਡੀਕਲ ਕਾਲਜ ਵਿਚ, ਮੈਸੂਰ ਸ਼ਹਿਰ ਦੇ ਹਜ਼ਾਰਾਂ ਸ਼ਹਿਰੀਆਂ ਅਤੇ ਵਿਦਿਆਰਥੀਆਂ ਦੇ ਸਾਹਮਣੇ ਭਾਸ਼ਣ ਦੇ ਚੁੱਕਾ ਸੀ। ਇਸ ਤੋਂ ਇਲਾਵਾ, ਮੈਂ ਬੰਗਲੌਰ ਵਿਚ ਤਿੰਨ ਜਨ-ਸਭਾਵਾਂ ਨੂੰ ਨੈਸ਼ਨਲ ਹਾਈ ਸਕੂਲ, ਦੀ ਇੰਟਰਮੀਡੀਏਟ ਕਾਲਜ ਅਤੇ ਚੈਟੀ ਟਾਊਨਹਾਲ ਵਿਖੇ ਸੰਬੋਧਨ ਕੀਤਾ ਸੀ, ਜਿਸ ਵਿਚ ਤਿੰਨ ਹਜ਼ਾਰ ਸਰੋਤੇ ਹਾਜ਼ਰ ਸਨ।

* ਮਿਸ ਬਲੇਚ, ਮੇਰੇ ਰਿਸ਼ਤੇਦਾਰਾਂ ਦੇ ਕੋਲ ਕੋਲਕਾਤਾ ਵਿਚ ਹੀ ਰੁਕ ਗਈ ਸੀ।

† ਰਾਜ ਕੁਮਾਰ ਦੇ ਵੱਡੇ ਭਰਾ ਸ਼੍ਰੀ ਕ੍ਰਿਸ਼ਨ ਰਾਜਿੰਦਰ ਵਾਡਿਆਰ ਚੌਥੇ ਸਨ।

ਇਹ ਤਾਂ ਮੈਨੂੰ ਪੱਕਾ ਪਤਾ ਨਹੀਂ, ਕਿ ਹਾਜ਼ਰ ਸਰੋਤਿਆਂ ਨੂੰ ਅਮਰੀਕਾ ਦੀ ਜਿਹੜੀ ਚਮਕਦਾਰ ਤਸਵੀਰ, ਮੈਂ ਆਪਣੇ ਭਾਸ਼ਣਾਂ ਵਿਚ ਪ੍ਰਸਤੁਤ ਕਰ ਰਿਹਾ ਸੀ, ਉਹ ਕਿੰਨੀ ਕੁ ਪ੍ਰਭਾਵਤ ਕਰ ਰਹੀ ਸੀ, ਪਰ ਜਦੋਂ ਮੈਂ ਪੂਰਬ ਅਤੇ ਪੱਛਮ ਦੀਆਂ ਸਰਵੋਤਮ ਖਾਸੀਅਤਾਂ ਦੇ ਆਪਸੀ ਸਹਿਯੋਗ ਨਾਲ ਹੋਣ ਵਾਲੇ ਫਾਇਦਿਆਂ ਦਾ ਜ਼ਿਕਰ ਕਰਦਾ ਸੀ, ਤਾਂ ਹਾਲ ਤਾੜੀਆਂ ਨਾਲ ਗੂੰਜਣ ਲੱਗ ਜਾਂਦਾ ਸੀ।

ਮੈਂ ਅਤੇ ਮਿਸਟਰ ਰਾਈਟ ਗਰਮ ਪ੍ਰਦੇਸ਼ ਦੀ ਸ਼ਾਂਤੀ ਵਿਚ ਅਰਾਮ ਨਾਲ ਸਮਾਂ ਬਿਤਾ ਰਹੇ ਸੀ। ਮੈਸੂਰ ਦੇ ਆਪਣੇ ਅਨੁਭਵਾਂ ਦੇ ਬਾਰੇ ਮਿਸਟਰ ਰਾਈਟ ਨੇ ਆਪਣੇ ਸਫਰਨਾਮੇ ਵਿਚ ਇਸ ਤਰ੍ਹਾਂ ਲਿਖਿਆ ਹੈ।

"ਖੁੱਲ੍ਹੇ ਅਸਮਾਨ ਦੇ ਹੇਠਾਂ, ਪਲ ਪਲ ਬਾਅਦ ਬਦਲਣ ਵਾਲੀ ਪ੍ਰਮਾਤਮਾ ਦੀ ਚਿੱਤਰਕਾਰੀ ਨੂੰ ਨਿਹਾਰਨ ਦੀ ਖੁਸ਼ੀ ਨਾਲ ਭਰਪੂਰ ਅਨੇਕ ਪਲ ਨਿਕਲ ਗਏ। ਇਹ ਮਗਨਤਾ ਇੰਨੀ ਗਹਿਰੀ ਹੁੰਦੀ ਸੀ ਕਿ ਕਿਸੇ ਹੋਰ ਗੱਲ ਦੀ ਸੁੱਧ ਬੁੱਧ ਹੀ ਨਹੀਂ ਸੀ ਰਹਿੰਦੀ। ਆਖਰ ਪ੍ਰਮਾਤਮਾ ਦਾ ਬੁਰਸ਼ ਹੀ ਇਹੋ ਜਿਹੇ ਨਾਯਾਬ ਰੰਗ ਪ੍ਰਗਟ ਕਰ ਸਕਦਾ ਹੈ, ਜੋ ਪ੍ਰਤੱਖ ਜੀਵਨ ਦੀ ਤਾਜਗੀ ਦੇ ਸਪੰਦਨਾਂ ਨਾਲ ਭਰਪੂਰ ਹੋਣ। ਜੇ ਮਨੁੱਖ ਸਿਰਫ ਰੰਗਾਂ ਦੀਆਂ ਸ਼ੀਸ਼ੀਆਂ ਨਾਲ, ਇਨ੍ਹਾਂ ਰੰਗਾਂ ਦੀ ਨਕਲ ਕਰਨ ਦੀ ਕੋਸ਼ਿਸ਼ ਕਰਦਾ ਹੈ, ਤਾਂ ਉਨ੍ਹਾਂ ਵਿਚ ਉਹ ਰੂਹ ਧੜਕਦੀ ਨਜ਼ਰ ਨਹੀਂ ਆਉਂਦੀ, ਕਿਉਂਕਿ ਪ੍ਰਮਾਤਮਾ ਕਿਸੇ ਤੇਲ ਜਾਂ ਰੰਗ ਦੀ ਸ਼ੀਸ਼ੀ ਦੀ ਵਰਤੋਂ ਨਹੀਂ ਕਰਦਾ, ਬਲਕਿ ਉਹ ਉਸ ਤੋਂ ਵੀ ਕਿਤੇ ਜਿਆਦਾ ਸਾਦਾ, ਸਰਲ ਅਤੇ ਜਾਨਦਾਰ ਸਮਾਨ ਦੀ ਵਰਤੋਂ ਕਰਦਾ ਹੈ- ਰੌਸ਼ਨੀ ਦੀਆਂ ਕਿਰਨਾਂ। ਉਹ ਕਿਰਨਾਂ ਦੀ ਇੱਕ ਛੱਟ ਮਾਰਦਾ ਹੈ, ਤਾਂ ਉੱਥੇ ਲਾਲ ਰੰਗ ਦਿਖਾਈ ਦਿੰਦਾ ਹੈ। ਉਹ ਉਸ ਉੱਪਰ ਬੁਰਸ਼ ਫੇਰ ਦਿੰਦਾ ਹੈ, ਤਾਂ ਉਹ ਹੌਲੀ ਹੌਲੀ ਸੰਤਰੀ ਅਤੇ ਫਿਰ ਸੁਨਹਿਰੀ ਰੰਗ ਵਿਚ ਬਦਲ ਜਾਂਦਾ ਹੈ। ਫਿਰ ਆਪਣੇ ਬੁਰਸ਼ ਵਿਚ ਬੈਂਗਣੀ ਰੰਗ ਲਾ ਕੇ ਬੱਦਲਾਂ ਵਿਚ ਚੋਭ ਦਿੰਦਾ ਹੈ ਤਾਂ ਉੱਥੇ ਉਸ ਜ਼ਖਮ ਵਿਚੋਂ ਵਹਿੰਦੀ ਧਾਰ ਦੀ ਚਕਰੀ ਬਣ ਜਾਂਦੀ ਹੈ। ਇਸ ਤਰ੍ਹਾਂ ਦਿਨ ਰਾਤ ਨਵੀਂ ਤਾਜਗੀ, ਕਦੇ ਮੁੜ ਦੁਹਰਾਅ ਨਹੀਂ, ਕਦੇ ਮੁੜ ਉਹੀ ਰੰਗ ਨਹੀਂ, ਦਿਨ ਨੂੰ ਰਾਤ ਵਿਚ ਬਦਲਦਿਆਂ ਅਤੇ ਰਾਤ ਨੂੰ ਦਿਨ ਵਿਚ ਬਦਲਦਿਆਂ ਸਮੇਂ ਭਾਰਤ ਵਿਚ, ਜੋ ਸੁੰਦਰਤਾ ਪ੍ਰਗਟ ਹੁੰਦੀ ਹੈ, ਸੰਸਾਰ ਵਿਚ ਉਸ ਦੀ ਹੋਰ ਕਿਤੇ ਮਿਸਾਲ ਨਹੀਂ ਮਿਲਦੀ। ਅਕਸਰ ਅਸਮਾਨ ਇਸ ਤਰ੍ਹਾਂ ਦਿਖਾਈ ਦਿੰਦਾ ਹੈ, ਕਿ ਜਿਵੇਂ ਪ੍ਰਮਾਤਮਾ ਨੇ ਆਪਣੀ ਰੰਗਾਂ ਦੀ ਪੇਟੀ ਵਿਚੋਂ ਸਾਰੇ ਰੰਗ ਕੱਢ ਕੇ, ਇੱਕੋ ਸਮੇਂ ਜ਼ੋਰ ਨਾਲ ਅਸਮਾਨ ਵਿਚ ਉਛਾਲ ਦਿੱਤੇ ਹੋਣ।

"ਮੈਸੂਰ ਸ਼ਹਿਰ ਤੋਂ ਬਾਰਾਂ ਮੀਲ ਦੂਰ ਸਥਿਤ ਵਿਸ਼ਾਲ ਕ੍ਰਿਸ਼ਨਾ ਰਾਜ ਸਾਗਰ ਡੈਮ* ’ਤੇ ਸੂਰਜ ਛਿਪਣ ਸਮੇਂ ਦੀ ਗੌਰਵਸ਼ਾਲੀ ਸੁੰਦਰਤਾ ਦਾ ਵਰਣਨ ਮੈਨੂੰ ਕਰਨਾ ਹੀ ਪਵੇਗਾ।

* ਮੈਸੂਰ ਸ਼ਹਿਰ ਦੇ ਆਸ ਪਾਸ ਦੀ ਜਮੀਨ ਦੀ ਸਿੰਚਾਈ ਵਾਸਤੇ 1930 ਵਿਚ ਇਸ ਡੈਮ ਦਾ ਨਿਰਮਾਣ ਕੀਤਾ ਗਿਆ ਸੀ। ਮੈਸੂਰ ਸ਼ਹਿਰ ਰੇਸ਼ਮੀ ਕਪੜੇ, ਸਾਬਣ ਅਤੇ ਚੰਦਨ ਦੇ ਤੇਲ ਵਾਸਤੇ ਮਸ਼ਹੂਰ ਹੈ।

ਉੱਥੇ ਜਾਣ ਵਾਸਤੇ, ਮੈਂ ਅਤੇ ਯੋਗਾਨੰਦ ਜੀ ਇੱਕ ਛੋਟੀ ਜਿਹੀ ਬੱਸ ਵਿਚ ਸਵਾਰ ਹੋ ਕੇ ਚੱਲ ਪਏ। ਉਸ ਬੱਸ ਦੇ ਇੰਜਣ ਨੂੰ ਹੈਂਡਲ ਮਾਰ ਕੇ ਚਲਾਉਣ ਵਾਸਤੇ, ਇਕ ਛੋਟਾ ਜਿਹਾ ਲੜਕਾ ਵੀ ਸਾਡੇ ਨਾਲ ਸੀ। ਸੜਕ ਕੱਚੀ ਸੀ, ਪਰ ਸਮਤਲ ਸੀ। ਜਦੋਂ ਅਸੀਂ ਚੱਲੇ ਤਾਂ ਉਸ ਵਕਤ ਸੂਰਜ ਛਿਪਣ ਹੀ ਵਾਲਾ ਸੀ ਅਤੇ ਅਸਮਾਨ ਪੱਕ ਕੇ ਪਿਚਕੇ ਹੋਏ ਟਮਾਟਰ ਵਰਗਾ ਦਿਖਾਈ ਦੇ ਰਿਹਾ ਸੀ।

"ਹਰ ਥਾਂ ਵਾਂਗ, ਇੱਥੇ ਵੀ ਰਸਤਾ ਚੌਲਾਂ ਦੇ ਚਕੋਰ ਖੇਤਾਂ ਵਿਚੋਂ ਦੀ ਹੋ ਕੇ ਜਾ ਰਿਹਾ ਸੀ। ਰਸਤੇ ਦੇ ਦੋਵੇਂ ਪਾਸੇ ਠੰਡੇ ਛਾਂ ਦਾਰ ਬੋਹੜ ਦੇ ਦਰਖਤ ਸਨ, ਜਿਨ੍ਹਾਂ ਦੇ ਵਿਚੋਂ ਵਿਚ ਨਾਰੀਅਲ ਦੇ ਉੱਚੇ ਉੱਚੇ ਦਰਖਤ ਵੀ ਸਨ। ਲਗ ਭਗ ਹਰ ਪਾਸੇ ਜੰਗਲ ਵਾਂਗ ਹਰਿਆਲੀ ਦਿਖਾਈ ਦੇ ਰਹੀ ਸੀ। ਆਖਰ ਅਸੀਂ ਇੱਕ ਪਹਾੜ ਉੱਪਰ ਪਹੁੰਚੇ। ਸਾਹਮਣੇ ਇੱਕ ਬਣਾਈ ਗਈ ਵਿਸ਼ਾਲ ਝੀਲ ਦਿਖਾਈ ਦੇ ਰਹੀ ਸੀ, ਜਿਸ ਵਿਚ ਅਸਮਾਨ ਦੇ ਤਾਰੇ ਅਤੇ ਕਿਨਾਰਿਆਂ ਤੇ ਖੜ੍ਹੇ ਤਾੜ ਅਤੇ ਹੋਰ ਦਰਖਤਾਂ ਦੇ ਪਰਛਾਵੇਂ ਦਿਖਾਈ ਦੇ ਰਹੇ ਸਨ। ਝੀਲ ਦੇ ਚਾਰੇ ਪਾਸੇ ਪਹਾੜੀਆਂ ਨੂੰ ਪੌੜੀਆਂ ਵਾਂਗ ਕਟ ਕਟ ਕੇ ਸੁੰਦਰ ਬਗੀਚੇ ਬਣਾਏ ਗਏ ਸਨ ਅਤੇ ਕਿਨਾਰਿਆਂ ਉੱਪਰ ਬਿਜਲੀ ਦੀ ਰੌਸ਼ਨੀ ਦੀਆਂ ਕਤਾਰਾਂ ਸਨ।

"ਡੈਮ ਦੀ ਕੰਧ ਦੇ ਥੱਲੇ ਦਾ ਨਜ਼ਾਰਾ ਦੇਖਣ ਵਾਲਾ ਸੀ। ਬਹੁਤ ਉੱਚੀਆਂ ਉੱਚੀਆਂ ਉੱਠਣ ਵਾਲੀਆਂ ਗਰਮ ਪਾਣੀ ਦੀਆਂ ਫੁਆਰਾਂ ਉੱਪਰ ਰੰਗ ਬਿਰੰਗੀ ਰੌਸ਼ਨੀ ਦੀਆਂ ਕਿਰਨਾਂ ਇਸ ਤਰ੍ਹਾਂ ਦਾ ਨਜ਼ਾਰਾ ਪੇਸ਼ ਕਰ ਰਹੀਆਂ ਸਨ, ਜਿਵੇਂ ਅਤਿਅੰਤ ਸੁੰਦਰ ਰੰਗ ਬਿਰੰਗੀਆਂ ਚਮਕਦੀਆਂ ਸਿਆਹੀਆਂ ਦੇ ਝਰਨੇ ਹੋਣ, ਜਿਵੇਂ ਨੀਲੇ, ਲਾਲ, ਹਰੇ, ਪੀਲੇ ਝਰਨੇ ਉੱਥੇ ਨਾਚ ਕਰ ਰਹੇ ਹੋਣ। ਕਿਤੇ ਕਿਤੇ ਹਾਥੀਆਂ ਦੀਆਂ ਪੱਥਰ ਦੀਆਂ ਆਲੀਸ਼ਾਨ ਮੂਰਤੀਆਂ ਉੱਪਰ ਉੱਠੀਆਂ ਸੁੰਡਾਂ ਨਾਲ ਪਾਣੀ ਦੀਆਂ ਫੁਆਰਾਂ ਛੱਡ ਰਹੀਆਂ ਸਨ। ਇਹ ਡੈਮ (ਜਿਸ ਦੇ ਰੌਸ਼ਨੀ ਵਾਲੇ ਫੁਆਰੇ ਮੈਨੂੰ 1933 ਵਿਚ ਸ਼ਿਕਾਗੋ ਵਿਖੇ ਹੋਏ ਵਿਸ਼ਵ ਮੇਲੇ ਦੀ ਯਾਦ ਦਿਵਾ ਰਹੇ ਸਨ), ਇਸ ਪ੍ਰਾਚੀਨ ਧਰਤੀ ਦੇ ਚੌਲਾਂ ਦੇ ਖੇਤਾਂ ਅਤੇ ਭੋਲੇ ਭਾਲੇ ਲੋਕਾਂ ਦੇ ਵਿਚਕਾਰ ਆਧੁਨਿਕਤਾ ਦੀ ਅਦੁੱਤੀ ਤਸਵੀਰ ਪੇਸ਼ ਕਰਦਾ ਹੈ। ਭਾਰਤ ਵਿਚ ਲੋਕਾਂ ਨੇ ਇੰਨੇ ਨਿੱਘੇ ਪਿਆਰ ਨਾਲ ਸਾਡਾ ਸੁਆਗਤ ਕੀਤਾ, ਜਿਸ ਨਾਲ ਮੇਰੇ ਅੰਦਰ ਇਹ ਡਰ ਪੈਦਾ ਹੋ ਗਿਆ, ਕਿ ਪਰਮਹੰਸ ਯੋਗਾਨੰਦ ਜੀ ਨੂੰ ਅਮਰੀਕਾ ਵਾਪਸ ਲੈ ਕੇ ਮੁੜਨ ਵਾਸਤੇ, ਮੈਨੂੰ ਲੋੜੋਂ ਵੱਧ ਜ਼ੋਰ ਲਾਉਣ ਦੀ ਜ਼ਰੂਰਤ ਪਵੇਗੀ।

"ਮੈਨੂੰ ਇੱਥੇ ਇੱਕ ਹੋਰ ਦੁਰਲਭ ਸੁਭਾਗ ਪ੍ਰਾਪਤ ਹੋਇਆ, ਪਹਿਲੀ ਵਾਰ ਹਾਥੀ ਦੀ ਸਵਾਰੀ ਕਰਨ ਦਾ। ਕੱਲ੍ਹ ਰਾਜ ਕੁਮਾਰ ਨੇ ਸਾਨੂੰ ਹਾਥੀ ਦੀ ਸਵਾਰੀ ਦਾ ਆਨੰਦ ਲੈਣ ਵਾਸਤੇ, ਆਪਣੇ ਗਰਮੀਆਂ ਦੇ ਮਹੱਲ ਵਿਚ ਬੁਲਾਇਆ। ਹਾਥੀ ਦਾ ਸਰੀਰ ਬਹੁਤ ਵੱਡੇ ਅਕਾਰ ਦਾ ਸੀ। ਹੌਦੇ ਜਾਂ ਕਹਿ ਲਵੋ ਕਾਠੀ ਉੱਪਰ ਚੜ੍ਹਨ ਵਾਸਤੇ, ਇੱਕ ਪੌੜੀ ਲਗਾਈ ਗਈ ਸੀ। ਮੈਂ ਉਸ ਪੌੜੀ ਰਾਹੀਂ ਰੇਸ਼ਮ ਦੇ ਗੱਦੇ ਲਾ ਕੇ ਨਰਮ ਬਣਾਏ ਗਏ, ਇੱਕ ਹੌਦੇ

ਵਿਚ ਪਹੁੰਚ ਗਿਆ। ਹਾਥੀ ਢਲਾਣ ਤੋਂ ਉਤਰਦਿਆਂ ਹੋਇਆਂ, ਇੱਕ ਤੰਗ ਜਿਹੇ ਰਸਤੇ ਉੱਪਰ ਚੱਲਣ ਲੱਗਿਆ ਅਤੇ ਉਸ ਦੇ ਨਾਲ ਹੀ ਸ਼ੁਰੂ ਹੋ ਗਿਆ ਸਾਡਾ ਇੱਧਰ ਉੱਧਰ ਲੁਢਕਣਾ, ਉੱਛਾਲੇ ਜਾਣਾ, ਉੱਪਰ ਨੂੰ ਉੱਠਣਾ ਅਤੇ ਫਿਰ ਥੱਲੇ ਨੂੰ ਡਿਗਣਾ। ਕਦੇ ਇੱਧਰ ਨੂੰ ਝੁਕਣਾ ਕਦੇ ਉੱਧਰ ਨੂੰ ਝੁਕਣਾ। ਇਹ ਸਾਰਾ ਕੁਝ ਇੰਨਾ ਰੁਮਾਂਟਿਕ ਸੀ, ਕਿ ਫਿਕਰ ਕਰਨ ਜਾਂ ਕਿਸੇ ਨੂੰ ਕੁਝ ਕਹਿਣ ਦੀ ਵਿਹਲ ਹੀ ਨਹੀਂ ਸੀ।ਆਪਣੀ ਜਾਨ ਬਚਾਉਣ ਖਾਤਰ ਹੌਦੇ ਨੂੰ ਘੁੱਟ ਕੇ ਫੜ ਕੇ ਰੱਖਣ ਤੋਂ ਇਲਾਵਾ ਹੋਰ ਕੋਈ ਵਿਚਾਰ ਉਸ ਵਕਤ ਮਨ ਵਿਚ ਆ ਹੀ ਨਹੀਂ ਸੀ ਸਕਦਾ।''

ਇਤਿਹਾਸਿਕ ਅਤੇ ਪੁਰਾਤੱਤਵ ਯਾਦਗਾਰਾਂ ਨਾਲ ਭਰਪੂਰ ਦੱਖਣੀ ਭਾਰਤ ਇੱਕ ਨਿਸ਼ਚਿਤ ਅਤੇ ਵਰਣਨ ਤੋਂ ਪਰੇ ਸੁੰਦਰਤਾ ਨਾਲ ਭਰਪੂਰ ਇਲਾਕਾ ਹੈ। ਮੈਸੂਰ ਦੇ ਉੱਤਰ ਵਿਚ ਵਿਸ਼ਾਲ ਗੋਦਾਵਰੀ ਨਦੀ ਦੁਆਰਾ ਅਲੱਗ ਕੀਤਾ ਗਿਆ ਹੈਦਰਾਬਾਦ ਰਿਆਸਤ ਦਾ ਸੁੰਦਰ ਪਠਾਰੀ ਹਿੱਸਾ ਹੈ। ਉਪਜਾਊ ਜਮੀਨ ਦੇ ਖੁੱਲ੍ਹੇ ਖੁੱਲ੍ਹੇ ਖੇਤ, ਮਨੋਹਰ ਨੀਲਗਿਰੀ ਪਹਾੜ। ਕੁਝ ਹਿੱਸੇ ਵਿਚ ਚੂਨੇ ਦਾ ਪੱਥਰ ਜਾਂ ਗਰੇਨਾਈਟ ਪੱਥਰ ਦੀਆਂ ਬੰਜਰ ਪਹਾੜੀਆਂ ਨਾਲ ਭਰਪੂਰ ਅਤਿਅੰਤ ਮਨੋਹਰ ਰਿਆਸਤ ਹੈ। ਹੈਦਰਾਬਾਦ ਦਾ ਇਤਿਹਾਸ ਇੱਕ ਲੰਬੀ ਅਤੇ ਬਹੁਰੰਗੀ ਕਹਾਣੀ ਹੈ। ਜੋ ਆਂਧਰਾ ਪ੍ਰਦੇਸ਼ ਦੇ ਤਿੰਨ ਹਜ਼ਾਰ ਸਾਲ ਪਹਿਲਾਂ ਹਿੰਦੂ ਰਾਜਿਆਂ ਨਾਲ ਸ਼ੁਰੂ ਹੁੰਦੀ ਹੈ ਅਤੇ 1294 ਈਸਵੀ ਤਕ ਦੇ ਹਿੰਦੂ ਰਾਜਿਆਂ ਤਕ ਆਉਂਦੀ ਹੈ। ਇਸ ਤੋਂ ਬਾਅਦ ਇਹ ਰਿਆਸਤ ਮੁਸਲਮਾਨ ਸ਼ਾਸਕਾਂ ਦੇ ਅਧੀਨ ਹੋ ਗਈ।

ਪੂਰੇ ਭਾਰਤ ਵਰਸ਼ ਵਿਚ ਭਵਨ ਨਿਰਮਾਣ ਕਲਾ, ਬੁਤ ਤਰਾਸ਼ੀ ਅਤੇ ਚਿੱਤਰ ਕਲਾ ਦਾ ਸਭ ਤੋਂ ਸੁੰਦਰ ਪ੍ਰਦਰਸ਼ਨ ਹੈਦਰਾਬਾਦ ਰਿਆਸਤ ਵਿਚ ਚਟਾਨਾਂ ਨੂੰ ਤਰਾਸ਼ ਕੇ ਬਣਾਈਆਂ ਗਈਆਂ ਅਜੰਤਾ ਅਲੋਰਾ* ਦੀਆਂ ਗੁਫਾਵਾਂ ਨੂੰ ਦੇਖਣ ਤੋਂ ਮਿਲਦਾ ਹੈ। ਅਲੋਰਾ ਦਾ ਕੈਲਾਸ ਮੰਦਰ ਇੱਕ ਬਹੁਤ ਵੱਡੇ ਪਹਾੜ ਨੂੰ ਕੱਟ ਕੇ ਬਣਾਇਆ ਗਿਆ ਹੈ। ਇਸ ਮੰਦਰ ਵਿਚ ਦੇਵਤਿਆਂ, ਮਨੁੱਖਾਂ ਅਤੇ ਪਸ਼ੂਆਂ ਦੀਆਂ ਮੂਰਤੀਆਂ ਇੰਨੇ ਵੱਡੇ ਵੱਡੇ ਅਕਾਰਾਂ ਵਿਚ ਤਰਾਸ਼ੀਆਂ ਗਈਆਂ ਹਨ, ਦੁਨੀਆਂ ਵਿਚ ਜਿਨ੍ਹਾਂ ਦਾ ਮੁਕਾਬਲਾ ਸਿਰਫ ਪੱਛਮੀ ਦੁਨੀਆਂ ਵਿਚ ਮਾਈਕਲੋਐਂਜਲੋ ਦੀਆਂ ਕਲਾ ਕ੍ਰਿਤਾਂ ਨਾਲ ਹੀ ਕੀਤਾ ਜਾ ਸਕਦਾ ਹੈ। ਅਜੰਤਾ ਵਿਚ ਪੰਜ ਗੁਫਾ ਮੰਦਰ ਅਤੇ 25 ਗੁਫਾਵਾਂ ਹਨ, ਜਿਨ੍ਹਾਂ ਵਿਚ ਕਿਸੇ ਵਕਤ ਸੰਨਿਆਸੀ ਨਿਵਾਸ ਕਰਿਆ ਕਰਦੇ ਸਨ। ਇਹ ਸਾਰੀਆਂ ਗੁਫਾਵਾਂ ਚਟਾਨਾਂ ਨੂੰ ਤਰਾਸ਼ ਕੇ ਹੀ ਬਣਾਈਆਂ ਗਈਆਂ ਹਨ। ਇਨ੍ਹਾਂ ਦੇ ਅਧਾਰ ਥਮਲੇ ਹਨ, ਜਿਨ੍ਹਾਂ ਉੱਪਰ ਬਹੁਤ ਹੀ ਸੁੰਦਰ ਰੰਗੀਨ ਚਿੱਤਰ ਅਤੇ ਮੂਰਤਾਂ ਬਣਾ ਕੇ ਚਿੱਤਰਕਾਰਾਂ ਅਤੇ ਮੂਰਤੀਕਾਰਾਂ ਨੇ ਆਪਣੀ ਕਲਾ ਕੁਸ਼ਲਤਾ ਨੂੰ ਅਮਰ ਬਣਾ ਲਿਆ ਹੈ।

* 1950 ਵਿਚ ਨਵੀਆਂ ਰਿਆਸਤਾਂ ਦੇ ਵਜੂਦ ਵਿਚ ਆ ਜਾਣ ਕਾਰਨ, ਇਹ ਗੁਫਾਵਾਂ ਮਹਾਰਾਸ਼ਟਰ ਰਿਆਸਤ ਵਿਚ ਆ ਗਈਆਂ। (ਪ੍ਰਕਾਸ਼ਕ ਦੀ ਟਿਪਣੀ)

ਹੈਦਰਾਬਾਦ ਸ਼ਹਿਰ ਵਿਚ ਉਸਮਾਨੀਆ ਯੂਨੀਵਰਸਿਟੀ ਅਤੇ ਇੱਕ ਬਹੁਤ ਵੱਡੀ ਮੱਕਾ ਮਸਜਿਦ ਹੈ, ਜਿਸ ਵਿਚ ਇੱਕੋ ਵੇਲੇ ਦਸ ਹਜ਼ਾਰ ਮੁਸਲਮਾਨ ਨਮਾਜ਼ ਪੜ੍ਹ ਸਕਦੇ ਹਨ।

ਸਮੁੰਦਰੀ ਤੱਲ ਤੋਂ ਤਿੰਨ ਹਜ਼ਾਰ ਫੁੱਟ ਦੀ ਉਚਾਈ ਤੇ ਸਥਿਤ ਮੈਸੂਰ ਗਰਮ ਰਿਆਸਤ ਦੇ ਸੰਘਣੇ ਜੰਗਲਾਂ ਨਾਲ ਭਰਪੂਰ ਹੈ। ਜਿਸ ਵਿਚ ਜੰਗਲੀ ਹਾਥੀ, ਜੰਗਲੀ ਝੋਟੇ, ਰਿੱਛ, ਚੀਤੇ ਅਤੇ ਬਾਘ ਰਹਿੰਦੇ ਹਨ। ਇਸ ਦੇ ਬੰਗਲੌਰ ਅਤੇ ਮੈਸੂਰ ਦੋ ਪਰਮੁੱਖ ਸ਼ਹਿਰ ਹਨ, ਜਿਹੜੇ ਸਵੱਛ, ਦਿਲ-ਖਿੱਚਵੇਂ ਅਤੇ ਬਹੁਤ ਸਾਰੇ ਸੁੰਦਰ ਬਾਗ ਬਗੀਚਿਆਂ ਅਤੇ ਪਾਰਕਾਂ ਨਾਲ ਭਰਪੂਰ ਹਨ।

ਗਿਆਰਵੀਂ ਸਦੀ ਤੋਂ ਲੈ ਕੇ ਪੰਦਰਵੀਂ ਸਦੀ ਦੇ ਦੌਰਾਨ ਹਿੰਦੂ ਸ਼ਾਸਕਾਂ ਦੀ ਛਤਰ ਛਾਇਆ ਹੇਠ ਮੈਸੂਰ ਵਿਚ ਨਿਰਮਾਣ ਕਲਾ ਅਤੇ ਮੂਰਤੀ ਕਲਾ ਆਪਣੀ ਕਲਾ ਕੌਸ਼ਲਤਾ ਦੇ ਸ਼ਿਖਰਾਂ ਤੇ ਪਹੁੰਚ ਗਿਆ। ਗਿਆਰਵੀਂ ਸਦੀ ਦੇ ਰਾਜੇ ਵਿਸ਼ਨੂੰ ਵਰਧਨ ਦੇ ਰਾਜ ਕਾਲ ਦੇ ਦੌਰਾਨ ਨਿਰਮਿਤ ਬੇਲੂਰ ਦਾ ਮੰਦਰ ਨਾਜ਼ੁਕ ਕੰਮ ਦੀ ਬਰੀਕੀ ਅਤੇ ਮੂਰਤੀ ਕਲਾ ਦੇ ਹੁਲਾਸਮਈ ਕਲਪਨਾ ਦੇ ਨਜ਼ਰੀਏ ਤੋਂ ਸਾਰੇ ਵਿਸ਼ਵ ਵਿਚ ਬੇਜੋੜ ਹੈ।

ਉੱਤਰੀ ਮੈਸੂਰ ਵਿਚ ਪਾਏ ਗਏ ਸ਼ਿਲਾਲੇਖ, ਈਸਾ ਪੂਰਵ ਤੀਜੀ ਸ਼ਤਾਬਦੀ ਦੇ ਹਨ। ਇਹ ਸ਼ਿਲਾਲੇਖ ਸਮਰਾਟ ਅਸ਼ੋਕ* ਦੇ ਸ਼ਾਸਨ ਕਾਲ ਉੱਪਰ ਰੌਸ਼ਨੀ ਪਾਉਂਦੇ ਹਨ। ਜਿਸ ਦੇ ਵਿਸ਼ਾਲ ਰਾਜ ਭਾਗ ਵਿਚ ਭਾਰਤ, ਬਲੋਚਿਸਤਾਨ ਅਤੇ ਅਫਗਾਨਿਸਤਾਨ ਸ਼ਾਮਲ ਸਨ। ਵੱਖ ਵੱਖ ਭਾਸ਼ਾਵਾਂ ਵਿਚ ਉੱਕਰੇ ਹੋਏ ਇਹ ਸ਼ਿਲਾਲੇਖ ਉਨ੍ਹਾਂ ਦੇ ਸ਼ਾਸਨ ਕਾਲ ਵਿਚ ਵਿਆਪਕ ਪੱਧਰ ਤੇ ਪਸਰੀ ਹੋਈ ਸਾਖਰਤਾ ਦਾ ਸਬੂਤ ਦਿੰਦੇ ਹਨ। ਤੇਹਰਵੇਂ ਸ਼ਿਲਾਲੇਖ ਵਿਚ ਲੜਾਈ ਦੀ ਨਿੰਦਾ ਕੀਤੀ ਗਈ ਹੈ। ਉਸ ਵਿਚ ਕਿਹਾ ਗਿਆ ਹੈ "ਧਰਮ ਦੀ ਜਿੱਤ ਦੇ ਇਲਾਵਾ ਹੋਰ ਕੋਈ ਜਿੱਤ ਸੱਚੀ ਨਹੀਂ ਹੈ।" ਦਸਵੇਂ ਸ਼ਿਲਾਲੇਖ ਵਿਚ ਕਿਹਾ ਗਿਆ ਹੈ, "ਰਾਜੇ ਦਾ ਸੱਚਾ ਗੌਰਵ ਆਪਣੀ ਜਨਤਾ ਦੀ ਨੈਤਿਕ ਉੱਨਤੀ ਲਈ ਕੀਤੀ ਗਈ ਸਹਾਇਤਾ ਉੱਪਰ ਨਿਰਭਰ ਕਰਦਾ ਹੈ।" ਗਿਆਰਵੇਂ ਸ਼ਿਲਾਲੇਖ ਵਿਚ ਕਿਹਾ ਗਿਆ ਹੈ, "ਸੱਚਾ ਤੋਹਫਾ ਕਿਸੇ ਭੌਤਿਕ ਵਸਤੂ ਦੇ ਭੇਟ ਕਰਨ ਵਿਚ ਨਹੀਂ ਬਲਕਿ ਸਚਾਈ ਦੇ ਦਾਨ ਵਿਚ ਹੈ, ਮਤਲਬ ਸੱਚ ਦੇ ਪਸਾਰ ਵਿਚ ਮੌਜੂਦ ਹੈ। ਛੇਵੇਂ ਸ਼ਿਲਾਲੇਖ ਵਿਚ ਕਿਹਾ ਗਿਆ ਹੈ, "ਹਰਮਨ ਪਿਆਰਾ ਰਾਜਾ ਉਹ ਹੁੰਦਾ ਹੈ, ਜਿਹੜਾ ਪਰਉਪਕਾਰ ਨਾਲ ਸਬੰਧਿਤ ਕਿਸੇ ਵੀ ਯੋਜਨਾ ਤੇ ਵਿਚਾਰ ਵਿਮਰਸ਼ ਕਰਨ ਲਈ ਲੋਕਾਈ ਨੂੰ ਦਿਨ ਰਾਤ ਮਿਲਣ ਵਾਸਤੇ

* ਸਮਰਾਟ ਅਸ਼ੋਕ ਨੇ ਭਾਰਤ ਦੇ ਵੱਖੋ ਵੱਖਰੇ ਭਾਗਾਂ ਵਿਚ 84000 ਸਤੰਬਾਂ ਦਾ ਨਿਰਮਾਣ ਕਰਵਾਇਆ। ਉਨ੍ਹਾਂ ਵਿਚੋਂ 14 ਸਿਲਾਲੇਖ ਅਤੇ 10 ਸ਼ਿਲਾ ਸਤੰਬ ਹਾਲੇ ਵੀ ਮੌਜੂਦ ਹਨ। ਹਰ ਇੱਕ ਸਤੰਬ ਦੀ ਇੰਜਨੀਅਰਿੰਗ, ਭਵਨ ਨਿਰਮਾਣ ਕਲਾ ਅਤੇ ਸ਼ਿਲਪ ਕਲਾ ਬੇਜੋੜ ਹੈ। ਉਨ੍ਹਾਂ ਨੇ ਅਨੇਕ ਤਲਾਬ, ਡੈਮ ਅਤੇ ਨਹਿਰਾਂ ਬਣਵਾਈਆਂ। ਉਨ੍ਹਾਂ ਨੇ ਰਾਜ ਮਾਰਗ ਤੇ ਸੜਕਾਂ ਬਣਵਾਈਆਂ ਅਤੇ ਉਨ੍ਹਾਂ ਨੇ ਸੜਕਾਂ ਦੇ ਦੋਨਾਂ ਪਾਸਿਆਂ ਤੇ ਦਰਖਤ ਲਵਾਏ। ਯਾਤਰੂਆਂ ਦੇ ਠਹਿਰਨ ਅਤੇ ਅਰਾਮ ਵਾਸਤੇ ਸੜਕਾਂ ਉੱਪਰ ਅਰਾਮ ਘਰ ਬਣਵਾਏ। ਉਨ੍ਹਾਂ ਨੇ ਆਦਮੀਆਂ ਅਤੇ ਪਸ਼ੂਆਂ ਵਾਸਤੇ ਹਸਪਤਾਲ ਬਣਵਾਏ ਅਤੇ ਦਵਾਈਆਂ ਦੇ ਕੰਮ ਆਉਣ ਵਾਲੇ ਬਨਸਪਤੀ ਦੇ ਬਾਗ ਲਗਵਾਏ।

ਜੀ ਆਇਆਂ ਕਹਿੰਦਾ ਹੈ।" ਉਹ ਇਸ ਤਰ੍ਹਾਂ ਆਪਣੇ ਰਾਜ ਧਰਮ ਦਾ ਪਾਲਣ ਕਰਦਿਆਂ ਹੋਇਆਂ, ਇੱਕ ਤਰ੍ਹਾਂ ਨਾਲ ਜਨਤਾ ਦਾ ਕਰਜ਼ਾ ਉਤਾਰਦਿਆਂ ਉਸ ਤੋਂ ਸੁਰਖ਼ੁਰੂ ਹੁੰਦਾ ਹੈ।

ਸਮਰਾਟ ਅਸ਼ੋਕ, ਪ੍ਰਤਾਪੀ ਰਾਜਾ ਚੰਦਰ ਗੁਪਤ ਮੌਰੀਆ ਦਾ ਪੋਤਰਾ ਸੀ। ਜਿਸ ਨੇ ਸਿਕੰਦਰ ਦੁਆਰਾ ਭਾਰਤ ਵਿਚ ਰੱਖੀਆਂ ਗਈਆਂ ਫੌਜਾਂ ਨੂੰ ਤਹਿਸ਼ ਨਹਿਸ਼ ਕਰ ਦਿੱਤਾ ਸੀ। ਈਸਾ ਪੂਰਵ 305 ਈਸਵੀ ਵਿਚ ਸੈਲਿਊਕਸ ਦੀ ਹਮਲਾਵਰ ਯੂਨਾਨੀ ਫੌਜ ਨੂੰ ਹਰਾ ਦਿੱਤਾ ਸੀ। ਉਸ ਤੋਂ ਬਾਅਦ ਉਸ ਨੇ ਪਾਟਲੀਪੁੱਤਰ* ਵਿਚ ਮੈਗਸਥਨੀਜ਼ ਨੂੰ ਯੂਨਾਨ ਦਾ ਰਾਜਦੂਤ ਬਣਾ ਕੇ ਨਿਯੁਕਤ ਕਰ ਲਿਆ, ਜਿਸ ਨੇ ਉਸ ਵਕਤ ਦੇ ਸੁਖਮਈ ਅਤੇ ਬੁਲੰਦ ਭਾਰਤ ਦਾ ਵਿਸਥਾਰ ਸਹਿਤ ਵਰਣਨ ਕੀਤਾ ਹੈ।

ਈਸਾ ਪੂਰਵ 298 ਈਸਵੀ ਵਿਚ ਵਿਜੇਤਾ ਚੰਦਰ ਗੁਪਤ ਮੌਰੀਆ ਨੇ ਆਪਣਾ ਰਾਜ ਭਾਗ ਆਪਣੇ ਪੁੱਤਰ ਨੂੰ ਸੌਂਪ ਦਿੱਤਾ ਅਤੇ ਆਪ ਦੱਖਣ ਵੱਲ ਚਲਿਆ ਗਿਆ। ਆਪਣੇ ਜੀਵਨ ਦੇ ਆਖਰੀ ਬਾਰਾਂ ਸਾਲ, ਉਨ੍ਹਾਂ ਨੇ ਆਤਮ-ਗਿਆਨ ਦੀ ਪ੍ਰਾਪਤੀ ਵਾਸਤੇ ਸਾਧਨਾ ਕਰਦਿਆਂ ਸਰਬਣਬੇਲਗੋਲ ਦੀ ਗੁਫਾ ਵਿਚ ਇਕ ਅਕਿੰਚਨ ਸੰਨਿਆਸੀ ਦੀ ਤਰ੍ਹਾਂ ਗੁਜ਼ਾਰੇ, ਇੱਥੇ ਅੱਜ ਕੱਲ੍ਹ ਮੈਸੂਰ ਰਿਆਸਤ ਦਾ ਇੱਕ ਮੰਦਰ ਹੈ। ਇਸੇ ਹੀ ਇਲਾਕੇ ਵਿਚ ਵਿਸ਼ਵ ਦੀ ਸਭ ਤੋਂ ਉੱਚੀ ਅਖੰਡ ਪੱਥਰ ਦੀ ਮੂਰਤੀ ਹੈ। ਇਸ ਗੋਮਤੇਸ਼ਵਰ ਦੀ ਮੂਰਤੀ ਨੂੰ ਜੈਨੀਆਂ ਨੇ 983 ਈਸਵੀ ਵਿਚ ਇੱਕ ਵਿਸ਼ਾਲ ਚਟਾਨ ਨੂੰ ਤਰਾਸ਼ ਕੇ ਬਣਾਇਆ ਸੀ।

ਭਾਰਤ ਉੱਪਰ ਹਮਲੇ ਦੇ ਵਕਤ ਸਿਕੰਦਰ ਦੇ ਨਾਲ ਜਾਂ ਉਸ ਤੋਂ ਬਾਅਦ ਭਾਰਤ ਵਿਚ ਆਏ ਯੂਨਾਨੀ ਇਤਿਹਾਸਕਾਰਾਂ ਨੇ ਛੋਟੀਆਂ ਛੋਟੀਆਂ ਘਟਨਾਵਾਂ ਦਾ ਬੜਾ ਹੀ ਰੌਚਿਕ ਵਰਣਨ ਕੀਤਾ ਹੈ। ਪ੍ਰਾਚੀਨ ਭਾਰਤ ਦੇ ਇਤਿਹਾਸ ਉੱਪਰ ਰੌਸ਼ਨੀ ਪਾਉਣ ਦੇ ਵਾਸਤੇ ਡਾ. ਜੇ. ਡਬਲਯੂ ਮੈਕਕਰਿੰਡਲ† ਨੇ ਏਰੀਅਨ, ਡਾਇਓਡੋਰਸ, ਪਲੂਟਾਰਕ ਅਤੇ ਭੁਗੋਲ ਸ਼ਾਸਤਰੀ, ਸਟਾਰਬੋ ਦੇ ਵਰਣਨਾਂ ਦਾ ਅੰਗਰੇਜ਼ੀ ਵਿਚ ਅਨੁਵਾਦ ਕੀਤਾ ਹੈ। ਸਿਕੰਦਰ ਦੇ ਅਸਫਲ ਭਾਰਤ ਹਮਲੇ ਵਿਚ ਸਭ ਤੋਂ ਚੰਗੀ ਗੱਲ ਜੇ ਕੋਈ ਸੀ, ਤਾਂ ਉਹ ਇਹ ਸੀ,

* ਪਾਟਲੀਪੁੱਤਰ ਸ਼ਹਿਰ (ਅੱਜ ਕਲ੍ਹ ਪਟਨਾ) ਦਾ ਇਤਿਹਾਸ ਬੜਾ ਰੌਚਿਕ ਹੈ। ਈ : ਪੂਰਵ ਛੇਵੀਂ ਸਤਾਬਦੀ ਵਿਚ ਇਹ ਸਿਰਫ ਇੱਕ ਸਧਾਰਨ ਕਿਲ੍ਹਾ ਸੀ। ਉਸ ਸਮੇਂ ਮਹਾਤਮਾ ਬੁੱਧ ਇੱਥੇ ਪਧਾਰੇ ਸਨ। ਉਨ੍ਹਾਂ ਨੇ ਭਵਿਖਬਾਣੀ ਕੀਤੀ ਸੀ, "ਜਿੱਥੋਂ ਤਕ ਆਰੀਆ ਲੋਕ ਫੈਲੇ ਹੋਏ ਹਨ, ਜਿੱਥੋਂ ਤਕ ਵਿਉਪਾਰੀ ਪਹੁੰਚਦੇ ਹਨ, ਉੱਥੋਂ ਤਕ ਦੇ ਲੋਕਾਂ ਦੇ ਵਾਸਤੇ ਪਾਟਲੀਪੁੱਤਰ, ਸਭ ਤਰ੍ਹਾਂ ਦੀਆਂ ਚੀਜ਼ਾਂ ਦੀ ਖਰੀਦੋ ਫਰੋਖਤ ਦਾ ਮੁੱਖ ਕੇਂਦਰ ਬਣੇਗਾ (ਮਹਾਪਰਿਨਿਰਵਾਣ ਸੂਤਰ)। ਦੋ ਸ਼ਤਾਬਦੀਆਂ ਬਾਅਦ ਪਾਟਲੀਪੁੱਤਰ ਸਮਰਾਟ ਚੰਦਰ ਗੁਪਤ ਮੌਰੀਆ ਦੇ ਵਿਸ਼ਾਲ ਸਾਮਰਾਜ ਦੀ ਰਾਜਧਾਨੀ ਬਣ ਗਿਆ। ਚੰਦਰਗੁਪਤ ਮੌਰੀਆ ਦੇ ਪੋਤਰੇ ਸਮਰਾਟ ਅਸ਼ੋਕ ਨੇ, ਇਸ ਸ਼ਹਿਰ ਨੂੰ ਹੋਰ ਜਿਆਦਾ ਅਮੀਰ ਅਤੇ ਗੌਰਵਸ਼ਾਲੀ ਬਣਾਇਆ

† ਇੰਸ਼ਈਐਂਟ ਇੰਡੀਆ ਦੇ ਛੇ ਭਾਗ (ਚਕਰਵਰਤੀ, ਚੈਟਰਜ਼ੀ ਐਂਡ ਕੰਪਨੀ, 15 ਕਾਲਜ ਸਕੁਐਰ, ਕੋਲਕਾਤਾ, 1879, 1927 ਵਿਚ ਮੁੜ ਛਾਪੀ ਗਈ)

ਉਸ ਦੀ ਹਿੰਦੁਸਤਾਨੀ ਯੋਗੀਆਂ ਅਤੇ ਸੰਤਾਂ ਮਹਾਤਮਾਵਾਂ ਵਿਚ ਡੂੰਘੀ ਦਿਲਚਸਪੀ। ਯੋਗੀਆਂ ਅਤੇ ਸੰਤਾਂ ਨਾਲ ਉਸ ਦੀ ਮੁਲਾਕਾਤ ਹੁੰਦੀ ਰਹਿੰਦੀ ਸੀ ਅਤੇ ਉਹ ਵੀ ਉਨ੍ਹਾਂ ਦੀ ਸੰਗਤ ਪਾਉਣ ਵਾਸਤੇ ਇੱਛੁਕ ਰਹਿੰਦਾ ਸੀ। ਪੱਛਮ ਤੋਂ ਆ ਰਹੇ ਇਸ ਯੋਧੇ ਨੇ ਉੱਤਰੀ ਭਾਰਤ ਵਿਚ ਤਕਸ਼ਿਲਾ ਪਹੁੰਚਣ ਦੇ ਛੇਤੀ ਹੀ ਬਾਅਦ ਓਨਿਸਿਕਰਿਟੋਸ (ਡਾਇਜੇਨਿਸ ਦੇ ਹੈਲੇਨਿਕ ਮੱਤ ਦੇ ਇੱਕ ਸਾਧਕ) ਨੂੰ ਤਕਸ਼ਿਲਾ ਦੇ ਇੱਕ ਮਹਾਨ ਸੰਤ ਦੰਡਾਮਿਸ ਨੂੰ ਬੁਲਾ ਕੇ ਲਿਆਉਣ ਵਾਸਤੇ ਭੇਜਿਆ।

"ਸਤਕਾਰਯੋਗ, ਬ੍ਰਹਾਮਣ ਗੁਰੂ, ਪ੍ਰਣਾਮ ਸਵੀਕਾਰ ਕਰੋ।" ਉਨਿਸਿਕਰਿਟੋਸ ਨੇ ਉਸ ਦੇ ਜੰਗਲ ਵਿਚ ਨਿਵਾਸ ਕਰ ਰਹੇ ਆਸ਼ਰਮ ਵਿਚ ਜਾ ਕੇ ਕਿਹਾ। "ਸਰਬਸ਼ਤੀਮਾਨ ਦੇਵਤਾ, ਜੀਅਸ ਦੇ ਪੁੱਤਰ, ਸਿਕੰਦਰ, ਜੋ ਮਨੁੱਖਾਂ ਦੇ ਰਾਜੇ ਹਨ, ਆਪ ਨੂੰ ਮਿਲਣ ਖਾਤਰ ਬੁਲਾ ਰਹੇ ਹਨ। ਜੇ ਤੁਸੀਂ ਉਨ੍ਹਾਂ ਦਾ ਹੁਕਮ ਮੰਨ ਕੇ ਮਿਲਣ ਵਾਸਤੇ ਚਲੇ ਚੱਲੋਗੇ, ਤਾਂ ਤੁਹਾਨੂੰ ਮੂਹੋਂ ਮੰਗੀਆਂ ਮੁਰਾਦਾਂ ਦੇਣਗੇ। ਜੇ ਤੁਸੀਂ ਜਾਣ ਤੋਂ ਇਨਕਾਰ ਕਰ ਦਿੱਤਾ ਤਾਂ ਉਹ ਤੁਹਾਡਾ ਸਿਰ ਧੜ ਨਾਲੋਂ ਅਲੱਗ ਕਰ ਦੇਣਗੇ।"

ਯੋਗੀ ਨੇ ਸਿਕੰਦਰ ਦਾ ਇਹ ਬੰਧਨਕਾਰੀ ਸੰਦੇਸ਼ ਬੜੇ ਠੰਡੇ ਦਿਮਾਗ ਨਾਲ ਸੁਣਿਆ, ਪ੍ਰੰਤੂ ਉਸ ਨੇ ਜਿਵੇਂ ਉਹ ਪੱਤਿਆਂ ਦੀ ਸੇਜ ਉੱਪਰ ਲੇਟਿਆ ਹੋਇਆ ਸੀ, ਉਸ ਤੋਂ ਸਿਰ ਉਠਾ ਕੇ ਵੀ ਨਾ ਦੇਖਿਆ।

ਫਿਰ ਉਸ ਨੇ ਸ਼ਾਂਤ ਅਵਾਜ਼ ਵਿਚ ਕਿਹਾ, "ਮੈਂ ਵੀ ਉਸੇ ਜੀਅਸ ਦਾ ਪੁੱਤਰ ਹਾਂ, ਜਿਸ ਜੀਅਸ ਦਾ ਪੁੱਤਰ ਸਿਕੰਦਰ ਹੈ। ਸਿਕੰਦਰ ਕੋਲ ਜੋ ਕੁਝ ਹੈ, ਉਸ ਵਿਚੋਂ ਮੈਨੂੰ ਕੁਝ ਨਹੀਂ ਚਾਹੀਦਾ। ਮੇਰੇ ਕੋਲ ਜੋ ਕੁਝ ਹੈ, ਮੈਨੂੰ ਉਸੇ ਨਾਲ ਸੰਤੋਖ ਹੈ। ਮੈਂ ਇਹ ਵੀ ਦੇਖ ਰਿਹਾ ਹਾਂ, ਕਿ ਉਹ ਆਪ ਸੈਨਾ ਲੈ ਕੇ ਸਮੁੰਦਰ ਅਤੇ ਧਰਤੀ ਤੇ ਨਿਰਰਥਕ ਭਟਕਦਾ ਫਿਰ ਰਿਹਾ ਹੈ। ਮੈਨੂੰ ਉਸ ਦੀ ਭਟਕਣ ਦਾ ਕੋਈ ਅੰਤ ਹੁੰਦਾ ਨਜ਼ਰ ਨਹੀਂ ਆਉਂਦਾ।

"ਜਾਹ, ਜਾ ਕੇ ਸਿਕੰਦਰ ਨੂੰ ਕਹਿ ਦੇ, ਸ਼ਾਹਾਂ ਦਾ ਸ਼ਾਹ, ਸ਼ਹਿਨਸ਼ਾਹ, ਪ੍ਰਮਾਤਮਾ ਕਦੇ ਗਲਤੀਆਂ ਅਤੇ ਬੇਇਨਸਾਫੀਆਂ ਦਾ ਸਿਰਜਣਹਾਰ ਨਹੀਂ ਬਣਦਾ। ਉਹ ਤਾਂ ਰੌਸ਼ਨੀ, ਸ਼ਾਂਤੀ, ਜੀਵਨ, ਪਾਣੀ, ਮਨੁੱਖੀ ਸਰੀਰ ਅਤੇ ਆਤਮਾ ਦਾ ਸਿਰਜਣਹਾਰ ਹੈ। ਜਦੋਂ ਮੌਤ ਮਨੁੱਖ ਨੂੰ ਉਸ ਦੇ ਸਰੀਰ ਤੋਂ ਅਜ਼ਾਦ ਕਰ ਦਿੰਦੀ ਹੈ, ਤਾਂ ਮਨੁੱਖ ਕਿਸੇ ਬਿਮਾਰੀ ਨਾਲ ਜਕੜਿਆ ਨਹੀਂ ਰਹਿ ਜਾਂਦਾ ਅਤੇ ਪ੍ਰਮਾਤਮਾ ਹਰ ਇੱਕ ਮਨੁੱਖ ਨੂੰ ਆਪਣੇ ਕੋਲ ਸ਼ਰਨ ਦਿੰਦਾ ਹੈ। ਮੈਂ ਸਿਰਫ ਉਸੇ ਪ੍ਰਮਾਤਮਾ ਦੇ ਚਰਨਾਂ ਵਿਚ ਸਿਰ ਝੁਕਾਉਂਦਾ ਹਾਂ, ਜੋ ਹਤਿਆਰਿਆਂ ਨੂੰ ਘਿਰਨਾ ਕਰਦਾ ਹੈ ਅਤੇ ਕਦੇ ਵੀ ਲੜਾਈ ਵਾਸਤੇ ਪ੍ਰੇਰਿਤ ਨਹੀਂ ਕਰਦਾ।

ਉਸ ਦੀ ਮਿੱਠੀ ਝਾੜ ਝੰਬ ਕਰਦਿਆਂ, ਦੰਡਾਮਿਸ ਅੱਗੇ ਕਹਿੰਦੇ ਗਏ, "ਸਿਕੰਦਰ ਕੋਈ ਰੱਬ ਨਹੀਂ ਹੈ, ਕਿਉਂਕਿ ਉਸ ਨੇ ਅੰਤ ਨੂੰ, ਮੌਤ ਦਾ ਸ਼ਿਕਾਰ ਬਣਨਾ ਹੈ। ਉਸ ਵਰਗਾ ਆਦਮੀ ਜਿਹੜਾ ਹਾਲੇ ਤਕ, ਆਪਣੀ ਅੰਤਰ ਆਤਮਾ ਦੇ ਸਿੰਘਾਸ਼ਨ ਉੱਪਰ ਬਿਰਾਜਮਾਨ ਨਹੀਂ ਹੋਇਆ, ਉਹ ਇਸ ਸੰਸਾਰ ਦਾ ਮਾਲਕ ਕਿਸ ਤਰ੍ਹਾਂ ਬਣ ਸਕਦਾ ਹੈ? ਉਹ ਨਾ ਹੀ ਹਾਲੇ ਤਕ ਸਰੀਰ ਸਮੇਤ ਯਮਲੋਕ ਵਿਚ ਪ੍ਰਵੇਸ਼ ਕਰ ਸਕਿਆ ਹੈ। ਨਾ ਹੀ ਉਸ ਨੂੰ ਧਰਤੀ ਦੇ ਵਿਸ਼ਾਲ ਇਲਾਕਿਆਂ ਵਿਚੋਂ ਦੀ ਹੋ ਕੇ ਲੰਘਣ ਵਾਲੇ ਸੂਰਜ ਦੇਵਤਾ ਦੇ ਰਸਤੇ ਦਾ ਗਿਆਨ ਹੈ। ਬਹੁਤੇ ਦੇਸ਼ਾਂ ਦੇ ਲੋਕਾਂ ਨੇ, ਤਾਂ ਉਸ ਦਾ ਨਾਂ ਵੀ ਨਹੀਂ ਸੁਣਿਆ ਹੋਇਆ!"

ਇਹ ਲਾਹਨਤ ਪਾਉਣ ਤੋਂ ਬਾਅਦ, ਜੋ ਨਿਸ਼ਚਿਤ ਤੌਰ ਤੇ ਉਸ ਦੁਨੀਆਂ ਦੇ ਸ਼ਹਿਨਸ਼ਾਹ ਦੇ ਕੰਨਾਂ ਤਕ ਪਹੁੰਚੀ, ਸਭ ਤੋਂ ਵੱਡੀ ਫਿਟਕਾਰ ਹੋਵੇਗੀ, ਦੰਡਾਮਿਸ ਨੇ ਵਿਅੰਗਮਈ ਤੀਰ ਚਲਾਉਂਦਿਆਂ ਕਿਹਾ, "ਜੇ ਸਿਕੰਦਰ ਦੀਆਂ ਇੱਛਾਵਾਂ ਵਾਸ਼ਨਾਵਾਂ ਦੀ ਪੂਰਤੀ ਦੇ ਵਾਸਤੇ, ਉਸ ਦਾ ਮੌਜੂਦਾ ਸਾਮਰਾਜ ਛੋਟਾ ਮਹਿਸੂਸ ਹੋ ਰਿਹਾ ਹੈ, ਤਾਂ ਉਸ ਨੂੰ ਗੰਗਾ ਪਾਰ ਦੇ ਇਲਾਕੇ ਵਿਚ ਜਾਣ ਵਾਸਤੇ ਕਹੋ। ਉੱਥੇ ਉਸ ਨੂੰ ਇੱਕ ਇਹੋ ਜਿਹਾ ਪ੍ਰਦੇਸ਼ ਮਿਲੇਗਾ, ਜੋ ਉਸ ਦੀਆਂ ਸੈਨਾਵਾਂ* ਦੀਆਂ ਸਾਰੀਆਂ ਤ੍ਰਿਸ਼ਨਾਵਾਂ ਦੀ ਪੂਰਤੀ ਕਰ ਦੇਵੇਗਾ।

"ਸਿਕੰਦਰ ਦੇ ਤੋਹਫ਼ਿਆਂ ਦੇ ਵਾਇਦੇ ਮੇਰੇ ਲਈ ਵਿਅਰਥ ਹਨ," ਦੰਡਾਮਿਸ ਨੇ ਕਿਹਾ। "ਚੀਜ਼ਾਂ, ਜਿਨ੍ਹਾਂ ਨੂੰ ਮੈਂ ਕੀਮਤੀ ਮੰਨਦਾ ਹਾਂ ਅਤੇ ਮੇਰੇ ਕੰਮ ਆਉਣ ਵਾਲੀਆਂ ਹਨ, ਉਹ ਹਨ-ਦਰਖਤ ਜਿਹੜੇ ਮੈਨੂੰ ਆਸਰਾ ਦਿੰਦੇ ਹਨ, ਲਹਿਲਹਾਉਂਦੇ ਪੌਦੇ, ਜਿਹੜੇ ਮੈਨੂੰ ਹਰ ਰੋਜ਼ ਖਾਣ ਲਈ ਫਲ ਦਿੰਦੇ ਹਨ, ਪਾਣੀ ਜਿਹੜਾ ਮੇਰੀ ਪਿਆਸ ਬੁਝਾਉਂਦਾ ਹੈ। ਫਿਕਰਾਂ ਨਾਲ ਇਕੱਠੀ ਕੀਤੀ ਗਈ ਦੌਲਤ, ਜਮਾ ਕਰਨ ਵਾਲੇ ਦਾ ਸਤਿਆਨਾਸ਼ ਦਾ ਕਾਰਨ ਬਣਦੀ ਹੈ। ਉਸ ਨਾਲ ਹਮੇਸ਼ਾਂ ਦੁਖ ਅਤੇ ਕਲੇਸ਼ ਮਿਲਦਾ ਹੈ। ਸਾਰੇ ਦੌਲਤਮੰਦ ਅਗਿਆਨੀ ਇਸੇ ਦੁਖ ਅਤੇ ਸੰਤਾਪ ਨਾਲ ਮਰਦੇ ਹਨ।

"ਜਿੱਥੋਂ ਤਕ ਮੇਰਾ ਸਵਾਲ ਹੈ, ਮੈਂ ਜੰਗਲ ਦੇ ਪੱਤਿਆਂ ਉੱਪਰ ਸੌਂਦਾ ਹਾਂ, ਰਖਵਾਲੀ ਕਰਨ ਯੋਗ ਕੋਈ ਵੀ ਚੀਜ਼ ਮੇਰੇ ਕੋਲ ਨਾ ਹੋਣ ਕਰਕੇ, ਮੈਂ ਸੁੱਖ ਅਤੇ ਸ਼ਾਂਤਮਈ ਨੀਂਦ ਵਿਚ ਬੇਫਿਕਰ ਹੋ ਕੇ ਸੌਂਦਾ ਹਾਂ। ਜੇ ਮੇਰੇ ਕੋਲ ਕੋਈ ਰਾਖੀ ਕਰਨ ਯੋਗ ਚੀਜ਼ ਹੁੰਦੀ ਤਾਂ ਉਸ ਦੀ ਰਖਵਾਲੀ ਦੀ ਚਿੰਤਾ ਮੇਰੀ ਨੀਂਦ ਉਡਾ ਦਿੰਦੀ। ਜੋ ਮੈਨੂੰ ਚਾਹੀਦਾ ਹੈ, ਧਰਤੀ ਮਾਤਾ, ਮੇਰੀ ਹਰ ਜ਼ਰੂਰਤ ਪੂਰੀ ਕਰਦੀ ਹੈ। ਜਿਸ ਤਰ੍ਹਾਂ ਮਾਂ ਆਪਣੇ ਬੱਚੇ ਨੂੰ ਦੁੱਧ ਪਿਲਾਉਂਦੀ ਹੈ। ਕਿਸੇ ਚੀਜ਼ ਦਾ ਕੋਈ ਫਿਕਰ ਨਾ ਹੋਣ ਕਰਕੇ, ਮੈਂ ਜਦੋਂ ਵੀ ਜਿੱਥੇ ਚਾਹਾਂ, ਉੱਥੇ ਜਾ ਸਕਦਾ ਹਾਂ।

* ਨਾ ਤਾਂ ਸਿਕੰਦਰ ਅਤੇ ਨਾ ਹੀ ਉਸ ਦਾ ਕੋਈ ਸੈਨਿਕ ਕਦੇ ਗੰਗਾ ਪਾਰ ਕਰ ਸਕਿਆ। ਭਾਰਤ ਦੇ ਉੱਤਰ ਪੱਛਮੀ ਸੂਬਿਆਂ ਵਿਚ ਹੀ ਉਸ ਦਾ ਜ਼ੋਰਦਾਰ ਵਿਰੋਧ ਹੋਣ ਕਰਕੇ, ਯੂਨਾਨੀ ਸੈਨਾ ਨੇ ਅੱਗੇ ਜਾਣ ਤੋਂ ਇਨਕਾਰ ਕਰ ਦਿੱਤਾ ਅਤੇ ਬਗਾਵਤ ਕਰ ਦਿੱਤੀ। ਸਿਕੰਦਰ ਨੂੰ ਮਜ਼ਬੂਰਨ ਪਿੱਛੇ ਮੁੜਨਾ ਪਿਆ। ਫਿਰ ਉਹ ਫਾਰਸ ਵਿਚ ਹੀ ਯੁੱਧ ਕਰਦਾ ਰਿਹਾ ਅਤੇ ਜਿੱਤਦਾ ਰਿਹਾ।

"ਜੇ ਸਿਕੰਦਰ ਮੇਰਾ ਸਿਰ ਧੜ ਨਾਲੋਂ ਅਲੱਗ ਵੀ ਕਰ ਦੇਵੇ, ਤਾਂ ਵੀ ਮੇਰੀ ਆਤਮਾ ਨੂੰ ਨਸ਼ਟ ਨਹੀਂ ਕਰ ਸਕਦਾ। ਮੇਰਾ ਸ਼ਾਂਤ ਸਿਰ ਅਤੇ ਸਥਿਰ ਸਰੀਰ, ਇੱਕ ਫਟੇ ਹੋਏ ਹੋਏ ਕਪੜੇ ਵਾਂਗ, ਉਸ ਧਰਤੀ ਉੱਪਰ ਪਿਆ ਰਹੇਗਾ, ਜਿਸ ਧਰਤੀ ਦੇ ਤੱਤਾਂ ਤੋਂ ਇਹ ਸਰੀਰ ਬਣਿਆ ਹੋਇਆ ਹੈ।ਮੈਂ ਆਤਮਾ ਬਣ ਕੇ ਉਸ ਪ੍ਰਮਾਤਮਾ ਕੋਲ ਪਹੁੰਚ ਜਾਵਾਂਗਾ, ਜਿਸ ਪ੍ਰਮਾਤਮਾ ਨੇ ਸਾਨੂੰ, ਇਸ ਹੱਡ ਮਾਸ ਦੇ ਸਰੀਰ ਵਿਚ ਬੰਦ ਕਰਕੇ, ਇਸ ਧਰਤੀ ਤੇ ਇਹ ਦੇਖਣ ਵਾਸਤੇ ਭੇਜਿਆ ਹੈ, ਕਿ ਅਸੀਂ ਧਰਤੀ ਉੱਪਰ ਆ ਕੇ ਉਸ ਦੇ ਹੁਕਮਾਂ ਦੀ ਪਾਲਣਾ ਕਰਦੇ ਹਾਂ ਜਾਂ ਨਹੀਂ। ਜਦੋਂ ਅਸੀਂ ਇੱਥੋਂ ਦੇ ਫਰਜ਼ ਪੂਰੇ ਕਰ ਕੇ, ਉਸ ਕੋਲ ਵਾਪਸ ਜਾਵਾਂਗੇ, ਤਾਂ ਉਹ ਸਾਡੇ ਕੀਤੇ ਗਏ ਕੰਮਾਂ ਦਾ ਲੇਖਾ ਜੋਖਾ ਕਰੇਗਾ। ਦੀਨ ਦੁਖੀਆਂ ਦੀਆਂ ਆਹਾਂ ਹੀ ਅਤਿਆਚਾਰੀਆਂ ਦੇ ਵਾਸਤੇ ਦੰਡ ਦਾ ਵਿਧਾਨ ਬਣਦੀਆਂ ਹਨ।

"ਸਿਕੰਦਰ ਧਮਕੀਆਂ ਨਾਲ ਉਨ੍ਹਾਂ ਨੂੰ ਡਰਾਵੇ, ਜੋ ਮੌਤ ਤੋਂ ਡਰਦੇ ਹਨ ਅਤੇ ਧਨ ਦੌਲਤ ਦੀ ਇੱਛਾ ਰੱਖਦੇ ਹਨ। ਬ੍ਰਾਹਮਣਾਂ ਦੇ ਅੱਗੇ ਉਸ ਦੇ ਸਾਰੇ ਅਸਤਰ ਸ਼ਸਤਰ ਨਿਰਰਥਕ ਹਨ। ਨਾ ਤਾਂ ਸਾਨੂੰ ਸੋਨੇ ਨਾਲ ਮੋਹ ਹੈ ਅਤੇ ਨਾ ਹੀ ਮੌਤ ਦਾ ਡਰ। ਇਸ ਵਾਸਤੇ ਜਾਉ ਅਤੇ ਸਿਕੰਦਰ ਨੂੰ ਕਹਿ ਦਿਉ, ਦੰਡਾਮਿਸ ਨੂੰ ਤੇਰੀ ਕਿਸੇ ਚੀਜ਼ ਦੀ ਜ਼ਰੂਰਤ ਨਹੀਂ, ਇਸ ਵਾਸਤੇ ਉਹ ਤੇਰੇ ਕੋਲ ਆਵੇਗਾ ਵੀ ਨਹੀਂ ਅਤੇ ਜੇ ਤੂੰ ਦੰਡਾਮਿਸ ਤੋਂ ਕੁਝ ਲੈਣਾ ਹੈ, ਤਾਂ ਤੈਨੂੰ ਹੀ ਦੰਡਾਮਿਸ ਕੋਲ ਜਾਣਾ ਪਵੇਗਾ।"

ਓਨਿਸਿਕਰਿਟੋਸ ਨੇ ਦੰਡਾਮਿਸ ਦੇ ਸ਼ਬਦਾਂ ਵਿਚ ਹੀ ਉਸ ਦਾ ਸੁਨੇਹਾ, ਸਿਕੰਦਰ ਨੂੰ ਸੁਣਾ ਦਿੱਤਾ। ਸਿਕੰਦਰ ਅਤਿਅੰਤ ਧਿਆਨ ਪੂਰਵਕ ਉਸ ਦਾ ਸੁਨੇਹਾ ਸੁਣਦਾ ਰਿਹਾ ਅਤੇ ਉਸ ਦੇ ਮਨ ਵਿਚ ਦੰਡਾਮਿਸ ਦੇ ਦਰਸ਼ਨ ਕਰਨ ਦੀ ਇੱਛਾ ਪਹਿਲਾਂ ਨਾਲੋਂ ਵੀ ਜਿਆਦਾ ਡੂੰਘੀ ਹੋ ਗਈ। ਦੰਡਾਮਿਸ ਭਾਵੇ ਬੁੱਢਾ ਹੋ ਗਿਆ ਸੀ ਅਤੇ ਹਮੇਸ਼ਾਂ ਨਗਨ ਰਹਿੰਦਾ ਸੀ, ਪਰ ਉਹ ਇੱਕੋ ਇੱਕ ਵਿਰੋਧੀ ਸੀ, ਜਿਹੜਾ ਕਈ ਰਾਸ਼ਟਰਾਂ ਦੇ ਵਿਜੇਤਾ ਉੱਪਰ ਭਾਰੀ ਪੈ ਰਿਹਾ ਸੀ।

ਸਿਕੰਦਰ ਨੇ ਅਨੇਕ ਬ੍ਰਾਹਮਣ ਤਪੱਸਵੀਆਂ ਨੂੰ ਤਕਸ਼ਿਲਾ ਬੁਲਾਇਆ, ਜਿਹੜੇ ਦਾਰਸ਼ਨਿਕ ਸਵਾਲਾਂ ਦੇ ਭਾਵ-ਪੂਰਨ ਉੱਤਰ ਦੇਣ ਵਾਸਤੇ ਮਸ਼ਹੂਰ ਸਨ। ਪਲੂਟਾਰਕ ਨੇ ਉਸ ਬਹਿਸ ਦਾ ਵਿਸਥਾਰਪੂਰਵਕ ਵਰਣਨ ਕੀਤਾ ਹੈ। ਸਾਰੇ ਸਵਾਲ ਖੁਦ ਸਿਕੰਦਰ ਨੇ ਕੀਤੇ ਸਨ।

"ਕਿੰਨ੍ਹਾਂ ਦੀ ਗਿਣਤੀ ਜਿਆਦਾ ਹੈ, ਜਿਉਂਦਿਆਂ ਦੀ ਜਾਂ ਮੁਰਦਿਆਂ ਦੀ?"

"ਜਿਉਂਦਿਆਂ ਦੀ, ਕਿਉਂਕਿ ਮੁਰਦਿਆਂ ਦਾ ਵਜੂਦ ਹੀ ਨਹੀਂ।"

"ਵੱਡੇ ਪ੍ਰਾਣੀ ਕਿਥੇ ਹੁੰਦੇ ਹਨ? ਧਰਤੀ ਉੱਪਰ ਜਾਂ ਸਮੁੰਦਰ ਵਿਚ?'

"ਧਰਤੀ ਉੱਪਰ, ਕਿਉਂਕਿ ਸਮੁੰਦਰ ਧਰਤੀ ਦਾ ਹੀ ਹਿੱਸਾ ਹੈ।"

"ਸਭ ਤੋਂ ਚਲਾਕ ਜਾਨਵਰ ਕੌਣ ਹੈ?'

"ਮਨੁੱਖ ਦਾ ਹਾਲੇ ਤਕ ਜਿਸ ਨਾਲ ਵਾਹ ਨਹੀਂ ਪਿਆ।" (ਮਨੁੱਖ ਅਗਿਆਤ ਤੋਂ ਡਰਦਾ ਹੈ)।

"ਪਹਿਲਾਂ ਕੀ ਸੀ? ਦਿਨ ਜਾਂ ਰਾਤ?"

"ਦਿਨ ਇੱਕ ਦਿਨ ਪਹਿਲਾਂ ਬਣਿਆ ਸੀ।" ਇਹ ਸੁਣ ਕੇ ਸਿਕੰਦਰ ਦੇ ਚਿਹਰੇ ਤੇ ਹੈਰਾਨੀ ਪੈਦਾ ਹੋ ਗਈ। ਤਾਂ ਬ੍ਰਾਹਮਣ ਨੇ ਕਿਹਾ, "ਅਸੰਭਵ ਸਵਾਲਾਂ ਦੇ ਜਵਾਬ ਵੀ ਅਸੰਭਵ ਹੁੰਦੇ ਹਨ।"

"ਮਨੁੱਖ ਸਾਰਿਆਂ ਦਾ ਹਰਮਨ ਪਿਆਰਾ ਕਿਵੇਂ ਬਣ ਸਕਦਾ ਹੈ?"

"ਮਨੁੱਖ ਤਾਂ ਹੀ ਸਾਰਿਆਂ ਦਾ ਹਰਮਨ ਪਿਆਰਾ ਬਣ ਸਕਦਾ ਹੈ, ਜੇ ਉਹ ਅਤਿਅੰਤ ਸ਼ਕਤੀਸ਼ਾਲੀ ਹੁੰਦਿਆਂ ਹੋਇਆਂ ਵੀ ਦੂਸਰਿਆਂ ਦੇ ਮਨ ਵਿਚ ਆਪਣੇ ਪ੍ਰਤੀ ਡਰ ਨਾ ਪੈਦਾ ਕਰੇ।"

"ਕਿਹੜੇ ਕੰਮ ਨਾਲ ਮਨੁੱਖ ਦੇਵਤਾ ਬਣ ਸਕਦਾ ਹੈ?"*

"ਜੋ ਕੰਮ ਮਨੁੱਖ ਵਾਸਤੇ ਕਰਨਾ ਅਸੰਭਵ ਹੈ, ਉਸ ਨੂੰ ਕਰਕੇ ਦਿਖਾ ਦੇਵੇ।"

"ਜੀਵਨ ਅਤੇ ਮੌਤ ਵਿਚੋਂ ਤਾਕਤਵਰ ਕੌਣ ਹੈ?"

"ਜੀਵਨ, ਕਿਉਂਕਿ ਇਹ ਇੰਨੇ ਸਾਰੇ ਪਾਪਾਂ ਨੂੰ ਸਹਿਣ ਕਰ ਸਕਦਾ ਹੈ।"

ਸਿਕੰਦਰ ਭਾਰਤ ਵਿਚੋਂ ਇੱਕ ਸੱਚੇ ਯੋਗੀ ਨੂੰ ਆਪਣਾ ਗੁਰੂ ਬਣਾ ਕੇ, ਆਪਣੇ ਨਾਲ ਲੈ ਕੇ ਜਾਣ ਵਿਚ ਸਫਲ ਹੋ ਗਿਆ। ਉਸ ਯੋਗੀ ਦਾ ਨਾਂ ਸੀ 'ਕਲਿਆਣ'। ਜਿਸ ਨੂੰ ਯੂਨਾਨੀ ਲੋਕ ਕਾਲਾਨੋਸ ਕਹਿਣ ਲੱਗੇ। ਉਹ ਸਿਕੰਦਰ ਨਾਲ ਫਾਰਸ ਤਕ ਗਿਆ। ਉਥੇ ਸੁਸਾ ਨਾਂ ਦੇ ਪਿੰਡ ਦੇ ਕੋਲ, ਇੱਕ ਮੁਕੱਰਰ ਕੀਤੇ ਹੋਏ ਦਿਨ, ਸਾਰੀ ਯੂਨਾਨੀ ਸੈਨਾ ਦੀਆਂ ਅੱਖਾਂ ਦੇ ਸਾਹਮਣੇ ਜਲਦੀ ਚਿਤਾ ਵਿਚ ਪ੍ਰਵੇਸ਼ ਕਰਕੇ, ਉਨ੍ਹਾਂ ਨੇ ਆਪਣਾ ਬਿਰਧ ਸਰੀਰ ਤਿਆਗ ਦਿੱਤਾ। ਇਤਿਹਾਸਕਾਰ ਲਿਖਦੇ ਹਨ, ਕਿ ਯੂਨਾਨੀ ਸੈਨਿਕਾਂ ਦੀ ਹੈਰਾਨੀ ਦਾ ਕੋਈ ਟਿਕਾਣਾ ਨਾ ਰਿਹਾ, ਜਦੋਂ ਉਨ੍ਹਾਂ ਨੇ ਦੇਖਿਆ ਕਿ ਉਸ ਯੋਗੀ ਨੂੰ ਨਾ ਕੋਈ ਸਰੀਰਕ ਕਸ਼ਟ ਦਾ ਡਰ ਸੀ, ਨਾ ਮੌਤ ਦਾ ਭੈਅ। ਅੱਗ ਦੀਆਂ ਲਾਟਾਂ ਉੱਪਰ ਜਲਦੇ ਹੋਏ, ਉਹ ਇੱਕ ਮਿੰਟ ਵਾਸਤੇ ਵੀ ਆਪਣੀ ਥਾਂ ਤੋਂ ਭੋਰਾ ਭਰ ਨਹੀਂ ਹਿੱਲੇ। ਚਿਤਾ ਵਿਚ ਪ੍ਰਵੇਸ਼ ਕਰਨ ਤੋਂ ਪਹਿਲਾਂ ਕਾਲਾਨੋਸ ਨੇ ਆਪਣੇ ਬਹੁਤ ਸਾਰੇ ਸੰਗੀ ਸਾਥੀਆਂ ਤੋਂ ਗਲੇ ਲਗਾ

* ਇਸ ਸਵਾਲ ਤੋਂ ਇਹ ਅੰਦਾਜ਼ਾ ਲਾਇਆ ਜਾ ਸਕਦਾ ਹੈ, ਕਿ ਜੀਅਸ ਦੇ ਪੁੱਤਰ ਦੇ ਮਨ ਵਿਚ ਕਦੇ ਕਦੇ ਆਪਣੀ ਪੂਰਨਤਾ ਬਾਰੇ ਸ਼ੰਕਾ ਉੱਠਦੀ ਰਹਿੰਦੀ ਸੀ।

ਕੇ ਵਿਦਾਈ ਲਈ, ਪਰ ਸਿਕੰਦਰ ਤੋਂ ਵਿਦਾਈ ਨਹੀਂ ਲਈ, ਉਸ ਨੂੰ ਸਿਰਫ ਇੰਨਾ ਹੀ ਕਿਹਾ, "ਮੈਂ ਬਾਅਦ ਵਿਚ ਤੁਹਾਨੂੰ ਬੇਬੀਲੋਨ ਵਿਚ ਮਿਲਾਂਗਾ।"

ਸਿਕੰਦਰ ਫਾਰਸ ਤੋਂ ਅੱਗੇ ਵਧਿਆ ਅਤੇ ਇੱਕ ਸਾਲ ਬਾਅਦ ਬੇਬੀਲੋਨ ਵਿਚ ਉਸ ਦੀ ਮੌਤ ਹੋ ਗਈ। ਹਿੰਦੂ ਗੁਰੂ ਦਾ ਭਵਿਖਬਾਣੀ ਕਰਨਦਾ ਆਪਣਾ ਤਰੀਕਾ ਸੀ ਕਿ ਉਹ ਜ਼ਿੰਦਗੀ ਅਤੇ ਮੌਤ ਵਿਚ ਇਕੱਠੇ ਰਹਿਣਗੇ।

ਯੂਨਾਨੀ ਇਤਿਹਾਸਕਾਰਾਂ ਨੇ ਭਾਰਤੀ ਸਮਾਜ ਦੇ ਕਈ ਪਹਿਲੂਆਂ ਤੇ ਸਪਸ਼ਟ ਅਤੇ ਪ੍ਰੇਰਨਾ ਦਾਇਕ ਤਸਵੀਰ ਪੇਸ਼ ਕੀਤੀ ਹੈ। ਏਰੀਅਨ ਲਿਖਦਾ ਹੈ, "ਹਿੰਦੂ ਕਾਨੂੰਨ ਲੋਕਾਂ ਦੀ ਰੱਖਿਆ ਕਰਦਾ ਹੈ। ਉਨ੍ਹਾਂ ਨੇ ਨਿਯਮ ਬਣਾ ਰੱਖਿਆ ਹੈ, ਕਿ ਕੋਈ ਮਨੁੱਖ ਕਿਸੇ ਵੀ ਹਾਲਤ ਵਿਚ ਕਿਸੇ ਦੀ ਗੁਲਾਮੀ ਨਹੀਂ ਕਰੇਗਾ, ਬਲਕਿ ਖੁਦ ਅਜ਼ਾਦੀ ਦਾ ਪ੍ਰਯੋਗ ਕਰਦਿਆਂ ਹੋਇਆਂ ਵੀ, ਉਹ ਇਹ ਖਿਆਲ ਰਖੇਗਾ ਕਿ ਹੋਰ ਮਨੁੱਖਾਂ ਨੂੰ ਇਹੋ ਜਿਹੀ ਅਜ਼ਾਦੀ ਦਾ ਹੱਕ ਮਿਲੇ।*

ਇੱਕ ਹੋਰ ਪੁਸਤਕ ਵਿਚ ਲਿਖਿਆ ਗਿਆ ਹੈ, "ਭਾਰਤੀ ਲੋਕ ਵਿਆਜ ਉੱਪਰ ਪੈਸਾ ਨਹੀਂ ਦਿੰਦੇ। ਉਨ੍ਹਾਂ ਵਿਚ ਕਰਜ਼ੇ ਦਾ ਲੈਣ ਦੇਣ ਨਹੀਂ ਹੁੰਦਾ। ਬੇਇਨਸਾਫੀ ਕਰਨੀ ਅਤੇ ਬੇਇਨਸਾਫੀ ਸਹਿਣੀ, ਭਾਰਤ ਦੀਆਂ ਰਵਾਇਤਾਂ ਦੇ ਵਿਰੁੱਧ ਹੈ। ਇਸ ਵਾਸਤੇ ਲੈਣ ਦੇਣ ਦੀ ਕਿਸੇ ਪ੍ਰਕਾਰ ਦੀ ਕੋਈ ਲਿਖਤ ਪੜਤ ਨਹੀਂ ਹੁੰਦੀ ਅਤੇ ਨਾ ਹੀ ਕੋਈ ਚੀਜ਼ ਵਸਤੂ ਗਿਰਵੀ ਰੱਖੀ, ਰਖਵਾਈ ਜਾਂਦੀ। ਇਹ ਵੀ ਲਿਖਿਆ ਹੈ, "ਬਿਮਾਰੀ ਤੋਂ ਤੰਦਰੁਸਤ ਕਰਨ ਵਾਸਤੇ ਸਰਲ ਅਤੇ ਕੁਦਰਤੀ ਤਰੀਕੇ ਅਪਣਾਏ ਜਾਂਦੇ ਹਨ। ਬਿਮਾਰੀਆਂ ਦਾ ਇਲਾਜ਼ ਦਵਾਈਆਂ ਖਾਣ ਨਾਲੋਂ, ਖਾਣ ਪੀਣ ਦੇ ਪਰਹੇਜ਼ ਨਾਲ ਜਿਆਦਾ ਕੀਤਾ ਜਾਂਦਾ ਹੈ। ਮਲ੍ਹਮ ਅਤੇ ਲੇਪਾਂ ਦਾ ਪ੍ਰਯੋਗ ਸਭ ਤੋਂ ਜਿਆਦਾ ਪ੍ਰਚਲਿਤ ਹਨ। ਹੋਰ ਸਾਰੇ ਤਰੀਕਿਆਂ ਦੇ ਇਲਾਜ਼ਾਂ ਨੂੰ ਘਾਤਕ ਮੰਨਿਆ ਜਾਂਦਾ ਹੈ। ਯੁੱਧ ਕਰਨਾ ਸਿਰਫ ਕਸ਼ਤਰੀਆਂ ਦਾ ਕੰਮ ਹੈ। ਦੁਸ਼ਮਣ ਦੀ ਸੈਨਾ ਖੇਤ ਵਿਚ ਕੰਮ ਕਰ ਰਹੇ ਕਿਸਾਨ ਉੱਪਰ ਹਮਲਾ ਨਹੀਂ ਕਰੇਗੀ। ਕਿਉਂਕਿ ਇਸ ਵਰਗ ਦੇ ਲੋਕਾਂ ਨੂੰ ਪਰਉਪਕਾਰੀ ਮੰਨਿਆ ਜਾਂਦਾ ਹੈ। ਇਸ ਵਾਸਤੇ ਇਨ੍ਹਾਂ ਉੱਪਰ ਹਮਲਾ ਕਰਨ ਦੀ ਮਨਾਹੀ ਹੈ। ਧਰਤੀ ਮਾਤਾ ਇਸ ਤਰ੍ਹਾਂ ਵਿਨਾਸ਼ ਤੋਂ ਸੁਰੱਖਿਅਤ ਰਹਿ ਕੇ ਜਿਆਦਾ ਅਨਾਜ ਪੈਦਾ ਕਰਦੀ ਹੈ। ਧਰਤੀ ਉੱਥੇ ਰਹਿਣ

* ਭਾਰਤ ਦੇ ਬਾਰੇ ਲਿਖਣ ਵਾਲੇ ਸਾਰੇ ਯੂਨਾਨੀਆਂ ਨੇ ਭਾਰਤ ਵਿਚ ਦਾਸ ਪ੍ਰਥਾ ਦੀ ਅਣਹੋਂਦ ਬਾਰੇ ਲਿਖਿਆ ਹੈ ਜਿਹੜੀ ਕਿ ਇੱਕ ਖਾਸ ਵਿਸ਼ੇਸ਼ਤਾ ਹੈ, ਜੋ ਕਿ ਹੈਲੋਨਿਕ (ਯੂਨਾਨੀ) ਸਮਾਜਕ ਬਣਤਰ ਤੋਂ ਪੂਰੀ ਤਰ੍ਹਾਂ ਉਲਟ ਹੈ।

ਪ੍ਰੋ. ਵਿਨੈ ਕੁਮਾਰ ਸਰਕਾਰ ਦੀ ਪੁਸਤਕ "ਕਰੀਏਟਿਵ ਇੰਡੀਆ' ਪ੍ਰਾਚੀਨ ਅਤੇ ਆਧੁਨਿਕ ਭਾਰਤ ਦੀਆਂ ਪ੍ਰਾਪਤੀਆਂ ਅਤੇ ਅਰਥ-ਪ੍ਰਬੰਧ, ਰਾਜ-ਪ੍ਰਬੰਧ, ਕਲਾ ਅਤੇ ਸਮਾਜਕ ਦਰਸ਼ਨ ਦੀ ਪੂਰੇ ਵਿਸਥਾਰ ਨਾਲ ਤਸਵੀਰ ਪੇਸ਼ ਕਰਦੀ ਹੈ। ਲਾਹੌਰ, ਪ੍ਰਕਾਸ਼ਕ ਮੋਤੀ ਲਾਲ ਬਨਾਰਸੀ ਦਾਸ, 1937, ਪੰਨਾ 714)

ਇਸ ਵਿਸ਼ੈ ਉੱਪਰ ਇੱਕ ਹੋਰ ਪੁਸਤਕ ਪੜ੍ਹਨਯੋਗ ਹੈ, ਐਸ.ਵੀ.ਵੈਂਕਟੇਸ਼ਵਰ ਦੀ 'ਇੰਡੀਅਨ ਕਲਚਰ ਥਰੂ ਏਜਸ' (ਨਿਊਯਾਰਕ, ਲਾਂਗਮੈਂਨਸ, ਗਰੀਨ ਐਂਡ ਕਪਨੀ)

ਵਾਲੇ ਲੋਕਾਂ ਦੀ ਜ਼ਿੰਦਗੀ ਨੂੰ ਜਿਆਦਾ ਸੁਖੀ ਬਣਾਉਣ ਵਾਸਤੇ ਲੋੜੀਂਦੇ ਤੱਤਾਂ ਦੀ ਪੂਰਤੀ ਕਰਦੀ ਰਹਿੰਦੀ ਹੈ।"

ਸਾਰੀ ਮੈਸੂਰ ਰਿਆਸਤ ਵਿਚ ਪਾਏ ਜਾਣ ਵਾਲੇ ਧਾਰਮਿਕ ਮੰਦਰ ਭਾਰਤ ਦੇ ਅਨੇਕ ਸਿੱਧ ਪੁਰਸ਼ਾਂ ਦੀ ਯਾਦ ਦਿਵਾਉਂਦੇ ਹਨ। ਇਨ੍ਹਾਂ ਵਿਚੋਂ ਇੱਕ ਸਿੱਧ ਪੁਰਸ਼ ਸਨ, ਥਾਊਮਾਨਵਰ ਜਿਨ੍ਹਾਂ ਨੇ ਨਿਮਨਲਿਖਤ ਚੁਣੌਤੀ ਪੂਰਨ ਕਵਿਤਾ ਲਿਖੀ:-

ਤੁਸੀਂ ਇੱਕ ਮੱਦਮਸਤ ਹਾਥੀ ਨੂੰ ਕਾਬੂ ਕਰ ਸਕਦੇ ਹੋ,
ਤੁਸੀਂ ਰਿੱਛ ਅਤੇ ਬਾਘ ਦਾ ਮੂੰਹ ਬੰਦ ਕਰ ਸਕਦੇ ਹੋ,
ਸ਼ੇਰ ਦੀ ਸਵਾਰੀ ਕਰ ਸਕਦੇ ਹੋ ਅਤੇ ਸੱਪ ਨਾਲ ਖੇਡ ਸਕਦੇ ਹੋ,
ਤੁਸੀਂ ਕਿਸੇ ਵੀ ਧਾਤੂ ਨੂੰ ਸੋਨੇ ਵਿਚ ਬਦਲ ਸਕਦੇ ਹੋ,
ਦੇਵਤਿਆਂ ਨੂੰ ਆਪਣਾ ਦਾਸ ਬਣਾ ਸਕਦੇ ਹੋ,
ਸਦਾ ਜੁਆਨ ਬਣੇ ਰਹਿ ਸਕਦੇ ਹੋ,
ਤੁਸੀਂ ਪਾਣੀ ਉੱਪਰ ਚੱਲ ਸਕਦੇ ਹੋ,
ਪ੍ਰੰਤੂ ਮਨ ਦਾ ਕਾਬੂ ਕਰਨਾ ਇਸ ਤੋਂ ਜਿਆਦਾ ਸ੍ਰੇਸ਼ਟ ਹੈ, ਪਰ ਹੈ ਔਖਾ।

ਭਾਰਤ ਦੇ ਦੱਖਣੀ ਸਿਰੇ ਤੇ ਅਤਿਅੰਤ ਉਪਜਾਊ ਧਰਤੀ ਦੀ ਸੁੰਦਰ ਰਿਆਸਤ ਹੈ ਟਰਾਵਨਕੋਰ, ਜਿੱਥੇ ਆਵਾਜ਼ਾਈ ਦਾ ਮੁੱਖ ਸਾਧਨ ਆਮ ਤੌਰ ਤੇ ਨਹਿਰਾਂ ਅਤੇ ਦਰਿਆ ਹਨ। ਪਿਛਲੇ ਸਮਿਆਂ ਵਿਚ ਛੋਟੇ ਛੋਟੇ ਸੂਬਿਆਂ ਨੂੰ ਟਰਾਵਨਕੋਰ ਵਿਚ ਮਿਲਾਉਣ ਵਾਸਤੇ ਹੋਈਆਂ ਲੜਾਈਆਂ ਵਿਚ ਪਾਪ ਹੋਏ ਹੋਣਗੇ। ਉਨ੍ਹਾਂ ਪਾਪਾਂ ਦੀ ਰਾਜ ਪਰਿਵਾਰ ਵਿਚ ਪਰਾਸ਼ਚਿਤ ਕਰਨ ਦੀ ਵੰਸ਼ ਪ੍ਰੰਪਰਾ ਦੇ ਅਨੁਸਾਰ, ਉੱਥੋਂ ਦਾ ਮਹਾਰਾਜਾ ਹਰ ਸਾਲ ਲਗਾਤਾਰ 56 ਦਿਨ, ਹਰ ਰੋਜ਼ ਤਿੰਨ ਵਾਰ ਮੰਦਰ ਜਾ ਕੇ ਵੇਦ ਮੰਤਰਾਂ ਅਤੇ ਸਤੋਤਰਾਂ ਦਾ ਪਾਠ ਸੁਣਦਾ ਹੈ। ਇਸ ਪਰਾਸ਼ਚਿਤ ਦੀ ਰਸਮ ਦੀ ਸਮਾਪਤੀ ਲਕਸ਼ਦੀਪ ਉਤਸਵ ਜਾਂ ਮੰਦਰ ਵਿਚ ਇੱਕ ਲੱਖ ਦੀਵੇ ਜਗਾ ਕੇ ਹੁੰਦੀ ਹੈ।

ਭਾਰਤ ਦੇ ਦੱਖਣੀ ਪੂਰਵੀ ਕਿਨਾਰੇ ਉੱਪਰ ਮਦਰਾਸ ਪਰੈਜੀਡੈਂਸੀ ਵਿਚ ਸਮੁੰਦਰ ਨਾਲ ਘਿਰੇ ਭੂ ਪ੍ਰਦੇਸ਼ ਉੱਪਰ ਬਣਿਆ ਹੋਇਆ ਸ਼ਹਿਰ ਹੈ-ਮਦਰਾਸ। ਇਸ ਰਿਆਸਤ ਵਿਚ ਇੱਕ ਦੂਜਾ ਸ਼ਹਿਰ ਹੈ ਸਵਰਨ ਨਗਰੀ ਕਾਂਜੀਵਰਮ, ਜੋ ਕਿਸੇ ਵਕਤ ਪੱਲਵ ਰਾਜਿਆਂ ਦੀ ਰਾਜਧਾਨੀ ਹੋਇਆ ਕਰਦਾ ਸੀ। ਇਹ ਰਾਜੇ, ਈਸਵੀ ਸੰਨ ਦੀਆਂ ਆਰੰਭਿਕ ਸ਼ਤਾਬਦੀਆਂ ਵਿਚ ਇੱਥੇ ਰਾਜ ਕਰਿਆ ਕਰਦੇ ਸਨ। ਵਰਤਮਾਨ ਮਦਰਾਸ ਪਰੈਜੀਡੈਂਸੀ ਵਿਚ ਮਹਾਤਮਾ ਗਾਂਧੀ ਦੇ ਅਹਿੰਸਾ ਦੇ ਸਿਧਾਂਤ ਦਾ ਬਹੁਤ ਪ੍ਰਚਾਰ ਹੋਇਆ ਹੈ। ਜਿੱਥੇ

ਕਿੱਥੇ ਚਿੱਟੀ ਗਾਂਧੀ ਟੋਪੀ ਦਿਖਾਈ ਦਿੰਦੀ ਹੈ। ਦੱਖਣੀ ਭਾਰਤ ਵਿਚ ਮਹਾਤਮਾ ਗਾਂਧੀ ਦੇ ਯਤਨਾਂ ਸਦਕਾ, ਅਨੇਕ ਮਹੱਤਵ ਪੂਰਨ ਮੰਦਰਾਂ ਦੇ ਦਰਵਾਜ਼ੇ ਅਛੂਤਾਂ ਵਾਸਤੇ ਖੁੱਲ੍ਹ ਗਏ ਹਨ ਅਤੇ ਜਾਤੀ ਪ੍ਰਥਾ ਵਿਚ ਵੀ ਅਨੇਕ ਸੁਧਾਰ ਹੋਏ ਹਨ।

ਮਹਾਨ ਸਿਮਰਤੀਕਾਰ ਮਨੂ ਦੁਆਰਾ ਸ਼ੁਰੂ ਕੀਤੀ ਗਈ, ਜਾਤੀ ਪ੍ਰਥਾ ਅਵਸਥਾ ਦਾ ਮੂਲ ਉਦੇਸ਼ ਸਲਾਹੁਣਯੋਗ ਸੀ। ਉਨ੍ਹਾਂ ਨੂੰ ਇਹ ਸਪਸ਼ਟ ਰੂਪ ਵਿਚ ਸਮਝ ਆ ਗਈ ਸੀ ਕਿ ਕੁਦਰਤੀ ਕਰਮ ਵਿਕਾਸ ਦੀਆਂ ਅਵਸਥਾਵਾਂ ਦੇ ਅਨੁਸਾਰ ਸਮੁੱਚੀ ਮਾਨਵ ਜਾਤੀ ਚਾਰ ਮੁੱਖ ਭਾਗਾਂ ਵਿਚ ਵੰਡੀ ਹੋਈ ਹੈ। ਇੱਕ ਉਹ, ਜੋ ਸਰੀਰਕ ਮਿਹਨਤ ਦੁਆਰਾ ਹੀ ਸਮਾਜ ਦੀ ਸੇਵਾ ਕਰਨ ਦੇ ਯੋਗ ਹਨ (ਸ਼ੂਦਰ), ਦੂਜੇ ਉਹ, ਜੋ ਆਪਣੇ ਦਿਮਾਗ ਦੀ ਕਲਾ ਕੁਸ਼ਲਤਾ ਦੀ, ਖੇਤੀ ਦੀ, ਵਿਉਪਾਰ ਦੀ, ਅਤੇ ਸਧਾਰਨ ਉਦਯੋਗ ਪੇਸ਼ੇ ਅਰਥਾਤ ਵਪਾਰਕ ਮਾਨਸਿਕਤਾ ਦੁਆਰਾ ਸੇਵਾ ਕਰਨ ਦੇ ਯੋਗ ਹਨ (ਵੈਸ਼), ਤੀਜੇ ਉਹ ਹਨ, ਜਿਨ੍ਹਾਂ ਵਿਚ ਪ੍ਰਬੰਧਕੀ ਕੰਮਾਂ ਦਾ ਸੰਚਾਲਨ, ਸੁਰੱਖਿਆ ਦੀ ਮਾਨਸਿਕਤਾ ਹੁੰਦੀ ਹੈ, ਮਤਲਬ ਸ਼ਾਸਕ ਅਤੇ ਯੋਧੇ (ਕਸ਼ਤਰੀ), ਚੌਥੇ ਉਹ ਹਨ ਜਿਨ੍ਹਾਂ ਦੀ ਪ੍ਰਵਿਰਤੀ ਚਿੰਤਨਸ਼ੀਲ ਹੈ, ਜਿਨ੍ਹਾਂ ਵਿਚ ਅਧਿਆਤਮਿਕ ਪ੍ਰੇਰਨਾ ਜਾਗ ਗਈ ਹੁੰਦੀ ਹੈ, ਉਹ ਦੂਸਰਿਆਂ ਦੀ ਅਧਿਆਤਮਿਕ ਪ੍ਰੇਰਨਾ ਨੂੰ ਵੀ ਜਗਾ ਸਕਣ ਦੇ ਯੋਗ ਹੁੰਦੇ ਹਨ, (ਬ੍ਰਾਹਮਣ)। ਮਹਾਭਾਰਤ ਵਿਚ ਕਿਹਾ ਗਿਆ ਹੈ, "ਕੋਈ ਬ੍ਰਾਹਮਣ ਹੈ ਜਾਂ ਨਹੀਂ, ਇਸ ਦਾ ਫੈਸਲਾ ਜਨਮ, ਸੰਸਕਾਰ, ਵਿਦਿਆ ਅਧਿਐਨ ਜਾਂ ਵੰਸ਼ ਪ੍ਰੰਪਰਾ ਨਾਲ ਨਹੀਂ ਹੋ ਸਕਦਾ। ਕੇਵਲ ਚਰਿਤਰ ਅਤੇ ਆਚਰਨ ਨਾਲ ਹੀ ਹੋ ਸਕਦਾ ਹੈ।*

* 1935 ਦੇ ਈਸਟ ਵੈਸਟ ਰਸਾਲੇ ਦੇ ਜਨਵਰੀ ਦੇ ਅੰਕ ਵਿਚ ਤਾਰਾ ਮਾਤਾ ਲਿਖਦੇ ਹਨ:- ਪਹਿਲਾਂ ਪਹਿਲਾਂ ਇਨ੍ਹਾਂ ਚਾਰਾਂ ਵਿਚੋਂ ਕਿਸੇ ਇੱਕ ਜਾਤੀ ਵਿਚ ਮਨੁੱਖ ਦੀ ਗਿਣਤੀ, ਉਸ ਦੇ ਜਨਮ ਦੇ ਅਧਾਰ ਉੱਪਰ ਨਹੀਂ ਸੀ ਹੁੰਦੀ, ਬਲਕਿ ਉਸ ਦੀਆਂ ਕੁਦਰਤੀ ਯੋਗਤਾਵਾਂ ਉੱਪਰ ਹੁੰਦੀ ਸੀ, ਜੋ ਉਸ ਦੇ ਦੁਆਰਾ ਆਪਣੀ ਜ਼ਿੰਦਗੀ ਦੇ ਵਿਚ ਆਪਣੇ ਲਈ ਨਿਰਧਾਰਿਤ- ਕੀਤੇ ਗਏ ਨਿਸ਼ਾਨਿਆਂ / ਟੀਚਿਆਂ (ਧਰਮ, ਅਰਥ, ਕਾਮ ਅਤੇ ਮੋਕਸ਼) ਦੇ ਮੁਤਾਬਿਕ ਹੁੰਦੀ ਸੀ। ਇਹ ਨਿਸ਼ਾਨੇ ਚਾਰ ਪ੍ਰਕਾਰ ਦੇ ਹੋ ਸਕਦੇ ਸਨ (1) ਕਾਮਨਾਵਾਂ-ਇਛਾਵਾਂ-ਵਾਸ਼ਨਾਵਾਂ ਜਾਂ ਇੰਦਰੀਆਂ ਦੇ ਭੋਗ ਦੀ ਜ਼ਿੰਦਗੀ (ਸ਼ੂਦਰ) (2) ਪੈਸਾ- ਲਾਭ, ਕਾਮਨਾਵਾਂ ਦੇ ਸੰਜਮ ਨਾਲ ਉਨ੍ਹਾਂ ਦੀ ਪੂਰਤੀ (ਵੈਸ਼), (3) ਧਰਮ-ਆਤਮ- ਅਨੁਸ਼ਾਸਨ ਦੇ ਨਾਲ ਨਾਲ ਜੁੰਮੇਵਾਰੀਆਂ ਅਤੇ ਸ਼ੁੱਭ ਕਰਮਾਂ ਨਾਲ ਭਰੀ ਹੋਈ ਜ਼ਿੰਦਗੀ (ਕਸ਼ਤਰੀ) (4) ਮੁਕਤੀ- ਅਧਿਆਤਮਿਕਤਾ ਅਤੇ ਧਾਰਮਿਕ ਉਪਦੇਸ਼ ਦੇ ਪਠਨ-ਪਾਠਨ ਦੀ ਜ਼ਿੰਦਗੀ (ਬ੍ਰਾਹਮਣ)। ਇਹ ਚਾਰੇ ਜਾਤਾਂ ਮਨੁੱਖਤਾ ਦੀ (1) ਸਰੀਰ (2) ਮਨ (3) ਇੱਛਾ ਸ਼ਕਤੀ (4) ਆਤਮਾ ਦੇ ਦੁਆਰਾ ਸੇਵਾ ਕਰਦੀਆਂ ਹਨ।

ਇਨ੍ਹਾਂ ਚਾਰੇ ਅਵਸਥਾਵਾਂ ਦੇ ਕੁਦਰਤ ਦੇ ਸਦੀਵੀ ਗੁਣਾਂ ਦੇ ਨਾਲ ਸਬੰਧ ਹਨ, ਤਮ, ਰਜ ਅਤੇ ਸਾਤਵਿਕ-ਮਤਲਬ ਰੋਕਣਾ, ਕੰਮ ਅਤੇ ਵਿਸਤਾਰ ਜਾਂ ਇਹ ਕਹਿ ਲਵੋ ਕਿ ਸਥੂਲਤਾ, ਸ਼ਕਤੀ ਅਤੇ ਗਿਆਨ। ਇਨ੍ਹਾਂ ਚਾਰੇ ਕੁਦਰਤੀ ਜਾਤਾਂ ਵਿਚ, ਕੁਦਰਤ ਦੇ ਤਿਰਗੁਣ ਇਸ ਤਰ੍ਹਾਂ ਹੁੰਦੇ ਹਨ, (1) ਤਮ (ਅਗਿਆਨ) (2) ਤਮ-ਰਜ (ਅਗਿਆਨ ਅਤੇ ਕਿਰਿਆਸ਼ੀਲਤਾ ਦਾ ਮਿਸ਼ਣ (3) ਰਜ-ਸਤ (ਸ਼ੁੱਭ ਕਰਮਾਂ ਅਤੇ ਗਿਆਨ ਦਾ ਮਿਸ਼ਣ ਅਤੇ (4) ਸਤ (ਸੱਚਾ ਗਿਆਨ)। ਇਸ ਤਰ੍ਹਾਂ ਕਿਸੇ ਇੱਕ ਗੁਣ ਦੀ ਜਾਂ ਦੋ ਗੁਣਾਂ ਦੇ ਮਿਸ਼ਣ ਦੀ ਪ੍ਰਧਾਨਤਾ ਦੁਆਰਾ ਕੁਦਰਤ ਨੇ ਖੁਦ ਹੀ ਮਨੁੱਖ ਦੀ ਜਾਤ ਨਿਰਧਾਰਿਤ ਕਰ ਦਿੱਤੀ ਹੈ। ਇਸ ਵਿਚ ਕੋਈ ਸ਼ੱਕ ਨਹੀਂ, ਕਿ ਹਰ ਇੱਕ ਮਨੁੱਖ ਵਿਚ ਕੁਦਰਤ ਦੇ ਤਿੰਨੇ ਹੀ ਗੁਣਾਂ ਦਾ ਮਿਸ਼ਣ ਵੱਖ ਵੱਖ ਮਾਤਰਾ ਵਿਚ ਹੁੰਦਾ ਹੈ। ਮਨੁੱਖ ਦੀ ਸੱਚੀ ਜਾਤ ਜਾਂ ਕ੍ਰਮ ਵਿਕਾਸ ਦੀ ਅਵਸਥਾ ਤਾਂ ਕੋਈ ਸੱਚਾ ਗੁਰੂ ਹੀ ਠੀਕ ਠੀਕ ਦੱਸ ਸਕਦਾ ਹੈ।

ਮਨੂ ਨੇ ਸਮਾਜ ਨੂੰ ਗਿਆਨ, ਚੰਗੇ ਗੁਣ, ਉਮਰ, ਰਿਸ਼ਤੇਦਾਰੀ ਅਤੇ ਅੰਤ ਵਿਚ ਸੰਪਤੀ ਦੇ ਅਧਾਰ ਉੱਪਰ ਲੋਕਾਂ ਨੂੰ ਸਨਮਾਨ ਦੇਣ ਦਾ ਨਿਰਦੇਸ਼ ਦਿੱਤਾ। ਵੈਦਿਕ ਕਾਲ ਵਿਚ ਧਨ ਦੌਲਤ ਇਕੱਠੀ ਕਰਨ ਨੂੰ ਜਾਂ ਉਹ ਧਨ ਦੌਲਤ ਜਿਸ ਦੀ ਪਰਉਪਕਾਰੀ ਕੰਮਾਂ ਵਾਸਤੇ ਵਰਤੋਂ ਨਾ ਕੀਤੀ ਜਾ ਸਕਦੀ ਹੋਵੇ, ਘਿਰਨਾ ਦੀ ਨਜ਼ਰ ਨਾਲ ਦੇਖਿਆ ਜਾਂਦਾ ਸੀ। ਅਤਿਅੰਤ ਅਮੀਰ ਆਦਮੀ ਨੂੰ ਵੀ, ਜੇ ਉਹ ਕੰਜੂਸ ਹੋਵੇ ਤਾਂ ਨੀਚਾਂ ਵਾਲੀ ਥਾਂ ਮਿਲਦੀ ਸੀ।

ਸਮੇਂ ਦੀ ਚਾਲ ਨਾਲ, ਜਦੋਂ ਵਰਣ ਆਸ਼ਰਮ ਪ੍ਰਬੰਧ ਜਾਤੀ ਪ੍ਰਥਾ ਦੀ ਚੌਗਾਠ ਵਿਚ ਜਕੜਿਆ ਗਿਆ, ਤਾਂ ਸਮਾਜ ਦੇ ਵਾਸਤੇ ਗੰਭੀਰ ਰੂਪ ਵਿਚ ਹਾਨੀਕਾਰਕ ਬਣ ਗਿਆ। 1947 ਵਿਚ ਅਜ਼ਾਦੀ ਪ੍ਰਾਪਤ ਕਰਨ ਤੋਂ ਬਾਅਦ ਭਾਰਤ ਹੌਲੀ ਹੌਲੀ, ਪ੍ਰੰਤੂ ਨਿਸ਼ਚਿਤ ਰੂਪ ਵਿਚ ਜਨਮ ਉੱਪਰ ਨਹੀਂ, ਬਲਕਿ ਕੁਦਰਤੀ ਯੋਗਤਾਵਾਂ ਅਧਾਰਿਤ ਜਾਤੀ ਪ੍ਰਥਾ ਦੀਆਂ ਪ੍ਰਾਚੀਨ ਕਦਰਾਂ ਕੀਮਤਾਂ ਦੀ ਪੁਨਰ-ਸਥਾਪਨਾ ਦੀ ਦਿਸ਼ਾ ਵੱਲ ਵਧ ਰਿਹਾ ਹੈ। ਧਰਤੀ ਉੱਪਰ ਹਰ ਕੌਮ ਨੂੰ ਦੁਖ ਦੇਣ ਵਾਲੇ ਆਪਣੇ ਹੀ ਸੰਚਿਤ ਕਰਮਾਂ ਦੇ ਫਲ ਭੋਗਣੇ ਪੈਂਦੇ ਹਨ ਇਸ ਤਰ੍ਹਾਂ ਕਰਮਾਂ ਦੀ ਜਕੜ ਤੋਂ ਅਜ਼ਾਦ ਹੋਣਾ ਪੈਂਦਾ ਹੈ। ਆਪਣੀ ਬਹੁ-ਪੱਖੀ ਪ੍ਰਤਿਭਾ ਅਤੇ ਅਜਿੱਤ ਆਤਮ ਸ਼ਕਤੀ ਨਾਲ ਭਾਰਤ ਜਾਤੀ ਪ੍ਰਬੰਧ ਵਿਚ ਸੁਧਾਰ ਲਿਆਉਣ ਵਿਚ ਸਫਲ ਰਿਹਾ ਹੈ।

ਦੱਖਣ ਭਾਰਤ ਇੰਨਾ ਲੁਭਾਵਣਾ ਹੈ ਕਿ ਮੈਂ ਅਤੇ ਮਿਸਟਰ ਰਾਈਟ ਆਪਣੀ ਇਸ ਕਾਵਿਮਈ ਯਾਤਰਾ ਨੂੰ ਹੋਰ ਵਧਾਉਣ ਦੀ ਲਾਲਸਾ ਵਿਚ ਸੀ। ਪਰ ਸਮਾਂ ਕਿੰਨਾ ਨਿਸ਼ਠੁਰ ਹੈ ਅਤੇ ਸਮਾਂ ਇਸ ਦੀ ਇਜਾਜ਼ਤ ਨਹੀਂ ਸੀ ਦੇ ਰਿਹਾ, ਕਿਉਂਕਿ ਕੋਲਕਾਤਾ ਯੂਨੀਵਰਸਿਟੀ ਵਿਚ ਇੰਡੀਅਨ ਫਿਲਾਸਫੀਕਲ ਕਾਂਗਰਸ ਦੇ ਸਮਾਪਤੀ ਸ਼ੈਸਨ ਵਿਚ ਮੇਰੇ ਭਾਸ਼ਣ ਦੇਣ ਦੀ ਤਰੀਕ ਨੇੜੇ ਆ ਰਹੀ ਸੀ। ਮੈਸੂਰ ਦੀ ਯਾਤਰਾ ਦੇ ਅੰਤ ਵਿਚ ਮੈਂ ਇੰਡੀਆ ਅਕੈਡਮੀ ਆਫ ਸਾਇੰਸਜ਼ ਦੇ ਪ੍ਰਧਾਨ ਸੀ.ਵੀ. ਰਮਨ ਨਾਲ ਮੁਲਾਕਾਤ ਕੀਤੀ।

ਸਾਰੇ ਦੇਸ਼ ਅਤੇ ਮਨੁੱਖੀ ਸਮਾਜ, ਭਲੇ ਹੀ ਸਿਧਾਂਤਕ ਤੌਰ ਤੇ ਵੰਸ਼ ਪ੍ਰੰਪਰਾ ਉੱਪਰ ਅਮਲ ਨਾ ਕਰਦੇ ਹੋਣ, ਪਰ ਕੁਝ ਹੱਦ ਤਕ, ਉਹ ਵਿਵਹਾਰਿਕ ਰੂਪ ਵਿਚ ਜਾਤੀ ਪ੍ਰਬੰਧ ਉੱਪਰ ਅਮਲ ਜਰੂਰ ਕਰਦੇ ਹਨ। ਜਿੱਥੇ ਆਚਰਨ ਪੱਖੋਂ ਕੋਈ ਨਿਯਮ ਨਹੀਂ ਹੁੰਦੇ ਜਾਂ ਬਹੁਤ ਜਿਆਦਾ ਖੁੱਲ੍ਹਾਂ ਹੁੰਦੀਆਂ ਹਨ, ਖਾਸ ਕਰਕੇ ਕੁਦਰਤੀ ਤੌਰ ਤੇ ਬਿਲਕੁਲ ਵੀ ਸਾਂਝ ਨਾ ਰੱਖਣ ਵਾਲੀਆਂ ਦੋ ਜਾਤਾਂ ਵਿਚ ਵਿਆਹ ਦੇ ਮਾਮਲੇ ਵਿਚ, ਉੱਥੇ ਉਹ ਖਾਸ ਮਨੁੱਖੀ ਵੰਸ਼ ਹੌਲੀ ਹੌਲੀ ਘਟਦਾ ਘਟਦਾ ਖਤਮ ਹੋ ਜਾਂਦਾ ਹੈ। ਇਹੋ ਜਿਹੇ ਵਿਆਹਾਂ ਤੋਂ ਪੈਦਾ ਹੋਈ ਸੰਤਾਨ ਦੀ ਤੁਲਨਾ ਪੁਰਾਣ ਸਹਿੰਤਾ ਵਿਚ ਬਾਂਝ ਜਾਂ ਦੋਗਲੇ ਜੀਵ ਜਾਤੀਆਂ ਨਾਲ ਕੀਤੀ ਗਈ ਹੈ। ਜਿਵੇਂ ਖੱਚਰ, ਆਪਣੀ ਵੰਸ਼ ਦਾ ਵਾਧਾ ਨਹੀਂ ਕਰ ਸਕਦੀ। ਦੋਗਲੀਆਂ ਜਾਤਾਂ ਆਖਰ ਨੂੰ ਖਤਮ ਹੋ ਜਾਂਦੀਆਂ ਹਨ। ਇਤਿਹਾਸ ਵਿਚ ਇਹੋ ਜਿਹੇ ਅਨੇਕ ਮਹਾਨ ਮਾਨਵ ਵੰਸ਼ਾਂ ਦੇ ਸਬੂਤ ਮੌਜੂਦ ਹਨ, ਜਿਨ੍ਹਾਂ ਦਾ ਇਸ ਧਰਤੀ ਉੱਪਰ ਅਜ ਕੋਈ ਅੰਸ਼ ਜਾਂ ਵੰਸ਼ ਮੌਜੂਦ ਨਹੀਂ ਹੈ। ਭਾਰਤ ਦੇ ਅਨੇਕ ਚਿੰਤਨਸ਼ੀਲ ਚਿੰਤਕਾਂ ਦਾ ਮੱਤ ਹੈ ਕਿ ਵਰਣ ਵਿਵਸਥਾ ਵਿਚ ਨਿਰਵਿਕਾਰ ਰੂਪ ਵਿਚ ਇਸਤਰੀ ਗ੍ਰੈਹਣ ਉੱਪਰ ਰੋਕ ਹੋਣ ਕਰਕੇ ਭਾਰਤੀ ਮਾਨਵ ਵੰਸ਼ ਦੀ ਸ਼ੁੱਧਤਾ ਕਾਇਮ ਰਹਿ ਸਕੀ ਹੈ ਅਤੇ ਯੁਗ ਯੁਗਾਂਤਰ ਦੇ ਉਥੱਲ ਪੁਥੱਲ ਵਿਚ ਵੀ ਸੁਰੱਖਿਅਤ ਰਹਿ ਸਕਿਆ ਹੈ, ਜਦੋਂ ਕਿ ਕਈ ਪ੍ਰਾਚੀਨ ਮਾਨਵ ਵੰਸ਼ ਅੱਜ ਬਿਲਕੁਲ ਲੋਪ ਹੋ ਗਏ ਹਨ।

ਉਨ੍ਹਾਂ ਨਾਲ ਵਾਰਤਾਲਾਪ ਦਾ ਮੈਨੂੰ ਬੜਾ ਆਨੰਦ ਆਇਆ। ਇਸ ਪ੍ਰਤਿਭਾਸ਼ਾਲੀ ਭੌਤਿਕ ਵਿਗਿਆਨੀ ਨੂੰ 1930 ਵਿਚ ਰੌਸ਼ਨੀ ਪ੍ਰਸਾਰਣ (ਰਮਨ ਇਫੈਕਟ) ਲਈ ਉਨ੍ਹਾਂ ਦੁਆਰਾ ਕੀਤੀ ਗਈ ਖੋਜ ਵਾਸਤੇ ਨੋਬਲ ਪੁਰਸਕਾਰ ਨਾਲ ਸਨਮਾਨਤ ਕੀਤਾ ਗਿਆ ਸੀ। ਉਨ੍ਹਾਂ ਦੀ ਕਾਢ ਰਮਨ ਇਫੈਕਟ ਨਾਲ ਮਸ਼ਹੂਰ ਹੈ।

ਮਦਰਾਸ ਦੇ ਸ਼ਗਿਰਦਾਂ ਅਤੇ ਮਿੱਤਰਾਂ ਤੋਂ ਅਣਇੱਛਾ ਪੂਰਵਕ ਵਿਦਾਈ ਲੈ ਕੇ ਮੈਂ ਅਤੇ ਮਿਸਟਰ ਰਾਈਟ ਆਪਣੀ ਅਗਲੇਰੀ ਯਾਤਰਾ ਵਾਸਤੇ ਰਵਾਨਾ ਹੋਏ। ਰਸਤੇ ਵਿਚ ਅਸੀਂ ਸਦਾ ਸ਼ਿਵ ਬ੍ਰਾਹਮਣ* ਦੀ ਪਵਿੱਤਰ ਯਾਦ ਵਿਚ ਬਣੇ ਹੋਏ ਇੱਕ ਛੋਟੇ ਜਿਹੇ ਮੰਦਰ ਦੇ ਦਰਸ਼ਨ ਕਰਨ ਵਾਸਤੇ ਰੁਕੇ। ਅਠਾਰਵੀਂ ਸਦੀ ਦੇ ਇਸ ਸੰਤ ਦੀ ਜੀਵਨ ਗਾਥਾ ਵਚਿੱਤਰ ਚਮਤਕਾਰਾਂ ਨਾਲ ਭਰਪੂਰ ਹੈ। ਇਸੇ ਸਿੱਧ ਪੁਰਸ਼, ਸਦਾ ਸ਼ਿਵ ਦਾ ਇੱਕ ਵੱਡਾ ਮੰਦਰ ਨੇਰੂਰ ਵਿਚ ਹੈ। ਇਸ ਨੂੰ ਪੁਡੂਕੋਟਈ ਦੇ ਰਾਜੇ ਨੇ ਬਣਵਾਇਆ ਸੀ। ਇਸ ਨੇ ਇੱਕ ਤੀਰਥ ਸਥਾਨ ਦਾ ਰੂਪ ਲੈ ਲਿਆ ਹੈ। ਜਿੱਥੇ ਦੈਵੀ ਚਮਤਕਾਰਾਂ ਨਾਲ ਅਨੇਕ ਬਿਮਾਰ ਲੋਕ ਤੰਦਰੁਸਤ ਹੋਏ ਹਨ। 1750 ਈਸਵੀ ਵਿਚ ਪੁਡੂਕੋਟਈ ਦੇ ਰਾਜੇ ਦੇ ਵਾਸਤੇ ਸਦਾ ਸ਼ਿਵ ਨੇ ਕੁਝ ਧਾਰਮਿਕ ਆਚਰਨ ਨਿਰਧਾਰਿਤ ਕੀਤੇ ਸਨ, ਜਿਨ੍ਹਾਂ ਨੂੰ ਰਾਜੇ ਦੇ ਬਾਅਦ ਵੀ ਰਾਜ ਗੱਦੀ ਉੱਪਰ ਬੈਠਣ ਵਾਲੇ ਸਾਰੇ ਰਾਜਿਆਂ ਨੇ, ਇੱਕ ਪਵਿੱਤਰ ਧਰੋਹਰ ਦੇ ਰੂਪ ਵਿਚ ਸੰਭਾਲ ਕੇ ਰੱਖਦਿਆਂ, ਇਨ੍ਹਾਂ ਦੀ ਪਾਲਣਾ ਕਰਨ ਦਾ ਯਤਨ ਕੀਤਾ ਹੈ।

ਸਦਾ ਸ਼ਿਵ ਹਰਮਨ ਪਿਆਰੇ ਅਤੇ ਪੂਰਨ ਬ੍ਰਹਮ ਗਿਆਨੀ ਸਿੱਧ ਪੁਰਸ਼ ਸਨ। ਉਨ੍ਹਾਂ ਬਾਰੇ ਦੱਖਣ ਭਾਰਤੀ ਪਿੰਡਾਂ ਵਿਚ ਹਾਲੇ ਵੀ ਅਨੇਕ ਅਜੀਬੋ ਗਰੀਬ ਚੌਂਕਾਉਣ ਵਾਲੀਆਂ ਕਹਾਣੀਆਂ ਸੁਣਨ ਨੂੰ ਮਿਲਦੀਆਂ ਹਨ। ਇੱਕ ਦਿਨ ਉਹ ਕਾਵੇਰੀ ਨਦੀ ਦੇ ਕਿਨਾਰੇ ਸਮਾਧੀ ਵਿਚ ਮਗਨ ਬੈਠੇ ਸਨ, ਅਚਾਨਕ ਹੜ੍ਹ ਆ ਗਿਆ। ਲੋਕਾਂ ਨੇ ਉਨ੍ਹਾਂ ਨੂੰ ਹੜ੍ਹ ਦੇ ਪਾਣੀ ਵਿਚ ਰੁੜ੍ਹਦੇ ਜਾਂਦੇ ਦੇਖਿਆ। ਇਸ ਤੋਂ ਕਈ ਹਫਤਿਆਂ ਬਾਅਦ, ਉਹ ਕੋਇੰਬਟੂਰ ਜਿਲੇ ਵਿਚ ਕੋਡਮੁਡੀ ਪਿੰਡ ਦੇ ਨੇੜੇ ਮਿੱਟੀ ਦੇ ਥੱਲੇ ਦੱਬੇ ਹੋਏ ਦੇਖੇ ਗਏ। ਮਿੱਟੀ ਹਟਾਉਂਦਿਆਂ ਪਿੰਡ ਵਾਲਿਆਂ ਦਾ ਫਹੁੜਾ, ਜਦੋਂ ਉਨ੍ਹਾਂ ਦੇ ਸਰੀਰ ਤੇ ਲੱਗਿਆ ਤਾਂ ਉੱਠ ਕੇ ਖੜ੍ਹੇ ਹੋ ਗਏ ਅਤੇ ਤੇਜੀ ਨਾਲ ਉੱਥੋਂ ਚਲੇ ਗਏ।

ਇੱਕ ਬਿਰਧ ਵੇਦਾਂਤੀ ਵਿਦਵਾਨ ਨੂੰ ਅਧਿਆਤਮਿਕ ਵਾਦ-ਵਿਵਾਦ ਵਿਚ ਹਰਾਉਣ ਕਰ ਕੇ, ਗੁਰੂ ਦੀ ਫਿਟਕਾਰ ਕਾਰਣ ਸਦਾ ਸ਼ਿਵ ਮੌਨੀ ਬਣ ਗਏ (ਸਦਾ ਹੀ ਚੁੱਪ ਰਹਿਣ ਵਾਲੇ)। "ਤੇਰੇ ਵਰਗਾ ਜੁਆਨ, ਜੀਭ ਉੱਪਰ ਸੰਜਮ ਰੱਖਣਾ ਕਦੋਂ ਸਿਖੇਗਾ," ਉਨ੍ਹਾਂ ਦੇ ਗੁਰੂ ਨੇ ਕਿਹਾ।

* ਉਨ੍ਹਾਂ ਦਾ ਪੂਰਾ ਨਾਂ ਸੀ, ਸਵਾਮੀ ਸ਼੍ਰੀ ਸਦਾਸ਼ਿਵੇਂਦਰ ਸਰਸਵਤੀ। ਇਸੇ ਨਾਂ ਦੇ ਨਾਲ ਉਨ੍ਹਾਂ ਨੇ ਆਪਣੇ ਗ੍ਰੰਥ ਲਿਖੇ (ਬ੍ਰਹਮ ਸੂਤਰ ਅਤੇ ਪਤੰਜਲੀ ਦੇ ਯੋਗ ਸੂਤਰ ਦਾ ਟੀਕਾ) ਸ਼੍ਰੀਂਗੇਰੀ ਮੱਠ ਦੇ ਸਵਰਗੀ ਸ਼ੰਕਰਾਚਾਰੀਆ ਸ਼੍ਰੀ ਸਚਿਦਾਨੰਦ ਸ਼ਿਵਾਭਿਨਵ ਭਾਰਤੀ ਨੇ ਸਦਾ ਸ਼ਿਵ ਦੀ ਉਸਤਤਿ ਵਿਚ ਇੱਕ ਪ੍ਰੇਰਕ ਸ਼ਤੋਤਰ ਲਿਖਿਆ ਹੈ।

"ਆਪ ਦੇ ਅਸ਼ੀਰਵਾਦ ਨਾਲ ਇਸੇ ਪਲ ਤੋਂ।"

ਸਦਾ ਸ਼ਿਵ ਦੇ ਗੁਰੂ, ਸਵਾਮੀ ਸ੍ਰੀ ਪਰਮ ਸ਼ਿਵੇਂਦਰ ਸਰਸਵਤੀ ਸਨ। ਜਿਨ੍ਹਾਂ ਨੇ 'ਦਹਰ ਵਿਦਿਆ ਪ੍ਰਕਾਸ਼ਿਕਾ' ਲਿਖੀ ਹੈ ਅਤੇ 'ਉੱਤਰ ਗੀਤਾ' ਉੱਪਰ ਵੀ ਇੱਕ ਡੂੰਘੀ ਵਿਆਖਿਆ ਲਿਖੀ ਹੈ। ਕੁਝ ਸੰਸਾਰਕ ਲੋਕ ਪ੍ਰਮਾਤਮਾ ਦੇ ਪਿਆਰ ਵਿਚ ਮਸਤ ਹੋਏ, ਸਦਾ ਸ਼ਿਵ ਨੂੰ ਅਕਸਰ ਸ਼ਰਮ ਹਯਾ ਛੱਡ ਕੇ ਸੜਕਾਂ ਉੱਪਰ ਨੱਚਦੇ ਟੱਪਦੇ ਨੂੰ ਦੇਖ ਕੇ, ਉਨ੍ਹਾਂ ਦੇ ਵਿਦਵਾਨ ਗੁਰੂ ਕੋਲ ਸ਼ਿਕਾਇਤ ਕਰਦੇ। "ਮਹਾਰਾਜ਼, ਸਦਾ ਸ਼ਿਵ ਪਾਗਲਾਂ ਤੋਂ ਜਿਆਦਾ ਕੁਝ ਵੀ ਨਹੀਂ।" ਪ੍ਰੰਤੂ ਪਰਮ ਸ਼ਿਵੇਂਦਰ ਮਹਾਰਾਜ਼ ਆਨੰਦਪੂਰਵਕ ਮੁਸਕਰਾਉਂਦਿਆਂ ਕਹਿੰਦੇ, "ਅਹਾ, ਕਾਸ਼ ਕਿ ਸਾਰੇ ਹੀ ਇਸੇ ਤਰ੍ਹਾਂ ਦੇ ਪਾਗਲ ਬਣ ਸਕਦੇ।"

ਸਦਾ ਸ਼ਿਵ ਦੇ ਜੀਵਨ ਵਿਚ ਪ੍ਰਮਾਤਮਾ ਦੀ ਦਖਲ-ਅੰਦਾਜ਼ੀ ਦੀਆਂ ਅਨੇਕ ਅਨੋਖੀਆਂ ਅਤੇ ਸੁੰਦਰ ਘਟਨਾਵਾਂ ਵਾਪਰੀਆਂ। ਇਸ ਸੰਸਾਰ ਵਿਚ ਬਹਤ ਸਾਰੀਆਂ ਬੇਇਨਸਾਫੀਆਂ ਹੁੰਦੀਆਂ ਪ੍ਰਤੀਤ ਹੁੰਦੀਆਂ ਹਨ। ਪਰ ਪ੍ਰਮਾਤਮਾ ਦੇ ਸ਼ਰਧਾਲੂ ਉਸ ਸਰਬਸ਼ਕਤੀਮਾਨ ਦੀਆਂ ਅਣਗਿਣਤ ਘਟਨਾਵਾਂ ਦੀ ਗਵਾਹੀ ਦੇ ਸਕਦੇ ਹਨ। ਸਮਾਧੀ ਅਵਸਥਾ ਵਿਚ ਮਗਨ ਸਦਾ ਸ਼ਿਵ ਇੱਕ ਰਾਤ ਨੂੰ ਇੱਕ ਅਮੀਰ ਗਰਿਸਤੀ ਦੇ ਅਨਾਜ ਗੋਦਾਮ ਕੋਲ ਆ ਕੇ ਰੁਕ ਗਏ। ਪਹਿਲਾਂ ਤੋਂ ਚੋਰਾਂ ਦੀ ਤਲਾਸ਼ ਕਰ ਰਹੇ ਤਿੰਨ ਨੌਕਰਾਂ ਨੇ ਉਨ੍ਹਾਂ ਨੂੰ ਦੇਖ ਲਿਆ ਅਤੇ ਉਨ੍ਹਾਂ ਉੱਪਰ ਵਾਰ ਕਰਨ ਵਾਸਤੇ ਆਪਣੀਆਂ ਲਾਠੀਆਂ ਉਠਾ ਲਈਆਂ, ਪ੍ਰੰਤੂ ਉਨ੍ਹਾਂ ਦੀਆਂ ਉੱਪਰ ਉੱਠੀਆਂ ਹੋਈਆਂ ਲਾਠੀਆਂ ਉੱਪਰ ਹੀ ਉੱਠੀਆਂ ਰਹਿ ਗਈਆਂ। ਸਵੇਰ ਹੁੰਦਿਆਂ ਸਦਾ ਸ਼ਿਵ ਦੇ ਉੱਥੋਂ ਚਲੇ ਜਾਣ ਤਕ, ਉਹ ਵੀ ਤਿੰਨੇ ਮੂਰਤੀਆਂ ਵਾਂਗ ਬਾਹਾਂ ਉੱਪਰ ਕਰਕੇ ਉਸੇ ਤਰ੍ਹਾਂ ਖੜ੍ਹੇ ਰਹੇ।

ਇੱਕ ਵਾਰ ਇੱਕ ਮਜ਼ਦੂਰਾਂ ਦੇ ਸਰਦਾਰ ਨੇ, ਇਸ ਸੰਤ ਨੂੰ ਮਜ਼ਦੂਰਾਂ ਦੇ ਨਾਲ ਹੀ ਲੱਕੜੀ ਢੋਣ ਦੇ ਕੰਮ ਉੱਪਰ ਲਾ ਦਿੱਤਾ। ਮੌਨੀ ਸੰਤ ਨੇ ਨਿਮਰਤਾ ਪੂਰਵਕ ਉਹ ਬੋਝ ਚੁੱਕ ਲਿਆ ਅਤੇ ਨਿਸ਼ਚਿਤ ਥਾਂ ਉੱਪਰ ਪਹੁੰਚਾਉਣ ਤੋਂ ਬਾਅਦ, ਜਿਉਂ ਹੀ ਉਸ ਨੇ ਉਹ ਬੋਝਾ ਉੱਥੇ ਰੱਖਿਆ ਤਾਂ ਲੱਕੜੀਆਂ ਦੇ ਸਾਰੇ ਢੇਰ ਨੂੰ ਅੱਗ ਲੱਗ ਗਈ ਅਤੇ ਸਾਰਾ ਢੇਰ ਸੜ ਕੇ ਸੁਆਹ ਹੋ ਗਿਆ।

ਤਰੈ ਲੰਗ ਸਵਾਮੀ ਦੀ ਤਰ੍ਹਾਂ ਸਦਾ ਸ਼ਿਵ ਵੀ ਅਲਫ ਨਗਨ ਰਹਿੰਦੇ ਸਨ ਅਤੇ ਕੋਈ ਕਪੜਾ ਨਹੀਂ ਸਨ ਪਹਿਨਦੇ। ਇੱਕ ਦਿਨ ਸਵੇਰੇ ਸਵੇਰੇ ਉਹ ਬੇਧਿਆਨੇ ਇੱਕ ਮੁਸਲਮਾਨ ਸਰਦਾਰ ਦੇ ਤੰਬੂ ਦੇ ਵਿਚ ਜਾ ਵੜੇ। ਅੰਦਰ ਮੌਜੂਦ ਦੋ ਔਰਤਾਂ ਨੇ ਚੀਕ ਚਿਹਾੜਾ ਪਾ ਦਿੱਤਾ। ਸਰਦਾਰ ਨੇ ਆਪਣੀ ਤਲਵਾਰ ਨਾਲ ਸਦਾ ਸ਼ਿਵ ਉੱਪਰ ਵਾਰ ਕਰ ਦਿੱਤਾ, ਜਿਸ ਨਾਲ ਉਨ੍ਹਾਂ ਦਾ ਹੱਥ ਵਢਿਆ ਗਿਆ ਅਤੇ ਜਮੀਨ ਤੇ ਡਿਗ ਪਿਆ। ਸਦਾ ਸ਼ਿਵ ਨੂੰ ਇਸ ਗੱਲ ਦਾ ਪਤਾ ਹੀ ਨਾ ਲੱਗਿਆ ਅਤੇ ਉਹ ਉੱਥੋਂ ਨਿਰਵਿਕਾਰ ਰੂਪ ਵਿਚ ਚਲੇ

ਗਏ। ਭੈਅ-ਮਿਸ਼੍ਰਿਤ ਹੈਰਾਨੀ ਅਤੇ ਪਸ਼ਚਾਤਾਪ ਨਾਲ ਮਾਯੂਸ ਹੋਇਆ ਮੁਸਲਮਾਨ ਸਰਦਾਰ ਨੇ ਵੱਢਿਆ ਹੋਇਆ ਹੱਥ ਚੁੱਕਿਆ ਅਤੇ ਸਦਾ ਸ਼ਿਵ ਦੇ ਪਿੱਛੇ ਪਿੱਛੇ ਤੁਰਨ ਲੱਗਿਆ। ਸਦਾ ਸ਼ਿਵ ਨੇ ਉਹ ਹੱਥ ਲੈ ਕੇ ਖ਼ੂਨ ਵਹਿੰਦੇ ਹੋਏ ਠੁੰਠ ਵਿਚ ਠੋਕ ਲਿਆ। ਮੁਸਲਮਾਨ ਸਰਦਾਰ ਨੇ ਜਦੋਂ ਨਿਮਰਤਾ ਨਾਲ ਕੋਈ ਅਧਿਆਤਮਿਕ ਉਪਦੇਸ਼ ਦੇਣ ਵਾਸਤੇ ਪ੍ਰਾਰਥਨਾ ਕੀਤੀ, ਤਾਂ ਸਦਾ ਸ਼ਿਵ ਨੇ ਆਪਣੀ ਉਂਗਲੀ ਨਾਲ ਰੇਤ ਉੱਪਰ ਲਿਖ ਦਿੱਤਾ।

"ਜੋ ਕੰਮ ਕਰਨ ਦੀ ਇੱਛਾ ਹੋਵੇ, ਉਹ ਕੰਮ ਨਾ ਕਰੋ, ਤਾਂ ਤੁਸੀਂ, ਜੋ ਚਾਹੋਗੇ ਉਹ ਕੰਮ ਕਰ ਸਕੋਗੇ।" ਇਸ ਸੰਤ ਦੇ ਪ੍ਰਭਾਵ ਨਾਲ ਉਹ ਮੁਸਲਮਾਨ ਵੀ ਅਧਿਆਤਮਿਕ ਅਵਸਥਾ ਵਿਚ ਪਹੁੰਚ ਗਿਆ ਸੀ। ਇਸ ਵਾਸਤੇ ਉਸ ਨੂੰ ਇਸ ਪਰਸਪਰ ਵਿਰੋਧੀ ਪ੍ਰਤੀਤ ਹੋਣ ਵਾਲੇ ਉਪਦੇਸ਼ ਦੇ ਸਹੀ ਅਰਥ ਸਮਝਦਿਆਂ ਦੇਰ ਨਾ ਲੱਗੀ, ਕਿ ਹੰਕਾਰ ਦੀ ਜਿੱਤ ਦੇ ਦੁਆਰਾ ਹੀ ਆਤਮਾ ਦੀ ਮੁਕਤੀ ਹੋਵੇਗੀ। ਇਸ ਛੋਟੇ ਜਿਹੇ ਉਪਦੇਸ਼ ਦਾ ਅਧਿਆਤਮਿਕ ਜ਼ਖਮ ਇੰਨਾ ਸ਼ਕਤੀਸ਼ਾਲੀ ਸੀ, ਕਿ ਉਹ ਯੋਧਾ ਸਦਾ ਸ਼ਿਵ ਦਾ ਉੱਨਤ ਸ਼ਗਿਰਦ ਬਣ ਗਿਆ ਅਤੇ ਆਪਣੇ ਪੁਰਾਣੇ ਤੌਰ ਤਰੀਕਿਆਂ ਉੱਪਰ ਕਦੇ ਵਾਪਸ ਨਾ ਪਰਤਿਆ।

ਇੱਕ ਵਾਰ ਪਿੰਡ ਦੇ ਬੱਚਿਆਂ ਨੇ ਸਦਾ ਸ਼ਿਵ ਦੇ ਸਾਹਮਣੇ 150 ਮੀਲ ਦੂਰ ਮਦੁਰਾਈ ਦਾ ਮੇਲਾ ਦੇਖਣ ਦੀ ਇੱਛਾ ਪ੍ਰਗਟਾਈ। ਯੋਗੀ ਨੇ ਬੱਚਿਆਂ ਨੂੰ ਇਸ਼ਾਰਾ ਕੀਤਾ ਕਿ ਉਹ ਉਸ ਦੇ ਸਰੀਰ ਦਾ ਸਪਰਸ਼ ਕਰਨ। ਬੱਚਿਆਂ ਦੇ ਸਪਰਸ਼ ਕਰਦਿਆਂ ਹੀ ਸਾਰੇ ਬੱਚੇ ਝਟਪਟ ਮਦੁਰਾਈ ਪਹੁੰਚ ਗਏ। ਉੱਥੇ ਹਜ਼ਾਰਾਂ ਤੀਰਥ ਯਾਤਰੀਆਂ ਦੇ ਵਿਚਕਾਰ ਬੱਚੇ ਖੁਸ਼ੀ ਖੁਸ਼ੀ ਘੁੰਮਦੇ ਰਹੇ। ਕੁਝ ਘੰਟਿਆਂ ਬਾਅਦ ਯੋਗੀਵਰ ਆਵਾਜ਼ਾਈ ਦੇ ਉਸੇ ਸਰਲ ਸਾਧਨ ਨਾਲ ਉਨ੍ਹਾਂ ਬੱਚਿਆਂ ਨੂੰ ਵਾਪਸ ਲੈ ਆਏ। ਬੱਚਿਆਂ ਦੇ ਮਾਂ-ਪਿਉ ਹੈਰਾਨ ਹੋ ਕੇ, ਉਨ੍ਹਾਂ ਦੇ ਮੂਹੋਂ ਮਦੁਰਾਈ ਦੀ ਸੋਭਾ ਯਾਤਰਾ ਦਾ ਸ਼ੰਕਾ ਰਹਿਤ ਵਰਣਨ ਸੁਣਦੇ ਰਹੇ ਅਤੇ ਬੱਚਿਆਂ ਦੇ ਹੱਥਾਂ ਵਿਚ ਮਦੁਰਾਈ ਦੀਆਂ ਮਿਠਿਆਈਆਂ ਦੇ ਡੱਬੇ ਦੇਖ ਰਹੇ ਸਨ।

ਇੱਕ ਲੜਕੇ ਨੂੰ ਇਸ ਕਹਾਣੀ ਉੱਪਰ ਵਿਸ਼ਵਾਸ ਨਹੀਂ ਸੀ ਹੋ ਰਿਹਾ। ਉਸ ਨੇ ਬੱਚਿਆਂ ਦੀਆਂ ਗੱਲਾਂ ਅਤੇ ਸਦਾ ਸ਼ਿਵ ਦਾ ਮਖੌਲ ਉਡਾਇਆ। ਅਗਲੀ ਵੇਰ ਜਦੋਂ ਫਿਰ ਸ਼੍ਰੀ ਰੰਗਮ ਦਾ ਮੇਲਾ ਲੱਗਿਆ, ਤਾਂ ਉਹ ਲੜਕਾ ਸਦਾ ਸ਼ਿਵ ਕੋਲ ਗਿਆ। ਮਖੌਲ ਕਰਨ ਦੇ ਲਹਿਜੇ ਵਿਚ ਉਹ ਬੋਲਿਆ, "ਮਹਾਰਾਜ਼, ਉਨ੍ਹਾਂ ਬੱਚਿਆ ਨੂੰ ਆਪ ਜਿਸ ਤਰ੍ਹਾਂ ਮਦੁਰਾਈ ਲੈ ਗਏ ਸੀ, ਉਸੇ ਤਰ੍ਹਾਂ ਮੈਨੂੰ ਵੀ ਸ਼੍ਰੀ ਰੰਗਮ ਕਿਉਂ ਨਹੀਂ ਲੈ ਜਾਂਦੇ?"

ਸਦਾ ਸ਼ਿਵ ਨੇ ਉਸ ਦੀ ਇਹ ਇੱਛਾ ਪੂਰੀ ਕਰ ਦਿੱਤੀ ਅਤੇ ਉਹ ਲੜਕਾ ਦੂਸਰੇ ਹੀ ਪਲ, ਉਸ ਦੂਰ ਸ਼ਹਿਰ ਦੀ ਭੀੜ ਵਿਚ ਪਹੁੰਚ ਗਿਆ। ਪਰ ਜਦੋਂ ਵਾਪਸ ਮੁੜਨਾ ਚਾਹੁੰਦਾ ਸੀ, ਅਫਸੋਸ ਸੰਤ ਮਹਾਰਾਜ਼ ਦਿਖਾਈ ਨਹੀਂ ਸਨ ਦੇ ਰਹੇ। ਆਖਰ ਪੈਦਲ ਯਾਤਰਾ ਦਾ ਰੁੱਖਾ ਤਰੀਕਾ ਅਪਣਾਉਂਦਿਆਂ ਥੱਕ ਟੁੱਟ ਕੇ ਉਸ ਨੂੰ ਆਪਣੇ ਘਰ ਪਹੁੰਚਣਾ ਪਿਆ।

ਦੱਖਣੀ ਭਾਰਤ ਵਿਚੋਂ ਨਿਕਲਣ ਤੋਂ ਪਹਿਲਾਂ, ਮੈਂ ਅਤੇ ਮਿਸਟਰ ਰਾਈਟ ਨੇ, ਸ਼੍ਰੀ ਰਮਣ ਮਹਾਰਿਸ਼ੀ ਨੂੰ ਮਿਲਣ ਖਾਤਰ ਤਿਰਵਨਾਮਾਲਯ ਦੇ ਕੋਲ ਪਵਿਤਰ ਅਰੁਣਾਚਲ ਪਹਾੜ ਦੀ ਯਾਤਰਾ ਕੀਤੀ। ਸ਼੍ਰੀ ਰਮਣ ਮਹਾਰਿਸ਼ੀ ਨੇ ਅਤਿਅੰਤ ਪਿਆਰ ਨਾਲ, ਆਪਣੇ ਆਸ਼ਰਮ ਵਿਚ ਸਾਡਾ ਸੁਆਗਤ ਕੀਤਾ ਅਤੇ ਕੋਲ ਹੀ ਰੱਖੇ ਈਸਟ ਵੈਸਟ ਰਸਾਲਿਆਂ ਦੇ ਇੱਕ ਢੇਰ ਵੱਲ ਹੱਥ ਨਾਲ ਇਸ਼ਾਰਾ ਕੀਤਾ। ਅਸੀਂ ਜਿੰਨੀ ਦੇਰ, ਉਨ੍ਹਾਂ ਅਤੇ ਉਨ੍ਹਾਂ ਦੇ ਸ਼ਗਿਰਦਾਂ ਕੋਲ ਠਹਿਰੇ, ਜਿਆਦਾ ਸਮਾਂ ਮਹਾਰਿਸ਼ੀ ਮੌਨ ਹੀ ਰਹੇ। ਉਨ੍ਹਾਂ ਦੇ ਮੁਖ ਮੰਡਲ ਉੱਪਰ ਈਸ਼ਵਰੀ ਪਿਆਰ ਅਤੇ ਗਿਆਨ ਦਾ ਤੇਜ ਸੀ।

ਦੁਖੀ ਮਾਨਵ ਨੂੰ ਪੂਰਨਤਾ ਦੀ ਵਿਸਥਾਰ ਪੂਰਵਕ ਅਵਸਥਾ ਨੂੰ ਮੁੜ ਪ੍ਰਾਪਤ ਕਰਨ ਵਾਸਤੇ, ਸ਼੍ਰੀ ਰਮਣ ਦਾ ਇਹ ਸੰਦੇਸ਼, ਕਿ ਮਨੁੱਖ ਨੂੰ ਨਿਰੰਤਰ ਆਪਣੇ ਆਪ ਨੂੰ ਇਹ ਸਵਾਲ ਕਰਨਾ ਚਾਹੀਦਾ ਹੈ, ਕਿ ਮੈਂ ਕੌਣ ਹਾਂ? ਸੱਚਮੁੱਚ ਬਹੁਤ ਵੱਡਾ ਸਵਾਲ ਹੈ। ਹੋਰ ਸਾਰੇ ਵਿਚਾਰਾਂ ਨੂੰ ਦ੍ਰਿੜਤਾ ਪੂਰਵਕ ਦੂਰ ਧੱਕ ਦੇਣ ਨਾਲ ਸਾਧਕ ਛੇਤੀ ਹੀ ਆਪਣੇ ਸੱਚੇ ਸਰੂਪ ਦੀਆਂ ਗਹਿਰਾਈਆਂ ਵਿਚ ਉੱਤਰਦਾ ਚਲਿਆ ਜਾਂਦਾ ਹੈ ਅਤੇ ਦੂਸਰੇ ਵਿਚਾਰਾਂ ਨਾਲ ਮਨ ਭਰਮ ਵਿਚ ਪੈਣਾ ਬੰਦ ਹੋ ਜਾਂਦਾ ਹੈ। ਭਾਰਤ ਦੇ ਮਹਾਰਿਸ਼ੀ ਨੇ ਲਿਖਿਆ ਹੈ:-

ਦਵੈਤ ਅਤੇ ਤ੍ਰਿਮੂਰਤੀਤਵ ਨੂੰ ਠਹਿਰਨ ਨੂੰ ਕੋਈ ਸਹਾਰਾ ਚਾਹੀਦਾ ਹੈ,

ਉਸ ਸਹਾਰੇ ਦਾ ਗਿਆਨ ਪ੍ਰਾਪਤ ਕਰਨ ਨਾਲ, ਉਹ ਢਿੱਲਾ ਪੈ ਕੇ ਨਸ਼ਟ ਹੋ ਜਾਂਦਾ ਹੈ।

ਇਹ ਸੱਚ ਹੈ, ਜੋ ਇਸ ਨੂੰ ਜਾਣ ਲੈਂਦਾ ਹੈ, ਉਹ ਫਿਰ ਕਦੇ ਲੜਖੜਾਉਂਦਾ ਨਹੀਂ।

ਚੈਪਟਰ 42

ਆਪਣੇ ਗੁਰੂਦੇਵ ਨਾਲ ਅੰਤਮ ਦਿਨ

"ਗੁਰੂਦੇਵ, ਅੱਜ ਆਪ ਨੂੰ ਇਕੱਲਿਆਂ ਦੇਖ ਕੇ, ਮੈਨੂੰ ਬਹੁਤ ਖੁਸ਼ੀ ਹੋ ਰਹੀ ਹੈ।"

ਮੈਂ ਕੁਝ ਫਲ ਅਤੇ ਗੁਲਾਬ ਦੇ ਫੁੱਲਾਂ ਦੀ ਸੁਗੰਧ ਨਾਲ ਮਹਿਕ ਰਹੀ ਟੋਕਰੀ ਹੱਥ ਵਿਚ ਲੈ ਕੇ ਹਾਲੇ ਹੁਣੇ ਹੁਣੇ ਸ਼੍ਰੀ ਰਾਮਪੁਰ ਆਸ਼ਰਮ ਪਹੁੰਚਿਆ ਸੀ। ਸ਼੍ਰੀ ਯੁਕਤੇਸ਼ਵਰ ਜੀ ਨੇ ਬੜੀ ਦੀਨਤਾ ਨਾਲ ਮੇਰੇ ਵੱਲ ਦੇਖਿਆ।

"ਤੂੰ ਕਹਿਣਾ ਕੀ ਚਾਹੁੰਦਾ ਹੈ?" ਗੁਰੂਦੇਵ ਕਮਰੇ ਵਿਚ ਇਸ ਤਰ੍ਹਾਂ ਨਜ਼ਰ ਦੌੜਾ ਰਹੇ ਸਨ, ਜਿਵੇਂ ਉਹ ਉੱਥੋਂ ਭੱਜ ਨਿਕਲਣ ਦਾ ਕੋਈ ਰਸਤਾ ਲੱਭ ਰਹੇ ਹੋਣ।

"ਜਦੋਂ ਮੈਂ ਪਹਿਲੀ ਵਾਰ ਆਪ ਜੀ ਦੇ ਚਰਨਾਂ ਵਿਚ ਹਾਜ਼ਰ ਹੋਇਆ ਸੀ, ਤਾਂ ਮੈਂ ਇੱਕ ਹਾਈ ਸਕੂਲ ਦਾ ਨੌਜੁਆਨ ਵਿਦਿਆਰਥੀ ਸੀ। ਹੁਣ ਮੈਂ ਅੱਧਖੜ੍ਹ ਉਮਰ ਦਾ ਆਦਮੀ ਬਣ ਗਿਆ ਹਾਂ, ਇੱਕ ਦੋ ਧੌਲੇ ਵੀ ਆ ਗਏ ਹਨ। ਭਾਵੇਂ ਸਾਡੇ ਮਿਲਣ ਦੇ ਪਹਿਲੇ ਦਿਨ ਤੋਂ ਲੈ ਕੇ ਅੱਜ ਤਕ ਆਪ ਆਪਣੇ ਪਿਆਰ ਭਰੇ ਅਸ਼ੀਰਵਾਦ ਦੀ ਮੂਕ ਵਰਖਾ ਕਰਦੇ ਆ ਰਹੇ ਹੋ, ਕੀ ਤੁਸੀਂ ਕਦੇ ਇਹ ਸੋਚਿਆ ਹੈ? ਕਿ ਆਪ ਨੇ ਸਿਰਫ ਇੱਕ ਵਾਰ, ਉਹ ਵੀ ਪਹਿਲੀ ਮਿਲਣੀ ਦੇ ਵਕਤ ਹੀ, ਆਪਣੇ ਮੁਖਾਰ ਬਿੰਦ ਤੋਂ ਕਿਹਾ ਸੀ, ਕਿ ਮੈਂ ਤੈਨੂੰ ਪਿਆਰ ਕਰਦਾ ਹਾਂ।" ਮੈਂ ਉਨ੍ਹਾਂ ਵੱਲ ਯਾਚਨਾ ਭਰੀਆਂ ਨਜ਼ਰਾਂ ਨਾਲ ਦੇਖਦਿਆਂ ਕਿਹਾ।

ਗੁਰੂਦੇਵ ਨੇ ਆਪਣੀਆਂ ਨਜ਼ਰਾਂ ਝੁਕਾ ਲਈਆਂ, "ਯੋਗਾਨੰਦ, ਕੀ ਬੇ-ਜੁਬਾਨ ਦਿਲ ਦੀਆਂ ਗਹਿਰਾਈਆਂ ਦੇ ਪਿਆਰ ਦੇ ਨਿੱਘ ਨਾਲ ਗਰਮਾਈਆਂ ਭਾਵਨਾਵਾਂ ਨੂੰ ਬਰਫੀਲੇ ਸ਼ਬਦਾਂ ਦਾ ਰੂਪ ਦੇਣਾ ਜਰੂਰੀ ਹੈ।"

"ਗੁਰੂਦੇਵ, ਮੈਂ ਜਾਣਦਾ ਹਾਂ, ਕਿ ਆਪ ਮੈਨੂੰ ਬੇਹਦ ਪਿਆਰ ਕਰਦੇ ਹੋ, ਫਿਰ ਵੀ ਮੇਰੇ ਨਾਸ਼ਵਾਨ ਕੰਨ ਆਪ ਦੇ ਮੂਹੋਂ ਇਹ ਲਫਜ਼ ਸੁਣਨ ਖਾਤਰ ਤਰਸ ਰਹੇ ਹਨ।"

"ਜਿਵੇਂ ਤੇਰੀ ਇੱਛਾ। ਆਪਣੀ ਵਿਆਹੁਤਾ ਜ਼ਿੰਦਗੀ ਵਿਚ, ਮੈਂ ਇੱਕ ਪੁੱਤਰ ਦੀ ਚਾਹਨਾ ਕਰਿਆ ਕਰਦਾ ਸੀ, ਜਿਸ ਨੂੰ ਯੋਗ ਤਕਨੀਕ ਦੀ ਸਿਖਲਾਈ ਦੇ ਸਕਾਂ। ਪਰ ਜਦੋਂ ਤੂੰ ਮੇਰੀ ਜ਼ਿੰਦਗੀ ਵਿਚ ਪ੍ਰਵੇਸ਼ ਕਰ ਗਿਆ, ਤਾਂ ਮੈਂ ਸੰਤੁਸ਼ਟ ਹੋ ਗਿਆ। ਤੇਰੇ ਵਿਚੋਂ ਮੈਨੂੰ ਆਪਣਾ ਪੁੱਤਰ ਲੱਭ ਗਿਆ।" ਸ਼੍ਰੀ ਯੁਕਤੇਸ਼ਵਰ ਜੀ ਦੀਆਂ ਅੱਖਾਂ ਵਿਚੋਂ ਦੋ ਵੱਡੇ ਵੱਡੇ ਅੱਥਰੂ ਟਪਕ ਗਏ। "ਯੋਗਾਨੰਦ, ਮੈਂ ਤਾਂ ਹਮੇਸ਼ਾਂ ਤੋਂ ਹੀ ਤੈਨੂੰ ਪਿਆਰ ਕਰਦਾ ਆ ਰਿਹਾ ਹਾਂ ਅਤੇ ਹਮੇਸ਼ਾਂ ਹੀ ਤੈਨੂੰ ਪਿਆਰ ਕਰਦਾ ਰਹੂੰਗਾ।"

"ਆਪਦੇ ਇਨ੍ਹਾਂ ਸ਼ਬਦਾਂ ਨੇ, ਮੇਰੇ ਵਾਸਤੇ ਸਵਰਗ ਦੇ ਦਰਵਾਜ਼ੇ ਖੋਲ੍ਹ ਦਿਤੇ ਹਨ।" ਮੈਨੂੰ ਇਸ ਤਰ੍ਹਾਂ ਲੱਗਿਆ, ਜਿਵੇਂ ਮੇਰੇ ਮਨ ਤੋਂ ਮਣਾਂ ਮੂਹੀਂ ਬੋਝ ਲਹਿ ਗਿਆ ਹੋਵੇ। ਜਿਵੇਂ ਉਨ੍ਹਾਂ ਦੇ ਲਫਜ਼ਾਂ ਨਾਲ, ਉਹ ਬੋਝ ਹਮੇਸ਼ਾਂ ਵਾਸਤੇ ਮੇਰੇ ਸਿਰ ਤੋਂ ਉੱਤਰ ਗਿਆ ਹੋਵੇ। ਮੈਨੂੰ ਪਤਾ ਸੀ ਕਿ ਉਹ ਭਾਵਕਤਾ ਰਹਿਤ ਅਤੇ ਗੰਭੀਰ ਸੁਭਾਅ ਦੇ ਸਨ, ਪਰ ਫਿਰ ਵੀ ਕਈ ਵਾਰੀ, ਉਨ੍ਹਾਂ ਦੀ ਇਸ ਚੁੱਪ ਤੋਂ ਹੈਰਾਨ ਪ੍ਰੇਸ਼ਾਨ ਹੋ ਜਾਂਦਾ ਸੀ। ਮੈਨੂੰ ਅੰਦਰੋ ਅੰਦਰੀ ਇਹ ਡਰ ਲੱਗਿਆ ਰਹਿੰਦਾ ਸੀ, ਕਿ ਪਤਾ ਨਹੀਂ, ਕਿ ਮੈਂ ਉਨ੍ਹਾਂ ਦੀਆਂ ਉਮੀਦਾਂ ਉੱਪਰ ਪੂਰਾ ਵੀ ਉੱਤਰ ਸਕਿਆ ਸੀ ਕਿ ਨਹੀਂ। ਉਨ੍ਹਾਂ ਦਾ ਸੁਭਾਅ ਅਜੀਬ, ਗਹਿਰ ਗੰਭੀਰ, ਸ਼ਾਂਤ, ਸਥਿਰ ਅਤੇ ਬਾਹਰੀ ਦੁਨੀਆਂ ਵਾਸਤੇ ਅਥਾਹ, ਜਿਸ ਦੇ ਥੋਥੇ ਕਾਇਦੇ ਕਾਨੂੰਨਾਂ ਨੂੰ ਪਿੱਛੇ ਛੱਡ ਕੇ ਉਹ ਬਹੁਤ ਦੂਰ ਅੱਗੇ ਨਿਕਲ ਚੁੱਕੇ ਸਨ।

ਇਸ ਤੋਂ ਕੁਝ ਦਿਨ ਬਾਅਦ, ਮੈਂ ਕੋਲਕਾਤਾ ਦੇ ਅਲਬਰਟ ਹਾਲ ਵਿਚ ਬਹੁਤ ਵੱਡੀ ਗਿਣਤੀ ਵਿਚ ਹਾਜ਼ਰ ਸਰੋਤਿਆਂ ਦੇ ਸਾਹਮਣੇ ਭਾਸ਼ਣ ਦਿੱਤਾ। ਉਸ ਮੌਕੇ ਉੱਪਰ ਸ਼੍ਰੀ ਯੁਕਤੇਸ਼ਵਰ ਜੀ, ਸੰਤੋਸ਼ ਦੇ ਮਹਾਰਾਜਾ ਅਤੇ ਕੋਲਕਾਤਾ ਦੇ ਮੇਅਰ ਦੇ ਨਾਲ ਮੰਚ ਉੱਪਰ ਬੈਠਣ ਵਾਸਤੇ ਸਹਿਮਤ ਹੋ ਗਏ ਸਨ। ਗੁਰੂਦੇਵ ਨੇ ਮੈਨੂੰ ਕਿਹਾ ਤਾਂ ਕੁਝ ਨਹੀਂ, ਪਰ ਭਾਸ਼ਣ ਦੇ ਦੌਰਾਨ ਮੈਂ ਨਜ਼ਰ ਘੁਮਾ ਕੇ ਦੇਖਦਾ ਰਿਹਾ ਅਤੇ ਮੈਨੂੰ ਇੰਜ ਪ੍ਰਤੀਤ ਹੋ ਰਿਹਾ ਸੀ ਕਿ ਉਹ ਖੁਸ਼ ਹਨ।

ਫਿਰ ਸ਼੍ਰੀਰਾਮਪੁਰ ਕਾਲਜ ਦੇ ਪੁਰਾਣੇ ਸਨਾਤਕ ਵਿਦਿਆਰਥੀਆਂ ਦੇ ਸਾਹਮਣੇ ਭਾਸ਼ਣ ਦੇਣ ਦਾ ਮੌਕਾ ਆਇਆ। ਜਦੋਂ ਮੇਰੀ ਨਜ਼ਰ ਆਪਣੇ ਪੁਰਾਣੇ ਜਮਾਤੀਆਂ ਤੇ ਪਈ ਅਤੇ ਉਨ੍ਹਾਂ ਦੀ ਨਜ਼ਰ ਆਪਣੇ ਪੁਰਾਣੇ ਪਾਗਲ ਸੰਨਿਆਸੀ ਤੇ ਪਈ, ਤਾਂ ਅੱਖਾਂ ਬਗੈਰ ਕਿਸੇ ਸ਼ਰਮ ਹਯਾ ਦੇ ਅੱਥਰੂ ਵਹਾਉਣ ਲੱਗੀਆਂ। ਮਿਠ ਬੋਲੜੇ ਦਰਸ਼ਨ ਸ਼ਾਸਤਰ ਦੇ ਪ੍ਰੋਫੈਸਰ ਡਾ. ਘੋਸ਼ਾਲ ਮੇਰਾ ਸੁਆਗਤ ਕਰਨ ਵਾਲਿਆਂ ਵਿਚੋਂ ਸਾਰਿਆਂ ਤੋਂ ਅੱਗੇ ਸਨ। ਸਾਰੀਆਂ ਗਲਤ ਫਹਿਮੀਆਂ ਸਮੇਂ ਦੀ ਕੀਮੀਆਗਰੀ ਵਿਚ ਪਿਘਲ ਗਈਆਂ।

ਦਿਸੰਬਰ ਦੇ ਆਖਰ ਵਿਚ ਸ਼੍ਰੀਰਾਮਪੁਰ ਆਸ਼ਰਮ ਵਿਚ ਦਕਿਸ਼ਣਾਇਣ ਦੀ ਸ਼ੁਰੂਆਤ ਦਾ ਤਿਉਹਾਰ ਮਨਾਇਆ ਗਿਆ। ਹਮੇਸ਼ਾਂ ਦੀ ਤਰ੍ਹਾਂ ਸ਼੍ਰੀ ਯੁਕਤੇਸ਼ਵਰ ਜੀ ਦੇ ਦੂਰ ਨੇੜੇ ਦੇ ਸ਼ਗਿਰਦ ਹੁਮ ਹੁਮਾ ਕੇ ਇਕੱਠੇ ਹੋਏ। ਭਗਤੀ ਪੂਰਨ ਕੀਰਤਨ, ਕ੍ਰਿਸ਼ਨ ਦਾ ਮਧੁੱਰ ਸੰਗੀਤ, ਆਸ਼ਰਮਵਾਸੀ ਜੁਆਨ ਸ਼ਗਿਰਦਾਂ ਦੁਆਰਾ ਤਿਆਰ ਕੀਤਾ ਗਿਆ ਪ੍ਰਸ਼ਾਦ ਰੂਪੀ ਭੋਜਨ ਵਰਤਾਇਆ ਗਿਆ। ਤਾਰਿਆਂ ਦੀ ਛਾਂ ਥੱਲੇ ਖਚਾ ਖੱਚ ਭਰੇ ਆਸ਼ਰਮ ਦੇ ਵਿਹੜੇ ਵਿਚ, ਗੁਰੂਦੇਵ ਦਾ ਅਤਿਅੰਤ ਪ੍ਰੇਰਨਾਦਾਇਕ ਪ੍ਰਵਚਨ- ਪੁਰਾਣੀਆਂ ਯਾਦਾਂ ਜਾਗ ਪਈਆਂ- ਬੀਤੇ ਵਰ੍ਹਿਆਂ ਦੇ ਆਨੰਦਪੂਰਨ ਉਤਸਵ ਦੀਆਂ ਯਾਦਾਂ, ਪਰ ਅੱਜ ਕੁਝ ਹੋਰ ਵੀ ਨਵਾਂ ਵਾਪਰਨ ਵਾਲਾ ਸੀ।

"ਯੋਗਾਨੰਦ ਅੱਜ ਸਰੋਤਿਆ ਨੂੰ ਅੰਗਰੇਜ਼ੀ ਵਿਚ ਪ੍ਰਵਚਨ ਦੇਵੇਗਾ।" ਇਹ ਦੂਹਰਾ, ਅਸਧਾਰਨ ਅਤੇ ਅਨੋਖਾ ਹੁਕਮ ਸੁਣਾਉਂਦਿਆਂ, ਗੁਰੂਦੇਵ ਦੀਆਂ ਅੱਖਾਂ ਵਿਚ ਚਮਕ ਆ ਗਈ, ਪਤਾ ਨਹੀਂ, ਕਿਤੇ ਉਹ ਸਮੁੰਦਰੀ ਜਹਾਜ਼ ਵਿਚ ਦਿੱਤੇ ਗਏ ਅੰਗਰੇਜ਼ੀ ਦੇ ਪਹਿਲੇ ਭਾਸ਼ਣ ਦੇ ਸਮੇਂ ਹੋਈ ਮੇਰੀ ਮਾਨਸਿਕ ਦੁਰਦਸ਼ਾ ਦਾ ਤਾਂ ਵਿਚਾਰ ਨਹੀਂ ਸੀ ਕਰ ਰਹੇ। ਮੈਂ ਆਪਣੇ ਸਰੋਤਿਆਂ ਨੂੰ ਜਹਾਜ਼ ਵਾਲੀ ਸਥਿਤੀ ਦੀ ਸਾਰੀ ਕਹਾਣੀ ਸੁਣਾਈ ਅਤੇ ਆਪਣੇ ਗੁਰੂਦੇਵ ਦੇ ਪ੍ਰਤੀ ਸ਼ਰਧਾ ਅਤੇ ਧੰਨਵਾਦ ਪ੍ਰਗਟ ਕਰਦਿਆਂ ਪ੍ਰਵਚਨ ਸਮਾਪਤ ਕੀਤਾ।

"ਉਨ੍ਹਾਂ ਦਾ ਸਰਬਵਿਆਪਕ ਮਾਰਗ ਦਰਸ਼ਨ ਸਿਰਫ ਸਮੁੰਦਰੀ ਜਹਾਜ਼ ਵੇਲੇ ਦੇ ਭਾਸ਼ਣ ਮੌਕੇ ਹੀ ਨਹੀਂ ਸੀ ਬਹੁੜਿਆ।" ਮੈਂ ਸਰੋਤਿਆਂ ਨੂੰ ਦੱਸਿਆ, "ਬਲਕਿ ਵਿਸ਼ਾਲ ਮਹਿਮਾਨ ਨਿਵਾਜ਼ ਅਮਰੀਕਾ ਵਿਚ ਗੁਜਾਰੇ ਪੰਦਰਾਂ ਵਰ੍ਹਿਆਂ ਦੇ ਦੌਰਾਨ ਹਰ ਰੋਜ਼ ਹੀ ਨਸੀਬ ਹੁੰਦਾ ਸੀ।"

ਸਾਰੇ ਮਹਿਮਾਨਾਂ ਦੇ ਵਿਦਾ ਹੋ ਜਾਣ ਤੋਂ ਬਾਅਦ ਸ਼੍ਰੀ ਯੁਕਤੇਸ਼ਵਰ ਜੀ ਨੇ ਮੈਨੂੰ ਆਪਣੇ ਉਸੇ ਸੌਣ ਵਾਲੇ ਕਮਰੇ ਵਿਚ ਬੁਲਾਇਆ, ਜਿੱਥੇ ਇਹੋ ਜਿਹੇ ਉਤਸਵ ਤੋਂ ਬਾਅਦ, ਸਿਰਫ ਇਕ ਵਾਰ ਮੈਨੂੰ ਆਪਣੇ ਨਾਲ, ਆਪਣੇ ਮੰਜ਼ੇ ਉੱਪਰ ਸੌਣ ਦਾ ਸੱਦਾ ਦਿੱਤਾ ਸੀ। ਅੱਜ ਰਾਤ ਮੇਰੇ ਗੁਰੂਦੇਵ ਬੜੇ ਸ਼ਾਂਤ ਚਿੱਤ ਬੈਠੇ ਸਨ। ਉਨ੍ਹਾਂ ਦੇ ਸ਼ਗਿਰਦ ਅਰਧ ਚੱਕਰ ਦੀ ਸ਼ਕਲ ਬਣਾਈ, ਉਨ੍ਹਾਂ ਦੇ ਚਰਨਾਂ ਵਿਚ ਬੈਠੇ ਸਨ।

"ਯੋਗਾਨੰਦ, ਕੀ ਤੂੰ ਹੁਣ ਕੋਲਕਾਤਾ ਵਾਪਸ ਜਾ ਰਿਹਾ ਹੈਂ?" ਪਰ ਕੱਲ੍ਹ ਨੂੰ ਇੱਥੇ ਮੇਰੇ ਕੋਲ ਜਰੂਰ ਆਉਣਾ। ਮੈਂ ਤੇਰੇ ਨਾਲ ਕੋਈ ਖਾਸ ਗੱਲ ਕਰਨੀ ਹੈ।"

ਦੂਜੇ ਦਿਨ ਦੁਪਹਿਰ ਨੂੰ ਕੁਝ ਅਸ਼ੀਰਵਾਦ ਦੇ ਵਚਨਾਂ ਦੇ ਨਾਲ, ਸ਼੍ਰੀ ਯੁਕਤੇਸ਼ਵਰ ਜੀ ਨੇ ਮੈਨੂੰ ਸੰਨਿਆਸ ਦੀ ਉੱਚਤਮ ਪਦਵੀ- ਪਰਮਹੰਸ* ਨਾਲ ਨਿਵਾਜ਼ ਦਿੱਤਾ।

ਮੈਂ ਜਦੋਂ ਉਨ੍ਹਾਂ ਦੇ ਚਰਨਾਂ ਵਿਚ ਪ੍ਰਣਾਮ ਕਰ ਰਿਹਾ ਸੀ, ਤਾਂ ਉਨ੍ਹਾਂ ਨੇ ਕਿਹਾ, "ਹੁਣ ਇਹ ਨਵੀਂ ਪਦਵੀ ਤੇਰੀ ਪੁਰਾਣੀ ਪਦਵੀ ਦੀ ਥਾਂ ਲਵੇਗੀ।" ਮੇਰੇ ਅਮਰੀਕੀ ਸ਼ਗਿਰਦਾਂ ਨੂੰ ਪਰਮਹੰਸ ਦੇ ਸ਼ਬਦਾਂ ਦੇ ਉਚਾਰਨ ਵਿਚ ਆਉਣ ਵਾਲੀਆਂ ਔਕੜਾਂ ਨੂੰ ਸੋਚਦਿਆਂ ਮੈਂ ਮਨ ਹੀ ਮਨ ਹੱਸਣ ਲੱਗਿਆ।†

* ਸ਼ਾਬਦਿਕ ਅਰਥ – ਸਭ ਤੋਂ ਮਹਾਨ ਹੰਸ। ਪੁਰਾਣਾਂ ਵਿਚ ਹੰਸ ਨੂੰ ਸ੍ਰਿਸ਼ਟੀ ਦੇ ਰਚਣਹਾਰ ਬ੍ਰਹਮਾ ਦੀ ਸਵਾਰੀ ਮੰਨਿਆ ਗਿਆ ਹੈ। ਹੰਸ ਦੇ ਬਾਰੇ ਇਹ ਵੀ ਕਿਹਾ ਜਾਂਦਾ ਹੈ, ਕਿ ਉਹ ਦੁੱਧ ਅਤੇ ਪਾਣੀ ਦੇ ਮਿਸ਼੍ਰਣ ਨੂੰ ਵੱਖ ਵੱਖ ਕਰ ਸਕਦਾ ਹੈ। ਇਸ ਤਰ੍ਹਾਂ ਹੰਸ ਅਧਿਆਤਮਕ ਵਿਵੇਚਨ ਜਾਂ ਅਧਿਆਤਮਿਕ ਵਿਵੇਕ ਬੁੱਧੀ ਦਾ ਪ੍ਰਤੀਕ ਹੈ। 'ਅਹੰ ਸਃ' ਜਾਂ 'ਹੰਸ' ਦਾ ਸ਼ਾਬਦਿਕ ਅਰਥ ਹੈ "ਮੈਂ ਉਹ ਹਾਂ।" ਇਨ੍ਹਾਂ ਸ਼ਕਤੀਸ਼ਾਲੀ ਸੰਸਕਰਿਤ ਸ਼ਬਦਾਂ ਦਾ ਸੁਆਸ ਅਤੇ ਪਰਸੁਆਸ ਦੇ ਨਾਲ ਸਪੰਦਨਾਂਤਮਕ ਸਬੰਧ ਹੈ। ਇਸ ਤਰ੍ਹਾਂ ਮਨੁੱਖ ਆਪਣੇ ਹਰ ਇੱਕ ਸੁਆਸ ਨਾਲ ਅਣਜਾਣਪੁਣੇ ਵਿਚ ਹੀ ਆਪਣੇ ਵਜੂਦ ਦੀ ਸਚਾਈ ਦਾ ਦਾਅਵਾ ਪੇਸ਼ ਕਰਦਾ ਰਹਿੰਦਾ ਹੈ- "ਮੈਂ ਉਹ ਹਾਂ।"

† 'ਸਰ' ਦੇ ਸੰਬੋਧਨ ਦਾ ਸਹਾਰਾ ਲੈਂਦਿਆਂ ਅਮਰੀਕੀ ਸ਼ਗਿਰਦਾਂ ਨੇ ਪਰਮਹੰਸ ਕਹਿਣ ਦੀ ਔਕੜ ਤੋਂ ਆਪਣੇ ਆਪ ਨੂੰ ਬਚਾ ਲਿਆ ਸੀ।

"ਇਸ ਸੰਸਾਰ ਵਿਚ ਮੇਰਾ ਕੰਮ ਹੁਣ ਪੂਰਾ ਹੋ ਚੁੱਕਿਆ ਹੈ। ਹੁਣ ਤੂੰ ਹੀ ਇਸ ਨੂੰ ਅੱਗੇ ਵਧਾਉਣਾ ਹੈ।" ਗੁਰੂਦੇਵ – ਸ਼ਾਂਤ ਚਿੱਤ ਅਵਸਥਾ ਵਿਚ ਬੈਠੇ ਕਹਿ ਰਹੇ ਸਨ। ਉਨ੍ਹਾਂ ਦੀਆਂ ਅੱਖਾਂ ਵਿਚ ਸ਼ਾਂਤੀ ਅਤੇ ਕੋਮਲਤਾ ਸੀ। ਭੈਅ ਨਾਲ ਮੇਹਾ ਦਿਲ ਤੇਜ ਤੇਜ ਧੜਕਣ ਲੱਗਿਆ।

ਫਿਰ ਉਨ੍ਹਾਂ ਨੇ ਅੱਗੇ ਕਿਹਾ, "ਆਪਣੇ ਪੁਰੀ ਦੇ ਆਸ਼ਰਮ ਦੀ ਦੇਖ ਰੇਖ ਵਾਸਤੇ ਕਿਸੇ ਨੂੰ ਉੱਥੇ ਭੇਜ ਦੇਵਾਂ। ਮੈਂ ਸਾਰਾ ਕੁਝ ਤੇਰੇ ਹੱਥਾਂ ਵਿਚ ਸੌਂਪ ਰਿਹਾ ਹਾਂ। ਤੂੰ ਆਪਣੀ ਜ਼ਿੰਦਗੀ ਅਤੇ ਸੰਸਥਾ ਦੀ ਕਿਸ਼ਤੀ ਨੂੰ ਈਸ਼ਵਰ ਦੇ ਕਿਨਾਰੇ ਉੱਪਰ ਲਾਉਣ ਵਿਚ ਸਫਲ ਹੋ ਜਾਵੇਂਗਾ।"

ਅੱਥਰੂ ਵਹਾਉਂਦਿਆਂ, ਮੈਂ ਵਾਰ ਵਾਰ ਉਨ੍ਹਾਂ ਦੇ ਚਰਨਾਂ ਵਿਚ ਪ੍ਰਣਾਮ ਕਰ ਰਿਹਾ ਸੀ। ਉਹ ਉੱਠ ਕੇ ਖੜ੍ਹੇ ਹੋ ਗਏ ਅਤੇ ਮੈਨੂੰ ਪਿਆਰ ਭਰਿਆ ਅਸ਼ੀਰਵਾਦ ਦਿੱਤਾ।

ਅਗਲੇ ਦਿਨ ਮੈਂ ਰਾਂਚੀ ਤੋਂ ਸ਼ਰਧਾਲੂ ਸੇਵਾ ਨੰਦ ਨੂੰ ਬੁਲਾਇਆ ਅਤੇ ਉਸ ਨੂੰ ਪੁਰੀ ਆਸ਼ਰਮ ਦੇ ਕੰਮ-ਕਾਜ ਦੀ ਦੇਖ ਰੇਖ ਵਾਸਤੇ ਪੁਰੀ ਭੇਜ ਦਿੱਤਾ। ਉਸ ਤੋਂ ਬਾਅਦ, ਉਨ੍ਹਾਂ ਨੇ ਆਪਣੀ ਜਮੀਨ ਜਾਇਦਾਦ ਦੇ ਸਬੰਧ ਵਿਚ ਕਾਨੂੰਨੀ ਪਹਿਲੂਆਂ ਉੱਪਰ ਵਿਚਾਰ ਵਿਮਰਸ਼ ਕੀਤਾ। ਉਨ੍ਹਾਂ ਨੂੰ ਡਰ ਸੀ ਕਿ ਉਨ੍ਹਾਂ ਦੇ ਰਿਸ਼ਤੇਦਾਰ, ਉਨ੍ਹਾਂ ਦੀ ਮੌਤ ਤੋਂ ਬਾਅਦ, ਉਨ੍ਹਾਂ ਦੀ ਜਾਇਦਾਦ ਉੱਪਰ ਹੱਕ ਜਿਤਾਉਂਣਗੇ ਅਤੇ ਸ਼੍ਰੀ ਯੁਕਤੇਸ਼ਵਰ ਜੀ ਇਹ ਨਹੀਂ ਸਨ ਚਾਹੁੰਦੇ। ਉਨ੍ਹਾਂ ਦੀ ਇੱਛਾ ਇਹ ਸੀ ਕਿ ਉਨ੍ਹਾਂ ਦੇ ਦੋ ਆਸ਼ਰਮ ਅਤੇ ਬਾਕੀ ਜਾਇਦਾਦ, ਸਿਰਫ ਪਰਉਪਕਾਰੀ ਕੰਮਾਂ ਵਾਸਤੇ ਹੀ ਵਰਤੀ ਜਾਵੇ। ਮੇਰੇ ਗੁਰੂਭਾਈ ਅਮੂਲਿਆ ਬਾਬੂ ਨੇ ਦੱਸਿਆ ਸੀ ਕਿ ਕੁਝ ਦਿਨ ਪਹਿਲਾਂ, ਗੁਰੂਦੇਵ ਦਾ ਖਿਦਰਪੁਰ ਜਾਣ ਦਾ ਪੂਰਾ ਪ੍ਰਬੰਧ ਕਰ ਲਿਆ ਗਿਆ ਸੀ, ਪ੍ਰੰਤੂ ਉਹ ਜਾ ਨਹੀਂ ਸਨ ਸਕੇ। ਇਹ ਸੁਣਦਿਆਂ ਹੀ ਮੈਂ ਆਉਣ ਵਾਲੇ ਕਿਸੇ ਬੁਰੇ ਵਕਤ ਦੀ ਪੂਰਵ ਸੂਚਨਾ ਨਾਲ ਕੰਬ ਉੱਠਿਆ। ਜਦੋਂ ਮੈਂ ਵਾਰ ਵਾਰ ਗੁਰੂਦੇਵ ਤੋਂ ਇਸ ਦਾ ਕਾਰਨ ਜਾਨਣਾ ਚਾਹਿਆ ਤਾਂ ਉਨ੍ਹਾਂ ਨੇ ਸਿਰਫ ਇੰਨਾ ਹੀ ਕਿਹਾ, "ਮੈਂ ਹੁਣ ਕਦੇ ਖਿਦਰਪੁਰ ਨਹੀਂ ਜਾ ਸਕੂੰਗਾ।" ਇਕ ਪਲ ਵਾਸਤੇ ਗੁਰੂਦੇਵ ਦਾ ਸਰੀਰ ਭੈਅ-ਭੀਤ ਬੱਚੇ ਵਾਂਗ ਕੰਬ ਉੱਠਿਆ।

ਮਹਾਰਿਸ਼ੀ ਪਤੰਜਲੀ ਲਿਖਦੇ ਹਨ, "ਵੱਡੇ ਵੱਡੇ ਸੰਤਾਂ ਵਿਚ ਵੀ ਆਪਣੇ ਸਰੀਰ ਦੇ ਸਰੂਪ* ਨਾਲ ਥੋੜਾ ਬਹੁਤਾ ਮੋਹ ਜਰੂਰ ਹੁੰਦਾ ਹੈ।" ਜਦੋਂ ਗੁਰੂਦੇਵ ਵੀ ਮੌਤ ਦੇ ਸਬੰਧ ਵਿਚ ਪ੍ਰਵਚਨ ਕਰਦੇ ਸਨ, ਤਾਂ ਅਕਸਰ ਕਿਹਾ ਕਰਦੇ ਸਨ, "ਠੀਕ ਉਸੇ ਤਰ੍ਹਾਂ ਜਿਵੇਂ

* ਅਨੰਤ ਕਾਲ ਤੋਂ ਅਨੰਤ ਵਾਰ ਮਿਲੇ ਮੌਤ ਦੇ ਤਜਰਬਿਆਂ ਨਾਲ ਬਣੇ ਇਸ ਸਰੀਰ ਦੀ ਮੌਤ ਦਾ ਡਰ, ਜਿਸ ਤਰ੍ਹਾਂ ਮੂਰਖਾਂ ਨੂੰ ਹੁੰਦਾ ਹੈ, ਉਸੇ ਤਰ੍ਹਾਂ ਵਿਵੇਕਸ਼ੀਲ ਪੁਰਸ਼ਾਂ ਵਿਚ ਵੀ ਇਸ ਡਰ ਦੀ ਪ੍ਰਵਿਰਤੀ ਦੇਖੀ ਜਾਂਦੀ ਹੈ ਉਸ ਡਰ ਦੀ ਪ੍ਰਵਿਰਤੀ ਨੂੰ ਪਤੰਜਲੀ ਅਭਿਨਿਵੇਸ਼ ਕਹਿੰਦਾ ਹੈ। ਪਤੰਜਲੀ ਯੋਗ ਦੇ ਦੂਜੇ ਪਾਦ ਦੇ ਨੌਵੇਂ ਸੂਤਰ ਵਿਚ ਇਸ ਦਾ ਜਿਕਰ ਆਉਂਦਾ ਹੈ *"स्वरसवाही विदुषोऽपि तथरूढ़ोऽभिनिवेशः।"*

ਲੰਬੇ ਸਮੇਂ ਤੋਂ ਪਿੰਜਰੇ ਵਿਚ ਰਹਿਣ ਵਾਲਾ ਪੰਛੀ ਪਿੰਜਰੇ ਦਾ ਦਰਵਾਜ਼ਾ ਖੋਲ੍ਹ ਦਿੱਤੇ ਜਾਣ ਤੋਂ ਬਾਅਦ ਵੀ ਉੱਡ ਜਾਣ ਵਾਸਤੇ ਹਿਚਕਚਾਉਂਦਾ ਹੈ।"

ਮੈਂ ਅਥੱਰੂਆਂ ਭਰੇ ਮਨ ਨਾਲ ਵਿਲਕਦਿਆਂ ਕਿਹਾ, "ਗੁਰੂਦੇਵ ਕ੍ਰਿਪਾ ਕਰਕੇ, ਇਹੋ ਜਿਹੇ ਲਫਜ਼ ਮੂਹੋਂ ਨਾ ਕੱਢੋ, ਕਦੇ ਵੀ ਇਹੋ ਜਿਹੇ ਲਫਜ਼ ਨਾ ਬੋਲੋ।"

ਸ੍ਰੀ ਯੁਕਤੇਸ਼ਵਰ ਜੀ ਦੇ ਚਿਹਰੇ ਉੱਪਰ ਇੱਕ ਸ਼ਾਂਤਮਈ ਮੁਸਕਰਾਹਟ ਫੈਲ ਗਈ। ਭਾਵੇਂ ਉਨ੍ਹਾਂ ਦਾ ਇਕਾਸੀਵਾਂ ਜਨਮ ਦਿਨ ਨੇੜੇ ਆ ਰਿਹਾ ਸੀ, ਫਿਰ ਵੀ ਉਹ ਪੂਰੀ ਤਰ੍ਹਾਂ ਤੰਦਰੁਸਤ ਅਤੇ ਮਜ਼ਬੂਤ ਦਿਖਾਈ ਦੇ ਰਹੇ ਸਨ।

ਹਰ ਰੋਜ਼ ਉਨ੍ਹਾਂ ਦੇ ਪਿਆਰ ਦੀ ਨਿੱਘ ਭਰੀ ਧੁੱਪ ਮਾਣਦਿਆਂ, ਜਿਸ ਨੂੰ ਸ਼ਬਦਾਂ ਵਿਚ ਬਿਆਨਿਆ ਨਹੀਂ ਜਾ ਸਕਦਾ, ਸਿਰਫ ਮਹਿਸੂਸ ਕੀਤਾ ਜਾ ਸਕਦਾ ਹੈ, ਮੈਂ ਉਨ੍ਹਾਂ ਦੁਆਰਾ ਦਿੱਤੇ ਗਏ, ਸਰੀਰ ਤਿਆਗਣ ਦੇ ਸਾਰੇ ਇਸ਼ਾਰਿਆਂ ਤੋਂ ਬੇਧਿਆਨਾ ਹੋ ਗਿਆ।

"ਗੁਰੂਦੇਵ, ਇਸ ਮਹੀਨੇ ਅਲਾਹਾਬਾਦ ਵਿਚ ਕੁੰਭ ਦਾ* ਮੇਲਾ ਲੱਗ ਰਿਹਾ ਹੈ।" ਮੈਂ ਉਨ੍ਹਾਂ ਨੂੰ ਇੱਕ ਬੰਗਾਲੀ ਪਚਾਂਗ ਉੱਪਰ ਮੇਲੇ ਦੀਆਂ ਤਰੀਕਾਂ ਦਿਖਾਉਂਦਿਆਂ ਕਿਹਾ।

"ਕੀ ਤੂੰ, ਸੱਚ ਮੁੱਚ ਹੀ ਕੁੰਭ ਮੇਲੇ ਵਿਚ ਜਾਣਾ ਚਾਹੁੰਦਾ ਹੈਂ?"

ਮੇਰੇ ਧਿਆਨ ਵਿਚ ਇਹ ਗੱਲ ਨਹੀਂ ਸੀ ਆ ਸਕੀ, ਕਿ ਉਨ੍ਹਾਂ ਦੀ ਇੱਛਾ ਇਹ ਹੋ ਸਕਦੀ ਹੈ, ਕਿ ਮੈਂ ਉਨ੍ਹਾਂ ਨੂੰ ਛੱਡ ਕੇ ਨਾ ਜਾਵਾਂ। "ਇੱਕ ਵਾਰ ਆਪ ਨੂੰ ਅਲਾਹਾਬਾਦ ਵਿਚ ਕੁੰਭ ਮੇਲੇ ਦੇ ਦੌਰਾਨ ਬਾਬਾ ਜੀ ਦੇ ਦਰਸ਼ਨ ਹੋਏ ਸਨ। ਕੀ ਪਤਾ, ਇਸ ਵਾਰ ਮੈਨੂੰ ਵੀ ਬਾਬਾ ਜੀ ਦੇ ਦਰਸ਼ਨ ਪ੍ਰਾਪਤ ਕਰਨ ਦਾ ਸੁਭਾਗ ਪ੍ਰਾਪਤ ਹੋ ਜਾਵੇ?"

"ਮੈਨੂੰ ਨਹੀਂ ਲੱਗਦਾ, ਕਿ ਤੈਨੂੰ ਉੱਥੇ ਬਾਬਾ ਜੀ ਦੇ ਦਰਸ਼ਨ ਹੋ ਜਾਣਗੇ।" ਉਸ ਤੋਂ ਅੱਗੇ ਮੇਰੇ ਗੁਰੂਦੇਵ ਚੁੱਪ ਹੋ ਗਏ। ਸ਼ਾਇਦ ਉਹ ਮੇਰੇ ਜਾਣ ਦੀ ਯੋਜਨਾ ਵਿਚ ਰੁਕਾਵਟ ਨਹੀਂ ਸਨ ਪਾਉਣਾ ਚਾਹੁੰਦੇ।

* ਮਹਾਭਾਰਤ ਵਿਚ ਧਾਰਮਿਕ ਮੇਲਿਆਂ ਦਾ ਜ਼ਿਕਰ ਆਉਂਦਾ ਹੈ। ਹਿਊਨ ਸਾਂਗ ਨੇ 644 ਈਸਵੀ ਵਿਚ ਪਰਯਾਗ ਰਾਜ (ਅਲਾਹਾਬਾਦ) ਵਿਚ ਹੋਏ, ਵਿਸ਼ਾਲ ਕੁੰਭ ਮੇਲੇ ਦਾ ਵਰਣਨ ਕੀਤਾ ਹੈ। ਕੁੰਭ ਮੇਲਾ ਹਰ ਤਿੰਨ ਸਾਲ ਬਾਅਦ ਕ੍ਰਮਅਨੁਸਾਰ ਹਰਦੁਆਰ, ਅਲਾਹਾਬਾਦ, ਨਾਸਿਕ ਅਤੇ ਉਜੈਨ ਵਿਚ ਲੱਗਦਾ ਹੈ। ਅਤੇ ਬਾਰਾਂ ਸਾਲਾਂ ਦਾ ਚੱਕਰ ਪੂਰਾ ਕਰਕੇ ਫਿਰ ਹਰਦੁਆਰ ਆ ਜਾਂਦਾ ਹੈ। ਇਸ ਵਿਚੋਂ ਹਰ ਥਾਂ ਉੱਪਰ ਕੁੰਭ ਮੇਲਾ ਲੱਗਣ ਦੇ ਛੇ ਸਾਲ ਬਾਅਦ ਅਰਧ ਕੁੰਭ ਮੇਲਾ ਲੱਗਦਾ ਹੈ। ਇਸ ਤਰ੍ਹਾਂ ਹਰ ਤਿੰਨ ਸਾਲ ਬਾਅਦ ਅਲੱਗ ਅਲੱਗ ਥਾਵਾਂ ਤੇ ਕੁੰਭ ਮੇਲੇ ਲੱਗਦੇ ਰਹਿੰਦੇ ਹਨ। ਹਿਊਨ ਸਾਂਗ ਨੇ ਇਹ ਵੀ ਲਿਖਿਆ ਹੈ ਕਿ ਉੱਤਰੀ ਭਾਰਤ ਦੇ ਸਮਰਾਟ ਹਰਸ਼ ਵਰਧਨ ਆਪਣੇ ਪੂਰੇ ਰਾਜ ਦੇ ਖਜ਼ਾਨੇ (ਪੰਜ ਸਾਲ ਦੇ ਦੌਰਾਨ ਇਕੱਠੇ ਹੋਏ) ਦੀ ਦੌਲਤ ਕੁੰਭ ਦੇ ਮੇਲੇ ਉੱਪਰ ਸਾਧੂ ਸੰਨਿਆਸੀਆਂ ਅਤੇ ਤੀਰਥ ਯਾਤਰੀਆਂ ਨੂੰ ਦਾਨ ਕਰ ਦਿੰਦੇ ਸਨ। ਜਦੋਂ ਹਿਊਨ ਸਾਂਗ ਆਪਣੇ ਦੇਸ਼ ਚੀਨ ਵਾਪਸ ਜਾ ਰਿਹਾ ਸੀ ਤਾਂ ਸਮਰਾਟ ਹਰਸ਼ ਵਰਧਨ ਨੇ, ਉਸ ਨੂੰ ਅਨੇਕ ਪ੍ਰਕਾਰ ਦੇ ਰਤਨ ਅਤੇ ਸੋਨਾ ਦੇਣ ਦਾ ਯਤਨ ਕੀਤਾ, ਪਰ ਉਹ ਇਸ ਭੇਟ ਨੂੰ ਲੈਣ ਵਾਸਤੇ ਸਹਿਮਤ ਨਾ ਹੋ ਕੇ, ਇਸ ਤੋਂ ਵੀ ਜਿਆਦਾ ਕੀਮਤੀ ਭੇਟ ਮੰਨਦਿਆਂ 647 ਧਾਰਮਿਕ ਪਾਂਡੂਲਿਪੀਆਂ ਨੂੰ ਆਪਣੇ ਨਾਲ ਲੈ ਗਿਆ।

ਜਦੋਂ ਦੂਜੇ ਦਿਨ ਮੈਂ ਇੱਕ ਟੋਲੀ ਦੇ ਨਾਲ ਅਲਾਹਾਬਾਦ ਜਾਣ ਵਾਸਤੇ ਰਵਾਨਾ ਹੋ ਰਿਹਾ ਸੀ, ਤਾਂ ਗੁਰੂਦੇਵ ਨੇ ਮੈਨੂੰ ਬਹੁਤ ਹੀ ਸੁਭਾਵਿਕ ਤਰੀਕੇ ਨਾਲ ਵਿਦਾਈ ਦਿੱਤੀ। ਇਹ ਸਪਸ਼ਟ ਸੀ, ਕਿ ਸ਼੍ਰੀ ਯੁਕਤੇਸ਼ਵਰ ਜੀ ਦੇ ਵਿਵਹਾਰ ਵਿਚ ਮੌਜੂਦ ਸੰਕੇਤਾਂ ਦੇ ਅਰਥ ਮੈਨੂੰ ਸਮਝ ਨਹੀਂ ਸਨ ਲੱਗ ਰਹੇ। ਕਿਉਂਕਿ ਪ੍ਰਮਾਤਮਾ ਮੈਨੂੰ ਆਪਣੇ ਗੁਰੂ ਦੇ ਸਵਰਗਵਾਸ ਹੋਣ ਦੀ ਘਟਨਾ ਨੂੰ ਬੇਵਸ ਹੋ ਕੇ ਦੇਖਣ ਦੀ ਮਜ਼ਬੂਰੀ ਤੋਂ ਬਚਾਉਣਾ ਚਾਹੁੰਦੇ ਸਨ।*

23 ਜਨਵਰੀ 1936 ਨੂੰ ਸਾਡੀ ਟੋਲੀ ਕੁੰਭ ਦੇ ਮੇਲੇ ਵਿਚ ਪਹੁੰਚੀ। 20 ਲੱਖ ਲੋਕਾਂ ਦਾ ਉਮੜਿਆ ਜਨ-ਸੈਲਾਬ ਮਨ ਉੱਪਰ ਇੱਕ ਅਨੋਖੀ ਛਾਪ ਛੱਡ ਰਿਹਾ ਸੀ। ਬਲਕਿ ਇਹ ਕਹੋ, ਕਿ ਮਨ ਨੂੰ ਆਨੰਦਿਤ ਕਰ ਰਿਹਾ ਸੀ। ਸਧਾਰਨ ਤੋਂ ਸਧਾਰਨ ਪੇਂਡੂ ਵਿਚ ਵੀ, ਪ੍ਰਮਾਤਮਾ ਦੇ ਮਹੱਤਵ ਬਾਰੇ ਅਤੇ ਉਸ ਦੀ ਪ੍ਰਾਪਤੀ ਵਾਸਤੇ ਸੰਸਾਰ ਦਾ ਤਿਆਗ ਕਰਨ ਵਾਲੇ ਸਾਧੂ ਸੰਨਿਆਸੀਆਂ ਵਿਚ ਡੂੰਘੀ ਸ਼ਰਧਾ, ਭਾਰਤੀ ਲੋਕਾਂ ਦੀ ਖਾਸੀਅਤ ਹੈ। ਪਖੰਡੀ ਅਤੇ ਧੋਖੇਬਾਜ਼ ਸਾਧੂ ਵੀ ਸੰਨਿਆਸੀਆਂ ਦੇ ਭੇਖ ਵਿਚ ਹੋ ਸਕਦੇ ਹਨ। ਪਰ ਭਾਰਤਵਾਸੀ ਉਨ੍ਹਾਂ ਗਿਣੇ ਚੁਣੇ ਸੱਚੇ ਸੁੱਚੇ ਸਿੱਧ ਪੁਰਸ਼ਾਂ ਦੀ ਖਾਤਰ, ਜਿਨ੍ਹਾਂ ਨੇ ਆਪਣੇ ਆਤਮ ਪ੍ਰਕਾਸ਼ ਨਾਲ, ਇਸ ਸਾਰੇ ਬ੍ਰਹਿਮੰਡ ਨੂੰ ਪਵਿੱਤਰ ਕਰ ਰੱਖਿਆ ਹੈ, ਸਾਰੇ ਹੀ ਸਾਧੂ ਸੰਨਿਆਸੀਆਂ ਦੇ ਪ੍ਰਤੀ ਸ਼ਰਧਾ ਭਾਵ ਰੱਖਦੇ ਹਨ। ਉਸ ਨਜ਼ਾਰੇ ਨੂੰ ਦੇਖਣ ਵਾਲੇ ਪੱਛਮਵਾਸੀਆਂ ਨੂੰ ਇਸ ਕੌਮ ਦੀ ਧੜਕਣ ਨੂੰ ਪਹਿਚਾਨਣ ਅਤੇ ਅਧਿਆਤਮਿਕ ਉਤਸ਼ਾਹ ਨੂੰ ਮਹਿਸੂਸ ਕਰਨ ਦਾ ਇੱਕ ਅਦੁੱਤੀ ਮੌਕਾ ਸੀ। ਜਿਸ ਦੇ ਬੱਲ ਬੁੱਤੇ ਤੇ ਭਾਰਤ ਨੇ ਸਮੇਂ ਦੇ ਘਾਤਕ ਜ਼ਖਮਾਂ ਦੇ ਹਮਲਿਆਂ ਨੂੰ ਬਰਦਾਸ਼ਤ ਕਰਦਿਆਂ ਹੋਇਆਂ ਆਪਣੀ ਹਸਤੀ ਕਾਇਮ ਰੱਖੀ ਹੈ।

ਪਹਿਲਾ ਦਿਨ ਤਾਂ ਸਾਡਾ ਫਿਰਦਿਆਂ ਤੁਰਦਿਆਂ, ਉਸ ਹੈਰਾਨੀਜਨਕ ਮੇਲੇ ਦੀ ਭੀੜ ਨੂੰ ਨਿਹਾਰਦਿਆਂ ਹੀ ਨਿਕਲ ਗਿਆ, ਜੋ ਆਪਣੇ ਪਾਪਾਂ ਤੋਂ ਮੁਕਤੀ ਪ੍ਰਾਪਤ ਕਰਨ ਦੀ ਖਾਤਰ ਹਜ਼ਾਰਾਂ ਦੀ ਗਿਣਤੀ ਵਿਚ ਪਵਿੱਤਰ ਸੰਗਮ ਵਿਚ ਡੁਬਕੀ ਲਗਾ ਰਹੀ ਸੀ। ਪੰਡਤ ਪਾਧੇ ਵਿਧੀ ਵਿਧਾਨ ਮੁਤਾਬਿਕ ਪੂਜਾ ਪਾਠ ਕਰਵਾ ਰਹੇ ਸਨ। ਮੌਨ ਸਾਧੂ ਸੰਨਿਆਸੀਆਂ ਦੇ ਚਰਨਾਂ ਵਿਚ ਭਗਤੀ ਭਾਵ ਨਾਲ ਕਈ ਤਰ੍ਹਾਂ ਦੀਆਂ ਵਸਤੂਆਂ ਭੇਟ ਕੀਤੀਆਂ ਜਾ ਰਹੀਆਂ ਸਨ। ਹਾਥੀ ਅਤੇ ਸਾਜ਼ਾਂ ਦੇ ਨਾਲ ਸਜੇ ਹੋਏ ਘੋੜੇ, ਰਾਜਪੁਤਾਨਾ ਦੇ ਹੌਲੀ ਹੌਲੀ ਤੁਰਨ ਵਾਲੇ ਊਠ – ਸਾਰੇ ਕਤਾਰਾਂ ਵਿਚ ਚੱਲ ਰਹੇ ਸਨ। ਉਨ੍ਹਾਂ ਦੇ ਪਿੱਛੇ ਪਿੱਛੇ ਹੱਥਾਂ ਵਿਚ ਸੋਨੇ ਅਤੇ ਚਾਂਦੀ ਦੇ ਦੰਡ ਜਾਂ ਰੇਸ਼ਮੀ ਮਖਮਲ ਦੇ ਝੰਡੇ ਫੜੀ ਨਾਗਾ ਸਾਧੂਆਂ ਦਾ ਅਨੋਖਾ ਧਾਰਮਿਕ ਜਲੂਸ ਚੱਲ ਰਿਹਾ ਸੀ।

* ਮੈਂ ਆਪਣੀ ਮਾਤਾ ਜੀ, ਵੱਡੇ ਭਰਾ ਅਨੰਤਦਾ, ਸਭ ਤੋਂ ਵੱਡੀ ਭੈਣ ਰਮਾ, ਗੁਰੂਦੇਵ, ਪਿਤਾ ਜੀ ਅਤੇ ਹੋਰ ਅਨੇਕ ਸੱਜਣਾਂ ਪਿਆਰਿਆਂ ਦੀ ਮੌਤ ਮੌਕੇ ਹਾਜ਼ਰ ਨਹੀਂ ਸੀ। ਮੇਰੇ ਪਿਤਾ ਜੀ 1942 ਵਿਚ ਕੋਲਕਾਤਾ ਵਿਖੇ 89 ਵਰ੍ਹਿਆਂ ਦੀ ਉਮਰ ਵਿਚ ਸਵਰਗ ਸਿਧਾਰੇ।

ਸਿਰਫ ਧੋਤੀ ਪਹਿਨੀ ਹੋਏ ਸਾਧੂ ਸੰਨਿਆਸੀ, ਛੋਟੀ ਛੋਟੀ ਟੋਲੀਆਂ ਵਿਚ ਸ਼ਾਂਤ ਬੈਠੇ ਸਨ। ਉਨ੍ਹਾਂ ਨੇ ਆਪਣੇ ਸਾਰੇ ਸਰੀਰ ਉੱਪਰ ਭਸਮ ਮਲੀ ਹੋਈ ਸੀ। ਜਿਹੜੀ ਉਨ੍ਹਾਂ ਦੀ ਠੰਡ ਅਤੇ ਗਰਮੀ ਤੋਂ ਰੱਖਿਆ ਕਰਦੀ ਸੀ। ਅਧਿਆਤਮਿਕ ਚਕਸ਼ੂ ਦੀ ਨਿਸ਼ਾਨੀ ਵਜੋਂ ਲਲਾਟ ਉੱਪਰ ਚੰਦਨ ਦਾ ਤਿਲਕ ਲਾਇਆ ਹੋਇਆ ਸੀ। ਸਿਰ ਮੁੰਡਵਾਏ, ਗੇਰੂਏ ਕਪੜੇ ਪਹਿਨੀ, ਦੰਡ ਕਮੰਡਲ ਅਤੇ ਭਿਖਿਆ ਪਾਤਰ ਲਈ ਹਜ਼ਾਰਾਂ ਦੀ ਗਿਣਤੀ ਵਿਚ ਸਵਾਮੀ ਦਿਖਾਈ ਦੇ ਰਹੇ ਸਨ। ਭਾਵੇਂ ਉਹ ਆਪਣੇ ਸ਼ਗਿਰਦਾਂ ਦੇ ਨਾਲ ਧਰਮ ਕਰਮ ਉੱਪਰ ਚਰਚਾ ਕਰ ਰਹੇ ਹੋਣ ਜਾਂ ਇੱਧਰ ਉੱਧਰ ਘੁੰਮ ਰਹੇ ਹੋਣ, ਉਨ੍ਹਾਂ ਦੇ ਚਿਹਰੇ ਸ਼ਾਂਤੀ ਅਤੇ ਅਧਿਆਤਮਿਕਤਾ ਦੇ ਨੂਰ ਨਾਲ ਚਮਕ ਰਹੇ ਸਨ।

ਇੱਥੇ ਉੱਥੇ ਦਰਖਤਾਂ ਦੇ ਥੱਲੇ, ਜਲ ਰਹੇ ਲਕੜੀ ਦੇ ਵੱਡੇ ਵੱਡੇ ਮੁੱਢਾਂ ਦੇ ਢੇਰਾਂ ਦੇ ਚਾਰੇ ਪਾਸੇ ਤਰ੍ਹਾਂ ਤਰ੍ਹਾਂ ਦੇ ਸਾਧੂ* ਬੈਠੇ ਦਿਖਈ ਦੇ ਰਹੇ ਸਨ, ਜਿਨ੍ਹਾਂ ਨੇ ਆਪਣੀਆਂ ਜਟਾਵਾਂ ਦੇ ਵੱਡੇ ਵੱਡੇ ਜੂੜੇ ਕਰ ਕੇ ਸਿਰ ਦੇ ਉੱਪਰ ਬੰਨ੍ਹੇ ਹੋਏ ਸਨ। ਕਈ ਸਾਧੂਆਂ ਦੀ ਦਾੜ੍ਹੀ ਕਈ ਕਈ ਫੁੱਟ ਲੰਬੀ ਸੀ। ਜਿਸ ਨੂੰ ਉਨ੍ਹਾਂ ਨੇ ਗੰਢਾਂ ਮਾਰ ਕੇ ਸਾਂਭ ਕੇ ਰੱਖਿਆ ਹੋਇਆ ਸੀ। ਉਹ ਚੁੱਪ ਚਾਪ ਧਿਆਨ ਕਰ ਰਹੇ ਸਨ ਜਾਂ ਫਿਰ ਉਨ੍ਹਾਂ ਨੇ ਆਪਣੇ ਸਾਹਮਣੇ ਦੀ ਲੰਘ ਰਹੀ ਭੀੜ ਨੂੰ ਅਸ਼ੀਰਵਾਦ ਦੇਣ ਦੀ ਮੁੱਦਰਾ ਵਿਚ ਹੱਥ ਉੱਪਰ ਨੂੰ ਉਠਾਏ ਹੋਏ ਹੁੰਦੇ ਸਨ। ਉਸ ਭੀੜ ਵਿਚ ਭਿਖਾਰੀ ਵੀ ਹੁੰਦੇ, ਹਾਥੀਆਂ ਉੱਪਰ ਬੈਠੇ ਮਹਾਰਾਜੇ ਵੀ, ਰੰਗ ਬਿਰੰਗੀ ਸਾੜ੍ਹੀਆਂ ਪਹਿਨੀ, ਚੂੜੀਆਂ ਅਤੇ ਪੰਜੇਬਾਂ ਨਾਲ ਛਣ ਛਣ ਕਰਦੀਆਂ ਔਰਤਾਂ ਵੀ ਹੁੰਦੀਆਂ, ਉਸ ਵਿਚ ਫਕੀਰ ਵੀ ਹੁੰਦੇ, ਜਿਨ੍ਹਾਂ ਨੇ ਆਪਣੇ ਅਤਿਅੰਤ ਕਮਜ਼ੋਰ ਹੱਥ ਵਿਲੱਖਣ ਢੰਗ ਨਾਲ ਉੱਪਰ ਅਸਮਾਨ ਵੱਲ ਨੂੰ ਚੁੱਕੇ ਹੋਏ ਹੁੰਦੇ, ਧਿਆਨ ਕਰਨ ਵਾਸਤੇ ਕੂਹਣੀ ਟੇਕ ਹੱਥ ਵਿਚ ਲਈ ਬ੍ਰਹਮਚਾਰੀ ਵੀ ਹੁੰਦੇ, ਆਂਤਰਿਕ ਪਰਮ ਆਨੰਦ ਨੂੰ ਗੰਭੀਰ ਮੁੱਦਰਾ ਦੇ ਪਿੱਛੇ ਛੁਪਾਈ ਬੈਠੇ ਨਿਮਰ ਸਾਧੂ ਵੀ ਹੁੰਦੇ। ਇਸ ਸ਼ੋਰ ਸ਼ਰਾਬੇ ਵਿਚ ਸਭ ਤੋਂ ਉੱਪਰ ਹੁੰਦਾ, ਮੰਦਰਾਂ ਵਿਚ ਪਧਾਰਨ ਦਾ ਸੱਦਾ ਦੇਣ ਵਾਲਾ ਘੰਟਾ ਨਾਦ, ਜੋ ਲਗਾਤਾਰ ਸੁਣਾਈ ਦਿੰਦਾ ਰਹਿੰਦਾ।

ਮੇਲੇ ਦੇ ਦੂਜੇ ਦਿਨ, ਮੈਂ ਅਤੇ ਮੇਰੇ ਸਾਥੀ ਅਨੇਕ ਆਸ਼ਰਮਾਂ ਅਤੇ ਬਣਾਈਆਂ ਹੋਈਆਂ ਕੱਚੀਆਂ ਕੁਟੀਆਂ ਵਿਚ ਅਤੇ ਉੱਥੇ ਹਾਜ਼ਰ ਸਾਧੂ ਸੰਤਾਂ ਤੋਂ ਅਸ਼ੀਰਵਾਦ ਪ੍ਰਾਪਤ ਕਰਨ ਗਏ। ਸਵਾਮੀ ਸੰਪਰਦਾਇ ਦੀ ਗਿਰੀ ਸ਼ਾਖਾ ਦੇ ਪ੍ਰਮੁਖ ਦਾ ਵੀ ਅਸ਼ੀਰਵਾਦ ਲਿਆ। ਤਪੱਸਵੀ ਸੁਭਾਅ ਅਤੇ ਪਤਲੇ ਸਰੀਰ ਦੇ ਸੰਨਿਆਸੀ ਦੀਆਂ ਅੱਖਾਂ ਵਿਚ ਮੁਸਕਰਾਹਟ ਦੇ ਨਾਲ ਨਾਲ ਤੇਜ ਵੀ ਚਮਕ ਰਿਹਾ ਸੀ। ਇਸ ਤੋਂ ਬਾਅਦ ਅਸੀਂ ਇੱਕ ਹੋਰ ਆਸ਼ਰਮ

* ਸੱਤ ਮੁੱਖ ਸੰਪਰਦਾਵਾਂ ਦੇ ਮਹਾ ਮੰਡਲੇਸ਼ਵਰਾਂ ਦੀ ਇੱਕ ਕਾਰਜਕਾਰੀ ਸੰਮਤੀ ਲੱਖਾਂ ਸਾਧੂਆਂ ਦਾ ਖਿਆਲ ਰੱਖਦੀ ਹੈ। ਅੱਜ ਕੱਲ੍ਹ ਇਸ ਸੰਮਤੀ ਦੇ ਪ੍ਰਧਾਨ ਸ਼੍ਰੀ ਜੈਇੰਦਰ ਪੁਰੀ ਹਨ। ਇਹ ਮਹਾਨ ਸੰਨਿਆਸੀ ਅਤਿਅੰਤ ਮਿੱਠ ਬੋਲੜੇ ਹਨ। ਅਕਸਰ ਤਿੰਨ ਸ਼ਬਦਾਂ ਵਿਚ ਹੀ ਆਪਣਾ ਪ੍ਰਵਚਨ ਖਤਮ ਕਰ ਦਿੰਦੇ ਹਨ-ਸੱਚ, ਪ੍ਰੇਮ ਅਤੇ ਕਰਮ। ਇੰਨਾ ਪ੍ਰਵਚਨ ਹੀ ਬਹੁਤ ਹੈ।

ਵਿਚ ਗਏ। ਇਸ ਆਸ਼ਰਮ ਦੇ ਪਰਮੁਖ ਨੇ ਨੌਂ ਸਾਲਾਂ ਤੋਂ ਮੌਨਵਰਤ ਰੱਖਿਆ ਹੋਇਆ ਸੀ। ਉਹ ਕੇਵਲ ਫਲ ਹੀ ਖਾਂਦੇ ਸਨ। ਆਸ਼ਰਮ ਦੇ ਮੁੱਖ ਮੰਚ ਉੱਪਰ ਇੱਕ ਪ੍ਰਗਿਆ ਚਕਸ਼ੂ ਸਾਧੂ* ਵੀ ਬੈਠੇ ਸਨ। ਜਿਨ੍ਹਾਂ ਨੂੰ ਸ਼ਾਸਤਰਾਂ ਦਾ ਡੂੰਘਾ ਗਿਆਨ ਸੀ ਅਤੇ ਉਹ ਸਾਰੀਆਂ ਸੰਪਰਦਾਵਾਂ ਵਾਸਤੇ ਸਤਕਾਰ ਦੇ ਪਾਤਰ ਸਨ।

ਉਸ ਸ਼ਾਂਤ ਆਸ਼ਰਮ ਵਿਚੋਂ ਵਿਦਾਈ ਲੈਣ ਤੋਂ ਪਹਿਲਾਂ, ਮੈਂ ਉੱਥੇ ਹਿੰਦੀ ਵਿਚ ਵੇਦਾਂਤ ਉੱਪਰ ਵਿਚ ਇੱਕ ਛੋਟਾ ਜਿਹਾ ਪ੍ਰਵਚਨ ਦਿੱਤਾ ਅਤੇ ਫਿਰ ਅਸੀਂ ਨੇੜੇ ਹੀ ਸਵਾਮੀ ਕ੍ਰਿਸ਼ਨਾ ਨੰਦ ਜੀ ਨੂੰ ਪ੍ਰਣਾਮ ਕਰਨ ਗਏ। ਸਵਾਮੀ ਕ੍ਰਿਸ਼ਨਾ ਨੰਦ ਜੀ ਇੱਕ ਆਦਰਸ਼ ਸਖਸ਼ੀਅਤ ਦੇ ਮਾਲਕ ਸਨ, ਗੁਲਾਬੀ ਗੱਲ੍ਹਾਂ, ਮਜ਼ਬੂਤ ਮੋਢੇ ਅਤੇ ਉਨ੍ਹਾਂ ਦੇ ਕੋਲ ਹੀ ਇੱਕ ਪਾਲਤੂ ਸ਼ੇਰਨੀ ਲੇਟੀ ਹੋਈ ਸੀ। ਸਵਾਮੀ ਜੀ ਦੇ ਅਧਿਆਤਮਿਕ ਪ੍ਰਭਾਵ ਦੇ ਕਾਰਨ,ਨਾ ਕਿ ਉਨ੍ਹਾਂ ਦੀ ਸਰੀਰਕ ਸਕਤੀ ਦੇ ਕਾਰਨ, ਉਹ ਜੰਗਲੀ ਸ਼ੇਰਨੀ ਮਾਸ ਖਾਣਾ ਬੰਦ ਕਰ ਕੇ, ਸਿਰਫ ਦੁੱਧ ਅਤੇ ਚੌਲਾਂ ਉੱਪਰ ਰਹਿ ਰਹੀ ਸੀ। ਸਵਾਮੀ ਜੀ ਨੇ ਉਸ ਭੂਰੇ ਰੰਗ ਦੇ ਜੰਗਲੀ ਪਸ਼ੂ ਨੂੰ ਇੱਕ ਦਿਲ ਖਿਚਵੀਂ ਗੁਣਗੁਣਾਹਟ ਨਾਲ ਓਮ ਦਾ ਉਚਾਰਣ ਕਰਨਾ ਸਿਖਾ ਦਿੱਤਾ ਸੀ- ਭਗਤ ਸ਼ੇਰਨੀ। ਇਸ ਤੋਂ ਬਾਅਦ ਅਸੀਂ ਇੱਕ ਨੌਜਆਨ ਸਾਧੂ ਨੂੰ ਮਿਲੇ, ਜਿਸ ਬਾਰੇ ਸ਼੍ਰੀ ਰਾਈਟ ਨੇ ਆਪਣੇ ਸਫਰ ਰੋਜ਼ਨਾਮਚੇ ਵਿਚ ਇਸ ਤਰ੍ਹਾਂ ਲਿਖਿਆ ਹੈ:-

"ਫੋਰਡ ਕਾਰ ਵਿਚ ਬੈਠ ਕੇ ਅਸੀਂ ਬੇੜੀਆਂ ਦੇ ਇੱਕ ਚਰਮਰਾਉਂਦੇ ਪੁੱਲ ਉੱਪਰ ਦੀ ਗੰਗਾ ਪਾਰ ਕੀਤੀ। ਫਿਰ ਭੀੜ ਭਰੀਆਂ ਟੇਢੀਆਂ ਮੇਢੀਆਂ ਗਲੀਆਂ ਵਿਚੋਂ ਦੀ ਲੰਘਦਿਆਂ ਸਾਡੀ ਕਾਰ ਸੱਪ ਦੀ ਤਰ੍ਹਾਂ ਰੀਂਗਦੀ ਹੋਈ ਹੌਲੀ ਹੌਲੀ ਅੱਗੇ ਵੱਧਦੀ ਜਾ ਰਹੀ ਸੀ। ਰਸਤੇ ਵਿਚ ਨਦੀ ਕਿਨਾਰੇ ਉੱਪਰ ਯੋਗਾਨੰਦ ਜੀ ਨੇ ਸਾਨੂੰ ਉਹ ਥਾਂ ਵੀ ਦਿਖਾਈ, ਜਿੱਥੇ ਸ਼੍ਰੀ ਯੁਕਤੇਸ਼ਵਰ ਜੀ ਨੂੰ ਬਾਬਾ ਜੀ ਦੇ ਦਰਸ਼ਨ ਹੋਏ ਸਨ। ਫਿਰ ਥੋੜੀ ਦੇਰ ਬਾਅਦ, ਅਸੀਂ ਕਾਰ ਤੋਂ ਹੇਠਾਂ ਉੱਤਰ ਕੇ, ਕੁਝ ਦੂਰ ਤਕ ਪੈਦਲ ਗਏ, ਜਿੱਥੇ ਰਸਤੇ ਵਿਚ ਸਾਧੂਆਂ ਦੀਆਂ ਧੂਣੀਆਂ ਦਾ ਸੰਘਣਾ ਧੂਆਂ ਫੈਲਿਆ ਹੋਇਆ ਸੀ ਅਤੇ ਰੇਤੇ ਵਿਚ ਪੈਰ ਧਸਦੇ ਜਾ ਰਹੇ ਸਨ। ਆਖਰ ਅਸੀਂ ਘਾਹ ਫੂਸ ਅਤੇ ਮਿੱਟੀ ਦੀਆਂ ਬਣੀਆਂ ਬਹੁਤ ਹੀ ਸਧਾਰਨ ਝੌਂਪੜੀਆਂ ਵਿਚੋਂ ਇੱਕ ਦੇ ਸਾਹਮਣੇ ਰੁਕ ਗਏ। ਉਸ ਝੌਂਪੜੀ ਦਾ ਪ੍ਰਵੇਸ਼ ਦੁਆਰ ਬਹੁਤ ਛੋਟਾ ਅਤੇ ਕਿਵਾੜਹੀਣ ਸੀ। ਇਸ ਝੌਂਪੜੀ ਵਿਚ ਆਪਣੀ ਵਿਦਵਤਾ ਦੇ ਕਾਰਨ ਪ੍ਰਸਿੱਧ ਨੌਜੁਆਨ ਰਮਤਾ ਸਾਧੂ ਕਰਪਾਤਰੀ ਜੀ ਮਹਾਰਜ ਘਾਹ ਫੂਸ ਉੱਪਰ ਚੌਂਕੜੀ ਮਾਰੀ ਬੈਠੇ ਸਨ। ਉਨ੍ਹਾਂ ਦੇ ਸਰੀਰ ਉੱਪਰ ਪਹਿਨਿਆ ਹੋਇਆ ਕਪੜਾ ਅਤੇ ਸੰਸਾਰ ਵਿਚ ਉਨ੍ਹਾਂ ਦੀ ਇੱਕੋ ਇੱਕ ਸੰਪਤੀ – ਗੇਰੂਏ ਰੰਗ ਦੀ ਧੋਤੀ ਸੀ, ਜਿਹੜੀ ਉਨ੍ਹਾਂ ਪੱਲਾ ਮੋੜ ਕੇ ਆਪਣੇ ਮੋਢਿਆਂ ਉੱਪਰ ਸੁੱਟ ਰੱਖੀ ਸੀ।

* 'ਪ੍ਰਗਿਆ ਚਕਸ਼ੂ' ਇਹ ਇੱਕ ਪਦਵੀ ਹੈ। ਜਿਸ ਦਾ ਸ਼ਾਬਦਿਕ ਅਰਥ ਹੈ, "ਇਹੋ ਜਿਹਾ ਆਦਮੀ ਜਿਹੜਾ ਭੌਤਿਕ ਅੱਖਾਂ ਨਾ ਹੋਣ ਕਰ ਕੇ, ਸਿਰਫ ਗਿਆਨ ਦੀਆਂ ਅੱਖਾਂ ਨਾਲ ਹੀ ਦੇਖਦਾ ਹੈ।

"ਜਿਉਂ ਹੀ ਅਸੀਂ ਚੌਹਾਂ ਨੇ ਆਪਣੇ ਹੱਥਾਂ ਅਤੇ ਪੈਰਾਂ ਨਾਲ ਰੀਂਗਦਿਆਂ ਉਸ ਝੌਂਪੜੀ ਵਿਚ ਪ੍ਰਵੇਸ਼ ਕਰਕੇ, ਉਸ ਸੱਚੇ ਸੁੱਚੇ ਬ੍ਰਹਮ ਗਿਆਨੀ ਨੂੰ ਪ੍ਰਣਾਮ ਕੀਤਾ, ਉਹ ਮੁਸਕਰਾਏ। ਪ੍ਰਵੇਸ਼ ਦੁਆਰ ਉੱਪਰ ਫੜ ਫੜਾ ਰਹੀ ਲਾਲਟੈਣ ਦੇ ਚਾਨਣੇ ਵਿਚ, ਝੌਂਪੜੀ ਦੀਆਂ ਕੰਧਾਂ ਉੱਪਰ ਵੱਖ ਵੱਖ ਸ਼ਕਲਾਂ ਦੇ ਪ੍ਰਛਾਵੇ ਨੱਚ ਰਹੇ ਸਨ। ਉਨ੍ਹਾਂ ਦਾ ਚਿਹਰਾ ਖਾਸ ਕਰ ਕੇ ਉਨ੍ਹਾਂ ਦੀਆਂ ਅੱਖਾਂ ਅਤੇ ਮਜ਼ਬੂਤ ਚਿੱਟੇ ਦੰਦਾਂ ਦੀ ਦੰਦਰਾਲ ਰੂਹਾਨੀ ਨੂਰ ਨਾਲ ਚਮਕ ਰਹੇ ਸਨ। ਹਿੰਦੀ ਵਿਚ ਕੀਤੀ ਜਾ ਰਹੀ ਵਾਰਤਾਲਾਪ ਮੈਨੂੰ ਸਮਝ ਨਹੀਂ ਸੀ ਆ ਰਹੀ, ਪਰ ਫਿਰ ਵੀ ਉਨ੍ਹਾਂ ਦੇ ਚਿਹਰੇ ਦੇ ਹਾਵਾਂ ਭਾਵਾਂ ਅਤੇ ਉਨ੍ਹਾਂ ਦੇ ਕਹਿਣ ਦੇ ਢੰਗ ਤੋਂ, ਉਨ੍ਹਾਂ ਦੇ ਭਾਵ ਅਰਥ ਪੂਰੀ ਤਰ੍ਹਾਂ ਸਮਝ ਆ ਰਹੇ ਸਨ। ਉਨ੍ਹਾਂ ਵਿਚ ਉਤਸ਼ਾਹ, ਪਿਆਰ ਅਤੇ ਅਧਿਆਤਮਿਕ ਤੇਜ ਠੂਸ ਠੂਸ ਕੇ ਭਰਿਆ ਹੋਇਆ ਸੀ। ਉਨ੍ਹਾਂ ਦੀ ਅਧਿਆਤਮਿਕ ਉੱਚਤਾ ਦੇ ਸਬੰਧ ਵਿਚ ਕਿਸੇ ਨੂੰ ਕੋਈ ਸ਼ੰਕਾ ਨਹੀਂ ਸੀ ਹੋ ਸਕਦੀ।

"ਜੋ ਸੰਸਾਰ ਨਾਲ ਕਿਸੇ ਤਰ੍ਹਾਂ ਵੀ ਜੁੜਿਆ ਨਾ ਹੋਵੇ, ਉਸ ਦੇ ਜੀਵਨ ਦੀ ਖੁਸ਼ੀ ਦੀ ਕਲਪਨਾ ਕਰੋ। ਨਾ ਕਪੜਿਆਂ ਦੀ ਚਿੰਤਾ, ਨਾ ਕੁਝ ਖਾਣ ਪੀਣ ਦੀ ਲਾਲਸਾ, ਕਦੇ ਭਿਖਿਆ ਨਹੀਂ ਮੰਗਦੇ, ਪੱਕਿਆ ਹੋਇਆ ਭੋਜਨ ਇੱਕ ਦਿਨ ਛੱਡਕੇ ਖਾਂਦੇ ਹਨ, ਕੋਈ ਭਿਖਿਆ ਪਾਤਰ ਕੋਲ ਨਹੀਂ ਰੱਖਦੇ, ਰੁਪਏ ਪੈਸੇ ਦੇ ਚੱਕਰ ਵਿਚ ਨਹੀਂ ਉਲਝਦੇ, ਪੈਸੇ ਦੇ ਲੈਣ ਦੇਣ ਵਿਚ ਨਹੀਂ ਪੈਂਦੇ, ਕੋਈ ਚੀਜ਼ ਇਕੱਠੀ ਕਰ ਕੇ ਨਹੀਂ ਰੱਖਦੇ, ਹਮੇਸ਼ਾਂ ਪ੍ਰਮਾਤਮਾ ਉੱਪਰ ਭਰੋਸਾ ਅਤੇ ਕਿਤੇ ਆਉਣ ਜਾਣ ਵਾਸਤੇ ਸਵਾਰੀ ਦੀ ਕੋਈ ਚਿੰਤਾ ਨਹੀਂ ਕਿਉਂਕਿ ਕਿਸੇ ਵਾਹਨ ਉੱਪਰ ਕਦੇ ਬੈਠਦੇ ਹੀ ਨਹੀਂ, ਹਮੇਸ਼ਾਂ ਪਵਿੱਤਰ ਨਦੀਆਂ ਦੇ ਕੰਢੇ ਕੰਢੇ ਪੈਦਲ ਚਲਦੇ ਹਨ, ਕਿਸੇ ਵੀ ਥਾਂ ਉੱਪਰ ਇੱਕ ਹਫਤੇ ਤੋਂ ਜਿਆਦਾ ਨਹੀਂ ਠਹਿਰਦੇ, ਤਾਂ ਕਿ ਕਿਸੇ ਥਾਂ ਨਾਲ ਮੋਹ ਨਾ ਉਤਪੰਨ ਹੋ ਜਾਵੇ।

"ਕਿੰਨੀ ਮਹਾਨ ਆਤਮਾ, ਵੇਦਾਂ ਦੇ ਅਸਧਾਰਨ ਵਿਆਖਿਆਕਾਰ, ਕਾਸ਼ੀ ਹਿੰਦੂ ਯੂਨੀਵਰਸਿਟੀ ਤੋਂ ਐਮ.ਏ. ਅਤੇ ਸ਼ਾਸਤਰੀ (ਸ਼ਾਸਤਰਾਂ ਦੇ ਗਿਆਤਾ) ਦੀ ਡਿਗਰੀ ਪ੍ਰਾਪਤ। ਉਨ੍ਹਾਂ ਦੇ ਚਰਨਾਂ ਵਿਚ ਬੈਠ ਕੇ, ਮੈਂ ਆਪਣੇ ਆਪ ਨੂੰ ਗੌਰਵਵੰਤ ਮਹਿਸੂਸ ਕਰ ਰਿਹਾ ਸੀ। ਇਹ ਸਾਰਾ ਕੁਝ ਮੇਰੇ ਪ੍ਰਾਚੀਨ ਅਤੇ ਸੱਚੇ ਭਾਰਤ ਨੂੰ ਦੇਖਣ ਦੀ ਇੱਛਾ ਦਾ ਉੱਤਰ ਪ੍ਰਤੀਤ ਹੋ ਰਿਹਾ ਸੀ ਕਿਉਂਕਿ ਉਹ ਅਧਿਆਤਮਿਕ ਸਿੱਧ ਪੁਰਸ਼ਾਂ ਦੀ ਇਸ ਧਰਤੀ ਦੀ ਸੱਚੀ ਪ੍ਰਤੀਨਿੱਧਤਾ ਕਰਦੇ ਦਿਖਾਈ ਦੇ ਰਹੇ ਸਨ।"

ਮੈਂ ਉਨ੍ਹਾਂ ਦੇ ਘੁਮੰਤੂ ਜੀਵਨ ਬਾਰੇ ਕਈ ਸਵਾਲ ਕੀਤੇ।

"ਕੀ ਸਰਦੀਆਂ ਵਾਸਤੇ ਆਪ ਇਨ੍ਹਾਂ ਕਪੜਿਆਂ ਤੋਂ ਇਲਾਵਾ ਹੋਰ ਕਪੜੇ ਨਹੀਂ ਪਹਿਨਦੇ?"

"ਨਹੀਂ ਇਹ ਹੀ ਕਾਫੀ ਹਨ।"

"ਕੀ ਆਪ ਆਪਣੇ ਕੋਲ ਕਿਤਾਬਾਂ ਨਹੀਂ ਰੱਖਦੇ?"

"ਨਹੀਂ, ਜੋ ਲੋਕ ਮੇਰੇ ਕੋਲੋਂ ਕੁਝ ਸੁਣਨਾ ਚਾਹੁੰਦੇ ਹਨ, ਉਨ੍ਹਾਂ ਨੂੰ ਮੈਂ ਆਪਣੀ ਯਾਦ ਸ਼ਕਤੀ ਦੇ ਨਾਲ ਸੁਣਾਉਂਦਾ ਹਾਂ।"

"ਆਪ ਹੋਰ ਕੀ ਕਰਦੇ ਹੋ?"

"ਮੈਂ ਗੰਗਾ ਕਿਨਾਰੇ ਘੁੰਮਦਾ ਹਾਂ।"

ਉਨ੍ਹਾਂ ਦੇ ਇਹ ਸ਼ਾਂਤ ਸ਼ਬਦਾਂ ਨੂੰ ਸੁਣ ਕੇ, ਮੈਂ ਉਨ੍ਹਾਂ ਦੇ ਜੀਵਨ ਦੀ ਸਾਦਗੀ ਨੂੰ ਅਪਣਾਉਣ ਵਾਸਤੇ ਲਲਾਇਤ ਹੋ ਉੱਠਿਆ। ਪਰ ਉਦੋਂ ਹੀ ਮੈਨੂੰ ਅਮਰੀਕਾ ਅਤੇ ਆਪਣੇ ਮੋਢਿਆਂ ਉੱਪਰ ਚੁੱਕੀਆਂ ਹੋਰ ਜੁੰਮੇਵਾਰੀਆਂ ਦੀ ਯਾਦ ਆ ਗਈ, "ਨਹੀਂ, ਯੋਗਾਨੰਦ," ਮੈਂ ਇੱਕ ਪਲ ਵਾਸਤੇ ਉਦਾਸੀਨ ਹੋ ਕੇ ਸੋਚਿਆ। "ਇਸ ਜ਼ਿੰਦਗੀ ਵਿਚ ਗੰਗਾ ਕਿਨਾਰੇ ਘੁੰਮਣਾ ਤੇਰੇ ਕਰਮਾਂ ਵਿਚ ਨਹੀਂ ਹੈ।"

ਕਰਪਾਤਰੀ ਜੀ ਨੇ ਆਪਣੀਆਂ ਕੁਝ ਅਧਿਆਤਮਿਕ ਅਨੁਭੂਤੀਆਂ ਦੇ ਬਾਰੇ ਦੱਸਿਆ ਤਾਂ ਮੈਂ ਅਚਾਨਕ ਇੱਕ ਸਵਾਲ ਪੁੱਛਿਆ, "ਆਪ ਇਹ ਸਾਰੇ ਅਨੁਭਵ ਸ਼ਾਸਤਰਾਂ ਤੋਂ ਪੜ੍ਹ ਕੇ ਦੱਸ ਰਹੇ ਹੋ ਜਾਂ ਆਪਣੀ ਅੰਤਰ ਚੇਤਨਾ ਦੇ ਅਨੁਭਵਾਂ ਦੇ ਨਾਲ।"

ਉਨ੍ਹਾਂ ਨੇ ਮੁਸਕਰਾਉਂਦਿਆਂ ਸਿੱਧਾ ਅਤੇ ਸਪਸ਼ਟ ਜਵਾਬ ਦਿੱਤਾ।

"ਅੱਧਾ ਕਿਤਾਬੀ ਗਿਆਨ ਅਤੇ ਅੱਧਾ ਆਪਣੀ ਅੰਤਰ ਚੇਤਨਾ ਦੇ ਅਨੁਭਵ ਦੇ ਨਾਲ।"

ਅਸੀਂ ਸਾਰੇ ਜਣੇ, ਕੁਝ ਸਮੇਂ ਵਾਸਤੇ ਧਿਆਨ ਵਿਚ ਮੌਨ ਬੈਠੇ ਰਹੇ। ਜਦੋਂ ਅਸੀ ਉਨ੍ਹਾਂ ਦੀ ਪਵਿੱਤਰ ਸੰਗਤ ਵਿਚੋਂ ਉੱਠ ਕੇ ਬਾਹਰ ਆਏ, ਤਾਂ ਮੈਂ ਮਿਸਟਰ ਰਾਈਟ ਨੂੰ ਕਿਹਾ, "ਉਹ ਸੁਨਹਿਰੇ ਘਾਸ ਫੂਸ ਦੇ ਸਿੰਘਾਸ਼ਨ ਉੱਪਰ ਬਿਰਾਜਮਾਨ ਰਾਜੇ ਹਨ।"

ਉਸ ਰਾਤ ਅਸੀਂ ਖੁੱਲ੍ਹੇ ਅਸਮਾਨ ਦੀ ਛੱਤ ਅਤੇ ਤਾਰਿਆਂ ਦੀ ਛਾਂ ਥੱਲੇ, ਮੇਲੇ ਦੀ ਜਮੀਨ ਉੱਪਰ ਬੈਠਕੇ ਪੱਤਲਾਂ ਉੱਪਰ ਖਾਣਾ ਖਾਧਾ। ਭਾਰਤ ਵਿਚ ਇਸ ਤਰ੍ਹਾਂ ਥਾਲੀਆਂ ਧੋਣ ਦੇ ਝੰਜਟ ਤੋਂ ਛੁਟਕਾਰਾ ਹੋ ਜਾਂਦਾ ਹੈ।

ਮਨ ਨੂੰ ਮੋਹ ਲੈਣ ਵਾਲੇ ਕੁੰਭ ਦੇ ਮੇਲੇ ਵਿਚ ਅਸੀਂ ਦੋ ਦਿਨ ਰਹੇ, ਫਿਰ ਅਸੀਂ ਯਮੁਨਾ ਦੇ ਕੰਢੇ ਕੰਢੇ ਉੱਤਰ ਪੱਛਮ ਵਿਚ ਸਥਿਤ ਆਗਰਾ ਪਹੁੰਚੇ। ਮੈਂ ਇੱਕ ਵਾਰ ਫਿਰ ਤਾਜ ਮਹੱਲ ਨੂੰ ਨਿਹਾਰ ਰਿਹਾ ਸੀ। ਮੇਰੀ ਯਾਦਾਂ ਦੀ ਤੱਖਤੀ ਉੱਪਰ ਜਿਤੇਂਦਰ ਮੇਰੇ ਨਾਲ ਖੜ੍ਹਾ ਸੀ। ਅਸੀਂ ਦੋਵੇਂ ਹੀ ਹੈਰਾਨ ਹੋ ਕੇ ਸੁਪਨੇ ਨੂੰ ਸੰਗਮਰਮਰ ਵਿਚ ਢਲਿਆ ਦੇਖ ਰਹੇ ਸੀ। ਫਿਰ ਅਸੀਂ ਉੱਥੋਂ ਵਰਿੰਦਾਵਨ ਵਿਖੇ ਕੇਸ਼ਵਾ ਨੰਦ ਜੀ ਦੇ ਆਸ਼ਰਮ ਵਿਚ ਗਏ।

ਕੇਸ਼ਵਾ ਨੰਦ ਜੀ ਨੂੰ ਮਿਲਣ ਦਾ ਉਦੇਸ਼ ਇਸੇ ਪੁਸਤਕ ਨਾਲ ਸਬੰਧਿਤ ਸੀ। ਸ਼੍ਰੀ ਯੁਕਤੇਸ਼ਵਰ ਜੀ ਦੁਆਰਾ ਕੀਤੀ ਗਈ ਬੇਨਤੀ ਮੇਰੇ ਦਿਮਾਗ ਵਿਚੋਂ ਕਦੇ ਵੀ ਨਹੀਂ ਸੀ ਨਿਕਲ ਰਹੀ, ਕਿ ਮੈਨੂੰ ਲਾਹਿੜੀ ਮਹਾਸ਼ਯ ਦੇ ਜੀਵਨ ਚਰਿਤਰ ਉੱਪਰ ਕੁਝ ਲਿਖਣਾ ਚਾਹੀਦਾ

ਹੈ। ਭਾਰਤ ਵਿਚ ਆਪਣੀ ਠਹਿਰ ਦੇ ਦੌਰਾਨ, ਮੈਂ ਯੋਗ ਅਵਤਾਰ ਲਾਹਿੜੀ ਮਹਾਸ਼ਯ ਦੇ ਸਕੇ ਸਬੰਧੀਆਂ ਅਤੇ ਸ਼ਗਿਰਦਾਂ ਨਾਲ ਮੇਲ ਮਿਲਾਪ ਕਰਨ ਦੇ ਹਰ ਮੌਕੇ ਦੀ ਵਰਤੋਂ ਕਰ ਰਿਹਾ ਸੀ ਅਤੇ ਉਨ੍ਹਾਂ ਦੇ ਨਾਲ ਹੋਏ ਵਾਰਤਾਲਾਪ ਨੂੰ ਵਿਸਥਾਰ ਸਹਿਤ ਲਿਖ ਰਿਹਾ ਸੀ। ਘਟਨਾਵਾਂ ਅਤੇ ਤਰੀਕਾਂ ਨੂੰ ਠੀਕ ਠੀਕ ਮਿਲਾ ਰਿਹਾ ਸੀ। ਪੁਰਾਣੀਆਂ ਫੋਟੋਆਂ, ਪੁਰਾਣੀਆਂ ਚਿੱਠੀਆਂ ਅਤੇ ਕਾਗਜ਼ਾਂ ਨੂੰ ਇੱਕਠਾ ਕਰ ਰਿਹਾ ਸੀ। ਲਾਹਿੜੀ ਮਹਾਸ਼ਯ ਸਬੰਧੀ ਮੇਰੀ ਲਿਖਣ ਸਮੱਗਰੀ ਵਧਦੀ ਜਾ ਰਹੀ ਸੀ।

ਪੁਸਤਕ ਲਿਖਣ ਦੇ ਮੁਸ਼ਕਿਲ ਕੰਮ ਨੂੰ ਮਹਿਸੂਸ ਕਰਦਿਆਂ, ਮੈਂ ਅਕਸਰ ਉਦਾਸ ਹੋ ਜਾਂਦਾ ਸੀ। ਮੈਂ ਪ੍ਰਾਰਥਨਾ ਕਰਦਾ ਸੀ ਕਿ ਉਸ ਮਹਾਨ ਗੁਰੂ ਦਾ ਜੀਵਨ ਚਰਿਤਰ ਲਿਖਣ ਦੇ ਸਮਰੱਥ ਹੋ ਸਕਾਂ। ਉਨ੍ਹਾਂ ਦੇ ਅਨੇਕ ਸ਼ਗਿਰਦਾਂ ਨੂੰ ਡਰ ਸੀ, ਕਿ ਲਿਖਤੀ ਜੀਵਨੀ ਵਿਚ ਉਨ੍ਹਾਂ ਦੇ ਗੁਰੂ ਬਾਰੇ ਕਿਤੇ ਕੋਈ ਗਲਤ ਬਿਆਨੀ ਨਾ ਹੋ ਜਾਵੇ ਜਾਂ ਛੁਟਿਆਈ ਨਾ ਰਹਿ ਜਾਵੇ।

ਪੰਚਾਨਨ ਭੱਟਾਚਾਰੀਆ ਨੇ ਇੱਕ ਵਾਰ ਮੈਨੂੰ ਕਿਹਾ ਸੀ, "ਨਿਰਜਿੰਦ ਸ਼ਬਦਾਂ ਵਿਚ ਅਵਤਾਰੀ ਪੁਰਸ਼ਾਂ ਦਾ ਜੀਵਨ ਚਰਿਤਰ ਕੋਈ ਨਹੀਂ ਲਿਖ ਸਕਦਾ।" ਲਾਹਿੜੀ ਮਹਾਸ਼ਯ ਦੇ ਹੋਰ ਸ਼ਗਿਰਦ ਵੀ ਯੋਗ ਅਵਤਾਰ ਨੂੰ ਆਪਣੇ ਦਿਲਾਂ ਵਿਚ ਅਮਰਗੁਰੂ ਦੇ ਰੂਪ ਵਿਚ ਛੁਪਾ ਕੇ ਰੱਖਣਾ ਚਾਹੁੰਦੇ ਸਨ। ਕਿਉਂਕਿ ਲਾਹਿੜੀ ਮਹਾਸ਼ਯ ਨੇ ਖੁਦ ਆਪ, ਆਪਣੇ ਜੀਵਨ ਚਰਿਤਰ ਲਿਖਣ ਬਾਰੇ ਭਵਿਖਬਾਣੀ ਕਰ ਰੱਖੀ ਸੀ ਅਤੇ ਮੈਂ ਉਸ ਨੂੰ ਧਿਆਨ ਵਿਚ ਰੱਖਦਿਆਂ ਹੋਇਆਂ, ਉਨ੍ਹਾਂ ਦੇ ਬਾਹਰੀ ਜੀਵਨ ਦੇ ਬਾਰੇ ਜਾਣਕਾਰੀ ਪ੍ਰਾਪਤ ਕਰਨ ਅਤੇ ਤੱਥਾਂ ਦੀ ਸਚਾਈ ਦੀ ਜਾਂਚ ਪੜਤਾਲ ਕਰਨ ਵਿਚ ਆਪਣੇ ਵੱਲੋਂ ਕੋਈ ਘਾਟ ਨਹੀਂ ਸੀ ਛੱਡਣੀ ਚਾਹੁੰਦਾ।

ਸਵਾਮੀ ਕੇਸ਼ਵਾ ਨੰਦ ਜੀ ਨੇ ਵਰਿੰਦਾਵਨ ਦੇ ਆਪਣੇ ਕਾਤਿਆਨੀ ਪੀਠ ਆਸ਼ਰਮ ਵਿਚ ਸਾਡਾ ਨਿੱਘਾ ਸੁਆਗਤ ਕੀਤਾ। ਇਹ ਆਸ਼ਰਮ ਇੱਟਾਂ ਦਾ ਬਣਿਆ ਹੋਇਆ ਵਿਸ਼ਾਲ ਭਵਨ ਹੈ, ਜਿਸ ਵਿਚ ਭਾਰੀ ਭਰਕਮ ਥਮਲੇ ਹਨ। ਇਹ ਭਵਨ ਸੁੰਦਰ ਬਾਗ ਵਿਚ ਸਥਿਤ ਹੈ। ਉਹ ਤੁਰੰਤ ਸਾਨੂੰ ਆਪਣੇ ਬੈਠਕਖਾਨੇ ਵਿਚ ਲੈ ਗਏ, ਜਿੱਥੇ ਲਾਹਿੜੀ ਮਹਾਸ਼ਯ ਦੀ ਫੋਟੋ ਵੱਡੀ ਕਰਵਾ ਕੇ ਟੰਗੀ ਹੋਈ ਸੀ। ਕੇਸ਼ਵਾ ਨੰਦ ਜੀ ਦੀ ਉਮਰ ਨੱਬੇ ਵਰ੍ਹਿਆਂ ਦੀ ਹੋ ਚੱਲੀ ਸੀ, ਪਰ ਉਹ ਫਿਰ ਵੀ ਪੂਰੇ ਤੰਦਰੁਸਤ ਅਤੇ ਮਜ਼ਬੂਤ ਦਿਖਾਈ ਦੇ ਰਹੇ ਸਨ। ਲੰਬੇ ਕੇਸ ਅਤੇ ਚਿੱਟੀ ਬਰਫ ਵਰਗੀ ਸਫੇਦ ਦਾੜ੍ਹੀ ਦੇ ਨਾਲ, ਉਹ ਕਿਸੇ ਪ੍ਰਾਚੀਨ ਰਿਸ਼ੀ ਦੀ ਮੂਰਤ ਲੱਗ ਰਹੇ ਸਨ। ਮੈਂ ਉਨ੍ਹਾਂ ਨੂੰ ਦੱਸਿਆ ਕਿ ਭਾਰਤੀ ਸੰਤਾਂ ਉੱਪਰ ਲਿਖੀ ਜਾਣ ਵਾਲੀ ਪੁਸਤਕ ਵਿਚ, ਉਨ੍ਹਾਂ ਦੇ ਨਾਂ ਦਾ ਜ਼ਿਕਰ ਕਰਨ ਦੀ ਮੇਰੀ ਇੱਛਾ ਹੈ। ਮਹਾਨ ਯੋਗੀ ਮਿਠ ਬੋਲੜੇ ਹੁੰਦੇ ਹਨ। ਇਸ ਕਰਕੇ ਮੈਂ ਮੁਸਕਰਾਉਂਦਿਆਂ ਬੇਨਤੀ ਕੀਤੀ, "ਕਿ ਉਹ ਆਪਣੇ ਜੀਵਨ ਦੇ ਬਾਰੇ ਕੁਝ ਦੱਸਣ।"

ਕੇਸ਼ਵਾ ਨੰਦ ਜੀ ਨੇ ਨਿਮਰ ਭਾਵ ਦਰਸਾਉਂਦਿਆਂ ਕਿਹਾ, "ਮੇਰੇ ਜੀਵਨ ਵਿਚ ਬਾਹਰੀ ਪੱਖੋਂ ਦੇਖਿਆ ਜਾਵੇ, ਤਾਂ ਕੁਝ ਵੀ ਵਿਸ਼ੇਸ਼ ਨਹੀਂ ਹੈ। ਮੇਰਾ ਸਾਰਾ ਜੀਵਨ ਹਿਮਾਲਿਆ ਵਿਚ ਇੱਕ ਏਕਾਂਤ ਗੁਫਾ ਤੋਂ ਦੂਜੀ ਏਕਾਂਤ ਗੁਫਾ ਤਕ ਪੈਦਲ ਘੁੰਮਦਿਆਂ ਹੀ ਲੰਘਿਆ ਹੈ। ਕੁਝ ਸਮਾਂ ਹਰਦੁਆਰ ਵਿਚ ਇੱਕ ਛੋਟਾ ਜਿਹਾ ਆਸ਼ਰਮ ਬਣਾ ਕੇ ਰਹਿੰਦਾ ਰਿਹਾ, ਜਿਸ ਦੇ ਚਾਰੇ ਪਾਸੇ ਵੱਡੇ ਵੱਡੇ ਦਰਖਤਾਂ ਦਾ ਜੰਗਲ ਸੀ। ਬਹੁਤ ਸ਼ਾਂਤੀ ਪੂਰਨ ਥਾਂ ਸੀ। ਸੱਪਾਂ ਦੀ ਬਹੁਲਤਾ ਕਰਕੇ ਜਿਆਦਾ ਲੋਕ ਉਥੇ ਨਹੀਂ ਸਨ ਆਉਂਦੇ," ਕੇਸ਼ਵਾ ਨੰਦ ਜੀ ਨੇ ਹੱਸਦਿਆਂ ਹੱਸਦਿਆਂ ਕਿਹਾ। ਬਾਅਦ ਵਿਚ ਇੱਕ ਸਾਲ ਗੰਗਾ ਨਦੀ ਵਿਚ ਹੜ੍ਹ ਆ ਗਿਆ, ਉਹ ਆਸ਼ਰਮ ਨੂੰ ਸੱਪਾਂ ਸਮੇਤ ਹੜ੍ਹਾ ਕੇ ਲੈ ਗਿਆ। ਫਿਰ ਆਪਣੇ ਸ਼ਗਿਰਦਾਂ ਦੀ ਸਹਾਇਤਾ ਨਾਲ, ਮੈਂ ਇੱਥੇ ਵਰਿੰਦਾਵਨ ਵਿਚ ਇਹ ਆਸ਼ਰਮ ਬਣਾਇਆ।

ਸਾਡੇ ਵਿਚੋਂ ਕਿਸੇ ਪਾਰਟੀ ਦੇ ਮੈਂਬਰ ਨੇ ਉਨ੍ਹਾਂ ਤੋਂ ਪੁੱਛਿਆ, "ਕਿ ਆਪ ਜੰਗਲ ਵਿਚ ਬਾਘਾਂ ਤੋ ਆਪਣੀ ਰੱਖਿਆ ਕਿਸ ਤਰ੍ਹਾਂ ਕਰਦੇ ਸੀ।"

ਕੇਸ਼ਵਾਨੰਦ ਜੀ ਨੇ ਸਿਰ ਹਿਲਾਉਂਦਿਆਂ ਕਿਹਾ, "ਉਸ ਉਚ ਅਧਿਆਤਮਿਕ ਵਾਤਾਵਰਨ ਵਿਚ ਜੰਗਲੀ ਪਸ਼ੂ ਸ਼ਾਇਦ ਹੀ ਕਦੇ ਯੋਗੀਆਂ ਉੱਪਰ ਹਮਲਾ ਕਰਦੇ ਹੋਣ। ਇੱਕ ਵਾਰ ਜੰਗਲ ਵਿਚ ਇੱਕ ਬਾਘ ਦਾ ਮੇਰੇ ਨਾਲ ਟਾਕਰਾ ਹੋ ਗਿਆ। ਮੇਰੇ ਮੂਹੋਂ ਇੱਕ ਇਹੋ ਜਿਹੀ ਜ਼ੋਰਦਾਰ ਅਵਾਜ਼ ਨਿਕਲੀ ਕਿ ਬਾਘ ਡਰ ਨਾਲ ਜਿਵੇਂ ਪੱਥਰ ਬਣ ਗਿਆ ਹੋਵੇ।" ਆਪਣੀਆਂ ਯਾਦਾਂ ਨੂੰ ਤਾਜਾ ਕਰਦਿਆਂ ਸਵਾਮੀ ਜੀ ਫਿਰ ਹੱਸ ਪਏ।*

ਕਦੇ ਕਦੇ ਮੈਂ ਆਪਣਾ ਏਕਾਂਤਵਾਸ ਛੱਡ ਕੇ ਆਪਣੇ ਗੁਰੂ ਦੇ ਚਰਨਾਂ ਦੇ ਦਰਸ਼ਨ ਕਰਨ ਵਾਰਾਣਸੀ ਚਲਿਆ ਜਾਂਦਾ ਸੀ। ਹਿਮਾਲਿਆ ਦੀਆਂ ਉਜਾੜਾਂ ਵਿਚ ਲਗਾਤਾਰ ਭਟਕਣ ਦੇ ਕਾਰਨ, ਮੇਰੇ ਗੁਰੂ ਅਕਸਰ ਮੇਰਾ ਮਖੌਲ ਉਡਾਇਆ ਕਰਦੇ ਸਨ, "ਤੇਰੇ ਪੈਰਾਂ ਵਿਚ ਚੱਕਰ ਹੈ।" ਇੱਕ ਵਾਰ ਉਨ੍ਹਾਂ ਨੇ ਮੈਨੂੰ ਕਿਹਾ, "ਮੈਨੂੰ ਖੁਸ਼ੀ ਹੈ ਕਿ ਪਵਿੱਤਰ ਹਿਮਾਲਿਆ ਇੰਨਾ ਵੱਡਾ ਹੈ, ਕਿ ਉਹ ਤੈਨੂੰ ਘੁੰਮਦਾ ਰੱਖਣ ਵਾਸਤੇ ਰੁੱਝਿਆ ਰੱਖ ਸਕਦਾ ਹੈ।"

* ਲਗਦਾ ਹੈ ਬਾਘਾਂ ਨੂੰ ਬੁੱਧੂ ਬਣਾਉਣ ਦੇ ਅਨੇਕ ਤਰੀਕੇ ਹਨ। ਇੱਕ ਆਸਟਰੇਲੀਅਨ ਸਾਹਸੀ ਯਾਤਰੀ ਫਰਾਂਸਿਸ ਬਰਿਟਲਸ ਨੇ ਲਿਖਿਆ ਹੈ, ਕਿ ਉਨ੍ਹਾਂ ਨੂੰ "ਭਾਰਤ ਦੇ ਜੰਗਲ ਬਹੁ-ਰੰਗੇ, ਸੁੰਦਰਤਾ ਭਰਪੂਰ ਅਤੇ ਸੁਰੱਖਿਅਤ ਪ੍ਰਤੀਤ ਹੋਏ।" ਉਨ੍ਹਾਂ ਦਾ ਸੁਰੱਖਿਆ ਕਵਚ ਮੱਖੀਮਾਰ ਕਾਗਜ਼ ਸੀ। ਉਹ ਕਹਿੰਦੇ ਹਨ, "ਹਰ ਰਾਤ ਨੂੰ ਮੈਂ ਸੌਣ ਤੋਂ ਪਹਿਲਾਂ ਆਪਣੇ ਕੈਂਪ ਦੇ ਆਲੇ ਦੁਆਲੇ ਅਨੇਕ ਮੱਖੀਮਾਰ ਕਾਗਜ਼ ਵਿਛਾ ਦਿੰਦਾ ਸੀ। ਇਸ ਕਰ ਕੇ ਮੇਰੇ ਨਾਲ ਕੋਈ ਵੀ ਭੈੜੀ ਘਟਨਾ ਨਹੀਂ ਵਾਪਰੀ। ਇਸ ਦੇ ਪਿੱਛੇ ਮਨੋਵਿਗਿਆਨਿਕ ਕਾਰਨ ਇਹ ਹੈ, ਕਿ ਬਾਘ ਆਪਣੀ ਆਨ-ਬਾਨ-ਸ਼ਾਨ ਦਾ ਬਹੁਤ ਖਿਆਲ ਰੱਖਦਾ ਹੈ। ਉਸ ਦਾ ਆਸ ਪਾਸ ਫਟਕਣਾ, ਮਨੁੱਖ ਉੱਪਰ ਹਮਲਾ ਕਰਨਾ-ਇਹ ਸਭ ਉਦੋਂ ਤਕ ਹੀ ਸੰਭਵ ਹੈ, ਜਦੋਂ ਤਕ ਉਹ ਮੱਖੀਮਾਰ ਕਾਗਜ਼ ਦੇ ਕੋਲ ਨਹੀਂ ਆਉਂਦਾ। ਜਦੋਂ ਉਹ ਇਸ ਮੱਖੀਮਾਰ ਕਾਗਜ਼ ਦੇ ਨੇੜੇ ਆਉਂਦਾ ਹੈ, ਤਾਂ ਉਹ ਪਲਟ ਕੇ ਵਾਪਸ ਚਲਿਆ ਜਾਂਦਾ ਹੈ। ਉਸ ਚਿਪ ਚਿਪੇ ਕਾਗਜ਼ ਉੱਪਰ ਬੈਠਣ ਤੋਂ ਬਾਅਦ ਕਿਸੇ ਮਨੁੱਖ ਦਾ ਸਾਹਮਣਾ ਕਰਨਾ, ਸਵੈ ਅਭਿਮਾਨੀ ਬਾਘ ਆਪਣੀ ਤੌਹੀਨ ਮਹਿਸੂਸ ਕਰਦਾ ਹੈ।

ਕੇਸ਼ਵਾਨੰਦ ਜੀ ਨੇ ਅੱਗੇ ਕਿਹਾ, "ਲਾਹਿੜੀ ਮਹਾਸ਼ਯ, ਆਪਣੀ ਮਹਾ ਸਮਾਧੀ ਤੋਂ ਪਹਿਲਾਂ ਅਤੇ ਬਾਅਦ, ਅਨੇਕ ਵਾਰ ਉਨ੍ਹਾਂ ਦੇ ਸਾਹਮਣੇ ਪ੍ਰਗਟ ਹੋਏ। ਹਿਮਾਲਿਆ ਦੀ ਕੋਈ ਉਚਾਈ ਉਨ੍ਹਾਂ ਵਾਸਤੇ ਕਦੇ ਦੁਰਗਮ ਨਹੀਂ ਰਹੀ।"

ਦੋ ਘੰਟਿਆਂ ਬਾਅਦ, ਉਹ ਸਾਨੂੰ ਖਾਣੇ ਵਾਸਤੇ ਇੱਕ ਵਰਾਂਡੇ ਵਿਚ ਲੈ ਕੇ ਗਏ। ਮੈਂ ਮਨ ਹੀ ਮਨ ਇੱਕ ਉਦਾਸ ਹੌਕਾ ਭਰਿਆ। ਇੱਥੇ ਵੀ ਪੰਦਰਾਂ ਤਰ੍ਹਾਂ ਦੇ ਪਕਵਾਨ ਸਾਡਾ ਇੰਤਜ਼ਾਰ ਕਰ ਰਹੇ ਸਨ। ਭਾਰਤੀ ਮਹਿਮਾਨ ਨਿਵਾਜ਼ੀ ਨੂੰ ਸਵੀਕਾਰ ਕਰਦਿਆਂ, ਇੱਕ ਵਰ੍ਹੇ ਵਿਚ ਮੇਰਾ ਭਾਰ ਪੰਜਾਹ ਪੌਂਡ ਵਧ ਗਿਆ ਸੀ। ਪ੍ਰੰਤੂ ਮੇਰੇ ਸਨਮਾਨਅਰਥ ਪਿਆਰ ਨਾਲ ਬਣਾਏ ਗਏ ਪਕਵਾਨਾਂ ਨੂੰ ਖਾਣ ਤੋਂ ਇਨਕਾਰ ਕਰਨਾ ਵੀ ਤਾਂ ਅਸਭਿਆ ਮੰਨਿਆ ਜਾਂਦਾ। ਭਾਰਤ ਵਿਚ (ਅਫਸੋਸ ਕਿਤੇ ਹੋਰ ਨਹੀਂ) ਲੋਕ ਗੋਲ ਮਟੋਲ ਦਿਖਾਈ ਦੇਣ ਵਾਲੇ ਸਵਾਮੀ ਨੂੰ ਦੇਖ ਕੇ ਖੁਸ਼ ਹੁੰਦੇ ਹਨ।

ਖਾਣਾ ਖਾਣ ਤੋਂ ਬਾਅਦ ਕੇਸ਼ਵਾ ਨੰਦ ਜੀ ਮੈਨੂੰ ਬਾਕੀ ਟੋਲੀ ਤੋਂ ਦੂਰ ਏਕਾਂਤ ਵਿਚ ਲੈ ਗਏ। ਉੱਥੇ ਉਨ੍ਹਾਂ ਨੇ ਮੈਨੂੰ ਕਿਹਾ, "ਤੇਰਾ ਇੱਥੇ ਆਉਣਾ ਕੋਈ ਅਚਾਨਕ ਨਹੀਂ ਹੈ। ਮੇਰੇ ਕੋਲ ਤੇਰੇ ਵਾਸਤੇ ਇੱਕ ਖਾਸ ਸੁਨੇਹਾ ਹੈ।"

ਮੈਨੂੰ ਉਸ ਵਕਤ ਇਹ ਸੁਣ ਕੇ ਬੜੀ ਹੈਰਾਨੀ ਹੋਈ, ਕਿਉਂਕਿ ਕੇਸ਼ਵਾਨੰਦ ਜੀ ਨੂੰ ਮਿਲਣ ਦੀ ਯੋਜਨਾ ਦੇ ਬਾਰੇ ਹੋਰ ਕਿਸੇ ਨੂੰ ਤਾਂ ਪਤਾ ਹੀ ਨਹੀਂ ਸੀ। ਫਿਰ ਉਨ੍ਹਾਂ ਨੇ ਕਿਹਾ, "ਪਿਛਲੇ ਵਰ੍ਹੇ ਉੱਤਰੀ ਹਿਮਾਲਿਆ ਵਿਚ ਬਦਰੀ ਨਾਥ ਦੇ ਕੋਲ ਘੁੰਮਦਿਆਂ ਹੋਇਆਂ, ਮੈਂ ਰਸਤਾ ਭੁੱਲ ਗਿਆ ਅਤੇ ਵੱਡੀ ਸਾਰੀ ਸੁਰੱਖਿਅਤ ਗੁਫਾ ਦੇ ਸਾਹਮਣੇ ਪਹੁੰਚ ਗਿਆ, ਜੋ ਖਾਲੀ ਸੀ, ਪਰ ਉਸ ਦੀ ਪਥਰੀਲੀ ਜਮੀਨ ਦੇ ਟੋਏ ਵਿਚ ਅੰਗਿਆਰ ਦਹਿਕ ਰਹੇ ਸਨ। ਇਸ ਏਕਾਂਤ ਗੁਫਾ ਵਿਚ ਨਿਵਾਸ ਕਰਨ ਵਾਲੇ ਮਨੁੱਖ ਦੇ ਬਾਰੇ ਸੋਚ ਕੇ ਹੈਰਾਨ ਹੁੰਦਿਆਂ, ਮੈਂ ਅੱਗ ਦੇ ਕੋਲ ਬੈਠ ਗਿਆ। ਮੇਰੀ ਨਜ਼ਰ ਪ੍ਰਵੇਸ਼ ਦੁਆਰ ਉੱਪਰ ਲੱਗੀ ਹੋਈ ਸੀ, ਜਿੱਥੇ ਸੂਰਜ ਦੀ ਰੌਸ਼ਨੀ ਦਿਖਾਈ ਦਿੰਦੀ ਸੀ।

"ਕੇਸ਼ਵਾਨੰਦ, ਮੈਂ ਖੁਸ਼ ਹਾਂ ਕਿ ਤੂੰ ਇੱਥੇ ਆ ਗਿਆ ਹੈਂ।" ਮੇਰੇ ਪਿਛਲੇ ਪਾਸਿਉਂ ਇਹ ਸ਼ਬਦ ਸੁਣਾਈ ਦਿੱਤੇ। ਹੈਰਾਨ ਹੋ ਕੇ ਮੈਂ ਪਿੱਛੇ ਮੁੜ ਕੇ ਦੇਖਿਆ, ਤਾਂ ਪਿੱਛੇ ਬਾਬਾ ਜੀ ਖੜ੍ਹੇ ਸਨ। ਗੁਫਾ ਦੇ ਅੰਦਰਲੇ ਹਿੱਸੇ ਵਿਚ ਬਾਬਾ ਜੀ ਪ੍ਰਗਟ ਹੋ ਗਏ ਸਨ, ਅਨੇਕ ਵਰ੍ਹਿਆਂ ਬਾਅਦ, ਫਿਰ ਤੋਂ ਉਨ੍ਹਾਂ ਦੇ ਦਰਸ਼ਨ ਕਰਕੇ ਮੇਰੀ ਖੁਸ਼ੀ ਦਾ ਕੋਈ ਟਿਕਾਣਾ ਨਾ ਰਿਹਾ। ਮੈਂ ਉਨ੍ਹਾਂ ਦੇ ਚਰਨਾਂ ਉੱਪਰ ਦੰਡਵਤ ਲੇਟ ਗਿਆ।"

"ਬਾਬਾ ਜੀ ਨੇ ਕਿਹਾ, 'ਮੈਂ ਹੀ ਤੈਨੂੰ ਇੱਥੇ ਬੁਲਾਇਆ ਹੈ। ਇਸੇ ਵਾਸਤੇ ਤੂੰ ਜੰਗਲ ਵਿਚ ਰਸਤਾ ਭੁੱਲ ਗਿਆ ਅਤੇ ਇਸ ਏਕਾਂਤ ਗੁਫਾ ਵਿਚ ਪਹੁੰਚ ਗਿਆ, ਜੋ ਅੱਜ ਕੱਲ੍ਹ ਮੇਰਾ ਨਿਵਾਸ ਹੈ। ਅਸੀਂ ਬੜੀ ਦੇਰ ਬਾਅਦ ਫਿਰ ਮਿਲੇ ਹਾਂ, ਤੈਨੂੰ ਮਿਲ ਕੇ ਬੜੀ ਖੁਸ਼ੀ ਹੋਈ ਹੈ।'

"ਫਿਰ ਅਮਰ ਗੁਰੂ ਨੇ ਮੇਰੇ ਕਲਿਆਣ ਵਾਸਤੇ ਕਈ ਅਸ਼ੀਰਵਾਦ ਦਿੰਦਿਆਂ ਕਿਹਾ 'ਮੈਂ ਤੈਨੂੰ ਯੋਗਾਨੰਦ ਨੂੰ ਦੇਣ ਵਾਸਤੇ ਇੱਕ ਸੁਨੇਹਾ ਦੇ ਰਿਹਾ ਹਾਂ- ਜਦੋਂ ਉਹ ਭਾਰਤ ਆਵੇਗਾ ਤਾਂ ਆਪਣੇ ਗੁਰੂ ਅਤੇ ਲਾਹਿੜੀ ਮਹਾਸ਼ਯ ਦੇ ਜੀਵਤ ਸ਼ਗਿਰਦਾਂ ਨਾਲ ਮੁਲਾਕਾਤਾਂ ਵਿਚ ਰੁਝਿਆ ਰਹੇਗਾ। ਜਦੋਂ ਉਹ ਤੇਰੇ ਕੋਲ ਆਵੇਗਾ ਤਾਂ ਉਸ ਨੂੰ ਇਹ ਦੱਸ ਦੇਣਾ ਕਿ ਉਸ ਦੇ ਮੈਨੂੰ ਮਿਲਣ ਵਾਸਤੇ ਵਿਆਕੁਲ ਹੋਣ ਦੇ ਬਾਵਜੂਦ ਵੀ ਮੈਂ ਉਸ ਨੂੰ ਨਹੀਂ ਮਿਲ ਸਕਾਂਗਾ। ਪ੍ਰੰਤੂ ਕਿਸੇ ਹੋਰ ਮੌਕੇ ਉਸ ਨੂੰ ਜਰੂਰ ਮਿਲਾਂਗਾ।'

ਸਵਾਮੀ ਕੇਸ਼ਵਾ ਨੰਦ ਜੀ ਦੇ ਮੂਹੋਂ ਬਾਬਾ ਜੀ ਦਾ ਇਹ ਦਿਲਾਸੇ ਭਰਿਆ ਸੁਨੇਹਾ ਸੁਣ ਕੇ, ਮੈਂ ਬਹੁਤ ਖੁਸ਼ ਹੋਇਆ। ਮੇਰੇ ਦਿਲ ਦੀ ਕਿਸੇ ਨੁੱਕਰ ਵਿਚ ਹੋ ਰਹੀ ਚੁਭਣ ਖਤਮ ਹੋ ਗਈ। ਹੁਣ ਮੈਨੂੰ ਇਸ ਗੱਲ ਦਾ ਦੁਖ ਨਾ ਰਿਹਾ, ਕਿ ਬਾਬਾ ਜੀ ਨੇ ਮੈਨੂੰ ਕੁੰਭ ਦੇ ਮੇਲੇ ਵਿਚ ਦਰਸ਼ਨ ਕਿਉਂ ਨਹੀਂ ਸਨ ਦਿੱਤੇ, ਹਾਲਾਂਕਿ ਸ਼੍ਰੀ ਯੁਕਤੇਸ਼ਵਰ ਜੀ ਨੇ ਵੀ ਇਸ ਬਾਰੇ ਪਹਿਲਾਂ ਹੀ ਇਸ਼ਾਰਾ ਦੇ ਦਿੱਤਾ ਸੀ।

ਆਸ਼ਰਮ ਵਿਚ ਇੱਕ ਰਾਤ ਰਹਿ ਕੇ ਅਸੀਂ ਅਗਲੇ ਦਿਨ ਕੋਲਕਾਤਾ ਵਾਸਤੇ ਚਾਲੇ ਪਾ ਦਿੱਤੇ। ਯਮੁਨਾ ਦੇ ਪੁੱਲ ਉੱਪਰ ਦੀ ਲੰਘਦਿਆਂ ਸਮੇਂ ਵਰਿੰਦਾਵਨ ਦੇ ਅਸਮਾਨ ਦਾ ਮਨਮੋਹਕ ਨਜ਼ਾਰਾ ਦੇਖਦਿਆਂ ਹੀ ਆਨੰਦਿਤ ਹੋ ਉੱਠੇ। ਜਿਵੇਂ ਸੂਰਜ ਨੇ ਅਸਮਾਨ ਵਿਚ ਅੱਗ ਲਾ ਦਿੱਤੀ ਹੋਵੇ, ਅਗਨੀ ਦੇਵਤਾ ਕਿਸੇ ਭੱਠੀ ਵਾਂਗ ਲੱਗ ਰਿਹਾ ਸੀ। ਉਸ ਦੇ ਸੁੰਦਰ ਰੰਗ, ਥੱਲੇ ਯਮੁਨਾ ਨਦੀ ਦੇ ਸ਼ਾਂਤ ਜਲ ਵਿਚ ਪ੍ਰਤੀਬਿੰਬਤ ਹੋ ਰਹੇ ਸਨ।

ਯਮੁਨਾ ਦਾ ਕਿਨਾਰਾ ਸ਼੍ਰੀ ਕ੍ਰਿਸ਼ਨ ਦੀਆਂ ਬਾਲ ਲੀਲਾਵਾਂ ਦੀਆਂ ਪਵਿੱਤਰ ਯਾਦਾਂ ਨਾਲ ਪਵਿੱਤਰ ਹੋ ਰੱਖਿਆ ਹੈ। ਇੱਥੇ ਹੀ ਇੱਕ ਅਵਤਾਰ ਅਤੇ ਉਸ ਦੇ ਭਗਤਾਂ ਨੇ ਸਦੀਵੀ ਪਿਆਰ ਨੂੰ ਪ੍ਰਗਟ ਕਰਦਿਆਂ ਹੋਇਆਂ, ਆਪਣੇ ਬਚਪਨ ਦੀ ਭੋਲੀ ਭਾਲੀ ਮਧੁਰੱਤਾ ਦੇ ਨਾਲ ਗੋਪੀਆਂ ਨਾਲ ਰਾਸ ਲੀਲਾ ਰਚਾਈ। ਅਨੇਕ ਪੱਛਮੀ ਵਿਆਖਿਆਕਾਰਾਂ ਨੇ ਭਗਵਾਨ ਸ਼੍ਰੀ ਕ੍ਰਿਸ਼ਨ ਦੇ ਜੀਵਨ ਨੂੰ ਸਮਝਣ ਵਿਚ ਬਹੁਤ ਵੱਡੀ ਭੁੱਲ ਕੀਤੀ ਹੈ।

ਧਾਰਮਿਕ ਸ਼ਾਸਤਰਾਂ ਦੇ ਸ਼ਲੋਕਾਂ ਦੇ ਦੂਹਰੇ ਅਰਥਾਂ ਵਾਲੀ ਭਾਸ਼ਾ ਦੇ ਸ਼ਾਬਦਿਕ ਅਰਥ ਕਰਨ ਵਾਲੇ ਲੋਕਾਂ ਨੂੰ ਅਸਲੀਅਤ ਸਮਝ ਨਹੀਂ ਆਉਂਦੀ। ਇੱਕ ਅਨੁਵਾਦਕ ਦੀ ਇੱਕ ਮਨੋਰੰਜਕ ਭੁੱਲ ਦਾ ਉਦਾਹਰਣ ਇਸ ਗੱਲ ਨੂੰ ਸਪਸ਼ਟ ਕਰਦਾ ਹੈ। ਇਹ ਕਹਾਣੀ ਮੱਧਕਾਲੀਨ ਯੁਗ ਦੇ ਭਗਤ ਰਵਿਦਾਸ ਨਾਲ ਸਬੰਧਿਤ ਹੈ। ਰਵਿਦਾਸ ਮਨੁੱਖ ਵਿਚ ਮੌਜੂਦ ਅਧਿਆਤਮਿਕ ਗੌਰਵ ਨੂੰ ਆਪਣੇ ਚਮੜੇ ਦੇ ਪੇਸ਼ੇ ਦੀ ਭਾਸ਼ਾ ਵਿਚ ਇਸ ਤਰ੍ਹਾਂ ਗਾਉਂਦੇ ਸਨ।

"ਵਿਸ਼ਾਲ ਨੀਲ ਗਗਨ ਦੇ ਹੇਠਾਂ, ਰਹੇ ਦੇਵਤੇ ਚੰਮ ਲਪੇਟੇ।"

ਇੱਕ ਪੱਛਮੀ ਲੇਖਕ ਨੇ ਇਸ ਦਾ ਬੜਾ ਗਲਤ ਅਰਥ ਕੱਢਿਆ, ਉਸ ਦੇ ਕੱਢੇ ਅਰਥ ਨੂੰ ਪੜ੍ਹ ਕੇ ਹਰ ਕੋਈ ਹੱਸੇ ਬਗੈਰ ਨਹੀਂ ਰਹਿ ਸਕਦਾ। ਉਹ ਲਿਖਦਾ ਹੈ "ਬਾਅਦ

ਵਿਚ ਉਨ੍ਹਾਂ ਨੇ ਇੱਕ ਝੌਂਪੜੀ ਬਣਾਈ ਅਤੇ ਉਸ ਵਿਚ ਇੱਕ ਚਮੜੇ ਨਾਲ ਬਣਾਈ ਮੂਰਤੀ ਸਥਾਪਿਤ ਕੀਤੀ ਅਤੇ ਉਸ ਦੀ ਪੂਜਾ ਸ਼ੁਰੂ ਕਰ ਦਿੱਤੀ।"

ਭਗਤ ਰਵਿਦਾਸ ਮਹਾਨ ਸੰਤ ਕਬੀਰ ਦੇ ਗੁਰੂ ਭਾਈ ਸਨ। ਰਵਿਦਾਸ ਦੇ ਗੌਰਵ ਪ੍ਰਾਪਤ ਸ਼ਗਿਰਦਾਂ ਵਿਚ ਚਿਤੌੜ ਦੀ ਰਾਣੀ ਸੀ। ਉਸ ਰਾਣੀ ਨੇ ਇੱਕ ਵਾਰ ਆਪਣੇ ਗੁਰੂ ਦੇ ਸਨਮਾਨਅਰਥ ਇੱਕ ਵਿਸ਼ਾਲ ਭੰਡਾਰੇ ਦਾ ਆਯੋਜਨ ਕੀਤਾ ਅਤੇ ਉਸ ਵਿਚ ਬਹੁਤ ਵੱਡੀ ਗਿਣਤੀ ਵਿਚ ਬ੍ਰਾਹਮਣਾਂ ਨੂੰ ਵੀ ਬੁਲਾ ਲਿਆ। ਬ੍ਰਾਹਮਣਾਂ ਨੇ ਇੱਕ ਨੀਚ ਦੇ ਨਾਲ ਬੈਠ ਕੇ ਖਾਣਾ ਖਾਣ ਤੋਂ ਇਨਕਾਰ ਕਰ ਦਿੱਤਾ। ਬ੍ਰਾਹਮਣ ਜਦੋਂ ਆਪਣਾ ਸ਼ੁੱਧ ਭੋਜਨ ਵੱਖਰੇ ਬੈਠ ਕੇ ਖਾਣ ਲੱਗੇ, ਤਾਂ ਹਰ ਇੱਕ ਬ੍ਰਾਹਮਣ ਨੂੰ ਆਪਣੇ ਕੋਲ ਰਵਿਦਾਸ ਬੈਠਿਆ ਦਿਖਾਈ ਦਿੱਤਾ। ਇਸ ਸਰਬਜਨਿਕ ਚਮਤਕਾਰ ਨਾਲ ਚਿਤੌੜ ਵਿਚ ਦੂਰ ਦੂਰ ਤਕ ਅਧਿਆਤਮਿਕ ਪੁਨਰ ਜਾਗਰਨ ਹੋ ਗਿਆ।

ਕੁਝ ਹੀ ਦਿਨਾਂ ਵਿਚ ਅਸੀਂ ਕੋਲਕਾਤਾ ਪਹੁੰਚ ਗਏ। ਮੈਂ ਸ਼੍ਰੀ ਯੁਕਤੇਸ਼ਵਰ ਜੀ ਨੂੰ ਮਿਲਣ ਖਾਤਰ ਵਿਆਕੁਲ ਸੀ। ਇਸ ਕਰਕੇ ਜਦੋਂ ਮੈਂ ਸੁਣਿਆ ਕਿ ਉਹ ਕੋਲਕਾਤਾ ਤੋਂ ਦੱਖਣ ਵਿਚ ਤਿੰਨ ਸੌ ਮੀਲ ਦੂਰ ਪੁਰੀ ਵਿਚ ਹਨ, ਤਾਂ ਮੈਂ ਬਹੁਤ ਉਦਾਸ ਹੋ ਗਿਆ।

"ਤੁਰੰਤ ਪੁਰੀ ਚਲੇ ਆਉ," ਇਹ ਤਾਰ ਮੇਰੇ ਇੱਕ ਗੁਰੂ ਭਾਈ ਨੇ 8 ਮਾਰਚ ਨੂੰ ਕੋਲਕਾਤਾ ਦੇ ਦੂਸਰੇ ਗੁਰੂ ਭਾਈ ਅਤੁਲ ਰਾਏ ਚੌਧਰੀ ਨੂੰ ਭੇਜਿਆ। ਇਸ ਸੁਨੇਹੇ ਦਾ ਸਮਾਚਾਰ ਮੇਰੇ ਕੰਨਾਂ ਤਕ ਵੀ ਪਹੁੰਚ ਗਿਆ। ਉਸ ਵਿਚ ਮੌਜੂਦ ਅਰਥ ਸਮਝਣ ਵਿਚ ਮੈਨੂੰ ਦੇਰ ਨਾ ਲੱਗੀ। ਮੈਂ ਧੜੰਮ ਕਰ ਕੇ ਗੋਡਿਆਂ ਪਰਨੇ ਬੈਠ ਗਿਆ ਅਤੇ ਭਗਵਾਨ ਤੋਂ ਆਪਣੇ ਗੁਰੂ ਦੇ ਜੀਵਨ ਦੀ ਭਿਖਿਆ ਮੰਗਣ ਲੱਗਿਆ। ਮੈਂ ਪੁਰੀ ਜਾਣ ਵਾਸਤੇ ਰੇਲ ਗੱਡੀ ਫੜ੍ਹਨ ਖਾਤਰ ਆਪਣੇ ਪਿਤਾ ਜੀ ਦੇ ਘਰ ਤੋਂ ਨਿਕਲ ਹੀ ਰਿਹਾ ਸੀ ਕਿ ਮੇਰੇ ਅੰਦਰੋਂ ਇੱਕ ਦੈਵੀ ਬਾਣੀ ਸੁਣਾਈ ਦਿੱਤੀ।

"ਅੱਜ ਦੀ ਰਾਤ ਪੁਰੀ ਨਾ ਜਾਉ, ਤੇਰੀ ਪ੍ਰਾਰਥਨਾ ਸਵੀਕਾਰ ਨਹੀਂ ਹੋ ਸਕਦੀ।"

ਮੈਂ ਸ਼ੋਕ ਗ੍ਰਸਤ ਹੁੰਦਿਆਂ ਕਿਹਾ, "ਪ੍ਰਮਾਤਮਾ, ਆਪ ਪੁਰੀ ਵਿਚ ਮੇਰੇ ਨਾਲ ਰੱਸਾ-ਕੱਸੀ ਨਹੀਂ ਕਰਨਾ ਚਾਹੁੰਦੇ, ਜਿੱਥੇ ਗੁਰੂਦੇਵ ਦੀ ਜ਼ਿੰਦਗੀ ਦੇ ਵਾਸਤੇ ਮੇਰੀਆਂ ਲਗਾਤਾਰ ਪ੍ਰਾਰਥਨਾਵਾਂ ਆਪ ਨੂੰ ਠੁਕਰਾਉਣੀਆਂ ਪੈਣਗੀਆਂ। ਤਾਂ ਕੀ, ਆਪ ਦੀ ਇੱਛਾ ਦੇ ਮੁਤਾਬਿਕ ਉਨ੍ਹਾਂ ਨੂੰ ਆਪਣੇ ਉੱਚਤਰ ਫਰਜ਼ਾਂ ਦੀ ਖਾਤਰ ਸਵਰਗ ਲੋਕ ਜਾਣਾ ਹੀ ਪਵੇਗਾ। ਆਪਣੀ ਅੰਤਰ ਆਤਮਾ ਦੀ ਅਵਾਜ਼ ਦੀ ਪਾਲਣਾ ਕਰਦਿਆਂ, ਮੈਂ ਉਸ ਰਾਤ ਪੁਰੀ ਵਾਸਤੇ ਰਵਾਨਾ ਨਾ ਹੋਇਆ। ਉਸ ਤੋਂ ਅਗਲੇ ਦਿਨ, ਸ਼ਾਮ ਨੂੰ ਜਦੋਂ ਮੈਂ ਰੇਲ ਗੱਡੀ ਫੜਨ ਖਾਤਰ ਘਰੋਂ ਚੱਲ ਪਿਆ, ਤਾਂ ਰਸਤੇ ਵਿਚ ਸੱਤ ਵਜੇ* ਅਸਮਾਨ ਵਿਚ ਇੱਕ ਕਾਲਾ ਰੂਹਾਨੀ ਬੱਦਲ

* ਇਸੇ ਵਕਤ ਸ਼੍ਰੀ ਯੁਕਤੇਸ਼ਵਰ ਜੀ ਨੇ ਮਹਾ ਸਮਾਧੀ ਲਈ ਸੀ। 9 ਮਾਰਚ 1936 ਨੂੰ ਸ਼ਾਮ ਨੂੰ ਸਤ ਵਜੇ।

ਯੋਗਦਾ ਸਤਸੰਗ ਮੱਠ, ਦਕਸ਼ਿਣੇਸ਼ਵਰ, ਭਾਰਤ

1939 ਵਿਚ ਸ਼੍ਰੀ ਸ਼੍ਰੀ ਪਰਮਹੰਸ ਯੋਗਾਨੰਦ ਜੀ ਦੁਆਰਾ ਗੰਗਾ ਕਿਨਾਰੇ, ਕੋਲਕਾਤਾ ਨੇੜੇ, ਸਥਾਪਿਤ ਕੀਤਾ ਯੋਗਦਾ ਸਤਸੰਗ ਸੁਸਾਇਟੀ ਆਫ ਇੰਡੀਆ ਦਾ ਮੁੱਖ ਦਫਤਰ।

1

ਯੋਗਦਾ ਸਤਸੰਗ ਸ਼ਾਖਾ ਮੱਠ

ਯੋਗਦਾ ਸਤਸੰਗ ਸ਼ਾਖਾ ਮੱਠ, ਰਾਂਚੀ, ਪਰਮਹੰਸ ਯੋਗਾਨੰਦ ਦੁਆਰਾ ਉਦੋਂ ਸਥਾਪਿਤ ਕੀਤਾ ਗਿਆ ਜਦੋਂ ਉਨ੍ਹਾਂ ਨੇ ਆਪਣੇ ਲੜਕਿਆਂ ਦੇ ਸਕੂਲ ਨੂੰ 1918 ਵਿਚ ਇਥੇ ਸਥਾਨਤਰਿਤ ਕੀਤਾ। ਅੱਜ ਕੱਲ ਰਾਂਚੀ ਆਸ਼ਰਮ ਸਾਰੇ ਭਾਰਤਵਰਸ਼ ਵਿਚ, ਪਰਮਹੰਸਜੀ ਦੀਆਂ *ਕਿਰਿਆ ਯੋਗ* ਦੀਆਂ ਸਿਖਿਆਵਾਂ ਵਾਈਐਸਐਸ ਮੈਂਬਰਾਂ ਨੂੰ ਵਿਤੱਰਤ ਕਰਦਾ ਹੈ। ਅਧਿਆਤਮਿਕ ਗਤੀਵਿਧੀਆਂ ਤੋਂ ਇਲਾਵਾ ਬਹੁਤ ਸਾਰੇ ਵਾਈਐਸਐਸ ਸੰਨਿਆਸੀਆਂ ਦੀਂ ਰਿਹਾਇਸ਼,

ਲਾਸ ਐਂਜਲਿਸ, ਕੈਲੀਫੋਰਨੀਆ ਵਿਖੇ ਸੈਲਫ ਰੀਆਲਾਈਜੇਸ਼ਨ ਫੈਲੋਸ਼ਿਪ ਦਾ ਅੰਤਰਰਾਸ਼ਟਰੀ ਮੁੱਖ ਦਫਤਰ ਜਿਹੜਾ 1925 ਵਿਚ ਸਥਾਪਿਤ ਕੀਤਾ ਗਿਆ ਸੀ ਦਾ ਪ੍ਰਬੰਧਕੀ ਭਵਨ। ਸਤਕਾਰਿਤ ਇਮਾਰਤ ਅਤੇ ਮੈਦਾਨ ਦੁਨੀਆ ਭਰ ਦੇ ਉਨ੍ਹਾਂ ਸ਼ਰਧਾਲੂਆਂ, ਜਿਹੜੇ ''ਪੱਛਮ ਵਿੱਚ ਯੋਗ ਦੇ ਪਿਤਾਮਹ'' ਦੇ ਜੀਵਨ ਅਤੇ ਕਾਰਜਾਂ ਤੋਂ ਪ੍ਰਭਾਵਿਤ ਹਨ, ਦੇ ਦਿਲਾਂ ਨੂ ਟੁੰਬਿਆ ਹੈ।

ਸੈਲਫ ਰੀਆਲਾਈਜੇਸ਼ਨ ਫੈਲੋਸ਼ਿਪ, ਆਸ਼ਰਮ, ਐਨਸੀਨੀਟਸ, ਕੈਲੀਫੋਰਨੀਆ

ਸੈਲਫ ਰੀਆਲਾਈਜੇਸ਼ਨ ਫੈਲੋਸ਼ਿਪ ਲੇਕ ਸ਼ਰਾਈਨ ਅਤੇ ਗਾਂਧੀ ਵਿਸ਼ਵ ਸ਼ਾਂਤੀ ਸਮਾਰਕ

ਪੈਸੀਫਿਕ ਪੈਲਿਸਡੇਸ, ਲਾਸ ਐਂਜਲਿਸ, ਕੈਲੀਫੋਰਨੀਆ ਵਿਚ ਸਥਿਤ, 10 ਏਕੜ ਦੀ ਲੇਕ ਸ਼ਰਾਈਨ ਪਰਮਹੰਸ ਯੋਗਾਨੰਦ ਨੇ 20 ਅਗਸਤ 1950 ਨੂੰ ਸਮਰਪਿਤ ਕੀਤੀ। 1949 ਵਿਚ ਪੌਦਿਆਂ ਦੀ ਲੁਆਈ ਅਤੇ ਇਮਾਰਤ ਦੇ ਕੰਮ ਦੀ ਦੇਖ ਰੇਖ ਕਰਦਿਆਂ, ਪਰਮਹੰਸ ਜੀ ਫੋਟੋ ਵਿਚ ਖੱਬੇ ਪਾਸੇ ਦਿਖਾਈ ਦਿੰਦੀ ਹਾਊਸਬੋਟ ਵਿਚ ਠਹਿਰਿਆ ਕਰਦੇ ਸਨ। ਗਭਲੇ ਥਮਲੇ ਦੇ ਵਿਚਕਾਰ ਦੂਜੀ ਫੋਟੋ ਵਿਚ ਦਿਖਾਈ ਦੇ ਰਿਹਾ ਅਸਥਾਨ ਸਰਕੋਫੈਗਸ (sarcophagus) ਦੇ ਉਕਰੀ ਮਹਾਤਮਾ ਗਾਂਧੀ ਦੀਆਂ ਅਸਥਿਆਂ ਦਾ ਹਿੱਸਾ ਹੈ। ਝੀਲ ਤੋਂ ਪਾਰ, ਖੱਬੇ ਪਾਸੇ ਦਿਖਾਈ ਦੇ ਰਹੀ 'ਫੋਟੋ ਵਿੰਡ ਮਿਲ ਚੈਪਲ' ਹੈ। ਇੱਥੇ ਲੇਕ ਸ਼ਰਾਈਨ ਵਿਚ ਸੈਲਫ ਰੀਆਲਾਈਜੇਸ਼ਨ ਫੈਲੋਸ਼ਿਪ ਦੀਆਂ ਹਫਤਾਵਾਰੀ ਸੇਵਾਵਾਂ, ਧਿਆਨ ਯੋਗ ਅਤੇ ਕਲਾਸਾ ਲਈਆਂ ਜਾਂਦੀਆਂ ਹਨ, ਜੋਕਿ ਆਮ ਜਨਤਾ ਲਈ ਖੁਲ੍ਹੀਆਂ ਹਨ। ੫

ਸ਼੍ਰੀ ਸ਼੍ਰੀ ਪਰਮਹੰਸ ਯੋਗਾਨੰਦ ਜੀ ਇੱਕ ਛੋਟੀ ਪਹਾੜੀ ਉੱਪਰ ਸਥਿਤ ਪ੍ਰਸ਼ਾਂਤ ਮਹਾਸਾਗਰ ਨੂੰ ਨਿਹਾਰਦੇ ਹੋਏ, ਐਸ.ਆਰ.ਐਫ. ਐਨਸੀਨੀਟਸ ਆਸ਼ਰਮ ਵਿਚ, 1940।

ਸ਼੍ਰੀ ਸ਼੍ਰੀ ਪਰਮਹੰਸ ਯੋਗਾਨੰਦ ਐਸ.ਆਰ.ਐਫ. ਐਨਸੀਨੀਟਸ ਆਸ਼ਰਮ ਵਿਚ, ਕੈਲੀਫੋਰਨੀਆ, ਜੁਲਾਈ 1950।

ਸ਼੍ਰੀ ਸ਼੍ਰੀ ਪਰਮਹੰਸ ਯੋਗਾਨੰਦ
ਸੈਲਫ ਰੀਆਲਾਈਜੇਸ਼ਨ ਫੈਲੋਸ਼ਿਪ, ਲੇਕ ਸ਼ਰਾਈਨ ਦੇ ਸਮਰਪਣ ਉਤਸਵ
ਮੌਕੇ ਪੈਲਿਸਡੇਸ, ਕੈਲੀਫੋਰਨੀਆ।

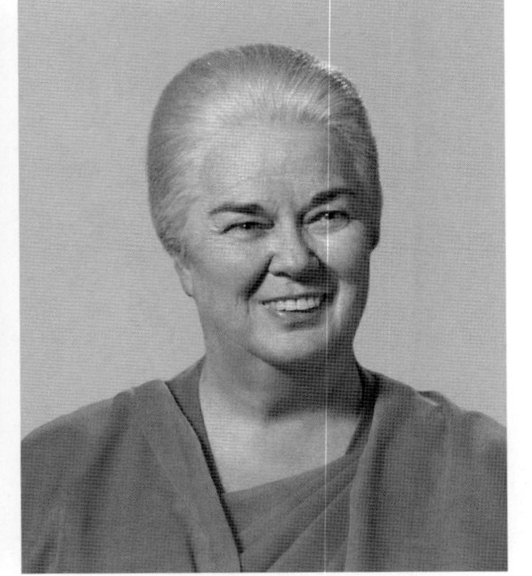

ਯੋਗਾਨੰਦ ਜੀ ਦੁਆਰਾ ਸਿੱਖਿਅਤ ਸ਼ਗਿਰਦ ਜਿਹੜੇ ਉਨ੍ਹਾਂ ਤੋਂ ਬਾਅਦ ਵਾਈ.ਐਸ.ਐਸ/ਐਸ.ਆਰ.ਐਫ ਦੇ ਅਧਿਆਤਮਿਕ ਪ੍ਰਮੁੱਖ ਬਣੇ

(*ਖੱਬੇ ਤੋਂ ਸੱਜੇ*) ਸ਼੍ਰੀ ਰਾਜਰਿਸ਼ੀ ਜਨਕਾਨੰਦ ਜੀ 1952–1955 ਦੇ ਦੌਰਾਨ ਵਾਈ.ਐਸ.ਐਸ ਆਫ ਇੰਡੀਆ/ਐਸ.ਆਰ.ਐਫ ਦੇ ਅਧਿਆਤਮਿਕ ਪ੍ਰਮੁੱਖ ਅਤੇ ਪ੍ਰਧਾਨ। ਸ਼੍ਰੀ ਰਾਜਰਿਸ਼ੀ ਜਨਕਾਨੰਦ ਤੋਂ ਬਾਅਦ, ਫਰਵਰੀ 1955 ਵਿਚ, ਸ਼੍ਰੀ ਸ਼੍ਰੀ ਦਯਾ ਮਾਤਾ ਨੇ ਇਹ ਅਹੁਦਾ ਗ੍ਰਹਿਣ ਕੀਤਾ ਅਤੇ 2010 ਵਿਚ, ਬ੍ਰਹਮਲੀਨ ਹੋਣ ਤਕ, 55 ਵਰ੍ਹਿਆਂ ਤੋਂ ਵੀ ਜਿਆਦਾ ਸਮੇ ਤਕ, ਉਨ੍ਹਾਂ ਨੇ ਇਸ ਅਹੁਦੇ ਉੱਪਰ ਆਪਣੀਆਂ ਸੇਵਾਵਾਂ ਨਿਭਾਈਆਂ। ਸ਼੍ਰੀ ਮ੍ਰਿਣਾਲਿਨੀ ਮਾਤਾ, ਉਸ ਮਹਾਨ ਗੁਰੂ ਦੀ ਇੱਕ ਹੋਰ ਪਿਆਰੀ ਸ਼ਗਿਰਦ, ਜਿਨ੍ਹਾਂ ਨੂੰ ਪਰਮਹੰਸ ਯੋਗਾਨੰਦ ਜੀ ਨੇ ਆਪਣੇ ਤੋਂ ਬਾਅਦ ਕੰਮ ਕਰਨ ਅਤੇ ਕੰਮ ਨੂੰ ਅੱਗੇ ਵਧਾਉਣ ਵਾਸਤੇ ਖੁਦ ਚੁਣਿਆ ਅਤੇ ਸਿੱਖਿਅਤ ਕੀਤਾ’ 2011 ਦੇ ਸ਼ੁਰੂਆਤ ਤੋਂ ਲੈ ਕੇ 2017 ਦੇ ਆਖਰ ਤਕ, ਆਪਣੇ ਅੰਤਿਮ ਸੁਆਸਾਂ ਤਕ ਅਧਿਆਤਮਿਕ ਪ੍ਰਮੁੱਖ ਅਤੇ ਪ੍ਰਧਾਨ ਦੀਆਂ ਸੇਵਾਵਾਂ ਨਿਭਾਉਂਦੇ ਰਹੇ। ਸ਼੍ਰੀ ਸਵਾਮੀਂ ਚਿਦਾਨੰਦ ਗਿਰੀਂ, 40 ਵਰ੍ਹਿਆਂ ਤੋਂ ਜਿਆਦਾ ਦੇ ਵਾਈ.ਐਸ.ਐਸ/ਐਸ.ਆਰ.ਐਫ ਦੇ ਸੰਨਿਆਸੀਂ ਵਾਈ.ਐਸ.ਐਸ/ਐਸ.ਆਰ.ਐਫ ਦੇ ਮੌਜੂਦਾ ਪ੍ਰਧਾਨ ਅਤੇ ਅਧਿਆਤਮਿਕ ਪ੍ਰਮੁੱਖ ਹਨ। ਵਾਈ.ਐਸ.ਐਸ/ਐਸ.ਆਰ.ਐਫ ਦੀ ਹੋਰ ਵਿਸਤਾਰਿਤ ਜਾਣਕਾਰੀ ਵਾਸਤੇ ਕਿਰਪਾ ਕਰ ਕੇ ਸਾਡੀ ਵੈਬਸਾਈਟ www.yssofindia.org ਦੇਖੋ।

ਇੱਕ ਪੱਛਮਵਾਸੀ ਸਮਾਧੀ ਦੀ ਅਵਸਥਾ ਵਿਚ
ਰਾਜ ਰਿਸ਼ੀ ਜਨਕਾਨੰਦ (ਜੇਮਸ ਜੇ. ਲਿਨ)

ਇੱਕ ਨਿੱਜੀ ਸਮੁੰਦਰੀ ਕਿਨਾਰੇ ਉੱਪਰ, ਐਨਸੀਨੀਟਸ, ਕੈਲੀਫੋਰਨੀਆ, ਜਨਵਰੀ, 1937। ਪੰਜ ਵਰ੍ਹਿਆਂ ਤਕ ਕਿਰਿਆ ਯੋਗ ਦਾ ਨਿਯਮਿਤ ਰੂਪ ਵਿਚ ਅਭਿਆਸ ਕਰਨ ਤੋਂ ਬਾਅਦ, ਸ਼੍ਰੀ ਲਿਨ ਨੂੰ ਸਮਾਧੀ ਵਿਚ ਪਰਮਆਨੰਦ ਦੇ ਰੂਪ ਵਿਚ ਅਨੰਤ ਈਸ਼ਵਰ ਦੇ ਦਰਸ਼ਨ ਹੋਏ। ਸ਼੍ਰੀ ਪਰਮਹੰਸ ਯੋਗਾਨੰਦ ਜੀ ਨੇ ਕਿਹਾ ਸੀ:

"ਸ਼੍ਰੀ ਲਿਨ ਦਾ ਸੰਤੁਲਿਤ ਜੀਵਨ ਸਾਰਿਆਂ ਵਾਸਤੇ ਪ੍ਰੇਰਨਾ ਦਾ ਸੋਮਾ ਹੋਵੇਗਾ।" ਆਪਣੀਆਂ ਸੰਸਾਰਕ ਜ਼ੁੰਮੇਵਾਰੀਆਂ ਨੂੰ ਨਿਸ਼ਠਾਪੂਰਵਕ ਪੂਰੀਆਂ ਕਰਦਿਆਂ ਵੀ, ਸ਼੍ਰੀ ਲਿਨ ਨਿਯਮਿਤ ਰੂਪ ਵਿਚ ਡੂੰਘੇ ਧਿਆਨ ਵਾਸਤੇ ਵਕਤ ਕੱਢ ਲੈਂਦੇ ਸਨ। ਇੱਕ ਸਫਲ ਕਾਰੋਬਾਰੀ, ਇੱਕ ਈਸ਼ਵਰ ਪ੍ਰਾਪਤ ਕਿਰਿਆ ਯੋਗੀ ਬਣ ਗਏ। (ਦੇਖੋ ਪੰਨੇਂ 465, 606–07.)

ਸ਼੍ਰੀ ਸ਼੍ਰੀ ਪਰਮਹੰਸ ਜੀ, ਅਕਸਰ ਉਨ੍ਹਾਂ ਨੂੰ ਪਿਆਰ ਨਾਲ "ਸੰਤ ਲਿਨ" ਕਿਹਾ ਕਰਦੇ ਸਨ। ਉਨ੍ਹਾਂ ਨੇ 1951 ਵਿਚ ਮਿਸਟਰ ਲਿਨ ਨੂੰ ਸੰਨਿਆਸ ਦੇ ਕੇ, ਰਾਜ ਰਿਸ਼ੀ ਜਨਕਾਨੰਦ ਦਾ ਨਾਂ ਦਿੱਤਾ (ਪ੍ਰਾਚੀਨ ਭਾਰਤ ਦੀ ਮਹਾਨ ਅਧਿਆਤਮਿਕ ਵਿਭੂਤੀ, ਰਾਜਾ ਜਨਕ ਦੇ ਨਾਂ ਉੱਪਰ)। ਰਾਜਰਿਸ਼ੀ ਅਰਥਾਤ, ਜੋ ਰਾਜਾ ਹੁੰਦਿਆਂ ਹੋਇਆਂ ਵੀ ਮਹਾਨ ਰਿਸ਼ੀ ਸਨ।

ਸ਼੍ਰੀ ਸ਼੍ਰੀ ਰਾਜਰਿਸ਼ੀ ਜਨਕਾਨੰਦ

(ਸ਼੍ਰੀ ਜੇਮਸ ਜੇ. ਲਿਨ) (1892–1955) ਯੋਗਦਾ ਸਤਸੰਗ ਸੁਸਾਇਟੀ/
ਸੈਲਫ-ਰੀਆਲਾਈਜੇਸ਼ਨ ਫੈਲੋਸ਼ਿਪ ਦੇ ਦੂਜੇ ਪ੍ਰਧਾਨ

ਸ਼੍ਰੀ ਸ਼੍ਰੀ ਦਯਾ ਮਾਤਾ

ਯੋਗਦਾ ਸਤਸੰਗ ਸੁਸਾਇਟੀ/ਸੈਲਫ ਰੀਆਲਾਈਜੇਸ਼ਨ ਫੈਲੋਸ਼ਿਪ ਦੇ ਤੀਜੇ ਪ੍ਰਧਾਨ।

ਸ਼੍ਰੀ ਸ਼੍ਰੀ ਦਯਾ ਮਾਤਾ ਈਸ਼ਵਰ ਨਾਲ ਇੱਕਮਿੱਕ ਅਵਸਥਾ ਵਿਚ

1968 ਦੀ ਭਾਰਤ ਯਾਤਰਾ ਦੇ ਦੌਰਾਨ, ਡੂੰਘੇ ਧਿਆਨ ਵਿਚ ਮਗਨ ਸ਼੍ਰੀ ਦਯਾ ਮਾਤਾ, ਯੋਗਦਾ ਸਤਸੰਗ ਸੁਸਾਇਟੀ ਆਫ ਇੰਡੀਆ/ਸੈਲਫ ਰੀਆਲਾਈਜੇਸ਼ਨ ਫੈਲੋਸ਼ਿਪ ਦੇ ਤੀਜੇ ਪ੍ਰਧਾਨ। ਉਨ੍ਹਾਂ ਨੇ ਲਿਖਿਆ ਹੈ: "ਪਰਮਹੰਸ ਯੋਗਾਨੰਦ ਜੀ ਨੇ ਸਾਨੂੰ ਰਸਤਾ ਦਿਖਾਇਆ, ਨਿਰੋਲ ਆਪਣੇ ਸ਼ਬਦਾਂ ਅਤੇ ਆਪਣੀ ਉਦਾਹਰਣ ਨਾਲ ਹੀ ਨਹੀਂ, ਬਲਕਿ ਸਾਨੂੰ ਵਾਈਐਸਐਸ/ਐਸਆਰਐਫ ਦੀਆਂ ਧਿਆਨ ਦੀਆਂ ਵਿਗਿਆਨਿਕ ਤਕਨੀਕਾਂ ਸਿਖਾ ਕੇ। ਸਚਾਈ ਦੇ ਵਾਰੇ ਸਿਰਫ ਪੜ੍ਹਨ ਨਾਲ ਆਤਮਾ ਦੀ ਤ੍ਰਿਸ਼ਨਾ ਨੂੰ ਸੰਤੁਸ਼ਟ ਕਰਨਾ ਸੰਭਵ ਨਹੀਂ ਹੈ। ਆਦਮੀ ਨੂੰ ਸਚਾਈ ਦੇ ਸੋਮੇ ਅਰਥਾਤ ਈਸ਼ਵਰ ਨੂੰ ਡੂੰਘੇ ਰੂਪ ਵਿਚ ਆਤਮਸਾਤ ਕਰਨਾ ਪਵੇਗਾ। ਆਤਮਸਾਕਸ਼ਾਤਕਾਰ ਦਾ ਅਰਥ ਸਿਰਫ, ਇਹ ਹੀ ਹੈ: ਈਸ਼ਵਰ ਦੀ ਪ੍ਰਤੱਖ ਅਨੁਭੂਤੀ।"

ਉਨ੍ਹਾਂ ਦਾ ਨਾਂ ਦਯਾ ਮਾਤਾ, ਇੱਕ ਸੱਚੀ "ਦਯਾਮਈ ਮਾਂ" ਦਾ ਅਰਥ ਪ੍ਰਗਟ ਕਰਦਾ ਹੈ, ਉਨ੍ਹਾਂ ਦਾ ਆਪਣ ਜੀਵਨ ਈਸ਼ਵਰ ਨਾਲ ਪਿਆਰ ਕਰਨ ਅਤੇ ਈਸ਼ਵਰ ਦਾ ਪਿਆਰ ਸਾਰਿਆਂ ਨੂੰ ਵੰਡਣ ਦੀ ਪਵਿੱਤਰ ਭਾਵਨਾ ਉੱਪਰ ਅਧਾਰਿਤ 'ਤੇ ਅਰਪਿਤ ਰਿਹਾ।

ਸ਼੍ਰੀ ਗੁਡਵਿਨ ਜੇ ਨਾਈਟ, ਕੈਲੀਫੋਰਨੀਆ ਦੇ ਉਪ-ਰਾਜਪਾਲ (ਵਿਚਕਾਰ) ਸ਼੍ਰੀ ਸ਼੍ਰੀ ਯੋਗਾਨੰਦ ਜੀ ਅਤੇ ਏ.ਬੀ.ਰੋਜ਼ ਦੇ ਨਾਲ, ਸੈਲਫ ਰੀਆਲਾਈਜੇਸ਼ਨ ਫੈਲੋਸ਼ਿਪ ਇੰਡੀਆ ਸੈਂਟਰ ਦੇ ਸਮਰਪਣ ਮੌਕੇ ਉੱਪਰ, ਹਾਲੀਵੁਡ, ਕੈਲੀਫੋਰਨੀਆ। 8 ਅਪਰੈਲ, 1951

ਸ਼੍ਰੀ ਸ਼੍ਰੀ ਪਰਮਹੰਸ ਯੋਗਾਨੰਦ, ਭਾਰਤੀ ਰਾਜਦੂਤ ਦਾ ਅਭਿਨੰਦਨ ਕਰਦੇ ਹੋਏ।

ਮਹਾਨ ਗੁਰੂ ਦੀ ਮਹਾਸਮਾਧੀ ਤੋਂ ਤਿੰਨ ਦਿਨ ਪਹਿਲਾਂ 4 ਮਾਰਚ 1952 ਨੂੰ, ਸੈਲਫ ਰੀਆਲਾਈਜੇਸ਼ਨ ਫੈਲੋਸ਼ਿਪ ਦੇ ਅੰਤਰ ਰਾਸ਼ਟਰੀ ਮੁੱਖ ਦਫਤਰ, ਲਾਸ ਐਂਜਲਿਸ ਵਿਚ, ਅਮਰੀਕਾ ਦੇ ਰਾਜਦੂਤ ਡਾ. ਬਿਨੇ ਰੰਜਨ ਸੇਨ ਸ਼੍ਰੀ ਯੋਗਾਨੰਦ ਜੀ ਦੇ ਨਾਲ।

"11 ਮਾਰਚ ਨੂੰ ਭਾਰਤੀ ਰਾਜਦੂਤ ਸੇਨ ਨੇ ਸ਼੍ਰੀ ਯੋਗਾਨੰਦ ਜੀ ਦੀਆਂ ਅੰਤਮ ਰਸਮਾਂ ਦੇ ਮੌਕੇ ਉੱਪਰ, ਸ਼ਰਧਾਂਜਲੀ ਦਿੰਦਿਆਂ ਕਿਹਾ, "ਜੇ ਅੱਜ ਸੰਯੁਕਤ ਰਾਸ਼ਟਰ ਸੰਘ ਵਿਚ ਪਰਮਹੰਸ ਯੋਗਾਨੰਦ ਜੀ ਵਰਗਾ ਕੋਈ ਇੱਕ ਵੀ ਆਦਮੀ ਹੁੰਦਾ, ਤਾਂ ਸੰਭਵ ਸੀ ਕਿ ਵਿਸ਼ਵ ਅੱਜ ਦੀ ਬਜਾਏ ਕਿਤੇ ਹੋਰ ਜਿਆਦਾ ਚੰਗੇ ਹਾਲਾਤਾਂ ਵਿਚ ਹੁੰਦਾ। ਮੇਰੀ ਜਾਣਕਾਰੀ ਦੇ ਮੁਤਾਬਿਕ ਅਮਰੀਕਾ ਅਤੇ ਭਾਰਤ ਦੀ ਜਨਤਾ ਨੂੰ ਆਪਸ ਵਿਚ ਜੋੜਨ ਦੇ ਵਾਸਤੇ ਕਿਸੇ ਨੇ ਇਨ੍ਹਾਂ ਤੋਂ ਜਿਆਦਾ ਕੰਮ ਅਤੇ ਇਨ੍ਹਾਂ ਤੋਂ ਜਿਆਦਾ ਬਲੀਦਾਨ ਨਹੀਂ ਕੀਤਾ।"

ਪੁਰੀ ਦੇ ਸ਼੍ਰੀ ਜਗਦਗੁਰੂ ਸ਼ੰਕਰਾਚਾਰੀਆ ਭਾਰਤੀ ਕ੍ਰਿਸ਼ਣ ਤੀਰਥ, ਸੈਲਫ ਰੀਆਲਾਈਜੇਸ਼ਨ ਫੈਲੋਸ਼ਿਪ ਦੇ ਅੰਤਰਰਾਸ਼ਟਰੀ ਮੁੱਖ ਦਫਤਰ, ਲਾਸ ਐਂਜਲਿਸ ਵਿਚ (ਜਿਹੜਾ ਪਰਮਹੰਸ ਯੋਗਾਨੰਦ ਜੀ ਨੇ 1925 ਵਿਚ ਸਥਾਪਿਤ ਕੀਤਾ)। 1958 ਵਿਚ ਜਗਦਗੁਰੁ, ਸਵਾਮੀ ਸੰਪ-ਰਦਾਇਆ ਦੇ ਮੁੱਖੀ ਦੀ ਤਿੰਨ ਮਹੀਨਿਆਂ ਦੀ ਅਮਰੀਕਾ ਯਾਤਰਾ ਸੈਲਫ ਰੀਆਲਾਈਜੇਸ਼ਨ ਫੈਲੋਸ਼ਿਪ ਦੁਆਰਾ ਪਰਾਯੋਜਿਤ ਕੀਤੀ ਗਈ ਸੀ। ਇਤਿਹਾਸ ਵਿਚ ਇਹ ਪਹਿਲਾ ਮੌਕਾ ਸੀ ਜਦੋਂ ਕਿਸੇ ਪ੍ਰਾਚੀਨ ਸਵਾਮੀ ਸੰਪਰਦਾਇ ਦੇ ਸ਼ੰਕਰਾਚਾਰੀਆ ਨੇ ਪੱਛਮ ਦੀ ਯਾਤਰਾ ਕੀਤੀ ਹੋਵੇ। (ਦੇਖੋ ਪੰਨਾਂ 295 n.)

ਸ਼੍ਰੀ ਸ਼੍ਰੀ ਪਰਮਹੰਸ ਯੋਗਾਨੰਦ-ਅੰਤਮ ਮੁਸਕਾਨ

7 ਮਾਰਚ 1952 ਨੂੰ ਲਾਸ ਐਂਜਲਿਸ, ਕੈਲੀਫੋਰਨੀਆ ਵਿਚ ਭਾਰਤੀ ਰਾਜਦੂਤ ਸ਼੍ਰੀ ਬਿਨੇ ਰੰਜਨ ਸੇਨ ਦੇ ਸਨਮਾਨ ਵਿਚ ਆਯੋਜਿਤ ਪ੍ਰੀਤੀਭੋਜ ਦੇ ਮੌਕੇ ਉੱਪਰ ਮਹਾਸਮਾਧੀ ਤੋਂ ਇੱਕ ਘੰਟਾ ਪਹਿਲਾਂ ਲਈ ਗਈ ਫੋਟੋ।

ਇੱਥੇ ਫੋਟੋਗਰਾਫਰ ਨੇ ਇੱਕ ਇਹੋ ਜਿਹੀ ਪਿਆਰ-ਭਰੀ ਮੁਸਕਾਨ ਦੀ ਫੋਟੋ ਲਈ ਹੈ ਜਿਹੜੀ ਯੋਗਾਨੰਦ ਜੀ ਦੇ ਲੱਖਾਂ ਦੋਸਤਾਂ, ਵਿਦਿਆਰਥੀਆਂ ਸ਼ਗਿਰਦਾਂ, ਅਤੇ ਹਰ ਇੱਕ ਨੂੰ ਅੰਤਮ ਵਿਦਾਈ ਦਾ ਅਸ਼ੀਰਵਾਦ ਦਿੰਦੀ ਮਹਿਸੂਸ ਹੁੰਦੀ ਹੈ। ਉਨ੍ਹਾਂ ਦੀਆਂ ਅੱਖਾਂ ਜਿਹੜੀਆਂ ਪਹਿਲਾਂ ਹੀ ਅਨੰਤਤਾ ਵੱਲ ਨਿਹਾਰ ਰਹੀਆਂ ਸਨ, ਹਾਲੇ ਵੀ ਉਨ੍ਹਾਂ ਵਿਚ ਮਨੁੱਖੀ ਪਿਆਰ ਅਤੇ ਦਯਾ ਭਰੀ ਹੋਈ ਸੀ।

ਈਸ਼ਵਰ ਦੇ ਇਸ ਅਦੁੱਤੀ ਭਗਤ ਦੇ ਸਰੀਰ ਉੱਪਰ ਮੌਤ ਦੀ ਵਿਘਟਨਾਤਮਿਕ ਸ਼ਕਤੀ ਵੀ ਅਸਮਰਥ ਰਹੀ ਅਤੇ ਉਨ੍ਹਾਂ ਦੇ ਸਰੀਰ ਨੇ ਨਿਰਵਿਕਾਰਤਾ ਦੀ ਅਦਭੁਤ ਅਵਸਥਾ ਪੇਸ਼ ਕੀਤੀ। (*ਦੇਖੋ ਪੰਨਾਂ* 631)

ਛਾ ਗਿਆ। ਬਾਅਦ ਵਿਚ, ਜਦੋਂ ਮੇਰੀ ਰੇਲ ਗੱਡੀ ਪੁਰੀ ਦੀ ਤਰਫ ਦੌੜਦੀ ਜਾ ਰਹੀ ਸੀ, ਤਾਂ ਸ੍ਰੀ ਯੁਕਤੇਸ਼ਵਰ ਜੀ ਮੇਰੀ ਅੰਤਰ ਦ੍ਰਿਸ਼ਟੀ ਦੇ ਸਾਹਮਣੇ ਪ੍ਰਗਟ ਹੋਏ। ਉਹ ਅਤਿਅੰਤ ਗੰਭੀਰ ਭਾਵ ਵਿਚ ਬੈਠੇ ਹੋਏ ਸਨ। ਉਹ ਹਰ ਇੱਕ ਪਾਸੇ ਤੋਂ ਰੌਸ਼ਨੀ ਦੇ ਪਿੰਡ ਦੇ ਵਿਚਕਾਰ ਘਿਰੇ ਹੋਏ ਸਨ।

"ਕੀ ਸਭ ਕੁਝ ਖਤਮ ਹੋ ਗਿਆ ਹੈ?" ਮੈਂ ਬੇਨਤੀ ਕਰਦਿਆਂ ਆਪਣੇ ਹੱਥ ਉੱਪਰ ਅਸਮਾਨ ਵੱਲ ਉਠਾਏ।

ਉਨ੍ਹਾਂ ਨੇ, "ਹਾਂ," ਵਿਚ ਸਿਰ ਹਿਲਾਇਆ ਅਤੇ ਹੌਲੀ ਹੌਲੀ ਅਲੋਪ ਹੋ ਗਏ। ਦੂਜੇ ਦਿਨ ਜਦੋਂ ਮੈਂ ਪੁਰੀ ਰੇਲਵੇ ਸਟੇਸ਼ਨ ਦੇ ਪਲੇਟਫਾਰਮ ਉੱਪਰ ਮਨ ਨੂੰ ਝੂਠੀ ਤਸਲੀ ਦਿੰਦਿਆਂ ਖੜ੍ਹਾ ਹੋਇਆ ਸੀ, ਤਾਂ ਇੱਕ ਅਣਜਾਣ ਆਦਮੀ ਮੇਰੇ ਕੋਲ ਆਇਆ। "ਆਪਨੇ ਸੁਣਿਆ ਹੈ, ਕਿ ਆਪ ਦੇ ਗੁਰੂਦੇਵ ਸਵਰਗ ਸਿਧਾਰ ਗਏ ਹਨ।" ਇਸ ਤੋਂ ਬਾਅਦ ਉਹ ਆਦਮੀ ਇੱਕ ਵੀ ਸ਼ਬਦ ਬੋਲੇ ਬਗੈਰ ਉੱਥੋਂ ਚਲਿਆ ਗਿਆ। ਮੈਨੂੰ ਕਦੇ ਵੀ ਇਸ ਗੱਲ ਦਾ ਪਤਾ ਨਹੀਂ ਲੱਗ ਸਕਿਆ ਕਿ ਉਹ ਆਦਮੀ ਕੌਣ ਸੀ ਅਤੇ ਉਸ ਨੂੰ ਕਿਸ ਤਰ੍ਹਾਂ ਪਤਾ ਲੱਗਿਆ ਕਿ ਮੈਂ ਉਸ ਨੂੰ ਉਸ ਵਕਤ ਕਿੱਥੇ ਮਿਲਾਂਗਾ।

ਇਹ ਸੁਣਦਿਆਂ ਮੈਂ ਸੁੰਨ ਰਹਿ ਗਿਆ। ਮੈਨੂੰ ਪਲੇਟਫਾਰਮ ਦੀ ਕੰਧ ਦਾ ਸਹਾਰਾ ਲੈਣਾ ਪਿਆ। ਇਹ ਗੱਲ ਮੇਰੀ ਸਮਝ ਵਿਚ ਆ ਗਈ ਸੀ ਕਿ ਗੁਰੂਦੇਵ ਵੱਖੋ ਵੱਖਰੇ ਤਰੀਕਿਆਂ ਨਾਲ, ਉਹ ਦਿਲ ਚੀਰਵੀਂ ਖਬਰ ਮੇਰੇ ਕੋਲ ਪਹੁੰਚਾਉਣ ਦੀ ਕੋਸ਼ਿਸ਼ ਕਰ ਰਹੇ ਸਨ। ਅੰਤਰ ਆਤਮਾ ਵਿਚ ਵਿਦਰੋਹ ਦੀ ਅੱਗ ਭੜਕ ਉੱਠੀ ਸੀ, ਆਸ਼ਰਮ ਪਹੁੰਚਦਿਆਂ ਪਹੁੰਚਦਿਆਂ, ਮੈਂ ਲਗ ਭਗ ਪੂਰੀ ਤਰ੍ਹਾਂ ਟੁੱਟਣ ਦੇ ਕਗਾਰ ਤੇ ਪਹੁੰਚ ਗਿਆ। ਅੰਦਰੋਂ ਵਾਰ ਵਾਰ ਇੱਕ ਹੀ ਅਵਾਜ਼ ਆ ਰਹੀ ਸੀ, "ਆਪਣੇ ਆਪ ਨੂੰ ਸੰਭਾਲੋ, ਸ਼ਾਂਤ ਹੋ ਜਾਉ।"

ਮੈਂ ਆਸ਼ਰਮ ਦੇ ਉਸ ਕਮਰੇ ਵਿਚ ਪ੍ਰਵੇਸ਼ ਕੀਤਾ, ਜਿੱਥੇ ਗੁਰੂਦੇਵ ਦਾ ਪਦਮ ਆਸਣ ਵਿਚ ਬੈਠਾ ਕਲਪਨਾ ਤੋਂ ਪਰੇ ਰੂਪ ਵਿਚ ਪੂਰੀ ਤਰ੍ਹਾਂ ਜੀਵੰਤ ਲੱਗ ਰਿਹਾ, ਨਿਰਜਿੰਦ ਸਰੀਰ ਰੱਖਿਆ ਹੋਇਆ ਸੀ। ਸਰੀਰ ਹਾਲੇ ਤਕ ਪੂਰੀ ਤਰ੍ਹਾਂ ਮਜ਼ਬੂਤ ਅਤੇ ਤੰਦਰੁਸਤ ਦਿਖਾਈ ਦੇ ਰਿਹਾ ਸੀ। ਸਰੀਰ ਛੱਡਣ ਤੋਂ ਕੁਝ ਦਿਨ ਪਹਿਲਾਂ, ਉਨ੍ਹਾਂ ਨੂੰ ਹਲਕਾ ਬੁਖਾਰ ਜਰੂਰ ਹੋਇਆ ਸੀ, ਪ੍ਰੰਤੂ ਅਨੰਤ ਪਰਮਤੱਤ ਵਿਚ ਮਿਲਣ ਤੋਂ ਪਹਿਲਾਂ, ਉਨ੍ਹਾਂ ਦਾ ਸਰੀਰ ਪੂਰੀ ਤਰ੍ਹਾਂ ਤੰਦਰੁਸਤ ਹੋ ਗਿਆ ਸੀ। ਕਿੰਨੀ ਹੀ ਵਾਰ, ਮੈਂ ਉਸ ਪਿਆਰੇ ਸਰੀਰ ਨੂੰ ਕਿਉਂ ਨਾ ਦੇਖਦਾ, ਮੈਨੂੰ ਵਿਸ਼ਵਾਸ ਹੀ ਨਹੀਂ ਸੀ ਹੋ ਰਿਹਾ, ਕਿ ਉਸ ਵਿਚੋਂ ਪ੍ਰਾਣ ਨਿਕਲ ਚੁੱਕੇ ਸਨ। ਉਨ੍ਹਾਂ ਦੀ ਚਮੜੀ ਹਾਲੇ ਵੀ ਨਰਮ ਅਤੇ ਮੁਲਾਇਮ ਸੀ। ਉਨ੍ਹਾਂ ਦੇ ਚਿਹਰੇ ਉੱਪਰ ਸ਼ਾਂਤੀ ਦੇ ਸੁੰਦਰ ਭਾਵ ਸਨ। ਆਖਰੀ – ਰਹੱਸਮਈ ਬੁਲਾਵੇ ਵਕਤ, ਉਨ੍ਹਾਂ ਨੇ ਸੁਚੇਤ ਅਵਸਥਾ ਵਿਚ ਰਹਿੰਦਿਆਂ ਹੋਇਆਂ, ਆਪਣਾ ਸਰੀਰ ਛੱਡਿਆ ਸੀ।

ਸ਼ੋਕ ਵਿਚ ਵਿਆਕੁਲ ਹੁੰਦਿਆਂ, ਮੈਂ ਚੀਕ ਉੱਠਿਆ, "ਬੰਗਾਲ ਦਾ ਸ਼ੇਰ ਚਲਿਆ ਗਿਆ।"

10 ਮਾਰਚ ਨੂੰ ਮੈਂ ਉਨ੍ਹਾਂ ਦਾ ਅੰਤਮ ਸਸਕਾਰ ਕੀਤਾ। ਪੁਰੀ ਆਸ਼ਰਮ ਦੇ ਬਾਗ ਵਿਚ ਪ੍ਰਾਚੀਨ ਪਰੰਪਰਾ ਦੇ ਅਨੁਸਾਰ ਸ਼੍ਰੀ ਯੁਕਤੇਸ਼ਵਰ ਜੀ ਦੇ ਪੰਜ ਭੌਤਿਕ ਸਰੀਰ ਨੂੰ ਸਮਾਧੀ* ਦਿੱਤੀ ਗਈ। ਬਾਅਦ ਵਿਚ ਸ਼੍ਰੀ ਯੁਕਤੇਸ਼ਵਰ ਜੀ ਦੇ ਦੂਰ ਨੇੜੇ ਦੇ ਸ਼ਗਿਰਦ ਆਪਣੇ ਗੁਰੂ ਨੂੰ ਸ਼ਰਧਾਂਜਲੀ ਦੇਣ ਲਈ ਵਿਸ਼ੂਵੀ ਬਸੰਤ (ਜਦੋਂ ਦਿਨ ਰਾਤ ਬਰਾਬਰ ਹੁੰਦੇ ਹਨ) ਵਾਲੇ ਦਿਨ ਇਕੱਠੇ ਹੋਏ। ਕੋਲਕਾਤਾ ਦੇ ਮੁੱਖ ਅਖਬਾਰ, *ਅੰਮਰਿਤ ਬਜ਼ਾਰ ਪਤ੍ਰਿਕਾ* ਨੇ ਸ਼੍ਰੀ ਯੁਕਤੇਸ਼ਵਰ ਜੀ ਦੀ ਫੋਟੋ ਦੇ ਨਾਲ ਨਿਮਨਲਿਖਤ ਵਿਸਥਾਰ ਛਾਪਿਆ।

> "ਇਕਆਸੀ ਵਰ੍ਹਿਆਂ ਦੇ ਸਵਾਮੀ ਸ਼੍ਰੀ ਯੁਕਤੇਸ਼ਵਰ ਗਿਰੀ ਜੀ ਮਹਾਰਜ ਦੀ ਸਮਾਧੀ ਦੇ ਸਬੰਧ ਵਿਚ ਪੁਰੀ ਆਸ਼ਰਮ ਵਿਚ 21 ਮਾਰਚ ਨੂੰ ਭੰਡਾਰੇ ਦਾ ਆਯੋਜਨ ਕੀਤਾ ਗਿਆ। ਇਸ ਮੌਕੇ ਉੱਪਰ ਉਨ੍ਹਾਂ ਦੇ ਸ਼ਗਿਰਦ ਪੁਰੀ ਵਿਚ ਇਕੱਠੇ ਹੋਏ।
>
> ਸਵਾਮੀ ਜੀ ਮਹਾਰਾਜ ਦੀ ਗਿਣਤੀ ਭਗਵਤ ਗੀਤਾ ਦੇ ਮਹਾਨ ਵਿਆਖਿਆਕਾਰਾਂ ਵਿਚ ਹੁੰਦੀ ਸੀ। ਉਹ ਕਾਸ਼ੀ ਦੇ ਯੋਗੀਰਾਜ ਸ਼੍ਰੀ ਸ਼ਿਆਮ ਚਰਨ ਲਾਹਿੜੀ ਦੇ ਮੁੱਖ ਸ਼ਗਿਰਦਾਂ ਵਿਚੋਂ ਇੱਕ ਸਨ। ਸਵਾਮੀ ਜੀ ਮਹਾਰਾਜ ਅਨੇਕ ਯੋਗਦਾ ਸਤਸੰਗ ਕੇਂਦਰਾਂ ਦੇ (ਸੈਲਫ ਰੀਆਲਾਈਜੇਸ਼ਨ ਫੈਲੋਸ਼ਿਪ) ਸੰਸਥਾਪਕ ਸਨ। ਪੱਛਮੀ ਦੁਨੀਆਂ ਵਿਚ ਉਨ੍ਹਾਂ ਦੇ ਮੁੱਖ ਸ਼ਗਿਰਦ ਸਵਾਮੀ ਯੋਗਾਨੰਦ ਜੀ, ਜਿਹੜੇ ਕਿ ਪੱਛਮੀ ਦੁਨੀਆਂ ਵਿਚ ਯੋਗ ਪ੍ਰਚਾਰ ਅਤੇ ਪਸਾਰ ਦਾ ਕੰਮ ਚਲਾ ਰਹੇ ਹਨ, ਦੇ ਪਿੱਛੇ ਵੀ, ਉਹ ਹੀ ਮੁੱਖ ਪ੍ਰੇਰਕ ਸ਼ਕਤੀ ਸਨ। ਸ਼੍ਰੀ ਯੁਕਤੇਸ਼ਵਰ ਜੀ ਦੀ ਪੱਕੀ ਭਵਿੱਖਬਾਣੀ ਕਰਨ ਦੀ ਸ਼ਕਤੀ ਅਤੇ ਉਨ੍ਹਾਂ ਦੇ ਡੂੰਘੇ ਆਤਮ ਗਿਆਨ ਨੇ ਹੀ ਸਵਾਮੀ ਯੋਗਾਨੰਦ ਜੀ ਨੂੰ ਸਮੁੰਦਰੋਂ ਪਾਰ ਅਮਰੀਕਾ ਵਿਚ ਜਾ ਕੇ, ਭਾਰਤ ਦੇ ਸੱਚੇ ਗੁਰੂਆਂ ਦੇ ਉਪਦੇਸ਼ ਅਤੇ ਸੰਦੇਸ਼ ਨੂੰ ਪ੍ਰਚਾਰਨ ਅਤੇ ਪਸਾਰਨ ਦੀ ਪ੍ਰੇਰਨਾ ਦਿੱਤੀ।
>
> ਭਗਵਤ ਗੀਤਾ ਅਤੇ ਹੋਰ ਸ਼ਾਸਤਰਾਂ ਦੀ ਵਿਆਖਿਆ ਉਨ੍ਹਾਂ ਦੀ ਪੂਰਬੀ ਅਤੇ ਪੱਛਮੀ ਦਰਸ਼ਨਾਂ ਉੱਪਰ ਪਕੜ ਦਾ ਸਬੂਤ ਦਿੰਦੀ ਸੀ ਜਿਹੜੀ ਪਹਿਲੀ ਵਾਰ ਇਨ੍ਹਾਂ ਦੋਨਾਂ ਦਰਸ਼ਨਾਂ ਦੀ ਸਾਂਝ ਨੂੰ ਸਪਸ਼ਟ ਕਰਦੀ ਹੈ। ਉਹ ਸਾਰੇ ਧਰਮਾਂ ਦੀ ਏਕਤਾ ਵਿਚ ਵਿਸ਼ਵਾਸ ਰੱਖਦੇ ਸਨ। ਇਸੇ ਮਕਸਦ ਵਾਸਤੇ ਯੋਗ ਵਿਚ ਵਿਗਿਆਨਿਕਤਾ

* ਹਿੰਦੂ ਮੱਤ ਦੇ ਦਾਹ ਸਸਕਾਰ ਦੇ ਵਿਧੀ ਵਿਧਾਨ ਦੀ ਪਰੰਪਰਾ ਅਨੁਸਾਰ ਕੇਵਲ ਗਰਿਸਤੀਆਂ ਦਾ ਹੀ ਦਾਹ ਸਸਕਾਰ ਕੀਤਾ ਜਾਂਦਾ ਹੈ। ਸਵਾਮੀ ਅਤੇ ਹੋਰ ਸੰਪਰਦਾਵਾਂ ਦੇ ਸੰਨਿਆਸੀਆਂ ਦਾ ਦਾਹ ਸਸਕਾਰ ਨਹੀਂ ਕੀਤਾ ਜਾਂਦਾ, ਬਲਕਿ ਉਨ੍ਹਾਂ ਨੂੰ ਸਮਾਧੀ ਦਿੱਤੀ ਜਾਂਦੀ ਹੈ। (ਕਦੇ ਕਦਾਈਂ ਇਸ ਨਿਯਮ ਦੀ ਉਲੰਘਣਾ ਵੀ ਹੋ ਜਾਂਦੀ ਹੈ) ਇਸ ਤਰ੍ਹਾਂ ਮੰਨਿਆ ਜਾਂਦਾ ਹੈ, ਕਿ ਸੰਨਿਆਸੀ ਦੀ ਦੀਖਿਆ ਗ੍ਰੈਹਣ ਕਰਦੇ ਵਕਤ, ਸੰਨਿਆਸੀ ਦੇ ਸਰੀਰ ਦਾ ਸੰਕੇਤਕ ਤੌਰ ਤੇ ਦਾਹ ਸਸਕਾਰ ਕਰ ਦਿੱਤਾ ਜਾਂਦਾ ਹੈ।

ਲਿਆਉਣ ਵਾਸਤੇ ਉਨ੍ਹਾਂ ਨੇ ਵੱਖ ਵੱਖ ਫਿਰਕਿਆਂ ਅਤੇ ਸੰਪਰਦਾਵਾਂ ਦੇ ਪਰਮੁੱਖਾਂ ਦੇ ਸਹਿਯੋਗ ਨਾਲ ਸਾਧੂ ਸਭਾ ਦੀ ਸਥਾਪਨਾ ਕੀਤੀ। ਆਪਣੇ ਦੇਹਾਂਤ ਦੇ ਸਮੇਂ, ਉਨ੍ਹਾਂ ਨੇ ਸਵਾਮੀ ਯੋਗਾ ਨੰਦ ਜੀ ਨੂੰ ਆਪਣੇ ਉੱਤਰਾਅਧਿਕਾਰੀ ਦੇ ਰੂਪ ਵਿਚ ਸਾਧੂ ਸਭਾ ਦੇ ਪ੍ਰਧਾਨ ਦੇ ਅਹੁਦੇ ਤੇ ਮਨੋਨੀਤ ਕੀਤਾ।

ਇਹੋ ਜਿਹੇ ਮਹਾ ਪੁਰਸ਼ ਦੇ ਸਰੀਰ ਤਿਆਗਣ ਨਾਲ ਭਾਰਤ ਨੂੰ ਬਹੁਤ ਵੱਡਾ ਘਾਟਾ ਪਿਆ ਹੈ। ਜਿਨ੍ਹਾਂ ਲੋਕਾਂ ਨੂੰ ਉਨ੍ਹਾਂ ਦੀ ਸੰਗਤ ਦਾ ਆਨੰਦ ਮਾਨਣ ਦਾ ਸੁਭਾਗ ਪ੍ਰਾਪਤ ਹੋਇਆ ਹੈ, ਉਹ ਸਾਰੇ, ਭਾਰਤ ਦੀ ਉਸ ਸੱਚੀ ਅਚੇ ਸੁੱਚੀ ਸੰਸਕ੍ਰਿਤੀ ਦੀ ਸਾਧਨਾ ਨੂੰ ਸਹੀ ਅਰਥਾਂ ਵਿਚ ਗਰਿਹਣ ਕਰ ਕੇ ਵਿਕਾਸ ਕਰਨ, ਜਿਹੜੀ ਕਿ ਸ਼੍ਰੀ ਯੁਕਤੇਸ਼ਵਰ ਜੀ ਵਿਚ ਮੂਰਤੀਮਾਨ ਸੀ।''

ਮੈਂ ਕੋਲਕਾਤਾ ਵਾਪਸ ਆ ਗਿਆ। ਪਵਿੱਤਰ ਯਾਦਾਂ ਨਾਲ ਜੁੜੇ ਸ਼੍ਰੀਰਾਮਪੁਰ ਆਸ਼ਰਮ ਜਾਣ ਦਾ ਹੌਸਲਾ ਨਹੀਂ ਸੀ ਪੈ ਰਿਹਾ। ਇਸ ਵਾਸਤੇ ਸ਼੍ਰੀਰਾਮਪੁਰ ਵਿਚ ਰਹਿ ਰਹੇ ਸ਼੍ਰੀ ਯੁਕਤੇਸ਼ਵਰ ਜੀ ਦੇ ਬਾਲ ਸ਼ਗਿਰਦ ਪ੍ਰਫੁੱਲ ਨੂੰ ਕੋਲਕਾਤਾ ਬੁਲਾ ਲਿਆ ਅਤੇ ਰਾਂਚੀ ਵਿਚ ਉਸ ਦੀ ਅਗਲੇਰੀ ਪੜ੍ਹਾਈ ਦਾ ਪ੍ਰਬੰਧ ਕਰ ਦਿੱਤਾ।

ਪ੍ਰਫੁੱਲ ਨੇ ਮੈਨੂੰ ਦੱਸਿਆ, "ਉਸ ਦਿਨ ਸਵੇਰੇ ਸਵੇਰੇ ਜਦੋਂ ਆਪ ਕੁੰਭ ਦੇ ਮੇਲੇ ਵਿਚ ਜਾਣ ਵਾਸਤੇ ਨਿਕਲ ਗਏ ਤਾਂ ਗੁਰੂਦੇਵ ਧੜੰਮ ਕਰ ਕੇ ਦੀਵਾਨ ਉਪਰ ਬੈਠ ਗਏ ਅਤੇ ਕਹਿਣ ਲੱਗੇ, "ਯੋਗਾਨੰਦ ਚਲਿਆ ਗਿਆ, ਯੋਗਾਨੰਦ ਚਲਿਆ ਗਿਆ।'' ਫਿਰ ਕੁਝ ਗੂੜ੍ਹ ਰਹੱਸਮਈ ਤਰੀਕੇ ਨਾਲ ਉਨ੍ਹਾਂ ਨੇ ਕਿਹਾ, "ਉਸ ਨੂੰ ਕਿਸੇ ਹੋਰ ਤਰੀਕੇ ਨਾਲ ਦੱਸਣਾ ਪਵੇਗਾ।'' ਫਿਰ ਉਹ ਘੰਟਿਆਂ ਬੱਧੀ ਮੌਨ ਬੈਠੇ ਰਹੇ।

ਇਸ ਤੋਂ ਬਾਅਦ ਮੇਰੇ ਦਿਨ ਭਾਸ਼ਣਾਂ, ਸਿੱਖਿਆ ਜਮਾਤਾਂ, ਮੁਲਾਕਾਤਾਂ ਅਤੇ ਪੁਰਾਣੇ ਮਿੱਤਰਾਂ ਦੇ ਨਾਲ ਪੁਨਰ-ਮਿਲਣ ਵਿਚ ਬੀਤਣ ਲੱਗੇ। ਖੋਖਲੇ ਹਾਸੇ ਅਤੇ ਲਗਾਤਾਰ ਰੁਝੇਵਿਆਂ ਭਰੇ ਜੀਵਨ ਪ੍ਰਵਾਹ ਦੇ ਥੱਲੇ, ਕਾਲੇ ਸ਼ੋਕਾਕੁਲ ਵਿਚਾਰ ਪਰਮਆਨੰਦ ਦੇ ਉਸ ਆਂਤਰਿਕ ਦਰਿਆ ਦੇ ਵਹਿਣ ਨੂੰ ਮੈਲਾ ਕਰਦੇ ਰਹੇ, ਜੋ ਇੰਨੇ ਵਰ੍ਹਿਆਂ ਦੀਆਂ ਅਨੁਭੂਤੀਆਂ ਦੇ ਰੇਤੇ ਥੱਲੇ ਆਪਣੇ ਨਿਰਮਲ ਪ੍ਰਵਾਹ ਵਿਚ ਵਹਿੰਦੇ ਆ ਰਹੇ ਸਨ।

"ਉਹ ਦਿਵੱਯ ਮਹਾ ਰਿਸ਼ੀ ਕਿੱਥੇ ਚਲੇ ਗਏ?'' ਸ਼ੋਕ ਗ੍ਰਸਤ ਆਤਮਾ ਦੀਆਂ ਡੂੰਘਾਈਆਂ ਵਿਚੋਂ ਮੈਂ ਇੱਕ ਮੂਕ ਰੁਦਨ ਕਰਦਿਆਂ ਆਪਣੀ ਅੰਤਰ ਆਤਮਾ ਨੂੰ ਪੁਛਦਾ ਰਹਿੰਦਾ।

ਕੋਈ ਉੱਤਰ ਨਾ ਆਇਆ। ਫਿਰ ਮੇਰਾ ਮਨ ਮੈਨੂੰ ਦਿਲਾਸਾ ਦਿੰਦਿਆਂ ਕਹਿੰਦਾ, "ਚੰਗਾ ਹੋਇਆ ਕਿ ਗੁਰੂਦੇਵ ਦਾ ਪਰਮ ਪਿਤਾ ਨਾਲ ਮਿਲਾਪ ਹੋ ਗਿਆ। ਹੁਣ ਉਹ ਆਪਣੇ ਤੇਜ ਨਾਲ ਅਮਰਤਾ ਦੇ ਅਸਮਾਨ ਵਿਚ ਹਮੇਸ਼ਾਂ ਲਈ ਚਮਕ ਰਹੇ ਹਨ।''

ਮੇਰਾ ਮਨ ਵਿਰਲਾਪ ਕਰ ਰਿਹਾ ਸੀ, "ਹੁਣ ਤੂੰ ਫਿਰ ਕਦੇ ਉਨ੍ਹਾਂ ਨੂੰ ਸ਼੍ਰੀਰਾਮਪੁਰ ਵਿਚ ਨਹੀਂ ਦੇਖ ਸਕੇਂਗਾ। ਹੁਣ ਤੂੰ ਆਪਣੇ ਦੋਸਤਾਂ ਨੂੰ ਉਨ੍ਹਾਂ ਨੂੰ ਮਿਲਾਉਣ ਖਾਤਰ ਲਿਜਾ ਕੇ ਇਹ ਨਹੀਂ ਕਹਿ ਸਕੇਂਗਾ, "ਦੇਖੋ, ਇਹ ਹਨ, ਭਾਰਤ ਦੇ ਗਿਆਨ ਅਵਤਾਰ।"

ਸ਼੍ਰੀ ਰਾਈਟ ਨੇ ਜੂਨ ਦੇ ਸ਼ੁਰੂ ਵਿਚ ਸਾਡੇ ਪੱਛਮ ਵਾਪਸ ਜਾਣ ਵਾਸਤੇ ਮੁੰਬਈ ਤੋਂ ਜਹਾਜ਼ ਫੜਨ ਖਾਤਰ ਸਾਰਾ ਪ੍ਰਬੰਧ ਕਰ ਲਿਆ ਸੀ। ਇੱਕ ਪੰਦਰਵਾੜੇ ਤਕ ਕੋਲਕਾਤਾ ਵਿਚ ਵਿਦਾਈ ਪਾਰਟੀਆਂ ਅਤੇ ਭਾਸ਼ਣਾਂ ਦਾ ਸਿਲਸਿਲਾ ਚਲਦਾ ਰਿਹਾ। ਉਸ ਤੋਂ ਬਾਅਦ ਮੈਂ, ਮਿਸ ਬਲੇਚ ਅਤੇ ਸ਼੍ਰੀ ਰਾਈਟ ਨੇ ਆਪਣੀ ਫੋਰਡ ਕਾਰ ਰਾਹੀਂ ਮੁੰਬਈ ਵਾਸਤੇ ਚਾਲੇ ਪਾ ਦਿੱਤੇ। ਉੱਥੇ ਪਹੁੰਚਣ ਤੇ ਜਹਾਜ਼ ਦੇ ਅਧਿਕਾਰੀਆਂ ਨੇ ਸਾਨੂੰ ਆਪਣੀ ਯਾਤਰਾ ਰੱਦ ਕਰਨ ਵਾਸਤੇ ਕਹਿ ਦਿੱਤਾ, ਕਿਉਂਕਿ ਉਸ ਜਹਾਜ਼ ਵਿਚ ਕਾਰ ਵਾਸਤੇ ਕੋਈ ਥਾਂ ਨਹੀਂ ਸੀ ਅਤੇ ਸਾਨੂੰ ਯੂਰਪ ਵਿਚ ਫਿਰ ਤੋਂ ਕਾਰ ਦੀ ਜ਼ਰੂਰਤ ਪੈਣ ਵਾਲੀ ਸੀ।

"ਕੋਈ ਗੱਲ ਨਹੀਂ," ਮੈਂ ਉਦਾਸ ਮਨ ਨਾਲ ਸ਼੍ਰੀ ਰਾਈਟ ਨੂੰ ਕਿਹਾ, "ਮੈਂ ਇੱਕ ਵਾਰ ਫਿਰ ਪੁਰੀ ਜਾਣਾ ਚਾਹੁੰਦਾ ਹਾਂ," ਅਤੇ ਮਨ ਹੀ ਮਨ ਕਹਿਣ ਲੱਗਿਆ, ਗੁਰੂਦੇਵ ਦੀ ਸਮਾਧੀ ਨੂੰ ਇੱਕ ਵਾਰ ਫਿਰ ਆਪਣੇ ਅਥੱਰੂਆਂ ਨਾਲ ਪਵਿੱਤਰ ਕਰਨ ਵਾਸਤੇ।

ਚੈਪਟਰ 43

ਸ਼੍ਰੀ ਯੁਕਤੇਸ਼ਵਰ ਜੀ ਦਾ ਪੁਨਰ-ਉੱਥਾਨ

"ਭਗਵਾਨ ਸ਼੍ਰੀ ਕ੍ਰਿਸ਼ਨ," ਜਦੋਂ ਮੈਂ ਮੁੰਬਈ ਦੇ ਰੀਜੈਂਟ ਹੋਟਲ ਵਿਚ ਆਪਣੇ ਕਮਰੇ ਵਿਚ ਬੈਠਿਆ ਹੋਇਆ ਸੀ, ਤਾਂ ਉਸ ਵਕਤ ਝਿਲਮਿਲਾਉਂਦੀ ਰੌਸ਼ਨੀ ਵਿਚ ਭਗਵਾਨ ਸ਼੍ਰੀ ਕ੍ਰਿਸ਼ਨ ਦਾ ਅਲੌਕਿਕ ਰੂਪ ਮੇਰੇ ਸਾਹਮਣੇ ਪ੍ਰਗਟ ਹੋ ਗਿਆ। ਮੈਂ ਹੋਟਲ ਦੀ ਤੀਜੀ ਮੰਜ਼ਲ ਦੇ ਉਸ ਕਮਰੇ ਦੀ ਉੱਚੀ ਖੁੱਲ੍ਹੀ ਖਿੜਕੀ ਤੋਂ ਬਾਹਰ ਦੇਖ ਰਿਹਾ ਸੀ, ਤਾਂ ਅਚਾਨਕ ਸਾਹਮਣੇ ਵਾਲੀ ਉੱਚੀ ਇਮਾਰਤ ਦੀ ਛੱਤ ਉੱਪਰ ਵਰਣਨ ਤੋਂ ਪਰੇ, ਇਹ ਅਲੌਕਿਕ ਨਜ਼ਾਰਾ ਮੇਰੇ ਸਾਹਮਣੇ ਪ੍ਰਗਟ ਹੋਇਆ।

ਭਗਵਾਨ ਸ਼੍ਰੀ ਕ੍ਰਿਸ਼ਨ ਮੇਰੇ ਵੱਲ ਦੇਖ ਕੇ ਮੁਸਕਰਾ ਰਹੇ ਸਨ, ਸਿਰ ਵੀ ਹਿਲਾ ਰਹੇ ਸਨ ਅਤੇ ਹੱਥ ਵੀ ਹਿਲਾ ਰਹੇ ਸਨ। ਜਦੋਂ ਮੈਂ ਉਨ੍ਹਾਂ ਦੇ ਸੁਨੇਹੇ ਨੂੰ ਸਮਝ ਨਾ ਸਕਿਆ, ਤਾਂ ਉਹ ਅਸ਼ੀਰਵਾਦ ਦੀ ਮੁੱਦਰਾ ਵਿਚ ਹੱਥ ਉਠਾਉਂਦਿਆਂ ਅੰਤਰ ਧਿਆਨ ਹੋ ਗਏ। ਮਨ ਇੱਕ ਅਦਭੁਤ ਆਨੰਦ ਨਾਲ ਭਰ ਗਿਆ ਅਤੇ ਮੈਨੂੰ ਇਸ ਤਰ੍ਹਾਂ ਲੱਗਿਆ ਕਿ ਕੋਈ ਅਧਿਆਤਮਿਕ ਘਟਨਾ ਵਾਪਰਨ ਵਾਲੀ ਹੈ।

ਮੇਰੀ ਪੱਛਮ ਦੀ ਯਾਤਰਾ ਲਈ ਰਵਾਨਗੀ ਹਾਲ ਦੀ ਘੜੀ ਰੁਕ ਗਈ ਸੀ। ਕੋਲਕਾਤਾ ਅਤੇ ਪੁਰੀ ਵਾਪਸ ਮੁੜਨ ਤੋਂ ਪਹਿਲਾਂ, ਮੁੰਬਈ ਵਿਚ ਮੇਰਾ ਕਈ ਭਾਸ਼ਣ ਦੇਣ ਦਾ ਪ੍ਰੋਗਰਾਮ ਬਣਿਆ ਹੋਇਆ ਸੀ।

ਭਗਵਾਨ ਸ਼੍ਰੀ ਕ੍ਰਿਸ਼ਨ ਦੇ ਦਰਸ਼ਨ ਕਰਨ ਤੋਂ ਇੱਕ ਹਫਤਾ ਬਾਅਦ, 19 ਜੂਨ 1936 ਨੂੰ ਦੁਪਹਿਰ ਦੇ ਤਿੰਨ ਵਜੇ, ਜਦੋਂ ਮੈਂ ਮੁੰਬਈ ਦੇ ਆਪਣੇ ਹੋਟਲ ਦੇ ਕਮਰੇ ਵਿਚ ਆਪਣੇ ਪਲੰਘ ਉੱਪਰ ਬੈਠਾ ਧਿਆਨ ਕਰ ਰਿਹਾ ਸੀ, ਤਾਂ ਅਚਾਨਕ ਕਮਰੇ ਵਿਚ ਇੱਕ ਅਲੌਕਿਕ ਰੌਸ਼ਨੀ ਫੈਲਣ ਦੇ ਨਾਲ ਮੇਰਾ ਧਿਆਨ ਟੁੱਟ ਗਿਆ। ਮੇਰੀਆਂ ਖੁੱਲ੍ਹੀਆਂ ਅਤੇ ਹੈਰਾਨ ਅੱਖਾਂ ਦੇ ਸਾਹਮਣੇ ਸਾਰਾ ਕਮਰਾ ਇੱਕ ਅਦਭੁਤ ਸੰਸਾਰ ਵਿਚ ਬਦਲ ਗਿਆ। ਸੂਰਜੀ ਪ੍ਰਕਾਸ਼ ਇੱਕ ਸਵਰਗੀ ਤੇਜ ਵਿਚ ਬਦਲ ਗਿਆ।

ਸ਼੍ਰੀ ਯੁਕਤੇਸ਼ਵਰ ਜੀ ਨੂੰ ਆਪਣੇ ਹੱਡ ਮਾਸ ਦੇ ਸਰੀਰ ਵਿਚ ਆਪਣੇ ਸਾਹਮਣੇ ਖੜ੍ਹਿਆਂ ਦੇਖ ਕੇ, ਮੈਂ ਖੁਸ਼ੀ ਵਿਚ ਹਿਲੋਰੇ ਲੈਣ ਲੱਗਿਆ।

"ਮੇਰੇ ਪੁੱਤਰ," ਗੁਰੂਦੇਵ ਨੇ ਬਹੁਤ ਹੀ ਪਿਆਰ ਭਰੀ ਕੋਮਲ ਅਵਾਜ਼ ਵਿਚ ਕਿਹਾ। ਉਨ੍ਹਾਂ ਦੇ ਚਿਹਰੇ ਉੱਪਰ ਦੇਵਤਿਆਂ ਨੂੰ ਵੀ ਮੋਹਿਤ ਕਰਨ ਵਾਲੀ ਸੁੰਦਰ ਮੁਸਕਾਨ ਖੇਡ ਰਹੀ ਸੀ।

ਜ਼ਿੰਦਗੀ ਵਿਚ ਇਹ ਪਹਿਲੀ ਵਾਰ ਸੀ, ਜਦੋਂ ਮੈਂ ਉਨ੍ਹਾਂ ਦੇ ਸੁਆਗਤਅਰਥ ਚਰਨਾਂ ਵਿਚ ਪ੍ਰਣਾਮ ਨਾ ਕਰਦਿਆਂ, ਸਿੱਧੇ ਹੀ ਉਨ੍ਹਾਂ ਨੂੰ ਆਪਣੀਆਂ ਬਾਹਾਂ ਵਿਚ ਘੁੱਟਣ ਵਾਸਤੇ ਬਿਹਬਲ ਹੋ ਕੇ ਅੱਗੇ ਵਧਿਆ। ਪਲਾਂ ਵਿਚੋਂ ਸੁਭਾਗਾ ਪਲ, ਪਰਮ ਆਨੰਦ ਦਾ ਹੜ੍ਹ, ਜੋ ਉਸ ਵੇਲੇ ਵਹਿ ਉੱਠਿਆ ਸੀ, ਉਸ ਦੇ ਮੁਕਾਬਲੇ ਵਿਚ ਪਿਛਲੇ ਮਹੀਨਿਆਂ ਵਿਚ, ਜੋ ਦੁਖ ਅਤੇ ਸੰਤਾਪ ਮੈਂ ਭੋਗਿਆ ਸੀ, ਉਹ ਤਾਂ ਕੁਝ ਵੀ ਨਹੀਂ ਸੀ।

"ਉਹ ਮੇਰੇ ਮਹਿਬੂਬ, ਉਹ ਮੇਰੇ ਪ੍ਰਮਾਤਮਾ, ਆਪ ਮੈਨੂੰ ਛੱਡ ਕੇ ਕਿਉਂ ਚਲੇ ਗਏ?" ਖੁਸ਼ੀ ਦੇ ਹੜ੍ਹ ਵਿਚ ਮੈਂ ਝੱਲ ਵਲੱਲੀਆਂ ਮਾਰਨ ਲੱਗ ਪਿਆ ਸੀ। "ਆਪ ਨੇ ਮੈਨੂੰ ਕੁੰਭ ਦੇ ਮੇਲੇ ਤੇ ਹੀ ਕਿਉਂ ਜਾਣ ਦਿੱਤਾ? ਆਪ ਨੂੰ ਛੱਡ ਕੇ ਜਾਣ ਕਰਕੇ ਮੈਂ ਆਪਣੇ ਆਪ ਨੂੰ ਕਿੰਨਾ ਧਿਕਾਰਿਆ।"

"ਜਿੱਥੇ ਮੈਨੂੰ ਬਾਬਾ ਜੀ ਦੇ ਪਹਿਲੀ ਵਾਰ ਦਰਸ਼ਨ ਹੋਏ ਸਨ, ਉਸ ਤੀਰਥ ਸਥਾਨ ਦੀ ਯਾਤਰਾ ਕਰਨ ਦੀਆਂ ਤੇਰੀਆਂ ਉਮੀਦ ਭਰੀਆਂ ਖੁਸ਼ੀਆਂ ਵਿਚ ਮੈਂ ਰੁਕਾਵਟ ਨਹੀਂ ਸੀ ਬਣਨਾ ਚਾਹੁੰਦਾ। ਮੈਂ ਤਾਂ ਥੋੜ੍ਹੀ ਦੇਰ ਵਾਸਤੇ ਹੀ ਤੈਥੋਂ ਅਲੱਗ ਹੋਇਆ ਸੀ। ਕੀ ਹੁਣ ਮੈਂ ਤੇਰੇ ਕੋਲ ਫਿਰ ਵਾਪਸ ਨਹੀਂ ਆ ਗਿਆ?"

"ਪ੍ਰੰਤੂ ਗੁਰੂਦੇਵ, ਕੀ ਇਹ ਆਪ ਹੀ ਹੋ? ਪ੍ਰਮਾਤਮਾ ਦੇ ਉਹੀ ਸ਼ੇਰ। ਜੋ ਆਪ ਨੇ ਸਰੀਰ ਧਾਰ ਰੱਖਿਆ ਹੈ, ਕੀ ਇਹ ਬਿਲਕੁਲ ਉਸ ਸਰੀਰ ਵਰਗਾ ਹੀ ਹੈ, ਜਿਸ ਨੂੰ ਮੈਂ ਪੁਰੀ ਦੀ ਜ਼ਾਲਮ ਰੇਤ ਵਿਚ ਸਮਾਧੀ ਦੇ ਦਿੱਤੀ ਸੀ?"

"ਹਾਂ ਮੇਰੇ ਪੁੱਤਰ, ਮੈਂ ਬਿਲਕੁਲ ਉਹ ਹੀ ਹਾਂ। ਇਹ ਮੇਰਾ ਹੱਡ ਮਾਸ ਦਾ ਸਰੀਰ ਹੈ। ਮੇਰੀ ਨਜ਼ਰ ਵਿਚ ਇਹ ਸਰੀਰ ਕੇਵਲ ਅਕਾਸ਼ ਤੱਤਾਂ ਨਾਲ ਬਣਿਆ ਹੋਇਆ ਹੈ, ਪ੍ਰੰਤੂ ਤੇਰੀ ਨਜ਼ਰ ਵਿਚ ਇਹ ਪੰਜ ਭੌਤਿਕ ਸਰੀਰ ਹੈ। ਮੈਂ ਸ੍ਰਿਸ਼ਟੀ ਦੇ ਪ੍ਰਮਾਣੂਆਂ ਨੂੰ ਇਕੱਠੇ ਕਰ ਕੇ, ਇਸ ਨਵੇਂ ਸਰੀਰ ਦੀ ਰਚਨਾ ਕੀਤੀ ਹੈ, ਜਿਸ ਨੂੰ ਤੂੰ ਆਪਣੇ ਸੁਪਨ ਸੰਸਾਰ ਦੇ ਸੁਪਨ ਰੇਤੇ ਵਿਚ ਸਮਾਧੀ ਦੇ ਦਿੱਤੀ ਸੀ। ਅਸਲ ਵਿਚ ਮੇਰਾ ਪੁਨਰ-ਉਥਾਨ ਹੋ ਚੁੱਕਿਆ ਹੈ- ਧਰਤੀ ਉੱਪਰ ਨਹੀਂ ਬਲਕਿ ਇੱਕ ਸੂਖਮ ਲੋਕ ਵਿਚ। ਇਸ ਧਰਤੀ ਦੇ ਮਨੁੱਖਾਂ ਦੀ ਤੁਲਨਾ ਵਿਚ, ਉਸ ਦੁਨੀਆਂ ਵਿਚ ਰਹਿਣ ਵਾਲੇ ਲੋਕ, ਮੇਰੇ ਉੱਚ ਆਦਰਸ਼ਾਂ ਦੇ ਜਿਆਦਾ ਅਨੁਕੂਲ ਹਨ। ਤੂੰ ਅਤੇ ਤੇਰੇ ਸੱਜਣ ਪਿਆਰੇ ਵੀ ਕਿਸੇ ਦਿਨ ਉਸ ਲੋਕ ਵਿਚ ਮੇਰੇ ਕੋਲ ਆ ਜਾਉਗੇ।"

"ਅਮਰ ਗੁਰੂਦੇਵ, ਇਸ ਬਾਰੇ ਮੈਨੂੰ ਹੋਰ ਜਿਆਦਾ ਵਿਸਤਾਰ ਨਾਲ ਦੱਸੋ।"

ਗੁਰੂਦੇਵ ਨੇ ਖੁਸ਼ੀ ਨਾਲ ਹੱਸਦਿਆਂ ਹੱਸਦਿਆਂ ਕਿਹਾ, "ਪਿਆਰੇ ਪੁੱਤਰ, ਕੀ ਤੂੰ ਆਪਣੀ ਗਲਵਕੜੀ ਥੋੜ੍ਹੀ ਜਿਹੀ ਢਿੱਲੀ ਨਹੀਂ ਕਰ ਸਕਦਾ?"

"ਸਿਰਫ ਥੋੜ੍ਹੀ ਜਿਹੀ ਢਿੱਲੀ।" ਮੈਂ ਉਨ੍ਹਾਂ ਨੂੰ ਆਪਣੀਆਂ ਬਾਹਾਂ ਵਿਚ ਇਸ ਤਰ੍ਹਾਂ ਪਕੜ ਰੱਖਿਆ ਸੀ, ਜਿਵੇਂ ਨਾਗਪਾਸ਼ ਨਾਲ ਜਕੜਿਆ ਹੋਵੇ। ਮੈਂ ਉਨ੍ਹਾਂ ਦੇ ਸਰੀਰ ਵਿਚੋਂ

ਉਹੀ ਕੁਦਰਤੀ ਹਲਕੀ ਜਿਹੀ ਸੁਗੰਧ ਆ ਰਹੀ ਮਹਿਸੂਸ ਕੀਤੀ, ਜਿਹੜੀ ਮੈਂ ਉਨ੍ਹਾਂ ਦੇ ਜਿਉਂਦੇ ਜੀ ਉਨ੍ਹਾਂ ਦੇ ਸਰੀਰ ਵਿਚੋਂ ਨਿਕਲਦੀ ਮਹਿਸੂਸ ਕਰਿਆ ਕਰਦਾ ਸੀ। ਜਦੋਂ ਵੀ ਕਦੇ ਮੈਨੂੰ ਮਿਲਣੀ ਦੇ ਉਨ੍ਹਾਂ ਮਹਾਨ ਪਲਾਂ ਦੀ ਯਾਦ ਆਉਂਦੀ ਹੈ, ਤਾਂ ਮੈਂ ਹੁਣ ਵੀ ਆਪਣੇ ਹੱਥਾਂ ਦੇ ਅੰਦਰਲੇ ਹਿੱਸਿਆਂ ਵਿਚ ਅਤੇ ਹਥੇਲੀਆਂ ਵਿਚ ਉਨ੍ਹਾਂ ਦੇ ਦਿਵੱਯ ਸਰੀਰ ਦੇ ਉਸ ਰੋਮਾਂਚਕਾਰੀ ਸਪਰਸ਼ ਨੂੰ ਮਹਿਸੂਸ ਕਰਦਾਂ ਹਾਂ।

ਸ਼੍ਰੀ ਯੁਕਤੇਸ਼ਵਰ ਜੀ ਨੇ ਦੱਸਿਆ, "ਜਿਸ ਤਰ੍ਹਾਂ ਕਰਮਾਂ ਤੋਂ ਮੁਕਤ ਕਰਵਾਉਣ ਵਾਸਤੇ, ਇਸ ਧਰਤੀ ਉੱਪਰ ਆਦਮੀ ਦੀ ਸਹਾਇਤਾ ਕਰਨ ਵਾਸਤੇ ਸੰਤਾਂ ਮਹਾਤਮਾਵਾਂ ਨੂੰ ਭੇਜਿਆ ਜਾਂਦਾ ਹੈ, ਉਸੇ ਤਰ੍ਹਾਂ ਪ੍ਰਮਾਤਮਾ ਨੇ ਮੈਨੂੰ ਇੱਕ ਸੂਖਮ ਦੁਨੀਆਂ ਵਿਚ ਉੱਥੇ ਰਹਿਣ ਵਾਲੇ ਲੋਕਾਂ ਨੂੰ ਮੁਕਤ ਹੋਣ ਵਿਚ ਸਹਾਇਤਾ ਕਰਨ ਦਾ ਹੁਕਮ ਦਿੱਤਾ ਹੈ। ਉਸ ਦੁਨੀਆਂ ਨੂੰ ਹਿਰਣਯ ਲੋਕ ਜਾਂ 'ਤਾਰੇ ਵਾਂਗ ਚਮਕੀਲਾ ਗ੍ਰੈਹ' ਕਹਿੰਦੇ ਹਨ। ਉੱਥੇ ਮੈਂ ਉੱਨਤ ਆਤਮਾਵਾਂ ਦੀ ਸੂਖਮ ਲੋਕ ਦੇ ਕਰਮਾਂ ਤੋਂ ਮੁਕਤ ਕਰਵਾਉਣ ਵਾਸਤੇ ਅਤੇ ਇਸ ਤਰ੍ਹਾਂ ਸੂਖਮ ਲੋਕ ਵਿਚ ਉਨ੍ਹਾਂ ਦੇ ਵਾਰ ਵਾਰ ਜਨਮ ਲੈਣ ਤੋਂ ਛੁਟਕਾਰਾ ਕਰਵਾਉਣ ਵਿਚ ਸਹਾਇਤਾ ਕਰਦਾ ਹਾਂ। ਹਿਰਣਯ ਲੋਕ ਦੇ ਜਿਆਦਾਤਰ ਨਿਵਾਸੀ ਅਧਿਆਤਮਿਕ ਨਜ਼ਰੀਏ ਤੋਂ ਬੇਹਦ ਉੱਨਤ ਹੁੰਦੇ ਹਨ। ਉਨ੍ਹਾਂ ਸਾਰਿਆਂ ਨੇ ਇਸ ਧਰਤੀ ਉੱਪਰ ਆਪਣੇ ਆਖਰੀ ਜੀਵਨ ਵਿਚ, ਮੌਤ ਦੇ ਵਕਤ ਚੇਤੰਨ ਰਹਿੰਦਿਆਂ, ਭੌਤਿਕ ਸਰੀਰ ਤਿਆਗ ਕਰਨ ਦੀ ਤਕਨੀਕ ਪ੍ਰਾਪਤ ਕਰ ਲਈ ਹੁੰਦੀ ਹੈ। ਧਰਤੀ ਉੱਪਰ ਰਹਿੰਦਿਆਂ, ਜਦੋਂ ਤਕ ਕੋਈ ਸਵਿਕਲਪ ਸਮਾਧੀ ਤੋਂ ਅੱਗੇ ਜਾ ਕੇ ਨਿਰਵਿਕਲਪ ਸਮਾਧੀ* ਵਿਚ ਸਥਿਤ ਨਹੀਂ ਹੁੰਦਾ, ਉਦੋਂ ਤਕ ਉਹ ਹਿਰਣਯ ਲੋਕ ਵਿਚ ਪ੍ਰਵੇਸ਼ ਕਰਨ ਦੇ ਯੋਗ ਨਹੀਂ ਹੁੰਦਾ।

"ਹਿਰਣਯ ਲੋਕ ਦੇ ਨਿਵਾਸੀ ਸਧਾਰਨ ਸੂਖਮ ਲੋਕਾਂ ਨੂੰ ਪਹਿਲਾਂ ਪਾਰ ਕਰ ਚੁੱਕੇ ਹੁੰਦੇ ਹਨ, ਜਿੱਥੇ ਧਰਤੀ ਦੇ ਸਾਰੇ ਨਿਵਾਸੀਆਂ ਨੂੰ ਮੌਤ ਤੋਂ ਬਾਅਦ ਅਕਸਰ ਜਾਣਾ ਹੀ ਪੈਂਦਾ ਹੈ। ਉਨ੍ਹਾਂ ਨੇ ਸੂਖਮ ਲੋਕਾਂ ਦੇ ਆਪਣੇ ਕਰਮਾਂ ਦੇ ਬੀਜਾਂ ਨੂੰ ਪਹਿਲਾਂ ਹੀ ਨਸ਼ਟ ਕਰ ਦਿੱਤਾ ਹੁੰਦਾ ਹੈ। ਸੂਖਮ ਲੋਕਾਂ ਵਿਚ ਇਸ ਤਰ੍ਹਾਂ ਦਾ ਆਤਮ ਮੁਕਤੀ ਦਾ ਕੰਮ

* ਦੇਖੋ ਚੈਪਟਰ 26। ਸਵਿਕਲਪ ਸਮਾਧੀ ਵਿਚ ਭਗਤ ਪ੍ਰਾਮਤਮਾ ਦੇ ਨਾਲ ਆਪਣੀ ਇੱਕਰੂਪਤਾ ਨੂੰ ਅਨੁਭਵ ਕਰ ਲੈਂਦਾ ਹੈ। ਪਰ ਸਿਰਫ ਧਿਆਨ ਦੀ ਉਸ ਨਿਸ਼ਚਲ ਅਵਸਥਾ ਨੂੰ ਛੱਡ ਕੇ, ਬਾਕੀ ਵਕਤ ਉਹ ਬ੍ਰਹਮ ਚੈਤਨਯ ਦੀ ਅਵਸਥਾ ਵਿਚ ਨਹੀਂ ਰਹਿ ਸਕਦਾ। ਨਿਰੰਤਰ ਧਿਆਨ ਦੇ ਨਾਲ, ਉਹ ਇਸ ਤੋਂ ਉੱਚੀ ਨਿਰਵਿਕਲਪ ਸਮਾਧੀ ਦੀ ਅਵਸਥਾ ਵਿਚ ਪਹੁੰਚ ਜਾਂਦਾ ਹੈ, ਜਿਸ ਵਿਚ ਜੇ ਉਹ ਸੰਸਾਰ ਵਿਚ ਮੁਕਤ ਵਿਚਰਨ ਵੀ ਕਰਦਾ ਰਹੇ, ਤਾਂ ਵੀ ਉਹ ਪ੍ਰਮਾਤਮਾ ਦੀ ਅਨੁਭੂਤੀ ਦੀ ਅਵਸਥਾ ਵਿਚੋਂ ਨਹੀਂ ਡਿਗਦਾ।

ਨਿਰਵਿਕਲਪ ਸਮਾਧੀ ਵਿਚ ਯੋਗੀ ਆਪਣੇ ਭੌਤਿਕ ਜਾਂ ਸੰਸਾਰਕ ਕਰਮਾਂ ਦੇ ਆਖਰੀ ਬੀਜਾਂ ਨੂੰ ਨਸ਼ਟ ਕਰ ਦਿੰਦਾ ਹੈ। ਪਰ ਫਿਰ ਵੀ ਉਸ ਦਾ ਸੂਖਮ ਅਤੇ ਕਾਰਨ ਲੋਕ ਦੇ ਕਰਮਾਂ ਤੋਂ ਮੁਕਤ ਹੋਣਾ ਬਾਕੀ ਰਹਿ ਸਕਦਾ ਹੈ। ਇਸ ਵਾਸਤੇ ਉਸ ਨੂੰ ਸੂਖਮ ਲੋਕ ਵਿਚ, ਫਿਰ ਉੱਚ ਸਪੰਦਨ ਯੁਕਤ ਕਾਰਨ ਲੋਕ ਵਿਚ, ਵਾਰ ਵਾਰ ਜਨਮ ਲੈਣਾ ਪੈਂਦਾ ਹੈ।

ਉੱਨਤ ਸਾਧਕਾਂ ਤੋਂ ਇਲਾਵਾ ਹੋਰ ਕੋਈ ਨਹੀਂ ਕਰ ਸਕਦਾ।* ਇਸ ਕਰ ਕੇ ਸੂਖਮ ਲੋਕ ਦੇ ਬਚੇ ਖੁਚੇ ਕਰਮਾਂ ਤੋਂ ਮੁਕਤ ਕਰਵਾਉਣ ਵਾਸਤੇ, ਇਨ੍ਹਾਂ ਸਾਧਕਾਂ ਨੂੰ ਵਿਧਾਤਾ ਦੇ ਨਿਯਮਾਂ ਅਨੁਸਾਰ ਹਿਰਣਯ ਲੋਕ ਵਿਚ, ਜੋ ਸੂਖਮ ਲੋਕਾਂ ਦਾ ਸਵਰਗ ਹੈ ਜਾਂ ਸੂਖਮ ਲੋਕਾਂ ਦਾ ਸੂਰਜ ਹੈ, ਸੂਖਮ ਸਰੀਰ ਧਾਰਨ ਕਰ ਕੇ ਜਨਮ ਲੈਣਾ ਪੈਂਦਾ ਹੈ। ਉੱਥੇ ਉਨ੍ਹਾਂ ਦੀ ਸਹਾਇਤਾ ਕਰਨ ਵਾਸਤੇ ਮੈਂ ਹਾਜ਼ਰ ਹਾਂ। ਹਿਰਣਯ ਲੋਕ ਵਿਚ ਕੁਝ ਇਸ ਤਰ੍ਹਾਂ ਦੇ ਜੀਵ ਵੀ ਹਨ, ਜਿਨ੍ਹਾਂ ਨੇ ਲਗ ਭਗ ਪੂਰਨਤਾ ਪ੍ਰਾਪਤ ਕਰ ਲਈ ਹੈ ਅਤੇ ਉਹ ਉੱਚ ਕਾਰਨ ਲੋਕ ਤੋਂ ਆਏ ਹੋਏ ਹਨ।''

ਮੇਰਾ ਮਨ ਹੁਣ ਗੁਰੂਦੇਵ ਨਾਲ ਪੂਰੀ ਤਰ੍ਹਾਂ ਇੱਕਮਿੱਕ ਹੋ ਗਿਆ ਸੀ ਜਿਵੇਂ ਕਿ ਉਹ ਗਿਆਨ, ਕੁਝ ਹੱਦ ਤਕ ਆਪਣੇ ਸ਼ਬਦ ਚਿੱਤਰਾਂ ਅਤੇ ਬਾਕੀ ਵਿਚਾਰ ਤਰੰਗਾਂ ਰਾਹੀਂ ਮੇਰੇ ਤਕ ਪਹੁੰਚਾ ਰਹੇ ਸਨ। ਇਸ ਤਰ੍ਹਾਂ ਮੈਂ ਉਨ੍ਹਾਂ ਦੇ ਵਿਚਾਰ ਚਿੱਤਰਾਂ ਨੂੰ ਤੁਰੰਤ ਗਰਿਹਣ ਕਰ ਰਿਹਾ ਸੀ।

ਗੁਰੂਦੇਵ ਨੇ ਅੱਗੇ ਕਿਹਾ, ''ਤੂੰ ਸ਼ਾਸਤਰਾਂ ਵਿਚ ਪੜ੍ਹਿਆ ਹੈ, ਕਿ ਪ੍ਰਮਾਤਮਾ ਨੇ ਆਦਮੀ ਨੂੰ ਇੱਕ ਤੋਂ ਬਾਅਦ ਇੱਕ ਤਿੰਨ ਪਿੰਜਰਿਆਂ ਵਿਚ ਬੰਦ ਕੀਤਾ ਹੋਇਆ ਹੈ। ਕਾਰਨ ਸਰੀਰ ਜਾਂ ਭਾਵ ਸਰੀਰ, ਸੂਖਮ ਸਰੀਰ, ਜਿਹੜਾ ਆਦਮੀ ਦੇ ਮਾਨਸਿਕ ਅਤੇ ਭਾਵਨਾਤਮਿਕ ਸੁਭਾਅ ਨੂੰ ਪ੍ਰਗਟ ਕਰਦਾ ਹੈ ਅਤੇ ਸਥੂਲ ਸਰੀਰ ਜਾਂ ਪੰਜ ਭੌਤਿਕ ਸਰੀਰ। ਧਰਤੀ ਉੱਪਰ ਰਹਿੰਦਿਆਂ ਹੋਇਆਂ ਆਦਮੀ ਆਪਣੀਆਂ ਭੌਤਿਕ ਇੰਦਰੀਆਂ ਨਾਲ ਰੁਝਿਆ ਰਹਿੰਦਾ ਹੈ। ਪਰ ਸੂਖਮ ਦੁਨੀਆਂ ਦੇ ਲੋਕਾਂ ਦਾ ਕੰਮ ਆਪਣੀਆਂ ਚੇਤਨਾਵਾਂ, ਭਾਵਨਾਵਾਂ ਅਤੇ ਪ੍ਰਾਣ ਅਣੂਆਂ ਦੇ ਨਾਲ ਬਣੇ ਸਰੀਰ ਨਾਲ ਚੱਲਦਾ† ਹੈ। ''ਕਾਰਨ ਸਰੀਰਧਾਰੀ ਆਦਮੀ ਭਾਵਾਂ ਨਾਲ ਬਣੇ ਆਨੰਦਮਈ ਕਾਰਨ ਲੋਕ ਵਿਚ ਰਹਿੰਦਾ ਹੈ। ਮੇਰਾ ਕੰਮ ਉਨ੍ਹਾਂ ਸੂਖਮ ਸਰੀਰਧਾਰੀਆਂ ਦਾ ਮਾਰਗ ਦਰਸ਼ਨ ਕਰਨਾ ਹੈ, ਜੋ ਕਾਰਨ ਲੋਕ ਵਿਚ ਪ੍ਰਵੇਸ਼ ਕਰਨ ਵਾਸਤੇ ਤਿਆਰ ਹੋ ਰਹੇ ਹਨ।''

''ਪੂਜਨੀਕ ਗੁਰੂਦੇਵ, ਸੂਖਮ ਲੋਕ ਦੇ ਬਾਰੇ ਮੈਨੂੰ ਹੋਰ ਜਿਆਦਾ ਵਿਸਥਾਰ ਨਾਲ ਦੱਸੋ,'' ਭਾਵੇ ਮੈਂ ਸ਼੍ਰੀ ਯੁਕਤੇਸ਼ਵਰ ਜੀ ਦੇ ਕਹਿਣ ਤੇ ਉਨ੍ਹਾਂ ਦੇ ਦੁਆਲੇ ਗਲਵਕੜੀ

* ਕਿਉਂਕਿ ਜਿਆਦਾ ਜੀਵ ਸੂਖਮ ਲੋਕਾਂ ਦੀ ਸੁੰਦਰਤਾ ਦੇ ਉਪਭੋਗਾਂ ਵਿਚ ਇੰਨੇ ਮਗਨ ਹੋ ਜਾਂਦੇ ਹਨ, ਕਿ ਉਹ ਕਾਰਨ ਲੋਕ ਵਿਚ ਜਾਣ ਲਈ ਜਰੂਰੀ ਔਖੀ ਸਾਧਨਾ ਕਰਨ ਦੀ ਕੋਈ ਜ਼ਰੂਰਤ ਨਹੀਂ ਸਮਝਦੇ।

† ਸ਼੍ਰੀ ਯੁਕਤੇਸ਼ਵਰ ਜੀ ਨੇ ਪ੍ਰਾਣ ਸ਼ਬਦ ਦੀ ਵਰਤੋਂ ਕੀਤੀ ਹੈ, ਜਿਸ ਦਾ ਮੈਂ ਅਨੁਵਾਦ ਕਰ ਕੇ ਪ੍ਰਾਣ ਅਣੂ ਕਰ ਦਿੱਤਾ ਹੈ। ਹਿੰਦੂ ਸ਼ਾਸਤਰਾਂ ਵਿਚ ਸਿਰਫ ਅਣੂ ਅਤੇ ਉਸ ਤੋਂ ਵੀ ਸੂਖਮ ਪ੍ਰਮਾਣੂ ਦਾ ਹੀ ਜ਼ਿਕਰ ਨਹੀਂ, ਜਿਹੜੀ ਸੂਖਮ ਬਿਜਲੀ ਸ਼ਕਤੀਆਂ ਹੁੰਦੀਆਂ ਹਨ, ਬਲਕਿ ਪ੍ਰਾਣ ਸ਼ਕਤੀ ਜਾਂ ਸਿਰਜਣਾਤਮਿਕ ਸ਼ਕਤੀ ਦਾ ਵੀ ਜ਼ਿਕਰ ਹੈ। ਅਣੂ ਅਤੇ ਬਿਜਲੀ ਪ੍ਰਮਾਣੂ ਅੰਨ੍ਹੀਆਂ ਸ਼ਕਤੀਆਂ ਹਨ, ਜਦੋਂ ਕਿ ਪ੍ਰਾਣ ਅਣੂ ਵਿਚ ਗਿਆਨ ਮੌਜੂਦ ਹੁੰਦਾ ਹੈ। ਉਦਾਹਰਣ ਦੇ ਤੌਰ ਸ਼ੁਕਰਾਣੂ ਅਤੇ ਅੰਡਾਣੂ ਵਿਚ ਮੌਜੂਦ ਪ੍ਰਾਣ ਅਣੂ ਕਰਮਾਂ ਦੇ ਅਨੁਸਾਰ ਗਰਭ ਦੇ ਵਿਕਾਸ ਨੂੰ ਨਿਰਧਾਰਿਤ ਕਰਦੇ ਹਨ।

ਢਿੱਲੀ ਕਰ ਦਿੱਤੀ ਸੀ, ਪਰ ਫਿਰ ਵੀ ਉਨ੍ਹਾਂ ਨੂੰ ਆਪਣੀਆਂ ਬਾਹਾਂ ਵਿਚ ਭਰ ਰੱਖਿਆ ਸੀ। ਦੌਲਤਾਂ ਵਿਚੋਂ ਅਨਮੋਲ ਦੌਲਤ, ਮੇਰੇ ਗੁਰੂਦੇਵ ਜੋ ਪਧਾਰੇ ਸਨ। ਮੇਰੇ ਕੋਲ ਆਉਣ ਲਈ ਮੌਤ ਦਾ ਮਖੌਲ ਉਡਾਉਣ ਵਾਲੇ ਗੁਰੂਦੇਵ।

ਗੁਰੂਦੇਵ ਨੇ ਦੱਸਣਾ ਸ਼ੁਰੂ ਕੀਤਾ, "ਅਨੇਕਾਂ ਸੂਖਮ ਦੁਨੀਆਂ ਹਨ, ਜਿਨ੍ਹਾਂ ਵਿਚ ਸੂਖਮ ਸਰੀਰਧਾਰੀ ਪ੍ਰਾਣੀ ਰਹਿੰਦੇ ਹਨ। ਇਹ ਸੂਖਮ ਸਰੀਰਧਾਰੀ ਇੱਕ ਗ੍ਰੈਹ ਤੋਂ ਦੂਜੇ ਗ੍ਰੈਹ ਉੱਪਰ ਜਾਣ ਵਾਸਤੇ ਸੂਖਮ ਜਹਾਜ਼ ਜਾਂ ਰੌਸ਼ਨੀ ਦੇ ਪਿੰਡਾਂ ਦੀ ਵਰਤੋਂ ਕਰਦੇ ਹਨ, ਜਿਹੜੇ ਬਿਜਲੀ ਜਾਂ ਰੇਡੀਓ ਧਰਮੀ ਸ਼ਕਤੀਆਂ ਤੋਂ ਜਿਆਦਾ ਤੇਜ ਚੱਲਦੇ ਹਨ।

"ਰੌਸ਼ਨੀ ਅਤੇ ਰੰਗਾਂ ਦੇ ਸੂਖਮ ਸਪੰਦਨਾਂ ਤੋਂ ਬਣੀ ਹੋਈ, ਇਹ ਸੂਖਮ ਦੁਨੀਆਂ ਸਾਡੀ ਇਸ ਭੌਤਿਕ ਦੁਨੀਆਂ ਤੋਂ ਸੈਂਕੜੇ ਗੁਣਾਂ ਵੱਡੀ ਹੈ। ਸਾਰੀ ਭੌਤਿਕ ਦੁਨੀਆਂ ਸੂਖਮ ਦੁਨੀਆਂ ਦੇ ਵਿਸ਼ਾਲ ਤੇਜਮਈ ਗੁਬਾਰੇ ਦੇ ਥੱਲੇ ਇੱਕ ਛੋਟੀ ਜਿਹੀ ਠੋਸ ਟੋਕਰੀ ਵਾਂਗ ਲਟਕੀ ਹੋਈ ਹੈ। ਜਿਸ ਤਰ੍ਹਾਂ ਬ੍ਰਹਿਮੰਡ ਵਿਚ ਅਨੇਕਾਂ ਸੂਰਜ ਘੁੰਮ ਰਹੇ ਹਨ, ਉਸੇ ਤਰ੍ਹਾਂ ਸੂਖਮ ਦੁਨੀਆਂ ਵਿਚ ਵੀ ਅਨੇਕਾਂ ਸ਼ੌਰ ਮੰਡਲ ਅਤੇ ਸੂਖਮ ਨਛੱਤਰ ਮੰਡਲ ਹਨ। ਉੱਥੇ ਦੇ ਗ੍ਰੈਹਾਂ ਦੇ ਵੀ ਸੂਖਮ ਸੂਰਜ ਅਤੇ ਸੂਖਮ ਚੰਦਰਮਾਂ ਹਨ, ਜਿਹੜੇ ਭੌਤਿਕ ਦੁਨੀਆਂ ਦੇ ਸੂਰਜ ਅਤੇ ਚੰਦਰਮਾਂ ਤੋਂ ਕਿਤੇ ਜਿਆਦਾ ਸੁੰਦਰ ਹਨ। ਸੂਖਮ ਦੁਨੀਆਂ ਦੇ ਇਹ ਸੂਰਜ ਅਤੇ ਚੰਦਰਮਾਂ ਧਰੁਵੀ ਰੌਸ਼ਨੀ ਦੇ ਵਾਂਗ ਦਿਸਦੇ ਹਨ। ਸੂਰਜ ਦਾ ਤੇਜ ਚੰਦਰਮਾਂ ਦੇ ਤੇਜ ਤੋਂ ਜਿਆਦਾ ਚਮਕਣ ਵਾਲਾ ਹੁੰਦਾ ਹੈ। ਉੱਥੇ ਦੇ ਦਿਨ ਅਤੇ ਰਾਤ, ਧਰਤੀ ਦੇ ਦਿਨ ਅਤੇ ਰਾਤ ਤੋਂ ਜਿਆਦਾ ਲੰਬੇ ਹੁੰਦੇ ਹਨ।

"ਸੂਖਮ ਲੋਕ ਬਹੁਤ ਸੁੰਦਰ, ਸਵੱਛ, ਸ਼ੁੱਧ ਅਤੇ ਨਿਯਮਬੱਧ ਹੈ। ਉੱਥੇ ਕੋਈ ਨਿਰਜੀਵ ਗ੍ਰੈਹ ਜਾਂ ਬੰਜਰ ਜਮੀਨ ਨਹੀਂ ਹੈ। ਕੋਈ ਘਾਹ, ਪੱਤੇ, ਬੈਕਟੇਰੀਆ, ਕੀੜੇ, ਮਕੌੜੇ ਅਤੇ ਸੱਪ ਆਦਿ, ਜੋ ਇਸ ਧਰਤੀ ਵਾਸਤੇ ਸਰਾਪ ਹਨ, ਉੱਥੇ ਨਹੀਂ ਹਨ। ਸੂਖਮ ਲੋਕ ਵਿਚ ਇਸ ਧਰਤੀ ਵਾਂਗ ਮੌਸਮ ਜਾਂ ਜਲਵਾਯੂ ਪਰੀਵਰਤਨਸ਼ੀਲ ਅਤੇ ਨਿਯਮਿਤ ਨਹੀਂ ਹੈ। ਉੱਥੇ ਹਮੇਸ਼ਾਂ ਹੀ ਇੱਕੋ ਜਿਹਾ ਸੁਹਾਵਣਾ ਮੌਸਮ ਰਹਿੰਦਾ ਹੈ। ਕਦੇ ਕਦਾਈਂ ਰੌਸ਼ਨੀ ਦੀ ਬਰਫ ਡਿਗਦੀ ਹੈ। ਸੂਖਮ ਲੋਕਾਂ ਦੇ ਗ੍ਰੈਹਾਂ ਉੱਪਰ ਅਰਧ ਪਾਰਦਰਸ਼ਕ ਸ਼ੀਸ਼ੇ ਵਰਗੀਆਂ ਝੀਲਾਂ, ਚਮਕਦਾਰ ਸਮੁੰਦਰ ਅਤੇ ਇੰਦਰ ਧਨੁਸ਼ੀ ਦਰਿਆਵਾਂ ਦੀ ਬਹੁਤਾਤ ਹੁੰਦੀ ਹੈ।

"ਸੂਖਮ ਲੋਕ ਦੇ ਸੂਖਮਤਰ ਸਵਰਗ, ਹਿਰਣਯ ਲੋਕ ਵਿਚ ਤਾਂ ਨਹੀਂ, ਪਰ ਸਧਾਰਨ ਸੂਖਮ ਦੁਨੀਆਂ ਵਿਚ ਕਰੋੜਾਂ ਜੀਵ ਰਹਿੰਦੇ ਹਨ, ਜੋ ਘੱਟ ਜਾਂ ਵੱਧ ਨਵੇਂ ਨਵੇਂ ਹੀ ਧਰਤੀ ਤੋਂ ਆਏ ਹੋਏ ਹੁੰਦੇ ਹਨ। ਇਸ ਤੋਂ ਇਲਾਵਾ ਉੱਥੇ ਅਸੰਖਾਂ ਪਰੀਆਂ, ਜਲ-ਪਰੀਆਂ, ਮੱਛੀਆਂ, ਪਸ਼ੂ, ਬੌਣੇ, ਭੂਤ-ਪ੍ਰੇਤ ਅਤੇ ਉਪ-ਦੇਵਤੇ ਵੀ ਰਹਿੰਦੇ ਹਨ, ਜਿਹੜੇ ਸਾਰੇ ਆਪੋ ਆਪਣੇ ਕਰਮਾਂ ਦੇ ਗੁਣਾਂ ਦੇ ਹਿਸਾਬ ਨਾਲ ਸੂਖਮ ਦੁਨੀਆਂ ਦੇ ਵੱਖਰੇ ਵੱਖਰੇ ਗ੍ਰੈਹਾਂ ਉੱਪਰ ਰਹਿੰਦੇ ਹਨ। ਚੰਗੀਆਂ ਅਤੇ ਮਾੜੀਆਂ ਆਤਮਾਵਾਂ ਦੇ ਵਾਸਤੇ ਵੱਖੋ ਵੱਖਰੇ ਸਪੰਦਨਾਂ ਅਤੇ

ਗ੍ਰੈਹਾਂ ਦੇ ਇਲਾਕੇ ਨਿਸ਼ਚਿਤ ਕਰ ਰੱਖੇ ਹਨ। ਚੰਗੀਆਂ ਆਤਮਾਵਾਂ ਨੂੰ ਆਉਣ ਜਾਣ ਦੀ ਅਜ਼ਾਦੀ ਹੈ ਪਰ ਮਾੜੀਆਂ ਆਤਮਾਵਾਂ ਇੱਕ ਨਿਸ਼ਚਿਤ ਇਲਾਕੇ ਵਿਚ ਹੀ ਜਾ ਸਕਦੀਆਂ ਹਨ। ਜਿਸ ਤਰ੍ਹਾਂ ਇਸ ਧਰਤੀ ਉੱਪਰ ਆਦਮੀ ਰਹਿੰਦੇ ਹਨ, ਮਿੱਟੀ ਅੰਦਰ ਕੀੜੇ ਮਕੌੜੇ ਰਹਿੰਦੇ ਹਨ, ਪਾਣੀ ਅੰਦਰ ਮੱਛੀਆਂ ਰਹਿੰਦੀਆਂ ਹਨ ਅਤੇ ਅਸਮਾਨ ਵਿਚ ਪੰਛੀ ਰਹਿੰਦੇ ਹਨ, ਉਸੇ ਤਰ੍ਹਾਂ ਸੂਖਮ ਦੁਨੀਆਂ ਦੇ ਵੱਖ ਵੱਖ ਸ਼੍ਰੇਣੀਆਂ ਦੇ ਜੀਵ, ਆਪਣੀ ਆਪਣੀ ਕਾਬਲੀਅਤ ਦੇ ਅਨੁਸਾਰ ਵੱਖ ਵੱਖ ਪ੍ਰਕਾਰ ਦੇ ਸਪੰਦਨਾਂਤਮਿਕ ਇਲਾਕਿਆਂ ਵਿਚ ਰਹਿੰਦੇ ਹਨ।

"ਵੱਖ ਵੱਖ ਦੁਨੀਆਂ ਤੋਂ ਕੱਢੇ ਗਏ ਪਤਿਤ ਦੇਵਤਿਆਂ ਵਿਚ ਸੰਘਰਸ਼ ਅਤੇ ਲੜਾਈਆਂ ਹੁੰਦੀਆਂ ਰਹਿੰਦੀਆਂ ਹਨ ਜਿਸ ਵਿਚ ਉਹ ਪ੍ਰਾਣ ਅਣੂਆਂ ਦੇ ਬੰਬ ਜਾਂ ਮਾਨਸਿਕ ਮੰਤਰ ਸ਼ਕਤੀ* ਦੇ ਸਪੰਦਨਾਂਤਮਿਕ ਕਿਰਨਾਂ ਦੀ ਵਰਤੋਂ ਕਰਦੇ ਹਨ। ਇਹ ਜੀਵ ਘਟੀਆ ਸੂਖਮ ਦੁਨੀਆਂ ਦੇ ਅੰਧਕਾਰਪੂਰਨ ਸੂਖਮ ਦੁਨੀਆਂ ਵਿਚ ਰਹਿੰਦੇ ਹਨ ਅਤੇ ਉੱਥੇ ਆਪਣੇ ਬੁਰੇ ਕਰਮਾਂ ਦੇ ਫਲ ਭੋਗਦੇ ਹਨ।

"ਸੂਖਮ ਦੁਨੀਆਂ ਦੀ ਇਸ ਅੰਧਕਾਰਮਈ ਜੇਲ੍ਹ ਦੇ ਉੱਪਰ ਵਾਲੀ ਵਿਸਥਾਰਤ ਦੁਨੀਆਂ ਵਿਚ ਸਭ ਕੁਝ ਤੇਜੋਮਈ ਅਤੇ ਸੁੰਦਰ ਹੈ। ਸੂਖਮ ਦੁਨੀਆਂ ਪ੍ਰਮਾਤਮਾ ਦੀ ਇੱਛਾ ਅਤੇ ਪੂਰਨਤਾ ਪ੍ਰਾਪਤੀ ਦੀ ਯੋਜਨਾ ਦੇ ਨਾਲ ਧਰਤੀ ਦੇ ਮੁਕਾਬਲੇ ਜਿਆਦਾ ਤਾਲ ਮੇਲ ਰੱਖਦੀ ਹੈ। ਸੂਖਮ ਦੁਨੀਆਂ ਦੀ ਹਰ ਇੱਕ ਵਸਤੂ ਮੁੱਖ ਤੌਰ ਤੇ ਪ੍ਰਮਾਤਮਾ ਦੀ ਇੱਛਾ ਅਤੇ ਥੋੜੀ ਬਹੁਤੀ ਸੂਖਮ ਦੁਨੀਆਂ ਦੇ ਨਿਵਾਸੀਆਂ ਦੀ ਇੱਛਾ ਦੇ ਅਨੁਸਾਰ ਪ੍ਰਗਟ ਹੁੰਦੀ ਹੈ। ਪ੍ਰਮਾਤਮਾ ਨੇ ਜੋ ਪਹਿਲਾਂ ਬਣਾ ਰੱਖਿਆ ਹੈ, ਉਨ੍ਹਾਂ ਵਿਚ ਉਸ ਦੇ ਅਕਾਰ ਜਾਂ ਰੂਪ ਨੂੰ ਨਿਖਾਰਨ ਦੀ ਸ਼ਕਤੀ ਮੌਜੂਦ ਹੁੰਦੀ ਹੈ। ਪ੍ਰਮਾਤਮਾ ਨੇ ਆਪਣੀ ਸੂਖਮ ਦੁਨੀਆਂ ਦੀਆਂ ਸੰਤਾਨਾਂ ਨੂੰ ਆਪਣੀ ਇੱਛਾ ਦੇ ਅਨੁਸਾਰ ਸੂਖਮ ਦੁਨੀਆਂ ਵਿਚ ਫੇਰ ਬਦਲ ਕਰਨ ਜਾਂ ਸੁਧਾਰ ਕਰਨ ਦੀ ਅਜ਼ਾਦੀ ਅਤੇ ਅਧਿਕਾਰ ਦੇ ਰੱਖੇ ਹਨ। ਧਰਤੀ ਉੱਪਰ ਕਿਸੇ ਠੋਸ ਪਦਾਰਥ ਨੂੰ ਤਰਲ ਪਦਾਰਥ ਵਿਚ ਜਾਂ ਕਿਸੇ ਦੂਸਰੇ ਰੂਪ ਵਿਚ ਕੇਵਲ ਕੁਦਰਤੀ ਜਾਂ ਰਸਾਇਣਕ ਪ੍ਰਕਿਰਿਆ ਦੇ ਦੁਆਰਾ ਹੀ ਬਦਲਿਆ ਜਾ ਸਕਦਾ ਹੈ। ਪਰ ਸੂਖਮ ਦੁਨੀਆਂ ਵਿਚ ਠੋਸ ਪਦਾਰਥ ਉੱਥੇ ਦੇ ਨਿਵਾਸੀਆਂ ਦੀ ਇੱਛਾ ਦੇ ਅਨੁਸਾਰ ਝਟਪਟ ਤਰਲ ਪਦਾਰਥ, ਵਾਯੂ ਜਾਂ ਊਰਜਾ ਵਿਚ ਬਦਲ ਜਾਂਦੇ ਹਨ।

* ਮੰਤਰ ਉੱਚਰਿਤ ਬੀਜ-ਧੁਨੀ ਹੁੰਦੇ ਹਨ ਜੋ ਇਕਾਗਰਤਾ ਦੀ ਮਾਨਸਿਕ ਬੰਦੂਕ ਨਾਲ ਛੱਡੇ ਜਾਂਦੇ ਹਨ। ਪੁਰਾਣਾਂ ਵਿਚ ਦੇਵਤਿਆਂ ਅਤੇ ਰਾਕਸ਼ਸਾਂ ਦੇ ਵਿਚਕਾਰ ਹੋਣ ਵਾਲੇ ਇਨ੍ਹਾਂ ਮੰਤਰ ਯੁੱਧਾਂ ਦਾ ਵਰਣਨ ਹੈ। ਇੱਕ ਵਾਰ ਇੱਕ ਰਾਕਸ਼ਸ ਨੇ ਇੱਕ ਸ਼ਕਤੀਸ਼ਾਲੀ ਮੰਤਰ ਦੇ ਨਾਲ ਇੱਕ ਦੇਵਤੇ ਦੀ ਹੱਤਿਆ ਕਰਨ ਦੀ ਕੋਸ਼ਿਸ਼ ਕੀਤੀ, ਪਰ ਉਚਾਰਣ ਵਿਚ ਭੁੱਲ ਹੋ ਜਾਣ ਕਾਰਨ ਮੰਤਰ ਦਾ ਅਸਰ ਉਲਟਾ ਹੋ ਗਿਆ ਅਤੇ ਉਸ ਦੇਵਤੇ ਦੀ ਬਜਾਏ ਉਸ ਰਾਕਸ਼ਸ ਦੀ ਹੀ ਮੌਤ ਹੋ ਗਈ।

ਮੇਰੇ ਗੁਰੂਦੇਵ ਕਹਿੰਦੇ ਗਏ, "ਇਹ ਧਰਤੀ, ਸਮੁੰਦਰ, ਜਮੀਨ, ਹਵਾ ਯੁੱਧ ਅਤੇ ਹਤਿਆਵਾਂ ਨਾਲ ਕਲੰਕਿਤ ਹੈ। ਪਰ ਸੂਖਮ ਦੁਨੀਆਂ ਵਿਚ ਸੁਖ ਮੇਲ ਮਿਲਾਪ ਅਤੇ ਬਰਾਬਰੀ ਹੈ। ਸੂਖਮ ਦੁਨੀਆਂ ਦੇ ਨਿਵਾਸੀ ਆਪਣੀ ਇੱਛਾ ਅਨੁਸਾਰ ਰੂਪ ਧਾਰ ਸਕਦੇ ਹਨ ਜਾਂ ਲੋਪ ਹੋ ਸਕਦੇ ਹਨ। ਫੁੱਲ ਜਾਂ ਮੱਛੀ ਜਾਂ ਪਸ਼ੂ ਕੁਝ ਸਮੇਂ ਦੇ ਵਾਸਤੇ ਸੂਖਮ ਦੁਨੀਆਂ ਦੇ ਪੁਰਸ਼ਾਂ ਦਾ ਰੂਪ ਧਾਰਨ ਕਰ ਸਕਦੇ ਹਨ। ਸੂਖਮ ਦੁਨੀਆਂ ਦੇ ਸਾਰੇ ਜੀਵਾਂ ਨੂੰ ਕੋਈ ਵੀ ਰੂਪ ਧਾਰਨ ਕਰ ਲੈਣ ਦੀ ਅਜ਼ਾਦੀ ਹੈ ਅਤੇ ਉਹ ਅਸਾਨੀ ਨਾਲ ਇੱਕ ਦੂਜੇ ਨਾਲ ਸੰਪਰਕ ਕਰ ਸਕਦੇ ਹਨ। ਉਹ ਕਿਸੇ ਵੀ ਅਟੱਲ ਨਿਸ਼ਚਿਤ ਨਿਯਮ ਦੇ ਬੰਧਨ ਵਿਚ ਨਹੀਂ ਹਨ। ਉਦਾਹਰਣ ਦੇ ਤੌਰ ਤੇ ਸੂਖਮ ਦੁਨੀਆਂ ਦੇ ਕਿਸੇ ਵੀ ਦਰਖਤ ਨੂੰ ਸੂਖਮ ਦੁਨੀਆਂ ਦੇ ਅੰਬ, ਫਲ, ਫੁੱਲ ਜਾਂ ਕੋਈ ਹੋਰ ਵਸਤੂ, ਜਿਸ ਦੀ ਇੱਛਾ ਹੋਵੇ, ਪੈਦਾ ਕਰਨ ਲਈ ਕਿਹਾ ਜਾ ਸਕਦਾ ਹੈ ਅਤੇ ਉਹ ਪੈਦਾ ਕਰੇਗਾ। ਸੂਖਮ ਦੁਨੀਆਂ ਵਿਚ ਕੁਝ ਬੰਧਨ ਤਾਂ ਹਨ ਪਰ ਵੱਖ ਵੱਖ ਰੂਪਾਂ ਵਿਚ ਕਿਸੇ ਖਾਸ ਰੂਪ ਦਾ ਕੋਈ ਵਿਸ਼ੇਸ਼ ਮਹੱਤਵ ਨਹੀਂ ਹੈ। ਉੱਥੇ ਸਾਰਾ ਕੁਝ ਪ੍ਰਮਾਤਮਾ ਦੀ ਸਿਰਜਣਕਾਰੀ ਰੌਸ਼ਨੀ ਨਾਲ ਸਪੰਦਿਤ ਹੈ।

"ਉੱਥੇ ਕੋਈ ਵੀ ਇਸਤਰੀ ਦੇ ਗਰਭ ਵਿਚੋਂ ਜਨਮ ਨਹੀਂ ਲੈਂਦਾ। ਸੂਖਮ ਦੁਨੀਆਂ ਦੇ ਨਿਵਾਸੀ ਆਪਣੀ ਵਿਰਾਟ ਇੱਛਾ ਸ਼ਕਤੀ ਦੀ ਸਹਾਇਤਾ ਨਾਲ ਖਾਸ ਰਚਨਾ ਦੇ ਅਨੁਸਾਰ ਛੋਟਾ ਰੂਪ ਦਿੱਤੇ ਗਏ, ਸੂਖਮ ਸਰੀਰ ਨੂੰ ਵਜੂਦ ਵਿਚ ਲਿਆ ਕੇ ਸੰਤਾਨ ਪੈਦਾ ਕਰਦੇ ਹਨ। ਸਥੂਲ ਸਰੀਰ ਵਿਚੋਂ ਹੁਣੇ ਹੁਣੇ ਅਜ਼ਾਦ ਹੋਇਆ ਕੋਈ ਜੀਵ, ਆਪਣੇ ਵਰਗੇ ਮਾਨਸਿਕ ਅਤੇ ਅਧਿਆਤਮਿਕ ਸੁਭਾਅ ਰੱਖਣ ਵਾਲੇ, ਸੂਖਮ ਦੁਨੀਆਂ ਦੇ ਪਰਿਵਾਰ ਵਿਚ ਉਨ੍ਹਾਂ ਦੇ ਸੱਦੇ ਉੱਪਰ ਜਨਮ ਲੈਂਦਾ ਹੈ।

"ਸੂਖਮ ਸਰੀਰ ਉੱਪਰ ਠੰਡ ਜਾਂ ਗਰਮੀ ਜਾਂ ਹੋਰ ਕਿਸੇ ਕੁਦਰਤੀ ਵਾਤਾਵਰਣ ਦਾ ਕੋਈ ਪ੍ਰਭਾਵ ਨਹੀਂ ਪੈਂਦਾ। ਸੂਖਮ ਸਰੀਰ ਵਿਚ ਸੂਖਮ ਦਿਮਾਗ ਅਰਥਾਤ ਰੌਸ਼ਨੀ ਦਾ ਸਹਸਤਰ ਦੱਲ ਕਮਲ ਹੁੰਦਾ ਹੈ ਅਤੇ ਸ਼ੁਸਮਨਾ ਨਾੜੀ ਵਿਚ ਸਥਿਤ ਛੇ ਜਾਗ੍ਰਿਤ ਚੱਕਰ ਹੁੰਦੇ ਹਨ। ਦਿਲ ਸੂਖਮ ਦਿਮਾਗ ਤੋਂ ਪ੍ਰਾਣ ਸ਼ਕਤੀ ਪ੍ਰਾਪਤ ਕਰਦਾ ਹੈ ਅਤੇ ਉਸ ਨੂੰ ਸੂਖਮ ਨਾੜੀਆਂ ਅਤੇ ਸਰੀਰ ਕੋਸ਼ਕਾਵਾਂ ਜਾਂ ਪ੍ਰਮਾਣੂਆਂ ਵਿਚ ਪ੍ਰਵਾਹਿਤ ਕਰਦਾ ਹੈ। ਸੂਖਮ ਦੁਨੀਆਂ ਦੇ ਜੀਵ ਪ੍ਰਮਾਣੂਆਂ ਦੀ ਸ਼ਕਤੀ ਅਤੇ ਪਵਿੱਤਰ ਮੰਤਰਾਂ ਦੇ ਸਪੰਦਨਾਂ ਨਾਲ ਆਪਣੇ ਰੂਪ ਵਿਚ ਪ੍ਰੀਵਰਤਨ ਕਰ ਸਕਦੇ ਹਨ।

"ਜਿਆਦਾਤਰ ਜੀਵਾਂ ਦਾ ਸੂਖਮ ਸਰੀਰ ਉਨ੍ਹਾਂ ਦੇ ਅੰਤਮ ਸਥੂਲ ਸਰੀਰ ਵਰਗਾ ਹੀ ਹੁੰਦਾ ਹੈ। ਉਸ ਦਾ ਚਿਹਰਾ ਅਤੇ ਸਰੀਰ ਧਰਤੀ ਉੱਪਰ ਉਸਦੀ ਜਵਾਨੀ ਵਿਚ ਜਿਸ ਤਰ੍ਹਾਂ ਦਾ ਹੁੰਦਾ ਹੈ, ਉਸੇ ਤਰ੍ਹਾਂ ਦਿਖਾਈ ਦਿੰਦਾ ਹੈ। ਕਦੇ ਕਦਾਈਂ ਮੇਰੇ ਵਰਗਾ ਕੋਈ ਆਪਣੀ ਬਿਰਧ ਅਵਸਥਾ ਦਾ ਰੂਪ ਹੀ ਬਣਾਈ ਰੱਖਣਾ ਪਸੰਦ ਕਰਦਾ ਹੈ।" ਗੁਰੂਦੇਵ ਦੀ ਜੁਆਨੀ ਫੁੱਟ ਫੁੱਟ ਪੈ ਰਹੀ ਸੀ। ਇਸ ਕਰ ਕੇ ਉਹ ਕਹਿੰਦਿਆਂ ਖੁਸ਼ੀ ਨਾਲ ਹੱਸਣ ਲੱਗੇ।"

ਗੁਰੂਦੇਵ ਨੇ ਅੱਗੇ ਕਿਹਾ, "ਬ੍ਰਹਿਮੰਡੀ ਤਿਰਗੁਣਮਈ ਸੰਸਾਰ ਦਾ ਗਿਆਨ ਸਿਰਫ ਪੰਜ ਭੌਤਿਕ ਇੰਦਰੀਆਂ ਦੁਆਰਾ ਹੀ ਹੋ ਸਕਦਾ ਹੈ। ਪਰ ਸੂਖਮ ਸੰਸਾਰ ਦਾ ਗਿਆਨ ਸਰਬਸ੍ਰੇਸ਼ਟ ਛੇਵੀਂ ਇੰਦਰੀ ਆਤਮ ਗਿਆਨ ਅਰਥਾਤ ਅੰਤਰ ਗਿਆਨ ਨਾਲ ਹੀ ਹੋ ਸਕਦਾ ਹੈ। ਸਾਰੀ ਸੂਖਮ ਦੁਨੀਆਂ ਦੇ ਨਿਵਾਸੀ ਸਿਰਫ ਆਤਮ ਗਿਆਨ ਨਾਲ ਹੀ ਸ਼ਬਦ, ਸਪਰਸ਼, ਰੂਪ ਅਤੇ ਗੰਧ ਦੀ ਅਨੁਭੂਤੀ ਕਰ ਲੈਂਦੇ ਹਨ। ਉਨ੍ਹਾਂ ਦੀਆਂ ਤਿੰਨ ਅੱਖਾਂ ਹੁੰਦੀਆਂ ਹਨ, ਜਿਨ੍ਹਾਂ ਵਿਚੋਂ ਦੋ ਅੱਖਾਂ ਅੱਧੀਆਂ ਬੰਦ ਰਹਿੰਦੀਆਂ ਹਨ ਅਤੇ ਤੀਜੀ ਅੱਖ ਜੋ ਲਲਾਟ ਵਿਚ ਖੜ੍ਹੀ ਹੁੰਦੀ ਹੈ, ਖੁੱਲ੍ਹੀ ਰਹਿੰਦੀ ਹੈ। ਸੂਖਮ ਸਰੀਰ ਧਾਰੀਆਂ ਦੇ ਵੀ ਕੰਨ, ਨੱਕ, ਅੱਖਾਂ, ਜੀਭ ਅਤੇ ਚਮੜੀ- ਸਾਰੀਆਂ ਬਾਹਰੀ ਇੰਦਰੀਆਂ ਹੁੰਦੀਆਂ ਹਨ। ਪਰ ਉਹ ਸਰੀਰ ਦੇ ਕਿਸੇ ਵੀ ਹਿੱਸੇ ਨਾਲ ਕੋਈ ਵੀ ਸੰਵੇਦਨ ਪ੍ਰਾਪਤ ਕਰ ਸਕਦੇ ਹਨ। ਇਸ ਵਾਸਤੇ ਉਹ ਕੇਵਲ ਆਤਮ ਗਿਆਨ ਦੀ ਹੀ ਵਰਤੋਂ ਕਰਦੇ ਹਨ। ਉਹ ਕੰਨ ਜਾਂ ਨੱਕ ਜਾਂ ਚਮੜੀ ਦੇ ਨਾਲ ਦੇਖ ਸਕਦੇ ਹਨ, ਅੱਖਾਂ ਜਾਂ ਜੀਭ ਦੇ ਨਾਲ ਸੁਣ ਸਕਦੇ ਹਨ, ਕੰਨ ਜਾਂ ਚਮੜੀ ਨਾਲ ਸੁਆਦ ਚੱਖ ਸਕਦੇ ਹਨ।*

"ਮਨੁੱਖ ਦੇ ਭੌਤਿਕ ਸਰੀਰ ਨੂੰ ਅਸੰਖਾਂ ਖਤਰੇ ਰਹਿੰਦੇ ਹਨ। ਉਹ ਅਸਾਨੀ ਨਾਲ ਜ਼ਖਮੀ ਹੋ ਸਕਦਾ ਹੈ ਜਾਂ ਇਸ ਦੇ ਅੰਗ ਅਸਾਨੀ ਨਾਲ ਕੱਟੇ ਜਾ ਸਕਦੇ ਹਨ। ਸੂਖਮ ਸਰੀਰ ਕਦੇ ਕਦਾਈਂ ਕੱਟ ਸਕਦਾ ਹੈ ਜਾਂ ਉਸ ਵਿਚ ਖਰੋਂਚ ਆ ਸਕਦੀ ਹੈ ਪਰ ਉਹ ਇੱਛਾ ਮਾਤਰ ਨਾਲ ਹੀ ਤੁਰੰਤ ਠੀਕ ਵੀ ਹੋ ਜਾਂਦਾ ਹੈ।" "ਗੁਰੂਦੇਵ, ਕੀ ਸਾਰੇ ਸੂਖਮ ਦੁਨੀਆਂ ਦੇ ਨਿਵਾਸੀ ਸੁੰਦਰ ਹੁੰਦੇ ਹਨ?"

"ਸੁੰਦਰਤਾ ਨੂੰ ਸੂਖਮ ਦੁਨੀਆਂ ਦਾ ਇੱਕ ਅਧਿਆਤਮਿਕ ਗੁਣ ਮੰਨਿਆ ਜਾਂਦਾ ਹੈ, ਬਾਹਰੀ ਰੂਪ ਨਹੀਂ," ਸ਼੍ਰੀ ਯੁਕਤੇਸ਼ਵਰ ਜੀ ਨੇ ਕਿਹਾ। "ਇਸ ਵਾਸਤੇ ਸੂਖਮ ਦੁਨੀਆਂ ਦੇ ਨਿਵਾਸੀ ਚਿਹਰਿਆਂ ਨੂੰ ਜਿਆਦਾ ਮਹੱਤਵ ਨਹੀਂ ਦਿੰਦੇ। ਪਰ ਜਦੋਂ ਚਾਹੁਣ, ਉਹ ਆਪਣੀ ਇੱਛਾ ਅਨੁਸਾਰ ਨਵਾਂ ਸੁੰਦਰ ਸਰੀਰ ਧਾਰਨ ਕਰ ਸਕਦੇ ਹਨ। ਜਿਸ ਤਰ੍ਹਾਂ ਧਰਤੀ ਉੱਪਰ ਲੋਕ ਤਿਉਹਾਰਾਂ ਅਤੇ ਸਮਾਰੋਹਾਂ ਦੇ ਮੌਕਿਆਂ ਉੱਪਰ ਨਵੇਂ ਕਪੜੇ ਅਤੇ ਗਹਿਣਿਆਂ ਦੇ ਨਾਲ ਸਜਦੇ ਹਨ, ਉਸੇ ਤਰ੍ਹਾਂ ਸੂਖਮ ਦੁਨੀਆਂ ਦੇ ਨਿਵਾਸੀ ਵੀ ਖਾਸ ਮੌਕਿਆਂ ਉੱਪਰ ਖਾਸ ਸਰੀਰ ਧਾਰਨ ਕਰ ਲੈਂਦੇ ਹਨ।"

"ਹਿਰਣਯ ਲੋਕ ਵਰਗੇ ਸੂਖਮ ਦੁਨੀਆਂ ਦੇ ਉੱਚ ਲੋਕਾਂ ਵਿਚ, ਉਸ ਵਕਤ ਉਤਸਵ ਤਿਉਹਾਰ ਮਨਾਏ ਜਾਂਦੇ ਹਨ, ਜਦੋਂ ਕੋਈ ਜੀਵ ਅਧਿਆਤਮਿਕ ਉੱਨਤੀ ਦੁਆਰਾ ਸੂਖਮ ਦੁਨੀਆਂ ਤੋਂ ਮੁਕਤੀ ਪ੍ਰਾਪਤ ਕਰਕੇ, ਉਸ ਤੋਂ ਉੱਚ ਦੁਨੀਆਂ ਜਾਂ ਸਵਰਗ ਅਰਥਾਤ ਕਾਰਨ

* ਇਹੋ ਜਿਹੀਆਂ ਸ਼ਕਤੀਆਂ ਦੀ ਧਰਤੀ ਉੱਪਰ ਅਣਹੋਂਦ ਨਹੀਂ ਹੈ। ਜਿਸ ਤਰ੍ਹਾਂ ਹੇਲੇਨ ਕੇਲਰ ਅਤੇ ਕੁਝ ਹੋਰ ਲੋਕਾਂ ਨੇ ਇਸ ਤਰ੍ਹਾਂ ਦੀਆਂ ਸ਼ਕਤੀਆਂ ਦਾ ਪ੍ਰਦਸ਼ਨ ਕੀਤਾ ਹੈ।

ਲੋਕ ਵਿਚ ਜਾਣ ਦੇ ਯੋਗ ਹੋ ਜਾਂਦਾ ਹੈ। ਇਹੋ ਜਿਹੇ ਮੌਕਿਆਂ ਉੱਪਰ ਅਦ੍ਰਿਸ਼ ਪਰਮ ਪਿਤਾ ਅਤੇ ਪਰਮ ਪਿਤਾ ਵਿਚ ਪਹਿਲਾਂ ਵਿਲੀਨ ਹੋ ਚੁੱਕੇ ਸੰਤ ਮਹਾਤਮਾ ਆਪਣੀ ਆਪਣੀ ਪਸੰਦ ਦਾ ਸਰੀਰ ਧਾਰਨ ਕਰ ਕੇ ਉਤਸਵ ਤਿਉਹਾਰਾਂ ਵਿਚ ਸ਼ਾਮਲ ਹੁੰਦੇ ਹਨ। ਆਪਣੇ ਉਸ ਪਿਆਰੇ ਭਗਤ ਨੂੰ ਖੁਸ਼ ਕਰਨ ਦੇ ਵਾਸਤੇ, ਉਸੇ ਦੀ ਇੱਛਾ ਮੁਤਾਬਕ ਪਰਮ ਪਿਤਾ ਪ੍ਰਮਾਤਮਾ ਰੂਪ ਧਾਰਨ ਕਰ ਲੈਂਦਾ ਹੈ, ਭਗਤ ਨੇ ਪ੍ਰਮਾਤਮਾ ਦੇ, ਜਿਸ ਰੂਪ ਨੂੰ ਮੁੱਖ ਰੱਖ ਕੇ ਪ੍ਰਮਾਤਮਾ ਦੀ ਭਗਤੀ ਕੀਤੀ ਹੋਵੇ, ਜਿਵੇਂ ਕੋਈ ਭਗਤ ਪ੍ਰਮਾਤਮਾ ਨੂੰ ਜਗਨ ਮਾਤਾ ਦੇ ਰੂਪ ਵਿਚ ਦੇਖਦਾ ਹੈ, ਹੋਰ ਕਈਆਂ ਨੂੰ ਪਿਤਾ ਦਾ ਰੂਪ, ਹੋਰ ਸਾਰੇ ਰੂਪਾਂ ਵਿਚੋਂ ਚੰਗਾ ਲੱਗਦਾ ਹੈ, ਤਾਂ ਉਹ ਭਗਤ ਪ੍ਰਮਾਤਮਾ ਨੂੰ ਈਸਾ ਮਸੀਹ ਦੇ ਰੂਪ ਵਿਚ ਦੇਖਦਾ ਹੈ। ਸਿਰਜਣਹਾਰ ਨੇ ਹਰ ਇੱਕ ਜੀਵ ਨੂੰ ਇੱਕ ਅਜ਼ਾਦ ਹਸਤੀ ਦੇ ਰੱਖੀ ਹੈ। ਇਸ ਕਰ ਕੇ ਸਿਰਜੇ ਹੋਏ ਸਰਬਸ਼ਕਤੀਮਾਨ ਪ੍ਰਮਾਤਮਾ ਦੇ ਕਲਪਨਾ ਅਤੇ ਕਲਪਨਾ ਤੋਂ ਪਰੇ ਸਾਰੇ ਤਰ੍ਹਾਂ ਦੇ ਰੂਪਾਂ ਦੀ ਮੰਗ ਹੁੰਦੀ ਰਹਿੰਦੀ ਹੈ।" ਮੇਰੇ ਗੁਰੂਦੇਵ ਅਤੇ ਮੈਂ ਇਸ ਕਾਲਪਨਿਕ ਮੰਗ ਉੱਪਰ ਇੱਕੋ ਵਾਰ ਹੱਸ ਪਏ।

ਸ਼੍ਰੀ ਯੁਕਤੇਸ਼ਵਰ ਜੀ ਆਪਣੀ ਬੰਸਰੀ ਵਰਗੀ ਮਿੱਠੀ ਅਵਾਜ਼ ਵਿਚ ਫਿਰ ਕਹਿਣ ਲੱਗੇ, "ਪਿਛਲੇ ਜਨਮਾਂ ਦੇ ਮਿੱਤਰ ਸੂਖਮ ਦੁਨੀਆਂ ਵਿਚ ਇੱਕ ਦੂਜੇ ਨੂੰ ਅਸਾਨੀ ਨਾਲ ਪਹਿਚਾਣ ਲੈਂਦੇ ਹਨ। ਮਿੱਤਰਤਾ ਦੇ ਅਮਰਤੱਵ ਨੂੰ ਦੇਖਦਿਆਂ ਆਨੰਦਿਤ ਹੁੰਦੇ ਹਨ ਅਤੇ ਉਸ ਦੇ ਨਾਲ ਪਿਆਰ ਦੀ ਅਮਰਤਾ, ਉਨ੍ਹਾਂ ਦੀ ਸਮਝ ਵਿਚ ਆ ਜਾਂਦੀ ਹੈ। ਜਿਸ ਉੱਪਰ ਧਰਤੀ ਉੱਪਰ ਹੋਣ ਵਾਲੇ ਦੁਖ ਅਤੇ ਝੂਠੇ ਵਿਛੋੜੇ ਦੇ ਵੇਲੇ ਅਕਸਰ ਸ਼ੰਕਾ ਕੀਤੀ ਜਾਂਦੀ ਹੈ।

"ਸੂਖਮ ਦੁਨੀਆਂ ਦੇ ਨਿਵਾਸੀਆਂ ਦਾ ਆਤਮ ਗਿਆਨ ਸੂਖਮ ਅਤੇ ਭੌਤਿਕ ਦੁਨੀਆਂ ਵਿਚ ਦੇ ਪਰਦੇ ਦੇ ਵਿਚੋਂ ਦੀ ਲੰਘ ਕੇ ਧਰਤੀ ਉੱਪਰ ਚੱਲਣ ਵਾਲੀਆਂ ਸਰਗਰਮੀਆਂ ਦੀ ਪੜਚੋਲ ਕਰ ਸਕਦਾ ਹੈ। ਪਰ ਮਨੁੱਖ ਉਦੋਂ ਤਕ ਸੂਖਮ ਦੁਨੀਆਂ ਨੂੰ ਨਹੀਂ ਦੇਖ ਸਕਦਾ, ਜਦੋਂ ਤਕ ਉਸ ਦੀ ਛੇਵੀਂ ਇੰਦਰੀ, ਕੁਝ ਹੱਦ ਤਕ ਵਿਕਸਿਤ ਨਾ ਹੋ ਗਈ ਹੋਵੇ। ਧਰਤੀ ਦੇ ਹਜ਼ਾਰਾਂ ਨਿਵਾਸੀਆਂ ਨੇ ਸੂਖਮ ਦੁਨੀਆਂ ਦੀ ਜਾਂ ਕਿਸੇ ਸੂਖਮ ਲੋਕ ਦੇ ਨਿਵਾਸੀ ਨੂੰ ਦੇਖਿਆ ਵੀ ਹੁੰਦਾ ਹੈ।*

"ਹਿਰਣਯਲੋਕ ਵਿਚ ਨਿਵਾਸ ਕਰਨ ਵਾਲੀਆਂ ਉੱਨਤ ਆਤਮਾਵਾਂ ਸੂਖਮ ਦੁਨੀਆਂ ਦੇ ਲੰਬੇ ਲੰਬੇ ਦਿਨ ਅਤੇ ਰਾਤਾਂ ਵਿਚ ਜਿਆਦਾ ਸਮਾਂ ਪਰਮ ਆਨੰਦ ਵਿਚ ਜਾਗਦੀਆਂ

* ਧਰਤੀ ਉੱਪਰ ਸ਼ੁੱਧ ਮਨ ਦੇ ਬੱਚੇ ਕਦੇ ਕਦਾਈਂ ਪਰੀਆਂ ਦੇ ਸੁੰਦਰ ਸੂਖਮ ਸਰੀਰ ਨੂੰ ਦੇਖ ਲੈਂਦੇ ਹਨ। ਨਸ਼ੀਲੇ ਪਦਾਰਥਾਂ ਜਾਂ ਨਸ਼ੀਲੀਆਂ ਚੀਜ਼ਾਂ ਖਾਣ ਪੀਣ ਨਾਲ, ਜਿਨ੍ਹਾਂ ਨੂੰ ਸ਼ਾਸਤਰਾਂ ਨੇ ਖਾਣ ਪੀਣ ਦੀ ਇਜਾਜ਼ਤ ਨਹੀਂ ਦਿੱਤੀ, ਨਾਲ ਮਨੁੱਖ ਦੀ ਚੇਤਨਾ ਇੰਨੀ ਭਰਿਸ਼ਟ ਹੋ ਜਾਂਦੀ ਹੈ, ਕਿ ਉਨ੍ਹਾਂ ਨੂੰ ਸੂਖਮ ਦੁਨੀਆਂ ਦੇ ਨਰਕਾਂ ਵਿਚ ਨਿਵਾਸ ਕਰਨ ਵਾਲੇ ਜੀਵਾਂ ਦੇ ਡਰਾਵਣੇ ਰੂਪ ਦਿਖਾਈ ਦੇਣ ਲੱਗ ਜਾਂਦੇ ਹਨ।

ਰਹਿੰਦੀਆਂ ਹਨ। ਸੂਖਮ ਸੰਸਾਰ ਨੂੰ ਚਲਾਉਣ ਨਾਲ ਸਬੰਧਿਤ ਜਟਿਲ ਸਮੱਸਿਆਵਾਂ ਦੇ ਹੱਲ ਕਰਨ ਵਿਚ ਅਤੇ ਰਸਤੇ ਤੋਂ ਭਟਕੇ ਹੋਏ ਲੋਕਾਂ ਦੇ, ਅਰਥਾਤ ਧਰਤੀ ਉੱਪਰ ਨਿਵਾਸ ਕਰਨ ਵਾਲੀਆਂ ਆਤਮਾਵਾਂ ਦੀ ਮੁਕਤੀ ਵਾਸਤੇ ਸਹਾਇਤਾ ਕਰਦੀਆਂ ਰਹਿੰਦੀਆਂ ਹਨ। ਜਦੋਂ ਕਦੇ ਹਿਰਣਯ ਲੋਕ ਨਿਵਾਸੀ ਸੌਂਦੇ ਹਨ ਤਾਂ ਕਦੇ ਕਦੇ ਉਨ੍ਹਾਂ ਨੂੰ ਸੁਪਨਿਆਂ ਦੀ ਤਰ੍ਹਾਂ ਸੂਖਮ ਦਰਸ਼ਨਾਂ ਦੀ ਅਨੁਭੂਤੀ ਹੁੰਦੀ ਹੈ। ਆਮ ਤੌਰ ਤੇ ਉਨ੍ਹਾਂ ਦੇ ਮਨ ਉੱਚਤਮ ਨਿਰਵਿਕਲਪ ਸਮਾਧੀ ਦੇ ਪਰਮ ਆਨੰਦ ਦੀ ਚੇਤਨ ਅਵਸਥਾ ਵਿਚ ਮਗਨ ਰਹਿੰਦੇ ਹਨ।

"ਸੂਖਮ ਦੁਨੀਆਂ ਦੇ ਸਾਰੇ ਲੋਕਾਂ ਵਿਚ ਨਿਵਾਸ ਕਰਨ ਵਾਲੇ ਜੀਵਾਂ ਨੂੰ ਹਾਲੇ ਵੀ ਮਾਨਸਿਕ ਕਸ਼ਟ ਹੋ ਸਕਦੇ ਹਨ। ਹਿਰਣਯ ਲੋਕ ਦੇ ਉੱਚ ਲੋਕਾਂ ਵਿਚ ਰਹਿਣ ਵਾਲੇ ਉੱਨਤ ਜੀਵਾਂ ਦੇ ਕੋਮਲ ਮਨ ਨੂੰ, ਜੇ ਉਨ੍ਹਾਂ ਦੇ ਆਚਰਨ ਵਿਚ ਜਾਂ ਸਚਾਈ ਦੀ ਅਨੁਭੂਤੀ ਵਿਚ ਕੋਈ ਭੁੱਲ ਹੋ ਜਾਵੇ, ਤਾਂ ਉਨ੍ਹਾਂ ਨੂੰ ਬਹੁਤ ਜਿਆਦਾ ਦੁਖ ਹੁੰਦਾ ਹੈ। ਉਹ ਉੱਨਤ ਜੀਵ ਹਰ ਇੱਕ ਕੰਮ ਅਤੇ ਹਰ ਇੱਕ ਵਿਚਾਰ ਨੂੰ ਅਧਿਆਤਮਿਕ ਨਿਯਮਾਂ ਦੇ ਦੋਸ਼ਹੀਨ ਪੂਰਨਤਾ ਦੇ ਨਾਲ ਤਾਲ ਮੇਲ ਰੱਖਣ ਦਾ ਯਤਨ ਕਰਦੇ ਹਨ।

"ਸੂਖਮ ਦੁਨੀਆਂ ਦੇ ਨਿਵਾਸੀਆਂ ਦੇ ਵਿਚਕਾਰ ਆਪਸੀ ਸੰਪਰਕ ਜਾਂ ਵਿਚਾਰਾਂ ਦਾ ਅਦਾਨ ਪ੍ਰਦਾਨ ਪੂਰੀ ਤਰ੍ਹਾਂ ਸੂਖਮ ਵਿਚਾਰ ਬਦਲੀ ਅਤੇ ਸੂਖਮ ਦੂਰ-ਦਰਸ਼ਨ ਦੁਆਰਾ ਹੀ ਹੁੰਦਾ ਹੈ। ਲਿਖਤ ਅਤੇ ਉਚਰਿਤ ਸ਼ਬਦਾਂ ਤੋਂ ਪੈਦਾ ਹੋਣ ਵਾਲੀਆਂ, ਜਿਨ੍ਹਾਂ ਗਲਤ ਫਹਿਮੀਆਂ ਅਤੇ ਭੁਲੇਖਿਆਂ ਦਾ ਸਾਹਮਣਾ, ਇਸ ਧਰਤੀ ਦੇ ਨਿਵਾਸੀਆਂ ਨੂੰ ਕਰਨਾ ਪੈਂਦਾ ਹੈ, ਉਨ੍ਹਾਂ ਸਾਰਿਆਂ ਦੀ ਸੂਖਮ ਦੁਨੀਆਂ ਵਿਚ ਪੂਰੀ ਤਰ੍ਹਾਂ ਅਣਹੋਂਦ ਹੈ। ਜਿਸ ਤਰ੍ਹਾਂ ਸਿਨਮੇ ਦੇ ਪਰਦੇ ਉੱਪਰ ਰੌਸ਼ਨੀ ਦੇ ਚਿੱਤਰਾਂ ਰਾਹੀਂ ਲੋਕ ਚੱਲਦੇ ਫਿਰਦੇ ਅਤੇ ਕੰਮ ਕਰਦੇ ਦਿਖਾਈ ਦਿੰਦੇ ਹਨ, ਪਰ ਉਹ ਉੱਥੇ ਸਾਹ ਨਹੀਂ ਲੈ ਰਹੇ ਹੁੰਦੇ, ਉਸੇ ਤਰ੍ਹਾਂ ਸੂਖਮ ਦੁਨੀਆਂ ਦੇ ਨਿਵਾਸੀ ਗਿਆਨ ਦੇ ਤਾਲ ਮੇਲ ਨਾਲ ਨਿਰਦੇਸ਼ਿਤ ਰੌਸ਼ਨੀ ਦੀਆਂ ਮੂਰਤੀਆਂ ਦੇ ਰੂਪ ਵਿਚ ਚੱਲਦੇ ਫਿਰਦੇ ਅਤੇ ਕੰਮ ਕਰਦੇ ਦਿਖਾਈ ਦਿੰਦੇ ਹਨ ਪਰ ਉਨ੍ਹਾਂ ਨੂੰ ਆਕਸੀਜਨ ਤੋਂ ਸ਼ਕਤੀ ਲੈਣ ਦੀ ਜ਼ਰੂਰਤ ਨਹੀਂ ਹੁੰਦੀ। ਆਦਮੀ ਨੂੰ ਜਿਉਂਦੇ ਰਹਿਣ ਲਈ ਠੋਸ ਪਦਾਰਥ, ਤਰਲ ਪਦਾਰਥ, ਵਾਯੂ ਅਤੇ ਪ੍ਰਾਣ ਸ਼ਕਤੀ ਉੱਪਰ ਨਿਰਭਰ ਰਹਿਣਾ ਪੈਂਦਾ ਹੈ, ਪਰ ਸੂਖਮ ਲੋਕ ਦੇ ਨਿਵਾਸੀ ਆਮ ਤੌਰ ਤੇ ਦਿਵੱਯ ਰੌਸ਼ਨੀ ਨਾਲ ਹੀ ਜਿਉਂਦੇ ਰਹਿੰਦੇ ਹਨ।"

"ਮੇਰੇ ਗੁਰੂਦੇਵ, ਕੀ ਸੂਖਮ ਦੁਨੀਆਂ ਦੇ ਨਿਵਾਸੀ ਕੁਝ ਖਾਂਦੇ ਪੀਂਦੇ ਵੀ ਹਨ?" ਮੈਂ ਆਪਣੇ ਮਨ, ਦਿਲ ਅਤੇ ਆਤਮਾ ਤਿੰਨਾਂ ਦੀ ਸਾਰੀ ਗਰਿਹਣ ਸ਼ਕਤੀ ਇਕੱਠੀ ਕਰਕੇ ਗੁਰੂਦੇਵ ਦੇ ਅਦਭੁਤ ਵਰਣਨ ਦਾ ਰਸਪਾਨ ਕਰ ਰਿਹਾ ਸੀ।ਸਚਾਈ ਦੀਆਂ ਪਰਾਚੇਤਨਾ ਇੰਦਰੀ ਅਨੁਭੂਤੀਆਂ ਸਦਾ ਉਸੇ ਤਰ੍ਹਾਂ ਹੀ ਰਹਿੰਦੀਆਂ ਹਨ। ਉਨ੍ਹਾਂ ਵਿਚ ਕਦੇ ਵੀ ਪ੍ਰੀਵਰਤਨ ਨਹੀਂ ਹੁੰਦਾ, ਜਦੋਂ ਕਿ ਥੋਥੀਆਂ ਇੰਦਰੀ ਅਨੁਭੂਤੀਆਂ ਅਤੇ ਮਨ ਉੱਪਰ ਪੈਣ ਵਾਲੀ ਉਨ੍ਹਾਂ ਦੀਆਂ ਛਾਪ ਕਦੇ ਛਿਣ ਭੰਗਰ ਜਾਂ ਤੁਲਨਾਤਮਿਕ ਅਸਲੀਅਤ ਤੋਂ ਜਿਆਦਾ

ਕੁਝ ਨਹੀਂ ਹੁੰਦੀ ਅਤੇ ਉਨ੍ਹਾਂ ਦੀ ਯਾਦ ਛੇਤੀ ਹੀ ਧੁੰਦਲੀ ਹੋ ਜਾਂਦੀ ਹੈ। ਮੇਰੇ ਗੁਰੂ ਦੇ ਸ਼ਬਦਾਂ ਦੀ ਛਾਪ ਇੰਨੀ ਡੂੰਘੀ ਮੇਰੇ ਸਾਰੇ ਵਜੂਦ ਦੀ ਫੱਟੀ ਉੱਪਰ ਉੱਕਰੀ ਗਈ ਹੈ, ਕਿ ਮੈਂ ਕਿਸੇ ਵੀ ਵਕਤ ਆਪਣੇ ਮਨ ਨੂੰ ਪਰਾਚੇਤਨ ਅਵਸਥਾ ਵਿਚ ਲਿਜਾ ਕੇ, ਉਸ ਦਿਵੱਯ ਘਟਨਾ ਨੂੰ ਫਿਰ ਤੋਂ ਪੂਰਨ ਰੂਪ ਵਿਚ ਅਨੁਭਵ ਕਰ ਸਕਦਾ ਹਾਂ।

"ਤੇਜਸਵੀ ਕਿਰਨਾਂ ਵਾਂਗ ਦਿਖਣ ਵਾਲੀਆਂ ਸਬਜ਼ੀਆਂ ਦੀ ਸੂਖਮ ਦੁਨੀਆਂ ਵਿਚ ਬਹੁਤਾਤ ਹੁੰਦੀ ਹੈ," ਉਨ੍ਹਾਂ ਨੇ ਦੱਸਿਆ। "ਸੂਖਮ ਦੁਨੀਆਂ ਦੇ ਨਿਵਾਸੀ ਸਬਜ਼ੀਆਂ ਖਾਂਦੇ ਹਨ ਅਤੇ ਰੌਸ਼ਨੀ ਦੇ ਤੇਜਸਵੀ ਝਰਨਿਆਂ, ਨਦੀਆਂ, ਨਾਲਿਆਂ ਵਿਚ ਵਹਿਣ ਵਾਲੇ ਇੱਕ ਪ੍ਰਕਾਰ ਦੇ ਅੰਮਰਿਤ ਦਾ ਰਸ ਪਾਨ ਕਰਦੇ ਹਨ। ਜਿਸ ਤਰ੍ਹਾਂ ਧਰਤੀ ਉੱਪਰ ਲੋਕਾਂ ਦੇ ਅਦ੍ਰਿਸ਼ ਚਿੱਤਰਾਂ ਨੂੰ ਟੈਲੀਵੀਜ਼ਨ ਦੀ ਮਦਦ ਨਾਲ ਵਾਤਾਵਰਨ ਵਿਚੋਂ ਖਿੱਚ ਕੇ ਪ੍ਰਗਟ ਕੀਤਾ ਜਾ ਸਕਦਾ ਹੈ ਅਤੇ ਬਾਅਦ ਵਿਚ ਫਿਰ ਤੋਂ ਵਾਤਾਵਰਨ ਵਿਚ ਖਿੰਡਾਇਆ ਜਾ ਸਕਦਾ ਹੈ, ਉਸੇ ਤਰ੍ਹਾਂ ਅਕਾਸ਼ ਤੱਤਾਂ ਵਿਚੋਂ ਸਬਜ਼ੀਆਂ ਵਨਸਪਤੀਆਂ ਅਤੇ ਪੌਦਿਆਂ ਦੇ ਵਿਚਰਨ ਕਰਦੇ, ਪ੍ਰਮਾਤਮਾ ਦੇ ਸਿਰਜਤ ਪਰਿਕਲਪਨਾ ਚਿੱਤਰ, ਸੂਖਮ ਦੁਨੀਆਂ ਦੇ ਨਿਵਾਸੀਆਂ ਦੀ ਇੱਛਾ ਮਾਤਰ ਨਾਲ ਹੀ ਪ੍ਰਗਟ ਹੋ ਕੇ, ਉਸ ਧਰਤੀ ਉੱਪਰ ਪੈਦਾ ਹੋ ਜਾਂਦੇ ਹਨ। ਇਸੇ ਤਰ੍ਹਾਂ ਉਨ੍ਹਾਂ ਲੋਕਾਂ ਦੀਆਂ ਵਿਲੱਖਣ ਕਲਪਨਾਵਾਂ ਨਾਲ ਸੁਗੰਧਿਤ ਫੁੱਲਾਂ ਦੇ ਪੂਰੇ ਦੇ ਪੂਰੇ ਬਾਗ ਉੱਥੇ ਪ੍ਰਗਟ ਹੋ ਜਾਂਦੇ ਹਨ ਅਤੇ ਬਾਅਦ ਵਿਚ ਫਿਰ ਉਸੇ ਅਕਾਸ਼ ਤੱਤ ਵਿਚ ਵਿਲੀਨ ਹੋ ਜਾਂਦੇ ਹਨ। ਭਾਵੇਂ ਹਿਰਣਯ ਲੋਕ ਦੇ ਵਾਂਗ ਹੀ ਸਵਰਗ ਲੋਕ ਦੇ ਨਿਵਾਸੀ ਖਾਣ ਪੀਣ ਦੀ ਕਿਸੇ ਤਰ੍ਹਾਂ ਦੀ ਜ਼ਰੂਰਤ ਤੋਂ ਪੂਰੀ ਤਰ੍ਹਾਂ ਮੁਕਤ ਹੁੰਦੇ ਹਨ, ਪਰ ਫਿਰ ਵੀ ਕਾਰਨ ਲੋਕ ਵਿਚ ਲਗ ਭਗ ਪੂਰਨਤਾ ਪ੍ਰਾਪਤ ਕਰ ਚੁੱਕੀਆਂ ਆਤਮਾਵਾਂ, ਇਹੋ ਜਿਹੀ ਕਿਸੇ ਜ਼ਰੂਰਤ ਤੋਂ ਕਿਤੇ ਜਿਆਦਾ ਮੁਕਤ ਹੁੰਦੀਆਂ ਹਨ ਅਤੇ ਉਹ ਦਿਵੱਯ ਪਰਮ ਆਨੰਦ ਦੇ ਸਿਵਾ ਹੋਰ ਕਿਸੇ ਚੀਜ਼ ਦਾ ਸੇਵਨ ਨਹੀਂ ਕਰਦੀਆਂ।

"ਧਰਤੀ ਤੋਂ ਮੁਕਤ ਹੋ ਕੇ ਸੂਖਮ ਦੁਨੀਆਂ ਵਿਚ ਆਈਆਂ ਆਤਮਾਵਾਂ ਦੀ ਧਰਤੀ ਉੱਪਰ ਲਏ ਗਏ ਆਪਣੇ ਵੱਖ ਵੱਖ ਜਨਮਾਂ* ਦੇ ਅਨੇਕ ਸਕੇ ਸਬੰਧੀਆਂ, ਪਿਤਾਵਾਂ, ਮਾਤਾਵਾਂ, ਪਤਨੀਆਂ ਅਤੇ ਮਿੱਤਰਾਂ ਦੇ ਨਾਲ ਮੁਲਾਕਤਾਂ ਹੁੰਦੀਆਂ ਰਹਿੰਦੀਆਂ ਹਨ। ਜਦੋਂ ਉਹ ਸੂਖਮ ਦੁਨੀਆਂ ਦੇ ਵੱਖ ਵੱਖ ਹਿੱਸਿਆਂ ਵਿਚ ਸਾਹਮਣੇ ਆਉਂਦੇ ਹਨ, ਉਸ ਵਕਤ ਉਨ੍ਹਾਂ ਨੂੰ ਸਮਝ ਨਹੀਂ ਆਉਂਦਾ ਕਿ ਉਹ ਕਿਸ ਨਾਲ ਜਿਆਦਾ ਪਿਆਰ ਕਰਨ। ਇਸ ਤਰ੍ਹਾਂ ਉਹ ਸਾਰਿਆਂ ਨੂੰ ਪ੍ਰਮਾਤਮਾ ਦੀ ਸੰਤਾਨ ਦੇ ਰੂਪ ਵਿਚ ਅਤੇ ਈਸ਼ਵਰ ਦੀ ਅਭੀਵਿਅਕਤੀ ਦੇ ਰੂਪ ਵਿਚ ਇੱਕੋ ਜਿਹਾ ਪਿਆਰ ਕਰਨਾ ਸਿਖਦੇ ਹਨ। ਸੂਖਮ ਦੁਨੀਆਂ ਵਿਚ ਆਉਣ ਤੋਂ

* ਮਹਾਤਮਾ ਬੁੱਧ ਨੂੰ ਇੱਕ ਵਾਰ ਕਿਸੇ ਨੇ ਪੁੱਛਿਆ, ਕਿ ਮਨੁੱਖ ਨੂੰ ਸਾਰਿਆਂ ਨਾਲ ਇੱਕੋ ਜਿਹਾ ਪਿਆਰ ਕਿਉਂ ਕਰਨਾ ਚਾਹੀਦਾ ਹੈ। ਉਸ ਮਹਾਨ ਗੁਰੂ ਨੇ ਉੱਤਰ ਦਿੱਤਾ, "ਕਿਉਂਕਿ ਆਦਮੀ ਅਸੰਖਾਂ ਅਤੇ ਵੱਖੋ ਵੱਖਰੇ ਜਨਮਾਂ ਵਿਚ ਕਦੇ ਨਾ ਕਦੇ, ਹਰ ਇੱਕ ਜੀਵ ਦਾ ਕਿਸੇ ਨਾ ਕਿਸੇ ਰੂਪ ਵਿਚ ਪਿਆਰਾ ਰਿਹਾ ਹੁੰਦਾ ਹੈ।"

ਪਹਿਲਾਂ, ਧਰਤੀ ਉੱਪਰ ਗੁਜਾਰੇ ਗਏ ਜਨਮਾਂ ਵਿਚ ਵਿਕਸਿਤ ਹੋਏ ਕੁਝ ਨਵੇਂ ਗੁਣਾਂ ਦੇ ਅਨੁਸਾਰ ਕਿਸੇ ਆਤਮਾ ਦੇ ਬਾਹਰੀ ਰੂਪ ਵਿਚ ਪ੍ਰੀਵਰਤਨ ਆ ਗਿਆ ਹੋਵੇ, ਤਾਂ ਵੀ ਸੂਖਮ ਦੁਨੀਆਂ ਦਾ ਨਿਵਾਸੀ ਆਪਣੇ ਅਚੁੱਕ ਆਤਮ ਗਿਆਨ ਦੀ ਸਹਾਇਤਾ ਦੇ ਨਾਲ, ਉਨ੍ਹਾਂ ਸਾਰਿਆਂ ਸੱਜਣਾਂ ਪਿਆਰਿਆਂ ਨੂੰ ਪਹਿਚਾਣ ਲੈਂਦੇ ਹਨ, ਜੋ ਦੂਸਰੇ ਲੋਕਾਂ ਵਿਚ ਬਿਤਾਏ ਗਏ, ਉਨ੍ਹਾਂ ਦੇ ਕਿਸੇ ਜੀਵਨ ਵਿਚ, ਉਨ੍ਹਾਂ ਨੂੰ ਕਦੇ ਨਾ ਕਦੇ ਪਿਆਰੇ ਰਹੇ ਹੁੰਦੇ ਹਨ। ਸੂਖਮ ਦੁਨੀਆਂ ਵਿਚ ਉਨ੍ਹਾਂ ਦੇ ਨਵੇਂ ਘਰ ਵਿਚ ਉਨ੍ਹਾਂ ਦਾ ਸੁਆਗਤ ਕਰਦੇ ਹਨ। ਸੰਸਾਰ ਦੇ ਹਰ ਇੱਕ ਪ੍ਰਮਾਣੂ ਨੂੰ ਸਿਰਜਣਹਾਰ ਨੇ ਇੱਕ ਨਾ ਮਿਟਣ ਵਾਲੀ ਅਜ਼ਾਦ ਹਸਤੀ* ਦੀ ਦੇਣ ਨਾਲ ਨਿਵਾਜ਼ਿਆ ਹੋਇਆ ਹੈ। ਇਸ ਵਾਸਤੇ ਸੂਖਮ ਦੁਨੀਆਂ ਵਿਚ ਕੋਈ ਮਿੱਤਰ, ਕਿਸੇ ਵੀ ਰੂਪ ਵਿਚ ਕਿਉਂ ਨਾ ਆਵੇ, ਉਹ ਤੁਰੰਤ ਪਹਿਚਾਣ ਲਿਆ ਜਾਵੇਗਾ। ਜਿਸ ਤਰ੍ਹਾਂ ਧਰਤੀ ਉੱਪਰ ਕੋਈ ਅਭਿਨੇਤਾ ਜਾਂ ਨਾਟਕ ਦਾ ਕਲਾਕਾਰ ਕੋਈ ਵੀ ਰੂਪ ਧਾਰਨ ਕਰ ਕੇ ਕਿਉਂ ਨਾ ਆਵੇ, ਧਿਆਨ ਨਾਲ ਦੇਖਣ ਨਾਲ ਤੁਰੰਤ ਪਹਿਚਾਣ ਲਿਆ ਜਾਂਦਾ ਹੈ।

"ਸੂਖਮ ਦੁਨੀਆਂ ਵਿਚ ਜ਼ਿੰਦਗੀ ਦੀ ਮਿਆਦ ਧਰਤੀ ਦੇ ਮੁਕਾਬਲੇ ਜਿਆਦਾ ਲੰਬੀ ਹੁੰਦੀ ਹੈ। ਧਰਤੀ ਦੀ ਕਾਲ ਗਣਨਾ ਦੇ ਮਾਪ ਦੰਡਾਂ ਦੇ ਅਨੁਸਾਰ ਕਿਹਾ ਜਾਵੇ, ਤਾਂ ਸਧਾਰਨ ਉਨਤ ਆਤਮਾ ਸੂਖਮ ਦੁਨੀਆਂ ਵਿਚ ਆਮ ਤੌਰ ਤੇ 500 ਸਾਲ ਤੋਂ 1000 ਸਾਲ ਤਕ ਰਹਿੰਦੀ ਹੈ। ਜਿਸ ਤਰ੍ਹਾਂ ਕੁਝ ਰੈਡ ਵੁੱਡ ਦਰਖਤ ਹੋਰ ਦਰਖਤਾਂ ਤੋਂ ਸਹਸਤਰ ਸਾਲ ਜਿਆਦਾ ਜਿਉਂਦੇ ਰਹਿੰਦੇ ਹਨ ਜਾਂ ਕੁਝ ਯੋਗੀ ਸੈਂਕੜੇ ਵਰ੍ਹਿਆਂ ਤਕ ਜਿਉਂਦੇ ਰਹਿੰਦੇ ਹਨ ਜਦੋਂ ਕਿ ਜਿਆਦਾ ਤਰ ਆਦਮੀ 60 ਸਾਲ ਦੀ ਉਮਰ ਹੋਣ ਤੋਂ ਪਹਿਲਾਂ ਹੀ ਮਰ ਜਾਂਦੇ ਹਨ। ਉਸੇ ਤਰ੍ਹਾਂ ਹੀ ਸੂਖਮ ਦੁਨੀਆਂ ਵਿਚ ਕੁਝ ਲੋਕ ਉੱਥੇ ਦੇ ਜੀਵਨ ਦੀ ਸਧਾਰਨ ਮਿਆਦ ਤੋਂ ਕਿਤੇ ਜਿਆਦਾ ਸਮੇਂ ਤਕ ਜਿਉਂਦੇ ਰਹਿੰਦੇ ਹਨ। ਸੂਖਮ ਦੁਨੀਆਂ ਵਿਚ ਆਉਣ ਵਾਲੇ ਲੋਕ ਆਪਣੇ ਭੌਤਿਕ ਕਰਮਾਂ ਦੇ ਬੋਝ ਅਨੁਸਾਰ ਉੱਥੇ ਘੱਟ ਜਾਂ ਜਿਆਦਾ ਸਮੇਂ ਤਕ ਜਿਉਂਦੇ ਰਹਿੰਦੇ ਹਨ। ਉਨ੍ਹਾਂ ਦੇ ਭੌਤਿਕ ਕਰਮਾਂ ਦਾ ਭਾਰ ਉਨ੍ਹਾਂ ਨੂੰ ਇੱਕ ਨਿਸ਼ਚਿਤ ਸਮੇਂ ਵਿਚ ਮੁੜ ਧਰਤੀ ਉੱਪਰ ਖਿੱਚ ਲਿਆਉਂਦਾ ਹੈ।

"ਸੂਖਮ ਲੋਕ ਵਿਚ ਰਹਿਣ ਵਾਲਿਆਂ ਨੂੰ ਆਪਣਾ ਤੇਜ ਯੁਕਤ ਸਰੀਰ ਛੱਡਦਿਆਂ ਸਮੇਂ, ਮੌਤ ਨਾਲ ਸੰਘਰਸ਼ ਨਹੀਂ ਕਰਨਾ ਪੈਂਦਾ। ਪ੍ਰੰਤੂ ਇਨ੍ਹਾਂ ਵਿਚੋਂ ਕੁਝ ਆਪਣਾ ਸੂਖਮ ਸਰੀਰ ਛੱਡ ਕੇ ਉਸ ਤੋਂ ਜਿਆਦਾ ਸੂਖਮ ਦੁਨੀਆਂ ਵਿਚ ਕਾਰਨ ਸਰੀਰ ਧਾਰ ਕੇ ਜਾਣ ਦੇ ਵਿਚਾਰ ਨਾਲ ਥੋੜਾ ਜਿਹਾ ਘਬਰਾ ਜਰੂਰ ਜਾਂਦੇ ਹਨ। ਸੂਖਮ ਲੋਕ ਅਣਚਾਹੀ ਮੌਤ, ਰੋਗ, ਬਿਮਾਰੀ ਅਤੇ ਬੁਢੇਪੇ ਤੋਂ ਮੁਕਤ ਹੁੰਦਾ ਹੈ। ਇਹ ਤਿੰਨੋਂ ਹੀ ਅਲਾਮਤਾਂ ਧਰਤੀ ਦੇ ਲੋਕਾਂ

* ਪ੍ਰਮਾਣੂ ਤੋਂ ਲੈ ਕੇ ਆਦਮੀ ਤਕ ਸਾਰਿਆਂ ਦੇ ਜੀਵਨ ਵਿਚ ਅੱਠ ਮੂਲ ਤੱਤ ਜਾਂ ਅੱਠ ਪ੍ਰਕਾਰ ਦੇ ਗੁਣ ਮੌਜੂਦ ਰਹਿੰਦੇ ਹਨ। ਇਹ ਅੱਠ ਤੱਤ ਹਨ:- ਧਰਤੀ, ਪਾਣੀ, ਅਕਾਸ਼, ਅਗਨੀ, ਵਾਯੂ, ਮਨ, ਬੁੱਧੀ ਅਤੇ ਹੰਕਾਰ। ਸ਼੍ਰੀ ਮਦ ਭਗਵਤ ਗੀਤਾ VII:4

ਵਾਸਤੇ ਸਰਾਪ ਹਨ, ਜਿੱਥੇ ਮਨੁੱਖ ਨੇ ਆਪਣੀ ਚੇਤਨਾ ਨੂੰ ਇੱਕ ਕਮਜ਼ੋਰ ਭੌਤਿਕ ਸਰੀਰ ਦੇ ਨਾਲ ਇੰਨੀ ਡੂੰਘਾਈ ਨਾਲ ਬੰਨ ਲਿਆ ਹੁੰਦਾ ਹੈ, ਕਿ ਜਿਉਂਦੇ ਰਹਿਣ ਵਾਸਤੇ ਉਸ ਨੂੰ ਹਵਾ, ਅੰਨ ਅਤੇ ਨੀਂਦ ਦੀ ਨਿਯਮਿਤ ਤੌਰ ਤੇ ਜ਼ਰੂਰਤ ਹੁੰਦੀ ਹੈ।

"ਭੌਤਿਕ ਸਰੀਰ ਦੀ ਮੌਤ ਦੇ ਨਾਲ ਹੀ ਸੁਆਸ ਰੁਕ ਜਾਂਦਾ ਹੈ ਅਤੇ ਸਰੀਰ ਕੋਸ਼ਕਾਵਾਂ ਦਾ ਖਾਤਮਾ ਹੋਣਾ ਸ਼ੁਰੂ ਹੋ ਜਾਂਦਾ ਹੈ। ਸੂਖਮ ਸਰੀਰ ਦੀ ਮੌਤ ਹੋਣ ਤੋਂ ਬਾਅਦ, ਜਿਨ੍ਹਾਂ ਪ੍ਰਾਣ ਅਣੂਆਂ ਨਾਲ ਉਹ ਸਰੀਰ ਬਣਿਆ ਹੋਇਆ ਹੁੰਦਾ ਹੈ, ਉਹ ਖਿਲਰ ਜਾਂਦੇ ਹਨ। ਭੌਤਿਕ ਸਰੀਰ ਦੀ ਮੌਤ ਹੋਣ ਤੇ ਜੀਵ ਨੂੰ ਆਪਣੇ ਹੱਡ ਮਾਸ ਦੇ ਸਰੀਰ ਦਾ ਗਿਆਨ ਨਸ਼ਟ ਹੋ ਜਾਂਦਾ ਹੈ ਅਤੇ ਸੂਖਮ ਦੁਨੀਆਂ ਵਿਚ ਆਪਣੇ ਸੂਖਮ ਸਰੀਰ ਦਾ ਗਿਆਨ ਹੁੰਦਾ ਹੈ। ਆਪਣੇ ਸਮੇਂ ਤੇ ਸੂਖਮ ਸਰੀਰ ਦੀ ਸੂਖਮ ਦੁਨੀਆਂ ਵਿਚ ਮੌਤ ਹੋ ਜਾਂਦੀ ਹੈ। ਇਸ ਤਰ੍ਹਾਂ ਸੂਖਮ ਦੁਨੀਆਂ ਦੇ ਜਨਮ ਅਤੇ ਮੌਤ ਨੂੰ ਅਨੁਭਵ ਕਰ ਕੇ, ਉਹ ਫਿਰ ਭੌਤਿਕ ਸੰਸਾਰ ਦੇ ਜਨਮ ਅਤੇ ਮੌਤ ਨੂੰ ਅਨੁਭਵ ਕਰਦਾ ਹੈ। ਇਸ ਤਰ੍ਹਾਂ ਸੂਖਮ ਅਤੇ ਭੌਤਿਕ ਜਨਮ ਅਤੇ ਮੌਤ ਦੇ ਚੱਕਰਾਂ ਵਿਚੋਂ ਦੀ ਵਾਰ ਵਾਰ ਗੁਜਰਨਾ ਹੀ ਮਾਇਆ ਤੋਂ ਪ੍ਰੇਰਿਤ ਜੀਵ ਦੀ ਵਿਡੰਬਣਾ ਹੈ। ਸ਼ਾਸਤਰਾਂ ਵਿਚ ਦਿੱਤੇ ਗਏ ਸਵਰਗ ਅਤੇ ਨਰਕ ਦਾ ਵਰਣਨ ਸੁਣ ਕੇ ਮਨੁੱਖ ਦੇ ਅੰਤਰ ਮਨ ਦੀਆਂ ਡੂੰਘਾਈਆਂ ਵਿਚ ਸੋਈਆਂ ਹੋਈਆਂ ਸੁਖਮਈ ਸੂਖਮ ਦੁਨੀਆਂ ਅਤੇ ਦੁਖਮਈ ਭੌਤਿਕ ਦੁਨੀਆਂ ਦੇ ਅਨੁਭਵਾਂ ਦੀਆਂ ਯਾਦਾਂ ਕਦੇ ਕਦੇ ਜਾਗ ਉੱਠਦੀਆਂ ਹਨ।"

ਮੈਂ ਬੇਨਤੀ ਕਰਦਿਆਂ ਕਿਹਾ, "ਪੂਜਨੀਕ ਗੁਰੂਦੇਵ, ਕੀ ਇਸ ਨੂੰ ਆਪ ਥੋੜਾ ਜਿਹਾ ਹੋਰ ਵਿਸਥਾਰ ਨਾਲ ਦੱਸਣ ਦੀ ਕ੍ਰਿਪਾਲਤਾ ਕਰੋਗੇ, ਕਿ ਭੌਤਿਕ ਦੁਨੀਆਂ, ਸੂਖਮ ਦੁਨੀਆਂ ਅਤੇ ਕਾਰਨ ਦੁਨੀਆਂ ਵਿਚ ਜੋ ਪੁਨਰ-ਜਨਮ ਹੁੰਦੇ ਹਨ? ਉਨ੍ਹਾਂ ਵਿਚ ਕੀ ਅੰਤਰ ਹੈ।"

ਗੁਰੂਦੇਵ ਨੇ ਦੱਸਣਾ ਸ਼ੁਰੂ ਕੀਤਾ, "ਆਤਮਾ ਦੇ ਰੂਪ ਵਿਚ, ਆਦਮੀ ਮੂਲ ਤੌਰ ਤੇ ਸਰੀਰਧਾਰੀ ਆਤਮਾ ਹੈ। ਇਸ ਵਾਸਤੇ ਸਰੀਰ ਪੈਂਤੀ ਬੀਜ ਰੂਪ ਭਾਵਾਂ ਦਾ ਗਰਭ ਸਥਾਨ ਹੈ। ਇਨ੍ਹਾਂ ਪੈਂਤੀ ਬੀਜਾਂ ਵਿਚੋਂ, ਉਨ੍ਹਾਂ ਪੈਂਤੀ ਮੂਲ ਭਾਵ ਸ਼ਕਤੀਆਂ ਜਾਂ ਕਾਰਕ ਵਿਚਾਰ ਸ਼ਕਤੀਆਂ ਦਾ ਵਿਕਾਸ ਹੋਇਆ, ਜਿਨ੍ਹਾਂ ਦੇ ਨਾਲ ਵਿਧਾਤਾ ਨੇ ਬਾਅਦ ਵਿਚ 19 ਤੱਤਾਂ ਵਾਲੇ ਸੂਖਮ ਸਰੀਰ ਅਤੇ 16 ਤੱਤਾਂ ਵਾਲੇ ਭੌਤਿਕ ਸਰੀਰ ਦੀ ਰਚਨਾ ਕੀਤੀ।

"ਸੂਖਮ ਸਰੀਰ ਦੇ 19 ਤੱਤ ਹਨ, ਜੋ ਕਿ ਮਨੋਮੈਯ, ਭਾਵਮੈਯ ਅਤੇ ਪ੍ਰਾਣਮੈਯ ਹਨ, ਇਹ ਹਨ:- ਮਨ, ਬੁੱਧੀ, ਹੰਕਾਰ, ਚਿੱਤ, ਪੰਜ ਗਿਆਨ ਇੰਦਰੀਆਂ ਅਰਥਾਤ:- ਸ਼ਬਦ, ਸਪਰਸ਼, ਰਸ, ਰੂਪ ਅਤੇ ਗੰਧ, ਪੰਜ ਕਰਮ ਇੰਦਰੀਆਂ:- ਜਣਨ ਇੰਦਰੀ, ਮਲ ਵਿਸਰਜਣ ਇੰਦਰੀ, ਬੋਲ ਬਾਣੀ, ਚੱਲਣ ਫਿਰਨ ਅਤੇ ਸਰੀਰਕ ਹਿਲ-ਜੁਲ ਪ੍ਰਗਟ ਕਰਨ ਦੀਆਂ ਸ਼ਕਤੀਆਂ ਦਾ ਕੰਮ ਕਰਨ ਵਿਚ ਮਾਨਸਿਕ ਸੰਦੇਸ਼ਾਂ ਦੇ ਅਦਾਨ ਪ੍ਰਦਾਨ ਦਾ ਕੰਮ ਕਰਦੀਆਂ ਹਨ, ਪੰਜ ਪ੍ਰਾਣ:- ਪ੍ਰਾਣ, ਅਪਾਨ, ਸਮਾਨ, ਬਿਆਨ ਅਤੇ ਉਦਾਨ

ਅਰਥਾਤ ਰਵਾ ਜਾਂ ਰਸ ਬਣਾਉਣ ਦਾ ਕੰਮ, ਖਾਧੇ ਗਏ ਭੋਜਨ ਨੂੰ ਹਜ਼ਮ ਕਰਨ ਦਾ ਕੰਮ, ਹਜ਼ਮ ਹੋਏ ਭੋਜਨ ਤੋਂ ਬਾਅਦ ਫਾਲਤੂ ਨੁਕਸਾਨਦਾਇਕ ਪਦਾਰਥਾਂ ਨੂੰ ਬਾਹਰ ਕੱਢਣ ਦਾ ਕੰਮ, ਖੁਰਾਕ ਨੂੰ ਸ਼ਕਤੀ ਵਿਚ ਬਦਲਣ ਦੀ ਪ੍ਰਕਿਰਿਆ ਅਤੇ ਸਾਰੇ ਸਰੀਰ ਵਿਚ ਰਸ ਸੰਚਾਰ ਕਰਨ ਦੀ ਪ੍ਰਕਿਰਿਆ। ਇਨ੍ਹਾਂ 19 ਤੱਤਾਂ ਦੇ ਨਾਲ ਬਣਿਆ ਹੋਇਆ ਇਹ ਸੂਖਮ ਸਰੀਰ, 16 ਰਸਾਇਣਿਕ ਤੱਤਾਂ ਦੇ ਬਣੇ ਭੌਤਿਕ ਸਰੀਰ ਦੀ ਮੌਤ ਤੋਂ ਬਾਅਦ ਵੀ ਜਿਉਂਦਾ ਰਹਿੰਦਾ ਹੈ।

"ਪ੍ਰਮਾਤਮਾ ਨੇ ਆਪਣੇ ਅੰਦਰ ਹੀ ਕਈ ਤਰ੍ਹਾਂ ਦੀਆਂ ਯੋਜਨਾਵਾਂ ਬਣਾਈਆਂ ਅਤੇ ਉਨ੍ਹਾਂ ਨੂੰ ਸੁਪਨਿਆਂ ਵਿਚ ਮੂਰਤੀਮਾਨ ਕਰ ਦਿੱਤਾ। ਇਸ ਤਰ੍ਹਾਂ ਮਾਇਆ ਸਪੇਖਤਾ ਦੇ ਆਪਣੇ ਅਨੰਤ ਵਿਰਾਟ ਆਭੂਸ਼ਣਾਂ ਨਾਲ ਸੱਜ ਧੱਜ ਕੇ ਪ੍ਰਗਟ ਹੋ ਗਈ।

ਕਾਰਨ ਸਰੀਰ ਦੇ ਪੈਂਤੀ ਭਾਵ ਸ਼੍ਰੇਣੀਆਂ ਵਿਚ ਪ੍ਰਮਾਤਮਾ ਨੇ ਆਦਮੀ ਦੇ ਸੂਖਮ ਸਰੀਰ ਨਾਲ ਸਬੰਧਿਤ 19 ਅਤੇ ਭੌਤਿਕ ਸਰੀਰ ਨਾਲ ਸਬੰਧਿਤ 16 ਭਾਵਾਂ ਦੇ ਸਾਰੇ ਪਹਿਲੂਆਂ ਨੂੰ ਵਿਸਤਰਿਤ ਰੂਪ ਵਿਚ ਅੰਤ ਰਹਿਤ ਰੱਖਿਆ ਹੈ। ਸਪੰਦਿਤ ਹੋ ਰਹੀਆਂ ਸ਼ਕਤੀਆਂ ਨੂੰ ਪਹਿਲਾਂ ਸੂਖਮ ਸਰੀਰ ਨਾਲ ਅਤੇ ਫਿਰ ਭੌਤਿਕ ਸਰੀਰ ਵਿਚ ਸਥਿਰ ਕਰਦਿਆਂ ਸੰਘਣਾ ਬਣਾ ਕੇ ਪ੍ਰਮਾਤਮਾ ਨੇ ਆਦਮੀ ਦਾ ਪਹਿਲਾ ਸੂਖਮ ਸਰੀਰ ਬਣਾਇਆ ਅਤੇ ਫਿਰ ਸਥੂਲ ਸਰੀਰ। ਜਿਸ ਸਪੇਖਤਾ ਦੇ ਨਿਯਮ ਦੇ ਕਾਰਨ ਇੱਕੋ ਇੱਕ ਪਰਮ ਸ਼ੁੱਧ ਬ੍ਰਹਮ ਨੇ ਅਨੇਕ ਰੂਪ ਧਾਰਨ ਕਰ ਲਏ, ਉਸੇ ਨਿਯਮ ਦੇ ਕਾਰਨ, ਕਾਰਨ ਲੋਕ, ਅਤੇ ਕਾਰਨ ਸਰੀਰ, ਸੂਖਮ ਲੋਕ ਅਤੇ ਸੂਖਮ ਸਰੀਰ ਨਾਲੋਂ ਵੱਖਰਾ ਹੈ। ਇਸੇ ਲਈ ਸਥੂਲ ਜਗਤ ਅਤੇ ਸਥੂਲ ਸਰੀਰ ਵੀ ਸ਼੍ਰਿਸਟੀ ਦੇ ਦੂਸਰੇ ਰੂਪਾਂ ਤੋਂ ਵੱਖਰਾ ਹੈ।

"ਹੱਡ ਮਾਸ ਦਾ ਸਰੀਰ ਸਿਰਜਣਹਾਰ ਦੇ ਸਥਿਰ ਮੂਰਤ ਸੁਪਨਿਆਂ ਤੋਂ ਬਣਿਆ ਹੋਇਆ ਹੁੰਦਾ ਹੈ। ਧਰਤੀ ਉੱਪਰ ਦਵੈਤ ਦਾ ਜੋੜਾ ਸਦਾ ਹੀ ਮੌਜੂਦ ਰਹਿੰਦਾ ਹੈ। ਜਿਸ ਤਰ੍ਹਾਂ ਤੰਦਰੁਸਤੀ-ਬਿਮਾਰੀ, ਸੁੱਖ-ਦੁਖ, ਹਾਨੀ-ਲਾਭ। ਆਦਮੀ ਦੇਖਦੇ ਹਨ ਕਿ ਤਿੰਨ ਗੁਣਾਂ ਵਾਲੇ ਸਥੂਲ ਸੰਸਾਰ ਵਿਚ, ਉਹ ਮਰਯਾਦਾ ਸੀਮਾਵਾਂ ਅਤੇ ਹੋਰ ਰੁਕਾਵਟਾਂ ਨਾਲ ਜਕੜਿਆ ਹੋਇਆ ਰਹਿੰਦਾ ਹੈ। ਜਦੋਂ ਆਦਮੀ ਦੀ ਜਿਉਂਦੇ ਰਹਿਣ ਦੀ ਇੱਛਾ ਨੂੰ ਬਿਮਾਰੀ ਜਾਂ ਕਿਸੇ ਹੋਰ ਕਾਰਨ ਕੋਈ ਡੂੰਘਾ ਧੱਕਾ ਲੱਗਦਾ ਹੈ ਤਾਂ ਮੌਤ ਦਾ ਆਗਮਨ ਹੋ ਜਾਂਦਾ ਹੈ ਅਤੇ ਸਥੂਲ ਸਰੀਰ ਦਾ ਬੋਝਲ ਚੋਲਾ ਕੁਝ ਦੇਰ ਵਾਸਤੇ ਉੱਤਰ ਜਾਂਦਾ ਹੈ। ਪਰ ਇਸ ਹਾਲਤ ਵਿਚ ਵੀ ਆਤਮਾ, ਸੂਖਮ ਸਰੀਰ ਅਤੇ ਕਾਰਨ ਸਰੀਰ* ਵਿਚ ਜਕੜੀ ਰਹਿੰਦੀ ਹੈ। ਤਿੰਨ ਸਰੀਰਾਂ ਨੂੰ ਇੱਕੋ ਸਮੇਂ ਪਕੜ ਕੇ ਰੱਖਣ ਵਾਲੀ ਤਾਕਤ ਇੱਛਾ ਸ਼ਕਤੀ ਹੈ। ਸਾਰੀਆਂ ਅਤ੍ਰਿਪਤ ਇੱਛਾਵਾਂ ਦੀ ਸ਼ਕਤੀ ਹੀ ਆਦਮੀ ਦੀ ਗੁਲਾਮੀ ਦੀ ਜੜ੍ਹ ਹੈ।

* ਸਰੀਰ ਦਾ ਭਾਵ ਅਰਥ ਹੈ ਆਤਮਾ ਦਾ ਪਿੰਜਰਾ। ਭਾਵੇਂ ਇਹ ਪਿੰਜਰਾ ਸਥੂਲ ਸਰੀਰ ਦਾ ਹੋਵੇ ਭਾਵੇਂ ਸੂਖਮ ਸਰੀਰ ਦਾ। ਇਹ ਤਿੰਨੇ ਸਰੀਰ ਆਤਮਾ ਦੇ ਪਿੰਜਰੇ ਹਨ।

"ਭੌਤਿਕ ਵਾਸ਼ਨਾਵਾਂ ਦੀ ਜੜ੍ਹ ਹੰਕਾਰ ਅਤੇ ਇੰਦਰੀਆਂ ਦੇ ਸੁੱਖਾਂ ਦੀ ਅਨੁਭੂਤੀ ਵਿਚ ਮੌਜੂਦ ਹੈ। ਇੰਦਰੀਆਂ ਦੇ ਸੁੱਖਾਂ ਦੀ ਲਾਲਸਾ ਜਾਂ ਮਜ਼ਬੂਰੀ ਸੂਖਮ, ਦੁਨੀਆਂ ਦੇ ਮੋਹ ਜਾਂ ਕਾਰਨ ਲੋਕ ਦੀਆਂ ਅਨੁਭੂਤੀਆਂ ਤੋਂ ਜਿਆਦਾ ਤਾਕਤਵਰ ਹੁੰਦੀ ਹੈ।

"ਸੂਖਮ ਲੋਕ ਵਿਚ ਉਪਭੋਗ, ਸਪੰਦਨਾਂ ਦੇ ਅਰਥਾਂ ਵਿਚ ਹੁੰਦਾ ਹੈ। ਸੂਖਮ ਦੁਨੀਆਂ ਦੇ ਨਿਵਾਸੀ ਬ੍ਰਹਿਮੰਡਾਂ ਦੇ ਸੂਖਮ ਅਸਮਾਨੀ ਸੰਗੀਤ ਦਾ ਆਨੰਦ ਲੈਂਦੇ ਹਨ ਅਤੇ ਇਹ ਦੇਖ ਕੇ ਮੋਹਿਤ ਹੋ ਜਾਂਦੇ ਹਨ ਕਿ ਸਾਰਾ ਸੰਸਾਰ ਪ੍ਰੀਵਰਤਨਸ਼ੀਲ ਰੌਸ਼ਨੀ ਦੀ ਹੀ ਅਨੰਤ ਅਭੀਵਿਅਕਤੀ ਹੈ। ਸੂਖਮ ਦੁਨੀਆਂ ਦੇ ਜੀਵ ਰੌਸ਼ਨੀ ਦੀ ਗੰਧ, ਰਸ ਅਤੇ ਸਪਰਸ਼ ਦਾ ਅਨੁਭਵ ਕਰਦੇ ਹਨ। ਇਸ ਤਰ੍ਹਾਂ ਸੂਖਮ ਦੁਨੀਆਂ ਵਿਚ ਇੱਛਾਵਾਂ ਵਾਸ਼ਨਾਵਾਂ ਦਾ ਉਪਭੋਗ, ਉਸ ਜੀਵ ਦੀ ਰੌਸ਼ਨੀ ਨੂੰ ਸਾਰੇ ਉਪਭੋਗ ਵਸਤੂਆਂ ਅਤੇ ਅਨੁਭਵਾਂ ਦੇ ਰੂਪ ਵਿਚ ਆਪਣੇ ਵਿਚਾਰਾਂ ਜਾਂ ਸੁਪਨਿਆ ਦੇ ਸੰਘਣੇ ਰੂਪ ਵਿਚ ਪ੍ਰਗਟ ਕਰ ਸਕਣ ਦੀ ਤਾਕਤ ਨਾਲ ਸਬੰਧਿਤ ਹੈ।

"ਕਾਰਨ ਲੋਕ ਵਿਚ, ਇੱਛਾਵਾਂ ਦੀ ਪੂਰਤੀ ਅਨੁਭੂਤੀਆਂ ਨਾਲ ਹੀ ਹੋ ਜਾਂਦੀ ਹੈ। ਕਾਰਨ ਲੋਕ ਵਿਚ ਨਿਵਾਸ ਕਰਨ ਵਾਲੀਆਂ ਲਗ ਭਗ ਮੁਕਤ ਆਤਮਾਵਾਂ, ਜੋ ਸਿਰਫ ਕਾਰਨ ਸਰੀਰ ਵਿਚ ਕੈਦ ਹਨ, ਸਾਰੇ ਸੰਸਾਰ ਨੂੰ ਪ੍ਰਮਾਤਮਾ ਦੇ ਸੁਪਨੇ ਦੀਆਂ ਕਲਪਨਾਵਾਂ ਦੇ ਸਕਾਰ ਰੂਪ ਵਿਚ ਦੇਖਦੀਆਂ ਹਨ। ਇਸ ਕਰ ਕੇ ਉਹ ਵੀ ਆਪਣੇ ਵਿਚਾਰ ਮਾਤਰ ਨਾਲ ਕੋਈ ਵੀ ਚੀਜ਼ ਪ੍ਰਗਟ ਕਰਨ ਦੇ ਸਮਰੱਥ ਹਨ। ਇਸ ਵਾਸਤੇ ਕਾਰਨ ਲੋਕ ਨਿਵਾਸੀ, ਭੌਤਿਕ ਇੰਦਰੀਆਂ ਦੀਆਂ ਅਨੁਭੂਤੀਆਂ ਨੂੰ ਜਾਂ ਸੂਖਮ ਲੋਕ ਦੀਆਂ ਸੁਖ ਅਨੁਭੂਤੀਆਂ ਨੂੰ ਘਟੀਆ ਅਤੇ ਆਤਮਾ ਦੀਆਂ ਸ਼ੁੱਧ ਅਨੁਭੂਤੀਆਂ ਦੇ ਵਾਸਤੇ ਘੁਟਣਕਾਰੀ ਮੰਨਦੇ ਹਨ। ਕਾਰਨ ਲੋਕ ਦੇ ਜੀਵ ਇੱਛਾਵਾਂ ਨੂੰ ਝਟਪਟ* ਮੂਰਤੀਮਾਨ ਕਰ ਕੇ ਸਭ ਕੁਝ ਖਤਮ ਵੀ ਕਰ ਸਕਦੇ ਹਨ। ਜੋ ਆਪਣੇ ਆਪ ਨੂੰ ਸਿਰਫ ਕਾਰਨ ਸਰੀਰ ਦੇ ਬਹੁਤ ਪਤਲੇ ਪਰਦੇ ਨਾਲ ਢਕਿਆ ਹੋਇਆ ਮਹਿਸੂਸ ਕਰਦੇ ਹਨ, ਉਹ ਸਿਰਜਣਹਾਰ ਦੀ ਤਰ੍ਹਾਂ ਬ੍ਰਹਿਮੰਡਾਂ ਦੀ ਉਤਪਤੀ ਵੀ ਕਰ ਸਕਦੇ ਹਨ, ਕਿਉਂਕਿ ਸਾਰਾ ਸੰਸਾਰ ਵਿਰਾਟ ਸੁਪਨ ਤੰਤੂਆਂ ਨਾਲ ਬਣਿਆ ਹੋਇਆ ਹੈ। ਇਸ ਕਰਕੇ ਕਾਰਨ ਸਰੀਰ ਦੇ ਬੇਹਦ ਪਤਲੇ ਪਰਦੇ ਵਿਚ ਕੈਦ ਆਤਮਾ ਵਿਚ ਵਿਰਾਟ ਸ਼ਕਤੀਆਂ ਹੁੰਦੀਆਂ ਹਨ।

"ਆਤਮਾ, ਕੁਦਰਤੀ ਤੌਰ ਤੇ ਅਦਿੱਖ ਹੈ, ਜਦੋਂ ਉਹ ਸਰੀਰ ਵਿਚ ਜਾਂ ਸਰੀਰਾਂ ਵਿਚ ਹੁੰਦੀ ਹੈ, ਤਾਂ ਹੀ ਉਸ ਦੀ ਹੋਂਦ ਦਾ ਪਤਾ ਲੱਗਦਾ ਹੈ। ਸਰੀਰ ਵਿਚ ਹੋਣ ਦਾ ਅਰਥ ਹੀ ਇਹ ਹੈ, ਕਿ ਉਸ ਵਿਚ ਹਾਲੇ ਤਕ ਅਤ੍ਰਿਪਤ ਇੱਛਾਵਾਂ† ਹਨ।

* ਜਿਸ ਤਰ੍ਹਾਂ ਲਾਹਿੜੀ ਮਹਾਸ਼ਯ ਦੇ ਅਵਚੇਤਨ ਮਨ ਵਿਚ ਕਿਸੇ ਪਿਛਲੇ ਜਨਮ ਤੋਂ ਚਲੀ ਆ ਰਹੀ, ਸੋਨੇ ਦੇ ਮਹੱਲ ਦੀ ਇੱਛਾ ਤੋਂ ਉਨ੍ਹਾਂ ਨੂੰ ਮੁਕਤ ਕਰਵਾਉਣ ਖਾਤਰ ਬਾਬਾ ਜੀ ਨੇ ਉਨ੍ਹਾਂ ਦੀ ਸਹਾਇਤਾ ਕੀਤੀ।

† "ਅਤੇ ਉਨ੍ਹਾਂ ਨੇ ਕਿਹਾ, ਜਿੱਥੇ ਲਾਸ਼ ਹੋਵੇਗੀ, ਉੱਥੇ ਹੀ ਗਿੱਧ ਇਕੱਠੇ ਹੋਣਗੇ," *ਲਿਊਕ* 17:37 (ਬਾਈਬਲ)

"ਜਦੋਂ ਤਕ ਆਦਮੀ ਦੀ ਆਤਮਾ ਇੱਕ, ਦੋ ਜਾਂ ਤਿੰਨ ਪਿੰਜਰਿਆਂ ਵਿਚ ਕੈਦ ਰਹਿੰਦੀ ਹੈ ਅਤੇ ਉਨ੍ਹਾਂ ਪਿੰਜਰਿਆਂ ਨੂੰ ਅਗਿਆਨਤਾ ਅਤੇ ਇੱਛਾਵਾਂ ਵਾਸ਼ਨਾਵਾਂ ਦੇ ਢੱਕਣ ਲੱਗੇ ਹੋਏ ਹਨ, ਉਦੋਂ ਤਕ ਉਹ ਬ੍ਰਹਮ ਸਾਗਰ ਵਿਚ ਵਿਲੀਨ ਨਹੀਂ ਹੋ ਸਕਦੀ। ਜਦੋਂ ਸਥੂਲ ਸਰੀਰ ਦੇ ਪਿੰਜਰੇ ਨੂੰ ਮੌਤ ਦਾ ਹਥੌੜਾ ਤੋੜ ਦਿੰਦਾ ਹੈ, ਤਾਂ ਵੀ ਆਤਮਾ ਸੂਖਮ ਸਰੀਰ ਅਤੇ ਕਾਰਨ ਸਰੀਰ ਵਿਚ ਬੰਦ ਰਹਿੰਦੀ ਹੈ। ਇਸ ਵਾਸਤੇ ਉਹ ਸਰਬਵਿਆਪਕ ਪਰਮਤੱਤ ਵਿਚ ਵਿਲੀਨ ਨਹੀਂ ਹੋ ਸਕਦੀ। ਜਦੋ ਗਿਆਨ ਦੇ ਦੁਆਰਾ ਇੱਛਾ ਰਹਿਤਤਾ ਆਉਂਦੀ ਹੈ, ਤਾਂ ਉਸ ਦੀ ਸ਼ਕਤੀ ਬਾਕੀ ਦੇ ਪਿੰਜਰਿਆਂ ਨੂੰ ਤੋੜ ਦਿੰਦੀ ਹੈ। ਇਸ ਤਰ੍ਹਾਂ ਆਖਰ ਛੋਟੀ ਜਿਹੀ ਮਨੁੱਖੀ ਆਤਮਾ ਮੁਕਤ ਹੋ ਕੇ ਪਰਮ ਤੱਤ ਦੇ ਆਨੰਦ ਸਾਗਰ ਵਿਚ ਵਿਲੀਨ ਹੋ ਜਾਂਦੀ ਹੈ।"

"ਮੈਂ ਆਪਣੇ ਗੁਰੂਦੇਵ ਨੂੰ ਉਸ ਉੱਚ ਅਤੇ ਗੂੜ੍ਹ ਕਾਰਨ ਲੋਕ ਬਾਰੇ ਹੋਰ ਰੌਸ਼ਨੀ ਪਾਉਣ ਦੀ ਬੇਨਤੀ ਕੀਤੀ।"

ਉਨ੍ਹਾਂ ਨੇ ਦੱਸਿਆ, "ਕਾਰਨ ਲੋਕ ਵਰਣਨ ਤੋਂ ਪਰੇ ਰੂਪ ਵਿਚ ਸੂਖਮ ਹੈ। ਕਾਰਨ ਲੋਕ ਨੂੰ ਸਮਝਣ ਦੇ ਵਾਸਤੇ ਆਦਮੀ ਵਿਚ ਇਕਾਗਰਤਾ ਦੀ ਇੰਨੀ ਵਿਰਾਟ ਸ਼ਕਤੀ ਹੋਣੀ ਚਾਹੀਦੀ ਹੈ, ਕਿ ਉਹ ਆਪਣੀਆਂ ਅੱਖਾਂ ਬੰਦ ਕਰ ਕੇ, ਸਾਰੀ ਸੂਖਮ ਅਤੇ ਭੌਤਿਕ ਦੁਨੀਆਂ ਦੇ ਵਿਸ਼ਾਲ ਰੌਸ਼ਨਮਈ ਗੁਬਾਰੇ ਨੂੰ ਅਤੇ ਉਸ ਦੇ ਥੱਲੇ ਲਟਕਦੀ ਟੋਕਰੀ ਨੂੰ-ਮਨ ਦੀਆਂ ਅੱਖਾਂ ਨਾਲ ਦੇਖ ਸਕੇ ਅਤੇ ਇਹ ਜਾਣਦਿਆਂ, ਕਿ ਉਨ੍ਹਾਂ ਦੋਨਾਂ ਦੁਨੀਆਂ ਦੀ ਹੋਂਦ ਸਿਰਫ ਕਲਪਨਾ ਹੀ ਹੈ। ਇਸ ਅਲੌਕਿਕ ਇਕਾਗਰਤਾ ਦੇ ਦੁਆਰਾ, ਜੇ ਕੋਈ ਇਨ੍ਹਾਂ ਦੋਨਾਂ ਦੁਨੀਆਂ ਨੂੰ, ਉਨ੍ਹਾਂ ਸਾਰੀਆਂ ਜਟਿਲਤਾਵਾਂ ਸਮੇਤ ਕੇਵਲ ਕਲਪਨਾ ਵਿਚ ਬਦਲ ਸਕੇ, ਤਾਂ ਉਹ ਕਾਰਨ ਲੋਕ ਵਿਚ ਪਹੁੰਚ ਕੇ ਮਨੋਮੈਯ ਦੁਨੀਆਂ ਅਤੇ ਭੌਤਿਕ ਦੁਨੀਆਂ ਦੀ ਸੀਮਾ ਰੇਖਾ ਉੱਪਰ ਖੜ੍ਹਾ ਹੋ ਜਾਵੇਗਾ। ਉੱਥੇ ਖੜ੍ਹਾ ਹੋ ਕੇ ਮਨੁੱਖ ਠੋਸ ਪਦਾਰਥ, ਤਰਲ ਪਦਾਰਥ, ਵਾਯੂ, ਬਿਜਲੀ, ਊਰਜਾ, ਸਾਰੇ ਜੀਵ ਜੰਤੂ, ਦੇਵੀ ਦੇਵਤੇ, ਮਾਨਵ ਪ੍ਰਾਣੀ, ਪਸ਼ੂ, ਪੰਛੀ, ਦਰਖਤ, ਪੌਦੇ, ਜੀਵਾਣੂ- ਸੂਖਮ ਅਣੂ ਆਦਿ ਸਾਰੇ ਜੀਵ- ਨਿਰਜੀਵ ਜਗਤ ਨੂੰ ਚੈਤਨਯ ਦੇ ਰੂਪ ਵਿਚ ਉਸੇ ਪ੍ਰਕਾਰ ਹੀ ਦੇਖਦਾ ਹੈ ਜਿਸ ਤਰ੍ਹਾਂ ਕਿਸੇ ਆਦਮੀ ਨੂੰ ਆਪਣੀਆਂ ਅੱਖਾਂ ਬੰਦ ਕਰਨ ਦੇ ਬਾਅਦ ਵੀ ਆਪਣੀ ਹੋਂਦ ਦਾ ਅਹਿਸਾਸ ਰਹਿੰਦਾ ਹੈ। ਭਾਵੇਂ ਉਸ ਦਾ ਸਰੀਰ, ਉਸ ਦੀਆਂ ਅੱਖਾਂ ਨੂੰ ਦਿਖਾਈ ਨਾ ਦਿੰਦਾ ਹੋਵੇ ਅਤੇ ਕੇਵਲ ਮਨ ਦੀ ਕਲਪਨਾ ਵਿਚ ਹੀ ਉਸ ਸਮੇਂ ਉਸ ਦਾ ਵਜੂਦ ਹੋਵੇ।

ਜਿੱਥੇ ਆਤਮਾ ਸਥੂਲ ਸਰੀਰ ਵਿਚ ਹੋਵੇਗੀ ਜਾਂ ਸੂਖਮ ਸਰੀਰ ਵਿਚ ਹੋਵੇਗੀ ਜਾਂ ਕਾਰਨ ਸਰੀਰ ਵਿਚ ਹੋਵੇਗੀ, ਉੱਥੇ ਵਾਸ਼ਨਾਵਾਂ ਦੇ ਗਿੱਧ ਆਤਮਾ ਨੂੰ ਕੈਦ ਕਰ ਕੇ ਰੱਖਣ ਵਾਸਤੇ ਇਕੱਠੇ ਹੋਣਗੇ ਹੀ, ਜੋ ਮਨੁੱਖ ਦੀਆਂ ਇੰਦਰੀਆਂ ਦੀਆਂ ਲਾਲਸਾਵਾਂ, ਜਾਂ ਸੂਖਮ ਦੁਨੀਆਂ ਜਾਂ ਕਾਰਨ ਦੁਨੀਆਂ ਦੀਆਂ ਇੱਛਾਵਾਂ ਖਾਣ ਲਈ ਝਪਟਦੇ ਹਨ।

"ਜੋ ਕੁਝ, ਇੱਕ ਆਮ ਆਦਮੀ ਆਪਣੀ ਕਲਪਨਾ ਵਿਚ ਕਰ ਸਕਦਾ ਹੈ, ਉਹ ਹੀ ਸਾਰਾ ਕੁਝ, ਇੱਕ ਕਾਰਨ ਸਰੀਰਧਾਰੀ ਅਸਲੀਅਤ ਵਿਚ ਕਰ ਸਕਦਾ ਹੈ। ਵੱਡੀ ਤੋਂ ਵੱਡੀ ਕਾਲਪਨਿਕ ਮਨੁੱਖੀ ਧੁੰਧੀ ਵੀ ਕੇਵਲ ਮਨ ਵਿਚ ਹੀ ਵਿਚਾਰ ਦੇ ਇੱਕ ਕੰਢੇ ਤੋਂ ਦੂਜੇ ਕੰਢੇ ਤਕ ਦੌੜ ਲੱਗਾ ਸਕਦੀ ਹੈ, ਇੱਕ ਗ੍ਰਹਿ ਤੋਂ ਦੂਜੇ ਗ੍ਰਹਿ ਉੱਪਰ ਛਲਾਂਗ ਲਗਾ ਸਕਦੀ ਹੈ ਜਾਂ ਅਨੰਤਤਾ ਦੀ ਖੱਡ ਵਿਚ ਅੰਤਹੀਣ ਰੂਪ ਵਿਚ ਥੱਲੇ ਜਾ ਸਕਦੀ ਹੈ, ਜਾਂ ਰਾਕਟ ਦੀ ਤਰ੍ਹਾਂ ਅਸਮਾਨ ਵਿਚ ਉਡਾਣ ਭਰ ਸਕਦੀ ਹੈ ਜਾਂ ਅਕਾਸ਼ ਗੰਗਾਵਾਂ ਅਤੇ ਨਛੱਤਰ ਪੁੰਜਾਂ ਦੇ ਵਿਚਕਾਰ ਸਰਚਲਾਈਟ ਦੇ ਵਾਂਗ ਜਗਮਗਾ ਸਕਦੀ ਹੈ। ਪਰ ਕਾਰਨ ਲੋਕ ਨਿਵਾਸੀਆਂ ਦੇ ਕੋਲ, ਇਸ ਤੋ ਵੀ ਬਹੁਤ ਜਿਆਦਾ ਅਜ਼ਾਦੀ ਹੈ। ਉਹ ਬਗੈਰ ਕਿਸੇ ਭੌਤਿਕ ਜਾਂ ਸੂਖਮ ਰੁਕਾਵਟ ਦੇ ਜਾਂ ਬਗੈਰ ਕਿਸੇ ਬੰਧਨ ਦੇ ਨਿਯਮ ਦੇ ਆਪਣੀਆਂ ਇੱਛਾਵਾਂ ਨੂੰ ਸਹਜ ਹੀ ਤੁਰੰਤ ਸਾਕਾਰ ਕਰ ਸਕਦੇ ਹਨ।

"ਕਾਰਨ ਲੋਕ ਨਿਵਾਸੀਆਂ ਨੂੰ ਇਸ ਚੀਜ਼ ਦਾ ਗਿਆਨ ਹੈ, ਕਿ ਨਾ ਤਾਂ ਭੌਤਿਕ ਸੰਸਾਰ ਮੂਲ ਤੌਰ ਤੇ ਬਿਜਲੀ ਅਣੂਆਂ ਤੋਂ ਬਣਿਆ ਹੋਇਆ ਹੈ ਅਤੇ ਨਾ ਹੀ ਸੂਖਮ ਸੰਸਾਰ ਮੂਲ ਤੌਰ ਤੇ ਪ੍ਰਾਣ ਅਣੂਆਂ ਨਾਲ ਬਣਿਆ ਹੋਇਆ ਹੈ, ਬਲਕਿ ਇਹ ਦੋਨੋਂ ਹੀ ਸੰਸਾਰ, ਪ੍ਰਮਾਤਮਾ ਦੇ ਵਿਚਾਰ ਤੱਤਾਂ ਦੀ ਸੂਖਮਤਮ ਕਣਾਂ ਨਾਲ ਬਣਾ ਹੋਏ ਹਨ। ਜਿਨ੍ਹਾਂ ਨੂੰ ਮਾਇਆ ਨੇ, ਅਰਥਾਤ ਸਾਪੇਖਤਾ ਦੇ ਨਿਯਮ ਨੇ ਖੰਡਤ ਅਤੇ ਵਿਘਟਿਤ ਕਰ ਰੱਖਿਆ ਹੈ। ਮਾਇਆ ਦੀ ਭੂਮਿਕਾ ਸਾਫ ਤੌਰ ਤੇ ਸੰਸਾਰ ਨੂੰ ਸਿਰਜਣਹਾਰ ਨਾਲੋਂ ਵੱਖ ਕਰਨਾ ਹੈ।

"ਕਾਰਨ ਲੋਕ ਵਿਚ ਨਿਵਾਸ ਕਰਨ ਵਾਲੀਆਂ ਆਤਮਾਵਾਂ, ਆਪਸ ਵਿਚ ਇੱਕ ਦੂਜੇ ਨੂੰ ਆਨੰਦਮਈ ਪਰਮ ਤੱਤ ਦੇ ਵੱਖਰੇ ਵੱਖਰੇ ਬਿੰਦੂਆਂ ਦੇ ਰੂਪ ਵਿਚ ਪਹਿਚਾਣਦੀਆਂ ਹਨ। ਉਨ੍ਹਾਂ ਦੇ ਆਲੇ ਦੁਆਲੇ ਕੇਵਲ, ਉਨ੍ਹਾਂ ਦੇ ਵਿਚਾਰਾਂ ਤੋਂ ਪੈਦਾ ਹੋਈਆਂ ਚੀਜ਼ਾਂ ਹੀ ਰਹਿੰਦੀਆਂ ਹਨ। ਕਾਰਨ ਲੋਕ ਨਿਵਾਸੀ ਆਪਣੇ ਸਰੀਰਾਂ ਅਤੇ ਵਿਚਾਰਾਂ ਦੇ ਵਿਚ ਸਿਰਫ ਕਲਪਨਾਵਾਂ ਦਾ ਹੀ ਅੰਤਰ ਦੇਖਦੇ ਹਨ। ਜਿਸ ਤਰ੍ਹਾਂ ਮਨੁੱਖ ਆਪਣੀਆਂ ਅੱਖਾਂ ਬੰਦ ਕਰ ਕੇ, ਆਪਣੇ ਮਨ ਦੀ ਅੱਖ ਨਾਲ ਚਮਕਦਾਰ ਚਿੱਟੀ ਰੌਸ਼ਨੀ ਜਾਂ ਫਿੱਕੀ ਨੀਲੀ ਆਭਾ ਦੇਖ ਸਕਦਾ ਹੈ, ਉਸੇ ਤਰ੍ਹਾਂ ਕਾਰਨ ਲੋਕ ਨਿਵਾਸੀ ਆਪਣੇ ਵਿਚਾਰ ਮਾਤਰ ਦੇ ਨਾਲ ਸ਼ਬਦ, ਸਪਰਸ਼, ਰਸ, ਰੂਪ ਅਤੇ ਗੰਧ ਦਾ ਅਨੁਭਵ ਕਰ ਸਕਦੇ ਹਨ। ਵਿਰਾਟ ਮਨ ਦੀ ਸ਼ਕਤੀ ਦੇ ਨਾਲ ਉਹ ਕਿਸੇ ਵੀ ਵਸਤੂ ਦੀ ਰਚਨਾ ਕਰ ਸਕਦੇ ਹਨ ਜਾਂ ਉਸ ਨੂੰ ਖਤਮ ਵੀ ਕਰ ਸਕਦੇ ਹਨ।

"ਕਾਰਨ ਲੋਕ ਵਿਚ ਮੌਤ ਅਤੇ ਪੁਨਰ ਜਨਮ ਕੇਵਲ ਵਿਚਾਰ ਵਿਚ ਹੀ ਹੁੰਦਾ ਹੈ। ਕਾਰਨ ਸਰੀਰੀ ਜੀਵਾਂ ਦਾ ਭੋਜਨ ਕੇਵਲ ਸਦਾ ਬਹਾਰ ਗਿਆਨ ਅੰਮਰਿਤ ਹੈ। ਉਹ ਸ਼ਾਂਤੀ ਦੇ ਝਰਨੇ ਤੋਂ ਰਸ ਪਾਨ ਕਰਦੇ ਹਨ। ਅਨੁਭੂਤੀਆਂ ਦੀ ਪਗ ਡੰਡੀਆਂ ਰਹਿਤ ਧਰਤੀ ਵਿਚ ਵਿਚਰਨ ਕਰਦੇ ਹਨ। ਪਰਮ ਆਨੰਦ ਦੇ ਅਨੰਤ ਸਾਗਰ ਵਿਚ ਤੈਰਦੇ ਹਨ। ਉਹ ਦੇਖੋ,

ਕਿਸ ਤਰ੍ਹਾਂ, ਉਨ੍ਹਾਂ ਦੇ ਰੌਸ਼ਨ ਵਿਚਾਰ ਸਰੀਰ ਪਰਮਤੱਤ ਨਾਲ ਬਣੇ ਕੋਟਿ ਕੋਟਿ ਗ੍ਰੈਹਾਂ ਨੂੰ, ਨਵੇਂ ਬਣੇ ਬ੍ਰਹਿਮੰਡਾਂ ਦੇ ਬੁਲਬੁਲਿਆਂ ਨੂੰ, ਗਿਆਨ ਤਾਰਿਆਂ ਨੂੰ ਅਨੰਤ ਦੇ ਦਿਲ ਰੂਪੀ ਅਕਾਸ਼ ਵਿਚ ਫੈਲੇ ਵੱਖੋ ਵੱਖਰੇ ਰੰਗਾਂ ਦੇ ਸੁਨਹਿਰੀ ਰੰਗਾਂ ਨੂੰ ਤੇਜੀ ਨਾਲ ਪਿੱਛੇ ਛੱਡਦੇ ਹੋਏ ਅੱਗੇ ਨਿਕਲ ਜਾਂਦੇ ਹਨ।

"ਕਾਰਨ ਲੋਕ ਵਿਚ ਨਿਵਾਸ ਕਰਨ ਵਾਲੇ ਅਨੇਕ ਜੀਵ ਹਜ਼ਾਰਾਂ ਵਰ੍ਹਿਆਂ ਤਕ ਉੱਥੇ ਰਹਿੰਦੇ ਹਨ। ਪਰਮ ਆਨੰਦ ਦੀਆਂ ਗਹਿਰਾਈਆਂ ਵਿਚ, ਜਿਆਦਾ ਤੋਂ ਜਿਆਦਾ ਉੱਤਰ ਕੇ ਆਤਮਾ ਪੂਰੀ ਤਰ੍ਹਾਂ ਮੁਕਤ ਹੋ ਜਾਂਦੀ ਹੈ, ਤਾਂ ਉਹ ਆਪਣੇ ਛੋਟੇ ਜਿਹੇ ਕਾਰਨ ਸਰੀਰ ਤੋਂ ਬਾਹਰ ਨਿਕਲ ਕੇ ਸੰਪੂਰਨ ਕਾਰਨ ਲੋਕ ਦੀ ਵਿਸ਼ਾਲਤਾ ਵਿਚ ਵਿਲੀਨ ਹੋ ਜਾਂਦੇ ਹਨ। ਵਿਚਾਰਾਂ ਦੀਆਂ ਘੁੰਮਣਘੇਰੀਆਂ ਦੀ ਸ਼ਕਤੀ, ਪਿਆਰ, ਇੱਛਾ, ਆਨੰਦ, ਸ਼ਕਤੀ ਅਤੇ ਇਕਾਗਰਤਾ ਦੀਆਂ ਸਾਰੀਆਂ ਲਹਿਰਾਂ ਸਦੀਵੀ ਆਨੰਦ ਨਾਲ, ਉਨ੍ਹਾਂ ਦੇ ਪਰਮਆਨੰਦ ਦੇ ਸਮੁੰਦਰ ਵਿਚ ਵਿਲੀਨ ਹੋ ਜਾਂਦੀਆਂ ਹਨ, ਤਾਂ ਆਤਮਾ ਨੂੰ ਆਪਣੇ ਆਨੰਦ ਦੀ ਅਨੁਭੂਤੀ ਚੈਤਨਯ ਦੀ ਇੱਕ ਖਾਸ ਲਹਿਰ ਦੇ ਰੂਪ ਵਿਚ ਨਹੀਂ ਕਰਨੀ ਪੈਂਦੀ, ਬਲਕਿ ਉਹ ਸਦੀਵੀ ਹਾਸੇ ਦੀ ਰੋਮਾਂਚਕਾਰੀ ਧੜਕਣ ਦੀ ਲਹਿਰ ਨਾਲ ਲੈਸ ਹੋ ਕੇ ਪੂਰੇ ਬ੍ਰਹਮ ਸਾਗਰ ਵਿਚ ਵਿਲੀਨ ਹੋ ਜਾਂਦੀ ਹੈ।

"ਜਦੋਂ ਆਤਮਾ ਤਿੰਨਾਂ ਸਰੀਰਾਂ ਦੀ ਕੈਦ ਤੋਂ ਬਾਹਰ ਨਿਕਲ ਆਉਂਦੀ ਹੈ ਤਾਂ ਉਹ ਸਾਪੇਖਤਾ ਦੇ ਨਿਯਮ ਜਾਂ ਮਾਇਆ ਤੋਂ ਹਮੇਸ਼ਾਂ ਦੇ ਵਾਸਤੇ ਮੁਕਤ ਹੋ ਕੇ ਵਰਣਨ ਤੋਂ ਪਰੇ ਸਦੀਵੀ* ਆਨੰਦਮਈ ਹੋਂਦ ਨੂੰ ਪ੍ਰਾਪਤ ਕਰ ਲੈਂਦੀ ਹੈ। ਦੇਖੋ, ਇਹ ਸਰਬਵਿਆਪਕਤਾ ਦੀ ਤਿਤਲੀ, ਇਸ ਦੇ ਖੰਭਾਂ ਵਿਚ ਸੂਰਜ, ਚੰਦਰਮਾਂ ਅਤੇ ਤਾਰੇ ਜੜ੍ਹੇ ਹੋਏ ਹਨ। ਪਰਮਤੱਤ ਦੇ ਨਾਲ ਇਕਰੂਪ ਹੋਣ ਵਾਲੀ ਆਤਮਾ ਈਸ਼ਵਰ ਦੇ ਸੁਪਨ ਸੰਸਾਰ ਦੇ ਆਨੰਦ ਵਿਚ ਮਸਤ ਹੋ ਕੇ ਰੌਸ਼ਨੀ ਰਹਿਤ ਰੌਸ਼ਨੀ, ਅੰਧਕਾਰ ਰਹਿਤ ਅੰਧਕਾਰ, ਵਿਚਾਰ ਰਹਿਤ ਵਿਚਾਰ ਦੀ ਸਥਿਤੀ ਵਿਚ ਇੱਕਲੀ ਰਹਿੰਦੀ ਹੈ।

"ਇੱਕ ਮੁਕਤ ਆਤਮਾ," ਮੈਂ ਉਤੇਜਿਤ ਹੁੰਦਿਆਂ ਬੋਲ ਉੱਠਿਆ।

ਗੁਰੂਦੇਵ ਕਹਿੰਦੇ ਗਏ, "ਜਦੋਂ ਕੋਈ ਆਤਮਾ ਇਨ੍ਹਾਂ ਤਿੰਨਾਂ ਸਰੀਰਾਂ ਦੇ ਪਿੰਜਰਿਆਂ ਤੋਂ ਅਜ਼ਾਦ ਹੋ ਜਾਂਦੀ ਹੈ, ਤਾਂ ਉਹ ਆਪਣੀ ਹੋਂਦ ਨੂੰ ਖੋਏ ਬਗੈਰ ਅਨੰਤ ਪਰਮ ਤੱਤ ਦੇ ਨਾਲ ਇੱਕਮਿੱਕ ਹੋ ਜਾਂਦੀ ਹੈ। ਈਸਾ ਮਸੀਹ ਨੇ ਈਸਾ ਦੇ ਰੂਪ ਵਿਚ ਜਨਮ ਲੈਣ ਤੋਂ ਪਹਿਲਾਂ ਹੀ ਇਹ ਆਖਰੀ ਮੁਕਤੀ ਪ੍ਰਾਪਤ ਕਰ ਲਈ ਸੀ। ਆਪਣੇ ਪਿਛਲੇ ਜਨਮ ਦੀਆਂ ਤਿੰਨੇ ਅਵਸਥਾਵਾਂ ਵਿਚ, ਜਿਨ੍ਹਾਂ ਦੇ ਪ੍ਰਤੀਕ ਸਰੂਪ ਆਪਣੇ ਇਸ ਲੌਕਿਕ ਜੀਵਨ ਵਿਚ

* ਜੋ ਵੀ ਵਿਜੇਤਾ ਹੋਵੇਗਾ, ਮੈਂ ਉਸ ਨੂੰ ਪ੍ਰਮਾਤਮਾ ਦੇ ਮੰਦਰ ਦਾ ਥਮਲਾ ਬਣਾਊਂਗਾ ਅਤੇ ਫਿਰ ਉਹ ਕਦੇ ਬਾਹਰ ਨਹੀਂ ਜਾਵੇਗਾ, ਅਰਥਾਤ ਉਸ ਦਾ ਪੁਨਰ-ਜਨਮ ਨਹੀਂ ਹੋਵੇਗਾ। *ਰੇਵੀਲੇਸ਼ਨ* 3:12–21 (ਬਾਈਬਲ)

ਮੌਤ ਅਤੇ ਪੁਨਰ-ਉਥਾਨ ਦੇ ਵਿਚਕਾਰ, ਉਨ੍ਹਾਂ ਨੇ ਤਿੰਨ ਦਿਨ ਅਨੁਭਵ ਕੀਤਾ, ਉਨ੍ਹਾਂ ਨੇ ਪਰਮਤੱਤ ਦੇ ਨਾਲ ਪੂਰੀ ਤਰ੍ਹਾਂ ਇੱਕਮਿੱਕਤਾ ਪ੍ਰਾਪਤ ਕਰ ਲਈ ਸੀ।

"ਅਵਿਕਸਿਤ ਆਦਮੀ ਨੂੰ ਤਿੰਨ ਸਰੀਰਾਂ ਤੋਂ ਬਾਹਰ ਨਿਕਲਣ ਦੇ ਵਾਸਤੇ, ਭੌਤਿਕ, ਸੂਖਮ ਅਤੇ ਕਾਰਨ ਲੋਕਾਂ ਵਿਚ ਅਸੰਖਾਂ ਜਨਮ ਲੈਣੇ ਪੈਂਦੇ ਹਨ। ਆਖਰੀ ਮੁਕਤੀ ਪ੍ਰਾਪਤ ਕਰਨ ਵਾਲੇ ਸਿੱਧ ਪੁਰਸ਼ ਚਾਹੁਣ, ਤਾਂ ਦੂਸਰਿਆਂ ਲੋਕਾਂ ਨੂੰ ਵੀ ਈਸ਼ਵਰ ਤਕ ਪਹੁੰਚਾਉਣ ਵਾਸਤੇ ਧਰਤੀ ਉਪਰ ਅਵਤਾਰ ਲੈ ਕੇ ਆ ਸਕਦੇ ਹਨ। ਜਾਂ ਮੇਰੇ ਵਾਂਗ ਸੂਖਮ ਲੋਕ ਵਿਚ ਹੀ ਨਿਵਾਸ ਕਰਨਾ ਪਸੰਦ ਕਰ ਸਕਦੇ ਹਨ। ਉਥੇ ਨਿਵਾਸ ਕਰਨ ਵਾਲੇ ਤਾਰਨਹਾਰ, ਉਥੇ ਦੇ ਲੋਕਾਂ ਦੇ ਕਰਮਾਂ ਦਾ ਬੋਝ* ਆਪਣੇ ਉਪਰ ਲੈ ਕੇ ਸੂਖਮ ਦੁਨੀਆਂ ਵਿਚ ਉਨ੍ਹਾਂ ਦੇ ਪੁਨਰ-ਜਨਮ ਦੇ ਚੱਕਰਾਂ ਨੂੰ ਸਮਾਪਤ ਕਰਨ ਵਿਚ ਅਤੇ ਸਦਾ ਦੇ ਵਾਸਤੇ ਕਾਰਨ ਲੋਕ ਵਿਚੋਂ ਨਿਕਲ ਜਾਣ ਵਿਚ ਉਨ੍ਹਾਂ ਦੀ ਸਹਾਇਤਾ ਕਰ ਸਕਦਾ ਹੈ ਜਾਂ ਫਿਰ ਮੁਕਤ ਹੋਈ ਆਤਮਾ, ਕਾਰਨ ਲੋਕ ਵਿਚ ਪ੍ਰਵੇਸ਼ ਕਰ ਕੇ ਉਥੇ ਦਾ ਜੀਵਾਂ ਦਾ ਕਾਰਨ ਸਰੀਰ ਵਿਚ ਨਿਵਾਸ ਦਾ ਸਮਾਂ ਘੱਟ ਕਰ ਕੇ ਪੂਰੀ ਮੁਕਤੀ ਪਾਉਣ ਵਿਚ ਸਹਾਇਤਾ ਕਰ ਸਕਦਾ ਹੈ।"

"ਹੇ ਪੁਨਰ-ਉਥਤ ਆਤਮਾ, ਮੈਂ ਉਨ੍ਹਾਂ ਕਰਮਾਂ ਦੇ ਸਬੰਧ ਵਿਚ ਜਿਆਦਾ ਜਾਣਨਾ ਚਾਹੁੰਦਾ ਹਾਂ, ਜਿਹੜੇ ਜੀਵਾਂ ਨੂੰ ਮੁੜ ਮੁੜ ਇਨ੍ਹਾਂ ਤਿੰਨਾਂ ਲੋਕਾਂ ਵਿਚ ਵਾਪਸ ਆਉਣ ਦੇ ਵਾਸਤੇ ਮਜ਼ਬੂਰ ਕਰਦੇ ਹਨ।" ਮੇਰੇ ਮਨ ਵਿਚ ਇਹ ਵਿਚਾਰ ਆ ਰਿਹਾ ਸੀ, ਕਿ ਮੈਂ ਸਦਾ ਹੀ ਆਪਣੇ ਸਰਬ ਵਿਆਪੀ ਗੁਰੂ ਦੇ ਵਚਨ ਸੁਣਦਾ ਰਹਾਂ। ਧਰਤੀ ਉਪਰ ਉਨ੍ਹਾਂ ਦੇ ਜੀਵਨ ਕਾਲ ਦੇ ਦੌਰਾਨ, ਮੈਂ ਕਦੇ ਵੀ ਉਨ੍ਹਾਂ ਤੋਂ ਇੱਕੋ ਵੇਰਾਂ ਇੰਨਾ ਗਿਆਨ ਆਤਮਸਾਤ ਨਹੀਂ ਸੀ ਕਰ ਸਕਿਆ। ਅੱਜ ਪਹਿਲੀ ਵਾਰ ਜ਼ਿੰਦਗੀ ਅਤੇ ਮੌਤ ਦੇ ਸ਼ਤਰੰਜ ਬੋਰਡ ਦੇ ਗੂੜ੍ਹ ਅੰਤਰਾਲਾਂ ਦਾ ਸਪਸ਼ਟ ਅਤੇ ਨਿਸ਼ਚਿਤ ਗਿਆਨ ਮੈਨੂੰ ਹੋ ਰਿਹਾ ਸੀ।

ਮੇਰੇ ਗੁਰੂਦੇਵ ਨੇ ਆਪਣੀ ਮਨੋਹਰ ਅਵਾਜ਼ ਵਿਚ ਦੱਸਣਾ ਸ਼ੁਰੂ ਕੀਤਾ, "ਜਦੋਂ ਮਨੁੱਖ ਦੇ ਸਾਰੇ ਭੌਤਿਕ ਕਰਮਾਂ ਦਾ ਅਰਥਾਤ ਸਾਰੀਆਂ ਇੱਛਾਵਾਂ ਵਾਸ਼ਨਾਵਾਂ ਦਾ ਪੂਰੀ ਤਰ੍ਹਾਂ ਨਾਸ਼ ਹੋ ਜਾਂਦਾ ਹੈ, ਤਾਂ ਹੀ ਉਹ ਸੂਖਮ ਲੋਕ ਵਿਚ ਅਖੰਡ ਨਿਵਾਸ ਕਰ ਸਕਦਾ ਹੈ। ਸੂਖਮ ਲੋਕ ਵਿਚ ਦੋ ਤਰ੍ਹਾਂ ਦੇ ਜੀਵ ਰਹਿੰਦੇ ਹਨ। ਇੱਕ ਤਾਂ ਉਹ ਹਨ, ਜਿਨ੍ਹਾਂ ਜੀਵਾਂ ਦੇ ਧਰਤੀ ਉਪਰਲੇ ਸਬੰਧਿਤ ਕਰਮ ਹਾਲੇ ਬਾਕੀ ਹਨ ਅਤੇ ਇਸ ਵਾਸਤੇ ਉਨ੍ਹਾਂ ਨੂੰ ਆਪਣੇ ਕਰਮਾਂ ਦਾ ਹਿਸਾਬ ਚੁਕਤਾ ਕਰਨ ਖਾਤਰ ਭੌਤਿਕ ਸਰੀਰ ਧਾਰਨ ਕਰਨਾ ਹੀ

* ਸ਼੍ਰੀ ਯੁਕਤੇਸ਼ਵਰ ਜੀ ਇਹ ਦੱਸਣਾ ਚਾਹੁੰਦੇ ਸਨ, ਕਿ ਜਿਸ ਤਰ੍ਹਾਂ ਉਹ ਧਰਤੀ ਉਪਰ ਆਪਣੇ ਜੀਵਨ ਕਾਲ ਦੇ ਦੌਰਾਨ, ਆਪਣੇ ਸ਼ਗਿਰਦਾਂ ਦੇ ਕਰਮਾਂ ਦੇ ਬੋਝ ਨੂੰ ਹਲਕਾ ਕਰਨ ਵਾਸਤੇ, ਉਨ੍ਹਾਂ ਦੀਆਂ ਬਿਮਾਰੀਆਂ ਆਪਣੇ ਸਰੀਰ ਉਪਰ ਲੈ ਲੈਂਦੇ ਸਨ। ਉਸੇ ਤਰ੍ਹਾਂ ਹੀ ਉਹ ਸੂਖਮ ਦੁਨੀਆਂ ਵਿਚ ਵੀ ਤਾਰਨਹਾਰ ਹੋਣ ਦੇ ਨਾਤੇ, ਹਿਰਣਯਲੋਕ ਨਿਵਾਸੀਆਂ ਦੇ ਕੁਝ ਸੂਖਮ ਕਰਮ ਆਪਣੇ ਉਪਰ ਲੈ ਕੇ, ਉਨ੍ਹਾਂ ਦੀ ਵਿਕਾਸ ਦੀ ਚਾਲ ਨੂੰ ਵਧਾਉਂਦੇ ਹਨ, ਤਾਂ ਕਿ ਉਹ ਉੱਚਤਰ ਕਾਰਨ ਲੋਕ ਵਿਚ ਜਾ ਸਕਣ।

ਪਵੇਗਾ। ਉਨ੍ਹਾਂ ਨੂੰ ਮੌਤ ਤੋਂ ਬਾਅਦ ਸੂਖਮ ਲੋਕ ਦੇ ਕੱਚੇ ਨਿਵਾਸੀ ਕਿਹਾ ਜਾ ਸਕਦਾ ਹੈ। ਉਹ ਸੂਖਮ ਲੋਕ ਦੇ ਪੱਕੇ ਨਿਵਾਸੀ ਨਹੀਂ ਹੁੰਦੇ।

"ਜਿਨ੍ਹਾਂ ਜੀਵਾਂ ਦੇ ਧਰਤੀ ਨਾਲ ਸਬੰਧਿਤ ਕਰਮ ਖਤਮ ਨਾ ਹੋਏ ਹੋਣ, ਉਹ ਸੂਖਮ ਦੁਨੀਆਂ ਵਿਚ ਮੌਤ ਹੋਣ ਤੋਂ ਬਾਅਦ, ਸ੍ਰਿਸ਼ਟੀ ਪਰਿਕਲਪਨਾਵਾਂ ਦੀ ਸਰਬ ਉੱਚ ਕਾਰਨ ਦੁਨੀਆਂ ਵਿਚ ਪ੍ਰਵੇਸ਼ ਨਹੀਂ ਕਰ ਸਕਦੇ। ਉਨ੍ਹਾਂ ਨੂੰ ਕੇਵਲ ਭੌਤਿਕ ਦੁਨੀਆਂ ਅਤੇ ਸੂਖਮ ਦੁਨੀਆਂ ਦੇ ਵਿਚਕਾਰ ਹੀ ਵਾਰ ਵਾਰ ਆਉਣਾ ਜਾਣਾ ਪੈਂਦਾ ਹੈ। ਉਨ੍ਹਾਂ ਨੂੰ ਵਾਰੀ ਵਾਰੀ 16 ਸਥੂਲ ਤੱਤਾਂ ਨਾਲ ਬਣੇ ਭੌਤਿਕ ਸਰੀਰ ਅਤੇ 19 ਤੱਤਾਂ ਦੇ ਨਾਲ ਬਣੇ ਸੂਖਮ ਸਰੀਰ ਦਾ ਗਿਆਨ ਰਹਿੰਦਾ ਹੈ, ਫਿਰ ਵੀ ਆਪਣੇ ਹਰ ਇੱਕ ਭੌਤਿਕ ਸਰੀਰ ਦੀ ਮੌਤ ਤੋਂ ਬਾਅਦ, ਧਰਤੀ ਉੱਪਰ ਆਉਣ ਤਕ, ਇਹ ਅਵਿਕਸਿਤ ਜੀਵ, ਮੌਤ ਦੀ ਨੀਂਦ ਦੀ ਡੂੰਘੀ ਬੇਹੋਸ਼ੀ ਵਿਚ ਰਹਿੰਦਾ ਹੈ। ਉਸ ਨੂੰ ਸੁੰਦਰ ਸੂਖਮ ਲੋਕਾਂ ਦਾ ਲਗ ਭਗ ਕੋਈ ਗਿਆਨ ਨਹੀਂ ਹੁੰਦਾ। ਸੂਖਮ ਲੋਕ ਵਿਚ ਇਸ ਪ੍ਰਕਾਰ ਆਉਣ ਤੋਂ ਬਾਅਦ ਇਹੋ ਜਿਹਾ ਜੀਵ ਅਗਲੇਰੀ ਸਿੱਖਿਆ ਗ੍ਰੈਹਣ ਕਰਨ ਵਾਸਤੇ, ਫਿਰ ਭੌਤਿਕ ਸੰਸਾਰ ਵਿਚ ਵਾਪਸ ਆਉਂਦਾ ਹੈ ਅਤੇ ਇਸ ਤਰ੍ਹਾਂ ਉਸ ਨੂੰ ਵਾਰ ਵਾਰ ਆਉਣ ਜਾਣ ਨਾਲ, ਹੌਲੀ ਹੌਲੀ ਸੂਖਮ ਲੋਕਾਂ ਨਾਲ ਜਾਣ ਪਹਿਚਾਣ ਹੋ ਜਾਂਦੀ ਹੈ।

"ਦੂਜੇ ਜੀਵ ਉਹ ਹਨ, ਜਿਹੜੇ ਸੂਖਮ ਲੋਕ ਦੇ ਪੱਕੇ ਨਿਵਾਸੀ ਜਾਂ ਲੰਬੇ ਸਮੇਂ ਤੋਂ ਉੱਥੇ ਰਹਿ ਰਹੇ ਹਨ। ਜਿਹੜੇ ਪ੍ਰਿਥਵੀ ਨਾਲ ਸਬੰਧਿਤ ਇੱਛਾਵਾਂ ਵਾਸ਼ਨਾਵਾਂ ਤੋਂ ਹਮੇਸ਼ਾਂ ਵਾਸਤੇ ਮੁਕਤ ਹੋ ਚੁੱਕੇ ਹੁੰਦੇ ਹਨ ਅਤੇ ਉਨ੍ਹਾਂ ਨੂੰ ਇਸ ਪ੍ਰਿਥਵੀ ਦੇ ਭੌਤਿਕ ਸਪੰਦਨਾਂ ਵਿਚ ਵਾਪਸ ਆਉਣ ਦੀ ਜ਼ਰੂਰਤ ਨਹੀਂ ਹੁੰਦੀ। ਇਹੋ ਜਿਹੇ ਜੀਵਾਂ ਦੇ ਵਾਸਤੇ ਸੂਖਮ ਲੋਕ ਅਤੇ ਕਾਰਨ ਲੋਕ ਦੇ ਹੀ ਕਰਮ ਭੋਗਾਂ ਦਾ ਨਾਸ਼ ਕਰਨਾ ਰਹਿ ਗਿਆ ਹੁੰਦਾ ਹੈ। ਸੂਖਮ ਲੋਕ ਵਿਚ ਮੌਤ ਹੋਣ ਤੋਂ ਬਾਅਦ ਇਹ ਜੀਵ ਸੂਖਮ ਲੋਕ ਤੋਂ ਅਨੰਤ ਗੁਣਾਂ ਸੂਖਮ ਅਤੇ ਸੁੰਦਰ ਕਾਰਨ ਲੋਕ ਵਿਚ ਜਾਂਦੇ ਹਨ। ਵਿਧਾਤਾ ਦੇ ਨਿਯਮਾਂ ਦੇ ਅਨੁਸਾਰ ਨਿਰਧਾਰਿਤ ਨਿਸ਼ਚਿਤ ਸਮਾਂ ਪੂਰਾ ਹੋਣ ਤਕ ਸੂਖਮ ਲੋਕ ਦੇ ਆਪਣੇ ਬਚੇ ਖੁਚੇ ਕਰਮਾਂ ਦੇ ਭੁਗਤਾਨ ਕਰਨ ਵਾਸਤੇ, ਇਨ੍ਹਾਂ ਉਨਤ ਜੀਵਾਂ ਦਾ ਹਿਰਣਯ ਲੋਕ ਜਾਂ ਸੂਖਮ ਲੋਕ ਦੇ ਕਿਸੇ ਹੋਰ ਉੱਚ ਲੋਕ ਵਿਚ ਨਵੇਂ ਸੂਖਮ ਸਰੀਰ ਵਿਚ ਪੁਨਰ ਜਨਮ ਹੁੰਦਾ ਹੈ।"

ਇਸ ਤੋਂ ਬਾਅਦ ਸ਼੍ਰੀ ਯੁਕਤੇਸ਼ਵਰ ਜੀ ਨੇ ਕਿਹਾ, "ਪੁੱਤਰ, ਹੁਣ ਇਹ ਗੱਲ ਚੰਗੀ ਤਰ੍ਹਾਂ ਤੇਰੀ ਸਮਝ ਵਿਚ ਆ ਗਈ ਹੋਵੇਗੀ ਕਿ ਪ੍ਰਮਾਤਮਾ ਦੀ ਆਗਿਆ ਦੇ ਨਾਲ ਹੀ, ਮੇਰਾ ਪੁਨਰ-ਉੱਥਾਨ ਹੋਇਆ ਹੈ ਅਤੇ ਇਹ ਪੁਨਰ-ਉੱਥਾਨ, ਉਨ੍ਹਾਂ ਆਤਮਾਵਾਂ ਨੂੰ ਖਾਸ ਕਰ ਕੇ ਪਾਰ ਉਤਾਰਨ ਵਾਸਤੇ ਹੋਇਆ ਹੈ, ਜਿਹੜੇ ਕਾਰਨ ਲੋਕ ਤੋਂ ਵਾਪਸ ਆ ਕੇ ਸੂਖਮ ਦੁਨੀਆਂ ਵਿਚ ਜਨਮ ਧਾਰਨ ਕਰਦੇ ਹਨ। ਉਨ੍ਹਾਂ ਆਤਮਾਵਾਂ ਦੇ ਵਾਸਤੇ ਨਹੀਂ, ਜੋ ਧਰਤੀ ਤੋਂ ਸੂਖਮ ਦੁਨੀਆਂ ਵਿਚ ਜਾਂਦੇ ਹਨ। ਧਰਤੀ ਤੋਂ ਆਉਣ ਵਾਲੇ ਜੀਵਾਂ ਦੇ,

ਜੇ ਧਰਤੀ ਨਾਲ ਸਬੰਧਿਤ ਕਰਮ ਬਚੇ ਹੋਏ ਹੋਣ ਤਾਂ ਉਹ ਹਿਰਣਯ ਲੋਕ ਵਰਗੇ ਕਿਸੇ ਹੋਰ ਉੱਚ ਲੋਕ ਵਿਚ ਨਹੀਂ ਪਹੁੰਚ ਸਕਦੇ।

"ਜਿਸ ਤਰ੍ਹਾਂ ਧਰਤੀ ਉੱਪਰ ਵੀ ਜਿਆਦਾ ਲੋਕਾਂ ਨੇ ਧਿਆਨ ਨਾਲ ਪ੍ਰਾਪਤ ਹੋਣ ਵਾਲੇ ਆਤਮ ਗਿਆਨ ਨਾਲ ਸੂਖਮ ਦੁਨੀਆਂ ਦੇ ਜੀਵਨ ਦੇ ਉੱਚੇ ਸੁੱਚੇ ਸੁੱਖਾਂ ਅਤੇ ਲਾਭਾਂ ਨੂੰ ਪਹਿਚਾਨਣਾ ਨਹੀਂ ਸਿੱਖਿਆ ਹੁੰਦਾ, ਇਸੇ ਕਰ ਕੇ ਉਨ੍ਹਾਂ ਨੂੰ ਮੌਤ ਤੋਂ ਬਾਅਦ ਵੀ ਧਰਤੀ ਦੇ ਹੀ ਸੀਮਤ ਅਤੇ ਥੋਥੇ ਸੁੱਖਾਂ ਵਿਚ ਵਾਪਸ ਆਉਣ ਦੀ ਇੱਛਾ ਰਹਿੰਦੀ ਹੈ। ਉਸੇ ਤਰ੍ਹਾਂ ਸੂਖਮ ਦੁਨੀਆਂ ਵਿਚ ਨਿਵਾਸ ਕਰਨ ਵਾਲੇ ਅਨੇਕ ਜੀਵ ਆਪਣੇ ਸੂਖਮ ਸਰੀਰ ਦੇ ਵਿਘਟਨ ਦੇ ਸਮੇਂ ਕਾਰਨ ਲੋਕ ਦੇ ਅਧਿਆਤਮਿਕ ਆਨੰਦ ਦੀ ਉੱਚੀ ਅਵਸਥਾ ਦੀ ਕੋਈ ਕਲਪਨਾ ਨਹੀਂ ਕਰ ਸਕਦੇ ਅਤੇ ਉਸ ਦੀ ਤੁਲਨਾ ਵਿਚ ਸੂਖਮ ਦੁਨੀਆਂ ਦੇ ਜਿਆਦਾ ਸਥੂਲ ਅਤੇ ਥੋਥੇ ਸੁੱਖਾਂ ਉੱਪਰ ਹੀ ਆਪਣੇ ਵਿਚਾਰ ਕੇਂਦ੍ਰਿਤ ਰੱਖਣ ਦੇ ਕਾਰਨ, ਉਸੇ ਸੂਖਮ ਦੁਨੀਆਂ ਵਿਚ ਹੀ ਵਾਪਸ ਆਉਣ ਵਾਸਤੇ ਲਲਾਇਤ ਰਹਿੰਦੇ ਹਨ। ਇਹੋ ਜਿਹੇ ਜੀਵਾਂ ਦੇ ਵਾਸਤੇ ਸੂਖਮ ਦੁਨੀਆਂ ਵਿਚ ਮੌਤ ਹੋ ਜਾਣ ਤੋਂ ਬਾਅਦ, ਉਹ ਕਾਰਨ ਲੋਕ ਵਿਚ ਅਖੰਡ ਨਿਵਾਸ ਕਰ ਪਾਉਣ ਵਾਸਤੇ, ਜੋ ਵਿਧਾਤਾ ਤੋਂ ਸਿਰਫ ਇੱਕ ਬਰੀਕ ਪਰਦੇ ਦੁਆਰਾ ਅਲੱਗ ਹੈ, ਸੂਖਮ ਦੁਨੀਆਂ ਨਾਲ ਸਬੰਧਿਤ ਅਤਿਅੰਤ ਭਾਰੀ ਕਰਮਾਂ ਨੂੰ ਨਸ਼ਟ ਕਰਨਾ ਜਰੂਰੀ ਹੁੰਦਾ ਹੈ।

"ਕਾਰਨ ਲੋਕ ਵਿਚ ਕੋਈ ਜੀਵ, ਤਾਂ ਹੀ ਹਮੇਸ਼ਾਂ ਵਾਸਤੇ ਰਹਿ ਸਕਦਾ ਹੈ, ਜਦੋਂ ਅੱਖਾਂ ਨੂੰ ਚੰਗੇ ਲੱਗਣ ਵਾਲੇ ਸੂਖਮ ਦੁਨੀਆਂ ਦੇ ਕਿਸੇ ਸੁਖ ਵਿਚ ਉਸ ਦੀ ਕੋਈ ਇੱਛਾ ਨਾ ਰਹਿ ਗਈ ਹੋਵੇ, ਜਿਹੜੀ ਉਸ ਨੂੰ ਸੂਖਮ ਦੁਨੀਆਂ ਵਿਚ ਵਾਪਸ ਆਉਣ ਦਾ ਲਾਲਚ ਦੇ ਸਕੇ। ਉੱਥੇ ਕਾਰਨ ਲੋਕ ਨਾਲ ਸਬੰਧਿਤ ਕਰਮਾਂ ਦਾ ਭੁਗਤਾਨ ਕਰਨ ਦੇ ਕੰਮ ਨੂੰ ਪੂਰਾ ਕਰਦਿਆਂ ਹੋਇਆਂ ਅਰਥਾਤ ਸਾਰੀਆਂ ਪੁਰਾਣੀਆਂ ਇੱਛਾਵਾਂ ਵਾਸ਼ਨਾਵਾਂ ਦੇ ਬੀਜਾਂ ਨੂੰ ਪੂਰੀ ਤਰ੍ਹਾਂ ਨਸ਼ਟ ਕਰਦਿਆਂ ਹੋਇਆਂ, ਪਿੰਜਰੇ ਵਿਚ ਬੰਦ ਹੋਈ ਆਤਮਾ ਅਗਿਆਨ ਦੇ ਤਿੰਨੇ ਢੱਕਣਾਂ ਵਿਚੋਂ ਆਖਰੀ ਢੱਕਣ ਨੂੰ ਚੁੱਕ ਕੇ ਸੁੱਟ ਦਿੰਦੀ ਹੈ ਅਤੇ ਕਾਰਨ ਸਰੀਰ ਰੂਪੀ ਆਖਰੀ ਪਿੰਜਰੇ ਤੋਂ ਬਾਹਰ ਨਿਕਲ ਕੇ ਪਰਮ ਤੱਤ ਵਿਚ ਵਿਲੀਨ ਹੋ ਜਾਂਦੀ ਹੈ।"

"ਕੀ ਹੁਣ ਸਾਰਾ ਕੁਝ ਤੇਰੀ ਸਮਝ ਵਿਚ ਆ ਗਿਆ ਹੈ?" ਗੁਰੂਦੇਵ ਨੇ ਬੜੀ ਹੀ ਮਿੱਠੀ ਅਵਾਜ਼ ਵਿਚ ਪੁੱਛਿਆ।

"ਜੀ ਹਾਂ, ਆਪ ਦੀ ਕ੍ਰਿਪਾ ਨਾਲ, ਮੈਂ ਖੁਸ਼ੀ ਅਤੇ ਸ਼ੁਕਰਾਨੇ ਨਾਲ ਨਿਰਉੱਤਰ ਹੋ ਗਿਆ ਹਾਂ।"

ਨਾ ਕਿਸੇ ਗੀਤ ਨਾਲ ਅਤੇ ਨਾ ਹੀ ਕਿਸੇ ਪ੍ਰਵਚਨ ਨਾਲ ਮੈਨੂੰ ਪਹਿਲਾਂ ਕਦੇ ਇੰਨਾ ਪ੍ਰੇਰਨਾਦਾਇਕ ਗਿਆਨ ਪ੍ਰਾਪਤ ਹੋਇਆ ਸੀ। ਹਿੰਦੂ ਸ਼ਾਸਤਰਾਂ ਵਿਚ ਕਾਰਨ ਲੋਕ ਅਤੇ

ਸੂਖਮ ਲੋਕ ਦਾ ਅਤੇ ਆਦਮੀ ਦੇ ਤਿੰਨ ਸਰੀਰਾਂ ਦਾ ਵਰਣਨ ਮਿਲਦਾ ਹੈ, ਪਰ ਉਹ ਪੰਨੇ, ਮੇਰੇ ਪੁਨਰ ਉਥਿਤ ਗੁਰੂਦੇਵ ਦੇ ਜੀਵੰਤ ਵਰਣਨ ਦੇ ਮੁਕਾਬਲੇ ਕਿੰਨੇ ਅਰਥਹੀਣ ਅਤੇ ਪਹੁੰਚ ਤੋਂ ਬਾਹਰ ਲੱਗਦੇ ਹਨ। ਉਨ੍ਹਾਂ ਦੇ ਵਾਸਤੇ ਸੱਚ ਮੁੱਚ ਹੀ ਇਹੋ ਜਿਹਾ ਕੋਈ ਖੇਤਰ ਨਹੀਂ ਸੀ ਰਹਿ ਗਿਆ, ਜਿੱਥੋਂ ਜਾ ਕੇ ਕੋਈ ਯਾਤਰੀ ਵਾਪਸ ਨਹੀਂ ਸੀ ਆ ਸਕਦਾ।*

ਮੇਰੇ ਗੁਰੂਦੇਵ ਅੱਗੇ ਕਹਿੰਦੇ ਗਏ, “ਆਦਮੀ ਦੇ ਇੱਕ ਦੂਜੇ ਵਿਚ ਅਜੀਬੋ ਗਰੀਬ ਤਰੀਕੇ ਨਾਲ ਧਸੇ ਤਿੰਨ ਸਰੀਰਾਂ ਦੀ ਪੁਸ਼ਟੀ, ਉਸ ਦੇ ਤਿੰਨ ਤਰ੍ਹਾਂ ਦੇ ਕੁਦਰਤੀ ਸੁਭਾਵਾਂ ਵਿਚੋਂ ਅਨੇਕ ਤਰੀਕਿਆਂ ਨਾਲ ਪ੍ਰਗਟ ਹੁੰਦੀ ਹੈ। ਧਰਤੀ ਉਪਰ ਜਾਗਦਿਆਂ ਸਮੇਂ ਆਦਮੀ ਨੂੰ ਆਪਣੇ ਸਰੀਰ ਦੇ ਤਿੰਨੇ ਸਵਾਰੀ ਸਾਧਨਾਂ ਦਾ ਥੋੜ੍ਹਾ ਬਹੁਤਾ ਗਿਆਨ ਰਹਿੰਦਾ ਹੈ। ਜਦੋਂ ਉਹ ਸ਼ਬਦ, ਸਪਰਸ਼, ਰਸ, ਰੂਪ ਅਤੇ ਗੰਧ ਦੇ ਇੰਦਰਿਆਵੀ ਸੁੱਖਾਂ ਦੀ ਪ੍ਰਾਪਤੀ ਦਾ ਯਤਨ ਕਰ ਰਿਹਾ ਹੁੰਦਾ ਹੈ, ਤਾਂ ਉਹ ਮੁੱਖ ਤੌਰ ਤੇ ਭੌਤਿਕ ਸਰੀਰ ਰਾਹੀਂ ਕੰਮ ਕਰ ਰਿਹਾ ਹੁੰਦਾ ਹੈ। ਕਲਪਨਾ ਕਰਦਿਆਂ ਵਕਤ ਜਾਂ ਇੱਛਾ ਕਰਦਿਆਂ ਵਕਤ ਆਦਮੀ- ਮੁੱਖ ਤੌਰ ਤੇ ਆਪਣੇ ਸੂਖਮ ਸਰੀਰ ਰਾਹੀਂ ਕੰਮ ਕਰ ਰਿਹਾ ਹੁੰਦਾ ਹੈ।ਜਦੋਂ ਉਹ ਆਤਮ ਚਿੰਤਨ ਜਾਂ ਧਿਆਨ ਦੀਆਂ ਗਹਿਰਾਈਆਂ ਵਿਚ ਡੁਬਕੀ ਲਗਾ ਰਿਹਾ ਹੁੰਦਾ ਹੈ, ਤਾਂ ਉਹ ਆਪਣੇ ਕਾਰਨ ਸਰੀਰ ਰਾਹੀਂ ਕੰਮ ਕਰ ਰਿਹਾ ਹੁੰਦਾ ਹੈ। ਜਿਸ ਆਦਮੀ ਨੂੰ ਆਪਣੇ ਕਾਰਨ ਸਰੀਰ ਨਾਲ ਵਾਰ ਵਾਰ ਸੰਪਰਕ ਕਰਨ ਦੀ ਆਦਤ ਹੋ ਜਾਂਦੀ ਹੈ, ਉਸ ਦੇ ਮਨ ਵਿਚ ਦਿਵੱਯ ਪ੍ਰਤਿਭਾ ਦੇ ਵਿਰਾਟ ਵਿਚਾਰ ਆਉਂਦੇ ਹਨ। ਇਸ ਦਾ ਭਾਵ ਅਰਥ ਇਹ ਹੋਇਆ ਕਿ ਆਦਮੀ ਨੂੰ ਮੋਟੇ ਤੌਰ ਤੇ ਅਸੀਂ ਭੌਤਿਕ ਆਦਮੀ, ਤੇਜਸਵੀ ਜਾਂ ਉਤਸ਼ਾਹੀ ਆਦਮੀ ਅਤੇ ਪ੍ਰਤਿਭਾਸ਼ਾਲੀ ਆਦਮੀ ਦੇ ਰੂਪ ਵਿਚ ਵਰਗੀਕ੍ਰਿਤ ਕਰ ਸਕਦੇ ਹਾਂ।

“ਆਦਮੀ ਹਰ ਰੋਜ਼ ਲੱਗ ਭਗ ਸੋਲ੍ਹਾਂ ਘੰਟਿਆਂ ਤਕ ਆਪਣੇ ਭੌਤਿਕ ਸਰੀਰ ਨਾਲ ਇੱਕ ਰੂਪ ਹੋਇਆ ਰਹਿੰਦਾ ਹੈ। ਫਿਰ ਉਹ ਸੌਂਦਾ ਹੈ, ਸੌਂਣ ਸਮੇਂ ਜਦੋਂ ਉਹ ਸੁਪਨੇ ਦੇਖਦਾ ਹੈ ਤਾਂ ਆਪਣੀ ਸੂਖਮ ਦੁਨੀਆਂ ਨਾਲ ਇੱਕ-ਮਿੱਕ ਹੋ ਜਾਂਦਾ ਹੈ। ਸੂਖਮ ਦੁਨੀਆਂ ਦੇ ਨਿਵਾਸੀਆਂ ਵਾਂਗ ਹੀ ਬਗੈਰ ਕਿਸੇ ਕੋਸ਼ਿਸ਼ ਦੇ, ਕਿਸੇ ਵੀ ਵਸਤੂ ਦੀ ਸਿਰਜਣਾ ਕਰ ਲੈਂਦਾ ਹੈ। ਜਦੋਂ ਆਦਮੀ ਸੁਪਨੇ ਰਹਿਤ ਗੂੜ੍ਹੀ ਨੀਂਦ ਵਿਚ ਸੌਂਦਾ ਹੈ, ਤਾਂ ਉਹ ਕਈ ਘੰਟਿਆਂ ਵਾਸਤੇ ਆਪਣੀ ਚੇਤਨਾ ਨੂੰ ਅਤੇ ਆਪਣੇ ਹੰਕਾਰ ਭਾਵ ਨੂੰ ਆਪਣੇ ਕਾਰਨ ਸਰੀਰ ਵਿਚ ਬਦਲਣ ਦੇ ਯੋਗ ਹੋ ਜਾਂਦਾ ਹੈ। ਇਹੋ ਜਿਹੀ ਨੀਂਦ ਆਦਮੀ ਅੰਦਰ ਨਵੀਂ ਸ਼ਕਤੀ ਦਾ ਸੰਚਾਰ ਕਰਦੀ ਹੈ। ਸੁਪਨੇ ਦੇਖਣ ਵਾਲਾ ਆਦਮੀ ਆਪਣੇ ਕਾਰਨ ਸਰੀਰ ਨਾਲ ਨਹੀਂ, ਬਲਕਿ ਸੂਖਮ ਸਰੀਰ ਨਾਲ ਹੀ ਸੰਪਰਕ ਕਰ ਪਾਉਂਦਾ ਹੈ। ਉਸ ਦੀ ਨੀਂਦ ਪੂਰੀ ਤਰ੍ਹਾਂ, ਉਸ ਵਿਚ ਨਵੀਂ ਸ਼ਕਤੀ ਦਾ ਸੰਚਾਰ ਨਹੀਂ ਕਰ ਸਕਦੀ।”

* ਹੈਮਲੈਟ (ਭਾਗ ਤੀਜਾ, ਦ੍ਰਿਸ਼ ਪਹਿਲਾ)।

ਜਦੋਂ ਸ਼੍ਰੀ ਯੁਕਤੇਸ਼ਵਰ ਜੀ ਇਹ ਵਿਆਖਿਆ ਕਰ ਰਹੇ ਸਨ, ਤਾਂ ਮੈਂ ਉਨ੍ਹਾਂ ਨੂੰ ਬੜੇ ਪਿਆਰ ਨਾਲ ਨਿਹਾਰ ਰਿਹਾ ਸੀ। ਮੈਂ ਕਿਹਾ, "ਦਿਵੱਯ ਗੁਰੂਦੇਵ, ਆਪ ਦਾ ਸਰੀਰ ਬਿਲਕੁਲ ਉਸੇ ਤਰ੍ਹਾਂ ਦਿਖਾਈ ਦੇ ਰਿਹਾ ਹੈ, ਜਿਸ ਤਰ੍ਹਾਂ ਦਾ ਉਸ ਵਕਤ ਦਿਖਾਈ ਦੇ ਰਿਹਾ ਸੀ, ਜਦੋਂ ਮੈਂ ਇਸ ਨੂੰ ਪੁਰੀ ਆਸ਼ਰਮ ਵਿਚ ਆਖਰੀ ਵਾਰ ਦੇਖ ਕੇ ਰੋਇਆ ਸੀ।"

"ਉਹ ਹਾਂ, ਮੇਰਾ ਇਹ ਨਵਾਂ ਸਰੀਰ, ਉਸੇ ਪੁਰਾਣੇ ਸਰੀਰ ਦੀ ਪੂਰੀ ਪੂਰੀ ਨਕਲ ਹੈ। ਮੈਂ ਆਪਣੀ ਇੱਛਾ ਦੇ ਨਾਲ ਜਦੋਂ ਚਾਹਾਂ, ਇਸ ਸਰੀਰ ਦਾ ਸਿਰਜਣ ਕਰ ਸਕਦਾ ਹਾਂ ਜਾਂ ਵਿਸਰਜਣ ਕਰ ਸਕਦਾ ਹਾਂ। ਧਰਤੀ ਉੱਪਰ ਆਪਣੇ ਨਿਵਾਸ ਦੀ ਤੁਲਨਾ ਵਿਚ, ਹੁਣ ਮੈਂ ਇਸ ਦਾ ਬਹੁਤੀ ਵਾਰ ਸਿਰਜਣ ਕਰਦਾ ਹਾਂ। ਇਸ ਸਰੀਰ ਨੂੰ ਵਿਸਰਜਿਤ ਕਰ ਕੇ, ਮੈਂ ਹੁਣ ਰੌਸ਼ਨੀ ਦੀ ਤੇਜ ਗਤੀ ਨਾਲ ਝਟਪਟ ਇੱਕ ਲੋਕ ਤੋਂ ਦੂਜੇ ਲੋਕ ਵਿਚ ਪਹੁੰਚ ਜਾਂਦਾ ਹਾਂ ਜਾਂ ਸੂਖਮ ਦੁਨੀਆਂ ਵਿਚੋਂ ਕਾਰਨ ਦੁਨੀਆਂ ਵਿਚ ਜਾਂ ਭੌਤਿਕ ਦੁਨੀਆਂ ਵਿਚ ਪਹੁੰਚ ਜਾਂਦਾ ਹਾਂ।" ਗੁਰੂਦੇਵ ਨੇ ਮੁਸਕਰਾਉਂਦਿਆਂ ਕਿਹਾ, "ਅੱਜ ਕੱਲ੍ਹ ਤੂੰ ਇੰਨੀ ਤੇਜੀ ਨਾਲ ਨੱਠ ਭੱਜ ਕਰ ਰਿਹਾ ਹੈਂ, ਪਰ ਮੈਨੂੰ ਤੈਨੂੰ ਮੁੰਬਈ ਵਿਚ ਲੱਭਣ ਦੀ ਕੋਈ ਮੁਸ਼ਕਿਲ ਨਹੀਂ ਆਈ।"

"ਉਹ ਗੁਰੂਦੇਵ, ਆਪ ਦੀ ਮੌਤ ਉੱਪਰ ਮੈਂ ਕਿੰਨਾ ਡੂੰਘਾ ਦੁਖ ਮਹਿਸੂਸ ਕਰ ਰਿਹਾ ਸੀ।"

"ਆਹ, ਮੇਰੀ ਮੌਤ ਹੋਈ ਹੀ ਕਿੱਥੇ ਹੈ? ਕੀ ਤੇਰੀ ਇਸ ਗੱਲ ਵਿਚ ਵਿਰੋਧਾਭਾਸ ਨਹੀਂ ਹੈ?" ਸ਼੍ਰੀ ਯੁਕਤੇਸ਼ਵਰ ਜੀ ਦੀਆਂ ਅੱਖਾਂ ਵਿਚ ਪਿਆਰ ਭਰੇ ਮਖੌਲ ਨਾਲ ਚਮਕ ਆ ਗਈ।

ਉਨ੍ਹਾਂ ਨੇ ਫਿਰ ਕਹਿਣਾ ਸ਼ੁਰੂ ਕੀਤਾ, "ਧਰਤੀ ਉੱਪਰ ਤੂੰ ਮੇਰਾ ਸੁਪਨ ਸਰੀਰ ਦੇਖਿਆ ਸੀ। ਬਾਅਦ ਵਿਚ ਤੂੰ ਉਸੇ ਸੁਪਨ ਸਰੀਰ ਨੂੰ ਸਮਾਧੀ ਦੇ ਦਿੱਤੀ। ਹੁਣ ਉਸ ਨਾਲ ਮੇਰਾ ਇਹ ਹੱਡ ਮਾਸ ਦਾ ਸੂਖਮ ਸਰੀਰ, ਪ੍ਰਮਾਤਮਾ ਦੀ ਇਸ ਧਰਤੀ ਤੋਂ ਜਿਆਦਾ ਸੂਖਮ ਦੁਨੀਆਂ ਵਿਚ ਪੁਨਰ-ਉਥਤ ਹੋਇਆ ਹੈ, ਜਿਸ ਨੂੰ ਤੂੰ ਦੇਖ ਰਿਹਾ ਹੈਂ ਅਤੇ ਜਿਸ ਨੂੰ ਤੂੰ ਕੱਸ ਕੇ ਆਪਣੀਆਂ ਬਾਹਾਂ ਵਿਚ ਜਕੜ ਵੀ ਰੱਖਿਆ ਹੈ। ਕਿਸੇ ਦਿਨ ਇਸ ਸੂਖਮ ਸਰੀਰ ਦਾ ਵੀ ਉਸ ਸੂਖਮ ਦੁਨੀਆਂ ਵਿਚ ਅੰਤ ਹੋ ਜਾਵੇਗਾ। ਇਹ ਵੀ ਹਮੇਸ਼ਾਂ ਵਾਸਤੇ ਨਹੀਂ ਹੈ। ਸੁਪਨੇ ਦੇ ਸਾਰੇ ਬੁਲਬੁਲਿਆਂ ਨੂੰ ਜਾਗਣ ਦੀ ਇੱਕ ਆਖਰੀ ਛੋਹ ਨਾਲ ਟੁੱਟ ਜਾਣਾ ਹੋਵੇਗਾ। ਮੇਰੇ ਪੁੱਤਰ ਯੋਗਾਨੰਦ, ਸੁਪਨਿਆਂ ਅਤੇ ਸਚਾਈ ਦੇ ਵਿਚਲੇ ਅੰਤਰ ਨੂੰ ਸਮਝ।"

ਇਸ ਵੇਦਾਂਤਿਕ* ਪੁਨਰ-ਉਥਾਨ ਦੇ ਵਿਚਾਰ ਨਾਲ, ਮੈਂ ਹੈਰਾਨੀ ਨਾਲ ਭਰ ਗਿਆ। ਮੈਨੂੰ ਆਪਣੇ ਆਪ ਉੱਪਰ ਸ਼ਰਮ ਆਈ, ਕਿ ਮੈਨੂੰ ਪੁਰੀ ਵਿਚ ਗੁਰੂਦੇਵ ਦੇ ਨਿਰਜਿੰਦ

* ਜ਼ਿੰਦਗੀ ਅਤੇ ਮੌਤ ਸਿਰਫ ਵਿਚਾਰਾਂ ਦਾ ਖੇਲ ਹੈ। ਵੇਦਾਂਤ ਦੱਸਦਾ ਹੈ ਕਿ ਈਸ਼ਵਰ ਹੀ ਇੱਕੋ ਇੱਕ ਸਚਾਈ ਹੈ ਅਤੇ ਬਾਕੀ ਸਾਰਾ ਸੰਸਾਰ ਜਾਂ ਵੱਖੋ ਵੱਖਰੇ ਵਜੂਦ, ਸਿਰਫ ਭੁਲੇਖਾ ਜਾਂ ਮਾਇਆ ਹੈ। ਅਦਵੈਤਵਾਦ ਦੇ ਇਸ ਤੱਤਵ ਗਿਆਨ ਨੂੰ ਸ਼ੰਕਰਾਚਾਰੀਆ ਨੇ ਉਪਨਿਸ਼ਦਾਂ ਦੀਆਂ ਵਿਆਖਿਆਵਾਂ ਵਿਚ ਸਭ ਤੋਂ ਚੰਗੀ ਤਰ੍ਹਾਂ ਸਮਝਾਇਆ ਹੈ।

ਸਰੀਰ ਨੂੰ ਦੇਖ ਕੇ ਕਿੰਨਾ ਗਹਿਰਾ ਦੁਖ ਹੋਇਆ ਸੀ। ਆਖਰ ਮੇਰੀ ਸਮਝ ਵਿਚ ਆ ਗਿਆ, ਕਿ ਮੇਰੇ ਗੁਰੂਦੇਵ ਹਮੇਸ਼ਾਂ ਹੀ ਈਸ਼ਵਰ ਵਿਚ ਜਾਗ੍ਰਿਤ ਰਹਿੰਦੇ ਸਨ। ਉਨ੍ਹਾਂ ਦੇ ਵਾਸਤੇ ਧਰਤੀ ਉੱਪਰ ਉਨ੍ਹਾਂ ਦਾ ਜੀਵਨ ਅਤੇ ਮੌਤ ਅਤੇ ਉਸ ਤੋਂ ਬਾਅਦ ਉਨ੍ਹਾਂ ਦਾ ਪੁਨਰ-ਉਥਾਨ ਸੰਸਾਰ ਦੇ ਵਿਚਾਰ ਵਿਚ ਈਸ਼ਵਰ ਦੀ ਕਲਪਨਾਵਾਂ ਦੇ ਖੇਲ ਤੋਂ ਜਿਆਦਾ ਕੁਝ ਵੀ ਨਹੀਂ ਸੀ।

"ਯੋਗਾਨੰਦ, ਹੁਣ ਮੈਂ ਤੈਨੂੰ ਆਪਣੀ ਜ਼ਿੰਦਗੀ, ਮੌਤ ਅਤੇ ਪੁਨਰ-ਉਥਾਨ ਦੀ ਸਾਰੀ ਅਸਲੀਅਤ ਦੱਸ ਦਿੱਤੀ ਹੈ। ਮੇਰੇ ਵਾਸਤੇ ਸ਼ੋਕ ਨਾ ਕਰ, ਬਲਕਿ ਪ੍ਰਮਾਤਮਾ ਦੇ ਸੁਪਨੇ ਵਿਚ ਰਚਿਤ ਆਦਮੀਆਂ ਦੀ ਇਸ ਧਰਤੀ ਤੋਂ ਪ੍ਰਮਾਤਮਾ ਦੇ ਸੁਪਨੇ ਵਿਚ ਹੀ ਰਚਿਤ ਸੂਖਮ ਸਰੀਰ ਧਾਰੀ ਆਤਮਾਵਾਂ ਦੇ ਹੋਰ ਲੋਕ ਵਿਚ ਮੇਰੇ ਪੁਨਰ-ਉਥਤ ਹੋਣ ਦੀ ਕਹਾਣੀ ਸਾਰਿਆਂ ਨੂੰ ਦੱਸ ਦੇ। ਇਸ ਨਾਲ ਸੰਸਾਰ ਦੇ ਦੁਖਾਂ ਅਤੇ ਮੌਤ ਦੇ ਡਰ ਨਾਲ ਪੀੜਤ ਸੁਪਨੇ ਦੇਖਣ ਵਾਲਿਆਂ ਦੇ ਦਿਲਾਂ ਵਿਚ ਇੱਕ ਨਵੀਂ ਉਮੀਦ ਜਾਗੇਗੀ।"

"ਜੀ ਗੁਰੂਦੇਵ," ਆਪ ਦੇ ਪੁਨਰ-ਉਥਾਨ ਉੱਪਰ ਹੋ ਰਹੇ ਆਨੰਦ ਨੂੰ, ਹੋਰ ਲੋਕਾਂ ਵਿਚ ਵੰਡਦਿਆਂ ਮੈਨੂੰ ਕਿੰਨੀ ਖੁਸ਼ੀ ਮਹਿਸੂਸ ਹੋਵੇਗੀ।

"ਧਰਤੀ ਉੱਪਰ ਮੇਰੇ ਮਾਪ ਦੰਡ ਇੰਨੇ ਜਿਆਦਾ ਉੱਚੇ ਸਨ, ਕਿ ਜਿਆਦਾ ਲੋਕਾਂ ਦੇ ਸੁਭਾਅ ਦੇ ਵਾਸਤੇ ਉਹ ਬਹੁਤ ਜਿਆਦਾ ਕਸ਼ਟਦਾਇਕ ਸਨ। ਅਕਸਰ ਮੈਂ ਤੈਨੂੰ ਜ਼ਰੂਰਤ ਤੋਂ ਜਿਆਦਾ ਡਾਂਟਿਆ ਕਰਦਾ ਸੀ। ਤੂੰ ਮੇਰੀ ਕਸੌਟੀ ਉੱਪਰ ਪੂਰਾ ਉੱਤਰਿਆ। ਮੇਰੀ ਸਾਰੀ ਡਾਂਟ ਫਿਟਕਾਰ ਦੇ ਬੱਦਲਾਂ ਦੇ ਵਿਚਕਾਰ ਤੇਰਾ ਪਿਆਰ ਚਮਕਦਾ ਰਿਹਾ। ਹੁਣ ਮੈਂ ਤੈਨੂੰ ਇਹ ਦੱਸਣ ਆਇਆਂ ਹਾਂ, ਕਿ ਹੁਣ ਮੈਂ ਕਦੇ ਵੀ ਤੇਰੇ ਉੱਪਰ ਕਠੋਰ ਨਜ਼ਰ ਨਹੀਂ ਰਖਾਂਗਾ।"

ਆਪਣੇ ਮਹਾਨ ਗੁਰੂ ਦੀ ਡਾਂਟ ਫਿਟਕਾਰ ਦੀ ਅਣਹੋਂਦ ਮੈਨੂੰ ਕਿੰਨੀ ਰੜਕਦੀ ਸੀ। ਉਨ੍ਹਾਂ ਦੀ ਹਰ ਡਾਂਟ ਫਿਟਕਾਰ ਮੇਰੇ ਵਾਸਤੇ ਸੁਰੱਖਿਆ ਕਵੱਚ ਬਣ ਗਈ ਸੀ। "ਪਰਮ ਪੂਜਨੀਕ ਗੁਰੂਦੇਵ, ਆਪ ਮੈਨੂੰ ਲੱਖ ਲੱਖ ਵਾਰ ਡਾਂਟੋ – ਹੁਣੇ ਹੀ ਡਾਂਟੋ।"

"ਹੁਣ ਮੈਂ ਤੈਨੂੰ ਕਦੇ ਨਹੀਂ ਡਾਂਟਾਂਗਾ", ਉਨ੍ਹਾਂ ਦੀ ਦਿਵੱਯ ਅਵਾਜ਼ ਵਿਚ ਗੰਭੀਰਤਾ ਸੀ। ਗੰਭੀਰਤਾ ਤੋਂ ਵੀ ਜਿਆਦਾ ਹਾਸੇ ਦੀ ਝਲਕ ਸੀ। "ਪ੍ਰਮਾਤਮਾ ਦੇ ਸੁਪਨ ਸੰਸਾਰ ਵਿਚ, ਜਦੋਂ ਤਕ ਤੂੰ ਅਤੇ ਮੈਂ ਅਲੱਗ ਅਲੱਗ ਦਿਖਾਈ ਦਿੰਦੇ ਰਹਾਂਗੇ, ਉਦੋਂ ਤਕ ਅਸੀਂ ਦੋਵੇਂ ਨਾਲ ਨਾਲ ਮੁਸਕਰਾਉਂਦੇ ਰਹਾਂਗੇ। ਆਖਰ ਅਸੀਂ ਦੋਵੇਂ ਇੱਕ ਬਣ ਕੇ ਵਿਰਾਟ ਪ੍ਰਮਾਤਮਾ ਵਿਚ ਵਿਲੀਨ ਹੋ ਜਾਵਾਂਗੇ। ਫਿਰ ਸਾਡੀ ਮੁਸਕਰਾਹਟ ਉਸ ਦੀ ਮੁਸਕਰਾਹਟ ਹੋਵੇਗੀ ਅਤੇ ਸਾਡਾ ਆਨੰਦ ਗੀਤ ਈਸ਼ਵਰ ਦੇ ਨਾਲ ਤਾਲ ਮੇਲ ਰੱਖਣ ਵਾਲੇ ਭਗਤਾਂ ਦੇ ਸੁਣਨ ਦੇ ਵਾਸਤੇ ਅਨੰਤ ਕਾਲ ਤਕ ਪ੍ਰਸਾਰਿਤ ਹੁੰਦਾ ਰਹੇਗਾ।"

ਫਿਰ ਸ਼੍ਰੀ ਯੁਕਤੇਸ਼ਵਰ ਜੀ ਨੇ ਕੁਝ ਇਹੋ ਜਿਹੀਆਂ ਗੱਲਾਂ ਨਾਲ ਮੇਰਾ ਮਾਰਗ ਦਰਸ਼ਨ ਕੀਤਾ, ਜਿਹੜੀਆਂ ਮੈਂ ਇੱਥੇ ਲਿਖ ਨਹੀਂ ਸਕਦਾ। ਮੁੰਬਈ ਦੇ ਉਸ ਹੋਟਲ ਦੇ ਕਮਰੇ ਵਿਚ,

ਉਨ੍ਹਾਂ ਨੇ ਮੇਰੇ ਨਾਲ ਦੋ ਘੰਟੇ ਬਿਤਾਏ। ਉਨ੍ਹਾਂ ਦੋ ਘੰਟਿਆਂ ਵਿਚ ਉਨ੍ਹਾਂ ਨੇ ਮੇਰੇ ਹਰ ਇੱਕ ਸਵਾਲ ਦਾ ਉੱਤਰ ਦਿੱਤਾ। 1936 ਦੇ ਜੂਨ ਦੇ ਮਹੀਨੇ ਦੇ ਦਿਨ, ਉਨ੍ਹਾਂ ਦੀਆਂ ਇਸ ਵਿਸ਼ਵ ਦੇ ਸਬੰਧ ਵਿਚ ਕੀਤੀਆਂ ਗਈਆਂ ਅਨੇਕ ਭਵਿਖਬਾਣੀਆਂ ਸੱਚ ਹੋ ਚੁੱਕੀਆਂ ਹਨ।

"ਪਿਆਰੇ ਯੋਗਾਨੰਦ, ਹੁਣ ਮੈਂ ਤੈਥੋਂ ਵਿਦਾ ਲੈਂਦਾ ਹਾਂ।" ਇਨ੍ਹਾਂ ਸ਼ਬਦਾਂ ਦੇ ਕੰਨੀਂ ਪੈਂਦਿਆਂ ਹੀ, ਮੈਂ ਇਹ ਮਹਿਸੂਸ ਕੀਤਾ ਕਿ ਮੇਰੀਆਂ ਬਾਹਾਂ ਦੀ ਜਕੜ ਵਿਚ ਉਨ੍ਹਾਂ ਦਾ ਸਰੀਰ ਪਿਘਲ ਰਿਹਾ ਸੀ।

ਮੇਰੀ ਆਤਮਾ ਦੇ ਕਣ ਕਣ ਵਿਚ ਉਨ੍ਹਾਂ ਦੇ ਇਹ ਸ਼ਬਦ ਗੂੰਜ ਉੱਠੇ, "ਮੇਰੇ ਪੁੱਤਰ, ਜਦੋਂ ਵੀ ਕਦੇ ਤੂੰ ਨਿਰਵਿਕਲਪ ਸਮਾਧੀ ਵਿਚ ਪ੍ਰਵੇਸ਼ ਕਰ ਕੇ, ਮੈਨੂੰ ਬੁਲਾਵੇਂਗਾ ਤਾਂ ਮੈਂ ਅੱਜ ਵਾਂਗ ਹੀ ਹੱਡ ਮਾਸ ਦਾ ਸਰੀਰ ਧਾਰਨ ਕਰ ਕੇ ਤੇਰੇ ਕੋਲ ਆ ਜਾਵਾਂਗਾ।"

ਇਸ ਰੂਹਾਨੀ ਵਾਇਦੇ ਦੇ ਨਾਲ ਸ਼੍ਰੀ ਯੁਕਤੇਸ਼ਵਰ ਜੀ ਮੇਰੀ ਨਜ਼ਰ ਤੋਂ ਓਹਲੇ ਹੋ ਗਏ। ਬੱਦਲਾਂ ਦੀ ਗਰਜ ਨਾਲ ਇੱਕ ਅਵਾਜ਼ ਵਾਰ ਵਾਰ ਸੰਗੀਤਮਈ ਗਰਜਣ ਕਰ ਰਹੀ ਸੀ, "ਯੋਗਾਨੰਦ, ਸਾਰਿਆਂ ਨੂੰ ਦੱਸ ਦੇ, ਜਦੋਂ ਵੀ ਕੋਈ ਨਿਰਵਿਕਲਪ ਸਮਾਧੀ ਵਿਚ ਇਹ ਜਾਣ ਜਾਵੇਗਾ ਕਿ ਧਰਤੀ ਈਸ਼ਵਰ ਦਾ ਇੱਕ ਸੁਪਨਾ ਮਾਤਰ ਹੈ, ਉਹ ਈਸ਼ਵਰ ਦੇ ਇਸ ਤੋਂ ਵੀ ਸੂਖਮ ਸੁਪਨ ਸੰਸਾਰ ਵਿਚ ਬਣੇ ਹਿਰਣਯ ਲੋਕ ਵਿਚ ਆ ਸਕਦਾ ਹੈ ਅਤੇ ਉੱਥੇ ਮੇਰੇ ਧਰਤੀ ਉੱਪਰਲੇ ਸਰੀਰ ਵਰਗੇ ਸਰੀਰ ਵਿਚ ਮੈਨੂੰ ਪੁਨਰ-ਉੱਥਤ ਦੇਖ ਸਕਦਾ ਹੈ – ਯੋਗਾਨੰਦ ਸਾਰਿਆਂ ਨੂੰ ਦੱਸ ਦੇ।"

ਮੇਰਾ ਵਿਛੋੜੇ ਦਾ ਦੁਖ ਦੂਰ ਹੋ ਗਿਆ। ਉਨ੍ਹਾਂ ਦੀ ਮੌਤ ਉੱਪਰ ਸ਼ੋਕ ਅਤੇ ਅਫਸੋਸ ਨੇ ਮੇਰੀ ਸ਼ਾਂਤੀ ਭੰਗ ਕਰ ਦਿੱਤੀ ਸੀ। ਹੁਣ ਉਹ ਸ਼ੋਕ ਅਤੇ ਅਫਸੋਸ ਜਿਵੇਂ ਸ਼ਰਮਾ ਕੇ ਭੱਜ ਗਏ ਹੋਣ। ਆਤਮਾ ਦੇ ਨਵੇਂ ਬੰਧਨ ਮੁਕਤ ਹੋਏ ਅਨੰਤ ਛੇਕਾਂ ਤੋਂ ਪਰਮ ਆਨੰਦ ਦੇ ਫੁਆਰੇ ਫੁੱਟ ਰਹੇ ਸਨ। ਬਹੁਤ ਸਮੇਂ ਤਕ ਰੁਕੇ ਰਹਿਣ ਕਾਰਨ ਬੰਦ ਹੋਏ ਛੇਕ ਪਰਮ ਆਨੰਦ ਦੇ ਤੇਜ ਹੜ੍ਹ ਨਾਲ ਪਵਿੱਤਰ ਅਤੇ ਵੱਡੇ ਹੁੰਦੇ ਗਏ। ਮੇਰੇ ਅੰਤਰ ਨੇਤਰਾਂ ਦੇ ਸਾਹਮਣੇ ਮੇਰੇ ਪਿਛਲੇ ਜਨਮ, ਸਿਨਮੇ ਦੇ ਚਿੱਤਰਾਂ ਵਾਂਗ ਪ੍ਰਗਟ ਹੋ ਰਹੇ ਸਨ। ਪਿਛਲੇ ਸਮਿਆਂ ਦੇ ਸਾਰੇ ਚੰਗੇ ਅਤੇ ਮਾੜੇ ਕੰਮ ਗੁਰੂਦੇਵ ਦੇ ਦਿਵੱਯ ਦਰਸ਼ਨ ਦੇ ਕਾਰਨ ਮੇਰੇ ਚਾਰੇ ਪਾਸੇ ਫੈਲੀ ਹੋਈ ਰੂਹਾਨੀ ਰੌਸ਼ਨੀ (ਔਰਾ) ਵਿਚ ਘੁਲ ਗਏ ਸਨ।

ਆਪਣੀ ਆਤਮਕਥਾ ਦੇ ਇਸ ਚੈਪਟਰ ਵਿਚ, ਮੈਂ ਆਪਣੇ ਗੁਰੂਦੇਵ ਦੇ ਹੁਕਮਾਂ ਦੀ ਪਾਲਣਾ ਕਰਦਿਆਂ, ਇਸ ਆਨੰਦਮਈ ਵਾਰਤਾ ਦਾ ਪ੍ਰਸਾਰ ਕੀਤਾ ਹੈ। ਜਦੋਂ ਕਿ ਜਿਗਿਆਸਾ ਰਹਿਤ ਪੀੜ੍ਹੀ, ਇੱਕ ਵਾਰ ਫਿਰ ਇਸ ਨਾਲ ਉਲਝਣ ਵਿਚ ਪੈ ਕੇ ਵਿਆਕੁਲ ਹੋ ਜਾਵੇਗੀ। ਗਿੜਗਿੜਾਉਣਾ ਆਦਮੀ ਚੰਗੀ ਤਰ੍ਹਾਂ ਜਾਣਦਾ ਹੈ, ਨਿਰਾਸ਼ਤਾ ਦੇ ਥਪੇੜਿਆਂ ਤੋਂ ਵੀ ਸ਼ਾਇਦ ਹੀ ਕੋਈ ਬਚਿਆ ਹੋਵੇਗਾ। ਫਿਰ ਵੀ ਇਹ ਦੋਨੋਂ ਆਪ ਸਹੇੜੀਆਂ ਅਲਾਮਤਾਂ ਹਨ ਅਤੇ ਇਨਸਾਨ ਦੇ ਸੱਚੇ ਮੁਕੱਦਰ ਦਾ ਹਿੱਸਾ ਨਹੀਂ ਹਨ। ਆਦਮੀ ਜਿਸ ਦਿਨ ਤੋਂ

ਸੰਕਲਪ ਕਰੇਗਾ, ਉਸੇ ਦਿਨ ਉਹ ਮੁਕਤੀ ਦੇ ਰਸਤੇ ਤੇ ਤੁਰ ਪਵੇਗਾ। ਬਹੁਤ ਜਿਆਦਾ ਸਮੇਂ ਤਕ ਉਸ ਨੇ ਉਪਦੇਸ਼ਕਾਂ ਦੇ ਨਿਰਾਸ਼ਤਾ ਭਰਪੂਰ ਪ੍ਰਵਚਨਾਂ ਨੂੰ ਸੁਣ ਲਿਆ ਹੈ, ਕਿ ਤੂੰ ਮਿੱਟੀ ਦਾ ਪੁਤਲਾ ਹੈਂ, ਮਿੱਟੀ ਵਿਚ ਮਿਲ ਜਾਵੇਂਗਾ ਅਤੇ ਇਸ ਵਾਸਤੇ ਉਹ ਆਪਣੀ ਆਤਮਾ ਦੀ ਅਮਰਤਾ ਦੀ ਤਾਕਤ ਤੋਂ ਲਾਪ੍ਰਵਾਹ ਰਿਹਾ।

ਪੁਨਰ-ਉਥਾਨ ਦੁਆਰਾ ਪ੍ਰਗਟ ਹੋਣ ਵਾਲੇ ਗੁਰੂਦੇਵ ਦੇ ਦਰਸ਼ਨ ਕਰਨ ਵਾਲਾ ਮੈਂ ਇਕੱਲਾ ਹੀ ਨਹੀਂ ਸੀ।

ਸ੍ਰੀ ਯੁਕਤੇਸ਼ਵਰ ਜੀ ਦੇ ਸ਼ਗਿਰਦਾਂ ਵਿਚ ਇੱਕ ਬਿਰਧ ਔਰਤ ਵੀ ਸੀ, ਜਿਸ ਨੂੰ ਸਾਰੇ ਪਿਆਰ ਨਾਲ ਮਾਂ ਕਹਿੰਦੇ ਸਨ। ਉਸ ਦਾ ਘਰ ਪੁਰੀ ਆਸ਼ਰਮ ਦੇ ਨੇੜੇ ਹੀ ਸੀ। ਗੁਰੂਦੇਵ ਜਦੋਂ ਸਵੇਰੇ ਸਵੇਰੇ ਸੈਰ ਕਰਨ ਜਾਂਦੇ ਸਨ, ਤਾਂ ਉਸ ਨਾਲ ਗੱਲ ਬਾਤ ਕਰਨ ਲਈ ਅਕਸਰ ਰੁਕ ਜਾਂਦੇ ਸਨ। 16 ਮਾਰਚ 1936 ਦੇ ਦਿਨ ਸ਼ਾਮ ਨੂੰ ਮਾਂ ਨੇ ਆਸ਼ਰਮ ਵਿਚ ਪਹੁੰਚ ਕੇ ਆਪਣੇ ਗੁਰੂ ਨੂੰ ਮਿਲਣ ਦੀ ਇੱਛਾ ਪ੍ਰਗਟ ਕੀਤੀ।

"ਕੀ ਆਪ ਨੂੰ ਪਤਾ ਨਹੀਂ? ਗੁਰੂਦੇਵ ਦਾ ਸਵਰਗਵਾਸ ਹੋਇਆਂ, ਤਾਂ ਇੱਕ ਹਫਤੇ ਤੋਂ ਉਪਰ ਹੋ ਗਿਆ ਹੈ।" ਪੁਰੀ ਆਸ਼ਰਮ ਦੇ ਇੰਚਾਰਜ਼ ਸਵਾਮੀ ਸੇਵਾ ਨੰਦ ਨੇ ਉਨ੍ਹਾਂ ਵੱਲ ਉਦਾਸ ਭਾਵ ਨਾਲ ਦੇਖਦਿਆਂ ਕਿਹਾ।

"ਇਹ ਹੋ ਹੀ ਨਹੀਂ ਸਕਦਾ।" ਉਸ ਨੇ ਮੁਸਕਰਾਉਂਦਿਆਂ ਕਿਹਾ।

"ਨਹੀਂ," ਸੇਵਾ ਨੰਦ ਨੇ ਗੁਰੂਦੇਵ ਦੇ ਸਰੀਰ ਦੀ ਸਮਾਧੀ ਦਿੱਤੇ ਜਾਣ ਦਾ ਵਿਸਥਾਰ ਨਾਲ ਵਰਣਨ ਕਰ ਦਿੱਤਾ। ਫਿਰ ਉਸ ਨੇ ਕਿਹਾ, "ਆਉ, ਮੈਂ ਤੁਹਾਨੂੰ ਸਾਹਮਣੇ ਬਗੀਚੇ ਵਿਚ ਜਿੱਥੇ ਉਨ੍ਹਾਂ ਨੂੰ ਸਮਾਧੀ ਦਿੱਤੀ ਹੈ ਉਸ ਥਾਂ ਦੇ ਕੋਲ ਲੈ ਚਲਦਾ ਹਾਂ।"

ਮਾਂ ਨੇ ਸਿਰ ਹਿਲਾਉਂਦਿਆਂ ਕਿਹਾ, "ਉਨ੍ਹਾਂ ਵਾਸਤੇ ਕੋਈ ਸਮਾਧੀ ਨਹੀਂ, ਅੱਜ ਸਵੇਰੇ ਦਸ ਵਜੇ ਹਮੇਸ਼ਾਂ ਦੀ ਤਰ੍ਹਾਂ ਮੇਰੇ ਦਰਵਾਜ਼ੇ ਦੇ ਸਾਹਮਣੇ ਦੀ ਘੁੰਮਣ ਗਏ। ਉਨ੍ਹਾਂ ਬਾਹਰ ਸੂਰਜ ਦੇ ਚਾਨਣ ਵਿਚ ਕਈ ਮਿੰਟਾਂ ਤਕ ਮੇਰੇ ਨਾਲ ਗੱਲ ਬਾਤ ਕੀਤੀ।"

"ਉਨ੍ਹਾਂ ਨੇ ਮੈਨੂੰ ਕਿਹਾ, 'ਅੱਜ ਸ਼ਾਮ ਨੂੰ ਆਸ਼ਰਮ ਵਿਚ ਆ ਜਾਣਾ, ਤਾਂ ਮੈਂ ਆ ਗਈ ਹਾਂ, ਮੇਰੇ ਸਫੈਦ ਕੇਸਾਂ ਨੂੰ ਉਨ੍ਹਾਂ ਦਾ ਅਸ਼ੀਰਵਾਦ ਪ੍ਰਾਪਤ ਹੋਵੇ। ਅਮਰਗੁਰੂ ਮੈਨੂੰ ਇਹ ਸਮਝਾਉਣਾ ਚਾਹੁੰਦੇ ਸਨ ਕਿ ਕਿਸ ਦਿਵੱਯ ਸਰੀਰ ਵਿਚ ਉਨ੍ਹਾਂ ਨੇ ਅੱਜ ਸਵੇਰੇ ਮੈਨੂੰ ਦਰਸ਼ਨ ਦਿੱਤਾ ਸੀ।"

ਹੈਰਾਨ ਸੇਵਾ ਨੰਦ ਨੇ ਉਨ੍ਹਾਂ ਦੇ ਚਰਨਾਂ ਵਿਚ ਪ੍ਰਣਾਮ ਕਰਦਿਆਂ ਕਿਹਾ।

"ਮਾਂ ਆਪ ਨੇ ਮੇਰੇ ਮਨ ਉੱਪਰੋਂ ਦੁਖ ਦਾ ਭਾਰਾ ਬੋਝ ਲਾਹ ਦਿੱਤਾ ਹੈ, ਉਨ੍ਹਾਂ ਦਾ ਪੁਨਰ-ਉਥਾਨ ਹੋ ਗਿਆ ਹੈ।"

ਚੈਪਟਰ 44

ਵਰਧਾ ਵਿਚ ਮਹਾਤਮਾ ਗਾਂਧੀ ਜੀ ਦੇ ਨਾਲ

"ਵਰਧਾ ਵਿਚ ਆਪ ਜੀ ਦਾ ਸੁਆਗਤ ਹੈ," ਮਹਾਤਮਾ ਗਾਂਧੀ ਜੀ ਦੇ ਸਕੱਤਰ ਸ਼੍ਰੀ ਮਹਾਦੇਵ ਦੇਸਾਈ ਜੀ ਨੇ, ਇਨ੍ਹਾਂ ਨਿੱਘੇ ਸ਼ਬਦਾਂ ਦੇ ਨਾਲ ਖੱਦਰ ਦੇ ਹਾਰ ਭੇਟ ਕਰਦਿਆਂ, ਮਿਸ ਬਲੇਚ, ਮਿਸਟਰ ਰਾਈਟ ਅਤੇ ਮੇਰਾ ਸੁਆਗਤ ਕੀਤਾ। ਸਾਡੀ ਛੋਟੀ ਜਿਹੀ ਟੋਲੀ ਅਗਸਤ ਦੇ ਮਹੀਨੇ ਦੀ ਇੱਕ ਸਵੇਰ ਵਰਧਾ ਸਟੇਸ਼ਨ ਉੱਪਰ ਪਹੁੰਚੀ ਹੀ ਸੀ ਅਤੇ ਰੇਲ ਗੱਡੀ ਦੇ ਧੂੜ੍ਹ ਮਿੱਟੀ ਅਤੇ ਗਰਮੀ ਭਰੇ ਸਫ਼ਰ ਤੋਂ ਰਾਹਤ ਪਾਉਣ ਕਾਰਨ ਅਸੀਂ ਖੁਸ਼ੀ ਮਹਿਸੂਸ ਕਰ ਰਹੇ ਸੀ। ਆਪਣਾ ਸਾਰਾ ਸਮਾਨ ਬਲਦਾਂ ਵਾਲੀ ਗੱਡੀ ਉੱਪਰ ਸੰਭਾਲ ਕੇ ਅਸੀਂ ਸ਼੍ਰੀ ਦੇਸਾਈ ਅਤੇ ਉਨ੍ਹਾਂ ਦੇ ਸਾਥੀ ਬਾਬਾ ਸਾਹਿਬ ਦੇਸ਼ਮੁੱਖ ਅਤੇ ਡਾ. ਪਿੰਗਲੇ ਦੇ ਨਾਲ ਇੱਕ ਖੁੱਲ੍ਹੀ ਕਾਰ ਵਿਚ ਸਵਾਰ ਹੋ ਗਏ। ਕਾਰ ਥੋੜ੍ਹੀ ਜਿਹੀ ਚਿਕੜ ਭਰੀ ਸੜਕ ਉੱਪਰ ਚੱਲ ਕੇ ਭਾਰਤ ਦੇ ਰਾਜਨੀਤਕ ਮਹਾਤਮਾ ਦੇ ਆਸ਼ਰਮ ਮਗਨਵਾੜੀ ਵਿਚ ਪਹੁੰਚ ਗਈ।

ਸ਼੍ਰੀ ਦੇਸਾਈ ਸਾਨੂੰ ਸਿੱਧੇ ਮਹਾਤਮਾ ਗਾਂਧੀ ਜੀ ਦੇ ਪੜ੍ਹਾਈ ਲਿਖਾਈ ਵਾਲੇ ਕਮਰੇ ਵਿਚ ਲੈ ਗਏ, ਜਿੱਥੇ ਉਹ ਚੌਂਕੜੀ ਮਾਰੀ ਬੈਠੇ ਸਨ। ਇੱਕ ਹੱਥ ਵਿਚ ਕਲਮ ਅਤੇ ਦੂਜੇ ਹੱਥ ਵਿਚ ਕਾਗਜ਼, ਚਿਹਰੇ ਉੱਪਰ ਮੋਹਿਤ ਕਰਨ ਵਾਲੀ ਨਿੱਘੀ ਮੁਸਕਾਨ।

"ਸੁਆਗਤ ਹੈ," ਉਨ੍ਹਾਂ ਨੇ ਹਿੰਦੀ ਵਿਚ ਲਿਖਿਆ, ਕਿਉਂਕਿ ਅੱਜ ਸੋਮਵਾਰ ਸੀ- ਉਨ੍ਹਾਂ ਦਾ ਹਫਤਾਵਾਰੀ ਮੌਨ ਦਿਵਸ ਦਾ ਦਿਨ।

ਭਾਵੇਂ ਇਹ ਸਾਡੀ ਪਹਿਲੀ ਮਿਲਣੀ ਸੀ, ਫਿਰ ਵੀ ਅਸੀਂ ਇੱਕ ਦੂਜੇ ਨੂੰ ਦੇਖਦਿਆਂ ਅਤਿਅੰਤ ਪਿਆਰ ਨਾਲ ਨਿਹਾਰਦੇ ਮੁਸਕਰਾ ਰਹੇ ਸੀ। 1925 ਵਿਚ ਮਹਾਤਮਾ ਗਾਂਧੀ ਜੀ ਨੇ ਮੇਰੇ ਰਾਂਚੀ ਸਕੂਲ ਵਿਚ ਪਧਾਰ ਕੇ ਸਕੂਲ ਦਾ ਮਾਣ ਵਧਾਇਆ ਸੀ ਅਤੇ ਸਕੂਲ ਦੀ ਮਹਿਮਾਨ ਪੁਸਤਿਕਾ ਵਿਚ ਬੜੀ ਸਲਾਹੁਣਯੋਗ ਟਿੱਪਣੀ ਲਿਖੀ ਸੀ।

ਸਿਰਫ ਇੱਕ ਸੌ ਪੌਂਡ ਭਾਰ ਦੇ ਇਸ ਕਮਜ਼ੋਰ ਸਰੀਰ ਮਹਾਤਮਾ ਦੇ ਸਰੀਰ ਵਿਚੋਂ ਸਰੀਰਕ, ਮਾਨਸਿਕ ਅਤੇ ਅਧਿਆਤਮਿਕ ਤੰਦਰੁਸਤੀ ਫੁੱਟ ਫੁੱਟ ਕੇ ਪੈ ਰਹੀ ਸੀ। ਉਨ੍ਹਾਂ ਦੀਆਂ ਹਲਕੀਆਂ ਭੂਰੀਆਂ ਅੱਖਾਂ ਵਿਚੋਂ ਸਿਆਣਪ, ਈਮਾਨਦਾਰੀ ਅਤੇ ਸਮਝਦਾਰੀ ਦਾ ਤੇਜ ਝਲਕ ਰਿਹਾ ਸੀ। ਇਸ ਸਿਆਸਤਦਾਨ ਨੇ ਹਜ਼ਾਰਾਂ ਕਾਨੂੰਨੀ, ਸਮਾਜਕ ਅਤੇ ਰਾਜਨੀਤਕ ਲੜਾਈਆਂ ਵਿਚ ਜਿੱਤ ਪ੍ਰਾਪਤ ਕੀਤੀ ਸੀ। ਭਾਰਤ ਦੀ ਲੱਖਾਂ ਕਰੋੜਾਂ ਅਨਪੜ੍ਹ ਜਨਤਾ ਦੇ ਦਿਲਾਂ ਵਿਚ ਆਪਣਾ ਅਟੱਲ ਸਥਾਨ, ਜੋ ਮਹਾਤਮਾ ਗਾਂਧੀ ਨੇ ਬਣਾਇਆ

ਹੈ, ਉਹ ਦੁਨੀਆਂ ਵਿਚ ਕਿਸੇ ਹੋਰ ਦੇਸ਼ ਦੇ ਨੇਤਾ ਨੇ ਆਪਣੇ ਦੇਸ਼ ਦੀ ਜਨਤਾ ਦੇ ਦਿਲਾਂ ਵਿਚ ਨਹੀਂ ਬਣਾਇਆ। ਉਨ੍ਹਾਂ ਨੂੰ ਮਹਾਤਮਾ ਅਰਥਾਤ ਮਹਾਨ ਆਤਮਾ ਦਾ ਖਿਤਾਬ ਜਨਤਾ ਦੀ ਉਨ੍ਹਾਂ ਪ੍ਰਤੀ ਸੱਚੇ ਅਤੇ ਸੁਭਾਵਿਕ ਆਦਰ ਪਿਆਰ ਦੀ ਨਿਸ਼ਾਨੀ ਹੈ। ਉਨ੍ਹਾਂ ਦੀ ਖਾਤਰ ਹੀ, ਉਹ ਸਿਰਫ ਇੱਕੋ ਇੱਕ ਧੋਤੀ ਪਹਿਨਦੇ ਹਨ। ਉਨ੍ਹਾਂ ਦਾ ਇਹ ਪਹਿਰਾਵਾ ਦੱਬੇ ਕੁਚਲੇ ਲੋਕਾਂ ਦੇ ਨਾਲ ਉਨ੍ਹਾਂ ਦੀ ਇੱਕਮੁਠਤਾ ਦਾ ਪ੍ਰਗਟਾਵਾ ਹੈ, ਜੋ ਉਸ ਧੋਤੀ ਤੋਂ ਜਿਆਦਾ ਪਹਿਨ ਹੀ ਕੁਝ ਨਹੀਂ ਸਕਦੇ।

"ਸਾਰੇ ਆਸ਼ਰਮਵਾਸੀ ਆਪ ਜੀ ਦੀ ਸੇਵਾ ਵਿਚ ਹਾਜ਼ਰ ਹਨ, ਕੋਈ ਵੀ ਕੰਮ ਹੋਵੇ, ਤਾਂ ਇਨ੍ਹਾਂ ਨੂੰ ਸੇਵਾ ਦਾ ਮੌਕਾ ਦਿਉ," ਸ਼੍ਰੀ ਦੇਸਾਈ ਜੀ ਸਾਨੂੰ ਪੜ੍ਹਾਈ ਲਿਖਾਈ ਵਾਲੇ ਕਮਰੇ ਵਿਚੋਂ ਮਹਿਮਾਨ ਨਿਵਾਸ ਵੱਲ ਲੈ ਕੇ ਜਾ ਰਹੇ ਸਨ, ਤਾਂ ਮਹਾਤਮਾ ਗਾਂਧੀ ਜੀ ਨੇ ਕਾਹਲੀ ਕਾਹਲੀ ਵਿਚ ਲਿਖਿਆ ਇਹ ਪਰਚਾ ਆਪਣੀ ਸੁਭਾਵਿਕ ਨਿਮਰਤਾ ਦੇ ਨਾਲ ਮੇਰੇ ਹੱਥ ਵਿਚ ਫੜਾ ਦਿੱਤਾ।

ਸਾਡਾ ਰਾਹ ਦਸੇਰਾ ਸਾਨੂੰ ਬਗੀਚਿਆਂ ਅਤੇ ਫੁੱਲਾਂ ਦੀਆਂ ਕਿਆਰੀਆਂ ਵਿਚੋਂ ਦੀ ਹੁੰਦਿਆਂ, ਇੱਕ ਟਾਈਲਾਂ ਵਾਲੀ ਛੱਤ ਦੇ ਮਕਾਨ ਵਿਚ ਲੈ ਗਿਆ, ਜਿਸਦੀਆਂ ਖਿੜਕੀਆਂ ਵਿਚ ਜਾਲੀਆਂ ਲੱਗੀਆਂ ਹੋਈਆਂ ਸਨ। ਵਿਹੜੇ ਵਿਚ ਇੱਕ ਪੱਚੀ ਫੁੱਟ ਚੌੜਾ ਖੂਹ ਸੀ। ਸ਼੍ਰੀ ਦੇਸਾਈ ਨੇ ਸਾਨੂੰ ਦੱਸਿਆ ਕਿ ਇਸ ਖੂਹ ਦਾ ਪਾਣੀ ਆਸ਼ਰਮ ਦੇ ਪਸ਼ੂਆਂ ਨੂੰ ਪਿਆਉਣ ਖਾਤਰ ਵਰਤਿਆ ਜਾਂਦਾ ਹੈ। ਨੇੜੇ ਹੀ ਇੱਕ ਸੀਮੈਂਟ ਦਾ ਘੁੰਮਣ ਵਾਲਾ ਚੱਕ ਸੀ ਜਿਸ ਨੂੰ ਚੌਲ ਝਾੜਨ ਦੇ ਕੰਮ ਵਿਚ ਲਿਆਂਦਾ ਜਾਂਦਾ ਸੀ। ਸਾਡੇ ਛੋਟੇ ਛੋਟੇ ਕਮਰਿਆਂ ਵਿਚ ਬਹੁਤ ਜਰੂਰੀ ਅਤੇ ਘੱਟੋ ਘੱਟ ਸਮਾਨ ਸੀ। ਸਿਰਫ ਬਾਣ ਦਾ ਇੱਕ ਇੱਕ ਮੰਜਾ। ਰਸੋਈ ਘਰ ਵਿਚ ਸਫੇਦੀ ਕਰਵਾਈ ਹੋਈ ਸੀ। ਰਸੋਈ ਦੀ ਇੱਕ ਨੁੱਕਰ ਵਿਚ ਨਲਕਾ ਸੀ ਅਤੇ ਦੂਜੀ ਨੁੱਕਰ ਵਿਚ ਮਿੱਟੀ ਦਾ ਇੱਕ ਚੁੱਲ੍ਹਾ ਸੀ। ਸ਼ੁੱਧ ਪੇਂਡੂ ਅਵਾਜ਼ਾਂ ਸਾਡੇ ਕੰਨੀਂ ਪੈ ਰਹੀਆਂ ਸਨ। ਕਾਵਾਂ ਦੀ ਕਾਂ ਕਾਂ, ਚਿੜੀਆਂ ਦੀ ਚੀਂ ਚੀਂ, ਪਸ਼ੂਆਂ ਦਾ ਰੰਭਣਾ ਅਤੇ ਪੱਥਰਾਂ ਨੂੰ ਤੋੜਦੀਆਂ ਛੈਣੀਆਂ ਦੀਆਂ ਅਵਾਜ਼ਾਂ।

ਸ਼੍ਰੀ ਰਾਈਟ ਦੀ ਯਾਤਰਾ ਡਾਇਰੀ ਉੱਪਰ ਨਜ਼ਰ ਪੈਂਦਿਆਂ ਹੀ ਸ਼੍ਰੀ ਦੇਸਾਈ ਨੇ ਉਸ ਨੂੰ ਖੋਲ੍ਹਿਆ ਅਤੇ ਇੱਕ ਪੰਨੇ ਉੱਪਰ ਮਹਾਤਮਾ ਗਾਂਧੀ ਜੀ ਦੇ ਪੈਰੋਕਾਰਾਂ ਦੁਆਰਾ, ਸਤਿਆ ਗ੍ਰੈਹ* ਦੌਰਾਨ ਨਿਭਾਈਆਂ ਜਾਣ ਵਾਲੀਆਂ ਪਰਤਿਗਿਆਵਾਂ ਦੀ ਸੂਚੀ ਉਸ ਵਿਚ ਲਿਖ ਦਿੱਤੀ।

"ਅਹਿੰਸਾ, ਸੱਚ, ਚੋਰੀ ਨਾ ਕਰਨਾ (ਜਿਸ ਪੈਸੇ ਉੱਪਰ ਕਾਨੂੰਨੀ ਅਧਿਕਾਰ ਨਾ ਹੋਵੇ ਉਸ ਨੂੰ ਨਾ ਲੈਣਾ) ਬ੍ਰਹਮਚਾਰੀਆ, ਅਪਰੀਗ੍ਰੈਹ (ਸੰਸਾਰਕ ਦੌਲਤ ਨੂੰ ਇਕੱਠੀ ਕਰਨ ਦੀ ਦੌੜ ਵਿਚ ਨਾ ਪੈਣਾ) ਸਰੀਰਕ ਮਿਹਨਤ, ਜੀਭ ਦੇ ਸੁਆਦ ਉੱਪਰ ਕਾਬੂ ਰੱਖਣਾ,

* ਸੰਸਕਰਿਤ ਦੇ ਇਸ ਸ਼ਬਦ ਦੇ ਸ਼ਾਬਦਿਕ ਅਰਥ ਹਨ "ਸਚਾਈ ਨੂੰ ਪਕੜੀ ਰੱਖਣਾ।" ਨਾ-ਮਿਲਵਰਤਣ ਲਹਿਰ ਗਾਂਧੀ ਜੀ ਦਾ ਪ੍ਰਸਿੱਧ ਸਤਿਆ ਗ੍ਰੈਹ ਸੀ।

ਨਿਰਭੈਤਾ, ਸਾਰੇ ਧਰਮਾਂ ਦਾ ਸਨਮਾਨ, ਸਵਦੇਸ਼ੀ (ਆਪਣੇ ਦੇਸ਼ ਵਿਚ ਬਣੀਆਂ ਚੀਜ਼ਾਂ ਦੀ ਵਰਤੋਂ ਕਰਨਾ), ਅਸਪਰਸ਼ਤਾ (ਛੂਆ ਛੂਤ ਦਾ ਤਿਆਗ) ਇਹ ਗਿਆਰਾਂ ਪਰਤਿਗਿਆਵਾਂ ਸਤਿਆ ਗ੍ਰੈਹੀਆਂ ਨੂੰ ਨਿਮਰਤਾ ਦੇ ਨਾਲ ਨਿਭਾਉਣੀਆਂ ਹੁੰਦੀਆਂ ਹਨ। ਗਾਂਧੀ ਜੀ ਨੇ ਦੂਜੇ ਦਿਨ ਖੁਦ ਆਪ ਇਸ ਪੰਨੇ ਉੱਪਰ ਦਸਖਤ ਕਰ ਦਿੱਤੇ ਅਤੇ ਨਾਲ ਤਰੀਕ ਵੀ ਪਾ ਦਿੱਤੀ (ਅਗਸਤ 27, 1935)

ਸਾਡੇ ਪਹੁੰਚਣ ਤੋਂ ਦੋ ਘੰਟਿਆਂ ਬਾਅਦ, ਮੈਨੂੰ ਅਤੇ ਮੇਰੇ ਸਾਥੀਆਂ ਨੂੰ ਦੁਪਹਿਰ ਦੇ ਖਾਣੇ ਦਾ ਸੱਦਾ ਆਇਆ। ਮਹਾਤਮਾ ਗਾਂਧੀ ਜੀ ਪਹਿਲਾਂ ਹੀ ਵਰਾਂਡੇ ਵਿਚ ਆਪਣੀ ਥਾਲੀ ਦੇ ਸਾਹਮਣੇ ਬੈਠ ਚੁੱਕੇ ਸਨ। ਇਹ ਵਰਾਂਡਾ ਉਨ੍ਹਾਂ ਦੀ ਲਿਖਾਈ ਪੜ੍ਹਾਈ ਵਾਲੇ ਕਮਰੇ ਦੇ ਸਾਹਮਣੇ ਵਿਹੜੇ ਤੋਂ ਇਸ ਪਾਰ ਸੀ। ਤਕਰੀਬਨ ਪੱਚੀ ਸਤਿਆ ਗ੍ਰੈਹੀ ਨੰਗੇ ਪੈਰੀਂ ਆਪਣੇ ਸਾਹਮਣੇ ਪਿੱਤਲ ਦੀਆਂ ਥਾਲੀਆਂ ਅਤੇ ਕੌਲੀਆਂ ਰੱਖੀ ਬੈਠੇ ਸਨ। ਸਮੂਹਿਕ ਭਜਨ ਪ੍ਰਾਰਥਨਾ ਤੋਂ ਬਾਅਦ ਪਿੱਤਲ ਦੇ ਵੱਡੇ ਵੱਡੇ ਪਤੀਲਿਆਂ ਵਿਚੋਂ ਖਾਣਾ ਵਰਤਾਇਆ ਜਾਣ ਲੱਗਿਆ। ਖਾਣੇ ਵਿਚ ਘੀ ਨਾਲ ਚੋਪੜੀਆਂ ਹੋਈਆਂ ਰੋਟੀਆਂ, ਉਬਲੀਆਂ ਅਤੇ ਹਰੀਆਂ ਸਬਜ਼ੀਆਂ ਅਤੇ ਨਿੰਬੂ ਦਾ ਮਿੱਠਾ ਅਚਾਰ ਸੀ।

ਮਹਾਤਮਾ ਗਾਂਧੀ ਜੀ ਨੇ ਰੋਟੀਆਂ, ਉਬਲਿਆ ਹੋਇਆ ਚੁਕੰਦਰ, ਕੁਝ ਹਰੀਆਂ ਸਬਜ਼ੀਆਂ ਅਤੇ ਸੰਤਰੇ ਖਾਧੇ। ਉਨ੍ਹਾਂ ਦੀ ਥਾਲੀ ਵਿਚ ਇੱਕ ਪਾਸੇ ਨਿੰਮ ਦੇ ਕੌੜੇ ਪੱਤਿਆਂ ਦੀ ਚਟਣੀ ਦੀ ਢੇਰੀ ਪਈ ਸੀ। ਨਿੰਮ ਸਭ ਤੋਂ ਜਿਆਦਾ ਵਧੀਆ ਖੂਨ ਸਾਫ ਕਰਨ ਦੀ ਦਵਾਈ ਹੈ। ਉਨ੍ਹਾਂ ਨੇ ਚਮਚੇ ਦੇ ਨਾਲ ਥੋੜੀ ਜਿਹੀ ਚਟਣੀ ਵੱਖ ਕਰ ਕੇ ਮੇਰੀ ਥਾਲੀ ਵਿਚ ਰੱਖ ਦਿੱਤੀ, ਜਿਹੜੀ ਮੈਂ ਪਾਣੀ ਦੇ ਗਿਲਾਸ ਨਾਲ ਆਪਣੇ ਗਲੇ ਤੋਂ ਥੱਲੇ ਉਤਾਰ ਲਈ। ਇਸ ਦੇ ਨਾਲ ਹੀ ਮੈਨੂੰ ਬਚਪਨ ਦੇ ਉਹ ਦਿਨ ਯਾਦ ਆ ਗਏ, ਜਦੋਂ ਮਾਂ ਮੈਨੂੰ ਜ਼ਬਰਦਸਤੀ ਇਹ ਬੇ-ਸੁਆਦੀ ਦਵਾਈ ਦਿੰਦੀ ਸੀ। ਪ੍ਰੰਤੂ ਮਹਾਤਮਾ ਗਾਂਧੀ ਜੀ ਇਸ ਨੂੰ ਬੜੇ ਸਹਿਜ-ਭਾਵ ਨਾਲ ਬਗੈਰ ਕਿਸੇ ਸੁਆਦ ਤੋਂ ਖਾ ਰਹੇ ਸਨ।

ਇਸ ਛੋਟੀ ਜਿਹੀ ਘਟਨਾ ਦੇ ਨਾਲ, ਮੈਨੂੰ ਮਹਾਤਮਾ ਜੀ ਦੀ ਆਪਣੇ ਮਨ ਨੂੰ, ਆਪਣੀ ਇੱਛਾ ਸ਼ਕਤੀ ਨਾਲ ਇੰਦਰੀਆਂ ਨਾਲੋਂ ਵੱਖ ਕਰਨ ਦੀ ਤਾਕਤ ਦੀ ਯਾਦ ਆਈ। ਕੁਝ ਵਰ੍ਹੇ ਪਹਿਲਾਂ ਉਨ੍ਹਾਂ ਦੇ ਆਂਤੜੀਆਂ ਦੀ ਸੋਜਸ਼ ਦੇ ਕੀਤੇ ਗਏ ਉਪਰੇਸ਼ਨ ਦੀ ਯਾਦ ਆਈ, ਜੋ ਉਸ ਵਕਤ ਬਹੁਤ ਚਰਚਾ ਵਿਚ ਰਿਹਾ। ਉਨ੍ਹਾਂ ਨੇ ਬੇਹੋਸ਼ੀ ਦੀ ਦਵਾਈ ਲੈਣ ਤੋਂ ਇਨਕਾਰ ਕਰ ਦਿੱਤਾ ਅਤੇ ਸਾਰੇ ਉਪਰੇਸ਼ਨ ਦੇ ਦੌਰਾਨ ਆਪਣੇ ਪੈਰੋਕਾਰਾਂ ਨਾਲ ਖੁਸ਼ੀ ਖੁਸ਼ੀ ਗੱਲਾਂ ਕਰਦੇ ਰਹੇ। ਉਨ੍ਹਾਂ ਦੇ ਚਿਹਰੇ ਦੀ ਸ਼ਾਂਤ ਮੁਸਕਾਨ ਸਾਫ ਦੱਸ ਰਹੀ ਸੀ, ਕਿ ਉਨ੍ਹਾਂ ਨੂੰ ਕੋਈ ਦਰਦ ਨਹੀਂ ਸੀ ਮਹਿਸੂਸ ਹੋ ਰਿਹਾ।

ਦੁਪਹਿਰ ਤੋਂ ਬਾਅਦ ਮੈਨੂੰ ਗਾਂਧੀ ਜੀ ਦੀ ਪ੍ਰਸਿੱਧ ਸ਼ਗਿਰਦ ਮੀਰਾ ਭੈਣ* ਨਾਲ ਗੱਲ ਬਾਤ ਕਰਨ ਦਾ ਮੌਕਾ ਮਿਲਿਆ, ਜਿਹੜੀ ਇੱਕ ਅੰਗਰੇਜ਼ ਨੇਵੀ ਪ੍ਰਮੁੱਖ (ਐਡਮੀਰਲ) ਦੀ ਬੇਟੀ ਹੈ ਅਤੇ ਆਸ਼ਰਮ ਵਿਚ ਆਉਣ ਤੋਂ ਪਹਿਲਾਂ, ਉਸ ਦਾ ਨਾਂ ਮਿਸ ਮੈਡੇਲਿਨ ਸਲੇਡ ਸੀ। ਜਿਉਂ ਹੀ ਉਸ ਨੇ ਆਪਣੇ ਰੋਜ਼ਾਨਾ ਕਾਰ ਵਿਹਾਰ ਦਾ ਸ਼ੁੱਧ ਹਿੰਦੀ ਵਿਚ ਵਰਣਨ ਕੀਤਾ, ਤਾਂ ਉਸ ਦਾ ਸ਼ਾਂਤ ਚਿਹਰਾ ਉਤਸ਼ਾਹ ਨਾਲ ਖਿੜ ਉੱਠਿਆ।

"ਪਿੰਡ ਸੁਧਾਰ ਦਾ ਕੰਮ ਬਹੁਤ ਲਾਭਦਾਇਕ ਹੈ। ਸਾਡੀ ਇੱਕ ਟੋਲੀ ਹਰ ਰੋਜ਼ ਸਵੇਰੇ ਪੰਜ ਵਜੇ ਨੇੜੇ ਤੇੜੇ ਦੇ ਪਿੰਡਾਂ ਵਿਚ, ਪਿੰਡ ਵਾਲਿਆਂ ਦੀ ਸੇਵਾ ਕਰਨ ਅਤੇ ਉਨ੍ਹਾਂ ਨੂੰ ਸਿਹਤ ਸੰਭਾਲ ਅਤੇ ਸਾਫ ਸਫਾਈ ਸਬੰਧੀ ਆਮ ਨਿਯਮਾਂ ਦੀ ਜਾਣਕਾਰੀ ਦੇਣ ਪਹੁੰਚ ਜਾਂਦੀ ਹੈ। ਅਸੀਂ ਉਨ੍ਹਾਂ ਦੀਆਂ ਗਾਰੇ ਅਤੇ ਘਾਸ ਫੂਸ ਦੀਆਂ ਝੌਂਪੜੀਆਂ ਅਤੇ ਗੁਸਲਖਾਨਿਆਂ ਦੀ ਸਫਾਈ ਕਰਨ ਦਾ ਖਾਸ ਧਿਆਨ ਰੱਖਦੇ ਹਾਂ। ਪੇਂਡੂ ਲੋਕ ਅਨਪੜ੍ਹ ਹੁੰਦੇ ਹਨ, ਇਸ ਕਰ ਕੇ ਉਦਾਹਰਣ ਤੋਂ ਬਗੈਰ ਉਨ੍ਹਾਂ ਨੂੰ ਸਿੱਖਿਅਤ ਨਹੀਂ ਕੀਤਾ ਜਾ ਸਕਦਾ," ਉਹ ਖੁਸ਼ ਹੁੰਦਿਆਂ ਹੱਸ ਪਈ।

ਉੱਚੇ ਖਾਨਦਾਨ ਦੀ ਇਸ ਅੰਗਰੇਜ਼ ਔਰਤ ਨੂੰ, ਮੈਂ ਆਦਰ ਭਰੀ ਨਜ਼ਰ ਨਾਲ ਦੇਖ ਰਿਹਾ ਸੀ, ਜੋ ਦਿਲ ਵਿਚ ਸੱਚੀ ਈਸਾਈ ਨਿਮਰਤਾ ਧਾਰ ਕੇ ਗੁਸਲਖਾਨਿਆਂ ਦੀ ਸਫਾਈ ਕਰ ਰਹੀ ਸੀ, ਜਿਸ ਨੂੰ ਆਮ ਤੌਰ ਤੇ ਅਛੂਤ ਲੋਕ ਹੀ ਕਰਦੇ ਹਨ।

ਉਸ ਨੇ ਮੈਨੂੰ ਦੱਸਿਆ, "ਮੈਂ 1925 ਵਿਚ ਭਾਰਤ ਆਈ ਸੀ, ਇਸ ਦੇਸ਼ ਵਿਚ ਆ ਕੇ ਮੈਨੂੰ ਇਸ ਤਰ੍ਹਾਂ ਲੱਗਿਆ ਕਿ ਜਿਵੇਂ ਮੈਂ ਆਪਣੇ ਘਰ ਵਾਪਸ ਆ ਗਈ ਹੋਵਾਂ। ਹੁਣ ਮੈਂ ਆਪਣੀ ਪੁਰਾਣੀ ਜ਼ਿੰਦਗੀ ਅਤੇ ਤੌਰ ਤਰੀਕਿਆਂ ਉੱਪਰ ਵਾਪਸ ਪਰਤਣ ਵਾਸਤੇ ਕਦੇ ਸਹਿਮਤ ਨਹੀਂ ਹੋਵਾਂਗੀ।"

ਫਿਰ ਅਸੀਂ ਥੋੜੀ ਦੇਰ ਵਾਸਤੇ ਅਮਰੀਕਾ ਦੇ ਬਾਰੇ ਚਰਚਾ ਕੀਤੀ। ਉਸ ਨੇ ਦੱਸਿਆ, "ਭਾਰਤ ਵਿਚ ਆਉਣ ਵਾਲੇ ਅਣਗਿਣਤ ਅਮਰੀਕੀ ਲੋਕਾਂ ਦੀ ਅਧਿਆਤਮਿਕ ਵਿਸ਼ਿਆਂ ਵਿਚ ਡੂੰਘੀ ਦਿਲਚਸਪੀ ਦੇਖ ਕੇ ਮੈਨੂੰ ਖੁਸ਼ੀ ਅਤੇ ਹੈਰਾਨੀ ਹੁੰਦੀ ਹੈ†

* ਮੀਰਾ ਭੈਣ ਨੇ ਗਾਂਧੀ ਜੀ ਦੁਆਰਾ ਲਿਖੀਆਂ ਅਣਗਿਣਤ ਚਿੱਠੀਆਂ ਨੂੰ ਛਾਪਿਆ ਹੈ, ਜਿਨ੍ਹਾਂ ਵਿਚ ਉਨ੍ਹਾਂ ਦੇ ਗੁਰੂ ਦੁਆਰਾ ਉਨ੍ਹਾਂ ਨੂੰ ਦਿੱਤੀ ਗਈ ਅਨੁਸ਼ਾਸਨ ਦੀ ਸਿੱਖਿਆ ਉੱਪਰ ਰੌਸ਼ਨੀ ਪੈਂਦੀ ਹੈ। (ਗਾਂਧੀਜ਼ ਲੈਟਰਸ ਟੂ ਏ ਡਿਸਾਈਪਲ, ਹਾਰਪਰ ਐਂਡ ਬਰਦਰਸ, ਨਿਊਯਾਰਕ 1950)

ਬਾਅਦ ਦੀ ਇੱਕ ਪੁਸਤਕ (ਦੀ ਸਪਿਰਟਸ ਪਿਲਗਰਿਮਜ਼, ਕਾਵਰਡ- ਮੈਕਕੈਨ, ਨਿਊਯਾਰਕ, 1960) ਵਿਚ ਉਨ੍ਹਾਂ ਨੇ ਵਰਧਾ ਵਿਚ ਗਾਂਧੀ ਜੀ ਨਾਲ ਭਾਰੀ ਗਿਣਤੀ ਵਿਚ ਮਿਲਣ ਆਉਣ ਵਾਲੇ ਮੁਲਾਕਾਤੀਆਂ ਦਾ ਜ਼ਿਕਰ ਕੀਤਾ ਹੈ। ਉਹ ਲਿਖਦੀ ਹੈ, "ਇੰਨਾ ਲੰਬਾ ਸਮਾਂ ਗੁਜ਼ਰ ਜਾਣ ਤੋਂ ਬਾਅਦ, ਹੁਣ ਉਨ੍ਹਾਂ ਵਿਚੋਂ ਬਹੁਤਿਆਂ ਦੀ ਮੈਨੂੰ ਯਾਦ ਨਹੀਂ ਰਹੀ, ਪ੍ਰੰਤੂ ਦੋ ਆਦਮੀਆਂ ਦੀ ਯਾਦ ਮੈਨੂੰ ਸਪਸ਼ਟ ਹੈ। ਉਹ ਹਨ ਤੁਰਕੀ ਦੀ ਪ੍ਰਸਿੱਧ ਲੇਖਿਕਾ ਹਾਲਿਦ ਅਦੂਬ ਹਨੂਮ ਅਤੇ ਸੈਲਫ ਰੀਆਲਾਈਜੇਸ਼ਨ ਫੈਲੋਸ਼ਿਪ ਆਫ ਅਮਰੀਕਾ ਦੇ ਸੰਸਥਾਪਕ ਸਵਾਮੀ ਯੋਗਾਨੰਦ।" (ਪ੍ਰਕਾਸ਼ਕ ਦੀ ਟਿਪਣੀ)

† ਮਿਸ ਸਲੇਡ ਨੂੰ ਦੇਖ ਕੇ, ਮੈਨੂੰ ਇੱਕ ਹੋਰ ਉੱਘੀ ਪੱਛਮੀ ਔਰਤ ਦੀ ਯਾਦ ਆ ਗਈ। ਉਹ ਹੈ, ਅਮਰੀਕਾ ਦੇ

ਮੀਰਾ ਭੈਣ ਦੇ ਹੱਥ, ਛੇਤੀ ਹੀ ਚਰਖਾ ਚਲਾਉਣ ਵਿਚ ਰੁਝ ਗਏ। ਮਹਾਤਮਾ ਜੀ ਦੇ ਯਤਨਾਂ ਦੇ ਸਦਕਾ ਚਰਖਾ ਹੁਣ ਭਾਰਤ ਵਿਚ ਪੇਂਡੂ ਇਲਾਕਿਆਂ ਵਿਚ ਸਰਬ ਵਿਆਪਕ ਹੋ ਗਿਆ ਹੈ।

ਗਾਂਧੀ ਜੀ ਕੋਲ ਕੁਟੀਰ ਉਦਯੋਗ ਦੀ ਮੁੜ ਸੁਰਜੀਤੀ ਨੂੰ ਉਤਸ਼ਾਹਿਤ ਕਰਨ ਲਈ ਠੋਸ ਆਰਥਿਕ ਅਤੇ ਸਭਿਆਚਾਰਕ ਕਾਰਨ ਹਨ। ਫਿਰ ਵੀ ਉਹ ਉੱਨਤੀ ਦੀਆਂ ਸਾਰੀਆਂ ਆਧੁਨਿਕ ਤਕਨੀਕਾਂ ਤੋਂ ਕਟੜਤਾ ਨਾਲ ਦੂਰ ਰਹਿਣ ਦੀ ਸਲਾਹ ਨਹੀਂ ਦਿੰਦੇ। ਉਨ੍ਹਾਂ ਦੀ ਰੁਝੇਵਿਆਂ ਭਰੀ ਜ਼ਿੰਦਗੀ ਵਿਚ ਮਸ਼ੀਨਾਂ, ਰੇਲ ਗੱਡੀਆਂ, ਮੋਟਰ ਗੱਡੀਆਂ ਅਤੇ ਟੈਲੀਗਰਾਫ ਨੇ ਮਹਤੱਵ ਪੂਰਨ ਭੂਮਿਕਾ ਨਿਭਾਈ ਹੈ। ਪੰਜਾਹ ਸਾਲਾਂ ਦੀ ਜਨਤਕ ਸੇਵਾ, ਜੇਲ੍ਹ ਦੇ ਅੰਦਰ ਬਾਹਰ ਆਉਣਾ ਜਾਣਾ, ਰਾਜਨੀਤਕ ਦੁਨੀਆਂ ਦੀਆਂ ਛੋਟੀਆਂ ਛੋਟੀਆਂ ਗੱਲਾਂ ਅਤੇ ਉਸ ਦੀਆਂ ਤਲਖ ਹਕੀਕਤਾਂ ਦੇ ਨਾਲ ਹਰ ਰੋਜ਼ ਸੰਘਰਸ਼, ਇਨ੍ਹਾਂ ਸਾਰੀਆਂ ਗੱਲਾਂ ਨਾਲ, ਉਨ੍ਹਾਂ ਦੀ ਜ਼ਿੰਦਗੀ ਹੋਰ ਜਿਆਦਾ ਸੰਤੁਲਿਤ, ਖੁੱਲ੍ਹਦਿਲੀ, ਵਿਵੇਕਸ਼ੀਲ ਬਣਨ ਦੇ ਨਾਲ ਨਾਲ ਇਸ ਵਿਲੱਖਣ ਦੁਨਿਆਵੀ ਤਮਾਸ਼ੇ ਦਾ ਹੋਰ ਖੁੱਲ੍ਹ ਕੇ ਮਖੌਲ ਉਡਾਉਣ ਵਿਚ ਵਾਧਾ ਹੋਇਆ ਹੈ।

ਸ਼ਾਮ ਨੂੰ ਛੇ ਵਜੇ, ਅਸੀਂ ਤਿੰਨਾਂ ਨੇ ਬਾਬਾ ਸਾਹਿਬ ਦੇਸ਼ ਮੁੱਖ ਦੇ ਸੱਦੇ ਉੱਪਰ, ਉਨ੍ਹਾਂ ਦੇ ਘਰ ਰਾਤ ਦੇ ਖਾਣੇ ਦਾ ਆਨੰਦ ਮਾਣਿਆ। ਸੱਤ ਵਜੇ ਦੀ ਪ੍ਰਾਰਥਨਾ ਦੇ ਸਮੇਂ ਅਸੀਂ ਸਾਰੇ ਮਗਨਵਾੜੀ ਆਸ਼ਰਮ ਵਿਚ ਵਾਪਸ ਆ ਗਏ ਅਤੇ ਛੱਤ ਉੱਪਰ ਪਹੁੰਚੇ, ਜਿੱਥੇ ਤੀਹ ਸਤਿਆ ਗ੍ਰੈਹੀ ਗਾਂਧੀ ਜੀ ਦੇ ਸਾਹਮਣੇ ਅਰਧ ਗੋਲ ਚੱਕਰ ਦੀ ਸ਼ਕਲ ਵਿਚ ਬੈਠੇ ਸਨ। ਗਾਂਧੀ ਜੀ ਆਪ ਇੱਕ ਚਟਾਈ ਉੱਪਰ ਬੈਠੇ ਸਨ। ਇੱਕ ਪੁਰਾਣੀ ਜੇਬ ਘੜੀ ਉਨ੍ਹਾਂ ਦੇ ਸਾਹਮਣੇ ਖੜ੍ਹੀ ਕਰ ਕੇ ਰੱਖੀ ਹੋਈ ਸੀ। ਸੂਰਜ ਛਿਪਣ ਦੀਆਂ ਆਖਰੀ ਕਿਰਨਾਂ ਤਾੜ ਅਤੇ ਬੋਹੜ ਦੇ ਦਰਖਤਾਂ ਉੱਪਰ ਪੈ ਰਹੀਆਂ ਸਨ। ਰਾਤ ਦੇ ਅਨ੍ਹੇਰੇ ਵਿਚ ਬੀਂਡਿਆਂ ਦੀ ਗੁਣਗੁਣਾਹਟ ਸ਼ੁਰੂ ਹੋ ਚੁੱਕੀ ਸੀ। ਸ਼ਾਂਤ ਅਤੇ ਗੰਭੀਰ ਵਾਤਾਵਰਨ ਨੇ ਮੈਨੂੰ ਮੰਤਰ ਮੁਗਧ ਕਰ ਦਿਤਾ।

ਸ੍ਰੀ ਦੇਸਾਈ ਇੱਕ ਭਜਨ ਗਾਉਣ ਲੱਗ ਪਏ ਅਤੇ ਬਾਕੀ ਲੋਕ ਉਨ੍ਹਾਂ ਦਾ ਸਾਥ ਦੇਣ ਲੱਗੇ। ਇਸ ਤੋਂ ਬਾਅਦ ਗੀਤਾ ਪਾਠ ਹੋਇਆ। ਸਮਾਪਤੀ ਪ੍ਰਾਰਥਨਾ ਕਰਨ ਵਾਸਤੇ ਗਾਂਧੀ ਜੀ ਨੇ ਮੈਨੂੰ ਇਸ਼ਾਰਾ ਕੀਤਾ। ਉੱਥੇ ਭਾਵ ਅਤੇ ਅਭਿਲਾਸ਼ਾ ਦਾ ਇੱਕ ਅਨੂਠਾ

ਮਹਾਨ ਰਾਸ਼ਟਰਪਤੀ ਵਿਲਸਨ ਦੀ ਵੱਡੀ ਲੜਕੀ, ਮਿਸ ਮਾਰਗਰੇਟ ਵੁਡਰੋ ਵਿਲਸਨ। ਨਿਊਯਾਰਕ ਵਿਚ ਉਸ ਨਾਲ ਮੇਰੀ ਮੁਲਾਕਾਤ ਹੋਈ ਸੀ। ਉਸ ਨੂੰ ਭਾਰਤ ਵਿਚ ਡੂੰਘੀ ਦਿਲਚਸਪੀ ਸੀ, ਬਾਅਦ ਵਿਚ ਉਹ ਪਾਂਡੀਚਰੀ ਚਲੀ ਗਈ, ਜਿੱਥੇ ਉਸ ਨੇ ਮਹਾਨ ਗੁਰੂ ਅਰਵਿੰਦੂ ਘੋਸ਼ ਦੇ ਚਰਨਾਂ ਵਿਚ ਪ੍ਰਸੰਨਤਾ ਪੂਰਵਕ ਆਤਮ ਅਨੁਸ਼ਾਸਨ ਦੇ ਰਸਤੇ ਨੂੰ ਅਪਣਾਉਂਦਿਆਂ ਹੋਇਆਂ, ਆਪਣੇ ਜੀਵਨ ਦੇ ਆਖਰੀ ਪੰਜ ਸਾਲ ਬਤੀਤ ਕੀਤੇ।

ਸੰਜੋਗ ਸੀ, ਕਿ ਉਹ ਸਮਾਂ ਨਾ ਭੁੱਲਣਯੋਗ ਯਾਦ ਬਣ ਕੇ ਰਹਿ ਗਿਆ। ਵਰਧਾ ਵਿਚ ਛੱਤ ਉਪਰ ਤਾਰਿਆਂ ਦੀ ਛਾਂ ਥੱਲੇ ਧਿਆਨ।

ਸਮੇਂ ਦੀ ਪਾਬੰਦੀ ਦੀ ਪਾਲਣਾ ਕਰਦਿਆਂ ਠੀਕ ਅੱਠ ਵਜੇ ਗਾਂਧੀ ਜੀ ਨੇ ਆਪਣਾ ਮੌਨ ਵਰਤ ਤੋੜਿਆ। ਉਨ੍ਹਾਂ ਵਾਸਤੇ ਆਪਣੀ ਜ਼ਿੰਦਗੀ ਦੇ ਵਿਸ਼ਾਲ ਕੰਮਾਂ ਦੇ ਰੁਝੇਵਿਆਂ ਕਾਰਨ ਆਪਣੇ ਸਮੇਂ ਦੀ ਬਰੀਕੀ ਨਾਲ ਵੱਖੋ ਵੱਖਰੇ ਕੰਮਾਂ ਵਾਸਤੇ ਵੰਡ ਕਰਨੀ ਜਰੂਰੀ ਹੈ।

"ਸਵਾਮੀ ਜੀ ਸੁਆਗਤ ਹੈ," ਇਸ ਵਾਰ ਗਾਂਧੀ ਜੀ ਦੁਆਰਾ ਸੁਆਗਤ ਕਾਗਜ਼ ਦੇ ਟੁਕੜੇ ਰਾਹੀਂ ਨਹੀਂ ਸੀ। ਅਸੀਂ ਛੱਤ ਤੋਂ ਉੱਤਰ ਕੇ, ਉਨ੍ਹਾਂ ਦੀ ਪੜ੍ਹਾਈ ਲਿਖਾਈ ਵਾਲੇ ਕਮਰੇ ਵਿਚ ਪਹੁੰਚੇ ਹੀ ਸੀ। ਉਸ ਕਮਰੇ ਵਿਚ ਕੋਈ ਫਰਨੀਚਰ ਆਦਿ ਨਹੀਂ ਸੀ। ਉੱਥੇ ਬੈਠਣ ਲਈ ਸਿਰਫ ਆਸਣ (ਕੋਈ ਕੁਰਸੀ ਨਹੀਂ) ਵਰਗੀਆਂ ਚਕੋਰ ਚਟਾਈਆਂ ਹੀ ਸਨ। ਜਮੀਨ ਉੱਪਰ ਬੈਠ ਕੇ ਲਿਖਣ ਵਾਸਤੇ ਥੋੜੀ ਜਿਹੀ ਉੱਚੀ ਇੱਕ ਡੈਸਕ, ਕਿਤਾਬਾਂ, ਕਾਗਜ਼ ਅਤੇ ਕੁਝ ਸਧਾਰਨ ਕਲਮਾਂ, (ਫਾਉਂਟੈਨ ਪੈਨ ਨਹੀਂ) ਇੱਕ ਨੁੱਕਰ ਵਿਚ ਮਮੂਲੀ ਜਿਹੀ ਘੜੀ ਟਿਕ ਟਿਕ ਕਰ ਰਹੀ ਸੀ। ਉਸ ਕਮਰੇ ਵਿਚ ਸ਼ਾਂਤੀ ਅਤੇ ਭਗਤੀਭਾਵ ਵਾਲਾ ਵਾਤਾਵਰਨ ਪਸਰਿਆ ਹੋਇਆ ਸੀ। ਗਾਂਧੀ ਜੀ ਆਪਣੇ ਲਗ ਭਗ ਦੰਦਾਂ ਤੋਂ ਬਗੈਰ ਚਿਹਰੇ ਤੋਂ ਇੱਕ ਮਨਮੋਹਕ ਮੁਸਕਰਾਹਟ ਬਖੇਰ ਰਹੇ ਸਨ।

ਉਨ੍ਹਾਂ ਨੇ ਦੱਸਿਆ, "ਵਰ੍ਹਿਆਂ ਪਹਿਲਾਂ ਆਪਣੀ ਖਤੋ-ਖਿਤਾਬਤ ਵਾਸਤੇ ਸਮਾਂ ਕਢਣ ਵਾਸਤੇ, ਮੈਂ ਹਫਤੇ ਵਿਚ ਇੱਕ ਦਿਨ ਦਾ ਮੌਨ ਵਰਤ ਰੱਖਣਾ ਸ਼ੁਰੂ ਕੀਤਾ ਸੀ। ਪ੍ਰੰਤੂ ਹੁਣ ਇਹ ਮੌਨ ਵਰਤ ਦੇ ਚੌਵੀ ਘੰਟੇ ਮੇਰੇ ਵਾਸਤੇ ਇੱਕ ਮਹੱਤਵ ਪੂਰਨ ਅਧਿਆਤਮਿਕ ਜ਼ਰੂਰਤ ਬਣ ਗਏ ਹਨ। ਸਮਾਂ ਬੰਨ੍ਹ ਕੇ ਮੌਨ ਰੱਖਣਾ ਸਜ਼ਾ ਨਹੀਂ, ਵਰਦਾਨ ਹੈ।"

ਮੈਂ ਪੂਰੇ ਮਨ ਨਾਲ ਉਨ੍ਹਾਂ ਦੇ ਨਾਲ ਸਹਿਮਤ ਹੋ ਗਿਆ।* ਗਾਂਧੀ ਜੀ ਨੇ ਮੈਨੂੰ ਅਮਰੀਕਾ ਅਤੇ ਯੂਰਪ ਬਾਰੇ ਕਈ ਸਵਾਲ ਕੀਤੇ। ਅਸੀਂ ਭਾਰਤ ਅਤੇ ਸੰਸਾਰ ਦੇ ਮੌਜੂਦਾ ਹਾਲਤਾਂ ਉੱਪਰ ਚਰਚਾ ਕੀਤੀ।

ਕਮਰੇ ਵਿਚ ਸ੍ਰੀ ਦੇਸਾਈ ਦੇ ਦਾਖਲ ਹੁੰਦਿਆਂ ਹੀ ਗਾਂਧੀ ਜੀ ਨੇ ਕਿਹਾ, "ਮਹਾਦੇਵ, ਕੱਲ੍ਹ ਰਾਤ ਨੂੰ ਟਾਊਨ ਹਾਲ ਵਿਚ ਯੋਗ ਸ਼ਾਸਤਰ ਉੱਪਰ ਸਵਾਮੀ ਜੀ ਦੇ ਭਾਸ਼ਣ ਦਾ ਪ੍ਰਬੰਧ ਕਰੋ।"

ਰਾਤ ਨੂੰ ਜਦੋਂ ਮੈਂ ਆਪਣੇ ਕਮਰੇ ਵਿਚ ਜਾਣ ਵਾਸਤੇ ਵਿਦਾ ਲੈ ਰਿਹਾ ਸੀ ਤਾਂ ਮਹਾਤਮਾ ਗਾਂਧੀ ਜੀ ਨੇ ਸਿਟਰਨੇਲਾ ਤੇਲ ਦੀ ਸ਼ੀਸ਼ੀ ਮੇਰੇ ਹੱਥ ਵਿਚ ਫੜਾ ਦਿੱਤੀ।

* ਅਨੇਕ ਵਰ੍ਹਿਆਂ ਤਕ ਮੈਂ ਅਮਰੀਕਾ ਵਿਚ ਬੱਧਵੇਂ ਸਮੇਂ ਦਾ ਮੌਨ ਰੱਖਦਾ ਰਿਹਾ, ਜਿਸ ਨਾਲ ਮੇਰੇ ਸਕੱਤਰ ਅਤੇ ਮੈਨੂੰ ਮਿਲਣ ਆਉਣ ਵਾਲੇ ਮੁਲਾਕਤੀ ਪ੍ਰੇਸ਼ਾਨ ਹੋ ਜਾਂਦੇ ਸਨ।

ਫਿਰ ਉਨ੍ਹਾਂ ਨੇ ਹੱਸਦਿਆਂ ਕਿਹਾ, "ਸਵਾਮੀ ਜੀ, ਵਰਧਾ ਵਿਚ ਮੱਛਰ ਅਹਿੰਸਾ* ਬਾਰੇ ਕੁਝ ਨਹੀਂ ਜਾਣਦੇ।"

ਅਗਲੇ ਦਿਨ ਸਵੇਰੇ ਸਾਡੀ ਟੋਲੀ ਨੇ ਦੁੱਧ ਵਿਚ ਗੁੜ ਪਾ ਕੇ ਬਣਾਏ ਦਲੀਏ ਦੇ ਨਾਲ ਨਾਸ਼ਤਾ ਕੀਤਾ। ਸਾਢੇ ਦਸ ਵਜੇ ਗਾਂਧੀ ਜੀ ਅਤੇ ਹੋਰ ਸਤਿਆ ਗ੍ਰੈਹੀਆਂ ਦੇ ਨਾਲ ਦੁਪਹਿਰ ਦੇ ਖਾਣੇ ਦਾ ਸੱਦਾ ਆਇਆ। ਅੱਜ ਖਾਣੇ ਵਿਚ ਹੱਥ ਦੇ ਕੁੱਟੇ ਹੋਏ ਚਾਵਲ ਦਾ ਭਾਤ, ਨਵੀਆਂ ਸਬਜ਼ੀਆਂ ਅਤੇ ਇਲਾਇਚੀ ਦੇ ਦਾਣੇ ਸਨ।

ਦੁਪਹਿਰ ਤੋਂ ਬਾਅਦ ਮੈਂ ਆਸ਼ਰਮ ਦੀ ਜਮੀਨ ਉੱਪਰ ਟਹਿਲਣ ਨਿਕਲਿਆ ਅਤੇ ਘੁੰਮਦਿਆਂ ਘੁੰਮਦਿਆਂ ਇੱਕ ਚਰਾਂਦ ਦੇ ਮੈਦਾਨ ਵਿਚ ਪਹੁੰਚ ਗਿਆ, ਜਿੱਥੇ ਕੁਝ ਗਊਆਂ ਸ਼ਾਂਤ ਚਿੱਤ ਅਵਸਥਾ ਵਿਚ ਘਾਸ ਚਰ ਰਹੀਆਂ ਸਨ। ਗਊ ਰੱਖਿਆ ਦਾ ਕੰਮ ਗਾਂਧੀ ਜੀ ਦਾ ਹਰਮਨ ਪਿਆਰਾ ਸ਼ੌਕ ਹੈ।

ਉਨ੍ਹਾਂ ਨੇ ਮੈਨੂੰ ਦੱਸਿਆ, "ਮੇਰੇ ਵਾਸਤੇ ਗਊ ਦਾ ਅਰਥ ਹੈ, ਪੂਰਨ ਉਪ-ਮਾਨਵੀ ਸੰਸਾਰ, ਮਨੁੱਖ ਜਾਤੀ ਦਾ ਆਪਣੀ ਜਾਤੀ ਤੋਂ ਉੱਪਰ ਉੱਠ ਕੇ ਜਾਨਵਰਾਂ ਦੇ ਪ੍ਰਤੀ ਹਮਦ ਰਦੀ ਪ੍ਰਗਟ ਕਰਨਾ। ਗਊ ਦੇ ਰਾਹੀਂ ਹੀ ਮਨੁੱਖ ਸਾਰੇ ਜੀਵ ਜਗਤ ਨਾਲ ਆਪਣੀ ਇੱਕਰੂਪਤਾ ਸਥਾਪਿਤ ਕਰ ਸਕਦਾ ਹੈ। ਹੁਣ ਅਸਾਨੀ ਨਾਲ ਮੇਰੀ ਸਮਝ ਵਿਚ ਆ ਗਿਆ ਹੈ ਕਿ ਪ੍ਰਾਚੀਨ ਰਿਸ਼ੀਆਂ ਨੇ ਗਊ ਨੂੰ ਪਵਿੱਤਰ ਕਿਉਂ ਮੰਨਿਆ ਹੈ। ਉਦਾਹਰਣ ਦੇਣ ਵਾਸਤੇ ਭਾਰਤ ਵਿਚ ਗਊ ਇੱਕੋ ਇੱਕ ਸਰਵੋਤਮ ਜੀਵ ਸੀ। ਗਊ ਅਨੇਕ ਪ੍ਰਕਾਰ ਨਾਲ ਮਨੁੱਖ ਦੀ ਖੁਸ਼ਹਾਲੀ ਦੀ ਜਨਮ ਦਾਤੀ ਹੈ। ਉਹ ਕੇਵਲ ਦੁੱਧ ਹੀ ਨਹੀਂ ਦਿੰਦੀ, ਬਲਕਿ ਖੇਤੀ ਬਾੜੀ ਵੀ ਸੰਭਵ ਬਣਾਉਂਦੀ ਹੈ। ਗਊ ਇੱਕ ਰਹਿਮ ਦੀ ਕਵਿਤਾ ਹੈ। ਇਸ ਕੋਮਲ ਜੀਵ ਵਿਚ ਮਨੁੱਖ ਰਹਿਮ ਭਾਵਨਾ ਦੇ ਦਰਸ਼ਨ ਕਰਦਾ ਹੈ। ਲੱਖਾਂ ਕਰੋੜਾਂ ਆਦਮੀਆਂ ਵਾਸਤੇ ਉਹ ਦੂਜੀ ਮਾਂ ਹੈ। ਗਊ ਰੱਖਿਆ ਦਾ ਅਰਥ ਹੈ, ਪ੍ਰਮਾਤਮਾ ਦੇ ਸਾਰੇ ਬੇਜੁਬਾਨ ਜੀਵ ਸੰਸਾਰ ਦੀ ਰੱਖਿਆ ਕਰਨੀ। ਸਾਡੇ ਵਾਸਤੇ ਇਸ ਦੀ ਰੱਖਿਆ ਕਰਨੀ ਹੋਰ ਵੀ ਮਹਤੱਵ ਪੂਰਨ ਫਰਜ਼ ਬਣ ਜਾਂਦਾ ਹੈ, ਕਿਉਂਕਿ ਇਹ ਬੋਲ† ਨਹੀਂ ਸਕਦੀ।

* ਅਹਿੰਸਾ ਗਾਂਧੀਵਾਦ ਦਾ ਮੂਲ ਸਿਧਾਂਤ ਹੈ। ਗਾਂਧੀ ਜੀ ਜੈਨੀਆਂ ਤੋਂ ਕਾਫੀ ਪ੍ਰਭਾਵਿਤ ਹਨ ਕਿਉਂਕਿ ਜੈਨ ਸਮਾਜ ਅਹਿੰਸਾ ਨੂੰ ਧਰਮ ਦਾ ਮੂਲ ਮੰਨਦਾ ਹੈ। ਜੈਨ ਮਤ ਹਿੰਦੂ ਧਰਮ ਦਾ ਹੀ ਇੱਕ ਸੰਪਰਦਾਏ ਹੈ, ਜਿਸ ਦਾ ਈਸਾ ਪੂਰਵ ਛੇਵੀਂ ਸ਼ਤਾਬਦੀ ਵਿਚ ਭਗਵਾਨ ਮਹਾਵੀਰ ਨੇ ਵਿਆਪਕ ਪੱਧਰ ਤੇ ਪਰਸਾਰ ਕੀਤਾ। ਭਗਵਾਨ ਮਹਾਵੀਰ, ਮਹਾਤਮਾ ਬੁੱਧ ਦੇ ਸਮਕਾਲੀ ਸਨ। ਅਨੇਕ ਸ਼ਤਾਬਦੀਆਂ ਨੂੰ ਛੇਦ ਕੇ ਭਗਵਾਨ ਮਹਾਵੀਰ ਦੀ ਨਜ਼ਰ ਆਪਣੇ ਬਹਾਦਰ ਪੁੱਤਰ ਗਾਂਧੀ ਜੀ ਉੱਪਰ ਪਵੇ ਤਾਂ ਸਹੀ।

† ਗਾਂਧੀ ਜੀ ਨੇ ਹਜ਼ਾਰਾਂ ਵਿਸ਼ਿਆਂ ਉੱਪਰ ਬੜੀ ਸੁੰਦਰਤਾ ਨਾਲ ਲਿਖਿਆ ਹੈ। ਪ੍ਰਾਰਥਨਾ ਦੇ ਬਾਰੇ ਉਨ੍ਹਾਂ ਦਾ ਕਹਿਣਾ ਹੈ, "ਇਹ ਸਾਨੂੰ ਯਾਦ ਦਿਵਾਉਂਦੀ ਹੈ ਕਿ ਪ੍ਰਮਾਤਮਾ ਦੇ ਸਹਾਰੇ ਤੋਂ ਬਗੈਰ ਅਸੀਂ ਮਜ਼ਲੂਮ ਹਾਂ। ਪ੍ਰਾਰਥਨਾ ਦੇ ਬਗੈਰ ਕੋਈ ਕੋਸ਼ਿਸ਼ ਪੂਰੀ ਨਹੀਂ ਹੁੰਦੀ। ਇਸ ਨਿਸ਼ਚਿਤ ਮਨਜ਼ੂਰੀ ਤੋਂ ਬਗੈਰ ਕੋਈ ਯਤਨ ਸਫਲ ਨਹੀਂ ਹੋ ਸਕਦਾ ਮਨੁੱਖ ਭਾਵੇਂ ਕਿੰਨੇ ਹੀ ਯਤਨ ਕਿਉਂ ਨਾ ਕਰ ਲਵੇ, ਜੇ ਉਸ ਦੇ ਯਤਨ ਦੇ ਪਿੱਛੇ ਪ੍ਰਮਾਤਮਾ ਦਾ ਅਸ਼ੀਰਵਾਦ ਨਹੀਂ

ਸਨਾਤਨੀ ਹਿੰਦੂ ਆਦਮੀ ਦੇ ਵਾਸਤੇ ਜਿਹੜੇ ਰੋਜ਼ਾਨਾ ਧਾਰਮਿਕ ਫਰਜ਼ ਨਿਸ਼ਚਿਤ ਕੀਤੇ ਗਏ ਹਨ, ਉਨ੍ਹਾਂ ਵਿਚੋਂ ਇੱਕ ਹੈ:- ਭੂਤ ਯੱਗ ਅਰਥਾਤ ਜੀਵ ਜਗਤ ਨੂੰ ਅੰਨ ਅਰਪਣ ਕਰਨਾ। ਇਹ ਫਰਜ਼ ਇਸ ਗੱਲ ਦੀ ਨਿਸ਼ਾਨੀ ਹੈ ਕਿ ਮਨੁੱਖ ਨੂੰ ਸੰਸਾਰ ਦੇ ਉਨ੍ਹਾਂ ਘੱਟ ਵਿਕਸਿਤ ਜੀਵਾਂ ਵੱਲ ਆਪਣੇ ਫਰਜ਼ਾਂ ਦਾ ਅਹਿਸਾਸ ਹੈ, ਜਿਹੜੇ ਸੁਭਾਵਿਕ ਤੌਰ ਤੇ ਸਰੀਰ ਨਾਲ ਇੱਕਰੂਪ ਹੋ ਚੁੱਕੇ ਹਨ, (ਇਸ ਭਰਮ ਵਿਚ ਆਦਮੀ ਵੀ ਗਰਸਿਆ ਰਹਿੰਦਾ ਹੈ) ਜਿਨ੍ਹਾਂ ਵਿਚ ਆਤਮਾ ਨੂੰ ਮੁਕਤ ਕਰਵਾਉਣ ਵਾਲੀ ਸਮਝਦਾਰੀ ਦੀ ਘਾਟ ਹੈ, ਜਿਹੜੀ ਸਿਰਫ ਮਨੁੱਖਾਂ ਨੂੰ ਹੀ ਮਿਲੀ ਹੋਈ ਹੈ।

ਇਸ ਤਰ੍ਹਾਂ ਭੂਤ ਯੱਗ ਨਿਤਾਣਿਆਂ ਦੀ ਸਹਾਇਤਾ ਦੇ ਵਾਸਤੇ ਮਨੁੱਖਤਾ ਦੇ ਫਰਜ਼ਾਂ ਨੂੰ ਪੱਕਾ ਕਰਦਾ ਹੈ। ਉਸੇ ਤਰ੍ਹਾਂ, ਜਿਸ ਤਰ੍ਹਾਂ ਮਨੁੱਖ ਵੀ ਅਦ੍ਰਿਸ਼ ਸੂਖਮ ਸੰਸਾਰ ਤੋਂ ਅਣਗਿਣਤ ਪ੍ਰਕਾਰ ਦੀਆਂ ਸਹਾਇਤਾ ਪ੍ਰਾਪਤ ਕਰਦਾ ਹੈ। ਧਰਤੀ, ਸਮੁੰਦਰ ਅਤੇ ਅਕਾਸ਼ ਵਿਚ ਕੁਦਰਤ ਨੇ ਜੋ ਨਵੀਂ ਸ਼ਕਤੀ ਪ੍ਰਦਾਨ ਕਰਨ ਵਾਲੇ ਤੋਹਫੇ ਥਾਂ ਥਾਂ ਇੰਨੀ ਵੱਡੀ ਗਿਣਤੀ ਵਿਚ ਖਿਲਾਰ ਰੱਖੇ ਹਨ, ਉਨ੍ਹਾਂ ਦੇ ਵਾਸਤੇ ਵੀ ਮਨੁੱਖ ਸੂਖਮ ਸੰਸਾਰ ਦਾ ਦੇਣਦਾਰ ਹੈ। ਕੁਦਰਤ, ਜੀਵ ਜਗਤ, ਮਨੁੱਖ ਅਤੇ ਸੂਖਮ ਸੰਸਾਰ ਦੇ ਦੇਵਤਾਵਾਂ ਦੇ ਵਿਚ ਕ੍ਰਮ ਵਿਕਾਸ ਦੀਆਂ ਵੱਖਰੀਆਂ ਵੱਖਰੀਆਂ ਅਵਸਥਾਵਾਂ ਦੇ ਕਾਰਨ ਆਪਸੀ ਸੰਪਰਕ ਵਿਚ ਰੁਕਵਟਾਂ ਹਨ, ਜਿਨ੍ਹਾਂ ਨੂੰ ਮੌਨ ਪਿਆਰ ਦੇ ਰੋਜ਼ਾਨਾ ਯੱਗਾਂ ਨਾਲ ਹੀ ਪਾਰ ਕੀਤਾ ਜਾ ਸਕਦਾ ਹੈ।

ਰੋਜ਼ਾਨਾ ਕਰਨ ਵਾਲੇ ਦੋ ਹੋਰ ਯੱਗ ਹਨ:- ਪਿੱਤਰ ਯੱਗ ਅਤੇ ਨਰ ਯੱਗ। ਪਿੱਤਰ ਯੱਗ ਵਿਚ ਪਿੱਤਰਾਂ ਦੇ ਵਾਸਤੇ ਤਰਪਣ ਕੀਤਾ ਜਾਂਦਾ ਹੈ, ਜਿਹੜਾ ਕਿ ਪਿਛਲੀਆਂ ਪੀੜ੍ਹੀਆਂ ਦੇ ਕਰਜ਼ੇ ਦੇ ਸਤਕਾਰ ਦੀ ਨਿਸ਼ਾਨੀ ਹੈ, ਜਿਨ੍ਹਾਂ ਦੇ ਗਿਆਨ ਖਜ਼ਾਨੇ ਦਾ ਸਦਕਾ, ਮਨੁੱਖ ਨੂੰ ਅੱਜ ਰਸਤਾ ਦਿਖਾਈ ਦੇ ਰਿਹਾ ਹੈ। ਨਰ ਯੱਗ ਦਾ ਅਰਥ ਹੈ, ਅਜਨਬੀਆਂ ਜਾਂ ਗਰੀਬਾਂ ਨੂੰ ਭੋਜਨ ਅਰਪਣ ਕਰਨਾ। ਇਹ ਮਨੁੱਖ ਦੇ ਸਮਕਾਲੀ ਜੀਵ, ਜੋ ਵਰਤਮਾਨ ਵਿਚ ਜੀਵਨ ਬਤੀਤ ਕਰ ਰਹੇ ਹਨ, ਉਨ੍ਹਾਂ ਦੇ ਪ੍ਰਤੀ ਫਰਜ਼ ਦੀ ਨਿਸ਼ਾਨੀ ਹੈ।

ਦੁਪਹਿਰ ਤੋਂ ਥੋੜ੍ਹੀ ਦੇਰ ਬਾਅਦ, ਮੈਂ ਗਾਂਧੀ ਜੀ ਦੁਆਰਾ ਨੇੜੇ ਹੀ ਚਲਾਏ ਜਾ ਰਹੇ, ਛੋਟੀਆਂ ਛੋਟੀਆਂ ਬੱਚੀਆਂ ਦੇ ਆਸ਼ਰਮ ਵਿਚ ਜਾ ਕੇ ਅਪਣੇ ਵੱਲੋਂ ਤੋਹਫੇ ਦੇ ਕੇ ਨਰ ਯੱਗ ਦਾ ਫਰਜ਼ ਅਦਾ ਕੀਤਾ। ਮੋਟਰ ਰਾਹੀਂ ਦਸ ਮਿੰਟ ਦਾ ਰਸਤਾ ਸੀ। ਸ਼੍ਰੀ ਰਾਈਟ ਵੀ ਮੇਰੇ ਨਾਲ ਆਏ ਸਨ। ਰੰਗ ਬਿਰੰਗੀਆਂ ਸਾੜ੍ਹੀਆਂ ਪਹਿਨੀ ਉਹ ਛੋਟੀਆਂ ਛੋਟੀਆਂ ਬੱਚੀਆਂ ਇਸ ਤਰ੍ਹਾਂ ਲੱਗ ਰਹੀਆਂ ਸਨ, ਜਿਵੇਂ ਲੰਬੇ ਲੰਬੇ ਠੰਡਲਾਂ ਉੱਪਰ ਛੋਟੇ ਛੋਟੇ ਫੁੱਲ ਲੱਗੇ ਹੋਏ ਹੋਣ। ਬਾਹਰ ਖੁੱਲ੍ਹੇ ਮੈਦਾਨ ਵਿਚ ਹੀ, ਮੈਂ ਹਿੰਦੀ ਵਿਚ ਛੋਟਾ ਜਿਹਾ ਭਾਸ਼ਣ ਦਿੱਤਾ। ਭਾਸ਼ਣ ਖਤਮ ਹੁੰਦਿਆਂ ਹੀ ਅਚਾਨਕ ਤੇਜ ਬਾਰਸ਼ ਸ਼ੁਰੂ ਹੋ ਗਈ। ਹੱਸਦੇ ਹੱਸਦੇ ਮੈਂ ਅਤੇ

ਹੈ, ਤਾਂ ਸਾਰੇ ਯਤਨ ਵਿਅਰਥ ਹੋਣ ਵਾਲੇ ਹਨ। ਪ੍ਰਾਰਥਨਾ ਨਿਮਰਤਾ ਨੂੰ ਜਗਾਉਂਦੀ ਹੈ। ਪ੍ਰਾਰਥਨਾ ਆਤਮ ਸ਼ੁੱਧੀ ਕਰਦੀ ਹੈ, ਆਤਮ ਸ਼ੋਧ ਕਰਦੀ ਹੈ।

ਸ਼੍ਰੀ ਰਾਈਟ ਕਾਰ ਤੇ ਸਵਾਰ ਹੋ ਛੇਤੀ ਛੇਤੀ ਮਗਨਵਾੜੀ ਆਸ਼ਰਮ ਵੱਲ ਦੌੜੇ। ਗਰਮ ਪ੍ਰਦੇਸ਼ ਵਿਚ ਇਸੇ ਤਰ੍ਹਾਂ ਹੀ ਅਚਾਨਕ ਬਾਰਸ਼ ਹੁੰਦੀ ਹੈ।

ਮਹਿਮਾਨ ਨਿਵਾਸ ਵਿਚ ਦਾਖਲ ਹੁੰਦਿਆਂ ਹੋਇਆਂ ਨਜ਼ਰ ਮਾਰੀ ਤਾਂ ਚਾਰੇ ਪਾਸੇ ਪੂਰਨ ਸਾਦਗੀ ਅਤੇ ਆਤਮ-ਤਿਆਗ ਦੀ ਭਾਵਨਾ ਦੇ ਅਹਿਸਾਸ ਨੂੰ ਦੇਖਦਿਆਂ, ਮੈਂ ਮੁੜ ਪ੍ਰਭਾਵਿਤ ਹੋਏ ਬਗੈਰ ਨਾ ਰਹਿ ਸਕਿਆ। ਅਪਰੀਗ੍ਰੈਹ (ਸੰਸਾਰਕ ਦੌਲਤ ਇਕੱਠੀ ਕਰਨ ਦੀ ਦੌੜ ਦਾ ਤਿਆਗ) ਦਾ ਵਰਤ ਗਾਂਧੀ ਜੀ ਨੇ ਆਪਣੀ ਵਿਆਹੁਤਾ ਜ਼ਿੰਦਗੀ ਦੇ ਸ਼ੁਰੂ ਵਿਚ ਹੀ ਲੈ ਲਿਆ ਸੀ, ਜਦੋਂ ਉਨ੍ਹਾਂ ਨੇ ਸਲਾਨਾ 60,000/- ਰੁਪਿਆਂ ਤੋਂ ਜਿਆਦਾ ਆਮਦਨ ਦੇਣ ਵਾਲੇ ਵਕਾਲਤ ਦੇ ਪੇਸ਼ੇ ਨੂੰ ਛੱਡ ਕੇ ਆਪਣੀ ਸਾਰੀ ਜਾਇਦਾਦ ਗਰੀਬਾਂ ਵਿਚ ਵੰਡ ਦਿੱਤੀ ਸੀ।

ਸੰਸਾਰ ਤਿਆਗ ਦੀ ਧਾਰਨਾ ਦੇ ਸਬੰਧ ਵਿਚ ਸ਼੍ਰੀ ਯੁਕਤੇਸ਼ਵਰ ਜੀ ਪ੍ਰਚੱਲਤ ਧਾਰਨਾਵਾਂ ਉੱਪਰ ਇਸ ਤਰ੍ਹਾਂ ਵਿਅੰਗ ਕਰਿਆ ਕਰਦੇ ਸਨ, "ਇੱਕ ਭਿਖਾਰੀ ਦੌਲਤ ਦਾ ਤਿਆਗ ਕਰ ਹੀ ਨਹੀਂ ਸਕਦਾ, ਜੇ ਕੋਈ ਆਦਮੀ ਇਹ ਵਿਰਲਾਪ ਕਰਦਾ ਹੈ ਕਿ ਮੇਰਾ ਕਾਰੋਬਾਰ ਚੌਪਟ ਹੋ ਗਿਆ, ਮੇਰੀ ਪਤਨੀ ਮੈਨੂੰ ਛੱਡ ਕੇ ਨੱਠ ਗਈ, ਮੈਂ ਸੰਸਾਰ ਤਿਆਗ ਕੇ ਆਸ਼ਰਮ ਜੀਵਨ ਅਪਣਾ ਲਵਾਂਗਾ ਤਾਂ ਉਹ ਕਿਹੜੇ ਤਿਆਗ ਦੀ ਗੱਲ ਕਰਦਾ ਹੈ, ਉਸ ਨੇ ਦੌਲਤ ਨਹੀਂ ਤਿਆਗੀ ਬਲਕਿ ਦੌਲਤ ਅਤੇ ਪਿਆਰ ਨੇ ਉਸ ਦਾ ਤਿਆਗ ਕਰ ਦਿੱਤਾ।

ਦੂਜੇ ਪਾਸੇ ਗਾਂਧੀ ਜੀ ਵਰਗੇ ਮਹਾਨ ਸੰਤਾਂ ਨੇ ਨਾ ਕੇਵਲ ਬਹੁਤ ਸਾਰੀ ਦੌਲਤ ਦਾ ਹੀ ਤਿਆਗ ਕੀਤਾ, ਬਲਕਿ ਉਸ ਤੋਂ ਵੀ ਕਿਤੇ ਜਿਆਦਾ ਮਹੱਤਵਪੂਰਨ ਆਪਣੀਆਂ ਨਿੱਜੀ ਇੱਛਾਵਾਂ ਅਤੇ ਸੁਆਰਥੀ ਉਦੇਸ਼ਾਂ ਦਾ ਵੀ ਤਿਆਗ ਕਰ ਦਿੱਤਾ।

ਗਾਂਧੀ ਜੀ ਦੀ ਅਨੂਠੀ ਧਰਮ ਪਤਨੀ ਕਸਤੂਰਬਾ ਨੇ ਕੋਈ ਇਤਰਾਜ਼ ਨਹੀਂ ਕੀਤਾ, ਜਦੋਂ ਉਨ੍ਹਾਂ ਨੇ ਉਸ ਦੇ ਵਾਸਤੇ ਜਾਂ ਬੱਚਿਆਂ ਦੇ ਵਾਸਤੇ ਕੁਝ ਬਚਾ ਕੇ ਨਹੀਂ ਰੱਖਿਆ। ਗਾਂਧੀ ਜੀ ਦਾ ਵਿਆਹ ਜੁਆਨ ਹੁੰਦਿਆਂ ਹੀ ਹੋ ਗਿਆ ਸੀ। ਚਾਰ ਪੁੱਤਰਾਂ ਨੂੰ ਜਨਮ ਦੇਣ ਤੋਂ ਬਾਅਦ, ਉਨ੍ਹਾਂ ਨੇ ਅਤੇ ਉਨ੍ਹਾਂ ਦੀ ਧਰਮ ਪਤਨੀ ਨੇ ਬ੍ਰਹਮਚਾਰੀਆ ਦਾ ਪ੍ਰਣ ਲੈ ਲਿਆ ਸੀ।* ਉਨ੍ਹਾਂ ਦੇ ਸੰਘਰਸ਼ਮਈ ਜੀਵਨ ਦੀ ਸ਼ਾਂਤ ਨਾਇਕਾ ਦੇ ਰੂਪ ਵਿਚ ਆਪਣੇ

* ਗਾਂਧੀ ਜੀ ਨੇ 'ਦੀ ਸਟੋਰੀ ਆਫ ਮਾਈ ਐਕਸਪੈਰੀਮੈਂਟ ਵਿਦ ਟਰੁਥ' (ਨਵਜੀਵਨ ਪ੍ਰੈਸ, ਅਹਿਮਦਾਬਾਦ, 1927–28, ਦੋ ਭਾਗਾਂ ਵਿਚ) ਨਾਂ ਦੀ ਆਪਣੀ ਆਤਮਕਥਾ ਵਿਚ ਆਪਣੀ ਜ਼ਿੰਦਗੀ ਦਾ ਬੜੀ ਨਿਸ਼ਠੁਰ ਸਪਸ਼ਟਤਾ ਦੇ ਨਾਲ ਵਰਣਨ ਕੀਤਾ ਹੈ।

ਅਣਗਿਣਤ ਵੱਡੇ ਵੱਡੇ ਨਾਵਾਂ ਅਤੇ ਅਦਭੁਤ ਘਟਨਾਵਾਂ ਨਾਲ ਭਰਪੂਰ ਅਨੇਕ ਆਤਮਕਥਾਵਾਂ ਅੰਦਰੂਨੀ ਵਿਸ਼ਲੇਸ਼ਣ ਜਾਂ ਆਂਤਰਿਕ ਵਿਕਾਸ ਨਾਲ ਸਬੰਧਿਤ ਗੱਲਾਂ ਬਾਰੇ ਲਗ ਭਗ ਪੂਰੀ ਤਰ੍ਹਾਂ ਚੁੱਪ ਰਹਿੰਦੀਆਂ ਹਨ। ਉਨ੍ਹਾਂ ਨੂੰ ਪੜ੍ਹਨ ਤੋਂ ਬਾਅਦ ਪਾਠਕ ਅਸੰਤੁਸ਼ਟੀ ਜਿਹੀ ਨਾਲ ਇੱਕ ਪਾਸੇ ਰੱਖ ਦਿੰਦਾ ਹੈ, ਜਿਵੇਂ ਇਹ ਕਹਿ ਰਿਹਾ ਹੋਵੇ, "ਇਹ ਉਹ ਆਦਮੀ ਹੈ, ਜਿਹੜਾ ਅਣਗਿਣਤ ਵੱਡੇ ਵੱਡੇ ਲੋਕਾਂ ਨੂੰ ਤਾਂ ਜਾਣਦਾ ਹੈ, ਪਰ ਆਪਣੇ

ਪਤੀ ਦੇ ਨਾਲ ਜੇਲ ਵੀ ਗਈ। ਪਤੀ ਦੇ ਨਾਲ ਤਿੰਨ ਤਿੰਨ ਹਫਤਿਆਂ ਦੇ ਵਰਤਾਂ ਸਮੇਂ ਖੁਦ ਵੀ ਵਰਤ ਰੱਖਦੀ ਰਹੀ। ਪਤੀ ਦੀਆਂ ਅਨੰਤ ਜੁੰਮੇਵਾਰੀਆਂ ਵਿਚੋਂ ਆਪਣੇ ਹਿੱਸੇ ਦੀਆਂ ਜੁੰਮੇਵਾਰੀਆਂ ਸੰਭਾਲਦੀ ਰਹੀ। ਗਾਂਧੀ ਜੀ ਦੇ ਪ੍ਰਤੀ ਉਸ ਨੇ ਆਪਣੀ ਸ਼ਰਧਾ ਇਨ੍ਹਾਂ ਸ਼ਬਦਾਂ ਵਿਚ ਪ੍ਰਗਟ ਕੀਤੀ ਹੈ।

"ਮੈਂ ਆਪ ਜੀ ਦੀ ਧੰਨਵਾਦੀ ਹਾਂ ਕਿ ਆਪ ਜੀ ਨੇ ਮੈਨੂੰ ਜੀਵਨ ਸਾਥਣ ਬਣਨ ਦਾ ਮਾਣ ਬਖਸ਼ਿਆ। ਮੈਂ ਧੰਨਵਾਦੀ ਹਾਂ, ਕਿ ਸਾਰੇ ਸੰਸਾਰ ਵਿਚ ਸਾਡੇ ਸਰਬਸ੍ਰੇਸ਼ਟ ਵਿਆਹ ਬੰਧਨ ਦੇ ਵਾਸਤੇ, ਜੋ ਵਿਸ਼ੇ ਭੋਗਾਂ ਉੱਪਰ ਨਹੀਂ ਬਲਕਿ ਬ੍ਰਹਮਚਾਰੀਆ (ਆਤਮ ਸੰਜਮ) ਉੱਪਰ ਅਧਾਰਿਤ ਹੈ। ਮੈਂ ਧੰਨਵਾਦੀ ਹਾਂ, ਆਪ ਜੀ ਦੀ ਕਿ ਆਪ ਨੇ ਜ਼ਿੰਦਗੀ ਦੇ ਹਰ ਪਹਿਲੂ ਤੋਂ ਭਾਰਤ ਮਾਤਾ ਦੀ ਸੇਵਾ ਕਰਨ ਵਾਸਤੇ ਮੈਨੂੰ ਆਪਣੇ ਬਰਾਬਰ ਦਾ ਹਿੱਸੇਦਾਰ ਬਣਾਇਆ। ਮੈਂ ਆਪ ਜੀ ਦੀ ਧੰਨਵਾਦੀ ਹਾਂ, ਕਿ ਆਪ ਉਨ੍ਹਾਂ ਪਤੀਆਂ ਵਿਚੋਂ ਨਹੀਂ, ਜੋ ਜੂਆ, ਘੋੜ ਦੌੜ, ਸੁਰਾ ਸੁੰਦਰੀ ਅਤੇ ਗਾਣ ਵਜਾਉਣ ਵਿਚ ਆਪਣਾ ਸਮਾਂ ਨਸ਼ਟ ਕਰ ਦਿੰਦੇ ਹਨ ਅਤੇ ਆਪਣੀਆਂ ਪਤਨੀਆਂ ਅਤੇ ਬੱਚਿਆਂ ਤੋਂ ਇਸ ਤਰ੍ਹਾਂ ਅੱਕ ਜਾਂਦੇ ਹਨ ਜਿਵੇਂ ਕੋਈ ਬੱਚਾ ਬਚਪਨ ਦੇ ਖਿਡੌਣਿਆਂ ਤੋਂ ਅੱਕ ਜਾਂਦਾ ਹੈ। ਮੈਂ ਆਪ ਜੀ ਦੀ ਧੰਨਵਾਦੀ ਹਾਂ ਕਿ ਆਪ ਉਨ੍ਹਾਂ ਪਤੀਆਂ ਵਿਚੋਂ ਨਹੀਂ ਨਿਕਲੇ ਜੋ ਦੂਸਰਿਆਂ ਦੀ ਮਿਹਨਤ ਮਜ਼ਦੂਰੀ ਦਾ ਸ਼ੋਸਣ ਕਰ ਕੇ ਅਮੀਰ ਬਣਨ ਵਿਚ ਹੀ ਆਪਣਾ ਸਮਾਂ ਬਤੀਤ ਕਰ ਦਿੰਦੇ ਹਨ।

"ਮੈਂ ਆਪ ਜੀ ਦੀ ਧੰਨਵਾਦੀ ਹਾਂ, ਕਿ ਆਪ ਜੀ ਨੇ ਰਿਸ਼ਵਤ ਨਾਲੋਂ ਪ੍ਰਮਾਤਮਾ ਅਤੇ ਦੇਸ਼ ਨੂੰ ਜਿਆਦਾ ਤਰਜ਼ੀਹ ਦਿੱਤੀ। ਆਪਣੀਆਂ ਧਾਰਨਾਵਾਂ ਦੇ ਅਨੁਸਾਰ ਜੀਵਨ ਜਿਉਣ ਦਾ ਸਾਹਸ ਅਤੇ ਪ੍ਰਮਾਤਮਾ ਦੀ ਇੱਕੋ ਇੱਕ ਹਸਤੀ ਵਿਚ ਪੂਰਾ ਪੂਰਾ ਵਿਸ਼ਵਾਸ ਆਪ ਵਿਚ ਹੈ। ਮੈਂ ਆਪ ਜੀ ਦੀ ਧੰਨਵਾਦੀ ਹਾਂ ਕਿ ਆਪ ਜੀ ਵਰਗੇ ਪਤੀ ਨੂੰ ਪ੍ਰਾਪਤ ਕਰ ਕੇ, ਜਿਸ ਨੇ ਮੈਥੋਂ ਜਿਆਦਾ ਪ੍ਰਮਾਤਮਾ ਅਤੇ ਆਪਣੇ ਦੇਸ਼ ਨੂੰ ਮਹੱਤਵ ਦਿੱਤਾ। ਜਦੋਂ ਆਪ ਜੀ ਨੇ ਐਸ਼ ਪ੍ਰਸਤੀ ਦੀ ਜ਼ਿੰਦਗੀ ਤਿਆਗ ਕੇ ਅਪ੍ਰੀਗਰਹਿ ਦੀ ਜ਼ਿੰਦਗੀ ਨੂੰ ਅਪਣਾਇਆ, ਤਾਂ ਮੈਂ ਵਿਰੋਧ ਕੀਤਾ ਸੀ ਅਤੇ ਵਿਦਰੋਹ ਉੱਪਰ ਉੱਤਰ ਆਈ ਸੀ। ਉਸ ਵਕਤ ਮੇਰੀ ਜੁਆਨੀ ਵੇਲੇ ਦੀਆਂ ਊਣਤਾਈਆਂ ਦੇ ਬਾਰੇ ਜੋ ਆਪ ਨੇ ਸ਼ਹਿਨਸ਼ੀਲਤਾ ਦਾ ਰਵੱਈਆ ਅਪਣਾਇਆ ਸੀ। ਉਸ ਸ਼ਹਿਨਸ਼ੀਲਤਾ ਦੇ ਰਵੱਈਏ ਦੇ ਪ੍ਰਤੀ, ਮੈਂ ਆਪ ਜੀ ਦੀ ਸ਼ੁਕਰਗੁਜਾਰ ਹਾਂ।

"ਬਚਪਨ ਵਿਚ ਮੈਂ ਆਪ ਜੀ ਦੇ ਮਾਤਾ ਪਿਤਾ ਜੀ ਦੇ ਘਰ ਰਹੀ। ਆਪ ਜੀ ਦੇ ਮਾਤਾ ਜੀ ਬਹੁਤ ਚੰਗੇ ਅਤੇ ਮਹਾਨ ਸਨ। ਉਨ੍ਹਾਂ ਨੇ ਮੈਨੂੰ ਬਹਾਦਰ ਅਤੇ ਹੌਸਲੇ ਵਾਲੀ

ਆਪ ਨੂੰ ਕਦੇ ਨਹੀਂ ਜਾਣ ਸਕਿਆ।" ਗਾਂਧੀ ਜੀ ਦੀ ਆਤਮਕਥਾ ਪੜ੍ਹਨ ਤੋਂ ਬਾਅਦ ਇਹ ਪ੍ਰਤੀਕਿਰਿਆ ਆਉਣੀ ਅਸੰਭਵ ਹੈ। ਉਨ੍ਹਾਂ ਸਚਾਈ ਦੀ ਉਪਾਸਨਾ ਦੇ ਰੂਪ ਵਿਚ ਆਪਣੀਆਂ ਸਾਰੀਆਂ ਗਲਤੀਆਂ ਅਤੇ ਕਪਟਾਂ ਦਾ ਬੜੀ ਨਿਸ਼ਠੁਰਤਾ ਨਾਲ ਸਪਸ਼ਟ ਵਰਣਨ ਕੀਤਾ ਹੈ, ਜਿਸਦਾ ਕਿਸੇ ਵੀ ਯੁਗ ਵਿਚ ਇਹੋ ਜਿਹਾ ਉਦਾਹਰਣ ਮਿਲਣਾ ਮੁਸ਼ਕਿਲ ਹੋਵੇਗਾ।

ਪਤਨੀ ਬਣਨਾ ਸਿਖਾਇਆ ਅਤੇ ਇਹ ਵੀ ਸਿਖਾਇਆ, ਕਿ ਮੈਂ ਉਨ੍ਹਾਂ ਦੇ ਪੁੱਤਰ ਅਰਥਾਤ ਆਪਣੇ ਪਤੀ ਦੇ ਪਿਆਰ ਅਤੇ ਸਤਕਾਰ ਦੀ ਹੱਕਦਾਰ ਕਿਸ ਤਰ੍ਹਾਂ ਬਣ ਸਕਦੀ ਹਾਂ। ਵਰ੍ਹਿਆਂ ਤੇ ਵਰ੍ਹੇ ਬੀਤਦੇ ਗਏ ਅਤੇ ਆਪ ਭਾਰਤ ਦੇ ਹਰਮਨ ਪਿਆਰੇ ਨੇਤਾ ਬਣ ਗਏ, ਤਾਂ ਸਫਲਤਾ ਦੀ ਪੌੜੀ ਚੜ੍ਹਨ ਵਾਲੇ ਆਦਮੀ ਦੀ ਪਤਨੀ ਦੇ ਮਨ ਵਿਚ ਉੱਠਣ ਵਾਲੀਆਂ ਸ਼ੰਕਾਵਾਂ, ਮੇਰੇ ਮਨ ਵਿਚ ਕਦੇ ਨਹੀਂ ਉੱਠੀਆਂ, ਕਿ ਹੁਣ ਮੈਨੂੰ ਕੰਡਮ ਸਮਝਕੇ, ਇੱਕ ਪਾਸੇ ਸੁੱਟ ਦਿੱਤਾ ਜਾਵੇਗਾ। ਜਿਸ ਤਰ੍ਹਾਂ ਕਿ ਹੋਰ ਦੇਸ਼ਾਂ ਵਿਚ ਅਮੂਮਨ ਹੁੰਦਾ ਹੈ। ਮੈਂ ਜਾਣਦੀ ਹਾਂ ਕਿ ਜਦੋਂ ਮੌਤ ਆਵੇਗੀ, ਤਾਂ ਉਸ ਵਕਤ ਵੀ ਅਸੀ ਪਤੀ ਪਤਨੀ ਹੋਵਾਂਗੇ।"

ਬਹੁਤ ਵਰ੍ਹਿਆਂ ਤਕ ਕਸਤੂਰਬਾ ਜੀ ਨੇ ਉਸ ਜਨਤਕ ਧਨ ਦੇ ਖਜ਼ਾਨਚੀ ਦੇ ਰੂਪ ਵਿਚ ਕੰਮ ਕੀਤਾ, ਜਿਸ ਵਿਚ ਦੇਵਤਿਆਂ ਵਰਗੇ ਮਹਾਤਮਾ ਲੱਖਾਂ ਰੁਪਿਆ ਜਮਾਂ ਕਰ ਸਕਦੇ ਹਨ। ਗਾਂਧੀ ਜੀ ਦੇ ਬਾਰੇ ਭਾਰਤ ਵਰਸ਼ ਵਿਚ ਬੜੀਆਂ ਦਿਲਚਸਪ ਕਹਾਣੀਆਂ ਸੁਣਨ ਨੂੰ ਮਿਲਦੀਆਂ ਹਨ। ਉਨ੍ਹਾਂ ਦੀਆਂ ਸਭਾਵਾਂ ਵਿਚ ਔਰਤਾਂ ਦੇ ਗਹਿਣੇ ਪਹਿਨ ਕੇ ਜਾਣ ਉੱਪਰ ਪਤੀ ਅਕਸਰ ਫਿਕਰਮੰਦ ਰਹਿੰਦੇ ਸਨ, ਕਿਉਂਕਿ ਦੱਬੇ ਕੁਚਲੇ ਦਲਿਤਾਂ ਦੀ ਵਕਾਲਤ ਕਰਨ ਵਾਲੇ ਗਾਂਧੀ ਜੀ ਦਾ ਜਾਦੂਮਈ ਭਾਸ਼ਣ ਕਿਤੇ, ਉਨ੍ਹਾਂ ਦੀਆਂ ਪਤਨੀਆਂ ਦੇ ਹੱਥਾਂ ਦੇ ਸੋਨੇ ਦੇ ਗਹਿਣੇ, ਕੰਗਣ ਅਤੇ ਹੀਰਿਆਂ ਦੇ ਹਾਰ ਉੱਪਰ ਨਾ ਚੱਲ ਜਾਵੇ ਅਤੇ ਗਹਿਣੇ, ਉਨ੍ਹਾਂ ਦੇ ਹੱਥਾਂ ਕੰਨਾਂ ਵਿਚੋਂ ਉੱਤਰ ਕੇ, ਗਾਂਧੀ ਜੀ ਦੇ ਦਾਨ ਪਾਤਰ ਵਿਚ ਜਮ੍ਹਾਂ ਹੋ ਜਾਣ।

ਇੱਕ ਦਿਨ ਜਨਤਕ ਖਜ਼ਾਨਚੀ ਕਸਤੂਰਬਾ ਚਾਰ ਰੁਪਏ ਦੇ ਖਰਚੇ ਦਾ ਹਿਸਾਬ ਨਹੀਂ ਦੇ ਸਕੀ। ਗਾਂਧੀ ਜੀ ਨੇ ਆਮਦਨ ਖਰਚ ਦਾ ਵੇਰਵਾ ਛਾਪ ਕੇ ਜਨਤਕ ਕਰ ਦਿੱਤਾ ਜਿਸ ਵਿਚ, ਉਨ੍ਹਾਂ ਨੇ ਆਪਣੀ ਪਤਨੀ ਕਸਤੂਰਬਾ ਦੀ ਗਲਤੀ ਨੂੰ ਬੜੀ ਸਖਤੀ ਨਾਲ ਸਪਸ਼ਟ ਦਿਖਾ ਦਿੱਤਾ।

ਅਮਰੀਕਾ ਵਿਚ, ਮੈਂ ਆਪਣੀਆਂ ਸਿੱਖਿਆ ਟੋਲੀਆਂ ਵਿਚ ਇਹ ਕਹਾਣੀ ਅਕਸਰ ਸੁਣਾਇਆ ਕਰਦਾ ਸੀ। ਇੱਕ ਦਿਨ ਸਿੱਖਿਆ ਟੋਲੀ ਵਿਚ ਹਾਜ਼ਰ ਇੱਕ ਔਰਤ ਗੁੱਸੇ ਨਾਲ ਭੜਕ ਉੱਠੀ।

"ਮਹਾਤਮਾ ਹੋਏ ਭਾਵੇਂ ਕੋਈ ਹੋਰ," ਉਹ ਜ਼ੋਰ ਦੀ ਚਿਲਾਈ। "ਜੇ ਉਹ ਮੇਰੇ ਪਤੀ ਹੁੰਦੇ, ਤਾਂ ਇਸ ਤਰ੍ਹਾਂ ਜਨਤਕ ਅਪਮਾਨ ਵਾਸਤੇ ਉਸ ਦੀ ਇਹੋ ਜਿਹੀ ਖਬਰ ਲੈਂਦੀ ਕਿ ਉਹ ਸਾਰੀ ਉਮਰ ਚੇਤੇ ਰੱਖਦਾ।"

ਥੋੜੀ ਦੇਰ ਵਾਸਤੇ ਸਾਡੇ ਦੋਨਾਂ ਵਿਚਕਾਰ ਅਮਰੀਕੀ ਪਤਨੀਆਂ ਅਤੇ ਭਾਰਤੀ ਪਤਨੀਆਂ ਦੇ ਅੰਤਰ ਬਾਰੇ ਹਾਸਾ ਠੱਠਾ ਚਲਦਾ ਰਿਹਾ। ਉਸ ਤੋਂ ਬਾਅਦ, ਮੈਂ ਉਸ ਨੂੰ ਪੂਰੀ ਗੱਲ ਸਮਝਾਈ।

ਮੈਂ ਕਿਹਾ, "ਕਸਤੂਰਬਾ, ਗਾਂਧੀ ਜੀ ਨੂੰ ਆਪਣਾ ਪਤੀ ਹੀ ਨਹੀਂ, ਬਲਕਿ ਆਪਣਾ ਗੁਰੂ ਵੀ ਮੰਨਦੀ ਹੈ, ਜਿਸ ਨੂੰ ਹਰ ਛੋਟੀ ਵੱਡੀ ਗਲਤੀ ਵਾਸਤੇ ਫਿਟਕਾਰ ਪਾਉਣ ਦਾ ਅਧਿਕਾਰ ਹੁੰਦਾ ਹੈ। ਕਸਤੂਰਬਾ ਨੂੰ ਇਸ ਤਰ੍ਹਾਂ ਜਨਤਕ ਫਿਟਕਾਰ ਪਾਉਣ ਤੋਂ ਬਾਅਦ ਗਾਂਧੀ ਜੀ ਨੂੰ, ਇੱਕ ਰਾਜਨੀਤਕ ਦੋਸ਼ ਵਿਚ ਜੇਲ੍ਹ ਜਾਣਾ ਪਿਆ। ਜਦੋਂ ਉਹ ਸ਼ਾਂਤ ਭਾਵ ਨਾਲ ਆਪਣੀ ਪਤਨੀ ਤੋਂ ਵਿਦਾਈ ਲੈ ਰਹੇ ਸਨ, ਤਾਂ ਕਸਤੂਰਬਾ ਉਨ੍ਹਾਂ ਦੇ ਚਰਨਾਂ ਉੱਪਰ ਡਿਗ ਪਈ ਅਤੇ ਬੜੀ ਨਿਮਰਤਾ ਨਾਲ ਬੋਲੀ, "ਗੁਰੂਦੇਵ, ਜੇ ਮੈਂ ਆਪ ਜੀ ਦੇ ਮਨ ਨੂੰ ਠੇਸ ਪਹੁੰਚਾਈ ਹੈ ਤਾਂ ਮੈਨੂੰ ਮੁਆਫ ਕਰ ਦਿਉ।"

ਉਸ ਦਿਨ ਦੁਪਹਿਰ ਨੂੰ ਤਿੰਨ ਵਜੇ, ਮੈਂ ਪੂਰਵ ਨਿਸ਼ਚਿਤ ਸਮੇਂ ਦੇ ਮੁਤਾਬਿਕ, ਉਸ ਮਹਾਤਮਾ ਜੀ ਦੇ ਲਿਖਾਈ ਪੜ੍ਹਾਈ ਵਾਲੇ ਕਮਰੇ ਵਿਚ ਪਹੁੰਚਿਆ, ਜਿਸ ਨੇ ਆਪਣੀ ਪਤਨੀ ਨੂੰ ਵੀ ਆਪਣੀ ਪੱਕੀ ਸ਼ਰਧਾਲੂ ਬਣਾ ਲਿਆ ਸੀ। ਦੁਰਲਭ ਚਮਤਕਾਰ- ਗਾਂਧੀ ਜੀ ਨੇ ਸਿਰ ਉੱਪਰ ਉਠਾ ਕੇ ਆਪਣੀ ਨਾ ਭੁੱਲਣਯੋਗ ਮੁਸਕਰਾਹਟ ਨਾਲ ਮੇਰੇ ਵੱਲ ਦੇਖਿਆ।

ਮੈਂ ਚਟਾਈ ਉੱਪਰ ਉਨ੍ਹਾਂ ਦੇ ਕੋਲ ਬੈਠਦਿਆਂ ਪੁੱਛਿਆ, "ਮਹਾਤਮਾ ਜੀ, ਕ੍ਰਿਪਾ ਕਰ ਕੇ ਆਪਣੀ ਅਹਿੰਸਾ ਦੀ ਵਿਆਖਿਆ ਕਰਨ ਦਾ ਕਸ਼ਟ ਕਰੋਗੇ।"

"ਵਿਚਾਰ ਜਾਂ ਕੰਮ ਨਾਲ ਕਿਸੇ ਵੀ ਜੀਵ ਨੂੰ ਕਿਸੇ ਪ੍ਰਕਾਰ ਦਾ ਨੁਕਸਾਨ ਨਾ ਪਹੁੰਚਾਉਣਾ।"

"ਸੁੰਦਰ ਆਦਰਸ਼, ਪ੍ਰੰਤੂ ਸੰਸਾਰ ਤਾਂ ਹਮੇਸ਼ਾਂ ਹੀ ਪੁਛੇਗਾ, ਕੀ ਕਿਸੇ ਬੱਚੇ ਨੂੰ ਜਾਂ ਆਪਣੇ ਆਪ ਨੂੰ ਬਚਾਉਣ ਵਾਸਤੇ ਸੱਪ ਨੂੰ ਨਹੀਂ ਮਾਰਨਾ ਚਹੀਦਾ।"

"ਸੱਪ ਨੂੰ ਮਾਰਨ ਵਾਸਤੇ ਮੈਨੂੰ ਆਪਣੀਆਂ ਦੋ ਪ੍ਰਤਿਗਿਆਵਾਂ ਭੰਗ ਕਰਨੀਆਂ ਪੈਣਗੀਆਂ – ਨਿਰਭੈਤਾ ਅਤੇ ਅਹਿੰਸਾ।"

"ਇਸ ਦੀ ਬਜਾਏ ਤਾਂ ਮੈਂ ਅੰਦਰੋ ਅੰਦਰੀ ਪਿਆਰ ਦੇ ਸਪੰਦਨਾਂ ਨਾਲ ਸੱਪ ਨੂੰ ਸ਼ਾਂਤ ਕਰਨ ਦਾ ਯਤਨ ਕਰਾਂਗਾ। ਹਾਲਾਤ ਦੇ ਨਾਲ ਤਾਲ ਮੇਲ ਬਿਠਾਉਣ ਵਾਸਤੇ, ਮੈਂ ਆਦਰਸ਼ ਨੂੰ ਨਹੀਂ ਤਿਆਗ ਸਕਦਾ।" ਉਸ ਤੋਂ ਬਾਅਦ ਉਨ੍ਹਾਂ ਨੇ ਆਪਣੀ ਮਨਮੋਹਕ ਸਪਸ਼ਟਵਾਦਿਤਾ ਨਾਲ ਕਿਹਾ, "ਇਹ ਮੈਨੂੰ ਮੰਨਣਾ ਹੀ ਪਵੇਗਾ, ਇਸ ਸਮੇਂ ਜੇ ਕੋਈ ਸੱਪ ਮੇਰੇ ਸਾਹਮਣੇ ਹੁੰਦਾ, ਤਾਂ ਮੈਂ ਇਹ ਗੱਲ ਬਾਤ ਵੀ ਇੰਨੇ ਸਹਜ ਤਰੀਕੇ ਨਾਲ ਨਹੀਂ ਸੀ ਕਰ ਸਕਦਾ।"

ਮੈਂ ਉਨ੍ਹਾਂ ਦੀ ਡੈਸਕ ਉੱਪਰ ਪਈਆਂ ਪੱਛਮੀ ਲੇਖਕਾਂ ਦੀਆਂ ਅਹਾਰ ਅਤੇ ਖਾਣ ਪੀਣ ਬਾਰੇ ਲਿਖਤ ਆਧੁਨਿਕ ਪੁਸਤਕਾਂ ਦੇਖ ਕੇ ਆਪਣੇ ਕੁਝ ਵਿਚਾਰ ਪ੍ਰਗਟ ਕੀਤੇ।

ਉਨ੍ਹਾਂ ਨੇ ਹੱਸਦਿਆਂ ਕਿਹਾ, "ਹਾਂ, ਹੋਰ ਸਾਰੇ ਖੇਤਰਾਂ ਦੀ ਤਰ੍ਹਾਂ ਹੀ ਸਤਿਆ ਗ੍ਰੈਹ ਵਿਚ ਖਾਣ ਪੀਣ ਦਾ ਬਹੁਤ ਮਹਤੱਵ ਹੈ। ਮੈਂ ਸਤਿਆ ਗ੍ਰੈਹੀਆਂ ਨੂੰ ਪੂਰੇ ਬ੍ਰਹਮਚਾਰੀਆ ਪਾਲਣ ਕਰਨ ਉਪਰ ਜ਼ੋਰ ਦਿੰਦਾ ਹਾਂ। ਇਸ ਵਾਸਤੇ ਮੈਂ ਹਮੇਸ਼ਾਂ ਹੀ ਬ੍ਰਹਮਚਾਰੀਆ ਦੇ ਪਾਲਣ ਕਰਨ ਦੇ ਅਨੁਕੂਲ ਖਾਣ ਪੀਣ ਵਾਲੀਆਂ ਚੀਜ਼ਾਂ ਲੱਭਣ ਦੀ ਕੋਸ਼ਿਸ਼ ਕਰਦਾ ਰਹਿੰਦਾ ਹਾਂ। ਕਾਮ ਵਾਸ਼ਨਾ ਉਪਰ ਜਿੱਤ ਪ੍ਰਾਪਤ ਕਰਨ ਵਾਸਤੇ ਪਹਿਲਾਂ ਜੀਭ ਦੇ ਸੁਆਦ ਉਪਰ ਜਿੱਤ ਪ੍ਰਾਪਤ ਕਰਨੀ ਜਰੂਰੀ ਹੈ। ਥੋੜੀ ਖੁਰਾਕ ਖਾਣੀ ਜਾਂ ਅਸੰਤੁਲਿਤ ਖੁਰਾਕ ਲੈਣੀ ਇਸ ਦਾ ਹੱਲ ਨਹੀਂ। ਭੋਜਨ ਦੀ ਆਂਤਰਿਕ ਕਾਮਨਾ ਉਪਰ ਜਿੱਤ ਪ੍ਰਾਪਤ ਕਰ ਲੈਣ ਦੇ ਬਾਅਦ ਸਤਿਆ ਗ੍ਰੈਹੀ ਨੂੰ ਚਾਹੀਦਾ ਹੈ, ਕਿ ਉਹ ਵਿਟਾਮਿਨ, ਖਣਿਜ ਪਦਾਰਥ, ਕਲੋਰੀ ਆਦਿ ਸਾਰੇ ਜਰੂਰੀ ਤੱਤਾਂ ਨਾਲ ਭਰਪੂਰ ਸੰਤੁਲਿਤ ਸ਼ਾਕਾਹਾਰੀ ਭੋਜਨ ਲਵੇ। ਅਹਾਰ ਦੇ ਸਬੰਧ ਵਿਚ ਆਂਤਰਿਕ ਅਤੇ ਬਾਹਰੀ ਸਮਝਦਾਰੀ ਨਾਲ ਸਤਿਆ ਗ੍ਰੈਹੀ ਦਾ ਵੀਰਜ ਸਾਰੇ ਸਰੀਰ ਦੇ ਵਾਸਤੇ ਤਾਕਤ ਵਿਚ ਬਦਲ ਜਾਂਦਾ ਹੈ।

ਮੈਂ ਅਤੇ ਮਹਾਤਮਾ ਜੀ ਨੇ ਮਾਸਾਹਾਰ ਦਾ ਬਦਲ ਬਣ ਸਕਣ ਵਾਲੀਆਂ ਸ਼ਾਕਾਹਾਰੀ ਚੀਜ਼ਾਂ ਦੀ ਜਾਣਕਾਰੀ ਸਾਂਝੀ ਕੀਤੀ। ਮੈਂ ਕਿਹਾ, "ਐਵੋਕੈਡੋ, ਬਹੁਤ ਚੰਗਾ ਹੁੰਦਾ ਹੈ। ਕੈਲੀਫੋਰਨੀਆ ਵਿਚ ਮੇਰੇ ਸੈਂਟਰ ਦੇ ਕੋਲ ਐਵੋਕੈਡੋ ਦੇ ਦਰਖਤਾਂ ਦੇ ਅਨੇਕ ਝੁੰਡ ਹਨ।"

ਗਾਂਧੀ ਜੀ ਦਾ ਚਿਹਰਾ ਉਤਸੁਕਤਾ ਨਾਲ ਚਮਕ ਉੱਠਿਆ, "ਕੀ ਉਹ ਵਰਧਾ ਵਿਚ ਹੋ ਸਕਦੇ ਹਨ? ਖਾਣ ਦੀ ਨਵੀਂ ਚੀਜ਼ ਨਾਲ ਸਤਿਆ ਗ੍ਰੈਹੀਆਂ ਨੂੰ ਖੁਸ਼ੀ ਹੋਵੇਗੀ।"

ਮੈਂ ਕਿਹਾ, "ਮੈਂ ਲਾਸ ਐਂਜਲਿਸ ਤੋਂ ਐਵੋਕੈਡੋ ਦੇ ਕੁਝ ਪੌਦੇ ਵਰਧਾ ਭੇਜਣੇ ਯਾਦ ਰਖੂੰਗਾ। ਅੰਡਿਆਂ ਵਿਚ ਵੀ ਪਰੋਟੀਨ ਉਚ ਮਾਤਰਾ ਵਿਚ ਹੁੰਦਾ ਹੈ। ਕੀ ਸਤਿਆ ਗ੍ਰੈਹੀਆਂ ਨੂੰ ਆਂਡੇ ਤਕ ਖਾਣ ਦੀ ਮਨਾਹੀ ਹੈ।"

"ਬਾਂਝ ਅੰਡਿਆਂ ਦੀ ਮਨਾਹੀ ਨਹੀਂ।" ਮਹਾਤਮਾ ਜੀ ਫਿਰ ਕੁਝ ਯਾਦ ਕਰ ਕੇ ਹੱਸਣ ਲੱਗੇ। "ਫਿਰ ਵੀ ਬਹੁਤ ਵਰ੍ਹਿਆਂ ਤਕ, ਮੈਂ ਉਨ੍ਹਾਂ ਦਾ ਦੁਰਉਪਯੋਗ ਨਹੀਂ ਹੋਣ ਦਿੱਤਾ। ਖੁਦ ਤਾਂ ਮੈਂ ਹਾਲੇ ਵੀ ਨਹੀਂ ਖਾਂਦਾ। ਇੱਕ ਵਾਰ ਮੇਰੀ ਇੱਕ ਨੂੰਹ ਪੌਸ਼ਟਿਕ ਤੱਤਾਂ ਦੀ ਘਾਟ ਕਾਰਨ ਮਰਨ ਕਿਨਾਰੇ ਪਹੁੰਚ ਗਈ। ਉਸ ਦੇ ਡਾਕਟਰ, ਉਸ ਨੂੰ ਅੰਡਾ ਖਾਣ ਵਾਸਤੇ ਜ਼ੋਰ ਦੇ ਰਹੇ ਸਨ। ਮੈਂ ਮੰਨ ਨਹੀਂ ਸੀ ਰਿਹਾ। ਮੈਂ ਡਾਕਟਰ ਨੂੰ ਅੰਡੇ ਦਾ ਕੋਈ ਬਦਲ ਸੁਝਾਉਣ ਲਈ ਬੇਨਤੀ ਕੀਤੀ।"

ਡਾਕਟਰ ਨੇ ਕਿਹਾ, "ਗਾਂਧੀ ਜੀ, ਬਾਂਝ ਅੰਡਿਆਂ ਵਿਚ ਜੀਵ ਨਹੀਂ ਹੁੰਦੇ, ਇਸ ਵਾਸਤੇ ਜੀਵ ਹਤਿਆ ਦਾ ਸਵਾਲ ਹੀ ਪੈਦਾ ਨਹੀਂ ਹੁੰਦਾ। ਮੈਂ ਖੁਸ਼ੀ ਨਾਲ ਆਪਣੀ ਨੂੰਹ ਨੂੰ ਅੰਡੇ ਖਾਣ ਦੀ ਆਗਿਆ ਦੇ ਦਿੱਤੀ ਅਤੇ ਉਹ ਛੇਤੀ ਠੀਕ ਵੀ ਹੋ ਗਈ।"

ਪਿਛਲੀ ਰਾਤ ਨੂੰ ਗਾਂਧੀ ਜੀ ਨੇ ਲਾਹਿੜੀ ਮਹਾਸ਼ਯ ਦੇ *ਕਿਰਿਆ ਯੋਗ* ਦੀ ਦੀਖਿਆ ਲੈਣ ਦੀ ਇੱਛਾ ਪ੍ਰਗਟ ਕੀਤੀ ਸੀ। ਉਨ੍ਹਾਂ ਦੀ ਇਸ ਖੁੱਲ੍ਹ-ਦਿਲੀ ਅਤੇ ਜਿਗਿਆਸਾ ਨੇ ਮੇਰਾ ਮਨ ਮੋਹ ਲਿਆ। ਈਸ਼ਵਰ ਅਰਾਧਨਾ ਵਿਚ ਉਹ ਬੱਚਿਆਂ ਵਾਂਗ ਨਿਰਛਲ ਹਨ। ਉਨ੍ਹਾਂ ਵਿਚ ਸੱਚੀ ਗ੍ਰਹਿਣਸ਼ੀਲਤਾ ਪ੍ਰਗਟ ਹੁੰਦੀ ਹੈ, ਜਿਨ੍ਹਾਂ ਬੱਚਿਆਂ ਦੀ ਪ੍ਰਸ਼ੰਸਾ ਕਰਦਿਆਂ ਈਸਾ ਮਸੀਹ ਨੇ ਕਿਹਾ ਸੀ, "ਇਹੋ ਜਿਹਿਆਂ ਦਾ ਹੀ ਸਵਰਗ ਵਿਚ ਰਾਜ ਹੈ।"

ਮੇਰੇ ਦੁਆਰਾ *ਕਿਰਿਆ ਯੋਗ* ਦੀ ਦੀਖਿਆ ਦੇਣ ਵਾਸਤੇ ਨਿਰਧਾਰਿਤ ਸਮਾਂ ਆ ਪਹੁੰਚਿਆ। ਹੁਣ ਸ਼੍ਰੀ ਦੇਸਾਈ, ਡਾਂ ਪਿੰਗਲੇ ਅਤੇ ਹੋਰ ਸਤਿਆ ਗ੍ਰੈਹੀ, ਜਿਹੜੇ *ਕਿਰਿਆ ਯੋਗ* ਦੀ ਦੀਖਿਆ ਲੈਣ ਦੇ ਇਛੁੱਕ ਸਨ, ਕਮਰੇ ਵਿਚ ਦਾਖਲ ਹੋਏ।

ਪਹਿਲਾਂ ਮੈਂ ਉਨ੍ਹਾਂ ਨੂੰ ਯੋਗਦਾ ਕਸਰਤਾਂ ਸਿਖਾਈਆਂ। ਇਸ ਵਿਚ ਸਰੀਰ ਨੂੰ ਵੀਹ ਹਿੱਸਿਆਂ ਵਿਚ ਵੰਡਿਆ ਹੋਇਆ ਦੇਖਿਆ ਜਾਂਦਾ ਹੈ। ਫਿਰ ਆਪਣੀ ਇੱਛਾ ਸ਼ਕਤੀ ਦੇ ਨਾਲ ਹਰ ਇੱਕ ਹਿੱਸੇ ਵਿਚ ਸ਼ਕਤੀ ਸੰਚਾਰ ਕੀਤਾ ਜਾਂਦਾ ਹੈ। ਛੇਤੀ ਹੀ ਉੱਥੇ ਦੀਖਿਆ ਲੈਣ ਦੇ ਸਾਰੇ ਇਛੁੱਕ ਮੇਰੇ ਸਾਹਮਣੇ ਮਨੁੱਖੀ ਮੋਟਰਾਂ ਵਾਂਗ ਥਰਥਰਾਉਣ ਲੱਗ ਪਏ। ਗਾਂਧੀ ਜੀ ਦਾ ਸਰੀਰ ਜਿਹੜਾ ਹਮੇਸ਼ਾਂ ਹੀ ਸਾਰਿਆਂ ਦੇ ਡੂੰਘੇ ਧਿਆਨ ਵਿਚ ਰਹਿੰਦਾ ਹੈ, ਦੇ ਹਰ ਇੱਕ ਹਿੱਸੇ ਵਿਚ ਸ਼ਕਤੀ ਦੀ ਥਰਥਰਾਹਟ ਨੂੰ ਦੇਖਣਾ ਸੌਖਾ ਸੀ। ਉਹ ਬਹੁਤ ਪਤਲੇ ਹਨ, ਪਰ ਇੰਨੇ ਵੀ ਪਤਲੇ ਨਹੀਂ ਜੋ ਦਿਖਾਈ ਦੇਣ ਵਿਚ ਚੰਗੇ ਨਾ ਲੱਗਣ। ਉਨ੍ਹਾਂ ਦੀ ਚਮੜੀ ਚਿਕਨੀ ਹੈ ਅਤੇ ਉਸ ਉੱਪਰ ਕੋਈ ਝੁਰੀ ਨਹੀਂ ਹੈ।*

ਬਾਅਦ ਵਿਚ, ਮੈਂ ਉਨ੍ਹਾਂ ਸਾਰਿਆਂ ਨੂੰ *ਕਿਰਿਆ ਯੋਗ* ਦੀ ਦੀਖਿਆ ਦਿੱਤੀ। ਮਹਾਤਮਾ ਜੀ ਨੇ ਸੰਸਾਰ ਦੇ ਸਾਰੇ ਧਰਮਾਂ ਦਾ ਸ਼ਰਧਾ ਭਾਵ ਨਾਲ ਅਧਿਐਨ ਕੀਤਾ ਹੈ। ਜੈਨ ਸ਼ਾਸਤਰ, ਬਾਈਬਲ ਦੇ ਨਿਊ ਟੇਸਟਾਮੈਂਟ ਅਤੇ ਟਾਲਸਟਾਏ† ਦਾ ਸਮਾਜ ਸ਼ਾਸਤਰ ਸਾਹਿਤ ਗਾਂਧੀ ਜੀ ਦੀ ਅਹਿੰਸਾ ਸਿਧਾਂਤ ਦੇ ਮੁੱਖ ਪ੍ਰੇਰਨਾ ਦੇ ਸੋਮੇ ਹਨ। ਉਨ੍ਹਾਂ ਨੇ ਆਪਣੇ ਵਿਸ਼ਵਾਸ ਦੇ ਬਾਰੇ ਇਸ ਤਰ੍ਹਾਂ ਲਿਖਿਆ ਹੈ।

ਮੈਂ ਬਾਈਬਲ, ਕੁਰਾਨ ਅਤੇ ਜੈਂਡ-ਅਵਸਤਾ‡ ਨੂੰ ਵੇਦਾਂ ਵਾਂਗ ਹੀ ਪ੍ਰਭੂ ਪ੍ਰੇਰਿਤ ਮੰਨਦਾ ਹਾਂ। ਮੈਂ ਗੁਰੂ ਪਰੰਪਰਾ ਵਿਚ ਵਿਸ਼ਵਾਸ ਰੱਖਦਾ ਹਾਂ। ਪ੍ਰੰਤੂ ਇਸ ਯੁਗ ਵਿਚ ਲੱਖਾਂ

* ਗਾਂਧੀ ਜੀ ਨੇ ਅਨੇਕ ਛੋਟੇ ਅਤੇ ਲੰਬੇ ਵਰਤ ਰੱਖੇ ਹਨ। ਉਨ੍ਹਾਂ ਦੀ ਸਿਹਤ ਅਸਧਾਰਨ ਰੂਪ ਵਿਚ ਚੰਗੀ ਹੈ। ਉਨ੍ਹਾਂ ਦੀਆਂ ਪੁਸਤਕਾਂ 'ਅਹਾਰ ਅਤੇ ਅਹਾਰ ਸੁਧਾਰ' 'ਕੁਦਰਤੀ ਇਲਾਜ਼' ਅਤੇ 'ਅਰੋਗਤਾ ਦੀ ਕੁੰਜੀ', ਨਵਜੀਵਨ ਪ੍ਰਕਾਸ਼ਨ ਮੰਦਰ, ਅਹਿਮਦਾਬਾਦ ਤੋਂ ਮਿਲ ਸਕਦੀਆਂ ਹਨ।

† ਥੋਰੋ, ਰਸਕਿਨ ਅਤੇ ਮੈਜਿਨੀ ਹੋਰ ਤਿੰਨ ਲੇਖਕ ਹਨ, ਜਿਨ੍ਹਾਂ ਦੇ ਸਮਾਜ ਸੁਧਾਰਕ ਨਜ਼ਰੀਏ ਦਾ ਗਾਂਧੀ ਜੀ ਨੇ ਸਾਵਧਾਨੀ ਪੂਰਵਕ ਅਧਿਐਨ ਕੀਤਾ।

‡ ਈਸਾ ਪੂਰਵ 1000 ਸਾਲ ਦੇ ਲਗ ਭਗ ਜ਼ੋਰੋਸਟਰ ਦੁਆਰਾ ਪਰਸ਼ੀਆ ਨੂੰ ਦਿੱਤਾ ਗਿਆ, ਇੱਕ ਪਵਿੱਤਰ ਧਰਮ ਗ੍ਰੰਥ।

ਲੋਕਾਂ ਨੂੰ ਗੁਰੂ ਤੋਂ ਬਗੈਰ ਹੀ ਕੰਮ ਚਲਾਉਣਾ ਪਵੇਗਾ। ਕਿਉਂਕਿ ਕਿਸੇ ਇੱਕ ਆਦਮੀ ਵਿਚ ਪੂਰੀ ਪੂਰੀ ਪਵਿੱਤਰਤਾ ਅਤੇ ਪੂਰਾ ਪੂਰਾ ਗਿਆਨ ਦਾ ਸੰਜੋਗ ਮਿਲਣਾ ਦੁਰਲਭ ਹੈ। ਪ੍ਰੰਤੂ ਆਦਮੀ ਨੂੰ ਇਹ ਸੋਚ ਕੇ ਨਿਰਾਸ਼ ਹੋਣ ਦੀ ਜ਼ਰੂਰਤ ਨਹੀਂ, ਕਿ ਉਹ ਆਪਣੇ ਧਰਮ ਦੀਆਂ ਸਚਾਈਆਂ ਨੂੰ ਕਦੇ ਜਾਣ ਨਹੀਂ ਸਕੇਗਾ, ਕਿਉਂਕਿ ਹਿੰਦੂ ਧਰਮ ਦੇ ਅਤੇ ਹਰ ਮਹਾਨ ਧਰਮ ਦੇ ਮੂਲ ਸਿਧਾਂਤ ਨਾ ਬਦਲਣਯੋਗ ਹਨ ਅਤੇ ਸੌਖੀ ਤਰ੍ਹਾਂ ਸਮਝ ਵਿਚ ਆਉਣ ਵਾਲੇ ਹਨ।

ਹਰ ਇੱਕ ਹਿੰਦੂ ਵਾਂਗ, ਮੈਂ ਵੀ ਈਸ਼ਵਰ ਵਿਚ ਅਤੇ ਉਸ ਦੀ ਇੱਕਰੂਪਤਾ, ਪੁਨਰ ਜਨਮ ਅਤੇ ਮੁਕਤੀ ਵਿਚ ਵਿਸ਼ਵਾਸ ਕਰਦਾ ਹਾਂ। ਆਪਣੀ ਪਤਨੀ ਦੇ ਪ੍ਰਤੀ ਆਪਣੀ ਭਾਵਨਾ ਦੇ ਵਾਂਗ ਹੀ, ਹਿੰਦੂਤਵ ਦੇ ਪ੍ਰਤੀ ਆਪਣੀਆਂ ਸ਼ਰਧਾ ਭਾਵਨਾਵਾਂ ਦਾ ਵਰਣਨ ਨਹੀਂ ਕਰ ਸਕਦਾ। ਮੇਰੇ ਮਨ ਨੂੰ ਜਿਸ ਤਰ੍ਹਾਂ ਮੇਰੀ ਪਤਨੀ ਪ੍ਰਭਾਵਿਤ ਕਰਦੀ ਹੈ, ਉਸ ਤਰ੍ਹਾਂ ਦੁਨੀਆਂ ਦੀ ਕੋਈ ਹੋਰ ਔਰਤ ਪ੍ਰਭਾਵਿਤ ਨਹੀਂ ਕਰ ਸਕਦੀ, ਇਸ ਕਰ ਕੇ ਨਹੀਂ ਕਿ ਉਸ ਵਿਚ ਕੋਈ ਔਗੁਣ ਨਹੀਂ, ਬਲਕਿ ਮੈਂ ਤਾਂ ਕਹਾਂਗਾ, ਕਿ ਮੈਂ ਜਿੰਨੇ ਔਗੁਣ ਦੇਖ ਸਕਦਾ ਹਾਂ, ਉਸ ਤੋਂ ਕਿਤੇ ਜਿਆਦਾ ਔਗੁਣ ਉਸ ਵਿਚ ਹੋਣਗੇ। ਪ੍ਰੰਤੂ ਉਸ ਦੇ ਪ੍ਰਤੀ ਇੱਕ ਅਟੁੱਟ ਸਬੰਧ ਦਾ ਭਾਵ ਮੇਰੇ ਮਨ ਵਿਚ ਹੈ। ਇਸੇ ਤਰ੍ਹਾਂ ਹਿੰਦੂਤਵ ਦੇ ਪ੍ਰਤੀ ਮੇਰੇ ਮਨ ਵਿਚ ਭਾਵ ਹਨ। ਭਾਵੇਂ ਇਸ ਵਿਚ ਕਿੰਨੇ ਵੀ ਔਗੁਣ ਅਤੇ ਕਿੰਨੀਆਂ ਵੀ ਘਾਟਾਂ ਹੋਣ। ਗੀਤਾ ਦੇ ਪਾਠ ਜਾਂ ਤੁਲਸੀ ਰਮਾਇਣ ਦੇ ਸੰਗੀਤ ਵਰਗਾ ਆਨੰਦ, ਮੈਨੂੰ ਹੋਰ ਕਿਸੇ ਚੀਜ਼ ਨਾਲ ਨਹੀਂ ਮਿਲਦਾ। ਮੁਸੀਬਤ ਵਿਚ ਜਦੋਂ ਵੀ ਮੈਨੂੰ ਇਹ ਲੱਗਿਆ, ਕਿ ਮੈਂ ਆਪਣੇ ਜੀਵਨ ਦੇ ਆਖਰੀ ਸੁਆਸ ਲੈ ਰਿਹਾ ਹਾਂ, ਤਾਂ ਗੀਤਾ ਹੀ ਮੇਰੀ ਸਹਾਰਾ ਬਣੀ।

ਹਿੰਦੂ ਧਰਮ ਕੋਈ ਨਿਵੇਕਲਾ ਧਰਮ ਨਹੀਂ। ਇਸ ਵਿਚ ਸੰਸਾਰ ਦੇ ਸਾਰੇ ਪ੍ਰੇਰਿਤ ਪੈਗੰਬਰਾਂ ਅਤੇ ਸੰਤ ਮਹਾਤਮਾਵਾਂ ਦੀ ਪੂਜਾ ਲਈ* ਥਾਂ ਹੈ। ਆਮ ਤੌਰ ਤੇ ਇਹ ਪ੍ਰਚਾਰਕ ਧਰਮ ਨਹੀਂ, ਭਾਵੇਂ ਇਸ ਨੇ ਬਹੁਤ ਸਾਰਿਆਂ ਕਬੀਲਿਆਂ, ਵੰਸ਼ਾਂ ਅਤੇ ਖਾਨਦਾਨਾਂ ਨੂੰ ਆਪਣੇ ਵਿਚ ਜ਼ਜਬ ਕਰ ਲਿਆ ਹੈ। ਪ੍ਰੰਤੂ ਇਹ ਜ਼ਜਬ ਹੋਣ ਦੀ ਪ੍ਰਕਿਰਿਆ ਕ੍ਰਮ ਵਿਕਾਸ ਦੇ ਤਹਿਤ ਆਪਣੇ ਆਪ ਹੋਈ ਹੈ। ਹਿੰਦੂ ਧਰਮ ਇਹ ਸਿੱਖਿਆ ਦਿੰਦਾ ਹੈ, ਕਿ ਹਰ ਇੱਕ

* ਸੰਸਾਰ ਦੇ ਸਾਰੇ ਧਰਮਾਂ ਵਿਚੋਂ ਹਿੰਦੂ ਧਰਮ ਦੀ ਹੀ ਇਹ ਖਾਸੀਅਤ ਹੈ, ਕਿ ਜਿਸ ਦੀ ਸ਼ੁਰੂਆਤ ਕਿਸੇ ਇੱਕ ਇਕੱਲੇ ਮਹਾਨ ਧਰਮ ਸੰਸਥਾਪਕ ਦੁਆਰਾ ਨਹੀਂ ਕੀਤੀ ਗਈ, ਬਲਕਿ ਇਹ ਗੈਰ ਸਖਸ਼ੀ ਵੇਦ ਸ਼ਾਸਤਰਾਂ ਤੋਂ ਪੈਦਾ ਹੋਇਆ ਹੈ। ਇਸ ਵਾਸਤੇ ਹਿੰਦੂ ਧਰਮ ਵਿਚ ਸਾਰੇ ਦੇਸ਼ਾਂ ਦੇ, ਸਾਰੇ ਸਮਿਆਂ ਦੇ ਮਹਾ ਪੁਰਸ਼ਾਂ ਦੀ ਪੂਜਾ ਸਵੀਕਾਰ ਕੀਤੀ ਜਾਂਦੀ ਹੈ। ਵੇਦ ਸ਼ਾਸਤਰ ਸਿਰਫ ਯੱਗ ਅਤੇ ਪੂਜਾ ਦੇ ਤਰੀਕਿਆਂ ਨੂੰ ਹੀ ਨਿਯਮਿਤ ਨਹੀਂ ਕਰਦੇ, ਬਲਕਿ ਸਾਰੇ ਸਮਾਜਕ ਰੀਤੀ ਰਿਵਾਜ਼ਾਂ ਨੂੰ ਵੀ ਨਿਯਮਿਤ ਕਰਦੇ ਹਨ, ਤਾਂ ਕਿ ਆਦਮੀ ਦਾ ਹਰ ਇੱਕ ਕੰਮ ਪ੍ਰਮਾਤਮਾ ਦੇ ਨਿਯਮਾਂ ਦੇ ਅਨੁਸਾਰ ਹੋਵੇ।

ਮਨੁੱਖ ਨੂੰ ਧਰਮ* ਜਾਂ ਪ੍ਰਮਾਤਮਾ ਦੀ ਸ਼ਰਧਾ ਨਾਲ ਪੂਜਾ ਕਰਨੀ ਚਾਹੀਦੀ ਹੈ। ਇਸ ਕਰ ਕੇ ਕਿਸੇ ਧਰਮ ਨਾਲ ਹਿੰਦੂ ਧਰਮ ਦਾ ਵਿਰੋਧ ਨਹੀਂ।

ਈਸਾ ਮਸੀਹ ਦੇ ਬਾਰੇ ਗਾਂਧੀ ਜੀ ਨੇ ਲਿਖਿਆ ਹੈ ਕਿ, "ਮੈਨੂੰ ਪੂਰੀ ਉਮੀਦ ਹੈ ਕਿ ਉਹ ਜੇ ਅੱਜ ਜਿਉਂਦੇ ਹੁੰਦੇ, ਤਾਂ ਉਹ ਬਹੁਤ ਸਾਰੇ ਲੋਕਾਂ ਦੀਆਂ ਜ਼ਿੰਦਗੀਆਂ ਨੂੰ ਆਪਣੇ ਅਸ਼ੀਰਵਾਦ ਨਾਲ ਮੁਕਤ ਕਰ ਦਿੰਦੇ, ਜਿਨ੍ਹਾਂ ਨੇ ਸ਼ਾਇਦ ਉਨ੍ਹਾਂ ਦਾ ਕਦੇ ਨਾਂ ਵੀ ਨਾ ਸੁਣਿਆ ਹੁੰਦਾ। ਜਿਸ ਤਰ੍ਹਾਂ ਕਿ ਲਿਖਿਆ ਹੋਇਆ ਹੈ,† "ਉਹ ਹਰ ਇੱਕ ਮਨੁੱਖ ਨਹੀਂ ਜਿਹੜਾ ਮੈਨੂੰ ਪਮਾਤਮਾ ਪ੍ਰਮਾਤਮਾ..... ਕਹਿੰਦਾ ਹੈ, ਬਲਕਿ ਉਹ ਜੋ ਮੇਰੇ ਪਿਤਾ ਦੀ ਇੱਛਾ ਦਾ ਪਾਲਣ ਕਰਦਾ ਹੈ।" ਉਨ੍ਹਾਂ ਖੁਦ ਆਪਣੇ ਜੀਵਨ ਦੀ ਉਦਾਹਰਣ ਦੇ ਕੇ ਮਨੁੱਖਤਾ ਨੂੰ ਉਹ ਉੱਚ ਉਦੇਸ਼ ਅਤੇ ਇੱਕੋ ਇੱਕ ਨਿਸ਼ਾਨਾ ਦਿਖਾਇਆ ਹੈ, ਜਿਸ ਨੂੰ ਪ੍ਰਾਪਤ ਕਰਨ ਵਾਸਤੇ ਸਾਨੂੰ ਸਾਰਿਆਂ ਨੂੰ ਯਤਨ ਕਰਨਾ ਚਾਹੀਦਾ ਹੈ। ਮੇਰਾ ਇਹ ਵਿਸ਼ਵਾਸ ਹੈ ਕਿ ਉਹ ਕੇਵਲ ਈਸਾਈਆਂ ਦੇ ਹੀ ਨਹੀਂ ਬਲਕਿ ਪੂਰੇ ਸੰਸਾਰ ਦੇ, ਸਾਰੇ ਦੇਸ਼ਾਂ ਦੇ ਅਤੇ ਸਾਰੀਆਂ ਕੌਮਾਂ ਦੇ ਹਨ।"

ਵਰਧਾ ਵਿਚ ਠਹਿਰਨ ਦੇ ਆਖਰੀ ਦਿਨ, ਸ਼ਾਮ ਨੂੰ ਮੈਂ ਸ੍ਰੀ ਦੇਸਾਈ ਜੀ ਦੁਆਰਾ ਆਯੋਜਿਤ ਸਭਾ ਟਾਊਨ ਹਾਲ ਵਿਚ ਜਾ ਕੇ ਭਾਸ਼ਣ ਦਿੱਤਾ। ਯੋਗ ਉੱਪਰ ਭਾਸ਼ਣ ਸੁਣਨ ਆਏ ਤਕਰੀਬਨ ਚਾਰ ਸੌ ਲੋਕਾਂ ਨਾਲ ਟਾਊਨ ਹਾਲ ਖਚਾ ਖੱਚ ਭਰਿਆ ਹੋਇਆ ਸੀ। ਇੱਥੋਂ ਤਕ ਕਿ ਲੋਕਾਂ ਨੂੰ ਖਿੜਕੀਆਂ ਵਿਚ ਵੀ ਬੈਠਣਾ ਪਿਆ। ਮੈਂ ਪਹਿਲਾਂ ਹਿੰਦੀ ਵਿਚ ਬੋਲਿਆ ਫਿਰ ਅੰਗਰੇਜ਼ੀ ਵਿਚ। ਭਾਸ਼ਣ ਖਤਮ ਕਰ ਕੇ ਸਮੇਂ ਸਿਰ ਵਾਪਸ ਆਏ, ਤਾਂ ਅਸੀਂ ਆਪਣੇ ਕਮਰੇ ਵਿਚ ਸ਼ਾਂਤੀ ਨਾਲ ਖਤੋ ਖਿਤਾਬਤ ਵਿਚ ਰੁੱਝੇ ਗਾਂਧੀ ਜੀ ਨੂੰ ਸ਼ੁੱਭ-ਰਾਤਰੀ ਕਹਿਣ ਵਾਸਤੇ ਰੁਕੇ।

ਜਦੋਂ ਮੈਂ ਸਵੇਰੇ ਪੰਜ ਵਜੇ ਉੱਠਿਆ ਤਾਂ ਉਸ ਵਕਤ ਹਾਲੇ ਰਾਤ ਦਾ ਅਨ੍ਹੇਰਾ ਪਸਰਿਆ ਹੋਇਆ ਸੀ। ਪੇਂਡੂ ਜੀਵਨ ਹੌਲੀ ਹੌਲੀ ਹਰਕਤ ਵਿਚ ਆ ਰਿਹਾ ਸੀ। ਸਭ ਤੋਂ ਪਹਿਲਾਂ ਆਸ਼ਰਮ ਦੇ ਪ੍ਰਵੇਸ਼ ਦੁਆਰ ਦੇ ਸਾਹਮਣੇ ਦੀ ਇੱਕ ਬਲਦਾਂ ਦੀ ਗੱਡੀ ਲੰਘੀ, ਫਿਰ ਇੱਕ ਕਿਸਾਨ ਆਪਣੇ ਸਿਰ ਉੱਪਰ ਭਾਰੀ ਬੋਝਾ ਸੰਭਾਲਦਿਆਂ ਲੰਘਿਆ। ਸਵੇਰ ਦੇ ਨਾਸ਼ਤੇ ਤੋਂ ਬਾਅਦ ਸਾਡੀ ਤਿੰਨਾਂ ਦੀ ਟੋਲੀ, ਗਾਂਧੀ ਜੀ ਤੋਂ ਵਿਦਾਈ ਲੈਣ ਅਤੇ ਉਨ੍ਹਾਂ ਨੂੰ ਪ੍ਰਣਾਮ ਕਰਨ ਵਾਸਤੇ, ਉਨ੍ਹਾਂ ਦੀ ਸੇਵਾ ਵਿਚ ਹਾਜ਼ਰ ਹੋਈ। ਗਾਂਧੀ ਜੀ ਪੂਜਾ ਅਰਚਨਾ ਵਾਸਤੇ ਸਵੇਰੇ ਚਾਰ ਵਜੇ ਹੀ ਉੱਠ ਜਾਂਦੇ ਹਨ।

* ਇਸ ਸੰਸਕਰਿਤ ਸ਼ਬਦ ਦਾ ਅਰਥ ਬਹੁਤ ਵਿਆਪਕ ਹੈ, ਨਿਯਮ ਜਾਂ ਸੁਭਾਵਿਕ ਸਦਾਚਾਰ ਦਾ ਪਾਲਣ, ਮਨੁੱਖ ਦਾ ਕਿਸੇ ਵੀ ਹਾਲਤ ਵਿਚ ਜ਼ਰੂਰੀ ਫਰਜ਼। ਸ਼ਾਸਤਰਾਂ ਵਿਚ ਧਰਮ ਦੀ ਵਿਆਖਿਆ ਇਸ ਤਰ੍ਹਾਂ ਕੀਤੀ ਗਈ ਹੈ। "ਬ੍ਰਹਿਮੰਡ ਦੇ ਕੁਦਰਤੀ ਨਿਯਮ, ਜਿਨ੍ਹਾਂ ਦਾ ਪਾਲਣ ਮਨੁੱਖ ਨੂੰ ਦੁਖ ਅਤੇ ਗਰਕ ਹੋਣ ਤੋਂ ਬਚਾਉਂਦਾ ਹੈ।"

† *ਮੈਥਊ* 7:21 (ਬਾਈਬਲ)

"ਮਹਾਤਮਾ ਜੀ, ਅਲਵਿਦਾ, ਹੁਣ ਅਸੀਂ ਜਾ ਰਹੇ ਹਾਂ, ਭਾਰਤ ਆਪ ਜੀ ਦੇ ਮੁਬਾਰਿਕ ਹੱਥਾਂ ਵਿਚ ਪੂਰੀ ਤਰ੍ਹਾਂ ਸੁਰੱਖਿਅਤ ਹੈ," ਮੈਂ ਉਨ੍ਹਾਂ ਦੇ ਚਰਨ ਸਪਰਸ਼ ਕਰਦਿਆਂ ਕਿਹਾ।

ਵਰਧਾ ਵਿਚ ਬਿਤਾਏ ਉਨ੍ਹਾਂ ਦਿਨ੍ਹਾਂ ਨੂੰ ਵਰ੍ਹੇ ਲੰਘ ਗਏ ਹਨ, ਜਮੀਨ ਅਸਮਾਨ ਅਤੇ ਸਮੁੰਦਰ ਸਾਰੇ ਹੀ ਯੁੱਧ ਨਾਲ ਅੰਧਕਾਰਮਈ ਹੋ ਗਏ ਹਨ। ਮਹਾਨ ਨੇਤਾਵਾਂ ਵਿਚੋਂ ਸਿਰਫ ਮਹਾਤਮਾ ਗਾਂਧੀ ਜੀ ਨੇ ਹੀ ਹਥਿਆਰਾਂ ਦੀ ਸ਼ਕਤੀ ਨਾਲੋਂ ਵਿਵਹਾਰਿਕ ਅਹਿੰਸਾ ਦਾ ਬਦਲ ਪੇਸ਼ ਕੀਤਾ ਹੈ। ਅਨਿਆਂ ਅਤੇ ਸ਼ਿਕਾਇਤਾਂ ਨੂੰ ਦੂਰ ਕਰਨ ਵਾਸਤੇ ਮਹਾਤਮਾ ਗਾਂਧੀ ਜੀ ਦੁਆਰਾ ਵਰਤੇ ਗਏ ਅਹਿੰਸਾ ਦੇ ਹਥਿਆਰ ਹਰ ਵਾਰ ਜਿਆਦਾ ਪ੍ਰਭਾਵਸ਼ਾਲੀ ਸਾਬਤ ਹੋਏ ਹਨ। ਉਨ੍ਹਾਂ ਨੇ ਆਪਣੇ ਸਿਧਾਂਤਾਂ ਨੂੰ ਇਨ੍ਹਾਂ ਸ਼ਬਦਾਂ ਰਾਹੀਂ ਪੇਸ਼ ਕੀਤਾ ਹੈ।

"ਮੈਂ ਦੇਖਿਆ ਹੈ ਕਿ ਤਬਾਹੀ ਦੇ ਦੌਰਾਨ ਵੀ ਜ਼ਿੰਦਗੀ ਚਲਦੀ ਰਹਿੰਦੀ ਹੈ। ਇਸ ਵਾਸਤੇ ਤਬਾਹੀ ਤੋਂ ਵੀ ਵੱਡਾ ਕੋਈ ਨਿਯਮ ਜਰੂਰ ਹੈ। ਸਿਰਫ ਉਸੇ ਨਿਯਮ ਦੇ ਤਹਿਤ ਕਿਸੇ ਮਜ਼ਬੂਤ ਸਮਾਜ ਦੇ ਪ੍ਰਬੰਧ ਦੀ ਹੋਂਦ ਸੰਭਵ ਹੋ ਜਾਵੇ, ਤਾਂ ਹੀ ਜ਼ਿੰਦਗੀ ਜਿਉਣ ਯੋਗ ਬਣ ਸਕਦੀ ਹੈ।

"ਜੇ ਉਹ ਹੀ ਜ਼ਿੰਦਗੀ ਦਾ ਨਿਯਮ ਹੈ ਤਾਂ ਸਾਨੂੰ ਰੋਜ਼ਾਨਾ ਦੀ ਜ਼ਿੰਦਗੀ ਵਿਚ ਉਸ ਦੀ ਪਾਲਣਾ ਕਰਨੀ ਚਾਹੀਦੀ ਹੈ। ਜਿੱਥੇ ਕਿਤੇ ਵੀ ਯੁੱਧ ਹੋਵੇ, ਜਿੱਥੇ ਕਿਤੇ ਵੀ ਕਿਸੇ ਵਿਰੋਧੀ ਨਾਲ ਸਾਡਾ ਸਾਹਮਣਾ ਹੋਵੇ, ਸਾਨੂੰ ਪਿਆਰ ਨਾਲ ਹੀ ਜਿੱਤ ਪ੍ਰਾਪਤ ਕਰਨੀ ਚਾਹੀਦੀ ਹੈ। ਮੈਂ ਦੇਖਿਆ ਹੈ ਕਿ ਪਿਆਰ ਦੇ ਪੱਕੇ ਨਿਯਮ ਨੇ ਮੇਰੀ ਆਪਣੀ ਜ਼ਿੰਦਗੀ ਵਿਚ ਆਈਆਂ ਮੁਸ਼ਕਿਲਾਂ ਨੂੰ ਹੱਲ ਕੀਤਾ ਹੈ, ਜਿਨ੍ਹਾਂ ਨੂੰ ਲੜਾਈ ਝਗੜੇ ਹੱਲ ਨਹੀਂ ਸਨ ਕਰ ਸਕਦੇ।

"ਜਿੰਨੇ ਵੱਡੇ ਪੱਧਰ ਉੱਪਰ ਇਸ ਨਿਯਮ ਦੀ ਕਾਰਗੁਜਾਰੀ ਦੇ ਪ੍ਰਤੱਖ ਨਤੀਜੇ ਦੇਖਣੇ ਸੰਭਵ ਹੋ ਸਕਦੇ ਹਨ, ਭਾਰਤ ਵਿਚ ਇਸ ਦੀ ਵਰਤੋਂ ਦੇ ਪ੍ਰਤੱਖ ਉਦਾਹਰਣ ਦੇਖੇ ਜਾ ਸਕਦੇ ਹਨ। ਮੈਂ ਇਹ ਨਹੀਂ ਕਹਿ ਸਕਦਾ ਕਿ ਭਾਰਤ ਦੇ 36 ਕਰੋੜ ਲੋਕਾਂ ਦੇ ਮਨਾਂ ਵਿਚ ਅਹਿੰਸਾ ਨੇ ਘਰ ਬਣਾ ਲਿਆ ਹੈ, ਪ੍ਰੰਤੂ ਮੈਂ ਇਹ ਦਾਅਵਾ ਜਰੂਰ ਕਰ ਸਕਦਾ ਹਾਂ ਕਿ ਇਹ ਅਹਿੰਸਾ ਬਹੁਤ ਘੱਟ ਸਮੇਂ ਵਿਚ, ਕਿਸੇ ਹੋਰ ਸਿਧਾਂਤ ਦੇ ਨਾਲੋਂ ਕਿਤੇ ਜਿਆਦਾ ਡੂੰਘਾਈ ਤਕ ਮਨੁੱਖੀ ਮਨਾਂ ਵਿਚ ਉੱਤਰ ਗਈ ਹੈ।

"ਅਹਿੰਸਾ ਦੀ ਮਾਨਸਿਕ ਅਵਸਥਾ ਪ੍ਰਾਪਤ ਕਰਨ ਵਾਸਤੇ ਕਾਫੀ ਕਸ਼ਟਦਾਇਕ ਸਾਧਨਾ ਦੀ ਜ਼ਰੂਰਤ ਹੁੰਦੀ ਹੈ। ਉਸ ਦੇ ਵਾਸਤੇ ਫੌਜੀ ਦੀ ਜ਼ਿੰਦਗੀ ਵਾਂਗ ਕਠੋਰ ਅਨੁਸ਼ਾਸਨਬੱਧ ਜੀਵਨ ਦੀ ਜ਼ਰੂਰਤ ਹੁੰਦੀ ਹੈ। ਜਦੋਂ ਮਨ, ਸਰੀਰ ਅਤੇ ਬੋਲ ਬਾਣੀ ਵਿਚ ਪੂਰੀ ਤਰ੍ਹਾਂ ਤਾਲ ਮੇਲ ਸਥਾਪਿਤ ਹੋ ਜਾਂਦਾ ਹੈ, ਤਾਂ ਹੀ ਇਸ ਵਿਚ ਪਕਿਆਈ ਆਉਂਦੀ ਹੈ। ਜੇ ਅਸੀਂ ਸੱਚੇ ਮਨੋਂ ਸੱਚ ਅਤੇ ਅਹਿੰਸਾ ਦੇ ਨਿਯਮ ਨੂੰ ਆਪਣੀ ਜ਼ਿੰਦਗੀ ਦਾ ਨਿਯਮ ਬਣਾਉਣ ਦੀ ਪੱਕੀ ਧਾਰ ਲਈਏ, ਤਾਂ ਹਰ ਇੱਕ ਸਮੱਸਿਆ ਆਪਣਾ ਹੱਲ ਆਪ ਹੀ ਪੇਸ਼ ਕਰ ਦੇਵੇਗੀ।

"ਸੰਸਾਰ ਦਾ ਰਾਜਨੀਤਕ ਘਟਨਾ ਚੱਕਰ, ਇਸ ਸੱਚ ਵੱਲ ਕੌੜਾ ਸੰਕੇਤ ਕਰਦਾ ਹੈ, ਕਿ ਅਧਿਆਤਮਿਕ ਨਜ਼ਰੀਏ ਦੇ ਬਗੈਰ ਮਨੁੱਖ ਦੀ ਤਬਾਹੀ ਯਕੀਨੀ ਹੈ। ਜੇ ਧਰਮ ਨਾਲ ਨਹੀਂ, ਤਾਂ ਵਿਗਿਆਨ ਨੇ ਮਨੁੱਖਤਾ ਦੇ ਮਨ ਵਿਚ ਹਲਕੀ ਜਿਹੀ ਅਸੁਰੱਖਿਆ ਅਤੇ ਸਾਰੇ ਸੰਸਾਰਕ ਪਦਾਰਥਾਂ ਦੇ ਬਾਰੇ ਅਯਥਾਰਥਿਕਤਾ ਦੀ ਭਾਵਨਾ ਪੈਦਾ ਕਰ ਦਿੱਤੀ ਹੈ। ਇਸ ਕਰ ਕੇ ਮਨੁੱਖ ਜੇ ਆਪਣੇ ਮੂਲ ਸੋਮੇ ਅਤੇ ਉਤਪਤੀ ਵੱਲ ਨਹੀਂ ਜਾਵੇਗਾ ਤਾਂ ਕਿੱਥੇ ਜਾਵੇਗਾ।

"ਇਤਿਹਾਸ ਉੱਪਰ ਨਜ਼ਰ ਮਾਰੀਏ, ਤਾਂ ਇਹ ਕਹਿਣਾ ਪੂਰੀ ਤਰ੍ਹਾਂ ਮੁਨਾਸਬ ਹੋਵੇਗਾ, ਕਿ ਨਿਰਦਈ ਸ਼ਕਤੀਆਂ ਦੀ ਵਰਤੋਂ ਨਾਲ ਮਨੁੱਖ ਦੀਆਂ ਮੁਸ਼ਕਿਲਾਂ ਹੱਲ ਨਹੀਂ ਹੋਈਆਂ। ਪਹਿਲੇ ਸੰਸਾਰ ਯੁੱਧ ਦੇ ਭਿਆਨਕ ਕਾਰਨਾਮਿਆਂ ਦੇ ਕਰਮ ਫਲਾਂ ਨੇ ਹੀ ਦੂਜੇ ਸੰਸਾਰ ਯੁੱਧ ਦਾ ਰੂਪ ਧਾਰਿਆ। ਵਰਤਮਾਨ ਖ਼ੂਨ ਦੇ ਪਿਆਸੇ ਕਾਰਨਾਮਿਆਂ ਦੇ ਬਰਫੀਲੇ ਪਹਾੜਾਂ ਨੂੰ, ਪਰਸਪਰ ਪਿਆਰ ਦਾ ਨਿੱਘ ਹੀ ਪਿਘਲਾ ਸਕਦਾ ਹੈ, ਨਹੀਂ ਤਾਂ ਇਹ ਨਿਰਦਈ ਕਾਰਨਾਮੇ ਤੀਜੇ ਸੰਸਾਰ ਯੁੱਧ ਨੂੰ ਜਨਮ ਦੇ ਸਕਦੇ ਹਨ। ਅਮੰਗਲਕਾਰੀ ਵੀਹਵੀਂ ਸਦੀ ਦੀ ਤਰੀਮੂਰਤੀ, ਝਗੜਿਆਂ ਨੂੰ ਹੱਲ ਕਰਨ ਵਾਸਤੇ ਆਦਮੀ ਦੀ ਸਮਝਦਾਰੀ ਦੀ ਥਾਂ ਜੰਗਲ ਦੇ ਇਨਸਾਫ ਦੀ ਵਰਤੋਂ, ਜੰਗਲ ਰਾਜ ਨੂੰ ਹੀ ਜਨਮ ਦੇਵੇਗੀ। ਜਿਉਂਦੇ ਜੀ ਜੇ ਭਾਈਚਾਰਾ ਸਥਾਪਿਤ ਨਾ ਹੋ ਸਕਿਆ, ਤਾਂ ਮੌਤ ਦੀ ਭਿਆਨਿਕ ਗੋਦ ਵਿਚ ਸਥਾਪਿਤ ਹੋ ਜਾਵੇਗਾ। ਪ੍ਰਮਾਤਮਾ ਨੇ ਮਨੁੱਖ ਨੂੰ ਅਣੂ ਸ਼ਕਤੀ ਦੀ ਖੋਜ ਕਰਨ ਦੀ ਪਿਆਰ ਭਰੀ ਆਗਿਆ ਇਹੋ ਜਿਹੇ ਭਿਆਨਿਕ ਕਾਰਨਾਮੇ ਕਰਨ ਵਾਸਤੇ ਨਹੀਂ ਸੀ ਦਿੱਤੀ।

"ਯੁੱਧ ਅਤੇ ਅਪਰਾਧ ਨਾਲ ਕਦੇ ਵੀ ਕਿਸੇ ਨੂੰ ਕੋਈ ਲਾਭ ਨਹੀਂ ਹੁੰਦਾ। ਅਰਬਾਂ ਡਾਲਰ ਜਿਹੜੇ ਧੂਆਂ ਬਣ ਕੇ ਅਕਾਸ਼ ਵਿਚ ਉੱਡ ਗਏ, ਉਨ੍ਹਾਂ ਅਰਬਾਂ ਡਾਲਰਾਂ ਦੇ ਨਾਲ ਇੱਕ ਇਹੋ ਜਿਹੇ ਨਵੇਂ ਸੰਸਾਰ ਦਾ ਨਿਰਮਾਣ ਕੀਤਾ ਜਾ ਸਕਦਾ ਸੀ, ਜਿਹੜਾ ਬਿਮਾਰੀ, ਦੁਖਾਂ ਅਤੇ ਗਰੀਬੀ ਤੋਂ ਪੂਰੀ ਤਰ੍ਹਾਂ ਮੁਕਤ ਹੁੰਦਾ। ਇਹ ਧਰਤੀ ਡਰ, ਅਰਾਜਕਤਾ, ਅਕਾਲ, ਮਹਾਮਾਰੀਆਂ ਆਦਿ ਦੀ ਵਿਨਾਸ਼ਕਾਰੀ ਨਾਚਾਂ ਦੀ ਸਟੇਜ ਨਾ ਬਣ ਕੇ, ਇੱਕ ਇਹੋ ਜਿਹੀ ਸ਼ਾਂਤਮਈ ਖੁਸ਼ਹਾਲ ਅਤੇ ਗਿਆਨ ਦਾ ਪਸਾਰ ਕਰਨ ਵਾਲੀ ਧਰਤੀ ਬਣ ਜਾਂਦੀ।"

ਗਾਂਧੀ ਜੀ ਦੀ ਅਹਿੰਸਾ ਦੀ ਪੁਕਾਰ ਆਮ ਆਦਮੀ ਦੀ ਅੰਤਰ ਆਤਮਾ ਨੂੰ ਛੂੰਹਦੀ ਹੈ। ਕੌਮਾਂ ਨੂੰ ਹੁਣ ਮੌਤ ਨਾਲ ਨਹੀਂ, ਬਲਕਿ ਜ਼ਿੰਦਗੀ ਨਾਲ, ਤਬਾਹੀ ਨਾਲ ਨਹੀਂ ਬਲਕਿ ਨਿਰਮਾਣ ਨਾਲ, ਨਫਰਤ ਨਾਲ ਨਹੀਂ ਬਲਕਿ ਪਿਆਰ ਦੇ ਸਿਰਜਣਕਾਰੀ ਚਮਤਕਾਰਾਂ ਨਾਲ ਆਪਣਾ ਸਬੰਧ ਜੋੜਨਾ ਚਾਹੀਦਾ ਹੈ।

ਮਹਾਭਾਰਤ ਵਿਚ ਕਿਹਾ ਗਿਆ ਹੈ, "ਭਾਵੇਂ ਕਿਸੇ ਤਰ੍ਹਾਂ ਦਾ ਵੀ ਨੁਕਸਾਨ ਕਿਉਂ ਨਾ ਕੀਤਾ ਗਿਆ ਹੋਵੇ, ਆਦਮੀ ਨੂੰ ਮੁਆਫ ਕਰ ਦੇਣਾ ਚਾਹੀਦਾ ਹੈ। ਕਿਹਾ ਗਿਆ ਹੈ ਕਿ ਆਦਮੀ ਦੇ ਮੁਆਫ ਕਰਨ ਦੇ ਕਾਰਨ ਹੀ ਮਨੁੱਖਤਾ ਦੀ ਹੋਂਦ ਨਿਰੰਤਰ ਬਣੀ ਹੋਈ ਹੈ।

ਮੁਆਫ ਕਰਨਾ ਪਵਿੱਤਰਤਾ ਹੈ, ਮੁਆਫ ਕਰਨ ਕਰ ਕੇ ਧਰਤੀ ਟਿਕੀ ਹੋਈ ਹੈ। ਮੁਆਫ ਕਰਨਾ ਸ਼ਕਤੀਸਾਲੀ ਦੀ ਸ਼ਕਤੀ ਹੈ, ਮੁਆਫ ਕਰਨਾ ਤਿਆਗ ਹੈ, ਮੁਆਫ ਕਰਨਾ ਮਨ ਦੀ ਸ਼ਾਂਤੀ ਹੈ, ਮੁਆਫ ਕਰਨਾ ਅਤੇ ਨਿਮਰਤਾ ਆਤਮ ਸੰਜਮੀ ਆਦਮੀ ਦੇ ਗੁਣ ਹਨ, ਜਿਹੜੇ ਕਿ ਅਸਲੀ ਸਦਧਰਮ ਦਾ ਪ੍ਰਤੀਨਿਧਤੱਵ ਕਰਦੇ ਹਨ।

ਅਹਿੰਸਾ, ਮੁਆਫ ਕਰਨ ਅਤੇ ਪਿਆਰ ਕਰਨ ਦਾ ਸੁਭਾਵਿਕ ਨਤੀਜਾ ਹੈ। ਗਾਂਧੀ ਜੀ ਕਹਿੰਦੇ ਹਨ, "ਧਰਮ ਯੁੱਧ ਵਿਚ ਜ਼ਿੰਦਗੀ ਜਾਣੀ ਜਰੂਰੀ ਹੋ ਜਾਵੇ, ਤਾਂ ਮਨੁੱਖ ਨੂੰ ਈਸਾ ਮਸੀਹ ਦੀ ਤਰ੍ਹਾਂ ਖੁਦ ਆਪਣਾ ਖ਼ੂਨ ਵਹਾਉਣ ਵਾਸਤੇ ਤਿਆਰ ਰਹਿਣਾ ਚਾਹੀਦਾ ਹੈ, ਦੂਸਰੇ ਦਾ ਨਹੀਂ। ਇਸ ਨਾਲ ਸੰਸਾਰ ਵਿਚ ਖ਼ੂਨ ਖਰਾਬਾ ਘੱਟ ਜਾਵੇਗਾ।

ਕਿਸੇ ਦਿਨ ਭਾਰਤੀ ਸਤਿਆ ਗ੍ਰੈਹੀਆਂ ਉੱਪਰ ਮਹਾ ਕਾਵਿ ਲਿਖੇ ਜਾਣਗੇ, ਜਿਨ੍ਹਾਂ ਨੇ ਨਫਰਤ ਦਾ ਪਿਆਰ ਨਾਲ, ਹਿੰਸਾ ਦਾ ਅਹਿੰਸਾ ਨਾਲ ਸਾਹਮਣਾ ਕੀਤਾ। ਜਿਨ੍ਹਾਂ ਨੇ ਹਥਿਆਰ ਉਠਾਉਣ ਦੀ ਬਜਾਏ ਨਿਰਦੈਤਾ ਨਾਲ ਆਪਣੇ ਆਪ ਨੂੰ ਵੱਢੇ ਜਾਣ ਵਾਸਤੇ ਪੇਸ਼ ਕਰ ਦਿੱਤਾ। ਕੁਝ ਇਤਿਹਾਸਿਕ ਮੌਕਿਆਂ ਉੱਪਰ ਤਾਂ ਨਤੀਜਾ ਇਹ ਹੋਇਆ, ਕਿ ਹਮਲਾਵਰ ਆਪਣੀਆਂ ਬੰਦੂਕਾਂ ਛੱਡ ਕੇ ਭੱਜ ਗਏ, ਕਿਉਂਕਿ ਦੂਜਿਆਂ ਦੀ ਜ਼ਿੰਦਗੀ ਨੂੰ ਆਪਣੀ ਜ਼ਿੰਦਗੀ ਤੋਂ ਕੀਮਤੀ ਸਮਝਣ ਵਾਲੇ, ਉਨ੍ਹਾਂ ਮਨੁੱਖਾਂ ਨੂੰ ਦੇਖ ਕੇ ਉਨ੍ਹਾਂ ਦੇ ਸਿਰ ਸ਼ਰਮ ਨਾਲ ਝੁਕ ਗਏ ਅਤੇ ਅੰਤਰ ਆਤਮਾ ਝੰਜੋੜੀ ਗਈ।

ਗਾਂਧੀ ਜੀ ਕਹਿੰਦੇ ਹਨ, "ਖ਼ੂਨ ਖਰਾਬੇ ਦੇ ਨਾਲ ਆਪਣੇ ਦੇਸ਼ ਨੂੰ ਅਜ਼ਾਦ ਕਰਵਾਉਣ ਦਾ ਯਤਨ ਕਰਨ ਦੀ ਬਜਾਏ, ਜਰੂਰੀ ਹੋਇਆ, ਤਾਂ ਮੈਂ ਸਦੀਆਂ ਤਕ ਇੰਤਜ਼ਾਰ ਕਰਾਂਗਾ। ਬਾਈਬਲ ਸਾਨੂੰ ਇਹ ਚਿਤਾਵਨੀ ਦਿੰਦੀ ਹੈ, "ਉਹ ਜੋ ਤਲਵਾਰ ਉਠਾਉਣਗੇ, ਉਹ ਤਲਵਾਰ ਦੇ ਨਾਲ ਹੀ ਕੱਟ ਕੇ ਮਰ ਜਾਣਗੇ।"*

"ਮੈਂ ਆਪਣੇ ਆਪ ਨੂੰ ਦੇਸ਼ ਭਗਤ ਕਹਿੰਦਾ ਹਾਂ, ਲੇਕਿਨ ਮੇਰੀ ਦੇਸ਼ ਭਗਤੀ ਇੰਨੀ ਵਿਸ਼ਾਲ ਹੈ, ਜਿੰਨਾ ਵਿਸ਼ਾਲ ਇਹ ਸੰਸਾਰ। ਇਹ ਧਰਤੀ ਦੀਆਂ ਸਾਰੀਆਂ ਕੌਮਾਂ ਨੂੰ ਆਪਣੇ ਘੇਰੇ ਵਿਚ ਲੈ ਆਉਂਦੀ ਹੈ।† ਮੇਰੀ ਦੇਸ਼ ਭਗਤੀ ਵਿਚ ਪੂਰੇ ਸੰਸਾਰ ਦੀ ਭਲਾਈ ਸ਼ਾਮਲ ਹੈ। ਮੈਂ ਨਹੀਂ ਚਾਹੁੰਦਾ, ਕਿ ਮੇਰਾ ਭਾਰਤ ਕਿਸੇ ਹੋਰ ਦੇਸ਼ ਦੀ ਚਿਖਾ ਦੀ ਰਾਖ ਉੱਪਰ ਖੜ੍ਹ ਕੇ ਉੱਨਤੀ ਕਰੇ। ਮੈਂ ਨਹੀਂ ਚਾਹੁੰਦਾ ਕਿ ਭਾਰਤ ਸੰਸਾਰ ਦੇ ਇੱਕ ਵੀ

* *ਮੈਥਊ* 26:52 (ਬਾਈਬਲ)। ਇਹ ਬਾਈਬਲ ਦੇ ਉਨ੍ਹਾਂ ਅਣਗਿਣਤ ਵਚਨਾਂ ਵਿਚੋਂ ਇੱਕ ਹੈ, ਜੋ ਮਨੁੱਖ ਦੇ ਪੁਨਰ ਜਨਮ ਬਾਰੇ ਸਪਸ਼ਟ ਰੂਪ ਵਿਚ ਸੂਚਿਤ ਕਰਦੇ ਹਨ। (ਦੇਖੋ ਪੰਨਾਂ 230n.) ਵਿਧਾਤਾ ਦਾ ਕਰਮਫਲ ਦਾ ਨਿਯਮ ਸਮਝ ਲੈਣ ਤੋਂ ਬਾਅਦ ਜੀਵਨ ਦੀਆਂ ਗੁੰਝਲਾਂ ਸਮਝ ਵਿਚ ਆ ਜਾਂਦੀਆਂ ਹਨ।

† ਇਸ ਵਿਚ ਆਦਮੀ ਨੂੰ ਹੰਕਾਰ ਨਹੀਂ ਕਰਨਾ ਚਾਹੀਦਾ, ਕਿ ਉਹ ਆਪਣੇ ਦੇਸ਼ ਨੂੰ ਪਿਆਰ ਕਰਦਾ ਹੈ, ਬਲਕਿ ਉਸ ਨੂੰ ਇਸ ਵਿਚ ਮਾਣ ਕਰਨਾ ਚਾਹੀਦਾ ਹੈ, ਕਿ ਉਹ ਸਾਰੀ ਮਾਨਵਤਾ ਨੂੰ ਪਿਆਰ ਕਰਦਾ ਹੈ।

— ਫਾਰਸੀ ਕਹਾਵਤ

ਮਨੁੱਖ ਦਾ ਸ਼ੋਸ਼ਣ ਕਰੇ। ਮੈਂ ਚਾਹੁੰਦਾ ਹਾਂ ਕਿ ਭਾਰਤ ਸ਼ਕਤੀਸਾਲੀ ਬਣੇ ਤਾਂ ਕਿ ਉਹ ਹੋਰ ਕੌਮਾਂ ਵਿਚ ਸ਼ਕਤੀ ਦਾ ਸੰਚਾਰ ਕਰ ਸਕੇ। ਯੂਰਪ ਵਿਚ ਅੱਜ ਇਸ ਤਰ੍ਹਾਂ ਕਰਨ ਵਾਲੀ ਇੱਕ ਵੀ ਕੌਮ ਨਹੀਂ, ਜਿਹੜੀ ਕਿ ਦੂਸਰੇ ਨੂੰ ਸ਼ਕਤੀਸਾਲੀ ਬਣਾਉਂਦੀ ਹੋਵੇ।

ਅਮਰੀਕਾ ਦੇ ਰਾਸ਼ਟਰਪਤੀ ਵੁਡਰੋ ਵਿਲਸਨ ਨੇ ਸ਼ਾਂਤੀ ਲਈ ਆਪਣਾ ਚੌਦਾਂ ਸੂਤਰੀ ਸੁੰਦਰ ਪ੍ਰੋਗਰਾਮ ਪੇਸ਼ ਕੀਤਾ। ਬਾਅਦ ਵਿਚ ਇਹ ਵੀ ਕਿਹਾ, ''ਸ਼ਾਂਤੀ ਸਥਾਪਿਤ ਕਰਨ ਲਈ ਸਾਡਾ ਇਹ ਯਤਨ ਵਿਅਰਥ ਵੀ ਹੋ ਜਾਂਦਾ ਹੈ, ਤਾਂ ਸਾਡੇ ਕੋਲ ਹਥਿਆਰ ਤਾਂ ਹਨ ਹੀ।'' ਪਰ ਮੈਂ ਇਸ ਕਥਨ ਨੂੰ ਉਲਟਾ ਕੇ ਇਸ ਤਰ੍ਹਾਂ ਕਹਿਣਾ ਚਾਹੁੰਦਾ ਹਾਂ, ''ਸਾਡੇ ਹਥਿਆਰ ਫੇਲ ਹੋ ਹੀ ਚੁੱਕੇ ਹਨ। ਹੁਣ ਸਾਨੂੰ ਕਿਸੇ ਹੋਰ ਨਵੇਂ ਸਾਧਨ ਦੀ ਖੋਜ ਵਿਚ ਲੱਗ ਜਾਣਾ ਚਾਹੀਦਾ ਹੈ। ਸਾਨੂੰ ਪਿਆਰ ਅਤੇ ਪ੍ਰਮਾਤਮਾ ਦੀ ਸ਼ਕਤੀ ਦੇ ਸੱਚ ਨੂੰ ਅਜ਼ਮਾਉਣਾ ਚਾਹੀਦਾ ਹੈ। ਜਦੋਂ ਸਾਡੇ ਕੋਲ ਪ੍ਰਮਾਤਮਾ ਦੇ ਪਿਆਰ ਅਤੇ ਸੱਚ ਦੀ ਸ਼ਕਤੀ ਹੋਵੇਗੀ, ਤਾਂ ਸਾਨੂੰ ਹੋਰ ਕਿਸੇ ਚੀਜ਼ ਦੀ ਜ਼ਰੂਰਤ ਹੀ ਨਹੀਂ ਰਹੇਗੀ।''

ਉਨ੍ਹਾਂ ਨੇ ਹਜ਼ਾਰਾਂ ਸੱਚੇ ਸਤਿਆ ਗ੍ਰੈਹੀਆਂ (ਜਿਨ੍ਹਾਂ ਨੇ ਇਸ ਚੈਪਟਰ ਦੇ ਸ਼ੁਰੂ ਵਿਚ ਵਰਣਿਤ ਕਠੋਰ ਗਿਆਰਾਂ ਪ੍ਰਤਿਗਿਆਵਾਂ ਦਾ ਵਰਤ ਲਿਆ ਹੋਇਆ ਹੈ) ਨੂੰ ਤਿਆਰ ਕਰ ਕੇ, ਜਿਹੜੇ ਉਨ੍ਹਾਂ ਦੇ ਉਦੇਸ਼ਾਂ ਦਾ ਪ੍ਰਚਾਰ ਕਰਦਿਆਂ ਭਾਰਤੀ ਜਨਤਾ ਨੂੰ ਬੜੇ ਧੀਰਜ ਅਤੇ ਠਰ੍ਹਮੇਂ ਨਾਲ, ਅਹਿੰਸਾ ਦੇ ਅਧਿਆਤਮਿਕ ਅਤੇ ਭੌਤਿਕ ਲਾਭਾਂ ਦੇ ਬਾਰੇ ਸਿੱਖਿਅਤ ਕਰਦੇ ਹਨ। ਉਹ ਆਪਣੇ ਲੋਕਾਂ ਨੂੰ ਅਹਿੰਸਾ ਦੇ ਇਨ੍ਹਾਂ ਹਥਿਆਰਾਂ ਨਾਲ ਲੈਸ ਕਰਦੇ ਹਨ- ਬੇ-ਇਨਸਾਫੀ ਨਾਲ ਨਾਮਿਲਵਰਤਣ ਕਰਨਾ, ਇਸ ਰਸਤੇ ਤੇ ਚੱਲਦਿਆਂ ਆਪਣੀ ਬੇਇਜ਼ਤੀ ਬਰਦਾਸ਼ਤ ਕਰਨ ਵਾਸਤੇ ਤਿਆਰ ਰਹਿਣਾ, ਹਥਿਆਰ ਚੁੱਕਣ ਨਾਲੋਂ ਜੇਲ ਜਾਣਾ, ਮੌਤ ਕਬੂਲ ਕਰ ਲੈਣੀ। ਗਾਂਧੀ ਜੀ ਦੇ ਸਤਿਆ ਗ੍ਰੈਹੀਆਂ ਨੇ ਅਣਗਿਣਤ ਸਾਹਸੀ ਸ਼ਹੀਦੀਆਂ ਪ੍ਰਾਪਤ ਕਰ ਕੇ, ਸੰਸਾਰ ਦੀ ਹਮਦਰਦੀ ਪ੍ਰਾਪਤ ਕੀਤੀ। ਉਨ੍ਹਾਂ ਨੇ ਬੜੇ ਹੀ ਨਾਟਕੀ ਤਰੀਕੇ ਨਾਲ ਅਹਿੰਸਾ ਦੇ ਵਿਵਹਾਰਿਕ ਰੂਪ ਨਾਲ ਝਗੜਿਆਂ ਨੂੰ, ਯੁੱਧਾਂ ਤੋਂ ਬਗੈਰ ਵੀ ਅਹਿੰਸਾ ਦੇ ਇੱਕੋ ਇੱਕ ਪ੍ਰਭਾਵਸ਼ਾਲੀ ਤਰੀਕੇ ਨਾਲ ਹੱਲ ਕਰਨ ਦੀ ਤਾਕਤ ਨੂੰ ਦਰਸਾਇਆ ਹੈ।

ਗਾਂਧੀ ਜੀ ਨੇ ਅਹਿੰਸਕ ਤਰੀਕਿਆਂ ਦੇ ਨਾਲ ਆਪਣੇ ਦੇਸ਼ ਲਈ ਕਿਸੇ ਵੀ ਹੋਰ ਦੇਸ਼ ਦੇ ਸਿਆਸਤਦਾਨ ਨਾਲੋਂ ਜਿਆਦਾ ਰਿਆਇਤਾਂ ਪ੍ਰਾਪਤ ਕਰ ਲਈਆਂ ਹਨ, ਜਿਹੜੀਆਂ ਉਸ ਨੇ ਹਿੰਸਕ ਤਰੀਕੇ ਨਾਲ ਅਪਣਾ ਕੇ ਵੀ ਨਹੀਂ ਪ੍ਰਾਪਤ ਕੀਤੀਆਂ ਹੋਣੀਆਂ। ਇਸ ਤਰ੍ਹਾਂ ਦੀ ਕੋਈ ਗੱਲ ਨਹੀਂ, ਕਿ ਬੇਇਨਸਾਫੀਆਂ ਅਤੇ ਬੁਰਾਈਆਂ ਨੂੰ ਖਤਮ ਕਰਨ ਵਾਸਤੇ ਅਹਿੰਸਾਤਮਿਕ ਤਰੀਕਿਆਂ ਦੀ ਵਰਤੋਂ ਕੇਵਲ ਰਾਜਨੀਤਕ ਅਖਾੜੇ ਵਿਚ ਹੀ ਕੀਤੀ ਗਈ ਹੈ। ਭਾਰਤੀ ਸਮਾਜ ਸੁਧਾਰ ਦੇ ਅਤਿਅੰਤ ਸੰਵੇਦਨਸ਼ੀਲ ਅਤੇ ਉਲਝਣ ਭਰੇ ਖੇਤਰ ਵਿਚ ਵੀ ਇਸ ਨੂੰ ਅਜ਼ਮਾਇਆ ਗਿਆ ਹੈ। ਗਾਂਧੀ ਜੀ ਅਤੇ ਉਨ੍ਹਾਂ ਦੇ ਪੈਰੋਕਾਰਾਂ ਨੇ ਲੰਬੇ ਸਮੇਂ ਤੋਂ ਚਲੇ ਆ ਰਹੇ, ਅਣਗਿਣਤ ਹਿੰਦੂ ਮੁਸਲਮਾਨ ਝਗੜਿਆਂ ਨੂੰ ਖਤਮ ਕਰ ਦਿੱਤਾ ਹੈ। ਲੱਖਾਂ ਹੀ ਮੁਸਲਮਾਨ ਗਾਂਧੀ ਜੀ ਨੂੰ ਆਪਣਾ ਨੇਤਾ ਮੰਨਦੇ ਹਨ। ਅਛੂਤਾਂ ਨੂੰ ਵੀ ਗਾਂਧੀ

ਜੀ ਦੇ ਰੂਪ ਵਿਚ ਆਪਣਾ ਇੱਕ ਨਿਰਭੈ ਅਤੇ ਜੇਤੂ ਯੋਧਾ ਮਿਲ ਗਿਆ ਹੈ। ਗਾਂਧੀ ਜੀ ਨੇ ਲਿਖਿਆ ਹੈ, "ਜੇ ਮੈਨੂੰ ਫਿਰ ਤੋਂ ਜਨਮ ਲੈਣਾ ਪਵੇ, ਤਾਂ ਮੈਂ ਅਛੂਤਾਂ ਦੇ ਵਿਚਕਾਰ ਅਛੂਤ ਬਣ ਕੇ ਜਨਮ ਲੈਣਾ ਚਾਹੂੰਗਾ ਤਾਂ ਕਿ ਉਸ ਨਾਲ ਮੈਂ ਉਨ੍ਹਾਂ ਦੀ ਜਿਆਦਾ ਪ੍ਰਭਾਵਸ਼ਾਲੀ ਢੰਗ ਨਾਲ ਸੇਵਾ ਕਰ ਸਕਾਂ।

ਮਹਾਤਮਾ ਜੀ ਸੱਚ ਮੁੱਚ ਹੀ ਮਹਾਨ ਆਤਮਾ ਹਨ। ਪਰ ਉਨ੍ਹਾਂ ਨੂੰ ਇਹ ਖਿਤਾਬ ਪ੍ਰਦਾਨ ਕਰਨ ਦਾ ਸਿਹਰਾ ਭਾਰਤ ਦੀ ਲੱਖਾਂ ਕਰੋੜਾਂ ਅਨਪੜ੍ਹ ਜਨਤਾ ਨੂੰ ਜਾਂਦਾ ਹੈ। ਇਸ ਨਿਮਰ ਸੰਤ ਦਾ ਆਪਣੇ ਦੇਸ਼ ਵਿਚ ਬਹੁਤ ਆਦਰ ਸਨਮਾਨ ਹੈ। ਸਧਾਰਨ ਕਿਸਾਨ ਵੀ ਗਾਂਧੀ ਜੀ ਦੇ ਉੱਚ ਆਦਰਸ਼ਾਂ ਨੂੰ ਅਪਣਾਉਣ ਦੇ ਸਮਰੱਥ ਹੈ। ਗਾਂਧੀ ਜੀ ਪੂਰੇ ਮਨ ਦੇ ਨਾਲ, ਮਨੁੱਖਤਾ ਦੀ ਅੰਤਰਜਾਤ ਮਹਾਨਤਾ ਵਿਚ ਵਿਸ਼ਵਾਸ ਕਰਦੇ ਹਨ। ਇਸ ਮਾਮਲੇ ਵਿਚ ਵਿਸ਼ਵਾਸ ਨੂੰ ਝਟਕੇ ਲੱਗਦੇ ਰਹਿਣਾ ਵੀ ਜਰੂਰੀ ਹੁੰਦਾ ਹੈ। ਪ੍ਰੰਤੂ ਫਿਰ ਵੀ ਉਹ ਕਦੇ ਨਿਰਾਸ਼ ਨਹੀਂ ਹੁੰਦੇ। ਉਹ ਲਿਖਦੇ ਹਨ, "ਸਤਿਆ ਗ੍ਰੈਹੀ ਨੂੰ ਕੋਈ ਵੀਹ ਵਾਰ ਧੋਖਾ ਦੇਵੇ ਤਾਂ ਵੀ ਉਹ ਇਕੀਵੀਂ ਵਾਰ ਵਿਸ਼ਵਾਸ ਕਰਨ ਲਈ ਤਿਆਰ ਰਹਿੰਦਾ ਹੈ ਕਿਉਂਕਿ ਮਨੁੱਖੀ ਸੁਭਾ ਵਿਚ ਨਿਰਵਿਵਾਦ ਵਿਸ਼ਵਾਸ ਹੀ ਇਸ ਰਸਤੇ ਦੀ ਬੁਨਿਆਦ ਹੈ।"*

ਇੱਕ ਵਾਰ ਇੱਕ ਅਲੋਚਕ ਨੇ ਕਿਹਾ, "ਮਹਾਤਮਾ ਜੀ, ਆਪ ਇੱਕ ਅਸਧਾਰਨ ਪੁਰਸ਼ ਹੋ। ਆਪ ਨੂੰ ਸੰਸਾਰ ਤੋਂ ਆਪਣੇ ਵਰਗੇ ਆਚਰਨ ਦੀ ਉਮੀਦ ਨਹੀਂ ਰੱਖਣੀ ਚਾਹੀਦੀ।"

ਗਾਂਧੀ ਜੀ ਨੇ ਕਿਹਾ, "ਇਹ ਕਿੰਨਾ ਵਚਿੱਤਰ ਹੈ, ਕਿ ਇਹ ਸੋਚ ਕੇ ਅਸੀਂ ਆਪਣੇ ਆਪ ਨੂੰ ਕਿਵੇਂ ਧੋਖਾ ਦਿੰਦੇ ਹਾਂ, ਕਿ ਸਰੀਰ ਵਿਚ ਤਾਂ ਸੁਧਾਰ ਕੀਤਾ ਜਾ ਸਕਦਾ ਹੈ, ਪ੍ਰੰਤੂ ਆਤਮਾ ਦੀਆਂ ਗੁਪਤ ਸ਼ਕਤੀਆਂ ਨੂੰ ਜਗਾਉਣਾ ਅਸੰਭਵ ਹੈ। ਮੈਂ ਇਹ ਹੀ ਸਿੱਧ ਕਰਨ ਦੀ ਕੋਸ਼ਿਸ਼ ਕਰ ਰਿਹਾ ਹਾਂ, ਕਿ ਮੇਰੇ ਵਿਚ ਇਹੋ ਜਿਹੀਆਂ ਅਲੌਕਿਕ ਸ਼ਕਤੀਆਂ ਹੋਣ ਦੇ ਬਾਵਜੂਦ ਵੀ, ਮੈਂ ਸਾਰਿਆਂ ਦੀ ਤਰ੍ਹਾਂ ਨਾਸ਼ਵਾਨ ਹਾਂ ਅਤੇ ਮੇਰੇ ਵਿਚ ਨਾ ਤਾਂ ਪਹਿਲਾਂ ਕੋਈ ਅਸਧਾਰਨਤਾ ਸੀ ਅਤੇ ਨਾ ਹੀ ਹੁਣ ਹੈ। ਮੈਂ ਇੱਕ ਸਧਾਰਨ ਆਦਮੀ ਹਾਂ ਅਤੇ ਕਿਸੇ ਵੀ ਹੋਰ ਸਧਾਰਨ ਨਾਸ਼ਵਾਨ ਮਨੁੱਖ ਵਾਂਗ ਭੁੱਲਣਹਾਰ ਹਾਂ। ਹਾਂ, ਇਹ ਮੈਂ ਮੰਨਦਾ ਹਾਂ ਕਿ ਆਪਣੀ ਭੁੱਲ ਮੰਨ ਲੈਣ ਦੀ ਅਤੇ ਆਪਣੇ ਕਦਮ ਵਾਪਸ ਕਰ ਲੈਣ ਦੀ ਨਿਮਰਤਾ ਮੇਰੇ

* ਫਿਰ ਪੀਟਰ ਨੇ ਉਨ੍ਹਾਂ ਦੇ ਕੋਲ ਆ ਕੇ ਕਿਹਾ, "ਪ੍ਰਮਾਤਮਾ, ਕਿੰਨੀ ਵਾਰ ਮੇਰਾ ਭਰਾ ਮੇਰਾ ਅਪਰਾਧ ਕਰਦਾ ਜਾਵੇਗਾ ਅਤੇ ਮੈਂ ਕਿੰਨੀ ਵਾਰ ਉਸ ਨੂੰ ਮੁਆਫ ਕਰਦਾ ਜਾਵਾਂਗਾ।" "ਸੱਤ ਵਾਰ?" ਈਸਾ ਮਸੀਹ ਨੇ ਉਸ ਨੂੰ ਕਿਹਾ, "ਮੈਂ ਤੈਨੂੰ ਸੱਤ ਵਾਰ ਅਪਰਾਧ ਮੁਆਫ ਕਰਨ ਲਈ ਨਹੀਂ ਕਹਿ ਰਿਹਾ, ਬਲਕਿ ਸੱਤਰ ਗੁਣਾ ਸੱਤ ਵਾਰ ਦੇ ਵਾਸਤੇ ਕਹਿ ਰਿਹਾ ਹਾਂ।" *ਮੈਥਉ* 18:21–22 (ਬਾਈਬਲ) ਮੈਂ ਇਸ ਹਜ਼ਮ ਨਾ ਹੋਣ ਵਾਲੇ ਉਪਦੇਸ਼ ਨੂੰ ਸਮਝਣ ਦੇ ਵਾਸਤੇ ਪ੍ਰਾਰਥਨਾ ਕੀਤੀ। ਪ੍ਰਾਰਥਨਾ ਕਰਦਿਆਂ ਮੈਂ ਆਪਣਾ ਵਿਰੋਧ ਜਿਤਾਉਂਦਿਆਂ ਕਿਹਾ, "ਪ੍ਰਮਾਤਮਾ ਕੀ ਇਹ ਸੰਭਵ ਹੈ?" ਆਖਰ ਨੂੰ, ਜਦੋਂ ਪ੍ਰਮਾਤਮਾ ਦੀ ਬਾਣੀ ਨੇ ਉੱਤਰ ਦਿੱਤਾ ਤਾਂ ਉਸ ਸਾਰੇ ਵਿਰੋਧ ਨੂੰ ਪਿਘਲਾ ਦੇਣ ਦੀ ਰੌਸ਼ਨੀ ਦਾ ਹੜ੍ਹ ਮੇਰੇ ਦਿਲ ਵਿਚ ਆ ਗਿਆ। "ਕਿੰਨੀ ਵਾਰ? ਹੇ ਮਨੁੱਖ, ਮੈਂ ਤੁਹਾਨੂੰ ਹਰ ਇੱਕ ਨੂੰ ਹਰ ਰੋਜ਼ ਕਿੰਨੀ ਵਾਰ ਮੁਆਫ ਕਰਦਾ ਹਾਂ?"

ਵਿਚ ਹੈ। ਮੈਂ ਇਹ ਵੀ ਮੰਨਦਾ ਹਾਂ, ਮੇਰਾ ਪ੍ਰਮਾਤਮਾ ਵਿਚ ਅਟੁੱਟ ਵਿਸ਼ਵਾਸ ਹੈ। ਸੱਚ ਅਤੇ ਪਿਆਰ ਲਈ ਮੇਰੇ ਮਨ ਵਿਚ ਅਥਾਹ ਅਭਿਲਾਸ਼ਾ ਹੈ। ਪ੍ਰੰਤੂ ਕੀ ਇਹ ਹਰ ਮਨੁੱਖ ਵਿਚ ਸੁੱਤੀ ਹੋਈ ਨਹੀਂ ਪਈ?" ਫਿਰ ਉਨ੍ਹਾਂ ਨੇ ਕਿਹਾ, "ਜੇ ਅਸੀਂ ਭੌਤਿਕ ਸੰਸਾਰ ਵਿਚ ਨਵੀਆਂ ਤੋਂ ਨਵੀਆਂ ਕਾਢਾਂ ਅਤੇ ਖੋਜਾਂ ਕਰ ਸਕਦੇ ਹਾਂ, ਤਾਂ ਕੀ ਸਾਨੂੰ ਅਧਿਆਤਮਿਕ ਖੇਤਰ ਵਿਚ ਆਪਣਾ ਦੀਵਾਲੀਆਪਣ ਦਿਖਾਉਣਾ ਜਰੂਰੀ ਹੈ? ਕੀ ਅਨੋਖੇਪਣ ਨੂੰ ਗੁਣਾ ਕਰਨਾ ਇੰਨਾ ਅਸੰਭਵ ਹੈ, ਤਾਂ ਕਿ ਇਹ ਇੱਕ ਨਿਯਮ ਬਣਾਇਆ ਜਾ ਸਕੇ? ਕੀ ਇਹ ਜਰੂਰੀ ਹੈ? ਕਿ ਆਦਮੀ ਪਹਿਲਾਂ ਹਮੇਸ਼ਾਂ ਪਸ਼ੂ ਬਣੇ ਤੇ ਫਿਰ ਇਨਸਾਨ, ਉਹ ਵੀ ਜੇ ਬਣ ਸਕੇ।"*

ਅਮਰੀਕੀ ਲੋਕਾਂ ਨੂੰ ਤਾਂ ਮਾਣ ਦੇ ਨਾਲ ਵਿਲੀਅਮ ਪੇਨ ਦੇ, ਉਸ ਅਹਿੰਸਾ ਦੇ ਪ੍ਰਯੋਗ ਨੂੰ ਯਾਦ ਕਰਨਾ ਚਾਹੀਦਾ ਹੈ ਜੋ ਪੈਨਸਿਲਵੇਨੀਆ ਵਿਚ 17ਵੀਂ ਸਦੀ ਵਿਚ ਅਜ਼ਾਦ ਬਸਤੀ ਵਸਾਉਣ ਵਾਸਤੇ, ਉਨ੍ਹਾਂ ਨੇ ਕੀਤਾ ਸੀ। ਉੱਥੇ ਨਾ ਕੋਈ ਕਿਲ੍ਹਾ ਸੀ, ਨਾ ਕੋਈ ਸੈਨਿਕ, ਨਾ ਕੋਈ ਰੱਖਿਆ ਕਰਨ ਵਾਲਾ, ਨਾ ਕੋਈ ਹਥਿਆਰ। ਅਮਰੀਕਾ ਵਿਚ ਨਵੇਂ ਵਸਣ ਆਏ ਲੋਕਾਂ ਦੇ ਅਤੇ ਰੈਡ ਇੰਡੀਅਨ ਲੋਕਾਂ ਦੇ ਵਿਚਕਾਰ, ਜੋ ਜ਼ਾਲਿਮਾਨਾ ਸਰਹੱਦੀ ਯੁੱਧ ਅਤੇ ਲੜਾਈਆਂ ਦੇ ਨਰ ਸੰਹਾਰ ਚੱਲਦੇ ਰਹਿੰਦੇ ਸਨ। ਉਨ੍ਹਾਂ ਵਿਚ ਸਿਰਫ ਪੈਨਸਿਲਵੇਨੀਆ ਦੇ ਕੁਐਕਰ ਹੀ ਇਹੋ ਜਿਹੇ ਲੋਕ ਸਨ, ਜਿਨ੍ਹਾਂ ਨੂੰ ਕਿਸੇ ਨੇ ਛੂਹਿਆ ਤਕ ਨਹੀਂ। ਬਾਕੀ ਲੋਕ ਜਾਂ ਤਾਂ ਲੜਾਈਆਂ ਵਿਚ ਮਾਰ ਦਿੱਤੇ ਗਏ ਜਾਂ ਨਰ ਸੰਹਾਰ ਦੀ ਭੇਟ ਚੜ੍ਹ ਗਏ। ਪ੍ਰੰਤੂ ਕੁਐਕਰ ਪੂਰੀ ਤਰ੍ਹਾਂ ਸੁਰੱਖਿਅਤ ਸਨ। ਇੱਕ ਵੀ ਕੁਐਕਰ ਔਰਤ ਉੱਪਰ ਕਦੇ ਹਮਲਾ ਨਹੀਂ ਹੋਇਆ, ਇੱਕ ਵੀ ਕੁਐਕਰ ਬੱਚੇ ਦੀ ਕਦੇ ਹਤਿਆ ਨਹੀਂ ਹੋਈ, ਇੱਕ ਵੀ ਕੁਐਕਰ ਆਦਮੀ ਨੂੰ ਕਦੇ ਕੋਈ ਤਸੀਹਾ ਨਹੀਂ ਦਿਤਾ ਗਿਆ। ਅੰਤ ਵਿਚ ਜਦੋਂ ਕੁਐਕਰ ਲੋਕਾਂ ਨੂੰ ਉਸ ਰਾਜ ਦਾ ਸ਼ਾਸਨ ਛੱਡ ਦੇਣ ਵਾਸਤੇ ਮਜ਼ਬੂਰ ਹੋਣਾ ਪਿਆ, "ਤਾਂ ਯੁੱਧ ਛਿੜ ਗਿਆ, ਤਾਂ ਪੈਨਸਿਲਵੇਨੀਆ ਦੇ ਕੁਝ ਲੋਕ ਮਾਰੇ ਗਏ। ਫਿਰ

* ਸ਼੍ਰੀ ਰੋਜ਼ਰ ਡਬਲਯੂ ਵਾਬਸਨ ਨੇ ਇੱਕ ਵਾਰ ਮਹਾਨ ਇਲੈਕਟਰੀਕਲ ਇੰਜਨੀਅਰ ਚਾਰਲਸ ਪੀ ਸਟਾਈਨਮੇਤਜ਼ ਨੂੰ ਸਵਾਲ ਕੀਤਾ, "ਆਉਣ ਵਾਲੇ ਪੰਜਾਹ ਵਰ੍ਹਿਆਂ ਵਿਚ ਕਿਹੜੇ ਖੇਤਰ ਵਿਚ ਸਭ ਤੋਂ ਵੱਡੀ ਖੋਜ ਹੋਵੇਗੀ?" ਸਟਾਈਨਮੇਤਜ਼ ਨੇ ਉੱਤਰ ਦਿੱਤਾ, "ਮੇਰਾ ਵਿਚਾਰ ਹੈ ਕਿ ਅਧਿਆਤਮ ਖੇਤਰ ਵਿਚ ਹੀ ਸਭ ਤੋਂ ਵੱਡੀ ਖੋਜ ਹੋਵੇਗੀ। ਇਤਿਹਾਸ ਇਹ ਸਾਫ ਸਾਫ ਇਹ ਸਿੱਖਿਆ ਦਿੰਦਾ ਹੈ, ਕਿ ਅਧਿਆਤਮ ਇੱਕ ਇਹੋ ਜਿਹੀ ਸ਼ਕਤੀ ਹੈ, ਜਿਹੜੀ ਮਨੁੱਖਾਂ ਦੇ ਵਿਕਾਸ ਵਿਚ ਸਭ ਤੋਂ ਵੱਡੀ ਸ਼ਕਤੀ ਰਹੀ ਹੈ। ਫਿਰ ਵੀ ਅਸੀਂ ਉਸ ਦੇ ਨਾਲ ਸਿਰਫ ਖਿਲਵਾੜ ਕਰਦੇ ਹਾਂ ਅਤੇ ਅਸੀਂ ਕਦੇ ਇਸ ਦਾ ਗੰਭੀਰਤਾ ਦੇ ਨਾਲ ਅਧਿਐਨ ਨਹੀਂ ਕੀਤਾ, ਜਿਸ ਤਰ੍ਹਾਂ ਭੌਤਿਕ ਸ਼ਕਤੀਆਂ ਦਾ ਕੀਤਾ ਹੈ। ਕਿਸੇ ਦਿਨ ਲੋਕ ਇਹ ਜਾਨਣ ਲੱਗ ਜਾਣਗੇ ਕਿ ਭੌਤਿਕ ਚੀਜ਼ਾਂ ਨਾਲ ਸੁੱਖ ਨਹੀਂ ਮਿਲਦਾ ਅਤੇ ਨਰ ਨਾਰੀਆਂ ਨੂੰ ਸਿਰਜਣਾਤਮਿਕ ਅਤੇ ਸ਼ਕਤੀਦਾਇਕ ਬਣਾਉਣ ਵਿਚ ਇਨ੍ਹਾਂ ਦਾ ਕੋਈ ਲਾਭ ਨਹੀਂ ਹੈ। ਸੰਸਾਰ ਦੇ ਸਾਰੇ ਵਿਗਿਆਨਿਕ ਆਪਣੀਆਂ ਪ੍ਰਯੋਗਸ਼ਾਲਾਵਾਂ ਵਿਚ ਈਸ਼ਵਰ, ਪ੍ਰਾਰਥਨਾ ਅਤੇ ਅਧਿਆਤਮਿਕ ਸ਼ਕਤੀਆਂ ਦਾ ਅਧਿਐਨ ਸ਼ੁਰੂ ਕਰ ਦੇਣਗੇ, ਜਿਨ੍ਹਾਂ ਦਾ ਹਾਲੇ ਤਕ ਸਪਰਸ਼ ਨਹੀਂ ਕੀਤਾ ਗਿਆ। ਜਦੋਂ ਉਹ ਦਿਨ ਆਵੇਗਾ ਤਾਂ ਇਸ ਖੇਤਰ ਵਿਚ ਇੱਕ ਪੀੜ੍ਹੀ ਵਿਚ ਪਿਛਲੀਆਂ ਚਾਰ ਪੀੜ੍ਹੀਆਂ ਵਿਚ ਹੋਈ ਉੱਨਤੀ ਦੇ ਮੁਕਾਬਲੇ ਤੋਂ ਕਿਤੇ ਜਿਆਦਾ ਉੱਨਤੀ ਹੋਵੇਗੀ।"

ਵੀ ਸਿਰਫ ਤਿੰਨ ਕੁਐਕਰ ਹੀ ਇਸ ਵਿਚ ਮਾਰੇ ਗਏ ਅਤੇ ਇਹ ਵੀ ਤਿੰਨ, "ਇਹੋ ਜਿਹੇ ਲੋਕ ਸਨ, ਜਿਨ੍ਹਾਂ ਦੇ ਵਿਸ਼ਵਾਸ ਡੋਲ ਗਏ ਸਨ ਅਤੇ ਉਹ ਵੀ ਆਪਣੀ ਰੱਖਿਆ ਵਾਸਤੇ ਹਥਿਆਰ ਰੱਖਣ ਲੱਗ ਪਏ ਸਨ।"

ਫਰੈਂਕਲਿਨ ਡੀ ਰੂਜ਼ਵੈਲਟ ਨੇ ਕਿਹਾ ਸੀ, "ਪਹਿਲੇ ਸੰਸਾਰ ਯੁੱਧ ਵਿਚ ਸ਼ਕਤੀ ਦੀ ਵਰਤੋਂ ਨਾਲ ਸ਼ਾਂਤੀ ਸਥਾਪਿਤ ਨਹੀਂ ਹੋ ਸਕੀ। ਜਿੱਤ ਹਾਰ ਦੋਨੋਂ ਹੀ ਇਕੋ ਜਿਹੇ ਰੂਪ ਵਿਚ ਬੇਸੁਆਦੀਆਂ ਸਿੱਧ ਹੋਈਆਂ। ਸੰਸਾਰ ਨੂੰ ਇਸ ਤੋਂ ਸਿੱਖਿਆ ਲੈਣੀ ਚਾਹੀਦੀ ਹੈ।"

ਲਾਉ-ਤਜ਼ੂ ਦੀ ਸਿੱਖਿਆ ਸੀ, "ਹਿੰਸਾ ਦੇ ਜਿੰਨੇ ਹਥਿਆਰ ਹੋਣਗੇ-ਓਨੀ ਹੀ ਮਨੁੱਖ ਦੀ ਜਿਆਦਾ ਦੁਰਦਸ਼ਾ ਹੋਵੇਗੀ। ਹਿੰਸਾ ਦੀ ਜਿੱਤ ਦਾ ਅੰਤ ਵੀ ਸ਼ੋਕ ਸਮਾਰੋਹ ਨਾਲ ਹੀ ਹੁੰਦਾ ਹੈ।"

ਮਹਾਤਮਾ ਗਾਂਧੀ ਜੀ ਦੀ ਲਿਖਾਈ ਦਾ ਨਮੂਨਾ

इस संस्था की मैं सर्व प्रकार से उन्नति चाहता हूं। इस संस्था
का मेरे मन पर अच्छा असर पड़ा है। चरखे की प्रवृत्ति में मैं ज्यादह
ज्ञान और अभ्यास की आशा रखता हूं

आश्वि. २० मोहनदास गांधी

ਮਹਾਤਮਾ ਗਾਂਧੀ ਜੀ ਯੋਗਦਾ ਸਤਸੰਗ ਬ੍ਰਹਮਚਾਰੀਆ ਸਕੂਲ ਆਏ ਸਨ। ਉਨ੍ਹਾਂ ਨੇ ਮਹਿਮਾਨ ਪੁਸਤਿਕਾ ਵਿਚ ਉੱਪਰ ਲਿਖਤ ਸ਼ਲਾਘਾਯੋਗ ਟਿਪਣੀ ਲਿਖਣ ਦੀ ਕ੍ਰਿਪਾਲਤਾ ਕੀਤੀ ਸੀ, ਜਿਸ ਵਿਚ ਉਹ ਕਹਿ ਰਹੇ ਹਨ।

"ਇਸ ਸੰਸਥਾ ਦੀ ਮੈਂ ਸਾਰੇ ਤਰ੍ਹਾਂ ਦੀ ਉੱਨਤੀ ਚਾਹੁੰਦਾ ਹਾਂ। ਇਸ ਸੰਸਥਾ ਦਾ ਮੇਰੇ ਮਨ ਉੱਪਰ ਬੜਾ ਚੰਗਾ ਪ੍ਰਭਾਵ ਪਿਆ ਹੈ। ਚਰਖੇ ਦੀ ਪ੍ਰਵਿਰਤੀ ਵਿਚ ਮੈਂ ਜਿਆਦਾ ਗਿਆਨ ਅਤੇ ਅਭਿਆਸ ਦੀ ਆਸ਼ਾ ਰੱਖਦਾ ਹਾਂ'।

(17 ਸਿਤੰਬਰ, 1925) (ਦਸਤਖਤ) ਮੋਹਨ ਦਾਸ ਗਾਂਧੀ

ਗਾਂਧੀ ਜੀ ਨੇ ਘੋਸ਼ਣਾ ਕਰ ਰੱਖੀ ਹੈ, "ਮੈਂ ਵਿਸ਼ਵਸ਼ਾਂਤੀ ਲਈ ਲੜ ਰਿਹਾ ਹਾਂ, ਉਸ ਤੋਂ ਘੱਟ ਕਿਸੇ ਗੱਲ ਉੱਪਰ ਇਹ ਲੜਾਈ ਨਹੀਂ ਰੁਕ ਸਕਦੀ। ਜੇ ਭਾਰਤੀ ਅੰਦੋਲਨ ਅਹਿੰਸਾ ਅਤੇ ਸਤਿਆ ਗ੍ਰੈਹ ਦੇ ਅਧਾਰ ਉੱਪਰ ਸਫਲ ਹੋਇਆ ਹੈ ਤਾਂ ਦੇਸ਼ ਪਿਆਰ ਨੂੰ ਇੱਕ ਨਵਾਂ ਅਰਥ ਮਿਲ ਜਾਵੇਗਾ। ਹੈ ਤਾਂ ਛੋਟਾ ਮੂੰਹ, ਵੱਡੀ ਗੱਲ, ਪਰ ਹੈ ਅਸਲੀਅਤ-ਕਿ ਜ਼ਿੰਦਗੀ ਨੂੰ ਇੱਕ ਨਵਾਂ ਅਰਥ ਮਿਲ ਜਾਵੇਗਾ।"

ਇਸ ਤੋਂ ਪਹਿਲਾਂ ਪੱਛਮੀ ਦੁਨੀਆਂ, ਗਾਂਧੀ ਜੀ ਦੇ ਪ੍ਰੋਗਰਾਮ ਨੂੰ ਇੱਕ ਅਵਿਵਹਾਰਿਕ ਸੁਪਨੇ ਦੇਖਣ ਵਾਲਾ ਕਹਿ ਕੇ ਛੁਟਿਆਣ ਦਾ ਹੌਸਲਾ ਕਰੇ, ਸਾਨੂੰ ਗੈਲਿਲੀ ਦੇ ਪ੍ਰਮਾਤਮਾ ਦੀ ਸਤਿਆ ਗ੍ਰੈਹ ਦੀ ਵਿਆਖਿਆ ਉੱਪਰ ਵਿਚਾਰ ਕਰਨੀ ਚਾਹੀਦੀ ਹੈ।

"ਤੁਸੀਂ ਸੁਣਿਆ ਹੈ, ਇਹ ਕਿਹਾ ਜਾਂਦਾ ਹੈ, ਕਿ ਅੱਖ ਦੇ ਬੱਦਲੇ ਅੱਖ ਅਤੇ ਦੰਦ ਦੇ ਬਦਲੇ ਦੰਦ, ਪਰ ਮੈਂ ਤੁਹਾਨੂੰ ਕਹਿੰਦਾ ਹਾਂ, ਕਿ ਤੁਸੀਂ ਦੁਸ਼ਟਤਾ ਦਾ ਬਦਲਾ (ਦੁਸ਼ਟਤਾ ਨਾਲ) ਨਾ ਲਵੋ, ਬਲਕਿ ਜੇ ਕੋਈ ਤੁਹਾਡੀ ਸੱਜੀ ਗੱਲ੍ਹ ਉੱਪਰ ਥੱਪੜ ਮਾਰਦਾ ਹੈ, ਤਾਂ ਤੁਸੀਂ ਆਪਣੀ ਖੱਬੀ ਗੱਲ੍ਹ ਵੀ ਉਸ ਦੇ ਸਾਹਮਣੇ ਕਰ ਦੇਵੋ।*

ਵਿਧਾਤਾ ਦੇ ਨਿਯਮਾਂ ਦੀ ਸੂਖਮ ਪਕਿਆਈ ਦੇ ਅਨੁਰੂਪ ਹੀ ਗਾਂਧੀ ਯੁਗ ਇੱਕ ਇਹੋ ਜਿਹੀ ਸ਼ਤਾਬਦੀ ਵਿਚ ਪ੍ਰਵੇਸ਼ ਹੋ ਚੱਲਿਆ ਹੈ, ਜੋ ਦੋ ਦੋ ਸੰਸਾਰ ਯੁੱਧਾਂ ਵਿਚ ਗਰਕ ਹੋ ਕੇ ਬਰਬਾਦ ਹੋ ਚੁੱਕੀ ਹੈ। ਗਾਂਧੀ ਜੀ ਦੇ ਜੀਵਨ ਦੀ ਗਰੇਨਾਈਟ ਰੂਪੀ ਕੰਧ ਉੱਪਰ ਦਿਵੱਯ ਲਿਖਾਵਟ ਸਾਫ ਝਲਕ ਰਹੀ ਹੈ – ਜੋ ਭਰਾਵਾਂ ਵਿਚ ਫਿਰ ਖੂਨ ਖਰਾਬੇ ਦੇ ਵਿਰੁੱਧ ਚਿਤਾਵਨੀ ਦੇ ਰਹੀ ਹੈ।

* *ਮੈਥਊ* 5:38–39 (ਬਾਈਬਲ)

ਮਹਾਤਮਾ ਗਾਂਧੀ-ਇੱਕ ਯਾਦ

"ਉਹ ਸੱਚੇ ਅਰਥਾਂ ਵਿਚ ਰਾਸ਼ਟਰ ਪਿਤਾ ਸਨ ਅਤੇ ਇੱਕ ਪਾਗਲ ਨੇ ਉਨ੍ਹਾਂ ਦੀ ਹੱਤਿਆ ਕਰ ਦਿੱਤੀ। ਲੱਖਾਂ ਕਰੋੜਾਂ ਨਰ ਨਾਰੀ ਸ਼ੋਕ ਵਿਚ ਡੁੱਬੇ ਹੋਏ ਹਨ, ਕਿਉਂਕਿ ਉਹ ਦੀਪਕ ਬੁੱਝ ਗਿਆ ਹੈ- ਜਿਹੜਾ ਹੁਣ ਤਕ ਜਗਮਗਾ ਰਿਹਾ ਸੀ। ਉਹ ਕੋਈ ਸਧਾਰਨ ਦੀਪਕ ਨਹੀਂ ਸੀ। ਇਸ ਦੇਸ਼ ਵਿਚ ਹਜ਼ਾਰ ਵਰ੍ਹਿਆਂ ਤਕ ਉਸ ਦੀਪਕ ਦੀ ਰੌਸ਼ਨੀ ਦਿਖਾਈ ਦਿੰਦੀ ਰਹੇਗੀ ਅਤੇ ਸਾਰਾ ਸੰਸਾਰ ਉਸ ਰੌਸ਼ਨੀ ਨੂੰ ਦੇਖੇਗਾ," ਇਹ ਸ਼ਬਦ ਸਨ, ਜੋ ਭਾਰਤ ਦੇ ਪ੍ਰਧਾਨ ਮੰਤਰੀ ਜਵਾਹਰ ਲਾਲ ਨਹਿਰੂ ਨੇ 30 ਜਨਵਰੀ 1948 ਨੂੰ ਨਵੀਂ ਦਿੱਲੀ ਵਿਚ ਮਹਾਤਮਾ ਗਾਂਧੀ ਜੀ ਦੀ ਹੱਤਿਆ ਹੋ ਜਾਣ ਤੋਂ ਥੋੜੀ ਦੇਰ ਬਾਅਦ ਕਹੇ ਸਨ।

ਪੰਜ ਮਹੀਨੇ ਪਹਿਲਾਂ ਹੀ ਭਾਰਤ ਨੇ ਸ਼ਾਂਤੀ ਪੂਰਨ ਤਰੀਕੇ ਨਾਲ ਆਪਣੀ ਅਜ਼ਾਦੀ ਪ੍ਰਾਪਤ ਕੀਤੀ ਸੀ। 78 ਵਰ੍ਹਿਆਂ ਦੇ ਗਾਂਧੀ ਜੀ ਦਾ ਉਦੇਸ਼ ਪੂਰਾ ਹੋ ਚੁੱਕਿਆ ਸੀ। ਉਨ੍ਹਾਂ ਨੂੰ ਆਪਣਾ ਅੰਤ ਸਮਾਂ ਨੇੜੇ ਹੋਣ ਦਾ ਆਭਾਸ ਹੋ ਚੁੱਕਿਆ ਸੀ। ਉਸ ਦਰਦਨਾਕ ਘਟਨਾ ਵਾਲੇ ਦਿਨ ਸਵੇਰੇ ਹੀ ਉਨ੍ਹਾਂ ਆਪਣੀ ਪੋਤੀ ਨੂੰ ਕਿਹਾ ਸੀ, "ਆਭਾ, ਸਾਰੇ ਜਰੂਰੀ ਕਾਗਜ਼ਾਂ ਨੂੰ ਅੱਜ ਹੀ ਮੇਰੇ ਕੋਲ ਲੈ ਆ, ਮੈਨੂੰ ਇਨ੍ਹਾਂ ਸਾਰਿਆਂ ਦਾ ਅੱਜ ਹੀ ਉੱਤਰ ਦੇਣਾ ਪਵੇਗਾ। ਕੱਲ੍ਹ ਸ਼ਾਇਦ ਕਦੇ ਨਾ ਆਵੇ।" ਆਪਣੇ ਅਨੇਕ ਲੇਖਾਂ ਵਿਚ ਗਾਂਧੀ ਜੀ ਨੇ ਅਨੇਕ ਥਾਵਾਂ ਉਪਰ ਆਪਣੇ ਅੰਤ ਸਮੇਂ ਦੀ ਹੋਣੀ ਵੱਲ ਇਸ਼ਾਰਾ ਕਰ ਦਿੱਤਾ ਸੀ।

ਵਰਤ ਰੱਖ ਰੱਖ ਕੇ ਕਮਜ਼ੋਰ ਹੋਏ ਸਰੀਰ ਵਿਚ ਤਿੰਨ ਗੋਲੀਆਂ ਮਾਰੀਆਂ ਗਈਆਂ ਸਨ। ਹੌਲੀ ਹੌਲੀ ਧਰਤੀ ਉਪਰ ਡਿਗਦਿਆਂ ਮਹਾਤਮਾ ਜੀ ਨੇ ਹਿੰਦੂ ਰਿਵਾਜ਼ ਦੇ ਮੁਤਾਬਿਕ ਆਪਣੇ ਦੋਨੋਂ ਹੱਥ ਉਪਰ ਨੂੰ ਉਠਾਏ ਹੋਏ ਸਨ, ਜਿਵੇਂ ਉਨ੍ਹਾਂ ਨੇ ਕਾਤਲ ਨੂੰ ਮੁਆਫ ਕਰ ਦਿੱਤਾ ਹੋਵੇ। ਆਪਣੇ ਜੀਵਨ ਦੇ ਸਾਰੇ ਖੇਤਰਾਂ ਵਿਚ ਉਹ ਭੋਲੇ ਕਲਾਕਾਰ ਤਾਂ ਸਨ ਹੀ, ਮੌਤ ਵੇਲੇ ਵੀ ਉਹ ਮਹਾਨ ਕਲਾਕਾਰ ਹੋ ਨਿਬੜੇ। ਨਿਰਸੁਆਰਥੀ ਜ਼ਿੰਦਗੀ ਦੀਆਂ ਸਾਰੀਆਂ ਕੁਰਬਾਨੀਆਂ ਨੇ ਪਿਆਰ ਦੇ ਪ੍ਰਦਰਸ਼ਨ ਨੂੰ ਆਖਰੀ ਮੌਕੇ ਉਪਰ ਵੀ ਸੰਭਵ ਬਣਾ ਦਿੱਤਾ ਸੀ।

ਗਾਂਧੀ ਜੀ ਨੂੰ ਆਪਣੀ ਸ਼ਰਧਾਂਜਲੀ ਅਰਪਣ ਕਰਦਿਆਂ ਅਲਬਰਟ ਆਈਨਸਟਾਈਨ ਨੇ ਲਿਖਿਆ ਸੀ, "ਆਉਣ ਵਾਲੀਆਂ ਪੀੜ੍ਹੀਆਂ, ਸ਼ਾਇਦ ਹੀ ਇਸ ਗੱਲ ਉਪਰ ਯਕੀਨ ਕਰਨਗੀਆਂ ਕਿ ਧਰਤੀ ਉਪਰ ਇਸ ਤਰ੍ਹਾਂ ਦਾ ਕੋਈ ਹੱਡ ਮਾਸ ਦੇ ਸਰੀਰ ਵਿਚ ਕੋਈ ਆਦਮੀ ਹੋਇਆ ਹੋਵੇਗਾ।" ਰੋਮ ਵਿਚ ਵੈਟੀਕਨ ਤੋਂ ਆਪਣੇ ਸੰਦੇਸ਼ ਵਿਚ ਪੋਪ ਨੇ ਕਿਹਾ, "ਮਹਾਤਮਾ ਗਾਂਧੀ ਜੀ ਦੀ ਹੱਤਿਆ ਦੇ ਕਾਰਨ ਇੱਥੇ ਭਾਰੀ ਸ਼ੋਕ ਛਾ ਗਿਆ ਹੈ। ਅਸੀਂ ਗਾਂਧੀ ਜੀ ਨੂੰ ਈਸਾਈ ਸਿਧਾਂਤਾਂ ਦਾ ਦੇਵ ਦੂਤ ਮੰਨਦੇ ਹਾਂ।"

ਕਿਸੇ ਖਾਸ ਕੰਮ ਨੂੰ ਪੂਰਾ ਕਰਨ ਖਾਤਰ ਇਸ ਧਰਤੀ ਉਪਰ ਅਵਤਾਰ ਲੈਣ ਵਾਲੇ ਸਾਰੇ ਮਹਾ ਪੁਰਸ਼ਾਂ ਦੇ ਜੀਵਨ ਦੇ ਨਾਲ ਕੋਈ ਨਾ ਕੋਈ ਸੰਕੇਤਕ ਅਰਥ ਜੁੜਿਆ ਰਹਿੰਦਾ ਹੈ। ਭਾਰਤੀ ਏਕਤਾ ਦੀ ਖਾਤਰ ਨਾਟਕਮਈ ਤਰੀਕੇ ਨਾਲ ਹੋਈ ਗਾਂਧੀ ਜੀ ਦੀ ਮੌਤ ਨੇ, ਹਰ ਇੱਕ ਮਹਾ ਦੀਪ ਦੀ ਆਪਸੀ ਫੁੱਟ ਅਤੇ ਕਲੇਸ਼ਾਂ ਨਾਲ ਦੁਖੀ ਹੋਏ ਸੰਸਾਰ ਲਈ, ਉਨ੍ਹਾਂ ਦਾ ਸੁਨੇਹਾ ਹੋਰ ਵੀ ਜਿਆਦਾ ਸਪਸ਼ਟ ਹੈ। ਉਨ੍ਹਾਂ ਨੇ ਭਵਿੱਖਬਾਣੀ ਦੇ ਰੂਪ ਵਿਚ ਇਹ ਸੰਦੇਸ਼ ਦਿੱਤਾ ਹੈ

"ਅਹਿੰਸਾ ਨੇ ਆਦਮੀਆਂ ਦੇ ਦਿਲਾਂ ਅੰਦਰ ਘਰ ਬਣਾ ਲਿਆ ਹੈ ਅਤੇ ਇਹ ਹੁਣ ਇੱਥੇ ਹੀ ਰਹੇਗੀ। ਇਹ ਵਿਸ਼ਵ ਸ਼ਾਂਤੀ ਦੀ ਅਗਰਦੂਤ ਹੈ।"

ਚੈਪਟਰ 45

ਬੰਗਾਲ ਦੀ ਆਨੰਦਮਈ ਮਾਂ

"ਕ੍ਰਿਪਾ ਕਰ ਕੇ, ਨਿਰਮਲਾ ਦੇਵੀ ਦੇ ਦਰਸ਼ਨ ਕੀਤੇ ਬਗੈਰ, ਭਾਰਤ ਤੋਂ ਵਾਪਸ ਨਾ ਜਾਣਾ। ਉਨ੍ਹਾਂ ਵਿਚ ਅਤਿਅੰਤ ਡੂੰਘਾ ਭਗਤੀਭਾਵ ਹੈ। ਸਾਰੇ ਪਾਸੇ ਉਹ ਆਨੰਦਮਈ ਮਾਂ ਨਾਲ ਮਸ਼ਹੂਰ ਹਨ।" ਮੇਰੀ ਭਤੀਜੀ, ਅਮੀਆ ਬੋਸ ਨੇ ਬੇਨਤੀ ਭਰੀ ਨਜ਼ਰ ਨਾਲ ਦੇਖਦਿਆਂ ਕਿਹਾ।

ਮੈਂ ਕਿਹਾ, "ਜਰੂਰ, ਉਸ ਇਸਤਰੀ ਸੰਤ ਨੂੰ ਮਿਲਣ ਵਾਸਤੇ, ਮੈਂ ਵੀ ਉਤਸੁਕ ਹਾਂ। ਉਨ੍ਹਾਂ ਦੀ ਈਸ਼ਵਰ ਅਨੁਭੂਤੀ ਬਾਰੇ ਮੈਂ ਵੀ ਪੜ੍ਹਿਆ ਹੋਇਆ ਹੈ। ਵਰ੍ਹਿਆਂ ਪਹਿਲਾਂ ਈਸਟ ਵੈਸਟ ਰਸਾਲੇ ਵਿਚ ਉਨ੍ਹਾਂ ਉੱਪਰ ਇੱਕ ਛੋਟਾ ਜਿਹਾ ਲੇਖ ਛਪਿਆ ਸੀ।"

ਅਮੀਆ ਕਹਿੰਦੀ ਗਈ, "ਮੈਂ ਉਨ੍ਹਾਂ ਨੂੰ ਮਿਲੀ ਹੋਈ ਹਾਂ। ਹਾਲੇ ਥੋੜ੍ਹਾ ਜਿਹਾ ਸਮਾਂ ਪਹਿਲਾਂ, ਉਹ ਮੇਰੇ ਛੋਟੇ ਜਿਹੇ ਸ਼ਹਿਰ ਜਮਸ਼ੇਦਪੁਰ ਆਈ ਸੀ। ਇੱਕ ਸ਼ਗਿਰਦ ਦੀ ਬੇਨਤੀ ਉੱਪਰ ਉਹ ਇੱਕ ਮਰਨ ਕਿਨਾਰੇ ਆਦਮੀ ਦੇ ਘਰ ਗਈ। ਉਹ ਉਸ ਆਦਮੀ ਦੇ ਮੰਜੇ ਦੇ ਕੋਲ ਖੜ੍ਹੀ ਹੋ ਗਈ। ਜਿਉਂ ਹੀ ਉਸ ਨੇ ਉਸ ਆਦਮੀ ਦੇ ਮੱਥੇ ਉੱਪਰ ਹੱਥ ਫੇਰਿਆ, ਉਸ ਆਦਮੀ ਦੀ ਘਰਰ ਘਰਰ ਬੰਦ ਹੋ ਗਈ। ਮਿੰਟਾਂ ਵਿਚ ਸਾਰੀ ਬਿਮਾਰੀ ਗਾਇਬ ਹੋ ਗਈ। ਉਹ ਵੀ ਦੇਖ ਕੇ ਖੁਸ਼ ਅਤੇ ਹੈਰਾਨ ਹੋ ਗਿਆ, ਕਿ ਉਹ ਪੂਰੀ ਤਰ੍ਹਾਂ ਤੰਦਰੁਸਤ ਹੋ ਚੁੱਕਿਆ ਸੀ।"

ਕੁਝ ਦਿਨ੍ਹਾਂ ਬਾਅਦ ਮੈਂ ਸੁਣਿਆ ਕਿ ਆਨੰਦਮਈ ਮਾਂ, ਕੋਲਕਾਤਾ ਦੇ ਭਵਾਨੀਪੁਰ ਮੁਹੱਲੇ ਵਿਚ ਆਪਣੇ ਕਿਸੇ ਸ਼ਗਿਰਦ ਦੇ ਘਰ ਠਹਿਰੀ ਹੋਈ ਹੈ। ਬਗੈਰ ਕੋਈ ਦੇਰ ਕੀਤਿਆਂ, ਮੈਂ ਪਿਤਾ ਜੀ ਦੇ ਕੋਲਕਾਤਾ ਵਾਲੇ ਘਰੋਂ ਮਿਸਟਰ ਰਾਈਟ ਨੂੰ ਨਾਲ ਲੈ ਕੇ, ਉਸ ਨੂੰ ਮਿਲਣ ਖਾਤਰ ਚੱਲ ਪਿਆ। ਜਦੋਂ ਸਾਡੀ ਫੋਰਡ ਕਾਰ ਭਵਾਨੀਪੁਰ ਦੇ ਉਸ ਘਰ ਦੇ ਕੋਲ ਪਹੁੰਚੀ ਤਾਂ ਸਾਨੂੰ ਸੜਕ ਉੱਪਰ ਇੱਕ ਅਜੀਬ ਨਜ਼ਾਰਾ ਦਿਖਾਈ ਦਿੱਤਾ।

ਆਨੰਦਮਈ ਮਾਂ, ਇੱਕ ਖੁੱਲ੍ਹੀ ਕਾਰ ਵਿਚ ਖੜ੍ਹੀ ਸੀ ਅਤੇ ਕਾਰ ਦੇ ਆਲੇ ਦੁਆਲੇ ਖੜ੍ਹੀ ਕਈ ਸੌ ਸ਼ਗਿਰਦਾਂ ਦੀ ਭੀੜ ਨੂੰ ਅਸ਼ੀਰਵਾਦ ਦੇ ਰਹੀ ਸੀ। ਸਪਸ਼ਟ ਸੀ, ਕਿ ਉਹ ਉੱਥੋਂ ਰਵਾਨਾ ਹੋਣ ਦੀ ਤਿਆਰੀ ਵਿਚ ਸੀ। ਸ਼੍ਰੀ ਰਾਈਟ ਨੇ ਫੋਰਡ ਕਾਰ ਨੂੰ ਥੋੜ੍ਹੀ ਦੂਰ ਖੜ੍ਹਾ ਕਰ ਦਿੱਤਾ ਅਤੇ ਮੇਰੇ ਨਾਲ ਪੈਦਲ ਹੀ ਉਸ ਸ਼ਾਂਤ ਜਨਸਮੂਹ ਵੱਲ ਚੱਲ ਪਏ। ਉਸ ਇਸਤਰੀ ਸੰਤ ਨੇ ਸਾਡੇ ਵੱਲ ਦੇਖਿਆ ਅਤੇ ਕਾਰ ਵਿਚੋਂ ਉੱਤਰ ਕੇ ਸਾਡੇ ਵੱਲ ਪੈਦਲ ਆਉਣ ਲੱਗੀ।

"ਪਿਤਾ ਜੀ ਆਪ ਆ ਗਏ," ਇਨ੍ਹਾਂ ਭਾਵਕ ਸ਼ਬਦਾਂ ਨਾਲ ਉਸ ਨੇ ਆਪਣੀ ਬਾਂਹ ਮੇਰੇ ਗਲੇ ਵਿਚ ਪਾ ਕੇ ਆਪਣਾ ਸਿਰ ਮੇਰੇ ਮੋਢੇ ਉੱਪਰ ਰੱਖ ਦਿੱਤਾ। ਸ਼੍ਰੀ ਰਾਈਟ ਜਿਸ ਨੂੰ ਮੈਂ ਹਾਲੇ ਥੋੜ੍ਹੀ ਦੇਰ ਪਹਿਲਾਂ ਇਹ ਦੱਸ ਕੇ ਹਟਿਆ ਸੀ ਕਿ ਮੈਂ ਉਸ ਇਸਤਰੀ ਸੰਤ ਨੂੰ ਨਹੀਂ ਜਾਣਦਾ, ਇਸ ਅਸਧਾਰਨ ਸੁਆਗਤ ਦਾ ਭਰਪੂਰ ਆਨੰਦ ਉਠਾ ਰਿਹਾ ਸੀ। ਉਨ੍ਹਾਂ ਦੇ ਤਕਰੀਬਨ ਕਈ ਸੌ ਸ਼ਗਿਰਦਾਂ ਦੀਆਂ ਨਜ਼ਰਾਂ ਵੀ ਇਸ ਪਿਆਰ ਭਰੇ ਨਜ਼ਾਰੇ ਨੂੰ ਹੈਰਾਨੀ ਨਾਲ ਨਿਹਾਰ ਰਹੀਆਂ ਸਨ।

ਮੈਨੂੰ ਉਸੇ ਵਕਤ ਪਤਾ ਲੱਗ ਗਿਆ ਸੀ, ਕਿ ਆਨੰਦਮਈ ਮਾਂ ਸਮਾਧੀ ਦੀ ਉੱਚ ਅਵਸਥਾ ਵਿਚ ਸੀ ਅਤੇ ਆਪਣੇ ਬਾਹਰੀ ਨਾਰੀ ਸਰੂਪ ਤੋਂ ਬਿਲਕੁਲ ਬੇਖਬਰ ਸੀ। ਉਸ ਨੂੰ ਸਿਰਫ ਆਪਣੇ ਪਰੀਵਰਤਨਰਹਿਤ ਆਤਮ ਸਰੂਪ ਦਾ ਅਹਿਸਾਸ ਸੀ। ਉਸ ਅਵਸਥਾ ਵਿਚ ਉਹ ਈਸ਼ਵਰ ਦੇ ਇੱਕ ਦੂਜੇ ਭਗਤ ਨੂੰ ਆਨੰਦ ਨਾਲ ਮਿਲ ਰਹੀ ਸੀ। ਮੇਰਾ ਹੱਥ ਫੜ੍ਹ ਕੇ ਮੈਨੂੰ ਉਹ ਆਪਣੀ ਕਾਰ ਵਿਚ ਲੈ ਗਈ।

"ਆਨੰਦਮਈ ਮਾਂ, ਮੇਰੇ ਕਾਰਨ ਆਪ ਦੀ ਯਾਤਰਾ ਦੀ ਰਵਾਨਗੀ ਵਾਸਤੇ ਦੇਰ ਹੋ ਰਹੀ ਹੈ," ਮੈਂ ਵਿਰੋਧਭਾਵ ਵਿਚ ਕਿਹਾ।

"ਪਿਤਾ ਜੀ, ਮੈਂ ਕਈ ਯੁਗਾਂ ਬਾਅਦ ਆਪ ਨੂੰ ਇਸ ਜਨਮ* ਵਿਚ ਮਿਲ ਰਹੀਂ ਹਾਂ। ਆਪ ਇੰਨੀ ਛੇਤੀ ਨਾ ਜਾਉ।"

ਅਸੀਂ ਦੋਨੋਂ ਇਕੱਠੇ ਕਾਰ ਦੀ ਪਿਛਲੀ ਸੀਟ ਉੱਪਰ ਬੈਠੇ ਰਹੇ। ਛੇਤੀ ਹੀ ਆਨੰਦਮਈ ਮਾਂ ਨਿਸ਼ਚਲ ਸਮਾਧੀ ਅਵਸਥਾ ਵਿਚ ਪ੍ਰਵੇਸ਼ ਕਰ ਗਈ। ਉਨ੍ਹਾਂ ਦੀਆਂ ਸੁੰਦਰ ਅੱਖਾਂ ਅਕਾਸ਼ ਵੱਲ ਦੇਖਦੇ ਦੇਖਦੇ ਅੱਧੀਆਂ ਬੰਦ ਹੋ ਕੇ ਸਥਿਰ ਹੋ ਗਈਆਂ ਅਤੇ ਆਂਤਰਿਕ ਸਵਰਗ ਦੀ ਸਲਤਨਤ ਵੱਲ ਝਾਕਣ ਲੱਗੀਆਂ। ਸ਼ਗਿਰਦ ਭਜਨ ਗਾ ਕੇ ਮਾਂ ਦਾ ਗੁਣ ਗਾਣ ਕਰਨ ਲੱਗੇ।

ਭਾਰਤ ਵਿਚ ਮੈਨੂੰ ਅਨੇਕ ਈਸ਼ਵਰ ਪ੍ਰਾਪਤ ਸੰਤ ਮਿਲੇ ਸਨ, ਪ੍ਰੰਤੂ ਇੰਨੀ ਉਨਤ ਇਸਤਰੀ ਸੰਤ ਨਾਲ, ਮੇਰੀ ਪਹਿਲਾਂ ਕਦੇ ਮੁਲਾਕਾਤ ਨਹੀਂ ਸੀ ਹੋਈ। ਉਨ੍ਹਾਂ ਦਾ ਪਵਿੱਤਰ ਮੁਖ ਮੰਡਲ ਸਦੀਵੀ ਆਨੰਦ ਦੇ ਤੇਜ ਨਾਲ ਦਹਿਕ ਰਿਹਾ ਸੀ, ਜਿਸ ਕਰ ਕੇ ਉਨ੍ਹਾਂ ਦਾ ਨਾਂ ਹੀ ਆਨੰਦਮਈ ਮਾਂ ਪੈ ਗਿਆ ਸੀ। ਉਨ੍ਹਾਂ ਨੇ ਚੌੜੇ ਮੱਥੇ ਉੱਪਰ ਖੁੱਲ੍ਹੇ ਕਾਲੇ ਲੰਬੇ ਕੇਸਾਂ ਨੂੰ ਪਿੱਛੇ ਸੁੱਟ ਰੱਖਿਆ ਸੀ। ਮੱਥੇ ਉੱਪਰ ਅਧਿਆਤਮਿਕ ਨੇਤਰ ਦੀ ਨਿਸ਼ਾਨੀ ਵਜੋਂ ਲਾਲ ਚੰਦਨ ਦਾ ਤਿਲਕ ਲਾਇਆ ਹੋਇਆ ਸੀ। ਉਨ੍ਹਾਂ ਦਾ ਅਧਿਆਤਮਿਕ ਨੇਤਰ ਤਾਂ ਉਨ੍ਹਾਂ ਦੇ ਅੰਤਰ ਵਿਚ ਹਮੇਸ਼ਾਂ ਖੁੱਲ੍ਹਾ ਰਹਿੰਦਾ ਸੀ। ਛੋਟਾ ਜਿਹਾ ਚਿਹਰਾ, ਛੋਟੇ ਛੋਟੇ ਹੱਥ, ਛੋਟੇ ਛੋਟੇ ਪੈਰ- ਉਨ੍ਹਾਂ ਦੀ ਅਧਿਆਤਮਿਕ ਵਿਸ਼ਾਲਤਾ ਨਾਲ-ਕਿੰਨਾ ਵਿਰੋਧਾਭਾਸ।

* ਆਨੰਦਮਈ ਮਾਂ ਦਾ ਜਨਮ ਪੂਰਬੀ ਬੰਗਾਲ (ਹੁਣ ਬੰਗਲਾ ਦੇਸ਼) ਦੇ ਤਿਰਪੁਰਾ ਜਿਲੇ ਦੇ ਪਿੰਡ ਖੇਵਰਾ ਵਿਚ 1896 ਹੋਇਆ ਸੀ।

ਆਨੰਦਮਈ ਮਾਂ ਜਦੋਂ ਸਮਾਧੀ ਅਵਸਥਾ ਵਿਚ ਮਗਨ ਸੀ ਤਾਂ ਮੈਂ ਕੋਲ ਖੜ੍ਹੀ ਭੀੜ ਵਿਚੋਂ, ਉਨ੍ਹਾਂ ਦੀ ਇੱਕ ਸ਼ਗਿਰਦ ਔਰਤ ਕੋਲੋਂ ਪੁੱਛ ਗਿੱਛ ਕਰਨ ਲੱਗਿਆ।

ਉਸ ਸ਼ਗਿਰਦ ਨੇ ਦੱਸਿਆ, "ਆਨੰਦਮਈ ਮਾਂ, ਭਾਰਤ ਵਿਚ ਦੂਰ ਦੂਰ ਤਕ ਯਾਤਰਾ ਕਰਦੀ ਹੈ। ਭਾਰਤ ਦੇ ਅਨੇਕ ਹਿੱਸਿਆਂ ਵਿਚ ਉਸ ਦੇ ਸ਼ਗਿਰਦ ਹਨ। ਉਨ੍ਹਾਂ ਦੇ ਬੁਲੰਦ ਯਤਨਾਂ ਦਾ ਸਦਕਾ ਅਨੇਕ ਚੰਗੇ ਚੰਗੇ ਸਮਾਜ ਸੁਧਾਰ ਦੇ ਕੰਮ ਹੋਏ ਹਨ। ਉਹ ਖੁਦ ਉੱਚੇ ਬ੍ਰਾਹਮਣ ਖਾਨਦਾਨ ਵਿਚੋਂ ਹੁੰਦਿਆਂ ਹੋਇਆਂ ਵੀ ਜਾਤ ਪਾਤ ਨੂੰ ਨਹੀਂ ਮੰਨਦੀ। ਉਨ੍ਹਾਂ ਦੀਆਂ ਜ਼ਰੂਰਤਾਂ ਦਾ ਖਿਆਲ ਰੱਖਣ ਲਈ ਸਾਡੇ ਵਿਚੋਂ ਕੁਝ ਲੋਕ ਹਮੇਸ਼ਾਂ ਹੀ ਉਨ੍ਹਾਂ ਦੇ ਨਾਲ ਰਹਿੰਦੇ ਹਨ। ਸਾਨੂੰ ਮਾਵਾਂ ਵਾਂਗ ਉਨ੍ਹਾਂ ਦੀ ਦੇਖ ਭਾਲ ਕਰਨੀ ਪੈਂਦੀ ਹੈ। ਉਨ੍ਹਾਂ ਨੂੰ ਤਾਂ ਆਪਣੇ ਸਰੀਰ ਦੀ ਵੀ ਹੋਸ਼ ਨਹੀਂ ਰਹਿੰਦੀ। ਜੇ ਕੋਈ ਉਨ੍ਹਾਂ ਨੂੰ ਭੋਜਨ ਨਾ ਕਰਾਵੇ, ਤਾਂ ਉਹ ਭੋਜਨ ਨਹੀਂ ਕਰੇਗੀ, ਨਾ ਹੀ ਭੋਜਨ ਬਾਰੇ ਕਿਸੇ ਨੂੰ ਕੁਝ ਕਹੇਗੀ। ਉਨ੍ਹਾਂ ਦੇ ਸਾਹਮਣੇ ਭੋਜਨ ਰੱਖ ਵੀ ਦਿੱਤਾ ਜਾਵੇ, ਤਾਂ ਵੀ ਉਹ ਉਸ ਨੂੰ ਨਹੀਂ ਛੂਹੇਗੀ। ਅਸੀਂ ਸ਼ਗਿਰਦ ਹੀ ਉਨ੍ਹਾਂ ਨੂੰ ਆਪਣੇ ਹੱਥਾਂ ਨਾਲ ਭੋਜਨ ਕਰਵਾਉਂਦੇ ਹਾਂ, ਤਾਂ ਕਿ ਉਹ ਇਸ ਸੰਸਾਰ ਨੂੰ ਛੱਡ ਕੇ ਨਾ ਚਲੀ ਜਾਵੇ। ਉਹ ਅਕਸਰ ਕਈ ਕਈ ਦਿਨਾਂ ਤਕ ਸਮਾਧੀ ਅਵਸਥਾ ਵਿਚ ਮਗਨ ਰਹਿੰਦੀ ਹੈ। ਉਸ ਵਕਤ ਉਨ੍ਹਾਂ ਦਾ ਸੁਆਸ ਬੜੀ ਹੌਲੀ ਹੌਲੀ ਚਲਦਾ ਹੈ, ਬਿਲਕੁਲ ਨਾਂ-ਮਾਤਰ। ਉਹ ਪਲਕਾਂ ਨਹੀਂ ਝਪਕਦੀ। ਉਨ੍ਹਾਂ ਦੇ ਮੁੱਖ ਸ਼ਗਿਰਦਾਂ ਵਿਚੋਂ ਇੱਕ ਹਨ, ਉਨ੍ਹਾਂ ਦੇ ਪਤੀ, ਭੋਲਾ ਨਾਥ ਜੀ। ਅਨੇਕ ਵਰ੍ਹੇ ਪਹਿਲਾਂ, ਵਿਆਹ ਤੋਂ ਛੇਤੀ ਹੀ ਬਾਅਦ ਭੋਲਾ ਨਾਥ ਜੀ ਨੇ ਮੌਨ ਵਰਤ ਧਾਰ ਲਿਆ ਸੀ।

ਉਸ ਸ਼ਗਿਰਦ ਨੇ ਇੱਕ ਚੌੜੇ ਮੋਢਿਆਂ, ਕੋਮਲ ਨੈਣ ਨਕਸ਼ਾਂ ਅਤੇ ਸਫੈਦ ਦਾੜ੍ਹੀ ਵਾਲੇ ਇੱਕ ਆਦਮੀ ਵੱਲ ਇਸ਼ਾਰਾ ਕੀਤਾ, ਜਿਹੜਾ ਉਸ ਭੀੜ ਵਿਚ ਸ਼ਗਿਰਦਾਂ ਵਾਲੇ ਭਗਤੀ ਭਾਵ ਨਾਲ ਹੱਥ ਜੋੜੀ ਖੜ੍ਹਾ ਸੀ।

ਅਨੰਤ ਵਿਚ ਡੁਬਕੀ ਲਗਾ ਕੇ ਤਰੋ ਤਾਜ਼ਾ ਹੋਈ ਆਨੰਦਮਈ ਮਾਂ ਹੁਣ ਭੌਤਿਕ ਸੰਸਾਰ ਉੱਪਰ ਆਪਣਾ ਮਨ ਕੇਂਦ੍ਰਿਤ ਕਰਨ ਦੀ ਕੋਸ਼ਿਸ਼ ਕਰ ਰਹੀ ਸੀ।

"ਪਿਤਾ ਜੀ ਆਪ ਕਿੱਥੇ ਰਹਿੰਦੇ ਹੋ," ਉਨ੍ਹਾਂ ਦੀ ਅਵਾਜ਼ ਸਪਸ਼ਟ ਅਤੇ ਮਧੁੱਰ ਸੀ।

"ਹਾਲ ਦੀ ਘੜੀ ਤਾਂ ਮੈਂ ਕੋਲਕਾਤਾ ਜਾਂ ਰਾਂਚੀ ਰਹਿੰਦਾ ਹਾਂ, ਪਰ ਛੇਤੀ ਹੀ ਅਮਰੀਕਾ ਵਾਪਸ ਚਲਾ ਜਾਵਾਂਗਾ।"

"ਅਮਰੀਕਾ।"

"ਹਾਂ, ਉੱਥੇ ਦੇ ਅਧਿਆਤਮਿਕ ਜਿਗਿਆਸੂ, ਇੱਕ ਭਾਰਤੀ ਨਾਰੀ ਸੰਤ ਦਾ ਪੂਰੇ ਦਿਲ ਨਾਲ ਸੁਆਗਤ ਕਰਨਗੇ। ਕੀ ਆਪ ਅਮਰੀਕਾ ਜਾਣਾ ਪਸੰਦ ਕਰੋਗੇ?"

"ਪਿਤਾ ਜੀ ਲੈ ਜਾਣਗੇ, ਤਾਂ ਮੈਂ ਚਲੀ ਚਲਾਂਗੀ।"

ਇਸ ਉੱਤਰ ਨਾਲ ਆਲੇ ਦੁਆਲੇ ਖੜ੍ਹੇ ਸ਼ਗਿਰਦਾਂ ਵਿਚ ਭੈਅ-ਪੂਰਨ ਹੱਲ ਚੱਲ ਪੈਦਾ ਹੋ ਗਈ।

ਉਨ੍ਹਾਂ ਵਿਚੋਂ ਇੱਕ ਨੇ ਤੁਰੰਤ ਦ੍ਰਿੜਤਾ ਨਾਲ ਕਿਹਾ, "ਸਾਡੇ ਵਿਚੋਂ ਘੱਟੋ ਘੱਟ ਵੀਹ ਜਾਂ ਵੀਹ ਤੋਂ ਵੀ ਜਿਆਦਾ ਲੋਕ ਹਮੇਸ਼ਾਂ ਆਨੰਦਮਈ ਮਾਂ ਦੇ ਨਾਲ ਯਾਤਰਾ ਕਰਦੇ ਹਨ। ਅਸੀਂ ਉਨ੍ਹਾਂ ਤੋਂ ਬਗੈਰ ਨਹੀਂ ਰਹਿ ਸਕਦੇ। ਜਿੱਥੇ ਵੀ ਉਹ ਜਾਵੇਗੀ, ਅਸੀਂ ਵੀ ਉਨ੍ਹਾਂ ਦੇ ਨਾਲ ਜਾਵਾਂਗੇ।"

ਯਾਤਰਾ ਲਈ ਵੱਡੀ ਭੀੜ ਇਕੱਠੀ ਹੋ ਜਾਣ ਦੇ ਗੈਰ ਵਿਹਾਰਕ ਯਤਨਾਂ ਨੂੰ ਦੇਖਦਿਆਂ, ਅਚਾਨਕ ਮੈਂ ਬੇਦਿਲੀ ਨਾਲ ਇਹ ਵਿਚਾਰ ਤਿਆਗ ਦਿੱਤਾ।

ਆਖਰ ਆਨੰਦਮਈ ਮਾਂ ਤੋਂ ਵਿਦਾਈ ਲੈਂਦਿਆਂ, ਮੈਂ ਉਨ੍ਹਾਂ ਨੂੰ ਕਿਹਾ, "ਚੰਗਾ, ਆਪਣੀ ਸ਼ਗਿਰਦ ਮੰਡਲੀ ਨੂੰ ਨਾਲ ਲੈ ਕੇ ਘੱਟੋ ਘੱਟ ਆਪ ਰਾਂਚੀ ਤਾਂ ਆਉ। ਖੁਦ ਆਪ ਪ੍ਰਮਾਤਮਾ ਦੇ ਦਿਵੱਯ ਬੱਚੇ ਹੋਣ ਕਰ ਕੇ ਆਪ ਨੂੰ ਮੇਰੇ ਸਕੂਲ ਦੇ ਬੱਚਿਆਂ ਨੂੰ ਮਿਲ ਕੇ ਖੁਸ਼ੀ ਹੋਵੇਗੀ।"

"ਜਦੋਂ ਪਿਤਾ ਜੀ ਲੈ ਜਾਣਗੇ, ਤਾਂ ਮੈਂ ਖੁਸ਼ੀ ਨਾਲ ਚਲੀ ਚਲੂੰਗੀ।"

ਇਸ ਤੋਂ ਕੁਝ ਦਿਨ ਬਾਅਦ ਹੀ ਆਨੰਦਮਈ ਮਾਂ ਦੇ ਆਉਣ ਦੀ ਖੁਸ਼ੀ ਨਾਲ ਰਾਂਚੀ ਸਕੂਲ ਵਿਚ ਤਿਉਹਾਰ ਵਰਗਾ ਵਾਤਾਵਰਨ ਛਾ ਗਿਆ। ਬੱਚੇ ਤਾਂ ਤਿਉਹਾਰ ਦੇ ਕਿਸੇ ਵੀ ਦਿਨ ਦੀ ਇੰਤਜ਼ਾਰ ਵਿਚ ਰਹਿੰਦੇ ਸਨ- ਜਮਾਤਾਂ ਤੋਂ ਛੁੱਟੀ, ਘੰਟਿਆਂ ਬੱਧੀ ਗੀਤ ਸੰਗੀਤ, ਇਸ ਤੋਂ ਉੱਪਰ ਹੋਰ – ਵਧੀਆ ਤੋਂ ਵਧੀਆ ਪਕਵਾਨ।

"ਆਨੰਦਮਈ ਮਾਂ ਦੀ ਜੈ, ਆਨੰਦਮਈ ਮਾਂ ਦੀ ਜੈ।" ਆਨੰਦਮਈ ਮਾਂ ਜਦੋਂ ਆਪਣੇ ਸ਼ਗਿਰਦਾਂ ਨਾਲ ਸਕੂਲ ਦੇ ਪ੍ਰਵੇਸ਼ ਦੁਆਰ ਤੋਂ ਅੰਦਰ ਆਈ, ਤਾਂ ਅਨੇਕ ਛੋਟੇ ਛੋਟੇ ਬੱਚਿਆਂ ਦੇ ਗਲਿਆਂ ਤੋਂ ਉਤਸ਼ਾਹ ਨਾਲ ਹੁੰਦੀ ਜੈ ਜੈ ਕਾਰ ਨੇ ਉਨ੍ਹਾਂ ਦਾ ਸੁਆਗਤ ਕੀਤਾ। ਗੇਂਦੇ ਦੇ ਫੁੱਲਾਂ ਦੀ ਵਰਖਾ, ਕਰਤਾਲਾਂ ਦੀ ਟਨ ਟਨ, ਸੰਖਾਂ ਦੀ ਅਕਾਸ਼ ਨੂੰ ਚੀਰ ਦੇਣ ਵਾਲੀ ਅਵਾਜ਼, ਮਿਰਦਿੰਗ ਉੱਪਰ ਠੋਕਾਂ – ਆਨੰਦਮਈ ਮਾਂ ਹਮੇਸ਼ਾਂ ਵਾਂਗ ਆਪਣੇ ਅੰਦਰ ਸਵਰਗ ਧਾਰਨ ਕਰਦਿਆਂ ਸਕੂਲ ਦੇ ਵਿਹੜੇ ਵਿਚ ਮੁਸਕਰਾਉਂਦਿਆਂ ਘੁੰਮ ਰਹੀ ਸੀ।

ਜਦੋਂ ਮੈਂ ਉਨ੍ਹਾਂ ਨੂੰ ਮੁੱਖ ਦਫਤਰ ਵਿਚ ਲੈ ਕੇ ਜਾਣ ਲੱਗਿਆ, ਤਾਂ ਉਨ੍ਹਾਂ ਨੇ ਕਿਹਾ "ਇੱਥੇ ਸਭ ਕੁਝ ਸੁੰਦਰ ਹੈ।" ਬੱਚਿਆਂ ਵਰਗੀ ਮੁਸਕਰਾਹਟ ਨਾਲ, ਉਹ ਮੇਰੇ ਕੋਲ ਹੀ ਬੈਠ ਗਈ। ਕਿਸੇ ਨੂੰ ਵੀ ਉਹ ਆਪਣੀ ਗੂੜ੍ਹੀ ਮਿੱਤਰਾਂ ਤੋਂ ਵੀ ਗੂੜ੍ਹੀ ਮਿੱਤਰ ਮਹਿਸੂਸ

ਹੋ ਰਹੀ ਸੀ। ਫਿਰ ਵੀ ਇਕੱਲਤਾ ਦਾ ਇੱਕ ਪ੍ਰਭਾ ਮੰਡਲ, ਉਨ੍ਹਾਂ ਨੂੰ ਹਮੇਸ਼ਾਂ ਘੇਰੀ ਰੱਖਦਾ ਸੀ – ਸਰਬਵਿਆਪਕਤਾ ਦਾ ਵਿਰੋਧਾਭਾਸ ਇਕੱਲਤਾ।

"ਕ੍ਰਿਪਾ ਕਰ ਕੇ ਆਪ ਆਪਣੀ ਜ਼ਿੰਦਗੀ ਦੇ ਬਾਰੇ ਕੁਝ ਦੱਸੋ।"

"ਪਿਤਾ ਜੀ ਆਪ ਸਭ ਜਾਣਦੇ ਹੋ, ਦੁਹਰਾਉਣ ਦਾ ਕੋਈ ਲਾਭ ਨਹੀਂ?" ਸਪਸ਼ਟ ਸੀ, ਥੋੜੇ ਸਮੇਂ ਦੇ ਜਨਮ ਲਈ ਇਸ ਅਧਿਆਤਮਿਕ ਅਤੇ ਤਥਾਤਮਿਕ ਇਤਿਹਾਸ ਦਾ ਉਸ ਦੀ ਨਜ਼ਰ ਵਿਚ ਕੋਈ ਮਹੱਤਵ ਨਹੀਂ ਸੀ।

ਮੈਂ ਹੱਸ ਪਿਆ ਅਤੇ ਓਹੀ ਬੇਨਤੀ ਫਿਰ ਦੁਹਰਾ ਦਿੱਤੀ।

ਉਨ੍ਹਾਂ ਨੇ ਆਪਣੀ ਅਣਇੱਛਾ ਦਰਸਾਉਣ ਦੇ ਲਹਿਜੇ ਵਿਚ ਆਪਣੇ ਕੋਮਲ ਹੱਥ ਫੈਲਾਏ। "ਪਿਤਾ ਜੀ ਦੱਸਣ ਲਾਇਕ ਕੁਝ ਵੀ ਨਹੀਂ। ਮੇਰੀ ਚੇਤਨਾ ਇਸ ਨਸ਼ਵਰ ਸਰੀਰ ਦੇ ਨਾਲ ਕਦੇ ਵੀ ਇੱਕ ਰੂਪ ਨਹੀਂ ਹੋਈ। ਇਸ ਧਰਤੀ ਉੱਪਰ ਆਉਣ ਤੋਂ ਪਹਿਲਾਂ ਵੀ 'ਮੈਂ* ਓਹੀ ਸੀ', ਜਦੋਂ ਮੈਂ ਛੋਟੀ ਬੱਚੀ ਸੀ ਤਾਂ ਵੀ 'ਮੈਂ ਓਹੀ ਸੀ', ਜਦੋਂ ਵੱਡੀ ਹੋ ਕੇ ਔਰਤ ਬਣੀ, ਤਾਂ ਵੀ 'ਮੈਂ ਓਹੀ ਸੀ'। ਜਿਸ ਪਰਿਵਾਰ ਵਿਚ ਮੇਰਾ ਜਨਮ ਹੋਇਆ, ਉਸ ਪਰਿਵਾਰ ਨੇ, ਜਦੋਂ ਇਸ ਸਰੀਰ ਦਾ ਵਿਆਹ ਰਚਾਉਣ ਦਾ ਪ੍ਰਬੰਧ ਕੀਤਾ, ਤਾਂ ਵੀ 'ਮੈਂ ਓਹੀ ਸੀ' ਅਤੇ ਪਿਤਾ ਜੀ ਆਪ ਦੇ ਸਾਹਮਣੇ ਵੀ 'ਮੈਂ ਓਹੀ ਹਾਂ'। ਇਸ ਤੋਂ ਅੱਗੇ ਵੀ ਭਾਵੇਂ ਸੰਸਾਰ ਦਾ ਨਾਟਕ ਬਦਲਦਾ ਰਹੇ 'ਮੈਂ ਓਹੀ ਰਹੂੰਗੀ'।

ਆਨੰਦਮਈ ਮਾਂ ਡੂੰਘੇ ਧਿਆਨ ਵਿਚ ਚਲੀ ਗਈ। ਉਨ੍ਹਾਂ ਦਾ ਸਰੀਰ ਕਿਸੇ ਮੂਰਤੀ ਵਾਂਗ ਸਥਿਰ ਹੋ ਗਿਆ। ਉਹ ਉਸ ਨੂੰ ਲਗਾਤਾਰ ਬੁਲਾਉਣ ਵਾਲੀ ਸਲਤਨਤ ਵਿਚ ਪਹੁੰਚ ਗਈ ਸੀ। ਉਨ੍ਹਾਂ ਦੀਆਂ ਕਾਲੀਆਂ ਅੱਖਾਂ ਨਿਰਜੀਵ ਅਤੇ ਪਥਰਾਈਆਂ ਲੱਗ ਰਹੀਆਂ ਸਨ। ਜਦੋਂ ਸੰਤ ਜਨ ਆਪਣੀ ਚੇਤਨਾ ਨੂੰ ਭੌਤਿਕ ਸਰੀਰ ਨਾਲੋਂ ਵੱਖ ਕਰ ਲੈਂਦੇ ਹਨ, ਤਾਂ ਅਕਸਰ ਉਨ੍ਹਾਂ ਦੇ ਚਿਹਰੇ ਉੱਪਰ ਇਸੇ ਤਰ੍ਹਾਂ ਦੇ ਭਾਵ ਹੁੰਦੇ ਹਨ। ਇਸ ਹਾਲਤ ਵਿਚ ਉਨ੍ਹਾਂ ਦਾ ਭੌਤਿਕ ਸਰੀਰ ਆਤਮਾ ਤੋਂ ਬਗੈਰ ਮਿੱਟੀ ਦੀ ਢੇਰੀ ਤੋਂ ਜਿਆਦਾ ਕੁਝ ਨਹੀਂ ਹੁੰਦਾ। ਅਸੀਂ ਦੋਨੋਂ ਇੱਕ ਘੰਟਾ ਇਸੇ ਅਵਸਥਾ ਵਿਚ ਹੀ ਬੈਠੇ ਰਹੇ। ਫਿਰ ਉਹ ਖਿੜਖਿੜਾਉਂਦੇ ਹਾਸੇ ਨਾਲ ਇਸ ਸੰਸਾਰ ਵਿਚ ਵਾਪਸ ਆ ਗਈ।

ਮੈਂ ਕਿਹਾ, "ਆਨੰਦਮਈ ਮਾਂ, ਮੇਰੇ ਨਾਲ ਬਾਗ ਵਿਚ ਆਉਣ ਦੀ ਕ੍ਰਿਪਾ ਕਰੋ, ਸ਼੍ਰੀ ਰਾਈਟ ਕੁਝ ਫੋਟੋ ਲੈਣਗੇ।"

* ਆਨੰਦਮਈ ਮਾਂ ਕਦੇ ਵੀ ਆਪਣੇ ਵਾਸਤੇ, 'ਮੈਂ' ਸ਼ਬਦ ਦਾ ਪ੍ਰਯੋਗ ਨਹੀਂ ਸੀ ਕਰਦੀ। ਉਹ ਹਮੇਸ਼ਾਂ 'ਇਹ ਸਰੀਰ' ਜਾਂ 'ਇਹ ਬੱਚੀ' ਜਾਂ 'ਆਪਦੀ ਬੱਚੀ' ਆਦਿ ਨਿਮਰ ਅਤੇ ਘੁੰਮਾਉਣ ਫਿਰਾਉਣ ਵਾਲੇ ਸ਼ਬਦਾਂ ਦੀ ਹੀ ਵਰਤੋਂ ਕਰਦੀ ਹੈ। ਉਹ ਕਿਸੇ ਦਾ ਜ਼ਿਕਰ ਕਦੇ ਆਪਣਾ ਸ਼ਗਿਰਦ ਕਹਿ ਕੇ ਨਹੀਂ ਕਰਦੀ। ਗੈਰਵਿਅਕਤੀਗਤ ਗਿਆਨ ਨਾਲ ਉਹ ਸਾਰੇ ਮਾਨਵ ਪ੍ਰਾਣੀਆਂ ਉੱਪਰ ਜਗਨ ਮਾਤਾ ਦੇ ਦੈਵੀ ਪਿਆਰ ਦੀ ਵਰਖਾ ਕਰਦੀ ਹੈ।

"ਜਰੂਰ ਪਿਤਾ ਜੀ, ਆਪ ਦੀ ਇੱਛਾ ਹੀ ਮੇਰੀ ਇੱਛਾ ਹੈ।" ਉਨ੍ਹਾਂ ਆਪਣੇ ਆਪ ਨੂੰ ਅਨੇਕ ਫੋਟੋਆਂ ਵਾਸਤੇ ਪ੍ਰਸਤੁਤ ਕੀਤਾ ਅਤੇ ਇਨ੍ਹਾਂ ਸਾਰੀਆਂ ਫੋਟੋਆਂ ਵਿਚ ਉਨ੍ਹਾਂ ਦੇ ਤੇਜਸਵੀ ਨੇਤਰਾਂ ਵਿਚ ਦਿਵੱਜ ਆਭਾ ਬਣੀ ਰਹੀ।

ਭੋਜਨ ਦੇ ਵਕਤ, ਆਨੰਦਮਈ ਮਾਂ ਆਪਣੇ ਕੰਬਲ ਦੇ ਆਸਣ ਉੱਪਰ ਬੈਠ ਗਈ। ਉਨ੍ਹਾਂ ਨੂੰ ਭੋਜਨ ਕਰਾਉਣ ਵਾਸਤੇ, ਉਨ੍ਹਾਂ ਦੀ ਇੱਕ ਸ਼ਗਿਰਦ ਵੀ ਉਨ੍ਹਾਂ ਦੇ ਕੋਲ ਬੈਠ ਗਈ। ਜਦੋਂ ਸ਼ਗਿਰਦ ਉਨ੍ਹਾਂ ਦੇ ਮੂੰਹ ਦੇ ਕੋਲ ਬੁਰਕੀ ਲੈ ਕੇ ਜਾਂਦੀ ਤਾਂ ਆਨੰਦਮਈ ਮਾਂ ਆਗਿਆਕਾਰੀ ਬੱਚੇ ਵਾਂਗ ਉਸ ਨੂੰ ਨਿਗਲ ਲੈਂਦੀ। ਇਸ ਤੋਂ ਇਹ ਗੱਲ ਸਪਸ਼ਟ ਸੀ ਕਿ ਉਸ ਵਾਸਤੇ ਸਬਜ਼ੀ ਅਤੇ ਮਿੱਠੇ ਭੋਜਨ ਵਿਚ ਕੋਈ ਫਰਕ ਨਹੀਂ ਸੀ। ਜਦੋਂ ਦਿਨ ਡੁਬਣ ਲੱਗਿਆ, ਤਾਂ ਆਨੰਦਮਈ ਮਾਂ ਜਾਣ ਵਾਸਤੇ ਤਿਆਰ ਹੋਈ। ਗੁਲਾਬ ਦੇ ਫੁੱਲਾਂ ਦੀਆਂ ਪੱਤੀਆਂ ਦੀ ਵਰਖਾ, ਉਨ੍ਹਾਂ ਉੱਪਰ ਕੀਤੀ ਜਾਣ ਲੱਗੀ। ਬੱਚਿਆਂ ਨੂੰ ਅਸ਼ੀਰਵਾਦ ਦੇਣ ਵਾਸਤੇ, ਉਨ੍ਹਾਂ ਨੇ ਆਪਣੇ ਦੋਨੋਂ ਹੱਥ ਉੱਪਰ ਨੂੰ ਉਠਾਏ ਹੋਏ ਸਨ। ਬੱਚਿਆਂ ਦੇ ਚਿਹਰਿਆਂ ਉੱਪਰ ਪਿਆਰ ਦੇ ਭਾਵ ਦਿਖਾਈ ਦੇ ਰਹੇ ਸਨ, ਜਿਹੜੇ ਆਨੰਦਮਈ ਮਾਂ ਨੇ, ਉਨ੍ਹਾਂ ਦੇ ਮਨਾਂ ਵਿਚ ਬਗੈਰ ਕਿਸੇ ਯਤਨ ਤੋਂ ਜਾਗ੍ਰਿਤ ਕਰ ਦਿੱਤੇ ਸਨ।

"ਤੂੰ ਆਪਣੇ ਪ੍ਰਮਾਤਮਾ ਨੂੰ, ਆਪਣੇ ਪੂਰੇ ਦਿਲ ਨਾਲ, ਪੂਰੀ ਆਤਮਾ ਨਾਲ, ਪੂਰੇ ਮਨ ਨਾਲ ਅਤੇ ਪੂਰੀ ਸ਼ਕਤੀ ਨਾਲ ਪਿਆਰ ਕਰੇਂਗਾ। ਇਹ ਮੇਰਾ ਪਹਿਲਾ ਆਦੇਸ਼ ਹੈ," ਈਸਾ ਨੇ ਕਿਹਾ ਸੀ।*

ਹਰ ਇੱਕ ਘਟੀਆ ਇੱਛਾ ਨੂੰ ਤਿਆਗ ਕੇ ਆਨੰਦਮਈ ਮਾਂ, ਆਪਣੀ ਪੂਰੀ ਸ਼ਰਧਾ ਆਪਣੇ ਪ੍ਰਮਾਤਮਾ ਨੂੰ ਅਰਪਣ ਕਰਦੀ ਹੈ। ਪੰਡਤਾਂ ਵਾਂਗ ਵਾਲ ਦੀ ਖੱਲ ਉਤਾਰਨ ਵਾਲੇ ਤਰਕਾਂ ਨਾਲ ਨਹੀਂ। ਪ੍ਰੰਤੂ ਵਿਸ਼ਵਾਸ ਦੇ ਨਿਸ਼ਚਿਤ ਨਿਆਂ ਦੁਆਰਾ ਇਸ ਬੱਚਿਆਂ ਵਰਗੀ ਪਵਿੱਤਰ ਸੰਤ ਨੇ ਮਾਨਵ ਜੀਵਨ ਦੀ ਇੱਕੋ ਇੱਕ ਸਮੱਸਿਆ- ਪ੍ਰਮਾਤਮਾ ਨਾਲ ਇੱਕਰੂਪਤਾ ਸਥਾਪਿਤ ਕਰਨੀ- ਨੂੰ ਹੱਲ ਕਰ ਲਿਆ ਹੈ। ਅਨੇਕ ਸਮੱਸਿਆਵਾਂ ਦੇ ਜਮਘਟੇ ਵਿਚ ਧੁੰਦਲੀ ਹੋਈ ਸ਼ੁੱਧ ਸਧਾਰਨਤਾ ਨੂੰ ਆਦਮੀ ਹੁਣ ਪੂਰੀ ਤਰ੍ਹਾਂ ਭੁੱਲ ਚੁੱਕਿਆ ਹੈ। ਪ੍ਰਮਾਤਮਾ ਨੂੰ ਆਪਣੀ ਅੰਤਰ ਆਤਮਾ ਨਾਲ ਪਿਆਰ ਅਰਪਣ ਕਰਨ ਤੋਂ ਇਨਕਾਰ ਕਰ ਕੇ, ਕੌਮਾਂ ਮਨੁੱਖੀ ਪਿਆਰ ਦੇ ਬਾਹਰੀ ਮੰਦਰਾਂ ਦੇ ਪ੍ਰਤੀ ਅਤਿਅੰਤ ਉਪਚਾਰਕ ਆਦਰ ਦਾ ਦਿਖਾਵਾ ਕਰ ਕੇ, ਆਪਣੀ ਨਾਸਤਿਕਤਾ ਉੱਪਰ ਪਰਦਾ ਪਾਉਣ ਦੀ ਕੋਸ਼ਿਸ਼ ਕਰਨ ਦੇ ਯਤਨ ਕਰ ਰਹੀਆਂ ਹਨ। ਮਨੁੱਖੀ ਪਿਆਰ ਦੇ ਉਦੇਸ਼ ਨਾਲ ਕੀਤੇ ਗਏ ਪਰਉਪਕਾਰੀ ਕੰਮ ਇਸ ਵਾਸਤੇ ਧਾਰਮਿਕ ਹਨ, ਕਿ ਉਹ ਥੋੜ੍ਹੇ ਸਮੇਂ ਵਾਸਤੇ ਮਨੁੱਖ ਦਾ ਧਿਆਨ ਆਪਣੇ ਉੱਪਰੋਂ ਹਟਾ ਦਿੰਦੇ ਹਨ। ਪ੍ਰੰਤੂ ਇਹ ਕੰਮ ਉਸ ਨੂੰ ਜੀਵਨ ਦੇ ਉਸ ਸਭ ਤੋਂ ਵੱਡੇ ਫਰਜ਼

* *ਮਾਰਕ* 12:30 (ਬਾਈਬਲ)

ਤੋਂ ਫਾਰਗ ਨਹੀਂ ਕਰਦੇ, ਜਿਸ ਦਾ ਜ਼ਿਕਰ ਈਸਾ ਮਸੀਹ ਨੇ ਪਹਿਲਾ ਆਦੇਸ਼ ਕਰ ਕੇ ਕਿਹਾ ਹੈ। ਮਨੁੱਖ ਦਾ ਸਭ ਤੋਂ ਵੱਡੇ ਦਾਤੇ ਦੁਆਰਾ ਖੁੱਲ੍ਹੇ, ਹੱਥਾਂ ਨਾਲ ਦਿੱਤੀ ਗਈ ਸੌਗਾਤ (ਹਵਾ) ਵਿਚ ਪਹਿਲਾ ਸੁਆਸ ਲੈਂਦਿਆਂ ਹੀ, ਉਸ ਦਾਤਾਰ ਨਾਲ ਪਿਆਰ ਕਰਨ ਦਾ ਮਨੁੱਖ ਦਾ ਫਰਜ਼ ਬਣ ਜਾਂਦਾ ਹੈ ਅਤੇ ਇਹ ਇਹੋ ਜਿਹਾ ਫਰਜ਼ ਹੈ ਜਿਸ ਵਿਚ ਖੁਦ ਉਸ ਦੀ ਭਲਾਈ* ਹੈ।

ਰਾਂਚੀ ਸਕੂਲ ਨੂੰ ਆਪਣੀ ਚਰਨ ਛੋਹ ਨਾਲ ਪਵਿੱਤਰ ਕਰ ਕੇ ਜਾਣ ਤੋਂ ਬਾਅਦ ਇੱਕ ਹੋਰ ਮੌਕੇ ਉੱਪਰ ਆਨੰਦਮਈ ਮਾਂ ਨਾਲ ਮੁਲਾਕਾਤ ਹੋ ਗਈ। ਕੁਝ ਮਹੀਨਿਆਂ ਬਾਅਦ ਸ਼੍ਰੀਰਾਮਪੁਰ ਰੇਲਵੇ ਸਟੇਸ਼ਨ ਤੇ ਆਪਣੇ ਕੁਝ ਭਗਤਾਂ ਨਾਲ ਖੜ੍ਹੀ ਉਹ ਰੇਲ ਗੱਡੀ ਦਾ ਇੰਤਜ਼ਾਰ ਕਰ ਰਹੀ ਸੀ।

"ਪਿਤਾ ਜੀ ਮੈਂ ਹਿਮਾਲਿਆ ਜਾ ਰਹੀ ਹਾਂ," ਉਸ ਨੇ ਮੈਨੂੰ ਦੱਸਿਆ। "ਕੁਝ ਦਿਆਲੂ ਭਗਤਾਂ ਨੇ ਦੇਹਰਾਦੂਨ ਵਿਚ ਸਾਡੇ ਲਈ ਆਸ਼ਰਮ ਬਣਾ ਦਿੱਤਾ ਹੈ।"

ਜਦੋਂ ਉਹ ਰੇਲ ਗੱਡੀ ਵਿਚ ਸਵਾਰ ਹੋ ਰਹੀ ਸੀ, ਤਾਂ ਮੈਨੂੰ ਦੇਖ ਕੇ ਇਹ ਹੈਰਾਨੀ ਵੀ ਹੋਈ ਅਤੇ ਅਚੰਭਾ ਵੀ, ਕਿ ਆਨੰਦਮਈ ਮਾਂ ਭਾਵੇਂ ਭੀੜ ਵਿਚ ਹੋਵੇ, ਭਾਵੇਂ ਰੇਲ ਗੱਡੀ ਵਿਚ, ਖਾਣਾ ਖਾਣ ਬੈਠੀ ਹੋਵੇ ਜਾਂ ਚੁੱਪ ਚਾਪ- ਉਨ੍ਹਾਂ ਦੀਆਂ ਅੱਖਾਂ ਕਦੇ ਵੀ ਈਸ਼ਵਰ ਤੋਂ ਬੇ-ਮੁੱਖ ਨਹੀਂ ਸਨ ਹੁੰਦੀਆਂ।

"ਆਪਣੇ ਅੰਤਰ ਵਿਚ, ਮੈਨੂੰ ਹਾਲੇ ਵੀ ਉਸ ਦੀ ਅਵਾਜ਼ ਸੁਣਾਈ ਦਿੰਦੀ ਹੈ, ਜੋ ਅਸੀਮ ਮਧੁੱਰਤਾ ਦੀ ਪ੍ਰਤੱਖ ਪ੍ਰਤੀਧਵਨੀ ਮਹਿਸੂਸ ਹੁੰਦੀ ਹੈ।"

"ਦੇਖੋ, ਹੁਣ ਵੀ ਅਤੇ ਸਦਾ ਸਰਵਦਾ ਸਨਾਤਨ ਸੱਚ ਦੇ ਨਾਲ ਇੱਕ – "ਮੈਂ ਹਮੇਸ਼ਾਂ ਓਹੀ ਹਾਂ।"

* ਅਨੇਕ ਲੋਕਾਂ ਨੂੰ ਨਵੀਂ ਅਤੇ ਚੰਗੀ ਦੁਨੀਆਂ ਸਿਰਜਣ ਦੀ ਡੂੰਘੀ ਇੱਛਾ ਹੁੰਦੀ ਹੈ। ਇਨ੍ਹਾਂ ਵਿਸ਼ਿਆਂ ਉੱਪਰ ਵਿਚਾਰ ਮਗਨ ਰਹਿਣ ਨਾਲੋਂ ਚੰਗਾ ਹੈ 'ਉਸ' ਉੱਪਰ ਮਨ ਨੂੰ ਇਕਾਗਰ ਕੀਤਾ ਜਾਵੇ, ਜਿਸ ਦਾ ਧਿਆਨ ਕਰਨ ਨਾਲ ਪੂਰਨ ਸ਼ਾਂਤੀ ਦੀ ਪ੍ਰਾਪਤੀ ਹੋ ਸਕਦੀ ਹੈ। ਈਸ਼ਵਰ ਨੂੰ ਜਾਂ ਸਚਾਈ ਨੂੰ ਪ੍ਰਾਪਤ ਕਰਨ ਦਾ ਯਤਨ ਕਰਨਾ ਮਨੁੱਖ ਦਾ ਮਹੱਤਵ ਪੂਰਨ ਫਰਜ਼ ਹੈ। – ਆਮੰਦਮਈ ਮਾਂ

ਚੈਪਟਰ 46

ਨਿਰਾਹਾਰ ਯੋਗਣ

"ਗੁਰੂ ਜੀ, ਅੱਜ ਅਸੀਂ ਸਵੇਰੇ ਸਵੇਰੇ ਕਿੱਥੇ ਜਾ ਰਹੇ ਹਾਂ?" ਸ਼੍ਰੀ ਰਾਈਟ ਨੇ ਫੋਰਡ ਕਾਰ ਚਲਾਉਂਦਿਆਂ ਚਲਾਉਂਦਿਆਂ ਹੀ ਉਤਸੁਕਤਾ ਨਾਲ ਚਮਕਦੀਆਂ ਅੱਖਾਂ ਸੜਕ ਤੋਂ ਹਟਾ ਕੇ ਮੇਰੇ ਵੱਲ ਸਵਾਲੀਆ ਲਹਿਜੇ ਨਾਲ ਦੇਖਦਿਆਂ ਪੁੱਛਿਆ। ਅਕਸਰ ਇਹ ਹਰ ਰੋਜ਼ ਹੀ ਹੁੰਦਾ ਸੀ, ਕਿ ਉਸ ਨੂੰ ਕਦੇ ਨਹੀਂ ਸੀ ਪਤਾ ਹੁੰਦਾ, ਕਿ ਉਸ ਦਿਨ ਉਸ ਨੂੰ ਬੰਗਾਲ ਦੇ ਕਿਹੜੇ ਨਵੇਂ ਹਿੱਸੇ ਦੀ ਖੋਜ ਕਰਨ ਦਾ ਮੌਕਾ ਮਿਲੇਗਾ।

ਮੈਂ ਭਗਤੀਭਾਵ ਨਾਲ ਉੱਤਰ ਦਿੱਤਾ, "ਪ੍ਰਮਾਤਮਾ ਨੇ ਚਾਹਿਆ, ਤਾਂ ਅੱਜ ਅਸੀਂ ਸੰਸਾਰ ਦਾ ਅੱਠਵਾਂ ਅਜੂਬਾ ਦੇਖਣ ਜਾ ਰਹੇ ਹਾਂ। ਇੱਕ ਨਾਰੀ ਸੰਤ, ਜਿਸ ਦਾ ਭੋਜਨ ਹੈ-ਸਿਰਫ ਹਵਾ।"

"ਇਹ ਤਾਂ ਚਮਤਕਾਰ ਦਾ ਦੁਹਰਾਅ ਹੈ- ਟੈਰੇਸਾ ਨਾਇਮਨ ਤੋਂ ਬਾਅਦ," ਪਰ ਫਿਰ ਵੀ ਉਸ ਦੇ ਹਾਸੇ ਵਿਚ ਉਤਸੁਕਤਾ ਦੀ ਝਲਕ ਦਿਖਾਈ ਦੇ ਰਹੀ ਸੀ। ਇੱਥੋਂ ਤਕ ਕਿ ਉਸ ਨੇ ਕਾਰ ਦੀ ਸਪੀਡ ਵੀ ਵਧਾ ਦਿੱਤੀ ਸੀ। ਉਸ ਦੀ ਯਾਤਰਾ ਡਾਇਰੀ ਵਾਸਤੇ ਅੱਜ ਇੱਕ ਹੋਰ ਮਸਾਲੇਦਾਰ ਵਿਸ਼ਾ ਵਸਤੂ ਜੋ ਮਿਲਣ ਵਾਲਾ ਸੀ। ਉਹ ਇੱਕ ਸਧਾਰਨ ਯਾਤਰੀ ਨਹੀਂ ਹੈ, ਹੈ ਨਾ।

ਰਾਂਚੀ ਸਕੂਲ ਨੂੰ ਪਿੱਛੇ ਛੱਡ ਕੇ ਹਾਲੇ ਅਸੀਂ ਬਾਹਰ ਨਿਕਲੇ ਹੀ ਸੀ। ਅਸੀਂ ਸਵੇਰੇ ਸੂਰਜ ਚੜ੍ਹਨ ਤੋਂ ਪਹਿਲਾਂ ਹੀ ਚੱਲ ਪਏ ਸੀ। ਮੇਰੇ ਅਤੇ ਮੇਰੇ ਸਕੱਤਰ ਤੋਂ ਇਲਾਵਾ, ਸਾਡੇ ਨਾਲ ਮੇਰੇ ਤਿੰਨ ਬੰਗਾਲੀ ਦੋਸਤ ਵੀ ਸਨ। ਅਸੀਂ ਸਵੇਰ ਸਾਰ ਦੀ ਕੁਦਰਤ ਦੀ ਰਮਣੀਕ ਹਵਾ ਦੀਆਂ ਚੁਸਕੀਆਂ ਲੈਂਦੇ ਜਾ ਰਹੇ ਸੀ। ਸ਼੍ਰੀ ਰਾਈਟ ਮੂੰਹ ਅਨ੍ਹੇਰੇ ਹੀ ਬਾਹਰ ਨਿਕਲਣ ਵਾਲੇ ਪੇਂਡੂਆਂ ਅਤੇ ਹੌਲੀ ਹੌਲੀ ਚੱਲਣ ਵਾਲੀਆਂ ਗੱਡੀਆਂ ਦੇ ਵਿਚਕਾਰ ਸਾਵਧਾਨੀ ਪੂਰਵਕ ਕਾਰ ਚਲਾ ਰਹੇ ਸਨ, ਕਿਉਂਕਿ ਬਲਦਾਂ ਦੀਆਂ ਗੱਡੀਆਂ ਵਿਚ ਜੁਤੇ ਹੋਏ ਬਲਦ, ਆਪਣੇ ਰਸਤੇ ਵਿਚ ਇਸ ਭੌਂਪੂਬਾਜ਼ ਦੀ ਦਖਲ ਅੰਦਾਜ਼ੀ ਬਰਦਾਸ਼ਤ ਕਰਨ ਵਾਸਤੇ ਤਿਆਰ ਨਹੀਂ ਸਨ ਲੱਗ ਰਹੇ।

"ਗੁਰੂ ਜੀ, ਇਸ ਨਿਰਾਹਾਰ ਯੋਗਣ ਦੇ ਬਾਰੇ ਅਸੀਂ ਹੋਰ ਜਿਆਦਾ ਜਾਨਣਾ ਚਾਹੁੰਦੇ ਹਾਂ।"

ਮੈਂ ਆਪਣੇ ਸਾਥੀਆਂ ਨੂੰ ਦੱਸਣ ਲੱਗਿਆ, "ਉਸ ਦਾ ਨਾਂ ਹੈ ਗਿਰੀ ਬਾਲਾ। ਅਨੇਕ ਵਰ੍ਹੇ ਪਹਿਲਾਂ, ਮੈਂ ਇੱਕ ਵਿਦਵਾਨ ਸੱਜਣ ਸਥਿਤੀ ਲਾਲ ਨੰਦੀ ਤੋਂ, ਉਨ੍ਹਾਂ ਬਾਰੇ

ਸੁਣਿਆ ਸੀ। ਸਥਿਤੀ ਲਾਲ ਨੰਦੀ ਅਕਸਰ ਮੇਰੇ ਛੋਟੇ ਭਰਾ ਵਿਸ਼ਨੂੰ ਨੂੰ ਪੜ੍ਹਾਉਣ ਵਾਸਤੇ ਸਾਡੇ ਗੜ੍ਹਪਾਰ ਰੋਡ ਵਾਲੇ ਘਰ ਆਇਆ ਕਰਦੇ ਸਨ।"

ਸਥਿਤੀ ਲਾਲ ਨੰਦੀ ਨੇ ਮੈਨੂੰ ਦੱਸਿਆ ਸੀ, "ਮੈਂ ਗਿਰੀ ਬਾਲਾ ਨੂੰ ਚੰਗੀ ਤਰ੍ਹਾਂ ਜਾਣਦਾ ਹਾਂ। ਉਹ ਇੱਕ ਖਾਸ ਯੋਗ ਤਕਨੀਕ ਦੀ ਵਰਤੋਂ ਕਰਦੀ ਹੈ, ਜਿਸ ਨਾਲ ਉਹ ਭੋਜਨ ਤੋਂ ਬਗੈਰ ਜਿਉਂਦੀ ਰਹਿ ਸਕਦੀ ਹੈ। ਜਦੋਂ ਉਹ ਇੱਛਾਪੁਰ* ਨੇੜੇ ਨਵਾਬ ਗੰਜ ਵਿਚ ਰਹਿੰਦੀ ਸੀ, ਤਾਂ ਮੈਂ ਉਨ੍ਹਾਂ ਦੇ ਘਰ ਦੇ ਬਿਲਕੁਲ ਗੁਆਂਢ ਵਿਚ ਰਹਿੰਦਾ ਸੀ। ਮੈਂ ਬੜੇ ਧਿਆਨ ਨਾਲ ਉਨ੍ਹਾਂ ਦੀ ਜਾਂਚ ਪੜਤਾਲ ਕੀਤੀ, ਪਰ ਮੈਨੂੰ ਇਸ ਤਰ੍ਹਾਂ ਦਾ ਕੋਈ ਸਬੂਤ ਨਾ ਮਿਲ ਸਕਿਆ, ਜਿਸ ਤੋਂ ਇਹ ਸਿੱਧ ਹੋ ਸਕੇ, ਕਿ ਉਹ ਕੁਝ ਖਾਂਦੀ ਪੀਂਦੀ ਹੈ। ਮੇਰੀ ਉਤਸੁਕਤਾ ਇੰਨੀ ਵਧ ਗਈ, ਕਿ ਮੈਂ ਆਖਰ ਵਰਧਮਾਨ ਦੇ ਮਹਾਰਾਜੇ† ਦੇ ਕੋਲ ਪਹੁੰਚ ਗਿਆ ਅਤੇ ਉਨ੍ਹਾਂ ਨੂੰ ਉਸ ਦੀ ਜਾਂਚ ਪੜਤਾਲ ਕਰਵਾਉਣ ਵਾਸਤੇ ਬੇਨਤੀ ਕੀਤੀ। ਕਹਾਣੀ ਸੁਣ ਕੇ ਹੈਰਾਨ ਹੋਏ ਮਹਾਰਾਜੇ ਨੇ, ਉਸ ਨੂੰ ਮਹੱਲ ਵਿਚ ਆਉਣ ਦਾ ਸੱਦਾ ਦਿੱਤਾ। ਉਹ ਜਾਂਚ ਪੜਤਾਲ ਕਰਵਾਉਣ ਵਾਸਤੇ ਸਹਿਮਤ ਹੋ ਗਈ ਅਤੇ ਉਸ ਮਹੱਲ ਦੇ ਇੱਕ ਛੋਟੇ ਜਿਹੇ ਹਿੱਸੇ ਵਿਚ ਤਾਲਾ ਬੰਦ ਕਮਰੇ ਵਿਚ ਦੋ ਮਹੀਨਿਆਂ ਤਕ ਬੰਦ ਰਹੀ। ਬਾਅਦ ਵਿਚ ਮਹੱਲ ਵਿਚ ਆ ਕੇ, ਉਹ ਫਿਰ ਵੀਹ ਦਿਨ ਤਕ ਰਹੀ। ਉਸ ਤੋਂ ਬਾਅਦ ਫਿਰ ਤੀਜੀ ਵਾਰ ਜਾਂਚ ਪੜਤਾਲ ਵਾਸਤੇ ਪੰਦਰਾਂ ਦਿਨ ਤਕ ਰਹੀ। ਮਹਾਰਾਜੇ ਨੇ ਮੈਨੂੰ ਆਪ ਦੱਸਿਆ ਸੀ, ਕਿ ਇਨ੍ਹਾਂ ਤਿੰਨਾਂ ਕਠੋਰ ਪਰੀਖਿਆਵਾਂ ਤੋਂ ਬਾਅਦ, ਉਸ ਨੂੰ ਨਿਰਵਿਵਾਦ ਰੂਪ ਵਿਚ ਯਕੀਨ ਹੋ ਗਿਆ ਸੀ, ਕਿ ਗਿਰੀ ਬਾਲਾ ਪੂਰੀ ਤਰ੍ਹਾਂ ਨਿਰਾਹਾਰ ਅਵਸਥਾ ਵਿਚ ਰਹਿੰਦੀ ਹੈ।

ਮੈਂ ਆਪਣੀ ਕਹਾਣੀ ਖਤਮ ਕਰਦਿਆਂ ਕਿਹਾ, "ਸਥਿਤੀ ਲਾਲ ਨੰਦੀ ਦੀ ਇਹ ਕਹਾਣੀ ਪੱਚੀ ਵਰਿਆਂ ਤੋਂ ਜਿਆਦਾ ਸਮੇਂ ਤੋਂ ਮੇਰੇ ਦਿਮਾਗ ਵਿਚ ਘੁੰਮ ਰਹੀ ਹੈ। ਕਦੇ ਕਦੇ ਅਮਰੀਕਾ ਵਿਚ ਬੈਠਾ, ਮੈਂ ਇਹ ਵੀ ਸੋਚਿਆ ਕਰਦਾ ਸੀ, ਕਿ ਉਸ ਯੋਗਣ ਨਾਲ ਮੁਲਾਕਾਤ ਹੋਣ ਤੋਂ ਪਹਿਲਾਂ ਹੀ ਕਿਤੇ ਮੌਤ ਉਸ ਨੂੰ ਨਿਗਲ ਨਾ ਲਵੇ। ਹੁਣ ਤਾਂ ਉਸ ਦੀ ਉਮਰ ਵੀ ਬਹੁਤ ਹੋ ਚੁੱਕੀ ਹੋਵੇਗੀ। ਮੈਨੂੰ ਤਾਂ ਇਹ ਵੀ ਪੱਕਾ ਪਤਾ ਨਹੀਂ ਕਿ ਉਹ ਜਿਉਂਦੀ ਵੀ ਹੈ ਜਾਂ ਨਹੀਂ ਅਤੇ ਜੇ ਜਿਉਂਦੀ ਹੈ ਤਾਂ ਉਹ ਰਹਿੰਦੀ ਕਿੱਥੇ ਹੈ? ਪਰ ਹੁਣ ਅਸੀਂ ਥੋੜੇ ਹੀ ਘੰਟਿਆਂ ਵਿਚ ਪੁਰਲੀਆ ਪਹੁੰਚ ਜਾਵਾਂਗੇ, ਜਿੱਥੇ ਉਸ ਦੇ ਭਰਾ ਦਾ ਘਰ ਹੈ।"

ਸਾਢੇ ਦਸ ਵਜੇ ਅਸੀਂ ਉਸ ਦੇ ਭਰਾ ਲੰਬੋਦਰ ਡੇ ਦੇ ਨਾਲ ਗੱਲ ਬਾਤ ਕਰ ਰਹੇ ਸੀ। ਉਹ ਪੁਰਲੀਆ ਵਿਚ ਵਕੀਲ ਹਨ।

* ਉੱਤਰੀ ਬੰਗਾਲ ਵਿਚ।

† ਹਿਜ ਹਾਈਨੈਸ ਸਰ ਵਿਜੇ ਚੰਦਰ ਮਹਿਤਾਬ। ਹੁਣ ਉਹ ਸਵਰਗ ਸਿਧਾਰ ਚੁੱਕੇ ਹਨ। ਪਰ ਬਗੈਰ ਕਿਸੇ ਸ਼ੱਕ ਦੇ, ਉਨ੍ਹਾਂ ਦੇ ਪਰਿਵਾਰ ਕੋਲ ਮਹਾਰਾਜੇ ਦੁਆਰਾ ਕੀਤੀਆਂ ਗਈਆਂ ਜਾਂਚ ਪੜਤਾਲਾਂ ਦੇ ਨਾਲ ਸਬੰਧਿਤ ਕੁਝ ਕਾਗਜ਼ਾਤ ਹਾਲੇ ਵੀ ਜਰੂਰ ਹੋਣਗੇ।

"ਹਾਂ, ਮੇਰੀ ਭੈਣ ਹਾਲੇ ਜਿਉਂਦੀ ਹੈ, ਉਹ ਕਦੇ ਕਦਾਈਂ ਇੱਥੇ ਮੇਰੇ ਕੋਲ ਆ ਕੇ ਰਹਿੰਦੀ ਹੈ। ਪਰ ਅੱਜ ਕੱਲ੍ਹ ਉਹ ਸਾਡੇ ਖਾਨਦਾਨੀ ਮਕਾਨ ਬਿਊਰ ਵਾਲੇ ਘਰ ਵਿਚ ਰਹਿ ਰਹੀ ਹੈ।" ਲੰਬੋਦਰ ਡੇ ਬਾਬੂ ਨੇ ਸਾਡੀ ਫੋਰਡ ਕਾਰ ਵੱਲ ਸ਼ੰਕਾ ਭਰੀ ਨਜ਼ਰ ਮਾਰਦਿਆਂ ਕਿਹਾ, "ਸਵਾਮੀ ਜੀ, ਮੇਰਾ ਖਿਆਲ ਹੈ, ਸ਼ਾਇਦ ਹੀ ਅੱਜ ਤਕ ਕਦੇ ਕੋਈ ਮੋਟਰ ਗੱਡੀ ਬਿਊਰ ਜਿੰਨੇ ਅੰਦਰ ਦੇ ਇਲਾਕੇ ਤਕ ਗਈ ਹੋਵੇਗੀ। ਮੈਂ ਤਾਂ ਆਪ ਨੂੰ ਇਹੀ ਮਸ਼ਵਰਾ ਦਿਆਂਗਾ, ਕਿ ਆਪ ਸਾਰਿਆਂ ਨੂੰ ਬਲਦਾਂ ਦੀ ਗੱਡੀ ਦੇ ਹਿਚਕੋਲੇ ਬਰਦਾਸ਼ਤ ਕਰਨ ਵਾਸਤੇ ਤਿਆਰ ਹੋ ਜਾਣਾ ਚਾਹੀਦਾ ਹੈ।"

ਅਸੀਂ ਸਾਰਿਆਂ ਨੇ ਇੱਕ ਅਵਾਜ਼ ਵਿਚ ਡੈਟਰਾਈਟ ਦੇ ਮਾਣ ਦੇ ਉੱਪਰ ਪੂਰਾ ਵਿਸ਼ਵਾਸ ਪ੍ਰਗਟਾਇਆ।

ਮੈਂ ਵਕੀਲ ਸਾਹਿਬ ਨੂੰ ਦੱਸਿਆ, "ਇਹ ਫੋਰਡ ਕਾਰ ਅਮਰੀਕਾ ਤੋਂ ਆਈ ਹੈ ਅਤੇ ਇਸ ਨੂੰ ਬੰਗਾਲ ਦੀ ਦਿਲ ਦੁਨੀਆਂ ਨਾਲ ਜਾਣ ਪਹਿਚਾਣ ਕਰਨ ਤੋਂ ਵਾਂਝਿਆਂ ਕਰਨਾ ਜਿਆਦਤੀ ਹੋਵੇਗੀ।"

ਲੰਬੋਦਰ ਡੇ ਬਾਬੂ ਨੇ ਹੱਸਦਿਆਂ ਕਿਹਾ, "ਮੇਰੀਆਂ ਸ਼ੁੱਭ ਕਾਮਨਾਵਾਂ ਤੁਹਾਡੇ ਨਾਲ ਹਨ, ਰਸਤੇ ਵਿਚ ਆਉਣ ਵਾਲੀਆਂ ਮੁਸ਼ਕਿਲਾਂ ਨੂੰ ਹੱਲ ਕਰਨ ਵਾਸਤੇ ਗਣੇਸ਼* ਦੇਵਤਾ ਆਪ ਦੇ ਸਹਾਈ ਹੋਣ।" ਫਿਰ ਉਨ੍ਹਾਂ ਬੜੀ ਨਿਮਰਤਾ ਨਾਲ ਕਿਹਾ, "ਜੇ ਤੁਸੀਂ ਉੱਥੇ ਸਾਡੇ ਘਰ ਪਹੁੰਚਣ ਵਿਚ ਸਫਲ ਹੋ ਜਾਂਦੇ ਹੋ, ਤਾਂ ਮੈਨੂੰ ਪੂਰਾ ਯਕੀਨ ਹੈ ਕਿ ਗਿਰੀ ਬਾਲਾ ਆਪ ਨੂੰ ਮਿਲ ਕੇ ਬੜੀ ਖੁਸ਼ ਹੋਵੇਗੀ। ਇਸ ਵਕਤ ਉਸ ਦੀ ਉਮਰ ਸੱਤਰ ਵਰ੍ਹਿਆਂ ਦੀ ਹੋਣ ਵਾਲੀ ਹੈ, ਪਰ ਉਹ ਸਰੀਰਕ ਤੌਰ ਤੇ ਪੂਰੀ ਤਰ੍ਹਾਂ ਤੰਦਰੁਸਤ ਹੈ।"

ਮੈਂ ਸਿੱਧਾ ਉਨ੍ਹਾਂ ਦੀਆਂ ਅੱਖਾਂ ਵਿਚ ਝਾਕਦਿਆਂ, ਜਿਹੜੀਆਂ ਉਨ੍ਹਾਂ ਦੇ ਮਨ ਦੀਆਂ ਖਿੜਕੀਆਂ ਦੇ ਭੇਤ ਉਜਾਗਰ ਕਰਨ ਦੇ ਸਮਰੱਥ ਸਨ ਕਿਹਾ, "ਆਪ ਕ੍ਰਿਪਾ ਕਰ ਕੇ ਦੱਸੋ, ਕੀ ਇਹ ਬਿਲਕੁਲ ਸੱਚ ਹੈ ਕਿ ਗਿਰੀ ਬਾਲਾ ਕਦੇ ਕੁਝ ਨਹੀਂ ਖਾਂਦੀ?"

"ਹਾਂ, ਇਹ ਬਿਲਕੁਲ ਸੱਚ ਹੈ," ਉਸਦੀਆਂ ਨਜ਼ਰਾਂ ਵਿਚ ਆਦਰਯੋਗ ਸ਼ਰਧਾ ਸੀ। "ਪੰਜਾਹ ਵਰ੍ਹਿਆਂ ਤੋਂ ਜਿਆਦਾ ਸਮੇਂ ਤੋਂ ਤਾਂ, ਮੈਂ ਉਸ ਨੂੰ ਭੋਜਨ ਦੀ ਇੱਕ ਬੁਰਕੀ ਵੀ ਖਾਂਦਿਆਂ ਨਹੀਂ ਦੇਖਿਆ। ਜੇ ਸੰਸਾਰ ਦਾ ਆਚਾਨਕ ਅੰਤ ਸਾਹਮਣੇ ਆ ਜਾਵੇ, ਤਾਂ ਵੀ ਮੈਨੂੰ ਓਨੀ ਹੈਰਾਨੀ ਨਹੀਂ ਹੋਵੇਗੀ, ਜਿੰਨੀ ਹੈਰਾਨੀ ਆਪਣੀ ਭੈਣ ਨੂੰ ਕੁਝ ਖਾਂਦਿਆਂ ਦੇਖ ਕੇ ਹੋਵੇਗੀ।"

* "ਰੁਕਾਵਟਾਂ ਦੂਰ ਕਰਨ ਵਾਲਾ," ਚੰਗੀ ਕਿਸਮਤ ਦਾ ਦੇਵਤਾ।

ਇਨ੍ਹਾਂ ਦੋਨਾਂ ਦੈਵੀ ਘਟਨਾਵਾਂ ਵਾਪਰਨ ਦੀਆਂ ਅਸੰਭਾਵਨਾਵਾਂ ਤੋਂ ਅਸੀਂ ਸਾਰੇ ਇਕੱਠੇ ਹੀ ਹੱਸ ਪਏ।

ਲੰਬੋਦਰ ਡੇ ਬਾਬੂ ਨੇ ਅੱਗੇ ਦੱਸਿਆ, "ਗਿਰੀ ਬਾਲਾ ਜੀ ਨੇ ਆਪਣੀ ਯੋਗ ਸਾਧਨਾ ਦੇ ਵਾਸਤੇ ਕਦੇ ਕੋਈ ਅਸਧਾਰਨ ਏਕਾਂਤ ਦੀ ਤਲਾਸ਼ ਨਹੀਂ ਕੀਤੀ। ਉਸ ਨੇ ਆਪਣਾ ਸਾਰਾ ਜੀਵਨ ਪਰਿਵਾਰ ਅਤੇ ਮਿੱਤਰਾਂ ਦੇ ਵਿਚਕਾਰ ਹੀ ਬਿਤਾਇਆ। ਉਹ ਸਾਰੇ ਹੁਣ ਉਸ ਦੀ ਇਸ ਵਿਲੱਖਣ ਅਵਸਥਾ ਦੇ ਆਦੀ ਹੋ ਚੁੱਕੇ ਹਨ। ਉਨ੍ਹਾਂ ਵਿਚੋਂ ਇੱਕ ਵੀ ਇਹੋ ਜਿਹਾ ਨਹੀਂ ਹੋਵੇਗਾ, ਜੋ ਗਿਰੀ ਬਾਲਾ ਦੇ, ਜੇ ਕਦੇ ਅਚਾਨਕ ਕੁਝ ਖਾਣ ਦਾ ਫੈਸਲਾ ਲੈ ਲਵੇ ਤਾਂ ਉਹ ਹੈਰਾਨ ਨਹੀਂ ਹੋਵੇਗਾ। ਗਿਰੀ ਬਾਲਾ ਜਿਆਦਾ ਮੇਲ ਮਿਲਾਪ ਨਹੀਂ ਰੱਖਦੀ, ਜੋ ਇੱਕ ਹਿੰਦੂ ਵਿਧਵਾ ਵਾਸਤੇ ਲਾਜ਼ਮੀ ਵੀ ਹੈ। ਪਰ ਪੁਰਲੀਆ ਅਤੇ ਬਿਊਰ ਦੇ ਸਾਡੇ ਛੋਟੇ ਛੋਟੇ ਘਰਾਂ ਵਿਚ ਸਾਰੇ ਜਾਣਦੇ ਹਨ, ਕਿ ਸ਼ਾਬਦਿਕ ਤੌਰ ਤੇ ਉਹ ਇੱਕ ਅਸਧਾਰਨ ਔਰਤ ਹੈ।"

ਗਿਰੀ ਬਾਲਾ ਦੇ ਭਰਾ ਦੀ ਦਿਲ ਦੀ ਸਚਾਈ, ਉਨ੍ਹਾਂ ਦੇ ਸ਼ਬਦਾਂ ਰਾਹੀਂ ਪ੍ਰਗਟ ਹੋ ਰਹੀ ਸੀ। ਅਸੀਂ ਉਨ੍ਹਾਂ ਦਾ ਦਿਲੋਂ ਧੰਨਵਾਦ ਕੀਤਾ ਅਤੇ ਬਿਊਰ ਵੱਲ ਨੂੰ ਚਾਲੇ ਪਾ ਦਿੱਤੇ। ਰਸਤੇ ਵਿਚ ਅਸੀਂ ਇੱਕ ਛੋਟੇ ਜਿਹੇ ਢਾਬੇ ਤੇ ਪੂਰੀ ਛੋਲੇ ਖਾਣ ਵਾਸਤੇ ਰੁਕੇ। ਉੱਥੇ ਸ਼੍ਰੀ ਰਾਈਟ ਨੂੰ ਆਮ ਹਿੰਦੂ* ਰਿਵਾਜ਼ ਮੁਤਾਬਿਕ ਹੱਥ ਦੇ ਨਾਲ ਖਾਣਾ ਖਾਂਦਿਆਂ ਦੇਖਣ ਵਾਸਤੇ ਪਿੰਡ ਦੇ ਮੁੰਡਿਆਂ ਦੀ ਭੀੜ ਇਕੱਠੀ ਹੋ ਗਈ। ਜਬਰਦਸਤ ਭੁੱਖ ਲੱਗੀ ਹੋਣ ਕਰ ਕੇ, ਅਸੀਂ ਸਾਰਿਆਂ ਨੇ ਢਿੱਡ ਭਰ ਕੇ ਖਾਣਾ ਖਾਧਾ, ਉਸ ਵਕਤ ਸਾਨੂੰ ਕਿਸੇ ਨੂੰ ਵੀ ਇਹ ਨਹੀਂ ਸੀ ਪਤਾ, ਕਿ ਅੱਗੇ ਮੁਸੀਬਤਾਂ ਦਾ ਪਹਾੜ ਭਰੀ ਸ਼ਾਮ ਸਾਡਾ ਇੰਤਜ਼ਾਰ ਕਰ ਰਹੀ ਸੀ।

ਹੁਣ ਅਸੀਂ ਕੜਕਦੀ ਧੁੱਪ ਵਿਚ ਚੌਲਾਂ ਦੇ ਖੇਤਾਂ ਵਿਚ ਦੀ ਹੁੰਦਿਆਂ, ਪੂਰਬ ਵੱਲ ਬੰਗਾਲ ਦੇ ਵਰਦਮਾਨ ਵਾਲੇ ਹਿੱਸੇ ਵਿਚ ਅੱਗੇ ਵਧਦੇ ਜਾ ਰਹੇ ਸੀ। ਸੰਘਣੇ ਦਰਖਤਾਂ ਦੇ ਝੁੰਡਾਂ ਦੇ ਵਿਚਕਾਰ ਦੀ ਜਾਂਦੇ ਰਸਤੇ ਉੱਪਰ ਦੀ ਅਸੀਂ ਅੱਗੇ ਵਧਦੇ ਜਾ ਰਹੇ ਸੀ। ਦਰਖਤਾਂ ਦੀਆਂ ਛਤਰੀਆਂ ਵਰਗੀਆਂ ਸੰਘਣੀਆਂ ਟਾਹਣੀਆਂ ਤੇ ਬੈਠੀਆਂ ਮੈਨਾ ਅਤੇ ਬੁਲਬੁਲਾਂ ਪਿਆਰ ਭਰੇ ਗੀਤ ਗਾ ਰਹੀਆਂ ਸਨ। ਕਦੇ ਕਦਾਈਂ ਬਲਦਾਂ ਦੀ ਗੱਡੀ ਦੀ ਲੋਹੇ ਦੀ ਧੁਰੀ ਅਤੇ ਲੋਹੇ ਦੇ ਪੱਤਰੇ ਚੜ੍ਹੇ ਪਹੀਆਂ ਦੀ ਰਿਨ ਰਿਨ ਝਿਨ ਝਿਨ ਸੁਣਾਈ ਦਿੰਦੀ ਸੀ, ਜਿਹੜੀ ਸ਼ਹਿਰ ਦੀਆਂ ਸੜਕਾਂ ਉੱਪਰ ਚੱਲਣ ਵਾਲੀਆਂ ਮੋਟਰ ਗੱਡੀਆਂ ਦੀ ਫਿਟ ਫਿਟ ਦੀ ਅਵਾਜ਼ ਨਾਲੋਂ ਬਿਲਕੁਲ ਉਲਟ ਅਤੇ ਤਿੱਖੀ ਹੁੰਦੀ ਹੈ।

* ਸ਼੍ਰੀ ਯੁਕਤੇਸ਼ਵਰ ਜੀ ਕਿਹਾ ਕਰਦੇ ਸਨ, "ਪ੍ਰਮਾਤਮਾ ਨੇ ਸਾਨੂੰ ਧਰਤੀ ਦੇ ਮੇਵੇ ਦਿੱਤੇ ਹਨ, ਜਿਹੜੇ ਅਸੀਂ ਖਾਂਦੇ ਹਾਂ, ਅਸੀਂ ਉਨ੍ਹਾਂ ਨੂੰ ਦੇਖਣਾ ਚਾਹੁੰਦੇ ਹਾਂ, ਸੁੰਘਣਾ ਚਾਹੁੰਦੇ ਹਾਂ, ਚੱਖਣਾ ਚਾਹੁੰਦੇ ਹਾਂ, ਅਤੇ ਹਿੰਦੂ ਉਨ੍ਹਾਂ ਨੂੰ ਸਪਰਸ਼ ਕਰ ਕੇ ਦੇਖਣਾ ਵੀ ਚਾਹੁੰਦੇ ਹਨ।" ਜੇ ਖਾਣ ਦੇ ਵਕਤ ਨੇੜੇ ਤੇੜੇ ਕੋਈ ਨਾ ਹੋਵੇ, ਤਾਂ ਸੁਣਨ ਵਿਚ ਵੀ ਕਿਸੇ ਨੂੰ ਕੀ ਇਤਰਾਜ਼ ਹੋ ਸਕਦਾ ਹੈ?

"ਡਿਕ ਠਹਿਰੋ," ਮੇਰੀ ਇਸ ਅਚਾਨਕ ਆਗਿਆ ਦਾ ਫੋਰਡ ਕਾਰ ਨੇ ਇੱਕ ਝਟਕੇ ਨਾਲ ਵਿਰੋਧ ਕੀਤਾ। "ਅੰਬਾਂ ਦੇ ਫਲਾਂ ਨਾਲ ਲੱਦਿਆ ਦਰਖਤ ਸਾਨੂੰ ਅਵਾਜ਼ਾਂ ਮਾਰ ਰਿਹਾ ਹੈ।"

ਅਸੀਂ ਪੰਜੇ ਦੇ ਪੰਜੇ, ਬੱਚਿਆਂ ਵਾਂਗ ਛਾਲਾਂ ਮਾਰ ਕੇ ਜਮੀਨ ਉੱਪਰ ਪਏ ਅੰਬਾਂ ਉੱਪਰ ਟੁੱਟ ਕੇ ਪੈ ਗਏ। ਉਸ ਦਰਖਤ ਨੇ ਬੇਹੱਦ ਉਦਾਰਤਾ ਨਾਲ ਆਪਣੇ ਪੱਕੇ ਹੋਏ ਅੰਬ ਜਮੀਨ ਉੱਪਰ ਡੇਗ ਦਿੱਤੇ ਸਨ।

ਇੱਕ ਅੰਗਰੇਜ਼ੀ ਦੀ ਕਵਿਤਾ ਦੇ ਸ਼ਬਦਾਂ ਵਿਚ ਥੋੜ੍ਹਾ ਜਿਹਾ ਫੇਰ ਬਦਲ ਕਰ ਕੇ, ਮੈਂ ਇੱਕ ਨਵੀਂ ਕਵਿਤਾ ਬਣਾਈ, "ਕੋਈ ਅੰਬ ਪੈਦਾ ਹੁੰਦਾ ਹੈ, ਨਜ਼ਰਾਂ ਤੋਂ ਓਹਲੇ ਰਹਿਣ ਲਈ ਅਤੇ ਆਪਣੀ ਮਿਠਾਸ ਨੂੰ ਪਥਰੀਲੀ ਜਮੀਨ ਉੱਪਰ ਬਰਬਾਦ ਕਰਨ ਵਾਸਤੇ।"

"ਸਵਾਮੀ ਜੀ, ਕੀ ਅਮਰੀਕਾ ਵਿਚ ਇਸ ਤਰ੍ਹਾਂ ਨਹੀਂ ਹੁੰਦਾ?" ਮੇਰੇ ਬੰਗਾਲੀ ਸ਼ਗਿਰਦ ਸ਼ੈਲੇਸ ਮਜੂਮਦਾਰ ਨੇ ਹੱਸਦਿਆਂ ਪੁੱਛਿਆ।

"ਨਹੀਂ," ਮੈਂ ਸਹਿਮਤ ਹੋ ਗਿਆ, ਮੈਂ ਅੰਬਾਂ ਅਤੇ ਤ੍ਰਿਪਤੀ ਨਾਲ ਭਰਪੂਰ ਹੁੰਦਿਆਂ ਕਿਹਾ, "ਪੱਛਮ ਵਿਚ ਮੈਨੂੰ ਇਸ ਫਲ ਦੀ ਕਿੰਨੀ ਯਾਦ ਸਤਾਉਂਦੀ ਸੀ। ਅੰਬਾਂ ਤੋਂ ਬਗੈਰ ਤਾਂ ਹਿੰਦੂਆਂ ਦੇ ਸਵਰਗ ਦੀ ਕਲਪਨਾ ਵੀ ਨਹੀਂ ਕੀਤੀ ਜਾ ਸਕਦੀ।"

ਮੈਂ ਇੱਕ ਪੱਥਰ ਮਾਰ ਕੇ ਅੰਬ ਦੀ ਸਭ ਤੋਂ ਉੱਚੀ ਟਹਿਣੀ ਤੋਂ ਇੱਕ ਪੱਕਿਆ ਹੋਇਆ ਅੰਬ ਥੱਲੇ ਡੇਗ ਲਿਆ।

ਕੜਕਦੀ ਧੁੱਪ ਵਿਚ, ਮੈਂ ਅੰਮਰਿਤ ਰੂਪੀ ਅੰਬ ਚੂਪਦਿਆਂ ਪੁੱਛਿਆ, "ਡਿਕ, ਕੀ ਸਾਰੇ ਕੈਮਰੇ ਕਾਰ ਵਿਚ ਹਨ?"

"ਜੀ ਗੁਰੂ ਜੀ, ਪਿੱਛੇ ਸਮਾਨ ਵਾਲੀ ਡਿੱਕੀ ਵਿਚ ਪਏ ਹਨ।"

"ਜੇ ਗਿਰੀ ਬਾਲਾ ਸੱਚੀ ਸੰਤ ਸਿੱਧ ਹੋਈ, ਤਾਂ ਪੱਛਮ ਵਿਚ ਮੈਂ ਉਸ ਦੇ ਬਾਰੇ ਲਿਖਣਾ ਚਾਹੁੰਦਾ ਹਾਂ। ਇਹੋ ਜਿਹੀਆਂ ਪ੍ਰੇਰਨਾਦਾਇਕ ਸ਼ਕਤੀਆਂ ਨਾਲ ਲੈਸ ਹਿੰਦੂ ਯੋਗਣੀ ਨੂੰ ਅਣਜਾਣ ਰਹਿੰਦਿਆਂ ਨਹੀਂ ਮਰਨ ਦੇਣਾ ਚਾਹੀਦਾ, ਇਨ੍ਹਾਂ ਵਿਚੋਂ ਬਹੁਤ ਸਾਰੇ ਅੰਬਾਂ ਵਾਂਗ।"

ਅੱਧਾ ਘੰਟਾ ਬੀਤਣ ਤੋਂ ਬਾਅਦ ਵੀ, ਮੈਂ ਉਸ ਜੰਗਲ ਦੀ ਸ਼ਾਂਤੀ ਦੇ ਸਵਰਗ ਵਿਚ ਟਹਿਲ ਰਿਹਾ ਸੀ।

ਮਿਸਟਰ ਰਾਈਟ ਨੇ ਵਿਚਾਰ ਪ੍ਰਗਟ ਕਰਦਿਆਂ ਕਿਹਾ, "ਗੁਰੂ ਜੀ, ਸਾਨੂੰ ਸੂਰਜ ਛਿਪਣ ਤੋਂ ਪਹਿਲਾਂ ਪਹਿਲਾਂ ਗਿਰੀ ਬਾਲਾ ਦੇ ਘਰ ਪਹੁੰਚ ਜਾਣਾ ਚਾਹੀਦਾ ਹੈ ਤਾਂ ਕਿ ਫੋਟੋਆਂ ਲੈਣ ਵਾਸਤੇ ਸਾਨੂੰ ਲੋੜੀਂਦੀ ਰੌਸ਼ਨੀ ਮਿਲ ਸਕੇ।" ਫਿਰ ਉਸ ਨੇ ਸ਼ੰਕਾਲੂ ਹਾਸਾ ਹੱਸਦਿਆਂ ਕਿਹਾ, "ਪੱਛਮੀ ਲੋਕ ਵਹਿਮੀ ਹੁੰਦੇ ਹਨ, ਜੇ ਫੋਟੋ ਨਾ ਹੋਈ, ਤਾਂ ਅਸੀਂ ਉਨ੍ਹਾਂ ਤੋਂ ਇਸ ਇਸਤਰੀ ਸੰਤ ਬਾਰੇ ਵਿਸ਼ਵਾਸ ਕਰਨ ਦੀ ਉਮੀਦ ਨਹੀਂ ਰੱਖ ਸਕਦੇ।"

ਉਸ ਦੀ ਸਿਆਣਪ ਸਲਾਹੁਣਯੋਗ ਸੀ। ਮੈਂ ਅੰਬਾਂ ਦੀ ਮਿਠਾਸ ਵੱਲ ਪਿੱਠ ਮੋੜੀ ਅਤੇ ਚੁੱਪ ਕਰ ਕੇ ਕਾਰ ਵਿਚ ਬੈਠ ਗਿਆ। ਮੈਂ ਅਫਸੋਸ ਪ੍ਰਗਟ ਕਰਦਿਆਂ ਕਿਹਾ, "ਡਿਕ, ਤੂੰ ਠੀਕ ਕਹਿ ਰਿਹਾ ਹੈਂ, ਮੈਂ ਪੱਛਮ ਦੀ ਯਥਾਰਥਵਾਦ ਦੀ ਬੇਦੀ ਉੱਪਰ ਆਪਣੇ ਅੰਬਾਂ ਦੇ ਸਵਰਗ ਦੀ ਬਲੀ ਦੇ ਦਿੰਦਾ ਹਾਂ। ਫੋਟੋਆਂ ਸਾਡੇ ਕੋਲ ਜਰੂਰ ਹੋਣੀਆਂ ਚਾਹੀਦੀਆਂ ਹਨ।"

ਸੜਕ ਦੀ ਹਾਲਤ ਖਸਤਾ ਤੋਂ ਖਸਤਾ ਹੁੰਦੀ ਜਾ ਰਹੀ ਸੀ। ਕਾਰ ਬਲਦਾਂ ਦੀ ਗੱਡੀ ਦੀ ਲੀਹ ਦੇ ਨਾਲ ਨਾਲ ਬਣੇ ਦਰਦਨਾਕ ਬੁਢੇਪੇ ਵਾਂਗ ਮਿੱਟੀ ਦੇ ਸਖਤ ਢੇਲਿਆਂ ਦੇ ਉੱਪਰ ਦੀ ਜਾ ਰਹੀ ਸੀ। ਸਾਡੀ ਟੋਲੀ ਵਾਰ ਵਾਰ ਕਾਰ ਵਿਚੋਂ ਉੱਤਰ ਕੇ ਕਾਰ ਨੂੰ ਧੱਕਾ ਲਾ ਰਹੀ ਸੀ ਤਾਂ ਕਿ ਮਿਸਟਰ ਰਾਈਟ ਕਾਰ ਨੂੰ ਅੱਗੇ ਸਰਕਾਉਣ ਵਿਚ ਕਾਮਯਾਬ ਹੋ ਜਾਣ।

ਸ਼ੈਲੇਸ ਬਾਬੂ ਨੇ ਇਹ ਮੰਨ ਲਿਆ, "ਲੰਬੋਦਰ ਬਾਬੂ ਸੱਚ ਕਹਿ ਰਹੇ ਸਨ। ਕਾਰ ਸਾਨੂੰ ਨਹੀਂ ਸੀ ਲੈ ਕੇ ਜਾ ਰਹੀ, ਬਲਕਿ ਕਾਰ ਨੂੰ ਅਸੀਂ ਲੈ ਕੇ ਜਾ ਰਹੇ ਹਾਂ।"

ਵਾਰ ਵਾਰ ਸਾਡੇ ਕਾਰ ਵਿਚੋਂ ਚੜ੍ਹਨ ਉੱਤਰਨ ਦੇ ਅਕੇਵੇਂ ਨੂੰ ਕਦੇ ਕਦਾਈਂ ਆਲੇ ਦੁਆਲੇ ਪਿੰਡਾਂ ਦੀ ਮੌਜੂਦਗੀ ਦਿਲ ਬਹਿਲਾਉਣ ਦਾ ਕੰਮ ਕਰਦੀ ਸੀ, ਜਿਹੜੇ ਕੁਦਰਤੀ ਸਧਾਰਨਤਾ ਅਤੇ ਸ਼ਾਂਤੀ ਦਾ ਨਜ਼ਾਰਾ ਪੇਸ਼ ਕਰਦੇ ਸਨ।

ਸ਼੍ਰੀ ਰਾਈਟ ਨੇ ਆਪਣੀ ਯਾਤਰਾ ਡਾਇਰੀ ਵਿਚ 5 ਮਈ 1936 ਨੂੰ ਲਿਖਿਆ ਹੈ, "ਜੰਗਲ ਦੀ ਛਾਂ ਵਿਚ ਵਸੇ ਪ੍ਰਾਚੀਨ ਪ੍ਰਦੂਸ਼ਣ ਰਹਿਤ ਪਿੰਡਾਂ ਅਤੇ ਤਾੜ ਦੇ ਦਰਖਤਾਂ ਦੀਆਂ ਕਤਾਰਾਂ ਵਿਚੋਂ ਦੀ ਸਾਡਾ ਰਸਤਾ ਵਾਰ ਵਾਰ ਮੁੜਦਾ ਅਤੇ ਘੁੰਮਦਾ ਜਾ ਰਿਹਾ ਸੀ। ਮਿੱਟੀ ਦੀਆਂ ਕੰਧਾਂ ਅਤੇ ਘਾਸ ਫੂਸ ਦੀਆਂ ਛੱਤਾਂ ਵਾਲੀਆਂ ਝੌਂਪੜੀਆਂ ਦੀਆਂ ਇਹ ਬਸਤੀਆਂ ਕਿੰਨੀਆਂ ਮਨੋਹਰ ਲੱਗਦੀਆਂ ਹਨ, ਜਿਸ ਦੇ ਹਰ ਇੱਕ ਦਰਵਾਜ਼ੇ ਉੱਪਰ ਕਿਸੇ ਦੇਵਤੇ ਦਾ ਨਾਂ ਲਿਖਿਆ ਹੋਇਆ ਹੁੰਦਾ ਹੈ। ਆਲੇ ਦੁਆਲੇ ਛੋਟੇ ਛੋਟੇ ਨੰਗ ਧੜੰਗੇ ਬੱਚੇ, ਬੱਚਿਆਂ ਵਾਲੇ ਭੋਲੇਪਣ ਦੇ ਨਾਲ ਖੇਡ ਰਹੇ ਹਨ। ਜਿਹੜੇ ਬਗੈਰ ਬਲਦਾਂ ਤੋਂ ਚੱਲਣ ਵਾਲੀ ਇਸ ਕਾਲੀ ਜਿਹੀ ਗੱਡੀ ਨੂੰ ਆਪਣੇ ਪਿੰਡ ਵਿਚੋਂ ਦੀ ਜਾਂਦੀ ਦੇਖ ਕੇ ਜਾਂ ਤਾਂ ਪਾਗਲਾਂ ਵਾਂਗ ਅੱਖਾਂ ਪਾੜ ਪਾੜ ਦੇਖਣ ਵਾਸਤੇ ਖੜ੍ਹੇ ਹੋ ਜਾਂਦੇ ਹਨ ਜਾਂ ਬੇ-ਮਤਲਬ ਜੋਸ਼ ਵਿਚ ਇੱਧਰ ਉੱਧਰ ਭੱਜਣਾ ਸ਼ੁਰੂ ਕਰ ਦਿੰਦੇ ਹਨ। ਔਰਤਾਂ ਵੀ ਆਪਣੇ ਘੁੰਘਟਾਂ ਵਿਚੋਂ ਦੀ ਇੱਕ ਵਾਰ ਬਾਹਰ ਦੇਖ ਲੈਂਦੀਆਂ ਹਨ, ਜਦੋਂ ਕਿ ਆਦਮੀ ਆਪਣੀ ਉਦਾਸੀਨਤਾ ਦੇ ਨਾਲ ਉਤਸੁਕਤਾ ਨੂੰ ਛੁਪਾਉਂਦਿਆਂ ਰਸਤਿਆਂ ਦੇ ਕਿਨਾਰੇ ਦਰਖਤਾਂ ਦੇ ਥੱਲੇ ਹੀ ਸੁਸਤੀ ਵਿਚ ਲੇਟੇ ਰਹਿੰਦੇ ਹਨ। ਇੱਕ ਥਾਂ ਉੱਪਰ ਤਾਂ ਪਿੰਡ ਦੇ ਬਹੁਤ ਸਾਰੇ ਲੋਕ ਮੌਜ ਮਸਤੀ ਕਰਦੇ ਉੱਥੇ ਦੇ ਇੱਕ ਬਹੁਤ ਵੱਡੇ ਤਲਾਬ ਵਿਚ ਨਹਾ ਰਹੇ ਸਨ (ਜਿਹੜੇ ਆਪਣੀਆਂ ਧੋਤੀਆਂ ਪਹਿਨ ਕੇ ਨਹਾਉਣ ਤੋਂ ਬਾਅਦ ਸੁੱਕੀਆਂ ਧੋਤੀਆਂ ਲਪੇਟ ਕੇ ਗਿੱਲੀਆਂ ਧੋਤੀਆਂ ਨੂੰ ਬਦਲ

ਰਹੇ ਸਨ)। ਔਰਤਾਂ ਪਿੱਤਲ ਦੀਆਂ ਵੱਡੀਆਂ ਵੱਡੀਆਂ ਗਾਗਰਾਂ ਵਿਚ ਆਪਣੇ ਘਰ ਨੂੰ ਪਾਣੀ ਲੈ ਕੇ ਜਾ ਰਹੀਆਂ ਹਨ।

"ਸੜਕ ਸਾਨੂੰ ਖੁਸ਼ੀ ਖੁਸ਼ੀ ਟਿੱਬਿਆਂ ਦੇ ਉਪਰ ਥੱਲੇ ਲੈ ਕੇ ਜਾ ਰਹੀ ਸੀ। ਸੜਕ ਤੇ ਟੋਏ ਹੋਣ ਕਰ ਕੇ ਅਸੀਂ ਕਾਰ ਵਿਚ ਉਛਲਦੇ, ਕੁੱਦਦੇ ਜਾ ਰਹੇ ਸੀ। ਕਦੇ ਕਾਰ ਇੱਕ ਦਮ ਥੱਲੇ ਜਾ ਕੇ ਨਦੀਆਂ ਨਾਲਿਆਂ ਵਿਚ ਦੀ ਜਾਂਦੀ ਅਤੇ ਕਦੇ ਸੁੱਕੀ ਰੇਤ ਉਪਰ ਦੀ ਲੁਢਕਦੀ ਖਿਸਕਦੀ ਜਾਂਦੀ। ਇੱਕ ਥਾਂ ਉਪਰ ਨਿਰਮਾਣ ਅਧੀਨ ਪੁੱਲ ਦੇ ਕਾਰਨ ਸਾਨੂੰ ਬੜੇ ਮੋੜ ਘੋੜ ਵਾਲਾ ਰਸਤਾ ਅਪਣਾਉਣਾ ਪਿਆ ਅਤੇ ਆਖਰ ਅਸੀਂ ਪੰਜ ਵਜੇ ਦੇ ਕਰੀਬ ਆਪਣੀ ਮੰਜ਼ਲ ਬਿਉਰ ਦੇ ਨਜ਼ਦੀਕ ਪਹੁੰਚ ਗਏ। ਬਾਂਕੁਰਾ ਜਿਲੇ ਦੇ ਦੂਰ ਅੰਦਰਲੇ ਹਿੱਸੇ ਵਿਚ ਵੱਸਿਆ ਅਤੇ ਚਾਰੇ ਪਾਸਿਆਂ ਤੋਂ ਸੰਘਣੇ ਜੰਗਲਾਂ ਵਿਚ ਘਿਰਿਆ ਹੋਇਆ, ਇਹ ਛੋਟਾ ਜਿਹਾ ਪਿੰਡ, ਬਾਹਰ ਦੇ ਲੋਕਾਂ ਦੇ ਵਾਸਤੇ ਵਰਖਾ ਦੇ ਮੌਸਮ ਵਿਚ ਪਹੁੰਚਣ ਲਈ ਹੋਰ ਵੀ ਦੁਰਗਮ ਬਣ ਜਾਂਦਾ ਹੈ। ਲੋਕਾਂ ਨੇ ਦੱਸਿਆ ਕਿ ਉਸ ਵਕਤ ਨਦੀਆਂ ਨਾਲੇ ਤੂਫਾਨੀ ਵੇਗ ਦੇ ਨਾਲ ਵਹਿਣਾ ਸ਼ੁਰੂ ਕਰ ਦਿੰਦੇ ਹਨ ਅਤੇ ਰਸਤੇ ਸੱਪਾਂ ਵਾਂਗ ਚਿੱਕੜ ਰੂਪੀ ਜ਼ਹਿਰ ਉਗਲਦੇ ਹਨ।

"ਬਾਹਰ ਖੁਲ੍ਹੇ ਮੈਦਾਨ ਵਿਚ ਸਥਾਪਿਤ ਮੰਦਰ ਦੀ ਪੂਜਾ ਕਰ ਕੇ ਵਾਪਸ ਆ ਰਹੇ ਲੋਕਾਂ ਦੀ ਟੋਲੀ ਵਿਚੋਂ ਕਿਸੇ ਇੱਕ ਨੂੰ ਸਾਡੇ ਨਾਲ ਜਾ ਕੇ ਗਿਰੀ ਬਾਲਾ ਦਾ ਘਰ ਦੱਸਣ ਵਾਸਤੇ ਬੇਨਤੀ ਕਰਨ ਉਪਰ, ਨੰਗ ਧੜੰਗੇ ਦਰਜਨ ਭਰ ਬੱਚੇ ਸਾਡੀ ਕਾਰ ਦੇ ਦੋਨੋਂ ਪਾਸੇ ਲਮਕ ਗਏ, ਜਿਹੜੇ ਸਾਨੂੰ ਗਿਰੀ ਬਾਲਾ ਦੇ ਘਰ ਪਹੁੰਚਾਉਣ ਵਾਸਤੇ ਉਤਾਵਲੇ ਸਨ।

"ਰਸਤਾ ਖਜੂਰਾਂ ਦੇ ਝੁੰਡਾਂ ਵਿਚ ਬਣੇ ਹੋਏ ਮਿੱਟੀ ਦੇ ਘਰਾਂ ਵਿਚੋਂ ਦੀ ਹੋ ਕੇ ਜਾ ਰਿਹਾ ਸੀ, ਪਰ ਇਸ ਤੋਂ ਪਹਿਲਾਂ ਅਸੀਂ ਉਥੇ ਤਕ ਪਹੁੰਚ ਸਕਦੇ, ਸਾਡੀ ਫੋਰਡ ਕਾਰ ਇੱਕ ਮੋੜ ਉਪਰ ਉਛਲ ਕੇ ਖਤਰਨਾਕ ਹੱਦ ਤਕ ਟੇਢੀ ਹੁੰਦੀ ਹੋਈ ਜ਼ੋਰ ਦੀ ਉਛਲਦਿਆਂ ਥੱਲੇ ਡਿਗ ਪਈ। ਭੀੜਾ ਜਿਹਾ ਰਸਤਾ ਦਰਖਤਾਂ, ਤਲਾਬਾਂ, ਟਿੱਬਿਆਂ, ਡੂੰਘੀਆਂ ਖੱਡਾਂ ਅਤੇ ਬਲਦਾਂ ਦੀ ਗੱਡੀ ਦੀਆਂ ਸਖਤ ਲੀਹਾਂ ਉਪਰ ਦੀ ਹੋ ਕੇ ਜਾ ਰਿਹਾ ਸੀ। ਅੱਗੇ ਜਾ ਕੇ ਸਾਡੀ ਕਾਰ ਪਹਿਲਾਂ ਇੱਕ ਸੰਘਣੀ ਝਾੜੀ ਵਿਚ ਫਸ ਗਈ ਅਤੇ ਫਿਰ ਮਿੱਟੀ ਦੇ ਢੇਰ ਵਿਚ ਜਮੀਨ ਵਿਚ ਧੱਸ ਗਈ, ਜਿੱਥੋਂ ਅਸੀਂ ਉਸ ਨੂੰ ਮਿੱਟੀ ਦੇ ਢੇਲੇ ਚੁੱਕ ਚੁੱਕ ਕੇ ਕੱਢਿਆ। ਫਿਰ ਹੌਲੀ ਹੌਲੀ ਸਾਵਧਾਨੀ ਨਾਲ ਅੱਗੇ ਵਧਣ ਲੱਗੇ ਤਾਂ ਅਚਾਨਕ ਸਾਹਮਣੇ ਰਸਤੇ ਦੇ ਉਪਰ ਝਾੜੀਆਂ ਦਾ ਝੁੰਡ ਆਉਣ ਕਰ ਕੇ ਰਸਤਾ ਬਿਲਕੁਲ ਹੀ ਬੰਦ ਹੋ ਗਿਆ ਸੀ। ਜਿਸ ਕਰ ਕੇ ਸਾਨੂੰ ਰਸਤਾ ਬਦਲਦਿਆਂ ਇੱਕ ਢਲਾਣਯੁਕਤ ਪੱਥਰ ਉਪਰ ਦੀ ਥੱਲੇ ਜਾ ਕੇ, ਫਿਰ ਇੱਕ ਸੁੱਕੇ ਤਲਾਬ ਵਿਚ ਦੀ ਲੰਘਣਾ ਪਿਆ, ਪਰ ਫਿਰ ਚੜ੍ਹਾਈ ਹੋਣ ਕਰ ਕੇ ਸਾਨੂੰ ਕਾਰ ਨੂੰ ਬਾਹਰ ਲਿਆਉਣ ਖਾਤਰ ਜਮੀਨ ਟੇਪਰ ਕਰਨੀ ਪਈ ਅਤੇ ਕਾਰ ਨੂੰ ਧੱਕਾ ਲਾ ਕੇ ਸੜਕ ਉਪਰ ਲਿਆਉਣਾ ਪਿਆ। ਰਸਤਾ ਵਾਰ ਵਾਰ ਇਸ ਤਰ੍ਹਾਂ ਦਾ ਹੋ ਜਾਂਦਾ ਸੀ, ਜਦੋਂ ਸਾਨੂੰ ਇਸ ਤਰ੍ਹਾਂ ਮਹਿਸੂਸ ਹੋਣਾ ਸ਼ੁਰੂ ਹੋ ਜਾਂਦਾ ਸੀ ਕਿ ਹੁਣ

ਸਾਡਾ ਅੱਗੇ ਵਧਣਾ ਸੰਭਵ ਨਹੀਂ। ਪਰ ਤੀਰਥ ਯਾਤਰਾ ਚਲਦੀ ਰਹਿਣੀ ਚਾਹੀਦੀ ਹੈ। ਕੁਝ ਲੜਕਿਆ ਨੇ ਆਪਣੇ ਘਰੋਂ ਕਸੀਆਂ ਲਿਆ ਕੇ ਰਸਤੇ ਦੀਆਂ ਸਾਰੀਆਂ ਰੁਕਾਵਟਾਂ (ਗਣੇਸ਼ ਜੀ ਦੀ ਕ੍ਰਿਪਾ ਨਾਲ) ਨੂੰ ਦੂਰ ਕਰ ਦਿੱਤਾ ਸੀ। ਹੋਰ ਸੈਂਕੜੇ ਬੱਚੇ ਅਤੇ ਉਨ੍ਹਾਂ ਦੇ ਮਾਤਾ ਪਿਤਾ ਦੂਰ ਖੜ੍ਹੇ ਦੇਖਦੇ ਰਹੇ।

"ਇਸ ਤੋਂ ਬਾਅਦ ਅਸੀਂ ਛੇਤੀ ਹੀ ਬਹੁਤ ਪੁਰਾਣੇ ਦਿਖਾਈ ਦੇਣ ਵਾਲੇ ਗੱਡੀ ਦੇ ਪਹੀਏ ਦੀ ਲੀਹੋ ਲੀਹ, ਹੌਲੀ ਹੌਲੀ ਅੱਗੇ ਸਰਕਣ ਲੱਗੇ। ਔਰਤਾਂ ਆਪਣੀਆਂ ਝੌਂਪੜੀਆਂ ਦੇ ਦਰਵਾਜ਼ਿਆਂ ਵਿਚੋਂ ਦੀ ਅੱਖਾਂ ਪਾੜ ਪਾੜ ਕੇ ਦੇਖ ਰਹੀਆਂ ਸਨ। ਆਦਮੀ ਕਾਰ ਦੇ ਨਾਲ ਨਾਲ ਅਤੇ ਕਾਰ ਦੇ ਪਿੱਛੇ ਪਿੱਛੇ ਚੱਲ ਰਹੇ ਸਨ। ਬੱਚੇ ਇਸ ਸ਼ੋਭਾ ਯਾਤਰਾ ਦੀ ਰੌਣਕ ਵਧਾਉਂਦਿਆਂ ਇੱਧਰ ਉੱਧਰ ਦੌੜ ਰਹੇ ਸਨ। ਸ਼ਾਇਦ ਸਾਡੀ ਕਾਰ ਇਨ੍ਹਾਂ ਰਸਤਿਆਂ ਉੱਪਰ ਚੱਲਣ ਵਾਲੀ ਪਹਿਲੀ ਮੋਟਰ ਗੱਡੀ ਸੀ। ਇਸ ਇਲਾਕੇ ਵਿਚ ਹਾਲੇ ਤਕ ਬਲਦਾਂ ਦੀਆਂ ਗੱਡੀਆਂ ਦੀ ਹੀ ਸਰਦਾਰੀ ਰਹੀ ਹੋਵੇਗੀ। ਅਸੀਂ ਇੱਕ ਤਰ੍ਹਾਂ ਦੀ ਉੱਥੇ ਖਲਬਲੀ ਮਚਾ ਦਿੱਤੀ ਸੀ। ਇੱਕ ਅਮਰੀਕਨ ਦੁਆਰਾ ਚਲਾਈ ਜਾ ਰਹੀ ਫਟ ਫਟ ਕਰਦੀ ਗੱਡੀ ਵਿਚ ਵਿਚ ਬੈਠ ਕੇ ਇਹ ਟੋਲੀ, ਉਨ੍ਹਾਂ ਦੇ ਪਿੰਡ ਦੀ ਪਵਿੱਤਰਤਾ ਅਤੇ ਏਕਾਂਤ ਉੱਪਰ ਹਮਲਾ ਕਰਦਿਆਂ ਹੋਇਆਂ ਸਿੱਧੀ ਉਨ੍ਹਾਂ ਦੀ ਅੰਦਰਲੀ ਏਕਾਂਤ ਤਕ ਪਹੁੰਚ ਗਈ ਸੀ।

"ਇੱਕ ਭੀੜੀ ਜਿਹੀ ਗਲੀ ਦੇ ਸਾਹਮਣੇ ਰੁਕੇ, ਤਾਂ ਦੇਖਿਆ ਕਿ ਅਸੀਂ ਗਿਰੀ ਬਾਲਾ ਦੇ ਘਰ ਤੋਂ ਸਿਰਫ ਸੌ ਫੁੱਟ ਦੀ ਦੂਰੀ ਤੇ ਸੀ। ਬੇਢਬੀ ਯਾਤਰਾ ਕਾਰਨ, ਰਸਤੇ ਦੀਆਂ ਐਨੀਆਂ ਔਕੜਾਂ ਦਾ ਸਾਹਮਣਾ ਕਰਨ ਦੇ ਬਾਵਜੂਦ ਵੀ, ਗਿਰੀ ਬਾਲਾ ਦੇ ਘਰ ਨੂੰ ਦੇਖਦਿਆਂ ਅਸੀਂ ਆਪਣੇ ਮਨੋਰਥ ਦੀ ਸਫਲਤਾ ਉੱਪਰ ਪਹੁੰਚਣ ਦੀ ਖੁਸ਼ੀ ਨਾਲ ਰੋਮਾਂਚਿਤ ਹੋ ਉੱਠੇ। ਅਸੀਂ ਇੱਟਾਂ ਅਤੇ ਪਲਸਤਰ ਕੀਤੇ ਹੋਏ ਵੱਡੇ ਸਾਰੇ ਦੁਮੰਜ਼ਲੇ ਮਕਾਨ ਦੇ ਸਾਹਮਣੇ ਪਹੁੰਚੇ, ਜਿਸ ਦੀ ਆਲੇ ਦੁਆਲੇ ਬਣੀਆਂ ਹੋਈਆਂ ਝੌਂਪੜੀਆਂ ਉੱਪਰ ਸਰਦਾਰੀ ਲੱਗਦੀ ਸੀ। ਘਰ ਦੀ ਮੁਰਮੰਤ ਦਾ ਕੰਮ ਚੱਲ ਰਿਹਾ ਲੱਗਦਾ ਸੀ, ਕਿਉਂਕਿ ਘਰ ਦੇ ਚਾਰੇ ਪਾਸੇ ਬਾਂਸ ਦੀਆਂ ਬੱਲੀਆਂ ਦੀ ਪੈੜ ਬਣਾ ਰੱਖੀ ਸੀ।

"ਡੂੰਘੀ ਉਤਸੁਕਤਾ ਅਤੇ ਅੰਦਰੋਂ ਬਾਹਰੋਂ ਫੁੱਟ ਫੁੱਟ ਪੈਂਦੀ ਖੁਸ਼ੀ ਨੂੰ ਦਿਲ ਵਿਚ ਦਬਾਈ, ਅਸੀਂ ਉਸ ਪਵਿੱਤਰ ਆਤਮਾ ਦੇ ਘਰ ਦੇ ਖੁੱਲ੍ਹੇ ਦਰਵਾਜ਼ੇ ਦੇ ਅੱਗੇ ਖੜ੍ਹੇ ਸੀ, ਜਿਸ ਨੂੰ ਪ੍ਰਮਾਤਮਾ ਨੇ ਆਪਣੀ ਭੁੱਖ ਰਹਿਤ ਛੋਹ ਨਾਲ ਪਵਿੱਤਰ ਕਰ ਰੱਖਿਆ ਸੀ। ਇਸ ਅਨੋਖੇ ਨਜ਼ਾਰੇ ਨੂੰ ਦੇਖਣ ਵਾਸਤੇ ਛੋਟੇ, ਵੱਡੇ, ਨੰਗ ਧੜੰਗੇ ਬੱਚੇ, ਕਪੜੇ ਪਹਿਨੀ – ਸਾਰੇ ਪਿੰਡ ਵਾਸੀ ਲਗਾਤਾਰ ਮੂੰਹ ਵਿਚ ਉਂਗਲਾਂ ਪਾਈ, ਸਾਡੇ ਪਿੱਛੇ ਪਿੱਛੇ ਚੱਲ ਰਹੇ ਸਨ। ਔਰਤਾਂ ਥੋੜੀ ਥੋੜੀ ਦੂਰੀ ਬਣਾ ਕੇ ਚੱਲ ਰਹੀਆਂ ਸਨ। ਪ੍ਰੰਤੂ ਜਿਗਿਆਸਾ ਉਨ੍ਹਾਂ ਸਾਰਿਆਂ ਵਿਚ ਇੱਕੋ ਜਿਹੀ ਸਪਸ਼ਟ ਦਿਖਾਈ ਦੇ ਰਹੀ ਸੀ। ਆਦਮੀ ਅਤੇ ਬੱਚੇ ਤਾਂ ਬਗੈਰ ਕਿਸੇ ਸ਼ਰਮ ਲਿਹਾਜ਼ ਤੋਂ ਸਾਡੇ ਨਾਲ ਸਨ।

"ਛੇਤੀ ਹੀ ਸਾਨੂੰ ਦਰਵਾਜ਼ੇ ਵਿਚ ਇੱਕ ਮੱਧਰੇ ਕੱਦ ਦੀ ਔਰਤ ਦਿਖਾਈ ਦਿੱਤੀ, ਇਹੀ ਸੀ ਗਿਰੀ ਬਾਲਾ। ਉਹ ਫਿੱਕੇ ਜਿਹੇ ਸੁਨਹਿਰੀ ਰੰਗ ਦੀ ਸਾੜ੍ਹੀ ਵਿਚ ਲਿਪਟੀ ਹੋਈ ਸੀ। ਭਾਰਤੀ ਸਭਿਆਚਾਰ ਦੇ ਮੁਤਾਬਿਕ ਘੁੰਡ ਵਿਚੋਂ ਦੀ ਝਾਕਦਿਆਂ ਸੰਗਦੀ ਅਤੇ ਝਿਜਕਦੀ ਸਾਡੇ ਸਾਹਮਣੇ ਆਈ। ਘੁੰਡ ਦੇ ਪਰਦੇ ਵਿਚ ਵੀ ਉਸ ਦੀਆਂ ਅੱਖਾਂ ਅੰਗਿਆਰਿਆਂ ਵਾਂਗ ਤੇਜਸਵੀ ਪ੍ਰਤੀਤ ਹੋ ਰਹੀਆਂ ਸਨ। ਦਯਾਲਤਾ ਅਤੇ ਆਤਮ ਗਿਆਨ, ਉਨ੍ਹਾਂ ਦੇ ਚਿਹਰੇ ਉੱਪਰ ਸਾਫ ਅਤੇ ਸਪਸ਼ਟ ਦਿਖਾਈ ਦੇ ਰਿਹਾ ਸੀ। ਅਸੀਂ ਇੱਕ ਇਹੋ ਜਿਹੀ ਹਸਤੀ ਦੇ ਦਰਸ਼ਨ ਕਰ ਕੇ ਆਪਣੇ ਆਪ ਨੂੰ ਖੁਸ਼ਕਿਸਮਤ ਮਹਿਸੂਸ ਕਰ ਰਹੇ ਸੀ, ਜਿੱਥੇ ਸੰਸਾਰਕ ਇੱਛਾਵਾਂ ਦੀ ਭੋਰਾ ਭਰ ਕਾਮਨਾ ਨਹੀਂ ਸੀ।

"ਸਾਡੇ ਵੱਲੋਂ ਕੀਤੀ ਗਈ ਬੇਨਤੀ ਉਪਰੰਤ, ਉਹ ਬੜੀ ਹਲੀਮੀ ਨਾਲ ਸਾਡੇ ਕੋਲ ਆਈ ਅਤੇ ਉਸ ਨੇ ਸਾਨੂੰ ਆਪਣਿਆਂ ਕੈਮਰਿਆਂ ਨਾਲ ਅਨੇਕ ਸਥਿਰ ਅਤੇ ਚਲ-ਚਿੱਤਰ*ਲੈਣ ਦੀ ਆਗਿਆ ਦਿੱਤੀ। ਪੋਜ਼ ਬਦਲਣ ਅਤੇ ਰੌਸ਼ਨੀ ਦੇ ਪ੍ਰਬੰਧ ਆਦਿ ਫੋਟੋਗਰਾਫੀ ਦੀਆਂ ਪ੍ਰਕਿਰਿਆਵਾਂ ਦੇ ਦੌਰਾਨ, ਉਹ ਸ਼ਾਂਤ ਅਤੇ ਨਿਰਸੰਕੋਚ ਮਨ ਨਾਲ ਨਿਰਭਾਵ ਬੈਠੀ ਰਹੀ। ਆਖਰ ਨੂੰ ਅਸੀਂ ਆਉਣ ਵਾਲੀਆਂ ਪੀੜ੍ਹੀਆਂ ਵਾਸਤੇ ਪੰਜਾਹ ਵਰ੍ਹਿਆਂ ਤੋਂ ਵੀ ਜਿਆਦਾ ਸਮੇਂ ਤੋਂ ਅੰਨ ਜਲ ਦੇ ਬਗੈਰ ਜਿਉਂਦੀ ਰਹਿਣ ਵਾਲੀ ਸੰਸਾਰ ਦੀ ਉਸ ਇੱਕੋ ਇੱਕ ਔਰਤ ਦੀਆਂ ਅਨੇਕ ਫੋਟੋਆਂ ਲੈਣ ਵਿਚ ਕਾਮਯਾਬ ਹੋ ਗਏ। (ਟੈਰੇਸਾ ਨਾਇਮਨ 1923 ਤੋਂ ਨਿਰਾਹਾਰ ਰਹਿ ਰਹੀ ਹੈ) ਜਦੋਂ ਸਾਡੇ ਸਾਹਮਣੇ ਗਿਰੀ ਬਾਲਾ ਖੜ੍ਹੀ ਸੀ, ਤਾਂ ਉਨ੍ਹਾਂ ਦੇ ਚਿਹਰੇ ਉੱਪਰ ਸੰਪੂਰਨ ਮਾਤਰੀਭਾਵ ਝਲਕ ਰਿਹਾ ਸੀ। ਉਨ੍ਹਾਂ ਦਾ ਸਾਰਾ ਸਰੀਰ ਸਾੜ੍ਹੀ ਨਾਲ ਢਕਿਆ ਹੋਇਆ ਸੀ। ਅੱਖਾਂ ਥੱਲੇ ਵੱਲ ਝੁਕੀਆਂ ਹੋਈਆਂ ਸਨ। ਉਨ੍ਹਾਂ ਦੇ ਛੋਟੇ ਛੋਟੇ ਹੱਥਾਂ ਪੈਰਾਂ ਤੋਂ ਇਲਾਵਾ, ਉਨ੍ਹਾਂ ਦੇ ਸਰੀਰ ਦਾ ਕੋਈ ਹਿੱਸਾ ਨਹੀਂ ਸੀ ਦਿਖਾਈ ਦੇ ਰਿਹਾ। ਅਨੋਖੀ ਸ਼ਾਂਤੀ ਨਾਲ ਭਰਪੂਰ ਭੋਲਾਭਾਲਾ ਚਿਹਰਾ, ਚੌੜਾ ਮੱਥਾ, ਬੱਚਿਆਂ ਵਰਗਾ ਮੂੰਹ, ਨਾਰੀ ਸੁਲੱਭ ਨੱਕ, ਥਰਥਰਾਉਂਦੇ ਬੁੱਲ੍ਹ, ਛੋਟੀਆਂ ਛੋਟੀਆਂ ਤੇਜਸਵੀ ਅੱਖਾਂ ਅਤੇ ਸ਼ਾਂਤ ਮੁਸਕਾਨ।"

ਗਿਰੀ ਬਾਲਾ ਦੇ ਬਾਰੇ ਜੋ ਧਾਰਨਾ ਸ਼੍ਰੀ ਰਾਈਟ ਦੀ ਹੈ, ਉਹ ਹੀ ਮੇਰੀ ਹੈ। ਅਧਿਆਤਮਿਕਤਾ ਵੀ ਉਨ੍ਹਾਂ ਦੀ ਚਮਕਦਾਰ ਸਾੜ੍ਹੀ ਦੀ ਤਰ੍ਹਾਂ ਹੀ ਉਨ੍ਹਾਂ ਦੇ ਨਾਲ ਲਿਪਟੀ ਹੋਈ ਹੈ। ਸਾਧੂ ਸੰਨਿਆਸੀਆਂ ਨੂੰ ਗਰਿਸਤੀਆਂ ਦੁਆਰਾ ਪ੍ਰਣਾਮ ਕਰਨ ਦੇ ਰਿਵਾਜ਼ ਮੁਤਾਬਿਕ, ਉਨ੍ਹਾਂ ਨੇ ਮੈਨੂੰ ਪ੍ਰਣਾਮ ਕੀਤਾ। ਉਨ੍ਹਾਂ ਨੇ ਸ਼ਬਦਾਂ ਦੇ ਆਡਬੰਰ ਰਹਿਤ ਮਰਯਾਦਾ ਨਾਲ ਸਾਡਾ ਸੁਆਗਤ, ਸ਼ਾਂਤ ਮੁਸਕਾਨ ਅਤੇ ਨਿੱਘੇ ਸੁਭਾਅ ਨਾਲ ਕੀਤਾ। ਜਿਸ ਨਾਲ ਸਾਨੂੰ ਸਫਰ ਦੌਰਾਨ ਬਰਦਾਸ਼ਤ ਕੀਤੀਆਂ ਸਾਰੀਆਂ ਮੁਸ਼ਕਿਲਾਂ ਭੁੱਲ ਭੁਲਾ ਗਈਆਂ।

* ਸ਼੍ਰੀ ਰਾਈਟ ਨੇ ਸ਼੍ਰੀਰਾਮਪੁਰ ਵਿਚ ਸ਼੍ਰੀ ਯੁਕਤੇਸ਼ਵਰ ਜੀ ਦੇ ਅੰਤਮ ਦਕਸ਼ਣਾਇਣ ਸ਼ੁਰੂ ਹੋਣ ਦੇ ਉਤਸਵ ਦੇ ਵੀ ਚਲ-ਚਿੱਤਰ ਲਏ ਸਨ।

ਗਿਰੀ ਬਾਲਾ ਵਰਾਂਡੇ ਵਿਚ ਚੌਂਕੜੀ ਮਾਰ ਕੇ ਬੈਠ ਗਈ। ਵਡੇਰੀ ਉਮਰ ਦੇ ਨਿਸ਼ਾਨ ਚਿਹਰੇ ਤੇ ਦਿਖਾਈ ਤਾਂ ਦੇ ਰਹੇ ਸਨ, ਪਰ ਸਰੀਰ ਵਿਚ ਕਮਜ਼ੋਰੀ ਦੀ ਕੋਈ ਨਿਸ਼ਾਨੀ ਨਹੀਂ ਸੀ ਦਿਖਾਈ ਦੇ ਰਹੀ। ਉਨ੍ਹਾਂ ਦੀ ਕਣਕ ਵੰਨੀ ਚਮੜੀ ਸਾਫ ਅਤੇ ਤੰਦਰੁਸਤ ਦਿਖਾਈ ਦੇ ਰਹੀ ਸੀ।

"ਮਾਂ," ਮੈਂ ਬੰਗਾਲੀ ਭਾਸ਼ਾ ਵਿਚ ਬੋਲਣਾ ਸ਼ੁਰੂ ਕੀਤਾ। "ਪੱਚੀ ਵਰ੍ਹਿਆਂ ਤੋਂ ਵੀ ਜਿਆਦਾ ਸਮੇਂ ਤੋਂ, ਮੈਂ ਇਸ ਤੀਰਥ ਯਾਤਰਾ ਵਾਸਤੇ ਉਤਸੁਕ ਸੀ। ਮੈਂ ਸਥਿਤੀ ਲਾਲ ਨੰਦੀ ਤੋਂ ਆਪ ਦੇ ਪਵਿੱਤਰ ਜੀਵਨ ਬਾਰੇ ਸੁਣਿਆ ਸੀ।"

ਉਸ ਨੇ ਸਹਿਮਤੀ ਵਿਚ ਸਿਰ ਹਿਲਾਇਆ "ਹਾਂ, ਹਾਂ, ਨਵਾਬਗੰਜ ਦੇ ਮੇਰੇ ਭਲੇ ਗੁਆਂਢੀ।"

"ਇਸੇ ਦੌਰਾਨ ਮੈਂ ਸੱਤ ਸਮੁੰਦਰੋਂ ਪਾਰ ਚੱਲਿਆ ਗਿਆ, ਪਰ ਇੱਕ ਨਾ ਇੱਕ ਦਿਨ ਆਪ ਦੇ ਦਰਸ਼ਨ ਕਰਨ ਦੀ ਇੱਛਾ ਦਾ ਵਿਚਾਰ ਮੈਂ ਆਪਣੇ ਮਨ ਵਿਚੋਂ ਕਦੇ ਨਹੀਂ ਸੀ ਤਿਆਗ ਸਕਿਆ। ਆਪ ਇੱਥੇ ਗੁਪਤ ਰੂਪ ਵਿਚ ਰਹਿੰਦਿਆਂ, ਜੋ ਈਸ਼ਵਰੀ ਲੀਲਾ ਪੇਸ਼ ਕਰ ਰਹੇ ਹੋ, ਉਸ ਅੰਦਰੂਨੀ ਦੈਵੀ ਭੋਜਨ ਨੂੰ ਸਦੀਆਂ ਤੋਂ ਭੁੱਲ ਚੁੱਕੇ ਸੰਸਾਰ ਦੇ ਸਾਹਮਣੇ ਪ੍ਰਗਟ ਕਰ ਦੇਣਾ ਚਾਹੀਦਾ ਹੈ।"

ਸ਼ਾਂਤਮਈ ਮੁਸਕਰਾਹਟ ਨਾਲ ਉਨ੍ਹਾਂ ਨੇ ਆਪਣੀਆਂ ਅੱਖਾਂ ਇੱਕ ਮਿੰਟ ਵਾਸਤੇ ਉਤਸੁਕਤਾ ਨਾਲ ਉੱਪਰ ਉਠਾਈਆਂ।

"ਬਾਬਾ ਜੀ ਹੀ ਚੰਗੀ ਤਰ੍ਹਾਂ ਜਾਣਦੇ ਹਨ," ਉਨ੍ਹਾਂ ਨੇ ਬੜੀ ਨਿਮਰਤਾ ਨਾਲ ਕਿਹਾ।

ਮੈਂ ਇਸ ਗੱਲ ਉੱਪਰ ਖੁਸ਼ ਸੀ ਕਿ ਉਨ੍ਹਾਂ ਨੇ ਮੇਰੀ ਇਸ ਗੱਲ ਦਾ ਗੁੱਸਾ ਨਹੀਂ ਸੀ ਮਨਾਇਆ, ਕਿਉਂਕਿ ਇਹ ਕੁਝ ਪਤਾ ਨਹੀਂ ਹੁੰਦਾ ਕਿ ਮਸ਼ਹੂਰੀ ਦੇ ਵਿਚਾਰ ਉੱਪਰ ਯੋਗੀਆਂ ਅਤੇ ਯੋਗਣੀਆਂ ਦੀ ਕੀ ਪ੍ਰਤੀਕਿਰਿਆ ਹੋਵੇਗੀ। ਜਿਆਦਾਤਰ ਯੋਗੀ ਮਸ਼ਹੂਰੀ ਤੋਂ ਦੂਰ ਰਹਿਣ ਦੀ ਕੋਸ਼ਿਸ਼ ਕਰਦੇ ਹਨ। ਕਿਉਂਕਿ ਉਹ ਨਿਯਮਾਂ ਅਨੁਸਾਰ ਏਕਾਂਤ ਵਿਚ ਲੋਕਾਂ ਤੋਂ ਦੂਰ ਰਹਿ ਕੇ ਡੂੰਘੀ ਆਤਮ ਖੋਜ ਕਰਨ ਦੇ ਇਛੁੱਕ ਹੁੰਦੇ ਹਨ। ਜਦੋਂ ਸਾਧਕਾਂ ਦੀ ਭਲਾਈ ਵਾਸਤੇ ਉਨ੍ਹਾਂ ਦੇ ਜੀਵਨ ਨੂੰ ਪਰਦਰਸ਼ਿਤ ਕਰਨ ਦਾ ਸਮਾਂ ਆਉਂਦਾ ਹੈ, ਤਾਂ ਉਨ੍ਹਾਂ ਨੂੰ ਆਪਣੇ ਅੰਦਰੋਂ ਹੀ ਉਸ ਦਾ ਸੰਦੇਸ਼ ਮਿਲ ਜਾਂਦਾ ਹੈ।

ਮੈਂ ਅੱਗੇ ਕਿਹਾ, "ਮਾਂ, ਮੈਂ ਜੋ ਹੁਣ ਤੁਹਾਡੇ ਉੱਪਰ ਸਵਾਲਾਂ ਦਾ ਬੋਝ ਪਾਉਣ ਵਾਲਾ ਹਾਂ, ਉਸ ਵਾਸਤੇ ਮੈਨੂੰ ਮੁਆਫ ਕਰ ਦੇਣਾ। ਜਿਨ੍ਹਾਂ ਸਵਾਲਾਂ ਦੇ ਜਵਾਬ ਦੇਣ ਵਿਚ ਆਪ ਨੂੰ ਖੁਸ਼ੀ ਮਹਿਸੂਸ ਹੋਵੇ, ਉਨ੍ਹਾਂ ਸਵਾਲਾਂ ਦੇ ਜਵਾਬ ਦੇ ਦੇਣਾ- ਬਾਕੀਆਂ ਲਈ ਮੈਂ ਆਪ ਜੀ ਦੀ ਖਾਮੋਸ਼ੀ ਤੋਂ ਵੀ ਸਮਝ ਜਾਵਾਂਗਾ।"

ਉਨ੍ਹਾਂ ਨੇ ਬੜੀ ਨਿਮਰਤਾ ਅਤੇ ਕੋਮਲਤਾ ਨਾਲ ਆਪਣੇ ਹੱਥ ਫੈਲਾਉਂਦਿਆਂ ਕਿਹਾ, "ਮੇਰੇ ਵਰਗੀ ਤੁੱਛ ਔਰਤ, ਜਿੱਥੋਂ ਤਕ ਹੋ ਸਕਿਆ, ਸਾਰੇ ਸਵਾਲਾਂ ਦੇ ਸੰਤੋਸ਼ਜਨਕ ਉੱਤਰ ਦੇਣ ਵਿਚ ਖੁਸ਼ੀ ਮਹਿਸੂਸ ਕਰੇਗੀ।"

ਮੈਂ ਆਪਣੇ ਦਿਲ ਦੀਆਂ ਗਹਿਰਾਈਆਂ ਵਿਚੋਂ ਵਿਰੋਧ ਕਰਦਿਆਂ ਕਿਹਾ, "ਨਹੀਂ, ਨਹੀਂ ਆਪ ਤੁੱਛ ਔਰਤ ਨਹੀਂ ਹੋ, ਆਪ ਤਾਂ ਮਹਾਨ ਆਤਮਾ ਹੋ।"

"ਮੈਂ ਤਾਂ ਸਾਰਿਆਂ ਦੀ ਨੌਕਰਾਣੀ ਹਾਂ। ਲੋਕਾਂ ਵਾਸਤੇ ਖਾਣਾ ਬਣਾ ਕੇ, ਉਨ੍ਹਾਂ ਨੂੰ ਖਿਲਾਉਣ ਵਿਚ ਮੈਨੂੰ ਖੁਸ਼ੀ ਮਹਿਸੂਸ ਹੁੰਦੀ ਹੈ।" ਉਨ੍ਹਾਂ ਨੇ ਬੜੇ ਸ਼ਾਂਤ ਭਾਵ ਨਾਲ ਕਿਹਾ।

ਮੇਰੇ ਮਨ ਵਿਚ ਵਿਚਾਰ ਆਇਆ ਕਿ ਇੱਕ ਨਿਰਾਹਾਰੀ ਸੰਤ ਦਾ ਕਿੰਨਾ ਵਚਿੱਤਰ ਸ਼ੌਕ ਹੈ।

"ਮਾਂ, ਹੁਣ ਮੈਨੂੰ ਆਪ ਆਪਣੇ ਮੂੰਹ ਨਾਲ ਦੱਸੋ, ਕਿ ਆਪ ਸੱਚ ਮੁੱਚ ਹੀ ਕੁਝ ਨਹੀਂ ਖਾਂਦੇ।"

"ਹਾਂ, ਇਹ ਸੱਚ ਹੈ," ਫਿਰ ਉਹ ਕੁਝ ਦੇਰ ਵਾਸਤੇ ਚੁੱਪ ਹੋ ਗਈ, ਜੋ ਉਸ ਨੇ ਅੱਗੇ ਦੱਸਿਆ, ਉਸ ਨਾਲ ਸਪਸ਼ਟ ਹੋ ਗਿਆ, ਕਿ ਉਹ ਆਪਣੇ ਮਨ ਵਿਚ ਨਿਰਾਹਾਰ ਰਹਿਣ ਦੇ ਸਮੇਂ ਦਾ ਹਿਸਾਬ ਲਾ ਰਹੀ ਸੀ। "ਬਾਰਾਂ ਵਰ੍ਹੇ ਚਾਰ ਮਹੀਨੇ ਦੀ ਉਮਰ ਤੋਂ ਲੈ ਕੇ ਹੁਣ ਤਕ ਮੇਰੀ ਉਮਰ ਅਠਾਹਠ ਵਰ੍ਹੇ ਹੋ ਗਈ ਹੈ-ਛੱਪਨ ਵਰ੍ਹਿਆਂ ਤੋਂ ਮੈਂ ਕੁਝ ਨਹੀਂ ਖਾਧਾ ਪੀਤਾ।"

"ਕੀ ਆਪ ਨੂੰ ਕਦੇ ਖਾਣ ਪੀਣ ਦੀ ਇੱਛਾ ਨਹੀਂ ਹੁੰਦੀ?"

"ਜੇ ਮੈਨੂੰ ਖਾਣ ਪੀਣ ਦੀ ਇੱਛਾ ਹੁੰਦੀ ਤਾਂ ਮੈਨੂੰ ਖਾਣਾ ਹੀ ਪੈਂਦਾ।" ਅਤਿਅੰਤ ਸਰਲਤਾ ਅਤੇ ਓਨੀ ਹੀ ਨਿਮਰਤਾ ਨਾਲ ਉਸ ਨੇ ਇਹ ਸਵੈਸਿੱਧ ਸਚਾਈ ਦਾ ਉਚਾਰਨ ਕਰ ਦਿੱਤਾ, ਜੋ ਹਰ ਰੋਜ਼ ਦਿਨ ਵਿਚ ਤਿੰਨ ਵਾਰ ਭੋਜਨ ਦੀ ਕਲਪਨਾ ਦੇ ਚਾਰੇ ਪਾਸੇ ਘੁੰਮਦੇ ਰਹਿਣ ਵਾਲੇ ਸੰਸਾਰ ਨੂੰ ਬਹੁਤ ਚੰਗੀ ਤਰ੍ਹਾਂ ਪਤਾ ਹੈ।

"ਪਰ, ਆਪ ਕੁਝ ਤਾਂ ਜਰੂਰ ਖਾਂਦੇ ਪੀਂਦੇ ਹੋ?" ਮੇਰੀ ਅਵਾਜ਼ ਵਿਚ ਥੋੜ੍ਹਾ ਜਿਹਾ ਵਿਰੋਧਾਭਾਵ ਆ ਗਿਆ ਸੀ।

"ਹਾਂ, ਜਰੂਰ," ਮੇਰਾ ਮਨੋਰਥ ਤੁਰੰਤ ਉਸ ਦੀ ਸਮਝ ਵਿਚ ਆ ਗਿਆ ਸੀ ਅਤੇ ਉਹ ਮੁਸਕਰਾ ਪਈ।

"ਆਪ ਆਪਣੀ ਖੁਰਾਕ ਆਪਣੇ ਮੇਰੂ ਦੰਡ ਰਾਹੀਂ ਹਵਾ ਅਤੇ ਰੌਸ਼ਨੀ* ਦੀਆਂ

* "ਅਸੀਂ ਜੋ ਕੁਝ ਵੀ ਖਾਂਦੇ ਹਾਂ, ਉਹ ਕੇਵਲ ਕਿਰਨ ਸੰਚਾਰ ਹੈ। ਸਾਡੀ ਖੁਰਾਕ ਊਰਜਾ ਦਾ ਇਕ ਖਾਸ ਪਰਿਮਾਣ ਹੁੰਦੀ ਹੈ।" ਕਲੀਵਲੈਂਡ ਦੇ ਡਾ. ਜਾਰਜ਼ ਡਬਲਯੂ ਕਰਾਈਲ ਨੇ 17 ਮਈ 1933 ਨੂੰ ਮੈਮਫਿਸ ਵਿਚ ਡਾਕਟਰਾਂ ਦੀ

ਸੂਖਮ ਸ਼ਕਤੀਆਂ ਵਿਚੋਂ ਸਰੀਰ ਨੂੰ ਨਵੀਂ ਸ਼ਕਤੀ ਪ੍ਰਦਾਨ ਕਰਨ ਵਾਲੇ ਮਹਾਪ੍ਰਾਣ ਵਿਚੋਂ ਪ੍ਰਾਪਤ ਕਰਦੇ ਹੋ।"

ਆਪਣੀ ਕਿਸੇ ਗੱਲ ਤੇ ਜ਼ੋਰ ਨਾ ਦਿੰਦਿਆਂ, ਉਨ੍ਹਾਂ ਸ਼ਾਂਤਮਈ ਸੁਭਾਅ ਨਾਲ ਸਹਿਮਤ ਹੁੰਦਿਆਂ ਕਿਹਾ, "ਬਾਬਾ ਜੀ ਸਭ ਜਾਣਦੇ ਹਨ।"

"ਮਾਂ, ਆਪਣੇ ਮੁਢਲੇ ਜੀਵਨ ਬਾਰੇ ਕੁਝ ਦੱਸੋ। ਪੂਰੇ ਭਾਰਤ ਵਰਸ਼ ਨੂੰ ਇੱਥੋਂ ਤਕ ਸੱਤ ਸਮੁੰਦਰੋਂ ਪਾਰ ਰਹਿਣ ਵਾਲੇ ਭਾਈਆਂ ਭੈਣਾਂ ਨੂੰ ਵੀ ਉਸ ਬਾਰੇ ਜਾਨਣ ਦੀ ਡੂੰਘੀ ਇੱਛਾ ਹੋਵੇਗੀ।"

ਹੁਣ ਗਿਰੀ ਬਾਲਾ ਸੰਗਾਊ ਸੁਭਾਅ ਨੂੰ ਛੱਡ ਕੇ ਸਹਿਜ ਭਾਵ ਨਾਲ ਗੱਲ ਬਾਤ ਕਰਨ ਦੀ ਮਨ ਸਥਿਤੀ ਵਿਚ ਆ ਗਈ ਸੀ।

"ਠੀਕ ਹੈ, ਸੁਣੋ," ਉਸ ਦੀ ਅਵਾਜ਼ ਕੋਮਲ ਪਰ ਦ੍ਰਿੜ ਸੀ। "ਮੇਰਾ ਜਨਮ ਇਸ ਜੰਗਲ ਦੇ ਇਲਾਕੇ ਵਿਚ ਹੀ ਹੋਇਆ। ਮੇਰੇ ਬਚਪਨ ਬਾਰੇ ਦੱਸਣ ਲਾਇਕ ਕੁਝ ਵੀ ਨਹੀਂ, ਸਿਵਾਇ ਇਸ ਗੱਲ ਦੇ ਕਿ ਮੈਨੂੰ ਹਮੇਸ਼ਾਂ ਜਬਰਦਸਤ ਭੁੱਖ ਲੱਗੀ ਰਹਿੰਦੀ ਸੀ। ਮੇਰੀ ਭੁੱਖ ਕਦੇ ਸ਼ਾਂਤ ਨਹੀਂ ਸੀ ਹੁੰਦੀ।"

"ਜਦੋਂ ਮੈਂ ਨੌਂ ਵਰ੍ਹਿਆਂ ਦੀ ਹੋਈ, ਤਾਂ ਮੇਰੀ ਮੰਗਣੀ ਹੋ ਗਈ।"

ਇੱਕ ਸਭਾ ਨੂੰ ਸੰਬੋਧਨ ਕਰਦਿਆਂ ਕਿਹਾ ਸੀ। ਉਨ੍ਹਾਂ ਦੇ ਭਾਸ਼ਣ ਦੇ ਕੁਝ ਅੰਸ਼ ਅਖਬਾਰਾਂ ਵਿਚ ਇਸ ਤਰ੍ਹਾਂ ਛਪੇ ਸਨ।

"ਸਾਡੇ ਸਰੀਰ ਦੀ ਬਿਜਲੀ ਪ੍ਰਣਾਲੀ ਅਰਥਾਤ ਤੰਤਰਿਕਾ-ਪ੍ਰਣਾਲੀ ਦੇ ਵਾਸਤੇ ਬਿਜਲੀ ਦਾ ਪ੍ਰਵਾਹ ਛੱਡਣ ਵਾਲਾ ਇਹ ਬਹੁਤ ਜਰੂਰੀ ਰੇਡੀਏਸ਼ਨ ਅੰਨ ਨੂੰ ਸੂਰਜ ਦੀਆਂ ਕਿਰਨਾਂ ਤੋਂ ਪ੍ਰਾਪਤ ਹੁੰਦਾ ਹੈ। ਡਾ. ਕਰਾਈਲ ਕਹਿੰਦੇ ਹਨ, "ਕਿ ਅਣੂ ਆਪਣੇ ਆਪ ਵਿਚ ਸੌਰ ਮੰਡਲ ਹੁੰਦਾ ਹੈ। ਅਣੂ ਇਹੋ ਜਿਹੇ ਵਾਹਨ ਹਨ, ਜਿਨ੍ਹਾਂ ਵਿਚ ਸੌਰ ਸ਼ਕਤੀ ਕੁੰਚਿਤ ਸਪਰਿੰਗਾਂ ਵਾਂਗ ਠੂਸ ਠੂਸ ਕੇ ਭਰੀ ਹੋਈ ਹੁੰਦੀ ਹੈ। ਇੰਨੇ ਅਣਗਿਣਤ ਅਣੂ ਭਰ ਊਰਜਾ ਅਸੀਂ ਖੁਰਾਕ ਦੇ ਰੂਪ ਵਿਚ ਸਰੀਰ ਵਿਚ ਪਾਉਂਦੇ ਹਾਂ। ਇੱਕ ਵਾਰ ਇਹ ਅਣੂ ਮਾਨਵ ਸਰੀਰ ਵਿਚ ਦਾਖਲ ਹੋ ਜਾਂਦੇ ਹਨ ਤਾਂ ਊਰਜਾ ਦੇ ਇਹ ਤਣੇ ਹੋਏ ਵਾਹਨ ਸਰੀਰ ਦੇ ਜੀਵਦ੍ਰਵ ਵਿਚ ਆਪਣੀ ਸ਼ਕਤੀ ਬਖੇਰ ਦਿੰਦੇ ਹਨ। ਇਸ ਵਿਕਿਰਨ ਸ਼ਕਤੀ ਦੇ ਨਾਲ ਸਰੀਰ ਵਿਚ ਨਵੀਂ ਰਸਾਇਣਿਕ ਸ਼ਕਤੀ ਅਤੇ ਨਵੇਂ ਬਿਜਲੀ ਪ੍ਰਵਾਹ ਪੈਦਾ ਹੁੰਦੇ ਹਨ।" ਡਾ. ਕਰਾਈਲ ਨੇ ਕਿਹਾ, "ਆਪ ਦਾ ਸਾਰਾ ਸਰੀਰ ਇਹੋ ਜਿਹੇ ਅਣੂਆਂ ਨਾਲ ਬਣਿਆ ਹੋਇਆ ਹੈ। ਇਹੀ ਅਣੂ ਆਪ ਦੀਆਂ ਮਾਸ ਪੇਸ਼ੀਆਂ ਬਣੇ ਹੋਏ ਹਨ। ਮੱਥਾ ਅਤੇ ਇੰਦਰੀਆਂ ਦੇ ਅੰਗ ਬਣੇ ਹੋਏ ਹਨ ਜਿਵੇਂ ਕੰਨ ਅਤੇ ਅੱਖਾਂ।"

ਕਿਸੇ ਦਿਨ ਵਿਗਿਆਨਿਕ ਇਹ ਕਾਢ ਕੱਢ ਹੀ ਲੈਣਗੇ ਕਿ ਮਨੁੱਖ ਸਿੱਧੇ ਤੌਰ ਤੇ ਸੌਰ ਸ਼ਕਤੀ ਨਾਲ ਕਿਸ ਤਰ੍ਹਾਂ ਜਿਉਂਦਾ ਰਹਿ ਸਕਦਾ ਹੈ। ਵਿਲੀਅਮ ਐਲ ਲਾਰੈਂਸ, "ਦੀ ਨਿਊਯਾਰਕ ਟਾਈਮਜ਼' ਵਿਚ ਲਿਖਦੇ ਹਨ, "ਕੁਦਰਤ ਵਿਚ ਕਲੋਰੋਫਿਲ ਨਾਂ ਦੇ ਇੱਕੋ ਇੱਕ ਇਹੋ ਜਿਹੇ ਪਦਾਰਥ ਦਾ ਪਤਾ ਲੱਗਿਆ ਹੈ, ਜੋ ਕਿਸੇ ਪ੍ਰਕਾਰ ਸੂਰਜ ਦੀ ਰੌਸ਼ਨੀ ਨੂੰ ਫੜ ਕੇ ਰੱਖਣ ਦੀ ਸ਼ਕਤੀ ਰੱਖਦਾ ਹੈ। ਉਹ ਸੂਰਜ ਦੀ ਰੌਸ਼ਨੀ ਨੂੰ ਇਸ ਤਰ੍ਹਾਂ ਫੜ ਕੇ ਪੌਦੇ ਦੇ ਰੂਪ ਵਿਚ ਇਕੱਠੀ ਕਰ ਲੈਂਦਾ ਹੈ। ਇਸ ਪ੍ਰਕਿਰਿਆ ਦੇ ਸਿਵਾ ਕੋਈ ਜੀਵਨ ਸੰਭਵ ਨਹੀਂ ਹੁੰਦਾ। ਸਾਡੇ ਜਿਉਂਦੇ ਰਹਿਣ ਦੇ ਵਾਸਤੇ ਜਰੂਰੀ ਸ਼ਕਤੀ ਅਸੀਂ ਵਨਸਪਤੀ ਵਿਚ ਇਕੱਠੀ ਹੋਈ ਸੌਰ ਸ਼ਕਤੀ ਤੋਂ ਪ੍ਰਾਪਤ ਕਰਦੇ ਹਾਂ ਜਾਂ ਉਨ੍ਹਾਂ ਪ੍ਰਾਣੀਆਂ ਦਾ ਮਾਸ ਖਾ ਕੇ ਪ੍ਰਾਪਤ ਕਰਦੇ ਹਾਂ, ਜੋ ਵਨਸਪਤੀ ਖਾਂਦੇ ਹਨ। ਕੋਇਲੇ ਨਾਲ ਜਾਂ ਤੇਲ ਨਾਲ ਜੋ ਊਰਜਾ ਪ੍ਰਾਪਤ ਕਰਦੇ ਹਾਂ, ਉਹ ਵੀ ਦਰਖਤਾਂ ਅਤੇ ਪੌਦਿਆਂ ਦੁਆਰਾ ਲੱਖਾਂ ਲੱਖਾਂ ਵੱਰ੍ਹਿਆਂ ਪਹਿਲਾਂ ਇਕੱਠੀ ਕੀਤੀ ਸੌਰ ਸ਼ਕਤੀ ਹੀ ਹੈ। ਅਸੀ ਸੂਰਜ ਨਾਲ ਹੀ ਜਿਉਂਦੇ ਰਹਿੰਦੇ ਹਾਂ ਅਤੇ ਉਸ ਦਾ ਮਾਧਿਅਮ ਕਲੋਰੋਫਿਲ ਹੈ।"

"ਮੇਰੀ ਮਾਂ ਅਕਸਰ ਮੈਨੂੰ ਚਿਤਾਵਨੀ ਦਿੰਦੀ ਰਹਿੰਦੀ ਸੀ, ਬੇਟੀ ਖਾਣ ਦੀ ਇੱਛਾ ਉੱਪਰ ਕਾਬੂ ਪਾਉਣ ਦੀ ਕੋਸ਼ਿਸ਼ ਕਰ। ਵਿਆਹ ਤੋਂ ਬਾਅਦ ਜਦੋਂ ਤੈਨੂੰ ਆਪਣੇ ਪਤੀ ਦੇ ਘਰ ਅਣਜਾਣ ਲੋਕਾਂ ਦੇ ਵਿਚਕਾਰ ਰਹਿਣਾ ਪਵੇਗਾ, ਜੇ ਉਸ ਵਕਤ ਵੀ ਤੇਰਾ ਸਾਰਾ ਸਮਾਂ ਖਾਣ ਪੀਣ ਵਿਚ ਬੀਤੇਗਾ, ਤਾਂ ਉਹ ਲੋਕ ਕੀ ਕਹਿਣਗੇ।

"ਜਿਸ ਗੱਲ ਦਾ ਡਰ ਸੀ, ਉਹ ਗੱਲ ਹੋ ਕੇ ਹੀ ਰਹੀ। ਮੈਂ ਜਦੋਂ ਨਵਾਬਗੰਜ ਵਿਚ ਆਪਣੇ ਪਤੀ ਦੇ ਘਰ ਵਿਚ ਰਹਿਣ ਲੱਗੀ, ਤਾਂ ਮੇਰੀ ਉਮਰ ਸਿਰਫ ਬਾਰਾਂ ਵਰ੍ਹਿਆਂ ਦੀ ਹੀ ਸੀ। ਹਰ ਵਕਤ ਖਾਂਦੇ ਰਹਿਣ ਦੀ ਆਦਤ ਦੇ ਕਾਰਨ ਮੇਰੀ ਸੱਸ ਸਵੇਰ ਤੋਂ ਲੈ ਕੇ ਰਾਤ ਤਕ ਮੈਨੂੰ ਸ਼ਰਮਿੰਦਾ ਕਰਦੀ ਰਹਿੰਦੀ। ਪਰ ਉਸ ਦੀਆਂ ਫਿਟਕਾਰਾਂ ਮੇਰੇ ਵਾਸਤੇ ਵਰਦਾਨ ਸਿੱਧ ਹੋਈਆਂ, ਕਿਉਂਕਿ ਉਨ੍ਹਾਂ ਨਾਲ ਮੇਰੀਆਂ ਗੁਪਤ ਅਧਿਆਤਮਿਕ ਪ੍ਰਵਿਰਤੀਆਂ ਜਾਗ੍ਰਿਤ ਹੋ ਗਈਆਂ। ਇੱਕ ਦਿਨ ਸਵੇਰੇ ਸਵੇਰੇ ਮੇਰੀ ਸੱਸ ਨੇ ਬਹੁਤ ਹੀ ਕਠੋਰ ਵਚਨ ਕਹਿ ਦਿੱਤੇ।

"ਮੈਂ ਵੀ ਹੜਬੜੀ ਵਿਚ ਕਹਿ ਦਿੱਤਾ, ਮੈਂ ਛੇਤੀ ਹੀ ਆਪ ਨੂੰ ਦਿਖਾ ਦੇਵਾਂਗੀ ਕਿ ਜਦੋਂ ਤਕ ਮੈਂ ਜਿਉਂਦੀ ਰਹਾਂਗੀ ਉਦੋਂ ਤਕ ਅੰਨ ਜਲ ਨੂੰ ਸਪਰਸ਼ ਨਹੀਂ ਕਰਾਂਗੀ।

"ਮੇਰੀ ਸੱਸ ਨੇ ਮੇਰਾ ਮਖੌਲ ਉਡਾਉਂਦਿਆਂ ਕਿਹਾ, 'ਜਦੋਂ ਤੂੰ ਇੰਨਾ ਜਿਆਦਾ ਖਾਣ ਤੋਂ ਬਗੈਰ ਨਹੀਂ ਰਹਿ ਸਕਦੀ ਤਾਂ ਮੈਂ ਦੇਖਦੀ ਹਾਂ ਕਿ ਬਗੈਰ ਕੁਝ ਖਾਧੇ ਪੀਤੇ ਤੂੰ ਕਿਸ ਤਰ੍ਹਾਂ ਰਹੇਂਗੀ।'

"ਇਸ ਗੱਲ ਦਾ ਮੇਰੇ ਕੋਲ ਕੋਈ ਜਵਾਬ ਨਹੀਂ ਸੀ। ਫਿਰ ਵੀ ਇੱਕ ਦ੍ਰਿੜ ਸੰਕਲਪ ਨਾਲ ਮੇਰਾ ਮਨ ਪੱਕਾ ਹੋ ਗਿਆ ਸੀ ਅਤੇ ਮੈਂ ਇੱਕ ਏਕਾਂਤ ਥਾਂ ਉੱਪਰ ਜਾ ਕੇ ਬੜੇ ਹੀ ਭਗਤੀਭਾਵ ਨਾਲ ਪ੍ਰਾਰਥਨਾ ਕਰਨ ਲੱਗੀ।

"ਪ੍ਰਮਾਤਮਾ, ਮੈਂ ਲਗਾਤਾਰ ਪ੍ਰਾਰਥਨਾ ਕਰ ਰਹੀ ਸੀ। ਮੇਰੇ ਕੋਲ ਇੱਕ ਇਹੋ ਜਿਹਾ ਗੁਰੂ ਭੇਜੋ, ਜਿਹੜਾ ਮੈਨੂੰ ਅੰਨ ਦੇ ਬਦਲੇ ਆਪ ਦੀ ਰੌਸ਼ਨੀ ਨਾਲ ਜਿਉਂਦਾ ਰਹਿਣਾ ਸਿਖਾ ਸਕੇ।

"ਇੱਕ ਬਹੁਤ ਹੀ ਆਨੰਦ ਭਰੀ ਬੇਹੋਸ਼ੀ ਜਿਹੀ ਮੇਰੇ ਉੱਪਰ ਛਾ ਗਈ। ਉਸੇ ਬੇਹੋਸ਼ੀ ਵਿਚ ਮੈਂ ਨਵਾਬਗੰਜ ਦੇ ਗੰਗਾਘਾਟ ਵੱਲ ਚੱਲ ਪਈ। ਰਸਤੇ ਵਿਚ ਮੇਰੀ ਮੁਲਾਕਾਤ ਮੇਰੇ ਸੁਸਰਾਲ ਦੇ ਪੁਰੋਹਿਤ ਨਾਲ ਹੋ ਗਈ।

"ਮੈਂ ਉਸ ਉੱਪਰ ਪੂਰੀ ਸ਼ਰਧਾ ਵਿਸ਼ਵਾਸ ਕਰਦਿਆਂ ਕਿਹਾ, ਮਹਾਰਾਜ ਕ੍ਰਿਪਾ ਕਰ ਕੇ ਮੈਨੂੰ ਨਿਰਾਹਾਰ ਜਿਉਂਦੇ ਰਹਿਣ ਦਾ ਤਰੀਕਾ ਸਿਖਾਉ।

"ਉਹ ਮੇਰੇ ਵੱਲ ਦੇਖਦੇ ਹੀ ਰਹੇ, ਫਿਰ ਹੌਸਲਾ ਦੇਣ ਦੇ ਲਹਿਜੇ ਵਿਚ ਕਹਿਣ ਲੱਗੇ, 'ਬੇਟੀ, ਅੱਜ ਸ਼ਾਮ ਨੂੰ ਮੰਦਰ ਵਿਚ ਆ ਜਾਣਾ, ਮੈਂ ਤੇਰੇ ਵਾਸਤੇ ਇੱਕ ਵਿਸ਼ੇਸ਼ ਵੈਦਿਕ ਅਨੁਸ਼ਠਾਨ ਕਰੂੰਗਾ।'

"ਇਹੋ ਜਿਹੇ ਗੋਲ ਮੋਲ ਜਵਾਬ ਨਾਲ ਮੇਰੀ ਸੰਤੁਸ਼ਟੀ ਨਾ ਹੋਈ, ਇਸ ਵਾਸਤੇ ਮੈਂ ਘਾਟ ਵੱਲ ਹੀ ਚੱਲਦੀ ਰਹੀ। ਸਵੇਰ ਦੀਆਂ ਸੂਰਜ ਦੀਆਂ ਕਿਰਨਾਂ ਪਾਣੀ ਨੂੰ ਚੀਰ ਕੇ ਉਸ ਦੇ ਅੰਦਰ ਧੱਸਦੀਆਂ ਜਾ ਰਹੀਆਂ ਸਨ। ਮੈਂ ਗੰਗਾ ਇਸ਼ਨਾਨ ਕਰ ਕੇ ਪਵਿੱਤਰ ਹੋਈ। ਇਸ ਤਰ੍ਹਾਂ ਮਹਿਸੂਸ ਕੀਤਾ ਜਿਵੇਂ ਮੈਂ ਕੋਈ ਦੀਖਿਆ ਲੈਣ ਜਾ ਰਹੀ ਹੋਵਾਂ। ਜਿਉਂ ਹੀ ਮੈਂ ਆਪਣੇ ਗਿੱਲੇ ਕਪੜਿਆਂ ਸਮੇਤ ਗੰਗਾ ਕਿਨਾਰੇ ਤੋਂ ਤੁਰਨ ਲੱਗੀ ਤਾਂ ਦਿਨ ਦੇ ਚਾਨਣੇ ਵਿਚ ਮੇਰੇ ਗੁਰੂ ਅਚਾਨਕ ਮੇਰੇ ਸਾਹਮਣੇ ਪ੍ਰਗਟ ਹੋ ਗਏ।

"ਉਨ੍ਹਾਂ ਨੇ ਬਹੁਤ ਹੀ ਪਿਆਰ ਅਤੇ ਹਮਦਰਦੀ ਭਰੀ ਅਵਾਜ਼ ਵਿਚ ਕਿਹਾ, 'ਬੇਟੀ, ਮੈਂ ਹੀ ਤੇਰਾ ਗੁਰੂ ਹਾਂ, ਜਿਸ ਨੂੰ ਪ੍ਰਮਾਤਮਾ ਨੇ ਤੇਰੀ ਵਿਆਕੁਲ ਪ੍ਰਾਰਥਨਾ ਦੇ ਉੱਤਰ ਵਿਚ ਭੇਜਿਆ ਹੈ। ਤੇਰੀ ਪ੍ਰਾਰਥਨਾ ਦਾ ਪ੍ਰਮਾਤਮਾ ਦੇ ਉੱਪਰ ਅਸਧਾਰਨ ਰੂਪ ਵਿਚ ਡੂੰਘਾ ਪ੍ਰਭਾਵ ਪਿਆ ਹੈ। ਅੱਜ ਤੋਂ ਤੂੰ ਸੂਖਮ ਪ੍ਰਕਾਸ਼ ਨਾਲ ਹੀ ਜਿਉਂਦੀ ਰਹੇਗੀ। ਤੇਰੇ ਸਰੀਰ ਦੇ ਅਣੂ ਪ੍ਰਮਾਣੂ ਸਿੱਧੇ ਬ੍ਰਹਿਮੰਡ ਵਿਚ ਮੌਜੂਦ ਅਨੰਤ ਪ੍ਰਵਾਹ ਵਿਚੋਂ ਹੀ ਨਵੀਂ ਸ਼ਕਤੀ ਪ੍ਰਾਪਤ ਕਰਨਗੇ।"

ਇੰਨਾ ਕਹਿ ਕੇ ਗਿਰੀ ਬਾਲਾ ਜੀ ਚੁੱਪ ਹੋ ਗਏ। ਮੈਂ ਸ੍ਰੀ ਰਾਈਟ ਦੀ ਪੈਨਸਿਲ ਅਤੇ ਪੈਡ ਲੈ ਲਿਆ ਅਤੇ ਉਸ ਉੱਪਰ ਕੁਝ ਗੱਲਾਂ, ਉਨ੍ਹਾਂ ਦੀ ਸਮਝ ਵਿਚ ਆਉਣ ਵਾਸਤੇ ਅੰਗਰੇਜ਼ੀ ਵਿਚ ਲਿਖ ਦਿੱਤੀਆਂ।

ਗਿਰੀ ਬਾਲਾ ਜੀ ਨੇ ਫਿਰ ਆਪਣੀ ਕਹਾਣੀ ਸੁਣਾਉਣੀ ਫਿਰ ਸ਼ੁਰੂ ਕੀਤੀ। ਉਨ੍ਹਾਂ ਦੀ ਅਵਾਜ਼ ਕੋਮਲ ਅਤੇ ਬੜੀ ਮੁਸ਼ਕਿਲ ਨਾਲ ਸੁਣਾਈ ਦੇ ਰਹੀ ਸੀ। "ਘਾਟ ਨਿਰਜਨ ਸੀ, ਪਰ ਫਿਰ ਵੀ ਮੇਰੇ ਗੁਰੂ ਨੇ ਸਾਡੇ ਦੋਹਾਂ ਦੇ ਚਾਰੇ ਪਾਸੇ ਇੱਕ ਸੁਰੱਖਿਆਤਮਿਕ ਪ੍ਰਕਾਸ਼ ਦੇ ਘੇਰੇ ਦਾ ਨਿਰਮਾਣ ਕਰ ਦਿੱਤਾ ਸੀ, ਤਾਂ ਕਿ ਇੱਕੇ ਦੁੱਕੇ ਦੇਰ ਨਾਲ ਨਹਾ ਕੇ ਆਉਣ ਵਾਲੇ ਭਗਤਾਂ ਨਾਲ ਸਾਡੇ ਵਿਧੀ ਵਿਧਾਨ ਵਿਚ ਕੋਈ ਖਲਲ ਨਾ ਪਵੇ। ਫਿਰ ਉਨ੍ਹਾਂ ਨੇ ਮੈਨੂੰ ਇੱਕ ਤਰ੍ਹਾਂ ਦੀ ਕਿਰਿਆ ਤਕਨੀਕ ਦੀ ਦੀਖਿਆ ਦਿੱਤੀ, ਜੋ ਸਰੀਰ ਨੂੰ ਨਾਸ਼ਵਾਨ ਲੋਕਾਂ ਦੀ ਸਥੂਲ ਅੰਨ ਉੱਪਰ ਨਿਰਭਰਤਾ ਤੋਂ ਮੁਕਤ ਕਰਵਾਉਂਦੀ ਹੈ। ਉਸ ਤਕਨੀਕ ਵਿਚ *ਮੰਤਰ** ਵੀ ਹਨ ਅਤੇ ਸੁਆਸ ਦੀ ਇੱਕ ਇਹੋ ਜਿਹੀ ਕਸਰਤ ਹੈ ਜਿਹੜੀ ਸਧਾਰਨ ਮਨੁੱਖ ਦੇ ਵਾਸਤੇ ਕਰਨੀ ਕੁਝ ਜਿਆਦਾ ਹੀ ਮੁਸ਼ਕਿਲ ਹੈ। ਇਸ ਵਿਚ ਨਾ ਕੋਈ ਜਾਦੂ ਹੈ ਨਾ ਕੋਈ ਦਵਾਈ ਹੈ। *ਕਿਰਿਆ* ਦੇ ਇਲਾਵਾ ਕੁਝ ਵੀ ਨਹੀਂ।"

ਅਮਰੀਕਨ ਸੰਵਾਦਦਾਤਾਵਾਂ ਦੀ ਸ਼ੈਲੀ ਵਿਚ, ਜਿਨ੍ਹਾਂ ਨੇ ਮੈਨੂੰ ਅਣਜਾਣੇ ਵਿਚ ਹੀ ਆਪਣੀ ਕਲਾ ਸਿਖਾ ਦਿੱਤੀ ਸੀ। ਮੈਂ ਗਿਰੀ ਬਾਲਾ ਨੂੰ ਅਨੇਕ ਵਿਸ਼ਿਆਂ ਉੱਪਰ ਸਵਾਲ ਕੀਤੇ, ਜਿਨ੍ਹਾਂ ਦੇ ਬਾਰੇ ਮੈਨੂੰ ਲੱਗਿਆ ਕਿ ਸੰਸਾਰ ਉਨ੍ਹਾਂ ਨੂੰ ਜਾਨਣ ਵਾਸਤੇ ਉਤਸੁਕ ਰਹੇਗਾ। ਉਨ੍ਹਾਂ ਨੇ ਥੋੜੀ ਬਹੁਤੀ ਜਾਣਕਾਰੀ ਜੋ ਮੈਨੂੰ ਦਿੱਤੀ, ਉਹ ਇਸ ਪ੍ਰਕਾਰ ਹੈ।

* ਸਕਤੀਸ਼ਾਲੀ ਸਪੰਦਨਾਤਮਿਕ ਮੰਤਰ। ਸੰਸਕਰਿਤ ਦੇ *ਮੰਤਰ* ਦਾ ਸ਼ਾਬਦਿਕ ਅਰਥ ਹੈ "ਵਿਚਾਰ ਦੀ ਸਕਤੀ।" "ਆਦਰਸ਼ ਅਸੁਣਨਯੋਗ ਅਵਾਜ਼ ਜਿਹੜੀ ਸਿਰਜਣਾ; ਦੇ ਪਹਿਲੂ ਦਾ ਨਿਰੂਪਣ ਕਰਦੀ ਦਾ ਭਾਵ ਪ੍ਰਗਟ ਕਰਦਾ ਹੈ, ਜਦੋਂ ਅਖਰੀਂ ਸਪਸ਼ੱਟ ਰੂਪ ਵਿਚ ਉਚਾਰਿਆ ਜਾਂਦਾ ਹੈ ਤਾਂ *ਮੰਤਰ* ਵਿਸ਼ਵਵਿਆਪੀ ਸ਼ਬਦਾਵਲੀ ਬਣ ਜਾਂਦਾ ਹੈ।" (ਵੈਬਸਟਰ ਨਿਊ ਇੰਟਰਨੈਸ਼ਨਲ ਡਿਕਸ਼ਨਰੀ, ਦੂਜਾ ਸੰਸਕਰਨ।) ਬ੍ਰਹਿਮੰਡ ਦੇ ਸੰਚਾਲਕ *ਓਮ,* "ਸ਼ਬਦ," ਜਾਂ ਬ੍ਰਹਿਮੰਡੀਜ ਮੋਟਰ ਦੇ ਸਿਰਜਣਾਤਮਿਕ ਹਮ ਤੋਂ ਅਵਾਜ਼ ਦੀਆਂ ਅਨੰਤ ਸ਼ਕਤੀਆਂ ਪ੍ਰਾਪਤ ਕੀਤੀਆਂ ਜਾਂਦੀਆਂ ਹਨ।

"ਮੇਰੇ ਕਦੇ ਕੋਈ ਔਲਾਦ ਪੈਦਾ ਨਹੀਂ ਹੋਈ। ਅਨੇਕ ਵਰ੍ਹੇ ਪਹਿਲਾਂ ਮੈਂ ਵਿਧਵਾ ਹੋ ਗਈ ਸੀ। ਮੈਂ ਬਹੁਤ ਘੱਟ ਸੌਂਦੀ ਹਾਂ ਕਿਉਂਕਿ ਮੇਰੇ ਵਾਸਤੇ ਸੌਣਾ ਜਾਂ ਜਾਗਣਾ ਇੱਕ ਬਰਾਬਰ ਹੈ। ਰਾਤ ਨੂੰ ਮੈਂ ਧਿਆਨ ਕਰਦੀ ਹਾਂ ਅਤੇ ਦਿਨ ਦੇ ਵਕਤ ਘਰ ਦੇ ਕੰਮ ਕਾਰ ਕਰਦੀ ਹਾਂ। ਜਦੋਂ ਮੌਸਮ ਬਦਲਦੇ ਹਨ ਤਾਂ ਮੈਨੂੰ ਵਾਤਾਵਰਨ ਵਿਚ ਥੋੜਾ ਬਹੁਤ ਫਰਕ ਮਹਿਸੂਸ ਹੁੰਦਾ ਹੈ। ਮੈਂ ਕਦੇ ਬਿਮਾਰ ਨਹੀਂ ਹੋਈ ਅਤੇ ਨਾ ਹੀ ਮੈਨੂੰ ਕਦੇ ਕੋਈ ਬਿਮਾਰੀ ਲੱਗੀ। ਸੰਯੋਗਵਸ ਜਦੋਂ ਕੋਈ ਚੋਟ ਲੱਗ ਜਾਵੇ, ਤਾਂ ਮੈਂ ਥੋੜਾ ਦਰਦ ਮਹਿਸੂਸ ਕਰਦੀ ਹਾਂ। ਮੇਰੇ ਸਰੀਰ ਵਿਚੋਂ ਕਿਸੇ ਪ੍ਰਕਾਰ ਦਾ ਕੋਈ ਮਲ ਨਿਸਤਾਰਣ ਨਹੀਂ ਹੁੰਦਾ। ਆਪਣੇ ਦਿਲ ਦੀ ਧੜਕਣ ਅਤੇ ਸੁਆਸ ਨੂੰ ਕਾਬੂ ਕਰ ਸਕਦੀ ਹਾਂ। ਅੰਤਰ ਦਰਸ਼ਨਾਂ ਵਿਚ ਮੈਨੂੰ ਅਕਸਰ ਹੀ ਆਪਣੇ ਗੁਰੂ ਦੇ ਅਤੇ ਹੋਰ ਮਹਾਤਮਾਵਾਂ ਦੇ ਦਰਸ਼ਨ ਹੁੰਦੇ ਰਹਿੰਦੇ ਹਨ।"

ਮੈਂ ਕਿਹਾ "ਮਾਂ, ਆਪ ਨਿਰਾਹਾਰ ਜਿਉਂਦੇ ਰਹਿਣ ਦੀ ਤਕਨੀਕ ਦੂਸਰਿਆਂ ਨੂੰ ਕਿਉਂ ਨਹੀਂ ਸਿਖਾ ਦਿੰਦੇ।"

ਸੰਸਾਰ ਵਿਚ ਭੁੱਖ ਨਾਲ ਮਰਨ ਵਾਲੇ ਕਰੋੜਾਂ ਲੋਕਾਂ ਦੇ ਵਾਸਤੇ ਮੇਰੇ ਮਨ ਵਿਚ ਜੋ ਉਮੀਦ ਬੈਠੀ ਸੀ, ਉਹ ਮਿੰਟਾਂ ਵਿਚ ਚੂਰ ਚੂਰ ਹੋ ਗਈ, "ਨਹੀਂ," ਉਨ੍ਹਾਂ ਨੇ ਨਾਂਹ ਵਿਚ ਸਿਰ ਹਿਲਾਇਆ। "ਮੇਰੇ ਗੁਰੂ ਨੇ, ਇਸ ਭੇਤ ਨੂੰ ਕਿਸੇ ਹੋਰ ਕੋਲ ਪ੍ਰਗਟ ਕਰਨ ਦੀ ਸਖਤ ਮਨਾਹੀ ਕਰ ਰੱਖੀ ਹੈ। ਉਹ ਪ੍ਰਮਾਤਮਾ ਦੀ ਲੀਲਾ ਵਿਚ ਕੋਈ ਦਖਲ ਨਹੀਂ ਦੇਣਾ ਚਾਹੁੰਦੇ, ਜੇ ਮੈਂ ਅਨੇਕ ਲੋਕਾਂ ਨੂੰ ਨਿਰਾਹਾਰ ਰਹਿਣ ਦੀ ਤਕਨੀਕ ਸਿਖਾ ਦੇਵਾਂ ਤਾਂ ਕਿਸਾਨ ਲੋਕਾਂ ਨੂੰ ਚੰਗਾ ਨਹੀਂ ਲੱਗੇਗਾ। ਰਸ ਭਰੇ ਫਲ ਜਮੀਨ ਉੱਪਰ ਬੇਕਾਰ ਪਏ ਰਹਿਣਗੇ। ਇਸ ਤਰ੍ਹਾਂ ਲੱਗਦਾ ਹੈ ਕਿ ਦੁਖ, ਭੁੱਖ, ਰੋਗ ਅਤੇ ਬਿਮਾਰੀਆਂ ਸਾਡੇ ਕਰਮਾਂ ਦੇ ਚਾਬੁਕ ਹਨ ਜੋ ਸਾਨੂੰ ਜੀਵਨ ਦੇ ਸੱਚੇ ਅਰਥਾਂ ਨੂੰ ਜਾਨਣ ਦੇ ਯਤਨ ਕਰਨ ਲਈ ਮਜ਼ਬੂਰ ਕਰਦੇ ਹਨ।"

ਮੈਂ ਹੌਲੀ ਅਵਾਜ਼ ਵਿਚ ਕਿਹਾ, "ਮਾਂ, ਇੱਕਲਿਆਂ ਆਪ ਨੂੰ ਹੀ ਨਿਰਾਹਾਰ ਰਹਿਣ ਦੀ ਤਾਕਤ ਦੇਣ ਦਾ ਕੀ ਲਾਭ?"

"ਇਹ ਸਿੱਧ ਕਰਨ ਵਾਸਤੇ ਕਿ ਮਨੁੱਖ ਆਤਮਾ ਹੈ।" ਉਨ੍ਹਾਂ ਦਾ ਚਿਹਰਾ ਗਿਆਨ ਦੇ ਤੇਜ ਨਾਲ ਚਮਕ ਉੱਠਿਆ। "ਇਹ ਦਿਖਾਉਣ ਵਾਸਤੇ ਕਿ ਦੈਵੀ ਉੱਨਤੀ ਦੁਆਰਾ ਮਨੁੱਖ ਹੌਲੀ ਹੌਲੀ ਸਨਾਤਨ ਤੇਜ ਨਾਲ ਜਿਉਂਦਾ ਰਹਿ ਸਕਦਾ ਹੈ। ਉਸ ਨੂੰ ਅੰਨ ਦੀ ਕੋਈ ਜ਼ਰੂਰਤ ਨਹੀਂ ਰਹਿ ਜਾਂਦੀ।"*

* ਗਿਰੀ ਬਾਲਾ ਦੀ ਨਿਰਾਹਾਰ ਅਵਸਥਾ ਪਤੰਜਲੀ ਯੋਗ ਸੂਤਰ ਵਿਚ ਵਰਣਿਤ ਇੱਕ ਯੋਗ ਸ਼ਕਤੀ ਹੈ (III:31)। ਉਹ ਸੁਆਸ ਦੀ ਇੱਕ ਖਾਸ ਕਿਰਿਆ ਕਰਦੀ ਹੈ, ਜੋ ਮੇਰੂ ਦੰਡ ਵਿਚ ਮੌਜੂਦ ਸੂਖਮ ਸ਼ਕਤੀਆਂ ਦੇ ਪੰਜਵੇਂ ਚੱਕਰ (ਵਿਸ਼ੁੱਧ ਚੱਕਰ) ਉੱਪਰ ਆਪਣਾ ਪ੍ਰਭਾਵ ਪਾਉਂਦੀ ਹੈ। ਗਰਦਣ ਵਿਚ ਗਲੇ ਦੇ ਪਿੱਛੇ ਮੌਜੂਦ ਇਹ ਵਿਸ਼ੁੱਧ ਚੱਕਰ (ਪੰਜਵਾਂ ਚੱਕਰ) ਅਰਥਾਤ ਅਕਾਸ਼ ਤੱਤ ਨੂੰ ਕਾਬੂ ਕਰਦਾ ਹੈ, ਜਿਹੜਾ ਸਰੀਰ ਦੀਆਂ ਕੋਸ਼ਕਾਵਾਂ ਦੇ ਅਣੂਆਂ ਦੇ

ਸੰਤ ਗਿਰੀ ਬਾਲਾ ਡੂੰਘੀ ਸਮਾਧੀ ਵਿਚ ਚਲੀ ਗਈ। ਉਨ੍ਹਾਂ ਦੀ ਨਜ਼ਰ ਅੰਤਰ ਵਿਚ ਲੱਗ ਗਈ। ਉਨ੍ਹਾਂ ਦੀਆਂ ਅੱਖਾਂ ਵਿਚ ਕੋਈ ਭਾਵ ਨਹੀਂ ਸੀ ਰਿਹਾ। ਉਨ੍ਹਾਂ ਨੇ ਇੱਕ ਵਿਸ਼ਿਸਟ ਨਿਰਸੁਆਸ ਛੱਡਿਆ, ਜਿਹੜਾ ਸਮਾਧੀ ਦੀ ਪਰਮ ਅਵਸਥਾ ਵਿਚ ਪ੍ਰਵੇਸ਼ ਕਰਨ ਤੋਂ ਪਹਿਲਾਂ ਛੱਡਿਆ ਜਾਂਦਾ ਹੈ। ਥੋੜੀ ਦੇਰ ਵਾਸਤੇ ਉਹ ਆਂਤਰਿਕ ਆਨੰਦ ਦੇ ਉਸ ਸਵਰਗ ਵਿਚ ਪਹੁੰਚ ਗਈ, ਜਿੱਥੇ ਕੋਈ ਸਵਾਲ ਨਹੀਂ ਪੁੱਛੇ ਜਾਂਦੇ।

ਰਾਤ ਦਾ ਅਨ੍ਹੇਰਾ ਛਾ ਗਿਆ ਸੀ। ਮਿੱਟੀ ਦੇ ਤੇਲ ਦੇ ਇੱਕ ਛੋਟੇ ਜਿਹੇ ਦੀਵੇ ਦੀ ਰੌਸ਼ਨੀ, ਉੱਥੇ ਅਨ੍ਹੇਰੇ ਵਿਚ ਚੁੱਪ ਚਾਪ ਬੈਠੇ ਅਨੇਕ ਪੇਂਡੂਆ ਦੇ ਸਿਰ ਉੱਪਰ ਟਿਮ ਟਿਮਾ ਰਹੀ ਸੀ। ਇੱਧਰ ਉੱਧਰ ਉੱਡਦੇ ਜੁਗਨੂੰ ਅਤੇ ਦੂਰ ਸਥਿਤ ਝੌਂਪੜੀਆਂ ਦੇ ਤੇਲ ਦੇ ਦੀਵੇ ਮਖਮਲੀ ਰਾਤ ਵਿਚ ਵਚਿੱਤਰ ਜਿਹੀਆਂ ਲੱਗਣ ਵਾਲੀਆਂ ਸ਼ਕਲਾਂ ਦਾ ਨਿਰਮਾਣ ਕਰ ਰਹੇ ਸਨ। ਵਿਦਾਈ ਦਾ ਦੁਖਦਾਈ ਵਕਤ ਆ ਗਿਆ ਸੀ। ਸਾਡੀ ਟੋਲੀ ਦੇ ਸਾਹਮਣੇ ਔਕੜਾਂ ਭਰੀ ਯਾਤਰਾ ਮੂੰਹ ਅੱਡੀ ਖੜ੍ਹੀ ਸੀ

ਜਦੋਂ ਗਿਰੀ ਬਾਲਾ ਨੇ ਅੱਖਾਂ ਖੋਲ੍ਹੀਆਂ, ਤਾਂ ਮੈਂ ਉਨ੍ਹਾਂ ਨੂੰ ਕਿਹਾ, "ਗਿਰੀ ਬਾਲਾ ਜੀ, ਮੈਨੂੰ ਆਪਣੇ ਕੋਲ ਰੱਖਣ ਲਈ ਆਪ ਦੀ ਕੋਈ ਨਿਸ਼ਾਨੀ ਦੇਵੋ- ਆਪ ਦੀ ਕਿਸੇ ਸਾੜ੍ਹੀ ਦਾ ਇੱਕ ਅੱਧ ਟੁਕੜਾ।"

ਥੋੜੇ ਹੀ ਸਮੇਂ ਵਿਚ ਉਹ ਬਨਾਰਸੀ ਸਿਲਕ ਸਾੜ੍ਹੀ ਦਾ ਇੱਕ ਟੁਕੜਾ ਲੈ ਕੇ ਆਈ ਅਤੇ ਉਸ ਨੂੰ ਆਪਣੇ ਹੱਥ ਵਿਚ ਰੱਖ ਕੇ ਅੱਗੇ ਵਧਾਉਂਦਿਆਂ ਦੰਡਵਤ ਪ੍ਰਣਾਮ ਕਰਨ ਲਈ ਮੇਰੇ ਪੈਰਾਂ ਉੱਪਰ ਲੇਟ ਗਈ।

ਭਗਤੀ ਅਤੇ ਆਦਰਭਾਵ ਨਾਲ ਭਰ ਕੇ ਮੈਂ ਕਿਹਾ, "ਮਾਂ, ਮੈਨੂੰ ਹੀ ਆਪ ਆਪਣੇ ਪਵਿੱਤਰ ਚਰਨਾਂ ਦਾ ਸਪਰਸ਼ ਕਰਨ ਦੇਵੋ।"

ਸ਼ੂਨਯ ਸਥਾਨਾਂ ਵਿਚ ਵਿਆਪਤ ਹੁੰਦਾ ਹੈ। ਇੱਸ ਚੱਕਰ ਉੱਪਰ ਆਪਣਾ ਧਿਆਨ ਕੇਂਦ੍ਰਿਤ ਕਰਨ ਨਾਲ ਸਾਧਕ ਅਕਾਸ਼ ਤੱਤ ਦੀ ਸ਼ਕਤੀ ਨਾਲ ਜਿਉਂਦਾ ਰਹਿ ਸਕਦਾ ਹੈ।

ਟੈਰੇਸਾ ਨਾਇਮਨ ਨਾ ਤਾਂ ਸਥੂਲ ਅੰਨ ਨਾਲ ਜਿਉਂਦੀ ਰਹਿ ਰਹੀ ਹੈ ਅਤੇ ਨਾ ਹੀ ਨਿਰਾਹਾਰ ਰਹਿਣ ਵਾਸਤੇ ਕਿਸੇ ਵਿਗਿਆਨਿਕ ਯੋਗ ਤਕਨੀਕ ਦਾ ਅਭਿਆਸ ਕਰਦੀ ਹੈ। ਇਸ ਦਾ ਸਪਸ਼ਟੀਕਰਨ ਵਿਅਕਤੀਗਤ ਕਰਮਾਂ ਦੀਆਂ ਗੁੰਝਲਾਂ ਵਿਚ ਲੁਕਿਆ ਹੋਇਆ ਹੈ। ਕਿਸੇ ਗਿਰੀ ਬਾਲਾ ਅਤੇ ਕਿਸੇ ਟੈਰੇਸਾ ਨਾਇਮਨ ਦੇ ਮੌਜੂਦਾ ਜੀਵਨ ਦੇ ਪਿੱਛੇ ਪ੍ਰਮਾਤਮਾ ਨੂੰ ਸਮਰਪਿਤ ਜੀਵਨ ਦੇ ਅਨੇਕ ਜਨਮਾਂ ਦਾ ਸਿਲਸਿਲਾ ਹੁੰਦਾ ਹੈ। ਪ੍ਰੰਤੂ ਉਸ ਨੂੰ ਬਾਹਰ ਪ੍ਰਗਟ ਕਰਨ ਦੇ ਢੰਗ ਵੱਖੋ ਵੱਖਰੇ ਹੋ ਸਕਦੇ ਹਨ। ਈਸਾਈ ਸੰਤਾਂ ਵਿਚ ਜੋ ਨਿਰਾਹਾਰ ਰਹਿ ਸਕੇ (ਉਹ ਈਸਾ ਦੀ ਸੂਲੀ ਦੇ ਨਿਸ਼ਾਨ ਧਾਰਨ ਕਰਨ ਵਾਲੇ ਵੀ ਸਨ) ਉਨ੍ਹਾਂ ਵਿਚੋਂ ਕੁਝ ਕੁ ਨਾਵਾਂ ਦਾ ਇੱਥੇ ਜ਼ਿਕਰ ਕੀਤਾ ਜਾ ਸਕਦਾ ਹੈ:- ਸੇਂਟ ਲਿਡਵਿਨਾ ਆਫ ਦੀ ਸ਼ੀਡਾਮ, ਬਲੈਸੇਡ ਐਲਜ਼ਬਿਥ ਆਫ ਰੇਂਟ, ਸੇਂਟ ਕੈਥਰੀਨ ਆਫ ਸਿਏਨਾ, ਡੋਮਿਨਿਕਾ ਲਾਜ਼ਾਰੀ, ਬਲੈਸੇਡ ਏਂਜੇਲਾ ਆਫ ਫੋਲਿਗਨੋ ਅਤੇ 19ਵੀਂ ਸਦੀ ਦੀ ਲੁਈਆ ਲੈਟੋ। ਸੇਂਟ ਨਿਕੋਲਸ ਆਫ ਫਲੂ (15ਵੀਂ ਸਦੀ ਦੇ ਏਕਾਂਤਵਾਸੀ ਬਰੂਡਰ ਕਲਾਸ, ਜਿਨ੍ਹਾਂ ਦੀ ਏਕਤਾ ਦੀ ਵਿਆਕੁਲ ਅਪੀਲ ਉੱਪਰ ਸਵਿਟਜ਼ਰਲੈਂਡ ਦਾ ਮਹਾ ਸੰਘ ਬਚ ਗਿਆ ਸੀ) 20 ਵਰ੍ਹਿਆਂ ਤਕ ਨਿਰਾਹਾਰ ਰਹੇ ਸਨ।

ਚੈਪਟਰ 47

ਮੇਰੀ ਪੱਛਮ ਵਾਪਸੀ

ਮੈਂ ਭਾਰਤ ਅਤੇ ਅਮਰੀਕਾ ਵਿਚ ਯੋਗ ਉੱਪਰ ਅਣਗਿਣਤ ਭਾਸ਼ਣ ਦਿੱਤੇ ਹਨ, ਪਰ ਮੈਨੂੰ ਇਹ ਮੰਨਣਾ ਹੀ ਪਵੇਗਾ, ਕਿ ਹਿੰਦੂ ਹੋਣ ਦੇ ਨਾਤੇ, ਅੱਜ ਅੰਗਰੇਜ਼ ਵਿਦਿਆਰਥੀਆਂ ਵਾਸਤੇ ਇਹ ਕਲਾਸ ਲੈਂਦਿਆਂ, ਮੈਨੂੰ ਅਤਿਅੰਤ ਖੁਸ਼ੀ ਹੋ ਰਹੀ ਹੈ।"

ਮੇਰੇ ਲੰਦਨ ਦੇ ਸਿਖਿਆਰਥੀ ਪ੍ਰਸ਼ੰਸਾ ਦੇ ਰੌ ਵਿਚ ਦਿਲ ਖੋਲ੍ਹ ਕੇ ਹੱਸੇ। ਕਦੇ ਵੀ ਕੋਈ ਰਾਜਨੀਤਕ ਉਥਲ ਪੱਥਲ ਸਾਡੀ ਯੋਗ ਸ਼ਾਂਤੀ ਭੰਗ ਕਰਨ ਵਿਚ ਕਾਮਯਾਬ ਨਹੀਂ ਹੋ ਸਕੀ।

ਭਾਰਤ ਹੁਣ ਇੱਕ ਨਿੱਘੀ ਯਾਦ ਬਣ ਕੇ ਰਹਿ ਗਿਆ ਸੀ। ਇਹ ਸਿਤੰਬਰ 1936 ਦੀ ਗੱਲ ਹੈ। ਮੈਂ ਇੰਗਲੈਂਡ ਵਿਚ 16 ਮਹੀਨੇ ਪਹਿਲਾਂ ਦਿੱਤੇ ਗਏ, ਉਸ ਵਾਇਦੇ ਨੂੰ ਪੂਰਾ ਕਰਨ ਆਇਆ ਸੀ, ਕਿ ਮੈਂ ਇੱਕ ਦਿਨ ਫਿਰ ਲੰਦਨ ਵਿਚ ਭਾਸ਼ਣ ਦੇਣ ਆਵਾਂਗਾ।

ਇੰਗਲੈਂਡ ਵੀ ਯੋਗ ਦੇ ਸਦੀਵੀ ਸੰਦੇਸ਼ ਨੂੰ ਗ੍ਰੈਹਣ ਕਰਨ ਵਾਸਤੇ ਉਤਸੁਕ ਹੈ। ਮੇਰੀ ਗਰਾਸਵੇਨੋਰ ਹਾਊਸ ਵਾਲੀ ਰਿਹਾਇਸ਼ ਉੱਪਰ ਸੰਵਾਦਦਾਤਾਵਾਂ ਅਤੇ ਫਿਲਮ ਬਣਾਉਣ ਵਾਲੇ ਕੈਮਰੇ ਵਾਲਿਆਂ ਦਾ ਮੇਲਾ ਲੱਗਿਆ ਰਹਿੰਦਾ ਸੀ। 'ਬਰਿਟਿਸ਼ ਨੈਸ਼ਨਲ ਕੌਂਸਲ ਆਫ ਦੀ ਵਰਲਡ ਫੈਲੋਸ਼ਿਪ ਆਫ ਫੇਥਜ਼' ਵੱਲੋਂ 29 ਸਿਤੰਬਰ ਨੂੰ ਵਾਈਟ ਫੀਲਡ ਕਾਂਗਰੀਗੇਸ਼ਨਲ ਚਰਚ ਵਿਚ ਇੱਕ ਸਭਾ ਦਾ ਪ੍ਰਬੰਧ ਕੀਤਾ ਗਿਆ ਸੀ, ਜਿੱਥੇ ਮੈਂ ਇੱਕ ਭਾਰੀ ਭਰਕਮ ਵਿਸ਼ੇ 'ਆਪਸੀ ਭਾਈਚਾਰੇ ਵਿਚ ਵਿਸ਼ਵਾਸ, ਮਾਨਵ ਸਭਿਅਤਾ ਦੀ ਰੱਖਿਆ ਕਿਸ ਤਰ੍ਹਾਂ ਕਰ ਸਕਦਾ ਹੈ' ਉੱਪਰ ਭਾਸ਼ਣ ਦਿੱਤਾ। ਕੈਕਸਟਨ ਹਾਲ ਵਿਚ ਰਾਤ ਨੂੰ ਅੱਠ ਵਜੇ ਹੋਣ ਵਾਲੇ ਭਾਸ਼ਣ ਵਿਚ ਇੰਨੀ ਜਿਆਦਾ ਭੀੜ ਹੋ ਜਾਂਦੀ ਸੀ, ਕਿ ਦੋ ਰਾਤਾਂ ਨੂੰ ਹਾਲ ਦੀਆਂ ਸੀਟਾਂ ਦੀ ਗਿਣਤੀ ਤੋਂ ਜਿਆਦਾ ਤਦਾਦ ਵਿਚ ਲੋਕਾਂ ਦੇ ਆ ਜਾਣ ਕਾਰਨ, ਉਨ੍ਹਾਂ ਨੂੰ ਵਿੰਡਸਰ ਹਾਊਸ ਆਡੋਟੋਰੀਅਮ ਵਿਚ ਸਾਢੇ ਨੌਂ ਵਜੇ ਤਕ ਬਿਠਾ ਕੇ ਦੂਜੇ ਭਾਸ਼ਣ ਵਾਸਤੇ ਇੰਤਜ਼ਾਰ ਕਰਵਾਉਣੀ ਪਈ। ਇਸ ਤੋਂ ਬਾਅਦ ਅਗਲੇ ਹਫਤਿਆਂ ਵਿਚ ਇਨ੍ਹਾਂ ਕਲਾਸਾਂ ਵਿਚ ਇੰਨੀ ਭੀੜ ਹੋ ਗਈ, ਕਿ ਮਿਸਟਰ ਰਾਈਟ ਨੂੰ ਕਲਾਸਾਂ ਕਿਸੇ ਹੋਰ ਵੱਡੇ ਹਾਲ ਵਿਚ ਲਾਉਣ ਦਾ ਪ੍ਰਬੰਧ ਕਰਨਾ ਪਿਆ।

ਅਧਿਆਤਮਿਕ ਸਬੰਧਾਂ ਵਿਚ ਅੰਗਰੇਜ਼ਾਂ ਦੀ ਦ੍ਰਿੜ ਇੱਛਾ ਸ਼ਕਤੀ ਸਲਾਹੁਣਯੋਗ ਰੂਪ ਵਿਚ ਪ੍ਰਗਟ ਹੁੰਦੀ ਹੈ। ਮੇਰੀ ਲੰਦਨ ਤੋਂ ਰਵਾਨਗੀ ਤੋਂ ਬਾਅਦ, ਉੱਥੇ ਯੋਗ ਅਭਿਆਸੀਆਂ ਨੇ ਵਿਸ਼ਵਾਸ ਪੂਰਵਕ, ਸੈਲਫ ਰੀਆਲਾਈਜੇਸ਼ਨ ਕੇਂਦਰ ਦਾ ਗਠਨ ਕੀਤਾ ਅਤੇ ਯੁੱਧ

ਦੇ ਦਰਦਨਾਕ ਵਰ੍ਹਿਆਂ ਵਿਚ ਵੀ ਨਿਯਮਿਤ ਰੂਪ ਵਿਚ ਹਫਤਾਵਾਰੀ ਧਿਆਨ ਸਭਾਵਾਂ ਦਾ ਆਯੋਜਨ ਕਰਦੇ ਰਹੇ।

ਇੰਗਲੈਂਡ ਵਿਚ ਬਿਤਾਏ ਹਫਤੇ ਮੇਰੇ ਵਾਸਤੇ ਯਾਦਗਾਰੀ ਬਣ ਗਏ। ਕਈ ਦਿਨਾਂ ਤਕ ਅਸੀਂ ਲੰਦਨ ਵਿਚ ਅਤੇ ਲੰਦਨ ਦੇ ਪੇਂਡੂ ਇਲਾਕਿਆਂ ਦੇ ਨਜ਼ਾਰਿਆਂ ਦਾ ਲੁਤਫ ਉਠਾਉਂਦੇ ਰਹੇ। ਇੰਗਲੈਂਡ ਦੇ ਮਹਾਨ ਕਵੀਆਂ ਅਤੇ ਇਤਿਹਾਸਿਕ ਸੂਰਬੀਰ ਯੋਧਿਆਂ ਦੇ ਜਨਮ ਸਥਾਨ ਅਤੇ ਸਮਾਧੀਆਂ ਦੇ ਦਰਸ਼ਨ ਕਰਨ ਵਾਸਤੇ, ਮੈਂ ਅਤੇ ਮਿਸਟਰ ਰਾਈਟ ਨੇ ਆਪਣੀ ਭਰੋਸੇਯੋਗ ਫੋਰਡ ਕਾਰ ਦਾ ਹੀ ਸਹਾਰਾ ਲਿਆ।

ਸਾਡੀ ਛੋਟੀ ਜਿਹੀ ਟੋਲੀ ਅਕਤੂਬਰ ਦੇ ਅੰਤ ਵਿਚ ਸਾਊਥੈਮਪਟਨ ਤੋਂ ਬਰੇਮੇਨ ਨਾਂ ਦੇ ਜਹਾਜ਼ ਉੱਪਰ ਸਵਾਰ ਹੋ ਕੇ ਅਮਰੀਕਾ ਜਾਣ ਵਾਸਤੇ ਚੱਲ ਪਈ। ਨਿਊਯਾਰਕ ਦੀ ਬੰਦਰਗਾਹ ਉੱਪਰ ਲੱਗੇ ਸ਼ਾਨਦਾਰ ਸਟੈਚਿਊ ਆਫ ਲਿਬਰਟੀ ਦਿਖਾਈ ਦਿੰਦਿਆਂ ਹੀ ਅਸੀਂ ਖੁਸ਼ੀ ਦੀਆਂ ਭਾਵਨਾਵਾਂ ਦੇ ਹੜ੍ਹ ਵਿਚ ਰੁੜ੍ਹਦੇ ਜਾ ਰਹੇ ਸੀ।

ਪ੍ਰਾਚੀਨ ਦੇਸ਼ਾਂ ਦੀ ਧਰਤੀ ਉੱਪਰ ਔਕੜਾਂ ਨਾਲ ਝੂਜਦਿਆਂ, ਸਾਡੀ ਫੋਰਡ ਕਾਰ ਕੁਝ ਢਿੱਲੀ ਤਾਂ ਜਰੂਰ ਹੋ ਗਈ ਸੀ, ਪਰ ਉਸ ਵਿਚ ਹਾਲੇ ਇੰਨੀ ਤਾਕਤ ਸੀ ਕਿ ਉਹ ਸਾਨੂੰ ਸਾਰੇ ਅਮਰੀਕਾ ਮਹਾਦੀਪ ਨੂੰ ਪਾਰ ਕਰਕੇ ਕੈਲੀਫੋਰਨੀਆ ਲੈ ਕੇ ਜਾਣ ਵਾਸਤੇ ਚੱਲ ਪਈ। ਸੰਨ 1936 ਦਾ ਅਖੀਰ ਆ ਗਿਆ ਸੀ ਅਤੇ ਲਉ ਆ ਗਿਆ 'ਮਾਊਂਟ ਵਾਸ਼ਿੰਗਟਨ।'

ਹਰ ਸਾਲ ਲਾਸ ਐਂਜਲਿਸ ਦੇ ਕੇਂਦਰ ਵਿਚ ਕਰਿਸਮਿਸ ਦਾ ਤਿਉਹਾਰ ਮਨਾਇਆ ਜਾਂਦਾ ਹੈ, ਜਿਸ ਵਿਚ 24 ਦਿਸੰਬਰ ਨੂੰ (ਅਧਿਆਤਮਿਕ ਕਰਿਸਮਿਸ)* ਅੱਠ ਘੰਟਿਆਂ ਦਾ ਸਮੂਹਿਕ ਧਿਆਨ ਹੁੰਦਾ ਹੈ ਅਤੇ ਅਗਲੇ ਦਿਨ 25 ਦਿਸੰਬਰ ਨੂੰ (ਸਮਾਜਿਕ ਕਰਿਸਮਿਸ) ਖਾਣਾ ਹੁੰਦਾ ਹੈ। ਤਿੰਨ ਵਿਸ਼ਵ ਯਾਤਰੀਆਂ ਦੇ ਵਾਪਸ ਆਉਣ ਕਰ ਕੇ ਅਤੇ ਉਨ੍ਹਾਂ ਦਾ ਸੁਆਗਤ ਕਰਨ ਵਾਸਤੇ, ਦੂਰ ਨੇੜੇ ਤੋਂ ਆਏ ਹੋਏ ਅਣਗਿਣਤ ਮਿੱਤਰਾਂ ਅਤੇ ਸ਼ਗਿਰਦਾਂ

* 24 ਦਿਸੰਬਰ ਨੂੰ ਅੱਠ ਘੰਟਿਆਂ ਦਾ ਕੀਤਾ ਜਾਣ ਵਾਲਾ ਧਿਆਨ, ਹੁਣ 1950 ਤੋਂ ਬਦਲ ਕੇ 23 ਦਿਸੰਬਰ ਨੂੰ ਪੂਰੇ ਦਿਨ ਦਾ ਧਿਆਨ ਕੀਤਾ ਜਾਂਦਾ ਹੈ। ਯੋਗਦਾ ਸਤਸੰਗ ਸੁਸਾਇਟੀ ਆਫ ਇੰਡੀਆ / ਸੈਲਫ ਰੀਆਲਾਈਜੇਸ਼ਨ ਫੈਲੋਸ਼ਿਪ ਦੇ ਸੰਸਾਰ ਭਰ ਦੇ ਮੈਂਬਰ ਵੀ, ਇਸੇ ਤਰ੍ਹਾਂ ਆਪਣੇ ਆਪਣੇ ਘਰਾਂ ਅਤੇ ਯੋਗਦਾ ਸਤਸੰਗ / ਸੈਲਫ ਰੀਆਲਾਈਜੇਸ਼ਨ ਫੈਲੋਸ਼ਿਪ ਮੰਦਰਾਂ ਅਤੇ ਕੇਂਦਰਾਂ ਵਿਚ ਕਰਿਸਮਿਸ ਮਨਾਉਂਦੇ ਹਨ। ਇਸ ਵਿਚ ਉਹ ਕਰਿਸਮਿਸ ਦੇ ਹਫਤੇ ਦੇ ਦੌਰਾਨ ਇੱਕ ਦਿਨ ਪੂਰਾ ਡੂੰਘੇ ਧਿਆਨ ਅਤੇ ਪ੍ਰਾਰਥਨਾ ਦੇ ਵਾਸਤੇ ਅਲੱਗ ਰੱਖਦੇ ਹਨ। ਅਣਗਿਣਤ ਸ਼ਰਧਾਲੂਆਂ ਨੇ ਪਰਮਹੰਸ ਯੋਗਾਨੰਦ ਜੀ ਦੁਆਰਾ ਸ਼ੁਰੂ ਕੀਤੀ ਗਈ, ਇਸ ਪ੍ਰਥਾ ਦਾ ਹਰ ਸਾਲ ਪਾਲਣ ਕਰਨ ਨਾਲ ਪ੍ਰਾਪਤ ਹੋਈ ਮਹਾਨ ਅਧਿਆਤਮਿਕ ਸਹਾਇਤਾ ਅਤੇ ਅਸ਼ੀਰਵਾਦ ਨੂੰ ਮਹਿਸੂਸ ਕੀਤਾ।

ਪਰਮਹੰਸ ਯੋਗਾਨੰਦ ਜੀ ਨੇ ਮਾਊਂਟ ਵਾਸ਼ਿੰਗਟਨ ਕੇਂਦਰ ਵਿਚ ਇੱਕ ਪ੍ਰਾਰਥਨਾ ਮੰਡਲ (ਯੋਗਦਾ ਵਿਸ਼ਵਵਿਆਪੀ ਪ੍ਰਾਰਥਨਾ ਮੰਡਲ ਦਾ ਮੂਲ ਕੇਂਦਰ) ਦੀ ਸਥਾਪਨਾ ਕੀਤੀ, ਜੋ ਹਰ ਰੋਜ਼ ਉਨ੍ਹਾਂ ਸਾਰੇ ਲੋਕਾਂ ਦੇ ਵਾਸਤੇ ਪ੍ਰਾਰਥਨਾ ਕਰਦਾ ਹੈ, ਜਿਹੜੇ ਆਪਣੀਆਂ ਸਮੱਸਿਆਵਾਂ ਤੋਂ ਮੁਕਤ ਹੋਣ ਵਾਸਤੇ ਜਾਂ ਉਨ੍ਹਾਂ ਦਾ ਹੱਲ ਲੱਭਣ ਵਾਸਤੇ ਸਹਾਇਤਾ ਲਈ ਬੇਨਤੀ ਕਰਦੇ ਹਨ। (ਪ੍ਰਕਾਸ਼ਕ ਦੀ ਟਿਪਣੀ)

ਦੀ ਹਾਜ਼ਰੀ ਨੇ, ਇਸ ਵਰ੍ਹੇ ਦੇ ਤਿਉਹਾਰ ਦੀ ਰੌਣਕ ਨੂੰ ਹੋਰ ਵੀ ਵਧਾ ਦਿੱਤਾ ਸੀ। ਕਰਿਸਮਿਸ ਦੇ ਖਾਣੇ ਵਿਚ ਪੰਦਰਾਂ ਹਜ਼ਾਰ ਮੀਲ ਤੋਂ ਦੂਰੋਂ ਲਿਆਂਦੀਆਂ ਹੋਈਆਂ ਕੁਝ ਖਾਸ ਚੀਜ਼ਾਂ ਵੀ ਸ਼ਾਮਲ ਸਨ। ਕਸ਼ਮੀਰ ਦੀ ਗੁੱਛੀ ਮਛਰੂਮ, ਡਿੱਬਾ ਬੰਦ ਰਸਗੁੱਲੇ, ਅੰਬ ਦਾ ਰਸ ਪਾਪੜ, ਆਈਸ ਕਰੀਮ ਨੂੰ ਸੁਗੰਧਿਤ ਕਰਨ ਵਾਸਤੇ ਕੇਵੜੇ ਦੇ ਫੁੱਲਾਂ ਦਾ ਤੇਲ। ਸ਼ਾਮ ਨੂੰ ਸਾਰੇ ਇੱਕ ਵਿਸ਼ਾਲ ਜਗਮਗਾਉਂਦੇ ਕਰਿਸਮਿਸ ਦਰਖਤ ਦੇ ਚਾਰੇ ਪਾਸੇ ਇਕੱਠੇ ਹੋ ਕੇ ਬੈਠ ਗਏ। ਨੇੜੇ ਹੀ ਅੰਗੀਠੀ ਵਿਚ ਸੁਗੰਧਿਤ ਸਾਈਪਰਸ ਦੀਆਂ ਲਕੜੀਆਂ ਫਟ ਫਟ ਦੀ ਅਵਾਜ਼ ਨਾਲ ਜਲ ਰਹੀਆਂ ਸਨ।

ਧਰਤੀ ਦੇ ਦੂਰ ਦੁਰੇਡੇ ਤੋਂ ਲਿਆਂਦੇ ਗਏ ਤੋਹਫੇ ਭੇਟ ਕਰਨ ਦਾ ਵਕਤ ਆ ਗਿਆ ਸੀ। ਇਹ ਤੋਹਫੇ ਫਿਲਿਸਤੀਨ, ਮਿਸਰ, ਭਾਰਤ, ਇੰਗਲੈਂਡ, ਫਰਾਂਸ ਅਤੇ ਇਟਲੀ ਆਦਿ ਦੇਸ਼ਾਂ ਤੋਂ ਲਿਆਂਦੇ ਗਏ ਸਨ। ਅਮਰੀਕਾ ਵਿਚ ਰਹਿਣ ਵਾਲੇ ਸੱਜਣਾਂ ਪਿਆਰਿਆਂ ਵਾਸਤੇ ਖਰੀਦੇ ਗਏ ਤੋਹਫੇ, ਕਿਸੇ ਚੋਰ ਉੱਚਕੇ ਦੇ ਹੱਥ ਨਾ ਲੱਗ ਜਾਣ, ਇਸ ਵਾਸਤੇ ਹਰ ਦੇਸ਼ ਦੇ ਜੰਕਸ਼ਨ ਉਪਰ ਸ੍ਰੀ ਰਾਈਟ ਨੇ ਕਿੰਨੀ ਮਿਹਨਤ ਨਾਲ, ਵਾਰ ਵਾਰ ਟਰੰਕਾਂ ਅਤੇ ਪੇਟੀਆਂ ਦੀ ਗਿਣਤੀ ਕੀਤੀ ਸੀ। ਫਿਲਿਸਤੀਨ ਦੇ ਪਵਿੱਤਰ ਜੈਤੂਨ ਦੇ ਦਰਖਤ ਦੇ ਛਿਲੜ, ਬੈਲਜ਼ੀਅਮ ਅਤੇ ਹਾਲੈਂਡ ਦੀਆਂ ਨਾਜ਼ੁਕ ਝਾਲਰਾਂ ਅਤੇ ਕਸ਼ੀਦਾ ਕਾਰੀ ਦੇ ਕੰਮ, ਈਰਾਨੀ ਗਲੀਚੇ, ਅਤਿਅੰਤ ਬਰੀਕ ਬੁਣਾਵਟ ਵਾਲੀਆਂ ਕਸ਼ਮੀਰੀ ਸ਼ਾਲਾਂ, ਮੈਸੂਰ ਦੀਆਂ ਸਦਾ ਸੁਗੰਧਿਤ ਰਹਿਣ ਵਾਲੀਆਂ ਚੰਦਨ ਦੀਆਂ ਟਰੇਆਂ, ਮੱਧ ਪ੍ਰਦੇਸ਼ ਦੇ 'ਸ਼ਿਵ ਪੱਥਰ', ਪ੍ਰਾਚੀਨ ਸਮਿਆਂ ਦੇ ਲੁਪਤ ਹੋਏ ਭਾਰਤੀ ਰਾਜ ਘਰਾਣਿਆਂ ਦੇ ਸਿੱਕੇ, ਰਤਨ ਜੜ੍ਹਤ ਫੁਲਦਾਨੀਆਂ ਅਤੇ ਪਿਆਲੀਆਂ, ਛੋਟੇ ਛੋਟੇ ਚਿੱਤਰ, ਪਰਦੇ, ਮੰਦਰ ਵਾਸਤੇ ਧੂਫ ਅਤੇ ਅਗਰਬਤੀ, ਦੇਸੀ ਸੂਤੀ ਕਪੜੇ ਦੇ ਪਰਿੰਟ, ਲਾਖ ਉੱਪਰ ਕੰਮ ਕੀਤੀਆਂ ਵਸਤੂਆਂ, ਮੈਸੂਰ ਦੀਆਂ ਹਾਥੀ ਦੰਦ ਦੀਆਂ ਬਣੀਆਂ ਕਲਾ ਕ੍ਰਿਤੀਆਂ, ਈਰਾਨ ਦੀਆਂ ਲੰਬੀ ਨੋਕ ਵਾਲੀਆਂ ਜੁੱਤੀਆਂ, ਵਚਿੱਤਰ ਲੱਗਣ ਵਾਲੀਆਂ ਪ੍ਰੰਤੂ ਕਾਫੀ ਮਿਹਨਤ ਨਾਲ ਚਾਰੇ ਪਾਸੇ ਤੋਂ ਨਕਾਸ਼ੀ ਦਾ ਕੰਮ ਕਰਕੇ ਸੁੰਦਰ ਬਣਾਈਆਂ ਹੋਈਆਂ ਪ੍ਰਾਚੀਨ ਪਾਂਡੂ ਲਿੱਪੀਆਂ, ਮਖਮਲੀ ਜ਼ਰੀਦਾਰ ਕਪੜੇ, ਗਾਂਧੀ ਟੋਪੀਆਂ, ਮਿੱਟੀ ਦੇ ਬਰਤਨ, ਟਾਈਲਾਂ, ਪਿੱਤਲ ਦੀਆਂ ਕਲਾ ਕ੍ਰਿਤੀਆਂ, ਧਿਆਨ ਕਰਨ ਵਾਸਤੇ ਆਸਣ- ਤਿੰਨ ਮਹਾ ਦੀਪਾਂ ਤੋਂ ਇੱਕਠਾ ਕੀਤਾ ਗਿਆ ਖਜ਼ਾਨਾ।

ਮੈਂ ਕਰਿਸਮਿਸ ਦੇ ਦਰਖਤ ਦੇ ਥੱਲੇ ਲੱਗੇ ਢੇਰ ਵਿਚੋਂ ਬੇਹਦ ਸ਼ਾਨਦਾਰ ਤਰੀਕੇ ਨਾਲ ਪੈਕ ਕਰ ਕੇ ਰੱਖੇ ਹੋਏ ਤੋਹਫਿਆਂ ਵਿਚੋਂ ਇੱਕ ਇੱਕ ਕਰ ਕੇ ਵੰਡਣ ਲੱਗਿਆ।

'ਸਿਸਟਰ ਗਿਆਨ ਮਾਤਾ' ਡੂੰਘੇ ਆਤਮ ਗਿਆਨ ਅਤੇ ਪਿਆਰੇ ਮੁਖੜੇ ਵਾਲੀ ਸੰਤ ਸੁਭਾਅ ਅਮਰੀਕਨ ਔਰਤ ਨੂੰ ਮੈਂ ਇੱਕ ਲੰਬਾ ਜਿਹਾ ਡੱਬਾ ਦਿੱਤਾ। ਮੇਰੀ ਗੈਰ ਹਾਜ਼ਰੀ ਵਿਚ ਉਹ ਹੀ ਮਾਊਂਟ ਵਾਸ਼ਿੰਗਟਨ ਕੇਂਦਰ ਦੀ ਨਿਗਰਾਨੀ ਕਰਦੀ ਰਹੀ ਸੀ। ਉਨ੍ਹਾਂ ਨੇ ਡੱਬਾ ਖੋਲ੍ਹ ਕੇ ਉਸ ਵਿਚੋਂ ਇੱਕ ਸੁਨਹਿਰੀ ਬਨਾਰਸੀ ਸਿਲਕ ਦੀ ਸਾੜ੍ਹੀ ਕੱਢੀ।

"ਧੰਨਵਾਦ ਗੁਰੂ ਜੀ, ਇਹ ਤੋਹਫਾ ਮੇਰੀ ਨਜ਼ਰ ਵਿਚ ਇੱਕ ਸ਼ਾਨਦਾਰ ਭਾਰਤ ਦਾ ਦ੍ਰਿਸ਼ ਪ੍ਰਸਤੁੱਤ ਕਰਦਾ ਹੈ।"

'ਮਿਸਟਰ ਡਿਕਨਸਨ' ਦੂਜੇ ਪੈਕਟ ਵਿਚ ਜੋ ਤੋਹਫਾ ਸੀ, ਉਹ ਮੈਂ ਕੋਲਕਾਤਾ ਦੇ ਇੱਕ ਬਜ਼ਾਰ ਵਿਚੋਂ ਖਰੀਦਿਆ ਸੀ। ਉਸ ਵਕਤ ਮੇਰੇ ਮਨ ਵਿਚ ਖਿਆਲ ਆਇਆ ਸੀ ਕਿ ਇਹ ਤੋਹਫਾ ਡਿਕਨਸਨ ਨੂੰ ਪਸੰਦ ਆਵੇਗਾ। ਮੇਰੇ ਪਿਆਰੇ ਸ਼ਗਿਰਦ ਸ਼੍ਰੀ ਡਿਕਨਸਨ 1925 ਤੋਂ ਮਾਉਂਟ ਵਾਸ਼ਿੰਗਟਨ ਕੇਂਦਰ ਦੀ ਸਥਾਪਨਾ ਤੋਂ ਲੈ ਕੇ ਹੁਣ ਤਕ ਹਰ ਸਾਲ ਕਰਿਸਮਿਸ ਦੇ ਤਿਉਹਾਰ ਦੇ ਮੌਕੇ ਹਾਜ਼ਰ ਰਹਿੰਦੇ ਸਨ।

ਇਸ ਗਿਆਰਵ੍ਹੇਂ ਵਾਰਸ਼ਿਕ ਤਿਉਹਾਰ ਦੇ ਮੌਕੇ ਉਹ ਚਕੋਰ ਪੈਕਟ ਦਾ ਰਿਬਨ ਖੋਲ੍ਹਦੇ ਮੇਰੇ ਸਾਹਮਣੇ ਖੜ੍ਹੇ ਸਨ।

'ਚਾਂਦੀ ਦਾ ਗਲਾਸ' ਭਾਵਨਾਵਾਂ ਦੇ ਹੜ੍ਹ ਨੂੰ ਰੋਕਣ ਦੀ ਕੋਸ਼ਿਸ਼ ਕਰਦਿਆਂ, ਉਹ ਪਾਣੀ ਪੀਣ ਵਾਲੇ ਉਸ ਲੰਬੇ ਗਿਲਾਸ ਨੂੰ ਟਿਕ ਟਿਕੀ ਲਗਾ ਕੇ ਦੇਖ ਰਹੇ ਸਨ। ਫਿਰ ਉਹ ਕੁਝ ਦੂਰ ਜਾ ਕੇ ਇਸ ਤਰ੍ਹਾਂ ਬੈਠ ਗਏ, ਜਿਵੇ ਉਨ੍ਹਾਂ ਦੇ ਹੋਸ਼ੋ ਹਵਾਸ ਗੁੰਮ ਹੋ ਗਏ ਹੋਣ। ਆਪਣੀ ਸ਼ਾਂਤਾ ਕਲਾਜ਼ ਦੀ ਭੂਮਿਕਾ ਮੁੜ ਫਿਰ ਸ਼ੁਰੂ ਕਰਨ ਤੋਂ ਪਹਿਲਾਂ ਮੈਂ ਉਨ੍ਹਾਂ ਵੱਲ ਦੇਖ ਕੇ ਮੁਸਕਰਾਇਆ।

ਸਾਰੇ ਤੋਹਫਿਆਂ ਦੇ ਦਾਤਾਰ, ਉਸ ਪਰਮ ਦਾਤੇ ਦੇ ਚਰਨਾਂ ਵਿਚ ਭਾਵ ਪੂਰਨ ਪ੍ਰਾਰਥਨਾ ਕਰਨ ਤੋਂ ਬਾਅਦ, ਉਸ ਸ਼ਾਮ ਦਾ ਫੰਕਸ਼ਨ ਖਤਮ ਹੋ ਗਿਆ। ਉਸ ਤੋਂ ਬਾਅਦ ਕੁਝ ਦੇਰ ਤਕ ਸਾਰੇ ਮਿਲ ਕੇ ਕਰਿਸਮਿਸ ਦੇ ਗੀਤ ਗਾਉਂਦੇ ਰਹੇ।

ਕੁਝ ਦਿਨ ਬਾਅਦ ਮੈਂ ਅਤੇ ਡਿਕਿਨਸਨ ਬੈਠੇ ਆਪਸ ਵਿਚ ਗੱਲ ਬਾਤ ਕਰ ਰਹੇ ਸੀ।

ਉਸ ਨੇ ਕਿਹਾ, "ਗੁਰੂਦੇਵ, ਚਾਂਦੀ ਦੇ ਗਲਾਸ ਵਾਸਤੇ ਮੇਰਾ ਤਹਿ ਦਿਲੋਂ ਧੰਨਵਾਦ ਕਬੂਲ ਕਰੋ। ਕਰਿਸਮਿਸ ਦੀ ਉਸ ਰਾਤ ਨੂੰ, ਆਪ ਜੀ ਦਾ ਧੰਨਵਾਦ ਕਰਨ ਲਈ ਮੈਨੂੰ ਸ਼ਬਦ ਨਹੀਂ ਸਨ ਮਿਲ ਰਹੇ।"

"ਮੈਂ ਉਹ ਗਲਾਸ ਖਾਸ ਤੌਰ ਤੇ ਤੇਰੇ ਵਾਸਤੇ ਖਰੀਦਿਆ ਸੀ।"

"ਮੈਂ ਉਸ ਗਲਾਸ ਦੀ ਤਰਤਾਲੀ ਵਰ੍ਹਿਆਂ ਤੋਂ ਇੰਤਜ਼ਾਰ ਕਰਦਾ ਆ ਰਿਹਾ ਹਾਂ। ਇਹ ਇੱਕ ਲੰਬੀ ਕਹਾਣੀ ਹੈ। ਜੋ ਮੈਂ ਹਾਲੇ ਤਕ ਸਾਰਿਆਂ ਤੋਂ ਛੁਪਾ ਕੇ ਰੱਖੀ ਹੈ।" ਉਸ ਨੇ ਸ਼ਰਮਾਉਂਦਿਆਂ ਮੇਰੇ ਵੱਲ ਦੇਖਦਿਆਂ ਕਿਹਾ। "ਇਸ ਦੀ ਸ਼ੁਰੂਆਤ ਬੜੇ ਨਾਟਕੀ ਢੰਗ ਨਾਲ ਹੋਈ ਸੀ। ਇਹ ਘਟਨਾ ਨੈਬਰਾਸਕਾ ਰਿਆਸਤ ਦੇ ਇੱਕ ਛੋਟੇ ਜਿਹੇ ਸ਼ਹਿਰ ਦੀ ਹੈ, ਜਿੱਥੇ ਮੇਰੇ ਵੱਡੇ ਭਰਾ ਨੇ ਇੱਕ ਦਿਨ ਖੇਡ ਖੇਡ ਵਿਚ ਮੈਨੂੰ ਇੱਕ ਪੰਦਰਾਂ ਫੁੱਟ ਡੂੰਘੇ ਤਲਾਬ ਵਿਚ ਧੱਕਾ ਦੇ ਦਿੱਤਾ। ਉਸ ਵਕਤ ਮੇਰੀ ਉਮਰ ਸਿਰਫ ਪੰਜ ਵਰ੍ਹਿਆਂ ਦੀ ਸੀ

ਅਤੇ ਮੈਂ ਪਾਣੀ ਵਿਚ ਡੁੱਬ ਕੇ ਮਰ ਹੀ ਜਾਣਾ ਸੀ, ਪਰ ਜਦੋਂ ਮੈਂ ਦੂਜੀ ਵਾਰ ਪਾਣੀ ਵਿਚੋਂ ਹੇਠੋਂ ਉੱਪਰ ਆਇਆ ਤਾਂ ਉਸ ਵਕਤ ਮੇਰੇ ਸਾਹਮਣੇ ਅਕਾਸ਼ ਵਿਚ ਇੱਕ ਬਹੁ ਰੰਗੀ ਚਕਾ ਚੌਂਧ ਕਰਨ ਵਾਲੀ ਰੌਸ਼ਨੀ ਪ੍ਰਗਟ ਹੋਈ। ਉਸ ਰੌਸ਼ਨੀ ਦੇ ਵਿਚਕਾਰ ਇੱਕ ਆਦਮੀ ਦੀ ਸ਼ਕਲ ਦਿਖਾਈ ਦਿੱਤੀ। ਉਸ ਆਦਮੀ ਦੀਆਂ ਅੱਖਾਂ ਸ਼ਾਂਤ ਅਤੇ ਚਿਹਰੇ ਉੱਪਰ ਮੁੜ ਭਰੋਸਾ ਦੁਆਉਣ ਵਾਲੀ ਮੁਸਕਰਾਹਟ ਸੀ। ਜਦੋਂ ਤੀਸਰੀ ਵਾਰ ਮੇਰਾ ਸਰੀਰ ਫਿਰ ਪਾਣੀ ਵਿਚ ਥੱਲੇ ਜਾਣ ਲੱਗਿਆ, ਤਾਂ ਮੇਰੇ ਭਰਾ ਦੇ ਇੱਕ ਦੋਸਤ ਨੇ ਨੇੜੇ ਹੀ ਖੜ੍ਹੇ ਇੱਕ ਲੰਬੇ ਪਤਲੇ ਬੈਂਤ ਦੇ ਦਰਖਤ ਦੀ ਟਹਿਣੀ ਥੱਲੇ ਝੁਕਾ ਦਿੱਤੀ, ਜਿਸ ਨਾਲ ਮੇਰੀ ਉਂਗਲੀਆਂ ਉਸ ਦਰਖਤ ਨੂੰ ਪਕੜਨ ਵਿਚ ਕਾਮਯਾਬ ਹੋ ਗਈਆਂ। ਫਿਰ ਉਨ੍ਹਾਂ ਲੜਕਿਆਂ ਨੇ ਮੈਨੂੰ ਬਾਹਰ ਕੱਢ ਕੇ ਮੁਢਲੀ ਡਾਕਟਰੀ ਸਹਾਇਤਾ ਦਿੱਤੀ।

ਇਸ ਘਟਨਾ ਤੋਂ ਬਾਰਾਂ ਵਰ੍ਹਿਆਂ ਬਾਅਦ, ਜਦੋਂ ਮੈਂ ਸਤਾਰਾਂ ਵਰ੍ਹਿਆਂ ਦਾ ਹੋਇਆ, ਤਾਂ ਇੱਕ ਦਿਨ ਮੈਂ ਆਪਣੀ ਮਾਂ ਨਾਲ ਸ਼ਿਕਾਗੋ ਗਿਆ। ਉਹ ਸਿਤੰਬਰ 1893 ਦਾ ਮਹੀਨਾ ਸੀ। ਪ੍ਰਸਿੱਧ ਵਿਸ਼ਵ ਧਰਮ ਸੰਮੇਲੇਨ ਦਾ ਸਮਾਗਮ ਚੱਲ ਰਿਹਾ ਸੀ। ਮੈਂ ਅਤੇ ਮੇਰੀ ਮਾਂ ਸ਼ਿਕਾਗੋ ਦੀ ਇੱਕ ਮੁੱਖ ਸੜਕ ਉੱਪਰ ਪੈਦਲ ਤੁਰੇ ਜਾ ਰਹੇ ਸੀ। ਉਸੇ ਤਰ੍ਹਾਂ ਦੀ ਚਕਾਚੌਂਧ ਕਰਨ ਵਾਲੀ ਰੌਸ਼ਨੀ ਮੇਰੀਆਂ ਅੱਖਾਂ ਦੇ ਸਾਹਮਣੇ ਫਿਰ ਚਮਕੀ। ਸਾਡੇ ਤੋਂ ਕੁਝ ਹੀ ਕਦਮਾਂ ਦੇ ਫਾਸਲੇ ਤੇ ਉਹ ਆਦਮੀ ਮੈਨੂੰ ਅਰਾਮ ਨਾਲ ਟਹਿਲਦਾ ਦਿਖਾਈ ਦਿੱਤਾ, ਜਿਸ ਨੇ ਮੈਨੂੰ ਕਈ ਵਰ੍ਹਿਆਂ ਪਹਿਲਾਂ ਤਲਾਬ ਵਿਚ ਡੁਬਦਿਆਂ ਸਮੇਂ ਦਰਸ਼ਨ ਦਿੱਤੇ ਸਨ। ਉਹ ਆਦਮੀ ਇੱਕ ਵਿਸ਼ਾਲ ਸਭਾ ਗ੍ਰੈਹ ਦੇ ਕੋਲ ਜਾ ਕੇ, ਉਸ ਦੇ ਦਰਵਾਜ਼ੇ ਵਿਚੋਂ ਅਦ੍ਰਿਸ਼ ਹੋ ਗਿਆ।

ਮੈਂ ਚੀਕਦਿਆਂ ਕਿਹਾ, "ਮਾਂ, ਇਹ ਉਹੀ ਆਦਮੀ ਸੀ, ਜੋ ਮੇਰੇ ਤਲਾਬ ਵਿਚ ਡੁਬਣ ਵੇਲੇ ਮੇਰੇ ਸਾਹਮਣੇ ਪ੍ਰਗਟ ਹੋਇਆ ਸੀ।"

ਮੈਂ ਅਤੇ ਮੇਰੀ ਮਾਂ ਤੁਰੰਤ ਸਭਾ ਗ੍ਰੈਹ ਦੇ ਅੰਦਰ ਚਲੇ ਗਏ ਅਤੇ ਦੇਖਿਆ ਕਿ ਉਹ ਆਦਮੀ ਭਾਸ਼ਣ ਮੰਚ ਉੱਪਰ ਬੈਠਾ ਹੋਇਆ ਸੀ। ਥੋੜੀ ਹੀ ਦੇਰ ਵਿਚ ਸਾਨੂੰ ਪਤਾ ਲੱਗ ਗਿਆ, ਕਿ ਉਹ ਭਾਰਤ ਦੇ ਸਵਾਮੀ ਵਿਵੇਕਾਨੰਦ* ਸਨ। ਉਨ੍ਹਾਂ ਨੇ ਆਤਮਾ ਨੂੰ ਝੰਜੋੜ ਦੇਣ ਵਾਲਾ ਭਾਸ਼ਣ ਦਿੱਤਾ। ਭਾਸ਼ਣ ਖਤਮ ਹੋਣ ਤੋਂ ਬਾਅਦ, ਮੈਂ ਉਨ੍ਹਾਂ ਨੂੰ ਮਿਲਣ ਗਿਆ। ਮੈਨੂੰ ਦੇਖਦਿਆਂ ਹੀ ਉਹ ਇਸ ਤਰ੍ਹਾਂ ਮੁਸਕਰਾਏ, ਕਿ ਜਿਵੇਂ ਉਹ ਮੇਰੇ ਬਹੁਤ ਪੁਰਾਣੇ ਦੋਸਤ ਹੋਣ। ਮੇਰੀ ਉਮਰ ਇੰਨੀ ਛੋਟੀ ਸੀ, ਕਿ ਮੈਂ ਆਪਣੀਆਂ ਭਾਵਨਾਵਾਂ ਨੂੰ ਸ਼ਬਦਾਂ ਰਾਹੀਂ ਠੀਕ ਠੀਕ ਨਹੀਂ ਸੀ ਪ੍ਰਗਟ ਕਰ ਸਕਦਾ। ਪਰ ਮਨ ਹੀ ਮਨ ਉਮੀਦ ਕਰ ਰਿਹਾ ਸੀ ਕਿ ਉਹ ਮੇਰੇ ਗੁਰੂ ਬਣ ਜਾਣ। ਉਨ੍ਹਾਂ ਨੇ ਵੀ ਮੇਰੇ ਮਨ ਦੀ ਗੱਲ ਬੁੱਝ ਲਈ ਸੀ।

* ਈਸਾ ਵਰਗੇ ਮਹਾਨ ਸੰਤ ਪਰਮਹੰਸ ਰਾਮ ਕ੍ਰਿਸ਼ਨ ਦੇ ਮੁੱਖ ਸ਼ਗਿਰਦ।

"ਨਹੀਂ ਬੇਟਾ, ਮੈਂ ਤੇਰਾ ਗੁਰੂ ਨਹੀਂ ਹਾਂ," ਸਵਾਮੀ ਵਿਵੇਕਾ ਨੰਦ ਨੇ ਆਪਣੀਆਂ ਸੁੰਦਰ ਭੇਦਕ ਅੱਖਾਂ ਨਾਲ ਮੇਰੀਆਂ ਅੱਖਾਂ ਵਿਚ ਦੇਖਦਿਆਂ ਕਿਹਾ। "ਤੇਰੇ ਗੁਰੂ ਬਾਅਦ ਵਿਚ ਆਉਣਗੇ। ਉਹ ਤੈਨੂੰ ਚਾਂਦੀ ਦਾ ਇੱਕ ਗਲਾਸ ਦੇਣਗੇ।" ਥੋੜੀ ਦੇਰ ਰੁਕ ਕੇ ਉਨ੍ਹਾਂ ਫਿਰ ਕਿਹਾ, "ਜਿੰਨੇ ਅਸ਼ੀਰਵਾਦ ਤੂੰ ਹੁਣ ਗ੍ਰੈਹਣ ਕਰਨ ਦੇ ਯੋਗ ਹੈਂ, ਉਹ ਉਸ ਤੋਂ ਕਿਤੇ ਵੱਧ ਅਸ਼ੀਰਵਾਦਾਂ ਨਾਲ ਤੇਰੀ ਝੋਲੀ ਭਰ ਦੇਣਗੇ।"

ਮਿਸਟਰ ਡਿਕਨਸਨ ਅੱਗੇ ਕਹਿੰਦੇ ਗਏ, "ਥੋੜੇ ਹੀ ਦਿਨਾਂ ਬਾਅਦ ਮੈਂ ਸ਼ਿਕਾਗੋ ਤੋਂ ਵਾਪਸ ਆ ਗਿਆ। ਉਸ ਤੋਂ ਬਾਅਦ ਮੈਨੂੰ ਫਿਰ ਕਦੇ ਉਸ ਮਹਾਨ ਵਿਵੇਕਾਨੰਦ ਦੇ ਦਰਸ਼ਨ ਨਹੀਂ ਹੋਏ। ਪ੍ਰੰਤੂ ਉਨ੍ਹਾਂ ਦੇ ਮੂੰਹੋਂ ਨਿਕਲਿਆ ਹੋਇਆ ਇੱਕ ਇੱਕ ਸ਼ਬਦ ਮੇਰੀ ਅੰਤਰ ਆਤਮਾ ਦੀ ਫੱਟੀ ਉੱਪਰ ਅਮਿਟ ਰੂਪ ਵਿਚ ਉੱਕਰਿਆ ਗਿਆ ਸੀ। ਵਰ੍ਹਿਆਂ ਤੇ ਵਰ੍ਹੇ ਬੀਤਦੇ ਗਏ। ਕੋਈ ਗੁਰੂ ਨਹੀਂ ਆਏ, 1925 ਦੀ ਇੱਕ ਰਾਤ ਨੂੰ ਮੈਂ ਬਹੁਤ ਵਿਆਕੁਲਤਾ ਨਾਲ ਪ੍ਰਾਰਥਨਾ ਕੀਤੀ ਕਿ ਪ੍ਰਮਾਤਮਾ ਆਪ ਮੇਰੇ ਗੁਰੂ ਨੂੰ ਭੇਜੋ। ਕੁਝ ਘੰਟਿਆਂ ਬਾਅਦ ਕੰਨਾਂ ਵਿਚ ਪੈਂਦੇ ਮਧੁੱਰ ਸੰਗੀਤ ਨਾਲ ਮੇਰੀ ਨੀਂਦ ਖੁੱਲ੍ਹ ਗਈ। ਫਿਰ ਬਾਂਸੁਰੀ ਅਤੇ ਹੋਰ ਸਾਜ਼ ਲੈ ਕੇ ਕੁਝ ਦੇਵ ਦੂਤ ਪ੍ਰਗਟ ਹੋ ਗਏ, ਜਿਸ ਨਾਲ ਕੁਝ ਸਮੇਂ ਵਾਸਤੇ ਸਾਰਾ ਵਾਤਾਵਰਨ ਸਵਰਗੀ ਆਨੰਦ ਨਾਲ ਭਰ ਗਿਆ। ਉਹ ਹੌਲੀ ਹੌਲੀ ਅੰਤਰ ਧਿਆਨ ਹੋ ਗਏ।

"ਦੂਜੇ ਦਿਨ ਹੀ ਮੈਂ ਇੱਥੇ ਲਾਸ ਐਂਜਲਿਸ ਵਿਚ ਪਹਿਲੀ ਵਾਰ ਆਪ ਦਾ ਭਾਸ਼ਣ ਸੁਣਨ ਆਇਆ ਸੀ ਅਤੇ ਮੈਨੂੰ ਪਤਾ ਲੱਗ ਗਿਆ, ਮੇਰੀ ਪ੍ਰਾਰਥਨਾ ਦਾ ਉੱਤਰ ਮਿਲ ਗਿਆ ਹੈ।"

ਅਸੀਂ ਦੋਨੋਂ ਚੁੱਪ ਚਾਪ ਇੱਕ ਦੂਸਰੇ ਵੱਲ ਦੇਖਦਿਆਂ ਮੁਸਕਰਾਏ।

"ਗਿਆਰਾਂ ਵਰ੍ਹਿਆਂ ਤੋਂ ਮੈਂ ਆਪਦਾ *ਕਿਰਿਆ ਯੋਗ* ਦਾ ਸ਼ਗਿਰਦ ਹਾਂ," ਸ਼੍ਰੀ ਡਿਕਨਸਨ ਨੇ ਕਹਿਣਾ ਸ਼ੁਰੂ ਰੱਖਿਆ। "ਕਦੇ ਕਦੇ ਮੈਂ ਚਾਂਦੀ ਦੇ ਗਲਾਸ ਬਾਰੇ ਸੋਚਿਆ ਕਰਦਾ ਸੀ ਅਤੇ ਆਪਣੇ ਮਨ ਨੂੰ ਇੱਕ ਤਰ੍ਹਾਂ ਨਾਲ ਪੂਰਾ ਵਿਸ਼ਵਾਸ ਦਿਵਾ ਲਿਆ ਸੀ, ਸਵਾਮੀ ਵਿਵੇਕਾਨੰਦ ਜੀ ਦੇ ਸ਼ਬਦ ਸਿਰਫ ਸੰਕੇਤਕ ਸਨ।

ਪ੍ਰੰਤੂ ਕਰਿਸਮਿਸ ਦੀ ਉਸ ਰਾਤ ਨੂੰ ਜਦੋਂ ਆਪ ਨੇ ਕਰਿਸਮਿਸ ਦਰਖਤ ਕੋਲ ਖੜ੍ਹਿਆਂ ਮੈਨੂੰ ਉਹ ਡੱਬਾ ਹੱਥਾਂ ਵਿਚ ਫੜਾਇਆ ਤਾਂ ਜ਼ਿੰਦਗੀ ਵਿਚ ਤੀਜੀ ਵਾਰ ਉਹ ਚਕਾਚੌਂਧ ਕਰਨ ਵਾਲੀ ਰੌਸ਼ਨੀ ਫਿਰ ਚਮਕੀ ਅਤੇ ਅਗਲੇ ਹੀ ਪਲ ਮੇਰੀਆਂ ਅੱਖਾਂ ਆਪਣੇ ਗੁਰੂ ਦੇ ਉਸ ਤੋਹਫੇ ਨੂੰ ਦੇਖ ਰਹੀਆਂ ਸਨ, ਜਿਸ ਨੂੰ ਵਿਵੇਕਾ ਨੰਦ ਨੇ ਤਰਤਾਲੀ ਵਰ੍ਹੇ ਪਹਿਲਾਂ ਹੀ* ਦੇਖ ਲਿਆ ਸੀ – ਚਾਂਦੀ ਦਾ ਗਲਾਸ।"

* ਸਵਾਮੀ ਵਿਵੇਕਾਨੰਦ ਨਾਲ ਸ਼੍ਰੀ ਡਿਕਨਸਨ ਦੀ ਮੁਲਾਕਾਤ ਸਿਤੰਬਰ 1893 ਵਿਚ ਹੋਈ ਸੀ। ਉਸੇ ਸਾਲ

ਪਰਮਹੰਸ ਯੋਗਾਨੰਦ ਜੀ ਦਾ ਜਨਮ ਹੋਇਆ ਸੀ (5 ਜਨਵਰੀ 1893) ਸਪਸ਼ਟ ਹੈ ਕਿ ਵਿਵੇਕਾਨੰਦ ਨੂੰ ਇਸ ਗੱਲ ਦਾ ਗਿਆਨ ਸੀ, ਕਿ ਯੋਗਾਨੰਦ ਨੇ ਪੁਨਰ ਜਨਮ ਲੈ ਲਿਆ ਸੀ ਅਤੇ ਉਹ ਭਾਰਤ ਦਾ ਤੱਤਵ ਗਿਆਨ ਸਿਖਾਉਣ ਵਾਸਤੇ ਅਮਰੀਕਾ ਆਉਣਗੇ।

1965 ਵਿਚ ਸ਼੍ਰੀ ਡਿਕਨਸਨ, ਜਿਹੜੇ ਉਸ ਵਕਤ 89 ਵਰ੍ਹਿਆਂ ਦੇ ਸਨ, ਤੰਦਰੁਸਤ ਅਤੇ ਪੂਰੀ ਤਰ੍ਹਾਂ ਸਰਗਰਮ ਸਨ, ਨੂੰ ਲਾਸ ਐਂਜਲਿਸ ਵਿਚ ਸੈਲਫ ਰੀਆਲਾਈਜੇਸ਼ਨ ਫੈਲੋਸ਼ਿਪ ਦੇ ਮੁੱਖ ਦਫਤਰ ਵਿਚ ਯੋਗ ਅਚਾਰੀਆ ਦੀ ਉਪਾਧੀ ਨਾਲ ਸਨਮਾਨਿਤ ਕੀਤਾ ਗਿਆ।

ਉਹ ਅਕਸਰ ਪਰਮਹੰਸ ਯੋਗਾਨੰਦ ਜੀ ਦੇ ਨਾਲ ਲੰਬੇ ਸਮੇਂ ਤਕ ਧਿਆਨ ਕਰਿਆ ਕਰਦੇ ਸਨ ਅਤੇ ਉਨ੍ਹਾਂ ਨੇ ਆਪਣੇ ਹਰ ਰੋਜ਼ ਤਿੰਨ ਵਾਰ ਕਿਰਿਆ ਕਰਨ ਦੇ ਅਭਿਆਸ ਵਿਚ ਕਦੇ ਕੋਈ ਰੁਕਾਵਟ ਨਹੀਂ ਸੀ ਆਉਣ ਦਿੱਤੀ । 30 ਜੂਨ 1967 ਨੂੰ ਸਵਰਗ ਸਿਧਾਰਨ ਤੋਂ ਦੋ ਵਰ੍ਹੇ ਪਹਿਲਾਂ ਯੋਗਾ ਅਚਾਰੀਆ ਡਿਕਨਸਨ ਨੇ, ਸੈਲਫ ਰੀਆਲਾਈਜੇਸ਼ਨ ਦੇ ਸੰਨਿਆਸੀਆਂ ਦੇ ਸਾਹਮਣੇ ਇੱਕ ਭਾਸ਼ਣ ਦਿੱਤਾ ਸੀ। ਉਸ ਵਿਚ ਉਨ੍ਹਾਂ ਨੇ ਇੱਕ ਗੱਲ ਇਹ ਵੀ ਦੱਸੀ ਸੀ, ਜੋ ਉਹ ਪਰਮਹੰਸ ਯੋਗਾਨੰਦ ਨੂੰ ਦੱਸਣਾ ਭੁੱਲ ਗਏ ਸਨ। ਉਨ੍ਹਾਂ ਨੇ ਕਿਹਾ, ‘‘ਸ਼ਿਕਾਗੋ ਵਿਚ ਜਦੋਂ ਮੈਂ ਸਵਾਮੀ ਵਿਵੇਕਾਨੰਦ ਜੀ ਨੂੰ ਭਾਸ਼ਣ ਤੋਂ ਬਾਅਦ ਮਿਲਣ ਗਿਆ ਸੀ, ਤਾਂ ਮੇਰੇ ਕੁਝ ਕਹਿਣ ਤੋਂ ਪਹਿਲਾਂ ਹੀ ਉਨ੍ਹਾਂ ਨੇ ਕਹਿ ਦਿੱਤਾ ਸੀ, ‘‘ਨੌਜੁਆਨ, ਤੂੰ ਪਾਣੀ ਤੋਂ ਦੂਰ ਹੀ ਰਿਹਾ ਕਰੇਂ ਤਾਂ ਚੰਗਾ ਹੈ।’’

(ਪ੍ਰਕਾਸ਼ਕ ਦੀ ਟਿਪਣੀ)

ਚੈਪਟਰ 48

ਐਨਸੀਨੀਟਸ (ਕੈਲੀਫੋਰਨੀਆ) ਵਿਚ

"ਆਪ ਵਾਸਤੇ ਇੱਕ ਅਚੰਭਾ, ਗੁਰੂਦੇਵ, ਅਮਰੀਕਾ ਤੋਂ ਆਪ ਦੀ ਗੈਰ ਹਾਜ਼ਰੀ ਦੇ ਦੌਰਾਨ, ਅਸੀਂ ਐਨਸੀਨੀਟਸ ਵਿਖੇ ਇਸ ਆਸ਼ਰਮ ਦਾ ਨਿਰਮਾਣ ਕਰਵਾ ਲਿਆ। ਆਪ ਦੇ ਘਰ ਵਾਪਸ ਆਉਣ ਦੀ ਖੁਸ਼ੀ ਵਿਚ ਸਾਡੇ ਵੱਲੋਂ ਇਹ ਤੋਹਫਾ ਸਵੀਕਾਰ ਕਰੋ।" ਮਿਸਟਰ ਲਿਨ, ਸਿਸਟਰ ਗਿਆਨ ਮਾਤਾ, ਦੁਰਗਾ ਮਾਤਾ ਅਤੇ ਕੁਝ ਹੋਰ ਸ਼ਗਿਰਦ ਮੁਸਕਰਾਉਂਦਿਆਂ ਹੋਇਆਂ ਮੈਨੂੰ ਇੱਕ ਦਰਵਾਜ਼ੇ ਦੇ ਅੰਦਰ ਲਿਜਾ ਕੇ, ਇੱਕ ਰਸਤੇ ਦੇ ਉੱਪਰ ਲਈ ਜਾ ਰਹੇ ਸਨ, ਜਿਸ ਦੇ ਦੋਨੋਂ ਪਾਸਿਆਂ ਉੱਪਰ ਛਾਂ ਦਾਰ ਦਰਖਤ ਖੜ੍ਹੇ ਸਨ।

ਸਾਹਮਣੇ ਇੱਕ ਚਿੱਟੀ ਇਮਾਰਤ ਦਿਖਾਈ ਦੇ ਰਹੀ ਸੀ। ਸਮੁੰਦਰ ਦੇ ਕਿਨਾਰੇ ਉਹ ਇਮਾਰਤ ਇਸ ਤਰ੍ਹਾਂ ਦਿਖਾਈ ਦੇ ਰਹੀ ਸੀ, ਜਿਵੇਂ ਉਹ ਨੀਲੇ ਸਮੁੰਦਰ ਵਿਚ ਕੋਈ ਬਹੁਤ ਵੱਡਾ ਚਿੱਟਾ ਜਹਾਜ਼ ਖੜ੍ਹਾ ਹੋਵੇ। ਪਹਿਲਾਂ ਤਾਂ ਮੈਂ ਅਵਾਕ ਰਹਿ ਗਿਆ, ਫਿਰ ਮੇਰੇ ਮੂਹੋਂ ਸਿਰਫ 'ਉਹ' ਅਤੇ 'ਆਹ' ਦੇ ਭਾਵ ਵਾਲੇ ਸ਼ਬਦ ਹੀ ਨਿਕਲਦੇ ਰਹੇ। ਆਖਰ ਆਨੰਦ ਅਤੇ ਧੰਨਵਾਦ ਨੂੰ ਪ੍ਰਗਟ ਕਰਨ ਦੇ ਸ਼ਬਦਾਂ ਤੋਂ ਅਸਮਰਥ ਹੋ ਕੇ, ਮੈਂ ਆਸ਼ਰਮ ਦਾ ਮੁਆਇਨਾ ਕਰਨ ਲੱਗਿਆ, ਜਿਸ ਵਿਚ ਸੋਲ੍ਹਾਂ ਅਸਧਾਰਨ ਰੂਪ ਵਿਚ ਵੱਡੇ ਵੱਡੇ ਕਮਰੇ ਸਨ। ਹਰ ਇੱਕ ਕਮਰਾ ਬੜੇ ਸੁੰਦਰ ਢੰਗ ਨਾਲ ਸਜਾਇਆ ਗਿਆ ਸੀ।

ਵਿਚਕਾਰ ਵਾਲੇ ਸ਼ਾਨਦਾਰ ਵੱਡੇ ਹਾਲ ਕਮਰੇ ਦੀਆਂ ਛੱਤ ਤਕ ਉੱਚੀਆਂ ਉੱਚੀਆਂ ਵੱਡੀਆਂ ਵੱਡੀਆਂ ਖਿੜਕੀਆਂ, ਹਰਿਆਲੀ, ਸਮੁੰਦਰ ਅਤੇ ਅਕਾਸ਼ ਦਾ ਨਜ਼ਾਰਾ ਪੇਸ਼ ਕਰਦੀਆਂ ਸਨ, ਜਿਵੇਂ ਪੰਨਾ, ਅਰਧਪਾਰਦਰਸ਼ਕ ਸ਼ੀਸ਼ੇ ਅਤੇ ਨੀਲਮ ਦੀ ਅਤਿਅੰਤ ਸਹੀ ਮਿਕਦਾਰ ਵਿਚ ਵਰਤੋਂ ਕਰ ਕੇ ਬਹੁਤ ਹੀ ਸੁੰਦਰ ਚਿੱਤਰ ਬਣਾਇਆ ਗਿਆ ਹੋਵੇ। ਹਾਲ ਕਮਰੇ ਵਿਚ ਬਣਾਈ ਗਈ ਅੰਗੀਠੀ ਦੇ ਉੱਪਰ ਵੱਡੀ ਸਾਰੀ ਕਾਰਨਸ ਬਣਾ ਕੇ, ਉਸ ਦੇ ਉੱਪਰ ਈਸਾ ਮਸੀਹ, ਬਾਬਾ ਜੀ, ਲਾਹਿੜੀ ਮਹਾਸ਼ਯ ਅਤੇ ਸ੍ਰੀ ਯੁਕਤੇਸ਼ਵਰ ਜੀ ਦੀਆਂ ਫੋਟੋਆਂ ਲਾਈਆਂ ਹੋਈਆਂ ਹਨ। ਇਉਂ ਮਹਿਸੂਸ ਹੋ ਰਿਹਾ ਹੈ ਜਿਵੇਂ ਉਹ ਸਾਰੇ ਉਸ ਸ਼ਾਂਤ ਪੱਛਮੀ ਆਸ਼ਰਮ ਵਿਚ ਆਪਣੇ ਅਸ਼ੀਰਵਾਦਾਂ ਦੀ ਵਰਖਾ ਕਰ ਰਹੇ ਹੋਣ।

ਹਾਲ ਦੇ ਬਿਲਕੁਲ ਥੱਲੇ, ਖੜ੍ਹੇ ਕਿਨਾਰਿਆਂ ਉੱਪਰ ਧਿਆਨ ਕਰਨ ਵਾਸਤੇ ਦੋ ਗੁਫਾਵਾਂ ਬਣਾਈਆਂ ਗਈਆ ਹਨ, ਜਿਨ੍ਹਾਂ ਦੇ ਸਾਹਮਣੇ ਸਿਰਫ ਸਮੁੰਦਰ ਅਤੇ ਅਨੰਤ ਅਕਾਸ਼ ਹੀ ਹਨ। ਆਸ਼ਰਮ ਦੇ ਇੱਕ ਖੂੰਜੇ ਵਿਚ ਸੂਰਜੀ ਇਸ਼ਨਾਨ ਕਰਨ ਦੇ ਵਾਸਤੇ

ਇਸ਼ਨਾਨ ਘਰ ਬਣਾਏ ਗਏ ਹਨ। ਸ਼ਾਂਤ ਦਰਖਤਾਂ ਦੇ ਝੁੰਡ, ਗੁਲਾਬਾਂ ਦੇ ਬਾਗ, ਸਫੈਦਿਆਂ ਦੇ ਦਰਖਤਾਂ ਦਾ ਝੁੰਡ, ਫਲਾਂ ਦੇ ਬਾਗ ਅਤੇ ਉਨ੍ਹਾਂ ਤਕ ਪਹੁੰਚਣ ਵਾਸਤੇ ਪੱਥਰ ਦੀਆਂ ਟੁਕੜੀਆਂ ਰੱਖ ਕੇ ਰਾਤੇ ਬਣਾਏ ਗਏ ਹਨ।

"ਪ੍ਰਮਾਤਮਾ ਕਰੇ ਕਿ ਸੰਤਾਂ ਦੀਆਂ ਮਹਾਨ ਅਤੇ ਬਹਾਦਰ ਆਤਮਾਵਾਂ ਇੱਥੇ ਚਰਨ ਪਾਉਣ ਆਉਣ ਅਤੇ ਸਾਡੇ ਨਾਲ ਇੱਥੇ ਰਹਿ ਕੇ, ਧਰਤੀ ਵਾਂਗ ਨਿਮਰ ਅਤੇ ਅਕਾਸ਼ ਵਾਂਗ ਦੂਰ ਉਚਾਈਆਂ ਤਕ ਪਹੁੰਚਣ ਵਾਲੇ ਆਪਣੇ ਅਸ਼ੀਰਵਾਦਾਂ ਦੇ ਨਾਲ ਸਾਨੂੰ ਕਿਰਤਾਰਥ ਕਰਨ।" (ਨਿਵਾਸ ਸਥਾਨ ਵਾਸਤੇ ਪ੍ਰਾਰਥਨਾ ਦੇ ਕਮਰੇ ਦੇ ਇਕ ਦਰਵਾਜ਼ੇ ਉੱਪਰ ਜੈਂਡ-ਅਵਸਤਾ ਵਿਚ ਦਿੱਤੀ ਗਈ ਇਹ ਪ੍ਰਾਰਥਨਾ ਵਾਲੀ ਫੱਟੀ ਲਟਕਾਈ ਗਈ ਹੈ।)

ਕੈਲੀਫੋਰਨੀਆ ਦੇ ਐਨਸੀਨੀਟਸ ਪਿੰਡ ਵਿਚ ਇਹ ਵਿਸ਼ਾਲ ਆਸ਼ਰਮ ਸ਼੍ਰੀ ਜੇਮਜ਼ ਜੇ ਲਿਨ ਵੱਲੋਂ ਸੈਲਫ ਰੀਆਲਾਈਜੇਸ਼ਨ ਫੈਲੋਸ਼ਿਪ ਨੂੰ ਇੱਕ ਤੋਹਫਾ ਹੈ। ਸ਼੍ਰੀ ਲਿਨ ਜਨਵਰੀ 1932 ਵਿਚ *ਕਿਰਿਆ ਯੋਗ* ਦੀ ਦੀਖਿਆ ਲੈਣ ਤੋਂ ਬਾਅਦ ਤੋਂ ਹੀ ਨਿਸ਼ਠਾਵਾਨ *ਕਿਰਿਆ ਯੋਗੀ* ਰਹੇ ਹਨ। ਅੰਤ ਰਹਿਤ ਜ਼ੁੰਮੇਵਾਰੀਆਂ ਸੰਭਾਲਣ ਵਾਲੇ ਇੱਕ ਅਮਰੀਕਨ ਕਾਰੋਬਾਰੀ ਹੁੰਦਿਆਂ ਹੋਇਆਂ (ਉਹ ਵਿਸ਼ਾਲ ਤੇਲ ਕੰਪਨੀ ਅਤੇ ਸੰਸਾਰ ਦੀ ਸਭ ਤੋਂ ਵੱਡੀ ਅਗਨੀ ਬੀਮਾ ਕੰਪਨੀ ਦੇ ਮਾਲਕ ਹਨ) ਵੀ ਸ਼੍ਰੀ ਲਿਨ ਨੂੰ ਹਰ ਰੋਜ਼ ਲੰਬੇ ਸਮੇਂ ਤਕ *ਕਿਰਿਆ ਯੋਗ* ਦੇ ਡੂੰਘੇ ਧਿਆਨ ਵਾਸਤੇ ਸਮਾਂ ਮਿਲ ਜਾਂਦਾ ਹੈ। ਇਸ ਤਰ੍ਹਾਂ ਦਾ ਸੰਤੁਲਿਤ ਜੀਵਨ ਜਿਉਂਦਿਆਂ ਉਨ੍ਹਾਂ ਨੇ ਸਮਾਧੀ ਵਿਚ ਅਟੱਲ ਸ਼ਾਂਤੀ ਪ੍ਰਾਪਤ ਕਰ ਲਈ ਹੈ।

ਜਦੋਂ ਮੈਂ ਭਾਰਤ ਅਤੇ ਯੂਰਪ ਵਿਚ ਸੀ (ਜੂਨ 1935 ਤੋਂ ਲੈ ਕੇ ਅਕਤੂਬਰ 1936 ਤਕ) ਤਾਂ ਸ਼੍ਰੀ ਲਿਨ* ਨੇ ਕੈਲੀਫੋਰਨੀਆ ਤੋਂ ਮੇਰੇ ਨਾਲ ਖਤੋ ਖਿਤਾਬਤ ਕਰਨ ਵਾਲੇ ਸ਼ਗਿਰਦਾਂ ਨਾਲ ਮਿਲ ਕੇ, ਇਹ ਪਿਆਰ ਭਰੀ ਸਾਜ਼ਸ਼ ਰਚ ਰੱਖੀ ਸੀ ਕਿ ਐਨਸੀਨੀਟਸ ਆਸ਼ਰਮ ਦੇ ਨਿਰਮਾਣ ਦੀ ਕੋਈ ਖਬਰ ਮੇਰੇ ਤਕ ਨਾ ਪਹੁੰਚੇ, ਕਿੰਨਾ ਆਨੰਦਦਾਇਕ ਅਚੰਭਾ। ਅਮਰੀਕਾ ਵਿਚ ਰਿਹਾਇਸ਼ ਦੇ ਸ਼ੁਰੂਆਤੀ ਵਰ੍ਹਿਆਂ ਵਿਚ ਮੈਂ ਕਈ ਵਾਰ ਸਮੁੰਦਰ ਦੇ ਕਿਨਾਰੇ ਉੱਪਰ ਇੱਕ ਛੋਟਾ ਜਿਹਾ ਆਸ਼ਰਮ ਬਣਾਉਣ ਖਾਤਰ ਥਾਂ ਦੀ ਤਲਾਸ਼ ਕਰਦਿਆਂ ਕੈਲੀਫੋਰਨੀਆ ਦਾ ਪੂਰਾ ਕਿਨਾਰਾ ਛਾਣ ਮਾਰਿਆ ਸੀ। ਜਦੋਂ ਵੀ ਮੈਨੂੰ ਕੋਈ ਢੁਕਵੀਂ ਥਾਂ ਪਸੰਦ ਆਉਂਦੀ ਸੀ ਤਾਂ ਉਸ ਵਿਚ ਕੋਈ ਨਾ ਕੋਈ ਵਿਘਨ ਪੈ ਜਾਂਦਾ ਅਤੇ ਮੇਰੀ ਯੋਜਨਾ ਧਰੀ ਧਰਾਈ ਰਹਿ ਜਾਂਦੀ। ਅੱਜ ਐਨਸੀਨੀਟਸ ਵਿਚ ਕਈ ਏਕੜਾਂ ਉੱਪਰ ਬਣੇ

* ਪਰਮਹੰਸ ਯੋਗਾਨੰਦ ਜੀ ਦੇ ਸਰੀਰ ਤਿਆਗਣ ਤੋਂ ਬਾਅਦ ਸ਼੍ਰੀ ਲਿਨ (ਰਾਜ ਰਿਸ਼ੀ ਜਨਕਾਨੰਦ) ਨੇ ਯੋਗਦਾ ਸਤਸੰਗ ਸੁਸਾਇਟੀ ਆਫ ਇੰਡੀਆ ਅਤੇ ਸੈਲਫ ਰੀਆਲਾਈਜੇਸ਼ਨ ਫੈਲੋਸ਼ਿਪ ਦੇ ਪ੍ਰਧਾਨ ਦਾ ਅਹੁਦਾ ਸੰਭਾਲਿਆ। ਆਪਣੇ ਗੁਰੂ ਦੇ ਬਾਰੇ ਵਿਚ ਸ਼੍ਰੀ ਲਿਨ ਨੇ ਕਿਹਾ ਹੈ, "ਸੰਤ ਦਾ ਸੰਗ ਕਿੰਨਾ ਆਨੰਦਦਾਇਕ ਹੁੰਦਾ ਹੈ। ਜ਼ਿੰਦਗੀ ਵਿਚ ਜੋ ਕੁਝ ਮੈਨੂੰ ਮਿਲਿਆ ਹੈ, ਉਸ ਵਿਚੋਂ ਪਰਮਹੰਸ ਯੋਗਾਨੰਦ ਜੀ ਦਾ ਅਸ਼ੀਰਵਾਦ ਮੇਰੇ ਵਾਸਤੇ ਸਭ ਤੋਂ ਉੱਤਮ ਹੈ।"

ਸ਼੍ਰੀ ਲਿਨ ਨੇ 1955 ਵਿਚ ਮਹਾ ਸਮਾਧੀ ਵਿਚ ਪ੍ਰਵੇਸ਼ ਕੀਤਾ। *(ਪ੍ਰਕਾਸ਼ਕ ਦੀ ਟਿਪਣੀ)*

ਇਸ ਆਸ਼ਰਮ ਉੱਪਰ ਨਜ਼ਰ ਮਾਰਦਿਆਂ, ਮੈਨੂੰ ਸ਼੍ਰੀ ਯੁਕਤੇਸ਼ਵਰ ਜੀ ਦੁਆਰਾ ਕੀਤੀ ਗਈ ਭਵਿਖਬਾਣੀ ਦੀ ਪੂਰਤੀ ਨਜ਼ਰ ਆ ਰਹੀ ਸੀ – ਸਮੁੰਦਰ ਦੇ ਕਿਨਾਰੇ ਆਸ਼ਰਮ।*

ਕੁਝ ਮਹੀਨਿਆਂ ਬਾਅਦ 1937 ਦੇ ਈਸਟਰ ਦੇ ਦਿਨ, ਮੈਂ ਉੱਥੇ ਈਸਟਰ ਦੇ ਸਰਘੀ ਵੇਲੇ ਦੀਆਂ ਬਹੁਤ ਸਾਰੀਆਂ ਧਿਆਨ ਸਭਾਵਾਂ ਵਿਚੋਂ ਪਹਿਲੀ ਧਿਆਨ ਸਭਾ ਦਾ ਸੰਚਾਲਨ ਕੀਤਾ। ਸੈਂਕੜਿਆਂ ਵਿਚ ਸ਼ਗਿਰਦ ਪ੍ਰਾਚੀਨ ਰਿਸ਼ੀਆਂ ਵਾਂਗ ਸ਼ਰਧਾ ਅਤੇ ਭਗਤੀ ਦੇ ਨਾਲ ਹਰ ਰੋਜ਼ ਵਾਪਰਦੇ ਚਮਤਕਾਰਾਂ ਨੂੰ ਦੇਖ ਰਹੇ ਸਨ। ਪੂਰਬ ਵਿਚ ਸੂਰਜ ਦਾ ਉੱਗਣਾ, ਪੱਛਮ ਵਿਚ ਆਪਣੀ ਗਰਜਦੀ ਅਵਾਜ਼ ਵਿਚ ਉਸਤਤਿ ਕਰਦਾ ਪ੍ਰਸ਼ਾਂਤ ਮਹਾਸਾਗਰ ਅਤੇ ਉਸ ਵਿਚ ਦੂਰ ਕਿਤੇ ਆਪਣਾ ਰੱਖਿਆ ਕਵੱਚ ਫੈਲਾਈ ਚੱਲ ਰਹੀ ਛੋਟੀ ਜਿਹੀ ਕਿਸ਼ਤੀ, ਅਕਾਸ਼ ਵਿਚ ਉੱਡਦਾ ਹੋਇਆ ਸਮੁੰਦਰੀ ਪੰਛੀ। "ਈਸਾ ਮਸੀਹ ਆਪ ਦਾ ਸੱਚਮੁੱਚ ਹੀ ਪੁਨਰ ਉੱਥਾਨ ਹੋ ਚੁੱਕਿਆ ਹੈ, ਸਿਰਫ ਈਸਟਰ ਦੇ ਸੂਰਜ ਨਾਲ ਨਹੀਂ, ਬਲਕਿ ਬ੍ਰਹਮ ਦੀ ਸਦੀਵੀ ਪ੍ਰਭਾਤ ਵਿਚ।"

ਅਨੇਕ ਸੁਖ ਭਰੇ ਮਹੀਨੇ ਬੀਤ ਗਏ। ਮੈਂ ਐਨਸੀਨੀਟਸ ਦੀ ਪੂਰਨ ਸੁੰਦਰਤਾ ਵਿਚ ਚਿਰ-ਇੱਛਿਤ ਅਪੂਰਨ ਕੰਮ 'ਕਾਸਮਿਕ ਚਾਂਟਸ'† ਪੂਰਾ ਕਰਨ ਵਿਚ ਕਾਮਯਾਬ ਹੋ ਗਿਆ। ਮੈਂ ਅਨੇਕ ਭਾਰਤੀ ਗੀਤਾਂ ਨੂੰ ਅੰਗਰੇਜ਼ੀ ਸ਼ਬਦਾਂ ਅਤੇ ਪੱਛਮੀ ਸੰਗੀਤ ਵਿਚ ਢਾਲਿਆ। ਇਨ੍ਹਾਂ ਵਿਚ ਸ਼ਾਮਲ ਹਨ, "ਨਾ ਜਨਮ ਨਾ ਮ੍ਰਿਤਿਊ, ਨਾ ਜਾਤੀ ਕੋਈ ਮੇਰੀ। ਪਿਤਾ, ਨਾ ਕੋਈ ਮਾਤਾ ਮੇਰੀ। ਮੈਂ ਹਾਂ ਆਤਮ-ਸਰੂਪ, ਮੈਂ ਹਾਂ ਆਤਮ ਸਰੂਪ, ਸਿਰਫ ਆਤਮਾ, ਆਤਮ ਸਰੂਪ', ਸੰਸਕਰਿਤ ਸ਼ਬਦ 'ਬ੍ਰਹਮਾਨੰਦਮ ਪਰਮਸੁਖਦਾਮ ਕੇਵਲਮ ਗਿਆਨਮੂਰਤਿਮ', 'ਟੈਗੋਰ ਦਾ 'ਕੌਣ ਹੈ ਮੇਰੇ ਮੰਦਰ ਵਿਚ' ਅਤੇ ਇਸ ਤੋਂ ਇਲਾਵਾ ਅਣਗਿਣਤ ਭਜਨ ਹਨ, ਜਿਨ੍ਹਾਂ ਵਿਚ 'ਹਰੀ ਮੈਂ ਤੇਰਾ ਹਮੇਸ਼ਾਂ', 'ਇਨ ਦੀ ਲੈਂਡ ਬੀਯੋਂਡ ਮਾਈ ਡਰੀਮਜ਼', 'ਮਾਂ, ਮੈਂ ਦਿੱਤੀ ਤੈਨੂੰ ਆਤਮਾ ਦੀ ਪੁਕਾਰ' 'ਆਉ, ਸੁਣੋ ਮੇਰਾ ਆਤਮ ਗਾਨ' ਅਤੇ 'ਸ਼ਾਂਤੀ ਮੰਦਰ ਵਿਚ।"

ਇਸ ਕਾਸਮਿਕ ਚਾਂਟਸ ਪੁਸਤਕ ਦੀ ਪ੍ਰਸਤਾਵਨਾ ਵਿਚ, ਮੈਂ ਪੂਰਬ ਦੇ ਗੀਤਾਂ ਬਾਰੇ ਪੱਛਮੀ ਲੋਕਾਂ ਦੀ ਪ੍ਰਤੀਕਿਰਿਆ ਦੇ ਆਪਣੇ ਪਹਿਲੇ ਅਸਧਾਰਨ ਤਜਰਬੇ ਦਾ ਵਰਣਨ ਕੀਤਾ। ਜਿਹੜਾ 18 ਅਪਰੈਲ 1926 ਨੂੰ ਨਿਊਯਾਰਕ ਦੇ ਕਾਰਨੇਗੀ ਹਾਲ ਵਿਚ ਇੱਕ ਸਰਬਜਨਿਕ ਭਾਸ਼ਣ ਦੇ ਦੌਰਾਨ ਵਾਪਰਿਆ ਸੀ।

* ਦੇਖੋ ਪੰਨਾਂ 154–155.

† ਯੋਗਦਾ ਸਤਸੰਗ ਸੁਸਾਇਟੀ ਆਫ ਇੰਡੀਆ ਦੁਆਰਾ ਪ੍ਰਕਾਸ਼ਿਤ।'ਕਾਸਮਿਕ ਚਾਂਟਸ' ਵਿਚੋਂ ਬਹੁਤ ਸਾਰੇ ਭਜਨਾਂ ਨੂੰ ਪਰਮਹੰਸ ਯੋਗਾਨੰਦ ਦੁਆਰਾ ਗਾਉਂਦਿਆਂ ਹੋਇਆਂ ਦੀ ਰੀਕਾਰਡਿੰਗ ਵੀ ਕੀਤੀ ਗਈ ਸੀ। ਜਿਸ ਦੀਆਂ ਸੀ. ਡੀਜ਼ ਯੋਗਦਾ ਸਤਸੰਗ ਸੁਸਾਇਟੀ ਦੇ ਕੇਂਦਰਾਂ/ਆਸ਼ਰਮਾਂ ਤੋਂ ਮਿਲ ਸਕਦੀਆਂ ਹਨ।

17 ਅਪਰੈਲ ਨੂੰ ਮੈਂ ਆਪਣੇ ਇੱਕ ਅਮਰੀਕਨ ਸ਼ਗਿਰਦ ਸ਼੍ਰੀ ਆਲਵਿਨ ਹਨਸਿਕਰ ਨਾਲ ਵਿਚਾਰ ਸਾਂਝਾ ਕਰਦਿਆਂ ਕਿਹਾ, "ਮੈਂ ਕੱਲ੍ਹ ਨੂੰ ਸਰੋਤਿਆਂ ਨੂੰ ਇੱਕ ਪੁਰਾਣੇ ਹਿੰਦੂ ਭਜਨ 'ਹੇ ਹਰੀ ਸੁੰਦਰ'* ਨੂੰ ਆਪਣੇ ਨਾਲ ਗਾਉਣ ਵਾਸਤੇ ਬੇਨਤੀ ਕਰਨ ਦਾ ਵਿਚਾਰ ਕਰ ਰਿਹਾ ਹਾਂ।"

ਸ਼੍ਰੀ ਹਨਸਿਕਰ ਨੇ ਇਹ ਕਹਿੰਦਿਆਂ ਸ਼ੰਕਾ ਪ੍ਰਗਟ ਕੀਤੀ ਸੀ ਕਿ ਅਮਰੀਕਨ ਲੋਕਾਂ ਨੂੰ ਪੂਰਬ ਦੇ ਗੀਤ ਅਸਾਨੀ ਨਾਲ ਸਮਝ ਨਹੀਂ ਆਉਂਦੇ।

ਮੈਂ ਕਿਹਾ, "ਸੰਗੀਤ ਇੱਕ ਸਰਬਵਿਆਪਕ ਭਾਸ਼ਾ ਹੈ। ਇਸ ਭਗਤੀਭਾਵ ਵਾਲੇ ਗੀਤ ਵਿਚ ਮੌਜੂਦ ਆਤਮਾ ਦੀ ਲਲਕ ਨੂੰ ਅਮਰੀਕਨ ਲੋਕ ਯਕੀਨਨ ਹੀ ਮਹਿਸੂਸ ਕਰਨਗੇ।"

ਅਗਲੀ ਰਾਤ ਨੂੰ 'ਹੇ ਹਰੀ ਸੁੰਦਰ' ਦਾ ਭਗਤੀ ਪੂਰਨ ਸੁਰ ਤਿੰਨ ਹਜ਼ਾਰ ਤੋਂ ਵੀ ਜਿਆਦਾ ਗਲਿਆਂ ਤੋਂ ਇੱਕ ਘੰਟੇ ਤੋਂ ਵੀ ਜਿਆਦਾ ਸਮੇਂ ਤਕ ਗੂੰਜਦਾ ਰਿਹਾ। ਪਿਆਰੇ ਨਿਊਯਾਰਕ ਵਾਸੀਉ, ਅੱਜ ਤੁਸੀਂ ਉਦਾਸ ਨਹੀਂ ਰਹੇ। ਆਨੰਦ ਦੇ ਇਸ ਸਿੱਧੇ ਸਾਦੇ ਉਚਾਰਨ ਨਾਲ ਤੁਹਾਡੇ ਮਨ ਦੇ ਪੰਛੀ ਨੇ ਬੜੀ ਉੱਚੀ ਉਡਾਣ ਭਰੀ ਹੈ। ਉਸ ਰਾਤ ਨੂੰ ਪਿਆਰ ਅਤੇ ਭਗਤੀਭਾਵ ਦੇ ਨਾਲ ਪ੍ਰਮਾਤਮਾ ਦੇ ਨਾਂ ਦਾ ਕੀਰਤਨ ਕਰਦਿਆਂ ਸ਼ਰਧਾਲੂਆਂ ਵਿਚੋਂ ਕਈ ਲੋਕਾਂ ਨੂੰ ਅਧਿਆਤਮਿਕ ਸ਼ਕਤੀ ਦੇ ਨਾਲ ਤੰਦਰੁਸਤੀ ਪ੍ਰਾਪਤ ਹੋ ਗਈ।

1941 ਵਿਚ ਮੈਂ ਸੈਲਫ ਰੀਆਲਾਈਜੇਸ਼ਨ ਫੈਲੋਸ਼ਿਪ ਦੇ ਬੋਸਟਨ ਕੇਂਦਰ ਵਿਚ ਗਿਆ। ਬੋਸਟਨ ਕੇਂਦਰ ਦੇ ਪ੍ਰਮੁੱਖ ਡਾ. ਐਮ ਡਬਲਯੂ ਲੂਈਸ ਨੇ ਇੱਕ ਅਤਿਅੰਤ ਕਲਾਤਮਿਕ ਢੰਗ ਨਾਲ ਸਜਾਏ ਗਏ ਕਮਰੇ ਵਿਚ ਮੇਰੇ ਠਹਿਰਨ ਦਾ ਪ੍ਰਬੰਧ ਕੀਤਾ। ਉਨ੍ਹਾਂ ਮੈਨੂੰ ਮੁਸਕਰਾਉਂਦਿਆਂ ਕਿਹਾ, "ਗੁਰੂਦੇਵ, ਜਦੋਂ ਆਪ ਅਮਰੀਕਾ ਵਿਚ ਆਏ ਸੀ ਤਾਂ, ਸ਼ੁਰੂ ਸ਼ੁਰੂ ਵਿਚ ਇਸੇ ਸ਼ਹਿਰ ਵਿਚ ਆਪ ਕੇਵਲ ਇੱਕ ਕਮਰੇ ਵਿਚ ਰਹਿੰਦੇ ਸੀ, ਜਿਸ ਦੇ ਨਾਲ ਗੁਸਲਖਾਨੇ ਦੀ ਵੀ ਸਹੂਲਤ ਨਹੀਂ ਸੀ ਹੁੰਦੀ। ਮੈਂ ਆਪ ਨੂੰ ਇਹ ਦਿਖਾਉਣਾ ਚਾਹੁੰਦਾ ਹਾਂ, ਕਿ ਬੋਸਟਨ ਵਿਚ ਸਾਰੀਆਂ ਸੁੱਖ ਸਹੂਲਤਾਂ ਨਾਲ ਲੈਸ ਕਮਰੇ ਵੀ ਮੌਜੂਦ ਹਨ।

ਕੈਲੀਫੋਰਨੀਆ ਵਿਚ ਕੰਮ ਦੇ ਰੁਝੇਵਿਆਂ ਵਿਚ ਹੀ ਸੁੱਖ ਭਰੇ ਵਰ੍ਹਿਆਂ ਤੇ ਵਰ੍ਹੇ ਬੀਤਦੇ ਗਏ। 1937 ਵਿਚ ਐਨਸੀਨੀਟਸ ਵਿਚ ਇੱਕ ਸੈਲਫ ਰੀਆਲਾਈਜੇਸ਼ਨ ਕਾਲੋਨੀ† ਦੀ

* ਸ਼੍ਰੀ ਗੁਰੂ ਨਾਨਕ ਦੇਵ ਜੀ ਦੇ ਇਸ ਸ਼ਬਦ ਦੇ ਬੋਲ ਹਨ:- "ਹੇ ਹਰੀ ਸੁੰਦਰ, ਹੇ ਹਰੀ ਸੁੰਦਰ, ਤੇਰੇ ਚਰਨ ਪਰ ਸ਼ੀਸ਼ ਨਮੋ। ਵਣੋਂ ਵਣੋਂ ਮੇਂ ਸ਼ਿਆਮਲ ਸ਼ਿਆਮਲ, ਗਿਰੀ ਗਿਰੀ ਮੇਂ ਉਨਤ ਉਨਤ, ਸਰਿਤਾ ਸਰਿਤਾ ਚੰਚਲ ਚੰਚਲ, ਸਾਗਰ ਸਾਗਰ ਗੰਭੀਰ, ਹੇ ਹਰੀ ਹੇ ਹਰੀ ਸੁੰਦਰ। ਸੇਵਕ ਜਨ ਕੇ ਸੇਵਾ ਸੇਵਾ ਕਰ, ਪ੍ਰੇਮੀ ਜਨੋਂ ਕੋ ਪ੍ਰੇਮ ਪ੍ਰੇਮ ਕਰ, ਦੁਖੀ ਜਨੋਂ ਕੇ ਵੇਦਨ ਵੇਦਨ, ਯੋਗੀ ਜਨੋਂ ਕੇ ਆਨੰਦ ਹੇ ਹਰੀ। ਹੇ ਹਰੀ ਸੁੰਦਰ, ਹੇ ਹਰੀ ਸੁੰਦਰ, ਤੇਰੇ ਚਰਨ ਪਰ ਸ਼ੀਸ਼ ਨਮੋ।"

† ਹੁਣ ਇਹ ਇੱਕ ਵਿਕਸਿਤ ਆਸ਼ਰਮ ਕੇਂਦਰ ਬਣ ਗਿਆ ਹੈ, ਜਿਸ ਵਿਚ ਮੁੱਖ ਤੌਰ ਤੇ ਆਸ਼ਰਮ ਭਵਨ, ਸੰਨਿਆਸੀਆਂ ਅਤੇ ਸੰਨਿਆਸਣਾਂ ਦੇ ਠਹਿਰਨ ਵਾਸਤੇ ਵੱਖ ਵੱਖ ਆਸ਼ਰਮ ਹਨ। ਚਿੱਟੇ ਥਮਲਿਆਂ ਦੀ ਕਤਾਰ,

ਸਥਾਪਨਾ ਕੀਤੀ ਗਈ। ਇਸ ਕਾਲੋਨੀ ਵਿਚ ਸ਼ਗਿਰਦਾਂ ਨੂੰ ਸੈਲਫ ਰੀਆਲਾਈਜੇਸ਼ਨ ਫੈਲੋਸ਼ਿਪ ਦੇ ਆਦਰਸ਼ਾਂ ਅਨੁਸਾਰ ਵੱਖ ਵੱਖ ਸਰਗਰਮੀਆਂ ਵਿਚ ਸਿੱਖਿਅਤ ਕੀਤਾ ਜਾਂਦਾ ਹੈ। ਇੱਥੇ ਐਨਸੀਨੀਟਸ ਅਤੇ ਲਾਸ ਐਂਜਲਿਸ ਦੇ ਕੇਂਦਰਾਂ ਵਿਚ ਰਹਿਣ ਵਾਲੇ ਸ਼ਰਧਾਲੂਆਂ ਦੇ ਵਾਸਤੇ ਫਲ ਅਤੇ ਸਬਜ਼ੀਆਂ ਉਗਾਈਆਂ ਜਾਂਦੀਆਂ ਹਨ।

"ਪ੍ਰਮਾਤਮਾ ਨੇ ਇੱਕ ਹੀ ਖੂਨ ਨਾਲ ਮਨੁੱਖ ਦੀਆਂ ਸਾਰੀਆਂ ਕੌਮਾਂ ਇਸ ਧਰਤੀ ਤੇ ਰਹਿਣ ਵਾਸਤੇ ਬਣਾਈਆਂ ਹਨ।"* ਵਿਸ਼ਵ ਭਾਈਚਾਰਾ ਬਹੁਤ ਵਿਆਪਕ ਸ਼ਬਦ ਹੈ। ਪ੍ਰੰਤੂ ਮਨੁੱਖ ਨੂੰ ਆਪਣੇ ਆਪ ਨੂੰ ਵਿਸ਼ਵ ਨਾਗਰਿਕ ਮੰਨਦਿਆਂ ਹੋਇਆਂ ਆਪਣੀਆਂ ਸਹਾਨਭੂਤੀਆਂ ਨੂੰ ਫੈਲਾਉਣਾ ਹੀ ਪਵੇਗਾ। ਜਿਸ ਨੂੰ ਸੱਚੇ ਅਰਥਾਂ ਵਿਚ ਇਹ ਸਮਝ ਆ ਗਿਆ ਹੈ, "ਇਹ ਮੇਰਾ ਭਾਰਤ ਹੈ, ਇਹ ਮੇਰਾ ਅਮਰੀਕਾ ਹੈ, ਇਹ ਮੇਰਾ ਯੂਰਪ ਹੈ, ਇਹ ਮੇਰਾ ਫਿਲਪਾਈਨ ਹੈ,ਇਹ ਮੇਰਾ ਅਫਰੀਕਾ ਹੈ ਆਦਿ- ਉਸ ਵਾਸਤੇ ਲਾਭਦਾਇਕ ਅਤੇ ਸੁਖੀ ਜੀਵਨ ਜਿਉਣ ਦੇ ਤਰੀਕਿਆਂ ਦੀ ਕੋਈ ਘਾਟ ਨਹੀਂ ਰਹੇਗੀ।"

ਸ਼੍ਰੀ ਯੁਕਤੇਸ਼ਵਰ ਜੀ ਆਪਣੇ ਭੌਤਿਕ ਸਰੀਰ ਸਮੇਤ ਭਾਰਤ ਤੋਂ ਇਲਾਵਾ ਕਿਸੇ ਹੋਰ ਦੇਸ਼ ਦੀ ਧਰਤੀ ਉੱਪਰ ਨਹੀਂ ਰਹੇ, ਪਰ ਫਿਰ ਵੀ ਉਹ ਇਸ ਭਾਈਚਾਰਕ ਸਚਾਈ ਤੋਂ ਪੂਰੀ ਤਰ੍ਹਾਂ ਜਾਣੂ ਸਨ, "ਸਾਰਾ ਸੰਸਾਰ ਹੀ ਮੇਰੀ ਮਾਤ ਭੂਮੀ ਹੈ।"

ਜਿਨ੍ਹਾਂ ਦੇ ਉੱਪਰ ਸਸ਼ੋਭਿਤ ਹਨ ਸੁਨਹਿਰੀ ਪੱਤਰਿਆਂ ਦੇ ਬਣੇ ਕਮਲ ਦੇ ਫੁੱਲ, ਹਾਈਵੇ ਦੇ ਖੁਲ੍ਹੇ ਮੈਦਾਨਾਂ ਤੋਂ ਦਿਖਾਈ ਦਿੰਦਾ ਹੈ। ਭਾਰਤੀ ਕਲਾ ਸ਼ਾਸਤਰ ਵਿਚ ਕਮਲ ਨੂੰ ਮੱਥੇ ਵਿਚ ਸਥਿਤ ਬ੍ਰਹਮਚੈਤਨਯ ਕੇਂਦਰ ਜਾਂ ਪ੍ਰਕਾਸ਼ ਦੇ ਸਹਸਤਰਦੱਲ ਦਾ ਪ੍ਰਤੀਕ ਮੰਨਿਆ ਜਾਂਦਾ ਹੈ।

* *ਪ੍ਰੇਰਿਤਾਂ ਦੇ ਕੰਮ* 17:26 (ਬਾਈਬਲ)

ਚੈਪਟਰ 49

1940 ਤੋਂ 1951 ਤਕ ਦਾ ਸਮਾਂ

"ਸਾਨੂੰ ਹੁਣ ਸੱਚਮੁੱਚ ਹੀ ਧਿਆਨ ਕਰਨ ਦੇ ਮਹੱਤਵ ਦਾ ਪਤਾ ਲੱਗ ਗਿਆ ਹੈ। ਇਹ ਗੱਲ ਵੀ ਸਾਡੀ ਸਮਝ ਵਿਚ ਆ ਗਈ ਹੈ, ਕਿ ਸਾਡੀ ਆਂਤਰਿਕ ਸ਼ਾਂਤੀ ਨੂੰ ਭੰਗ ਕਰਨ ਦੀ ਤਾਕਤ ਕਿਸੇ ਵੀ ਚੀਜ਼ ਵਿਚ ਨਹੀਂ ਹੈ। ਪਿਛਲੇ ਕੁਝ ਹਫਤਿਆਂ ਵਿਚ ਅਸੀਂ ਆਪਣੇ ਸਮੂਹਿਕ ਧਿਆਨ ਅਤੇ ਸਤਸੰਗ ਸਭਾਵਾਂ ਦੇ ਦੌਰਾਨ ਹਵਾਈ ਹਮਲਿਆਂ ਦੀਆਂ ਚਿਤਾਵਨੀਆਂ ਅਤੇ ਦੇਰ ਨਾਲ ਫਟਣ ਵਾਲੇ ਬੰਬਾਂ ਦੇ ਧਮਾਕੇ ਸੁਣਦੇ ਰਹੇ ਹਾਂ। ਪ੍ਰੰਤੂ ਫਿਰ ਵੀ ਸਾਡੇ ਕੇਂਦਰ ਦੇ ਸ਼ਰਧਾਲੂ ਧਿਆਨ ਸਭਾਵਾਂ ਵਾਸਤੇ ਇਕੱਤਰਿਤ ਹੁੰਦੇ ਸਨ ਅਤੇ ਇਨ੍ਹਾਂ ਸਭਾਵਾਂ ਵਿਚ ਧਿਆਨ ਦਾ ਭਰਪੂਰ ਆਨੰਦ ਲੈਂਦੇ ਸਨ।"

ਲੰਦਨ ਦੇ ਸੈਲਫ ਰੀਆਲਾਈਜੇਸ਼ਨ ਫੈਲੋਸ਼ਿਪ ਕੇਂਦਰ ਦੇ ਪ੍ਰਮੁੱਖ ਦੁਆਰਾ ਲਿਖੀ ਗਈ ਇਹ ਜੁਝਾਰੂ ਚਿੱਠੀ, ਉਨ੍ਹਾਂ ਲਿਖੀਆਂ ਗਈਆਂ ਅਣਗਿਣਤ ਚਿੱਠੀਆਂ ਵਿਚੋਂ ਇੱਕ ਹੈ, ਜਿਹੜੀਆਂ ਦੂਜੇ ਵਿਸ਼ਵ ਯੁੱਧ ਦੇ ਦੌਰਾਨ, ਅਮਰੀਕਾ ਦੇ ਉਸ ਯੁੱਧ ਵਿਚ ਕੁੱਦਣ ਦੇ ਪਹਿਲੇ ਵਰ੍ਹਿਆਂ ਵਿਚ, ਖੋਖਲੇ ਹੋ ਚੁੱਕੇ ਇੰਗਲੈਂਡ ਅਤੇ ਯੂਰਪ ਤੋਂ ਮੈਨੂੰ ਆਉਂਦੀਆਂ ਸਨ।

ਲੰਦਨ ਦੇ 'ਦੀ ਵਿਜ਼ਡਮ ਆਫ ਦੀ ਈਸਟ ਸੀਰੀਜ਼' ਦੇ ਮਸ਼ਹੂਰ ਸੰਪਾਦਕ ਡਾ. ਐਲ ਕਰੈਨਮਰ-ਬਿੰਗ ਨੇ 1942 ਵਿਚ ਮੈਨੂੰ ਲਿਖਿਆ ਸੀ "ਜਦੋਂ ਮੈਂ ਈਸਟ* ਵੈਸਟ ਰਸਾਲਾ ਪੜ੍ਹਿਆ, ਤਾਂ ਮੈਨੂੰ ਇਸ ਤਰ੍ਹਾਂ ਮਹਿਸੂਸ ਹੋਇਆ, ਕਿ ਅਸੀਂ ਲੋਕ ਇੱਕ ਦੂਸਰੇ ਤੋਂ ਕਿੰਨੇ ਦੂਰ ਪ੍ਰਤੀਤ ਹੁੰਦੇ ਸੀ, ਜਿਸ ਤਰ੍ਹਾਂ ਅਸੀਂ ਦੋ ਵੱਖਰੀਆਂ ਦੁਨੀਆਂ ਦੇ ਬਸ਼ਿੰਦੇ ਹੋਈਏ, ਪਰ ਹੁਣ ਜਿਵੇਂ ਕਿਸੇ ਘੇਰੇ ਗਏ ਨਗਰ ਦੇ ਵਾਸਤੇ ਹੋਲੀ ਗਰੇਲ ਦੇ ਅਸ਼ੀਰਵਾਦ ਅਤੇ ਸੁਖ ਸਹੂਲਤਾਂ ਨਾਲ ਲੱਦਿਆ ਜਹਾਜ਼ ਬੰਦਰਗਾਹ ਵਿਚ ਪ੍ਰਵੇਸ਼ ਕਰ ਰਿਹਾ ਹੋਵੇ, ਉਸੇ ਤਰ੍ਹਾਂ ਲਾਸ ਐਂਜਲਿਸ ਤੋਂ ਸੁੰਦਰਤਾ, ਨੈਤਿਕਤਾ, ਸੁਖ ਅਤੇ ਸ਼ਾਂਤੀ ਖੁਦ-ਬ-ਖੁਦ ਮੇਰੇ ਕੋਲ ਆ ਪਹੁੰਚਦੀ ਹੈ।

"ਮੈਂ ਆਪਣੀ ਕਲਪਨਾ ਉਡਾਰੀ ਵਿਚ ਆਪ ਦੇ ਆਸ਼ਰਮ ਦੇ ਤਾੜ ਦੇ ਦਰਖਤਾਂ ਦਾ ਝੁੰਡ, ਐਨਸੀਨੀਟਸ ਦਾ ਮੰਦਰ ਅਤੇ ਉਸਦੇ ਸਾਹਮਣੇ ਫੈਲਿਆ ਹੋਇਆ ਸਮੁੰਦਰੀ ਅਤੇ ਪਹਾੜੀ ਨਜ਼ਾਰਾ ਅਤੇ ਇਸ ਤੋਂ ਵੀ ਵੱਧ ਅਧਿਆਤਮਿਕ ਪ੍ਰਵਿਰਤੀ ਵਾਲੇ ਆਦਮੀਆਂ

* ਅੱਜ ਕੱਲ੍ਹ ਇਸ ਰਸਾਲੇ ਦਾ ਨਾਂ *ਸੈਲਫ ਰੀਆਲਾਈਜੇਸ਼ਨ* ਹੈ।

ਅਤੇ ਔਰਤਾਂ ਦਾ ਭਾਈਚਾਰਾ। ਇਹ ਮੈਂ ਇਸ ਤਰ੍ਹਾਂ ਦੇਖਦਾ ਹਾਂ, ਜਿਵੇਂ ਮੈਨੂੰ ਇਹ ਸਾਰਾ ਸੁਪਨਾ ਦਿਖਾਈ ਦੇ ਰਿਹਾ ਹੋਵੇ-ਏਕਤਾ ਦੇ ਸੂਤਰ ਵਿਚ ਬੱਝਿਆ ਹੋਇਆ, ਇੱਕ ਭਾਈਚਾਰਾ, ਜੋ ਰਚਨਾਤਮਿਕ ਕੰਮਾਂ ਵਿਚ ਮਗਨ ਹੈ ਅਤੇ ਜਿਹੜਾ ਧਿਆਨ ਚਿੰਤਨ ਨਾਲ ਮੁੜ ਸ਼ਕਤੀ ਪ੍ਰਾਪਤ ਕਰਦਾ ਹੈ। ਸੁਖ ਭਰੀ ਸਵੇਰ ਦੀ ਉਡੀਕ ਕਰ ਰਹੇ ਮੀਨਾਰ ਉੱਪਰ ਪਹਿਰਾ ਦੇ ਰਹੇ ਇੱਕ ਸਧਾਰਨ ਸਿਪਾਹੀ ਦੁਆਰਾ ਲਿਖੀ ਗਈ ਇਸ ਚਿੱਠੀ ਵਿਚ ਸਾਰੇ ਸਤਸੰਗੀਆਂ ਨੂੰ ਮੇਰਾ ਨਿਮਰ ਪ੍ਰਣਾਮ।"

ਕੈਲੀਫੋਰਨੀਆ ਦੇ ਹਾਲੀਵੁਡ ਸ਼ਹਿਰ ਵਿਚ ਸੈਲਫ ਰੀਆਲਾਈਜੇਸ਼ਨ ਫੈਲੋਸ਼ਿਪ ਦੇ ਸ਼ਰਧਾਲੂਆਂ ਦੁਆਰਾ 1942 ਵਿਚ ਇੱਕ ਸਰਬ ਧਰਮ ਮੰਦਰ ਦੀ ਸਥਾਪਨਾ ਕੀਤੀ ਗਈ। ਇੱਕ ਸਾਲ ਬਾਅਦ ਕੈਲੀਫੋਰਨੀਆ ਵਿਚ ਹੀ ਸੈਨਡਿਉਗੋ ਵਿਚ ਅਤੇ 1947 ਵਿਚ ਫਿਰ ਤੋਂ ਕੈਲੀਫੋਰਨੀਆ ਵਿਚ ਹੀ ਲਾਂਗ ਬੀਚ ਵਿਚ ਇੱਕ ਸੁੰਦਰ ਮੰਦਰ ਦੀ ਸਥਾਪਨਾ ਕੀਤੀ ਗਈ।

1949 ਵਿਚ ਲਾਸ ਐਂਜਲਿਸ ਦੇ ਪੈਸੀਫਿਕ ਪੈਲਿਸਡੇਸ ਇਲਾਕੇ ਵਿਚ, ਜਿਸ ਨੂੰ ਸੰਸਾਰ ਦੇ ਸਭ ਤੋਂ ਵੱਧ ਸੁੰਦਰ ਇਲਾਕਿਆਂ ਵਿਚੋਂ ਇੱਕ ਗਿਣਿਆ ਜਾਂਦਾ ਹੈ, ਇੱਕ ਇਹੋ ਜਿਹੇ ਪਰੀਆਂ ਦੇ ਦੇਸ਼ ਵਰਗੀ ਫੁੱਲਾਂ ਭਰੀ ਵਾਦੀ ਸੈਲਫ ਰੀਆਲਾਈਜੇਸ਼ਨ ਨੂੰ ਦਾਨ ਵਿਚ ਮਿਲੀ, ਦਸ ਏਕੜ ਜਮੀਨ ਦਾ ਇਹ ਟੁਕੜਾ ਸਾਰੇ ਪਾਸਿਆਂ ਤੋਂ ਹਰੀਆਂ ਭਰੀਆਂ ਪੌੜੀ ਵਾਲੇ ਥਿਏਟਰ ਵਰਗੀਆਂ ਨਿਵਾਣਦਾਰ ਪਹਾੜੀਆਂ ਨਾਲ ਘਿਰਿਆ ਹੋਇਆ ਹੈ। ਇਸ ਵਿਚ ਇੱਕ ਕੁਦਰਤੀ ਝੀਲ ਬਣੀ ਹੋਈ ਹੈ, ਜਿਹੜੀ ਪਹਾੜਾਂ ਦੇ ਮੁਕਟ ਵਿਚ ਜੜੇ ਹੋਏ ਨੀਲਮ ਰਤਨ ਵਾਂਗ ਲੱਗਦੀ ਹੈ। ਇਸੇ ਝੀਲ ਕਰ ਕੇ ਇਸ ਸਥਾਨ ਦਾ ਨਾਂ ਹੀ ਝੀਲ ਮੰਦਰ (ਲੇਕ ਸ਼ਰਾਈਨ) ਪੈ ਗਿਆ ਹੈ। ਇਸ ਦੀ ਜਮੀਨ ਉੱਪਰ ਇੱਕ ਪਾਸੇ ਖੜ੍ਹੀ ਵਚਿੱਤਰ ਜਿਹੀ ਡਚ ਪੌਣਚੱਕੀ ਭਵਨ ਵਿਚ ਸਾਧਨਾ ਮੰਦਰ ਹੈ। ਇਸ ਭਵਨ ਦੇ ਥੱਲੇ ਸਥਿਤ ਬਾਗ ਦੇ ਨੇੜੇ ਪੌਣ ਚੱਕੀ ਦੇ ਵੱਡੇ ਸਾਰੇ ਪਾਣੀ ਦਾ ਚੱਕੇ ਨਾਲ ਹੁੰਦੀ ਆਨੰਦਦਾਇਕ ਛੱਪ ਛੱਪ ਮਧੁਰ ਸੰਗੀਤ ਸੁਣਾਉਂਦੀ ਲਗਦੀ ਹੈ। ਚੀਨ ਤੋਂ ਲਿਆਂਦੀਆਂ ਗਈਆਂ ਸੰਗਮਰਮਰ ਦੀਆਂ ਦੋ ਮੂਰਤੀਆਂ ਇਸ ਸਥਾਨ ਦੀ ਸੋਭਾ ਵਧਾ ਰਹੀਆਂ ਹਨ। ਇੱਕ ਮੂਰਤੀ ਮਹਾਤਮਾ ਬੁੱਧ ਦੀ ਹੈ ਅਤੇ ਦੂਜੀ ਕਵਾਨ ਜ਼ਿਨ ਦੀ (ਚੀਨ ਵਿਚ ਜਗਨ ਮਾਤਾ ਦੇ ਰੂਪ ਦਾ ਪ੍ਰਤੀਕ)। ਇੱਕ ਝਰਨੇ ਦੇ ਉੱਪਰ ਈਸਾ ਮਸੀਹ ਦੀ ਆਦਮ ਕੱਦ ਮੂਰਤੀ ਸਥਾਪਿਤ ਹੈ। ਰਾਤ ਨੂੰ ਜਦੋਂ ਇਸ ਮੂਰਤੀ ਦੇ ਉੱਪਰ ਰੌਸ਼ਨੀ ਕੀਤੀ ਜਾਂਦੀ ਹੈ, ਤਾਂ ਈਸਾ ਮਸੀਹ ਦਾ ਪਵਿੱਤਰ ਚਿਹਰਾ ਅਤੇ ਲਹਿਰਾਉਂਦੇ ਵਸਤਰ ਬੜੇ ਸੁੰਦਰ ਲੱਗਦੇ ਹਨ।

1950 ਵਿਚ ਝੀਲ ਮੰਦਰ ਵਿਚ ਮਹਾਤਮਾ ਗਾਂਧੀ ਵਿਸ਼ਵ ਸ਼ਾਂਤੀ ਸਮਾਰਕ ਦੀ ਸਥਾਪਨਾ ਕੀਤੀ ਗਈ। ਇਸੇ ਵਰ੍ਹੇ ਅਮਰੀਕਾ ਵਿਚ ਸੈਲਫ ਰੀਆਲਾਈਜੇਸ਼ਨ ਫੈਲੋਸ਼ਿਪ

ਦੀ ਤੀਹਵੀਂ* ਵਰ੍ਹੇ ਗੰਢ ਵੀ ਸੀ। ਭਾਰਤ ਤੋਂ ਪ੍ਰਾਪਤ ਹੋਈਆਂ ਮਹਾਤਮਾ ਗਾਂਧੀ ਦੀ ਅਸਥੀਆਂ ਨੂੰ ਇੱਕ ਹਜ਼ਾਰ ਵਰ੍ਹੇ ਪੁਰਾਣੇ ਪੱਥਰ ਦੇ ਤਾਬੂਤ ਵਿਚ ਰੱਖ ਕੇ ਸਮਾਰਕ ਬਣਾਇਆ ਗਿਆ।

1951 ਵਿਚ ਹਾਲੀਵੁਡ ਵਿਚ ਸੈਲਫ ਰੀਆਲਾਈਜੇਸ਼ਨ ਫੈਲੋਸ਼ਿਪ ਦੇ ਇੰਡੀਆ ਸੈਂਟਰ ਦੀ ਸਥਾਪਨਾ ਹੋਈ। ਇਸ ਸੈਂਟਰ ਦੀ ਸਮਰਪਣ ਰਸਮ ਵਿਚ ਕੈਲੀਫੋਰਨੀਆ ਦੇ ਲੈਫਟੀਨੈਂਟ ਗਵਰਨਰ ਸ੍ਰੀ ਗੁਡਵਿਨ ਜੇ. ਨਾਈਟ. ਅਤੇ ਭਾਰਤ ਦੇ ਰਾਜਦੂਤ ਸ੍ਰੀ ਐਮ. ਆਰ. ਅਹੂਜਾ. ਵੀ ਮੇਰੇ ਨਾਲ ਸਨ। ਇਸ ਥਾਂ ਉੱਪਰ ਇੱਕ ਇੰਡੀਆ ਹਾਲ ਵੀ ਹੈ, ਜਿਸ ਵਿਚ 250 ਆਦਮੀਆਂ ਦੇ ਬੈਠਣ ਦਾ ਪ੍ਰਬੰਧ ਹੈ।

ਸੈਲਫ ਰੀਆਲਾਈਜੇਸ਼ਨ ਫੈਲੋਸ਼ਿਪ ਕੇਂਦਰਾਂ ਵਿਚ ਨਵੇਂ ਨਵੇਂ ਆਉਣ ਵਾਲੇ ਜਿਆਦਾ ਦਰਸ਼ਨਾਰਥੀ ਯੋਗ ਦੇ ਬਾਰੇ ਡੂੰਘੀ ਜਾਣਕਾਰੀ ਲੈਣ ਦੇ ਇਛੁੱਕ ਹੁੰਦੇ ਹਨ। ਇੱਕ ਸਵਾਲ, ਜੋ ਆਮ ਤੌਰ ਤੇ ਮੈਂ ਸੁਣਦਾ ਹਾਂ, "ਕੀ ਇਹ ਸੱਚ ਹੈ? ਕਿ ਜਿਸ ਤਰ੍ਹਾਂ ਕਈ ਸੰਸਥਾਵਾਂ ਇਹ ਦਾਅਵਾ ਕਰਦੀਆਂ ਹਨ, ਕਿ ਯੋਗ ਦਾ ਅਭਿਆਸ, ਛਪੇ ਹੋਏ ਸਾਹਿਤ ਨੂੰ ਪੜ੍ਹਨ ਦੀ ਬਜਾਏ ਗੁਰੂ ਦੀ ਰਹਿਨੁਮਾਈ ਵਿਚ ਹੀ ਕਰਨਾ ਚਾਹੀਦਾ ਹੈ?"

ਇਸ ਪ੍ਰਮਾਣੂ ਯੁੱਗ ਵਿਚ ਯੋਗਦਾ ਸਤਸੰਗ ਪਾਠਮਾਲਾ† ਵਰਗੇ ਤਰੀਕਿਆਂ ਰਾਹੀਂ ਹੀ ਯੋਗ ਦੀ ਸਿੱਖਿਆ ਦਿੱਤੀ ਜਾਣੀ ਚਾਹੀਦੀ ਹੈ, ਨਹੀਂ ਤਾਂ ਇਹ ਮੁਕਤੀ ਦਾਇਕ ਵਿਗਿਆਨ ਮੁੜ ਕੁਝ ਗਿਣੇ ਚੁਣੇ ਲੋਕਾਂ ਤਕ ਹੀ ਰਹਿ ਜਾਵੇਗਾ। ਜੇ ਹਰ ਇੱਕ ਆਦਮੀ ਨੂੰ ਬ੍ਰਹਮ ਗਿਆਨੀ ਗੁਰੂ ਮਿਲ ਜਾਵੇ, ਤਾਂ ਯਕੀਨਨ ਹੀ ਇਹ ਇੱਕ ਅਨਮੋਲ ਵਰਦਾਨ ਹੋਵੇਗਾ। ਪ੍ਰੰਤੂ ਅੱਜ ਇਸ ਸੰਸਾਰ ਵਿਚ ਪਖੰਡੀ ਜਿਆਦਾ ਹਨ ਅਤੇ ਸੰਤ ਘੱਟ, ਤਾਂ ਫਿਰ ਅਣਗਿਣਤ ਜਿਗਿਆਸੂਆਂ ਦੀ ਘਰ ਬੈਠੇ ਬੈਠੇ ਸੱਚੇ ਯੋਗੀਆਂ ਦੁਆਰਾ ਲਿਖੇ ਹੋਏ ਪਾਠਾਂ ਦੇ ਤਰੀਕੇ ਨਾਲ ਨਹੀਂ, ਤਾਂ ਫਿਰ ਕਿਸ ਤਰੀਕੇ ਨਾਲ ਸਹਾਇਤਾ ਕੀਤੀ ਜਾ ਸਕਦੀ ਹੈ?

ਇਸ ਦਾ ਇੱਕੋ ਇੱਕ ਬਦਲ ਇਹੀ ਹੈ ਕਿ ਆਮ ਆਦਮੀ ਨੂੰ ਅਣਡਿੱਠ ਕਰ ਕੇ ਉਸ ਨੂੰ ਯੋਗ ਵਿਗਿਆਨ ਤੋਂ ਵਾਂਝੇ ਰੱਖਿਆ ਜਾਵੇ। ਪਰ ਇਸ ਨਵੇਂ ਯੁਗ ਵਾਸਤੇ ਪ੍ਰਮਾਤਮਾ ਦੀ ਯੋਜਨਾ ਇਸ ਤਰੀਕੇ ਦੀ ਨਹੀਂ ਹੈ। ਬਾਬਾ ਜੀ ਨੇ ਸਾਰੇ ਨਿਸ਼ਠਾਵਾਨ *ਕਿਰਿਆ ਯੋਗੀਆਂ*

* ਇਸ ਵਰ੍ਹੇ ਗੰਢ ਦੇ ਮਹਾਉਤਸਵ ਦੇ ਮੌਕੇ 27 ਅਗਸਤ 1950 ਨੂੰ ਲਾਸ ਐਂਜਲਿਸ ਵਿਚ ਇੱਕ ਪਵਿੱਤਰ ਦੀਖਿਆ ਸਮਾਰੋਹ ਦਾ ਪ੍ਰਬੰਧ ਕੀਤਾ ਗਿਆ, ਜਿਸ ਵਿਚ ਮੈਂ 500 ਸ਼ਗਿਰਦਾਂ ਨੂੰ *ਕਿਰਿਆ ਯੋਗ* ਦੀ ਦੀਖਿਆ ਦਿੱਤੀ।

† ਯੋਗ ਸਿੱਖਣ ਵਾਸਤੇ ਆਪਣੇ ਘਰ ਵਿਚ ਬੈਠ ਕੇ ਪੜ੍ਹਨ ਅਤੇ ਅਭਿਆਸ ਕਰਨ ਵਾਸਤੇ, ਇਹ ਵਿਸਥਾਰਤ ਪਾਠਮਾਲਾ ਯੋਗਦਾ ਸਤਸੰਗ ਸੁਸਾਇਟੀ ਆਫ ਇੰਡੀਆ, ਰਾਂਚੀ ਤੋਂ ਮੰਗਵਾਈ ਜਾ ਸਕਦੀ ਹੈ। ਇਹ ਸੰਸਥਾ ਪਰਮਹੰਸ ਯੋਗਾਨੰਦ ਜੀ ਨੇ ਖੁਦ ਆਪ ਧਿਆਨਯੋਗ ਦੇ ਵਿਗਿਆਨ *ਕਿਰਿਆ ਯੋਗ* ਅਤੇ ਅਧਿਆਤਮਿਕ ਰਹਿਣ ਸਹਿਣ ਦੇ ਪ੍ਰਚਾਰ ਅਤੇ ਪਸਾਰ ਵਾਸਤੇ ਸਥਾਪਿਤ ਕੀਤੀ ਸੀ। (ਦੇਖੋ ਪੰਨਾਂ 639) *(ਪ੍ਰਕਾਸ਼ਕ ਦੀ ਟਿਪਣੀ)*

ਨੂੰ ਇਸ ਉਦੇਸ਼* ਦੀ ਪ੍ਰਾਪਤੀ ਦੇ ਰਸਤੇ ਉੱਪਰ ਉਨ੍ਹਾਂ ਦੀ ਰੱਖਿਆ ਕਰਨ ਅਤੇ ਉਨ੍ਹਾਂ ਦਾ ਮਾਰਗ ਦਰਸ਼ਨ ਕਰਨ ਦਾ ਬਚਨ ਦਿੱਤਾ ਹੈ। ਸੰਸਾਰ ਵਿਚ ਸ਼ਾਂਤੀ ਅਤੇ ਖੁਸ਼ਹਾਲੀ ਦੇ ਉਸ ਸੁਪਨੇ ਨੂੰ ਸਕਾਰ ਕਰਨ ਲਈ, ਜੋ ਪਰਮ ਪਿਤਾ ਦੇ ਪੁੱਤਰ ਦੇ ਅਹੁਦੇ ਨੂੰ ਮੁੜ ਪ੍ਰਾਪਤ ਕਰਨ ਵਾਲੇ ਲੋਕਾਂ ਦੀ ਉਡੀਕ ਕਰਦਾ ਹੈ, ਦੇ ਵਾਸਤੇ ਸਿਰਫ ਕੁਝ ਦਰਜਨਾਂ *ਕਿਰਿਆ ਯੋਗੀਆਂ* ਦੀ ਹੀ ਨਹੀਂ, ਬਲਕਿ ਲੱਖਾਂ *ਕਿਰਿਆ ਯੋਗੀਆਂ* ਦੀ ਜ਼ਰੂਰਤ ਹੈ।

ਅਧਿਆਤਮਿਕ ਸ਼ਹਿਦ ਪੈਦਾ ਕਰਨ ਦੇ ਵਾਸਤੇ, ਸ਼ਹਿਦ ਦੇ ਇੱਕ ਛੱਤੇ ਦੇ ਰੂਪ ਵਿਚ ਪੱਛਮ ਵਿਚ ਸੈਲਫ ਰੀਆਲਾਈਜੇਸ਼ਨ ਫੈਲੋਸ਼ਿਪ ਸੰਗਠਨ ਦੀ ਸਥਾਪਨਾ ਕਰਨ ਦੀ ਜੁੰਮੇਵਾਰੀ, ਮੇਰੇ ਗੁਰੂ ਸ਼੍ਰੀ ਯੁਕਤੇਸ਼ਵਰ ਜੀ ਅਤੇ ਮੇਰੇ ਪਰਮ ਪਰਮ ਗੁਰੂ ਬਾਬਾ ਜੀ ਨੇ ਮੈਨੂੰ ਸੌਂਪੀ ਸੀ।

"ਪਰਮਹੰਸ ਜੀ, ਸੱਚੋ ਸੱਚ ਦੱਸੋ, ਕੀ ਆਪ ਦਾ ਇੱਥੇ ਆਉਣ ਦਾ ਉਦੇਸ਼ ਪੂਰਾ ਹੋਇਆ?" ਇੱਕ ਦਿਨ ਇਨ੍ਹਾਂ ਨਪੇ ਤੁਲੇ ਸ਼ਬਦਾਂ ਵਿਚ ਸਾਨ ਡਿਉਗੋ ਦੇ ਸੈਲਫ ਰੀਆਲਾਈਜੇਸ਼ਨ ਫੈਲੋਸ਼ਿਪ ਮੰਦਰ ਦੇ ਪ੍ਰਧਾਨ ਡਾ. ਲਾਇਡ. ਕੇਨੇਲ. ਨੇ ਮੈਨੂੰ ਪੁੱਛਿਆ। ਮੇਰੇ ਖਿਆਲ ਵਿਚ ਉਨ੍ਹਾਂ ਦੇ ਇਸ ਦੋ ਹਰਫੀ ਸਵਾਲ ਦਾ ਮਤਲਬ ਇਹ ਸੀ, "ਕੀ ਆਪ ਅਮਰੀਕਾ ਵਿਚ ਖੁਸ਼ ਰਹੇ ਹੋ? ਉਨ੍ਹਾਂ ਸਾਰੇ ਝੂਠੇ ਪ੍ਰਚਾਰਾਂ ਦੇ ਬਾਰੇ ਕੀ ਕਹੋਗੇ, ਜੋ ਯੋਗ ਦੇ ਪ੍ਰਚਾਰ ਨੂੰ ਰੋਕਣ ਵਾਸਤੇ, ਉਨ੍ਹਾਂ ਹੋਛੇ ਆਦਮੀਆਂ ਨੇ ਕੀਤਾ? ਉਨ੍ਹਾਂ ਬਾਰੇ ਕੀ ਕਹੋਗੇ, ਜੋ ਮਾਇਆ ਦੇ ਭਰਮਜਾਲ ਤੋ ਮੁਕਤ ਨਹੀਂ ਹੋ ਸਕੇ? ਜਿਹੜੇ ਪ੍ਰਮੁੱਖ ਕੇਂਦਰ ਚਲਾਉਣ ਵਿਚ ਕਾਮਯਾਬ ਨਹੀਂ ਹੋ ਸਕੇ, ਉਨ੍ਹਾਂ ਦੇ ਮਨ ਦੀਆਂ ਪੀੜ੍ਹਾਂ ਬਾਰੇ ਕੀ ਕਹੋਗੇ? ਉਹ ਜਿਗਿਆਸੂ ਜਿਨ੍ਹਾਂ ਨੂੰ ਯੋਗ ਵਿਚ ਸਿੱਖਿਅਤ ਨਹੀਂ ਕੀਤਾ ਜਾ ਸਕਿਆ, ਉਨ੍ਹਾਂ ਬਾਰੇ ਕੀ ਕਹੋਗੇ?"

ਮੈਂ ਉੱਤਰ ਦਿੱਤਾ, "ਖੁਸ਼ਕਿਸਮਤ ਹੈ ਉਹ ਆਦਮੀ, ਪ੍ਰਮਾਤਮਾ ਜਿਸਦਾ ਇਮਤਿਹਾਨ ਲੈਂਦਾ ਹੈ। ਪ੍ਰਮਾਤਮਾ ਨੂੰ ਜਦੋਂ ਜਦੋਂ ਮੇਰੇ ਉੱਪਰ ਬੋਝ ਪਾਉਣ ਦਾ ਖਿਆਲ ਆਇਆ, ਉਸ ਵਕਤ ਮੇਰੇ ਮਨ ਵਿਚ ਉਨ੍ਹਾਂ ਸਾਰਿਆਂ ਦਾ ਵਿਚਾਰ ਆਇਆ, ਜੋ ਨਿਸ਼ਠਾਵਾਨ ਹਨ, ਉਨ੍ਹਾਂ ਦੇ ਪਿਆਰ, ਭਗਤੀ ਅਤੇ ਸਮਝਦਾਰੀ ਦੀ ਯਾਦ ਆਈ, ਜਿਸਦੀ ਰੌਸ਼ਨੀ ਅਮਰੀਕਾ ਦੇ ਦਿਲ ਵਿਚ ਚਮਕਦੀ ਹੈ।" ਮੈਂ ਸ਼ਬਦਾਂ ਉੱਪਰ ਹੌਲੀ ਹੌਲੀ ਜ਼ੋਰ ਦਿੰਦਿਆਂ ਕਿਹਾ, "ਪ੍ਰੰਤੂ ਮੇਰਾ ਉੱਤਰ ਹੈ, ਹਾਂ, ਹਜ਼ਾਰ ਵਾਰ ਹਾਂ। ਮੇਰੇ ਇੱਥੇ ਰਹਿਣ ਦਾ ਮਨੋਰਥ ਸਫਲ ਹੋਇਆ ਹੈ। ਪੂਰਬ ਅਤੇ ਪੱਛਮ ਨੂੰ ਇੱਕੋ ਇੱਕ ਸਥਾਈ ਬੰਧਨ ਵਿਚ- ਅਧਿਆਤਮਿਕ

* ਪਰਮਹੰਸ ਯੋਗਾਨੰਦ ਜੀ ਨੇ ਆਪਣੇ ਪੂਰਬ ਅਤੇ ਪੱਛਮ ਦੇ ਸ਼ਗਿਰਦਾਂ ਨੂੰ ਇਹ ਦੱਸਿਆ ਹੈ ਕਿ ਉਹ ਸਰੀਰਕ ਰੂਪ ਵਿਚ ਇਸ ਸੰਸਾਰ ਤੋਂ ਚਲੇ ਜਾਣ ਤੋਂ ਬਾਅਦ ਵੀ ਸਾਰੇ ਕਿਰਿਆਬਾਨਾਂ (ਜਿਨ੍ਹਾਂ ਨੇ ਯੋਗਦਾ ਸਤਸੰਗ ਸੁਸਾਇਟੀ ਆਫ ਇੰਡੀਆ / ਸੈਲਫ ਰੀਆਲਾਈਜੇਸ਼ਨ ਫੈਲੋਸ਼ਿਪ ਦੇ ਪਾਠਾਂ ਦਾ ਅਧਿਐਨ ਕਰ ਕੇ, *ਕਿਰਿਆ ਯੋਗ* ਦੀ ਦੀਖਿਆ ਲਈ ਹੋਵੇਗੀ) ਦੀ ਅਧਿਆਤਮਿਕ ਪ੍ਰਗਤੀ ਉੱਪਰ ਆਪਣੀ ਨਜ਼ਰ ਰੱਖਣਗੇ। ਉਨ੍ਹਾਂ ਦੀ ਮਹਾ ਸਮਾਧੀ ਦੇ ਬਾਅਦ, ਉਨ੍ਹਾਂ ਦੇ ਇਸ ਪਵਿੱਤਰ ਬਚਨ ਦੀ ਸਚਾਈ, ਉਨ੍ਹਾਂ ਅਣਗਿਣਤ ਕਿਰਿਆਬਾਨਾਂ ਦੀਆਂ ਚਿੱਠੀਆਂ ਤੋਂ ਹੁੰਦੀ ਹੈ, ਜਿਨ੍ਹਾਂ ਨੇ ਉਨ੍ਹਾਂ ਦੇ ਸਰਬ ਵਿਆਪੀ ਮਾਰਗ ਦਰਸ਼ਨ ਨੂੰ ਮਹਿਸੂਸ ਕੀਤਾ ਹੈ। (ਦੇਖੋ ਪੰਨਾਂ 411–412) *(ਪ੍ਰਕਾਸ਼ਕ ਦੀ ਟਿਪਣੀ)*

ਬੰਧਨ ਵਿਚ ਬੰਨ ਕੇ, ਇੱਕ ਦੂਜੇ ਦੇ ਨੇੜੇ ਆਉਂਦੇ ਦੇਖਣ ਦਾ ਜੋ ਮੇਰਾ ਸੁਪਨਾ ਸੀ, ਮੇਰੀ ਉਮੀਦ ਤੋਂ ਵੀ ਜਿਆਦਾ ਚੰਗੇ ਤਰੀਕੇ ਨਾਲ ਸਕਾਰ ਹੋਇਆ ਹੈ।"

ਭਾਰਤ ਦੇ ਜਿਨ੍ਹਾਂ ਮਹਾਨ ਗੁਰੂਆਂ ਨੇ ਪੱਛਮ ਵਿਚ ਡੂੰਘੀ ਦਿਲਚਸਪੀ ਦਿਖਾਈ ਹੈ, ਉਨ੍ਹਾਂ ਨੂੰ ਪੱਛਮ ਦੇ ਆਧੁਨਿਕ ਹਾਲਤਾਂ ਦੀ ਪੂਰੀ ਪੂਰੀ ਜਾਣਕਾਰੀ ਹੈ। ਉਹ ਜਾਣਦੇ ਹਨ ਕਿ ਜਦੋਂ ਤਕ ਸਾਰੀਆਂ ਕੌਮਾਂ ਪੂਰਬ ਅਤੇ ਪੱਛਮ ਦੇ ਵੱਖੋ ਵੱਖਰੇ ਸੱਚੇ ਗੁਣਾਂ ਨੂੰ ਆਪਸ ਵਿਚ ਆਤਮਸਾਤ ਨਹੀਂ ਕਰਦੀਆਂ, ਉਦੋਂ ਤਕ ਸੰਸਾਰ ਦੀ ਹਾਲਤ ਨਹੀਂ ਸੁਧਰ ਸਕਦੀ। ਦੋਨੋਂ ਹੀ ਗੋਲ-ਅਰਧਾਂ ਨੂੰ ਇੱਕ ਦੂਜੇ ਦੇ ਸਰਵੋਤਮ ਗੁਣਾਂ ਦੀ ਜ਼ਰੂਰਤ ਹੈ।

ਵਿਸ਼ਵ ਯਾਤਰਾ ਕਰਦਿਆਂ ਸਮੇਂ, ਮੈਨੂੰ ਸੰਸਾਰ ਵਿਚ ਬਹੁਤ ਦੁਖ* ਦਿਖਾਈ ਦਿੱਤਾ। ਪੂਰਬ ਵਿਚ ਦੁਖ ਮੁੱਖ ਤੌਰ ਤੇ ਭੌਤਿਕ ਸਰੂਪ ਦਾ ਹੈ, ਜਦੋਂ ਕਿ ਪੱਛਮ ਵਿਚ ਦੁਖ ਮੁੱਖ ਰੂਪ ਵਿਚ ਮਾਨਸਿਕ ਅਤੇ ਅਧਿਆਤਮਿਕ ਸਰੂਪ ਦਾ। ਸਾਰੀਆਂ ਹੀ ਕੌਮਾਂ ਅਸੰਤੁਲਿਤ ਸਮਾਜਕ ਹਾਲਤਾਂ ਦੇ ਦੁਖ-ਦਾਇਕ ਨਤੀਜੇ ਮਹਿਸੂਸ ਕਰ ਰਹੀਆਂ ਹਨ। ਭਾਰਤ ਅਤੇ ਹੋਰ ਅਨੇਕ ਪੂਰਬੀ ਦੇਸ਼ ਅਮਰੀਕਾ ਵਰਗੇ ਪੱਛਮੀ ਦੇਸ਼ਾਂ ਦੀ ਭੌਤਿਕ ਕਾਰਜ ਕੁਸ਼ਲਤਾ ਅਤੇ ਵਿਵਹਾਰਿਕਤਾ ਸਿੱਖ ਕੇ ਲਾਭ ਉਠਾ ਸਕਦੇ ਹਨ।ਦੂਜੇ ਪਾਸੇ ਪੱਛਮੀ ਲੋਕਾਂ ਨੂੰ ਜ਼ਿੰਦਗੀ ਦੇ ਅਧਿਆਤਮਿਕ ਅਧਾਰ ਨੂੰ ਜਿਆਦਾ ਚੰਗੀ ਤਰ੍ਹਾਂ ਸਮਝਣਾ ਜਰੂਰੀ ਹੈ, ਖਾਸ ਕਰ ਕੇ ਉਨ੍ਹਾਂ ਵਿਗਿਆਨਿਕ ਤਕਨੀਕਾਂ ਨੂੰ ਸਮਝਣਾ ਜਰੂਰੀ ਹੈ, ਜਿਨ੍ਹਾਂ ਨੂੰ ਭਾਰਤ ਨੇ ਪ੍ਰਾਚੀਨ ਸਮਿਆਂ ਤੋਂ, ਮਨੁੱਖ ਅਤੇ ਪ੍ਰਮਾਤਮਾ ਦੇ ਮਿਲਾਪ ਵਾਸਤੇ ਵਿਕਸਿਤ ਕੀਤਾ ਸੀ।

ਸਾਰਿਆਂ ਪਾਸਿਆਂ ਤੋਂ ਸੰਪੂਰਨ ਸਭਿਅਤਾ ਸਿਰਫ ਕਲਪਨਾ ਨਹੀਂ ਹੈ। ਹਜ਼ਾਰਾਂ ਵਰ੍ਹਿਆਂ ਤਕ ਭਾਰਤ ਵਰਸ਼ ਅਧਿਆਤਮਿਕ ਗਿਆਨ ਅਤੇ ਭੌਤਿਕ ਖੁਸ਼ਹਾਲੀ ਦਾ ਦੇਸ਼ ਰਿਹਾ ਹੈ। ਭਾਰਤ ਦੇ ਅਤਿਅੰਤ ਲੰਬੇ ਇਤਿਹਾਸ ਵਿਚ, ਪਿਛਲੇ 200 ਵਰ੍ਹਿਆਂ ਦੀ ਗਰੀਬੀ

* ਉਹ ਅਵਾਜ਼ ਗਰਜਦੇ ਸਮੁੰਦਰ ਦੀ ਤਰ੍ਹਾਂ ਮੇਰੇ ਚਾਰੇ ਪਾਸੇ ਘੁੰਮ ਰਹੀ ਹੈ।
"ਅਤੇ ਕੀ ਤੇਰੀ ਧਰਤੀ, ਇਸ ਕਦਰ ਬਰਬਾਦ ਹੋ ਚੁੱਕੀ ਹੈ।
ਕਿ ਇਸ ਦੀਆਂ ਠੀਕਰੀਆਂ ਦੀਆਂ ਵੀ, ਠੀਕਰੀਆਂ ਉਡ ਚੁੱਕੀਆਂ ਹਨ,
ਦੇਖ ਸਭ ਕੁਝ ਤੈਥੋਂ ਦੂਰ ਭੱਜ ਰਿਹਾ ਹੈ, ਕਿਉਂਕਿ ਤੂੰ ਮੈਥੋਂ ਦੂਰ ਭੱਜ ਰਿਹਾ ਹੈਂ।
ਮੈਂ ਜੋ ਵੀ ਤੈਥੋਂ ਵਾਪਸ ਲਿਆ ਹੈ, ਇਸ ਵਾਸਤੇ ਨਹੀਂ ਲਿਆ,
ਕਿ ਤੇਰਾ ਨੁਕਸਾਨ ਹੋਵੇ।
ਬਲਕਿ, ਇਸ ਵਾਸਤੇ, ਕਿ ਤੂੰ ਉਸ ਨੂੰ ਮੇਰੀਆਂ ਬਾਹਾਂ ਵਿਚ ਲੱਭ।
ਬੱਚਿਆਂ ਵਾਂਗ ਤੂੰ ਜਿਸ ਸਭ ਕੁਝ ਨੂੰ ਗੁਆਚਿਆ ਹੋਇਆ ਮੰਨ ਲਿਆ ਹੈ,
ਉਸ ਸਭ ਕੁਝ ਨੂੰ, ਮੈਂ ਤੇਰੇ ਵਾਸਤੇ ਹੀ ਘਰ ਵਿਚ
ਸੰਭਾਲ ਕੇ ਰੱਖਿਆ ਹੋਇਆ ਹੈ।
ਉੱਠ, ਮੇਰਾ ਹੱਥ ਫੜ ਅਤੇ ਚਲਿਆ ਆ।"
— ਫਰਾਂਸਿਸ ਥਾਮਪਸਨ ਦੀ ਕਵਿਤਾ "ਦੀ ਹਾਊਂਡ ਆਫ ਦੀ ਹੈਵਨ" ਤੋਂ ਅਨੁਵਦਿਤ।

ਤਾਂ ਕਰਮਾਂ ਦੀ ਆਰਜ਼ੀ ਉੱਡਦੀ ਅਵਸਥਾ ਮਾਤਰ ਹੈ। ਸਾਰੇ ਸੰਸਾਰ ਵਿਚ ਹਜ਼ਾਰਾਂ ਵਰ੍ਹਿਆਂ ਤਕ ਭਾਰਤ ਦੀ ਖੁਸ਼ਹਾਲੀ* ਚਰਚਾ ਦਾ ਵਿਸ਼ਾ ਰਹੀ ਹੈ। ਭੌਤਿਕ ਖੁਸ਼ਹਾਲੀ

* ਇਤਿਹਾਸ ਦੇ ਪੰਨਿਆਂ ਉੱਪਰ ਝਾਤ ਮਾਰੀਏ, ਤਾਂ ਇਹ ਸਪਸ਼ਟ ਹੋ ਜਾਂਦਾ ਹੈ ਕਿ 18ਵੀਂ ਸ਼ਤਾਬਦੀ ਤਕ ਭਾਰਤ ਵਿਸ਼ਵ ਦਾ ਸਭ ਤੋਂ ਖੁਸ਼ਹਾਲ ਅਤੇ ਅਮੀਰ ਦੇਸ਼ ਸੀ। ਇੱਥੇ ਇਹ ਵੀ ਵਰਣਨਯੋਗ ਹੈ ਕਿ ਹਿੰਦੂ ਸਾਹਿਤ ਜਾਂ ਪਰੰਪਰਾ ਵਿਚ ਇਹੋ ਜਿਹੀ ਇੱਕ ਵੀ ਗੱਲ ਨਹੀਂ ਹੈ, ਜਿਸ ਨਾਲ ਪੱਛਮ ਦੇ ਇਸ ਮੌਜੂਦਾ ਸਿਧਾਂਤ ਦੀ ਪੁਸ਼ਟੀ ਹੋ ਸਕੇ, ਕਿ ਆਰੀਆਂ ਕੌਮ ਏਸ਼ੀਆ ਦੇ ਕਿਸੇ ਹੋਰ ਹਿੱਸੇ ਤੋਂ ਜਾਂ ਯੂਰਪ ਤੋਂ ਆ ਕੇ ਭਾਰਤ ਵਿਚ ਵਸ ਗਈ ਸੀ। ਸੁਭਾਵਿਕ ਹੀ ਹੈ ਕਿ ਇਸ ਕਾਲਪਨਿਕ ਹਮਲੇ ਦੀ ਸ਼ੁਰੂਆਤ ਕਦੋਂ ਹੋਈ ਸੀ, ਇਸ ਦਾ ਫੈਸਲਾ ਕਰਨ ਵਾਸਤੇ ਵਿਦਵਾਨ ਲੋਕ ਅਸਮਰਥ ਹਨ। ਵੇਦਾਂ ਤੋਂ ਇਹ ਸਪਸ਼ਟ ਸਬੂਤ ਜ਼ਰੂਰ ਮਿਲਦੇ ਹਨ, ਕਿ ਬਹੁਤ ਪ੍ਰਾਚੀਨ ਸਮਿਆਂ ਤੋਂ ਹੀ ਭਾਰਤ ਹਿੰਦੂਆਂ ਦਾ ਦੇਸ਼ ਰਿਹਾ ਹੈ। ਅਵਿਨਾਸ਼ ਚੰਦਰ ਦਾਸ ਨੇ 'ਰਿਗਵੇਦਿਕ ਇੰਡੀਆ' ਨਾਮਕ ਪੁਸਤਕ ਵਿਚ ਇਸ ਤੱਥ ਨੂੰ ਸਪਸ਼ਟ ਰੂਪ ਵਿਚ ਪੇਸ਼ ਕੀਤਾ ਹੈ। ਇਹ ਪੁਸਤਕ 1921 ਵਿਚ ਕੋਲਕਾਤਾ ਯੂਨੀਵਰਸਿਟੀ ਦੁਆਰਾ ਪ੍ਰਕਾਸ਼ਿਤ ਕੀਤੀ ਗਈ ਹੈ। ਪ੍ਰੋਫੈਸਰ ਦਾਸ ਇਹ ਦਾਅਵਾ ਕਰਦੇ ਹਨ, ਕਿ ਭਾਰਤ ਤੋਂ ਬਾਹਰ ਜਾਣ ਵਾਲੇ ਲੋਕ ਯੂਰਪ ਅਤੇ ਏਸ਼ੀਆ ਦੇ ਵੱਖਰੇ ਵੱਖਰੇ ਹਿੱਸਿਆਂ ਵਿਚ ਵਸ ਗਏ ਸਨ। ਇਸ ਤਰ੍ਹਾਂ ਆਰੀਆ ਭਾਸ਼ਾ ਅਤੇ ਲੋਕ ਕਥਾਵਾਂ ਦਾ ਦੂਰ ਦੂਰ ਤਕ ਪਸਾਰ ਹੋਇਆ। ਉਦਾਹਰਣ ਦੇ ਤੌਰ ਤੇ ਲਿਥੁਆਨਿਯਨ ਭਾਸ਼ਾ ਸੰਸਕਰਿਤ ਨਾਲ ਬਹੁਤ ਮਿਲਦੀ ਜੁਲਦੀ ਹੈ। ਦਾਰਸ਼ਨਿਕ ਕੈਂਟ, ਜਿਨ੍ਹਾਂ ਨੂੰ ਸੰਸਕਰਿਤ ਦਾ ਭੋਰਾ ਭਰ ਵੀ ਗਿਆਨ ਨਹੀਂ ਸੀ, ਲਿਥੁਆਨਿਯਨ ਭਾਸ਼ਾ ਦੀ ਵਿਗਿਆਨਿਕ ਰਚਨਾ ਦੇਖ ਕੇ ਹੈਰਾਨ ਰਹਿ ਗਏ। ਉਨ੍ਹਾਂ ਨੇ ਕਿਹਾ, "ਇਸ ਵਿਚ ਇਹੋ ਜਿਹੀ ਕੁੰਜੀ ਹੈ ਕਿ ਜੋ ਨਾ ਕੇਵਲ ਭਾਸ਼ਾ ਵਿਗਿਆਨ ਦੇ, ਬਲਕਿ ਇਤਿਹਾਸ ਦੇ ਵੀ ਸਾਰੇ ਭੇਤਾਂ ਨੂੰ ਖੋਲ੍ਹ ਦੇਵੇਗੀ।

ਬਾਈਬਲ ਵਿਚ ਵੀ ਭਾਰਤ ਦੀ ਖੁਸ਼ਹਾਲੀ ਦਾ ਜ਼ਿਕਰ ਹੈ, ਜਿਸ ਵਿਚ ਕਿਹਾ ਗਿਆ ਹੈ (*II ਇਤਿਹਾਸ* 9:21, 10) ਕਿ 'ਟਾਰਸ਼ਿਸ਼ ਦੇ ਜਹਾਜ਼' ਰਾਜਾ ਸੋਲੋਮਨ ਦੇ ਵਾਸਤੇ ਓਫੀਰ (ਮੁੰਬਈ ਕਿਨਾਰੇ ਉੱਪਰ ਸਥਿਤ ਸੋਪਾਰਾ) ਤੋਂ ਸੋਨਾ, ਚਾਂਦੀ, ਹਾਥੀ-ਦੰਦ, ਬੰਦਰ ਅਤੇ ਮੋਰ, ਚੰਦਨ ਅਤੇ ਹੀਰੇ ਜਵਾਹਾਰਾਤ ਲਿਆਉਂਦੇ ਸਨ। ਯੂਨਾਨ ਦੇ ਰਾਜਦੂਤ ਮੇਗਾਸਥਨੀਜ਼ (ਈਸਾ ਪੂਰਵ ਚੌਥੀ ਸ਼ਤਾਬਦੀ) ਨੇ ਭਾਰਤ ਦੀ ਅਮੀਰੀ ਦਾ ਵਿਸਥਾਰਪੂਰਵਕ ਵਰਣਨ ਕੀਤਾ ਹੈ। ਪਿਲਨੀ ਨੇ (ਪਹਿਲੀ ਸ਼ਤਾਬਦੀ) ਲਿਖਿਆ ਹੈ ਕਿ ਰੋਮਨ ਲੋਕ ਹਰ ਸਾਲ ਪੰਜ ਕਰੋੜ ਸੇਸਟਰ (ਪੰਜਾਹ ਲੱਖ ਡਾਲਰ) ਮੁੱਲ ਦਾ ਆਯਾਤ ਭਾਰਤ ਤੋਂ ਕਰਦੇ ਸਨ। ਜੋ ਉਸ ਵਕਤ ਇੱਕ ਵਿਸ਼ਾਲ ਸਮੁੰਦਰੀ ਸ਼ਕਤੀ ਸੀ।

ਚੀਨੀ ਯਾਤਰੀਆਂ ਨੇ ਭਾਰਤ ਦੀ ਦੌਲਤਮੰਦ ਸਭਿਅਤਾ, ਫੈਲੀ ਹੋਈ ਸਿੱਖਿਆ ਅਤੇ ਉੱਤਮ ਸ਼ਾਸਨ ਪ੍ਰਣਾਲੀ ਦਾ ਵਿਸਥਾਰਪੂਰਵਕ ਵਰਣਨ ਕੀਤਾ ਹੈ। ਚੀਨੀ ਭਿਕਸ਼ੂ ਫਾਹਿਆਨ (ਪੰਜਵੀਂ ਸ਼ਤਾਬਦੀ) ਨੇ ਲਿਖਿਆ ਹੈ, ਭਾਰਤੀ ਪਰਜਾ ਸੁਖੀ, ਈਮਾਨਦਾਰ ਅਤੇ ਖੁਸ਼ਹਾਲ ਸੀ। ਸੈਮੂਅਲ ਬੀਲ ਦੀ ਟਰਬਨਰ, ਲੰਦਨ ਦੁਆਰਾ ਪ੍ਰਕਾਸ਼ਿਤ "ਬੁਧਿਅਸਿਟ ਰੇਕਾਰਡਸ ਆਫ ਦੀ ਵੈਸਟਰਨ ਵਰਲਡ" (ਚੀਨੀਆਂ ਦੇ ਵਾਸਤੇ ਭਾਰਤ ਪੱਛਮ ਦੇਸ਼ ਸੀ) ਅਤੇ ਰਾਇਲ ਏਸ਼ੀਆਟਿਕ ਸੁਸਾਇਟੀ ਦੁਆਰਾ ਪ੍ਰਕਾਸ਼ਿਤ ਟਾਮਸ ਵੈਟਰਜ ਦੀ "ਆਨ ਯੁਆਨ ਚਵਾਂਗਸ, ਟਰੈਵਲਸ ਇਨ ਇੰਡੀਆ, ਏ.ਡੀ 629-45" ਦੇਖਣ ਯੋਗ ਪੁਸਤਕਾਂ ਹਨ।

ਕੋਲੰਬਸ ਨੇ 15ਵੀਂ ਸ਼ਤਾਬਦੀ ਵਿਚ ਨਵੇਂ ਵਿਸ਼ਵ ਦੀ ਖੋਜ ਕੀਤੀ, ਪਰ ਅਸਲੀਅਤ ਵਿਚ ਉਹ ਭਾਰਤ ਆਉਣ ਜਾਣ ਵਾਸਤੇ, ਨੇੜੇ ਦੇ ਵਪਾਰਕ ਰਸਤੇ ਦੀ ਖੋਜ ਵਿਚ ਨਿਕਲਿਆ ਸੀ। ਕਈ ਸ਼ਤਾਬਦੀਆਂ ਤਕ ਯੂਰਪ ਭਾਰਤ ਦੀਆਂ ਨਿਰਯਾਤ ਕੀਤੀਆਂ ਚੀਜ਼ਾਂ- ਸਿਲਕ, ਮਹੀਨ ਕਪੜੇ, ਇੰਨੇ ਮਹੀਨ ਕਿ ਉਨ੍ਹਾਂ ਦੇ ਨਾਂ 'ਬੁਣੀ ਹਵਾ' ਅਤੇ 'ਅਦ੍ਰਿਸ਼ ਕੁਹਰ' ਪੈ ਗਏ ਸਨ। ਸੂਤੀ ਪਰਿੰਟਸ, ਕਿਮਖਿਆਬ, ਜ਼ਰੀ, ਕੰਬਲ, ਚਾਕੂ-ਛੁਰੀਆਂ, ਅਸ਼ਤਰ ਸ਼ਸਤਰ, ਕਵੱਚ, ਹਾਥੀ ਦੰਦ ਅਤੇ ਹਾਥੀ ਦੰਦ ਤੋਂ ਬਣੀਆਂ ਚੀਜ਼ਾਂ, ਇਤਰ, ਸੁਗੰਧਿਤ ਦ੍ਰਵਯ, ਧੂਫ, ਚੰਦਨ, ਬਰਤਨ, ਦਵਾਈਆਂ ਅਤੇ ਮਲ੍ਹਮ, ਨੀਲ, ਚਾਵਲ, ਮਸਾਲੇ, ਮੂੰਗਾ, ਮੋਤੀ, ਮਾਣਿਕ, ਪੰਨਾ, ਹੀਰੇ, ਸੋਨਾ, ਚਾਂਦੀ ਨੂੰ ਖਰੀਦਣ ਦੇ ਵਾਸਤੇ ਲਲਾਇਤ ਰਹਿੰਦਾ ਸੀ।

ਪੁਰਤਗਾਲੀ ਅਤੇ ਇਤਾਲਵੀ ਵਪਾਰੀਆਂ ਨੇ ਸੰਪੂਰਨ ਸਾਮਰਾਜ (1336-1565) ਵਿਚ ਚਕਾ ਚੌਂਧ ਪੂਰਨ ਖੁਸ਼ਹਾਲੀ ਨੂੰ ਦੇਖ ਕੇ ਬਹੁਤ ਹੈਰਾਨੀ ਪ੍ਰਗਟ ਕੀਤੀ ਹੈ। ਅਰਬ ਦੇ ਰਾਜਦੂਤ ਰਜ਼ਾਕ ਨੇ ਇਸ ਸਾਮਰਾਜ ਦੀ ਖੁਸ਼ਹਾਲੀ ਦਾ ਵਰਣਨ ਕਰਦਿਆਂ ਲਿਖਿਆ ਹੈ, "ਕਿ ਇਹ ਖੁਸ਼ਹਾਲੀ ਇਹੋ ਜਿਹੀ ਹੈ ਕਿ ਧਰਤੀ ਉੱਪਰ ਹੋਰ ਕਿਤੇ ਨਾ ਦੇਖੀ ਹੈ ਅਤੇ ਨਾ ਹੀ ਕੰਨਾਂ ਨਾਲ ਸੁਣੀ ਹੈ।"

ਹੋਵੇ ਜਾਂ ਅਧਿਆਤਮਿਕ ਢਾਂਚਾ ਗ੍ਰਸਤ ਰਿਵਾਜ਼, ਬ੍ਰਹਿਮੰਡ ਦੇ ਨਿਯਮਾਂ ਅਤੇ ਸੁਭਾਵਿਕ ਪਵਿੱਤਰਤਾ ਦਾ ਪ੍ਰਗਟਾਵਾ ਹੁੰਦਾ ਹੈ। ਪ੍ਰਮਾਤਮਾ ਵਿਚ ਜਾਂ ਖੁਸ਼ਹਾਲ ਕੁਦਰਤ ਦੀ ਦੇਵੀ ਵਿਚ ਗਰੀਬੀ ਦਾ ਵਾਸ ਨਹੀਂ ਹੈ। ਹਿੰਦੂ ਸ਼ਾਸਤਰ ਦੱਸਦੇ ਹਨ, ਕਿ ਮਨੁੱਖ ਇਸ ਖਾਸ ਧਰਤੀ ਉੱਪਰ ਇਸ ਵਾਸਤੇ ਖਿੱਚਿਆ ਜਾਂਦਾ ਹੈ, ਤਾਂ ਕਿ ਉਹ ਇੱਕ ਤੋਂ ਬਾਅਦ, ਇੱਕ ਜਨਮ ਵਿਚ ਉਨ੍ਹਾਂ ਅਣਗਿਣਤ ਤਰੀਕਿਆਂ ਨਾਲ ਜਿਆਦਾ ਤੋਂ ਜਿਆਦਾ ਪੂਰਨਤਾ ਪ੍ਰਾਪਤ ਕਰ ਸਕੇ, ਜਿਨ੍ਹਾਂ ਦੇ ਨਾਲ ਆਤਮਾ ਭੌਤਿਕ ਹਾਲਤਾਂ ਉੱਪਰ ਆਪਣੀ ਰੂਹਾਨੀਅਤ ਨੂੰ

ਆਪਣੇ ਲੰਬੇ ਇਤਿਹਾਸ ਵਿਚ ਭਾਰਤ ਪਹਿਲੀ ਵਾਰ 16ਵੀਂ ਸਦੀ ਵਿਚ ਪੂਰਨ ਰੂਪ ਵਿਚ ਗੈਰ ਹਿੰਦੂ ਸ਼ਾਸਨ ਦੇ ਅਧੀਨ ਆ ਗਿਆ। ਤੁਰਕ ਬਾਬਰ ਨੇ 1524 ਈਃ ਵਿਚ ਭਾਰਤ ਉੱਪਰ ਹਮਲਾ ਕੀਤਾ ਅਤੇ ਇੱਕ ਮੁਸਲਿਮ ਰਾਜਵੰਸ਼ ਦੀ ਨੀਂਹ ਰੱਖੀ। ਇਹ ਨਵਾਂ ਸ਼ਾਸਕ ਇਸ ਪ੍ਰਾਚੀਨ ਧਰਤੀ ਉੱਪਰ ਹੀ ਵਸ ਗਿਆ ਅਤੇ ਉਹ ਇੱਥੋਂ ਦੀ ਦੌਲਤ ਨੂੰ ਬਾਹਰ ਨਹੀਂ ਲੈ ਕੇ ਗਿਆ। ਫਿਰ ਵੀ ਅੰਦਰੂਨੀ ਫੁੱਟ ਦੇ ਕਾਰਨ ਖੁਸ਼ਹਾਲ ਭਾਰਤ ਕਮਜ਼ੋਰ ਹੋ ਗਿਆ ਅਤੇ ਸਤਾਰਵੀਂ ਸਦੀ ਵਿਚ ਅਨੇਕ ਯੂਰਪੀ ਦੇਸ਼ਾਂ ਦਾ ਸ਼ਿਕਾਰ ਬਣ ਗਿਆ। ਆਖਰ ਵਿਚ ਇੰਗਲੈਂਡ ਸ਼ਾਸਕ ਸ਼ਕਤੀ ਦੇ ਰੂਪ ਵਿਚ ਉੱਭਰਿਆ। ਭਾਰਤ ਨੇ 15 ਅਗਸਤ 1947 ਨੂੰ ਸ਼ਾਂਤੀ ਪੂਰਨ ਤਰੀਕਿਆਂ ਨਾਲ ਸਵਤੰਤਰਤਾ ਪ੍ਰਾਪਤ ਕਰ ਲਈ।

ਅਨੇਕ ਭਾਰਤੀਆਂ ਦੀ ਤਰ੍ਹਾਂ ਮੇਰੀ ਵੀ ਇੱਕ ਕਹਾਣੀ ਹੈ, ਜਿਹੜੀ ਕਿ ਹੁਣ ਦੱਸਣ ਵਿਚ ਕੋਈ ਹਰਜ਼ ਨਹੀਂ ਹੈ। ਕੁਝ ਨੌਜੁਆਨਾਂ ਦੀ ਇੱਕ ਟੋਲੀ ਨੇ, ਜਿਨ੍ਹਾਂ ਨੂੰ ਮੈਂ ਕਾਲਜ ਦੇ ਦਿਨ੍ਹਾਂ ਤੋਂ ਜਾਣਦਾ ਸੀ, ਪਹਿਲੇ ਯੁੱਧ ਦੇ ਸਮੇਂ ਮੇਰੇ ਕੋਲ ਆ ਕੇ ਇੱਕ ਕਰਾਂਤੀਕਾਰੀ ਅੰਦੋਲਨ ਦੀ ਅਗਵਾਈ ਕਰਨ ਦੀ ਬੇਨਤੀ ਕੀਤੀ। ਮੈਂ ਇਹ ਕਹਿੰਦਿਆਂ, ਉਨ੍ਹਾਂ ਦੇ ਪ੍ਰਸਤਾਵ ਨੂੰ ਨਾਮਨਜ਼ੂਰ ਕਰ ਦਿੱਤਾ, "ਅੰਗਰੇਜ਼ ਭਰਾਵਾਂ ਦੀ ਹੱਤਿਆ ਕਰਨ ਦੇ ਨਾਲ ਭਾਰਤ ਦਾ ਕੋਈ ਭਲਾ ਨਹੀਂ ਹੋਵੇਗਾ। ਭਾਰਤ ਨੂੰ ਬੰਦੂਕ ਦੀ ਗੋਲੀ ਨਾਲ ਨਹੀਂ ਬਲਕਿ ਅਧਿਆਤਮਿਕ ਸ਼ਕਤੀ ਦੀ ਤਾਕਤ ਨਾਲ ਅਜ਼ਾਦੀ ਮਿਲੇਗੀ।"

ਫਿਰ ਮੈਂ ਆਪਣੇ ਮਿੱਤਰਾਂ ਨੂੰ ਚਿਤਾਵਨੀ ਦਿੱਤੀ, ਕਿ ਅਸ਼ਤਰ ਸ਼ਸਤਰਾਂ ਨਾਲ ਲੱਦੇ, ਜਿਸ ਜਰਮਨ ਜਹਾਜ਼ ਉੱਪਰ ਉਹ ਨਿਰਭਰ ਕਰ ਰਹੇ ਹਨ, ਉਸ ਨੂੰ ਬੰਗਾਲ ਦੇ ਡਾਇਮੰਡ ਹਾਰਬਰ ਵਿਚ ਬਰਿਟਿਸ਼ ਸਰਕਾਰ ਪਕੜ ਲਵੇਗੀ। ਫਿਰ ਵੀ ਮੇਰੇ ਮਿੱਤਰ ਆਪਣੀ ਯੋਜਨਾ ਉੱਪਰ ਕੰਮ ਕਰਦੇ ਰਹੇ ਅਤੇ ਜਿਸ ਤਰ੍ਹਾਂ ਮੈਂ ਕਿਹਾ ਸੀ, ਉਸੇ ਤਰ੍ਹਾਂ ਹੀ ਹੋਇਆ, ਜਦੋਂ ਕੁਝ ਵਰ੍ਹਿਆਂ ਬਾਅਦ ਉਹ ਲੋਕ ਜੇਲ੍ਹ ਤੋਂ ਰਿਹਾ ਹੋ ਕੇ ਆਏ, ਉਸ ਵਕਤ, ਉਨ੍ਹਾਂ ਵਿਚੋਂ ਕਈਆਂ ਨੇ ਹਿੰਸਾ ਦਾ ਰਸਤਾ ਛੱਡ ਦਿੱਤਾ ਅਤੇ ਮਹਾਤਮਾ ਗਾਂਧੀ ਦੇ ਆਦਰਸ਼ ਰਾਜਨੀਤਕ ਅੰਦੋਲਨ ਵਿਚ ਸ਼ਾਮਲ ਹੋ ਗਏ। ਆਖਰ ਨੂੰ ਉਨ੍ਹਾਂ ਨੇ ਸ਼ਾਂਤੀ ਪੂਰਨ ਤਰੀਕਿਆਂ ਨਾਲ ਜਿੱਤੇ ਗਏ ਯੁੱਧ ਵਿਚ ਭਾਰਤ ਦੀ ਜਿੱਤ ਦੇਖੀ।

ਭਾਰਤ ਅਤੇ ਪਾਕਿਸਤਾਨ ਦੇ ਰੂਪ ਵਿਚ ਦੇਸ਼ ਦੇ ਦੁਖਦਾਈ ਬਟਵਾਰੇ ਅਤੇ ਦੇਸ਼ ਦੇ ਕੁਝ ਹਿੱਸਿਆਂ ਵਿਚ ਹੋਏ ਖੂਨੀ ਫਸਾਦਾਂ ਦਾ ਕਾਰਨ ਧਾਰਮਿਕ ਕਟੜਵਾਦ ਨਾ ਹੋ ਕੇ ਆਰਥਿਕ ਸਮੱਸਿਆਵਾਂ ਸਨ। (ਆਮ ਤੌਰ ਤੇ ਧਾਰਮਿਕ ਕੱਟੜਤਾ ਦੇ ਇੱਕ ਗੌਣ ਕਾਰਨ ਨੂੰ ਹੀ ਮੁੱਖ ਕਾਰਨ ਮੰਨਿਆ ਜਾਂਦਾ ਰਿਹਾ ਹੈ।) ਭੂਤਕਾਲ ਵਿਚ ਵੀ ਅਤੇ ਹੁਣ ਵੀ ਅਣਗਿਣਤ ਹਿੰਦੂ ਮੁਸਲਮਾਨ ਸ਼ਾਂਤੀ ਪੂਰਵਕ ਇਕੱਠੇ ਰਹਿੰਦੇ ਆਏ ਹਨ। ਦੋਨੋਂ ਹੀ ਧਰਮਾਂ ਦੇ ਅਣਗਿਣਤ ਲੋਕ ਇੱਕ 'ਪੰਥ ਹੀਣ' ਸੰਤ ਕਬੀਰ (1450-1518) ਦੇ ਸ਼ਗਿਰਦ ਬਣੇ ਅਤੇ ਅੱਜ ਵੀ ਉਨ੍ਹਾਂ ਦੇ ਪੈਰੋਕਾਰ ਲੱਖਾਂ ਵਿਚ (ਕਬੀਰ ਪੰਥੀ) ਹਨ। ਬਾਦਸ਼ਾਹ ਅਕਬਰ ਦੇ ਮੁਸਲਿਮ ਸ਼ਾਸਨਕਾਲ ਵਿਚ ਪੂਰੇ ਭਾਰਤ ਵਿਚ ਜਿਆਦਾ ਤੋਂ ਜਿਆਦਾ ਧਾਰਮਿਕ ਸਵਤੰਤਰਤਾ ਮੌਜੂਦ ਸੀ। ਅੱਜ ਵੀ 95 ਫੀਸਦੀ ਸਿੱਧੀ ਸਾਦੀ ਜਨਤਾ ਵਿਚ ਕੋਈ ਧਾਰਮਿਕ ਕਲੇਸ਼ ਨਹੀਂ ਹੈ, ਸੱਚਾ ਭਾਰਤ, ਉਹ ਭਾਰਤ ਜੋ ਮਹਾਤਮਾ ਗਾਂਧੀ ਵਰਗਿਆਂ ਨੂੰ ਸਮਝ ਸਕਦਾ ਹੈ, ਉਨ੍ਹਾਂ ਦੇ ਪਿੱਛੇ ਲੱਗ ਸਕਦਾ ਹੈ। ਵੱਡੇ ਵੱਡੇ ਅਸ਼ਾਂਤ ਸ਼ਹਿਰਾਂ ਵਿਚ ਨਹੀਂ ਬਲਕਿ ਸਤ ਲੱਖ ਸ਼ਾਂਤੀ ਨੂੰ ਪਿਆਰ ਕਰਨ ਵਾਲੇ ਪਿੰਡਾਂ ਵਿਚ ਵਸਦਾ ਹੈ, ਜਿੱਥੇ ਪ੍ਰਾਚੀਨ ਸਮਿਆਂ ਤੋਂ ਪੰਚਾਇਤਾਂ ਦਾ ਸਰਲ ਅਤੇ ਨਿਆਇ ਪੂਰਨ ਸਵੈ ਸ਼ਾਸਨ ਚੱਲਦਾ ਆ ਰਿਹਾ ਹੈ। ਅੱਜ ਭਾਰਤ ਦੇ ਸਾਹਮਣੇ ਜੋ ਜਟਿਲ ਸਮੱਸਿਆਵਾਂ ਖੜ੍ਹੀਆਂ ਹਨ, ਉਹ ਯਕੀਨਨ ਹੀ ਇਹੋ ਜਿਹੇ ਲੋਕਾਂ ਦੁਆਰਾ ਹੱਲ ਕਰ ਲਈਆਂ ਜਾਣਗੀਆਂ, ਜਿਨ੍ਹਾਂ ਨੂੰ ਜਨਮ ਦੇਣ ਤੋਂ ਭਾਰਤ ਮਾਤਾ ਕਦੇ ਪਿੱਛੇ ਨਹੀਂ ਰਹਿੰਦੀ।

ਪ੍ਰਗਟ ਕਰ ਸਕਦੀ ਹੈ। ਪੂਰਬ ਅਤੇ ਪੱਛਮ ਦੇ ਲੋਕ ਅਲੱਗ ਅਲੱਗ ਤਰੀਕਿਆਂ ਨਾਲ, ਇਸ ਮਹਾਨ ਸਚਾਈ ਨੂੰ ਸਿਖ ਰਹੇ ਹਨ। ਉਨ੍ਹਾਂ ਨੂੰ ਖੁਸ਼ੀ ਨਾਲ ਆਪਣੀਆਂ ਪ੍ਰਾਪਤੀਆਂ ਦਾ ਲੈਣ ਦੇਣ ਕਰਨਾ ਚਾਹੀਦਾ ਹੈ। ਇਸ ਵਿਚ ਕੋਈ ਸ਼ੱਕ ਨਹੀਂ ਕਿ ਪ੍ਰਮਾਤਮਾ ਦੀ ਇਸ ਧਰਤੀ ਉੱਪਰ ਰਹਿਣ ਵਾਲੀਆਂ ਸੰਤਾਨਾਂ, ਜੋ ਗਰੀਬੀ, ਬਿਮਾਰੀ ਅਤੇ ਆਤਮਾ ਦੇ ਅਗਿਆਨ ਤੋਂ ਮੁਕਤ ਵਿਸ਼ਵ-ਸਭਿਅਤਾ ਨੂੰ ਸਥਾਪਿਤ ਕਰਨ ਵਾਸਤੇ ਯਤਨ ਕਰਦੀਆਂ ਹਨ, ਤਾਂ ਪ੍ਰਮਾਤਮਾ ਨੂੰ ਇਸ ਨਾਲ ਖੁਸ਼ੀ ਹੁੰਦੀ ਹੈ। ਆਪਣੀ ਆਤਮਾ ਦੀ ਸ਼ਕਤੀ ਨੂੰ ਭੁੱਲ ਜਾਣਾ (ਅਜ਼ਾਦ ਇੱਛਾ ਸ਼ਕਤੀ ਦੇ ਦੁਰਉਪਯੋਗ ਦੇ ਨਤੀਜੇ ਕਾਰਨ)* ਹੀ ਸਾਡੇ ਸਾਰੇ ਦੁਖਾਂ ਦਾ ਮੂਲ ਕਾਰਨ ਹੈ। ਸਮਾਜ ਦੇ ਨਾਂ ਉੱਪਰ ਜੋ ਬੁਰਾਈਆਂ ਮੜ੍ਹ ਦਿੱਤੀਆਂ ਜਾਂਦੀਆਂ ਹਨ, ਅਸਲ ਵਿਚ ਉਨ੍ਹਾਂ ਵਾਸਤੇ ਹਰ ਇੱਕ ਆਦਮੀ ਨੂੰ ਦੋਸ਼ੀ ਠਹਿਰਾਇਆ ਜਾ ਸਕਦਾ ਹੈ।† ਰਾਮ ਰਾਜ ਪਹਿਲਾਂ ਹਰ ਇੱਕ ਆਦਮੀ ਦੇ ਦਿਲ ਵਿਚ ਸਥਾਪਿਤ ਹੋਣਾ ਚਾਹੀਦਾ ਹੈ, ਤਾਂ ਹੀ ਸਮਾਜ ਵਿਚ ਸਥਾਪਿਤ ਹੋਵੇਗਾ, ਕਿਉਂਕਿ ਆਂਤਰਿਕ ਸੁਧਾਰ ਹੋਣ ਤੋਂ ਬਾਅਦ, ਬਾਹਰੀ ਸੁਧਾਰ ਆਪਣੇ ਆਪ ਹੋ ਜਾਂਦੇ ਹਨ। ਜਿਹੜਾ ਆਦਮੀ ਆਪਣੇ ਆਪ ਨੂੰ ਸੁਧਾਰ ਲਵੇਗਾ, ਉਹ ਲੱਖਾਂ ਨੂੰ ਸੁਧਾਰ ਦੇਵੇਗਾ।

ਸਮੇਂ ਦੀ ਕਸੌਟੀ ਉੱਪਰ ਖਰੇ ਉੱਤਰਨ ਵਾਲੇ, ਸੰਸਾਰ ਦੇ ਸਾਰੇ ਧਰਮ ਸ਼ਾਸਤਰਾਂ ਦਾ, ਇਹ ਇੱਕੋ ਇੱਕ ਸਾਰ ਹੈ, ਕਿ ਉਹ ਸਾਰੇ ਹੀ, ਮਨੁੱਖ ਨੂੰ ਜਿਆਦਾ ਤੋਂ ਜਿਆਦਾ ਉੱਪਰ ਉੱਠਣ ਦੀ ਪ੍ਰੇਰਨਾ ਦਿੰਦੇ ਹਨ। ਮੇਰੀ ਆਪਣੀ ਜ਼ਿੰਦਗੀ ਦਾ ਸਭ ਤੋਂ ਸੁਖਦਾਇਕ ਸਮਾਂ ਉਹ ਸੀ, ਜਿਸ ਵਕਤ ਮੈਂ *ਸੈਲਫ ਰੀਆਲਾਈਜੇਸ਼ਨ ਰਸਾਲੇ* ਖਾਤਰ ਬਾਈਬਲ ਦੇ ਨਿਊ

* "ਮੁਕਤ ਰੂਪ ਵਿਚ ਅਸੀਂ ਸੇਵਾ ਕਰਦੇ ਹਾਂ, ਕਿਉਂਕਿ ਮੁਕਤ ਰੂਪ ਨਾਲ ਅਸੀਂ ਪਿਆਰ ਕਰਦੇ ਹਾਂ,
ਪਿਆਰ ਕਰਨ ਜਾਂ ਨਾ ਕਰਨ ਦੀ ਸਾਡੀ ਇੱਛਾ ਵਿਚ ਹੀ ਸਾਡਾ ਉੱਥਾਨ ਜਾਂ ਸਾਡਾ ਪਤਨ ਹੈ।
ਅਤੇ ਕੁਝ ਪਲੀਤ ਹੋਏ ਹਾਂ, ਹੁਕਮ-ਅਦੂਲੀ ਕਰਨ ਕਰ ਕੇ ਪਲੀਤ ਹੋਏ ਹਾਂ,
ਸਵਰਗ ਤੋਂ ਸਿੱਧੇ ਘੋਰ ਨਰਕ ਵਿਚ ਡਿਗੇ ਹਾਂ।
ਇਹ ਡਿਗਣਾ ਵੀ ਕਿਹੋ ਜਿਹਾ,
ਪਰਮ-ਆਨੰਦ ਦੀ ਉੱਚ ਅਵਸਥਾ ਤੋਂ ਸਿੱਧੇ ਦੁਖ ਦੀ ਡੂੰਘੀ ਖੱਡ ਵਿਚ'
– ਮਿਲਟਨ ਦੀ "ਪੈਰਾਡਾਈਜ਼ ਲਾਸਟ' ਕਵਿਤਾ ਵਿਚੋਂ ਅਨੁਵਾਦ

† ਜਿਸ ਦੈਵੀ ਲੀਲਾ ਦੀ ਯੋਜਨਾ ਦੇ ਕਾਰਨ ਇਹ ਸਥੂਲ ਦੁਨੀਆਂ ਹੋਂਦ ਵਿਚ ਆਈ ਹੈ, ਉਸ ਯੋਜਨਾ ਵਿਚ ਸਿਰਜਣਹਾਰ ਅਤੇ ਸਿਰਜਕ ਜੀਵ ਵਿਚ ਲੈਣ ਦੇਣ ਜਰੂਰੀ ਹੈ। ਜੋ ਇੱਕੋ ਇੱਕ ਤੋਹਫਾ ਮਨੁੱਖ ਸਿਰਜਣਹਾਰ ਨੂੰ ਅਰਪਣ ਕਰ ਸਕਦਾ ਹੈ, ਉਹ ਹੈ ਪਿਆਰ, ਇਹ ਪਿਆਰ ਸਿਰਜਣਹਾਰ ਦੀ ਅਸੀਮ ਕ੍ਰਿਪਾ ਦੀ ਅੰਤਹੀਨ ਵਰਖਾ ਕਰਵਾਉਣ ਵਾਸਤੇ ਕਾਫੀ ਹੈ। "ਤੂੰ ਮੈਨੂੰ ਅਤੇ ਸੰਪੂਰਨ ਕੌਮ ਨੂੰ ਵੀ ਲੁੱਟ ਲਿਆ ਹੈ। ਤੂੰ ਆਪਣੀ ਪੈਦਾਵਾਰ ਦਾ ਦਸਵਾਂ ਹਿੱਸਾ ਮੇਰੇ ਭੰਡਾਰ ਵਿਚ ਲੈ ਕੇ ਆ, ਤਾਂ ਕਿ ਮੇਰਾ ਭੰਡਾਰ ਘਰ ਭਰਿਆ ਰਹੇ ਅਤੇ ਹੁਣੇ ਇੱਥੇ ਸਿੱਧ ਕਰ ਕੇ ਦਿਖਾ," ਮੇਜ਼ਬਾਨਾਂ ਦੇ ਪ੍ਰਮਾਤਮਾ ਨੇ ਕਿਹਾ, "ਜੇ ਮੈਂ ਤੁਹਾਡੇ ਵਾਸਤੇ ਸਵਰਗ ਦੇ ਦਰਵਾਜ਼ੇ ਨਾ ਖੋਲ ਦੇਵਾਂ ਅਤੇ ਉਨ੍ਹਾਂ ਵਿਚ ਇੰਨੇ ਅਸ਼ੀਰਵਾਦਾਂ ਦੀ ਵਰਖਾ ਨਾ ਕਰ ਦੇਵਾਂ ਕਿ ਤੁਹਾਡੇ ਲੋਕਾਂ ਕੋਲ ਉਨ੍ਹਾਂ ਨੂੰ ਰੱਖਣ ਵਾਸਤੇ ਥਾਂ ਵੀ ਨਹੀਂ ਬਚੇਗੀ।" *ਮਲਾਕੀ* 3:9–10 (ਬਾਈਬਲ)

ਟੇਸਟਾਮੈਂਟ* ਦੇ ਇੱਕ ਹਿੱਸੇ ਦੀ ਵਿਆਖਿਆ ਲਿਖਵਾਉਣ ਵਿਚ ਬਿਤਾਇਆ। ਮੈਂ ਈਸਾ ਮਸੀਹ ਨੂੰ ਸੱਚੇ ਦਿਲ ਨਾਲ ਬੇਨਤੀ ਕੀਤੀ, ਕਿ ਉਹ ਮੈਨੂੰ, ਉਨ੍ਹਾਂ ਦੇ ਸ਼ਬਦਾਂ ਦੇ ਸੱਚੇ ਅਰਥ ਸਮਝਣ ਵਿਚ ਮੇਰੀ ਸਹਾਇਤਾ ਕਰਨ। ਬੜੇ ਦੁਖ ਦੀ ਗੱਲ ਹੈ ਕਿ ਪਿਛਲੀਆਂ 20 ਸਦੀਆਂ ਤੋਂ ਉਨ੍ਹਾਂ ਦੀਆਂ ਜਿਆਦਾ ਸਿੱਖਿਆਵਾਂ ਨੂੰ ਗਲਤ ਹੀ ਸਮਝਿਆ ਜਾਂਦਾ ਰਿਹਾ ਹੈ।

ਇੱਕ ਰਾਤ ਨੂੰ, ਜਦੋਂ ਮੈਂ ਮੌਨ ਪ੍ਰਾਰਥਨਾ ਵਿਚ ਮਗਨ ਸੀ, ਤਾਂ ਐਨਸੀਨੀਟਸ ਆਸ਼ਰਮ ਵਿਚ ਮੇਰਾ ਕਮਰਾ ਅਚਾਨਕ ਦੁਧੀਆ ਨੀਲੀ ਰੌਸ਼ਨੀ ਨਾਲ ਭਰ ਗਿਆ। ਈਸਾ ਮਸੀਹ ਦਾ ਤੇਜਸਵੀ ਰੂਪ ਮੇਰੀਆਂ ਅੱਖਾਂ ਦੇ ਸਾਹਮਣੇ ਪ੍ਰਗਟ ਹੋਇਆ। ਉਹ ਪੱਚੀ ਕੁ ਵਰ੍ਹਿਆਂ ਦੇ ਨੌਜੁਆਨ ਪ੍ਰਤੀਤ ਹੋ ਰਹੇ ਸਨ। ਉਨ੍ਹਾਂ ਦੀ ਦਾੜ੍ਹੀ ਅਤੇ ਮੁੱਛਾਂ ਵਿਰਲੀਆਂ ਲੱਗ ਰਹੀਆਂ ਸਨ। ਵਿਚਕਾਰੋਂ ਵੰਡੇ ਹੋਏ ਸਿਰ ਦੇ ਲੰਬੇ ਲੰਬੇ ਕਾਲੇ ਕੇਸਾਂ ਦੇ ਚਾਰੇ ਪਾਸੇ ਝਿਲਮਿਲਾਉਂਦੀ ਸੁਨਹਿਰੀ ਆਭਾ ਸੀ।

ਉਨ੍ਹਾਂ ਦੀਆਂ ਅੱਖਾਂ ਸ਼ੁਰੂ ਤੋਂ ਅੰਤ ਤਕ ਨਿਰਾਲੀਆਂ ਲੱਗ ਰਹੀਆਂ ਸਨ, ਜਿਹੜੀਆਂ ਲਗਾਤਾਰ ਹਰ ਪਲ ਬਦਲ ਰਹੀਆਂ ਸਨ। ਉਨ੍ਹਾਂ ਦੇ ਭਾਵਾਂ ਵਿਚ ਹੋਣ ਵਾਲੇ ਹਰ ਇੱਕ ਪਰੀਵਰਤਨ ਦੇ ਨਾਲ ਹੀ ਦਰਸਾਏ ਗਿਆਨ ਨੂੰ, ਮੈਂ ਆਪਣੇ ਆਂਤਰਿਕ ਗਿਆਨ ਨਾਲ ਸਮਝ ਰਿਹਾ ਸੀ। ਉਨ੍ਹਾਂ ਦੀ ਤੇਜਸਵੀ ਨਜ਼ਰ ਵਿਚ, ਮੈਂ ਉਸ ਸ਼ਕਤੀ ਨੂੰ ਮਹਿਸੂਸ ਕੀਤਾ, ਜਿਸ ਨੇ ਅਨੰਤ ਬ੍ਰਹਿਮੰਡ ਨੂੰ ਧਾਰਨ ਕੀਤਾ ਹੋਇਆ ਹੈ। ਇੱਕ ਪਵਿੱਤਰ ਪਾਤਰ ਉਨ੍ਹਾਂ ਦੇ ਮੂੰਹ ਕੋਲ ਪ੍ਰਗਟ ਹੋਇਆ ਅਤੇ ਉੱਥੋਂ ਥੱਲੇ ਆ ਕੇ ਮੇਰੇ ਬੁਲ੍ਹਾਂ ਉਪਰ ਲੱਗ ਗਿਆ ਅਤੇ ਫਿਰ ਵਾਪਸ ਈਸਾ ਮਸੀਹ ਕੋਲ ਚਲਿਆ ਗਿਆ। ਕੁਝ ਦੇਰ ਬਾਅਦ, ਉਨ੍ਹਾਂ ਨੇ ਮੈਨੂੰ ਮੁਖਾਤਿਬ ਹੋ ਕੇ ਕੁਝ ਅਤਿਅੰਤ ਸੁੰਦਰ ਸ਼ਬਦਾਂ ਦਾ ਉਚਾਰਨ ਕੀਤਾ, ਜਿਨ੍ਹਾਂ ਦੇ ਭਾਵ ਇੰਨੇ ਵਿਅਕਤੀਗਤ ਹਨ, ਕਿ ਮੈਂ ਪਾਠਕਾਂ ਨਾਲ ਸਾਂਝੇ ਨਹੀਂ ਕਰ ਸਕਦਾ।

1950 ਅਤੇ 1951 ਦਾ ਬਹੁਤ ਜਿਆਦਾ ਸਮਾਂ, ਮੈਂ ਕੈਲੀਫੋਰਨੀਆ ਦੇ ਮੋਹਾਵੇ ਦੇ ਰੇਗਿਸਤਾਨ ਦੇ ਕੋਲ ਇੱਕ ਸ਼ਾਂਤਮਈ ਥਾਂ ਉਪਰ ਬਿਤਾਇਆ। ਉੱਥੇ ਮੈਂ ਸ੍ਰੀ ਮਦ ਭਗਵਤ ਗੀਤਾ ਦਾ ਅਨੁਵਾਦ ਕੀਤਾ ਅਤੇ ਇਸ ਦੀ ਵਿਸਥਾਰਪੂਰਵਕ ਵਿਆਖਿਆ† ਕੀਤੀ, ਜਿਸ ਵਿਚ ਯੋਗ ਦੇ ਵੱਖੋ ਵੱਖਰੇ ਰਸਤਿਆਂ ਦਾ ਵਰਣਨ ਹੈ।

* ਪਰਮਹੰਸ ਯੋਗਾਨੰਦ ਜੀ ਦੁਆਰਾ ਚਾਰੋਂ ਗਾਸਪਲ ਦੀ ਵਿਸਤ੍ਰਿਤ ਵਿਆਖਿਆ, ਯੋਗਦਾ ਸਤਸੰਗ ਸੁਸਾਇਟੀ ਦੁਆਰਾ, *ਦੀ ਸੈਕੰਡ ਕਮਿੰਗ ਆਫ ਕਰਾਈਸਟ: ਦੀ ਰਿਸਰਕਸ਼ਨ ਆਫ ਕਰਾਈਸਟ ਵਿਦਇਨ ਯੂ* ਪੁਸਤਕ ਦੇ ਰੂਪ ਵਿਚ ਛਾਪੀ ਗਈ ਹੈ। *(ਪ੍ਰਕਾਸ਼ਕ ਦੀ ਟਿਪਣੀ)*

† ਯੋਗਦਾ ਸਤਸੰਗ ਸੁਸਾਇਟੀ ਆਫ ਇੰਡੀਆ ਦੁਆਰਾ ਪ੍ਰਕਾਸ਼ਿਤ "ਗਾਡ ਟਾਕਸ ਵਿਦ ਅਰਜੁਨ, ਦੀ ਭਗਵਤ ਗੀਤਾ- ਰਾਇਲ ਸਾਇੰਸ ਆਫ ਦੀ ਗਾਡ ਰੀਆਲਾਈਜੇਸ਼ਨ।" ਸ੍ਰੀ ਮਦ ਭਗਵਤ ਗੀਤਾ ਭਾਰਤ ਦਾ ਸਭ ਤੋਂ ਹਰਮਨ ਪਿਆਰਾ ਯੋਗ ਸ਼ਾਸਤਰ ਹੈ। ਇਸ ਵਿਚ ਭਗਵਾਨ ਸ੍ਰੀ ਕ੍ਰਿਸ਼ਨ (ਪਰਮ ਤੱਤ ਦੇ ਪ੍ਰਤੀਕ) ਅਤੇ ਉਨ੍ਹਾਂ ਦੇ ਸ਼ਗਿਰਦ ਅਰਜੁਨ (ਆਦਰਸ਼ ਭਗਤ ਦੀ ਆਤਮਾ ਦੇ ਪ੍ਰਤੀਕ) ਦਰਮਿਆਨ ਵਾਰਤਾਲਾਪ ਹੈ। ਅਧਿਆਤਮਿਕ ਮਾਰਗ ਦਰਸ਼ਨ ਦੇ ਇਹੋ ਜਿਹੇ ਉਪਦੇਸ਼ ਹਨ, ਜੋ ਸਮੇਂ ਦੀ ਕਿਸੇ ਵੀ ਹੱਦ ਤੋਂ ਪਰੇ, ਸਾਰੇ ਭਗਤਾਂ ਦੁਆਰਾ ਕਦੇ ਵੀ ਵਰਤੋਂ ਵਿਚ ਲਿਆਂਦੇ ਜਾ ਸਕਦੇ ਹਨ। ਸ੍ਰੀ ਮਦ ਭਗਵਤ ਗੀਤਾ ਦੇ ਸੰਦੇਸ਼ ਦਾ ਸਾਰ ਇਹ ਹੈ ਕਿ ਮਨੁੱਖ ਪ੍ਰਮਾਤਮਾ ਨਾਲ ਪਿਆਰ ਕਰਕੇ, ਪਰਮਾਤਮਾ ਦੇ ਗਿਆਨ ਨਾਲ ਅਤੇ ਬਗੈਰ ਫਲ ਚਾਹੁੰਦਿਆਂ ਕਰਨਯੋਗ ਕੰਮ ਕਰ ਕੇ ਮੁਕਤੀ ਪ੍ਰਾਪਤ ਕਰ ਸਕਦਾ ਹੈ।

ਗੀਤਾ ਵਿਚ ਦੋ ਵਾਰ* ਇੱਕ ਇਸੇ ਯੋਗ ਤਕਨੀਕ ਦਾ ਵਿਸ਼ੇਸ਼ ਰੂਪ ਵਿਚ ਜ਼ਿਕਰ ਕੀਤਾ ਗਿਆ ਹੈ (ਸ਼੍ਰੀ ਮਦ ਭਗਵਤ ਗੀਤਾ ਵਿਚ ਇਸੇ ਇੱਕੋ ਇੱਕ ਯੋਗ ਤਕਨੀਕ ਦਾ ਜ਼ਿਕਰ ਹੈ, ਜਿਸ ਨੂੰ ਬਾਬਾ ਜੀ ਨੇ ਕਿਰਿਆਯੋਗ ਦਾ ਸਿੱਧਾ ਸਾਦਾ ਨਾਂ ਦਿੱਤਾ ਹੈ) ਭਾਰਤ ਦਾ ਇਹ ਸਭ ਤੋਂ ਮਹਾਨ ਸ਼ਾਸਤਰ ਆਦਮੀਆਂ ਨੂੰ, ਇਸ ਤਕਨੀਕ ਨੂੰ ਵਰਤੋਂ ਵਿਚ ਲਿਆਉਣ ਵਾਸਤੇ ਵਿਵਹਾਰਕ ਅਤੇ ਇਖਲਾਕੀ ਸਿਖਿਆ ਦਿੰਦਾ ਹੈ। ਸਾਡੇ ਸੁਪਨ ਸੰਸਾਰ ਦੇ ਮਹਾ ਸਮੁੰਦਰ ਵਿਚ ਸੁਆਸ ਮਾਇਆ ਦੀ ਇੱਕ ਖਾਸ ਅਨ੍ਹੇਰੀ ਹੈ, ਜੋ ਵੱਖਰੀਆਂ ਵੱਖਰੀਆਂ ਲਹਿਰਾਂ ਦਾ-ਸਾਰੇ ਲੋਕਾਂ ਅਤੇ ਸਾਰੀਆਂ ਭੌਤਿਕ ਚੀਜਾਂ ਦੇ ਸਰੂਪਾਂ ਦਾ ਗਿਆਨ ਪੈਦਾ ਕਰਦੀ ਹੈ। ਇਹ ਜਾਣਦਿਆਂ, ਕਿ ਆਦਮੀ ਨੂੰ ਵੱਖਰੀ ਹੋਂਦ ਦੇ ਦੁਖਦਾਈ ਸੁਪਨੇ ਤੋਂ ਜਗਾਉਣ ਵਾਸਤੇ ਸਿਰਫ ਦ੍ਰਾਸ਼ਨਿਕ ਅਤੇ ਇਖਲਾਕੀ ਗਿਆਨ ਹੀ ਕਾਫੀ ਨਹੀਂ, ਭਗਵਾਨ ਸ਼੍ਰੀ ਕ੍ਰਿਸ਼ਨ ਨੇ ਇਸ ਪਵਿੱਤਰ ਵਿਗਿਆਨ ਦੀ ਤਰਫ ਇਸ਼ਾਰਾ ਕੀਤਾ ਹੈ, ਜਿਸ ਦੁਆਰਾ ਮਨੁੱਖ ਆਪਣੇ ਸਰੀਰ ਉੱਪਰ ਪੂਰਾ ਅਧਿਕਾਰ ਸਥਾਪਿਤ ਕਰ ਕੇ, ਇਸ ਨੂੰ ਜਦੋਂ ਚਾਹੇ ਆਪਣੀ ਇੱਛਾ ਅਨੁਸਾਰ ਸ਼ੁੱਧ ਸ਼ਕਤੀ ਵਿਚ ਬਦਲ ਸਕਦਾ ਹੈ। ਅੱਜ ਦੇ ਪ੍ਰਮਾਣੂ ਯੁਗ ਵਿਚ ਆਧੁਨਿਕ ਵਿਗਿਆਨਕਾਂ ਦੇ ਵਾਸਤੇ *ਕਿਰਿਆ ਯੋਗ* ਦੇ ਇਸ ਸਿਧਾਂਤ ਨੂੰ ਸਮਝਣਾ ਮੁਸ਼ਕਿਲ ਨਹੀਂ, ਜਿਵੇਂ ਕਿ ਇਹ ਸਿੱਧ ਕੀਤਾ ਜਾ ਚੁੱਕਿਆ ਹੈ, ਹਰ ਇੱਕ ਸਥੂਲ ਪਦਾਰਥ ਨੂੰ ਸ਼ਕਤੀ ਵਿਚ ਬਦਲਿਆ ਜਾ ਸਕਦਾ ਹੈ।

ਹਿੰਦੂ ਸ਼ਾਸਤਰ ਯੋਗ ਵਿਗਿਆਨ ਨੂੰ ਇਸ ਵਾਸਤੇ ਮਹਤੱਤਾ ਦਿੰਦੇ ਹਨ ਕਿ ਆਮ ਆਦਮੀ ਇਸ ਦੀ ਵਰਤੋਂ ਕਰ ਸਕਦਾ ਹੈ। ਇਹ ਸੱਚ ਹੈ, ਕਿ ਕਦੇ ਕਦਾਈਂ ਸੁਆਸ ਦੇ ਰਹੱਸ ਨੂੰ ਬਗੈਰ ਯੋਗ ਤਕਨੀਕ ਦੀ ਵਰਤੋਂ ਕੀਤੇ ਵੀ ਸੁਲਝਾ ਲਿਆ ਗਿਆ ਹੈ, ਜਿਵੇਂ ਪ੍ਰਮਾਤਮਾ ਵਿਚ ਬਹੁਤ ਜਿਆਦਾ ਸ਼ਰਧਾ ਭਗਤੀ ਰੱਖਣ ਵਾਲੇ ਗੈਰ ਹਿੰਦੂ ਸੰਤਾਂ ਨੇ ਕੀਤਾ ਹੈ। ਇਹੋ ਜਿਹੇ ਈਸਾਈ, ਮੁਸਲਮਾਨ ਅਤੇ ਹੋਰ ਸੰਤਾਂ ਨੂੰ ਸੱਚਮੁੱਚ ਹੀ ਸਵਿਕਲਪ ਸਮਾਧੀ† ਦੀ ਨਿਸ਼ਚਲ ਅਤੇ ਨਿਰਸੁਆਸ ਅਵਸਥਾ ਵਿਚ ਦੇਖਿਆ ਗਿਆ ਸੀ, ਜਿਸ ਦੇ ਬਗੈਰ ਕੋਈ ਵੀ ਮਨੁੱਖ ਈਸ਼ਵਰ ਅਨੁਭੂਤੀ ਦੇ ਪਹਿਲੇ ਚਰਨ ਵਿਚ ਦਾਖਲ ਨਹੀਂ ਹੋ ਸਕਦਾ (ਇਸ ਵਾਸਤੇ ਜਦੋਂ ਕੋਈ ਸੰਤ ਨਿਰਵਿਕਲਪ ਸਮਾਧੀ ਜਾਂ ਸਰਵਉਚ ਸਮਾਧੀ

* ਸ਼੍ਰੀ ਮਦ ਭਗਵਤ ਗੀਤਾ IV:29, V:27–28।

† ਇਸ ਸਬੰਧ ਵਿਚ ਦੇਖੋ-ਚੈਪਟਰ 26। ਸਵਿਕਲਪ ਸਮਾਧੀ ਦੀ ਅਵਸਥਾ ਵਿਚ ਦੇਖੇ ਗਏ, ਈਸਾਈ ਸੰਤਾਂ ਵਿਚ ਆਵਿਲਾ ਦੀ ਸੰਤ ਟੇਰੇਸਾ ਦਾ ਜ਼ਿਕਰ ਕੀਤਾ ਜਾ ਸਕਦਾ ਹੈ। ਜਿਸ ਦਾ ਸਰੀਰ ਨਿਸ਼ਚਲ ਹੋ ਕੇ ਇੰਨਾ ਸਖਤ ਹੋ ਜਾਂਦਾ ਸੀ, ਕਿ ਕਾਨਵੈਂਟ ਦੀਆਂ ਹੈਰਾਨ ਪ੍ਰੇਸ਼ਾਨ ਸੰਨਿਆਸਣਾਂ, ਉਨ੍ਹਾਂ ਦੇ ਸਰੀਰ ਦੀ ਅਵਸਥਾ ਵਿਚ ਕਿਸੇ ਪ੍ਰਕਾਰ ਦਾ ਕੋਈ ਪ੍ਰੀਵਰਤਨ ਕਰਨ ਵਿਚ ਜਾਂ ਉਨ੍ਹਾਂ ਨੂੰ ਬਾਹਰੀ ਚੇਤਨਾ ਵਿਚ ਲਿਆਉਣ ਵਾਸਤੇ ਅਸਮਰਥ ਹੋ ਜਾਂਦੀਆਂ ਸਨ।

ਵਿਚ ਸਥਾਪਿਤ ਹੋ ਜਾਂਦਾ ਹੈ ਤਾਂ ਉਹ ਅਖੰਡਰੂਪ ਵਿਚ ਪ੍ਰਮਾਤਮਾ ਵਿਚ ਸਥਾਪਿਤ ਹੋ ਜਾਂਦਾ ਹੈ। ਫਿਰ ਭਾਵੇਂ ਉਹ ਸੁਆਸਹੀਨ ਅਵਸਥਾ ਵਿਚ ਰਹੇ ਜਾਂ ਸੁਆਸ ਪਰਸੁਆਸ ਦੀ ਨਿਸ਼ਚਲ ਅਵਸਥਾ ਵਿਚ ਜਾਂ ਕੰਮ ਕਾਹ ਕਰਦਾ ਰਹੇ)।

17ਵੀਂ ਸਦੀ ਦੇ ਈਸਾਈ ਸੰਤ ਬਰਦਰ ਲਾਰੈਂਸ ਨੇ ਕਿਹਾ ਹੈ ਕਿ ਉਨ੍ਹਾਂ ਨੂੰ ਪ੍ਰਮਾਤਮਾ ਦੀ ਪਹਿਲੀ ਝਲਕ ਇੱਕ ਦਰਖਤ ਦੇ ਦਰਸ਼ਨ ਕਰ ਕੇ ਪ੍ਰਾਪਤ ਹੋਈ। ਅਕਸਰ ਹੀ ਸਾਰੇ ਲੋਕ ਦਰਖਤ ਦੇਖਦੇ ਹਨ, ਪਰ ਅਫਸੋਸ- ਬਹੁਤ ਹੀ ਘੱਟ ਲੋਕ ਉਸ ਦਰਖਤ ਵਿਚ, ਉਸ ਦੇ ਰਚਣਹਾਰ ਨੂੰ ਦੇਖ ਸਕੇ ਹਨ। ਜਿਆਦਾ ਲੋਕ, ਭਗਤੀ ਦੀਆਂ ਉਨ੍ਹਾਂ ਪ੍ਰਚੰਡ ਸ਼ਕਤੀਆਂ ਜਗਾਉਣ ਦੇ ਸਮਰੱਥ ਨਹੀਂ ਹਨ, ਜੋ ਸਾਰੇ ਧਰਮਾਂ ਦੇ ਏਕਾਂਤੀ ਸੰਤਾਂ ਮਹਾਤਮਾਵਾਂ ਵਿਚ ਸੁਭਾਵਿਕ ਹੀ ਹੁੰਦੀਆਂ ਹਨ, ਭਾਵੇ ਉਹ ਪੂਰਬ ਦੇ ਹੋਣ ਭਾਵੇਂ ਪੱਛਮ ਦੇ, ਪਰ ਇਸ ਦਾ ਮਤਲਬ ਇਹ ਨਹੀਂ ਕਿ ਆਮ ਆਦਮੀ* ਵਾਸਤੇ ਪ੍ਰਮਾਤਮਾ ਨਾਲ ਮਿਲਾਪ ਦੀ ਕੋਈ ਸੰਭਾਵਨਾ ਨਹੀਂ ਹੈ। ਆਪਣੇ ਆਤਮ ਸਰੂਪ ਨੂੰ ਜਗਾਉਣ ਵਾਸਤੇ ਉਸ ਨੂੰ ਸਿਰਫ ਇੰਨਾ ਹੀ ਕਰਨ ਦੀ ਜ਼ਰੂਰਤ ਹੈ, ਕਿ ਉਹ *ਕਿਰਿਆ ਯੋਗ* ਦਾ ਅਭਿਆਸ ਕਰੇ। ਰੋਜ਼ਾਨਾ ਜ਼ਿੰਦਗੀ ਵਿਚ ਯਮ ਅਤੇ ਨਿਯਮ ਦਾ ਪਾਲਣ ਕਰੇ ਅਤੇ ਉਸ ਵਿਚ ਸੱਚੇ ਦਿਲੋਂ ਇਹ ਕਹਿਣ ਦਾ ਹੌਂਸਲਾ ਹੋਵੇ, ਕਿ ਪ੍ਰਮਾਤਮਾ ਮੈਂ ਆਪ ਦੇ ਦਰਸ਼ਨ ਖਾਤਰ ਤੜਫ ਰਿਹਾ ਹਾਂ।

ਇਸ ਤਰਾਂ ਯੋਗ ਦੀ ਸਰਬਵਿਆਪਕਤਾ ਇਸ ਵਿਚ ਹੈ, ਕਿ ਭਗਤੀ ਦੀ ਡੂੰਘਾਈ ਦੀ ਬਜਾਏ, ਜੋ ਆਮ ਆਦਮੀ ਦੀ ਭਾਵਨਾਤਮਕ ਤਾਕਤ ਤੋਂ ਬਾਹਰ ਹੁੰਦੀ ਹੈ, ਪ੍ਰਮਾਤਮਾ ਨੂੰ ਯੋਗ ਦੀ ਵਿਗਿਆਨਿਕ ਤਕਨੀਕ ਦੇ ਰੋਜ਼ਾਨਾ ਅਭਿਆਸ ਨਾਲ ਪ੍ਰਾਪਤ ਕੀਤਾ ਜਾ ਸਕਦਾ ਹੈ।

ਭਾਰਤ ਦੇ ਕੁਝ ਮਹਾਨ ਜੈਨ ਸੰਤਾਂ ਨੂੰ ਤੀਰਥੰਕਰ (ਪਾਰ ਕਰਵਾਉਣ ਵਾਲੇ) ਕਿਹਾ ਜਾਂਦਾ ਹੈ, ਕਿਉਂਕਿ ਉਹ ਰਸਤਾ ਦਿਖਾਉਂਦੇ ਹਨ, ਜਿਸ ਦੇ ਉੱਪਰ ਚੱਲ ਕੇ ਦੁਖੀ ਮਨੁੱਖਤਾ ਸੰਸਾਰ ਸਾਗਰ ਨੂੰ (ਕਰਮ ਫਲਾਂ ਦੇ ਚੱਕਰਾਂ ਕਰ ਕੇ ਵਾਰ ਵਾਰ ਜਨਮ ਮਰਨ ਤੋਂ ਛੁਟਕਾਰਾ) ਪਾਰ ਕਰ ਜਾਵੇ। ਸੰਸਾਰ (ਸ਼ਾਬਦਿਕ ਅਰਥ- ਬ੍ਰਹਿਮੰਡੀ ਪ੍ਰਵਾਹ ਦੇ ਨਾਲ ਵਹਿਣਾ) ਮਨੁੱਖ ਨੂੰ ਘੱਟ ਤੋਂ ਘੱਟ ਵਿਰੋਧ ਦਾ ਰਸਤਾ ਅਪਣਾਉਣ ਲਈ ਪ੍ਰੇਰਿਤ ਕਰਦਾ ਹੈ। "ਇਸ ਵਾਸਤੇ ਜੋ ਵੀ ਸੰਸਾਰ ਦਾ ਮਿੱਤਰ ਬਣੇਗਾ, ਉਹ

* ਆਮ ਮਨੁੱਖ ਨੂੰ ਵੀ, ਕਦੇ ਨਾ ਕਦੇ ਅਤੇ ਕਿਤੋਂ ਨਾ ਕਿਤੋਂ ਅਧਿਆਤਮਿਕ ਸ਼ੁਰੂਆਤ ਕਰਨੀ ਹੀ ਹੋਵੇਗੀ। ਲਾਉ-ਤਜ਼ੁ ਨੇ ਕਿਹਾ ਹੈ, "ਇੱਕ ਹਜ਼ਾਰ ਮੀਲ ਦੀ ਯਾਤਰਾ, ਇੱਕ ਕਦਮ ਪੁਟਦਿਆਂ ਹੀ ਸ਼ੁਰੂ ਹੋ ਜਾਂਦੀ ਹੈ।" ਭਗਵਾਨ ਬੁੱਧ ਨੇ ਕਿਹਾ ਹੈ, "ਕਿਸੇ ਮਨੁੱਖ ਦੀ ਚੰਗਿਆਈ ਦਾ ਮੁਲ ਘੱਟ ਨਹੀਂ ਆਂਕਣਾ ਚਾਹੀਦਾ। ਕਿਸੇ ਨੂੰ ਆਪਣੇ ਮਨ ਵਿਚ ਇਹ ਨਹੀਂ ਕਹਿਣਾ ਚਾਹੀਦਾ ਕਿ ਮੇਰੇ ਵਿਚ ਕਦੇ ਕੋਈ ਚੰਗਿਆਈ ਨਹੀਂ ਆਵੇਗੀ। ਜਿਵੇਂ ਬੂੰਦ ਬੂੰਦ ਨਾਲ ਹੀ ਘੜਾ ਭਰਦਾ ਹੈ, ਉਸੇ ਤਰ੍ਹਾਂ ਬੁੱਧੀਮਾਨ ਆਦਮੀ ਵੀ ਚੰਗਿਆਈਆਂ ਨਾਲ ਭਰ ਸਕਦਾ ਹੈ, ਭਾਵੇਂ ਉਹ ਥੋੜਾ ਥੋੜਾ ਕਰ ਕੇ ਹੀ ਆਪਣੇ ਅੰਦਰ ਚੰਗਿਆਈਆਂ ਕਿਉਂ ਨਾ ਲੈ ਕੇ ਆਏ।"

ਪ੍ਰਮਾਤਮਾ ਦਾ ਦੁਸ਼ਮਨ ਹੈ।''* ਪ੍ਰਮਾਤਮਾ ਦਾ ਮਿੱਤਰ ਬਣਨ ਵਾਸਤੇ ਮਨੁੱਖ ਨੂੰ ਆਪਣੇ ਕਰਮਾਂ ਦੀਆਂ ਬੁਰਾਈਆਂ ਉੱਪਰ ਜਿੱਤ ਪ੍ਰਾਪਤ ਕਰਨੀ ਹੋਵੇਗੀ, ਜਿਹੜੀਆਂ ਉਸ ਨੂੰ ਮੋਹ ਮਾਇਆ ਦੇ ਜਾਲ ਵਿਚ ਬੁਜ਼ਦਿਲਤਾ ਪੂਰਨ ਸਮਰਪਣ ਕਰਨ ਵਾਸਤੇ ਪ੍ਰੇਰਿਤ ਕਰਦੀਆਂ ਹਨ। ਕਰਮਾਂ ਦੇ ਕਠੋਰ ਨਿਯਮਾਂ ਦਾ ਗਿਆਨ ਸੱਚੇ ਸਾਧਕ ਨੂੰ ਮਾਇਆ ਦੀ ਪਕੜ ਤੋਂ ਬਾਹਰ ਨਿਕਲਣ ਦਾ ਰਸਤਾ ਲੱਭਣ ਵਾਸਤੇ ਪ੍ਰੇਰਿਤ ਕਰਦਾ ਹੈ। ਮਾਇਆ ਨਾਲ ਅੰਧੇ ਬਣੇ ਮਨ ਦੀਆਂ ਇੱਛਾਵਾਂ ਦੇ ਕਾਰਨ ਹੀ ਮਨੁੱਖ ਕਰਮਾਂ ਦਾ ਗੁਲਾਮ ਬਣ ਕੇ ਰਹਿ ਜਾਂਦਾ ਹੈ। ਇਸ ਵਾਸਤੇ ਯੋਗੀ ਮਨ ਦੇ ਸੰਜਮ†, ਭਾਵ ਅਰਥ ਚਿਤਵਰਿਤੀ ਨਿਰੋਧ ਉੱਪਰ ਧਿਆਨ ਦਿੰਦਾ ਹੈ। ਜਦੋਂ ਕਰਮਾਂ ਤੋ ਪੈਦਾ ਹੋਏ ਅਗਿਆਨ ਦੇ ਵੱਖਰੇ ਵੱਖਰੇ ਪਰਦੇ ਹਟ ਜਾਂਦੇ ਹਨ, ਤਾਂ ਆਦਮੀ ਆਪਣੇ ਆਪ ਨੂੰ ਆਪਣੇ ਸੱਚੇ ਸਰੂਪ ਵਿਚ ਪਹਿਚਾਨਣ ਲੱਗ ਜਾਂਦਾ ਹੈ।

* *ਯਾਕੂਬ* 4:4 (ਬਾਈਬਲ)

† *यथा दीपो निवातस्थो नेङ्गते सोपमा स्मृता।*
योगिनो यतचित्तस्य, युंजतो योगमात्मनः।।
यत्रोपरमते चित्तं निरुद्धं योगसेवया।
यत्र यैवात्मनात्मानं पश्यन्नात्मनि तुष्यति।।
सुखमात्यन्तिकं यतद् बुद्धिग्राह्यमतीनिद्रयम्।
वेत्ति यत्र न चैवायं स्थितश्चलति तत्वतः।
यं लबध्वा चापरं लाभं मन्यते नाधिकं ततः।।
यस्मिन्स्थितो न दुःखेन गुरुणापि विचाल्यते।।
तं विद्याद्दुः खसंयोगवियोगं योगसंज्ञितम्।
स निश्चयेन योक्तव्यो योगोऽनिर्विण्णचेतसा।।
संकल्पप्रभवान्कामांस्त्यक्त्वा सर्वानशेषतः।
मनसैवेन्द्रियग्रामं विनियम्य समन्ततः।।

– *श्रीमद्भगवद् गीता* VI:19-23

ਜਿਸ ਤਰ੍ਹਾਂ ਜਦੋਂ ਹਵਾ ਨਾ ਵਗਦੀ ਹੋਵੇ, ਤਾਂ ਦੀਵੇ ਦੀ ਲਾਟ ਸਥਿਰ ਰਹਿੰਦੀ ਹੈ ਅਤੇ ਦੀਵਾ ਅਰਾਮ ਨਾਲ ਜਗਦਾ ਰਹਿੰਦਾ ਹੈ। ਉਹ ਹੀ ਹਾਲਤ ਪ੍ਰਮਾਤਮਾ ਦੇ ਧਿਆਨ ਦੇ ਵਿਚ ਲੱਗੇ ਹੋਏ, ਯੋਗੀ ਦੇ ਜਿੱਤੇ ਹੋਏ ਚਿੱਤ ਦੀ ਕਹੀ ਗਈ ਹੈ। ਯੋਗ ਅਭਿਆਸ ਨਾਲ ਸਥਿਰ ਹੋਇਆ ਚਿੱਤ, ਜਿਸ ਅਵਸਥਾ ਵਿਚ ਭੌਤਿਕ ਜਗਤ ਤੋਂ ਉਪਰਾਮ ਹੋ ਜਾਂਦਾ ਹੈ ਅਤੇ ਜਿਸ ਅਵਸਥਾ ਵਿਚ ਸੂਖਮ ਬੁੱਧੀ ਦੁਆਰਾ ਪ੍ਰਮਾਤਮਾ ਦਾ ਦਰਸ਼ਨ ਕਰਦਾ ਹੋਇਆ, ਪਰਮ ਪਿਤਾ ਪ੍ਰਮਾਤਮਾ ਵਿਚ ਹੀ ਸਥਿਰ ਰਹਿੰਦਾ ਹੈ। ਇੰਦਰੀਆਂ ਤੋਂ ਪਰੇ ਕੇਵਲ ਸੂਖਮ ਬੁੱਧੀ ਦੁਆਰਾ ਗਰਿਹਣ ਕਰਨਯੋਗ, ਜੋ ਅਨੰਤ ਆਨੰਦ ਹੈ, ਨੂੰ ਜਿਸ ਅਵਸਥਾ ਵਿਚ ਅਨੁਭਵ ਕਰਦਾ ਹੈ, ਜਿਸ ਅਵਸਥਾ ਵਿਚ ਸਥਿਤ ਯੋਗੀ ਪ੍ਰਮਾਤਮਾ ਦੇ ਸਰੂਪ ਵਿਚ ਸਥਿਰ ਰਹਿੰਦਾ ਹੈ। ਜਿਸ ਲਾਭ ਨੂੰ ਪ੍ਰਾਪਤ ਕਰਕੇ, ਉਸ ਤੋਂ ਜਿਆਦਾ ਦੂਸਰੇ ਕਿਸੇ ਲਾਭ ਨੂੰ ਨਹੀਂ ਮੰਨਦਾ ਅਤੇ ਜਿਨ੍ਹਾਂ ਹਾਲਤਾਂ ਵਿਚ ਸਥਿਤ ਬੜੇ ਭਾਰੇ ਦੁਖਾਂ ਤੋਂ ਵੀ, ਉਸ ਦਾ ਚਿੱਤ ਦੁਖੀ ਨਹੀਂ ਹੁੰਦਾ। ਦੁਖ ਰੂਪ ਸੰਸਾਰ ਦੇ ਮੇਲ ਜੋਲ ਤੋਂ ਰਹਿਤ ਹੈ, ਉਸ ਦਾ ਨਾ ਯੋਗ ਹੈ, ਉਸ ਨੂੰ ਜਾਨਣਾ ਚਾਹੀਦਾ ਹੈ। ਯੋਗ ਨੂੰ ਧੀਰਜ ਅਤੇ ਉਤਸ਼ਾਹ ਭਰੇ ਚਿੱਤ ਨਾਲ ਯਕੀਨ ਪੂਰਵਕ ਕਰਨਾ ਚਾਹੀਦਾ ਹੈ।

ਜ਼ਿੰਦਗੀ ਅਤੇ ਮੌਤ ਦਾ ਰਹੱਸ, ਜਿਸ ਨੂੰ ਸੁਲਝਾਉਣ ਦੇ ਇੱਕੋ ਇੱਕ ਉਦੇਸ਼ ਨਾਲ, ਆਦਮੀ ਇਸ ਧਰਤੀ ਉੱਪਰ ਆਉਂਦਾ ਹੈ, ਆਦਮੀ ਸੁਆਸ ਨਾਲ ਪੂਰੀ ਤਰ੍ਹਾਂ ਬੱਝਿਆ ਹੋਇਆ ਹੈ। ਸੁਆਸ ਰਹਿਤਤਾ ਮੌਤ ਰਹਿਤਤਾ ਹੈ। ਇਸ ਸਚਾਈ ਨੂੰ ਪਹਿਚਾਣਦਿਆਂ, ਭਾਰਤ ਦੇ ਪ੍ਰਾਚੀਨ ਰਿਸ਼ੀਆਂ ਨੇ-ਸੁਆਸ ਦੀ ਡੋਰ ਨੂੰ ਹੀ ਫੜ ਲਿਆ ਅਤੇ ਸੁਆਸ ਰਹਿਤ ਅਵਸਥਾ ਵਿਚ ਜਾਣ ਵਾਸਤੇ ਇੱਕ ਪੱਕੇ ਅਤੇ ਵਿਵੇਕਸ਼ੀਲ ਵਿਗਿਆਨ ਦਾ ਵਿਕਾਸ ਕਰ ਲਿਆ ਹੈ।

ਜੇ ਭਾਰਤ ਕੋਲ ਸੰਸਾਰ ਨੂੰ ਦੇਣ ਵਾਸਤੇ ਹੋਰ ਕੁਝ ਨਾ ਵੀ ਹੁੰਦਾ, ਤਾਂ ਵੀ ਇਕੱਲਾ ਕਿਰਿਆਯੋਗ ਹੀ ਇੱਕ ਸ਼ਾਹਾਨਾ ਤੋਹਫਾ ਮੰਨਿਆ ਜਾਣ ਲਈ ਕਾਫੀ ਸੀ।

ਬਾਈਬਲ ਦੇ ਅਨੇਕ ਪੈਰੇ ਇਹੋ ਜਿਹੇ ਹਨ, ਜਿਨ੍ਹਾਂ ਤੋਂ ਇਹ ਸਪਸ਼ਟ ਹੁੰਦਾ ਹੈ ਕਿ ਹਿਬਰੂ ਗੁਰੂਆਂ ਨੂੰ ਇਹ ਗਿਆਨ ਸੀ, ਕਿ ਈਸ਼ਵਰ ਨੇ ਸੁਆਸ ਨੂੰ ਸਰੀਰ ਅਤੇ ਆਤਮਾ ਦੇ ਵਿਚਕਾਰ ਇੱਕ ਡੋਰੀ ਦਾ ਕੰਮ ਕਰਨ ਵਾਸਤੇ ਹੀ ਬਣਾਇਆ ਸੀ। ਜੇਨੇਸਿਸ ਵਿਚ ਕਿਹਾ ਗਿਆ ਹੈ, "ਪ੍ਰਮਾਤਮਾ ਨੇ ਧਰਤੀ ਦੀ ਮਿੱਟੀ ਨਾਲ ਆਦਮੀ ਦੀ ਰਚਨਾ ਕੀਤੀ ਅਤੇ ਉਸ ਦੇ ਨੱਕ ਵਿਚ ਪ੍ਰਾਣ ਦਾ ਸੰਚਾਰ ਕਰ ਦਿੱਤਾ। ਇਸ ਤਰ੍ਹਾਂ ਉਹ ਜਿਉਂਦਾ ਆਦਮੀ ਬਣ ਗਿਆ।"* ਮਨੁੱਖੀ ਸਰੀਰ ਦੀ ਰਚਨਾ ਧਾਤਾਂ ਅਤੇ ਰਸਾਇਣਿਕ ਤੱਤਾਂ ਤੋਂ ਹੋਈ ਹੈ, ਜਿਹੜੇ ਧਰਤੀ ਦੀ ਮਿਟੀ ਵਿਚ ਮੌਜੂਦ ਹੁੰਦੇ ਹਨ। ਜੇ ਅਗਿਆਨੀ ਆਦਮੀ ਦੇ ਸਰੀਰ ਵਿਚ ਆਤਮਾ ਸੁਆਸ ਨਾਲ ਪ੍ਰਾਣ ਪ੍ਰਵਾਹ ਨਾ ਕਰਦੀ, ਤਾਂ ਮਨੁੱਖੀ ਸਰੀਰ ਕੋਈ ਕੰਮ ਨਹੀਂ ਸੀ ਕਰ ਸਕਦਾ ਅਤੇ ਨਾ ਹੀ ਉਸ ਵਿਚ ਕੋਈ ਤਾਕਤ ਹੁੰਦੀ। ਮਨੁੱਖੀ ਸਰੀਰ ਵਿਚ ਪੰਜ ਪ੍ਰਾਣ ਕੰਮ ਕਰਦੇ ਹਨ, ਜਿਹੜੇ ਸਰਬਵਿਆਪੀ ਆਤਮਾ "ਓਮ' ਦੇ ਸਪੰਦਨਾਂ ਦਾ ਪ੍ਰਗਟਾਵਾ ਹੈ।

ਆਤਮਾ ਦਾ ਜਿਹੜਾ ਪ੍ਰਤੀਬਿੰਬ ਸਰੀਰ ਦੀਆਂ ਕੋਸ਼ਿਕਾਵਾਂ ਵਿਚ ਜੀਵਨ ਦਾ ਅਭਾਸ ਪੈਦਾ ਕਰ ਰਿਹਾ ਹੈ, ਉਹ ਹੀ ਸਰੀਰ ਦੇ ਵਾਸਤੇ ਮਨੁੱਖ ਦੀ ਖਿੱਚ ਦਾ ਇੱਕੋ ਇੱਕ ਕਾਰਨ ਹੈ। ਸਪਸ਼ਟ ਹੈ, ਕਿ ਉਹ ਸਿਰਫ ਮਿੱਟੀ ਦੇ ਭਾਂਡੇ ਬਾਰੇ ਹੀ ਬਹੁਤ ਜਿਆਦਾ ਫਿਕਰਮੰਦ ਨਾ ਹੁੰਦਾ। ਆਦਮੀ ਵਿਅਰਥ ਹੀ ਆਪਣੇ ਸਰੀਰ ਨੂੰ ਆਪਣਾ ਅਸਲ ਸਰੂਪ ਮੰਨਣ ਲੱਗ ਜਾਂਦਾ ਹੈ, ਕਿਉਂਕਿ ਆਤਮਾ ਦੇ ਪ੍ਰਾਣ ਪ੍ਰਵਾਹ ਇੰਨੀ ਤੇਜ ਰਫਤਾਰ ਨਾਲ ਸੁਆਸ ਦੀ ਡੋਰ ਨਾਲ ਸਰੀਰ ਵਿਚ ਦਾਖਲ ਹੁੰਦੇ ਹਨ, ਕਿ ਆਦਮੀ ਪਰਿਣਾਮ ਨੂੰ ਹੀ ਕਾਰਨ ਸਮਝਣ ਦੀ ਭੁੱਲ ਕਰ ਬੈਠਦਾ ਹੈ।

ਮਨੁੱਖ ਨੂੰ ਆਪਣੀ ਚੇਤਨਯ ਅਵਸਥਾ ਵਿਚ ਸਰੀਰ ਅਤੇ ਸੁਆਸ ਦਾ ਅਹਿਸਾਸ ਬਣਿਆ ਰਹਿੰਦਾ ਹੈ। ਨੀਂਦ ਦੀ ਹਾਲਤ ਵਿਚ ਸਰਗਰਮ ਹੋਣ ਵਾਲੀ ਅਵਚੇਤਨ ਅਵਸਥਾ

* *ਜੇਨੇਸਿਸ* 2:7 (ਬਾਈਬਲ)।

ਵਿਚ ਸਰੀਰ ਅਤੇ ਸੁਆਸ ਨਾਲੋਂ ਉਸ ਦੇ ਮਨ ਦਾ ਸਬੰਧ ਉਤਨੇ ਸਮੇਂ ਵਾਸਤੇ ਟੁੱਟ ਜਾਂਦਾ ਹੈ। ਪਰਾਚੇਤਨ ਅਵਸਥਾ ਵਿਚ, ਉਹ ਇਸ ਵਹਿਮ ਤੋਂ ਮੁਕਤ ਹੋ ਜਾਂਦਾ ਹੈ, ਕਿ ਉਸ ਦੇ ਸਰੀਰ ਦੀ ਹੋਂਦ ਸੁਆਸ ਉੱਪਰ ਨਿਰਭਰ ਹੈ।* ਪ੍ਰਮਾਤਮਾ ਸੁਆਸ ਤੋਂ ਬਗੈਰ ਹੀ ਰਹਿੰਦਾ ਹੈ। ਉਸ ਦੇ ਪ੍ਰਤੀਬਿੰਬ ਆਤਮਾ ਨੂੰ, ਸੁਆਸ ਰਹਿਤ ਅਵਸਥਾ ਵਿਚ ਹੀ ਪਹਿਲੀ ਵਾਰ ਆਪਣੇ ਆਤਮ ਸਰੂਪ ਦਾ ਗਿਆਨ ਹੁੰਦਾ ਹੈ।

ਜਦੋਂ ਆਤਮਾ ਦੇ ਵਿਕਾਸ ਦੀ ਰਫਤਾਰ ਤੇਜ ਕਰ ਦੇਣ ਵਾਲੇ ਕਰਮਾਂ ਦੇ ਕਾਰਨ, ਸਰੀਰ ਅਤੇ ਆਤਮਾ ਦੇ ਵਿਚਕਾਰ ਸੁਆਸ ਦੀ ਡੋਰ ਟੁੱਟ ਜਾਂਦੀ ਹੈ, ਤਾਂ ਅਵਸਥਾ ਵਿਚ ਅਚਾਨਕ ਪਰੀਵਰਤਨ ਆ ਜਾਣ ਕਰ ਕੇ, ਉਸ ਪਰੀਵਰਤਨ ਨੂੰ ਮੌਤ ਕਹਿੰਦੇ ਹਨ। ਸਰੀਰਕ ਕੋਸ਼ਕਾਵਾਂ ਆਪਣੀ ਸੁਭਾਵਿਕ ਹਾਲਤ ਅਰਥਾਤ ਸ਼ਕਤੀਹੀਨਤਾ ਵਿਚ ਵਾਪਸ ਚਲੀਆਂ ਜਾਂਦੀਆਂ ਹਨ। ਪ੍ਰੰਤੂ *ਕਿਰਿਆ ਯੋਗੀ* ਦੀ ਸੁਆਸ ਦੀ ਡੋਰੀ, ਕਰਮ ਸੰਜੋਗ ਦੇ ਕਰੂਰ ਵਿਘਨ ਨਾਲ ਨਹੀਂ, ਬਲਕਿ ਵਿਗਿਆਨਿਕ ਗਿਆਨ ਦੁਆਰਾ ਅਤੇ ਉਹ ਵੀ, ਉਸ ਦੀ ਆਪਣੀ ਮਰਜ਼ੀ ਨਾਲ ਟੁੱਟਦੀ ਹੈ। ਪ੍ਰਤੱਖ ਅਨੁਭਵ ਨਾਲ ਯੋਗੀ ਨੂੰ ਆਪਣੀ ਅਸਰੀਰਕ ਅਵਸਥਾ ਦਾ ਪਹਿਲਾਂ ਹੀ ਗਿਆਨ ਹੁੰਦਾ ਹੈ। ਉਸ ਨੂੰ ਇਹ ਸਮਝਣ ਵਾਸਤੇ ਮੌਤ ਦੇ ਨੁਕੀਲੇ ਸੰਕੇਤ ਦੀ ਜ਼ਰੂਰਤ ਨਹੀਂ ਹੁੰਦੀ, ਕਿ ਮਨੁੱਖ ਨੂੰ ਸਥੂਲ ਸਰੀਰ ਉੱਪਰ ਇੰਨਾ ਭਰੋਸਾ ਕਰਨਾ ਚੰਗਾ ਨਹੀਂ ਹੁੰਦਾ।

ਜਨਮ ਤੋਂ ਬਾਅਦ ਹਰ ਇੱਕ ਜਨਮ ਵਿਚ ਆਦਮੀ, ਆਪਣੇ ਪੂਰਨ ਦੇਵਤਵ ਵੱਲ ਤਰੱਕੀ ਕਰਦਾ ਜਾਂਦਾ ਹੈ। (ਤਰੱਕੀ ਉਹ ਆਪਣੀ ਹੀ ਰਫਤਾਰ ਨਾਲ ਕਰਦਾ ਹੈ ਭਾਵੇਂ ਉਹ ਕਿੰਨੀ ਹੀ ਅਸਥਿਰ ਜਾਂ ਦਿਸ਼ਾਹੀਨ ਕਿਉਂ ਨਾ ਹੋਵੇ) ਤਰੱਕੀ ਦੇ ਇਸ ਰਸਤੇ ਉੱਪਰ ਮੌਤ ਕੋਈ ਰੁਕਾਵਟ ਨਹੀਂ ਬਣਦੀ, ਬਲਕਿ ਉਹ ਤਾਂ ਆਦਮੀ ਨੂੰ ਆਪਣੀ ਜ਼ਿੰਦਗੀ ਧੋ ਕੇ ਨਿਰਮਲ ਬਣਨ ਵਾਸਤੇ ਸੂਖਮ ਸੰਸਾਰ ਦਾ ਜਿਆਦਾ ਅਨੁਕੂਲ ਵਾਤਾਵਰਨ ਪੇਸ਼ ਕਰਦੀ ਹੈ। "ਆਪਣੇ ਮਨ ਨੂੰ ਦੁਖੀ ਨਾ ਹੋਣ ਦਿਉ, ਮੇਰੇ ਪਿਤਾ ਦੇ ਘਰ ਵਿਚ ਅਣਗਿਣਤ

* ਤੁਸੀਂ ਸੰਸਾਰ ਦਾ ਸੱਚੇ ਅਰਥਾਂ ਵਿਚ ਉਦੋਂ ਤਕ ਆਨੰਦ ਨਹੀਂ ਲੈ ਸਕਦੇ, ਜਦੋਂ ਤਕ ਸਮੁੰਦਰ ਖੁਦ ਆਪ ਤੁਹਾਡੀਆਂ ਧਮਣੀਆਂ ਵਿਚ ਪ੍ਰਵਾਹਿਤ ਨਹੀਂ ਹੁੰਦਾ। ਜਦੋਂ ਤਕ ਅਕਾਸ਼ ਖੁਦ ਤੁਹਾਡਾ ਕਪੜਾ ਨਹੀਂ ਬਣ ਜਾਂਦਾ, ਤਾਰਿਆਂ ਦਾ ਤਾਜ ਨਹੀਂ ਪਹਿਨ ਲੈਂਦੇ ਅਤੇ ਖੁਦ ਨੂੰ ਸਾਰੇ ਵਿਸ਼ਵ ਦੇ ਇੱਕੋ ਇੱਕ ਉੱਤਰਾਅਧਿਕਾਰੀ ਦੇ ਰੂਪ ਵਿਚ ਨਹੀਂ ਪਹਿਚਾਣ ਲੈਂਦੇ, ਬਲਕਿ ਉਸ ਤੋਂ ਵੀ ਕਿਤੇ ਜਿਆਦਾ, ਕਿਉਂਕਿ ਵਿਸ਼ਵ ਵਿਚ ਹੋਰ ਲੋਕ ਵੀ ਹਨ, ਜੋ ਤੁਹਾਡੀ ਹੀ ਤਰ੍ਹਾਂ, ਉਸ ਦੇ ਇੱਕੋ ਇੱਕ ਉੱਤਰਾਅਧਿਕਾਰੀ ਹਨ, ਜਦੋਂ ਤਕ ਤੁਸੀਂ ਪ੍ਰਮਾਤਮਾ ਵਾਸਤੇ ਗਾ ਨਹੀਂ ਸਕਦੇ ਅਤੇ ਪ੍ਰਮਾਤਮਾ ਵਿਚ ਤੁਹਾਨੂੰ ਉਸ ਤਰ੍ਹਾਂ ਦਾ ਆਨੰਦ ਨਹੀਂ ਆਉਂਦਾ, ਜਿਸ ਤਰ੍ਹਾਂ ਕੰਜੂਸਾਂ ਨੂੰ ਸੋਨਾ ਜਮਾ ਕਰ ਕੇ ਆਉਂਦਾ ਹੈ ਜਾਂ ਰਾਜਿਆਂ ਨੂੰ ਰਾਜ ਦੰਡ ਧਾਰਨ ਕਰ ਕੇ ਆਉਂਦਾ ਹੈ। ਜਦੋਂ ਤਕ ਤੁਸੀਂ ਸਾਰੇ ਯੁਗਾਂ ਦੀਆਂ, ਪ੍ਰਮਾਤਮਾ ਦੀਆਂ ਲੀਲਾਵਾਂ ਤੋ ਵਾਕਫ ਨਹੀਂ ਹੋ ਜਾਂਦੇ, ਜਿਸ ਤਰ੍ਹਾਂ ਤੁਸੀਂ ਖੁਦ ਆਪਣੇ ਚੱਲਣ ਫਿਰਨ ਅਤੇ ਆਪਣੀ ਮੇਜ਼ ਆਦਿ ਦੇ ਹਰ ਰੋਜ਼ ਵਰਤੋਂ ਵਿਚ ਆਉਣ ਵਾਲੀਆਂ ਚੀਜ਼ਾਂ ਤੋਂ ਵਾਕਫ ਹੋ, ਉਦੋਂ ਤਕ ਤੁਸੀ ਉਸ ਨਿਰਾਕਾਰ ਦੇ ਬਹੁਤ ਨੇੜੇ ਤੋਂ ਵਾਕਫ ਨਹੀਂ ਹੋ ਸਕਦੇ, ਜਿਸ ਤੋਂ ਸਾਰਾ ਸੰਸਾਰ ਪ੍ਰਗਟ ਹੋਇਆ ਹੈ।

– 'ਟਾਮਸ ਟਰਾਹਰਨ' ਦੀ 'ਸੈਂਚਰੀਜ਼ ਆਫ ਦੀ ਮੈਡੀਟੇਸ਼ਨ' ਤੋਂ ਅਨੁਵਾਦਿਤ

ਹਵੇਲੀਆਂ ਹਨ।"* ਇਹ ਤਾਂ ਹੋ ਨਹੀਂ ਸਕਦਾ, ਕਿ ਇਸ ਸੰਸਾਰ ਦੀ ਰਚਨਾ ਕਰਨ ਵਿਚ ਹੀ ਪ੍ਰਮਾਤਮਾ ਨੇ ਆਪਣੀ ਸਾਰੀ ਪ੍ਰਤਿਭਾ ਖਤਮ ਕਰ ਦਿੱਤੀ ਹੋਵੇ ਅਤੇ ਹੁਣ ਪਰਲੋਕ ਵਿਚ ਸਾਡੀ ਉਤਸੁਕਤਾ ਜਗਾਉਣ ਵਾਸਤੇ ਉਸ ਕੋਲ ਵੀਣਾ ਦੀ ਝਣਕਾਰ ਤੋਂ ਇਲਾਵਾ ਕੁਝ ਵੀ ਨਾ ਹੋਵੇ।

ਮੌਤ ਸਾਡਾ ਵਜੂਦ ਖਤਮ ਨਹੀਂ ਕਰਦੀ, ਨਾ ਹੀ ਜ਼ਿੰਦਗੀ ਤੋਂ ਪੱਕਾ ਛੁਟਕਾਰਾ ਦਿਵਾਉਂਦੀ ਹੈ ਅਤੇ ਨਾ ਹੀ ਉਹ ਅਮਰਤਵ ਦਾ ਦਰਵਾਜ਼ਾ ਹੈ। ਜਿਹੜਾ ਆਦਮੀ ਇਸ ਭੌਤਿਕ ਸੰਸਾਰ ਵਿਚ ਆਨੰਦ ਪ੍ਰਾਪਤ ਕਰਨ ਵਾਸਤੇ ਆਪਣੀ ਆਤਮਾ ਤੋਂ ਭੱਜਦਾ ਰਿਹਾ ਹੋਵੇ, ਉਹ ਸੂਖਮ ਸੰਸਾਰ ਦੀ ਅਨੰਤ ਸੁੰਦਰਤਾ ਵਿਚ ਆਤਮਾ ਨੂੰ ਕਦੇ ਪ੍ਰਾਪਤ ਨਹੀਂ ਕਰ ਸਕੇਗਾ। ਉੱਥੇ ਉਹ ਸਿਰਫ ਸੂਖਮਤਰ ਅਨੁਭੂਤੀਆਂ ਨੂੰ, ਸੁੰਦਰਤਾ ਅਤੇ ਸਚਾਈ ਨੂੰ, ਜੋ ਇੱਕ ਹੀ ਚੀਜ਼ ਹੈ, ਦੇ ਵੱਲ ਜਿਆਦਾ ਭਾਵਕ ਪ੍ਰਤੀਕਿਰਿਆਵਾਂ ਨੂੰ ਇਕੱਠੀਆਂ ਕਰ ਲੈਂਦਾ ਹੈ। ਸੰਘਰਸ਼ਸ਼ੀਲ ਆਦਮੀ ਨੂੰ, ਇਸ ਭੌਤਿਕ ਸੰਸਾਰ ਦੀ ਅਹਿਰਨ ਉੱਪਰ ਹੀ, ਆਪਣੇ ਉੱਪਰ ਹਥੌੜੇ ਦੀਆਂ ਵਾਰ ਵਾਰ ਸੱਟਾਂ ਬਰਦਾਸ਼ਤ ਕਰ ਕੇ ਅਧਿਆਤਮਿਕ ਪਛਾਣ ਰੂਪੀ ਸੋਨੇ ਦੀ ਕਮਾਈ ਕਰਨੀ ਪਵੇਗੀ। ਦੁਖਾਂ ਨਾਲ ਕਮਾਏ ਇਸ ਸੋਨੇ ਨੂੰ ਹੱਥ ਵਿਚ ਲੈ ਕੇ ਹੀ, ਜਿਹੜੀ ਕਿ ਲਾਲਚਣ ਮੌਤ ਵਾਸਤੇ ਇੱਕੋ ਇੱਕ ਸਵੀਕਾਰ ਕਰਨਯੋਗ ਭੇਟਾ ਹੈ, ਦੇ ਨਾਲ ਜਨਮ ਅਤੇ ਮੌਤ ਦੇ ਚੱਕਰਾਂ ਤੋਂ ਆਖਰੀ ਮੁਕਤੀ ਪਾ ਲਵੇਗਾ।

ਅਨੇਕ ਵਰ੍ਹਿਆਂ ਤਕ, ਮੈਂ ਐਨਸੀਨੀਟਸ ਅਤੇ ਲਾਸ ਐਂਜਲਿਸ ਵਿਚ ਪਤੰਜਲੀ ਦੇ ਯੋਗ ਸੂਤਰ ਅਤੇ ਹਿੰਦੂ ਦਰਸ਼ਨ ਦੇ ਹੋਰ ਡੂੰਘੇ ਗ੍ਰੰਥਾਂ ਉੱਪਰ ਸਿੱਖਿਆ ਗਰੁਪ ਚਲਾਏ।

ਇੱਕ ਦਿਨ ਇੱਕ ਸਿੱਖਿਆ ਗਰੁਪ ਦੇ ਇੱਕ ਵਿਦਿਆਰਥੀ ਨੇ ਪੁੱਛਿਆ, "ਪ੍ਰਮਾਤਮਾ ਨੇ ਆਤਮਾ ਅਤੇ ਸਰੀਰ ਨੂੰ ਜੋੜਿਆ ਹੀ ਕਿਉਂ? ਸੰਸਾਰ ਦੇ ਇਸ ਵਿਕਾਸਸ਼ੀਲ ਨਾਟਕ ਨੂੰ ਸ਼ੁਰੂ ਕਰਨ ਦਾ ਪ੍ਰਮਾਤਮਾ ਦਾ ਮਕਸਦ ਕੀ ਸੀ?" ਹੋਰ ਅਣਗਿਣਤ ਲੋਕਾਂ ਨੇ ਵੀ ਇਹੋ ਜਿਹੇ ਸਵਾਲ ਉਠਾਏ ਹਨ। ਦਾਰਸ਼ਨਿਕਾਂ ਨੇ ਉਨ੍ਹਾਂ ਦੇ ਜਵਾਬ ਦੇਣ ਦੇ ਅਸਫਲ ਯਤਨ ਵੀ ਕੀਤੇ ਹਨ।

"ਕੁਝ ਭੇਤਾਂ ਨੂੰ ਅਨੰਤ ਕਾਲ ਵਿਚ ਹੀ ਲੱਭਣ ਲਈ ਛੱਡ ਦਿਉ," ਸ਼੍ਰੀ ਯੁਕਤੇਸ਼ਵਰ ਜੀ ਮੁਸਕਰਾਉਂਦਿਆਂ ਕਿਹਾ ਕਰਦੇ ਸਨ। "ਆਦਮੀ ਦੀ ਤੰਗ ਵਿਵੇਕ ਸ਼ਕਤੀ ਅਜਨਮੇਂ ਪੂਰਨ ਬ੍ਰਹਮ ਦੇ ਅਕਲਪਨੀਯ ਉਦੇਸ਼ਾਂ ਨੂੰ ਕਿਸ ਤਰ੍ਹਾਂ ਸਮਝ ਸਕਦੀ ਹੈ।† ਦਿਖਾਈ

* *ਜਾਨ* 14:1–2 (ਬਾਈਬਲ)।

† "ਕਿਉਂਕਿ ਮੇਰੇ ਵਿਚਾਰ ਤੁਹਾਡੇ ਵਿਚਾਰ ਨਹੀਂ ਹਨ, ਨਾ ਹੀ ਤੁਹਾਡੇ ਤਰੀਕੇ ਮੇਰੇ ਤਰੀਕੇ ਹਨ।" ਪ੍ਰਮਾਤਮਾ ਨੇ ਕਿਹਾ। "ਕਿਉਂਕਿ ਜਿਸ ਤਰ੍ਹਾਂ ਸਵਰਗ ਧਰਤੀ ਤੋਂ ਉੱਚਾ ਹੈ, ਉਸੇ ਤਰ੍ਹਾਂ ਹੀ ਮੇਰੇ ਤਰੀਕੇ ਤੁਹਾਡੇ ਤਰੀਕਿਆਂ ਤੋਂ ਉੱਚੇ ਹਨ ਅਤੇ ਮੇਰੇ ਵਿਚਾਰ ਤੁਹਾਡੇ ਵਿਚਾਰਾਂ ਨਾਲੋਂ ਉੱਚੇ ਹਨ।" *ਈਜ਼ਾਈਆ* 55:8–9 (ਬਾਈਬਲ)। "ਡਿਵਾਈਨ ਕਾਮੇਡੀ' ਵਿਚ ਡਾਂਟੇ ਨੇ ਲਿਖਿਆ ਹੈ।

ਦੇ ਰਹੇ ਸੰਸਾਰ ਦੇ 'ਕਾਰਨ ਅਤੇ ਪਰਿਣਾਮ' ਦੇ ਨਿਯਮਾਂ ਨਾਲ ਬੰਨ੍ਹੀ ਮਨੁੱਖ ਦੀ ਬੁੱਧੀ, ਅਨਾਦਿ, ਅਜਨਮੇਂ ਬ੍ਰਹਮ ਦੇ ਭੇਤਾਂ ਦੇ ਸਾਹਮਣੇ ਚਕਰਾ ਜਾਂਦੀ ਹੈ। ਪ੍ਰੰਤੂ ਜੇ ਆਦਮੀ ਦੀ ਬੁੱਧੀ ਸੰਸਾਰ ਦੇ ਭੇਤਾਂ ਨੂੰ ਨਹੀਂ ਸਮਝ ਸਕਦੀ, ਤਾਂ ਵੀ ਅੰਤ ਵਿਚ ਸ਼ਰਧਾਲੂ ਦੀ ਖਾਤਰ ਪ੍ਰਮਾਤਮਾ ਆਪਣੇ ਆਪ ਉਸ ਦੇ ਸਾਹਮਣੇ ਸਾਰੇ ਭੇਤ ਖੋਲ੍ਹ ਦੇਵੇਗਾ।

ਜੋ ਸੱਚ ਮੁੱਚ ਗਿਆਨ ਪ੍ਰਾਪਤ ਕਰਨ ਦਾ ਇਛੁੱਕ ਹੋਵੇ, ਉਹ ਪ੍ਰਮਾਤਮਾ ਦੀ ਯੋਜਨਾ ਦੇ ਸੁਰੂਆਤੀ ਤੱਥਾਂ ਦੇ ਗਿਆਨ ਨੂੰ ਹੀ ਚੰਗੀ ਤਰ੍ਹਾਂ ਨਿਮਰਤਾ ਨਾਲ ਆਤਮਸਾਤ ਕਰ ਕੇ ਆਪਣੀ ਖੋਜ ਸ਼ੁਰੂ ਕਰਨ ਨਾਲ ਸੰਤੁਸ਼ਟ ਹੋ ਜਾਂਦਾ ਹੈ। ਵਕਤ ਤੋਂ ਪਹਿਲਾਂ ਸਿੱਧੇ ਜੀਵਨ ਦੇ ਆਈਨਸਟਾਈਨ ਦੇ ਨਿਸ਼ਚਿਤ ਗਣਿਤਿਕ ਸਿਧਾਂਤ ਦੇ ਗਰਾਫ ਦੀ ਮੰਗ ਨਹੀਂ ਕਰਦਾ।

ਕਿਸੇ ਵੀ ਸਮੇਂ, ਕਿਸੇ ਵੀ ਆਦਮੀ ਨੇ, ਕਦੇ ਪ੍ਰਮਾਤਮਾ ਨੂੰ ਨਹੀਂ ਦੇਖਿਆ, (ਸਮਾਂ ਮਾਇਆ ਦਾ ਪੈਦਾ ਕੀਤਾ ਹੋਇਆ ਭਰਮ ਹੈ* ਅਤੇ ਇਸ ਦੇ ਅਧੀਨ ਜਿਉਣ ਵਾਲਾ ਕੋਈ ਵੀ ਨਾਸ਼ਵਾਨ ਮਨੁੱਖ, ਕਦੇ ਅਨੰਤ ਪਰਮ ਤੱਤ ਨੂੰ ਨਹੀਂ ਜਾਣ ਸਕਦਾ) ਸਿਵਾਏ ਉਸ ਤੋਂ ਪੈਦਾ ਹੋਏ ਪੁੱਤਰ ਦੇ, ਜੋ ਪਰਮ ਪਿਤਾ ਦੇ ਦਿਲ ਵਿਚ ਨਿਵਾਸ ਕਰਦਾ ਹੈ (ਪ੍ਰਤੀਬਿੰਬਤ ਕਰਾਈਸਟ ਚੈਤਨਯ ਜਾਂ ਸ੍ਰਿਸ਼ਟੀ ਵਿਚ ਵਿਆਪਤ ਕੂਟਸਥ ਚੈਤਨਯ ਜਾਂ ਬਾਹਰੀ ਪੂਰਨ ਗਿਆਨ, ਜਿਹੜੀ ਓਮ ਦੇ ਸਪੰਦਨਾਂ ਰਾਹੀਂ ਸਾਰੇ ਭੌਤਿਕ ਸੰਸਾਰ ਨੂੰ ਚਲਾਉਂਦੀ ਹੈ। ਸਪੰਦਨ ਏਕਤਾ ਵਿਚ ਵੱਖਰੇਵਿਆਂ ਨੂੰ ਦਿਖਾਉਣ ਵਾਸਤੇ ਅਜਨਮੇ ਪਰਮ ਤੱਤ ਦੀਆਂ ਡੂੰਘਾਈਆਂ ਜਾਂ ਦਿਲ ਵਿਚੋਂ ਨਿਕਲਦੀ ਹੈ) ਉਸ ਨੇ ਪ੍ਰਮਾਤਮਾ ਦੇ ਹੋਂਦ ਦੀ (ਅਕਾਰ ਧਾਰਨ ਕੀਤਾ ਹੋਇਆ ਹੈ ਜਾਂ ਉਸ ਨੂੰ ਪਰਗਟ ਕੀਤਾ ਹੋਇਆ ਹੈ) ਘੋਸ਼ਣਾ† ਕੀਤੀ ਹੈ।

ਈਸਾ ਮਸੀਹ ਨੇ ਇਸ ਦੀ ਵਿਆਖਿਆ ਕੀਤੀ ਹੈ "ਸੱਚ ਹੈ, ਸੱਚ ਹੈ, ਮੈਂ ਤੁਹਾਨੂੰ ਕਹਿ ਰਿਹਾ ਹਾਂ, ਪੁੱਤਰ ਖੁਦ ਆਪ ਕੁਝ ਨਹੀਂ ਕਰ ਸਕਦਾ। ਪਿਤਾ ਨੂੰ ਜੋ ਕਰਦਿਆਂ ਦੇਖਦਾ

"ਮੈਂ ਉਸ ਪਰਮ ਤੇਜਸਵੀ ਸਵਰਗ ਵਿਚ ਜਾ ਕੇ ਆਇਆ ਹਾਂ, ਜਿਹੜਾ ਪ੍ਰਮਾਤਮਾ ਦੀ ਰੌਸ਼ਨੀ ਨਾਲ ਚਮਕਦਾ ਹੈ ਅਤੇ ਮੈਂ ਉੱਥੇ ਇਹੋ ਜਿਹੀਆਂ ਗੱਲਾਂ ਦੇਖੀਆਂ ਹਨ, ਜਿਨ੍ਹਾਂ ਦਾ ਉੱਥੋਂ ਵਾਪਸ ਆਉਣ ਤੋਂ ਬਾਅਦ ਬਿਆਨ ਕਰਨਾ ਬੁੱਧੀ ਅਤੇ ਗਿਆਨ ਦੀ ਤਾਕਤ ਤੋਂ ਬਾਹਰ ਹੈ। ਕਿਉਂਕਿ ਅਜ਼ਲਾਂ ਦੇ ਇੰਤਜ਼ਾਰ ਤੋਂ ਬਾਅਦ ਪਰਮ ਤੱਤ ਕੋਲ ਪਹੁੰਚਦਿਆਂ ਹੀ ਸਾਡੀ ਬੁੱਧੀ ਇੰਨੀ ਆਨੰਦ ਮਗਨ ਹੋ ਜਾਂਦੀ ਹੈ ਕਿ ਜਿਸ ਰਸਤੇ ਤੇ ਚੱਲ ਕੇ ਉਹ ਪਰਮ ਤੱਤ ਤਕ ਪਹੁੰਚੀ ਹੈ, ਉਸ ਨੂੰ ਮੁੜ ਯਾਦ ਨਹੀਂ ਕਰ ਸਕਦੀ। ਫਿਰ ਵੀ ਉਸ ਸਵਰਗ ਦੀ ਜਿਹੜੀ ਯਾਦ ਬਾਕੀ ਹੈ, ਉਸੇ ਨੂੰ ਹੀ ਮੈਂ ਗੀਤ ਖਤਮ ਹੋਣ ਤਕ ਗਾਉਂਦਾ ਰਹਾਂਗਾ।"

* ਧਰਤੀ ਦੇ ਦਿਨ ਅਤੇ ਰਾਤ ਦਾ ਚੱਕਰ, ਸਾਨੂੰ ਮਾਇਆ ਦੀਆਂ ਪਰਸਪਰ ਵਿਰੋਧੀ ਅਵਸਥਾਵਾਂ ਦੀ ਹਰ ਰੋਜ਼ ਯਾਦ ਦਿਵਾਉਂਦਾ ਰਹਿੰਦਾ ਹੈ।ਇਸੇ ਵਾਸਤੇ ਦੋਨੋਂ ਵੇਲਿਆਂ ਦੇ ਜੁੜਨ ਦੇ ਸਮੇਂ ਨੂੰ, ਸਵੇਰੇ ਅਤੇ ਸ਼ਾਮ ਨੂੰ ਧਿਆਨ ਕਰਨ ਵਾਸਤੇ ਪਵਿੱਤਰ ਮੰਨਿਆ ਗਿਆ ਹੈ। ਮਾਇਆ ਦੇ ਇਸ ਦਵੰਦਾਤਮਿਕ ਪਰਦੇ ਨੂੰ ਪਾੜਨ ਤੋਂ ਬਾਅਦ ਯੋਗੀ ਸਾਰੇ ਪਾਸੇ ਵਿਆਪਤ ਏਕਤਾ ਨੂੰ ਅਨੁਭਵ ਕਰਦਾ ਹੈ।

† *ਜਾਨ* 1:18 (ਬਾਈਬਲ)।

ਹੈ, ਓਹੀ ਕਰਦਾ ਹੈ। ਕਿਉਂਕਿ ਪਿਤਾ ਜੋ ਕੁਝ ਕਰ ਸਕਦਾ ਹੈ, ਉਹ ਸਾਰਾ ਕੁਝ ਪੁੱਤਰ ਵੀ ਕਰ ਸਕਦਾ ਹੈ।"*

ਦ੍ਰਿਸ਼ਟੀ ਗੋਚਰ ਸੰਸਾਰ ਵਿਚ ਵਿਆਪਤ ਪਰਮ ਬ੍ਰਹਮ ਦੇ ਤਿਰਗੁਣਾਤਮਿਕ ਸੁਭਾਅ ਦਾ ਹਿੰਦੂ ਸ਼ਾਸਤਰਾਂ ਨੇ ਸ੍ਰਿਸ਼ਟੀ, ਸਥਿਤੀ ਅਤੇ ਲੈਅ ਦੇ ਪ੍ਰਤੀਕ ਵਿਚ ਬ੍ਰਹਮਾ (ਰਚਣਹਾਰ) ਵਿਸ਼ਨੂੰ (ਪਾਲਣਵਾਲਾ) ਅਤੇ ਮਹੇਸ਼ (ਸੰਘਾਰ ਕਰਤਾ) ਦੇ ਰੂਪ ਵਿਚ ਵਰਣਨ ਕੀਤਾ ਹੈ। ਇਨ੍ਹਾਂ ਤਿੰਨਾਂ ਦੇ ਤਿੰਨ ਤਰ੍ਹਾਂ ਦੇ ਕੰਮ ਸਪੰਦਨਾਂਤਮਿਕ ਸੰਸਾਰ ਵਿਚ ਲਗਾਤਾਰ ਚੱਲਦੇ ਰਹਿੰਦੇ ਹਨ। ਕਿਉਂਕਿ ਪੂਰਨ ਬ੍ਰਹਮ ਜਾਂ ਨਿਰਗੁਣ ਬ੍ਰਹਮ ਆਦਮੀ ਦੀ ਸਮਝਣ ਦੀ ਸ਼ਕਤੀ ਤੋਂ ਪਰੇ ਹੈ, ਇਸ ਕਰ ਕੇ ਧਾਰਮਿਕ ਸੁਭਾਅ ਦੇ ਹਿੰਦੂ ਸ਼ਰਧਾਲੂ ਇਸ ਤਿਰੀਮੂਰਤੀ ਦੇ ਪਵਿੱਤਰ ਰੂਪਾਂ ਵਿਚ ਉਸ ਦੀ ਪੂਜਾ ਕਰਦੇ ਹਨ।† ਪ੍ਰੰਤੂ ਸ੍ਰਿਸ਼ਟੀ ਵਿਚ ਵਿਆਪਤ, ਸ੍ਰਿਸ਼ਟੀ-ਸਥਿਤੀ ਅਤੇ ਲੈਅ ਦਾ ਸਰੂਪ ਹੀ ਪ੍ਰਮਾਤਮਾ ਦਾ ਪਰਮ ਉੱਚ ਜਾਂ ਜਰੂਰੀ ਸਰੂਪ ਨਹੀਂ ਹੈ। ਇੱਥੋਂ ਤਕ ਕਿ ਉਸ ਦਾ ਇਹ ਸਾਰ ਭੂਤ ਸਰੂਪ ਵੀ ਨਹੀਂ ਹੈ। (ਕਿਉਂਕਿ ਸ੍ਰਿਸ਼ਟੀ ਉਸ ਦੀ ਕੇਵਲ ਲੀਲਾ ਹੈ- ਸਿਰਜਣਾਤਮਿਕ ਖੇਡ‡ ਹੈ) ਤਿਰੀਮੂਰਤੀ ਦੇ ਸਾਰੇ ਭੇਤਾਂ ਨੂੰ ਜਾਣ ਲੈਣ ਤੋਂ ਬਾਅਦ ਵੀ ਪ੍ਰਮਾਤਮਾ ਦੇ ਅਨੰਤ ਮੂਲ ਸਰੂਪ ਨੂੰ ਨਹੀਂ ਜਾਣਿਆ ਜਾ ਸਕਦਾ, ਕਿਉਂਕਿ ਨਿਯਮਾਂ ਦੇ ਅਧੀਨ ਆਣਵਿਕ ਰਿਸਾਵ ਵਿਚ ਪ੍ਰਗਟ ਹੋਣ ਵਾਲਾ, ਉਸ ਦਾ ਬਾਹਰੀ ਸੰਸਾਰ ਉਸ ਦੇ ਸਰੂਪ ਨੂੰ ਦਰਸਾਏ ਬਗੈਰ ਕੇਵਲ ਉਸ ਨੂੰ ਹੀ ਪ੍ਰਗਟ ਕਰਦਾ ਹੈ। ਪ੍ਰਮਾਤਮਾ ਦਾ ਅੰਤਮ ਸਰੂਪ ਤਾਂ ਹੀ ਪਤਾ ਲੱਗਦਾ ਹੈ, ਜਦੋਂ ਪੁੱਤਰ ਉੱਪਰ ਉੱਠ ਕੇ ਪਿਤਾ ਦੇ ਕੋਲ ਉੱਪਰ ਪਹੁੰਚਦਾ ਹੈ।§ ਮੁਕਤ ਹੋਇਆ ਆਦਮੀ ਸਪੰਦਨਾਂਤਮਿਕ ਸੰਸਾਰ ਤੋਂ ਪਰੇ ਜਾ ਕੇ ਸਪੰਦਨ ਰਹਿਤ ਪਾਰਬ੍ਰਹਮ ਵਿਚ ਦਾਖਲ ਹੁੰਦਾ ਹੈ।

ਜਦੋਂ ਗੂੜ੍ਹੇ ਭੇਤਾਂ ਨੂੰ ਪ੍ਰਗਟ ਕਰਨ ਵਾਸਤੇ ਬੇਨਤੀ ਕੀਤੀ ਗਈ ਤਾਂ ਸਾਰੇ ਹੀ ਮਹਾ ਪੁਰਸ਼ ਚੁੱਪ ਰਹੇ। ਜਦੋਂ ਪਾਇਲੇਟ ਨੇ ਪੁੱਛਿਆ "ਸੱਚ ਕੀ ਹੈ?"¶ ਤਾਂ ਈਸਾ ਮਸੀਹ ਨੇ

* *ਜਾਨ* 5:19 (ਬਾਈਬਲ)।

† ਸੱਤ,ਤੱਤ, ਓਮ, ਜਾਂ ਪਿਤਾ, ਪੁੱਤਰ ਅਤੇ ਪਵਿੱਤਰ ਆਤਮਾ ਦੇ ਤਿਰਵਿਧ ਸੱਚ ਤੋਂ, ਇਹ ਅਲੱਗ ਕਲਪਨਾ ਹੈ। ਬ੍ਰਹਮਾ, ਵਿਸ਼ਨੂ ਅਤੇ ਮਹੇਸ਼ ਸਪੰਦਨਾਂਤਮਿਕ ਸ੍ਰਿਸ਼ਟੀ ਵਿਚ ਵਿਆਪਤ ਈਸ਼ਵਰ ਦੇ ਤੱਤ ਰੂਪ ਜਾਂ ਪੁੱਤਰ ਰੂਪ ਜਾਂ ਕੁਟਸਥ ਚੈਤਨਯ ਦੀ ਤਿਰਗੁਣਾਤਮਿਕ ਪ੍ਰਗਟਾਵੇ ਦੇ ਪ੍ਰਤੀਕ ਹਨ। ਇਸ ਤਿਰੀਮੂਰਤੀ ਦੀਆਂ ਸ਼ਕਤੀਆਂ ਜਾਂ ਪਤਨੀਆਂ ਸ੍ਰਿਸ਼ਟੀ ਨੂੰ ਸਪੰਦਨਾਂ ਦੇ ਰਾਹੀਂ ਬਣਾ ਕੇ ਰੱਖਣ ਵਾਲੀਆਂ ਇੱਕੋ ਇੱਕ ਕਾਰਕ ਸ਼ਕਤੀ ਓਮ ਜਾਂ ਪਵਿੱਤਰ ਆਤਮਾ ਦੀਆਂ ਪ੍ਰਤੀਕ ਹਨ। (ਦੇਖੋ ਪੰਨਾਂ 195n., 274n.)

‡ "ਹੇ ਪ੍ਰਮਾਤਮਾ- ਤੂੰ ਹੀ ਸਾਰੀਆਂ ਚੀਜ਼ਾਂ ਦੀ ਰਚਨਾ ਕੀਤੀ ਹੈ ਅਤੇ ਉਹ ਸਾਰੀਆਂ ਚੀਜ਼ਾ ਤੇਰੇ ਆਨੰਦ ਲਈ ਹਨ ਅਤੇ ਉਸ ਦੇ ਵਾਸਤੇ ਹੀ ਰਚਨਾ ਕੀਤੀ ਗਈ ਹੈ।" *ਰੇਵੀਲੇਸ਼ਨ* 4:11 (ਬਾਈਬਲ)

§ *ਜਾਨ* 14:12 (ਬਾਈਬਲ)।

¶ *ਜਾਨ* 18:38 (ਬਾਈਬਲ)।

ਕੋਈ ਜਵਾਬ ਨਹੀਂ ਦਿੱਤਾ। ਪਾਇਲੇਟ ਵਰਗੇ ਬੁੱਧੀਵਾਦੀਆਂ ਦੇ ਅਡੰਬਰ ਪੂਰਨ ਸਵਾਲ ਕਦੇ ਸੱਚੀ ਜਿਗਿਆਸੂ ਧਾਰਨਾ ਨਾਲ ਨਹੀ ਪੁੱਛੇ ਜਾਂਦੇ। ਇਹੋ ਜਿਹੇ ਆਦਮੀ ਖੋਖਲੇ ਦੰਭ ਦੇ ਨਾਲ ਬੋਲਦੇ ਹਨ ਅਤੇ ਅਧਿਆਤਮਿਕ ਕਦਰਾਂ ਕੀਮਤਾਂ* ਵਿਚ ਦ੍ਰਿੜਤਾ ਦੇ ਅਭਾਵ ਨੂੰ ਹੀ ਖੁੱਲ੍ਹੇ ਵਿਚਾਰਾਂ ਵਾਲੇ ਆਦਮੀ ਦਾ ਲੱਛਣ ਮੰਨ ਲੈਂਦੇ ਹਨ।

"ਇਸੇ ਉਦੇਸ਼ ਦੇ ਵਾਸਤੇ ਮੇਰਾ ਜਨਮ ਹੋਇਆ ਸੀ ਅਤੇ ਇਸੇ ਵਿਸ਼ੇਸ਼ ਕਾਰਨ ਕਰ ਕੇ, ਮੈਂ ਇਸ ਸੰਸਾਰ ਵਿਚ ਆਇਆ ਹਾਂ ਤਾਂ ਕਿ ਮੈਂ ਗਵਾਹ ਬਣ ਸਕਾਂ। ਜਿਹੜਾ ਵੀ ਸੱਚ ਦਾ ਗਵਾਹ ਹੈ, ਉਹ ਮੇਰੀ ਅਵਾਜ਼ ਸੁਣਦਾ ਹੈ।"† ਇਨ੍ਹਾਂ ਚੰਦ ਸ਼ਬਦਾਂ ਦੇ ਨਾਲ ਈਸਾ ਮਸੀਹ ਨੇ ਬਹੁਤ ਕੁਝ ਕਹਿ ਦਿੱਤਾ ਹੈ। ਈਸ਼ਵਰ ਦਾ ਪੁੱਤਰ ਆਪਣੀ ਜ਼ਿੰਦਗੀ ਨੂੰ ਸੱਚ ਦਾ ਗਵਾਹ ਬਣਾਉਂਦਾ ਹੈ। ਉਹ ਸੱਚ ਨੂੰ ਧਾਰਨ ਕਰਦਾ ਹੈ। ਜੇ ਉਹ ਸੱਚ ਦੀ ਵਿਆਖਿਆ ਵੀ ਕਰਦਾ ਹੈ ਤਾਂ ਇਹ ਉਸ ਦੇ ਉਦਾਰ ਮਨ ਦੀ ਦਯਾਲਤਾ ਹੈ। ਸੱਚ ਦਾ ਕੋਈ ਸਿਧਾਂਤ ਨਹੀਂ ਹੈ ਅਤੇ ਨਾ ਹੀ ਉਹ ਦਰਸ਼ਨ ਸ਼ਾਸਤਰ ਦਾ ਕੋਈ ਤੱਤਵ ਗਿਆਨ ਹੈ ਅਤੇ ਨਾ ਹੀ ਉਹ ਬੌਧਿਕ ਅੰਤਰ ਦ੍ਰਿਸ਼ਟੀ ਹੈ। ਉਹ ਤਾਂ ਪ੍ਰਤੱਖ ਤੌਰ ਤੇ ਵਾਸਤਵਿਕਤਾ ਦਾ ਅਨੁਸਰਨ ਹੈ। ਆਦਮੀ ਦੇ ਵਾਸਤੇ ਆਤਮਾ ਦੇ ਰੂਪ ਵਿਚ ਆਪਣੇ ਸੱਚੇ ਸਰੂਪ ਦਾ ਅੱਟਲ ਗਿਆਨ ਹੀ ਸੱਚ ਹੈ। ਆਪਣੀ ਜ਼ਿੰਦਗੀ ਦੀ ਹਰ ਇੱਕ ਕਿਰਿਆ ਅਤੇ ਹਰ ਇੱਕ ਸ਼ਬਦ ਨਾਲ ਈਸਾ ਮਸੀਹ ਨੇ ਇਹ ਸਿੱਧ ਕਰ ਦਿੱਤਾ ਹੈ, ਕਿ ਉਨ੍ਹਾਂ ਨੂੰ ਆਪਣੇ ਵਜੂਦ ਦੇ ਸੱਚ ਦਾ ਅਤੇ ਈਸ਼ਵਰ ਤੋਂ ਆਪਣੀ ਉਤਪਤੀ ਦਾ ਪੂਰਨ ਗਿਆਨ ਸੀ। ਸਰਬਵਿਆਪੀ ਕਰਾਈਸਟ ਚੈਤਨਯ ਦੇ ਨਾਲ ਪੂਰਨ ਤੌਰ ਤੇ ਇੱਕ ਰੂਪ ਹੋਣ ਦੇ ਕਾਰਨ ਹੀ ਉਹ ਦ੍ਰਿੜ ਵਿਸ਼ਵਾਸ ਨਾਲ ਕਹਿਣ ਦੇ ਯੋਗ ਹੋਏ, ਜਿਹੜਾ ਵੀ ਕੋਈ ਸੱਚ ਦਾ ਹੈ, ਉਹੀ ਮੇਰੀ ਅਵਾਜ਼ ਸੁਣਦਾ ਹੈ।"

ਮਹਾਤਮਾ ਬੁੱਧ ਨੇ ਵੀ ਪਰਮ ਸੱਚ ਉੱਪਰ ਰੌਸ਼ਨੀ ਪਾਉਣ ਤੋਂ ਇਨਕਾਰ ਕਰ ਦਿੱਤਾ ਸੀ। ਉਨ੍ਹਾਂ ਖੁਸਕ ਭਾਵ ਵਿਚ ਸਿਰਫ ਇੰਨਾ ਹੀ ਕਿਹਾ, "ਆਦਮੀ ਨੂੰ ਜੋ ਥੋੜਾ ਬਹੁਤਾ ਸਮਾਂ ਇਸ ਧਰਤੀ ਉੱਪਰ ਮਿਲਿਆ ਹੈ, ਉਸ ਨੂੰ ਆਪਣੇ ਨੈਤਿਕ ਸਰੂਪ ਦੀ ਉੱਨਤੀ ਕਰਨ ਵਿਚ ਲਗਾਉਣ ਵਿਚ ਹੀ ਜ਼ਿੰਦਗੀ ਦੀ ਸਾਰਥਿਕਤਾ ਹੈ।" ਚੀਨੀ ਸੰਤ ਲਾਉ-ਤਜ਼ੂ ਠੀਕ ਹੀ ਕਹਿੰਦੇ ਸਨ "ਜੋ ਜਾਣਦਾ ਹੈ, ਉਹ ਕਹਿੰਦਾ ਨਹੀਂ – ਜੋ ਕਹਿੰਦਾ ਹੈ, ਉਹ ਜਾਣਦਾ

* "ਕੇਵਲ ਸਦਾਚਾਰ ਨਾਲ ਹੀ ਪਿਆਰ ਕਰੋ, ਕੇਵਲ ਸਦਾਚਾਰ ਹੀ ਮੁਕਤ ਹੈ।
ਉਹ ਤੁਹਾਨੂੰ ਸਿਖਾ ਸਕਦਾ ਹੈ, ਸਵਰਗ ਤੋਂ ਵੀ ਉੱਪਰ ਜਾਣਾ,
ਇੱਥੋਂ ਤਕ ਕਿ ਸਦਾਚਾਰ ਜੇ ਕਮਜ਼ੋਰ ਵੀ ਹੁੰਦਾ,
ਤਾਂ ਸਵਰਗ ਝੁਕ ਕੇ ਉਸ ਕੋਲ ਥੱਲੇ ਪਹੁੰਚ ਜਾਂਦਾ।
– ਮਿਲਟਨ ਦੀ "ਕਾਮਸ' ਵਿਚੋਂ

† *ਜਾਨ* 18:37 (ਬਾਈਬਲ)।

ਨਹੀਂ ।" ਪ੍ਰਮਾਤਮਾ ਦਾ ਅੰਤਮ ਭੇਤ ਬਹਿਸ ਦਾ ਵਿਸ਼ਾ ਨਹੀਂ। ਪ੍ਰਮਾਤਮਾ ਦੀ ਗੂੜ੍ਹ ਭਾਸ਼ਾ ਨੂੰ ਪੜ੍ਹਨਾ ਇੱਕ ਇਹੋ ਜਿਹੀ ਕਲਾ ਹੈ, ਜੋ ਆਦਮੀ ਕਿਸੇ ਦੂਸਰੇ ਨੂੰ ਨਹੀਂ ਪੜ੍ਹਾ ਸਕਦਾ। ਇਸ ਮਾਮਲੇ ਵਿਚ ਪ੍ਰਮਾਤਮਾ ਖੁਦ ਆਪ ਹੀ ਇੱਕੋ ਇੱਕ ਗੁਰੂ ਹੁੰਦਾ ਹੈ।

"ਸਥਿਰ ਹੋ ਜਾਉ ਅਤੇ ਇਹ ਸਮਝੋ ਕਿ ਮੈਂ ਪ੍ਰਮਾਤਮਾ ਹਾਂ।"* ਭਗਵਾਨ ਆਪਣੀ ਸਰਬਵਿਆਪਕਤਾ ਨੂੰ ਚੀਕ ਚੀਕ ਕੇ ਨਹੀਂ ਦਿਖਾਉਂਦੇ। ਭਗਵਾਨ ਦੇ ਬੋਲਾਂ ਨੂੰ ਅੰਤਹਕਰਨ ਦੀ ਡੂੰਘੀ ਸ਼ਾਂਤੀ ਨਾਲ ਹੀ ਸੁਣਿਆ ਜਾ ਸਕਦਾ ਹੈ। ਸਾਰੀ ਸ੍ਰਿਸ਼ਟੀ ਵਿਚ ਸਿਰਜਣਾਤਮਿਕ ਓਮ ਸਪੰਦਨ ਦੇ ਰੂਪ ਵਿਚ ਗੂੰਜਣ ਵਾਲੇ ਨਾਦ ਦੇ ਨਾਲ ਇੱਕ ਰੂਪ ਹੋਣ ਵਾਲੇ ਸ਼ਰਧਾਲੂ ਦੇ ਦਿਲ ਵਿਚ ਸਪਸ਼ਟ ਬਾਣੀ ਦੇ ਰੂਪ ਵਿਚ ਉਜਾਗਰ ਹੋ ਜਾਂਦਾ ਹੈ।

ਸੰਸਾਰ ਦੀ ਸਿਰਜਣਾ ਦੇ ਪਿੱਛੇ ਪ੍ਰਮਾਤਮਾ ਦੇ ਉਦੇਸ਼ ਦਾ ਸਪਸ਼ਟੀਕਰਨ ਮਨੁੱਖ ਦੀ ਬੁੱਧੀ ਜਿੱਥੇ ਤਕ ਸਮਝ ਸਕਦੀ ਹੈ, ਉੱਥੇ ਤਕ ਵੇਦਾਂ ਵਿਚ ਦਿੱਤਾ ਗਿਆ ਹੈ। ਰਿਸ਼ੀਆਂ ਨੇ ਇਹ ਦੱਸਿਆ ਹੈ ਕਿ ਹਰ ਇੱਕ ਮਨੁੱਖ ਦੀ ਸਿਰਜਣਾ ਪ੍ਰਮਾਤਮਾ ਨੇ ਆਤਮਾ ਦੇ ਰੂਪ ਵਿਚ ਕੀਤੀ ਹੈ, ਜਿਹੜੀ ਆਪਣੇ ਪਰਮ ਸਰੂਪ ਵਿਚ ਲੀਨ ਹੋਣ ਤੋਂ ਪਹਿਲਾਂ, ਅਨੰਤ ਪਰਮ ਤੱਤ ਦੇ ਕਿਸੇ ਖਾਸ ਗੁਣ ਨੂੰ, ਇੱਕ ਜਾਂ ਦੋ ਰੂਪਾਂ ਵਿਚ ਜਰੂਰ ਪ੍ਰਗਟ ਕਰੇਗੀ। ਇਸ ਤਰ੍ਹਾਂ ਪ੍ਰਮਾਤਮਾ ਦੀ ਕਿਸੇ ਨਾ ਕਿਸੇ ਖਾਸੀਅਤ ਨਾਲ ਲੈਸ ਹੋਣ ਕਰ ਕੇ ਸਾਰੇ ਆਦਮੀ ਪ੍ਰਮਾਤਮਾ ਨੂੰ ਇੱਕੋ ਜਿੰਨੇ ਹੀ ਪਿਆਰੇ ਹਨ।

ਸਾਰੀਆਂ ਕੌਮਾਂ ਦਾ ਵੱਡਾ ਭਰਾ ਹੋਣ ਦੇ ਨਾਤੇ, ਭਾਰਤ ਦੁਆਰਾ ਇੱਕਠਾ ਕੀਤਾ ਗਿਆ ਅਧਿਆਤਮ ਗਿਆਨ, ਸਾਰੇ ਸੰਸਾਰ ਦੀ ਮਲਕੀਅਤ ਹੈ। ਸਾਰੀਆਂ ਸਚਾਈਆਂ ਵਾਂਗ ਵੈਦਿਕ ਸਚਾਈ ਵੀ ਪ੍ਰਮਾਤਮਾ ਦੀ ਦੌਲਤ ਹੈ, ਇੱਕਲੇ ਭਾਰਤ ਵਰਸ਼ ਦੀ ਦੌਲਤ ਨਹੀਂ। ਵੇਦਾਂ ਦੇ ਡੂੰਘੇ ਦੈਵੀ ਗਿਆਨ ਨੂੰ ਆਤਮਸਾਤ ਕਰਨ ਵਿਚ ਸਮਰੱਥ ਰਿਸ਼ੀਗਣ ਮਨੁੱਖਤਾ ਦੇ ਹੀ ਮੰਦਰ ਸਨ, ਜੋ ਸਮੁਚੀ ਮਨੁੱਖ ਜਾਤੀ ਦੇ ਵਾਸਤੇ ਕਿਸੇ ਹੋਰ ਲੋਕ ਵਿਚ ਨਹੀਂ, ਬਲਕਿ ਇਸੇ ਧਰਤੀ ਉੱਪਰ ਪੈਦਾ ਹੋਏ ਸਨ। ਸਚਾਈ ਦੇ ਸਾਮਰਾਜ ਵਿਚ ਜਾਤ ਜਾਂ ਕੌਮ ਦਾ ਭੇਦ ਭਾਵ ਬੇਮਤਲਬ ਹੈ, ਉੱਥੇ ਤਾਂ ਸਿਰਫ ਸੱਚ ਨੂੰ ਆਤਮਸਾਤ ਕਰਨ ਦੀ ਅਧਿਆਤਮਿਕ ਯੋਗਤਾ ਦੀ ਕਾਬਲੀਅਤ ਦੇਖੀ ਜਾਂਦੀ ਹੈ।

ਪ੍ਰਮਾਤਮਾ ਪਿਆਰ ਹੈ, ਇਸ ਵਾਸਤੇ ਸੰਸਾਰ ਵਿਚ ਉਸ ਦੀ ਯੋਜਨਾ ਪਿਆਰ ਉੱਪਰ ਅਧਾਰਿਤ ਹੋ ਸਕਦੀ ਹੈ। ਵਿਦਵਤਾ ਪੂਰਨ ਸਪਸ਼ਟੀਕਰਨਾਂ ਦੀ ਬਜਾਏ, ਇਹ ਸਿੱਧਾ ਅਤੇ ਸਰਲ ਵਿਚਾਰ ਮਨੁੱਖ ਦੇ ਦਿਲ ਨੂੰ ਧਰਵਾਸ ਕਿਉਂ ਨਹੀਂ ਦਿੰਦਾ? ਸੱਚ ਨੂੰ ਆਤਮਸਾਤ ਕਰਨ ਵਾਲੇ ਹਰ ਇੱਕ ਸੰਤ ਨੇ ਇਹ ਹੀ ਕਿਹਾ ਹੈ ਕਿ ਪ੍ਰਮਾਤਮਾ ਨੇ ਹੀ

* *ਭਜਨ ਸੰਗ੍ਰਹਿ* 46:10 (ਬਾਈਬਲ)। ਯੋਗ ਵਿਗਿਆਨ ਦਾ ਉਦੇਸ਼ ਹੀ ਇਹ ਹੈ, "ਪ੍ਰਮਾਤਮਾ ਨੂੰ ਸੱਚ ਮੁੱਚ ਜਾਨਣ ਵਾਸਤੇ ਸਥਿਰਤਾ ਨੂੰ ਪ੍ਰਾਪਤ ਕਰਨਾ।

ਸ੍ਰਿਸ਼ਟੀ ਦੀ ਸਾਰੀ ਯੋਜਨਾ ਬਣਾਈ ਹੈ ਅਤੇ ਇਹ ਅਤਿਅੰਤ ਸੁੰਦਰ ਅਤੇ ਆਨੰਦ ਨਾਲ ਭਰਪੂਰ ਹੈ। ਪ੍ਰਮਾਤਮਾ ਨੇ ਪੈਗੰਬਰ ਈਜ਼ਾਈਆ ਨੂੰ ਆਪਣਾ ਉਦੇਸ਼ ਇਨ੍ਹਾਂ ਸ਼ਬਦਾਂ ਵਿਚ ਦੱਸਿਆ ਸੀ।

ਉਸੇ ਤਰ੍ਹਾਂ ਮੇਰਾ ਸ਼ਬਦ [ਸਿਰਜਣਾਤਮਿਕ ਓਮ] ਹੋਵੇਗਾ, ਜਿਹੜਾ ਸ਼ਬਦ ਮੇਰੇ ਮੂਹੋਂ ਨਿਕਲੇਗਾ, ਉਹ ਆਪਣਾ ਕੰਮ ਕੀਤੇ ਬਗੈਰ ਮੇਰੇ ਕੋਲ ਵਾਪਸ ਨਹੀਂ ਆਵੇਗਾ, ਬਲਕਿ ਉਹ ਮੇਰੀ ਇੱਛਾ ਪੂਰੀ ਕਰੇਗਾ ਅਤੇ ਜਿਸ ਕੰਮ ਵਾਸਤੇ ਉਸ ਨੂੰ ਭੇਜਿਆ ਗਿਆ ਹੈ, ਉਹ ਉਸ ਕੰਮ ਨੂੰ ਪੂਰਾ ਕਰੇਗਾ। ਕਿਉਂਕਿ ਤੁਸੀ ਆਨੰਦ ਦੇ ਨਾਲ ਨਿਕਲੋਗੇ ਅਤੇ ਸ਼ਾਂਤੀ ਦੇ ਨਾਲ ਪਹੁੰਚਾਏ ਜਾਵੋਗੇ : ਤੁਹਾਡੇ ਅੱਗੇ ਪਹਾੜ ਅਤੇ ਪਹਾੜੀਆਂ ਆਨੰਦ ਨਾਲ ਖੁਸ਼ੀ ਦੇ ਗੀਤ ਗਾਉਣਗੇ ਅਤੇ ਮੈਦਾਨਾਂ ਦੇ ਸਾਰੇ ਦਰਖਤ ਤਾਲ ਦਿੰਦਿਆਂ ਤਾਲੀਆਂ ਵਜਾਉਣਗੇ। (*ਈਜ਼ਾਈਆ* 55:11–12, ਬਾਈਬਲ)

"ਤੁਸੀਂ ਆਨੰਦ ਦੇ ਨਾਲ ਨਿਕਲੋਗੇ ਅਤੇ ਸ਼ਾਂਤੀ ਨਾਲ ਪਹੁੰਚਾਏ ਜਾਵੋਗੇ।" ਚਾਰੇ ਪਾਸਿਆਂ ਤੋਂ ਦਬਾਅ ਵਿਚ ਜਿਉਂ ਰਹੇ ਵੀਹਵੀਂ ਸਦੀ ਦੇ ਲੋਕ, ਇਸ ਅਦਭੁਤ ਬਚਨ ਨੂੰ ਆਸ਼ਾ ਅਤੇ ਤਾਂਘ ਦੇ ਨਾਲ ਸੁਣ ਰਹੇ ਹਨ। ਪ੍ਰਮਾਤਮਾ ਦਾ ਜਿਹੜਾ ਵੀ ਸ਼ਰਧਾਲੂ ਆਪਣੀ ਰੂਹਾਨੀ ਵਿਰਾਸਤ ਨੂੰ ਮੁੜ ਪ੍ਰਾਪਤ ਕਰਨ ਦੇ ਵਾਸਤੇ ਮਿਹਨਤ ਕਰਦਾ ਹੈ, ਉਸ ਦੇ ਵਾਸਤੇ ਇਸ ਸ਼ਬਦ ਵਿਚ ਮੌਜੂਦ ਪੂਰਾ ਪੂਰਾ ਸੱਚ ਮਹਿਸੂਸ ਕਰਨਾ ਸੰਭਵ ਹੈ।

ਪੂਰਬ ਅਤੇ ਪੱਛਮ ਵਿਚ *ਕਿਰਿਆ ਯੋਗ* ਦਾ ਪਵਿੱਤਰ ਕੰਮ, ਹਾਲੇ ਤਾਂ ਸ਼ੁਰੂ ਹੀ ਹੋਇਆ ਹੈ। ਪ੍ਰਮਾਤਮਾ ਕਰੇ, ਸਾਰੇ ਸੰਸਾਰ ਨੂੰ ਪਤਾ ਲੱਗ ਜਾਵੇ, ਕਿ ਸਾਰੇ ਮਨੁੱਖੀ ਦੁੱਖਾਂ ਨੂੰ ਖਤਮ ਕਰ ਦੇਣ ਵਾਸਤੇ, ਆਤਮ ਗਿਆਨ ਦੀ ਇੱਕ ਨਿਸ਼ਚਿਤ ਅਤੇ ਵਿਗਿਆਨਿਕ ਤਕਨੀਕ ਮੌਜੂਦ ਹੈ।

ਸੰਸਾਰ ਵਿਚ ਤੇਜਸਵੀ ਰਤਨਾਂ ਵਾਂਗ, ਚਾਰੇ ਪਾਸੇ ਦੂਰ ਦੂਰ ਤਕ ਖਿਲਰੇ ਹਜ਼ਾਰਾਂ *ਕਿਰਿਆ ਯੋਗੀਆਂ* ਨੂੰ ਪਿਆਰ ਭਰੇ ਸਪੰਦਨ ਭੇਜਦਿਆਂ, ਮੈਂ ਸ਼ੁਕਰਗੁਜ਼ਾਰ ਹੋਇਆ ਸੋਚਦਾ ਹਾਂ-

"ਪ੍ਰਮਾਤਮਾ, ਆਪ ਨੇ ਇਸ ਸੰਨਿਆਸੀ ਨੂੰ ਇੰਨਾ ਵਿਸ਼ਾਲ ਪਰਿਵਾਰ ਦਿੱਤਾ ਹੈ।"

ਪਰਮਹੰਸ ਯੋਗਾਨੰਦ:
ਮੌਤ ਅਤੇ ਜ਼ਿੰਦਗੀ ਵਿਚ ਯੋਗੀ

ਸ਼੍ਰੀ ਸ਼੍ਰੀ ਪਰਮਹੰਸ ਯੋਗਾਨੰਦ ਜੀ ਨੇ ਲਾਸ ਐਂਜਲਿਸ ਵਿਚ, ਭਾਰਤ ਦੇ ਰਾਜਦੂਤ ਸ਼੍ਰੀ ਬਿਨੇ ਰੰਜਨ ਸੈਨ ਦੇ ਸਨਮਾਨ ਵਿਚ ਦਿੱਤੇ ਜਾਣ ਵਾਲੇ ਭੋਜਨ ਦੇ ਮੌਕੇ ਉੱਪਰ, ਆਪਣਾ ਭਾਸ਼ਣ ਖਤਮ ਕਰਨ ਤੋਂ ਤੁਰੰਤ ਬਾਅਦ, ਮਹਾ ਸਮਾਧੀ (ਇੱਕ ਯੋਗ ਆਤਮਾ ਦੀ ਪੰਜ ਭੌਤਿਕ ਸਰੀਰ ਤੋਂ ਅੰਤਮ ਵਿਦਾਇਗੀ) ਵਿਚ ਪਰਵੇਸ਼ ਕੀਤਾ।

ਮਹਾਨ ਵਿਸ਼ਵ ਗੁਰੂ ਨੇ ਯੋਗ ਦੀ ਮਹੱਤਤਾ (ਈਸ਼ਵਰ ਪ੍ਰਾਪਤੀ ਵਾਸਤੇ ਵਿਗਿਆਨਿਕ ਤਕਨੀਕਾਂ) ਨੂੰ ਜੀਵਨ ਵਿਚ ਹੀ ਨਹੀਂ, ਬਲਕਿ ਮੌਤ ਵਿਚ ਵੀ ਪ੍ਰਦਰਸ਼ਤ ਕੀਤਾ। ਭੌਤਿਕ ਸਰੀਰ ਤੋਂ ਅੰਤਮ ਵਿਦਾਇਗੀ ਲੈਣ ਦੇ ਕਈ ਹਫਤਿਆਂ ਬਾਅਦ ਵੀ, ਉਨ੍ਹਾਂ ਦਾ ਅਪਰਿਵਰਤਿਤ ਚਿਹਰਾ ਦੈਵੀ ਨੂਰ ਨਾਲ ਚਮਕ ਰਿਹਾ ਸੀ।

ਫਾਰਿਸਟ ਲਾਨ ਮੈਮੋਰੀਅਲ-ਪਾਰਕ, ਲਾਸ ਐਂਜਲਿਸ (ਜਿੱਥੇ ਮਹਾਨ ਗੁਰੂ ਦਾ ਪੰਜ ਭੌਤਿਕ ਸਰੀਰ ਆਰਜ਼ੀ ਤੌਰ ਤੇ ਰੱਖਿਆ ਗਿਆ ਹੈ) ਦੇ ਨਿਰਦੇਸ਼ਕ ਸ਼੍ਰੀ ਹੈਰੀ.ਟੀ. ਰੋਵੇ. ਨੇ ਸੈਲਫ ਰੀਆਲਾਈਜੇਸ਼ਨ ਫੈਲੋਸ਼ਿਪ ਨੂੰ ਇੱਕ ਪ੍ਰਮਾਣਿਤ ਚਿੱਠੀ ਭੇਜ ਕੇ ਲਿਖਿਆ ਸੀ, ਜਿਸ ਦੇ ਕੁਝ ਅੰਸ਼ ਇਸ ਤਰ੍ਹਾਂ ਹਨ।

"ਪਰਮਹੰਸ ਯੋਗਾਨੰਦ ਜੀ ਦੇ ਨਿਰਜਿੰਦ ਸਰੀਰ ਵਿਚ ਕਿਸੇ ਪ੍ਰਕਾਰ ਦੀ ਖਰਾਬੀ ਦੇ ਲੱਛਣ ਦਿਖਾਈ ਨਾ ਦੇਣਾ, ਸਾਡੇ ਵਾਸਤੇ ਇੱਕ ਅਤਿਅੰਤ ਅਸਧਾਰਨ ਅਤੇ ਅਨੂਠਾ ਅਨੁਭਵ ਹੈ। ਉਨ੍ਹਾਂ ਦੀ ਮੌਤ ਤੋਂ ਵੀਹ ਦਿਨ ਬਾਅਦ ਵੀ, ਉਨ੍ਹਾਂ ਦੇ ਸਰੀਰ ਵਿਚ ਕਿਸੇ ਪ੍ਰਕਾਰ ਦਾ ਕੋਈ ਵਿਘਟਨ ਦਿਖਾਈ ਨਹੀਂ ਦਿੱਤਾ... ਨਾ ਹੀ ਚਮੜੀ ਦੇ ਰੰਗ ਵਿਚ ਕਿਸੇ ਪ੍ਰਕਾਰ ਕਿਸੇ ਖਰਾਬੀ ਦੇ ਸੰਕੇਤ ਹਨ। ਨਾ ਹੀ ਸਰੀਰ ਦੇ ਤੰਤੂਆਂ ਵਿਚ ਸੁਕੜਨ (ਸੁੱਕਣਾ) ਦੀ ਪ੍ਰਕਿਰਿਆ ਆਈ ਦਿਖਾਈ ਦਿੱਤੀ ਹੈ। ਮੁਰਦਾਘਰ ਦੇ ਸਲਾਨਾ ਇਤਿਹਾਸ ਦੀ, ਜਿੱਥੋਂ ਤਕ ਸਾਨੂੰ ਜਾਣਕਾਰੀ ਹੈ, ਪੰਜ ਭੌਤਿਕ ਸਰੀਰ ਦੀ ਇਹੋ ਜਿਹੀ ਭਰਪੂਰ ਸੰਪੂਰਨਤਾ ਦੀ ਅਵਸਥਾ ਕਾਇਮ ਰਹਿਣੀ ਇੱਕ ਅਨੂਠੀ ਮਿਸਾਲ ਹੈ। ਯੋਗਾਨੰਦ ਜੀ ਦਾ ਪੰਜ ਭੌਤਿਕ ਸਰੀਰ ਪ੍ਰਾਪਤ ਕਰਨ ਵੇਲੇ, ਲਾਸ਼ ਘਰ ਦੇ ਅਮਲੇ ਨੂੰ ਇਹ ਉਮੀਦ ਸੀ, ਕਿ ਲਾਸ਼ ਦੇ ਸੰਦੂਕ ਦੇ ਕੱਚ ਦੇ ਢੱਕਣ ਦੇ ਰਾਹੀਂ, ਉਨ੍ਹਾਂ ਦੇ ਸਰੀਰ ਦੀ ਸਧਾਰਨ ਸਿਲਸਿਲੇਵਾਰ ਵਿਘਟਨਤਾ ਦੇ ਨਿਸ਼ਾਨ ਦਿਖਾਈ ਦੇਣਗੇ। ਸਾਡਾ ਅਚੰਭਾ ਵਧਦਾ ਹੀ ਗਿਆ, ਜਦੋਂ ਦਿਨਾਂ ਤੇ ਦਿਨ ਬੀਤਦੇ ਗਏ, ਪ੍ਰੰਤੂ ਅਧਿਐਨ ਲਈ ਰੱਖੇ ਗਏ, ਉਨ੍ਹਾਂ ਦੇ ਨਿਰਜਿੰਦ ਪੰਜ ਭੌਤਿਕ ਸਰੀਰ ਵਿਚ ਕਿਸੇ ਤਰ੍ਹਾਂ ਦੇ ਪਰੀਵਰਤਨ ਦਾ ਕੋਈ ਨਿਸ਼ਾਨ ਦਿਖਾਈ ਨਹੀਂ ਦਿੱਤਾ। ਪ੍ਰਤੱਖ ਤੌਰ ਤੇ ਯੋਗਾਨੰਦ ਜੀ ਦਾ ਸਰੀਰ ਨਿਰਵਿਕਾਰਤਾ ਦੀ ਅਦਭੁਤ ਅਵਸਥਾ ਵਿਚ ਸੀ-ਕਿਸੇ ਸਮੇਂ ਵੀ, ਉਨ੍ਹਾਂ ਦਾ ਸਰੀਰ ਖਰਾਬ ਹੋਣ ਕਰਕੇ, ਉਸ ਵਿਚੋਂ ਥੋੜ੍ਹੀ ਜਿਹੀ ਵੀ ਦੁਰਗੰਧ ਨਹੀਂ ਆਈ...

"27 ਮਾਰਚ ਨੂੰ ਲਾਸ਼ ਦੇ ਸੰਦੂਕ ਉੱਪਰ ਕਾਂਸੀ ਦਾ ਢੱਕਣ ਰੱਖ ਕੇ ਬੰਦ ਕਰਨ ਤੋਂ ਪਹਿਲਾਂ, ਯੋਗਾਨੰਦ ਜੀ ਦਾ ਸਰੀਰਕ ਰੂਪ ਬਿਲਕੁਲ ਉਸੇ ਤਰ੍ਹਾਂ ਸੀ, ਜਿਸ ਤਰ੍ਹਾਂ 7 ਮਾਰਚ ਨੂੰ ਸੀ। 27 ਮਾਰਚ ਨੂੰ ਵੀ, ਉਨ੍ਹਾਂ ਦਾ ਸਰੀਰ ਓਨਾ ਹੀ ਤਰੋ ਤਾਜ਼ਾ ਅਤੇ ਖਰਾਬੀ ਤੋਂ ਰਹਿਤ ਦਿਖਾਈ ਦੇ ਰਿਹਾ ਸੀ, ਜਿੰਨਾ ਮੌਤ ਦੀ ਰਾਤ ਨੂੰ। 27 ਮਾਰਚ ਨੂੰ ਇਸ ਤਰ੍ਹਾਂ ਦਾ ਕੋਈ ਲੱਛਣ ਦਿਖਾਈ ਨਹੀਂ ਦਿੱਤਾ, ਜਿਸ ਨਾਲ ਇਹ ਕਿਹਾ ਜਾ ਸਕੇ ਕਿ ਉਨ੍ਹਾਂ ਦੇ ਸਰੀਰ ਵਿਚ ਕਿਸੇ ਤਰ੍ਹਾਂ ਦਾ ਭੋਰਾ ਭਰ ਵਿਘਟਨ ਹੋਇਆ ਹੋਵੇ। ਇਨ੍ਹਾਂ ਕਾਰਨਾਂ ਕਰ ਕੇ, ਅਸੀਂ ਫਿਰ ਕਹਿੰਦੇ ਹਾਂ ਕਿ ਪਰਮਹੰਸ ਯੋਗਾਨੰਦ ਜੀ ਦੀ ਉਦਾਹਰਣ ਸਾਡੇ ਵਾਸਤੇ ਇੱਕ ਅਨੂਠਾ ਅਨੁਭਵ ਹੈ।"

ਪਰਮਹੰਸ ਯੋਗਾਨੰਦ ਅਤੇ ਲਾਹਿੜੀ ਮਹਾਸ਼ਯ ਦੇ ਸਨਮਾਨ ਵਿਚ ਯਾਦਗਾਰੀ ਟਿਕਟਾਂ ਅਤੇ ਸਿੱਕੇ

ਦੋ ਮੌਕਿਆਂ ’ਤੇ ਭਾਰਤ ਸਰਕਾਰ ਨੇ ਪਰਮਹੰਸ ਯੋਗਾਨੰਦ ਦੇ ਸਨਮਾਨ ਵਿਚ, ਯਾਦਗਾਰੀ ਡਾਕ ਟਿਕਟਾਂ ਜਾਰੀ ਕੀਤੀਆਂ: (ਖੱਬੇ) 1977 ਵਿਚ ਉਨ੍ਹਾਂ ਦੀ ਮਹਾ ਸਮਾਧੀ ਦੀ ਪੱਚੀਵੀਂ ਬਰਸੀ ਉੱਪਰ ਅਤੇ (ਸੱਜੇ) 2017 ਵਿਚ ਭਾਰਤ ਦੀ ਯੋਗਦਾ ਸਤਸੰਗ ਸੁਸਾਇਟੀ ਦਾ ਸਨਮਾਨ ਕਰਦੇ ਹੋਏ।

2019 ਵਿਚ, ਭਾਰਤ ਸਰਕਾਰ ਨੇ ਪਰਮਹੰਸ ਯੋਗਾਨੰਦ ਦੇ ਸਨਮਾਨ ਵਿੱਚ ਉਨ੍ਹਾਂ ਦੀ 125ਵੀਂ ਵਰ੍ਹੇਗੰਢ ਦੀ ਯਾਦ ਵਿੱਚ ਇਕ ਵਿਸ਼ੇਸ 125 ਰੁਪੈ ਦਾ ਸਿੱਕਾ ਜਾਰੀ ਕਰਕੇ ਸ਼ਰਧਾਂਜਲੀ ਭੇਟ ਕੀਤੀ। ਭਾਰਤ ਸਰਕਾਰ ਦੇ ਵਰਣਨਾਤਮਿਕ ਪਰਚੇ ਵਿਚ ਜੋ ਕਿਹਾ ਗਿਆ, ਦੇ ਕੁਝ ਅੰਸ਼ ਇਸ ਤਰ੍ਹਾਂ ਹਨ: “ਪਰਮਹੰਸ ਯੋਗਾਨੰਦ ਦੀਆਂ ਗੈਰ-ਸੰਪਰਦਾਇਕ ਅਤੇ ਵਿਗਿਆਨਕ ਯੋਗ ਸਿੱਖਿਆਵਾਂ ਵਿਚ ਸਾਰੇ ਧਰਮਾਂ ਅਤੇ ਜੀਵਨ ਦੇ ਖੇਤਰਾਂ ਦੇ ਲੋਕਾਂ ਲਈ ਇੱਕ ਵਿਆਪਕ ਅਪੀਲ ਹੈ।”

2020 ਵਿਚ, ਸਰਕਾਰ ਨੇ *ਕਿਰਿਆ ਯੋਗ* ਦੇ ਹਾਰਬਿੰਗਰ (harbinger), ਲਾਹਿੜੀ ਮਹਾਸ਼ਯ, ਦੀ ਮਹਾਸਮਾਧੀ ਦੀ 125ਵੀਂ ਵਰ੍ਹੇਗੰਢ ਦੇ ਸਨਮਾਨ ਵਿਚ, ਇੱਕ 125 ਰੁਪੈ ਦਾ ਯਾਦਗਾਰੀ ਸਿੱਕਾ ਜਾਰੀ ਕੀਤਾ।

ਪਰਮਹੰਸ ਯੋਗਾਨੰਦ ਦੀ ਕਿਰਿਆ ਯੋਗ ਸਿੱਖਿਆਵਾਂ ਉੱਪਰ ਵਾਧੂ ਸਰੋਤ

ਯੋਗਦਾ ਸਤਸੰਗ ਸੁਸਾਇਟੀ ਆਫ ਇੰਡੀਆ, ਸਾਧਕਾਂ ਦੀ ਸੁਤੰਤਰ ਤੌਰ 'ਤੇ ਸਹਾਇਤਾ ਕਰਨ ਲਈ ਸਮਰਪਿਤ ਹੈ। ਸਾਡੇ ਕੇਂਦਰਾਂ' ਤੇ ਅਧਿਆਤਮਿਕ ਪ੍ਰਵਚਨ, ਯੋਗ ਕਲਾਸਾਂ, ਧਿਆਨ ਯੋਗ ਅਤੇ ਪ੍ਰੇਰਨਾਦਾਇਕ ਸੇਵਾਵਾਂ, ਰਿਟਰੀਟ ਦੀ ਸਮਾਂ-ਸਾਰਣੀ, ਅਤੇ ਸਾਡੀ ਅਧਿਆਤਮਿਕ ਦੇ ਨਾਲ ਨਾਲ ਸਾਡੀ ਮੈਡੀਕਲ, ਵਿਦਿਅਕ, ਐਮਰਜੈਂਸੀ ਰਾਹਤ, ਅਤੇ ਹੋਰ ਚੈਰੀਟੇਬਲ ਗਤੀਵਿਧੀਆਂ ਬਾਰੇ ਜਾਣਕਾਰੀ ਲਈ, ਅਸੀਂ ਤੁਹਾਨੂੰ ਸਾਡੀ ਵੈਬਸਾਈਟ ਜਾਂ ਸ਼ਾਖਾ ਮਠ ਪਧਾਰਨ ਲਈ ਸੱਦਾ ਦਿੰਦੇ ਹਾਂ :

www.yssofindia.org

ਯੋਗਦਾ ਸਤਸੰਗ ਸੁਸਾਇਟੀ ਆਫ ਇੰਡੀਆ
ਪਰਮਹੰਸ ਯੋਗਾਨੰਦ ਪਥ
ਰਾਂਚੀ 834001 ਝਾਰਖੰਡ
ਟੈਲੀਫ਼ੋਨ: (0651) 6655 555

Yogoda Satsanga Lessons in Self-realization

Personal guidance and instructions from Paramahansa Yogananda on the techniques of yoga meditation and principles of spiritual living

If you feel drawn to the spiritual truths described in *Autobiography of a Yogi*, we invite you to enrol in the *Yogoda Satsanga Lessons*.

Paramahansa Yogananda originated this home-study series to provide sincere seekers the opportunity to learn and practise the ancient yoga meditation techniques introduced in this book—including the science of *Kriya Yoga*. The *Lessons* also present his practical guidance for attaining balanced physical, mental and spiritual well-being.

The *Yogoda Satsanga Lessons* are available at a nominal fee (to cover printing and postage costs). All students are freely given personal guidance in their practice by Yogoda Satsanga Society of India monks.

For more information…

Please visit www.ysslessons.org to request a comprehensive complimentary information packet about the *Lessons*, which includes:

- *"An Overview of the Yogoda Satsanga Lessons in Self-realization: Information About Paramahansa Yogananda's Home-Study Series"*
- *"Highest Achievements Through Self-realization," by Paramahansa Yogananda—a thorough introduction to the teachings presented in the YSS Lessons*

Yogoda Satsanga Society of India

Paramahansa Yogananda Path
Ranchi 834001, Jharkhand
Tel.: (0651) 6655 555
www.yssofindia.org

Other Books by Sri Sri Paramahansa Yogananda

- Autobiography of a Yogi (MP3 Audiobook, read *by Sir Ben Kingsley*)
- Man's Eternal Quest
- The Divine Romance
- Journey to Self-realization
- The Science of Religion
- Whispers from Eternity
- Where There Is Light
- Songs of the Soul
- Inner Peace
- The Art of Living
- To be Victorious in Life
- The Universality of Yoga
- Scientific Healing Affirmations
- Metaphysical Meditations
- Wine of the Mystic
- ਸਫਲਤਾ ਦਾ ਨਿਯਮ
- How you can talk with God
- In the Sanctuary of the Soul
- Words of Cosmic Chants
- Living Fearlessly
- Developing Dynamic Will
- Nervousness: Cause and Cure
- Sayings of Paramahansa Yogananda
- God Talks with Arjuna: The Bhagavad Gita—A New Translation and Commentary
- The Second Coming of Christ: The Resurrection of the Christ Within You—A Revelatory Commentary on the Original Teachings of Jesus

Other Publications From Yogoda Satsanga Society of India

- The Holy Science *by Sri Sri Swami Sri Yukteswar Giri*
- Only Love: Living the Spiritual Life in a Changing World *by Sri Sri Daya Mata*
- Finding the Joy Within You: Personal Counsel for God-Centred Living *by Sri Sri Daya Mata*
- Enter the Quiet Heart: Creating a Loving Relationship With God *by Sri Sri Daya Mata*
- Manifesting Divine Consciousness in Daily Life *by Sri Sri Mrinalini Mata*
- God Alone: The Life and Letters of a Saint *by Sri Gyanamata*
- "Mejda": The Family and the Early Life of Sri Sri Paramahansa Yogananda *by Sananda Lal Ghosh*
- Spiritual Diary
- Two Frogs in Trouble

Audio Recordings of Paramahansa Yogananda

(Available in downloadable MP3 format)

- Beholding the One in All
- The Great Light of God
- To Make Heaven on Earth
- In the Glory of Spirit
- Awake in the Cosmic Dream
- Removing All Sorrow and Suffering
- Be a Smile Millionaire
- One Life Versus Reincarnation
- Self-Realization: The Inner and the Outer Path
- Songs of My Heart (Chants, Poems, and Prayers)

Informal Talks by Other Disciples of Paramahansa Yogananda (Audio CDs)

Sri Sri Daya Mata

(Available in downloadable MP3 format)

- A Heart Aflame
- Anchoring Your Life in God
- Finding God in Daily Life
- Free Yourself from Tension
- God First
- Let Us Be Thankful
- Living a God-Centred Life
- A Blessing From Mahavatar Babaji
- Strengthening the Power of the Mind
- Attuning Our Lives to the Guru's Blessings
- Moral Courage: Effecting Positive Change Through Moral and Spiritual Choices
- "My Spirit Shall Live On..." The Final Days of Sri Sri Paramahansa Yogananda
- Is Meditation on God Compatible with Modern Life?
- Karma Yoga: Balancing Activity and Meditation
- The Way to Peace, Humility, and Love for God
- Understanding the Soul's Need for God

Sri Sri Mrinalini Mata

- If You Would Know the Guru: Remembrances of Life With Sri Sri Paramahansa Yogananda
- Living in Attunement with the Divine
- Look Always to the Light
- The Guru: Messenger of Truth
- The Interior Life
- Embracing and Sharing the Universal Love of God
- The Yoga Sadhana That Brings God's Love and Bliss

Swami Anandamoy Giri

- Is Peace Possible in Today's World?
- Kriya Yoga: Portal to the Infinite
- Loyalty: The Highest Spiritual Law
- The Importance of a True Guru
- Devotion: Understanding Its Deeper Aspects in the Search for God
- Kriya Yoga: Divine Dispensation for Our Awakening Age

DVDs

- The Life of Sri Sri Paramahansa Yogananda: The Early Years in America (1920-1928)
- Finding Divine Peace and Balance *by Sri Sri Daya Mata*
- Him I Shall Follow *by Sri Sri Daya Mata*
- Living in the Love of God *by Sri Sri Daya Mata*
- Opening Your Heart to God's Presence *by Sri Sri Daya Mata*

- Security in a World of Change *by Sri Sri Daya Mata*
- The Love and Wisdom of Sri Sri Paramahansa Yogananda *by Sri Sri Daya Mata*
- Be Messengers of God's Light and Love *by Sri Sri Mrinalini Mata*
- In His Presence: Remembrances of Life With Sri Sri Paramahansa Yogananda *by Sri Sri Mrinalini Mata*
- Portal to the Inner Light: Official Release of Paramahansa Yogananda's The Second Coming of Christ: The Resurrection of the Christ Within You *by Sri Sri Mrinalini Mata*
- Experiencing God Within *by Swami Anandamoy Giri*
- The Wisdom of the Bhagavad Gita *by Swami Anandamoy Giri*
- You Can Know God in This Life *by Swami Anandamoy Giri*
- Your Thoughts Can Change Your Life *by Swami Anandamoy Giri*

Devotional Chants and Bhajans

(Available in downloadable MP3 format)

- Atma Ki Pukar
- Anjali
- Shanti Mandir (Set of 2 CDs)
- Arpan (Set of 2 CDs)
- Jai Ma (Set of 2 CDs) along with Sri S.N. Sen
- I Will Sing Thy Name (Set of 2 CDs)
- The Divine Gypsy (Instrumental)
- When My Dream's Dream is Done
- Light the Lamp of Thy Love (Set of 2 CDs)
- I Will be Thine Always
- Thou Art My Life (Instrumental)

Some of the above-mentioned books are also published in Hindi, Assamese, Bengali, Gujarati, Kannada, Malayalam, Marathi, Nepali, Odia, Punjabi, Sanskrit, Sinhala, Tamil, Telugu, and Urdu. For a complete list of books and audio / video recordings visit at the address given below. Also available are black-and-white and colour pictures of Sri Sri Paramahansa Yogananda.

Available at your local bookstore or from:

Yogoda Satsanga Society of India
Paramahansa Yogananda Path
Ranchi 834 001, Jharkhand
Tel.: (0651) 6655 555
bookstore.yssofindia.org

ਵਾਈ.ਐਸ.ਐਸ.-ਐਸ.ਆਰ.ਐਫ.

ਗੁਰੂਆਂ ਦੀ ਲੜੀ

ਮਹਾ ਅਵਤਾਰ ਬਾਬਾਜੀ

ਯੋਗ ਅਵਤਾਰ ਲਾਹਿੜੀ ਮਹਾਸ਼ਯ

ਗਿਅਨ ਅਵਤਾਰ ਸਵਾਮੀ ਸ਼੍ਰੀ ਯੁਕਤੇਸ਼ਵਰ

ਪ੍ਰੇਮ ਅਵਤਾਰ ਪਰਮਹੰਸ ਯੋਗਾਨੰਦ

ਮਹਾਵਤਾਰ ਬਾਬਾਜੀ ਦੀ ਭਾਰਤੀ ਗੁਰੂਆਂ ਦੀ ਪਰੰਪਰਾ ਵਿਚ ਸਭ ਤੋਂ ਵੱਡੇ ਗੁਰੂ ਹਨ, ਜਿਨ੍ਹਾਂ ਨੇ, ਜਿਹੜੇ ਯੋਗਦਾ ਸਤਸੰਗ ਸੁਸਾਇਟੀ ਆਫ ਇੰਡੀਆ / ਸੈਲਫ ਰੀਆਲਾਈਜੇਸ਼ਨ ਫੈਲੋਸ਼ਿਪ ਦੇ ਜੋ ਸਾਧਕ *ਕਿਰਿਆ ਯੋਗ* ਦਾ ਤਨ-ਦੇਹੀ ਨਾਲ ਅਭਿਆਸ ਕਰਦੇ ਹਨ ਦੀ ਅਧਿਆਤਮਿਕ ਭਲਾਈ ਦੀ ਜ਼ਿੰਮੇਵਾਰੀ ਲਈ ਹੈ। “ਮੈਂ ਇਸ ਧਰਤੀ ਉੱਪਰ ਵਿਚਰਦਾ ਰਹਾਂਗਾ,” ਉਨ੍ਹਾਂ ਨੇ ਵਾਅਦਾ ਕੀਤਾ ਹੈ, “ਜਦ ਤੱਕ ਇਹ ਵਿਸ਼ੇਸ਼ ਸੰਸਾਰ ਚੱਕਰ ਖਤਮ ਨਹੀਂ ਹੋ ਜਾਂਦਾ।” (ਅਧਿਆਇ 33 ਅਤੇ 37 ਦੇਖੋ)।

1920 ਵਿਚ ਮਹਾਵਤਾਰ ਬਾਬਾਜੀ ਨੇ ਪਰਮਹੰਸ ਯੋਗਾਨੰਦ ਨੂੰ ਕਿਹਾ: “ਉਹ ਤੂੰ ਹੀ ਹੈ, ਜਿਸਨੂੰ ਮੈਂ ਪੱਛਮ ਵਿਚ *ਕਿਰਿਆ ਯੋਗ* ਦੇ ਪ੍ਰਸਾਰ ਲਈ ਚੁਣਿਆ ਹੈ.... ਪ੍ਰਮਾਤਮਾ-ਬੋਧ ਦੀ ਵਿਗਿਆਨਕ ਤਕਨੀਕ ਆਖਰਕਾਰ ਸਾਰੇ ਦੇਸ਼ਾਂ ਵਿਚ ਫੈਲੇਗੀ, ਅਤੇ ਮਨੁੱਖ ਦੁਆਰਾ ਅਨੰਤ ਪਿਤਾ ਦੀ ਅਲੌਕਿਕ ਧਾਰਨਾ ਨਾਲ ਰਾਸ਼ਟਰਾਂ ਨੂੰ ਇਕਸੁਤਰ ਕਰਨ ਵਿਚ ਸਹਾਇਤਾ ਕਰੇਗੀ।”

ਮਹਾਵਤਾਰ ਦਾ ਅਰਥ ਹੈ “ਮਹਾਨ ਅਵਤਾਰ” ਜਾਂ “ਦੈਵੀ ਅਵਤਾਰ”; ਯੋਗ ਅਵਤਾਰ ਦਾ ਅਰਥ ਹੈ “ਯੋਗ ਦਾ ਅਵਤਾਰ”; ਗਿਆਨ ਅਵਤਾਰ ਦਾ ਅਰਥ ਹੈ “ਗਿਆਨ ਦਾ ਅਵਤਾਰ।”

ਪ੍ਰੇਮ ਅਵਤਾਰ ਦਾ ਅਰਥ ਹੈ “ਪ੍ਰੇਮ ਦਾ ਅਵਤਾਰ” - ਇੱਕ ਉਪਾਧੀ ਜੋ 1953 ਵਿਚ ਪਰਮਹੰਸ ਯੋਗਾਨੰਦ ਨੂੰ ਉਨ੍ਹਾਂ ਦੇ ਮਹਾਨ ਸ਼ਗਿਰਦ, ਰਾਜਰਿਸ਼ੀ ਜਨਕਾਨੰਦ (ਜੇਮਸ ਜੇ. ਲਿਨ) ਦੁਆਰਾ ਪ੍ਰਦਾਨ ਕੀਤੀ ਗਈ ਸੀ। (ਪੰਨਾ 431n. ਦੇਖੋ।)

ਉਦੇਸ਼ ਅਤੇ ਆਦਰਸ਼

ਯੋਗਦਾ ਸਤਸੰਗ ਸੁਸਾਇਟੀ ਆਫ ਇੰਡੀਆ
ਸ਼੍ਰੀ ਸ਼੍ਰੀ ਪਰਮਹੰਸ ਯੋਗਾਨੰਦ ਜੀ, ਗੁਰੂਦੇਵ ਅਤੇ ਸੰਸਥਾਪਕ
ਦੁਆਰਾ ਨਿਰਧਾਰਿਤ ਕੀਤੇ ਗਏ
ਸ਼੍ਰੀ ਸ਼੍ਰੀ ਸਵਾਮੀ ਚਿਦਾਨੰਦ ਗਿਰੀ, ਪ੍ਰਧਾਨ

ਪ੍ਰਮਾਤਮਾ ਦੇ ਨਾਲ ਸਿੱਧਾ ਸੰਪਰਕ ਕਰਵਾਉਣ ਵਾਲੀ ਪੱਕੀ ਅਤੇ ਵਿਗਿਆਨਿਕ ਤਕਨੀਕ ਦਾ ਵਿਸ਼ਵ ਵਿਚ ਪ੍ਰਚਾਰ ਕਰਨਾ।

ਇਹ ਸਿੱਖਿਆ ਦੇਣਾ, ਕਿ ਆਤਮ-ਕੋਸ਼ਿਸ਼ ਦੇ ਨਾਲ ਮਨੁੱਖ ਦੀ ਨਾਸ਼ਵਾਨ ਚੇਤਨਤਾ ਨੂੰ ਪ੍ਰਮਾਤਮਾ ਦੀ ਚੇਤਨਤਾ ਵਿਚ ਵਿਕਸਿਤ ਕਰਨਾ ਹੀ ਮਨੁੱਖੀ ਜੀਵਨ ਧਾਰਨ ਕਰਨ ਦਾ ਉਦੇਸ਼ ਹੈ। ਇਸ ਉਦੇਸ਼ ਤਹਿਤ ਪ੍ਰਮਾਤਮਾ ਨਾਲ ਸੰਪਰਕ ਲਈ, ਯੋਗਦਾ ਸਤਸੰਗ ਮੰਦਰਾਂ ਦੀ ਸਥਾਪਨਾ ਕਰਨਾ ਅਤੇ ਮਨੁੱਖ ਜਾਤੀ ਦੇ ਘਰਾਂ ਅਤੇ ਦਿਲਾਂ ਵਿਚ ਈਸ਼ਵਰ ਦੇ ਵਿਅਕਤੀਗਤ ਮੰਦਰਾਂ ਦੀ ਸਥਾਪਨਾ ਨੂੰ ਉਤਸਾਹਿਤ ਕਰਨਾ।

ਭਗਵਾਨ ਸ਼੍ਰੀ ਕ੍ਰਿਸ਼ਨ ਦੁਆਰਾ ਉਪਦੇਸ਼ਿਤ ਮੂਲ ਯੋਗ ਵਿਗਿਆਨ ਅਤੇ ਈਸਾ ਮਸੀਹ ਦੁਆਰਾ ਉਪਦੇਸ਼ਿਤ ਈਸਾਈ ਧਰਮ ਵਿਚ ਮੂਲ ਭੂਤ ਏਕਤਾ ਅਤੇ ਪੂਰੀ ਇਕਸਾਰਤਾ ਦਰਸਾਉਣਾ ਅਤੇ ਇਹ ਪ੍ਰਦਰਸ਼ਤ ਕਰਨਾ, ਕਿ ਇਨ੍ਹਾਂ ਦੀ ਸਚਾਈ ਦੇ ਵਿਗਿਆਨਿਕ ਸਿਧਾਂਤ ਹੀ ਸਾਰੇ ਧਰਮਾਂ ਦੇ ਅਧਾਰ ਹਨ।

ਇਹ ਦਰਸਾਉਣਾ, ਕਿ ਦੈਵੀ ਰਾਜ ਯੋਗ ਹੀ ਇੱਕੋ ਇੱਕ ਰਸਤਾ ਹੈ, ਜਿੱਥੇ ਸੱਚੇ ਧਰਮਾਂ ਦੀਆਂ ਸਾਰੀਆਂ ਪਗਡੰਡੀਆਂ ਅਖੀਰ ਨੂੰ ਜਾ ਕੇ ਮਿਲ ਜਾਂਦੀਆਂ ਹਨ। ਇਹ ਰਾਜ ਯੋਗ ਮਾਰਗ ਰੋਜ਼ਾਨਾ ਪ੍ਰਮਾਤਮਾ ਦਾ ਸ਼ਰਧਾ ਭਗਤੀ ਨਾਲ ਵਿਗਿਆਨਿਕ ਤਰੀਕੇ ਨਾਲ ਧਿਆਨ ਕਰਨਾ ਹੈ।

ਮਨੁੱਖ ਨੂੰ ਤਿੰਨ ਪ੍ਰਕਾਰ ਦੇ ਦੁਖਾਂ ਤੋਂ:- ਸਰੀਰਕ ਰੋਗ, ਮਾਨਸਿਕ ਅਸ਼ਾਂਤੀ ਅਤੇ ਅਧਿਆਤਮਿਕ ਅਗਿਆਨਤਾ ਤੋਂ ਛੁਟਕਾਰਾ ਦਿਵਾਉਣਾ।

ਸਾਦਾ ਜੀਵਨ ਅਤੇ ਉੱਚ ਵਿਚਾਰ ਨੂੰ ਉਤਸ਼ਾਹਿਤ ਕਰਨਾ ਅਤੇ ਮਨੁੱਖ ਜਾਤੀ ਦੇ ਵਿਚਕਾਰ, ਉਨ੍ਹਾਂ ਦੀ ਏਕਤਾ ਦੇ ਸਦੀਵੀ ਅਧਾਰ- ਪ੍ਰਮਾਤਮਾ ਨਾਲ ਸੰਪਰਕ ਕਰਵਾਉਣ ਦੀ ਸਿੱਖਿਆ ਦੇ ਕੇ ਭਾਈਚਾਰੇ ਦੀ ਭਾਵਨਾ ਦਾ ਪ੍ਰਚਾਰ ਕਰਨਾ।

ਸਰੀਰ ਉੱਪਰ ਮਨ ਅਤੇ ਮਨ ਉੱਪਰ ਆਤਮਾ ਦੀ ਸ੍ਰੇਸ਼ਟਤਾ ਨੂੰ ਪ੍ਰਦਰਸ਼ਤ ਕਰਨਾ।

ਬੁਰਾਈ ਉੱਪਰ ਭਲਾਈ ਨਾਲ, ਦੁਖ ਉੱਪਰ ਆਨੰਦ ਨਾਲ, ਕਰੂਰਤਾ ਉੱਪਰ ਦਯਾ ਨਾਲ ਅਤੇ ਅਗਿਆਨ ਉੱਪਰ ਗਿਆਨ ਨਾਲ ਜਿੱਤ ਪ੍ਰਾਪਤ ਕਰਨੀ।

ਵਿਗਿਆਨ ਅਤੇ ਧਰਮ ਦਰਮਿਆਨ ਆਤਮ-ਅਨੁਭਵ ਦੇ ਨਾਲ ਉਨ੍ਹਾਂ ਦੇ ਮੂਲ ਸਿਧਾਂਤਾਂ ਦੀ ਏਕਤਾ ਸਥਾਪਿਤ ਕਰਨੀ।

ਪੂਰਬ ਅਤੇ ਪੱਛਮ ਦੇ ਅਧਿਆਤਮਿਕ ਅਤੇ ਸਭਿਆਚਾਰਕ ਪਹਿਲੂਆਂ ਨੂੰ ਸਮਝਣ ਦੀ ਵਕਾਲਤ ਕਰਨੀ ਅਤੇ ਉਨ੍ਹਾਂ ਦੇ ਸਰਬ ਸ੍ਰੇਸ਼ਟ ਗੁਣਾਂ ਦਾ ਆਪਸ ਵਿਚ ਅਦਾਨ ਪ੍ਰਦਾਨ ਕਰਨਾ।

ਆਪਣੀ ਹੀ ਬ੍ਰਹਮ ਆਤਮਾ ਦੇ ਰੂਪ ਵਿਚ ਮਾਨਵ ਜਾਤੀ ਦੀ ਸੇਵਾ ਕਰਨਾ।

ਤਤਕਰਾ

ੲ

ਹ

ਕ

ਗ

ਘ

ਚ

ਜ

ਦ

ਧ

ਨ

ਪ

ਭ

ਮ

ਯ

ਰ

ਲ

ਵ